தென்னா

காந்தி

ராமச்சந்திர குஹா

1958ல் டெஹ்ராதூனில் பிறந்தவர். பெங்களூருவில் தற்சமயம் வசித்து வருகிறார். ஸ்டான்ஃபோர்ட், ஓஸ்லோ, யேல் பல்கலைக்கழகங்களிலும் இந்திய அறிவியல் கழகத்திலும் பாடங்கள் நடத்தியுள்ளார். வரலாறு, அரசியல், சுற்றுச்சூழல், கிரிக்கெட் என்று பல துறைகளில் எழுதி வருகிறார். குஹாவின் படைப்புகள் இருபதுக்கும் அதிகமான மொழிகளில் மொழிபெயர்க்கப்பட்டுள்ளன.

தென்னாப்பிரிக்காவில்

காந்தி

ராமச்சந்திர குஹா

தமிழில்: சிவசக்தி சரவணன்

கிழக்கு

தென்னாப்பிரிக்காவில் காந்தி
Thenafricavil Gandhi
Ramachandra Guha ©

© First published in Tamil by *New Horizon Media Private Limited*
Originally Published in English as *'Gandhi Before India'* by *Penguin Books*

First Edition: January 2015
792 Pages + 16 pages photos
Printed in India.

ISBN: 978-93-84149-04-8
Title No: Kizhakku 794

Kizhakku Pathippagam
177/103, First Floor,
Ambal's Building, Lloyds Road,
Royapettah, Chennai 600 014.
Ph: +91-44-4200-9603

Email : support@nhm.in
Website : www.nhm.in

Kizhakku Pathippagam is an imprint of New Horizon Media Private Limited

This book is sold subject to the condition that it shall not, by way of trade or otherwise, be lent, resold, hired out, or otherwise circulated without the publisher's prior written consent in any form of binding or cover other than that in which it is published and without a similar condition including this the rights under copyright reserved above, no part of this publication may be reproduced, stored in or introduced into a retrieval system, or transmitted in any form or by any means (electronic, mechanical, photocopying, recording or otherwise), without the prior written permission of both the copyright owner and the above-mentioned publisher of this book.

இந்திய தேச பக்தரும் தென் ஆஃப்ரிக்க ஜனநாயகவாதியும்
உலகம் முழுவதிலும் இருக்கும் காந்திய அறிஞர்களின்
நண்பரும் வழிகாட்டியுமான திரு ஈ.எஸ்.ரெட்டிக்கு

N
கட்ச்
மாத்வி
கட்ச் வளைகுடா
மொராவி
அகமதாபாத்
ஜாம் நகர்
ராஜ்காட்
காம்பே
பரோடா
கத்தியவார்
போர்பந்தர்
ஓபேராஜி
பாநகர்
ஜுனாகாட்
சூரத்
மாங்க்ரோல்
காம்பே வளைகுடா
தியு
தாமன்
அரபிக்கடல்
பாஸேன்
பம்பாய்
0 25 50 மைல்கள்
0 50 100 கி.மீ.

கத்தியவார், 1869

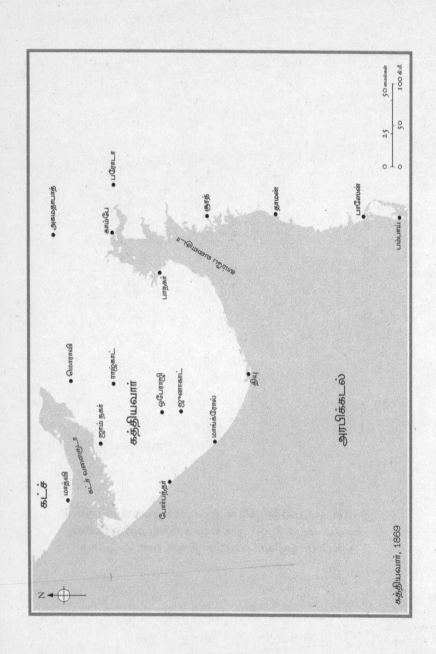

பொருளடக்கம்

அறிமுகம்: காந்தி, எல்லாக் கோணங்களிலிருந்தும் / 9

1. இடைநிலைச் சாதி, இடை நிலை வர்க்கம் / 25

2. சைவ உணவாளர்கள் மத்தியில் / 51

3. ஒரு கடற்கரையிலிருந்து இன்னொன்றுக்கு / 75

4. டர்பனில் ஒரு பாரிஸ்டர் / 109

5. சுற்றித் திரியும் செயல் வீரர் / 134

6. வழக்கறிஞர்–விசுவாசி / 161

7. பழுப்புக்கு எதிராக வெள்ளை / 197

8. பன்மைவாதியும் தூய்மைவாதியும் / 230

9. டிரான்ஸ்வாலில் பிரச்னை / 258

10. லண்டனில் ஒரு லாபியிஸ்ட் / 274

11. ஒத்திசைவிலிருந்து மோதலுக்கு / 294

12. சிறைச்சாலைக்கு / 324

13. ஜோஹானஸ்பர்க்கில் ஒரு டால்ஸ்டாயர் / 346

14. மனச்சாட்சியின் கைதி / 385

15. பெரிய குட்டித் தளபதி / 426

16. நாகரிகங்களுக்கிடையே போட்டி / 467

17. சமரசத் தீர்வை நாடுதல் / 496

18. மகன் போகிறார், குருநாதர் வருகிறார் / 531

19. ஃபீனிக்ஸில் ஒரு மருத்துவர் / 570

20. எல்லைகளை உடைத்தல் / 594

21. ஆஃப்ரிக்காவிடம் விடைபெறுதல் / 641

22. மகாத்மா உருவானவிதம் / 680

|7|

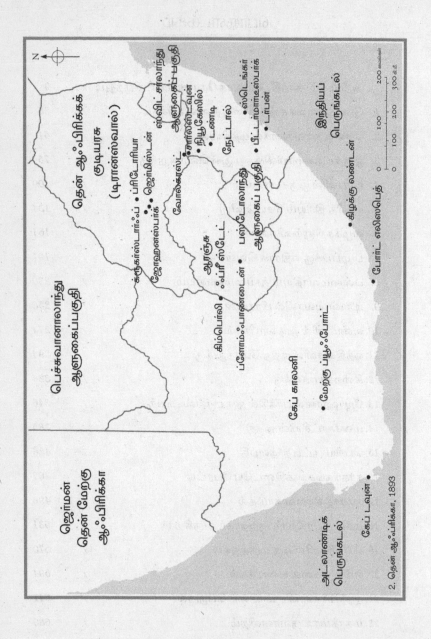

2. தென் ஆஃப்பிரிக்கா, 1893

அறிமுகம்
காந்தி, எல்லாக் கோணங்களிலிருந்தும்

பெர்கலியிலுள்ள கலிஃபோர்னியா பல்கலைக்கழகம் 1998 ஆம் ஆண்டின் வசந்தகாலத்தில் 'சூழலியல் வரலாறு' குறித்த பாடத்தைக் கற்பிக்கும்படி என்னைக் கேட்டுக்கொண்டிருந்தது. நான் அங்கு சென்றிருக்காவிட்டால் இந்தப் புத்தகத்தை எழுதியே இருக்கமாட்டேன். அதுவரையிலான என் ஆய்வும் எழுத்தும் சூழலியல் தொடர்பானவையே. ஆனால், நான் அப்பாடத்தில் சலிப்புற்றிருந்தேன். அதற்குப் பதிலாக, 'காந்தியுடன் விவாதங்கள்' என்ற தலைப்பில் வகுப்பு நடத்துவதாக யோசனை சொன்னேன். அனைவரையும் அரவணைக்கிற, சகிப்புத்தன்மை கொண்ட இந்தியா என்ற காந்தியின் கனவுக்கு, அரசியல் நிறமாலையின் இருபுறங்களிலிருந்தும் அப்போது அச்சுறுத்தல் ஏற்பட்டிருந்தது. வலதுசாரியில், இந்து அமைப்புகளின் கூட்டணி (சங்க பரிவார்) மதச்சார்புள்ள அரசை உருவாக்க தீவிரமாக முயற்சி செய்தது. காந்தி தன் வாழ்நாள் முழுவதும் எதிர்த்துவந்த சித்தாந்தம் அது. மற்றொரு பக்கம் இடதுசாரியில், வளர்ந்துகொண்டிருந்த மாவோயிசப் போராட்டம், சமூக மாற்றத்தை ஏற்படுத்த அஹிம்சை வழிகளை நிராகரித்தது. 'தேசத் தந்தை'' மீதான தங்கள் வெறுப்பைக் காட்ட மாவோயிஸ்டுகள் கிழக்குப்பகுதி இந்தியா முழுவதும் காந்தி சிலைகளை உடைத்தனர்.

தீவிரவாத அரசியல் சார்புகொண்டவர்களிடமிருந்து வந்த இந்தத் தாக்குதல்களால் காந்தியின் கருத்துகள் அழிந்துவிடவில்லை. அவற்றுக்கு இந்திய அரசு குறியீட்டளவில் மட்டும் ஆதரவு தந்தது என்றால், சமூக சேவகர்களும் செயல்பாட்டாளர்களும் இன்னும் அழுத்தமாகவே அவற்றை வலியுறுத்தினர். காந்தியின் சர்ச்சைக்குரிய சகாப்தத்தை அடிப்படையாகவைத்து வகுப்பை நடத்தத் திட்டமிட்டிருந்தேன். ஆனால், பெர்கலி நிர்வாகத்தினர் அந்த ஆலோசனையை விரும்ப வில்லை. காந்திபற்றிய ஆய்வுகளில் எனது பங்களிப்பு அப்போது அநேகமாக ஒன்றுமில்லை என்பதும் சூழலியல் தொடர்பான படிப்புக்குக் கலிஃபோர்னியாவில் என்றும் மவுசு குறையாது என்பதும்

அவர்களுக்குத் தெரியும். அந்த மாநிலத்தில் மாற்று எரிசக்தித் துறைத் தொழில்முனைவோரும் பசுமை விரும்பிகளும் அதிகமாயிற்றே. காந்திபற்றிய படிப்போ, தமது வேர்களைத் தேட விரும்பும் இந்திய வம்சாவளியினரான ஒருசில மாணவர்களுக்கு மட்டுமே ஆர்வமூட்டு வதாயிருக்கும் என்று பல்கலைக்கழகம் கருதியது. இவர்களை 'அமெரிக் காவில் பிறந்த குழப்பம்கொண்ட தேசிகள்' (அமெரிக்கன் பார்ன் கன்ஃப் யூஸ்ட் தேசி) என்று அழைப்பார்கள். ஆங்கிலத்தில் இதைச் சுருக்கமாக 'ஏ.பி.சி.டி.' என்பார்கள்.

பல கடிதங்கள் இருபுறமிருந்தும் பறந்தன. கடைசியாக, காந்திபற்றிய பாடத்தைக் கற்பிக்க என்னை அனுமதித்தார்கள். ஆனாலும் எனக்குள் ஒரு பதற்றம் இருக்கவே செய்தது. இந்திய-அமெரிக்கர்களான ஒருசில மாண வர்கள் மட்டுமே என் வகுப்புக்கு வந்தார்கள் என்றால் என்ன செய்வது? மேற்குக்கரை நோக்கிய நீண்ட விமானப் பயணத்தில் என்னால் இதைத்தவிர வேறொன்றையும் சிந்திக்க முடியவில்லை. சான் ஃபிரான்சிஸ்கோவை ஒரு சனிக்கிழமையில் சென்றடைந்தேன்; என் முதல் வகுப்பு புதன் கிழமை ஆரம்பிக்கவிருந்தது. ஞாயிறன்று பெர்கலியின் புகழ்பெற்ற டெலிகிராஃப் அவென்யூ வழியாக நடந்துசென்றேன். தெருமுனை ஒன்றில் உள்ளூர் வார இதழ் பிரதி ஒன்றை இலவசமாகக் கொடுத்தார்கள். அதைப் புரட்டிப்பார்த்தபோது, உள்ளூர் புகைப்பட ஸ்டுடியோ ஒன்றின் விளம்பரம் கண்ணில் பட்டது. பெரிய எழுத்துகளில் இப்படிக் குறிப்பிட்டிருந்தார்கள்: 'ONLY GANDHI KNOWS MORE THAN US ABOUT FAST' ('நம்மைவிட ஃபாஸ்ட் என்பதன் அர்த்தத்தை அதிகமறிந்தவர் காந்தி மட்டுமே' என்பதே அதன் அர்த்தம். இங்கு ஃபாஸ்ட் என்ற ஆங்கிலச் சொல் விரைவு, உண்ணா விரதம் என்ற இருபொருள்களைத் தரும் சிலேடையாக உபயோகிக் கப்பட்டுள்ளது. மொ-ர்) அதற்கடியில் சிறு எழுத்துகளில் புகைப் படங்களை பத்தே நிமிடங்களில் பிரதியிட்டுத் தருவதாக அந்த ஸ்டூடியோவினர் குறிப்பிட்டிருந்தார்கள். டிஜிட்டல் தொழில்நுட்பம் வராத அக்காலத்தில் அது பெரிய விஷயம்தான்.

நான் அசந்துபோனேன். பே ஏரியாவில் ஒரு வார இதழ் தன் வாசகர்களின் காந்திபற்றி அறிவில் நம்பிக்கைவைத்து 'ஃபாஸ்ட்' என்ற வார்த்தையைக் கொண்டு சிலேடை செய்கிறதே! அவரைப்பற்றிய வகுப்புக்கு போதிய வரவேற்பு இருக்குமோ என்று எனக்கிருந்த பயம் சற்று தணிந்தது. அடுத்த சில தினங்களில் ஆரம்பித்த வகுப்புக்கு கணிசமானவர்கள் வந்ததைப் பார்த்ததும் என் பயம் முழுவதுமாக மறைந்தது. முப்பது மாணவர்கள் இறுதிவரை அப்படிப்பைத் தொடர்ந்தார்கள். அவர்களில் இந்தியர்கள் அல்லது இந்திய வம்சாவளியினர் நால்வர் மட்டுமே.

எனது மாணவர்களில் ஒரு பெண் பர்மாவில் ஜனநாயக இயக்கம் ஒன்று நசுக்கப்பட்ட பின்னர் அங்கிருந்து புலம் பெயர்ந்தவர்; மற்றொருவர்,

காந்தியையும் சீயோனிய தத்துவ ஞானி மார்டின் பூபரையும் தன் வழிகாட்டிகளாக ஏற்றுக்கொண்ட யூதப் பெண்; இன்னொரு ஆஃப்ரிக்க-அமெரிக்க மாணவர், இந்தப் படிப்பு மால்கம் எக்ஸ் அல்லது மார்டின் லூதர் கிங் ஜூனியர் இருவரில் யாரைப் பின்பற்றுவது என்று முடிவு செய்ய உதவும் என்று நினைத்தார். மேலும் ஒரு ஜப்பானியப் பையனும் பல காக்கேசியர்களும் (வெள்ளையர்) இருந்தனர். வகுப்பிலும், தாம் எழுதிய கட்டுரைகளிலும், மாணவர்கள் காந்தியுடனான விவாதங்களைப் பல திசைகளுக்கும் கொண்டுசென்றனர். அவற்றில் சில அவர்களின் ஆசிரியரான நானே நினைத்துப் பார்க்காதவை.

நான் எடுத்த வகுப்புகளிலேயே மிகவும் ரசிக்கப்பட்டதாக அது அமைந்து விட்டது. நான் தேர்ந்தெடுத்திருந்த பாடப் பிரிவுதான் அதற்குக் காரணம். பெர்கலியில் எத்தனை மாணவர்கள் 'டி கால் உடன் விவாதம்' என்ற பாடத்தைத் தேர்ந்தெடுக்கப் போகிறார்கள்? ஓர் அமெரிக்க வரலாற்றா சிரியர் டெல்லி பல்கலைக்கழகத்துக்கு வந்து 'ரூஸ்வெல்டுடன் விவா தங்கள்' என்ற பாடத்தை கற்பிக்க முன்வந்தால் யாராவது அதில் சேர்ந் திருப்பார்களா? ரூஸ்வெல்ட், சர்ச்சில், டி கால் - இவர்கள் எல்லோருமே மிகப் பெரிய தேசத்தலைவர்கள்தான்; ஆனாலும் அவர்களது செல்வாக்கு சொந்த நாட்டுக்கு வெளியே மிகவும் குறைவே. நவீன உலக அரசியல் வாதிகள், ராஜதந்திரிகள் மத்தியில் காந்தி மட்டுமே நிஜமான உலக ஆளுமையாக இருக்கிறார்.

காந்தியின் இந்தத் தனிச்சிறப்புக்கு என்ன காரணம்? அவர் மூன்று வெவ் வேறு நாடுகளில் (கண்டங்களிலும் கூட) பணியாற்றினார்: பிரிட்டன், தென்னாப்பிரிக்கா, இந்தியா. காலனி ஆதிக்க எதிர்ப்பாளர், சமூக சீர்திருத்த வாதி, சமயச் சிந்தனையாளர், தீர்க்கதரிசி என்ற பல முகங்கள்கொண்ட அவர், மிகவும் வன்முறையில் தோய்ந்திருந்த நாடுகளுக்கு அஹிம்சையை அடிப்படையாகக்கொண்ட போராட்ட முறையைக் கொண்டுவந்தார். அரசியல் போராட்டங்களுக்கு மத்தியில் தீண்டாமை ஒழிப்பிலும் கைத்தொழில்களை மீட்டெடுப்பதிலும் பரிசோதனைகள் செய்தார்.

பக்திமிக்க இந்துவான அவர், பிற சமயநெறிகளைப்பற்றி அறிந்து கொள்வதில் பேரார்வம் கொண்டிருந்தார். தனிமனிதனின் பேராசை பற்றியும் நவீன தொழில்நுட்பத்தின் தீங்குகள் பற்றியும் அவர் கொடுத்த எச்சரிக்கைகள் அன்று பிற்போக்குத்தனமாகத் தோன்றியிருக்கலாம்; இன்று அதே விஷயங்கள் சுற்றுச்சூழல் குறித்த விழிப்புணர்வின் பயனாக மீண்டும் முக்கியத்துவம் பெற்றுவிட்டன.

காந்தி, விக்டோரியா காலத்து இங்கிலாந்தில் படித்தவர்; இனவெறி கொண்டிருந்த தென்னாப்பிரிக்காவில் வெளிச்சத்துக்கு வந்தவர்; அவரது வாழ்வும் பணிகளும் அவர் காலத்து வரலாற்றில் (மற்றும் புவியியலில்) அழுத்தமாகப் பொறிக்கப்பட்டுள்ளன. அவர் அரசியலில் தீவிரமாக ஈடுபட்டிருந்த காலகட்டத்தில்தான் போல்ஷ்விக் புரட்சி எழுந்தது;

ஃபாசிஸம் எழுந்தது (பின் வீழ்ந்தது); இரு உலகப் போர்கள் நிகழ்ந்தன; ஆசியாவிலும் ஆஃப்ரிக்காவிலும் காலனிய எதிர்ப்பு இயக்கங்கள் தோன்றின. காந்தி இந்தியாவில் அஹிம்சாவழியில் ஒரு வெகுஜன இயக்கத்தை நடத்திவந்த வேளையில், சீனாவில் மா சே துங் ஒரு வன்முறைப் புரட்சியைக் கொண்டுவந்தார்.

ஆய்வாளர்களுக்கும் சாதாரண மனிதர்களுக்கும் சுவாரசியமளிக்கும் ஒரு விஷயம் என்னவென்றால் காந்தியிடம் காணப்படும் வெளிப்படையான முரண்பாடுகள். சிலசமயங்களில் அவர் இவ்வுலக பந்தங்கள் அற்ற புனிதர்போலச் செயல்பட்டார்; பிற சமயங்களில் கைதேர்ந்த அரசியல்வாதியாகவும் செயல்பட்டார். நவீன நாகரிகம்பற்றி என்ன நினைக்கிறீர்கள் என்று பிரிட்டிஷ் பத்திரிகையாளர் ஒருவர் கேட்டபோது அவர், 'அட, நல்ல யோசனையாக இருக்கும் போலிருக்கிறதே!' என்று கிண்டலாகச் சொன்னார். ஆனாலும் மேற்கின் இந்த எதிரி, மூன்று வெள்ளையர்களைத் தன் ஆசான்களாகக் கொண்டிருந்தார் : ஹென்றி சால்ட், ஜான் ரஸ்கின், லியோ டால்ஸ்டாய். பிரிட்டிஷ் சாம்ராஜ்யத்தை 'சாத்தான் போன்றது' என்று சொன்ன இந்தக் கிளர்ச்சியாளர், இரண்டாம் உலகப் போரில் லண்டன் (அவர் நன்கு அறிந்த, நேசித்த நகரம்) மீது குண்டுகள் பொழியப்பட்டபோது கண்ணீர் சிந்தினார். புகழ்பெற்ற அஹிம்சாவாதியான அவர், முதல் உலகப் போரில் பணியாற்ற இந்தியர்களைச் சேரச் சொன்னார்.

காந்தி நீண்டதொரு வாழ்வை வாழ்ந்தவர். இப்போது சுறுசுறுப்பான மரணத்துக்குப் பிந்தைய வாழ்வை வாழ்ந்துவருகிறார். அவரது செய்தியை, 1982ல் ரிச்சர்ட் அட்டன்பரோ எடுத்த ஒரு திரைப்படம் அழுத்தமாகச் சொல்லியது அல்லது கேலிக்கூத்தாக்கிவிட்டது என்று அவரவர் பார்வைப்படி சொல்லலாம். அந்தப் படத்துக்கு ஒன்பது ஆஸ்கார் விருதுகள் கிடைத்ததுடன் வசூலிலும் சக்கைப்போடு போட்டது. மாபெரும் கிளர்ச்சியாளர்களும் ராஜதந்திரிகளுமான மார்டின் லூதர் கிங், நெல்சன் மண்டேலா, தலாய் லாமா, ஆங் சான் சூச்சி போன்ற பலருக்கு அவரே உதாரண புருஷர். அவர் உருவாக்கிய அஹிம்சை வழிமுறைகள் இன்றும் வாழ்கின்றன. ஜனநாயகத்துக்கு மாறிய சுமார் ஐந்து டஜன் நாடுகளைப்பற்றி ஓர் ஆய்வு மேற்கொள்ளப்பட்டது. அதில், 70 சதவீதத்துக்கு மேற்பட்ட இடங்களில் சர்வாதிகார ஆட்சிகள் வீழ்ந்ததற்கு ஆயுதம் தாங்கிய எதிப்புகள் காரணமல்ல; மாறாக, இந்த இந்தியச் சிந்தனையாளர் கண்டுபிடித்த புறக்கணிப்பு, வேலை நிறுத்தம், உண்ணாவிரதம், இன்னபிற போராட்ட முறைகளே காரணம் என்று கூறியுள்ளது[1]. மிகச் சமீபத்தில், 'அரேபிய வசந்தம்' என அழைக்கப்பட்ட எழுச்சியின்போது எகிப்து, ஏமன் மற்றும் பிற நாடுகளில் கிளர்ச்சியாளர்கள் காந்தியின் புகைப்படங்களைத் தாங்கிவந்தார்கள். அவரது எதிர்ப்பு, போராட்ட முறைகளைக் கவனத்துடன் படித்தார்கள்.[2]

காந்தி மறைந்து அறுபது ஆண்டுகளுக்குப் பிறகு அவரது வாழ்வும், அவர் அளித்த கொடைகளும் அவரே அதிகம் கேள்விப்பட்டிராத நாடுகளில் கூட விவாதிக்கப்படுகின்றன, ஏற்கப்படுகின்றன. அவரது சொந்த நாட்டின் வாழ்வில் அவர் தொடர்ந்து ஒரு பேருருவமாக இருக்கிறார். அவரது சிந்தனைகள் புகழவும் படுகின்றன, தூற்றவும் படுகின்றன. சிலர் அவற்றை ஆபத்தானவை என்றோ பொருத்தமற்றவை என்றோ உதறுகிறார்கள்; ஆயினும் மற்றவர்கள் இந்துக்களுக்கும் முஸ்லிம்களுக்கு மிடையே, தாழ்ந்த சாதிகளுக்கும் உயர்ந்த சாதிகளுக்குமிடையே, மனிதர்களுக்கும், இயற்கைச் சூழலுக்குமிடையே உருவாகும் பிணக்குகளைத் தீர்த்துவைப்பதற்கான சாவி என்று அவற்றைக் கொண்டாடுகிறார்கள்.

உலகெங்கும் பதிப்பகங்கள் அடித்துத் தள்ளும் காந்திபற்றிய புத்தகங்கள் அவரது உலக முக்கியத்துவத்தைப் பறைசாற்றுகின்றன. இந்திய அரசு வெளியிட்டுள்ள மகாத்மா காந்தியின் எழுத்துகள் முழுத்தொகுப்பு (Collected Works of Mahathma Gandhi.) இதைச் சாதிக்க உதவியிருக்கிறது. இந்த வரிசை நூறு தொகுதிகள் கொண்டது. இதைத் தொகுத்ததும் வெளியிட்டதும் அரும்பணிகள். காந்தியுடையவை என்று உறுதி கூறத்தக்க பல்லாயிரம் கடிதங்கள், உரைகள், கட்டுரைகள், தலையங்கங்கள், பேட்டிகள் போன்றவை இவற்றில் அடக்கம்.

காந்தி நன்றாக எழுதக்கூடியவர். மிக அதிகமாக எழுதவும் செய்தார். 1903 முதல் 1914 வரையிலும், மீண்டும் 1919 முதல் 1948 வரையிலும் அவர் ஆங்கிலத்திலும் குஜராத்தியிலும் வாராந்திர செய்தி பத்திரிகைகளை நடத்தினார். இரு மொழிகளிலும் அவரது நடை எளிமையானது, நேரடியானது. என்றாலும் அவருக்கும் வாசகருக்கும் பொதுவாயிருந்த தார்மிக மற்றும் பண்பாட்டு வெளி காரணமாக, குஜராத்தியில் அவரது எழுத்து வாசகருடன் கூடுதல் நெருக்கமாயிருக்கிறது.³ அவரது எழுத்துகளின் அளவையும் தரத்தையும் பார்க்கும்போது, காந்தி ஐந்தாவதாக ஒரு பணியிலும் ஈடுபட்டிருந்தார் எனலாம்- பத்திரிகை ஆசிரியர் மற்றும் எழுத்தாளர். இது அவரது மற்ற பணிகளுக்கு உறுதுணையாக விளங்கி அவற்றைச் செம்மைப்படுத்தியது. அரசியலையும் சமூகத்தையும் (இன்னும் பலவற்றையும்) பற்றிய அவரது பார்வைகள் அவரே நடத்திய, அல்லது குறைந்தபட்சம் கட்டுப்படுத்திவந்த, பத்திரிகைகளிலேயே வெளியிடப்பட்டன.

காந்தியின் எழுத்துகள் எல்லாமும் (அல்லது ஏறத்தாழ எல்லாமும்) அவரது தொகுக்கப்பட்ட எழுத்துகள் நூலில் (Collected Works) தற்போது கிடைக்கின்றன. ரூ. 4000 அல்லது 50 பவுண்டு விலைகொண்ட ஆங்கிலப் பதிப்பு சமீபத்தில் குறுந்தகடாக வெளியிடப்பட்டுள்ளது. இந்தத் தொகுதிகள் பல்வேறு இணையதளங்களில் கிடைக்கின்றன. அவை காந்தியின் வாழ்க்கை வரலாற்றை எழுதியவர்களாலும், அவரது சமயச்சிந்தனை, அவரது பொருளாதாரச் சிந்தனை, அவரது அஹிம்சைத்

தத்துவம், பெண்கள் குறித்த அவரது மனப்போக்கு, மது, போதைப் பொருள்கள், சூதாட்டம்பற்றிய அவரது பார்வைகள் போன்றவற்றைக் குறித்து ஆய்வேடுகள் எழுதியவர்களாலும் சுரங்கம்போலத் தோண்டித் துருவப்பட்டுள்ளன.[4]

எழுத்துகளின் முழுத்தொகுப்பு எளிதில் கிடைப்பதால் காந்தியின் சிந்தனைகள், போராட்டங்கள், நட்புகள், போட்டிகள் போன்றவை பெரும்பாலும் அவரது எழுத்துகள் என்ற முப்பட்டகம் வழியாக - சிலவேளைகளில் அதன்வழியாக மட்டுமே - பார்க்கப்படுவது வழக்க மாக உள்ளது. காந்தியின் சொற்களை ஆதாரமாகக்கொள்வது, பலசமயம் அவருடைய வாழ்வும் பணியும் நிகழ்த்தப்பட்ட வரலாற்றுப் பின் புலத்தைக் குறுக்கிவிடக்கூடும். அவரது இறப்புக்குப் பின் அறுப தாண்டுகள் கழிந்தநிலையில் பொதுமக்களுக்கு, உலகத்தைப்பற்றி காந்தி என்ன நினைத்தார் என்று நன்கு தெரிந்தாலும், உலகம் அவரைப்பற்றி என்ன நினைத்தது என்று அநேகமாக ஒன்றும் தெரியாது.

பத்தாண்டுகள் முன்பு, பெர்கலியில் அந்தப் பாடத்தைக் கற்பித்த பிறகு, காந்தியைப் பல்வேறு பக்கங்களிலிருந்தும் பார்க்கும் சித்திரம் ஒன்றை எழுதத் தீர்மானித்தேன். அவரது பேச்சுகளையும் செயல்களையும் அவரது குடும்பம், நண்பர்கள், அவரைப் பின்பற்றுபவர்கள், எதிர்ப்பாளர்கள் ஆகியோரின் பேச்சு, செயல்பாடுகளின் ஊடாக வைத்து ஆராய்வதாக அது இருக்கவேண்டும் என்று விரும்பினேன். தொகுக்கப்பட்ட எழுத்துகள் முக்கியமானதுதான் என்றாலும் பல குறிப்புதவி நூல்களில் அதுவும் ஒன்று மட்டுமே. எனவே, அவரது சமகாலத்தவர்களின் சொந்த எழுத்துகளைத் தேடி ஆவணக் காப்பகங்களை நாட ஆரம்பித்தேன். அவரது முக்கியமான தென்னாப்பிரிக்க சகாக்களின் எழுத்துகளைப் படித்தேன். இந்திய சுதந்திரப் போராட்டத்தில் அவருடன் இணைந்து பணியாற்றிய பல வியத்தகு ஆடவர், பெண்டிர் காந்திக்கு எழுதிய கடிதங்களையும், காந்தி அவர்களுக்கு எழுதிய பதில்களையும் ஆய்வு செய்தேன். காந்தியின் நான்கு பிள்ளைகளின் இதுவரை வெளிவந்த, வெளிவராத எழுத்துகளை ஆராய்ந்தேன்.

காந்தியை எதிர்த்தவர்களின் பார்வைகளையும் படித்தேன். பிரிட்டிஷ் சாம்ராஜ்யத்தின் பணியாளர்களிடம் மிகச் சிறப்பான உளவறியும் திறன் இருந்தது. அத்துடன் அவர்கள் காந்தியை ஐம்பது நீண்ட ஆண்டுகளுக்கு தொடர்ந்து கவனித்து வந்தனர். தென்னாப்பிரிக்காவில் அவர்கள் அவரைப் பற்றி அதிகம் கவலைப்பட்டார்கள்; அங்கே அவர் ஒரு முள் போல் தொடர்ந்து அவர்களுக்கு உறுத்தலாக விளங்கினார். இந்தியாவில் அவர்கள் காந்தியைப்பற்றி மேலும் கவலை கொண்டிருந்தார்கள். இங்கே அவர் பிரிட்டிஷ் ஆட்சியின் அக்கிரமங்களுக்கெதிரான போராட்டத்தை வழிநடத் தினார். இந்தியா, இங்கிலாந்து, தென்னாப்பிரிக்காவில் மத்திய, பிராந்திய ஆவணக்காப்பகங்களில் கடிதங்கள், தந்திகள், அறிக்கைகள், மடல்கள் போன்றவற்றைப் படித்தேன். இவற்றின் வாயிலாக, சாம்ராஜ்ஜியத்தின்

பிரதானிகள் தமது ஆக ஆபத்தான (அதேசமயம் ஆகச் சிறந்த) எதிர்ப் பாளரைப்பற்றித் தம் விமர்சனங்களைப் பதிவுசெய்திருந்தனர்.

காந்தியை எதிர்த்த அனைவரும் பிரிட்டிஷ்காரர்களோ ஆஃப்ரிக் கானர்களோ இல்லைதான். அவர்களில் பலர் இந்தியர்கள் என்பதுடன், சிலர் தனிச்சிறப்பு பெற்றவர்களும் கூட. அவர்களில் லண்டனில் சட்டம் பயின்ற பிரமாதமான இரண்டு வழக்கறிஞர்களும் அடக்கம். ஒருவர் முஸ்லிம் தலைவர் முகம்மது அலி ஜின்னா; இன்னொருவர் தாழ்த்தப் பட்ட சாதியினரின் தலைவர் பி.ஆர். அம்பேத்கார். அத்துடன் நோபல் பரிசு பெற்ற முதலாவது ஆசியரான ரவீந்திரநாத் தாகூரும் உண்டு. இவர்கள் மூவரும் நியாயமாகவே புகழ்பெற்றவர்கள் என்றாலும், காந்தியைப் பெரிய அளவில் விமர்சித்த வேறு பலரும் இந்தியாவில் இருந்தனர். அதேபோல தென்னாப்பிரிக்காவிலும் அவரது செயல்பாடு களை எதிர்த்த, பலர் இருந்தனர். அவர்களது (வெளிவந்த, வெளிவராத) எழுத்துகள் காந்தியின் சிந்தனையையும் செயல்பாட்டையும் முழுமை யாகப் புரிந்துகொள்ள அவசியம். காந்தி சொல்லியவையும் செய் தவையும் நன்கு புரிய வேண்டுமானால் அவர் எதற்கு எதிர்வினையாக அவற்றைச் சொன்னார் அல்லது செய்தார் என்று தெரியவேண்டும். 1888ல் கத்தியவார் டைம்ஸ் இதழில் காந்தி சட்டம் பயில லண்டன் செல்வது பற்றிய செய்தி இடம்பெற்றுள்ளது. இதுதான் அச்சில் மோகன்தாஸ் கே. காந்திபற்றிய முதல் முறையாக வெளியான செய்தி.. மற்றபடி, அவர் தென்னாப்பிரிக்காவில் பொது விஷயங்களில் ஈடுபட ஆரம்பித்த பிறகுதான் அவர் செய்திகளில் தொடர்ந்து அடிபட ஆரம்பித்தார். முதலில் மிகச்சிறிய வட்டார இதழ்களான நேட்டால் மெர்க்குரி, ஜோஹனஸ்பர்க் ஸ்டார் போன்றவற்றில் தொடங்கி, த டைம்ஸ் ஆஃப் லண்டன், நியூ யார்க் டைம்ஸ் போன்ற பத்திரிகைகள்வரை இது வளர்ந்தது.

காந்தியின் நீண்ட வாழ்நாள் முழுவதற்குமான பத்திரிகைச் செய்திகள் அனைத்தையும் நான் படித்துவிட்டதாகச் சொல்ல முடியாது. ஆனாலும், தென்னாப்பிரிக்காவிலும் இந்தியாவிலுமான அவரைப்பற்றிய ஆயிரக் கணக்கான செய்திக் குறிப்புகளைப் படித்துப் பார்த்தேன். அரசாங்கத்தின் உளவு அறிக்கைகளைப்போல இவையும் காந்தியைப்பற்றிய அன்றாட விவரணைகளைத் தருகின்றன; தொடர்ந்து பயணத்திலேயே இருந்த இந்த மனிதர் காலடி பதித்த பல்வேறு இடங்களிலிருந்தும் இவை தரப் பட்டுள்ளன. இவை ஒருவகையில் அறியப்படாதிருந்த மக்களின் குரலாக ஒலிக்கின்றன: காந்தி செல்வாக்குக்கு ஆளான பிரிவினரான விவசாயிகள், தொழிலாளிகள், குமாஸ்தாக்கள் போன்றவர்கள். இவர்களது பார்வைகள் செய்தியாளர்களின் அறிக்கைகளிலும் ஆசிரியருக்குக் கடிதங்களாகவும் பதிவு செய்யப்பட்டுள்ளன.

தொகுக்கப்பட்ட எழுத்துகளில் இல்லாத தகவல்களைத் தேடி, நான் நான்கு நாடுகளின் ஆவணக் காப்பகங்களைத் தொடர்பு கொண்டேன் (நான்கு

கண்டங்களின்). இந்தப் பயணங்கள், ஆய்வுகளின் முதன்மை நோக்கம், காந்தியின் பெயரோ, கையொப்பமோ இல்லாத ஆவணங்களைக் கண்டு பிடிப்பதுதான். ஆனாலும், இனிய ஆச்சரியமாக, காந்தியே எழுதிய பல டஜன் கடிதங்களையும் கண்டுபிடித்தேன். இவையெல்லாம், தொகுக்கப் பட்ட எழுத்துகளின் பதிப்பாசிரியர்கள் கவனத்துக்கு எப்படியோ வராமல் போனவை.

இந்தப் புதிய-அல்லது குறைந்தபட்சம் இதுவரை பயன்படுத்திக் கொள்ளப்படாத-தகவல்களின் விரிவும் ஆழமும், இப்புத்தகத்தின் இறுதியில் 'எ நோட் ஆன் சோர்சஸ்' என்ற பகுதியில் மிகவும் விரிவாகத் தரப்பட்டுள்ளன. இந்த ஆய்வின் துணைகொண்டு, வாழ்க்கை வரலாற்றை இரண்டு தொகுதிகளாக எழுதத் திட்டமிட்டுள்ளேன். காந்தியின் வாழ்வு, பணிகள் மற்றும் அவர் செயல்பட்ட சூழல் ஆகியவற்றைப்பற்றிய மேலும் முழுமையான புரிதலை உருவாக்கும் முயற்சியாக இது இருக்கும். இந்த முதல் புத்தகம், அவரது சொந்த மண்ணான குஜராத்தில் அவரது வளர்ப்பு, லண்டனில் மாணவராக அவர் செலவிட்ட இரண்டு ஆண்டுகள், குறிப்பாகத் தென்னாப்பிரிக்காவில் அவர் ஒரு வழக்கறிஞராகவும், குடும்பத்தலைவராகவும், சமூக ஒருங்கிணைப்பாளராகவும் செயல்பட்ட இருபது ஆண்டுகள் பற்றியது. இரண்டாவது புத்தகம் அவர் இந்தியா திரும்பிய 1915 ஜனவரி முதல் மரணமடைந்த 1948 ஜனவரி வரையான காலகட்டத்தை உள்ளடக்கியிருக்கும். அது அவருடைய அரசியல் போராட்டங்கள், சீர்திருத்த இயக்கங்கள் ஆகியவற்றின் சமூக வரலாற்றையும், ஆசிரமத்தின் அன்றாட வாழ்வையும் கொண்டிருக்கும்.

ஆஃப்ரிக்க காந்தி, இந்திய காந்திபற்றிய இவ்விரு ஆய்வுகளும் பலதரப் பட்ட கதாபாத்திரங்களையும் கதைகளையும் கொண்டுள்ளன. இவற்றில் சில வசீகரமானவை; சில சோகமானவை; வேறு சில, சமூகரீதியாகவும் அரசியல்ரீதியாகவும் பொருள்பொதிந்தவை. இதன் புவியியல் அகலம், ஆசியா, ஆஃப்ரிக்கா, ஐரோப்பா, ஒருசில சமயங்களில் வட அமெரிக்கா என விரிவடைகிறது. இந்தக் கதையாடல் பாலைவனம் முதல் மலைத் தொடர்கள்வரை, நகரம் முதல் கிராமம்வரை, ஆறு முதல் சமுத்திரம் வரை பாய்ந்தோடுகிறது. அது பேசும் காலகட்டமானது பத்தொன்பதாம் நூற்றாண்டு முதல் இன்றைக்குவரை விரிந்துள்ளது.

இந்தக் கதைகளைப் படிக்கையில் (மற்றும் சொல்கையிலும்) நாம் இந்துக்கள், முஸ்லிம்கள், யூதர்கள், கிறிஸ்துவர்கள், பௌத்தர்கள், பார்சிகள், சமணர்கள், சீக்கியர்கள் ஆகியோரையும், எப்போதாவது கடவுள் மறுப்பாளர்களையும்கூடச் சந்திக்கிறோம். பல கதாபாத்திரங்கள் உழைக்கும் வர்க்கத்திலிருந்து வருபவர்கள் இவர்களில் விவசாயிகள், கைவினைஞர்கள், கடைக்காரர்கள், குடும்பத்தலைவிகள், தோட்டிகள், சுரங்கத் தொழிலாளிகள் உண்டு. மற்றவர்கள் உயர் வகுப்புப் பின்னணி கொண்டவர்கள்; இவர்களில் தொழிலதிபர்கள், அதிகாரம் வாய்ந்த

கவர்னர்கள், பதக்கம் பெற்ற ஜெனரல்கள், தேர்ந்தெடுக்கப்பட்ட நாட்டுத் தலைவர்கள் அடங்குவர் இந்த மாறுபட்ட நிலப்பரப்புகளும், மனிதர்களும் மோகன்தாஸ் கே. காந்தியுடன் அவர்கள் கொண்டிருந்த உறவு மூலமாக அர்த்தம் பெறுகிறார்கள். அவருடைய பயணத்தை நாம் தொடர்கிறோம், குஜராத்திலிருந்து, லண்டனுக்கும், நேட்டாலுக்கும், பின் டிரான்ஸ்வாலுக்கும், பிறகு மீண்டும் குஜராத்துக்கும், இன்னும் ஆயிரக்கணக்கான பிற இடங்களுக்கும். அவருடைய அடிச்சுவட்டைத் தேடியும், அவருடைய செயல்பாடுகளை நினைத்துப் பார்த்தும், நாம் இந்தப் பற்பல நிலப்பரப்புகளையும், வியத்தகு மக்களையும் சந்திக்கிறோம்.

இந்தக் கதையின் மையக் கதாபாத்திரத்துக்கும், மாபெரும் இந்திய இதிகாசமான ராமாயணத்தின் மையப் பாத்திரத்துக்கும் சில அதிசயிக் கத்தக்க ஒற்றுமைகள் உள்ளன. அந்தக் கதையின் நாயகரான ராமன், நெடுந் தூரங்கள் பயணம் செய்கிறார்; சில சமயம் விரும்பியும், சில சமயம் விருப்ப மின்றியும். அவரும் நீண்ட காலங்கள் புலம் பெயர்ந்து வாழ்கிறார்; அவருக்கும் விசுவாசமான, ஆதரவான மனைவி இருக்கிறார்; அம்மனை வியை அவரும் (காந்தியைப்போலவே) எல்லா நேரங்களிலும் உரிய மரியாதையோடும் புரிதலோடும் நடத்துவதில்லை. உயர்ந்த நற்பண்பு களைப் பெற்றிருந்த அவரும் சிலசமயங்களில் இருண்ட, ஆபத்தான சிந்தனைகளுக்கு இடமளிக்கிறார். காந்தி, ராமன் இருவருக்குமே பலம் வாய்ந்த பகைவர்கள் இருக்கிறார்கள்; அந்தப் பகைவர்களுக்கும் அவர்களுக் கேயுரிய கவர்ச்சி இல்லாமல் போவதில்லை. புராணத்திலும் நிஜத்திலும் வாழ்ந்த இந்த இருவரும், எத்தனையோ பேர் தன்னலம் கருதாமல் அளித்த ஆதரவு இல்லாமல் தம் சாதனைகளைப் புரிந்திருக்க முடியாது. இருவருமே மரணத்துக்குப் பின் பரபரப்பான, அதேசமயம் விவாதங்களுக்குள்ளான மறுவாழ்வை அனுபவித்திருக்கிறார்கள்.

ஆனாலும் இந்த ஒற்றுமைகளை ஒரு அளவுக்கு மேல் நீட்டிக்கக்கூடாது. ராமாயணம் நிறுவ விரும்பும் அறங்கள் எல்லாம் பண்பாடும் குடும் பமும் சார்ந்தவை. ஒருவன் தன் மனைவியிடம், அல்லது தந்தையிடம் அல்லது மாற்றாந்தாயிடம் எப்படி நடந்துகொள்வது, சாதி மற்றும் சமூகம் சார்ந்த தர்மங்களை எப்படி நிலைநாட்டுவது என்பனபோல. நம்முடைய இந்த நவீன இதிகாசத்திலோ, அறங்கள் மேலும் வெளிப் படையான விதத்தில் சமூகம், அரசியல் சார்ந்தவை. அந்நிய ஆட்சிக்கும் சுயாட்சிக்கும் இடையில், வன்முறைக்கும், அஹிம்சைக்கும் இடையில், சொந்த மதத்தை ஆவேசமாகப் பரப்புவதற்கும், அடுத்த மதத்தை அன்புடன் புரிந்துகொள்வதற்கும் இடையில், இயற்கையின் வழிமுறை களை மதிப்பதற்கும், அவற்றைத் திமிராக உதாசீனப்படுத்துவதற்கும் இடையில் ஒன்றைத் தேர்ந்தெடுக்கும் படிக் கோரப்படுகிறோம். சிலசமயங்களில் நம் தேர்வு, மரபான ஒழுங்கைப் புரட்டிப் போடுவதாக இருக்கும் தீண்டாமை ஒழிப்பு அல்லது பெண்களுக்குச் சம உரிமை கொடுப்பது என்பதுபோல.

இப்படியெல்லாம் சொன்னாலும், இரண்டு இதிகாசங்களிலும், நீதி நெறிகள் இரண்டாம்பட்சமே. அவை உள்ளடக்கியிருக்கும் மனித அனுபவங்களின் வளம், முக்கிய கதாபாத்திரமும் அவற்றுடன் இணைந்து பணியாற்றிய அல்லது எதிர்த்துப் போராடிய கதாபாத் திரங்களும் ஏற்படுத்தும் சுவாரசியம் ஆகியவையே உண்மையில் முக்கியமானவை.

இந்தத் தற்போதைய புத்தகத்தின் கதையாடல் 1869 அக்டோபரில் காந்தி பிறந்ததிலிருந்து ஆரம்பித்து, 1914 ஜூலையில் அவர் தென்னாப்பிரிக் காவிலிருந்து கிளம்பியதோடு முடிகிறது. அவருடைய பெரும்பாலான நேரம் ஒரு வழக்கறிஞராகவும், செயல்பாட்டாளராகவும் நேட்டாலிலும், ட்ரான்ஸ்வாலிலும் கழிந்தது. காந்தியின் வாழ்க்கை வரலாற்றை எழுதிய வர்கள் இந்தக் காலகட்டத்தை அவசரமாகத் தாண்டிச்சென்றுவிடுவார்கள். அவர் இந்தியாவில் ஆற்றிய பணிகள்தான் முக்கியமானவை, அவற்றுக்கு இந்தக் காலகட்டம் ஒரு முன்னோட்டம் மட்டுமே என்பது அவர்கள் எண்ணம். அவர்கள், எதையும் அதன் இறுதி விளைவைக்கொண்டே விளக்குவது என்கிற தத்துவத்தோடு காந்தி வாழ்க்கையை அணுகு கிறார்கள்; அவரது தென்னாப்பிரிக்கப் பணிகள் எல்லாம் தாய்நாட்டில் செய்த அதிக முக்கியமான வேலைக்கான முன்தயாரிப்புதான் என்று எடுத்துக்கொள்கிறார்கள்.[5]

அவசர முடிவுக்கு வருதல், இறுதி விளைவே முக்கியம் என்ற இரட்டை இச்சைகள் இந்த இரண்டும் காந்திக்கும் தென்னாப்பிரிக்காவுக்கும் அநீதியே இழைக்கின்றன. ஒரு சமூக சீர்திருத்தவாதியாக, பிரபலமான தலைவராக, அரசியல் சிந்தனையாளராக, குடும்பத்தலைவராக, காந்தி அடிப்படையில் தனது தென்னாப்பிரிக்க அனுபவத்தாலேயே வடிவ மைக்கப்பட்டவர். தன் பங்குக்கு அவரும் அந்தக் கண்டத்தின் வரலாற்றின்மேல் ஆழ்ந்த தாக்கத்தை ஏற்படுத்தியிருக்கிறார்; அவருடைய சிந்தனைகளும் மனப்பாங்கும் அவருக்குப் பிந்திய, இனவா தத்துக்கு எதிரான போராட்டங்களைப் பாதித்துள்ளன.

காந்தி முதல்முறையாக 1893ல் டர்பனில் காலடி வைத்தபோது, தென்னாப் பிரிக்கா அப்போதுதான் உருவாகிக்கொண்டிருந்தது. அதன் தனித் தனியான காலனிகள் தங்களைத் தாங்களே ஆண்டுகொண்டிருந்தன. நேட்டால்போல சில காலனிகள் புலம் பெயர்ந்த பிரிட்டிஷ்காரர்களால் ஆளப்பட்டன; டிரான்ஸ்வால்போலச் சில காலனிகள், பெரும்பாலும் டச்சு வம்சாவளியைச் சேர்ந்த ஆஃப்ரிக்கானர்களால் (அப்போது இவர்கள் போயர்கள் என்று அழைக்கப்பட்டனர்) ஆளப்பட்டன; ஆஃப்ரிக்காவில் ஐரோப்பியப் பருவநிலை கொண்ட ஒரே பகுதியான தென்னாப்பிரிக் காவில் காலனிவாதிகள் தமக்கு ஒரு தாய்நாட்டை உருவாக்கிக்கொள்ள முனைந்தனர். அப்பகுதியில் வெள்ளையர்களின் வருகைக்குப் பலகாலம் முன்பிருந்து வாழ்ந்துவரும் ஆஃப்ரிக்கானர்கள் ஏராளமானவர்கள்

இருந்தார்கள்தான். தொடர்ச்சியான போர்களாலும், கைப்பற்றுதல்களாலும் அவர்கள் முற்றிலும் ஒடுக்கப்பட்டிருந்தனர்.

மேலாதிக்கம் பெற்றிருந்த ஐரோப்பியர்களுக்கும் ஒடுக்கப்பட்டிருந்த ஆஃப்ரிக்கானர்களுக்கும் நடுவில் வந்தனர் இந்தியர்கள். அவர்கள், சுரங்கங்களிலும், கரும்புத் தோட்டங்களிலும், ரயில்வேயிலும் வேலை செய்வதற்காக அழைத்துவரப்பட்டிருந்தனர். குறிப்பிடத்தக்க எண்ணிக்கையில் இந்திய வியாபாரிகளும் சில புரஃபஷனல்களும் இருந்தனர். காந்தி அங்கு சென்ற சமயத்தில் அங்கு சுமார் 50,000 இந்தியர்கள் இருந்தனர்; அவர்களில் பெரும்பாலோர் நேட்டாலில் இருந்தனர்.

காந்தி நேட்டாலிலும் டிரான்ஸ்வாலிலும் நீண்டகாலம் வாழ்ந்தார். சுமாராக ஒவ்வொரு இடத்திலும் பத்தாண்டு காலம். நேட்டால், கடற்கரையை ஒட்டி அமைந்திருந்தது; அங்கு பிரிட்டிஷ் மேலாதிக்கம் அதிகம்; பொருளாதாரம் சர்க்கரையையும் நிலக்கரியையும் சார்ந்திருந்தது. டிரான்ஸ்வால் உள்நாட்டுப் பிரதேசம்; போயர்களால் ஆளப்பட்டது; தங்கம் கண்டுபிடிக்கப்பட்டிருந்ததால் துரிதமான வளர்ச்சி பெற்றுவந்தது. செல்வச்செழிப்பு, குறைந்த மக்கள்தொகை, அருமையான பருவநிலை என்பவை காரணமாக, ஐரோப்பாவிலிருந்தும் ஆசியாவிலிருந்தும் வந்து குடியேறுபவர்களைக் கவர்ந்தது. குஜராத்திகள், தமிழர்கள், இந்தி பேசுபவர்கள் இந்தியப் பெருங்கடலைத் தாண்டிவந்தனர்; ஆங்கிலிக்கர்கள், கத்தோலிக்கர்கள், யூதர்கள், பிரம்மஞானிகள் அட்லாண்டிக்கைக் கடந்துவந்தனர். இவர்கள் அனைவரும், தாம் ஒருபோதும் தாய்நாட்டில் காண முடியாத பலமடங்கு செல்வச் செழிப்பைத் தேடிவந்தவர்கள்.

பிரிட்டிஷ்காரர்கள் தென்னாப்பிரிக்காவை காலனிப்படுத்திச் சொந்தம் கொண்டாடியதும் (அமெரிக்க) ஐக்கிய நாடுகள் மேற்கு நோக்கி விரிவடைந்ததும் ஏறத்தாழ ஒரே நேரத்தில் நடந்தன. அளவுக்கதிகமான மக்கள் தொகை கொண்ட, வர்க்க வித்தியாசம் நிறைந்த பழைய உலகிலிருந்து (Old World) தப்பிப்பது, திறந்த நிலப்பரப்பு, நம்பமுடியாத அளவுக்கு இயற்கை வளம் (கூடவே இயற்கை அழகும்), என்பன இவ்விரு பொருளாதார இடப்பெயர்வுகளுக்கும் பொதுவானவை. ஆனால், மேற்குப்புற அமெரிக்காவின் காலனியர்கள், அங்கிருந்த பூர்வ குடிகளை மட்டுமே சமாளிக்க வேண்டியிருந்தது. தென்னாப்பிரிக்காவில் காலனியர்களுக்கு இன்னொரு சிக்கல் இருந்தது-இந்தியாவிலிருந்து வந்த இந்தியர்கள்; இவர்கள் அந்த மண்ணைச் சேர்ந்தவர்களும் அல்ல, ஐரோப்பியர்களும் அல்ல. [6]

இந்த விநோதமான பின்னணியில்தான் காந்தி தனது நான்கு முக்கியப் பொறுப்புகளை ஏற்றுச் செயல்படுத்த ஆரம்பித்தார்- சுதந்திரப் போராட்ட வீரர், சமூக சீர்திருத்தவாதி, சமயப் பன்மையாளர், தீர்க்கதரிசி. சொல்லப் போனால், ஒருசமயம் அவரது ஆரம்பகால (தற்போது பெரும்பாலும் மறக்கப்பட்ட) கூட்டாளி ஒருவர், இந்தியாவுக்கு

வெளியே செலவிட்ட அந்த ஆண்டுகளில் காந்தி வகித்த பதினேழு பொறுப்புகளைப் பட்டியலிட்டார். 'தென்னாப்பிரிக்கா பலரின் நற்பெயருக்குச் சமாதி கட்டியிருக்கிறது' என்று எழுதிய அவர் தொடர்ந்து, 'அதுவே சிலரின் புகழுக்குப் பிறப்பிடமாகவும் இருந்திருக்கிறது. மோகன்தாஸ் கரம்சந்த் காந்தி அவர்களில் ஒருவர். திவானின் மகன், பாரிஸ்டர், டோலி சுமப்பவர், துண்டுப்பிரசுரம் வெளியிடுபவர், பண்புடன் சிந்திப்பவர், மரியாதை நிரம்பிய கனவான், உடல் உழைப்பாளி, செவிலியர், ஆசிரியர், ஆர்ப்பாட்டக்காரர், பரப்புரையாளர், மிகச் சிறந்த நண்பர், யாருடனும் பகைமை பாராட்டாதவர், முன்னாள் சிறைவாசி, சாது, மக்கள் தேர்ந்தெடுத்த தலைவர், சாத்வீக எதிர்ப்பாளர்களின் தலைவர்' என்று எழுதினார்.

இந்தப் பதினேழு அடையாளங்களில், கடைசியாகச் சொல்லப்பட்டிருப்பதுதான் உலக சரித்திரத்தில் மிகப் பெரிய பாதிப்பை ஏற்படுத்தியுள்ளது. காந்தி தென்னாப்பிரிக்காவில் தான் கண்டுபிடித்து, பின்னாட்களில் இந்தியாவிலும் பயன்படுத்திய கூட்டு சட்ட மறுப்பு இயக்கத்துக்கு 'சத்தியாக்கிரகம்' (வாய்மையின் படைக்கலம்-truth force) என்று பெயரிட்டார். சத்தியாக்கிரகத்தை அவரைப் பின்பற்றுபவர்களும் அபிமானிகளும் மற்ற நாடுகளிலும் பயன்படுத்தினார்கள். அவருக்கு முந்திய காலத்தில் தமக்கு மேலிருப்பவர்களுடன் முரண்படுபவர்கள், ஒன்று நீதிகேட்டு ஆட்சியாளர்களிடம் விண்ணப்பம் செய்வார்கள், அல்லது ஆயுதம் தாங்கிப் போராடுவார்கள். காந்தியின் முறைகளின் தனித்துவம், துன்பத்தை விரும்பி ஏற்று ஆட்சியாளர்களை வெட்கப்படச் செய்வதில் அடங்கியிருக்கிறது; எதிர்ப்பாளர்கள் அஹிம்சை வழியில், அதேசமயம் உறுதியோடு, சட்டத்தை மீறி அடிகளையும் சிறைவாசத்தையும் ஏற்றுக்கொண்டார்கள்.

1916ல், தென்னாப்பிரிக்காவை விட்டு காந்தி கிளம்பிய சிறிது காலத்திலேயே, மத்திய இந்தியாவில் ஒரு புத்தக வெளியீட்டாளர், காந்தி வழி நடத்திய சத்தியாக்கிரகங்களின் வரலாற்றை இந்தியில் வெளியிட்டார். அந்தப் புத்தகம்,'உலக வரலாற்றில் அதுவரை இல்லாத, வீரஞ்செறிந்த அந்தப் போரின் கதை' என்று முன்வைக்கப்பட்டது; அந்தப் போரில், 'துப்பாக்கிகளோ, வெடிகுண்டுகளோ, பீரங்கிகளோ இல்லை' ('விமானத்திலிருந்து ஷெல்கள் வீசப்படுவதும்' இல்லை); அந்தப் போர், 'நன்நடத்தையின் பலம் வேறு எந்த பலத்தையும் வெல்லும் என்று காட்டியது' அந்த வெளியீட்டாளர், 'கூலிகளும், தொழிலாளிகளுமான' புலம்பெயர்ந்தவர்கள், '(இந்தியாவில் இருந்த) படித்த மேல்தட்டினரைத் தமது மனவுறுதியாலும், அஞ்சாமையாலும் அதிர்ச்சியும், வெட்கமும் அடையச்செய்தனர்' என்று அறிந்து, வாசகர் 'பெருமிதமடைவர்' என்று தன் நம்பிக்கையை வெளியிட்டார்.[7]

அந்த நேரத்தில் காந்தி இந்தியா வந்து சுமார் ஒரு வருடம்கூட முடிந்திருக்கவில்லை. பிரிட்டிஷ்காரர்கள் துணைக்கண்டத்தைத் தங்கள்

உறுதியான பிடியில் வைத்திருந்தார்கள். இருந்தாலும், 1916ல் உயர்வு நவிற்சியாகத் தோன்றியது ஒரு நூற்றாண்டுக்குப் பிறகு மேலும் நியாயமானதாகத் தோன்றுகிறது. இந்திய சுதந்திரப் போராட்டம், அமெரிக்காவில் வாழ்வுரிமை இயக்கம், கிழக்கு ஐரோப்பாவிலும் சீனாவிலும் (திபெத் உட்பட) கம்யூனிசத்துக்கு எதிரான சிவிக் எதிர்ப்பு, பர்மாவிலும் மத்திய கிழக்கிலும் ராணுவ சர்வாதிகரிகளுக்கு எதிரான கிளர்ச்சிகள் ஆகிய அனைத்தும் டிரான்ஸ்வாலில் காந்தி முதன்முதலாக வடிவமைத்த எதிர்ப்பு உத்திகளையே முன்னுதாரணமாகக் கொண்டுள்ளன. சத்தியாக்கிரகத்தின் பிரம்மாண்டமான, இன்னும் விரிவடைந்துவரும் செல்வாக்கு, தென்னாப்பிரிக்காவில் இந்தியர்களின் அன்றைய ஆரம்பகாலக் கிளர்ச்சிகளையும், இப்போதும் வளர்ந்துவரும் அவர் விட்டுச்சென்ற கொடைகளையும் இன்னும் ஆழமாகப் புரிந்து கொள்ளவேண்டும் என்று நமக்கு எடுத்துரைக்கிறது.

காந்தியின் சொந்த நினைவுகூறலை மட்டும் (இவை அவர் தென்னாப் பிரிக்காவை விட்டு வந்து பதினைந்து ஆண்டுகளுக்குப்பின் வெளியிடப் பட்ட இரண்டு புத்தகங்களில் உள்ளன) சார்ந்திருப்பதற்குப் பதிலாக, அவரது ஆரம்ப சத்தியாக்கிரகத்தை அவரது சமகாலத்திய ஆவணங்கள் மூலம் ஆராய முயன்றிருக்கிறேன். இந்தக் கடிதங்கள், உரைகள், பத்திரிகைச் செய்திகள், நீதிமன்ற வழக்குகள், அரசாங்க அறிக்கைகள், எப்படி காந்தி ஒத்துழையாமை இயக்க சிந்தனைகளை வடிவமைத்தார், எப்படி அவர் மக்களை சிறைசெல்லத் திரட்டினார் என்பதுபற்றிய புரிதலைத் தருகின்றன. இந்த வேறுபட்ட ஆதாரங்களிலிருந்து, கிளர்ச்சிகள் எப்படி வளர்ச்சிபெற்றன, அவை என்ன வடிவம் பெற்றன, யாரெல்லாம் (எதற்காக) காந்தியைப் பின்பற்றினார்கள், யாரெல்லாம் (ஏன்) அவரை எதிர்த்தார்கள், எதிர்ப்பு இயக்கத்தைத் தொடர்ந்து நடத்துவதற்கான நிதியாதாரம் எங்கிருந்து வந்தது என்ற விவரங்களை நாம் திரட்டிச் சேகரிக்கலாம். இந்த ஆரம்ப சத்தியாக்கிரகங்களின் வரலாற்று மீட்டுருவாக்கம், தென்னாப்பிரிக்காவின் வரலாற்றில் ஒரு முக்கியமான காலகட்டத்தின் மீதும் ஒளி பாய்ச்சுகிறது. இந்தக் காலகட்டத்தில்தான் தனித்தனியாக இருந்துவந்த காலனிகள் ஒன்று நேர்ந்தன; கறுப்பு நிறம்கொண்டவர்களுக்கு எதிரான வெள்ளையர்களின் மனப்போக்குகளும் முன்முடிவுகளும் ஒன்று திரண்டன.

அரசியல்வாதியாக காந்தி மீது அவருடையதைத்தவிர பல்வேறு கோணங் களிலிருந்தும் ஒளி பாய்ச்சமுடியும். தனி மனிதரான காந்தி மீதும் அவ்வாறே. இங்கும், தென்னாப்பிரிக்க ஆண்டுகள் அடித்தளமாகவும் உருக்கொடுப்பவையாகவும் விளங்கின. காந்தியின் தலைமுறையைச் சேர்ந்த பெரும்பாலான இந்தியர்கள் தாம் பிறந்த கிராமம் அல்லது ஊரிலேயே வாழ்ந்து மடிவார்கள். தம் அன்றாட வாழ்வில் அவர்கள் பெரும்பாலும் ஒரே தாய்மொழியும், பூர்வீக மதமும் கொண்டவர் களையே சந்தித்து உரையாடுவார்கள். தென்னாப்பிரிக்கா வந்ததின்

மூலமாக, காந்தி பழமைவாத, மாறாத உலகிலிருந்து எடுக்கப்பட்டு அப்போதுதான் உருவாகிவந்த நாட்டில் இறக்கப்பட்டார். அவர் வாழ்ந்து, பணியாற்றிய டர்பன், ஜோஹானஸ்பர்க் ஆகிய இரு நகரங்கள் ஐரோப்பாவிலிருந்தும், ஆசியாவிலிருந்தும் புலம்பெயர்பவர்களைக் கவர்ந்துவந்தன. வேறுபாடுகள் நிறைந்த, மாறிக்கொண்டிருந்த இந்த சமூகத்தில், காந்தி தன்னுடையவற்றிலிருந்து பெரிதும் வேறுபட்ட இன, மதப்பின்புலம் கொண்ட பலரோடு நீடித்த நட்புகொண்டார்.

ஆச்சரியப்படும்விதமாக, காந்தியின் தென்னாப்பிரிக்க நண்பர்களையும் கூட்டாளிகளையும் வரலாற்றுப் பதிவுகளில் காண முடியவில்லை. இது வருத்தத்துக்குரியதும்கூட. காந்தியின் எழுத்துகளையே அதிகமாகச் சார்ந்திருந்தது; இந்தியாவுக்கு முன்பான அவருடைய வாழ்வை அதனளவில் முழுமை பெற்றதாக அல்லாமல் நிஜமான கதைக்கு ஒரு முன்னோட்டம் என்ற அளவில் மட்டுமே கருதியது; வாழ்க்கை வரலாறு எழுதுபவர்களும், புகழுரை எழுதுபவர்களும் காந்தியின் பங்கையும், ஆளுமையையும் மிகைப்படுத்திக் காட்டுவதிலேயே அதிக அக்கறை கொண்டிருந்ததுஎன இதற்குப் பல காரணங்கள். அட்டன்பரோவின் திரைப்படத்துக்குப் பின்னர் பெரும்பாலான இந்தியர்களும் பல இந்தியரல்லாதவர்களும்கூட, பக்குவப் பட்ட, பிற்கால காந்தியின் சகாக்கள், அவரை விமர்சித்தவர்கள்பற்றி ஓரளவு நன்றாகவே அறிந்திருக்கின்றனர். ஆனால் அவருடன் தென்னாப் பிரிக்காவில் பணியாற்றியவர்கள்பற்றி மிகக் குறைவாகவே தெரியும். இங்கே, அவரது குடும்பத்துக்கு வெளியில் அவருடைய மிக நெருங்கிய நண்பர்களில் இருவர் இந்துக்கள் (ஒருவர் மருத்துவராயிருந்து நகைக்கடைக் காரரானவர், மற்றவர் ஒரு லிபரல் அரசியல்வாதி); இருவர் யூதர்கள் (ஒருவர் இங்கிலாந்திலிருந்து வந்திருந்த பத்திரிகையாளர், மற்றவர் ஆரம்பத்தில் கிழக்கு ஐரோப்பாவிலிருந்து வந்த கட்டடக்கலை நிபுணர்); இருவர் கிறிஸ் துவ மத குருமார்கள் (ஒருவர் பாப்டிஸ்ட், மற்றவர் ஆங்லிக்கன்).

இந்த ஆறுபேரையும், இந்தியச் சுதந்திரப் போரில் காந்தியின் பிரபல சகாக்களான ஜவாஹர்லால் நேரு, வல்லபாய் படேல், சுபாஷ் சந்திர போஸ், மெடலின் ஸ்லேட் (மீரா பென்), சி.ராஜகோபாலாச்சாரி, மௌலானா ஆசாத் போன்றவர்களுக்கு இணையான தென்னாப்பிரிக்க நண்பர்கள் என்று சொல்லலாம். இவர்கள் அதிகம் கண்டுகொள்ளப் படவில்லை (சிலபேர் சுத்தமாகவே); ஆனாலும் காந்தியின் குணாதிசயம், நடத்தை மேல் இவர்களது பாதிப்பு மிகவும் முக்கியமானது. காரணம் அவர்கள் காந்தியின் வாழ்வில் வந்தபோது அவர் இந்தியாவில் இருந்தது போல மிகப் பிரபலமான ஆளுமையாக அல்லது ‘மகாத்மாவாக’ இன்னும் உருவாகியிருக்கவில்லை; போராடிக்கொண்டிருந்த, தேடல் கொண்ட செயல்வீரராகவே இருந்தார்.

தென்னாப்பிரிக்கக் காலகட்டத்தில் காந்திக்கும் அவரது நண்பர்களுக்கும் இடையில் நிகழ்ந்த கடிதப் பரிமாற்றங்கள் காந்தியின் பதற்றங்கள்,

போராட்டங்கள், உறவுகளை, வளமான, பலசமயம் எதிர்பாராத விதங்களில் வெளிச்சமிட்டுக் காட்டுகின்றன. இருந்தும் காந்தியின் முந்தைய வாழ்க்கையை எழுதிய வரலாற்றாசிரியர்கள் இவற்றைக் கணக்கில் கொள்ளவில்லை. இதற்கு ஒரே காரணம், இவை தொகுக்கப்பட்ட எழுத்துகளில் சேர்க்கப்படவில்லை; மாறாக நியூ டெல்லியிலும் அகமதாபாத்திலும், பிரெட்டோரியாவிலும், ஜோஹானஸ்பர்க்கிலும், லண்டனிலும், ஆக்ஸ்ஃபோர்டிலும், ஏன், ஒரு தடவை இஸ்ரேலிய துறைமுக நகர் ஹைஃபாவில்கூட, ஆவணக்காப்பகங்களில் உறங்கிக் கொண்டிருந்தன என்பதுகூட ஒரு காரணமாக இருக்கலாம்.

1890, 1900, 1910 ஆகிய ஆண்டுகளில் தென்னாப்பிரிக்காவில் வசித்த பெரும்பாலானோர் ஆஃப்ரிக்கனர்கள். குத்தகை விவசாயிகளாக தொழிலாளிகளாக தம் வெள்ளை எஜமானர்களிடம் வேலை செய்தனர். இன்னும் தொலைவான பகுதிகளில், அவர்கள் கால்நடை மேய்ப்பவர்களாகவும் வேட்டைக்காரர்களாகவும் வாழ்க்கை நடத்தினர். ஆனால், நகரத்திலும் வெளியிலும், அவர்கள் பிரிட்டிஷ்காரர்களோடோ போயர்களோடோ நேரடிப் போட்டிக்கு அநேகமாக வரவேயில்லை. ஆஃப்ரிக்க வர்த்தகர்கள் குறைவாகவே இருந்தனர். அதிலும் ஆஃப்ரிக்க மருத்துவர்கள், வழக்கறிஞர்கள் அதைவிடக் குறைவு.

இந்தியர்கள் அதிகம் படித்திருந்ததாலும், அதிகமாக ஒருங்கிணைக்கப்பட்டிருந்ததாலும் வெள்ளை ஆதிக்கத்தை அவர்களில் சிலரால் ஊக்கத்துடன் தட்டிக்கேட்க முடிந்தது. ஆட்சியாளர்கள் இதற்குச் சட்டத்தைத் திருத்துவதன் மூலம் பதிலடி தந்தார்கள்: சில பகுதிகளில் வாழ, கடைகளைத் திறக்க இந்தியர்களுக்கு அனுமதி மறுக்கப்பட்டது; ஒரு பிராந்தியத்திலிருந்து இன்னொன்றுக்குக் குடிபுக நல்ல பள்ளிக்கூடங்களுக்கு விண்ணப்பிக்க அனுமதி மறுக்கப்பட்டது. இந்தியாவிலிருந்து மணமகள் வந்து சேர்ந்தால் குடும்பங்கள் பெருகி இந்தியப் பணியாளர்களின் எண்ணிக்கை அதிகமாகிவிடும் என்று கருதி அதற்கும் தடைவிதிக்கப்பட்டது. இந்தக் கட்டுப்பாடுகள்தான் பின்பு இன்னும் அதிக அளவில் ஆஃப்ரிக்கர்களுக்கும் விரிவுபடுத்தப்பட்டன என்பதால், நிற வெறியின் முதல் பலிகள் என இந்தியர்களைச் சொல்லலாம். மேலும் காந்திதான் இனவாத சட்டங்களுக்கு எதிரான முதல் போராட்டங்களை நடத்தியவர் என்பதால், இன ஒதுக்கல் கொள்கையின் முதல் எதிர்ப்பாளர்களில் அவரும் ஒருவராக இன்னும் உறுதியானவிதத்தில் அங்கீகரிக்கப்படவேண்டும்.

நேட்டாலிலும் டிரான்ஸ்வாலிலும் காந்தி ஆரம்பித்த கிளர்ச்சிகள் இந்தியாவில் தேசிய அரசியலையும், கிரேட் பிரிட்டனின் நாடுபிடிக்கும் திட்டங்களையும் பாதித்தன. ஒரு கோணத்தில் பார்த்தால், காந்தி ஒரு சமூக ஒருங்கிணைப்பாளர் மட்டுமே. இருந்தாலும், அவருடைய உழைப்பு மூன்று கண்டங்களின் அரசியலைப் பாதித்ததால், அதற்கு இன்னும்

பரந்த அளவில் விளைவுகள் இருந்தன. தொலைபேசிகூட புழக்கத்துக்கு வந்திருக்காத யுகத்தில், தொலைநகலும், இணையமும் பல தசாப்தங்கள் தாண்டிய பிறகே வரவிருந்த காலத்தில், காந்தியின் போராட்டங்கள் 'உலகளாவிய சமூக இயக்கம்' என்பதற்கான பண்புகளைக் கொண்டிருந்தன.

காந்தியின் தென்னாப்பிரிக்கப் போராட்ட நடவடிக்கைகள் 'புலம் பெயர்ந்த தேசியவாதம்' என்பதன் ஆரம்ப உதாரணம். இதையே பின்னர் பாஸ்டனில் ஐரிஷ்காரர்களும், நியூ யார்க்கில் யூதர்களும், டுனீஸில் பாலஸ்தீனியர்களும், வான்கூவரிலில் சீக்கியர்களும் மிகுந்த ஆர்வத் துடன் கடைப்பிடித்தார்கள்; இவர்களெல்லாம், தாம் அப்போது வாழ்ந்து வந்த முண்ணில் சிவில் உரிமைகள், தாம் விட்டுவந்த மண்ணில் தம் சக மக்களுக்குச் சுதந்திரம் என இரண்டுக்காகவும் போராடினார்கள். காந்தி காலத்தில் தென்னாப்பிரிக்காவில் இந்தியர்களின் சிக்கல், ஐரோப்பாவில் முஸ்லிம்களும், வட அமெரிக்காவில் ஹிஸ்பானிக்குகள், ஆசியர்களும் அனுபவிக்கும் சிக்கல்களுக்குக் கட்டியம் கூறியது. குடியேறியவர்கள் தங்கள் சொந்த மதத்தைப் பின்பற்றவும், சொந்த மொழியைப் பேசவும் அனுமதிக்கப்பட வேண்டுமா? பள்ளியிலும், பணியிடத்திலும் இருக்கும் பாரபட்சங்களை அவர்கள் எப்படி எதிர்கொள்வது? அவர் களது தேவைகளுக்கும் நம்பிக்கைகளுக்கும் ஏற்ற அரசியல் அமைப் பாக்கம் எது? சமூக அமைதியையும் ஜனநாயகத்தையும் நிலைநாட்டு வதில் குடியேறியவர்கள், அவர்களின் புரவல சமுதாயம் ஆகிய இரு தரப்பாரின் உரிமைகளும் பொறுப்புகளும் என்னென்ன?

இந்தக் கேள்விகள், காந்தி 1893க்கும், 1914க்கும் இடையே நேட்டாலிலும் டிரான்ஸ்வாலிலும் வாழ்ந்தபோது இருந்ததுபோலவே இன்றும் மிக முக்கியமானவையாகவே உள்ளன. உலகமயமாக்கத்தின் முதலாவது கட்டத்தில் விரும்பியும் விரும்பாமலும் புலம்பெயர்ந்த மக்கள் தொகுதி களும் சமூகங்களும் என்னவிதமான கஷ்டங்களையும் அதிருப்தி களையும் அனுபவிக்க நேர்ந்தது என்பதை காந்தி ஆஃப்ரிக்காவில் இருந்த காலகட்டத்து அனுபவங்கள் விளக்குகின்றன. அவை நமது இன்றைய இன்னும் அதிகமாக உலகமயமாக்கப்பட்ட உலகத்தில் நிலவும் நெருக் கடிகளைப்போலவே இருப்பதையும் காணமுடிகிறது.

1
இடைநிலை சாதி, இடைநிலை வர்க்கம்

காந்தியின் சாதியான பனியா, இந்து சமூகப் படிநிலையில் ஒரு குழப்பமான இடத்தில் இருந்தது.¹ அவர்களுக்கு மேலே சத்திரியர்களும் பிராமணர்களும் இருந்தனர். இவர்கள் மரபுரீதியாக ஆட்சியாளர்களாகவும் மதகுருக்களாகவும் இருந்தனர். தாம் பெற்றிருந்த உலகாயத, ஆன்மிக அதிகாரங்களின் காரணமாக 'மேல்' சாதிகளாக அழைக்கப்பட்டன. பனியாக்களுக்குக் கீழே சூத்திரர்களும் தீண்டத்தகாதவர்களும் இருந்தனர். இவர்கள் விவசாயத் தொழிலாளிகளாகவும், கைவினைஞர்களாகவும், தோட்டிகளாகவும் வேலை செய்துவந்தனர். இவர்களது மரபான வேலைகள் பெற்றிருந்த அவப்பெயர் காரணமாகவும், மேலும் கல்விக்காகவும் சிலசமயங்களில் பிற உதவிகளுக்காகவும் இவர்கள் தமக்கு மேலே இருந்தவர்களைச் சார்ந்திருந்தது காரணமாகவும், 'கீழ்' சாதியினர் என்று அழைக்கப்பட்டனர்.

பனியாக்கள் மூன்றாவது அடுக்கில் வைக்கப்பட்டிருந்தனர். அவர்கள், பல வகைகளிலும் இடைப்பட்டவர்கள் எனலாம். வியாபாரமும், பணத்தை வட்டிக்கு விடுவதும் அவர்களது மரபான தொழில்கள். விவசாயிகளுக்கும் தொழிலாளிகளுக்கும் கடன் கொடுத்துவந்ததோடு, அரசர்களுக்கும் மதகுருமார்களுக்கும்கூடக் கடன் கொடுத்தார்கள். அவர்கள் நடத்திவந்த கடைகளும் அங்காடிகளும் சமூகத்தின் எல்லாத் தரப்பினருக்கும் பயன்பட்டன. அவர்கள் வழங்கிவந்த சேவைகள் தவிர்க்க முடியாதவை. இந்தக் காரணத்தினாலோ என்னவோ, அவர்களது சேவைகளை அனுபவித்தவர்களால் பனியாக்கள் அவ்வளவாக நம்பப்படவில்லை. வாய்மொழிக் கதைகளின்படி அவர்கள் சூது நிரம்பியவர்கள், பேராசைக்காரர்கள். அவர்கள் இருவிதமான கணக்குகளை வைத்திருப்பார்கள் என்று சொல்லப்பட்டது: வரி வசூல் அதிகாரிகளுக்காகப் புரியும்படியான தெளிவான எழுத்தில் எழுதப்பட்ட ஒன்று; சங்கேதங்களால் எழுதப்பட்ட, நிஜமான வரவுசெலவுகளைக் காட்டும் கணக்கு இன்னொன்று. ஓர் இந்திப் பழமொழி சொல்வதுபோல, கடவுளால்கூட பனியாவின் கையெழுத்தைப் புரிந்துகொள்ள முடியாது.

பனியா என்பவர் பிழைத்துக்கொள்ளும் திறன்கொண்டவர். திறமையும் சூழ்நிலைக்கேற்பத் தகவமைத்துக்கொள்ளும் இயல்பும் பாதகமான அல்லது அரசியல் ஸ்திரமற்ற காலங்களில் தாக்குப்பிடிப்பதற்கான உள்ளுணர்வும் கொண்டவர்.[2] குஜராத்தின் பனியாக்கள், 'நயமான நாவன்மைக்குப் பெயர்போனவர்கள்' (பிராமணர்களின் கர்வத்துக்கும், சத்திரியர்களின் துடுக்குக்கும் மாறாக) என்று அவர்களின் நவீன வரலாற்றாசியர் எழுதுகிறார். தாம் விற்கிற பொருள்களின் சிறப்பை எடுத்துச்சொல்ல அவர்கள் 'ஒரு மென்மையான, காரியம் சாதிக்கிறவிதமான பேசும் முறையை' வளர்த்துக்கொண்டார்கள். 'அவர்கள் எப்போதுமே தமது வாடிக்கையாளர்களுடன் முரண்படுவதைத் தவிர்ப்பார்கள்; தேவைப்படும் நேரத்தில் விட்டுக்கொடுப்பார்கள்.' அவர்களது சாதி 'கடின உழைப்பையும் சிக்கனமான வாழ்வையும்' வலியுறுத்தியது. இவ்வாறு 'பனியாக்கள் ஒருபோதும் சும்மா இருக்கக்கூடாது என்று கற்றுத்தரப்பட்டார்கள். இதனால் அவர்கள் பரபரப்பானவர்கள், வேலை எதுவும் இல்லை என்றால் எரிச்சலடைபவர்கள் என்று பெயர் பெற்றிருந்தார்கள்.'[3]

மத்தியகாலத்திலும் நவீன காலத்தின் ஆரம்பத்திலும் இந்தியாவின் அரசியல் பொருளாதாரத்தில் பனியாக்கள் ஒரு முக்கியமான பங்காற்றினார்கள். விவசாயிகளுக்குக் கஷ்டகாலம், பஞ்சகாலங்களின்போது பனியாக்கள் கடன் கொடுத்து உதவினார்கள். அந்தவகையில் முதன்மையான வாழ்வாதாரமான விவசாயம் ஒருவகையில் பனியாக்களை நம்பியிருந்தது. சிற்றரசர்கள் தமது நாட்டை விஸ்தரிக்க அல்லது காப்பாற்றிக்கொள்ள போர்த்தொழிலை நம்பியிருந்தனர். அதற்குத் தேவைப்படும் பணத்துக்கு பனியாக்களையே அந்த அரசர்களும் நம்பியிருந்தனர்.[4]

காந்தி பிறந்த பிரதேசமான கத்தியவார் (சிலசமயம் சௌராஷ்டிரம் என்றும் அழைக்கப்படுவது) காது போன்ற வடிவம் கொண்ட தீபகற்பம். மேற்கு இந்திய மாநிலமான குஜராத்தின் மத்திய பகுதியில் அமைந்த 23,000 சதுர மைல் பரப்பளவு கொண்ட பகுதி. கத்தியவார் பல ஆழமான துறைமுகங்கள் கொண்ட 600 மைல் நீளமுடைய கடற்கரையை உடையது. இந்தியாவின் மேற்குக்கரை நெடுகிலும், மேலும் மத்திய கிழக்கோடும், ஆஃப்ரிக்காவோடும் வாணிபம் செய்த நீண்ட வரலாறு அதற்கு உண்டு. ஒரு மதிப்பீட்டின்படி, பதினாறாம் நூற்றாண்டின் பிற்பகுதியில் அந்தத் தீபகற்பத்தின் கடல் வாணிபம் வருடத்துக்கு மூன்று கோடி ரூபாயாக இருந்தது. வாங்கி விற்கப்பட்ட சரக்குகளில் விவசாயப்பொருட்கள், மசாலாப் பொருட்கள், நகைகள், ஆயுதங்கள் போன்றவற்றுடன் சிலசமயங்களில் அடிமைகளும் இருந்தனர். இந்தப் பொருட்களின் போக்குவரத்து, ஏற்றி இறக்குதல் போன்றவற்றைச் சூத்திரர்களான தொழிலாளிகள் செய்தனர். ஆனால் சரக்குகளை வாங்குவது, விற்பது, இருப்பு வைப்பது போன்றவற்றைப் பெரும்பாலும் பனியாக்கள் செய்தனர்.[5]

இத் தீபகற்பம் துணைக்கண்டத்தில் நகர நாகரிகம் வளர்ச்சிபெற்ற ஆரம்ப இடங்களில் ஒன்று. 3000 ஆண்டுகளுக்கு முன்பாக ஹரப்பா

காலத்திலிருந்தே நகரங்கள் இருந்துவந்தன. மத்தியகாலத்தில், கத்தியவார் பல சிறு சமஸ்தானங்களாகப் பிரிந்திருந்தது. அவை ஒவ்வொன்றுக்கும் ஒரு தலைநகரம் தேவைப்பட்டது. பத்தொன்பதாம் நூற்றாண்டின் பிற்பகுதியில், கத்தியவாரில் சிறிய, பெரிய நகரங்கள் ஏராளமாக இருந்தன. இதனால் நகரத்தில் வசிப்பவர்கள் 20 சதவீதத்துக்குமேல் இருந்தனர். (துணைக்கண்டத்தின் மற்ற பகுதிகளில், நகரக் குடியிருப்புகளில் மக்கள்தொகை முழுதாக 10 சதவீதம்கூட இருக்கவில்லை.)[6]

விவசாயமும் போர்த்தொழிலும் பரவலாக இருந்தது, கடல்வழி வாணிபத்தின் முக்கியத்துவம், அதிக அளவிலான நகர மக்கள் தொகை போன்ற அம்சங்களால் கத்தியவார் பனியாக்களுக்கு விருப்பமான பிரதேசமாக இருந்தது. நகரங்களில், வியாபாரிகள் பலம்வாய்ந்த சங்கங்களாக ஒருங்கிணைந்திருந்தனர். இச்சங்கங்கள் அரசர்களை வீடுகளுக்கும் வியாபாரங்களுக்கும் நிலமும் வரிச்சலுகைகளும் தரும்படி அழுத்தம் கொடுத்தன. இங்கே அவர்கள் வணிகர்களாகவும் கடைக்காரர்களாகவும் கடன்கொடுப்பவர்களாகவும் தொழில் செய்தனர். ஆனால், கத்தியவார் பனியாக்களின் தனித்துவமான அம்சம், அவர்கள் தம் மரபான வேலைகளோடு மட்டும் நின்றுவிடவில்லை என்பதாகும். அவர்கள் அரசாங்கத்தில் வரிவசூல் செய்பவர்களாகவும், அதிகாரிகளாகவும் பணியாற்றினர்.[7] இந்து சமஸ்தானங்கள் அல்லது ராஜ்ஜியங்களில் இரண்டாவது மிக முக்கிய நபர் திவான் அல்லது முதல் மந்திரி. இந்த முக்கியப் பதவியை அநேகமாக எப்போதுமே உயர்ந்தபட்ச சாதியினரான பிராமணர்களும் சத்திரியருமே வைத்துக்கொண்டனர். ஆனால் கத்தியவார் விதிவிலக்காக இருந்தது. அங்கு வியாபார சாதியைச் சேர்ந்தவர்கள் முதல் மந்திரியாக முடிந்தது. கத்தியவாரில் இருந்த பல பனியா திவான்களில் மோகன்தாஸ் காந்தியின் தகப்பனாரும் பாட்டனாரும் இருந்தனர்.

காந்தி பிறந்த ஊரான போர்பந்தர் கத்தியவார் தீபகற்பத்தின் தென்மேற்குப் பகுதியில் அமைந்துள்ளது. அங்கு மிதமான பருவநிலை நிலவும். நல்ல வெளிச்சமான, அதேசமயம் தகிக்கிற வெப்பம் இல்லாத பகல்பொழுதுகளும், கடற்காற்றால் குளிர்விக்கப்படும் இரவுப்பொழுதுகளும் கொண்டது. 'போர்பந்தர் இயற்கையிடமிருந்து நினைத்துப்பார்க்க முடியாத பேரெழில் பெற்றுள்ளது' என்று குறிப்பிட்டார் ஓர் ஆங்கிலப் பயணி. முழுவதும் கற்களால் கட்டப்பட்டு, உயர்ந்த கதவுகளால் பாதுகாக்கப்பட்ட அந்த நகரம், 'நிலப்பரப்பின் நீட்சியிலிருந்து எல்லையற்ற கடற்பரப்பைப் பார்த்தபடி இருந்தது. 'பெரிய அலைகள் கரையில்மோதி வெண்ணிற நுரையாக உடையும்போது ஏற்படும் உப்புநீரின் சிதறல் அதன் தூய்மையான காற்றில் விரவியிருந்தது.'[8] அந்த நகரின் பெயரே அந்த சமஸ்தானத்துக்கும் சூட்டப்பட்டிருந்தது. அது 1860களில் சுமார் 600 சதுர மைல் பரப்பு கொண்டிருந்தது. கடலை ஒட்டிய நிலம் சதுப்புத்தன்மை கொண்டது என்றாலும் உட்புற நிலம் விவசாயத்துக்கு ஏற்றது. அந்த வறண்ட நிலத்தில் போர்பந்தர் விவசாயிகள் அரிசியும் பருப்பும் விளைவித்தனர்.

சமஸ்தானத்தின் மக்களில் கால் பங்கினர் போர்பந்தர் நகரத்தில் வசித்தனர். அவர்கள் துறைமுகத்தின் வழியாக நடைபெற்ற வர்த்தகத்தில் பங்குபெற்றிருந்தனர். அத்துறைமுகத்தின் தொன்னூறு அடி உயரக் கலங் கரை விளக்கத்தை கடலுக்குள் பல மைல் தொலைவிலிருந்து பார்க்க முடிந்தது. ஒருகாலத்தில் 'சிந்து, பலுசிஸ்தான், பாரசீக வளைகுடா, அரேபியா, ஆஃப்ரிக்காவின் கிழக்குக்கரை ஆகிய இடங்களில் இருந்த துறைமுகங்களோடு சுறுசுறுப்பான வியாபாரம் நடந்தது.' ஆனாலும் பம்பாயின் வளர்ச்சி போர்பந்தருக்கு வந்துசென்ற கப்பல் போக்கு வரத்தைத் தீவிரமாகப் பாதித்தது. 1869ல் காந்தி பிறந்த சமயத்தில் முக்கிய இறக்குமதிப் பொருள்கள் மலபாரிலிருந்து மரம், பம்பாயிலிருந்தும் புரோச்சிலிருந்தும் பருத்தி, புகையிலை, கராச்சியிலிருந்து தானியம் ஆகியவை.[9]

போர்பந்தரை ஆண்டவர்கள் ரஜபுத்திர இனத்தின் ஜெத்வா குடியைச்சேர்ந்த வர்கள். தாங்கள்தான் கத்தியவாரிலேயே புராதனமான ஆண்ட பரம்பரை, ஒன்பதாம் நூற்றாண்டிலிருந்து வரலாறு உடையவர்கள் என்று அவர்கள் கூறிக்கொண்டனர். அவர்கள் தம் பக்கத்து சமஸ்தானங்களான நவநகர், ஜுனாகத் ஆகியவற்றோடு அடிக்கடி போரிட்டு வந்ததால் அவர்களின் யோகம் ஏறுவதும் இறங்குவதுமாக இருந்தது. போரில் ஏற்படும் வெற்றி தோல்விகளைப் பொறுத்துத் தலைநகர் கணிசமான அளவில் இடம் மாறிக் கொண்டே இருந்தது. ஆனால், பதினெட்டாம் நூற்றாண்டின் பிற்பகுதியி லிருந்து அவர்கள் துறைமுக நகரமான போர்பந்தரிலேயே முகாமிட்டு விட்டனர்.[10] கத்தியவாரிலிருந்த எழுபது சிற்றரசுகளில் ஒன்று போர்பந்தர். அந்தச் சிறிய பிராந்தியத்தில் அத்தனை சமஸ்தானங்கள் இருந்ததால் பட்டங்கள் பெருகின. பல ஆட்சியாளர்கள், அவர்கள் இந்துவாக இருந்தால் 'மகாராஜா' என்றும், முஸ்லிமாக இருந்தால் 'நவாப்' என்றும் அழைத்துக் கொண்டனர். இன்னும் சிலர் மேலும் விசேஷமாக, 'ராவ்', 'ஜாம் சாஹேப்' போன்ற பட்டங்களை வைத்துக்கொண்டனர். போர்பந்தர் மன்னருக்கு ராணா என்று பெயர்.

கத்தியவார் தீபகற்பம் எளிய, ஓரளவு தனித்துவமான அழகு கொண்டது. நீண்ட கடற்கரை தவிர, பல உயரம் குறைந்த குன்றுத்தொடர்கள் இருந்தன. அவற்றில் இந்துக்களுக்கும், சமணர்களுக்கும் புனிதமான கோயில்கள் இருந்தன. காந்தி சிறுவனாயிருந்தபோது, கிராமப்புறங்களில் காட்டுவிலங்குகள் நிறைந்திருந்தன: சிறுத்தைகள், சிங்கங்கள், மான்கள் ஏராளம். பறவைகளும் அற்புதமானவை: கடற்கரையில் நாரைகள், வயல் களில் பலவிதமான கொக்குகள், காடுகளில் புறாக்கள், கதிர்க்குருவிகள், இருவாச்சிகள்.

1872ல் எடுக்கப்பட்ட முதல் மக்கள்தொகைக் கணக்கெடுப்பில், தீபகற் பத்தின் மக்கள்தொகை சுமார் 23 லட்சம் என்று குறிப்பிடப்பட்டுள்ளது. கத்தியவாரிகளில் 86 சதவீதம் பேர் இந்துக்கள் என்றாலும் அவர்கள் பல

சாதிகள், துணை சாதிகளைச் சேர்ந்தவர்கள்; அவை ஒவ்வொன்றுக்கும் பிரத்தியேகமான சடங்குகளும் வாழ்க்கை முறைகளும் இருந்தன. சுமார் 13 சதவீத மக்கள் முஸ்லிம்கள். அவர்களில் பெரும்பாலோர் இந்துவாக இருந்து மதம் மாறியவர்கள் என்றாலும், சிலர் அரேபிய அல்லது ஆஃப்ரிக்க வம்சாவழி கொண்டவர்கள் என்று கூறினர். முஸ்லிம்களுக்குள் அகமணமுறை கொண்ட குழுவினரில், இஸ்லாத்தின் மைய நீரோட்டமான சன்னிப் பிரிவைச் சேர்ந்த மேமன்கள், கோஜாக்கள், போராக்கள் ஆகியோர் இருந்தனர். போராக்கள் உயிருடன் வாழ்ந்த ஒரு தலைவரைப் பின்பற்றியதால், அவர்கள் அதிகம் தனிவழிகொண்டவர்களாகக் கருதப்பட்டார்கள்.

கத்தியவாரிலிருந்த முஸ்லிம்கள் வியாபாரிகளாகவும், விவசாயிகளாகவும், கைவினைஞர்களாகவும் இருந்தனர். ஆனாலும், பல்வேறு தொழில்கள், வாழ்க்கை முறைகளைப் பின்பற்றினாலும், அவர்கள் அனைவரும் அந்நிலத்தின் மொழியான குஜராத்தியையே பேசினர்; வட இந்திய முஸ்லிம்களுடன் தொடர்புபடுத்தப்படும் பாரசீகத்தையும், உருதுவையும் அல்ல.¹¹ மற்றபடி அங்கு சமணர்களும், பார்சிகளும் துணைக்கண்டத்தின் மற்ற பகுதிகளில் இருந்ததைவிட அதிகம் இருந்தனர்.

சமணர்கள் சுமார் கி. மு. 9ம் நூற்றாண்டில் இந்து சமூகத்திலிருந்து பிரிந்து சென்றவர்கள். பார்சிகள் ஜொராஷ்டிரியர்கள் என்றும் அழைக்கப்படுபவர்கள். இவர்கள் பாரசீகத்தில் ஷியா பிரிவு இஸ்லாம் தலைதூக்கிய பின்னர் அங்கிருந்து ஓடி வந்தவர்கள். கத்தியவாரின் பல்வகைத் தன்மைக்கு வலுவூட்டிய சமணர்களும் பார்சிகளும் அவர்களது கல்விப் புலமைக்காகவும், வியாபாரத் திறமைக்காகவும் பாராட்டப்பட்டார்கள். அத்துடன் சமணர்கள் தமது எளிய வாழ்க்கைக்காகவும், பார்சிகள் மேற்கத்திய பண்பாடுகளையும், மதிப்பீடுகளையும் இலகுவாகப் பின்பற்றியதற்காகவும் மதிக்கப்பட்டனர்.

இந்தியாவின் கிழக்கு, தெற்குப் பகுதிகளைப்போல இல்லாமல், பிரிட்டிஷ்காரர்கள் கத்தியவாரை நேரடியாக ஆட்சிசெய்யவில்லை. தீபகற்பத்தின் சுமார் 80 சதவீத பகுதி இந்திய ஆட்சியாளர்களிடமே இருந்துவந்தது. இந்த சுயேட்சையான ஆட்சியாளர்கள் பிரிட்டிஷ் காரர்களின் அரசியல், ராணுவ மேலாதிக்கத்தை ஒப்புக்கொள்ளும் வரையிலும், வர்த்தகத்தையும் மக்களின் இடப்பெயர்வையும் கண்காணிக்க பிரிட்டிஷ்காரர்களை அனுமதிக்கும்வரையிலும் பொறுத்துக் கொள்ளப்பட்டார்கள்.

பிரிட்டிஷ்காரர்கள் கத்தியவாரின் சிற்றரசர்களை ஏழு பிரிவுகளாகப் பிரித்திருந்தார்கள். முதல் வகுப்பு ஆட்சியாளர்களுக்குத் தங்கள் பிரஜைகள்மீது முழு அதிகாரவரம்பு இருந்தது: முறையான வழிமுறைகளைக் கடைப்பிடித்தால், அவர்கள் குற்றவாளிகளைத் தண்டிக்க, தூக்கிலடக்கூட முடியும். கீழான பிரிவுகளில் இருந்தவர்கள் மரண

தண்டனையோ, நீண்டகால சிறைத்தண்டனையோ கொடுக்கும் அதிகாரம் மறுக்கப்பட்டிருந்தது. உதாரணமாக, ஏழாம் வகுப்பைச் சேர்ந்த சிற்றரசர்கள், ரூ.15-க்கு மேல் அபராதமோ, பதினைந்து நாட்களுக்கு மேல் சிறைத்தண்டனையோ விதிக்கவேண்டுமானால், பிரிட்டிஷ்காரர்களிடம் அனுமதி பெறவேண்டும்.

கத்தியவாரின் சமஸ்தானங்கள் பூகோளரீதியாக நான்கு பிரிவுகளாகப் பிரிக்கப்பட்டிருந்தன. ஒவ்வொரு பிரிவுக்கும் ஒரு பிரிட்டிஷ் ஏஜெண்ட் இருந்தார். அவரிடம்தான் சிற்றரசர் அறிக்கையிடவேண்டும். சில நகரங்களில் பிரிட்டிஷ் கொத்தளங்கள் இருந்தன; இன்னும் சிலவற்றில் பிரிட்டிஷ் ரயில்வே பொறியாளர்கள் அல்லது கிறிஸ்துவ மிஷனரிகள் இருந்தனர். வெள்ளை அதிகாரிகள் தலைமையில் படையணிகள் அவ்வப் போது துறைமுகங்களையும், நகரங்களையும் சென்று பார்வையிட்டன. எப்போதாவது ஒரு பெரிய அதிகாரி வருவார் பாம்பே கவர்னர் அல்லது வைஸ்ராயேகூட. அவர்களுக்காகப் பெரிய தர்பார்களும், வேட்டைச் சுற்றுலாக்களும் ஏற்பாடு செய்யப்பட்டன. ஆடம்பரமும், விருந்தோம் பலும் பிரிட்டிஷ் ராஜ்ஜியம்மீது சமஸ்தானம் கொண்டிருக்கும் பயபக்தியின் அடையாளம். இதன்மூலம் நிஜமான அதிகாரம் யாரிடம் இருந்தது என்பது அனைவருக்கும் உணர்த்தப்பட்டது.[12]

கத்தியவாரில் இருந்த எழுபத்து நான்கு சிற்றரசர்களில் பதினான்கு பேர் மட்டுமே முரல் வகுப்பில் வைக்கப்பட்டிருந்தனர். போர்பந்தரின் ராணா அவர்களில் ஒருவர். இந்த உண்மை அவருடைய 70,000 பிரஜைகளுக்கும் அறிவிக்கப்பட்டிருந்தது. அவர்களில் காந்திகளும் அடக்கம். அவர்கள் குடும்பம் பல தலைமுறைகளாக அரசுசேவையில் ஈடுபட்டிருந்தது. அரசு வேலை பார்த்த முதலாவது காந்தியான லால்ஜி என்பவர், ஜுனாகத் திலிருந்து இடம்பெயர்ந்து போர்பந்தரில் பணியாற்ற வந்திருந்தார். லால்ஜி காந்தி திவானுக்குக் கீழே வேலை பார்த்தார். அவரது மகனும் பேரனும் அப்படியே. நான்காவது தலைமுறையைச் சேர்ந்த காந்தி ஒருவர்தான் பலரும் அடையவிரும்பும் திவான் என்கிற முதல் மந்திரி பதவியை அடைய முடிந்தது. அவர் உத்தம்சந்த் காந்தி; 'ஒட்டா பாப்பா' என்றும் அறியப்பட்டவர். 'ஒட்டா' என்பது அவர் பெயரின் சுருக்கம்; 'பாப்பா' என்பது 'தந்தை' அல்லது 'மரியாதைக்குரிய பெரியவர்' என்பதைக்குறிக்கும் குஜராத்தி வார்த்தை.

உத்தம்சந்த் காந்தி முதலில் போர்பந்தர் துறைமுகத்தில் சுங்கம் வசூலிக்கும் பணியில் நியமிக்கப்பட்டார். பின்னர் போர்பந்தருக்கும் ஜுனாகத்துக்கும் இடையில் இருந்த நிலங்களைப் பரிமாற்றம் செய்துகொள்வது பற்றிப் பேச்சுவார்த்தை நடத்தும்படிக் கேட்டுக்கொள்ளப்பட்டார். இதன்மூலம் இரு ராஜ்ஜியங்களுமே தம் பகுதிகளை ஓர் ஒழுங்குக்குள் கொண்டுவர முடியும். இரண்டு வேலைகளிலும் அவர் திறமையாகச் செயல்பட்டதால் அமைச்சர் (திவான்) வேலை அவருக்குப் பரிசாகத் தரப்பட்டது.

போர்பந்தர் திவானாகப் பொறுப்பேற்ற உத்தம்சந்த் காந்தி, சமஸ் தானத்தின் நிதிநிலைமையைச் சீர்படுத்தினார். பிரிட்டிஷ் மேலதிகாரியின் நம்பிக்கைக்கும் பாத்திரமானார். போர்பந்தர்-ஜூனாகத் எல்லைப் பகுதியில் இரண்டு ஆங்கிலேயர்கள் கொலையுண்டபோது, உத்தம்சந்த் காந்தி தன் மன்னரிடம் அவர்கள் கொலை செய்யப்பட்ட இடம் அடுத்த ராஜ்ஜியத்துக்கு உட்பட்டது என்று சொல்லச் சொன்னார். கொலை நடந்த குன்றுகள் தொலைதூரமானவை, மதிப்பற்றவை. அவற்றை விட்டுக் கொடுப்பதால் பிரிட்டிஷ் ராஜ்ஜியத்துக்கு போர்பந்தரும் அதன் ஆட்சியாளர்களும் மேலும் நெருக்கமாக முடியுமானால், அந்தக் குன்றுகளை உரிமை கோராமல் விடுவதே நல்லது.[13]

உத்தம்சந்த் காந்தி திவானாக நீண்ட நாட்கள் தொடரப்போவதுபோலத் தோன்றியது. அந்தச் சமயத்தில் போர்பந்தர் ராணா திடீரென்று மரண மடைந்தார். ஆண் வாரிசுக்கு உரிய வயது இல்லாததால், அதிகாரம் தற்காலிகமாக க்வீன் ரீஜன்ட்டிடம் (ஆட்சிப் பொறுப்பு வகிக்கும் அரசி) சென்றது. அவர் திவானுக்கு இருந்த மதிப்பையும் செல்வாக்கையும் வெறுத்தார். அவருடைய வீட்டின்மீது தாக்குதல் நடத்த அரசி படைகளை அனுப்பிவைத்ததாகக்கூடச் சொல்லப்படுகிறது. உத்தம்சந்த் காந்தி இதன் பிறகு போர்பந்தரைவிட்டு வெளியேறி, ஜூனாகத் சமஸ்தானத்தில் இருந்த தன் பரம்பரை கிராமமான குட்டியானாவுக்குச் சென்று குடியேறினார்.[14]

ஜூனாகத் நவாப் உத்தம்சந்த்துக்குத் தர்பாரிலிருந்து ஏதாகிலும் வேண்டுமா என்று விசாரிப்பதற்காக அவரைக் கூப்பிட்டனுப்பினார். அரண்மனைக்கு வந்த உக்கம்சந்த், நவாபுக்கு 'இடக்கையால் சல்யூட் வைத்தார்'. அரசவையிலிருந்த பிரதானி ஒருவர் அவரைக் கடிந்து கொண்டபோது, 'எவ்வளவு துன்பங்களை அனுபவித்தாலும், இன்னும் என் வலக்கரத்தை போர்பந்தருக்காகவே வைத்திருக்கிறேன்,' என்று பதில் சொன்னார்.[15]

1841 தாய் அரசி இறந்தபிறகு, உத்தம்சந்த் காந்தி போர்பந்தருக்குத் திரும்பினார். அவருடைய சொத்து திரும்பக் கிடைத்தது. குடும்பத்தில் சொல்லப்பட்டுவரும் தகவல்படி, புதிய ராணாவான விக்மத்ஜி அவரை திவான் பதவியை மீண்டும் ஏற்றுக்கொள்ளும்படிக் கேட்டுக்கொண்டா ராம்; உத்தம்சந்த் அப்பதவியை ஏற்க மறுத்துவிட்டாராம். ஆவணக்காப்ப கங்களில் இருக்கும் பதிவுகள் கதையை இன்னும் சிக்கலாக்குகின்றன. போர்பந்தரில் ஒரு பிரிட்டிஷ் கொத்தளம் இருந்துவந்தது. அதற்கான செலவுகள் சமஸ்தானத்தின் நிதியிலிருந்து செய்யப்பட்டன. படை வீரர்கள் அடிக்கடி குடித்துவிட்டுத் தங்களைப் பணம் கேட்டுத் தொல்லை செய்வதாக நகர வியாபாரிகள் குற்றம்சாட்டினர். விக்மத்ஜி, கடற் கொள்ளை பயம் பெரிதாக இல்லை என்பதால், போர்வீரர்களை பம்பாய்க்கு அனுப்பிவிடலாம் என்று எண்ணினார். உத்தம்சந்த் காந்தி

இதில் மாறுபட்டார். தனக்கே உரியவிதத்தில் அவர், பிரிட்டிஷ்காரர்களை (எப்போதைக்கும் இல்லை என்றாலும்) இன்னமும் தாஜா செய்யத் தான்வேண்டும் என்று சொன்னார்.[16]

விக்மத்ஜி அப்போதைக்கு அதைக் கேட்டுக்கொண்டார். ஆனாலும் படைக் கொத்தளம் தனக்கு ஏற்படுத்திவரும் செலவுகளைப்பற்றி வருத் தத்துடனேயே இருந்துவந்தார். 1847ல் அவர் உத்தம்சந்த்தின் மகன் கரம்சந்த்தை (காபா என அழைக்கப்பட்டார்) தனது திவானாகத் தேர்ந் தெடுத்தார். அவருக்குப் பதவியின் அடையாளமாக ஒரு வெள்ளி மைப் புட்டியையும், மை தாங்கியையும் பரிசாக அளித்தார். புதிய திவானுக்கு இருபத்தைந்து வயதுதான்; விக்மத்ஜியின் வயதை ஒத்தவர்; மன்னரின் ஆசைகளுக்கும்(அபிலாஷைகளுக்கும்) கண்டிப்பு நிறைந்த தன் தந்தையைவிட அதிகம் ஒத்துப்போகக் கூடியவர்.

காபா காந்தி குட்டையான, கனமான உடலை உடையவர்; மீசை வைத் திருப்பார். அவருக்கு முறையான படிப்பு குறைவு. குஜராத்திப் பள்ளியில் சிறிதுகாலம் படித்த அவர், ராணாவிடம் கடிதம் எழுதுபவராகவும், எழுத்தராகவும் பணியில் சேர்ந்தார். அரசரின் நன்மதிப்பைப் பெற்ற அவர், மிக இளம் வயதிலேயே திவானாக ஆனார். 1869 வாக்கில் அந்தப் பொறுப்பில் இருபது ஆண்டுகளுக்குமேல் இருந்தார். இதற்கிடையில் அவர் மூன்று முறை திருமணம் செய்திருந்தார். முதல் இரு மனைவியரும் ஒவ்வொரு மகள்களைப் பெற்றுக்கொடுத்துவிட்டு விரைவிலேயே இறந்துவிட்டனர். மூன்றாவது திருமணத்தின் மூலம் குழந்தை இல்லை. வாரிசு எதுவும் இல்லாததால், அவர் மற்றொரு பெண்ணை மணந்து கொள்ளத் தன் மனைவியின் சம்மதத்தைக் கேட்டார் (இது மரபான இந்துச் சட்டப்படி அனுமதிக்கப்பட்டது).

அனுமதி கிடைத்ததும், காபா காந்தி தன்னைவிட இருபத்து மூன்று வயது குறைவான ஒரு பெண்ணைத் தன் மனைவியாகத் தேர்ந்தெடுத்தார். புத்லிபாய் என்ற பெயர்கொண்ட அவர் ஜுனாகத் சமஸ்தானத்திலிருந்து வந்தவர். அவர்கள் 1857ல் மணந்துகொண்டனர். அவர்களுக்கு விரைவில் அடுத்தடுத்து மூன்று குழந்தைகள் பிறந்தன. லக்ஷ்மிதாஸ் என்ற மகன் 1860 வாக்கில் பிறந்தார். இரண்டு ஆண்டுகள் கழித்து ராலியத் என்ற மகளும், 1867 வாக்கில் கர்சன்தாஸ் என்ற இரண்டாவது மகனும் பிறந்தனர்.[17]

1869ம் ஆண்டின் வசந்தகாலத்தில், புத்லிபாய் மீண்டும் கருவுற்றார். அவர் தனது நான்காவது குழந்தைக்காகக் காத்திருக்கும்போது, போர்பந்தர் சமஸ்தானம் ஒரு சர்ச்சையில் மூழ்கியது. சர்ச்சைகளுக்குக் காரணம், காபா காந்தியின் எஜமானரும் மன்னருமான ராணா விக்மத்ஜித்தின் சில செயல்கள். ஏப்ரலில், லக்மன் என்ற அடிமையும், ஓர் அரேபிய சிப்பாயும் மன்னரின் உத்தரவுப்படிக் கொல்லப்பட்டனர். குறிப்பாக முன்னவரின் முடிவு கொடூரமானது. அவரது காதுகளும் மூக்கும் அறுக்கப்பட்டு, நகரின் மதில்சுவருக்கு வெளியே வீசிச் சாகவிடப்பட்டார்.

இந்தக் கொலைகளைப்பற்றித் தெரியவந்தபோது பிரிட்டிஷ் ஏஜெண்ட் ராணா விக்மத்ஜியிடம் விளக்கம் கோரினார். அடிமை லக்மன் தன் மூத்த மகனின் வேலையாள் என்றும், அவனை லக்மன் 'குடிப்பழக்கம் கொண்டவனாக' மாற்றிவிட்டதாகவும் ராணா பதில் சொன்னார். ராணாவும் அவர் மனைவியும் ஊரில் இல்லாத நேரத்தில், லக்மன் இளவரசனுக்கு மது அருந்தக் கொடுத்துக் கெடுத்துவிட்டான்' அதனால் அவன் 'மிகவும் வேதனைப்பட்டு இறந்தான்' 'எங்கள் மகனுடைய மரணத்துக்குப் பழிவாங்கவேண்டியிருந்தது. காதுகளையும் மூக்கையும் அறுக்கச் சொன்னதை ஒப்புக்கொண்ட அவர், ஆனாலும் லக்மன் கீழே விழுந்தது ஒரு விபத்துதான்' என்று கூறினார்.

அரபு சிப்பாயைப் பொறுத்தவரை, அவர் அரண்மனை அந்தப் புரத்துக்குள் புகுந்ததாகவும், அங்கே 'தன் இறந்துபோன மகனின் விதவையைப் பிடித்து இழுத்து' அவளை மானபங்கம் செய்ய முனைந்த தாகவும் ராணா சொன்னார். 'எஜமான விசுவாசத்தை மீறியதற்காகவும், ஒரு கொள்ளைக்காரனைப்போல இரவில் அந்தப்புரத்தின் புனிதத்தில் அத்துமீறியதற்காகவும் அவனுக்கு மரண தண்டனை தரவேண்டி யிருந்தது. அந்தப்புரத்தின் புனிதம் என்பது இந்துக்கள் கண்கொத்திப் பாம்பாகக் காவல்காக்கும் விஷயம்.'

ராணாவின் விளக்கங்கள் பிரிட்டிஷ்காரர்களைத் திருப்திப்படுத்த வில்லை. இந்த 'கடுமையான அதிகார துஷ்பிரயோகங்களுக்காக, அவர் முதல் வகுப்பிலிருந்து மூன்றாம் வகுப்புக்குத் தரம் இறக்கப்படுவார். தன் பிரஜைகளுக்கு மரண தண்டனை தரும் அதிகாரம் அவரிடமிருந்து பறிக்கப்பட்டது. நன்னடத்தையைப் பறைசாற்றும் விதமாக, அவர் நவீன நீதிபரிபாலனக் கொள்கைகளுக்கேற்ப குற்றவியல் நீதிமன்றங்களை ஏற்படுத்த வேண்டும் என்று உத்தரவிடப்பட்டது.'[18]

போர்பந்தரில் இந்தச் சம்பவங்கள் தொடர்பான ஆவணங்கள் எதிலும் ராணாவின் திவான் என்ன நினைத்தார் என்பதுபற்றிய குறிப்பு எதுவும் இல்லை. சிறிய அரசவையைக்கொண்ட அந்தச் சிறிய சமஸ்தானத்தில், இளவரசருக்கும் அடிமைக்கும் இடையில் இருந்த உறவு காபா காந்திக்கு நிச்சயம் தெரிந்திருக்கவேண்டும். திவான் அரசருக்கு என்ன அறிவுரை கூறினார்? அடிமையின் உடலைச் சிதைப்பதும், அரேபிய சிப்பாய்க்கு மரணதண்டனை தருவதும் வேண்டாம் என்று மன்னருக்கு அவர் எடுத்துக் கூறினாரா? விக்மத்ஜியின் விளக்கக் கடிதங்களை எழுத அவர் உதவினாரா? இம்மாதிரிக் கேள்விகளுக்கு நம்மிடம் விடையில்லை. ஆனால், தன் ஆட்சி யாளரின் தகுதிக் குறைப்பை அவர் தீவிரமாக உணர்ந்திருப்பார் என்பதில் எந்த சந்தேகமும் இல்லை. அரசர் எதிர்நோக்கிய சிக்கல்கள்பற்றிய செய்தி பணியாளர்களையும், காபாவின் கருவுற்ற மனைவியையும் எட்டியிருக்கும்.

1869 செப்டெம்பர் 10 அன்று பம்பாய் அரசாங்கம் ராணா விக்மத்ஜியை மூன்றாம் வகுப்பு ஆட்சியாளராக முறைப்படி தர இறக்கம் செய்தது.

மூன்று வாரங்கள் கழித்து வன்முறையும் அவமானமும் நிறைந்த பின்னணியில் ராணாவின் நீண்டகால திவானின் மனைவி தன் நான்காவது குழந்தையைப் பெற்றெடுத்தார். ஆண் குழந்தையான அதற்கு, மோகன் தாஸ் கரம்சந்த் காந்தி என்று பெயரிட்டனர்.

1777 ஆம் ஆண்டு முதல், காந்தி குடும்பம் போர்பந்தரில் நகர நுழை வாயில்களுக்கு அருகில் ஒரு மூன்று தளங்களைக்கொண்ட வீட்டில் வசித்துவந்தது. அறைகள்-மொத்தம் பன்னிரண்டு. பெரியவையாக இருந்தாலும் வெளிச்சம் குறைவானவை. இரண்டாம் தளத்தில் ஒரு பெரிய பால்கனி இருந்தது. இங்குதான் குடும்பத்தினர் மாலை வேளைகளில் கடற்காற்றை அனுபவித்தபடி ஓய்வெடுப்பார்கள். வீட்டுக்கு அடியில் தண்ணீர் சேமித்துவைப்பதற்காக ஒரு தொட்டி இருந்தது. போர்பந்தரில் நிலத்தடி நீர் உப்புத்தன்மை கொண்டிருந்ததால், மழைநீரைச் சேமித்துப் பாதுகாப்பது அவசியமாக இருந்தது. மழைக் காலத்துக்கு முன்பாக, காந்தி வீட்டின் கூரை சுத்தம் செய்யப்படும். பிறகு மழைத்தண்ணீர் ஓடிவரும்போது, அது சிறிது சுண்ணாம்புக்கல்லால் சுத்தம் செய்யப்பட்டு, கீழிருந்த தண்ணீர்த் தொட்டியை ஒரு குழாய் வழியாகச் சென்றடையும்.[19]

புத்லிபாயின் கடைசி மகன், மோகன்தாஸ், வீட்டின் தரைத்தளத்தில் இருந்த ஒரு அறையில் பிறந்தார். பிற்காலத்தில் ஒரு பார்வையாளர் எழுதியதுபோல, 'அந்த அறை இருட்டாக இருந்தது. அறையின் மூலை இன்னும் அதிக இருட்டு. வெராண்டாவை நோக்கித் திறக்கும்படியாக ஜன்னல் எதுவும் இல்லை. எதிர் மூலையில் இருந்த ஒரு சிறிய கதவு, இந்த அறைக்குப் பின்புறமாக உள்ள அறைக்கு இட்டுச்சென்றது.'[20]

இந்திய வீடுகளில் வழக்கமாக இருப்பதுபோல, குழந்தை மோகன்தாஸ் அவரைச் சுற்றியிருந்த பெண்களால் பார்த்துக்கொள்ளப்பட்டார். அவரது அன்னையையும் அத்தைகளையும் தவிர, ஒன்றுவிட்ட சகோதரிகளும், குறிப்பாக அவரது அக்கா ராலியத்தும் மாற்றி மாற்றி அவரைத் தூக்கிக் கொள்வதும் விளையாடுவதுமாக இருந்தனர். சிறுவனாக இருக்கும் போது மோகன்தாஸ் 'பாதரசம்போல நிலையில்லாமல்' இருந்ததாக அவரது தமக்கை நினைவுகூர்ந்தார். அவரால் 'கொஞ்ச நேரம்கூட ஓரிடத்தில் உட்கார முடியாது. அவன் விளையாடவேண்டும் அல்லது ஓடித்திரியவேண்டும். நான் அவனை வெளியில் கூட்டிச்சென்று, தெருவில் வழக்கமான விஷயங்களை வேடிக்கை காட்டுவேன்-பசுக்கள், எருமைகள், குதிரைகள், பூனைகள், நாய்கள். அவனுக்குப் பிடித்த பொழுதுபோக்குகளில் ஒன்று நாய்களின் காதுகளைத் திருகுவது.'[21]

காந்தியின் தாய் புத்லிபாய் தந்த்ரானா என்ற கிராமத்தில் பிறந்தவர். அந்தக் கிராமம் போர்பந்தரிலிருந்து முப்பது மைல்கள் உட்புறமாக ஆற்றங் கரையில் குன்றுகள் சூழ அமைந்திருந்தது. அவருடைய தந்தையார் ஒரு கடைக்காரர். 'மோகன்தாஸின் தாயார், 'இளம் மனைவியாக இருக்கையில்

அதிக அளவில் பொறுமையையும், நிதானத்தையும் வளர்த்துக்கொள்ள வேண்டியிருந்திருக்கும்; காரணம், ஒருவகையில் அவரது கணவரின் மற்றொரு மனைவியின் இடத்தை அவர் எடுத்துக்கொண்டிருந்த நிலையில், அந்த மூத்த மனைவி சுவீனமுற்றும், குழந்தைப்பேறு இல்லாதவராகவும் இருந்தார்; அவர்கள் இருவரும் ஒரே கூரையின்கீழ் சில ஆண்டுகள் ஒன்றாக வசித்தார்கள்.'[22] என்று அமெரிக்க ஆய்வாளரான ஸ்டீபன் ஹே குறிப்பிட்டிருக்கிறார். புத்லிபாய் குடும்பம் சைவ உணவுப் பழக்கம் கொண்டது. அவர்கள் சாதியினர்ஒருபோதும் மாமிசமோ முட்டையோ சமைக்க வில்லை. பத்தொன்பதாம் நூற்றாண்டில் இந்தியாவில் நிலவிய பழக்கவழக்கங்களின் தொகுப்பான ஹாப்ஸன்-ஜாப்சன், குஜராத்தி பனியாக்களைப் பற்றி, அவர்கள் 'விலங்குகளின் உயிருக்கு அளவுமீறிய மரியாதை கொடுத்தார்கள்' என்று குறிப்பிடுகிறது.[23] அவர்களின் விடாப்பிடிப் போக்கு, பனியாக்களைக் கேலிப்பொருள் ஆக்கியிருந்தது. இறைச்சி சாப்பிடுபவர்கள் அவர்களை 'தில்லி தால்', பருப்புபோல மென்மையானவர்கள் என்று பழித்தார்கள். பதிலுக்கு வணிக குலத்தினர், 'தாங்கள் அசுத்தமானதாகவும் தீங்கானதாகவும் கருதிய பனியாக்கள் அல்லாதவர்களின் உணவுப்பழக்கங்களை' கீழானவையாகப் பார்த்தனர்.

சில பனியா குடும்பங்கள் 'நிலத்துக்கு அடியில்' விளையும் காய்கறிகளான பூண்டு, வெங்காயம் போன்றவற்றை உண்ண மறுத்தார்கள். பனியா பெண்கள் சமைக்கும்போது ஏதாவது பூச்சி பானைக்குள் விழுந்து உணவுக்குத் தீட்டு ஏற்படுத்திவிடாமல் அடுப்பைக் கவனமாகப் பார்த்துக் கொள்வார்கள். ஓரளவு இயல்புக்கு மாறாக காபா காந்தி தன் மனைவி சமைப்பதற்குக் காய்கறிகளை நறுக்கிக்கொடுத்து உதவுவார்.

கத்தியவாரிலிருந்த ராஜபுத்திரர்கள் (போர்பந்தர் ராணாக்கள் உட்பட) வேட்டையாடுதல், புகைபிடித்தல், மது அருந்துதல் ஆகியவற்றில் விருப்பம் கொண்டிருந்தனர். அந்தத் தீபகற்பத்தின் குடியானவர்களும் இதே விஷயங்களை அனுபவித்தார்கள், அவ்வளவு அடிக்கடி இல்லை என்றாலும். காந்திகள் மாதிரியான பனியாக்கள், கறி, புகையிலை, ஆல்கஹால் ஆகியவற்றைக் கண்டிப்பாக விலக்கி வைத்தார்கள். ஆனாலும் அவர்களது சைவ சமையல் நுட்பமானதாக, வகைவகையானதாக இருந்தது. கம்பும் அரிசியும் முக்கியமான தானியங்கள். பலவகையான பருப்புகளும் இருந்தன. இந்த வழக்கமான உணவுகளோடு, பல்வேறு விசேஷ சிற்றுண்டிகளும், விதவிதமான சட்னிகளும், ஊறுகாய்களும், பல தினுசான அருமையான இனிப்பு வகைகளும் இருந்தன. அத்துடன் ஒருவேளை உணவிலேயே இனிப்பு, காரப்பதார்த்தங்களின் தனித்துவமான கலவையும் இருந்தது.[25]

காந்தி குடும்பத்தின் மற்றொரு அம்சம் பக்தி. புத்லிபாய் தன்னை வருத்திக்கொள்ளக்கூடிய சுய ஒழுக்கமும் சமநிலை தவறாத சமயப்பற்றும் கொண்டவர். (அவரது மகன் நினைவுகூர்வதுபோல) அவர்

தனது தினசரிப் பிரார்த்தனையை முடிக்காமல் உணவருந்துவதுபற்றி நினைத்துக்கூடப் பார்க்கமாட்டார். ஹவேலி என அழைக்கப்பட்ட வைணவக் கோயிலுக்குச் செல்வது அவரது தினசரிக் கடன்களில் ஒன்று. மிகக் கடினமான விரதங்களைப் பூண்டு, அவற்றை முகம் சுழிக்காமல் நிறைவேற்றுவார். உடல்நிலை சரியில்லாவிட்டாலும்கூட அவற்றைத் தளர்த்திக்கொள்வதில்லை. இரண்டு மூன்று தொடர் விரதங்களை அநுசரிப்பது அவருக்கு ஒரு விஷயமே அல்ல. சதுர்மாசியத்தின்போது ஒருவேளை மட்டுமே உண்பது அவரது வழக்கம். ஒருமுறை அத்துடன் திருப்தியடையாமல், ஒருநாள்விட்டு ஒருநாள் முழுப்பட்டினியாகவும் இருந்தார். மற்றொரு சதுர்மாசியத்தின்போது, அவர் சூரியனைப் பார்க்காமல் சாப்பிடுவதில்லை என்று விரதம் பூண்டார். குழந்தைகளான நாங்கள் அந்த (மழைக்கால) நாட்களில் சூரியன் தென்பட்டால் அம்மா விடம் சொல்வதற்காக வானத்தைப் பார்த்தபடியே நின்றுகொண்டிருப் போம்.[26]

காந்திகளின் உட்சாதிக்கு மோத் பனியா என்று பெயர். அதன் முன்னொட்டுச் சொல், தெற்கு குஜராத்தின் மோதேரா என்ற நகரைக் குறிப்பதாகத் தோன்றுகிறது. அவர்களது குலதெய்வம் ராமன். போர்பந்தரில் ராமர் கோயில் ஒன்று இருந்தது. (அந்தக் கோயிலை எழுப்பியவர்களில் ஒருவர் ஒரு காந்தி.) விஷ்ணுவை வழிபடுகிற, குறிப்பாக அவரது ராம, கிருஷ்ண அவதாரங்களை வழிபடுகிற வைஷ்ணவ மரபுகளில் அந்தப் பகுதி ஆழ்ந்திருந்தது. காந்தியின் பிறந்த ஊருக்கு வடக்கே கடலோரமாக துவாரகை நகரம் இருந்தது. கிருஷ்ணர் பெரியவரான பிறகு வாழ்ந்ததாகக் கருதப்படும் அந்த நகரம் இந்து மரபில் ஒரு முக்கியமான புண்ணியத்தலமாகும்.[27]

மோகன்தாஸின் தாய் அவரை இறை நம்பிக்கையின் இரு அழகான புதிர்களுக்கு அறிமுகப்படுத்தினார். புத்லிபாய் பக்தி நிரம்பியவர், ஆனால் வறட்டுப் பிடிவாதம் கொண்டவர் அல்ல. பிரணாமிகள் என்ற பெயர் கொண்ட சமயப்பிரிவு அவரைக் கவர்ந்தது. இந்தப் பிரிவினர் இஸ்லாத்தின் சில அம்சங்களைத் தங்கள் வழிபாட்டில் இணைத்துக்கொண்டிருந்தனர். அதனைத் தோற்றுவித்தவர் கத்தியவாரில் பதினெட்டாம் நூற்றாண்டில் வாழ்ந்த பிராணநாத் என்ற சத்திரியர். அவர் பல இடங்களுக்குச் சென்று வந்தவர். மெக்காவுக்குக்கூடச் சென்றிருந்திருக்கலாம். போர்பந்தரில் புத்லிபாய் சென்றுவந்த பிராணாமி கோயிலில் சிலைகளோ, படங்களோ இல்லை; இந்து மதப் புனித நூல்களிலிருந்தும், குரானிலிருந்தும் எடுக் கப்பட்ட வாசகங்கள் மட்டுமே சுவரில் எழுதப்பட்டிருந்தன. புத்லிபாய் சர்வ சமய சமரச நோக்கு கொண்டவராகவே இருந்தார்; அவரது வீட்டுக்கு வழக்கமாக வந்துசெல்பவர்களில் சமணத் துறவியரும் இருந்தனர்.[28]

1874ல் மோகன்தாஸுக்கு ஐந்து வயதிருந்தபோது, அவரது தந்தை போர்பந்தரிலிருந்து ராஜ்கோட்டுக்கு இடம்பெயர்ந்தார். அங்கு அவர்

தாகோர் என அழைக்கப்பட்ட மன்னருக்கு ஆலோசகராக நியமிக்கப் பட்டிருந்தார். இரண்டு ஆண்டுகளுக்குப் பிறகு அவர் திவான் பதவிக்கு உயர்த்தப்பட்டார். காபா காந்தி இப்போது சமஸ்தானத்தின் நிதிநிலை, சொத்துகளைப் பதிவுசெய்தல், ராஜ்கோட்டுக்கும் பிற சமஸ்தானங் களுக்கும் இடையிலான வியாபாரம், அரசு அலுவலர்களின் வேலை நிலைமைகள் முதலானவற்றை மேற்பார்வை செய்யவேண்டியிருந்தது. ராஜ்கோட் திவான் என்ற முறையில் கரம்சந்தும் ராஜஸ்தானிக் கோர்ட் என்ற மூத்தவர்கள் சபையிலும் பணியாற்றினார். அந்த அவை கத்திய வாரில் சிற்றரசுகளிடையே ஏற்படும் பிரச்னைகளைத் தீர்த்துவைப் பதற்காக ஏற்படுத்தப்பட்டது.[29]

காபா காந்தி ராஜ்கோட்டுக்கு இடம்பெயர்ந்தது ஏன் என்று நமக்குத் தெரியாது. ஒருவேளை போர்பந்தர் மன்னர் மூன்றாவது வகுப்புக்குத் தகுதி இறக்கம் செய்யப்பட்ட காரணத்தால் அங்கிருந்து கிளம்பியிருக் கலாம். அல்லது புதிய வேலை இன்னும் மதிப்புமிக்கது என்று அவர் கருதியிருக்கலாம். கத்தியவார் சமஸ்தானங்களுக்கான பிரிட்டிஷ் ஏஜெண்ட் ராஜ்கோட்டில் இருந்தார். அவருக்குப் பின்னால் பிரிட்டிஷ் ராணுவமும் பிரிட்டிஷ் அரசரும் இருந்ததால் அவர்தான் தீபகற்பத் திலேயே மிகவும் அதிகாரம் படைத்த நபர். கவனிக்கத்தக்க விதமாக, காந்திகள் போர்பந்தருடன் இன்னும் தங்கள் தொடர்புகளை வைத் திருந்தனர். காபா ராஜ்கோட்டுக்கு வந்ததற்குப் பிறகு, அவருடைய தம்பி துளசிதாஸ் என்பவர் ராணா விக்மத்ஜியின் திவானாக நியமிக்கப்பட்டார். கத்தியவாரில் பிரிட்டிஷார் வசித்த பகுதிகளின் மையமாக ராஜ்கோட் திகழ்ந்தது. இதனால் அங்கு ஒரு குதிரைப்பண்ணை, ஐரிஷ் பிரஸ்பை டீரியர்களால் நடத்தப்பட்ட கிறிஸ்துவ மடாலயம் , ஓர் ஆங்லிகன் தேவாலயம், ஒரு பிரிட்டிஷ் கொத்தளம் ஆகியவை இருந்தன. அது ஒரு முக்கியமான புகைவண்டி சந்திப்பும்கூட. அங்கிருந்து தீபகற்பத்தின் பிற ஊர்களுக்கு இருப்புப்பாதை இணைப்புகள் இருந்தன. ராஜ்கோட்டில் ராஜ்குமார் கல்லூரி என்று அழைக்கப்பட்ட கல்வி நிறுவனமும் இருந்தது. பிரிட்டிஷ் தனியார் பள்ளிகளை (பப்ளிக் ஸ்கூல்) மாதிரியாகக்கொண்டு அமைக்கப்பட்ட இக்கல்லூரிக்கு கத்தியவார் சிற்றரசர்கள் ஆங்கிலக் கல்வியின் அம்சங்களைக் கற்றுக்கொள்வதற்காகத் தம் மகன்களை அனுப் பினார்கள். 1870ல் காபா காந்தி அந்நகருக்கு வருவதற்கு நான்கு ஆண்டுகள் முன்பு, அந்தக் கல்லூரிக்கு 'மத்தியகால வெனிஸிய பாணியிலான சிறப்பான கட்டடம்' ஒன்று இருந்தது. மேலும் ஒரு ஜிம்னேசியம், ரேக்கெட் கோர்ட்டுகள், ஒரு ரைஃபிள் பயிற்சிக்களம், ஒரு கிரிக்கெட் பெவிலியன் ஆகியவையும் இருந்தன.[30]

அந்த நகரிலும்-மேலும் அந்த மொத்த பிராந்தியத்திலும்-முக்கிய மனி தனாக காபா காந்தி ராஜ்குமார் கல்லூரியின் வாசலுக்குள் எப்போதாவது நுழைந்திருக்கலாம். ஆனால் அந்தப் பள்ளியில் அவருடைய பிள்ளைகள் படிக்க முடியாது. ஏனென்றால், அந்நிறுவனம், ராஜபுத்திர வம்சா

வழியில் வந்தவர்களுக்கு மட்டுமேயானது. அவர்கள் பிற்காலத்தில் தமது சமஸ்தானத்தின் ராணாக்கள் அல்லது மகாராஜாக்கள் ஆகும் வாய்ப்பு உள்ளவர்கள். சில முஸ்லிம் பையன்களும் அனுமதிக்கப்பட்டார்கள். இவர்கள் நவாபுகளின் மகன்கள் அல்லது அவர்களது சகோதரர்களின் மகன்கள். ஒரு பனியா மாணவன் கல்லூரியில் அனுமதிக்கப்படுவதற்கான வாய்ப்பே இல்லை.

காபா காந்தி ராஜ்கோட்டுக்கு 1874ல் இடம்பெயர்ந்தார். இரண்டு ஆண்டுகளுக்குப் பிறகு, அவர் திவான் ஆனபிறகு அவருடைய குடும்பம் அவருடன் சேர்ந்துகொண்டது. சிறுவன் மோகன்தாஸ் போர்பந்தரில் ஆரம்பப்பள்ளிக்குச் சென்றிருந்திருக்கலாம் (அல்லது செல்லாமலும் இருந்திருக்கலாம்). ஆனால் அவர் ராஜ்கோட்டில் பள்ளிக்கல்வி பெற்றதற்கான உறுதியான, நம்பத்தகுந்த ஆதாரம் நமக்குக் கிடைத்துள்ளது. இது 1960களில் ஓய்வுபெற்ற தலைமையாசிரியர் ஒருவர் எழுதிய இரண்டு புத்தகங்களில் இருக்கிறது. மோகன்தாஸின் பள்ளி வாழ்க்கைபற்றிய பதிவுகள் பள்ளி அலுவலக அறைகளை ஒட்டடை அடித்துச் சுத்தப்படுத்தியபோது எதிர்பாராதவிதமாக அவருக்குக் கிடைத்தன.[31]

1879 ஜனவரி 21 அன்று மோகன்தாஸ் கரம்சந்த் காந்தி தர்பர்காத் மாவட்டத்தில் அவருடைய வீட்டிலிருந்து எளிதில் நடந்து செல்லக்கூடிய தொலைவில் இருந்த தாலுகா பள்ளியில் சேர்க்கப்பட்டார். மோகன்தாஸுக்கு கணிதம், குஜராத்தி, வரலாறு, புவியியல் ஆகிய பாடங்கள் கற்றுத்தரப்பட்டன. அவர் 'எளிய மனக்கணக்குகளை' செய்யவும், கவிதைவரிகளைப் படித்து மனப்பாடம் செய்யவும், காதால் கேட்டுப் பிழையில்லாமல் எழுதவும், மேற்குப்புற இந்தியாவின் முக்கிய நகரங்கள், நதிகளின் பெயர்களையும் கற்றுக்கொண்டார். ஆரம்பத்தில் அந்தப் பையனின் வருகை ஒழுங்கற்று இருந்தது. உதாரணமாக, 1879 ஆம் ஆண்டில், 238 நாட்களில் 110 நாட்கள் மட்டுமே அவர் பள்ளி சென்றிருக்கிறார். இது அவரது ஆண்டு இறுதித்தேர்வு முடிவுகளிலும் பிரதிபலித்தது. மோகன்தாஸ் வகுப்பின் கடைசி வரிசையிலேயே இடம்பிடித்தார். ஒரு தேர்வில் அவர் 41.25 சதவீத மதிப்பெண்கள் பெற்றார் (முதல் மாணவர் பெற்ற மதிப்பெண் விகிதம் 76.5% , கடைசி மாணவர் பெற்ற விகிதம் 37.6%). அடுத்துவந்த தேர்வில் அவர் இன்னும் கொஞ்சம் நன்றாகச் செய்தார்-53% பெற்றார் கடைசி இடம் பெற்றவரைவிட 12% அதிகம் என்றாலும், முதலிடம் பெற்றவரைவிட 12% குறைவும்கூட.)

அக்டோபர் 1880ல் மோகன்தாஸ் கத்தியவார் உயர்நிலைப் பள்ளியில்[32] சேருவதற்கான நுழைவுதேர்வை எழுதினார். 1853ல் தொடங்கப்பட்ட அந்தப் பள்ளிதான் தீபகற்பத்தில் மிகவும் பழைய பள்ளி. மோகன்தாஸ் நுழைவுதேர்வில் நல்ல மதிப்பெண்கள் பெற்று (64)பள்ளியில் சேர்த்துக்கொள்ளப்பட்டார். இப்போது முதல்முறையாக அவர் மற்ற பாடங்களோடு ஆங்கிலமும் கற்கப்போகிறார்.

கத்தியவார் உயர்நிலைப் பள்ளி ஜூனாகாத் நவாப் கொடுத்த கொடையால் கட்டப்பட்ட இரண்டு தளங்கள் கொண்ட கட்டடத்தில் இயங்கியது. வகுப்புகள் காலை 11 மணி முதல் மாலை 5 மணிவரை இயங்கின (நடுவில் ஒருமணி நேரம் உணவு இடைவேளை). சனிக்கிழமைகளில் பள்ளி அரைமணி நேரம் முன்னதாகவே முடிவடைந்தது. ஆங்கிலம் கற்றுத் தருவதற்குத்தான் அதிக நேரம் ஒதுக்கப் பட்டது.வாசித்தல், ஸ்பெல்லிங், எழுதுதல் போன்றவற்றுக்காக அதாவது, அதிகார வர்க்கத்தில் பணிபுரியத் தேவைப்படும் திறன்களுக்கு வாரத்துக்குப் பத்து மணிநேரம் ஒதுக்கப்பட்டது.

1881ல் காந்திகள் வாடகை வீட்டிலிருந்து தங்கள் சொந்த வீட்டுக்குக் குடிபோனார்கள். காபா காந்தி கத்தியவாரி பாணியில் கட்டப்பட்ட ஒரு பெரிய வீட்டை வாங்கினார். அந்த வீட்டில் ஒரு வளைவான நுழைவாயில் முற்றத்துக்கு இட்டுச்செல்ல, அதைச் சுற்றிலும் அறைகள் கட்டப் பட்டிருந்தன. அங்கிருந்து உயர்நிலைப்பள்ளிக்கு ஒரு மைலுக்கும் குறைவான தொலைவே இருந்தது; அதனால் மோகன்தாஸ் வகுப்புக்கு நடந்தே சென்றார். அவரது உடை மரபான கத்தியவாரி பாணியிலானது. நீண்ட தளர்வான பைஜாமா, பொத்தான்கள் போடப்பட்ட மேலாடை, இறுக்கமான குல்லாய்.

காந்தியின் பள்ளி நாட்களைப்பற்றி எழுதியவர், புதிய பள்ளியில் அவரது படிப்பு 'ஏமாற்றம்தரும்விதமாக' இருந்த தாகக் குறிப்பிடுகிறார். முதல் ஆண்டில் அவர் கணிதத்திலும் குஜராத்தியிலும் தேர்ச்சி பெற்றார். ஆனால், அவர் 'புவியியலில் மதிப்பெண் ஏதும் பெறாத மூன்றுபேரில் ஒருவராக இருந்தார்' முழு ஆண்டுத் தேர்வில் அவர் தனது பிரிவிலிருந்த 34 மாணவர்களில் 32-வது இடமே பெற்றார். அடுத்த ஆண்டான 1882ல் அவர் அநேகமாகப் பள்ளிக்கே செல்லவில்லை; காரணம் அவர் தந்தை சுவீனம் அடைந்ததாக இருக்கலாம். அவரால் முழு ஆண்டுத் தேர்வுக்குச் செல்ல முடியவில்லை. ஆனால் 1883ல் அவர் மேலும் கருத்தூன்றிப் படித்தார். பள்ளிக்கு ஒழுங்காகச் சென்றார். அந்த ஆண்டு இறுதித் தேர்வுகளில் பாராட்டத்தக்கவிதமாக நான்கு பாடங்களில் 68% பெற்றார். அவை கணிதம், குஜராத்தி, வரலாறு - புவியியல், ஆங்கிலம் ஆகியவை. 1884 ஏப்ரலில் நடந்த இறுதித்தேர்வில் அவர் சற்றே சரிந்து சராசரியாக 58% பெற்றார்.

பல தசாப்தங்கள் கழித்து, காந்தி புகழ்பெற்றவரான பிறகு, ஓர் அமெரிக்கப் பத்திரிகையாளர், காந்தி பள்ளியில் 'நல்ல மாணாக்கராக இருந்தாரா' என்று அவரது அக்காராலியத்தைக் கேட்டார். அவர் இப்படிப் பதில் சொன்னார்: 'அவர் ஒரு புத்திசாலிப் பையனாகக் கருதப்பட்டார். எப்போதும் முதலிடத்தில் வந்தார்' துரதிர்ஷ்டவசமாக, வரலாற்று ஆவணங்கள் ஓர் அன்பான சகோதரியின் நினைவுகூறலுக்கு மாறாகவே உள்ளன.[33]

வீட்டில், மோகன்தாஸ் காந்தி பெரும்பாலும் அவரது சொந்த சாதியான மோத் பனியா சாதியினரையே சந்தித்தார். கத்தியவார் உயர்நிலைப் பள்ளியில், பிற உட்சாதிகளைச் சேர்ந்த பனியா சிறுவர்களும், சில பிராமணர்களும் இருந்தனர். அத்துடன் அவருக்கு முதல் முறையாக கிறிஸ்தவர்களோடும், கிறிஸ்துவ மதத்தோடும் அறிமுகம் ஏற்பட்டது. ராஜ்கோட்டில் பல தேவாலயங்கள் இருந்தன (போர்பந்தரில் எதுவுமில்லை); மேலும் சில சுறுசுறுப்பான மிஷனரிகளும் இருந்தன. ராஜ்கோட்டில் இருந்த ஐரிஷ் பிரஸ்பைட்டீரியன் ஒருவர் 'பிராமணர்களும் வாணிகர்களும் அறிவுக்கூர்மை கொண்ட வகுப்பாராக எல்லா இடங்களிலும் மதிக்கப்படுகின்றனர்' என்பதைக் கண்டு, மேல்சாதியினரைமதம் மாற்றினால் இந்து மதத்திலிருந்து பெருமளவினர் எளிதில் மதம் மாறிவிடுவார்கள் என்று எண்ணினார். அந்த மதப்பிரசாரகர் தெருமுனைகளில் அமர்ந்துகொண்டு கிறிஸ்துவின் மகத்துவம் பற்றியும், அவருடைய அரவணைப்பின்கீழ் வருவதன் நன்மைகள் பற்றியும் அவ்வழியாகச் செல்பவர்களிடம் பிரசங்கிப்பார். பள்ளி செல்லும் வழியில் மோகன்தாஸ் காதில் அவர் சொல்வது விழுந்தது; ஆனால் தன் குடும்பத்தின் கடவுள்கள் மீது வீசப்பட்ட அவதூறுகள் பிடிக்காமல் வேகமாகக் கடந்துசென்றுவிடுவார்.[34]

கத்தியவார் உயர்நிலைப் பள்ளியில் கிறிஸ்துவ மாணவர்கள் யாரும் இல்லை; ஆனால் பல பார்சிகளும் சில முஸ்லிம்களும் இருந்தனர். ஷேக் மேத்தாப் என்ற முஸ்லிம்தான் மோகன்தாஸின் நெருங்கிய நண்பர். அருகிலிருந்த கோன்டால் சமஸ்தானத்தில் ஒரு ஜெயிலரின் மகனான மேத்தாப், மோகன்தாஸுக்கு அவரது அண்ணன் கர்சன்தாஸால் அறிமுகம் செய்துவைக்கப்பட்டார். கர்சன்தாஸ் காந்தியும், அவருடைய முஸ்லிம் நண்பரும் படிப்பில் சுத்தமாக ஆர்வமின்றி இருந்தனர். அவர்கள் இருவரும் தேர்வுகளில் பலமுறை தோல்வியடைந்ததால் அவர்களைவிடப் பல ஆண்டுகள் இளையவரான மோகன்தாஸ் இருக்கும் அதே வகுப்பில் இருந்தனர்.[35]

மோகன்தாஸ் பின்னாட்களில் நினைவுகூர்ந்ததுபோல, மேத்தாபால் 'நீண்ட தூரம் படுவேகமாக ஓட முடிந்தது. அவர் உயரம் தாண்டுதலிலும், நீளம் தாண்டுதலிலும் திறமை பெற்றிருந்தார்.' பள்ளியின் தலைமையாசிரியர் தொராப்ஜி கிமி என்ற நவீன சிந்தனைகொண்ட பார்சி. அவர் விளையாட்டுக்கும் தடகளப்பயிற்சிகளுக்கும் முக்கியத்துவம் கொடுத்தார். மோகன்தாஸ் அவற்றில் விருப்பமற்றவராகவும் திறமையற்றவராகவும் இருந்தபோது, மேத்தாப் விளையாடவும், போட்டிகளில் பங்கெடுத்துக்கொள்ளவும், வெற்றி பெறவும் விருப்பமுடையவராக இருந்தார். அவர்களின் நட்பு இந்த வித்தியாசத்தின் அடிப்படையில்தான் உருவாகியிருந்தது. உயரமான, வலிமையான விளையாட்டுவீரன்மீது கூச்சம் நிறைந்த விளையாட்டுத் திறமையற்ற பையன் கொள்ளும் இயல்பான அபிமானமாக அது இருந்தது. அவர்கள் மிகவும் நெருங்கிய நண்பர்களானார்கள்; ஒருமுறை ஸ்டூடியோவுக்குச் சென்று ஒன்றாகப்

புகைப்படம் எடுத்துக்கொண்டார்கள். இன்னும் இருக்கிற அந்தப் புகைப்படத்தில் அவ்விருவரும் அருகருகே நாற்காலிகளில் அமர்ந்திருக் கிறார்கள். மோகன்தாஸின் வலக்கரம் ஒரு அலங்காரமான மேசைமீது தயக்கமாக அமர்ந்திருக்க, மேத்தாபின் கையோ தன்னம்பிக்கையான அதிகார தோரணையோடு வைக்கப்பட்டிருக்கிறது. பெரிய பையன் பல அங்குலங்கள் உயரம் அதிகம். அவர் ஒரு தலைப்பாகை அணிந் திருக்கிறார்; மோகன்தாஸ் ஒரு குல்லாய் வைத்திருக்கிறார். இந்தத் தோற்றங்களிலிருந்து, அந்த உறவில் மோகன்தாஸ் கை ஓங்கியிருக்க வில்லை என்று நன்றாகவே தெரிந்துகொள்ள முடிகிறது.[36]

அவர்களின் நட்பின் ஆரம்பக்கட்டத்தில், மோகன்தாஸின் உயரக் குறைவுக்குக் காரணம், அவர் மாமிசம் சாப்பிடாததே என்று மேத்தாப் சொல்லியிருக்கிறார். மேலும், குஜராத்திக் கவிஞர் நர்மத் என்பவர் எழுதியதாகச் சொல்லப்படும் ஒரு கவிதையும் இருந்தது. மொழி பெயர்ப்பில் அக்கவிதை இப்படிச் செல்கிறது:

      பாருங்களேன் பலசாலி ஆங்கிலேயனை,
      அவனே ஆளுகின்றான் இந்தியப் பொடியர்களை,
      காரணம் அவன் மாமிசத்தைச் சாப்பிடுவதால்,
      இருக்கிறானே ஐந்து முழம் உயரமாக.

மேத்தாப் தன் நண்பனுக்காக மாமிசம் சமைத்தார். இது நடந்தது காந்தி இல்லத்திலிருந்து வெகுதொலைவில் ஆற்றங்கரையோரமாக இருந்த ஒரு வீட்டில். புதிய உணவு மோகன்தாஸுக்கு ஒத்துக்கொள்ளவில்லை. மேலும் அவர் தன் தாய் என்ன சொல்வாரோ என்று பயந்தார். அம்மா அடிக்கடி கேட்பதுபோல பள்ளியில் அவர் என்ன சாப்பிட்டார் என்று அன்றைக்கும் கேட்டால், என்ன பதிலைச் சொல்வது? இதுபோதாது என்று அவரை மேத்தாப் ஒருநாள் விபச்சாரவிடுதிக்கும் அழைத்துச் சென்றுவிட்டார். அவரது நண்பர் கட்டணத்தை முதலிலேயே செலுத்தி விட்டார்; ஆனாலும் கத்துக்குட்டியான காந்தி 'அந்தத் தீமைகளின் குகையில் ஏறக்குறைய குருடும் ஊமையும் ஆகிவிட்டார்.' அவர் அசையாமல் நின்றுகொண்டிருந்ததால் பாலியல் தொழிலாளி கோபப் பட்டு, அவரை வெளியே போகச்சொல்லிவிட்டார். இந்த அனுபவம் படிப்பினை கற்றுத்தருவதாக அமைந்துவிட்டது; மோகன்தாஸ் ஷேக் மேத்தாபிடமிருந்து விலகிவிட்டார்.[37]

இளம் மோகன்தாஸின் கவனம் படிப்பிலிருந்து சிதற மற்றொரு காரணம், வீட்டிலிருந்த அவரது புதிய துணையான மனைவி கஸ்தூரிபா. அவர்களது சரியான திருமணத்தேதி தெரியவில்லை. சில தகவல்களின் படி 1883 ஆக இருக்கலாம் (காந்தி பதின்மூன்று வயதில் திருமணம் புரிந்ததாக நினைவுகூர்வதால்); ஆனால் 1882 அல்லது 1881 என்று சொல்பவர்களும் உண்டு.[38] இந்தியர்கள் மிகச் சிறிய வயதில் மணம் முடிப்பது அப்போது வழக்கமாக இருந்தது. சொல்லப்போனால்,

மோகன்தாஸுக்கு அதற்கு முன்பே இரண்டுமுறை திருமணம் நிச்சயிக் கப்பட்டது. இரண்டு முறையுமே திருமணம் முடிவதற்கு முன்பே அப் பெண்கள் இறந்துவிட்டார்கள். கஸ்தூரிபாவுடன் திருமணம் முடி வானதும், அக்குடும்பம் மூன்று கல்யாணங்களை ஒரே நேரத்தில் நடத்த முடிவுசெய்தது. மோகன்தாஸின் அண்ணன் கர்சன்தாஸுக்கும் மற்றொரு ஒன்றுவிட்ட சகோதரருக்கும் அதேசமயம் மணம் முடிப்பது என்று முடிவானது.

காந்திகளின் முன்னாள் சொந்த ஊரான போர்பந்தரில் அந்த மணவிழா நடைபெற்றது. மாப்பிள்ளை அதைப்பற்றி நினைவு வைத்திருப்ப தெல்லாம், 'உடுத்திக்கொள்ளப் புதிய உடைகள், மேளதாளங்கள், கல்யாண ஊர்வலம், பிரமாதமான சாப்பாடு, உடன் விளையாடுவதற்கு ஒரு புதுப் பெண்' என்பன மட்டுமே. கொஞ்சம் கூடுதல் பரபரப்பு ஏற்படும்விதமாக, அவரது தந்தை விழாவில் கட்டுப்போட்டுக்கொண்டபடியே கலந்து கொண்டார். போர்பந்தருக்கு அவரை ஏற்றிக்கொண்டுவந்த வண்டி குடை சாய்ந்ததன் விளைவு அது.[39]

கஸ்தூரிபா போர்பந்தரில் ஒரு பனியா குடும்பத்தில் பிறந்தவர். அவரது தந்தை மகன்ஜி கபாடியா செல்வச் செழிப்புமிக்க வியாபாரி. அவர் துணிகளும் பருத்தியும் வியாபாரம் செய்துவந்தார்.[40] அவர்கள் குடும்பம் இரண்டுதளங்களைக்கொண்ட ஓர் அழகான வீட்டில் வசித்துவந்தது. அந்த வீட்டில் இருபது அறைகளும், தரையடியில் ஒரு பெரிய தண்ணீர்த் தொட்டியும் இருந்தன. வீட்டில் மரத்தாலான படிக்கட்டுகளும் கடைந் தெடுத்த அழகிய அலமாரிகளும் நிலைப்படிகளும் இருந்தன. காந்தி இல்லத்தில் சுவர்கள் வெறுமையாக இருக்கும்; கபாடியா வீட்டில் ஓவியங்கள் மாட்டப்பட்டிருந்தன.[41]

சில மாதங்களுக்குப் பிறகு கஸ்தூரிபா ராஜ்கோட்டில் மோகன்தாஸின் வீட்டில் வாழ ஆரம்பித்தார். இளம் தம்பதிகள் எப்படித் தமக்குள் ஒத்துப் போனார்கள் அல்லது போகவில்லை என்பதுபற்றி நாம் அறிந்துகொள்ள ஒரே வழி கணவரது நினைவுகூரல்கள் மட்டும்தான். அவர், தான் தன் மனைவியை 'உணர்வுபூர்வமாக விரும்பியதாக' சொல்கிறார். 'பள்ளியில் கூட நான் அவளைப்பற்றி நினைத்துக்கொண்டிருப்பேன். அந்தி சாய் வதும், அதன் பிறகு நாங்கள் சந்திப்பதும்பற்றிய எண்ணங்களே என்னை ஆட்கொள்ளும்.' விருப்பம், உரிமைகொண்டாடுவதாக நிறம் மாறியது; மோகன்தாஸ் 'எந்நேரமும் அவளுடைய நடமாட்டத்தைக் கண்காணித்த படியே இருக்க, அதனால் அவள் என்னிடம் அனுமதிபெறாமல் எங்கும் செல்லமாட்டாள்.' கஸ்தூரிபா தன் தோழிகளுடன் கோயிலுக்குச் செல்வதுகூட அவரைப் பொறாமைப்படவைத்தது. அவர்களிடையே, குறைந்தபட்சம் கணவர் தரப்பிலிருந்தாவது, வலுவான பாலியல் கவர்ச்சி இருந்தது. கஸ்தூரிபா எழுதப்படிக்கத் தெரியாதவர்; மோகன்தாஸ் அவருக்குக் 'கற்றுக்கொடுக்கப் பேரார்வம் கொண்டிருந்தார்'; ஆனால்

'இச்சை நிறைந்த காதல்' காரணமாக அவருக்கு அதற்கு நேரம் இருக்கவில்லை.[42]

1885ன் இரண்டாம் பாதியில் காந்தி இல்லத்தின் தலைவர் தீவிரமாக நோய்வாய்ப்பட்டார். அவரது பிள்ளைகள் மாற்றிமாற்றி அவரைக் கவனித்துக்கொண்டார்கள். மோகன்தாஸின் கரங்கள் அவரது தந்தையின் கால்களைப் 'பிடித்துவிட்டுக் கொண்டிருக்கும்போது' அவரது 'மனம் அவரது படுக்கையறையையே வட்டமிட்டுக்கொண்டிருக்கும்' - கஸ்தூரிபா கருவுற்றிருந்த நிலையையும் மீறி இப்படி. அதாவது, 'மதம், மருத்துவ விஞ்ஞானம், பொது அறிவு எல்லாமும் பாலியல் உறவைத் தடைசெய்யும் நிலையில்'. ஒருநாள் மோகன்தாஸ் அந்த வயதான மனிதருக்குக் கால் பிடித்துவிட்டுக்கொண்டிருக்கும்போது, சித்தப்பா ஒருவர் அந்த வேலையைத் ான் எடுத்துக்கொள்வதாகச் சொன்னார். அந்தப் பதினாறு வயதுப் பையன் வாய்ப்பைப் பிடித்துக்கொண்டு (அவரது வார்த்தைகளில்) 'நேராகப் படுக்கையறைக்குச்சென்றேன்'. அவர் தூங்கிக்கொண்டிருந்த தன் மனைவியை எழுப்பி, கலவி புரிய ஆயத்தமானார். சில நிமிடங்களில் குறுக்கீடாகக் கதவு தட்டப்பட்டது. ஒரு வேலையாள் வந்து காபா காந்தி காலமாகிவிட்டதாகத் தெரிவித்தார்.

நாற்பது வருடங்கள் சென்றபிறகு, அப்போதும் தொடரும் குற்ற உணர்ச்சி யோடும் அவமானத்தோடும் மோகன்தாஸ், 'மிருக இச்சை என் கண்களை மறைத்திராமலிருந்தால், நான் என் தந்தையாரின் கடைசி தருணத்தில் அவர் அருகிலிருக்க முடியாத கொடுமைக்கு ஆளாகியிருக்கமாட்டேன்' என்று எழுதினார். சில வாரங்கள் கழித்து கஸ்தூரிபாவின் கரு கலைந்து போனபோது, அவர் அதற்கும் தன்மீதே பழிபோட்டுக்கொண்டார். 'உடல் இச்சையை' கட்டுப்படுத்த முடியாத அவரது இயலாமையே இந்த 'இரட்டை அவமானத்துக்கு'[43] காரணம் என்று வருந்தினார்.

நினைவுகூரப்பட்ட-அல்லது தவறாக நினைவுகூரப்பட்ட-சொந்த வாழ்க்கையிலிருந்து மோகன்தாஸ் காந்தியின் பள்ளிக்கூட மதிப் பெண்கள் தரும் உறுதியான தளத்துக்குத் திரும்புவோம். 1885ன் கோடை காலத்தில் அவர் தனது ஐந்தாவது கிரேடு பரீட்சைகளைப் பாராட்டத் தக்கவிதத்தில் முடித்தார். அந்தத் தேர்வில் அவர் 55.75% பெற்று வகுப்பில் மூன்றாவது இடம்பிடித்தார். கணக்கில் எதிர்பார்ததற்கு மேல் நன்றாகச் செய்திருந்தார் (85%). அதனால் இரண்டு கத்தியவார் இளவரசர்கள் நிறுவியிருந்த உபகாரச்சம்பளம் அவருக்குக் கிடைத்தது. அதற்கடுத்த ஆண்டு, ஆங்கிலத்துடன் அவரது அறிமுகம் இன்னும் ஆழமடைந்தது. அந்த ஆண்டு அடிசனின் ஸ்பெக்டேட்டர் என்று புத்தகத்திலிருந்து 200 பக்கங்களைப் படிப்பதும், மில்டனின் பாரடைஸ் லாஸ்ட் என்ற காவியத்திலிருந்து 750 வரிகளை மனப்பாடம் செய்வதும் அவசியமாக இருந்தன. அந்த ஆண்டு அவர் வகுப்பில் நான்காம் இடம் பெற்றார். மோகன்தாஸின் மதிப்பெண் பட்டியல்களைக் கண்டுபிடித்தவரின்

வார்த்தைகளில், 'மோகன்தாஸை மோசமான மாணவர் என்று இனிமேலும் சொல்ல முடியாது'.

1886 டிசம்பர் இறுதி வாரத்தில் மோகன்தாஸ் ஏழாவது கிரேடில் சேர்த்துக் கொள்ளப்பட்டார். பள்ளியில் அதுவே இறுதி வகுப்பு. அவரது பள்ளியே நடத்திய முன்தயாரிப்புத் தேர்வுகளில் அவர் ஐந்து பாடங்களில் சராசரியாக 31.8% பெற்றார். இந்த மோசமான செயல்பாடு அவருடைய பதற்றத்தைக் காட்டியது. அவர் விரைவில் பம்பாய் பல்கலைக்கழகத்தால் நடத்தப்பட்ட மெட்ரிகுலேஷன் என்ற பள்ளி இறுதித்தேர்வை எழுத வேண்டும். 1887ன் மூன்றாவது வாரத்தில் மோகன்தாஸ் மெட்ரிக் தேர்வு எழுதுவதற்காக புகைவண்டியில் பயணம் செய்து அகமதாபாதை அடைந்தார். இதுவே அவரது முதல் புகைவண்டிப் பயணமாகவும், குஜராத்தின் மிகப் பெரிய நகரத்துக்கு அவரது முதல் பயணமாகவும் அமைந்தது.

1887ன் மெட்ரிகுலேஷன் தேர்வுதான், அறிவாற்றலைப் பொறுத்த வரையில் மட்டும், மோகன்தாஸ் அவரது வாழ்வில் சந்தித்த மிகக் கடுமையான சோதனை. அவர் எதிர்கொண்டசில கேள்வித்தாள்கள் இன்னும் உள்ளன. ஆங்கிலத் தேர்வில் அவர் 'மலர்ந்த முகத்துடன் இருப் பதன் நன்மைகள்' என்பதுபற்றி 40 வரிகளில் கட்டுரை எழுத வேண்டியிருந்தது. அவர் பொருள்கூற வேண்டியசொற்களில் 'pleonasm', 'apposition' போன்றவை இருந்தன. கணிதத் தேர்வில் அவர் பத்து தசமஸ் தானங்களை எட்டும் சில கடினமான சமன்பாடுகளைத் தீர்க்க வேண்டியிருந்தது. இயற்கை விஞ்ஞானத்தில், அவர் சுண்ணாம்புக்கல், சல்ஃப்யூரிக் அமிலம் ஆகியவற்றுக்கான வேதி வாய்ப்பாடுகள் எழுதுவது உள்ளிட்ட கேள்விகளுக்கு விடையளிக்க வேண்டியிருந்தது. வரலாறு-புவியியல் தேர்வில் அவர் 'இங்கிலாந்தில் ப்யூரிட்டன்களின் ஆட்சியின் சுருக்கமான வரலாற்றை' எழுதும்படியும், ரைன் நதியின் போக்கை வரைபடத்தில் குறித்துக்காட்டும்படியும் கேட்கப்பட்டார். குஜராத்தியில் அவரது புலமையை வெளிப்படுத்த அவர் ஒரு பத்தியை ஆங்கிலத் திலிருந்து அந்த மொழிக்கு மாற்றம் செய்ய வேண்டியிருந்தது. அந்த ஆங்கிலப் பத்தி, விக்டோரியா பேரரசிக்குச் சிலை வைத்து மரியாதை செய்வதற்குப் பதிலாக 'இந்தியா தொழில்மயமான உலகில் தனக்கான இடத்தைப் பெற உதவுவதற்கான' நிதி ஒன்றைத் திரட்டுவதே அவரது ஆட்சியின் பொன்விழாவைக் கொண்டாட இன்னும் உகந்த வழியாக இருக்கும் என்று வாதிட்டு எழுதப்பட்டிருந்தது.

1888 ஜனவரியில் மெட்ரிகுலேஷன் தேர்வு முடிவுகள் கத்தியவார் கெஜட் இதழில் வெளியிடப்பட்டன. மொத்தம் 3000 பேருக்குமேல் எழுதிய அந்தத் தேர்வில் 30 சதவீதத்துக்கும் குறைவானவர்களே தேர்ச்சிபெற்றிருந் தனர். மோகன்தாஸூம் அவர்களில் ஒருவர். அவர் சிறப்பாகச் செய்திருந்தது ஆங்கிலத்திலும் குஜராத்தியிலுமே. அவற்றில் அவர்

ஒவ்வொன்றிலும் 45 சதவீதம் பெற்றிருந்தார். கணிதத்திலும், வரலாறு-புவியியலிலும் அவர் அந்த அளவுக்குச் சிறப்பாகச் செய்திருக்கவில்லை. ஒட்டுமொத்தமாக, அதிகமும் இல்லாத, ரொம்பக் குறைச்சலுமில்லாத 40 சதவீதம் பெற்றிருந்தார். பிராந்தியத்தின் தரவரிசையில், தேர்ச்சி பெற்ற 823 பேரில் 404 வது இடம் பெற்றிருந்தார்.[44] குஜராத்தி இலக்கியத்தில் மோகன்தாஸுக்கு ஈடுபாடு அதிகரித்தது. அப்படியாக பள்ளிக்கு வெளியிலான அவருடைய கல்வி செழுமைபெற்றது. பத்தொன்பதாம் நூற்றாண்டில், அச்சு இயந்திரத்தின் வரவும் முதலாவது செய்தித் தாள்களின் பிறப்பும் இந்திய மொழிகளுக்குப் பெரிய உத்வேகத்தை அளித்தன. காந்தியின் தாய்மொழியும் இதற்கு விதிவிலக்கல்ல. முதல் குஜராத்தி நாவல், அவர் பிறப்பதற்கு மூன்றாண்டுகள் முன்பு 1866ல் வெளிவந்தது. அதே தசாப்தகாலத்தில், நர்மதா சங்கர், லால்ஷங்கரால் (1833 - 66) உரைநடை, கவிதை படைப்புகள் பல வெளியிடப்பட்டன. 'நர்மத்' என்று அழைக்கப்பட்ட இவர்தான் ஒருகாலத்தில் இளம் மோகன் தாஸை மாமிசம் சாப்பிடும் பரிசோதனை செய்யத் தூண்டுதலாக இருந்தவர். மத்தியகாலப் புலவர்களின் செய்யுள்கள் முதல்முறையாக அச்சில் வெளியாகின. அவர்களில் நர்சிங் மேத்தா என்ற வைஷ்ணவ போதகரும் ஒருவர். குஜராத்தில் பெரிதும் நேசிக்கப்படும் அவர் கிருஷ்ணனைப் புகழ்ந்து பல கீர்த்தனைகள் இயற்றினார். மற்றவர்களின் வலியை உணர முடிந்தவர்களைக்கே இறைவன் தரிசனம் தருவார் என்று குறிப்பிட்டார். அந்த நாவல்களும் கவிதைகளும் காந்தியைப் போன்றவர் களின் இல்லங்களில் சுற்றிவந்தன. அச்சிட்ட புத்தகம்பற்றிய அறிமுகம் கொண்ட காந்தியின் வயதுடைய இளைஞர்கள் அவற்றை வாசித்தார்கள்.[45]

மோகன்தாஸ் அதிகம் ஆழ்ந்து படித்த எழுத்தாளர்களில் நர்மத்தும் கோவர்தன்ராம் திரிபாதி (1855 - 1907) என்ற நாவலாசிரியரும் அடங்குவர். இருவருமே தீவிரம்பெற்றுவந்த சீர்திருத்தவாதிகள். பிரிட்டிஷ் ஆட்சியை குஜராத்திகளுக்கு விடப்பட்ட சவாலாகப் பார்த்த அவர்கள், குஜராத்திகளுக்கு அவர்களது சொந்த பலவீனங்களையும் தவறு களையும் எடுத்துக்காட்டி வந்தனர். நர்மத் சாதிக்கு எதிரானவராகவும் மதவாதத்துக்கு எதிரானவராகவும் விதவை மறுமணத்தை ஆதரிப்ப வராகவும் இருந்தார். அவர் இந்திய மன்னர்களின் ஊழல் மலிந்த, சொந்தங்களுக்கு சலுகை காட்டுகிற வழங்கங்களை வன்மையாகக் கண்டித்தார். கோவர்த்தன்ராம் திரிபாதியும் சாதியின் குறுங்குழு மனோ பாவத்தையும் பெண்கள்மீதான அடக்குமுறையையும் குறித்து வருந் தினார். நர்மத்தைப்போல அவரும் பிரிட்டிஷ் ஆட்சி இந்தியர்களை வெட்கமுறச்செய்து காலத்துக்கு ஒவ்வாத சமூகப் பழக்கங்களையும் நிறுவனங்களையும் கைவிடச் செய்யும் என்று கருதினார்.[46]

நர்மத்தும் கோவர்த்தன்ராமும் ராஜ்கோட்டில் இளம் காந்தி படித்த எழுத் தாளர்களில் அடங்குவர். அவர்களது படைப்புகளும் எழுத்துகளும் அவர்

பள்ளியில் படித்த, நண்பர்களுடன் பரிமாறிக்கொண்ட, அல்லது வீட்டில் கேட்ட சொற்களுடன் இசைந்தும் முரண்பட்டும் இருந்தன.

காந்தியின் தந்தையும், பாட்டனாரும் முறையான கல்வி இன்றியே போர் பந்தரின் திவான் பதவியில் இருந்தனர். 1880கள் வாக்கில் அரசுநடை முறையும் நிர்வாகமும் இன்னும் அதிகமாக முறைப்படுத்தப்பட்டிருந்தன. முறையான பயிற்சி இல்லாவிட்டாலும் வேகமான புத்திசாதுர்யம் இருந்தால் போதும் என்ற நிலைமை இப்போது இல்லை. ஆங்கிலக் கல்வியும், நவீன சிந்தனைகளுடன் பரிச்சயமும் பிரிட்டிஷ் இந்தியாவில், சொல்லப்போனால் சுதேசி சமஸ்தானங்களிலும்கூட, உயர்பதவிகளை அடைய நினைக்கும் இளம் இந்தியர்களுக்கு அவசியமாயின.

பம்பாய் மெட்ரிகுலேஷன் தரத்தின்படி, மோகன்தாஸ் காந்தியின் தேர்ச்சித் தரம் சிறப்பற்றது. அவரது வீட்டுக்குள் அவரது கல்விச் சாதனை இன்னும் சிறப்பாக ஒளிர்ந்தது. அவரது மூத்த அண்ணன் லஷ்மிதாஸ், பள்ளிப் படிப்பைப் பாதியில் விட்டுவிட்டு போர்பந்தர் சமஸ்தானத்தில் ஒரு சிறு அலுவலராகப் பணியாற்றினார். அடுத்த அண்ணன் கர்சன்தாஸ், பம்பாய் மெட்ரிகுலேஷன் தேர்வுக்கு அனுப்பப்படவே இல்லை. வெற்றிகரமான மெட்ரிகுலேட் என்ற முறையில் காந்தி ஒரு விதிவிலக்காகத் திகழ்ந்தார். இப்போது அவரது குடும்பம் அவர் மேலும் சான்றிதழ்கள் பெறவேண்டும் என்று விரும்பியது.

1888 ஜனவரியில் மோகன்தாஸ் கே. காந்தி பாவ்நகரில் சாமல்தாஸ் கல்லூரியில் பி.ஏ. பட்ட வகுப்பில் சேர்ந்தார். சமஸ்தானத்தின் திவானின் பெயரைக்கொண்டிருந்த அந்தக் கல்லூரிதான் கத்தியவாரிலேயே முதலாவ தான பட்டம் வழங்கும் நிறுவனம். மோகன்தாஸ் பாவ்நகருக்கு ஒரு பள்ளி நண்பனோடு பயணமானார். அவர்களது பயணத்தின் முதல் பாதி ஒட்டக வண்டியிலும், இரண்டாம் பாதி புகைவண்டி மூலமாகவும் அமைந்தது. காந்தி வைஷ்ணவர்கள் குடியிருந்த பகுதி ஒன்றில் ஓர் அறையை வாடகைக்கு அமர்த்திக்கொண்டார். அங்கு அவர் தனியாகத் தங்கி, தானே சமைத்துச் சாப்பிடுவதாக ஏற்பாடு.

மோகன்தாஸின் வகுப்பில் முப்பத்தொன்பது மாணவர்கள் இருந்தனர். அவர்களில் நால்வர் பார்சிகள்; மற்றவர்கள் பிராமண அல்லது பனியா பின்னணி கொண்ட இந்துக்கள்.[47] பி.ஏ. வகுப்பில் ஆங்கிலம், கணிதம், இயற்பியல், தர்க்கவியல், வரலாறு ஆகிய பாடங்கள் கற்பிக்கப்பட்டன. தினமும் ஐந்து மணிநேரம் விரிவுரைகள் உண்டு. புதிய மாணவரான மோகன் தாஸுக்கு குறிப்பாக அல்ஜீப்ரா மிகவும் கடினமானதாக இருந்தது. ஒருமுறை கணித வகுப்பில் ஆசிரியர் கரும்பலகைக்கு வந்து ஒரு கணக்கைச் செய்யுமாறு சொன்னபோது மோகன்தாஸ் அது காதிலேயே விழாததுபோல நடித்தார்.

பாவ்நகரில் மோகன்தாஸ் வீட்டை நினைத்து ஏங்கினார் (மனைவியை நினைத்தும், தன் தாயாரின் சமையலை நினைத்தும்). அவருக்கு அடிக்கடி

தலைவலியும் ஏற்பட்டது. 1888 ஏப்ரலில் முதலாவது பருவத்தேர்வில் அவர் ஏழுக்கு நான்கு பாடங்களில் மட்டுமே தேர்வெழுதினார். அவற்றிலும் அவர் சரியாகச் செய்யவில்லை. உதாரணமாக, ஆங்கிலத்தில் வெறும் 34% மட்டுமே பெற்றார்.[48]

மோகன்தாஸ் கோடைவிடுமுறைக்கு வீட்டுக்கு வந்தார். அப்போது ஒரு குடும்ப நண்பர் விருந்தாளியாக வந்தார். அவர் ஒரு 'விவரமான நன்கு படித்த' பிராமணர். பெயர் மாவ்ஜி தவே. அவர் புத்லிபாயிடம், அவரது மகனை சாமல்தாஸ் கல்லூரியிலிருந்து நிறுத்தி, அதற்குப் பதிலாக லண்டனுக்கு பாரிஸ்டராகத் தேர்ச்சிபெற அனுப்பும்படி ஆலோசனை கூறினார். பி.ஏ. படித்து முடிக்க நான்கைந்து ஆண்டுகள் ஆகும்; அதில் பாதி காலத்தில் வழக்கறிஞராகத் தேர்ச்சிபெற்று விடலாம். லண்டனில் பெற்ற பாரிஸ்டர் சான்றிதழ் இருந்தால் போதும், 'அவரால் (போர்பந்தரில்) திவான் பதவியைக் கேட்டு வாங்க முடியும்' என்றார் மாவ்ஜி தவே.[49]

புத்லிபாய்க்கு அந்த யோசனையில் முதலில் விருப்பம் இல்லை. அவர் தன் மகனை அருகில் வைத்துக்கொள்ளவே விரும்பினார். ஆனால், மோகன்தாஸுக்கு அந்த ஆலோசனை மிகவும் பிடித்துப் போயிற்று. பின்னாளில் அவர், 'இங்கிலாந்து செல்லும் ஆசை என்னை முழுதுமாகப் பிடித்துக்கொண்டது' என்று எழுதினார். அவர் அந்த யோசனையை அவ்வளவு விரைவாக ஏற்றுக்கொண்டது ஏன் என்று நமக்குப் புரிய வில்லை-ஒருவேளை அவர் குஜராத்தியில் அப்போது பிரபல மடைந்துவந்த ஐரோப்பிய, அமெரிக்க பயணக்கட்டுரைகளைப் படித் திருந்திருக்கலாம்.[50]

காந்தியின் தந்தையார் அப்போது உயிருடன் இருந்திருந்தால், லண்டனுக்குச் செல்லும் யோசனையே அவருக்கு வராமல் போயிருந் திருக்கலாம். பம்பாய் மெட்ரிகுலேஷன் தேர்வில் பெற்ற வெற்றியால் அவர் ஏற்கெனவே தீபகற்பத்தில் அதிகம் படித்த இளைஞர்களில் ஒருவராக விளங்கினார். ஒரு பிரிட்டிஷ் அதிகாரி, 'கல்வியைப் பொறுத் தவரை, கத்தியவார் மிகவும் கீழ்நிலையில் இருக்கிறது. சிற்றரசர்களில் சிலருக்கே எழுதப் படிக்கத் தெரியும் அவர்கள் காரியங்களைக் கவனித்துக் கொள்ளும் ஆட்களுக்கு, அவர்களின் உடனடி உலகத்தைத் தவிர எதுவும் தெரியாது. புத்தகங்கள் மிகவும் அபூர்வம்; யாரும் அவற்றை ரசிப்ப தில்லை'[51] என்று வெறுப்புடன் குறிப்பிட்டார். மோகன்தாஸுக்கு பாவ் நகரில் பி.ஏ. படிப்பைத் தொடர்வதில் விருப்பமில்லை என்று தெரிந்ததும், அவரது தந்தை அதற்குப் பதிலாகத் தன் தொடர்புகளைப் பயன்படுத்தி (உள்ளூர் அளவுகோலின்படி) மெத்தப்படித்த தன் கடைசி மகனுக்கு மகாராஜாவின் சேவையில் வேலை வாங்கித்தந்திருப்பார்; ராஜாவும் தன் நிர்வாகத்தில் சீர்திருத்தங்கள் செய்து பிரிட்டிஷ்காரர்களைக் கவரவேண்டும் என்று முயன்றுகொண்டிருந்த சூழ்நிலையும் அதற்கு உதவியிருக்கும். ஆக மோகன்தாஸ் மேல்படிப்புக்காக வெளிநாடு

செல்வதுபற்றி நினைத்திருந்திருக்கவே மாட்டார். அப்படியே அவர் நினைத்திருந்தாலும், அவரது தந்தை அதை உதறித்தள்ளியிருப்பார். வைதீகமான இந்துக்களிடையே வெளிநாடுகளுக்குச் செல்வது பற்றிப் பெரிய அச்சம் நிலவியது. சமுத்திரம் கறுப்புத் தண்ணீர் என அழைக்கப் பட்டது; அதைக்கடந்து சென்றால் சாதி ஆசாரத்துக்குத் தீட்டுப்பட்டு விடும் என்று நம்பினார்கள். பனியாக்களைப் பற்றிச் சொல்லவே வேண்டாம்; அவர்களது வாழ்க்கையைக் கட்டுப்படுத்திய உணவு விலக் கங்களை இந்தியாவுக்கு வெளியே கடைப்பிடிப்பது கடினமாக இருந்த தால் அவர்களது அச்சம் இன்னும் அதிகம்.

அந்தக் காலத்தில், வெளிநாடு செல்ல மிகவும் தயாராக இருந்தவர்கள் பார்சிகளே. அவர்கள் இயல்பிலேயே மேல்நாட்டுப் பாணிகளைப் பின்பற்றுபவர்கள்; மேலும் அவர்கள் இந்துக்களே அல்லர். இதைத்தவிர, சில தைரியசாலி பிராமணர்களும் சத்திரியர்களும் வெளிநாடு சென்றிருந் தார்கள். முதலாமவர்கள் கல்வி கற்பதற்காக (இதில் மேற்குலகு தெளி வான முன்னிலை பெற்றிருந்தது); இரண்டாமவர்கள் பிரிட்டிஷ் பழக்க வழக்கங்களைக் கைக்கொண்டு அதன்மூலம் அந்த எஜமானர்களைக் காக்காய் பிடிக்க முனைந்தார்கள். இதற்கு மாறாக, பனியாக்களின் எச்சரிக் கையும் பழமைப்போக்கும் அவர்களை வெளிநாட்டுப் பயணம், மேல் நாட்டுக் கல்வி ஆகியவற்றில் ஈடுபாடு அற்றவர்களாக ஆக்கியிருந்தது.

மோகன்தாஸின் சித்தப்பா துளசிதாஸ் அவரது வெளிநாட்டுப் பயண விருப்பத்தைக் கேள்விப்பட்டதும் அவரைத் தடுக்க நினைத்தார். 'இங்கிலாந்திலிருந்து திரும்பும் பாரிஸ்டர்கள் சாப்பாடுபற்றி எந்த ஆசாரமும் இல்லாதவர்கள். அவர்கள் வாயில் எந்நேரமும் சுருட்டு புகைந்தபடி இருக்கும். அவர்கள் கொஞ்சமும் வெட்கமின்றி ஆங்கி லேயர்கள்போல உடையணிவார்கள்' என்று சொன்னார். மோகன்தாஸின் தந்தையும் அதே கருத்து கொண்டவர்தான். ஆனாலும் காபா காந்தி காலமாகிவிட்ட நிலையில் புத்லிபாய்தான் இறுதி முடிவு எடுத்தாக வேண்டும். மோகன்தாஸ் அவரை ஒப்புக்கொள்ளும்படி அழுத்தம் கொடுத்தார். தான் மிகவும் நம்பிக்கை கொண்டிருந்த ஒரு சாதுவிடம் ஆலோசனை கேட்டார். பெச்சார்ஜி ஸ்வாமி என்ற அவர், மோத் பனியா வாக இருந்து சமணத் துறவியானவர். பையன் லண்டனுக்குப் போக வேண்டுமென்றால்-புலால் உண்ண மாட்டேன், மது அருந்த மாட்டேன், மனைவிக்குத் துரோகம் செய்யமாட்டேன் என்று அவர் வாக்குறுதி தரவேண்டும் என்று ஸ்வாமி சொன்னார். இப்படியான ஒரு வாக்குறு தியைப் பெற்றுக்கொண்ட பின்னர், தாயார் தனது ஒப்புதலை அளித்தார்.[52]

இருந்தாலும் இன்னொரு பிரச்னை இருந்தது-லண்டனில் படிப்பது என்பது மிகவும் செலவு பிடிக்கும் செயல். மோகன்தாஸ், போர்பந்தர் சமஸ்தான அரசிடம் நிதியுதவி பெற எண்ணினார். அதற்கு முந்திய ஆண்டு (1887), தகுதி இறக்கம் அடைந்திருந்த அந்த ராணாவின்

அதிகாரம் திரும்பவும் அளிக்கப்பட்டிருந்தது; அவர் தன் சமஸ்தானத்துக்கு வெளியிலேயே தங்கியிருக்கவேண்டும் என்பது நிபந்தனை. அவர் 'மோசமான ஆட்சியாளர்'; ஆனாலும் அவரை 'முதல் வகுப்பு' இளவரசராக ஆக்கிவிட்டால், 'ராணா பிரிட்டிஷ் இந்தியாவில் வசிக்க ஒப்புக்கொள்வார்' என்று நினைத்தனர். ஆட்சியாளர் பம்பாயில் இருக்க, போர்பந்தர் நிர்வாகம் பிரடெரிக் லேலி என்ற பிரிட்டிஷ் அலுவலர் வசம் வந்தது.[53]

மோகன்தாஸ் நிர்வாகியிடம் லண்டனில் கல்வி கற்பதற்கு நிதியளித்து உதவும்படிக் கேட்பதற்காக போர்பந்தருக்குப் பயணமானார். காந்திகள் போர்பந்தர் ராஜ்ஜியத்துடன் கொண்டிருந்த நீண்ட தொடர்பையும் மீறி, லேலி நிர்தாட்சன்யமாக உதவ மறுத்துவிட்டார். பிறகு மோகன்தாஸின் அண்ணன் லஷ்மிதாஸ் பணத்தைத் திரட்ட உதவ முன்வந்தார். பற்றாக் குறைக்கு குடும்பத்தின் கையிருப்பான நகை நட்டுகளை அடமானம் வைத்தால் போயிற்று.

இப்படியாக கையில் பணத்துடனும் தன் தாயாரின் ஆசிகளுடனும் மோகன்தாஸ் லண்டன் போக ஆயத்தமானார். 1888 ஆகஸ்ட் 9 அன்று அவரது பழைய உயர்நிலைப்பள்ளி அவருக்காக ஒரு பிரிவுபசார விழாவை ஏற்பாடு செய்தது. அந்த விழாவைப்பற்றிச் செய்தி வெளியிட்ட ஓர் உள்ளூர் செய்தித்தாள், 'திரு காந்திதான் கத்தியவாரிலிருந்து இங்கிலாந்துக்கு பாரிஸ்டர் தேர்வுக்குப் படிக்கச் செல்லும் முதல் பனியா' என்று குறிப்பிட்டது. அவரது வகுப்புத் தோழர்கள், 'நீ பதக்கங்களும் பரிசுகளும் பெறுவதற்குப் போட்டிபோடும் அதேவேளை, இங்கிலாந்தில் இந்தியாவின் நலன்களை முன்னெடுப்பதையும் கவனத்தில் வைத்திருப்பாய்' என்று தமது நம்பிக்கையை வெளிப்படுத்தினர். தன் மோகன்தாஸ் ஏற்புரையில், 'மற்றவர்களும் விரைவில் தன் உதாரணத்தைப் பின்பற்றுவார்கள் என்று நம்புகிறேன்; மேலும் இங்கிலாந்திலிருந்து திரும்பி வந்ததும் இந்தியாவைப் புத்தெழுச்சி பெறவைக்கும் உயரிய பணியில் தம்மை அர்பணித்துக்கொள்வார்கள் என்றும் நம்புகிறேன்' என்று குறிப்பிட்டார். உரைகள் நிகழ்த்தப்பட்டு, வாழ்த்துகள் வழங்கப்பட்டு, ஏற்கப்பட்டு, 'கூட்டம் வழக்கம்போல வெற்றிலைகள், பூச்செண்டுகள் விநியோகத்துடன் முடிவடைந்தது'[54]

மோகன்தாஸ் காந்தியை லண்டனுக்கு அனுப்பும் முடிவு எடுக்கப்பட்ட பரபரப்பான அந்தக் கோடைகாலத்தில், அவர் மனைவி கஸ்தூரிபா, ஓர் ஆண் மகவைப் பெற்றெடுத்தார். நமக்கு சரியான பிறந்த தேதி தெரியவில்லை. ஜூலை மாதத்தில் ஒருநாள் என்று தோன்றுகிறது. குழந்தைக்கு ஹரிலால் என்று பெயரிட்டார்கள். 1888 ஆகஸ்ட் 10 அன்று, தனது பழைய பள்ளியில் விடைபெற்றுக்கொண்டதற்கு மறுநாள், மோகன்தாஸ் தன் மனைவிக்கும் அம்மாவுக்கும் (மகனுக்கும்) விடைகொடுத்து, பம்பாய்க்குப் பயணமானார்.[55]

லண்டனுக்குச் செல்லும் கப்பலில் ஒரு படுக்கை இடத்துக்காகக் காத்திருக்கும்போது, மோகன்தாஸுக்கு, தான் பம்பாயிலிருந்த மோத் பனியாக்களின் கோபத்துக்கு ஆளாகியிருப்பது தெரியவந்தது. பம்பாயில் அந்தச் சமூகத்தின் தலைவராக இருந்தவர் காபா காந்தியை அறிந்தவர். அவர், காந்தி இங்கிலாந்துக்குச் சென்றால் அவர் சாதி விலக்கம் செய்யப்படுவார் என்று எச்சரித்தார். அந்த எச்சரிக்கைபற்றிய செய்தி பரவலாயிற்று. அதற்குச் சற்றுப் பிறகு, 'எல்லாப் பக்கமும் சூழப் பட்டிருக்கிறேன். யாராவது ஒருவர் விரல் சுட்டிப் பேசாமல் எங்குமே போய்வர முடியவில்லை. ஒருமுறை டவுன் ஹால் அருகில் நடந்து சென்றுகொண்டிருந்தபோது அவர்கள் என்னைச் சூழ்ந்துகொண்டு கூச்சலிட்டார்கள். பாவம், என் அண்ணன் அந்தக் காட்சியை அமைதியாக வேடிக்கை பார்க்கவேண்டியிருந்தது' [56] என்று மோகன்தாஸ் எழுதினார்.

விவகாரத்தை முடித்துவைக்க, மோத் பனியாக்களின் 'பிரம்மாண்ட கூட்டம்' ஒன்றுக்கு அழைப்பு விடுக்கப்பட்டது. மோகன்தாஸ் மத்தியில் வீற்றிருக்க, 'சமுதாயத் தலைவர்கள் என்னைப் பலமாகக் கண்டித்தார்கள். தமக்கு என் தந்தையாரோடு இருந்த தொடர்பை எனக்கு நினைவுபடுத் தினார்கள்'. தான் கடல்கடந்து போவது கல்விக்காகவே என்றும், தான் தன் தாயாரிடம் அந்நியப் பெண்களைத் தொடவோ, மது குடிக்கவோ, மாமிசம் உண்ணவோ மாட்டேன் என்று சத்தியம் செய்துகொடுத் திருப்பதாகவும் பதில் சொன்னார். பெரியவர்கள் அதனால் சமாதான மடையவில்லை. தனது அத்துமீறலுக்காக காந்தி சாதியற்றவராக கருதப் படுவார்; அவருடன் யாராவது பேசினாலோ, அவரை வழியனுப்பச் சென்றாலோ, அவர்களுக்கு அபராதம் விதிக்கப்படும். ஆனால், விதிமீறல் செய்தவர் நினைவுகூர்ந்தபடிப் பார்த்தால், 'அந்த உத்தரவு என்னிடம் எந்த விளைவையும் உண்டாக்கவில்லை' 1888 செப்டெம்பர் 4 அன்று, தனது இருபதாவது பிறந்தநாளுக்கு ஒரு மாதம் முன்பாக, மோகன்தாஸ் கரம்சந்த் காந்தி லண்டனை நோக்கிக் கப்பலில் பிரயாணப்பட்டார்.[57]

2

சைவ உணவாளர்கள் மத்தியில்

போர்பந்தரில் சிறுவனாக இருந்தபோது மோகன்தாஸ் காந்தி அடிக்கடி துறைமுகத்துக்குப் படகுகள் வந்துசெல்வதைப் பார்த்திருக்கிறார். ஆனால், அவர் பார்த்த முதல் கப்பல் அவர் லண்டனுக்குப் பயணம் செய்த கப்பல்தான். அந்தப் புதிய அனுபவம் தந்த கிளர்ச்சிஅவரை நாட்குறிப்பு எழுதத் தூண்டியது. அந்த நாட்குறிப்புப் புத்தகத்தில் இருபது பக்கங்களுக்குக் கடல் பயணம்பற்றிய குறிப்புகளே நிரம்பியுள்ளன.[1]

அந்தக் கப்பலின் பெயர் எஸ்எஸ் கிளைட். அது பம்பாய் துறைமுகத்தை விட்டு 1888 செப்டெம்பர் 4 அன்று புறப்பட்டது. ஒரு மணி நேரத்துக்குப் பிறகு இரவு உணவுக்கான மணி அடித்தது. மோகன்தாஸுடன் டி. மஜும் தார் என்பவரும் சாப்பாட்டு மேசைக்குச் சென்றார். ஜுனாகத்திலிருந்து வந்திருந்த அந்தப் பையனும் லண்டனுக்குப் படிக்கச் சென்றுகொண்டிருந் தார் (அவரது பெயரைப் பார்த்தால் அவர் ஒரு பிராமணராக இருக்க வேண்டும்). இளம் காந்தி ஒரு கறுப்பு கோட் அணிந்திருந்தார். அவரிடம் அவரது வீட்டினர் தயாரித்துக்கொடுத்திருந்த இனிப்புகளும் காரங்களும் இருந்தன. அவருடைய நண்பரோ, சாதாரண முறையில் உடையணிந்திருந் தார்; கப்பலில் தரப்பட்ட உணவே அவருக்குப் போதுமானதாயிருந்தது.

இந்த ஏற்பாடு முதல் நாற்பத்தெட்டு மணி நேரம் நீடித்தது. அதிர்ஷ்டவச மாக அதற்குள்ளாக மோகன்தாஸ் தாய்நாட்டு மாலுமி ஒருவரைக் கண்டு பிடித்தார். அந்த மாலுமி மோகன்தாஸுக்காக சாதமும்ம் பருப்பும் சமைத்துத் தரத் தயாராக இருந்தார். மேலும் ரொட்டிகளும் கொடுத்தார்; ஆனால் அந்த நபரின் கைகள் அழுக்காக இருந்ததால், ஆசாரமான பனியா வான மோகன்தாஸ் நனைத்துச்சாப்பிடுவதற்கு ஆங்கில ரொட்டியையே எடுத்துக்கொண்டார்.[2]

பகல்பொழுதில் மோகன்தாஸ் மாலுமிகள் வேலைசெய்வதைப் பார்ப்பதும் (அவர்களது 'வேலைத்திறமை', 'பாராட்டத்தக்கது' என்று அவர் கருதினார்), பியானோவை வாசித்துப் பார்ப்பதும் (இதுவும் முதல் தடவை; ராஜ்கோட்டில் காந்தி இல்லத்தில் இசைக்கு இடமிருந்ததாகத்

தெரியவில்லை), மேல்தளத்திலிருந்து காற்று வாங்குவதாகவுமாக இருந்தார். ஒருநாள் சூரியன் மறைந்த பிறகு மேல்தளத்திலேயே தங்கிய அவர், நிலா கடல் அலைகளில் பிரதிபலிப்பதைப் பார்த்து 'நிலா அங்குமிங்குமாக நகர்ந்துகொண்டிருப்பதுபோலத் தோன்றியது' என நினைத்தார். பிறகு விண்மீன்கள் முளைத்தன; நீரில் அவற்றின் தோற்றம் 'மத்தாப்புகளை நினைவூட்டியது'.

அவர்கள் கப்பல் ஏடனில் நின்றபோது, பயணிகள் ஒரு படகை வாடகைக்கு அமர்த்திக்கொண்டு கரைக்குச் சென்றனர். மோகன்தாஸ் ப்ரோட்டெக்டரேட் கட்டடத்தால் கவரப்பட்டாலும், நிலக்காட்சி அவரைப் பெரிதாக ஈர்க்கவில்லை. ஏடனில் ஒரு முழு நாளில் அவர் 'ஒற்றை மரத்தையோ பசுஞ் செடியையோகூடப் பார்க்கவில்லை' அன்று மாலை எஸ்எஸ் க்ளைட் செங்கடலில் நுழைந்தது. அவருக்கு முன்பும் பின்பும் பலர் செய்ததுபோல, மோகன்தாஸ் சூயஸ் கால்வாயையும் 'அதை உருவாக்கியவரின் அறிவுக்கூர் மையையும்' வியந்தார். சையத் துறைமுகத்தில் அவர்கள் நங்கூரமிட்ட போதுதான் அவர் தன் நாட்டைவிட்டு வந்ததை உணர ஆரம்பித்தார். காரணம் 'இங்கு ஆங்கிலேயப் பணமே புழங்குகிறது. இந்தியப் பணத்தால் ஒரு பயனும் இல்லை'

ஒரு சக பயணி, அவர்கள் சூயஸ் கால்வாயைத் தாண்டிய பிறகு பருவநிலை மாறும் என்று கூறினார். ஐரோப்பாவை நெருங்க நெருங்க, குளிரை விரட்ட ஒரே வழி மாமிசம் உண்பதும், ஆல்கஹால் அருந்துவதுமே. மோகன்தாஸ் அரிசியும் பருப்பும் என்ற தன் உணவையே தொடர்ந்தார். மூன்றுநாட்களுக்குப் பிறகு அவர்கள் பிரிந்திசியை அடைந்தார்கள். அது மாலை நேரம். பயணிகள் கரைக்கு வந்தபோது எரிவாயு விளக்குகள் ஏற்றப்பட்டுக்கொண்டிருந்தன. எல்லோரும் இத்தாலிய மொழி பேசினார்கள். மோகன்தாஸை புகைவண்டி நிலையம் கவரவில்லை. பம்பாய் பெரார் அல்லது மத்திய இந்திய இரயில்வே கட்டும் நிலையங்கள் அளவுக்கு அது 'அழகாக' இல்லை. ஆனாலும் ரயில்பெட்டிகள் மேலும் பெரிதாகவும் வசதியாகவும் இருந்தன.

பிரிந்திசியில் புதிய அனுபவங்களில் ஒன்றாக, மோகன்தாஸை ஒரு உள்ளூர் ஆசாமி நெருங்கி, (ஆங்கிலத்தில் பேசியதாகத் தோன்றுகிறது) சொன்னான்: 'சார், ஒரு பதினாலு வயசு அழகுப் பொண்ணு இருக்கா. என்னோட வாங்க. நான் அங்கே கூட்டிட்டுப் போறேன். கட்டணமெல்லாம் ஜாஸ்தி இல்லை, சார்.' இந்தியர் அந்த ஆளை விட்டு விலகிப்போனார். அடுத்த நிறுத்தம் மால்டா. இங்கு மஜூம்தாரும் மோகன்தாஸும் ஊர் சுற்றிப்பார்க்க ஒரு வண்டியை அமர்த்திக்கொண்டனர். அவர்கள் ஒரு பழைய மாதா கோயிலையும், அருங்காட்சியகத்தையும் பார்த்தனர். அங்கு நெப்போலியன் பயன்படுத்திய சாரட் வண்டி இருந்தது. மூன்று நாட்களுக்குப் பிறகு அவர்கள் மற்றொரு காலனிய நகரமான ஜிப்ரால்டருக்கு வந்தனர். அங்கே சாலைகளின் தரம் அவர்களைக் கவர்ந்தது.

மோகன்தாஸின் லண்டன் கடல் பயண நாட்குறிப்பில் நிலக்காட்சிகள் பற்றிய சிறப்பான கவனம் உள்ளது. சாலைகள், கட்டடங்கள், தாவரங்கள் போன்றவை கவனமாக வர்ணிக்கப்பட்டுள்ளன. இயற்கையழகுகள் கத்தியவாரில் இருப்பதிலிருந்து மாறுபட்டிருந்தன. அவர் பார்த்த நகரங்களில் மனிதக்கரமும் வித்தியாசமான முறையில் செயல்பட்ட தாகவே தோன்றியது. பிளைமௌத் துறைமுகத்தை நெருங்கியபோது, மோகன்தாஸ் மிகவும் குளிர்வதாக உணர்ந்தார். அப்போது இரவு பதினொரு மணி. குளிர்காலம் நெருங்கிக்கொண்டிருந்தது. வழியில் தனக்குத் தரப்பட்ட எச்சரிக்கைகளையும், ஆசைகாட்டல்களையும் தாண்டி, ராஜ்கோட்டில் தன் தாயாருக்குச் செய்து கொடுத்திருந்த மூன்று சத்தியங்களையும் மீறாமல்-மாமிசம் உண்ணவோ, மது அருந்தவோ, அந்நியர்களுடன் பாலுறவு கொள்ளவோ மாட்டேன் என்பவை-இங்கிலாந்து வந்து சேர்ந்துவிட்டதாக எண்ணிக்கொண்டார்.

பிளைமௌத்திலிருந்து கப்பல் தன் கடைசி இலக்கை நோக்கிப் புறப்பட்டது. செப்டெம்பர் 29 அன்று, பம்பாயிலிருந்து புறப்பட்டு மூன்று வாரங்களுக்குப் பிறகு-எஸ்எஸ் கிளைட் புதிதாகக் கட்டப் பட்டிருந்த டில்பரி டாக்ஸ் துறையில் வந்து நின்றது. மோகன்தாஸும் மஜூம்தாரும் இறங்கி, இருபது மைல் தாண்டியிருந்த லண்டனுக்குச் செல்ல ஒரு புகைவண்டியில் ஏறினார்கள். அந்த நகரத்தில் அவர்களது முதலாவது இரவு டிரஃபால்கர் சதுக்கத்தை அடுத்த நார்த்தம்பர்லேண்ட் தெருவிலிருந்த விக்டோரியா ஹோட்டலில் கழிந்தது.[3]

1888ல் லண்டன் ஒரு மாபெரும் ஏகாதிபத்திய நகரம். விக்டோரியா மகாராணி தனது ஆட்சியின் பொன்விழாவை சற்று முன்புதான் கடந் திருந்தார். அவர் தலைமை தாங்கிய பேரரசு உலகின் நான்கு மூலை களிலும் தன் கொடியைப் பறக்கவிட்டிருந்தது. கிரேட் பிரிட்டன் ஆட்சி செய்யாத சில நாடுகள்கூட அவரது மேன்மையை ஒப்புக்கொண்டன. மோகன்தாஸ் காந்தி லண்டன் சென்றடைந்த சிறிது காலத்தில் பாரசீக மன்னர் ஷா லண்டனுக்கு வந்தார். ஒரு பிரபல பத்திரிகையின் அட்டையில் அந்த வெளிநாட்டு மன்னர் மகாராணியை விண்ட்சார் காஸிலில் சந்திக்கும் படம் இடம்பெற்றிருந்தது. விக்டோரியா சிறிய உருவத்துடன், பருமனாக, அழகற்றவராகத் தீட்டப்பட்டிருந்தார்; அவர் நிஜத்தில் இருந்தது போன்ற மிகச் சாராதணமான தோற்றம் அது. அவருடன் ஒப்பிடுகையில், மெல்லிய உடல்வாகு கொண்ட, நேர்த்தியாக உடை உடுத்தியிருந்த ஷா பிரமாதமான தோற்றத்துடன் காணப்பட்டார். விக்டோரியா தனது சிம்மாசனத்தில் அமர்ந்திருக்க, வெளிநாட்டுப் பயணி குனிந்து அவர் கைகளில் முத்தமிட்டுக்கொண்டிருந்தார்.[4]

1888ல் லண்டன் ஒரு பெரிய தொழில்நகரம். அங்கிருந்த தொழிற் சாலைகள் விளக்குகளும், சாக்லேட்களும், காலணிகளும், ஆடைகளும் இன்னும் பல ஆயிரம் பொருட்களும் உற்பத்தி செய்தன. லண்டனில்

உற்பத்தியான சரக்குகளும், லண்டன்வாசிகள் பயன்படுத்திய பொருட்களும் துறைமுகங்களில் வருவதும் போவதுமாக இருந்தன. காந்தி சென்றிரங்கிய வருடம் மட்டும் எஸ்எஸ் கிளைட் உட்பட 79,000 கப்பல்கள் அந்த நகரில் நங்கூரமிட்டன. பயணிகள் தவிர, அந்தக் கப்பல்கள் 20 கோடி பவுண்ட் மதிப்புள்ள 2 கோடி டன் சரக்குகளையும் சுமந்துவந்திருந்தன.[5]

கடைசியாக, 1888ல் லண்டன் ஒரு மாபெரும் சர்வதேச நகரமாகவும் இருந்தது. மொத்தம் 60 லட்சம் பேர் அங்கு இருந்தனர். உலகில் எந்த நகரத்திலும் அவ்வளவு மக்கள்தொகை இல்லை. பாரிஸ் நகர மக்கள் தொகையைப்போல இரண்டு மடங்கு. அங்கு ஐரிஷ் கத்தோலிக்கர்கள் அதிக எண்ணிக்கையில் இருந்தனர்; அவர்கள் தொகை மேலும் வளர்ந்து கொண்டிருந்தது. ஜெர்மானியர்களும், செக் நாட்டவரும், இத்தாலியர் களும் வேலைதேடி வந்தார்கள். உக்ரேனியர்களும், போலந்துக் காரர்களும், ரஷ்யர்களும் துன்புறுத்தல்களிலிருந்து தப்பிவந்தார்கள். அந்த நகரம்தான் 'அநேகமாக ஐரோப்பாவிலேயே அதிக இனக் கலப்பு கொண்டது'; அதன் ஜனசந்தடி மிக்க தெருக்களில் 'ஆஸ்திரேலியர்கள், நியூ சிலாந்துக்காரர்கள், கனடா நாட்டவர்கள் ஆகியவர்களின் மூக்கால் பேசுவது போன்ற தொனியையும், ஆசியர்கள், ஆஃப்ரிக்கர்களின் பரிச்சய மற்ற மொழிகளையும் ஒருவர் கேட்கலாம்.'[6]

லண்டனிலிருந்த இந்த வெளிநாட்டினர் மத்தியில் சுமார் 1000 இந்தியர்கள் இருந்தனர். பதினேழு, பதினெட்டாம் நூற்றாண்டுகளில் இங்கிலாந்தில் குடியேறிய இந்தியர்கள் பெரும்பாலும் உழைக்கும் வர்க்கத்தைச் சேர்ந் தவர்கள். அவர்கள் மாலுமிகள், துறைமுகத்தில் எடுபிடிவேலை செய்ப வர்கள், வீட்டு வேலைக்காரர்கள், சிப்பாய்கள் போன்றவர்களாக இருந் தனர். ராம் சிங் என்ற தெருக்களில் டமாரமடிப்பவர் ஒருவரும் இருந்தார். மகாராஜாக்கள், நவாபுகளின் வம்சத்தைச் சேர்ந்த சில செல்வந்தர்களும் இருந்தார்கள். மேலும் 1850 முதல் மருத்துவமும் அதைவிட அதிகமாக சட்டமும் பயில்வதற்காக இந்தியர்கள் வருவது அதிகமாயிற்று.

மோகன்தாஸ் காந்தி வருகையின்போது செல்வாக்கு அதிகம் கொண்டி ருந்த இந்தியர்களில் இருவர் தாதாபாய் நௌரோஜியும், அப்துல் கரீமும். பார்சியான நௌரோஜி 1855ல் ஒரு வியாபார நிறுவனத்தின் பிரதிநிதியாக லண்டனுக்கு இடம்பெயர்ந்தார். நாளடைவில் வியாபாரத்தில் அவருக் கிருந்த ஈடுபாட்டைவிட அரசியலிலும் சமூக சீர்திருத்தத்திலும் அவரது செயல்பாடுகள் அதிகமாயின. 1888ல் யுனைட்டெட் கிங்டமிலிருந்த இந்தியர்களை பிரதிநிதித்துவப்படுத்த அவர் ஒரு சபையை நிறுவினார். அடுத்த ஆண்டு அது (பம்பாயில் 1885ல் தொடங்கப்பட்டிருந்த) இந்திய தேசிய காங்கிரஸின் பிரிட்டிஷ் கமிட்டி என்று பெயரிடப்பட்டது. இதைவிட அடக்கமான செல்வாக்குப் பெற்றிருந்தார் அப்துல் கரீம். ஆக்ராவிலிருந்து வந்த முஸ்லிமான அவர் விக்டோரியா மகாராணியின்

ஊழியர்களில் ஒருவர். உயரமும் வெளுத்த நிறமும் கொண்ட அவர் மகாராணிக்கு இந்துஸ்தானியும், அதிலிருந்து சற்று விலகிச்சென்று சிலசமயங்களில் இந்திய மதத்தையும் கற்றுக்கொடுத்தார். மகாராணி தனது ஆசிரியர் 'உண்மையிலேயே எடுத்துக்காட்டானவர், பிரமாத மானவர்' என்று கருதினார். அவரது வழிகாட்டல்படி, மகாராணி இந்தியர் களை அவர்களது மொழியிலேயே வரவேற்க ஆரம்பித்திருந்தார்.[7]

லண்டனில் அன்றாட நிகழ்வுகள் அந்நகரின் பெரும் சர்வதேசத் தன்மையை வெளிப்படுத்தின. ஒரு ஆசிய சர்வாதிகாரி பயணம் வருவார்; மிருகக்காட்சிசாலை அதன் முதலாவது நீர்யானையைப் பெறும்; ஒரு மாதம் ஆஃப்ரிக்க அடிமை வியாபார ஒழிப்புபற்றிய கண்காட்சி நடக்கும்; அடுத்த மாதம் இன்னொரு அரங்கு ஜாவானிய கிராமம் ஒன்றைக் காட்சிக்கு வைக்கும். உள்ளூர் பத்திரிகைகள் அரசியலிலும் பொருளாதாரத்திலும் சர்வதேசப் பார்வைகொண்டிருந்தன. கிரீட் நாட்டில் நடந்த கிளர்ச்சி, பிரேசிலில் நடந்த புரட்சி, சிலி நாட்டில் ஒயின் தயாரிப்பு, கலிஃபோர்னியாவில் தங்க வேட்டை என அவை செய்தி வெளியிட்டன.[8]

லண்டனுக்குச் செல்லும் வழியில், மோகன்தாஸ் தன் வருகைத் தேதியை, தெரிந்தவர் ஒருவருக்குத் தந்தி மூலம் தெரியப்படுத்தியிருந்தார். அவர் பிரன்ஜீவன் மேத்தா. ராஜ்கோட்டுக்கு அருகிலிருந்த நகரமான மோர் பியைச் சேர்ந்த மருத்துவரான அவர், லண்டனில் பாரிஸ்டர் பட்டத்துக் காகப் படித்துக்கொண்டிருந்தார். காந்தி லண்டன் சென்றுசேர்ந்த மறுமாலை டாக்டர் மேத்தா அவரைப்பார்க்க விக்டோரியா ஹோட்டலுக்கு வந்தார். அவர்கள் பேசிக்கொண்டிருந்தபோது காந்தி, வந்திருந்தவர் கழற்றி வைத்திருந்த தொப்பியை எடுத்து அதைத் தடவிப்பார்க்க ஆரம்பித்தார். டாக்டர் மேத்தாவின் கண்டனப் பார்வை அவரை நிறுத்தியது; மோகன்தாஸுக்கு அதுவே ஆங்கிலேய நன்னடத் தைப் பண்பாட்டில் முதல் பாடமாக அமைந்துவிட்டது. 'மற்றவர்களின் பொருளைத் தொடாதீர்கள்,' என்று டாக்டர் மேத்தா சொன்னார். 'நாம் இந்தியாவில் கேட்பதுபோல முதல் சந்திப்பிலேயே கேள்விகளைக் கேட்காதீர்கள்; சப்தமாகப் பேசாதீர்கள்; இந்தியாவில் செய்வதுபோல ஒருவருடன் பேசிக்கொண்டிருக்கும்போது அவரை 'சார்' என்று அழைக் காதீர்கள்; வேலையாட்களும், ஒருவருக்குக் கீழே பணிபுரி பவர்களும்தான் தம் எஜமானர்களை அப்படி அழைப்பார்கள்.'[9]

ஹோட்டலில் தங்குவது மிகவும் செலவுபிடிப்பதாக இருந்ததால், காந்தியும் மஜூம்தாரும் மோர்பியிலிருந்து வந்திருந்த இன்னொருவரான தல்பத்ராம் சுக்லா என்பவரது வீட்டுக்கு இடம்பெயர்ந்தார்கள். சுக்லா ரிச்மண்ட் என்ற புறநகரில் குடியிருந்தார். அவரது வீடு தேம்ஸ் நதியோட்டத்துக்கு எதிர் திசையில் பதினோரு மைல் தொலைவில் இருந்தது. அவர்கள் சுக்லா வீட்டில் தங்கிய சில வாரங்களில் மோகன்தாஸ் மேற்கு கென்ஸிங்டன்

பகுதியில் ஒரு விதவையின் வீட்டில் வாடகைக்குத் தங்க இடம் தேடிக் கொண்டார். அந்தப் பெண்மணியின் கணவர் இந்தியாவில் பணியாற்றியவர். அவர் நான்கு தளங்கள் உடைய விக்டோரிய பாணியிலான (ஒட்டிக்கட்டப்பட்ட) வரிசைவீட்டில் வசித்துவந்தார். வீட்டின் பின்னால் ஒரு இருப்புப்பாதை சென்றது. வீட்டுக்குள்ளிருந்து நீராவி ரயில்கள் ஓடுவதைத் தெளிவாகக் கேட்க முடியும்.

பனியாவான அந்த வாடகைதாரருக்கு அந்த வீட்டின் சாப்பாடு சிறிதும் பிடிக்கவில்லை-எத்தனை நாட்களுக்குத்தான் ஒருவர் ரொட்டியும் பாலும் சாப்பிட்டு வாழமுடியும்? அதிர்ஷ்டவசமாக, நகரத்தில் சுற்றித்திரிந்த போது அவர் சில சைவ உணவுவிடுதிகளைக் கண்டுபிடித்தார்-ஃபாரிங்டன் தெருவில் ஒன்று, ஹை ஹால்போர்னில் மற்றொன்று. அத்துடன் கையில் எடுத்துச்செல்லக்கூடிய ஸ்டவ் அடுப்பு ஒன்றை வாங்கி, தன் அறையிலேயே சமைத்துக்கொள்ள ஆரம்பித்தார். ஓட்ஸ் கஞ்சியைப் பால் அல்லது பழத்துடன் சாப்பிடுவது எளிதான காலை உணவாயிற்று; மதியச் சாப்பாடு வெளியில்; இரவு உணவுக்கு மோகன்தாஸ் தானே சூப்பும் சாதமும் சமைத்துக்கொண்டார்.[10]

1888 நவம்பர் 6 அன்று மோகன்தாஸ் காந்தி இன்னர் டெம்பிள் என்ற, லண்டனில் இருந்த நான்கு கோர்ட்ஸ் ஆஃப் இன்-களில் ஒன்றில் பதிவு செய்துகொண்டார். அது ஆற்றுக்கு அருகில் சிட்டி-க்கு (லண்டன் நகருக்குள் மிகப் பழைமையான பகுதி சிட்டி எனப்படும். மொ-ர்) சற்று மேற்கே அமைந்திருந்தது. 'அது அவ்வளவாக ஒழுங்கற்று அமைந்த பகுதி; நளின மான ஆனால் அழுக்கடைந்த, பல்வேறு பாணிகளைக்கொண்ட, வெவ் வேறான அளவுக்குப் பழைமைகொண்ட கட்டடங்கள் அருகருகே ஒன்றாக அமைந்திருந்தன. அவற்றின் ஊடாக, வாகனங்கள் தடைசெய்யப்பட்ட, பாதசாரிகள் மட்டும் செல்லத்தக்க தெருக்கள் வளைந்து நெளிந்து சென்றன.[11] இன்னர் கோர்ட்டில் சேர்ந்து மூன்று நாட்களுக்குப்பின் மோகன்தாஸ் தன் அண்ணன் லக்ஷ்மிதாஸுக்கு, 'குளிர் இருந்தபோதும் எனக்கு மதுவோ மாமிசமோ தேவைப்படவில்லை. இது என் இதயத்தை மகிழ்ச்சியாலும் நன்றியாலும் நிறைக்கிறது,' என்று எழுதினார்.

காந்தி லண்டனிலிருந்து எழுதியவற்றில் இன்னும் மிச்சமிருக்கிற மூன்று கடிதங்களில் இதுவும் ஒன்று. இதற்கடுத்து சிறிதுகாலத்தில் எழுதப்பட்ட மற்ற இரண்டு கடிதங்களும் போர்பந்தரில் பிரிட்டிஷ் நிர்வாகத்தினருக்கு, தமது படிப்புக்கு நிதியுதவி செய்யும்படித் திரும்பவும் வேண்டிக் கொண்டு எழுதப்பட்டவை. அவரது அண்ணன் லக்ஷ்மிதாஸ், மோகன் தாஸ் லண்டனிலிருந்த காலம் முழுவதற்குமாக 888 பவுண்டுகள் தேவைப்படும் என்று கணக்கிட்டிருந்தார். இப்போது, இரண்டு மாதங்கள் அங்கு வசித்த பிறகு மேலும் 400 பவுண்டுகள் தனக்குத் தேவை என்று அவர் நினைத்தார். 'ஆங்கில வாழ்க்கை மிகவும் செலவுபிடிப்பது' என்று மோகன்தாஸ் பிரிட்டிஷ் நிர்வாகிக்கு எழுதினார். ராணாக்கள் நவீன

காலக் கல்வியில் சிறிதும் அக்கறை காட்டவில்லை; ஆனால் 'ஆங்கிலேய நிர்வாகத்தில் கல்வி ஊக்குவிக்கப்படவேண்டும் என்று நாம் நியாயமாக எதிர்பார்க்கலாம். அவ்வாறான ஊக்குவிப்பினால் பயனடையக் கூடியவர்களில் நானும் ஒருவன்.'[12]

அந்தக் கடிதங்கள் கண்டுகொள்ளப்படவில்லை. மோகன்தாஸும் லக்ஷ்மி தாஸும் தாமேதான் பணத்தைப் புரட்டியாகவேண்டும். பாரிஸ்டராகத் தேர்வுபெற, மோகன்தாஸ் இரண்டு தேர்வுகளில் வெற்றி பெறவேண்டும். இதில் முதலாவது அவர் நான்கு 'பருவங்கள்' (டெர்ம்ஸ்) முடித்த பிறகும், அடுத்தது ஒன்பது பருவங்கள் முடித்த பிறகும். பருவங்கள் ஜனவரி, ஏப்ரல், ஜூன், நவம்பர் மாதங்களில் நடைபெற்றன. அவற்றில் மிகக் குறுகியது இருபது நாட்களும் அதிகம் நீண்டது முப்பத்தொரு நாட்களும் கொண்டிருந்தன. ஒவ்வொரு பருவத்திலும் மோகன்தாஸ் குறைந்தது ஆறு விருந்துகளுக்கு (டின்னர்) சென்றிருக்கவேண்டும்; மொத்தத்தில் எழுபத் திரண்டு விருந்துகள். பயிற்சி வழக்கறிஞர்களுக்குத் தம்முடன் பணியாற்று பவர்களையும், தமக்கு மேலே இருப்பவர்களையும் சந்தித்து உரையாட இந்த விருந்துகள் வாய்ப்பு ஏற்படுத்திக்கொடுத்தன. மேலும் நிறுவன அமைப்பில் இருந்த ஒரு குறைபாட்டையும் இது சரிக்கட்டுவதாக இருந்தது-அதாவது, ஆக்ஸ்ஃபோர்டு, கேம்பிரிட்ஜ் போலன்றி, இன்கள் தங்கிப் படிக்கும் நிறுவனங்கள் அல்ல.

இன்னர் டெம்பிளுக்கு அந்தப் பெயர் வரக் காரணம், இன்ஸ் ஆஃப் கோர்ட்டுகள் நான்கிலும் அது தனித்ததாக, பழைய சிட்டி மதில்களுக்கு சற்று உள்ளே அமைந்திருந்தது. மிகவும் ஆங்கிலேயத் தன்மைகொண்டிருந்த அதில் மேட்டுக்குடி பள்ளிகளில் (பப்ளிக் ஸ்கூல்களில்) படித்தவர்களும், பல்கலைக்கழகங்களில் படித்தவர்களும் அதிகமிருந்தனர். மோகன்தாஸ் மிடில் டெம்பிளில் சேர்ந்திருந்தால் அவரைப்பொறுத்தவரை இன்னும் நன்றாக இருந்திருக்கும்; அங்கு 1890-களில் இருந்த ஒரு வழக்கறிஞர் நினைவுகூர்ந்ததுபோல, 'அங்கு ஆங்கிலேயர், ஸ்காட்டிஷ்காரர்கள், ஐரிஷ்காரர்கள், வேல்ஸ் நாட்டவர், காலனி நாடுகளைச் சேர்ந்தவர்கள் ஆகியவர்களும் இன்னும் மற்ற பிறரும் இருந்தனர். இந்தியாவின் பவழக் கடற்கரைகளிலிருந்தும் ஆஃப்ரிக்காவின் பிரகாசமான ஊற்றுகளிலிருந்தும் வந்த நூற்றுக்கணக்கானவர்களும் இதில் அடக்கம்.'[13] (இந்தியாவின் பவழக்கடற்கரைகள், ஆஃப்ரிக்காவின் பிரகாசமான ஊற்றுகள் என்ற வரிகள் ரெஜினால்ட் ஹீபர் 1819ல் எழுதிய ஒரு துதிப்பாடலிலிருந்து எடுக்கப்பட்டுள்ளன. மொ-ர்.)

இன்னர் டெம்பிளில் மற்றவற்றைவிட அழகான தோட்டம் இருந்தது. 'விசாலமான, பிரகாசமான, நல்ல புல்வெளிகொண்ட' அந்தத் தோட்டம், லண்டன் தோட்டக்கலைக் கழகத்தின் வருடாந்திர மலர்க்கண்காட்சி நடக்குமிடமாகவும் இருந்தது.[14] இதனால் மோகன்தாஸுக்குப் பயனில்லை தான். ஒரு மாணவர் என்ற முறையில் அவருக்கு டெம்பிளில் அறை எதுவும்

இல்லை. அவர் தன் வீட்டில்தான் படிக்கவேண்டும். தேர்வு எழுதும்வரை, இன்னர் டெம்பிளுக்கு சுமார் பத்து நாட்களுக்கு ஒருமுறை நடக்கும் விருந்துகளில் கலந்துகொள்ள வந்தால் போதும். சாப்பாட்டின்போது அங்கு சில சம்பிரதாய மரபுகள் கடைப்பிடிக்கப்பட்டன. டெம்பிளின் உறுப்பினர்களும் மாணவர்களும் கவுன் அணிந்துகொண்டு அணிவகுத்து அரங்குக்குள் நுழைவார்கள்; பிறகு அவர்கள் அமைதியாக நிற்க, ஆளுகைக் குழுவினர் (மகாராணியின் ஆலோசகர்களாக இருப்பவர்களைக் கொண்டது) அறையின் ஒரு ஓரத்தில் அமைந்த உயர்ந்த மேசையில் அமர்ந்துகொள்வார்கள். ஆளுநர்கள் அமர்ந்தபின் உறுப்பினர்கள் தாழ்வான பெஞ்சுகளில் தத்தம் இடங்களில் அமர்ந்துகொள்வார்கள்.[15]

காந்தியுடன் உணவருந்தியவர்கள் வர்க்கத்திலும் கலாசாரத்திலும் அவருக்கு அந்நியமானவர்கள். உணவும் அப்படியே. மாட்டிறைச்சி அல்லது ஆட்டிறைச்சி வறுவல் ஒன்றும் இரண்டு புட்டி ஒயினும் நான்குபேர் கொண்ட மேசையில் வைக்கப்படும். இந்தியர் சைவ உணவுக்கு விண்ணப்பித்திருந்தார். அது வழக்கமாக வேகவைத்த உருளைக்கிழங்கும், முட்டைக் கோசும் கொண்ட சூப் மாதிரியாக இருக்கும். இதைச் சரிக்கட்டும்விதமாக அவர் தன் பங்கு ஒயினைத் தன் மேசைசகாக்களுக்குக் கொடுத்து பதிலுக்குப் பழங்களைப் பெற்றுக்கொள்வார்.[16]

இன்னர் டெம்பிள் கறாரான உடை மரபைக் கடைப்பிடித்தது. 1546-லேயே, உள்சுற்று அறிவிப்பு ஒன்று, 'சபையைச் சேர்ந்த கனவான்கள், சம்பிரதாய உடை அல்லது சாதாரண உடை விஷயத்தில் தம்மைச் சீர்திருத்திக்கொள்ளவேண்டும்; நீண்ட தாடி வைத்திருக்கக் கூடாது...'[17] பத்தொன்பதாம் நூற்றாண்டின் பிற்பகுதியில் இந்த நெறிமுறை, வழக்கறிஞர்கள் நீதிமன்றத்துக்கு வரும்போது கறுப்புக் கோட்டும், சம்பிரதாயமான கழுத்துப்பட்டி கொண்ட வெள்ளைச் சட்டையும், பட்டுத் தொப்பியும் அணிந்து வரவேண்டும் என்று எடுத்துக் கொள்ளப்பட்டது. மோகன்தாஸ் உடை மரபை தீவிரமாகப் பின்பற்றினார். டெம்பிளில் விருந்து நடைபெற்ற நாட்களிலும், மற்ற நாட்களிலும்கூட அவர் நன்றாக உடை உடுத்தினார். பிக்காடிலி சர்க்கஸ் அருகே அவரைத் தற்செயலாக சந்தித்த சக மாணவர் ஒருவர் 'திரு காந்தியின் நவநாகரிகம், உடை வடிவமைப்பு, தோற்றம்' ஆகியவற்றால் பெரிதும் கவரப்பட்டார். அந்த எதிர்கால வழக்கறிஞர் 'நீவிவிடப்பட்டுப் பளபளத்த உயர்ந்த பட்டால் ஆன தொப்பி', 'விரைப்பான கஞ்சி போடப்பட்ட கழுத்துப்பட்டி (அக்காலத்தில் இதற்கு கிளாட்ஸ்டோன் என்று பெயர்)', 'மெல்லிய கோடுகள் போட்ட பட்டு சட்டை', அடர் நிறத்தில் கால்சட்டை, அதே நிறத்தில் கோட் ஆகியவை அணிந்திருந்தார். அவரது பாதங்களில் 'பேடண்ட் தோல் பூட்ஸ்கள்' காணப்பட்டன.[18]

இளம் மோகன்தாஸ் காந்தி கிளாட்ஸ்டோன் கழுத்துப்பட்டி அணிந்திருந்தாலும் அதற்கு அப்பெயர் வரக் காரணமாயிருந்த மனிதர்பற்றி பெரிய

ஆர்வம் கொண்டிருக்கவில்லை. 1889ல் வில்லியம் இவர்ட் கிளாட்ஸ்டோன் பிரிட்டிஷ் அரசியலிலும் (அதன் நீட்சியாக) உலக அரசிலிலும் மிகப்பெரிய ஆளுமையாகத் திகழ்ந்தார். பெஞ்சமின் டிஸ்ரேலி இறந்த பிறகு, கிளாட்ஸ்டோனின் முக்கிய அரசியல் எதிரியான லார்ட் சாலிஸ்பரி கன்சர்வேட்டிவ் கட்சியின் புதிய தலைவரானார். அவர்கள் இருவரும் (அவர்களது கட்சிகளும்) மாறி மாறி ஆட்சிக்கு வந்தார்கள். லிபரல்கள் உள்நாட்டிலும் வெளிவிவகாரத்திலும் ஒருவிதமான கொள்கைகளைக் கடைப்பிடித்தார்கள் என்றால் டோரிகள் (கன்சர்வேட்டிவ் கட்சியினர். மொ-ர்) வேறுவிதமான கொள்கைகளைக் கடைப்பிடித்தார்கள்.

அந்த நாட்களின் மேட்டுக்குடி அரசியலை தீவிரப் போக்குகொண்ட இடதுசாரியினர் எதிர்த்தார்கள். இவர்களின் எண்ணிக்கை பெருகிவந்தது. கார்ல் மார்க்ஸ் 1883ல் இறந்துவிட்டார்; ஆனால் அவரைப் பின்பற்றுபவர்கள் லண்டனில் உலகப் புரட்சிக்குத் திட்டமிட்டவாறு செயல்பட்டுக்கொண்டிருந்தார்கள். 1884ல் ஃபேபியன் சங்கம் நிறுவப் பட்டது. இது பிரிட்டிஷ் வழியில் சோஷலிசத்தைக் கொண்டுவர விழைந்தது . அதாவது படிப்படியாக அதைச் செய்ய விரும்பியது. காந்தி தன் சுயசரிதையின் லண்டன் அத்தியாயத்தில் லிபரல்களையோ, டோரி களையோ, கம்யூனிஸ்டுகளையோ, சோஷலிஸ்டுகளையோ குறிப்பிட வில்லை. பிரிட்டிஷ் தனிவழியாளர்கள் குழு மீது அவருடைய கவனம் குவிந்திருந்தது. அவர்கள் மேலும் தீவிரமானவர்கள் எனலாம்; நிச்சயமாக மேலும் அறியப்படாதவர்கள்.

அவர்கள் லண்டனின் சைவ உணவாளர்கள். ஃபாரிங்டன் தெருவின் அந்த உணவகத்தின் ஜன்னலில் காந்தி ஹென்றி சால்ட்டின் சைவ உணவு முறைக்கு ஒரு வேண்டுகோள் என்ற புத்தகத்தின் பிரதியைப் பார்த்தார். அதை முன் அட்டையிலிருந்து பின் அட்டைவரை படித்தார் (அது ஒரு மெலிந்த புத்தகம்). அதுவரையில் மரபு, பழக்கவழக்கம் காரணமாகவே சைவ உணவாளராக இருந்த அவர், சால்ட்டின் புத்தகத்தைப் படித்தது முதல் 'விருப்பத் தேர்வின்படி சைவ உணவாளராக' மாறினார். லண்டன் சைவ உணவாளர்கள் சங்கம் என்று ஒன்று இருப்பதைத் தெரிந்துகொண்டு அதில் உறுப்பினரானார். தான் வசித்துவந்த பகுதியில் அதன் கிளை ஒன்றை ஆரம்பிக்கும் அளவுக்குப் புதிய கோட்பாட்டால் பெரிதும் கவரப்பட்டார்.[19]

காந்தி இங்கிலாந்தில் கண்டுபிடித்த சைவ உணவாளர்கள் ஆரம்பத்தில் இந்தியாவிலிருந்தே ஆதர்சம் பெற்றார்கள். கிரேக்கர்கள் தொடங்கி, துணைக்கண்டத்துக்கு வந்த ஐரோப்பியப் பயணிகள் இந்துக்களின் உணவுப்பழக்கத்தால் வசீகரிக்கப்பட்டார்கள். மக்கள்தொகையின் ஒரு பெரிய பகுதி மாமிசம் உண்ணாமலேயே வாழ்கிறது என்ற விஷயம் சில வருகையாளர்களை (போர்த்துக்கீசிய புதுநிலக் கண்டுபிடிப்பாளர் வாஸ்கோ ட காமாவைப் போல) வெறுப்படைய வைத்தது; வேறு

சிலரைக் கவர்ந்தது. குறிப்பாக இந்த இந்திய அபிமானிகள், வியாதியுற்ற அல்லது செத்துக்கொண்டிருக்கிற விலங்குகளுக்குக் காட்டப்பட்ட அன்பான கவனிப்பைப் பார்த்து அதிசயித்தனர். ஐரோப்பாவில் யாராவது பறவைகளுக்கான சிறப்பு மருத்துவமனையைப்பற்றி நினைத்துப் பார்த்திருக்க முடியுமா? மேலும் வெள்ளைக்காரச் சிப்பாய்கள் பீரோ மாட்டிறைச்சியோ இல்லாமல் காலம்தள்ள முடியாது என்னும்போது, இந்தியர்கள் அரிசியும் பருப்பும் சாப்பிட்டுவிட்டு மிக நன்றாகவே சண்டை போடுவது அவர்களுக்கு வியப்பை அளித்தது. பதினேழு, பதினெட்டாம் நூற்றாண்டுகளில் இங்கிலாந்திலும் பிரான்சிலும் 'இந்து' சைவ உணவுமுறையைப் புகழ்ந்து தொடர்ச்சியாகப் பல சிறு பிரசுரங்கள் வெளியாயின. பல தசாப்தங்களுக்குப் பிறகு, கிழக்கத்திய ஸ்வரம் குறைந்து கடைசியில் காணாமலே போய்விட்டது. பத்தொன்பதாம் நூற்றாண்டில் முதலாவது சைவ உணவுமுறைத் தொகுப்பு நூல்கள் இங்கிலாந்தில் வெளியிடப்பட்டபோது, இந்த முற்றிலும் மாறுபட்ட உணவுமுறைக்கு ஆதரவான வாதங்களாக பெரும்பாலும் உடல்நலமும், சில சமயங்களில் கடவுளின் படைப்புகள் அனைத்துக்கும் மரியாதை கொடுக்கவேண்டும் என்பதுமே முன்வைக்கப்பட்டன.[20]

ஆங்கிலேய சைவ உணவுமுறையின் இந்திய மூலங்கள் மோகன்தாஸ் காந்திக்கும், அவர்மீது அவ்வளவு செல்வாக்கு செலுத்திய புத்தகத்தை எழுதிய ஆசிரியருக்கும் தெரியாது. ஹென்றி சால்ட் இந்தியாவில் பணிபுரிந்த ராணுவ அதிகாரி ஒருவரின் மகன். சால்ட் இந்தியாவில் பிறந்தவர் என்றாலும் குழந்தையாக இருக்கும்போதே இங்கிலாந்துக்குக் கொண்டுசெல்லப்பட்டார். அங்கு ஈட்டனிலும் கேம்பிரிட்ஜிலும் படிக்க அனுப்பப்பட்டார். இரண்டு இடங்களும் அவருக்கு அவ்வளவு மகிழ்ச்சியளிக்கவில்லை. வாழ்க்கையோட்டத்தில் ஈட்டனுக்குத் திரும்பி ஆசிரியர் பணியில் சேர்ந்தார். தன் முன்னாள் ஆசிரியர் ஒருவரது மகளை மணந்துகொண்டார். அந்த மணவாழ்க்கை நீடித்தாலும் வேலை நிலைக்க வில்லை. ஹென்றி டேவிட் தோரோவின் சிந்தனைகளால் கவரப்பட்ட அந்தத் தம்பதியினர், ஒரு கிராமத்துக்குச் சென்று குடியேறினார்கள். அங்கே அவர்கள் வேலையாட்கள் இல்லாமல் வசிக்க, சால்ட் சுயேட்சையாளராக எழுதுவதன் மூலம் சம்பாதித்தார்.[21]

தனது வாழ்நாளில் சால்ட் நாற்பது புத்தகங்களுக்குமேல் வெளியிட்டார். அவற்றில் தோரோ, ஷெல்லி (சக சைவ உணவாளர்) ஆகியோரின் வாழ்க்கை வரலாறுகளும் அடக்கம். அவருடைய எழுத்துகளில் அதிகம் செல்வாக்கு பெற்றவை உணவுமுறைச் சீர்திருந்தங்கள், விலங்குகளின் உரிமைகள் பற்றியவை. சைவ உணவின் தர்க்கம் 'வேதியியல்ரீதியான தல்ல; தார்மிகம், சமூகவியல், சுகாதாரம் தொடர்பானது' என்று அவர் எழுதினார். மாமிசம் இல்லாத உணவு என்பதை சாதாரணமாகப் பலரும் புலன் அடக்கத்தோடு தொடர்புபடுத்துவதை அவர் நிராகரித்தார். சைவ உணவாளராவதற்காக யாரும் தனக்கு எதையும் மறுத்துக்கொள்ளத்

தேவையில்லை; அது மனிதரல்லாத உயிரினங்களோடு மகிழ்ச்சிகரமான உறவைப் பகிர்ந்துகொள்ளுதலே. சைவ உணவுமுறைக்கான அடிப்படை நியாயத்தைத் தருபவை அது 'மாமிசம் சாப்பிடுவது குரூரமானது, அருவருப்பானது, உடல்நலத்துக்கு ஒவ்வாதது, வீணான பழக்கம்.' என்ற காரணங்களே.[22]

ஒரு விமர்சகர் சால்ட்டிடம் முரண்பாடு இருப்பதாகச் சொன்னார்: பாலும் முட்டைகளும்கூட விலங்குகளிடமிருந்துதான் கிடைக்கின்றன. அவற்றை ஒருவர் சாப்பிட்டால், மாமிசம் மட்டும் ஏன் கூடாது? சால்ட் இதற்குப் படிப்படியான அணுகுமுறையின் மகத்துவத்தைப் பதிலாகத் தந்தார். பாலும், முட்டைகளும்கூட காலப்போக்கில் சைவ உணவாளர்களால் கைவிடப்படும்-மாமிசம் ஏற்கெனவே விடப்பட்டதைப்போல. ஆனாலும், 'மிக மோசமான குரூரங்களை முதலில் சரிசெய்வதுதான் அறிவுபூர்வமானதாக இருக்க முடியும். எல்லாமே வேண்டும் அல்லது ஒன்றும் வேண்டாம் என்ற கொள்கை எந்தவொரு சீர்திருத்தத்துக்கும் பெருங்கேடாகவே இருக்கும். முன்னேற்றங்கள் ஒட்டுமொத்தமாக வராது; சிறிதுசிறிதாகவே ஏற்படும்; ஒன்றுமே இல்லாததைவிட பாதியளவு ரொட்டி எவ்வளவோ மேல் என்பதை பிற்போக்காளர்கள்தான் மறுப்பார்கள்.[23]

சால்ட்டைப் பொறுத்தவரை சைவ உணவுமுறையினரே மனித இனத்தின் தார்மிகரீதியான முன்வரிசைப் படையணி. 'உணவுமுறையின் சீர்திருத்தம் என்பது சந்தேகமில்லாமல் மெதுவாகவே நிகழும்' என்று ஒப்புக்கொண்டார். அம்முயற்சியில் 'தடங்கல்களும் இடர்பாடுகளும்' ஏற்படும். ஆனாலும், 'இந்தக் கேள்வி மீண்டும் மீண்டும் விவாதிக்கப்படும்போது விளைவு மேலும் மேலும் உறுதியானதாக இருக்கும்.' அடிமைமுறை ஒருகாலத்தில் பின்பற்றப்பட்டதோடு நியாயப்படுத்தப்படவும் இல்லையா? சைவ உணவுமுறையின் வெற்றி ஜனநாயகத்தை ஆழமாக ஊன்றச்செய்யும். அவர் திறம்பட எடுத்துச்சொன்னதுபோல, 'மனித உயிர் மட்டும்தான் அன்பு பாராட்டக்கூடியதும் புனிதமானதும் என்பதல்ல. எல்லா குற்றமற்ற அழகான உயிர்களும் அப்படியே. வருங்காலத்தின் சிறந்த குடியரசு தன் கருணையை மனிதனுக்கு மட்டுமே காட்டுவதாக இருக்காது.' 'மனிதனின் விடுதலை, இன்னும் பரந்த அளவிலான விடுதலையைக் கொண்டுவரும்-விலங்கினங்களின் விடுதலையை.[24]

பிற மாட்டிறைச்சி உண்ணும் ஆங்கிலேயர்கள் சைவ உணவாளர்களை ஒரு சிறிய, முட்டாள்தனமான, குழுவாகவே பார்த்தார்கள்- கையில் காசு தீர்ந்துபோகும் நேரத்தில் மட்டுமே சைவ உணவு விடுதிகளுக்குச் செல்லலாம் என்பது அவர்களுடைய கருத்து. கிராண்ட் ரிச்சர்ட்ஸ் என்ற பதிப்பாளர் 1890-களின் லண்டன் நகரத்தைப்பற்றி, அதாவது மோகன்தாஸ் காந்தியும் ஹென்றி சால்ட்டும் அவர்களது சங்கமும்

| 61 |

செயல்பட்டுவந்த காலத்து லண்டன் பற்றி, இப்படிக் குறிப்பிடுகிறார்: லிவர்பூல் தெருவுக்கும் செயின்ட் பால்'ஸ் தேவாலயத்துக்கும் இடையில் பல சைவ உணவகங்கள் முளைத்திருந்தன. குறிப்பாக சீப்ஸைட், கிங் தெருவில் ஒன்று எனக்கு நன்றாக ஞாபகமிருக்கிறது. ஆறு பென்ஸுக்கு-இல்லை, ஒன்பது பென்ஸா?-வயிறை நன்கு நிரப்பக்கூடிய, அதேசமயம் படுபாடாவதியான சாப்பாடு கிடைக்கும். சைவ உணவுமுறை தனதி நிலையில் இருந்து கொஞ்சமும் முன்னேறவில்லை.[25]

நம் இந்தியப் பயணிக்கோ சைவ உணவாளர்கள் சங்கம் அவரைக் காப்பாற்றி அடைக்கலம் தருவதாக இருந்தது. பத்தொன்பதாம் நூற்றாண்டு கடைசியில் லண்டனில் பிரபலமாக இருந்த இரு பெரும் விஷயங்களில் இளம் காந்திக்கு எந்த ஈடுபாடும் இல்லை: நாடகமும் விளையாட்டும் ஏகாதிபத்திய அரசியலும் சோஷலிச அரசியலும் அவரிடம் எந்தச் சலனத்தையும் ஏற்படுத்தவில்லை. மாறாக, லண்டன் சைவ உணவாளர்களின் கூட்டங்களில் அவர் தனது லட்சியங்களில் ஒன்றைக் கண்டடைந்தார். தன் முதலாவது ஆங்கிலேய நண்பர்களையும் அங்குதான் சந்தித்தார்.

ஒரு கட்டத்தில்-எப்போது என்று நமக்கு சரியாகத் தெரியாது, ஆனால் அது அவரது லண்டன் வாழ்வில் இரண்டாம் ஆண்டாக இருக்க வேண்டும்- காந்தி ஜோசையா ஓல்ட்ஃபீல்ட் என்ற மனிதருடன் தன் அறையைப் பகிர்ந்துகொண்டார். ஆக்ஸ்போர்டு பட்டதாரியும் பாரிஸ்டருமான அவர் அப்போது மருத்துவம் படித்துக்கொண்டிருந்தார். லண்டன் சைவ உணவாளர்கள் சங்கத்தில் ஓல்ட்ஃபீல்ட் ஊக்கமாக செயல்பட்டுவந்தார். அவர் சங்கத்தின் இதழுக்கு ஆசிரியராக இருந்தார். அதில் (சால்ட்டைப் போல) உணவுமுறையையும், அரசியலையும்பற்றி எழுதிவந்தார். மேலும் (மீண்டும் சால்ட்டைப் போலவே) தீரமான நம்பிக்கையையும் வெளிப்படுத்தினார். ஒரு கட்டுரையில், 'மனித இனம் முழுவதும் பரவியிருக்கும் ஒரு விழைவு... அடிமைத்தனத்திலிருந்து விடுதலையை நோக்கிய முன்னேற்றம்,' என்று எழுதினார்.[26]

ஆங்கிலேயரும் இந்தியருமான ஓல்ட் ஃபீல்டும் காந்தியும் 53 செயின்ட் ஸ்டீபன்'ஸ் கார்டன்ஸ், பேய்ஸ்வாட்டர் என்ற முகவரியில் ஒன்றாக வசித்தார்கள்; அவர்களது வீடு நிழல் நிறைந்தஒரு பூங்காவை நோக்கி அமைந்திருந்தது.[27] இனவேற்றுமையை மீறிய இந்த நட்பு தனித்துவ மானது என்பதுடன் துணிச்சலானதும்கூட. காந்தியும் ஓல்ட்ஃபீல்டும் அவ்வப்போது விருந்தளிப்பார்கள். விருந்தினர்களுக்கு பருப்பு சூப்பும், அரிசி சோறும், பெரிய கிஸ்மிஸ் பழங்களும் பரிமாறப்படும். மற்ற மாலைப்பொழுதுகளில் ஒன்றாக உலகத்தில் சுற்றிவந்து, 'மனமகிழ் மன்றங்களிலும், வேறு எந்தப் பொதுக்கூட்டங்களில் எங்களது சமாதானம், ஆரோக்கியம் சார்ந்த வேதவாக்குகளைக் கேட்கத்தயாராக இருந்தார்களோ அங்கெல்லாமும் விரிவுரையாற்றினோம்.'

ஒருநாள் மாலை, வீடு திரும்பிய காந்தி ஓல்ட்ஃபீல்டிடம், அவர் அன்று சந்தித்த ஒருவரைப்பற்றிக் கூறினார். ஒரு ஆங்கிலேய மருத்துவர், காந்தி ஒரு சைவ உணவாளர் என்பதைக் கேட்டதும், நீங்கள் மாட்டிறைச்சித் தேநீரை மட்டுமாவது அருந்தவேண்டும் என்று சொல்லியிருக்கிறார். காரணம் 'வெப்பமண்டல நாடுகளில் தானியமும் காய்கறிகளும் போதுமானதாக இருக்கலாம்; ஆனால், இங்கிலாந்தின் குளிர்ச்சியான பருவ நிலையில் மாட்டிறைச்சியோ, ஆட்டிறைச்சியோ அத்தியாவசியம்,' என்று கூறினார். அவர்கள் தொடர்ந்து மாறி மாறி விவாதம் செய்தார்கள்; கடைசியில் அந்த மருத்துவர் வெறுத்துப்போய், 'மாட்டிறைச்சி தேநீர் சாப்பிடாவிட்டால் நீர் செத்துப்போய்விடுவீர்!' என்று சொல்லியிருக்கிறார். அதற்கு காந்தி, 'நான் செத்துப்போகவேண்டும் என்பதே கடவுளின் விருப்பமாக இருந்தால், நான் இறந்துவிடுவேன்; ஆனாலும் நான் இந்தியாவைவிட்டுக் கிளம்பும் முன் என் தாயின் முழங்கால்களின் மீது செய்துகொடுத்த சத்தியத்தை மீறவேண்டும் என்பது நிச்சயம் கடவுளின் விருப்பமாக இருக்க முடியாது,' என்று பதிலளித்தார்.[28]

இதற்கிடையில் வேறு இரண்டு நண்பர்கள்-ஒரு மாமாவும் அவரது மருமகனும்-அவர்களுக்கு பகவத் கீதையை விளக்கிக்கூறச் சொன்னார்கள். காந்தி அவர்கள் இருவருடனும் அந்தப் புத்தகத்தைப் படித்தார். அவர்கள் படித்தது அப்போது சமீபத்தியதான எட்வின் ஆர்னால்டு மொழிபெயர்த்த பதிப்பு. அதற்கு விண்ணகத்தின் பாடல் (தி சாங் செலஸ்டியல்) என்ற கவித்துவமான தலைப்பு வைக்கப் பட்டிருந்தது. அந்த ஆங்கிலேய நண்பர்கள் பதிலுக்கு காந்திக்கு மேடம் பிளாவாட்ஸ்கி அம்மையாரின் படைப்பை அறிமுகம் செய்தார்கள். அவர் உலகெங்கும் சுற்றி அலைந்துவிட்டு (இதில் இந்தியாவிலும் சிலகாலம்), கடைசியாக லண்டனில் தங்கிவிட்டார். தியாசபி என்ற தத்துவத்துவ மரபை நிறுவியவரான அவர் மதத்தையும் அறிவியலையும், கிறஸ்தவத்தையும் இந்து மதத்தையும் ஒன்றுபடுத்த விரும்பினார். அவரது அனுஷ்டான வழிமுறை அவ்வளவு வெளிப்படையாக இந்திய மரபுகள் பால் அபிமானம் கொண்டிருந்தது. அதனால் அது இளம் காந்தியைப் பெரிதும் கவர்ந்தது. அவர் பிளாவாட்ஸ்கியையும், அன்னி பெசண்ட்டையும் சந்தித்தார். நெருப்புப் பொறி பறக்கும் சோஷலிஸ்ட்டும் பெண்களுக்கு ஓட்டுரிமை வேண்டும் என்று போராடியவருமான அவர் அப்போதுதான் அவற்றை விட்டுவிட்டு தியாசபியின் பக்கமாகத் திரும்பியிருந்தார்.[29]

தனது தாய்மதமான இந்துமதத்திலிருந்து மேலும் விலகிச்சென்று, காந்தி கிறிஸ்துவ நூல்களைப் படிக்க ஆரம்பித்தார். அந்தப் புத்தகங்களை அவருக்கு மான்செஸ்டரில் ஒரு சைவ உணவாளர் கொடுத்திருந்தார். ஆதியாகமம் அவருக்குத் தூக்கத்தை வரவழைத்தது; என்றாலும் புதிய ஏற்பாடு அவரைப் பெரிதும் கவர்ந்தது. குறிப்பாக மலைப்பிரசங்கம் 'நேரே என் இதயத்துக்குச் சென்றுவிட்டது.' தன் கோட்டினை எடுத்துக்

கொண்ட மனிதனுக்கு மேலங்கியையும் கொடுப்பதுபற்றிய வரிகள் அவரது உள்ளத்தைத் தொட்டன. அதைக் கீதையுடன் ஒப்பிட்ட அவர், 'அனைத்திலும் மேலான மதம் தியாகமே' என்று இரண்டுமே கற்பிக்கின்றன என்ற முடிவுக்கு வந்தார்.[30] லண்டன் வாசத்தின் ஆரம்ப கட்டத்தில் நண்பர் ஒருவர் மோகன்தாஸிடம், அவர் பாரிஸ்டராகத் தகுதி பெறுவதோடு கூடவே லண்டன் மெட்ரிகுலேஷன் தேர்வையும் எழுதலாம் என்று யோசனை தெரிவித்தார். அதற்காகக் கூடுதல் கட்டணம் எதுவும் செலுத்தத் தேவையில்லை. மேலும் இந்தியர்கள் வெளிநாட்டுச் சான்றிதழ்களைச் சேர்ப்பதில் ஆர்வம் கொண்டவர்கள். மெட்ரிக் தேர்வுக்குப் பதிவு செய்த பின்னரே காந்திக்கு, அதற்காக அவர் லத்தீன் மொழி கற்றாகவேண்டும்; குறைந்தபட்சம் ஓர் அறிவியல் பாடத்தில் தேர்ச்சிபெறவேண்டும் என்றும் தெரியவந்தது. அவருக்கு முற்றிலும் அந்நிய மொழியான லத்தீனில் முதலாவது முறை தேர்வு எழுதியபோது தோல்வியடைந்தார். நல்லவேளையாக இரண்டாம் முயற்சியில் வெற்றிபெற்றார். அறிவியலைப் பொறுத்தவரை முதலில் வேதியியல் பாடத்தை தேர்வுசெய்த அவருக்குப் பரிசோதனைகள் மிகவும் கடின மானவையாகத் தோன்றவே அதற்குப் பதிலாக வெப்பவியலும் ஒளியியலும் என்ற பாடத்தை எடுத்துக்கொண்டார்.[31]

இதற்கிடையில் இன்னர் டெம்பிளில் காந்தி (மற்ற பாடங்களுடன்) ரோமானிய சட்டம், சொத்துரிமைச் சட்டம், பொதுச் சட்டம் ஆகிய தேர்வுகளை எழுதவேண்டியிருந்தது. இதில் முதலாவது பாடத்துக்கு ஜஸ்டினியன் சட்டத்தின் ஆங்கில மொழிபெயர்ப்பையும், இன்னும் பெரியதான வியாக்கியான, பகுப்பாய்வுப் புத்தகமான வில்லியம் ஏ. ஹண்ட்டரின் ரோமன் சட்டத்துக்கு ஒரு அறிமுகம் என்ற புத்தகத்தையும் (மூன்றாம் பதிப்பு 1885) படிக்கவேண்டியிருந்தது. இரண்டாவது பாடத் துக்கு, அவர் ஜோஷுவா வில்லியம்ஸின் சொத்துரிமைச் சட்டத்தின் கோட்பாடுகள் (பதினாறாம் பதிப்பு, 1887) என்ற புத்தகத்தையும், வழக்குகளின் தொகுப்புகள் பலவற்றையும் படிக்கவேண்டியிருந்தது. பொதுச்சட்டத்தைப் புரிந்துகொள்ள அவர் 1888ல் புதிய பதிப்புகள் வெளிவந்திருந்த இரண்டு புத்தகங்களைப் படித்தார்-ஜான் இன்டர்மார் எழுதிய பொதுச்சட்டத்தின் கோட்பாடுகள், ஹெர்பர்ட் பிரௌன் எழுதிய பொதுச்சட்டத்துக்கு விளக்கவுரை ஆகியவை. சமத்துவம்பற்றி ஒரு சிறப்புப் பகுதியும் இருந்தது. அதற்காக அவர் எட்மண்ட் ஹெச்.டி. ஸ்னெல் அந்தப் பாடம் குறித்து எழுதிய ஒரு புத்தகத்தின் 1887ம் ஆண்டு பதிப்பைப் படித்தார். [32]

இந்தப் புத்தகங்களைப் படிக்காத நேரங்களில் காந்தி நகரத்தின் ஊடாக நீண்ட தூரம்நடந்துசெல்வதை வழக்கமாகக் கொண்டிருந்நார். தான் சராசரியாக ஒரு நாளுக்கு எட்டு மைல்கள் நடப்பதாகக் கணக்கிட்டார். தனக்குப் பிறகு லண்டனுக்கு வந்த இந்திய மாணவர்களிடம் அவர் கூறியதுபோல, காலார நடப்பது 'இங்கிலாந்தின் குளிரான பருவ

நிலையில் ஒரு சுகமான விஷயம்'; மேலும் பொருளாதார சிக்கனம் சார்ந்தும், 'ஒரு வேகமான நடை, பேருந்து அல்லது புகைவண்டிப் பயணத்தைவிட மேலானது.' நடந்து சென்றுவந்தவுடன் வியர்வையும் அழுக்கும் போகக் குளிப்பது அவருக்கு அவசியமாக இருந்தது. சில சமயங்களில் அவர் பொதுக் குளியலறைகளுக்குச் சென்றார் (அதற்கு ஐந்து பென்ஸ் செலவாகும்); மற்ற சமயங்களில் தனது வீட்டுக்காரப் பெண் மணியை வற்புறுத்தி சிறிது வெந்நீர் தரச்செய்து, ஒரு துண்டை அதில் முக்கியெடுத்துத் தன் உடலை ஒத்தியெடுப்பார்.[33]

லண்டனுக்குள்ளும் அதைத் தாண்டியும் அவர் பயணம் மேற்கொள்வ துண்டு. ஒருமுறை அவர் ஒரு சைவ உணவு மாநாட்டில் கலந்துகொள் வதற்காக போர்ட்ஸ்மௌத் சென்றுவந்தார். பகல்பொழுது உரைகளைத் தொடர்ந்து, மாலைவேளைகளில் பிரிட்ஜ் ஆடி ஓய்வெடுத்தார்கள். இதில் காந்தியுடன் கூட்டாளியாக இருந்தவர் அவர் தங்கியிருந்த விடுதியின் உரிமையாளரான பெண்மணி. அவர் வேடிக்கையாகப் பேசி காந்தியைத் தன் சல்லாபப் பேச்சுகளால் சீண்டினார். அந்தக் கலகலப்பான பேச்சால் காந்தி கவரப்பட்டார்-அதுவே 'என் மனைவியல்லாத வேறு ஒரு பெண் எனக்கு இச்சையூட்டிய முதல்முறை.' பின்னர், அந்த சல்லாபப் பேச்சுகள் தீவிரமடைந்தபோது, அதன் கிளர்ச்சி அவரைக் குழப்பமும், அவமானமும் அடையவைத்தன. தன் தாயாருக்குச் செய்துகொடுத்த வாக்குறுதியை நினைவுகொண்ட அவர், சீட்டுக்கட்டு மேசையிலிருந்து எழுந்து 'நடுக்கமும், படபடப்புமாக, இதயம் வேகமாகத்துடிக்க, வேட்டைக் காரனிடமிருந்து தப்பிக்கும் விலங்கைப்போல' தன் அறைக்குச் சென்று விட்டார். மாநாடு இன்னும் சில தினங்கள் மிச்சமிருந்தபோதிலும், காந்தி மறுநாளே லண்டன் திரும்பிவிட்டார்.

காந்தி சில தினங்கள் பிரைட்டனில் தங்கினார். ஐல் ஆஃப் வைட்டில் இருக்கும் வென்ட்னாருக்கு இரண்டு முறை சென்றார். 1890ல் இங்கிலீஷ் கால்வாயைக் கடந்து பாரீஸ் கண்காட்சிக்குச் சென்றார். அங்கு அவர் புதிதாகக் கட்டப்பட்டிருந்த ஈஃபிள் கோபுரத்தைப் பார்த்தார். ஆனாலும் அவரை நுணுக்கமாக வேலைப்பாடுகளும் சிற்பங்களும் கொண்ட நோட்ர டாம் தேவாலயமே அதிகம் கவர்ந்தது.[34]

விக்டோரிய சகாப்தத்தின் இறுதிக் காலத்தில் பிரிட்டனில் வாழ்ந்த இளம் மோகன்தாஸ் காந்தி இனம், கலாசாரம் காரணமாக பாகுபாடு காட்டப் படுவதை எதிர்கொள்ளவே இல்லையா? இல்லை என்றுதான் தோன்றுகிறது. காந்தி பழகிய வட்டாரங்களில்-சைவ உணவாளர்களும், தியோசபிஸ்டுகளும்-சிந்தனையும், வாழ்க்கைமுறையும் ஒத்துப்போ வதையே நாடினார்களே தவிர தோலின் நிறத்தை அல்ல. எப்படியிருந் தாலும், வெளிநாடுகளிலிருந்த ஆங்கிலேயர்களைவிட, இங்கிலாந்தி லிருந்த ஆங்கிலேயர்கள் குறைவாகவே முன்முடிவுகள் கொண்டவர்களாக இருந்தார்கள். இந்தியாவில் ஒரு ஆங்கிலேயன் ஆளும் இனத்தவனாக

இனம்காணப்பட்டான். அவன் எங்கு சென்றாலும் 'கறுப்பு நிறம் கொண்ட மனிதர்கள் அவனுக்கு எண்ணற்றவிதங்களில் சேவை புரியத் தயாராக இருந்தார்கள்'. தன் சொந்த நாட்டிலே, ஆங்கிலேயன் தானே தன் கடிதங் களைத் தபாலில் சேர்க்கவும், தன் பைகளைத் தானே சுமந்து செல்லவும் வேண்டியிருந்தது. 1890-களில் லண்டனுக்குச் சென்ற ஒரு தமிழ்ப் பத்திரிகையாளர், 'ஆங்கிலேயர்கள் இயல்பிலேயே பெருந்தன்மையான வர்கள்; வெளிநாட்டினரை மகிழ்ச்சிப்படுத்த விரும்புபவர்கள். இந்தியர் களை அவர்கள் நடத்தும்விதத்தில் நிறம் ஒரு பொருட்டாக இல்லை என்பதைப் பார்க்கும்போது, நான் அவர்களது விருந்தோம்பல் பண்பை இன்னும் அதிகமாக மெச்சுகிறேன்.' என்று எழுதினார்.[35]

1890 மார்ச் கடைசி வாரத்தில்-அதாவது, இந்தியாவிலிருந்து இங்கிலாந்து சென்று ஒன்றரை ஆண்டுகளுக்குப் பிறகு, மோகன்தாஸ் தன் முதலாவது சட்டத் தேர்வுக்கு அமர்ந்தார். முடிவுகள் வந்தபோது அவர், தான் பம்பாய் மெட்ரிகுலேஷன் தேர்வைவிடச் சிறப்பாகச் செய்திருப்பதைக் கண்டார்: 46 பேரில் அவர் 6வது இடம் பெற்றிருந்தார். அவர் பெயர் (முதல் முறையாக) த டைம்ஸ் நாளிதழில் தேர்ச்சிபெற்ற மற்றவர்கள் பெயருடன் இடம்பெற்றிருந்தது. அவர்களில் கோலா என்ற பார்சி ஒருவரும், சர்பாதிகாரி என்ற வங்காளி ஒருவரும் இருந்தனர். ஆங்கிலோ சாக்ஸானியப் பெயர்களான அட்கின், பாரட், கிளார்க், மேக்ஸ்வெல், மர்ரே, ரோஸ், ஸ்மித் போன்ற பெயர்களுக்கிடையே விநோதமாக ஒலித்த இந்த இந்தியப் பெயர்கள் அமர்ந்திருந்தன.[36]

அதே ஆண்டு டிசம்பர் மாதம் காந்தி இறுதிப் பரீட்சைகளை எழுதினார். ஒரு மாதத்துக்குப் பிறகு 1891 ஜனவரி 12 அன்று அவர் வெற்றிபெற்றதாகத் தெரிவிக்கப்பட்டது; 109 பேரில் 34வது இடம் பெற்றிருந்தார்.[37]

இப்போது அவர் பரீட்சைகளில் தேறிவிட்டாலும், இன்னமும் டெம்பிளின் விதியான எழுபத்திரண்டு விருந்துகள் கணக்கில் கொஞ்சம் குறைந்தது. அந்த விருந்துகளில் பங்குபெற்று முடியும்வரை (அவற்றை அவர் விரும்பாவிட்டாலும்) இந்தியாவுக்குத் திரும்ப முடியாது. அவரது நண்பரும் வீட்டுத்தோழருமான ஜோசையா ஓல்ட்ஃபீல்ட், லண்டனில் தனது கடைசி நாட்களை அவர் த வெஜிட்டேரியன் இதழில் எழுதுவதில் செலவிடலாம் என்று ஒப்புக்கொள்ளவைத்தார்.

ஒரு எழுத்தாளரின் முதல் படைப்பு குறைந்த எண்ணிக்கையில் வெளியாகிற சிற்றிதழில் இதழில் வெளியாவது புதிதில்லைதான். ஆனால் எத்தனை பேரால் அவர்களது அச்சான முதல் படைப்பு ஆறு பகுதிகள் கொண்ட தொடர் என்று சொல்லிக்கொள்ள முடியும்? 1890 பிப்ரவரி மார்ச் மாதங்களில் த வெஜிட்டேரியன் இதழ் 'இந்திய சைவ உணவாளர்கள் பகுதி 1, 2 ... என்ற தலைப்புக்குக் கீழே எம்.கே.காந்தி என்று கட்டுரையாளர் பெயரைத் தாங்கிவந்தது. சாதி முறைபற்றிய அறிமுகத்துடன் அக்கட்டுரைத் தொடர் ஆரம்பித்தது. பிந்தைய கட்டுரை ஒன்று ஆசிய சைவ உணவுப்

பழக்கம் எவ்வாறு ஐரோப்பிய முறையிலிருந்து மாறுபடுகிறது என்று விளக்கியது. 'ஆங்கிலேயர்கள் போலன்றி, இந்தியர்கள் ஒவ்வொரு பதார்த்தத்தையும் தனியே சாப்பிடுவதில்லை. அவர்கள் பலவற்றை ஒன்றாகக் கலக்கிறார்கள்.' மேலும், 'ஒவ்வொரு பதார்த்தமும் விலாவாரியாகத் தயாரிக்கப்படுகிறது. உண்மையில் அவர்களுக்கு வெறுமனே வேகவைத்த காய்கறிகளில் நம்பிக்கை இல்லை; அவை பல மசாலாப் பொருட்களால் வாசனையூட்டப்படவேண்டும்; உதாரணமாக மிளகு, உப்பு, கிராம்பு, மஞ்சள், கடுகு, இன்னும் பல பொருட்கள்; அவற்றுக்கு ஆங்கிலப் பெயர் கண்டுபிடிப்பதே கடினமான செயலாக இருக்கும்-அவை மருந்துகளில் உபயோகப்படுபவையாக இருந்தால் தவிர.' இந்திய உணவுமுறை இன்னும் செழுமையானதாகவும், அதிகமாக வேறுபாடுகள் கொண்டதாகவும் இருந்தது, ஒரு விஷயம் தவிர-பழம், ஆம், மிக முக்கிய விஷயமான பழம், மேலே குறிப்பிட்ட உணவு வகைப்பாட்டில் விடுபட்டிருப்பது கவனிக்கத்தக்க அம்சம்'.

காந்தியின் கட்டுரைகள் சில பரவலான மாயைகளையும், தவறுதலான எண்ணங்களையும் உடைத்தன. இந்துக்கள் 'பலவீனமானவர்கள் என்பதே பொதுவிதி' என்றால், அதற்குக் காரணம் அவர்கள் சாப்பாட்டில் மாமிசம் இடம்பெறாதது அதற்குக் காரணம் அல்ல. 'பாழாய்ப்போன குழந்தைத் திருமண வழக்கமே' குற்றவாளி. பன்னிரண்டு வயதுப் பெண் குழந்தைகளை, பதினாறு வயதுப் பையன்களுக்குக் குழந்தை பெற்றுத்தரச் செய்வது, 'வலிமையான உடற்கட்டைக்கூட உருக்குலைத்துவிடுகிறது'. அந்த எழுத்தாளர் ஆல்கஹாலையும் தேர்ந்தெடுத்த வார்த்தைகளால் தாக்கி எழுதினார்: 'மனித குலத்தின் விரோதி', 'மனித நாகரிகத்தின் சாபக்கேடு', அத்துடன், இந்தியாவில் 'பிரிட்டிஷ் ஆட்சியினால் விளைந்த மிகப் பெரிய தீங்கு' அதுவே.

குழந்தைத் திருமணத்தை சொந்த அனுபவத்திலிருந்தும், ஆல்கஹாலை இந்தியர்கள் மேல் அதன் தாக்கத்தைப் பார்த்தும் குறைகூறிய பின்னர், காந்தி, இடையன்தான் இந்திய மனிதனின் லட்சிய வகைமாதிரி என்று கவித்துவமாக வர்ணிக்கிறார். அவனது சைவ உணவும் வயல்வெளிகளிலும் காடுகளிலும் அவனது அன்றாட நடவடிக்கைகளும் இடையனின் வாழ்வை முழுநிறைவான வாழ்க்கைமுறையாக்குகின்றன. அவன் தன் பழக்கவழக்கங்களில் தவிர்க்கமுடியாமல் கடும் ஒழுங்குடன் இருக்கிறான்; தன் பெரும்பாலான நேரத்தைத் திறந்தவெளியில் (தன் மந்தையுடன்) செலவிடுகிறான்; வெளியிலிருக்கும்போது மிகத் தூய்மையான காற்றைச் சுவாசிக்கிறான்; தேவையான உடற்பயிற்சி பெறுகிறான்; நல்ல சத்தான உணவு உண்கிறான்; முக்கியமாக உடல் பலவீனத்தை உண்டுபண்ணுகிற பல கவலைகள் இல்லாமல் இருக்கிறான்.' இடையனிடம் ஒரு குறை இருப்பதை காந்தி ஒப்புக்கொண்டார்-ஒன்று மட்டுமே. 'ஒரு பிராமணன் தினமும் இருமுறை குளிப்பான்; வைசியன் நாளுக்கு ஒருமுறை குளிப்பான்; இடையன் வாரத்துக்கு ஒருமுறை மட்டுமே குளிப்பான்.'

மற்றபடி, 'அவனிடம் எந்தக் குறைபாட்டையும் பார்க்க முடியாது... புலியைப்போல கொடூரமாக இல்லாத அதே சமயம், அவன் பலசாலி, தைரியசாலி, ஒரு ஆட்டுக்குட்டியைப்போல பரமசாது. பார்ப்பவர்களை மிரளச் செய்யாத நெடிதுயர்ந்த தோற்றம் அவனுடையது. மொத்தத்தில் இந்திய இடையன் சைவ உணவாளர்களின் ஒரு சிறந்த எடுத்துக்காட்டு; உடல் வலிமையில் அவன் மாமிசம் உண்ணும் எவருக்கும் குறைந் தவனல்ல.'[38]

வீட்டில் ஆங்கிலத்தையே கேட்டிராத, பதினோரு வயதில்தான் அந்த மொழியைக் கற்க ஆரம்பித்தவர், மெட்ரிகுலேஷனில் படு சுமாரான மதிப்பெண் பெற்றவர் என்பதை வைத்துப் பேர்க்கும்போது, காந்தியின் உரைநடை வியப்பூட்டும்விதத்தில் தெளிவாகவும், நேரடியாகவும் இருக்கிறது. போகிறபோக்கில் அவர் காலனிய ஆட்சியைக் கண்டிப்பதும் (ஆல்கஹால் விற்பனையையும் பயன்பாட்டையும் வளர்த்தனர் என்பதனால்) இடையனின் வாழ்க்கை முறையைப் புகழ்வதும் கவனிக் கத்தக்கது. கத்தியவாரில் மேய்ச்சல்காரர்களின் சமூகங்களைக் காண முடிந்தது. ஒவ்வொரு பருவ மழையையும் அடுத்து அவர்கள் கோச்சார் எனப்பட்ட மேய்ச்சல்நிலத்தில் தம் மந்தைகளை மேய்ப்பதற்காக வருவார்கள். அப்பகுதியில் பெரும்பாலான நகரங்களை அடுத்து இந்த மேய்ச்சல் நிலங்கள் இருந்தன.[39] காந்தி அவர்களை இம்மாதிரியான இடங்கள் தவிர கண்காட்சிகள், மேளாக்களில் தம் பொருட்களை அவர்கள் விற்க வருகையிலும் பார்த்திருக்கிறார். மேலும் அவர் ஹென்றி சால்ட் மற்றும் எட்வர்ட் கார்ப்பென்டர் மாதிரியான அவரது நண்பர்களின் கற்பனாவாத தொழில்மய எதிர்ப்புப் போக்காலும் கவரப்பட்டிருக்கலாம். அவர்கள் தமக்கு முன்பு வில்லியம் வோர்ட்ஸ்வொர்த்தும் ஜான் ரஸ்கினும் செய்ததுபோல உழவனும் இடையனும் வர்த்தகர்களையும் ஆலைத் தொழிலாளர்களையும்விட தூய்மையான, இயற்கையான வாழ்க்கை முறையைக் கொண்டிருப்பதாகக் கருதினார்கள்.[40]

தன் எழுத்துகள் அச்சேறியதும், அந்தக் கற்றுக்குட்டி எழுத்தாளர் இன்னும் எழுத ஆசைப்பட்டார். இந்திய சைவ உணவுமுறையைப்பற்றிய கட்டுரைத் தொடருக்குப் பிறகு இந்தியப் பண்டிகைகளைப்பற்றி மேலும் மூன்று தொடர்கள் வந்தன.[41] முதல் தொடர் வேறு ஒரு இதழுக்காகப் பெரிய கட்டு ரையாக மறுவடிவம் கொடுக்கப்பட்டது. 'இந்தியாவின் உணவுகள்' என்ற தலைப்பிலான அக்கட்டுரை இறைச்சி உண்ணும் இங்கிலாந்துக்கும் தானியங்களை உண்ணும் இந்தியாவுக்கும் இடையில் இப்போது காணப் படும் பெருத்த வேறுபாடு மறையும் காலம் ஒன்று வரும்; அப்போது மற்ற சில வேறுபாடுகளும் இல்லாமல்போகும். இந்த வேறுபாடுகள் இரண்டு நாடுகளுக்குமிடையே இருக்கவேண்டிய புரிந்துணர்வை சிலரிடம் குலைத்துவருகின்றன.' இங்கிலாந்து சென்ற அந்த இந்தியப் பயணி, 'எதிர் காலத்தில் நாம் கலாசாரங்களின் ஒற்றுமையையும், இதயங்களின் ஒற்று மையையும் நோக்கிச் செல்வோம்'என்ற கருதினார்.[42]

லண்டன் சைவ உணவாளர்கள் மோகன்தாஸ் காந்திக்கு கூட்டு சமூக செயல்பாட்டுக்கு அவரை முதல்முறையாக அறிமுகப்படுத்தி, அவருக்கு முதல்முறையாகப் பொதுமேடையையும் தந்தார்கள். காந்தியின் தொகுக் கப்பட்ட படைப்புகள் பல டஜன் தொகுதிகளைக் கொண்டுள்ளன. இவை பல்வேறு விஷயங்களைக் குறித்து எழுதப்பட்டுள்ளன. அவருடைய எழுத்துத்தொழில் இந்திய உணவுகளையும், பண்டிகைகளையும்பற்றிய இந்தத் தெளிவான, விஷயமுள்ள, ஆச்சரியப்படத்தக்க அளவில் தன்னம் பிக்கை தொனிக்கிற இந்தக் கட்டுரைத் தொடர்கள் மூலமாகவே ஆரம் பித்தது என்பது வியப்பூட்டுகிற செய்தி; அவை அதிகம் கவனிக்கப் படவும் இல்லை. தனது பம்பாய் மெட்ரிக் தேர்வுக்காகவும், இன்னர் டெம்பிள் பாரிஸ்டர் சான்றிதழுக்காகவும் காந்தி ஏராளமான தகவல் களைத் திணித்துக்கொண்டு, அவற்றைத் தேர்வாளர்கள் கேட்கும் விதத்தில் ஒழுங்குபடுத்தி வெளிப்படுத்தவேண்டியிருந்தது. ஆனால் த வெஜிட்டேரியன் இதழுக்கான இந்தக் கட்டுரைகளுக்காக அவர் தன் அறிவை மேலும் புத்திசாலித்தனமாகப் பயன்படுத்தவேண்டியிருந்தது; அவருக்குத் தெரிந்த தகவல்களை ஒருங்குகொண்ட, ஒப்புக்கொள்ளத்தக்க வாதமாக, அதிலும் தன்னிலிருந்து முற்றிலும் மாறுபட்ட பின்னணி கொண்ட வாசகர்களுக்காக எடுத்துச்சொல்லவேண்டும். பல்வேறு இனங் களையும் மத நம்பிக்கைகளையும் கொண்ட மக்களோடு பழகவும், அவர்களுடன் கலக்கவும், ஒன்றுசேரவும், உணவருந்தவும், அறையைப் பகிர்ந்துகொள்ளவும்கூட அவர் பழகிக்கொண்டார். இன, மத வேறு பாடுகளைக் கடந்து நட்புகளை ஏற்படுத்திக்கொள்பவராக, ஒருங் கிணைப்பாளராக, மக்களைத் திரட்டுபவராக, எழுத்தாளர், சிந்தனை யாளர், பிரசாரகராக என பல அவதாரங்களை காந்தி பின்னாளில் எடுத்தார். ஆனால், முதன் முதலில் லண்டன் சைவ உணவாளர்கள் சங்கம் என்ற ஒருவரும் கேள்விப்பட்டிராத அமைப்பின் உறுப்பினர் என்ற முறையில்தான் வெளிப்பட்டிருக்கிறார்.

த வெஜிட்டேரியன் இதழின் வாசகர்கள் இந்திய உணவுகளுக்கு அறிமுகப் படுத்தப்பட்ட அதே நேரத்தில், இன்னும் பரந்த அளவில் வாசிக்கப்பட்ட வார இதழ் ஒன்று துணைக்கண்டத்தைப்பற்றி முற்றிலும் வேறான சித்தி ரத்தைக் கொடுத்தது. இல்லஸ்ட்ரேட்டட் லண்டன் நியூஸ் என்ற இதழ்தான் அது. அப்பத்திரிகை, இந்தியாபற்றிய செய்திகளை வழக்கமாக வெளியிட்டுவந்தது. அவர்கள் வெளியிடும் செய்திகள் ஷிகார் (போலோ), மலைவாழ் மக்களை சமாதானப்படுத்துவது என்பன போன்று இருக்கும். 1891 பிப்ரவரி 28 அன்றைய இதழில் தலைப்பாகை அணிந்த ஒரு மகாராஜா பல்லக்கில் அமர்ந்திருப்பது போலவும் தெருவில் செல்பவர்கள் கைநீட்டி அவரிடம் யாசகம் கேட்பது போலவுமான ஒரு கோட்டுச் சித்திரத்தை வெளியிட்டிருந்தது. படத்துக்குத் தலைப்பு, ‘செல்வச் செழிப்பும் ஏழைமையும்: இந்திய பஜார் ஒன்றில் ஒரு காட்சி’ என்று கொடுத்திருந்தார்கள்.

| 69 |

உண்மை என்னவென்றால் அந்த இதழ் வெளிவந்துகொண்டிருந்த நகரத்திலும் மிக அதிகமாக செல்வச்செழுமையும் வறுமையும் இருக்கவே செய்தன. 'வளமும் ஆடம்பரமும், பண்பாடும் நாகரிகமும் கொண்ட அதே நகரம் பட்டினியும் அவமதிப்பும் தருகிற, உள்ளத்தை அறுக்கும் வறுமை என்ற நரகத்தையும் தன்னிடம் கொண்டிருந்தது'. பத்தொன்பதாம் நூற்றாண்டில் 'பெருமளவிலான துன்பமும் கஷ்டமும்' லண்டனின் அடையாளங்களாக இருந்தன. அந்நாளைய பார்வையாளர் ஒருவருக்குக் காட்சியளித்ததுபோல 'அழுகிப்போன அடித்தளத்தின்மீதே இந்த அலங்காரமான சமூகத்தின் கட்டுமானம் நின்றுகொண்டிருக்கிறது என்பதற்கான சான்று; ஆயிரமாயிரம் மனிதர்களை தார்மீகரீதியாகவும், பௌதிகரீதியாகவும் அடிமட்டத்துக்குக் அமுக்குவது எதுவோ அதை நான் அழுகிப்போனது என்கிறேன்...' லண்டனுக்கு வேறொரு பக்கமும் இருந்தது; அது மேட்டுக்குடியினரின் விருந்துகளில் வெளிப்பட்டது. அவர்களில் 'சில ஆண்களும், அநேகமாக எல்லாப் பெண்களும் இன்ப நாட்டத்தையே இலக்காகக்கொண்டிருக்கிறார்கள்' இந்த விருந்து கேளிக்கைகளில், நாவலாசிரியர் வில்லியம் மேக்பீஸ் தாக்கரே சூடாகச் சொன்னதுபோல, அம்மாக்கள் 'தம் கல்யாணமாகாத பெண்பிள்ளைகளை ஒழுக்கம்கெட்ட இத்துப்போன கிழவர்களிடம் அழைத்துவந்தார்கள்... அவர்களது கற்பைக் கொழுத்த பணத்துக்காகத் தியாகம் பண்ண'.[43]

மோகன்தாஸ் காந்திக்கு சமூகத்தின் மேல்மட்டத்தினருடன் கலக்கும் வாய்ப்பு இல்லை. அவர்களது நடன விருந்துகளுக்கோ செயின்ட் ஜேம்ஸ் அல்லது கிரோஸ்வெனார் சதுக்கங்களில் அமைந்துள்ள மாளிகைகளின் வரவேற்பறைகளுக்கோ அவருக்கு அழைப்பு இல்லை. அதுபோலவே, உழைக்கும் ஏழைகளோடு அவர்களது வீடுகளிலோ அவர்கள் வேலை பார்த்த தொழிற்சாலைகள், வியர்வைக்கூடங்களிலோ அவர் தோளோடு தோள் உரசிக்கொண்டு பழகவில்லை. காந்தியின் ஆங்கிலேய சமூகத் தொடர்புகள் மத்தியிலிருந்த மக்களோடுதான். அவர் தங்கியிருந்ததாகத் தெரியவருகிற மூன்று வசிப்பிடங்களுமே-ஸ்டோர் தெரு, டாவிஸ்டாக் தெரு, செயின்ட் ஸ்டீஃபன்'ஸ் கார்டன்ஸ்-சார்லஸ் பூத்தின் 1889 'லண்டன் ஏழைமை வரைபடத்தில்' 'நடுத்தர வர்க்கம், வளமான வீடுகள்' என்று குறிப்பிடப்பட்டுள்ளன. அங்கே அவர் வீட்டை வாடகைக்குவிடும் பெண்கள், கடைக்காரர்கள் போன்றவர்களைக் கட்டாயத்தினாலும், அதிருப்தி கோஷ்டியினர், தீவிரப்போக்கு கொண்டவர்களை சுய விருப் பத்தின் பேரிலும் சந்தித்தார். இவர்களும் நடுத்தர வர்க்கத்திலிருந்து வந்தவர்களே.[44]

மத அடிப்படையில் பார்த்தால் காந்தியின் லண்டன் அனுபவம் பெரிய வித்தியாசங்களைக் கொண்டது. அவர் இந்துக்கள், தியோசபிஸ்டுகள் போன்றவர்களுடன் உறவாடினார். ஓரிரு இறை மறுப்பாளர்களையும் சந்தித்திருக்கிறார். ஹால்போர்னில் காங்ரிகேஷனல் தேவாலயத்தில் ஜெபத்தில்கூடக் கலந்துகொண்டிருக்கிறார். அவரது சமூக வாழ்வு இதை

விடக் கட்டுக்குள் அமைந்தது. அவர் சந்தித்த ஒரே பணக்காரர் தேம்ஸ் அயர்ன் ஒர்க்ஸ் என்ற தொழிற்கூடத்தின் அதிபரான ஆர்னால்ட் எஃப் ஹில்ஸ் மட்டுமே. த வெஜிட்டேரியன் இதழை நிறுவியவரும், நிதியளித் தவரும் அவரே.[45] காந்திக்கு உழைக்கும் ஏழைகளுடன் அதிகபட்ச நெருக்கம் ஏற்பட்ட தருணம் என்றால் காமன்ஸ் சபையில் அவர்களது குரலை ஒலிக்கும் மாபெரும் பேச்சாளர் சார்லஸ் பிராட்லாஃப் உரையைக் கேட்டதுதான்.

காந்தி லண்டனுக்கு வந்தபோது, பார்ஸி தாராளவாதியும், 'யுனைட்டெட் கிங்டம் வாழ் இந்தியர்களின் கேள்விக்கிடமற்ற தலைவருமான' தாதாபாய் நௌரோஜிக்கு ஒரு அறிமுகக் கடிதத்தைக் கொண்டுவந் திருந்தார்.[46] தனிப்பட்ட முறையில் நௌரோஜியைச் சந்திக்க அவர் சங்கோஜப்பட்டிருக்கவேண்டும்; ஆனால் அவர் அடிக்கடி நௌராஜி பொதுக்கூட்டங்களில் உரையாற்றுவதைக் கேட்டார். இந்தக் கூட்டங்களில் அவர் இந்தியாவுக்கும் இந்தியர்களுக்கும் நண்பரான பிராட்லாஃப் பேசுவதையும் கேட்டார். அவர், பிரிட்டிஷ் அரசியலி லேயே 'அதிகபட்ச ஆற்றல் பெற்றவரும், மிகவும் வசீகரத்தோற்றம் கொண்டவரும்' ஆவார்; மேலும், 'தன்னம்பிக்கை கொண்ட, மதச்சார் பின்மை மற்றும் குடியரசுவாதத்தின் பிரசாரகர்'; 'மக்களிடமிருந்து தோன்றிவந்து, கடைசிவரை லண்டனின் எளிய வகுப்பாரின் பேச்சு முறைகள் சிலவற்றைத் தக்கவைத்துக்கொண்டிருந்தவர்'.[47] 'ஒவ்வோர் இந்தியரும் (லண்டனில்) பிராட்லாஃபின் பெயரை அறிவார்' என்று காந்தி தன் சுயசரிதையில் நினைவு கூர்ந்தார். 1891 பிப்ரவரி முதல் வாரத்தில் அந்தத் தீவிர அரசியல்வாதி இறந்தபோது, காந்தி தன் படிப்பு வேலையிலிருந்து ஒருநாள் விடுப்பு எடுத்துக்கொண்டு வோக்கிங்கில் அவரது இறுதிச் சடங்கில் கலந்துகொண்டார். பிராட்லாஃப் மதமற்று வாழ்ந்தவர்; அவரது இறுதிச்சடங்கில் இறை மறுப்பாளர்கள் பலர் கலந்துகொண்டனர். 'சில மதகுருமார்களும் அவருக்கு இறுதி மரியாதை செலுத்த வந்திருந்தது' அவருக்கு வியப்பூட்டியது.[48]

பிராட்லாஃபின் இறுதிச்சடங்குக்குச் சென்ற பயணத்தின்போது இங்கி லாந்தில் கட்டப்பட்ட முதல் மசூதியைக் கடந்துசென்றார். ஆக்ரா மோதி மஸ்ஜித் பாணியில் கட்டப்பட்ட அது சில அருமையான மர வேலைப் பாடுகளைக் கொண்டிருந்தது. அங்கு தொழுகை செய்துவந்தவர்களில் மகாராணியின் இந்துஸ்தானி ஆசிரியரும் அடக்கம். 1889ம் ஆண்டின் இலையுதிர்காலத்தில் திறக்கப்பட்ட அந்த மசூதி வோக்கிங்குக்கு சற்று வெளியே அமைந்திருந்தது. லண்டனிலிருந்து புகைவண்டியில் பயணிப் பவர்கள் அதைக்காண முடியும்.[49]

லண்டனுக்குக் கப்பலில் வந்தபோதும், நகரத்தில் ஆரம்ப சில மாதங் களிலும் காந்தி, நன்றாக உடை உடுத்தவேண்டும் என்ற வலுவான எண்ணம் கொண்டிருந்தார். அவர் நண்பர்களைச் சந்திக்கச் செல்லும்

போது காலைநேரக் கோட் ஒன்றை நீவி, இஸ்திரி செய்து அணிந்து கொண்டார். அவரது சட்டையின் கழுத்துப்பட்டிகள் எப்போதுமே ஒழுங்காக கஞ்சிபோடப்பட்டிருக்கும். அவரது காலனிகள் அப்பழுக் கில்லாமல் பாலிஷ் செய்யப்பட்டிருக்கும்.

நாட்கள் செல்லச்செல்ல, காந்தி அதைவிட எளிமையாக வாழ வேண்டியதன் அவசியத்தை உணர்ந்துகொண்டார். சைவ உணவாளர்கள் சங்கத்தின் எளிமையான அழகியல் ஒரு காரணம்; தனது குடும்பத்துக்குச் சுமையாக இருக்கக் கூடாது என்பது அடுத்த காரணம். காந்திகளின் சொத்தின் ரூபாய் (அல்லது பவுண்ட்) மதிப்பு நமக்குத் தெரியவில்லை என்றாலும், அவர்கள் இந்திய அளவுகோல்படி மேல்நடுத்தரத்தைச் சேர்ந்தவர்கள் என்று அறிகிறோம். போர்பந்தரிலும் ராஜ்கோட்டிலும் திவானாக காபா காந்திக்கு நல்ல சம்பளம் கிடைத்திருக்கும். மேலும் பல தலைமுறைகளாக, அந்தக் குடும்பம் சொத்துகளும் நகைகளும் சேர்த்துவந்துள்ளது. ஆனாலும் காபா விரைவில் மரணமடைந்தது காந்திகளைச் சற்று பாதுகாப்புக் குறைவாக உணர வைத்தது. மோகன் தாஸின் அண்ணன் மெட்ரிகுலேஷன்கூடத் தேர்ச்சி பெறவில்லை. குடும்பத்தின் நம்பிக்கைகள் இப்போது கடைசி மகன்மீதே இருந்தன; இதனாலேயே நகைகளை அடகுவைத்துக் கடன்வாங்கி அவரை லண்டனுக்கு அனுப்பி பாரிஸ்டர் படிப்பு படிக்கவைத்தார்கள்.

லண்டனில் காந்தியின் முதலாம் ஆண்டில், அவரது மாத செலவுகள் 12 பவுண்டுகள். இரண்டாம் ஆண்டில் அதை அவர் 4 பவுண்டுகளாகக் குறைத்துக்கொண்டார். சட்டைகளுக்குக் கஞ்சி போடுவதை விட்டுவிட்டார். இதற்கு உந்துதலாக இருந்தது 'இங்கிலாந்தில் இருந்த சில மரபுக்கு மாறான மனிதர்கள்; நவநாகரிகத்தை கடவுள்போலத் தொழுவதை விட்டு விட்டவர்கள்'. கோடைகாலத்தில் டிராயர்கள் அணிவதை நிறுத்தினார். இது சலவைக்காரருக்கான செலவைக் குறைத்தது. பொதுப் போக்குவரத்தைப் பயன்படுத்துவதற்குப் பதிலாக எல்லா இடங்களுக்கும் நடந்தே போய் வரலானார். தபால்தலை செலவைக் குறைப்பதற்காக அவர் வீட்டுக்கு எழுதும் கடிதங்களை உறையில் இட்டு அனுப்புவதற்குப் பதிலாக அஞ்ச லட்டைகளைப் பயன்படுத்த ஆரம்பித்தார். முடி வெட்டுபவரிடம் செல் வதற்குப் பதிலாகத் தானே சவரம் செய்துகொள்ள ஆரம்பித்தார். செய்தித் தாள்களைத் தானே வாங்குவதற்குப் பதிலாகப் பொது நூலகங்களில் படிக்க ஆரம்பித்தார்.

எளிய வாழ்வுபற்றிய அவரது சோதனைகளுக்கு உதவுவதற்காக, காந்தி டாக்டர் நிக்கோல் என்பவர் எழுதிய ஒரு நாளைக்கு ஆறு பென்ஸ் செலவில் வாழ்வது எப்படி என்கிற புத்தகத்தை வாங்கினார். அவர் தனக்கென விதித்துக்கொண்டது இதைவிடச் சற்று எளிதான இலக்குதான்: 'நல்ல, சத்தான, ஆரோக்கியமான, சுவையான (சைவ) உணவை வாரத்துக்கு 9 ஷில்லிங் செலவில் பெறுவது' இதைச் சாதிப்பதற்காக

அவர் தேநீரும் காப்பியும் அருந்துவதை விட்டுவிட்டார்; அந்தந்தப் பருவத்தில் கிடைக்கும் காய்கறிகள் பழங்களை மட்டுமே வாங்குவது என்று முடிவுசெய்தார்.

அவருக்கு ஊக்கம் தந்தது தமது வாழ்க்கைச் செலவை மிகவும் குறைத்து விட்ட சில ஆங்கிலேய மனிதர்கள். சார்லஸ் பிராட்லாஃப் ஒரு பெரிய வீட்டை விட்டுவிட்டு இரண்டு சிறிய அறைகளுக்குக் குடிபோனார்; பிறகு அதையும் விட்டுவிட்டு ஒரு இசைக் கடையின் மேல்தளத்தில் வசிக்கலானார். கார்டினல் மேன்னிங் என்பவர் பற்றி, 'அவரது வழக்கமான சாப்பாடு, தனியாகவோ அல்லது பொதுவிலோ, ஒரு பிஸ்கட் அல்லது ஒரு துண்டு ரொட்டியும் தண்ணீரும் மட்டுமே' என்று சொல்லப்பட்டது. அவர்கள் எளிமையாக வாழ்ந்தபோதும், அவர்களை 'கூர்மையான அறிவாற்றல் பெற்றவர்கள்' 'உறுதியான உடல் கொண்டவர்கள்' என்றே உலகம் அறிந்திருத்தது என்று காந்தி குறிப்பிட்டார்.[50]

1891 ஜூன் 10 அன்று அந்த எழுபத்திரண்டு விருந்துகள் உண்டுமுடிக்கப்பட்டு-அல்லது பாதி சாப்பிடப்பட்டு-மோகன்தாஸ் கே. காந்தி வழக்கறிஞர்கள்சங்கத்தில் (பார்) சேர்த்துக்கொள்ளப்பட்டார். மறுநாள் அவர் உயர் நீதிமன்றத்தில் பதிவு செய்துகொண்டார். அதே இரவு அவர் தனது சைவ உணவு சகாக்களுக்கு ஒரு பிரிவுபசார விருந்து கொடுத்தார். அதற்காக ஹால்போர்னில் ஒரு உணவகத்தில் இருபது பேர்களுக்கான அறை ஒன்றை அவர் முன்பதிவு செய்திருந்தார். அங்கு, சங்கத்தின் இதழ் குறிப்பிட்டிருந்தது போல, 'திரு. காந்தி, சற்று பதற்றமாக, இருப்பினும் கண்ணியமான, தனது உரையில் கூடியிருந்த அனைவரையும் வரவேற்றார்; இறைச்சியை விலக்கும் பழக்கம் இங்கிலாந்தில் அதிகரித்துவருவது பற்றித் தனது மகிழ்ச்சியைத் தெரிவித்தார்; லண்டன் சைவ உணவாளர்கள் சங்கத்துடன் தனக்கு உறவு ஏற்பட்டவிதத்தை விவரித்தார்; அப்போது திரு. ஓல்ட்ஃபீல்டுக்குத் தான் எவ்வளவு கடன்பட்டிருக்கிறார் என்று உருக்கமாகத் தெரிவித்தார்.' பின்னர் அந்த இதழுக்கு அவர் அளித்த பேட்டியில் காந்தி, தான் லண்டனில் வசிந்த காலத்தில் 'பல விஷயங்களைச் செய்யாமல் விட்டுவிட்டதாக' ஒப்புக்கொண்டார். ஆனாலும் அவர் ஊர் திரும்பும்போது, 'நான் மாமிசமோ, ஒயினோ உட்கொள்ளாமல் திரும்புகிறேன் என்பதிலும், சொந்த அனுபவத்திலிருந்து லண்டனில் இத்தனை சைவ உணவாளர்கள் இருக்கிறார்கள் என்று அறிந்துகொண்டதிலும் பெற்ற பெரிய ஆறுதலை' உடன் கொண்டு சென்றார்.[51]

மறுநாள் காலை காந்தி லிவர்பூல் தெரு நிலையத்திலிருந்து லண்டன் துறைமுகத்துக்குப் புகைவண்டியில் சென்றார். அவரை இந்தியாவுக்கு ஏற்றிச்செல்லவிருந்த ஆஸ்திரேலியக் கப்பலான ஓசனா, 6000 டன்கள் எடை கொண்ட 'ஒரு பெரிய மிதக்கும் தீவு.' அது அவரை ஏடனுக்கு இட்டுச்சென்றது. அங்கு அவர் எஸ்.எஸ். அஸ்ஸாம் என்ற பம்பாய் செல்லும் கப்பலுக்கு மாறிக்கொண்டார்.

காந்தி தன் வீடு நோக்கிய பயணத்தைப்பற்றி த வெஜிட்டேரியன் இதழில் எழுதினார். அவர் மீண்டும் அதே விஷயங்களையே பார்த்த காரணத்தால் அந்த விவரிப்பில் இந்தியாவிலிருந்து கிளம்பிச் சென்றபோது கடல் பயணத்தை விவரித்ததில் இருந்த வசீகரமும் வியப்பும் இல்லை. ஓசனா கப்பலின் பணியாளர்கள் பணிவாகவும் சுத்தமாகவும் இருந்தபோதிலும் அஸ்ஸாமிலிருந்த போர்த்துக்கீசிய சேவகர்கள் 'மகாராணியின் ஆங்கிலத்தைக் கொலை செய்தார்கள்', 'மேலும் அலுத்துக்கொள்பவர் களாகவும் மெத்தனமாகவும் இருந்தார்கள்'. கப்பலில் அவரைச் சேர்த்து இரண்டே சைவ உணவாளர்கள் மட்டுமே. இருவருமாக ஸ்டுவர்டை வற்புறுத்தி 'கொஞ்சம் கறிகாய்கள், சோறு, முதல் வகுப்பு உணவகத்தி லிருந்து வேகவைத்த மற்றும் பச்சையான பழங்கள் ...' வழங்கும்படிச் செய்தார்கள். ஆர்வம் நிரம்பிய காந்தி கப்பலின் கமிட்டி செயலாளரை, தனக்கு 'சைவ உணவுமுறைபற்றி உரையாற்றுவதற்காகக் கால் மணி நேரம்' தருவதற்கு இணங்கச் செய்தார். அந்தக் கோரிக்கை ஏற்கப்பட்டு, அடுத்துவந்த சங்கீத மாலை நிகழ்ச்சி ஆரம்பிப்பதற்கு முன்னால் உரையை வைத்துக்கொள்வது என்று முடிவாயிற்று. காந்தி தனது உரையை 'நன்றாக யோசித்து எழுதி, மீண்டும் ஒருமுறை திருத்தி எழுதினார்'. பார்வையாளர்கள் எதிர்ப்புணர்வுகொண்டவர்களாகவே இருப்பார்கள் என்று அவர் எதிர்பார்த்தார். கடைசியில் இசைக் கச்சேரி ரத்தாகிவிட, 'எனக்குப் பெருத்த ஏமாற்றம் தரும் வகையில் அந்த உரை நிகழத்தப்படவேயில்லை.'

எஸ்எஸ் அஸ்ஸாம் மற்ற பயணிகள், சரக்குகளுடன் எம்.கே.காந்தி, பாரிஸ்டர்-அட்-லாவையும் சுமந்துகொண்டு 1891 ஜூலை 5 அன்று பம்பாய் துறைமுகத்தை வந்தடைந்தது. பருவமழை அப்போதுதான் ஆரம்பித்திருந்தது. பயணிகள் காற்று, மழைக்கு இடையே தொப்பலாக நனைந்துபோய் இறங்கினார்கள்.[52]

3

ஒரு கடற்கரையிலிருந்து இன்னொன்றுக்கு

மோகன்தாஸ் காந்தி இங்கிலாந்திலிருந்து திரும்பி வந்து பம்பாயில் இறங்கியபோது, அவரைக் கப்பல்துறையில் அவரது அண்ணன் லஷ்மி தாஸ் சந்தித்தார். அவர்கள் லண்டனில் அவரது சக மாணவரான டாக்டர் பிரன்ஜீவன் மேத்தாவின் இல்லத்துக்குச் சென்றனர். மேத்தா நகை வியா பாரத்தில் ஈடுபட்டிருந்த பணக்காரக் குடும்பம் ஒன்றைச் சேர்ந்தவர். அவர்கள் பம்பாயின் மத்திய பகுதியான காம்தேவியில் இரண்டு தளங்கள் கொண்ட ஒரு பெரிய வீட்டில் வசித்தனர்; அந்த வீடு நீண்ட தாழ்வாரங் களையும் வேலைப்பாடுகளுடன் கூடிய மரத்தூண்களையும் கொண்டிருந்தது.[1]

டாக்டர் மேத்தாவின் வீட்டுக்குச் செல்லும் வழியில் காந்தியின் அண்ணன் அவர்களது அன்னை புத்லிபாய் அதற்குச் சில மாதங்கள் முன்பே காலமாகி விட்டார் என்று கூறினார். அவரது குடும்பம் லண்டனிலிருந்த அவருக்குத் தந்தி கொடுக்கவில்லை; அப்படிச் செய்தால் அவரது படிப்பு பாதிக்கப் படக்கூடும் என்று அவர்கள் அஞ்சினர். செய்தியை இப்போது கேள்விப் பட்டது மோகன்தாஸுக்கு 'கடுமையான அதிர்ச்சியாக' இருந்தது.[2] புத்லிபாய் அவரை வெளிநாட்டுக்கு அனுப்புவதற்குத் தயங்கினார்; அவர் ஒழுக்கம், உணவு விஷயங்களில் விதிகளை மீறிவிடுவார் என்று கவலைப் பட்டார். அவர் திரும்பிவிட்டார்—கையில் சட்டக்கல்விப் பட்டத்துடனும், லண்டனில் மாமிசம், ஆல்கஹால், பாலியல் உறவு ஆகியவற்றை நாடாமலும். இப்போது இந்தச் சாதனைகளைப்பற்றித் தன் தாயாரிடம் அவரால் கூற முடியாமல் போய்விட்டது.

பம்பாயில் மோகன்தாஸைத் தேற்றுவதற்கு டாக்டர் மேத்தாவின் உறவினர் ஒருவர் இருந்தார். அவர் அப்போது குடும்பத்துக்குச் சொந்தமான வீட்டில் வசித்துவந்தார். ராய்ச்சந்த் அல்லது ராஜ்சந்திரா என அறியப்பட்ட அவர் சிறு வயதில் புலனறிவுக்கு அப்பாற்பட்ட அற்புத அனுபவம் ஒன்றைப் பெற்றவர்; கவிஞராகவும் சமண மதப் புனித நூல்களைக் கற்றவராகவும் புகழ் பெற்றிருந்தார்.[3]

ஒரு சமண குரு என்ற முறையில் ராய்ச்சந்த் ஒரு எளியதும் கடுமையானது மான வாழ்வை வாழ்ந்தார். ஆயினும் அவரது துறவு வழக்கத்துக்கு மாறானது; அநேகமாக கூடுதலான ஆழம் பெற்றது. எல்லா சமணர்களும் சைவ உணவாளர்கள்தான் என்றாலும் கூடுதலான பக்தி கொண்டவர்கள் வெங்காயமும் பூண்டும் கூட சாப்பிடுவதில்லை; ஜீவராசிகளை பாதித்து விடாமல் இருக்க மிகுந்த பிரயாசை எடுத்துக்கொள்வார்கள்; இதற்காகத் தமது வாயை ஒரு கைக்குட்டையால் மறைத்திருப்பார்கள்; இல்லா விட்டால் ஏதேனும் பூச்சி உள்ளே சென்றுவிடக் கூடும். காயம்பட்ட பறவைகளுக்கான சமண மதத்தினர் நடத்திய மருத்துவமனைகள் இருந்தன. துறவு பூணுதல் ஆடம்பரமாக நடத்தப்படுவதுண்டு; செல் வந்தரான வியாபாரி ஒருவர் வியந்து போற்றும் சமூகத்தினர் கூடியிருக்க, தன் சொத்துகளைத் தருமம் செய்துவிடுவார்.[4]

ஆனாலும் ராய்ச்சந்த் வைதிகமான சமணத்தை 'ஆன்மா சாராமல் வாய்ப் பட்டி சார்ந்த மதம்' என்று ஒதுக்கினார். முறைப்படியான சத்தியப் பிரமாணங்கள் (விரதங்கள்) அவரைத் தொல்லை செய்தன. ஒரு குடும்பஸ்தன்கூட துறவைக் கடைப்பிடிக்க முடியும் என்றார்; தன் மனைவி, குழந்தைகளைப் பராமரித்தபடியே உலக இன்பங்களிலிருந்து அகவிலகலை வளர்த்துவர முடியும் என்று சொன்னார். பிரன்ஜீவன் மேத்தாவின் சகோரரரின் மருமகன் ராய்ச்சந்த். அவர் நகை வியாபாரத்தில் ஈடுபட்டுவந்தார். ஒரு கடையை நடத்தியபடியே புனித நூல்களைப் படிப்பதும் கவிதை எழுதுவதுமாக இருந்தார். மோகன்தாஸ் காந்தியை விட ஒரு வயதே மூத்தவர் என்றாலும் மரியாதையையும் பயபக்தியையும் ஏற்படுத்துபவராக இருந்தார். மோகன்தாஸிடம் அவர் ஒரு சதாவ தானியாக, அதாவது ஒரே நேரத்தில் நூறு விஷயங்களை நினைவு வைத்துக்கொள்ளக்கூடியவராக அறிமுகம் செய்துவைக்கப்பட்டார். ஒருகாலத்தில் அவர் தனது திறமையைப் பொதுவில் நிகழ்த்திக் காட்டி வந்தார். ஆனாலும் இப்போது தன்னை சமயரீதியான தேடல்களிலேயே முழுமையாக ஈடுபடுத்திவந்தார். அவருக்கு சமண, இந்துமத புனித நூல்கள் நன்றாகத் தெரியும். மேலும் இஸ்லாம், கிறிஸ்துவம் தொடர்பான பல குஜராத்தி நூல்களைப் படித்திருந்தார்.[5]

பம்பாயில் முதல் சில நாட்களுக்கு காந்தி வெளியில் எங்கும் செல்லாமல் ராய்ச்சந்துடன் வீட்டிலேயே தங்கியிருந்தார். அவரை மகிழ்ச்சிப் படுத்தவும், தாயை இழந்த துக்கத்திலிருந்து மனதை மாற்றவும் ராய்ச்சந்த் அவருக்காகத் தனிப்பட்ட முறையில் தன் திறமையைக் காட்டும் நிகழ்ச்சி ஒன்றை நடத்திக்காட்டினார். லண்டனிலிருந்து வந்த விருந்தாளி, பல பத்திகள் பல்வேறு மொழிகளில் எழுதி, அவற்றை வாசிக்கும்படிக் கேட்டுக்கொள்ளப்பட்டார். ராய்ச்சந்த் பின்னர் அவற்றை அதே வரிசையில் எழுதிக்காட்டினார். காந்திக்கு ஒரே வியப்பு. முப்பது வருடங்களுக்கு மேல் கடந்த பிறகு அந்த சமண அறிஞர் தன்மீது ஏற்படுத்திய தாக்கத்தை அவர் இவ்வாறு நினைவு கூர்ந்தார்:

அவரது நடை மெதுவானது; அவரைக் கவனிப்பவர்கள் அவர் நடக்கும் போதுகூடச் சிந்தனையில் ஆழ்ந்திருப்பதை உணர முடியும். அவரது கண்களில் மாயம் இருந்தது. அவை மிகவும் கூர்மையானவை; அவற்றில் எவ்விதக் குழப்பமும் இல்லை. கவனக்குவிப்பு அவற்றில் பொதிந்திருந்தது. அவரது முகம் வட்டமானது; உதடுகள் மெல்லியவை; மூக்கு கூரானதும் அல்ல, தட்டையானதும் அல்ல; உடல்வாகு ஒல்லியானது; மிதமான உயரம்; அவ்வளவாகச் சிவந்த நிறம் அல்ல. அவரது தோற்றம் அமைதியான, மௌனமான ஒருவருக்குரியது. அவர் எப்போதும் புன்னகையுடனும், மகிழ்ச்சியுடனும் இருந்தார். அகத்தின் மகிழ்ச்சி முகத்தில் தெரிந்தது. மொழிகள்மீது அவர் கொண்டிருந்த ஆளுமை முழுமையானது; தன் கருத்துகளை வெளிப்படுத்தும்போது அவர் வார்த்தைக்காகத் தேடி நான் பார்த்ததே இல்லை.

ராய்ச்சந்துடன் பேசியதும், அவர் பேசுவதைக் கேட்டதும் காந்தியை 'பள்ளிக்கூடம் மட்டுமே ஞாபக சக்தியை வளர்க்கும் ஒரே இடமல்ல; ஒருவர் அறிவுபெறவேண்டும் என்ற ஆவல், தீவிர ஆவல் கொண்டிருந் தால் அதைப் பள்ளிக்கு வெளியிலும் பெற முடியும்...' என்று உணரச் செய்த்தன.[6]

ராய்ச்சந்த்துடன் ஒரு வாரம் செலவிட்ட பிறகு மோகன்தாஸ் தன் தமை யனுடன் நாசிக் நகரை நோக்கிப் புறப்பட்டார். அவரது சக மோத் பனியாக்கள் லண்டனுக்குச் சென்றதற்காக அவரை இன்னும் மன்னிக்க வில்லை. அவர்களை சமாதானப்படுத்த கோதாவரி ஆற்றில் நீராடித் தூய்மைப்படுத்திக்கொண்ட பிறகு அவர் ராஜ்கோட் நோக்கிச் சென்றார். அங்கு நகரின் முக்கிய பனியாக்களுக்கு விருந்தளித்தார். ராஜ்கோட்டில்தான் மூன்றாண்டுகளாகப் பார்த்திருக்காத தன் மனைவி, மகனுடன் மீண்டும் இணைந்தார்.

இளைஞராக மோகன்தாஸ் காந்தியின் புகைப்படங்கள் ஆபூர்வம் என்றால், அவரது மனைவி இளம் பெண்ணாக இருக்கையில் எடுக்கப் பட்ட புகைப்படங்கள் எதுவுமே இலை. அவர் முப்பது, நாற்பது வயதுகளில் இருக்கையில் எடுக்கப்பட்ட பிற்காலப் படங்கள் வட்ட முகம் கொண்ட, தனித்தன்மை எதுவுமற்ற உருவம்கொண்ட ஒரு பெண்ணைக் காட்டுகின்றன. வாழ்க்கை வரலாற்று ஆசிரியர் ஒருவரோ, 'லண்டனிலிருந்து மோகன்தாஸ் திரும்பி வந்த பின்னர் தன் மனைவியின் அழகால் கட்டுண்டார்,' என்று ரசிக்கத்தக்க கற்பனை ஒன்றில் ஈடுபடுகிறார். என்ன தெரிகிறது என்றால், அவள்

வசீகரமாயிருந்தாள்... பார்ப்பதற்கு. அவளது மிருதுவான தோல், அடர்த்தியான இமை முடிகள் கொண்ட பெரிய கண்கள், பளீரென்ற நிறம்கொண்ட சேலையின் மென் மடிப்புகளுக்குள்ளிருந்த வடிவழகான, கொடிபோலத் துவளும் சிறிய உருவம்! தனது நீண்ட பளபளக்கிற கருங்கூந்தலை அவள் வாரிக்கொண்டிருப்பது என்னே வசீகரம்;

அவளது அசைவுகளின் எளிய மிடுக்கைக் கவனித்துப் பார்ப்பது; ஒவ்வொரு காலடியிலும் நாதம் எழுப்பும் அவளது மெல்லிய வெற்றுக் கணுக்கால்களைச் சுற்றிய வெள்ளிக் கொலுசு மணிகளின் சங்கீதத்தைக் கேட்பது.[7]

இது அழகாக எழுதப்பட்ட மன வாசிப்பு; இதற்கு எந்த ஆதாரமும் தர முடியாது. காந்தி தன் சுயசரிதையில் எழுதியிருப்பது முற்றிலும் இதை விட சுவாரசியமற்றது. தான் மீண்டும் இணைந்ததைப் பற்றி, 'என் மனைவியுடன் என் உறவுகள் இன்னமும் நான் விரும்பியபடி இருக்க வில்லை. இங்கிலாந்தில் தங்கியிருந்ததுகூட என் பொறாமை உணர்வை மாற்றிவிடவில்லை. ஒவ்வொரு சிறு விஷயத்திலும் நான் குற்றம் காண்பவனாகவும், சந்தேகப்படுபவனாகவுமே இருந்தேன்...' என்று எழுதுகிறார். மற்ற சான்றுகள் (கஸ்தூரிபா விரைவில் கருவுற்றது) அவர்கள் குறைந்தபட்சம் பாலியல்ரீதியான உறவுகளைத் தொடர்ந்தார்கள் என்பதைக் காட்டுகின்றன. இதற்கிடையே, இங்கிலாந்தில் தான் பெற்ற அனுபவங்களால் ஊக்கம்பெற்று காந்தி தங்கள் வீட்டின் சமையலில் மாற்றங்களை அறிமுகப்படுத்தினார்; கோக்கோவையும் ஓட்ஸ்மீலையும் தினசரி உணவுத்திட்டத்தில் சேர்த்தார்.[8]

காந்தி திரும்பிவந்த ஒரு மாதத்துக்குப் பிறகு அவரது அண்ணன் லஷ்மிதாஸ் அவர்களது சொந்த ஊரான போர்பந்தரில் ஒரு சர்ச்சையில் இழுக்கப்பட்டார். லஷ்மிதாஸ் அரியணையின் வாரிசான குமார் பாவ்சிங்ஜியுடன் சேர்ந்துகொண்டார். குமார் ஒரு இளவரசரின் மகன்; அந்த இளவரசர் காந்தி பிறந்த ஆண்டில் (1869) 'மிகுந்த வேதனையோடு உயிரிழந்திருந்தார்.' இதனால் ராணா விக்மத்ஜி இளவரசரின் ஆலோச கரைக் கொலை செய்யச் செய்திருந்தார்; மேலும் இந்த விஷயத்தால் அவருடைய தரமும் மூன்றாம் நிலை ஆட்சியாளர் என்று தகுதி இறக்கம் செய்யப்பட்டது; அவர் நாட்டைவிட்டும் வெளியேற்றப்பட்டார். ராணாவின் அதிகாரங்கள் 1891ல் முழுமையாகத் திருப்பித்தரப்பட்டன. அவர் போர்பந்தருக்குள் மீண்டும் அனுமதிக்கப்பட்டார். ஆனாலும் அவர் பிரித்தானியர்கள் நியமித்த நிர்வாகி ஒருவரின் மேற்பார்வையில்தான் ஆட்சி நடத்த வேண்டியிருந்தது. ராணாவின் பேரர் பாவ்சிங்ஜி அரியணைக்காகத் தயார் செய்யப்பட்டுவந்தார். ஒரு பிரிட்டிஷ் ஆசிரியர் அவருக்கு ஆங்கிலம், வரலாறு உள்ளிட்ட பாடங்களைக் கற்றுத் தந்தார்; ஒரு பிரிட்டிஷ் பொறியாளர் அவரை கிராமப்புறத்தில் சுற்றுலாக்களுக்கு அழைத்துச் சென்று, பாலங்கள் கட்டப்பட வேண்டிய இடங்களைச் சுட்டிக்காட்டினார். ஆங்கிலேய அரசு நியமித்த நிர்வாகி வாரத்துக்கு இரண்டு அல்லது மூன்று முறை அவரைத் தன் அலுவலகத்தில் வைத்துக் கொண்டார்; இதன் மூலம் அவர் தன் பிரஜைகளுக்கிடையில் சச்சரவு களைத் தீர்த்துவைக்கவும் நாட்டின் கொள்கைகளைத் தானே வகுக்கவும் கற்றுக்கொள்ள முடியும்.

காந்தி தன் சுயசரிதையில் எழுதுகிறார்: 'என் அண்ணன் (லஷ்மிதாஸ்) போர்பந்தரின் காலம்சென்ற ராணாசாஹேபுக்கு அவர் ஆட்சிக்கு வருவதற்கு முன் செயலாளராகவும் ஆலோசகராகவும் இருந்தார். அந்தப் பொறுப்பில் அவர் தவறான ஆலோசனை கொடுத்துவிட்டார் என்ற குற்றச்சாட்டு அச்சமயம் அவர் தலைக்கு மேலாகத் தொங்கிக்கொண்டிருந்தது.'[9] இந்த வரிகளுக்குப் பின்னால் இருப்பது ஒரு சிக்கலான கதை; காந்தி தன் சுயசரிதையை எழுதிய 1920-களில் அது முக்கியத்துவம் இழந்துவிட்டது. ஆனால் அச்சம்பவம் அவருடைய வாழ்க்கை மீதும் தொழில் வாழ்வு மீதும் அழுத்தமான தாக்கத்தை ஏற்படுத்தியிருக்கக்கூடும்.

அதிர்ஷ்டவசமாக ஆவணங்களில் ஒரு கோப்பு முழுவதும் சேமிக்கப்பட்டுள்ள கடிதப் போக்குவரத்துகள் அந்தக் கதைக்கு உருவம் கொடுக்க நமக்கு உதவுகின்றன. இவ்வாறு 1891 ஆகஸ்டில் லஷ்மிதாஸ் கத்தியவாரில் ஒரு ஜமீந்தாரான ஷாப்பூரைச் சேர்ந்த தாக்கோரின் ஊழியராக இருந்தது நமக்குத் தெரியவருகிறது. ஆனால் அவர் அடிக்கடி போர்பந்தருக்கு வந்தார். அங்கே (ராஜ்ஜியத்தின் நிர்வாகி குறிப்பிட்டது போல) அவர் 'கடந்த ஒன்பது அல்லது பத்து மாதங்களாக இன்னதென்று குறிப்பிட முடியாத, தீர்மானிக்கப்படாத பதவியில் பாவ்சிங்ஜியின் அருகில் இருந்துகொண்டிருந்தார்.'[10] இளம் இளவரசருடன் இருந்ததன் மூலம் பாவ்சிங்ஜி போர்பந்தரின் ராணா ஆகும்போது அவரது நிர்வாகத்தில் ஒரு பொருத்தமான பதவியைப் பெற்றுவிடலாம் என்று லஷ்மிதாஸ் காந்தி நம்பியிருக்கக்கூடும். அல்லது அவர் தன் தம்பி மோகன்தாஸ் மூலமாக மறைமுகமாக செல்வாக்கு செலுத்த நினைத்திருக்கலாம். லண்டனில் படித்த வழக்கறிஞர் என்ற முறையில் அவர் போர்பந்தரின் திவானாவதற்கு மிக நல்ல தகுதி பெற்றிருந்தார். அந்த சமயத்தில் பிரித்தானியர்கள் நாட்டின் சட்ட, அதிகார அமைப்புகளை நவீனப்படுத்திவந்தனர். தன் அனுபவப்பதிவுப் புத்தகத்தில் காந்தி, 'என் அண்ணன் என்மீது மிகுந்த நம்பிக்கை வைத்திருந்தார். சொத்து, பெயர், புகழ் ஆகியவற்றின்மீது அவருக்குப் மிகப்பெரிய ஆசை இருந்தது.' என்று எழுதுகிறார்.[11] இந்த விவரிப்பு இரண்டுவித சாத்தியங்களுக்கும் இடமளிக்கிறது.—லஷ்மிதாஸ் போர்பந்தரின் திவானாக ஆகிவிடவேண்டும் என்று நினைத்திருக்கலாம்; அல்லது அதிகத் தகுதி பெற்ற தன் தம்பி அந்த வேலையைப் பெறுவார் (இதற்கே அதிக வாய்ப்புகள் இருந்தன) என்று நம்பியிருக்கலாம்.

லஷ்மிதாஸ் காந்தியின் புரவலரான இளம் குமார் பாவ்சிங்ஜி அரசபதவியைவிட உடல் சார்ந்த சுகங்களை அதிகமாக அனுபவித்தார். மணமானவராக இருந்தும் ஓர் அந்தப்புரத்தை வைத்திருந்தார். காந்தி இங்கிலாந்திலிருந்து திரும்பியபோது குமார் ஒரு புதிய ஆசைநாயகியை சேர்த்துக்கொண்டிருந்தார். அவளுக்குச் சலுகையாக புதிய வேலைக்காரர்களை நியமித்தார்; ஏற்கெனவே வீட்டுப் பணியாளர்களாக இருந்த ஐம்பதுக்கு

மேற்பட்டவர்களோடு இவர்களும் சேர்ந்துகொண்டார்கள். செலவுகள் அதிகரித்தன; கடன்களும் அவ்வாறே. நிர்வாகி ஏறாற்றமடைந்து, 'இளம் குமார் தன்னைச் சுற்றிலும் ராஜ்ஜியத்திலேயே மோசமான சில நபர்களை வைத்திருக்கிறார் என்று எழுதினார்.'[12]

குமாருக்கும் அவரது பாட்டனாருக்கும் இடையில் விரோதபாவம் நிரம்பிய உறவே நிலவியது; இளையவர் அரண்மனையைவிட்டுத் தனியே ஒரு வீட்டில் வசித்துவந்தார். 1891 ஆகஸ்ட் 7/8 இரவில் பாவ்சிங்ஜி அரண் மனையின் மூன்றாவது தளத்திலிருந்த ஒரு அறைக்குள் அத்துமீறிப் புகுந்தார். அவரது உத்தரவுப்படி நகரிலிருந்த ஒரு இரும்புக்கொல்லர் அந்தக் கதவின் பூட்டையும், அந்த அறையிலிருந்த நகைகள் அடங்கிய பெட்டிகள் பலவற்றின் பூட்டையும் திறந்து வைத்திருந்தார்.

பெட்டிகளிலிருந்து பாவ்சிங்ஜி, தங்கத்தில் செய்து மாணிக்கமும் மற்ற விலையுயர்ந்த கற்களும் பதிக்கப்பட்ட காதணிகள், மூக்குத்திகள், கைக் காப்புகள் போன்றவற்றை வேண்டிய மட்டும் எடுத்துக்கொண்டார். மேலும் விருந்தளிக்கப் பயன்படும் விலையுயர்ந்த பாத்திரங்கள் பலவற் றையும் தன் வீட்டுக்குக் கொண்டு சென்றார். ஆனால் அந்த இரும்புக் கொல்லர் அரண்மனைக் காவலர்களால் நிறுத்தி விசாரிக்கப்பட்டார். அவர், யாருடைய உத்தரவுப்படி அரண்மனைக்குள் புகுந்தார் என்பதைச் சொல்லிவிட, ராணா ராஜ்ஜியத்தின் நிர்வாகிக்குத் தகவல் தந்துவிட்டார்.

போர்பந்தரின் நிர்வாகி எஸ்.பி.பண்டிட் என்பவர். அவர் பாவ்சிங்ஜியை அழைத்து விசாரித்தார். பாவ்சிங்ஜி, அந்த நகைகள் காலம்சென்ற தன் பெற் றோருடையவை என்று சொன்னார். தன் பாட்டனார் அவற்றைச் சட்ட விரோதமாக விற்றுவிடக்கூடும் என்று அஞ்சியே தனது பிறப்புரிமையை இப்போதே எடுத்துக்கொள்வதாகச் சொன்னார். ராணா விக்மத்ஜி அதை மறுத்தார். அவர் நிர்வாகியிடம் அந்த நகைகள் ராஜ்ஜியத்தின் பரம்பரைச் சொத்து என்றும், அவை பல தலைமுறைகளாக ஆட்சியாளர்கள் சேர்த்து வைத்தவை என்று தெரிவித்தார். தான் ராணாவாக இருக்கும்வரை அவரே அவற்றின் பொறுப்பாளராக இருப்பார். பாவ்சிங்ஜி ஆட்சிப் பொறுப்பு ஏற்ற பின்னரே பொறுப்பு அவர் கைக்கு வரும்.[13]

அன்று இரவு அரண்மனையில் பாவ்சிங்ஜி, இரும்புக்கொல்லர் தவிர அவர்களுடைய கூட்டாளிகள் இன்னும் இருவரும் இருந்தனர். ஒருவர் ராஜ்கோட்டைச் சேர்ந்த ஒரு வியாபாரி; அவரிடம் குமார் கடன் வாங்கியிருந்தார். இன்னொருவர் பெரும் கனவுகள் நிரம்பிய காந்தியின் சகோதரர் லஷ்மிதாஸ். நிர்வாகியிடம் கொடுத்த வாக்குமூலத்தில் அந்த கொள்ளைச் சம்பவத்தின்போது உடனிருந்ததாகச் சொல்லப்படுவதை லஷ்மிதாஸ் மறுத்தார்; இரும்புக்கொல்லர் காவலர்களால் பிடித்துவைக் கப்பட்ட பின்னரே தான் பாவ்சிங்ஜியால் அழைக்கப் பட்டதாகச் சொன்னார். அந்தத் திருட்டை விளக்குவதற்குத் தான் அழைக்கப்படு வதைப்பற்றி பாவ்சிங்ஜி 'மிகவும் குழப்பம் அடைவந்திருப்பதாக' அவர்

சொன்னார். லஷ்மிதாஸிடம், அவருக்கு உதவ ராஜ்கோட்டிலிருந்து வழக்கறிஞரைக் கூப்பிட வேண்டுமா என்று பாவ்சிங்ஜி கேட்டார். லஷ்மிதாஸ், இவையெல்லாம் அவருடைய நகைகள் என்பதால் அப்படிச் செய்வது குற்றத்தை ஒப்புக்கொள்வது போலாகும் என்று சொன்னார். இளவரசர், 'அப்படியானால் சரி,' என்று சொல்ல, காந்தியின் சகோதரர் வெளியேறினார். இந்த விவகாரத்திலிருந்து ஒதுங்கியிருக்க விரும்பிய அவர், நிர்வாகியிடம், 'தான் அரண்மனையில் 'ஐந்து நிமிடம் மட்டுமே' இருந்ததாகவும் பின்னர் வீடு திரும்பிவிட்டதாகவும் கூறினார்.[14] ராஜ்கோட்டிலிருந்தவரான ஆங்கிலேயர்களின் அரசியல் முகவர் இந்தத் தகராறைத் தீர்த்துவைக்க அழைக்கப்பட்டார். நகைகள் கருவூலத்துக்குத் திருப்பியளிக்கப்பட்டன; குமார் பாவ்சிங்ஜி தன்னுடைய நடத்தையைப் பெரிய அளவில் சரிசெய்துகொள்ளவில்லை என்றால் அவர் தன் பாட்டனாரின்காலத்துக்குப் பிறகு ராணாவாக அனுமதிக்கப்படமாட்டார் எனக் கடுமையாக எச்சரிக்கப்பட்டார். லஷ்மிதாஸ் காந்தி ராஜ்கோட்டி லிருக்கும் அரசியல் முகவரிடம் அனுமதி பெறாமல் போர்பந்தருக்குள் நுழையக்கூடாது என்று உத்தரவிடப்பட்டது.[15]

தன் சொந்த ஊரிலிருந்து விலக்கிவைக்கப்பட்டு, அதிகாரிகளிடம் அவப் பெயரும் பெற்ற லஷ்மிதாஸ் தன் சகோதரன் மோகன்தாஸிடம் உதவி கேட்டார். காந்தி அரசியல் முகவரை லண்டனில் ஒருமுறை சொற்ப நேரம் சந்தித்திருந்தார். அவர் இப்போது அரசியல் முகவரிடம் பேசி லஷ்மிதாஸின் பறிக்கப்பட்ட சலுகையை மீட்டுத்தரக்கூடாதா?

காந்தி தயங்கினார்; 'இங்கிலாந்தில் போகிற போக்கில் கிடைத்த அறிமு கத்தை அனுகூலமாக எடுத்துக்கொள்வதாக' ஆகிவிடுமே என்பதே அவர் தயங்கியதற்குக் காரணம். அவரது சகோதரர் மேலும் வற்புறுத்தினார். அவர், 'உனக்கு உலகம் தெரியாது. இங்கே செல்வாக்கு ஒன்றுதான் முக்கியம். உனக்குத் தெரிந்த அதிகாரியிடம் என்னைப்பற்றி நல்லவித மாகச் சொல்ல உன்னால் முடியும் என்னும்போது தம்பியான நீ உன் பொறுப்பைத் தட்டிக் கழிக்கக் கூடாது' என்றார்.

லஷ்மிதாஸ் அண்ணன்; மேலும் மோகன்தாஸுக்கு லண்டனில் சட்டம் பயிலப் பணம் தேவைப்பட்டபோது உதவி செய்திருக்கிறார். ஆகவே தன் மதிப்பீடுகளுக்கு மாறாக காந்தி அரசியல் முகவரைப் பார்க்கச் சென்றார். ஆனால் பிரிட்டிஷ் இந்தியாவில் இனவாத எல்லைக்கோடுகள் வெகு கூர்மையானவை: அந்தக் காலனியில், ஓர் ஆங்கிலேயருக்கும் இந்தியருக்கும் இடையே பெருநகரில் போகிறபோக்கில் ஏற்பட்ட நட்புக்கு எந்த மதிப்பும் கிடையாது. மோகன்தாஸ் தன் தமையனின் தரப்பை எடுத்துவைக்கச் சென்றபோது முகவர் அவரைத் தன் அலுவல கத்தை விட்டு விரட்டிவிட்டார்.[16]

தன் செயல்பாடுகளால் மோகன்தாஸுக்கு போர்பந்தரில் இருந்திருக்க க்கூடிய கொஞ்சநஞ்ச அனுகூலத்தையும் லஷ்மிதாஸ் காந்தி போக்கடித்து

விட்டார். அரண்மனையில் நடந்த குழப்பத்துக்குப் பிறகு நீதிபதி அல்லது திவான் பதவிக்கான வாய்ப்புகள் விலகிவிட்டன, அல்லது இல்லாமலாகி விட்டன.[17] இப்போது மோகன்தாஸுக்கு மிச்சமிருந்த ஆகச் சிறந்த வாய்ப்பு பிரிட்டிஷ் இந்தியாவில் வழக்கறிஞராகப் பணி செய்வதுதான். உயர் நீதிமன்றத்தில் பதிவுசெய்துகொள்ள நினைத்து அவர் 1891 நவம்பர் ஆரம்பத்தில் பம்பாய் திரும்பினார். இன்னர் டெம்பிளில் பெற்ற சான்றிதழ், பிரிட்டிஷ் பாரிஸ்டர் ஒருவரின் சிபாரிசு ஆகியவற்றின் அடிப்படையில் அவருக்கு உரிமம் வழங்கப்பட்டது.[18]

1890-களில் பம்பாயின் மக்கள்தொகை 10 லட்சத்துக்கும் குறைவே. அங்கு வசித்த பிரிட்டிஷ்காரர் ஒருவர் அந்நகரை 'ஒரு குட்டி இந்தியா' என்று வர்ணித்திருந்தார்: அதன் தெருக்களின் வழியே நடந்து சென்றால் நாற்பது மொழிகள் பேசப்படுவதைக் கேட்க முடியும்; நாசியில் 'ஊதுவத்தி, மசாலாப் பொருட்கள், பூண்டு, சர்க்கரை, வெள்ளாடுகள், சாணம் ஆகியவற்றின் கலவையான மணம் வந்து தாக்கும்.'[19] ஒருகாலத்தில் சில மீனவ கிராமங்களின் தொகுப்பாக இருந்த பம்பாய், பத்தொன்பதாம் நூற்றாண்டு முடிவில் வேகமாக வளர்ச்சிபெறும் தொழில் வர்த்தக மையமாக உருவெடுத்திருந்தது. அங்கு சுமார் ஐம்பது பருத்தி ஆலைகள் இருந்தன; அவற்றில் 50,000 பேர் வேலை செய்தார்கள். பொருளாதார நடவடிக்கைகள் விறுவிறுப்பாக நடைபெற்றுவந்தன: நிலம் கடல் பகுதியிலிருந்து மீட்டெடுக்கப்பட்டது; புறநகர்ப் பகுதிகளை நகரின் மையத்துடன் இணைக்க இருப்புப்பாதைகள் போடப்பட்டன; பெருகிவரும் கப்பல் போக்குவரத்தைச் சமாளிக்க புதிய துறைமுகங்கள் ஏற்படுத்தப்பட்டன. பள்ளிகளும் கல்லூரிகளும் ஏராளமாகத் திறக்கப் பட்டன. அந்த நகரம் இந்தியாவில் (உலகத்திலும்) இருந்த அத்தனை மதங்களுக்கும் இருப்பிடமாக இருந்தது. வர்க்க அடிப்படையிலும் மிகவும் வேற்றுமை நிறைந்ததாக இருந்தது; அதிக அளவில் உழைக்கும் வர்க்கத்தினரும், குறிப்பிடத்தகுந்த அளவில் தொழிலதிபர்களும், சிறிய ஆனால் வளர்ந்துவருகிற ஆங்கிலம் பேசும் வர்க்கத்தினரான வழக் கறிஞர்கள், மருத்துவர்கள், எழுத்தர்கள், ஆசிரியர்கள் போன்றவர்களும் அங்கிருந்தனர்.[20] நகரம் விரிவடைந்தபோது, 'மேற்குப்புற இந்தியாவி லிருந்த அத்தனை இனங்களும் பம்பாய்க்குப் படையெடுத்ததைப்போலத் தோன்றுகிறது; ஏட்ரியாட்டிக் இனங்கள் அத்தனையும் காயல்களின் நகரத்தில் (வெனிஸ்) தஞ்சமடைந்ததுபோல.'[21] காந்தியின் சக குஜராத்திகள் இந்த இடப்பெயர்ச்சியின் முக்கிய அங்கம்; தொழில் வியாபாரத்தில் ஏற்பட்ட புதிய வாய்ப்புகளில் பங்குபெறுவதற்காக கடற்கரையோரமாகத் தெற்குநோக்கி வந்தார்கள்.

பம்பாய் வந்தடைந்ததும் காந்தி கிர்காமில் ஓர் அறையை வாடகைக்கு எடுத்துக்கொண்டார். அந்த இடத்துக்கும் முன்பு அவர் சமண பண்டிதர் ராய்ச்சந்த்பாயை முதன் முறையாகச் சந்தித்த வீட்டுக்கும் அதிக தூரமில்லை. உயர் நீதிமன்றம் தெற்கே மூன்று மைல் தொலைவில்

கோட்டைப் பகுதியில் இருந்தது. நியோ-கோத்திக் பாணியில் கட்டப் பட்ட புதிய கட்டடங்களில் ஒன்றான நீதிமன்றம் அதன் சாய்வான கூரை களுக்காகவும், கோபுரங்களுக்காகவும், அதன் பெரிய பரப்பளவுக் காகவும் புகழ் பெற்றது. உட்புறப் பரப்பு மட்டும் 80,000 சதுர அடிகள்.[22]

தினமும் காலையில் லண்டனில் படித்த அந்த இளம் வழக்கறிஞர் உயர் நீதிமன்றத்துக்கு நடந்து சென்று, அதன் நீண்ட வளைந்த படிக்கட்டுகளில் ஏறி, வழக்கு நடக்கும் அறைகளுக்குள் நுழைவதும் வெளியேறுவதுமாக இருந்தார். அவர் பின்னர் மிக வெளிப்படையாக நினைவுகூர்ந்தபடி, 'பலசமயம் வழக்குகளைப் புரிந்துகொள்ள முடியாமல் தூங்கிவிடு வேன்'. இந்திய சட்டத்தைப் படிப்பது 'சிரமமான வேலை'; குறிப்பாக அவருக்கு சிவில் நடைமுறைச் சட்டத்தைப் புரிந்துகொள்வது மிகவும் கஷ்டமாக இருந்தது. அவருக்கு எந்த வழக்கும் வரவில்லை; அவர் பேச்சாற்றல் பெற்றவர் அல்ல என்பதும், அந்த நகரத்துக்கு அந்நியர் என்பதும் காரணமாக இருக்கலாம். ஆனாலும் அவர் கீழமை நீதிமன்றங் களில் ஒரு வழக்கை நடத்தினார்; மேலும் தனது நிலம் கையகப்படுத் தப்பட்ட விவசாயி ஒருவருக்காக கோரிக்கை மனு எழுதிக்கொடுத்து கொஞ்சம் பணம் சம்பாதித்தார்.[23]

மோகன்தாஸ் காந்தி 1891 நவம்பர் முதல் 1892 செப்டெம்பர்வரை பம்பாயில் அவ்வப்போது இருந்தார். (ஓரிரவு புகைவண்டிப் பயண தூரத்தில் இருந்த ராஜ்கோட்டுக்கு அவ்வப்போது சென்றுவந்தார்.) நகரத்தைப்பற்றிய தனது பதிவு எதையும் அவர் தரவில்லை. அவர் தன் சக மோத் பனியாக்களுடன் மட்டுமே பழகினாரா பம்பாயில் உருவாகி வந்த கலப்புத்தன்மைகொண்ட கலாசாரத்தை ருசி பார்த்தாரா? அப்போது பார்ஸி, குஜராத்தி நாடகங்கள் பிரபலமாக இருந்தன; அவை எதற்காவது சென்றுவந்தாரா? உயர் நீதிமன்றம் செல்லும் வழியில் பம்பாய் மைதானங்களில் கிரிக்கெட் ஆடப்பட்டிருக்கும்; அவற்றில் எதையாவது நின்று பார்த்திருக்கிறாரா?

பம்பாயிலிருந்த காலகட்டம்பற்றி காந்தியின் ஒரே ஒரு கடிதம் மட்டுமே எஞ்சியிருக்கிறது. நண்பர் ஒருவருக்கு எழுதிய அந்தக் கடிதத்தில் வேலை கிடைக்கவில்லை என்று குறைபட்டுக்கொண்டும், 'சாதி எதிர்ப்பு இன்னும் அப்படியே இருக்கிறது' என்று புகார் சொல்லியும் எழுதியிருக் கிறார். கடல் கடந்து லண்டனுக்குப் படிக்கச் சென்றதற்காக மோத் பனியாக்களில் ஒரு பகுதியினர் இன்னும் அவர்மீது கோபமாகவே இருந்தனர். மோகன்தாஸ் கூறினார், எல்லாமே

ஒரே ஒரு மனிதருடைய விருப்பத்தைப் பொறுத்தது. அவர் என்னை சாதிக்குள் ஒருபோதும் சேர்த்துக்கொள்ளக்கூடாது என்று முடிந்தவரை முயற்சி செய்வார். நான் எனக்காக வருத்தப்படுவதைவிட அந்த ஒரே ஒரு மனிதரின் அதிகாரத்தை ஆட்டுமந்தைபோலப் பின்தொடர்கிற சாதிக் காரர்களைப் பற்றியே அதிகம் வருத்தப்படுகிறேன். அவர்கள் அர்த்தமற்ற

தீர்மானங்களை இயற்றிக்கொண்டும், அளவுக்கு மீறிச் செயல்பட்டுத் தம் வன்மத்தை வெளிப்படுத்திக்கொண்டும் இருக்கின்றனர். அவர்களுடைய வாதங்களில் மதத்துக்கு இடமே இல்லை. அவர்களுக்குப் பணிந்துபோய், அவர்களை முகஸ்துதி செய்து என்னை அவர்களில் ஒருவனாகச் சேர்த்துக் கொள்ளச் செய்வதைவிட உங்கள் தொடர்பே வேண்டாம் என்று விலகி விடுவது மேல் அல்லவா?[24]

நீதிமன்றத்தில் வெற்றிபெறமுடியவில்லை; சாதியினரின் ஒதுக்கமும் தொடர்ந்தது; இந்த நிலையில் காந்தி தன் புதிய நண்பரான ராய்ச்சந்த்பாயிடம் உரையிடுவதிலேயே ஆறுதல் பெற்றார். அவர் ராய்ச்சந்த்பாயை அவரது கடையில் சென்று சந்தித்தார்; அங்கே அந்தக் கவிஞர் ஒரு மெத்தை மீது சம்மணமிட்டு அமர்ந்திருந்த நிலை அவரைக் கவர்ந்தது—காந்தி மேற்கத்திய முறையில் நாற்காலி அல்லது சோபாவில் அமர்வதற்குப் பழகி விட்டிருந்தார். அதிருந்து அது முற்றிலும் மாறாக இருந்தது. மேலும் ராய்ச்சந்த் தன் தோற்றம்பற்றி அக்கறையில்லாமல் இருந்ததும் அவரை ஈர்த்தது. அவர் நீதிமன்றத்தில் சந்தித்த மனிதர்கள் தங்களின் உடை சம்பந்தப்பட்ட ஒவ்வொரு விஷயத்திலும் மிகுந்த கவனம் எடுத்துக்கொண்டனர்; இந்த நகைக்கடைக்கார கவிஞரோ, எளிமையாக ஒரு வேஷ்டியும் குர்த்தாவும் அணிந்திருந்தார்; பெரும்பாலும் அவற்றை இஸ்திரியும் போடுவதில்லை. ஒருமுறை அவர்களது பேச்சு மற்ற உயிர்களிடம் கருணை காட்டுவதைப்பற்றித் திரும்பியது. ராய்ச்சந்த், ஒருவர் முற்றிலும் விலங்குகளின் தோலை உபயோகிக்காமல் இருக்கமுடியாது என்றாலும் அதை மிகவும் குறைவாகவே பயன்படுத்தவேண்டும் என்றார். காந்தி அந்த நகைக்கடைக்காரரின் தொப்பி ஒரு தோல் வாரினால் கட்டப்பட்டிருப்பதைப் பார்த்தார். அதைச் சுட்டிக்காட்டியபோது ராய்ச்சந்த் அதை நீக்கிவிட்டார். அந்தச் செய்கை அவரது சீடரைக் கவர்ந்தது—இதோ தன்னைத் திருத்திக்கொள்ளக் கூடிய, மறுத்துப் பேசுவதைக்கூட ஏற்றுக்கொள்ளக்கூடிய ஓர் ஆசிரியர்.

ராய்ச்சந்த் காந்தியிடம் அவர் தன் சாதியின் மரபுகளுக்கு அப்பால் பார்க்க வேண்டும் என்று சொன்னார். பூச்சிகளை இம்சிக்காமல் இருப்பது, சில உணவுகளை உண்ணாமல் இருப்பது என்பது போன்ற சிறிய விஷயங்களில் பனியாக்கள் 'எப்போதும் கவனமாக' இருப்பார்கள். ஆனாலும் அவர்களது கருணை எல்லைக்குட்பட்டது. மேலும் அவர்களுக்குத் துணிச்சல் சுத்தமாகக் கிடையாது. பனியாக்களின் உலகம் வர்த்தகம் என்றாலும், அவர்கள் 'மற்ற சாதியினரின் பண்புகளையும் பெற்றிருக்க வேண்டும்'; சூத்திரர்களிடமிருந்து கடின உழைப்பையும், சத்திரியர்களிடமிருந்து துணிவையும், பிராமணர்களிடமிருந்து கல்விமீதான விருப்பத்தையும் கற்றுக்கொள்ளவேண்டும்.[25]

பம்பாயில் நிலையான வேலை கிடைக்காத காந்தி ராஜ்கோட்டிலிருந்த வீட்டுக்குத் திரும்பினார். அவரால் இன்னும் நீதிமன்றத்தில் வாதம்செய்ய முடியாமல் இருக்கலாம்; ஆனால், பலமுறை அச்சாக்கம் கண்ட ஆசிரியர்

(லண்டர் சைவ உணவாளர்கள் சங்கத்தின் இதழில்) என்ற முறையில் அவருக்கு கோரிக்கை மனுக்களை எழுதும் திறமை இருந்தது. காந்தி ராஜ் கோட்டில் ஓர் அலுவலகம் திறந்தார். அவரிடம் தொடர்ச்சியாகக் கட்சிக் காரர்கள் வர ஆரம்பித்தார்கள். அவர்கள் சார்பாக விண்ணப்பங்கள் எழுத ஆரம்பித்தார். அவை பெரும்பாலும் நிலத் தகராறுகள் தொடர்பானவை. இது அவருக்கு மாதத்துக்கு ரூ.300 வருமானம் ஈட்டித்தந்தது. இது அவரது குடும்பத்தை நடத்துவதற்குப் போதும். அவரது குடும்பத்தில் இப்போது 1892 அக்டோபர் 28 அன்று பிறந்த மணிலால் என்று பெயரிடப்பட்ட இரண்டாவது மகனும் அடக்கம்.[26]

மாபெரும் நகரமான பம்பாயில் தொழில் செய்யாமல் (அவரது லண்டன் படிப்புக்குப் பொருத்தமாக) ஒரு சிறு நகரில் சுயவேலை செய்தது கசப்பாக இருந்தது. அவரது வாழ்வில் முதல் முறையாக குடும்பம் அல்லது நண்பர்களிடமிருந்து கடன் வாங்கிக் காலம்தள்ள வேண்டிய நிலையில் இருந்து விடுபட்டது ஒரு சிறு ஆறுதல். அதிர்ஷ்டவசமாக, கத்தியவாரில் கதவுகள் மூடிக்கொண்டிருந்தபோது தென்னாப்பிரிக்காவில் ஒரு வாய்ப்பு அழைத்தது. காந்தியின் சொந்த ஊரான போர்பந்தரைச் சேர்ந்த முஸ்லிம் வியாபாரிகளின் குடும்பம் அங்கு வெற்றிகரமாக வர்த்தகம் செய்துவந்தது. தாதா அப்துல்லா அன்ட் சன்ஸ் என்ற பெயர் கொண்ட அவர்கள் நேட்டாலிலும், டிரான்ஸ்வாலிலும், போர்த்துக்கீசியரிடமிருந்த கிழக்கு ஆஃப்ரிக்காவிலும் கிளைகள் கொண்டிருந்தார்கள்; பல்வேறு பொருட்களில் வியாபாரம் நடைபெற்றது. டிரான்ஸ்வாலில் அந்த நிறுவனத்தின் ஏழு கடைகளைதாதா அப்துல்லாவின் ஒன்றுவிட்ட சகோதரர் தயாப் ஹாஜி கான் மொகமத் கவனித்துவந்தார். 1890 ஜூலையில் தயாபின் குடும்பம் 42,500 பவுண்டுக்கு மூன்று கடைகளை வாங்கியிருந்தது. அவற்றுக்கான பணம் தவணை முறையில் தரப்பட்டிருந்தது. 1892 ஆரம்பத்தில் தவணைகள் வருவது நின்றுபோனது. அப்துல்லா இப்போது தன் ஒன்றுவிட்ட சகோதரர் தர வேண்டிய பாக்கித் தொகைக்காக வழக்கு தொடர்ந்தார். அவர் கேட்ட தொகை சுமார் 24,700.[27] பவுண்ட்.

பிரிட்டிஷ் வழக்கறிஞர்கள் தாதா அப்துல்லாவுக்காக நீதிமன்றத்தில் ஆஜராகி வந்தார்கள்; ஆனால், இதில் ஒரு பிரச்னை இருந்தது—அந்த வியாபாரியின் பதிவேடுகள் குஜராத்தியில் இருந்தன. அப்துல்லாவுக்குத் தனது மொழியையும், நீதிமன்ற மொழியையும் பேசக்கூடிய ஒரு வழக்கறிஞர் தேவைப்பட்டார். அவர் லஷ்மிதாஸுக்கு எழுதி, லண்டனில் படித்த பாரிஸ்டரான அவரது சகோதரர் அங்கு வந்து தனக்கு உதவ முடியுமா என்று கேட்டார். கப்பலில் சென்றுவர முதல் வகுப்புப் பயணச்சீட்டும், உணவு, தங்குமிடம் ஆகியவையும் தவிர சம்பளமாக 105 பவுண்டுகளும் தருவதாகச் சொன்னார்.

லஷ்மிதாஸ் அந்த யோசனையைப்பற்றி மோகன்தாஸிடம் விவாதித்தார். மோகன்தாஸுக்கு அது மிகவும் பிடித்துவிட்டது. அவர் 'எப்படியாவது

இந்தியாவைவிட்டுச் சென்றுவிடவேண்டும் என்று விரும்பினார்'; இங்கே 'ஒரு புது நாட்டைக் காணவும், புது அனுபவங்கள் பெறவும் ஒரு ஆவலைத் தூண்டும் வாய்ப்பு' வந்திருக்கிறது.[28] காந்தியின் சுயசரிதையிலிருந்து இந்த வாசகத்தை சற்று பூச்சுகள் இல்லாமல் பார்க்கலாம். தென்னாப்பிரிக்காவிலிருந்து வந்த அந்த அழைப்பு மூலமாகச் சொந்த நாட்டில் அரசியல் சதிகளிலிருந்து தப்பித்து, போதுமான அளவில் பணம் சம்பாதிக்க முடியும்.

தாதா அப்துல்லா மோகன்தாஸ் காந்தியை அழைத்தது பத்தொன்பதாம் நூற்றாண்டின் இறுதியில்தான் சாத்தியமாகியிருக்கும். குஜராத்தி வியாபாரி ஒருவர் பிரித்தானியக் கொடியைப் பின்தொடர்ந்து தென்னாப்பிரிக்காவுக்குச் சென்றிருந்தார்; அங்கே நவீனபாணியில் இயங்கும் நவீனமான நீதிமன்றங்கள் இருந்தன; அதேசமயம் இன்னொரு குஜராத்தியர் பிரித்தானியக் கொடியைத் தொடர்ந்து அதன் பிறப்பிடத்துக்குச் சென்றிருந்தார்; அங்கே லண்டனில் பயின்று பாரிஸ்டர் ஆகியிருந்தார். 1790-களில் தென்னாப்பிரிக்காவில் இந்திய வியாபாரி எவரும் இருந்திருக்கமாட்டார்; 1990-களில் இந்த வியாபாரிகள் ஆங்கிலம்-பேசுபவர்களாக எளிதில் ஏற்றுக்கொள்ளப்பட்டிருப்பார்கள். 1890-களிலோ உலகமயமாக்கலும் ஏகாதிபத்தியமும் போர்பந்தரைச் சேர்ந்த ஓர் இந்து வழக்கறிஞரையும், அதே ஊரைச் சேர்ந்த ஒரு முஸ்லிம் வியாபாரியையும் தென்னாப்பிரிக்காவில் ஒன்றாகப் பணியாற்றும்படிச் செய்திருந்தன. ஐந்தாண்டு காலத்துக்குள் இரண்டாவது முறையாகத் தன் மனைவி, குழந்தைகளைப் பிரிந்து மோகன்தாஸ் காந்தி பம்பாயிலிருந்து டர்பனுக்கு 1893 ஏப்ரல் 24 அன்று கடல் வழியாகப் பயணமானார்.

> முதலாவதாக இந்தியர்கள் நேட்டாலுக்குச்சென்று அப்போது முப்பத்து மூன்று ஆண்டுகள் ஆகிவிட்டிருந்தன. அவர்கள் கரும்புத் தோட்டங்களில் வேலை செய்வதற்காக அழைத்து வரப்படிருந்த பிணைத் தொழிலாளிகள். 1860 நவம்பர் 16 அன்று எஸ்.எஸ்.ட்ரூரோ கப்பல் டர்பனை அடைந்தபோது நேட்டால் மெர்க்குரி பத்திரிகையிலிருந்து நிருபர் ஒருவர் அதன் வருகையைப் பதிவு செய்வதற்காக வந்திருந்தார். கரையை வந்தடைந்த பயணிகள் வேடிக்கையான தோற்றம் கொண்டிருந்தனர்; வெளிநாட்டவர்கள் போலக் காணப்பட்டனர்; அசல் கீழை நாட்டினர் போன்ற கூட்டம் அது. ஆண்கள் பெரிய மஸ்லின் தலைப்பாகை அணிந்திருந்தனர்; முழங்காலுக்குக் கீழே மறைக்கப்படாத நலிந்த கால் எலும்பு; வண்ண உடைகள். பெண்கள் பளிச்சிடும் கண்களும், நீண்ட வாரப்படாத கருங்கூந்தலும், வடிவழகு பொருந்திய பாதி மறைத்த உருவமும், கூர்மையும் குறுகுறுப்பும் நிரம்பிய பார்வையும் கொண்டிருந்தனர். குழந்தைகள் சிறுத்த, புத்திசாலித்தனம் கொண்ட, அழகிய, வேடிக்கையான முகங்களைக் கொண்டிருந்தார்கள்; அவர்களது உடல்களோ நிச்சயம் ஒடிந்துவிழுந்துவிடும் என்பதுபோல இருந்தன... அவர்கள் அனைவரும் ஆஃப்ரிக்காவிலோ இங்கிலாந்

திலோ நாம் பார்த்திருக்கக்கூடிய எந்தவொரு இனத்திலிருந்தும் நிச்சயமாக மாறுபட்டவர்கள்.[29]

ஆஃப்ரிக்காவின் தென்கிழக்கில் அமைந்திருந்த காலனியான நேட்டால் பிரிட்டிஷ்காரர்களின் வழித்தோன்றல்களின் கட்டுப்பாட்டில் இருந்தது. 1840ல் அவர்கள் போயர்கள்மீது மேலாதிக்கம் செலுத்தினார்கள்; ஆரம் பத்தில் டச்சுக்காரர்களான போயர்கள் நாட்டின் உட்பகுதிகளுக்குப் பின் வாங்கிச் சென்றுவிட்டார்கள். நேட்டாலின் பருவநிலையும், மண்ணும் கரும்பு பயிர் செய்வதற்கு ஏற்றவை. பிரச்னை என்னவென்றால் ஆஃப்ரிக் கர்கள் தமது வயல்களை விட்டுவந்து கூலிக்கு வேலை செய்ய விரும்ப வில்லை. 1851 அக்டோபரில் வெள்ளையர்களின் பொதுக்கூட்டம் ஒன்று, ‘நிரந்தரமாக, நல்லபடியாகத் தொழிலாளிகள் கிடைப்பதற்கு இந்த காலனியின் காஃபிர் இனத்தை நம்பிக்கொண்டிருக்கமுடியாது,’ என்று முடிவு செய்தது. ஆகவே 1850-களின் பிற்பகுதியிலிருந்து நேட்டால் அரசாங்கம் இந்தியாவிலிருந்து தொழிலாளிகளை வரவழைக்க முடிவு செய்தது. வேலைக்கு ஆட்களைத் தேர்வு செய்வதற்காக முகவர்கள் பம்பாய், கல்கத்தா, மதராஸ் துறைமுகங்களுக்கு அனுப்பப்பட்டனர். அவர்கள் துணை முகவர்களைக் கிராமங்களுக்கு அனுப்பினார்கள். வேலைக்கு எடுக்கப்பட்ட ஆட்கள் துறைமுகங்களுக்குக் கொண்டுவரப்பட்டு டர்பன் செல்வதற்காகக் கப்பல்களில் ஏற்றப்பட்டனர்.

நேட்டாலுக்கு வந்த கூலிகள் ஐந்து ஆண்டுகளுக்கு ஒப்பந்தம் செய்யப் பட்டனர். அவர்கள் மீண்டும் ஐந்து ஆண்டுகளுக்கு ஒப்பந்தத்தை நீட்டித்துக்கொள்ளலாம்; அதன் பின்னர் சொந்த நாட்டுக்கு அழைத்துச் செல்லும்படிக் கோரலாம் அல்லது நேட்டாலில் (பெயரளவில்) சுதந்திர மனிதர்களாகத் தங்கிவிடலாம். பண்ணைத் தோட்டங்களில் அவர்களுக்கு வீடு, நியாயவிலைப்பொருட்கள், சுமாரான சம்பளம் (மாதத்துக்குப் பத்து ஷில்லிங்), மருத்துவ உதவி ஆகியவை தரப்பட்டன. ‘கூலிகளின் வருகை... நம் வளத்துக்கு முன் எப்போதையும்விட அதிகம் அவசியமான தாகக் கருதப்படுகிறது. அதுவே உயிர்நாடியான கொள்கை’ என்று நோட்டால் மெர்க்குரி 1865ல் எழுதியது. அப்படியே ஆனது: 1850-களில் ஆண்டு சராசரி சர்க்கரை உற்பத்தி 500 டன்னுக்கும் குறைவாக இருந்த நிலையில், 1870-களில் அது 10,000 டன்களாகவும், 1890-களில் 20,000 டன்களாகவும் உயர்ந்தது. சர்க்கரை ஏற்றுமதி, இந்திய தொழிலாளிகள் வரவழைக்கப்பட்டதால் பலமடங்கு எகிறியது; அவர்கள் வந்த பத்தாண்டுகளுக்குள்ளாக ஏற்றுமதி ஐம்பது மடங்கு அதிகரித்தது.

புலம்பெயர்ந்தவர்களில் அநேகமானவர்கள் தென்னிந்தியாவைச் சேர்ந்த தமிழ், தெலுங்கு பேசுபவர்கள். இந்தியாவிலிருந்து பெண் தொழிலாளி களும் அனுப்பப்பட்டனர்; அவர்களது விகிதம் நூறு ஆண்களுக்கு நாற்பது பெண்கள் என்ற அளவில் இருந்தது. பிராமணர்களும் முஸ்லிம்களும் தவிர்க்கப்பட்டனர்; காரணம் அவர்கள் தமது பெண்களை வீட்டை விட்டு

வெளியில் சென்று வேலை செய்ய அனுமதிக்கவில்லை. வேலைக்கு எடுக்கப்பட்டவர்கள் பெரும்பாலும் தாழ்த்தப்பட்ட, அல்லது நடுத்தர சாதியினரே. சொந்த ஊரில் அவர்கள் விவசாயத் தொழிலாளிகளாகவும், சிறு விவசாயிகளாகவும் இருந்தவர்கள். வேறு சிலர் குயவர்களாகவும், முடி வெட்டுபவர்களாகவும், தச்சர்களாகவும், செருப்பு தைப்பவர்களாகவும் தொழில் செய்தவர்கள்.

இந்தியத் தொழிலாளிகள் நேட்டால் கவர்மெண்ட் இரயில்வேஸிலும், நிலக்கரி சுரங்கங்களிலும்கூட வேலை செய்தனர். ஒப்பந்த காலம் முடிந்தவர்கள் பலர் சாரிசாரியாகச் சொந்த நாடு திரும்பினாலும், இன்னும் சிலர் அங்கேயே தங்கிவிட முடிவு செய்தனர். அங்கு அவர்கள் விவசாயிகளாகவும், பணப்பயிர் சிறுவிவசாயிகளாகவும், மீனவர்களாகவும், வீட்டு வேலைக்காரர்களாகவும் பணியாற்றினர். காந்தி வந்துசேர்ந்தபோது நேட்டாலின் எல்லாப் பகுதிகளிலும் இந்தியர்கள் இருந்தனர்—கடற்கரையை ஒட்டியும், உள்நாட்டிலும், நகரங்களிலும், பண்ணைத் தோட்டங்களிலும்.

1870-களிலிருந்து வேறு வர்க்கத்தைச் சேர்ந்த இந்தியர்கள் காலனிக்கு வர ஆரம்பித்தார்கள். அவர்கள் தொழிலாளிகள் அல்ல, வியாபாரிகள்; அவர்கள் தாமே விரும்பி வந்தனர். அவர்கள் தம் பயணத்துக்குரிய கட்டணம் செலுத்தி வந்த காரணத்தால் 'பயணி இந்தியர்கள்' என்று அழைக்கப்படலாயினர். அவர்கள் முக்கியமான இந்தியாவின் மேற்குக் கரையிலிருந்து, குறிப்பாக குஜராத்திலிருந்து வந்தனர். அவர்களில் பலர் முஸ்லிம்கள்; போரா, கோஜா, மேமன் சாதிகளைச் சேர்ந்தவர்கள். சில வியாபாரிகள் இந்துக்கள்; சொற்பமான அளவில் பார்ஸிகளும் இருந்தனர்.

நேட்டாலுக்கு வந்த முதலாவது இந்திய வியாபாரி காந்தியின் சொந்த ஊரான போர்பந்தரிலிருந்து வந்தவர். அபுபக்கர் அமோத் ஜாவேரி என்ற பெயர் கொண்ட மேமன் சாதியினரான அவர் தென்னாப்பிரிக்காவுக்கு வரும் முன்னர் கல்கத்தாவிலிலும், மொரிஷியஸிலும் வேலை செய்திருந்தார். 1877ல் நேட்டால் ஆல்மனாக்கின் பிஸினஸ் அன்ட் ரெசிடென்ஷியல் டைரக்டரியில் குறிப்பிடப்பட்ட முதலாவது வெள்ளையர் அல்லாதவர் ஆனார். டர்பன், டோங்காட், வெருலம் ஆகிய இடங்களில் கடைகள் நடத்திய அவர் இந்தியாவுக்கு சரக்குகளை ஏற்றிச் செல்லவும் கொண்டுவரவும் கப்பல்களை அமர்த்தினார். ஜாவேரியின் வெற்றி அவரது ஒன்றுவிட்ட சகோதரர்கள் பலருக்கும் நேட்டாலுக்கு வந்து வியாபாரம் செய்யத் தூண்டுகோலாக இருந்தது. பின்னாளில் காந்திக்கு வேலைகொடுத்தவரான தாதா அப்துல்லாவும் அவர்களில் ஒருவர்.

இவ்வாறான பயணி இந்தியர்களை நேட்டாலியர்கள் 'அரபியர்கள்' என்று அழைத்தனர். பொருந்தாத வர்ணிப்பாக இருந்தாலும் அவர்கள் அதை விரும்பினர்; காரணம் அது அவர்களை உழைக்கும் வர்க்கத்தைச் சேர்ந்தவர்களான சக நாட்டவர்களிடமிருந்து வேறுபடுத்திக் காட்டியது. சில வியாபாரிகள்

நேட்டாலின் முக்கிய நகரமான டர்பனில் இருந்தனர். மற்றவர்கள் உட்பகுதிகளில் சிறு நகரங்களுக்குச் சென்றனர்; அங்கு சுரங்கங்களிலும் பண்ணைத் தோட்டங்களிலும் வேலை செய்த இந்தியர்கள் அவர்களது வாடிக்கையாளர்கள். இந்திய வியாபாரிகள் சாதாரணமாக ஐரோப்பிய வியாபாரிகளைவிட அதிக நேரம் வேலை செய்தனர்; பழக்க வழக்கங்களில் சிக்கனமானவர்களாகவும் இருந்தனர். அவர்கள் தம் சொந்தக்காரர்களையே வேலைக்கு வைத்துக்கொண்டதால் செலவுகள் மேலும் குறைந்தன. ஆண்டுகள் செல்லச்செல்ல நேட்டாலிலும், அதற்கு அப்பாலும் சில்லறை வியாபாரத்தில் அவர்களது பங்கு அதிகரித்தது. உதாரணமாக, 1870ல் டர்பனில் இந்தியர்களுக்குச் சொந்தமான கடைகள் இரண்டு மட்டுமே இருந்தன; 1889 வாக்கில் இது எண்பத்தைந்தாக அதிகரித்திருந்தது. அத்துடன் அந்த வியாபாரிகள் நிலம் வாங்கி கட்டடங்கள் கட்டி வாடகைக்கும் விட்டனர்.

1860ல் எஸ்.எஸ்.டுரோவில் சுமார் 340 தொழிலாளிகள் வந்தனர். 1876 வாக்கில் நேட்டாலில் 10,626 இந்தியர்கள் இருந்ததாக மதிப்பிடப்பட்டுள்ளது. 1886ம் ஆண்டுக் கணக்கு 29,589; 1891ல் 35,763. இப்போது அவர்கள் எண்ணிக்கை ஏறக்குறைய ஐரோப்பியர்களுடன் ஒப்பிடும் அளவுக்கு இருந்தது. 1891ல் ஐரோப்பியர்கள் எண்ணிக்கை 46,788 (ஆஃப்ரிக்கர்கள் தொகை 4,55,983 என்று மதிப்பிடப்பட்டது). ஆஃப்ரிக்காவின் இப்பகுதியில் இருந்த இந்தியர்கள் அதிக அளவில் நேட்டாலில்தான் குழுமியிருந்தனர். ஆனாலும் சில தொழிலாளிகளும் வியாபாரிகளும் தெற்கில் கேப் காலனிக்கும் சென்றிருந்தனர்; அதுபோலவே மேற்கில் போயர்கள் கட்டுப்பாட்டிலிருந்த டிரான்ஸ்வாலுக்கும் சென்றிருந்தனர். அங்கே ஜோஹானஸ்பர்க் நகரம் தங்கம் கண்டுபிடிக்கப்பட்டதைத் தொடர்ந்து வேகமாக வளர்ச்சியடைந்து வந்தது.[30]

நேட்டால் அரசாங்கம் இந்தியக் குடியேறிகளின் காப்பாளர் என்று ஒரு அலுவலரை நியமித்திருந்தது. அவர்களது வாழ்க்கை நிலைமையைக் கண்காணிப்பதும், அவர்கள் தெரிவிக்கும் புகார்களை விசாரிப்பதும் அவரது பணிகள். 1892–93க்கான அறிக்கை, முந்தைய ஆண்டுகளைப் போல அதிக அளவிலான தொழிலாளிகள் விவசாயம், பணப்பயிர் சிறுவிவசாயம் ஆகியவற்றை மேற்கொண்டிருப்பதைக் குறிப்பிட்டது. 'இந்தியர்கள் தமது உழைப்பாலும், மிதமான பழக்கங்களாலும் காலனியில் தமக்காக ஒரு கவுரவமான நிலையை உருவாக்கிக் கொள்வதில் வெற்றிபெற்றிருக்கின்றனர்,' என்று காப்பாளர் எழுதினார். அவர்கள் 'காலனியில் வசிக்கும் மக்களில் ஒரு வளமான, ஒழுங்கான, சட்டத்தை மதிக்கும் பிரிவினராக உள்ளனர்.' சுமார் 150 இந்தியர்கள் வரி கட்டுபவர்களாக நகரின் பட்டியலில் இருந்தார்கள்; அவர்கள் உள்ளூர் தேர்தல்களில் வாக்களிக்கமுடியும்.[31]

மோகன்தாஸ் காந்தி டர்பனுக்கு 1893 மே 24 அன்று வந்தடைந்தார். அவர் பம்பாயிலிருந்து கிளம்பி சரியாக ஒரு மாதம் ஆகியிருந்தது. அவரது கப்பல்

வரும் வழியில் லாமு, மோம்பாசா, ஜான்ஸிபார் ஆகிய இடங்களில் நின்று சென்றது. அவரை வரவழைத்திருந்த நிறுவனத்தின் முதன்மைப் பங்குதார ரான தாதா அப்துல்லா துறைமுகத்திலேயே அவரைச் சந்தித்து, தன் வீட்டுக்கு அழைத்துச் சென்றார். அப்துல்லா மேற்கு-மத்திய டர்பனில் கிரே தெருவிலிருந்து பிரிந்து சென்ற ஒரு சிறிய சந்தில் குடியிருந்தார். அந்த இடம், இந்தியர்கள், குறிப்பாக குஜராத்திகள் பெரும்பான்மையாக வசித்த பகுதியின் இதயம் போன்றது. கிரே தெரு துறைமுகத்துக்கும், விக்டோரியா எம்பாங்க்மென்ட்டுக்கும் மேற்காகச் சென்றது. அதில் வெள்ளையர்கள் நீர்நிலைகளுக்கு அருகிலிருந்த பகுதியில் வசித்தனர். மேற்கொண்டு இந்தியர்கள் வசித்தனர். கிரே தெருவிலிருந்து இரண்டு புறங்களிலும் பிரிந்த சந்துகளில் கீழ்த்தளங்களில் கடைகளும், அவற்றுக்கு மேல் வீடுகள், அலுவலகங்கள் ஆகியவையும் இருந்தன. கட்டடங்களின் பெயர்ப்பல கைகளில் இருந்த பெயர்கள்—ஜாவேரி, மூசா, மேத்தா, அப்துல்லா, ருஸ்தம்ஜி போன்றவை — அவற்றின் சொந்தக்காரர்கள் மேற்கு இந்தியாவி லிருந்து வந்திருந்ததைக் காட்டின.[32]

லண்டனில் காந்தி கிறிஸ்துவரான ஜோசையா ஓல்ட்ஃபீல்டுடன் வசித்தார். அந்தச் சாதி விதிமுறை மீறல் பம்பாயிலும், ராஜ்கோட்டிலும் இருந்த மோத் பனியாக்களிடமிருந்து மறைக்கப்பட்டது. அதுபோலவே தென்னாப்பிரிக்காவில் ஒரு முஸ்லிம் குடும்பத்துடன் ஒரு வீட்டைப் பகிர்ந்துகொண்டது இந்து ஆசார வழக்கத்தை மீறிய செயல். அவருக்கும், அவர்மீது தீர்ப்புக் கூறக்கூடியவர்களுக்கும் இடையே இருந்த பெருங் கடல் அதை எளிதாக்கியது. காந்தி வந்திறங்கிய மே 24 அன்று டர்பனின் முதன்மை செய்தித்தாள், பக்கத்துக் குடியரசான தென்னாப்பிரிக்கக் குடியரசில் (சௌத் ஆஃப்ரிக்கன் ரிபப்ளிக்—எஸ்.ஏ.ஆர்.) பால் க்ரூகர் மூன்றாவது முறையாக அதிபராகப் பதவியேற்றுக்கொண்டதைத் தெரிவித்தது. அந்த இதழ் க்ரூகரின் தொடக்க உரையை பிரசுரித்திருந்தது. அவர், பின்வருமாறு செய்வது தனது 'சிறப்புக் கடமையாக' இருக்கும் என்று கூறியிருந்தார்:

> நமது சுதந்திரம் பாதிப்புக்குள்ளாகும்படியோ, அபாயத்துக்குள்ளா கும்படியோ எதுவும் செய்யப்படாமல் பார்த்துக்கொள்வது; நமது சுதந்திரம் அபாயத்துக்கு உள்ளாகும்படியாக எந்த உரிமைகளையும் யாருக்கும் நாம் தந்துவிடக்கூடாது; காரணம், புறச்சமயங்களைச் சேர்ந்தவர்கள்கூட நமது நாட்டின் (சரித்திரத்தின்) உருவாக்கத்தில் கடவுளின் கரம் இருப்பதை ஒப்புக்கொண்டாகவேண்டும்; நமது சுதந்திரம் கடவுளால் நமக்கு அளிக்கப்பட்டது.[33]

டிரான்ஸ்வால் என்றும் அழைக்கப்பட்ட எஸ்.ஏ.ஆர். போயர்களால் ஆளப்பட்டுவந்தது. அவர்கள் விவசாயம் செய்பவர்கள்; பக்தியும் ஆசாரமும் நிரம்பியவர்கள்; வெள்ளையர்களும் கிறிஸ்துவர்கள் அல்லாத வர்களுக்குத் தமது நாட்டில் குடியுரிமை கோர எந்த முகாந்திரமும்

இல்லை என்று நம்புபவர்கள். நேட்டாலில் இருந்த வெள்ளையர்களோ வியாபாரத்திலும் வணிகத்திலும் அதிக ஈடுபாடு கொண்டிருந்தார்கள்; வேதாகமத்தின்மீதான அவர்களது விசுவாசம் சற்றுக் குறைவானதே. ஆனால், அவர்களுக்கும் முன்முடிவுகள் இருந்தன. காந்தி டர்பன் சென்ற முதல் வாரத்தில் அவர் நடுவர் நீதிமன்றத்துக்கு அழைத்துச்செல்லப் பட்டார்; கிரே தெருவிலிருந்து சிறிது நேர நடை தூரத்திலேயே அந்த நீதிமன்றம் இருந்தது. அவர்கள் இருவரும் கத்தியவாரி பாணியில் தலைப் பாகை அணிந்திருந்தனர். அவர்களது தோற்றம் சில விமர்சனங்களை எழுப்பக் காரணமாயிற்று. நேட்டால் அட்வெர்டைசரில் ஒரு செய்தி இவ்வாறு கூறியது: 'நன்கு உடையணிந்த' இங்கிலீஷ் பாரிஸ்டரான 'இந்தியர் ஒருவர், தனது தலையணியை எடுக்காமலும், சலாம் செய்யா மலும் நீதிமன்றத்தில் நுழைந்தார். நீதிமன்ற நடுவர் பார்வையாலேயே தன் கண்டனத்தைத் தெரிவித்தார்.'

உடனடியாக காந்தி விளக்கம் கொடுக்கும் வகையில் எழுதினார்: 'ஐரோப் பியர்கள் மரியாதையை வெளிப்படுத்தத் தமது தொப்பியை உயர்த்துவது போல, இந்தியாவில் ஒருவர் தமது தலையணியை அணிந்துகொண்டி ருப்பதே மரியாதையை வெளிப்படுத்தும் செயலாகும். ஒரு கனவானுக்கு முன்பாக வெறும் தலையுடன் தோன்றுவது அவரை அவமதிப்பதாகும்.' பம்பாய் உயர்நீதி மன்றத்தில் நீதிமன்ற நடுவருக்கு முன்பு தலைதாழ்த்தி வணங்கும் வழக்கம் இல்லை. இருப்பினும் அவர், 'வணக்கத்துக்குரியவர், மரியாதையற்றது என்று அவர் கருதும் என் செயலால் புண்பட்டிருப்பாரே யானால், அவரிடம் நான் மன்னிப்புக் கேட்டுக்கொள்கிறேன்; என் செய்கை அறியாமையால் நடந்ததேயன்றி, வேண்டுமென்றே செய்யப்படவில்லை.'[34]

தாதா அப்துல்லா அன்ட் கம்பெனியின் உரிமைகோரல் வழக்கு போயர்களின் கட்டுப்பாட்டிலிருந்த தென்னாப்பிரிக்கக் குடியரசின் தலையகரான பிரிட்டோரியாவில் நடைபெற்றுவந்தது. டர்பனில் ஒரு வாரம் தங்கியிருந்த பிறகு காந்தி பிரிட்டோரியாவுக்குப் புகைவண்டியில் பயணமானார். அவர் முதல் வகுப்புப் பெட்டி ஒன்றில் முன்பதிவு செய் திருந்தார். இரண்டு மணிநேரத்துக்குப் பின்னர் புகைவண்டி பெய்டர் மாரிட்ஸ்பர்க் நிலையத்தில் நின்றுகொண்டிருந்தபோது, ஒரு ரயில்வே அலுவலர் அவரை மூன்றாம் வகுப்புப் பெட்டிக்குச் சென்றுவிடும்படிக் கூறினார். காந்தி, தான் முறையான பயணச்சீட்டு வைத்திருப்பதாகக் கூறி அதற்கு மறுப்புத் தெரிவிக்க, காவலர் ஒருவர் வரவழைக்கப்பட்டு, காந்தி அவரது மூட்டை முடிச்சுகளோடு புகைவண்டியைவிட்டு வெளியேற்றப் பட்டார். நிலையத்திலிருந்து காந்தி இரண்டு தந்திகளை அனுப்பினார். ஒன்று ரயில்வே அதிகாரிகளுக்கு; மற்றது தாதா அப்துல்லாவுக்கு. தாதா அப்துல்லா பெய்டர்மாரிட்ஸ்பர்க்கில் இருந்த இந்திய வியாபாரிகளுக்குத் தகவல் தெரிவித்தார். அவர்கள் நிலையத்துக்கு வந்து, தாங்கள் இதேபோல பாராபட்சமாக நடத்தப்பட்ட நிகழ்ச்சிகளைச் சொல்லி அவரைத் தேற்றினர்.

மறுநாள் மாலை காந்தி மேற்காகத் தனது பயணத்தைத் தொடர்ந்தார். சார்லஸ்டவுனோடு புகைவண்டிப் பாதை முடிவுற்றது; அதன் பின்னர் அவர் ஜோஹானஸ்பர்க்வரையில் செல்ல ஒரு வண்டியை (ஸ்டேஜ்கோச்) அமர்த்திக்கொண்டார். வெள்ளையரான வண்டிக்காரர் அவரை வண்டியின் உள்ளே, பணம் கொடுத்துப் பயணம் செய்பவர்களுக்கான மெத்தை வைத்த ஆசனங்களில் அமர அனுமதிக்கவில்லை. அவர் எதிர்ப்புத் தெரிவித்தபோது—இப்போதும் அவரிடம் உரிய பயணச்சீட்டு இருந்தது—அந்த ஆள் அவரைக் காதோடு சேர்த்து அறைந்துவிட்டார். காந்தி கைப்பிடிகளைப் பிடித்துக்கொண்டு அபாயகரமாகத் தொங்கிக் கொண்டே வர வேண்டியாயிற்று. அடுத்து வந்த நிறுத்தமான ஸ்டான் டர்ட்டனில் அவர் தானாகவே இறங்கிக்கொண்டார். அங்கேயும் அவரைச் சந்தித்து இந்திய வியாபாரிகள் ஆறுதல் கூறினர். மறுநாள் மாலை அவர் ஜோஹானஸ்பர்க்கை அடைந்தபோது, அவரது நிறம் காரணமாக விடுதி அறை கிடைப்பது மிகவும் சிரமமாக இருந்தது. இடர்பாடுகள் தொடர்ந் தன—பிரயாணத்தின் கடைசிக்கட்டமாக ஜோஹானஸ்பர்க்கிலிருந்து பிரிட்டோரியா செல்லும்போது கார்டு அவரை முதல் வகுப்பிலிருந்து மூன்றாம் வகுப்புக்குப் போய்விடும்படிச் சொன்னார். ஆனால், சக பயணியான ஓர் ஆங்கிலேயர், ஓர் இந்தியனுடன் பெட்டியைப் பகிர்ந்து கொள்வதில் தனக்கு மகிழ்ச்சியே என்று கூறிவிட்டார்.

இந்தப் பயணத்தை காந்தி தனது சுயசரிதையில் விவரிக்கிறார். சுயசரிதை எழுதப்பட்டபோது அவர் விவரிக்கும் சம்பவங்கள் நடந்து பல ஆண்டுகள் கடந்துவிட்டிருந்தன. கடந்த காலத்திலிருந்து நினைவு கூறப் பட்ட விவரிப்பு என்றபோதிலும் அதில், அதில் ஒரு தார்மிகத் தெளிவு இருக்கிறது— பல முறை வண்டிகளிலிருந்து இறக்கிவிடப்பட்டபோது அவர், 'நான் அனுபவிக்கும் துன்பங்கள் மேலாட்டமானவையே— அவை, நிறம்சார்ந்த முன்முடிவு என்ற ஆழமான நோயின் அறிகுறி மட்டுமே. முடிந்தால் நான் அந்த நோயை வேரோடு அகற்ற முயல வேண்டும்; அந்த முயற்சியில் ஏற்படக்கூடிய துன்பங்களைப் பொறுத்துக் கொள்ளவேண்டும்,' என்று முடிவு செய்தார்.

ஆயினும் அந்த அனுபவம் மிகவும் வேதனை தருவதாகவே இருந்திருக்க வேண்டும்.[35] பிரிட்டோரியா சென்றடைந்த மறுநாள் காலை, காந்தி தாதா அப்துல்லாவின் வழக்கை நடத்திக்கொண்டிருந்த வழக்கறிஞரைச் சென்று பார்த்தார். ஏ.டபிள்யூ.பேக்கர் என்ற அவர் ஒரு சாதாரண (தொழில் முறையல்லாத) மத போதகரும் கூட என்பது அப்போதுதான் அவருக்குத் தெரிய வந்தது. அவர் மூலமாக காந்தி மற்ற கிறிஸ்துவர்களைச் சந்தித்தார்; அவர்களோடு அவர்களது மதம் குறித்து விறுவிறுப்பாக விவாதித்தார். காந்தி அவரது தாயார் கொடுத்திருந்த பாசிமணி மாலை ஒன்றைக் கழுத்தில் அணிந்துகொண்டிருந்தார். கிறிஸ்துவ நண்பர் ஒருவர் அதை வெறும் மூட நம்பிக்கை மட்டுமே என்று சொல்லி நிராகரித்தார். இந்தியர்

பதிலுக்கு, இயேசு நாதர் மட்டுமே கடவுளின் ஒரே மகன் என்று தன்னால் ஏற்றுக்கொள்ள முடியாது என்றார்; காரணம், 'கடவுளுக்குப் பிள்ளைகள் இருக்க முடியும் என்றால், நாம் அனைவரும் அவரது மைந்தர்களே.'[36]

ஏ.டபிள்யூ. பேக்கர் ஒரு சுவாரசியமான மனிதர். வழக்கறிஞர் தொழிலுக்கு வரும்முன்பாக தச்சு வேலை செய்துவந்தவர். அவரது நிஜமான பேரார்வம் மதப் பிரசாரமே. ஆஃப்ரிக்காஸ் கோல்டன் ஹார்வெஸ்ட் (ஆஃப்ரிக்காவின் தங்க அறுவடை) என்ற பெயரில் அவர் ஒரு பத்திரிகை நடத்திவந்தார். அதன் நோக்கம், 'வேதாகம, மிஷனரி திருப்பணி.' சுரங்கங்கள், சிறைச்சாலைகள், மருத்துவமனைகள் போன்ற இடங்களில் மத போதனை செய்த அவர் சில ஆஃப்ரிக்கர்களை மதம் மாற்றினார். அவர்கள் வடக்கே சென்று கர்த்தரின் வார்த்தையை மேலும் பரப்பினர். ஆஃப்ரிக்கர்களைத் திருச்சபையில் சேர்த்துக்கொள்ளும் முன்பாக, அவர்கள் தீய சக்திகளை அண்டவிடாமல் தடுப்பதற்காகத் தம் கைகளில் அணிந்துகொண்டிருந்த காப்புகளைக் கழற்றி விடவேண்டும் என்று வலியுறுத்தினார். குடிக்கு எதிராகத் தீவிரமாகப் பிரசாரம் செய்தார். அதுமட்டுமல்லாமல் மூக்குப்பொடி, புகையிலை ஆகியவற்றையும் விட்டுவிடும்படித் தன்னைப் பின்பற்றுபவர்களைக் கேட்டுக்கொண்டார்.[37]

பேக்கர் பூர்வகுடியைச் சேர்ந்த போதகர்களை விளிம்புக்குத் தள்ளினார். அவர் சில நேரங்களில் கிராமப்புறங்களுக்குச் சென்றார். அப்படியான பயணம் ஒன்றில் அவர் காந்தியைத் தன்னுடன் அழைத்துச் சென்றார். அவர்கள் டச்சுக்காரரான சால்வேஷனிஸ்ட் ஒருவரைச் சந்தித்தார்கள். அவர் ஒரு வெள்ளையரும் பழுப்பு நிறத்தவரும் ஒன்றாகப் பயணிப்பதை ஒப்புக்கொள்ளவில்லை. பேக்கர் அதனால் அயரவில்லை: அவரிடம், மதம்சார்ந்த விடாப்பிடியான நம்பிக்கைகள் இருந்தாலும், இனவாத முன்முடிவுகள் சிறிதும் இல்லை. தனது இந்து நண்பர் விரைவிலேயே 'கிறிஸ்துவின் முகத்தில் சுடர்விடும் ஆண்டவனின் பேரொளிக்குள் வந்துவிடுவார்!' என்பதே அவர் கொண்டிருந்த நம்பிக்கை.[38]

காந்தி இறைவனின் வார்த்தையையும் ஒளியையும் தடுத்துவந்தார்; இருந்தாலும் இப்போது அவரால் இந்து மதம் பூரணமானது என்றும் ஏற்றுக்கொள்ள முடியவில்லை. வேதங்கள் கடவுளின் அருள்பெற்ற வார்த்தைகள் என்றால், பைபிளும் குரானும் அவ்வாறே ஏன் உரிமைகோர முடியாது? அவர் கிறிஸ்துவ, இஸ்லாமிய நூல்களைப் படிக்க ஆரம்பித்தார். இதனால் அவரது அறிவுப்புலம் விசாலமானது; அநேகமாக அவரது குழப்பங்களும் பெருகின. தனது சமயக்கல்விக்கு இடையில் காந்தி தன்னை தென்னாப்பிரிக்காவுக்கு அழைத்துவந்த சட்ட வழக்கு சம்பந்தமான வேலைகளிலும் ஈடுபட்டார். தாதா அப்துல்லா தன் ஒன்றுவிட்ட சகோதரன் கான் மொகம்மது தயாப், தனக்குத் தருவதாக முன்னர் ஒப்புக்கொண்ட பணத்தைத் தர மறுப்பதாக அவர்மீது வழக்குத் தொடர்ந்திருந்தார். வழக்கின் இரு தரப்பாருக்கும் இடையில் நடந்துவந்த கடிதப்

போக்குவரத்துகளைப் படித்துப் பார்த்து நீதிமன்றத்தில் தாக்கல் செய்வதற்காக அட்டர்னிகளுக்குக் குறிப்புகள் தயாரித்தார். அப்போது காந்தி பல கடிதங்களை குஜராத்தியிலிருந்து ஆங்கிலத்துக்கு மொழி பெயர்க்க வேண்டியிருந்தது.[39]

தென்னாப்பிரிக்காவில் வசித்ததின் மூலமும் செய்தித்தாள்களைப் படித்ததின் மூலமும் வெவ்வேறு சமூக இனங்கள் இடையே நிலவிய சமூக எல்லைக்கோடுகள் மிகத் தெளிவாக வரையப்பட்டுள்ளன என்று காந்தி கண்டுகொண்டார். ஜோஹானஸ்பர்க்கில் வெள்ளை வியாபாரிகள் போட்டியை வெறுத்தனர்; இந்திய வியாபாரிகளை நகரத்துக்கு வெளியே அமைந்த ஒதுக்கிடங்களுக்கு அனுப்பிவிட முனைந்தனர்.[40] ஐரோப்பிய வியாபாரிகள் எப்படி 'தந்திரமான, பாழாய்ப்போன ஆசிய வியாபாரிகளால்' தொழிலிலிருந்து விரட்டப்படுகிறார்கள் என்று ஒரு செய்தித்தாள் எழுதியது. காந்தி தன் சக நாட்டினருக்கு ஆதரவாகக் கடிதம் எழுதினார். 'ஒரு பத்திரிகையின் ஆசிரியர் தன் போட்டியாளரைவிடத் திறமையாகத் தன் செய்தித்தாளைத் தயாரித்து, அதன் மூலம் போட்டியாளரை தொழிலைவிட்டுத் துரத்திவிடுகிறார் என்று வைத்துக்கொள்வோம். அப்போது அவர் திறமைசாலியாக இருப்பதால், தன் இடத்தை, முகம் தொங்கிப்போன தன் போட்டியாளருக்கு விட்டுக்கொடுத்துவிட வேண்டும் என்று யாராவது சொன்னால் அவருக்கு எப்படி இருக்கும்?' என்று வினவினார் அந்த வழக்கறிஞர். 'ஐரோப்பிய வியாபாரி, இந்திய வியாபாரியிடமிருந்து எப்படிக் குறைந்த விலைக்கு வியாபாரம் செய்வது, எப்படி சிக்கனமாக வாழ்வது என்று கற்றுக்கொள்ள வேண்டாமா? அது என்ன கௌரவக் குறைச்சலான விஷயமா?'[41] என்றும் கேட்டார்.

நேட்டாலில் காலனியர்களுக்கு விரைவில் ஒரு 'பொறுப்பான அரசாங்கம்' கிடைத்துவிடும். அவர்களுக்கென்றே ஒரு சட்டமன்றமும் அமைச்சர்களும் சிலர் மட்டுமே ஓட்டளிக்கும் தேர்தல் மூலமாகத் தேர்ந்தெடுக்கப்படுவார்கள். 1893 செப்டெம்பரில் இந்தியர்களை ஓட்டளிக்க விடாமல் தடுப்பதற்காக ஆசியர்-எதிர்ப்பு லீக் ஆரம்பிக்கப்பட்டது. இப்போது 10,729 தகுதிபெற்ற வாக்காளர்கள் நேட்டாலில் இருக்கிறார்கள். இவர்களில் விரல்விட்டு எண்ணக்கூடியவர்கள் தவிரப் பிறர் ஐரோப்பியர்கள். வெள்ளையர் மேலாதிக்கத்தைத் தக்க வைப்பதற்காக ஓட்டுரிமை ஆளும் இனத்துக்கு மட்டுமே தரப்பட்டது. ஒரு செய்தித்தாள் குறிப்பிட்டபடி, 'அரை-காட்டுமிராண்டிகளான கும்பல் ஒன்று இங்கு வந்து ஐரோப்பியருக்குச் சமமாக ஓட்டுரிமையும் கேட்க அனுமதிப்பது முட்டாள்தனமானது.'

சில இந்திய வியாபாரிகள், தமது சொத்துரிமை அடிப்படையில் வாக்காளர் பட்டியலில் இடம்பெற்றிருந்தார்கள். வெள்ளையர்கள் லீக் அவர்களிடமிருந்து ஓட்டுரிமையைப் பறிக்கும்படி நீதிபதிகளிடம் கேட்டுக்கொண்டது. காரணம், 'ஆசியர்களின் மக்கள்தொகை

ஏற்கெனவே ஐரோப்பியர்களைவிட அதிகம். அவர்களுக்கு ஓட்டுரிமை வேறு கொடுத்துவிட்டால், சில வருடங்களில் வெள்ளை வாக்காளர்களை விட அவர்கள் எண்ணிக்கையில் மிஞ்சிவிடுவார்கள். பிறகு நமது குழந்தைகள் இந்த மாபெரும் தவறுக்காக நம்மை சபிக்கும்படி ஆகிவிடும்.'[42]

இந்த செய்தித்தாள்கள் பிரிட்டோரியாவில் இருந்த காந்திக்குக் கிடைத்த போது, அவர் பதில் எழுதவேண்டும் என்று எண்ணினார். வெள்ளையரான நேட்டாலியர்களிடம், இந்தியர்கள் இந்தியாவில் உயர் நீதிமன்ற நீதிபதி களாக உள்ளதையும், தாதாபாய் நௌரோஜி என்ற இந்தியர் பிரிட்டிஷ் நாடாளுமன்ற உறுப்பினராகத் தேர்ந்தெடுக்கப்பட்டுள்ளதையும் அவர் களுக்கு நினைவுபடுத்தினார். நேட்டாலில் இருக்கும் இந்தியர்கள் நிச்சயமாக ஓட்டளிக்கும் அளவுக்கு 'நாகரிகமானவர்களே'. ஆனாலும், 'தனது நாட்டினர் ஆன்மிகத்திலேயே அதிக நாட்டம் கொண்டவர்கள் என்பதால் அவர்களால் அரசியலில் நேரடியாக ஈடுபடுவது இயலாது. அவர்கள் அரசியல்வாதிகள் ஆவதற்காக இங்கு வரவில்லை... நேர்மையாக உழைத்து வாழவே வந்திருக்கின்றனர்...'[43]

1893 பிற்பாதியில் காந்தி பகல் பொழுதில் தாதா அப்துல்லாவுக்காக வேலை செய்வதும், மாலைப் பொழுதில் தான் வெளியிட எண்ணிய ஒரு புத்தகத்தை எழுதுவதுமாக இருந்தார். அது ஒரு வழிகாட்டிக் கையேடு; லண்டனுக்குப் போக விரும்பிய மாணவர்களுக்கானது. இன்னர் டெம் பிளிலிருந்து வெற்றிகரமாகவும், பிரச்னையின்றியும் பாரிஸ்டர் சான்றிதழ் பெற்ற ஒரு மனிதர், 'இங்கிலாந்தில் இருந்த இந்தியர்களின் இயக்கங் களைப்பற்றிய மர்மங்களைக் கண்டுபிடிக்கவும், அவற்றைத் திறந்து காட்டவும்' உதவுவார். புத்தகத்தின் முதல் அத்தியாயம் கேட்டது: 'யாரெல்லாம் இங்கிலாந்துக்குச் செல்லலாம்?' 'பலவீனமான மனம் உடையவர்கள் அல்லது கட்டுப்பாடில்லாத நுகர்வுக்கு ஆட்படக்கூடிய வர்கள்' போகக் கூடாது; இருபத்தைந்து வயதுக்கு மேற்பட்டவர்களும் போகக் கூடாது. இளம் வயதும் உடல் வலுவும் கொண்ட இந்தியர் களுக்கு, 'பல்வேறு துறைகளைப் பற்றித் தெளிவாக அறிந்துகொள்ள இங்கிலாந்துதான் மிகச் சிறந்த இடம்' என்று காந்தி எழுதினார். சிவில் சர்வீஸில் சேரவோ, பாரிஸ்டராகத் தகுதி பெறவோ, மருத்துவம் அல்லது பொறியியல் படிக்கவோ ஒரு மனிதன் —எந்த மனிதனும்—'ஒரு குறிப்பிட்ட காலத்துக்குள் இங்கிலாந்தில், இந்தியாவைவிட அதிகமாக கற்றுக்கொள்வான்.' கல்வியின் தரம் 'மிகவும் மேம்பட்டது'; கவனச் சிதறல்களும் குறைவு. தனது சொந்த அனுபவத்திலிருந்து, இந்திய மாணவனைப்பற்றி காந்தி இவ்வாறு எழுதினார்:

> இங்கிலாந்தில் அவன் தனியாக இருக்கிறான்; அவனை நச்சரிக்கவோ நைச்சியம் பண்ணிக் காரியம் சாதித்துக்கொள்ளவோ அவன் மனைவி அருகில் இல்லை; பார்த்துக்கொள்ள பெற்றோரும், கவனித்துக்

கொள்ளப் பிள்ளைகளும் இல்லை; தொந்திரவு செய்யக் கூட்டாளிகள் இல்லை. அவனே தனது நேரத்துக்கு எஜமான். ஆகவே மனம் வைத்தால் அவனால் அதிகம் சாதிக்க முடியும். இங்கிலாந்தின் தெம்பு தரும் பருவ நிலையே வேலை செய்ய ஊக்கமளிக்கும்; இந்தியாவில் நிலவும் பலவீனப்படுத்தும் பருவநிலையோ வேலைசெய்யாமலிருக்கத் தூண்டுவது.

பின்னர் வரும் அத்தியாயங்கள் இங்கிலாந்தில் இந்திய மாணவன் ஒருவனுக்குத் தேவைப்படும் உடைகள், அவன் வாங்க வேண்டிய மரக்கலன்கள், எழுதுபொருட்கள், அவன் சாப்பிட வேண்டிய அல்லது சாப்பிடக்கூடிய உணவு வகைகள் போன்றவற்றை ஏறக்குறைய அயர்வூட்டும் வகையில் வெகு நுணுக்கமாக விவரிக்கின்றன. ஒவ்வொரு பொருளுக்கும் விலை குறிப்பிடப்பட்டது. (உதாரணமாக, மதர் ஆஃப் பேர்ல் பொத்தான் (ஸ்டட்) எட்டு அணா மட்டுமே; தவிர்க்க முடியாத விஷயமான காலை நேரத்துக்குரிய கோட் ரூ.20) நியாயமான விலையில் சத்தான முழுமையான உணவு பெறுவதற்கான சிறந்த வழிகள்பற்றி அந்தப் புத்தகம் விவரித்தது . ஆங்கிலேய நண்பர்களைப் பெற விரும்பிய வர்களுக்கு உதவும் விதத்தில், 'லண்டன் சைவ உணவாளர்கள் சங்க உறுப் பினர்கள் இந்தியர்களிடம் எப்போதும் அன்பும் உபசரிப்பும் கொண்ட வர்கள். த வெஜிட்டேரியன் இதழின் ஆசிரியரைவிட சிநேகமான ஒருவரைக் காண்பது கடினம்' என்று காந்தி குறிப்பிட்டார். இன்னும் ஆசாரமான, பரிசோதனைகளை விரும்பாத சுவை கொண்டவர்களிடம், ஆங்கிலேயர்கள் குளிப்பது அபூர்வம் என்ற பரவலான கருத்துக்கு மாறாக பெரும்பாலான நவீன வீடுகளில் குளியலறைகள் உண்டு—எப்படிப் பார்த்தாலும் 'முழுமையான இந்து முறைப்படி நீங்கள் வாழ்வதைத் தடுப்பதற்கு எதுவும் இல்லை' என்று கூறுகிறார்.

ஓர் அத்தியாயம், 'பாரிஸ்டர் ஆகப்போகிறவர்களுக்காக' எழுதப் பட்டிருந்தது. வெவ்வேறு இன்-களின் பலங்கள் பட்டியலிடப்பட்டன. அவர்கள் படிக்கவிருக்கும் புத்தகங்கள் விவரிக்கப்பட்டன. அதுபோல, அவர்கள் அணியவிருக்கும் உடைகள், பங்கேற்கவிருக்கும் விருந்துகள், செலுத்த வேண்டிய கட்டணம் ஆகியவையும் குறிப்பிடப்பட்டிருக் கின்றன. மாதம் ஒருமுறை நாடகக் கொட்டகைக்குச் செல்லலாம் என்று சிபாரிசு செய்யப்பட்டது; அது 'இங்கிலாந்தின் நவீனகால பழக்க வழக்கங்கள், மரபுகளுக்கு சாளரமாக இருக்கும்.'[44]

இதுவே காந்தி எழுதிய முதலாவதான முழுநீள எழுத்து; அவர் வாழ்ந்த காலத்தில் வெளியிடப்படவில்லை; ஆனால் அவரது தொகுக்கப்பட்ட எழுத்துகளின் முதல் பாகத்தில் ஐம்பத்தைந்து பக்கங்கள் எடுத்துக் கொள்கிறது. இதை எழுதுவதில் அவருக்கு இருந்த தூண்டுதல்கள் பல. புத்தகம் எழுதியவராக இருந்தால் அவர் பம்பாயில் இன்னும் நன்கு அறியப்பட்டவராக இருப்பார்; அவரோ ஒரு வழக்கறிஞராகத் தன்னை

நிலைதிருத்திக்கொள்ளவதில் இன்னும் நம்பிக்கை கொண்டிருந்தார். அந்தப் புத்தகம், அவரை லண்டன் போகவிடாமல் தடுக்க முயன்ற மோத் பனியாக்களுக்கு எதிராகத் தன்னை நியாயப்படுத்திக்கொள்ளும் முயற்சி என்றும் சொல்லலாம். அவர் அவர்களை மீறி அங்கு சென்றது மட்டு மின்றி, இப்போது மற்றவர்களையும் அங்கு செல்ல ஊக்கப்படுத்தினார். புத்தகம் அமைக்கப்பட்டிருந்ததில் இருந்த கவனம், உரைநடையின் சரளம் ஆகியவற்றிலிருந்து பார்க்கும்போது, அந்த இளம் வழக்கறிஞர் எழுதுவதில் ஆர்வம் கொண்டிருந்தார் என்பது தெளிவு; அதிலும் ஊக்கம் தரும் விதத்தில் எழுதுவதில் கூடுதல் ஆர்வம் கொண்டிருந்தார்.

1894 ஆம் ஆண்டின் வசந்தகாலத்தில் தாதா அப்துல்லாவுக்கும் அவரது ஒன்றுவிட்ட சகோதரர் தயாப் கானுக்கும் இடையிலான வழக்கு தீர்ப்புக்கு வந்தது. நீதிபதி காந்தியின் கட்சிக்காரருக்கு சாதகமாகத் தீர்ப்பு வழங் கினார். தயாப் கான் தாதா அப்துல்லாவுக்கு இப்போது 37,000 பவுண்ட் மற்றும் வழக்கு செலவுகளைத் தரவேண்டியிருந்தது. திவாலாகும் அபாயமும் சமூக அவமானமும் அவரை அச்சுறுத்தின. காந்தி தலையிட்டு ஒரு சமாதான ஏற்பாட்டை முன்வைத்தார்—அதாவது அவர் தொகையைத் தவணை முறையில் செலுத்தலாம்.

மே மாதம் மூன்றாவது வாரம் காந்தி பிரிட்டோரியாவைவிட்டு டர்பனுக்குக் கிளம்பினார். திரும்பும் வழியில் பயணம் அவ்வளவாகத் துன்பமளிக்கவில்லை போலும். காரணம் அதைப்பற்றி அவர் சுய சரிதையில் எதுவும் குறிப்பிடவில்லை (ஒருவேளை அவர் சாதுர்யமாக முதல் வகுப்புப் பயணத்தைத் தவிர்த்திருக்கலாம்). அவரது வழக்கு வெற்றிகரமாக முடிந்துவிட்ட நிலையில், இந்தியா திரும்ப ஆயத்த மானார். தாதா அப்துல்லா ஒரு பிரிவுபசார விருந்து அளித்தார். அப்போது பேச்சு நேட்டால் சட்டமன்றத்தின் முன் இருக்கும் ஒரு மசோதா பற்றித் திரும்பியது. அந்த மசோதா இந்தியர்கள் வாக்காளர்களாக பதிவு செய்து கொள்வதைத் தடுத்தது. அப்துல்லாவின் விருந்தினர்கள், அந்த மசோ தாவை எதிர்த்துப் போராடவேண்டும் என்றும், வழக்கறிஞரும் ஆங்கிலம் பேசக்கூடியவருமான காந்தி அங்கேயே தங்கி அவர்களுக்கு உதவவேண்டும் என்றும் விரும்பினர். மசோதாவை எதிர்ப்பது பற்றித் திட்டமிடுவதற்காக 'பிரிவுபசார விருந்து ஒரு காரியக் கமிட்டி கூட்டமாக மாறிவிட்டது' காந்தி டர்பனில் தங்கியிருக்கும்வரை அவருக்கு வருடாந் திர சம்பளம் வழங்குவதாக வியாபாரிகள் தெரிவித்தனர்.

காந்தியின் சுய சரிதையில் பிரசாரக் கமிட்டியாக மாறிய விருந்துபற்றிய அத்தியாயம் இப்படி முடிகிறது: 'இவ்வாறு கடவுள் தென்னாப் பிரிக்காவில் என் வாழ்க்கைக்கு அடித்தளமிட்டார்; தேசிய சுய மரியாதைக் கான போராட்டத்துக்கு வித்து ஊன்றினார்.'[45] இந்த வரலாற்றாசிரியரோ (அதாவது இப்புத்தகத்தின் ஆசிரியர் ராமச்சந்திர குஹா), (இனம்கடந்த) கடவுளுக்குப் பதிலாக, (வெள்ளை) மனிதர்களின் செயல்பாடுகளைக்

குறிப்பிடவே விரும்புகிறார். சில காலமாகவே நேட்டாலிலிருந்த இந்தியர்கள் பாரபட்சமான செயல்களால் எரிச்சலுற்றிருந்தனர். 1884ல் அவர்கள் ஆளுநரிடம் ஐரோப்பியர்களைத் தவிர அனைவரும் இரவில் தெருவில் நடமாடும்போது அனுமதிச்சீட்டு வைத்திருக்கவேண்டும் என்று வற்புறுத்திய ஒரு சட்டத்தை மாற்றும்படிக் கோரினர். ஞாயிற்றுக் கிழமைகளில் வியாபாரம் செய்ய அனுமதிக்கப்படுவதில்லை என்று வியாபாரிகள் புகார் செய்தனர்; அன்றுதான் அவர்களுடைய முக்கிய வாடிக்கையாளர்களான பிணைத்தொழிலாளிகள் வேலைக்குச் செல்லாமல் இருப்பார்கள். மேலும் தாங்கள் நகரின் மையப்பகுதியில் கடை திறக்க அனுமதிக்கப்படுவதில்லை என்றும் முறையிட்டனர்.

காந்தியின் வருகைக்கு முன்னர் கடுமையான சட்டங்களுக்கு எதிரான போராட்டங்களுக்குத் தலைமை வகித்தவர் வியாபாரியான ஹாஜி மொகம்மது ஹாஜி தாதா. அவருடைய பெயர் அவர் புனித நகரமான மெக்காவுக்குப் பலமுறை சென்றுவந்திருப்பதைக் காட்டுகிறது. 1890-லும் 1891-லும் நேட்டால் அரசு தன் சகாக்களை இன்னும் பெருந் தன்மையாக நடத்தவேண்டும் என்று வலியுறுத்திப் பல பொதுக் கூட்டங்களை நடத்தினார். அவர், குடியேற்றக்காரர்களின் பாதுகா வலருக்குத் தமிழும் இந்துஸ்தானியும் தெரிந்திருக்கவேண்டும், அவர் ஒரு இந்தியராகவே இருப்பது மேலும் நல்லது என்று கோரினார். 'கூலிகள்' என்ற சொல்லைத் தடைசெய்யவேண்டும்; இந்தியர்களுக்கு ஃப்ரீ ஹோல்ட் சொத்துகளை வைத்திருக்க உரிமை வேண்டும்; அவர்களது கூட்டங்களுக்கு டர்பனின் டவுன் ஹாலைப் பயன்படுத்த அனுமதிக்க வேண்டும் என்றும் வேண்டினார்.[46]

1893 மார்ச்சில் காந்தி பம்பாய்க்குக் கிளம்பும் முன் ஹெச்.எம்.ஹெச். வாதா என்ற வியாபாரி காலனிகளுக்கான அமைச்சருக்கு ஒரு கடிதம் எழுதினார். அதில், நேட்டாலில் இந்தியர்கள்மீது சுமத்தப்பட்டுள்ள இடர்பாடுகளுக்கு எதிர்ப்புத் தெரிவித்து எழுதியிருந்தார் அவர்கள், 'மாட்சிமை தாங்கிய பேரரசியாரின் பிரஜைகள் அனைவரோடும் சரிசமமாக நடத்தப்படவேண்டும்,' என்று வலியுறுத்தினார். தனது எரிச்சலை—அல்லது கோபத்தை— வெளிப்படுத்தும்விதமாக வாதா கசக்கப்பட்ட ரூபாய் நோட்டுகள் இரண்டைத் தனது கடிதத்துடன் எதிர்ப்பின் குறியீடாக இணைத்திருந்தார்.[47]

1893 இறுதியில் நடைபெற்ற நேட்டாலின் முதல் தேர்தலில் வாக்காளர்கள் பட்டியலில் இருந்த இந்தியர்கள், அதிகமான எண்ணிக்கையிலிருந்த வெள்ளை வாக்காளர்களுடன் தாங்களும் வாக்களித்திருந்தார்கள். அந்தத் தேர்தலில் ஜான் ராபின்சன் தலைமையிலான அரசு வெற்றிபெற்றுப் பதவி யேற்றது. அவர் அந்தக் காலனியில் நன்கு நிலைபெற்ற ஒரு குடும்பத்தி லிருந்து வந்தவர்; அவரது தந்தை, முன்னணி செய்தித்தாளான

மெர்க்குரியை ஆரம்பித்தவர்; இப்போது மகன் அதன் உரிமையாளராக இருந்து நடத்திவந்தார். நேட்டாலில் இந்தியர்கள் இருப்பது, 'சமூக காரணங்களாலும், வர்த்தக, பொருளாதார, அரசியல், குறிப்பாக சுகாதார காரணங்களாலும் அபாயமானது,' என்று ராபின்சன் சொன்னார்.[48] 'பூமத்தியரேகைக்கு அடுத்திருக்கும் பகுதிகளின் பருவநிலையில் பிணைத்தொழிலாளிகள் இல்லாமல் நம்மால் எதுவும் செய்யம் முடியாது' என்று அவர் ஒப்புக்கொண்டாலும், பண்ணைத் தோட்டங்களுக்கு அப்பால் வாழும் இந்தியர்களால் காலனிவாசிகளுக்கு அபாயம்வரும் என்று கருதினார். 'கஞ்சத்தனம்கொண்ட, கட்டுப்படுத்த முடியாத 'கூலி'... தன் பணிக்காலம் முடிந்த பிறகு, நிலத்தில் தங்கிவிடுகிறான்; நாய்ப்பட்டி போன்ற சிறிய வீட்டில் குறுகிப்போய் அமர்ந்திருக்கிறான்; ஓர் ஆங்கிலேயனுக்கு பட்டினி என்று பொருள்படக்கூடிய குறைந்த செலவில் வாழ்கிறான்' பணப்பயிர் சிறுவிவசாயத்திலும், கடை வியாபாரத்திலும் இந்தியர்களின் நுழைவு காரணமாக 'நேட்டாலில் வெள்ளையர்களுக்கு இருக்கும் வாய்ப்புகள் சிறிது சிறிதாகக் குறுகி வருகின்றன. 'ராபின்சன்', 'கட்டுப்பாடற்ற' 'ஆசியர்களின் படை யெடுப்புக்கு' ஓர் உறுதியான எதிர்ப்பு' வேண்டிக் குரல்கொடுத்தார்.[49]

ராபின்ஸனின் பார்வைகளை அவரது சக சட்டமன்ற உறுப்பினர்கள், காலனியர்கள் ஆகியோரும், வெள்ளையருக்குச் சொந்தமான மற்ற பத்திரிகைகளும் பிரதிபலித்தார்கள். ஒரு செய்தித்தாள், 'காலனியின் பாதுகாப்பும் நலனும் அதன் அரசாங்கம் இனி வரும்காலங்களில் ஐரோப்பியர்களின் கரங்களில் முழுமையாக இருப்பதையே சார்ந்திருக்கிறது,' என்று எழுதியது. 'ராமசாமி (இந்தியர்களைக் குறிக்கும் ஒரு இழிசொல்) நகரத்தின் உள்ளேயோ அதன் அருகிலேயோ காய்கறிகளைப் பயிர் செய்பவராகவோ விற்பவராகவோ இருப்பதெல்லாம் சரிதான்; ஆனால் சுகாதாரமற்ற பெரும் தொந்தரவு; மதிப்புக்குரிய குடிமகனாக அவரைக் கருத வழியே இல்லை,' என்று மற்றொரு செய்தித்தாள் எழுதியது.[50]

நேட்டாலில் ஓட்டுரிமை இருபத்தொரு வயதுக்கு மேற்பட்ட, 50 பவுண்டுக்கு மேல் அசையா சொத்துகள் வைத்திருக்கும் அல்லது ஆண்டுக்கு 10 பவுண்ட் வாடகை செலுத்திவரும் ஆண்களுக்கு மட்டுமே அளிக்கப்பட்டது. இந்த நிபந்தனைகளைப் பூர்த்தி செய்த இந்தியர்கள் 200 பேருக்கும் குறைவே. ஆனாலும், இந்தியரின் பொருளாதாரம் வளர்ச்சிபெறும்போது, இந்திய வாக்காளர்களின் எண்ணிக்கை விரைவில் ஆயிரங்களை அடைந்துவிடும் என்று சில வெள்ளையர்கள் கவலைப்பட்டனர். 1893ல் நேட்டால் அலுவலர் ஒருவர், இந்தியர்கள் 'நம்மிடையே முக்கியத்துவம் பெற்ற அம்சமாக உருவெடுத்துவருகிறார்கள்,' என்று எச்சரித்தார். 'அவர்கள் முயல்களைப்போலப் பெருகிவருகிறார்கள்; அவற்றைப் போலவே ஐரோப்பியர்களின் நலனுக்குக் கேடுவிளைவிக்கக் கூடியவர்கள்.'[51]

இந்த மனோபாவமும் முன்முடிவுமே முதலில் நேட்டால் சட்டமன்றத் திலும் பின்னர் தாதா அப்துல்லாவின் வீட்டிலும் விவாதிக்கப்பட்ட புதிய மசோதாவின் பின்னணியில் இருந்தன. இந்தியர்கள் பெற்றிருந்த தொழில் முனையும் திறமையும், சுய முன்னேற்றத்தில் அவர்களுக்கு இருந்த ஆர்வமும், நேட்டாலில் ஆட்சியாளர்கள் விதிக்க முனைந்த துல்லியமான இன ஒழுங்குக்குப் பிரச்னையாக இருந்தன.

மோகன்தாஸ் காந்தியின் முந்தைய அனுபவங்களில் எதுவும் தென்னாப் பிரிக்காவில் காணப்பட்ட இனவாத முன்முடிவின் தீவிரத்தன்மைக்கு அவரைத் தயார் செய்திருக்கவில்லை. போர்பந்தரிலும் ராஜ்கோட்டிலும் சமஸ்தானத்தின் ஆட்சியாளர், கூட்டிக் கழித்துப் பார்க்கும்போது வெள்ளை மனிதனின் ராஜ்ஜியத்துக்குக் கட்டுப்பட்டவர்கள்தான் என்பது தெரிந்த விஷயம்தான்; இருந்தாலும்கூட அந்த ஊர்களிலும் சிற்றரசு களிலும் இந்தியர்கள்தான் கோலோச்சிவந்தார்கள். பிரிட்டிஷ்காரர்களின் இருப்பு பம்பாயில் இன்னும் தெளிவாக இருந்தது; ஆனாலும் சமூகரீதியிலும், மக்கள்தொகைரீதியிலும் அந்த நகரம் முதன்மையாக ஓர் இந்திய நகரமே. காந்தி மாணவராக வாழ்ந்த லண்டன் நகரமோ பெரும் கலப்புத்தன்மை கொண்ட நகரம்; எல்லா இனத்தவர், தேசத்தவர் களுக்கும் வீடாக விளங்குவது. அங்கே இந்தியர்கள் ஆட்சியாளர்களுக்கு அச்சுறுத்தலாக விளங்க முடியாத மிகச் சிறு எண்ணிக்கையினர் மட்டுமே. அவரது சக சைவ உணவாளர்களோ சக சட்டக்கல்வி மாணவர்களோகூட ஒருபோதும் அவரது தோலின் நிறம் பற்றிக் குறிப்பிட்டு எதுவும் சொன்னதில்லை.

லண்டனில் காந்தியால் ஓர் ஆங்கிலேயருடன் வீட்டைப் பகிர்ந்துகொள்ள முடிந்தது; தென்னாப்பிரிக்காவிலோ வெள்ளையர்களுடன் ஒன்றாகப் புகைவண்டியில்கூடப் பயணம் செய்ய முடியவில்லை. அவர் படித்த செய்தித்தாள்கள் இந்தியர்கள்மீது வெள்ளையர்கள் கொண்டிருந்த வெறுப்புணர்வின் ஆழத்தைப் படம்பிடித்துக் காட்டின. காந்தி தென்னாப்பிரிக்காவுக்கு வந்தது பொருளீட்டும் பணி காரணமாகத்தான்; வந்துசேர்ந்த சில மாதங்களில் விரும்பியோ விரும்பாமலோ இனவாத அரசியல் புயலினுள்ளே இழுக்கப்பட்டுவிட்டார். 1894 ஜூனில் அவர் வரைந்த கோரிக்கை மனு ஒன்று நேட்டால் சட்டமன்றத்துக்கு அனுப்பப் பட்டது. அது பல்வேறு பிரிட்டிஷ் எழுத்தாளர்களை மேற்கோள் காட்டி (அவர்களில் நீதியாளரும் அரசியல் கோட்பாட்டாளருமான ஹென்றி மெய்ன் ஒருவர்) இந்தியாவில் சுய அரசாங்க மரபு நிலவிவந்ததை எடுத்துக்காட்டியது. மரபான கிராம பஞ்சாயத்துகள் முதல் மைசூர் மாகாணத்தில் நவீன சட்டமன்றம்வரை இவற்றில் அடக்கம். ஆசியர் களுக்கு அவர்களின் உரிமையை மறுப்பதன் மூலம் இந்த மசோதா நேட்டாலில் இனவாத உணர்வுகளைத் தீவிரமடையச்செய்யும் என்று காந்தி வாதிட்டார். நிறைவேற்றப்பட்டால், அது 'பிரிட்டிஷ், இந்திய தேசங்கள் எதற்காக உண்மையுடன் உழைத்துவருகின்றனவோ அந்த

ஒருமைப்பாட்டு மலர்ச்சியை ஏற்படுத்துவதை விரைவுபடுத்துவதற்கு மாறாக, தடுத்து நிறுத்தவே செய்யும்.'[52]

இந்திய பஞ்சாயத்துகளை பிரதிநிதித்துவ ஜனநாயகத்தின் எடுத்துக்காட்டு களாகச் சொல்லியதை ஆட்சியாளர்கள் நிராகரித்துவிட்டனர். பிரிட்டனில் நாடாளுமன்ற ஜனநாயகமானது பல ஆயிரம் ஆண்டுகளாக நடைபெற்று வந்த பரிணாம வளர்ச்சியின் விளைவு; பஞ்சாயத்துகளோ, கடந்த காலத்தில் உறைந்திருப்பவை. வேண்டுமானால் அவற்றை ரோமானியர் களின் கிராம சபைகளோடு ஒப்பிடலாம். '' இந்தியர்கள், தாங்களும் வெள்ளையர்களான காலனியர்களுடன் அரசியல்ரீதியில் சரிசமமாக வைக்கப்படும் உரிமை பெற்றவர்கள் என்று தமது கோரிக்கை மனுவில் முன்வைக்கும் வாதத்தில் சிறிதளவு நியாயமும் இல்லை,'' என்று நேட்டால் மெர்க்குரி எழுதியது.[53]

1894ன் இரண்டம் பாதி முழுவதும் காந்தி நேட்டாலில் விரைவில் ஓட்டுரிமை பறிக்கப்படவிருக்கும் இந்தியர்களின் சார்பாக கோரிக்கை மனுக்கள் எழுதுவதில் மும்முரமாக இருந்தார். இந்த விண்ணப்பங் களுக்கான செலவை ஏற்ற குஜராத்தி வியாபாரிகள் —இவர்களே பெரும் பாலும் அவற்றில் முதலாவதாகக் கையொப்பமிட்டவர்கள்— பொதுவாக ஆங்கிலத்தில் ஒரு வார்த்தையும் அறியாதவர்கள். காந்தி தன் விண்ணப் பங்களை அனுப்பும் முன்பாகக் காட்டக்கூடிய விதத்தில் டர்பனில் இந்தியர் ஒருவரும் இருக்கவில்லை. ஆனால் அவர் சிலசமயங்களில் அவற்றை எஃப்.ஏ. லாஃப்ளின் என்ற ஐரோப்பிய வழக்கறிஞரிடம் படித்துப் பார்க்கக் கொடுத்தார் என்று தெரிகிறது. லாஃப்ளின் எப்போதாதவது தாதா அப்துல் லாவுக்காக வழக்குகளில் ஆஜரானவர். காந்தி அவரோடு நட்பு கொண்டிருந்தார்.[54]

காந்தி தன் சொந்தப் பெயரில் ஒரு 'பகிரங்கக் கடிதத்தை' நேட்டாலின் சட்டமன்ற உறுப்பினர்கள் அனைவருக்கும் அனுப்பினார். அதில் அவர், இந்தியர்களின் கடின உழைப்பே 'தென்னாப்பிரிக்காவின் இந்த தோட்டக் காலனியை' உருவாக்கியது என்று சுட்டிக்காட்டினார். அந்தக் கடிதம், இந்திய கலாசாரம், சிந்தனை மரபுகளைப் பாராட்டிய ஸ்கோபென்ஹார், மெய்ன், பிஷப் ஹீபர், மாக்ஸ் முல்லர் ஆகியவர்களையும் மற்ற பல மேலை நாட்டு அறிஞர்களையும் மேற்கோள் காட்டியது. 'இந்திய பிரிட்டிஷ் பிரஜைகள் ஒருவரும் காலனியின் முழு குடிமக்கள் ஆவதற்கோ ஓட்டளிப்பதற்கோ தேவையான தகுதிகளை அடைய முடியாது என்று உண்மையிலேயே நம்புகிறீர்களா' என்று சட்டமன்ற உறுப்பினர்களிடம் கேள்வி எழுப்பப்பட்டது. முப்பத்தாறு பத்திகள் அடங்கிய மனு ஒன்று லார்ட் ரிப்பனுக்கு அனுப்பப்பட்டது. முன்னாள் வைஸ்ராயான (பெருமளவுக்கு தாராளவாதியான) லார்ட் ரிப்பன் காலனிகளுக்கான அமைச்சராக இருந்தார்; இதனால் நேட்டாலின் விவகாரங்களை மேற்பார்வையிடும் பொறுப்பு அவர் வசம் இருந்தது.

அந்த மனு உண்மையிலேயே பூதாகரமானது. அதன் விஷய நீளத்துக்கு இணையாக அதில் கையொப்பமிட்டவர்களின் எண்ணிக்கையும் இருந்தது; மொத்தம் 8000 பேருக்கும் அதிகம்.[55] மசோதாவை அந்த மனு இவ்வாறு வர்ணித்தது: 'மொத்த இந்திய நாட்டுக்கும் இழுக்கு. காரணம், இந்தியாவின் மிகச் சிறந்த மைந்தர் நேட்டாலுக்கு வந்து குடியேறினால், அவருக்கு ஓட்டளிக்கும் உரிமை கிடைக்காது; ஏனென்றால், காலனியின் பார்வையில் அந்தச் சிறப்புரிமை பெற அவர் தகுதியுடையவர் அல்லவாம்.'

நேட்டால் சட்டமன்ற உறுப்பினர்களுக்கு காந்தி எழுதிய பகிரங்கக் கடிதம் 'ஆங்கில நாடாளுமன்றத் தொகுதி ஒன்று பிரிட்டிஷ் ஹவுஸ் ஆஃப் காமன்ஸ் சபைக்கு இந்தியரை அனுப்பிவைத்திருக்கும் உண்மையை' சுட்டிக்காட்டியது. அந்த உறுப்பினர் தாதாபாய் நௌரோஜி. லிபரல் கட்சி சார்பாக அவர் 1892 ஜூனில் வடக்கு லண்டனில் ஃபின்ஸ்பரி தொகுதியிலிருந்து நாடாளுமன்றத்துக்குத் தேர்ந்தெடுக்கப்பட்டார். இங்கிலாந்தில் ஓர் இந்தியர் நாடாளுமன்ற உறுப்பினராக இருக்கிறார் என்ற விஷயம் நேட்டாலில் போராட்டக்காரர்களுக்கு நிச்சயம் தைரியம் கொடுத்திருக்கவேண்டும். அதேசமயம் அது வெள்ளையர்களுக்கு ஓர் எச்சரிக்கையாகவும் இருந்த து. அவர்கள் தமது காலனியில் அதுபோன்ற நிலைமை உருவாவதைத் தடுப்பதில் குறியாக இருந்தனர். இந்தியர்கள் ஓட்டளிக்க அனுமதிக்கப்பட்டால், விரைவில் இந்தியர்கள் ஒருவரோ பலரோ சட்டமன்றத்திலேயே அமர்ந்துவிடமாட்டார்களா? தாதாபாய் நௌராஜியுடன் கடிதப் போக்குவரத்தை காந்தி தொடங்கினார். தாதாபாய் நௌரோஜி லார்ட் ரிப்பனின் சக கட்சிக்காரர்; நாடாளுமன்றத்திலும் அவரது சக உறுப்பினர். காந்தி தனது விண்ணப்ப மனுக்களின் பிரதிகளை உடன் இணைத்து, நௌரோஜியை இந்தியர்களின் சார்பாக மத்தியஸ்தம் செய்யும்படிக் கேட்டுக்கொண்டார். அரசியல்வாதிகள் வெறுமனே பீதியைக் கிளப்புகிறார்கள்; காரணம், 'உள்ளூர்வாசிகளின் (நேட்டாலின்) அரசு ஐரோப்பியர்களிடமிருந்து இந்தியர்கள் கைக்கு வருவதற்கு சிறிதளவு வாய்ப்பும் இல்லை.' இந்த மசோதாவை ஆதரிப்பவர்கள் உண்மையில் விரும்பாத விஷயம் இதுதான்: 'இந்தியர்கள் சட்டமன்றத்தில் தங்கள் நலனை முன்வைக்கக்கூடிய இரண்டு அல்லது மூன்று ஐரோப்பியர்களைத்—தேர்ந்தெடுத்துவிடுவார்கள்.'

இன்னும் இருபத்தைந்து வயது நிரம்பியிராத, லண்டனில் படித்த குஜராத்தியான, தென்னாப்பிரிக்காவில் ஓராண்டு மட்டுமே வசித்திருந்த காந்தி, நேட்டாலில் இந்தியர்களின் தலைவரானார். 'நான் ஏற்றிருக்கும் பொறுப்பு, என் திறனுக்கு அதிகம்தான்,' என்று அவர் நௌரோஜிக்கு எழுதினார். அவருக்கு, 'அனுபவம் இல்லை, வயதும் குறைவு; ஆகவே தவறுகள் செய்யக்கூடும்.' அவர் பார்ஸியரான அந்த அனுபவஸ்தரை தனக்கு வழிகாட்டுமாறு கேட்டுக்கொண்டார்; அவரது அறிவுரைகள், 'ஒரு தந்தை தன் குழந்தைக்குத் தரும் அறிவுரையாக ஏற்றுக்கொள்ளப்படும்,' என்றார்.[56]

1894 ஜூலை இரண்டாவது வாரத்தில் ஓட்டுரிமை திருத்தச் சட்டம் நேட்டால் சட்டமன்றத்தில் விவாதிக்கப்பட்டது. அதற்குக் கிடைத்த ஆதரவு அபரிமிதமானது. வாக்காளர் பட்டியலில் விரல்விட்டு எண்ணி விடக்கூடிய ஆசியர்கள் இருப்பார்கள், ஆனால் வெள்ளையர் அல்லாத யாரும் வரும்காலத்தில் அவர்களோடு சேர்த்துக்கொள்ளப்படமாட்டார்கள். காரணம், நேட்டால் அரசின் அமைச்சர்கள் குறிப்பிட்டதுபோல, இந்த விண்ணப்பத்தில் கையெழுத்திட்டிருப்பதாகச் சொல்லும் 8889 இந்தியர்கள் ஓட்டளிக்க அனுமதிக்கப்பட்டால், வாக்காளர்களில் அவர்கள் ஏறத்தாழ பாதி அளவில் இருப்பார்கள். ஐரோப்பியர்களின் பார்வையில், 'இந்திய வாக்காளர்கள் எண்ணிக்கையிலும் பலத்திலும் பெருகினால்', வெள்ளையரல்லாத நேட்டாலியர்கள் அரசியல் அதிகாரம், நிர்வாக அதிகாரம் ஆகியவற்றில் அதிகப் பங்கு கேட்கும்போது 'தீவிரமான இன வேற்றுமை தவிர்க்க முடியாததாகிவிடும்'[57]

நேட்டால் ஆளுநர் அவரது அமைச்சர்களின் கருத்துகளை காலனிகளுக் கான அமைச்சரிடம் தெரிவித்தார். ஆசியர்கள் ஓட்டளிப்பதிலிருந்து தடுக்கப்படாவிட்டால், விரைவில் அவர்கள் 'கட்டுப்படுத்தும் குரலைப் பெற்றுவிடுவர்' என்று லார்ட் ரிப்பனிடம் சொல்லப்பட்டது. வெள் ளையர்களின் கருத்து ஒருமனதானது; மறுபுறம், நேட்டாலில் இந்த மசோதாவை நிஜமாகவே எதிர்க்கும் ஆசியர்கள் அநேகமாக ஒரு டஜன் பேர்கூட இருக்கமாட்டார்கள். கிளர்ச்சி ஒரு இளம் பார்ஸி வழக் கறிஞரான திரு காந்தியால் ஏற்பாடு செய்யப்பட்டதுதான். அவர் இங்கு வந்ததே சில மாதங்களுக்கு முன்புதான். அவர் மட்டும் இல்லை யென்றால் இந்த விஷயம் மொத்தமும் அப்படியே அமைதியாக நடந்து முடிந்திருக்கும்.' ஆகவே மாட்சிமை தாங்கிய பேரரசியிடம் அந்த சட்டத்துக்கு ஒப்புதல் அளிக்க அறிவுரை தரும்படி காலனிகளுக்கான அமைச்சரை ஆளுநர் வலியுறுத்தினார்.[58]

லார்ட் ரிப்பன் தன் பதிலில் அந்தச் சட்டத்தைச் சற்று மிதமாக்கும்படிக் கேட்டுக்கொண்டார். இப்போது உள்ளபடி, அந்த முன்வடிவு 'எல்லா ஆசியர்களையும், இனத்தின் அடிப்படையில்' விலக்கிவைக்கிறது. இது 'இந்தியாவில் அதிருப்தியை உருவாக்கக்கூடும்'; அங்கு ஏற்கெனவே ஒரு தேசிய இயக்கத்தின் ஆரம்பகட்ட சலசலப்புகள் கேட்க ஆரம்பித்து விட்டன. இங்கிலாந்திலும் அப்படியே அதிருப்தியை உண்டாக்கக் கூடும்; அங்கே கறுப்பு நிறம் படைத்தவர்களுக்கு ஓட்டுரிமை உண்டு (தேவையான அளவில் சொத்து இருந்தால்); மேலும் நௌரோ ஜியைப்போல, நாடாளுமன்றத்திலேயே அவர்கள் அமரவும் முடியும். 'முக்கியமான விஷயம், இன அடிப்படையில் அப்பட்டமாக விலக்கி வைப்பதைத் தவிர்ப்பதுதான்,' என்று குறிப்பிட்டார் ரிப்பன். நேட்டால் அரசாங்கத்தால் இதற்கு மாற்றுவழி எதையும் சிந்திக்க முடியாதா— சொத்துகுறித்த நிபந்தனையை அதிகப்படுத்துவது அல்லது வசித்து வந்திருக்க வேண்டிய காலத்தை அதிகரிப்பது என்பனபோல?

நேட்டால் ஆளுநர் தன் அமைச்சர்களைக் கலந்தாலோசித்தார். அவர்கள் மசோதா இப்போது இருக்கும் வடிவத்திலேயே நிறைவேறவேண்டும் என்பதில் குறியாக இருந்தார்கள். ஐரோப்பியர்களின் உணர்வுகள் 'எவ்வளவு உறுதியாக இருக்கின்றன என்றால், இந்தியர்களுக்கும், மற்ற ஆசிய குடியேற்றக்காரர்களுக்கும் ஓட்டுரிமை தருவதை உறுதியாக எதிர்க்காத எந்த அமைச்சகமும் ஒருவார காலம்கூடத் தாக்குப்பிடிக்க முடியாது. மாட்சிமை தாங்கிய பேரரசியார் இந்த மசோதா சட்ட வடிவம் பெறுவதற்கு ஒப்புதல் தரவில்லை என்றால், அதற்கு ஒப்புதல் கிடைக்கும்வரையில் அந்த மசோதாவை 'மீண்டும் மீண்டும் நிறை வேற்றப் போவதாக' காலனியர்கள் கூறினார்கள்.[59]

புதிய சட்டத்துக்கு எதிரான போராட்டம் நேட்டால் இந்திய காங்கிரஸ் உருவாகக் காரணமாக அமைந்தது. 1894 ஆகஸ்டில் அந்த அமைப்பை டர்பன் சுற்றுவட்டாரத்தில் வசித்த வியாபாரிகள் சிலர் ஆரம்பித்தார்கள். அப்துல்லா ஹாஜி ஆதாம்—இவர் தாதா அப்துல்லாவின் நிறுவனத்தின் மேலாளர்களில் ஒருவர்—அதன் தலைவராகப் பணியாற்றினார்; இருபத்தொரு துணைத்தலைவர்களும் இருந்தார்கள். பெரும்பாலான வர்கள் குஜராத்தி முஸ்லிம்கள்; ஆனாலும் சில தமிழ் பேசும் இந்துக்களும், டர்பனில் இருந்த பார்ஸி வியாபாரியான ருஸ்தம்ஜியும் இடம்பெற்றிருந்தனர். காந்தி செயலாளராகப் பணியாற்றினார். அந்த அமைப்பின் நோக்கங்களாக ஏழு அம்சங்கள் பட்டியலிடப்பட்டன. நேட்டாலில் இந்தியர்களின் கஷ்டங்களைப் போக்குவது, இந்திய இலக் கியத்தை ஊக்குவிப்பது, 'காலனியில் இந்திய, ஐரோப்பிய குடியிருப் போர்களிடையே ஒற்றுமையையும், ஒத்திசைவையும் வளர்ப்பது' ஆகியவை அவற்றில் அடக்கம்.[60]

நேட்டால் காங்கிரஸ் இந்திய தேசிய காங்கிரஸிடமிருந்து தன் பெயரைப் பெற்றது. இந்திய தேசிய காங்கிரஸின் பணிகளைப்பற்றி காந்தி தாதாபாய் நௌரோஜியிடமிருந்தும் அவரது சகாக்களிடமிருந்தும் அறிந்திருந்தார். மூத்த (அத்துடன் பெரிய) அமைப்பைப்போல இந்த அமைப்பும் இந்தியர் களுடைய அதிக உரிமைகளுக்காகப் பெரும்பாலும் செயல்களால் அன்றி சொற்கள் மூலமாகவே வாதாடியது. இரண்டு அமைப்புகளுமே ஏகாதி பத்திய ஆட்சிக்கு முழுவதும் எதிரானவை அல்ல; அந்த ஆட்சியை, வெள் ளையர்கள் அல்லாத பிரிட்டிஷ் பிரஜைகளின் உரிமைகள் குறித்து இன்னும் அதிக அனுதாபம் கொண்டதாக ஆக்கிவிட முடியும் என்பது மட்டுமே அவற்றின் நம்பிக்கை.

இந்தப் புதிய காங்கிரஸை ஏற்படுத்தியதில் காந்தியிடம் கண்டிப்பாக லண்டனில் சைவ உணவாளர்களுடனான அவரது அனுபவங்களின் தாக்கம் இருந்தது. குறித்த கால இடைவெளியில் கூட்டம் நடத்துவது, நிதி திரட்டுவது, கூட்டத்தில் பேசப்பட்டவற்றைக் குறிப்பெடுத்துவைப்பது, பிரசாரம் மூலம் புதிய உறுப்பினர்களைச் சேர்ப்பது போன்றவற்றைக்

கடைப்பிடிக்கும் ஓர் அமைப்பு, நினைத்தபோது தனிப்பட்ட முறையில் கடிதம் எழுதுவதைவிட அதிக தாக்கம் கொண்டதாக இருக்கும் என்று காந்தி நினைத்தார்.

நேட்டால் இந்திய காங்கிரஸ் தோற்றுவிக்கப்பட்டவுடன் எடுக்கப்பட்ட புகைப்படம் ஒன்று பல விஷயங்களைத் தெரிவிப்பதாக இருக்கிறது. ஆறு ஆண்கள் அமர்ந்திருக்கிறார்கள்: தாடிவைத்து, நீளமான தளர்வான ஆடைகளை உடுத்தி, தலைப்பாகை அணிந்து, குடைகள் அல்லது கம்புகளைப் பிடித்துக்கொண்டு இருக்கும் அவர்கள் குஜராத்தி முஸ்லிம்கள் என்பது வெளிப்படை. ஏழு ஆண்கள் நின்றுகொண்டிருக் கிறார்கள்: மூவர் தாடி வைத்தவர்கள்; மற்றவர்கள் மீசை மட்டும் வைத்திருக்கிறார்கள். இந்த இரண்டாவது வகையில் காந்தியும் ஒருவர்; ஆங்கிலேய பாணி கோட் அணிந்து, அதேசமயம் தலையில் இந்தியக் குல்லாய் வைத்திருக்கிறார். முன் வரிசையிலிருக்கும் வியாபாரிகள் செலவுகளை ஏற்றுக்கொண்டனர்; பின்வரிசையிலிருந்த பாரிஸ்டர் வேலைகளைச் செய்தார்.

1894 செப்டெம்பரில் நேட்டால் வழக்கறிஞர்கள் சங்கத்துக்கு காந்தி அனுப்பியிருந்த விண்ணப்பம் பரிசீலனைக்கு வந்தது. அவரது சான்றி தழ்களின் மூலங்கள் பம்பாய் உயர் நீதிமன்றத்தில் இருந்ததால், அவற்றின் பிரதிகளை மட்டுமே அனுப்பியிருந்தார். நேட்டால் வழக்கறிஞர்கள் சங்கம் அந்த விண்ணப்பதாரரை இன அடிப்படையில் நிராகரிக்க முயன்றது. அதிர்ஷ்டவசமாக, நேட்டால் உச்ச நீதிமன்றம் அதனை ஒப்புக் கொள்ளவில்லை; காந்திக்கு வழக்கறிஞர் உரிமம் தரப்பட்டது. உறுதி மொழி ஒன்றை எடுத்துக்கொள்வதற்காக அவர் நீதிமன்றம் சென்றபோது நீதிபதி அவரது தலைப்பாகையை அகற்றும்படிச் சொன்னார். காந்தி ஒப்புக்கொண்டார். அவர் தனது கொள்கைகளைக் கைவிட்டுவிட்டதாக தாதா அப்துல்லா குறைகூற, காந்தி, 'தன் பலத்தைப் பெரிய போர்க் களங்களில் யுத்தம் செய்வதற்காக சேமித்து வைத்திருக்க வேண்டி யிருக்கிறது,' என்று பதில் சொன்னார்.[61]

ஓட்டுரிமை சர்ச்சை காந்தியை நேட்டாலில் ஒரு பிரபலமான மனிதராக ஆக்கிவிட்டது. டர்பனில் செய்தித்தாள் ஒன்று அவர் 'இப்போதே தன் சகநாட்டினர் மத்தியில் அதிகமான செல்வாக்கு பெற்றிருக்கிறார்' என்று குறிப்பிட்டது.[62] ஸ்டார் ஆஃப் ஜோஹ்ானஸ்பர்க் காந்தியின் தெளிவான எழுத்துநடையையும், அவரது அணுகுமுறையின் 'துலக்கமான நிதானத்தையும்' பாராட்டியது. அவரது எழுத்துகள் ' வெள்ளைத்தோல் மனிதர்களே கறுப்புத்தோல் மனிதர்களைவிட அதிகமான புத்திசாலித் தனம் கொண்டிருப்பார்கள் என்ற நம்பிக்கை கொண்டவர்களை ஆச்சரியப்படவைத்தன.' ஆனாலும் அந்த செய்தித்தாள் காந்தியை இந்தியர்களின் ஓட்டுரிமை விஷயத்தை வலியுறுத்தவேண்டாம் என அறிவுரை செய்தது. காரணம், 'பொறுப்புடன் ஆட்சிசெய்யப்படும் எந்த

ஒரு சமூகத்தின் விவகாரங்களையும் வெள்ளையர்களைத்தவிர வேறு யாரும் நிர்வகிப்பதை ஏற்றுக்கொள்ளக்கூடிய வெள்ளையர் ஒருவராவது இந்தக் கண்டத்தில் இருப்பாரா என்பது சந்தேகமே. 'அடைய முடியாததை அடைய நினைப்பதற்குப் பதிலாக', அதாவது சரிசமமான அரசியல் உரிமைகளை அடைய நினைப்பதற்குப் பதிலாக, காந்தி ஆஃப்ரிக்கா முழுவதும் இந்தியர்கள் 'நியாயமாகவும், மனிதாபிமானத் துடனும்' நடத்தப்படுவதற்காக உழைக்கலாம்.⁶³

மற்ற வெள்ளையர்கள் காந்தியை இன்னும் அதிகமாக விமர்சித்தார்கள். காந்தி 'வழக்கறிஞர் பாணியில்' இந்தியர்களின் வாழ்க்கையின் 'அழகான ஒரு பக்கத்தை' மட்டும் எடுத்துக்காட்டி, 'அவலமான மறுபக்கத்தை' விட்டுவிடுவதாகக் குற்றம்சாட்டினர். காந்தி 'இந்தியாவில் விதி விலக்கான சிலரின் குணநலன்களையும், சாதனைகளையும் கவனப் படுத்தும்போது', தென்னாப்பிரிக்காவில் சராசரி இந்தியர் — 'விலங்குகளைப் போன்ற பழக்கவழக்கங்களும், பொறுப்பைத் தட்டிக் கழிப்பதும், நேர்மையற்ற நடவடிக்கைகளும்' கொண்ட ஒரு பிறவி.⁶⁴ என்று கூறப்பட்டது.

ஒரு செய்தித்தாள் அந்த வழக்கறிஞரின் விண்ணப்பத்தை இரண்டு கூர்மையான, சிறிய பத்திகளில் நிராகரித்தது:

> திரு காந்தி (பெயர் தவறாக எழுதப்பட்டிருந்தது) தன் வாதத் திறமையால் இந்திய சமூகத்துக்கு மிகுந்த நன்மை செய்திருக்கிறாரா என்பது கேள்விக்குறியே. ஒரு வழக்கை தேவைக்குமேல் நிரூபிப்பது என்று ஒரு சமாச்சாரம் இருக்கிறது. அப்பாவி இந்து வானத்துக்கு அடியிலுள்ள எல்லா நற்குணங்களையும் பெற்றிருப்பதாகச் சொல்லும் போது, அப்படிச் சொல்பவர் உண்மைகளை அறிந்தவர்களிடம் ஒரு புன்சிரிப்பை மட்டுமே எழுப்புகிறார். சுகாதார விவகாரத்தில் திரு காந்தி நம்மை நமது கண்களும் மூக்குகளும் தரும் சாட்சியத்துக்கு மாறான ஒன்றை நம்பச்செய்ய முடியாது.
>
> ஓட்டுரிமையைப் பொறுத்தவரை, இந்திய கிராம நிர்வாகசபைகள் போன்ற நழுவல்களையும்மீறி, அதைத் தன் நாட்டிலேயே அவரால் பெற முடியவில்லை. அங்கே அரசாங்கம் முழுக்கவே சர்வாதிகாரம் கொண்டது. யாரும் தமது அதீத கறுப்பர் ஆதரவுக் கனவுகளில்கூட அவரால் அதை செய்ய முடியும் என்று சொல்லவில்லை. இங்கே, தான் ஒன்றும் அறிந்திராத ஒரு நாட்டில், தான் புரிந்துகொள்ளாத அரசியல் சாசனத்தின் அடிப்படையில் அவர் ஓட்டுரிமை கேட்பது, திமிர்பிடித்த செயல் மட்டுமே. ஆனாலும் திரு காந்தி நிஜமாகவே நேட்டாலில் இந்தியர்கள் துன்புறுத்தப்படுகிறார்கள், ஒடுக்கப்படுகிறார்கள் என்று கருதுவாரேயானால், அவர் செய்ய வேண்டிய விஷயம் மிக எளிமையானது. இந்தப் பாழாய்ப்போன நாட்டுக்கு வராதீர்கள் என்று தனது நாட்டினர்களை வற்புறுத்த அவர் முயற்சி செய்யட்டும்;

ஒவ்வொரு உண்மையான நேட்டாலியரும் அவரது முயற்சியை ஆதரிக்கத் தன்னால் இயன்றதைச் செய்வார்.[65]

மற்ற தாக்குதல்கள் இன்னும் நிதானமற்றவையாக இருந்தன. த டைம்ஸ் ஆஃப் நேட்டால் இந்தியர்களின் உரிமைகோரலை நிராகரித்து ஒரு தலையங்கம் எழுதியது. காந்தி தனது பதிலில், அந்தத் தலையங்கத்தின் தலைப்பான 'ராம்மிசாம்மி' என்பதே 'பாவப்பட்ட இந்தியன் மீதான மிகையான வெறுப்பை' வெளிப்படுத்துவதாகச் சொன்னார். அந்த செய்தித்தாள் மனிதர்களை அவர்களது தோலின் நிறத்தை மட்டுமே கொண்டு மதிப்பிடுகிறது என்று குற்றம்சாட்டினார்—'தோலின் நிறம் வெள்ளையாக இருந்துவிட்டால் போதும்; அதன் அடியில் இருப்பது அமுதமா நஞ்சா என்பதுபற்றி உங்களுக்குக் கவலையில்லை.' கிறிஸ் தவர்கள் என்று தங்களைத் தாங்களே சொல்லிக்கொள்பவர்களின் இந்த மனோபாவம் 'கிறிஸ்துவினுடையது அல்ல.'

டைம்ஸ் ஆஃப் நேட்டாலுக்கு, தமது மதத்தை ஸ்தாபித்தவருக்கு மாறாக நடப்பதாகக் குற்றம்சாட்டப்பட்டது பொறுக்க முடியாததாக இருந்தது. 'ராம்மிசாம்மி' என்பதில் எந்தவித இனவாத அம்சமும் இல்லை என்று அந்த செய்தித்தாள் கூறியது. ஆங்கிலேய உழைக்கும் வர்க்கத்தினரைக் குறிப்பிட அந்த இதழ் பலசமயங்களில் 'ஹாட்ஜ்' என்ற பெயரைப் பயன்படுத்தியுள்ளது. விமர்சகரைப் பொறுத்தவரை

> திரு காந்தி நமது வாதங்கள் எதற்கும் நியாயமான முறையில் பதில்சொல்லவில்லை; நமது கருத்துகளை அவர் திரித்துக்கூறுகிறார்; தேவையில்லாமல் கிறிஸ்துவ மதத்தை இழுக்கிறார். தன்னால் முடிந்தவரை அவதூறாகப் பேச முயல்கிறார். ஆனால் அவரது நோக்கம் தெளிவாகத் தெரிகிறது; தன் சக நாட்டினரின் போராளியாகத் தன்னைக் காட்டிக்கொள்வது. இந்தப் படித்த கணவான் விளம்பரத்தை நோக்கமாகக் கொண்டு இதேபோன்ற விதத்தில் இன்னொரு முறை நம்மிடம் பேச விரும்பினால், அவர் நேரடியாக இந்த இதழின் விளம்பரத்துறையோடு தொடர்புகொள்வது நேரத்தை மிச்சப் படுத்துவதாக இருக்கும்.[66]

காந்தி ஒரு வியாபார சச்சரவைத் தீர்த்துவைப்பதற்காகவே தென்னாப்பிரிக் காவுக்கு வந்தார். அதற்குப் பதிலாக, தானே எதிர்பாராத விதத்தில் அரசியல் நோக்கத்துக்கான செயல்பாட்டாளராக ஆனார். காலனியில் பல இந்தியர்களுக்கு இப்போது அவரைத் தெரியும்; பல ஐரோப்பியர் களுக்கும் அப்படியே. இந்தப் போற்றுதலையும் தூற்றுதலையும் அவர் எப்படி எடுத்துக்கொண்டார்? இதைப்பற்றி அவரது சுயசரிதை எதுவும் கூறவில்லை. ஆனால் அவர் பத்திரிகைகளில் தன்னைப்பற்றி வரும் ஒவ்வொரு செய்தியையும் கவனமாகப் படித்தார் என்பது நிச்சயம். அகமதாபாத்தில் இரும்பு அலமாரி ஒன்றில் 1890-களின் நேட்டாலைச்

சேர்ந்த பல பத்திரிகைச் செய்திக் கத்தரிப்புகள் இருக்கின்றன; கண்டிப் பாக இவை காந்தியே தொகுத்தவை.

1894 அக்டோபரில் மோகன்தாஸ் காந்தி இருபத்தைந்து வயதை அடைந்தார். அவருக்கு முன்பு காந்திகள் எவரும் இந்தியாவுக்கு வெளியே பயணம் செய்ததில்லை. கத்தியவாரைத் தாண்டியவர்களே வெகுசிலர் மட்டுமே. அவரது தந்தை கரம்சந்த் காந்தி 1886ல் இறந்திருக்காவிட்டால், மோகன்தாஸும் ஒருவேளை இந்தியத் தீபகற்பத்தைத் தாண்டியிருக்க மாட்டார். பள்ளிக்கல்வியை முடித்ததும், அவரது அண்ணன் லக்ஷ்மி தாஸைப் பின்பற்றி அவரும் தீபகற்பத்தில் ஒரு சிறு இளவரசரிடம் வேலை செய்திருப்பார் (அவருக்காக சதிகளும் செய்திருப்பார்). பதிலாக அவர் லண்டன் சென்றார்; அங்கே ஜோசையா ஓல்ட்ஃபீல்ட், ஹென்றி சால்ட், சைவ உணவாளர் சங்கத்தினர், தியாசஃபிஸ்ட்கள் ஆகியவர் களைச் சந்தித்தார். பின்னர் நாடு திரும்பிய அவர் சமணத் துறவி ராய்ச் சந்த்பாயால் ஆழமான தாக்கம் பெற்றார். போர்பந்தர் அரண்மனையில் நடந்த கொள்ளைச் சம்பவம் அவரை தென்னாப்பிரிக்காவுக்கு பலவந்த மாக அனுப்பியது. அங்கே அவரது ஆன்மிக, அரசியல் கல்வி ஏ.வி. பேக்கர், தாதா அப்துல்லா ஆகியோர் மூலம் தொடர்ந்தது.

கத்தியவாரிலேயே இருந்திருந்தால் மோகன்தாஸ் காந்தியால் இந்த மனிதர்களைச் சந்தித்திருக்கவோ நட்பு கொண்டிருக்கவோ முடியாது. இவர்கள், தாம் அறியாமலே மாற்றம் ஒன்றின் காரணகர்த்தாவானார்கள். அம்மாற்றத்தின் விளைவாக அவர் பழமையிலிருந்து புதுமைகளை நோக்கியும், தொழில்வாழ்வில் வழக்கறிஞர் பணியிலிருந்து சமூகச் செயல்பாட்டாளர்ராகவும், பழமைப்போக்குகொண்ட இந்திய சிறுநகர் ஒன்றிலிருந்து (ராஜ்கோட்) வளர்ந்துவரும் பரபரப்பான தென்னாப்பிரிக்க துறைமுக நகரத்துக்கும் (டர்பன்) சென்றார். 1888ல் பம்பாயைவிட்டு ஒரு சிறுநகரத்து பனியாவாக, அந்த சாதிக்குரிய பழக்கவழக்கங்கள், பழகு முறைகள், முன்முடிவுகள் போன்றவற்றோடு புறப்பட்ட காந்தி, ஆறு ஆண்டுகளுக்குப் பிறகு, எங்கேயோ இருக்கும் நேட்டாலில், அரசியல் போராட்டங்களை முன்னெடுப்பவராக, அதில் கிறிஸ்துவர்களை நண்பர் களாகப் பெற்ற, முஸ்லிம்களுக்காக வேலை செய்கிற இந்துவாக மாறி விட்டிருந்தார்.

4

டர்பனில் ஒரு பாரிஸ்டர்

லண்டனில் பயின்ற வழக்கறிஞர் என்ற முறையில் டர்பனில் காந்திதான் இனங்களுக்கிடையிலான இடைவெளிகளை இணைக்கும் ஒரே இந்தியர். குடும்பத்துடன் இல்லாமல் தனியாக இருந்த அவர் நாட்குறிப்பு எழுதுவதை வழக்கமாகக் கொண்டிருந்தார். அதிலிருந்து அவர் எப்படித் தன் நேரத்தைச் செலவிட்டார் என்று அறியலாம். வார நாட்களில் அவர் தன் கட்சிக்காரர்களுக்காக ஒப்பந்தங்களும், தொழில்கூட்டு ஒப்பந் தங்களும் தயாரித்தார்; அவர்களது உரிமைகளுக்காக ஆதரவு திரட்டினார். அவர் நன்கு அறிய நேர்ந்த ஒரு வழக்கறிஞர்-சட்டசபை உறுப்பினர் ஹாரி எஸ்கோம்ப். எஸ்கோம்ப் அவர்களது ஓட்டுரிமைக் கோரிக்கையின் 'நியாயத்தை ஒப்புக்கொண்டார்', ஆனால் 'தன்னால் உதவ இயலாது' என்று கைவிரித்துவிட்டார். அதை ஈடுகட்டும்விதமாகவும் ஆறுதல் சலுகை போலவும் அவர் நேட்டால் வழக்கறிஞர் அமைப்பில் காந்தி இடம்பெற ஆதரவளித்தார். 'உட்சபட்ச அன்புகொண்ட பெண்மணி' அவரை மணந்திருக்கும் 'மிக அன்பான நல்ல மனிதர்' ஆகிய ஆஸ்க் யூக்கள் என்ற பெயர்கொண்ட மெத்தாடிஸ்ட் தம்பதியினரின் நட்பு காந்திக்குக் கிடைத்தது. 'அவர்களது நட்பு செழித்து வந்தது-அந்த இந்துவின் தீவிரம் அவரை விருந்தாளியாக உபசரித்தவர்களை உரசிப் பார்க்கும்வரை. ஞாயிறு, 1894 செப்டெம்பர் 16 என்ற தேதியிட்ட ஒரு நாட்குறிப்பு எல்லாவற்றையும் தெரிவிக்கிறது:

> ஆஸ்க்யூக்களை அவர்கள் வீட்டில் பார்த்தேன். திருமதி ஏ. வுக்கு நான் சைவ உணவுமுறை, புத்தமதம் பற்றியெல்லாம் பேசுவது பிடிக்கவில்லை; இதனால் தன் குழந்தைகள் களங்கப்பட்டுவிடுவார்கள் என்று பயந்தார். அவர் என் நேர்மைபற்றிச் சந்தேகித்தார். நான் நேர்மையாக இல்லை, உண்மையை நாடவில்லை என்றால் அவர்கள் வீட்டுக்கு வரவேண்டாம் என்று சொல்லிவிட்டார். எனது நேர்மையை அவருக்கு நிரூபித்துக்காட்டு வது எனது சக்திக்கு அப்பாற்பட்ட விஷயம் என்றும் அவருடைய தோழ ராக என்னைத் திணித்துக்கொள்ளும் எண்ணம் எனக்கு இல்லை என்றும் தெரிவித்தேன். மேலும் நான் அவர்கள் வீட்டுக்குச் சென்றது அவர்களது

குழந்தைகளை மதம் மாற்றும் உளவாளியாக அல்ல என்றும் அவரிடம் சொன்னேன்.[1]

காந்தி புத்தரை கிறிஸ்துவுக்குச் சமமாக வைத்தது திருமதி ஆஸ்க்யூவை எரிச்சலடைய வைத்தது. அவரது சைவ உணவுமுறை இன்னும் பெரிய பிரச்னை. விருந்தளித்தவரின் இளம் மகன், காந்தி விலங்கு இறைச்சித் துண்டுக்குப் பதிலாக ஓர் ஆப்பிளை எடுத்துக்கொள்ள விரும்புவதைப் பார்த்துவிட்டு ஏன் என்று கேட்டான். இந்திய வழக்கறிஞர், தான் முதலில் ஹென்றி சால்ட்டின் காலடியில் கற்ற தார்மிகவாதத்தை எடுத்துக் கூறினார். அடுத்தநாள் அந்தச் சிறுவன் தன் தாயிடம் தனக்கு மாமிசம் பரிமாற வேண்டாம் என்று கெஞ்சினான். மாமிசம் உண்பது குழந்தைகளை வலுவானவர்களாக்குகிறது என்று எல்லா நல்ல கிறிஸ்துவர்களையும் போல நம்பிய அவர், காந்தி இனிமேல் தன் கணவரிடம் மட்டுமே பேசுமாறு கூறினார். காந்தி, அப்படியானால் தான் அவர்கள் வீட்டுக்கு வருவதை நிறுத்திவிடுவதே நல்லது என்று சொன்னார்.[2]

நீதிமன்றத்திலும் வெளியிலும் காந்தி ஐரோப்பியர்களைச் சந்தித்து வந்தார்; அவர்கள் கிறிஸ்துவர்களும்கூட. அவர்கள் தத்தம் நம்பிக்கைகளைப்பற்றி விவாதித்தார்கள். காந்தி ஒரு நண்பரிடம் தான் அவரது தேவாலயத்தில் ஜெபத்தில் கலந்துகொள்ள விரும்புவதாகத் தெரிவித்தார். அந்த நண்பர் தன் பாதிரியாரிடம் அந்த வேண்டுகோளை அனுப்பினார். காந்தியை பிரார்த்தனையாளர்களுடன் சேர்த்து அமரவைப்பது சாத்தியமற்றது. பாதிரியாரின் மனைவி, புரிந்துணர்வாலும் இரக்கத்தினாலும் அவருடன் நடைப் பகுதியில் அமர்ந்துகொள்ள முன்வந்தார். அங்கிருந்து அவர்கள் ஜெபத்தைக் கேட்கலாம்.[3]

காந்தியின் சமயப் பன்மைத்தன்மை காலத்தால் வெகு முந்தியது. பத்தொன்பதாம் நூற்றாண்டின் பிற்பகுதியில் அறிவுஜீவிகள் மத்தியில் நாத்திக உணர்வுகள் எழுச்சி பெற்றன. அதே காலகட்டத்தில்தான் மிஷனரிகள் தீவிர மத மாற்றங்களில் ஈடுபடவும் செய்தனர். காந்தி டர்பனில் கிறிஸ்துவர்களைச் சந்தித்துவந்தபோதே, அவரைப்போலவே கத்தியவாரைச் சேர்ந்தவரான தயானந்த சரஸ்வதி வட இந்தியா முழுவதும் பயணம் செய்து, இந்துக்களுக்கு, கிறிஸ்துவர்களின் பசப்புகள்பற்றி எச்சரிக்கை செய்துவந்தார்.[4]

தன் தாயாரைப்போல காந்தியும் தனது சமய நம்பிக்கையில் ஆழ்ந்த பிடிப்பு கொண்டவராக இருந்தார். அதே சமயம் வறட்டுப் பிடிவாதம் கொண்டவர் அல்ல. புத்லிபாய் பின்பற்றிய மதப்பிரிவை நிறுவியவரான பிரான் நாத் குரான் வாசகங்களை மேற்கோளாக எடுத்துக்காட்டுவார்; புத்லிபாய் தானே சமணத் துறவிகளை உபசரித்திருக்கிறார். திறந்த மனதுடன் இருப்பதில் மோகன்தாஸ் தன் தாயைப் போன்றவர்; இருந்தாலும், ஆண்மகன் என்ற முறையில் அவருக்கு பயணம் செய்யும் சுதந்திரம் இருந்த காரணத்தால் (அது அவரது தாயாருக்கு மறுக்கப்

பட்டிருந்தது), அவர் பல்வேறு சமய நம்பிக்கைகள் கொண்ட மக்களையும் சந்தித்தும் அவர்களது நூல்களைப் படித்தும், அந்த சர்வ சமய சமரச நோக்கை இன்னும் விரிவாகவும் ஆழமாகவும் எடுத்துச் சென்றார்.

தென்னாப்பிரிக்காவில் தனது ஆரம்ப நாட்களில், காந்தி பழமையில் இருந்து விலகிச் சிந்தித்த கிறிஸ்துவர்களின் இரண்டு நூல்களைப் படித்தார்; அவை அவர்மீது பெரிய தாக்கத்தை ஏற்படுத்தின. அந்தப் புத்தகங்களில் ஒன்று, அன்னா கிங்ஸ்ஃபோர்டும் எட்வர்ட் மெய்ட்லான்டும் எழுதிய பரிபூரண வழி (த பெர்ஃபெக்ட் வே) என்ற புத்தகம். கிங்ஸ்ஃபோர்டுதான் மருத்துவப் பட்டம் பெற்ற முதல் பெண்; பாரிசில் படித்த அவர், ஒரு விலங்கைக்கூட அறுக்காமல் தன்னால் மருத்துவராகத் தேர்ச்சிபெற முடியும் என்று தன் ஆசிரியர்களை ஒப்புக்கொள்ள வைத்தார். சொந்த நாடு திரும்பியதும், சைவ உணவாளர்கள் சங்கத்தில் உறுப்பினரானார். மெய்ட்லான்ட் அவிசுவாசி . மதகுரு ஒருவரின் மகனும், இறைவனின் ஆணைகளை சிரமேற்கொண்டு செயல்படப் பயிற்சி பெற்றவருமான அவர் அதற்குப் பதிலாக தியாசபிஸட் ஆகிவிட்டார்.

கிங்ஸ்ஃபோர்டின் இன்னொரு புத்தகம் 'தி பெர்ஃபக்ட் வே இன் டயட் ' என்பது.அந்தப் புத்தகம், மனித முகம், தாடை அமைப்பும், வயிற்று இயக்கமும் மனிதன் தாவரங்களையும், பழவகைகளையுமே உண்ணும் படிப் படைக்கப்பட்டவனேயன்றி, மாமிசம் உண்பதற்கு அல்ல என்று வாதிட்டது. 'சுத்த சைவ உணவுமுறை புனிதமான வாழ்க்கையின் முதல் தேவை' என்று நம்பும் இந்துக்கள் 'முதன் முதலில் நாகரிகமடைந்த சமூகங்களில்' இடம்பெற்றவர்கள்; 'எகிப்துக்கும் முற்பட்டதாகப் பல ஆசிரியர்களால் கருதப்படும் மத நம்பிக்கை, இலக்கியம், சமய அமைப்புமுறை ஆகியவற்றைக் கொண்டவர்கள்' என்று அவர் குறிப்பிட்டார்.

அந்த சைவ உணவாளரான மருத்துவர் விலங்கிறைச்சி உண்ணும் பழக்கத் தால் பல வியாதிகளும் குறைபாடுகளும் தோன்றுவதாகக் குறிப்பிட்டார். காசநோய், மூட்டுவீக்கம், வலிப்பு ஆகியவை அதிக அளவில் மாமிசம் சாப்பிடுவதால் ஏற்படுபவை. அவர் எழுதினார், 'தனது உட்சபட்ச முன்னேற்றத்தில் மனிதன் வேட்டைக்காரன் அல்ல, தோட்டக்காரன். தோட்டத்தின் சாரமான விஷயம், துரத்துதலின் சாரத்துடன் பொருந்த முடியாதது; தார்மிக, அறிவார்ந்த, அழகியல் சார்ந்த முன்னேற்றத்தின் தவிர்க்கவியலாத போக்கு என்பது கொல்வதற்கும் துன்புறுத்துவதற்குமான விருப்பத்தை மனிதனிடமிருந்து அகற்றுவதே'.[5]

கிங்ஸ்ஃபோர்ட் 1886ல் இறந்தபிறகு, மெய்ட்லான்ட் அவரது நினைவையும் சிந்தனைகளையும் முன்னெடுப்பதற்குத் தன்னை அர்ப்பணித்துக்கொண்டார். 1891ல் எசோட்டரிக் கிறிஸ்டியன் யூனியன் என்ற அமைப்பைத் தோற்றுவித்தார். அந்த அமைப்பு மதகுருமார்கள்,

மதக்கோட்பாடுகள் ஆகியவற்றுக்குப் பதிலாகத் தமது உள்ளார்ந்த தூண்டுதல்களுக்கேற்பவே மனிதர்கள் தங்களைப் புதுப்பித்துக்கொள்ள வேண்டும் என்று கேட்டுக்கொண்டது. அவர்களது வழிமுறை சர்வசமய சமத்துவம் கொண்டது. பரிபூரண வழி என்ற புத்தகம், 'அல்லது கிறிஸ்துவைக் கண்டடைதல்' என்ற உப தலைப்பு கொண்டிருந்தது. அந்தப் புத்தகம் இந்துக்கள், பௌத்தர்கள், சூஃபிகள், கிரேக்க சிந்தனை போன்றவை பற்றிச் சிலாகித்துப் பேசியது. திருச்சபை அலுவலர் களையும், அதிகாரபூர்வமாக (அல்லது தாமே நியமித்துக்கொண்டு) மதத்தை வியாக்கியானம் செய்பவர்களையும் கடிந்துகொண்டு, 'ஆன்மாவின் முக்கியமான நாடகத்தில்' இருவர் மட்டுமே சம்பந்தப் பட்டுள்ளார்கள், 'தனி நபரும் கடவுளும்'என்று வற்புறுத்தியது.[6]

கிங்ஸ்ஃபோர்ட்-மெய்ட்லான்ட் பார்வையிலான கிறிஸ்துவ மதம் காந்தியைக் கவர்ந்தது; காரணம், ஒரு சொந்த ரட்சகரை உயர்த்திப்பிடிக்கச் சொல்லாமல், ஒருவரது மனசாட்சிக்கே உண்மையாக இருக்கும்படி அக்கோட்பாடு கேட்டுக்கொண்டது. முக்கிய ஆசிரியர் ஒரு தீர்மானமான சைவ உணவாளர் என்பதும், தனது பூர்விக மதத்தைப்பற்றிச் சொல்ல அவர்களுக்கு நல்ல விஷயங்கள் இருந்ததும் அதன் வசீகரத்தை அதிகப் படுத்தியது. அவரைக் கவர்ந்த இரண்டாவது புத்தகமான லியோ டால்ஸ்டாயின் தி கிங்டம் ஆஃப் ஹெவன் ஈஸ் வித்தின் யு (இறைவனின் ராஜ்ஜியம் உங்களுக்குள்ளே- *1893*) என்ற புத்தகமும் இதுபோலவே, திருச்சபைகளிலும் பேராயர்களிடமும் இல்லாமல் இரட்சிப்பை தனி மனிதனின் கரங்களில் ஒப்படைத்தது; மேலும் துன்பங்களை ஏற்றுக் கொள்வதையும் எளிய வாழ்வையும் வலியுறுத்தியது.

1880-களிலிருந்து டால்ஸ்டாய் புனைகதைகளிலிருந்து மேன்மேலும் விலகி, சிறு பிரசுரங்கள், சமயக் கட்டுரை நூல்கள் ஆகியவற்றின் மூலமாகவே தன் எண்ணங்களை வெளியிட ஆரம்பித்தார். அந்த மாற்றம், நிலக்கிழாராக வாழ்ந்துவந்ததிலிருந்து மாறி, தன் கைகளால் வேலை செய்ய ஆரம்பித்த அவரது வாழ்க்கைமுறையின் மாற்றத்தையும், போர் ஆதரவாளர் சமாதானத்துக்கு மாறியதையும், ஒரு காலத்தில் ரஷ்ய ஆர்த்தடாக்ஸ் சர்ச்சின் (ரஷ்ய வைதிக திருச்சபை) பக்தி நிறைந்த உறுப் பினராக இருந்த அவர் மற்ற மதங்களை நோக்கிச்சாய ஆரம்பித்ததையும் பிரதிபலித்தது.[7] காந்தி நாவலாசிரியரைவிட ஒழுக்கவாதியால் அதிகம் கவரப்பட்டார். அவர் அன்னா கரீனாவையோ, போரும் சமாதானமும் நாவலையோ படித்ததாகத் தெரியவில்லை. ஆனால், இறைவனின் ராஜ்ஜியம் உங்களுக்குள்ளே என்ற புத்தகத்தை படித்தார்-மீண்டும் மீண்டும். அந்தப் புத்தகம் வளவளவென்ற, சொன்னதையே திரும்பத் திரும்பச் சொல்லும் புத்தகம்; அதன் மையமான செய்தி நல்ல கிறிஸ்துவர் ஒருவர் ஜார்களும், பேராயர்களும், தளபதிகளும் இயற்றும் சட்டங் களைவிடத் தன் மனசாட்சியையே பின்பற்றவேண்டும் என்பது. புத்தகத்தின் தலைப்பு இயேசுவின் கூற்று ஒன்றிலிருந்து வருகிறது.

இறைவனின் ராஜ்ஜியம் வரும்போது அதை அடையாளம் காண்பது எவ்விதம் என்று கேட்கப்பட்டபோது, இயேசு, அந்த ராஜ்ஜியம் வெளியில் காணப்படுவதன்று, உங்களுக்குள்ளேயே இருப்பது என்று பதிலளித்தார்.

டால்ஸ்டாய், கிறிஸ்துவின் அறிவுரைகளையும் நிறுவப்பட்ட திருச்சபைகளின் நடவடிக்கைகளையும் ஒப்பிட்டு வேறுபடுத்தினார். கிறிஸ்து வன்முறையை வெறுத்தார்; திருச்சபையோ போரையும் மரண தண்டனையையும் முன்னெடுத்தது. கிறிஸ்துவின் சாராம்சம் மலைப்பிரசங்கத்திலேயே இருக்கிறது; அது ஏழைகள், பலவீனர்கள், நல்லவர்கள், சமாதானம் ஏற்படுத்துபவர்கள் ஆகியோரை உயர்த்தியது; 'கொலை செய்யாதே' என்றும், ஒருவர் தன் விரோதிகளையும் நேசித்து அவர்களுக்காகப் பிரார்த்தனை செய்யவேண்டும் என்றும் அறிவுறுத்தினார். பேராயர்களோ, இதற்கு மாறாக நிசேயா நம்பிக்கை அறிக்கையைப் பின்பற்றினார்கள்; அது கிறிஸ்துவை இறுதித் தீர்ப்பு வழங்குபவராகச் சித்தரித்தது; திருச்சபையைத் தவறு செய்யவே முடியாத ஒன்றாகக் கருதியது; அதன் உறுப்பினர்கள் முழுமையாக அதற்குக் கீழ்ப்படியவேண்டும் என்று வலியுறுத்தியது.

டால்ஸ்டாயால் திருச்சபையை ஏற்றுக்கொள்ள முடியவில்லை; அதே போல, வன்முறையை ஆதரித்த மதச்சார்பற்ற அறிவுஜீவிகளையும் ஒப்புக்கொள்ள முடியவில்லை. அவர் எமிலி ஜோலாவை மேற்கோள் காட்டினார். அந்த 'ஐரோப்பாவின் மிகப் புகழ் பெற்ற எழுத்தாளர்' எழுதினார்: 'ஆயுதம் உள்ள நாடுதான் வலிமையானது, உயர்ந்தது'; 'போர் புரியும் நாடுகள் எப்போதுமே வலிமையானவையாகவும், வளம் கொழிப்பவையாகவும் உள்ளன'; 'உலகம் முழுவதும் பொது ஆயுதக் குறைப்பு, தார்மீக சீர்கேட்டை உண்டாக்கும்; இதனால் மொத்தத்தில் பலவீனம் ஏற்பட்டு மனிதகுல முன்னேற்றம் தடைப்படும்'. மாறாக டால்ஸ்டாய், மனசாட்சிப்படி ஆட்சேபம் தெரிவிப்பவரைப் போற்றினார். அத்தகையவர், 'தன் மனித மாண்பையும், நல்ல மனிதர்களின் மரியாதையையும் பாதுகாக்க முனைகிறார்; தான் கடவுளுக்காகப் பணியாற்றுகிறார் என்ற உறுதிப்படுத்த முனைகிறார்'.

புத்தகத்தின் கடைசிப்பகுதியில் டால்ஸ்டாய் அதிகாரம் படைத்தவர்களின் இரட்சிப்பிலும், வரி வசூலிக்க மறுக்கிற, கைதிகளை விடுவிக்கிற மனசாட்சி கொண்ட அலுவலர்களிடமும், ஏழைகளுக்காக மருத்துவ மனையும், பள்ளிகளும், வீடுகளும் கட்டித்தரும் செல்வந்தர்களிடமும் நம்பிக்கையைப் பார்க்கிறார். ஆனாலும் 'ஒவ்வொரு மனிதனும் தன் உள்ளார்ந்த பலத்தின் துணையோடு தான் அறிந்த சத்தியத்தை உரைக்கவும், தன் வாழ்வில் கடைப்பிடிக்கவும் செய்யும்போதுதான்' மெய்யான விடுதலை சாத்தியமாகும்.[8]

காந்தி பல ஆண்டுகளுக்குப்பின் இப்படி நினைவுகூர்ந்தார்: முதல்முறை இறைவனின் ராஜ்ஜியம் உங்களுக்குள்ளே புத்தகத்தைப் படித்தபோது,

அவர் அந்தப் புத்தகத்தின் 'சுயேட்சையான சிந்தனை, ஆழ்ந்த ஒழுக் கவியல், உண்மைத்தன்மை' ஆகியவற்றால் 'ஆட்கொள்ளப்பட்டார்'[9] டால்ஸ்டாயின் புத்தகம் அவரிடம் ஏற்கனவே காணப்பட்ட மதம் சாராநோக்கை பலப்படுத்தியது; அதாவது, இந்து மதமோ கிறிஸ்தவமோ, திருச்சபையையும் மதக்கோட்பாடுகளையும் சார்ந்திருக்காமல் தனக்கான ஓர் ஆன்மிக வழியைத் தானே வகுத்துக்கொள்வது என்பதில் அவர் காட்டிய பிடிவாதம். இதற்கிடையில் காந்தி கீதையையும் படித்துவந்தார். அதனை அவர் 'நியாயமான போரை' கொண்டாடுதல் என்பதைத் தாண்டி, அன்பு, வெறுப்பு, பற்று, உடைமை ஆகியவற்றால் பாதிக்கப்படாமல் இருப்பதை வலியுறுத்தும் அறவழிப்பட்ட நடத்தைக்கான அறை கூவலாகப் பார்த்தார்.[10]

> 1894 நவம்பரில் மோகன்தாஸ் காந்தி நேட்டால் நாளிதழ்களில் ஒரு விளம்பரம் வெளியிட்டார். அதில், தான் 'எசோட்டரிக் கிறிஸ்னியன் யூனியன்', 'லண்டன் வெஜிடேரியன் சொஸைட்டி' ஆகியவற்றின் பிரதிநிதி என்றும் அவர்களின் பிரசுரங்களை வாங்கி விற்பனை செய்வதாகவும் தெரிவித்திருந்தார். அந்த விளம்பரம், ஒரு வாசகரை இப்படி எதிர்வினையாற்றச் செய்தது: 'நாம் எங்கிருந்து வருகிறோம், நாம் யாராக இருக்கிறோம், எங்கே போகிறோம்?' இது ஈனோ ஃப்ரூட் சால்ட்டுக்கு விளம்பரம் அல்ல; இவை மனிதகுலம் தன்னையே கேட்டுக்கொள்கிற மூன்று மாபெரும் கேள்விகள் என்கிறார் காந்தி. மேலும், அவர் விருப்பம் கொண்டுள்ள ஓரிரு சிறிய தத்துவப் படைப்புகளில் இவற்றுக்கு முழுமையான, திருப்திகரமான பதில்கள் உள்ளன என்று உறுதியளிக்கிறார்.[11]

வைதிகமான கிறிஸ்துவர்களான ஆஸ்க்யூக்களைச் சந்தித்தது, அவிசுவாசி களான கிங்ஸ்ஃபோர்ட், டால்ஸ்டாய் போன்றவர்களைப் படித்தது ஆகியவை காந்தியை உற்சாகம்கொள்ள வைத்தன; கூடவே குழப்பவும் செய்தன. 1894-ன் கோடைகாலத்தின் பிற்பகுதியில் அவர் இந்தியாவில் தனது நண்பரும் ஆசானுமான ராய்சந்த்பாய்க்குத் தன் குழப்பங்களைக் கோடிகாட்டித் தொடர்ச்சியாகச்சில கடிதங்கள் எழுதினார். அவர் இரண்டு டஜனுக்கு மேலான கேள்விகளை எழுப்பினார். இவற்றில், ஆன்மாவின் செயல்பாடுகள், கடவுளின் இருப்பு, வேதங்களின் பழைமை, கிறிஸ்து வின் இறைத்தன்மை, விலங்குகளை நடத்தும் விதம் உள்ளிட்ட பல விஷயங்களைப் பற்றிக் கேள்வி எழுப்பியிருந்தார்.

ராய்ச்சந்பாய் பொறுமையாக விளக்கமான பதில்களை அளித்தார். ஆன்மிக சமநிலையே சுய அறிதலின் சாராம்சம். கோபம், தற்பெருமை, ஏமாற்றுதல், பேராசை ஆகியவை அதன் எதிரிகள். கடவுள் ஒரு பௌதிக இருப்பு அல்ல; அவருக்கு 'மனித சுயத்துக்கு வெளியே இருப்பிடம் இல்லை'. நிச்சயமாகக் கடவுள் 'பிரபஞ்சத்தைப் படைத்தவர் அல்ல. இயற்கையின் கூறுகளான அணு, வெளி போன்றவை எப்போதும்

இருப்பவை; யாராலும் படைக்கப்படாதவை. அவற்றை தம்மைத் தவிர வேறு பொருள்களைக்கொண்டு படைக்க முடியாது.' மேலும் ராய்ச் சந்பாய், 'நாம் பருப்பொருள்களை ஆயிரக்கணக்கானவிதங்களில் இணைத்துப்பார்த்தாலும், பிரக்ஞையை உருவாக்க முடியாது,' என்றார்.

அந்த சமண அறிஞர் இந்து வறட்டுப் பிடிவாதக்காரர்கள் சொல்வது போல எல்லா மதங்களும் வேதங்களிலிலிருந்தே தோன்றின என்பதை ஏற்க மறுத்தார். இவை மிகவும் பழைமையானவை, பௌத்த, சமண புத்தகங்களைவிட முற்பட்டவை என்பது உண்மையே. ஆனாலும், 'பழைமையானது எல்லாமே பூரணமானது, புதியவை எல்லாம் குறைபட்டது என்று சொல்வதில் எந்த நியாயமும் இல்லை.' வேதங் களைப் போலவே பைபிளும் பூரணமான அல்லது ஒரே உண்மையைக் கொண்டது என்று சொல்ல முடியாது.' இயேசுவைக் கடவுளின் மைந்தர் என்று உருவகமாகச் சொல்லலாமே தவிர, பகுத்தறிவுரீதியாக அப்படி நம்புவது இயலாத விஷயம்.

காந்தி, அவரது நேட்டால் அனுபவங்களிலிருந்து பெற்ற ஒரு கேள்வி: 'இன்றைய சமத்துவமற்ற நிலைமையிலிருந்து எப்போதாவது சமத்துவம் கொண்ட நிலை உருவாகுமா?' சமணரின் பதில் சீர்திருத்தவாத கற்பனா வாத எதிர்ப்பு நிலையைக் கொண்டிருந்தது. அதேநேரம், 'எல்லா ஜீவராசிகளும் ஒருநாள் தமது அநீதிகளைக் கைவிட்டுவிடும், எங்கும் சமத்துவம் நிலவும் என்று எதிர்பார்க்க முடியாது.'

தாங்கள் இருவரும் 'நேரில் சந்தித்து இந்தக் கேள்விகளைப் பற்றிப் பேசுவதே' 'ஆகச் சிறந்ததாக இருக்கும்' என்று ராய்ச்சந்பாய் கூறினார். ஒருவர் இந்தியாவிலும் மற்றவர் தென்னாப்பிரிக்காவிலும் இருப்பதால் அவர்கள் சந்திக்கமுடியாது என்பதால், அவர் காந்தியை, 'விலகி நின்று பார்க்கும் மனோபாவத்தை வளர்த்துக்கொள்ளுங்கள். இன்னும் ஏதாவது கேள்விகள் இருந்தால் (மீண்டும்) எனக்கு எழுதுங்கள். விலகிய மனமே துறவுக்குப் பலத்தைக் கொடுக்கிறது; ஆன்மாவை 'நிர்வாணத்துக்கு' அழைத்துச்செல்கிறது' என்று அறிவுறுத்தினார்.[12]

காந்தியின் இறையியல் தொடர்பான ஆராய்ச்சிகள் தொடர்ந்தன. 1895 ஏப்ரலில் நேட்டால் மலைப்பிரதேசங்களில் ஒரு டிராப்பிஸ்ட் மடத்தைச் சென்று பார்த்தார். அந்தப் பயணம்பற்றி த வெஜிட்டேரியன் இதழில் எழுதினார். அங்கிருந்த சந்நியாசிகள் மீனோ, இறைச்சியோ, கோழியினமோ சாப்பிடவில்லை; என்றாலும் அங்கிருந்த இரு சகோதரி களுக்கு, அவர்கள் அங்கிருந்த 'சகோதரர்களைவிட மெல்லியல்பு கொண்டவர்களாக இருந்ததினால்', வாரத்தில் நான்கு நாட்கள் மாமிசம் உண்ணலாம் என்று விலக்கு அளிக்கப்பட்டிருந்தது. அந்த மடத்தில் சுறுசுறுப்பாகக் கைவினைப் பொருள்கள் செய்துவந்தனர். அங்கிருந் தவர்கள் காலணிகளும், மேசைகளும், அடுக்களைப் பாத்திரங்களும் செய்தனர். அவர்களிடம் இனவேறுபாடு காணப்படாததே இந்தியரை

அதிகம் கவர்ந்தது. நேட்டாலில் மற்ற இடங்களில் 'இந்திய சமூகத்துக்கு எதிராகப் பலமான முன்முடிவு' இருந்தநிலையில் டிராப்பிஸ்டுகள் 'நிற வேற்றுமையில் நம்பிக்கை வைக்கவில்லை. சுதேச இனத்தவரும் வெள்ளையர் போன்று அதேவிதமாகவே நடத்தப்படுகிறார்கள்... அவர் களுக்கும் சகோதரர்களுக்குத் தரப்படும் அதே உணவு வழங்கப் படுகிறது... அவர்களைப்போலவே நல்ல உடைகளை உடுத்தியிருக் கிறார்கள்.' மற்ற வெள்ளையின கிறிஸ்துவர்களுக்கும் இவர்களுக்கும் இடையிலிருந்த வேறுபாடு தெளிவானது. 'ஒரு மதம் அதைப் பின்பற்று பவர்களைப் பொறுத்தே தெய்விகமாகவோ சாத்தான் போலவோ தோன்றுகிறது என்பதை இது ஐயம்திரிபற நிறுவுகிறது,' என்று காந்தி எழுதினார்.[13]

1895 ஜூனில் நேட்டாலில் அந்த மடத்தைச் சேராத மற்ற கிறிஸ்துவர்கள் காந்தியின் சகதேசத்தவர்களைக் குறிவைத்து ஒரு புது மசோதாவைக் கொண்டுவந்தனர். அந்த மசோதா, தமது ஒப்பந்த காலம் முடிவடைந்த பிறகு தங்கியிருக்கும் கூலித்தொழிலாளிகள் வருடத்துக்கு 3 பவுண்ட் வரி கட்டவேண்டும் என்று கூறியது. அந்த வரியை ஆதரித்தவர்கள் அது இந்தியர்களை மறு ஒப்பந்தம் செய்துகொள்ளவோ அல்லது இந்தியாவுக்குத் திரும்பிச் செல்லவோ நிர்பந்திக்கும் என்று கருதினர்.

அடுத்த சில வாரங்களில் காந்தி மூன்று விண்ணப்பங்களை வரைந்து அனுப்பினார். ஒன்று நேட்டால் சட்ட மேலவைக்கு; இரண்டாவது காலனி நாடுகளுக்கான அமைச்சருக்கு; மூன்றாவது இந்தியாவின் வைஸ் ராய்க்கு. நேட்டால்வாசிகள், 'ஒரு மனிதர் பிணைக்குக் கட்டுப்பட்டு ஏற்கெனவே 10 ஆண்டுகள் வாழ்ந்துவிட்ட பிறகு காலனிநாட்டில் சுதந்திரமாக இருக்க அனுமதிப்பதற்கு அவரை அதிகமான தொகை செலுத்தச் சொல்வதற்கு என்ன அவசியம்' என்று கேட்டது. 'மனிதர்களை என்றென்னைக்கும் அடிமைத்தளையில் வைத்திருப்பது பிரிட்டிஷ் அரசியலமைப்புச் சட்டத்தின் சாராம்சத்துக்கு எதிரான விஷயம்,' என்று அமைசருக்கு நினைவூட்டப்பட்டது. வைஸ்ராய்க்கு, அந்த 'விசேட, வெறுப்பூட்டுகிற தேர்தல்-வரி' கீழ்க்கண்ட காரணத்துக்காகவே திட்டமிடப்பட்டதாகத் தெரிவிக்கப்பட்டது:

> நேட்டால் இந்தியர் என்றென்றும் சுதந்திரம் இன்றி, தன் வாழ்நிலையை என்றாவது மேம்படுத்திக்கொள்ளும் சாத்தியமே இன்றித் தவிக்கவேண்டும். தன் குடிசையையும், குறைவான உணவையும், கந்தல் துணியையும், ஒரு மேம்பட்ட வீடு, சுவையான சாப்பாடு, மதிப்பான உடைகள் என மாற்றுவதுபற்றி சிந்திக்கக்கூட முடியாமலே இருக்க வேண்டும். அவர் தன் குழந்தைகளைத் தன் விருப்பப்படி படிக்கை வைப்பது பற்றியோ, தன் மனைவிக்கு ஏதாவது சந்தோஷமோ பொழுது போக்கோ அளித்து மகிழச் செய்வது பற்றியோ நினைத்துப் பார்க்கவே கூடாது.[14]

யுனைட்டெட் கிங்டமில் ‘யூனியனிஸ்ட்ஸ்’ என்ற கூட்டணி ஆட்சியில் இருந்தது. அக்கூட்டணி, கன்சர்வேட்டிவ், லிபரல் கட்சிகளிலிருந்து அயர்லாந்துக்கு சுயாட்சி தருவது குறித்த கருத்து வேறுபாட்டால் விலகியிருந்தவர்களை ஒரே அணியில் வைத்திருந்தது. *1895*-ன் தேர்தல்களில் தாதாபாய் நௌரோஜி மீண்டும் தேர்வுபெறத் தவறியிருந் தார். ஆனால், மான்செர்ஜி போவ்நாக்ரீ என்ற இந்தியர் யூனியனிஸ்ட்டாக நின்று நாடாளுமன்ற உறுப்பினராக வெற்றிபெற்றிருந்தார். பர்மிங் ஹாமைச் சேர்ந்த வர்த்தகரும், முன்னாள் லிபரலுமான ஜோசப் சேம் பர்லைன் என்பவர்தான் இப்போது காலனி நாடுகளுக்கான அமைச்சர். *1895* செப்டெம்பரில் சேம்பர்லைன் அங்கீகாரத்துக்காகக் காத்திருந்த ஓட்டுரிமை மசோதாபற்றி நேட்டால் அரசாங்கத்துக்கு எழுதினார். அந்த மசோதா, ‘இந்திய குடிமக்களில் சுத்த அறிவிலிகளுக்கும் பெரிய அறிவாளிகளுக்குமிடையே’ வேறுபாடே காட்டவில்லை. பின்ன வர்களின் ‘அந்தஸ்தும் சாதனைகளும்’ ‘அவர்களைக் குடியுரிமையின் கடமைகள், சிறப்புரிமைகள் பெற முழுத் தகுதியானவர்களாக்குகிறது’ என்று நினைத்தார். ‘கடந்த சில ஆண்டுகளின் தேர்தல்களில் இரண்டு முறை இந்த நாட்டில் இரண்டு முக்கியத் தொகுதிகளின் வாக்காளர்கள் இந்தியர்களை வாக்களிக்க மட்டுமல்லாது, ஹவுஸ் ஆஃப் காமன்ஸ் (நாடாளுமன்ற மக்களவை) சபையில் தம்மைப் பிரதிநிதித்துவம் செய்யவுமே தகுதியானவர்கள் என்று கருதியிருக்கிறார்கள்’ என்ற விஷயம் நேட்டால்வாசிகளுக்கு நிச்சயம் தெரிந்திருக்கும்.

‘நேட்டால் காலனியின் எதிர்காலம் ஆங்கிலோ-சாக்ஸானிய இனத்தவ ராலேயே தொடர்ந்தும் தீர்மானிக்கப்படவேண்டும்; ஆசிய வாக்காளர்கள் பெரிய அளவில் வந்து குவியும் வாய்ப்பு தவிர்க்கப்படவேண்டும்’ என்று சேம்பர்லைன் ஒப்புக்கொண்டார். இருந்தபோதிலும், அவர் தனக்கு முன்பிருந்தவரான லார்ட் ரிப்பன்போல, வெளிப்படையாக இனவாதம் கொண்ட சட்டம்பற்றிக் கவலைப்பட்டார். ரிப்பன் போல, அவரும் அவையின் ஆளும் தரப்பு இருக்கை வரிசையில் ஓர் இந்தியரோடு அமர்ந் தார்-அவர் பொறுப்பிலிருந்த காலனியில் இந்தியர்கள் சுத்தமாக ஓட்டுரிமை மறுக்கப்பட்டிருந்தனர். அந்த மசோதா, ‘எல்லா இந்தியப் பிரஜைகளையும் எவ்வித விதிவிலக்குமின்றி குறைபட்டவர்களாக்குகிறது’ என்று அவர் வாதிட்டார்; ‘ஓர் இந்தியர், அவரது அறிவாற்றல், கல்வித்தகுதி, நாட்டுக்கு அவரது பங்களிப்பு போன்றவை எப்படியிருந்தபோதிலும் இந்தக் குறைபாட்டிலிருந்து தன்னை விடுவித்துக்கொள்ள எந்த வழிவகையும் ஏற்படுத்தித் தராத இந்த சட்டம்... இந்திய மக்களுக்கு அவமரியாதையாக இருக்கும்; எந்த பிரிட்டிஷ் அரசும் அதற்கு உடந்தையாக இருக்கமுடியாது’

வழிகாட்டலும் ஆதரவும் இருந்தால், குறிப்பிட்ட சில இந்தியர்கள் வெள்ளையர்களுடன் சகவாசம் வைத்துக்கொள்ள முடியும் என்று பிரிட்டனில் ஏற்றுக்கொள்ளப்பட்டிருந்தது. நௌரோஜி, போவ்நாக்ரீ

ஆகியோரின் எழுச்சி இவ்வகையான தாராளவாதமான தட்டிக் கொடுக்கும் மனோபாவத்துக்கு எடுத்துக்காட்டு. இம்மாதிரியான முன்னேற்றத்தைக் காலனிகளில் கற்பனை செய்வதோ அடைவதோ கடினமாக இருந்தது. குறிப்பாகத் தென்னாப்பிரிக்காவில்; அங்கு கறுப்பு நிறம்கொண்ட மக்கள் யாவரும் எக்காலமும் பண்பாட்டுரீதியாகவும் அரசியல்ரீதியாகவும் கீழான நிலையிலேயே வைக்கப்பட்டிருப்பார்கள் என்று ஆளும் வெள்ளை இனத்தவர் உறுதியாக நம்பினர்.

காலனியில் இருந்த கடும்நிலைப்பாட்டாளர்களுக்கும், லண்டனில் இருந்த தாராளவாதிகளுக்கும் இடைப்பட்ட பாதை ஒன்றைத் தேர்ந் தெடுக்க விரும்பிய நேட்டால் ஆளுநர், அந்த மசோதாவில் புதிய ஷரத்து ஒன்றைச் சேர்த்தார். அதன்படி, தம் சொந்த நாட்டில் பிரதிநிதித்துவ நிறு வங்களைக் கொண்டிருப்பவர்கள் மட்டுமே வாக்களிக்கத் தகுதியான வர்கள் ஆவார்கள். இது இந்தியர்களை விலக்கிவிட்டது; அதேசமயம் ஆங்கிலேயர்களும் பிற ஐரோப்பியர்களும் தமது நாடுகளில் நாடாளு மன்றங்களைப் பெற்றிருந்ததால் அவர்கள் மட்டும் ஓட்டளிக்கத் தகுதி பெற்றார்கள். இவ்வாறாக ஒரு இனப்பாகுபாடு காட்டும் மசோதா, முன்பு குற்றம்சாட்டப்பட்டதுபோன்ற 'அப்பட்டமான ஓட்டுரிமை பறிப்பிலிருந்து' முறைப்படி காப்பாற்றப்பட்டது. திருத்தப்பட்ட வரைவு சேம்பர்லைனுக்கு 1895ல் அனுப்பப்பட்டது. அவர், நேட்டால் சட்டமன்றத்தால் இந்தக் கொள்கை அடிப்படையிலான சட்டம் நிறை வேற்றப்பட்டால், தான் மாட்சிமைதாங்கிய பேரரசியாரை அதற்கு ஒப்புதல் தரும்படிக் கேட்டுக்கொள்வதாகத் தெரிவித்தார்.[15]

தனிப்பட்ட முறையில் ஆன்மிக உண்மைகளைத் தேடுவதிலும், பொது வாழ்க்கையில் சட்டரீதியான சமத்துவத்தைத் தேடிச்செல்வதிலும் ஈடுபட்டிருந்தபோதிலும், காந்தி அவரது தொழில்சார்ந்த கடமையான சட்டத்துறைத் தொழிலை நிலைப்படுத்திக்கொள்வதையும் மறந்துவிட வில்லை. இங்கு அவரது கட்சிக்காரர்கள் எல்லோரும் இந்தியர்களே. அவர் வாதிட்ட வழக்குகளில் நீதிபதிகளும் எதிர்த்தரப்பு வழக் கறிஞர்களும் முழுக்க ஐரோப்பியர்கள். சமூகரீதியாகவோ தொழில் ரீதியாகவோ காந்தி நேட்டால் மக்கள்தொகையில் பெரும்பான்மையின ரான ஆஃப்ரிக்கர்களுடன் தொடர்புவைத்துக்கொள்ளவில்லை.

காந்தி தனது முதலாவது வாடிக்கையாளரான தாதா அப்துல்லாவுக்காகத் தொடர்ந்து வழக்குகளில் ஆஜரானார். அவருக்காக காந்தி ஒரு கப்பல் கேப்டன்மீது வழக்குத் தொடர்ந்தார். அந்தக் கேப்டன் தன் முதலாளிக்குத் தெரியாமல் கப்பலில் இரண்டாம் வகுப்புப் பிரயாணிகளை முதல் வகுப்புக்கு மாற்றி, அதற்காகப் பெற்றுக்கொண்ட கூடுதல் கட்டணத்தைத் தானே வைத்துக்கொண்டார்.[16]

மற்றொரு வழக்கில், அவர் '' நல்ல உடையணிந்த, மரியாதைக்குரியவர் களாகத் தோற்றம் தந்த இரண்டு இளம் இந்தியர்கள்-ஒருவர் எழுத்தர்,

மற்றவர் ஆசிரியர்' சார்பாக ஆஜரானார். அவர்கள்மீது, இரவு நேரத்தில் அனுமதிச்சீட்டு இல்லாமல் வெளியில் வந்ததற்காக, 'நாடோடிகளாக அலைதல்' என்ற குற்றச்சாட்டு வைக்கப்பட்டிருந்த து. ' அவர்கள் வெளியில் இருக்க முழு உரிமை பெற்றவர்கள்; காரணம் அவர்களைப் பற்றிய அபிப்பிராயம் நல்லவிதமானது. அவர்கள் முழுக்கவும் மரியாதைக்குரிய இளைஞர்கள் என்று காந்தி வாதாடினார்'. நீதிபதி அதை ஒப்புக்கொண்டு, அவர்கள் மீதான வழக்கைத் தள்ளுபடி செய்தார்.[17]

காந்தி பணக்காரர்கள், நடுத்தர வர்க்த்தினர், உழைக்கும் ஏழைகள் என அனைவருக்காகவும் வழக்குகளை எடுத்துக்கொண்டார். ஒரு பிணைத் தொழிலாளி போலீஸ்காரர் ஒருவரைத் தாக்கியதற்காக நீதிமன்றத்தில் விசாரிக்கப்பட்டார்; இந்திய வழக்கறிஞர், தம் கட்சிக்காரர் அதற்காகத் தூண்டப்பட்டார், அவமானப்படுத்தப்பட்டார் என்று வாதாடினார்.

செய்தித்தாள் ஒன்று காந்தி இன்ஸ் ஆஃப் கோர்ட்டின் வழிகாட்டு நெறிகளை மீறிவிட்டதாகக் குற்றம் சாட்டியது. 'நீதிக்குக் கட்டுப்பட மறுப்பது என்ற விஷயத்துடன் அவருக்குத் தொடர்பு இருப்பது, அது நேரடியாக இல்லை என்றாலும்கூட, சகித்துக்கொள்ள முடியாத விஷயம்' என்று அந்த செய்தித்தாள் எழுதியது. 'இந்த மனிதருக்கு விரைவாக இந்திய சமூகத்திடமிருந்து தேவையான பணம் கிடைத்து, அவர் தன் சொந்த நாட்டுக்கோ, குவாமுக்கோ, பிரிட்டனுக்கோ சென்றுவிட்டால், அது அவருக்கும் நல்லது, காலனிக்கும் நல்லது.' என்றும் எழுதியது. [18]

அது நியாயமற்ற குற்றச்சாட்டு. பணம் சம்பாதிப்பது மட்டுமே காந்தியின் ஒரே குறிக்கோள் அல்ல. பாலசுந்தரம் என்ற பிணைத்தொழிலாளியின் வழக்கை எடுத்துக்கொள்வோம். அவர் தன் எஜமானரால் அடிக்கப்பட்டிருந்தார். பல நாட்கள் மருத்துவமனையிலிருந்தபின் தனக்கு நிவாரணம் பெற்றுத் தரும்படிக் கேட்டு காந்தியிடம் சென்றார். உள்ளூர் நடுவர் (மாஜிஸ்ட்ரேட்) அந்த எஜமானருக்கு நீதிமன்றத்தில் ஆஜராகும்படி ஆணை பிறப்பித்திருந்தார். தன் வழக்கப்படி சமரசத் தீர்வை நாடிய காந்தி, குற்றச்சாட்டுகளை வற்புறுத்தவில்லை. அதற்குப் பதில் பாலசுந்தரத்தை சற்றுக் கடுமை குறைந்த எஜமானரிடம் வேலையை மாற்றிக்கொள்ளச் செய்தார்.[19]

1895-லும் 1896-லும், நிலுவைத்தொகையை வசூலிக்க விரும்பிய வியாபாரிகளுக்காகவும், பூர்வீக சொத்தில் பங்கு கோரிய குடும்பங்களுக்காகவும், கான்ஸ்டபிள்களால் அல்லது பண்ணைத்தோட்ட உரிமையாளர்களால் துன்புறுத்தப்பட்ட தனிநபர்களுக்காகவும் வழக்காடினார். ஒரு வழக்கை நினைவுகூர்வது மிகவும் பொருத்தம்: நீதிமன்றத்தில் நடுவர் தொப்பியை அகற்றச் சொன்னபோது அப்படிச்செய்ய மறுத்த முஸ்லிம் ஒருவருக்காக அவர் வாதாடினார். காந்தி ஒரு பாரிஸ்டராக தலையணி எதுவும் இன்றி ஆஜராகவேண்டியிருந்தது; ஆனாலும் ஒரு சாதாரண மனிதர் தன் நம்பிக்கைகளுக்கேற்ப உடையணிவதற்கு உள்ள உரிமையை நிலைநாட்ட விரும்பினார். [20]

மற்மொரு சமயம் காந்தியுடன் பணியாற்றிவந்த ஓர் ஐரோப்பியர், வாரிசு இல்லாமல் இறந்துவிட்ட ஒரு முஸ்லிம் வியாபாரியின் சொத்துகளை விற்பது குறித்து அறிவுரைதரும்படி காந்தியைக் கேட்டுக்கொண்டார். அந்த வழக்கை விசாரித்த நீதிபதியான வால்டர் வ்ராக், அதற்கு முன்பு நேட்டால் வழக்கறிஞர் சங்கத்தில் சேர்வதற்காக காந்தி அளித்திருந்த விண்ணப்பத்தை நிராகரித்திருந்தார். அவர் தெரிவித்த காரணம் காந்தி இன்னர் டெம்பிள் அளித்திருந்த சான்றிதழின் அசலைத் தராமல், சுய சான்று அளிக்கப்பட்ட பிரதியையே கொடுத்தார் என்பது. ஆனாலும் கறுப்பு நிறம்கொண்ட ஒருவர் வழக்கறிஞராக வருவதை ஒப்புக்கொள்ள முடியாததுதான் உண்மையான காரணமாக இருந்திருக்கும். இப்போது நீதிபதி வ்ராக், 'மொகமதிய சட்டத்தைப் பொறுத்தவரை காந்தி ஒரு பிரெஞ்ச்சுக்காரர் அளவுக்கு அந்நியமானவரே... திரு காந்தி ஒரு இந்து; அவருக்குத் தன் சொந்த மதம்பற்றி நிச்சயம் தெரிந்திருக்கும், ஆனால் அவருக்கு மொகமதிய சட்டம் பற்றி எதுவும் தெரியாது.' என்றார். காந்தி, 'நான் மொகமதியராக இருந்திருந்தால், ஒரு மொகமதியராகப் பிறந்தது மட்டுமே ஒரே தகுதியாக உடைய மொகமதியர் ஒருவரால் தீர்ப்பு வழங்கப்படுவதற்கு மிகவும் வருத்தப்படவே செய்வேன். மொகமதியரல்லாத ஒருவர் மொகமதிய சட்டம்பற்றி எந்த அபிப்பிராயமும் சொல்லக்கூடாது என்று இப்போதுதான் தெரிந்துகொண்டேன்,' என்று அயராமல் பதிலளித்தார்.[21]

> காந்தியின் நீதிமன்ற வழக்குகளைப்பற்றி அடிக்கடி செய்தி வழங்கிவந்த நிருபர் ஒருவர், காந்தி நன்றாகவே தன் வேலையைச் செய்கிறார்; என்றாலும், அவரது வழிமுறை போர்க்குணம் கொண்டதாக இல்லாமல் இறைஞ்சுவதாகவே இருக்கிறது என்று குறிப்பிட்டார். காந்தி ஒரு பேச்சாளர் அல்ல. நீதிமன்றத்தில் உரையாற்றும்போது, அவர் வாக்கு சாதுரியம் கொண்டவராக இருக்கவில்லை. தன் வாதங்களை எடுத்து வைக்கும்போது அவர் பேச்சு திக்கவில்லை என்றாலும் பேச்சின் இடையே இஸ்ஸ் என்று அடிக்கடி இழுப்பார். உதாரணமாக: 'இஸ்ஸ்- இஸ்ஸ்- இஸ்ஸ் வணக்கத்துக்குரியவரே, இஸ்ஸ்- இஸ்ஸ்- இஸ்ஸ் இந்த அபலைப் பெண் படுக்கையில் கிடக்கும் ஒரு சகோதரியைக் கவனித்துவிட்டு ஊரடங்கு மணி அடித்தபின்னர் வீடு திரும்பிக்கொண்டிருக்கும்போது கைதுசெய்யப்பட்டிருக்கிறார். இஸ்ஸ்- இஸ்ஸ்- இஸ்ஸ் அவரைச் சிறைக்கு அனுப்பாமல், எச்சரிக்கை செய்து விட்டுவிடவேண்டும் என்று நான் கேட்டுக்கொள்கிறேன் இஸ்ஸ்- இஸ்ஸ்- இஸ்ஸ்.'[22]

அவரது பேச்சிலிருந்த குறைபாடுகளையும்மீறி நேட்டால் வழக்கறிஞர் சங்கத்தில் காந்தி விரைவில் ஒரு முன்னணி உறுப்பினரானார். அவருக்கென்றே தனியா ஒரு கட்சிக்காரர்கள் கூட்டம் இருந்தது இதற்கு உதவியது: நேட்டாலில் சாதி, சமய, வர்க்க, தொழில் வேறுபாடுகளைக் கடந்து எல்லா இந்தியர்களுக்கும் அவரே வழக்கறிஞர். ராஜ்கோட்டிலும், பம்பாயிலும் தோல்வியுற்ற அவ்வழக்கறிஞர் டர்பனில் பெரிய வெற்றி பெற்றார். காந்தி, இதனால் கிடைத்த பொருளாதாரரீதியான பாதுகாப்பை

விரும்பினார், என்றாலும் அவர் சமூகத்தில் பெற்ற நற்பெயரையே அதைவிட விரும்பியதாகத் தோன்றுகிறது. இந்தியர்களுக்கு வழக்கறிஞ ராக மட்டுமின்றி அவர்கள் தரப்பை எடுத்துச்சொல்பவராகவும், பிரதிநிதியாகவும் இருந்தது அவருக்கு மகிழ்ச்சியளித்தது.

போர்பந்தர், லண்டன், பம்பாய் ஆகியவற்றைவிட காந்தி வசித்த நான் காவது துறைமுக நகரமான டர்பன், மிகவும் புதியது. 1850-களில் அந்நகரில் இரண்டு தளங்கள் கொண்ட வீடுகள் இரண்டு மட்டுமே இருந்தன. துறைமுகம் வளர்ச்சியடைந்து, உள்நாட்டில் கரும்புத் தோட்டங்களும் செழிப்படைந்ததனால் நகரம் அளவில் பெரிதானது. 1860-களுக்கும் 1880-களுக்கும் இடையில் பல கல் கட்டடங்கள் கட்டப்பட்டன. ஒரு நீதிமன்றம், நகர் மன்றம் (டவுன் ஹால்), ஒரு ராயல் தியேட்டர், வங்கிகள், தங்கும் விடுதிகள், தேவாலயங்கள், வெள் ளையருக்கு மட்டுமான மனமகிழ் மன்றம் (கிளப்) போன்றவை அவற்றில் அடக்கம். குதிரைகளால் இழுக்கப்பட்ட டிராம் வண்டி களாலும், கையால் இழுக்கப்பட்ட ரிக்ஷாக்களாலும் நகரப் போக்கு வரத்து நடைபெற்றது.[23]

டர்பனில் வெள்ளையர்கள் விகிதாசார கணக்குப்படி பம்பாயில் இருந்த தைவிட அதிகம். ஆனாலும் அவர்கள் பம்பாயில் இருந்ததைவிட அதிக மாகத் தமது நிலைபற்றி அச்சம் கொண்டிருந்தனர். இந்தியாவிலிருந்த ஐரோப்பியர்களுக்கு, தாம் மக்கள்தொகை அதிகம்கொண்ட நாட்டில் மிகவும் சிறுபான்மையினரே என்று தெரியும். அவர்கள் வந்திருப்பது ஆட்சி செய்யத்தானே தவிர இங்கேயே தங்கிவிட அல்ல. மாறாக, கனடா, ஆஸ்திரேலியா, நியூசிலாந்துபோல நேட்டால் ஒரு 'புதிய ஐரோப்பா' எனலாம். அதன் பருவநிலை, சுற்றுச்சூழல், குறைவான மக்கள்தொகை போன்றவை வெள்ளையர்கள் தம் தாய்நாட்டில் நிலவியதுபோன்ற சூழ்நிலைகளை ஏற்படுத்திக்கொள்ள உதவியது. இது தாம் சொந்த மாக்கிக் கொள்ளத்தக்க நாடு என்று கண்டுகொண்டதால், பிரிட்டிஷார் நிரந்தரமாகத் தமது மேலாண்மையைத் தக்கவைத்துக் கொள்ளும் முயற்சிகளில் இறங்கினர்.[24]

காந்தி டர்பனில் தமது தொழிலை நிறுவிக்கொண்டிருக்கையில், நேட்டாலின் ஆளுநர் புதிய காலனி அளித்த ஈர்ப்பான வாழ்க்கைபற்றி லண்டனில் பார்வையாளர்கள் முன் உரையாற்றினார். நேட்டாலில் இயற்கை அழகும், இனிய பருவநிலையும் ('மலேரியா என்ற விஷயமே இல்லை' என்றார் ஆளுநர்), நிறைந்த இயற்கை வளமும், செழித்துவந்த பண்ணைத்தோட்டங்களும் இருந்தன. டர்பனைப்பொறுத்தவரை,

> அதன் தெருக்கள் நேராக, உறுதியாக, சீராக, அகலமாக இருக்கின்றன; நகரில் பல டிராம் வண்டி வழித்தடங்கள் உள்ளன; நகர் முழுவதும் மின்விளக்குகள் ஒளியூட்டுகின்றன; தாராளமாகத் தண்ணீர் வழங்கப் படுகிறது... அழகான, நன்கு பராமரிக்கப்படும் சிறிய பூங்கா இருக்கிறது;

> ஆறு மடங்கு பெரிய நகரத்துக்கு ஏற்றதான நகர் மன்றம் உள்ளது; அதில் 3000 பவுண்டு மதிப்புள்ள பியானோ இருக்கிறது (கரகோஷம்). நகரில் ஒரு விவசாய காட்சி மைதானம், கிரிக்கெட் மற்றும் தடகள மைதானம், குதிரைப்பந்தயத்திடல், கோல்ஃப் மைதானங்கள், பொதுக் குளியலறைகள், அருங்காட்சியகம், பொது நூலகம், நாடக அரங்கம், அருமையான மனமகிழ் மன்றம் இன்ன பிற வசதிகள் நிறைந்துள்ளன. உட்புறத் துறைமுகத்தில் கடலை ஒட்டி நடைபாதை ஒன்று கட்டப்பட்டு முடியும் தருவாயில் இருக்கிறது; அதன் செலவு மதிப்பு 80,000 பவுண்டுகள் என்று நினைக்கிறேன்; இதுவும் நகரத்தின் கவர்ச்சிகரமான அம்சங்களில் ஒன்றாக அமையும்.[25]

இதன்படிப் பார்த்தால், நேட்டால் ஒரு புதிய ஐரோப்பா என்பதைவிட ஒரு குட்டி இங்கிலாந்து-மகிழ்ச்சிதரும் விதமாக பனிமூட்டம், புகை கலந்த பனிமூட்டம், பனிப்பொழிவு ஆகியவை இல்லாமல்-என்று சொல்வதே சரியாக இருக்கும். அதன் வசதிகளை, இங்கிலாந்தைப் போலல்லாமல் அனைத்து வர்க்கங்களைச் சேர்ந்த வெள்ளையரும் பயன் படுத்தலாம். நேட்டாலில் குடியேறியவர்களில் பெரும்பாலானவர்கள் பணக்காரப் பின்னணி கொண்டவர்கள் அல்ல. மதப்பிரச்சாரகர்கள், படை வீரர்கள், வழக்கறிஞர்கள், சுரங்க உரிமையாளர்கள், விவசாயிகள், மாலுமிகள், ஆசிரியர்கள் போன்ற பணிகளில் அவர்கள் அங்கு பெயர் சம்பாதித்தார்கள்; சொந்த நாட்டில் இருந்திருந்தால் அடைந்திருக்க முடியாத அளவில் சொத்தும் சமூக அந்தஸ்தும் பெற்றார்கள்.[26]

நேட்டாலில் ஆஃப்ரிக்கர்கள் கல்வியறிவு பெறாதவர்களாக இருந்தார்கள். அவர்கள் கிராமப்புறங்களில் பரவி வாழ்ந்தார்கள். ஆனாலும், ஐரோப் பியர்களின் அரசியல், பொருளாதார மேலாதிக்கத்துக்கு ஒரு அபாயம் இருந்தது. இது இந்தியர்களிடமிருந்து, குறிப்பாக 'பயணிகள்' ஆக வந்த இந்தியர்களிடமிருந்து வந்தது. இந்திய வியாபாரிகள் கணிசமான எண்ணிக்கையில், செல்வச்செழிப்புடன் டர்பன் முழுவதும் பரவலாகக் காணப்பட்டார்கள். அப்படி மட்டும் இல்லாதிருந்தால் டர்பனை ஆஃப்ரிக்க கடற்கரையில் அமைந்த ஐரோப்பிய நகரம் என்றே சொல்லி விடலாம். பண்ணைத்தோட்டத் தொழிலாளிகள் போலன்றி, இந்திய வியாபாரிகள் நகரங்களில் வசிப்பதில் நாட்டம்கொண்டிருந்தார்கள். அங்கு அவர்கள் வியாபாரம் செய்ததுடன், நிலம் வாங்கி வீடுகட்டுவதும் அதிகரித்துவந்தது. 1870ல் டர்பனில் 665 இந்தியர்கள் இருந்தார்கள்; அவர்கள் இரண்டு கடைகளும் 500 பவுண்ட் மதிப்புடைய சொத்துகளும் வைத்திருந்தார்கள். நூற்றாண்டு முடியும்போது டர்பனில் 15,000 இந்தியர்கள் இருந்தார்கள்; அவர்கள் 400 கடைகளும் 6,00,000 பவுண்ட் மதிப்புக்கு சொத்துகளும் பெற்றிருந்தார்கள். பிரிட்டன் கடைக் காரர்களின் தேசம் என்று பெயர் பெற்றது; இங்கேயோ அவர்கள் பணம் சம்பாதிக்கக் கடும்போட்டியை எதிர்கொள்ள வேண்டியிருந்தது.[27]

பொருளாதார சவாலைப்போலவே, மக்கள்தொகை சவாலும் அழுத்த மாக இருந்தது: 1870-களில் டர்பனில் ஒவ்வொரு இந்தியருக்கும் ஐந்து ஐரோப்பியர்கள் இருந்தார்கள் என்றால் 1890 வாக்கில் இந்த விகிதம் ஒன்றுக்கு இரண்டு என்று குறைந்துவிட்டது. நேட்டாலில் மற்ற நகரங் களிலும் இதே நிலைதான். அங்கெல்லாமும் ஐரோப்பியர்கள் சுமார் 40 சதவீதம் இருக்கையில் இந்தியர்கள் பயமுறுத்தும்படியாக 20 சதவீதம் இருந்தார்கள். ராபர்ட் ஹட்டன்பேக் எழுதியதுபோல இந்த 'நகரங்களில் அதிகரித்துவந்த இந்தியர்களின் தொகை பல ஐரோப்பியர்களுக்கு பயமுறுத்தலாகவும் கோபமூட்டுவதாகவும் இருந்தது. அவர்களுக்கு அது அருகருகே வாழ்வதையும் வியாபாரரீதியிலான போட்டியையும் குறிப்ப தாக இருந்தது.'[28]

சமூகரீதியில் அருகருகே வசிப்பது, பொருளாதாரப்போட்டி ஆகிய வற்றுடன் இப்போது மூன்றாவதாக ஒரு சவாலும் இருந்தது: அரசியல் போட்டி. 1891ல் 'பொறுப்புள்ள அரசாங்கத்தை' தருவது என்ற முடிவைத் தொடர்ந்து, நேட்டால் ஆளுநர் ஓட்டுரிமையற்ற ஆஃப்ரிக்கர்களிட மிருந்து நீண்டகால நோக்கில் ஆபத்து வரலாம் என்று நினைத்தார், அவர் காலனிகளுக்கான ராஜாங்க செயலாளருக்கு இப்படி எழுதினார்: 'வரும்காலத்தில் ஆபத்து இந்நாட்டுவாசிகளின் மனம் தமது நலன்கள் காலனியில் நேரடியாகப் பிரதிநித்துவம் செய்யப்படவில்லை என்ற உண்மையை அறிந்துகொள்வதிலிருந்து வருவதாக இருக்கும். அதை வழி நடத்துபவர்கள் நேர்மையற்ற அரசியல் கிளர்ச்சியாளர்களாக இருக்கக் கூடும். ஆனாலும், இந்தப் பிரச்னையை அது வரும்போது பார்த்துக் கொள்ளலாம் என்று விட்டுவிடுவதே நல்லது என்பது என் எண்ணம்.'[29] முதலில் விழிப்புணர்வு பெறுவது இந்திய மனங்களாக இருக்கும் என்றோ, அவர்களின் அபிலாஷைகளைக் கிளறிவிட்டு, அவற்றுக்கு வடிவம் கொடுக்கப்போகும் அரசியல் 'கிளர்ச்சியாளர்' லண்டனில் இருந்த ஒரு கூச்ச சுபாவம்கொண்ட, உணவுமுறைகள்பற்றி அதிகம் கவலைப்பட்ட சட்டப்படிப்பு மாணவராக இருப்பார் என்றோ அந்த ஆளுநர் எதிர்பார்த்திருக்க முடியாது.

அந்த மாணவர் இப்போது நேட்டால் இந்திய காங்கிரஸின் (என்.ஐ.சி.) செயலாளர். 1895 ஆகஸ்டில் என்.ஐ.சி. அதன் முதலாவது ஆண்டு நிறைவைக் கொண்டாடியது. அமைப்பின் முதல் ஆண்டுச்செயல்பாடுகள் பற்றி அறிக்கை வாசித்த காந்தி, அமைப்பு மற்ற நகரங்களுக்கும் பரவியதைக் குறிப்பிட்டார்: டர்பன் தவிர பீட்டர்மாரிட்ஸ்பர்க், வெருலம், நியூகாசில், சார்லஸ்டவுன் ஆகிய ஊர்களில் கிளைகள் தொடங்கப்பட்டிருந்தன. சந்தாவாக 500 பவுண்டு திரட்டப்பட்டிருந்தது. அமைப்பை 'ஸ்திரப்படுத்த' குறைந்தபட்சம் 2000 பவுண்டுகளாவது தேவை என்று காந்தி கருதினார். பணம்தவிர பொருட்களாகவும் நன்கொடைகள் தரப்பட்டன. 'பார்சி ருஸ்தம்ஜி இந்த விஷயத்தில் முன்னணியில் இருந்தார்'. ருஸ்தம்ஜி டர்பனில் மசாலா பொருட்களும்

துணிமணிகள், தேயிலை, காபி போன்றவற்றை விற்பவர். அவர் காங்கிரஸுக்கு விளக்குகள், காகிதம், பேனாக்கள், ஒரு கடிகாரம், அவர்களது கூட்டம்நடைபெற்ற அரங்கத்தைச் சுத்தப்படுத்தத் தேவையான தொழிலாளிகளை அனுப்புதல் போன்ற உதவிகளைச் செய்துகொடுத்தார். மற்ற குஜராத்திகளும் நன்கொடை கொடுப்பதில் சுறுசுறுப்பாகவே இருந்தார்கள்; ஆனாலும் செயலாளர் குறிப்பிட்டதுபோல, 'தமிழ் உறுப்பினர்கள் காங்கிரஸ் பணிகளில் அவ்வளவு ஆர்வம் காட்டவில்லை.'[30]

ஆற்றல் மிக்கவரான ருஸ்தம்ஜி பம்பாயில் 1861ல் பிறந்தார். அவர் நேட்டாலுக்கு இருபதுகளின் ஆரம்ப வயதில் வந்தார். முதலில் வெருலம் நகரில் ஓர் இந்தியக் கடையில் வேலை செய்தார். பிறகு அவர் தன் சொந்த வியாபாரத்தைத் தொடங்கினார். அவரது வியாபாரம் வேகமாகப் பெருகியது; 1893 வாக்கில் (காந்தி அங்கு போய்ச்சேர்ந்தபோது) அவர் டர்பனில் மிகப் பெரிய வியாபாரிகளில் ஒருவராக இருந்தார். அவரது முழுப்பெயர்ஜிவான்ஜி கோர்கூடு ருஸ்தம்ஜி. தான் ஒரு ஜொராஷ்டிரியராக இருந்தபோதிலும் தத்தா பீர் என்ற தமிழ் முஸ்லிம் ஒருவரது தர்காவுக்குச் சென்று அடிக்கடி வழிபடுவார். தத்தா பீர் பிணைத்தொழிலாளியாக காலனிக்கு வந்து சூஃபி ஞானியானவர். அவரைப்பற்றி ஒரு கதை உண்டு. பார்சி ருஸ்தம்ஜி, ஒருமுறை குங்குமப்பூ இறக்குமதி செய்ததற்காகக் குற்றம் சாட்டப்பட்டார். அப்போது குங்குமப்பூ வியாபாரம் வெள்ளையர்களின் ஏகபோகமாக இருந்துவந்தது. அவர் தத்தா பீர் தர்காவில் பிரார்த்தித்துக் கொண்டார். உடனே அவர் வீட்டிலிருந்த குங்குமப்பூ அற்புதமான முறையில் ஏலக்காயாக மாறிவிட்டது! சுங்கத்துறை ஆய்வாளர்கள் குழம்பிப்போனார்கள்.[31]

மோகன்தாஸ் காந்தி டர்பனில் தன்னை நிலைநிறுத்திக்கொண்ட பிறகு, பார்ஸி ருஸ்தம்ஜி அந்த இந்து வழக்கறிஞரின் பக்தராவிட்டார்; ஆகவே நேட்டால் இந்திய காங்கிரஸின் உறுதியான ஆதரவாளராகவும் ஆனார். ஃபீல்ட் தெருவிலிருந்த அவரது கடையில் அடிக்கடி காங்கிரஸ் கூட்டங்கள் நடக்கும். பார்வையாளர்கள் தானிய மூட்டைகளுக்கும் ஊறுகாய் புட்டிகளுக்கும் இடையில் நின்றுகொள்வார்கள் அல்லது அமர்ந்துகொள்வார்கள். 1895 செப்டெம்பரில் அடுத்தடுத்த ஞாயிறுகளில் காந்தி இந்துக்களும் முஸ்லிம்களும் கலந்திருந்த கூட்டத்தில் தன் எதிர்காலத் திட்டங்களைக் கோடிகாட்டிப் பேசினார். குறிப்புகள் எடுத்துக்கொண்ட அரசாங்க ஒற்றர் ஒருவர் காந்தி இப்படிப் பேசியதாக அறிக்கையளித்தார்:

> ஐந்தாறு மாதங்களில் நான் (இந்தியாவுக்கு) சிறிதுகாலம் சென்று வரக்கூடும். ஆனால் என்னைப்போல நான்கைந்து வழக்கறிஞர்கள் இங்குவந்து உங்கள் நலன்களைக் கவனித்துக்கொள்வார்கள்... மேலும் அவர்கள் இந்தியர்களும் ஐரோப்பியர்களும் சமமாக நடத்தப்படுவதை உறுதிசெய்வார்கள். நீங்கள் ஒன்றுபட்டால், நாம் ஒன்றாக உழைத்தால்,

நாம் மிகவும் வலிமையாக இருப்போம். உங்களுக்கு நான் இருப்பதுபோல ஜோஹானஸ்பர்க்கில் இருக்கும் இந்தியர்களுக்கு யாரும் இல்லாததற்கு வருந்துகிறேன். ஆனாலும் விரைவில் அதுவும் நடக்கும். [32]

காங்கிரஸின் ஆதரவாளர் வட்டத்தை விரிவாக்க விரும்பிய காந்தி மற்ற என்.ஐ.சி. தொண்டர்களுடன் சேர்ந்து நேட்டாலில் சுற்றுப்பயணம் மேற்கொண்டார். காவல்துறையினர், பண்ணைத்தோட்ட உரிமையாளர் ஒருவரிடம் காந்தியின் பயணங்களைக் கண்காணிக்கும்படிக் கேட்டுக் கொண்டனர். இவ்வாறு, நவம்பர் முதல்வாரத்தில் காந்தியும் அவரது சகாக்களும் உம்கேனி ஆற்றைக் கடந்து, ஓரிரு தோட்டங்களுக்குச் சென்றுவிட்டு இரவு வெருலம் நகரில் தங்கினர் என்று நாம் அறிகிறோம். இங்கு வசூல் நன்றாக இருந்தது-சுமார் 50 பவுண்ட் அளவில். ஆனால் மறுநாள் அவர்கள் தீவிர எதிர்ப்பைச் சந்தித்தார்கள். விக்டோரியா கிராமத்தில் இருந்த இந்தியர்கள்-பணம் எதுவும் தர மறுத்துவிட்டார்கள். தம் வெள்ளை எஜமானர்களுக்கு அஞ்சி அப்படிச் செய்திருக்கலாம்-காந்தி தன் தலைப்பாகையை எடுத்து அவர்கள் காலடியில் வைத்தார். அவரும் அவரது சகாக்களும் தமக்காகக் கொண்டுவரப்பட்ட இரவு உணவை உண்ண மறுத்துவிட்டார்கள். இந்தப் போராட்டம் பலனளித்தது: இந்தியர்கள் ஒவ்வொருவராகத் தம் சட்டைப்பைக்குள் கையைவிட்டனர்.

காந்தியின் கடைசி நிறுத்தம் டோங்காட் தோட்டம். அங்கு அவர் பிணைத் தொழிலாளர்கள் மத்தியில் உரையாற்றினார். தோட்டக்காரர் அல்லது காவல்துறை ஒற்றரின் தீர்ப்பு பாராட்டாக இல்லை. 'காந்தி கொஞ்சம் தொல்லை தருவார் என்பதில் சந்தேகமில்லைதான். ஆனால் அவர் பெரிய இயக்கம் ஒன்றை நடத்தக்கூடிய ஆள் இல்லை. அவர் பலவீனமான முகம் உடையவர். தான் கையாளும் எந்தப் பணத்திலும் அவர் கைவைத்து விடுவார். எப்படியும் அவர் முகத்தைப் பார்க்கும்போது எனக்கு அப்படித் தான் தோன்றுகிறது.' [33]

பலவீனமான முகம், நீதிமன்றத்தில் தடுமாற்றம், எழுத்தில் பணிவு, உரையாடலில் மரியாதை என்று இருந்தாலும் மோகன்தாஸ் காந்திதான் நேட்டாலில் ஐரோப்பியர்களின் மேலாதிக்கத்துக்கு முதல் சவாலை எழுப்பியவராகவும் விளங்கினார். 1890-கள் வாக்கில் கேப் டவுனில் ஆஃப்ரிக்கர்கள் நவீனமான அரசியல் வெளிப்பாட்டு வடிவங்களைக் கண்டு கொண்டனர். 1879ல் பூர்வகுடிமக்கள் கல்விச் சங்கம் என்ற அமைப்பு ஒன்று ஆரம்பிக்கப்பட்டது. அதன் உறுப்பினர்கள் மதப்பிரச்சாரர்களால் கற்பிக்கப்பட்டனர்; ஆங்கிலத்தில் தேர்ச்சிபெற்றிருந்தனர். தென்னாப்பிரிக்க பூர்வகுடிமக்கள் சங்கம் என்ற அமைப்பும் டிரான்ஸ்கேயி பரஸ்பர முன்னேற்றக் கழகம் என்ற அமைப்பும் அதன் பின் விரைவிலேயே ஆரம்பிக்கப்பட்டன. கேப் பிராந்தியத்தில் செல்வாக்குபெற்ற ஆஃப்ரிக்க சீர்திருத்தவாதிகள் இருந்தனர். ஆசிரியரான ஜே.டி. ஜபாவு அவர்களில் ஒருவர். பாரபட்சம்காட்டப்பட்ட சம்பவங்கள் பற்றித் தான் ஆசிரியராக

இருந்த செய்தித்தாளில் செய்தி வெளியிட்டதுடன் கருப்பர் வெள்ளையர் இடையில் அதிக பிணைப்புகளையும் வலியுறுத்தினார்.

கேப் பிராந்தியத்தில் பரந்த நோக்கு கொண்ட முன்னோடிகளான வெள்ளையர்கள் சிலரும் இருந்தனர். அவர்கள், சொத்தும் எழுத்தறிவும் பெற்றிருந்த கறுப்பு நிறம்கொண்ட மக்களை வாக்காளர் பட்டியலில் சேர்த்துக்கொண்டனர். ஆனால் நேட்டாலில் வெள்ளையர்கள் இன்னும் பிற்போக்கானவர்களாகவும், ஆஃப்ரிக்கர்கள் குறைவாகப் படித்தவர் களாகவுமே இருந்தனர். நேட்டால் இந்திய சங்கம் ஆரம்பிக்கப்பட்ட போது, அதற்கு இணையான பூர்வகுடிமக்கள் சங்கம் எதுவும் அந்த காலனியில் இல்லை. 1894-லும் 1895-லும் நேட்டாலில் ஆஃப்ரிக்க காந்தி யாரும் இல்லை. கறுப்பினத்தவர் யாரும் நீதிமன்றத்தில் வாதாடிய வழக்கறிஞர்களாகவோ, பத்திரிகைகளில் தொடர்ந்து எழுதுபவராகவோ இருக்கவில்லை.[34]

மென்மையும் நிதானமுமான போக்கு கொண்டவர்களாக இருந்தபோதிலும் காந்தியும் அவரது சகாக்களும் நேட்டாலின் நவீன வரலாற்றில் தீவிரமான ஒன்றைப் பிரதிநிதித்துவப்படுத்துபவர்களாகவும் இருந்தார்கள். அவர்கள் சந்தித்த எதிர்வினைகளே இதற்குச் சான்று. நேட்டால் மெர்குரி நாளிதழின் பத்தியாளர் ஒருவர், 'ஹெச்' என்ற பெயரில் காந்தியையும் அவரது செயல் களையும் வழக்கமாகத் தாக்கி எழுதிவந்தார். அவர் 1895 அக்டோபரில் காந்தி இந்திய வியாபாரிகளிடம் பணம் வாங்கிக்கொண்டு கிளர்ச்சி செய்பவர் என்று சொன்னார். 'திருவாளர்கள் காந்தியும் சகாக்களும் தள்ளிக்கொண்டுவரும் சிறிய ஆப்பிள் வண்டியைக் கவிழ்த்துவிடுமாறு' ஐரோப்பியர்களை நோக்கி 'ஹெச்' அறைகூவல் விடுத்தார். அதற்கு, காந்தியின் அலுவலகத்தில் இருந்த இளம் எழுத்தாளரான ஜோசப் ராயப்பன் பதில் கொடுத்தார். 'திரு காந்திக்கு அவரது (நேட்டால் இந்திய) காங்கிரஸுக்கு அவரது மதிப்பு வாய்ந்த சேவைகளுக்காக ஒரு பென்னி கூடக் கொடுக்கப்படவில்லை' என்றார் ராயப்பன். 'ஹெச்' அசரவில்லை. 'சில இந்திய வியாபாரிகளும் வர்த்தகர்களும் ஒரு பட்டியல் தயாரித்து கையொப்பமிட்டிருக்கிறார்கள். அதில் திரு காந்திக்கு அங்கு இருப்பதற்காக 300 பவுண்டுகள் (முன்கூட்டியே) தருவதாக உத்திரவாதம் கொடுக்கப் பட்டிருந்தது' என்று அவரிடம் சொல்லப்பட்டதாம். ராயப்பன் இருபது வயதுக்கும் குறைவானவர் என்பதைக் குறிப்பிட்ட அந்தப் பத்தியாளர் சொன்னார்: 'இனிமேல் எழுதுவதற்காக காந்தி தேர்வுசெய்யும் இந்தியப் பையன்களுக்குப் பதில் சொல்வதை நான் விடவேண்டும்; அவர்கள் கூட்டம் பெரியது; என் நேரமோ மிகவும் குறைவு.'[35]

1895 அக்கோபரிலும் நவம்பரிலும் நேட்டாலின் வெள்ளை காலனியர்கள் அரசின் ஒட்டுரிமைச் சட்டத்துக்கு ஆதரவாகப் பல கூட்டங்களை நடத்தினர். இந்தியர்களுக்கு எதிரான உணர்வு பண்ணைத்தோட்டங் களிலும் சுரங்க மாவட்டங்களிலும் அதிகமிருந்தது. ஸ்டாங்கர் என்ற நகரில் நடந்த கூட்டத்தில் பேசிய ஒருவர் சொன்னார்,

இந்தியர்கள் கீழ் சாதிக்காரர்கள், ஓட்டளிக்கத் தகுதியற்றவர்கள்... அவர்களால் நாட்டுக்குப் பயன் இல்லை; அவர்கள் தம் பணத்தை இங்கே வைப்பதில்லை; அதேசமயம் நாட்டிலிருந்து முடிந்தளவு எடுத்துக்கொண்டு இடத்தைக் காலி செய்துவிடுவார்கள். கறுப்பருக்கும் வெளுப்பருக்கும் இடையிலான வித்தியாசம் ஒருவருக்குத் தெரிந் திருக்கவேண்டும். திரு காந்தி மாதிரியான மனிதருக்குக்கூட ஓட்டுரிமை தரக்கூடாது.[36]

போயர்கள் பெரும்பான்மையாக இருக்கும் டிரான்ஸ்வாலை சில நேட்டால்வாசிகள் பொறாமையோடு பார்த்தார்கள். 'அது முதலில் இருந்தே கறாராக நடந்துகொண்டிருக்கிறது; அங்கு குடியேறிய இந்தியர்களை அது நடத்தும்விதம் பொறாமைப்படத்தக்கது.' அங்கு இந்தியர்களுக்கு ஓட்டுரிமை மறுக்கப்பட்டதுடன் சொத்துவாங்கவோ, சொந்தப் பெயரில் வியாபாரம் செய்யவோகூட அனுமதி இல்லை. டிரான்ஸ்வாலில் போயர்களின் 'நிலையான, விட்டுக்கொடுக்காத உறுதி', 'பிரிட்டிஷ் நீக்ரோ விரும்பிகளின் பிடிவாதமான நாசூக்குப் போக்கை வென்றுவிட்டது'. மாறாக, நேட்டாலில் இருக்கும் காலனியர்களின் வழவழா கொழகொழா என்ற அரை மனதான செயல்பாடு' உணர்ச்சிவசப்படும் பிரிட்டிஷ் நாகரி கர்களுக்கும் நேர்மையற்ற இந்தியக் கிளர்ச்சியாளர்களுக்கும் பலத்தைக் கொடுத்துவிட்டது.'[37]

கோபம்கொண்ட வெள்ளையர்கள் இப்போது 'நம் இந்திய மக்கள் தொகை முழுவதற்கும் ஓட்டுரிமையை மறுக்கவேண்டும்' என்று கோரினர். இதைச் செய்யாவிட்டாலோ, 'தாய்நாட்டு அரசின் அரக்கத் தனமான நியாயமற்ற கொள்கைகள்' அவர்கள்மீது திணிக்கப்பட்டாலோ,

1900-களின் தொடக்கத்தில் அநேகமாக, அல்லது நிச்சயமாகவே, பின்வருமாறு ஓர் அமைச்சரவை வந்துவிடும்:-

பிரதம மந்திரி-அலி பெங்காரி
காலனிய அமைச்சர் - தோஸ்த் மொகமது
அட்டரினி ஜெனரல்- சையது மொகமது
பொருளாளர்-ராமசாமி

நமது உச்ச நீதிமன்றத்திலும் மற்ற நீதிமன்றங்களிலும் தலைமை நீதிபதி காந்தியும், அவரால் இந்தியாவிலிருந்து அழைத்துவரப்படும் நீண்ட வெள்ளை உடுப்புகள் அணிந்த மற்ற மேட்டுக்குடியினரும் இருப் பார்கள்; அப்படியே மற்ற நிர்வாகத் துறைகளிலும்... என்ன ஒரு வசீகர மான, இனிய தோற்றம்! நம் ஐரோப்பிய கௌரவத்துக்கும் நாட்டுப் பற்றுக்கும் என்ன ஒரு உந்துதல்! நம் போராட்டங்களுக்கும் அபிலா ஷைகளுக்கும் என்ன ஒரு பரிசு! ஏன், காஃபிர்களின் அமைச்சரவை இந்தியர்களின் அமைச்சரவையைவிட எவ்வளவோ மேலாக இருக்கும். இந்தியரோடு ஒப்பிட்டால் பூர்வகுடிமகன் ஒரு கனவான். அவன்

தைரியசாலி, ஆண்மை நிறைந்தவன், நேரடியானவன்; இந்தியனோ நேர் எதிர்.[38]

1895 ஆம் ஆண்டு கடைசிவாக்கில் மோகன்தாஸ் காந்தி டர்பனில் ஓராண்டுக்கு மேலாக வசித்திருந்தார். நகரின் மத்தியில் அமைந்திருந்த பீச்குரோவ் பகுதியில் சொந்த வீட்டில் வசித்துவந்தார். அந்த வீடு தாராள மான இடவசதியுடன் இரண்டு தளங்களில் பரவியிருந்தது. ஒரு வராண்டாவும் ஒரு சிறிய தோட்டமும் இருந்தன. கூடத்தில் அறைக் கலன்கள் குறைவே: ஒரு சோபா, சில நாற்காலிகள், ஒரு புத்தக அலமாரி ஆகியவை மட்டுமே. புத்தக அலமாரியில் சைவ உணவுமுறை குறித்த பிரசுரங்கள், குரான், பைபிள், இந்து சமய நூல்கள், டால்ஸ்டாயின் படைப்புகள் போன்றவை இருந்தன.

அந்த வீட்டில் காந்தியுடன் குஜராத்தி பேசும் சமையல்காரர் ஒருவரும்-இவர் பெயர் தெரியவில்லை-காந்தியின் எழுத்தராகப் பணியாற்றிய, சென்னையைச் சேர்ந்த தமிழரான வின்சென்ட் லாரன்ஸ் என்பவரும் இருந்தார்கள். தினமும் காலையில் காந்தியும் வாரன்சும் பீச்குரோவிலிருந்து வழக்கறிஞர் அலுவலகம்வரை நடந்துசெல்வார்கள். அந்த அலுவலகம் வெஸ்ட் தெருவும் ஃபீல்ட் தெருவும் சந்திக்கும் மூலையில் இருந்தது. அவர்கள் கடந்து சென்ற தெருக்களில் இந்தியர்களும் ஐரோப்பியர்களும் நடத்திவந்த கடைகள் இருந்தன-இதில் முன்னவர்கள் பழங்கள், காய் கறிகள், பலசரக்குகள் போன்றவற்றையும், பின்னவர்கள் மருந்துகள், சாக்லெட்கள் போன்ற முக்கியப் பொருட்களையும் விற்றுவந்தனர். காந்தியின் அலுவலக அறைக்குக் கீழே சுருட்டுக்கடை ஒன்று இருந்தது. அதன் உரிமையாளர் டர்பனின் ஒரு முன்னாள் துணை மேயர்.[39]

சிறிதுகாலம் காந்தியின் வீட்டை அவரது பழைய பள்ளிக்கூட நண்பரான ஷேக் மேத்தாபும் பகிர்ந்துகொண்டார். அவர் ராஜ்கோட்டிலிருந்து டர்பனுக்குப் புதிதாகக் குடிவந்திருந்தார். முன்பு போலவே, காந்தி மேத் தாபின்மீது வைத்திருந்த நம்பிக்கை பொய்த்துப்போனது; ஒருமுறை காந்தி மதிய உணவுக்கு வீட்டுக்கு வந்தபோது தன் நண்பரை படுக்கையில் ஒரு பாலியல் தொழிலாளியுடன் பார்த்தார். கோபமான வார்த்தைகள் கிளம்பின. கடைசியில் காந்தி காவல்துறையினரை வரவழைக்கப் போவதாகச் சொல்ல, மேத்தாப் அமைதியாக அகன்றார்.[40]

மாறாக, எழுத்தரும் சமையல்காரரும் எந்தத் தொல்லையும் தரவில்லை. வின்சென்ட் லாரன்ஸ் டிக்டேஷன்கள் எடுத்துக்கொள்வது, கடிதங்களைத்

(குறிப்பு: ஆங்கிலேயர்கள் காந்தி என்ற பெயரை 'கேண்டி' என்பதுபோல உச்சரிப்பது வழக்கம். அதை ஒட்டியே Goosey Goosey Gander என்ற குழந்தைப் பாடல் Goosey Goosey Gandhi என மாற்றப்பட்டுள்ளது. மேலும் Goosey என்ற ஆங்கிலச் சொல் 'முட்டாள்தனமான' என்று பொருள்படுவதும் கவனிக்கத்தக்கது.)

தட்டச்சு செய்வது, தேவைப்பட்டால் ஆவணங்களைத் தமிழில் (நேட்டாலில் இந்தியத் தொழிலாளிகள் பலரின் தாய்மொழி) மொழி பெயர்ப்பது போன்ற வேலைகளைச் செய்தார். சமையல்காரர் அவரது சாப் பாடுகளைத் தயாரித்ததுடன் வீட்டை ஒழுங்காக வைத்துக்கொள்வதன் மூலம் தன் எஜமானருக்குப் படிக்கவும் எழுதவும் நேரம் இருக்குமாறு பார்த்துக்கொடண்டார்.

1895 ஆம் ஆண்டின் கடைசி வாரத்தில் காந்தி 'இந்தியரின் ஓட்டுரிமை' என்ற பெயரில் ஒரு நீண்ட பிரசுரத்தை வெளியிட்டார். அது 'தென்னாப் பிரிக்காவில் ஒவ்வொரு பிரிட்டிஷ்காரருக்கும் ஒரு வேண்டுகோள்' என்ற வகையில் தயாரிக்கப் பட்டிருந்தது. ஐம்பது பக்கங்கள் இருந்த அப்பிர சுரம் நேட்டாலில் இந்தியர்களின் பிரச்னைபற்றி ஒரு முழுமையான சித்திரத்தை அளித்தது. அதில் காந்தி, 'நாகரிகமடைந்த இனங்களுக்கு இணையாக சமத்துவம் பெறுவதற்கு இந்தியனுக்கு உள்ள தகுதி,' பிரிட்டிஷ் இந்தியாவில் அவர்கள் மூத்த அரசு அதிகாரிகளாகவும், உயர் நீதிமன்ற நீதிபதிகளாகவும், பல்கலைக்கழகங்களின் துணை வேந்தர் களாகவும் பணியாற்றிவருகிறார்கள் என்ற உண்மையே எடுத்துக்காட்டாக இருப்பதாக வாதிட்டார். இந்திய சிப்பாய்கள் ராஜ்ஜியத்தின் பாதுகாப்புக் காக ரத்தம் சிந்தியிருக்கிறார்கள். இந்தியர்கள் விசுவாசமானவர்கள், சட்டத்தை மதிப்பவர்கள்; பிரிட்டிஷ் ராஜ்ஜியத்தில் எந்தப் பகுதியிலும் அவர்களை இரண்டாம் தரத்தில் வைப்பது நியாயமல்ல.

இந்தியனை ஓட்டுப்போட அனுமதித்தால், அவன் விரைவில் ஐரோப் பியர்களை மேலாதிக்கம் செய்ய ஆரம்பித்துவிடுவான் என்ற, வெள்ளையர்களிடம் பலவலாகக் காணப்பட்ட பயத்தை அவர் உதறித் தள்ளினார். நேட்டாலில் பதிவுபெற்றிருந்த சுமார் 10,000 வாக்காளர்களில் 251 பேர் மட்டுமே இந்தியர்கள்; இவர்கள் பெரும்பாலும் வியாபாரிகள். 'காலனியில் வியாபாரம் செய்யும் இந்தியர்களின் தொகை நீண்ட காலத்துக்கு அப்படியே இருந்துவரும்; காரணம் ஒவ்வொரு மாதமும் பலர் வந்தாலும், சம அளவிலானவர்கள் இந்தியாவுக்குச் செல்வதும் நடக்கிறது' என்று காந்தி நம்பினார். அரசு விரும்பினால், இன்னமும் கறாரான சொத்து விதியைக் கொண்டுவரலாம். ஆனால் இந்தியர்கள் எதிர்ப்பதும், இனியும் எதிர்க்கப்போவதும் நிற வேற்றுமையையே- இனவேறுபாடு காரணமான தகுதி மறுப்பையே.

அந்தப் பிரசுரம் காந்தி பிற விவாதக் களங்களிலும் எழுத்துகளிலும் முன்வைத்த வாதங்களைத் தொகுத்தளித்தது. ஆனால் அவர் முதல் முறையாக முன்வைத்த ஒரு அம்சம் அதில் இருந்தது. நேட்டால் இந்திய காங்கிரஸ் முன்னெடுத்த கிளர்ச்சிகளைப்பற்றி ஒரு கருத்து சொல்லப் பட்டுவந்தது. ஒருசில இந்தியர்கள் அரசியல் அதிகாரத்தை அடைய ஆசைப்படுகிறார்கள். அந்த சிலர் மொகமதிய கிளர்ச்சியாளர்கள். மொகமதிய ஆட்சி தமக்கு அழிவைத்தரும் என்பதை இந்துக்கள்

கடந்தகால அனுபவங்களிலிருந்து கற்றுக்கொள்ளவேண்டும்.' 'இதில் முதலாவது கூற்று ஆதாரமற்றது; அடுத்த கூற்று மிகவும் துரதிர்ஷ்டவச மானதும், வேதனை தருவதுமாக இருக்கிறது,' என்று காந்தி இதற்குப் பதில் அளித்தார். இது, நேட்டாலில் 'இந்துக்களை மொகமதியர்களுக்கு எதிராக நிறுத்துவதற்காகச் செய்யப்படுகிற' 'மிகவும் விஷமத்தனமான' முயற்சி. நேட்டாலில் 'இரு வகுப்பாரும் மிகவும் நல்லிணக்கத்துடன் வாழ்ந்துகொண்டிருக்கிறார்கள்'.[41]

காந்தி தனது பிரசுரத்தை இங்கிலாந்தில் ஒரு நண்பருக்கு அனுப்பினார். அந்த நண்பர் அரசு அதிகாரியும் எழுத்தாளருமான டபிள்யூ.டபிள்யூ. ஹண்ட்டர். ஹண்ட்டர் இந்திய விவகாரங்களுக்கான அமைச்சருடன் ஒரு பேட்டிக்கு விண்ணப்பித்தார். நேட்டால் இந்தியர்களின் உரிமை கோரல்கள் 'இங்கிலாந்தின் அபிப்பிராயத்தில் துரதிர்ஷ்டவசமாக இந்திய காங்கிரஸ் கட்சி எழுப்பும் புகார்களின் ரீங்காரத்துடன் குழப்பிக் கொள்ளப்பட்டுவிட்டன,' என்று ஹண்ட்டர் காந்தியிடம் தெரிவித்தார். 1885ல் ஆரம்பிக்கப்பட்ட காங்கிரஸ் அரசாங்கத்தின் எல்லா மட்டங் களிலும் இந்தியர்களின் கூடுதல் பிரதிநிதித்துவத்துக்காக பிரசாரம் செய்து வந்தது. காந்தியும் அவர் சகா க்களும் முன்வைக்கும் கோரிக்கை, 'இங்கிலாந்தில் காங்கிரஸின் நோக்கங்களுடன் அளவுக்கதிமாக இணைத்துப் பார்க்கப்படுவதன் மூலம் கேடடைகிறது,'[42] என்று ஹண்ட்டர் கருதினார்.

உண்மையில் காந்தி தன் பிரசுரங்களின் பிரதிகளை இந்தியாவில் காங்கிரஸ் தலைவர்களுக்கும் அனுப்பியிருந்தார். பூனா நகரிலிருந்த தீவிரப்போக்காளரான பால கங்காதர திலகருக்கு அனுப்பப்பட்ட பிரதி தவறுதலாக பம்பாயில் எஸ். எம். திலக் அன்டு கம்பெனி என்ற நிறுவனத்துக்குச் சென்றுவிட்டது. உறையைப் பிரித்தவர் அந்த நிறுவனத் தின் மேலாளர். அதில் கூறப்பட்டிருந்த விஷயங்களால் கவரப்பட்ட அவர், அதன் ஆசிரியரைப் பாராட்டிக் கடிதம் எழுதினார். 'நான் மிகுந்த ஆர்வத்துடன் வெளிநாட்டு மண்ணில் நடைபெற்றுவரும் உங்கள் செயல்பாடுகளைக் கவனித்துவருகிறேன்,' என்று அந்தத் தபாலைத் தவறுதலாகப் பெற்றவர் காந்தியிடம் தெரிவித்தார். அவரது பணிகளை 'நம் நாட்டு மக்களின் நலனுக்கு உமது வாழ்வின் மதிப்பை இதயத் திலிருந்து, ஆன்மாவிலிருந்து வணங்குகிறேன்,' என்று எழுதிய அவர், 'இறைவன் உங்களுக்கு வெற்றி மகுடம் சூட்டுவார்' என்று நம்பிக்கை தெரிவித்தார். அவர் காந்திக்கு பால கங்காதர திலகரின் சரியான முகவரியையும் அளித்தார் ('ஆசிரியர், கேசரி மற்றும் மராத்தா, பூனா நகரம்'). கடைசியாக ஒரு மன்னிப்புடன் கடிதத்தை முடித்தார்: 'நான் வியா பாரத்தில் ஈடுபட்டிருப்பதற்காக என்னை மன்னித்துவிடுங்கள்' (தேச சேவை செய்யாமல்).[43]

முதலில் நேர்ந்த தவறு காந்தியுடையதா தபால்காரருடையதா என்று நமக்குத் தெரியவில்லை. ஆனால் நாம் அந்தத் தவறுக்கு நன்றி

சொல்லவே வேண்டும். அதுதானே பெயர் தெரியாத யாரோ ஓர் இந்தியரால் எழுதப்பட்ட இந்த வசீகரமான கடிதத்தைக் கொடுத் திருக்கிறது. நமக்குத் தெரிந்து இதுவே காந்தி பெற்ற முதல் ரசிகர் கடிதம்!

காந்தியின் ''இந்தியரின் ஓட்டுரிமைபற்றிய பிரசுரம் நேட்டாலில் பரவலாக விநியோகிக்கப்பட்டது. அங்கே-வெள்ளையர்கள் மத்தியில்-அவநம்பிக்கையையும் சில சமயங்களில் வெளிப்படையான எதிர்ப் புணர்வையும் சம்பாதித்தது. ஒரு செய்தித்தாள் அந்த வழக்கறிஞரின் தொனி 'மிதவாதப்போக்கு என்ற சிறப்பம்சத்தை' பெற்றிருப்பதாக ஒப்புக்கொண்டது. ஆனாலும் இந்தியாவில் இருப்பதுபோல, தென்னாப் பிரிக்காவிலும் இந்தியர்கள் நீதிபதிகளாக, அரசு அதிகாரிகளாக, செய்தித்தாள் ஆசிரியர்களாக நியமிக்கப்படுவதற்கான -கோரிக்கைகள் கிளம்பும் என்று அப்பத்திரிக்கை கவலைப்பட்டது. இன்னொரு நாளிதழ் அந்தப் பிரசுரத்தை 'போலியானது' என்று ஒதுக்கியது. 'திரு காந்தி தன்னால் முடிந்தவரை வாதாடலாம். ஆனால் குடியேறும் ஆசியரை விரும்பத்தக்க சக குடிமகனாக ஏற்றுக் கொள்ளும்படி தென்னாப்பிரிக்கர் களை மாற்ற அவரால் முடியாது. அவர் தன் வழிகளைத் திருத்திக் கொள்ளக்கூடும் என்பது உண்மையே என்றாலும் வழக்கமாக அவர் மிக சாவகாசமாகவே அதைச் செய்கிறார்,' என்று எழுதியது.[44]

மூன்றாவதாக நேட்டால் அட்வர்டைசர் என்ற பெயர்கொண்ட ஒரு நாளிதழ் தன் தயக்கங்களை பாடல் வடிவில் வெளியிட்டது. பாடலை எழுதியவர் அவ்வளவு திறமைசாலி அல்ல. இருந்தாலும் அநேகமாக இதுவே காந்தியைப்பற்றிய முதல் பாடலாக இருக்கலாம்; மேலும் நேட்டாலில் இருந்த ஐரோப்பியர்கள் மத்தியில் அவர்மீது பரவியிருந்த வெறுப்பைக் கூர்மையாகப் படம் பிடிக்கிறது; இந்தக் காரணங்களுக்காக நான் அதை முழுமையாகத் தருகிறேன்:

கூலி, கூலி, காந்தி, ஓ!

(ஒரு பழைய பாடல், சில திருத்தங்கள் செய்யப்பட்டுள்ளது.
மன்னித்துக் கொள்ளுங்கள்)

ஓ, நான் மெத்தப் படித்த மனிதன்,
எனக்குப் பெருமைமிக்க வேலை வேண்டும்,
ஏனென்றால் ஆகவேண்டும் நானொரு
பெருமைமிக்க அரசியல்வாதியாக.
என் வாக்காளர்களுக்காக நான் நிற்கவேண்டும்
பாராளுமன்ற சந்தடியில்;
அதனால் நான் இந்தியக் கரையிலிருந்து பயணித்தேன்
ஆசியர்கள் கொடுத்த பணத்தில்
பலகுரல்: நான் ஒரு சாதாரண கூலி காந்தி, ஓ
வசதியாக ஒரு திறமை பெற்றவன்,

மற்றும் ஒரு துண்டுப்பிரசுரக் கொண்டாட்டம், நிறைந்த கூட்டம்
    இந்த ஒளிபெற்ற நிலத்துக்கு, ஓ!
எனது குணம் மிட்டாய்போல இனியது, ஓ
    ஒரு குறிப்பேடும் பென்சிலும் வசதியாக, ஓ
நீங்கள் இப்படி ஒரு சமூக அறுவையைப் பார்த்திருக்க முடியாது
    கூலி கூலி காந்தி மாதிரி, ஓ!
பத்திரிகைகளும் பொறுமைசாலி மக்களும்
    முட்டாள்கள்போல நடந்துகொள்ளும்போது
அவர்கள் பலவீனமானவர்கள் என்று புத்தகம் எழுதுகிறேன்
    பணத்தை மூட்டை கட்டுகிறேன்
நான் இங்கே கூலிக்காரனுக்காகப் போராட வந்திருக்கிறேன்
    முந்திய என் கடிதத்தில் சொன்னது மாதிரி
அவர்களுக்கு புதிய திட்டப்படி சுதந்திரம் வேண்டும்
    எனக்கு வேண்டும் இன்னும் கொஞ்சம் அதிகமாக.45
பலகுரல்: நான் ஒரு சாதாரண கூலி காந்தி, ஓ
    வசதியாக ஒரு திறமை பெற்றவன்,
மற்றும் ஒரு துண்டுப்பிரசுரக் கொண்டாட்டம், நிறைந்த கூட்டம்
    இந்த ஒளிபெற்ற நிலத்துக்கு, ஓ!
எனது குணம் மிட்டாய்போல இனியது, ஓ
    ஒரு குறிப்பேடும் பென்சிலும் வசதியாக, ஓ
நீங்கள் இப்படி ஒரு சமூக அறுவையைப் பார்த்திருக்க முடியாது
    கூலி கூலி காந்தி மாதிரி, ஓ!

காந்தியின் ஆரம்பகால அரசியல் எழுத்துகள் தொகுக்கப்பட்ட படைப்புகள் நூலில் உள்ளன. அவரது ஆரம்பகால சட்டத்துறை வேலைகள்பற்றிய விவரங்கள் நேட்டால் ஆவணக் காப்பகங்களிலும் பழைய செய்தித்தாள் பதிவுகளிலும் உள்ளன. நமக்குக் கிடைக்காதது டர்பனிலிருந்து அவர் தன் குடும்பத்தினருக்கு எழுதிய கடிதங்கள். ராஜ்கோட்டிலிருந்த தன் மனைவிக்கும், அண்ணன்களுக்கும் அவர் அடிக்கடி கடிதம் எழுதுவதுண்டா? அவர்கள் அடிக்கடி பதில் எழுதுவ துண்டா? நம்மால் சொல்ல முடியாது. நமக்குத் தெரிந்தது 1896 ஆம் ஆண்டு மே மாதம் காந்தி இந்தியாவுக்கு சில மாதங்கள் வரவிரும்பினார். தான் தென்னாப்பிரிக்காவில் 'நீண்டகாலம் தங்கவேண்டும்' என்று அவருக்குத் தெரிந்திருந்தது. அங்கே 'மக்கள் நான் இருப்பதை விரும் பினார்கள்'. எனவே, 'ஊருக்குப் போய், மனைவியையும் குழந்தை களையும் அழைத்துக்கொண்டு, திரும்பி வந்து அங்கே தங்கிவிடுவது என்று முடிவுசெய்துவிட்டேன்.'46

இதில் 'அங்கே' என்பது தென்னாப்பிரிக்காவை, இன்னும் குறிப்பாக நேட்டாலைக் குறிக்கிறது. தன் சொந்த மண்ணான கத்தியவாரிலோ, பம்பாயிலோ கால் ஊன்ற முடியாமல் இருந்த காந்தி இப்போது இந்தக் காலனியில் அதிகபட்ச முக்கியமான, செல்வாக்குப்பெற்ற இந்தியராக

இருந்தார். குஜராத்திகளும், தமிழர்களும், இந்துக்களும், முஸ்லிம்களும் சட்டரீதியான, அரசியல்ரீதியான ஆலோசனைகளுக்கு அவரையே நாடினார்கள். வியாபாரிகள் தொழிலாளிகள் ஆகிய இரு தரப்பாருக்கும் அவர் 'காந்தி பாய்', அதாவது 'சகோதரர் காந்தி' . அந்தச் சொல் அன்பாகவும் மரியாதையாகவும் பயன்படுத்தப்பட்டது. அவர் நேட்டாலில் நற்பெயர் பெற்றுவிட்டார், இப்போது இங்கேயே வீடு வாங்கித் தங்கவும் போகிறார். அவருக்கு முன்பும் பின்பும் எத்தனையோ புலம்பெயர்ந்தவர்கள் செய்வதுபோல அவர் முதலில் தனியாகவே வந்தார்; சோதனைரீதியாக என்று சொல்லலாம். தொழிலை ஸ்தாபித்துக் கொண்டாயிற்று; குறிக்கோள் ஒன்றைக் கண்டுபிடித்தாயிற்று; இப்போது அவர் கஸ்தூரிபாவையும் குழந்தைகளையும் தன்னுடன் வசிக்க அழைத்துவருவதற்காக இந்தியாவுக்குத் திரும்பி வந்தார்.

5

சுற்றித் திரியும் செயற்பாட்டாளர்

1896 ஜூன் 4 அன்று 'டர்பனில் இருந்த மதராஸி மற்றும் குஜராத்தி இந்தியர்கள்' மோகன்தாஸ் காந்திக்கு ஒரு பிரிவுபசார விருந்தளித்தனர். அந்த வழக்கறிஞருக்கு அவர் சமூகத்துக்கு ஆற்றிய சேவைக்கு நன்றி தெரிவிக்கும்விதமாக ஒரு சால்வையும் பதக்கமும் அளிக்கப்பட்டன. தனது சுருக்கமான உரையில் காந்தி, 'இங்கு வந்திருக்கும் நேட்டாலைச் சேர்ந்த இந்தியர்கள் பல்வேறு சாதிகளைச் சேர்ந்தவர்களாக இருந்தாலும் அனைவரும் ஒன்றாக சேர்ந்திருப்பதையே விரும்புகின்றனர்,' என்று குறிப்பிட்டார். அவரது பேச்சை வின்சன்ட் லாரன்ஸ் தமிழில் மொழி பெயர்த்தார். 'அன்பளிப்புகள் வழங்கப்பட்டதைத் தொடர்ந்து பல பாடல்களும் பலருடைய உரைகளும் இடம்பெற்றன; நிகழ்ச்சி முழுவதும் உற்சாகமாகவும் கோலாகலமாகவும் நடைபெற்றது.'[1]

அடுத்த நாள் காந்தி இந்தியாவை நோக்கி க்ளான் மெக்லியாட் கப்பலில் பயணித்தார். சுமார் 500 இந்தியர்கள் அவருடன் சென்று, அவர் கப்பலில் ஏறும்போது ஆரவாரம் செய்தனர்.[2] அவர்களது நேசம் அவரைக் கடல்கடந்து தொடர்ந்தது. கப்பல் போர்த்துக்கீசியர்களிடம் இருந்த கிழக்கு ஆஃப்ரிக்காவின் முக்கிய துறைமுகமான லோரன்சோ மார்க்வெஸ் துறைமுகத்தில் நின்றபோது, அங்கிருந்த இந்தியர்கள் அவருக்கு ஒரு அன்பான வரவேற்பு அளித்தனர். அவர்களுக்கு பார்ஸி ருஸ்தம்ஜியிட மிருந்து ஒரு தந்தி வந்திருந்தது. அந்தத் தந்தி இப்படிக் கூறியது: 'பாரிஸ்டர் காந்தி டெலகான் பே வழியாக இந்தியாவுக்குப் புறப்பட்டுவிட்டார். தயைகூர்ந்து கப்பலில் அவரைச் சென்றுபார்த்து மரியாதை செய்யவும்.'[3]

இப்போது அந்த வழக்கறிஞர் ஓர் அனுபவப்பட்ட பயணி. இது எட்டு ஆண்டுகளில் அவரது நான்காவது கண்டம் தாண்டிய பயணம். இந்தப் பயணத்தை அவர் பெரும்பாலும் தன் சுய முன்னேற்றத்திலேயே செல விட்டார். அவர் செஸ் விளையாடினார்; சக பயணி ஒருவரிடம் உருதுப் பாடங்கள் கற்றார்; தமிழ் மொழியை ஒரு புத்தகத்தின் உதவியுடன் சுயமாகக் கற்றுக்கொள்ள முயன்றார்.[4]

மூன்று வாரங்களுக்குப் பிறகு க்ளான் மெக்லியாட் கப்பல் கல்கத்தாவை அடைந்தது. காந்தி தன் குடும்பத்தாரைச் சந்திக்க புகைவண்டி மூலம் மேற்காக ராஜ்கோட் நோக்கிப் பயணமானார். அவர் அவர்களை 1893 மே மாதத்துக்குப் பிறகு பார்க்கவில்லை. அவரது மகன்கள் ஹரிலாலும் மணிலாலும் முறையே எட்டு வயது, மூன்று வயது சிறுவர்கள். அவர் அவர்களைப்பற்றி என்ன நினைத்தார் என்பது பதிவாகவில்லை. அவர்கள் வளர்ந்திருந்ததை எப்படி எதிர்கொண்டார் அல்லது அவர்களது அம்மா வான தன் மனைவியுடன் அவர் என்ன மாதிரியான உறவைத் தொடர்ந்தார் என்பதுபற்றி நமக்குத் தெரியவில்லை. இந்திய வாசகர்களுக்காகத் தென்னாப்பிரிக்காவில் அவர்களது நாட்டவர்கள் அனுபவித்துவரும் குறைகள்பற்றி ஒரு துண்டுப் பிரசுரத்தைத் தயாரிப்பதில் அவர் முனைப்பாக இருந்தார். அதில் அவரது முந்தைய கோரிக்கை மனுக்களிலிருந்து பெறப்பட்ட விவரங்களுடன், அவரது சொந்த அனுபவங்களிலிருந்தும் சில சான்றுகளை சேர்த்துக்கொண்டார். அவர் தன் சக நாட்டினரிடம், 'இப்படி ஒரு நாட்டைக் கற்பனை செய்து பாருங்கள்: நீங்கள் யாராக இருந்தாலும் அங்கே தாக்கப்படலாம்; தங்கும் விடுதியில் நீங்கள் ஒரே ஒரு இரவு தங்கினாலும்கூட என்ன நடக்குமோ என்ற பயத்துடனேயே இருக்க வேண்டும்; இந்தச்சித்திரம்தான் நேட்டாலில் நாங்கள் வசித்துவரும் நிலை.'

டர்பனில் ஒரு சட்டம் பூர்வகுடியினரும் பிணைத்தொழிலாளிகளும் இரவில் வெளியே செல்ல அனுமதிச்சீட்டு (பாஸ்) பெறவேண்டும் என்று விதித்திருப்பதாகக் குற்றம்சாட்டினார். இது, 'இந்தியன் என்றாலே காட்டுமிராண்டி என்று முடிவுகட்டுவதாகும். பூர்வகுடிமகன் ஒருவரை பதிந்துகொள்ளச் சொல்வதற்கு சரியான காரணம் இருக்கிறது; அவருக்கு இன்னும் உழைப்பின் அவசியமும் மதிப்பும் கற்றுத்தரப்படவில்லை. இந்தியனுக்கோ அது தெரியும்; தெரிந்திருப்பதால்தான் அந்த நாட்டுக்கு வரவழைக்கப்படுகிறார்' என்றார் காந்தி. வெந்த புண்ணில் வேலைப் பாய்ச்சுவதுபோல, 'புகைவண்டி நிலையத்தில் கழிவறைகள் 'பூர்வ குடியினரும் ஆசியரும்' என்று தனியாகக் குறிப்பிடப்பட்டுள்ளன'.

நேட்டாலில் காந்தியின் போராட்டங்கள் கிறிஸ்துவ சமயக் கோட்பாட்டின் டால்ஸ்டாய் வழியிலான புரிதலை அடிப்படையாகக் கொண்டவை. 'தென்னாப்பிரிக்காவில் எங்கள் வழிமுறைகள் இந்த வெறுப்பை அன்பினால் வெற்றிகொள்வதே,' என்றார் அவர். 'நாங்கள் தனிநபர்களுக்குத் தண்டனை வாங்கித் தர முயல்வதில்லை; அவர்கள் தவறுகளைப் பொறுமையாகச் சகித்துக்கொள்வதே எங்கள் வழக்கம். பொதுவாக எங்கள் கோரிக்கைகள் காயங்களுக்கு நஷ்ட ஈடு கேட்பதல்ல; மாறாக அத்தகைய காயங்கள் திரும்பவும் ஏற்படாமல் தடுப்பதும், அதற்கான காரணங்களை அகற்றுவதுமே.'[5]

காந்தி அந்தத் துண்டுப் பிரசுரத்தை 10000 பிரதிகள் அச்சிட்டார். அவை 'பச்சைநிற துண்டுப்பிரசுரங்கள்' என்று அழைக்கப்படலாயின

(அட்டையின் நிறம் காரணமாக). அவர் அவற்றை நாடு முழுவதும் பத்திரிகை ஆசிரியர்களுக்கு அனுப்பி வைத்தார்; அத்துடன் அவற்றை பம்பாய்க்குத் தன்னுடன் எடுத்துச் சென்றார். அங்கு அவர் பொது வாழ்வில் ஈடுபட்டிருந்த முக்கியமான இந்தியர்கள் பலரிடம் ஆதரவு திரட்டுவதில் 1896 ஆம் ஆண்டின் செப்டெம்பர், அக்டோபர் மாதங்களின் பெரும்பகுதியைச் செலவிட்டார். இந்து சமய சீர்திருத்தவாதி எம்.ஜி.ராண்டேயையும், இஸ்லாமிய சமய சீர்திருத்தவாதி பத்ருதீன் தயாப்ஜியையும், பார்ஸி சமய சீர்திருத்தவாதி ஃபெரோஷா மேத்தா வையும் சந்தித்தார்.[6] ராண்டேயும் தயாப்ஜியும் நீதிபதிகள்; மேத்தா ஒரு வழக்கறிஞராகவும் சட்டமன்ற உறுப்பிராகவும் இருந்தார். ஆனால் காந்தி அதிகம் வெளியில் தெரியாத பலரையும்கூட சந்தித்துத் தன் தரப்பை விளக்கிப் பிரசுரத்தைக் கொடுத்துவிட்டு வந்தார். நேட்டால் இந்திய காங்கிரஸ் பயன்படுத்திய கணக்குப் புத்தகம் ஒன்று இந்தப் பரபரப்பான செயல்திட்டத்துக்கு சான்றாக இருக்கிறது. ஆகஸ்ட் 20 தேதியிட்ட பதிவு இப்படிக் குறிப்பிடுகிறது: 'வண்டி – வீட்டிலிருந்து கோட்டைவரை; கோட்டையிலிருந்து பி.கே.சாலை; வீட்டிலிருந்து அப்போலோபந்தர் (மூலத்தில் உள்ளபடி); அப்போலோபந்தரிலிருந்து மார்க்கெட்; மார்க்கெட்டிலிருந்து வீடு.' இந்த ஐந்து பயணங்களுக்கு அவருக்கு சுமார் இரண்டு ரூபாய் செலவாயிருக்கிறது. அதன்பிறகு அவர் புத்திசாலித்தன மாக நாள் முழுவதும் ஒரே வண்டியையும், அதன் ஓட்டுநரையும் பயன்படுத்திக்கொள்ள ஆரம்பித்தார்.[7]

ஆதரவு திரட்டலுக்கு ஒரு பலன் இருந்தது; த டைம்ஸ் ஆஃப் இந்தியா 'திரு காந்தியின் தகுதிவாய்ந்த, கவனத்தைக் கவரும் துண்டுப் பிரசுரம்' என்ற தலைப்பில் ஒரு முதன்மைச் செய்தியை வெளியிட்டது. அந்த செய்தித்தாள், 'தேவையில்லாத அடக்குமுறைக்கும் கொடுமைப் படுத்தலுக்கும்' காந்தி கொடுத்திருந்த சில உதாரணங்களை எடுத்துக் கூறியது: டிராம்களிலிருந்து இந்தியர்கள் விலக்கிவைக்கப்படுவது, புகை வண்டியில் மூன்றாம் வகுப்பு பெட்டியில் மட்டுமே பயணம் செய்ய அனுமதிப்பது, 'மரியாதைக்குரிய இந்தியர்கள்' கூட நாடோடிகளாக அலைவதாகச் சொல்லிதண்டிக்கப்படுவது.[8] செப்டெம்பர் 26 அன்று, தென்னாப்பிரிக்க இந்தியர்கள் விவகாரத்தைப்பற்றி விவாதிக்க ஃப்ராம்ஜி கோவாஸ்ஜி நிறுவனத்தில் ஒரு பொதுக்கூட்டத்துக்கு ஏற்பாடு செய்யப் பட்டது. ஃபெரோஷா மேத்தா தலைமை தாங்கினார். மிகவும் பதற்றமாக இருந்ததினால் காந்தியால் பேச முடியவில்லை. அவருடைய உரையை அவர் சார்பாக பார்ஸி அரசியல்வாதி டி.இ.வாச்சா வாசித்தார். வாச்சாவின் குரலில் காந்தி இந்திய சூழ்நிலைக்கும் தென்னாப்பிரிக்க சூழ்நிலைக்கும் உள்ள வேறுபாட்டை விளக்கினார். இந்தியாவில், 'பிரதிநிதிநிதித்துவ நிறுவனங்கள் (வாய்ப்புகள்)... மெதுவாக, ஆனாலும் நிச்சயமாக தாராள மாக்கப்பட்டு வருகின்றன'; நேட்டாலில் 'இவ்வகையான நிறுவனங்கள் கொஞ்சம்கொஞ்சமாக நமக்கு அடைக்கப்பட்டு வருகின்றன' .

இந்தியாவில் பிரிட்டிஷ்காரர்கள் மிகக் குறைவான அளவில்தான் என்றாலும் தமது பிரஜைகளை நீதிபதிகளும் நகராட்சி மன்ற உறுப்பினர்களும் ஆவதற்கு இப்போது அனுமதிக்கிறார்கள்; நேட்டாலிலோ, அவர்கள் 'நம்மை நாகரிகமற்ற காஃபிர்களின் நிலைக்கு கீழிறக்க விரும்புகிறார்கள்; காஃபிர்களின் தொழில் வேட்டையாடுவது; அவர்களின் ஒரே லட்சியம் குறிப்பிட்ட எண்ணிக்கையில் கால்நடைகளைத் திரட்டி அதைக் கொண்டு ஒரு மனைவியை வாங்குவதும், பிறகு சோம்பேறியாகவும் ஒழுங்காக உடுத்திக்கொள்ளாமலும் வாழ்நாளைக் கழிப்பதுமே... நாம் தென்னாப்பிரிக்காவில் எல்லாப்பக்கங்களிலும் முற்றுகையிடப் படுகிறோம்.' நேட்டாலில் அவர்கள் 'அடக்குமுறை என்ற நுகத்தடிக்கு' அடியில் இருக்கிறார்கள். 'எங்களைவிட மூத்தவரும் கூடுதல் சுதந்திரம் உள்ளவருமான சகோதரராகிய நீங்கள்தான் அதை அகற்றவேண்டும்.'[9]

காந்தியின் பேச்சு சலசலப்பை ஏற்படுத்தியது; பலரும் 'தென்னாப்பிரிக்காவில் நம் நாட்டவர்கள் நடத்தப்படும்விதம் பற்றிக் கோபத்துடன் பேசினார்கள்.' அவர்களது கோபத்தை மட்டுப்படுத்தி, சரியானவிதத்தில் வழிப்படுத்தினார் கூட்டத்தில் கலந்துகொண்ட எம்.ஜி.ராண்டே. ராணடே சற்று நேரத்தில் ஆற்றிய உரையில், இந்துக்களை 'விளக்கின் ஒளியைச் சற்று உள்நோக்கித் திருப்பிப் பாருங்கள்,' என்று கேட்டுக் கொண்டார். வேறு சில பகுத்தறிவுவாதிகளைப்போல அல்லாமல், ராணடே இந்தியர்கள் தாமே தங்களவர்கள்மீதே சுமத்தும் அவமானங்களை உணர்ந்தவராக இருந்தார். 'ஒடுக்கப்பட்ட, நசுக்கப்படுகிற இந்தியர்கள்மீதான இந்த இரக்கம், இந்தியாவை விட்டு வெளியேறியவர்கள்மீது மட்டுமே காட்டப்பட வேண்டிய ஒன்றா?' என்று கேள்வி எழுப்பினார். அல்லது இந்தியாவுக்குள்ளேயே தாழ்ந்த சாதியினர் வெட்கக்கேடான விதத்தில் நடத்தப்படுவதைக் கண்டிப்பதற்கும் அது பொருந்துமா? ராணடே, 'இம்மாதிரியான அவமானகரமான அடக்குமுறையையும், அநீதியையும் தமது நாட்டிலேயே சகித்துக்கொண்டிருப்பவர்கள் தென்னாப்பிரிக்க மக்களைப்பற்றி இப்படியெல்லாம் கண்டிக்க முடியுமா' என்று கேட்டார்.[10]

பம்பாயிலிருந்து காந்தி பூனாவுக்குச் சென்றார். தாராளவாதப் போக்குடையவரான கோபால கிருஷ்ண கோகலே, தீவிரநிலைப்பாடுடையவரான பால கங்காதர திலகர் என தேசிய அரசியலில் மேலே வந்துகொண்டிருந்த இரு பெரும் தலைவர்களைச் சந்தித்தார். ராணடேயின் சீடரான கோகலே, சமூக சீர்திருத்தமும் அரசியல் விடுதலை அளவுக்கு முக்கியமானது என்று கருதினார். முஸ்லிம்களின் உணர்வலைகளைக் கருத்தில்கொண்டு அவர் தன் உரைகளில் இந்துத்துவ தொனியில் பேசுவதைத் தவிர்த்தார். மறுவிதமாக, திலகர் பிரிட்டிஷ் ஆட்சியை போர்க்குணத்துடன் எதிர்த்தார். மேலும் அவர் இந்துக் கடவுளான விநாயகரையும், இடைக்கால இந்து மன்னர் சிவாஜியையும் போற்றும் கொண்டாட்டங்களை முன்னெடுத்தார்.[11] காந்தி இரண்டு தலைவர்

களையும் சந்தித்தார்; இருவருமே பொதுக்கூட்டங்களுக்கு ஏற்பாடு செய்வதாக உறுதியளித்தனர்.[12]

காந்தி பூனாவிலிருந்து இன்னும் தெற்கு நோக்கி, சென்னைக்கு வருவதற் காக புகைவண்டி ஏறினார். இப்போது அவர் தென்னாப்பரிக்காவுக்கு வரவழைக்க விரும்பிய பம்பாய் வழக்கறிஞர் ஒருவருடன் கடிதத் தொடர்பு கொண்டிருந்தார். முந்தைய ஆண்டு செப்டெம்பரில் அவர் நேட்டாலிலிருந்த இந்தியர்களிடம் அவர்களுக்கு உதவுவதற்காகச் சில பாரிஸ்டர்களை அழைத்துவருவதாகச் சொல்லியிருந்தார். அவரது முதல் தேர்வு எஃப்.எஸ்.தலேயர்கான் தான். அவர் காந்தியுடன் 1891ல் லண்டனிலிருந்து பம்பாய்க்குக் கப்பலில் ஒன்றாகத் திரும்பி வந்திருந் தார். காந்தி தலேயர்கானிடம், அவர் நேட்டாலுக்கு வந்தால் தாம் இருவரும் கூட்டாக வழக்கறிஞர் தொழிலைச் செய்யலாம் என்றும் லாபத்தைச் சரி பாதியாகப் பிரித்துக் கொள்ளலாம் என்றும் கூறியிருந்தார். தாம் இருவரும் சேர்ந்து மாதத்துக்கு 150 பவுண்ட்கள்வரை சம்பாதிக்க முடியும் என்று அவர் நினைத்தார். ஆனாலும் அவர் தலேயர்கானிடம், இந்தியர் ஒருவர் தென்னாப்பிரிக்காவுக்கு ‘பணத்தைக் குவிக்கும் நோக்கத் துடன் செல்லக்கூடாது. தியாக மனப்பான்மையோடுதான் நீங்கள் அங்கு போகவேண்டும். செல்வ வளங்களைச் சற்று ஒதுக்கியே வைத்திருக்க வேண்டும். அப்படிச் செய்தால் அவை தாமே உங்களைத் தேடி வரும். நீங்கள் உங்கள் கடைக்கண் பார்வையை அவற்றின்மீது வைத்தால், அந்தக் கவர்ச்சிக்கன்னியிடம் நீங்கள் மோசம் போவது உறுதி. தென்னாப் பிரிக்காவில் என் அனுபவம் இதுதான்,’ என்றார்.

தலேயர்கான் மீனும் இறைச்சியும் விரும்பி உண்ணும் ஒரு பார்ஸி. அவர்கள் டர்பனில் ஒன்றாக வசித்தால், அவருக்கு ‘ஆங்கிலேய முறையிலும், இந்திய முறையிலும் சமைக்கப்பட்ட’, ‘மிகவும் விரும்பி உண்ணத்தக்க’ சைவ உணவுகளைச் செய்து தர முடியும் என்று காந்தி சொன்னார். அந்த பார்ஸி அசைவ உணவையே தொடர விரும்பினால், அவர் தனியே ஒரு சமையல்காரரை ஏற்பாடு செய்துகொள்ளலாம். ‘பணம் சம்பந்தப்பட்ட விஷயங்கள் உங்களுக்குத் தடையாய் இருக்க அனுமதிக்க மாட்டீர்கள் என்று நம்புகிறேன். நீங்கள் தென்னாப் பிரிக்காவில் நிறைய சாதிக்க முடியும் என்பது உறுதி நான் சாதித்ததை விடவும் அதிகமாகவே,’ என்று காந்தி நம்பிக்கை தெரிவித்தார்.[13]

காந்தி அக்டோபர் 14 அன்று மதராஸ் வந்து சேர்ந்தார். அந்நகருக்கு அவர் வருவது அதுவே முதல்முறை. மதராஸ் மாகாணத்தின் தலைநகராகவும், அந்தப் பிராந்தியத்தின் வணிக, அரசியல் மையமாகவும் விளங்கிய மதராஸ்தான் நேட்டாலின் பிணைத் தொழிலாளர்கள் பலருக்குச் சொந்த ஊர். அவர் இரண்டு வாரங்கள் சென்னையில் பக்கிங்ஹாம் ஹோட்டலில் தங்கியிருந்தார். அங்கு அவரது கட்டணத் தொகை சுமார் ரூ. 74 ஆனது. அவரது மற்ற செலவுகள் தந்திகள் அனுப்புவது, டிராம் கட்டணங்கள்,

காகிதம், பேனா, மை, தபால் உறைகள், அஞ்சல்தலைகள், 'சல்ஃபர் ஆயின்மென்ட்' (எதற்கு என்று தெரியவில்லை) போன்றவை.[14] மதராஸிலிருந்து காந்தி கோகலேவுக்குத் தென்னாப்பிரிக்காவில் நடந்த போராட்டம்பற்றி எழுதினார். அந்த மூத்தவர் பூனாவில் அவர்கள் சந்தித்தபோது அவர்மீது 'மிகுந்த அன்பான ஈடுபாடு' காட்டினார். அவர்களுக்கு இப்போது 'எங்கள் நோக்கங்களுக்காக இந்தியாவில் சுறுசுறுப்பான, பிரபலமான தொண்டர்கள் அவசியமாகத் தேவைப் படுகிறார்கள்.' 'நமது மாபெரும் ஆளுமைகள் ... தாதமதிக்காமல் இந்த விவகாரத்தை எடுத்துக்கொள்ளவில்லை என்றால்', தென்னாப்பிரிக்க உதாரணத்தை மற்ற பிரிட்டிஷ் காலனிகளும் பின்பற்றத் தொடங்கிவிடு வார்கள்; தாமும் இந்தியர்களின் ஓட்டுரிமையைப் பறித்து, அவர்களது மற்ற உரிமைகளையும் மறுப்பார்கள்,' என்று உறுதிபடத் தெரிவித்தார் காந்தி. அப்படி நடந்துவிட்டால், 'குறுகிய காலத்துக்குள் இந்தியாவுக்கு வெளியில் இந்திய செயல்பாட்டு முன்முயற்சிகள் அனைத்துக்கும் முடிவு கட்டப்பட்டுவிடும்.'[15]

காந்தியின் மதராஸ் விஜயத்தின் சிறப்பம்சமாக இருந்தது அக்டோபர் 26 அன்று பச்சையப்பா'ஸ் ஹாலில் நடைபெற்ற பொதுக்கூட்டம். அந்தக் கூட்டத்தை அறிவித்த சுவரொட்டிகளில் நாற்பத்தொரு நபர்களின் கையெழுத்துகள் இடம்பெற்றிருந்தன. அவர்களில் நகரின் பிரபலமான வழக்கறிஞர்கள், பத்திரிகை ஆசிரியர்கள், வர்த்தகர்கள் ஆகியோர் இருந்தனர்; தவிர வியாபாரிகளான சில செட்டியார்களும், தெலுங்கு பேசுபவர்கள் ஓரிரு வரும், முஸ்லிம்கள் இருவரும், குறைந்தது ஒரு கிறிஸ்தவரும் இருந்தனர். சர். எஸ். ராமசாமி முதலியாரை யும்[16] சந்தித்தார். இருந்தார்-

பம்பாயில் போலவே, இங்கும் காந்தியின் பேச்சு 'பச்சைநிற துண்டுப் பிரசுரத்தை' அடியொட்டி இருந்தது. அவர் கூட்டத்தினருக்கு ஏற்ப அதைச் சற்று கச்சிதப்படுத்திக்கொண்டார்; எப்படி ஒரு 'மிகவும் மதிக்கத்தக்க மதராஸ் வியாபார நிறுவனத்தினர்' 'கூலி' கடைக்காரர்கள் என்று இளக்கார மாக அழைக்கப்படுகிறார்கள் என்றும், எப்படி 'வெள்ளையும் சொள்ளையு மாக உடை உடுத்திய மதராஸ் கனவான் ஒருவர், டர்பனில் தாம் அவமதிக் கப்படுவோம் அல்லது கீழே தள்ளிவிடப்படுவோம் என்று அஞ்சி முக்கியத் தெருக்களில் நடைபாதைகளில் நடப்பதையே தவிர்க்கிறார்,' என்றும் பேசினார்.[17] மதராஸ் மெயில் நாளிதழ், அந்தப் பேச்சாளர் 'உலகின் அந்தப் பகுதியில் தன் சக குடிமக்களின் நிலையைத் துல்லியமாகவும், மிகையின்றியும் விளக்கினார்,' என்று குறிப்பிட்டது. 'திரு காந்தியும் அவரது நண்பர்களும் காலனி ஆட்சியாளர்களை இந்தியாவை இன்னும் நன்றாகப் புரிந்துகொள்ளச் செய்வதில் விரைவில் வெற்றி பெறட்டும்,'' என்று வாழ்த்திய அந்த நாளிதழ், காலனிகளில் நிலவும் பலமான இனவாத உணர்வுகளை சட்டமன்றம் இயற்றும் சட்டமாக வடிவெடுக்க அனுமதித் தால், பிரிட்டிஷ் அரசாங்கம் தன் கடமையில் தவறுவதாக ஆகிவிடும், என்று கூறியது.[18]

கூட்டத்தில் கலந்துகொண்டவர்கள் அந்தத் துண்டுப் பிரசுரத்தைப் பெற முண்டியடித்தார்கள்; காந்தியிடம் இருந்த பிரதிகள் அனைத்தும் தீர்ந்து விட்டன. அவருக்கு இதில் திருப்தியே. மறு அச்சாக்கத்துக்கு ஏற்பாடு செய்தபோது, மதராஸில் பிரதிகள் பெறுவதற்கு ஏற்பட்ட அமளியை 'என்னால் மறக்க முடியாத காட்சி' என்று குறிப்பிட்டார்.[19]

அக்டோபர் கடைசி வாரத்தில் காந்தி கொரமாண்டல் கடற்கரையோரமாக வடக்கே பயணித்து கல்கத்தாவை அடைந்தார். அது மூன்று மாதங்களில் அவரது மூன்றாவது நீண்ட புகைவண்டிப் பயணம். அவர் இந்தப் பயணங்களினூடாக இந்தியாவின் சூழலிய, சமூக பன்மைத் தன்மையைப் புரிந்துகொண்டார். அவர் பாலைவனம், விளைநிலம், கடற்கரை, பீடபூமி ஆகியவற்றைக் கடந்துசென்றார்; வழியில் பலவித மான கட்டட பாணிகளைப் பார்த்தார்; எத்தனையோ விதமான மொழிகள் பேசப்படுவதைக் கேட்டார்; பல ஊர்களின் உணவு வகைகளை ருசி பார்த்தார். புகை வண்டி ஜன்னல் ஊடாக விவசாயிகள் வயல்வெளிகளில் வேலை செய்வதைப் பார்த்திருப்பார். ஆனாலும் அவர் இடைவழியில் உரையாடியது வழக்கறிஞர்கள், பத்திரிகை ஆசிரியர்கள் போன்ற வளர்ந்துவந்துகொண்டிருந்த நடுத்தர வர்க்கத்தினருடன்தான்.

காந்திக்கு மாகாணத் தலைநகர்களான பம்பாயிலும் மதராஸிலும் நல்ல வரவேற்பு கிடைத்தது. வங்காள மாகாணத்தின் தலைநகரமான கல்கத் தாவே பிரிட்டிஷ் இந்தியப் பேரரசின் தலைநகரம். 1896ல் அந்த நகரம் இந்திய தேசியவாதத்தின் முக்கியமான தலமாக இருந்தது. அதிகாரத்தில் அதிகப் பங்கு வேண்டும் என்ற குரல் அங்கு மிக உரத்து ஒலித்தது. வெளி நாட்டில் இந்தியர்களுக்கு அதிக உரிமைகளுக்காகக் குரல் கொடுப்பவர் என்ற முறையில் தன் பேச்சு அனுதாபத்துடன் கேட்கப்படும் என்று காந்தி எதிர்பார்த்தார்; ஆனால் நடந்ததென்னவோ அவர் அலட்சியப் படுத்தப்பட்டதுதான். இந்தியாவின் முக்கியமான நாளிதழ் ஒன்று அவரை 'அலைந்து திரியும் யூதர்' என்று கருதியது. இன்னொரு இதழ் அவரை ஒருமணி நேரம் காத்திருக்க வைத்தது. கடைசியாக அவர் அழைக்கப் பட்டபோது, 'உங்களைப்போன்ற பலபேர் சாரிசாரியாக வந்துகொண்டே இருக்கிறார்கள். நீங்கள் பேசாமல் திரும்பிப்போய்விடுவதே மேல். எனக்கு நீங்கள் பேசுவதைக் கேட்பதில் விருப்பமில்லை,' என்று அவரிடம் சொல்லப்பட்டது.[20] தென்னாப்பிரிக்காவில் வங்காளிகள் அதிகம் இல்லை என்பது இந்த ஆர்வமின்மைக்குக் காரணமாக இருக் கலாம். அல்லது அகம்பாவத்தின் விளைவாகவும் இருக்கலாம். காந்தி கல்கத்தாவில் இரண்டு வாரங்கள் இருந்தார். அங்கு நகரின் மத்தியப் பகுதியில் கிரேட் ஈஸ்டர்ன் ஹோட்டலில் தங்கினார். அதற்கு எதிரில்தான் வைஸ்ராயின் வீடு. அவருடைய கணக்குப் புத்தகத்தை வைத்துப் பார்க்கும்போது, அவருக்குச் சென்னையில் இருந்த அளவுக்கு வேலைப் பளு அதிகமில்லை என்று தெரிகிறது. அவர் முடி வெட்டிக்கொண்டார்; துணிமணிகளை சலவை செய்து வாங்கிக்கொண்டார். ஏராளமான த

ந்திகளையும் கடிதங்களையும் அனுப்பினார். ஒருநாள் மாலையில் வங்காள இசைநாடகம் ஒன்றைப் பார்த்தார். ஆனால், அவரால் பொதுக் கூட்டம் எதையும் ஏற்பாடு செய்ய முடியவில்லை.[21]

நவம்பர் 5 அன்று காந்தி எஃப்.எஸ்.தலேயர்கானுக்குக் கடிதம் எழுதி, அவர் நேட்டாலுக்குத் தன்னுடன் வரமுடியுமா என்று கேட்டார் (அந்தப் பார்ஸி மேலும் கால அவகாசம் கேட்டார்.) அவர் அந்த மாத முடிவுக்குள் பம்பாயிலிருந்து புறப்பட எண்ணினார். நேட்டால் சட்டமன்றம் ஜனவரியில் கூடவிருந்தது. அந்தக் கூட்டத் தொடரில் திருத்தப்பட்ட ஓட்டுரிமைச் சட்டம், மூன்று பவுண்ட் வரி ஆகியவற்றையும், இன்னும் இந்தியர்களின் ஆர்வத்துக்கு-அல்லது கவலைக்கு உட்பட்ட மற்ற விஷயங்களையும் விவாதிக்க இருந்தது.

காந்தி இப்போது மீண்டும் மேற்குக் கரைப்பகுதிக்குச் சென்றார். அங்கு அவர் பூனாவில் ஒரு பொதுக்கூட்டத்தில் கலந்துகொண்டார். பம்பாயில் இன்னும் கொஞ்சம் ஆதரவு திரட்டினார். தன் குடும்பத்தைத் தென்னாப்பிரிக்காவுக்கு மற்றொரு பயணத்துக்குத் தயார் செய்தார். குறிப்பாக அவர் தன் மனைவி, குழந்தைகள் என்ன உடை உடுத்துவார்கள் என்பது பற்றிக் கவலை கொண்டிருந்தார். அவர்கள் பார்ஸிகளைப் பின்பற்றுவதே மேல் என்று முடிவுசெய்தார்; அவர்கள்தான் இந்தியாவி லேயே மிகவும் முற்போக்கானவர்களாகக் கருதப்பட்டார்கள். ஆகவே பையன்களுக்கு ட்ரௌசர்களும் நீண்ட கோட்டும் அணிந்துகொள்ள, கஸ்தூரிபா பார்ஸிகளின் பாணியில் அலங்காரத் தையல் செய்யப்பட்ட கரைகொண்ட சேலையும், முழுக்கை ரவிக்கையும் அணிந்துகொண்டார்.[22] மோகன்தாஸ், கஸ்தூரிபா, ஹரிலால், மணிலால் ஆகியோர் பம்பாயி லிருந்து டர்பனுக்கு நவம்பர் 30 அன்று எஸ்எஸ் கோர்லாண்ட் கப்பலில் பயணம் செய்தனர். அவர்களுடன் காந்தியின் பொறுப்பில் இருந்த அவரது அக்காள் மகன் கோகுல்தாஸும் இருந்தார். அந்த கப்பல் அந்தக் குடும்பத் தலைவரின் நண்பரும், கட்சிக்காரரும், சக சமூகச் செயல் பாட்டாளருமான தாதா அப்துல்லாவுக்குச் சொந்தமானது; ஆகவே அவர்களிடம் பயணக் கட்டணம் பெறப்படவில்லை.

காந்தி தென்னாப்பிரிக்காவில் இல்லாதபோது நேட்டாலின் வெள் ளையர்கள் இந்தியர்கள் விவகாரம்பற்றி மேலும் கொந்தளிப்பு கொண்டிருந்தனர். 1896 ஆகஸ்டில் டோங்காட் சுகர் கம்பெனி, இந்தியாவிலிருந்து சுவர்கட்டுபவர்கள், தச்சர்கள், ஃபிட்டர்கள், இரும்புக் கொல்லர்கள் என சுமார் முப்பது பேரை வரவழைக்க அரசாங்கத்தின் உதவியைக் கேட்டது. அந்த நிறுவனம், பிணைத் தொழிலாளிகளுக்குத் தரப்படுவதுபோல மூன்று மடங்கு ஊதியம் தருவதாகச் சொன்னது. ‘அவர்கள் மதராஸ்காரர்களா, கல்கத்தாக்காரர்களா என்பதுபற்றி எங்களுக்குக் கவலை இல்லை. நல்ல ஆட்கள் வேண்டும், அவ்வளவு தான்,’ என்று அந்த நிறுவனம் தெரிவித்தது.

தனியார் தொழிலதிபர்கள், செலவுகளைக் குறைத்து, உற்பத்தியை அதிகரிக்கத் திறமையான தொழிலாளிகளை எங்கிருந்து வேண்டுமானாலும் வரவழைக்க விரும்புகின்றனர். இந்த புத்திசாலித்தனமான, முதலாளித்துவ விழைவு இனவாத, தேசிய முன்முடிவுகளுக்கு எதிரானதாக இருந்தது. ஒரு நேட்டால் தொழில்முனைவோர், வெள்ளையர்களாலும் திறமையாகச் செய்யமுடிந்தவேலைகளுக்கு ஆசியர்களை எப்படி இறக்குமதி செய்யலாம்-? ஆகவே டாங்காட் சுகர் கம்பெனியின் விண்ணப்பம் பத்திரிகைகளுக்குக் கசிய விடப்பட்டது; அதைத் தொடர்ந்து 'ஐரோப்பியக் கைவினைஞர்களின் எதிர்ப்புக் கூட்டம்' டர்பனில் கூட்டப்பட்டது; வெள்ளையர்கள் இதற்கு முன்பு செய்துவந்த தொழில்களை இந்தியர்கள் எடுத்துக்கொண்டுவிடுவார்கள் என்ற கவலையே காரணம். 'அந்த அறை நிரம்பி வழிந்தது; கூட்டத்தினர் அனைவரும் ஒருவரை ஒருவர் இடித்துக்கொண்டு நின்றிருந்தார்கள். ஒரு பேச்சாளர், 'ஒருவேளை சமீபத்திய வெட்டுக்கிளித் தாக்குதல் காரணமாக அவர்கள் (தோட்ட முதலாளிகள்) கூலிக்கு வெள்ளையடிப்பவர்களை வைத்து, கரும்புகளின் நுனிகளுக்கு மரகதப்பச்சை வண்ணம் அடிக்கப் போகிறார்களோ என்னவோ (சிரிப்பு)' என்றார். 'கறுப்புப் பூச்சியே!', 'இங்கே கூலிகளை அனுமதிக்க மாட்டோம்!', 'தலைக்கு 100 பவுண்ட் என்று அவர்களுக்கு வரி விதியுங்கள்; அது அவர்களைத் தடுத்துவிடும்!' என்று கோஷங்கள் எழுப்பப்பட்டன. இந்தியக் கைவினைஞர்கள் காலனிக்கு வரவழைக்கப்படுவது உடனடியாக நிறுத்தப்படவேண்டும் என்று அந்தக் கூட்டம் அரசாங்கத்தைக் கேட்டுக்கொண்டது.

இந்தப் போராட்டங்களைக் கண்டு அஞ்சிய நிறுவனம், தனது விண்ணப்பத்தைத் திரும்பப் பெற்றுக்கொண்டது. காலனி நாடுகளுக்கான அமைச்சருக்குக் கடிதம் எழுதிய நேட்டால் ஆளுநர், இந்த சம்பவம் 'கவனத்துக் குரியது; ஆசியர்களின் போட்டி நேட்டாலில் எப்படிப் பொறாமையுடன் பார்க்கப்படுகிறது ஒருவேளை திறன்பெறாத தொழிலாளிகள் விஷயத்தில் தவிர,' என்று குறிப்பிட்டார்.[23]

ஆகஸ்ட்டில் உணர்வலைகள் இப்படியிருந்தன. செப்டெம்பரில் நேட்டால் மெர்க்குரி நாளிதழ் ராய்ட்டர்ஸ் செய்தி நிறுவனம் அனுப்பியிருந்த தந்தி ஒன்றை வெளியிட்டது. அந்தச் செய்தியில், ராஜ்கோட்டில் அச்சகத்தில் அப்போதுதான் அச்சாகி வந்திருந்த காந்தியின் 'பச்சைநிறதுண்டுப்பிரசுரம்' ஒரே வரியில் சுருக்கித் தரப்பட்டிருந்தது: 'இந்தியாவில் வெளியிடப் பட்டுள்ள ஒரு துண்டுப் பிரசுரம், நேட்டாலில் இந்தியர்கள்கொள்ளையடிக் கப்படுகிறார்கள், தாக்கப்படுகிறார்கள்; விலங்குகளைப்போல நடத்தப்படு கிறார்கள்; நிவாரணம்பெற முடியாமல் இருக்கிறார்கள் என்று தெரி விக்கிறது.' இந்த 'அவதூறான பொய்மைகளை' பரப்புவதன் மூலம், காந்தி 'தன் நாட்டு மக்களுக்கு உபத்திரவம் செய்துள்ளார்,' என்று அந்த இதழ் கருத்து கூறியது.[24]

அந்த நாற்பது பக்க பிரசுரத்தின் இந்த மொட்டையான, முழுக்கவும் சரி என்று சொல்லமுடியாத சுருக்கம் இந்தியர்கள்மீது பொதுவாகவும், காந்திமீது தனிப்பட்ட முறையிலும் வசைத்தாக்குதல்களுக்குக் காரண மாயிற்று. 'இந்தியர்கள் தனிநபர்களாகவும் சரி, ஒட்டுமொத்தமாகவும் சரி, ஒன்றை மறந்துவிடுகிறார்கள்; அதாவது, தென்னாப்பிரிக்கா பூர்வகுடியினரிடமிருந்து பல ஆண்டுகள் தொடர்ந்த சண்டைக்கும், பொருள்செலவுக்கும் ரத்தம் சிந்துதலுக்கும் பிறகே கைப்பற்றப்பட்டது. இதில் இந்தியர்கள் ஒரு பென்னியும் பங்களிக்கவில்லை; ஒருதுளி இரத்தமும் சிந்த முன்வரவில்லை,' என்று நேட்டார் மெர்க்குரி எழுதியது.[25] 'கிளர்ச்சியாளர் காந்தி பம்பாயில் தன் நாட்டினரிடம் சொன்ன அவதூறான தகவல்கள், ஐரோப்பிய காலனியர்களிடம் நியாயமாகவே வருத்தத்தை ஏற்படுத்தியுள்ளன,' என்று தலையங்கம் எழுதியவர் குறிப் பிட்டார். [26] டர்பன் பத்திரிகைகளில் காந்திமீது நடந்த தாக்குதல்களைப் பார்த்த அவருடைய முன்னாள் நண்பர் ஷேக் மேத்தாப் அவருக்கு ஆதர வாகக் களம் இறங்கினார். நண்பரான வழக்கறிஞர் வீட்டிலிருந்து விரட்டப்பட்ட பின்னர், ஸ்டாம்ஃபோர்ட் ஹில் என்ற பகுதியில் தனியாக ஒரு வீட்டில் வசித்து வந்தார். அங்கிருந்து அவர் ஒரு கடிதம் எழுதினார். நேட்டாலில் கொந்தளிப்பைக் கிளப்பிய காந்தியின் 'பச்சைநிற துண்டுப் பிரசுரம்', காலனியில் தான் முன்பு எழுதி வெளியிட்ட 'பகிரங்க க் கடிதம்', 'வேண்டுகோள்' ஆகியவற்றிலிருந்து எடுக்கப்பட்டதுதான் என்று குறிப்பிட்டார். 'நேட்டாலில் இருக்கும் எல்லா இந்தியர்களும் கொள்ளையடிக்கப்பட்டார்கள், தாக்கப்பட்டார்கள், விலங்குகளைப் போல நடத்தப்பட்டார்கள், நிவாரணம் பெறமுடியாமல் இருக்கிறார்கள் என்றால் நீங்கள் ஆச்சரியப்படக்கூடாது,' என்று நேட்டால் அட்வர்டைசர் இதழில் எழுதினார். காந்தி முன்பு வெளியிட்ட பிரசுரங்களை மீண்டும் படித்துப் பார்க்கும்படி வலியுறுத்தினார். 'அந்த இரு புத்தகங்களையும் மீண்டும் படித்தால், உங்களுக்கு சில விஷயங்கள் நன்கு தெளிவாகும். அந்த இரு புத்தகங்கள் சரி என்று நீங்கள் ஒத்துக்கொண்டால், இந்தியர்கள் 'வெட்கக்கேடான விதத்தில் நடத்தப்படுகிறார்கள்' என்று கேட்டு நீங்கள் வியப்படையக் கூடாது,' என்று ஐரோப்பியர்களிடம் சொன்னார்.[27]

ஆகஸ்டிலும் செப்டெம்பரிலும் இந்தியாவிலிருந்து பல கப்பல்கள் டர்பனை அடைந்தன. பண்ணைத்தோட்ட உரிமையாளர்கள் வரவழைத் திருந்த பிணைத்தொழிலாளிகளும், தாய்நாட்டுக்கு வந்துவிட்டுத் திரும்பிச் செல்லும் காலனிவாசிகளும், புதிதாகக் குடியேற வருபவர்கள் சிலரும் அவற்றில் இருந்தனர். அவை அச்சத்தையும், பதற்றத்தையும் ஏற்படுத்தின. இந்தக் குடியேற்றங்கள் 'திட்டமிட்டு செய்யப்படும் முயற்சிகளின்' ஒரு பகுதியாகத் தோன்றுகின்றன; 'ஒரு நாடு காலி செய்யப் பட்டு, மற்ற நாடுகள் அந்த மக்களால் நிரப்பப்படும் குடியேற்றப் பேரலைகளில் ஒன்றாகவே தோன்றுகிறது'. அக்டோபர் 15 அன்று நேட்டால் அரசில் பங்குபெற்றிருந்த அமைச்சர்கள், அப்போது

இங்கிலாந்திலிருந்த தமது பிரதம மந்திரி ஜான் ராபின்சனுக்கு அவசரத் தந்தி ஒன்றை அனுப்பினர். 'ஐநூறு பிணை இல்லாத இந்தியர்கள் சென்ற வாரம் வந்திறங்கினர். இந்த மாதிரியான வரத்து நிறுத்தப்படவேண்டும்; இல்லையேல், நம் வியாபாரம், விவசாயத்தின் கீழ்மட்டக் கிளைகள் இந்தியர்கள் கைக்குப் போய்விடும். சேம்பர்லைனுக்கு நாம் நியூ சௌத் வேல்ஸைப் பின்பற்றவேண்டும் என்று விளக்கிச் சொல்லுங்கள்' (அந்த ஆஸ்திரேலேய காலனி கறுப்பு நிறம்கொண்டவர்களின் குடியேற்றத்தைத் தடை செய்திருந்தது).[28]

அந்த அமைச்சர்கள் தம் வாக்காளர்களின் உணர்வலைகளைப் பிரதிபலித்தார்கள். நவம்பர் 26 அன்று டர்பனின் டவுன் ஹாலில் பெரிய கூட்டம் ஒன்றுக்கு ஏற்பாடு செய்யப்பட்டது. அந்தக் கூட்டம், நேட்டாலை ஆங்கிலேயக் காலனியாகவே பாதுகாக்குமாறும், இந்தியர்களின் குடியேற்றத்துக்கு முடிவுகட்டி 'இனத்தை தூய்மையாகவும், மாசடையாமலும் பாதுகாக்குமாறும்' வலியுறுத்தியது. அந்த அரங்கம் நிரம்பி வழிந்தது. பெண்களும் பலர் கலந்துகொண்டார்கள். திரு ஓ'ஹியா என்ற பேச்சாளர் சொன்னார்,

> இந்தக் காலனியின் நுழைவாயில் இந்தக் கறுத்த, அழுதுவடியும் ஆசாமிகளுக்குத் திறந்துவிடப்படுவதைப் பார்க்கும்போது வருத்தமாக இருக்கிறது; சமூகத்துக்கு அவர்களால் பைசா பிரயோசனம் இல்லை. அவர்களால் கறிக்கடைக்காரருக்குப் பயன் இல்லை, ஏனென்றால் அவர்கள் மாமிசம் சாப்பிட மாட்டார்கள் (சிரிப்பு); அவர்களால் ரொட்டிக் கடைக்காரருக்குப் பயன் இல்லை, ஏனென்றால் அவர்கள் அரிசிதான் சாப்பிடுவார்கள் (சிரிப்பு)-அதை விளைவிப்பதால் வரும் லாபம் இந்தியாவுக்குப் போகிறது; அதை இங்கே கொண்டுவருவதன் லாபமோ (இந்திய கப்பல் அதிபர்கள்) தாதா அப்துல்லாக்களுக்கும் மூசாக்களுக்கும் போகிறது (பலத்த சிரிப்பு). அவர்களால் செருப்புத் தைப்பவருக்குப் பயன் இல்லை, ஏனென்றால் அவர்கள் வெறுங்காலுடன் நடப்பவர்கள். அவர்களால் தையல்காரருக்குப் பயன் இல்லை, ஏனென்றால் அவர்களுக்கு மானத்தை மறைப்பதற்கு (பெண்களைத் தவிர) தையல்கலையின் நுணுக்கங்கள் எதுவும் தேவைப்படுவதில்லை.[29]

அடுத்த இருவார காலத்தில் இந்தியக் குடியேற்றங்களை எதிர்க்க மேலும் மூன்று கூட்டங்கள் நடத்தப்பட்டன. தச்சுக் கலைஞர்கள் சங்கத்தின் தலைவர், 'நமது சங்க உறுப்பினர்கள் அடுத்த தேர்தலில் ஆசியர்களின் படையெடுப்பைத் தடுத்து நிறுத்தத் தன்னால் ஆனமட்டும் முயற்சி செய்யக்கூடிய வேட்பாளருக்கே ஓட்டளிக்கவேண்டும்,' என்றார். இந்தியர்களும் பிரிட்டிஷ் பிரஜைகள்தான் என்ற வாதம்பற்றி அவர் சொன்னார்:

> இந்த ஆசியர்கள் மட்டும் லங்காஷையருக்கு பருத்தி நெய்வதற்கோ, யார்க்ஷையருக்கு துணி நெய்வதற்கோ அழைத்துவரப்பட்டால்

> பிரிட்டிஷ் பிரஜைகள் அதை எவ்வளவு நாள் பொறுத்துக்கொள்வார்கள் என்று கேட்கிறேன். பிரிட்டிஷ் பிரஜைகளின் உணர்வலைகள் 24 மணி நேரத்தில் காணாமல் போய்விடும் (கைதட்டல்)- பிறகு அரசாங்கம் விரைவில் ஆசியர்களை இங்கிலாந்திலிருந்து விலக்கிவைக்க ஒரு வழி கண்டுபிடிக்க வேண்டியிருக்கும். அப்படி அவர்கள் ஒரு வழி கண்டுபிடிப்பார்கள் என்றால், நேட்டால் காலனியும் இந்தியர்களை விலக்கி வைக்க ஒரு வழியைக் கட்டாயம் கண்டுபிடிக்கும்.[30]

1896 ஆம் ஆண்டு டிசம்பர் மூன்றாவது வாரம் எஸ்எஸ் கோர்லாண்ட் டர்பன் கரைக்கு வெளியே வந்து சேர்ந்தது. அதனுடன் எஸ்எஸ் நாதேரி என்ற கப்பலும் இந்தியிவிலிருந்து வந்து சேர்ந்தது. அவை இரண்டிலுமாக சுமார் 600 இந்தியர்கள் இருந்தார்கள். மோகன்தாஸ் காந்தியும் அவரது குடும்பமும் அதில் அடக்கம். மருத்துவர்கள் பயணிகளைப் பரிசோதித்து முடிக்கும் வரை அந்தக் கப்பல்கள் கடலிலேயே காத்திருக்கும்படிக் கேட்டுக் கொள்ளப்பட்டன. பம்பாய் மாகாணத்தில் பிளேக் வியாதித் தொற்று ஏற்பட்டிருந்தது. அதிகாரிகள், குடியேற்றக்காரர்கள் அந்த வியாதித் தொற்று உள்ளவர்களாக இருக்கக்கூடும் என்று சந்தேகித்தார்கள். பிளேக் வியாதி எப்படி ஏற்படுகிறது என்று சரியாகக் கண்டுபிடிக்கப்பட்டிருக்கவில்லை; எலிகளும் அந்துப்பூச்சிகளும் அந்த வியாதியைப் பரப்பும் முக்கிய காரணிகள் என்று உணரப்பட்டிருக்கவில்லை. சில மருத்துவர்களும், பல சாதாரண மக்களும், அது மனிதர்கள் ஒருவரை ஒருவர் தொடுவதன் மூலம் பரவக்கூடும் என்று பயந்தனர்.[31]

அந்தக் கப்பல்கள் நேட்டால் கரைக்கு வெளியே நங்கூரமிடப்பட்டுக் காத்திருந்தபோது, கல்கத்தாவில் பனிரண்டாவது இந்திய தேசிய காங்கிரஸ் மாநாடு கூட்டப்பட்டது. காந்தி அங்கு இல்லாமலே கலந்து கொண்டிருந்தார். இந்தியாவில் தனது சமீபத்திய ஆதரவு திரட்டல்களின் காரணமாக, மாநாட்டில் பேசப்பட்டவை அவரைச் சென்றடைந்தன. காங்கிரஸ் கூட்டத்தில் நிறைவேற்றப்பட்ட இருபத்து நான்கு தீர்மானங்களில், 'தென்னாப்பிரிக்காவில் இந்தியர்கள்மீது விதிக்கப் பட்டுள்ள சிரமங்களுக்கும், ஐரோப்பிய குடியேற்றக்காரர்களுக்கும் இந்தியர்களுக்கும் இடையில் ஏற்படுத்தப்பட்டுள்ள தீங்கான, அவமதிப்பான வேற்றுமைகளுக்கும் வன்மையான கண்டனங்களை' பதிவு செய்யும் தீர்மானமும் ஒன்று. தீர்மானங்களை அறிமுகப்படுத்திப் பேசிய மதராஸைச் சேர்ந்த ஜி.பரமேஷ்வரம் பிள்ளை இப்படிப் பேசினார்: இந்தியாவில் இந்தியர்கள் சட்டமன்ற உறுப்பினர்கள் ஆக முடியும், இங்கிலாந்தில் தேர்தலில் வெற்றிபெற்று காமன்ஸ் சபையில் உறுப்பினராக முடியும் என்னும்போது, நேட்டாலில்

> நாம் டிராம்கார்களிலிருந்து இறக்கிவிடப்படுகிறோம், நடைபாதைகளி லிருந்து தள்ளிவிடப்படுகிறோம், தங்கும்விடுதிகளில் இடம் மறுக்கப் படுகிறோம், பொதுக் குளியலறைகளைப் பயன்படுத்தும் உரிமை மறுக்கப்

படுகிறோம், மேலே எச்சில் துப்பப்படுகிறோம், சீறப்படுகிறோம், சபிக்கப் படுகிறோம், வசைபாடப்படுகிறோம், எந்த மனிதனும் பொறுமையாகச் சகித்துக்கொள்ள முடியாத பல்வேறு அவமதிப்புகளுக்கு ஆளாக்கப் படுகிறோம். [32]

இந்தியப் பெருங்கடலின் மறுபுறத்தில் மனநிலை வேறுமாதிரியாக இருந்தது. நேட்டாலில் வெள்ளையர்கள் மத்தியில் காந்தி, அவர் தனது இந்தியப் பயணங்களின்போது பேசியதாக நம்பப்பட்ட விஷயங்கள் காரணமாக வெறுக்கப்படும் உருவமாக ஆகிவிட்டிருந்தார். டிசம்பர் 23 அன்று நேட்டால் அட்வர்டைசர், ‘ மகாபுருஷர் காந்தி, இந்தியர்களின் படையெடுப்புக்குத் தலைமைதாங்கி வந்திருக்கிறார்-நம்மிடமிருந்து நம் நாட்டையும், நம் வீடுகளையும் பறிக்கவிருக்கும் படை அது... நாம் எழுந்து நின்று செயல்படவேண்டும்; படையெடுப்பாளர்களுக்கு தகுந்த வரவேற்பு அளிக்க முன்னேற்பாடுகள் செய்துகொள்ளவேண்டும்,’ என்று குறிப்பிட்டது. [33]ஒரு வாரம் கழித்து, அதே செய்தித்தாள் டர்பனில் விரோதபாவம் கொண்டிருந்த வெள்ளையர்கள் முடிவுசெய்திருந்த ஒரு செயல்திட்டத்தை வெளியிட்டது. இந்தியர்கள் இறங்கிய நாளில் அவர்களை ஐரோப்பியர்களின் கும்பல் ஒன்று துறைமுகத்திலேயே எதிர்கொள்ளும். அந்தக் கும்பல் ‘மூன்று, நான்கு வரிசைகளாக கைகோர்த்தபடி மனிதச் சங்கிலியாக நின்றுகொண்டு, குடியேற்றக் காரர்களுக்கு முழுமையான தடுப்பை ஏற்படுத்தவேண்டும்’ [34]

காந்திக்கும் அவரது சகாக்களுக்கும் எதிரான கோபம், அவர்கள் சுமந்து வந்திருப்பதாகக் கருதப்பட்ட கிருமிகள்பற்றிய அச்சத்தால் அதிகமானது. கப்பல்களுக்குச் சென்று பார்த்த மருத்துவர்கள் அவர்களை இன்னும் இறங்க அனுமதிக்க முடியாது என்றனர்; அவர்கள் கருத்துப்படி, பிளேக் கிருமிகள் வளர்ச்சிபெற மூன்று வாரங்கள் ஆகும். அதுவரை பொறுத்துப் பார்ப்பது நல்லது. கப்பல்களின் கேப்டன்கள், கப்பல்களின் தளங்களைத் தினமும் தண்ணீரும் கார்பாலிக் அமிலமும் கொண்டு கழுவிவிடும்படி அறிவுறுத்தப்பட்டார்கள். இரவும் பகலும் கந்தக ஜுவாலை எரிந்தபடி இருந்தது; பயணிகளிடமும், அவர்களது உடமைகளிலும் ஏதாவது மிச்சம்மீதி கிருமிகள் இருந்தால் அவற்றைச் சுத்தப்படுத்தவே இந்த ஏற்பாடு. [35]

கப்பலில் இருந்த இந்தியர்கள் சட்டவிரோதமாகத் தங்களை அடைத்து வைத்திருந்ததாக நேட்டால் அரசாங்கத்தின்மீது வழக்குப் போடப்போவ தாக ஒரு வதந்தி டர்பனை எட்டியது. அந்த வதந்தியை அப்படியே நம்பிய ஒரு உள்ளூர் செய்தித்தாள், இப்படி முடிவு செய்தது: காந்தியின்

கூர்மையான சட்டத்துறை உள்ளுணர்வு, தனிமைப்படுத்தலின் ‘சிறைவா சத்திலிருந்தும்’ கார்பாலிக் அமிலத்தின் தூய்மைப்படுத்தும் விளைவுகளி லிருந்தும் விடுதலை பெற்றவுடன் தனக்குத்தானே வேலை கொடுத்துக் கொள்ள ஓர் அருமையான வாய்ப்பைத் தேடிக்கொண்டுவிட்டது. இதற்

> காகத் திரட்டப்பட்டுள்ளதாகச் சொல்லப்படும் பணத்தில் பெரும்பகுதி, வழக்கு வென்றாலும் தோற்றாலும், எப்படியும் திரு காந்திக்குத்தான் போய்ச்சேரும். கரைக்கு வந்து சேர்ந்ததும் தன் கவனத்தைச் செலுத்த இந்த சுவாரஸியமான வழக்கைவிட எதுவும் அந்த மனிதருக்குப் பொருத்த மாகக் கிடைத்துவிடாது.[36]

காந்தியை இப்படிக் கெட்ட எண்ணம் கொண்ட, பணம் பிடுங்கும் வழக் கறிஞராக சித்திரித்தது கரையில் இருந்துவந்த இந்திய-எதிர்ப்பு உணர்வு களை இன்னும் திரளச்செய்தது. 1897 ஜனவரி 4 அன்று சுமார் 1500 வெள்ளையர்கள் டர்பனின் மார்க்கெட் ஸ்கொயர் பகுதியில் கூடினார்கள். தலைவர் என்ற முறையில் கறிக்கடைக்காரரான ஹாரி ஸ்பார்க்ஸ் என்பவர் தன் நாற்காலியில் அமர்ந்தவுடன் மழை கொட்ட ஆரம்பித்தது. அவர் கூட்டத்தை அருகிலிருந்த டவுன் ஹாலுக்கு மாற்றத் தீர்மானித்தார். உடனே

> நகரத்தின் டவுன் ஹாலை நோக்கித் தன்னிச்சையாக, ஒட்டுமொத்த மானவர்களும் பாய்ந்து ஓடினர். வராண்டாக்களும், முக்கிய நுழை வாயிலை ஒட்டிய பகுதிகளும் ஆர்வமும் உற்சாகமுமாக முண்டியடித்த வெள்ளையர் கூட்டத்தால் நிரம்பின. கதவுகள் திறக்கப்படச் சற்று நேரம் ஆயிற்று; அதற்கிடையில் மின் விளக்குகள் ஏற்றப்பட்டன; கதவுகள் திறக்கப்பட்டுச் சில நிமிடங்களில் மைய மண்டபம் தரை முதல் கூரை வரை நிரம்பிவிட்டது. திரு ஸ்பார்க்ஸ் தன் இருக்கையில் அமர்ந்தபோது கூட்டத்தினர் எண்ணிக்கை 2000 ஐத் தொட்டது.[37]

அந்தக் கூட்டம் அரசாங்கத்திடம் அந்த இரண்டு கப்பல்களையும் இந்தியாவுக்குத் திருப்பி அனுப்பும்படியும், பிணைத் தொழிலாளிகள் தவிர மற்ற இந்தியர்கள் அனைவரையும் நேட்டாலுக்குள் வராமல் தடுக்கும்படியும் கேட்டுக்கொண்டது. கூட்டத்திலிருந்து ஒரு குரல் உயர்ந்தது: 'காந்தியையும் அவர்களுடன் கூட்டிச்செல்லட்டும்!' முக்கியப் பேச்சாளரான டார்டர் மெக்கின்ஸி,

> விஷமக்காரர் காந்தியைப்பற்றிய தனது எண்ணத்தைத் தாராளமாக வெளியிட்டார்... அவர், திரு காந்தி தங்கள் நற்பெயரை இந்தியாவில் சாக்கடையில் போட்டுப் புரட்டிவிட்டார் என்றும், நேட்டாலைத் தனது தோல் நிறத்தைப்போல கறுப்பான, அழுக்கான வண்ணத்தால் சாயம் பூசிவிட்டார் என்றும் பேசினார். திரு காந்தி இங்கு வந்து நியாயமாகவும் சிறப்பாகவும் இருக்கிற அனைத்தையும் எடுத்துக்கொண்டு, அவருக்குக் காட்டப்பட்ட உபசரிப்பைப்பற்றி அங்குபோய் வசைபாடிவிட்டார். திரு காந்திக்கு, அவரது செயல்களிலிருந்து, அவருக்கு இதுவரை கொடுத்தது போதாது, இன்னும் கொஞ்சம் வேண்டும் என்று தெரிந்துகொண்டோம் என்று காட்டுவோம்; இன்னும் கொஞ்சம் கொடுப்போம்.டர்பனுக்கு இந்தியர்களை ஏற்றி வந்திருக்கும் கப்பல்கள், நேட்டாலின் இனரீதியான ஒழுங்கைக் குலைக்கும் சதித்திட்டத்தின் ஒரு பகுதியே என்று குற்றம் சாட்டினார் டாக்டர் மெக்கின்ஸி.

இந்த யோசனையற்ற, தொட்டாற்சிணுங்கியான ஜந்துகளுக்கு, இந்த நாட்டு ஆட்சியாளர்கள் தராத ஓட்டுரிமை என்ற ஒரே பொருளை அடைந்துவிடவேண்டும் என்று குறிக்கோள் நாடாளுமன்றத்தில் நுழைந்து, ஐரோப்பியர்களுக்குச் சட்டம் இயற்றவேண்டும் என்பதே அவர்கள் நோக்கம்; வீட்டு நிர்வாகத்தைத் தாம் எடுத்துக்கொண்டு, ஐரோப்பியர்களை சமையலறையில் தள்ளுவதே நோக்கம். [38]

மூன்று நாட்களுக்குப் பிறகு டர்பனின் வெள்ளையர்கள் மற்றொரு கூட்டத்தை நடத்தினார்கள். 'இந்த இந்தியர்கள் இருக்க வேண்டிய சரியான இடம் இந்தியப் பெருங்கடல்தான் (கைதட்டல்),' என்று அவர் ஆரம் பித்தார். வெள்ளையர்கள், 'அங்கே அவர்களது தண்ணீருக்கான உரி மையைக் கேள்வி கேட்க மாட்டார்கள்; ஆனால், அவர்கள் இந்தியர் களுக்கு பெருங்கடலை ஒட்டிய நிலத்தில் ஏறுவதற்கு உரிமை தந்து விடாமல் கவனமாக இருக்கவேண்டும் (கைதட்டல்).'[39] அந்தக் கூட்டம், சென்ற கூட்டத்தைவிடப் பெரியதாகவும், உத்வேகம் மிகுந்ததாகவும் இருந்தது. (நேட்டால் மெர்க்குரியைப் பொறுத்தவரை) அது ஒரு விஷயத்தை அழுத்தமாக முன்வைத்தது.

திரு காந்தி, தான் தனியாளாக ஒரு குடியேற்ற நிறுவனத்தை நடத்தி மாதத்துக்கு ஆயிரத்திலிருந்து இரண்டாயிரம் பேர்வரையில் தனது நாட்டு ஆட்களை இங்கே குடியமர்த்துவதைப் பார்த்துக்கொண்டு நேட்டாலின் ஐரோப்பியர்கள் சும்மா இருப்பார்கள் என்று தப்புக் கணக்குப் போட்டுவிட்டார்... தன் புத்திசாலித்தனத்தைமீறி அவர் ஒரு வருத்தத்துக்குரிய தவறு செய்துவிட்டார்... நம் முன்னோர்கள் இந்த நாட்டைக் கத்தி முனையில் வெற்றி கொண்டு தந்திருக்கிறார்கள். மக்கு இந்த நாட்டைப் பிறப்புரிமையாக, பாரம்பரியமாக விட்டுச்சென்றிருக் கிறார்கள். அந்தப் பிறப்புரிமையை நமக்குக் கொடுக்கப்பட்டதுபோல நாம் அடுத்த தலைமுறைக்கு அளிக்கவேண்டும்'. [40]

'ஆசியர்களின் படையெடுப்பு'. இதுதான் 1896-ன் கடைசி வாரத்தில் நேட்டால் செய்தித்தாள்கள் அதிகம் விரும்பிய வாசகமாகவும், தலைப்புச் செய்தியாகவும் இருந்தது. கரைக்கு வெளியில் காத்திருக்கும் சிலநூறு பேர்கள் ஒரு பெரிய அளவிலான குடியேற்றத்தின் தொடக்கம் மட்டுமே என்றும், அது நேட்டாலின் மக்கள்தொகை விகிதாச்சாரத்தையே மாற்றி விடும் என்றும் காலனியர்கள் அஞ்சினார்கள். அந்த மந்தையின் தலைவ ராக இருப்பவர் என்று ஒரு நபர் கருதப்பட்டார்: வழக்கறிஞரான மோகன்தாஸ் கரம்சந்த் காந்தி.

சப்ளை படகுகள் வாயிலாகத் தினமும் கப்பலுக்கு வந்த நேட்டால் செய்தித்தாள்களை காந்தி படித்துக்கொண்டிருந்தார். அத்துடன் தன் நண்பர்கள் அனுப்பிய கடிதங்கள் வாயிலாகவும் கரையில் நிலவிய உணர்வலைகளைப்பற்றி செய்தி அறிந்துகொண்டார். ஒரு ஆங்கிலேய வழக்கறிஞர் ஜனவரி 8 அன்று, காந்தி படகிலிருந்து இறங்கத்

தீர்மானித்தால் அவர் 'முரட்டுத்தனமாக நடத்தப்படுவார்' என்று எழுதினார். உண்மையில் 'உங்களுக்கு எதிராகவும், பிணை இல்லாத இந்தியர்கள் இறங்குவதற்கு எதிராகவும் இருக்கும் பொதுமக்கள் உணர்வு மிக அதிகம்; நீங்கள் கரைக்கு வர முடியுமா என்று நான் ஐயம்கொள்ள ஆரம்பித்துவிட்டேன்.' காந்தி அங்கு இல்லாதபோது, அந்த ஆங்கிலேயர் காந்தியின் கட்சிக்காரர்களுக்கு உதவிக்கொண்டிருந்தார்; அதற்கான தனது கட்டணங்களுக்காக இப்போது ஒரு காசோலை அனுப்பச் சொன்னார். காரணம், நாதேரி கோர்லாண்ட் ஆகிய கப்பல்கள் நேட்டாலில் சுத்தமாக வேண்டப்படாத தம் பயணிகளுடன் பம்பாய்க்குத் திரும்பி அனுப்பப்படுவது உறுதி என்றே தோன்றியது.[41]

அந்தக் கப்பல்கள் கரைக்கு வெளியே சுமார் இருபது நாட்கள் நிறுத்தப் பட்டிருந்தன. டர்பனில் ஆசியர்களின் படையெடுப்பைத் தடுப்பதற்காக ஓர் 'ஐரோப்பியர் பாதுகாப்பு சங்கம்' ஏற்படுத்தப்பட்டது. அந்தச் சங்கத்தின் முதல் கூட்டம் ஜனவரி 10 அன்று நடந்தது. பேச்சாளர் ஒருவர் 'இந்தியர்களின் ஊதுகுழல் காந்தி என்ற பெயர்கொண்ட ஜேன்டில்மேன் (கனவான்)' என்று சொன்னபோது, கூட்டத்திலிருந்து ஒரு குரல் 'ஜெண்டில் மேன் என்று சொல்லாதீர்கள்' என்று ஒலித்தது. காந்தி எதிர்ப்புகளைக் கண்டு பயந்துவிட்டார் என்று ஒரு புரளி கிளம்பியது; ஒரு செய்தித்தாள், 'கப்பல்களைச் சென்று பார்த்த சில ஊழியர்கள் திரு காந்தியும் கப்பலில் இருந்த மற்ற இந்தியர்களும் 'பயப் பிராந்தியில்' இருக்கிறார்கள்; பலர் நேராக இந்தியாவுக்குக் கொண்டுசென்றுவிடும்படிக் கெஞ்ச ஆரம்பித்து விட்டார்கள்,' என்று எழுதியது.

ஜனவரி 11 அன்று நேட்டால் அட்வர்டைசர் செய்தித்தாளின் நிருபர் எஸ்எஸ் நாதேரி கப்பலின் கேப்டனைப் பேட்டி காணச் சென்றார். கப்பலில் அவர் 'சில கைக்குழந்தைகள்' உட்பட 356 பயணிகளைக் கண்டார்; கரையில் இருப் பவர்கள் பயந்ததற்கு மாறாக, அவர்களில் கைவினைஞர்கள் யாரும் இல்லை. 'பயணிகள் காந்தியை எப்படிப் பார்க்கிறார்கள்?' என்ற கேள்விக்கு கேப்டன் இப்படிப் பதில் சொன்னார்: 'இந்தக் கப்பல்கள் இங்கு வந்துசேரும்வரை கப்பலில் இருந்த யாருக்கும் காந்தி என்ற மனிதரையே தெரியாது. நானும் அவரைப் பற்றிக் கேள்விப்பட்டதில்லை; கப்பல் தடுத்துவைக்கப்பட்ட நேரத்தில்தான் அவரது துண்டுப்பிரசுரங்களைப் படித்தேன்.'[42]

அடுத்த நாள் அந்த நிருபர் காந்தியையே பேட்டி கண்டார். அந்த வழக்கறிஞர், கப்பலில் இரும்புக்கொல்லர்களும் தச்சுவேலை செய்பவர் களும் இருக்கிறார்கள் என்றும் அவர் அச்சு இயந்திரம் ஒன்றைக் கொண்டு வந்திருக்கிறார் என்றும் சொல்லப்பட்ட வதந்திகளை மறுத்தார். பயணிகள் பலர் இந்தியாவில் விடுமுறைக்குச் சென்று திரும்பும் நேட்டால்வாசிகளே. புதிதாக வருபவர்கள் அனைவரும் வியாபாரிகள், கடைக்காரர்களின் உதவியாளர்கள், கூவி விற்பவர்கள் போன்றவர்கள். அவர்கள் நேட்டாலுக்கு வந்திருப்பதில் காந்திக்கு 'எந்த சம்பந்தமும் இல்லை'.

காந்தி அந்த சர்ச்சையின் பரந்துபட்ட ஏகாதிபத்திய பரிமாணங்களைச் சுட்டிக்காட்டினார். அவர் குறிப்பிட்டார்,

பிரிட்டிஷ் பேரரசின் மகத்துவம் இந்தியப் பேரரசைத் தக்கவைத்துக் கொள்வதில்தான் இருக்கிறது என்று 'ஒவ்வொரு பிரிட்டிஷ்காரரும் ஒத்துக்கொள்கிறார்'. நேட்டாலின் செல்வச்செழிப்புக்கு இந்தியர்கள் கொண்டுவரப்பட்டதே பெருமளவில் காரணம். பிணை இல்லாத இந்தியர்களின் வருகையை முழு மூச்சாக எதிர்ப்பது நாட்டுப்பற்று அற்ற காரியம். சிலரை விலக்கி வைப்பது என்ற கொள்கை காலாவதியான விஷயம்; இந்தியர்களுக்கு காலனியர்கள் ஓட்டுரிமை தரவேண்டும்; அதே சமயம் எந்த விஷயங்களில் அவர்கள் முழு நாகரிகம் பெறவில்லையோ, அவற்றைப் பெறுவதில் காலனியர்கள் உதவவேண்டும். காலனிகள் அனைத்திலும் கடைப்பிடிக்கப்பட வேண்டிய கொள்கை இதுவே என்று நிச்சயமாக நம்புகிறேன்; அப்போதுதான் பிரிட்டிஷ் பேரரசின் எல்லாப் பகுதிகளும் ஒத்திசைவோடு இருக்க முடியும். 'நீங்கள் திரும்பி வந்ததன் நோக்கம் என்ன?' என்று அந்த நிருபர் கேட்டார். காந்தி, பதில் அளித்தார்:

> நான் இங்கே பணம் சம்பாதிக்கும் நோக்கத்தோடு திரும்பி வரவில்லை. இரு சமூகங்களுக்கிடையில் சுமுகமான பேச்சுவார்த்தைக்கு வழிவகுக்கவே வந்திருக்கிறேன் (ஐரோப்பியர்களும் இந்தியர்களும்). இரு சமூகங்களுக்கும் இடையில் தவறான புரிதல் அதிகமாக உள்ளது. இரு சமூகங்களும் நான் இருப்பதற்கு ஆட்சேபணை தெரிவிக்கும் வரையில் நான் என் பணியைச் செய்ய விரும்புகிறேன்.' [43]

டர்பனில் அருமையான இயற்கைத் துறைமுகம் உண்டு; 'பாயிண்ட்' என்று அழைக்கப்பட்ட நிலப்பட்டைக்கும், 'ப்ளஃப்' என்று அழைக் கப்பட்ட காடு நிரம்பிய குன்று ஒன்றுக்கும் இடையில் இருந்த நீர்ப்பரப்பு தான் அது. துறைமுகத்தின் நுழைவாயிலில் இடம் மாறிக் கொண்டிருக்கும் மணல் திட்டு ஒன்று உண்டு. இது பெரிய கப்பல்களுக்கு இடையூறாக இருந்தாலும், பிற வழிகளில் துறைமுகத்தின் பாதுகாப்புக்கு உதவியது. துறைமுகம் ஆரம்பிக்கப்பட்டபோது, மணல்திட்டுக்கு மேலே நீரின் ஆழம், ஓத இறக்கங்களின்போது வெறும் நான்கு அடி மட்டுமே இருக்கும். பல தசாப்தங்கள் கடந்த பின்னர், ஆழப்படுத் தல்களின் விளைவாக ஆழம் அதிகரித்திருந்தது; ஆனாலும், 1897ல் பெருங்கடலில் பயணம் செய்யும் பெரிய கப்பல்களால் எளிதில் உள்ளே நுழைய முடியாது. ஆகவே, அவை கடலிலேயே நங்கூரமிட்டு, பயணி களையும், சரக்குகளையும் சிறிய கலங்களுக்கு மாற்றிவிடும். அவை மணல் திட்டுகளின் ஊடாகச் சென்று துறைமுகத்தில் நுழையும். [44]

1897 ஜனவரி 12 அன்று அதிகாரிகள் இந்தியாவிலிருந்து வந்திருந்த கப்பல்களுக்குப் பயணிகளைக் கரைக்கு அனுப்ப அனுமதி கொடுத் தார்கள். நாதேரி, கோர்லாண்டு கப்பல்களின் கேப்டன்கள் மறுநாள் காலையில் இறக்கிவிடும்படிக் கேட்டுக்கொள்ளப்பட்டார்கள். அந்த

முடிவுக்குத் தூண்டுதலாக இருந்தவை இந்தியாவிலிருந்து வைஸ்ராயும், லண்டனிலிருந்து காலனி நாடுகளுக்கான அமைச்சரும் விடுத்த வேண்டுகோள்கள். அவர்கள், விக்டோரியா பேரரசியின் ஆட்சியின் வைரவிழா ஆண்டில் ஏகாதிபத்தியத்தின் ஒழுங்கமைவை, நேட்டாலில் நடைபெறும் ஆர்ப்பாட்டங்கள் கேள்விக்குறியாக்கிவிட்டன என்று எச்சரித்தார்கள்.[45]

சமரசம் பற்றிய-அல்லது சரணாகதி பற்றிய- செய்தி டர்பனில் ஆர்ப் பாட்டக்காரர்களைச் சென்று சேர்ந்தது. 13ம் தேதி காலை அவர்கள் நகரிலிருந்து பாயிண்ட் பகுதிக்குச் சாரை சாரையாகச் செல்லத் தொடங் கினார்கள். ஒவ்வொரு துறை வாரியாக அவர்கள் அணிவகுத்து வந்தார்கள்- ரயில்வே தொழிலாளர்கள், இரும்புக்கொல்லர்கள், தச்சுவேலை செய்பவர்கள், மெக்கானிக்குகள், கடைச் சிப்பந்திகள், தையல்காரர்கள், செங்கல் அடுக்குபவர்கள்; கடைசியாக, செய்தித் தாள்களில் 'பொதுமக்கள்' என்று குறிப்பிடப்பட்ட எந்தப் பிரிவிலும் நேராத வெள்ளையர்கள். 5000 பேருக்கு மேற்பட்ட வெள்ளையர்கள் அந்த அழைப்புக்குச் செவிசாய்த்திருந்தார்கள். கூடவே 500 ஆஃப்ரிக்கர்களைக் கொண்ட ஒரு 'பூர்வகுடியினர்' பிரிவும் இருந்தது. அவர்களை வழிநடத்திச் செல்ல ஒரு குள்ளர் ஏற்பாடு செய்யப்பட்டிருந்தார். அவர் (வெள்ளையர்கள் மகிழும்படி) 'பூர்வகுடியினர் வரிசைக்கு முன்பாக முன்னும் பின்னுமாக நடைபோட்டு அவர்களை இயக்கினார்; அவர்கள் தம் குச்சிகளை வைத்துக்கொண்டு பல உடற்பயிற்சிகள் செய்வதும், நடனமாடுவதும், உற்சாகத்தில் கூக்குரல் இடுவதுமாக இருந்தனர்.'[46]

கண்டன ஆர்ப்பாட்டங்கள் பற்றிக் கேள்விப்பட்ட நேட்டாலின் அட்டர்னி-ஜெனரல் ஹாரி எஸ்கோம்ப் பாயிண்ட் பகுதிக்கு விரைந்தார். எஸ்கோம்ப் சிறிய உருவம் கொண்ட மனிதர்; தான் சொல்வது எல்லோருக்கும் கேட்கும்படி மரக்கட்டைக் குவியல் ஒன்றின்மீது ஏறி நின்றுகொண்டு கோபம் கொண்ட கூட்டத்தைச் சமாதானப்படுத்த முனைந்தார். அந்த இரு கப்பல்களிலும் இருப்பவர்கள் அப்பாவியான ஆட்கள் (அத்துடன் பெண்களும் குழந்தைகளும்); நேட்டாலில் நிலவும் பலமான உணர்வுகள்பற்றி அவர்களுக்கு எதுவும் தெரியாது. அவர் கூட்டத் தினரை 'அமைதியாகவும், ஆண்மையுடனும், உறுதியுடனும்' இருக்கும் படியும், 'அவசரத்தையும் ஆவேசத்தையும்' கைவிடும்படியும், அரசாங் கத்தின்மீது நம்பிக்கை வைக்கும்படியும் வலியுறுத்தினார். நேட்டால் ஒரு வெள்ளையர் காலனி; இனியும் அப்படியே இருக்கும். நாடாளுமன்றம் முன்னதாகவே கூட்டப்பட்டு, ஆசியர்களை விலக்கிவைக்கும் சட்டம் நிறைவேற்றப்படும். எஸ்கோம்பின் வேண்டுகோள்களுக்குப் பதிலாக 'இந்தியர்களைத் திருப்பி அனுப்புங்கள்!' என்றும், 'காந்தியை கரைக்குக் கொண்டுவாருங்கள்; அவரை இங்கு வரச்சொல்லுங்கள், தாரும் தூரிகையும் தயாராக இருக்கின்றன!' என்றும் கோஷங்கள் எழுந்தன.

எஸ்கோம்ப் அமைதியாகக் கலைந்து செல்லும்படி மீண்டும் ஒருமுறை கூட்டத்தினரைக் கேட்டுக்கொண்டார். இது விக்டோரியா மகாராணியின் ஆட்சியின் அறுபதாவது ஆண்டு; அவரது வாழ்வின் இறுதிப் பருவத்தில் நேட்டாலில் நடந்த எதுவும் அந்த மகத்தான மகாராணிக்குச் சிறிதளவும் மன வருத்தத்தைக் கொடுத்தது என்று பேச்சு வந்துவிடக்கூடாது.' ஏகாதிபத்தியத்தின் கௌரவத்தைக் காக்கவேண்டும் என்ற வேண்டுகோளுக்குச் சிறிது பலன் இருந்தது; கூட்டம் அமைதியடைய ஆரம்பித்தது. பின்னர் மெதுவாகக் கலைந்து சென்றது.[47]

அன்று முழுவதும் படகுகள் நாதேரியிலிருந்தும் கோர்லாண்டிலிருந்தும் பயணிகளை ஏற்றிக்கொண்டு மணல்திட்டைத் தாண்டித் துறைமுகத்துக்கு வந்தபடி இருந்தன. சமாதானப்படுத்தும் செய்கையாக, கப்பல்களின் உரிமையாளர்கள் முகப்புகளில் யூனியன் ஜாக் கொடியை ஏற்றியிருந்தனர். பயணிகள் மெதுவாக இறங்கி நகரத்தின் இந்தியப் பகுதிகளுக்குச் சென்றனர். கஸ்தூரிபாவும், குழந்தைகளும் இப்போது பாதுகாப்பாகக் கரைக்கு வந்துவிட்டனர்; காந்தி மட்டும் இன்னும் நாதேரியிலேயே இருந்தார்; அவருடன் டர்பன் சாலிசிட்டர் எஃப்.ஏ.லாஃப்டனும் சேர்ந்து கொண்டார். அட்டர்னி-ஜெனரல், காந்தி இருட்டிய பின்னர் கரைக்கு வருவது நல்லது என்று சொல்லியனுப்பியிருந்தார்; லாஃப்டனோ, அவர் 'இருட்டில் திருடனைப்போல நகருக்குள் வருவதை' விரும்பவில்லை. எப்படியிருந்தாலும், பாயிண்ட்டில் அமளிகள் எல்லாம் அடங்கி விட்டதாகவே தோன்றியது; வெள்ளையர்கள் கலைந்து சென்று விட்டதாகச் சொல்லப்பட்டது; அவர்கள் இறங்குவது பாதுகாப்பானதாகவே தோன்றியது.[48]

காந்தியையும் லாஃப்டனையும் ஏற்றிக்கொடண்ட படகு மாலை ஐந்து மணிக்குச் சற்று முன்னதாகக் கரைக்கு வந்தது. அது மணல்திட்டைக் கடந்தபோது, பயணிகள் வலப்புறம் டர்பன் நகரத்தைப் பார்த்திருப்பார்கள்; இடப்புறம், நீண்ட, காடு அடர்ந்த, ப்ளஃப் என்று அழைக்கப்பட்ட குன்றைப் பார்த்திருப்பார்கள். அவற்றைத் தாண்டி மகாசக்தி வாய்ந்த பெருங்கடல் இருந்தது. அது ஒரு அற்புதமான நிலக்காட்சி; வேறு சமயமாக இருந்திருந்தால், மகிழ்ச்சியுடன் அனுபவித்திருக்க முடியும். இப்போது, ப்ளஃப் ஒருபுறமும், விரோதபாவம் கொண்ட நகரம் மறுபுறமும் இருக்க, சமுத்திரமும் தாய்நாடும் மேலும் தொலைவாக விலகிச் செல்ல, காந்தி முற்றுகையிடப்பட்டதுபோல உணர்ந்திருந்தால் வியப்பில்லை.

படகு வந்திறங்கிக்கொண்டிருந்தபோது, அங்கு திரிந்துகொண்டிருந்த சில வெள்ளைக்காரச் சிறுவர்கள் அந்த இந்திய பாரிஸ்டரை அடையாளம் கண்டுகொண்டனர். கலைந்து சென்றுகொண்டிருந்த கூட்டத்தில் மிச்சமிருந்தவர்களுக்கு அவர்கள் தகவல் தெரிவிக்க, அவர்கள் பாயிண்ட் பகுதிக்குத் திரும்பிவந்தனர். லாஃப்டனும் காந்தியும் ஒரு ரிக்ஷாவை

| 152 |

அழைத்து அதில் ஏறப்போனபோது பையன்கள் சக்கரத்தைப் பிடித்துக் கொண்டனர். அந்த பாரிஸ்டர் வேறொரு ரிக்ஷாவில் ஏற முயன்றார்; ஆனால், அங்கு நிலவிய மனோநிலையைப் பார்த்த அந்த ரிக்ஷா ஓட்டுநர் அவர்களை ஏற்றிக்கொள்ள விரும்பவில்லை. காந்தியும் லாஃப்டனும் தம் மூட்டை முடிச்சுகளைச் சுமந்தபடி நடந்தே செல்லலாம் என்று முடிவு செய்தனர். விக்டோரியா எம்பாங்க்மன்டிலிருந்து ஸ்டேங்கர் தெரு வழியாக வடக்காக நடந்தனர். அவர்களைப் பின்தொடர்ந்து வந்த கூட்டம் அதிகரித்தபடி இருந்தது. கூட்டத்தில் வந்தவர்கள் சீறிக்கொண்டும் கெக்கலித்துக்கொண்டும் வந்தனர். காந்தியும் லாஃப்டனும் வெஸ்ட் தெருவை நோக்கித் திரும்பினார்கள். அவர்கள் ஷிப்ஸ் ஹோட்டலை நெருங்கிய சமயம் காந்தியும், லாஃப்டனும் சூழ்ந்துகொள்ளப்பட்டனர்; காந்தி தாக்கப்பட்டார். அந்த இந்தியர் 'உதைகளுக்கும் அடிகளுக்கும் இலக்காக, அவர்மீது சேறும் அழுகிய மீனும் வீசப்பட்டன. ஒரு ஆசாமி குதிரை சவாரியில் பயன்படுத்தப்படும் சவுக்கு ஒன்றை எடுத்து அவரை ஒருமுறை விளாசினார்; இன்னொரு ஆள், விநோதமாகத் தெரிந்த அவரது தொப்பியைப் பிடித்து இழுத்தார்.'

காந்தி அடிக்கப்பட்டார்; ஆனால் அவர் அடிபணியவில்லை. அவரது கழுத்தில் ரத்தம் வழிந்தது, ஆனால் 'நேரில் பார்த்தவர்கள் அந்த கஷ்டத்தின் போது அவர் திடமாகவும், தைரியமாகவும் இருந்தார் என்று சொல் கிறார்கள்.' அவர் அந்தக் கும்பலிடமிருந்து வெள்ளைப் பெண்மணி ஒருவரால் காப்பாற்றப்பட்டார். அவர் தனது விசிறியால் தாக்குதல் காரர்களைத் தடுத்தார். அவர் நீண்ட காலமாகப் பணியாற்றிவருபவரான போலீஸ் சூப்பிரண்டென்ட் ஆர்.சி.அலெக்ஸான்டரின் மனைவி. சில இந்தியர்களால் தகவல் சொல்லப்பட்டு, ஒரு கான்ஸ்டபிள்கள் குழு காந்தியையும் திருமதி அலெக்ஸான்டரையும் மீட்க வந்தது. சூப்பிரண்டென்ட் அலெக்ஸான்டரும் சிறிது நேரத்தில் வந்தார்.

காவலர்கள் காந்தியை ஃபீல்ட் தெருவிலிருந்த பார்ஸி ருஸ்தம்ஜியின் கடைக்குப் பாதுபகாப்பாக அழைத்துச்சென்று, உள்ளே நுழைந்ததும் கதவை அடைத்துத் தாழிட்டனர். வெளியே, கூட்டம் தொடர்ந்து காந்தியை (இன்னும்) ரத்தம் சிந்தவைக்கவேண்டும் என்று கூக்குரலிட்ட படி இருந்தது. சூப்பிரண்டென்ட் அலெக்ஸாண்டரும் இப்போது அவருடன் சேர்ந்துகொண்ட டெபுடி மேயரும் அவர்களைக் கலைந்து செல்லும்படி வலியுறுத்தினர். ஆனால், இன்னும் இன்னும் அதிகமாக வெள்ளையர்கள் கடையைச் சுற்றிக் கூடினர்; அவர்கள் ஒரு 'திரட்சியான காந்தி-எதிர்ப்பாளர் கூட்டமாக' உருவாகினர்.

அந்த இடத்தில் இருந்த ஒரு நிருபர் கூறியபடி, அந்தக் கூட்டம் 'சூப்பிரண் டென்டிடம் காந்தி எப்படிப்பட்ட உத்தமர் என்பதைச் சொல்லிக் காட்டியதுடன், தாம் காந்தியை நடத்தப்போகும் விதத்தையும் சரியாகச் சொன்னது. அவர்களிடம் ஒரு பீப்பாய் கரும்புப் பாகு இருந்தது. சூப்பிரண்

டென்ட் மட்டும் காந்தியை அவர்களிடம் ஒப்படைத்தால், அவரை பத்திர மாகத் திருப்பித் தருவதாக உறுதிகூறினர்-என்ன, கொஞ்சம் பாகுடனும் பிசுபிசுப்பாகவும் இருப்பார்.' அவர்கள் 'நாம் அந்த காந்தியை புளித்த ஆப்பிள்மரத்தில் தூக்கிலிடுவோம்,' என்று தொடங்கும் பாடலைப் பாடத் தொடங்கினர்.

அலெக்ஸாண்டர் காந்தியைப் பாதுகாக்க உடனடியாக ஒரு திட்டத்தைத் தீட்டினார். அவர் கடைக்குள் சென்று காந்தியை அரசாங்க பியூனுக்குரிய சீருடை அணிந்துகொள்ளச் செய்தார். காந்தியின் முகத்தில் கருப்பு வண்ணம் பூசப்பட்டு மஃப்ளரால் மறைக்கப்பட்டது. பின்னர் இரு உளவுத்துறைக் காவலர்கள் பாதுகாப்பாக வர, காந்தி அந்த வீட்டின் பக்கவாட்டில் பார்ஸி ருஸ்தம்ஜியின் கிடங்குக்கு இட்டுச் செல்லும் வழி மூலமாக வெளியேறினார். அங்கிருந்து அம்மூவரும் தெருவை அடைந்து ஒரு வண்டியில் ஏறிக்கொள்ள, வண்டி காவல் நிலையத்தை அடைந்தது.

சிறிது நேரம் கழித்து அலெக்ஸாண்டர் வெளியில் வந்து, காந்தி வீட்டினுள் இல்லை என்று கூட்டத்தினரிடம் சொன்னார். தமது பிரதி நிதிகளாகச் சிலரை அனுப்பி சோதித்துப் பார்த்துக்கொள்ளும்படி அழைத்தார். கும்பலிலிருந்து மூன்று பேர் ருஸ்தம்ஜியின் கடைக்குள் சென்று பார்த்துவிட்டு, 'காந்தி எங்கே இருந்தாலும் இந்தக் கட்டடத் தினுள் அவரைக் கண்டுபிடிக்க முடியவில்லை,' என்ற தகவலுடன் வெளியே வந்தனர்.

இதற்குள் இரவாகிவிட்டது. மழை வேறு தூற ஆரம்பித்தது. மழை வலுக்க ஆரம்பிக்கவே, 'கூட்டத்தினரிடம் திரு காந்தியைக் காண வேண்டும் என்ற ஆவல் குறைய ஆரம்பித்தது. கொட்டும் மழையில் ஓர் இந்தியரின் கடை முன்பாக சேறும் சகதியுமான நடுத்தெருவில் நின்று கொண்டிருப்பதற்குப் பதிலாக இந்தப் பிரச்னையை விவாதிக்க ஒரு வசதியான இடத்தைக் கண்டுபிடிக்கலாம் என்ற விருப்பம் ஏற்பட்டது.' ஆகவே கடைசியில் கூட்டம் கலைந்துவிட்டது. அவர்கள் எங்கே போனார்கள் என்று குறிப்புகள் எதுவும் சொல்லவில்லை. அநேகமாக தேநீர் அல்லாத வேறு புத்துணர்ச்சியளிக்கும் பானங்கள் கிடைக்கு மிடமாக இருக்கலாம்.[49]

ஜனவரி 15 அன்று நேட்டால் மெர்க்குரி ஒரு தலையங்கத்தை வெளியிட்டது. 'ஆர்ப்பாட்டத்துக்குப் பிறகு' என்பது தலைப்பு. அந்தத் தலையங்கம், காந்திமீதான தாக்குதல் 'கண்ணியமற்ற கோழைத்தனமான செயல்' என்று ஒப்புக்கொண்டது. ஆனால், தாக்குதலுக்குக் காரணம் காந்தியே என்று அவரையே குற்றம்சாட்டியது:

> திரு காந்திமீதுதான் பெருமளவில் தவறு இருக்கிறது. அவர் மக்களின் உணர்வுகளைத் தூண்டிவிட்டுள்ளார்; அது அவருக்கும் தெரியும்; எனவே, ஆர்ப்பாட்டம் நடைபெறும் நகரின் மத்திய பகுதி வழியாக

வருவதைவிட மேலான ஆலோசனை அவருக்குத் தரப்பட்டிருக்க வேண்டும்.[50]

அந்தத் தலையங்கத்துப் பதிலளிக்கும்விதமாக காந்தியையும் அவரது நோக்கங்களையும் ஆதரித்து எஃப்.ஏ.லாஃப்டனிடமிருந்து ஒரு நீண்ட கட்டுரை வந்தது. நாதேரியும் கோர்லாண்டும் கடலில் நங்கூரமிட்டு நின்றிருந்த நேரத்தில், வெள்ளை பத்திரிகைகளும், பொதுமக்களும் காந்தியைப் பல பயங்கரமான விஷயங்களைச் செய்ததாகக் குற்றம் சாட்டினர். அவர்கள், 'அவர் இந்தியாவில் நமது நற்பெயரைச் சாக்கடையில் போட்டுப் புரட்டிவிட்டார், நம்மீது தன் முகத்தைப்போலக் கறுப்பு சாயம் பூசிவிட்டார்,' என்றெல்லாம் சொன்னார்கள். 'தடுத்து வைக்கப்பட்டுள்ள கப்பல்களின் பயணிகளிடம் அரசாங்கத்துக்கு எதிராக நீதிமன்ற வழக்குகள் தொடுக்கவைக்க முயற்சி செய்தார்,' என்றார்கள். கரைக்கு வர முடியாமல் பயப்பிராந்தியில் இருக்கிறார் என்று சொல்லப்பட்டது; 'கோர்லாண்ட் கப்பலின் தளத்தில் மிகவும் ஏமாற்றமடைந்த மனநிலையில் அமர்ந்திருக்கிறார்,' என்றது ஒரு வதந்தி; இன்னொரு புரளி, 'அடிமட்டத்தில் இருக்கும் தளத்தில் அவர் ஒளிந்திருக்கிறார்,' என்பது.

லாஃப்டன் காந்தியுடன் பழகியிருந்ததன் மூலம் 'அவரைப்பற்றி ஓர் உயர்ந்த அபிப்பிராயத்தை உருவாக்கிக் கொண்டிருந்தார்.' அவர்காந்தியை 'சட்டம் தொடர்பான விஷயங்களிலும், ஆசியர்கள் விவகாரத்திலும் நியாயமான, கண்ணியத்துக்குரிய எதிர்த்தரப்பாளர்' என்று கருதினார். 'நம்மைப்போலவே அவரது நாட்டுமக்களும் ஆர்வம் கொண்டிருக்கும் அரசியல் விவகாரம் ஒன்றுக்குத் தலைமைப் பொறுப்பு வகிக்க அவர் நன்கு தகுதிபெற்றவர்; அவர் நாட்டு மக்களும் நம்மைப்போலவே தம் அரசியல் கருத்துகளை வெளியிட உரிமை பெற்றவர்கள்'. இப்போது, அவர் மீண்டும் மீண்டும் 'அவதூறு பரப்பும் கோழை' என்று சித்திரிக்கப்பட்ட நேரத்தில், காந்தி கரைக்கு வந்து, 'பொதுமக்கள் முன்பு தன்னை நிரூபிக்க' தீர்மானித்தார்; 'பயந்துவிட்டார்' என்று அவருடைய எதிரிகள் சொல்வதைப் பொய்யாக்கவிரும்பினார் ' அந்தி மங்கும் வரையில் காத்திருக்காமல் 'ஓர் ஆண்மகனைப்போல, ஓர் அரசியல் தலைவரைப் போல வருவதை எதிர்கொள்ள விரும்பினார்; மேலும்-இப்படிச் சொல்ல என்னை அனுமதியுங்கள்-அவர் மிகவும் மேன்மையுடன் அதைச் செய்திருக்கிறார்'. சக பாரிஸ்டராக, லாஃப்டன் அந்த இந்தியரோடு தானும் உடன்செல்ல விரும்பினார்; மேலும் 'அதன் மூலம் திரு காந்தி ஒரு கண்ணியமான தொழிலின் கண்ணியமான உறுப்பினர் என்று சாட்சி சொல்ல ' விரும்பினார். 'அவர் (காந்தி) நடத்தப்பட்டவிதத்துக்கு எதிர்ப்புத் தெரிவிக்கவும், நான் அங்கிருப்பது அவரை அவமதிப்புகளிலிருந்து காப்பாற்றும் என்ற நம்பிக்கையிலும்' லாஃப்டன் அப்படிச் செய்தார். தனது நகரத்தையும் இனத்தையும் மன்னிப்புக் கேட்கும்படிக் கேட்டுக்கொண்டபடி லாஃப்டன் தன் குறிப்பிடத்தகுந்த கடிதத்தை

முடித்தார். 'டர்பன் அந்த மனிதரை மிகவும் அவமதித்துவிட்டது,' என்று சொன்னார்:

> டர்பன் என்று நான் சொல்லக் காரணம், புயலைக் கிளப்பியது டர்பன்தான் என்பதால் அதுதான் விளைவுகளுக்குப் பொறுப்பு. (காந்தி) நடத்தப்பட்டவிதம் காரணமாக நாம் அனைவரும் வெட்கப்படுகிறோம். நியாயமான நடத்தை குறித்த நம் பாரம்பரியம் புழுதியில் எறியப் பட்டுவிட்டது. இனியாவது நாம் கனவான்களைப்போல நடந்துகொள் வோம்; எந்தஅளவுக்குப் பொதுமனநிலையுடன் மாறுபட்ட ஒன்றாக இருந்தாலும், பெருந்தன்மையோடும் தாராளமாகவும் நடந்த விஷயத் துக்கு வருத்தம் தெரிவிப்போம்.[51]

காந்தியை ஒழித்துக்கட்ட விரும்பிய கும்பலை ஆதரிக்காமல், காந்தியை ஆதரித்த டர்பன் நகரத்து ஒருசில ஐரோப்பியர்களில் லாஃப்டனும் ஒருவர். மற்றவர்களில் போலீஸ் சூப்பிரண்டென்ட் ஆர்.சி.அலெக் ஸாண்டரும் அவர் மனைவி ஜேனும் அடக்கம். அந்தத் தம்பதியினர் தனது உயிரைக் காப்பாற்றிய ஒரு வாரத்துக்குப் பிறகு காந்தி அவர்களுக்கு ஓர் அன்பளிப்புடன் ஒரு நன்றிக் கடிதத்தை அனுப்பினார். அந்தக் கடிதம் நமக்குக் கிடைக்கவில்லை; காந்தி என்ன பரிசுப் பொருளை அனுப்பினார் என்றும் தெரியவில்லை. பதில்கள்தான் கிடைத்திருக்கின்றன. திருமதி அலெக்ஸாண்டர், தான் விசிறியால் அடிகளைத் தடுத்தது 'என் நாட்டினர் உங்களுக்கு இழைத்த மிகப்பெரிய அநீதிக்குச் சிறிதும் பிராயச்சித்தம் செய்ததாக ஆகிவிடாது,' என்றார். அவர் அந்த அன்பளிப்பைத் திருப்பி அனுப்ப விரும்பியிருப்பார்; 'ஆனால், அது நீங்கள் இங்கு திரும்பி வந்ததிலிருந்து அனுபவித்த பல அவமதிப்புகளோடு இன்னொன்றையும் சேர்த்ததாகிவிடும்'.

அந்தப் போலீஸ்துறைத் தலைவரோ, காந்தியைப் பாதுகாக்க தான் இன்னும் போதுமான அளவில் எதுவும் செய்யவில்லை என்று நினைத் தார். 'என்னிடம் அன்று போதுமான ஆள் பலம் இல்லாததற்கு மிகவும் வருந்துகிறேன். உங்களையும் உங்கள் உடைமைகளையும் அந்தக் கும்பலிடமிருந்து காப்பாற்ற, உங்களை மாறுவேடத்தில் தப்பிக்கச் செய்தது உங்கள் கண்ணியத்துக்குக் குறைவான செயல்,' என்று எழுதினார். காந்தி 'நம் இறைத்தூதரைப்போன்றவர், அதைப்போன்ற துன் பத்துக்கு ஆளாக்கப்படும்போது, உங்களை மன்னித்துவிடுவார்; காரணம் நீங்கள் தாம் செய்வது இன்னதென்று அறியாமல் செய்கிறீர்கள்.'[52]

காந்தி லாஃப்டனும் அலெக்ஸாண்டரும் காட்டிய ஆதரவால் நெகிழ்ந்து போனார். இதற்கிடையில், டர்பனைச்சேர்ந்த இன்னொருவர்-அவர் முழுப்பெயர் பெயர் தமக்குத் தெரியாது; 'டி.பி.' என்ற தலைப்பெழுத் துகள் கொண்டு மட்டுமே அவரை அறிகிறோம்-தீவிரப்போக்குகொண்ட நியூ யார்க் வாரப்பத்திரிகையான த நேஷன் இதழில் காந்தி பட்ட

கஷ்டங்களைப் பற்றிக் கட்டுரை ஒன்று எழுதினார். அக்கட்டுரை டர்பனின் கும்பல் காட்டிய ஆத்திரத்தை முன்வைத்து இப்படிக் கேள்வி எழுப்பியது: இனவாத விஷயத்தில் யார் மிகவும் பிற்போக்காளர்கள்-பிரிட்டிஷ்காரர்களா அமெரிக்கர்களா?

பத்தொன்பதாம் நூற்றாண்டின் இடைப்பகுதியில், பிரிட்டிஷ்காரர்கள் அடிமை முறையை ஒழித்தவர்கள் என்றும் தடையற்ற வர்த்தகத்தை அனுமதித்த முற்போக்கான ஏகாதிபத்தியர்கள் என்றும் மதிக்கப்பட்டார்கள் என்றார் 'டி.பி.' பேரரசு 'எல்லா நாட்டினரையும் அனுமதிப்பது; அதன் எல்லைகளுக்குள்ளாக எந்த வேறுபாடுகளும் இல்லை. கிரேக்கர்களோ யூதர்களோ, சுன்னத் செய்துகொண்டவர்களோ செய்துகொள்ளாதவர்களோ, பார்பாரியர்களோ ஸ்கைதியர்களோ, அடிமைகளோ, சுதந்திரமானவர்களோ'. ஆனால் விரைவில் நிலைமை மாறியது. '(1857ன்) இந்தியக் கலகம், (1865ன்) ஜமைக்கப் புரட்சி ஆகியவை தந்த அழுத்தம் காரணமாக நாம் நாகரிக மனிதர்கள் கண்டதிலேயே மிகப்பெரிய கொடூரத்தை வளர்த்துக் கொண்டோம்; மிக உயர்ந்த பண்பாட்டைக்கொண்ட மனிதர்கள் அதை நியாயப்படுத்தவும் செய்தார்கள்'. காலனிகள் ஒவ்வொன்றாகக் கதவடைக்கும் கொள்கைகளைப் பின்பற்ற ஆரம்பித்தன; பூர்வகுடியினரை நசுக்குவதும் கறுப்பு நிறம்கொண்ட குடியேற்றக்காரர்களை விலக்கிவைப்பதும், அமெரிக்காவின் தென் பகுதிகளுக்கு ஈடாகக் கூர்மையான இனவாத அரண்களை ஏற்படுத்துவதும் அவற்றுக்கு வழக்கமானது.

தென்னாப்பிரிக்காவில் பிரிட்டிஷ்காரர்களின் போலித்தனம் வலுவாக வெளிப்பட்டது. அங்கு இந்தியர்கள் நடத்தப்பட்டவிதம், 'தன் பிரஜைகள் அனைவருக்கும் சமமான உரிமைகளை உறுதிசெய்யும் பேரரசு என்ற கோட்பாட்டுக்கு முரணாக இருந்தது'. 'எம்.கே.காந்தி என்ற இந்து பாரிஸ்டர்' எழுதியுள்ள துண்டுப் பிரசுரங்களை 'டி.பி.' சுருக்கியளித்தார். அவை பேரரசின் இந்தியப் பிரஜைகளின் இன்னல்களை 'மின்னல்வெட்டாகப் பொதுமக்கள் கவனத்துக்கு கொண்டு வந்துள்ளன'. காந்திக்குக் கிடைத்த பரிசு கும்பலின் கோபமும் கொலை முயற்சியுமே. அந்தத் தாக்குதலும் அதன் பரந்துபட்ட விளைவுகளும் அதிர்வலைகளை ஏற்படுத்தும் இரண்டு பத்திகளில் 'டி.பி.'யால் சித்திரிக்கப்பட்டன: சிலர் தன் நாட்டினரை நடத்தும்விதத்தை காந்தி வெளிச்சமிட்டுக் காட்டிவிட்டார் என்பதற்காக, அவர் நேட்டாலுக்குத் திரும்பி வந்தபோது அவர்கள் அவரைத் துன்புறுத்தியவிதம் அமெரிக்க ஐக்கிய நாட்டில் அடிமை முறை ஒழிக்கப்பட்ட ஆரம்ப காலங்களை நமக்கு நினைவுபடுத்துகிறது. அவரது கப்பல் துறைமுகத்தில் நுழைய அனுமதி கிடைத்ததும் கோபம்கொண்ட வெள்ளையர்கள் சிலர் கூடினர். அவர் இறங்கியதும் கற்களுடன் அவரைச் சூழ்த்துகொண்டு அடிக்க ஆரம்பித்தனர். நீண்ட நேரம் கழித்து அவர் ஒரு நண்பர் வீட்டுக்கு அழைத்துச் செல்லப்பட்டதும், கற்களும் எறிகணைகளும் அதன்மீது எறியப்பட்டன. பல பிரசங்கங்கள் அவருக்கு எதிராக நிகழ்த்தப்பட்டன.

நிஜத்தில் ஆங்கிலம் பேசிய குடும்பத்தின் இரு கிளைகளும் (அமெரிக்காவும், இங்கிலாந்தும்) தன் தனிப்பட்ட உள்ளார்ந்த நற்குணங்கள் குறித்துப் பெருமைப்பட்டுக்கொள்ள முடியாது; அல்லது தாம் தவறே செய்யவில்லை என்று கோர முடியாது. அதே நேரம் அமெரிக்க ஐக்கிய நாட்டின் அரசியல் சாசன சட்டம், அதன் சமமான சட்டங்களுடன் (அவை வகுப்புவாத முன்முடிவுகளால் மீறப்படுகின்றன, உடைக்கப்படுகின்றன என்பது உண்மைதான்) சம சுதந்திரம், சம உரிமைகள் ஆகியவற்றை நோக்கி கூடுதல் விரைவாக முன்னேறுவதுபோல் தோன்றும்; அதனுடன் ஒப்பிட்டால் பிரிட்டிஷ் அரசியல் சாசனத்தின் கீழ் ஏகாதிபத்திய முன்முடிவுகளும், உரிமைகள், சிறப்பு விதிவிலக்குகள் ஆகியவற்றில் காணப்படும் வேறுபாடுகளும் ஏற்றத் தாழ்வான சட்டங்களால் அங்கீகரிக்கப்பட்டிருந்தன.

அநேகமாக இதுவே காந்திபற்றி அமெரிக்கப் பத்திரிகைகளில் வந்த முதலாவது செய்தி. 1920-களிலும் 1930-களிலும் முத்திரை பதித்த தேசியத் தலைவராக அவரது செயல்பாடுகள் மிகப் பரவலாக செய்திகளில் அடிபட்டதற்கு இது முன்னோட்டம் எனலாம். காந்தி, தன் பெயர் நேட்டால் செய்தித்தாள்களால் அவதூறுக்கு உள்ளாக்கப்படுவதற்குப் பழகிப்போனவர். எப்போதாவது இந்திய செய்தி ஏடுகளில் நல்லவிதமாகச் செய்தி வருவதுதான் ஆறுதல் பரிசு. த நேஷன் இதழில் வெளியான இந்தச் செய்தியை அவர் பார்த்திருந்தால் இன்னும் மகிழ்ச்சியுற்றிருப்பார்.[53]

எஃப்.ஏ.லாஃப்டன், அலெக்ஸாண்டர் தம்பதியினர், 'டி.பி.' ஆகியவர்களின் குரல்கள் தனியாகவும், துணிச்சலாகவும் ஒலித்தன. வெள்ளையர்களின் மனநிலைக்கு எடுத்துக்காட்டாக இருந்தது டைம்ஸ் ஆஃப் நேட்டாலில் வெளிவந்த ஒரு விமர்சனம். அது, 'காந்தி, நகரமே கொதித்துக் கொண்டிருந்த சூழ்நிலையில் பட்டப்பகலில் இறங்கியது பெரும் தவறு' என்று கூறியது. அந்த செய்தித்தாள், டர்பன் நகர் கண்டிக்கப்படுவதற்கு அல்லது கடிந்துகொள்ளப்படுவதற்குப் பதிலாக, பாராட்டப்படவேண்டும் என்ற பார்வையைக் கொண்டிருந்தது. அதன் மக்கள் பெரிய அளவில் இந்தியர்கள் உள்ளே வருவதைத் தாம் வெறுப்பதைக் காட்டிவிட்டார்கள். படையெடுப்புக்கு எதிரான ஆர்ப்பாட்டத்தின் மூலம் டர்பன் இந்த விஷயத்தைப் பற்றிச் சிறப்புக் கவனத்தை ஈர்த்திருக்கிறது. அதற்காக எல்லா காலனிகளின் நன்றிக்கும் உரியதாகிறது.[54] 1897 பிப்ரவரி 17 அன்று டர்பனில் காந்தி ஒருவழியாக இறங்கி நான்கு வாரங்களுக்குப் பிறகு, கசாப்புக் கடைக்காரர் ஹாரி ஸ்பார்க்ஸ் (அந்த வழக்கறிஞரைத் தாக்கிய கும்பலைத் தூண்டிவிட்டதில் முதன்மையானவர்) எதிர்ப்பாளர்களான ஐரோப்பியர்களின் கூட்டத்தை டவுன் ஹாலில் கூட்டினார். அந்தக் கூட்டம், பிணை இல்லாத இந்தியர்கள் குடியேறுவதைத் தடை செய்யும் மசோதா கொண்டு வரப்படவேண்டும் என்று கோரியது. ஸ்பார்க்ஸ், 'தன் நாட்டுக்காக உயிரைக்கொடுக்க முற்றிலும் விருப்பத்துடன் இருப்பதாக' சொன்னார். மற்றொரு பேச்சாளர், இம்பீரியல் அரசாங்கம், நேட்டாலை 'இந்தியாவின்

குப்பைகளைக் கொட்டும் இடமாக' நடத்தக்கூடாது என்று வலியுறுத்தினார். மூன்றாவதாக ஒரு பேச்சாளர் சொன்னார்:

இந்த விஷயத்தில் காந்திபற்றி மிகையாகச் சொல்லப்படுகிறது. டர்பனில் காந்தியை ஆதரிப்பவர்கள் 50 அல்லது 60 பேர்தான் இருப்பார்கள் என்பதை அவர்கள் புரிந்துகொள்வார்கள். டர்பனில் 150 ஆசியர்களுக்கு மேல் கூடிய கூட்டம் எதுவும் நடந்ததில்லை. காந்தியும் அவரது கமிட்டியும் காலனியில் இருக்கும் 50,000 இந்தியர்களின் பிரதிநிதிகள் என்று கூறிக்கொள்வது படு அபத்தம்.[55]

டர்பனில் பாயிண்ட் பகுதியில் காந்திமீது தாக்குதல் நடப்பதற்கு மூன்றரை வருடங்களுக்கு முன்பு மோகன்தாஸ் காந்தி பீட்டர்மாரிட்ஸ்பர்க் புகைவண்டி நிலையத்தில் முதல் வகுப்புப் பெட்டியிலிருந்து இறக்கி விடப்பட்டிருந்தார். இந்த சம்பவம் நன்கு அறியப்பட்டது அநேகமாக சற்று அளவுக்கு மீறி அறியப்பட்டதும்கூட. எங்கும் எல்லோரும் காந்தியின் தென்னாப்பிரிக்க அனுபவங்களைப்பற்றி ஏதாவது தெரிந்து வைத்திருக்கிறார்கள் என்றால் அது இந்தச் சம்பவம்தான். இதற்குக் காரணம் ஒரு புத்தகமும் ஒரு திரைப்படமுமே. 1951ல் த லைஃப் ஆஃப் மகாத்மா காந்தி (மகாத்மா காந்தியின் வாழ்க்கை) என்ற புத்தகத்தை லூயி ஃபிஷர் வெளியிட்டார். அதற்கு ஆதாரமாக இருந்தது ஆசிரியருக்குத் தனது புத்தகத்தின் நாயகருடன் அவருடைய வாழ்வின் கடைசி பத்தாண்டுகளில்பட்ட பரிச்சயம். அவருடைய தனிப்பட்ட நெருக்கமும் நினைவுகள் மலரும் மொழியும் புத்தகத்தை விரும்பிப் படிக்கச் செய்கின்றன. இந்தப் புத்தகம் முதலில் வெளிவந்ததிலிருந்து இன்றுவரை தொடர்ந்து அச்சில் இருந்துவருகிறது.

ஃபிஷர், காந்தி முதல் வகுப்புப் பெட்டியிலிருந்து இறக்கிவிடப்பட்ட சம்பவத்தை அவரது வாழ்வின் 'அதிகபட்ச 'படைப்பாற்றல்' கொண்ட அனுபவம் என்கிறார். 'மாரிட்ஸ்பர்க்கில் அந்தக் குளிரும் இரவில், கூட்டாக எதிர்ப்பது என்பதன் விதை காந்தியிடம் தோன்றியது,' என்றார் அவர். காந்தி தானே இதைப்பற்றி எழுதியிருப்பதை அலங்காரங்கள் சேர்த்து ஒரு தீவிரமான பத்தியில் எழுதிய ஃபிஷர், தானே காந்தியின் இடத்தில் இருப்பதாகக் கற்பனை செய்துகொண்டு இப்படி எழுதுகிறார்:

அவர் இந்தியாவுக்குத் திரும்பிவிடவேண்டுமா? இந்தச் சம்பவம் இன்னும் பெரிய சூழ்நிலையைப் பிரதிபலிக்கிறது. அதை அவர் எதிர்கொள்ள வேண்டுமா அல்லது தன் தனிப்பட்ட குறையை மட்டும் நிவர்த்திசெய்துவிட்டு, தான் வாதாட வந்திருந்த வழக்கை முடித்துவிட்டு ஊருக்குத் திரும்பிவிடவேண்டுமா? அவர் நிறம் தொடர்பான முன்முடிவு என்ற கொடும் வியாதியை சந்தித்திருக்கிறார். தன் நாட்டினரைச் சிக்கலில் தவிக்கவிட்டு ஓடிப்போவது காழைத்தனம். அந்த ஒல்லியான வழக்கறிஞர், இனவாதப் பாகுபாடு என்ற கோலியாத்தைச் சாய்க்கும்

டேவிட் கதாபாத்திரமாகத் தன்னைக் கற்பனை செய்துகொள்ள ஆரம்பித்துவிட்டார்.

இந்த விவரணை இரண்டாவது முறையாக ரிச்சர்ட் அட்டன்பரோவின் மாபெரும் வெற்றிப் படமான காந்தியில் நாடகீயமாகச் சித்திரிக்கப் பட்டது. அந்தப் படம் (இதற்கும் மற்ற சம்பவங்களுக்கும்) ஃபிஷரின் புத்தகத்தையே முதன்மையான ஆதாரமாக எடுத்துக்கொண்டிருந்தது. திரைப்படம் 1948ல் காந்தி படுகொலை செய்யப்படுவதில் ஆரம்பித்து, நேரடியாக 1893ல் புகைவண்டியிலிருந்து இறக்கிவிடப்படும் சம்ப வத்துக்கு வருகிறது; அந்தச் சம்பவத்தை மகாத்மாவின் வாழ்விலும் பணியிலும் முதலாவது முக்கியத் தருணமாக முன்வைக்கிறது. இப்படியாக ஒரு புகழ்பெற்ற புத்தகம், அதைவிடப் புகழ்பெற்ற திரைப் படம் ஆகியவற்றின் அடிப்படையில் அமைந்த இந்த வழக்கமான விவரிப்பு, புகைவண்டி நிலைய சம்பவத்திலிருந்து அவர் பிற்காலத்தில் தென்னாப்பிரிக்காவிலும், இந்தியாவிலும் வழிநடத்திய வெகுமக்கள் இயக்கத்துக்கு ஒரு நேர்கோட்டைக் கிழிக்கிறது.

டர்பன் தாக்குதலையும் அதற்கு முன்னர்நிகழ்ந்தவையும் (இன்றுவரை பெரிதும் அறியப்படாதவை) இந்தக் கோட்டை மேலும் கூர்மையான பற்களைக் கொண்டதாகவும், மேலும் நம்பகத்தன்மை கொண்டதாகவும், மேலும் உண்மையாகவும் ஆக்குகின்றன. அவர் பீட்டர்மாரிட்ஸ்பர்க்கில் பெட்டியிலிருந்து இறக்கிவிடப்பட்டபோது காந்திக்கு உடல்ரீதியான அடி எதுவும் படவில்லை. அவர் விரைவிலேயே தன் பயணத்தைத் தொடர்ந்தார். டர்பனிலோ அவர் கடுமையாகத் தாக்கப்பட்டார். ஆனாலும் மிக முக்கியமான வித்தியாசம் இதுவே: புகைவண்டியில் காந்தி ஒரு தனி மனிதனின் இனவாதத்துக்குப் பலியானார்; அந்த நபரின் இனவாதம் ஒரே ஒரு தடவையே வெளிப்படுத்தப்பட்டது. மாறாக, கடற்கரைக்கு வெளியேயும் டர்பனில் கரையேறிய பிறகும் அவர் நேட்டாலில் இருந்த (ஏறக்குறைய) அத்தனை வெள்ளையர்களின் ஒட்டுமொத்த கோபத்துக்கு இலக்கானார்; அவர்களின் இனவாதம் தொடர்ச்சியாகப் பல வாரங்களுக்கு வெளிப்படுத்தப்பட்டது.

டர்பனில் நடந்த தாக்குதல், பீட்டர்மாரிட்ஸ்பர்க்கில் நிகழ்ந்த அவமதிப் பைவிட மிக அதிக முக்கியத்துவம் வாய்ந்தது; தென்னாப்பிரிக்காவின் இனவாத அரசியலையும், மகாத்மா காந்தி சந்தித்த சவால்களையும் இன்னும் நன்றாக வெளிச்சமிட்டுக் காட்டுவது.

6

வழக்கறிஞர் - விசுவாசி

1897 மார்ச்சில் ஹாரி எஸ்கோம்ப் நேட்டாலின் பிரதம மந்திரியாகத் தேர்ந்தெடுக்கப்பட்டார். அந்த காலனியின் சேவையில் அவர் செலவிட்டிருந்த நீண்ட பணி வாழ்வின் உச்சகட்டம் அது. 1838ல் லண்டனில் பிறந்த எஸ்கோம்ப் டர்பனில் இளைஞனாகக் குடியேறி அப்பிராந்தியத்தின் சட்டத்துறை சமூகத்தின் ஒளிவிளக்காக வளர்ச்சி பெற்றிருந்தார். சட்டத்துறைக்கு வெளியிலும் அவரது பங்களிப்பு குறிப்பிடத்தக்கதாகவே இருந்தது; நேட்டால் துறைமுக ஆட்சிமன்றக் குழுவின் (நேட்டால் ஹார்பர் போர்டு) தலைவராக இருந்தபோது டர்பன் துறைமுகத்துக்குள் கப்பல்கள் நுழையத் தடையாக இருந்துவந்த மணல்திட்டை அகற்றச்செய்தார்.[1]

வழக்கறிஞராக இருந்தபோது நேட்டாலிலும் டிரான்ஸ்வாலிலும் இந்தியர்களுக்காக எஸ்கோம்ப் நீதிமன்றங்களில் வாதாடியிருக்கிறார். தாதா அப்துல்லா அன்ட் கம்பெனிக்காகக்கூட வழக்குகளை எடுத்துக் கொண்டுள்ளார். காந்தியை நேட்டால் வழக்கறிஞர் சங்கத்துக்குப் பரிந்துரை செய்ததே அவர்தான். அவ்விருவரும் நீதிமன்றங்களில் மட்டுமல்லாமல் தெருவிலும் சந்தித்துக்கொண்டார்கள்; ஆம், பீச் குரோவில் காந்தியின் வீட்டிலிருந்து கூப்பிடு தொலைவில்தான் எஸ்கோம்ப் குடியிருந்தார்.

தனிப்பட்ட முறையில் நட்பாக இருந்தாலும், வெள்ளையர்களான வாக்காளர்களை பிரதிநிதித்துவம் செய்யும் அரசியல்வாதியாக இருந்ததால் எஸ்கோம்ப் இந்தியர்களைப்பற்றி இரண்டுங்கெட்டான் மனநிலையே கொண்டிருந்தார். 1890ல் நாடாளுமன்றத்தில் நுழைந்த ஆரம்ப கட்டத்திலேயே, ஒருநாள் வீட்டுக்கு நடந்து வந்துகொண்டிருந்த அவரை ஒரு வெள்ளைக்கார மெக்கானிக் வழிமறித்து, 'இந்தியர்களை விலக்கி வைக்க நீங்கள் ஓட்டுப்போடவில்லை என்றால், வெளியேற்றப் படுவீர்கள்,' என்று மிரட்டினார். அந்தச் சம்பவம் அவரை இன்னும் முனைப்பு கொண்டவராக்கியது. ஆகவே அவர் 3 பவுண்ட் வரியை ஆதரித்து 1985 மே மாதம் நாடாளுமன்றத்தில், 'ஓர் இந்தியனை எப்போதும் எச்சரிக்கை உணர்வுடனேயே வைத்திருக்கவேண்டும்,'

| 161 |

என்றார். அந்த வரி நேட்டாலின் வெள்ளையர்களின் விருப்பத்தை நிறை வேற்றியது; அதாவது, 'இந்தியர்கள் இங்கு தொழிலாளிகளாக வரவேற்கப்படுவார்களே தவிர இங்கேயே தங்கிவிடுபவர்களாகவும் போட்டியாளர்களாகவும் அல்ல.'²

1896-7 ஆண்டுகளின் இந்தியர் எதிர்ப்பு, காந்தி எதிர்ப்பு கிளர்ச்சிகள் ஆகியவை எஸ்கோம்பின் பார்வைகளை உறுதிப்படுத்தின. அவர் பிரதம மந்திரியானவுடன் அவரது அரசு மூன்று புதிய சட்டங்களைக் கொண்டு வந்தது. முதலாவது சட்டம், பிளேக் அல்லது வேறு கொள்ளை நோய்கள் ஏற்பட்டிருக்கும் பகுதிகளிலிருந்து வரும் பயணிகளைத் திருப்பி அனுப்புவதை அனுமதித்தது. இரண்டாவது சட்டம், ஐரோப்பிய மொழிகளில் கையெழுத்திடத் தெரியாதவர்களை 'தடைசெய்யப்பட்ட குடியேற்றக்காரர்' என அறிவித்தது. மூன்றாவது, யாராவது ஆங்கிலத்தில் கணக்குப் புத்தகங்களை எழுதிவைத்திருக்காவிட்டாலோ, 'தொழில் செய்யும் இடத்தில் பொருத்தமான, போதுமான சுகாதார வசதிகள் இல்லாவிட்டாலோ' அவர்களுக்கு வியாபாரம் செய்யும் அனுமதியைப் புதுப்பிக்க மறுப்பதற்கு நகர வாரியங்களுக்கு உரிமை கொடுத்தது.³

அந்தச் சட்டங்களில் 'இந்தியர்' அல்லது 'ஆசியர்' என்ற சொற்கள் இடம்பெறவில்லைதான். ஆனாலும் அவை யாருக்கு எதிராகக் கொண்டு வரப்படுகின்றன என்பதில் எந்தச் சந்தேகமும் இருக்கவில்லை. புதிய சட்டத்தை அறிமுகப்படுத்திப் பேசிய பிரதம மந்திரி, நேட்டாலை 'முடிந்த அளவுக்கு ஒரு பிரிட்டிஷ் காலனியாக' வைத்திருக்கவும், 'ஆசியர்களின் குடியேற்ற அலையில் மூழ்கிப்போய்விடாமல்' அந்தக் காலனியைக் காப்பாற்றவும் அந்தப் புதிய சட்டங்கள் தேவைப்படுவதாகச் சொன்னார். அவர் தொடர்ந்தார்:

> நாமே காலனிக்குள் 50,000 இந்தியர்களை வரவழைத்திருக்கிறோம். மற்ற இந்தியர்கள் அவர்களின் தடத்தில் தொடர்ந்து வருகிறார்கள்; காரணம், நேட்டால் இந்தியர்களுக்கு ஒரு சொர்க்கபுரி என்ற செய்தி அவர்களது சொந்த கிராமங்களுக்கு இங்கிருந்து பரவுகிறது. அது உண்மையும்கூட. இந்தியர்களை அதைத் தமக்கான சொர்க்கபுரியாக்குவதற்கு அனுமதித்தால், ஐரோப்பியர்களைப் பொறுத்தவரை அது சொர்க்கபுரிக்கு நேர் எதிரான ஒன்றாக ஆகியிருப்பதைக் காண்பீர்கள். ⁴

1897 ஆம் ஆண்டின் முதலாவது மாதத்தில் பார்ஸி வழக்கறிஞரான எஃப்.எஸ்.தாலேயர்கான் காந்திக்குப் பல கடிதங்கள் எழுதி, தான் எப்போது டர்பனுக்கு வரவேண்டும் என்று கேட்டார். மார்ச் ஆரம்பத்தில் காந்தி பதில் எழுதினார். அதில், 'இப்போதைய பொது மனநிலையில், நேட்டாலில் பொதுச் சேவையில் ஈடுபடுபவராக நீங்கள் வந்திறங்குவது உசிதமான செயலா என்று தெரியவில்லை. நேட்டாலில் அப்படியான மனிதனின் உயிருக்குத் தற்சமயம் அபாயம் உள்ளது. நல்லவேளை நீங்கள் என்னுடன் வரவில்லை என்று மகிழ்ச்சியடைகிறேன்.'⁵ அப்போதுதான்

கொலை முயற்சித் தாக்குதலைச் சந்தித்திருந்த அவர் தனது நண்பரை நேட்டாலில் குடியேறும் ஆபத்துக்கு உட்படுத்த விரும்பவில்லை.

இரண்டு வாரங்களுக்குப் பிறகு, காந்தி நேட்டால் மெர்க்குரி நாளிதழுக்கு ஒரு நீண்ட கடிதம் எழுதினார். அவர் திரும்பி வந்த பிறகு அதுதான் அவரது முதல் பொது அறிக்கை. இந்தியாவில் 'காலனியர்களின் நற்பெயரைக் களங்கப்படுத்திவிட்டார்' என்ற குற்றச்சாட்டை மறுத்தார். தான் காலனியை இந்தியர்களால் மூழ்கடிக்க விரும்புவதாகச் சொல்லப் படுவதை மறுத்தார்; தனக்கு எந்த அரசியல் அபிலாஷையும் இருக்க வில்லை என்று மறுத்தார்; அவர் நேட்டாலில் இருப்பது

> இரு சமூகங்களுக்கும் (இந்தியர்களுக்கும் ஐரோப்பியர்களுக்கும்) இடையில் பகைமையை விதைக்க அல்ல; அவர்களுக்கிடையில் கண்ணியமான இணக்கத்தைக் கொண்டுவருவதற்கே... இந்த இரு மக்களுக்கும் இடையில் பொதுவான சக மனித உணர்வு இல்லாவிடில் பிரிட்டனும் இந்தியாவும் கணநேரம்கூட ஒன்றாக இருப்பது சாத்திய மாகாது என்று நம்பிவந்திருக்கிறேன். பிரிட்டிஷ் தீவுகளிலும் இந்தியா விலும் இருக்கும் மிகச்சிறந்த மூளைகள் இந்தக் குறிக்கோளை அடையப் போராடி வருகிறார்கள். நான் அவர்களின் காலடித்தடத்திலேயே ஏதோ என்னால் முடிந்தவரையில் தொடர்கிறேன். நேட்டாலில் ஐரோப் பியர்களின் தற்போதைய செய்கைகள் இந்த நோக்கத்தை அடைவதை தடுக்கவோ முற்றிலும் குலைத்துவிடவதற்கோ திட்டமிடப்பட்டுள்ளன என்று எண்ணுகிறேன்.

'இந்தியர்களின் நலன்களை முன்முடிவுகளைக்கொண்டு பாதிக்கும் விதத்தில்' நேட்டால் நாடாளுமன்றத்தில் சமீபத்தில் மசோதாக்கள் கொண்டுவரப்பட்டுள்ளதற்காக வருந்தினார்.[6]

பத்திரிகைக்கு எழுதப்பட்ட இந்தக் கடிதத்துடன் ஒரு சம்பிரதாயமான கோரிக்கை மனுவை இணைத்து அந்த காலனியின் நாடாளுமன்றக் கீழவைக்கு அனுப்பி வைத்தார். புதிய சட்டங்களில் எந்த இனம் பற்றியும் குறிப்பு இல்லாவிட்டாலும், அவை 'இந்திய சமூகத்துக்கு எதிராக மட்டுமே செயல்படுவதற்காக' வடிவமைக்கப்பட்டுள்ளன என்றார் காந்தி. அனுமதி (லைசென்ஸ்) கிடைக்காதவர்களுக்கு நீதி மன்றத்தில் முறையிடும் வாய்ப்பு மறுக்கப்பட்டுள்ளது. இது 'நாகரிக உலகத்தின் எந்தப் பகுதியிலும் ஏதேச்சதிகாரம் என்றே கருதப்படும்.'[7]

காலனியர்களிடம் எந்தச்சலனமும் இல்லை. எனவே, நேட்டால் இந்திய காங்கிரஸ் அமைப்பானது காலனி நாடுகளுக்கான அமைச்சர் ஜோசப் சேம்பர்லைனுக்குத் தம் சகதேசத்தவர்களை விலக்கிவைப்பதற்காக இயற்றப்பட்டுள்ள மசோதாக்களை எதிர்த்துக் கடிதம் எழுதியது. இந்திய மொழிகளில் கல்வி கற்ற ஒருவர், தன் பெயரை ஆங்கிலத்தில் எழுதத் தெரியவில்லை என்பதற்காகவே அந்தக் காலனியில் இறங்க அனுமதிக்கப்படமாட்டார் என்பதைச் சுட்டிக்காட்டியது.[8]

சேம்பர்லைன் அந்தக் கடிதத்துக்குப் பதில் எழுதியதாகத் தெரியவில்லை. அவர் மகாராணிக்கு அந்த மசோதாவுக்கு ஒப்புதல் தரும்படிப் பரிந்துரை செய்யும் எண்ணத்தில் இருந்தார். லண்டனில் காலனிகளின் பிரதமர்களின் கூட்டத்தில் பேசிய சேம்பர்லைன், 'இந்த காலனிகளின் வெள்ளையர் இன மக்களின் உறுதியோடு ஒத்துப்போகிறேன். இந்த காலனிகள் மில்லியன் கணக்கான, நூற்றுக்கணக்கான மில்லியன் கணக்கான ஆசியர்களுக்கு ஒப்பீட்டளவில் அருகில் இருப்பதால், பண்பாட்டுரீதியாக அந்நியமான, மதரீதியாக அந்நியமான, பழக்கவழக்கங்களில் அந்நியமான மக்களின் வருகைப்பெருக்கம் ஏற்பட்டுவிடக்கூடாது,' என்றார்.

நேட்டால் செய்தித்தாள்களில் இந்த உரை வெளியானபோது காந்தி கலக்க மடைந்து தாதாபாய் நௌரோஜிக்குக் கடிதம் எழுதினார். காலனிநாடு களுக்கான அமைச்சர் 'இந்தியர்கள் நலனை முற்றிலும் விட்டுவிட்டு, காலனிகளின் ஆர்ப்பாட்டத்துக்குச் செவி சாய்த்துவிட்டார்'. இங்கிலாந்தி லிருந்த இந்திய சமூகத்தின் ஒப்புக்கொள்ளப்பட்ட அந்தத் தலைவருக்கு காந்தி எழுதினார்: 'நாங்கள் சக்தியின்றி இருக்கிறோம். இதை உங்கள் கைகளில் விட்டுவிடுகிறோம். எங்கள் ஒரே நம்பிக்கை, எங்கள் சார்பாக நீங்கள் இன்னும் அதிக ஆற்றலோடு செயலாற்றுவதில்தான் இருக்கிறது.'[9]

நௌரோஜி சேம்பர்லைனுடன் ஒரு சந்திப்புக்கு நேரம் கேட்டார்; அது மறுக்கப்பட்டது. பிறகு அவர் கொஞ்சம் ஏமாற்றம் தொனிக்க, 'நான் கேட்பதெல்லாம், நாங்கள் அடிக்கடி பிரிட்டிஷ் பிரஜைகள் என்று சொல்லப்படுகிறது; இந்த நாட்டிலிருக்கும் மகாராணியின் பிரஜை களைப் போலவே என்றும், அடிமைகள் அல்ல என்றும் சொல்லப் படுகிறது; நான் இந்த வாக்குறுதிகளும் பிரகடனங்களும் நிறைவேற்றப் படுவதை ஆவலோடு எதிர்பார்க்கிறேன்,' என்று சேம்பர்லைனுக்கு எழுதினார்.[10] அந்தப் பிரகடனங்களில் முதன்மையானது 1858ல் பிரிட்டிஷ் அரசாங்கம் நேரடியாக இந்தியாவுக்குப் பொறுப்பேற்றுக் கொண்டபோது விக்டோரியா மகாராணி வெளியிட்டதாகும். அந்த பிரகடனத்தின்படி மணிமகுடமும் பேரரசும்

> இந்திய நிலப்பரப்பில் வாழும் மக்களோடு, எம்மை மற்ற எல்லாப் பிரஜைகளோடும் பிணைக்கும் அதே கடமை பொறுப்பால் பிணைக்கப் பட்டவை. இந்தப் பொறுப்புகளை எல்லாம்வல்ல இறைவனின் அருளா சிகளால் உண்மையோடும், கர்மசிரத்தையாகவும் நிறைவேற்றுவோம்... மேலும் எமது பிரஜைகள், இன, மத வேறுபாடின்றி, தடையின்றியும், நடுநிலையோடும் எமது அலுவல்களின் பணியிடங்களுக்கு, அவர்கள் அவற்றின் கடமைகளை நிறைவேற்றும்விதமாகக் கல்வி, திறமை, நேர்மை போன்ற அம்சங்களில் தகுதி பெற்றிருப்பின், நியமிக்க வேண்டும் என்று விருப்பம் கொண்டுள்ளோம்.[11]

நௌரோஜி இப்போது சுட்டிக்காட்டியதுபோல, நேட்டால் சட்டங்கள் இந்தப் பிரகடனத்தை முற்றிலும் மீறுபவையாக இருந்தன.

1897 செப்டெம்பரில் கட்சியில் ஏற்பட்ட ஒரு கருத்து வேறுபாட்டால் ஹாரி எஸ்கோம்ப் பிரதம மந்திரி பதவியை ராஜினாமா செய்தார். பதவி விலகும் முன்பாக அவர் காந்திக்குக் கடிதம் எழுதி, 'இந்தியர்களின் நல்ல அபிப்பிராயம்பற்றி நான் கொண்டிருக்கும் பெருமதிப்பை அவர்களிடம் தெரிவியுங்கள்,' என்று கேட்டுக்கொண்டார். அத்துடன் தனிப்பட்ட ரீதியாக இப்படிக் குறிப்பிட்டார்: 'அவர்களுடன் எனக்கு இன்னும் நெருக்கமான தொடர்பை ஏற்படுத்திக் கொடுத்ததற்காக உங்களுக்கு என் நன்றி; நீங்கள் எங்கள் இரு தரப்பையும் பரஸ்பரம் புரிந்துகொள்ளச் செய்திருக்கிறீர்கள். இது ஒன்றே ஒரு மிகப்பெரிய லாபம்.' [12]

எஸ்கோம்ப் சில மாதங்களுக்கு முன்புதான் நேட்டால் நாடாளு மன்றத்தில் பாரபட்சமான சட்டத்தை நிறைவேற்றியிருந்ததை வைத்துப் பார்க்கும் போது, இது சற்று அதிகமாகவே வெகுளித்தனமானது. இந்தியர்களை அவரால் சக குடிமக்கள் என்ற முறையில் பொறுத்துக் கொள்ள முடியாது என்றாலும், நீதிமன்றத்தில் கட்சிக்காரர்கள் என்ற முறையில் அவர்கள் தேவைப்பட்டார்களா? உறுதியாக நம்மால் ஒன்றும் கூற முடியாது; காரணம், அந்த ஆண்டு முடிவதற்குள் எஸ்கோம்ப் இறந்துவிட்டார்.

பீச் குரோவில் முன்பு காந்தி தனியாக வாழ்ந்துவந்த வீட்டில் இப்போது அவருடைய மனைவி, குழந்தைகளும் வசித்தார்கள். அவர்களுக்குக் கல்யாணமாகிப் பதினைந்து ஆண்டுகளில் கஸ்தூரிபாவும் அவரும் ஒன்றாக ஒரு வீட்டை நடத்துவது இப்போதுதான். ராஜ்கோட்டில் அவர்கள் பாரம்பரியமான கூட்டுக்குடும்பச் சூழ்நிலையில் வசித்தார்கள். இரண்டு தளங்கள் கொண்ட அந்த வீட்டுக்கு 'காபா காந்தி நோ டெலோ' என்று பெயர். அந்த வீட்டுக்கு அதன் பெயரை அளித்திருந்த குடும்பத் தலைவர் 1885ல் இறந்துவிட்டார்; ஆனாலும் அவரது குழந்தைகள், இப்போது தமது குழந்தைகளுடன் அங்கு வசித்தார்கள். அந்த வீட்டில் பல அறைகளும் ஒரே ஒரு சமையலறையும் இருந்தது. ஹரிலாலும் மணிலாலும் தமது ஒன்றுவிட்ட சகோதரர்களுடன் முற்றத்திலும் தெருக்களிலும் விளையாடினார்கள்; வழக்கமான முறையில் அவர்களைத் தமது சகோதரர்களாகவே கருதினார்கள். சாப்பாட்டு நேரத்திலும் படுக்கும் நேரத்திலும் அவர்களது பெரியம்மாவாலும் அம்மாவாலும் நன்றாகக் கவனித்துக்கொள்ளப்பட்டார்கள். டர்பனில் காந்திகள் தனிக் குடும்பமாக வாழப் பழகிக்கொண்டிருந்தார்கள்; கஸ்தூரிபா தனியாகவே சமையல் வேலைகளோடு தனது பிள்ளைகளையும் பார்த்துக்கொள்ள வேண்டியிருந்தது.

தினமும் காலையில் காந்தி தன் மனைவி, குழந்தைகளை விட்டுவிட்டு வழக்கறிஞர் அலுவலகத்துக்குச் சென்றார். அந்த அலுவலகம் வரிசையாகத் தூண்கள்மீது அமைந்த வளைவுகளைக்கொண்ட மெர்க்குரி லேன் என்ற சந்தில் இருந்தது. அவரது அலுவலக அறை நகரத்தின்

முக்கிய செய்தித்தாளான நேட்டால் மெர்க்குரி அலுவலகத்துக்கு எதிரில் அமைந்திருந்தது.[13] மோகன்தாஸ் காந்தியின் சட்டப்பணிபற்றிய சில விவரங்கள் நேட்டாலின் தலைநகரான பீட்டர்மாரிட்ஸ்பர்க்கில் அரசு ஆவணக்காப்பகத்தில் உள்ளன.[14] பெருமளவில் அவரது வேலை தற்காலிக, நிரந்தர அனுமதிச்சீட்டுகள் பெறுவது தொடர்பானவை. நேட்டாலில் இந்தியர்களுக்கு வசிப்பதற்கும் பயணம் செய்வதற்குமான நிபந்தனைகள் மேன்மேலும் சுமையாகிக்கொண்டிருந்தன. காந்தியின் வேலை தற்காலிகமாக ஒரு குறிப்பிட்ட நபருக்கு அவற்றில் சில விதி முறைத் தளர்வுகளைப் பெற்றுத்தருவது. கேப் வியாபாரி ஒருவர் டர்பனில் தன் பங்குதாரரைச் சந்திக்க விரும்பினார்; அவர் சார்பாக காந்தி ஒரு மாத கால தற்காலிக அனுமதிச்சீட்டுக்கு ண்ணப்பித்தார். இந்தியாவுக்குச் செல்லும் வழியில் சில பயணிகள் துறைமுகத்தில் மாட்டிக்கொண்டனர்; காந்தி, அவர்கள் நகருக்குள் சென்று சுற்றிப்பார்த்துவிட்டு இரவில் மீண்டும் கப்பலுக்குத் திரும்ப அனுமதிக்கவேண்டும் என்று கேட்டுக் கொண்டார். வியாபாரி ஒருவர் சிறிதுகாலம் இந்தியாவுக்குச் சென்றுவர விரும்பினார்; காந்தி, அவரது சகோதரருக்குத் தற்காலிக அனுமதிச்சீட்டு தரும்படி வேண்டினார்- இதனால் தன் சகோதரர் திரும்பி வரும்வரை அவர் வியாபாரத்தைக் கவனித்துக்கொள்ள முடியும்.

தாதாபாய், முட்டேல், முனிசாமி, ஹசன்ஜி, ருஸ்தம்ஜி, அப்பாசாமி, நாயுடு, எட்வர்ட் நன்டி, தாக்கர்ஸி போன்ற காந்தியின் கட்சிக்காரர்களின் பெயர்கள் அவர்களது வேறுபட்ட பின்னணிகளைக் காட்டுகின்றன. அவர்கள் பார்ஸி, இந்து, முஸ்லிம், கிறிஸ்துவ குடும்பங்களிலிருந்து வந்தனர்; குஜராத்தி, உருது, ஹிந்தி, தெலுங்கு, தமிழ் மொழிகளைப் பேசினர். வழக்குகளும் இதேபோலப் பல்வேறு தரப்பட்டவையே. தட்டச்சு செய்யவதில் கைதேர்ந்த இந்தியர் ஒருவர் சிவில் சர்வீஸ் பணியில் சேர விரும்பினார்; காந்தி, காலியிடம் ஏற்படும்போது அவர் வேலைக்கு எடுத்துக்கொள்ளப்படவேண்டும் என்று கோரினார். தேர்ச்சி பெற்ற இந்திய மருத்துவர் ஒருவர், நேட்டாலில் மருத்துவராகப் பதிவு செய்துகொள்வதற்கு காந்தி மூலமாக விண்ணப்பித்தார். இந்திய வியாபாரி ஒருவர் ஐரோப்பியர்களால் தாக்கிக் கொள்ளையடிக்கப் பட்டிருந்தார்; அவரைத் தாக்கியவர்கள் கைதுசெய்யப்பட்டிருந்தாலும், ஜாமீனில் வெளிவந்தபோது தப்பிவிட்டார்கள். காந்தி தன் கட்சிக் காரருக்கு நஷ்ட ஈடு தரவேண்டும் என்று வேண்டினார்.

மகமத் ஹுசேன் என்பவரின் வழக்கு குறிப்பாக சுவாரசியமானது. அவர் லேடிஸ்மித் நகரில் ஒரு இந்திய வியாபாரியின் சகோதரர். ஹுசேன் உடல் குறைபாடு உடையவர். அவர் குஜராத்தில் வசிக்க, அவரது குடும்பமோ நேட்டாலில் செழிப்புடன் வாழ்ந்துவந்தது. 1899 செப்டெம்பரில் காந்தி ஹுசேனையும் அவர்களுடன் சேர்ந்துகொள்ளக் கருணை அடிப்படையில் அனுமதிக்கவேண்டும் என்று வேண்டினார். அவர்களது குடும்பம், 'அவரைத் தங்களுடன் வைத்துக்கொள்ள விரும்புகின்றனர்; இதன் மூலம்

செலவுகளை மிச்சப்படுத்துவதுடன், மகமத் ஹுசேன் தம்முடன் இருப்பதனால் சிறிதளவாவது ஆறுதல்பெற முடியும்,' என்று காந்தி சொன்னார். அத்துடன் வெளிப்படையாக இப்படிச் சேர்த்துக்கொண்டார்: 'இந்த விருப்பம், என் கருத்துப்படி இயல்பானதும் நியாயமானதுமாகும். இது ஆசியப் போட்டியாளர்களுக்கு வரம்புகட்டவேண்டும் என்ற சட்டமன்றத்தின் நோக்கத்துடன் முரண்படவில்லை.' (துரதிர்ஷ்டவசமாக, மகமத் ஹுசேன் தன் குடும்பத்தாருடன் சேர்ந்துகொள்ள அனுமதிக்கப்பட்டாரா என்பது பற்றிப் பதிவுகள் எதையும் தெரிவிக்கவில்லை.)

காந்தியின் தொழில்ரீதியான தொடர்புகளின் வீச்சும் அவரது அலுவலம் அனுப்பிய, பெற்ற கடிதங்களுக்கான பதிவேடு (லாக் புக்) மூலம் தெரிய வருகிறது. அவரது ஐரோப்பிய தொடர்பாளர்களில் ஒரு ஃபோர்ப்ஸ், ஒரு ஃபேர்ஃபீல்ட், ஒரு ஃப்ரேஸர் ஆகியோர் அடக்கம்; இவர்கள் அனைவரும் அநேகமாக வழக்கறிஞர்களாக இருக்கலாம். தவிர அவரது பழைய நண்பர்களான ஏ.டபிள்யூ.பேக்கர், எஃப்.ஏ.லாஃப்டன் ஆகியோரும் இருந்தனர். மற்றவர்கள் தோட்ட உரிமையாளர்களான டபிள்யூ.ஆர்.ஹின்ட்ஸன், டி.வின்டன் போன்றவர்கள். வெளிநாடுகளிலிருந்து வந்த கடிதங்களில் தாதாபாய் நௌரோஜியிடமிருந்து வந்த பல கடிதங்கள் உண்டு. டர்பனைச் சேர்ந்த குஜராத்தி வியாபாரிகளின் கடிதங்கள் நாம் எதிர்பார்க்கக்கூடிய அளவுக்கு அப்படியொன்றும் அதிகமாக இல்லை. ஒருவேளை ஆங்கிலத்திலிருந்த கடிதங்கள் மட்டுமே பட்டியலிடப்பட்டது காரணமாக இருக்கலாம்; காந்தி தன் சகதேசத்தவருடன் பெரும்பாலும் அவர்களது சொந்த மொழியிலேயே தொடர்பு கொண்டார்.

புரொடக்டர் ஆஃப் இம்மிகிரன்ட்ஸ் உடனும் சில கடிதத் தொடர்புகள் காணப்படுகின்றன. இவை பிணைத்தொழிலாளிகளின் உரிமைகள் தொடர்பானவையாக இருக்க வாய்ப்பு அதிகம். எஸ்பரன்சாகரும்புத் தோட்டத்தில் ஆங்கிலோ-இந்திய மேற்பார்வையாளர் ஒருவர் கூலிகள் அங்கு இரக்கமின்றி நடத்தப்படுவதுபற்றி காந்திக்கு எழுதியிருந்தார். அவர்கள் குளிரிலும், கொட்டும் மழையிலும் நீண்ட நேரம் வேலைசெய்ய நிர்பந்திக்கப்பட்டார்கள். புகார் தெரிவித்தால், அடிக்கப்பட்டார்கள். அந்த மேற்பார்வையாளர் 'விலங்குகள்கூட இந்த துரதிர்ஷ்டசாலிப் பிறவிகளைப்போன்ற விதத்தில் நடத்தப்பட்டுப் பார்த்ததில்லை.' அவர் காந்தியிடம், தன் பெயரைக் குறிப்பிடாமல் இவ்விஷயத்தை புரொட்டக்டரிடம் எழுப்பும்படிக் கேட்டுக்கொண்டார்.[15]

பதிவேடு 1895 ஜனவரியிலிருந்து 1898 மார்ச் வரையிலான பதிவுகளைக் கொண்டுள்ளது. மிகவும் ஆவலைத் தூண்டுகிற பதிவுகள், எம்.ஏ.ஜின்னா என்பவரிடமிருந்து வந்திருக்கும் இரு கடிதங்கள். காந்தியைப் போலவே லண்டனில் படித்த வழக்கறிஞரான அவர்தான் 1930-களிலும் 1940-களிலும் காந்தியின் எந்த சமரசத்துக்கும் உடன்படாத எதிரியாக

விளங்கிய இந்தியர். ஜின்னா 1908 முதலே தென்னாப்பிரிக்காவில் காந்தியின் பொதுச்சேவையைப்பற்றி அறிந்திருந்தார் என்று வரலாற்றா சிரியர்கள் காட்டியிருக்கிறார்கள். ஆனால் உண்மையில் இந்தப் பதிவேடு (ஆமதாபாதில் சபர்மதி ஆசிரமத்தில் காந்திக்கு வந்த மற்ற கடிதங்க ளோடு சேர்த்து வெளியில் தெரியாதவாறு செருகிவைக்கப்பட்டது) காட்டுவதுபோல, அவர்கள் அதற்கு முழுதாக ஒரு தசாப்தத்துக்கு முன்பாகவே தொடர்பில் இருந்திருக்கிறார்கள்.[16]

இந்தக் கடிதங்கள் 1897 ஜனவரி 21 மற்றும் ஜூலை 24 தேதியிடப் பட்டுள்ளன. உள்ளடக்கங்கள் என்னவென்று தெரியவில்லை; என்றாலும் இந்த இரு மனிதர்களின் வாழ்வுபற்றி நாம் அறிந்த பிற விஷயங்களிலிருந்து நாம் சில ஊகங்களைச் செய்யலாம். முதலாவது கடிதம் டர்பனில் பாயிண்ட் என்ற இடத்தில் காந்திமீது நடந்த கொடூரத் தாக்குதல் பற்றிக் கேள்விப்பட்டவுடன் எழுதப்பட்ட ஆதரவு தெரி விக்கும் செய்தியாக இருக்கக்கூடுமோ? அல்லது இரு கடிதங்களுமே தென்னாப்பிரிக்காவில் வழக்கறிஞர் தொழில் செய்யும் வாய்ப்புகள் தொடர்பானவையோ?

1896ல் ஜின்னா லண்டனிலிருந்து தன் சொந்த ஊரான கராச்சிக்குத் திரும்பினார். அதன் பிறகு விரைவிலேயே பம்பாய்க்கு இடம்பெயர்ந் தார். அங்கு, அதற்குச் சில வருடங்கள் முன்பாக காந்திக்கு நேர்ந்தது போல, தனியாக வழக்கறிஞர் தொழிலை ஏற்படுத்திக்கொள்ளச் சிரமப்பட்டார்.

காந்தி தனக்கு உதவியாக சில பாரிஸ்டர்களை நேட்டாலுக்கு வர வழைத்துக்கொள்ள மிகவும் விரும்பினார் என்று நமக்குத் தெரியும். எனவேதான் அவர் லண்டனில் படித்த பார்ஸியான வழக்கறிஞர் எஃப்.எஸ்.தலேயர்கானுக்கு அழைப்புவிடுத்தார். ஜின்னா தலேயர் கானை லண்டனிலும் பம்பாயிலும் அறிந்திருக்கலாம்; அதனால் கடல் கடந்த வாய்ப்புகள்பற்றி அறிந்திருந்திருக்கலாம். அவர் மேலே தொடர்வது எப்படி என்று தெரிந்துகொள்வதற்காக காந்தியை அணு கினாரா? அல்லது காந்தியே அவரை முதலில் கேட்டுக்கொண்டாரா? ஜின்னா ஒரு குஜராத்தி முஸ்லிம்; தனிப்பட்ட முறையிலும், தொழில் ரீதியான பின்னணியிலும் நேட்டாலில் இந்தியர்கள் மத்தியில் வழக் கறிஞராகப் பணியாற்றுவதற்கு அவர் மிக நன்றாகத் தேர்ச்சிபெற்றவர்.

ஜின்னா காந்திக்கு அவர் பட்ட அடிகளுக்கு அனுதாபம் தெரிவித்துக் கடிதம் எழுதியிருக்கக்கூடும்; அவர்கள் இருவரும் இணைந்து பங்குதா ரர்களாக தென்னாப்பிரிக்காவில் சட்டத்தொழிலை மேற்கொள்ள முடியுமா என்று கேட்டு எழுதியிருக்கலாம். ஆனால் நாம் இதற்குமேல் எதுவும் ஊகமாகச் சொல்லக்கூடாது. நமக்குத் தெரிந்ததெல்லாம், தேசப் பிரிவினைக்கும் இந்தியாவும் பாகிஸ்தானும் சுதந்திரம் அடைவதற்கும்

ஐம்பது ஆண்டுகள் முன்னதாக, இரு நாடுகளின் 'தேசத்தந்தைகளும்' தொடர்பில் இருந்திருக்கிறார்கள் என்பதுதான்.

நீதிமன்றத்தில் காந்தியின் திறமைகளை அவரை எதிர்த்த ஐரோப்பியர்கள் வியந்தார்கள். திவால் வழக்கு ஒன்றில் அவர் கடன் கொடுத்தவர்களில் ஒருவருக்காகவும், ஆர்.ஹெச்.டாத்தம் என்ற வெள்ளையரான வழக்கறிஞர் மற்றொருவருக்காகவும் வாதாடினார்கள். கடன் வாங்கியவரின் வணிகத்தை விற்றுவிடலாம் என்ற காந்தியின் யோசனை ஏற்கப்பட்டது; டாத்தம் முன்வைத்த மாற்று யோசனை நிராகரிக்கப்பட்டது. டாத்தம் வேடிக்கையாகக் கூறினார்: 'காந்தி எல்லோரையும்விட உயரத்திலிருப்பவர். மீண்டும் ஒருமுறை கறுப்பு, வெள்ளையை வெற்றி கொண்டுவிட்டது.'[17]

வெளிநாட்டிலிருந்து வந்த இரண்டு பேரிடம் இந்த இளம் வழக்கறிஞரின் செயல்பாடு தாக்கத்தை ஏற்படுத்தியது. 1897 மார்ச்சில் பயணியும் ராணுவ வீரருமான ஃபிரான்சிஸ் யங்ஹஸ்பன்ட் நேட்டாலுக்கு வந்தார். காந்தியை சந்தித்த அவர், 'இந்திய சமூகத்தின் பேச்சாளர்; (வெள்ளை) ஆர்ப்பாட்டக்காரர்களின் இலக்கு' என்று அவரைப்பற்றிக் குறிப்பிட்டார். அவர் காந்தியை 'குறிப்பிடத்தக்க அறிவாளி, மெத்தப்படித்தவர்' என்று கருதினார். காந்தி அந்தப் பயணியைத் தனது 'சகல வசதிகளும் கொண்ட ஆங்கிலேயபாணி வில்லாவிற்கு' விருந்துக்கு அழைத்தார். அங்கே இந்திய வியாபாரிகள் அவரை இன்னும் வியப்படைய வைத்தார்கள். அவர்கள் 'தற்போதைய உலக நடப்புகள் எல்லாவற்றையும் பற்றிச் சரளமாகப் பேசினார்கள். அப்படிப்பட்டவர்கள் தாம் 'கூலி' என்று அழைக்கப்படுவதைப்பற்றி வருத்தம்கொள்வது இயல்பானதே... ஆனாலும் ஐரோப்பியர்களிடமிருந்து தம்மைப் பிரித்துப் பார்ப்பதைப் பற்றிப் புகார் கூறும் அவர்கள், காஃபிர்கள் தம்முடன் ஒரே வகுப்பாகக் கருதப்பட்டால் மட்டும் மிகவும் கோபித்துக்கொள்கிறார்கள்'.[18]

அடுத்த ஆண்டு டர்பனில் காந்திகள் நன்கு காலூன்றிய பிறகு, ப்ரன்ஜீவன் மேத்தா அவர்களைக் காண வந்தார். அவர்கள் இருவரும் லண்டனில் மாணவர்களாக இருந்த காலத்திலேயே மிகவும் நெருக்கமானவர்கள். பம்பாயில் மேத்தாவின் இல்லத்தில்தான் காந்தி முதன்முறையாக சமண ஞானி ராய்ச்சந்பாயைச் சந்தித்தார் என்பதால் அவர்களது உறவு இன்னும் வலுப்பட்டது. மேத்தா அப்போது ரங்கூனில் வைர வியாபாரம் செய்து வந்தார். 1898 ஆம் ஆண்டின் கோடைகாலத்தில் ஐரோப்பாவுக்குச் சென்ற அவர், திரும்பிவரும் வழியில் காந்தியைச் சந்திப்பதற்காகத் தென்னாப்பிரிக்காவில் இறங்கினார். கேப் டவுனில் காலடி வைத்த உடனேயே அவர் 'இங்கு தோல் நிறம்தான் எல்லாம், மனிதனுக்கு ஒரு மதிப்பும் இல்லை' என்று உணர்ந்தார். பல தங்கும்விடுதிகளில் அவருக்கு அறை கொடுக்க மறுத்துவிட்டார்கள்; கேப் டவுனிலிருந்து கிழக்கு நோக்கி டர்பனுக்குச் செல்லும் நீண்ட புகைவண்டிப் பயணத்திலும் அவர் மரியாதைக் குறைவாக நடத்தப்பட்டார்.[19]

நேட்டாலுக்குப் போய்ச்சேர்ந்ததும், தன் நண்பரின் கவனிப்பிலும், அவர் செய்துவந்த பணிகளைப் பார்த்து வியந்தும் மேத்தா ஒருவழியாக நிம்மதியடைந்தார். காந்தியின் தலைமையில், 'வேறுபட்ட (இந்திய) சமூகங்கள் ஒற்றுமையாகவும், ஒவ்வொருவரும் மற்றவர்களின் உரிமைகளைப் பாதுகாப்பதில் விழிப்பாகவும்' இருப்பதைப் பார்த்து அதிசயித்தார். புலம்பெயர்ந்தவர்கள் தாய்மண்ணுடன் கொண்டிருந்த தொடர்பையும், குறிப்பாக 1896-7ல் ஏற்பட்ட பெரும் பஞ்சம், பிளேக் தொற்று ஆகியவற்றின் நிவாரணத்துக்காக நேட்டாலிலிருந்து 1200 பவுண்ட் திரட்டி அனுப்பிவைக்கப்பட்டதையும் கண்டு அவர் நெகிழ்ந்தார். டர்பனில் குஜராத்திகள் இடையே உரையாற்றும்போது அவர், 'இந்தியாவின் மக்கள், ஆயிரக்கணக்கான மைல்கள் தள்ளியிருந்த போதிலும் நீங்கள் அவர்கள்மீது காட்டியிருக்கும் மிகுந்த அக்கறையைப்பற்றிப் பெரிதும் பெருமைப்பட முடியும்,' என்று குறிப்பிட்டார்.[20]

நேட்டாலை வசிப்பிடமாகக் கொண்டிருந்த போதிலும் காந்தி டிரான்ஸ்வால் இந்தியர்களின் விவகாரத்தினுள்ளும் இழுக்கப்பட்டார். அங்கு ஆளும் இனம் போயர்கள்; ஆஃப்ரிக்கான்ஸ் மொழி பேசிய அவர்கள் பெரும்பாலும் டச்சுக்காரர்களின் வழித்தோன்றல்கள். பத்தொன்பதாம் நூற்றாண்டின் முதல் பத்தாண்டில் கேப் பிராந்தியத்தை பிரிட்டிஷ்காரர்கள் முழுமையாகத் தமது கட்டுப்பாட்டுக்குள் கொண்டுவந்துவிடவே, போயர்கள் நாட்டின் உட்புறமாகத் தமது 'மாபெரும் பயணத்தை' ஆரம்பித்தார்கள். அவர்கள் தம் குடியிருப்புகளை வால், ஆரஞ்சு ஆறுகளைத் தாண்டி அமைத்துக்கொண்டார்கள். அங்கிருந்த ஆஃப்ரிக்கர்களை விரட்டியடித்து வளமான நிலங்களின் பெரும் பரப்புகளைத் நம் கட்டுப்பாட்டில் கொண்டு வந்தார்கள். அவர்களது பொருளாதாரமும், சுய அடையாளமும், விவசாயம், கால்நடை வளர்ப்பு, வேட்டையாடுதல் ஆகியவற்றின்மீதே எழுப்பப்பட்டன. கிழக்கின் மாணிக்கமான இந்தியாவுக்குச் செல்லும் வழியாக இருந்ததால் பிரிட்டிஷ்காரர்கள் கடற்கரைப் பகுதியின்மீது கண் வைக்க, போயர்கள் உள்நாட்டுப் பகுதிகளைச் சொந்தமாக்கிக் கொண்டார்கள். 1850-களில் இரண்டு அரை-சுயாட்சி கொண்ட குடியரசுகளை நிறுவிக்கொண்டார்கள். அவை ஆரஞ்சு ஃப்ரீஸ்டேட், டிரான்ஸ்வால் ஆகியவை (இவற்றில் பின்னது 1880-கள் தொடங்கி தென்னாப்பிரிக்கக் குடியரசு என்றும் அழைக்கப்பட்டது).[21]

டிரான்ஸ்வாலின் இனப்பாகுபாடு அரசியல் நேட்டாலைவிட மிகவும் சிக்கலானது. போயர்கள் அங்கு வந்தது பிரிட்டிஷாரிடமிருந்து பிரிந்து சுதந்திரமான வெளியை உருவாக்கிக்கொள்ளவே. 1886ல் ஜோஹானஸ்பர்க்கில் தங்கம் கண்டுபிடிக்கப்படுவதுவரை பல தசாப்தங்களுக்கு அவர்களது கனவுதேசம் பாதுகாப்பாகவே இருந்தது. அதன் பிறகு பெருமளவில் மந்தை மந்தைகளாக குடியேற்றக்காரர்கள் விரைந்து வந்தனர். 1893ல் காந்தி முதல் முறையாக அந்த நகரத்தைப் பார்த்தபோது

ஆங்கிலம் பேசும் குடியேற்றக்காரர்கள் ஆஃப்ரிக்கான்ஸ் பேசும் போயர் களைப்போல இரண்டு மடங்கில் இருந்தனர்.

சுரங்கங்களில் இருந்த தொழிலாளிகள் பெரும்பாலும் ஆஃப்ரிக்கர்கள்; மேலாளர்கள், மேற்பார்வையாளர்கள், உரிமையாளர்கள் போன்ற வர்களோ பெரும்பாலும் ஆங்கிலேயர்கள். ஜோஹானஸ்பர்க் செழிப் படைந்தபோது, போயர்களைவிட ஆங்கிலேயர்களே அதிக அளவில் புதிய தங்கும்விடுதிகள், உணவகங்கள், மருத்துவமனைகள், மனமகிழ் மன்றங்கள், நாடக அரங்குகள் ஆகியவற்றையும், ஒரு பரபரப்பான நவீன நகருக்குரிய பிற ஜோடனை அமைப்புகளையும் ஆரம்பித்து நடத்தினர்.

'யூயிட்லான்டர்கள்' என்று அழைக்கப்பட்ட (ஆஃப்ரிக்கான்ஸ் மொழியில் 'வெளியாள்' என்று அர்த்தம்) ஆங்கிலேயர்களிடம் எண்ணிக்கை பலம் இருந்தது; பணபலமும் இருந்தது; அவர்கள் அடைய விரும்பியது அரசியல் அதிகாரத்தில் பங்குதான். ஆனால், போயர்களோ, டிரான்ஸ்வால் தமது தாய்மண் என்றும், யூயிட்லான்டர்கள் பேராசை பிடித்த அந்நியர்கள் என்றும் சொன்னார்கள்ஆகவே ஓட்டுரிமையானது குடியரசில் பதினான்கு ஆண்டு களுக்குமேல் வசித்துவந்தவர்களுக்கு மட்டுமே தரப்பட்டது. யூயிட் லான்டர்கள் இதை விரும்பவில்லை; அத்துடன் அவர்களுக்கு வேறு புகார்களும் இருந்தன. உதாரணமாக, சுரங்கத்தொழிலுக்கு அத்தியாவசிய மான டைனமைட்டின் தயாரிப்பும் விற்பனையும் அரசின் ஏகபோகமாக இருந்தன.

1890-களில் டிரான்ஸ்வால் அரசியலில் முக்கியமான விவகாரம் போயர் களுக்கும் பிரிட்டானியர்களுக்கும் இடையிலிருந்த உரசல்தான். ஆனால், இன்னுமொரு இரண்டாம்பட்சமான பிரச்னையும் இருந்தது; அதாவது, போயர்களின் கனவுபூமியை ஆங்கிலேயரை விடவும் விரும்பத்த காதவர்களான இந்தியர்கள் குடியேறி மாசுபடுத்தியது. ராண்ட் பிரதேசத்தில் சுரங்கத் தொழில் அசுர வளர்ச்சி பெற்றதைத்தொடர்ந்து அவர்களின் எண்ணிக்கை வேகமாகப் பெருகியது. அவர்கள் முக்கிய நகரங்களில் கடைகளைத் திறந்தார்கள். முதலீடு குறைவாக வைத்திருந்த கூவி விற்பவர்கள் தெருக்களில் தம் சரக்குகளை விற்றனர்.

காந்தி ஜோஹானஸ்பர்க்குக்கு முதல் முறையாகச் சென்றபோது, அந்த நகரத்தில் ஏற்கெனவே நூறுக்கு மேற்பட்ட குஜராத்தி வியாபாரிகள் இருந்தனர். சில நிறுவனங்கள் மிகவும் பெரியவை-அவை பத்தாயிரக் கணக்கான பவுண்ட் சொத்துகளும் டர்பன், கேப், பம்பாய் ஆகிய இடங்களில் கிளைகளும் கொண்டிருந்தன. தவிர இந்தியர்களின் உழைக்கும் வர்க்கமும் வளர்ந்துவந்தது; இவர்கள் தொழிலாளிகள், வீட்டு வேலை செய்பவர்கள், கூவி விற்பவர்கள் போன்றவர்கள். ஜோஹானஸ் பர்க்கின் முன்னணி தங்கும்விடுதிகளில் இந்தியர்கள் (வேலை கொடுப்பவர்களால்) 'வெள்ளையர்களான வெயிட்டர்களைவிடப்

பெரிதும் விரும்பப்பட்டனர்; காரணம் அவர்களது பணிவு, சிரத்தை, அவர்களை எளிதில் கட்டுப்பாட்டுடன் நடந்துகொள்ளச்செய்ய முடிவது ஆகியவை.[22]

சில இந்தியர்கள் ஆரஞ்சு ஃப்ரீ ஸ்டேட்டிலும் நுழைந்தனர். அவர்களது எண்ணிக்கை அதிகரிக்கும் முன்பு வோல்க்ஸ்ராட் எனப்பட்ட நாடாளு மன்றம் அவர்களை பிராந்தியத்திலிருந்து வெளியேற்றிவிட்டது. சிறப்பு அனுமதி பெற்று இந்தியர்கள் ஃப்ரீஸ்டேட்டில் உடல் உழைப்பு சார்ந்த சாதாரணமான வேலைகளை மட்டும் செய்யலாம் உதாரணமாக பண்ணைகளில் வேலைக்காரர்களாக. அதைவிட மதிப்பு வாய்ந்த, லாபகரமான தொழில்கள் அவர்களுக்கு மறுக்கப்பட்டன.

ஃப்ரீ ஸ்டேட்டர்களால் ஊக்கம்பெற்று, 1885ல் டிரான்ஸ்வாலின் வோல்க்ஸ்ராடும் இரு புதிய சட்டத்தை இயற்றியது; அதன்படி 'கூலிகள் எனப்படுபவர்கள், அரேபியர்கள், மலேயர்கள், துருக்கிய பேரரசின் மொகமதிய பிரஜைகள் ஆகியோர்' சொத்து வாங்க முடியாமல் போனது. அத்துடன் அந்தச்சட்டம், ஆசியர்கள் சில குறிப்பிட்ட தெருக்கள் அல்லது பகுதிகளில் மட்டுமே வசிக்கலாம், தொழில் செய்யலாம் என்று அறிவிக்க அரசுக்கு அதிகாரம் அளித்தது.

சட்டம் நிறைவேற்றப்பட்டு ஒரு பத்தாண்டு காலத்துக்குப் பின்னரும் அது சட்டப் புத்தகத்தில் உறங்கிக்கொண்டிருந்தது. ஆனால் 1894ல் இந்தியர்களின் எண்ணிக்கை டஜன் கணக்குக்குப் பதில் ஆயிரக் கணக்கில் இருப்பதைக் கண்டு கவலைப்பட்ட போயர் அரசியல்வாதிகள் அதை அமல்செய்யக் கோரினர். வெள்ளையர் அல்லாத வியாபாரிகள் 'லொக் கேஷன்கள்' எனத் தனியாக ஒதுக்கப்பட்ட இடங்களுக்கு அனுப்பப் படுவார்கள் என்று அறிவுப்புகள் கொடுக்கப்பட்டன; அந்த இடங்களில் தான் அவர்கள் தம் வர்த்தகத்தை நடத்திக்கொள்ளவேண்டும்.[23]

வேறு வழியில்லாமல் இந்தியர்கள் டிரான்ஸ்வால் ஜனாதிபதியிடம் முறையிட்டனர். அப்போது ஜனாதிபதியாக இருந்தவர் இறுக்கமும் மதப் பிடிப்பும் கொண்ட முன்னாள் ராணுவ ஜெனரல் பால்க்ரூகர். அவர் கையில் ஒரு பைபிள் சகிதமாக அவர்களைச் சந்திக்க வெளியில் வந்தார். இந்தியர்கள் தம் குறைகளை அவர் முன் வைத்தனர். அந்தக் கிறிஸ்துவப் போராளி, புனிதப் புத்தகத்தைப் புரட்டிப் பார்த்துவிட்டு, அவர்கள் ஏசாயா மற்றும் இஷ்மேயிலின் வழித்தோன்றல்கள், ஆகவே கடவுளால் அடிமைகளாக விதிக்கப்பட்டவர்கள் என்றார். பின்னர் க்ரூகரும் அவரது பைபிளும் வீட்டுக்குள் சென்றுவிட, இந்தியர்கள் குழப்பம் கொண்டவர்களாகத் திரும்பி வந்தார்கள்.[24]

இந்தியர்கள் இப்போது பிரிட்டிஷ்காரர்களிடம் இதில் தலையிடச் சொல்லி முறையிட்டார்கள். 1884ல் லண்டனில் கையெழுத்தான ஒரு ஒப்பந்தம் மாட்சிமை தாங்கிய மகாராணியின் பிரஜைகளுக்கு தென்னாப்

பிரிக்க குடியரசில் தம் இஷ்டம்போல எங்கு வேண்டுமானாலும் வசிக்கவும் தொழில் செய்யவும் அனுமதிகொடுத்திருந்தது. இந்திய வியாபாரிகள் இந்த ஷரத்து அமல்செய்யப்படவேண்டும் என்று மட்டுமே கோரினர். 1895ல் பிரிட்டிஷ்காரர்களிடமிருந்து வந்த அழுத்தத்தால், தென்னாப்பிரிக்கக் குடியரசு ஒரு நடுவரை நியமித்தது; அவர் ஃப்ரீ ஸ்டேட்டின் முன்னாள் தலைமை நீதிபதி. அவர் இரு தரப்பையும் கேட்டுவிட்டு, தன்சக போயர்களுக்குத் தனது பலமான ஆதரவைத் தெரிவித்தார். அவர் குறிப்பிட்டார்:

தென்னாப்பிரிக்க குடியரசின் அரசியல் அமைப்புச் சட்டத்தின் ஷரத்துகள் பிரிட்டிஷ் அரசாங்கத்துக்கு நன்கு தெரியும்; அவை, வெள்ளை இனத்தவருக்கும் கறுப்பு நிறம்கொண்டவர்களுக்கும் இடையில் எந்த சமத்துவத்தையும் பொறுத்துக்கொள்ளமுடியாது என்றுதான் அவை சொல்கின்றன. ஒவ்வொரு ஐரோப்பிய நாடும் அல்லது ஐரோப்பாவிலிருந்து குடியேறியவர்களின் தேசமும், தனது வளர்ச்சிக்கும் இருப்புக்கும் அபாயம் எனத் தான் கருதும் அந்நியர்களைத் தம் நாட்டில் குடியேறாது விலக்கிவைக்க முழுமையானதும் மறுக்க முடியாததுமான உரிமை பெற்றிருக்கின்றன; அதிலும் குறிப்பாக ஆசியர்களை.[25]

எனினும் அந்த சட்ட நடுவர் ஒரு ஜன்னலைத் திறந்து வைத்திருந்தார்-இந்தியர்கள் தமது தரப்பை பிரிட்டோரியா உயர்நீதி மன்றத்தில் 'சோதித்துப்பார்க்கலாம்' என்று அவர் சொன்னார். குஜராத்தி வியாபாரி ஒருவர், தான் லொக்கேஷனுக்கு அனுப்பப்படக் காரணமாக இருந்த சட்டத்தை எதிர்த்து முறையீடு செய்தார். (இது தயாப் கான்; அவருக்கும் தாதா அப்துல்லாவுக்கும் இடையிலான சச்சரவு காரணமாகவே காந்தி முதலில் தென்னாப்பிரிக்காவுக்கு வந்தார்.) இந்த வழக்கில் வாதாட அழைக்கப்பட்ட காந்தி, இந்தியர்கள் 'இந்தோ-ஜெர்மானிக்' இனத்தைச் சேர்ந்தவர்கள், ஆகவே டிரான்ஸ்வாலின் நாடாளுமன்றத்தின் சட்டம் அவர்களுக்குப் பொருந்தாது என்று வாதாடினார்.

பெஞ்சின் ஒரு நீதிபதி, காந்தியின் வாதம் சரியே என்று நினைத்தார்; மற்ற இருவர் அப்படி நினைக்கவில்லை. இறுதியாக 1898 ஆகஸ்டில் நீதிமன்றம் தயாப் கானுக்கு எதிராகத் தீர்ப்புக் கொடுத்தது.. முப்பது வியாபாரிகள் பதறிப்போய் காலனி நாடுகளுக்கான அமைச்சருக்கு 1898 டிசம்பர் 31 அன்று ஒரு கடிதம் எழுதினார்கள். நீதிமன்றத்தின் தீர்ப்பு அமல்செய்யப்பட்டால், 'டிரான்ஸ்வாலில் இந்திய வியாபாரிகளுக்கு அது பெரும் அழிவாகவே முடியும்'. 'தமது கடைகள் எந்த நிமிடமும் மூடப்படுவதையும், வசதியான வாழ்க்கைக்கு ஏற்றதல்லாத, சுகாதார வசதிகள் அற்ற, வியாபாரம் செய்யப் பொருத்தமற்ற இடங்களுக்கு அவர்கள் பலவந்தமாகத் துரத்தியடிக்கப்படுகிறார்கள்; இத்தனைக்கும் அவர்கள் ஒரு தப்பும் செய்யவில்லை.[26]

1898 வாக்கில், உலகத்தின் ஒட்டுமொத்த தங்க உற்பத்தியில் கால் பங்குக்கு மேலாக டிரான்ஸ்வாலிலிருந்தே வந்தது. யூயிட்லான்டர்களான சுரங்க உரிமையாளர்கள் அதற்குமுன் கேள்விப்பட்டிராத அளவில் லாபம் சம்பாதித்தார்கள். ஆனால், போயர்கள் கட்டுப்பாட்டிலிருந்த அரசும் ஒன்றும் சோடைபோய்விடவில்லை. 1886ல் அரசின் வருமானம் 1,96,000 பவுண்ட்களாக இருந்தது; பத்து ஆண்டுகளுக்குப் பிறகு 4,00,000 பவுண்ட்களாக எகிறியது. கஜானா நிரம்புவதற்குக் காரணமாக இருந்த முதலாளிகள், அந்த வருமானம் எப்படிச் செலவிடப்படவேண்டும் என்று முடிவு செய்வதில் தமக்கு இன்னும் அதிகப் பங்கு இருக்கவேண்டும் என்று விரும்பினார்கள். அதேசமயம் ஆட்சிப் பொறுப்பில் இருந்தவர்களோ தமது பிடி நழுவுவதை விரும்பவில்லை.[27]

ஏகாதிபத்திய வீரசாகசக்காரரான செசில் ரோட்ஸுக்கு தென்னாப்பிரிக்காவில் பரந்த வியாபார நலன்கள் இருந்தன. அவரால் தூண்டப்பட்டு, சில சூழ்ச்சிக்காரர்கள் க்ரூகரின் ஆட்சியைப் படைபலத்தால் கவிழ்க்கத் திட்டமிட்டார்கள். ஜேம்சன் என்ற அதிகாரி டிரான்ஸ்வால் எல்லையை 10,000 படைவீரர்களுடன் கடக்கவேண்டியது; இதற்கிடையில், ஜோஹானஸ்பர்க்கில் வசிக்கும் ஆங்கிலேய குடிமக்கள் ஒரு கிளர்ச்சியை ஆரம்பிப்பார்கள் என்று திட்டமிடப்பட்டது. ஆனால், ஜேம்சனின் படைகள் போயர்களால் சுற்றி வளைக்கப்பட்டுத் தோற்கடிக்கப்பட்டது; உள்ளூர்வாசிகளின் கிளர்ச்சியோ நடக்கவேயில்லை.

1895-ன் 'ஜேம்சன் படையெடுப்பு' தோல்வியுற்றது போயர்களுக்கும் பிரிட்டானியர்களுக்கும் இடையிலிருந்த பிளவை அதிகரித்தது. ஏகாதிபத்தியத்துக்கு ஆதரவான கட்சி காலனி நாடுகளுக்கான அமைச்சர் ஜோசப் சேம்பர்லைனாலும், கேப் டவுனுக்கான தூதர் (ஹை கமிஷனர்) லார்ட் மில்னராலும் வழி நடத்தப்பட்டது. இருவருமே டிரான்ஸ்வாலைக் கட்டுப்பாட்டில் வைத்திருப்பது ஆஃப்ரிக்காவிலும், உலகம் முழுவதிலும் கிரேட் பிரிட்டனின் நோக்கங்களுக்கு அவசியமானது என்று கருதினார்கள். 1898 பிப்ரவரியில் மில்னர் சேம்பர்லைனுக்கு எழுதிய கடிதத்தில், 'தென்னாப்பிரிக்காவில் அரசியல் சிக்கல்களுக்குத் தீர்வு டிரான்ஸ்வாலில் சீர்திருத்தம் அல்லது போர் மட்டுமே. இன்றைய சூழ்நிலையில். டிரான்ஸ்வாலில் சீர்திருத்தத்துக்கான வாய்ப்பு எப்போதையும்விட மிக மோசமாக இருக்கிறது,' என்று குறிப்பிட்டார். பதினெட்டு மாதம் கழித்து, சேம்பர்லைன் பிரிட்டிஷ் அமைச்சரவைக்கு ஒரு குறிப்பு அனுப்பினார். அதில் 'போயர்கள் வெற்றிகரமாக பிரிட்டிஷ் கட்டுப்பாட்டையும் தலையீட்டையும் மீறிவருகிறார்கள்' என்று புகார் தெரிவித்திருந்தார். அடுத்து என்ன நடக்கும் என்பது, 'நாம் காலம்காலமாக நமக்கு இருப்பதாகச் சொல்லி வருகிற, ஆனால் நடைமுறையில் ஒருபோதும் செயல்படுத்தாத உயர் நிலையை ஒருவழியாக நிறுவி, அதை அங்கீகரிக்கப்படச் செய்கிறோமா அல்லது என்றென்றைக்குமாகக் கைவிட்டுவிடுகிறோமா என்பதைப் பொறுத்தே இருக்கிறது'[28] என்றும் எழுதியிருந்தார். இதற்குள்ளாக

பிரிட்டிஷார் தென்னாப்பிரிக்காவுக்குப் பெரும் எண்ணிக்கையிலான படைகளைக் கப்பலில் அனுப்பிக்கொண்டிருந்தார்கள். பத்தாயிரம் படை வீரர்கள் இந்தியாவிலிருந்தும் மத்திய கிழக்கிலிருந்தும் வந்தார்கள்; ஏழாயிரம் பேர் இங்கிலாந்திலிருந்தே வந்தார்கள். போர் ஆர்வம் வெளிப் படையாகத் தெரிந்தது. 1899 அக்டோபர் வாக்கில் போயர்கள், அந்த ஆண்டு ஜூலைக்குப் பிறகு அனுப்பப்பட்ட படைகள் விலக்கிக்கொள்ளப் படவேண்டும் என்று கேட்டுக்கொண்டனர். பிரிட்டிஷார் அதற்குச் சம்மதிக் காதபோது, அவர்கள் நேட்டாலுக்குள் ஊடுருவினார்கள்; போர் ஆரம்பித்தது.

போயர்களுக்கும் பிரிட்டானியர்களுக்கும் இடையிலான போரின் ஒரு விளைவாக, தென்னாப்பிரிக்கக் குடியரசிலிருந்து இந்தியர்கள் வெளியேற நேர்ந்தது. பிரிட்டிஷ் குடிமக்கள் என்ற முறையில் அவர்கள் எதிரிகளாகப் பார்க்கப்பட்டார்கள். இந்தியர்கள் நேட்டாலுக்குள் சாரிசாரியாக நுழைந்து அந்தக் காலனியிலிருந்த தம் சகநாட்டவரிடம் அடைக்கலம் கேட்டனர். காந்தியும், நேட்டால் இந்திய காங்கிரஸும் அவர்களுக்காகப் பணம் திரட்டுவதிலும், வீட்டு வசதி ஏற்படுத்தித் தருவதிலும் உதவினர்.

நேட்டாலிலிருந்த இந்தியர்கள் வியாபாரிகளும் தொழிலாளிகளுமாவர். ராணுவ அனுபவம் அநேகமாக யாருக்குமே இல்லை. ஆனால் காந்தி, பிரிட்டிஷ் பேரரசின் பிரஜைகள் என்ற முறையில் அவர்கள் பிரிட்டிஷ் தரப்புக்கு ஆதரவு தரவேண்டும் என்று நினைத்தார். அவர் டர்பனில் ரெவரன்ட் டாக்டர் பூத் நடத்திவந்த மருத்துவமனையில் தன்னார்வப் பணி செய்துவந்தார். டாக்டர் பூத்தின் ஊக்குவிப்போடு, அவர் வியாதிக் காரர்களையும் காயம் பட்டவர்களையும் கவனித்துக்கொள்வதற்காக இந்தியர்களின் ஆம்புலன்ஸ் படையை உருவாக்க முன்வந்தார்.

போர் ஆரம்பித்த சில நாட்களில் 1899 அக்டோபர் 17 அன்று காந்தி டர்பனில் ஒரு கூட்டத்துக்கு ஏற்பாடு செய்தார். சில இந்தியர்கள் பிரிட்டிஷாருக்கு உதவுவதை எதிர்த்தனர். போயர்களைப் போலவே அவர்களும் அடக்கு முறை செய்பவர்கள்தானே? எதிர்த் தரப்பு வெற்றி பெற்றுவிட்டால் என்ன ஆவது? அப்போது போயர்கள் நம்மைப் பழிவாங்க மாட்டார்களா? அதற்குப் பதில்கூறும் விதமாக காந்தி, நாம் தென்னாப்பிரிக்காவில் பிரிட்டிஷ் பிரஜைகளாகவே வாழ்ந்துகொண்டிருக்கிறோம் என்று சொன்னார். இப்போது ஆட்சியாளர்களுக்கு உதவுவது, இந்தியர்கள் 'பணத்தை உறிஞ்சுவதில் மட்டுமே ஆர்வம் கொண்டவர்கள், பிரிட்டிஷ் காரர்களுக்கு வெறும் பாரமாக மட்டுமே இருப்பவர்கள்' என்ற புகார்களை மறுக்கும்விதமாக இருக்கும். இந்தக் குற்றச்சாட்டுகள் ஆதாரம் அற்றவை என்று காட்டுவதற்கு இதோ ஒரு 'பொன்னான வாய்ப்பு'.[29]

காந்தியின் வாதங்கள் ஏற்றுக்கொள்ளப்பட்டன. அடுத்தநாள் அவர் நேட்டால் அரசாங்கத்துக்குக் கடிதம் எழுதி, 'எந்தவிதமான தயக்கமோ, நிபந்தனைகளோ இல்லாமல்' உதவிசெய்ய முன்வருவதாகத் தெரிவித்

தார். இங்கிருக்கும் இந்தியர்களுக்கு ஆயுதங்களை உபயோகிக்கத் தெரியாது; ஆயினும் அவர்கள் 'யுத்தகளத்தின் மருத்துவமனைகளிலோ உணவுக் கிட்டங்கிகளிலோ சில உதவிகள் செய்யக்கூடும்'; இவ்வாறு, மகாராணியின் மற்ற பிரஜைகளைப் போன்று, அவர்களும் 'யுத்தகளத்தில் தமது மகாராணிக்குத் தம் கடமையை ஆற்றத் தயாராக உள்ளனர்.'[30]

1900 ஜனவரி முதல் வாரம் வாக்கில் 500 இந்தியர்கள் ஆம்புலன்ஸ் படையில் பணியாற்ற விருப்பம் தெரிவித்திருந்தனர். குஜராத்தி வியாபாரிகள் புத்திசாலித்தனமாக இதிலிருந்து ஒதுங்கியிருந்தார்கள் என்பது தன்னார்வத் தொண்டர்களின் பட்டியலில் இருந்துதெரிகிறது. பெரும் எண்ணிக்கையில் இந்திய கிறிஸ்துவர்கள் தமது மகாராணிக்கு சேவை செய்ய முன்வந்தனர். படையில் சேர்ந்த மற்றவர்கள் உழைக்கும் வர்க்கத்தைச் சேர்ந்த இந்துக்கள்; பெரும்பாலும் தமிழர்கள்.[31]

இந்தியர்கள் போர் முனைக்கு அனுப்பப்பட்டார்கள்; அங்கு அவர்கள் சிப்பாய்களை முகாம்விட்டு முகாம் பின்தொடர்ந்தார்கள்; அவற்றில் பின்தங்கிவிடுபவர்களைக் கவனித்துக்கொண்டார்கள். அவர்களது சூழ்நிலைகள் மிகவும் கடினமானவை; அவர்கள் ஒவ்வொரு நாளும் இருபத்தைந்து மைல்கள் நடக்கவும், பல மணிநேரம் உணவும் தண்ணீரும் இல்லாமல் இருக்கவும், திறந்தவெளியில் படுத்துத் தூங்கவும் வேண்டியிருந்தது. அவர்கள் தாக்குதல்கள் நடக்கும் இடத்துக்கு அபாயமான அளவுக்கு மிகவும் அருகில் பணிபுரிந்தார்கள்; தம்மைச் சுற்றிலும் குண்டுகள் விழுந்துகொண்டிருக்கும் நிலையில் அடிபட்டவர்களைப் பாதுகாப்பிடங்களுக்குச் சுமந்து சென்றார்கள். சில தன்னார்வலர்கள் போயர்களின் தந்திக் கம்பிகளை அறுத்துவிடுமாறு கேட்டுக்கொள்ளப்பட்டார்கள். வேறு சிலர் எதிரியால் கைவிடப்பட்ட ரைஃபிள்களையும் ரவைகளையும் பொறுக்கிக்கொண்டு வர அனுப்பப்பட்டார்கள்.[32]

ஓர் ஆங்கிலேயப் பத்திரிகையாளர், ஆம்புலன்ஸ் படை பணியாற்றியதைப்பற்றிய தெளிவான சித்திரத்தைத் தந்தார். ஸ்பியன் கோப் பகுதியில் ஏற்பட்ட பின்னடைவையடுத்து, 'இந்தியர்களின் கோவேறு கழுதைத் தொடர், சமதளத்தில் சக்தியற்று விழுந்துவிட்ட, துன்பப்படும் சிப்பாய்களுக்குத் தண்ணீரைச் சுமந்துகொண்டு கோப் குன்றின் சரிவில் ஏறுவதை' பார்த்தார். அந்த நிருபர், 'இன்னும் திடகாத்திரமானவர்களையே உருக்குலைத்திருக்கக்கூடிய' இரவுநேரப் பணிக்குப் பிறகு, 'காந்தி சாலையோரமாக அமர்ந்து ராணுவ வீரர்களுக்குத் தரப்படும் பிஸ்கோத்தைச் சாப்பிட்டுக் கொண்டிருப்பதைக் கண்டார்.' பிரிட்டிஷ் சிப்பாய்கள் 'சோர்ந்தும் மன அழுத்தத்தோடும்' இருக்கையில் காந்தி, 'விருப்பு வெறுப்பற்ற பாவத்தோடும், உற்சாகமாகவும், உரையாடலில் தன்னம்பிக்கையோடும் இருந்தார்; அன்பான கண்கள் உடையவராயிருந்தார்.'[33]

ஆம்புலன்ஸ் படையை உருவாக்குவதற்கு காந்தி தன் ஆங்கிலேய நண்பரான ஹெர்பர்ட் கிட்சின் என்பவரிடம் உதவி கேட்டிருந்தார். அவர்

இந்திய தத்துவத்தில் ஆர்வம் கொண்டவர். படையின் ஒரு அலகை காந்தியும், மற்றொரு அலகை கிட்சினும் நிர்வகித்தார்கள். அந்த வழக்கறிஞர் ஸ்பியன் கோப்பில் இருக்கும்போது, அந்த ஆங்கிலேயர் எலாண்ட்ஸ்லாக்ட்டில் இருந்தார்; அங்கிருந்து அவர் போர் முனையில் தங்களது 'வேலைப்பளு நிறைந்த, எழுச்சியூட்டும் நேரத்தை'பற்றிய ஒரு விவரிப்பை அனுப்பினார்: நான் எட்டு இந்தியர்கள், ஒரு கார்ப் பொரல், ஒரு சேப்பர் ஆகியோரோடு, லேடிஸ்மித் பகுதியில் போயர்களின் தந்திக் கம்பிகளை வெட்டிவிடச் சென்றிருந்தேன். நாங்கள் மூன்று போயர் முகாம்களைக் கடந்து சென்றோம். அவை எல்லாமே குப்பைகள் மண்டி இருந்தன; அதிகமான அளவில் ரவைகள் சிதறிக் கிடப்பதையும், பல புட்டிகளையும், இங்கிலீஷ் பிஸ்கோத்துகளையும் பார்க்க முடிந்தது. நாங்கள் ஒரு சாக்குப்பை நிறைய ரவைகளைப் பொறுக்கியிருக்க முடியும். எங்கள் குழு ஒன்று ... போயர்களின் குழு ஒன்றுக்கு எதிராக இறங்கியது; அவர்கள் ஒரு குண்டை வீசினார்கள். அதிர்ஷ்டவசமாக ஒருவருக்கும் காயம் படவில்லை. நான் கவனிப் பின்றித் திரிந்துகொண்டிருந்த குதிரை ஒன்றைப் பார்த்தேன். அதை போயர்கள் விட்டுச்சென்றிருக்கவேண்டும். அது மிகவும் முரட்டு சுபாவம் கொண்டதாக இருந்ததால் என்னால் பிடிக்க முடியவில்லை. என்னால் மட்டும் அதைப் பிடிக்க முடிந்திருந்தால், நல்ல விலைக்கு விற்றிருக்க முடியும்.[34]

போரில் ஈடுபடாதவர் என்றபோதிலும், அந்த ஆங்கிலேயர் அந்த யுத்தத்தை ரசித்துக்கொண்டிருந்தார்; வெறுக்கப்பட்ட போயர்களின் சங்கடத்தையும் அவர்களது உடைமைகள் சிதறுவதையும் பார்த்து மகிழ்ச்சியடைந்தார். காந்தி பிரிட்டிஷ்காரர்களின் யுத்தத்தில் சேர்ந்து கொண்டது விசுவாசம், கடமை ஆகியவற்றின் காரணமாக மட்டுமே. இந்தக் கடிதத்துக்கு அவரது எதிர்வினை என்ன என்பது பதிவு செய்யப் படவில்லை. ஆனாலும், அந்த சைவ உணவாளரான பனியா யுத்தத்தைத் தன் பிரிட்டிஷ் நண்பர் பார்த்தவிதத்தில், தப்பி ஓடுகிற வேட்டை மிருகத்தைத் தொடந்து செல்லும் விறுவிறுப்பான, இன்பம்தரும் துரத்தலாகப் பார்த்திருக்க வாய்ப்பில்லை.

போரின் தொடக்க கட்டத்தில் பிரிட்டிஷ் தரப்புக்குப் பெரும் பின்ன டைவுகள் ஏற்பட்டன. பேயர்கள் துடிப்பான போராளிகளாக இருந்தனர்; அவர்களுக்கு அந்த நிலப்பரப்பும் அத்துபடி. ஆனாலும் நாட்கள் செல்லச் செல்ல பிரிட்டிஷ் தரப்பின் எண்ணிக்கை பலமும் மேம்பட்ட துப்பாக்கி பலமும் கோலோச்ச ஆரம்பித்தன. 1900 ஆம் ஆண்டின் கோடை காலத்தில் போர் ஏறத்தாழ வெல்லப்பட்டுவிட்டது; சில போயர் கெரில்லா குழுக்கள் மட்டும் பல மாதங்களுக்குப் பிடிபடாமல் எதிர்ப்புக்காட்டிவந்தனர்.

இந்திய ஆம்புலன்ஸ் சேவகர்களும் பிரிட்டிஷ் வெற்றிக்கு ஓரளவு பங்காற்றியிருந்தனர். இதைக் குறிக்கும்விதமாக டர்பனில் காங்கிரஸ்

ஹாலில் ஒரு கூட்டத்துக்கு ஏற்பாடு செய்யப்பட்டது. 'இந்த காலனியில் ஐரோப்பியர்களும் இந்தியர்களும் இப்போதுதான் முதல் தடவையாக ஒரே மேடையில் ஒரே நோக்கத்துக்காகச் சந்திக்கின்றனர், ' என்று நேட்டால் செய்தித்தாள் ஒன்று குறிப்பிட்டது.[35] அந்தக் கூட்டத்துக்குத் தலைமை வகித்தவர் நேட்டாலின் முன்னாள் பிரதம மந்திரியான சர் ஜான் ராபின்சன். 'போயர்களுக்கும் பிரிட்டானியர்களுக்கும் இடையிலான மேலாதிக்கத்துக்கான போராட்டத்தில்', இந்தியர்கள் 'பிரமாதமாகப் பணியாற்றியிருக்கிறார்கள்' என்று ராபின்சன் குறிப்பிட்டார். 'வல்லவ ரான உங்கள் நாட்டவர் திரு காந்தி, ஆம்புலன்ஸ் பணிக்காக டோலி சுமப்பவர்களின் படையைத் தானாக முன்வந்து உருவாக்கினார். காலத் தில் செய்த, சுயநலமற்ற, மிகவும் உபயோகமான இந்தப் பணிக்காக அவரை எவ்வளவு உள்ளன்போடு பாராட்டினாலும் தகும்' என்று குறிப் பிட்டார் அந்த நேட்டால் தலைவர்.[36]

தன்னார்வலர்கள் முன்வந்தது காந்தி மீது கொண்டிருந்த மரியாதையினால்; அவர் அவர்களை அழைத்தது பிரிட்டிஷ் பேரரரசு மீது கொண்டிருந்த மரியாதையினால். அவர் பேரரசின் ஒரு விசுவாசமான குடிமகன்- நேட்டால் அரசை அவர் குறைகூறி வந்தது வேறு விஷயம். சொல்லப் போனால், அவர் முன்வைத்த விமர்சனமே, பாரபட்சம் காட்டும் சட்டங்கள் பிரிட்டிஷ் மரபுகளுக்கு முரணாக உள்ளன என்பதுதான். 1894 ஆம் ஆண்டு அவர் எழுதிய 'பகிரங்கக் கடிதம்' காலனியர்களையும் தாய்நாட்டிலிருந்த அவர்களது சக தேசத்தவர்களையும் வேறுபடுத்திக் காட்டியது. காந்தி, 'நான் உங்களுக்கு ஒரு விஷயத்தை நினைவுபடுத்த வேண்டியுள்ளது; இங்கிலாந்திலுள்ள ஆங்கிலேயர்கள் தமது எழுத்து களாலும், பேச்சுகளாலும், செயல்களாலும் இரு வேறு மக்களின் இதயங் களையும் ஒன்றுபடுத்த எண்ணம்கொண்டிருப்பதையும், நிற வேற்று மையில் தமக்கு நம்பிக்கை இல்லை என்பதையும், இந்தியாவை அழித்துத் தாம் உயர்வதைவிட, இந்தியாவையும் தம்மோடு சேர்த்து உயர்த்துவார்கள் என்பயையும் வெளிக்காட்டியுள்ளனர்,' என்று சொன்னார். தம் ஒப்பந்தை நீட்டித்துக்கொள்ளாத தொழிலாளிகளுக்கு விதிக்கப்பட்ட மூன்று பவுண்ட் வரிக்கு எதிரான கோரிக்கை மனு ஒன்று, 'பிரிட்டிஷ் அரசியல் அமைப்புச் சட்டத்துக்கு அடிப்படையாக உள்ள கோட்பாடுகளுக்கு நேர் எதிராக அமைந்துள்ளது' என்று வாதிட்டது. 1895ல் காலனி நாடுகளுக்கான அமைச்சருக்கு அனுப்பப்பட்ட கோரிக்கை ஒன்று, நேட்டாலில் கடைப்பிடிக்கப்படும் கொள்கைகள் 'பிரிட்டிஷ் நீதி நெறிமுறைகளுக்கு ஏற்க இயலாதவைகளாக உள்ளன' என்று கூறியது. 1899 ஜூலையில் நேட்டால் ஆளுநரிடம் டீலர்ஸ் லைசென்ஸ் சட்டம் உண்மையில் 'மோசமானது, பிரிட்டிஷ் தன்மையற்றது' என்று எடுத்துக் கூறப்பட்டது.[37] 'பிரிட்டிஷ் தன்மையற்றது' என்ற வலுவான சொல் அதன்பின்னர் 1901ல் தாதாபாய் நௌரோஜி வெளியிட்ட இந்தியாவில் ஏழைமையும் பிரிட்டிஷ்-தன்மையற்ற ஆட்சியும் என்ற புத்தகத்தினால்

பிரபலப்படுத்தப்பட்டது. அந்தப் புத்தகம், பஞ்சங்கள் பரவியதும், செல்வ வளம் கொள்ளையடிக்கப்பட்டதும், இந்திய உற்பத்தியாளர்கள் நசுக்கப்பட்டதும் ஆட்சியாளர்கள் தம் லட்சிய நெறிகளுக்கு மாறான கொள்கைகளைக் கடைப்பிடித்ததாலேயே ஏற்பட்டன என்று வாதிட்டது. காந்தி நௌரோஜியை அறிந்தவர்; அவரை மிகவும் மதித்தவர். அந்த அனுபவசாலியான பார்ஸியைப்போல அவரும் பிரிட்டிஷ் தாராளவாத மரபுகள், அது கொண்டிருந்த நிஜமான அல்லது கற்பனையான அதிகா ரங்கள், சுய விமர்சனம், பிராயச்சித்த நடவடிக்கைகள் ஆகியவற்றின் அபிமானி.

காந்தி வியந்த மற்றொரு இந்தியத் தலைவரான கோபால கிருஷ்ண கோகலே, 'உலகமே ஏதோ ஒரு இனத்தினருக்காக மட்டுமே படைக்கப் பட்டுள்ளதுபோல' எண்ணிக்கொள்ளும் 'குறுகியவாத ஏகாதிபத்தியம்', 'பேரரசில் அடங்கிய எல்லோரும் அது பெற்றிருக்கும் எல்லாக் கொடை களையும் சரிசமமாகப் பகிர்ந்துகொள்ள' வகைசெய்யும் 'மேன்மையான ஏகாதிபத்தியம்' ஆகிய இரண்டையும் வேறுபடுத்திப் பார்த்தார். ³⁸ போரின்போது காந்தி புரிந்த பணி, ஆளுவோரிடம் அந்த 'மேன்மையான '' விழைவுகளை உண்டாக்க அல்லது மீண்டும் செயல்படச் செய்வதற் காகவே செய்யப்பட்டது. பின்னர் அவர் எழுதியதுபோல, 'நான் பிரிட்டிஷ் குடிமகன் என்ற முறையில் உரிமைகளைக் கோரினால், பிரிட்டிஷ் பேரரசைக் காக்கும் செயல்பாட்டிலும் பங்குகொள்வதும் என் கடமை என்று உணர்ந்தேன். இந்தியாதன் பூரண விடுதலையை பிரிட்டிஷ் பேரரசுக்கு உள்ளாகவும், அதனூடாகவுமே அடைய முடியும் என்று அப்போது கருத்துக் கொண்டிருந்தேன்' ³⁹

1899–1902ன் ஆங்கிலோ–போயர் யுத்தம் பொதுவாக 'வெள்ளை ஆசாமியின் போர்' என்றே பார்க்கப்படுகிறது. இது முழுக்க உண்மையல்ல. யுத்தத்தின் ஒவ்வொரு போர்க்களத்திலும் ஐரோப்பியர் அல்லாதவர்கள் பங்கு கொண்டிருந்தார்கள். சில இந்தியர்கள் ஆம்புலன்ஸ் ஊழியர்களாகப் பணியாற்றினார்கள் என்றால், பல கறுப்பின ஆஃப்ரிக்கர்கள்-ஜுலூக்கள், க்ஸோசாக்கள், இன்னும் மற்றவர்கள் ஆயுதம் தாங்கிய போராளிகளாகப் பங்கேற்றனர். ஒரு வரலாற்றாசிரியர், அநேகமாக 30,000 கருப்பினத்தவர் பிரிட்டிஷ் தரப்பில் போரிட்டதாகக் கணிக்கிறார். மற்றவர்கள் ஸ்கௌட் களாகவும், உளவாளிகளாகவும், வேலையாட்களாகவும், செய்தி கொண்டு செல்பவர்களாகவும் பணியாற்றினார்கள். காந்தியைப் போலவே அந்த ஆஃப்ரிக்கத் தன்னார்வலர்களும் 'பிரிட்டிஷ்காரர்கள் வெற்றி பெற்றால், அரசியல், கல்வி, வணிகம் ஆகிய துறைகளில் கறுப்பின மக்களுக்கு கூடுதல் வாய்ப்புகளை அது ஏற்படுத்தித்தரும்' என்று நம்பினார்கள் அல்லது அப்படி எதிர்பார்த்தார்கள். ⁴⁰

இந்த ஆண்டுகளில் காந்தி எழுதியவை தொகுக்கப்பட்ட எழுத்துகளில் உள்ளன: அவருக்கு எழுதப்பட்டவை டெல்லி காந்தி மியூசியத்திலும்

சபர்மதி காந்தி ஆசிரமத்திலும் உள்ள அலமாரிகளில் இருக்கின்றன. இந்த எழுத்துகள் பெரும்பாலும் ஒரு வழக்கறிஞர், சமூக ஒருங்கிணைப்பாளர் என்ற வகைகளிலான அவரது வேலைகள் தொடர்பானவையே. வாழ்க்கை வரலாற்று ஆசிரியர் ஒருவருக்குக் கிடைக்காத விஷயம், அவரது தனிப்பட்ட, குடும்ப வாழ்க்கை தொடர்பான விவரணைகள். 1898ல் கஸ்தூரிபா மூன்றாவது மகன் ராமதாஸையும் இரண்டாண்டுகளுக்குப் பிறகு நான்காவது மகன் தேவதாஸையும் பெற்றெடுத்தார் என்று நமக்குத் தெரிகிறது. ஆனால், காந்தி இல்லத்தில் வாழ்க்கை எப்படி இருந்தது என்று புரிந்துகொள்ள நாம் பெரிதும் அந்தக் குடும்பத் தலைவரின் நினைவுகூறல்களையும், நம் சொந்த ஊகங்களையுமே சார்ந்திருக்க வேண்டியிருக்கிறது. பல ஆண்டுகளுக்குப் பிறகு, டர்பனில் தங்களது வாழ்க்கைபற்றி எழுதிய காந்தி, தான் சந்தித்த முக்கியமான சவால் தன் குழந்தைகளுக்கு எங்கே, எப்படிக் கல்வியளிப்பது என்பது தான் என்று கூறினார். பிணைத் தொழிலாளிகளிகளின் குழந்தைகளுக்காக மிஷனரிகளால் நடத்தப்பட்ட சில பள்ளிகள் இருந்தன. வர்க்கம் தொடர்பான காரணத்தால் காந்தி அங்கு தன் மகன்களைச் சேர்க்க விரும்பவில்லை. 'நான் அவர்களை ஐரோப்பியர்களுக்கான பள்ளிக்கு அனுப்பியிருக்க முடியும்; ஆனால் அது ஒரு சலுகையாகத் தரப்பட்ட விதிவிலக்காகவே இருந்திருக்கும். அந்தப் பள்ளிகளில் வேறு இந்தியக் குழந்தைகள் யாரும் சேர்த்துக்கொள்ளப்படவில்லை,' என்று குறிப்பிட்டார். [41] இதை நேட்டால் ஆவணக்காப்பகத்திலுள்ள ஆவணங்களும் உறுதிப்படுத்துகின்றன. அவற்றைக்கொண்டு பார்க்கும்போது, 1897 பிப்ரவரி மாதம் கடைசி வாரம் காந்தி தமிழ் கிறஸ்தவரான தன் கட்சிக்காரர் ஒருவரின் மகன் ஜேம்ஸ் காட்ஃப்ரே என்ற சிறுவனை வெள்ளையர்களுக்கு மட்டுமேயான டர்பன் ஹை ஸ்கூலில் சேர்த்துக்கொள்ளவேண்டும் என்று ஒரு விண்ணப்பத்தை அனுப்பினார். அந்த கோரிக்கை நிராகரிக்கப்பட்டது; பள்ளிகளின் மேற்பார்வையாளர், சிறுவன் காட்ஃப்ரே அனுமதிக்கப்பட்டால், 'பெரும்பாலான பெற்றோர் தமது பையன்களைப் பள்ளியிலிருந்து எடுத்துவிடுவார்கள்; எஞ்சியிருக்கும் பையன்கள் இந்தியப் பையனை வைத்துத் தமாஷ் செய்து, அவனால் அங்கு இருக்க முடியாமல் செய்துவிடுவார்கள்,' என்று கூறினார். [42]

கிறிஸ்துவப் பையனே இனரீதியான ஏளனத்துக்கு ஆளாக்கப்படுவானென்றால் இந்துப் பையனுக்கு அது இன்னும் கடினமாகவே இருகும் என்று காந்தி எண்ணியிருக்கவேண்டும்; அதனால்தான் அவர் தன் மகன்கள் ஹரிலால், மணிலால், சகோதரர் மகன் கோகுல்தாஸ் ஆகியோருக்கு வீட்டிலேயே பாடம் சொல்லிக்கொடுத்தார். அவர்களது தாய்மொழியான குஜராத்தியின் அரிச்சுவடி பாடங்களை அவரே கற்றுக்கொடுத்தார். மற்ற பாடங்களுக்கு ஒரு ஆங்கிலேய ஆசிரியை அமர்த்தப்பட்டார். இதற்கிடையே அவர்களது தாய் அவர்களுக்குத் தமது மதமான இந்து மதத்தின் புராணங்களையும் நன்னெறிகளையும் கற்றுக்கொடுத்தார். [43]

பையன்கள் ஒருவரோடு ஒருவர் விளையாடுவார்கள்; ஆனால் கஸ்தூரிபா யாரோடு எப்படி நட்பு கொண்டார் என்று எண்ணிப் பார்ப்பது கடினம். அந்த வீட்டில் பெண்கள் வேறு யாரும் இல்லை. கடைகளுக்குச் சென்றுவருவதெல்லாம் ஒரு ஆண் வேலைக்காரர்; சமூகப் பழக்க வழக்கம் காரணமாகவும், அவரது தனிப்பட்ட கூச்ச சுபாவத்தினாலும் டர்பன் தெருக்களில் கஸ்தூரிபா தனியாகச் செல்வது இல்லை. அவரது கணவரின் கட்சிக்காரர்கள் பெரும்பாலும் குஜராத்தி முஸ்லிம்கள். பொது வான மொழி இருந்தாலும், மத வேறுபாடு காரணமாக கஸ்தூரிபாவுக்கு அவர்களின் மனைவியரோடு சேர்ந்து சாப்பிட முடியவில்லை. அவர்களுடன் நட்பு கொள்ள அவரே விரும்பியிருந்தாலும்கூட, நான்கு பிள்ளைகள், ஒரு சகோதரர் மகன், கணவர் என்று எல்லோரையும் பார்த்துக் கொள்ள வேண்டியிருந்ததால் அவருக்கு நேரமும் கிடைத்திருக்காது.

வெற்றிகரமான பாரிஸ்டர் என்ற முறையில் காந்தி மத்திய டர்பனில் வழக்கமாக இந்தியர்கள் வாழும் பகுதியைப் புறக்கணித்து நகரின் வெளிப்புறத்தில் இருந்த பீச் குரோவில் வசிக்க முடிவுசெய்திருந்தார். அவரது 'ஃபர்னிச்சர்கள் நிறைந்த ஆங்கிலேய வில்லா' (யங்ஹஸ்பன்டின் வார்த்தைகளில்) அந்தப் பகுதியிலிருந்த பல வீடுகளில் ஒன்று. மற்ற வீடுகளில் இருந்தவர்கள் அனைவரும் பிறப்பாலும் மனோபாவத்திலும் ஆங்கிலேயர்கள்.

காந்தி தன் சக நாட்டவரிடமிருந்து தூரமாகச் சென்று வீடு பார்த்துத் தன் சமூக அந்தஸ்தை உயர்த்திக்கொள்ள விரும்பியது அவரது மனைவிக்குப் பெரிய சிரமங்களை உண்டாக்கியது. கஸ்தூரிபாவுக்கு ஆங்கிலம் தெரியாது; எப்படியிருந்தாலும், வெள்ளையர்களுடன் அவர் பேசுவதற்கு அவருக்கு மரபு தடையாக இருந்தது. அவருக்கும் அண்டை வீட்டாருக்கும் நடுவிலிருந்த சமூகத் தொலைவு, நகரத்துக்கும் புறநகருக்கும் இடையிலிருந்த தொலைவைவிட அதிகம். அவ்ரால் கிரே தெருவிலிருந்த குஜராத்திப் பெண்களைத் தனியாகச் சென்று சந்திக்க முடியாது. அவரது கணவருக்கோ அவரை அங்கெல்லாம் அழைத்துச் செல்ல தேரமில்லை (அநேகமாக அவருக்கு விருப்பமும் இல்லை). ஆகவே அவர் தன் வீட்டுக்குள்ளாக இன்னும் அதிகமாக ஒடுங்கிப்போனார்; அங்கே அவரது குழந்தைகளே அவருக்கு ஆறுதலாகவும் துணையாகவும் இருந்தனர்.

பீச் குரோவிலிருந்த இந்த வீட்டில்தான் காந்திக்கும் கஸ்தூரிபாவுக்கும் இடையில், காந்தி தனது சுய சரிதையில் எழுதியிருக்கும் பிணக்கு ஏற்பட்டது. காந்திகளுடன் ஒரு குஜராத்தி சமையல்காரரும், தமிழ் பேசும் எழுத்தரான வின்செண்ட் லாரன்ஸ் என்பவரும் வசித்துவந்தார்கள். மதம் மாறுவதற்கு முன்னால், லாரன்ஸின் குடும்பத்தினர் பஞ்சமர்கள் என்று கருதப்பட்டனர். 'ஐந்தாவது' சாதி என்று பொருள்படும் இந்தச்சொல் அவர்களது தீண்டத்தகாத நிலையைக் காட்டுகிறது. கஸ்தூரிபா எழுத்தரின்

சிறுநீர்க்கலனைச் சுத்தப்படுத்த மறுத்தார்; அத்துடன் தன் கணவரும் அதைச்செய்து தன்னைத் தீட்டுப்படுத்திக்கொள்ளக் கூடாது என்று வலியுறுத்தினார். காந்திக்குக் கோபம் வந்துவிட்டது. 'இந்த அபத்தத்தை நான் இந்த வீட்டில் சகித்துக்கொள்ளமாட்டேன்,' என்று தான் சொன்னதைத் தன் சுய சரிதையில் நினைவுகூர்கிறார் காந்தி. அத்துடன், கஸ்தூரிபாவைப் பிடித்து இழுத்துக்கொண்டு வாசல் கதவுவரை சென்றதையும் நினைவு கூர்கிறார். அவரது மனைவி, அழுதுகொண்டே, ஒரு அந்திய தேசத்தில் தனக்கு ஆதரவளிக்கப் பெற்றவர்களோ, உறவினர்களோ உடன் இல்லாத நிலையில் வீட்டை விட்டுத் துரத்துகிறாரே, அவருக்கு ஈவு இரக்கமே இல்லையா என்று முறையிட்டார். காந்தி ஒருவழியாக சுதாரித்துக்கொண்டு, தன் மனைவியுடன் வீட்டுக்குள் திரும்பி வந்தார்.[44]

1901 ஆம் ஆண்டு மே மாதம், காந்தி தன் குருநாதர் ராய்ச்சந்திரபாய் முப்பத்து மூன்றே வயதாகியிருந்த நிலையில் இறந்துவிட்டதைக் கேள்விப்பட்டார். காந்தி அதுபற்றிய செய்தியைத் தனது அலுவகத்துக்குத் தபாலில் வந்த ஒரு செய்தித்தாளில் படித்தார். பிறகு அந்த செய்தித்தாளை ஓரமாக வைத்துவிட்டுத் தன் வேலையைத் தொடர்ந்தார். ஆனாலும் ஒரு நண்பருக்கு எழுதியதைப்போல, 'என்னால் அந்த விஷயத்தை மனதை விட்டு அகற்ற முடியவில்லை... சிறிது ஓய்வு கிடைத்தாலும், மனம் அதற்கே திரும்புகிறது. சரியோ தவறோ நான் அவரால் பெரிதும் கவரப் பட்டேன்; அவரை மிகவும் நேசிக்கவும் செய்தேன். எல்லாம் இப்போது முடிந்துவிட்டது.'[45]

1891ல் நடந்த அந்த முதல் சந்திப்பிலிருந்து காந்தி ராய்ச்சந்பாயைத் தனது குருவாக ஏற்றுக்கொண்டிருந்தார். காந்தியின் தந்தை அவர் பதின் வயதுகளில் இருக்கும்போதே காலமாகிவிட்டார். அவரது அண்ணன்களால் அவருக்குத் தார்மிக (அல்லது ஞான) அறிவுரை எதுவும் வழங்க முடிய வில்லை. இந்த வெற்றிடத்தில்தான் அந்த நகை வியாபாரியும்-சிந்தனையாளருமானவர் அடியெடுத்து வைத்தார். காந்தி தன் அன்பான தாயாரின் மரணத்திலிருந்து மீண்டுவர உதவினார். பம்பாயில் 1892ல் வேலையில்லாத பாரிஸ்டராக இருந்தபோது, காந்தி நீதிமன்றத்திலிருந்து ராய்ச்சந்தின் கடைக்குச் சென்று அவருடன் பேசிக்கொண்டிருப்பார். சில ஆண்டுகள் கழித்து தென்னாப்பிரிக்காவில் மதங்களுக்கிடையில் கிழிபட்டுக்கொண்டிருந்தபோது, ராய்ச்சந்பாய் மீண்டும் ஒருமுறை அவரது குழப்பங்களைத் தெளிவுபடுத்திக்கொள்ள உதவினார்.

ராய்ச்சந்பாய் காந்திக்கு எந்த விதத்தில் முக்கியமானவர்? காந்தி அவரிட மிருந்து என்ன கற்றுக்கொண்டார்? சமகாலத்திய விவரிப்புகளும் கடிதங் களும் அபூர்வமாகவே கிடைக்கின்றன. ஆகவே நாம் இந்தக் கேள்விகளுக்கு, பின்னாளில் நினைவுகூரப்பட்டவற்றைக்வைகளைக் கொண்டே பதில்களைக் கண்டடையவேண்டும். 1915ல் ராய்ச்சந்தின் பிறந்தநாள் விழாவில் பேசிய காந்தி, 'அவர் குறுகிய மத நம்பிக்கை

எதையும் பின்பற்றவில்லை; அவர் ஒரு சர்வசமயவாதி; உலகில் எந்த மதத்துடனும் அவருக்கு எந்தப் பூசலும் இல்லை,' என்று குறிப்பிட்டார். [46]

ஒன்பது வருடங்களுக்குப் பிறகு காந்தி தன் குருநாதரைப்பற்றிய ஒரு குஜராத்தி புத்தகத்துக்கு நீண்ட முன்னுரை ஒன்றை எழுதினார். , ராய்ச்சந் தனது கடையில் இருக்கும்போதுகூட

> மதங்கள் தொடர்பான ஏதாவது புத்தகம் அவர் பக்கத்தில் எப்போதும் இருக்கும். அவர் ஒரு வாடிக்கையாளரின் வேலையை முடித்த உடனேயே அந்தப் புத்தகத்தைத் திறந்துவிடுவார்; அல்லது தன் சிந்தனைகளைக் குறித்துவைக்கும் நோட்டுப் புத்தகத்தைத் திறந்து எழுத ஆரம்பித்துவிடுவார். தினமும் என்னைப்போல ஞானத்தேடலில் ஈடுபட்டுள்ள பலர் அவரைத்தேடி வருவார்கள். அவர்களுடன் அவர் சமயம் தொடர்பான விஷயங்களை விவாதிக்கத் தயங்கவே மாட்டார். அந்தக் கவிஞர் எல்லாரும் சொல்வதுபோல் வியாபாரத்தையும் தர்மம்பற்றிய விவாதங்களையும் தனித்தனியே அதனதன் நேரத்தில் வைத்துக்கொள்ளவில்லை.

காந்தி தான் பார்த்துவந்த பலதரப்பட்ட பணிகளால் தன்னம்பிக்கை பெற்றார்; கடினமாக உழைக்கும் வழக்கறிஞராகவும் ஞானத்தேடலில் ஆர்வம் கொண்டவராகவும் உருவானார். ராய்ச்சந்தால் காந்திக்கு சட்டம்பற்றி எதுவும் கற்றுத் தர முடிந்திருக்காது என்றாலும், தனது சமய நம்பிக்கைகளை இன்னும் பரந்த முறையில் பார்க்க அவர் ஊக்க மளித்தார். தர்மம் என்பது 'சாஸ்திரங்கள் என அழைக்கப்படும் புத்தகங் களைப் படிப்பதோ அல்லது மனப்பாடம் செய்வதோ, அல்லது அவை சொல்லும் அனைத்தையும் நம்புவதோகூட' அல்ல என்று அவர் சொன்னார். அது கோட்பாட்டுக் கல்வியும் நடைமுறை அறிவும் சேர்ந்த ஒன்று. ஓரளவு சமயக் கல்வியைக் கற்ற பிறகு, புனித நூல்களால் மேற்கொண்டு உதவ முடியாது; மாறாக ஒருவரது சொந்த அனுபவங்கள் கட்டாயம் உதவும்.

உயர்ந்த மதங்கள் அனைத்திலும் ஒத்த கருத்துகள் உள்ளன என்று ராய்ச்சந் வாதிட்டார். அவை அனைத்துமே பொய்மைக்கும் வன்முறைக்கும் எதிராகப் போதனை செய்கின்றன. மனிதர்கள் தமது சமயப் புத்தகங்களை வறட்டுப் பிடிவாதமாகப் பின்பற்றுவதன் மூலம் 'சிறைக் கொட்டடிகளையே' உருவாக்கி வைத்திருக்கின்றனர்; அவற்றில் ஆன்மிகரீதியில் அடைபட்டும் கிடக்கின்றனர். ராய்ச் சந்தைப் பின்பற்றி காந்தியும், 'ஒவ்வொரு மதமுமே அதைப் பின்பற்று பவர்களின் பார்வையில் பரிபூரணமாகவும், பிற சமயத்தவர்களின் பார்வையில் குறைபாடுள்ளவையாகவுமே தோன்றுகின்றன. சுயேச் சையான ஒரு கோணத்திலிருந்து பார்த்தால் எல்லா மதங்களுமே பூரண மானவையாகவும் குறைபாடுள்ளவையாகவும் ஒரே நேரத்தில் விளங்குகின்றன,' என்ற முடிவுக்கு வந்தார்.

ஜோஹானஸ்பர்க்கிலும் டர்பனிலும் அவருடைய கிறிஸ்துவ நண்பர்கள் அவரை மதம் மாறும்படி அழுத்தம் தந்தபோது, ராய்ச்சந் அவரை இந்து மதத்துக்குள்ளாகவே இருக்கும்படியும், அதே சமயம் எல்லா மதங்களின் அறிவுரைகளையும் வரவேற்கும் திறந்த மனதைக் கொண்டிருக்கும் படியும் அறிவுரை கூறினார்.

அந்த ஞானி, 'பல்வேறு மதங்கள் என்பவை சுவர்களால் சூழப்பட்ட அடைப்பிடங்களைப் போன்றவை; அவற்றில் ஆண்களும் பெண்களும் அடைபட்டிருக்கின்றனர்' என்று அடிக்கடி சொல்வதுண்டு. ராய்ச்சத்தைப் பின்பற்றிய காந்தி, தான் பிறந்த அடைப்பிடத்திலேயே வாழ்ந்தார்; ஆனால் அதன் சுவர்களை மீறி, அதேபோல வரையறுக்கப்பட்ட மற்ற பகுதிகளைக்குச் சென்றுவந்தார். ஒருபோதும் அவர் தன் அறையை வேறு ஒன்றுக்காக நிரந்தரமாக விட்டுவிடவில்லை; ஆனாலும் மற்ற அறைகளைச் சென்று பார்த்துவந்ததால், அவை எல்லாவற்றையும் இணைப்பது எது, பிரிப்பது எது என்று தெளிவாகக் கண்டுகொண்டார்.[47]

ராய்ச்சந்தின் மரணத்துக்குச் சில மாதங்களுக்குப் பிறகு, காந்தி இந்தியா வுக்குத் திரும்ப நினைத்தார். மேலோட்டமாகப் பார்த்தால், இது ஒரு புதிரான நடவடிக்கையே: அவரது சட்டத் தொழில் நன்றாக வேரூன்றி யிருந்தது; அவர் நேட்டாலில் ஓரளவு புகழ்பெற்றவராகவும் இருந்தார். தனது சுய சரிதையில் அவர், தான் 'இந்தியாவுக்காக அதிகம் பணியாற்ற' விரும்பியதாகத் தெரிவிக்கிறார்; அப்போது இந்தியாவில் அரசியல் உரிமை களுக்கான இயக்கம் வலுப்பெற்றுவந்தது.[48] ஆனால், நிச்சயமாக வேறு பல காரணங்களும் இருக்கவே செய்தன. தன் குழந்தைகளுக்கு ஒரு நல்ல கல்வியைத் தரவேண்டும் என்பதும் அவற்றில் ஒன்று. அவரது மூத்த மகன் ஹரிலால் இப்போது பதின்வயதுகளில் நுழைந்துகொண்டிருந்தார். டர்பனில் அவருக்கும், அவரது சகோதரர்களுக்கும் ஏற்ற பள்ளிகள் இல்லை. ராஜ்கோட்டில் என்றால் அவர்கள் தமது தந்தையார் முன்பு படித்த பள்ளியிலேயே படிக்கலாம்; அவரைப் போலவே பம்பாய் மெட்ரிகு லேஷன் தேர்வெழுதலாம்; காலக்கிரமத்தில் அவரைப் போலவே தொழில், வேலைவாய்ப்புகளை உருவாக்கிக்கொள்ளலாம்.

நேட்டாலில் இப்போது இன்னொரு இந்திய வழக்கறிஞரும் இருந்தார். அதனால் காந்திக்கு இந்தியாவுக்குத் திரும்பிச் செல்லும் முடிவைத் தைரிய மாக எடுக்க முடிந்தது.. அவர் ரஹிம் கரீம் கான் என்ற பாரிஸ்டர். லிங்கன்'ஸ் இன்னில் சட்டம் பயின்றிருந்த அவர் 1899ல் தென்னாப்பிரிக்காவுக்கு வந்திருந்தார். அவர் காந்தியின் அலுவலகத்தில் சேர்ந்து, தனக்கென கட்சிக்காரர்கள் தொடர்புகளையும் உருவாக்கிக்கொண்டார். அவர் ஒரு முஸ்லிமாக இருந்ததால், டர்பனில் பல முஸ்லிம் வியாபாரிகள் அவர்மீது நம்பிக்கை கொண்டனர். கானின் வருகையால், காந்தியால் டிரான்ஸ் வாலுக்குச் செல்லவும் தனது சமயம் தொடர்பான ஆர்வங்களில் இன்னும் ஆழமாக இறங்கவும் முடிந்தது. இப்போது 1901ல் இந்தியாவுக்கு நிரந்த மாகத் திரும்பிச் செல்லவும் தீர்மானிக்க முடிந்தது.[49]

கஸ்தூரிபா தன் கணவரைவிடவும் திரும்பிச் செல்வதில் கூடுதலாக ஆர்வம் உடையவராக இருந்திக்கக்கூடும். அவர் 1883ல் மோகன்தாஸை மணம் புரிந்துகொண்டபோது, தன் தாயாரையும் பாட்டியையும் போலத் தானும் சொந்த மண்ணான கத்தியவாரிலேயே எங்காவது குடும்பம் நடத்தப்போவ தாகவே நம்பிக்கொண்டிருந்தார். பின்னர் தன் கணவருடன் சேர்ந்துகொள்ள ராஜ்கோட் சென்றார்; சில வருடங்கள் கழித்து அவரது கணவர் அவரையும் பச்சிளம் குழந்தையான மகனையும் விட்டுவிட்டு லண்டனுக்குச் சென்று விட்டார். திரும்பி வந்த அவர் மனைவியை மீண்டும் தாயாக்கினார். 1893 மே மாதத்தில் மீண்டும் விட்டுச்சென்றார்-இம்முறை தென்னாப்பிரிக் காவுக்கு. மூன்று வருடங்கள் கழித்து குடும்பம் மீண்டும் ஒன்று நேர்ந்தது. கஸ்தூரிபாவின் முதல் தென்னாப்பிரிக்க அனுபவம், அவரது கணவரைச் சொல்லாலும் செயலாலும் ஒரு கும்பல் தாக்கியதுதான். இதன் பிறகு அவரால் வெள்ளையர்களைச் சற்றும் நம்ப முடியவில்லை; அதேசமயம் டர்பனில் தன் வீட்டுக்குள் அடைபட்டிருந்த அவருக்கு அதிகமாக இந்திய நண்பர்களும் இல்லை.

ராஜ்கோட்டில் என்றால், கஸ்தூரிபா வீட்டில் பேசிய மொழிதான் பஜாரின் மொழியாகவும் இருக்கும். அங்கு அவருக்கு நண்பர்களும் உறவினர்களும் இருப்பார்கள்; அத்துடன் அவர்களே அவரது பிள்ளை களுக்கும் நண்பர்களும் உறவினர்களுமாகவும் இருப்பார்கள். டர்பனில் இதற்கு மாறாக அவரும் குழந்தைகளும் நான்கரை ஆண்டுகாலத்தை அந்நியர்களாக உணர்ந்தபடியும், கண்ணைக் கட்டிக் காட்டில் விட்டாற் போலவும் ஒருபோதும் தமது சொந்த மண்ணாக ஆக முடியாத ஒரு இடத்தில் கழித்திருக்கிறார்கள்.

ஆகவே, காந்தி தன் தாய்நாட்டுக்குத் திரும்ப முடிவுசெய்தார். அக்டோபர் 12 அன்று பார்ஸி ருஸ்தம்ஜி 'நேட்டாலில் இந்தியர்களின் நலனுக்கான போராளிக்கு' பிரிவு உபசார விருந்துக்கு ஏற்பாடு செய்தார். அந்த விருந்து 'எந்த இந்தியரும் முயற்சி செய்த அல்லது முடித்துக்காட்டியதையும்விட பிரம்மாண்டமானது': சுவர்களில் அலங்காரத் திரைச்சீலைகள், இதற் கென்றே பொருத்தப்பட்ட மின்விளக்குகள், ஏராளமான மலர்கள், இசைக் கலைஞர்கள் குழு. அங்கு வெறும் அலங்காரம் மட்டுமில்லாமல் நிகழ்வு களும் அதற்கு ஈடாக இருந்தது; பத்திரிகையாளர் ஒருவர் நன்றியோடு எழுதியதுபோல, 'விருந்தினர்கள் கிழக்கத்திய நளபாகத்தின் நயமான பதார்த்தங்களால் உபசரிக்கப்பட்டார்கள்.' உணவு உண்டு முடித்ததும் ருஸ்தம்ஜி 'ஒரு தடிமனான தங்கச் சங்கிலியை திரு காந்தியின் கழுத்தில் அணிவித்தார்; மேலும் ஒரு தங்க லாக்கெட்டும், பொருத்தமாக எழுத்து பொறிக்கப்பட்ட தங்க மெடலும் பரிசளித்து கௌரவித்தார். காந்திக்கு வெள்ளை ரோஜாக்களால் ஆன மலர்க்கொத்து ஒன்றும் அளிக்கப்பட்டது; அவருக்கு மாலை அணிவிக்கப்பட்டபோது கரகோஷம் காதைச் செவிடாக்கியது.' அந்த வழக்கறிஞரின் குழந்தைகளுக்கும் தங்க மெடல்கள் அளிக்கப்பட்டன.[50]

அதற்கடுத்த வாரம் நேட்டால் இந்திய காங்கிரஸ் கிரே தெருவில் அவர்களது அரங்கில் அளித்த விருந்தில் காந்திகள் முக்கிய விருந்தினர் களாகக் கலந்து கொண்டார்கள். இதுவும் ஒரு கோலாகலமான நிகழ்வு. மாடிப்படி மாலைகளால் அலங்கரிக்கப்பட்டிருந்தது; திரும்பிய பக்க மெல்லாம் சீன லாந்தர் விளக்குகள். முதலாவது பேச்சாளர் வியாபாரியான அப்துல் காதிர். அவர் காந்தி பற்றி, 'அரசியல், சமூகம், தார்மிகம் என்று நம் வாழ்வின் அத்தனை அம்சங்களிலும் வழிகாட்டும் விண்மீனாகப் பிரகாசித்திருக்கிறார்; இந்தியர் ஒவ்வொருவர் இதயத்திலும் அவரது பெயர் என்றென்றும் வீற்றிருக்கும்' என்று குறிப்பிட்டார். அடுத்து பேசிய ஆங்கிலேய வழக்கறிஞர் எஃப்.ஏ.லாஃப்டன், 'இப்பொழுது காந்தி நாட்டை விட்டுச் செல்கிறார் என்பது எனக்கு வியப்பாகவே இருக்கிறது; காரணம் பாரில் (நேட்டால் வழக்கறிஞர் சங்கத்தில்) அவருக்கு சிறப்பான இடம் இருந்துவந்தது. திரு காந்தியை மீண்டும் வரவேற்க எப்போதும் நான் ஆவலாக இருப்பேன்,' என்று குறிப்பிட்டார்.

இந்தக் கூட்டத்திலும் காந்திக்குப் பல ஆபரணங்கள் அளிக்கப்பட்டன. இவற்றில் மொத்த இந்திய சமூகம் சார்பாக வழங்கப்பட்ட வைர மோதிரம், குஜராத்தி இந்துக்கள் சார்பாக ஒரு தங்க நெக்லஸ், அப்துல் காதிரின் பரிசாக ஒரு வைர ஊசி, தாதா அப்துல்லா அன்ட் கம்பெனி சார்பாக ஒரு தங்க கடிகாரம் ஆகியவை அடக்கம்.[51] காந்தி பரிசுப்பொருள் களையும் (மேலும் பாராட்டுகளையும்) ஏற்றுக்கொண்டார் ; ஆனாலும் மூன்று நாட்களுக்குப் பிறகு, தான் அன்பளிப்புகளைத் திருப்பி அனுப்பு வதாக பார்ஸி ருஸ்தம்ஜிக்குக் கடிதம் எழுதினார். அவற்றை நேட்டால் இந்திய காங்கிரஸ் வசம் ஒப்படைத்துவிடுமாறும், அவற்றைக்கொண்டு அவசரகால உதவிநிதி ஒன்றை ஏற்படுத்தும்படியும் வேண்டிக் கொண்டார்.[52]

பரிசுப்பொருட்களைத் திருப்பிக்கொடுத்துவிடுவது என்ற முடிவு காந்தி வீட்டில் பெரிய பிரளயத்தையே ஏற்படுத்தியது. கஸ்தூரிபா, 'உங்களுக்கு இவை (அணிகலன்கள்) தேவைப்படாமல் இருக்கலாம். உங்கள் குழந்தை களுக்கும் அவை தேவைப்படாமல் இருக்கலாம். நீங்கள் தாஜா செய்தால் அவர்கள் உங்கள் விருப்பத்துக்கு ஆடுவார்கள். நான் அவற்றை அணிந்து கொள்ள அனுமதிக்க மறுப்பதை என்னால் புரிந்துகொள்ள முடியும். ஆனால் என் மருமகள்களைப்பற்றி நினைத்தீர்களா? அவர்களுக்கு அவை நிச்சயம் தேவைப்படும். அதுமட்டுமின்றி நாளை என்ன நடக்குமென்று யாருக்குத் தெரியும்? அன்போடு கொடுக்கப்பட்ட பரிசுப்பொருள்களைத் திருப்பிக்கொடுக்க நான் ஒருக்காலும் சம்மதிக்க மாட்டேன்,' என்று சொன்னார்.

தனக்குக் கொடுக்கப்பட்ட பரிசுப்பொருள்களை என்ன செய்யவேண்டும் என்று கஸ்தூரிபா முடிவுசெய்ய முடியாது என்று காந்தி சொன்னார். அதற்கு கஸ்தூரிபா பளிச்சென்று பதில் சொன்னார்: 'நீங்கள் செய்த சேவைகளை

நானும் செய்ததாகவே கொள்ளவேண்டும். நான் உங்களுக்காக இரவும் பகலும் கஷ்டப்பட்டு உழைத்திருக்கிறேன். அது மட்டும் சேவை இல்லையா?'

மனைவி காட்டிய எதிர்ப்பு, அவரது மூத்த மகன்கள் இருவரின் ஆதரவால் சமன் செய்யப்பட்டது. பதின்மூன்று வயது ஹரிலாலும், ஒன்பது வயதான மணிலாலும் பரிசுப்பொருட்கள் திருப்பி அளிக்கப்பட வேண்டியவையே என்று ஒப்புக்கொண்டார்கள். பிள்ளைகளின் உதவியோடு மனைவியிடமிருந்து 'எப்படியோ ஒருவழியாக சம்மதத்தைப் பிடுங்குவதில் வெற்றி பெற்றுவிட்டேன்,' என்று காந்தி எழுதியிருக்கிறார்.[53]

அடுத்ததாக பார்ஸி ருஸ்தம்ஜி காந்தியை அந்த முடிவை மறுபரிசீலனை செய்யும்படி இறைஞ்சினார். அந்த அன்பளிப்புகள் இந்திய சமூகத்தினர் தங்களது 'கௌரவம்பெற்ற மாபெரும் தலைவர்'மீது தாம் கொண்டிருக்கும் அன்பை வெளிப்படுத்துகின்றன. சிந்திக்காமல் காந்தி இப்படிச்செய்வதால் 'ஒரு மாபெரும் சாதனை அங்கீகரிக்கப்படாமல் போய்விடக்கூடும்' அதாவது நேட்டால் இந்திய காங்கிரஸின் உருவாக்கம்- 'அந்த சாதனையில் பெரும்பங்கு உங்களையே சேரும்,' என்றார். பரிசுப்பொருட்களைத் திருப்பித் தருவது 'கொடுத்தவர், பெற்றுக்கொண்டவர் இருவரது நோக்கங்களையும் சந்தேகத்துக்குள்ளாக்கும்,' என்றார் ருஸ்தம்ஜி.[54]

காந்தி விட்டுக்கொடுக்கவில்லை. அன்பளிப்புகள் காங்கிரஸுக்குத் திருப்பி அனுப்பப்பட்டன. அதேசமயம் அவர்கள் தலைவர் தன் தாய்நாட்டுக்குத் திரும்புவதற்கான ஆயத்தங்களில் ஈடுபட்டார்.

காந்திகள் 1901 அக்டோபர் மூன்றாவது வாரம் டர்பனிலிருந்து கிளம்பினார்கள். அவர்கள் கப்பல் மொரிஷியஸ் வழியாகச் சென்ற கப்பலில் பயணித்தார்கள்; இதற்குக் காரணம் அந்தக் கப்பல்தான் முன்பதிவு இடங்கள் காலியாக இருந்த முதல் கப்பல் என்பதாக இருக்கலாம்; அல்லது காந்தி அந்தக் காலனியைப் பார்த்துவர விரும்பியும் இருக்கலாம்; பிரிட்டிஷ்காரர்கள்வசம் வருவதற்கு முன்பு அந்தக் காலனி பிரெஞ்சுக்காரர்களிடமிருந்தது. நேட்டாலைப் போலவே கரும்புத் தோட்டங்களில் வேலை செய்வதற்காகப் பெரிய அளவில் இந்தியர்கள் அங்கும் அழைத்துவரப்பட்டிருந்தனர்.

காந்தி மொரிஷியஸில் வந்திறங்கும் முன்பாகவே அவரது புகழ் அங்கு எட்டியிருந்தது. உள்ளூர் செய்தித்தாள் ஒன்று எப்படி அவர் 'நேட்டாலில் தன் நாட்டினரின் நலனை பிரமாதமாகப் பாதுகாத்தார்' என்று எழுதியது. இந்தக் காலனியிலிருந்த முஸ்லிம்கள் குஜராத்திலிருந்து வந்தவர்கள் அல்ல; வட இந்தியாவிலிருந்து வந்திருந்தவர்கள். அவர்கள் காந்திக்கு ஒரு தோட்ட விருந்து அளித்தனர். கொடிகளும் தோரணங்களும் காற்றில் படபடக்க, பெரியவர்களும் குழந்தைகளும் தம் மரியாதையைத் தெரிவிக்கக் கூடினார்கள். காந்தி, 'முஸ்லிம்களை அவர்களது குழந்தைகளைக்

கல்லூரிக்கு அனுப்பிப் படிக்க வைக்குமாறு அறிவுரை கூறினார்; கல்வியின் மூலமாகவே அவர்கள் வாழ்வில் முன்னேற முடியும்,' என்றார். இந்திய சமூகத்தினரை அரசியலில் அதிகம் பங்கெடுத்துக்கொள்ளுமாறு கேட்டுக்கொண்டார்; அதாவது 'அரசாங்கத்தை எதிர்த்துச் சண்டையிடும் அரசியல் அல்ல; சுதந்திரம் என்ற பந்தலின்கீழ் தமக்கான இடத்தைப் பெறுவதற்காகவும், தம் உரிமைகளுக்காகவும் போராடும் அரசியல்,' தனக்கு விருந்தளித்தவரின் மகன் நகரசபை உறுப்பினர் தேர்தலில் போட்டியிடுகிறார் என்ற தகவலைக் கேள்விப்பட்டதும், காந்தி அவரை 'அழகான, சிறந்த' நோக்கம் ஒன்றை எடுத்துக்கொண்டிருப்பதற்காகப் பாராட்டினார்.

காந்தி பேசியதற்கு அந்தக் காலனியின் முன்னணி சிந்தனையாளர்களில் ஒருவர் கோபமாக எதிர்வினையாற்றினார். அவர் கவிஞரும் நூலகருமான லியோவில் எல். ஹோம். பிரெஞ்சுக் காலனியரான அவர், ஆசிய வாழ்க்கை முறை 'எங்களுக்கு முற்றிலும் விரோதமானது' என்றார். அந்த இந்தியர் நகர்மன்ற உறுப்பினராகிவிட்டால், போர்ட் லூயி நகர மேயர், 'தலையில் பேன் பிடித்த ஒரு ஆசாமியுடன் கைகுலுக்க வேண்டியிருக்கும்'. மொரிஷியஸில் குடியேறியிருக்கும் ஐரோப்பியர்கள் மாபெரும் ராணுவ, அரசியல் பாரம்பரியத்துக்குச் சொந்தக்காரர்கள். இந்தியர்களுடன் அதிகாரத்தைப் பகிர்ந்துகொண்டால், இந்தப் பாரம்பரியம், 'மஞ்சள் கிழங்கு மூட்டைகளின் விற்பனைப் பதிவேடு என்ற அளவுக்கு சுருங்கிவிடும்; அத்துடன் காலனியர்களை 'கிறிஸ்துவர்கள் அல்லாத சமூகதினர் மத்தியில் நடைபிணங்கள்போல ஆக்கிவிடும்.'

காந்தி, தென்னாப்பிரிக்காவில் வெள்ளை காலனியர்களால் வசைபாடப் பட்டுப் பழகிப்போனவர். ஆனால், இந்த வசை அவருக்குப் புரியவில்லை. காரணம் அது பிரெஞ்ச் மொழியில் இருந்ததுதான். மொரிஷியஸிலிருந்து அவர் சுமந்துசென்ற நினைவுகள் இந்தியர்களின் பெருந்தன்மை மட்டுமே. விடைதரும் வைபவத்தில் முக்கியப் பேச்சாளரான ஒரு முஸ்லிம் வியாபாரி காந்தியை, 'கொந்தளிக்கும் கடலில் நீருக்கு அடியிலிருக்கும் பாறைகளில் மோதிவிடும் என்ற நிலையிலிருந்த கப்பலைப் பாதுகாப்பாக இட்டுச் சென்ற' நவீன கால ஃபாரோ மன்னர் என்று வர்ணித்தார்.[55]

காந்தி குடும்பம் 1901 நவம்பர் கடைசி வாரத்தில் பம்பாயை அடைந்தது. கஸ்தூரிபாவையும் குழந்தைகளையும் ராஜ்கோட்டில் குடிவைத்துவிட்டு, காந்தி கல்கத்தாவில் நடைபெறவிருந்த இந்திய தேசிய காங்கிரஸின் பதினேழாவது மாநாட்டில் கலந்துகொள்வதற்காக புகைவண்டியில் துணைக் கண்டத்தின் குறுக்காகப் பயணித்தார். 1901 ஆம் ஆண்டின் காங்கிரஸ் மாநாட்டில் மொத்தம் 896 பிரதிநிதிகள் கலந்துகொண்டனர். அவர்களில் பாதிக்கு மேற்பட்டவர்கள் மாநாடு நடைபெற்ற மாகாணமான வங்காளத்திலிருந்து வந்திருந்தார்கள். பம்பாய் மாகாணத்திலிருந்து

கலந்துகொண்ட நாற்பத்து மூன்று பிரதிநிதிகளில் காந்தியும் ஒருவர். அவர் ஸ்ட்ராண்ட் சாலையிலிருந்த இந்தியா கிளப்பில் தங்கினார். அங்கிருந்து, பீடன் ஸ்கொயரில் பெரிய திறந்தவெளியில் போடப்பட்ட பந்தலில் நடைபெற்ற காங்கிரஸ் மாநாட்டுக்கு ரிக்ஷாவில் பயணித்தார். மாநாடு சரளா தேவி கோசால் எழுதிய பாடல் ஒன்றுடன் ஆரம்பித்தது. அவர் கவிஞர் ரவீந்திரநாத் தாகூரின் சகோதரியின் புதல்வி. அந்தப் பாடலை ஐம்பத்தெட்டு ஆண்களும் பையன்களும் கொண்ட இசைக்குழுவினர் பாட, 'சுமார் 400 தன்னார்வலர்கள் அந்த சேர்ந்திசையில் இணைந்து கொண்டனர்'.

கல்கத்தா காங்கிரஸ் மாநாட்டுக்குத் தலைவமை தாங்கியவர் டி.இ.வாச்சா. அவர்தான் 1896ல் பம்பாய் மாநாட்டில் காந்தியின் உரையை வாசித்தவர். வாச்சாவின் தலைமையுரை அடக்கமான தொனியில் இருந்தது. மெதுவான பொருளாதார வளர்ச்சி பற்றிப் பேசிய அவர் 'நமக்கு நல்ல அரசாங்கம் இருக்கிறது என்பதில் ஐயமில்லைதான்; ஆனால், அதில் பல தீங்குகள் கலந்திருக்ககவும் செய்கின்றன. தீமையை வெளியேற்றவேண்டும் என்பதே நம் விருப்பம். காலக்கிரமத்தில் மிக நல்ல அரசாங்கம் நமக்கு வாய்க்கலாம்,' என்றார். மற்ற பேச்சாளர்கள் இன்னும் வெளிப்படையாகப் பேசினார்கள். 'இந்தியக் குடியானவனின் வாழ்க்கையின் குறிக்கோள் ஒரு விலங்கைப்போல வாழ்ந்து மடிவது தானா?' என்று கேட்டார் மதராஸிலிருந்து வந்திருந்த ஜி.சுப்பிரமணிய ஐயர்: 'அவன் 'பகுத்தறிவும், உணர்வும், உள்ளார்ந்த ஆற்றலும் பெற்ற' ஒரு மனிதப் பிறவியில்லையா?' பிரிட்டிஷ் ஆட்சியில் வாழ்க்கைத் தரம் மேலும் தாழ்ந்துவிட்டது; இப்போது 200 மில்லியன் இந்தியர்கள் 'தம் துன்பத்தில் இருண்டுபோய், பேச்சற்று, வாழ்வில் ஆர்வம் அற்று, நம்பிக் கையோ, லட்சியமோ இன்றி, பிறந்துவிட்டோமே என்ற ஒரே காரணத்துக் காக வாழ்ந்துகொண்டும், உயிரை உடலில் தக்கவைத்துக்கொள்ள முடியாத காரணத்தால் மரணமடைந்துகொண்டும் இருக்கிறார்கள்.'[56]

காந்தி தனது உரையில், காங்கிரஸின் தலைவரான நாகரிகம் நிரம்பிய பார்ஸி டிரான்ஸ்வாலுக்குச் சென்றால், அவரையும் 'கூலி' என்ற கணக்கில் சேர்த்துவிடுவார்கள்; தென்னாப்பிரிக்காவில் இருக்கும் இந்தியர்கள் தமது தாய்நாட்டுடன் ஆழமான உறவு கொண்டிருக்கின்றனர்; பம்பாயில் பஞ்சத்தால் பாதிக்கப்பட்டவர்களுக்கு உதவி செய்யும்படி வேண்டுகொள் விடுக்கப்பட்டபோது, அவர்கள் 2000 பவுண்ட் திரட்டிக் கொடுத்தார்கள்; அதற்குக் கைமாறு செய்யப்படவேண்டும் என்றார். 'இன்று நான் எதிரில் காணும் சிறப்புவாய்ந்த இந்தியர்களில் சிலர் அந்த உயர்ந்த உணர்வுடன் தென்னாப்பிரிக்கா சென்றுவந்தால் எங்களுடைய குறைகள் களையப் படலாம்.'[57]

காந்தி 1896ல் கல்கத்தாவுக்குச் சென்றபோது அவரை உள்ளூர் தலைவர்கள் புறக்கணித்திருந்தனர். ஐந்து ஆண்டுகளுக்குப் பிறகு இப்போது அவருக்கு

இன்னும் நல்ல வரவேற்பு கிடைத்தது. தென்னாப்பிரிக்காவில் அவர் ஆற்றியிருந்த பணிகள் இன்னும் பரவலாக அறியப்பட்டிருந்தன; தவிர அவருக்கு செல்வாக்கு நிரம்பிய ஆதரவாளர் ஒருவரும் இருந்தார்: கோபால கிருஷ்ண கோகலே. அவர் காந்தியைத் தன் சீடராக ஏற்றுக் கொண்டிருந்தார். கோகலே காந்தியைவிட மூன்று வயது மட்டுமே மூத்தவர்; ஆனாலும் பொது விஷயங்களில் அவருக்கு அதிக அனுபவம் இருந்தது. ஆசிரியராகவும், எழுத்தாளராகவும், சமூக சீர்திருத்த வாதியாகவும், வைஸ்ராய் கவுன்ஸிலில் உறுப்பினராகவும் இருந்த அவர் இந்தியாவில் நன்கு அறியப்பட்டிருந்த இந்தியர்களில் ஒருவர்.

இந்தியாவின் மேற்குக்கடற்கரையில் காவலர் ஒருவரின் மகனாகப் பிறந்த கோகலே கடின உழைப்பாலும், சுயகல்வியாலும் முன்னுக்கு வந்தவர். தொன்மையான மராத்தா தலைநகராக விளங்கிய பூனாவுக்கு இடம் பெயர்ந்த அவர் ஃபெர்குஸன் கல்லூரியில் ஆசிரியராகச் சேர்ந்தார். அந்தக் கல்லூரி நவீன கல்வி அளிப்பதில் முன்னோடியான மையம். வான் ஸ்டூவர்ட் மில், ஆடம் ஸ்மித் போன்றவர்களின் படைப்புகளை அவர் கற்றுக்கொடுத்தாலும் அவரது தாராளவாதம் இந்தியச் சூழ்நிலையிலேயே வேர்கொண்டிருந்தது; அவர் இந்து–முஸ்லிம் ஒற்றுமையையும் சாதிப் பாகுபாடுகளுக்கு முடிவுகட்டுவதையும் வலியுறுத்தினார். இந்திய தேசிய காங்கிரஸின் ஆண்டுக் கூட்டங்களில் முக்கியமான பேச்சாளராக இருந்த அவர், அடிக்கடி இங்கிலாந்துக்கும் சென்று இந்தியர்களின் தேவைகள், விருப்பங்கள் விஷயத்தில் இம்பீரியல் அரசாங்கத்தை மேலும் அக்கறை யோடு நடந்துகொள்ளச்செய்ய ஆதரவு திரட்டினார். கேம்பிரிட்ஜில் அவர் ஆற்றிய உரையால் கவரப்பட்ட இளம் ஜான் மேனார்ட் கேன்ஸ் ஒரு நண்பரிடம், கோகலே 'உணர்வு கொண்டவர்; ஆனால் அவரது உணர்வு சிந்தனையால் வழிநடத்தப்படுகிறது, கட்டுப்படுத்தப்படுகிறது; வழக்க மான அரசியல் கிளர்ச்சியாளரை நினைவுபடுத்தக்கூடிய எதுவும் அவரிடத்தில் இல்லை,' என்றார்.[58]

காங்கிரஸ் கூட்டம் முடிந்தவுடன், காந்தி அப்பர் சர்க்குலர் சாலையில் கோகலேயின் வீட்டில் சென்று தங்கினார். சாப்பிடும்போதிலும் நடைப் பயிற்சிகளின்போதும் கோகலே காந்தியிடம் தான் சமூக சீர்திருத்தவாதி மகாதேவ் கோவிந்த் ராணடேவுக்குக் கடன்பட்டிருப்பதாகத் தெரிவித்தார்; அவர் சில மாதங்களுக்கு முன்புதான் காலமாகியிருந்தார். காந்தி, 'கோகலே ராணடேமீது கொண்டிருந்த பயபக்தியை ஒவ்வொரு கணமும் காண முடிந்தது. எல்லா விஷயங்களிலும் ராண்டேயின் முடிவே இறுதி யானது; அதை அவர் ஒவ்வொரு அடியிலும் சொல்லிக்கொண்டே இருப் பார்,' என்று கண்டுகொண்டார். காந்தியும் தனது புதிய குருநாதரை அதேவிதமாகவே காண ஆரம்பித்தார். அவர் குறிப்பிட்டார், 'கோகலே வேலைசெய்வதைப் பார்த்துக்கொண்டிருப்பது மகிழ்ச்சியான விஷய மாக இருப்பதுடன் ஒரு படிப்பினையாகவும் இருக்கிறது. அவர் ஒரு

நிமிடத்தையும் வீணாக்குவதில்லை. அவருடைய தனிப்பட்ட உறவுகள் நட்புகள் அனைத்தும் பொது நன்மைக்காகவே. '

காந்தியின் ஆன்மிக குருநாதரான ராய்ச்சந் சமீபத்தில்தான் மரணமடைந் திருந்தார்; அதனால் உருவான வெற்றிடத்தில், அவரை பொதுச் சேவையில் வழிநடத்தக்கூடிய ஒரு அறிஞர் அடியெடுத்துவைத்தார். சில தயக்கங்கள் இருந்தன. அவற்றில் ஒன்று கோகலேயின் வாழ்கை முறை: அந்தப் பூனாக்காரர் பொதுப்போக்குவரத்தான டிராம்காரில் பயணிக் காமல், தனிப்பட்ட வண்டியில் பயணிப்பது ஏன் என்று கேட்டார் காந்தி. இம்பீரியல் கவுன்சிலர், தான் அப்படிச் செய்வது வசதிகளின்மீதான விருப்பத்தினால் அன்று, தனக்கு அந்தரங்கம் தேவைப்படுவதாலேயே என்று பதிலளித்தார். 'டிராம்காரில் போக முடிகிற உங்கள் சுதந்திரத்தைப் பார்த்துப் பொறாமைப்படுகிறேன்,' என்று காந்தியிடம் சொன்னார் கோகலே. 'ஆனால், நான் வருந்துகிறேன், என்னால் அப்படிச்செய்ய முடியாது. நீங்களும் என்னைப்போல பரவலான பிராபல்யத்துக்குப் பலியாகும்போது, உங்களுக்கும் டிராம்காரில் செல்வது முடியாமல் போகும்; அல்லது மிகவும் சிரமமாகவே ஆகிவிடும்.'[59]

1902 ஜனவரி 19 அன்று கல்கத்தாவில் காலேஜ் வீதியில் ஆல்பர்ட் ஹாலில் நடந்த ஒரு கூட்டத்தில் காந்தி முக்கியப் பேச்சாளராக இருந்தார். அவரை கோகலே அறிமுகம் செய்துவைத்தார். அப்போது, அவரது 'திறமை, மெய்யார்வம், சமயோசிதம்' ஆகியவற்றைப் புகழ்ந்து பேசினார்; அவர் தென்னாப்பிரிக்காவில் ஆற்றிய பணிகள் குறித்துத் தனது 'ஆழ்ந்த அபிமானத்தை' தெரிவித்தார். 'திரு காந்தி தீரர்களுக்குரிய பண்புநலன் களைப் பெற்றவர்' என்று அவர் சொன்னார். 'காந்தி இந்த நாட்டில் தங்கி விடுவாரேயானால், அவர் இருக்கவேண்டிய நியாயமான இடத்தில், அதாவது தங்கள் மனங்களில், அவரை இருத்தவேண்டியது ஒவ்வொரு உண்மைத் தொண்டருக்கும் கடமை.'[60]

காந்தி அடுத்தடுத்த வாரங்களில் தொடர்ச்சியாக ஆல்பர்ட் ஹாலில் பேசினார். அவரது உரைகளில் ஒன்று தென்னாப்பிரிக்காவில் இந்தியர்கள் படும் சிரமங்களை எடுத்துக்கூறியது. மற்றொரு உரை ஆங்கிலோ-போயர் யுத்தத்தையும், அதில் இந்தியர்கள் ஆற்றிய பங்கினையும் பற்றியதாக அமைந்திருந்த து. அமைதிக்காலத்தில் காலனியர் கடுமை யாகவும் விரோதபாவத்துடனும் இருக்கிறார்; ஆனால், போர்க்காலத்தில் பிரிட்டிஷ் சிப்பாய் மொத்தத்தில் 'விரும்பத்தக்கவர். அவர் எங்களுடனும் பணியாளர்களுடனும் இயல்பாகப் பழகினார். எங்களுடன் பகிர்ந்து கொள்ளக்கூடிய ஆடம்பரங்கள் ஏதேனும் இருக்கும்போதெல்லாம் அவற்றைப் பகிர்ந்துகொண்டார்.' போர்க்களத்தில் தான் செலவிட்ட நேரத்திலிருந்து காந்தி அடைந்திருந்த விநோதமான, சிக்கலான முடிவு இது: ஒரு இந்து என்ற முறையில் எனக்குப் போர்கள்மீது நம்பிக்கை இல்லை. ஆனால், ஏதாவது ஒரு விஷயம் என்னை ஓரளவுக்காவது அதை

ஏற்கச்செய்யுமானால், அது போர்முனையில் நாங்கள் பெற்ற அனுபவ மாகவே இருக்கும்.'[61]

ஜனவரி கடைசிவாரத்தில் காந்தி கல்கத்தாவிலிருந்து கப்பல் மூலம் ரங்கூனுக்குச் சென்றார். செல்லும் வழியில் அவர் கோகலேவுக்கு நன்றி தெரிவிக்கும் கடிதம் ஒன்றை எழுதினார். 'உங்களுக்கும் எனக்கும் இடையிலுள்ள தொலைவை அழித்துவிடவேண்டும் என்பதில் எவ்வளவு முனைப்பாக இருந்தீர்கள் என்பதை என்னால் எளிதில் மறக்க முடியாது' என்று அவர் குறிப்பிட்டார். பின்னர் அவர் கோகலே பயன் படுத்தும் வாகனங்கள் பற்றிக் கேள்வி எழுப்பியதற்கு மன்னிப்பு கேட்டார். நான் 'திங்கள் கிழமை மாலை உங்கள் ரசனை பற்றிக் கேள்வி எழுப்பியிருக்கக் கூடாது... அதன் மூலம் நான் உங்களுக்கு வேதனை ஏற்படுத்திவிடுவேன் என்று முன்பே எனக்குத் தெரிந்திருந்தால், நிச்சயமாக அந்த சுதந்திரத்தை எடுத்துக்கொண்டிருந்திருக்க மாட்டேன்.' சமாதானப்படுத்தும் விதமாக, 'கல்வி தொடர்பாக நீங்கள் ஆற்றியிருக்கும் மிகச் சிறந்த பணிகளுக்கு இந்தக் கப்பல் பயணிகளிடையில்கூட ரசிகர்கள் இருக்கிறார்கள்' என்று சேர்த்துக்கொண்டார்.[62]

தன் நீண்டகால நண்பர் ப்ரன்ஜீவன் மேத்தாவைச் சந்திப்பதற்காக காந்தி ராங்கூனுக்குச் சென்றார். மருத்துவத்தில் பட்டம் பெற்றவராக இருந்த போதிலும், மேத்தா அவரது குடும்பத் தொழிலான நகை வியாபாரத்தில் இணைந்துகொண்டார். பர்மாவில் தங்கள் கடைக்கு ஒரு கிளையை ஆரம் பித்து லாபகரமாக நடத்திவந்த அவர், அங்கு குடியேறியிருந்த இந்திய சமூ கத்தில் பிரதானமான ஒருவராகவும் இருந்தார். லண்டனில் அவர்கள் இருந்த காலத்திலிருந்தே அவர் காந்தியின் நண்பர். அவர்கள் தொடர்ந்து கடிதத் தொடர்பில் இருந்தார்கள். மேத்தா 1898ல் டர்பனில் காந்திகளைச் சந்தித் திருந்தார். ரங்கூனில் அவர்களிடையே நடந்த உரையாடல்பற்றி நம்மிடம் பதிவு எதுவும் இல்லை. அது அந்த வழக்கறிஞர் இந்தியாவில் செய்யத் திட்டமிட்டிருந்த வேலைகள் பற்றியதாகவே இருந்திருக்கவேண்டும்.

கல்கத்தாவில் இருந்தபோது காந்தி தன் ஒன்றுவிட்ட அண்ணன் மகன் சகன்லாலுக்கு கடிதம் எழுதி, தன் குழந்தைகளின் கல்வியை மேற்பார்வை செய்யுமாறு கேட்டுக்கொண்டிருந்தார். அவர் பையன்கள் காவ்யதோஹன் என்ற புத்தகத்திலிருந்து கதைகளைப் படிக்கவேண்டும் என்று விரும் பினார். அந்த குஜராத்திப் புத்தகம் இந்து மதத் தொன்மங்கள், புராணங் களிலிருந்து எடுக்கப்பட்ட கதைகளைக்கொண்ட தொகுப்பு. காந்தி அதைப் படிக்கச் சொன்னதற்குக் காரணம், 'நம் பழைய கதைப் பாடல் களிலிருந்து பெறக்கூடிய அளவுக்கு நீதிகள், ஆங்கிலக் கவிஞர்களிடம் இல்லை.' இருபதுகளின் ஆரம்பத்திலிருந்தவரான அந்த அண்ணன் மகன், 'பையன்கள் எந்தத் தீய பழக்கங்களையும் ஏற்படுத்திக் கொள்ளாமல் பார்த்துக்கொள். எப்போதும் சத்தியத்தின்மீது ஆழ்ந்த பற்றுதல்கொண்டவர்களாக அவர்களை உருவாக்கு,' என்று கேட்டுக் கொள்ளப்பட்டார்.[63]

பிப்ரவரி ஆரம்பத்தில் காந்தி ராஜ்கோட்டுக்குத் திரும்பினார். தன் மூத்த மகனான ஹரிலாலை அருகிலிருந்த நகரமான கோண்டாலிலிருந்த ஒரு உறைவிடப் பள்ளிக்கு அனுப்பத் தீர்மானித்தார். காந்தி தனது சட்டத் தொழிலை ஏற்படுத்த முனைந்துகொண்டிருந்தபோது மற்ற மகன்களுக்கு சகன்லால் பாடம் நடத்தினார்.[64] அவர் தன் பெற்றோரின் பழைய வீட்டிலேயே வசித்தார். அங்கு அவரது தாயார் ஏற்படுத்தியிருந்தபடியே காலையிலும் மாலையிலும் பிரார்த்தனை, பஜனை போன்ற வழக்கங்கள் தொடர்ந்தன. இடைப்பட்ட பொழுதில் காந்தி தன் குழந்தைகளைக் கவனித்துக்கொள்வதும், நடைப் பயிற்சிக்குச் செல்வதும், கட்சிக்காரர்களைத் தேடுவதுமாக இருந்தார்.

போர்பந்தரின் சூழ்ச்சிகள் எல்லாம் இப்போது என்றைக்கோ நடைபெற்றவற்றின் ஞாபகங்கள் மட்டுமே. அவரது அண்ணனும் உடந்தையாக இருந்திருந்த அரண்மனை அந்தப்புர ஊடுருவல் சம்பவம் நடந்து ஒரு தசாப்தகாலம் கடந்துவிட்டது; கத்தியவாரைச் சேர்ந்த இந்த காந்திமீது இப்போது எந்த சந்தேக நிழலும் இல்லை. இருந்தாலும், அவருக்கு ராஜ்கோட்டில் சட்டத்தொழிலில் தன்னை நிலைநிறுத்திக் கொள்வது மிகவும் கடினமாகவே இருந்தது. பல மாத காலத்தில் அவருக்கு மூன்றே வழக்குகள் மட்டுமே கிடைத்தன. அவற்றில் ஒன்றுக்காக அவர் வேர்வால் சென்றார்; அப்போது அங்கு பிளேக் வியாதி பரவி வந்ததால், நீதிமன்றம் ஊருக்கு வெளியில் திறந்தவெளியில் நடைபெற்றது. அந்த அனுபவம் காந்தி நோயாளிகளுக்காக நிதி திரட்டத் தூண்டுதலாக இருந்தது. அவர் ப்ரன்ஜீவன் மேத்தாவை ப்ளேக் நோயாளிகளுக்கான மருத்துவம்பற்றி ஒரு கையேட்டைத் தயாரித்து தன்னார்வலர்களிடம் விநியோகிக்கும்படிக் கேட்டுக்கொண்டார்.

காந்தி தென்னாப்பிரிக்கா தொடர்புடைய வேலைகளிலும் தன்னைப் புதைத்துக்கொண்டார். அவர் இது தொடர்பாக நாளிதழ்களில் கட்டுரைகள் எழுதுவதும், கோரிக்கை மனுக்களின் பிரதிகளை இந்தியா முழுவதும் பொது வாழ்வில் ஈடுபட்டிருந்தவர்களுக்கு அனுப்புவதுமாக இருந்தார். இவற்றுக்கான செலவுகளை நேட்டால் இந்திய காங்கிரஸ் ஏற்றுக்கொண்டது. டிக்டேஷன் எடுத்துக்கொள்ளவும், தபால்களை உறையிலிட்டு அஞ்சல் செய்யவும் ஒரு எழுத்தரை அமர்த்திக்கொள்வதற்காக அவருக்கு அலவன்ஸ் வழங்கப்பட்டது.[65]

ஆனாலும் வழக்குகள் மட்டும் வந்தபாடில்லை. தனது தந்தை ஒருகாலத்தில் திவான் என்ற முறையில் இரண்டாவது முக்கியமான நபராக இருந்த நகரத்தில் மோகன்தாஸ் காந்தி இப்போது ஒரு தோல்வியுற்ற வழக்கறிஞர். 1902 ஜூலையில் அவர் மீண்டும் பம்பாய் சென்று உயர் நீதிமன்றத்தில் தன்னை மீண்டும் நிலைநாட்டிக்கொள்ள முயன்றார். கிர்காமில் அலுவலகத்துக்காகவும் தன் குடும்பத்துக்காகவும் சில அறைகளை வாடகைக்கு எடுத்துக்கொண்டார். பின்னர் அவர்கள் நகரத்தின் வடபகுதியில் இருந்த

புறநகரான சான்டா க்ரூஸில் சற்றுப் பெரிய வீட்டுக்கு இடம் பெயர்ந்தனர்.

இதனிடையே தென்னாப்பிரிக்காவில் மறைந்து திரிந்துகொண்டிருந்த போயர்களின் குழுக்கள் அனைத்தும் சரணடைந்துவிட்டன. 1902 மே மாதம் கடைசி நாளில் போரிட்ட தரப்புகள் வெரீனிங்கிங்கில் சமாதான ஒப்பந்தத்தில் கையெழுத்திட்டன. அதன்படி, போயர்கள் பிரிட்டிஷ் பேரரசரை (அல்லது பேரரசியை) தமது ஆட்சித் தலைவராக ஏற்றுக் கொண்டனர். பதிலுக்கு பிரிட்டிஷ்காரர்கள் டச்சு மொழியே டிரான்ஸ் வாலிலும் ஆரஞ்சு ஃப்ரீ ஸ்டேட்டிலும் பள்ளிகளிலும் நீதிமன்றங் களிலும் பயன்படுத்தப்படும் மொழியாகத் தொடரும் என்று ஒப்புக் கொண்டனர். அந்த இரண்டு முன்னாள் குடியரசுகளும் லண்டனிலிருந்து நேரடியாக ஆளப்படும் 'மணிமகுட காலனிகளாக' (க்ரௌன் காலனிகள்) தொடரும். காலப்போக்கில் அவர்களுக்கென சட்டமன்றம் ஏற்படுத்தித் தரப்படும். ஆனாலும், 'சுய அரசாங்கம் அமையும்வரையில் பூர்வ குடியினருக்கு ஓட்டுரிமை வழங்குவது குறித்து முடிவெடுக்கப்பட மாட்டாது,' என்று அந்த ஒப்பந்தம் குறிப்பிட்டது.[66] இந்தக் கடைசி ஷரத் தின்மூலம் (பிற்கால வரலாற்றாசிரியர் ஒருவரின் சொற்களில்) வ்ரீனிங் கிங் உண்மையில் 'ஐரோப்பிய நலன்களுக்காகவே எழுதி ஏற்கப்பட்ட ஓர் இனக்குழு ஒப்பந்தமே.'[67]

தென்னாப்பிரிக்கா முழுவதும் இப்போது பிரிட்டிஷ் கட்டுப்பாட்டில் வந்துவிட்டது என்ற விஷயம், காலனி நாடுகளுக்கான அமைச்சர் ஜோசப் சேம்பர்லைனுக்கு திருப்தி தருவதாக இருந்தது. அவர் புது வருடத்தில் புதிய டொமினியன்களுக்கு ஒரு பயணம் மேற்கொள்ள விரும்பினார். இதைக் கேள்விப்பட்ட நேட்டால் இந்திய காங்கிரஸ் காந்திக்குக் கடிதம் எழுதி அவரை மீண்டும் வரும்படிக் கேட்டுக்கொண்டது. புதிய ஆட்சியில் அவர்களது உரிமைகளைப் பாதுகாக்க அவர் தேவைப்பட்டார். காந்தி அதற்கு உடனே ஒப்புக்கொண்டார்.

நவம்பர் ஆரம்பத்தில் காந்தி, ஒரு நண்பருக்கு எழுதிய கடிதத்தில், கஸ்தூரிபா தன்னுடன் வரவேண்டுமா இல்லையா என்று தான் இன்னும் முடிவு செய்யவில்லை என்று குறிப்பிட்டார். கஸ்தூரிபா உடன் வந்தாலும், ஹரிலாலையும், மணிலாலையும் ராஜ்கோட்டிலேயே விட்டு விடுவார்; அங்கு அவர்கள் அவரது பழைய பள்ளியில் படிப்பார்கள்; 'ஒரு நம்பகமான ஆள், சம்பளம் பெற்றுக்கொண்டு, அவர்களின் கல்வியைக் கவனித்துக்கொள்வார்.' லண்டனில் சக மாணவரான அந்த நண்பர் ராஜ்கோட்டில் ஒரு வெற்றிகரமான வழக்கறிஞராக இருந்தார். அவரது டென்னிஸ் திடலை உபயோகிக்கப் பையன்களை அனுமதிக்கும்படியும் அவரிடம் காந்தி கேட்டுக்கொண்டார்.[68]

பின்னர் கஸ்தூரிபாவும் பையன்களும் பம்பாயிலேயே இருப்பது என்று முடிவானது. ஹரிலால் கோண்டாலில் உறைவிடப் பள்ளியில் இருந்தார்;

மற்ற பையன்கள் தங்கள் தாயார் மற்றும் ஒன்றுவிட்ட அண்ணனான சகன்லாலின் பராமரிப்பில் இருந்தனர். 69 1893ல் போலவே இம்முறையும் காந்தி தனியாகவே தென்னாப்பிரிக்காவில் மேம்பட்ட வாய்ப்புகளைத் தேடிச்சென்றார்.

காந்தி நினைத்திருந்ததும் விரும்பியதும் தென்னாப்பிரிக்காவுக்கு நிரந்த மாகவே சென்றுவிடுவது என்பதுதான். தனது சுய சரிதையில் அவர் தான் டர்பனைவிட்டுவந்த ஓராண்டுக்குப் பிறகு எதற்காக மீண்டும் அங்கு சென்றுவிட விரும்பினார் என்பது பற்றிக் குழப்பமான விளக்கத்தையே தருகிறார். பம்பாயில் 'தான் நினைத்திருந்தபடியே குடியேறியதாகவும்', 'சீக்கிரத்தில் உயர் நீதிமன்றத்தில் வேலை தேடிக்கொண்டுவிடவேண்டும் என்று எண்ணியதாகவும்' அவர் எழுதுகிறார். ஆனால் 'கடவுள் என் திட்டங்கள் எதையும் நிறைவேற விடுவதில்லை. அவர் அவற்றைத் தனது வழியிலேயே நடத்திவைக்கிறார்.'[70]

மலரும் நினைவுகள் என்பன எப்போதுமே தவறான புரிதலையே தருபவை. ஞாபகங்கள் தவறாகப் போய்விடக் கூடியவை என்பதும் இதற்குக் காரணம். 1920ல் தன் சுய சரிதையில் எழுதியதுபோல காந்தி ஒரு பெரிய தேசியவாதி; அரசியல் விடுதலைக்காகப் போராடும் ஒரு நாட்டின் குறியீடாக இருந்தவர். பல ஆண்டுகள் முன்பு 1902ல் அவர் தாய்நாட்டை மீண்டும் ஒருமுறை விட்டுச்சென்றதை எப்படித் தனது வாசகர்களுக்குப் புரிய வைப்பது? நிஜத்தில் தென்னாப்பிரிக்காவுக்குச் செல்வது என்ற முடிவு விதியின் புதிரான வழிகளால் ஏற்பட்டதல்ல; தோல்விகள் என்ற சர்வசாதாராணமான காரணத்தால் ஏற்பட்டதே. 1902ல் ஒரு நண்பருக்கு எழுதிய கடிதத்தில், 'உயர் நீதிமன்ற வளாகத்தில் வெட்டியாகத் திரிந்துகொண்டிருக்கிறேன்; வேலையில்லாதவர்களின் பட்டாளத்தில் இன்னொரு ஆள் சேர்ந்துவிட்டதை வழக்கறிஞர்கள் தெரிந்துகொண்டிருப்பார்கள்,' என்று குறிப்பிட்டார். அதேபோல, அரசியல்வாதிகள் வர்க்கத்திலிருந்து அவருக்குக் கிடைத்த வரவேற்பும் உற்சாகம் தருவதாக இல்லை. அவர் ஃபெரோஷா மேத்தாவிடம் அறிவுரை கேட்டுச்சென்றபோது, அந்த தேசியத் தலைவர், 'எனக்கு சாபம் கொடுத்தார்; அவர் சொல்லியபடி அது வரமாகவும் அமைந்துவிடலாம். என் எதிர்பார்ப்புகளுக்கு மாறாக, நான் நேட்டாலிலிருந்து கொண்டு வந்திருந்த சொற்ப சேமிப்பை பம்பாயில் வீண்டித்துக்கொண்டிருக் கிறேன் என்றே அவர் கருதினார்.'[71]

காந்தியால் உயர் நீதிமன்றத்தில் நன்கு நிலைபெற்றிருந்த வழக்களிஞர் களிடையே நுழைய முடியவில்லை. அவரை ஒத்த வயதிலிருந்தவர்கள் 1890-களில் வழக்களிஞர் சங்கத்தில் (பார்) சேர்ந்திருந்தனர்; அவர்களுக்கு ஒரு தசாப்தகால அனுபவம் இருந்தது. ராஜ்கோட்டிலிருந்து டர்பன் வழியாக வந்திருந்த அந்த மனிதர், தொழில்ரீதியாகவும், சமூகரீ தியாகவும், ஒரு வெளியாள். எப்படி இருப்பினும் நேட்டாலிலிருந்து

வந்திருந்த தந்தி ஆஜராகச் சொல்லும் ஆணை (சம்மன்ஸ்) அல்ல. அது ஒரு அழைப்பு. அந்த வாய்ப்பு காந்தியைக் கவர்ந்தது என்றால் அதற்குக் காரணம், பம்பாயில் இன்னும் ஒரு வெற்றிபெறாத வழக்கறிஞரான அவர் தென்னாப்பிரிக்காவில் விசுவாசமான அபிமானம் நிறைந்த கட்சிக் காரர்களைப் பெற்றிருந்தார் என்பதாகவே இருக்கலாம்.

7

பழுப்புக்கு எதிராக வெள்ளை

காந்தி பம்பாயிலிருந்து 1902 நவம்பர் கடைசி வாரத்தில் கடல் வழியாகப் பயணத்தைத் தொடங்கினார். அவருடன் அவரது ஒன்றுவிட்ட சகோதரர் மகன்கள் மகன்லாலும் ஆனந்லாலும் இருந்தனர். அவர்கள் தமது அதிர்ஷ்டத்தைத் தென்னாப்பிரிக்காவில் சோதித்துப் பார்க்க விரும்பினர். அவர்களது கப்பல் டிசம்பர் மூன்றாம் வாரம் டர்பனைச் சென்றடைந்தது. பையன்கள் டோங்காட் கிராமத்தை நோக்கிச் சென்றனர். அவர்கள் அங்கு ஒரு கடையைத் திறக்க உத்தேசித்திருந்தனர். அவர்களது ஒன்றுவிட்ட சித்தப்பா இதற்கிடையில் சமூகத்துக்குப் பணியாற்றுவதில் தன்னை ஈடுபடுத்திக்கொண்டார். டர்பன் மேயர் இந்தியத் தூதுக்குழு இங்கிலாந்திலிருந்து வந்திருந்த காலனி நாடுகளுக்கான அமைச்சர் ஜோசப் சேம்பர்லைனைச் சந்திக்க டிசம்பர் 26 பிற்பகலில் நேரம் குறித் திருந்தார். காந்தி அந்த சந்திப்பை ஒருநாள் தள்ளிவைக்குமாறு கோரிப் பெற்றார். காரணம் 26ம்தேதி ஒரு வெள்ளிக்கிழமை; 'தூதுக்குழுவில் இடம்பெறப்போகும் பெரும்பாலான (முஸ்லிம்) கணவான்களுக்கு அது தொழுகை நேரம்; அவர்களால் அதை விட்டுவிட முடியாது.'[1]

27ம் தேதி சந்திப்பில் சேம்பர்லைனிடம் விண்ணப்பம் ஒன்று அளிக்கப் பட்டது. அதில், பிற விஷயங்களுடன் நேட்டாலில் லைசன்ஸ் கொடுக்கப் படுவதற்கான விதிமுறைகளைத் தளர்த்துவதும், இந்தியக் குழந்தை களுக்குப் பள்ளிக்கூட வசதிகள் ஏற்படுத்தித் தருவதும் இடம் பெற்றிருந்தன. சேம்பர்லைன் பின்னர் ஒரு புகைவண்டி மூலம் நாட்டின் உட்புறமாகப் பயணித்து ஜோஹானஸ்பர்க் சென்றார்; சில நாட்களுக்குப் பின்னர் காந்தி அவரைப் பின்தொடர்ந்தார். டிரான்ஸ்வாலிலிருந்த இந்தியர்கள் கடந்த சில ஆண்டுகளாக 'அட்வகேட் மோ.க.காந்தியால் வழிநடத்தப்பட்டுவந்ததனால்' அவரும் அவர்களுடன் அந்த அதிகாரியைச் சந்திக்க வரவேண்டும் என்று கேட்டனர். அரசு, 'தூதுக் குழுவில் 15 பேருக்குமேல் இடம்பெறக்கூடாது; அவர்களில் திரு. காந்தி ஒருவராக இருக்க முடியாது; காரணம் அவர் டிரான்ஸ்வாலில் குடியிருப் பவர் அல்ல,' என்று விரைப்பாகப் பதில் சொன்னது.[2]

வியாபாரிகள் அவர்கள் விரும்பியவரைத் தம்முடன் அழைத்துச்செல்ல முடியவில்லை. என்றாலும் அவர்களால் தம் சார்பாக அவர் எழுதிய கோரிக்கை மனுவையாவது கொடுக்கமுடிந்தது. அந்த மனு, இந்தியர்கள் குறிப்பிட்ட இடங்களில் மட்டும் என்றில்லாமல், எங்குவேண்டு மானாலும் சொத்து வைத்திருப்பதற்கும் வியாபாரம் செய்வதற்கும் அனுமதிக்கப்படவேண்டும் என்று கேட்டது. அந்த மனு, டிரான்ஸ் வாலின் இந்தியர்கள் ஆங்கிலோ-போயர் யுத்த த்துக்கு முன்பிருந்த தைவிட 'மோசமான நிலையில் இருக்கிறார்கள்' என்று கூறியது. அடுத்த வாரம், காந்தி கேப் டவுனிலிருந்த தன் இந்திய நண்பர்களுக்கு ஒரு விண்ணப்பத்தைத் தபாலில் அனுப்பினார்; அதை அவர்கள் சேம்பர்லைன் அந்நகருக்கு வருகையில் அவரிடம் அளிப்பார்கள். இவ்வாறு, காந்தி தென்னாப்பிரிக்காவுக்கு வந்த இரண்டு வாரங்களுக்குள், தன் நாட்டினர் சார்பாக மூன்று வெவ்வேறு விண்ணப்பங்களை எழுதியிருந்தார்; அவை மூன்று வெவ்வேறு பிராந்தியங்களில் வாழ்ந்தவர்களின் பிரச்னைகள் குறித்தவை. ஆனாலும் அவருக்கு அவற்றின் பலன் குறித்து அவ்வளவாக நம்பிக்கையில்லை; தாதாபாய் நௌரோஜிக்கு 1903 ஜனவரி கடைசி வாரத்தில் கடிதம் எழுதிய அவர், கடுமையான ஏற்பாடுகள் செய்யப்படா விட்டால், 'இந்த த் துணைக்கண்டம் இந்தியர்களால் மூழ்கடிக்கப்பட்டு விடும்,' என்று காலனிவாதிகள் சொன்னதை சேம்பர்லைன் அப்படியே நம்பிவிட்டார் என்பதைக் காண்பதாகத்தெரிவித்தார்.[3]

அவரது குடும்பம் இந்தியாவில் இருந்ததால், காந்தி பெரும்பாலும் தன் ஒன்றுவிட்ட அண்ணன் மகன் சகன்லாலுடனேயே கடிதத்தொடர்பு வைத்துக்கொண்டார். அவர் மூலமாகத்தான் கஸ்தூரிபாவிடமும் குழந்தை களுடனும் தகவல் பறிமாற்றம் நடத்தினார். கஸ்தூரிபாவால் குஜராத் தியைப் படிக்க முடியுமே தவிர, அவ்வளவு சரளமாக எழுத முடியாது என்று தோன்றுகிறது. அவரும் தன் தரப்பு விஷயங்களை காந்தியின் ஒன்றுவிட்ட சகோதரர் மகனைக் கொண்டே எழுதச் செய்து அனுப்பினார்.

பிப்ரவரி முதல் வாரத்தில், காந்தி சகன்லாலிடம், மணிலாலை இசைப் பயிற்சியிலிருந்து எடுத்தது சரியல்ல என்று கூறினார். மேலும் சொன்னார்: 'தவறு உன்னுடையதல்ல, உன் சித்தியுடையதே.' அவர் பின்னர் தன் சொந்தப் பிரச்சினைகளுக்கு வந்தார். அவருடைய எதிர்காலம்பற்றி 'மிகுந்த தெளிவின்மை' நிலவியது; ஒரு வழக்கறிஞர்-செயல்பாட்டாளர் என்ற வகையில் வாழ்க்கை ஒன்றும் 'ரோஜா மலர்கள் தூவிய மஞ்சம் அல்ல'. அடுத்த மாதம் மிகவும் முக்கியமானது—அவரால் தென்னாப் பிரிக்காவில் தொடர முடியாது என்று தெரியவந்தால், அவர் இந்தியா வுக்குத் திரும்பி, தன் குடும்பத்தாருடன் சேர்ந்துகொள்வார். மாறாக, அங்கேயே தங்குவது என்று முடிவு செய்தால், 'உங்களை எல்லாம் ஆறு மாதங்களுக்குப் பிறகு அழைத்துக்கொண்டுவிட முடியும்.'[4]

தற்சமயத்துக்கு, காந்தி ஜோஹானஸ்பர்க்கிலேயே தங்கியிருக்க முடிவு செய்தார். போருக்குப் பின், டிரான்ஸ்வால் ஒரு 'கிரௌன் காலனியாக'

உருவாக்கப்பட்டிருந்தது. ஆளுநராகிய லார்ட் மில்னர் அதன் நிர்வாகத்துக்குத் தலைமை வகித்தார். காலக்கிரமத்தில், நேட்டாலின் மாதிரியைப் பின்பற்றி, அந்தக் காலனியும் தனக்கான தேர்ந்தெடுக்கப்பட்ட அரசைக் கொண்டிருக்கும். அதை நடத்தும் சட்டமன்ற உறுப்பினர்கள் வெள்ளையரான ஆண்களால் மட்டுமே தேர்ந்தெடுக்கப்படுவார்கள். இந்த இடைக்காலத்தில், இந்தியர்கள் நலனுக்காகப் பேசுவதற்கு காந்தி அங்கிருப்பது அவசியம்.

1903 ஆம் ஆண்டு மார்ச் கடைசி வாரத்தில், காந்தி டிரான்ஸ்வாலின் உச்ச நீதிமன்றத்தில் வழக்கு நடத்துகிற அட்டர்னியாகப் பதிவு செய்துகொள்ள விண்ணப்பித்தார். அவர் இன்னர் டெம்பிளில் இருந்து ஒரு சான்றிதழும், பம்பாய் உயர் நீதிமன்றம், நேட்டால் உச்ச நீதிமன்றம் ஆகியவற்றில் வழக்குகள் நடத்தியதற்கு சான்றும் இணைத்தார். ஏப்ரல் 14 அன்று அவரது விண்ணப்பம் ஏற்றுக்கொள்ளப்பட்டது.[5] சில மாதங்கள் கழித்து, ரிஸ்ஸிக், ஆண்டர்சன் தெருக்களின் முனையில் அவருக்கு ஓர் அலுவலக இடமும், அதே கட்டடத் தொகுதியில் தங்குவதற்கு ஓர் அறையும் கிடைத்தன.[6]

1900-களின் ஆரம்பத்தில் ஜோஹானஸ்பர்க் இன்னும் முழுமை பெற்றிருக்கவில்லை. இதழாளர் ஃப்ளோரா ஷா அதன் உணர்வலையை இப்படிச் சரியாகப் படம் பிடித்துக்காட்டினார்: 'லௌகீகப் பிரச்னைகள் அதிகம். அசூசை தருகிறது, வெறுப்பூட்டுகிறது; ஒழுங்கு அமையாத ஆடம்பரம்; கலை இல்லாத களிப்பு; நைச்சியமற்ற செல்வம்; கண்ணியமற்ற படாடோபம்.'[7] மற்றொரு பிரிட்டிஷ் பத்திரிகையாளர் ஜோஹானஸ்பர்க்கில் அன்றாட வாழ்வில் 'உள்ளார்ந்த அமைதியின்மை' இருப்பதாகக் குறிப்பிட்டார். 'எல்லோரும் எப்போதும் வசிப்பிடத்தை மாற்றிக் கொண்டே இருப்பதாகத் தோன்றியது. ஒவ்வொரு மாத முடிவிலும் சரக்கு வண்டிகள் நிறைய பலதரப்பட்ட தட்டுமுட்டுச் சாமான்கள் ஒரு புதிய புறநகர்ப் பகுதிக்கு ஆடி அசைந்து செல்கின்றன.[8]

ஜோஹானஸ்பர்க்கில் ஆண்கள்தொகை அதிகமிருந்தது. பாலின விகிதம் வெள்ளையர்களிடையே ஒரு பெண்ணுக்கு இரண்டு ஆண்கள் என்ற அளவிலும், கறுப்பினத்தவரிடையே ஒரு பெண்ணுக்குப் பத்து ஆண்கள் என்ற அளவிலும் இருந்தது. சமூகப் வேற்றுமை மிக அதிகம்—அநேகமாக எல்லா ஐரோப்பிய நாடுகளும் அந்த நகரத்தில் பிரதிநிதித்துவம் பெற்றிருந்தன; அதேபோல தெற்கு ஆஃப்ரிக்காவின் ஒவ்வொரு இனக் குழுவும்கூட. பணம் சம்பாதிக்கவும், வேலை தேடியும் வருபவர்கள் ஜோஹானஸ்பர்க்குக்கு 'உலகின் மூலை முடுக்குகளிலிருந்து வந்து குவிந்தார்கள்: மொசாம்பிக், நியாசாலாந்து, கார்ன்வாலிலிருந்து சுரங்கத் தொழிலாளிகள்; ஸ்காட்லாந்திலிருந்து கைவினைஞர்கள், பொறியாளர்கள்; லித்துவேனியாவிலிருந்தும், குஜராத்திலிருந்தும் கடைக்காரர்கள்; இங்கிலாந்திலிருந்தும், ஜெர்மனியிலிருந்தும் நிதியாளர்கள்'.

இந்த நகரத்தில் 'எல்லோருமே வேறு எங்கிருந்தாவது வந்தவர்கள்; சமூக ஏற்பாடுகள் ஆரம்பத்திலிருந்து செய்யப்படவேண்டும்; அள்ளிச்செல்ல ஏராளம் இருக்கிறது.'[9]

காந்தி அங்கு சென்ற சிறிதுகாலத்தில் எடுக்கப்பட்ட மக்கள்தொகைக் கணக்கெடுப்பு, ஜோஹானஸ்பர்க்கின் மக்கள்தொகையை 1,50,000-க்கு சற்று அதிகம் என்று மதிப்பிட்டது. அத்தொகை ஆண்டுக்கு ஏறக்குறைய 10 சதவீதம் வளர்ந்துவந்தது. நகரத்தில் வசித்தவர்கள் 'எந்நேரமும் அவசரகதியிலேயே இருப்பதுபோலக் காணப்பட்டார்கள்'. புதிய சாலைகள் போடப்பட்டன; புதிய வீடுகளும் அலுவலகங்களும் கட்டப்பட்டன. மரமும் மற்ற கட்டடப் பொருட்களும் தரையில் குவிந்து கிடந்தன; காற்றில் தூசிப்படலம் மிதந்தது. தனியார் தொழில்களை நெறிப்படுத்தவும், அவற்றின் அதீதங்களை மேலாண்மை செய்யவும் நகர நிர்வாகம் ஒன்று ஏற்படுத்தப்பட்டது. 1903ல், காந்தி ஜோஹானஸ் பர்க்கில் வசிக்க ஆரம்பித்தபொழுது, தரைக்கடியில் முதலாவது கழிவு நீர்க்குழாய்கள் பதிக்கப்பட்டன. அவற்றுக்கு மேலாக முதலாவது மழை நீர் வடிகால்கள் அமைக்கப்பட்டன. அந்த தசாப்தத்தில் எரிவாயுவும் மின்சாரமும் நகரத்தில் முதல்முறையாகத் தலைகாட்டத் தொடங்கின.[10]

ஜோஹானஸ்பர்க்கில் காந்தி குடியேறிய ஆண்டு எழுத்தாளர் ஜான் புச்சன் அந்த நகரத்தைப்பற்றிய சிறிய, கூர்மையான சித்திரம் ஒன்றைப் பதிப்பித்தார். புச்சன் அப்போது ஆளுநர் லார்ட் மில்னரின் கீழ் பணியாற்றி வந்தார். அவர் ஜோஹானஸ்பர்க் பற்றி, 'இன்னும் பரீட்சைசெய்து பார்க்கப்படும் நகரம்; நுண்ணுணர்வுகொண்டது, அபிலாஷை நிறைந்தது; தான் விரும்புவது என்ன என்று தானே அறியாதது,' என்று கருதினார். அதற்கு ஒரு 'சிறிய, ஏற்றமும் இறக்கமும் கொண்ட கடந்தகாலம் இருந்தது; ஒருகாலத்தில் சுரங்க முகாமாகவும் பின்னர் ஒரு சுரங்க நகரமாகவும் இருந்த அந்த நகரம் எப்போதாவது கலாசாரமும் கலைகளும் வளரும் ஒரு காஸ்மாபாலிடன் நகரமாக ஆக முடியுமா? புச்சன் கேட்டார்: 'ஜோஹானஸ்பர்க் பல காலனிய நகரங்களைப்போல வலிமைகொண்டதாகவும், வறட்டுப்பிடிவாதம் கொண்டதாகவும், பெருமிதம் நிறைந்ததாகவும், உணர்வுரீதியாக ஆங்கிலத்தன்மை அற்றதாகவும், எப்போதும் பொருள்சார்ந்த பார்வை கொண்டதாகவும், அரசியல் என்றாலே கவர்ச்சியான சொற்கள் நிரவப்பட்ட உள்ளூர் நலன்கள் மட்டுமே என்பவர்களின் குறுகிய பார்வை கொண்டதாகவும் ஆகிவிடுமா? அல்லது அந்த நகரம் தன் மூத்த சகோதரிகளான (ஆஸ்திரேலியாவில் மெல்போர்னும், நியூ சிலாந்தில் வெலிங்டனும் போன்ற) நகரங்களைவிட 'ஏற்கெனவே இன்னும் செவ்வச்செழிப்பும், இன்னும் ஞானமும், இன்னும் புகழும் பெற்றிருக்கிறதா? ஜோஹானஸ்பர்க் 'உயர்ந்த தளத்துக்கு முன்னேறி, (தாய்நாட்டுடன்) கூடுதல் உறவும் இன்னும் தாராளமான கலாசாரமும் பெற்றதாக உண்மையான அர்த்தத்தில் ஓர் ஏகாதிபத்திய நபரமாகுமா'?[11]

ஜோஹானஸ்பர்க்கில் இருந்த இந்தியர்கள் முக்கியமாக இரண்டு புறநகர் களிலேயே வசித்தனர்—மேற்கில் ஃபோர்ட்ஸ்பர்க், வடமேற்கில் வ்ரீடேட்ராப். ஆனாலும் மோகன்தாஸ் காந்தி நகரத்தின் மையப்பகுதியி லேயே பணியாற்றவும், உறங்கவும் செய்தார். அந்த இடம் நகரின் பங்குச் சந்தை, முக்கிய தபால்நிலையம், நீதிமன்றங்கள் ஆகிவற்றிலிருந்து கல்லெறி தூரத்திலேயே இருந்தது. தென்னாப்பிரிக்காவின் தேசிய ஆவணக் காப்பகத்தில் இருக்கும் ஜோஹானஸ்பர்க்கில் காந்தியின் சட்டப் பணி தொடர்பான பதிவேடுகளின்படி, அவரது கட்சிக்காரர்கள் அநேக மாக எல்லோருமே இந்தியர்கள்தான். சிலர் போருக்கு முன்பாக டிரான்ஸ்வாலில் வசித்திருந்துவிட்டு இப்போது மீண்டும் அந்த மாகாணத்தில் நுழைய விரும்பினார்கள். மற்றவர்கள் டிரான்ஸ்வாலி லேயே இருந்தார்கள்; அவர்கள் வியாபாரச் சட்டங்களில் தளர்வுகள் கோரினார்கள். மேலும் சிலர் தென்னாப்பரிக்காவில் பல்வேறு மாகாணங் களிடையே பயணம் செய்ய பெர்மிட் வேண்டினார்கள். அவர்களது முறையீடுகளை காந்தி எழுதி அதிகாரிகள் முன்பாக சமர்ப்பித்தார்.[12]

நேட்டாலில், காந்தியின் சட்டப்பணி அவருடைய சமூகப்பணிகளோடு சேர்த்து மேற்கொள்ளப்பட்டது. முதலாவது வாழ்க்கை நடத்துவதற்கான சம்பாத்தியத்துக்கு அவசியமானது; இரண்டாவது (அப்படி வைத்துக் கொண்டால்) வாழ்வதற்கு அவசியமானது. டிரான்ஸ்வாலில் ஓர் பிரிட்டிஷ் இந்திய சங்கம் இருந்தது. அதன் தலைவர் அப்துல் கனி என்ற முஸ்லிம் வர்த்தகர். அவருடைய நிறுவனமான திருவாளர்கள் மொகம்மது காசிம் காம்ரூடன் அன்ட் கோ., வுக்கு டர்பனிலும் ஜோஹானஸ்பர்க்கிலும் அலுவலகங்கள் இருந்தன. அந்த அமைப்பின் பெயர் கவனிக்கத் தக்கது: அவர்கள் வெறுமனே இந்தியர்கள் அல்ல; 'பிரிட்டிஷ் இந்தியர்கள்'; அவர்கள் மாட்சிமை தாங்கிய மன்னரிடம் சாம்ராஜ்யத்தின் பிரஜைகள் என்ற முறையில் தம் உரிமைகளைக் கோருபவர்கள்.

1903 ஆம் ஆண்டின் மூன்றாம் வாரத்தில், அந்த சங்கம் லார்ட் மில்னரிடம் அவரைச் சந்திக்க நேரம் கேட்டு விண்ணப்பித்தது. மில்னர் கொண்டிருந்த நிறம் கொண்டவர்கள் குறித்த ஊசலாட்டமான மனோபாவம், லண்டனில் அவரது மேலதிகாரிகளுக்கு அவர் அடுத்தடுத்து அனுப்பிய இரு கடிதங் களிலில் வெளிப்படுகிறது. மே 11 அன்று அவர் இந்தியர்களையும், சீனர் களையும் குறிப்பிடப்பட்ட பகுதிகளில் வாழவும் (வேலை செய்யவும்) செய்யும் யோசனையை முன்வைத்தார். காரணம், 'அவர்களது முற்றிலும் பைத்தியக்காரத்தனமான பழக்கங்கள்'; தவிர அது 'ஐரோப்பியர்கள் அவர்கள்மீது கொண்டிருக்கும் தீவிர வெறுப்பை மட்டுப்படுத்தும்; சுயாட்சி வர வாய்ப்பிருக்கும் நிலையில் இந்த வெறுப்புதான் அவர்கள் முன்னாலுள்ள அதிகபட்ச அபாயம்'.[13]

அடுத்த நாள், மில்னர், தான் சீன, இந்திய தொழிலாளிகளை இருப்புப் பாதை, சுரங்கப் பணிகளில் ஈடுபடுத்துவதற்கு ஆதரவாக இருப்பதாக

எழுதினார். தென்னாப்பிரிக்காவின் 'ஏராளமான வளங்கள்' தொழிலாளிகள் பற்றாக்குறையால் பயன்படுத்தப்பட முடியாமல் உள்ளன. இந்தப் பிரச்னை 'அபாயமானதாக உருவெடுக்க ஆரம்பித்துள்ளது.' மில்னர் விளக்கினார்: 'இப்போது சமூகத்துக்கு ஒருபயனும் இல்லாத இந்திய சிறு வியாபாரிகள் பெருக்கம் நிகழ்ந்துவரும் அதேவேளையில் நமக்கு அவசியமாகத் தேவைப்படும் இந்தியத் தொழிலாளிகளை வைத்துக்கொள்ள அனுமதி இல்லை என்ற அபத்தமான நிலையில் நாம் இருக்கிறோம்.'[14]

காந்தி மில்னரை மே 22 அன்று சந்தித்தபோது, அவர் அந்த ஆளுநரிடம், 'தன் மக்களுக்கு பாஸ்களையும் பெர்மிட்களையும் எப்போதும் மாற்றிக்கொண்டே இருப்பதிலிருந்து ஓய்வு வேண்டும்,' என்று சொன்னார். மில்னரோ, 'மிகப்பெருமளவில் இருக்கும் வெள்ளைக் கருத்துக்கு மாறாக அந்த நிலைப்பாட்டை வலியுறுத்துவதில் பயன் இல்லை,' என்று பதில் சொன்னார். ஆசியர்கள் மட்டும் கொண்ட பஜாரை உருவாக்கும் கொள்கையை அவர் ஆதரித்துப் பேசினார். 'இங்கே, அங்கே என எல்லா இடங்களிலும் தம்மை வேண்டாத மக்கள் மத்தியில் குடியேறி பொது எதிர்ப்பைச் சம்பாதித்துக்கொள்வதைவிட ஆசியர்களுக்கான பஜார்களில் கடைபோடுவது இந்திய சமூகத்திற்குக் குறிப்பிடத்தகுந்த அனுகூலமாக இருக்கும்,' என்றார்.[15]

பத்து நாட்களுக்குப் பிறகு, மில்னரை 'ஒயிட் லீக்' என்ற அமைப்பின் உறுப்பினர்கள் சந்தித்தனர். அவர்கள் ஆளுநரிடம், தாங்கள் ஆசியர்களுக்கு, அவர்கள் வியாபாரிகளாக இருந்தாலும், தொழிலாளிகளாக இருந்தாலும் எதிராக இருப்பதாகத் தெரிவித்தனர். 'சீனர்கள் மிகவும் ஒழுக்கமற்றவர்கள்,' என்று அவர்கள் குற்றம்சாட்டினர். இந்தியர்களைப் பொருத்தவரை, அவர்கள் 'கூலிகளும், வியாபாரிகளும் மட்டுமே; உற்பத்தியாளர்கள் கிடையாது'. ஒயிட் லீக் உறுப்பினர் ஒருவர் கோபத்தோடு மில்னரிடம் கேட்டார்: 'அது எப்படி, கனடாவில் மட்டும் இம்மாதிரியான விஷயத்தை நாங்கள் கேள்விப்படுவதில்லை? அங்கே அவர்களுக்குத் தொழிலாளிகள் தேவையென்றால் தாய்நாட்டிலிருந்து வெள்ளைத் தொழிலாளிகளை வரவழைத்துக்கொள்கிறார்கள்.'[16]

இந்தியர்கள் ஒயிட் லீகர்களை சமாளிப்பதற்காக ஒரு கூட்டத்தை நடத்தினார்கள். அவர்கள் ஜோஹானஸ்பர்க்கின் ஃபாக்ஸ் தெருவில் ஓர் அரங்கத்தில் கூடினார்கள். அங்கு பி.ஐ.ஏ. தலைவர் அப்துல் கனி, மணிமகுடம் (மன்னர்) தம்மைக் கைவிட்டுவிட்டதாகப் புகார் சொன்னார். டிரான்ஸ்வாலின் மண்ணில் 'வெள்ளையர்களின் உதிரம் பாய்ச்சப்பட்டிருக்கிறது என்று சொன்னால், இந்தியர்கள் மட்டும் தங்களை பங்கை ஆற்றவில்லையா என்ன?' அவர்கள் பிரித்தானியர்கள் போரில் வெற்றி பெற்றால் தமக்கு நீதி கிடைக்கும் என்றும், தமது இடர்பாடுகள் 'தலைநகரில் யூனியன் ஜாக் கொடி பறக்க ஆரம்பித்தவுடன்,

மாயம் செய்ததுபோல மறைந்துவிடும்,' என்றும் நம்பியிருந்தார்கள். அப்படி நடக்கவில்லை. காரணம்

> நாம் பிரிட்டிஷ் பிரஜைகள் என்றாலும் ஆசியர்கள்தானே என்று அதிகாரத்தில் இருந்த ஒருவர் விரைவில் கண்டுபிடித்தார்; ஆகவே ஆசியர்கள் அலுவலகத்தின் நுகத்தடி நம் கழுத்தின்மீது சுமத்தப்பட்டது. ஆசியர்கள் அலுவலக அதிகாரிகள், தம் இருப்பை நியாயப்படுத்துவதற்காகவே, ஆசியர்கள் சட்டங்களைத் தேடிக் கண்டுபிடித்தார்கள் என்பது இயல்பானதே. நாம் இப்போது இங்கு முழுமையான சமூக அழிவை எதிர்நோக்கி இருக்கிறோம்... நம்மை ஒரு தனித்த வர்க்கமாக முத்திரை குத்தப்போகிறார்கள்; நம்மை பஜார்கள் என்று பொய்யாக அழைக்கப்படும் பகுதிகளில் ஒதுக்கிவைக்கப் போகிறார்கள்; அநேகமாக பஜார்கள் தவிரப் பிற பகுதிகளில் நம்மை ஒரு துண்டு நிலம்கூட சொந்தமாக்கிக்கொள்ளவிடாமல் தடுக்கப் போகிறார்கள்; பதிவு வரியாக 3 பவுண்ட் செலுத்தும்படிக் கட்டாயப்படுத்தப் போகிறார்கள். சுருக்கமாகச் சொன்னால், டிரான்ஸ்வாலில் நாம் வசித்தோம் என்றால், சமூகத் தொழுநோயாளிகளாக வாழ்வதிலேயே திருப்தியடைய வேண்டியிருக்கும். [17]

காந்தி 1897–8ல் நேட்டாலில் இருக்கும்போது, தென்னாப்பிரிக்காவில் இருக்கும் இந்தியர்கள் விவகாரத்துக்கு முக்கியத்துவம் கொடுக்கும் செய்தித்தாள் ஒன்றைத் துவக்கவேண்டும் என்று எண்ணியிருந்தார். இப்போது 1903 ஆம் ஆண்டின் கோடை காலத்தில் அவர் அந்த யோசனைக்கு மீண்டும் உயிர்கொடுத்தார்; அவருக்கு உதவிசெய்யக்கூடிய இரு நபர்களைக் கண்டுபிடித்தார். முதலாமவர் மன்சுக்லால் ஹிராலால் நாசர். அவர் நிறையப் பயணம் செய்திருக்கும் ஒரு குஜராத்தி. பம்பாயில் மருத்துவம் படித்த அவர் லண்டனில் வர்த்தகம் செய்துவிட்டு தென்னாப்பிரிக்காவில் குடியேறியிருந்தார். இரண்டாமவர், மதன்ஜித் வியாவஹாரிக். முன்னாள் பள்ளி ஆசிரியரான அவர் டர்பனில் கிரே தெருவில் சொந்தமாக அச்சகம் நடத்திவந்தார். அந்த அச்சகம் திருமண அழைப்பிதழ்கள், பிஸினஸ் கார்டுகள், உணவக மெனுக்கள், கணக்கு பாரம்கள், அறிவிப்புகள், சுற்றறிக்கைகள், சமையல் குறிப்புப் புத்தகங்கள் போன்றவற்றை அச்சிட்டுவந்தது. அச்சிடப்பட்ட மொழிகள் 'குஜராத்தி, தமிழ், இந்தி, உருது, ஹீப்ரூ, மராத்தி, சமஸ்கிருதம், பிரஞ்ச், டச்சு, ஜுலு, இன்ன பிற.' [18] இந்தப் பெரிய பட்டியலோடு வாராந்திர கருத்து இதழ் ஒன்றும் சேர்ந்துகொண்டது.

வியாவஹாரிக், நாசர் இருவருமே நேட்டால் இந்திய காங்கிரஸில் உறுப்பினர்களாகச் செயல்பட்டுவந்தனர். 1895, 1896 ஆகிய ஆண்டுகளில் வியாவஹாரிக்கை காந்தி கிரே தெருவிலும் அதன் அருகிலும் வீடு வீடாகச் சென்று காங்கிரஸுக்காகப் பணம் திரட்டும்படிக் கேட்டுக்கொண்டிருந்தார். வியாவாஹாரிக்கின் கையெழுத்து அழகாக இருக்கும்;

காந்தியின் கையெழுத்து புரியாது. அதனால் அவர் அரசாங்கத்துக்கு அனுப்பப்படும் கோரிக்கை மனுக்களில் அந்த வழக்கறிஞர் சொல்லக் கேட்டு அதைக் காகிதத்தில் எழுதுவது வழக்கம். இதற்கிடையில் நாசர் 1897ல் லண்டனுக்கு காந்தியால் அனுப்பப்பட்டார். பயணத்தின் நோக்கம் காலனியவாதிகள் இந்தியர்களுக்கும், அவர்களது வாழ்க்கை முறைகளுக்கும் எதிராகச் செய்துவந்த பிரச்சாரத்தை முறியடிப்பது.[19]

காந்தியுடன் ஒத்துழைத்தவர்கள் டர்பனில் இருந்தார்கள். தென்னாப் பிரிக்காவில் அந்த நகரம்தான் இந்திய வாழ்வின் மையம். வியாவ ஹாரிக்கின் பணி வியாபாரிகளிடமிருந்து பணம் திரட்டி, அந்த வார இதழ் (இந்தியன் ஒப்பீனியன்) வெளியாகவிருந்த நான்கு மொழிகளிலும் அச்செழுத்துகளை வாங்குவது—ஆங்கிலம், குஜராத்தி, இந்தி, தமிழ். நாசரின் வேலை ஒவ்வொரு இதழையும் திட்டமிடுவது, கட்டுரை களுக்கும், மொழி பெயர்ப்புகளுக்கும் ஏற்பாடு செய்வது, பிரதியை திருத்துவது (எடிட் செய்வது), அச்சாக்கத்தைக் கவனித்துக்கொள்வது ஆகியவை. ஜோஹானஸ்பர்க்கிலிருந்தபடி காந்தி அந்த இதழ் செல்ல வேண்டிய அறிவுசார்ந்த மற்றும் தார்மீக திசைகளைக் காட்டுவார். அவரே பல கட்டுரைகளை எழுதுவதும் இதில் அடக்கம்.[20]

1903ல் டர்பனில் பதினான்கு அச்சகங்கள் இருந்தன. அவை எல்லாமே வெள்ளையர்களுக்குச் சொந்தமானவை, வெள்ளையர்கள் பணியாற்று பவை—வியாவஹாரிக்கின் அச்சகம் தவிர. புதிதாக வந்த பன்மொழி இதழ் ஆங்கிலத்தில் மட்டுமே எழுதப்பட்டு, அச்சிடப்பட்டு, படிக்கப் பட்டுவந்த ஒரேநிறம்கொண்ட இதழ்களுக்கு மத்தியில் வித்தியாச மானதாக இருந்தது. பணியாளர்களும் பொருத்தமான விதத்தில் வேற்று மைகள் கொண்டவர்களாக இருந்தார்கள்; கேப் மாகாணத்திலிருந்து நிறம் கொண்டவர், மொரிஷியஸிலிருந்து ஒருவர், பல குஜராத்திகள், குறைந்த பட்சம் இரு தமிழர்கள்.[21]

இதழ் இந்தியன் ஒப்பீனியன் என்று பெயரிடப்பட்டது. 1903 ஜுன் 4 அன்று வெளியான முதல் இதழ் தன்னை இந்திய சமூகத்தின் குரல் என்று அறிமுகப்படுத்திக்கொண்டது; மேலும் அச்சமூகம் 'தென்னாப்பிரிக்காவின் அரசியல் பருண்மையில் அங்கீகாரமுடைய ஓர் அம்சம்' என்றும் குறிப் பிட்டது. அவர்களுக்கு எதிராக 'காலனியவாதிகளின் மனதில் இருக்கும் 'முன்முடிவு', 'விதிவசத்தால் விசுவாசமான இந்து பிரித்தானியக் கொடியின் கீழ் கொண்டுவரப்பட்டது முதலாக இந்தியா எப்போதும் தாய் நாட்டுக்கு ஆற்றிவந்திருக்கும் அளப்பரிய சேவைகளை வருத்தமளிக்கும் விதத்தில் மறந்துவிடுவதன்' அடிப்படையில் உருவாவது. அதே இதழில் வெளியான ஒரு கட்டுரை இந்த விசுவாசத்தைப் பற்றித் தெளிவுபடுத்தும் விதத்தில் இப்படிக்குறிப்பிட்டது: 'ஓர் ஐரோப்பியன் ஒரு குற்றம் புரிந்துவிட்டால் அல்லது ஒழுக்கக் கேடாக நடந்துகொண்டால் அது அந்தத் தனிநபர் சம்பந் தப்பட்டது; அதுவே இந்தியன் என்றால் அவன் நாடுதான் குற்றவாளி.'[22]

இந்தியன் ஒப்பீனியன் இதழை துவங்கியதில் காந்தி தன்னை ஒரு அறிவுத் தரகராகவும், பாலம் கட்டுபவராகவும் உருவாக்கிக்கொண்டார். அந்த இதழ் தென்னாப்பிரிக்காவில் இருந்த இந்தியர்கள் பற்றியும், இந்தியாவி லிருந்த இந்தியர்கள் பற்றியும் செய்தி வெளியிடும்; அத்துடன் பொது வான கட்டுரைகள், 'அனைத்துத் தலைப்புகளிலும்—சமூக, பொருளா தார, அறிவுசார்ந்த விஷயங்கள்'. அது இந்தியர்கள் நலனை 'ஆதரிக்கும்'; ஐராப்பியர்களுக்கு 'இந்தியர்களின் சிந்தனை, அபிலாஷைகளை அறிமுகப் படுத்தும்'. இதழின் நோக்கங்கள்பற்றிய அறிவிப்புகளில் தென்னாப்பிரிக்காவின் மிகப்பெரிய மக்கள் இனமான ஆஃப்ரிக் கர்கள்பற்றிய எந்தக் குறிப்பும் காணப்படவில்லை.[23]

இந்தியன் ஒப்பீனியன் ஒவ்வொரு இதழும் எட்டுப் பக்கங்கள் கொண்டிருந்தது. அட்டைப் பக்கத்தில் இதழின் பெயரும் வெளியான மொழிகளும் குறிப்பிடப்பட்டிருந்தன. பிறகு பல விளம்பரங்கள். டர்பனில் ஒரு கடை தன் ராலே சைக்கிள்கள் 'உறுதியானவை, விரை வானவை, நம்பகமானவை' என்று குறிப்பிட்டது. இன்னொரு கடை தன் 'கிழக்கத்திய நகைகள்'பற்றி வாசகர்களுக்குத் தெரிவித்தது. நேட்டாலின் நகரங்களிலிருந்த பல்பொருள் கடைக்காரர்கள் விளம்பரங்கள் கொடுத் தார்கள்; சிகரெட் கடைகள், துணிக்கடைகள் போன்ற பிரத்தியேகமான கடைகளும் அப்படியே. சில விளம்பரங்களை அந்தச் செய்தித்தாளே வெளியிட்டது. அவை 'ஒரு நல்ல மெஷின் பாய்', 'ஒரு முதல்தரமான தமிழ் அச்சுக்கோர்ப்பாளர்', போன்றவர்களும், இந்தியும் ஆங்கிலமும் படிக்கக்கூடிய ஒருவரும் தேவை என்று கோரின.

முதல் பக்கம் இப்படி இருந்தது. பிறகு ஆங்கிலத்தில் செய்திகளும், நடப்புகள் குறித்த விமர்சனங்களும் தொடர்ந்தன. பின்னர் வந்த பக்கங்களில் குஜராத்தியிலும், கடைசியாக இந்தி, தமிழிலும் விஷயங்கள் இருந்தன. ஆண்டு சந்தா நேட்டாலில் பன்னிரண்டு ஷில்லிங் ஆறு பென்ஸ்; மற்ற இடங்களில் பதினேழு ஷில்லிங்ஸ் (முன்னரே தரப்பட வேண்டும்). தனிப்பிரதி மூன்று பென்ஸ் விலை.

நேட்டாலிலும் டிரான்ஸ்வாலிலும் இந்தியர்களைப் பாதித்த புதிய சட்டங்கள், தாய்நாட்டிலிருந்து போராட்டங்கள், பிளேக், மாபெரும் தேச பக்தர்கள்பற்றிய செய்திகள் ஆகியவை எல்லா மொழிகளிலும் இந்தியன் ஒப்பீனியனில் வெளியிடப்பட்டன. மற்ற கட்டுரைகள் தனிப்பட்ட சமூகங் களுக்காக உருவாக்கப்பட்டன. தமிழ் பகுதி தென்னிந்தியாவில் மட்டும் கொண்டாடப்படும் பண்டிகைகள்பற்றிய செய்திகளைக் கொண்டிருந்தது. அத்துடன் பெண்கள் பள்ளிகள்பற்றிய செய்திகளும் முக்கியத்துவம் பெற்றி ருந்தன. இதற்குக் காரணம் அப்போது குஜராத்திகளைவிடத் தமிழர்கள் தம் பெண்களைப் படிக்க வைப்பதில் அதிக ஆர்வம் கொண்டிருந்ததே.[24]

இந்தியன் ஒப்பீனியனின் குஜராத்தி, ஆங்கில பகுதிகள் காந்தி எழுதிய வற்றையே பெரிதும் சார்ந்திருந்தன (பல நேரங்களில் பெயர் குறிப்

பிடாமல்). அவர் பல தலைப்புகள் பற்றிச் சிறு குறிப்புகளும், தலையங் கங்களும் எழுதினார். மேயர்கள், கவர்னர்களின் அறிக்கைகள் மறுபிரசுரம் செய்யப்பட்டன. அரசு வெளியீடுகளும் ஆவணங்களும்பற்றிய சுருக் கங்கள் தரப்பட்டன. கொடுமைப்படுத்தல், பாரபட்சம் ஆகியவை பற்றிய செய்திகள் ஆராயப்பட்டன.

டர்பனுக்கும் ஜோஹானஸ்பர்க்குக்கும் இடையிலான தபால்சேவைக்குத் தொடர்ச்சியாக வேலை இருந்தது; கடிதங்கள், கட்டுரைகள், மெய்ப்புகள் போன்றவை இந்தியன் ஒப்பீனியன் இதழ் பதிப்பாசிரியருக்கும் நூற்றுக் கணக்கான மைல்களுக்கு அப்பாலிருந்து அதன் செயல்பாடுகளை நெறிப் படுத்திவந்த அந்த வழக்கறிஞருக்கும் நடுவில் இடைவிடாமல் சென்று வந்துகொண்டிருந்தன. இதழ்களை ஒரு வாரம் முன்பாகத் திட்டமிடுவது, கட்டுரைகளைக் கேட்டுப் பெற்று சீர்திருத்துவது, மொழிபெயர்ப்புகளை மேற்பார்வை செய்வது என எம். ஹெச்.நாசர் ஆவேசமாக உழைத்தார். நிதி குறைவாக இருந்தது; அச்செழுத்துகளும் அப்படியே. அச்சுக் கோர்ப் பவர் ஒருவர் நாசரிடம் குஜராத்தி எழுத்து 'அ' குறைவாகவே கையிருப்பு இருந்ததால் குறைவாகப் பயன்படுத்தும்படிக் கேட்டுக்கொண்டார். நாசர் காந்திக்கு, 'தான் ஓய்ந்துபோய்விட்டதாகவும்', 'எதைப்பற்றியும் சிந்திக்க முடியாமல் களைப்படைந்துவிட்டதாகவும்' எழுதினார். அச்சாக்க தினங்களில் பதிப்பாசிரியர் நள்ளிரவு தாண்டி வேலை செய்தார்; இதனால் பல நாட்கள் கடைசி டிராம் வண்டியை விட்டுவிட்டு விளக்குகளற்ற டர்பன் தெருக்கள் வழியாக நடந்தே செல்ல வேண்டியிருந்தது.[25]

காந்தியைப் பொருத்தவரை, அவருடைய எழுத்துளில் இந்தக் காலகட்டத் தில் பொதுச் செயல்பாடுகள் சார்ந்தவையே அதிகம். இந்தியன் ஒப்பீனியனின் நூற்றுக்கணக்கான செய்திகள், தலையங்கங்கள், அதிகாரி களுக்கும் சட்டமன்ற உறுப்பினர்களுக்கும் கோரிக்கை மனுக்கள், சட்டம் தொடர்பான குறிப்புகள், இங்கிலாந்திலும் இந்தியாவிலுமிருந்த அனு தாபிகளுக்கு எழுதப்பட்ட கடிதங்கள் ஆகியவை மத்தியில் மிக அரிதாக, அவரது சொந்த வாழ்க்கைபற்றிய கணநேரத் தோற்றங்கள் காணக்கிடைக் கின்றன. இவற்றில் அவர் தென்னாப்பிரிக்கா திரும்பி ஆறு மாதங் களுக்குப் பிறகு 1903 ஜூன் 30 அன்று ஒரே நாளில் எழுதப்பட்ட இரு கடிதங்களும் அடக்கம்.

முதல் கடிதம் அவரது நண்பரான ராஜ்கோட்டைச் சேர்ந்த சக வழக்கறிஞர் ஹரிதாஸ் வோராவுக்கு எழுதப்பட்டது. பதினான்கு வயதான காந்தியின் மூத்த மகன் ஹரிலாலுக்கு உடல் நலமில்லை. வோரா அவர் நலம்பெற உதவியிருந்தார். காந்தி தன் நண்பருக்கு நன்றி தெரிவித்தார். 'ஹரிலாலுக்கு என் ஸ்தானத்தை அளித்ததற்காக... அவன் இங்கு இருந்து என்னால் கவனிக்கப்பட்டிருந்திருக்கக் கூடாதா என்றுதான் விரும்புகிறேன்; அவன் உங்களுக்குக் கவலையும், சஞ்சலமும் உண்டாகக் காரணமாக இருந்ததற் காக வருந்துகிறேன்... பின்னர் அவர் ஜோஹானஸ்பர்க்கில் தன்

வாழ்க்கை பற்றிக் குறிப்பிட்டார். அவர் ஒரு 'மதிக்கத்தக்க தொழிலை ஸ்தாபித்துக்கொண்டுவிட்டார்'; ஆனால் அவரது பொது வேலைகள் அவருக்கு 'மிக அதிகமாகப் பதட்டம் தருகிறது.' அது அவரைக் காலை ஒன்பது மணியிலிருந்து இரவு பத்து மணிவரை ஓய்வின்றி வைத்திருந்தது; இடையில் உணவுகளுக்கும், ஒரு சிறு நடைப்பயிற்சிக்கும் மட்டுமே இடைவேளைகள்.

இந்த வேகம் குறைவதற்கு வாய்ப்பு எதையும் காந்தி காணவில்லை; டிரான்ஸ்வால் அரசு இந்தியர்களைக் குறிவைத்து புதிய சட்டத்தைத் திட்டமிட்டுக்கொண்டிருந்தது. பம்பாயைவிட்டுக் கிளம்பும் முன், அவர் தன் மனைவியிடம், 'ஒன்று, நான் இந்த ஆண்டு கடைசியில் இந்தியாவுக்குத் திரும்புவேன்; அல்லது அவள் அதற்குள் இங்கு வந்துவிட வேண்டும்,' என்று கூறியிருந்தார். அந்த உறுதிமொழியை நிறைவேற்ற முடியும் என்று அவர் நினைக்கவில்லை. கஸ்தூரிபா அவருடன் சேர்ந்துகொள்ளலாம், ஆனால், 'நேட்டாலில் நான் அவ்வளவாக அவளுடன் இருக்கவில்லை; ஜோஹானஸ்பர்க்கில் இன்னும் குறைவாகவே அந்த வாய்ப்பு இருக்கக்கூடும்,' என்று அவர் எச்சரித்தார். குடும்பம் தென்னாப்பிரிக்கா வந்தால், அவரது நேரம் வேலைக்குப் பதிலாக அவர்களுடன் செலவிடப்படுவதாக இருந்தால், அவர் செய்து முடிக்கவேண்டியவற்றை முடிக்கப் பத்து ஆண்டுகள் ஆகலாம். மாறாக அவர்கள் இந்தியாவில் தங்கினால், அது அவர் 'பொது வேலையில் முழுமையாகக் கவனம் செலுத்துவதை ஏதுவாக்கும்.' ஆகவே அவர் விரைவில் நாடு திரும்ப முடியும், சுமார் 'மூன்று அல்லது நான்கு ஆண்டுகளில்'. கஸ்தூரிபா 'அங்கேயே எப்போதும் தங்கிவிட சம்மதிப்பாளா?' இந்தக் கேள்வியைக் கேட்டபிறகு, அவர் தன் நண்பரிடம், 'நான் முழுக்கவும் அவளது உணர்வலைகளைப் பொருத்தே செயல்பட விரும்புகிறேன்; என்னை முழுவதுமாக அவளது கைகளில் ஒப்படைத்துவிட்டேன்.'

1903 ஜூன் 30 அன்று காந்தி தன் ஒன்றுவிட்ட அண்ணன் மகன் சகன்லாலுக்கு, ஹரிதாஸ் வோராவுக்கு எழுதிய கடிதத்தின் ஒரு பிரதியை இணைத்துக் கடிதம் எழுதினார். சகன்லால் இப்படிக் கேட்டுக்கொள்ளப்பட்டார்:

> இதைப் படித்து உன் சித்திக்கு இங்குள்ள நிலைமையை விளக்கிச் சொல்லவும். இங்கு வாழ்வது கொஞ்சம் செலவுபிடிக்கிற விஷயம் என்பதால் அவள் அங்கேயே தங்கிவிட முடிவெடுப்பது மிகவும் சிலாக்கியமானது. அவள் அங்கேயே தங்கிவிட்டால், இங்கு செய்த சேமிப்புகள் அவளையும் குழந்தைகளையும் இந்தியாவில் ஒப்பீட்டளவில் சௌகரியமாக வாழ வழிவகுக்கும். அப்படியானபட்சத்தில் நான் இரண்டு அல்லது மூன்று ஆண்டுகளில் நாட்டுக்குத் திரும்ப முடியும்... மாறாக, அவள் கிளம்ப முடிவுசெய்தால், அக்டோபருக்குள் தேவையான எல்லா ஏற்பாடுகளையும் செய்துவிட்டு, நவம்பரில்

கிடைக்கும் முதல் படகில் கிளம்பவும். ஆனாலும் அவள் இந்தியாவில் இருப்பதே அவளுக்கு நல்லது என்று ஏற்றுக்கொள்ளச் செய்ய முயற்சி செய்யவும். [26]

தென்னாப்பிரிக்காவில் அவரது ஆரம்ப நாட்களில் தொடங்கி காந்தி இனங்களுக்கிடையிலான உறவுகள்பற்றிய செய்திகளை வெட்டிச் சேகரித்துவந்தார். இப்போது இந்தியன் ஒப்பீனியன் இதழில் வெளியிடுவதற்காக இவை குடையப்பட்டன. டிரான்ஸ்வால் லீடர் இதழின் ஒரு செய்திப்படி வெள்ளையர்களைக்கொண்ட லேபர் லீக் என்ற அமைப்பு ஆசியர்களின் குடியேற்றத்தை எதிர்த்தது. அந்த லீக், 'தென் கோளார்த்தத்தில் பலமான இடத்தில் அமையப்பெற்றிருக்கும் தேசம், பெரும் ஐரோப்பியப் போர் ஏதேனும் ஏற்படும்பட்சத்தில், தெற்குக்கும், கிழக்குக்குமான திறவுகோளைக் கொண்டிருக்கும்; அதன் எதிர்காலம் ஒரு குடியானவ இனத்தைச் சார்ந்திருக்கக்கூடாது,' என்று நம்பியது. [27] தாராளவாதப் போக்குகொண்ட செய்தித்தாளான ஸ்டாண்டர்ட், 'தென்னாப்பிரிக்கா முழுவதும் இந்துக்கள் நடத்தப்படும் விதம், யூதர்கள் ஐரோப்பாவில் மத்தியகாலத்திலும், இன்றும்கூட பெருமளவில் ரஷ்யாவிலும் நடத்தப்பட்டதைப் (நடத்தப்படுவதைப்) போலவே காணப்படுகிறது,' என்று குறிப்பிட்டது. [28]

1903 செப்டெம்பரில், டிரான்ஸ்வால் அரசாங்கத்தின் அலுவலரான டபிள்யூ.எச்.மூர் என்பவர் இந்தியர்கள் விவகாரம்பற்றி ஒரு அறிக்கையைத் தயாரித்தார். போரின்போது சுமார் 13,000 இந்தியர்கள் இருந்ததாக அவர் மதிப்பிட்டார். யுத்தம் ஆரம்பித்தபோது பெரும்பாலோர் நேட்டால், கேப் அல்லது போர்த்துக்கீசிய பிராந்தியத்துக்குச் சென்றுவிட்டனர். 1901 செப்டெம்பர் தொடங்கி அவர்கள் திரும்பிவர ஆரம்பித்திருக்கிறார்கள்; 'செல்வாக்கான ஆசியர்கள் கமிட்டி' ஒன்று யாருக்குப் பெர்மிட்கள் கொடுக்கப்படவேண்டும் என்று கலந்தாலோசிக்கப்படுகிறது. 1902 செப்டெம்பரில் இந்தக் கமிட்டி கலைக்கப்பட்டு, ஆசியர்கள் விவகாரத் துறை ஒன்று டிரான்ஸ்வாலுக்குள் மீள்-குடியேற்றத்தைக் கட்டுப்படுத்துவதற்காக ஏற்படுத்தப்பட்டது. போர் முடிந்தது முதல் 1903 மார்ச் வரையிலும் சுமார் 4900 பெர்மிட்டுகள் கொடுக்கப்பட்டிருந்தன.

அந்த அறிக்கை இந்தியன் ஒப்பீனியனில் முழுதாக வெளியிடப்பட்டது. மூர் டிரான்ஸ்வாலின் வெள்ளையர்களின் 'பரவலான உணர்வையும்' பிரிட்டிஷ் இந்தியர்களின் பதில் வாதத்தையும் தொகுத்துக்கூறியிருந்தார். அவர் இவற்றை ஒன்றன்பின் ஒன்றாகவே செய்திருந்தார் என்றாலும் நான் அவற்றை ஒன்றாக ஒரு அட்டவணையில் சேர்த்து, அருகருகே படிக்கும் வகையில் தந்திருக்கிறேன். அந்த அலுவலர் ஐரோப்பியர்களின் நிலைப்பாட்டை இந்தியர்களுடையதைவிட நீளமாகக் கொடுத்திருப்பது எதிர்பாரத விஷயம் அல்ல என்றாலும் சுவாரசியமானது. [29]

இந்தியர்கள்பற்றிய பரவலான உணர்வு பிரிட்டிஷ் இந்தியர்களின் வாதம் அவர்கள் வாழ்க்கை முறை அற்பத்தனமானது,

அழுக்கானது. அவர்கள் தாங்கள் சக பிரஜைகளைவிட மோசமானவர்கள் என்பதை மறுக்கிறார்கள்; சுகாதார, நகரசபை சட்டதிட்டங்களுக்குக் கட்டுப்படத் தாம் தயார் என்கிறார்கள்.

தாழ்ந்த வாழ்க்கைத் தரம் காரணமாக, அவர்களால் குறைந்த கூலிக்கு வேலை செய்ய முடிகிறது; ஒரு வெள்ளையரால் அந்தக் கூலிக்கு வாழவும் செழிக்கவும் முடியாது. அவர்கள் கல்வி பற்றிக் கவலை கொண்டிருக்கிறார்கள்; அவர்களால் கல்வி மூலம் பயன்பெற முடியும்.

அவர்கள் தம்முடன் பணத்தைக் கொண்டுவருவதில்லை; தமது சேமிப்பைத் தம் சொந்த நாட்டுக்கு அனுப்பிவிடுவார்கள். ஆகவே அவர்கள் நல்ல காலனியர்கள் அல்ல. அவர்கள் கடின உழைப்பாளிகள்; அமைதியான சுபாவம் கொண்டவர்கள்; சட்டத்தை மதித்து நடப்பவர்கள்; இந்த நாட்டிலேயே தங்கிவிடத் தயாராக இருப்பவர்கள்.

தென்னாப்பிரிக்காவானது வெள்ளையர்கள் வசித்து, குடும்பங்களை உருவாக்கி, தம் இனத்தை ஸ்தாபிப்பதற்கான நாடு. கிழக்கத்திய மக்கள் தமக்கு சாதகமான பருவநிலை நிலவுகிற, வெள்ளையர்கள் வசிக்க முடியாத இடங்களில் தமது காலனிகளை உருவாக்கிக்கொள்ள அவர்களுக்கு ஏராளமான வாய்ப்பு இருக்கிறது. பிரிட்டிஷ் பிரஜைகள் என்ற முறையில் நிற, சாதி, இன வேற்றுமைகளைக் கடந்து மற்றவர்களைப் போல சமமாக நடத்தப்படுவதற்கு அவர்களுக்கு உரிமை உள்ளது.

பூர்வகுடியினரான கருப்பினங்கள் குறித்து நிலவும் கண்ணுக்குத்தெரியாத விரோதமும் வெறுப்பும் தெளிவானதொரு விரிசலை ஏற்படுத்தியுள்ளது; இதனால் ஆசிய இனங்கள் ஒருபோதும் வெள்ளையர்களுடன் சமமாக நடத்தப்பட முடியாது; ஆகவே ஆசிய இனங்களைப் புகுத்துவது மறுக்க முடியாததும் தேவையற்றதுமான மூன்றாவது அம்சத்தை நுழைக்கிறது. இது தென்னாப்பிரிக்காவில் பூசல்களைத் தீர்ப்பதில் ஒரு கூடுதல் சிக்கலை உண்டாக்குகிறது. தாங்கள் பொதுநலனில் அக்கறையுள்ளவர்கள், தாராளப்போக்காளர்கள், கொடைக்குணம் நிறைந்தவர்கள், தமது ஏழைகளைக் காப்பவர்கள் என்று நிரூபித்திருக்கிறார்கள்.

இந்தியன் ஒப்பீனியனின் ஆரம்பகால இதழ் ஒன்றில் வெளியான தலையங்கம் ஒன்று 'காட்சியின் பிரகாசமான பக்கத்தை' காண விரும்பியது. இப்போது நிலைமை இருண்டதாகத்தான் உள்ளது, ஆனாலும் நீண்டகால நோக்கில் நம்பிக்கை பின்வருமாறு:

> ஐரோப்பிய சமூகம் வயதில் முதிரும்போது அவலட்சணமான மூலைகள் தேய்க்கப்பட்டு சரியாகிவிடும்; தென்னாப்பிரிக்காவின் இம்பீரியல் குடும்பத்தின் வெவ்வேறு உறுப்பினர்கள் விரைவில் பூரண

> சமாதானத்துடன் வாழ முடியும். அந்த நேரம் இப்போதைய தலைமுறையில் வராமல் போகலாம்; அதைக் காண நாம் உயிரோடு இல்லாமல் போகலாம்; ஆனால் அப்படியான காலம் ஒன்று வரும் என்பதை சமநிலையுள்ள யாரும் மறுக்க மாட்டார்கள். இவ்வாறு இருக்கையில், நாம் அதன் வருகையை விரைவுபடுத்த எல்லா முயற்சிகளையும் மேற்கொள்ளவேண்டும்... நம் எதிராளிகளின் இடத்திலிருந்து பார்ப்பதன் மூலமாக; அவர்களது எண்ண ஓட்டத்தைத் அறிந்துகொள்ள முயல்வதன் மூலமாக; இங்கு அறிந்துகொள்வது என்பது, வேறுபடும் அம்சங்களை மட்டுமின்றி, உடன்படும் அம்சங்களையும் குறிக்கிறது.[31]

ஒருசில தாராளவாதிகள் தவிர்த்து, டர்பனின் வெள்ளையின மக்களினம் சார்பாக பேசிய கும்பல் ஒன்றால் காந்தி தாக்கப்பட்டு ஐந்து ஆண்டுகள் கூட முடிந்திருக்கவில்லை. அவர் இதை எழுதியபோதே வெள்ளையர்களின் செய்தித்தாள்களில் அவரைப்பற்றி ஏளனமான கருத்துகள் கூறப்படுவது வழக்கமாக இருந்தது. மேலும் அவரது சகநாட்டவர்கள் நாள்தோறும் இனவாத முன்முடிவுகளுக்கு இலக்காகிவந்தார்கள். இருந்தபோதிலும் இந்த இந்தியத் தலைவர் தம்மை ஒடுக்குபவர்களுடன் 'பூரண சமாதானத்துடன்' வாழ விழைந்தார்.

நிச்சயமாக, இந்த நன்னம்பிக்கைவாதம் அவர் ஏற்படுத்திக்கொண்டிருந்த நட்புகளின் விளைவாக உருவானதே. லண்டனில் ஜோசையா ஓல்ட்ஃபீல்டும் சைவ உணவாளர் சங்க உறுப்பினர்களும்; டர்பனில் வழக்கறிஞர் எஃப்.ஏ. லாஃப்டனும், காவலர் ஆர்.சி.அலெக்ஸாண்டரும்; பிரிட்டோரியாவில் ஏ.டபிள்யூ. பேக்கர் போன்ற சமானிய போதகர்கள் — இந்தப் பட்டியலில் ஜோஹானஸ்பர்க்கில் காந்தி ஒன்றாக நடைப் பயிற்சியில் ஈடுபட்ட, உணவுகளைப் பகிர்ந்துகொண்ட, தென்னாப்பிரிக்காவில் பல்வேறு இனங்களின் உரிமைகள்பற்றி விவாதித்த வெள்ளையர்களும் சேர்ந்துகொண்டார்கள்.

ஜோஹானஸ்பர்க்கில் குடியேறிய முதலாவது ஆண்டில் நான்கு ஐரோப்பியர்களுடன் நட்பு கொண்டார். வர்க்கம், படிப்பு போன்ற விஷயங்களில், நீதிமன்றத்தில் அவரது கட்சிக்காரர்களான இந்தியர்களைவிட அவர்களையே தனக்கு நெருக்கமாக அவர் உணர்ந்தார். இந்த நால்வரில், முதலாவதாக அவருக்கு அறிமுகம் ஆனவர் எல். டபிள்யூ.ரிட்ச். யூதரான அவர் லண்டனிலிருந்து வந்திருந்தார். அங்கே அவர் (காந்தியைப் போல) தனது நம்பிக்கைகளை தியாசஃபிக்கும் இடமளிப்பதன் மூலம் விசாலமாக்க முனைந்திருந்தார். அவர் ஜோஹானஸ்பர்க்குக்கு 1894ல் இடம் பெயர்ந்திருந்து அங்கு தியாசஃபிக்கல் லாட்ஜ் ஒன்றை நிறுவியிருந்தார். அந்த அமைப்பு ஒவ்வொரு வியாழன் அன்றும் கூடி மேடாம் பிளாவாட்ஸ்கி, அன்னி பெசன்ட் ஆகியோரின் பணிகளைப்பற்றி விவாதித்தது. த தியாசஃபிஸ்ட் இதழுக்கு எழுதிய கடிதம் ஒன்றில் ரிட்ச் டிரான்ஸ்வாலைப்பற்றி,

அது பெயரில் மட்டுமே குடியரசாக இருக்கிறது. பழுப்புத் தோல் கொண்ட எந்த இனத்தின்மீதும் செலுத்தப்படும் இனரீதியான வெறுப்புதான் அதன் தனித்துவமான அம்சம். நேட்டாலில்கூட இப்படித்தான். அங்கே சமீபத்தில் தான் இந்தியர்கள் பலர் இறங்குவதைத் தடுக்க ஒரு முயற்சி நடந்தது. அந்த முயற்சி பாதியிலேயே கைவிடப்பட்டது; அதற்கு முதன்மையான காரணம் என் இந்திய நண்பர் திரு. காந்தி, பாரிஸ்டர்-அட்-லா அவர்களின் துணிச் சலும் விடாமுயற்சியுமே. அந்த நல்ல மனிதர் நீண்ட காலமாக நேட்டாலில் இந்தியர்களின் போராட்டத்தை ஏறக்குறையத் தனியாளாக நடத்திவருகிறார்.

எல். டபிள்யூ. ரிட்ச் காந்தியை முதன் முறையாக ஆங்கிலோ-போயர் யுத்தத்துக்கு முன்பு, அந்த வழக்கறிஞர் ஒரு முறை டர்பனிலிருந்து ஜோஹானஸ்பர்க் வந்திருந்தபோது சந்தித்தார். போரின்போது ரிட்ச் நகரைவிட்டுச் சென்றுவிட்டார். பின்னர் சமாதான ஒப்பந்தம் கையெழுத் தான பின்னர் திரும்பி வந்து, தியாசஃபிகல் லாட்ஜை மீண்டும் உருவாக்கும் முயற்சியில் ஈடுபட்டார். இந்தப் புதிய ஒன்றிணைக்கும் இயல்பும், பல்வகைநோக்கும் கொண்ட சமயம் அந்த நகரத்தின் இயல்பாக விளங்கிய 'சுயநலம், தனிநபர்வாதம், பேராசை, பணத்தை வழிபடுதல் ஆகியவற்றின் வடிகட்டிய சாராம்சத்துக்கு' மாறுபட்டதாக இருந்தது. இப்போது ஜோஹானஸ்பர்க்குக்கு — அங்கே ஏறக்குறையத் தனியாளாக இந்தியர்களின் போராட்டத்தை நடத்துவதற்காக—இடம் பெயர்ந்திருந்த காந்தி, வழக்கமாக தியாஃசபிக்கல் லாட்ஜுக்குப் போய் வந்தார். இந்தக் கூட்டங்களிலும், அவற்றுக்கு அப்பாலும் அவரும் ரிட்சும் தமக்கிடையே உரையாடுவதற்கு நிறைய விஷயங்கள் இருப் பதைக் கண்டனர்.[32]

காந்தியின் உணவு விருப்பங்கள் காரணமாக இன்னும் இரு நண்பர்கள் வந்து சேர்ந்தனர். அந்த வழக்கறிஞர், ஜோஹானஸ்பர்க்கின் ஒரே சைவ உணவு விடுதியான அலெக்ஸாண்ட்ரா டீ ரூமில் அடிக்கடி உணவு உண்பது வழக்கம். ஆங்கிலேயரான ஆல்பர்ட் வெஸ்ட் அந்த உணவ கத்தின் இன்னொரு வாடிக்கையாளர். 1903 வாக்கில் அந்த இடத்தையும் அதன் சூழலையும் அவர் படம் பிடித்துக் காட்டியுள்ளார்:

ஒரு பெரிய மேசையைச் சுற்றி, பலதரப்பட்ட மனிதர்கள் அமர்ந் திருந்தனர். அவர்களில் அமெரிக்காவிலிருந்து வந்திருந்தவரான தங்க, வைர பங்குகளின் வர்த்தகத்தில் ஈடுபடும் ஒரு பங்குத் தரகர், நேட்டாலிலிருந்து ஒரு கணக்காளர், இயந்திரக் கருவிகளின் முகவர் ஒருவர், தியாசஃபிகல் சொஸைட்டியின் உறுப்பினரான இளம் யூதர் ஒருவர் (இது எல்.டபிள்யூ.ரிட்ச்சாக இருக்கவேண்டும்), ரஷ்யாவி லிருந்து வந்திருந்த ஒரு தையல்காரர், வழக்கறிஞரான காந்தி, அச்சகம் நடத்தும் நான் ஆகியோர் அடக்கம். ஜோஹானஸ்பர்க்கில் அனைவரும் பங்குச்சந்தை பற்றிப் பேசினர்; ஆனால் இந்த ஆட்களோ உணவு

சீர்திருத்தவாதிகள்; அவர்கள் சைவ உணவு, குனே குளியல், மண் பட்டிகள், நோன்பு போன்ற விஷயங்களிலேயே ஆர்வம் கொண்டிருந் தனர். நான் குறிப்பாக இந்தியாவிலிருந்து வந்திருந்த இந்த மனிதரால் கவரப்பட்டேன்; காந்தியும் நானும் விரைவில் நெருங்கிய நண்பர்களாகிவிட்டோம்.[33]

இதே உணவகத்தில்தான் காந்தி ஹென்றி சோலமோன் லியோன் போலாக் கையும் சந்தித்தார். ஒல்லியான, ஒடிசலான, அறிவார்ந்த விஷயங்களில் ஆர்வமுடைய அந்த யூதர் பிரிட்டனிலிருந்து அப்போதுதான் வந்திருந் தார். வெஸ்ட் போலவே அவரும் தன் இருபதுகளின் ஆரம்பத்தில் இருந்தார். தான் நட்பு கொண்ட வழக்கறிஞரைவிட ஒரு முழு தசாப்தம் இளையவர். அவரது குடும்பத்தினர் ஆரம்பத்தில் ஐரோப்பாவிலிருந்து வந்தவர்கள்—பாட்டனார்-பாட்டிகளில் ஒரு இணை டச்சு மொழியும், இன்னொரு இணை ஜெர்மனும் பேசினர். அவர்கள் இங்கிலாந்தில் குடியேறினர். அங்கு போலாக்கின் தந்தை இரண்டு செய்தித்தாளில் விளம்பர மேலாளராகப் பணியாற்றி வந்தார். ஹென்றி, ஸ்விட் ஜர்லாந்தில் ஃப்ரெஞ்ச் மொழி பேசும் பகுதியான நியூஷாட்டெல்லில் ஒரு பள்ளியிலும், பின்னர் லண்டன் பல்கலைக் கழகத்திலும் கல்வி பயின்றிருந்தார்.

மாணவராக இருக்கையில் ஹென்றி போலாக் ஒரு யூத வார இதழில் அரசியல் விவகாரங்கள்பற்றி எழுத ஆரம்பித்தார். மில்லி கிரஹாம் என்ற பெண்ணுடன் அவருக்குக் காதல் ஏற்பட்டது. அந்தப் பெண் ஒரு கிறிஸ் துவர்; மேலும் 'தீவிர சமூக சீர்திருத்தவாதி' என்ற முறையில் பெண்களின் ஓட்டுரிமையை ஆதரித்தவர். ஹென்றியின் குடும்பத்தினர் இந்தக் காதல் விவகாரத்தால் வேதனைப்பட்டனர். ஆகவே அதை முறிக்கும் விதமாக, தென்னாப்பிரிக்காவில் அவரது பெரியப்பா வீட்டுக்கு அவரை அனுப்பிவைத்தனர். ஆனால் அவரோ, தான் கிளம்பும் முன்பாக மில்லியுடன் திருமணத்தை முறைப்படி நிச்சயம் செய்துவிடவேண்டும் என்று வலியுறுத்தினார்.[34]

போலாக் முதலில் கேப் டவுனில் தன் பெரியப்பாவின் வணிக நிறுவனத்தில் பணியாற்றினார். விரைவில் அவர் ஜோஹானஸ் பர்க்குக்கு இடம் பெயர்ந்தார். அங்கே டிரான்ஸ்வால் கிரிட்டிக் என்ற உள்ளூர் செய்தித்தாள் ஒன்றின் பணியாளராகச் சேர்ந்துகொண்டார். லியோ டால்ஸ்டாயின் எழுத்துகளைப் படிக்க ஆரம்பித்தார். டால்ஸ் டாய் ஆர்வலரான நடிகரும், ஓவியருமான ஒருவர் அவரை, அதே ரஷ்ய எழுத்தாளரைச் சிலாகிக்கும் இந்தியர் ஒருவர் வாடிக்கையாளராக இருந்த அந்த சைவ உணவகத்துக்கு அழைத்துச்சென்றார். 1904ல் ஒருநாள் அவர்கள் அந்த உணவகத்துக்குள் நுழைந்தபோது அந்த ஓவியர் தனது நண்பருக்கு காந்தியைச் சுட்டிக்காட்டினார். பின்னர் போலாக் எழுதியபடி,

ஒரு மேசையில் தனியாக அமர்ந்திருந்த அமைதியான, மெலிந்த தோற்ற முடைய, இனியவரான தோற்றம்கொண்ட அந்த மனிதரை ஓர் அவர சரப் பார்வை பார்த்தேன். அவரது தொழில்நீதியான கருப்பு தலைப் பாகையையும் கருப்பான தோற்றத்தையும் தவிர ஏற்கெனவே பிரபல மான அந்த கிழக்கு இந்தியத் தலைவரின் தோற்றத்தில் குறிப்பிடத்தக்க எதுவுமில்லை. எனக்கு ஏமாற்றமாக இருந்த து. போயர் யுத்தத்தின் போது கிழக்கு இந்திய ஆம்புலன்ஸ் படையணியின் சார்ஜென்ட்-மேஜராக செயலாற்றியவரான ஒரு பெரிய, ஆவேசமான தோற்ற முடைய ஒருவரை நான் எதிர்பார்த்திருந்திருக்கவேண்டும்... தன் காலத்தின் மாபெரும் ஆசியராக ஆகவிருந்த ஒருவரைப் பார்த்துக் கொண்டிருக்கிறேன் என்று அந்தக் கணத்தில் நான் யூகிக்கவில்லை.

அவர்கள் இருவரும் அறிமுகப்படுத்தப்பட்டார்கள். டால்ஸ்டாய் மட்டு மல்லாது ரிட்டர்ன் டு நேச்சர் என்ற புத்தகத்தை எழுதிய அடால்ஃப் ஜஸ்ட் போன்று அதிகம் அறியப்படாத பிற எழுத்தாளர்கள் பலர்மீதும்கூட இருவருக்குமே அபிமானம் இருந்ததைக் கண்டுகொண்டார்கள். போலாக் காந்தியை அவரது சட்ட அலுவலகத்திற்குச் சென்று சந்தித்தார். அவர்களது நட்பு வளர்ந்தபோது, 'நாங்கள் அனேகமாக தினமும் சந்தித்தோம்; எங்களில் யாருக்காவது ஆர்வமிருந்த எல்லா பிரச்னைகளையும், விஷயங்களையும் பற்றித் தீவிரமாக விவாதித்தோம்.' இந்த உரையாடல்கள் வழக்கமாக சைவ உணவகத்தில் இரவு உணவின்போது நடைபெற்றன. அவர்கள் சாப்பிட்ட சாலட்கள் காரமான வெங்காயம் அதிகம் கொண்டிருந்தன. தாம் 'வெங்காயம் உண்பவர்களின் ஒன்றுபட்ட சங்கம்' ஒன்றை ஆரம்பிக்க வேண்டும் என்று போலாக் வேடிக்கையாக க் குறிப்பிட்டார்.[35]

போலாக்கை சந்திப்பதற்குச் சற்று முன்போ அல்லது பின்போ, காந்தி ஹெர்மான் காலன்பாக்கைச் சந்தித்தார். அவரும் ஒரு யூதர்; வேறுவிதமான பின்புலமும் குண இயல்பும் கொண்டிருந்தவர் என்றபோதிலும். காந்திக்கு இரண்டு ஆண்டுகள் பின்பு பிறந்த, ஆரம்பத்தில் லித்துவேனியாவிலிருந்து வந்தவரான காலன்பாக் பிரஷ்யாவில் வளர்ந்து கட்டடக் கலை நிபுணராகத் தேர்ச்சி பெற்றவர். ஒல்லியான, பலசாலியான, உடல்திறம் மிகுந்த அவர் வெளிப்புற விளையாட்டுகளில் ஆர்வம் மிகுந்தவர். குளிர்காலங்களில் பனிச்சறுக்கிலும் கோடைகாலங்களில் நீச்சல், மீன்பிடிப்பது ஆகிய வற்றிலும் ஈடுபட்டார். உடல் தசைகளை வளர்ப்பது அவரது மற்றொரு ஆர்வம். 1896 வாக்கில் அவர் தென்னாப்பிரிக்காவுக்கு வந்தார். ஜோஹானஸ் பர்க்கில் நிகழ்ந்த கட்டுமான வளர்ச்சி அவருக்கு பயனளித்தது. நகரின் மையப்பகுதியில் எழும்பிய பல பெரிய கட்டடங்களை அவர் வடிவமைத் தார். ரிட்ச்சையும் போலாக்கையும்போல அவரும் தென்னாப்பிரிக்காவில் ஏற்பட்ட யூதர்களின் பெரும் குடியேற்ற அலையில் அவரும் ஒரு பகுதி. 1880-க்கும் 1904-க்கும் இடையில் அங்கு யூதர்களின் மக்கள்தொகை பத்து மடங்கு அதிகரித்தது. யூத-எதிர்ப்பு பெருகிவந்த ரஷ்ய, கிழக்கு ஐரோப்பிய நகரங்களிலிருந்து பலர் வந்தார்கள்; காலன்பாக்கும் அப்படியே.[36]

காலன்பாக்கின் அலுவலகம் காந்தியின் சட்ட அலுவலகத்துக்கு மிகவும் அருகில் இருந்தது. அவர்கள் முதலில் அந்த வழக்கறிஞர், கட்டடக்கலை நிபுணர் இருவருக்கும் வாடிக்கையாளராக இருந்த இந்திய வியாபாரி ஒருவர் மூலமாக சந்தித்தனர். காலன்பாக்குடன் ஏற்பட்ட நட்பு, காந்தி முன்பு ஷேக் மேத்தாபுடன் கொண்டிருந்த நட்புக்கு நேர் தலைகீழானது. கைத்திறனும் உடல் திறனும் பெற்றவரான காலன்பாக்கை ஒருவகையில் முதிர்ச்சி பெற்ற ஷேக் மேத்தாப் எனலாம்; ஆனால் வியந்து பார்க்கப்படுவதற்கு மாறாக, அவர்தான் காந்தியை வியந்து போற்றினார். காந்தியின் ஆன்மிக ஈடுபாடுகளும் நோக்கத்தில் உறுதியும் அந்த கட்டடக் கலை நிபுணரின் அமைதியின்மைக்கும் கொந்தளிப்பான பாலியல் இச்சைகளுக்கும் (அவர் மணமாகாதவர்; மேலும் இந்தக் காலகட்டத்தில் கன்னித்தன்மை கொண்டவர் என்று தோன்றுகிறது) மாறானவையாக இருந்தன.[37]

ஜோஹானஸ்பர்க்கில் காந்தியின் நெருங்கிய நண்பர்கள் நால்வரில் மூவர் யூதர்கள் என்பது கவனிக்கத்தக்கது. வெள்ளைத்தோல் கொண்டவர்களான, போயர்களோ பிரித்தானியர்களோ அல்லாதவர்களான, நிச்சயமாகக் கிறிஸ்தவர்கள் அல்லாதவர்களான யூதர்கள், முன்முடிவுகளுக்கும் துன்புறுத்தலுக்கும் ஆளான குடும்பங்களைச் சேர்ந்தவர்கள். டிரான்ஸ்வாலின் ஆட்சியாளர்களின் நியாயமற்ற இனவாதத்தைக் கண்டு வருந்துவதில் அவர்கள் மற்ற ஐரோப்பியர்களைவிட முன்னால் நின்றார்கள்; அதேபோல உயிர்ப்பு நிறைந்த, புத்திசாலியான, தனது சமய (அல்லது உணவுப்பழக்க) நம்பிக்கைகளில் பழைமைவாதம் கொண்டிருக்காத ஓர் இந்தியருடன் நட்பு கொள்வதிலும் விரைவானவர்களாக இருந்தார்கள்.[38]

அந்த நண்பர்கள் யாரும் குஜராத்திகளோ அல்லது இந்தியர்களோ அல்லர் என்பதும் கவனிக்கத்தக்கது. லண்டனில், காந்தி உரையாடக்கூடிய இந்திய மாணவர்கள் இருந்தார்கள். ஜோஹானஸ்பர்க்கிலோ, அவரது சமூகத்தில் அவர் மட்டுமே தொழில் வல்லுநர். டிரான்ஸ்வாலில் வேறு இந்திய வழக்கறிஞர்கள் யாரும் இல்லை; இந்திய மருத்துவர்களோ, ஆசிரியர்களோ, இதழாளர்களோ, மேலாளர்களோ கூட ஒருவருமில்லை. நிச்சயமாக காந்தி தன்சக நாட்டவர்களோடு உணர்வுரீதியாகவும், கலாசாரத்தாலும் பிணைப்பு கொண்டிருந்தார்தான்; ஆனால் புத்தகங்களும் சிந்தனைகளும் அவர்களது உணவுத்திட்டத்தில் இல்லை; சொல்லப்போனால், பழங்களும் காய்கறிகளும் கூட அப்படியே. ஜோஹானஸ்பர்க்கிலிருந்த குஜராத்தி முஸ்லிம்கள் மாமிசம் விரும்பி உண்பவர்கள் என்றால், சமூகத்தின் 'அடுத்த பாதி' என்று சொல்லத்தக்கவர்களாக விளங்கிய உழைக்கும் வர்க்கத்தினரான தமிழர்கள் அல்லது தெலுங்கர்களும் அப்படியே. இவர்கள் அவரது வாடிக்கையாளர்களாகவும் சக நாட்டவர்களாகவும் இருந்தார்கள். அவர் அவர்களது துன்பங்களைப் புரிந்துகொண்டார். அவரது வேலை நேரம் அவர்களின் தனிப்பட்ட அல்லது ஒட்டுமொத்த நலன்களை முன்னெடுப்பதிலேயே செலவானது. ஆனாலும் உரையாடல்களுக்கும் உணவுக்கும் அவர் வேறிடங்களையே நாடினார்.

பிரிட்டோரியாவில் 1893ல் எழுதப்பட்ட அவரது 'லண்டன் நகர வழிகாட்டி' புத்தகத்தில் வெளிநாட்டில் இருக்கும் இந்திய மாணவன் 'தன் நேரத்துக்குத் தானே எஜமானன்' என்று குறிப்பிட்டிருந்தார்; அதாவது, '' அவனை நச்சரிக்க அல்லது தாஜா செய்யப் பக்கத்தில் மனைவி இல்லை; விருப்பங்களை நினைவேற்றியாக வேண்டிய பெற்றோர் இல்லை; கவனித்துக்கொள்ள வேண்டிய குழந்தைகள் இல்லை.' பத்தாண்டுகளுக்குப் பிறகு மீண்டும் ஒருமுறை தனியாக வாழ்ந்த காந்தி குடும்பப் பொறுப்புகளிலிருந்து கிடைத்த சுதந்திரத்தை ஜோஹானஸ்பர்க்கில் தன்னோடு மாறுபடும் உப கலாசாரங்களை ஆராய்வதில் செலவிட்டார். அந்த நகரத்தில் பெரும்பாலான தொழில் வல்லுநர்கள் அதேபோல மணமாகாதவர்களாகவோ அல்லது மனைவி, குழந்தைகளைவிட்டுப் பிரிந்து தனியாக வாழ்பவர்களாகவோதான் இருந்தார்கள். அவர்கள் அலுவல் நேரம் தவிர மிச்சமிருந்த நேரத்தை விருந்துகளிலும் கேளிக்கைகளிலும் செலவிட்டார்கள். ரக்பி, கிரிக்கெட், குதிரைப் பந்தயம் ஆகியவை காந்தியைக் கவரவில்லை; மனமகிழ் மன்றங்களும் வேட்டைப் பயணங்களும்கூட அப்படியே. ஆனால் உணவுப் பழக்கங்களில் பரிசோதனைகளும் பல்சமய வாழ்வும் அவரை ஈர்த்தன. முதலில் லண்டனில் வெளிப்பட்ட இந்த ஆர்வங்கள் அல்லது தீவிர ஈடுபாடுகள் இப்போது கடலடிப் பாறைமீது அமைந்திருந்த இந்தப் புதிய நகரத்தில் யூதர்கள், தியாசஃபிஸ்ட்கள், நான்-கன்ஃபார்மிஸ்ட்கள், சைவ உணவாளர்கள் மத்தியில் இன்னும் தீவிரமாக முன்னெடுக்கப்பட்டன.

தென்னாப்பிரிக்காவுக்கு வெளியே காந்தியின் உறுதியான ஆதரவாளர்கள் லண்டனில் இருந்த பார்ஸிகள் இருவர்: முன்னாள் நாடாளுமன்ற உறுப்பினரான தாதாபாய் நௌரோஜியும், அப்போதைய நாடாளுமன்ற உறுப்பினரான எம்.எம்.பௌநாக்ரியும். அவர் தென்னாப்பிரிக்க இந்தியர்களின் பிரச்னைபற்றி அவர்களுக்குத் தொடர்ந்து கடிதங்கள் எழுதிவந்தார்; அவர்கள் பதிலுக்கு அவரது கவலைகளை மாட்சிமை தாங்கிய மன்னரின் அரசாங்கத்துக்குத் தெரிவித்து வந்தார்கள். 1903ல் மட்டும் இந்தியா அலுவலகத்துக்கு நௌரோஜி காந்தி சார்பாகப் பத்தொன்பது கடிதங்களை அனுப்பினார். இது அந்த இளையவரின் விடாமுயற்சிக்கும், அந்த மூத்தவரின் நாட்டுப்பற்றுக்கும் அடையாளம்.[39]

பௌநாக்ரியும் சளைத்தவரல்ல. அவர் நாடாளுமன்றத்தில் பல கேள்விகளை எழுப்பினார்; இந்தியர்களுக்கு எதிரான சட்டத்தை 'இழிவானது' என்றார். 1903 செப்டெம்பரில் காலனிகளுக்கான அமைச்சர் ஜோசப் சேம்பர்லைனுக்கு அச்சிட்ட இருபது பக்கங்கள் கொண்ட கடிதம் ஒன்றை அனுப்பினார்.

காந்தி அனுப்பிய அறிக்கைகளிலிருந்து தயாரிக்கப்பட்ட அந்தக் கடிதம் 'டிரான்ஸ்வாலில் பிரிட்டிஷ் இந்தியர்கள் அனுபவித்துவரும் இடர்பாடுகள், அவமானங்களை' விவரித்தது. பௌநாக்ரி 'மன்னர்மீதும்,

பேரரசு மீதும் இந்தியர்கள் கொண்டிருக்கும் நேசம் தென்னாப்பிரிக் காவில் தொடர்ந்துவரும் விவகாரங்களால் பாதிப்புக்குள்ளாவதாக' எச்சரித்தார்.

அதன் பின்னர் விரைவில் சேம்பர்லைன் பதவி விலகினார். பௌநாக்ரி கடிதத்தை அடுத்ததாகப் பதவியேற்ற ஆல்ஃபிரட் லைடெல்டனுக்கு அனுப் பினார்; அவர் அதை டிரான்ஸ்வால் ஆளுநர் லார்ட் மில்னருக்கு அனுப் பிவைத்தார். அத்துடன் லைட்டன் ஒரு குறிப்பை அனுப்பியிருந்தார். அதில், 'இந்தக் கடிதத்தில் சொல்லப்பட்டுள்ள பார்வைகளுடன் ஒத்துப்போவது தவிர எனக்கு வேறு வழியில்லை. அவருடைய முறையீடுகளுக்குத் திருப்தியான பதில் அளிப்பது இயலாத செயல் என்று அஞ்சுகிறேன்,' என்று குறிப்பிட்டிருந்தார்.

லைட்டன்பௌநாக்ரியின் குறிப்பை அனுப்பிவைத்தபோது லார்ட் மில்னர் தன் துணை ஆளுநர் (லெஃப்டினன்ட் கவர்னர்) ஆல்ஃப்ரெட் லாலேயிடம் அதற்கு ஒரு மறுப்பைத் தயாரிக்கும்படிக் கூறினார். 1904 ஏப்ரல் 13 அன்று லாலே தன் மேலதிகாரிக்கு இந்தியர்கள் குறித்த கொள்கைக்கு மிகவும் கவனமாக எழுதப்பட்ட ஆதரவு வாதம் ஒன்றை அனுப்பிவைத்தார். 'இந்த நாட்டில் நூற்றுக்கு ஒருவர்கூட வெள்ளையர் களுக்குச் சமமான சமூக அந்தஸ்து தரப்படும் தகுதி படைத்தவர்களாக நிறம் கொண்டவர்களை ஒப்புக்கொள்ள மாட்டார்,' என்று அவர் குறிப் பிட்டார். மேலும் சொன்னார்: 'நிலவுகிற முன்முடிவுகளை நியாயப் படுத்த நான் முனையவில்லை; அவற்றை விளக்கவே விழைகிறேன். அவற்றை உதாசீனப்படுத்த முடியாது. அவை கணக்கில்கொள்ளப்பட வேண்டியவை.'

மில்னரைப் போல, லாலேயும் இந்தியர்களை உழைப்பாளிகளாக ஏற்றுக் கொள்ளலாம் என்றாலும், வியாபாரிகளான இந்தியர்கள் டிரான்ஸ்வாலில் ஐரோப்பியர்களுக்கு நிஜமான அச்சுறுத்தல் என்று நினைத்தார். இன்னு மொரு அபாயமும் இருந்தது: அவர்களின் பிள்ளைகள் கல்வி பெற்று விட்டால், அவர்கள் தொழில்வல்லுநர்களின் வர்க்கத்தில் காலடி வைத்து விடக்கூடும். இவ்வாறு தென்னாப்பிரிக்காவில் ஆசியர்களின் விவகாரம் 'நவீன நாகரித்தின் மிகக் கடினமான பிரச்னை நம்மை எதிர் நோக்கியுள்ளது.' பிரித்தானியப் பேரரசு எல்லாவிதமான பருவநிலை களையும் பயிர் வகைகளையும் கொண்ட பகுதிகளை உள்ளடக்கியது. இந்தியா போன்ற வெப்பமண்டலப் பகுதிகளும் மத்திய ஆஃப்ரிக்கா போன்ற வறண்ட பகுதிகளும் 'வெள்ளையர் தேசம் ஒன்றின் நிரந்தர இருப்பிடமாக' உருவாக முடியாது. மாறாக,

> தென்னாப்பிரிக்கா இந்தியர்களும் ஐரோப்பியர்களும் வசிக்க ஏற்றதான ஒரு நாடு. இப்போதைய சூழ்நிலையில் ஓரளவு காலியாக உள்ள நிலப்பகுதிகளை சொந்தம் கொண்டாடுவதில் கிழக்குக்கும் மேற்குக்கும் இடையிலுள்ள போராட்டம் மிகுந்த முக்கியத்துவம் வாய்ந்தது.

வாக்குறுதிகள், அவற்றை நிறைவேற்றுவதால் ஏற்படக்கூடிய விளைவு களைப்பற்றிய அறிவோ பார்வையோ இல்லாமல் அளிக்கப் பட்டுள்ளன. சர் எம்.பௌநாக்ரி தன் வாதங்களுக்கு நேரடியாகவும், தார் மீகரீதியாகவும்ஆதாரமாகக் கொண்டுள்ள வாக்குறுதிகளை நிறை வேற்றினால் இந்த நாடு ஐம்பது அல்லது நூறு ஆண்டுகளில் மேற்கத்திய மக்களுக்குச் சொந்தமாவதற்குப் பதிலாக, கிழக்கத்திய மக்களுக்குச் சொந்தமாகிவிடும் என்றால், நாகரிகத்தின் நலனை உத்தேசித்து, அந்த வாக்குறுதிகள் நிறைவைற்றப்படுவது, மீறப்படுவதைவிடப் பெரிய குற்றமாகிவிடும் என்றே கருதவேண்டும். ஆகவே லாலே, 'இந்த நாட்டின் தேசியத் தலைவர்களின் முதல் கடமை வெள்ளையர்களின் குடும்பங்களை அதிகரிப்பதே' என்று முடிவுசெய்தார்.

ஏப்ரல் 18 அன்று மில்னர் இம்பீரியல் அரசாங்கத்துக்கு லாலேயின் பார்வைகளைச் சிபாரிசு செய்து கடிதம் எழுதினார். ஒருபுறம் 'ஆசியர்களின் கட்டுப்பாடற்ற பெருக்கை' தடுப்பதும், மறுபுறம் 'வெள்ளையர்களின் மக்கள்தொகையில் பெரிய வளர்ச்சியை' ஏற்படுத்துவதுமே சவால்கள். ஏற்கெனவே அந்த நிலப்பகுதியில் உள்ள இந்தியர்களைப் பொறுத்தவரை, மில்னர், 'நிறம் கொண்ட மக்களை தென்னாப்பிரிக்காவில் வெள்ளையர்களுக்குச் சமமாக வைப்பது முற்றிலும் சாத்தியமற்றது என்பதுடன் கொள்கையளவிலும் தவறானது,' என்று கருதினார்.[40]

மில்னரின் பிடிவாதத்தை எதிர்கொண்ட எம். எம். பௌநாக்ரி பிரிட்டிஷ் நாடாளுமன்றத்திடம் மீண்டும் சென்றார். 1904 பிப்ரவரிக்கும் ஆகஸ்டுக்கும் இடையில் தென்னாப்பிரிக்காவில் இந்தியர்கள் நடத்தப் படும் விதம் பற்றிப் பன்னிரண்டு கேள்விகளைஅவர் எழுப்பினார்.[41] பத்திரிகைகளுக்கும் இந்த விவாதத்தை எடுத்துச்சென்ற அவர், டெய்லி கிரா∴பிக் இதழிடம், டிரான்ஸ்வாலில், 'அரசரின் பிரஜைகளான இந்தியர்கள் உண்மையில் இப்போது போயர் ஆட்சியில் இருந்ததை விட மோசமாக நடத்தப்படுகிறார்கள்,' என்று கூறினார். 'இந்தப் பின்னடைவுக்கு என்ன காரணம்?' என்று கேட்கப்பட்டபோது பௌநாக்ரி சொன்னார்: 'ஒயிட் லீக் அமைப்பின் செல்வாக்குதான் காரணம் என்று சொல்லவேண்டும்; அது ஒரு போர்க்குணம் கொண்ட அமைப்பு ... டிரான்ஸ்வால் அரசாங்கத்தை ஆட்டிவைக்கும் செல்வாக்கு பெற்றிருப்பதுபோலத் தோன்றுகிறது.'[42]

இதற்கிடையில் காந்தி இந்தியன் ஒப்பீனியன் இதழில் தளர்ந்துவரும் தன் நாட்டு மக்களின் ஊக்கத்தைத் தூக்கி நிறுத்தும்படியாகக் கட்டுரைகள் எழுதுவதில் மும்முரமாக இருந்தார். 1903 நவம்பரில் அவர் தாதாபாய் நௌரோஜிக்கு அவரது எழுபத்தெட்டாவது பிறந்த தினத்தில் வணக்கம் செலுத்தினார். பார்ஸியான அந்த அனுபவசாலி 'இந்துகுஷ் முதல் கன்னியாகுமரி வரையிலும், கராச்சி முதல் கல்கத்தா வரையிலும்

விரும்பப்படுகிறார்; இன்று வாழ்ந்துவரும் வேறு எந்த இந்தியரும் இப்படி விரும்பப்படவில்லை,' என்றார் அவர். இரண்டு மாதங்களுக்குப் பிறகு அவர், கிறிஸ்து, ஜோன் ஆஃப் ஆர்க் ஆகியவர்கள், 'ஒட்டுமொத்த சமூக நலனுக்காகத் தனி நபர்கள் தியாகம் செய்யவேண்டும்,' என்று காட்டியிருக்கிறார்கள் என்று எழுதினார். நிலைமை, 'தீரமான தியாகம்' எதையும் இந்தியர்களிடம் கோரவில்லை என காந்தி எண்ணினார். 'நன்கு நிலைத்த, தொடர்ச்சியான, மிதமான அரசியல்சாசனசட்டரீதியான முயற்சியே முதன்மையாகத் தேவைப்படும் விஷயம்.' காரணம், 'பிரிட்டிஷ் இயந்திரம் மெதுவானதாக இருந்தாலும், அந்த நாட்டின் மனோபாவம் பழைமைவாதமாக இருந்தாலும், அது மனமார்ந்த செயல்பாட்டையும் ஒற்றுமையையும் கண்டுகொள்வதிலும் அங்கீ கரிப்பதிலும் விரைவாக செயல்படுகிறது.'[43]

1904 பிப்ரவரியில் அந்த இயந்திரத்தை இயங்கச்செய்யும் முயற்சியில் காந்தி வடமேற்கு ஜோஹானஸ்பர்க்கில் இந்தியர்கள் ஒதுக்கிடம் 'விவரிக்க முடியாத அளவுக்கு நெருக்கடி மிகுந்ததாக' இருப்பதாகப் புகார் தெரிவித்து முதன்மை மருத்துவ அலுவலருக்குப் பல கடிதங்களை அனுப்பினார். இந்தியர்களுக்கு குடியிருப்பாளர் உரிமை மட்டுமே இருப்பதால் இடத்தை சுத்தமாக வைத்துக்கொள்வதில் அவர்களுக்கு எந்தத் தூண்டுதலும் இல்லை. 'இப்போதைய நிலைமை தொடருமானால் ஏதாவது தொற்றுநோய்ப் பரவல் ஏற்படுவது உறுதி,' என்று அவர் எச்சரித்தார்.[44]

சொல்லிவைத்த மாதிரி மார்ச் மாதம் பஜாரில் பூபானிக் பிளேக் வெடித்தது. பாதிக்கப்பட்டவர்களுக்குச் சிகிச்சையளிக்கும் முயற்சிகளை காந்தி முன்னெடுத்தார். கைவிடப்பட்ட கிடங்கு ஒன்றில் தற்காலிக மருத்துவமனை ஒன்று உருவாக்கப் பட்டது. அங்கு நோயாளிகளுக்கு மண்பட்டி சிகிச்சை தரப்பட்டது. பலர் காப்பாற்றப்பட்டார்கள்; ஆனாலும் குறைந்தபட்சம் இருபத்தொரு பேர் மரணமடைந்தார்கள்.[45]

சுகாதார வசதிகளைச் செய்துதருவதில் தோல்வியுற்ற நகராட்சி இப்போது பஜார் முழுவதையும் இடித்துத் தரைமட்டமாக்க முடி வெடுத்தது. படைவீரர்கள் அணி ஒன்று அந்தப் பிரதேசத்தைக் காலி செய்து, குறைந்தபட்சம் 1600 கட்டடங்கள் அடங்கிய ஆறு கட்டடத் தொகுதிகளுக்குத் தீவைத்தது. குடியிருந்தவர்கள் உறைந்துபோன மௌனத்துடன் அதைப் பார்த்துக்கொண்டிருந்தார்கள். அடுத்த நாள் இந்தியர்கள் நகரத்துக்குப் பத்து மைல் தொலைவில் இருந்த க்ளிப் ஸ்ட்ரூட் பகுதியில் இருந்த வேறு ஒதுக்கிடத்துக்குக் கொண்டுசெல்லப் பட்டார்கள். அந்த இடம் அதற்கு முன்பு போயர் போர்க்கைதிகளை வைத் திருக்கும் முகாமாகச் செயல்பட்டது: அங்கே கூடாரங்களே வீடுகளாக இருந்தன; கழிவுநீர் வடிகால் வசதி இல்லை. அந்த இடம் குடியிருக்கவும் வியாபாரம் செய்யவும் தகுதியற்றது—வெள்ளையர்களோ, நிறம்

கொண்டவர்களோ, யார் அங்கு வந்து சாமான்களை வாங்கப் போகிறார்கள்? க்ளிப்ஸ்ட்ரூட் பகுதியில் கொட்டப்பட்ட இந்தியர்கள் கொஞ்சம் கொஞ்சமாக ஜோஹானஸ்ஃபர்க்குக்குத் திரும்பி வந்து விட்டனர். நகரத்தின் ஓரப்பகுதிகளில் வாழவும் வேலை செய்யவும் ஆரம்பித்தனர்.[46]

மே மாதத்தில் ஹபீப் மோட்டான் என்ற வியாபாரி, அரசாங்கம் தனக்குப் பொது லைசன்ஸ் தர மறுத்த முடிவை எதிர்த்து உச்ச நீதிமன்றத்தில் முறையீடு செய்தார். ஆங்கிலோ-போயர் யுத்தத்துக்கு முன்பு அவர் சுதந்திரமாக வியாபாரம் செய்துவந்திருந்தார். ஆகவே இப்போது தான் ஏன் ஒதுக்கிடம் ஒன்றுக்குள் கட்டுப்படுத்தப்படவேண்டும் என்று கேள்வி எழுப்பினார். நீதிபதி, துணிச்சலாகவும், ஆச்சரியப்படும் வித மாகவும் அதை ஒத்துக்கொண்டார். காந்தி அந்த வியாபாரியை வழக்கில் வென்றதற்காகப் பாராட்டினார். ஆனாலும், 'இந்த வெற்றியினால் ஒரேயடியாக மகிழ்ச்சியடைந்துவிட வேண்டாம். அநேகமாக இது மற்றொரு போராட்டத்தின் தொடக்கதாகத்தான் இருக்கும். அவர்களுக்கு எதிராக நாடு முழுவதும் எதிர்ப்பு கிளப்பப்படும்; அரசாங்கம் உச்ச நீதி மன்றத்தின் விளைவை முறியடிக்க ஒரு மசோதாவைக் கொண்டுவரக் கூடும்,' என்று எச்சரிக்கவும் செய்தார். அவர் சீன வியாபாரிகளின் பிரச் னைகளையும் கவனத்துக்குக் கொண்டுவந்தார். மாகாணம் முழுவதும் சிறுநகர்களில் அவர்கள் வெள்ளையர்களால் துன்புறுத்தப்பட்டார்கள். அந்த வெள்ளையர்கள் சீன சுரங்கத் தொழிலாளிகளின் சுங்க வரியைத் தாங்களே பெற விரும்பினார்கள். இது அவருக்கு '1896ல் டர்பனில் நடந்த இதே மாதிரியான கிளர்ச்சியை' (இந்தியர்களுக்கு எதிராகவும், அவருக்கு எதிராகவும் நடைபெற்றது) நினைவுபடுத்தியது.[47]

காந்தி எச்சரித்திருந்த்து போலவே வெள்ளையர்கள் பலர் மோட்டான் தீர்ப் பால் ஆத்திரமடைந்தார்கள். வெள்ளை வியாபாரிகளின் தூதுக்குழு ஒன்று காலனி நாடுகளுக்கான அமைச்சரை சந்தித்து, 'ஆசியர்கள் பூர்வ குடியினரிடமான வியாபாரத்தில் பெரும்பங்கை அனுபவிக்கிறார்கள்; நாட்டின் செல்வத்தில் இது பெரும்பங்கு வகிக்கிறது,' என்று புகார் செய்தனர். தீவிர நிலைபாட்டாளர்களின் குழுவான ஈஸ்ட் ராண்ட் வஜிலன்ஸ் அசோஷியேசன் ஒரு புதிய முழுமையான அவசரச் சட்டத்தைக் கொண்டுவருமாறு அரசாங்கத்தை வலியுறுத்தியது. சாத்திய மான முழு கவனத்துடன் கொண்டுவரப்படும் அத்தகைய அவசரசட்டம் முன்தேதியிட்டதாக இருக்கவேண்டும்; டிரான்ஸ்வாலில் ஆசியர்களின் தனிப்பட்ட பயன்பாட்டுக்கான பஜார்களைத் தவிர வேறு எங்கும் ஆசியர்கள் எந்த விதத்திலும் வியாபாரம் செய்யவோ வசிக்கவோ அனுமதிக் கப்படமாட்டார்கள் என்று வரையறுக்கவேண்டும்.'[48]

ஈஸ்ட் ராண்ட் வஜிலன்ஸ்காரர்களை வழிநடத்தியவர் சி.இ.கிரீன்ஃபீல்ட் என்ற ஆங்லிகன் மதகுரு. 'சுவர்க்கத்தில்கூட, அங்கு பிரிட்டிஷ்

இந்தியர்கள் இருந்தால் நீதி இருக்காது,' என்று அவர் நம்புவதாக காந்தியின் வார இதழ் எழுதியது.[49] அந்த மதகுரு வெள்ளையர்களின் பரவலான கருத்து ஒன்றை பிரதிநிதித்துவம் செய்தார். பீட்டர்மாரிட்ஸ்பர்க்கில் ஐரோப்பிய விவசாயிகளின் கூட்டம் ஒன்றில் பேச்சாளர் ஒருவர் இந்தியர்களை இப்படி வர்ணித்தார்:

> தீய வாசனை உடைய இனம்; உலகிலேயே அழகான நாடுகளில் ஒன்றான இந்த நாட்டின் ஒரு அவலட்சணம்; அவர்களை நாம் இங்கு அனுமதிக்கப் போகிறோமா? (இல்லை). வெள்ளையர்களின் மரபுரிமையான நிலத்தை, எந்த நிலத்துக்காக அவர்கள் போரிட்டு, இரத்தம் சிந்தினார்களோ அந்த நிலத்தை ஆக்கிரமிக்க இந்த மனித ஒட்டுண்ணிகளை நாம் அனுமதிக்கப்போகிறோமா? (இல்லை). அப்படியானால் காலம் கடந்துவிடும் முன்பாக நாம் செயல்படவேண்டும்; இல்லையேல் அவர்கள் நேட்டாலில் செய்ததுபோல இங்கும் காலூன்றிவிடுவார்கள். (பலத்த கரகோஷம்).[50]

பிரிட்டோரியாவில் நடைபெற்ற இன்னொரு கூட்டத்தில் ஏ.ஹெச். கிரீன் என்ற பேச்சாளர் ஒருவர் தென் இந்தியாவில் முப்பது ஆண்டுகள் தேயிலை பயிர் செய்த தன் அனுபவத்திலிருந்து பேசுவதாகக் கூறிக்கொண்டு, பங்கேற்பாளர்களை 'அசட்டு உணர்வெழுச்சிகளுக்கு' இடம் தந்துவிடக்கூடாது என்று எச்சரித்தார். இந்துவானவன் 'ஒரு தந்திரசாலி.' 'நீங்கள் இந்தியனை இங்கு வைத்திருந்து, அவர்களை பஜாருக்குள் மட்டும் வசிக்கும்படியும் வியாபாரம் செய்யும்படியும் கட்டுப்படுத்தவில்லை என்றால், அவன் டிரான்ஸ்வால் முழுவதும் பல்வேறு தொழில்களில் இறங்கிவிடுவான்,'' என்று எச்சரித்தார் கிரீன். தனக்குத் தெரிந்த இந்தியர் ஒருவரைப்பற்றி அவர் பேசினார். அவர் இங்கிலாந்தில் படிக்கும்போது ஆங்கிலப் பெண் ஒருவரை மணந்துகொண்டார். பின்னர் அவளைத் தன் நாட்டுக்கு அழைத்து வந்தார். அங்கே அவள் தலையில் முக்காடிடவும், அவரிடமிருந்து தனியாக உணவு உண்ணவும் வேண்டியிருந்தது. டிரான்ஸ்வாலுக்குள் இன்னும் அதிகமாக இந்தியர்கள் அனுமதிக்கப்பட்டால், அவர் கள் முதலில் நம் நிலத்தையும், பிறகு நம் வேலைகளையும், கடைசியில் நம் பெண்களையும் எடுத்துக்கொள்ள மாட்டார்கள் என்று யாராவது உறுதி கூற முடியுமா? 'உங்களுக்கு ஒரு மகள் இருக்கிறாளா ஐயா?' என்று உணர்ச்சிவசமான, பயம் நிரம்பிய அவையோரைப் பார்த்து உணர்வுகளைத் தூண்டிய அந்தப் பேச்சாளர் கேட்டார். 'உங்கள் மகள் ஒரு இந்தியனைத் திருமணம் செய்துகொள்வதை நீங்கள் விரும்புவீர்களா?'[51]

டிரான்ஸ்வால் அரசு இப்போது ஹபீப் மோட்டானுக்கு ஆதரவான தீர்ப்பை ரத்துசெய்ய விருப்பியது. அந்தத் தீர்ப்பு மாற்றப்படாவிட்டால், 'ஆயிரக் கணக்கான பிரிட்டிஷ் இந்தியர்கள் உச்ச நீதிமன்றத்தின் சமீபத்திய கண்டுபிடிப்புக்கு முன்புவரை தடுக்கப்பட்டிருந்த ஒரு சலுகையைத் தமது உரிமையாக க் கோருவார்கள்,' என்று லார்ட் மில்னர் கவலைப்பட்டார்.[52]

வெள்ளையர்களின் மனோபாவம் இறுக்கமடைந்து வருவதை உணர்ந்த காந்தி சமரம் ஒன்றை விழைந்தார். 1904 செப்டெம்பரில் லார்ட் மில்டருக்கு அனுப்பிய திட்டத்தில் அதன் அம்சங்கள் குறித்த முன்வடிவு ஒன்னை அவர் அளித்தார். அது ஆவணங்களில் காணப்படவில்லை; ஆனாலும் அத்துடன் அனுப்பப்பட்ட கடிதம் ஒன்று இப்போது இருக்கிறது. இந்தக் காலகட்டத்தில் காந்தியின் நோக்கங்கள்மீது அக்கடிதம் புதிய வெளிச்சத்தைப் பாய்ச்சுகிறது. அக் கடிதத்தின் தொனியும் அதன் உள்ளடக்கமும் மிகவும் விட்டுக்கொடுக்கும் வகையில் உள்ளன. காந்தி கூறினார்: இந்த யோசனைகள்

> காலனியர்களின் அத்தனை நியாயமான ஆட்சேபனைகளுக்கும் முகம் கொடுக்கின்றன:
>
> 1.அவை ஏற்கெனவே காலனியில் வசித்துவரும் இந்தியர்களின் உதவிக்குத் தேவைப்படும் ஆகச்சிறு அளவிலான கல்வியறிவு பெற்ற இந்தியர்கள் சிலரைத் தவிர்த்து மற்றபடி இந்தியர்களின் வருகையை முற்றிலும் தடுக்கும் நோக்கம் கொண்டவை.
>
> 2.அவை புதிய டீலர்கள் லைசென்ஸ் விவகாரத்தை முற்றிலுமாக அரசு அல்லது அங்கீகரிக்கப்பட்ட உள்ளூர் நிர்வாகத்தின் கட்டுப்பாட்டில் கொண்டுவருகின்றன; இவற்றை அதீதமான சூழ்நிலைகளில் மட்டுமே உச்ச நீதிமன்றம் பரிசீலிக்கலாம்.
>
> 3.அவற்றின் அடிப்படையில் கட்டாயமான பிரித்துவைத்தல் அவசியப் படாது; காரணம் அதிகபட்ச மக்கள்தொகை கொண்டிருக்கும் ஜோஹானஸ்பர்க்கிலும் பிரிட்டோரியாவிலும் ஏற்கெனவே ஒதுக்கிடல்கள் உள்ளன; மற்ற இடங்களில் தற்போது இந்தியர்களின் தொகை மிகக் குறைவு என்பதால் அவை சற்றும் அவசியமல்ல. எதிர்காலத்திலும் மிகக் குறைவாகவே வளர்ச்சி இருக்கும்; ஒருவேளை புதிய லைசன்ஸ்கள் கொடுக்கப்பட்டாலும் அவை மிகச் சிலவாகவே இருக்கும்.

காந்தி தனது யோசனைகள் பற்றி, 'அவை இந்தியர்களுக்கு அசையா சொத்துகள் கொண்டிருக்க உரிமை தருகின்றன; ஆனால் தேவைப்பட்டால் சில இடங்கள்—உதாரணமாகப் பண்ணைகள் —ஐரோப்பியர்களின் ஏகபோக உடைமையாக்கலுக்காக ஒதுக்கப்படலாம். நகரங்களில் இந்தியர்களின் சொத்துரிமைக்கு எதிர்ப்பு எதுவும் இருக்காது என்று தாக்கல் செய்யப்படுகிறது,' என்றார். தனது கடிதத்தைப் பின்வரும் விண்ணப்பத்துடன் முடிக்கிறார்:

> இந்த விவகாரத்துடன் நான் சம்பத்தப்பட்டிருக்கும் இந்தப் பதினொரு ஆண்டுகளில் இந்த விவகாரத்தை ஐரோப்பியர்களின் நிலையிலிருந்து பார்க்கவும், என் நாட்டினரிடம் கூடுமானவரை ஹோம் கவர்ன்மெண்டிடம் முறையிடுவதைத் தவிர்க்கும்படி அறிவுரை தரவுமே முயன்றிருக்கிறேன். அதே ஆவல்தான் இப்போது என்னை மாட்சிமை தாங்கிய

மன்னரை அணுகச் செய்கிறது. எனது வருகை அவசியமானால் மாட்சிமை தாங்கிய மன்னருக்கு இவ்விஷயத்தில் பணிவிடை செய்வேன்.

இதை நான் தனிப்பட்ட முறையிலேயே எழுதுகிறேன் என்பதை மீண்டும் கூறிக்கொள்ள விரும்புகிறேன்; ஆனாலும் மாட்சிமை தாங்கிய மன்னர் என் ஆலோசனைகளை ஏற்றுக்கொள்வாரானால், அவசிய மானால் என் யோசனைகளுக்கு என் நாட்டினரின் ஒப்புதலைப் பெறுவதில் எந்தக் கஷ்டமும் இருக்கும் என்று நான் கருதவில்லை. [53]

காந்தியின் யோசனைகள் நேரடியாக நமக்குக் கிடைக்காவிட்டாலும், ஆர்வமூட்டும் இந்த மறக்கப்பட்ட கடிதத்திலிருந்து அதன் உள்ளடக் கத்தை ஊகிக்கலாம். அந்த வழக்கறிஞர், இந்தியர்கள் அவர்கள் ஏற்கெனவே வெள்ளையர்கள் அருகில் சொத்துகளை வைத்திருக்கும் நகரங்களில் அதைத் தொடர அனுமதிக்கவேண்டும் என்று கோருகிறார். இது அவர்கள் வாழ்வாதாரத்தையும், கண்ணியத்தையும் பாதுகாக்கும். அவர் கேட்காத விஷயம், பிரிட்டிஷ் இந்தியர்கள் என்ற வகையில் பேரரசின் எந்தப் பகுதிக்கும் சுதந்திரமாகச் சென்றுவரும் உரிமை நிலை நாட்டப்படவேண்டும் என்பது. ஆகவேதான் இனி குடியேற்றத்தை, கல்வி பெற்ற சில இந்தியர்களுக்கு மட்டும் என வரம்பு விதிக்கலாம் என்கிறார். பண்ணைகள் உரிமை விஷயத்தில் சலுகை தரக் காரணம் போயர்கள் பிரிட்டிஷ்காரர்களைவிட அதிகமாக இந்தியர்களை வெறுத்தது. 'ஹெட் வோக்' என்ற புதிய கட்சி டிரான்ஸ்வாலில் கிராமப் பகுதிகளில் 'ஆசியர்களின் சுதந்திரமான வருகைக்கு' எதிராகப் பிரச்சாரம் செய்துவந்தது. அதன் தலைவர்கள் பேசியவற்றை வெள்ளையர்களின் பத்திரிகைளே 'வன்முறைப் பேச்சு' என்று வர்ணித்தன. [54]

காந்தியின் யோசனைகள் அவருடைய பார்வைகள் குறிப்பிடத்தகுந்த அளவில் மென்மையானதைக் காட்டின. முன்பு 1894-லும் 1895-லும் கல்வி பெற்ற இந்தியர்களுக்கு நேட்டாலில் ஓட்டுரிமை வேண்டும் என்று அவர் கோரியிருந்தார். இப்போது அவர், தென்னாப்பிரிக்காவில் வெள்ளையார்கள் (இங்கிலாந்திலிருக்கும் வெள்ளையர்களுக்கு மாறாக) ஓட்டுரிமையைத் தரமாட்டார்கள் என்று தெளிவாகக் கண்டுகொண்டார். எனவே அவர் இன்னும் மிதமான ஒன்றைக் கேட்டார்—அதாவது, அவர்கள் வசிப்பதற்கும், வேலை செய்வதற்கும், பயணம் செய்வதற்கும், வியாபரம் செய்வதற்குமான உரிமைகளை ஊர்ஜிதம் செய்தல். இந்தியர்கள் சமமான குடிமக்கள் ஆக முடியாது; ஆனால் அவர்கள் கௌரவம் மிக்க பிரஜைகளாக நடத்தப்பட முடியும்; தென்னாப்பிரிக் காவில் பிரிட்டிஷ் கொடியின் கீழ் அமைதியாகவும் கண்ணியத்துடனும் வாழ அனுமதிக்கப்பட முடியும்.

காந்தி தன் யோசனைகளை முன்வைப்பதற்கான ஒரு தூண்டுதல் கண்டிப்பாக அரசியல் சார்ந்ததே. அதிகார (எண்ணிக்கையிலும்)

சமமின்மை ஆழமாக நிலைபெற்றிருக்கையில் டிரான்ஸ்வாலில் இந்தியர்களால் வெள்ளையர்களின் முன்முடிவுகளை வெற்றிகொள்ள முடியாது. ஆனாலும் தங்களுக்கு அனுசரனையான பிரிட்டிஷ் நிர்வாகிகள் உதவியுடன் அதனை அவர்கள் மட்டுப்படுத்தவோ தணிக்கவோ முடியும். எனவேதான் அவர் தனது சமரசத் திட்டத்தை முன்வைத்தார்—அநேகமாக புதிய குடியேற்றங்கள் இருக்காது; அதேசமயம் சொத்துகள் பறிக்கப்படுவதோ, பலவந்தமாக இடப்பெயர்ச்சி செய்யப்படுவதோ இருக்காது.

மற்றொரு தூண்டுதல் அநேகமாக அவரது தனி வாழ்க்கை தொடர்பானதாக இருக்கவேண்டும். மில்னரிடம் அவர் நினைவுபடுத்தியதுபோல, அவர் பதினொரு ஆண்டுகளுக்கு முன்பே தென்னாப்பிரிக்காவுக்கு வந்திருந்தாலும் இந்த நாடும் லண்டனைப் போலவே அவருடைய வீடாக இருக்கவில்லை. காந்தி கல்வி கற்பதற்காக ஓர் இடத்துக்குச் சென்றார்; சட்டப்போர் ஒன்றுக்காக இன்னொரு இடத்துக்குச் சென்றார். அங்கு வசித்த இந்தியர்கள் நலனில் எவ்வளவுதான் அக்கறைகொண்டிருந்தாலும், தென்னாப்பிரிக்கா (யுனைட்டெட் கிங்டம் போலவே) அவருக்கு ஓர் அந்நிய நிலமாகவே இருந்தது. 1901 அக்டோபரில் அவர் டர்பனிலிருந்து இந்தியாவுக்கு வந்திருந்தார். அதுவே இறுதியானது என்றே அவர் நினைத்திருந்தார். 1902 நவம்பரில் மீண்டும் டர்பனுக்குச் சென்றார்; ஆனாலும் அது தற்காலிகமாகவே என்று அவர் எண்ணியிருந்ததனால் கஸ்தூரிபாவையும் குழந்தைகளையும் பம்பாயிலேயே விட்டுச் சென்றிருந்தார்.

இப்போது பதினாறு ஆண்டுகளாக, மோகன்தாஸ் காந்தி கண்டங்களுக்கிடையில் பயணிப்பவராக இருந்தார். கத்தியவாரில் பிறந்து வளர்ந்த அவர் மரபுகளையும் சமூகத்தையும் மீறி இங்கிலாந்திற்குப் படிக்கச் சென்றார். 1988 செப்டெம்பரில் எஸ்.எஸ்.கிளைட் கப்பலில் ஏறியபோது அவர் அதுவே தனது முதலும் கடைசியுமான கடல் பயணம் என்றுதான் நினைத்தார். தன் தகுதிகளை மெருகேற்றிக்கொண்டு தன் சொந்த மண்ணான கத்தியவாரில் வேலைசெய்து நற்பெயர் பெறவேண்டும்; அவரது தாயாரின் ஆன்மீக குருநாதர் தாயாருக்கு அறிவுரை தந்திருந்தது போல, லண்டனிலிருந்து ஒரு பாரிஸ்டர் சான்றிதழ் பெற்றுவிட்டால் அவரது மகனுக்கு திவான் பதவி கேட்டதும் கிடைக்கும். அவரது தனையன் லஷ்மிதாஸின் தவறான செயல்கள் இந்தத் திட்டத்தைநிறைவேறவிடவில்லை. அவரது வாழ்க்கை மேலும் சிக்கலானதாக ஆகியது. ராஜ்கோட்டிலும் பம்பாயிலும் தன்னை நிலைநிறுத்திக்கொள்ள முயன்று தோற்ற அவர் மூன்றாவது முயற்சியில் டர்பனில் ஒரு வெற்றிகரமான வழக்கறிஞரானார். அங்கே தனியாக மூன்று ஆண்டுகள்; குடும்பத்துடன் இன்னும் மூன்று ஆண்டுகள்; பிறகு தன் குழந்தைகளைப் படிக்க வைக்கவும், தன் மனைவியின் தனிமையைப் போக்கவும் 1901ல் காந்தி இந்தியாவுக்குத் திரும்பினார்.

ஓர் ஆண்டு கழித்து அவர் மீண்டும் தென்னாப்பிரிக்காவுக்கே வந்துவிட்டார். இம்முறை இந்தியர் சமூகம் அவர் ஜோஹானஸ்பர்க்கில்

தங்குவார் என்று முடிவெடுத்தது. அங்கே அவர் புலம்பெயர்ந்த ஒருவராக வாழ்ந்தார்: பகல் பொழுதில் தன் இந்தியர்களான கட்சிக்காரர்களுடன் வேலை செய்வது; மாலை நேரங்களில் தன்னைப்போலவே குடும் பத்தைப் பிரிந்து தனித்து வாழும் (வெள்ளையர்களான) தொழில் வல்லுநர்களுடன் கழிப்பது. ஜோஹானஸ்பர்க்கில் வாழ்க்கை கொஞ்ச காலம் சுவாரசியமாகவும் ஆர்வமூட்டுவதாகவும் இருந்தது. ஆனாலும் டிரான்ஸ்வாலில் இந்தியர்கள் விவகாரம் தீர்க்கப்பட்டவுடன் அவர் கடைசியாக ஒருமுறை கண்டம் தாண்டிய பயணம் மேற்கொண்டு தாய்நாட்டுக்குத் திரும்பிவிடுவார்.

கஸ்தூரிபா தன் கணவர் இந்தியாவுக்குத் திரும்பிவிடவேண்டும் என்றே மிகவும் விரும்பினார். காந்தி தானும் இந்தியா திரும்பிவிடவே விரும் பினார். மூன்றாவது முறையாக ஒரு தடவை பம்பாயில் வழக்கறிஞர் தொழிலை ஏறபடுத்த முயற்சி செய்யலாம் என்று உள்ளூர ஓர் ஆசை இருந் திருக்கக்கூடும். சட்டத்தொழில் தவிர்த்து அரசியலிலும் சமூகப்பணியிலும் பிற வாய்ப்புகளும் இருந்தன. அபிலாஷை மிகுந்த ஒரு தேசபக்தருக்கு வெளிநாட்டைவிடத் தாய்நாடு செயல்படுவதற்கான இன்னும் பெரிய அரங்கை அளித்தது. தென்னாப்பிரிக்காவில் பெற்ற அனுபவத்தையும், நம்பகத்தன்மையையும் இந்தியாவில் வெற்றிகரமான பேரமாகப் பயன்படுத்த முடியும்.

காந்திக்கு நிரந்தரமாக இந்தியா திரும்பிவிடுவதற்கான பலமான காரணங்கள் இருந்தன. கண்டங்களுக்கிடையில் போய்வந்து பதினாறு ஆண்டுகள் அலைச்சலுக்குப் பிறகு தன் தாய்நாட்டில் ஒரு வழக்கறிஞ ராகவோ சமூக செயல்பாட்டாளராகவோ தன்னை நிலைநிறுத்திக்கொள்ள முடியும். ஆகவேதான் அவர் மில்டரிடம் அந்தச்சமரசத்தை முன்வைத்தார். காந்தியால் காலனியர்களின் விருப்பங்களுக்கும் (இந்தியர்களை முற்றாக வெளியேற்றுவது), இந்தியர்களில் தீவிரப்போக்கு கொண்டவர்களின் விருப்பங்களுக்கும் (தடையற்ற நுழைவும் குடியேற்றமும்) நடுவில் ஒரு இடைநிலையை ஏற்படுத்த முடிந்தால் தென்னாப்பிரிக்காவிலிருந்து தன் கௌரவத்துக்கு இழுக்கு வராமல் அவரால் நாடு திரும்ப முடியும்.

காந்தியின் குறிப்பும் கடிதமும் ஆளுநரிடம் அளிக்கப்பட்டன. மில்னர் காந்தியை சந்திப்புக்கு அழைத்த தாகவோ, அவரது யோசனைகளைப் பெரிதாக எடுத்துக்கொடண்டதாகவோ கூடத் தெரியவில்லை. காந்தி இப்போது இந்தக் குறிப்பிட்ட ஆங்கிலேயரின் நோக்கங்கள்பற்றி நம்பிக்கை இழக்க ஆரம்பித்தார். அவர் கோகலேவுக்கு எழுதினார்:

> எல்லா எதிர்பார்ப்புகளுக்கும் மாறாக லார்ட் மில்னர்—இவர்தான் போர் ஆரம்பிக்கச் சற்று முன்பு பிரிட்டிஷ் இந்தியர்கள் உட்பட ஒடுக்கப் பட்டவர்களின் ஆதரவாளராக இருந்தவர்—முற்றிலும் மாறிவிட்டார்... டிரான்ஸ்வாலில் போருக்கு முன்பாக அவர்களிடமிருந்த சொற்ப உரிமைகளைக்கூடப் பறித்துக்கொள்ளத் தயாராகிவிட்டார்.’ [55]

ஆங்கிலோ-போயர் யுத்தத்தின்போது லார்ட் மில்னரின் அறிமுகம் பெற்ற ஆங்கிலப் பெண் ஒருவர் அவரை 'சிந்தனைத் தெளிவு கொண்டவர், குறுகிய பார்வை கொண்டவர்' என வர்ணித்தார். அத்துடன், 'அவருக்கு இதயமே இல்லை என்று எல்லோரும் சொல்கிறார்கள்; ஆனால் சுருங்கிப்போன இதயம் ஒன்றை நான் கண்டதாகவே நினைக்கிறேன்,' என்றார்.[56] தன் சக நாட்டவருக்கு மில்னர் தன் உணர்வுகளைக் காட்டியிருக் கக்கூடும்; மற்ற அனைவருக்கும் (மற்றும் அனைத்துக்கும்) அவர் இறுகிய சிந்தனை கொண்டவரே. சால் டூபோ எழுதியதுபோல மில்னர் போயர் கலாசாரம் பற்றித் தாழ்வான அபிப்பிராயம் கொண்டிருந்தபோதிலும் அந்த ஆளுநர் இப்போது 'வளமான, விசுவாசமான டிரான்ஸ்வாலை உறுதிப்படுத்துவது தென்னாப்பிரிக்காவில் பிரிட்டிஷ் மேலாதிக்கத்தை ஏற்படுத்தவும் தொடரவும் அவசியமானது,' என்று புரிந்துகொண்டார்.[57] காந்தியின் யோசனைகளை மில்னர் நிராகரித்தபோது அவர் செய்தது, போயர்களோ பிரித்தானியர்களோ—ஐரோப்பியர்களின் பொதுவான உணர்வலை மிகப்பெருமளவில் இந்தியர்களுக்கு எதிரானதாகவே இருப்பதை அங்கீகரித்தது மட்டுமே.

மோகன்தாஸ் காந்தி நகரங்களிலேயே பிறந்து வளர்ந்தவர். போர்பந்தரில் பிறப்பு; ராஜ்கோட்டில் வளர்ப்பு; லண்டனில் படிப்பு; பம்பாயிலும், டர்பனிலும், ஜோஹானஸ்பர்கிலும் தொழில்வல்லுநராக வாழ்வு என சிறிய, பெரிய, பிரமாண்டமான நகரப்பகுதிகளிலேயே தன் வாழ்நாட் களைக் கழித்தவர். 1904ல் இப்போது முப்பத்தைந்து வயதாகியிருந்த அவர் ஏதேனும் கிராமம் ஒன்றில் ஓர் இரவைக்கூடக் கழித்ததில்லை; அநேக மாக ஒரு பகல்பொழுதையும் கூடக் கழித்திருக்கமாட்டார். ஆனாலும் நீண்ட காலமாக அவருக்கு கிராமத்து வாழ்க்கை குறித்த ஏக்கம் இருந்தது. முதன் முறையாக லண்டனில் சைவ உணவாளர்கள் சங்கக் கூட்டத்தில் அதை வெளிப்படுத்தினார். அங்குதான் அவர் ஹென்றி சால்ட்டையும் சந்தித்தார்; மேலும் அவரது நண்பரான கேம்பிரிட்ஜ் அறிஞர் எட்வர்ட் கார்ப்பெண்டரை வாசித்தார்; கார்ப்பெண்டர் யார்க்ஷையர் குன்றுகளில் வசித்தவர்; அங்கிருந்தபடி தொழில்மயமாக்கலின் தீங்குகளைப்பற்றி உபதேசம் செய்துவந்தார். தன் ஆரம்பகால எழுத்துகளில் காந்தியும் கத்தியவாரின் இடையர்களின் எளிய வாழ்வைப் பற்றிப் புகழ்ந்து எழுதினார். பின்னர் டால்ஸ்டாயைப் படித்தபோது நிலத்தில் அவர் செய்திருந்த பரிசோதனைகளைப் பற்றித் தெரிந்துகொண்டார்.

1904ன் இரண்டாம் பாதியில் காந்தி வேலைக்காக டர்பனுக்குப் பயணப் பட்டார். அவரை ஜோஹானாஸ்பர்க்கின் பார்க் நிலையத்தில் ஹென்றி போலாக் வழியனுப்பி வைத்தார். புகைவண்டி கிளம்பிய சமயம் அவரது நண்பர் காந்திக்கு ஜான் ரஸ்கின் எழுதிய கடையனுக்கும் கடைத்தேற்றம் என்ற புத்தகத்தை அளித்தார். அந்தப் புத்தகம், அப்போது மிகவும் செல்வாக்குப் பெற்றிருந்த அறிவியல்துறையான அரசியற்பொருளா தாரத்துக்கு எதிரான வாதமாக எழுதப்பட்டது. ரஸ்கின் ரிக்கார்டோ, மில்

போன்றவர்கள் பணத்தையே எல்லா பரிமாற்றத்துக்கும், மதிப்பீட்டுக்கு மான அலகாகப் பயன்படுத்துவதைப்பற்றி வருந்தினார். காற்று, ஒளி, தூய்மை, அல்லது அமைதி, நம்பிக்கை, அன்பு போன்றவற்றை மதிப் பற்றவையாகக் கருதும் ஒரு அறிவியல், மாபெரும் மதங்களின் கற்பித்த லோடு முரண்படுவதாக இருந்தது; மனித இனத்தின் நலன்களுக்கும் விரோதமானதாக இருந்தது. ரிக்கோர்டோ போன்றவர்கள் பொருளா தாரத்தை தார்மீகத்திலிருந்து பிரிப்பதில் முனைப்பாக இருக்க ரஸ்கினோ அன்பு காட்டுவதும் நம்பிக்கை வைப்பதுமே எஜமானனுக்கும் வேலை யாளுக்கும் இடையிலான உறவையும், முதலாளிக்கும் தொழிலாளிக்கும் இடையிலான உறவையும் கட்டுப்படுத்துவனவாக இருக்கவேண்டும் என்று கருதினார். அறம்சார்ந்த பொருளாதாரம் என்பது '' ஆகப்பெரிய எண்ணிக்கையில் மேன்மையும் மகிழ்ச்சியும் நிறைந்த மனிதர்களைப் போஷிக்கக்கூடிய' ஒன்றே தவிர, ஆகப்பெரிய அளவில் பணச்செல் வத்தை ஊக்குவிக் க க்கூடிய ஒன்றோ, ஆகப்பெரிய எண்ணிக்கையில் பணக்காரர்களை உருவாக்கக்கூடிய ஒன்றோ அல்ல. [58]

அந்த வழக்கறிஞர் கடையனுக்கும் கடைத்தேற்றம் நூலை மீண்டும் ஒருமுறை முழுவதும் படித்தார். எப்பேர்ப்பட்ட தாக்கத்தைத் தன்மீது அப்புத்தகம் ஏற்படுத்தியது என்பதை காந்தி பின்பு ஒருமுறை இப்படிக் குறிப்பிட்டார்: 'அந்தப் புத்தகத்தில் கண்டுள்ள கருத்துகளுக்கு ஏற்ப என் வாழ்க்கையை மாற்றியமைத்துக்கொள்வது என்று தீர்மானித்துவிட்டேன்.' அவர் புரிந்துகொண்டபடி, கடையனுக்கும் கடைத்தேற்றம் புத்தகத்தின் சாராம்சமான போதனை, விவசாயிகள், தொழிலாளிகள் போன்றவர்களின் பணிகளும், வழக்கறிஞர்கள், தொழிற்சாலை மேலாளர்கள் போன்றவர் களின் பணிகள் அளவுக்கு மதிப்பு வாய்ந்ததே என்பதாகும். ஒருவர் தன் கைகளால் உழைப்பதும், நிலத்தில் பாடுபடுவதும் மூளையைக் கொண்டோ இயந்திரங்களின் உதவியோடோ வேலை செய்வதைவிட இன்னும் கௌரவமானது. [59]

ஜோஹானஸ்பர்க்கிலிருந்து டர்பனுக்குப் புகைவண்டியில் செல்லும் போது ரஸ்கினைப் படித்தது காந்தியின் கற்பனாவாத கிராமப்புற சாய்வை உறுதிப்படுத்தியது. அது அவரை இந்தியன் ஒப்பீனியன் இதழை டர்பனின் கிரே தெருவிலிருந்து கிராமப்புறத்தில் ஒரு புதிய வீட்டுக்கு மாற்றிக்கொள்ளத் தூண்டியது. அவர் ஃபீனிக்ஸ் நிலையம் அருகில் நார்த் கோஸ்ட் லைன் பகுதியில் ஒரு பண்ணையை வாங்கினார். அந்த இடம் நகரத்திலிருந்து சுமார் பதினான்கு மைல் தொலைவில் இருந்தது. அச்சகமும் அதை இயக்கும் பணியாளர்களும் பண்ணையிலேயே குடிவைக்கப்படுவார்கள்; அங்கே 'தொழிலாளர்கள் இன்னும் எளிமையான, இயற்கை சார்ந்த வாழ்வை வாழ்வார்கள்; ரஸ்கின், டால்ஸ்டாய் ஆகியோரின் சிந்தனைகள் கறாரான வர்த்தகக் கோட் பாடுகளுடன் இணைக்கப்படும்.' அச்சகத்தில் வேலை செய்தவர்கள், ஆங்கிலேயர்களோ இந்தியர்களோ —அல்லது இரண்டும்

இல்லையோ— அவர்களுக்கு சுமாரான மாதாந்திர ஈட்டுப்படி (3 பவுண்ட்) தரப்படும்; தமது உணவைப் பயிர் செய்துகொள்ள நிலத்துண்டு ஒன்று ஒதுக்கித்தரப்படும். திட்டத்தை முன்னெடுத்த காந்தி அதை 'ஒரு துணிச்சலான பரிசோதனை; மிக முக்கியமான விளைவுகளைக் கொண்டு வரக்கூடியது. மேற்கண்ட கொள்கைகளின்படி நிர்வகிக்கப்பட்ட மதம்-சாராத நிறுவனம் எதையும் நாம் கேள்விப்பட்டதில்லை,' என்று வர்ணித்தார்.[60]

புதிய பரிசோதனைக்காக தேர்வுசெய்யப்பட்ட முதல் சிலரில் ஆல்பர்ட் வெஸ்ட் ஒருவர். காந்தி அவரை ஜோஹானஸ்பர்க்கில் தன் வேலையை விட்டுவிட்டு அச்சகத்தின் பொறுப்பை ஏற்றுக்கொள்ளும்படிச் செய்தார். அவர் பண்ணையை அடைந்தபோது அந்த இடம் இனிமையான ஒன்றாக இருப்பதைக் கண்டார். அங்கே பழ மரங்களும் பேரீச்சை மரங்களும் இருந்தன; அதன் வழியே ஆறு ஒன்று ஓடிக்கொண்டிருந்தது. முதல் தவணையில் இருபது ஏக்கர் நிலம் வாங்கப்பட்டது; விரைவிலேயே மேலும் என்பது ஏக்கர் நிலம் சேர்த்துக்கொள்ளப்பட்டது. இந்த நிலத்தில் தொழிலாளிகள் மரமும் இரும்பு நெளிதகடுகளும் கொண்டு தமது வீட்டைக் கட்டிக்கொண்டார்கள். இதனிடையே அச்சக இயந்திரங்கள் பிரித்தெடுக்கப்பட்டு டர்பனிலிருந்து ஃபீனிக்ஸுக்கு நான்கு பெரிய வண்டிகளில் (வாகன்) அனுப்பிவைக்கப்பட்டன, ஒவ்வொரு வண்டியும் பதினாறு காளைகளால் இழுக்கப்பட்டது. பின்பு இயந்திரங்கள் மீண்டும் இணைக்கப்பட்டன. காந்தி அச்சு இயந்திரத்தைக் கைகளாலேயே இயக்க வேண்டும் என்று விரும்பினார். ஆனால் வெஸ்ட், பெட்ரோல் எஞ்சின் ஒன்றை வாங்கவேண்டும் என்று நிர்பந்தித்தார் (அந்தப் பகுதியில் மின்சாரம் கிடையாது). தன் நண்பருக்கான சலுகையாக, அந்த ஆங்கிலேயர் ஒரு மரச்சட்டத்தில் சக்கரம் ஒன்றைப் பொருத்தி, கையால் இயக்கத்தக்கதான இயந்திரம் ஒன்றை வடிவமைத்தார். எண்ணெய் தீர்ந்துவிடும் சமயங்களில் அதனை உபயோகித்துக்கொள்ளலாம்.[61]

நிலம், கட்டுமானப் பொருட்கள், தொழிலாளிகளின் ஈட்டுப்படி ஆகிய வற்றை முதன்மையாக இரண்டுபேர்தான் கொடுத்தார்கள். காந்தி தன் சொந்த சேமிப்பிலிருந்து 3500 பவுண்ட் கொடுத்தார். (தன் ராஜ்கோட் நண்பரிடம் அவர் 'பரவாயில்லாத தொழில்' என்று குறிப்பிட்டிருந்த அவரது வழக்கறிஞர் தொழில் நிச்சயம் ரொம்பவே பரவாயில்லாமல் நடந்திருக்கவேண்டும்.) டர்பனிலிருந்த வியாபாரியான பார்ஸி ருஸ்தம்ஜி பணமாகவும் பொருளாகவும் கொடுத்தார்—காசோலைகள் தவிர ஏராளமாக இரும்பு நெளிதகடுகளும் அவர் அளித்தார்.

1905 ஜனவரி முதல் வாரம் பண்ணையில் அச்சிடப்பட்ட இதழ்கள் சந்தாதாரர்களுக்கு அனுப்பப்படுவது ஆரம்பித்தது. காந்தி, தான் இப்போது ஃபீனிக்ஸில் பள்ளி ஒன்றை ஆரம்பிக்க எண்ணியிருப்பதாக கோகலேவுக்கு எழுதினார். அது தென்னாப்பிரிக்காவில் 'வேறு எதற்கும்

குறைந்ததாக இருக்காது'. அவர் தன் ஆசானிடம் 'அப்பழுக்கற்ற நன்னடத்தை கொண்ட' இந்திய ஆசிரியர் ஒருவரை சிபாரிசு செய்யும்படியும், இந்தியன் ஒப்பீனியன் இதழில் பிரசுரித்துக்கொள்ளும் வகையில் ஊக்குவிப்புக் கடிதம் ஒன்றை அனுப்பும்படியும் கேட்டுக் கொண்டார்.[62]

முன்பு 1899ல் தென்னாப்பிரிக்காவிலிருந்த இருவித வெள்ளையர்களான காலனியர்களும் போரிட்டுக்கொண்டபோது காந்தி பேரரசின் விசுவாசியாக இருந்தார். இம்பீரியல் குடியுரிமை என்பதில் நம்பிக்கை கொண்டிருந்த அவர், புகழ்ந்துரையும், வலியுறுத்தலும் தென்னாப்பிரிக்காவில் இந்தியர்களுக்கு எதிரான பாராபட்சத்துக்கு முடிவுகட்டிவிடும் என்று எண்ணியிருந்தார். ஆகவே அவர் போயர்களுக்கு எதிரான போரில் பிரித்தானியர்களுக்கு உதவிசெய்வதற்காகப் பதிவு செய்து கொண்டார். இதேபோலத்தான் லண்டனுக்குப் பலமுறை கோரிக்கை மனுக்களை அனுப்பவும் செய்தார். காலனியர்கள் சிலசமயங்களில் இனவாதத்துடனும், குறுகிய மனம் கொண்டவர்களாகவும் நடந்து கொண்டாலும் அவர்களை விவேகம் கொண்ட இம்பீரியல் தேசத் தலைவர்கள் நல்வழிப்படுத்திவிடுவார்கள் என்று நம்பியிருந்தார்.

இந்தியாவிலிருந்த பிரிட்டிஷ் அலுவலர்கள் தென்னாப்பிரிக்காவில் தன் மக்களை ஆதரிப்பவர்களாக இருந்தது காந்திக்கு ஊக்கமளிப்பதாக இருந்தது. இந்திய சிவில் சர்வீஸ் பணியிலிருந்த முதன்மையான ஒருவர், 'பழைமையும், ஒழுங்கும் கொண்ட நாகரிகம்' ஒன்றை 'நாகரிகமற்ற ஆஃப்ரிக்கத் தொழிலாளிகளுடன்' ஈடாக வைப்பதற்காக டிரான்ஸ்வால் அரசைக்கண்டித்தார்.[63] இன்னொரு ஐ.சி.எஸ். காரர் நேட்டாலிலிருந்து வந்த தூதுக்குழு ஒன்றிடம், 'ஓர் இந்தியன் காஃபிர்களின் நிலையில் இருப்பவன் அல்ல; அவன் மேலான வர்க்கத்தைச் சேர்ந்தவன். இந்திய வியாபாரிகள் ஏறக்குறைய் நம் அளவுக்கு முன்னேறியவர்கள்,' என்றார்.[64]

நாகரிகங்களின் மேல் கீழான படிமுறைபற்றிய இந்தப் பார்வைகள் மரபானவை—காந்தியும் அவற்றைக் கொண்டிருந்தவர்தான் (அந்தக் கால கட்டத்தில்). அவர்கள் இந்தியர்களை ஏறத்தாழ ஐராப்பியர்களுக்குச் சமமாக வைத்தார்கள்; அவர்களது கோணத்திலிருந்து பார்க்கும்போது தென்னாப்பிரிக்காவின் பாரபட்சம் காட்டும் சட்டங்கள் நிச்சயமாகத் தவறான வழிகாட்டலால் உருவானவை—அவை தீய நோக்கத்துடன் இயற்றப்படவில்லை என்று வைத்துக்கொண்டால்கூட. இந்திய வைஸ்ராயான லார்ட் கர்ஸன் லார்ட் மில்னரை, டிரான்ஸ்வாலில் இந்தியர்கள் மீதான 'தொல்லை தருகிற கட்டுப்பாடுகளை நியாயப்படுத்துவதற்காகக்' குறைகூறினார். கர்ஸன், 'ஆசியாவிலிருக்கும் நம் 300,000,000 பிரஜைகளை சமாதானம் செய்வது, தென்னாப்பிரிக்காவில் வெள்ளையர்களின் சிறு காலனி ஒன்றின் முன்முடிவுகளுக்குப் பணிந்துபோவதைவிட முக்கியமானது,' என்று கருதினார்.[65]

காந்தி டர்பனிலிருந்து 1902 நவம்பரில் பயணப்பட்டபோது அவர் பிரிட்டிஷ் நீதியுணர்வின்மீது கொண்டிருந்த நம்பிக்கை பெரும்பாலும் அப்படியே இருந்தது. இரண்டு ஆண்டுகளுக்குப் பிறகு அவர் அவ்வளவு அப்பாவியாக இருக்கவில்லை. ஒருகாலத்தில் அவர் போயர்களுக்கு எதிராக இந்தியர்களையும் பிரித்தானியர்களுடன் ஒன்றுபடுத்திவிட நம்பிக்கை கொண்டிருந்தார். போருக்குப் பிறகோ, பிரித்தானியர்கள் போயர்களுடன் இந்தியர்களுக்கு எதிராக ஒன்றுபட்டுக்கொண்டிருந் தார்கள். தென்னாப்பிரிக்கா இங்கிலாந்து அல்ல; அங்கே பழுப்பு நிறத்த வர்களை நாடாளுமன்றத்துக்குத் தேர்ந்தெடுக்க முடியும். அது இந்தியா கூட அல்ல; அங்கே இந்தியர்கள் நீதிபதிகளாகவும் இம்பீரியல் கவுன்சிலர்களாகவும் ஆக முடியும். இங்கே தென்னாப்பிர்ரிக்காவிலோ இனவாதத் தளைகள் இம்பீரியல் விசுவாசங்களையும் கடமைகளையும் எப்பொழுதுமே வென்றுவிடும். டிரான்ஸ்வாலில் இந்தியர்கள் நிலைமை இப்போது நிச்சயமற்றும், கஷ்டங்கள் நிறைந்தும் விளங்கியது. 1904 செப்டெம்பரில் லார்ட் மில்னர் காந்தி முன்வைத்த சமரசத் திட்டத்தை நிராகரித்தபோது, காந்தி தான் தொடர்ந்து அங்கே தங்கியாகவேண்டும் என்று உணர்ந்தார். ஆகவே அவர் தனது மனைவி, குழந்தைகளை ஜோஹானஸ்பர்க்கில் தன்னுடன் சேர்ந்துகொள்ளுமாறு கேட்டுக்கொண்டார்.

கஸ்தூரிபா 1904-ம் ஆண்டு கடைசியில் தென்னாப்பிரிக்கா வந்து சேர்ந்தார். அப்போது பதினாறு வயதான மூத்த மகன் ஹரிலால் இந்தியா விலேயே தங்கிவிட்டார். அவர் தன் தந்தை முன்பு 1887ல் எழுதிய பம்பாய் மெட்ரிகுலேஷன் தேர்வைத் தானும் எழுதுவதில் முனைப்பாக இருந்தார். அவரைத்தவிர மற்ற பிள்ளைகள் தம் தாயாருடன் வந்தனர். அதேபோல சகோதரர் மகன்களான கோகுல்தாஸ், சகன்லால் ஆகியோரும் வந்தனர்.

8

பன்மைவாதியும் தூய்மைவாதியும்

ஜோஹானஸ்பர்க்கின் கிழக்குப் பகுதியான டிராய்வில்லில் ஆல்பர் மார்ல் தெருவில் காந்தி ஒரு வீட்டை வாடகைக்குப் பிடித்தார். டர்பனில் இருந்ததுபோலவே இங்கும் வெள்ளையர்கள் குடியிருந்த பகுதியில் அவர்களுடையது மட்டுமே ஒரே இந்தியர் வீடு. இரண்டு தளங்கள் கொண்ட அந்த வீடு எட்டு அறைகளும், பால்கனிகளும், தோட்டமும் கொண்டு விசாலமாக இருந்தது.[1]

கஸ்தூரிபாவிடம் காந்தி, ஜோஹானஸ்பர்கிக்கில் தன்னால் அவருடன் குறைந்த நேரமே செலவிட முடியும் என்று சொல்லிவைத்திருந்தார்; அதே போலவே ஆயிற்று. அவர் காலையில் சீக்கிரமாக எழுந்து, அன்றைய உணவுகளுக்குத் தேவையான மாவை அரைக்க கஸ்தூரிபாவுக்கு உதவி செய்வார்; பின்னர் ரிஸ்ஸிக் தெருவிலிருக்கும் தன் அலுவலகத்துக்கு ஐந்து மைல்கள் நடந்து செல்வார். கோதுமை ரொட்டியும் (பிரட்), நிலக்கடலை வெண்ணெய்யும், அந்தந்தப் பருவத்தில் கிடைக்கும் பழங்கள் சிலவும் கையில் எடுத்துச் செல்வார். வழக்குகளை எடுத்துக்கொள்வது, அரசுக்குக் கோரிக்கை மனுக்கள் எழுதுவது, இந்தியன் ஒப்பீனியன் இதழின் தயாரிப்பைத் தொலைவிலிருந்தபடியே மேற்பார்வை செய்வது என்று அவருடைய நாட்கள் கழிந்தன. மாலையில் நடந்து வீடு வந்து, இரவு உணவுக்குப் பிறகு தன் மகன்களுக்கு குஜராத்தி இலக்கணமும் கட்டுரை எழுதுவதும் சொல்லித்தருவார்.[2]

காந்தி வீட்டுக்கு ஹெர்மான் காலன்பாக் அடிக்கடி வந்து செல்வார். பையன்கள் அவரை விரும்பினார்கள்; அவர் சாக்லேட்களும் பொம் மைகளும் வாங்கி வருவதும் ஒரு காரணம். மேலும் அவர்கள் அவரது ரசனையான வாழ்க்கைமுறையால் கவரப்பட்டனர்; தினமும் காலையில் முடி வெட்டுபவர் ஒருவர் அவர் வீட்டுக்கு வந்து படுக்கையிலேயே அவருக்குச் சவரம் செய்துவிடுவாராம்.[3]

குழந்தைகளுக்கு வீட்டிலேயே பாடம் கற்றுத் தரப்பட்டுவந்த நிலையில், அவரது ஒன்றுவிட்ட அண்ணன் மகனான சகன்லால் ஃபீனிக்ஸ்

சமூகத்துடன் சேர்ந்துகொள்ள அனுப்பிவைக்கப்பட்டார். அவரது தம்பி மகன்லால் ஏற்கெனவே அங்கே அச்சுக்கோர்ப்பவராக வேலைசெய்து வந்தார். சகன்லாலும் மகன்லாலும் காந்தியால் நிறுவப்பட்டு நிதியளிக்கப்பட்ட சமூகத்தில் அவரது கண்களாகவும் காதுகளாகவும் செயல்பட்டு வந்தனர்; இப்போது அவர் அங்கு நேரில் வருவது அபூர்வம். சித்தப்பா தன் அண்ணன் மகன்களுக்கு வாரம் ஒருமுறையாவது கடிதம் எழுதுவார்; அந்தக் கடிதங்களில் பணியாளர்களைப் பற்றியும், நிதி நிலமையைப் பற்றியும் விசாரிப்பார். அந்த இளைஞர்களுக்கு குஜராத்தியில் அச்சுக் கோர்ப்பது எப்படி என்பது பற்றியும், எங்குபோய் புதிய சந்தாதாரர்களைத் தேடுவது என்பது பற்றியும் அறிவுரை தரப்பட்டது.

இந்தியன் ஒப்பீனியன் இப்போது எட்டு பக்கங்களிலிருந்து முப்பத்தாறு பக்கங்களுக்கு விரிவடைந்திருந்தது. எழுத்துகள் ஆறு பத்திகளுக்குப் பதிலாக மூன்று பத்திகளாக அச்சிடப்பட்டன. கடைசிப் பங்கங்களை விளம்பரங்கள் எடுத்துக்கொண்டன. உதாரணமாக, ஒரு 'ஜெர்மானிய கிழக்கு ஆஃப்ரிக்க நீராவிக்கப்பல் மாதமிருமுறை பம்பாய்க்கு, நேரடியாக'. கல்கத்தா புத்தக வியாபாரி ஒருவரும் தன் புத்தகங்களை விளம்பரம் செய்தார். அவற்றில் ஹெல்ப்ஸ் டு திஸ்டடி ஆஃப் இங்லிஷ் (ஆங்கிலம் கற்றுக்கொள்ள உதவிகள்) என்ற தலைப்பிடப்பட்ட புத்தகமும் செலக்ட் ஸ்பீச்சஸ் ஆஃப் கிரேட் ஆரேட்டர்ஸ் (மிகச் சிறந்த பேச்சாளர்களின் உரைகள்) என்ற புத்தகமும் இருந்தன. ஆனாலும் பெரும்பாலான விளம்பரங்கள் (முன்பு போலவே) நேட்டாலிலிருந்த கடைகள், வணிக நிறுவனங்களுடையனவே. அவை துணிகள், சுருட்டுகள், இனிப்புகள், அரிசி, நெய், நிலம் போன்றவற்றை விற்பனை செய்பவை.

விரிவாக்கப்பட்ட இந்தியன் ஒப்பீனியனில் வெளியான செய்திகள் பலதரப்பட்ட தலைப்புகளை உள்ளடக்கியிருந்தன. மற்ற ஆசிய நாடுகளின் வளர்ச்சி குறிப்பிடப்பட்டு பாராட்டப்பட்டது. ரஷ்ய-ஜப்பானிய யுத்தத்தின்போது அந்த இதழ், 'ஜப்பானியர்கள், தம் நன்னடத்தையின் சக்தி மூலமாகவே உலகநாடுகளிடையே முன்னணிக்கு வந்திருக்கின்றனர். ஒற்றுமை, தியாகம், நோக்கத்தில் உறுதி, நடத்தையின் உயர்வு, எஃகு போன்ற வீரம், எதிரிக்குக் காட்டும் பெருந்தன்மை ஆகியவற்றை வெளிக்காட்டியுள்ளனர் ' என்று எழுதியது. இந்தியில் வெளிவந்த ஒரு கட்டுரை சீனாவின் தேசிய மறுமலர்ச்சிபற்றிப் பேசியது; அந்த நாடு ஜப்பானிய மேற்கத்திய நாடுகளின் பாணியில் ராணுவப் பயிற்சிப் பள்ளிகளும் அதிகாரிகளின் படைப்பிரிவுகளும் உருவாக்கும் நடவடிக்கைகளை மேற்கொண்டிருந்தது.[4]

டிரான்ஸ்வாலிலும் நேட்டாலிலும் இந்தியர்கள் படும் கஷ்டங்கள்பற்றி எழுதப்பட்டாலும், தென்னாப்பிரிக்காவின் மற்ற சமூகங்களின் பிரச்னைகள் பற்றியும் எழுதப்பட்டது. 1905 ஏப்ரலில் 'பிரமாண்டமான

பூர்வகுடிகளின் கோரிக்கை மனு' ஒன்றுபற்றிய செய்தி வெளியாகியிருந்தது. 33,000 பேர் கையெழுத்திட்டு, லண்டன் இம்பீரியல் அரசாங்கத்துக்கு அனுப்பப்பட்ட அந்த மனு, டிரான்ஸ்வாலுக்கு முழு சுயாட்சி அதிகாரம் தரப்படும்போது, ஆஃப்ரிக்கர்களின் நலன்கள் கவனத்தில் கொள்ளப்படவேண்டும், 'கறுப்புநிறம்கொண்ட இனத்தவர் அனைவரையும் தரமிறக்கி, அவர்களை நசுக்கும்விதமாக' எந்த வகுப்புச் சட்டமும் இயற்றப்படக்கூடாது என்று கேட்டுக்கொண்டது. மரண தண்டனை ஒழிக்கப்படவேண்டும், ஆஃப்ரிக்கர்கள் சவுக்கால் அடிக்கப்படுவது நிறுத்தப்படவேண்டும், 'மரியாதைக்குரிய பூர்வகுடியினருக்கு' புகைவண்டிகளில் 'உயர் வகுப்புகளில்' பயணம் செய்யவும் நகராட்சித் தேர்தல்களில் ஓட்டளிக்கவும் அனுமதி தரப்படவேண்டும் என்று வலியுறுத்தியது.[5]

காந்தியின் வார இதழ் இந்தியாவின் சமூக, அரசியல் விஷயங்களைப் பற்றியும் செய்திகள் வெளியிட்டது. 1905 ஜனவரியில் வெளியான ஒரு செய்தி பம்பாய் காங்கிரஸ் மாநாட்டில் தாராளவாதப்போக்கு கொண்ட ஏகாதிபத்தியவாதியான சர் ஹென்றி காட்டன் தலைவராக இருந்து ஆற்றிய உரையின் சுருக்கத்தை வெளியிட்டது. பிரிட்டிஷார், தமது வாக்குறுதிக்கு மாறாக, இந்தியர்கள்மீது போயர்களைவிடக் கடுமையாக நடந்துகொள்வதாக கூறினார். அவர்களது சுண்டுவிரல் திரு க்ருகரின் இடுப்பைவிடத் தடிமனாக இருக்கிறது. அவர் சவுக்கால் அடித்துத் தண்டித்தார் என்றால், இவர்கள் தேள்களைக் கொண்டு தண்டித்திருக்கிறார்கள் (கிங் 12.10 - பைபிள் வரிகள் இங்கு பயன்படுத்தப்பட்டிருக்கின்றன).'[6]

காந்தியின் செய்தித்தாள் லண்டனில் 'இந்தியன் ஹவுஸ்' ஒன்று திறக்கப்பட்டதைப் பற்றிப் பல செய்திகளை வெளியிட்டது. அதைத் தோற்றுவித்தவர் தீவிரப்போக்குகொண்ட குஜராத்தியான ஷியாமாஜி கிருஷ்ண வர்மா. திறப்புவிழாவின் சிறப்பு விருந்தினர் பிரிட்டிஷ் மார்க்ஸியவாதியான ஹெச். ஹெச். ஹைன்ட்மேன். இந்தியன் ஒப்பீனியன் குறிப்பிட்டதுபோல, கிருஷ்ணவர்மா, 'தன் நீண்டநாள் நண்பர் தாதாபாய் நௌரோஜி, சில அரசியல் பார்வைகளால் கட்டுண்டிருந்தபோதிலும், சமரசநோக்கும் பெருந்தன்மையான மனமும் கொண்டவராக, இன்று பிற்பகலில் வந்திருந்து ஊக்கப்படுத்தியதைக் காண பெருமகிழ்ச்சியடைந்தார்'. பின்னர் ஒருமுறை வழங்கிய உரையில் கிருஷ்ணவர்மா, 'மொகமதிய ஆட்சியில் அவர்கள் முதுகில் அடிக்கப்பட்டார்கள் என்றால், ஆங்கிலேய ஆட்சியில் வயிற்றில் அடிக்கப்பட்டார்கள்'என்று குறிப்பிட்டார்.[7]

இந்தியன் ஒப்பீனியனில் மோகன்தாஸ் காந்தி எழுதியவற்றில் புகழ்பெற்ற மனிதர்களின் வாழ்க்கைச்சித்திரங்கள் கொண்ட தொடரும் ஒன்று. 1905 ஜூலை மாதம் முதல் வாரம் அந்த இதழ் ரஷ்ய எழுத்தாளர்

மாக்ஸிம் கார்க்கிபற்றிய பாராட்டுக் கட்டுரையை வெளியிட்டது; அவர் சர்வாதிகாரத்தைக் கண்டித்ததும், பொதுச்சேவையில் காட்டிய ஆர்வமும் குறிப்பாகப் பாராட்டப்பட்டன. ஜூலை மாதம் மாட்ஸினிக்கு மரியாதை செய்தது; அவர் இத்தாலியை ஒன்றுசேர்த்தவராக இருப்பினும், 'ஒவ்வொரு நாடு அவரைத் தனது பிரஜையாக நினைத்து மதிக்கும் அளவுக்கு அவர் மிகப் பரந்த மனம் கொண்டவர்.' ஆகஸ்ட்டில் ஆபிரஹாம் லிங்கனுக்கு ஒரு அஞ்சலி வெளியிட்டது. அதில் அவர் எளியவராக வாழ்வைத் தொடங்கியதும், ஏழைகள் விஷயத்தில் அவர் கொண்டிருந்த அர்ப்பணிப்பு, அவருடைய சுயநலமின்மை, நாட்டுப் பற்று ஆகியவையும் புகழப்பட்டன. செப்டெம்பரில் டால்ஸ்டாய்மீது புகழ்ஒளி திருப்பப்பட்டது; அவர் பணக்காரக் குடும்பத்தில் பிறந்திருந்த போதிலும், ஏழைமையை விரும்பித் தழுவியதோடு, ஜார் மன்னரையும் அவரது கொள்கைகளையும் தைரியமாகக் குறைகூறினார். அடுத்த இதழில் முதல்முறையாக ஒரு பெண்ணின் வாழ்க்கைச் சித்திரம் இடம்பெற்றது. அவர் ஃப்ளாரன்ஸ் நைட்டிங்கேல். அவரது வாழக்கைக் கதை சுட்டிக்காட்டிய நீதி: 'இம்மாதிரியான பெண்மணி பிறந்த நாடு வளமாக இருப்பதில் வியப்பு ஒன்றுமில்லை. இங்கிலாந்து ஒரு பரந்த பேரரசை ஆட்சிசெய்வது அந்த நாட்டின் ராணுவ பலத்தால் அல்ல; இம்மாதிரியான ஆண்கள், பெண்களின் போற்றத்தக்க செயல்களால் தான்.'[8]

உலகளாவிய எண்ணம்கொண்ட அந்த குஜராத்தி, தான் வியந்த இந்தியர் களைப் பற்றியும் எழுதினார். தொழிலதிபர் ஜே.என். டாட்டாவின் முதலாவது நினைவு தினத்தன்று, டாட்டா 'ஒருபோதும் தன்னலத்தை நாடவில்லை... சாதி, இனம் போன்ற பாகுபாடுகளைக் கருதியது மில்லை... பார்ஸிகள், முஸ்லிம்கள், இந்துக்கள்-எல்லோரும் அவருக்கு சமம்தான்' என்று காந்தி எழுதினார். சமூக சீர்திருத்தவாதி ஈஸ்வர்சந்திர வித்யாசாகர் குறித்த மதிப்பீடு, பெண் குழந்தைகள் கல்விக்கும், விதவைகள் விடுதலைக்கும் அவர் ஆற்றிய பணிகளை எடுத்துக்கூறியது. வித்யாசாகரின் பணி, 'எப்படி வங்காள மாகாணம் இந்தியாவின் மற்ற பகுதிகளும் பின்பற்றத்தக்க உதாரணமாக இருக்கிறது' என்று தெளிவு படுத்துகிறது என்று காந்தி எழுதினார்.[9]

இந்த வாழ்க்கைச் சித்திரங்கள் மூலமாக காந்தி தன் சகநாட்டவருக்கு முன்மாதிரிகளை அளித்தார். ஆஃப்ரிக்க சீர்திருத்தவாதி ஜான் டூபேயைப் பற்றிய அவரது பாராட்டும் குறிப்பிடத்தக்கது. அவர் ஃபீனிக்ஸுக்கு மிகவும் அருகிலேயே 300 ஏக்கர் நிலத்தை வாங்கி, 'தன் சகோதரர்களுக்குக் கல்வியளிக்கிறார்; அவர்களுக்குப் பல்வேறு தொழில்களும் கைவேலை களும் கற்பித்து அவர்களை வாழ்க்கைப் போராட்டத்துக்குத் தயார் செய்கிறார்' என்று காந்தி தன் வாசகர்களுக்குத் தெரிவித்தார். ஒரு முற்போக்கு சிந்தனைகொண்ட பண்ணைத்தோட்ட உரிமையாளர் தன் பண்ணைக்கு வந்திருந்த சில பிரிட்டிஷ் விஞ்ஞானிகளைச் சந்திக்க

அவரை அழைத்துச்சென்றார். அப்போது அந்த ஆஃப்ரிக்கர் அவர்களிடம், தன் இன மக்கள் வெறுப்புடன் பார்க்கப்படுவது நியாயமல்ல, காரணம் 'அவர்கள் கடினமாக உழைக்கிறார்கள்; அவர்கள் இல்லாவிட்டால் வெள்ளையர்களால் ஒரு கணம்கூடத் தம் தொழில்களைத் தொடரமுடியாது' என்று கூறினார்.

டூபே பாராட்டப்பட்டது, காந்தியன் மனம் ஓரளவு விசாலமடைந்ததைக் காட்டுகிறது. ஏனென்றால், ஆஃப்ரிக்கர்கள்-அல்லது 'காஃபிர்கள்' (காந்தி அவர்களை அப்போது வழக்கிலிருந்த பதத்தைக் கொண்டு அழைத்ததுபோல) அதற்கு முன்பு இந்தியத் தலைவரால் மிகவும் அலட்சியமாகவே நடத்தப்பட்டனர். இந்தப் பரிணாம வளர்ச்சிக்கு இன்னொரு உதாரணமாக இருப்பது ஆஃப்ரிக்கர்கள் சைக்கிள் ஓட்டிச்செல்லும்போது வெள்ளையர்கள் அவர்களைக் கண்டு விலகிச்செல்ல உதவும் விதமாகத் தங்களது இடது கையில் ஒரு பெரிய பேட்ஜ் அணிந்துகொள்ளவேண்டும் என்று கட்டாயப்படுத்தியதற்காக ஜோஹானஸ்பர்க் டவுன் கவுன்சிலைக் கண்டித்து அவர் எழுதிய கட்டுரை. காந்தி எழுதினார்: 'ஒரு பூர்வகுடிமகன், எனக்கு உணர்வுகளே இல்லையா என்று கேட்கமாட்டாரா?'[10]

இந்தியன் ஒப்பீனியன் காந்தியை ஒரு சமூக சீர்திருத்தவாதியாகவும், சமூகச் செயல்பாட்டாளராகவும் வெளிப்படுத்திய. கூடவே காந்தியை ஒரு தேடல் கொண்டவராகவும், ஆன்மிகவாதியாகவும்கூட வெளிப்படுத்தும்விதமாக தியாசபிகல் சொஸைட்டியில் அவர் ஆற்றிய தொடர் சொற்பொழிவுகளை வெளியிட்டது. அவர் எல்.டபிள்யூ.ரிட்ச்சால் பேசுவதற்கு அழைக்கப்பட்டிருந்தார். அப்போது அவர் காந்தியின் நண்பர் மட்டுமின்றி அவரது சட்ட அலுவலகத்தில் ஒரு எழுத்தராகவும் இருந்தார். உரைகள் மதம் தொடர்பானவை; அது காந்தியை நீண்டகாலமாகக் கவர்ந்துவந்திருந்த ஒரு விஷயம். இந்துவாகப் பிறந்து, சமணர் ஒருவரைக் குருவாகக் கொண்டிருந்த அவரை கிறிஸ்துவர்கள், யூதர்கள், முஸ்லிம்கள், பார்ஸிகள் ஆகியவர்களுடன் நிகழ்ந்த சந்திப்புகள் தனது சமய நம்பிக்கையைப் பரந்த, ஒப்பீட்டு நோக்கில் பார்க்கும்படிச் செய்திருந்தன.

இந்தச் சொற்பொழிவுகள் அவர் சமயக்கல்வியில் முன்னேறிவந்ததை எடுத்துக்காட்டின. காந்தி இந்துமதத்தில் ஆரம்பித்தார்; அது மூன்று தூண்களின்மீது நின்றுகொண்டிருப்பதாக அவர் வாதிட்டார்: சமூக விவகாரங்களில் சாதியின் முக்கியத்துவம்; சமய விஷயங்களில் பலதெய்வ வழிபாட்டின் முக்கியத்துவம்; தார்மிக விஷயங்களில் சுய ஒறுத்தலின் முக்கியத்துவம். இந்தியாவில் புத்தமதத்தின் எழுச்சியையும் வீழ்ச்சியையும்பற்றி காந்தி போகிறபோக்கில் அந்த உரையில் குறிப்பிட்டார். சமண சமயம் பற்றியும் அதன் 'மிகச்சிறப்பான தன்மை வாழும் உயிர்கள் அனைத்தின்மீதும் கவனத்துடன் காட்டிய மரியாதை' என்று குறிப்பிட்டார்.

காந்தியின் இரண்டாவது உரை இஸ்லாம் பற்றியது; அதன் முக்கிய அம்சம் 'அதன் சமன்படுத்தும் விழைவு.' அதன் 'சமத்துவக் கொள்கை நிச்சயமாக சாதியால் பீடிக்கப்பட்டிருக்கும் வெகுமக்களின் விருப்பத்துக் குரியதாக இருக்கும். இந்த உள்ளார்ந்த பலத்துடன் வாளின் பலமும் சேர்ந்துகொண்டது. ஆகவே அது இந்தியாவில் பலரை மதம் மாறச் செய்தது. இருந்தாலும், 'இந்துமதத்தின் இயல்புக்கு ஏற்ப', 'இரண்டு மதங்களுக்கும் இடையில் சமரசத்தைக்கொண்டுவரும் முயற்சிகள் மேற் கொள்ளப்பட்டன'. இடைக்கால இந்தியாவில் இவ்வாறு சமரசத்தில் ஈடுபட்டவர்களில் கவிஞர் கபீரும், பேரரசர் அக்பரும் அடங்குவர்.

மூன்றாவது உரை இந்தியாவில் கிறிஸ்துவத்தின் தோற்றம் பற்றியது. ஐரோப்பிய சமயப் பிரசாரகர்கள், சாதிப்பாகுபாடு, பெண்கள் அடிமைப் படுத்தப்பட்டது என்பனபோல 'இந்துமதத்தில் சில மிகப் பெரிய குறை பாடுகளைச் சுட்டிக்காட்டினார்கள்' என்று காந்தி ஒப்புக்கொண்டார். கடைசி உரை, புத்தமதம், இஸ்லாம், கிறிஸ்துவம் ஆகியவற்றின் வடிவில் 'இந்துமதத்தின்மீது மூன்று தாக்குதல்கள் நடைபெற்றுள்ளன' என்று சுட்டிக்காட்டியது; 'ஆனாலும் அது ஒட்டுமொத்தமாகப் பார்க்கும்போது அவற்றிலிருந்து பாதிப்பின்றி வெளிவந்தது. இந்த மதங்கள் ஒவ்வொன்றிலும் இருக்கும் நல்ல விஷயங்களைத் தனக்குள் இழுத்துக் கொள்ள முயற்சி செய்திருக்கிறது.'

பார்வையாளர்களிலிருந்த வெள்ளையர்களான தியாசபிஸ்டுகளின் எதிர்வினை எப்படியிருந்தது என்று பதிவுசெய்யப்படவில்லை. ஆனால், அந்த உரைகள் அச்சிடப்பட்டபோது, முஸ்லிம்களிடமிருந்து வெள்ள மாகக் கண்டனங்கள் வந்தன. அவர்கள், இஸ்லாத்துக்கு மாறியவர்கள் தாழ்ந்த சாதியிலிருந்து வந்தவர்கள் என்று சொன்னதன் மூலம் காந்தி அந்த மதத்தை அவமதித்துவிட்டார் என்றனர். ஒரு விமர்சகர், குஜராத்தி வியாபாரிகள் அடங்கிய சமூகமான போராக்களின் முன்னோர்கள் பிராமண அர்ச்சகர்கள் என்று சொன்னார். இன்னொருவர், 'தாழ்ந்த சாதிகளைச் சேர்ந்த இந்துக்கள் இஸ்லாத்துக்கு மாறினர் என்ற கூற்றுக்கு இந்திய வரலாறுபற்றிய எந்த உருது அல்லது குஜராத்தி புத்தகத்திலும் ஆதாரமில்லை' என்றும் அது 'இந்துக்களின் கற்பனையில் விளைந்தது' என்றும் கூறினார். மூன்றாவதாக ஒருவர் காந்தி இஸ்லாத்தின் 'மோசமான செயல்களுக்கு' அதிக முக்கியத்துவம் தருவதாகக் குற்றம் சாட்டினார். அவரது எழுத்துகள் 'முஸ்லிம்களின் உணர்வுகளை ' புண்படுத்தி விட்டன; 'ஒரு தகுதி வாய்ந்த நபருக்கு அவை அழகல்ல'.

காந்தியின் முயற்சியால், அவரைக் குறை கூறியவர்களின் கருத்துகளுக்கு இந்தியன் ஒப்பீனியனில் இடமளிக்கப்பட்டது. அவர், 'தாழ்ந்த சாதி இந்துக்கள் முஸ்லிம்களாக மாறினால் அதனால் இஸ்லாத்துக்கு எந்த இழுக்கும் இல்லை. மாறாக, அது அந்த மதத்தின் மேன்மையையே காட்டுகிறது; அதற்காக முஸ்லிம்கள் பெருமைப்படவேண்டும்' என்று

சுட்டிக்காட்டினார். 'என்னைப் பொறுத்தவரை, ஒரு பிராமணருக்கும் பங்கிக்கும் (தாழ்த்தப்பட்ட சாதியைச் சேர்ந்த தோட்டி) எந்த வித்தியாசமும் இல்லை. இந்து மதத்தின் சமூக வேறுபாடுகளால் அதிருப்தி அடைந்த வர்கள் இஸ்லாத்தைத் தழுவியதன் மூலம் தங்கள் நிலைமையை மேம் படுத்திக்கொண்டனர் என்பதை இஸ்லாத்தின் சிறப்பம்சமாகவே கருதுகிறேன்' என்று வலியுறுத்தினார்.

இந்த விவாதம் பல வாரங்களுக்கு நீடித்தது. இந்தியன் ஒப்பீனியன் இதழின் ஆசிரியர் என்ற முறையில் காந்தி தானே கடைசியான வாதத்தை முனைவைப்பவராக இருக்க முடிந்தது. அவர் கிறிஸ்டியன் வேர்ல்ட் என்ற இதழில் ஒரு விஷயத்தைப் பார்த்திருந்தார். அந்தக் கட்டுரை, 'மதம், பல நூறு பெயர்களிலும் வடிவங்களிலும் மனித இதயத்தில் ஒரே விதையை ஊன்றி வருகிறது; மனம் அதை ஏற்றுக்கொள்ளும்போது ஒரே உண்மை திறக்கிறது' என்று வாதிட்டது. காந்தி, 'எல்லா மதங்களிலும் வளர்ந்துவரும் சகிப்புத்தன்மை எதிர்காலம்பற்றிய மகிழ்ச்சியான சமிக்ஞை' என்று குறிப்பிட்டார். இந்த சர்வசமய சமத்துவ நோக்குக்கு,

> பழைமைவாய்ந்த மதங்களைக் கொண்டிருக்கும் இந்தியா நிறையப் பங்களிக்க முடியும்; நம் இடையிலான ஒற்றுமை, முழு மனதான கருணையாலும் எல்லோரும் மற்றவர்களின் மதத்தை அங்கீகரிப் பதாலுமே வளர்க்க முடியும். இந்த முக்கியமான விவகாரத்தில் கூடுதல் சகிப்புத்தன்மை ஏற்பட்டால், நம் அன்றாட உறவுகளில் இன்னும் பரந்த அளவிலான கருணை உருவாகும்; நம்மிடமிருக்கும் தவறான புரிதல்கள் அதில் அடித்துச்செல்லப்படும். மொகமதியருக்கும் இந்துவுக்கும் இடையில் இந்த சகிப்புத்தனைமைக்கான தேவை அதிகமாக இருக்கிறது என்பது உண்மைதானே? கிழக்குக்கும் மேற்குக்கும் இடையில் தேவைப்படுவதைவிடக்கூட அது அதிகம் என்றுகூட சிலசமயம் தோன்றுகிறது. பிளவும் சச்சரவும் இந்தியர்களுக் கிடையிலேயே ஒத்திசைவை அழித்துவிடக்கூடாது. தனக்குள்ளேயே வேற்றுமைகள் கொண்ட ஒரு குடும்பம் விழுந்துவிடும்; எனவே இந்திய சமூகத்தின் சகல பிரிவினரிடையிலும் பரிபூரணமான ஒன்றுமையையும் சகோதரத்துவத்துவத்தையும் வலியுறுத்துகிறேன்.[11]

இந்தியாவிலும் இந்து-முஸ்லிம் ஒற்றுமை அரசியல் விவாதத்தின் முன்னணியில் இருந்தது. 1905 அக்டோபரில் வங்காள மாகாணம் (பெங்கால் பிரசிடென்ஸி) பிரிக்கப்பட்டது. வங்காளத்தின் கிழக்குப் பகுதி பெரும்பாலும் முஸ்லிம் பகுதி; அதைத் தனியான மாகாணமாக ஆக்குவதன் மூலமாக இந்துக்கள் அதிகமிருந்த இந்திய தேசிய காங்கி ரஸிலிருந்து முஸ்லிம்களை விலக்கிவிடலாம் என்று பிரிட்டிஷார் நினைத் தார்கள். அந்தப் பிரிவினை பெரிய எதிர்ப்புக்குரலை ஏற்படுத்தியது - குறிப்பாகக் கல்கத்தாவின் நடுத்தர வகுப்பினரிடமிருந்து ; அவர்கள் தமது பிராந்தியம் பாதியாக வெட்டப்பட்டதைப் பார்த்து ஆத்திரமுற்றார்கள்.

பிரிவினையை ரத்து செய்வதற்கான போராட்டங்கள் மேன்மேலும் பிரிட்டிஷ்-எதிர்ப்பு வடிவம்கொள்ள ஆரம்பித்தன. சுதேசி என்ற, 'சொந்த நாட்டிலிருந்தும், சொந்த நாட்டுக்காகவும்' என்ற அர்த்தமுடைய பெயர் கொண்ட ஓர் இயக்கம் வெளிநாட்டுப் பொருட்களைப் புறக்கணிக்க வலியுறுத்தியது.

தென்னாப்பிரிக்காவிலிருந்தபடியே காந்தி அந்தப் போராட்டங்களுக்கு ஆதரவளித்தார். பிரிவினைக்கு எதிரான இயக்கம், 'வெவ்வேறு சமூகங்களை ஒன்றுபடுத்தும் விதைகளைத் தன்னகத்தே கொண்டிருக்கிறது' என்றார் அவர். பொருளாதாரப் புறக்கணிப்பைப் பொறுத்தவரை: 'உள்நாட்டிலேயே விளைந்து, உள்நாட்டு உற்பத்தியாளர்களாலேயே தயாரிக்கப்பட்டவற்றைக் கொண்டே உடுத்திக்கொள்ளவும், உண்ணவும், தமது ஆடம்பரத் தேவைகளைப் பெறவும் மக்கள் விரும்புவதைவிட இயல்பான செயல் வேறு என்ன இருக்கமுடியும்?' வங்காளத்தில் நடைபெற்ற நிகழ்ச்சிகள் ரஷ்யாவில் ஏற்பட்டிருந்த ஜனநாயகக் கிளர்ச்சிகளோடு ஒப்பிடப்பட்டன. 'வங்காளத்தின் சுதேசிப் பொருட்களுக்காக இயக்கம், பெரிதும் ரஷ்ய இயக்கம் போன்றதே' என்றார் காந்தி. 'இந்திய மக்கள் ஒற்றுமையும் பொறுமையும் பெற்றால், தம் தாய்நாட்டை நேசித்தால், தம் சுயநலனைக் கைவிட்டு, தாய்மண்ணின் நலனைப் பற்றிச் சிந்தித்தால், நம் தளைகள் இன்றே உடையும்.'[12]

வேலைக்கும் எழுத்துக்கும் இடையில் காந்தி தன் குடும்பத்துக்காகவும் சற்று நேரத்தைப் பிடுங்கி எடுத்துக்கொண்டார். 1905 ஆம் ஆண்டு ஜூலையில் பம்பாயில் ஒரு நண்பருக்கு ஹரிலாலை தென்னாப்பிரிக்காவுக்கு அனுப்பும்படி யோசனை தெரிவித்துக் கடிதம் எழுதினார். இந்தியன் ஒப்பீனியன் இதழுக்குத் தன் சொந்தப் பணத்தைச் செலவிட்டதால் அவரது சேமிப்புகள் கரைத்துவிட்டிருந்தது. தவிர கஸ்தூரிபாவும் மற்ற மூன்று குழந்தைகளும் தென்னாப்பிரிக்காவில் இருந்ததால், ஒரு மகன் மட்டும் இந்தியாவில் இருப்பதில் பெரிய பொருளில்லை. 'இங்கே எனக்கு இருக்கும் சுமை மிக அதிகமாக இருப்பதால், அங்கே தேவைப்படும் செலவுகளைச் செய்வது எனக்குக் கடினமாக இருக்கிறது' என்று எழுதினார் காந்தி. 'அது ஹரிலாலுக்கும் நல்லது என்று நான் நினைக்கவில்லை.'[13] ஆனால் ஹரிலால் இந்தியாவைவிட்டுச் செல்ல விரும்பவில்லை. தன் பெற்றோருக்குத் தெரியாமல் அவர் ராஜ்கோட் வழக்கறிஞர் ஹரிதாஸ் வோராவின் மகளைக் காதலிக்க ஆரம்பித்திருந்தார்.[14] ஹரிலால் தொலைவிலிருந்த நிலையில் காந்தி தன் கவனத்தை அவரது இரண்டாவது மகன் மணிலால்மீது திருப்பினார். செப்டெம்பரில் பதின்மூன்று வயதான அந்தச் சிறுவன் ஃபீனிக்ஸில் சிறிதுகாலம் தங்கியிருப்பதற்காக அனுப்பப்பட்டார். அங்கு அவர் தன் ஒன்றுவிட்ட சகோதரர்களால் மேற்பார்வை செய்யப்பட்டார். மணிலாலைத் தன் கைகளால் உழைக்கும்படிச் செய்யுமாறு காந்தி சகன்லாலிடம் சொன்னார். 'முக்கியமான விஷயம் பெரிய நிலப்பகுதியைச் சுத்தப்படுத்துவதும்,

செடிகளுக்கு நீர் ஊற்றுவதுமே. அவன் மரங்களைக் கவனித்துக் கொண்டால், தானாகவே இன்னும் அறிந்துகொள்ள முடியும்.'[15]

காந்தி குடும்பத்திலிருந்து இரண்டு மகன்கள் தற்காலிகமாக வீட்டை விட்டுச் சென்றிருந்தார்கள்; இதற்கிடையில் இரண்டு நண்பர்கள் அவர் வீட்டுக்கு வரவேற்கப்பட்டார்கள். ஹென்றி போலாக், மில்லி கிரஹாமை மணப்பதற்குத் தன் குடும்பத்தினரைச் சம்மதிக்கச் செய்திருந்தார். காந்திக்கும் இதில் பங்கிருந்தது: போலாக்கின் தந்தை, அந்தப் பெண்ணுக்குக் கல்யாணம் செய்துகொள்ள உடல்வலு போதாது என்று சொன்னபோது, மில்லி பலவீனமானவர்தான், ஆனாலும் 'தென்னாப்பிரிக்காவில் அன்பான கவனிப்புக்கும், அழகான பருவநிலைக்கும், எளிய வாழ்க்கைக்கும் நடுவில், அவளுக்கு நிச்சயமாகவே தேவைப்படுகிற உடல்பலத்தைப் பெற்றுவிடுவாள் என்று எழுதினார்.'[16]

மில்லிக்கும் காந்தி சில அறிவுரைகளும் கட்டளைகளும் அளித்தார். லண்டனில் மிச்சமிருக்கும் நேரத்தில் அவள் 'தாதாபாய் நௌரோஜியைச் சென்று பார்த்துத் தன் மரியாதையைத் தெரிவிக்கலாம்; நௌரோஜி இந்தியாவின் ஜி.ஓ.எம். (கிராண்ட் ஓல்ட் மேன்-முதுபெரும் கிழவர்). அவர் இந்திய தேச பக்த ரின் உயர்ந்தபட்ச விழுமியங்களின் மொத்த உருவமாகத் திகழ்கிறார்.' பின்னர் ப்ராம்லியில் லேடி மார்கரெட் மருத்துவமனைக்கு மில்லி செல்லவேண்டும்; அங்குதான் முன்பு காந்தியுடன் வீட்டைப் பகிர்ந்துகொண்டவரும், சக சைவ உணவாளருமான டாக்டர் ஜோஸையா ஓல்ட்ஃபீல்ட், தன் நோயாளிகளை 'கறாராகப் பழங்கள் மட்டுமேகொண்ட' உணவுத்திட்டத்தால் உபசரிக்கிறார்-அல்லது குணப்படுத்திவருகிறார். மருத்துவமனையில் மில்லி நோயாளிகள் கவனிக்கப்படும் விதத்தைக் கற்கவேண்டும்; ஏனெனில் 'ஃபீனிக்ஸில் ஒரு சானடோரியம் (காசநோய் மருத்துவமனை) நிறுவ இருக்கிறோம்; நீ பெறக்கூடிய எந்த ஒரு அனுபவமும் பெரிதும் மதிப்புவாய்ந்ததாக இருக்கும்.' அவர் லண்டன் அருகே எங்கோ ஒரு டால்ஸ்டாய் பண்ணை இருப்பதாகக் கேள்விப்பட்டிருந்தார்; முடிந்தால் மில்லி அங்குசென்று பார்த்து, எவ்விதமான கொள்கைகளின் அடிப்படையில் அது அமைந்திருக்கிறது என்று அறிந்து வரலாம். 'ஆக நீ தென்னாப்பிரிக்கா வரும் முன்பாக அங்கு உபயோகமான விதத்தில் என்னவெல்லாம் தெரிந்துகொள்ளலாம் என்று போதுமான அளவுக்குக் கோடி காட்டிவிட்டேன்' என்று சொன்னார் காந்தி.[17]

மில்லி கிரஹாம் ஜோஹானஸ்பர்க்கை 1905 ஆம் ஆண்டு டிசம்பர் கடைசி வாரத்தில் சென்றடைந்தார். மறுநாள் ஹென்றியும் மில்லியும் காந்தியுடன் ஐரோப்பிய திருமணப் பதிவாளரிடம் திருமணம் செய்துகொள்வதற்காகச் சென்றனர். அந்த இந்து, யூதரும் கிறிஸ்துவரும் திருமணத்தில் இணைவதற்கு சாட்சியாக இருக்க எண்ணியிருந்தார்; பதிவாளரோ அதற்குச் சட்டத்தில் அனுமதியில்லை என்று எண்ணினார்.

அவர் அவர்களை அடுத்த வேலை நாளில் மீண்டும் வரும்படிச் சொன்னார். ஆனால், மறுநாள் ஞாயிற்றுக்கிழமை; அதற்கடுத்த நாள் புத்தாண்டு தினம். மில்லியும் ஹென்றியும் ஏற்கெனவே நீண்டகாலம் காத்திருந்துவிட்டார்கள். ஆகவே காந்தி சாலையைக் கடந்து தலைமை நடுவரின் அலுவலகத்துக்குச் சென்றார். அவர்தான் பதிவாளரின் மேலதிகாரி. பழுப்புநிறம்கொண்ட ஒரு மனிதர் ஐரோப்பியத் திருமணத்துக்கு சாட்சியாக முடியாது என்று சட்டத்தில் எதுவும் சொல்லவில்லை என்று அவரை ஒப்புக்கொள்ள வைத்தார். காந்தி பின்னர் நினைவுகூர்ந்தபடி, 'நடுவர் வெறுமனே சிரித்துவிட்டு, என்னிடம் பதிவாளருக்கு எழுதப்பட்ட ஒரு குறிப்பைக் கொடுத்தனுப்பினார்; திருமணம் முறைப்படிப் பதிவுசெய்யப்பட்டது.'[18]

வேலை முடிந்ததும், அந்தத் தம்பதியினர் ஆல்பர்மார்ல் தெருவில் அந்த வழக்கறிஞரின் வீட்டுக்குக் குடிபோனார்கள். மில்லி பையன்களுக்கு ஆங்கில இலக்கணமும் கட்டுரையும் கற்றுத்தர ஆரம்பித்தார்; அத்துடன் கஸ்தூரிபாவுக்கும் சமையலறையில் உதவிசெய்தார். பெண்கள் இருவரும் நண்பர்களாகிவிட்டனர். முதிய பெண்மணியின் இயல்பான கூச்ச சுபாவம், ஆங்கிலத்துடன் பரிச்சயமில்லாத நிலை இவற்றையெல்லாம் புதிதாக வந்தவரின் துள்ளலான இயல்பு வெற்றி கொண்டுவிட்டது.

காந்திகளும் போலாக்குகளும் காலையில் சீக்கிரமே எழுந்துவிடுவார்கள். ஆறு முப்பதுக்கெல்லாம் ஆண்களும் பையன்களும் கோதுமையை அறைப்பதற்காகக் கூடுவார்கள். காலை உணவுக்கு முன்னர் காந்தி கொஞ்சம் கயிறு தாண்டுதல் (ஸ்கிப்பிங்) பயிற்சி செய்வார்; அதில் அவர் மிகவும் திறமை பெற்றிருந்ததாகத் தோன்றுகிறது. ஆண்கள் வேலைக்குச் சென்ற பின்னர், குழந்தைகள் பாடம் படிக்கத் தொடங்குவார்கள்; பெண்கள் அவர்களை மேற்பார்வை செய்வார்கள். மாலையில் குடும்பம் உணவு உண்ண அமரும். சாவகாசமாக அன்றைய நடப்புகளை அலசியபடி நீண்ட நேரம் சாப்பாட்டுவேளை நீடிக்கும். பிறகு, விருந்தினர்கள் எவரும் இல்லையென்றால், சமயப்புத்தகங்களிலிருந்து (பகவத்கீதை குறிப்பாக விரும்பப்பட்டது) பத்திகள் உரக்கப் படிக்கப்படும்.

காந்திகளுடன் வாழ்ந்ததில் மில்லி ஒரு விஷயத்தை உணர்ந்துகொண்டார்; அதாவது திருமண உறவுகளைப் பொறுத்தவரை கிழக்குக்கும் மேற்குக்கும் இடையில் குறைந்தபட்சம் ஓர் அடிப்படை வித்தியாசம் இருந்தது. இந்தியக் கணவர்களுக்கு ஓய்வும் அமைதியாக சிந்தித்துக் கொண்டிருப்பதும் அனுமதிக்கப்பட்டது; அவர்களது மனைவிகளுக்கோ வேலை, வேலை, வேலை மட்டுமே. 'கிழக்கு, பெண்ணை ஆணின் ஆட்சிக்கு உட்பட்டவளாக்கிவிட்டது,' என்று மில்லி காந்தியிடம் சொன்னார். 'அவளுக்கென்று தனியான வாழ்க்கை ஏதுமில்லை.' அவர் சொல்வது தவறு என்றார் காந்தி; 'கிழக்கு அவளுக்கு வணங்கத்தக்க

இடத்தைக் கொடுத்திருக்கிறது.' அதற்குச் சான்றாக அவர் சத்தியவான் சாவித்திரி கதையைக் கூறினார். சத்தியவான் இறந்தபோது சாவித்திரி மரணதேவனுடன் போராடி அவனை மீட்டு வந்தாள். 'அவள் கஷ்டப் பட்டுப் போராட வேண்டியிருந்தது' என்றார் காந்தி. 'ஆனால் உச்சபட்ச மான தைரியம், மனவுறுதி, காதல், அறிவு ஆகியவற்றை' வெளிப் படுத்திய பின், இறுதியில் தன் கணவனைத் திரும்பப் பெற்றாள்.

மில்லியோ, இந்தக் கதை தான் சொன்னதையே நிரூபிக்கிறது என்றார். இந்தியப் புராணத்தில், 'பெண் ஆணுக்குச் சேவை செய்யவேண்டும்; அவனுக்காக மரணதேவனுடன் போராடக்கூட வேண்டும்'. புராணத் திலும் நிஜத்திலும் (காந்தி கஸ்தூரிபாவை நடத்திய விதத்திலிருந்து) இந்தியப் பெண் 'எப்போதும் யாராவது ஒரு ஆணின் மகிழ்ச்சிக்காகவே பணி செய்துகொண்டிருக்கிறாள்' என்று மில்லி கண்டார்.[19]

போலாக்குக்கும் காந்திக்கும் இடையிலும் விவாதங்கள் நடைபெற்றன. அந்த ஆங்கிலேயர், அந்த இந்தியர் அநியாயத்துக்குச் சாதுவாக இருப்ப தாக நினைத்தார்- காந்தி பத்திரிகைகளில் அவதூறு செய்யப்பட்டால், அதை அலட்சியம் செய்யாமல் அதற்குத் தகுந்த விதத்தில் பதில் எழுத வேண்டும் என்று போலாக் சொன்னார். ஆர்வமான சோஷலிஸ்ட்டான போலாக், காந்தி பொருளாதாரக் கொள்கைகளில் சிறிதும் நாட்டமின்றி இருப்பதையும், மதம் தொடர்பான விஷயங்களில் அதிகப்படியாக ஆழ்ந்திருப்பதையும் கண்டார்; அத்துடன் போலாக், குழந்தைகளுக்குக் குஜராத்தி மொழியைக் கற்றுத்தர அவ்வளவு நேரம் செலவிடுவதற்குப் பதிலாக காந்தி அவர்களை உலகத்தின் மொழியான ஆங்கிலத்தில் திறமைபெறச்செய்யவேண்டும் என்று நினைத்தார்.[20]

ஒருமுறை போலாக்குக்கும் காந்திக்கும் இடையில் காரசாரமான ஒரு விவாதத்துக்குப் பின்னர் கஸ்தூரிபா, மில்லியைத் தன்னருகே அழைத்து என்ன பிரச்னை என்று கேட்டார். அந்த ஆங்கிலேயப் பெண், தன்னால் முடிந்த அளவுக்கு, ஆண்கள் இருவரையும் உணர்ச்சிவசப்பட வைத்த அரசியல் பிரச்னையின் நெளிவு சுழிவுகளை விளக்க முயன்றார். மில்லி நினைவுகூர்ந்ததுபோல, அந்த விவாதத்தைக் கஸ்தூரிபாவுக்குக் கோடி காட்டியபோது, 'என்மனதில் ஒரு சந்தேகம் ஓடியது; அதாவது, பாபுவிடம் (காந்தி அப்படித்தான் குடும்பத்தினரால் அழைக்கப்பட்டார்) திரு போலாக் கோபப்பட்டதில் அவருக்குக் கோபம் இல்லை. தானும் அவர்மீது (காந்திமீது) சில சமயம் கோபம்கொள்வார்; அவர்மீது மிகவும் அக்கறை கொண்டவர் என்று தான் அறிந்திருந்த இன்னொருவரும் அப்படிக் கோபப் பட்டது, தான் கோபப்படுவதும் நியாயமே என்று அவரை எண்ணச் செய்ததுபோலத் தோன்றியது.'[21]

போலாக் இப்போது இந்தியன் ஒப்பீனியன் இதழில் பகுதி நேரமாகப் பணியாற்ற ஆரம்பித்திருந்தார். 1906 ஜனவரியில் பத்திரிகையின் ஆசிரியர் எம்.ஹெச். நாஸர், ஃபீனிக்ஸில் தன்னருகே கீதைப் புத்தகம் இருக்க,

மரணமடைந்துவிட்டார். அதன் பிறகு இதழில் போலாக்கின் பொறுப்பு இன்னும் அதிகரித்தது.[22] அடுத்த மாதம் பத்திரிகையின் ஹிந்தி, தமிழ் பகுதிகள் வெளியாகின. சகன்லால் குஜராத்திப் பக்கங்களைப் பார்த்துக் கொள்ள, போலாக் ஆங்கிலப் பத்திகளைக் கவனித்துக்கொண்டார்; செம்மைப்படுத்துவது, பிழை திருத்துவது என்பவற்றுடன், தானும் தொடர்ந்து எழுதினார். அவருக்கு சுதேசி இயக்கம் ஆர்வமூட்டியது; அந்த இயக்கத்தில் அயர்லாந்து, போலந்து இன்னும் மற்ற ஒடுக்கப்பட்ட தேசங்களின் சுயமரியாதைக்கான தேடலின் எதிரொலியை அவர் கேட்டார். இதுவரையில் காந்தியின் சொந்த நாட்டுக்கு போலாக் சென்றதில்லை; ஆனாலும், இந்தியப் பத்திரிகைகளில் வெளியான செய்திகளைப் படித்ததன் மூலம் அதைக் கண்டார், அல்லது கண்டதாக நினைத்தார்:

> புதிய தேசிய உணர்வுகளின் உத்வேகத்துடன் ஒரு புதிய இந்திய இலக்கியம் ஊற்றெடுத்துவருகிறது; புதிய தலைவர்கள் முன்னால் வருகிறார்கள்; அவர்கள் ஒருங்கிணைந்த இந்தியா என்ற அரூபமான சிந்தனையைக் கண்களுக்கெதிரே கொண்டிருக்கிறார்கள். 'இந்தியா இந்தியர்களுக்கே' என்பதே கொள்கை முழக்கம்; நேற்றுவரையில் தமக்குள் அடித்துக்கொண்ட கோஷ்டிகள், பிறரை ஒதுக்கிவைத்த சாதிகள், மோதிக்கொண்ட மக்கள் கூட்டங்கள், ஒன்றுபட முடியும் என்றே நினைத்துப் பார்த்திருக்காத அவர்களால் இன்று தாய்நாடு வாழ்த்தப்படுகிறது; ஆயினும் இன்று ஒவ்வொரு தேசிய நம்பிக்கையும் ஒரு பெரிய ஊக்கம் பெற்றிருக்கிறது; தேசியத் தொழிற்சாலைகள் எல்லாப் பக்கமும் முளைத்துவருகின்றன; உள்நாட்டுப் பொருட்கள் அனைத்துக்கும், உள் நாட்டிலேயே உற்பத்தியான சரக்குகள் அனைத்துக்கும் வரவேற்பு இருக்கிறது.[23]

அந்த ஆர்வம் ஹென்றி போலாக்குக்கும் உரியது. இந்திய நலனை அப்படி முழு மனதாக அணைத்துக்கொண்டதில், போலாக் 'ஒரு யூதரல்லாத யூதராக' செயல்பட்டார். அவர் போராடியது யூதர்களுக்கும் கிறிஸ்துவர்களுக்கும் இடையில் சமத்துவத்துக்காக அல்ல; எல்லாவிதமான 'பிடிவாதமான குறுகிய மனப்பான்மைக்கும், மதவெறிக்கும்' முடிவு கட்டுவதற்காகவே. ஹெய்ன்ரிக் ஹெய்ன், கார்ல் மார்க்ஸ், ரோசா லக்ஸம்பர்க், சிங்மண்ட் ஃபிராய்ட் போன்றவர்களைப்போல ஹென்றி போலாக்கும் தன் சொந்த இனம், குழு அல்லது மதப்பிரிவின் விடுதலையில் அல்லாமல் 'மொத்த மனித இனத்தின் ஒன்றுபடுதலில்' நம்பிக்கை கொண்டிருந்தார்.[24]

பத்தொன்பதாம் நூற்றாண்டின் கடைசியிலும், இருபதாம் நூற்றாண்டின் ஆரம்பத்திலும் தென்னாப்பிரிக்காவில் யூதர்களுக்கு ஒரு பாதை தொழில் முனைவோரான ஸமி மார்க்ஸால் போடப்பட்டிருந்தது. வைரத்திலும் நிலக்கரியிலும் தான் செய்திருந்த முதலீடுகளால் அளப்பரிய செல்வத்தைப் பெற்றிருந்த மார்க்ஸ், அதிகாரவர்க்கத்தில் செல்வாக்கு பெற்றுவிட

வேண்டும் என்பதற்காகத் தீவிரமாக உழைத்தார். அவர் அறிவியல் கழகங் களுக்கும் கிறிஸ்துவ நலன்களுக்கும் நிதியளித்தார்; பெரிய மனிதர்கள் உறுப்பினர்களாகும் மனமகிழ் மன்றங்களில் சேர்ந்தார்; இதெல்லாம் 'ஆங்கிலோ-சாக்ஸன் கலாசாரத்தில் இணைந்துகொள்ள அவர் செய்த முயற்சிகளில் அடக்கம்' தென்னாப்பிரிக்காவில் -ஒருவகையில் சொல்லப் போனால் ஒரு கௌரவ ஆங்கிலேயர் ஆகிவிடவேண்டும் என்று விரும் பியதால், அவர் ஆசிய நாடுகளிலிருந்து குடியேறியிருந்தவர்களிடமிருந்து ஒதுங்கியே இருந்தார். யூதர்களையும் இந்தியர்களோடு சமமாக வைக்கும் படியான ஒரு புதிய சட்டம் வந்தபோது மார்க்ஸ் வெற்றிகரமாக அரசாங் கத்திலிருந்த தன் நண்பர்களிடம் கோரிக்கைவைத்து 'கூலிகள் நடத்தப்பட்டும் அதேவிதத்தில்' 'என் மக்கள்' நடத்தப்படுவதைத் தவிர்க்கும்படி செய்துவிட்டார்.[25]

ஸமி மார்க்ஸ் கடைப்பிடித்த ஒன்றாகக் கலந்துவிடும் வழிமுறையைத் தான் தென்னாப்பிரிக்காவிலிருந்த பெரும்பாலான யூதர்களும் பின் பற்றினார்கள்; அதில் மாறுபட்ட அளவுகளில் வெற்றிபெற்றிருந்தார்கள். ஆனாலும் சில குறிப்பிடத்தகுந்த விதிவிலக்குகளும் இருந்தன; அவர்களில் ஹென்றி போலாக்கும் ஒருவர். போலாக் இந்தியர்களுடன் தன்னை அடையாளப்படுத்திக்கொண்டது பாதி கொள்கைரீதியிலானது என்றால், மீதி தனிப்பட்ட விருப்பம் சார்ந்தது. இந்த இரண்டாவது காரணம் மோகன்தாஸ் காந்திமீது அவர் கொண்டிருந்த அபிமானத்தால் ஏற்பட்டது. ஆனாலும் அவர் கொண்டிருந்த மரியாதை, காந்தியின் இன்னொரு யூத நண்பரான ஹெர்மான் காலன்பாக்குடன் ஒப்பிடும்போது சொற்பமானதே. தனியாக வாழ்ந்துவந்த, ஐரோப்பாவிலிருந்த தன் குடும்பத்திலிருந்து எல்லா விதங்களிலும் விலகியிருந்த காலன்பாக், ஆதரவுக்கும், உதவிக்கும் காந்தியையே சார்ந்திருந்தார். காந்தியால் 1904 அல்லது 1905ல் எழுதப்பட்ட கடிதம் ஒன்று அவர்களின் நெருக்கத்துக்குச் சாட்சியாக இருக்கிறது. காலன்பாக் கெட்ட கனவுகளால் துன்பப்பட்டார்; அவற்றைத் தாக்குப்பிடிக்க உதவும்படி அவர் தன் இந்திய நண்பரைக் கேட்டுக்கொண்டார்.

> நீங்கள் எந்த சந்தர்ப்பத்திலும் மனம் தளர்ந்துவிடக்கூடாது (என்று காந்தி அறிவுரை கூறினார்). பயங்கரக் கனவுகளிலிருந்து நீங்கள் சிறிதுசிறிதாக விடுபட்டுவிடுவீர்கள். உங்கள் மனம் இப்போது கொந்தளிப்பில் இருப்பதால், இந்தக் கெட்ட கனவுகள் ஒரு ரகசிய எதிரி நீங்கள் சற்றும் எதிர்பாராத வேளையில் திடீரென்று தாக்குதல் நடத்தக்கூடும் என்று எச்சரிக்கை செய்வதற்கே வருகின்றன. உங்களை நீங்களே கவனமாகக் கண்காணித்துக்கொண்டால், இந்தக் கெட்ட கனவுகளை மாற்றிவிட முடியும்.

காலன்பாக்கின் கனவுகளுக்கு காந்தி கொடுத்த விளக்கம் அவரது சொந்த சரக்குதான். அதற்கும் ஃபிராய்டின் கனவுகளுக்கு விளக்கம் என்ற புத்த

|242|

கத்துக்கும் எந்த சம்பந்தமுமில்லை. அந்தப் புத்தகம் அப்போது ஜெர்மன் மொழியில்தான் கிடைத்தது. பிறகு அந்தக் கடிதம் மனம் தொடர்பான விஷயங்களிலிருந்து, உடல் தொடர்பான விஷயங்களுக்குத் தாவியது. காந்தி தன் சக உணவுமுறை ஆர்வலரிடம் சொன்னார், 'நேற்றைக்கு என் உணவு 4 வாழைப்பழங்கள், 3 ஆரஞ்சுப்பழங்கள், 1 எலுமிச்சை, 1/2 அவுன்ஸ் தக்காளி, பேரீச்சைகள், 2 1/2 அவுன்ஸ் நிலக்கடலை, 12 பாதாம் பழங்கள், சில பா பா (ஒருவகை முலாம்பழம்) ஆகியவை. இரண்டு முறை மலம் கழிப்பு. நேற்றிரவு 11 மணிக்குமேல் தூங்கி, 4 மணிக்கு விழித்துக்கொண்டேன்; படுக்கையைவிட்டு 5 மணிக்கு எழுந்தேன். கண்கள் கொஞ்சம் தொல்லைகொடுக்க ஆரம்பித்துள்ளன.[26]

போர்பந்தரில் காந்திகள் பல தலைமுறைகளாக மாமிசமும் மீனும் இல்லாமல் வாழ்ந்துவந்தார்கள். ஆனால் இந்த காந்தி இப்போது சைவ உணவு என்பதன் மிகத் தீவிர விளக்கங்களை நோக்கிச் சென்றுகொண்டிருந்தார். அவருக்கு மிகப் பிடித்தமான ஓர் எழுத்தாளரான அன்னா கிங்ஸ்ஃபோர்ட், பழங்களால் ஆன உணவுமுறையே மனித உடற்கூறு அடிப்படையில் இயல்பானது என்று சொன்னார். விலங்குகளை அறுத்து ஆராய்வதற்கு எதிரானவரானவரான அவர் சைவ உணவுப் பழக்கம் பிறர்மீது அன்பு பாராட்டவும் உதவுகிறது என்றார். அவரது இந்திய சீடர் அந்தக் கோட்பாடுகளை உண்மையாகவே மிகவும் தீவிரமாக எடுத்துக்கொண்டுவிட்டார்.

1905ல் கறுப்பு நிறம்கொண்ட தம்பதியினரும் வெள்ளையரான தம்பதியினரும் சேர்ந்து வசிப்பது லண்டன்போல ஓர் ஆங்கிலேய நகரத்திலோ பம்பாய்போல ஓர் இந்திய நகரத்திலோ வெறும் வழக்கத்துக்கு மாறானதாக ஒரு செயலாக மட்டுமே இருந்திருக்கும். தென்னாப்பிரிக்காவைப் பொறுத்தவரை அது மாபெரும் புரட்சிகரமான செயல். உலகில் வேறெங்கையும்விட இனக்கலப்புக்கு எதிரான முன்முடிவுகள் அங்கு அதிகம். காந்தி போலாக், காலன்பாக், வெஸ்ட் ஆகியோரோடு நட்புக் கொண்டது ஒரு தீரச்செயல்; அவர்களைப் பொறுத்தவரை காந்தியோடு நட்புக்கொண்டது ஓர் அத்துமீறல்.

இனக்கலப்பு கொண்ட அந்த வீடு எப்படித் தனித்துவமானதாக இருந்தது என்பதை சகன்லால் காந்தியின் நாட்குறிப்பு காட்டுகிறது. 1906 ஜனவரியில் சகன் ஃபீனிக்ஸையும் இந்தியன் ஒப்பீனியனையும் பற்றித் தன் சித்தப்பாவிடம் விவரம் தெரிவிப்பதற்காக ஜோஹானஸ்பர்க் சென்றார். அடுத்த சில நாட்கள் அவரது பார்வையில் இப்படி இருந்தன:

> ஜனவரி 4, 1906: ஜோஹானஸ்பர்க் நிலையத்தில் வந்திறங்கினேன். ராமா (ராம்தாஸ்), தேவா (தேவதாஸ்), பாய் (காந்தி), திருமதி போலாக் ஆகியோர் என்னை வரவேற்க அங்கு வந்திருந்தனர். அவர்களோடு 7 மணிக்கு வீட்டுக்குப் போய்ச்சேர்ந்தேன். குளித்துவிட்டு இரவு உணவுக்காக மேசைக்குச் சென்றேன். மேற்கத்திய பாணி எனக்கு மிகவும் விநோதமாக

இருந்தது. நம்முடைய வழிவகைகள் சிறந்தவையா அவர்களது வழிவகைகள் சிறந்தவையா என்று எண்ணிப்பார்த்தேன், ஆனால் ஒரு முடிவுக்கு வரமுடியவில்லை. உணவுக்கு முன்னதாக பாய் கீதையிலிருந்து சில வரிகளைப் படித்து அவற்றின் பொருளை குஜராத்தியில் விளக்கிச் சொன்னார்.

ஜனவரி 5, 1906: காலை 5 மணிக்கு எழுந்து 6.30 க்குத் தயாராகி விட்டேன். எல்லோரும் காலை உணவு எதுவும் உண்ணாமல் வேலைக்குச் சென்றனர். நான் பாய் உடன் சுமார் இரண்டு மைல் தொலைவிலிருந்த (மூலத்தில் கண்டுள்ளபடி) அவரது அலுவலத்துக்கு நடந்து சென்றேன். பாய் அவரது அலுவலகத்தில் சரியாக 9.30 க்கு வேலை செய்ய ஆரம்பித்தார். அங்கு ஒரு பெண் வேலை செய்து கொண்டிருந்ததைப் பார்த்து வியந்தேன். பிற்பகலில் பாயும் மற்றவர்களும் வாழைப்பழமும் நிலக்கடலைகளும் கொண்ட மிக எளிய உணவைச் சாப்பிட்டனர். பின்பு அச்சகத்தின் கணக்கு வழக்குகள் கவனமாகப் பரிசீலிக்கப்பட்டன. மாலை 5.30 க்கு பாய் உடன் வீடு திரும்பினேன். ஆங்கிலேய நண்பர்களான போலாக்குகள் எல்லோருடனும் சகஜமாகப் பழகுவதைப் பார்த்து மீண்டும் ஆச்சரியப்பட ஆரம்பித்தேன்.

ஜனவரி 6, 1906: திரு போலாக்கின் திருமணத்தை முன்னிட்டு பாயின் வீட்டுக்குச் சிலர் விருந்துக்கு அழைக்கப்பட்டிருந்தனர். விருந்தினர்களில் ஆங்கிலேயர்களும், முஸ்லிம்களும், இந்துக்களும் இருந்தனர். அவர்கள் தம் வேடிக்கைப் பேச்சுகளில் எல்லைமீறிச் சென்றதாக எனக்குத் தோன்றியது.

ஜனவரி 11, 1906: பாய் வீட்டில் தங்கியிருப்பவர்களான ஸ்மித், போலாக், திருமதி போலாக் ஆகியவர்கள் ரொம்ப சகஜமாகப் பழகுகின்றனர்; இவ்விஷயம் என்னை சிந்திக்க வைக்கிறது. [27]

சகனுக்குத் தான் பார்த்த விஷயங்கள் புதிரானவையாக இருந்தன; தன் சித்தப்பா அலுவலகத்தில் வெள்ளைக்காரப் பெண் செயலாளராக இருப்பது, அவரது வீட்டில் கேலி, கிண்டல் பேச்சுகள், உடல்ரீதியாக அன்பை (ஹென்றியும் மில்லியும்) வெளிப்படுத்துவது, ஒரே மேசையில் இந்து, முஸ்லிம், ஐரோப்பியர் உணவருந்துவது போன்றவற்றால் அவர் குழப்பமடைந்தார். அவரது மரபான பனியா கண்களுக்கு, அந்த வீடு மிகவும் விநோதமாகத் தோன்றியது. ஜோஹானஸ்பர்க்கில் இருந்த மரபான வெள்ளை கிறிஸ்தவருக்கு, அந்த வீடு தெய்வ குற்றம் செய்வதாகவே தோன்றியிருக்கும்.

ஜோஹானஸ்பர்க்கில் தன் முதலாவது வருடங்களில் காந்தி மற்ற மதங்களில் ஆர்வம் கொண்டார். அத்துடன் பல ஐரோப்பிய ஆண்களோடு (மேலும் குறைந்தபட்சம் ஒரு பெண்ணோடு) நட்பு கொண்டார். இதற்கிடையே கலப்பு இனத்தவரான ஆஃப்ரிக்கர்களுடன் ஏற்பட்ட

சந்திப்புகளால் அவரது எல்லை மேலும் விரிவடைந்தது. காந்தி சிலசமயங்களில் கேப் டவுனுக்குச் சென்றார்; அங்கு சிறிய, ஆனால் மிகவும் சுறுசுறுப்பாக இயங்கிவந்த இந்திய சமூகம் இருந்தது. தவிர அவர் தொடர்புகொண்டிருந்த பிரிட்டிஷ் நிர்வாகத்தினர் அங்குதான் குடியிருந்தனர். இந்தச் சந்தர்ப்பங்களில் அவர் வெள்ளையரல்லாதோரின் அரசியல்வாதியான டாக்டர் அப்துல்லா அப்துர்ரஹ்மான் என்பவரை அறிந்துகொண்டார். கேப் டவுனிலிருந்த மலாய் இனத்தவரான அப்துர் ரஹ்மான் காந்தியைப்போல யுனைட்டெட் கிங்டமில் தொழிற்கல்வி பயின்றவர் (அவர் கிளாஸ்கோவில் மருந்துவம் படித்தவர்). கேப் டவுனில் அவரும் (இதுவும் காந்தியைப் போல) தம் தொழிலோடு பொதுச்சேவையையும் இணைத்துக்கொண்டார்.

டாக்டர் அப்துர்ரஹ்மான் ஆஃப்ரிக்க அரசியல் நிறுவனத்தின் (ஏ.பி.ஓ.) இயங்கு சக்தியாக இருந்தார். அந்த அமைப்பு வெள்ளையரல்லாதோரின் வீட்டுவசதியையும், ஓட்டுரிமையையும் வலியுறுத்தியது. 1905-லும் 1906-லும் காந்தி சில ஏ.பி.ஓ. கூட்டங்களில் கலந்துகொண்டார். தன் பத்திரிகையிலும் அது பற்றிச் சில சமயங்களில் எழுதினார். அப்துர் ரஹ்மான்மீது அவர் குறிப்பிடத்தகுந்த மரியாதை வைத்திருந்தார். ஆனாலும் அவர் தமது குறிக்கோள்கள் தனித்தனியாகவும், வேறுபட்டவையா கவுமே இருக்கவேண்டும் என விரும்பினார். இந்தியன் ஒப்பீனியனில் ஒரு சுவாரஸ்யமான கட்டுரையில் அதற்கான காரணங்களைக் குறிப்பிட்டார்:

> இந்த வெள்ளையரல்லாத மக்கள் சங்கம் இந்தியர்களை உள்ளடக்கிய தல்ல. இந்தியர்கள் அதனிடமிருந்து விலகியே இருந்திருக்கிறார்கள். அப்படி அவர்கள் செய்வது மிகவும் அறிவார்ந்த செயல் என்றே நாம் கருதுகிறோம். காரணம், அந்த மக்களும் இந்தியர்களும் அனுபவிக்கும் துன்பங்கள் ஒரே மாதிரியானவையாக இருந்தாலும், அவற்றுக்கான தீர்வுகள் ஒரே மாதிரியானவையல்ல. ஆகவே இந்த இரு மக்களும் தத்தமது போராட்டங்களை அவரவருக்கான வழியில் செய்வதே சரியானது. 1857 ஆம் ஆண்டின் பிரகடனத்தை நாம் நமக்கு சாதகமாகச் சுட்டிக்காட்ட முடியும்; பிற வெள்ளையரல்லாதோரால் அது முடியாது. அவர்கள், தாம் இந்த மண்ணின் மைந்தர்கள் என்ற சக்திவாய்ந்த வாதத்தை முன்வைக்க முடியும். தமது வாழ்க்கை முறை முற்றிலும் ஐரோப்பியரீதியிலானது என்றும் அவர்களால் வாதிட முடியும். நாம் இந்தியாவுக்கான அமைச்சரிடம் கோரிக்கை மனு கொடுக்க முடியும்; அவர்களால் முடியாது. அவர்கள் பெரும்பாலும் கிறிஸ்தவர்களாக இருப்பதால் தம் மதகுருக்களின் உதவியை நாட முடியும். நமக்கு அம்மாதிரியான உதவி கிடையாது. [28]

இந்த அறிவிப்பு காந்தியின் பார்வைகள் பரிணாம வளர்ச்சி பெற்றதன் அடையாளம். இப்போது அவர் ஐரோப்பியர்களைத் தவிர மற்ற எல்லா இனத்தவருமே தென்னாப்பிரிக்காவில் அமைப்புரீதியான பாகு

பாட்டுக்கு உள்ளாகிறார்கள் என்று தெளிவாக உணர்ந்துகொண்டார். இந்தியர்கள் தனியாக இல்லை. ஆனாலும் ஒவ்வொரு சமூகமும் தனக்கேயுரிய ஆதாயங்களை வெற்றிகொள்ளத் தனது சொந்த வழியில் பாடுபடவேண்டும்.

ஜோஹானஸ்பர்க்குக்கு காந்தி வந்ததை அடுத்து விரைவிலேயே அங்கு குடியேறிய ஓர் ஆங்கிலேயர் அந்த ஊர் 'உலகிலேயே மிகவும் புதிரானது; மிகவும் சுவாரஸியமானது என்றும் சொல்லலாம்' என்று நினைத்தார். அப்போதுதான் உருவாகிவந்த, பரபரப்பான அந்த நகரம் ஒவ்வொரு மாதமும் (ஒவ்வொரு நிமிடமும்கூட) மேன்மேலும் கலப்புத்தன்மை கொண்டதாயிற்று. புலம்பெயர்ந்தவர்கள் குறைந்தபட்சம் நான்கு கண்டங்களிலிருந்து வந்தார்கள். அவர்கள் நாடியது அடியில் புதைந்திருந்த தங்க வளத்தை. 'மக்களின் இந்தப் பல்வகைத்தன்மைதான் ஒரே சமயத்தில் இந்த இடத்துக்கு வசீகரத்தையும் புதிர்த்தன்மையையும் அளிக்கிறது. ஒன்றிணைப்போ ஒரேமாதிரியான தன்மையோ சற்றும் இல்லை.'[29]

இவ்விதமான ஒன்றிணைப்பின்மை ஆளும் இனத்துக்கு மிகவும் கவலைக்குரிய விஷயமாக இருந்தது. போயர்கள் பிரிட்டிஷ்காரர்களின் மேலாதிக்கத்திலிருந்து தப்புவதற்காகத் தென்னாப்பிரிக்காவின் உள்நாட்டுப் பகுதிக்கு இடம்பெயர்ந்தனர். அங்கே அவர்கள் ஒரு எளிய சமூக ஒழுங்கை ஏற்படுத்திக் கொண்டனர்; அதில் போயர்கள், கறுப்பினத்தவர் என இரண்டு சமமற்ற பிரிவுகள் இருந்தன:. யூயிட்லேண்டர்களும் இந்தியர்களும் வந்து அதை இன்னும் சிக்கலாக்கினர். யூயிட்லேண்டர்களுடன் (ஒரு கசப்பான போரைத்தொடர்ந்து) ஒரு சமரசம் ஏற்பட்டது. இந்தியர்கள் ஐரோப்பியர்கள் அல்ல; அதேசமயம் அவர்கள் ஆஃப்ரிக்கர்களும் அல்ல. அவர்கள் ஒரு குழப்பம்தரும் பிரிவினர்; தென்னாப்பிரிக்காவில் வெள்ளையர்கள் உருவாக்க எண்ணிய கறுப்பு-வெள்ளை என்ற சமூக ஒழுங்கை அவர்கள் சிக்கலாக்கினர்.

பெரும்பாலான காலனி ஆதிக்கவாதிகளின் சொந்த நாடுகளான இங்கிலாந்திலும் நெதர்லாந்திலும் வெள்ளையர்களே மக்கள்தொகை அடிப்படையில் அதிகமானவர்கள். அவர்கள் ஆட்சி செய்துவந்த நாடுகளான இந்தியாவையும் இந்தோனேசியாவையும் டச்சுக்காரர்களும் ஆங்கிலேயரும் நிரந்தரமாகத் தங்கள் வசிப்பிடமாக்கிக்கொள்ள எண்ணியிருக்கவில்லை. இந்த விதத்தில் தென்னாப்பிரிக்கா விநோதமானது; தனித்துவமானதும்கூட. ஐரோப்பியர்கள் அதைத் தம்முடையதாக உரிமைகோர விரும்பினார்கள். அந்த நோக்கத்துக்கு அன்றைய சூழ்நிலையில் தீவிரமான சவாலாக இருந்தவர்கள் இந்தியர்கள் மட்டுமே. இதுவே அவர்கள் மீதான அந்த அளவு வெறுப்புக்குக் காரணம். 1905ல் டிரான்ஸ்வாலுக்குச் சென்ற ஓர் ஆங்கிலேயரின் கணிப்பில், தொழிலாளிகளோ, வேலைக்காரர்களோ, நடைபாதை வியாபாரிகளோ, கடைக்காரர்களோ யாராக இருந்தாலும்

அந்த இந்தியர்கள் 'தம் வேலையை நன்றாகச் செய்தார்கள்.' அவர்கள் 'திறமைசாலிகள், அமைதியானவர்கள்.' பிரச்னை என்னவென்றால், 'வெள்ளையர் ஒருவருடன் போட்டியிடும் ஓர் ஆசியரைத்தான் யாருக்கும் பிடிக்காது; லாபத்துக்காகத் தன்னிடம் நிலத்தை அந்த ஆசியருக்குக் குத்தகைக்கோ விலைக்கோ தரும் வெள்ளையர் துரோகியாகப் பார்க்கப் படுகிறார்; ஆசியர் வெள்ளை மனிதர்களுடன் போட்டிபோடுவது சமமற்றதாகக் கருதப்படுகிறது.'[30]

1905-06கள் டிரான்ஸ்வால் மாற்றங்களைச் சந்தித்துவந்த காலகட்டம். ஆங்கிலோ-போயர் யுத்தத்துக்குப் பிறகு அது ஒரு க்ரௌன் காலனியாக (பிரிட்டானிய மகாராணியின் நேரடி ஆட்சிக்குட்பட்டதாக) உருவாக்கப் பட்டிருந்தது. ஆனால், இப்போது அது ஒரு 'பொறுப்பான அரசாங்கம்' அமைக்கத் தயாராகிக்கொண்டிருந்தது. ஒரு புதிய 'வெள்ளை தென்னாப் பிரிக்கவாதம்' ஏற்பட்டு, டச்சுக்காரர்களுக்கும் ஆங்கிலேயர்களுக்கும் இடையில் அரசியல்ரீதியாகவும், கலாசாரரீதியாகவும் சமாதானத்தை உருவாக்க விழைந்தது. சமீபத்தில்தான் போரிட்டிருந்த இந்த இரு குழுக்களும் கறுப்பினத்தவருக்கும் பிற வெள்ளையரல்லாதோருக்கும் எதிராக ஒரு புதிய முன்னணியை உருவாக்கிக்கொண்டன.[31]

டிரான்ஸ்வாலின் புதிய அரசியலமைப்புச் சட்டம் ஐரோப்பிய வழியில் வந்தவர்களுக்கு மட்டுமே ஓட்டுரிமை அளித்தது. ஆளும் இனத்துக்கு அது போதுமானதாக இல்லை: அவர்கள் இந்தியர்களின் எண்ணிக்கையைத் தொடர்ந்து குறைக்கக்கூடிய சட்டங்களையும், நடைமுறைகளையும் கொண்டுவர விரும்பினர். இந்த விஷயத்தில் டிரான்ஸ்வாலின் புதிய ஆளுநரான லார்ட் செல்போர்ன் தங்களின் வலுவான கூட்டாளி என்று காலனிவாதிகளுக்குப் புரிந்தது. செல்போர்ன், தனக்கு முன்பிருந்தவரான லார்ட் மில்னரின் வேலைத்திட்டத்தை சுறுசுறுப்பாக நடைமுறைப் படுத்தினார். காலனிகளுக்கான அமைச்சருக்கு எழுதிய ரகசியக் கடிதங்களில் வெள்ளையரல்லாத குடியேற்றக்காரர்களை விலக்கி வைப் பதற்கான ஒரு புதுமையான காரணத்தை முன்வைத்தார்: அதாவது இந்தியர்களுக்கு ஆயுதங்களைப் பயனபடுத்தத் தெரியாது; ஆகவே அவர்கள் நமக்கு வேண்டாம். 'ஒரு வெள்ளையன் எப்போதும் போராடு பவனாகவே இருக்கவேண்டும்' இந்தியர்களோ 'போர்புரியும் இனம் எதையும் சேர்ந்தவர்கள் அல்ல'. பிரிட்டிஷாருக்கும் டச்சுக்காரர்களுக்கும் எதிர்காலத்தில் மீண்டும் விரோதம் ஏற்பட்டால் என்ன செய்வது? ஆங்கிலேயர்களும் ஸ்காட்லாந்தினரும் ஐரிஷ்காரர்களும் போயர்கள் கொடுக்கும் அழுத்தத்தால் மற்ற நாடுகளுக்கு இங்கிருந்து ஓடிப்போய் விட்டால் டிரான்ஸ்வால் 'மீண்டும் போயர்கள் கட்டுப்பாட்டில் சென்று விடும்;.'[32]

செல்போர்ன் மொரிஷியஸின் உதாரணத்தைச் சுட்டிக்காட்டினார். ஒருகாலத்தில் ஆளற்றதாக இருந்து, ஐரோப்பியர்களால் கண்டுபிடிக்கப்

பட்ட அந்தத் தீவு இப்போது ஒரு பெரிய மக்கள்தொகையைத் தாங்கி நின்றது; அதில் 70 சதவீதத்தினர் இந்தியர்களே; வெள்ளையர்கள் 3 சதவீதத்தினர் மட்டுமே. ஆசியர்களை டிரான்ஸ்வாலிலிருந்து விலக்கி வைக்காவிட்டால், அதேபோல இங்கும் அவர்கள் பெரும்பான்மை பெற்றுவிடுவார்கள். 'இந்த நிலைமையில், தென்னாப்பிரிக்கா எப்போதும் ஐரோப்பாவிலிருந்து வரவழைக்கப்பட்ட துருப்புகளால் ஆக்கிரமிக்கப்பட்டே இருக்கவேண்டியிருக்கும். வெளிநாட்டினர் படையெடுப்பலிருந்து பாதுகாப்புக்கொடுக்க மட்டுமின்றி, பிராந்தியத்தின் பூர்வகுடிகளிடம் ஒழுங்கை நிலைநாட்டுவதற்குமே அது தேவைப்படும்' என்று எழுதினார் ஆளுநர்.[33]

காந்திக்கு இந்தக் கடிதங்கள்பற்றி ஒன்றும் தெரியாது. அவர் புதிய ஆளுநரை இந்தியத் தரப்புவாதத்தை ஒப்புக்கொள்ளச் செய்துவிட முடியும் என்று நம்பினார். 1905 நவம்பர் 29 அன்று, அந்த வழக்கறிஞரின் தலைமையில் ஒரு பேச்சுவார்த்தைக் குழுவினர் செல்போர்னை அவரது அலுவலகத்தில் சென்று சந்தித்தனர். அந்தக் குழுவின் மற்ற உறுப்பினர்களாக நான்கு குஜராத்திகளும் ஒரு தமிழரும் இடம்பெற்றிருந்தனர். அந்தக் குழுவினர், உண்மையான அகதிகளை டிரான்ஸ்வாலுக்குத் திரும்ப அனுமதிக்கவேண்டும் என்றும், வியாபாரிகள் தகுதி பெற்ற நபர்களைத் தங்களுக்கு உதவியாளர்களாக இறக்குமதி செய்துகொள்ள அனுமதிக்கவேண்டும் என்றும் ஆளுநரிடம் வலியுறுத்தினர். அவர்கள், இந்தியர்கள் 'அசையா சொத்துக்கள் வைத்திருக்கவும், கட்டடம் கட்டுவது, துப்புரவு போன்ற விஷயங்களில் இருக்கக்கூடிய பொதுவான நகராட்சி விதிகளுக்கு உட்பட்டு, தாம் விரும்பும் எங்கு வேண்டுமானாலும் வசிக்கவும் பூரண சுதந்திரம் வேண்டும்' என்று கோரினர். அத்துடன் ஆசுவாசம்தரும் விதத்திலான ஒரு நிபந்தனையையும் சேர்த்துக்கொண்டனர்: 'அரசியல் அதிகாரம் எங்களுக்கு வேண்டியதில்லை; ஆனால் நாங்கள் மற்ற பிரிட்டிஷ் பிரஜைகளுடன் அருகருகே சமாதானமாகவும், நட்பாகவும், கௌரவமாகவும், தன்மானத்துடனும் வாழ விரும்புகிறோம்.'

மூன்று மாதத்துக்குப் பின்னர், காந்தி தலைமையில் மற்றொரு பேச்சுவார்த்தைக் குழு பிரிட்டோரியாவில் காலனிய துணைச் செயலாளரை சந்தித்தனர். அவர்கள் பதினாறு புகார்கள் கொண்ட பட்டியல் ஒன்றை அளித்தனர். அவற்றில், அனுமதிச்சீட்டுகள் வழங்குவதில் தாமதங்கள், விண்ணப்பதாரர்கள் சாட்சிகளைக் கொண்டுவரவேண்டும் என்று வற்புறுத்தப்படுவது, பெண்களுக்கு விதிவிலக்குக்கொடுக்க மறுப்பது ('எப்படிப் பார்த்தாலும் அவர்கள் வெள்ளையர்களுடன் போட்டிமோடவில்லை என்றாலும்'), குழந்தைகள் டிரான்ஸ்வாலுக்கு மீண்டும் வருவதில் சந்தித்த பிரச்னைகள், புகைவண்டிகளிலும், டிராம்களிலும் தொடர்ந்துவரும் பாகுபாடுகள் போன்றவையும் மற்ற விஷயங்களும்

அடங்கியிருந்தன.[34]

புகார்கள் அலட்சியம் செய்யப்பட்டன. காந்தியால் ஊக்கம்பெற்றுச் சில இந்தியர்கள் பொதுவெளிகளில் ஐரோப்பியர்களும் இந்தியர்களும் ஒன்றாகப் பயணம்செய்வதில்லை-அல்லது செய்ய முடியாது- என்ற வழக்கத்தை மாற்ற விரும்பினர். ஜோஹானஸ்பர்க்கில் மின்சார டிராம்கள் அப்போதுதான் அறிமுகமாகியிருந்தன. 1906 மார்ச்சில் இ.எஸ். கூவாடியா என்ற குஜராத்தி வியாபாரி, காந்தியுடன் பணியாற்றிவந்த வழக்கறிஞர் ஒருவருடன் ஒரு டிராமில் ஏறினார். பிறகு ஹென்றி போலாக், பிரிட்டிஷ் இந்திய சங்கத்தின் தலைவரான அப்துல் கனியுடன் இதேபோன்ற வரம்புமீறும் பயணம் ஒன்றை மேற்கொண்டார். இந்த இரண்டு சம்பவங்களிலுமே இந்தியர்கள் இறங்கிவிடும்படிக் கூறப்பட்டார்கள்; ஆனால், நீதிமன்றத்தில் தமது வெளியேற்றத்தை எதிர்த்து முறையிட்டனர். காந்தி அவர்கள் சார்பாக ஆஜரானார்.

ஜோஹானஸ்பர்க்கின் ஆங்கிலோ-போயர் ஆட்சி அப்போதுதான் ஏற்பட்டிருந்தது; டிராம்களோ அதைவிடப் புதியவை. அவற்றைப் பயன்படுத்துவது குறித்துத் தெளிவான சட்டம் எதுவும் இல்லை. ஆனால், பாரம்பரியம் அல்லது முன்முடிவு காரணமாக அவை வெள்ளையர்களுக்கே ஒதுக்கப்பட்டிருந்தன. வெள்ளையர்கள் மட்டுமே அடங்கிய டவுன் கவுன்சில் இந்த விஷயத்தை விவாதித்தது. உறுப்பினர் ஒருவர், வெள்ளையரல்லாத மக்களைப் பயணச்சீட்டு வாங்க அனுமதிப்பதால் டிராம் வண்டிப் போக்குவரத்து லாபம் சம்பாதிக்க முடியும் என்று வாதிட்டார். மற்ற உறுப்பினர்கள் ஒப்புக்கொள்ளவில்லை; இந்தியர்கள் ஏறினால் வெள்ளையர்கள் ட்ராம்களைப் புறக்கணிப்பார்கள், நிறுவனத்தை இழுத்துமூடிவிட வேண்டிவரும் என்றார்கள். கடைசியில் டிராம்களை வெள்ளையர்களுக்கும் அவர்களது வளர்ப்புப் பிராணிகளுக்கும் மட்டுமே ஒதுக்கி விதிமுறைகள் உருவாக்கப்பட்டன.[35]

அரசாங்கத்துடனான விவகாரங்களில் காந்தி அதிகமும் தொடர்பு கொண்ட அலுவலர் மாண்ட்ஃபோர்ட் சாம்னிதான். அவர் புரொடக்டர் ஆஃப் ஏசியாடிக்ஸ் என்ற பொறுப்பில் இருந்தார். சாம்னி இதற்குமுன் இந்தியாவின் கிழக்குப் பகுதியில் தேயிலைத் தோட்டங்களில் பணியாற்றியிருந்தார். அதனால் அவருக்குக் கொஞ்சம்போல ஹிந்துஸ்தானி தெரியும். டிரான்ஸ்வாலில் தமது குடும்பத்தினர் அல்லது வியாபாரப் பங்குதாரர்களுடன் சேர்ந்துகொள்ள விரும்பியவர்களுக்கு அனுமதிச்சீட்டு வழங்கும்படி காந்தியிடமிருந்து அவருக்குக் கணைகள் பறந்து வந்தன. அவர் அந்த வழக்கறிஞரின் பகுப்பாய்வுத் திறமையால் கவரப்பட்டார்; உதாரணமாக, 'சட்டரீதியான ஆவணங்களையும் சட்டப்புத்தகங்களையும் வருடிப்பார்த்துக் குற்றம்குறைகள் இருந்தால் கண்டுபிடிப்பது.'

அந்த மாதிரியான பாராட்டு அந்த இந்தியரின் வாழ்க்கை முறைக்குக் கிடைக்கவில்லை: தனித்தும் எளிமையாகவும் வாழ்வதில் திரு காந்தி கொண்டிருக்கும் பலமான விருப்பம் டவுனிலிருக்கும் அவரது வீட்டை சலிப்பானதாகவும் குமட்டச்செய்வதாகவும்கூட ஆக்கியிருக்கிறது.' அதாவது, காந்தியின் வீட்டில் நடந்த விருந்துகள் அஸ்ஸாம் மலைப் பிராந்தியங்களிலிருந்து தேயிலைத் தோட்டங்களில் நடந்த கேளிக்கை விருந்துகள்போல அல்லாமல் மாமிசம், மதுபானங்கள், இசை போன்றவை இல்லாமல் நடைபெற்றன. அந்த குடும்பத்தலைவருக்கு 'விளையாட்டு, ஆட்டப்போட்டிகள் அல்லது பொதுவான பொழுது போக்குகளில் எந்த ஈடுபாடும் இல்லை' என்பதால் இப்படியாகிப் போனது.[36]

சாம்னிக்கும் காந்திக்குமிடையேயான உறவு மரியாதையும் எரிச்சலும் கலந்ததாக இருந்தது. புரொட்டக்டர் ஆஃப் ஏசியாடிக்ஸ் நேரடியானது என்று தோன்றிய ஒரு எளிய வழக்கைத் தள்ளுபடி செய்தபோது, 'இம்முடிவு ஏற்க முடியாத அதிர்ச்சியைத் தருகிறது என்று காந்தி எழுதினார். 'அனுமதி மறுக்கப்பட்டதற்குக் காரணம் அதிகாரிக்குரிய மனோபாவம்தானே தவிர, உங்கள் இயல்பான எண்ணம் அல்ல' என்று வேறொரு இடத்தில் குறிப் பிட்டார். இன்னொரு முறை சாம்னியின் கீழே வேலை செய்த அலுவலர் ஒருவர்பற்றி காந்தி நீண்ட புகார் ஒன்றை எழுதினார். அந்த நபர் 'ஒரு இளைஞர், சற்று தடாலடிக்குணம் கொண்டவர்'; அனுமதிக்கு விண்ணப் பிப்பவர்களை 'முரட்டுத்தனமாக நடத்தும்' இயல்புகொண்டவர்; அவர்கள் உயர அளவு எடுப்பதற்காக நின்றுகொண்டிருக்கும்போது முழங்காலுக்குக் கீழே எட்டி உதைப்பார்.

சாம்னி தன் பங்குக்கு அந்த வழக்கறிஞரின் விடாப்பிடியால் பொறுமையிழந்தார். உடன் பணியாற்றிய ஒருவரிடம், '(அனுமதிகள் மறுக்கப்படுவதால்) அதிகம் பாதிப்படையக்கூடிய ஒரு ஏஜெண்ட் காந்தியே. அவர், தன் கட்டணத்தைக் கட்சிக்காரர்கள் கொடுத்து விட்டார்கள் என்றால், அவர்களுக்கு அனுமதிச்சீட்டு நிச்சயம் கிடைத்து விடும் என்று உறுதிகொடுத்துவிடுவார்' என்று சொல்கிறார்கள் என்று குறைகூறினார். இது ஏறக்குறைய ஓர் அவதூறு. ஆனால் அவர் காந்திமீது சுமத்திய மற்றொரு புகார் பெரிதும் உண்மையே. 'அப்துல் கனி, பிரிட்டிஷ் இந்திய சங்கத்தின் தலைவர்' என்பவரிடமிருந்து அரசுக்கு வந்து குவிந்திருக்கும் கடிதங்களைப்பற்றிக் குறிப்பிட்ட சாம்னி, 'திரு கனி எழுதப்படிக்கத் தெரியாதவர்; வெறும் அலங்காரத் தலைவர் மட்டுமே. கடிதத்தில் கையெழுத்திட்டிருப்பவர் யாராக இருப்பினும் சங்கத்தின் செயலாளரான காந்தியே அந்தக் கடிதத்தை எழுதியிருப்பார்' என்று சுட்டிக்காட்டினார்.[37]

1906 ஏப்ரலில் நேட்டாலில் ஜுலு கலகம் ஏற்பட்டது. அரசு ஒவ்வொரு ஆஃப்ரிக்க ஆண்மகனுக்கும் 1 பவுண்ட் வரி விதித்திருந்தது. பணம்

திரட்டுவதும், ஜுலுக்களை வலுக்கட்டாயமாக சம்பளத்துக்கு வேலை செய்ய வைப்பதும் அதன் நோக்கங்கள். அந்த வரி பரவலான மனவருத் தத்தை ஏற்படுத்தியது. பல கிராமத் தலைவர்கள் நேட்டால் அரசாங் கத்திடம், தமது கிராமத்தினரால் வரி செலுத்த முடியாது என்று தெரி வித்தனர். அந்தப் புகார்கள் கண்டுகொள்ளப்படவில்லை. காவல் துறையினர் பலவந்தமாக வரி வசூலிக்க வந்தபோது ஜுலுக்கள் ஆயுதம் தாங்கிய எதிர்ப்புக்குப் பதிலாக கீழ்ப்படியாமையைக் கடைப்பிடித்தனர். கலகம் (அதன் முக்கிய தலைவர் பெயரால் 'பாம்பாத்தா கிளர்ச்சி' என்று அறியப்படுவது) விரைவில் வளர்ச்சிபெற்று, நேட்டால் முழுவதும் பரவியது.[38]

நேட்டாலிலிருந்த இந்தியர்கள் முன்னிருந்த கேள்வி- கலகத்தில் அவர்கள் என்ன நிலை எடுக்கவேண்டும்? டிரான்ஸ்வாலின் இந்திய சமூகத்தின் தலைவிதி அந்தரத்தில் தொங்கிக்கொண்டிருந்த நிலையில், ஆட்சியாளர் களிடம் நல்ல பெயர் சம்பாதிக்க எண்ணிய காந்தி, இந்தியன் ஒப்பீனியன் வாசகர்களிடம், 'காஃபிர்களின் கலகம் நியாயமானதா இல்லையா என்று நான் சொல்ல முடியாது. நாம் நேட்டாலில் இருப்பது பிரிட்டிஷ் அதிகா ரத்தின் மூலமாகவே. நம்முடைய இருப்பு அதையே சார்ந்திருக்கிறது. ஆகவே, நம்மால் முடிந்த உதவிகளைச் செய்வது நம் கடமை... அரசு விருப்பப்பட்டால், நாம் ஆம்புலன்ஸ் படையை உருவாக்கவேண்டும்' என்றார். 'காயம் பட்டவர்களுக்குச் சிகிச்சை செய்வது, துப்பாக்கியைத் தூக்குவது போலவே தேவையானதும் பெருமைக்குரியதும் ஆகும்' என்றார் காந்தி.39

ஜுன் முதல் வாரத்தில் இருபது இந்தியர்கள் தன்னார்வலர்களாகச் சேர்த்துக்கொள்ளப்பட்டனர். முதல் பெயர் காந்தியுடையது; மற்றவற்றில் பல தமிழ்ப்பெயர்களும் வட இந்தியாவிலிருந்து சில பெயர்களும் இருந்தன. குஜராத்தி வியாபாரிகள் மாவு, தட்டுகள் போன்ற பொருள் களாகவும், பணமாகவும் உதவிகளைத் தந்தார்கள். ஓவர்கோட்டுகள், தொப்பிகள், காலுறைகள் போன்றவற்றை வாங்க அந்தப் பணம் பயன் பட்டது. இருபது தன்னார்வலர்களில் பதின்மூன்று பேர் முன்பு பிணையில் இருந்தவர்கள். அவர்களது வேலை முகாம்களுக்கு கிருமினா சினிகள் தெளிப்பது, காயத்துக்கு மருந்திடுவது, டோலிகளில் ஆட்களைச் சுமந்துசெல்வது போன்றவை. அவர்களது வேலை கடினமானது; சிலசமயங்களில் அணிவகுப்புகள் அதிகாலை 3 மணிக்கே ஆரம்பித்தன. அந்த ஆட்கள் பல சமயம் துப்பாக்கி சூடுபடக்கூடிய இடத்துக்கு வெகு அருகில் இருந்தனர்.[40]

போர்முனையில் ஆறு வாரங்களுக்குப் பிறகு, ஆம்புலன்ஸ் படை கலைக்கப்பட்டது. அவர்கள் டர்பனைச்சென்றடைந்தபோது, நேட்டால் இந்திய காங்கிரஸ் அவர்களுக்குப் பெரிய வரவேற்பு அளித்தது. அப்போது காந்தி, அரசு இந்தியப் படையணி ஒன்றை உருவாக்குவது

பற்றிச் சிந்திக்கவேண்டும். 'ஏதாவது காரணத்தினால் வியாபாரிகளால் அதில் சேர முடியாவிட்டாலும், மற்ற படித்த இந்தியர்களும், வியாபாரிகளின் வேலையாட்கள், எழுத்தர்கள் போன்றவர்களும் எளிதில் அதில் சேரமுடியும்' என்றார். போர்க்களத்தில், 'வெள்ளையர்கள் இந்தியர்களை மிகவும் அன்புடன் நடத்தினார்கள்'; இந்த நேய உணர்வு நிரந்தரமான படையணி வடிவத்தில் உறுதிசெய்யப்பட்டால், 'இந்தியர்களுக்கெதிரான வெள்ளையர்களின் முன்முடிவுகள் முற்றிலும் மறைந்து விட வாய்ப்பிருக்கிறது.'[41]

அரசுக்கு கிளர்ச்சியை அடக்க சுமார் 1 மில்லியன் பவுண்ட் செலவானது. அரசுத்தரப்பில் முப்பத்தொரு படைவீரர்கள் உயிரிழந்தனர்; எதிர்த் தரப்பில் சுமார் 4000 ஆஃப்ரிக்கர்கள் உயிரிழந்தனர். அந்தச் சண்டை 'ஈட்டிகளுக்கும் கேடயங்களுக்கும் எதிராக எந்திரத் துப்பாக்கிகளைக் கொண்டு நடைபெற்றது'. பிரிட்டிஷ் கொடிக்கு விசுவாசமாக இருந்த போதிலும், இந்திய ஆம்புலன்ஸ் படையினர், நிற வேறுபாடு பார்க்காமல் காயம்பட்ட அனைவரையும் கவனித்துக்கொண்டனர். அந்தக் கலகத்தின் ஆரம்பகால வரலாற்றாசிரியர் ஒருவர் சுட்டிக் காட்டியதுபோல, 'வெள்ளையர்களுக்குக் காயம்பட்ட ஜூலுக்களைக் கவனிக்க சிறிதும் விருப்பமில்லை. இந்திய டோலி சுமப்பவர்கள் மட்டும் இல்லையென்றால் அவர்கள் அநேகமாக வெறுமனே சாகவிடப் பட்டிருப்பார்கள். நூற்றுக்கணக்கான ஆஃப்ரிக்கர்களுக்குச் கசையடித் தண்டனை தரப்பட்டது. அதனால் ஏற்பட்ட காயங்களுக்கு இந்தியர்கள் சிகிச்சையளித்தனர்.'[42]

1906 வாக்கில் மோகன்தாஸ் க. காந்தியின் வாழ்க்கையில் ஆறு தனித்தனியான இழைகள் இருந்தன. முதலில், அவரது சட்டப்பணி; ஜோஹானஸ்பர்க்கிலும் டர்பனிலும் இருந்த அவரது கட்சிக்காரர்களுக்காகப் பணம் பெற்றுக்கொண்டு செய்த வேலை அது. அடுத்ததாக, அரசியல் இயக்கத்தவராக அவரது வேலை; அதாவது, டிரான்ஸ்வாலிலும் நேட்டாலிலும் இந்தியர்களின் உரிமைகளைக் காக்க அவரது முயற்சிகள். இந்த வேலைக்குச் சம்பளம் கிடையாது என்றாலும், சமூகத்துக்கு உள்ளும், வெளியிலும் அவர் சம்பாதித்த நன்மதிப்பு போலப் பிற வெகுமதிகள் இருக்கவே செய்தன;. மூன்றாவதாக, பிரசாரகர் காந்தி; அவர் ஒரு செய்தித்தாளை நடத்தியதுடன் அதில் பெரும்பகுதியைத் தானே எழுதிவந்தார்; எழுத்துகளின் தொனியைக்கொண்டு பார்க்கும்போது, ஒரு கட்டுரையோ தொடரோ எழுதும் கலையில் அவர் மிகவும் உவகையடைந்தார் என்று தோன்றுகிறது. நான்காவதான அவரது வேலை இரண்டாவது வேலையுடன் தொடர்புடையது; மூன்றாவதன் மூலமாக வெளிப்பட்டது. அது, இந்திய சமூகத்துக்குள்ளாக-தென் இந்தியர்களுக்கும் குஜராத்திகளுக்கும் இடையிலோ இந்துக்களுக்கும் முஸ்லிம்களுக்கும் இடையிலோ-நிலவிய பிளவுகளைக் குணப்படுத்த உதவுவது.

ஐந்தாவதாக குடும்பத்துக்கான அவரது கடமைகள் இருந்தன; வீட்டை நடத்திச்செல்லத் தேவையான பணத்தை சம்பாதிப்பது மட்டுமின்றி, மொழி புரியாத அந்நிய நாட்டில் தனிமையாக இருக்கும் மனைவிக்குத் தோழனாகவும் மகன்களுக்கு ஆசிரியராகவும் இருந்தார். அவர்களின் வளர்ப்பு அவர்களது தந்தை ஊர் ஊராகச் சென்று செய்துவந்த தொழிலின் தன்மை காரணமாக நிகழ்ந்த பல இடப்பெயர்வுகளால் பாதிப்புக்குள்ளாகியிருந்தது. கடைசியாக, காந்தியின் சொந்த சுய அறிதல் நடவடிக்கை; அவை மதங்களுக்கிடையிலான உரையாடல்கள், எது சரியான உணவு முறை என்பனவற்றில் அவர் காட்டிய ஆர்வங்களாக வெளிப்பட்டது. ஆன்மிகத்திலும் உடல்நலனிலும் இருந்த இந்த இரண்டு ஆர்வங்களும் வெகுநாட்களாக இருந்துவருபவை; அவற்றுடன் இப்போது மூன்றாவதாக பிரம்மச்சரியத்தைக் கட்டிக்காப்பதிலும் ஒரு ஈடுபாடு சேர்ந்து கொண்டது. -காலப்போக்கில் அது அதீத ஈடுபாடாக ஆனது.

1906-ல் (தென்னாப்பிரிக்க) கோடைகாலத்தில்தான் காந்தி பிரம்மச்சரிய விரதம் பூண்டார். இனி அவர் தன் மனைவியுடன் பாலியல்ரீதியான அனைத்து உறவுகளையும் விலக்கிவிடுவார். அவர் நினைவுகூர்ந்தது போல, அந்தச் சிந்தனை அவர் தலைக்குள் சில காலமாகவே உற்பத்தியாகிக்கொண்டிருந்தது. ஒருவேளை அது முன்பு ஒருமுறை சமண ஞானி ராய்ச்சந்பாயுடன் அவர் நடத்திய உரையாடலில் வேர்கொண்டிருந்திருக்கலாம். கிளாட்ஸ்டோனுக்கும் அவரது மனைவிக்கும் இடையிலான தாம்பத்திய அன்பை- நாடாளுமன்ற அவையில்கூட (ஹவுஸ் ஆஃப் காமன்ஸில்) அவரது மனைவி தன் கையாலேயே தேனீர் தயாரித்து வழங்குவதில் வெளிப்பட்டதுபோல.

காந்தி புகழ்ந்தபோது, அவரது குருநாதர் கேட்டார்:

> இரண்டில் எதை நீர் அதிகம் புகழ்கிறீர்? திருமதி கிளாட்ஸ்டோன் மனைவி என்ற முறையில் தன் கணவர்மீது கொண்டிருக்கும் அன்பையா திரு கிளாட்ஸ்டோனுடன் அவருக்கிருந்த உறவுக்கு அப்பாற்பட்டு அவர் செய்த சிரத்தையான சேவையையா? ஒருவேளை திருமதி கிளாட்ஸ்டோன் அவருடைய சகோதரியாகவோ விசுவாசமான வேலைக்காரியாகவோ இருந்து, அவரை இதேபோன்ற ஈடுபட்டுடன் கவனித்துக்கொண்டால்... அப்போதும் இதேபோல அதற்காக மகிழ்ச்சியடைந்திருப்பீரா? நான் சொல்லியிருக்கும் கோணத்தை ஆராய்ந்து பாரும்.

ராய்ச்சந்த்பாயின் கேள்வியைச் சிந்தித்துப் பார்த்த பிறகு, காந்தி தன் மனைவியுடனான உறவுகளை முற்றிலும் பற்றற்றதாக ஆக்கிக்கொள்ள வேண்டும் என்ற முடிவுக்கு வந்தார். குறிப்பாக, கஸ்தூரிபா அவரது 'போகப்பொருளாக' பயன்படுத்தப்படுவது நிறுத்தப்படவேண்டும். அவருடனான ஒட்டுதல் பாலியல் சாராததாக இருக்கவேண்டும். ஆகவே

கஸ்தூரிபாவும் அவரும் தனித்தனிப் படுக்கைகளில் படுக்க ஆரம்பித்தனர். இருவரும் தங்களுக்கு இதற்குமேல் குழந்தைகள் வேண்டாம் என்று ஒப்புக்கொண்டது அந்த முடிவுக்கு உதவியாக இருந்தது.

சமண மரபில் பிரம்மச்சரியத்துக்கு உயர்ந்த இடம் இருந்தது. பாலியல் செயல்பாடு ஆசையையோடு தொடர்புடையது; ஆகவே ஆன்மாவுக்குக் கேடானது. சமணர்கள் பாலியல் உறவு பெண்ணின் உடலில் வாழும் ஏராளமான ஜீவராசிகளை அழித்துவிடும் என்று நம்பினர். ஆகவே பிரம்மச்சரியம் என்பது பூரணமான அஹிம்சைக்கான நாட்டத்தின் ஒரு பகுதி. படிப்படியான அணுகுமுறை சிபாரிசு செய்யப்பட்டது. அதை அனுசரிப்பவர் முதலில் பகலில் பாலியல் உறவைத் தவிர்க்கவேண்டும் என அறிவுறுத்தப்பட்டது; இவ்வாறு ஒவ்வொரு கட்டமாக முழுமையான துறவுக்குத் தன்னைத் தயார் செய்துகொள்ளவேண்டும். பிரம்மச்சாரியாக விரும்புபவர் உயர்ந்த விலையில் தயாரிக்கப்பட்ட ஆடைகளைத் தவிர்க்கவேண்டும்; சோப், வாசனைத்திரவியங்கள், ஆபரணங்கள், இன்னும் தன் வசீகரத்தை அதிகரிக்கும் வஸ்துகளிலிருந்து விலகியிருக்க வேண்டும்.[43]

ராய்ச்சந்பாய் தானே தனது முப்பது வயதுகளின் ஆரம்பத்தில் பிரம்மச்சரிய விரதம் எடுத்துக்கொண்டவர். 'பெண்களைப்பற்றிய பார்வைகள்' என்ற சொற்பொழிவில் அவர் அதற்கான காரணத்தையும் தர்க்கத்தையும் முன்வைத்தார். வழக்கமான ஆண்களின் பார்வையான 'ஒரு பெண் உலகாயதமான மகிழ்ச்சியின் பிறப்பிடம் என்று எண்ணப்படுவதையும், அப்படியே எடுத்துக்கொள்ளப்படுவதையும்' நிராகரித்தார். பாலியல் உறவு மூலமாகக் கிடைக்கும் இன்பம் 'சிறிது நேரமே நீடிக்கக்கூடியது; அத்துடன் களைப்பும் மீண்டும் மீண்டும் கிளர்ச்சியும் தரக்கூடியது'. 'தாம்பத்திய இன்பத்துக்காக உபயோகப்படுத்தப்படும் உறுப்பு, பகுத்தறிவுக் கண்கொண்டு பார்க்கும்போது, வாந்தி எடுப்பதற்கான கலயமாகக்கூட இருக்க லாயக்கற்றது,' என்றார் அந்த சமண ஞானி.[44]

ராய்ச்சந்பாயும் காந்தியும் முதன்முதலாகச் சந்தித்த *1891* முதல், *1901*ல் அவர் இறக்கும்வரை, அந்த சமண ஞானி அந்த வழக்கறிஞருக்கு ஒழுக்கவியலுக்கான திசைகாட்டியாக இருந்தார். மரணத்துக்குப்பிறகு, அவரது நினைவு கூடுதல் புனிதத்தன்மை பெற்றது; இளம்வயதில் இறந்துவிடுகிற ஆசான்கள் விஷயத்தில் இது வழக்கமாக நேர்வதுதான். (நீங்கள் மிகவும் மரியாதை செலுத்திய ஒருவர் இல்லாமல் போய்விடும் போது, உங்கள்மீது அவர் கொண்டிருந்த எதிர்பார்ப்பு அல்லது நம்பிக்கை என்று நீங்கள் கருதுவதற்கேற்ப நடந்துகொள்ள இன்னும் கடினமாக முயற்சிசெய்ய முனைவீர்கள்.) காந்தி, ராய்ச்சந்பாய் விஷயத்திலும் அப்படியே. உலகாயத அபிலாஷைகளிலிருந்து அவர் விலகியிருந்ததும், உடைமைளிலும், உடல்ரீதியான இன்பங்களிலும் அவர் பற்றில்லாமல் இருந்ததும் ஆண்டுகள் செல்லச்செல்ல காந்தியை

மேலும் மேலும் அதிகமாகக் கவர்ந்தது. ராய்ச்சந் பதினெட்டு வயதில் 1906ல் இயற்றிய ஒரு செய்யுளில் நாம் அவர் பிரம்மச்சரியத்தைத் தழுவ முடிவெடுத்ததன் ஊற்றுக்கண்ணைக் காணலாம். காந்தி மேற்கோள் காட்ட விரும்பிய செய்யுள் அது:

மேலான உயர்நிலையை நான் அடைவதுதான் எந்நாளோ,
அகத்திலும் புறத்திலும் முடிச்சுகள் அவிழ்வதுவும் எந்நாளோ?
நம்மை இறுக்கிப் பிணைக்கும் தளைகளை உடைத்து,
ஞானிகளின், உயர்ந்தவர்களின், தடத்தில் நான் நடப்பதுவும்
எந்நாளோ?
ஆர்வங்கள் அனைத்திலும் மனதை விலக்கி,
உடலை சுயகட்டுப்பாட்டுக்கு மட்டுமே பயன்படுத்தி,
அவர் எந்த மறைமுக நோக்கத்துக்கும் எதையும் வேண்டுவதில்லை,
அறியாமை இருளைக் கிஞ்சித்தும் உருவாக்கும்
எதையும் உடலில் பார்ப்பதுமில்லை. [45]

காந்திக்கு முன்னே அவரது ஆசானின் உதாரணம் இருந்தது. அது தவிரப் பிறரும் இருந்தனர். இந்து, சமண மரபுகளின்படி, துறப்பவர்கள் மதிக்கப் பட்டார்கள், போற்றப்பட்டார்கள், துதிக்கவும்பட்டார்கள். பாலியல் ரீதியான, சாப்பாட்டுரீதியான தசைகளின் இன்பத்தை விட்டுவிடுதல் பரிசுத்தமான, தார்மிகரீதியாக இன்னும் அர்த்தமுள்ள வாழ்வை நோக்கி எடுத்துவைக்கும் காலடியாகவே பார்க்கப்பட்டது. [46]

உடலுறவில் ஈடுபடுவதில்லை என்ற முடிவு பல்வேறு பணிகளில் மேலும் பரவலான மறுபரிசீலனைக்கு இட்டுச்சென்றது. பாம்பாத்தா கலகம் வெடித்தபோது, ஆம்புலன்ஸ் படையணியை உருவாக்குவதற்காக காந்தி நேட்டாலுக்கு விரைய வேண்டியிருந்தது. தான் இல்லாதபோது, கஸ்தூரிபாவும் குழந்தைகளும் ஃபீனிக்ஸில் இருப்பது அவர்களுக்கு நல்லது என்று காந்தி முடிவெடுத்தார்; பெரிய நகரத்தின் அநாமதேயத் தைவிட அங்கே அவர்களைச் சுற்றி உறவினர்களும் நண்பர்களும் இருப் பார்கள். இந்த முடிவினால் ஜோஹானஸ்பர்க்கில் தாராளமான, நல்ல விதமாக ஃபர்னிச்சர்கள் நிறைந்த, தங்குதடையில்லாமல் இயங்கிக் கொண்டிருக்கிற வீட்டைக் கலைக்க வேண்டியிருக்கும். பிரித்துப் போடுவதில் வல்லுனரான அந்தக் குடும்பத்தலைவர் இது தவிர்க்க முடியாதது, அவசியமானது என்று நினைத்தார். அவர் பின்னர் நினைவு கூர்ந்ததுபோல, 'பிள்ளைபெறுவதும், அதைத்தொடர்ந்த குழந்தை வளர்ப்பும் பொதுச்சேவையுடன் ஒத்துப்போக முடியாது என்று எனக்குத் தீர்மானமாகப் புரிந்தது... நான் சமூகத்துக்கு இம்மாதிரியாகப் பணிசெய் வதற்கு என்னை அர்ப்பணித்துக்கொள்ள வேண்டுமென்றால், குழந் தைகள், செல்வம் ஆகியவற்றுக்கான விருப்பத்தை விட்டுவிட்டு வனப் பிரஸ்த வாழ்க்கையை வாழவேண்டும்-அதாவது இல்லறக் கடமை

களிலிருந்து விடுபட்ட வாழ்வை வாழவேண்டும்.'⁴⁷

பாரம்பரிய முறைப்படி, அல்லது பிராமணிய முறை என்று சொல்லக் கூடிய முறைப்படி, ஒரு மனிதன் குடும்பத்தை உருவாக்கிய பின்னர் ஒரு கட்டத்தில் சமூகரீதியான வாழ்விலிருந்து முற்றிலும் ஒதுங்கிக்கொண்டு, வனத்துக்கு அதாவது காட்டுக்குச் சென்று, வாழ்வின் அர்த்தங்களையும், மர்மங்களையும்பற்றி ஆழ்ந்து சிந்திக்கவேண்டும். காந்தியின் விஷயத்திலோ, சமூகத்துடன் மேலும் துடிப்பாக இணைந்து செயல்படு வதற்காகவே அவர் குடும்ப வாழ்க்கையிலிருந்து விலகிக்கொண்டார்.. புராணக்கதையில் வரும் போர்வீரரான பீஷ்மரால் அவர் கவரப்பட்டிருக் கலாம் என்று தோன்றுகிறது; பீஷ்மர் தன் அதிகாரத்தையும், காமத்தையும் துச்சமாக எண்ணியதைக் குறிக்கும் விதமாகத் தன் சாம்ராஜ்யத்தைத் துறந்ததுடன் திருமணம் செய்துகொள்ளவும் மறுத்தார். பீஷ்மரின் பிரம்மச்சரியம் அவரது தார்மிக நேர்மைக்கும், தர்மத்தை நிலைநாட்டு வதில் அவர் கொண்டிருந்த பற்றுக்கும் அடையாளமாகப் பார்க்கப் பட்டது. பிராமணிய சந்நியாசிகள் போலன்றி, போர்வீரரான அந்தத் துறவி சமூகத்திலிருந்து விலகிக்கொள்ளவில்லை; பதிலாகத் தன்னைப் பின்பற்றியவர்களுக்கு உரைகல்லாகவும், முன்மாதிரியாகவும் விளங்கிய படியே அவர் சமூகத்துக்குள்ளாகவே பணியாற்றினார் (போரிடவும் செய்தார்). காந்தியின் நோக்கமும் அதுவே என்று தோன்றுகிறது.

1906ல் பிரம்மச்சரிய விரதத்தை மேற்கொள்ளும்போது காந்தி டால்ஸ் டாயின் போதனைக்கட்டுரையான, 'தி ஃபர்ஸ்ட் ஸ்டெப்' என்பதனாலும் கவரப்பட்டிருக்கலாம்; அந்தக் கட்டுரை அப்போதுதான் ஆங்கில மொழி பெயர்ப்பில் கிடைக்க ஆரம்பித்திருந்தது. அதில், அந்த இந்திய வழக் கறிஞரால் பெரிதும் வியக்கப்பட்ட அந்த ரஷ்ய ஞானி, 'துறவறம் இல்லாமல் எந்த நல்ல வாழ்க்கையையும் நினைத்துப்பார்க்க முடியாது. எந்தவொரு நல்ல வாழ்க்கையை அடைவதும் அதிலிருந்தே ஆரம்பிக்க வேண்டும்,' என்று எழுதினார். அவர் மேலும் தொடர்ந்தார்:

துறவறம் என்பது இச்சைகளிலிருந்து ஒரு மனிதன் விடுதலை அடைவது... ஆனால், ஒரு மனிதனிடம் பல்வேறு இச்சைகள் இருக்கின்றன; அவற்று டனான போராட்டம் வெற்றிபெற வேண்டுமானால், அவன், எந்த அடித்தள இச்சைகளிலிருந்து இன்னும் சிக்கலான இச்சைகளான உடலை அழகுபடுத்துக்கொள்வது, விளையாட்டு, கேளிக்கை, புறம்பேசுவது, அதீத ஆர்வம் ஆகியவையும் இன்னும் பலவும் தோன்றுகின்றனவோ அவற்றி லிருந்து விலக ஆரம்பிக்கவேண்டும்; அடித்தள இச்சைகளாக பெருந்தீனி, வெட்டியாக இருப்பது, உடலியல் இச்சை போன்றவை உள்ளன. ஆசை களுடனான போராட்டத்தில், முடிவிலிருந்து, அதாவது சிக்கலான ஆசை களிலிருந்து, ஆரம்பிக்க முடியாது; அடித்தளமானவற்றிலிருந்தே நாம் தொடங்கவேண்டும்; அதுவும் ஒரு குறிப்பிட்ட வரிசையில். அந்த வரிசையை முடிவு செய்பவை, அதன் சாராம்சமும், மனித ஞானத்தின்

மரபும். [48]

மரபுரீதியிலும், வளர்ப்புமுறையாலும் காந்தி 'பெருந்தீனிக்காரர்' அல்ல. ('பெருந்தீனிக்காரர்' என்ற சொல் மூலம் டால்ஸ்டாய், பெரும்பாலும் அல்லது முழுவதும் விலங்கு இறைச்சி உண்ணும் மனிதரையே குறிப்பிடுகிறார்); காந்தி, வெட்டியாக இருப்பவரும் அல்ல. வாழ்நாள் முழுவதும் சைவ உணவாளரானவரும், கட்டுப்பாடான, கடினமாக உழைக்கும் தொழில்வல்லுனருமான காந்திக்கு வெற்றிகொள்ள வேண்டியிருந்த ஒரே அடித்தள ஆசை 'உடலியல் இச்சை' மட்டுமே. ஆகவே பிரம்மச்சரிய விரதத்தை மேற்கொள்ள முடிவுசெய்தார்.

9

டிரான்ஸ்வாலில் பிரச்னை

கஸ்தூரிபாவையும் குழந்தைகளையும் ஃபீனிக்ஸில் குடிவைத்த பின்னர், காந்தி ஜோஹானஸ்பர்க் திரும்பி, ஒரு சிறிய வீட்டில் குடியேறினார். அந்த வீட்டை அவர் மில்லி மற்றும் ஹென்றி போலாக்குடன் பகிர்ந்து கொண்டார். பெல்லீவ் ஈஸ்ட்டில் இருந்த அந்த வீடு ட்ராய்வில்லில் இருந்த பங்களாவில் பாதியளவே இருந்தது. இங்கு எட்டுக்குப் பதில் நான்கு அறைகள் மட்டுமே; அவை ஒவ்வொன்றும் ஓர் இரட்டைக் கட்டில் போடும் அளவுக்குப் பெரியவை (அல்லது சிறியவை). [1]

காந்தி தன் வழக்கறிஞர் வேலைகளைக் குறைத்துக் கொண்டதால், அவர்கள் தம் செலவுகளைக் கட்டுப்படுத்த வேண்டியிருந்தது; இந்தச் சுமாரான வீடு ஓர் ஆரம்பம். அவர்களின் புதிய வீட்டில், மில்லி போலாக் குறைபட்டுக்கொண்டு குறிப்பிட்டதுபோல,

> ஒழுங்கான குழாய் அமைப்பு இல்லை; இதற்கு முன்பு குடியிருந்தவர்கள் மாடிப்படிக்கு அடியில் ஒரு தற்காலிகக் குளியலறையை அமைத்திருந்தனர். அங்கிருந்து கழிவுநீர், வெளிச்சுவரை ஒட்டி ஓடி ஒருவிதமான சாக்கடையில் விழுந்தது; அது ஒரு இருட்டு நடை வழியாக ஓடியது; இதனால் சுவர்கள் எப்போதும் ஈரமாக இருந்தன. இந்த நிலைமையால், பெரிய வழவழப்பான கூடற்ற நத்தைகள் உருவாகி, வீட்டுக்குள் புகுந்தன. [2]

மில்லி அந்த வீட்டை மேலும் இனிமையாக்கிக்கொள்ள விரும்பினார்; ஆனால் அவரது சிக்கனமான வீட்டுத்தோழர் அதற்குக் குறுக்கே நின்றார். காந்திக்கு வெற்றுத் தரையும் வெற்றுச் சுவர்களும் போதுமானவையாக இருந்தன; ஆனால் மில்லி அவற்றை இனிய தரைவிரிப்புகளும், அழகிய படங்களும் கொண்டு அலங்கரிக்க விரும்பினார். ஓர் ஓவியம் சுவரின் அவலட்சணத்தை மறைத்துவிடும் என்று மில்லி சொன்னபோது, காந்தி அவரை ஜன்னலுக்கே வெளியே பார்த்து, எந்த மனிதக் கரமும் தீட்ட முடியாத அற்புதக் காட்சியான சூரிய அஸ்தமனத்தை ரசிக்கும்படிச் சொன்னார். ஆனாலும் மில்லி பிடிவாதம் பிடித்து, ஹென்றியையும்

ஆதரவுக்கு இழுத்தார். கடைசியில் காந்தி வனப்புமிக்க உட்புறமும் வெளியிலுள்ள இயற்கையின் பேரழகும் ஒன்றுக்கொன்று போட்டி யானவை அல்ல என்று ஒப்புக்கொண்டார்.

அடுத்த விவாதம் உணவு பற்றியது. காந்தி, அந்த வீட்டின் உணவில் சர்க்க ரைக்கு இடம் கொடுக்கக் கூடாது, காரணம் அது கொத்தடிமை உழைப் பாளிகளைக் கொண்டு தயாரிக்கப்படுகிறது என்று சொன்னார். பச்சை வெங்காயமும் பாலும் கூடாது, அவை இச்சைகளைத் தூண்டுபவை என்றார். மில்லிக்கு வெங்காயத்தையும் சர்க்கரையையும் விட்டுவிடு வதில் பிரச்னையில்லை, ஆனால் பாலைப் பொறுத்தவரை அப்படியல்ல. அது இச்சைகளைத் தூண்டுகிறது என்றால் பால் ஏன் குழந்தைகளுக்கு மிகச்சிறந்த உணவாகக் கருதப்படுகிறதாம்? காந்தியோ, தாய்ப்பால் குழந்தைகளுக்கு நல்லது, ஆனால், பெரியவர்களுக்கு எந்தப் பாலும் ஏற்றதல்ல என்றார். ஜோஹானஸ்பர்க்கில் வேறு எந்த வீட்டிலும் எதைச் சாப்பிடுவது என்றும், அதைவிட எதைச் சாப்பிடாமலிருப்பது என்றும் இவ்வளவு கவலைப்படவில்லை. அவர் காந்தியிடம், 'ஒரு மனிதனை அவனது வாயிலிருந்து வருவதை வைத்துத்தான் எடைபோட வேண்டுமே தவிர, வாய்க்குள் போவதைக் கொண்டு அல்ல' என்று சொன்னார்.

இத்தனை ஆண்டுகளுக்குப் பின்னும் தன் சாதி சார்ந்த இரு குணாதி சயங்கள் காந்தியிடம் அழுத்தமாகப் பதிந்திருப்பதை மில்லி போலக் பார்க்க முடிந்தது. பனியாவாகப் பிறந்த காந்தி, பெரும்பாலான விஷயங் களில் தன் சாதிக்குரிய மரபுகள், பழக்கவழக்கங்களிலிருந்து மிகவும் விலகிவிட்டிருந்தார். பனியாக்கள் மத விவகாரங்களில் பழமை வாதிகளாக அறியப்பட்டவர்கள்; முஸ்லிம்கள்மேல் குறிப்பான அகவிலகல் கொண்டவர்கள். காந்தியோ முஸ்லிம்கள், கிறிஸ்துவர் களுடன் தாராளமாகப் பழகியதுடன், அவர்களுடன் வீடுகளையும் பகிர்ந்துகொண்டார். ஒரு பனியாவின் தர்மம் பணத்தைச் சம்பாதிப்பதும் சேர்த்துவைப்பதுமே; காந்தியோ நல்ல வருமானம் வரும் ஒரு தொழிலை விட்டுவிட்டுச் சமூகசேவையில் ஈடுபட்டார்; தன் பிள்ளைகளுக்குப் பணமோ, சொத்தோ சேர்த்துவைக்கும் ஈடுபாடு அவரிடம் இல்லை. பனியாக்களுக்கு அரசியல் இயக்கங்களில் ஆர்வம் கிடையாது; அவர்கள் இந்திய தேசிய காங்கிரஸ் பக்கமே தலைகாட்டவில்லை (அதில் பிராமணர்களும், சத்திரியர்களும் அதிகமிருந்தனர்). காந்தியோ அரசியல் போர்க்களத்தை விரும்பித் தேடிச்சென்றார். இப்படித் தனிவழிக்காரராக இருந்தாலும் அழகியலில் ஆர்வமின்றி இருப்பது, சாப்பாட்டு விலக்கங்களில் கறாராக இருப்பது என இரண்டு விஷயங்களில் காந்தி தன் சாதிக்காரராகவே இருந்தார்.[3]

அவர்களுக்கிடையில் இருந்த அத்தனை வேறுபாடுகளையும் மீறி, மில்லி தன் இந்திய நண்பரிடம் ஆரோக்கியமான மரியாதை கொண்டிருந்தார்.

குறிப்பாக அவரது கடின உழைப்பு அவரைக் கவர்ந்தது. காந்தி நாள் முழுவதும், ஞாயிற்றுக்கிழமை உட்பட, தன் கட்சிக்காரர்களைச் சந்தித்தார். போலாக்குகள், இந்தியர்கள் எந்நேரமும் தம் வழக்கறிஞரும் தலைவருமான காந்தியின் அறிவுரையை நாடி வருவதற்குப் பழகிப் போய்விட்டார்கள். மில்லி நினைவுகூர்வதுபோல, 'சமயங்களில் காந்தியுடன் நான்கு அல்லது அதற்கு மேலானவர்கள் நடு இரவில் வீடு திரும்புவார்கள். அவர்கள் இனி பேச முடியாதபடிக் களைத்துப் போனதும் நடை அல்லது வேறு எங்காவது ஜமுக்காளங்கள் விரிக்கப் படும். அவர்கள் நகரத்துக்குத் திரும்ப நடந்து போகும்முன்பாக சில மணிநேரம் உறங்கிக்கொள்வார்கள்.'[4]

காந்தியின் பிரம்மச்சரிய விரதத்தைப்பற்றி மேலை நாடுகளில் விவாதிக்கும்போது, அவர் இதுபற்றித் தன் மனைவியுடன் கலந்தாலோசிக்கவில்லை என்பது பலரைக் கொந்தளிக்க வைப்பதைக் கண்டிருக்கிறேன். எப்படி அவர் பாலியல் உறவை அப்படித் திடீரென்று முடித்துக் கொள்ளலாம்? ஒருவேளை கஸ்தூரிபா அவற்றைத் தொடர விரும்பியிருந்திருந்தால்? இந்த எதிர்வினை மிகவும் நவீனமானது (மேலும் மிகவும் மேலைத்தன்மையானது). காந்தியின் பிரம்மச்சரிய விரதத்தால் கஸ்தூரிபா பெரிதாகப் பாதிக்கப்பட்டிருக்க வாய்ப்பில்லை. அவரது குழந்தைகளிடமிருந்து உணர்வுரீதியாகவும் விலக முனைந்ததே கஸ்தூரிபாவைஅதிகம் கவலைகொள்ள வைத்தது, .

கஸ்தூரிபா தன் கணவருக்கும் அவர்களது மூத்த மகன் ஹரிலாலுக்கும் இடையேயான உறவு நசிந்துவருவது பற்றிக் கவலை கொண்டிருந்தார். காந்தி, ஹரிலால் பிறந்த சிறிதுகாலத்தில் வீட்டை விட்டு (லண்டனுக்கு) சென்றிருந்தார். 1892–3ல் அவர் பம்பாயில் இருந்தபோது குழந்தைகள் ராஜ்கோட்டில் இருந்தார்கள். அவர்கள் அவரோடு சேர்ந்து கொஞ்ச காலத்துக்கெல்லாம் அவர் தென்னாப்பிரிக்கா கிளம்பத் தீர்மானித்து விட்டார். 1896ல் குடும்பம் மீண்டும் ஒன்று சேர்ந்தது; அவர்கள் டர்பனுக்குச் சென்றார்கள். ஆனால், மீண்டும் 1906ல் அடுத்த பிரிவு ஏற்பட்டது.

ஹரிலால் படிப்பு விஷயத்தில் மோசமானவர். தான் பயின்ற பள்ளிகள் எதிலும் அவரால் நிலைக்க முடியவில்லை. இது காந்தியைக் கவலைப் பட வைத்தது-ஒருவேளை அவரே ஒருகாலத்தில் படிப்பில் சுமாரானவராகவே இருந்ததால் இருக்கலாம். அவர் கஸ்தூரிபாவை, எல்லா மகன்களையும் தென்னாப்பிரிக்காவுக்கு அழைத்துவரச் சொன்னார். ஆனால், ஹரிலால் இந்தியாவிலேயே தங்கிவிட்டார்; அதற்கு வெளிப் படையான காரணம் அவர் மெட்ரிகுலேஷன் தேர்வெழுதவேண்டும் என்பது. இதற்குள்ளாகத் தந்தைக்கும் மகனுக்குமான உறவு கசந்திருந்தது. எப்படியிருந்தாலும், காந்தி 1905 டிசம்பர் 28 அன்று ஹரிலாலுக்கு எழுதிய கடிதத்திலிருந்து அப்படித்தான் தோன்றுகிறது.

அதில் அவர், ஹரிலால் அடிக்கடிக் கடிதம் எழுதாததால், தான் 'அதிருப்தி அடைந்திருப்பதாகச்' சொன்னார். மேலும், யாரிடமிருந்து செய்தி வந்தாலும், அதில் 'உன் நடத்தைபற்றிக் குறைபடுகிறார்கள்.' 'பொதுவாக நீ உன் பெற்றோரிடம் நடந்துகொள்ளும் விதத்தைப் பார்த்தால் அவர்களிடம் உனக்கு அன்பிருப்பதாகத் தெரியவில்லை.'[5] என்று எழுதினார்.

அப்பாவுக்கும் பிள்ளைக்குமான உறவு, ஹரிலால் தனது நண்பர் ஹரிதாஸ் வோராவின் புதல்வி சன்ச்சலலை விரும்புவதைக் காந்தி தெரிந்து கொண்டதும் மேலும் சீர்கெட்டது.[6] காந்தி, அவர்கள் இருவருக்கும் கல்யாணம் செய்துகொள்வதற்குரிய வயது இன்னும் வரவில்லை என்று நினைத்தார். ஆனால், ராஜ்கோட்டில் இருந்த அவரது அண்ணன் லக்ஷ்மி தாஸ், அந்தக் கல்யாணத்துக்கு ஒப்புதல் அளிக்க, 1906 மே 2 அன்று திருமணம் நடைபெற்றது. காந்தி காதுக்கு இந்தச் செய்தி எட்டியதும், அவர் தன் அண்ணனுக்கு எழுதினார், 'ஹரிலாலுக்குக் கல்யாணம் நடந் திருந்தாலும் சரி, நடந்திருக்காவிட்டாலும் சரி. எப்படியிருப்பினும் தற்போதைக்கு அவனை என் மகனாக நினைப்பதையே விட்டு விட்டேன்.'[7]

ஹரிலால் தொடர்ச்சியாக காந்திக்குக் கீழ்ப்படிய மறுத்துதுவந்தார். சரியாகப் படிக்கவில்லை; ஜோஹானஸ்பர்க்கில் குடும்பத்துடன் சேர்ந்து கொள்ளவில்லை; அடிக்கடிக் கடிதங்களை எழுதவில்லை; எல்லா வற்றுக்கும் மேலாக, கல்யாணம் செய்துகொள்ளவேண்டாம் என்று தந்தை கூறியதையும் மீறினார். இவற்றைக் கருத்தில் கொண்டு பார்க்கும் போதுகூட, மேற்படி கடிதத்தின் தொனி, கடுமையாகவே இருக்கிறது. கஸ்தூரிபா, தந்தைக்கும் மகனுக்கும் இடையில் நிலவிய பிணக்குபற்றி மிகவும் கவலைப்பட்டார். ஒரு (இந்தியத்) தாயாக அவர், ஹரிலாலின் மீறல்களை அதிகம் மன்னிக்கத் தயாராக இருந்தார். மேலும் அவர் காந்தியின் நடத்தையும் கண்டனத்துக்கு அப்பாற்பட்டதல்ல என்பதையும் உணர்ந்தார். காந்தி, ஒன்று அக்கறையின்றி இருந்தார்; அல்லது மிகையான கண்டிப்புடன் இருந்தார். சமாதானம் செய்துவைக்க விரும்பிய கஸ்தூரிபா, ஹரிலாலை தென்னாப்பிரிக்காவுக்கு வரச் சொன்னார். அவர் ஒத்துக்கொண்டபோது, காந்தி புரொடக்டர் ஆஃப் ஏசியாடிக்ஸ் என்ற பொறுப்பில் இருந்த மாண்ட்ஃபோர்ட் சாம்னிக்கு ஒரு நீண்ட கடிதம் எழுதினார். கணவர், மனைவி, மகன் இடையில் மூன்று புறமும் நிலவிய முறுகல்களைக் காட்டும் அந்தக் கடிதம், 1906 ஆகஸ்ட் 13ல் எழுதப்பட்டது.

அன்புள்ள திரு. சாம்னி,

நான் உங்களை மீண்டும் ஒரு சொந்த விஷயம்தொடர்பாக அணுக வேண்டியுள்ளது. என் மூத்த மகன் ஹரிலால், இந்தியாவிலிருந்து கிளம்பி விட்டார். அவர் மோம்பாசாவிலிருந்து ஃபீனிக்ஸுக்கு ஒரு தந்தி

அனுப்பியிருப்பது, என் அண்ணன் மகன் மூலமாகத் தெரியவந்தது. என் பையனுக்கு இப்போது வரம்புக்கு மேற்பட்ட வயது, அதாவது ஏறக்குறைய பதினெட்டு. ஆனால் அவருடைய பெர்மிட், திருமதி காந்தி இங்கு வந்து சேர்ந்தபோது (1906ல்) கேப்டன் ஃபௌலால் வழங்கப் பட்டது. திருமதி காந்தியிடமிருந்து தந்தி வந்தபோது, பெர்மிட் கேட்டு விண்ணப்பித்தேன், ஆனால் என் மூத்த மகனும், அண்ணன் மகனும் திருமதி காந்தியுடன் வரவில்லை. என் அண்ணன் மகன் (சகன்லால்) அதன் பிறகு வந்துவிட்டாலும், என் மகன் ஹரிலால், தனது மெட்ரிக் தேர்வை எழுதவேண்டியிருந்ததால் வரவில்லை. பிறகு, துரதிர்ஷ்டவ சமாக அவர் கல்யாணம் பண்ணிக்கொள்ளும்படியாகிவிட்டது. இப்போது அவர் பாதி வழியில் வந்துகொண்டிருக்கிறார். என் மகனை என்னுடன் வைத்துக்கொள்வதா, ஃபீனிக்ஸுக்கு அனுப்புவதா என்று தெரியாததால், நான் தந்தியை என்னுடன் மூன்று நாட்கள் வைத் திருந்தேன். நீங்கள், முன்பு அளிக்கப்பட்ட பெர்மிட்டை வைத்துக் கொண்டோ, அல்லது வேறுவகையிலோ அவரை வருவதற்கு அனுமதித் தால், நான் என் கண்காணிப்பிலேயே அவரை வைத்துக்கொள்வது என்ற முடிவுக்குத் தற்போது வந்திருக்கிறேன். அவரிடமிருந்து இப்போது ஏறக்குறைய மூன்று வருடங்கள் பிரிந்திருக்கிறேன். இப்போது அவரை என்னிடம் வருவதற்கு அனுமதிப்பீரானால், அவருடைய பெர்மிட்டை அளித்தால் நன்றியுள்ளவனாயிருப்பேன். அவருடைய முழுப்பெயர் ஹரிலால் மோகன்தாஸ் காந்தி. திருமதி காந்திக்கு கேப்டன் ஃபௌல் கொடுத்த பெர்மிட்டை அவர் இங்கு வந்தவுடன் திருப்பிக்கொடுத்து விட்டோம். குடும்பம் முழுவதற்குமாக ஒரே ஆவணமே வழங்கப் பட்டது. நீங்கள் என் கோரிக்கைக்கு ஒத்துக்கொள்வதாக இருந்தால், நான் ஹரிலாலை டெலகோவா பே அல்லது டர்பனிலிருந்து வரவழைத்துக் கொள்வேன். எனவே, அவருடைய பெர்மிட்டை நானே பெற்றுக் கொள்ள விரும்புகிறேன்; அப்போதான் அவர் எங்கு வந்திறங்கினாலும் அதை நான் பயன்படுத்திக்கொள்ள முடியும். அவருடைய இறங்குமிடம், திருமதி காந்தியின் நோக்கங்களைப் பொறுத்தும், என் பயணங்களைப் பொறுத்தும் இருக்கும். நீராவிக்கப்பல், டர்பனுக்கு இம்மாதம் 26ம் தேதி வருகிறது. அந்த நேரம் நான் அங்கிருக்கவேண்டிவரலாம். அவ்வா றானால், நான் என் பையனை அங்கு சந்தித்து என்னுடன் அழைத்து வருவேன். இல்லையெனில், அவரை முன்னதாகவே பார்ப்பதற்காக, அவர் டெலகோவா பேயில் இறங்கி நேரே என்னிடம் வருவதையே விரும்புவேன். [8]

உங்கள் உண்மையுள்ள,

எம். கே. காந்தி

சொந்த விஷயமாகட்டும், அல்லது பொது விஷயமாகட்டும், காந்தியின் எழுத்துகள் எப்போதுமே தெளிவாகவும் துல்லியமாகவும் இருக்கும்.

இவை அவர் பல ஆண்டுகளாகப் பல்வேறு இதழ்களுக்குக் கட்டுரை எழுதியதன் மூலமாகப் பெற்ற கைத்திறன்கள். ஆனால், இந்தக் குறிப்பிட்ட கடிதம் வழக்கத்துக்கு மாறான குழப்பத்தையும், தடுமாற்றத்தையும் காட்டுகிறது. புரொட்டக்டர் ஆஃப் ஏசியாட்டிக்ஸிடம்போய் தான் ஹரிலாலின் திருமணத்தை ஒப்புக்கொள்ளாததைக் காட்டிக்கொள்வதோ, அடிக்கடி 'என் பையன்' என்று உரிமை கொண்டாடிக்கொள்வதோ சரியான செயல்கள் அல்ல. ஒருவேளை இது இந்த இரு விஷயங்களிலும் அவருக் கிருந்த தடுமாற்றத்தைக் காட்டுகிறது எனலாம்; தான் அந்தத் திருமணத்தை எதிர்த்தது சரிதான் என்றும், தனக்குத் தன் மகன்மேல் உண்மையிலேயே அக்கறை இருக்கிறது என்றும் தனக்கே அவர் உறுதிப்படுத்திக்கொள்ள வேண்டியிருந்திருக்கலாம்.

ஹரிலால் எங்கே இறங்குவார் அல்லது இறங்கவேண்டும் என்பதுபற்றிய அவரது குழப்பம் பலவற்றைப் பளிச்சென்று சொல்கிறது. இந்த நேரத்தில் கஸ்தூரிபா, தன் மற்ற மகன்களுடன் ஃபீனிக்ஸில் வசித்து வந்தார். இந்தியாவிலிருந்து வரும் கப்பல்கள் டர்பன் வருவதற்கு முன் முதலில் போர்த்துகீசியர்களின் பிடியிலிருந்த டெலகோவா பே துறை முகத்துக்கு வரும். டெலகோவா பேயிலிருந்து ஜோஹானஸ்பர்க்கை புகைவண்டி மூலம் சில மணிகளில் அடையலாம். காந்தியும் கஸ்தூரி பாவும் தங்கள் பையன் தங்களில் யாரை முதலில் பார்க்கவேண்டும் என்று முடிவுக்கு வர முடியாமலிருந்ததாகத் தோன்றுகிறது. அவர் டெலகோவா பேயில் கப்பலிலிருந்து இறங்கினால், தன் தந்தையைப் பார்க்கப் போக முடியும்; அவருடன் சமாதானம் செய்துகொள்ள அவர் விரும்பினார். மாறாக, நேரே டர்பன்வரை போனால், அவர் தன் தாயை முதலில் பார்க்க முடியும். பெற்றோரில் தாய்தான் ஹரிலாலுக்கு மிகவும் பிடித்தமானவர் என்பதோடு, தந்தையோடு எப்படிச் சமாதானம் செய்துகொள்வது என்பது பற்றியும் அவர் அறிவுரை தர முடியும். இவைபோக மூன்றாவ தாகவும் ஒரு சாத்தியம் இருந்தது. காந்தியின் கடிதத்தில் கோடி காட்டப் பட்டிருந்ததுபோல, அவரே டர்பனுக்குப் போக முடியும்; இப்படிச் செய்தால் ஹரிலால் பெற்றோர் இருவரையும் ஒரே சமயத்தில் பார்க்க முடியும். ஹரிலால் எங்கே இறங்கப்போகிறார் என்பது சூசகமாகக் குறிப் பிடுவதுபோல அவரது மனைவியின் 'நோக்கங்களைப்' பொறுத்தது.

சாம்னிக்குக் கடிதம் எழுதிய மறுநாள், காந்தி அவரைத் தொலை பேசியிலும் தொடர்புகொண்டு, தன் வேண்டுகோளை ஏற்கும்படி வலியுறுத்திக் கேட்டுக்கொண்டார் (தொலைபேசிகள் அப்போதுதான் தென்னாப்பிரிக்காவில் அறிமுகமாகியிருந்த, அதிகம் புழக்கத்துக்கு வராதிருந்த சமயம் அது. இந்தத் தந்தை அதைப் பயன்படுத்தினார் என்பதிலிருந்து, தன் மகன் தன்னுடன் சேர்ந்துகொள்ள வேண்டும் என்று அவர் எந்த அளவுக்குத் தீவிரமாக விரும்பினார் என்று அறியலாம்.) அந்த வேண்டுகோள் வெற்றிபெற்றது. அந்த அதிகாரி உடனே பதில் அளித்தார்; அவருடைய தொனி வழக்கத்துக்கு மாறான மென்மையுடன்

இருந்தது. இருபத்து நான்கு மணிகளுக்குள்ளாக அவர் காந்திக்கு ஒரு ஒப்புதல் கடிதத்தை அனுப்பினார். அதில், சிறப்பு விதிவிலக்காக, 'ஹரிலால் இந்த அலுவலகத்தில் நேரில் ஆஜராக வேண்டியதில்லை. நான் அவருடைய விண்ணப்பப் படிவத்தை ஜோஹானஸ்பர்க்கில் அவர் வந்து சேர்ந்ததும் நிரப்பிப் பெற்றுக்கொள்வேன்' என்று குறிப்பிடப் பட்டிருந்தது. சாம்னி மேலும் குறிப்பிட்டிருந்தார், 'இந்த அனுமதியை எவ்விதத்திலும் ஒரு முன்னுதாரணமாக எடுத்துக்கொள்ளக்கூடாது என்று நீங்கள் அறிந்திருப்பீர்கள்.'

இன்னொரு வேண்டுகோளும் செய்யவேண்டி இருந்தது. விதிகளின்படி, ஹரிலால், பெர்மிட் வாங்கிய இரண்டு வாரங்களுக்குள் ட்ரான்ஸ் வாலுக்கு வந்துசேரவேண்டும். ஆகஸ்ட் 17 அன்று காந்தி சாம்னிக்கு எழுதி இந்தக் கால அளவை ஒரு மாதமாக நீட்டிக்கும்படிக் கேட்டார். காரணம், 'ஹரிலால் தற்போது டர்பனில் இருக்கிறார்; அங்கு இன்னும் சிறிதுகாலம் அவர் இருக்கக்கூடும்.' கஸ்தூரிபா தன் பையனைத் தன்னுடன் ஃபீனிக்ஸிலேயே சிறிதுகாலம் வைத்துக்கொண்டு, பிறகு தன் தந்தையை எதிர்கொள்ள அனுப்பலாம் என எண்ணியதாகத் தெரிகிறது.[9] இறுதியில் அவர்களது சந்திப்பு நிகழ்ந்தபோது, அதில் விரோதபாவம் எதுவும் இல்லை. அவர்களது சந்திப்புக்குப் பின்னர் காந்தி சகன்லாலுக்கு எழுதினார், 'ஹரிலால் தனி கேபின் வசதி இல்லாமல் பயணம் செய்து வந்தது, எல்லாவற்றையும் தானே சமாளித்துக்கொண்டதுபற்றி எனக்கு மிகவும் மகிழ்ச்சி.'[10] அந்தப் பாராட்டு அந்தப் பையனுக்கும் சென்று சேர்ந்திருக்கும் என்று நம்புகிறேன்.

இப்போது தனது முப்பது வயதுகளின் நடுப்பகுதியில் இருந்த மோகன்தாஸ் காந்திக்கு, வெற்றிகரமான, செல்வச்செழிப்பான அல்லது புகழ்பெற்ற வழக்கறிஞராகும் விருப்பம் எதுவும் இனி இல்லை. இனிமேல் அவர் வாழ்க்கை நடத்துவதற்கும், அவரைப் பொருத்தவரை இன்னும் முக்கியத்துவம் பெற்ற, பிற செயல்பாடுகளுக்குச் செலவிடு வதற்காகவும் மட்டுமே வேலை செய்வார். அதேபோல, தன் குடும் பத்துக்கு ஆற்றவேண்டிய கடப்பாடுகளையும், கடமை என்று எண்ணித் தான் செய்தாரே தவிர, சொந்த விருப்பத்தின்படி அல்ல. அவர் தனது குழந்தைகளிடமிருந்து முழுவதுமாகவும், நிரந்தரமாகவும் பிரிய முடிய வில்லை. ஆனாலும் அரசியல் முறுகல்நிலைகளின்போதோ சர்ச்சை களின்போதோ அவர்கள் இரண்டாம்பட்சமே.

1906 ஆகஸ்ட்டில் ஹரிலாலுடன் காந்தி சமாதானம் ஏற்படுத்திக்கொள்ள விழைந்தபோது, டிரான்ஸ்வால் அரசாங்கம், ஒரு புதிய 'ஏசியாடிக் அவசரச்சட்டத்தை' பிறப்பித்தது. இதன்படி, டிரான்ஸ்வாலிலிருந்த இந்தியர்கள் ஆண்-பெண் அனைவரும், வயது வேறுபாடின்றி, புதிதாகப் பதிவு செய்துகொள்ளவேண்டும். அந்தப் பதிவுச் சான்றிதழை எல்லா நேரங்களிலும் தங்களுடனேயே வைத்திருந்து, கேட்கும்போது காண்பிக்க

வேண்டும். சான்றிதழ் இல்லாதவர்கள், கைது செய்யவும் சிறை வைக்கவும்படலாம் என்பதோடு, பிராந்தியத்தை விட்டே வெளியேற்றப்படலாம்.[11]

நேட்டாலிலும் இந்தியர்களால் சில இடங்களில் ஓட்டுப்போடவோ சொத்து வாங்கவோ முடியாது. அவர்கள் முழு உரிமை பெற்ற குடிமக்கள் அல்ல; பிரஜைகள் மட்டுமே. இருந்தாலும் நேட்டாலில் வசித்த இந்தியர்கள் எங்கும் எப்போதும் பதிவுச் சான்றிதழ்களைச் சுமந்துகொண்டிருக்கத் தேவையில்லை. டிரான்ஸ்வால் அரசாங்கத்தின் கருத்துப்படி, இந்த ஏற்பாடு, ஆள்மாறாட்டத்தையும் மோசடியையும் தடுக்கவும், 'ஆசியாவிலிருந்து வந்து குடியேறுபவர்கள் வணிகத்திலும், வியாபாரத்திலும் தற்போது ஈடுபட்டிருக்கும் ஐரோப்பியர்களை வெளியேற்றிவிடுவார்கள், காலனியையே ஒரு ஐரோப்பிய சமூகம் என்பதற்கு மாறாக ஆசியச்சமூகமாக மாற்றிவிடுவார்கள் என்று காலனியின் (வெள்ளை இன) மக்களிடம் ஏற்பட்டிருக்கும் அச்சத்தை அகற்றுவதற்கும் அவசியமானது.[12]

அந்த அவசரச்சட்டம் டிரான்ஸ்வாலின் உதவி குடியேற்ற செயலாளரான (அஸிஸ்டன்ட் கலோனியல் செகரட்டரி) லியோனல் கர்ட்டிஸ் என்பவரால் பிறப்பிக்கப்பட்டிருந்தது. அவர் ஆக்ஸ்ஃபோர்டில் படித்தவர்; லார்ட் மில்னரின் வலதுகரம் போன்றவர். இனங்களிடையேயான உறவுபற்றிய கர்ட்டிஸின் பார்வைகள், அவருடைய (பொதுவாக அவர் மீது அனுதாபம் கொண்ட) வாழ்க்கை வரலாற்றாசிரியர் குறிப்பிடுவதுபோல, 'முன்முடிவு, தவறான வரலாற்றறிவு, அரை வேக்காட்டு டார்வினிசம், போலியான புவியியல் போன்றவற்றின் காலங்காலமாக இருந்துவரும் கலவை; இதன் விளைவு, வசிப்பிடங்களைப் பிரித்துவைப்பதும், அதேசமயம் பொருளாதாரரீதியிலான கலப்பை ஏற்படுத்துவதும் கொண்ட ஓர் அமைப்புக்கான அடிப்படை வரைபடம் ஆகும்.' கர்ட்டிஸ் எடுத்துரைத்தார், 'குளிர் பிரதேசங்கள் வெள்ளையர்களுக்கென்று ஒதுக்கப்பட்டால், வெப்பமண்டலப் பகுதிகள் ஆசியர்களுக்காக ஒதுக்கப்படவேண்டும்.' இந்தியர்களுக்கான, இந்தியர்களின் சுயாட்சி என்பது, 'அம்மக்களின் இயல்பில் இல்லை. எப்படி ஒரு பில்லியர்ட்ஸ் குச்சி (க்யூ) பிடிமானம் இல்லாமல் தன் நுனியின்மேல் நிற்காதோ, அதுபோலவே அவர்களாலும் சுயமாகத் தனித்து நிற்க முடியாது.'[13]

அந்த அவசரச்சட்டம், 'ஆசிய மக்களின் வருகைக்குக் கதவுகளை அடைப்பதையும்' அதன் மூலம் 'டிரான்ஸ்வாலை வெள்ளையர்களுக்காக ஒதுக்கப்பட்ட இடமாகக் காப்பாற்றுவதையும்'[14] நோக்கமாகக் கொண்டது. அவர் அந்தச் சட்டம் பற்றிப் பெருமைப்பட்டார். ஜோஹானஸ்பர்க்கில் அபிமானிகளின் கூட்டம் ஒன்றில், அது அவர் செய்த மிக முக்கியமான விஷயம் என்று குறிப்பிட்டார். அவரது நம்பிக்கை, அந்த அவசரச்சட்டம், 'கவனமாகவும், எச்சரிக்கையாகவும், தொடர்ச்சியாகவும் கையாளப்பட்டால், டிரான்ஸ்வாலை, நாட்டின் சூழ்நிலை அனுமதிக்கும் அளவுக்கு

ஒரு வெள்ளையர் நாடாக வைத்திருக்கும். மொரிஷியஸுக்கும், ஜமைக் காவுக்கும் நேர்ந்த கதிபோல ஆகாமல் நாட்டைக் காப்பாற்றும். '(எனது) அலுவலகத்துக்கு, [15] இந்த நாடு ஒருபோதும் முழுமையாக அறிந்து கொள்ளவே முடியாத அளவுக்கு நன்றிக்கடன்பட்டுள்ளது' என்று தன்னைத்தானேயும் பாராட்டிக்கொண்டார்.

அந்தச் சட்டத்தால் ஆளப்பட்டவர்கள் அதை வேறுவிதமாகப் பார்த்தார்கள். ஆகஸ்ட் 25 அன்று எழுதப்பட்ட கடிதம் ஒன்றில், பிரிட்டிஷ் இந்தியச் சங்கம், எட்டு வயதுக்கு மேற்பட்ட இரு பாலையும் சேர்ந்த ஆசியர் அனைவரும் புதிதாகப் பதிவு செய்துகொள்ளவேண்டும் என்பது, 'தேவையில்லாமல், பல லட்சம் பிரிட்டிஷ் இந்தியப் பெண்களின் கவுரவத்துக்கு ஊறு விளைவிக்கும்.' இந்தியன் ஒப்பீனியன் இதழின் தலையங்கம் ஒன்று, அந்த மசோதாவை 'வெறுப்பூட்டுவது' என்று வர்ணித்தது. 'இந்திய சமூகத்துக்குக் கெடுதல் விளைவிப்பதையே' நோக்கமாகக் கொண்டு இயற்றப்பட்டதாகத் தோன்றுகிறது.

செப்டெம்பர் 1 அன்று, காந்தி தலைமையிலான ஒரு பேச்சுவார்த்தைக் குழு குடியேற்ற செயலாளர் பாட்ரிக் டன்கனைச் சந்திக்கச் சென்றது. அவர்கள் அவரிடம், 'ஆசியருக்கான சட்டம் இந்திய சமூகத்தால் எந்தச் சூழ்நிலையிலும் ஏற்க முடியாதது. மறுபதிவுசெய்வது நிச்சயமாக நடக்காது' என்று சொன்னார்கள். செயலாளர், சட்டத்தைத் திரும்பப் பெறுவதுபற்றி மறுபரிசீலனை செய்ய மறுத்தார். இந்தியன் ஒப்பீனியன், இப்போது டிரான்ஸ்வாலில் பிரிட்டிஷ் ஆட்சியை ரஷ்யாவின் எதேச்சதிகார ஜார் மன்னரின் ஆட்சியுடன் ஒப்பிட்டது. ரஷ்ய ஆட்சி மக்களை வெளிப்படையாகவும், நேரடியாகவும் கொல்கிறது என்றால், டிரான்ஸ்வாலில் பிரிட்டிஷார் ஒவ்வோர் அங்குலமாகக் கொல்கிறார்கள்'[16] என்று கேலியாகக் குறிப்பிட்டது.

அந்தச் சந்திப்பில், காந்தி டன்கனிடம், சட்டம் அமலாக்கப்பட்டால், இந்தியர்கள் அந்த ஒழுங்குமுறைகளுக்குக் கட்டுப்பட மறுப்பார்கள், அதனால் கைதாக நேரும் என்றாலும் சரியே என்று தெரிவித்தார். தான் முதல் ஆளாகச் சிறைசெல்லத் தயாராக இருப்பதாகத் தெரிவித்தார். காந்தி கைதாவது பற்றித் தீவிரமாகச் சிந்தித்துவந்தார் என்பதை அவரது நண்பரான பிரிட்டோரியாவைச் சேர்ந்த வழக்கறிஞர் ஆர். கிரிகோ ரோவ்ஸ்கி அவருக்கு எழுதிய ஒரு கடிதத்திலிருந்து அறியலாம்.

பதிவு செய்துகொள்ளாமலிருப்பதற்கான தண்டனை கடுமையானது-கடின உழைப்புடன் கூடிய சிறைவாசம், அத்துடன் பெரிய அபராதமும் இருக்கலாம் என்று கிரிகரோவ்ஸ்கி காந்தியிடம் கூறினார். அவர், இந்தியர்களை, லண்டனில் அப்போது புதிதாகப் பொறுப்பேற்றிருந்த லிபரல் கட்சி அரசாங்கத்துக்கு ஒரு தூதுக்குழுவை அனுப்புமாறு அறிவுரை கூறினார். அரசியலமைப்புச் சட்டரீதியானவை தவிரப் பிறவகையான எந்த எதிர்ப்பும் ஒப்புக்கொள்ளத்தக்கதல்ல. மக்களை

மறுபதிவு செய்துகொள்ளாமல் இருக்கவும் சட்டத்தை மீறவும் கேட்டு அழைப்பு விடுப்பது ஒரு குற்றம். அந்த மாதிரியான கிளர்ச்சி வெற்றியும் பெறாது என்றே எண்ணுகிறேன்; காரணம், துன்பத்தை விரும்பி ஏற்கும்படியான துணிச்சல் மிகப் பலரிடம் இருக்காது. ஆசியர்களும் இதற்கு விதிவிலக்கு அல்ல. அதே விளைவை, அரசியல்சட்டரீதியான கிளர்ச்சி மூலமும் அடையலாம்.[17]

காந்தி அந்த அறிவுரையை ஏற்றுக்கொண்டார்-அப்போதைக்கு. பிரிட்டிஷ் இந்தியச் சங்கம் ஒரு தூதுக்குழுவை லண்டனுக்கு அனுப்பும்; அதில் அங்கத்தினராக 'திரு. காந்தியும் வியாபாரிகள் வர்க்கத்தின் பிரதிநிதி ஒருவரும் இருப்பார்கள்.' செலவுகளுக்காக ஆயிரம் பவுண்டுகள் அனுமதிக்கப்பட்டது. ஆனாலும், சமூகத்தின் எண்ண ஓட்டத்தை அறிய, அவர்கள் புறப்படும் முன்னர் ஒரு பொதுக்கூட்டத்துக்கு ஏற்பாடு செய்யப் பட்டது. கூட்டத்துக்கான திட்டங்களைத் தீட்டுவதற்காக, இந்தியர்களின் ஒரு குழு தினமும் ஹமீதியா இஸ்லாமிய சங்கத்தில் சந்தித்தது. அந்த அமைப்பு குஜராத்தி முஸ்லிம்களால் ஏற்படுத்தப்பட்டு நிதியளிக்கப் பட்டது. டிரான்ஸ்வாலில் ஒவ்வொரு சிறுநகருக்கும், இந்தியர்களைக் கலந்துகொள்ளச் சொல்லிக் கடிதம் அனுப்பப்பட்டது. நோட்டீஸ்களும் சுவரொட்டிகளும் எழுதப்பட்டன. யாரெல்லாம் பேசுவது என்ற பட்டியல் ஒன்று தயாரித்து விவாதிக்கப்பட்டது.

செப்டெம்பர் 11, ஞாயிற்றுக்கிழமையன்று குறிக்கப்பட்டிருந்த அந்தப் பொதுக்கூட்டம், எம்பயர் தியேட்டர் என்ற பால்கனிகள் கொண்ட பெரிய அரங்கில் நடைபெற்றது. அதில் சுமார் 2000 பேர் கூடியிருந்தனர். அன்றைய தினத்தில், ஜோஹானஸ்பர்க்கிலிருந்த இந்தியக் கடைக் காரர்களும், தெருவோர வியாபாரிகளும், காலை 10 மணிக்கு வேலையை நிறுத்திவிட்டனர். நாட்டுப்புறங்களிலிருந்து வந்துசேரும் மக்களுக்காக, எம்பயர் தியேட்டரின் கதவுகள் நடுப்பகலில் திறக்கப்பட்டன. 1.30 மணி வாக்கில் அந்த அரங்கம் நிறைந்து தளும்பியது. அங்கு நிலவிய காட்சியை, ராண்ட் டெய்லி மெயில் இப்படி வர்ணித்தது:

மிக நன்றாக நடந்துகொண்டிருந்த காலத்திலேயே, நேற்றுக் கூடியதைவிட அதிகக் கூட்டம் எம்பயர் தியேட்டரில் கூடியிருந் திருக்காது. காலரியின் கடைசி வரிசையிலிருந்து முன்புற வரிசைகளின் முதல் வரிசைவரை, ஓர் இருக்கைகூடக் காலியாக இல்லை. பாக்ஸ்களும் எப்போதுமில்லாதபடி நிறைந்துவிட்டன. மக்கள் மேடையில்கூட ஏறிவிட்டார்கள். பார்வைபட்ட இடமெல்லாம் குஞ்சங்களும் (முஸ்லிம்கள் அணியும் தலைக்குல்லாயில் இருப்பது), தலைப் பாகைகளுமே காணப்பட்டதால் ஜோஹானஸ்பர்க்குக்குப் பதிலாக இந்தியாவில் இருப்பதாகவே நினைத்துக்கொள்ளத் தோன்றியது.[18]

காந்தி, பாட்ரிக் டன்கனை அந்தக் கூட்டத்தில் கலந்துகொள்ள அழைத் திருந்தார். குடியேற்ற செயலாளரோ, தன் பிரதிநிதியாக மான்ட்ஃபோர்ட்

சாம்னியை அனுப்பினார். புரொடக்டர் ஆஃப் த ஏசியாடிக்ஸ் ஆன சாம்னி, மேடையில் அமைதியாக, நடப்பது எதுவும் புரியாமல் அமர்ந் திருக்க, தொடர்ச்சியாகப் பேச்சாளர்கள் புதிய அவசரச்சட்டத்தை ரத்து செய்யச் சொல்லி கேட்டுக்கொண்டனர்.

கூட்டத்துக்குத் தலைமை தாங்கியவர், அப்துல் கனி என்ற ஜோஹான ஸ்பர்க் வியாபாரி. அவர்தான் பிரிட்டிஷ் இந்தியச் சங்கத்தின் தலைவர். அவர் மஞ்சள் நிறப் பட்டுத்துணி போர்த்திய ஆசனம் (சோஃபா) ஒன்றில் அமர்ந்திருக்க, அவக்கு மேலாகவும் அவருக்குப் பின்னாலும் ஒரு மின்விளக்கு ஒளி பாய்ச்சியது. கனி இந்துஸ்தானியில் பேசினார். விண்ணப்பம் எழுதுவதில் அவருக்குத் திறமையில்லாமல் இருந்திருக் கலாம்; ஆனால் அவர் ஒரு பயிற்சிபெற்ற பேச்சாளராக இருந்தார். அவர் பேசியதன் முக்கிய விஷயம், அவர்கள் புதிதாகப் பதிவு செய்யும் நடைமுறைக்குத் தங்களை உட்படுத்திக்கொள்வதற்குப் பதிலாகச் சட்டத்தை மீறிச் சிறைக்குச் செல்லலாம் என்பதே. இந்தியன் ஒப்பீனியன் குறிப்பிட்டது, 'திரு. கனி சிறைக்குச் செல்வதைப்பற்றிப் பேசியபோது, பார்வையாளர்கள், 'நாங்கள் சிறைக்குப் போவோமே தவிர, மீண்டும் பதிந்துகொள்ள மாட்டோம்' என்று ஒரே குரலில் முழங்கினர்.'

மற்றவர்களின் உரைகள் குஜராத்தியிலும், இந்தியிலும் அமைந்திருந்தன. நானாலால் ஷா என்ற பேச்சாளர், அவரது பதிவுச் சான்றிதழைக் கூட்டத்தின் முன் ஆட்டிக்காட்டினார். அதில் அவரது பெயர், தொழில், மனைவியின் பெயர், அவரது சாதி, உயரம், வயது, இன்னும் பெருவிரல் ரேகை கூட இருந்தது. 'இவ்வளவும் தேவையா?' என்று கேட்டார் ஷா. 'இந்தப் பதிவை வேறு யாராவது எப்படி உபயோகிக்க முடியும்? அரசாங்கம் என்ன இப்போது நம் நெற்றியில் சூட்டு அடையாளம் இட விரும்புகிறதா? நான் என் பதிவுச் சான்றிதழைத் திருப்பித்தர மாட்டேன். மீண்டும் பதிந்துகொள்ளவும் மாட்டேன். நான் சிறைக்குப் போவதையே விரும்புவேன், அங்குதான் போவேன்.'

அந்தக் கூட்டத்தில் ஐந்து தீர்மானங்கள் முன்வைக்கப்பட்டு நிறைவேறின. முதலாவது, சட்டத்தில் எது தங்களுக்கு வெறுப்பூட்டுகிறது என்பதைச் சுருக்கமாக விளக்கியது; இரண்டாவது, டிரான்ஸ்வால் அரசாங்கத்தை அதை விலக்கிக்கொள்ளச் சொல்லிக் கேட்டது. மூன்றாவது, லண்டன் செல்லப்போகும் தூதுக்குழுவுக்கு முறையான அங்கீகாரம் அளித்தது. ஐந்தாவது, தீர்மானங்களை டிரான்ஸ்வால் நிர்வாகத்துக்கும், லண்டன் இம்பீரியல் அரசாங்கத்தும் அனுப்பிவைக்க அதிகாரம் அளித்தது. எல்லாவற்றையும்விட முக்கியமான தீர்மானம் நான்காவதே. அது இப்படிக் கூறியது:

> சட்டமன்றம், பிராந்திய அரசாங்கம், இம்பீரியல் அதிகாரிகள் ஆகியோர் டிரான்ஸ்வாலின் பிரிட்டிஷ் இந்திய சமூகம், ஆசிய சட்டத்திருத்த அவசரச்சட்டத்தின் முன்வடிவு தொடர்பாக செய்துகொண்ட பணிவான

வேண்டுகோளை நிராகரித்துவிடுவார்களானால், இந்த பிரிட்டிஷ் இந்தியர்களின் கூட்டம் கண்ணியத்துடனும், வருத்ததுடனும் தீர்மானிப்பது என்னவென்றால், மேற்படி அவசரச் சட்டத்தின் கசப்பான, கொடுங்கோலான, பிரிட்டிஷ் இயல்புகளுக்கு மாறான உத்தரவுகளுக்குக் கீழ்ப்படிவதைவிட, டிரான்ஸ்வாலிலிருந்த ஒவ்வொரு பிரிட்டிஷ் இந்தியரும் சிறைவாசத்துக்குத் தன்னை ஒப்புக்கொடுக்கவேண்டும்; மாட்சிமை தாங்கிய மன்னரான பேரரசர் நிவாரணம் அளிக்க இணங்கும்வரை போராட்டத்தைத் தொடரவேண்டும்.

தீர்மானத்தை முன்வைத்த பிரிட்டோரியா வியாபாரி ஹாஜி ஹபீப், 'எல்லாமே இதைச் சார்ந்திருக்கிறது. சிறைக்குப் போவதில் அவமானம் எதுவுமில்லை; மாறாக அது ஒரு பெருமைக்குரிய விஷயம். இந்திய நாட்டுப்பற்றாளர் பால கங்காதர திலகர் சிறைக்குப்போகும் முன் சிலருக்குமட்டுமே அவரைத் தெரிந்திருந்தது; இன்று உலகமே அவரை அறியும்' என்று சொன்னார். காந்தி ஹபீப்புக்குப் பிறகு பேசினார். அவர் பேச்சு (அங்கிருந்த ஒரு நிருபர் குறிப்பிட்டபடி)

'தெளிவாக, தனிந்த குரலில், தீவிரமாக, கவனமாகத் தேர்ந்தெடுத்த வார்த்தைகளால்' ஆனதாக இருந்தது. அவர்களைச்சிறைக்குச்செல்லுமாறு அறிவுரை கூறியதற்கான பொறுப்பு தன்னுடையதே என்றார். 'இந்த நடவடிக்கை கவலை தருவது, ஆனால் தவிர்க்க முடியாதது. இப்படிச் செய்வதால் அவர்கள் பயமுறுத்தல் எதுவும் செய்யவில்லை. மேடைப் பேச்சுகளையும் விண்ணப்பங்களையும் தாண்டிய செயல்பாட்டுக்கான நேரம் வந்துவிட்டதைக் காட்டுகிறார்கள்.' மேலும் காந்தி, 'என் நாட்டு மக்கள்மேல் முழு நம்பிக்கை' இருக்கிறது என்றார். 'நான் அவர்கள் மீது நம்பிக்கை வைக்க முடியும் என்று அறிவேன். தீரம் நிறைந்த ஒரு செயலுக்கான நேரம் வரும்போது, அவர்களில் ஒவ்வொருவரும் அதைச்செய்வார்கள் என்று அறிவேன்,' என்று சொன்னார்.

கடைசியாகப் பேசியவர்களில் ஒருவர் தம்பி நாயுடு என்ற தமிழர். 1875ல் மொரிஷியசில் பிறந்த அவர், இளைஞராக இருக்கும்போது தொழில்நிமித்த மாகத் தென்னாப்பிரிக்கா வந்து குடியேறினார். அநேகமாக அவர் காந்தியை அறிந்துகொண்டது 1904ம் ஆண்டு பிளேக் வியாதி பரவியபோதுதான். அவர் தடித்த, உறுதியான உடல் கொண்டவர்; உறுதியான தீர்மானங்கள் கொண்டவர். இப்போது அவர் தன் சக தமிழர்களை, குஜராத்திகள் வரைந்த செயல்திட்டத்தில் முழுமையாக ஈடுபடுத்திக்கொள்ளச் செய்வதற்காக எழுந்தார்.

எம்.லிச்சன்டீன் முன்மொழிய, ஐ.இஸ்ரேல்ஸ்டாம் வழிமொழிந்த நன்றியுரைக்குப் பின் கூட்டம் முடிவுற்றது. அவர்களை (காந்தியையும்) அதற்குச் சம்மதிக்க வைத்தவர் ஹென்றி போலாக். காரணம் அவ்விரு வரும் 'இஸ்ரேலின் மைந்தர்கள். ஆகவே இருவரும் பல நூற்றாண்டு களாக, அவர்களை எதிர்த்த தரப்பினரின் அறியாமை, முன்முடிவு, மூட

நம்பிக்கை, பொறாமை போன்றவற்றால் விளைந்த துன்புறுத்தலையும், அடக்குமுறையையும் அனுபவித்த மக்களின் பிரதிநிதிகள். அதே போன்ற நிலையில்தான் இன்று தென்னாப்பிரிக்காவில் பிரிட்டிஷ் இந்தியர்கள் இருக்கிறார்கள்.'[19]

இதுவரையில், தென்னாப்பிரிக்காவில் இந்தியர்களுக்கு நியாயம் பெற்றுத் தருவதற்கான இயக்கம், முழுக்க சட்டபூர்வமான வழியிலேயே சென்றிருந்தது. கடிதங்கள், விண்ணப்பங்கள், நீதிமன்றத்தில் வழக்குகள், தூதுக்குழுக்கள்-இவற்றின் வழியாகவே காந்தியும், அவரது சகாக்களும் தங்களை நியாயமற்ற முறையில் அடக்க முனைந்த சட்டத்தை எதிர்த்து வந்தார்கள். ஆனால், இப்போது அவர்கள் இந்தப் புதிய அவசரச் சட்டத்தை மீறி, சிறைக்குச் செல்லப்போவதாக எச்சரித்தார்கள். [20]

ஹென்றி டேவிட் தோரோவின் *1849*ல் வெளியிடப்பட்ட சட்ட மறுப்பு இயக்கம்பற்றிய செவ்வியல் கட்டுரைதான் விண்ணப்பம் போடுவதை விட்டுப் போராடுவது என்ற 1906 செப்டெம்பர் 11 தீர்மானத்துக்கு ஆதர்சம் என்று சில சமயம் நம்பப்படுகிறது. இந்த ஊகத்துக்கு ஆதரவாகச் சான்று எதுவுமில்லை. இந்த சமயத்தில் காந்தி தோரோவைப் படித்திருக்க வில்லை. இங்கிலாந்தில் கல்விச் சட்டத்துக்கு எதிராக நான்கன்ஃபார் மிஸ்டுகள் நடத்திய கிளர்ச்சிகளால் அவர் ஆதர்சம் பெற்றார் என்று மதிப்புக்குரிய காந்திய ஆய்வாளர் ஜேம்ஸ் டி. ஹண்ட் ஒரு யூகத்தை முன்வைக்கிறார். அந்தக் கல்விச் சட்டம், அரசு உதவி பெறும் பள்ளிகளில் ஆங்லிக்கன் மத போதனையைக் கட்டாயமாக்கியிருந்தது. பாப்டிஸ்டு களும் வெஸ்லியர்களும் காங்கிரிகேஷனலிஸ்டுகளும் தம் குழந்தை களுக்குத் தேசிய மதம் போதிக்கப்படுவதற்குப் பதிலாகச் சிறைக்குச் சென்றிருந்தார்கள். [21]

ஜோஹானஸ்பர்க்கில் சில பாப்டிஸ்ட் மற்றும் மெத்தடிஸ்ட் மதகுருக்களை காந்தி அறிந்திருந்தார். அவர் பிரிட்டிஷ் பத்திரிகைகளைப் படித்தார். அவர் பயன்படுத்திய சாத்விக எதிர்ப்பு என்ற பதம் நான்கன்ஃபார்மிஸ்டுகளால் பிரபலப்படுத்தப்பட்டது. ஆனாலும், அதற்கும் முற்பட்ட ஒரு துவக்கப்புள்ளியும் அச்சொல்லுக்கு உண்டு. காந்தி நன்கு அறிந்த, டால்ஸ்டாய் எழுதிய 'இறைவனின் ராஜ்ஜியம் உங்களுக்குள்ளே' என்ற புத்தகத்தில் பயன்படுத்தப்பட்டிருந்த 'தீமையை எதிர்க்காம லிருத்தல்' என்ற பதமே அந்த ஆரம்பப்புள்ளி. [22]

இந்த ஆதர்சங்களை யூகிக்கலாமே தவிர, துரதிர்ஷ்டவசமாக, ஊர்ஜிதப் படுத்திக்கொள்ள முடியாது. செப்டெம்பர் 11 கூட்டத்துக்கு முன்னால், காந்தியின் எழுத்துகளில் இங்கிலாந்தில் கல்விச் சட்டத்துக்கு எதிரான நான்கன்ஃபார்மிஸ்டுகளின் போராட்டம் பற்றிக் குறிப்பு எதுவுமில்லை. மாறாக, காந்தி, இந்தியன் ஒப்பீனியன் வாயிலாக, பிரிட்டிஷ் இந்தியாவில் நடந்த சுதேசி இயக்கத்தைப்பற்றிய தன் அபிமானத்தை வெளியிட்டார். இதே அபிமானம், அவரது சகாக்களுக்கும் இருந்தது-இதனாலேயே ஹாஜி

| 270 |

ஹபீப் தன் உரையில், தீவிர தேசியவாதி பால கங்காதர திலகரின் சிறைவாசம் பற்றிக் குறிப்பிட்டிருந்தார்.

போராட்டமும் தியாகமும்பற்றிய கருத்துகள் இந்தியாவில் 1905- 6ல் நடந்த நிகழ்ச்சிகளால் இன்னும் நேரடியாக பாதிக்கப்பட்டது. ஆனால், காந்தி சுட்டிக்காட்டியதுபோல, குறிப்பிட்ட சட்டத்தை மீறுவது என்பதற்குக்கூட உள்நாட்டிலேயே முன்னுதாரணங்கள் இருந்தன. இந்தியன் ஒப்பீனியன் இதழில் குஜராத்தியில் எழுதுகையில் வெகுஜன எதிர்ப்புக் கிளர்ச்சிபற்றிய எச்சரிக்கைத் தீர்மானம்பற்றி அவர் சொன்னார்:

> அது தனித்துவமானது, அதே சமயம் தனித்துவமற்றதும்கூட. நாம் அதைத் தனித்துவமானது எனலாம்; காரணம் இதுவரை உலகில் எங்கும் இந்தியர்கள் ஒரு சட்டத்துக்குக் கட்டுப்படுவதற்குப் பதில் சிறைசெல்லத் தீர்மானிக்கவில்லை. மற்றொரு விதத்தில், அதைத் தனித்துவமானது என்று நாம் கருதவில்லை; காரணம் அதேபோன்ற பல சம்பவங்கள் உள்ளன (வரலாற்றில்) நமக்கு எதன்பேரிலாவது அதிருப்தி என்றால் நாம் எதிர்ப்பைத் தெரிவிக்க கடையடைப்பு (ஹர்த்தால்) செய்கிறோம். இந்தியாவில் நம் குறைகளைத் தீர்த்துக்கொள்வதற்கு அதை ஒரு கடமையாக எண்ணுகிறோம்; குறிப்பாக உள்ளூர் மாநிலங்களில், கடையடைப்பு என்பதற்கு ஆட்சியாளரின் ஒரு குறிப்பிட்ட நடவடிக்கையை நாம் அங்கீகரிக்கவில்லை என்றே அர்த்தம். ஒரு சட்டத்தை இவ்விதமாக எதிர்ப்பது என்பது நம்மிடம் மிக ஆரம்ப காலம் தொட்டே, ஆங்கிலேயர்கள் காட்டுவாசிகளாக வாழ்ந்த காலத்திலேயே இருந்துள்ளது. ஆகவே, உண்மையாகச் சொன்னால், டிரான்ஸ்வால் இந்தியர்கள் இயற்றிய தீர்மானம் ஒன்றும் அசாதாரணமானதல்ல. நாம் அதைரியம் கொள்ளக் காரணம் எதுவுமில்லை. [23]

காந்தியின் எழுத்துகளின் தொகுப்பாசிரியர்கள் 'ஹர்த்தால்' என்ற வார்த்தையை மொழிபெயர்க்கவில்லை. ஹர்த்தால் என்பது அரசுக்கு அல்லது ஒருவருடைய எஜமானர்களுக்குத் தரும் ஆதரவையும் சேவைகளையும் விலக்கிக்கொள்வதைக் குறிக்கிறது. அதன் பல்வேறு வடிவங்களில் தொழிலாளிகள் ஊதியம் அதிகம் கேட்டுக் கருவிகளைக் கீழே போடுவது, விவசாயிகள் அதிகமான வரிக்கு எதிர்ப்புத் தெரிவித்து ஒரு ராஜ்ஜியத்திலிருந்து பெயர்ந்துசெல்வது, ஒரு புதிய வரியை எதிர்த்துக் கடைக்காரர்கள் கடையடைப்பு செய்வது போன்றவை இருந்தன. இதனுடன் தொடர்புடைய மற்றொரு வார்த்தை தர்ணா. ஹர்த்தால் என்பது பலர் கூடிச் செய்யும் எதிர்ப்புச் செயல்பாடு. தர்ணா என்பது பல சமயங்களில் தனி ஒருவரின் எதிர்ப்பு நடவடிக்கை. தனது எஜமானர் திட்டிய பிறகு அவருக்குப் பணி செய்ய மறுக்கும் ஒரு வேலைக்காரர் செய்வது தர்ணா. முன்பு 1894ல் காந்தி ஓர் இந்தியரின் வீட்டில், அவர்கள் நேட்டால் இந்திய காங்கிரஸுக்கு நன்கொடையைத் தரும்வரை உணவு உட்கொள்ள மறுத்தபோது, தார்மிக வலியுறுத்தல் கட்டாயப்படுத்தலாக மாறுகிற

இந்தப் பழைய (மிகவும் மதிக்கப்படுகிற) மரபையே கைக்கொண்டார். இப்போது, பன்னிரண்டு வருடங்களுக்குப் பிறகு, அவர் அந்த மரபையே இனரீதியாகப் பாரபட்சம் காட்டும் ஒரு சட்டத்துக்கு எதிர்ப்பாக மடைமாற்றினார்.

செப்டெம்பர் 11 தீர்மானத்துக்குக் காரணமான அவசரச்சட்டம், டிரான்ஸ் வாலுக்கே உரியது. பிரிட்டிஷ் இந்தியாவில் வசித்தவர்கள் பதிவுச் சான்றிதழ் எதுவும் பெறத்தேவையில்லை. ஆயினும், இந்தியாவிலிருந்த இந்தியர்கள் கடந்தகாலத்தில் அடக்குமுறைச் சட்டங்களை இதுபோன்ற விதத்தில் எதிர்த்திருக்கின்றனர். காந்தியின் சொந்த மண்ணான கத்தியவாகத்தியவாரில், அரசாங்கத்தின் எதேச்சதிகாரமான செயல்களை எதிர்க்கும் இருவேறு விதமான வழிகள் இருந்தன. முதலாவது, வன் முறையில் இறங்குவது; நாட்டுப்புறங்களில் திரிந்துவந்த கொள் ளையர்கள் விரும்பிய வழி அது. இதற்கு பகார்வதியா என்று பெயர்-நேரடிப்பொருளில் சட்டத்துக்குப் புறம்பாகச் செல்வது. மாறாக, குறைகளை வன்முறையின்றியும் தெரிவிக்க முடியும். உதாரணமாக, ஒருவர் எதிர்க்கும் நடவடிக்கை அல்லது சட்டத்துக்குப் பொறுப்பான அலுவலர் வீட்டு முன்பாக அமர்ந்துகொள்வதன் மூலமாக. நகர மறுப் பதன்மூலம், சில சமயம் அத்துடன் உணவருந்தவும் மறுப்பதன்மூலம், அரசு அல்லது அதன் பிரதிநிதி வெட்கமடைந்து, புண்படுத்துகிற அந்தச் சட்டத்தை விலக்கிக்கொள்வார் என்று போராளி எதிர்பார்க்கிறார். இந்த இரண்டாம் வகையான அமைதிவழிப் போராட்டத்துக்கு ரிசாமனு என்று பெயர். அதற்கு, நெருக்கமானவர்களுக்கிடையே தற்காலிகமாகத் தொடர்புகள் துண்டிக்கப்படுவது என்று பொருள்.[24] செப்டெம்பர் 11 தீர்மானத்துக்கு இந்திய முன்னுதாரணங்கள் இருந்தன. காந்தி அவற்றில் சிலவற்றை அறிந்துமிருந்தார். இருந்தாலும், அவர் பழமையான இந்திய வழக்கத்தைப் பின்பற்றியதன்மூலம், போராடிக் கைதாவது என்ற செயலுக்கு அங்கீகாரம் பெற்றுத்தந்தார் என்று சொல்வதே பொருத்தமாக இருக்கும். எம்பயர் தியேட்டரில் நடைபெற்ற கூட்டம் தன்னிச்சையான வேகத்தால் கொண்டுசெல்லப்பட்டதே. பெரும் கூட்டத்தால் உற்சாகம் பெற்ற பேச்சாளர்கள், காட்டமாகப் பேச ஒருவருடன் ஒருவர் போட்டி போட்டனர். பேச்சுகளும் தீர்மானங்களும் ஒரு குறிப்பிட்ட நிலை மைக்கு, எடுக்கப்பட்ட ஒரு குறிப்பிட்ட பதில் நடவடிக்கை. புதிய அவசரச்சட்டம், டிரான்ஸ்வாலில் இருந்த இந்தியர்களின் குறைகளை ஒன்று திரட்டியது. அவர்கள் இதற்கு முன் தாம் செய்திராத விதத்தில் மேலும் நேரடியான, மேலும் தீவிரமான போராட்ட வழிகளை நாடினர்.

குறிப்பிடும்படியாக, டிரான்ஸ்வாலிலிருந்த இந்தியர்களை சீனர்கள் ஆதரித்தனர். சக ஆசியர்கள் என்றவிதத்தில் அவர்களும் அந்த அவசரச்சட்டத் தால் பாதிக்கப்பட்டிருந்தனர். எம்பயர் தியேட்டரில் இருந்த கூட்டத்தில் பல சீனத் தலைவர்களும் இருந்தனர். இரண்டு நாட்களுக்குப் பிறகு, ஜோஹானஸ்பர்க்கில் சீன கான்சல்-ஜெனரல் லார்டு செல்போர்னுக்கு

எழுதினார். 'புண்படுத்தும் செயலுக்கு' அனுமதி தர வேண்டாம்; அது அனைத்துலக சட்டத்துக்கு எதிரானது; அதனை நடைமுறைப்படுத்தினால் சீனாவுக்கும், கிரேட் பிரிட்டனுக்கும் இடையிலான உறவுகளை அது பாதிக்கும். எல்லா ஆசியர்களுக்கும் கட்டாயப் பதிவை வலியுறுத்துவதன் மூலம், அந்த அவசரச்சட்டம் சீன மக்களை 'அவமதிக்கிறது. அது எங்கள் கீழைநாட்டு மனங்களுக்கு மிகவும் வெறுப்பூட்டக்கூடிய விஷயம். சீனாவில் இவ்வாறான அடையாளம் அறியும் முறை குற்றவாளிகள் விஷயத்தில் மட்டுமே செய்யப்படுகிறது.'[25]

எம்பயர் தியேட்டரில் இருந்தவர்களின் உணர்வுப்போக்குக்கு, லண்டனிலிருந்த அவர்களின் நீண்டகால ஆதரவாளர் தாதாபாய் நௌரோஜியின் ஆதரவு கிடைத்தது. ஒரு கிளாட்ஸ்டோனிய லிபரல் என்ற முறையில், நௌரோஜி படிப்படியான சீர்திருத்தம் என்பதில் நம்பிக்கை கொண்டிருந்தார். அவரது எழுத்துகள் பொதுவாக, அடக்கி வாசிக்கும் தொனியையே கொண்டிருக்கும். ஆனால், இந்தப் புதிய அவசரச்சட்டம், காலனிகளுக்கான மந்திரிக்கு ஒரு கடுமையான கடிதத்தை எழுத வைத்தது. அச்சட்டத்தைத் 'தன் நாட்டு மக்களுக்கு வேண்டுமென்றே செய்யப்பட்ட அவமரியாதை' என்று வர்ணித்து, எல்லா நாடாளுமன்றங்களின் தாய் என் அழைக்கப்படும் பிரிட்டிஷ் நாடாளுமன்றத்தின் அபூர்வமான பழுப்பு நிற உறுப்பினரான அவர் இப்படிக் குறிப்பிட்டார்:

> பிரிட்டிஷ் பகுதிகளில் (இந்தியாவிருந்து சென்ற புகழ்பெற்ற இங்கிலாந்துக் கிரிக்கெட் வீரரான) இளவரசர் ரஞ்சித்சிங்ஜி, ட்ரான்வாலில் நுழைய விரும்பினால், அவர் ஒரு பெர்மிட்டுக்கு விண்ணப்பிக்கவேண்டும்; ஒரு கோப்பை பீர் அருந்துவதற்கு அவர் கூனிக்குறுகி மதுபான அவசரச்சட்டத்திலிருந்து (அச்சட்டம் இந்தியர்கள் மதுபானங்கள் வாங்குவதைத் தடை செய்தது) விலக்கு அளிக்கும்படி அரசாங்கத்துக்கு மனு அனுப்பவேண்டும்; இப்படி நினைத்துப் பார்ப்பதே கசப்பாக இருக்கிறது. இதுதான் மிகவும் தாராளப் போக்குகொண்ட அரசு தன் பலவீனமான, அநாதரவான உறுப்பினர்களைப் பாதுகாக்கும் வழியா?[26]

தென்னாப்பிரிக்காவில், தார்மிக எதிர்ப்பில் ஈடுபடப்போவதான எச்சரிக்கை நிறுத்திவைக்கப்பட்டிருந்தது. இப்போதைக்கு, காந்தி தன் நண்பர் கிரிகரோவ்ஸ்கியின் அறிவுரையைப் பின்பற்றி, லண்டனிலிருக்கும் அதிகாரிகளிடம் தானே தனிப்பட்ட வேண்டுகோளை வைப்பார். அவருடன், ஜோஹானஸ்பர்க்கில் சமூகசேவையில் ஈடுபாடு கொண்ட ஹாஜி ஓஜர் அலி என்ற வர்த்தகரும் வருவார். அவர்கள் அக்டோபர் ஆரம்பத்தில் யுனைட்டெட் கிங்டம் செல்வதற்குப் பயண முன்பதிவு செய்திருந்தனர். அவர்கள் புறப்படச் சில நாட்களுக்கு முன்னர், புகழ்பெற்ற செப்டெம்பர் 11 கூட்டம் நடைபெற்ற இடமான எம்பயர் தியேட்டர், தீப்பிடித்து எரிந்து நாசமானது.

10

லண்டனில் ஆதரவு திரட்டுபவராக

1906 அக்டோபர் 2 அன்று மோகன்தாஸ் காந்தி தனது முப்பதாம் வயதில் நுழைந்தார். தன் பிறந்தநாளை ஒரு புகைவண்டியில் புல்வெளிப் பிரதேசங்களின் ஊடாக ஜோஹானஸ்பர்க்கிலிருந்து கேப் டவுனுக்குப் பயணம் செய்வதில் செலவழித்தார். 3 ஆம் தேதி மாலை யுனைட்டெட் கிங்டம் நோக்கிய கடல்பயணத்துக்காக எஸ்எஸ் ஆர்ம்ஸ்டேல் கப்பலில் ஏறினார்.

புகைவண்டியிலும், கப்பலிலும் அவருடைய பயணத் துணைவராக வந்தவர் ஹாஜி ஓஜர் அலி. அவர் 1853ல் மொரிஷியஸில் பிறந்த ஒரு குஜராத்தி. அவர் அந்தத் தீவில் படித்து, சிறிதுகாலம் வேலை பார்த்துக் கொண்டிருந்துவிட்டுப் பின்னர் தென்னாப்பிரிக்காவுக்குப் புலம் பெயர்ந்தவர். அங்கு புட்டிகளில் நீர் நிரப்பும் ஆலை ஒன்றைக் கேப் டவுனில் நடத்திவந்தார்; பின்னர் தனது இருப்பிடத்தை ஜோஹானஸ் பர்க்குக்கு மாற்றிக்கொண்டார். அங்கே வர்த்தகத்திலிருந்து சமூக சேவைக்குக் கிளைபரப்பிய அவர் 'ஹமீதியா இஸ்லாமிக் சொஸைட்டி' என்ற அமைப்பை நிறுவினார். அதன் சிறப்புக் கவனம் முஸ்லிம் இளைஞர்களின் கல்வி. அவர் ஒரு மாலாய் பெண்மணியை மணந்துகொண்டிருந்தார்; அவர்களுக்குப் பதினொரு குழந்தைகள் பிறந்தார்கள்.[1]

கேப் டவுன் சற்றே தாராளமான ஓட்டுரிமைக் கொள்கையைக் கொண்டிருந்தது. ஹெச்.ஓ. அலி நகர சபைக்கும் நாடாளுமன்றத்துக்கும் ஓட்டுப்போடுபவராக இருந்தார் (காந்தி, நேட்டாலில் சீர்திருத்தங்கள் நடந்து பொறுப்புள்ள அரசாங்கம் அமைக்கப்பட்ட பிறகு குடியேறிய தால் இரண்டுக்குமே ஓட்டுரிமை இல்லாதவர்.) 'ஒரு நல்ல பேச்சாள ராகவோ சாதனைசெய்த படிப்பாளியாகவோ இல்லாவிட்டாலும், (அலி) ஆங்கிலத்திலும், உருதுவிலும் நல்ல திறமையும் வலுவான குரலும் பெற்றிருந்தார்; தடாலடிப் பேச்சாற்றல் மிகுந்தவர்' என்று எழுதினார் ஹென்றி போலாக். அத்துடன் நாடகீயமாகச் செயல்படுபவரும்கூட.

செப்டெம்பர் 11 அன்று சிறை செல்லும் தீர்மானத்தின்மீது பேசியபோது யூனியன் ஜாக் கொடி ஒன்றைத் தன் தோள்மீது போட்டுக்கொண்டு பேசினார்.[2]

எல்லாவிதங்களிலும் காந்தியும் அலியும் வேறுபட்டவர்கள். அந்த இந்து அடக்கமான மேல்நாட்டுப் பாணியில் உடை உடுத்தினார்; அந்த முஸ்லிமோ கீழைநாட்டுப் பாணியில் படபடக்கும் உடுப்புகளும், பளிச் சென்ற நிறத்தில் தலைப்பாகையும் அணிந்தார். காந்தி ஒல்லியானவர், சிறிய உருவம் கொண்டவர். அலியோ உயரமாக படு குண்டாக இருப் பார். வழக்கறிஞரைப்போல இல்லாமல் அந்த வர்த்தகர் பிரம்மச்சரிய விரதம் எதுவும் எடுத்துக்கொண்டதாகத் தெரியவில்லை.

இந்த வித்தியாசங்கள், அவர்கள் ஒன்றாகப் பயணம் செய்ததுபற்றிய காந்தியின் விவரணையில் தெளிவாக வெளிப்படுகின்றன. கப்பலில் அலி மதிய உணவாக மீனும், இரவு உணவாக மீனும் சிலசமயம் இறைச்சியும் சாப்பிட்டார். டீயும், இஞ்சி பீரும் அருந்தினார்; தொடர்ச் சியாகப் புகைபிடித்தார். இதற்கு மாறாக, பால், ரொட்டி, உருளைக் கிழங்கு, வேகவைத்த பழங்கள், சுத்தமான காற்று ஆகியவை மட்டுமே காந்தியின் உணவாக இருந்தன. முஸ்லிம் வர்த்தகர் அமீர் அலி எழுதிய ஸ்பிரிட் ஆஃப் இஸ்லாம் என்ற புத்தகத்தையும், வாஷிங்டன் இர்விங் கின் மொஹமட் அண்ட் ஹிஸ் சக்சஸர்ஸ் (மொகமதும் அவரது வழித் தோன்றல்களும்) என்ற புத்தகத்தையும் படித்தார். இந்து வழக்கறிஞர் தன் தமிழ் அறிவை தூசி தட்டிக்கொண்டார்; குஜராத்தின் வரலாறு ஒன்றையும் 'அந்நியர் குடியேற்றம்' பற்றிய அறிக்கை ஒன்றையும் வாசித்தார்; இந்தியன் ஒப்பீனியனுக்கு அனுப்பவேண்டியவற்றை எழுதினார்.

எஸ்எஸ் ஆர்ம்ஸ்டேல் சௌத்தாம்ப்டனில் அக்டோபர் 20 அன்று நங்கூர மிட்டது. அதேநாள் காந்தி பத்திரிகைகளுக்கு இரண்டு பேட்டிகள் அளித்தார். ஓர் இந்தியச் செய்தித்தாளின் லண்டன் நிருபரிடம் பேசிய அவர், டிரான்ஸ்வால் அரசு உத்தேசித்திருக்கும் புதிய சட்டம் 'முந்தை தைவிட மிகவும் கறாரானது, கடுமையானது' என்றார். பிரிட்டிஷ் பத்திரி கையாளர் ஒருவரிடம் பேசிய காந்தி, டிரான்ஸ்வாலுக்குள் இந்தியர்களின் குடியேற்றத்துக்கு விதிக்கப்படும் கட்டுப்பாடுகள், 'அவமதிப்பு செய்யாத ஷரத்துகளின்படி இருக்கவேண்டும்; ஏற்கெனவே நாட்டில் குடியேறி வாழ்ந்துவருபவர்களின் சுதந்திரத்தில் குறுக்கிடக்கூடாது' என்றார். 'இந்தியர்கள் இந்த விஷயத்தால் மிகவும் சஞ்சலமடைந்திருப்ப தாகவும் கீழ்ப்படிவதைவிடச் சிறைக்குச்செல்லத் தயாராக இருப்ப தாகவும் திரு காந்தி சொல்கிறார்' என்று குறிப்பிட்டார் அந்த நிருபர்.[3]

காந்தி வந்திறங்கிய மறுநாள் அவர் தன் நண்பர் ஹென்றி போலாக்கின் குடும்பத்தைச் சென்று பார்த்தார். அவர்கள் வடக்கு லண்டனில் கேனான் பரியில் கிராஸ்வீனர் சாலையில் வசித்தார்கள். 'நீங்கள் ஏற்கெனவே என்னை அனைத்துக்கும் தயார் செய்திருந்தபடியால் எனக்கு எதுவும்

ஆச்சரியமாக இல்லை' என்று ஹென்றிக்கு மோகன்தாஸ் எழுதினார். 'இல்லையென்றால், உங்கள் சகோதரிகளையும் நல்ல அறிவாளியான தந்தையையும் பார்ப்பது மிகவும் இனிய அதிர்ச்சியாக இருந்திருக்கும். சகோதரிகள் இருவரும் மிகவும் விரும்பத்தக்கவர்கள்; நான் திருமணமா காமலோ இளைஞனாகவோ கலப்புத் திருமணத்தில் நம்பிக்கை கொண்ட வனாகவோ இருந்திருந்தால் என்ன செய்திருப்பேன் என்று உங்களுக்கே தெரியும்!'[4]

அதேநாள் காந்தி தன் ஒன்றுவிட்ட அண்ணன் மகன் சகன்லாலுக்கு எழுதிய கடிதத்தில், இனங்கள் கலந்து வாழ்வதுபற்றி இன்னும் சற்று நடுநிலை யான வாதத்தை வைத்தார். ஆல்பெர்ட் வெஸ்டின் சகோதரி தென்னாப் பிரிக்காவில் அவருடன் சேர்ந்துகொள்ள முடிவெடுத்திருந்தார். காந்தி, 'இது ஒரு புத்திசாலித்தனமான செயல்' என்று நினைத்தார். 'நாங்கள் அங்கே (ஃபீனிக்ஸில்) சில ஆங்கிலேயப் பெண்மணிகள் இருப்பதை விரும்புகிறோம்,' என்று அவர் தன் அண்ணன் மகனிடம் சொன்னார். 'அவர் இருப்பதை முடிந்தவரை நன்கு பயன்படுத்திக்கொள்ளுங்கள். உனது மனைவியும் மற்ற பெண்களும் அவருடன் சகஜமாகப் பழகட்டும்; அவருக்கும் நமக்கும் இடையில் இடைவெளி எதுவும் இல்லை என்று அவர் உணரவேண்டும்; அவரை முடிந்த அளவு சௌகரிய மாக வைத்திருங்கள்... இரு தரப்புக்கும் அடுத்தவரிடமிருந்து கிரகித்துக் கொள்ள பலமான அம்சங்கள் உள்ளன.'[5]

செல்வி வெஸ்ட், சிக்கனவாதிகளான இந்தியர்களிடையே எளிய வாழ்க்கைக்குத் தயார் செய்துகொண்டிருந்தபோது, காந்தி செசில் என்ற லண்டனின் மிகவும் ஆடம்பரமான விடுதியில் தங்கியிருந்தார். அங்கு செல்லும் தூதுக்குழு ஒன்றுக்கு அந்த முகவரி மரியாதையை அளித்த துடன், நம்பகத்தன்மையும் வசதியும் கொண்ட லண்டன் முகவரி ஒன்றையும் அளிப்பதாக இருந்தது. அந்த இடம் ஒயிட்ஹாலிலிருந்தும் சேரிங் கிராஸ் ரயில் நிலையத்திலிருந்தும் நடக்கும் தூரத்தில் இருந்தது.[6] லண்டனில் காந்தியின் முதல் சில நாட்கள் இந்தியத் தரப்புக்கு ஆதரவு பெற முடியும் என்று காந்தி நம்பிய நாடாளுமன்ற உறுப்பினர்களுக்கும் செய்தித்தாள் ஆசிரியர்களுக்கும் கடிதங்கள் எழுதுவதில் கழிந்தன. கடிதங்களைத் தட்டச்சு செய்தவர் செல்வி லாசன். அவரை காந்திக்கு உதவியாளராகச் செயல்படுவதற்காக போலாக்கின் தந்தை அனுப்பியிருந் தார். அந்தக் கடிதங்கள் ஹெச்.ஓ. அலியையும், அவரையும் சற்று அலங் காரமாகப் படர்க்கையில் குறிப்பிட்டன; உதாரணமாக, 'தூதுக் குழுவுக்குப் பேட்டியளித்தீர்களானால் நன்றியுள்ளவனாக இருப்பேன்...'

இதனிடையே டிரான்ஸ்வாலின் இந்தியர்களைத்தாம் பிரதிநிதித்துவம் செய்வதாக காந்தியும் அலியும் அவர்கள் உரிமைகோரிய விஷயம் கேள்விக்குள்ளாக்கப்பட்டது. காந்திக்கும் அலிக்கும் இது தெரிந் திருக்கவும் இல்லை; 'டிரான்ஸ்வாலில் பிரிட்டிஷ் இந்தியர்களிடையே இரண்டு கோஷ்டிகள் இருப்பதாகத் தெரிகிறது' என்று அந்த காலனியின்

ஆளுநர் அமைச்சருக்கு எழுதினார். ஒரு கோஷ்டிக்கு காந்தியும் அலியும் பிரதிநிதிகள் என்றால், அடுத்த கோஷ்டி, 'அந்த இருவரும் தங்களைப் பிரதிநிதித்துவம் செய்ய எவ்விதமான முகாந்திரமும் உள்ளவர்கள் என்பதை மறுக்கிறது.' ஆளுநரைப் பொறுத்தவரை, 'இரண்டு குழுக்களின் பலங்களைப்பற்றி ஒரு முடிவுக்கு வரமுடியவில்லை.'[7]

தூதுக்குழுவுக்கு எதிர்ப்பு சி.எம். பிள்ளை என்ற தமிழரால் தலைமை ஏற்று நடத்தப்பட்டது. அவர் ஆங்கிலோ-போயர் யுத்தத்துக்கு முன் பிருந்தே ஜோஹானஸ்பர்க்கில் வசித்திருந்தார். 1902 நவம்பரில் அதாவது காந்தி இன்னும் இந்தியாவில் இருந்தபோது,-பிள்ளை ஒரு கோரிக்கை மனுவை எழுத உதவினார். அந்த மனு துணிச்சலாகக் கேட்டது: டிரான்ஸ் வாலில் இருக்கும் இந்தியர்கள்

> சுதந்திரமாக வரவும் போகவும் அனுமதிக்கப்படவேண்டும்; அவர்கள் தடையின்றியும் துன்புறுத்தப்படாமலும் வியாபாரம் செய்ய அனுமதிக்க வேண்டும். எதையும் வாங்கவும் விற்கவும் செய்யலாம்; அசையா சொத்துகளை உச்சவரம்போ, தடையோ, தேவையற்ற இடையூறோ இன்றி வாங்கலாம், வைத்திருக்கலாம், விற்கலாம்; சட்டங்களில் எந்தப் பாரபட்சமோ, ஆட்சியில் இருப்பவரால் கட்டுப்பாடுகள் விதிக்கப் படுவதோ, பாரபட்சமாக நடத்தப்படுவதோ இருக்கக்கூடாது; அவர்கள் தமது உரிமையிலும் சுதந்திரத்திலும் கட்டுப்படுத்தப்படக் கூடாது...

அந்தக் கோரிக்கை மனு சட்டசபைகளிலும் நகரவைக் குழுக்களிலும் இந்தியர்களுக்குப் பிரதிநிதித்துவம் கேட்டது. அதில் இருபத்திரண்டு பேர் கையெழுத்திட்டிருந்தனர்; அவர்களில் பெரும்பாலோர் தமிழர்கள்.[8]

இதற்கு இருமாதங்களுப் பிறகு, காந்தி தென்னாப்பிரிக்காவில் மீண்டும் சென்றிறங்கினார். இப்போது ஜோஹானஸபர்க்கிலிருந்து செயல்பட்ட அவர் மூலமாகவே இந்தியர்களின் கோரிக்கைகள் பெரும்பாலும் முன்வைக் கப்பட்டன. இது சி.எம்.பிள்ளைக்கு எரிச்சலூட்டியது. அவர் அந்த வழக் கறிஞரின் எழுச்சி குஜராத்திய வர்த்தகர்கள் கொடுத்த பொருளாதார, தார்மிக ஆதரவின் விளைவு என்று கருதினார். 1904 மார்ச்சில் வெள்ளை செய்தித் தாள்கள் இந்திய வியாபாரிகளின் சுகாதாரமற்ற பழக்கங்கள் பற்றிச் செய்திகள் வெளியிட்டபோது, மதராஸ் பிரசிடென்ஸியிலிருந்து வரும் தமிழர்கள் 'எல்லாவிதமான தொற்றுவியாதிகளுக்கும் தடுப்பு கொண்ட வர்கள்,' 'பம்பாய் பனியாக்கள்தான் ... மிக அழுக்கான இனத்தினர்,' என்று பிள்ளை பதில் எழுதினார். 1890 வரையில் டிரான்ஸ்வாலில் இருந்த இந்தியர்கள் பெரும்பாலும் தமிழர்களே; பின்னர் பம்பாயிலிருந்தும், குஜ ராத்திலிருந்தும் வியாபாரிகள் வந்து அவர்களது தொழிலைக் கெடுத்தனர். பிள்ளையின் கருத்துப்படி, குஜராத்திகள் காரணமாக

> இந்திய சமூகம் ஒட்டுமொத்தமும்... ஒரு குறிப்பிட்ட வகுப்பாரின் கண்டிக்கத்தக்க துர்க்குணம் காரணமாகத் துன்பப்படுகிறது; அவர்கள்

சுத்தமாக இருப்பதை முற்றிலும் வெறுப்பதும், வெறுப்பூட்டக்கூடிய விதமான மூடநம்பிக்கைகளை வெறித்தனமாகப் பிடித்துக்கொண்டிருப் பதும், பணத்தையே பிரதானமாக நினைப்பதும் மிகவும் தீங்கான தொற்றுவியாதிகள்.[9]

பிள்ளை தனது கடிதத்தில் 'முன்னாள் செயலாளர், இந்திய காங்கிரஸ், பிரிட்டோரியா மற்றும் ஜோஹானஸ்பர்க்' என்று கையொப்ப மிட்டுள்ளார். அவருடைய பிரிவில் காங்கிரஸில் எத்தனைபேர் இருந் தார்கள் என்று தெரியவில்லை. எப்படிப் பார்த்தாலும் 1906ல் காந்தியின் பிரிட்டிஷ் இந்திய சங்கம்தான் சமூகத்தின் நலன்களை முன்னெடுப்பதில் முன்னணியில் இருந்தது. அது ஒரு தனிப்பட்ட பகைமையே. தமிழரான பிள்ளை, காந்தியிடமிருந்தும் குஜராத்திய வர்த்தகர்களிடமிருந்தும் மொழியால் வேறுபட்டவர். அவர் ஆரம்பத்தில் வேறு வர்க்கத்திலிருந்து வந்தவராகவும் இருக்கலாம்; பெயரை வைத்துப் பார்க்கும்போது அவரது முன்னோர்கள் தென்னாப்பிரிக்காவுக்குக் கொத்தடிமைகளாக வந்திருக்கலாம் என்று தோன்றுகிறது.

'தூதுக்குழு' லண்டனுக்குச் சென்றபோது, பிள்ளை தன் சக தமிழரான வில்லியம் காட்ஃப்ரேயுடன் இணைந்து செயல்பட ஆரம்பித்தார். நேட்டாலைச் சேர்ந்த மருத்துவரான காட்ஃப்ரே இப்போது ஜோஹானஸ் பர்க்கில் வசித்தார். அந்த மருத்துவர் காந்தியிடமிருந்து விலகியது சமீபமா கத்தான். பிரிட்டிஷ் இந்திய சங்கத்தில் செயல்பட்டுக்கொண்டிருந்த டாக்டர் காட்ஃப்ரே எம்பயர் தியேட்டரில் செப்டெம்பர் 11 அன்று நடந்த பொதுக்கூட்டத்தில் முக்கியப் பேச்சாளர்களில் ஒருவராகவும் இருந்தார். அவரும் லண்டனுக்குக் கப்பல் ஏறும் நம்பிக்கையில் இருந்தார்; ஆனால், வர்த்தகர் ஒருவரையும் அனுப்புவது நல்லது என்று பி.ஐ.ஏ. எண்ணிய தால், ஆங்கிலம் பேசும் புரொஃபஷனல் ஒருவருக்கு மட்டுமே இடம் இருந்தது; அது காந்தியாகத்தான் இருக்கமுடியும்.

அக்டோபர் 15 அன்று எஸ்எஸ் ஆர்ம்ஸ்டேல் சமுத்திரத்தினூடே சென்று கொண்டிருக்கும்போது, வில்லியம் காட்ஃப்ரேயும், சி.எம். பிள்ளையும் காலனி நாடுகளுக்கான அமைச்சருக்குக் கடிதம் எழுதினார்கள். அந்தக் கடிதம், காந்தியும் அலியும் இந்தியர்களை பிரதிநிதித்துவம் செய்ய முகாந் திரமற்றவர்கள் என்று கூறியது; அத்துடன் நில்லாமல் 'அந்த வழக்கறிஞர் கிளர்ச்சி செய்வதையே தொழிலாக வைத்துப் பணம் சம்பாதித்திருப்பது எல்லோருக்கும் தெரியும்' என்றும் சேர்த்துக்கொண்டது. காந்தி 'ஐரோப் பியர்களுக்கும் இந்தியர்களுக்கும் இடையில் பிரிவினையை உண்டாக்கு வதாக'வும் அலி, அனைத்து-இஸ்லாமியவாதி, அவர் பிரிட்டிஷ் மணிம குடத்தைவிட துருக்கி சுல்தானுக்கே விசுவாசமானவர் என்றும் குற்றம் சாட்டப்பட்டனர்.[10]

பிள்ளையும் காட்ஃப்ரேயும் அனுப்பிய மனுக்களில் நூற்றுக்கு மேற்பட்ட பெயர்கள் இணைக்கப்பட்டிருந்தன. காந்தியின் விழிப்பான

(இத்துடன் விசுவாசமான) நண்பர் ஹென்றி போலாக் அதில் கையொப்ப மிட்டிருந்தவர்களைத் தேடினார். அவர் கண்டுபிடித்தது பெருமைக்குரிய விஷயமே அல்ல. இந்திய சலவைக்கடை ஒன்றின் சொந்தக்காரரான தமிழர், அவருடைய பெயர் விட்டுப்போனால் அது தமிழர்களுக்கு அவமானம் என்று காட்ஃப்ரே வலியுறுத்தியதால், ஒரு வெள்ளைத் தாளைத் தாளைத் தனது தொழிலாளிகள் நாற்பத்தைந்து

பேருக்கும் முன்னால் வைத்து அதில் அவர்களின் கையொப்பங்களையும் விரல் ரேகைகளையும் பெற்றிருந்தார். அவருடைய செயல் இந்தியர்களின் ஒற்றுமைக்கு ஊறு விளைவித்துவிட்டதாக போலாக் சொன்னதால், அந்த சலவைக்கடை உரிமையாளர் அந்தக் கோரிக்கை மனுவிலிருந்து விலகிக்கொண்டார்.[11] காட்ஃப்ரேயின் சகோதரர்கள் இருவர் நேட்டாலில் காந்தியின் நண்பர்களாகவும் சட்டத் தொழிலில் அவரது கட்சிக்காரர்களாகவும் இருந்தனர்; அவர்கள் தம் சகோதரரின் நடவடிக்கைகளோடு தமக்குச் சம்பந்தமில்லை என்று த டைம்ஸ் இதழுக்கு எழுதினர். பிரிட்டிஷ் இந்திய சங்கம் காந்தியும் அலியுமே தமது அதிகாரபூர்வமான பிரதிநிதிகள் என்றும், காட்ஃப்ரேயின் 'தனிப் பட்ட விரோதத்தின்' அடிப்படையில் அமைந்த பிரசாரத்தை 'மொத்த இந்திய சமூகமும் சினத்துடன் ஒதுக்குகிறது,' என்றும் அமைச்சருக்குத் தந்தி மூலமாக எடுத்துக்கூறினர்.[12]

லண்டனில், அந்தத் தூதுக்குழுவின் பெரிய உறுப்பினராகவும், சிறிய உறுப் பினராகவும் ஒரே நேரத்தில் இருந்தவருக்கு உடல்நலக் குறைவு ஏற்பட்டது. சரியாக என்ன நோவு என்று தெரியவில்லை; ஆனால், அதிகமாகச் சாப்பிட்டது காரணம் என்று தோன்றுகிறது. அலி ஹோட்டல் செசிலிலிருந்து லேடி மார்கரெட் மருத்துவமனைக்குக் கொண்டு செல்லப்பட்டார். அது சேரிங் கிராஸிலிருந்து பத்து மைல் தொலைவில் ப்ராம்லி நகரில் இருந்தது. அந்த மருத்துவமனையை 1903ல், முன்பு காந்தி மாணவராக இருந்த காலத்தில் அவருடன் வீட்டைப் பகிர்ந்துகொண்டவரும் நண்பருமான ஜோசையா ஓல்ட்ஃபீல்ட் நிறுவியிருந்தார். அந்த மருத்துவமனை கறாரான சைவ உணவு கோட்பாடுகளின்படி இயங்கியது. அங்கு உணவே மருந்து. இறைச்சியோ மீனோ ஆல்கஹாலோ அனுமதிக்கப்படவில்லை. உணவு, அப்போது பிரிட்டனில் கிடைப்பதற்கு அரியதான தேங்காய் எண்ணெயால் சமைக்கப்பட்டது.[13]

அலியைத் தினமும் சென்று பார்க்கும்படி ஓல்ட்ஃபீல்டுக்கு காந்தி எழுதினார் 'நீங்கள் இருப்பதே தெம்பும் உற்சாகமும் தருவதாக இருக்கும்.' அத்துடன் 'செலவைப் பற்றிக் கவலையில்லை' என்றும் தெரி வித்தார். அலியிடம் காந்தி அவரது சுகவீனத்துக்கு இப்படிக் காரணம் கூறினார்: 'அது சுருட்டு காரணமாகத்தான் ஏற்பட்டது என்று சொல்லக் கூடிய அளவுக்கு மூடநம்பிக்கை உள்ளவன்.' அவர் நலம் பெறுவது 'ஆபத்தான சுருட்டின் ஒரு இழுப்பினால்கூடத் தாமதமாகலாம். நிக்கோடின்பற்றிய என் வலுவான எண்ணம் அதுவே.' மறுநாள் தன்

சகநாட்டவருக்கு மீண்டும் அதேபோன்ற கடிதத்தை எழுதினார்: 'உங்களைச் சுருட்டிலிருந்து கர்மசிரத்தையாக விலகியிருக்கும்படி இறைஞ்சுகிறேன். ஹப்பிள்-பபிள் எவ்வளவு வேண்டுமானாலும் எடுத்துக்கொள்ளுங்கள்' (புகையிலையை தண்ணீரால் நீர்த்துப்போகச் செய்திருப்பதால் அது குறைவாகவே கெடுதலானது போலும்). 'டாக்டர் ஓல்ட்ஃபீல்டின் கட்டளைகளைச் சரியாகப் பின்பற்றுங்கள்' என்று வற்புறுத்தினார் காந்தி. 'திரு ஓல்ட்ஃபீல்ட் அளவுக்குத் திறமையாக வேறு எந்த மருத்துவராலும் உங்களைக் குணப்படுத்த முடியாது என்று எனக்கு நிச்சயமாகத் தெரியும்.'

கடைசியாகச் சொன்னது உறுதியான நம்பிக்கையின் அடிப்படையில் அமைந்தது; காந்தி தானும் அதே மருத்துவரிடம் ஆலோசனை பெற்று வந்தார். பம்பாயில் சட்டத்தொழில் புரிந்துகொண்டிருந்தபோது, காந்தி ஓல்ட்ஃபீல்டிடம் தனக்கு நுகரும் திறன் போய்விட்டது என்று தெரிவித்திருந்தார்; இப்போது அவருக்கு நாள்பட்ட மூக்கு தொண்டை அலர்ஜி இருந்தது. அவர் தனது நண்பரிடம் அவரால் தன்னைக் குணப்படுத்த முடியுமா வேறு தொண்டை நிபுணரைச் சிபாரிசு செய்வாரா என்று கேட்டார்.

இன்னொரு உபாதை அவர்கள் இருவரும் பகிர்ந்துகொண்ட விருப்பங்கள், வாழ்க்கை முறைத் தேர்வுகள் சார்ந்தது. 'அநேகமாக நான் பழங்களும் கொட்டைகளும் கொண்ட உணவுத்திட்டத்தைப் பரீட்சித்துப் பார்த்துக்கொண்டிருந்தபோது என்று நினைக்கிறேன்,' என்று எழுதினார் காந்தி; 'நான் என் பற்களைச் சேதப்படுத்திக்கொண்டுவிட்டேன். இரண்டு கடைவாய்ப்பற்களை நிரந்தரமாக சேதமாக்கிவிட்டேன் என்று எண்ணுகிறேன்; அவற்றில் ஒன்று கப்பலில் வந்தபோதே விழுந்துவிடும் என்று நினைத்தேன். ஒரு பல்லைப் பிடுங்க மிகவும் முயற்சி செய்தேன்; ஆனால் முடியவில்லை. நீங்கள் அவற்றைப் பார்க்கிறீர்களா அல்லது பல் மருத்துவர் ஒருவரிடம் போகட்டுமா?' ஓல்ட்ஃபீல்ட் நீண்டகால நண்பராக இருந்தாலும், இந்த உடல் பிரச்னைகளை அவர் கவனித்தார் என்றால் அவரது தொழிலுக்கான கட்டணத்தைக் கொடுத்துவிடுவதாக காந்தி வலியுறுத்தினார்.[14]

அக்டோபர் 31 அன்று காந்தி காலனி நாடுகளுக்கான அமைச்சர் லார்ட் எல்ஜினுக்கு எழுதி, தானும், அலியும் முக்கியமான பொறுப்புகளில் உள்ளவர்கள் சிலரும் அடங்கிய தூதுக்குழு அவரைச் சந்திக்க நேரம் ஒதுக்கும்படிக் கேட்டுக்கொண்டார். அந்த சந்திப்பு நவம்பர் 8 அன்று நடப்பதாக ஏற்பாடு செய்யப்பட்டிருந்தது. எல்ஜின் ஒரு முன்னாள் வைஸ்ராயாக இருந்ததால் காந்தி இந்தியன் சிவில் சர்வீஸின் உறுப்பினர்கள் சிலரைத் தூதுக்குழுவில் இடம்பெற அழைத்தார். எல்ஜின் ஒரு மூத்த பிரிட்டிஷ் அரசியல்வாதியாகவும் இருந்ததால், முன்னாள் நாடாளுமன்ற உறுப்பினர் தாதாபாய் நௌரோஜியும், அப்போதைய நாடாளு

மன்ற உறுப்பினர் எம்.எம்.பௌநாக்ரியும் வருமாறு கேட்டுக்கொள்ளப் பட்டனர். காந்தி மூன்று முறை ஹவுஸ் ஆஃப் காமன்ஸ் சபைக்கு லிபரல் உறுப்பினர் ஹரால்ட் காக்ஸை சந்திப்பதற்காகச் சென்றார்; கடைசியில் அவரும் வருவதற்குச் சம்மதித்தார்.

நவம்பர் முதல் வாரத்தில், காந்தி தீவிரப்போக்காளரும், சற்று தடாலடியாகச் செயல்படுபவருமான ஓர் இந்தியரைப் பலமுறை சந்தித்துப் பேசினார்; அவரால் எந்தத் தூதுக்குழுவிலும் இடம்பெற முடியாது என்று காந்திக்குத் தெரியும். அவர் பெயர் ஷ்யாமாஜி கிருஷ்ண வர்மா. அவர் காந்தியைவிடப் பன்னிரண்டு வயது மூத்தவர்; அத்துடன் அவரும் கத்தியவாரிலிருந்து வந்தவர். ஆக்ஸ்ஃபோர்டில் கல்வி கற்று லண்டன் வழக்கறிஞர்கள் சங்கத்துக்கு (பார்) அழைக்கப்பட்டிருந்தார். இந்தியாவில் கத்தியவாரி சமஸ்தானங்கள் பலவற்றில் பணியாற்றிவிட்டு இங்கிலாந்துக்கு 1905ல் திரும்பியிருந்தார்.

கிருஷ்ணவர்மா, இந்திய தேசிய காங்கிரஸ் அளவுக்குமீறி விசுவாசமாக இருப்பதாக நினைத்தார். லண்டனில் ஹைகேட் பகுதியில் 'இந்தியா ஹவுஸ்' ஒன்றை ஆரம்பித்தார் (அந்த இடம் கார்ல் மார்க்ஸ் புதைக்கப்பட்ட இடத்துக்கு அருகில்). இந்தியா ஹவுஸ் மாணவர்களுக்குத் தங்கும் விடுதி யாகவும், விவாதங்கள் நடக்கும் களமாகவும் இருந்தது. அங்கு தங்கிய மாணவர்கள் அவர்கள் இந்தியா திரும்பியபின் காலனிய அதிகார வர்க்கத்துக் காகப் பணியாற்றுவதில்லை என்ற உறுதி எடுத்துக்கொண்டனர். அத்துடன் கிருஷ்ணவர்மா இந்தியன் சோஷியாலஜிஸ்ட் என்ற இதழையும் நடத்தி வந்தார். அந்த இதழ் பிரஜைகளுக்கு சுதந்திரம் கொடுக்கவேண்டும் என்ற வாதத்தை முன்வைத்தது. அவருடைய மாபெரும் ஆங்கிலேய ஆதரவாளர், சமூகவியலாளரும் ஏகாதிபத்திய எதிர்ப்பாளருமான ஹெச்.எம்.ஹைன்ட் மேன்.[15] காந்திக்கு கிருஷ்ணவர்மாவின் வேலை பற்றித் தெரியும்; அதைப் பற்றி இந்தியன் ஒப்பீனியன் இதழில் எழுதப்பட்டுள்ளது. இப்போது அவர்கள் லண்டனில் சந்தித்தார்கள். அப்போது, குறைந்த பட்சம் எடுத்த எடுப்பிலாவது, மூத்தவர் இளையவரின் ஆவலைத் தூண்டுபவராக இருந்தார். காந்தி கிருஷ்ணவர்மாவின் கல்வியறிவால் கவரப்பட்டார். கிருஷ்ணவர்மாவுக்கு லத்தீன், கிரேக்கம், சமஸ்கிருதம் ஆகியவை தெரியும்; அத்துடன் அவரது ஆர்வத்தைப் பார்த்துச் சற்றே மிரட்சியடைந்தார். அடுத் தடுத்த ஞாயிறுகளில், காந்தி போலாக் குடும்பத்தினருக்குத் தன்னுடன் இந்திய விவகாரங்களை விவாதிக்க அழைப்புவிடுத்தார். போலாக்கின் தந்தைக்கு அவர் எழுதியதுபோல, 'நான் உங்களிடம் குறிப்பிட்டிருந்த பண்டிதரும் நானும் இன்னும் எங்கள் விவாதங்களை முழுதும் முடிக்க வில்லை; அது சற்று முக்கியமான ஒன்று என்பதால் (தந்தையையும் அவரது வசீகரமான மகள்களையும் சந்திக்கும்) ஓர் இனிய வாய்ப்பை நான் விட்டு விடத்தான் வேண்டியிருக்கும் என்று அஞ்சுகிறேன்'.[16] பின்னர், இந்தியன் ஒப்பீனியனில் எழுதிய ஒரு செய்தியில், காந்தி தனது புதிய நண்பரின் இயல்பையையும் நம்பிக்கைகளையும்பற்றி இவ்வாறு எழுதினார்:

> அவரால் வசதியாக வாழ முடியும் என்றாலும், ஏழைமையில் வாழ்கிறார். எளிமையாக உடை உடுத்தி ஒரு துறவிபோல வாழ்கிறார். அவருடைய குறிக்கோள் நாட்டுக்குத் தொண்டு செய்வது. அருடைய தொண்டுக்குப் பின்னே உள்ள நோக்கம் இந்தியாவுக்குப் பூரண சுயராஜ்யம் வேண்டும், பிரிட்டிஷார் இந்தியர்களிடம் அதிகாரத்தை அளித்துவிட்டு நாட்டைவிட்டுச் சென்றுவிடவேண்டும் என்பது. அவர்கள் அப்படிச் செய்யவில்லை என்றால், இந்தியர்கள் அவர் களுக்கு எல்லா உதவிகளையும் செய்வதை நிறுத்தி, அவர்கள் நிர்வாகம் செய்ய இயலாமல் நாட்டைவிட்டுப் போகும்படிச் செய்யவேண்டும். இதைச் செய்யவில்லையென்றால் இந்திய மக்கள் ஒருபோதும் மகிழ்ச்சியாக இருக்க முடியாது என்கிறார். மற்ற எல்லாமே சுயராஜ்யத்தைத் தொடர்ந்து வரும்.[17]

ஒரு வாரத்துக்குப் பிறகு, ஹெச்.ஓ. அலி மருத்துவமனையிலிருந்து ஹோட்டல் செசிலுக்குத் திரும்பினார். ஆனாலும், ஓல்ட்ஃபீல்டின் அறிவுரைப்படி, காலனி நாடுகளுக்கான அமைச்சருடனான சந்திப்புக்கு ஏற்ற நல்ல உடல்நிலையைப் பெறுவதற்காக ஒவ்வொரு நாளும் மாலையில் ஒரு மணி நேரம் மசாஜ் எடுத்துக்கொண்டார்.

தூதுக்குழுவைச் சந்திப்பதற்கு இரண்டு நாட்கள் முன்பாக, லார்ட் எல்ஜினுக்கு லண்டனில் படித்துக்கொண்டிருந்த ஐந்து இந்தியர்களிடமிருந்து கூட்டான கடிதம் ஒன்று வந்தது. அவர்களில் மூன்று பேர் கிறிஸ்தவர்கள், ஒருவர் முஸ்லிம், இன்னொருவர் இந்து. நிச்சயமாக காந்திதான் அந்தக் கடிதத்தை எழுதும்படிச் சொல்லியிருக்கவேண்டும்; அநேகமாக அவரே அதை எழுதிக்கொடுத்திருக்கவும் கூடும். அந்தக் கடிதம் டிரான்ஸ்வாலில் கொண்டுவர உத்தேசிக்கப்பட்டுள்ள சட்டங்களின் குறைபாடுகளை விவரித்தது; அந்தக் கடிதத்தில் கையொப்பமிட்டுள்ள தாங்கள் திரும்பிச் செல்லும்போது டிரான்ஸ்வாலில் நுழைய முடியாது என்று சுட்டிக்காட்டியது. வலுவான விதத்தில் மேலும் கூறியது: 'நாங்கள் இங்கே பெந்தாம், ஆஸ்டின் இன்னும் மற்ற ஆங்கில எழுத்தாளர்களின் படைப்புகளால் ஊட்டமளிக்கப்படுகிறோம்; அவர்களின் பெயர்கள் விடுதலைக்கும் சுதந்திரத்துக்கும் மறுபெயர்களாக இருப்பவை. மேலே குறிப்பிட்டவிதமான எதுவும் எங்களுக்குப் பொருந்தும் என்று எங்களால் நினைத்துப் பார்க்கவே முடியவில்லை.'[18]

நவம்பர் 8 அன்று காந்தியும் அலியும், இன்னும் பத்துப் பேரும் காலனி நாடுகளுக்கான அலுவலகத்தில் லார்ட் எல்ஜினைச் சந்திக்கச் சென்றார்கள். முதலில் பேசியவர் சர். லெபல் க்ரிஃபின்; அவர் பஞ்சாபின் முன்னாள் தலைமைச் செயலாளர்; ஈஸ்ட் இந்தியா அசோஷியேஷனின் அப்போதைய தலைவர். க்ரிஃபின் பேசியதன் அதிகாரபூர்வப் பதிவின் ஒரு பகுதி இது:

> மேலும் யாருக்கு எதிராக இந்த (கோபமூட்டும்) சட்டம் திருப்பப் பட்டுள்ளது? உலகிலேயே மிகவும் ஒழுங்கு கொண்ட, கௌரவமான,

கடினமாக உழைக்கிற, சாதுவான இனம்; நமது ரத்தமும் நிணமும் கொண்டவர்கள்; அவர்களது மொழியோடு நம் மொழி சகோதரி உறவு கொண்டது...

யாரால் இந்தச் சட்டம் தூண்டிவிடப்பட்டுள்ளது? அப்படிச் செய்தவர்கள் டிரான்ஸ்வாலில் இருக்கும் பிரிட்டிஷ் சமூகத்தின் மிகச் சிறந்த பகுதியினர் அல்ல என்று என்னிடம் சொன்னார்கள்; அவர்களெல்லாம் பிரிட்டிஷ் இந்தியக் குடிமக்களுக்கு எல்லா நியாயமான சலுகைகளும் தருவதற்கு ஆதரவாகவே இருக்கிறார்கள்; டிரான்ஸ்வாலில் இருக்கும் அந்நிய வெளிநாட்டினர்தான் அதைச் செய்கிறார்கள்; அவர்கள் ஓரளவுக்குத் தம்மைவிடச் சாதுவான, கடின உழைப்பாளிகளான இந்திய வியாபாரிகளால் பாதிப்புக்குள்ளாகியிருக்கலாம். அந்தத் தூண்டுதல் ஆங்கிலேயர்களிடமிருந்து வரவில்லை. அந்தச் சட்டத்தைத் தூண்டி விடுவதும், இந்தியர்களுக்கு எதிரான முன்முடிவுகளுக்கு ஊக்கமளிப் பதும் ரஷ்ய யூதர்களும், சிரியன்களும், ஜெர்மானிய யூதர்களும், எல்லாவித அந்நிய வகுப்பாரும், ஐரோப்பாவின் சர்வதேச சாக் கடைகளின் குப்பைகளாக இருப்பவர்களுமே.

அந்த இரு கேள்விகளும் முக்கியமானவையே; ஆனால் இரண்டாவது கேள் விக்கான க்ரிஃபினின் பதில் அசாதாரணமானது. எங்கிருந்து, எதிலிருந்து அந்த வசைமாரி கிளம்பிவந்தது? சர் லெபல் க்ரிஃபினின் சொந்த முன்முடிவு களிலிருந்தா அப்போது பிரிட்டிஷ் ஆளும் வர்க்கத்தினிடையே பரவலாகக் காணப்பட்ட செமிடிக் எதிர்ப்புவாதத்துக்கு இணங்கிப்போகும் செயலா? உண்மை என்னவென்றால், போயர்களும் பிரிட்டானியர்களுமே இந்தியர்கள் எதிர்ப்பு சட்டத்தைக் கொண்டுவருவதில் முன்னே நின்றார்கள்; இரு பிரிவினரும் கிறிஸ்துவர்களே. சமீபத்தில் டிரான்ஸ்வாலில் குடியேறிய சில யூதர்களும் தமக்குப்போட்டியாக இருந்த இந்திய வியாபாரிகள்மீது எதிர்ப்புணர்வு கொண்டிருந்தனர் என்பது நிஜம்தான். என்றாலுமே காந்திக்கு மிக நெருக்கமாக இருந்த அவரது ஆதரவாளர்களிலும் ஹென்றி போலாக், ஹெர்மான் காலன்பாக், லூயி ரிட்ச் போலப் பல யூதர்கள் இருந்தனர். சர் லெபலின் வசைமாரியைக் கேட்கும்போது காந்தி என்ன நினைத்தார்? துரதிர் ஷ்டவசமாகப் பதிவுகள் இதைப்பற்றி மௌனமாகவே இருக்கின்றன. [19]

அடுத்ததாக காந்தி பேசினார், நிதானமாக. 'பிரிட்டிஷ் சட்டத்தின் அடிப் படைக் கோட்பாட்டை' அதாவது குற்றவாளி என்று நிருபிக்கப்படும் வரை எல்லோரும் நிரபராதிகளே என்பதை அந்தப் புதிய சட்டம் எப்படி மீறுகிறது என்று விளக்கினார்;. இந்தச் சட்டம் 'ஒவ்வொரு இந்தியரையும் குற்றவாளி என்று முத்திரை குத்துகிறது'. ஆரம்பத்தில் அது பெண் களுக்கும் பொருந்துவதாக இருந்தது; அவர்களது போராட்டங்களால் அந்த விஷயம் மட்டுமாவது விலக்கிக்கொள்ளப்பட்டது. பெரிய கவலை என்ன வென்றால், மற்ற இடங்களிலும் இந்தச் சட்டம் பிரயோகிக்கப்படலாம் என்பதே; 'இன்று டிரான்ஸ்வால் நினைப்பதை நாளை மற்ற காலனிகளும் நினைக்கும்.'

ஹெச்.ஓ. அலி சுருக்கமாகப் பேசினார். அவர் காந்தியின் நிலைப்பாட்டை ஆதரித்தும், தாங்கள் 'விசுவாசமான பிரிட்டிஷ் பிரஜைகள்' என்றும், தாங்கள் அரசியல் சமத்துவத்தைக் கோரவில்லை என்றும் வலியுறுத்திப் பேசினார். 'வெள்ளை மனிதன்தான் டிரான்ஸ்வாலில் பிரதானமாக இருக்கவேண்டும் என்பதில் நாங்கள் திருப்தியடைகிறோம், ஆனால் ஒரு பிரிட்டிஷ் பிரஜை அனுபவிக்கும் மற்ற எல்லா சாதாரண உரிமைகளையும் பெறும் தகுதி எங்களுக்கு உள்ளது என்று நாங்கள் கருதுகிறோம்,' என்றார் அலி.

இந்தியரான நாடாளுமன்ற உறுப்பினர் எம்.எம். பௌநாக்ரியும் பேசினார். அவர் எல்ஜின் முன்பு வைஸ்ராயாகப் பணியாற்றியபோது இந்தியர்கள் குறித்தும் இந்தியா குறித்தும் 'இந்திய நலன்களின் காப்பாளராகவும் அவர்களது உரிமைகளின் பாதுகாவலராகவும், அவரது சிறப்பான, நினைவு கூரத்தக்க பதவிக்காலத்தில்' கொண்டிருந்த கடமையைக் குறிப்பிட்டார். தாதாபாய் நௌரோஜி, காலனி நாடுகளுக்கான அமைச்சரும் தானும் உறுப் பினர்களாக இருந்த கட்சியின் அரசியல் மரபுகளைக் கவனப்படுத்தினார். 'எல்லாவற்றையும்விட முக்கியமான கொள்கை என்று சொல்லத்தக்கது, பிரிட்டிஷ் கொடியின் கீழ் பிரிட்டிஷ் பிரஜைகளுக்கு இருக்கும் சுதந்திரமே; பிரிட்டிஷ் அரசாங்கம், குறிப்பாக ஒரு லிபரல் அரசாங்கம், அந்த அடிப் படையின்மீதே நிற்கும் என்று நம்புகிறேன்.' (டோரி கட்சியைச் சேர்ந்த இந்தியர் அதிகாரியின் கடமையை அழுத்திச் சொன்னதும், லிபரல் கட்சி யாளரான இந்தியர் ஒரு பரந்த கோட்பாட்டை வலியுறுத்தியதும் அவர்களின் இயல்புகளுக்கே உரியவை.)

எல்லோரும் பேசுவதைக் கேட்டு முடித்ததும் எல்ஜின் பதில் அளித்தார். அவர், 'பெருவிரல் அடையாளம் வைப்பது என்பதை மட்டும் எடுத்துக் கொண்டால் அது பெரிய இழுக்கான விஷயம்' என்று நினைக்கவில்லை என்றார். காந்தி குறுக்கிட்டு, பத்து விரல்களின் அடையாளமும் பெறப் படுகிறது, இந்தியாவில் குற்றவாளிகளுக்கே அப்படிச் செய்யப்படும் என்றார். எல்ஜின், 'இந்த விஷயத்தை விவாதிக்க விரும்பவில்லை; ஆனாலும் இதைப்பற்றி அவ்வளவுதான் சொல்ல முடியும்,' என்று பதிலளித்தார். பின்னர் அவர் புதிய சட்டத்துக்குப் பின்னால் உள்ள சக்திகள் என்ற விஷயத்தை எடுத்துக்கொண்டார். அவருக்கு டிரான்ஸ் வாலின் பல (வெள்ளை) நகராட்சிகளிடமிருந்து அவசர சட்டத்தைப் பிறப்பிக்க வலியுறுத்தும் தந்திகள் வந்திருந்தன. 'ஆகவே, நான் சர் லெபல் க்ரிஃபின் (இந்தியர்களுக்கு வெள்ளையர்களின்) எதிர்ப்பு பற்றிச் சொன்னதை முழுதாக ஏற்றுக்கொள்ள முடியாது.' தான் மட்டும் காலனி களுக்கான அலுவலகத்துக்குப் பதிலாக இந்தியாவுக்கான அலுவலகத்தில் (இந்தியா ஆபிஸ்) இருந்திருந்தால், தானே 'பிரிட்டிஷ் பிரஜைகள்மீது விதிக்கப்படும் கட்டுப்பாடுகளை எதிர்த்து, இங்கே பிரயோகிக்கப் பட்டது போன்றே வலுவான மொழியில்' அறிக்கைகளை அனுப்பியிருப் பேன் என்று ஒப்புக்கொண்டார். ஆனாலும், அவரது தற்போதைய பொறுப்பில், அவர்

உலகம் முழுவதும் வெள்ளையர் இனத்துக்கு கஷ்டங்கள் ஏற்பட்டு வருகின்றன என்பதை உணர வேண்டியுள்ளது; அவற்றை நாம் கணக்கில் எடுத்துக்கொள்ளவேண்டும். நான் அவர்கள் எப்போதும் வெற்றி பெற்றே தீரவேண்டும் என்று சொல்லவில்லை; எந்த விதத்திலாவது அடக்குமுறை சம்பந்தப்பட்டிருந்தால், அந்தக் குறிப்பிட்ட அம்சங்களில் அவர்கள் நிச்சயமாகவே வெற்றிபெறக் கூடாது. ஆனாலும் இவ்விதமான விவகாரங்களைப்பற்றிப் பேசும்போது அந்த உணர்வலை ஒன்று இருப்பதை நாம் மனதில் கொள்ளவேண்டும்.

அவர் தன் உரையை, உறுதியாக எதையும் சொல்லாமல் நழுவும் விதத்தில் கவனமான முறையில் முடித்தார்: திரு காந்தி சொல்ல விரும்பியதை இப்போது நான் கேட்டுக்கொண்டேன்... அவருடன் வந்திருக்கும் மற்ற கனவான்கள் பேசியதையும் கேட்டேன். அவர்களது கோரிக்கையைக் கவனத்துடன் பரிசீலிப்பேன்; முழுமையான பொறுப்புணர்வுடன் முடிவெடுப்பது என் கடமை என்று கருதுகிறேன்.'[20]

ஹென்றி போலாக்குக்குக் கடிதம் எழுதிய காந்தி, எப்போதும்போல மிகுந்த நம்பிக்கையாளராக, எல்ஜினுடன் தனது சந்திப்பு 'மிகமிக நன்றாக' நடந்ததாகக் குறிப்பிட்டார்.[21] தன் பங்குக்கு காலனி நாடுகளுக்கான அமைச்சரும், 'காந்தியும் அலியும் தம் சகநாட்டவரில் பெரும்பாலோரின் உண்மையான பிரதிநிதிகள்' என்று ஏற்றுக்கொண்டார். எல்ஜின் டிரான்ஸ்வால் அரசாங்கத்துக்கு எழுதிய கடிதத்தில், 'வெள்ளையர்களின் உணர்வலைகளின் பலத்தைத் தான் உணர்ந்திருந்தாலும், புதிய சட்டத்துக்கு அரச ஒப்புதல் தரும்படி அறிவுரை செய்ய இன்னும் விரும்பவில்லை என்று குறிப்பிட்டார். அவர், 'இந்திய சமூகத்திடமிருந்து வலுவாகவும், மேலும் என் புரிதல்படி எதிர்பாராத அளவிலும் எதிர்ப்பு கிளம்பியிருக்கும் நிலையில், உங்கள் கருத்துகளையும் கேள்விகளையும் எனக்கு அனுப்பி உதவுங்கள்' என்று அவர்களைக் கேட்டுக்கொண்டார்.[22]

காந்தியின் தூதுக்குழு லார்ட் எல்ஜினைச் சந்தித்து இரண்டு நாட்களுக்குப் பிறகு, 'த டைம்ஸ்' அதன் நோக்கம்பற்றி ஒரு நீண்ட கட்டுரை வெளியிட்டது. ஆங்கிலோ-போயர் யுத்தத்துக்கு முன்பு வேண்டுமானால் இம்பீரியல் அரசாங்கம் இந்தியர்களுக்கு ஆதரவாகத் தலையிட்டிருக்க முடியும்; 'இப்போது அந்த காலனி இன்னும் சில மாதங்களுக்குள்ளாக ஒரு பொறுப்புள்ள அரசாங்கத்துக்கான எல்லா உரிமைகளையும் பெறவிருக்கும் நிலையில் இந்த விவகாரத்தை டௌனிங் தெருவிலிருந்து தீர்த்துவைக்க முயல்வது சரியல்ல என்பதுடன் அது நடைமுறை சாத்தியமும் அற்றது.' இந்தியர்களின் தரப்பு வாதங்களும் அவர்களது கோரிக்கைகளும் ஏற்றுக்கொள்ள இயலாதவை, அல்லது ஏற்றுக்கொள்ளப்படமாட்டா என்பதற்கான காரணங்களையும் விவரித்தது:

வெள்ளையர்களின் எந்த இளம் ஜனநாயக சமூகமும் வியாபாரத்திலும் வர்த்தகத்திலும் தமக்குப் போட்டியாளர்களாக வேறு இனத்திலிருந்து,

வேறு மரபுகளோடு, வேறு சமய நம்பிக்கைகளோடு, வேறு தோல் நிறத்தோடு வருபவர்களுக்கு நடுநிலையான நீதியை வழங்கவேண்டும் என்று எதிர்பார்க்கமுடியாது. வந்தேறிகள் முடியரசின் பிரஜைகள் என்பதும் பேரரசின் உறுப்பினர்களாக நடத்தப்படவேண்டும் என்று கேட்க அவர்களுக்கு உரிமை உண்டு என்பதெல்லாம் உண்மைதான். ஆனால், மேலே குறிப்பிடப்பட்டிருக்கும் விஷயங்களைப் புறமொதுக்கிவிட்டு அந்த உரிமையைத் தந்துவிடமுடியாது என்பதும் உண்மையே. குறைந்தபட்சம் நமது காலகட்டத்தில் அது சாத்தியமில்லை. இனரீதியான முன்முடிவுகளையும், சுயநலனையும் பெருமளவில் தணிக்கக்கூடிய பொதுவான ஏகாதிபத்திய குடியுரிமை என்ற உணர்வை உருவாக்க-அப்படி ஒன்றை உருவாக்குவது சாத்தியமானால் பல ஆண்டுகள், பல தலைமுறைகளும்கூடத் தேவைப்படலாம். [23]

மாணவராக மோகன்தாஸ் காந்தி லண்டனின் உல்லாசங்களாலும் கவர்ந்திழுப்புகளாலும் பாதிக்கப்படாதவராக இருந்தார். நாடகங்கள், விருந்துகள், கிரிக்கெட் போட்டிகள் போன்றவை அவருக்கு அப்போது ஆர்வமூட்டவில்லை. இப்போது அவருக்கு ஆர்வமோ நேரமோ இல்லை. அவர் காலை ஒன்பது மணியிலிருந்து நள்ளிரவுவரை பத்திரிகை ஆசிரியர்கள், அரசியல்வாதிகள், செல்வாக்குள்ள மற்ற நபர்கள் ஆகியவர்களிடம் தம் தரப்புக்கு ஆதரவு தேட உழைத்தார். அவர்களும் அதுபோன்ற பிறரும் கடிதங்களின் வெள்ளத்தால் சூழப்பட்டார்கள். இதற்காகத் தூதுக்குழுவினர் 5000 எண்ணிக்கையில் பென்னி தபால்தலைகளைப் பயன்படுத்தினார்களாம்.

காந்தி தன் தரப்புக்காகச் சந்தித்த மனிதர்களில் போராளியான பத்திரிகையாளர் டபிள்யூ.டி.ஸ்டெட்டும் ஒருவர். போரின்போது செசில் ரோட்ஸின் ஏகாதிபத்தியவாதத்துத்தான் அளித்துவந்த ஆதரவைவிட்டுவிட்டு போயர்கள் பக்கம் சாய்ந்த விஷயத்தில் ஸ்டெட் மிகவும் பெயர் பெற்றவர்-அல்லது ஒருவேளை அவப்பெயர் பெற்றவர். இப்போது காந்தி அவரை இந்தியர்கள் விவகாரம் குறித்து 'உங்களுடைய படம்பிடித்துக் காட்டுவது போன்ற நடையில்' எழுதும்படிக் கேட்டுக்கொண்டார்.[24] ஸ்டெட் அந்தக் கட்டுரையை எழுதவில்லை; ஆனாலும் மற்ற பல பெருந்தலைகள் காந்தியின் ஆதரவு திரட்டலுக்கு இசைவாக இருந்தார்கள். மருத்துவரும் இயற்கையியலாளருமான ஜார்ஜ் பேர்ட்வுட் என்ற நீண்டகால இந்திய ஆதரவாளர் காந்தி எல்ஜினுக்கு வைத்த கோரிக்கையால் மிகவும் கவரப்பட்டார். அவர், 'உங்களைப்போன்ற இளம் இந்துக்கள் இம்மாதிரியான ஏகாதிபத்திய அரசின் கொள்கைகள் தொடர்பான மிகவும் சிக்கலான, கடினமான விவகாரங்களை எவ்வளவு ஆழ்ந்த அறிவுடனும், திறமையுடனும் கையாளுகிறீர்கள் என்பதற்குச் சான்றாக விளங்குவதால், மிகுந்த மகிழ்ச்சியுடன்' அதைப் படித்தார். இந்தியர்களின் கோரிக்கையை நிராகரிப்பது, '(பிரிட்டிஷ்) பேரரசை ஸ்திரப்படுத்துவதற்கு மாற்ற முடியாத அடியாக இருக்கும்' என்று பேர்ட்வுட் நினைத்தார். அவர் கருத்தில்,

> உலகத்தில் எந்த வரலாற்று இனமும் ஸ்காட்கள்கூட இந்துக்கள் அளவுக்குத் தம்மைப்பற்றி அதிகப் பெருமிதம் கொண்டிருந்ததோ அதற்கு உரியவர்களாக இருந்ததோ இல்லை; அவர்கள் இந்தியாவுக்கு அதன் புராதனப் பெயரையும் பெருமையையும் தந்திருக்கிறார்கள்; தென்னாப்பிரிக்காவில் செய்யப்படுவதுபோல அவர்களது இனரீதியான பெருமைக்கு ஊறுவிளைவித்து அவமதிப்பு செய்வது, நமது உலகளாவிய பேரரசுக்கு அடித்தளமாக விளங்கும் பிரிட்டிஷ் 'ராஜ்ஜியம்' மீதான அவர்களது விசுவாசத்துக்குப் பெருத்த அடியாக இருக்கும்.[25]

இதற்கிடையே காந்தி வலியுறுத்தியதால் லிபரல் கட்சியைச் சேர்ந்த நாடாளு மன்ற உறுப்பினர்கள் ஹரால்ட் காக்ஸும், ஹென்றி காட்டனும் டிரான்ஸ் வாலில் இந்தியர்கள் துன்புறுத்தப்படுவதுபற்றித் தொடர்ந்து பல கேள்வி களை எழுப்பினர். அவற்றுக்குத் துணை அமைச்சர் (அண்டர் செகரட்டெரி ஆஃப் ஸ்டேட்) வின்ஸ்டன் சர்ச்சில் பதில் அளித்தார்; அவர், வெள்ளையர் களும் பழுப்பு நிறத்தவர்களும் எப்போதுமே ஒன்றுகலக்க முடியாது என்ற கருத்தின்மீது குறிப்பிடத்தகுந்த அளவில் அனுதாபம் கொண்டவர். ஒரு கேள்வி, ஜோஹானஸ்பர்க்கில் வ்ரீடேட்ராப் பகுதியில் சுமார் நூறு இந்திய வியாபாரிகளைக் காலி செய்யச்சொல்லி அறிவிப்பு கொடுக்கப்பட்டது பற்றியது. வியாபாரிகள் அங்கு பல ஆண்டுகளாக இருந்திருக்கின்றனர்; அவர்களது அசையா சொத்துகளின் மதிப்பு 20,000 பவுண்ட் இருக்கும் என்று மதிப்பிடப்பட்டது. காட்டன், எதற்காக இந்தியர்கள் தமது கடைகளைக் காலி செய்யும்படிச் சொல்லப்படுகிறார்கள் என்று கேட்டபோது, அதே சந்தையில் போயர்களும் செயல்படுகிறார்கள்; 'வெள்ளையர்கள் பகுதியையும், கறுப்பு நிறம்கொண்டவர்களின் பகுதியையும் பிரித்து வைப்பது நல்லது; ஐரோப்பியர்கள், ஆசியர்கள், பூர்வகுடிகள் ஆகியவர் களின் குடும்பங்களை அருகருகே ஒரே கலப்பு சமூகமாக வசிக்க அனும திப்பதில் பல தீங்குகள் உள்ளன; லார்ட் செல்போர்னின் கருத்தில் அது மூன்று தரப்பாரின் சமூக நலனுக்கும் கேடானது' என்றார் சர்ச்சில்.[26]

உடனடியாக காந்தி, சர்ச்சில் முன்வைத்த வாதங்களை மறுத்து லார்ட் எல்ஜினுக்குக் கடிதம் எழுதினார். அவர் சொன்னார், முதலாவதாக அந்தப் பகுதியிலிருந்த இந்தியர்கள் வசிப்பதற்காக சட்டப்படி உரிமை பெற்றிருக் கிறார்கள்; இரண்டாவதாக, சர்ச்சிலால் 'தகரக் கொட்டகைகள்' என்று வர்ணிக்கப்பட்ட இந்தியக் கடைகள் உண்மையில் 'வ்ரீடேட்ராப்பில் இருந்த பல கட்டடங்களைவிட மேலானவை'; மூன்றாவதாகக் குறிப்பாக,

> வெள்ளையர்கள், கறுப்பு நிறம்கொண்டவர்கள் ஆகியோரின் இருப்பிடங்களைப் பிரித்து வைப்பது நல்லது என்ற கொள்கை சரியானது என்றால், டிரான்ஸ்வாலில் இந்தியர்கள் யாரும் எள்ளளவும் சுய மரியாதையுடன் வாழ முடியாத நிலை ஏற்படும் என்று அஞ்சுகிறேன். அப்படியான ஒரு கொள்கை, சட்டத்தை மதித்து வாழும்

நூற்றுக்கணக்கான மரியாதைக்குரிய இந்தியர்களுக்கு சீரழிவை ஏற்படுத்தக்கூடிய லொக்கேஷன்களை ஏற்படுத்துவதில் போய் முடிவது நிச்சயம்.[27]

நவம்பர் 27 அன்று காந்தியும் அலியும் காலனி நாடுகளுக்கான அலுவலகத்தில் துணை அமைச்சரைச் சென்று பார்த்தார்கள். சர்ச்சில் அவர்களிடம், 'இந்த அவசரசட்டம் பற்றியும், வ்ரீடேட்ராப் கடைகள் அசரச் சட்டம் பற்றியும், மேலும் இந்த முழு விவகாரம் பற்றியும் என்ன சொல்ல விரும்புகிறார்கள்' என்பதைச் சுருக்கமான குறிப்பாக-ஒரு ஃபூல்ஸ்கேப் தாளின் ஒரு பக்கத்துக்கு மிகாமல் எழுதி அனுப்பும்படிக் கேட்டுக் கொண்டார். அலி அவரிடம் நினைவுபடுத்தினார்,

தான்தான் (போயர்) யுத்தத்திலிருந்து சர்ச்சில் திரும்பியபோது அவரைப் பாயிண்ட்டில் (டர்பனில்) வரவேற்ற நபர்; அதே திரு சர்ச்சிலிடம் இப்போது அவர் இந்திய சமூகம் சார்பாகக் குறைதீர்க்க வேண்டுகோள் வைக்கிறார். திரு சர்ச்சில் புன்னகை செய்தார்; திரு அலியை முதுகில் ஆதரவாக த் தட்டினார்; தான் செய்ய முடிந்த அனைத்தையும் செய்வதாக உறுதியளித்தார். அந்த பதில் எங்கள் நம்பிக்கையை அதிகரித்தது.[28]

ஏகாதிபத்தியத் தலைநகரில் காந்தியின் அனுபவங்களும் மூடிய, திறந்த, பாதி மூடிய கதவுகளுக்குப் பின்னே நடந்த சந்திப்புகளும் இந்தியர்களுக்குத் தம்மை பிரதிநிதித்துவம் செய்ய லண்டனில் ஒரு முறையான அமைப்புவேண்டும் என்ற முடிவுக்கு வரச் செய்தன. தபால் வழியாகவும் தொலைபேசி வழியாகவும் வேலை செய்து, தென்னாப்பிரிக்க பிரிட்டிஷ் இந்திய கமிட்டி (எஸ்.ஏ.பி.ஐ.சி.) என்ற அமைப்பை ஏற்படுத்தினார். அந்த அமைப்பை க்ரிஃபின், நௌரோஜி, பௌநாக்ரி உள்ளிட்டோர் ஆதரித்தனர். ஜோஹானஸ்பர்க்கைச் சேர்ந்த காந்தியின் நண்பர், லண்டனில் வழக்கறிஞராகத் தகுதி பெற்றிருந்த எல்.டபிள்யூ.ரிட்ச் அதன் செயலாளராகப் பணியாற்றுவார். 'திரு ரிட்ச்சின் செயல்திறன்களைப்பற்றி நான் இன்னும் உங்களிடம் முழுதாகச் சொல்லவில்லை,' என்று பௌநாக்ரிக்கு எழுதினார் காந்தி.

அவர் பல சந்திப்புகளைப் பொறுப்பேற்று நடத்தியிருக்கிறார்; பல அமைப்புகளுக்குச் செயலாளராக இருந்துவருகிறார். இருபதாண்டுகளுக்கு முன்பு வேண்டுமானால் அவர், சோஷலிச வெறிகொண்டவர் என்று சொல்லப்படக்கூடிய விதத்தில் இருந்திருக்கலாம். இன்று, அவருடைய பணி வாழ்க்கை பல ஏற்றத்தாழ்வுகளைக் கொண்டது. இன்று, என்னைப்பற்றி அவரைவிட நன்றாகத் தெரிந்த நண்பர் எனக்கு ஒருவருமில்லை. தான் கொண்ட குறிக்கோளுக்காக உயிரையும்விடத் தயாராக இருக்கும் மனிதர்களில் அவரும் ஒருவர்.[29]

தூதுக்குழுவினரை வழியனுப்பும் கூட்டத்துக்குத் தலைமை வகித்தவர் பௌநாக்ரி. அந்தக் கூட்டம் நவம்பர் 29 அன்று ஹோட்டல் செசிலில்

ரிச்செலூ அறையில் நடைபெற்றது. பிரிட்டிஷ் ஆளும்வர்க்கத்தின் இந்திய ஆதரவு உறுப்பினர்கள் பலர் அதில் கலந்துகொண்டனர். அவர்களில் பம்பாயின் முன்னாள் ஆளுநர் லார்ட் ரீயே, மொகமதன் ஆங்கிலோ-ஓரியன்டல் கல்லூரியின் முன்னாள் முதல்வர் தியோடர் மோரிசன், முன்னாள் ஐ.சி.எஸ். அதிகாரிகள், அப்போதைய நாடாளுமன்ற உறுப்பினர்கள் ஆகியோர் இருந்தனர். காந்தியுடன் தனிப்பட்ட முறையில் தொடர்பு கொண்டிருந்தவர்களில் ஜே.ஹெச்.எல்.போலாக்கும் (ஹென்றியின் தந்தை), டாக்டர் ஜோசையா ஓல்ட்ஃபீல்டும் இருந்தனர்.[30]

கூட்டத்தினரிடையே உரையாற்றிய காந்தி, அந்த அறையில் இருந்த இந்திய மாணவர்களைக் குறிப்பிட்டுப் பேசினார்; அவர்களின் இக்கட்டான நிலை டிரான்ஸ்வாலில் ஏற்பட்டிருக்கும் பிரச்னையைக் கட்டம்கட்டிக் காட்டுகிறது. அந்த இளைஞர்கள் தென்னாப்பிரிக்காவுக்குத் திரும்புவதுபற்றி 'கவலையுடனும் அச்சத்துடனும் சிந்தித்துக்கொண்டிருக்கிறார்கள்'; அந்தக் காலனியில் வெளியேற்றப்பட்டிருக்கும் இந்தியர்களின் கதியே தமக்கும் ஏற்படும் என்று அவர்கள் கவலைப்படுகிறார்கள். காரணம், காந்தி சுட்டிக்காட்டியதுபோல, 'இங்கே, இங்கிலாந்தில் அவர்கள் பாரிஸ்டர்களாகவோ மருத்துவர்களாகவோ ஆகிவிடுவார்கள்; ஆனால் அங்கே தென்னாப்பரிக்காவிலோ, டிரான்ஸ்வாலின் எல்லையைக்கூடக் கடந்துசெல்ல அவர்களால் முடியாமல் போகலாம்.'[31]

லண்டனில் காந்தியின் சுறுசுறுப்பான ஆதரவு திரட்டல் டிரான்ஸ்வால் அரசாங்கத்தை திடுக்கிடச்செய்தது. தூதுக்குழுவினர் தென்னாப்பிரிக்காவுக்குத் திரும்பிவந்துகொண்டிருந்த நேரத்தில், காலனியின் துணைநிலை ஆளுநர் (லெஃப்டினனட் கவர்னர்) தனது மேலதிகாரிக்குக் குறைபட்டுக்கொண்டு இப்படி எழுதினார்: 'மாட்சிமை தாங்கிய மன்னரின் அரசாங்கம், திருவாளர்கள் காந்தியும் அலியும் எடுத்து வைத்த வாதங்களால் பெரிதும் கவரப்பட்டுவிட்டது என்பது வெளிப்படையாகத் தெரிகிறது.'[32] டிரான்ஸ்வாலின் ஆளுநரான செல்போர்ன், தனது உயரதிகாரியான காலனி நாடுகளுக்கான அமைச்சருக்கு ஒரு கடிதம் எழுதி, அந்த அவசரச்சட்டம் 'ஐரோப்பியர்களின் சமூகத்தால் ஏறக்குறைய ஒருமனதாகக் காலனியின் நலன்களுக்கு அத்தியாவசியமானதாகப் பார்க்கப்படுகிறது' என்று சுட்டிக் காட்டினார். பதிவுசெய்துகொள்வதை கட்டாயமாக்கும் முடிவை ஆதரித்தார்; உச்சநீதிமன்றத்தில் முறையீடு செய்ய வகைசெய்யும் ஷரத்து (இந்தியர்கள் இதைக் கோரிப் போராடிவந்தார்கள்) அந்தச் சட்டத்தின் நோக்கத்தையே முறியடித்துவிடும், ஏனென்றால் 'ஒருமுறை ஓர் ஆசியர் நாட்டுக்குள் வந்துவிட்டால், மீண்டும் அவரைக் கண்டுபிடிப்பது எவ்வளவு கடினம் என்று நமது அனுபவம் காட்டுகிறது' என்று எச்சரித்தார். ஆளுநர் குறிப்பிட்டார்:

> அனுமதிச்சீட்டுகளும் பதிவுச்சான்றிதழ்களும் பெருமளவில் திருட்டுத்தனமாக விலைக்கு விற்கப்படுவது திரு காந்திக்கு மற்றவர்களைவிட

நன்றாகவே தெரியும்; மேலும், குடியேற்றங்களைக் கட்டுப்படுத்தும் நோக்குடன் எடுக்கப்படும் எந்தவொரு நிர்வாக நடவடிக்கையையும் நீதிமன்றங்களை அணுகிக் கவிழ்ப்பது எவ்வளவு சுலபம் என்பது பற்றிய விஷேசமான அனுபவமும் அவருக்கு இருக்கிறது (சட்டம் இப்போதைய வடிவில் இருக்கும்வரை அது சரியே).

அடைப்புக்குறிக்குள் போடப்பட்ட குறிப்பு காந்தியின் நோக்கங்களுக்கு எதிரான அவதூறு கற்பித்தலை எந்தவிதத்திலும் தணித்துவிடவில்லை: அதாவது பழைய சட்டத்தில் அவரது சொந்த நலன் அடங்கியிருக்கிறது, அதன் அடிப்படையில் நீதிமன்றங்களில் வழக்காடிக் காசு பார்க்கிறார் என்ற குற்றச்சாட்டு. பிறகு செல்போர்ன், அந்த அவசரச் சட்டம் வேறு ஒரு பெரிய திட்டத்தின் பகுதியே என்று விளக்கினார். அவர் எழுதினார்: 'ஒவ்வொரு நாட்டுப்பற்றுள்ள தென்னாப்பிரிக்கரும்'

> இங்கே ஒரு பெரிய அளவிலான ஐரோப்பிய சமுதாயம் நிறுவப் படுவதை ஆவலுடன் எதிர்பார்க்கிறார்... அந்த நோக்கத்தை நிறை வேற்றுவதற்கு ஏற்பட்ட அச்சுறுத்தலாகவே ஆசிய மக்களின் பெரு மளவிலான குடியேற்றத்தைப் பார்க்கிறார். அவர் ஏற்கெனவே நேட்டாலில் பார்ப்பவர்களை வியக்க வைக்கும்படி ஆசியர்கள் வியாபாரத்தில் வேகமாக இடத்தை நிரப்பிக்கொண்டிருப்பதைப் பார்த்துக்கொண்டிருக்கிறார்; இப்போது அதே நிலை விவசாயத்திலும் ஏற்பட்டுவிட்டது; இல்லையென்றால் வளர்ந்துவரும் ஐரோப்பிய சமுதாயத்துக்கு அது ஒரு வாய்ப்பாக இருந்திருக்கும். அதே நிலமை இப்போது டிரான்ஸ்வாலிலும் ஏற்பட்டுவருவதைப் பார்க்கிறார். இப்போது சற்று மெதுவாகத்தான் நடக்கிறது என்றாலும், விரைவில் வேகம் பிடித்துவிடும் என்று அஞ்சுகிறார். பிரிட்டிஷ் இந்தியர்கள் மாட்சி மைதங்கிய மன்னரின் அரசாங்கத்திடமிருந்து இயல்பிலேயே பெற்றிருக்கும் உரிமைகளை அங்கீகரிக்க அவர் சித்தமாகவே இருக்கிறார்; அதேசமயம், ஒரு வலிமையான ஐரோப்பியர்களின் தேசமாக இருக்கத் தகுதியானது என்று தான் நம்பும் தனது நாட்டை, எக்காலத்திலும் தனக்கு அந்நியமாக மட்டுமே இருக்கக்கூடிய ஓர் இனத்திரைக்கொண்டு நிரப்புவது என்கிற நிலைக்கு அந்த உரிமைகள் இட்டுச் செல்லுமானால், அதை அவர் எதிர்க்கிறார்; தடுத்து நிறுத்தவும் தயாராக இருக்கிறார்.[33]

வெள்ளையர்களின் தரப்புக்கான இந்த நியாயப்படுத்தல் ஒரு முக்கியமான கேள்வியை முன்வைக்கிறது-இந்தியர்கள் ஐரோப்பியர்களைவிட 'அந்நிய மானவர்கள்' என்பது ஏன்? ஆஃப்ரிக்கர்களைப்போலன்றி, இந்த இரண்டு இனங்களுமே அந்தக் கண்டத்தில் உருவானவை அல்ல. இரண்டு இனத்த வருமே கடல்கடந்து வந்தவர்கள்; ஐரோப்பியர்கள் மேற்கிலிருந்து, இந்தியர்கள் கிழக்கிலிருந்து; ஒவ்வொருவரும் தமக்கும் தம் குடும்பங் களுக்கும் மேம்பட்ட வாய்ப்புகளைத் தேடிவந்தவர்களே. ஐரோப்

பியர்கள் தென்னாப்பிரிக்காவைத் தமது தாயகம் என்கிறார்கள். அப்படியானால், ஏன் இந்தியர்களும் அதேபோலத் தாமும் வாழ்ந்து, உழைத்திருக்கும் மண்ணின்மீது 'நாட்டுப்பற்று' கொண்டிருக்க முடியாது? வெள்ளையர்களால் மேலாதிக்கம் செய்யப்பட்டு ஆளப்படுகிறதான, கூடவே அடங்கிப்போகிற பூர்வகுடி சமூகத்தை கொண்டிருக்கிறதான ஒரு காலனியை உருவாக்கும் நோக்கத்துக்கு இந்தியர்கள்தான் முக்கியமான அல்லது ஒரே இடையூறாகப் பார்க்கப்பட்டார்கள். ஆஸ்திரேலியா, கனடா, நியூ சிலாந்து ஆகியவற்றைப்போல தென்னாப்பிரிக்கா ஆக வேண்டுமானால், இதற்குமேல் இந்தியர்கள் யாரும் உள்ளே நுழையாமல் தடுப்பது முக்கியம்.

காலனியவாதிகளின் தரப்பை எடுத்துவைப்பதில் தீவிரமும், பற்றும், பதற்றமும்கூட இருந்தது காந்திக்கு ஒரு மறைமுகமான பாராட்டே. அவர் தலைமையிலான எதிர்ப்பு அவர்களை அதைரியப்படுத்தியது; நிம்ம தியிழக்கச் செய்தது. ஆளுநரின் தனிப்பட்ட எச்சரிக்கைகளுடன் இப்போது லண்டனில் வெளியிடப்பட்ட ஒரு புத்தகமும் சேர்ந்து கொண்டது; அந்தப் புத்தகம் 'காலனிகளுக்கு ஆசியர்களின் ஆபத்து' என்ற துணுக்குறவைக்கும் தலைப்பைக் கொண்டிருந்தது. ஜோஹானஸ்பர்க் பத்திரிகையாளரான எல்.இ.நீம் எழுதிய அந்தப் புத்தகம், இந்தியர் களுக்கு எதிரான 'தாய்நாட்டு' எண்ணத்தை உருவாக்கி, டிரான்ஸ்வாலில் புதிய கொள்கைகள் வருவதற்கு இலகுவான வழியை அமைத்துத்தரும் நோக்கம்கொண்டது. சுதேசி இயக்கம் வடிவில் இந்தியாவில் புதிதாக உருவாகிவந்த தேசியவாதம் பத்திரிகையாளர் நீமைக் கவலைகொள்ள வைத்தது. அவர், 'ஐரோப்பிய கேடயத்தில் ஒரு பலவீனமான இடம் கண்டுபிடிக்கப்பட்டுவிட்டது என்ற எண்ணம் வலுப்பெற்றுவருகிறது,' என்று எச்சரித்தார். இந்தச் செயலூக்கம் இந்தியாவில் பிரிட்டிஷ் ஆட்சிக்கு எதிராக மட்டும் பயன்படுத்தப்படுவதுடன் ஓய்ந்துவிடாது; அது 'பல இடங்களில் கதவுகளை மூடவேண்டிய நிர்பந்தத்தை ஏற்படுத் தக்கூடும்.' ஐரோப்பாபோல ஆசியாவுக்கும் 'அதன் உபரி ஜனத் தொகைக்கு இடம் தேவைப்படுகிறது'; ஆகவேதான் காந்தி தலைமையில், தென்னாப்பிரிக்காவும் பிரிட்டிஷ் பேரரசின் ஒரு பகுதியே என்ற சாக்கில் அங்குவந்து குடியேற இந்தியர்களை அனுமதிக்க வேண்டும் என்ற கோரிக்கை எழுப்பப்படுகிறது.

ஆனாலும், அது ஒன்றும் எண்ணிக்கைகளின் போட்டிபற்றிய விவகாரம் அல்ல. நீம் கூர்மையாகக் குறிப்பிட்டதுபோல, வெள்ளையரின் பார்வையில் 'ஆசியரிடம் இன்னொரு தவறும் இருக்கிறது'. அவர் வேட்கைகொண்டவர். தோட்டக் கூலிக்காரர் ஒருவர், கூலிக்காரராகவே இறந்துபோகலாம்; அவர் மகன் நிலச்சொந்தக்காரராகவோ, சிறுவணி கராகவோ, கடைக்காரராகவோ, பெரிய அளவிலான வியாபாரியாக வோகூட ஆகிவிடக்கூடும்.' அடுத்தடுத்த தலைமுறையைச் சேர்ந்த இந்தியர்கள் மேன்மேலும் தேர்ச்சிபெற்ற தொழில்களுக்கு முன்னேறும்

போது, அதற்கு முன்பு வெள்ளையர்கள் மட்டுமே செய்துவந்த வேலை களையும் தொழில்களையும் பறித்துக்கொள்கிறார்கள். ஆகவே ஜோஹானஸ்பர்க்கிலிருந்த இந்த ஐரோப்பியர் குற்றம்சாட்டினார்: 'இந்தியர் பண்ணையில் வேலை செய்வார், கடை வைத்திருப்பார், தொழிற்சாலையில் தனித்திறன்கள் தேவைப்படும் வேலைகளையும் செய்வார் என்றால் வெள்ளையர்களது எதிர்காலம் என்னாவது?'

காந்தியும் மற்றவர்களும் 'இந்தியாவைப்பற்றி மட்டும் தெரிந்த, காலனி களைப்பற்றி ஒன்றும் தெரியாத நாடாளுமன்ற உறுப்பினர்களின்' ஆதரவைத் திரட்டினர் என்று குற்றம் சாட்டினார். இதை எதிர்கொள்ள, அந்த காலனியவாதி தாய்தாட்டின் அற்பத்தனமான உந்துதல்களைத் தூண்டும்விதத்தில் சொன்னார்:

கடைசியில் வெள்ளையர்கள் வாழ வேண்டிய இடத்தில் அதிகபட்ச ஆசியர்களைக்கொண்ட காலனியால் பேரரசுக்கு எந்தப் பயனும் இல்லை. வெள்ளையன் ஆசியனைவிட அதிகம் பொருட்களை உபயோகிக்கிறான் என்பது பொருளாதாரத்தில் ஒரு அடிப்படையான உண்மை. அதிக வெள்ளையர்களைக் கொண்ட ஒரு காலனியின் வர்த்தகம், கிழக்கத்திய மக்களுடைய போட்டியைச் சமாளிக்கக் கஷ்டப் பட்டுப் போராடுகிற, குறைந்துகொண்டுவரும் வெள்ளையர் தொகை யைக்கொண்ட ஒரு காலனியின் வர்த்தகத்தைவிட இங்கிலாந்துக்கு அதிக பயன்தரும். 34

எல்.இ.நீமுக்கு, இனவேறுபாடுகளைக் கடந்து பலவீனமானவர்கள் பக்கம் நின்றவரான ஹென்றி போலாக் பதில் சொன்னார். இந்தியன் ஒப்பீனியனில் நான்கு பகுதிகளாக வெளியான விமர்சனத்தில் போலாக் ('த எடிட்டர்' என்ற பெயரில் எழுதியது), நீம் 'காகேசிய சார்பு' கொண்டிருப்பதாகவும், 'வெள்ளையர் இனம் ஆகமொத்தம் தன்னளவில் உயர்ந்தது என்று கருதப்படுவதைக் கேள்வி கேட்காதவர்', 'தொல்லை தரும் ஆசியர்களை நிரந்தரமாகத் தாழ்ந்தநிலை என்ற நரகத்தில் தள்ளி விடுபவர்' என்றும் குற்றம்சாட்டினார். உலகத்தை ஆசியர்கள், ஆசியர் அல்லாதவர் என்று பிரிப்பதன் மூலம் நீம், தான் 'மனிதனின் சகோதரத் துவத்திலும், அவன் இயற்கையுடன் ஒன்றி வாழ்வதிலும் நம்பிக் கையில்லாதவர் என்று காட்டிவிட்டார். உலகம் முழுவதிலும் மனிதர்கள் ஒரே மாதிரியான சூழ்நிலைகளால் ஒரே பொதுவானவிதத்தில்தான் வார்க்கப்படுகிறார்கள் என்று எண்ணிப்பார்க்க முடியாதவர்.'

ஆசிய வணிகர்கள் வெள்ளையர்களின் போட்டியை மூழ்கடித்து விடுவார்கள் என்ற நீமின் வாதத்தைப்பற்றிப் போலாக், 'அவருடைய வேண்டுதல் வெள்ளையன் வாழ்வாதாரம் பெறவேண்டும் என்பது அல்ல; ஆசியன் அப்படிச் செய்யக்கூடாது என்பதுதான்' என்று காட்டமாகக் குறிப்பிட்டார். காக்கேசியர்கள் நிஜமாகவே 'தம்மளவில் உயர்ந்தவர்கள்' என்றால், பதிவுச் சட்டங்கள், குடியேற்றச் சட்டங்கள்,

வர்த்தகக் கட்டுப்பாடுகள், பாதுகாப்பு அரண்கள் (இன்னும் இதுபோன்ற நடைமுறைகள்) ஆகியவற்றால் கிடைக்கும் கூடுதல் அனுகூலம்தான் என்ன... அது காட்டுவது அமைதியான தன்னம்பிக்கையோ, மற்ற எல்லோரும் சுவாசிப்பதைவிடத் தான் சுத்தமான காற்றை சுவாசிக்கும் உணர்வோ அல்ல; மாறாக உயர்ந்தவன் என்று சொல்லிக்கொண் டிருக்கும் பூச்சாண்டி வெளிப்பட்டு எல்லோர் முன்னாலும் சாயம் வெளுத்துவிடுமோ என்ற மரண பயமே எங்கே தன் சுய முக்கியத்தும் என்ற காற்றடைத்த பொம்மை ஊசியால் குத்தப்பட்டுவிடுமோ என்ற பயம்.[35]

காந்தியும் அவரது சகாக்களும் டிரான்ஸ்வாலில் பிரிட்டிஷ் ஆட்சிக்குச் சவால்விடவோ, அதைக் கவிழ்த்துவிடவோ சற்றும் விரும்பவில்லை. அவர்கள் கேட்டது வசிக்கவும், வியாபாரம் செய்யவும், பிரயாணம் செய்யவும் தற்போது இருந்துவருகிற, ஏற்கெனவே உறுதியளிக்கப்பட்ட உரிமைகள் காக்கப்படவேண்டும் என்பதே. வெள்ளையர்களின் அரசியல் உயர்நிலையைத் தாம் கேள்விகேட்கவில்லை என்று அவர்கள் மீண்டும் மீண்டும் கூறியிருந்தார்கள். ஆஃப்ரிக்கர்கள் போலன்றி, இந்தியர்கள் வியாபாரத்திலும் (காந்தியின் சொந்த உதாரணம் காட்டுவதுபோல) தொழில் நிபுணத்துவத்திலும் திறமைபெற்றவர்கள். இதில் அவர்கள் ஐரோப்பியர்களுடன் நேரடியாகப் போட்டியிட்டார்கள். இன்னும் அதிகமாக இந்தியர்களை அனுமதித்தால் பொருளாதார சவால் இன்னும் தீவிரமாகும், அரசியலிலும் பங்குகொடுக்க வேண்டிய சூழ்நிலை ஏற்பட்டுவிடும்.. ஆகவே, எல்.இ. நீம் குறிப்பிட்டதுபோல, இந்தியர் களுக்குக் கதவை நன்றாக இழுத்து மூடவேண்டும்.

11
சமாதானம் மோதலாகிறது

காந்தி தென்னாப்பிரிக்காவுக்கு 1906 டிசம்பர் மூன்றாவது வாரத்தில் திரும்பினார். கேப்டவுனில் இறங்கிய அவரும் அவருடன் பணியாற்றிய வரான ஹெச்.ஓ.அலியும் ஜோஹானஸ்பர்க்குக்குப் புகைவண்டியில் பயணமானார்கள். 22ம் தேதி காலையில் போய்ச்சேர்ந்த அவர்களை பார்க் நிலையத்தில் பெரும் திரளான இந்தியர்கள் வரவேற்றனர். மறுநாள் அதை விடப் பெரிய கூட்டம் ஹமீதியா இஸ்லாமிக் சொஸைட்டியின் அரங்கில் அவர்களுக்கு வரவேற்பு அளித்தது.[1]

அடுத்த நாள் காந்தியும் அலியும் நேட்டாலுக்குச் சென்றார்கள். அங்கு வெருலம் நகரிலும் பின்னர் டர்பன் நகரிலும் கூட்டங்களில் பேசினார்கள். டர்பனில் ஏராளமான கூட்டம் திரண்டதால். நிகழ்ச்சியை காங்கிரஸ் ஹாலிலிருந்து பைன் தெருவிலிருந்த மேற்கூரையிட்ட சந்தைக்கு மாற்ற வேண்டியாயிற்று. பின்னர் பார்ஸி ருஸ்தம்ஜி அவர்களுக்கு ஒரு விருந் தளித்துக் கௌரவித்தார். மறுநாள் காந்தி அலிக்கும் மற்ற சிலருக்கும் ஃபீனிக்ஸைச் சுற்றிக் காட்டினார். அங்கு 'பல்வேறு துறைகள் ஆர்வத் துடன் கவனிக்கப்பட்டன; விருந்தினர்கள் தாம் பார்த்த விஷயங் களைப்பற்றி மகிழ்ச்சி தெரிவித்தார்கள்.' இந்தியன் ஒப்பீனியன் இவ்வாறுதான் கூறியது. எனினும் உலகாயத இன்பங்களில் நாட்டம் கொண்டவராகவும், துறவு வாழ்க்கைக்குப் பழக்கப்படாதவராகவும், அவ்வாழ்க்கையால் கவரப்படாதவராகவும் இருந்த அலி அவற்றைப் பற்றி வேறுவிதமாக நினைத்திருக்கக்கூடும்.[2]

காந்தி நேட்டாலுக்கு வந்தது வெறுமனே பாராட்டுகளைப் பெற்றுக் கொள்வதற்காக மட்டும் அல்ல. நேட்டால் அரசாங்கம் வெள்ளைய ரல்லாத வியாபாரிகள்மீது புதிய கட்டுப்பாடுகளை விதிக்க உத்தேசித்துக் கொண்டிருந்தது. ஆர்.எம்.எஸ். பிரிட்டன் கப்பலில் இருந்தபடி அவர் இந்திய வியாபாரிகள், எழுத்தர்களையும் சிப்பந்திகளையும் வரவ ழைத்துக்கொள்ள அனுமதிக்கவேண்டும் என்று ஒரு குறிப்பு எழுதினார்; மேலும், லைசன்ஸ் (அனுமதி) மறுக்கப்பட்டால் நீதிமன்றத்தில்

முறையிட அனுமதிக்கவேண்டும்; படித்த, சொத்துடைய இந்தியர்கள் நகரசபைத் தேர்தலில் வாக்களிக்க அனுமதிக்கப்படவேண்டும் என்று அதில் கோரியிருந்தார். 'நேட்டால் அங்குள்ள இந்திய மக்களை நீதியுடனும் நாகரிகமாகவும் நடத்துவதற்கு மறுத்துவரும் நிலையில் அது இந்தியாவிலிருந்து பிணைத்தொழிலாளிகளை வரவழைக்க அனுமதிக்க முடியாது' என்று காந்தி வலியுறுத்தினார். [3]

இம்பீரியல் அரசாங்கம் அந்தக் குறிப்பை நேட்டால் அரசாங்கத்துக்கு அனுப்பிவைத்தது. நேட்டால் அமைச்சர்கள் காந்தியின் கருத்துகளை ஒவ்வொன்றாக மறுதலித்தனர். நேட்டாலில் ஏற்கெனவே வெள்ளையர் களைவிட அதிக எண்ணிக்கையில் இந்தியர்கள் இருக்கின்றனர். இப்போது 'காந்தி முன்வைப்பதுபோல இந்திய எழுத்தர்களும் வீட்டுப் பணியாளர்களும் காலனியில் தற்காலிகமாக நுழைய அனுமதித்தால், அவர்களது பணிக்காலம் முடிந்த பின்னர் அவர்களைத் திருப்பி அனுப்புவது மிகவும் கடினமாக இருக்கும்.' முகவர்களின் லைசன்ஸ் களை வழங்குவது அல்லது புதிப்பிப்பதைப் பொறுத்தவரை, 'இந்திய வியாபாரிகள் ஏற்கெனவே காலனியில் பலமாகக் கால் ஊன்றியுள்ளார்கள்.' காந்தியின் ஐரோப்பிய எதிராளிகள் 'நேட்டால் ஒரு வெள்ளையர்களின் காலனியாகவே நீடிக்கவேண்டும், காலனியை ஆட்சிசெய்ய முடியாத, பணம் சம்பாதிப்பதை மட்டுமே ஒரே குறிக் கோளாகக் கொண்டிருப்பவர்களால் அவர்கள் வெளியேற்றப்படக்கூடாது என்பதில் உறுதியாக உள்ளனர்.' இந்தியர்கள் நேட்டாலைவிட இந்தியாவுக்கே அதிக விசுவாசமாக இருப்பதாகச் சொல்லப்படுவதால் அவர்களை நம்பி ஓட்டுரிமை தரவும் முடியாது: 'ஐரோப்பியக் காலனியர்கள், குடியேற்ற உரிமையையும் ஓட்டுரிமையையும் அவற்றை நேட்டாலின் நலனுக்கு உகந்த விதத்தில் பயன்படுத்துபவர்களுக்கு மட்டுமே கொடுக்க உத்தேசித்திருக்கிறார்கள்.' [4]

நேட்டாலில் பதினான்கு ஆண்டு காலமாக மக்களால் தேர்ந்தெடுக் கப்பட்ட அரசாங்கங்கள் இருந்தன. அது நேட்டால் காலனியர்களை மூர்க்கம் கொண்டவர்களாகவும், இம்பீரியல் அரசாங்கத்தின் நலன்களை சட்டை செய்யாதவர்களாகவும், காலனியிலிருந்த வெள்ளையர் அல்லாத மக்களைத் தம் இஷ்டத்துக்கு நடத்துபவர்களாகவும் ஆக்கியிருந்தது. நேட்டால் அரசின் ஆய்வாளர்கள் (இன்ஸ்பெக்டர்கள்), சுகாதாரமற்ற நிலையையும், வழக்கத்துக்கு மாறான கணக்கெழுதும் நடைமுறை களையும் காரணம் காட்டி இந்திய வியாபாரிகளின் லைசென்ஸ்களைப் புதுப்பிக்க மறுத்தார்கள். இவை வெளிப்படையைகச் சொல்லப்பட்ட காரணங்கள்; முன்முடிவுகளும் போட்டிபற்றிய பயமுமே இந்த மறுப்புக்கான உண்மையான காரணங்கள். [5]

வழக்கமாக தென்னாப்பிரிக்க மாகாணங்களிலேயே அதிகபட்சம் தாராளப்போக்கு கொண்ட கேப் காலனியிலும் இதேபோல

இந்தியர்களுக்கு எதிரான உணர்வுகள் கடுமையாகின. 1907ல் கேப் டவுன் நகர கவுன்சிலர்கள் இந்திய வியாபாரிகளின் ஒன்பது விண்ணப் பங்களைப் பரிசீலித்தார்கள்; அவற்றில் ஏழை உடனடியாகத் தள்ளுபடி செய்துவிட்டார்கள்; மற்ற இரண்டும் மேலதிகத் தகவல் கேட்டு அனுப்பப்பட்டன. அந்த நகர சபைக்கூட்டத்தின் அறிக்கையில் கிப்ஸ் என்ற கவுன்சிலரின் பலமான, அதேசமயம் பொதுவான எண்ணத்தைப் பிரதிநிதித்துவம் செய்வதான கருத்து இடம்பெற்றிருந்தது:

    திரு கிப்ஸ் மிகுந்த ஏளனத்தோடு சொன்னார், 'இந்தியர்கள். அவர்கள் யாரும் வருவதை நான் விரும்பவில்லை அந்த நாட்டினர் ஒருவரும் வேண்டாம்! நான் இந்த இந்தியர்கள் இங்கு வருவதையே ஆதரிக்க வில்லை; முடிந்த அளவு அதிக அளவில் அவர்கள் இந்த நாட்டைவிட்டு வெளியேறுவதைக் காண விரும்புகிறேன்... இப்போது ஏற்பட்டுள்ள மந்த நிலையில் பெரும்பகுதி அவர்களால் ஏற்பட்டதுதான். இவ்வளவு ஏன், அவர்கள் மிக மிகக் குறைவான வசதிகளுடன் வாழ்ந்துவிடுகிறார்கள். சாப் பாட்டை முகர்ந்து பார்த்தே வாழ்க்கையை ஓட்டிவிடுவார்கள்! எந்தக் கவுன் சிலில் நான் இருந்தாலும், அவர்களை விரட்ட என் அதிகாரத்துக்கு உட்பட்ட அனைத்தையும் செய்வேன். தபால் அலுவலகத்துக்கு வரும் ஒப்புகைச்சீட்டுகளைப் பாருங்கள், அவர்களுடைய பணம் முழுவதும் நாட்டுக்கு வெளியே செல்வது தெரியும்.[6]

பின்னர் விரைவில் கேப் காலனி சட்டமன்றம் இந்த விவகாரத்தை ஆராய ஒரு குழுவை நியமித்தது. அதன்முன்பு சாட்சி சொன்ன இந்தியர்கள், குடியேற்ற அதிகாரிகளால் தாம் துன்புறுத்தப்படுவதாகவும், தமது இடங்கள் சுத்தமாகவே இருப்பதாகவும், கணக்கு வழக்குகள் ஒழுங்காகப் பராமரிக்கப்பட்டுவருவதாகவும் தெரிவித்தனர். மாறாக ஐரோப்பிய வியாபாரிகளோ, இந்தியர்கள் 'கறியும் சோறும் சாப்பிடுகிறார்கள்; கரண்டி எதுவும் பயன்படுத்துவதே இல்லை' என்று புகார் செய்தனர். ஃபிலிப்ஸ் என்ற வணிகர், 'இந்தியர்கள் இங்கு ரத்தம் குடிப்பவர்களாகவே வருகின்றனர்; இது ஆபாசமான சொல் என்றாலும் அதுதான் உண்மை' என்றார். பல ஐரோப்பியர்கள் போட்டி காரணமாகக் 'கடையை மூடிவிட 'நேரிட்டது என்று சொன்ன கமிட்டி, ஐரோப்பிய கடைக்காரர்கள் அழிந்து விட்டால், அது காலனியின் எதிர்காலத்துக்குப் பெரும் கேடாக முடியும் என்பது நிச்சயம்' என்ற முடிவுக்கு வந்தது.[7]

தன் நாட்டவர்மீது மீண்டும் உருவான விரோதபாவத்தை எதிர்கொண்ட காந்தி, தனக்கேயுரிய முறையில் நம்பிக்கையை இழக்காமல் இருந்தார். ஒருவேளை இந்தியர்கள் சற்று மேலான தோற்றத்தை வெளிப்படுத்தினால் அவர்கள் இன்னும் அன்பாக நடத்தப்படுவார்களா? இந்தியன் ஒப்பீனி யனில் கவனத்தைக் கவரும் இரு கட்டுரைகள் வாயிலாக அவர் இந்திய கடைக்காரர்களைச் சரியான கணக்குகளைப் பராமரிக்கும்படியும், தங்கள் இடத்தைச் சுத்தமாக வைத்துக்கொள்ளும்படியும், நன்றாக உடை உடுத்தும்

படியும் கேட்டுக்கொண்டார்; இதன்மூலம் அவர்கள்கடை நடத்துவதற்கான அனுமதிகள் புதிப்பிப்பதை உறுதிசெய்ய முடியும். மேலும் அவர் அவர்களைப் பொது இடத்தில் எச்சில் துப்பாதீர்கள், ஏப்பம் விடாதீர்கள், வாயு வெளியேற்றாதீர்கள் என்று கேட்டுக்கொண்டார். 'இவையெல்லாம் ஐரோப்பியர்களிடம் முன்முடிவுகளை ஏற்படுத்தாது என்று நம்புவது முழுக்கவும் முட்டாள்தனமே' என்றும் அவர் எழுதினார். 'நாம் இந்நாட்டில் வாழும்போது, வெள்ளையர்கள் நம்மைப் பற்றிக் கொண்டிருக்கும் முன் முடிவுகள் பலவீனமடையும் விதத்தில்தான் நாம் நடந்துகொள்ள வேண்டும்.'[8]

காந்தி நேட்டால் இந்தியர்கள் சிலரை யுனைட்டெட் கிங்டமுக்கு அனுப்பி வழக்கறிஞர் சங்கத்துக்கு (பார்) தகுதி பெறச் செய்யவேண்டும் என்றும் யோசனை தெரிவித்தார். அவரது முன்னாள் உதவியாளர் ஜோசப் ராயப்பன் லண்டனில் லிங்கன்'ஸ் இன்னில் சட்டம் பயின்று வந்தார். ராயப்பன் தன் சொந்தச் செலவில் சென்றிருந்தார். காந்தியின் நண்பர் ப்ரன்ஜீவன் மேத்தா அவரைத் தொடர்ந்து மற்றொரு மாணவர் படிப்பதற்கு நிதியுதவி செய்ய முன்வந்தார். மேத்தா இப்போது பர்மாவில் வசதி படைத்த நகைக்கடைக்காரராக இருந்தார். காந்தியின் தேர்வு சகன்லால் தான். 'என் சிந்தனை, பேச்சு என்ற பாரம்பரியத்தை முன்னெடுத்துச் செல்லக்கூடிய ஒரே ஆள் நீதான்,' என்று தன் ஒன்றுவிட்ட அண்ணன் மகனிடம் சொன்னார். 'நம் ஆகப்பெரிய சொத்து நம்மிடமிருக்கும் பணம் அல்ல; நம் தைரியம், நம் நம்பிக்கை, நம் வாய்மை, நம் திறமை ஆகியவையே. ஆகவே, நீ இங்கிலாந்துக்குச் சென்றால், உன் அறிவுத் திறம் வீணாகாமல் இருக்கும்; நீ உன் உடல், மன வலிமை உறுதிப்படுத்தப்பட்டுத் திரும்புவாய்; அந்த அளவுக்கு நமது சொத்து அதிகரித்திருக்கும்.'[9]

சகன்லால், காந்தியின் பெரியப்பா மகன் குஷால்சந்தின் மகன். அவர் காந்திக்கு ஒன்றுவிட்ட அண்ணன் மகன் என்ற சற்றே தூரத்து உறவினராக இருந்தாலும், அவருக்கு மிகவும் நெருக்கமானவராக இருந்தார். தன் ஆசானைவிடப் பன்னிரண்டு வயது இளையவரான அவர் காந்தியின் உதாரணத்தையும் அவரது சிந்தனைகளையும் பின்பற்றுவதில் உறுதி கொண்டிருந்தார். அவர் இந்தியன் ஒப்பீனியன் இதழின் அச்சுக்கோர்ப்பு, அச்சிடுதல், விநியோகம் ஆகியவற்றைத் திறமையாக மேற்பார்வை செய்து காந்தியின் நம்பிக்கைக்குப் பாத்திரமாகியிருந்தார். காந்தி அருகில் இல்லாத சூழ்நிலையில் அவரது குழந்தைகளின் கல்வியையும் சகன்லாலே கவனித்துக்கொள்ளவேண்டியிருந்தது. எனவே காந்தி சகன்லாலுக்கு எழுதிய கடிதங்கள் அரசியல் விவகாரங்களிலிருந்து தன் மகன்களின் வளர்ப்புபற்றிய விஷயங்களுக்கும் இயல்பாகத் தாவிச் செல்கின்றன. 1907 பிப்ரவரி 7 அன்றைய கடிதம் இப்படிச் சொல்கிறது: 'மணிலால் கணக்கில் பலவீனம் என்று எனக்குத் தெரியும். அவனுக்குத் தேவையான கவனத்தைத் தரவும்'; மேலும் 'ஹரிலால் (தென்னாப்

பிரிக்காவில்) தங்குவதற்கு ஒப்புக்கொண்டிருந்தாலும், அவன் எழுதியிருப்பதில் எனக்குக் கொஞ்சம் நிச்சயமின்மை தென்படுகிறது. ஆகவே, அவனது மனத்தை ஸ்திரப்படுத்தும்விதத்தில் நடத்தும்படி உனக்கு எழுதியிருந்தேன்.'[10] அதன் பிறகு விரைவிலேயே சகன்லாலுக்கு ஒரு குழந்தை பிறந்தது; அந்தக் குழந்தையை எப்படிச் சிறப்பாக வளர்ப்பது என்பதுபற்றி காந்தி அவருக்கு ஆலோசனை தந்தார். ஒரு ஆங்கியேப் பாணித் தொட்டில் வாங்குமாறும், தாயின் படுக்கை 'சுத்தமாகவும் ஒழுங்காகவும் பராமரிக்கப்படுவதை' உறுதி செய்யுமாறும் யோசனை சொன்னார். சுத்தப்படுத்தும் வேலை அவருடைய சாதிக் குரியதாக இல்லாதபோதிலும் தந்தையே செய்யவேண்டும். . குழந்தையை வளர்க்கும் விஷயத்தில், 'தயவுசெய்து தீண்டாமை தொடர்பான நம் பழைய பழக்க வழக்கங்களின் தலையீட்டை அனுமதிக்காதே; அவை பயனற்றவை, தீங்கானவை.'[11]

1907 ஆம் ஆண்டு பிப்ரவரி மூன்றாம் வாரம் டிரான்ஸ்வாலின் வெள்ளை ஆண்கள் ஓட்டுப்போட்டுத் தம் முதலாவது அரசாங்கத்தைத் தேர்ந்தெடுத்தனர். போயர்களின் கட்சியான ஹெட் வோல்க் பெரும்பான்மை பெற்றது. ஜெனரல் லூயிஸ் போத்தா பிரதம மந்திரியாகப் பொறுப்பேற்றுக் கொண்டார். மற்றொரு முன்னாள் ஜெனரலான ஜே.சி.ஸ்மட்ஸ் காலனிகளுக்கான அமைச்சராக நியமிக்கப்பட்டார்.

கால்நடைகள் வளர்ப்பது, பரந்த நிலப்பரப்பில் ஒரு பெரிய வீட்டில், தினமும் பலமுறை சப்தமாக பைபிள் படிக்கும் குடும்பத்தில் வளர்ந்தது போன்ற விஷயங்களில் லூயிஸ் போத்தாவை ஆஃப்ரிக்கானர் இனத்தின் மிகச் சரியான வகைமாதிரி என்று சொல்லலாம்.. போரின்போது அவர் தீரமான தளபதியாகச் செயல்பட்டார்; அவரது எதிர்ப்பு காரணமாகவே பிரிட்டிஷ் வெற்றி ஓர் ஆண்டுக்கு மேலாகத் தாமதமானது. ஆனால், இப்போது போத்தா '(போயர், பிரிட்டிஷ்) இனங்களுக்கு இடையில் நல்லிணக்கம் என்ற மந்திர நோக்கத்தின் உருவமாகத் திகழ்ந்தார். டிரான்ஸ்வாலின் பொருளாதாரத்தைப் போர் சீரழித்துவிட்டது. அதை மீட்டுச் சீர்செய்ய ஒருகாலத்தில் பகையாளிகளாக இருந்தவர்கள் ஒன்றாக உழைத்தாகவேண்டும். 'போயர்களுக்கும் ஆங்கிலேய நாட்டுப்புற மனிதர்களுக்கும் இடையில் பொதுவானவையாக எவ்வளவோ இருக்கின்றன. நாட்டுப்புற விளையாட்டுகள், மாற்றங்களைச் சந்தேகத்தோடு பார்ப்பது, அவர்களது உத்தரவு போடும் வழக்கம் போன்றவை' என்று போத்தாவும் உணர்ந்திருந்தார்.[12]

வேட்டையாடுவதில் கொண்டிருந்த விருப்பம்தவிர, போயர்களையும் பிரிட்டானியர்களையும் ஒன்றிணைக்கும் விஷயமாக இப்போது நிறம் கொண்டவர்களுக்கு அடிப்படைக் குடியுரிமைகளை மறுப்பதும் இருந்தது. புதிய அரசாங்கம் தன் முதல் வேலைகளில் ஒன்றாக 1906ன் ஆசியர்கள் அவசர சட்டத்தை ஒரு நிரந்தரமான சட்டமாக்கியது. அதன்

ஷரத்துகளைக் கொண்ட மசோதா மார்ச் 20 அன்று டிரான்ஸ்வால் சட்டமன்றத்தில் அறிமுகம் செய்யப்பட்டது. ஒரே நாளில் அது மூன்று முறை அவையில் படிக்கப்பட்டு, மேலவை ஒப்புதலுக்கு அனுப்பப் பட்டது. 22ம் தேதியன்று அம்மசோதா சட்டமாக அரசிதழில் வெளியிடப் பட்டது. லார்ட் செல்போர்ன், அரசர் அதற்கு கூடிய விரைவில் அங்கீகாரம் அளிக்கும்படி வேண்டி லண்டனுக்குக் கடிதம் எழுதினார். 'சட்டத்துக்குப் புறம்பான, அங்கீகாரமற்ற ஆசியர்களின் வரத்து அச்சமூட்டும் அளவில் நடைபெற்றுவருகிறது' என்றார் அவர். இதைக் கட்டுப்படுத்தும் நோக்கம் கொண்ட அந்த மசோதா, 'டிரான்ஸ்வாலில் வெள்ளையர்கள் இனத்தின் எல்லாப் பிரிவினர்களின் ஏகோபித்த கோரிக்கையை' பிரதிநிதித்துவம் செய்கிறது. [13]

மார்ச் 29 அன்று பிரிட்டிஷ் இந்திய சங்கம் (பி.இ.ஏ.) அவசரகதியில் அந்தச் சட்டம் நிறைவேற்றப்பட்டதற்கு எதிர்ப்புத் தெரிவிக்கும் விதத்தில் ஒரு கூட்டத்துக்கு ஏற்பாடு செய்திருந்தது. ஒரு டஜனுக்கு மேற்பட்டவர்கள் பேசினார்கள்; குறைந்தது நான்கு மொழிகளில் அந்த உரைகள் அமைந் திருந்தன. பி.இ.ஏ.வின் சேர்மனான அப்துல் கனி, அந்த மசோதா 'நம் சட்டமன்ற உறுப்பினர்கள் வெள்ளையர்களின் பாதுகாவலர்கள் மட்டுமே' என்று காட்டுகிறது என்றார். இல்லையென்றால், 'அது எப்படி சபை உறுப்பினர்கள் ஒரே இரவில் இந்த மிகவும் முக்கியத்துவம் வாய்ந்த, சிக்கலான மசோதாவைப் படித்துப் புரிந்துகொண்டார்களாம்?' ஈசாப் மியா என்ற இன்னொரு வியாபாரி, ஆளுநரும் இனவாத முன்முடிவு கொண்டிருப்பதாகக் குற்றம்சாட்டினார்; அவர், 'லார்ட் செல்போர்ன் ஆரம்பத்திலிருந்தே நமக்கு எதிரானவராகவே இருந்தார். நம்மை அவர் கூலிகளாகவும், வெட்டுக்கிளிகளைப் போலத் தொல்லை தருபவர் களாகவுமே கருதினார்' என்றார். ஜெர்மின்ஸ்டனிலிருந்து வந்த இந்து மதகுருவான ராம் சுந்தர் பண்டிட், 'பெற்ற தாய் குழந்தைக்குப் பாலூட்டுவாள்; மாற்றாந்தாயோ அவனையே சாப்பிட்டுவிடுவாள். அரசாங்கம் ஒரு மாற்றாந்தாயாகவே நடந்துகொள்கிறது' என்றார்.

'அரசாங்கத்தையும் பொதுவான முன்முடிவுகளையும் திருப்திப் படுத்தும் விதமாக' 'தாமாகவே முன்வந்து பதிவுசெய்துகொள்வது' என்ற தீர்மானத்தை அந்தக் கூட்டம் நிறைவேற்றியது. இந்த ஆலோசனை நிராகரிக்கப்படுமானால், 'இம்பீரியல் அரசாங்கத்திடமிருந்து முழு மையான பாதுகாப்பு வேண்டும்; காரணம் பிரிட்டிஷ் இந்தியர்களுக்கு சட்டமன்ற உறுப்பினர்களைத் தேர்ந்தெடுப்பதில் எந்தப் பங்குமில்லை; மேலும் நாங்கள் ஒரு பலவீனமான மிகச் சிறிய சிறுபான்மையினராக இருக்கிறோம்.' கடைசியாகப் பேசிய காந்தி, தாமாக முன்வந்து பதிவு செய்யும் நடைமுறை 'பரஸ்பர புரிதல் அடிப்படையில் அமைந் திருக்கும். சிறை செல்வது-அதை நாம் ஆலோசித்து வருகிறோம்- இதன் பிறகு வருமானால், அது இன்னும் பெருந்தன்மையானதாகத் தோன்றும்' என்றார். [14]

டிரான்ஸ்வாலின் சீனர்களும் இந்தியர்களுடன் எதிர்ப்பில் இணைந்து கொண்டனர். சுமார் 1100 பேர் என்ற எண்ணிக்கை கொண்டிருந்த அவர்கள் வியாபாரிகளாகவும், தோட்டவேலை செய்பவர்களாகவும், சலவைக் கடைக்காரர்களாகவும் பணியாற்றிவந்தனர். புதிய சட்டம் அவர்களையும் கடுமையாகப் பாதிக்கும். அவர்களது தலைவரான லியூங் க்வின், காந்தியுடன் ஒரே நோக்கத்துக்காக இணைந்துகொள்ளத் தீர்மானித்தார். ஆரம்பத்தில் கான்டோனிலிருந்து வந்திருந்தவரான க்வின், ஜோஹானஸ் பர்க்கில் மினரல் குடிநீர் தயாரிக்கும் நிறுவனம் ஒன்றில் பங்குதாரராக இருந்தார். அவருக்கு 'எந்தச் சூழ்நிலையிலும் பதிவு செய்துகொள்ளும் எண்ணம் இல்லை.' மார்ச் 29 அன்றைய இந்தியர்களின் கூட்டத்தில் நிறைவேற்றப்பட்ட தீர்மானங்களை ஆதரிப்பதாக சீனர் சங்கம் டிரான்ஸ் வால் அரசாங்கத்துக்கு எழுதியது. ஆக, ராண்ட் டெய்லி மெயில் குறிப் பிட்டதுபோல, 'டிரான்ஸ்வாலின் ஆசியர்கள் சமூகம் இப்போது ஒருமன தாக சட்டத்தை எதிர்க்கிறார்கள்; அநேகமாக வெள்ளை இனத்தவர் ஒருமனதாக எதிர்ப்பதைப்போலவே.'[15]

எதிர்ப்புகள் லண்டனில் உருப்பெருக்கப்பட்டன. அங்குதான் இப்போது எல். டபிள்யூ. ரிட்ச் இருந்தார். காலனி நாடுகளுக்கான அலுவலகத்துக்கு டிரான்ஸ்வாலில் இந்தியர்களின் சிரமங்கள்பற்றி ரிட்ச் தொடர்ச்சியாகப் பல கடிதங்கள் அனுப்பினார். புதிய அவரச சட்டத்துக்கு அரச ஒப்புதல் அளிக்கப்படுவதை நிறுத்திவைக்கவேண்டும் என்று கோரினார்.[16] அதைவிடக் குறிப்பான விண்ணப்பம் ஜோசப் ராயப்பனிடமிருந்து வந்தது. ஒருகாலத்தில் டர்பனில் காந்தியிடம் எழுத்தராக இருந்த அவர் இப்போது ஒரு கேம்பிரிட்ஜ் பட்டதாரியாகவும், தானே ஒரு வழக்கறிஞ ராகவும் இருந்தார். இங்கிலாந்தில் சிறந்த கல்லூரிகளில் ஒரு தசாப்த காலம் கல்வி கற்ற பின்னர் ராயப்பன் தென்னாப்பிரிக்காவுக்குத் திரும்பி டிரான்ஸ்வாலில் ஒரு வழக்கறிஞராகப் பணியாற்ற விரும்பினார். ஆனால், லார்ட் எல்ஜினிடம் அவர் சொன்னதுபோல, 'மாட்சிமை தங்கிய மகாராணியின் ஆளுகைக்குட்பட்ட எந்த நாட்டிலும் என் தொழிலைச் செய்வதற்கு எனக்கு உரிமை இருந்த போதிலும், என் சொந்த நாட்டுக்கு அருகிலேயே இருக்கும் பிரிட்டிஷ் காலனியில் என்னால் அப்படிச் செய்ய முடியாது.' ராயப்பன் இங்கிலாந்தில் அனுபவித்த சுதந்திரங்கள் அவர் பிறந்த நாட்டில் அவருக்குக் கிடைக்காது; காரணம் அந்த நாடு 'சிந்தனையற்ற முன்முடிவுகளிலிருந்து உருவாகும் வெறுக்கத்தக்க கட்டுப்பாடுகளால் ஆளப்படுகிறது.'

ராயப்பனை இந்த சவாலை காந்தியே ஏற்கச் செய்திருக்கலாம்; காரணம் ராயப்பனுடைய விஷயம் ஆட்சியாளர்களின் போலித்தனத்தை மற்ற எதனையும்விட நன்றாக எடுத்துக்காட்டியது. ராயப்பன் ஒரு கிறிஸ்துவர்; ஒரு கேம்பிரிட்ஜ் பட்டதாரி; லிங்கன்'ஸ் இன்னில் பயின்ற பாரிஸ்டர். ஆனால், அவர் வெள்ளையரல்ல. அவர் அளவுக்குத் தகுதிகள் பெற்ற ஒருவரே டிரான்ஸ்வாலில் நுழைவதிலிருந்து தடுக்கப்பட்டால், பிறகு

'மொத்தத்தில் எல்லா இந்தியர்களும் காலனிகளில் பிரிட்டனின் நீதி உணர்வின்மீது நம்பிக்கை இழந்துவிடுவார்கள்.'[17]

டிரான்ஸ்வாலில் காந்தி புதிதாகக் காலனிகளுக்கான அமைச்சராக நியமிக்கப்பட்ட ஜான் கிறிஸ்டியன் ஸ்மட்ஸிடம் சந்திக்க நேரம் கோரிப் பெற்றார். அவர் பின்னர் வந்த தசாப்தங்களில் பிரிட்டிஷ் பேரரசின் வரலாற்றில் ஆழமான தாக்கத்தை ஏற்படுத்தவிருந்த மனிதர். —1870 மே 24ல் காந்தி பிறந்ததற்குச் சில மாதங்கள் கழித்துப் பிறந்த ஸ்மட்ஸ், அந்த இந்தியரைப் போலன்றி, 'தேர்வுகளை எழுதுவதில் கைதேர்ந்தவர்'. தன் போயர் வம்சாவழியில் பெருமைகொண்டவரான ஸ்மட்ஸ் (அவரது குடும்பம் 1690-கள் முதல் தென்னாப்பிரிக்காவில் இருந்துவருகிறது) மெட்ரிகுலேஷனில் முதல் வகுப்புத் தேர்ச்சியும், பி.ஏ.வில் (ஸ்டெல்லன் பாஷ் விக்டோரியா கல்லூரியிலிருந்து) இரட்டை முதல் வகுப்பும், கேம்பிரிட்ஜிலிருந்து சட்டத்துறை ஹானர்ஸ் பட்டப்படிப்பில் மற்றொரு முதல் வகுப்பும் பெற்றிருந்தார்.[18]

கவிதைகளை ரசிப்பவர் (குறிப்பாக வால்ட் விட்மனின் கவிதைகளை; அவரைப்பற்றி, வெளியிடப்படாத ஒரு புத்தகமே எழுதிவைத்திருந்தார்); தத்துவத்தையும் அறிவியலையும் கருத்தூன்றிக் கற்பவர் (குறிப்பாகச் சூழலியலும் தாவரவியலும்). 1895ல் தன் தாய்நாட்டுக்குத் திரும்பிப் பொதுவாழ்வில் ஈடுபட விரும்பினார். கிம்பர்லியில் ஆரம்பகாலத்தில் ஆற்றிய ஓர் உரையில், போயர்களும், பிரிட்டானியர்களும் ஒன்றுபட்டு நிற்கவேண்டும், இல்லையேல் 'பெருகிவரும் காட்டுத்தனத்தின் மிகப் பெரிய பெரும்பான்மையின் முன்னால் அவர்களது நிலை பாதுகாக்க வியலாததாகிவிடும்'. இருந்தாலும் ஜேம்சன் ரெய்ட் அவரை பிரிட்டிஷாரின் நோக்கங்களைப் பற்றிச் சந்தேகம்கொள்ளச் செய்தார். 1897ல் அவர் தன் சக போயர்களுக்கு ஆதரவு தெரிவிக்கும்விதமாக கேப் டவுனிலிருந்து தென்னாப்பிரிக்கக் குடியரசுக்கு இடம்பெயர்ந்தார். 1898 ஜூனில் அவர் அங்கு அரசு வழக்கறிஞராக (ஸ்டேட் அட்டர்னி) நியமிக்கப்பட்டார். அங்கு ஜனாதிபதி க்ருகரின் செல்லப்பிள்ளையானார். அவர்களது உறவு ஒரு தந்தைக்கும் மகனுக்கும் இடையிலிருக்கும் உறவை ஒத்திருந்தது; சிலசமயங்களில் அப்படியே வர்ணிக்கவும்பட்டது.

போர் ஆரம்பித்தவுடன் ஸ்மட்ஸ் உடனடியாகப் போர் முனைக்குச் சென்றார். கமாண்டோக்களின் படைப் பிரிவுக்குப் பொறுப்பெற்றுக் கொண்ட அவர், அந்தப் படையினரைப் பல இடங்களில் முன்செல்லுதல், தாக்குதல், பின்வாங்குதல் போன்ற செயல்களில் வழிநடத்தினார். தனது துருப்புகளுக்குக் கட்டுப்பாடும் செல்லவேண்டிய திசையும்பற்றிய உணர்வை அளித்தார். இப்படியாக ஜெனரல் பதவிக்கு முன்னேறினார். தாக்குதல்கள் நிறுத்தப்பட்டவுடன் வ்ரீனிங்கிங் உடன்படிக்கை உருவாவதில் முக்கியப் பங்காற்றினார். அவரது ஆங்கிலப் புலமை, இங்கிலாந்தில் அவர் கற்ற கல்வி, அமெரிக்கக் கவிதையிலும் ஐரோப்பியத்

தத்துவத்திலும் அவருக்கிருந்த விருப்பம் ஆகியவை ஸ்மட்ஸை, அவரது முன்னாள் எதிரிகள் பார்வையில், விதிவிலக்காகக் கொள்ளச் செய்தன. ஓர் ஆங்கிலேய நண்பர், 'உங்கள் இன மக்களின் தார்மிக, அரசியல் உணர்வுகளைக் காகிதத்தில் சரியாக வெளிப்படுத்தக்கூடிய ஒரே ஆஃப்ரிக்கான்டர் நீங்கள் மட்டுமே,' என்று எழுதினார். 'பெரும்பாலும் ஆஃப்ரிக்கான்டர் மக்கள் இன்னும் அறிவிலிகளாக, செயல்களால் மட்டுமே தங்களை வெளிப்படுத்தத் தெரிந்தவர்களாகவே உள்ளனர்'; அதனால் ஸ்மட்ஸ் தனித்துத் தெரிகிறார்.[19]

ஸ்மட்ஸின் பரந்துபட்ட பார்வை இனரீதியான எல்லைகளைத் தாண்ட வில்லை. லார்ட் மில்னர் தயாரித்த உடன்படிக்கையில் இப்படி ஒரு ஷரத்து காணப்பட்டது: 'சுய ஆட்சி அமையும் வரையில் பூர்வ குடியினருக்கு ஓட்டுரிமை அளிக்கப்படாது.' ஸ்மட்ஸ் அதை இப்படி மாற்றினார்: பூர்வகுடியினருக்கு ஓட்டுரிமை அளிப்பதுபற்றி சுய ஆட்சி அமையும் வரையில் முடிவெடுக்கப்படமாட்டாது.' பிரிட்டிஷார் வெள்ளையர் அல்லாதவர்களுக்குக் குடியுரிமை அளிப்பதை தாமதிக்க விரும்பினர்; ஸ்மட்ஸும் அவர் சகாக்களும் அந்த உரிமைகளை ஒரேயடியாக மறுக்க விரும்பினர்.

போருக்குப் பின்னர் ஸ்மட்ஸ் வழக்கறிஞராக வெற்றிகரமான தொழிலை நிறுவிக்கொண்டார்; பல குழந்தைகள் பெற்று வளர்த்தார். பின்னர் மீண்டும் அரசியலில் நுழைந்து, தன் பக்கத்து வீட்டுக்காரரும், முன்னாள் தலைமைத் தளபதியுமான லூயிஸ் போத்தாவுக்கு ஹெட் வோக் என்ற கட்சியை ஆரம்பிக்க உதவி செய்தார். ஆஃப்ரிக்கானர்கள் நலனைப் பிரதிநிதித்துவம் செய்யும் கட்சி அது. அவர்களது கட்சி வெள்ளையர்கள் மட்டுமே ஓட்டளித்த முதல் தேர்தல்களில் வெற்றிபெற்றவுடன் போத்தா ஸ்மட்ஸைக் காலனிகளுக்கான அமைச்சராக இருக்கும்படிக் கேட்டுக் கொண்டார்.

போயர்களும் பிரிட்டானியர்களும் வெள்ளையரல்லாத கும்பல்களை விலக்கி வைக்கப் பகைமையை மறந்து ஒன்றுபடவேண்டும் என்று போத் தாவைப் போலவே ஸ்மட்ஸும் உணர்ந்தார். 1902 ஆகஸ்டில் கேப் காலனியில் ஒரு பிரபல அரசியல்வாதிக்கு எழுதிய கடிதத்தில், 'எதிர் காலத்துக்கு ஒரே நம்பிக்கை (வெள்ளையர்களின்) இரு பகுதியினரும் ஒரே அடிப்படையில் ஒன்றாகப் பணியாற்றவும், பழைய விரோதங் களையும், பகைமைகளையும் மறக்கவும் தேவையான நல்லறிவைப் பெற்றிருப்பதே' என்று குறிப்பிட்டார். ஆண்டு முடிவில் ஜோஸப் சேம்பர்லைன் தென்னாப்பிரிக்காவுக்கு வருகை தந்தபோது, ஸ்மட்ஸ் டிரான்ஸ்வாலின் ஆஃப்ரிக்கானர்கள் சார்பாக ஒரு கடிதம் எழுதினார். அதில், புதிய அரசியல் ஏற்பாடுகள், 'போரானது இரண்டு வெள்ளையர் இனங்களுக்கும் இடையிலிருந்த உறவுகளை மாற்றியதே தவிர, வெள்ளையர்களுக்கும் வெள்ளையரல்லாதவர்களுக்கும் இடையில்

அல்ல என்று பூர்வகுடியினருக்குப் புரியவைப்பதாக இருக்கவேண்டும்,' என்று குறிப்பிட்டார். 1903 செப்டெம்பரில் ஸ்மட்ஸ் எழுதிய அறிக்கை ஆசியர்கள் டிரான்ஸ்வாலுக்குள் நுழைவதை எதிர்த்தது. பிரிட்டிஷ் நிர்வாகிகளாலேயே இன்னும் நிர்வகிக்கப்பட்ட அரசாங்கம், நேட்டால் உதாரணத்தைக் காட்டி எச்சரிக்கப்பட்டது; முன்பு வெள்ளையர்களுக்குச் சொந்தமாக இருந்த நிலத்தை 'கூலிகளும் காஃபிர்களும் சிறிதுசிறிதாக ஆக்கிரமித்துவருகிறார்கள். பல நகரங்களிலும் கிராமங்களிலும் கூலிகள் நிரந்தரமான அல்லது முதன்மையான அம்சமாக உருவெடுத்து வருகிறார்கள்.' டிரான்ஸ்வால் மட்டும் நேட்டாலின் ஆபத்தான அழிவு தரும் உதாரணத்தை' பின்பற்றுமானால், அது 'தென்னாப்பிரிக்காவில் வெள்ளையர்களின் நலனுக்குக் கேடாக இருக்கும்' என்றார் ஸ்மட்ஸ்.[20]

'ஆசியருக்கான சட்டம்' நிறைவேறியதைத் தொடர்ந்து ஸ்மட்ஸ் இப்போது தன் சக வழக்கறிஞரும், தன்னைப் போலவே ஒரு குடும்பத் தலைவரும், தன்னைப் போலவே எழுத்தில் வல்லவருமான மோகன் தாஸ் க. காந்தியை நேருக்கு நேராகச் சந்தித்தார். 1907 ஏப்ரல் 4 வியாழக் கிழமையன்று காந்தியும் இன்னும் ஐந்து பேரும் (அப்துல் கனி, ஹெச்.ஓ.அலி உட்பட) ஸ்மட்ஸைச் சந்திப்பதற்காக ஜோஹானஸ் பர்கிலிருந்து பிரிட்டோரியாவுக்குப் புறப்பட்டார்கள். அவர்கள் 8.35 விரைவுப் புகைவண்டியில் ஏறினார்கள். அந்த வண்டி வழக்கமாக வெள்ளையர்களுக்கு ஒதுக்கப்பட்டிருக்கும்; இந்த முறை மட்டும் சௌத் ஆஃப்ரிக்கன் ரயில்வேயின் பொது மேலாளரால் இந்தியர்களை ஏற்றிக்கொள்ள விலக்கு அளிக்கப்பட்டிருந்தது. அந்த சந்திப்பில்,

> திரு காந்தி திரு ஸ்மட்ஸுக்கு எல்லா உண்மைகளையும் விவரித்தார். அவர் இந்திய சமூகம் பலமுறை பதிவுசெய்துகொண்டுள்ளதைத் திரு ஸ்மட்ஸுக்கு நினைவுபடுத்தினார். அவர்... இந்திய சமூகம் நம்பகத்தன்மை வாய்ந்தது என்பதை மற்ற வழிகளிலும் உணர்த்தினார். இந்திய சமூகத்தின் உதவியாலேயே ஆசியர்கள் அலுவலகத்தில் லஞ்சம் வாங்கிய அலுவலர்கள் கைது செய்யப்பட்டார்கள். இவை எல்லாவற்றையும் கணக்கில்கொண்டு பார்க்கும்போது, தாமாக முன்வந்து பதிவுசெய்து கொள்ளும் திட்டத்துக்கு இம்முறை அரசு சம்மதம் தரவேண்டும் என்றார் காந்தி.

மற்றவர்கள் காந்தியின் யோசனைக்கு ஆதரவாகப் பேசினர். ஸ்மட்ஸ் பொறுமையாக எல்லாவற்றையும் கேட்டார்; சுமார் ஒருமணி நேரம் இப்படிச் சென்ற பிறகு, தான் பல விஷயங்கள் முதல்முறையாகக் கேள்விப்படுவதாகவும், விசாரித்துப் பார்த்துவிட்டுத் தன் பதிலை எழுத்துமூலமாக அனுப்புவதாகவும் சொன்னார். சில தினங்கள் சென்ற பிறகு அந்த பதில் வந்தபோது அது மிகவும் ஏமாற்றம் தருவதாக இருந்தது. டிரான்ஸ்வாலுக்குள் ஆசியர்களின் 'சட்டத்துக்குப் புறம்பான ஊடுருவல்கள்' நடப்பதாக 'வலுவான ஆதாரம்' கிடைத்திருப்பதால்

கட்டாயப் பதிவு அவசியமாகிறது என்று ஸ்மட்ஸ் அந்தப் பதிலில் கூறியிருந்தார். இந்தியர்கள் 'சட்டப்படியும், கண்ணியத்துடனும் விரைவாகவும் தம்மைப் பதிவுசெய்துகொண்டு ஒத்துழைப்புத் தருவார்கள்' என்று தான் நம்புவதாகவும் குறிப்பிட்டிருந்தார். பி.ஐ.ஏ. ஸ்மட்ஸுக்கு அளித்த பதிலில், 'புதிய சட்டம் (சமூகத்தின்) உணர்வுகளைக் காயப்படுத்துவதாக இருக்கிறது' என்று மீண்டும் சுட்டிக்காட்டியது; 'சட்டம் செயல்படுத்தப்படுவதற்கு முன்பு இந்தியர்களின் யோசனை ஒருமுறை பரீட்சித்துப்பார்க்கப்படவேண்டும்' என்று வலியுறுத்தியது.[21]

ஜான்ஸமட்ஸுடன் அரசாங்கக் கொள்கை தொடர்பாக நடந்த இந்தக் கடிதப் பரிமாற்றத்தைத் தொடர்ந்து குடும்ப விஷயங்கள்பற்றி மற்றொரு கடிதப் பரிமாற்றம் நிகழ்ந்தது. ஏப்ரல் ஆரம்பத்தில் காந்தியின் அண்ணன் லக்ஷ்மிதாஸ், அவருக்கு நீளமான புகார்ப்பட்டியல் ஒன்றை அனுப்பியிருந்தார். அந்தக் கடிதம் கிடைக்கவில்லை; ஆனாலும் மோகன்தாஸின் பதிலைக் கொண்டு அதன் உள்ளடக்கத்தை ஊகிக்க முடியும். தென்னாப்பிரிக்காவிலிருந்த சகோதரர் அவர்களிடையே அதிகரித்துவந்த பிளவுக்கான காரணங்களைத் தொட்டு ஆரம்பித்தார்: 'நம் பார்வைகள் மிகவும் வேறுபட்டவையாக இருக்கின்றன் என்று அஞ்சுகிறேன்; அவற்றை ஒத்துப்போகச்செய்யும் வாய்ப்பு எதுவும் தற்போதைக்கு எனக்குப் புலப்படவில்லை. நீங்கள் அமைதியையும் மகிழ்ச்சியையும் பணத்தைக்கொண்டு தேடுகிறீர்கள். நான் என் அமைதிக்கு பணத்தைச் சார்ந்திருக்கவில்லை...'

போர்பந்தரில் அரண்மனை ஊடுருவல் சம்பவம் ஒன்று அவரது பதவி உயர்வைப் பாதித்துப் பதினைந்து ஆண்டுகள் ஆகியிருந்தாலும் லக்ஷ்மிதாஸ் கசப்பும் விரக்தியும் கொண்டவராகவே இருந்தார். பணமும் புகழும் சம்பாதிக்கவேண்டும் என்ற அவரது ஆவல் நிறைவேறாமலே இருந்துவந்தது. இப்போது அவர் தன் தம்பியை, குடும்பத்தைப்பற்றிப் போதுமான அளவில் அக்கறை கொள்ளாததற்காகக் கடிந்துகொண்டார். மோகன்தாஸ் பதில் சொன்னார்:

> 'குடும்பம்' என்ற வார்த்தையை என்ன அர்த்தத்தில் உபயோகிக்கிறீர்கள் என்று எனக்குப் புரியவில்லை. என்னைப் பொறுத்தவரை குடும்பம் என்றால் இரண்டு சகோதரர்கள் மட்டுமல்ல; அது சகோதரியையும் உள்ளடக்கியதுதான். மேலும் அது நம் ஒன்றுவிட்ட சகோதர சகோதரிகளையும் உள்ளடக்கியது. சொல்லப்போனால், ஆணவம் இல்லாமல் என்னால் இதைச் சொல்ல முடியும் என்றால், என் குடும்பமானது சகல ஜீவராசிகளையும் உள்ளிட்டதே என்று சொல்வேன்: ரத்த சம்பந்தத்தாலும், பிற சூழ்நிலைகளாலும் என்னை அதிகம் சார்ந்திருப்பவர்கள் என்னிடமிருந்து அதிக உதவி பெறுகிறார்கள் என்பதுதான் ஒரே வித்தியாசம்.

பிறகு அவர் பணம்பற்றிய விவகாரத்துக்கு வந்தார்.

> மாதம் நூறு ரூபாய் அனுப்பவேண்டும் என்ற உங்கள் கோரிக்கையைப் பொறுத்தவரை, எனக்குத் தற்போது அதற்கான வழியும் தெரியவில்லை, அதற்கான தேவையும் புரியவில்லை. ஃபீனிக்ஸ் அச்சகத்தை கடன் வாங்கிய பணத்தில்தான் நடத்துகிறேன். மேலும் புதிய அவசர சட்டத்தை எதிர்க்கும் போராட்டத்தில் நான் சிறைக்குச் செல்லவேண்டி யிருக்கலாம். அம்மாதிரி நிகழ்ந்தால் இன்னும் வறியவனாவேன்... ஆனால், இங்கு அடுத்த சில மாதங்களில் நிலைமை சீரடைந்து, நான் பிரச்னையின்றி இருந்தால், நீங்கள் கேட்டிருக்கும் பணத்தை உங்களைச் சந்தோஷப்படுத்தும் ஒரே நோக்கத்தோடு பண அஞ்சல் வழியாக அனுப்பிவைக்கிறேன்.

'என் சம்பாத்தியத்தில், சகோதரர்கள் என்ற முறையில் உங்களுக்கும் கர்சன்தாஸுக்கும் உரிமை உள்ளது,' என்று காந்தி ஏற்றுக்கொண்டார். தான் லண்டனில் படிப்பதற்கான பணத்தைத் திரட்டியதற்காக லக்ஷ்மி தாஸுக்குத் தான் கடன்பட்டிருப்பதாக ஒப்புக்கொண்டார். ஆனாலும், தனது சட்டப் படிப்புக்கு ரூ. 13,000 செலவாகியிருந்த நிலையில், தன் சகோதரர்களுக்குத் தென்னாப்பிரிக்காவிலிருந்து ரூ.60,000 க்கு மேல் அனுப்பியிருப்பதைச் சுட்டிக்காட்டினார் (இன்று அநேகமாக இது 3,20,000 பவுண்டுக்குச் சமமாக இருக்கக்கூடும்). 'இதன் மூலம் உங்களுக்குத் தரவேண்டிய கடனைச் செலுத்திவிட்டதாக நான் நினைக்க வில்லை' என்று குறிப்பிட்டார். 'எனக்கு நீங்கள் எதுவும் செய்திருக்கா விட்டாலும்கூட, என் கூடப்பிறந்த சகோதரருக்கு நான் செய்ய வேண்டியதைக் கடமையாக எண்ணிச் செய்வேன்.' பிறகு அவர் கடிந்து கொள்ளும் விதமாகக் குறிப்பிட்டார்: 'ஆழ்ந்த வருத்தத்துடன் நான் இதைச் சொல்லவேண்டிநிருக்கிறது; உங்கள் ஆடம்பரமான, சிந்தனை யற்ற வாழ்க்கை முறையால் கேளிக்கைகளுக்காகவும் பகட்டுக்காகவும் பணத்தை நிறைய விரயம் செய்துவிட்டீர்கள். ஒரு குதிரையும் வண்டியும் வைத்திருந்தீர்கள்; விருந்துகள் அளித்தீர்கள்; சுயநலம்கொண்ட நண்பர் களுக்காகப் பணத்தைச் செலவழித்தீர்கள்; சிறிதளவு பணம், நான் ஒழுக்கக் குறைவு என்று நினைக்கும்விதங்களிலும் செலவிடப்பட்டது' (பாலியல் தொழிலாளிகளுக்கும் ஓர் ஆசை நாயகிக்கும் என்று ஊகிக்கலாம்).[22]

காந்தி சகோதரர்கள் ஒருகாலத்தில் மிகவும் நெருக்கமாக இருந்தார்கள். மோகன்தாஸ் இங்கிலாந்து செல்ல விரும்பியபோது, பழமைவாதிகளான சக பனியாக்களுக்கு எதிராக அவருக்கு ஆதரவாக நின்றவர் லக்ஷ்மிதாஸ் தான்; படிப்புக் கட்டணத்துக்கும் வாழ்க்கைச் செலவுளுக்கும் பணத்தைத் திரட்டித் தந்தவரும் அவரே. ஆனால், காலப்போக்கில் அவர்கள் விலகிச் சென்றுவிட்டார்கள். கத்தியவாரில் உல்லாசப்பிரியர்களான இளவர சர்களுடன் கொண்டிருந்த நெருக்கத்தின் விளைவாக லக்ஷ்மிதாஸ் தன் முன்னோர்களின் சிக்கனமான வழிமுறைகளிலிருந்து விலகிச் சென்றார். அதேசமயம் தென்னாப்பிரிக்காவிலிருந்த அவரது தம்பியோ

பனியாக்களின் சிக்கனத்தை அதீத எல்லைகளுக்கு எடுத்துச்சென்றார். உணவை எளிமைப்படுத்துவது, தன் கைகளாளேயே வேலைகளைச் செய்வது, தன் சக மனிதர்களுக்குப் பணி செய்வது போன்ற வழிகளில். ஒருகாலத்தில் மரியாதைகொண்டிருந்த தம்பி தன் அண்ணனை வீண் செலவுகளுக்காகவும் பாவகாரியங்களுக்காகவும் கடிந்துகொண்டு இப்படியான கடுமையான, குரூரம் என்றுகூட சொல்லத்தக்க கடிதத்தை எழுத இதுவே காரணம்.

அண்ணனை வைக்க வேண்டிய இடத்தில் வைத்த பிறகு, காந்தி டிரான்ஸ் வாலில் நடந்துகொண்டிருந்த போராட்டத்துக்குத் திரும்பினார். உள்ளூர் அரசாங்கமும், இம்பீரியல் அரசாங்கமும் இறங்கிவராத நிலையில், செப்டெம்பர் 1906ல் எம்பயர் தியேட்டரில் முதலில் மேற்கொள்ளப் பட்ட பிரமாணத்தை நிறைவேற்ற வேண்டியதுதான். அந்தக் கூட்டத்தில் காந்தி 'ஒரு தீரமான செயலைச் செய்வதற்கான' நேரம் வந்திருப்பதாகச் சொல்லியிருந்தார்.

எதிர்ப்புக்காட்டிய பிணைத் தொழிலாளிகள் அல்லது அனுமதிச்சீட்டு (பாஸ்) இல்லாமல் இரவில் நடமாடிய இந்தியர்கள் அவருடைய கட்சிக் காரர்களாக இருந்தனர். நேட்டாலில் ஒரு வழக்கறிஞராக காந்தி சிலசமயங்களில் அவர்களை—சிறைத் தண்டனையிலிருந்து காப்பாற்றி யிருக்கிறார்.. அவரது அப்பாவும் பாட்டனாரும் திவான்களாக இருந் தவர்கள். சிறைகளும் சிறைக்கைதிகளும் அவர்களின் பொறுப்புகளில் அடக்கம். அவரது முன்னோர்கள் மக்களைச் சிறைக்கு அனுப்பியிருந் தார்கள்; அவரோ வழக்கறிஞர் என்ற முறையில் அவர்களை சிறைக்குச் செல்லாமல் தடுப்பதற்கு உழைத்தார். தானாக முன்வந்து கைதாவது என்பது அவர் திரட்ட உத்தேசித்திருந்த மக்களின் வர்க்கத்துக்கும் தொழிலுக்கும் அந்நியமானது. வியாபாரிகள், அவர்கள் குஜராத்திகளோ பிறரோ, சிறைத்தண்டனை பெறுவதற்கு முன்வரக்கூடியவர்கள் அல்லர் என்று காந்திக்குத் தெரியும். 1906 செப்டெம்பரில் எம்பயர் தியேட்டரில் பரவலான உணர்வலைகளால் உந்தப்பட்டு, வியாபாரிகள் சிறைக்குச் செல்வதாக உறுதியெடுத்துக் கொண்டார்கள்; இப்போது பல மாதங் களுக்குப் பிறகு, அவர்கள் தமது கடைகளையும், வீடுகளையும், குடும் பங்களையும், வியாபாரங்களையும் விட்டுவிட நிஜமாகவே தயாராக இருப்பார்களா?

இந்தியன் ஒப்பீனியன் இதழில் ஒரு கட்டுரையில் காந்தி எதிர்காலச் செயல்திட்டத்தைத் தெளிவுபடுத்தினார். அனுமதி (பெர்மிட்) பெற்றுக் கொள்ளாததற்காகக் குற்றம்சாட்டப்படும் அல்லது கைது செய்யப்படும் எவருக்காகவும் அவர் இலவசமாக நீதிமன்றத்தில் வாதாடுவார். வழக்கு விசாரணையின்போது, கட்சிக்காரர் தன் ஆலோசனைப்படியே செயல் பட்டதாக அவர் சொல்வார்; இதனால் அநேகமாக 'காந்தி கைதுசெய்யப் பட்டு, கட்சிக்காரர் விடுவிக்கப்படக்கூடும்.' போராட்டக்காரர்கள்

குற்றம்சாட்டப்பட்டு சிறைக்கு அனுப்பப்பட்டாலும், ‘அவர்கள் விரைவில் வெளிவரவும், சட்டம் பொருத்தமான விதத்தில் திருத்தப் படவும் வாய்ப்பு இருக்கிறது.’ யார் சிறையில் இருந்தாலும் அவரது மனைவி, குழந்தைகள் பொது சந்தா மூலம் பராமரிக்கப்படுவார்கள். ‘இந்தத் தடவை சிறைக்குச் செல்வதில் எந்த அவமானமும் இல்லை,’ என்றார் காந்தி. ‘மாறாக, அது ஒருவரின் பெருமைக்கு வலு சேர்க்கவே செய்யும்.’[23]

1907 மே 11 ஆம் தேதிக்கான இந்தியன் ஒப்பீனியன் இதழின் தலையங்கம் ‘சிறைச்சாலைக்கு!’ என்று தலைப்பிடப்பட்டிருந்தது. ஆசியருக்கான சட்டம் அரச ஒப்புதலுக்கு அனுப்பப்பட்டுவிட்டபடியால், ‘டிரான்ஸ் வாலின் பிரிட்டிஷ் இந்தியர்களின் இலக்கு டிரான்ஸ்வால் சிறைச் சாலையே.’ முந்திய செப்டெம்பரில் அந்த அவசர சட்டம் நிரந்தமான சட்டமாக்கப்பட்டால் சிறைக்குச் செல்வதாக அவர்கள் உறுதி எடுத்திருந்தார்கள். அவர்களது தீர்மானம் ‘தந்திக் கம்பிகள் வழியாக உலகம் முழுவதும் வெளிச்சமிடப்பட்டுவிட்டது; கடவுளின் பார் வையிலும் மனிதனின் பார்வையிலும் அவர்கள் இப்போது அந்தத் தீர்மானத்துக்கு உறுதி ஏற்றிருக்கிறார்கள்; தாம் என்ன செய்யப் போகிறார்கள் என்பதைக் கொண்டுதான் இனி எப்போதும் மதிப்பிடப் படுவார்கள்.’[24]

இந்தத் தலையங்கம் கையெழுத்திடப்படாவிட்டாலும் அதை அநேகமாக ஹென்றி போலாக்தான் எழுதியிருக்கவேண்டும். மே மாதத்திலும் ஜூன் மாதத்திலும் காந்தி தன் சொந்தப் பெயரில் இந்தியர்களின் உறுதியைப் பலப் படுத்தும் நோக்கில் பல கட்டுரைகளைத் தொடர்ச்சியாக வெளியிட்டார். கொலம்பஸ், நெப்போலியன், மார்டின் லூதர், அலெக்ஸான்டர் ஆகியவர் களின் சாதனைகளைப்பற்றி நர்மதாஷங்கர் எழுதிய கவிதை ஒன்றை அவர் வெளியிட்டார். ‘காந்தி, இப்படிப்பட்ட உதாரணங்கள் அவர்கள் முன்பு இருக்கும்போது, டிரான்ஸ்வால் இந்தியர்கள் சிறிதளவாவது அதைரியம் கொள்ள முடியுமா?’ என்று கேள்வி எழுப்பினார். இன்னொரு கட்டுரை, எதிரிகளின் படை வந்துகொண்டிருந்தபோது இரண்டு சீடர்களுடன் ஒரு குகைக்குள் தங்கியிருந்த முகமது நபி பற்றிக் குறிப்பிட்டது. சீடர்கள் பயந்து நடுங்கினார்கள். முகமது நபி அவர்களிடம் சொன்னார்: ‘நாம் மூன்றுபேர் அல்ல. எல்லோரையும் வெல்லக்கூடிய இறைவனும் நம்முடன்தான் இருக்கிறார்.’ கடைசியில் அந்தப் படை குகைக்குள் எட்டிக்கூடப் பார்க் காமலே சென்றுவிட்டது. இன்னொரு கட்டுரை, பஞ்சாபில் அடக்கு முறையான நிலக்கொள்கையை எதிர்த்து நடந்துகொண்டிருந்த போராட்டங் களைப் பற்றிக் குறிப்பிட்டது. அந்த இயக்கத்தின் தலைவர் லாலா லஜபதி ராய் மேற்கத்திய காலனி ஆதிக்கத்தை சமரசமின்றி எதிர்ப்பவர். காந்தி அதன் நோக்கத்தை ஆதரிக்காமல், வழிமுறையைப் புகழ்ந்தார். டிரான்ஸ்வாலின் இந்தியர்கள் ‘அதே துணிச்சலை காண்பிக்கவேண்டும். ஆனால், பிரிட்டிஷ் ஆட்சி முடிவுக்கு வரவேண்டும் என்று

விரும்புவதற்குப் பதிலாக காலனியர்களைப்போல நாமும் பலமும் துணிவும் உடையவர்களாகி நாம் விரும்பும் உரிமைகளை கேட்டுப்பெறுவதை நோக்கமாகக் கொள்ளவேண்டும்.' நான்காவதாக ஒரு கட்டுரை க்ரோம்வெல், மாஜினி, ஜார்ஜ் வாஷிங்டன் ஆகியோரின் போராட்டங்களையும், தியாகங்களையும் நினைவுகூர்ந்தது. அவை, 'மகிழ்ச்சியை சுவைப்பதற்கு முன்பாக ஒருவர் துன்பங்களைப் பொறுத்துக்கொள்ள வேண்டும் என்று காட்டுகின்றன. பொது நன்மைக்காக மனிதர்கள் தாம் இறக்கும் அளவுக்குக்கூடத் துன்பங்களை ஏற்றுக்கொள்ளவேண்டும்.'[25]

அந்த வற்புறுத்தல்களுக்குப் பலன் இருந்தது. மே கடைசியில், டிரான்ஸ்வாலில் இருக்கும் இந்தியர்கள் 'அமைதியாகவும் விடாப்பிடியாகவும் தமது வரலாற்றுச் சிறப்புமிக்க சிறைத் தீர்மானத்தை நிறைவேற்ற எல்லா நடவடிக்கைகளும் எடுத்துவருகிறார்கள்' என்று செய்தி வந்தது. இந்தியன் ஒப்பீனியன் கைதாவதற்கு உறுதி எடுத்துக்கொண்டவர்களின் பெயர்களைப் பிரசுரிக்க ஆரம்பித்தது. அவர்களில் இந்துக்களும் முஸ்லிம்களும், தமிழர்களும் குஜராத்திகளும் இருந்தார்கள்.[26]

ஜூன் 1 அன்று காந்தி பிரதம மந்திரி ஜெனரல் போத்தாவை சந்திக்க அனுமதி கேட்டுக் கடிதம் எழுதினார். அந்த வேண்டுகோள் மறுக்கப்பட்டது. ஜெனரலும் அவரது அரசும் சமரசத்துக்குத் தயாராக இல்லை. அவர்களுக்கு லார்ட் எல்ஜினிடமிருந்து ஆதரவாகக் கடிதம் வந்திருந்தது. அந்தக் கடிதம், 'மசோதா, காலனியின் பொது விருப்பத்தைப் பிரதிபலிக்கிறது; அந்த விருப்பம் முதல்முறையாக தேர்ந்தெடுக்கப்பட்டுள்ள பிரதிநிகளால் தெளிவாக வெளிப்படுத்தப்பட்டுள்ளது; ஆகவே, அரசருக்கு அதன் நிறைவேற்றத்தைத் தடுக்கவேண்டாம் என்று ஆலோசனை தரப் போவதாகக் கூறியது.[27] அந்த மாதத்தின் பிற்பகுதியில் அரச ஒப்புதல் வந்து சேர்ந்தது. சட்டம் ஜூலை 1 முதல் செயல்பாட்டுக்கு வரும்; பல்வேறு நகரங்களில், இந்தியர்கள் பதிவு செய்துகொள்வதற்காக பெர்மிட் அலுவலகங்கள் திறக்கப்படும். ஜூலை 29 அன்று தனது 'ஜோஹானஸ்பர்க் லெட்டர்' பகுதியில் காந்தி, 'திரு சாம்னி புதிய சட்டப்படி ரெஜிஸ்ட்ரார் ஆக நியமிக்கப்பட்டுள்ளதாக அரசிதழில் அறிவிக்கப்பட்டுள்ளது. இந்திய சமூகம், அவர் வெறுமனே உட்கார்ந்து கொட்டாவி விட்டுக்கொண்டிருக்கும்படிப் பார்த்துக்கொள்வார்கள் என்று நம்புகிறேன். இதை எழுதியிருப்பவரின் பெயர் பதிவேட்டில் ஒரு போதும் இடம்பெறாது. இந்தியர்கள் எல்லோர் விஷயத்திலும்கூட இப்படியே நிகழவேண்டும் என்பதே எப்போதும் இறைவனிடம் என் பிரார்த்தனை' என்று எழுதினார்.[28]

அரசாங்கத்திடம் பேச காந்தி எடுத்த முயற்சிகள் நிராகரிக்கப்பட்டதால், அவர் இப்போது மோதிப்பார்க்கும் மனநிலையில் இருந்தார். வெள்ளையருக்குச் சொந்தமான ராண்ட் டெய்லி மெயில் இதழுக்கு எழுதிய கடிதத்தில் அவர் வழக்கத்துக்கு மாறான, அல்லது குறைந்தபட்சம்

அவரது இயல்புக்கு மாறான கிண்டல் தொனியைக் கடைப்பிடித்தார். அமைச்சர், பெருவிரல் அடையாளமும், மற்ற விரல் அடையாளங்களும் ஒன்றுதான் என்றும், தமது நோக்கம் இந்தியர்களைக் காயப் படுத்துவதோ அவமதிப்பதோ அல்ல என்றும் கூறியிருப்பார் போலிருக்கிறது. காந்தி குறிப்பிட்டார்: 'லார்ட் எல்ஜின், தன் மெத்தை வைத்த ஆசனத்தில் அமந்துகொண்டு, பெருவிரல் ரேகை வைப்பதும் பேனாவால் கையெழுத்திடுவதும் ஒன்றுதான் என்று நினைக்கலாம்; ஆனால், தனிநபர் சுதந்திரங்களின்மீது நடத்தப்படும் தாக்குதலுக்கு எதிராக ஒரு கோடியிலிருந்து மறுகோடிவரை கிளர்ந்தெழக்கூடிய நாட்டைச் சேர்ந்தவர் அவர் என்பதும், அவரிடம் கட்டாயப்படுத்திக் கையெழுத்திடச் செய்தால்கூட அதை எதிர்த்துக் குரல்கொடுக்கும் முதல் நபராக இருப்பார் என்பதும் எனக்குத் தெரியும். நம்மை வேதனைப் படுத்துவது கட்டாயப்படுத்தல்தானே தவிர, விரல் பதிவு அல்ல... அவமதிப்பது அரசின் நோக்கம் அல்ல என்பது, என் நாட்டு மக்கள் ஏற்கெனவே தேவையான அளவுக்கு அவமதிக்கப்பட்டுவிட்டார்கள் என்பதால், ஆசியர்கள் தவிரப் பிறருக்கு மட்டும் சுதந்திர பூமியாக விளங்கும் இந்த நாட்டில் புதிதாக எதுவும் அவமானப்பட்டுவிடப் போவதில்லை என்ற அளவில் மட்டுமே உண்மை. [29]

ஒரு வாரம் கழித்து காந்தி ராண்ட் டெய்லி மெயிலுக்கு மற்றொரு கடிதம் எழுதினார். அதன் நோக்கம், இந்தியர்கள் இப்போது நடத்துவதற்குத் திட்டமிட்டுவரும் சாத்விக எதிர்ப்பு, ஒரு 'புதிய விதமான' போராட்ட முறை என்று அந்த இதழ் எழுதியிருந்ததற்கு மறுப்புத் தெரிவிப்பது. காந்தி தெளிவுபடுத்தினார்:

இந்திய மனதுக்குக் கிளர்ச்சி செய்வது புதிய விஷயமே அல்ல. இந்தியாவிலிருக்கும் சாதிகளின் வலைப்பின்னல், சரியான விதத்தில் பயன்படுத்தப்படும்போது அந்த ஆயுதத்துக்கு இருக்கும் பயன் பாட்டையும் மதிப்பையுமே எடுத்துக்காட்டுகிறது. ஒதுக்கிவைப்பதும் விலக்கிவைப்பதும் இந்தியாவில் இன்று பயன்படுத்தப்படும் வலிமையான உபகரணங்களாகும்; துரதிர்ஷடவசமாக அவை அற்பமான விஷயங்களுக்குப் பயன்படுத்தப்படுகின்றன; பதிவுச் சட்டம் என் நாட்டு மக்களை அந்த பயங்கரமான ஆயுதத்தை ஒரு மேலான நோக்கத்துக்குப் பயன்படுத்த முடியும் என்று உணரச் செய்யு மானால், எல்ஜினும், டிரான்ஸ்வால் அரசும் அவர்களின் நன்றிக்கு உரியவர்களாவர். [30]

இதை எழுதியபோது காந்தி, தான் இளைஞனாக இருக்கையில் லண்டன் சென்று படிக்க விரும்பியபோது தன் சக மோத் பனியாக்களால் ஒதுக்கிவைக்கப்பட்டதை நினைவில் கொண்டிருந்தார். இந்தியாவுக்குத் திரும்பியதும் அவர் மீண்டும் சேர்த்துக்கொள்ளப் படுவதற்காக நதிகளில் முழுக்குப் போடவும், விருந்துகள் கொடுக்கவும் வேண்டியிருந்தது.

அவரது சாதியினர் அவரை ஓர் 'அற்பமான' விஷயத்துக்காக ஒதுக்கி வைத்தனர்; இப்போது அவரும் அவரது சகாக்களும் பெர்மிட் அலுவலகங்களை ஒரு நிச்சயமான உயர்ந்த நோக்கத்துக்காகப் புறக்கணிக்கிறார்கள்.

இந்தியர்கள் பதிவு செய்துகொள்வதற்கு முதல் நகரமாக பிரிட்டோரியா குறிக்கப்பட்டது. வெள்ளை செய்தித்தாள் ஒன்று அரசு ஒவ்வொரு மாவட்டமாக பெர்மிட்களை வழங்குவது என்று எடுத்த முடிவைப் பாராட்டியது. காலனி முழுவதும் அந்த அவசர சட்டம் ஒரே நேரத்தில் அமலாக்கப்பட்டிருந்தால், 'அந்தச் சட்டத்தைப் புறக்கணிக்கும் இயக்கம் ஒன்று திரு காந்தி கோடி காட்டியது போலப் பெரிய அளவில் ஏற்பட்டிருக்கக்கூடும்.' 'இந்தியர்களின் அமைப்பாக்கத்தில் பிரிட்டோரியா பலவீனமாக இருப்பது தெரிந்த விஷயம்; அங்கு எதிர்ப்பு இயக்கம் பெரிய அளவில் வெற்றிபெறும் என்று நாம் நினைக்கவில்லை' என்று அந்த நாளிதழ் குறிப்பிட்டது.[31]

பிரிட்டோரியாவில் பெர்மிட் அலுவலகம் ஜூலை 1 அன்று ஆரம்பிக்க இருந்தது. அதற்கு முந்திய நாளான ஜூன் 30 அன்று பலநூறு இந்தியர்கள் நகரத்தின் மசூதியில் குழுமினார்கள். அந்தக் கூட்டம் நான்கு மணிநேரம் நடந்தது. அங்கு நிலவிய மனநிலை வீரம் நிறைந்ததாக இருந்தது. காந்தி பேசினார்; ஆனாலும், நட்சத்திரப் பேச்சாளர் மௌல்வி முக்தியார் என்ற இமாம்தான். அவர், சௌத் ஆஃப்ரிக்கன் ரயில்வேஸ் எழுதிய கடிதம் ஒன்றைக் காட்டியபோது பரபரப்பு ஏற்பட்டது. அந்தக் கடிதம், கிறிஸ்துவ, யூத மதகுருக்கள் சலுகைக் கட்டணத்தில் பயணிக்கலாம் என்று கூறியது. அந்த சலுகை பிற சமயங்களின் மதகுருக்களுக்கு வழங்கப்படவில்லை. 'இந்தத் தகவல் எரியும் நெருப்பில் எண்ணெயை ஊற்றியது; சட்டத்துக்குக் கீழே ஒரு மரணப் போராட்டம் இருப்பதை இந்தியர்களுக்கு உணர்த்தியது.[32]

மறுநாள் காலை பெர்மிட் அலுவலகம் திட்டமிட்டபடித் திறந்தது; ஆனால், சான்றிதழ்கள் எவையும் வழங்கப்படவில்லை. காந்தியால் ஊக்கம் பெற்று, இந்தியர்கள் குழுக்களாகச் சேர்ந்து அந்த அலுவலகத்துக்கு வெளியில் நின்றுகொண்டு, உள்ளே செல்ல விரும்பியவர்களை, வீட்டுக்குத் திரும்பிச் செல்லும்படிப் 'பணிவுடன்' கேட்டுக் கொண்டார்கள். அந்த நகரம் முழுக்க குஜராத்தியிலும், ஆங்கிலத்திலும் சுவரொட்டிகள் ஒட்டப்பட்டிருந்தன. அவற்றில், 'பெர்மிட் அலுவலகத்தைப் புறக்கணிப்பீர், புறக்கணிப்பீர்! சிறைக்குச் செல்வது என்பது எதிர்ப்பது அல்ல; மாறாக நம் பொது நன்மைக்காகவும், சுய மரியாதைக்காகவும் துன்பத்தைச் சகித்துக்கொள்வது. அரசருக்கு விசுவாசமாக இருக்க வேண்டும் என்றால், அரசர்களுக்கெல்லாம் அரசராக இருப்பவருக்கும் (அதாவது கடவுளுக்கு) விசுவாசமாக இருக்கவேண்டும்' என்று எழுதப்பட்டிருந்தது. இந்தியன் ஒப்பீனியன் தன் ஜூலை 20 இதழில், பெர்மிட்

அதிகாரியாக இருந்த திரு கோடி என்பவர் இருவாரங்கள் சம்பளத்துடன் விடுமுறையை அனுபவித்ததாகவே கருதவேண்டும் என்று மகிழ்ச்சியுடன் குறிப்பிட்டது.[33]

டிரான்ஸ்வாலில் நடக்கும் போராட்டங்கள்பற்றிய செய்தி நேட்டாலை அடைந்தது. மெச்சத்தக்க வகையிலான ஆதரவு காட்டும் செயல்பாடாக டர்பன் இந்தியர்கள் எட்டு காட்சிகள் கொண்ட நாடகம் ஒன்றை நடத்திப் போராட்டத்துக்கு நிதி திரட்டினர். காட்சி-1ல், ஒரு பார்ஸி மனிதரும், இரண்டு முஸ்லிம் வியாபாரிகளும், கூவி விற்பவர்கள் பலரும் சட்டத்தை மீறிக் கைதாவதற்குத் தாம் தயாராக இருப்பதைத் தெரிவித்தனர். காட்சி-2ல் பெண்கள் அவர்களுக்கு ஆதரவு தெரிவிப்பதாகக் காட்டப்பட்டது; காட்சி-3ல் பிரிட்டோரியாவில் பெர்மிட் அலுவலகத்தின் அலுவலர்கள் 'கொட்டாவிவிட்டபடியும், சிகரெட் பிடித்துக்கொண்டும்' இருப்பதுபோல் சித்தரிக்கப்பட்டனர். காட்சி-4ல் பூர்வகுடியினரான காவலர்கள் வந்து எதிர்ப்பாளர்களைக் கைது செய்தனர். காட்சி-5ல் இந்தியர்கள் அணி அணியாகச் சிறைக்குச் செல்ல, 'அங்கு ஏற்கெனவே இருந்தவர்கள் அவர்களை ஆரவாரமாக வரவேற்றனர்'. காட்சி-6ல் கைதிகளை காலனி அமைச்சர் விடுதலை செய்து, பதிவு செய்துகொள்ள பதினைந்து நாட்கள் அவகாசம் அளிக்க, அது ஏற்கப்படாமல், பெர்மிட் அலுவலகம் ஆளரவமற்று இருப்பதுபோல மீண்டும் ஒருமுறை காட்டப்பட்டது.

காட்சி-7, 'ஒருவேளை இப்படி நடந்தால் என்ன ஆகும்' என்று காட்டுவது போல அமைக்கப்பட்டிருந்தது. இந்தியர்கள் சட்டத்துக்குப் பணிந்து போவதுபோல மடத்தனமாக அல்லது பலவீனமாக இருப்பதாகச் சித்தரிக்கப்பட்டனர். ' பதிவு ஊழியர்கள், ஒரு மொழிபெயர்ப்பாளர், காஃபிர்களான காவல்துறையினர் ஆகியவர்கள் முன்னிலையில் விரல் பதிவு வைப்பது, பெயர்களைக் கொடுப்பது போன்ற வருத்தத்துக்குரிய விவரங்கள் காட்டப்பட்டன. இந்தத் தத்ரூபமான காட்சியின்போது பார்வையாளர்கள் 'வெட்கக்கேடு!' என்று கூக்குரலிட்டனர்.'

நாடகம் கடைசியில் கொஞ்சம் சப்பென்று முடிந்துவிட்டது. சட்டபூர்வமான சான்று ஒன்றில் இருந்த ஏதோ சிறுபிழை காரணமாக, பொய்யான பெர்மிட் வைத்திருந்ததாக இந்தியர் ஒருவர் நீதிமன்றத்தில் குற்றம் சாட்டப்பட்டுச் சிறைக்கு அனுப்பப்படுவதாக அக்காட்சி அமைந்திருந்தது.

நாடகத்துக்குப் பிறகு, பார்ஸி ருஸ்தம்ஜி மேடைக்கு வந்து நடிகர்களுக்கு நன்றி தெரிவித்தார். சாத்விக எதிர்ப்பாளர்களுக்காக 50 பவுண்ட் பணம் திரட்டப்பட்டது.[34]

இந்த நாடகம் ஜூலை 13 அன்று விக்டோரியா தெருவில் இந்தியன் தியேட்டரில் நடத்தப்பட்டது. ஒரு வாரம் கழிந்து காந்தியே டர்பனுக்குச் சென்றார். நேட்டால் இந்திய காங்கிரஸிடம் பேசிய அவர், 'இந்தியாவில்

அரசு இரண்டு பூனைகளை—இந்துக்கள், இஸ்லாமியர்—மோதவிட்டு வெற்றி பெறுகிறது. இங்கு அப்படி அல்ல. இரண்டு சமூகங்களும் ஒற்றுமையாக உள்ளன; எனவே நம் தைரியம் பலனளிக்கும்' என்று சற்றுப் பெருமையோடு குறிப்பிட்டார். நேட்டாலில் இருக்கும் அவரது நண்பர்களை, 'எங்கள் துன்பங்களில் எங்களுடன் இணைந்துகொள்ளுங்கள்... டிரான்ஸ்வாலில் எல்லா இந்தியர்களும் போராட்டத்தில் எந்த இழப்பையும் சந்திக்கத் தயாராக இருக்கும்போது, நீங்கள் பண உதவி செய்வதில் பின்தங்கிவிடக் கூடாது' என்று கேட்டுக்கொண்டார்.[35]

ஜூலை இறுதி நெருங்கியபோது, எதிர்ப்பாளர்களை அரசு கைது செய்யப்போகிறது என்ற வதந்தி பரவியது. இதனால் கவலை அடைந்தவர்களுக்கு, காந்தி இந்த துணிவு தரும் அறிவுரையை வழங்கினார்:

> ஆகஸ்ட் 1 தொடங்கி, இந்தியர் எவரும் தம்முடன் பணம் எதையும் எடுத்துச்செல்லக்கூடாது; நிச்சயமாகத் தங்கம் கூடவே கூடாது. சபலம் ஒரு மோசமான விஷயம். சிறைக்குப் பழக்கம் இல்லாத நிலையில், அபராதம் என்ற தீர்ப்பைக் கேட்டதும், குற்றம் சாட்டப்பட்டவர் தன்னிச்சையாகச் சட்டைப் பையில் கையை விடுவதோ தன் நண்பர்களைக் கண்களால் வேண்டுவதோ நடக்கும். இது நடக்கும்போது, அவர் மனதுக்குள்ளாகக் கடவுளிடம் மன்னிப்புக் கேட்டுக்கொண்டு, கையைப் பையிலிருந்து எடுத்துவிட்டு, நிமிர்ந்து நின்று, தொண்டையைச் சரிசெய்துகொண்டு, தான் அபராதம் செலுத்தப்போவதில்லை, சிறைக்குச் செல்கிறேன் என்று அறிவிக்கவேண்டும்.[36]

ஜூலை 24 அன்று மாலை காந்தி தன் வேலை தொடர்பாக பிரிட்டோரியா சென்றிருந்தார். அவரைப் புகைவண்டி நிலையத்தில் சந்தித்த வியாபாரிகள் சிலர், தங்களில் ஒருவரான கமிசா என்பவர் தம்மிடமிருந்து பிரிந்துசென்று பெயரைப் பதிவு செய்துகொள்ள முடிவு செய்திருப்பதாகத் தெரிவித்தனர். மேலும் அவர் தன் வாடிக்கையாளர்களையும் அப்படியே செய்யும்படி வற்புறுத்திவந்தார். காந்தியும் அவரது சகாக்களும் உடனடியாகக் கமிசாவின் கடைக்குச் சென்றனர். அங்கு அவர்கள் ஒரு துப்பறிவாளரைப் பார்த்தனர். சூடான வார்த்தைகள் இருபுறமும் பறந்தன. அந்தக் காவலர் அந்த வழக்கறிஞரிடம், 'உமக்குச் சட்டம் தெரியும், சரியாக நடந்துகொள்ளுங்கள்' என்றார். அவர்கள் அவ்விடத்தைவிட்டு உடனே செல்லும்படிக் கூறப்பட்டனர். அதே இரவில் கமிசாவின் கடையில் சுமார் இருபது பேர்கள் பதிவு செய்துகொண்டனர்; இவ்வாறு, 'தமது கரங்களையும் முகங்களையும் கருப்பாக்கிக்கொண்டதுடன் இந்திய சமூகத்தின் நற்பெயருக்கும் களங்கத்தை உண்டாக்கிவிட்டனர்'. காந்தி அதனை ஒரு 'பயங்கரமான துரோகம்' என்று வர்ணித்தார்; குற்றவாளிகளுக்குத் தாம் ஒரு 'அவமானகரமான விஷயத்தை' செய்கிறோம் என்று தெரியும்; அதனால்தான் அவர்கள் நள்ளிரவில் ரகசியமாகப் பெர்மிட்களை எடுத்துக்கொண்டிருக்கிறார்கள்.[37]

இதற்கிடையில் வேறொரு விதமான துரோகம் ஒன்று காந்தியோடு பணியாற்றியவரான ஹெச்.ஓ.அலியால் நிகழ்த்தப்பட்டது. அவர் லண்டனில் இருந்த நீதிபதி அமீர் அலிக்கு எழுதிய கடிதத்தில், டிரான்ஸ் வாலில் நிகழ்ந்துவரும் போராட்டம் இந்து மதத்தினரான கூலி விற்பவர் களால் நடத்தப்படுவதுதானே தவிர, முஸ்லிம் வியாபாரிகளால் அல்ல என்று குறிப்பிட்டார். அந்த நீதிபதி தென்னாப்பிரிக்கா பிரிட்டிஷ் இந்திய கமிட்டியின் முக்கியமான உறுப்பினர். 'திரு அலி இந்த வார்த்தைகளை எழுதியிருப்பது இந்திய சமூகத்துக்கு இழுக்கு என்றே நாம் கருதுகிறோம்' என்று எழுதினார் காந்தி. 'டிரான்ஸ்வால் போராட்டம் இந்துக்களையும் முஸ்லிம்களையும் ஒரே மாதிரியே பாதிக்கிறது.'[38]

போராட்டம் ஒரு மாதமாகத் தொடர்வதைக் குறிப்பிடும் வகையில் சுமார் 2000 இந்தியர்கள் பிரிட்டோரியா மசூதியின் மைதானத்தில் ஜூலை 31 அன்று கூடினார்கள். ஜோஹானஸ்பர்க்கிலிருந்து போராட்டக்காரர்களை அழைத்துச்செல்ல ஒரு தனி புகைவண்டி ஏற்பாடு செய்யப்பட்டது. மற்றும் பலர் காலனியின் சிறுநகர்களிலிருந்து வந்தனர். பிரிட்டோரியா நியூஸ் இதழின் செய்தியாளர் ஒருவர், அந்தக் காட்சியில் 'தீவிரமான ஆவல்' காணப்பட்டதாக எழுதினார்; 'பின்னணியில் அகன்ற தாழ்வாரங்களை உடைய மசூதி பயபக்தியான பிரார்த்தனையைக் குறிப்பதாக இருந்தது'; 'வெளிப்புற மைதானத்தில், எல்லா சாதி மதங்களையும் சேர்ந்த இந்தியர் களின் கூட்டம், மிகுந்த சிரத்தையுடன்' இருந்தது. அவர்களது தலைவரான மோகன்தாஸ் காந்தி, 'சட்டத்துறையில் கற்றுத்தேர்ந்த முனைவர், அறிஞர், தத்துவாசிரியர்; அவருக்கு நடைபாதையை உபயோகிக்கும் உரிமையை பிரிட்டோரியா நகரசபை மறுக்கிறது; அவரால் நகரத்து டிராம் வண்டியில் ஓர் இருக்கையில் அமரக்கூட முடியாது.'

அந்தக் கூட்டம் மூன்று தீர்மானங்களை நிறைவேற்றியது. முதலாவது, பதிவுச்சான்றிதழுக்காக விண்ணப்பித்திருப்பவர்களைக் கண்டித்தது. இரண்டாவது, விட்டுக்கொடுக்க மறுத்தவர்களைப் பாராட்டியது. மூன்றாவது, அரசாங்கத்தை இப்போதாவது தாமாக முன்வந்து பதிவு செய்துகொள்வது என்ற ஏற்பாட்டுக்குச் சம்மதிக்குமாறு வற்புறுத்தியது. அதன் பிறகு தாராளவாதியான வெள்ளை அரசியல்வாதி வில்லியம் ஹோஸ்கன் பேசினார். ஆரம்பத்தில் கார்ன்வாலிலிருந்து வந்தவரும், பிறப்பால் மெத்தடிஸ்டும் ஆன ஹோஸ்கன், சுரங்கங்களில் மேலாள ராகப் பணிபுரிவதற்காக டிரான்ஸ்வாலுக்கு இடம்பெயர்ந்தவர். அவர் காந்தியின் நண்பர்; இந்தியர்கள்மீது கரிசனம் கொண்டவர்; அவர்களுக் காக ஜோஹானஸ்பர்க் டவுன் கவுன்சிலிலும் டிரான்ஸ்வால் சட்ட மன்றமத்திலும் அடிக்கடி குரல் எழுப்புபவர். ஆனாலும் இப்போது அவர், 'அவர்களுக்கு எதிரில் ஒரு உயிரற்ற சுவர் போன்ற எதிர்ப்பு' நின்றுகொண்டிருப்பதை அவர்கள் உணரவேண்டும் என்று வலியுறுத்தினார். புதிய சட்டம் 'தவிர்க்க இயலாதது' என்று அவர் கருதினார்; தாமாக முன்வந்து பதிவு செய்துகொள்வதற்கும், கட்டாயப்

பதிவுக்கும் இடையில் அவர் வேறுபாடு எதையும் காணவில்லை. சட்டத்தை மீறுவது என்ற முடிவு ஒரு 'பிழை' என்று கூறிய அவர், அவர்கள் தம் கருத்தை மாற்றிக்கொள்வார்கள் என்றும் நம்பிக்கை தெரிவித்தார். அவர்களது எதிர்ப்புக்குப் பின்னாலிருந்த உணர்வைப் புரிந்துகொண்டார்; அதாவது, அவர்கள் சுதந்திர மனிதர்கள் என்ற தமது மரியாதையைக் காப்பாற்றுவதற்காகவே அதைச் செய்கிறார்கள்; அதைத் தமது கடமையாகவே கருதுகிறார்கள். ஆனால், 'தவிர்க்க இயலாத விஷயத்தை ஏற்றுக்கொள்வது என்பதை அதைவிடப் பெரிய கடமையாக கருதுகிறேன்' என்றார் ஹோஸ்கன்.

ஹோஸ்கனின் பேச்சை காந்தி மொழிபெயர்த்தார். அத்துடன் காந்தி தன் சொந்த கருத்துகள் சிலவற்றையும் சொன்னார். 'திரு ஹோஸ்கனோ அல்லது வேறு எந்த மேற்கத்தியரோ கிழக்கத்திய மனம் தவிர்க்க இயலாதது என்பதை எப்படிப் புரிந்துகொள்கிறது என்று புரிந்து கொள்ளவே முடியாது என்பதே என் ஆழ்ந்த உணர்வும் கருத்துமாக இருக்கிறது'. தான் 'தென்னாப்பிரிக்காவிலேயே மிகவும் அமைதியை நாடுபவர்களில் ஒருவன்' என்ற காந்தி, 'இந்த அறப்போரை முதிர்ந்த சிந்தனையும், ஆலோசனையும் இன்றி ஆரம்பிக்கவில்லை'. அந்தச் சட்டம் 'மிகவும் வெறுக்கத்தக்கது'; அது எதிர்க்கப்பட்டாகவேண்டும். இப்போது செயல்பட்டுவரும் சாத்விவிக எதிர்ப்புக் கொள்கைக்கு அந்த வழக்கறிஞர் 'முழுப் பொறுப்பேற்றுக்கொண்டார்'. பிரிட்டோரியா நியூஸ் இதழாளர், காந்தி அப்படிப் பூசி மெழுகியது 'சாதுர்யமாக, உறுதி குறைந்த சகாக்களிடம் ஹோஸ்கனின் பேச்சு ஏற்படுத்தியிருக்கக்கூடிய தாக்கத்தை ஒதுக்கி அதை பலவீனப்படுத்தியது' என்று கருதினார்.[39]

ஆகஸ்ட் 8 அன்று ஸ்மட்ஸின் செயலாளருக்குக் கடிதம் எழுதி, ஆசியருக்கான சட்டம் திருந்தச் சட்டத்துக்கு எதிரான கிளர்ச்சிக்குத் தான் மட்டுமே பொறுப்பு' என்ற அரசின் கருத்தை மறுதலித்தார். 'என் நாட்டவர்கள் அந்த சட்டத்தைப்பற்றி வருத்தமடையவில்லை, நான்தான் அவர்களைத் தேவையின்றித் தூண்டிவிடுகிறேன்' என்பதே குற்றச்சாட்டு என்றால், 'நான் அதை முற்றாக மறுக்கிறேன். மாறாக, அவர்களது உணர்வுகளையே நான் பிரதிபலிக்கிறேன், அந்தச் சட்டம் என்ன சொல்கிறது என்பதை என்னால் முடிந்தவரையில் மிகச் சரியாக அவர்கள் முன்பாக எடுத்துவைக்கிறேன் என்பதே என்மீது வைக்கப்படும் குற்றச்சாட்டு என்றால், நான் அதற்கு முழுப் பொறுப்பு ஏற்றுக்கொள்ள அனுமதிக்க வேண்டுகிறேன்.' இவ்வாறான மோதல்தொனியிலான ஆரம்ப வரிகளை அடுத்து காந்தி தன் தொனியைச் சற்று மென்மைப்படுத்திக்கொண்டு, 'நான் என் நாட்டவர்களுக்காகப் பணியாற்றுவது போலவே அரசாங்கத்துக்கும் பணியாற்றவே விரும்புகிறேன்; இந்த விவகாரம் மிகவும் தீவிரமானது, இம்பீரியல் அரசைப்பொறுத்து முக்கியத்துவம் வாயந்தது' என்று குறிப்பிட்டார்.

அவர் அந்தச் சட்டத்தில் ஒரு திருத்தத்துக்கு யோசனை தெரிவித்தார். பதிவு செய்துகொள்வதை சுய விருப்பமாக்குவது, பதினாறு

வயதுக்குட்பட்ட சிறாருக்குப் பதிவு செய்வதிலிருந்து விலக்களிப்பது, எப்போது கேட்கப்பட்டாலும் பதிவுச் சான்றிதழைக் காண்பிக்க வேண்டும் என்ற ஷரத்தை ரத்து செய்வது ஆகியவற்றை அவர் முன்வைத்தார். இதனால் அரசின் தேவையும் நிறைவேறுவதுடன் இந்தியர்களின் பார்வையில் அந்தச் சட்டத்தில் காணப்படும் அவமானத்தையும் அது துடைத்துவிடும். ஆனால், ஸ்மட்ஸோ இந்த சமரசத்தை நிராகரித்தார்; அவரும் அவரது அரசும் 'ஆசியருக்கான சட்டத் திருத்தச் சட்டத்தின் அம்சங்களை முழுமையாக நிறைவேற்ற உறுதி கொண்டுள்ளோம்; இந்த நாட்டில் வாழும் இந்தியர்களின் எதிர்ப்பு அவர்கள் இதுவரை சந்திக்காத விளைவுகளை ஏற்படுத்து மானால், அவர்கள் தம்மையும் தம் தலைவர்களையுமே அதற்காகக் குற்றம்சாட்ட வேண்டும்.'⁴⁰

போராட்டம் தொடர்ந்தது. பெர்மிட் அலுவலகம் தற்போது இடம் பெயர்ந்திருந்த பீட்டர்ஸ்பர்க்கில் தமது புறக்கணிப்பு 100 சதவீதம் வெற்றி என்று இந்தியத் தரப்புகள் சொல்லின. வெள்ளை செய்தித்தாள்கள்கூட அங்கு குடியிருந்த 200 பேரில் 10 க்கும் குறைவானவர்களே பதிவுசெய்து கொண்டதாக ஒப்புக்கொண்டன. ⁴¹ பிரிட்டோரியாவில் 'அடிமை சாசனத்துக்கு விண்ணப்பித்தவர்கள்' பெயர்களை இந்தியன் ஒப்பீனியன் அச்சிட்டுவந்ததே அதிக அளவிலான வெற்றிக்கு காரணமாக இருந்திருக்க வேண்டும். சமூக ஒதுக்கல் என்ற கொடும் ஆயுதம் பரிதாபப்பட்டவரான ஹெச்.ஓ. அலியை மண்டியிட வைத்துவிட்டது. ஆகஸ்ட் இரண்டாம் வாரத்தில், தான் டிரான்ஸ்வாலில் சாத்விக எதிர்ப்பை ஆதரிப்பதாக அவர் பத்திரிகைகளுக்கு ஒரு அறிக்கையை அனுப்பினார். அதே சமயம், தான் கேப் டவுனுக்குத் திரும்புவதாகவும் அறிவித்தார். அவரது முந்தைய கடிதத்தால் ஏற்பட்ட சேதம் ஓரளவுக்குச் சரிசெய்யப்பட்டிருப்பதாக இந்தியன் ஒப்பீனியன் குறிப்பிட்டது; அது அலியை 'தேசத்தொண்டு செய்யும்படியும்', கேப் காலனியில் சமூகத்திடம் 'எழுச்சியை ஏற்படுத்தும்படியும்' கேட்டுக்கொண்டது. ⁴²

மோதல் இப்போது தீவிரமடைந்துவந்தது. 1907 ஆகஸ்டில் ஸ்டார் ஆஃப் ஜோஹானஸ்பர்க் காந்தி பற்றி, 'அவர் தனது படைகளை நன்றாகவே திரட்டியிருக்கிறார். இந்தியர்கள் அவரை எந்த எல்லைக்கும் பின்பற்று வதற்குத் தயாராக இருப்பதையே பொதுவிதியாகக் கொண்டிருக் கிறார்கள்,' என்று எழுதியது. அந்த வழக்கறிஞர், 'தென்னாப்பிரிக்காவில் இந்திய சமூகத்தின் அங்கீகாரம் பெற்ற தலைவர்'. அவர், 'கவர்ச்சிகரமான ஆளுமையை' பெற்றிருக்கிறார் என்று எழுதிய ஸ்டார், 'தன் சொற் களுக்குச் செயல் மூலம் உரமேற்றுகிறார். உரையாடலில் அவர் வலிமை யான பாணியைக் கொண்டிருக்கிறார். தன் மனதில் முதன்மை பெற்றிருக்கும் விஷயம்பற்றி விவாதிக்கும்போது அவரது கண்கள் ஆர்வத்தால் பிரகாசிக்கின்றன; இந்தியர்கள்மீது அவர் கொண்டிருக்கும் பிடியை யாரும் வியக்காமலிருக்க முடியாது.'⁴³

முன்பு 1895ல் நேட்டாலில் ஒரு நிருபர் நீதிமன்றத்தில் வாதங்களை எடுத்துவைக்கும்போது காந்தியின் பேச்சில் காணப்பட்ட திக்குதலையும், அவரது மெதுவான, தயக்கமான பேச்சையும் குறிப்பாகச் சுட்டிக் காட்டியிருந்தார். அடுத்த ஆண்டு பம்பாயில் ஒரு கூட்டத்தில் அவையோர் முன்பு தன் பேச்சைப் படிப்பதை காந்தி கூச்சப்பட்டுத் தவிர்த்தார். இப்போது பத்தாண்டுகளுக்குப் பிறகு அவர் நிச்சயமாக ஒரு பேச்சாளராக முதிர்ச்சி பெற்றுவிட்டார். அவர் குரல் இப்போதும் மெதுவானதுதான்; ஆனால் அது சுமந்திருந்த உறுதியும் (அத்துடன் வீரமும்) அவரது உறுதியான தொண்டர்களுக்கு மட்டுமின்றி நடுநிலையான நோக்கர் களுக்கும் தெளிவாகத் தெரிந்தது. அந்த வழக்கறிஞர் ஒரு தலைவராக உருவெடுத்துவிட்டார்; தென்னாப்பிரிக்காவில் இந்திய சமூகத்தின் அங்கீகாரம் பெற்ற தலைவராகவே உருவாகிவிட்டார்.

டிரான்ஸ்வால் அரசு இப்போது ஒரு புதிய மசோதாவைக் கொண்டுவந்தது. அதன்படி குடியேறுபவர்களும், வெளிநாட்டிலிருந்து திரும்பி வருபவர் களும் ஐரோப்பிய மொழியில் ஒரு படிவத்தை நிரப்பித்தரவேண்டும். யிட்டிஷ் மொழி ஓர் ஐரோப்பிய மொழியாக அங்கீகரிக்கப்பட்டது; அதை சமயம், அதைவிடப் பழைமையும், இலக்கியச் சிறப்புகளும்பெற்ற இந்திய மொழிகள் (தமிழ் போல) சேர்த்துக்கொள்ளப்படவில்லை. இந்தியர்கள் யாருடனெல்லாம் சேர்ந்துக் கணக்கிடப்பட்டார்கள் என்கிற விஷயம் அந்த அவமதிப்பை மேலும் அதிகரித்தது. அந்த மசோதா 'தடுக் கப்பட்ட குடியேற்றக்காரர்கள்' என்று பலவகையினரைக் குறிப்பிட்டி ருந்தது. அதில் விபசாரிகள், வறியவர்கள், பைத்தியக்காரர்கள், தொழு நோயாளிகள், உளவாளிகள், தண்டனை பெற்ற குற்றவாளிகள் போன்ற வர்கள் குறிப்பிடப்பட்டிருந்தனர்.[44]

ராண்ட் டெய்லி மெயில் ஆசிரியர்கள் 'ஒட்டுமொத்தமாக' சட்டத்துக்கு எதிராக இருப்பதாகவும், அதுபோலவே வெள்ளையர்கள் ஒட்டுமொத் தமாக அதற்கு ஆதரவாக இருப்பதாகவும் தெரிவித்தது. உண்மையில், சில விதிவிலக்குகள் இருந்தன—ரகசியமாக பெர்மிட்களுக்காகக் கையெழுத் திட்ட இந்தியர்கள் ஒருபுறம்; வெளிப்படையாக இன எல்லைகளைக் கடந்து போராட்டக்காரர்களுடன் தம்மை அடையாளப்படுத்திக்கொண்ட ஐரோப்பியர்கள் மறுபுறம். ஹெர்மான் காலன்பாக் ஸ்டார் இதழுக்கு அனுப்பிய கடிதம் ஒன்றில், 'தன்னலமின்றியும் கடினமாக உழைத்தும்' தம் சகநாட்டவருக்காக உழைப்பவர்களை 'ஆவேசமான கிளர்ச்சிக்காரர்கள்' என்று சித்தரிப்பதைக் குறைகூறினார். 'என் இந்திய நண்பர்களைச் சிறையில் சென்று பார்ப்பதையும், சிறை வாழ்வில் அவர்கள் அனுபவிக்கத் தயாராக இருக்கும் கஷ்டங்களைக் குறைக்க என்னால் இயன்றதைச் செய்வதையும் ஒரு கௌரவமாகக் கருதுவேன்' என்றார் காலன்பாக்[45].

இதேமாதிரியான கடிதங்கள் பிற வெள்ளையரான அனுதாபிகளாலும் அனுப்பப்பட்டன. அவர்களில் ஐசக் என்ற நகை வியாபாரியும் வோகல்

என்ற திரைச்சீலை தயாரிப்பவரும் (இருவரும் யூதர்கள்) இருந்தனர். ஆனாலும் மிகத் தெளிவாக இந்தியர்களை ஆதரித்த ஐரோப்பியர் ஹென்றி போலாக்தான். கூர்மையான, சமயங்களில் மூர்க்கமான கட்டுரைகளைத் தொடர்ச்சியாக இந்தியன் ஒப்பீனியன் இதழில் போலாக் எழுதினார். ஒரு கட்டுரை வெள்ளை பத்திரிகைகளில் சாத்விக எதிர்ப்பாளர்களின் தலைவர் குறித்துக் காணப்படும் பயத்தைப்பற்றிக் கிண்டல் செய்தது:

> வியக்கத்தக்க மனிதரான திரு காந்தி அற்புதங்கள் நிகழ்த்தியவராகப் பின்வரும் சந்ததிகளால் எண்ணப்படுவார். முதலாவதாக, அவர் சட்டத்துக்கான எதிர்ப்பின் ஊற்றுக்கண்ணாகக் கருதப்படுபவர். அடுத்தபடியாக அவர் டிரான்ஸ்வாலில் ஒவ்வொரு இந்தியரையும் அந்த சட்டத்தின் ஷரத்துகளைப் பின்பற்றவேண்டாம் என்று தூண்டி விட்டார்; கடைசியாக, ஒரேசமயத்தில் அவர் இங்கேயும், அங்கேயும், எங்கும் தோன்றிக் கீழ்ப்படியாமைக் கொள்கையை வலியுறுத் திவருகிறார்.

இந்த குறிப்புகள் எழுதப்பட்டதற்குத் தூண்டுதலாக இருந்தது பீட்டர்ஸ் பர்க்கில் காந்தி ஒரு கூட்டத்தில் பேசினார் என்று ஒரு நாளிதழில் வெளியான செய்தியும், இன்னொரு நாளிதழில் அவர் போட்ஷெஃப் ஸ்ட்ரூமில் உரையாற்றியதாக வந்த செய்தியுமே. உண்மையில் அவர் இரண்டு இடங்களுக்குமே சமீபத்தில் சென்றிருக்கவில்லை. 'இந்தியர் களை எவ்வளவு பலவீனமானவர்களாக எண்ணிவிட்டார்கள்!' என்றார் போலாக். 'அவர்களை முதலில் ஒரு தாதியின் கையைப் பிடித்துக் கொண்டு நடை பயின்ற பிறகுதான் தனியாக நடக்க அனுமதிக்க முடியுமாம்.' ஜோஹானஸ்பர்கிலிருந்து யாரும் பெர்மிட் அலுவலகம் பீட்டர்மாரிட்ஸ்பர்க்கில் இருந்தபோது அங்கு செல்லவில்லை; அதேபோல அந்த அலுவலகம் போட்ஷெஃப்ஸ்ட்ரூம், க்ளெர்க்ஸ்டார்ப் என்று மாறிய போதும் யாரும் அங்கு செல்லமாட்டார்கள்; காரணம், 'உள்ளூர் இந்தியர்களுக்கு அவர்களைத் தாவிக்குதிக்க வைப்பதற்கு ஊசி குத்தல் எதுவும் தேவையில்லை.'[46]

போலாக் கூறியது தீர்க்கதரிசனம் கொண்டதாக இருந்தது. பெர்மிட் அலுவலகம் இடம்பெயர்ந்தது, இந்தியர்கள் விலகிப்போனார்கள். செப்டெம்பர் ஆரம்பத்தில் அவர், 'அந்த உடைசலான எந்திரமான அரசாங்கத்தின் 'தள்ளுவண்டி' இன்னும் ஊர் ஊராக கிறீச்சிட்டபடி சென்றுகொண்டிருக்கிறது; பதிவு எதுவும் நடைபெறாததால் அதற்கு எண்ணெய்போட முடியவில்லை பாவம்' என்று கேலியாக எழுதினார். இரண்டு வாரங்களுக்குப் பிறகு, 'தள்ளுவண்டி' கடைசியாக ஒரு முழு மாதம் ஓரிடத்தில் தங்கியிருக்க இடம் கண்டுபிடித்துவிட்டது; இதற்குப் பிறகு நிச்சயம் பிரிட்டோரியா அருங்காட்சியகத்துக்குக் கொண்டு செல்லப்பட்டுவிடும்; அடுத்த ஆசியர்கள் படையெடுப்பு நடக்கும்வரை அங்கேயே கிடக்கும்' என்று எழுதினார். ஜோஹானஸ்பர்க்கில்

திட்டமிட்டிருந்தபடி பெர்மிட் அலுவலகம் திறந்தவுடன், 'இந்த ஊரின் புகையிலை வியாபாரிகளுக்கு இனி ஒரே கொண்டாட்டம்தான்; பிடிவாதக்காரர்களின் மனமாற்றத்துக்காகக் காத்துக்கொண்டு சும்மா இருக்கும் போது பதிவு அலுவலர்கள் புகைத்துத் தள்ளப்போகும் சிகரெட்டுகளின் எண்ணிக்கையை கணக்குப்போட்டுப் பார்க்கும்போது' என்று எழுதினார்.[47]

போலாக் எழுதியவை சிலவற்றில் அவரது பெயர் இருக்கிறது; சிலவற்றில் இல்லை. சில எழுத்துகளில் 'ஏ.செசல் பிக்கெட்' என்ற புனைப்பெயர் இருக்கிறது.[48] அவரது பெயரில் வெளிவந்த ஒரு கட்டுரை வெள்ளையர்கள் இந்த மோதலை எப்படிப் பார்க்கிறார்கள் என்பது பற்றிய நையாண்டியான கோட்டுச்சித்திரத்தை அளித்தது. 'சிறிய வெள்ளைக்காரக் கடைக்காரருக்கு' இந்தச் சட்டம் கூலிகளை அவர்களது சரியான இடத்தில்வைக்க உதவும் 'ஒரு அற்புதமான விஷயம்'. 'ஐரோப்பிய மொத்த வியாபாரி' அரசாங்கம், இந்தியர்கள் என்ற இரண்டு தரப்பாருமே முட்டாள்கள் என்று நினைக்கிறார். (இந்திய வியாபாரிகளிடமிருந்து பல மாதங்களாக சரக்குகளுக்கு ஆர்டர் கிடைக்கவில்லை எனப் புலம்பியபடி அவர், தான் ஸ்மட்ஸைச் சந்தித்து 'சட்டத்தைக் கொஞ்சம் மென்மையாகவே அமலாக்கும்படி' கேட்டுக்கொள்ளப் போவதாகச் சொல்கிறார்.) 'நுகர்வோர்' இந்திய வியாபாரி, 'கண்ணாடித் தகடுகளும் வர்ணமடித்த மேற்கூரையும்மாக' ஆடம்பரமாக வாழும் வெள்ளையர்களைவிடக் குறைவான விலைக்கே விற்கிறார் என்று ஒப்புக்கொள்கிறார். 'பதிவு அதிகாரி' எனக் குறிப்பிடப்பட்டிருந்தவரோ 'வடக்குப் பகுதியில் வீட்டுவசதி இப்போது மூன்று நான்கு ஆண்டுகளுக்கு முன்பிருந்ததைவிட நன்றாயிருக்கிறது' என்று மகிழ்சியடைந்தாலும் 'இந்தியர்கள் தமது தலைவர்களால் முற்றிலும் தவறாக வழிநடத்தப்படுகிறார்கள்' என்று குறைகூறுகிறார். அவரால் யாரும் 'கா(ந்தி),' என்று சொல்வதையே பொறுத்துக்கொள்ள முடியாது; அந்தப் பெயர் அவரை 'ரொம்பவே பதற்றமடைய வைத்துவிடும்'. கடைசியாகப் 'பொது அறிவுகொண்ட தனிநபர்' ஒருவரும் இருந்தார். அவர், சாத்விவிக எதிர்ப்பு இயக்கம் 'அற்புதமானது' என்றும், 'நிறக்குருடர்களான இன வெறியர்களுக்குப் புரியவைக்க ஒரே வழி' என்றும் எண்ணுகிறார்.[49]

ஹென்றி போலாக்கைவிட காந்தியும், வேறுசில இந்திய சாத்விவிக எதிர்ப்பாளர்களும் ஆற்றலும் உறுதியும் அதிகம் பெற்றவர்களாக இருந்திருக்கலாம்; ஆனால், யாரும் அவர் அளவுக்கு அந்தப் போராட்டத்தை அனுபவிக்கவில்லை. அவரது உவகை—பேரார்வமும்— அவரது பேனாவிலிருந்து ஊற்றெடுத்த எதிர்க்குரலிலும், நையாண்டிக் கட்டுரைகளிலும் வெளிப்பட்டது.

1907 செப்டெம்பரில் இந்தியன் ஒப்பீனியன் இதழின் பத்திகளில் ஹென்றி டேவிட் தோரோ என்ற பெயர் முதன்முதலாக இடம்பெற்றது. காந்தி

சமீபத்தில்தான் சட்ட மறுப்புபற்றிய அவருடைய புத்தகத்தைப்பற்றி அறிந்திருந்தார். 1906 செப்டெம்பர் 11 அன்றைய சிறை செல்லும் தீர்மானம் அங்கேயே அப்போதே கண்டுபிடிக்கப்பட்டிருந்தது; தொடர்ந்துவந்த பல வார, மாத காலத்தில் காந்தி இந்திய மரபுகளான ஒதுக்கிவைத்தல், எதிர்ப்புக் காட்டுதல் போன்றவற்றில் முன்னுதாரணங் களைத் தேடிவந்தார். பின்னர் அவர் 'சாத்விவிக எதிர்ப்பு' என்ற பதத்தை உபயோகிக்க ஆரம்பித்தார்; நான்-கன்ஃபார்மிஸ்ட்கள் (ப்ராட்ட ஸ்டண்ட்கள்) தம் குழந்தைகளுக்கு ஆங்கிலேய திருச்சபையின் (சர்ச் ஆஃப் இங்கிலாந்து) போதனைகளைப் புகட்டியபோது சாத்விக வழிகளில் காட்டிய எதிர்ப்பை காந்தி முன்னுதாரணமாக எடுத்துக் கொண்டிருந்தார். இப்போது, கிளர்ச்சி என்ற உத்தி உருவாக்கப்பட்டு முழுதாக ஓராண்டுக்குப் பின், அமெரிக்க புரட்சிகர சிந்தனையாளர் ஒருவரின் போதனைகள் அதற்கு ஆதரவாக எடுத்துவைக்கப்பட்டன. தோரோ சொன்னதாக காந்தி சொன்னவை: 'நாம் குடிமக்களாக இருப் பதற்கு முன்பு மனிதர்களாக இருக்கவேண்டும்; நம் மனச்சாட்சி எந்த சட்டத்துக்கும் கண்மூடித்தனமாக அடிபணிவதைக் கடமைப்படுத்த வில்லை; அந்தச் சட்டத்தை எந்த சக்தியோ அல்லது பெரும்பான் மையானவர்களோ ஆதரித்தாலும் சரி.' அந்த அமெரிக்கரின் 'உதாரணமும் எழுத்துகளும்' 'இன்றைய சூழ்நிலையில் டிரான்ஸ்வாலில் இருக்கும் இந்தியர்களுக்கு அப்படியே பொருந்துகிறது' என்று காந்தி எண்ணினார்.

இதில் மாற்றுக்கருத்து இருக்கமுடியாது. ஆனால், காந்தி மேலும் எழுதினார்: 'வரலாற்றாசிரியர்கள், அமெரிக்காவில் அடிமை முறை ஒழிக்கப்பட்டதற்கு முக்கிய காரணம் தோரோ சிறை வைக்கப்பட்டதும், சிறையிலிருந்து விடுதலையானபின் அவரால் எழுதப்பட்ட மேற்குறிப்பிட்ட புத்தகமும்தான் (ஆன் த டூட்டி ஆஃப் சிவில் டிஸ்ஓபீடியன்ஸ்) என்று சொல்கிறார்கள்' அவர் எந்த வரலாற்றாசிரியர் பெயரையும் குறிப்பிடவில்லை; ஒருவேளை யாரையும் குறிப்பிட்டிருக் கவும் முடியாது. தோரோவின் புத்தகம் அடிமை முறையை ஒழிக்க உதவியது என்பது அளவுக்கு மிஞ்சிய உயர்வு நவிற்சி. காந்தி, அறியா மையில் அப்படி எழுதினாரா, அல்லது அவரது மக்களுக்குத் தன்னம் பிக்கை ஊட்டுவதற்காகவே அப்படி உரிமை கோரினாரா?[50]

விடை அநேகமாக இரண்டாவதாகவே இருக்கும். பல ஆண்டுகளுக்குப் பின்னர் எழுதப்பட்ட கடிதம் ஒன்றில் ஹென்றி பொலாக், நான் இங்கு செய்திருப்பதுபோலவே, தோரோவின் சட்ட மறுப்புபற்றிய புத்த கத்திலிருந்தே காந்தி தன் கருத்துகளை உருவாக்கிக்கொண்டார் என்ற கருத்துக்கு மறுப்பு தெரிவித்தார். அந்த அமெரிக்க சிந்தனையாள ரைப்பற்றி காந்தி கேள்விப்படும் முன்னரே சிறிது காலமாக தென்னாப் பிரிக்காவில் சாத்விவிக எதிர்ப்பு நடைபெற்று வந்தது. ஆயினும், காந்தி தோரோவைப் படித்த பின்பு அவரது கருத்துகளைத் தான் பின்பற்றிவந்த

வழிமுறைக்கான சான்றுகளாக எடுத்துக்கொண்டார். இவ்வாறு பார்க்கும் போது, தோரோ காந்திக்கு அளித்தது 'ஊக்கம்தான், ஆதர்சம் அல்ல' என்று குறிப்பிட்டார் போலாக்.[51]

டிரான்ஸ்வாலில் சாத்விவிக எதிர்ப்பு வேகம்பெற்று வந்த நேரத்தில், காந்தி தன் சீடராக விரும்பிய கிறிஸ்துவ மதகுரு ஒருவருடன் தீவிரமான கடிதப் பறிமாற்றத்தில் ஈடுபட்டிருந்தார். ஜெர்மானிய வம்சாவழியைச் சேர்ந்தவரான ஜான் கோர்ட்ஸ் ஒருகாலத்தில் ரொடீஷியாவில் மதப்பிரச்சாரராக இருந்திருக்கிறார். ஒரு கட்டத்தில் அவர் ஓர் ஆஃப்ரிக்கப் பெண்ணை மனைவியாக்கிக்கொண்டு, பின்னர் விவாகரத்து செய்திருந்தார் (அல்லது கைவிட்டிருந்தார்). அவரது வாசிப்புகளும் பயணங்களும் அவரை மரபான கிறிஸ்துவத்திலிருந்து இறையியலை நோக்கித் திருப்பிவிட்டிருந்தன. அந்தக் கலவையான, அமானுஷ்யத்தில் நம்பிக்கை கொண்ட மதம் உலகம் முழுவதும் அப்போது புதிய மதம் மாறிகளைச் சம்பாதித்துவந்தது.

கோர்ட்ஸ் காந்தியை 1907-ன் ஆரம்பத்தில் தொடர்புகொண்டார். அவர் தன் சக வெள்ளையர்களோடு கொண்டிருக்கும் உறவால் தான் கட்டிப் போடப்பட்டிருப்பதுபோல உணர்ந்தார்; பொதுவாக இந்தியர்களோடும், குறிப்பாக, இந்த இந்தியரோடும் சிறிது நேரத்தைச் செலவிடவேண்டும்; அது தன்னைத் தனது வளர்ப்பின் காரணமாகப் பெற்றிருக்கும் முன்முடிவுகளிலிருந்து இன்னும் முழுமையாக விடுவிக்கும் என்று நினைத்தார். அவர் காந்தியின் பணிகளைப்பற்றி இருவருக்கும் பொதுவான நண்பர்கள் மூலமாக அறிந்திருந்தார்; அதோடு இந்தியன் ஒப்பீனியன் இதழையும் அவர் படித்துவந்தார். இப்போது அவர் தன்னைத் தளைகளிலிருந்து விடுவித்துக்கொள்ளவும், 'தனது குதிரைப் பந்தயக் கண்ணாடிகளைக் குப்பையில் எறிந்துவிடவும், சமூகக்கட்டுகளிலிருந்து விடுபட்டுச் சுதந்திரம் என்ற மலைக்காற்றைச் சுவாசிக்கவும் பரந்த உண்மைகளுக்கு ஏற்ற பார்வையைப் பெறவும் விரும்பினார்.'[52]

ஜோஹானஸ்பர்க்கில், ஆசியருக்கான சட்டத்துக்கு எதிரான போராட்டங்களில் மூழ்கியிருந்த காந்தியால், கோர்ட்ஸை நேரடியாக மேற்பார்வையிட இயலவில்லை. ஆகவே, அவர் அந்தப் பாதிரியாரை ஃபீனிக்ஸுக்குச் செல்லும்படி யோசனை கூறினார்; அங்கு அவர் வாழ்ந்துவரும் சமூகம் ஒன்றின் பகுதியாக இருக்கமுடியும். அந்தக் குடியிருப்பு இப்போது அதன் மூன்றாவது ஆண்டில் இருந்தது. அதில் எட்டு வீடுகள் இருந்தன. அவை மரச்சட்டங்களால் தாங்கப்பட்ட நெளிவுகள் கொண்ட இரும்புத் தகடுகளால் கட்டப்பட்டவை. ஒவ்வொன்றிலும் இரண்டு சிறிய படுக்கையறைகளும், கூடம்-சாப்பாட்டு அறை ஒன்றும், ஒரு சமையலறையும், ஒரு குளியலறையும் இருந்தன. கடைசியாகச் சொல்லப்பட்டதில் இருந்த உபகரணங்கள் சொந்தமாக உருவாக்கப்பட்டவை: கூரையிலிருந்து தண்ணீர் ஒரு குழாய் வழியே கயிறுகளால்

கட்டிவைக்கப்பட்டிருந்த பூவாளி ஒன்றில் விழும்; அதுவே ஷவர். இன்னும் தைரியசாலிகள் அங்கு ஓடிக்கொண்டிருந்த ஓடையில் குளிக் கலாம். குடிநீர் வானத்திலிருந்து வந்தது; அதாவது மழைநீர் சேகரிக்கப் பட்டு எதிர்கால உபயோகத்துக்காகச் சேமிக்கப்பட்டது.

ஒவ்வொரு வீட்டுக்கும் தனியே ஒரு காய்கறிப் பாத்தி இருந்தது; குடியிருந்தவர்களில் சிலர் அவற்றை ஆர்வத்துடன் பராமரித்துவந்தார்கள்; மற்ற சிலர் கண்டுகொள்ளாமல்விட்டார்கள். வீட்டு விலங்குகள் எதுவும் இல்லை; மாடோ வெள்ளாடோ அல்லது நாய்களோ கிடையாது (ஆனால், ஏராளமான பாம்புகளும் நரிகளும் இருந்தன). கடைக்குச் செல்ல வேண்டுமானால் பதினான்கு மைல் தொலைவிலிருந்த டர்பன்தான் போகவேண்டும். பகல் பொழுதில் அச்சகம் பரபரப்பாக இயங்கியது; அச்சுக்கோர்ப்பவர்கள் அச்சுகளைக் கோர்த்து எந்திரங்களில் அவற்றை ஓட்டுவார்கள். அந்தி சாய்ந்த பிறகு, பறவைகளின் சீழ்க்கையை மட்டுமே கேட்க முடியும்; தொலைவில் பள்ளத்தாக்கில் ஜுலூக்களின் வீடுகளில் பளிச்சிட்ட ஒளியை மட்டுமே பார்க்கமுடியும்.[53]

1907 ஜுலை முதல் வாரத்தில் ஜான் கோர்ட்ஸ் ரொடீஷியாவிலிருந்து ஒரு புகைவண்டியில் நேட்டாலுக்குப் பயணமானார். தன் புதிய ஆசானிடம் அவர் (அவரை இதுவரை சந்தித்ததில்லை) 'காலை உணவு எதுவும் சாப்பிடவில்லை கறாரான காந்திய முறையில் செலவுகளைச் செய்து வருகிறேன்' என்று கூறினார். ஃபீனிக்ஸுக்கு வந்துசேர்ந்த சில நாட்களி லேயே அவர் அந்த சுற்றுப்புறத்தில் மிகவும் மகிழ்ந்து திளைத்தார். 'நகரத்தையும், அதன் இரைச்சலையும், நெடியையும் விட்டு விலகி இருப்பது என்ன ஒரு ஆசீர்வதிக்கப்பட்ட விஷயம்; கழுத்துப் பட்டி களையும், மணிக்கட்டுப் பட்டிகளையும், ப்ரேஸஸ்களையும் (காற்சட் டையைத் தாங்கிப் பிடிக்கும் எலாஸ்டிக் பட்டைகள்), நகரத்து அம்சங் களையும் தொலைத்துத் தூர எறிந்துவிடுவது எவ்வளவு மகிழ்ச்சியான விஷயம், ' என்று காந்தியிடம் குறிப்பிட்டார். நிலநடுக்கோட்டுப் பிராந் தியத்தின் இரவுக் காற்றும் காலை நேரத் தென்றலும் மட்டுமே அங்கு வீசியது. மின் விசிறிகள் எதுவும் கிடையாது; அவை எனக்கு புலவா யோவில் பழக்கமானவையே.'

கோர்ட்ஸ் ஃபீனிக்ஸிலிருந்த மனிதர்களாலும் அதே அளவில் கவரப் பட்டார். 'தேவதாஸ் ஒரு அருமையான வழக்கறிஞராக ஆகக்கூடியவர்' என்று அவர் (பெரும்பாலும்) அருகிலில்லாத தந்தையிடம் சொன்னார். 'அவர் தன் அண்ணன் ராம்தாஸை குறுக்கு விசாரணை செய்யும் பாங்கை நினைத்துப் பாருங்கள். மணிலால் என்னைப்போன்ற பல விருந்தினர் களை விரும்பமாட்டார் என்று நினைக்கிறேன்; அவர் ஒரு குதிரையைப் போல உழைக்கவேண்டியிருந்தது; அவரோ ஒரு ட்ரோஜனைப்போல உழைத்தார், தன் பாடங்களுக்கும், அச்சுக்கோர்க்கும் வேலைக்கும் நடுவில்.'[54] காந்தி தன் பதிலில் பேச்சைத் தன் மகன்கள் விஷயத்திலிருந்து

மனைவி விஷயத்துக்கு மாற்றினார். 'உங்களை திருமதி காந்தி எப்படி வரவேற்றார்' என்று அவர் கோர்ட்ஸைக் கேட்டார். 'அவள் உங்களுடன் ஒன்றாக மேசையில் அமரக் கூச்சப்படுவதாகச் சொல்கிறாள்... அவள் எப்போதுமே புதிதாகச் சந்திக்கும் ஒருவரை உபசரிப்பதற்கு ரொம்பப் பயப்படுவாள்; அதிலும் வெள்ளைத் தோல் கொண்டவர் என்றால்... நீங்கள் அவளைப் பார்த்து, உங்களைப்பற்றிய விவரங்களை எடுத்துக் கூறிய பிறகு அவளது மனோபாவத்தில் ஏதேனும் மாற்றம் ஏற்பட்டிருக் கிறதா நான் அறியேன்.'[55]

காந்தி, 'பெண்களை அவர்களது குழந்தைகள் வழியாக அணுகவேண்டும் என்ற உங்கள் விருப்பத்தை ஒப்புக்கொள்கிறேன். நீங்கள் வெற்றி பெறு வீர்கள் என்பதில் எனக்குக் கொஞ்சமும் சந்தேகம் இல்லை. அதுதான் தாக்குதலுக்கு சரியான இடம்' என்று எழுதினார். தான் நிறுவிய, ஆனாலும் அதிகம் நேரடியாகப் பங்கேற்காத சமூகம்பற்றிய அந்த விருந்தினரின் அபிப்பிராயத்தை அறிய காந்தி ஆவலாக இருந்தார். 'நான் உங்களைப்பற்றி எல்லா விவரங்களையும் தெரிந்துகொள்ளவும், அந்தச் சுற்றுப்புறம்பற்றிய உங்கள் பார்வையை அறிந்துகொள்ளவும் ஆவலாக இருக்கிறேன்,' என்றார் காந்தி. 'நீங்கள் அவற்றுடன் ஒத்திசைவு கொண்டிருக்கிறீர்களா?'[56]

மணிலாலும் ராமதாஸும் கோர்ட்ஸ் எப்படி இருக்கிறார் என்பதுபற்றி எழுதினார்கள். அந்த போதகர், வீட்டில் அங்குமிங்கும் சிறுசிறு வேலை களைச் செய்துவருவதாகக் கூறினர். காந்தி கோர்ட்ஸைப் பாராட்டிக் கடிதம் எழுதினார். 'திருமதி காந்தியை உங்கள் பக்கம் இழுத்துக் கொண்டீர்கள் போலிருக்கிறது. அவள் இப்போது அவளுடன் நீங்கள் விரும்பும்வரை தங்கியிருக்கலாம் என்று சொல்கிறாள்.' இன்னும் சௌகரியமாக உணர்வதற்கு நீங்கள் குஜராத்தி கற்றுக்கொள்ளவேண்டும். அதனால் 'நீங்கள் யாருக்காகப் பணியாற்றுகிறீர்களோ, உங்களைச் சுற்றி இருக்கும் அவர்களை நீங்கள் புரிந்துகொள்ளலாம்.'[57]

அக்டோபர் வாக்கில், கோர்ட்ஸ் ஃபீனிக்ஸில் நன்கு காலூன்றிவிட்டார். அவருடையதென்று சொல்லக்கூடிய ஒரு துண்டு நிலம் இருந்தது; ஒரு அடக்கமான வீடும் கட்டப்பட்டு வந்தது. 'திருமதி காந்தி உங்கள் அரண் மனை கண்ணெதிரே வளர்ந்து வருவதைப் பார்க்க முடிகிறது என்று என்னிடம் சொல்கிறாள்' என்று காந்தி ஊக்கம் தந்து கடிதம் எழுதினார். 'அந்த வீடு கட்டி முடியும் போது முழு திருப்தி தருவதாக இருக்கும் என்று நம்புகிறேன்; அதாவது எளிமையானதாக, அழகானதாக, சுகாதாரமான தாக, மழைக்கு ஒழுகாததாக, எலித்தொல்லை இல்லாததாக, அத்துடன் ஒரு சமாதானம் உறையும் கோயிலாகவும் இருக்கும்.'[58]

கிறிஸ்துவை நேசிக்கும் ஒரு இந்துவுக்கும் இந்துக்களை நேசிக்கும் ஒரு கிறிஸ்துவருக்கும் இடையிலான இந்தக் கடிதத் தொடர்புகள், தொகுக்கப் பட்ட எழுத்துகள் நூல் தொகுதியின் தொகுப்பாசிரியர்களின் கவனத்தி

லிருந்து தப்பிவிட்டது. காரணம் அவை இஸ்ரேலில் ஹைஃபா நகரில் தனிப்பட்ட ஒருவரின் வீட்டில் இருந்தன; இஸ்ரேல் நாட்டுடன் இந்தியாவுக்குப் பல தசாப்தங்களாகத் தூதரக உறவு இல்லாமல் இருந்தது. இந்தக் கடிதப் பரிமாற்றம், காந்திக்கு நட்புகளைப் பெறுவதில் இருந்த தனித்திறமை, சீடர்களை ஈர்ப்பதில் இவருக்கிருந்த ஈடுபாடு ஆகியவற்றைக் காட்டும் ஒரு வசீகரமான சாளரமாக இருக்கிறது. ஜான் கோர்ட்ஸ் ஃபீனிக்ஸுக்கு வந்து ஆறு மாதங்களுக்குப் பிறகு, அவருக்கு ஹென்றி போலாக்கிடமிருந்து ஒரு கடிதம் வந்தது:

> திரு காந்தியைப்போல் ஊக்கசக்தியை வளர்த்துக்கொள்வது மிகவும் கடினம். அவர் வரித்துக்கொண்டிருக்கிற பணியில் அவருக்கு உதவி செய்வதற்காக அழைக்கப்பட்டிருப்பதை ஒரு பெரிய கௌரவம் என்று நீங்கள் சொல்வது முற்றிலும் சரியே; இவ்விஷயத்தை நான் எப்போதுமே இப்படித்தான் கருதிவந்திருக்கிறேன். வாரக் கடைசி நெருங்கும்போது (இந்தியன் ஒப்பீனியன் அச்சுக்குச் செல்லும் நேரத்தில்) இரவும் பகலும் வேலை வாங்கப்படுபவர்கள் குறித்து எனக்கு சாதாரணமான மனித இரக்கம் உண்டுதான் என்றாலும், ஃபீனிக்ஸில் ஒருவரும், இதனால் செத்துப்போக நேரிடும் என்றால்கூட, இதற்கெதிராக் குரல் எழுப்பக் கூடாது என்றே உங்களிடம் நான் வெளிப்படையாகவும் தனிப்பட்ட முறையிலும் ஒப்புக்கொள்வேன். உயிரைக்கொடுப்பதற்கு இது ஒரு அருமையான நோக்கம் என்று கருதுகிறேன்—அதற்காக வாழ்வது சாத்தியமில்லை என்றால். எப்போதும் போலவே, கஷ்டமான விஷயம் கற்பனாசக்தியையும் இரக்க சுபாவத்தையும் வளர்த்துக்கொள்வதுதான். ஒரு மனிதனை அவனது லட்சியம் இந்த அளவுக்குப் பீடித்து அவனைத் தன் சொந்த சுகத்தையும் தன் உடல் நலத்தையும், சொந்த ஆர்வங்களையும், அவனுக்காக வேலை செய்பவர்களின் மகிழ்ச்சியையும் மறக்கச் செய்வது மிகவும் அபூர்வமான ஒன்று. உண்மையை என்ன விலை கொடுத்தேனும் தேடிச்செல்லவேண்டும் என்ற இப்ஸெனின் கருத்தை நோக்கி நான் மேன்மேலும் நகர்ந்துவருகிறேன்; மேலும் மிக உயர்ந்த மனிதன் என்பவன் தன்னந்தனியாக நிற்பவனே என்ற டாக்டர் ஸ்டாப்மேனின் வார்த்தைகளை நாளுக்கு நாள் உணர்ந்துவருகிறேன். இதெல்லாமும் உங்கள் தனிப்பட்ட பார்வைக்கு மட்டுமே.[59]

இந்தக் குறிப்புகள், இந்த இரண்டு ஐரோப்பியர்கள் தமது குருவாகவும் எஜமானராகவும் இப்போது ஏற்றுக்கொண்டிருந்த அந்த குஜராத்தி வழக்கறிஞரின் லட்சியங்களையும், அவரது விந்தையான பழக்கங்களையும் அழகாகப் படம் பிடித்துக் காட்டுகின்றன.

12
சிறைச்சாலைக்கு

——❋——

1907 அக்டோபர் 1 அன்று ஜோஹானஸ்பர்க்கில் அனுமதிச்சீட்டு அலுவலகம் (பெர்மிட் ஆபிஸ்) திறக்கப்பட்டது. இதை இந்தியன் ஒப்பீனியன் 'பிளேக் அலுவலகம்' என்றே அழைத்தது. டிரான்ஸ்வாலில் அளவிலும் செல்வச்செழிப்பிலும் ஆகப்பெரிய நகரமான ஜோஹானஸ்பர்க்தான் எண்ணிக்கையில் (பணபலத்திலும்) அதிகமான இந்தியர்களைக் கொண்டதும்கூட. ஆசியருக்கான சட்டத் திருத்தச் சட்டத்தின் தலைவிதி இங்கே என்ன நடக்கப்போகிறது என்பதைப்பொறுத்தே இருக்கிறது. ஆர்ப்பாட்டம் செய்பவர்கள் அச்சுறுத்தல்களிலோ, வன்முறையிலோ இறங்கக்கூடாது என்று காந்தி எச்சரித்திருந்தார். 'ஒரு காவலாளியின் கடமை கண்காணிப்பதே அன்றி தாக்குவது அல்ல... நமது ஒட்டுமொத்தப் போராட்டமும் நம்மை நாமே கஷ்டங்களுக்கு உட்படுத்திக்கொள்வதில்தான் தளம்கொண்டிருக்கிறதே தவிர, இந்தியர்கள், ஐரோப்பியர்கள் என வேறு யார்மீதும், அவற்றைச் சுமத்துவதில் அல்ல.[1]

ஜோஹானஸ்பர்க்கில் ஒரு மாவட்டமான பேஜ்வியூவில் இருந்த ஹமீதியா இஸ்லாமிக் சொஸைட்டி வளாகத்தில் ஒவ்வொரு ஞாயிறன்றும் இந்தியர்களின் கூட்டம் நடைபெற்றது. காந்தி ஊரில் இருந்தால் அவர்தான் முக்கியப் பேச்சாளர். முன்னணி குஜராத்தி வியாபாரிகளான இசாப் மியா, அப்துல் கனி போன்றவர்களும் சிலசமயங்களில் பேசுவது உண்டு. தமிழர்களின் பிரதிநிதியாகப் பேசியவர் தம்பி நாயுடு. சரக்குப் போக்குவரத்துத் தொழிலில் ஈடுபட்டிருந்த அவர் கிளர்ச்சிகளில் முக்கியச் செயல்பாட்டாளராக வேகமாக உருவாகி வந்தார். அவர்களது இயக்கம் இனப்பாகுபாடு பாராட்டுவதில்லை என்று காட்டும்விதமாக ஹென்றி போலாக்கும் சிலசமயங்களில் அந்த சேர்ந்திசையில் கலந்துகொண்டார். சீனர்கள் சங்கத்தின் முன்னவரான லியூங்க்வின் சிலசமயங்களில் சிறப்பு விருந்தினராகக் கலந்துகொண்டு உரையாற்றினார்.

அதேநேரம் உரைகள் வேறிடங்களிலும், வேறு பலராலும்கூட நிகழ்த்தப்பட்டுவந்தன. அக்டோபர் முதல் வாரத்தில் ஜான் ஸ்மட்ஸ் தனது தொகுதி

மக்களிடம், 'இந்தியர்கள் தென்னாப்பிரிக்காவின் நீடித்த செழிப்புக்குக் கேடு' என்று சொன்னார். இந்தியர்களின் சிக்கனப் பழக்கங்கள், அப்போது நிலவிய பொருளாதார மந்தநிலைக்கு ஒரு காரணம் என்று சொன்னார் ஸ்மட்ஸ். குடியேற்ற சான்றிதழ்கள் ஜோஹானஸ்பர்க்கில் மட்டுமின்றி டர்பனிலும், தொலைதூர பம்பாயிலும்கூட விலைக்கு விற்கப்படுகின்றன என்று குற்றம் சாட்டினார். 'இந்தியர்களோடு எனக்கு ஒன்றும் சண்டை இல்லை' என்றார் ஸ்மட்ஸ்: நோக்கம் அவர்களைத் துன்புறுத்துவது அல்ல; இந்தியர்கள் வந்து குவிவதை நிறுத்துவதே. இந்த நாட்டை ஒரு வெள்ளையர்கள் நாடாக்குவது என்று உறுதிகொண்டிருக்கிறோம்; இந்த விஷயத்தில் நமக்கு முன்னுள்ள வேலை எவ்வளவு கடினமாக இருந்தபோதிலும், நாம் உறுதி காட்டியிருக்கிறோம்; அப்படியே தொடர்வோம்.' அவரது பேச்சுக்கு 'பலத்த கைதட்டல்' கிடைத்தது.[2]

இதற்கிடையில் வெள்ளையர்களுக்கு சொந்தமான ஒரு செய்தித்தாள் இந்தியர்களை காந்தி பேச்சைக் கேட்க வேண்டாம் என்று எச்சரித்தது. அவர் 'விஷமத்தனத்தைக் கடை பரப்புபவர்' என்றும் தற்போதைய பிரச்னை முடிந்ததும் தனது 'கைப்பெட்டியை எடுத்துக்கொண்டு வேறிடம் சென்றுவிடுவார்' என்றும் அவ்விதழ் கூறியது. அந்த எச்சரிக்கை கண்டுகொள்ளப்படவில்லை. ஜோஹானஸ்பர்க் ஆர்ப்பாட்டம் பெருமளவில் வெற்றி பெற்றது. காந்தியின் சொந்த செய்தித்தாளின் உத்தியும் இதில் கைகொடுத்தது. அந்த செய்தித்தாள் வாராவாரம் இரண்டு பட்டியல்களைப் பிரசுரித்தது. ஒன்று புதிய சந்தாதாரர்கள் விவரம்; அடுத்தது புதிதாக அனுமதிச்சீட்டு பெற்றிருப்பவர்கள் விவரம். அதாவது, முறையே விசுவாசிகளும் துரோகிகளும். துரோகிகளில் ஹாலூ என்பவரும் இருந்தார். அவர் காந்தியின் அலுவலகத்துக்குச் சென்று, தான் அனுமதிச்சீட்டு வாங்கியதற்கான காரணத்தை விளக்கினார். தீவிரப் போக்காளர்கள் சிலர் வழக்கறிஞருக்குக் கடிதம் எழுதி, அந்தக் கருங்காலியை அவர் இன்னொரு முறை சந்தித்தால், அவரும் சேர்த்துப் புறக்கணிக்கப்படுவார் என்று எச்சரித்தனர். காந்தி அந்த மிரட்டலை அங்கீகரித்தார்' எல்லா இந்தியர்களும் எப்போதும் இதே போன்ற பற்றியெரியும் ஆர்வத்தோடு இருக்கவேண்டும்' என்றார்.[3]

செப்டெம்பரிலும் அக்டோபரிலும் புதிய சட்டத்துக்கு எதிரான மனு ஒன்று டிரான்ஸ்வாலில் கிராமங்கள், நகரங்கள் தோறும் விநியோகிக்கப்பட்டது. அதில் 4522 பேர் கையொப்பமிட்டனர். அந்த ஆவணம் அதன் பிறகு ஜெனரல் ஸ்மட்ஸுக்குத் தபாலில் அனுப்பப்பட்டது. கூடவே கையொப்பமிட்டிருந்தவர்களின் மதரீதியான, பிராந்தியரீதியான எண்ணிக்கைகளின் விவரமும் இணைக்கப்பட்டிருந்தது. அதாவது சூரத்வாசிகள் (1476), கொங்கணிகள் (141), மேமன்கள் (140), குஜராத்தி இந்துக்கள் (1600), மதராஸிகள் (991), வட நாட்டவர் (157), பார்ஸிகள் (17). டிரான்ஸ்வாலில் இருந்த 8000 இந்தியர்களில் 350 பேர் அனுமதிச்சீட்டுக்கு விண்ணப்பித்திருந்தனர். இவர்களில் தொன்னூற்றைந்து

சதவீதத்தினர் ஒரே சமூகத்தைச் சேர்ந்தவர்கள் மேமன்கள். எச்சரிக்கையுணர்வு மிகுந்த, பழைமைவாதிகளான வியாபாரிகளும் வர்த்தகர்களும் அடங்கிய சமூகம் அது.[4]

அந்தக் கோரிக்கை விண்ணப்பம், காந்தி தனக்கு இருக்கும் ஆதரவின் ஆழத்தை உணர்த்தி, ஸ்மட்ஸை அந்த அவசர சட்டத்தைத் திரும்பப்பெறச் செய்வதற்கான ஒரு கடைசிபட்ச முயற்சி. இந்தியர்களின் 'கொழுந்து விட்டெரியும் ஆர்வம்' கைதாகி சிறைசெல்வதாக உருமாற்றமடையும் என்று காந்தி உறுதியாக நம்பியதாகத் தெரிகிறது. ஸ்மட்ஸ் தன் பங்குக்கு இந்தியர்கள் பதிவு செய்துகொள்வதற்கான இறுதிக்கெடுவை 31 அக்டோபரிலிருந்து 30 நவம்பருக்கு நீட்டித்தார். எதிர் எதிராக அமர்ந்திருந்த அந்த இரு வழக்கறிஞர்களும் யார் முதலில் பின்வாங்குவர்கள் (யார் கண் அசருவார்கள்) என்று காத்திருந்தனர். காந்தி, விண்ணப்பத்தில் கையொப்பமிட்டிருந்தவர்களின் எண்ணிக்கை பலம் ஸ்மட்ஸை அந்தச் சட்டத்தை விலக்கிக்கொள்ளச் செய்யும் என்று எண்ணினார். ஸ்மட்ஸோ, நாட்கள் செல்லச்செல்ல இந்தியர்கள் தம் எதிர்ப்பை மறுபரிசீலனை செய்வார்கள் என்று எதிர்பார்த்தார்.[5]

டிரான்ஸ்வால் இந்தியர்களில் ஒரு பெரிய பகுதியினர் இப்போது உறுதியாக காந்தியை ஆதரித்தனர். இந்தியன் ஒப்பீனியன் இதழின் சந்தாதாரர்கள் எண்ணிக்கை எகிறியது. இப்போது 3000 சந்தாதாரர்கள் இருந்தனர்; இது சாத்விவிக எதிர்ப்பு ஆரம்பித்தபோது இருந்ததைப்போல இரு மடங்கு.[6] ஐரோப்பாவிலிருந்த இந்தியர் ஒருவர் காந்தியின் இயக்கத்தால் அதிகம் கவரப்படவில்லை; அவர்தான் காந்தியின் முன்னாள் நண்பரும் வழக்காடுமன்ற சகாவுமான ஷ்யாமாஜி கிருஷ்ணவர்மா. பிரிட்டிஷ் பேரரசுக்கு எதிராக விரோதபாவத்தைப் பிரசாரம் செய்வதாகக் குற்றச்சாட்டுகள் சுமத்தப்பட்டதைத் தொடர்ந்து1907 ஆம் ஆண்டின் கோடையில் கிருஷ்ணவர்மா லண்டனைவிட்டு ஓடிப்போயிருந்தார்.. அவர் நாடியது பாரிஸ் நகரின் பாதுகாப்பை. அங்கிருந்தபடியே அவர் டிரான்ஸ்வாலின் சாத்விக எதிர்ப்புப் போராட்டத்தின் வளர்ச்சியைக் கண்காணித்துவந்தார். அது அவருக்கு ஆர்வமூட்டினாலும் போகப்போக ஏமாற்றத்தையும் தந்தது.

கிருஷ்ணவர்மாவின் பிரிட்டிஷ் பேரரசின்மீதான வெறுப்பு அவரை போயர்களுடன் ஒன்றுபட வைத்தது. இந்தியாவிலிருக்கும் இந்தியர்களைப் போல அவர்களும் எதிர்ப்பால் சூழப்பட்ட, சுதந்திரத்துக்குப் போராடி வரும் சமூகம் என்று வாதிட்டார். 1899-1902 காலகட்டத்தின் போரின்போது காந்தி பிரிட்டிஷாரை ஆதரித்ததை நினைவுகூர்ந்த அவர், 'தாங்கள் ஒருகாலத்தில் தம் சுயநல நோக்கங்களுக்காகத் தார்மிகரீதியிலும், அரசியல் ரீதியிலும் காயப்படுத்திய மக்கள், இப்போது தம்மை நல்லவிதமாக நடத்தவேண்டும் என்று கோருவதற்கு அவர்களுக்கு என்ன உரிமை இருக்கிறது?' என்று கேள்வி எழுப்பினார். 'இம்மாதிரியான தூண்டுதல்

நிலவும் சந்தர்ப்பத்தில்' போயர்கள், 'டிரான்ஸ்வாலிலிருந்து தம்மை தேசிய அரசியல் தனித்துவத்தை அடையவிடாமல் செய்த இந்தியர் ஒவ்வொரு வரையும் வெளியேற்றினாலும், ஏன் ஒழித்துக்கட்டினாலும்கூட அது நியாயமே' என்று கருதினார்.

தன் தாக்குதலுக்கு முன்னுரையாக காந்தியை அவர் 'ஒரு நட்பான மனிதர்' என்று குறிப்பிட்டார்; அவரது 'நற்பண்பும் நயமாக நடந்துகொள்ளும் விதமும் அவருடன் தொடர்புகொள்ளும் அனைவரையும் அவரோடு நெருக்கம்கொள்ளச் செய்கிறது'. அந்த வழக்கறிஞர்மீதுதான் 'தனிப்பட்ட மரியாதை' கொண்டிருந்தபோதிலும், 'பொதுமக்கள் மத்தியில் தன் நடவடிக்கைகள், பேச்சுகள் மூலமாக, அரசியல் சுதந்திரத்தின் நலனுக்கு அவர் செய்யும் விஷமத்தனத்தை' வெளிப்படுத்துவது தன் கடமை என்று நினைத்தார். பாரிஸில் அச்சிடப்பட்ட நாடுகடந்த பத்திரிகை ஒன்றில் வெளியான இந்தக் கட்டுரையை காந்தி படித்தாரா என்று தெரியவில்லை.[7]

பிரிட்டிஷ் இந்திய சங்கத்துக்கு இப்போது புதிய தலைவராக இசாப் மியா தேர்வானார். அப்துல் கனியை அடுத்து அப்பதவிக்கு வந்திருந்தார். நவம்பர் 4 அன்று மியா இந்திய தேசிய காங்கிரஸின் தலைவருக்கு கடிதம் அனுப்பினார் (எழுதியவர், வழக்கம்போல காந்திதான்). காங்கிரஸின் வருடாந்திரக்கூட்டம் அதற்கடுத்த மாதம் குஜராத்திய துறைமுக நகரான சூரத்தில் நடக்கவிருந்தது. மியாவும் காந்தியும் அவர்களது போராட்டம் 'காங்கிரஸ் எடுத்துக்கொள்ளும் பேசுபொருள்களில் முன்னணியில் இருக்கவேண்டும்' என்று வலியுறுத்தினர். காரணம், டிரான்ஸ்வாலில் ஆசியர்கள் அவசர சட்டத்தை எதிர்ப்பதன் மூலம் அவர்கள் தம்மை, 'இந்த நாட்டில் நம் தாய்நாட்டை பிரதிநிதித்துவம் செய்பவர்களாகவே கருதுகிறோம்; நாட்டுப்பற்று கொண்ட இந்தியர்கள் என்ற வகையில் நம் இனத்துக்கும் நாட்டின் கௌரவத்துக்கும் இழுக்கு நேரும்போது பார்த்துக்கொண்டு சும்மாயிருக்க முடியாது.'

இக்கருத்து உளப்பூர்வமானது, உண்மையானது. ஆனால் மியாவும் காந்தியும் அத்துடன் நிற்காமல் மேலும் பெரிய உரிமைகோரல் ஒன்றையும் முன்வைத்தனர்.

எங்களது சாத்விவிக எதிர்ப்பு எல்லா மதங்களையும் சேர்ந்தவர்களின், எல்லா தேச பக்தர்களின், அடிப்படை அறிவும் நேர்மையும் கொண்ட எல்லா மனிதர்களின் ஒப்புதல் பெறும் தகுதிகொண்டது என்று கருதுகிறோம். இந்த இயக்கம், எங்கள் எதிர்ப்பின்மை, துன்பங்களை விரும்பி ஏற்றுக்கொள்ளும் தன்மை ஆகிய நற்பண்புகள் மூலம் விரோதிகளையும் மரியாதை கொள்ளச்செய்யும் பலம் கொண்டது; மேலும் இந்த எதிர்ப்பை அளிக்க நாங்கள் இன்னும் அதிக உறுதி கொண்டிருக்கிறோம்; காரணம், சிறிய அளவில் இந்த காலனியில் நடக்கும் எங்களது இந்த உதாரணம், வெற்றி பெற்றாலும் தோல்வி யுற்றாலும், ஒடுக்கப்படும் எல்லா மக்களாலும், ஒடுக்கப்படும் எல்லாத்

தனிநபர்களாலும், தமக்கு இழைக்கப்பட்ட தவறுகளுக்கு நிவாரணம் பெறுவதற்கான, இதுவரையில் கைக்கொள்ளப்பட்ட எதனையும்விடக் கூடுதலான நம்பகத்தன்மையும் கண்ணியமும் கொண்ட கருவி என்று கருதுகிறோம். [8]

'அநீதியை எதிர்த்துப் போராட இதுவரையில் கைக்கொள்ளப்பட்ட எதனையும்விடக் கூடுதலான நம்பகத்தன்மையும், கண்ணியமும் கொண்ட கருவி.' இது மிகத் துணிச்சலான உரிமைகோரல்; அசட்டுத் துணிச்சல் என்றுகூடச் சொல்லலாம். டிரான்ஸ்வாலில் ஓர் இந்தியர்கூட இதுவரையில் கைதாகவில்லை. மாறாக, பல பிராந்தியங்களில் (பம்பாய், வங்காளம், மதராஸ், பஞ்சாப்) இந்தியர்கள் சுதேசி இயக்கத்தின்போது சிறை வைக்கப் பட்டிருந்தனர். காந்தி ஒரேயொரு காங்கிரஸ் மாநாட்டில் மட்டுமே (1901ல் கல்கத்தாவில்) கலந்துகொண்டு, சிறிய உரை ஒன்றை நிகழ்த்தியிருந்தார். இங்கோ அவர் கோகலே, திலகர், இன்னும் மற்ற தேசியவாத ஜாம்பவான் களிடம் தென்னாப்பிரிக்காவில் குடியேற்றக்காரர்களின் ஒரு சிறிய குழுவுக்கு, தான் அவர்களுக்கு இணையாக தேசபக்தி ஊக்கத்தை ஏற்படுத்தியிருப்பதாகவும், அவர்கள் பின்பற்றத்தக்க அரசியல் உபாயம் ஒன்றைக் கண்டுபிடித்திருப்பதாகவும் சொல்லிக்கொள்கிறார்.

1907 ஆம் ஆண்டு நவம்பர் இரண்டாம் வாரம் ஆசியருக்கான சட்டப்படி விசாரிக்கப்படவேண்டிய முதலாவது இந்தியரின் வழக்கு விசாரணைக்கு வந்தது. முன்னோடியான குற்றவாளி ஜெர்மிஸ்டனில் வசித்த ஓர் இந்து அர்ச்சகர். அந்த ஊர் ஜோஹானஸ்பர்க்கிலிருந்து பத்து மைல் தொலைவி லிருந்த ஒரு ரயில்வே நகரம். ராம் சுந்தர் என்ற பெயர்கொண்ட அவர் புனித நகரமான பனாரஸில் பிறந்து வளர்ந்தவர். அங்கு சமஸ்கிருதம் கற்று, காலக்கிரமத்தில் அர்ச்சகரானவர் (அதனால் 'பண்டிட்' என்ற பட்டம் பெற்றவர்). அவர் 1898 வாக்கில் நேட்டாலுக்குக் குடிபெயர்ந்தார். அங்கு ஓர் உள்ளூர்வாசியான இந்தியப் பெண்ணை மணந்துகொண்டார்; அவர்களுக்கு இரண்டு குழந்தைகள் பிறந்தார்கள். 1905ல் அவர் டிரான்ஸ்வாலுக்கு இடம்பெயர்ந்தார். அங்கு சனாதான தர்ம சபா என்ற இந்து அறக்கட்டளையால் நடத்தப்பட்டுவந்த கோயிலின் பொறுப்பை ஏற்றுக்கொண்டார்.

ராம் சுந்தர் ஜெர்மிஸ்டனில் தற்காலிக அனுமதியில் தங்கினார். அந்த அனுமதி இரண்டு வாரங்களுக்கு ஒருமுறை நீட்டிப்பு செய்யப்பட்டது. 1907 செப்டெம்பர் 30 அன்று புதுப்பிப்பதற்கான அவரது கோரிக்கை நிராகரிக்கப்பட்டது. காலனியை விட்டு வெளியேறும்படிக் கேட்டுக் கொள்ளப்பட்டபோது, அந்த உத்தரவுக்குத்தான் கட்டுப்படப்போவ தில்லை, 'காரணம் தன் வேலைகளை எடுத்து நடத்த வேறு யாரும் இல்லாத நிலையில், சமயக் கடமைகளைச் செய்ய அவர் அங்கு (ஜெர் மிஸ்டனில்) இருந்தாகவேண்டியிருக்கிறது; தன் கீழ்ப்படியாமையின் விளவுகளை அனுபவிக்க அவர் தயாராகவே இருக்கிறார்' என்று பதில் அளித்தார்.

அக்டோபர் மாதம்தான் ஸ்மட்ஸ் இந்தியர்களுக்கு அளித்திருந்த அவகாச காலகட்டம். அடுத்த மாத ஆரம்பத்தில் அரசு நடவடிக்கை எடுக்க முடிவு செய்தது. அடங்க மறுத்த ராம் சுந்தர்தான் முதலாவது இலக்கானார். நவம்பர் 8 அன்று கைது செய்யப்பட்டார். ஜெர்மிஸ்டன் சிறையில் அவரைச் சென்று பார்த்த முதலாவதான சில பார்வையாளர்களில் ஹென்றி போலாக்கும் ஒருவர். ராம் சுந்தருக்கு ஆதரவு தெரிவிக்கும் அடையாள மாக டிரான்ஸ்வால் முழுவதிலும் இந்தியர்களின் கடைகள் ஒருநாள் அடைக்கப்பட்டன. கூவிவிற்பவர்கள் சாலைகளுக்கு வரவில்லை; செய்தித்தாள் விற்கும் இந்தியச் சிறுவர்கள் சுற்றுக்குச் செல்லவில்லை.

11ம் தேதியன்று அந்த அர்ச்சகர் நீதிமன்றத்தில் ஆஜர் செய்யப்பட்டார். காந்தி அவரைப் பிணையில் விடுவிக்கச் செய்தார். கட்டடத்துக்கு வெளியே வந்தபோது ராம் சுந்தர் பூக்கள் சொரிந்து வரவேற்கப்பட்டார். சனாதன தர்ம சபா வளாகத்தில் ஒரு பாராட்டுக்கூட்டம் நடத்தப்பட்டது. அதற்குத் தலைமை வகித்தவர் மௌல்வி சாஹேப் முக்தியார் என்ற முஸ்லிம் மதகுரு. அவர், எல்லா மதங்களையும் சேர்ந்த ஆன்மிகத் தலைவர்கள் 'இம்மாதிரியான கஷ்டமான நேரங்களில் வழிநடத்த வேண்டும்' என்றார். தமிழரான செயல்பாட்டாளர் தம்பி நாயுடு, 'பண்டிட்ஜி சிறைக்குச் செல்லும்போதுதான் போராட்டம் கூடுதலாக ஊக்கம்பெறும்' என்று சொன்னார்.

ராம் சுந்தரின் வழக்கு நவம்பர் 14 அன்று விசாரனைக்கு வந்தது. பிரதி வாதி தரப்பில் முதலாவது சாட்சி இமாம் அப்துல் காதிர் என்ற முஸ்லிம். காந்தியால் ஊக்குவிக்கப்பட்ட அவர், 'குற்றம்சாட்டப்பட்டவர்மீது வழக்கு நடத்தப்படுவதுபற்றி இந்துக்களும் மொகமதியர்களும் அடங்கிய மொத்த (இந்திய) சமூகமும் - மிகவும் கசப்புணர்வு கொண்டிருப்பதாகச் சொன்னார். அடுத்த சாட்சி ஜெர்மிஸ்டனிலிருந்து லாலா பகதூர் சிங் என்ற இந்து. அவர், பண்டிட் 'ஆசியருக்கான சட்டத்தை மதம்சார்ந்து மட்டுமே எதிர்த்துப்பேசினார்; காரணம் அந்தச்சட்டம் சமய சீலங்களுக்குப் புறம்பானது,' என்றார். அர்ச்சகர் தனது வாக்குமூலத்தில், தமது மதம் மனைவியின் பெயரைக் கொடுப்பதைத் தடைசெய்கிறது என்றும் தன் பத்து விரல்களின் அடையாளத்தைத் தருவதற்குத் தான் ஆட்சேபிப்பதாகவும் தெரிவித்தார்.

நீதிமன்ற அறையில் கூட்டம் நிரம்பி வழிந்தது. இந்தியர்களும் ஐரோப் பியர்களும் திரண்டு வந்திருந்தனர் (சுமார் 300 பேர் வாசலிலேயே திருப்பி அனுப்பப்பட்டனர்). அவர்கள் மான்ட்ஃபோர்ட் சாம்னியை காந்தி தீவிரமாகக் குறுக்கு விசாரணை செய்வதைக் கேட்டார்கள். புரொடெக்டர் ஆஃப் ஏசியாடிக்ஸ் ஆன அவர், தனக்கு வெள்ளையர்கள், நிறம்கொண்ட வர்கள் ஆகிய இரு தரப்பிலிருந்தும், பண்டிட்ஜி அரசாங்கத்துக்கு எதிராக மக்களைத் தூண்டிவிடுவதாகப் புகார்கள் வந்திருப்பதாகச் சொன்னார். நீதிமன்றத்தை நோக்கிப் பேசிய காந்தி, தன் கட்சிக்காரர் அனுமதிச்சீட்டு

இல்லாததற்காகக் கைது செய்யப்படவில்லை என்றும், 'அவர் ஆசியருக் கான சட்டம் குறித்து உறுதியான கருத்துகள் கொண்டிரு ந்ததும் அவற்றைத் தன் நாட்டினர் முன்னால் வைப்பதற்குத் தயங்காததுமே' காரணங்கள் என்றும் வாதாடினார். மேலும், 'குற்றம் ஏதாகிலும் நடந் திருந்தால், குற்றம்சாட்டப்பட்டவருடன் சேர்த்து, பெரும்பாலான இந்தியர்களும் குற்றவாளிகளே' என்றார். இந்தக் கட்டத்தில் நடுவர் சி.சி.கில்ஃபிலியன் குறுக்கிட்டு 'திரு காந்தி தேவைக்கு அதிகமான சாட்சிகளின் மூலம் ஆவணங்களுக்குச் சுமை ஏற்ற மாட்டார் என்று நம்புகிறேன்' என்றார்.

தனது தொகுப்புரையில் நடுவர் 'மிகத் திறமையாக' அந்த வழக்கை நடத்தியதற்காக காந்தியைப் பாராட்டினார். 'முழுவதும் சமயரீதியாக செய்த செயல்களுக்காகச் சிலர் துன்பப்பட வேண்டிவந்தது' பற்றித் தானும் 'மிகவும் அனுதாபம் கொள்வதாக' குறிப்பிட்டார். ஆனாலும், சட்டம் என்ன சொல்கிறதோ அதை அமல்படுத்த வேண்டியது அவரது கடமை. அது சரியா தவறா என்று அவர் தீர்ப்புக்கூற முடியாது. தாட்சண்ய (அல்லது இரக்கம் சார்ந்த) செயலாக அவர், முடிந்தவரை 'குறைந்தபட்ச தண்டனை' வழங்குவார். இந்த வழக்கில் அது கடின உழைப்பு இல்லாத ஒருமாத சிறைவாசம். நீதிமன்ற இருக்கையிலிருந்து வந்த இந்தப் பெருந் தன்மையான பேச்சு ராம் சுந்தரைச் சுற்றிய ஒளி வட்டத்தை அதிகரித்தது. நீதிமன்ற அறையை விட்டுச்செல்லும்போது, அந்த அர்ச்சகர் ஒவ்வொரு வருடனும் தனித்தனியே கைகுலுக்கினார். காவலர்கள் சூழ அவர் வெளியே வந்தபோது, 'அங்கு கூடியிருந்த இந்தியர்களின் உரத்த ஆரவாரத்தால் வாழ்த்தப்பட்டார்.'[9]

ராம் சுந்தர் பண்டிட்டுக்குக் கிடைத்த ஆதரவானது வர்க்கம், மதம் கடந்ததாக இருந்தது. அதுகாந்திக்கு மிகுந்த ஊக்கமளித்த து. அர்ச்சகர் சிறையிலடைக்கப்பட்ட ஒரு வாரத்தில் டிரான்ஸ்வாலிலிருந்து மூன்று இந்தியர்களின் தூதுக்குழு இந்திய தேசிய காங்கிரஸின் சூரத் மாநாட்டில் கலந்துகொள்வதற்காகக் கிளம்பிச்சென்றது. அவர்கள், பிற விஷயங் களுடன், காந்தி தன் குருநாதரான கோபால கிருஷ்ண கோகலேவுக்கு எழுதிய ஒரு கடிதத்தையும் எடுத்துச்சென்றனர். அக்கடிதம் கூறியது:

> நாங்கள் இங்கே நடத்திக்கொண்டிருக்கும் கிளர்ச்சி, எங்களை நாங்கள் முதலில் இந்தியர்கள், அதன் பிறகே இந்துக்கள், மொகமதியர்கள், தமிழர்கள், பார்ஸிகள், இன்னபிற என்று உணரச்செய்திருக்கிறது. எங்கள் சார்பாக வந்திருக்கும் குழுவில் அனைவருமே மொகமதியர்கள் என்பதையும் கவனித்திருப்பீர்கள். அதைப்பற்றி நான் தனிப்பட்ட முறையில் மிகவும் பெருமிதப்படுகிறேன். அவர்கள்மீது அக்கறை எடுத்துக்கொண்டு, அவர்கள் சொந்த வீட்டில் இருப்பதுபோல சௌகரிய மாக உணரும்படிப் பார்த்துக்கொள்வீர்களா? இந்து மொகமதிய ஒப்பந்தம் ஒன்றும்கூட காங்கிரஸின் சிறப்பம்சமாக அமையக்கூடும்.[10]

மீண்டும் ஒருமுறை தென்னாப்பிரிக்காவில் ஒரு சாதாரண வழக்கறிஞர், இந்தியாவிலிருந்த தன்னைவிட உயர்நிலையில் இருந்த சகநாட்டவருக்கு வகுப்பெடுத்துக்கொண்டிருந்தார். அப்போதுதான் மலர்ந்துகொண்டிருந்த ஒரு சிறிய சாத்விவிக எதிர்ப்பு இயக்கத்தின் உலகளாவிய பொருத்தப்பாடு பற்றி ஏற்கெனவே கோகலேயிடம் காந்தி கூறியிருந்தார். இப்போது அவர் வெளிநாடுவாழ் இந்தியர்களிடையே உருவெடுத்திருந்த சமய ஒற்றுமை இந்தியாவில் நிலவும் பிரிவினைகளை வெற்றிகொள்வதற்கான முன்மாதிரியாக இருக்கக்கூடும் என்று யோசனை சொல்லிக் கொண்டிருக்கிறார்.

எதிர்ப்புக் கிளர்ச்சிகள் தொடர, ஜெனரல் ஸ்மட்ஸ் டிரான்ஸ்வால் ஆளுநர் லார்ட் செல்போர்னுக்குக் கடிதம் எழுதினார். அதில், 'வழக்கறிஞர் காந்தி மற்றும் சில ஆர்ப்பாட்டக்காரர்களின் தலைமையில் செய்பட்டுவரும் இந்தியர்கள், சலுகை எதுவும் தரப்பட்டால் அதைப் பலவீனத்தின் அறிகுறியாக எடுத்துக்கொள்வதாகத் தோன்றுகிறது' என்று புகார் சொல்லி யிருந்தார். [11] ஆளுநர் இப்போது தாராளவாத எண்ணம்கொண்ட வெள்ளையர்களான வில்லியம் ஹோஸ்கென்னையும், டேவிட் போலக் என்ற சிறு வழக்குகளின் நீதிபதியாக (ஜஸ்டிஸ் ஆஃப் த பீஸ்) இருந்த வரையும் போராடும் தரப்புகளைச் சமாதானப்படுத்தும்படிக் கேட்டுக் கொண்டார். திரும்பவும் காந்தி, அரசு சட்டத்தை விலக்கிக்கொண்டு, இந்தியர்களைத் தாங்களாக முன்வந்து குடியேற்றச் சான்றுகளை எடுத்துக் கொள்ள அனுமதிக்கும்படிக் கோரினார்; அத்தகைய சான்றிதழ்கள் 'முழு அடையாள விவரங்களை' கொண்டிருக்கும். கைரேகைப் பதிவுகள் பற்றிய விஷயத்தை தற்போதைக்கு ஒத்திப்போடலாம், ஆனால் மான்ட்ஃ போர்ட் சாம்னி மாற்றப்படவேண்டும் என்று வலியுறுத்தினார்; காரணம், அவர் 'தான் வகிக்கும் பதவிக்கேற்ற திறமை சற்றும் இல்லாதவர்; சான்று களை சலித்துப்பார்ப்பதற்கான சட்டரீதியான திறன் அவரிடம் இல்லை'. போலக்கும் ஹோஸ்கென்னும் இந்த ஆலோசனையை ஸ்மட்ஸிடம் கொண்டுசென்றனர். அவர் அதை 'நிர்தாட்சண்யமாக நிராகரித்தார்.' [12]

நவம்பர் 24 ஞாயிறு அன்று சுமார் 2000 இந்தியர்கள் ஃபோர்ட்ஸ்பர்க் மசூதியில் எதிர்காலத் திட்டம்பற்றி விவாதிப்பதற்காகக் கூடினார்கள். 'திரும்பியபுறமெல்லாம் மனிதர்கள்தான்; மசூதியின் தாழ்வாரம், மேல்தளம், கூரை என்று எல்லா இடங்களிலும் மக்கள்கூட்டம்.' ஒரு டஜன் பேர் பேசினாலும் காந்திதான் நட்சத்திரப் பேச்சாளர். பெருகி வரும் எண்ணிக்கையில் வெள்ளையர்கள் தமது நோக்கம்பற்றி அனு தாபம்கொண்டிருப்பதாக அவர் சொன்னார். எப்படியிருந்தாலும், 'இனி நம் விண்ணப்பம் இவ்வுலகைச் சேர்ந்த ஆட்சியாளரிடம் இல்லை; அது படைத்தவனை நோக்கியே வைக்கப்படவேண்டும்.' தாம் கைது செய்யப்பட்டால் என்ன செய்யவேண்டும் என்ற கேள்விக்குப் பதில் சொன்ன காந்தி, சிறையில் அவர்கள் விரல்ரேகை வைக்கும்படிக் கேட்டால், அப்படியே செய்யவேண்டும் என்றார். ' இது

அடிமைத்தனத்திலிருந்து விடுதலை பெறுவதற்கான போராட்டமே தவிர விரல்ரேகை பதிவுக்கெதிரானது அல்ல.' காந்தி தானே சிறைவைக்கப் பட்டால், 'திரு போலாக் தந்திகள் அனுப்புவது போன்ற அனைத்து வேலைகளையும் பார்த்துக்கொள்வார்.'[13]

நவம்பர் கடைசி வாரத்தில் ஆளுநர் லார்ட் செல்போர்ன் அரசுக்கும் இந்தியர்களுக்கும் இடையில் தூது செல்ல விரும்பிய வெள்ளையர்களை மற்றொருமுறை சந்தித்துப் பேசினார். காங்கிரிகேஷனல் திருச்சபையைச் சேர்ந்த மதகுருவான சார்லஸ் ஃபிலிப்ஸ் என்பவர் லார்ட் செல் போர்னிடம் 'வெள்ளையரல்லாத மக்களும் படித்த உள்ளூர்வாசிகளும் இந்தப் போராட்டத்தைக் கவனமாகப் பார்த்துவருகிறார்கள்; ஒன்று படுதல், சாத்விக எதிர்ப்பு எனத் தம் கைகளில் ஒரு கருவி இருப்பதை அவர்கள் முதல்முறையாக உணர்ந்திருக்கிறார்கள். அவைபற்றி அவர்கள் இதற்கு முன் நினைத்திருக்கவில்லை' என்றார். செல்போர்ன் தன்னளவில் ஆஃப்ரிக்கர்கள் 'ஒன்றுபடுவதும் ஒருங்கிணைக்கப்பட்ட செயல்பாடு களும்' செய்ய முடியாதவர்கள் என்று நம்பினார். ஆனாலும், இந்தியப் போராட்டக்காரர்களைக் கைதுசெய்வதன் மூலம் 'தியாகிகள் உற்பத்தி செய்யப்படுவது' அரசாங்கத்தின் நம்பகத்தன்மையைக் குலைத்து விட்டது எனக் கவலைப்பட்டார்.

செல்போர்ன், ஸ்மட்ஸுக்குக் கடிதம் எழுதி, இந்தியர்களோடு ஒரு 'பாலம் கட்ட' முடியாதா என்று கேட்டார். ஒருவேளை ஜெனரல் அவர் களைத் தாமே முன்வந்து பதிவுசெய்துகொள்ள அனுமதிக்கலாம். ஸ்மட்ஸ் தன் பதிலில் காந்தியையும் அவரது சகாக்களையும் 'நட்பான மனோபாவத்தோடு' சந்திக்க, தான் தயாராக இருப்பதாகவும், ஆனால் அவர்களுக்கு எந்தச் சலுகையும் தருவதற்கு எதிராக 'பலமான வெகுஜன உணர்வலை' இருப்பதாகவும் குறிப்பிட்டார்.[14]

கேப் அரசியல்வாதி ஒருவருக்கு எழுதிய கடிதத்தில் ஸ்மட்ஸ், 'இந்தியர் களின் விவகாரம் இங்கு மிகவும் கடினமானது. தம் தலைவரின் பேச்சைக் கேட்டுக்கொண்டு அவர்கள் விரல்ரேகைப் பதிவுக்கு எதிராக ஒரு வெற்றி கரமான எதிர்ப்பை சாதித்திருக்கிறார்கள்' என்று ஒப்புக்கொண்டார். எதிர்ப்புகள் தொடர்ந்தால், அரசு 'தலைவர்களை வெளியேற்றுவது போன்ற கடும் நடவடிக்கைகளை எடுக்கவேண்டிவரும்.'[15]

அரசு விடாப்பிடியாக இருக்க, எதிர்ப்புகள் தொடர்ந்தன. டிசம்பர் 1 ஞாயிறு அன்று ஃபார்ஸ்டர்பர்க் மசூதியில் மற்றொரு பெரிய கூட்டம் நடைபெற்றது. அங்கிருந்த நிருபர், அங்கிருந்த அனைவரும் 'இந்துக் களும் சரி மொகமதியர்களும் சரி, தாம் ஒரு சமயச்சடங்கில் கலந்து கொள்வது போல் பெரும் உத்வேகத்துடன் இருக்கிறார்கள்' என்று எழுதினார். அவர்கள் 'அனைவரும் சிறைக்குச்செல்லவும், தம் கடை களை மூடவும்கூடத் தயாராக இருந்தனர்.'[16] ஜான் கோர்ட்ஸ் இந்த நிகழ்வு களையெல்லாம் ஃபீனிக்ஸிலிருந்தபடி கவனித்துக்கொண்டிருந்தார்.

இந்தியன் ஒப்பீனியனில் காந்தி எழுதியவற்றையும், வெள்ளையர் களுக்குச் சொந்தமான இதழ்களில் வந்த கிளர்ச்சிபற்றிய செய்திகளையும் படித்தது, அவரைப் பாராட்டும் வாழ்த்தும் தெரிவிக்கும் ஒரு கடிதத்தை எழுதத்தூண்டியது. அந்தக் கடிதம் தொலைந்துபோய்விட்டாலும், அதற்குக் கிடைத்த பதிலைக்கொண்டு அதில் எழுதப்பட்டிருந்த விஷயத்தை நாம் யூகிக்கலாம். காந்தி கோர்ட்ஸுக்கு எழுதினார்:

> நீங்கள் என்னுடைய தளபதிக்குணம்பற்றி எழுதியிருந்தீர்கள். இது நீங்கள் என்னை எவ்வளவு குறைவாகப் புரிந்துகொண்டிருக்கிறீர்கள் என்பதையே காட்டுகிறது. என்னிடம் தளபதிக்குணம் எதுவும் இருப்பதாக நான் நினைக்கவில்லை. இதுவரையில் எனது செயல்கள் இந்தியரின் நோக்கங் களுக்கு உதவியிருக்குமானால், அந்தமட்டில் அது சத்தியத்தின் வெற்றியையே குறிக்கிறது. கடவுள்மீதும் சத்தியத்தின்மீதும் (இரண்டு வார்த்தைகளுக்கும் ஒரே பொருள்தான்) நான் வைத்திருக்கும் நம்பிக்கை தோற்கடிக்கப்பட இயலாதது. என் பேனாவிலிருந்து சரியான தருணத்தில் சரியான விஷயங்கள் வருமேயானால், அந்தப் பெருமை என்னைச் சேராது என்று நீங்கள் எடுத்துக்கொள்ளலாம்.[17]

இந்தியர்கள் காட்டிய உறுதி இப்போது காந்திமீது பெரிய அபிமானம் இல்லாத ஐரோப்பியர்கள் சிலரையும் கவர ஆரம்பித்தது. நவம்பர் இறுதியில் ப்ளோயம்ஃபோன்டீன் என்ற ஆஃப்ரிக்கானர்கள் அதிகம் உள்ள பகுதியில் வெளியான ஒரு செய்தித்தாளில் எதிர்ப்பாளர்களைப் பாராட்டும் கட்டுரையொன்று வெளிவந்தது. கட்டாயப் பதிவு, 'ஆசியர் களின் சமூகத்துக்கு, ஆளும் இனம் விரும்பியிருக்காத அளவிலும், வகையிலுமான துன்பங்களைக் கொடுத்திருக்கிறது. ஆசியர்கள் இப்போது அனுபவிப்பதைத் தியாகம் என்றுதான் சொல்லவேண்டும். வேறு எந்த வார்த்தையும் சரியாக இருக்காது; காரணம் அவர்களது துன்பம் தாமே முன்வந்து ஏற்றுக்கொண்ட ஒன்று; தம்மை அவமதிக்கும் சட்டம் என்று அவர்கள் கருதும் சட்டத்துக்குக் கட்டுப்பட அவர்கள் மறுப்பதன் அடையாளம் அது.' அந்த செய்தித்தாள் 'ஏற்றுக்கொள்ளத் தக்க சமரசம்' ஒன்றை எட்டும்படி இருதரப்பாரையும் வலியுறுத்தியது. அதாவது, பிரிட்டிஷ் இந்தியர்கள் முதலில் சொன்னதுபோல தாமே முன்வந்து பதிவுசெய்துகொள்ளும் முறை. அவசரசட்டத்தை, அதன் தற்போதைய வடிவில் தொடர்ந்து அமல்செய்வது, தானே அழிவைத் தேடிக்கொள்வதாகும். அதுசுயமரியாதை கொண்ட இந்தியர்களை காலனியிலிருந்து வெளியேற்றும் (நாடு கடத்துவதன் மூலம்); கீழ்ப்படியும் கும்பலை மட்டுமே (அதாவது பதிவு செய்துகொள்பவர்களை) உள்ளே வைத்திருக்கும். அதாவது சிறந்தவர்களைத் துரத்தி, மோசமானவர்களை வைத்துக்கொள்கிற ஒரு சட்டம்...'[18]

இரண்டு வாரங்களுக்குப் பிறகு டிரான்ஸ்வால் லீடர் டேவிட் போலக்கிட மிருந்து ஒரு நீண்ட கடிதத்தைப் பிரசுரித்தது. டிசம்பர் 1 அன்றைய

நிலவரப்படி, காலனியில் 95 சதவீதமான இந்தியர்கள் பதிவுசெய்து கொள்ளவில்லை; எனவே, அவர்கள் கைதுசெய்யப்படவும், வெளி யேற்றப்படவும்கூடும் என்று போலக் குறிப்பிட்டார். இப்போது இது 'உள்ளூர் பொருளாதாரம்பற்றிய விவகாரம் மட்டுமல்ல,' ஆனால் 'பிரிட்டிஷ் ஏகாதிபத்தியத்துக்கு அதிமுக்கியமான விஷயம்.' காரணம், 'நாம் ஆயிரக்கணக்கான கிளர்ச்சியாளர்களை (மனசாட்சிப்படிக் கிளர்ச்சி செய்பவர்கள், ஞாபகம் இருக்கட்டும்!) தென்னாப்பிரிகாவில் இருந்து வெளியேற்றினால் அவர்கள் இந்தியாவுக்குத்தான் செல்வார்கள். அதனால், அங்கு பிரிட்டிஷ் இந்திய அரசாங்கம் எதிர்கொண்டிருக்கும் பிரச்னை மேலும் தீவிரமாகவே செய்யும்'. 'துன்புறுத்தும் சின்னத் தனமாக செயலை விட்டுவிட்டு' ஆசியருக்கான சட்டத்தை விலக்கிக் கொண்டு, சட்டபூர்வமாகக்குடியிருக்கும் ஆசியர்கள் அனைவருக்கும் குடியேற்றச்சான்றிதழை வழங்கும்படி போலக் அரசை வலியுறுத்தினார். ஒரு தவறு நேர்ந்துவிட்டது என்பதை உணர்ந்துகொண்டு அதை சரிசெய்யவேண்டிய நேரம் அது என்று சொன்னார்.[19]

டிசம்பர் 9 அன்று காந்தி வோல்க்ஸ்க்ரஸ்ட் நகரில் நீதிமன்றத்தில் ஆஜரானார். அந்த நகரம் டிரான்ஸ்வால்-நேட்டால் எல்லைக்கு அருகே இருந்தது. அவர் வேண்டுமென்றே முறையான அனுமதிச்சீட்டு இல்லாமல் பிராந்தியத்துக்குள் நுழைந்த முப்பத்தேழு இந்தியர்கள் சார்பாக வாதிட்டார். எதிர்ப்பாளர்களில் நான்குபேர் மட்டுமே முஸ்லிம்கள்; மற்றவர்கள் இந்துக்கள். இது ஒரு சுவாரஸியமான ஏற்றத் தாழ்வைக் காட்டியது. இதற்குப் பல்வேறு காரணங்கள் இருக்கலாம். இந்து அர்ச்சகர் ராம் சுந்தரின் உதாரணமும், இந்து வழக்கறிஞரான காந்தியின் வசீகரமும் அவற்றில் அடங்கும்; மறுபுறத்தில், முஸ்லிம் வியாபாரிகள் பலர் தமது உறுதியைக் கைதாவதன் மூலம் பரீட்சித்துப் பார்ப்பதில் தயக்கம் காட்டினர்.

டிசம்பர் 13 அன்று ராம் சுந்தர் பண்டிட் சிறையிலிருந்து விடுவிக்கப் பட்டார். அவர் 'மாலைகளோடும் பூங்கொத்துகளோடும் உற்சாகமாக வர வேற்கப்பட்டார்.' இப்போது அந்த அர்ச்சகர், காந்தியின் ஆலோ சனைப்படி, ஜெனரல் ஸ்மட்ஸுக்குக் கடிதம் எழுதி, தான் இன்னும் ஏழு நாட்களுக்குள் காலனியை விட்டு வெளியேறுமாறு உத்தரவிடப் பட்டிருந்த போதிலும், தான் தொடர்ந்து தங்கியிருந்து ஜெர்மிஸ்டனில் பக்தகோடிகளுக்கு சேவை செய்யப்போவதாகத் தெரிவித்தார்.[20]

இரண்டு வாரங்களுக்குப் பிறகு டிரான்ஸ்வாலில் இருபத்து மூன்று எதிர்ப் பாளர்கள்மீது கைது ஆணை பிறப்பிக்கப்பட்டது. அவர்களில் காந்தி, தம்பி நாயுடு ('தலைமை கிளர்ச்சியாளர், ஜோஹானஸ்பர்க்' என்று வர்ணிக்கப்பட்டிருந்தார்), சீனத் தலைவர் லியூங் க்வின், ராம் சுந்தர் பண்டிட் ஆகியவர்கள் இடம்பெற்றிருந்தனர். ஐந்து முஸ்லிம் வியா பாரிகளும் கைதாக முன்வந்தனர். ஆனாலும் மிகவும் ஆச்சரியமான பெயர்

சி.எம்.பிள்ளையுடையதுதான். கிளர்ச்சிகள் மற்றும் காலத்தின் போக்கில் ஏதோவொரு புள்ளியில் அந்தத் தமிழ் போட்டியாளர் காந்தியின் தலைமையை ஏற்றுக்கொண்டுவிட்டார்.

காந்தி தன்மீதான கைது ஆணையைப்பற்றி டிசம்பர் 27 அன்று கேள்விப் பட்டார். காவல்துறை கமிஷனர் அவர் இருபத்து நான்கு மணிநேரம் சுதந்திரமாக இருக்க அவகாசம் உண்டு என்றும், மறுநாள் நீதிமன்றத்தில் ஆஜராகவேண்டும் என்றும் தெரிவித்தார். அன்று மாலையே ஹமீதியா ஹாலில் அவசரமாக ஒரு கூட்டம் கூட்டப்பட்டது. காந்தி, தான் கைதாக விருக்கக் காரணமான சட்டத்தை 'தன்னை கிறிஸ்துவ அரசாங்கம் என்று சொல்லிக்கொள்ளும் துணிச்சல்கொண்ட அரசின் காட்டுமிராண்டி சட்டம். இயேசு கிறிஸ்து ஜோஹானஸ்பர்க்குக்கும் பிரிட்டோரியாவுக்கும் வந்து, ஜெனரல் போத்தா, ஜெனரல் ஸ்மட்ஸ் உள்ளிட்டவர்களின் இதயங் களைப் பரிசோதித்துப் பார்த்தால், கிறிஸ்துவத்தின் சாராம்சத்துக்கு மாறான, புதிரான ஒன்றையே காண்பார் என்பது நிச்சயம்'என்றார்.[21]

முன்பு 1894ல் நேட்டால் மலைப்பகுதிகளில் டிராப்பிஸ்ட் மடாலயத் துக்குச் சென்ற காந்தி, 'ஒரு மதம் அதைப் பின்பற்றுபவர்களின் செயல் பாட்டைப் பொறுத்தே தெய்விகமாகவோ பிசாசுத்தனமாகவோ தோன்றுகிறது,' என்று கூறியிருந்தார். அதற்குப் பிந்தைய ஆண்டுகளில் நேட்டால் காலனிவாசிகளிடம் அவர்களின் செயல்கள் சிலசமயங்கள் கிறிஸ்துவின் சாராம்சத்திலிருந்து மாறுபட்டுள்ளன என்று போதனை செய்திருக்கிறார். இங்கே அவருடைய கருத்து அவரது இயல்புக்கே உரியது: காந்தி கிறிஸ்துவர்களைப் போன்றே, இந்துக்களையும் முஸ்லிம் களையும்கூடத் தமது சமய அல்லது தார்மிக மரபுகளின் உயர்ந்த மதிப்பீடுகளையும் பழக்கங்களையும் நினைவுகூரும்படிக் கேட்டுக் கொண்டார். ஆனால் ஜெனரல்கள் போத்தாவும் ஸ்மட்ஸும் இந்தக் கருத்துகளைப் படித்திருந்தார்கள் என்றால் அவற்றைச் சிறிதும் விரும் பியிருக்கமாட்டார்கள். மிகவும் பரந்த மனம் கொண்ட ஆஃப்ரிக் கானர்கூட, பழுப்புத் தோல்கொண்ட இந்து வழக்கறிஞர் ஒருவரால் போதனை செய்யப்படுவதைப் பொறுத்துக்கொள்ளமாட்டார்.

1907 டிசம்பர் 28 அன்று ஜோஹானஸ்பர்க் பி-கோர்ட்டில் மோ.க. காந்திக்கும் டிரான்ஸ்வால் அரசாங்கத்துக்குமான வழக்கு விசாரணைக்கு வந்தது. குற்றம்சாட்டப்பட்டவரின் நண்பர்கள் பலர் வந்திருந்தார்கள்; பெரும்பாலும் இந்தியர்கள் என்றாலும் ஹென்றி போலாக்கும் இருந்தார். காந்தி தான் ஒரு வாக்குமூலம் அளிக்கவேண்டும் என்று கேட்டுக்கொள்ள, நீதிபதி ஹெச்.ஹெச். ஜோர்டான் அதற்கு அனுமதி மறுத்தார். அவர் கூறிய காரணம், 'அரசியல் உரைகள் எதுவும் நிகழ்த்தப்படுவதை நான் விரும்ப வில்லை' என்பது. காந்தி, தான் 'நீதிமன்றம் ஐந்து நிமிடங்களை மட்டுமே ஒதுக்கி நான் சொல்வதைப் பொறுமையுடன் கேட்கவேண்டும்' என்று கேட்டுக்கொண்டார். உடனே நீதிபதி ''அப்படிப் பொறுமையுடன்

கேட்க வேண்டிய அவசியம் இந்த வழக்கைப் பொறுத்தவரை இருப்பதாக நான் நினைக்கவில்லை.. நீங்கள் சட்டத்தை மீறியிருக்கிறீர்கள்' என்றார். பிறகு அவர் தன் தீர்ப்பை வழங்கினார்: அதாவது காந்தி அடுத்த ஏழு நாட்களுக்குள் காலனியைவிட்டுச் செல்லவில்லை என்றால், செல்லுபடியாகிற அனுமதிச்சீட்டு வைத்திருக்காததற்காக அவர் ஒரு மாத சிறைத் தண்டனை அளிக்கப்படுவார். தண்டனை காலத்துக்குப் பிறகு ஒரு வாரத்துக்கு அதிகமாகக் காலனியில் தங்கியிருந்தார் என்றால், அடுத்த முறை அவர் ஆறு மாதம் சிறைத்தண்டனை விதிக்கப்படுவார். வழக்கு பற்றிய செய்தித்தாளின் குறிப்பு தொடர்கிறது:

திரு காந்தி, நடுவர் பேச்சில் குறுக்கிட்டு, உத்தரவை 48 மணிநேரம் என்று ஆக்கும்படிக் கேட்டுக்கொண்டார். அதைவிடக் குறைவாக ஆக்க முடிந்தாலும் எனக்கு திருப்தியே என்றார்.

திரு ஜோர்டான்: அப்படி நல்லது. உங்களுக்கு ஏமாற்றம் அளிக்க நான் விரும்பவில்லை.. என் உத்தரவு கிடைத்த 48 மணி நேரத்தில் காலனியை விட்டு வெளியேறுங்கள்.

தனக்குத் தண்டனை அளிக்கப்பட்ட உடனேயே, காந்தி சட்டத்தை மீறியதாகக் குற்றம்சாட்டப்பட்டிருந்த மற்றவர்கள் சார்பாக வாதாடினார். சி.எம்.பிள்ளையிடம் அவர் ஏன் பதிவுசெய்துகொள்ளவில்லை என்று கேட்கப்பட்ட போது அவர், 'தன்மானம் கொண்ட எந்த மனிதனும் இந்த சட்டத்தின் ஷரத்துகளுக்குக் கட்டுப்பட மாட்டான்; இந்தச் சட்டம் எங்களது சுதந்திரத்தை ஆசியர்களின் பதிவாளர் கையில் ஒப்படைக்கிறது. அவர், எனது பணிவான அபிப்பிராயத்தில், அந்தப் பதவிக்குத் தக்கவரோ தகுதியானவரோ அல்ல' என்றார். இது நடுவருக்கு எரிச்சலூட்டியது. தான், 'இம்மாதிரியான அபத்தத்தைக் கேட்டுக்கொண்டிருக்க முடியாது. இங்கு நின்றுகொண்டு அரசாங்க அதிகாரி ஒருவரை இம்மாதிரி வசை பாடுவது மிகவும் துடுக்குத்தனம் கொண்ட செயல்,' என்றார். காந்தி அந்தச் சொற்கள் சரியானவையல்லதான் என்று ஒப்புக்கொண்டார். அவர் பிள்ளையிடம் கேட்டார்: 'நீங்கள் ஆட்சேபம் தெரிவிப்பது சட்டத்துக்கா அதிகாரிக்கா?' அவர் விரும்பிய பதில் கிடைத்தது; அதாவது, 'முக்கியமாக சட்டத்துக்குத்தான்.'

தம்பி நாயுடு, தன் பங்குக்கு, தான் 'பதிவுசெய்வதை ஆட்சேபிக்கிறேன்; காரணம் அது தன்னை காஃபிர் ஒருவரைவிடக் கீழாக வைக்கிறது; அது தன் மதத்துக்கு எதிரானது' என்றார். அடுத்தது சீனர்களான இரு எதிர்ப்பாளர்களின் முறை. திரு ஈஸ்டன் என்பவர், 'தனது மதமான தாவோயிசம் தன்னை விரல்ரேகைப் பதிவுகள் செய்ய அனுமதிக்கவில்லை' என்றார்; அடுத்தவரான லியூங் க்வின், 'தான் அனுமதிச்சீட்டு பெறவில்லை; காரணம் அந்தச் சட்டம் தனக்கும் தன் நாட்டுக்கும் இழுக்கானது' முறையற்றது என்றார்.

நீதிபதி, குற்றம் சாட்டப்பட்டவர்களைச் சிறைக்கு அனுப்பும்போது சொன்னார், அவர்கள்

> அரசாங்கத்தை வேண்டுமென்றே மீறி, ஒரு தீவிர நிலையை எடுத்திருக்கிறார்கள். அந்த நிலையை இந்த நாட்டின் குடிமகன் யார் எடுத்தாலும் அவர் அதற்காக வருந்தவே செய்வார். இந்தத் தவறு நிச்சயமாக தாய் நாட்டில் (இங்கிலாந்தில்) சாத்விக எதிர்ப்பாளர்கள் கல்வி மசோதா தொடர்பாக நடத்திய போராட்டத்தைப் பார்த்துத்தான் நகல் செய்யப்பட்டுள்ளது என்பதில் அவருக்குச் சந்தேகம் இல்லை; இந்த மனோ பாவம் எந்த வடிவில் வந்தாலும் விரும்பத்தக்கதல்ல. ஒரு நாட்டின் சட்டத்தை அங்கு வாழும் மக்கள் மதித்து நடக்கவேண்டும்; அப்படி அவர்களால் நடக்க முடியாவிட்டால் ஒரே வழிதான் இருக்கிறது- அப்படிப்பட்டவர்கள் வேறு எங்காவது போய்விடவேண்டியதுதான்.[22]

குற்றம்சாட்டப்பட்டவர்களில் ஒருவர் உண்மையில் வேறிடம் செல்ல ஏற்கெனவே முடிவுசெய்துவிட்டார். 27ம் தேதி ராம் சுந்தர் பண்டிட் காந்தியின் அலுவலகத்தில் இருந்தபோதுதான் காவல்துறை கமிஷனரின் நோட்டிஸ் வந்தது. அவர் மறுநாள் நீதிமன்றத்துக்கு வருவதாக உறுதியளித்தார்; ஆனால் அன்று மாலை ஜெர்மின்ஸ்டனுக்குச் சென்றபோது, 'தன் சீடர்களில் ஓரிருவரை அழைத்து, தான் ஓடிப்போவதுபற்றி எண்ணிக் கொண்டிருப்பதாகவும், காரணம் தன்னால் இரண்டாம் முறை சிறைவாசம் அனுபவிக்க முடியாது என்றும் சொன்னார். அவரது சீடர்கள் அவர் எண்ணத்தை மாற்ற முயன்றார்கள்; ஆனால் அவரைப் பயம் பிடித்துக் கொண்டுவிட்டது.' 28ம் தேதி காலை பண்டிட் தன் மூட்டை முடிச்சுகளைக் கட்டிக்கொண்டு நேட்டாலுக்கு ஒரு புகைவண்டியைப் பிடித்தார். காந்தி வெடுக்கென்று சொன்னார், ராம் சுந்தரின் வீழ்ச்சி

> அவரது எழுச்சியைப் போலவே திடீரென்று நடந்தது. நான் இந்த செய்தித்தாளில் அவரைப்பற்றி நிறைய எழுதியிருக்கிறேன். எல்லாம் தவறாகப்போய்விட்டது. அவரைப்பற்றிய கவிதைகள் அர்த்தமற்றுப் போய்விட்டன. ஒரு செல்லாக்காசு எப்போதும் செல்லாக்காசுதான். இந்தப் போராட்டம் எல்லோரையும் அவரவர் உண்மையான நிறத்தில் வெளிப்படுத்தும். சமூகத்தைப் பொறுத்தவரை, ராம் சுந்தர் இப்போதிலிருந்து இறந்துபோனவர்தான். நாம் அவரை மறந்துவிடலாம்.[23]

இதற்கிடையே காந்திக்கு வழங்கப்பட்ட தண்டனைபற்றிய செய்தி பரவப்பரவ, அவருக்கு ஆதரவு தெரிவிக்கும் செய்திகள் பிரிட்டிஷ் இந்திய சங்கத்தில் வந்து குவியத்தொடங்கின. அவை டர்பன், பீட்டர் மாரிட்ஸ்பர்க், கேப், பம்பாய், மதராஸ், இன்னும் பல இடங்களிலிருந்து வந்திருந்தன. 'திரு காந்தி போகப்போவதில்லை (டிரான்ஸ்வாலை விட்டு)' என்பது நேட்டாலில் ஒரு தலைப்புச்செய்தி. அதற்குக் கீழே 'பரவலான அனுதாபம் 'என்று குறிப்பிட்டிருந்தது.[24]

காந்தி விசாரிக்கப்பட்டு தண்டனையளிக்கப்பட்ட அன்றுதான் டர்பனில் இந்தியன் ஒப்பீனியனின் அந்த ஆண்டின் கடைசி இதழ் அச்சாகியது. பிரதிகள் ஜோஹானஸ்பர்கை மாலையில் சென்றடைந்தன. வாசகர்கள் அவர்களை 'பேசிவ் ரெஸிஸ்டன்ஸ்', 'சிவில் டிஸ்ஒபீடியன்ஸ்' ஆகிய பதங்களுக்குச் சமமான இந்தியச் சொற்களை அனுப்பும்படிக் கேட்கப் பட்டிருந்த வேண்டுகோளைப் பார்த்திருப்பார்கள். அந்த ஆங்கிலச் சொற்கள் முறையே பிரிட்டிஷ் நான்-கன்ஃபார்மிஸ்டுகளாலும், ஒரு அமெரிக்க எழுத்தாளராலும் உருவாக்கப்பட்டிருந்தன. காந்தி, அவற்றுக் குப் பதிலாகச் சொந்த மொழிப்பதங்களைப் பயன்படுத்த விரும்பினார்; காரணம் 'நம் சொந்த மொழியை மதிப்பது, அதை நன்றாகப் பேசுவது, முடிந்தவரை குறைவான அந்நிய மொழிச்சொற்களைப் பயன்படுத்து வது-இவையும் நாட்டுப்பற்றின் பகுதியே.' சிறந்த கடிதத்துக்குப் பரிசு ஆசியருக்கான சட்டம்பற்றிய சிறுபிரசுரத்தின் பத்து பிரதிகள். அவற்றை வெற்றிபெற்றவர் தன் நண்பர்களிடையே சுற்றுக்குவிடவேண்டும்.

டிசம்பர் 28 அன்று காந்தி நாற்பத்தெட்டு மணி நேரத்துக்குள் காலனியை விட்டுச்செல்லும்படி உத்தரவிடப்பட்டிருந்தார். ஒரு வாரம் கடந்து விட்டபோதிலும், கைது ஆணை வரவில்லை. அநேகமாக நடுவரும் காவல்துறையினரும் புத்தாண்டுக் கொண்டாட்டங்களில் மும்முரமாகி விட்டதால் இருக்கலாம். குற்றம்சாட்டப்பட்டவர் தொடர்புகொண்டி ருந்த மூன்று கண்டங்களிலும் குற்றச்சாட்டுகளை எதிர்த்துத் தந்திகள் அங்குமிங்கும் பறந்தன;. டிரான்ஸ்வால் பிரிட்டிஷ் இந்திய சங்கம், லண்டனிலிருந்த தென்னாப்பிரிக்க பிரிட்டிஷ் இந்தியக் கமிட்டிக்குத் தந்தி அனுப்பி, நிகழவிருக்கிற காந்தி மற்றும் அவரது சகாக்களின் கைது, 'இந்தியர்களின் விசுவாசத்தை அளவுகடந்து சோதிக்கிறது' என்று தெரி வித்தது. கல்கத்தாவிலிருந்து இந்திய அரசாங்கம் லண்டன் இம்பீரியல் அரசாங்கத்துக்கு அனுப்பிய தந்தியில், சூரத்தில் நடைபெற்ற 7000 பார்ஸிகளின் கூட்டம் ஒன்று, வைஸ்ராய் தலையிட்டு காந்தி மற்றும் அவரது சகாக்கள்மீதான குற்றச்சாட்டுகளைக் கைவிடச்செய்யவேண்டும், சட்டத்தையும் விலக்கிக்கொள்ளச்செய்யவேண்டும் என்று கேட்டுக் கொண்டிருப்பதாகத் தெரிவித்தது.[25]

1908 ஆம் ஆண்டின் புத்தாண்டு தினத்தன்று பாப்டிஸ்ட் மதப்பிரிவைச் சேர்ந்த மதகுருவான ஜோசப் ஜே. டோக், ஆண்டர்சன் தெருவும் ரிஸ்ஸிக் தெருவும் சந்திக்குமிடத்தில் இருந்த காந்தியின் அலுவலகத்தினுள் நுழைந்தார். கார்னிஷ் மொழிக்காரர்களான நகரச் சுரங்கத் தொழிலாளி களாக இருந்தவர்களின் குடும்பத்தில் பிறந்த டோக், தன் தந்தையைப் பின்பற்றி மதகுருவாகியிருந்தார். இளைஞராக இருக்கையில் அவர் இந்தியாவில் அதிக அளவில் பயணம் செய்திருக்கிறார். பனாரஸ், கல்கத்தா, பம்பாய் ஆகிய நகரங்களோடும், இந்துக்கள், முஸ்லிம்கள், பார்ஸிகள் ஆகிய மதத்தினரோடும் பெற்ற அனுபவங்களிலிருந்து அவர் வந்தடைந்த முடிவு, அந்த நிலப்பகுதி 'எதிரெதிரான விஷயங்களின்

பரிபூரணமான கலவை: நான் அதைப் புரிந்துகொள்ளவே இல்லை' என்பதே. பின்னாட்களில் அவர் மதகுருவாக டேவனிலும் நியூசிலாந்திலும் பணியாற்றினார். பிறகு 1903ல் கேப் பிராந்தியத்தில் கிரஹாம் ஸ்டவுனில் ஒரு தேவாலயத்துக்கு இடம்பெயர்ந்தார். 1907 நவம்பரில் ஜோஹானஸ்பர்க் சென்ட்ரல் பாப்டிஸ்ட் தேவாலயத்தில் பொறுப் பேற்றுக்கொண்டார்.

காந்தியின் போராட்ட முயற்சிகள் டோக்கைக் கவர்ந்தன. காரணம் அவரது சக பாப்டிஸ்டுகள் இங்கிலாந்தில் ஆங்லிக்கன் மதப் பிரிவைச் சேராத குழந்தைகளுக்கு (குடும்பங்களுக்கும்) எதிராகத் திணிக்கப்பட்ட பாரபட்சக் கல்விச்சட்டத்தை விலக்கக் கோரி நடத்திய சாத்விக எதிர்ப்புப் போராட்டத்தோடு அவை ஒத்திசைவு கொண்டிருந்தன. இந்த இந்து வழக்கறிஞர் தொடர்ந்து கிறிஸ்துவை அபிமானத்துடன் மேற்கோள் காட்டிப் பேசிவந்ததும் அவருக்கு ஆதரவான விஷயமாக இருந்தது. 'ராண்ட் பகுதியில் இருந்த கிறிஸ்துவ சிந்தனைகள், செயல்பாடுகள் சார்ந்த தலைவர்கள் இந்திய அபிலாஷைகள்பற்றி அக்கறையின்றியோ அவற்றுக்கு எதிராகவோ' இருந்துவந்தது டோக்கைக் கவலைகொள்ள வைத்தது என்று அவரது வாழ்க்கை வரலாற்றை எழுதியவர் குறிப் பிடுகிறார். மாறாக, 'மனசாட்சியும் மதமும்கூடச் சம்பந்தப்பட்ட விவகா ரத்தில் மக்களின் கூக்குரலால் தொடப்படாமல், அதற்கு செவிசாய்க் காமல்' இருப்பது அவருக்கு இயலாத காரியம். [26]

வருடப்பிறப்பு அன்று காந்தியின் அலுவலக அறைக்குள் டோக் வந்தபோது, அங்கு ஏற்கெனவே இந்தியர்களின் கூட்டம் ஒன்று இருப் பதைப் பார்த்தார். பின்னாளில் அவர் அந்தக் காட்சியைத் தனது ஞாபகத் திலிருந்து வர்ணித்தார்: தலைப்பாகையணிந்த ஆண்கள் நின்றுகொண்டி ருந்தார்கள்; சேலையணிந்த பெண்கள் தரையில் குத்துக்காலிட்டு அமர்ந் திருந்தனர்; சிலர் குழந்தைகளைக் கையில் வைத்திருந்தனர். முன்புற அறையில் வெளிறிய மஞ்சள் நிறத் தலைமுடிகொண்ட ஒரு பெண், கட்சிக்காரர்களின் விவரங்களைக் குறித்துக்கொண்டிருந்தார். [27] அவர் காந்தியின் இளம் செயலாளர் சோன்யா ஷ்லேஸின். லித்துவேனியாவைச் சேர்ந்த யூதரான அவர் மாஸ்கோ, கேப் டவுன் வழியாக ஜோஹானஸ்பர்க் வந்திருந்தார். ஹெர்மான் காலன்பாக் அவரை காந்தியிடம் சிபாரிசு செய் திருந்தார். காந்தி அவரது சுருக்கெழுத்து, தட்டச்சுத் திறன்களை அதிகம் சார்ந்திருக்க ஆரம்பித்திருந்தார். [28] காந்தி, அவரே ஒப்புக்கொண்டபடி, 'என்னைவிட மோசமான கையெழுத்து கொண்ட வெகுசிலரையே' அறிந் திருந்தார். [29] இப்போது அவரது கையெழுத்துப் பிரதிகளைப் படித்து, புரியக்கூடிய ஆங்கிலத்தில் அவற்றை அளிக்கும் பொறுப்பு செல்வி ஷ்லேஸின் மீது விழுந்தது.

டோக், செயலாளர் அறையைத் தாண்டி வழக்கறிஞரின் அலுவல கத்துக்குள் நுழைந்தார். அவருக்கு அது 'மிகச்சில ஃபர்னிச்சர்களுடனும்

தூசிபடிந்தும்' இருப்பதாகத் தோன்றியது. அங்கிருந்த மனிதரைப் பொறுத்தவரை, அந்த மதகுரு 'ஜோஹானஸ்பர்க்கில் அவருக்கு இருப்பதாகத் தோன்றிய செல்வாக்குக்கு ஏற்ப ஒரு உயரமான, ஆஜானுபாகுவான உருவத்தையும், துணிச்சலான, திறன்மிக்க முகத்தையும்' எதிர்பார்த்திருந்தார். ஆனால், அவர் ஆச்சரியப்படும்வகையில் காந்தியோ 'சிறியவராக, மெலிந்தவராக, ஒடிசலாக', கரிய உடலும், கரிய விழிகளும் கொண்டவராக இருந்தார். தலைமுடி கருப்பாக, ஆங்காங்கே சாம்பல்நிறத்துடன் இருந்தது.

வெள்ளை மதகுரு உள்ளே வருவதைக் கண்டதும், அங்கு ஏற்கெனவே இருந்த இந்தியர்கள் அமைதியாக அகன்றனர். டோக் உடனடியாக காந்தியிடம் ஒரு நேரடியான கேள்வியைக் கேட்டார்: 'உங்களது நோக்கத்துக்காக உங்களையே தியாகம் செய்ய எந்த அளவுக்குத் தயாராக இருக்கிறீர்கள்?' அவருக்கு அதேபோன்ற நேரடியான பதில் கிடைத்தது: 'என்னைப் பொறுத்தவரை இது முழுமையான அர்ப்பணிப்புக்குரிய விஷயம்... நான் எந்த நேரமும் உயிரை விடவும், அல்லது என் நோக்கத்துக்காக எதையும் செய்யவும் சித்தமாக இருக்கிறேன்.'[30]

காந்தி ரெவரண்ட் ஜோசப் டோக்கை 1908 ஜனவரி 1 அன்று காலையில் சந்தித்தார். அதே நாள் பிற்பகலில், ஃபோர்ட்ஸ்பர்க் மசூதியில் நடந்த கூட்டத்தில் கலந்துகொண்டார். அவர் தான் பேச விரும்பியதைப் பேசிய தோடு, அவரது செயலாளர் சோன்யா ஷ்லேஸின் எழுதி எடுத்துவந்திருந்த உரையை வாசிக்கக் கூச்சப்பட்டதால் அதையும் தானே வாசித்தார். காந்தி அந்த ஐரோப்பியப் பெண்மணியின் அறிவுரையை எடுத்துச்சொன்னார்; அதாவது, இந்தியர்கள், 'நாட்டின் பொருட்டும், மதத்தின் பொருட்டும் எல்லாவற்றையும், ஆம், உயிரையும் இழப்பது என்ற உங்களது வீரம் நிறைந்த முடிவில் தொடர்ந்து உறுதியாக 'இருக்கவேண்டும். அவர்கள் இருவரும், இங்கிலாந்தில் பெண்கள் ஓட்டுரிமை இயக்கத்தினரின் போராட்டங்களை நினைவுபடுத்தினார்கள்; அவர்கள் 'ஒரு கொள்கைக்காக' சிறைவாசம் உட்பட 'எண்ணற்ற துன்பங்களை சகித்துக்கொள்ள வேண்டியிருந்தது'[31]

ஜனவரி 3 அன்று காந்தி நீதிமன்றத்தில் இரண்டு சாத்விக எதிர்ப்பாளர்களுக்காக ஆஜரானார். அவர்கள் இந்திய ராணுவத்தில் முன்னாள் படை வீரர்கள்; இருவரும் பத்தான்கள்; ஆங்கிலோ-போயர் யுத்தத்தில் ஈடுபட்டுக் காயமடைந்தவர்கள். இந்த உண்மைகளை அவர்களது வழக்கறிஞர், அவர்களுக்குத் தண்டனை தரவிருந்த நடுவரிடம் வெற்றிகரமாக எடுத்துவைத்தார். சில நாட்கள் கழித்து, ஸ்டார் செய்தித்தாளிடம், போயர்கள் ஆட்சியின்போது இருந்ததைவிட இப்போது இந்தியர்கள் இன்னும் மோசமான நிலையில் இருப்பதாக காந்தி தெரிவித்தார். டிரான்ஸ்வால் லீடர் இதழுக்கான மற்றொரு பேட்டியில், ஸ்மட்ஸ் இந்தியர்களைக் 'கூலிகள்' என்று குறிப்பிட்டதாகத் தெரிவித்தார். ஜெனரல்

'பிரிட்டிஷ் இந்தியர்களை இவ்வளவு இளக்காரமாக எண்ணிக்கொண்டிருக்கும்வரை, பிரிட்டிஷ் பிரஜைகள் என்ற முழு அந்தஸ்தைத் தர மறுக்கும் வரை', 'இந்தியர்கள் சிறைவாசத்துடனும் நாடு கடத்தப்படுவதுடனும் திருப்திபட்டுக்கொள்ள வேண்டியதுதான்,' என்றார். ஆனாலும் அவர் இன்னும் சமரசத்துக்குத் தயாராகவே இருந்தார். ராய்ட்டர்ஸ் செய்தியாளர் ஒருவரிடம், அந்தச் சட்டம் நிறுத்திவைக்கப்பட்டால், டிரான்ஸ்வாலில் ஒவ்வொரு இந்தியரும் ஒரு மாதத்துக்குள் தம்மைப் பதிவு செய்துகொள்வார்கள்; 'இதற்கான படிவத்தை இரு தரப்பும் சேர்ந்து முடிவு செய்துகொள்ளலாம்' என்று கூறினார்.[32]

இந்தியன் ஒப்பீனியனில் அந்த வாரத்து 'ஜோஹானஸ்பர்க் லெட்டர்' பகுதியில் காந்தி, 'பேசிவ் ரெசிஸ்டன்ஸ்' என்பதற்கு இணையான இந்தியச் சொல்லுக்கு வந்திருக்கும் பல யோசனைகளைக் குறிப்பிட்டார். அவற்றில் ஒன்றை 'பரவாயில்லை' என்று வர்ணித்தார். அந்த வார்த்தை 'சதாக்கிரகம்' என்பது. அதை 'ஒரு நல்ல நோக்கத்தில் உறுதியாக இருப்பது' என்று சுமாராக மொழிபெயர்க்கலாம். அந்த யோசனையைத் தெரிவித்தவர் மகன்லால் காந்தி. அவருடைய ஒன்றுவிட்ட சித்தப்பாவும் தலைவருமானவர் கொஞ்சம் உரிமை எடுத்துக்கொண்டு அதை இன்னும் துல்லியமானதாக்கி சத்தியாக்கிரகமாக்கினார்; அதாவது 'ஒரு நல்ல நோக்கத்துக்கான வாய்மையின் சக்தி'. இந்தச்சொல் ''பேசிவ்'' என்ற வார்த்தையின் முழு அர்த்தத்தையும் வெளிப்படுத்தவில்லை எனினும் 'பரிசுக்குரிய வார்த்தை கிடைக்கும்வரை இதை நாம் பயன்படுத்திக்கொள்ளலாம்.'[33]

ஜனவரி 10 அன்று இந்தக் குறிப்பிட்ட சாத்விக எதிர்ப்பாளர்-அல்லது சத்தியாக்கிரகி காலனியை விட்டு வெளியேறும் உத்தரவுக்குக் கட்டுப்படாத காரணத்துக்காக நீதிபதி முன்னால் ஆஜராகும்படி அழைக்கப்பட்டார். காந்தி நீதிமன்றத்தை 10 மணிக்கு அடைந்தார். அவருடன் பல ஆதரவாளர்கள் உடன் சென்றனர். ஆனால், விசாரணை பிற்பகலுக்கு ஒத்திவைக்கப்பட்டுவிட்டது. இந்தியர்கள் பின்னர் ஃபோர்ட்ஸ்பர்க் மசூதிக்குச் சென்றனர். அங்கு ஒரு திடீர்க் கூட்டம் ஏற்பாடு செய்யப்பட்டது. அங்கு அவர்களின் தலைவர்கள், 'இந்த முழு கிளர்ச்சியும் ஒருசில இந்தியர்களையே சார்ந்திருக்கிறது' என்ற ஸ்மட்ஸின் கூற்றைப் பொய்யாக்கும்படிக் கூறினர். இப்போது அவர்கள் ஜெனரலிடம், 'பெரும்பான்மையான இந்தியர்கள் இந்தச் சட்டத்தை ஏற்றுக்கொள்ளப் போவதில்லை; பதிலாகச் சிறைவாசத்தையும் தகுதியிழப்பையும், உடைமைகள் பறிமுதல் செய்யப்படுவதையும் சகித்துக்கொள்வார்கள்' என்று செய்துகாட்டினால், ஸ்மட்ஸ் அவர்களது தகுதிகளை அவரே பாராட்டும் நிலை ஏற்படும்; 'இவர்கள் என் சக குடிமக்களாக புகழத்தக்கவர்கள்' என்று அவரே கூறுவார்.

மதிய உணவுக்குப் பிறகு, குற்றம்சாட்டப்பட்டவரும் அவரது சகாக்களும் நீதிமன்றத்துக்குச் சென்றனர். இதற்குள் மழை

பிடித்துக்கொள்ளவே, ஒரு அபிமானி காந்தி நனையாமல் நடப்பதற்காகக் குடை ஒன்றைப் பிடித்துக்கொண்டார். இந்தியர்களின் பெருங்கூட்டம் ஒன்று நீதிமன்றத்துக்குள் நுழைந்தது; இன்னும் அதிகமானோர் உள்ளே நுழையாமல் காவல்துறையினர் தடுத்துவிட்டனர். உள்ளே காந்தி, நாற்பத்தெட்டு மணிநேரத்தில் காலனியைவிட்டு வெளியேறவேண்டும் என்ற உத்தரவை மீறிய குற்றத்தை ஒப்புக்கொண்டார். அவர் சட்டப்படி கொடுக்கக்கூடிய 'அதிகபட்ச தண்டனையை' தனக்கு விதிக்கும்படிக் கேட்டார்; அதாவது கடின உழைப்புடன் கூடிய ஆறு மாத சிறைவாசமும் 500 பவுண்ட் அபராதமும் விதிக்கும்படிக் கேட்டார். நீதிபதி அதே ஹெச்.ஹெச். ஜோர்டான்தான். அவர் அந்த வேண்டுகோளை நிராகரித்தார். அதற்குப் பதிலாக, இரண்டு மாத காலக் கடின உழைப்பில்லாத சாதாரண சிறை தண்டனையை விதித்தார்.[34]

காந்தி ஃபோர்ட் சிறைச்சாலைக்கு அழைத்துச்செல்லப்பட்டார். அந்தச் சிறைச்சாலை, ஹாஸ்பிடல் ஹில் என்ற குன்றின்மீது அமைந்திருந்தது. அந்தக் குன்று 'தி வான்டரர்ஸ்' என்ற கிரிக்கெட் மற்றும் ரக்பி மைதானத்தைப் பார்த்தபடி அமைந்திருந்தது. 1890ல் கட்டப்பட்ட அந்தச் சிறைச்சாலையில் வெள்ளையர்களுக்கும் பூர்வகுடிகளுக்கும் தனித்தனிப் பகுதிகள் இருந்தன. இந்தியர் என்ற முறையில் காந்தியை முன்னவர்களின் பகுதியில் அடைக்க முடியாது; ஆகவே அவர் பின்னவர்களுடனேயே வைக்கப்பட வேண்டியாயிற்று. சுதந்திர மனிதனாக மிகவும் சிக்கனமாக வாழ்ந்திருந்தார். அவரது முன்னோர்கள் அரசரிடம் பணி புரிந்திருந்தாலும் அவருடைய வீடுகள் எல்லாமே மிதமான அளவுகொண்டவையே. அப்படியிருந்தும் அவருடைய இப்போதைய வசிப்பிடம் அடைத்துப்போடுவதான, குறுகிய, இருண்ட, 'பூர்வகுடிகள் அறையாகக்' காட்சியளித்திருக்கும்; அதில் எழுபத்திரண்டு கைதிகள் இருந்தார்கள்.[35]

காந்தியின் கைதும், பொதுவாக டிரான்ஸ்வாலில் சாத்விக எதிர்ப்பும் அருகிலிருந்த நேட்டாலில் கவனத்தைக் கவர்ந்தது. நேட்டாலில் தீவிரப் போக்குகொண்ட வெள்ளையர்கள், நேட்டாலும் டிரான்ஸ்வாலைப் பின்பற்றி சட்டங்களை இயற்றி 'ஆசியர்கள் வெறுப்புற்று வெளியேறும்படிச் செய்யவேண்டும்' என்று நினைத்தனர்.36 அந்த அளவுக் குறுகிய பார்வை இல்லாத வெள்ளையர்கள் அவ்வளவு அதீத நம்பிக்கை கொண்டிருக்கவில்லை; 'காலனிகளிடையான குழப்பம் நிறைந்த நிலவரம்' ஜெனரல் ஸ்மட்ஸை குற்றமிழைப்பவர்களை டிரான்ஸ்வாலிலிருந்து வெளியேற்ற முயலச்செய்யலாம் என்று சிலர் சந்தேகித்தனர். 'அடங்காதவர்களை வெளியனுப்புவது', 'நேட்டால் எல்லையில் விரும்பத்தகாத நிலவரத்துக்கு வழி வகுக்கக்கூடும்'. நேட்டால் மெர்க்குரி எழுதியபடி, 'இந்த காலனியில் நம்மிடையே ஏற்கெனவே ஆசியர்கள் பிரச்னை இருக்கிறது; டிரான்ஸ்வால் வெளியேற்ற விரும்புபவர்களைக் கொட்டிவைக்கும் இடமாக நேட்டாலை மாற்றுவதன் மூலமாக அந்தப் பிரச்னை மேலும் மோசமடைவதை நாம் விரும்பவில்லை.'

நேட்டால் டிரான்ஸ்வாலைவிடப் பரப்பளவில் சிறியது; ஆனால் ஏற்கெனவே அதைப்போல் பத்து மடங்கு ஆசியர்களைக் கொண்டிருந்தது. தவிர, போயர்களைப் போலன்றி, பிரிட்டிஷ்காரர்கள் இந்தியாவுடன் உணர்வுபூர்வமான, ஏகாதிபத்தியரீதியான தொடர்பு கொண்டிருந்தனர். அங்கு வளர்ந்துகொண்டிருந்த தேசிய விடுதலைக்கான இயக்கம் அவர்களைக் கவலைக்குள்ளாக்கியது. இந்தப் பயங்கள் ஜெனரல் ஸ்மட்ஸின் பேச்சுக்கு மெர்க்குரி இதழ் ஓரளவு அதிகமான முக்கியத்துவம் அளிக்கக் காரணமாக இருந்தன. அந்த இதழ், அவரது பயமுறுத்தும் உத்தி காந்தியையும் அவருடன் பணியாற்றுபவர்களையும் தியாகிகள் ஆக்கிவிடும், 'நினைத்துப்பார்க்க முடியாத விளைவுகளை இங்கும் இந்தியாவிலும் ஏற்படுத்தும்,' என்று எச்சரித்தது. [37]

நேட்டால் இந்தியர்கள், தங்கள் பங்குக்கு சாத்விக எதிர்ப்பு இயக்கத்துக்குத் தொண்டர்கள் பலத்தையும் நிதியுதவியையும் அளித்தனர். இந்து வியாபாரிகளும் முஸ்லிம் வியாபாரிகளும் போட்டி போட்டுக்கொண்டு டிரான்ஸ்வாலில் சிறைக்குச் சென்றவர்களின் மனைவிகளுக்கும் குழந்தைகளுக்கும் ஆதரவு தர முன்வந்தனர். எப்போதும் தயாள குணமுடைய பார்ஸி ருஸ்தம்ஜி, 'தென்னாப்பிரிக்க இந்தியர்களை இழிவுபடுத்தும் ஆசியருக்கான சட்டத்தின் பிடியிலிருந்து விடுவிக்க, இந்த உலகில் எனக்கு இருக்கும் ஒவ்வொரு நயாபைசாவையும் தருவேன்' என்று சூளுரைத்தார். பீட்டர்மாரிட்ஸ்பர்க் மட்டுமே எதிர்ப்பாளர்களுக்கு 3700 பவுண்ட் நிதியளித்தது. [38]

காந்தி சிறைவைக்கப்பட்ட மறுநாள், நேட்டால் இந்திய காங்கிரஸால் ஒரு பெரிய கூட்டத்துக்கு ஏற்பாடு செய்யப்பட்டிருந்தது. அந்தக் கூட்டம் டர்பனில் வெஸ்ட் தெருவில் மசூதியை ஒட்டியிருந்த மார்க்கெட்டில் நடைபெற்றது. அங்கு பார்ஸி ருஸ்தம்ஜி, கைதுகள் பிரிட்டிஷ் பேரரசுமீதான இந்தியாவின் விசுவாசத்தை மேலும் சோதித்துப் பார்க்கும் என்று கூறினார்; ஏற்கெனவே உணவுப் பற்றாக்குறையாலும் செல்வங்கள் இங்கிலாந்துக்குக் கொண்டுசெல்லப்படுவதாலும் அந்த விசுவாசம் நெருக்கடிக்கு உள்ளாகியிருக்கிறது. ஹாசிம் ஜூமா என்ற இரண்டாவது பேச்சாளர், பின்வருமாறு பேசியதாகக் கூறப்படுகிறது:

> திரு காந்தி கேட்டதெல்லாம், ஏழை-பணக்காரர், படித்தவர்-படிக்காதவர், போருக்கு முன்பிருந்து சட்டபூர்வமாகக் குடியிருப்பவர்-புதிதாக வந்தவர் என யார்மீதும் வெறுக்கத்தக்கதான சட்டம் எதுவும் சுமத்தப்படக்கூடாது என்பதே. டிரான்ஸ்வாலைத் தமது வசிப்பிடமாக்கிக்கொண்ட இந்திய முன்னாள் சிப்பாய்களுக்குக் கடுங்காவல் தண்டனை தரப்பட்டிருக்கிறது என்று கேள்விப்பட்டபோது அவர்களது ரத்தம் கொதித்தது... அவர்கள் பிரிட்டன் சார்பாக ப் போரிட்டிருந்த போதிலும், போரின் அத்தனை பயங்கரங்களையும் அனுபவித்திருந்த போதிலும், உடற்காயங்களும், சொல்லவொண்ணாத் துயரும்

பெற்றிருந்தபோதிலும், இப்போது, வெற்றிக்குப் பிறகு, அவர்கள் தாம் கைப்பற்றிக்கொடுத்த அதே நிலப்பகுதியில் அமைதியாக வாழ அனுமதிக்கப்படவில்லை.

மூன்றாவதாக ஒரு பேச்சாளர், டாக்டர் நாஞ்சி, காந்திமீது அனுதாபப் பட வேண்டியதில்லை என்றார். காரணம், தனது தியாகத்தின்மூலம் 'அவர் புகழ் பெற்றவராகிவிட்டார்; உலகம் முழுவதும் அறியப் பட்டுள்ளார். ஆனால் திருமதி காந்திதான் தன் இழப்பு குறித்து வருந்திக் கொண்டிருக்கிறார் (கைதட்டல்).'[39] கூட்டத்தினர் ஃபீனிக்ஸுக்கு ஒரு கூட்டுத் தந்தி அனுப்பினர். அதில், 'இந்தியர்களின் நலனுக்காக திரு காந்தி சுடர்விட்டுப்பிரகாசிக்கும் தியாகத்தைப் புரிந்திருக்கும் இவ் வேளையில் திருமதி காந்திக்கும் அவரது குடும்பத்தினருக்கும் அவர்களது கஷ்டங்களுக்காக எங்கள் உளப்பூர்வமான அனுதாபத்தைத் தெரிவித்துக்கொள்கிறோம். இந்தியா இன்னும் பல காந்திகளை உருவாக்குவதாக' என்று தெரிவித்திருந்தனர். இது, காந்தி கைது செய்யப்பட்ட பிறகு முதல் நாளில் கஸ்தூரிபா பெற்ற நாற்பத்தெட்டுத் தந்திகளில் ஒன்று. இந்தியன் ஒப்பீனியன் குறிப்பிட்டதுபோல, அதில் தென்பட்ட தொனி பாராட்டாகத்தான் இருந்ததே தவிர, அனுதாப மானதாக இல்லை.[40]

நேட்டாலிலிருந்த வெள்ளையர்கள் டிரான்ஸ்வாலில் நடந்து கொண்டிருந்த போராட்டம்பற்றி முடிவெடுக்க முடியாமல் இருப் பார்கள் என்பதும், அந்தக் காலனியின் இந்தியர்கள் போராட்டத்துக்கு ஆதரவாக இருப்பார்கள் என்பதும் எதிர்பார்க்கக் கூடியதே. அதைவிட வியப்பளிக்கக்கூடியது காந்தியின் இயக்கத்தை ஆஃப்ரிக்க கல்வியாளர் ஜான் எல். டூபே ஆதரித்ததுதான். இலாங்கா லேஸே நேட்டால் என்ற தன் செய்தித்தாளில் பெயர் குறிப்பிடாமல் டூபே 'டிரான்ஸ்வாலில் இந்தியர்கள் செயல்பட்டுவரும் தைரியமான முறையை' பாராட்டினார். 'பாண்ட்டு (இனக்குழுக்கள் சிலவற்றின் பொதுப்பெயர். மொ-ர்) 'துணிச்சலை' வியப்பது சாதாரணம்தான்; குறிப்பாகத் துணிச்சலான போட்டியாளர் நீதிக்காக நியாயமான கோரிக்கையை முன்வைக்கும் போது.' மேலும் அவர், 'அடிமைகள் ஒரு தேசத்தையோ, சாம்ராஜ்ஜியத் தையோ இதுவரை உருவாக்கியதில்லை; குறுகிய மனோபாவமும், நம்பிக்கையின்மையும் பேரரசை பலவீனப்படுத்திவிடும் அம்சங்கள். முதலில் அது எவ்வளவு பலம்வாய்ந்ததாக இருந்தபோதிலும்' என்று கூர்மதியோடு எழுதினார். டூபேயின் பார்வையில் டிரான்ஸ்வாலில் ஏற்பட்ட தகராறு 'அகம்பாவம், முரண்படும் தாக்கங்களை அதனதன் பாதையில் வழிநடத்த இயலாமை ஆகியவற்றின் விளைவே.'[41]

இந்த மதிப்பீடு அறிவுபூர்வமானது; இதில் தென்படும் உணர்வெழுச்சி அசாதாரணமான வகையில் பெருந்தன்மையானது. டூபேயின் வசிப்பிட மான இனான்டா குடியிருப்பு காந்தியின் ஃபீனிக்ஸ் பண்ணைக்கு அருகில்

இருந்தது. இதுவும், அவருக்கிருந்த பரந்த மனமுமே இந்தியர்கள் தமது நலனை 'காஃபிர்களின்' நலனிலிருந்து பிரித்துப் பார்க்கிற, அவர்களைத் தம்மைவிட நாகரிகத்தில் குறைந்தவர்களாக எண்ணிக்கொள்கிற வழக்கமான போக்கை அவர் மறக்கவும் மன்னிக்கவும் செய்திருக்கக்கூடும்.

13

ஜோஹ்ஹானஸ்பர்க்கில் ஒரு டால்ஸ்டாயர்

அரசியல் கொள்கைக்காகச் சிறைக்குச் செல்வதில் காந்தி இதற்கு முன்பு இந்தியன் ஒப்பீனியன் இதழில் தான் புகழ்ந்து எழுதிய மனிதர்களைப் பின்பற்றினார்—இந்திய தேசியவாதி பால கங்காதர திலகர், அமெரிக்க புரட்சியாளர் ஹென்றி டேவிட் தோரோ, ரஷ்ய சமாதானவாதிகள், பிரிட்டிஷ் மகளிர் வாக்குரிமைவாதிகள். இருந்தபோதிலும் லண்டனில் பயின்ற அந்த பாரிஸ்டருக்கு அந்த அனுபவம் புதுமை யானதாகவே இருந்தது; முன்பின் தெரியாத ஒன்றுக்குள் அடியெடுத்து வைப்பது போல.

1908 ஜனவரி 10 அன்று காந்தி ஜோஹ்ஹானஸ்பர்க்கின் ஃபோர்ட் பிரிசன் சிறையை அடைந்தார்; அவரை உடைகளைக் களையச்செய்து எடை பார்த் தார்கள்; அவரது விரல் ரேகைகள் பதியப்பட்டன. அவருக்கு சிறை உடைகள் அளிக்கப்பட்டன; அவற்றில் காலாடைகள், சட்டை, தொப்பி, காலுறைகள், செருப்புகள் அடக்கம். பின்னர், ஏற்கெனவே மாலை நேரமாகிவிட்டதால் இரவு உணவுக்காக 8 அவுன்ஸ் ரொட்டி கொடுத்து அவரது சிறையறைக்கு அனுப்பினார்கள். சிறையறை 'வெள்ளைய ரல்லாத கடனாளிகளுக்கு' என்று குறிக்கப்பட்டிருந்தது. காந்தி தவிர அவ்வறையில் ஒரு டஜன் பேர் இருந்தார்கள். அவர்கள் மரப்பல கைகள்மீது படுத்தார்கள்; 'தலையணை என்ற பெயரில் ஏதோ இருந்தது'. சாப்பாடு பெரும்பாலும் 'மீலி பாப்' என்று உள்ளூரில் அழைக்கப்பட்ட சோளக்கஞ்சிதான். அது அவருக்கு செரிமானமாவதற்குக் கடினமாக இருந்தது. அவர் எதிர்ப்பு தெரிவித்தபோது (எழுத்து மூலமாக) அவருக்குக் கொஞ்சம் கூடுதலாகக் காய்கறிகள் தரப்பட்டன.

மறுநாள் காலை, சிறைக்கைதிகள் ஒரு சிறு முற்றத்துக்கு அழைத்துச் செல்லப்பட்டார்கள். அங்கு அவர்கள் சற்று நடந்து கொள்ளலாம். கழிவறைகளும் குளிக்குமிடமும் அங்கு அமைந்திருந்தன. சிறைய றைகள் தினமும் கழுவப்பட்டு கிருமிநீக்கம் செய்யப்பட்டதைக் கண்டு காந்தி திருப்தியடைந்தார். ஆனாலும் சீப்புகளோ, துண்டுகளோ தனித் தனியாக இல்லாததால் தனக்கு சிரங்கு வரக்கூடும் என்று கவலைப்

பட்டார். முடி வெட்டுபவர் ஒருவரை வரவழைத்து மீசையையும் தலையையும் மழித்துக்கொள்ள அனுமதி பெற்றார்.

மாலை ஐந்தரைக்கு கைதிகள் மீண்டும் அவர்களது சிறையறைகளுக்கு அழைத்துச்செல்லப்பட்டனர். ஒற்றைக் குமிழ் விளக்கு இருந்தது; அதன் உதவியால் இரவு எட்டு மணிவரை படிக்க முடியும். பின்னர் அதுவும் அணைக்கப்படும். ஜனவரி 14 அன்று காந்தி தனது நண்பர்கள் தம்பி நாயுடுவையும், சீனர்கள் சங்கத் தலைவர் லியுங் க்வின்னையும் மகிழ்ச்சி யோடு சிறைக்கு வரவேற்றார். அந்த வாரத்தில் மேலும் சத்தியாக்கிரகிகள் அவர்களுடன் சேர்ந்துகொண்டார்கள். அவர்களில் தமிழர்களும், குஜராத்தி இந்துக்களும், முஸ்லிம்களும் இருந்தனர். இப்போது அவர்களுக்கு அளவாக வழங்கப்பட்ட அரிசியைப் பெற்றுக்கொள்ளவும் தாங்களே உணவு தயாரித்துக்கொள்ளவும் அனுமதி அளிக்கப் பட்டிருந்தது. தம்பி நாயுடு சமையலைக் கவனித்துக்கொள்ள, காந்தி பரிமாறுவதையும் பாத்திரம் கழுவுவதையும் மேற்பார்வை செய்தார். சிறை ஊழியர்கள் பெரும்பாலும் உதவி செய்பவர்களாகவே இருந் தார்கள்; ஒரு கடுமையான கண்காணிப்பாளரைத் தவிர: எதிர்பார்க் கக்கூடியதுபோலவே அவருக்கு 'ஜெனரல் ஸ்மட்ஸ்' என்று பட்டப் பெயர் வைக்கப்பட்டது.

சிறை அதிகாரிகள் காந்தியின் சிறையறையில் மேசை ஒன்றை வைக்கவும், பேனாக்களும் மை குப்பிகளும் தரவும் இசைந்திருந்தார்கள். காந்தி மாறி மாறிப் படிப்பதும் எழுதுவதுமாக இருந்தார். அவர் தன்னுடன் பகவத் கீதையையும், டால்ஸ்டாய், சாக்ரடீஸ், ரஸ்கின் ஆகியோரின் புத்தகங் களையும் கொண்டுவந்திருந்தார். சிறை நூலகத்திலிருந்து தாமஸ் கார்லைல் புத்தகங்களையும் பைபிளையும் பெற்றுக்கொண்டார். பைபிளைப்பற்றி சீனக் கைதியோடு விவாதித்தார்.

மேலும் இந்தியர்கள் வந்து குவிந்ததால், வார்டர்கள் அவர்களுக்காக முற்றத்தில் கூடாரங்களை அமைக்க வேண்டியதாயிற்று. காந்தி, தோழ மையைக் காட்டும்விதமாகத் தன் சகாக்களுடன் திறந்தவெளியில் படுத்துக்கொண்டார்; ஆனால் கண்ட இடங்களில் எச்சில் துப்பும் அவர்களது பழக்கத்தால் அந்த இடம் அசுத்தமாகவும் கிருமிகள் தொற்றக் கூடியதாகவும் ஆகிவிடும் என்று கவலைப்பட்டார். அதிகாரிகளுக்கு இன்னொரு புகார் அளிக்கப்பட்டது—கிறிஸ்துவக் கைதிகளுக்காக ஒரு சிற்றாலயம் இருக்கையில், இந்து புரோகிதர்களையும், முஸ்லிம் இமாம் களையும் அவர்களது சமயத்தவர்களைச் சென்றுபார்க்க அதிகாரிகள் அனுமதிக்காதது ஏன்?[1]

காந்தி கைதான மறுநாள் நேட்டாலிலும் டிரான்ஸ்வாலிலும் இருந்த பல கடைகள் தம் தலைவருக்கு மரியாதை செய்யும் விதமாக மூடப் பட்டிருந்தன. அந்த வழக்கறிஞரின் ஐரோப்பிய நண்பர்களும் அவரது இயக்கத்துக்கு ஆதரவாகப் பேசிவந்தனர். ஜனவரி 12 அன்று தனது

பிரசங்கக்கூட்டத்தில் பேசிய ரெவரண்ட் ஜோசப் டோக் காந்தியின் போராட்டத்தை 'மனசாட்சிக்கான ஒரு வீரம்செறிந்த போராட்டம்' என்று வர்ணித்தார். 'கைப்பிடியளவே இருக்கக்கூடிய இந்தியர்கள் சிலரும் சீனர்கள் சிலரும் கிறிஸ்துவின் போதனையான மனிதனின் மேன்மை என்பதை இந்த அளவுக்கு உள்வாங்கிக்கொண்டு, பணமே பிரதானமான இன்றைய காலகட்டத்தின் ஆசிரியர்களாக ஆகியிருக்கிறார்கள்; கிறிஸ் தவர்களோ ஒதுங்கி நின்றுகொண்டு அவர்கள் கஷ்டப்படும்போது புன்னகை செய்துகொண்டோ அமைதியாகவோ இருக்கிறார்கள்' என்று வியந்து கூறினார். இரண்டு நாட்களுக்குப் பிறகு, ஜோஹானஸ்பர்க்கில் வசிக்கும் சீனர்களின் ஆர்வம் செறிந்த, பெரும் கூட்டம் ஒன்றில் ஹென்றி போலாக், 'டிரான்ஸ்வாலில் இருக்கும் *15,000* ஆசியர்கள், முழு உலகுக்கும் மிகுந்த முக்கியத்துவம் உடைய ஓர் இனப்போரை எதிர் கொண்டு போராடிக்கொண்டிருக்கிறார்கள். அந்தப்போர், ஆசியர்கள் எப்போதுமே அடக்கியாளப்பட வேண்டுமா அல்லது சமத்துவமாக நடத் தப்பட, சக மனிதர்களாக கருதப்பட, மனிதனும் அடிமையும் என்ற நிலையில் அன்றி, மனிதனும் மனிதனும் என்ற நிலையில் நடத்தப்பட வேண்டுமா என்பதற்கான போராட்டம்' என்று பேசினார்.[2]

டோக்கும் போலாக்கும் கொள்கையை முதன்மைப்படுத்தினார்கள் என்றால் ஹெர்மான் காலன்பாக் தனக்கே உரிய விதத்தில் ஆளுமையைப் பற்றிப் பேசினார். காந்தியின் நடத்தைக்கு 'பொருள்சார்ந்த, கண்ணிய மற்ற நோக்கங்கள்' கற்பித்து பத்திரிகைகளில் வெளியான 'விஷமத் தனமான குறிப்புகளுக்கு' எதிர்ப்புத் தெரிவித்துப் பேசிய அந்தக் கட்டடக் கலை நிபுணர், காந்தியைவிட 'அதிகமாக மனசாட்சிப்படி நடக்கிற, அதிகமாக கண்ணியம்மிக்க, அல்லது அவரைவிட நல்ல மனிதர்' எவரையும் தான் சந்தித்ததில்லை என்று சொன்னார். ஏனென்றால், 'திரு காந்தி முழுமையான சோதனைக்கும் சுய ஆய்வுக்கும் பிறகு, தான் மேற் கொள்ளவிருக்கும் நடவடிக்கை சரியானது என்று கருதினால், எந்த விளைவு ஏற்பட்டாலும் பின்வாங்க மாட்டார்; அது அவருக்குப் பொருளா தாரரீதியிலோ நாம் இப்போது பார்த்ததைப்போல, அவரது தனிப்பட்ட சுதந்திரத்துக்கோ எவ்வளவு கேடானதாக இருந்தாலும் சரி.' காலன்பாக் 'உயர்ந்த நோக்கங்கள் கொண்ட, அதனைத் தன் செயல்களால் நமக்கு நிரூபித்துக்காட்டியுள்ள ஒரு மனிதருக்கு அநீதி இழைக்கவேண்டாம் என்று தன் சக காலனியர்களை' கேட்டுக்கொண்டார்.[3]

டோக், போலாக், காலன்பாக் எல்லாம் காந்தியின் நண்பர்கள். இதைவிட வியப்பூட்டுவது, காந்தி அறிந்தே இராத, நிறத்தடையின் மறுபுறத் திலிருந்த ஆஃப்ரிக்கர்களின் ஆதரவு. 'உண்மையான ஆண்மை குறித்த ஒரு பாடம்' என்ற தலைப்பிட்ட கட்டுரையில் பஸூட்டோலாண்ட் ஸ்டார் இதழ், 'உலகம் முழுவதும் வெள்ளையரல்லாத மக்களை நடத்தும் விதத்தில் கடுமையாகவும், தயவு தாட்சண்யம் அற்றும் நடந்துகொள்ள வதாக அறியப்பட்ட' டிரான்ஸ்வால் அரசாங்கம், 'இந்தியர்கள் வெளிப்

படுத்திய ஆண்மை நிரம்பிய குணங்களால் தனது உயர்ந்த பீடத்திலிருந்து ஏறக்குறைய இறங்கிவந்துவிடக்கூடிய அளவுக்கு விரட்டப்பட்டு விட்டது' என்று அதிசயித்தது. அந்த செய்தித்தாள், இயக்கத்தின் நோக்கங் களையும், அதைவிட முக்கியமாக வழிமுறைகளையும் அங்கீகரித்தது. 'மனிதனுக்கு எதிர்ப்பு காட்டுவதற்கும், வருத்தப்படுவதற்கும் இருவித வழிமுறைகள் உள்ளன,' என்றது பஸுட்டோலாண்ட் ஸ்டார்:

> ஒரு வழி கலவர எதிர்ப்பு, மற்றது சாத்விக எதிர்ப்பு. முதலாவது வழி சிறந்தது அல்ல; காரணம் அது ரத்தம் சிந்துவதற்கு வழிவகுக்கிறது. அடுத்த வழி பாராட்டக்கூடியது; காரணம் அது ரத்தம் சிந்துவதைத் தவிர்க்கிறது; பொதுவாக, சம்பந்தப்பட்ட விவகாரத்துக்கு ரத்தக்களறியற்ற, நல்லெண்ணம் கொண்ட தீர்வுக்கு இட்டுச்செல்கிறது. இந்த இரண்டாவது வகையான எதிர்ப்பைத்தான் ஆசியர்கள் கைக்கொண்டுள்ளனர்; நம் மக்களாகிய ஆஃப்ரிக்காவின் பூர்வகுடியினரும் இதைப் பின்பற்ற வேண்டுமென்று சிபாரிசு செய்கிறோம். காந்தியும் அவரது சக நாட்டவரும் உண்மையான தியாகிகள்; என்ன நேர்ந்தாலும், இதுவரையில் உண்மையான தியாகிகளின் தியாகம் வீணானதில்லை... ஒடுக்கப்படும் நம் சக குடிமக்களுக்கு நம் இரக்கம் உரித்தாகிறது; அவர்களும் நம்மைப்போன்ற அதே காரணத்துக்காக துன்புறுத்தப்படுகிறார்கள்— அதாவது, தோலில் கொஞ்சம் நிறமிகள் இருப்பது. உண்மையிலேயே டிரான்ஸ்வால் தன் கண்மூடித்தனமான நிறத் துவேஷம் காரணமாக, வல்லமை பெற்ற நம் பேரரசின் நற்பெயரைக் களங்கப்படுத்திவிட்டது.[4]

ஆதரவு தெரிவிக்கும் இந்த அறிக்கையை மேலும் வியக்கத்தக்கதாக்கும் அம்சம் அது ஒருவராலும் தூண்டப்படவில்லை, கோரப்படவில்லை, மேலும் —நமக்குத் தெரிந்தவரை—கைமாறுசெய்யப்படவும் இல்லை என்பதே.

ஜனவரி மூன்றாம் வாரம் காந்தியை டிரான்ஸ்வால் லீடர் பத்திரிகையின் ஆசிரியர் ஆல்பர்ட் கார்ட்ரைட் சந்தித்தார். அவர் தாராளமனம் கொண்ட ஆங்கிலேயர்; அவரும் சிறைவாசத்தை அனுபவித்தவர் (போயர்களுக்கு எதிரான யுத்தம் நடத்தப்பட்ட விதத்தை எதிர்த்ததற்காக). அரசுக்கும் இந்தியர்களுக்குமிடையில் பேச்சுவார்த்தை மூலம் ஒப்பந்தம் ஏற்படுத்து வது சம்பந்தமாக கார்ட்ரைட் ஜெனரல் ஸ்மட்ஸுடன் தொடர்பு கொண்டிருந்தார். ஜெனரல் இப்போது சிறைகளின்மீது ஏற்பட்டுவரும் சுமைபற்றிக் கவலைப்பட்டார். அவர் வெள்ளையர்களின் கூட்டம் ஒன்றிடம் கூறியதுபோல, 'தலைவர்கள் எல்லோரையும் சிறைக்கு அனுப் பியாயிற்று; இன்னும் நூற்றுக்கணக்கானவர்களையும்கூட; அதனால் எந்த விளைவும் ஏற்படவில்லை.' டிரான்ஸ்வாலில் இருந்த எல்லா இந்தியர் களையும் வைக்கும் அளவுக்குத் தேவையான சிறைகள் இல்லை. '10,000 பேரைக் கழுத்தைப்பிடித்துத் தூக்கி' சிறையில் போடுவது 'நடை முறையில் மட்டுமின்றி தார்மீகரீதியிலும் சாத்தியமில்லாதது.'[5]

காலனி நாடுகளுக்கான அலுவலகம்மீது இந்திய விவகாரங்களுக்கான அலுவலகத்தாலும் அழுத்தம் தரப்பட்டது. 'இந்தியா முழுவதிலும் படித்த, விவரமாகப் பேசக்கூடிய மக்களிடையே தென்னாப்பிரிக்காவில் தம் நாட்டினர்மீது சுமத்தப்பட்டுள்ள இடர்பாடுகள் குறித்து ஏற்பட்டிருக்கும் வலுவான கசப்புணர்வு' பற்றி வைஸ்ராய் இந்திய விவகாரங்களுக்கான அலுவலகத்திடம் தெரியப்படுத்தியிருந்தார்.[6] இந்தியாவில் ஆங்லிகன் திருச்சபைக்குக் கிடைத்த ஒரு மூச்சுவிடாமல் பேசும், வேதனை நிரம்பிய தந்தி வைஸ்ராய்க்கு அனுப்பி வைக்கப்பட்டிருந்தது. அதில் இப்படி எழுதப்பட்டிருந்தது:

> பாரிஸ்டர் வியாபாரிகள், வர்த்தகர்கள், கூவி விற்பவர்கள், ஏஜெண்டுகள், எழுத்தர்கள், மொழிபெயர்ப்பாளர்கள், அரசு ஊழியர்கள், காலனியில் பிறந்து தென்னாப்பிரிக்கரை மணந்தவர், இங்கு பிறந்த குழந்தைகள் (எல்லோரும்) கைது செய்யப்பட்டிருக்கிறார்கள்... பல குடும்பங்கள் சமூகத்தின் இரக்கத்தை நம்பியுள்ளன. சில வியாபாரிகள் இருபதாண்டுகளாக வசிப்பவர்கள், தாடி நரைத்தவர்கள் உட்பட கைதானவர்களில் இளைஞர்கள், மிகச் சிறு வயதினர், 2 வயதான சிப்பாய்கள், பல போர்களில் பதக்கம் பெற்றவர்கள், மேலும் தலைவர்கள் ஆம்புலன்ஸ் படையணி போயர் யுத்தம் டோலி படையணி நேட்டால் புரட்சி...[7]

பிரிட்டிஷ் ஏகாதிபத்தியவாதிகள்பற்றிய ஊசலாட்டமான ஊணர்வுகளைக் கொண்டிருந்த ஸ்மட்ஸ் இந்த எதிர்ப்புகளுக்கெல்லாம் அசைந்து கொடுத்திருக்கமாட்டார்—அவற்றை அவரது நீண்டகால நண்பரான, கேப் காலனியைச் சேர்ந்த தாராளவாதி ஜே.எக்ஸ்.மெர்ரிமன் மட்டும் ஆதரித்திராவிட்டால். காந்தி போன்ற படித்த ஆசியர்கள் நடத்தப்பட்டவிதம், 'யூதர்கள் மஞ்சள் தொப்பி அணிவது கட்டாயமாக்கப்பட்டது போன்றது அல்லது ஸ்பெயினின் மாரிஸ்கோஸ் துன்புறுத்தப்பட்டது போன்றது' என்று ஸ்மட்ஸிடம் மெர்ரிமன் சொன்னார். அவர் ஸ்மட்ஸை இந்தக் கோட்பாட்டைப் பின்பற்றும்படிச் சொன்னார்: எளியவர்களை விட்டுவிடுவது; கர்வம்கொண்டவர்களை அடக்கிவைப்பது.[8]

காந்தியும் சமரசத்துக்குத் தயாராகவே இருந்தார். சத்தியாக்கிரகத்தை ஆரம்பிக்கும் முன்னரே அவர் அதைத் தவிர்க்க முடிந்தவரை முயற்சி செய்திருந்தார். இப்போது மீண்டும் ஒருமுறை பேச்சுவார்த்தை, சமரசம் என்ற வழியை முயற்சி செய்ய ஆயத்தமானார். சத்தியாக்கிரகிகள் எல்லோரும் முதல் முறையாக சத்தியாக்கிரகத்தில் ஈடுபடுபவர்கள்; நிச்சயமாக முடிந்தவரை விரைவாக சிறையிலிருந்து வெளியேறும் எண்ணம் கொண்டிருந்தார்கள்.

கார்ட்ரைட்டும் காந்தியும் இரண்டு முறை சந்தித்துப் பேசினார்கள். அதைத்தொடர்ந்து அந்த இதழாளர் ஒரு ஆவணத்தைத் தயாரித்தார். அதன்படி, வழக்குகள் திரும்பப் பெற்றுக்கொள்ளப்படும்; கைதிகள்

விடுவிக்கப்படுவார்கள்; அரசு ஊழியர்களாக இருந்த சத்தியாக்கிரகிகள் மீண்டும் வேலையில் சேர்த்துக்கொள்ளப்படுவார்கள்; ஆசியருக்கான சட்டத்தை விலக்கிக்கொள்வதுபற்றி விவாதம் நடத்தப்படும். பதிலுக்கு சத்தியாகிரகிகள் தாமாக முன்வந்து பதிவுசெய்துகொள்ள வேண்டியது. அந்த ஆவணத்தில் காந்தி, தம்பி நாயுடு (தமிழர்கள் சார்பாக) லியுங் க்வின் (சீனர்களின் பிரதிநிதியாக) ஆகியோர் கையெழுத்திட்டனர்.[9]

> ஜனவரி 30 அன்று காந்தியை காவல்துறையினர் படை ஒன்று பிரிட்டோரியாவில் இருந்த ஸ்மட்ஸைச் சந்திப்பதற்காக அழைத்துச்சென்றது. அவர்கள் இருவரும் சமரசத் திட்டத்தின் ஷரத்துகளைப்பற்றி விவாதித்தார்கள். அரசாங்கத்துக்கு ஆதரவாக செயல்பட்டுவந்த இந்தியர்களுக்குத் தொல்லை தரக்கூடாது என்று ஸ்மட்ஸ் கேட்டுக்கொண்டார். பின்னர் காந்தி ஒரு நண்பருக்கு எழுதிய கடிதத்தில், தானும் ஜெனரலும்சந்தித்துக் கொண்டது ஏதோ நீண்டகால நண்பர்கள் சந்தித்துக்கொள்வதுபோல இருந்தது. அவர் மிகவும் அறிமுகமானவரைப்போலப் பேசினார்; என்னையும் அப்படியே பேச அனுமதித்தார். தனக்கு என்மீதும், ஆசியர்கள் வேறு யார்மீதும் வெறுப்பு எதுவும் இல்லை என்று தனது பேச்சை ஆரம்பித்த அவர், தான் சட்டம் பயின்ற காலத்தில் தனது சிறந்த நண்பர்கள் இந்தியர்களே என்றும், தன்னால் முடிந்த எல்லா உதவியும் செய்ய விரும்புவதாகவும் சொன்னார்... பிறகு அவர் இந்தியர்கள் தமது வெற்றியால் குதியாட்டம் போடாமல் நான் பார்த்துக்கொள்ளவேண்டும் என்றும் கிளர்ச்சிகளைத் தவிர்க்கவேண்டும் என்றும் சொன்னார். இது எங்கள் நண்மைக்காகவே, காரணம் சட்டம் இன்னும் ரத்துசெய்யப்படவில்லை; அதைச் செய்வதாக அவர் வாக்குறுதியளித்திருக்கிறார்; சட்டத்தை ரத்துசெய்வது அவருக்கு மிகவும் கவலையையும் தொல்லைகளையும் தரும்...(அவர்) வாசலுக்கு வந்து கைகுலுக்கி என்னை வரவேற்றார். அந்தக் கைகுலுக்கல் ஆர்த்மார்த்தமானதாக இருந்தது.[10]

அன்று மாலையே காந்தி விடுதலை செய்யப்பட்டார். ஜோஹானஸ்பர்க் நிலையத்தில் அவரை சந்தித்த நிருபர் ஒருவர், அவர் 'இரு தரப்புக்கும் கண்ணியம், நேர்மை அல்லது மதிப்புக்குப் பங்கம் நேராத விதமான தீர்வு வந்திருக்கிறது என்பதில் மிகவும் மகிழ்ச்சியடைந்தவராகத் தோன்றினார்' என்றார்.[11] மறுநாள் மற்ற சத்தியாக்கிரகிகள் (சுமார் 220 பேர்) விடுவிக்கப்பட்டார்கள். விடுதலையானவர்கள் உடனடியாக காந்தியின் சட்ட அலுவலகத்துக்குச் சென்றார்கள். முதலில் அங்கு சென்றடைந்தவர் முன்னாள் படை வீரரான நவாப் கான்; 'பெங்கால் லான்சர்ஸ் படையின் சீருடையில் தனித்துத் தெரிந்தார்'. விரைவில் காந்தி அங்கு ஒரு மிதிவண்டியை ஓட்டிக்கொண்டு வந்தார். சத்தியாக்கிரகிகளை வரவேற்க இந்தியர்கள் பெரிய கூட்டமாகத் திரண்டிருந்தனர். அங்கிருந்த நிருபர் ஒருவர் கண்டதுபடி

> அவர்களிடையே பெரிய திருப்தி நிலவுகிறது; ஆனாலும் போராட்டங்களின்போது காணப்பட்ட அதே ஒழுங்கு கடைப்பிடிக்கப்படுகிறது...

> திரு காந்தியின் சொல்லப்படாத விருப்பத்துக்கு—அதாவது எந்த விதமான ஆர்ப்பாட்டங்களும் கூடாது என்பது— ஏற்ப அவர்கள் அமைதியாகச் செய்தியைக் கேட்டுவிட்டு, தங்கள் கருத்துகளைப் பரிமாறிக்கொண்டு கலைந்துசென்றார்கள்.[12]

எப்போதுமே காந்தியின் அரசியல் பாணி இணக்கத்தையும் சமரசத்தையும் நாடுவது. விண்ணப்பங்கள், கடிதங்கள், சந்திப்புகள்—இந்த வழிமுறைகள் எதுவும் பலன்தராத பட்சத்தில் மட்டுமே அவர் கைதாவதைத் தேர்ந்தெடுத்திருந்தார். எவ்வளவு காலத்துக்கு அவரும் இந்தியர்களும் போராட்டம், தியாகம் என்கிற பாதையில் தொடர முடியும்? தன்னைப் பின்பற்றுபவர்களுக்கு இருந்த நிர்ப்பந்தங்களையும், அவர்கள் தமது வாழ்வாதாரத்தைச் சம்பாதிக்க வேண்டிய தேவையையும், குடும்பங்களைவிட்டுப் பிரிந்திருக்க முடியாத நிலையையும் உணர்ந்திருந்த காந்தி அரசாங்கத்துடன் ஒப்பந்தம் செய்துகொள்வதற்குத் தயாராயிருந்தார்.

ஆனால், கூடுதலான போர்க்குணம் பெற்றிருந்த பதான்கள் அதற்குத் தயாராயில்லை. போயர்களுடனான யுத்தத்தில் பிரிட்டிஷ் தரப்புப் போர்வீரர்களாகத் தமது பங்கை அவர்கள் ஆற்றியிருந்தனர். தாம் ஒருகாலத்தில் ராணுவரீதியில் தோற்கடித்திருந்தவர்களாலேயே அவமானகரமான சட்டங்களுக்கு ஆட்படுத்தப்படுவது அவர்களுக்கு ஆத்திரமூட்டியது. காந்தி அவர்களைப் போராட்டத்துக்கு இழுத்துவந்திருந்தார்; இப்போது அவர்கள் கடைசிவரை போராடவே விரும்புவார்கள். அந்த வழக்கறிஞர் வெகு எளிதாக விட்டுக்கொடுத்துவிட்டதாக அவர்கள் நினைத்தார்கள். ஜோஹானஸ்பர்க்கில் நடந்த ஒரு கூட்டத்தில் கைரேகைப் பதிவுக்கு அவர்கள் எதிர்ப்பு தெரிவித்தார்கள்; அது தங்களை அவமதிப்பதாக நவாப் கான் போன்ற பதான்கள் கருதினார்கள். இந்தியாவில் குற்றவாளிகளை மட்டுமே அப்படிச் செய்யச்சொல்வது வழக்கம்; தம் உடலை அப்படியான (குறியீடான) கீழ்ப்படிதலுக்கு ஒப்புக்கொடுப்பது அவர்களது ஆண்மைக்கும் இனக்குழுப் பெருமைக்கும் விரோதமானதாக இருந்தது.

காந்தி, தானே சிறையில் கைரேகைப் பதிவு அளித்ததாகச் சொன்னது பதான்களை சமாதானப்படுத்தவில்லை. சமரசத்துக்குள் சமரசமாக காந்தி ஸ்மட்ஸுக்குக் கடிதம் எழுதி பெருவிரல் ரேகைகள் மட்டுமே போதுமானதாக இருக்குமா என்று கேட்டார். தன்னைப் பொறுத்தவரை, 'தனிப்பட்ட முறையில் பெருவிரல் பதிவா அல்லது விரல் ரேகைகள் பதிவா என்பது ஒரு பிரச்னையில்லை; ஆனால் ஆசியர்களில் பலருக்கு பின்னது கடக்கமுடியாத கடினமானதாக இருக்கிறது'.[13] படித்த இந்தியர்கள் கையொப்பம் இடுவதற்கான உரிமையை விட்டுக்கொடுத்துவிட்டு கைரேகைப் பதிவு தரவேண்டும் என்று காந்தி யோசனை தந்தார்.[14]

ஐரோப்பியர்கள்தரப்பிலும் தீவிரப்போக்காளர்களுக்கு சமரசத்தீர்வு பிடிக்கவில்லை. காந்தியை மாகாணத்திலிருந்து வெளியேற்றியிருக்கவேண்டும்

என்று அவர்கள் வாதிட்டனர். பிப்ரவரி 1 அன்று ஜோஹானஸ்பர்க்கில் நடந்த ஒயிட் லீகின் கூட்டம் ஒன்று அதன் உறுப்பினர்களை, 'கிழக்கத்தியர்களுடன் வியாபாரம் எதுவும் செய்வதில்லை என்று வெள்ளையர்களிடம் உறுதிமொழி பெற்று, சாத்விக முறையில் ஆசியர்களை எதிர்க்கும்படி' கேட்டுக்கொண்டது. இந்திய தலைச்சுமை வியாபாரிகளைப் பதிலீடு செய்ய வெள்ளையர்களின் கூட்டுறவு சங்கம் ஆரம்பிக்கும் திட்டமும் முன்வைக்கப்பட்டது. அந்தக் காலனியர்களைப் பொறுத்தவரை, 'ஆசியர்கள் நாட்டைவிட்டு வெளியேறவேண்டும்; எங்களுக்கு அவர்களோடு எந்த சம்பந்தமும் வேண்டாம்.'[15]

ஒப்பந்தத்தில் கூறப்பட்டிருந்தபடி, தாமாக முன்வந்து பதிவு செய்துகொள்வது 1908 பிப்ரவரி 10 திங்கள் அன்று காலை 10 மணிக்குத் தொடங்குவதாக இருந்தது. ஜோஹானஸ்பர்க்கின் மையப்பகுதியில் வான் பிராண்டிஸ் ஸ்கொயரில் ஓர் அலுவலகம் ஆரம்பிக்கப்பட்டது. முதல் ஆளாகப் பதிவு செய்துகொள்ள விரும்பிய காந்தி பத்து மணிக்குக் கால்மணி நேரம் முன்பாகத் தனது அலுவலகத்திலிருந்து கிளம்பினார்; தம்பி நாயுடுவும் ஈசாப் மியாவும் அவரோடு உடன் சென்றனர். தொடர்ந்து நடந்தவற்றை அப்போதைய செய்தித்தாள் ஒன்று விவரித்தது:

> அவர்கள் செல்லும் வழியில் இந்தியர்களின் குழு ஒன்று அவர்களது (காந்தி தலைமையில் சென்ற) குழுவைத் தடுத்து நிறுத்தி அவர்கள் என்ன செய்யப்போகிறார்கள் என்று கேட்டது.
>
> திரு காந்தி, தாங்கள் பதிவு செய்துகொள்ளப்போவதாகத் தெரிவித்தார்; அவருடனிருந்த மற்றவர்கள், கைரேகைப் பதிவுக்கு ஆட்சேபம் தெரிவித்தால் பதிவு அதிகாரிகள் அதை வலியுறுத்த மாட்டார்கள் என்று விளக்குவதற்கு முயன்றார்கள்.
>
> குழுவில் இருந்த ஒருவர் ஒரு கம்பை உயர்த்தி திரு காந்தியை அவரது தலையின் பின்னால் அடிக்க, அவர் கீழே சாய்ந்தார். திரு காந்தியின் குழுவில் ஒருவர் அவரைக் காப்பாற்ற முயன்றார்; ஆனால் அவரும் தலையின் பக்கவாட்டில் பலமான அடி கொடுக்கப்பட்டு வீழ்த்தப்பட்டார்.
>
> பிரிட்டிஷ் இந்தியன் அசோஷியேஷனின் தலைவரான திரு மியாவும் தலையிட்டார்; அவரும் தலையில் அடிக்கப்பட்டதால் அவராலும் ஒன்றும் செய்ய முடியவில்லை.
>
> தாக்குதல்காரர்கள் திரு காந்தியைத் தலையில் கம்புகளால் பலமுறை அடித்தனர்.
>
> பணியிலிருந்த காவல்துறையினர் இந்த சச்சரவைப் பார்த்தனர்; அவர்களைக் கண்டதும் தாக்குதல்காரர்கள் ஓடிவிட்டனர். ஆனாலும் இருவர் கைதுசெய்யப்பட்டனர். தாக்குதல்காரர்கள் பஞ்சாபியர்களும்

பத்தான்களுமாவர். ஒப்பந்தத்துக்கு வந்ததன் மூலம் காந்தி தமது நலனைப் பாதுகாக்கவில்லை என்று குற்றம்சாட்டினர்.

பதிவுசெய்துகொள்ளக் காத்திருக்கும் இந்தியர்களின் எண்ணிக்கையை வைத்துப் பார்க்கும்போது பெரிய அளவில் பரபரப்பான நிலைமை காணப்படுகிறது. மிகப் பெரும்பாலானவர்கள் திரு காந்தியை ஆதரிக்கின்றனர். [16]

நேட்டால் மெர்க்குரியில் வெளியான இந்தச் செய்தியோடு, இந்தியன் ஒப்பீனியன் இதழில் வெளியான செய்தியையும் சேர்த்துப் பார்க்க வேண்டும். அப்படிப் பார்க்கும்போது, தம்பி நாயுடுவே காந்தியின் உயிரைக் காத்திருக்கக்கூடும். அந்தத் தமிழர் ஒரு குடை வைத்திருந்தார். அதைக்கொண்டு முக்கிய தாக்குதல்காரரான மீர் ஆலம் கானைத் தடுத்தார். குடையை அந்தப் பதான் வைத்திருந்த இரும்புத்தண்டுக்கு எதிராகப் பயன்படுத்தினார். குடை கடைசியில் உடைந்துவிட்டது; ஆனாலும் அதற்குள்ளாக சப்தம்கேட்டுக் காவல்துறையினரும் அந்த இடத்துக்கு அருகே அலுவலகத்தைக் கொண்டிருந்த ஆர்னாட் அன்ட் கிப்சன் என்ற சட்ட நிறுவனத்தின் ஊழியர்களும் வந்துவிட்டனர். [17]

காந்திக்கு சுயநினைவு வந்தபோது ஜே.சி.கிப்சனின் தனிப்பட்ட அலுவலகத்துக்கு அழைத்துச்செல்லப்பட்டார். அவர் பெயரைக்கொண்டிருந்த அந்த நிறுவனத்தில் அவர் ஒரு பங்குதாரர். காந்திக்கு உதட்டிலிருந்தும் நெற்றியிலிருந்தும் இரத்தம் வந்துகொண்டிருந்தது. அவரது முன்பற்கள் இரண்டு ஆடிக்கொண்டிருந்தன. காயங்களுக்குச் சிகிச்சையளிக்க மருத்துவர் வரவழைக்கப்பட்டார். பாப்டிஸ்ட் மதகுரு ஜோசப் டோக் இந்தத் தாக்குதலைப் பற்றிக் கேள்விப்பட்டு அங்கு வந்துசேர்ந்தார். காந்தியை மருத்துவமனைக்குக் கொண்டுசெல்லவேண்டும் என்று யாரோ சொல்ல, அந்த மதகுரு அதற்குப் பதிலாக ஸ்மித் தெருவிலிருந்த தன் வீட்டுக்கு அவரைக் கொண்டுசெல்வதாகத் தெரிவித்தார். டோக்கின் மகன் கிளெமெண்ட்தன் அறையை அந்த எதிர்பாராத விருந்தாளிக்காக ஒதுக்கிக் கொடுத்தார். அந்த நோயாளிக்குக் கட்டுப்போடும்போது கிளெமெண்டின் சகோதரி ஆலிவ் பார்த்துக்கொண்டிருந்தார். அவரது தெளிவான நினைவுகூரல்படி, 'அவர் குளோராஃபார்ம் மாதிரி எதுவும் வேண்டியதில்லை என்று சொல்லி விட்டார். அம்மா அவரைத் தாங்கிப் பிடித்துக்கொள்ள, மருத்துவர்கள் அவரது காயங்களுக்குத் தையல் போட்டனர். அவரது தாடையில் இரண்டு தையல்களும், உதட்டில் இரண்டு தையல்களும், புருவத்தில் இரண்டு தையல்களும் போடப்பட்டன. கடைசியாகப் போட்டது அநேகமாக அவருக்குத் தாங்க முடியாத அளவுக்கு வலித்திருக்கவேண்டும்; அவர் ஏறக்குறைய மயக்கம்போட்டுவிட்டார். [18]

அன்று முழுவதும் திருமதி டோக் தமது தலைவரைக் காண சாரிசாரியாக வந்துகொண்டிருந்த இந்தியர்களுக்குத் தேநீர் தயாரித்துக்கொண்டிருந்தார். இரவில் டோக் காந்தியின் அருகில் அமர்ந்து பிரார்த்தனை செய்தார். தாக்கு

தலுக்கு இரண்டு நாட்களுக்குப் பிறகு காந்திக்குக் கடுமையான காய்ச்சல் ஏற்பட்டது. இதனாலும், அவரது முகத்திலும் உதட்டிலும் இருந்த காயங் களாலும் அவருக்குச் சாப்பிடுவதும் குடிப்பதும் மிகவும் கடினமாக இருந்தது. மெதுவாக அவர் திரவ உணவுகளும், பழங்களும், பிறகு பாலில் நனைத்த ரொட்டியும் உண்ண ஆரம்பித்தார். மண்பட்டிகளின் உதவியால் காயங்கள் ஆற ஆரம்பித்தன; மருத்துவரின் ஆலோ சனையைமீறி அவை போடப்பட்டிருந்தன.[19]

காந்திக்கு ஆதரவு தெரிவித்தும், டோக்குக்கு நன்றி கூறியும் தந்திகள் டிரான்ஸ்வால், நேட்டாலின் எல்லாப் பகுதிகளிலிருந்தும் வந்தன. அந்தக் கிறிஸ்துவ தம்பதியினருக்கு 'எங்கள் சகநாட்டவரும், தலைவருமான திரு காந்திக்கு உடல்நலம் சார்ந்த கவனிப்பு தேவைப்பட்ட நேரத்தில் அவர்கள் ஆற்றிய அன்பான பெருந்தன்மையான உதவிக்கு' நன்றி தெரிவித்துப் பல தனிநபர்கள், குழுக்களிலிருந்து பணமும் நகைகளும் வந்துசேர்ந்தன. ஜோசப் டோக், அந்த அன்பளிப்புகளைக்கொண்டு இந்தியச்சிறுவர்களின் படிப்புக்கு உதவுவதற்காக ஓர் அறக்கட்டளை நிதி ஏற்படுத்தப்போவதகத் தெரிவித்தார்.[20]

இதற்கு முன்பு 1897ல் காந்தியை வெள்ளையர்கள் கும்பல் ஒன்று தாக்கிய போது ஓர் ஐரோப்பிய காவல்துறைக் கண்காணிப்பாளர்தான் பார்ஸி ருஸ்தம்ஜியின் உதவியுடன் அவரைப் பாதுகாப்பாக அழைத்துச் செல்ல உதவியிருந்தார். இப்போது, கோபம்கொண்ட இந்தியர்கள் குழுவால் தாக்கப்பட்டபோது ஒரு பிரிட்டிஷ் பாப்டிஸ்ட் ஒருவரின் குடும்பம் அவரைப் பராமரித்து உடல்நலனைத் தேற்றினார்கள். உடல்நலம் தேறிவந்த நேரத்தில் காந்தி டோக் குடும்பத்தினரிடம் மிகவும் பற்றுக் கொண்டவரானார்; குறிப்பாகத் தந்தை, மகள் ஆகியோரிடம். அவர்களது வீட்டிலிருந்து சென்றபின்னர் காந்தி அவ்வப்போது ஆலிவுக்கு விளையாட்டான குறிப்புகளுடன் அவர் படிப்பதற்காக இந்தியப் பெண்கள் பத்திரிகைகளை அனுப்பிவைப்பார்; பதிலுக்கு ஆலிவ் தனது அலுவலகத்துக்குச் சாக்லேட்களை அனுப்பவேண்டும் என்று கோருவார். இந்தக் கடிதங்கள், தனது சொந்த மகன்களுக்கு கண்டிப்பும், அறிவுரை களும் அதிகம் நிறைந்த கடிதங்களையே எழுதிய ஒரு மனிதரின் எதிர்பாராத கனிவைக் காட்டுபவையாக உள்ளன.[21]

காந்தியைப் பொறுத்தவரை ஆல்பர்ட் கார்ட்ரைட்டும் பின்னர் டோக் குடும்பத்தினரும் காட்டிய ஆதரவு, இந்தப் பிரச்னையை முற்றிலும் இனரீதியான பூதக்கண்ணாடி வழியாக மட்டுமே பார்க்கக் கூடாது என்பதை உறுதிப்படுத்தின. இந்திய சமூகம், 'வெள்ளையர்களுக்கு எதிரான தமது கோபத்தை விட்டுவிடவேண்டும். வெள்ளையர்களிடம் நல்ல விஷயம் எதுவுமே இருக்க முடியாது என்று சற்றும் யோசிக்காமல் அடிக்கடி கூறுகிறோம். இது முற்றிலும் தவறு. மனித இனம் ஒன்றே. ஒருசில வெள்ளையர்கள் தம்மை நம்மிடமிருந்து வேறுபட்டவர்களாகக் கருதிக்கொண்டாலும், அதே தப்பை நாமும் செய்யக்கூடாது.'[22]

காந்திமீது தாக்குதல் நடந்த இரண்டு நாட்களுக்குப் பிறகு, வ்ரீடேட் ராப்பில் ஓர் அரங்கில் பதான்கள் சிலர் கூடினார்கள். முதன்மைப் பேச்சாளர் நவாப் கான், முன்னாள் படைவீரர்- பெங்கால் லான்சர்ஸ். எப்போதும்போல ராணுவச் சீருடையிலேயே அவர் இருந்தார். அவர், 'பார்வையாளர்களிடம் திரு காந்தி இப்போது நல்ல வழியைக் கைவிட்டு விட்டதால் இனி அவரைப் பின்பற்றக்கூடாது என்றும், அவர்களது பத்து விரல் ரேகைகளும் பதிவு செய்யப்படும் அவமானத்துக்கு உடன்படக் கூடாது என்றும் வலியுறுத்தினார். அவர் 'கூட்டத்தினரின் உணர்வுகளை உச்சஸ்தாயிக்குத் தூண்டிவிட்டதால்', அவர்களும் அவரைப் பின்பற்றி, பதிவுசெய்துகொள்ளப் போவதில்லை என்று உறுதிமொழி எடுத்துக் கொண்டார்கள்.[23]

பதான்கள் சிறுபான்மையினராக இருந்தனர். ஒரு செய்தித்தாள் இந்த விஷயத்தை இந்துக்களுக்கும் முஸ்லிம்களுக்கும் இடையிலான முரண்பாடாக சித்தரிக்க முயன்றபோது முன்னணி வியாபாரிகள் சிலர் 'திங்களன்று முதலாவதாகப் பதிவுசெய்துகொண்டவர்கள் மொகமதியர்களே. மகிழ்ச்சியளிக்கும் விதமாக, தென்னாப்பிரிக்காவைப் பொறுத்தவரை மதம் சம்பத்தப்படாத விஷயங்களில் இரு சமூகத்துக்கும் இடையில் வேறுபாடு எதுவுமில்லை' என்று சுட்டிக்காட்டினர்.[24] ஒரு நிருபர், 'ஆசியர்கள் மத்தியில் பொதுவான கருத்து திரு காந்திமீது நடத்தப்பட்ட தாக்குதல் ஒரு கோழைத்தனமான செயல் என்பதே. ஆசியர்கள் தமது தலைவருக்கு எவ்வளவு உண்மையாக இருக்கிறார்கள் என்பது வியப்புக் குரியது' என்று எழுதினார்.[25]

சமீபத்திய வாரங்கள், மாதங்களில் நடந்த சம்பவங்கள் சமூகத்தினரிடையில் காந்தியின் மதிப்பைப் பெரிதும் உயர்த்தின. ஒருகாலத்தில் அவர் ஒரு தொழில் வல்லுநராகத் தன் தகுதிகள், திறமைகளுக்காக வியந்து பார்க்கப்பட்டார்—நேட்டால் டிரான்ஸ்வால் பகுதிகளில் இருந்த பிரிட்டனில் பயின்றவரும் ஆங்கிலம் பேசுபவருமான ஒரே இந்திய வழக்கறிஞராக மதிக்கப்பட்டார். அவரது கைதும் அவர்மீதான தாக்குதல்களும் அவருக்கு முற்றிலும் புதிய பிரகாசத்தை அளித்தன. இப்போது அவர் தனது கல்வி, சிறப்புத் தகுதிகள் போன்றவற்றைவிட அவரது துணிச்சலுக்காகவும் மனவுறுதிக்காகவும் அதிகம் வியந்து பாராட்டப் பட்டார். அவர் தனது சிறைவாசத்தை எதிர்கொண்டதிலும் தன்னைத் துன்புறுத்தியவர்களை எதிர்கொண்டதிலும் காட்டிய கண்ணியம் தமிழர்களையும், குஜராத்திகளையும், இந்துக்களையும், முஸ்லிம்களையும் பெரிதும் கவர்ந்துவிட்டன.

காந்திமீது தாக்குதல் நடந்த அடுத்த வாரம், வியாபாரிகளும், கூவி விற்பவர்களும் சாரிசாரியாகப் பதிவு செய்துகொண்டனர். இப்போது 'பதிவு அலுவலகத்துக்கு வெளியில் உற்சாகமான இந்தியர்கள் கூட்டம்' தம்பி நாயுடு தலைமையில் பதிவு செய்துகொண்டிருந்தது. அவர் கையில்

| 356 |

கட்டுப்போட்டிருந்தார். தம் பெயரைக் கையெழுத்திடத் தெரிந்தவர்கள் விரல் ரேகை பதிவுசெய்யும்படிக் கேட்கப்படவில்லை. காந்தி தன் நோய்ப்படுக்கையில் இருந்தபடியே பதிவு செய்துகொண்டார். அதற் குரிய காகிதங்களையும் மற்ற உபகரணங்களையும் ஆசியர்களின் பதிவாளரான மாண்ட்ஃபோர்ட் சாம்னி நேரில் கொண்டு சென்றார்.[26]

பிப்ரவரி 15 அன்றைய இதழில் இந்தியன் ஒப்பீனியன் 4000 வார்த் தைகளுக்கு மேல் நீண்ட கட்டுரை ஒன்றை வெளியிட்டது. அந்த இதழ் அதுவரையில் வெளியிட்டவற்றிலேயே நீண்ட கட்டுரை அதுவே. டோக் குடும்பத்தினர் இல்லத்தில் காந்தி உடல்நலம் தேறிவந்த வேளையில் வெளியான அக்கட்டுரை சில இந்தியர்களிடம் உடன்பாடு குறித்துக் காணப்பட்ட சங்கடத்தைப் போக்கும் வகையில் அமைந்திருந்தது. கட்டுரை 'வாசகர்' என்பவருக்கும் 'இதழாசிரியர்' எனப்பட்டவருக்கும் இடையிலான உரையாடல் வடிவில் அமைந்திருந்தது.

வாசகரை அதிகம் கவலைகொள்ள வைத்த விஷயம் கைரேகைப் பதிவுதான். அவர், 'இதுவரை ஆட்சேபனைக்குரியதாக இருந்த விஷயம் திடீரென்று ஏற்றுக்கொள்ளும்படியாக ஆனது எப்படி' என்று வினவுகிறார். 'படித்தவர்களும் பணக்காரர்களும் தமது நலன்களைக் காப்பாற்றிக்கொண்டு ஏழைகளைக் கைவிட்டுவிட்டார்களோ?' இதழாசிரியர் (காந்தி), இப்போது சட்டம் விலக்கிக்கொள்ளப்படும் என்பதால் இந்தியர்கள் 'போலி கௌரவம்' பார்க்கக்கூடாது என்று பதில் சொல்கிறார். டிரான்ஸ்வாலில் குடிபுகும் வெள்ளையர்கள்கூட புதிய சட்டப்படி கைரேகை பதிவு செய்யவேண்டும். இந்தியர்கள் 'தாமே விரும்பி முன்வந்து' அப்படிச் செய்வதற்கு ஆட்சேபணை இருக்க முடியாது. தவிர இந்தப் பதிவுகள் விண்ணப்பத்தில்தான் இருக்கு மேதவிர, சான்றிதழ்களில் அல்ல. உணர்வுகளை மேலும் சமாதானப் படுத்துவதற்காக, கையெழுத்திடக்கூடியவர்களுக்கு விரல்ரேகை பதிவு செய்வதிலிருந்து விலக்கு இருந்தபோதிலும், படித்தவர்களும் உயர் நிலையில் இருப்பவர்களும் அந்த சலுகையைப் பயன்படுத்திக்கொள்ளக் கூடாது என்று காந்தி ஆலோசனை தந்தார். 'முக்கியமான விஷயம்' என்ன வென்றால் 'நன்கு படித்தவர்கள் தம்மை ஏழைகளில் பாதுகாவலர்களாகக் கருதிக்கொள்ளவேண்டும்.' 'திரு ஈசாப் மியா போன்ற ஒருவர் தனது பத்து விரல் ரேகைகளையும் தருவதன் மூலம் அவர்களது மதிப்பில் உயர்ந்து நிற்பார்கள்.'[27]

காந்தியைத் தாக்கியவர்கள் பிப்ரவரி 19 அன்று நீதிமன்றத்தில் விசாரிக்கப் பட்டார்கள். அவர்கள் தாம் குற்றவாளிகள் அல்ல என்று சொன்னார்கள். தாக்கப்பட்டவர் நீதிமன்றத்தில் இல்லை; ஆனால், ஈசாப் மியாவும் தம்பி நாயுடுவும் தாக்குதலின் தன்மை பற்றிச் சாட்சியம் அளித்தார்கள். பிரதி வாதிகள் தரப்பில், பதான்கள் காந்தியோடு பேசுவதற்காக நின்றபோது அந்த வழக்கறிஞர் அவர்களை ஆங்கிலத்தில் திட்டியதாகவும் (நீதிமன்றக்

குறிப்புகளில் இது வரிசையாகக் கோடுபோட்டுக் காண்பிக்கப் பட்டுள்ளது), தம்பி நாயுடு பதான்களை கம்பால் குத்தியதாகவும் சொல்லப்பட்டது. அதன் பிறகே அவர்கள் பதிலுக்குத் தாக்கினார்கள். மீர் ஆலம் கான் என்ற தாக்குதல்காரர் 'நான் அவர் (காந்தி) காயமடைந்ததைக் கண்டபோது வருத்தமடைந்தேன். இதெல்லாம் திடீரென ஏற்பட்ட கோபத்தில் நடந்தவை' என்றார். நீதிமன்ற நடுவர் ஹெச்.ஹெச். ஜோர்டான் தனது தொகுப்புரையில், அவருக்கு

> திரு காந்தி அவருக்கு எதிராகச் சொல்லப்படும் வார்த்தைகளைப் பயன் படுத்தவில்லை என்று உறுதியாகத் தெரியும். திரு காந்தி வசைச் சொற்களை உபயோகித்தார் என்று யாரும் சொல்லக்கூடும் என்று அவர் நினைக்கவில்லை. அவர் (திரு காந்தி) அந்த மாதிரியான சொற்களை உபயோகிக்கக்கூடியவர் அல்லர் என்று அவரது சொந்த அனுப வத்திலிருந்து அறிவார்.

அது தூண்டுதல் இல்லாமல் நடத்தப்பட்ட தாக்குதல் என்பதே தீர்ப்பு. தண்டனை மூன்று மாதங்கள் கடின உழைப்புடன் கூடிய சிறைவாசம்.[28]

டிரான்ஸ்வாலில் வாதத்தில் தோற்ற காந்தியின் விமர்சகர்கள் இப்போது அதை நேட்டாலில் மீண்டும் செய்ய முனைந்தார்கள். மார்ச் 5 அன்று டர்பனில் அவர் ஒரு பெரிய கூட்டத்தில் உரையாற்றிக்கொண்டிருக்கும் போது, கைகளில் கம்புகளை வைத்திருந்த சிலர் மேடையை நோக்கிப் பாய்ந்து சென்றனர். கூட்டம் காந்தியைச் சூழ்ந்து நின்றுகொண்டு அவரைப் பாதுகாத்தது. தலைவர் கூட்டம் முடிவுற்றதாக அறிவித்தார். காந்தி ஒரு வண்டி மூலம் பார்ஸி ருஸ்தம்ஜியின் இல்லத்துக்கு அழைத்துச் செல்லப்பட்டார்.[29]

இந்தத் தாக்குதல்கள் ஒருவிதமான விரக்தியைக் குறிக்கின்றன. பெரும் பாலான இந்தியர்கள் காந்தியின் பின்னால் உறுதியாக நின்றார்கள். பதிவுசெய்வதும் தொடர்ந்து அதிகரித்து வந்தது.

இந்தியன் ஒப்பீனியன் மார்ச் 7 இதழ், 'பெர்மிட் அலுவலகத்துக்கு ஒரு நிமிடம்கூட ஓய்வு இல்லை' என்று குறிப்பிட்டது (ஆறு மாதங்கள் முன்பு இதே இதழ் அந்த அலுவலகம் ஆளரவமின்றி ஜீவனில்லாமல் இருப்ப தாகக் குறிப்பிட்டிருந்தது.) இதற்குள் 4000 இந்தியர்கள் பதிவு செய்து கொண்டுவிட்டார்கள். அவர்களில் முன்பு முரண்டுபிடித்துவந்த பதான்கள் சிலரும் அடக்கம்.[30]

மார்ச் 14 அன்று பிரிட்டிஷ் இந்திய சங்கம் தமக்கு ஆதரவளித்துவந்த ஐரோப்பியர்களுக்கு ஒரு விருந்தளித்தனர். அந்நிகழ்ச்சி மேசானிக் லாட்ஜில் நடைபெற்றது. காந்தி சார்பாக ஹெர்மான் காலன்பாக் முன்பதிவு செய்திருந்தார். நாற்பது இந்தியர்கள் ஆளுக்கு இரண்டு கினி கொடுத்து சுமார் இருபத்தைந்து வெள்ளையர்களைச் சிறப்பித்தனர். பத்திரிகையாளர்களும் நாடாளுமன்ற உறுப்பினர்களும் வழக்கறிஞர்களு

மான அந்த வெள்ளையர்கள் அவர்களது போராட்டம்மீது அனுதாபம் கொண்டிருந்தனர். அந்த விருந்தில் இருபத்து நான்கு சைவ உணவு பதார்த் தங்கள் பரிமாறப்பட்டன; அருந்துவதற்கு நார்த்தம்பழச் சாறும் சோடாவும் தரப்பட்டன. பதார்த்தப் பட்டியல் அட்டையில் இப்படி எழுதப்பட்டிருந்தது: 'சத்தியாக்கிரகப் போராட்டத்தின் போது சத்தியம், நீதி ஆகியவற்றுக்காகப் போராடிய வெள்ளையர்களுக்கு நன்றி தெரிவிக்கும் முகமாக இந்த விருந்து வழங்கப்படுகிறது.'

இனங்களுக்கிடையிலான ஒற்றுமை உணர்வை அதிகரிக்கும்விதமாக மார்ச் 20 அன்று சீனர்கள் தம் இந்திய, ஐரோப்பிய நண்பர்களுக்காக ஒரு விருந்து அளித்தனர். நமக்குக் கிடைக்கும் ஆவணங்களில் அப்போது பரிமாறப்பட்ட உணவுகள் குறித்த விவரம் இல்லை; ஆனாலும் அதில் மீனும் இறைச்சியும் விலக்கப்பட்டிருக்காது என்று நாம் அனுமானிக் கலாம். இசைக்குழு சற்றுநேரம் அமைதி காக்க, ஜோசப் டோக்குக்கு காந்தியைப் பார்த்துக்கொண்டதற்காக ஓர் ஓக் மரத்தாலான எழுது மேசையும், ஆல்பர்ட் கார்ட்ரைட்டுக்கு சமரசத்தைக் கொண்டுவருவதில் அவர் ஆற்றிய பங்குக்காக தங்கத்தாலான ஒரு கடிகாரமும் வழங்கப் பட்டன. ஹென்றி, மில்லி போலாக் ஆகியோருக்கும் அன்பளிப்புகள் அளிக்கப்பட்டன. காந்திக்கு அளிக்கப்பட்ட பாராட்டுரை அவரது 'அரசியல் ஞானத்தை' புகழ்ந்தது. தனது செய்தித்தாளுக்கு எழுதப்பட்ட செய்தியில் காந்தி சீனர்கள் இந்தியர்களை 'பண்பாட்டிலும் பெருந் தன்னைமையிலும் மிஞ்சிவிட்டனர்' என்று ஒப்புக்கொண்டார்.[31]

இந்த விருந்துகளில், ஆரம்பகாலத்திலேயே இந்தியர்களுக்குத் தனது உறுதியான ஆதரவைத் தெரிவித்த ஐரோப்பியரான எல். டபிள்யூ. ரிட்ச் இடம்பெறவில்லை—. அவர் இப்போது லண்டனில் தங்கியிருந்து இம்பீரியல் அரசாங்கத்திடம் ஆதரவு திரட்டும் வேலையில் ஈடுபட்டிருந் தார். யூத செய்தித்தாள் ஒன்று அவர் ஆற்றிய பங்குபற்றிக் குறிப்பிட்ட போது ரிட்ச், 'இனம் அல்லது மதம் தொடர்பான துன்புறுத்தலுக்கும், சகிப்புத்தன்மையின்மைக்கும் எதிரான எந்தப் போராட்டத்திலும் யூதர்கள் முக்கியப் பங்காற்றுவார்கள் என்பதில் ஆச்சரியம் ஏதும் இல்லைதான்' என்று எழுதினார். டிரான்ஸ்வாலில் 'எனது நண்பர்கள் போலாக்கும் மற்றவர்களும்' ஆற்றிய பணிபற்றிப் பேசிய ரிட்ச் இப்படிக் கேட்டார்: 'உயர்ந்த வர்த்தக நுண்ணிறிவு, சிக்கனம், நிதானம், பொதுவான சுய ஒழுக்கம் ஆகியவற்றைக் கண்டு ஏற்பட்ட பொறாமை, இனவாத முன்முடிவு, சமயச் சகிப்புத்தன்மையின்மை ஆகிய அரக்கர்களோடு சல்லாபிக்க எந்த யூதருக்குத்தான் தைரியம் இருக்கும்?'[32]

1908 ஏப்ரல் முதல் வாரத்தில் ஹென்றி போலாக் டிரான்ஸ்வால் உச்ச நீதிமன்றத்தில் வழக்கறிஞராகப் பதிவு செய்துகொண்டார். அவர் காந்தியின் அலுவலகத்தில் ஓர் எழுத்தராக மூன்று ஆண்டுகள் பணியாற்றி யிருந்தார்; தேவையான தேர்வுகளிலும் தேர்ச்சி பெற்றிருந்தார்.

காந்தியைப் பொறுத்தவரை, அவர் இந்தியாவுக்குப் பயணம் மேற்கொண்டு, மீண்டும் திரும்பிவர விரும்பியவர்கள் சார்பாகக் கோரிக்கை மனுக்கள் எழுதிக்கொடுக்கும் வேலையைத் தொடர்ந்துகொண்டிருந்தார். அவரது கட்சிக்காரர்களில் முஸ்லிம்கள், இந்துக்கள், பார்ஸிகள், கிறிஸ்தவர்கள் ஆகியோரும் —குறிப்பிடத்தக்க விதத்தில் — சீனர்களும் இருந்தனர். மான்ட்ஃபோர்ட் சாம்னியிடம் வெளிச்செல்வதற்கான பெர்மிட்கள் தரப்படுவதில் இருந்த அதிகப்படியான தாமதம் பற்றியும், தாங்கள் மட்டும் விசேஷமான தொந்தவுக்கு இலக்காவதாகப் பல இந்தியர்களுக்கு ஏற்பட்டிருந்த 'உள்ளார்ந்த சந்தேக உணர்வு' குறித்தும் காந்தி புகார் தெரிவித்தார்.[33]

ஏப்ரல் கடைசி வாரத்தில் நேட்டால் சட்டமன்றத்தில் மூன்று புதிய மசோதாக்கள் தாக்கல் செய்யப்பட்டன. முதலாவது 1911-க்குப் பிறகு இந்தியப் பிணைத்தொழிலாளர்களை இறக்குமதி செய்வதை நிறுத்த விழைவது; இரண்டாவது 1908 ஆகஸ்டுக்குப் பிறகு இந்தியர்களுக்கு வியாபாரம் செய்வதற்கான புதிய லைசன்ஸ்களைக் கொடுப்பதை நிறுத்திவைப்பது பற்றியது; மூன்றாவது தற்போது இருக்கும் இந்தியர்களின் லைசன்ஸ்களை பத்து ஆண்டுகளுக்குப் பிறகு, மூன்றாண்டுகாலத்துக்கான லாபத்துக்கு இணையான நஷ்ட ஈடு கொடுத்துவிட்டு முடிவுக்குக் கொண்டுவருவதற்கானது. அந்த மசோதாக்கள் ஐரோப்பிய வியாபாரிகளின் நலன்களை, கடினமாக உழைக்கும் இந்திய வியாபாரிகளிடமிருந்து பாதுகாப்பதை நோக்கமாகக் கொண்டவை என்பது தெளிவு. அப்படிப் பார்த்தால் கூட அவை மிகவும் கடுமையானவை. தாராளவாத வெள்ளை செய்தித்தாள் ஒன்று கூர்மையாகக் கேட்டது:

> இந்தியர் ஒருவர் தன் சொந்த நாட்டினருக்கு முடி வெட்டவும் முகம் மழிக்கவும் ஒரு முடி திருத்தகம் வைக்க அனுமதிக்கமுடியாதா? அவர் தனது சிறிய தோட்டத்தில் பயிரிடும் காய்கறிகளையோ வளைகுடாவிலோ, திறந்த கடலிலோ தான் பிடித்த மீனையோ தெருவில் விற்க அனுமதிக்க முடியாதா? அவர் தனது சமூகத்துக்கு விசேஷமாகத் தேவைப்படும் பொருட்களை விற்க அனுமதிக்க முடியாதா? அப்படியான பொருட்களில் சில சமயச் சடங்குகளைக் கடைப்பிடிப்பது சம்பந்தமானவை; அவற்றை எந்த ஐரோப்பியரும் சிறப்பாக விற்பனை செய்ய முடியாது.[34]

காந்தி முதலாவது மசோதாவை வரவேற்றார்; காரணம் அவருமே கடுமையான, மனிதத்தன்மையை அழிக்கும் பிணைத்தொழிலாளர் முறை முடிவுக்குக் கொண்டுவரப்படுவதையே விரும்பினார். ஆனால், 'மற்ற இரண்டு மசோதாக்கள் அறியாமையும் கொடுங்கொன்மையும் நிரம்பியவை' என்று எழுதினார். அவை ரத்துசெய்யப்படாவிட்டால், அவற்றை 'சத்யாக்கிரகம் என்ற வாள்கொண்டு' எதிர்த்துப் போராட வேண்டியிருக்கும்.[35]

டிரான்ஸ்வாலில் இந்தியர்களுக்கும் அரசாங்கத்தும் இடையிலான சமரசம் சோதனைக்குள்ளாகியிருந்தது. மே மாத ஆரம்பத்தில் ஸ்மட்ஸ், சுய விருப்பத்தின்படியான பதிவு மொத்தம் மூன்றுமாத காலமே அமலில் இருக்கும் என்று முடிவு செய்தார். ஆகஸ்ட் 9-க்குப் பிறகு காலனிக்குத் திரும்பிவரும் முன்னாள் குடியிருப்பாளர்களின் விஷயம் அவப்பெயர் பெற்ற (இன்னும் ரத்துசெய்யப்படாத) 1907ம் ஆண்டின் சட்டப்படியே ஆய்வுசெய்யப்படும். காந்தி மறுபரிசீலனை செய்யும்படி அரசுக்கு எழுதினார். ஏற்கெனவே ரேகைப்பதிவு விவகாரத்தில் சமரசத்துக்கு உடன்பட்டதன் விளைவாக அவர் ஏறக்குறைய உயிரை இழக்கும் சூழ்நிலைக்கு ஆளானார். இப்போது, தாமதமாக வருபவர்களுக்குக் கதவை அடைப்பதிலும் விட்டுக்கொடுத்துவிட்டார் என்ற எண்ணம் உருவாகுமானால், 'என் நாட்டினர் என்மீது வைத்த நம்பிக்கைக்கு முற்றிலும் தகுதியற்றவனாகி' விடுவார்.[36]

மே 17 அன்று பிரிட்டிஷ் இந்திய சங்கத்தின் தலைவர் ஈசாப் மியா தெருவில் சென்றுகொண்டிருக்கும்போது பதான் ஒருவரால் தாக்கப்பட்டுக் கடுமையாகக் காயமடைந்தார். அவர் குறிவைக்கப்பட்டதற்கு, காந்தியுடன் அவர் கொண்டிருந்த நெருக்கமே காரணம். 'விரைவில் மேலும் பலர் தாக்கப்படலாம்' என்று எச்சரிக்கை தெரிவித்து ஸ்மட்ஸுக்கு காந்தி கடிதம் எழுதினார். அவருக்கு 'நான் மக்களை முற்றிலும் தவறாக நம்ப வைத்துவிட்டேன், சட்டம் ஒருநாளும் விலக்கிக்கொள்ளப்படப் போவதில்லை என்று கூறும் கோபமான கடிதங்கள் தினமும் வருகின்றன.' அவர் காலனிய அமைச்சரிடம், 'அரசுக்கு உதவிசெய்தவர்களுக்காக' 1907ம் ஆண்டின் ஆசியருக்கான சட்டம் ரத்துசெய்யப்படும் என்று அறிவிக்கும்படியும், புதிதாக வருபவர்கள் தாமாக முன்வந்து பதிவுசெய்துகொள்ளலாம் என்றும் அறிவிக்கும்படிக் கேட்டுக் கொண்டார்.[37]

அரசு பிடிவாதமாக இருந்தது. தாமாக முன்வந்து பதிவுசெய்துகொள்வது ஆகஸ்ட் 9-க்குப் பிறகு அனுமதிக்கப்படாது. ஸ்மட்ஸின் செயலாளர் காந்தியிடம், 'உங்கள் உயிருக்கு அபாயம் இருப்பதாக நீங்கள் கருதினால், நீங்கள் உடனடியாகக் காவல்துறையின் பாதுகாப்பைப் பெற்றுக்கொள்ள வேண்டும்; அதை அரசு மகிழ்ச்சியுடன் வழங்கும்' என்று சற்றே அநாவசியமாகத் தெரிவித்தார்.[38]

அரசாங்கம் அலட்சியமாக நடந்துகொண்டதற்குப் பதில் அளிக்கும் விதமாக இந்தியர்களின்நிலைபாடு கடினமடைந்தது. மே மாதம் கடைசி வாரத்தில் காந்தி மாண்ட்ஃபோர்ட் சாம்னிக்குக் கடிதம் எழுதி, தான் பதிவுக்கு விண்ணப்பித்து அளித்திருந்த ஆவணங்களைத் திருப்பித் தரும்படிக் கோரினார். அரசாங்கம் 'சமரச மனப்பாங்குக்கு மாறாக நடந்து கொள்வதால்' அவர் தனது விண்ணப்பத்தைத் திருப்பி எடுத்துக்கொள்ள விரும்பினார். ஸ்மட்ஸுடனான ஒப்பந்தத்தில் காந்தியுடன் கையெழுத்

திட்டவர்களான லியுங் க்வின், தம்பி நாயுடு ஆகியவர்களும் தமது விண்ணப்பங்களைத் திருப்பியளிக்கும்படிக் கேட்டனர். இருவருமே, 'நாங்கள் சமரசத்தை ஏற்றுக்கொண்டதற்கு ஒரே காரணம் சட்டம் விலக்கிக்கொள்ளப்படும் என்ற நம்பிக்கையினால்தான்,' என்று உறுதியாகத் தெரிவித்தனர். தங்கள் தலைவர்களைப் பின்பற்றி நூற்றுக் கணக்கான இந்தியர்களும் சீனர்களும் தம் விண்ணப்பங்களைத் திரும்பக் கேட்டனர். அவர்கள் அனைவரும் 'ஆசியருக்கான சட்டத்துக்குக் கட்டுப் படாமல் இருப்பதற்கான தண்டனைகளை மீண்டும் ஒருமுறை ஏற்றுக் கொள்ளத் தயார்.'[39]

ஸ்மட்ஸ் காந்தியை பிரிட்டோரியாவுக்கு வரவழைத்தார். அவர்கள் ஜூன் 6 அன்று சந்தித்தார்கள். காந்தி அந்த ஜெனரலிடம் ஜனவரியில் அவர் அளித்திருந்த உறுதிமொழிகளை ஞாபகப்படுத்தினார்; அதாவது, 'ஆசியர்கள் சமரசத்திட்டத்தின் தங்கள் பங்கை நிறைவேற்றினால் நீங்கள் சட்டத்தை விலக்கிக்கொள்வீர்கள்'. ஸ்மட்ஸ் தனது ஞாபகம் வேறு விதமாக இருப்பதாகத் தெரிவித்தார்; அந்த மாதிரியான உறுதி எதுவும் தான் தரவில்லை என்றார். அந்த வழக்கறிஞர் 'சட்டம் விலக்கிக் கொள்ளப்படும் என்ற உறுதிகூறல் எதுவும் இல்லாமல்' ஜோஹானஸ் ப்ர்க் திரும்ப வேண்டியதாயிற்று. விரக்தியுற்ற காந்தி ஆல்பர்ட் கார்ட் ரைட்டுக்குக் கடிதம் எழுதி, அவரது 'அமைதி தேவதை' பாத்திரத்தை மீண்டும் ஏற்கும்படியும், அரசாங்கத்தின் மனதை 'நீதி, நியாயத்தின் பக்கமாக' திருப்பும்படியும் கேட்டுக்கொண்டார்.

காந்தியும் ஸ்மட்ஸும் அடுத்த வாரம் மீண்டும் சந்தித்துக்கொண்டார்கள். அவர்களது உரையாடல் அவ்வளவாக மரியாதை நிரம்பியதாக இருக்க வில்லை. காலனிய அமைச்சர் இந்திய குடியேற்றங்களை ஒழுங்குபடுத்த புதிய சட்டம் பரிசீலனையில் இருப்பதாகத் தெரிவித்தார். காந்தி, அந்தச் சட்டம் (போயர்) யுத்தத்துக்கு முன்பிருந்து குடியிருப்பவர்களையும், போயர்கள் அளித்த சான்றிதழ்களை வைத்திருப்பவர்களையும் தாமாக முன்வந்து பதிவுசெய்துகொள்ள அனுமதிக்கவேண்டும் என்றும், படித்த இந்தியர்கள் ஐரோப்பியர்களைப் போலவே தேர்வு ஒன்றில் தேர்ச்சி பெற்றால் குடியேற அனுமதிக்கப்படவேண்டும் என்றும் கேட்டுக் கொண்டார். ஸ்மட்ஸ் இந்த ஷரத்துகளைப்பற்றி உறுதிதரவில்லை. இதைவிடக் கொடுமை, காந்தி நிஜமாக இந்தியர்களைப் பிரதிநிதித்துவம் செய்யவில்லை என்று அவர் நினைப்பதும் புரிந்துபோயிற்று.

ஜூன் 22 அன்று காந்தி ஸ்மட்ஸை மூன்று வாரங்களில் மூன்றாவது முறையாகச் சந்தித்தார். பேச்சுவார்த்தைகளால் ஒரு பலனுமில்லை. பத்திரிகைகளுக்கு வெளியிடப்பட்ட அறிக்கை ஒன்றில் காந்தி, 'காலனியில் இருக்கும் ஆசியர்களின் மக்கள்தொகையுடன் மிஞ்சிமிஞ்சிப் போனால் இரண்டாயிரம் ஆசியர்களை சேர்த்துக்கொள்வதைத் தவிர்ப் பதற்காகவே ஜெனரல் மொத்த சமரசத்தையும் போட்டு உடைத்து

விட்டதாகக் குற்றம்சாட்டினார்.’ கடந்த ஜனவரியில் தான் அரசாங்கத்துடன் மீண்டும் பேச்சுவார்த்தைகளை ஆரம்பித்தபோது, தன்னுடன் பணியாற்றுபவர்கள் சிலர், ஆட்சியாளர்களை நம்ப முடியாது என்று தன்னை எச்சரித்ததை அவர் நினைவுகூர்ந்தார். 1907 அம் ஆண்டின் சட்டம் ரத்துசெய்யப்படுவது சுய விருப்பத்தின்படிப் பதிவுசெய்துகொள்வது தொடங்கும் முன்னரே நடந்திருக்கவேண்டும் என்று அவர்கள் வாதிட்டனர். காந்தி, ‘அது கண்ணியமான நிலைபாடு அல்ல’ என்று அவர்களிடம் சொல்லியிருந்தார்; இப்போதோ அவரை விமரிசித்தவர்கள் சொன்னதே சரி என்று நிரூபணமாகிவிட்டது. [40]

ஸ்மட்ஸூம் தனது விரக்தியை தொழிலதிபர் வில்லியம் ஹோஸ்கனுடன் பகிர்ந்துகொண்டார். பிற சலுகைகளுக்கு வாய்ப்பு இருந்தாலும், ‘ஆசியருக்கான சட்டத்தை முற்று முழுக்க ரத்துசெய்வது’பற்றிய பேச்சுக்கே இடமில்லை. ‘வெள்ளையர்கள் சமூகம் நாளுக்குநாள் பொறுமையிழந்து இன்னும் கடுமையான சட்டம்வேண்டும் என்று கேட்டுவருகிறது.’ புதிய கோரிக்கைகளை வைப்பதன் மூலம் காந்தி ‘இறுதி ஒப்பந்தத்துக்கான ஒரு பொன்னான வாய்ப்பைத் தூக்கி எறிந்துவிட்டார்.’[41]

யுத்தகளம் மீண்டும் வரையப்பட்டுவிட்டது. 1908 ஜூன் 24 புதன் அன்று மதியம் இந்தியர்களின் கூட்டத்துக்கு ஏற்பாடு செய்யப்பட்டது. இடம் ஜோஹானஸ்பர்க்கில் ஃபோர்ட்ஸ்பர்க் மசூதி. டிரான்ஸ்வால் முழுவதுமிருந்து பிரதிநிதிகள் கலந்துகொண்டார்கள். காந்தி–ஸ்மட்ஸ் ஒப்பந்தத்தை அரசாங்கம் மீறிவிட்டதால், இந்தியர்கள் லைசன்ஸ்கள் வேண்டித் தாம் அளித்திருந்த அத்தனை விண்ணப்பங்களையும் விலக்கிக்கொள்வதாக அந்தக் கூட்டம் தீர்மானித்தது. மேலும் ‘1906 செப்டெம்பர் 11 அன்று ஆசியருக்கான சட்டம் திருத்தச் சட்டத்துக்குக் கட்டுப்படுவதில்லை; அதனால் ஏற்படக்கூடிய விளைவுகளை விசுவாசமான குடிமக்கள் என்ற முறையிலும், மனசாட்சிகொண்ட மனிதர்கள் என்ற முறையிலும் பொறுத்துக்கொள்வது’ என்று செய்யப்பட்ட உயர்வான பிரகடனத்தை’ மீண்டும் உறுதிசெய்தது.

அதே வாரம் சனிக்கிழமையன்று வெளியான இந்தியன் ஒப்பீனியன் இதழ், முட்டுக்கட்டை நிலவுவதால் சத்தியாக்கிரகம் மீண்டும் தொடங்கப்படவேண்டியிருக்கலாம் என்று எச்சரித்தது. ‘எந்தப் பெரிய போரும் ஒரே போர்க்களத்துடன் முடிந்துவிடுவதில்லை’ என்று தனது வாசகர்களுக்கு காந்தி நினைவுபடுத்தினார். சென்ற தசாப்தத்தில் போயர்கள் பிரிட்டிஷாருடனும், ஜப்பானியர் ரஷ்யருடனும் போரிட்டனர்; ஒவ்வொரு போரும் பல ஆண்டுகள் நீடித்தன; பல புகழ்பெற்ற போர்க்களங்களைக் கண்டன. இந்தியர்களின் போராட்டம், வெடிமருந்துக்குப் பதிலாக சத்தியாக்கிரகத்தைக் கொண்டு நடத்தப்பட்டாலும் அது மற்ற யுத்தங்களுக்கு ‘சற்றும் குறையாத யுத்தமே’. அவர்களுக்கு மிகவும் பொருத்தமான உதாரணம் ஜப்பான்தான். ‘அந்த நாட்டின் வீர மறவர்கள் ரஷ்யர்களைப்

போர்க்களத்தில் மண்ணைக்கவ்வ வைத்தபோது, கிழக்கில் சூரியன் உதித்தெழுந்தது. அந்தக் கதிரவனின் பட்டொளி இப்போது எல்லா ஆசிய நாடுகளின்மீதும் பிரகாசிக்கிறது. 'ஆசிய மக்கள் இனி ஒருபோதும் ஆணவம்கொண்ட வெள்ளையர்களிடம் அடிபணிய மாட்டார்கள்.'[43]

1903ல் முதல்முறையாக லார்ட் மில்னர் இந்தியர்களுக்காக ஒதுக்கிடங்களை வரையறுத்தபோது பிரிட்டிஷ் இதழாளர் ஒருவர், 'இதனால் எழக்கூடிய சர்ச்சை டிரான்ஸ்வாலோடு மட்டும் நின்றுவிடாது; அது இங்கிலாந்துக்கும் இந்தியாவுக்கும் பரவும்' என்று எச்சரித்தார்.[44] அப்படியே ஆயிற்று. டிரான்ஸ்வாலில் நடந்த சத்தியாக்கிரகத்தைப்பற்றிய உண்மைகள் காந்தியின் தாய்நாட்டில் அறியப்படலாயின. இந்தியன் ஒப்பீனியன் இதழ் பிரதிகள் பம்பாயிலும், மதராஸிலும், பிற இடங்களிலும் வாசிக்கப் பட்டன. காந்தி கோகலேவுக்கு எழுதிய கடிதங்கள் காங்கிரஸ் வட்டாரங் களிலும் அதற்கு வெளியிலும் சுற்றுக்கு விடப்பட்டன. 1907ன் கடைசி மாதங்கள் தொடங்கி 1908ன் புதல் பாதி வரையிலும் தென்னாப்பிரிக்க சத்தியாக்கிரகம்பற்றிய செய்திகளும் தலையங்கங்களும் (பிற இதழ்களுடன்) மதராஸ் சசிலேகா, பெங்களூர் ஒக்கலிக பத்திரிகா, பம்பாய் இந்து பிரகாஷ், பூனா கேசரி, கோழிக்கோடு வெஸ்ட் கோஸ்ட் ஸ்பெக் டேட்டர், ராஜமுந்திரி தேசமாதா ஆகிய இதழ்களில் வெளியாயின. இவை ஆங்கிலம், உருது, குஜராத்தி, இந்தி, கன்னடம், தெலுங்கு, மலையாளம், தமிழ், இன்னும் பிற மொழிகளில் வெளியாயின.

வெள்நாட்டில் காட்டப்படும் பாரபட்சம் தாய்நாட்டில் நிலவும் அடக்கு முறையின் விளைவே என்று டிரான்ஸ்வாலின் போராட்டங்கள்பற்றி இந்தியாவில் வெளியான செய்திகள் தெரிவித்தன. இந்தியா சுதந்திரம் அடைந்துவிட்டால் வெளிநாட்டவர்களால் அதன் குடிமக்களை அலட்சிய மாக நடத்த முடியாது. மதராஸிலிருந்து வெளியான உருது வார இதழ் ஒன்று டிரான்ஸ்வாலின் இனவாத பாகுபாடுகள் குறிப்பாக முன்முடிவுகள் கொண்டவை, காரணம் போயர்கள் 'இந்தியர்களைப் போலப் படித்த வர்களோ கலாசாரம் கொண்டவர்களோ அல்ல' என்று கூறியது. உண்மையில் அவர்கள் மிகவும் 'காட்டுத்தனமானவர்கள்'; அவர்களது நாட்டில் ஒரே ஒரு பல்கலைக்கழகம்கூட இல்லை என்பதிலிருந்தே அவர்களின் காட்டுத்தனம் தெளிவாகிறது. அதே நகரத்தில் அச்சிடப் பட்ட தமிழ் இதழ் ஒன்று சத்தியாக்கிரகிகளை 'உண்மையான ஆரியபுத் திரர்கள்' என்று வர்ணித்தது; அவர்கள் தேசிய கௌரவம், சுய மரியாதை ஆகியவற்றை நிலைநாட்டுவதற்காகச் சிறைக்குச் சென்றிருக்கின்றனர். சூரத் நகரின் சக்தி போராட்டத்துக்கு இன்னும் அகன்ற பொருள் அளித்தது: தென்னாப்பிரிக்காவில் இந்தியர்களின் போராட்டங்கள் பல நூற்றாண்டுகள் தூக்கத்தில் இருந்த ஆசியா விழித்துக்கொண்டதைப் பிரதிபலிக்கிறது என்று அந்த இதழ் கூறியது. இந்தப்போராட்டம், இன்னும் விரிந்த 'வெள்ளையர்களுக்கும் கறுப்பு இனங்களுக்கும் இடையிலான வாழ்வுக்கான போராட்டத்தின்' ஒரு சிறுவடிவமே.

குஜராத்தி பத்திரிகைகள் போராட்டத்தை முன்னின்று நடத்தியவரான அவர்கள் மண்ணைச் சேர்ந்தவரான, போர்பந்தரில் பிறந்து ராஜ்கோட்டில் படித்த மோகன்தாஸ் கே. காந்தியைப் பாராட்டி எழுதின. பம்பாயிலிருந்து வெளிவந்த குஜராத்தி செய்தித்தாளான வர்த்தமான், 'திரு காந்தியையும் அவரது தைரியம் மிக்க குழுவையும் குறித்துஇந்தியா முழுவதும் பெருமைப்படுகிறது' என்று எழுதியது. சூரத்தின் மஹி காந்த்தா கெஜட் இதிகாசங்களைத் தொட்டுக்காட்டியது: 'திரு காந்தியின் வெற்றி, வறுமை நிலவினாலும் பாரதத்தாயிடம் பீஷ்மர், அர்ஜுனன், துரோணர் போன்றவர்கள் மாதிரியான மனிதர்கள் இல்லாமல் போய்விடவில்லை' என்று அந்த இதழ் கூறியது. [45]

இவ்வாறான பரந்துபட்ட பத்திரிகை செய்திகள் தவிர போராட்டக்காரர்களுக்கு ஆதரவு தெரிவித்துப் பொதுக்கூட்டங்களும் நடந்தன. கராச்சியில் 1908 ஜனவரி 28 அன்று நடந்த கூட்டம் 'திரு காந்தியின் சொந்தங்களுக்கு' தன் ஆதரவைத் தெரிவித்தது. மறுநாள் ஆகாகான் பம்பாயில் ஒரு பொதுக் கூட்டத்துக்குத் தலைமை தாங்கினார். அதில் சுமார் 7000 பேர் கலந்து கொண்டனர். இங்கே 'திரு காந்தியின் கைது பற்றிக் குறிப்பிட்டபோது நீண்ட நேரம் 'வெட்கம்' என்ற கூக்குரல் எழுந்தது. டிரான்ஸ்வாலில் அடக்குமுறை காரணமாக 'இந்தியாவில் எல்லா சாதி, இனங்களைச் சேர்ந்தவர்களிடமும் தவறு இழைக்கப்படுகிறது என்ற உணர்வு அதிகரித்து வருகிறது; ஒட்டுமொத்தமாகக் கோபத்தை ஏற்படுத்தியிருக்கிறது' என்று ஒரு பேச்சாளர் குறிப்பிட்டார். மற்றொரு பேச்சாளர், தென்னாப்பிரிக்காவில் கடைப்பிடிக்கப்படும் முறைகள் துணைக்கண்டத்துக்கு நீட்டிக்கப்பட்டால் பிரிட்டிஷ் ராஜ்ஜியத்துக்கு ஏற்படக்கூடிய ஆபத்துகள் பற்றி எச்சரித்தார். '300,000,000 (இந்தியர்கள்) இன்று இழிவுபடுத்தப் பட்டால், நாளை அந்நியப்படுத்தப்பட்டால், கடைசியில் எதிர்த்தெழுந்தால், பிரிட்டிஷ் ஆட்சியாளர்கள் பேரரசை எப்படிக் கொண்டுசெல்வார்கள்?' என்று அவர் வினவினார்.

மதராஸில் ஒரு கூட்டத்தில் சமூக சீர்திருத்தவாதியும் போராட்ட இதழாளருமான ஜி. சுப்பிரமணிய ஐயர் காந்தியும் அவரது சகாக்களும் நடத்திய 'அடக்குமுறைக்கும் துன்புறுத்தலுக்கும் எதிரான ஆண்மை நிரம்பிய போராட்டத்தை' புகழ்ந்து பேசினார். பாட்னாவில் நடந்த ஒரு கூட்டம் 'இந்தியா திரு காந்தியையும், அவரது சக நாட்டினரையும்விட உண்மையான புதல்வர்கள் வேண்டும் என்று வேண்ட முடியாது' என்று அறிவித்தது. ஆதரவு தெரிவிக்கும் கூட்டங்கள் சூரத், அகமதாபாத், கத்தியவார், லாகூர், அலிகார், கோயம்புத்தூர், ஜலந்தர் போன்ற இடங்களிலும் நடந்தன.

மோகன்தாஸ் கே. காந்தி என்ற பெயர் இப்போது இந்தியாவில் ஓரளவு நன்றாக அறியப்பட்டுவிட்டது. அவருக்கு மிகுந்த மகிழ்ச்சியளித்திருக்கக் கூடிய கூட்டம் ஒன்று அவரது சொந்த ஊரான போர்பந்தரில் 1908 ஜனவரி

18 அன்று நடைபெற்றது. இடம் சத்ஸ்வரூப் ஹவேலி என்ற பெயர் கொண்ட வரலாற்றுச் சிறப்புமிக்க கட்டடம். தலைமை தாங்கியவர் ஓர் இஸ்லாமியர்; சிறப்புரை ஆற்றியவர் ஓர் இந்து. நான்கு தீர்மானங்கள் நிறைவேற்றப்பட்டன. கடைசி மூன்று தீர்மானங்கள் இம்பீரியல் அரசாங்கத்தை, அதன் இந்தியப் பிரஜைகளுக்கான தனது பொறுப்புகளை நிறைவேற்றாததற்காக வெவ்வேறு விதங்களில் கண்டித்தன. இவை பொதுப் படையான மொழியில் எழுதப்பட்டிருந்தன. இதற்கு மாறாக, முதலாவது தீர்மானம் இன்னும் நெருக்கமான முறையில் உள்ளூர் பெருமையையும் நாட்டுப்பற்றையும் வெளிப்படுத்தியது. அது இப்படிக் கூறியது:

போர்பந்தரில் பிறந்தவரான திரு எம்.கே.காந்தியும் மரியாதைக்குரியவர்களான மற்ற இந்தியர்களும் டிரான்ஸ்வால் அரசாங்கத்தால் கைதுசெய்யப்பட்டதை அறிந்து போர்பந்தர் மக்கள் மிகவும் வேதனையடைந்தனர். இந்தக் கூட்டத்தினர், தாங்கள் திரு காந்தி குறித்து மிகவும் பெருமை கொண்டிருப்பதையும், அவர் தனது தாய்நாட்டுக்காக ஆற்றிவரும் சேவையை மிகவும் போற்றுவதையும் உறுதிபட அறிவித்துக் கொள்கின்றனர்.

அந்தத் தீர்மானங்கள் இந்தியாவுக்கான அமைச்சரான லார்ட் மார்லிக்கு அனுப்பிவைக்கப்பட்டன; 'உங்களைத் தற்சமயத்துக்கு இந்தியராகக் கருதிக்கொண்டு இந்த விவகாரத்தைப் பார்க்கும்படி வேண்டிக்கொள்கிறோம். இந்தியாவின் தலைவிதியும் எதிர்காலமும் இதில் சம்பந்தப்பட்டுள்ளன' என்று அவர் கேட்டுக்கொள்ளப்பட்டார்.[46]

காந்தியின் இயக்கத்துக்கான ஆதரவு இந்தியாவுக்கு வந்திருந்த பயணி ஒருவருக்கு வெறுப்பூட்டின. அவர்தான்பிரிட்டிஷ் மதபோதகர் ஜி.என். தாம்சன். உலகம் சுற்றும் மதபோதகரான அவர் தென்னாப்பிரிக்காவில் இருந்திருக்கிறார்; அங்கு அவர் ஆசியர்களை விலக்கி வைக்க வேண்டியது அவசியம் என்ற முடிவுக்கு வந்திருந்தார். 1908ம் ஆண்டின் கோடையிலும் இலையுதிர் காலத்திலும் அவர் மதராஸ் மாகாணத்தின் மாவட்டங்களில் பயணம் செய்தார். தான் பேசிய கூட்டங்களில், 'இங்கே தேசதுராகத்தை வளர்ப்பவர்கள், டிரான்ஸ்வாலில் இந்தியர்கள் துன்புறுத்தப்படுவதாகவும் இதன் காரணமாக இந்தியாவில் விசுவாசம் சோதனைக்குள்ளாவதாகவும் பேசுவது பெரிதும் நியாயமற்றது' என்று கூறினார். காரணம், 'போயர்கள் ஆளப்படுவதற்கு சம்மதிக்கும் இனமல்ல; தங்களுக்கு உத்தவிடப்படுவதை அவர்கள் ஏற்றுக்கொள்ள மாட்டார்கள்'. 'போயர் சட்டமே டிரான்ஸ்வாலில் செல்லுபடியாகும்'; 'திரு காந்தியின் கிளர்ச்சிகள் முறைபிறழ்ந்தவை.'[47]

இதனிடையே ஜோஹானஸ்பர்க்கில் காந்தி வெள்ளையர்களுடன் புதிய நட்புகளை வளர்த்துக்கொண்டிருந்தார். கேப்ரியேல் ஐ. ஐசக் என்ற நகைக் கடைக்காரர் இந்திய வழக்கறிஞராலும், அவரது நோக்கங்களாலும் மேன்மேலும் கவரப்பட்டார். ஆங்கிலேய யூதரும் சைவ உணவாளருமான ஐசக்

இந்தியன் ஒப்பீனியன் இதழுக்கு நிதி திரட்டினார்; ஃபீனிக்ஸ் குடியிருப்பிலும் சிறிது காலம் வசித்தார். இன்னும் உறுதியாகத் தன் ஆதரவைத் தெரிவிக்கும்விதமாக, அவர் சிறையிலிருக்கும் சத்தியாக்கிரகிகளுக்குச் சொந்தமான கடைகளைத் தற்காலிகமாக நடத்துவதற்கு முன்வந்தார்.[48]

1908 மே மாதத்தில் காந்தி ஆங்கிலேய மதகுருவான எஃப்.பி.மேயர் என்ற விருந்தாளியுடன் பல நாட்களைச் செலவிட்டார். மேயர் லண்டனில் ரீஜெண்ட்'ஸ் பார்க் சிற்றாலயத்தில் சமய குருவாக இருந்தார்; மேலும் அவர் சுதந்திர திருச்சபைகளின் தேசிய கூட்டமைப்பு, பாப்டிஸ்ட் யூனியன் ஆகியவற்றின் முன்னாள் தலைவரும்கூட. பரிசுக்காக நடக்கும் சண்டைப் போட்டிகளுக்கு எதிரான பிரசாரகராகவும் நன்கு அறியப்பட்டிருந்தார் (எப்போதாவது அவர் குத்துச்சண்டைப் போட்டியைப் பார்த்திருக்கிறாரா என்று மேயரிடம் கேட்கப்பட்டபோது, அதைவிடத்தான் ஒரு அறுவை சிகிச்சையை எடுத்துக்கொள்வேன் என்று பதிலளித்தார்.)[49]

மெயரும் அவரது மனைவியும் தென்னாப்பிரிக்காவில் சுற்றுப்பயணம் மேற்கொண்டிருந்தனர். அவர்கள் கேப் டவுன், கிம்பர்லி, ப்ளோம்ஃபோட்டீன் ஆகிய இடங்களுக்குச் சென்றுவிட்டு ஜோஹானஸ்பர்க் வந்திருந்தனர். அந்த நகரில் அவருக்கு அதிகம் அறிமுகமானவர் சக பாப்டிஸ்டான ஜோசப் டோக். அவர் மெயரை காந்திக்கு அறிமுகம் செய்து வைத்தார். அந்த வழக்கறிஞருடன் 'நீண்டநேரம் நடந்தபடியே உரையாடிய' பிறகு மெயருக்கு 'அவரது சுய நடத்தைபற்றி ஓர் உயர்ந்த அபிப்பிராயம் ஏற்பட்டிருந்தது.' அவர்கள் விவாதித்த தலைப்புகளில் வாழ்க்கை குறித்த (மரணம் குறித்தும்) இந்து மதத்தின் பார்வை, பிரார்த்தனையில் நீரை உபயோகிப்பது ஆகியவையும் அடக்கம். காந்தி 'தன் இந்துமதக் கருத்துகளில் பிடிவாதமாக இருந்தபோதிலும்' 'இயேசு கிறிஸ்துமீது காந்தி மிகுந்த பயபக்தி கொண்டிருந்தார்' என்பதைக்கண்ட அந்த மதகுரு மிகவும் கவரப்பட்டார்.

மேயர் காந்தியின் சத்தியாக்கிரக போராட்ட இயக்கம் குறித்து ஜாக்கிரதையான அனுதாபத்தை வெளிப்படுத்தினார். ஒருபுறம், ஆசியருக்கான சட்டம் அவர் நண்பர் சொன்னதுபோல 'அவமதிக்கும்விதமான இனக்குழு சட்டம்' என்று அவர் கருதினார். மறுபுறம், டிரான்ஸ்வாலின் வெள்ளையர்கள் அவரிடம் இந்தியர்களின் வியாபார பழக்கவழக்கங்கள் பற்றிப் புகார் செய்திருந்தனர். மனசாட்சிக்குக் கட்டுப்பட்டு நடந்துகொண்டவர்கள் கடின உழைப்பு தண்டனைக்கு ஆட்படுத்தப்பட்டது அவர் சற்றே நடுநிலை தவறச் செய்தது. அந்த மதகுரு, 'என்னால் எந்தப் பக்கத்தையும் ஆதரிக்க முடியாது என்பது வெளிப்படை' என்றார். 'விலைகளை நியாயமின்றிக் குறைத்து விற்பதை என்னால் ஏற்றுக்கொள்ள முடியாது; ஆனால், பொதுவாக காஃபிர்களுக்குக் கொடுப்பது போன்ற உடல் உழைப்பு தண்டனையை இந்து கனவான்களுக்குக் கொடுப்பது காட்டுமிராண்டித்தனமானது.'[50]

காந்தி, ஜோஹானஸ்பர்க்கில் வசித்த அவரது நண்பரான கட்டடக்கலை நிபுணர் ஹெர்மான் காலன்பாக்குடன் நடப்பதிலும் பேசுவதிலும் வழக்கமாக ஈடுபட்டுவந்தார்—. 1908 மார்ச் மாதம் தன் குடும்பம் இன்னும் ஃபீனிக்ஸில் இருக்க, காந்தி போலாக்குகளுடன்தான் பகிர்ந்துகொண்டிருந்த வீட்டிலிருந்து, காலன்பாக்கின் வீட்டுக்கு இடம்பெயர்ந்தார். அவரது வீடு புறநகர்ப்பகுதியான ஆர்ச்சர்ட்ஸ் என்ற இடத்தில் இருந்தது. வீட்டில் ஐரோப்பிய பாணியிலான அம்சங்களான பெரிய, வெளிப்புறமாக நீட்டிக் கொண்டிருக்கும் ஜன்னல்களுடன் ஆஃப்ரிக்க அம்சங்களான வேயப்பட்ட கூரை போன்றவை கலந்திருந்தன. பின்னவற்றுக்கு மரியாதை செய்யும் விதமாக, அந்த வீட்டின் உரிமையாளர், வீட்டுக்கு 'த க்ரால்' (ஆஃப்ரிக்க மொழியில் சிற்றூர் என்று பொருள்) என்று பெயரிட்டிருந்தார்.[51]

வசிப்பிட மாற்றத்துக்கு இரண்டு காரணங்கள் இருந்தன. ஹென்றிக்கும் மில்லிக்கும் இப்போது குழந்தைகள் இருந்தார்கள்; ஆகவே அதிக இடம் தேவைப்பட்டது. காந்தி தன் சுய ஆன்ம பரிசோதனையை மேலும் தீவிரமாகக் கடைப்பிடிக்க விரும்பினார். இந்த விஷயத்தில் போலாக் தம்பதியினரைவிட காலன்பாக் அதிகப் பொருத்தமான துணையாக இருப்பார். காலன்பாக் காந்தியை சந்திப்பதற்கு முன்பு ஆடம்பரமாக வாழ்ந்துவந்திருந்தார். காந்தியின் பாதிப்புக்கு ஆளான பிறகு அவர் தன் செலவுகளை சுமார் 90 சதவீதம் குறைத்துக்கொண்டார்; இந்த விஷயத்தை காந்தி திருப்தியுடன் குறிப்பிட்டிருக்கிறார். காலை ஐந்து மணிக்கு எழுந்து கொள்ளும் அவர்கள் தாமே சமையலையும் வீட்டை சுத்தப்படுத்தலையும் செய்வார்கள்; அந்த வெள்ளையர்களின் பிராந்தியத்தில் வேலையாள் இல்லாத வீடு அவர்களுடையது மட்டுமே. காந்தி ஒப்புக்கொண்டபடி, வேலைகளில் பெரும்பான்மை அவரது யூத நண்பரின் தோள்களிலேயே விழுந்தது. தச்சுவேலை காலன்பாக்கின் குறிப்பான போரார்வமாக இருந்தது. புதிதாக மேசைகளும் நாற்காலிகளும் செய்வதிலும், ஜன்னல்களையும் கதவுகளையும் தொடர்ந்து மாற்றியமைப்பதிலும் அது இப்போது வெளிப்பட்டது.

காலை உணவுக்கு (சாதாரணமாகப் பாலும் பழங்களும்) பிறகு நண்பர்கள் சுமார் ஐந்து மைல் தொலைவிலிருந்த நகருக்கு நடந்துசென்று தத்தமது வாடிக்கையாளர்களைச் சந்திப்பார்கள். முன்னதாகவே சந்திப்பு எதுவும் இருப்பின் அவர்கள் நடப்பதற்குப் பதிலாக மிதிவண்டியில் செல்வார்கள். செங்குத்தான சரிவுப்பகுதிகளில் காந்தி தன் வண்டியிலிருந்து இறங்கிக் கொள்வார். அன்றைய தினத்தின் வேலைகள் முடிந்ததும் அவர்கள் த க்ராலுக்கு ஒன்றாக நடந்து அல்லது மிதிவண்டியில் திரும்புவார்கள். காலன்பாக்கும் தானும் 'பிரபலமானது அல்ல என்றாலும்' 'ஏற்கத்தக்க' வாழ்க்கையை வாழ்ந்து வருவதாக ஜான் கோர்ட்ஸுக்கு காந்தி எழுதிய கடிதத்தில் குறிப்பிட்டார். அவர்கள் ஒருவரையொருவர் சகித்துக் கொள்ளவும், ஒருவர் அடுத்தவருக்கு சந்தேகத்தின் பலனைத் தரவும் பழகிவிட்டார்கள்.[52]

காந்தியையும் காலன்பாக்கையும் இணைத்த விஷயங்களில் அவர்கள் இருவரும் லியோ டால்ஸ்டாய்மீது கொண்டிருந்த அபிமானமும் ஒன்று. அந்தக் காலகட்டத்தில் அவர்தான் நிச்சயமாக உலகின் மிகப் புகழ்பெற்ற எழுத்தாளர். டால்ஸ்டாய் அவரது புதினங்கள், சிறுகதைகளுக்காகவும் விரும்பப்பட்டார்; அதைவிட அவர் தனது வாழ்வை எளிமைப்படுத்திக் கொள்ள மேற்கொண்ட முயற்சிகளுக்காக சிலரால் அதிகம் சிலாகிக்கப் பட்டார். ஐம்பது வயதைத் தாண்டியிருந்த நேரத்தில் அவரிடம் ஒரு மன மாற்றம் ஏற்பட்டது. அதைத்தொடர்ந்து அவர் மது, புகையிலை, மாமிசம் ஆகியவற்றை விட்டுவிட்டார். ஹென்றி சால்ட் எழுதிய ஒரு புத்தகத்துக்கு ஓர் அறிமுகவுரை எழுதித்தரும்படிக் கேட்டுக்கொள்ளப்படும் அளவுக்கு அவரது சைவ உணவுப் பழக்கம் புகழ்பெற்றிருந்தது. குடியானவர்களோடு உணர்வுரீதியாக ஒன்றுபடும் முயற்சியாக வயல்களில் வேலைசெய் வதையும், விறகு வெட்டுவதையும், காலனி தைப்பதையும் மேற் கொண்டார். போர்த்தொழில் பின்னணியிலிருந்து வந்த அவர் இப்போது சமாதானத்தின் நன்மைகளைப் போதனை செய்ய ஆரம்பித்தார். பிறப்பு வளர்ப்பு அடிப்படையில் ரஷ்ய சனாதன திருச்சபையைச் சார்ந்தவராக இருந்தாலும் இந்துமதம், புத்தமதம் ஆகியவற்றின்மீது ஆழ்ந்த ஈடுபாடு கொண்டவரானார்.

டால்ஸ்டாய் மேற்கொண்ட பல மாறுதல்களில் மிகவும் துன்பம் தருவதாக இருந்தது அவர் சிற்றின்ப நுகர்வை முற்றாக ஒதுக்கித் தள்ளியது தான். அவரது இளமைக்காலத்தில் (அவரது வார்த்தைகளிலேயே), 'தீவிர மாகப் பெண்களைத் துரத்துபவராக' இருந்தவர். அவரது மனைவி ஒரு டஜன் தடவைக்குமேல் கருவுற்றார். தனது பண்ணைத்தோட்டத்தில் வேலைசெய்த குடியானவப் பெண்களுடன் அவருக்குத் தொடர்பிருந்தது. 'கட்டுப்பாடற்ற இச்சை' கொண்ட ஒரு மனிதரான அவர் நடுவயதில் மற்ற இன்பங்களைப்போல பாலியல் உறவையும் துறக்க முனைந்தார்.[53]

டால்ஸ்டாய் எளிய வாழ்வைக் கைக்கொண்டது பரவலாகப் பேசப் பட்டது; பலர் அவரைப் பின்பற்றவும் செய்தனர். ஐரோப்பாவிலும், ஆசியாவிலும், வட அமெரிக்காவிலும் அவரைப் பின்பற்றியவர்கள் ராணுவசேவையில் இணைய மறுத்தனர்; கைத்தொழில், வேளாண்மை கூட்டுறவு சங்கங்களை ஏற்படுத்தினர்; சைவ உணவுப் பழக்கத்தைக் கடைப்பிடித்தனர்; சமய சகிப்புத்தன்மை பற்றிப் போதனை செய்தனர். தமது குருநாதர் எழுதியவற்றைப் படித்தும் அவரைப் பின்பற்றியும் இந்த டால்ஸ்டாயர்கள் டால்ஸ்டாய் தனது தாய்மண்ணில் செய்ததாக நம்பப்படுவனவற்றைத் தாமும் தமது நாடுகளில் செய்ய முனைந்தனர்.[54]

காந்தியும் காலன்பாக்கும் ஜோஹானஸ்பர்க்கில் செய்த பரிசோதனைகள், இந்த உலகளாவிய போக்கினை ஒட்டி அமைந்தவையே. இருவரும் நடுத்த ரக்குடும்பப் பின்னணி கொண்டவர்கள்; இருவரும் மேற்கொண்ட தொழில்கள் அவர்களைச் செல்வமும் அதிகாரமும் நிரம்பிய வட்டாரங்

களோடு நெருங்கிவரச்செய்தன. டால்ஸ்டாயைப் படித்தது இருவருக்குமே படிப்பினையாகவும் தரிசனமாகவும் அமைந்திருந்தது. அந்த வழக்கறிஞருக்கு அது, இந்து சமய, சமண சமய மரபுகளால் மிகவும் சிலாகிக்கப்பட்டதுபோல உலகாயத உடைமைகளிலிருந்து விலகியிருப்பதை இன்னும் வலுப்படுத்தியது; அந்தக் கட்டடக்கலை நிபுணருக்கு அது எளிமையும், துறவும் கொண்ட வாழ்வை ஏற்றுக்கொள்வதற்கு ஊக்கமளிப்பதாக இருந்தது. இவற்றை அவரது யூத மரபு வலியுறுத்தவில்லை; (குறைந்தபட்சம் பிரம்மச்சரியம் சம்பந்தப்பட்ட வரையில்) அநேகமாகப் புரிந்துகொள்ளவுமில்லை.

காந்தியும் டால்ஸ்டாயும் நல்லவிதத்திலும் மோசமான விதத்திலும் ஒரே மாதிரியானவர்களாக இருந்தனர். இருவருமே அசட்டையான தந்தைகள்; அக்கறை காட்டாத கணவர்கள். வித்தியாசங்களும் இருந்தன. காந்தியின் எழுத்து நடையில் நிதானம் அதிகம், சர்ச்சைகளுக்கு இடம்கெடுப்பது குறைச்சல். டால்ஸ்டாய் இயற்கையை விரும்பினார், தன் குடும்பத்தை மலைப்பிரதேசங்களுக்கு விடுமுறைக்கு அழைத்துச்சென்றார் என்றால் காந்தியோ கடற்கரைகள், பூங்காக்கள், காடுகள் போன்றவற்றை அவ்வளவாகக் கண்டுகொள்ளவில்லை. அவர் அடிக்கடி கேப் டவுனுக்குச் சென்றாலும், டேபிள் மலையில் அவர் எப்போதும் ஏறியதாகத் தெரியவில்லை. ஒருமுறை காந்தி கேப் டவுனிலிருக்கும்போது மணிலால் அதில் ஏறுவதற்காகக் கூடுதலாக ஒருநாள் தங்க விரும்பியபோது அவரது தந்தை அவரிடம், அதற்கு எந்த அவசியமும் இல்லை என்றார்; காரணம், 'நீ இந்தியாவுக்குப் போகும்போது இமயமலைக்குச் செல்லலாம்; அது ஆயிரக்கணக்கான டேபிள் மலைகளைத் தன்னிடம் கொண்டது.'[55]

காந்தி தனது ரஷ்ய ஆதர்ச நாயகரை அதிகமாகப் பின்பற்றியது தனது தொழிலிலிருந்து அவர் மேன்மேலும் அதிகமாக விலகியிருந்ததில்தான். எவ்வளவோ பேர் வற்புறுத்தியும், டால்ஸ்டாய் தன் புகழுக்குக் காரணமாயிருந்த நாவல்களைப் போன்றவற்றை மீண்டும் எழுதவில்லை. போலவே, காந்தியும் தனது சட்டத்தொழிலை ஒரு வேலையாக அல்லாமல் செய்தாகவேண்டிய ஒரு கடமையாகவே காண ஆரம்பித்திருந்தார். இனவாதப் பாரபட்சம் சார்ந்த வழக்குகளை அவர் எடுத்துக்கொண்டாலும் அவரது இதயம் (டால்ஸ்டாய் போலவே) சுய ஆன்மிக வளர்ச்சியிலும் சமூக சீர்திருத்தத்திலுமே குடிகொண்டிருந்தது.

டால்ஸ்டாய் ஒருமுறை ஆங்கிலேய சீடர் ஒருவருக்கு எழுதிய கடிதத்தில் முறைசார்ந்த, நிறுவனமயமாக்கப்பட்ட கிறிஸ்துவத்தை நிராகரித்திருந்தார். பதிலாக, 'ஒவ்வொரு தனி மனிதனும் தனது வாழ்வையும் செயல்களையும் உண்மையானவை என்று தான் கருதும் தார்மிக அடித்தளத்துடன் ஒருங்கிணைப்பு கொள்ளச்செய்யும்விதமாக, குடும்பம், சமூகம், அரசாங்கம் ஆகியவற்றின் நிர்பந்தங்களுக்கு ஆட்படாமல் எடுக்கும் உளப்பூர்வமான முயற்சிகளை' உயர்த்திப்பிடித்தார்.[56] சரியாக

இதுதான் காந்தியும் காலன்பாக்கும் தமக்காகக் கொண்டிருந்த லட்சியங்கள். இவ்வாறு, ஒரு தென்னாப்பிரிக்க நகரத்தில் 1908ல் மேற்குப்புற இந்தியாவிலிருந்து வந்த ஒரு வழக்கறிஞரும், கிழக்கு ஐரோப்பாவிலிருந்து வந்த ஒரு கட்டடக்கலை நிபுணரும் தமது டால்ஸ்டாயிய பரிசோதனைகளைச் செய்ய முனையும்படி நேர்ந்தது. அவர்களது வாழ்க்கையின் கோட்டுச்சித்திரம் காலன்பாக் தனது சகோதரர் சைமனுக்கு 1908ல் எழுதிய ஒரு கடிதத்திலிருந்து தெளிவாக விளங்குகிறது. அக்கடிதம் அவர்களது வீட்டுவேலைகளை விவரித்தது: நாங்கள் சமைக்கிறோம், ரொட்டி சுடுகிறோம், வீட்டையும் முற்றத்தையும் பெருக்கித் துடைக்கிறோம்; எங்கள் காலணிகளுக்கு அலங்காரப் பூச்சு போடுகிறோம்; பூக்கள், காய்கறிகள் கொண்ட தோட்டத்தில் வேலை செய்கிறோம்.'

இந்த வேலைகள் காலன்பாக்கின் குடும்பம் அடைய விரும்பிய சமூக வர்க்கப்பிரிவின் மரபுகள், பழக்கவழக்கங்களுக்கு முரணானவை. சைமனிடம் கூறியதுபோல, ஐரோப்பாவில் நவீனமாகிவரும் பூர்ஷ்வாக்களான யூதர்களின் வாழ்க்கை முறையிலிருந்து இப்போது முற்றிலும் விலகிவிட்டார். இந்த விலகலுக்கான ஊக்கம் அவருடன் வீட்டைப் பகிர்ந்துகொண்டவரான இந்து நண்பரிடமிருந்து வந்தது; அந்த நண்பர், 'தன் மத ஆச்சாரங்களின்படி சைவ உணவாளர்', ஆனாலும் 'அசாதாரணமான அளவில் நல்லவர், வல்லவர்' அவரது செல்வாக்கினால், காலன்பாக் மாமிசத்தை விட்டுவிட்டார்; இன்னும் புரட்சிகரமான விதத்தில், அவர் தன் சகோதரரிடம் தெரியப்படுத்தியதுபோல, 'சென்ற 18 மாதங்களாக நான் பாலியல் வாழ்வை விட்டுவிட்டேன்.' இந்த மூன்று தேர்வுகள், மாற்றங்கள் ஆகியவற்றால் 'நடத்தை – பலம் – உள்ளத்தின் ஆற்றல், உடல் வளர்ச்சி ஆகியவற்றில் முன்னேற்றம் கண்டிருக்கிறேன்; என் உடல்ரீதியான ஆரோக்கியம் அதிகரித்தும் மேம்பட்டும் இருக்கிறது.'

லண்டனில் இதற்கு இருபதாண்டுகள் முன்பு காந்தி ஜோஸையா ஓல்ட்ஃபீல்டுடன் ஒரு வீட்டைப் பகிர்ந்துகொண்டிருந்தார். வீட்டுத்தோழர்கள் இருவரும் மாமிசம் சாப்பிடுபவர்களை சைவ உணவுக்கு மாற்றுவதற்காக வீட்டில் விருந்துகள் அளிப்பதும், அவர்களை வீட்டுக்குச் சென்று சந்திப்பதுமாக இருந்தனர். இப்போதோ ஜோஹானஸ்பர்க்கில் காலன்பாக்குடனான வாழ்கையில் காந்தி தனது முன்னாள் ஆசிரியர் ராய்ச்சந்பாயும், இன்னாள் ஆசிரியர் லியோ டால்ஸ்டாயும் முன்வைத்ததுபோல எளிமையைக் கைக்கொண்டும், உலகாயத இன்பங்களிலிருந்து விலகியிருந்தும் தன்னைத்தானே (தனது வீட்டுத்தோழரையும்) மாற்றிக்கொள்வதையே நாடினார்.

இதற்குள்ளாக காந்தியைப் பின்பற்றியவர்கள், அவரது நண்பர்கள் ஆகியோருக்குள்ளாக இரண்டு தெளிவான பிரிவுகள் உருவாகிவிட்டிருந்தன. ஒரு குழு அவரது அரசியல் செயல்பாடுகளை ஆதரித்தது: இவர்கள்

அவருக்காகச் சிறைசெல்லவும், இந்தியர்கள்மீதான கட்டுப்பாடுகளைத் நீக்குவதற்கு ஆதரவாக உரையாற்றவும், கட்டுரைகள் எழுதவும் தயாராக இருந்தார்கள். பல குஜராத்தி வியாபாரிகளும், கூலி விற்கும் தமிழர்களும் இந்தப் பிரிவில் அடங்கினார்கள்; அதுபோலவே ஹென்றி மற்றும் மில்லி போலாக் போன்ற ஐராப்பிய நண்பர்களும் இப்பிரிவில் வந்தனர்.

இரண்டாவதாக ஒரு குழு காந்தியின் தார்மிக, ஆன்மிகச் செயல்பாடு களையும் சேர்த்து ஆதரித்தது. அவர்கள் தமது உணவுத்திட்டத்தையும் தேவைகளையும் எளிமைப்படுத்திக்கொண்டார்கள்; வீட்டிலும் அச்ச கத்திலும் கைகளால் வேலை செய்தார்கள்; மதங்களுக்கிடையிலான புரிதலை வளர்த்தார்கள்; சிற்றின்பத்தில் இருந்து விலக முனைந்தார்கள் (இதில் எப்போதும் வெற்றி கிடைத்துவிடவில்லை). இந்தப் பிரிவினரில் காந்தியின் ஒன்றுவிட்ட அண்ணன் மகன்களான சகன்லால், மகன்லால் ஆகியோரும், ஆல்பர்ட் வெஸ்ட், ஃபீனிக்ஸில் புதிதாகக் குடியேறியவ ரான ஜான் கோர்ட்ஸ் ஆகியவர்களும் இருந்தனர். இப்போது ஹெர்மான் காலன்பாக்கும்கூட.

காந்தி ஏற்கெனவே புலனடக்க விரதத்தை மேற்கொண்டவர்; அவரால் ஈர்க்கப்பட்டு காலன்பாக் அவருடன் சேர்ந்துகொண்டார். அந்த இந்தியருக்கு தன் சபதத்தைக் காப்பாற்றுவது கஷ்டமாக இருந்தது என்றால் அந்த யூதருக்கு அது அதைவிடப் பெரும்பாடாக இருந்தது. காந்தி வயதில் மூத்தவர் என்பதுடன் ஏற்கெனவே நான்கு குழந்தைகள் பெற்றவர். மேலும் இந்திய சமய மரபுகள் பாலியல் சார்ந்த இன்பநுகர் விலிருந்து விலகியிருப்பதைப் பெரிதாகப் போற்றின. காலன்பாக்கோ இளையவர், பாலியல் நாட்டம் அதிகம் கொண்டவர். தவிர பிரம்மச் சாரியம் என்பது யூத மரபுகளுக்கு முற்றிலும் அந்நியமானது; அவற்றில் சமய ஈடேற்றம் குடும்ப வாழ்வுடனும் பாலியல் உறவுகளுடனும் இணைந்து செல்பவை.[57]

காந்தியால் தன் மூத்த மகன் ஹரிலாலையே பிரம்மச்சரியத்தின் பக்கமாகத் திருப்ப முடியவில்லை. அந்தப் பையன் அவரது விருப்பங்களுக்கு மாறாக மணம் முடித்திருந்ததுடன், குடும்பத்தைப் பெருக்கிக் கொள்ளவும் திட்டமிட்டிருந்தார். ஹரிலாலைப்போல காலன்பாக்கும் பெண்களால் அதிகம் கவரப்பட்டார். இருந்தும் அவர் பிரம்மச்சரியத்தை மேற்கொள்ள முடிவுசெய்தது காந்திமீது அவர் கொண்டிருந்த அபிமானத் தையும் பயபக்தியையும்கூடக் காட்டுகிறது. தன் சகோதரர் சைமனிடம் தன் புதிய குருநாதருடனான வாழ்வை விவரித்த பிறகு, காலன்பாக் தன் எதிர்கால வாழ்வு எப்படியிருக்கும் என்பது பற்றிப் பேசினார். இன்னும் மூன்று மாதங்களில் அவர் அப்போது செய்துவந்த கட்டுமானத்துக்காகக் கிடைக்கவிருக்கும் சம்பளம் அவரைப் பொருளாதாரரீதியில் சுதந்திர மானவராக்கிவிடும். பிறகு, 250 பவுண்ட் ஆண்டு வருமானத்துடன் அவரால் லண்டன் சென்று கல்வி பயில முடியும் என்று நம்பினார்.

ஆனால் அவர் தனியாகச் செல்லமாட்டார். 'அநேகமாக பாரிஸ்டராக இருக்கும் திரு காந்தி என்னுடன் லண்டன் வந்து மருத்துவம் பயிலத் திட்டமிட்டுவருகிறார். அங்கே அவர் ஹைட்ரோதெரபி (இயற்கை வைத் தியத்தில் ஒரு பிரிவான நீர் சிகிச்சை) கற்றுக்கொள்ளத் திட்டமிடுகிறார். பல ஆண்டுகளாக திரு காந்தி எல்லாவிதமான இயற்கைச் சிகிச்சை முறை களையும் படிப்பதிலும் செயல்படுத்துவதிலும் மிகுந்த ஈடுபாடு காட்டிவருகிறார்.'

காலன்பாக், தான் என்ன படிக்கவேண்டும் என்று முடிவுசெய்யாம லிருந்தார். 'மொழிகளா, கட்டடக்கலையா அல்லது மருத்துவமா' என்ப தில் அவருக்குத் தெளிவில்லை. தானும் காந்தியும் ஒன்றாகப் படிக்கும் வாய்ப்பை அவர் விரும்பினார். 'நிச்சயம் லண்டனிலும் ஒன்றாகவே வசிப் போம்; அங்கும் இப்போதுபோல அதே பாணியில் வாழ்க்கை நடத்து வோம்.' திட்டங்கள் உறுதியாக இருந்தாலும் முடிவானவையாக இல்லை; காலன்பாக், 'காந்தி ஏதாவது காரணத்தினால் தென்னாப்பிரிக்காவிலிருந்து அடுத்த 3 அல்லது 4 மாதங்களுக்கு வெளியேற முடியாவிட்டால், அவருக் காக ஆண்டு முடிவுவரை காத்திருப்பது என்று எண்ணியிருக்கிறேன். அதன்பிறகு நான் மட்டும் கிளம்பிவிடுவேன்' என்று தன் சகோதரரிடம் தெரிவித்தார்.[58]

காந்தி 1908ல் தென்னாப்பிரிக்காவைவிட்டு லண்டன் சென்று மருத்துவம் படிப்பது குறித்து சிந்தித்துவந்தார் என்கிற விஷயம் வரலாற்றாசிரியர்கள், வாழ்க்கை வரலாறு எழுதுபவர்கள் ஆகியோரின் கவனத்திலிருந்து தப்பி விட்டது என்று தோன்றுகிறது. ஆனால் காலன்பாக் தெரிவித்திருப்பதற் கான சமகால ஆதாரம் பாப்டிஸ்ட் மதகுருவான எஃப்.பி.மேயர் எழுதிய தென்னாப்பிரிக்கப் பயணநூலில் காணக்கிடைக்கிறது. 1908-ன் கோடை காலத்தில் காந்திபற்றி எழுதும்போது மேயர், 'அவர் பாரிஸ்டராகத் தொழில்செய்கிறார்; ஆனால் ஒரு தொழிலோடு திருப்தியடையாமல், சிறிதுநாட்களில் மீண்டும் லண்டன் சென்று மருத்துவம் பயில்வதைப் பற்றியும், தன் மகன்களுக்கு அவர் ஆதர்சங்களாகத் தந்திருக்கும் லட்சியங் களை நிறைவேற்றிக்கொள்ள அவர்களுக்கு வாய்ப்பு ஏற்படுத்தித் தருவதைப் பற்றியும் சிந்தித்துவருகிறார்' என்று எழுதினார்.[59]

காந்தி நீண்டகாலமாகவே இயற்கை வைத்திய முறைகளில் அக்கறை கொண்டிருந்தார்; காயங்களுக்கு மண்பட்டி போடுவது, உப்பும் ரொட்டி சோடாவும் கலந்த நீரில் குளிக்கும் குனே குளியல் போன்றவற்றைச் செய்திருக்கிறார். இருபதாம் நூற்றாண்டின் ஆரம்பத்தில் நீர் சிகிச் சையும், இயற்கை வைத்தியமும் மேன்மேலும் அதிக கவனம் பெற்று வந்தன. அவற்றில் புகழ்பெற்ற பல பிரிவுகளும் சிகிச்சையாளர்களும் மேற்கு ஐரோப்பாவிலும், வட அமெரிக்காவிலும் இருந்தனர். சுடுநீர், குளிர்நீர், நீராவி ஆகியவை காய்ச்சல், வலிகள் போன்ற நோய்க் குறிகளுக்கு (குடிநோய் உட்பட) சிகிச்சையளிக்கப் பயன்படுத்தப் பட்டுவந்தன.[60]

காந்தி இயற்கை வைத்தியத்தில் கொண்டிருந்த ஈடுபாடு அவர் டால்ஸ்டாய், ரஸ்கின் ஆகியோர்மீது கொண்டிருந்த அபிமானத்தின் நீட்சியே. அவர்களது எழுத்துகள் உடைமைகளைத் துறப்பதையும், மிகுந்த வேகமும், பொருள் சார்ந்த சாய்வும் கொண்ட நவீன தொழில்மயமான மனித நாகரிகத்தைக் குறைகூறாவிட்டாலும் குறைந்த பட்சம் அதுபற்றி ஐயம் கொண்டிருப்பதையும் வலியுறுத்தின. இருந்தும்கூட முறைசாராத மருத்துவ இயலைக் கற்க காந்தி ஆர்வம் கொண்டிருந்தார் என்பது அவருடைய எழுத்துகள் வெளிப்படுத்துவதைவிடவும் ஆழமான ஈடுபாட்டைச் சுட்டிக்காட்டுகிறது. இப்போது அவருக்கு ஏறக்குறைய முப்பத்தொன்பது வயது. வழக்கறிஞராகத் தொழிலில் ஊன்றியவர்; சமூகத்தலைவராகப் புகழ் பெற்றவர்; மனைவி, குழந்தைகள் சார்ந்த பொறுப்புகள் கொண்டவர். இன்னொரு கண்டத்தில் வேறொரு தொழிலைத் தேடுவதற்கு அவரை எது உந்தியிருக்கக்கூடும்? இந்த ஆர்வம் எந்த அளவுக்குத் தீவிரமானது? அவரது சுய வரலாற்று எழுத்துகளிலேயே இதுபற்றி எந்தக் குறிப்பும் இல்லை; இந்தியன் ஒப்பீனியன் இதழில் பொது வாசகர்களுக்காக அவர் எழுதிக்குவித்த கட்டுரைகளில் நிச்சயமாக இல்லை.

காந்தி சட்டம் படித்தது லண்டனில்; அதன் பிறகு, ராஜ்கோட், பம்பாய், டர்பன், ஜோஹானஸ்பர்க் என நான்கு நகரங்களில் அவர் தொழில் செய்தார்—. இதுவரை அவரது வாழ்வு பல்வேறு இடங்களில் கழிந்தது; பெரியவரான பிறகு அவர் ஒரு டஜன் வெவ்வேறு வீடுகளில் வசித்திருந்தார். ஆனால், குறைந்தபட்சம் தொழிலாவது மாறாமல் இருந்துவந்திருந்தது. இந்தத் தொழிலில் அவர் மேன்மேலும் அதிகமாக வெற்றி பெற்றுவந்தார். சமீப வருடங்களில் அவர் தன் சமூகச் செயல்பாடுகளுக்காகச் சட்டத் தொழிலைக் கொஞ்சம் மட்டுப்படுத்தியிருந்தார். அதன் காரணம் தெளிவு: தென்னாப்பிரிக்காவில் இந்தியர்களுக்கு அவர்களது உரிமைகளைப் பெற்றுத்தரவேண்டிய கட்டாயம். அவர் ஒரு மருத்துவராகத் தேர்ச்சி பெற விரும்பியதற்கான காரணம் அவ்வளவு வெளிப்படையாகத் தெரிவதல்ல. இப்போதுபோய் தனது தொழிலை மாற்ற வேண்டிய அவசியம் என்ன? ஒருவேளை அவருக்குச் சட்டம் சலித்துப்போயிருக்கலாம். தென்னாப் பிரிக்காவில் இந்தியர்களுக்காக வழக்காடும் ஓர் இந்தியருக்குக் கிடைக்கக் கூடிய வழக்குகளின் வீச்சு வரம்புக்குட்பட்டது. புதிய பெர்மிட்கள், லைசன்ஸ்கள், முடிந்துபோன லைசன்ஸ்களையும் பெர்மிட்களையும் புதுப்பித்தல்—பெரும்பாலும் தனது கட்சிக்காரர்களுக்காக அவர் செய்யக் கூடியவை இவைதான்.

தன் போராட்டங்களின் அழுத்தத்தினால் ஜெனரல் ஸ்மட்ஸ், பலரால் வெறுக்கப்படும் 1907ம் ஆண்டின் ஆசியருக்கான சட்டத்தை விலக்கிக் கொள்வார் என்று காந்தி நம்பிக்கை கொண்டிருந்ததாக அல்லது அப்படி நடக்கவேண்டும் என்று ஆசைப்பட்டதாகத் தெரிகிறது. அப்படி நடந்தால் தென்னாப்பிரிக்க இந்தியர்களின் உரிமை காக்கப்பட்டுவிடும். அவர் தாராளமாக லண்டன் சென்று மருத்துவம் பயிலலாம்.

ஒருவேளை இப்போது மருத்துவத்துறையில் பணியாற்ற விரும்பியதில் காந்தி மற்றவர்களது உதாரணத்தால் கவரப்பட்டிருக்கலாம். அவர் பெரிதும் மதித்த பெண்மணியான அன்னா கிங்ஸ்ஃபோர்ட், விலங்கு களை அறுத்து சோதனைசெய்ய மறுத்தும்கூட மருத்துவப்பட்டம் பெற்று விட்டார். அவர் மருத்துவத்தை சைவ உணவுப் பழக்கத்துடனும் மரபு சாராத கிறிஸ்துவத்துடனும் இணைத்தார். காந்தியின் நெருங்கிய நண்பர் களில் இருவரான ஜோஸையா ஓல்ட்ஃபீல்டும், பிரன்ஜீவன் மேத்தாவும் பாரிஸ்டர்களாகவும் மருத்துவர்களாகவும் தேர்ச்சி பெற்றவர்கள். சொல்லப்போனால் மேத்தா அதன் பின்னர் மூன்றாவதாக ஒரு தொழிலாக நகை வாங்கல், விற்றலுக்குச் சென்றுவிட்டார். இவர்களது வெற்றிகர மான (மேலும் திருப்திகரமான) தொழில் மாற்றம் காந்திக்கும் அப்படிச் செய்ய ஊக்கமளித்தது. ஆனால் காந்தி மெயரிடம் தான் இங்கிலாந்துக்குச் சென்றுவிட்டால் தன் மகன்களுக்கு ‘பரந்த வாய்ப்புகளை’ தரமுடியும் என்று எதை நினைத்துச் சொல்லியிருப்பார்? ஹரிலால் இப்போது ஏறக் குறைய இரண்டு வருடங்களாக இந்தியன் ஒப்பீனியன் இதழில் வேலை செய்துவந்தார்; மணிலாலும் பத்திரிகை வேலைகளில் உதவ ஆரம்பித் திருந்தார். தான் அங்கிருந்து அகன்றுவிட்டால், பையன்கள் இன்னும் பொறுப்பும் முதிர்ச்சியும் கொண்டவர்களாவார்கள் என்று நினைத்தாரா?

வெளியிடப்பட்ட மற்றும் வெளியிடப்படாத சான்றுகளைக்கொண்டு பார்க்கும்போது ஹெர்மான் காலன்பாக் காந்திமீது ஆழ்ந்த பற்று கொண்டிருந்தது தெரிகிறது. அந்த இந்தியர் அவருக்கு ஓர் அண்ணனும் நல்லொழுக்க ஆசிரியரும் கலந்தவராக இருந்தார். காலன்பாக் லண்டனில் தாங்கள் வாழப்போவதை ஆவலுடன் எதிர்பார்த்தார். அவர் குறிப் பிட்டிருந்த தடைக்கற்கள் சொந்த வாழ்வு சார்ந்த காரணங்களாகவும், அரசியல் சார்ந்த கட்டாயங்களாகவும்இருக்கலாம் என்று தோன்றுகிறது. —கஸ்தூரிபாவும் அவர்களது மகன்களும் காந்தி போவதை ஒப்புக் கொண்டிருப்பார்களா? டிரான்ஸ்வாலிலும் நேட்டாலிலும் வசித்த இந்தியர்கள் தமது தலைவர் நாட்டைவிட்டுச் செல்வதற்கு என்ன எதிர்வினை ஆற்றியிருப்பார்கள்?

கடைசியில் அந்த நண்பர்களின் திட்டத்தில் மண்ணைப் போட்டது அரசாங்கத்தின் பிடிவாதமே. ஜெனரல் ஸ்மட்ஸ் சட்டத்தை விலக்கிக் கொள்ள மறுத்து, அதைவிட மோசமாக இந்தியர்களைக் குறிவைத்து புதிய சட்டங்களை இயற்றியதால் காந்தியும் அவரது சகாக்களும் மீண்டும் ஒருமுறை சத்தியாக்கிரகத்தை ஆரம்பித்தனர். காலன்பாக் சகோதரர் சைமனுக்கு எழுதிய கடிதம் அஞ்சல் செய்யப்பட்டது ஜூன் 14 அன்று; இரு வாரங்கள் கழித்து காந்தி ஸ்மட்ஸுடனான பேச்சுவார்த்தை தோல்வியடைந்துவிட்டதாகத் தன் சாகாக்களிடம் அறிவித்தார். இந்தியர்கள் இப்போது ஜப்பானியர்களின் உதாரணத்தைப் பின்பற்ற வேண்டும்; அஹிம்சை வழிதான் என்றாலும் அதேபோல ஐரோப்பிய எதிராளிகளை ‘மண்ணைக் கவ்வ’ வைக்கவேண்டும்.

ஜூன் மாத ஆரம்பத்தில் இந்தியன் ஒப்பீனியன் இதழில் தனது வாராந்திரப் பகுதியான 'ஜோஹானஸ்பர்க்கிலிருந்து மடல்' பகுதியில் காந்தி எதற்காக சத்தியாக்கிரகம் செய்யப்போகிறோம் என்று விளக்கினார். அது போயர்கள் அளித்த வசிப்பிட சான்றிதழ்களை வைத்திருக்கும் இந்தியர்களின் உரிமைகளுக்காகவும் டிரான்ஸ்வாலில் முன்பு வசித்து இப்போது அந்தக் காலனிக்கு வெளியில் இருப்பவர்களுக்காகவும், படித்த இந்தியர்களுக்காகவும் செய்யப்படவேண்டும். பதிவுச்சான்றிதழ்களை எரிப்பது, காவல்துறையினர் கேட்டால் கையெழுத்தும் கைரேகைப்பதிவும் தர மறுப்பது ஆகியவை அதில் பின்பற்றப்படும். வியாபாரிகளோ கூவி விற்பவர்களோ அவர்கள் கையெழுத்திடவில்லை, கைரேகைப் பதிவு தரவில்லை என்பதற்காக லைசன்ஸ்கள் மறுக்கப்பட்டாலும், அவர்கள் தம் வியாபாரத்தைத் தொடர்வார்கள். இவ்வாறு சட்டத்தை மறுத்ததற்கான சிறைத் தண்டனை உடனே ஏற்றுக்கொள்ளப்படும். போராட்டக்காரர்களுக்கு காந்தி 'வழக்கம்போல கட்டணமில்லாமல்' சட்ட உதவி வழங்குவார்.[61]

பிரிட்டிஷ் இந்தியர்கள் சங்கம் *1908* ஜூலை *12* அன்று கூட்டாக சான்றிதழ்களைக் கொளுத்தும் நகழ்ச்சிக்கு நாள் குறித்திருந்தது; பின்னர் ஆல்பர்ட் கார்ட்ரைட்டும் வில்லியம் ஹோக்ஸ்கனும் கேட்டுக்கொண்டதற்கிணங்க அதனை ஒத்திவைப்பதற்கு ஒப்புக்கொண்டது. வெள்ளையர்களான இந்த தாராளவாதிகள் ஒப்பந்தம் ஒன்றை ஏற்படுத்திக்கொள்ள முடியும் என்று இன்னும் நம்பினர். அவர்கள் காந்தியின் கருத்துகளை ஜெனரல் ஸ்மட்ஸுக்கும், ஸ்மட்ஸின் கருத்துகளை காந்திக்கும் எடுத்துச் சென்றனர். இதில் அந்த சமாதானத் தூதுவர்கள் இருதரப்பும் விட்டுக்கொடுக்கத் தயாரில்லை என்று கண்டனர். காந்தி தன் தொழில்ரீதியான லாபத்துக்காக பெர்மிட் கேட்கும் இந்தியர்களைச் சுரண்டிவருவதாக ஸ்மட்ஸ் குற்றம்சாட்டினார். அந்த வழக்கறிஞர் இஸ்லாமியர்களான தன் கட்சிக்காரர்களிடம் இந்துக்களைவிட அதிகம் கட்டணம் வாங்குவதாகக் கூட அவர் சொன்னார். காந்தி இதை 'வெறுக்கத்தக்க பொய்' என்றுகூறி நிராகரித்தார்.

அந்த இரு மனிதர்களுக்கும் இடையிலான வித்தியாசம் பார்வையும் கோட்பாடும் சார்ந்தது. ஸ்மட்ஸ் *15,000* இந்தியர்கள்வரை போயர்களிடம் பெற்ற சான்றிதழ் வைத்திருப்பதாகவும் அதனால் டிரான்ஸ்வாலில் மீண்டும் நுழைய அனுமதி கோருவதாகவும் சொன்னார்; காந்தியோ அவர்களின் எண்ணிக்கை ஆயிரத்தைத் தாண்டவில்லை என்று உறுதியாகச் சொன்னார். ஆனாலும் 'உச்சபட்ச முக்கியத்துவம்' கொண்ட விஷயம், படித்த இந்தியர்களின் உரிமைகள் தொடர்பானதுதான். காந்தி கார்ட்ரைட்டிடம், கூறினார்:

> ஒரு பாரிஸ்டராக தாராளவாதக் கல்வி கற்ற நான், என் சக பாரிஸ்டர்கள் அவர்கள் இந்தியர்கள் என்ற காரணத்துக்காக டிரான்ஸ்வால் அல்லது

வேறு காலனியில் நுழையக்கூடாது என்று கூறினால் ஜெனரல் ஸ்மட்ஸிடமிருந்தும், என் எல்லா ஐரோப்பிய நண்பர்களிட மிருந்தும்கூட கடுமையான கண்டனத்துக்கு உரியவனாவேன். கற்றவர் களுக்கான பரீட்சையை ஸ்மட்ஸ் தான் விரும்பும் அளவுக்குக் கடின மானதாக வைத்துக்கொள்ளட்டும்... ஆனால், இனவாத பரீட்சையை நான் ஒருக்காலும் ஒப்புக்கொள்ள மாட்டேன்.

இந்த வேறுபாடுகளின் விளைவு '(டிரான்ஸ்வால்) நாடாளுமன்றத்துக்கு இந்த ஷரத்தை (படித்த இந்தியர்கள் வருவதைத் தடை செய்வது) எதிர்த்து ஒரு கோரிக்கை மனு; இம்பீரியல் அரசாங்கத்துக்கு ஒரு விண்ணப்பம்; என் நாட்டினரின் ஆதரவைப் பெற முடியுமானால், நிச்சயமாக சத்தியாக் கிரகம்.'[62]

காந்தியின் நிலைபாடு தென்னாப்பிரிக்காவில் இனங்களுக்கிடைநிலான உறவின் கடந்த காலம், எதிர்காலம்பற்றிய அவரது விரிவான பார்வை களுடன் ஒத்துப்போவதாக இருந்தது. அவர், 'இனவாதமற்ற, சிறிதுசிறிதாக முன்னேறுபவர்' என்று கூறலாம். ஐரோப்பியர்களின் தொழில்நுட்ப, அரசியல், பொருளாதார, சமூக உயர்நிலையை ஒப்புக்கொண்டாலும், ஏன் அது அவ்வாறே எதிர்காலத்திலும் நீடிக்கவேண்டும் என்பதற்கான காரணம் எதையும் அவர் காணவில்லை. மற்ற பண்பாடுகளைச் சேர்ந்தவர்கள், சரியான சூழ்நிலைகள் வாய்த்து, காலம் கனிந்துவரும்போது, ஆளுகின்ற இனத்துடன் (எல்லாவகையிலும்) சமத்துவம் பெறும் திறமை உடைய வர்களே.

இந்தக் கருத்துகள் காந்தி ஜோஹானஸ்பர்க் ஒய்.எம்.சி.ஏ.வில் 1908 ஆம் ஆண்டு மே மாதம் ஆற்றிய ஓர் ஈர்ப்பான (கூடவே அதிகம் கவனிக்கப் படாத) உரையில் வெளிப்பட்டன. சமீபத்திய சத்தியாக்கிரகத்தை மனத்தில் கொண்டு அந்தச் சங்கம் ஒரு விவாத த்துக்கு ஏற்பாடு செய்திருந்தது. தலைப்பு: 'ஆசியர்களும் வெள்ளையரல்லாத இனங்களும் பிரித்தானியப் பேரரசுக்கு ஓர் அபாயமா?'

காந்தி மட்டுமே அங்கிருந்த ஒரே வெள்ளையர் அல்லாதவராக இருக்கக் கூடும். முன்வைக்கப்பட கருத்தை எதிர்த்த அவர் ஆஃப்ரிக்கர்கள், ஆசியர் களது உழைப்புதான் பிரித்தானியப் பேரரசை அதன் இடத்தில் வைத் திருக்கிறது என்று சுட்டிக்காட்டினார். 'யாராவது இந்தியாவை விட்டு விட்டு பிரித்தானியப் பேரரசைக் கற்பனை செய்துபார்க்க முடியுமா?' என்று கேட்டார். மேலும் 'ஆஃப்ரிக்கர்கள் இல்லாவிட்டால் தென்னாப் பிரிக்கா வெறும் பொட்டல்காடாகத்தான் இருந்திருக்கும்' என்று குறிப்பிட்டார்.

பிறகு காந்தி மேற்கத்திய நாகரிகத்தையும் கிழக்கத்திய நாகரிகத்தையும் வேறுபடுத்திக் காட்டினார். முன்னது பதற்றமானது, சுறுசுறுப்பானது, பரந்து விரியும் தன்மை கொண்டது; பின்னது ஆழ்ந்த சிந்தனை

கொண்டது; உள்நோக்கி வளர்வது. இவை இப்போதைக்கு எதிர்மாறான போக்குகளாக இருக்கலாம்; ஆனாலும் 'இயற்கையின் பொருளாதாரத்துக்கு ஒருவேளை இரண்டுமே தேவையானவையாக இருக்கக் கூடும்.' இரண்டும் சந்திப்பதை அவர் வரவேற்றார். அதன்மூலம் கிழக்கத்திய நாகரிகம் 'மேற்கத்திய உணர்வோடு வேகம் பெறும்'; இப்போது இலக்கில்லாமல் உள்ள பின்னதோ குறிக்கோள் ஒன்றைப் பெறும்.

காந்தி நம்பியது—அல்லது விரும்பியது— இந்தச் சந்திப்பு தொடரும் போது, 'கிழக்கத்திய நாகரிகம் முதன்மைபெறும்; காரணம் அதனிடம் ஓர் இலக்கு இருக்கிறது.'

சில ஐரோப்பியர்கள் இந்தியர்களை தென்னாப்பிரிக்காவிலிருந்து விரட்டியடிக்கவேண்டும் என்று விரும்பினர். இந்தத் தீவிரப் போக்காளர்களுக்குப் பதில் சொல்ல காந்தி இம்பீரியல் தலைநகரமான லண்டனின் வெவ்வேறு பகுதிகளை வேறுபடுத்திக் காட்டினார்.

> லண்டனில் வெஸட் என்ட் பகுதியில் வசிப்பவர்கள் ஈஸட் என்ட் பகுதியில் வசிப்பவர்கள் பற்றிப் பல புகார்களைக் கூறுகிறார்கள். ஆனால் யாரும் ஈஸ்ட் என்ட் பகுதி மக்கள் துரத்தப்படவேண்டும் என்று சொல்வதில்லை. ஈஸ்ட் என்டில் நிலவும் அநியாய வாடகையையும் அங்கிருக்கும் பாதகமான சூழ்நிலைகளையும் ஒழித்துக்கட்டுங்கள்; அங்கு வசிப்பவர்களும் வெஸ்ட் என்டில் வசிப்பவர்கள் போலவே சிறந்தவர்களாயிருப்பார்கள்.

காந்தி இந்த ஒப்பீட்டைப் பயன்படுத்தி, தம் சக குடியேற்றக்காரர்களான இந்தியர்களின் வாழ்க்கைத்தரத்தையும் அந்தஸ்தையும் உயர்த்தும்படி காலனியர்களை வலியுறுத்தினார். இந்தியர்களை 'வரம்புகளுக்கு உள்ளாக்கப்படாமல் சுதந்திரமாக வாழவும், நிலம் வைத்துக் கொள்ளவும், நேர்மையாக வியாபாரம் செய்யவும்' அனுமதிக்கும்படி வலியுறுத்தினார். இந்தியர்கள், ஆஃப்ரிக்கர்களின் அரசியல் உரிமைகள் பற்றிப்பேசுவதற்கு நேரம் வரவில்லை என்று ஒப்புக்கொண்டார். ஆனாலும் இவையும் காலப்போக்கில் வரும்; சொல்லப்போனால் 'ஆங்கிலேய இனத்தின் நோக்கம், ஆளப்படும் இனங்களாக இருந்தாலும் அவர்களைத் தமக்கு இணையாக உயர்த்துவது, அவர்களுக்கு முற்றிலும் சுதந்தரமான நிறுவனங்களை வழங்குவது; அவர்களை முற்றிலும் சுதந்தரமான மனிதர்களாக ஆக்குவது.' 'நாம் எதிர்காலத்தை நோக்கினால், எல்லா வேறுபட்ட இனங்களும் ஒன்றுகலந்து, உலகம் அநேகமாக இது வரை கண்டிராத ஒரு நாகரிகத்தை உருவாக்குவது நமது சந்ததியினருக்கு நாம் விட்டுச்செல்ல வேண்டிய பாரம்பரியம் அல்லவா?' என்று துணிச்சலாகக் கேட்டார்.[63]

இப்போது காந்திதான் ஜோஹானஸ்பர்க்கிலேயே முதன்மையான கறுப்பு நிறம்கொண்ட போராளி. அவரது பேச்சு அவரது உயர்த்தப்பட்ட அந்தஸ்

தையும், அதனுடன் இணைந்துவரும் பொறுப்புகளையும் குறிக்கும் அடையாளங்களைக் கொண்டிருந்தது. அநேகமாக பொதுவிடத்தில் முதல் தடவையாக அவர், இழிசொல்லான 'காஃபிர்கள்' என்ற பதத்துக்குப் பதில் நடுநிலையான 'ஆஃப்ரிக்கர்கள்' என்ற சொல்லைப் பயன் படுத்தினார். மொழியில் ஏற்பட்ட மாற்றம், உலகம் குறித்த அவரது சிந்தனையில் ஏற்பட்டிருந்த இன்னும் ஆழமான மாற்றத்தைக் குறிப்ப தாக இருந்தது. காந்தி முதல்முறையாகத் தென்னாப்பிரிக்கா வந்தபோது இந்தியர்களை ஆஃப்ரிக்கர்களிடமிருந்து பிரித்துப் பார்க்கவேண்டும் என்று கோரினார்; ஆஃப்ரிக்கர்களை அப்போது அவர் 'நாகரிகமடையா தவர்கள்' என்று கருதினார். இப்போது பதினைந்து ஆண்டுகளுக்குப் பின்னர், அவர் எல்லா இனங்களையும் ஒரே வளையத்தினுள் கொண்டு வந்தார். அவர்கள் அனைவரும் ஒரே மாதிரியான நம்பிக்கைகள் கொண்டி ருக்கிறார்கள்; ஒருநாள் ஒரே உரிமைகளைப் பெற்றிருப்பார்கள். வரும்காலத்தில், இந்தியர்களும் ஆஃப்ரிக்கர்களும் முற்றிலும் சுதந்தர மானவர்களாக இருப்பார்கள். போயர்களுடனும் பிரித்தானியர் களுடனும் கலந்து வாழ்வார்கள்; அந்த நாட்டில் குடியுரிமை என்பது ஒருவரது தோல் நிறத்தைப் பொறுத்ததாக இருக்காது.

உடன்படிக்கை ஏற்படும் வாய்ப்பு எதுவும் இல்லாததால் போராட்டங்கள் தொடர்ந்தன. 1908 ஜூலை முதல் இந்தியர்கள் லைசன்ஸ் இல்லாமல் தலைச்சுமை வியாபாரத்தில் ஈடுபட்டுக் கைதாக ஆரம்பித்தார்கள். அவர்கள் பழக்கூடைகளைத் தலையில் சுமந்துகொண்டு, வீடு வீடாகச் சென்றபடி, காவல்துறை தங்களைக் கைதுசெய்வதற்காகக் காத்திருந் தார்கள். காந்தி அந்தப் போராட்டக்காரர்களுக்காக நீதிமன்றத்தில் வாதாடினார். அவர் குற்றம்சாட்டப்பட்டவர்களிடம், அது தமது வழக்க மான தொழில் அல்ல என்றும், அரசாங்கம் கடைப்பிடிக்கும் கொள் கைகளுக்கு எதிர்ப்பு தெரிவிக்கவே அவர்கள் தலைச்சுமை வியா பாரத்தில் ஈடுபட்டதாகவும் தெளிவுபடுத்தும்படிக் கேட்டுக்கொண்டார். காந்தி வேறு பணியில் மும்முரமாக இருக்கும் சமயங்களில் அவரது நண்பர் ஹென்றி போலாக் சட்டத்தை மீறியவர்களுக்காக வாதாடினார்.[64]

லைசன்ஸ் இல்லாமல் தலைச்சுமை வியாபாரம் செய்வதற்கு சாதாரண மாக ஒரு வார சிறைவாசம் தண்டனையாகத் தரப்படும். சில சத்தியாக் கிரகிகள் திரும்பத் திரும்ப அந்தக் குற்றத்தைச் செய்தவர்களானார்கள். அவர்களில் தம்பி நாயுடுவும் ஒருவர். முன்பு 1907 ஜூலையில் இந்தியர்கள் பதிவு செய்துகொள்ள மறுத்துவந்தபோது தமிழரான அந்த செயல்பாட்டாளர் பெர்மிட் அலுவலகத்தில் மறியல் போராட்டத்தை முன்னின்று நடத்தினார். அவர்கள் கைதாக முடிவுசெய்தபோது முதலாவ தாகச் சிறை சென்றவர்களில் அவரும் ஒருவர். காந்தி ஸ்மட்ஸுடன் சமரசத்துக்கு வந்தபோது, அவர் தன் சக தமிழர்களின் ஆதரவை அந்த உடன்பாட்டுக்குப் பெற்றுத் தந்தார். ஸ்மட்ஸ் உடன்பாட்டை

மீறியபோது, அவர் மீண்டும் ஒருமுறை சத்தியாக்கிரகிகளைச் சிறைக்கு அழைத்துச்சென்றார்.

தம்பி நாயுடு மொரிஷியஸ் நாட்டில் பிறந்து வளர்ந்தவர். அந்த பிரிட்டிஷ் காலனியில் இந்தியர்கள் சுதந்தரமாக வசிக்கவும் வியாபாரம் செய்யவும் முடியும். டிரான்ஸ்வாலில் விதிக்கப்பட்ட கட்டுப்பாடுகள் அவருக்கு மிகவும் ஆத்திரமூட்டியது. அது அவரது இயல்பான போர்க்குணத்தையும் போராட்ட வேகத்தையும் முன்னால் கொண்டுவந்தது. சரக்குப் போக்கு வரத்துத் தொழில் செய்பவரான அவர் சத்தியாக்கிரகம் ஆரம்பித்தபோது தனக்குத் தரப்பட்ட எந்த வேலையையும் மகிழ்ச்சியாகச் செய்தார். தபால்களை அனுப்புவது, சுமைகளைத் தூக்கிச் செல்வது, இருக்கைகளுக்கு ஏற்பாடு செய்வது, கூட்டத்துக்குத் தானே தலைமை வகிப்பது—இவற்றை யெல்லாம் சிறைக்குச் செல்லும் நேரம் வரும்வரை செய்துவந்தார். குஜராத்திகள் ஊசலாட்டத்துடன் இருக்க, காந்தி தம்பி நாயுடுவை மேன் மேலும் அதிகம் நம்பியிருக்க ஆரம்பித்திருந்தார். அவர் இப்போது காந்தியின் தலைமைத் தளபதி. அந்த வழக்கறிஞரைத் தாக்க வந்தவர்களை அவர் துணிச்சலாகத் தனது குடையைக் கொண்டு தடுத்த சம்பவத்துக்குப் பிறகு அவரது நிலை இன்னும் உறுதிப்பட்டது.

> காந்தியும் தக்கபடி தம்பி நாயுடுவின் ஆதரவுக்கு நன்றி பாராட்டினார். அவர் தம்பியை 'தன்னிகரில்லாத சத்தியாக்கிரகி' என்றும், சிறையி லிருக்கும் இந்தியர்களிலேயே 'அநேகமாக ஆக அதிகபட்ச தைரியமும் உறுதியும் கொண்டவர்' என்றும் வர்ணித்தார். அவர் இந்தியாவுக்குச் சென்றதில்லை என்றாலும், 'தாய்நாட்டின்மீதான அவரது பாசத்துக்கு எல்லையே இல்லை'. இதனிடையே இந்தியன் ஒப்பீனியன் இப்படி எழுதியது:

போராட்டம் ஆரம்பிக்கும்வரை தம்பி நாயுடு தான் உண்டு தன் வேலை உண்டு என்று இருந்துவந்த டிராலி ஒப்பந்தக்காரர் (காண்ட்ராக்டர்); நன்றாக சம்பாதித்து, மகிழ்சியாக குடும்பம் நடத்திவந்தவர். இன்று அவர் ஒரு பெருமைமிக்க ஏழை; ஓர் உண்மையான நாட்டுப் பற்றாளர்; டிரான்ஸ்வாலின், ஏன் தென்னாப்பிரிக்காவின் குடிமக்களிலேயே மிகவும் விரும்பத்தக்கவர். சிறையில் இருந்தாலும், வெளியில் இருந்தாலும், அவரது ஒரே அக்கறை ஓர் உண்மையான சத்தியாக்கிரகியாக நடந்துகொள் வதுதான்; அதாவது முனகலோ முணுமுணுப்போ இல்லாமல் கஷ்டங் களை ஏற்றுக்கொள்வது.

தம்பி சிறையில் இருக்க, அவரது மனைவி வீரம்மாள் தனியாக அவர்களது குழந்தைகளைக் கவனித்துக்கொள்ளவேண்டி வந்தது. அவருக்குத் தன் கணவரின் தொழிலைச் செய்ய அனுபவமோ நேரமோ இல்லை. ஆகவே, கடன்காரர்களைச் சமாளிக்க அவர் தன் கணவர் வைத் திருந்த குதிரைகளையும், வண்டிகளையும், ஒவ்வொன்றாக விற்று அதில் கிடைப்பதைக் கொண்டு நாட்களை நகர்த்த ஆரம்பித்தார்.[66]

1908 ஜுலை கடைசி வாரத்தில் தம்பி நாயுடுவுக்கு ஒரு மாதத்துக்குள் மூன்றாவது முறையாகத் தண்டனை கொடுக்கப்பட்டவுடன் போலாக், டோக், ஹமீதியா இஸ்லாமிக் சொஸைட்டியைச் சேர்ந்த மௌல்வி முக்தியார் ஆகியோருடன் சென்று திருமதி தம்பி நாயுடுவை காந்தி சந்தித்தார். 'அவர் இருக்கும் கஷ்டமான நிலைமையில் அவருக்கு எங்களது அனுதாபங்களைத் தெரிவிப்பதும் அவரது கணவரது தைரியம், மனவுறுதி ஆகியவற்றின்மீது நாங்கள் கொண்டிருக்கும் பெருமதிப்பைத் தெரிவிப்பதுமே அவர்களது நோக்கம்.' இந்துவும் யூதரும் ஆன காந்தியும் போலாக்கும் தம்பியின் குடும்பத்துடன் ஒன்றாக நிற்க, கிறிஸ்துவ மதகுருவான டோக், 'உதவி கேட்டு ஒரு சிறு ஜெபம் செய்ய, மௌல்வி ஷாஹிப் திருமதி நாயுடுவிடம் தன் மதத்தினர் அனைவரும் அவரது கணவரின் நலனுக்காகப் பிரார்த்தனை செய்வதாகத் தெரிவித்தார்.'[66]

அந்தச் சமயம் திருமதி நாயுடு நிறைமாத கர்ப்பமாக இருந்தார். அடுத்த வாரம் குழந்தை பிறந்தபோதே இறந்துவிட்டிருந்தது. போலாக் துயருற்ற அந்தத் தாயுடன் மயானத்துக்குச் சென்றார். பின்னர் அவர் எழுதிய தலையங்கத்தில் இந்தியப் பொதுமக்களின் கருத்து என்ற நீதிமன்றத்தில், 'திரு நாயுடுவின் குழந்தையின் படுகொலையை நிகழ்த்தியவர் ஜெனரல் ஸ்மட்ஸ்தான்' என்று குறிப்பிட்டார்.[67]

அரசாங்கத்தை மேலும் சோதனைக்குள்ளாக்கும்விதமாக, பிரிட்டிஷ் இந்திய சங்கத்தினர் எழுதப் படிக்கத் தெரிந்த பார்ஸியான சோராப்ஜி ஷாப்புர்ஜி அடஜானியாவை டிரான்ஸ்வாலுக்குள் நுழையச் சொன்னார்கள். நன்றாக ஆங்கிலம் பேசக்கூடியவரான அடஜானியா சூரத் ஹை ஸ்கூலில் பள்ளியிறுதிவரை படித்தபின் இப்போது நேட்டால் மாகாணத்திலிருக்கும் சார்ல்ஸ்டன் நகரில் ஒரு கடையில் மேலாளராகப் பணி புரிந்துவந்தார். அந்த காலனியில் குடியேற விரும்பிய ஐரோப்பியர்கள் பலருக்குச் சமமாக அவரும் நன்கு படித்தவர். ஆனாலும் அவர் ஓர் 'ஆசியர்' என்பதால் சட்டத்தின் கண்களில் அவரது படிப்புக்கு எந்த மதிப்பும் இல்லை. அவர் ஜுன் கடைசி வாரத்தில் டிரான்ஸ்வாலில் நுழைந்து, படித்த குடியேற்றக்காரர் என்ற முறையில் தனக்கு வசிக்க உரிமை உண்டு என்று கோரினார். சட்டத்தை மீறியதாகக் குற்றம்சாட்டப் பட்டார். அவருக்காக நீதிமன்றத்தில் காந்தி வாதாடினார். ஒரு வாரத் துக்குள் காலனியை விட்டு வெளியேறுமாறு உத்தரவிடப்பட, அவர் அப்படிச் செய்ய மறுத்தார். ஆகவே, மீண்டும் நீதிமன்றத்துக்கு வரும்படி ஆணையிடப்பட்டார். அந்த வழக்கை விசாரித்த நீதிமன்ற நடுவரால் காந்தியின் வாதங்கள் 'மிகவும் நுட்பமானவை; மிகவும் வலிமை யானவை' என்று குறிப்பிடுவதைத் தவிர்க்க இயலவில்லை. சட்டத்தின் இனவாத அடித்தளம் எந்த மறைப்பும் இன்றி வெளிப்பட்டது. ஆனாலும் நீதிபதிக்கு ஊதியம் தரப்படுவது அந்தச் சட்டத்தை நடைமுறைப் படுத்துவதற்கே; ஆகவே, அட்ஜானியாவுக்குக் கடின உழைப்புடன் கூடிய ஒரு மாத சிறைவாசம் அளிக்கப்பட்டது.[68]

ஜுலை 28 அன்று காந்தி லைசன்ஸ் இல்லாமல் தலைச்சுமை வியாபாரத்தில் ஈடுபட்டதாகக் குற்றம் சாட்டப்பட்டிருந்த ஆறு இந்தியர்களுக்காக வாதாடினார். காந்தி இப்போது இதே நோக்கத்துக்காக நீதிமன்றத்தில் வாரத்துக்கு இரண்டு, மூன்று முறை ஆஜராகி வந்தார். ஆனாலும் இந்த வழக்கு சிறிது மாறுபட்டது; காரணம் குற்றம்சாட்டப்பட்டவர்களில் அவரது மூத்த மகன் ஹரிலாலும் ஒருவர். அப்போதுதான் இருபது வயது நிறைவடைந்திருந்த ஹரிலால் ஃபீனிக்ஸில் தனது தாயார், தம்பிகள், சமீபத்தில்தான் இந்தியாவிலிருந்து வந்திருந்த அவரது மனைவி சஞ்ச்சல் ஆகியோருடன் வசித்துவந்தார். ஹரிலாலை அவரது தந்தை சத்தியாக் கிரகத்தில் இணையுமாறு செய்திருந்தார். நேட்டாலிலிருந்து டிரான்ஸ் வாலுக்குள் நுழைந்த அவர் வோல்க்ஸ்ரஸ்ட் நகரத்தில் முறையான சான்றிதழ் இல்லாததற்காகத் தடுத்து நிறுத்தப்பட்டார். அவரிடம் பிரிட்டோரியாவில் சான்றிதழுக்கு விண்ணப்பிக்கும்படிக் கூறப்பட்டது. பதிலாக, அவர் ஜோஹானஸ்பர்க் சென்று, உடனடியாகப் பழங்களைத் தெருவில் விற்க ஆரம்பித்தார். ஹரிலாலுக்கு ஒரு பவுண்ட் அல்லது ஏழு நாட்கள் கடின உழைப்பு என்ற தண்டனை தரப்பட்டது; பிறரைப் போலவே அவர் சிறைவாசத்தைத் தேர்ந்தெடுத்தார்.

ஹரிலால் விடுதலையான அன்று காந்தி தனது முன்னாள் எதிராளி மாண்ட்ஃபோர்ட் சாம்னிக்குக் கடிதம் ஒன்று எழுதினார். அதன் தொனி துடுக்கும் வெற்றிக்களிப்பும் கலந்ததாக இருந்தது. நீதிபதி ஹரிலால் காந்திக்கு பெர்மிட்டுக்காகப் பதிவு செய்துகொள்ள இன்னொரு சந்தர்ப்பம் அளித்திருந்தார். காந்தி சாம்னிக்கு எழுதிய கடிதத்தில், 'உங்களுக்கு இதைத் தெரிவிக்கும் கௌரவம் எனக்குக் கிட்டியுள்ளது. என் மகனுக்கு அப்படிச் செய்யும் விருப்பம் இல்லை; அவர் ஆசியருக்கான சட்டத்தை மீறியதற்காகத் தொடங்கப்படும் எந்த விசாரணைக்கும் பதில் சொல்லத் தயாரக இருப்பார்' என்று தெரிவித்தார்.[69]

ஆகஸ்ட் 10 அன்று காலை 11 மணி சுமாருக்கு ஹரிலால் காந்தியை ஜோஹானஸ்பர்க்கில் காவலர் ஒருவர் பதிவுச்சான்றிதழைக் காட்டுமாறு கேட்டார். அவர் மறுக்கவே கைது செய்யப்பட்டார்; அவரது கைரேகை வலுக்கட்டாயமாகப் பதிவுசெய்யப்பட்டது. (இவை தென்னாப்பிரிக் காவில் தேசிய ஆவணக் காப்பகத்தில் கோப்பு ஒன்றில் இன்னும் இருக் கின்றன; வல, இட பெருவிரல்களின் கருப்பு தீற்றல்கள்; '(ஒவ்வொரு கையின்) நான்கு விரல்களின் மட்டப் பதிவு—ஒரே நேரத்தில் எடுக்கப் பட்டது.)' அவரது விவரங்கள் எழுதப்பட்டன—பதிவில் சொல்லியபடி, அவர் ஐந்தடி நான்கு அங்குல உயரமும், 'தடித்த' உடல்வாகும், 'வெளிர்' நிறமும், கருப்பு நிறத் தலைமுடியும், நெற்றியில் இரு தழும்புகளும் கொண்டிருந்தார்.[70]

அதே நாள் பிற்பகலில் ஹரிலால் திரு ஜோர்டான் முன்பாக நீதிமன்றத்தில் ஆஜரானார். அவருக்காக ஆஜரான வழக்கறிஞர், 'காந்தி, சீன்' (சீனியர்

என்பதன் சுருக்கம்). தந்தை, குற்றம்சாட்டப்பட்டவர் இருபத்து நான்கு மணிநேரத்துக்குள்ளாகக் காலனியை விட்டு வெளியேறும்படி உத்தரவிடப்படவேண்டும், காரணம் 'அவர் தன் நண்பர்களுடன் சிறைக்குச் செல்ல விரும்புகிறார்' என்றார். நீதிபதி ஒப்புக்கொள்ள வில்லை. பதிலாக அவர் ஹரிலாலுக்கு வெளியேற ஒரு வாரம் அவகாசம் தந்தார்; அதற்குள் வெளியேறாவிடில் விளைவுகளைச் சந்திக்கவேண்டும். 18ம் தேதி காலை கருணைக்கெடு முடிவுக்கு வந்தது; ஹரிலால் நீதிமன்ற உத்தரவுக்குக் கட்டுப்படாததற்காகக் கைது செய்யப்பட்டார். அவர் மீண்டும் ஒருமுறை திரு ஜோர்டான் முன்பாக ஆஜரானார். அவர் ஹரிலாலுக்குக் கடின உழைப்புடன் கூடிய ஒரு மாதகால சிறைத்தண்டனை விதித்தார்.

இளைய காந்தியின் தண்டனையும் சிறைவாசமும் டிரான்ஸ்வாலின் இந்தியர்களிடையே அனுதாப அலையை ஏற்படுத்தின. ஹமீதியா இஸ்லாமிக் சொஸைட்டி கூடி பல தீர்மானங்களை நிறைவேற்றியது. அவற்றில் முதலாவது, 'தனது சமூகத்துக்காக எந்த விலை கொடுத்தும் துன்பங்களை அனுபவிக்கும் தைரியத்துக்காக திரு ஹரிலாலைப் பாராட்டுகிறோம்' என்பது; இரண்டாவது, 'திரு மற்றும் திருமதி காந்திக்கு, அவர்களது மகன் ஹரிலால் டிரான்ஸ்வால் அரசாங்கத்தின் அநீதியால் தண்டனை தரப்பட்டுள்ளதற்காக பாராட்டும் உளப்பூர்வமான அனுதாபமும்' தெரிவித்தது.[71]

தனது பதின்வயது மகன் கைதுசெய்யப்பட்டது காந்தியிடம் பல்வேறு சிக்கலான உணர்வலைகளை ஏற்படுத்தியது. 'ஹரிலால் செய்திருப்பதை ஒவ்வொரு இந்தியரும் செய்யவேண்டும் என்று விரும்புகிறேன்' என்று காந்தி இந்தியன் ஒப்பீனியனுக்கு எழுதிய கடிதம் ஒன்றில் குறிப்பிட்டார். 'நாட்டுக்காகச் சிறை செல்வது ஹரிலாலின் கல்வியின் ஒரு பகுதியாக இருக்கும்.' சிறைக்குச் சென்றதில் அந்தப் பையன் ஒருவிதத்தில் தன் தந்தைக்காகப் பதிலாளாகச் செயல்பட்டிருந்தார். காந்தி விளக்கியது போல,

> நான் எல்லா இந்தியர்களையும் தெருவில் சென்று வியாபாரம் செய்யும்படி அறிவுரை செய்திருக்கிறேன். நானே இதில் கலந்துகொள்ள முடியாது என்று அஞ்சுகிறேன்; காரணம் நான் வழக்கறிஞராக (அட்டர்னி) பதிவு செய்துகொண்டிருக்கிறேன். ஆகவே, நான் என் மகனைத் தெருவில் வியாபாரம் செய்யும்படிச் சொல்வது சரியாக இருக்கும் என்று கருதினேன். நானே செய்ய முடியாத விஷயங்களை மற்றவர்களைச் செய்யச் சொல்லிக் கேட்பதில் எனக்குத் தயக்கம் உண்டு. நான் சொல்லி என் மகன் செய்யும் செயல்கள் எதனையும் நானே செய்ததாக எடுத்துக்கொள்ளலாம் என்பது என் எண்ணம்.[72]

அவரிடம் ஒரு பெருமிதமும் நிறைவும் இருந்தது. ஆனாலும் அடிக் கசடாக ஒரு குற்றவுணர்ச்சியும் இருந்ததுபோலத் தோன்றுகிறது. அதே

கடிதத்தில் காந்தி குறிப்பிட்டார்: 'ஹரிலால் ஒரு குழந்தைதான். இப்படி நடந்துகொள்வதில் அவர் தன் தந்தையின் விருப்பங்களுத் தலைசாய்த் திருக்கலாம். ஒவ்வொரு இந்தியரும் தானாகவே செயல்படுவது முக்கியம்...' ஒருவேளை, பையன் சிறைசெல்ல விருப்பம் கொண்டிருந் திருக்க, தந்தையும் அவர் அப்படிச் செய்யவேண்டும் என்று விரும் பியிருக்க, அவரது தாயும் மனைவியும் ஹரிலால் சிறைக்குச் செல்வதை அவ்வளவாக விரும்பவில்லையோ?

1 - 2. மோகன்தாஸ் காந்தி பிறந்த போர்பந்தர் வீடு

3 - ராஜ்கோட் பள்ளி, மோகன்தாஸ் காந்தி சுமாராகப் படித்த பள்ளி

4 - 5. மோகன்தாஸின் பெற்றோர்
கரம்சந்த் காபா காந்தி (மேலே) -
புத்லி பாய் (வலப்பக்கம்)

6. இளம் மோகன்தாஸ் பாரம்பரிய கத்தியவாரி உடையில்

7. காந்தியின் குரு சமண அறிஞர் ராய் சந்த் பாய்

8. டர்பனில் வெற்றிகரமான வழக்கறிஞராக, 1898.

9. கஸ்தூரிபா காந்தியும் குழந்தைகளும், 1901. கையில் இருக்கும் குழந்தை ராம்தாஸ், நாற்காலியில் அமர்ந்திருப்பது மணிலால், வலது பக்கம் இருப்பது ஹரிலால். இடது பக்கம் இருப்பது காந்தியின் சகோதரியின் மகன் கோகுல்தாஸ். காந்தியின் கடைசிக் குழந்தை தேவதாஸ் காந்தி 1902-ல் தான் பிறந்தார்.

INDIAN OPINION

PUBLISHED WEEKLY

AFRICA INDIA INDIAN OCEAN

No. 23—Vol. IX | Saturday, June 10th, 1911. | Registered as a Newspaper Price Threepence

TRANSVAAL DRAFT MUNICIPAL ORDINANCE

BRITISH INDIAN ASSOCIATION'S PETITION

Mr. A. M. Cachalia, Chairman of the Transvaal British Indian Association, has forwarded the following Petition to the Honourable, the Administrator and the Members of the Provincial Council of the Transvaal:—

The Petition of A. M. Cachalia, in his capacity as Chairman of the British Indian Association,

HUMBLY SHEWETH THAT:

1. Your Petitioner has read the Draft Local Government Ordinance 1911, published in the Government *Gazette* of the 17th May, and observes with grave misgivings that several of its clauses threaten the lawfully resident British Indians with further serious disabilities.

2. Your Petitioner remarks that Sections 66 and 67 of the Ordinance empower the Council "to set apart, maintain and carry on bazaars or other areas exclusively for occupation by Asiatics, and control same in accordance with bye-laws to be made from time to time by the Council, and that by sub-section (3) of Section 66 the Council may (subject to the approval and consent of the Governor-General) close such "bazaar" after posting up a notice of their intention to do so, in a conspicuous place. As to this, your Petitioner would observe that, apart from the general question of segregation to which, on principle, your Petitioner takes exception, the powers conferred are capable of being employed most detrimentally to British Indians, especially those of the shop-keeping class who may establish themselves in such bazaars. The expansion of the towns has been followed almost invariably by the closing of the "bazaar" previously established and the consequent removal of its occupants to another bazaar located still further away from the town centres and routes. This uncertainty of tenure militates against business enterprise and prosperity, and constitutes a grave hardship to the British Indians who take up their abode and callings in such "bazaar."

3. Section 75 (12), (13) and (14) and Section 88 (6) especially touch Asiatic interests. Councils will, under these sections continue to control eating houses, butcher's, Asiatic- and Kaffir-eating-houses, pedlar's, hawker's, laundrymen's and laundry licences; and your Petitioner observes that, while provision is made for appeal to a Resident Magistrate against the refusal of Councils to grant other business licences referred to in the measure, Section 91 expressly provides that "no appeal shall lie against the refusal of the Council to grant any of the above licences." The experiences of British Indians in other Provices of the Union where similar uncontrolled power is or was invested in licensing boards or Councils prompts your Petitioner to protest most earnestly against the express exclusion of the right of appeal against arbitrary refusals to a properly constituted judicial tribunal, apart from the fact that such a provision constitutes an infringement of the liberty of the subject.

4. Your Petitioner further draws the attention of this Honourable House to the fact that there is now no occasion to provide for licensing Asiatic tea-rooms or eating-houses as none such have existed after the withdrawal of the Chinese indentured labourers. The wants of the small Asiatic community residing in this Province are supplied by private boarding houses.

5. Section 92 may, by penalising the employment of Asiatic labour, work serious hardship upon British Indians employed in useful industries, and in some cases may result in the deprivation of their means of livelihood. In the humble opinion of your Petitioner, the discrimination against Asiatics expressed in this Section should be deleted.

6. Your Petitioner further submits that the discretion vested in the Council in regard to the granting or withholding of drivers' licences (Section 93) should be subject to a right of appeal to a judicial tribunal.

7. While your Petitioner's community, bowing to the unhappy prejudice against Asiatics existing in this Province, have not sought the political franchise, they feel keenly the specific disability imposed upon their people by section 114, whereby they are precluded from being placed upon the Municipal Voters' roll, a disability shared by them with such white persons only as have been convicted of serious criminal offences.

Your Petitioner would venture to remind this Honourable House that the Indians are large contributors of municipal rates, and as statistics abundantly prove, are among the most law-abiding sections of the population, and, therefore, ventures to except to their being classed with white convicts.

8. Your Petitioner observes that, Section 171 (*b*) empowers the prohibition or restriction of the use of tram-cars by "Natives, Asiatics and all persons who are not respectably dressed or well conducted. This restriction is at once humiliating and inconvenient for the Asiatic communities, and, in your Petitioner's humble opinion, totally unwarranted.

9. In conclusion, your Petitioner earnestly calls the attention of this Honourable House to the grievances above indicated, and prays that the Draft Ordinance will be amended so as to grant relief in the premises. And for this act of justice and mercy your Petitioner shall, as in duty bound, for ever pray.

Dated at Johannesburg, this 5th day of June, 1911.

10. 1903-ல் காந்தி ஆரம்பித்த இந்தியன் ஒப்பீனியன் பத்திரிகையின் முகப்புப் பக்கம். தாய் நாட்டைப் புலம் பெயர்ந்த தேசத்துடன் இணைக்கும் முகப்பு வரைபடத்தைப் பாருங்கள். ஏ.எம். கச்சாலியாவின் பெயரில் அனுப்பப் பட்டிருக்கும் இந்த மனு சந்தேகத்துக்கு இடமில்லாமல் காந்தியால் எழுதப் பட்டதுதான்.

11 - 12. காந்தியின் நெருங்கிய ஆலோசகர்கள்:
யூதரான ஹென்றி பொலக் (இடது)
தேசபக்த குஜராத்தி ப்ரான் ஜீவன் மேத்தா (கீழே)

13 - 14. காந்தியின்
அர்ப்பணிப்பு மிகுந்த
உதவியாளர்கள்:
அவரது செயலாளர் ஷோன்ஜா
செல்ஷின் (இடது),
சக டால்ஸ்டாயர் ஹெர்மான்
காலன்பாக் (கீழே)

15 - 16. காந்தியின் தென் ஆஃப்பிரிக்க வாழ்க்கையோடு பெரிதும் தொடர்புகொண்ட இரண்டு ஐரோப்பியர்கள்: போயர் ஜெனரலான ஜான் கிறிஸ்டியன் ஸ்மட்ஸ் (இடது) காந்தியின் பிரதம வழிகாட்டி ரஷ்ய எழுத்தாளர் டால்ஸ்டாய் (கீழே)

17. காந்தியின் புகைப்படம், 1909. தம்பி நாயுடுவுக்கு ஹெர்மான் காலன்பாக் அன்பளிப்பாகக் கொடுத்த புகைப்படம். அதில் எழுதப்பட்டிருக்கும் வாசகம்: நாம் அவருக்கு உண்மையாக இருந்தால் நமக்கு உண்மையாக இருப்பதாக அர்த்தம்.

18, 19, 20, - 21. காந்தியின் நான்கு தீவிர ஆதரவாளர்கள் (கடிகாரச் சுற்றில் இடமிருந்து) ஜோஹனஸ்பர்க் வியாபாரி ஏ.எம்.கச்சாலியா, ஆங்கிலேய சைவ உணவுக்கழகத்தைச் சேர்ந்த ஆல்பர்ட் வெஸ்ட், தமிழ் போராளி தம்பி நாயுடு மற்றும் டர்பன் வியாபாரி பார்ஸி ருஸ்தம்ஜி.

22, 23, 24, - 25. காந்தியின் மேலும் நான்கு ஆதரவாளர்கள் (கடிகாரச் சுற்றில் இடமிருந்து) காந்தியுடன் வாத பிரதிவாதம் புரியும் சக தோழர் மில்லி கிரஹாம் போலக், காந்தியின் மகன் ஹரிலால் (சத்தியாகிரகி), ஃபீனிக்ஸ் பண்ணை, இந்தியன் ஒப்பீனியன் இதழ் ஆகியவற்றை நடத்திவந்த காந்தியின் மருமகன்களான மகன்லால் - சகன்லால்.

"The Steam Roller v. The Elephant. (The Elephant 'sat tight'; the Steam Roller exploded.")—*Sunday Times.* Reproduced by kind permission

26. டிரான்ஸ்வாலில் நடந்த சத்தியாகிரகம் தொடர்பான கேலிச்சித்திரம். காந்தி யானை மேல் அமர்ந்திருக்கிறார். நீராவி எஞ்சினை ஜெனரல் ஸ்மட்ஸ் ஓட்டுகிறார். 'கிச்சுக் கிச்சு மூட்டறதை நிறுத்து' என்று யானை சொல்கிறது.

27. பாப்டிஸ்ட் பாதிரி ஜோசஃப் டோக். காந்தியின் நண்பர் மற்றும் அவர் பற்றி முதல் சுய சரிதை எழுதியவர்.

28. சீன சத்தியாகிரகிகளின் தலைவர் லீங் குயின்.

29. காந்தி பெரிதும் மதித்த இரண்டு இந்தியர்கள். இந்திய தேசியவாதி கோபால கிருஷ்ண கோகலே (இடது), பார்ஸி புரவலர் ரத்தன் டாடா (வலது). ட்வெக் கென்ஹேமில் இருக்கும் டாடாவின் இல்லத்தில் 1914 வாக்கில் எடுக்கப்பட்ட புகைப்படம்.

30. காந்தியின் முக்கிய தளபதி தம்பி நாயுடு, 1913 வாக்கில் டர்பனில் நடைபெற்ற சத்தியாகிரகத்தில் உரையாற்றும் காட்சி.

31. காந்தி, 1914-ல் காவல்துறை துப்பாக்கிச் சூட்டில் பலியான போராட்டக் காரர்களின் நினைவாக வெள்ளை உடை அணிந்திருக்கிறார்.

14

மனச்சாட்சியின் கைதி

1908ம் ஆண்டின் இரண்டாவது பாதியில் சத்தியாக்கிரகம் எழுச்சி பெற்றதை வெள்ளையர்களின் செய்தித்தாள்கள் சற்று அதிருப்தியுடன் பார்த்தன. பிரிட்டோரியாவில் ஒரு செய்தித்தாள் ஜெனரல் ஸ்மட்ஸ், 'ஆசியர்களின் விவகாரத்தை அவர் கையாண்ட விதம் மூலமாக காலனியின் கௌரவத்தைக் குறைத்துவிட்டார்' என்று கருதியது. 'காந்தியுடன் இன்னொரு சர்ச்சையை உருவாக்கியதற்காக' அந்தப் பத்திரிகை அவரைக் கடிந்துகொண்டது. ஜோஹானஸ்பர்க்கில் ஒரு செய்தித்தாள் அதைவிட தணிந்த குரலில் அவரை விமர்சித்தது. 1907ம் ஆண்டின் சட்டத்தை ரத்துசெய்வதாக ஸ்மட்ஸ் வாக்குறுதியளித்ததாக காந்தி சான்றளித்திருப்பது 'நிச்சயமாக இறுதியானதல்ல' என்று அது வாதிட்டது. எப்படியும் ஜெனரல் தன் வாக்குறுதியை சட்டமன்றத்தில் உறுதிப்படுத்தினால்தான் அது செயல்வடிவம் பெற முடியும். அந்த செய்தித்தாள், 'ஆசியர்கள் என்ன கஷ்டம் அனுபவித்தாலும் அதற்கு தலைவர்களின் பிடிவாத குணமும் அவர்கள் இழைத்த தவறுகளுமே முழுக் காரணம்' என்று முடிவுகட்டியது.[1]

காந்திமீது காட்டுவது கரிசனமோ அல்லது விரோதமோ, இவ்வாறான விமர்சனங்கள் டிரான்ஸ்வாலில் இந்தியர்கள் வகித்த நிலையில் ஒரு பெரிய முன்னேற்றம் ஏற்பட்டிருந்ததையே காட்டுகின்றன. 1907–8ன் சத்தியாக்கிரகத்துக்கு முன்புவரை வெள்ளையர்கள் தரப்பில் காந்தியின் எதிராளி மாண்ட்ஃபோர்ட் சாம்னிதான். நிஜத்திலும் கற்பனையிலும், அந்த வழக்கறிஞர் அந்த அரசு அதிகாரியின் எதிர்ப்பாளர்— பெர்மிட் கேட்பவரும் பெர்மிட் கொடுப்பவரும் எதிர் எதிராக என்ற அளவில் கணக்கு சரி. ஆனால் இப்போதோ பொதுப்புத்தியில் காந்தி அறிஞரும் போர் வெற்றிவீரருமான ஜெனரல் ஸ்மட்ஸுக்கு நிகராக இருந்தார். அவ்விருவரும் தத்தம் சமூகங்களின் தலைவர்கள்; தமது தரப்பினரின் உரிமைகளையும் கோரிக்கைகளையும்பற்றிய விவாதத்தில் ஈடுபட்டிருப்பவர்கள். இந்தப் புதிய சமன்பாடு அப்போதைய கேலிச்சித்திரங்களில் பிரதிபலிக்கிறது; உதாரணமாக அவற்றில் ஒன்று காந்தி தலைமையிலான

ஆசியர்களை யானை போலவும், அது ஜெனரல் செலுத்தி வரும் நீராவி எஞ்சினைக் குறுக்கே நின்று வழிமறிப்பது போலவும் சித்திரித்தது.[2]

1908 ஆகஸ்ட் 14 அன்று காந்தி ஸ்மட்ஸுக்குக் கடிதம் எழுதி, விரைவில் இந்தியர்கள் கூட்டமாகத் தமது பதிவுச் சான்றிதழ்களை எரிப்பார்கள் என்று தெரியப்படுத்தினார். பின்பு தனது இயல்புப்படி, தொனியின் தீவிரத்தைச் சற்று மட்டுப்படுத்திக்கொண்டு ஜெனரலிடம், 'அரசின் பிரதிநிதியான உங்களுக்கும், பிரிட்டிஷ் இந்தியர்களுக்கும் இடையே உள்ள வேற்றுமை உண்மையில் மிகவும் சொற்பமே' என்பதை உணரும்படி வேண்டுகோள் வைத்தார். படித்த இந்தியர்களையும் போருக்கு முன்பிருந்து டிரான்ஸ்வாலில் குடியிருந்துவருபவர்களையும் நாட்டில் அனுமதிக்க ஒத்துக்கொள்வதன்மூலம் முரண்பாட்டைக் களைந்துவிட முடியும்.[3]

ஆகஸ்ட் 16 ஞாயிறு பிற்பகல் சுமார் 3000 ஆசியர்கள் ஃபோர்ட்ஸ்பர்க் மசூதிக்கு வெளியில் கூடினர். தற்காலிகமாக அமைக்கப்பட்ட மேடை ஒன்றில் காந்தி, பிரிட்டிஷ் இந்திய சங்கத்தின் ஈசாப் மியா, தவாத் முகமது, நேட்டால் இந்திய காங்கிரஸிலிருந்து பார்ஸி ருஸ்தம்ஜி, கேப் காலனி இந்தியர்களின் தலைவர் ஆடம் மொகமத், சீனர்கள் சார்பாக லியுங் க்வின் ஆகியோர் அமர்ந்திருந்தனர். மேடைக்குக் கீழே 'பத்திரிகையாளர்கள் மேசை இருந்தது; அதைத் தாண்டி கடல்போல அண்ணாந்து நோக்கியபடி எதிர்பார்ப்போடு முகங்கள்; அவை ஒவ்வொன்றிலும் உறுதியும், கசப்பு தோய்ந்த கொண்டாட்டமும் அப்பியிருந்தன.'[4]

> முதன்மைப் பேச்சாளர், தவிர்க்கவியலாமல் காந்திதான். முன்பு, எழுதப்பட்ட காகிதத்தைப் பார்த்துப் படிக்கவே மிகவும் கூச்சப்பட்ட காந்திக்கு, இப்போது ஒரு பத்தாண்டுக்குப் பிறகு ஒரு பெரும் கூட்டத்தினர்முன் (பெரும்பாலும் கூர்ந்து கவனிப்பவர்கள்) நேரடியாகப் பேசுவதில் எந்தத் தயக்கமில்லை. இந்த நாடு 'ஐரோப்பியர்களைப்போலவே' 'இந்தியர்களுக்கும் உரியது' என்ற அவர், சமீபத்திய சட்டங்கள் அவர்களை மனிதர்களாக இல்லாமல் கால்நடைகள்போல நடத்துவதாகச் சொன்னார். 'என் சக நாட்டவர்கள் அவமதிக்கப்படுவதை பார்த்துக்கொண்டு சுதந்திரமாக நடமாடிக்கொண்டிருப்பதைவிட, வாழ்நாள் முழுவதும் சிறைச்சாலையில் கழிப்பதே எனக்கு மகிழ்ச்சி தரும்.' நமக்கு வாக்களிக்கும் உரிமை இல்லாவிட்டாலும், டிரான்ஸ்வாலில் நம் பிரதிநிதி யாரும் இல்லாவிட்டாலும் அழிவற்ற வாக்குரிமை ஒன்றை ஏற்படுத்திக்கொள்வது நம் கையில்தான் இருக்கிறது. இதற்கு நம் மனிதத்தன்மையை நாம் உணரவேண்டும்; உலகளாவிய ஒட்டுமொத்தம் ஒன்றின் பகுதியே நாம் என்று உணரவேண்டும்; நம் எல்லோரையும் படைத்தவன் மனிதகுலத்தின் தலைவிதியை ஆட்சிசெய்கிறான். நாம் மண்ணுலகின் அரசர்கள்மீது நம்பிக்கை வைப்பதற்குப் பதிலாக அவன்மீது நம்பிக்கை வைக்கவேண்டும். என் நாட்டு மக்கள் இதை

உணர்ந்துவிட்டால், நம் தலைக்குமேல் என்ன சட்டம் இயற்றப்பட்டாலும், அது எது சரி எது தவறு என்பது குறித்த நம் மனச்சாட்சிக்கு விரோதமாக இருக்குமானால், அது நம் சமய நம்பிக்கைக்கு விரோதமாக இருக்குமானால், அத்தகைய சட்டத்துக்கு அடிபணிய மாட்டோம் என்று நாம் சொல்ல முடியும்.

விண்ணுலகவாசிபற்றிய இந்த உரைக்குப் பிறகு மண்ணுலக நபரான ஆசியர்களின் பாதுகாவலர் (புரொடக்டர் ஆஃப் ஏசியாடிக்ஸ்) மீது தாக்குதல் தொடர்ந்தது—. அவர் 'படுமோசமான திறமையின்மையும் அறியாமையும்' கொண்டவர் என்று காந்தி குற்றம்சாட்டினார். மாண்ட்ஃபோர்ட் சாம்னியைப் பதவியிலிருந்து அகற்றாவிட்டால் 'அமைதி என்பதே இருக்காது' என்றார் அந்த வழக்கறிஞர்.[5]

காந்தி பேசி முடித்ததும் இந்தியர்கள் முன்னே வந்து அவரவர் பதிவுச் சான்றிதழ்களை ஒரு பெரிய மூன்று கால்கள் கொண்ட அண்டாவில் போட்டார்கள். அதில் ஏற்கெனவே மெழுகு நிரப்பப்பட்டிருந்தது.

பின்பு பாரஃபின் ஊற்றப்பட்டுச் சான்றிதழ்கள் தீவைக்கப்பட்டன. அப்போது அங்கே உற்சாக ஆர்ப்பரிப்பு கரைபுரண்டு ஓடியது. கூட்டத்தினர் மகிழ்ச்சியில் ஆரவாரம் செய்தனர்; தொப்பிகள் மேலே வீசப்பட்டன; சீழ்க்கை ஒலிகள் பறந்தன. இந்தியர்களில் ஒரு நபர், முதன்மையான கருங்காலி எனப்பட்டவர், மேடைக்குச் சென்று தன் சான்றிதழ்களைக் கொளுத்தி அவற்றைத் தூக்கிப்பிடித்தார். பின்பு சீனர்கள் மேடையில் ஏறி தம் சான்றிதழ்களையும் மற்றவற்றோடு போட்டார்கள்.[6]

தீவைத்தல் நிகழ்ச்சிக்கு மறுநாள் காந்தி ஜெனரல் ஸ்மட்ஸைச் சந்திக்க பிரிட்டோரியாவுக்கு வரும்படி அழைக்கப்பட்டார். அப்போது பிரதமர் (ஜெனரல் போத்தா), முக்கிய எதிர்க்கட்சி அரசியல்வாதிகள் சர் பெர்ஸி ஃபிட்ஸ்பாட்ரிக் (பிரிட்டிஷ் தரப்பின் பிரதிநிதி), வில்லியம் ஹோஸ்கன், ஆல்பர்ட் கார்ட்ரைட், லியுங்க்வின் ஆகியோரும் உடனிருந்தனர். மூன்று மணிநேரம் பேச்சுவார்த்தை தொடர்ந்தது. கடைசியில் அரசுத் தரப்பு போருக்கு முன்பு வசித்தவர்கள் மீண்டும் திரும்பிவந்து பதிவுசெய்து கொள்ள அனுமதிக்கவும், பதினாறு வயதுக்கு உட்பட்ட குழந்தைகளுக்குப் பதிவுசெய்வதிலிருந்து விலக்கு அளிக்கவும், வியாபார உரிமங்கள் பெறும்போது கைரேகைப் பதிவு அல்லது கையொப்பம் ஆகிய இரண்டையும் அனுமதிப்பது ஆகியவற்றுக்கு இசைந்தது. பல அம்சங்களில் விட்டுக்கொடுத்ததால் அரசுத்தரப்பு படித்த இந்தியர்கள் வருவதற்கு அனுமதி தர முடியாது என்று பிடிவாதமாக இருந்தது. 1907ம் ஆண்டின் சட்டத்தைப் பொறுத்தவரை, அது ரத்துசெய்யப்படாது; வெறுமனே 'செயல்படாமல்' வைக்கப்படும்.[7]

சந்திப்பு நடந்து மூன்று நாட்களுக்குப் பிறகு ஸ்மட்ஸ் டிரான்ஸ்வால் சட்டமன்றத்தில் ஒரு புதிய மசோதாவைத் தாக்கல் செய்தார். அதில்

போயர்கள் ஆட்சியில் பெற்ற சான்றிதழ் வைத்திருப்பவர்களுக்கும் குழந்தைகளுக்கும் சலுகைகள் இருந்தாலும், படித்த இந்தியர்கள் குடியேற அனுமதி தரப்படவில்லை. இந்த 'ஆசியர்கள் பதிவு திருத்த மசோதாவை' தாக்கல்செய்த காலனி விவகாரத்துறை அமைச்சர், தான் எதிர்கொண்ட இந்திய சமூகத்தின் எதிர்ப்பின் ஆழத்தை ஒப்புக்கொண்டார். அவர் கூறினார்:

> அரசாங்கத்துக்கு சத்தியாக்கிரகத்தைவிட சங்கடம் தருவது எதுவுமில்லை. நாகரிக வளர்ச்சி பெறாத கடந்த காலமாக இருந்தால் பேசாமல் போர் அறிவித்துவிடலாம். இன்றைய காலகட்டத்தில் அப்படிச் செய்ய முடியாது. ஆகவே நிலைமையைக் கையாள்வது எங்களுக்கு மிகவும் சிக்கலாகிவிட்டது. நான் என்னால் முடிந்ததைச் செய்தேன்... சட்டத்தை நிறைவேற்றவும் சட்டப்படியான தண்டனைகளை விதிக்கவும் முயன்றேன்; விளைவாக நாடு முழுவதும் பல ஆசியர்கள் சிறையில் வாடினர். இது ஒரு விரும்பத்தகாத நிலை. [8]
>
> நேரடியான அடக்குமுறை பலனளிக்காததால் காந்தியையும் அவரோடு இணைந்து செயல்பட்டவர்களையும் விடுவித்துவிட்டு, முன்பைவிடக் கடுமை குறைந்த மசோதாவைக் கொண்டுவரவேண்டிவந்தது; இந்த மசோதா டிரான்ஸ்வாலில் சட்டபூர்வமாகக் குடியிருக்கும் ஆசியர்கள் அனைவரும் தாமாக முன்வந்து பதிவுசெய்துகொள்ள வகைசெய்யும் என்றார் ஸ்மட்ஸ். தன் சகாக்களிடம் அவர், சமரசம் செய்துகொண்டதால் நிச்சயமாக சரணடைந்துவிட்டதாக அர்த்தம் அல்ல என்று உறுதியளித் தார். ஆகவே,திரு காந்தி இந்தியர்கள் இந்த நாட்டு வெள்ளை இன மக்களுடன் இணைந்து பணியாற்றுவது குறித்துப் பேசினார். அதற்கு எதிராகப் பேச என்னிடம் ஒன்றுமில்லை. இந்தியர்களுக்கும் அவர் களிடம் ஈடுபாடு கொண்டவர்களுக்கும் அந்த உரிமைகோரல் உவப்பாக இருக்கலாம்; ஆனால் அதை வெள்ளையர் இனம் ஒருபோதும் அனு மதிக்காது (தொடர்ந்த கரவொலி). களத்தில் அவர்களோடு பணியாற்று வது கடினம். [9]

ஜேம்சன் ரைட் படை வீரரான (போயர்களின் ஆட்சிக்குட்பட்டிருந்த டிரான்ஸ்வால் மீதான தாக்குதலுக்குத் திட்டமிட்டிருந்த படை) பெர்ஸி ஃபிட்ஸ்பேட்ரிக் அடுத்தபடியாகப் பேசினார். போருக்கு முன்பு ஸ்மட்ஸும் அவரும் எதிரெதிர் முகாம்களில் இருந்தனர். இப்போது போயர்களும் பிரித்தானியர்களும் ஒன்றுபட்டுவிட்டதால், அவர் இந்தியர்களுக்கு எதிராகக் கதவை அடைக்கும் கொள்கையை ஆதரித்தார். 'இந்த காலனி, புலம்பெயர்ந்த ஆசியர்களின் இருப்பிடமாக ஆகிவிடாது என்ற கொள்கையில் இந்த மன்றம் உறுதியாக இருக்கவேண்டும் (உற்சாக ஆரவாரம்)'. தென்னாப்பிரிக்கா, 'வெள்ளையர்களால்தான் காட்டு மிராண்டி நிலையிலிருந்து மீட்கப்பட்டது'; 'வெள்ளை மக்கள்தான் அதை நடத்திச்செல்லவும், தேவை ஏற்படும்போது பாதுகாக்கவும்வேண்டும்' என்று முழக்கமிட்டார் ஃபிட்ஸ்பாட்ரிக். [10]

மசோதா தாக்கல்செய்யப்பட்ட இருபத்து நான்கு மணி நேரத்துக்குள்ளாக மன்றத்தால் நிறைவேற்றப்பட்டது. டிரான்ஸ்வால் ஆளுநருக்குக் கடிதம் எழுதிய பிரதம மந்திரி போத்தா, இந்தியர்கள் முன்வைத்த 'எல்லா முக்கிய உரிமைகோரல்களையும்' நிறைவேற்றுகிறது என்று சொன்னார். ஆளுநர்தன் பங்குக்குக் காலனிகள் விவகார அலுவலகத்துக்கு எழுதி அதனை உடனடியாக மாட்சிமைதங்கிய மாமன்னரின் ஒப்புதலுக்குப் பரிந்துரைக்கும்படி கேட்டுக்கொண்டார். இல்லை என்றால், 'இந்தியர்கள் சட்டத்துக்கு எதிரான தங்கள் போரைத் தொடர்வார்கள்; அதன்மூலம் இம்பீரியல் அதிகாரிகளின் கவனத்தைக்கவர்ந்து, தங்களுக்கு சட்டப்படியும், நீதிப்படியும், நியதிப்படியும் கிடைக்க வழியில்லாத சலுகைகளைப் பெற முயல்வார்கள்.'[11]

இதைப்படிக்கும்போது நமக்கு எழும் கேள்விகள் யாருடைய நீதி, யாருடைய நியதி? என்பவையே.[12]

அரசாங்கம் கொடுக்க முன்வந்த சலுகைகள் இந்தியர்களுக்குத் திருப்தியளிக்கவில்லை. ஆசியருக்கான சட்டத்தை அவர்கள் வெறுத்தனர். அது முறைப்படி ரத்துசெய்யப்படவில்லை; படித்த இந்தியர்கள் டிரான்ஸ்வால் வருவதற்கு இப்போதும் அனுமதி இல்லை. ஆகவே ஆகஸ்ட் 23 அன்று ஃபோர்ட்ஸ்பர்க் மசூதிக்கு வெளியே சான்றிதழ்களைத் தீயிடும் இன்னொரு நிகழ்ச்சி ஏற்பாடு செய்யப்பட்டது. இந்தமுறை 'தமது முந்தைய தவறுகளை ஒப்புக்கொண்டுவிட்டு' அதில் பதானியர்களும் கலந்துகொண்டார்கள். மறுநாள் காந்தி ஸ்மட்ஸுக்குக் கடிதம் எழுதி அந்தக் கூட்டத்தைப்பற்றியும் அதில் வெளிப்படுத்தப்பட்ட தீவிரமான உணர்வலைகளைப் பற்றியும் தெரியப்படுத்தினார். 'காலனிய ராஜதந்திரத்தால் இந்தச்சிக்கலிலிருந்து வெளியேறவும், இரண்டு ஆண்டுகளுக்கு மேலாக நடந்துவரும் போராட்டத்தை முடிவுக்குக் கொண்டுவரவும் இப்போதும்கூட வழி காண முடியும்' என்று தன் எதிர்பார்ப்பை வெளியிட்டார்.[13]

அந்தக் கடிதத்துக்கு ஜெனரல் பதில் போடவில்லை. காந்தி நேட்டாலிலிருந்து நான்கு இந்தியர்களை அவர்களது ஆதரவைத் தெரிவிக்க வரும்படி அழைத்தார்; அவரது நீண்டகால நண்பரும் புரவலருமான பார்ஸி ருஸ்தம்ஜி அவர்களில் ஒருவர் (மற்றவர்களில் நேட்டால் இந்திய காங்கிரஸின் தலைவரும் செயலாளரும் அடக்கம்). நேட்டாலிலிருந்து வந்த அவர்கள் டிரான்ஸ்வாலின் நகரங்களில் சுற்றுப்பயணம் செய்து, தீயில் இடுவதற்காக சான்றிதழ்களைச் சேகரித்தனர். ஒரு வாரம் சுற்றித் திரிந்த பிறகு அவர்கள் கைது செய்யப்பட்டுத் திருப்பி அனுப்பப்பட்டார்கள். உடனே அவர்கள் திரும்பிவந்து தமது பிரசார நடவடிக்கைகளை மீண்டும் ஆரம்பித்தார்கள். ஜோஹானஸ்பர்க்கில் இந்தியர்களை வீடுவீடாகச் சென்று பார்த்து அரசியல் செயல்பாட்டுக்காக 200 பவுண்ட் நிதி திரட்டினார்கள்; பின்பு அவர்களின் நிதி திரட்டல் ஹைடல்பர்க்,

ஸ்டாண்டர்டன் நகரங்களில் தொடர்ந்தது. செப்டெம்பர் ஆரம்பத்தில் அவர்கள் மீண்டும் கைதுசெய்யப்பட்டார்கள்; இப்போது கொடுக்கப் பட்ட தண்டனை மூன்று மாதங்கள் கடின உழைப்புடன் கூடிய சிறைவாசம்.[14]

நேட்டாலியர்கள் அனைவருக்கும் நிறைய சொத்து இருந்தது; எல்லோரும் குஜராத்தியர்கள். அவர்களது எடுத்துக்காட்டு டிரான்ஸ்வாலிலும் குஜராத்தி வியாபாரிகளுக்கு ஊக்கம் அளித்து அவர்களை இன்னும் அதிக அளவில் கைதாவதற்கு முன்வரச் செய்யும் என்பது காந்தி கொண்டிருந்த நம்பிக்கை. அன்றைய நிலையில் தமிழர்கள்தான் இந்த விஷயத்தில் அதிக ஆர்வத்துடன் முன்வந்தனர். காந்தி, அவர்கள் போராடுவதற்கு 'மிக உற்சாகமாக' இருப் பதைக் கண்டார்; ஆகஸ்ட் மாத முடிவில் தமிழ் சமூகத்தில் முழுதாக நான்கில் ஒரு பங்கினர் ஒருமுறையாவது சிறைக்குச் சென்றுவந்திருந்தனர். அவர்களில் தலைச்சுமை வியாபாரிகள், கைவினைஞர்கள், சமையல் காரர்கள், உணவு பரிமாறுபவர்கள் ஆகியோர் இருந்தனர். எல்லோரும் சமூ கத்தின் சுயமரியாதைக்காகத் தமது வாழ்வாதாரத்தைப் பணயம் வைத்தனர்.[15]

காந்தி இப்போது டிரான்ஸ்வால் அரசாங்கத்துக்கு ஒரு புதிய யோசனையை முன்வைத்தார்—அதாவது ஒவ்வொரு ஆண்டும் ஒரு குறிப் பிட்ட எண்ணிக்கையிலான படித்த இந்தியர்களை (உதாரணமாக ஆறு பேர்) அந்தக் காலனியில் குடியேற அனுமதிப்பது. அந்த யோசனைக்கு ஒருவகையில் சுய நோக்கங்கள் ஒரு காரணம்— ஒரு வழக்கறிஞரான அவரே மற்ற படித்த இந்தியர்களுக்குத் தடையாக இருக்கவேண்டிவரு வதை அவர் விரும்பவில்லை; இன்னொருவகையில் தேசியப் பெருமிதம் இன்னொரு காரணம்—அதாவது வாய்ப்பு அளிக்கப்படுமானால் நவீன கால உயர் அந்தஸ்து வகிக்கும் தொழில்துறைகளில் இந்தியர்கள் ஐரோப் பியர்களுக்கு முற்றிலும் நிகரானவர்களே என்பதை அதன் மூலம் நிறுவவும் முடியும்.[16]

காந்தியின் கோரிக்கைகள் மிகவும் நியாயமானவை என்று ஜோஹானஸ் செய்தித்தாள் ஒன்று குறிப்பிட்டது. காரணம், 'முழுதாக ஆறுபேர் வந்தால் கூட அந்தப் பிரம்மாண்டமான படையெடுப்பால் டிரான்ஸ்வால் அழிந்து போய்விடும் ஆபத்து இருப்பதாகத் தெரியவில்லை.' கனடா, ஆஸ்தி ரேலியா போன்ற மற்ற காலனிகள் ஆண்டுதோறும் ஒரு குறிப்பிட்ட எண்ணிக்கையில் ஆசியர்களைக் குடியேற அனுமதிக்கின்றன. நிறத்தடை ஒன்றை ஏற்படுத்தியதன் மூலம் டிரான்ஸ்வால் சட்டமன்றம் 'நமக்குத் தெரிந்தவரை, பிரித்தானியப் பேரரசின் வரலாற்றிலேயே முதல் முறையாக, எந்தச் சூழ்நிலையிலும் வேறு இம்பீரியல் பிராந்தியங் களிலிருந்து மக்கள் இங்கு காலடி எடுத்துவைக்கக் கூடாது என்ற சட்டத்தை நிறைவேற்றியிருக்கிறது.'[17]

ஜெனரல் ஸ்மட்ஸ், அவரது சக அமைச்சர்கள் ஆகியோரது பார்வை வேறு விதமாக இருந்தது. காந்தி ஒருவர் இருப்பதே பெரிய தலைவலி.

அவரைப்போல ஆறு வழக்கறிஞர்கள் ஒவ்வொரு ஆண்டும் அனுமதிக்கப்பட்டால், அவர்கள் இந்தியர்களை இன்னும் பல உரிமைகளை இன்னும் அதிகமாகப் பெறுவதற்காகத் திரட்ட மாட்டார்களா? படித்த இந்தியர்களை அனுமதித்தால் சமமான குடியுரிமையை ஒப்புக்கொள்வதும் மறுப்பதும் ஒருவரின் தோலின் நிறத்தைப் பொறுத்ததாக இருக்கக்கூடாது என்ற ஆபத்தான கருத்தாக்கத்தை இந்திய உழைக்கும் வர்க்கத்தினரிடம் விதைத்துவிடுவார்கள்.

ஜோசப் டோக் விடுமுறைக்காக லண்டன் சென்றிருந்தார். டிரான்ஸ்வாலிலிருந்து வந்த செய்தியைப் படித்ததினாலும், தென்னாப்பிரிக்க பிரிட்டிஷ் இந்திய சங்க உறுப்பினர்களைத் தொடர்ந்து சந்தித்து வந்ததாலும் அவர் தன் நண்பரிடம் திரும்பிச் செல்லத் துடித்துக்கொண்டிருந்தார். செப்டெம்பர் 11 அன்று அவர் காந்திக்கு எழுதிய கடிதத்தில், ‘என் மனம் உங்களையும், பெரும் துன்பத்தில் வாடும் இந்தியர்களையுமே நினைத்துக்கொண்டிருக்கிறது. உங்கள் பணி தொடரட்டும்; உங்கள் நோக்கம் நியாயமானது, எனவே வெற்றி நிச்சயம். கொஞ்ச காலம் துன்பங்களைச் சகித்துக்கொள்ளவேண்டும் அவ்வளவுதான். வெற்றி நமக்கே. இந்தப் போராட்டம் தென்னாப்பிரிக்க இந்தியர்களுக்கானது மட்டுமல்ல; இந்தியாவில் குரல் அற்றுக்கிடக்கும் கோடிக்கணக்கான இந்தியர்களுக்குமானதுதான்!’ என்று குறிப்பிட்டார். [18]

செப்டெம்பர் இரண்டாவது வாரம், பிரிட்டிஷ் இந்திய சங்கம், அதன் தலைவர் ஈசாப் மியா மெக்காவுக்குப் புனிதப் பயணம் செல்லவிருப்பதால் தன் பதவியை ராஜினாமா செய்வதாக அறிவித்தது. அவருக்குப் பதில் அகமது முகமது கச்சாலியா தலைவராக இருப்பார். அவரும் ஒரு பிரபல வர்த்தகரே; சிறைக்குச் சென்று வந்ததன் மூலம் தன் தகுதியை நிரூபித்திருப்பவர். மறுபுறத்தில் டிரான்ஸ்வால் அரசாங்கம் தன் நிலைப்பாட்டைக் கடுமையாக்கிவந்தது. கைதான வியாபாரிகளின் கடைகளின் பெயர்ப்பலகைகள் தட்டிகளால் மறைக்கப்பட்டு, அவற்றிலிருந்த சரக்குகள் கைப்பற்றப்பட்டு ஏலம் விடப்பட்டன. [19]

செப்டெம்பர் கடைசி வாரத்தில் காந்தி ஃபீனிக்ஸில் சிறிதுகாலம் தங்கி வருவதற்காகச் சென்றார். அங்கே ஒரு சிறிய பள்ளி ஏற்படுத்தப்பட்டிருந்தது. குஜராத்தியரான புருஷோத்தம்தாஸ் தேசாய் அதன் தலைமை ஆசிரியராக இருந்தார். ஆல்பர்ட் வெஸ்ட், ஜான் கோர்ட்ஸ் ஆகியவர்கள் உட்பட சில ஆசிரியர்கள் இருந்தனர். காந்தி ஃபீனிக் சென்றபோது, நேட்டாலில் மற்ற இடங்களிலிருந்து வருபவர்களுக்கும் பள்ளியை விரிவுபடுத்த விரும்பினார். பாடங்கள் குஜராத்தியிலும் ஆங்கிலத்திலும் இருந்தன. அத்துடன் மாணவர்கள் விரும்பிய மதம் பற்றியும் கற்றுத்தரப்பட்டது. தேசாய் இந்து மாணவர்களுக்கு அவர்களது சமயத்தின் அம்சங்களைக் கற்றுத்தர, வெஸ்ட் கிறிஸ்துவ மாணவர்களைக் கவனித்துக்கொள்ள, இஸ்லாமிய மாணவர்களுக்காக

மௌல்வி ஒருவர் வெளியிலிருந்து வந்துசெல்ல (காந்திய வழிமுறைக்கே உரித்தான விதத்தில்) தியாஸஃபிஸ்டான கோர்ட்ஸ் வைதிகத்தில் திளைக்காத, பரிசோதனைகளை விரும்புகிற மாணவர்களுக்குப் பாடம் நடத்தினார்.

அதேபோலத் தனக்கேயுரிய முறையில் காந்தி மாணவர்களின் சாப் பாட்டிலும் அக்கறை செலுத்தினார். அவர்கள் கீரைகள், பதனம்செய்யப் படாத பழங்கள், பருப்புகள் ஆகியவற்றை உண்ண ஊக்குவிக்கப் பட்டனர். மாறாக, டீ, கோக்கோ, காபி ஆகியவை தடைசெய்யப் பட்டிருந்தன; காரணம் அவை 'அடிமை முறை போன்ற சூழ்நிலைகளில் வேலை செய்யும் மனிதர்களால் தயாரிக்கப்படுகின்றன.'[20]

நேட்டாலில் காந்தி அந்த காலனியிலேயே செல்வாக்கு அதிகம் கொண்ட செய்தித்தாளின் சார்பாகப் பேட்டி காணப்பட்டார். அவர் 'டிரான்ஸ் வாலில் இந்தியர்களின் நலனுக்காகத் துணிச்சலுடன் போராடுபவர்' என்று வர்ணிக்கப்பட்டிருந்தார். காந்தி அந்தச் செய்தித்தாளிடம், வெள்ளை யர்கள் 'நேட்டாலிலிருந்து அரைகுறைப் படிப்பு கொண்ட இளைஞர்கள் படையெடுத்துவருவார்கள் என்ற பூச்சாண்டியால் பயந்துபோயிருப் பதாக' குறிப்பிட்டார். சத்தியாக்கிரகிகள் போராடுவது அதைவிடப் பெரிய விஷயத்துக்காக; அதாவது, 'இந்தியாவின் கௌரவத்துக்காக, ஒரு கொள்கைக்காக... அதாவது கட்டுப்பாடுகள் அறிவார்ந்த வரையறை களின் அடைப்படையில் இருக்கவேண்டுமேயன்றி நிறம், இனம் போன்றவற்றின் அடிப்படையில் அல்ல.' படிப்பறிவு சோதனைத்தேர்வு ஒரு பிரச்னை அல்ல; அதை அவர்கள் விரும்பும் அளவுக்குக் கடின மானதாக வைத்துக்கொள்ளலாம். இனவாத அடிப்படையிலான ஒதுக் கலைத்தான் இந்தியர்கள் எதிர்க்கிறார்கள். இந்தச் சர்ச்சையின் காரணமாக எழக்கூடிய பரந்த பிரித்தானியப் பேரரசு தொடர்பான விளைவுகளைப் பற்றி அந்த செய்தித்தாளிடம் நினைவூட்டப்பட்டது. ஆங்கிலேயர்கள் 'பிரிட்டிஷ் மகுடத்தின் மிகப் பிரகாசமான மணிக்கல்லாக இந்தியாவை வைத்துக்கொண்டே அதை எல்லாத் திசைகளிலிருந்தும் தாக்கவும் கூடாது.[21]

இப்போது தென்னாப்பிரிக்கா திரும்பிவிட்ட ஜோசப் டோக் தன் நண்பரின் வாழ்க்கை வரலாற்றை எழுதவேண்டும் என்று முடிவுசெய் தார். அது இறுதியில் வெற்றிபெறும் போராட்டமும் தியாகமும்பற்றிய கதையாக இருக்கும்; டோக் தானே நேரடியாகப் பார்த்தவற்றையும், அந்தப் புத்தகத்தின் பேசுபொருளானவர் அவரிடம் சொல்பவற்றையும் உள்ளடக்கியதாக அந்தப் புத்தகம் இருக்கும். செப்டெம்பர் மாதத்தின் கடைசி நாள் அவர் காந்திக்குக்க கடிதம் எழுதி, அதில் இப்படிக் கேட்டுக் கொண்டார்:

> இப்போதைக்கு உடைமைகள் கைப்பற்றப்பட்டோ, நாடு கடத்தப்பட்டோ

அல்லது அதுபோல் ஏதேனும் அசம்பாவிதத்துக்கு இலக்காகிவிடாமல் பார்த்துக்கொள்ளுங்கள். உங்களிடம் கேட்பதற்கு எனக்கு ஆயிரம் கேள்விகள் இருக்கின்றன. அவை எல்லாவற்றிலுமே பிரிட்டிஷ் பேரரசின் நலன் சம்பந்தப்பட்டுள்ளது. உங்களை இந்தியர்கள் (1902ல்) தந்தி கொடுத்து இந்தியாவிலிருந்து வரவழைத்தது ஏன் என்று எனக்குத் தெரியவேண்டும். டர்பன் நகர மக்கள் ஸ்ட்ரெச்சர் சுமந்தவர்களான இந்தியருக்கு அவர்கள் கோலன்ஸோவுக்கும், ஸ்பியன் காப்புக்கும் சென்ற போது நல்லமுறையில் விடைகொடுத்து வழியனுப்பிவைத்தார்களா? யுத்தகளத்தில் ஆற்றிய பணி அவர்களை உங்களிடம் இன்னும் அதிக நட்புணர்வு கொண்டவர்களாக்கியதா என்று எனக்குத் தெரியவேண்டும். பின்பு நடந்த எல்லாமும் எனக்குத் தெரியவேண்டும்; அத்தோடு எனக்கு உங்களின் ஒரு நல்ல பெரிய அளவு புகைப்படமும் வேண்டும்—தொப்பி இல்லாமல். ஆகவே, காவலர்களிடம் மாட்டிக்கொண்டுவிடாதீர்கள்! [22]

டோக்கின் விருப்பங்களுக்கு மாறாக காந்தி இப்போது அரசாங்கத்திடம் தன்னைக் கைதுசெய்யும்படி நோரடியாகச் சவால் விட முடிவு செய்தார். நேட்டாலில் இந்தியர்கள் சிலரைத் திரட்டிக்கொண்டு, அக்டோபர் 6 அன்று அவர் டிரான்ஸ்வால் எல்லையைக் கடந்தார். வோல்க்ஸ்ரஸ்டில் தடுத்து நிறுத்தப்பட்டார். பதிவுச் சான்றிதழைக் காட்டும்படிக் கேட்டார்கள். தன்னிடம் சான்றிதழ் எதுவுமில்லை என்று பதில் அளித்தார். பின்பு அவர் வோல்க்ஸ்ரஸ்ட் சிறையில் அடைக்கப்பட்டார். அங்கிருந்து அவர் இந்தியன் ஒப்பீனியன் இதழுக்கு எழுத்து மூலமாக அனுப்பிய செய்தி ஒன்றில் அதன் வாசகர்களுக்கு, 'நமது இயக்கம் இந்துக்கள், இஸ்லாமியர்கள், பார்ஸிகள், கிறிஸ்துவர்கள், வங்காளிகள், மதராஸிகள், குஜராத்தியர்கள், பஞ்சாபிகள், இன்னும் மற்றவர்கள் என்று எந்த வேற்பாடும் பார்ப்பதில்லை. நாம் எல்லோரும் இந்தியர்களே; இந்தியாவுக்காகவே போராடுகிறோம்' என்று நினைவூட்டினார். [23]

14ம் தேதியன்று காந்தியும் அவருடன் எல்லையைக் கடந்தவர்களும் வோல்க்ஸ்ரஸ்டில் ஒரு நடுவர் நீதிமன்றத்தில் ஆஜர்படுத்தப்பட்டனர். நீதிபதியிடம் காந்தி, 'காலனியில் நுழையும்படி அவர்களுக்கு அறிவுரை தந்ததற்குத் தானே முழுப்பொறுப்பேற்றுக் கொள்வதாக' தெரிவித்தார். மேலும் 'எப்பொழுதும்போலத் தன் செயல்களின் விளைவுகளைச் சந்திக்கத் தான் தயாராகவே இருப்பதாகவும்' சொன்னார். குற்றம் உறுதிப் படுத்தப்பட்டு அவருக்கு 25 பவுண்ட் அபராதமும் அதைக்கட்டத் தவறும் பட்சத்தில் கடின உழைப்புடன் கூடிய இரண்டு மாத சிறைத் தண்டனையும் எனத் தீர்ப்பு வழங்கப்பட்டது. [24]

காந்தி கைதுசெய்யப்பட்ட செய்தி வாய்மொழியாக டிரான்ஸ்வால் முழுவதும் பரவியது. த டெலிகிராப் செய்தித்தாள் அதை லண்டனுக்கு எடுத்துச் சென்றது. அங்கே அவருக்குத் தண்டனை அளிக்கப்பட்ட இரண்டே நாட்களில் காக்ஸ்டன் ஹாலில் ஒரு கண்டனப் பொதுக்கூட்டம் நடந்தது.

அப்போது லண்டனில் புகழ்பெற்ற இந்திய தேசியவாதிகள் பலர் இருந்தார்கள். அவர்களில் ஒருவரான லஜபதிராய், 'திரு காந்தி சிறையில் இருந்தாலும் அவருக்கு, தான் வரலாற்றை உருவாக்குகிறோம் என்ற ஆறுதல் இருக்கும்' என்று பேசினார். மற்றொருவரான பிபன் சந்திர பால், 'காந்தி சிறையில் கற்களின்மீது சுத்தியால் அடிக்கும் ஒவ்வொரு அடியும் அவரது நாட்டைப் பிணைத்திருக்கும் தளைகளின்மீது விழும் அடியாகும்; அவர் உடைக்கும் ஒவ்வொரு சிறுகல்லும் இந்தியர்களைத் தாய் நாட்டோடு (அதாவது இங்கிலாந்தோடு) பிணைக்கும் சங்கிலியின் ஒரு கண்ணியை உடைப்பதாகும்' என்றார். பலத்த ஆதரவுக் குரல்களிடையே புரட்சியாளரான அந்த வங்காளி 'உங்கள் பணி தொடரட்டும், சகோதரர் காந்தி' என்று முழங்கினார்.

ராயும் பாலும் சுதேசி இயக்கத்தின் மூன்று முக்கியமான தலைவர்களில் இருவர்: மூன்றாமவர் பால கங்காதர திலகர். அந்த மூவரும் சேர்த்து 'லால், பால், பால்' என்று அன்போடு குறிப்பிடப்பட்டனர். காந்தி லண்டனில் லால், பால் ஆகியோரால் அவ்வளவு அதிகமாகப் புகழப்பட்டார் (திலகர் அப்போது இந்தியாவில் சிறையில் இருந்தார்) என்பது தேசத்தின் விழிப்புணர்ச்சியில் அவர் அடைந்துவந்த முக்கியத்துவத்துக்குச் சான்று. டிரான்ஸ்வாலில் அவரது செயல்பாடுகள் நன்கு அறியப்பட்ட தேசியவாதிகளாலும் அப்போதுதான் உருவாகிவந்த தேசியவாதிகளாலும் பாராட்டப்பட்டன. இவ்வாறு காக்ஸ்டன் ஹால் பொதுக்கூட்டத்தில் இயற்றப்பட்ட தீர்மானங்களில் ஒன்று புரட்சியாளரான மாணவர் தலைவர் வி.டி.சாவர்க்கரால் வழிமொழியப்பட்டது; இன்னொன்று இளம் கலை விமர்சகரும் வரலாற்று ஆசிரியருமான ஆனந்த குமாரசாமியால் வழிமொழியப்பட்டது.[25]

இதனிடையே டிரான்ஸ்வாலில் அக்டோபர் 18 அன்று காந்தியின் கைதைக் கண்டித்து ஒரு பொதுக்கூட்டம் நடத்தப்பட்டது. காலனி முழுதுமிருந்து சுமார் 1500 பேர் ஹமீதியா ஹாலில் கூடினர். சிறையில் மரணமடைந்த தம் சக நாட்டவர்களின் தியாகத்துக்கு அஞ்சலியாக இரண்டு கறுப்புக்கொடிகள் அரைக்கம்பத்தில் பறக்கவிடப்பட்டிருந்தன. முதன்மை உரையை ஆற்றியவர் ஏ.எம். கச்சாலியா. அரசு அவர்களது தலைவர்களைக் கைது செய்வதன் மூலம் போராட்டத்தை முடக்கிவிடலாம் என்று எண்ணுகிறது. கச்சாலியா இதனை 'முதல்தரமான பிழை' என்று நிராகரித்தார். காந்தி சிறையில் இருக்கும்போது 'நாம் ஒவ்வொருவரும் தலைமைப் பொறுப்பை வகிக்கத் தயாராக இருக்கவேண்டும்' என்றார் அவர்.

ஹரிலால் காந்தியும் கூட்டத்தில் பேசினார். 'அவரது தந்தை கைது செய்யப்பட்டது அவருக்கு ஒரு கொண்டாட்டமான தினம். ஆனாலும் அவரால் காந்தி எவ்வளவு முட்டாள்தனமாகக் குற்றம்சாட்டப்பட்டுத் தண்டிக்கப்பட்டுள்ளார் என்று எண்ணிப்பார்க்காமல் இருக்க முடியவில்லை. தென்னாப்பிரிக்காவில் 13 ஆண்டுகளாக வழக்கறிஞராக இருந்துவரும் ஒருவரிடம்போய் அடையாளச் சான்றுகளைக் கேட்பது

கோழைத்தனமானது.'[26]

இயல்பாகவே, ராண்ட் நகரில் வெள்ளை செய்தித்தாள்கள் காந்தியின் கைதை சற்று வேறுவிதமாகப் பார்த்தன. காந்திக்கு இரண்டு மாதங்கள் மட்டுமே சிறைத் தண்டனை அளித்த விஷயத்தில் 'டிரான்ஸ்வால் அரசு ஆசியர் இயக்கத்தின் தலைவரின் தீய எண்ணம்கொண்ட செயல்கள் பற்றித் தேவையற்ற கருணையுடன் நடந்துகொண்டுள்ளது' என்று ஜோஹானஸ்பர்க்கிலிருந்து வெளியான ஸ்டார் இதழ் குறிப்பிட்டது. 'ஏற்கெனவே ராண்டில் சலசலக்க ஆரம்பித்திருக்கும் பூர்வகுடியினர் தூரக்கிழக்கிலிருந்து வந்திருக்கும் வெள்ளையரல்லாத சகோதரர்களின் தந்திரோபாயங்களைத் தாமும் கடைப்பிடிக்க ஆரம்பிப்பதைவிடச் சிறைகள் நிரம்புவதே மேல்' என்று அந்த இதழ் குறிப்பிட்டது.[27]

காந்தி வோல்க்ஸ்ரஸ்ட் சிறைச்சாலைக்கு அனுப்பப்பட்டார். அங்கு ஏற்கெனவே இருந்துவந்த தம் நீண்டகால நண்பரான டர்பன் நகரவாசி பார்ஸி ருஸ்தம்ஜி உள்ளிட்டவர்களுடன் சேர்ந்துகொண்டார். அது ரமலான் மாதம். ஆகவே இஸ்லாமியக் கைதிகள் நோன்பு மேற்கொண் டிருந்தனர். எப்படி இருந்தாலும் உணவில் மீலி பாப்தான் அதிகம் என்ப தால் 'உணவுபற்றி எப்போதும் முணுமுணுப்பு இருந்துவந்தது'. அது ஜோசப் டோக்கின் காதுகளை எட்டின. நல்ல கிறிஸ்துவரான அவர் சிறைச்சாலை இயக்குனரைச் சந்தித்து, இந்து கைதிகள் பெரும்பாலும் சைவர்கள்; அவர்களுக்கு மாமிசக் கொழுப்பு கலந்த மீலி பாப் ஒத்துவராது; இஸ்லாமியர்களுக்கும் அப்படியே; காரணம் கொழுப்பு பெறப்பட்ட விலங்குகள் ஹலால் முறைப்படிக் கொல்லப்படுவதில்லை என்று தெரிவித்தார்.[28]

'கடின உழைப்பு' தண்டனைக்காக தினமும் கைதிகள் கற்கள் நிரம்பிய நிலத்துக்கு அழைத்துச் செல்லப்பட்டனர். அதை அவர்கள் மண்வெட்டி களைக் கொண்டு தோண்டவேண்டும். காந்திக்கு அந்த வேலை புதியது. விரைவில் அவர் கைகளில் கொப்புளங்கள் தோன்றின. 'குனிந்து வேலை செய்வது கடினமாக இருந்தது; மண்வெட்டியோ 30 கிலோவுக்கு மேல் எடை கொண்டதாக இருந்தது.[29]

பத்து நாட்களுக்குப் பிறகு காந்தி ஜோஹானஸ்பர்குக்கு அழைத்துச்செல்லப் பட்டார். அங்கே அவர் வழக்கு ஒன்றில் சாட்சியம் அளிக்க வேண்டியிருந்தது. அவர் புகைவண்டியில் மூன்றாம் வகுப்புப் பெட்டியில் அழைத்துச்செல்லப்பட்டார். நகரத்தின் பார்க் நிலையத்தில் அவர் காவலாளி சகிதம் இறங்கியபோது அவரைத் தமிழர்களான தலைச்சுமை வியாபாரிகள் சிலர் கண்டுகொண்டனர். தமது தலைவர் —கைதி எண் கொண்ட மேலாடையும், குட்டையான காற்சட்டைகளும், தோல் செருப்புகளுமாக— நிலையத்தைவிட்டு சாலைக்கு அழைத்துவரப்படுவதைச் சற்று ஆர்வமும் அதிக அதிருப்தியுமாகப் பார்த்துக்கொண்டிருந்தனர். காந்தியோடு

வந்திருந்த காவலாளி சிறைச்சாலைக்கு குதிரைவண்டியிலோ (காந்தியே பணம்தரவேண்டும்) அல்லது நடந்தோ செல்லலாம் என்று தெரிவித்தார். அந்தக் கைதி நடந்துசெல்லத் தீர்மானித்தார். தன் சுமைகளுடன் குன்றின்மீது ஏறிச் சென்றார். தமிழர்கள் அவர் பின்னால் கௌரவமான இடைவெளி விட்டு கடைசியாக அவர் சிறைக்குள் சென்று மறையும்வரையில் பின் தொடர்ந்தனர். அதன் வாயிலில் 'ஒற்றுமையே பலம்' என்ற குறிக்கோள் வாசகம் எழுதப்பட்டிருந்தது.[30]

தமிழ் தலைச்சுமை வியாபாரிகள் தாம் கண்டதை ஹென்றி போலாக்கிடம் தெரியப்படுத்தினர். போலாக் ஓர் அறிக்கை வெளியிட்டார். அதில், காந்தி நடத்தப்பட்ட விதம் 15ம் நூற்றாண்டின் ஸ்பானிய சமயநிந்தனை விசாரணை மன்றத்தை ஒத்திருப்பதாகக் குற்றம்சாட்டினார். அந்தச் சம்பவத்திலும் இப்படித்தான் பாதிப்புக்குளாளானவர்கள் 'பை போன்ற மஞ்சள் நிற உடையுடன்' நடத்திச் செல்லப்பட்டுக் கொல்லப்பட்டனர்.[31] அவர் எல்.டபிள்யூ.ரிட்சுக்கு ஒரு தந்தி அனுப்பினார்; அந்தப் புகாரை அவர் காலனி விவகாரங்கள் அலுவலகத்துக்கு அனுப்பினார். அவர்கள் தம் தரப்பிலிருந்து டிரான்ஸ்வால் அரசாங்கத்துக்கு எழுதி, 'காந்தி கைதி உடையுடன் தெருவில் அழைத்துச் செல்லப்பட்டார்' என்று சொல்லப் படுவது உண்மையா என்று கேட்டனர். குற்றச்சாட்டு ஒப்புக் கொள்ளப் பட்டது. ஆனாலும், நிலையத்திலிருந்து சிறைச்சாலை செல்லும் வழியில் காந்திக்கு கைவிலங்கு இடப்படவில்லை என்றும், 'நீதிமன்றத்தில் சாட்சியாக ஆஜரானபோது அவர் கைதி உடை அணிந்திருக்கவில்லை' என்றும் சுட்டிக் காட்டப்பட்டது.[32]

ஜோஹானஸ்பர்க் சிறையில் காந்தி திருட்டு, கொலைக் குற்றங்களுக்காகச் சிறைவாசம் அனுபவித்தவர்களுடன் தங்க வைக்கப்பட்டார். அவர் மிகவும் 'சங்கடமாக உணர்ந்தார்'; அதிலும் குறிப்பாக ஆஃப்ரிக்கர்களும் சீனர்களும் 'ஒருவர் அடுத்தவரின் பாலுறுப்பைப் பார்த்தபடி ஆபாசமான நகைச்சுவைகளைப் பரிமாறிக்கொண்டபோது' ஆறுதலுக்காக அவர் தன்னுடன் வைத்திருந்த பகவத் கீதை புத்தகத்தைப் படித்தார். போலாக் அவரைச் சந்திக்க வந்தபோதும், காலன்பாக் ரொட்டியும் சீஸும் அனுப்பிவைத்தபோதும் அவரது மனநிலை மேம்பட்டது. நவம்பர் 4 அன்று காந்தி மீண்டும் வோல்க்ஸ்ரஸ்ட் அழைத்துச் செல்லப்பட்டார். அவர் புகைவண்டியில் கைதி உடையுடன் ஏறுவதைக் கண்ட தலைச் சுமை வியாபாரிகள் 'கண் கலங்கினர்'. அவரது பயணம்பற்றிய செய்தி பரவியது. வழியில் ஹைடெல்பர்க்கிலும் ஸ்டான்டர்டனிலும் இந்தியர்கள் அவரைக்காண உணவுப்பொருட்கள் சகிதமாக வந்திருந்தனர். அவரது காவலாளி அவற்றைப் பெற்றுக்கொள்ள அவரை அனுமதித்தார்.

வோல்க்ஸ்ரஸ்ட் சிறைக்கு வந்தபின்னர், காந்தி ஆல்பர்ட் வெஸ்ட் மூலமாக ஃபீனிக்ஸில் கஸ்தூரிபா காந்தி ரத்தப்போக்கால் அவதிப் பட்டதை அறிந்தார். அவர் உயிர் பிழைத்துவிடுவார் என்று சிகிச்

சையளித்த மருத்துவரால் எந்த உத்தரவாதமும் தரமுடியவில்லை. காந்தி பேசாமல் அபராதம் செலுத்தி வெளிவந்து மனைவியுடன் சேர்ந்து கொள்ளலாம் என்று வெஸ்ட் ஆலாசனை தந்தார். காந்தி, 'அது முடியாது' என்று பதில் அளித்தார். காரணம் 'நான் போராட்டத்தில் இறங்கியபோதே ஏற்படக்கூடிய இழப்புகளுக்குத் துணிந்துதான் வந்தேன். திருமதி காந்தி அன்பான கணவரிடமிருந்துகிடைக்கக்கூடிய எளிய ஆறுதல்கூட இல்லாமல்தான் இறக்கவேண்டும் என்று இருந்தால் அப்படியே ஆகட்டும்.'

கஸ்தூரிபாவின் சுகவீனம் காந்தியின் வாழ்வில் ஒன்றோடொன்று முரண்படும் தேவைகளை மீண்டும் முன்னால் கொண்டுவந்தது. குடும்பத்தின் பொறுப்புகள் போராட்டத்தின் தேவைகளுடன் முரண்பட்டன. கஸ்தூரிபாவுக்கு மணமாகி இப்போது இருபத்தைந்து ஆண்டுகளுக்கு மேலாகிவிட்டது. அவர்கள் இருவரும் உணர்வுரீதியிலும், பாலியல் ரீதியிலும் ஒருஒருக்கொருவர் உண்மையாக இருந்துவந்தனர். அவர்கள் பலமுறை நீண்டகாலம் பிரிந்திருக்கவேண்டி இருந்ததாலோ என்னவோ கஸ்தூரிபா அவர்கள் ஒன்றாக இருக்கும் நேரங்களை மிகவும் விரும்பினார். ராஜ்கோட், பம்பாய், டர்பன், ஜோஹானஸ்பர்க், ஃபீனிக்ஸ் என்று இந்த எல்லா இடங்களிலும் கஸ்தூரிபா அவருடனும் அவருக்காகவும் வாழ்ந்திருக்கிறார்; ஆனாலும் அவருக்கு இந்த இடங்கள் எதுவும் சொந்த வீட்டில் இருப்பது போன்ற திருப்தியளிக்கவில்லை. ஆங்கிலம் சரளமாகப் பேசவராதவராகவும், இயல்பிலேயே அதிகம் பேசாதவராகவும் இருந்தார்; மரபாலும் பழக்கவழக்கத்தாலும் புதியவர்களுடன் தானாகச் சென்று பேசிப் பழகுவது தடுக்கப்பட்டவராகவும் இருந்தார். கணவர், குழந்தைகள் ஆகியோரோடு இருப்பதுதான் அவருக்கு ஆறுதல் அளித்தது. குழந்தைகள் பெரும்பாலும் அவருடன் இருந்தாலும், கணவர் பெரும்பாலும் வேறு இடங்களிலேயே இருந்தார். ஆகவே, தென்னாப்பிரிக்காவில் இருந்த காலம் முழுவதும் கணவரின் அண்மைக்காகவும் கவனிப்புக்காகவும் அதிகம் ஏங்கினார்.

பதிலுக்கு அவருக்கு அன்பு கிடைத்தது. ஆனாலும் கஸ்தூரிபாபோல அல்லாமல் காந்திக்குத் தன் குடும்பத்துக்கு வெளியிலும் கவனிப்பதற்குப் பல கடமைகள் இருந்தன. இப்போது கேட்கப்பட்டதுபோல ஒன்றைத் தேர்வு செய்யச்சொன்னால் அவர் தன் சமூகக் கடமைகளைத் தன் மனைவிக்கு மேலாகவே வைப்பார். தனது இக்கட்டையும் தேர்வையும் மணிலாலுக்கு எழுதி, கஸ்தூரிபாவுக்குப் படித்துக் காட்டப்பட்ட கடிதம் ஒன்றில் விளக்கினார். கஸ்தூரிபாவிடம், 'சத்தியாக்கிரகப் போராட்டத்துக்கு முழுமையாகத் தன்னை ஒப்படைத்துவிட்டதால்' அபராதம் கொடுத்துத் தன் சிறைத்தண்டனையைக் குறைத்துக்கொள்ள முடியாது என்று கூறினார். ஆனால் கஸ்தூரிபாவின் உடல்நிலை குறித்துத் தினமும் தனக்குத் தகவல் தரும்படிக் கேட்டிருப்பதாகத் தெரிவித்தார். அத்துடன் அவர் ஊக்கமும் ஆறுதலும் தரும்விதமாக இப்படிக் குறிப்பிட்டார்:

நீ மட்டும் தைரியத்தைக் கைவிடாமல் இருந்து, தேவையான சத்தான ஆகாரங்களையும் எடுத்துக்கொண்டால் உடம்பு சரியாகிவிடும். ஆனால், துரதிர்ஷ்டவசமாக நீ காலமாகிவிட்டால், நான் உயிருடன் இருக்கையில் என்னிடமிருந்து பிரிந்திருக்கும்போது நீ அப்படிச் செய்வதில் குற்றம் எதுவும் இல்லை என்று மட்டும் சொல்வேன். நான் உன்னை எந்த அளவுக்கு நேசிக்கிறேன் என்றால், நீ இறந்துவிட்டாலும்கூட என்னைப் பொறுத்தவரை வாழ்ந்துகொண்டுதான் இருப்பாய். உன் ஆன்மாவுக்கு மரணமில்லை. நான் அடிக்கடி சொல்லியிருப்பதை மீண்டும் சொல்கிறேன்: உன் வியாதி உன்னை எடுத்துச் சென்றுவிடுமானால், நான் இன்னொரு திருமணம் செய்துகொள்ளமாட்டேன்.[33]

இந்தக் கடிதம் வழக்கத்துக்கு மாறான, எதிர்பாராத என்றுகூடச் சொல்லத் தக்க நெகிழ்ச்சியை வெளிப்படுத்துகிறது. மரபார்ந்த பழக்கவழக் கங்கள்படி, இந்து மனைவி ஒருவரின் கடமைகளில் தன் கணவருக்கு முன்னதாக இறந்துவிடக்கூடாது என்பதும் ஒன்று. இந்த விஷயம் கஸ்தூரிபாவைக் கவலைப்படச் செய்திருக்கவேண்டும்; காந்தி இன்னொரு திருமணம் செய்துகொள்ளக்கூடும் என்ற விஷயமும் ஒருவேளை அவரைக் கவலைப்படச் செய்திருக்கலாம். அவருடைய தந்தையே முதல் மனைவி உயிருடன் இருக்கும்போதே இன்னொரு திருமணம் செய்தவர்தான்—. ஆகவேதான் இது சம்பந்தமாக காந்தி உறுதி மொழிகள் தந்தார்; மேலும் அது (அவரே குறிப்பிடுவதுபோல) முதல் முறையாக அல்ல.

காந்தி வோல்க்ஸ்ரஸ்டிலிருந்து டிசம்பர் 12 அன்று தண்டனை முடிந்து விடுதலை செய்யப்பட்டார். சிறையிலிருந்து வெளிவரும் முன், அன்பான சிறைக் கண்காணிப்பாளர் ஒருவருக்கு தி கிங்டம் ஆஃப் காட் ஈஸ் வித்தின் யு என்ற டால்ஸ்டாயின் புத்தகத்தின் தன் கையெழுத்திட்ட பிரதி ஒன்றை அளித்தார்.[34]

ஜோஹானஸ்பர்க் சென்றடைந்தபோது, புகைவண்டி நிலையத்தில் அவரை சுமார் 300 பேர் கொண்ட கூட்டம் வரவேற்றது. பெரும்பாலும் இந்தியர்களைக்கொண்ட அந்தக் கூட்டத்தில் ஹென்றி மற்றும் மில்லி போலாக், ஜோசப் டோக், சோன்யா ஷ்லேஸின் ஆகியவர்களும் இருந் தனர். 'காந்தி புகைவண்டியிலிருந்து குதித்து இறங்கியபோது பெரும் உற்சாக ஆரவாரத்துக்கிடையே மாலையிட்டு வரவேற்கப்பட்டார்.' அவரைத் தோள்களில் சுமந்துகொண்டு ஃபோர்ட்ஸ்பர்க் மசூதிக்கு அழைத்துச்சென்றனர். அங்கே அவர் 'பெரும் ஒழுங்குக்கு உட்பட்ட' சுமார் 1500 பேர் அடங்கிய கூட்டத்தில் சுருக்கமாக உரையாற்றினார்.[35]

காந்தி சிறையில் இருந்தபோது ஹமீதியா ஹாலில் ஆதரவுக் கூட்டங்கள் தொடர்ச்சியாக நடந்துவந்தன. நவம்பர் கடைசி வாரத்தில் 'ஏறக்குறைய ஜோஹானஸ்பர்க்கில் வசித்த இந்தியர்கள் அனைவருமே ஒட்டுமொத்த மாகத் திரண்டுவந்து மசூதிக்கு வெளியே நடந்த கூட்டத்தில் கலந்து

கொண்டனர். சீனத் தலைவர் லியுங் க்வின் முதலில் பேசினார். ஆனால் நட்சத்திரப் பேச்சாளர் பிரிட்டிஷ் இந்திய சங்கத்தின் அப்போதைய தலைவரான குஜராத்தி வர்த்தகர் ஏ.எம்.கச்சாலியாதான். அவர் முதலில் புக்கர்.டி.வாஷிங்டனை மேற்கோள் காட்டி, கறுப்பர்கள் ஏதேனும் அங்கீகாரம் பெறவேண்டுமானால் அதற்கு அவர்கள் வெள்ளையர்களை விடச் சிறப்பாகச் செயல்பட்டால்தான் முடியும் என்று குறிப்பிட்டார். அவர் பின்பு சத்தியாக்கிரகத்தை பலமாக ஆதரித்துப் பேசினார். சில ஐரோப்பியர்கள், இந்தியர்கள் சத்தியாக்கிரகத்தை வெளிப்படையாக ஆதரிப்பது ஆஃப்ரிக்கர்களையும் அதுபோன்ற முறைகளைக் கைக் கொள்ளத் தூண்டுகோலாக அமைந்துவிடும்; அதன் பின்னர் அது வன் முறைப் போராட்டமாகவும் ஆகிவிடக்கூடும் என்று அஞ்சினர். கச்சாலியா இது அபத்தமான கருத்து என்று நினைத்தார்—'1906ல் நேட்டால் புரட்சிக்கு வித்திட்ட தீப்பொறி நிச்சயமாக சத்தியாக்கிரகம் அல்லவே?' என்று அவர் கேலியாகக் கூறினார். 'சரியோ தவறோ தமக்கு அநீதி இழைக் கப்படுகிறது என்று அவர்கள் கருதியதுதான் அந்தத் திடீர்க் கிளர்ச்சிக்கு வழிவகுத்தது.'

> கச்சாலியாவின் கருத்தில், மனிதர்கள் சத்தியாக்கிரகத்திலிருந்து வன்முறைப் போராட்டத்துக்குச் செல்வதில்லை. சத்தியாக்கிரகி அறவியல் அளவுகோலிலும் மனித வளர்ச்சி நிலையிலும் மேலே இருப் பவர். சத்தியாக்கிரகம் என்பது உள்ளத்தையும், மனச்சாட்சியையும், பயிற்சிபெற்ற புரிதலையும் சார்ந்தது. தென்னாப்பிரிக்காவின் பூர்வ குடியினர் பல தலைமுறைகள் கலாசாரரீதியில் முன்னேறிய பிறகுதான் அவர்களால் சத்தியாக்கிரகத்தில் அதன் உண்மையான பொருளில் ஈடுபட முடியும். அதுவரையில் தமக்கு செய்யப்பட்ட நீதிபற்றி நன்றியுடனும், தமக்கு இழைக்கப்பட்ட அநீதிபற்றி சீற்றத்துடனும் உடல்பலம் பொருந்திய மனிதர்கள் எப்படி நடந்துகொள்வார்களோ அப்படியே நடந்துகொள்வார்கள்—. முன்னுதாரணம் இருந்தாலும் இல்லாவிட்டாலும் இந்த இரண்டாவது விஷயத்தில், தீமையை அஹிம்சை வழியில் எதிர்ப்பது என்ற கடினமான பாடத்தைக் கற்றுக் கொள்ளும்வரை அவர்கள் அதற்கு நிவாரணம் தேடத்தான் செய்வார்கள்—. ஆனால் நம்மை விமர்சிப்பவர்களுக்கு நான் பூர்வ குடியினரை ரைஃபிளுக்கும், ஈட்டிக்கும் பதிலாக சத்தியாக்கிரகியின் வழிமுறைகளை மேற்கொள்ளும்படி வலியுறுத்தும்படியே ஆலோசனை தருவேன்; அதைவிடச் சிறந்த ஆலோசனை, வானமே இடிந்து வீழ்ந் தாலும் நீதியை நிலைநாட்டுவதன் மூலமாக எந்தவிதமான போராட்டமும் நடத்தத் தேவையே இல்லாமல் செய்துவிடுவதே.[36]

பூர்வகுடியினரின் அதிருப்திக்கு மூல காரணமாக இருப்பது ஐரோப் பியர்கள் காட்டும் பாரபட்சமும் அவர்கள் செய்யும் சுரண்டலுமே என்பதை காந்தியைவிட கச்சாலியா தெளிவாகவே உணர்ந்திருந்தார். அவரது பேச்சு, காந்தியின் குருநாதரான டால்ஸ்டாயின் சிந்தனைகளைச்

சரியாக உள்வாக்கிக்கொண்டிருப்பதன் அடையாளம். மேலும் அவரது உரை அஹிம்சையே அநீதியை எதிர்ப்பதற்கான உள்ளதிலேயே அதிகபட்சம் அறம்சார்ந்த வழிமுறை என்று எடுத்துக்காட்டி அதற்கு ஆதரவாக ஓர் வலிமையான வாதத்தை முன்வைத்தது.

டிரான்ஸ்வாலில் இந்தியர்கள் சிறைக்குப் போவதும் திரும்புவதுமாக இருக்கையில் நேட்டாலில் அவர்களது சக நாட்டினர் மத்தியில் ஒரு முக்கிய மான திருப்பம் ஏற்பட்டது. அவர்களுக்கு இப்போது காந்தியின் இந்தியன் ஒப்பீனியனுக்குப் பக்க பலமாக இரண்டாவதாக ஒரு செய்தித்தாள் உதயமானது. ஆஃப்ரிக்கன் கிரானிக்கிள் என்று பெயரிடப்பட்ட அது தமிழரான பி.எஸ்.ஐயரை ஆசிரியராகக் கொண்டிருந்தது. அவர் 1898ல் டர்பனுக்கு வந்து அங்கு ஓர் உள்ளூர்ப் பெண்ணை மணந்துகொண்டிருந் தார். பெயரில் ஆஃப்ரிக்கன் என்று இருந்தாலும், காந்தியுடைய பத்திரி கையைப்போலவே அதுவும் 'ஆஃப்ரிக்க' செய்திகளுக்கு அதிக முக்கியத் துவம் தரவில்லை. முக்கியமாக அந்த இதழ் நேட்டாலில் வசித்த தமிழர் களுக்கான ஒரு மேடையே; அவர்கள் இந்தியன் ஒப்பீனியன் இதழிலும் அந்த இதழ் மூலமாகவும் தங்களுக்கு முழுமையான பிரதிநித்துவம் கிடைக் கவில்லை என்ற ஆதங்கம் கொண்டிருந்தார்கள்; இந்தியன் ஒப்பீனியன் இப்போது ஆங்கிலத்திலும் குஜராத்தியிலும் மட்டுமே கட்டுரைகளைத் தாங்கிவந்தது.

ஆஃப்ரிக்கன் கிரானிக்கிள் முதன்முதலாக 1908 ஜுனில் வெளியானது. பதினாறு பக்கங்கள்: ஆங்கிலத்தில் நான்கு, தமிழில் எட்டு; கடைசி நான்கு பக்கங்கள் விளம்பரங்கள்; அவற்றைத் தமிழ் கடைக்காரர்களும் வியாபாரிகளும் மட்டுமே வெளியிட்டிருந்தார்கள். இதழில் நகரங்களில் இருந்த வியாபாரிகள் பற்றியும், பண்ணைத் தோட்டங்களில் வேலை செய்த பிணைத்தொழிலாளிகள் பற்றியும் செய்திகள் இருந்தன. விளையாட்டு ஒரு முக்கிய ஆர்வமாக இருந்தது. கால்பந்து, குத்துச் சண்டைப் போட்டிகள்பற்றிய செய்திகள் விரிவாக இடம்பெற்றிருந்தன. பத்திரிகையின் ஆசிரியர் பிணை முடிந்த தொழிலாளிகளுக்கு வதிக்கப்பட்ட மூன்று பவுண்ட் வரி விஷயத்தில் அதிகமாக மூழ்கியிருந் தார்; அதை ரத்து செய்யவேண்டும் என்று அடிக்கடி எழுதினார். அந்த செய்தித்தாள் டிரான்ஸ்வாலில் ஏற்பட்டு வந்த திருப்பங்களையும் கவனமாகப் பதிவுசெய்து வந்தது. ஆரம்ப இதழ்கள் காந்தியை அவரது 'அசையாத குறிக்கோளுக்காகவும்' 'அவர் காட்டிய அசையாத மெய்யார் வத்துக்காகவும்' புழ்ந்தது. 1908 அக்டோபரில் அவரது கைது 'இந்திய சமூகத்தை வருத்தத்தில் ஆழ்த்திவிட்டது'. காந்தி 'நம் மதிப்புக்குரிய தலைவர்'—அவரது 'இயல்பான எளிமை, நேரடித்தன்மை' ஆகிய வற்றுக்காக மதிக்கப்படுபவர். அவர் தலைமையேற்று நடத்திய 'பாராட்டத்தக்க போராட்டம்' 'நாட்டின் சுதந்திரத்துக்காகவும் கௌரவத் துக்காகவும் பாடுபட்டுவருகிறது.' 'இந்திய மக்களின் இந்தப் பிரிவினரி டையே (அதாவது இந்துக்கள், முஸ்லிம்கள்) ஒற்றுமையை ஏற்படுத்த

வேண்டும் என்ற திரு எம்.கே.காந்தியின் தீவிர விருப்பத்தை' அந்த செய்தித்தாள் ஆதரித்தது. காந்தி கொண்டிருந்த மாண்ட்ஃபோர்ட் சாம்னிமீதான கசப்புணர்வை ஆஃப்ரிக்கன் கிரானிக்கிளும் பகிர்ந்து கொண்டது; அவரை அது 'குட்டி சர்வாதிகாரி' என்று வர்ணித்தது. அதுபோலவே காந்தி தம்பி நாயுடுமீது கொண்டிருந்த அபிமானத்தையும் அந்த இதழ் பகிர்ந்துகொண்டது. நாயுடு மூன்றாம் முறையாகக் கைதான போது அந்த இதழ் 'தென்னாப்பிரிக்காவின் இந்தியர்களை இப்படியான ஒரு மனிதரைத் தங்களிடையே பெற்றிருப்பதற்காகப் பாராட்டியது.'[37]

இந்தியர்களுக்கும் டிரான்ஸ்வால் அரசாங்கத்துக்கும் இடையிலான முரண், தென்னாப்பிரிக்க காலனிகள் அனைத்தையும் உள்ளடக்கிய ஒன்றியம் ஒன்றை ஏற்படுத்தவேண்டும் என்ற வளர்ந்துவந்த இயக்கத்தின் பின்னணியில் நிகழ்ந்துவந்தது. போயர்களுக்கு எதிரான யுத்தத்தைத் திட்டமிட்டு வடிவமைத்தவரான ஜோசப் சேம்பர்லைனும் ஆல்ஃபிரட் மில்னரும் போர் வெற்றியைத் தொடர்ந்து ஒன்றுபட்ட ஒரே நாடு உருவாகும், அது பிரித்தானியப் பேரரசின் பகுதியாக அமையும் என்றே நம்பிவந்தனர். 1903 பிப்ரவரியில் தனது விடைபெறும் உரையில் சேம்பர்லைன், 'தென்னாப்பிரிக்கா முழுமைக்குமான கூட்டரசு உருவாகப் போவது உறுதி; அதற்கான தயாரிப்பில் ஈடுபடுங்கள். வெகு விரைவில் பிரிட்டிஷ் கொடியின் கீழ் ஒரு புதிய நாட்டை உருவாக்க எண்ணியிருக்கிறேன். அந்த நாடு 'தன் தாய்வீட்டில் மகளாகவும், தன் சொந்த வீட்டில் எஜமானியாகவும் திகழும்' என்று பேசினார்.[38]

1906ல் டிரான்ஸ்வால் நேட்டாலையும் கேப் காலனியையும்போல 'சுயாட்சி பெற்ற காலனி' ஆனது. இரண்டு ஆண்டுகளுக்குப் பின்னர் ஆரஞ்ச்ஃப்ரீஸ்டேட் அந்த அந்தஸ்தைப் பெற்றது. 1908 மே மாதம் நான்கு பிராந்தியங்களையும் சேர்ந்த வெள்ளை அரசியல்வாதிகள் 'காலனிகள் இடையிலான' மாநாடு ஒன்றில் பங்கெடுத்து ஒருங்கிணைந்த கூட்டரசு ஒன்றை உருவாக்குவது பற்றிப் பேசினார்கள். அதனைத் தொடர்ந்து, முழு அளவிலான 'தேசிய பேரவை (நேஷனல் கன்வென்ஷன்)' கூடியது; அது முதலில் 1908ல் டர்பனிலும் பிறகு தென்னாப்பிரிக்காவின் மற்ற நகரங்களிலும் நடைபெற்றது.

ஒன்றியம் ஏற்படுத்தவேண்டும் என்று முயன்றவர்களுக்கு ஓரளவு பொருளாதார நோக்கமும் இருந்தது. சுங்கத்தீர்வைகள், வரிகள், இருப்புப்பாதைகள் போன்றவற்றைத் தரப்படுத்துவது வர்த்தக நடவடிக்கைகளை மேலும் சுலபமாக்கும். தென்னாப்பிரிக்காவிலிருந்த வெள்ளையர்கள் கனடா, ஆஸ்திரேலியாவின் உதாரணங்களால் கவரப்பட்டார்கள். அந்த நாடுகளில் ஒருகாலத்தில் தனித்தனியாக இருந்துவந்த பிராந்தியங்கள் ஒரே கூட்டாட்சியின் கீழ் இணைந்திருந்தன. ஆனாலும் தென்னாப்பிரிக்காவுக்கு மற்ற பிரிட்டிஷ் தன்னாட்சி காலனிகளுக்கும் (டொமினியன்கள்) இல்லாத ஒரு பிரச்னை இருந்தது—அதாவது பெரிய

எண்ணிக்கையில் பூர்வகுடியினர் அங்கு இருந்தார்கள். கேப் காலனியில் ஆஃப்ரிக்கர்கள் சிலரும் இந்தியர்கள் சிலரும் ஓட்டுரிமை பெற்றிருந்தனர். சில தாராளவாதிகள் கேப் காலனியில் இருப்பதுபோன்ற ஓட்டுரிமையை மற்ற காலனிகளுக்கும் விரிவுபடுத்தவேண்டும் என்று கோரினாலும், பேரவையில் கலந்துகொண்ட பெரும்பாலோர் வெள்ளையரல்லாத மக்களுக்கு ஓட்டுரிமை தரப்படக் கூடாது என்றே பேசினர். டிரான்ஸ்வால் அரசியல்வாதியான பெர்ஸி ஃபிட்ஸ்பாட்ரிக், 'கறுப்பினத்தவர் நாகரிகமடைய இயலாதவர்கள்' என்றார். ஆரஞ்ச் ஃபிரீ ஸ்டேட்டிலிருந்து வந்திருந்த ஆபிரகாம் ஃபிஷர் 'சுய பாதுகாப்புதான் இயற்கையின் முதல் விதி', ஆகவே வெள்ளையர்கள் ஓட்டுரிமையைத் தங்களிடமே வைத்துக்கொள்ளவேண்டும் என்று குறிப்பிட்டார். மற்றொரு ஃப்ரீஸ்டேட்காரரான சி.ஆர்.டி வெட், 'வெள்ளையர்களுக்கும் கறுப்பர்களுக்கும் இடையே எல்லை வகுத்திருப்பது தெய்வச்செயல் . நாம் அதைப் பூர்வகுடியினருக்கு விளங்கவைக்கவேண்டுமே தவிர சமத்துவம்பற்றிய தவறான எண்ணங்களை அவர்களது மனதில் ஏற்படுத்திவிடக் கூடாது' என்றார்.

ஆப்ரிக்கானர்கள் கட்டுப்பாட்டில் இருந்த காலனிகளில் இருந்து வந்திருந்த பிரதிநிதிகளின் கருத்தே முடிவாக ஏற்றுக்கொள்ளப்பட்டது. டிரான்ஸ்வால் பிரதமர் லூயிஸ் போத்தா கேப் சகாக்களிடம் 'தென்னாப்பிரிக்காவில் வெள்ளை இனத்தவரின் ஒன்றியம்' ஒன்றை ஏற்படுத்துவதே முன்னுரிமையாக இருக்கவேண்டும் என்று வலியுறுத்தினார். பூர்வ குடியினருக்கு ஓட்டுரிமை என்ற சிக்கல் ஒன்றியம் ஏற்படுத்துவதைச் சீர்குலைத்துவிடும். கேப் காலனியில் வெள்ளையரல்லாத வாக்காளர்களின் ஓட்டுரிமையை உடனே பறித்துவிட வேண்டியதில்லை; ஆனால் மற்ற பிராந்தியங்களில் வெள்ளையர்கள் மட்டுமே ஓட்டளிக்க அனுமதிக்கப்படுவார்கள்; ஒன்றியத்தின் நாடாளுமன்றத்தில் வெள்ளையர்கள் மட்டுமே உறுப்பினர்களாக இருப்பார்கள்.[39]

1908 டிசம்பரில் காந்தி சிறையிலிருந்து விடுதலை ஆனபோது, கருத்தரங்கு உறுப்பினர்களுக்கு 'பூர்வகுடியினருக்கு ஓட்டுரிமை பற்றிச் தனிப்பட்ட முறையிலான சில ஆலோசனைகளை' டிரான்ஸ்வால் கவர்னர் லார்ட் செல்போர்ன் சுற்றுக்குவிட்டார். அது 'பண்பாட்டுத் தகுதி' ஒன்றை முன்வைத்தது. அதன்படி, ஓட்டுரிமைக்குத் தகுதிபெற வேண்டுமானால் ஒரு நபர் (அ) ஒருதார மணத்தை ஏற்றுக்கொள்ளவேண்டும் (ஆ) ஐரோப்பிய மொழி ஒன்றைப் பேசவேண்டும் (இ) குறைந்தபட்ச சொத்து அல்லது வருவாய் பெற்றிருக்கவேண்டும் (ஈ) 'குடிசையில் இல்லாமல் வீட்டில் வசிக்கவேண்டும்; உடையணியும் வழக்கம் கொண்டிருக்கவேண்டும்'.

இந்த வரையறைகளை நிறைவேற்றும் ஐரோப்பிய ஆண்களுக்கு முழு ஓட்டுரிமை உண்டு. மாறாக, 'பாரபட்சமற்ற தீர்ப்பாயம் ஒன்றின் முன்பாக நாகரிகத் தகுதிகள் பெற்றிருப்பதாக நிரூபிக்கும் ஒவ்வொரு

ஐரோப்பியர் அல்லாதவருக்கும்' 'ஒரு வாக்கு அளிக்கப்படும்; அதன் மதிப்பு ஓர் ஐரோப்பியரின் வாக்கில் பத்தில் ஒரு பங்குக்கு சமமாக இருக்கும்'. இவ்வாறு நாகரிகத் தகுதிகளை நிறைவுசெய்யும் பூர்வகுடி வாக்காளரின் மகனுக்கு, அவரும் இந்த நான்கு தகுதிகளை நிறை வேற்றினால், ஒன்பதில் ஒரு பங்கு மதிப்புள்ள ஓட்டு வழங்கப்படும்; அவருடைய மகனுக்கு எட்டில் ஒரு பங்கு ஓட்டு வழங்கப்படும்; இப்படியே இது தொடரும். செல்போர்னின் திட்டம் கலப்பினத் தவர்களையும் கணக்கில் எடுத்துக்கொண்டது. ஐரோப்பியர் ஒருவருக்கும் ஐரோப்பியர் அல்லாத ஒருவருக்கும் மகனாகப் பிறந்தவருக்கு—அவர் 'பண்பாட்டுத் தகுதிகளை' நிறைவுசெய்வாரேயானால்—ஐந்திலொரு பங்கு ஓட்டு, அவரது மகனுக்கு நான்கிலொரு பங்கு ஓட்டு என்கிற வகையில் கிடைக்கும். கடைசியாக, வயது வரம்பும் இருந்தது. தகுதி பெற்ற ஐரோப்பிய ஆண் ஒருவர் இருபத்தொரு வயதில் ஓட்டுப் போடு வார்; பண்பாட்டுத்தகுதி பெற்ற பூர்வகுடிக்காரர் அல்லது ஆசியர் முப்பத் தொரு வயதில்தான் ஓட்டளிக்க முடியும்; கலப்பினத்தவர் என்றால் இருபத்தாறு வயது போதும்.

செல்போர்னின் பரிந்துரைகளுக்கு டிரான்ஸ்வாலில் நடைபெற்றுவந்த இந்தியர்களின் போராட்டமே தூண்டுதலாக இருந்திருக்கவேண்டும். ஆங்கிலேயர் என்ற முறையில் தாய்வீடான இங்கிலாந்தில் சில இந்தியர் களுக்கு ஓட்டுரிமை கொடுக்கப்பட்டிருப்பதும், அவர்களில் இருவர் நாடாளுமன்ற உறுப்பினர்களாகவே ஆகியிருப்பதுமான முன்னு தாரணங்களும் அவருக்குத் தெரிந்திருக்கும். காந்தியின் நம்பிக்கை, வாய்ப்பும் சுதந்திரமும் கொடுக்கப்பட்டால், இந்தியர்கள் அனைவருமே தாம் ஐரோப்பியருக்கு சமமானவர்களே என்று நிரூபிக்க முடியும் என்பதுதான். இதற்கு சிறிது காலம் பிடிக்கும் என்று அவர் நினைக்கவே செய்தார். ஆனாலும் அவரது படிப்படியான முன்னேற்றம் என்ற வழிமுறை லார்ட் செல்போர்ன் மாதிரியான காலனியவாதிகளின் கருத்து களோடு ஒப்பிட்டால் புரட்சிகரமானவை என்று சொல்லவேண்டும். காந்தி போலல்லாது அந்த ஆளுநர் தனிநபர்கள்தான் பண்பாட்டு ஏணியில் ஏற முடியும் என்று நினைத்தாரே தவிர, ஒட்டுமொத்த சமூகங்களைப் பற்றி அப்படி நினைக்கவில்லை. அவரது தொடுவான விளிம்பும் இன்னும் வெகு தொலைவில் இருந்தது. தன் வாழ்நாள் காலத்துக் குள்ளாகவே இனங்களுக்கிடையே சமத்துவம் ஏற்பட்டுவிடும் என்பது காந்தியின் நம்பிக்கை; அந்த ஆளுநரோ, பத்து தலைமுறைகளில், அதாவது சுமார் இருநூறு ஆண்டுகளில், வெள்ளையரல்லாத நபர் ஒருவர்—அவரது முன்னோர்கள் பலதார மணம், ஐரோப்பிய மொழி ஒன்றைத் தெரிந்துகொள்ளாமல் இருப்பது போன்று பின்நோக்கி சென்று விடாமல் இருந்தால்—வெள்ளையர் ஒருவரைப் போன்று அதே அரசியல் உரிமைகளை அனுபவிக்க முடியும்.

ஆனாலும் ஒன்றை ஒப்புக்கொள்ளவேண்டும்; செல்போர்னின் மனம்

குறந்தபட்சம் ஏதோ ஒரு சாம்பல் நிறத்தை ஏற்றுக்கொண்டது. தேசியப் பேரவை உறுப்பினர்களோ, கறுப்பு வெள்ளையிலேயே சிந்தித்தார்கள். அவர்கள் வெள்ளையர் அல்லாதவர்களுக்கு ஓட்டுரிமை என்பதையே, அரைகுறை மதிப்புள்ள ஓட்டுரிமையைக்கூட, முற்றிலும் மறுத்தார்கள். மாட்சிமைக்குரிய பிரபுவின் யோசனைகள் உடனடியாக நிராகரிக்கப் பட்டன.[40]

வெள்ளையர்களே உயர்ந்தவர்கள் என தென்னாப்பிரிக்காவில் ஒலித்த இந்தக் கூட்டுக்குரலுக்கு மத்தியில் இரு மாறுபட்ட குரல்களும் ஒலித்தன: —உடன் பிறந்தவர்களான டபிள்யூ.பி.ஷ்ரெய்னர், ஆலிவ் ஷ்ரெய்னர் ஆகியோரின் குரல்கள். டபிள்யூ.பி. ஸ்ரெய்னர் கேப் காலனியின் முன்னாள் பிரதமர்; தாராளவாதி; மனிதாபிமானி. தேசியப் பேரவையில் ஐரோப்பியர் அல்லாதவர்களைக் குறைந்தபட்சமாக யூனியன் நாடாளு மன்றத்தின் மேலவையான செனட் சபையில் மட்டுமாவது நுழைய அனுமதிக்கவேண்டும் என்று வலியுறுத்தினார். ஜெனரல் ஸ்மட்ஸுக்கு எழுதிய கடிதத்தில் அவர் 'என்னைப் பொறுத்தவரை அடிப்படையான விஷயம் 'நிறம்' குறித்த நமது கொள்கையே' என்று குறிப்பிட்டார். ஒன்றிய அரசியல் சாசனத்தில், 'மக்களை நிறத்தின் அடிப்படையில் சிறப் புரிமை பெற்ற வர்க்கம் அல்லது வகுப்பினர் என்றும், சிறப்புரிமை இல்லாத கீழான பாட்டாளிகள் என்றும் இரண்டாகப் பிரிக்கும் செங் குத்துக் கோடு அல்லது அரண் ஒன்றை எழுப்புவது, என்னைப் பொறுத் தவரை, புதைந்துகொண்டிருக்கும் அடித்தளத்தின்மீது மாட மாளி கையைக் கட்டுவது போன்ற அறிவற்ற செயல்' என்று குறிப்பிட்டார்.[41]

தென்னாப்பிரிக்காவில் தன் சகாக்களை மாற்ற முடியாத ஷ்ரெய்னர், இங்கிலாந்துக்குச் சென்று பிரிட்டிஷாரின் ஆதரவைத் திரட்ட முனைந்தார். ஒன்றிய உருவாக்க சட்டத்தை (ஆக்ட் ஆஃப் யூனியன்) 'தென்னாப் பிரிக்காவில் சிறுபான்மையினரையும் பெரும்பான்மயிரையும் பிரிக்கும் சட்டம்' என்று பார்ப்பதே சரி என்றார் ஷ்ரெய்னர். அந்தச் சட்டத்தின்படி, 'வெள்ளையரல்லாத குடிமக்கள் இயல்பாக மேலே வருவதற்கும், வளர் வதற்குமான வாய்ப்பு மறுக்கப்படுகிறது; ஒரு சுதந்திர நாட்டில் இது ஒவ்வொரு சுதந்திர மனிதனுக்கும் உள்ள உரிமையாகும்.'[42]

இந்த விவகாரத்தில் எழுத்தாளர் ஆலிவ் ஷ்ரெய்னர் அவரது சகோதரரை விட இன்னும் புரட்சிகரமான கருத்துடையவர். கேப் காலனியின் கிராமப் புறத்தில் வளர்ந்த அவர் சுயமாக நூல்களைக் கற்றுத் தேர்ந்தவர். ஹெபர்ட் ஸ்பென்ஸர், ஜான் ஸ்டூவர்ட் மில், டார்வின் போன்றவர்களைப் படித்திருந்த அவர், காந்தியைப் போன்றே மலைப் பிரசங்கத்தால் கவரப் பட்டவர். சிறு வயது முதலே கதைகள் எழுதிவந்த அவர், தி ஸ்டோரி ஆஃப் அன் ஆஃப்ரிக்கன் ஃபார்ம் (ஒரு ஆஃப்ரிக்கப் பண்ணையின் கதை -1883) என்ற புத்தகத்துக்காக அதிகம் அறியப்பட்டார். காரூ பிரதேசத்தில் நிகழ்வதாகச் சித்தரிக்கப்படும் அந்த நாவலில் போனபார்ட் என்ற

பெயர்கொண்ட கொடுங்கோலனான கங்காணியும் அவருக்கு எதிராக மணவாழ்வுக்கு வெளியில் தன் சுதந்திரத்தைத் தேடும் ஒரு பெண்ணும் கதாபாத்திரங்களாக வருகிறார்கள். அந்தப் பெண்ணின் பாத்திரம் ஆங்கில நாவலில் 'முதல் முழுமையான பெண்ணிய' கதாபாத்திரம் என்று பின்னாளில் பெயர்பெற்றது. ஆலிவ் 1880-களில் பல ஆண்டுகள் லண்டனில் வாழ்ந்தவர். அப்போது அவர் ஜார்ஜ் பெர்னார்ட் ஷா, எலினர் மார்க்ஸ் போன்ற இடதுசாரி சிந்தனையாளர்களுடன் நட்பு கொண்டார். 1890ல் வெளியான கனவுகள் (ட்ரீம்ஸ்) என்ற அவரது புத்தகத்துக்கு இந்த அனுபவங்கள் தூண்டுதலாக அமைந்தன. அந்தப் புத்தகம் பல உருவகக் கதைகள் மூலம் பணக்காரர்களை விளாசித்தள்ளி, அறம்சார்ந்த சோஷலிசத்தை முன்வைத்தது.[43]

1908 டிசம்பரில் டிரான்ஸ்வால் செய்தித்தாள் ஒன்று ஆலிவ் ஷ்ரெய்னரிடம் இப்படிக் கேள்வி கேட்டது: 'எந்தவிதமான கூட்டு ஒன்றியத்தை நீங்கள் வரவேற்கிறீர்கள்? கூட்டாட்சி அரசையா அல்லது ஒன்றுபட்ட அரசையா? என்ன காரணத்துக்காக?' அவர் இப்படிப் பதில் சொன்னார்: 'இந்த நாட்டில் பிறந்த அல்லது நிரந்தரமாகக் குடியிருக்கும் அனைவரையும் தேசம் ஒன்றாகவே பார்க்கவேண்டும்'; இன, நிற பாகுபாடுகள் இன்றி எல்லோருக்குமே ஓட்டுரிமை இருக்கவேண்டும். பின்னர் அவர் எதிர்காலம்பற்றிய பார்வையை முன்வைத்தார்:

> இருபதாம் நூற்றாண்டின் பிரச்னைகள் பத்தொன்பதாம் நூற்றாண்டு அல்லது அதற்கு முன்பு முடிந்துபோன காலங்களின் பிரச்னைகளின் மறுவரவாக இருக்காது. கண்டங்களைப் பிரிக்கும் சுவர்கள் உடைந்து வருகின்றன: எல்லா இடங்களிலும் ஐரோப்பியர்களும், ஆசியர்களும், ஆஃப்ரிக்கர்களும் ஒன்றுகலப்பார்கள். இருபத்தொன்றாம் நூற்றாண்டு கண்விழித்துப் பார்க்கும் உலகு, இருபதாம் நூற்றாண்டு கண்விழித்துப் பார்த்த உலகிலிருந்து பெரிதும் வேறுபட்டிருக்கும். இந்த நூற்றாண்டு தீர்த்தாக வேண்டிய பிரச்னையானது வெவ்வேறு இனங்களைச் சார்ந்த மனிதர்களின், ஆகப்பெரும் அளவிலான, ஆகச்சிறந்த நன்மை பயக்கும் விதத்திலுமான கலந்துரையாடலுக்கு வழிவகுப்பதே. அத்தகைய உரையாடல்மூலம் ஒட்டுமொத்த மனித இனம் வளர்ச்சிபெறுவது சாத்தியமாகும்; அத்தகைய உரையாடல் நவீனமான லட்சியங்களுடனும், நவீனமான சமூகத் தேவைகளுடனும் ஒத்திசையும் விதத்தில் அமையவேண்டும். ஐரோப்பியன் மட்டுமே எப்போதும் மேல் அடுக்கை உருவாக்குவது என்ற நிலை இருக்காது.

ஆலிவ் ஷ்ரெய்னர் ஸ்தாபிக்க முயன்ற தென்னாப்பிரிக்கா அதன் அனைத்துத் தரப்பினரின் சிறப்புகளையும் ஜனநாயக முறையில் உள்ளடக்கியதாக இருக்கும். இவ்வாறு அவர் ஐரோப்பியர்களின் சிறப்பியல்பைப்பற்றிப் பேசினார்—'தமக்கு மட்டுமாவது சுதந்திரத்தையும், நீதியையும் விரும்பிவந்திருக்கிறார்கள்'; பூர்வகுடியினர் பற்றி,

அப்போதைய வழக்கப்படி பண்டுக்கள் என அவர்களை அழைத்து இப்படிக் குறிப்பிட்டார்: 'தென்னாப்பிரிக்காவில் வாழும் இனங்களி லேயே மிகச் சிறந்தவற்றில் ஒன்று'; ஆசியர்களைப்பற்றி இப்படிப் பேசினார்: 'நிதானமும், உழைப்பும், புத்திகூர்மையும் கொண்ட மக்கள்'. 'இந்த உயர்ந்த, கலப்புத்தனைமைகொண்ட மக்கள் திரளைக் கொண்டு தான் தென்னாப்பிரிக்க தேசம் கட்டி எழுப்பப்படும்' என்று வாதிட்டார். தமக்குள் நிலவும் பிரிவினைகளைக் குறித்து அவர் கூர்மையாகவும், தீர்க்க தரிசனத்துடனும் இப்படிக் கேட்டார்: 'சமூகத்தில் பத்தில் ஒன்பது பேருக்கு இந்த நிலத்தில் நிரந்தரப் பங்கு எதுவும் இல்லை என்றால், அரசாங்கத்தில் எந்தப் பங்கேற்பும் இல்லை என்றால், நம்மால் இங்கு பாதுகாப்பாக உணர முடியுமா? எப்போதாவது அமைதி நிலவ முடியுமா?'[44]

முந்தைய மே மாதம் ஜோஹானஸ்பர்க் ஒய்.எம்.சி.ஏ.வில் பேசிய காந்தி தென்னாப்பிரிக்கா வெள்ளையர்களுக்கு மட்டுமேயான தேசமாக இருக்கக்கூடாது என்ற கருத்தை முன்வைத்தார். ஆலிவ் ஷ்ரெய்னர் இப்போது இன்னும் கூர்மையாக, இன்னும் பேரார்வம் பொங்க அந்தக் கருத்தை எடுத்து வைத்தார். அவர் காந்தியின் உரையைப் படித்திருந்தாரா என்று தெரியவில்லை; ஆனால் அவர் பேசியவை இந்தியன் ஒப்பீனியனில் வெளியிடப்பட்டன. இதழாசிரியர் (ஹென்றி போலாக்) 'அரசியல்ரீதியாக கொத்தடிமைகளாக வைக்கப்படும் மக்கள் என்றாவது ஒருநாள் நாட்டுக்கு அபாயம் விளைவிக்கும் ஊற்றுக்கண்ணாக இருப் பார்கள்' என்பதை அந்த இதழ் 'முற்றிலும்' ஏற்றுக்கொள்வதாகக் குறிப் பிட்டார். ஆலிவ் ஷ்ரெய்னர் போன்ற பெண்கள், 'ஒரு கண்டம் முழுக்க நிறைந்திருக்கும் நெப்போலியன்களைவிடவும் அதிகமாக உலகத்துக்கு நீடித்த நன்மை பயப்பவர்கள்' என்று போலாக் எழுதினார்.[45]

விடுதலையான ஒருவாரத்துக்குள்ளாக காந்தி சத்தியாக்கிரகிகள் சார்பில் நீதிமன்றத்தில் ஆஜராக ஆரம்பித்துவிட்டார். புதிய திருத்தப்பட்ட சட்டம் அமலானவுடன் சில இந்தியர்கள் சான்றிதழ்கள் கேட்டு விண்ணப்பிக்க ஆரம்பித்தனர். அவர்களைத் தம்பி நாயுடு தலைமையிலான சத்தியாக் கிரகிகள் முற்றுகையிட்டு மறியல் செய்தனர். டிசம்பர் 18 அன்று 'சட்டத் துக்குக் கட்டுப்பட விரும்பிய ஆசியர்கள் இடையே குழப்பம் விளைவித் ததாக' குற்றம்சாட்டப்பட்டிருந்த சிலருக்காக நீதிமன்றத்தில் வாதாடிய காந்தி நீதிபதியிடம், 'தம்மிடம் ஆண்மை என்ற ஒன்று இருப்பதையே மறந்துபோனவர்களிடம் சமூக ஒதுக்கல் என்ற விஷயம் இருப்பதை ஞாபகப்படுத்தவே' தமது கட்சிக்காரர்கள் விரும்பியதாகச் சொன்னார். (நீதிபதி, விவகாரம் சமூக ஒதுக்கலைப் பற்றியதல்ல 'ஊறுவிளைவிக்கும் உடல் காயம்பற்றிய பெரிய அச்சமே' என்று பதில் அளித்தார்.)[46]

முற்றுகைப்போர் நடத்தப்பட வேண்டிய சூழ்நிலை இந்திய சமூகத்துக்

குள்ளாக நிஜமான பிளவு நிலவியதைக் காட்டியது. போராட்டத்தால் களைத்துப்போய் அன்றாட வாழ்கைக்குத் திரும்பிவிட முடியும் என்ற எதிர்பார்ப்பு கொண்டிருந்த இந்தியர்கள் பலர் மீண்டும் சிறைக்குச் செல்லவோ குடியிருப்பு சான்றிதழ் இல்லாமல் வாழவோ தயங்கினார்கள். புதிய சட்டப்படி பதிவுசெய்துகொள்ள மக்கள் படையெடுப்பதைக் குறித்து காந்தி , 'இதனால் நாம் மனம் தளர்ந்துவிட வேண்டியதில்லை' என்று சொன்னார். காரணம், 'நேர்மை நிறைந்த ஒரு மனிதன் நேர்மையற்ற லட்சம் பேரைவிட மேலானவன் என்று தோரோ சொல்லியிருக்கிறார்'.

இயக்கத்துக்குள்ளாக நிலவிய பிளவுகள் வர்க்கமும் கலாசாரமும் சார்ந்தவை. கூவி விற்பவர்களான தமிழர்களே இப்போது வர்த்தகர்களான குஜராத்திகளைவிட சத்தியாக்கிரகிகளாக அதிகம் முன்வந்தனர். இந்தியன் ஒப்பீனியன் இதழில் காந்தி எழுதினார்: 'தமிழர்கள் எல்லா எதிர்பார்ப்புகளையும் விஞ்சிவிட்டார்கள். அவர்களது தலைவர்கள் எல்லோரும் இப்போது சிறையில் இருக்கிறார்கள்.' பார்ஸிகளும் பாராட்டுக்குரியவர்களே. எண்ணிக்கையில் குறைந்தவர்களாக இருந்தாலும் இந்திய அரசியல் களத்துக்குப் பெரிய அளவில் பங்களிப்பு செய்திருக்கிறார்கள். தென்னாப்பிரிக்காவிலும்கூட, 'அரசாங்கத்தின் புத்தியற்ற சட்டத்துக்குக் கட்டுப்படும் ஒரு பார்ஸியைக்கூட நாம் காண முடியவில்லை.' 'இஸ்லாமியர்களும் குஜராத்தி இந்துக்களும் தமிழர்களுக்கும் பார்ஸிகளுக்கும் முன்னாள் தலைகுனிந்து நிற்கவேண்டும்' என்று காந்தி கருதினார்.[47]

டிசம்பர் கடைசி வாரத்தில் காந்தி கஸ்தூரிபாவின் அருகில் இருப்பதற்காக டர்பனுக்குச் சென்றார். அங்கே அவர் தன் மனைவியின் உடல்நிலைமீது ஒரு கண்ணும் போராட்டத்தின் எதிர்காலத்தின்மீது ஒரு கண்ணுமாக மூன்று வாரங்கள் இருந்தார். ஜனவரி 5 அன்று அவர் ஆலிவ் டோக்குக்கு எழுதிய கடிதத்தில், 'டர்பனுக்கு நான் ஓய்வெடுப்பதற்காக வரவுமில்லை, ஓய்வெடுக்கவும் இல்லை. ஃபீனிக்ஸில் நீயும் இருந்திருக்கவேண்டும் என்று விரும்புவதாகத் தெரிவித்திருக்கிறாய். நானும் அப்படியே விரும்புகிறேன். அப்படி நேர்ந்திருந்தால் நீயும் எனக்கு திருமதி காந்தியைக் கவனித்துக் கொள்வதில் உதவியிருப்பாய். இது சுயநலம் என்று உனக்குத் தோன்றலாம். ஆனால் சுயம் நம் வாழ்வில் மிக முக்கிய பங்காற்றுவதாக இருக்கிறது.'[48]

கஸ்தூரிபாவை காந்தி ஃபீனிக்ஸிலிருந்து டர்பனுக்கு மாற்றினார். அங்கே கஸ்தூரிபாவை டாக்டர் நாஞ்சி கவனித்துக்கொண்டார். நேட்டாலில் அவர்தான் மிகச்சிறந்த இந்திய மருத்துவர். அத்துடன் சத்தியாக்கிரகத்தை ஆதரித்த நெருங்கிய நண்பரும்கூட; அதனை ஆதரித்து வெளிப்படையாகப் பேசியிருந்தார்.

ஜனவரி 16 அன்று காந்தி டிரான்ஸ்வாலுக்குக் கிளம்பினார். அன்று இரவு

அவர் சன்ச்சல் காந்திக்கு ஒரு கடிதம் எழுதினார். அதில் 'ஹரிலாலுடன் தங்கும் யோசனையை இப்போதைக்கு விட்டுவிடு' என்று குறிப்பிட்டார். 'உங்கள் இருவருக்குமே அது நல்லது' என்றார் அந்தக் குடும்பத்தலைவர். 'பிரிந்து இருப்பதால் ஹரிலால் முதிர்ச்சி பெறுவான்; தன் மற்ற பொறுப்புகளை நிறைவேற்றுவான். உன்மீது பிரியம் கொண்டிருப்பது சேர்ந்து இருப்பதில் மட்டுமே இல்லை.'

இந்தக் கடிதம் காட்டுவதுபோல, காந்தியின் மகன் ஹரிலால் தன் சொந்தத் தேவைகளுக்கும் தன் சமூகரீதியான தேவைகளுக்கும் இடையில் ஒரு முரண்பாட்டை சந்தித்துக்கொண்டிருந்ததாகத் தோன்றுகிறது. 1909 ஜனவரி வாக்கில் இருபத்தொரு வயதான அவர் ஏற்கெனவே இரண்டு முறை சிறைக்குச் சென்றுவந்திருந்தார். இப்போது அவர் மூன்றாவது தடவையாகக் கைதாகத் தயாரானார். சிறைசென்ற காலங்களுக்கு இடையில் அவர் ஜோஹானஸ்பர்க்கில் தங்கி இயக்கத்துக்கு உதவியாகப் பணியாற்றினார். ஃபீனிக்ஸில் இருந்த அவரது மனைவி சன்ச்சல் அவரது பிரிவால் மிகவும் வாடினார். அவர்களுக்கு இப்போது ஒரு பெண் குழந்தை இருந்தது. இப்படியே போனால் ஹரிலால் வளர்ந்ததுபோலவே அந்தக் குழந்தையும் தந்தையை விட்டுப் பிரிந்தே வளர வேண்டியிருக்கும்.

காந்தியின் மூத்த மகன் பல்வேறு திசைகளிலிருந்து இழுக்கப்பட்டதை நினைவுக்குறிப்பு ஒன்றில் ஹரிலாலின் கடைசித் தம்பி வெளிப்படையாக நினைவுகூர்ந்தார். தேவதாஸ் ஹரிலாலைவிட பதின்மூன்று வயது சிறியவர்; தன் அண்ணன் குழந்தையைவிடச் சிறிதே மூத்தவர். அவர் ஹரிலாலை மிகவும் விரும்பினார். ஹரிலாலின் உற்சாகமான மனோபாவமும், கம்பீர மான முகமும், நேர்வகிடும், 'நெற்றியில் புரளும் அழகான சுருண்ட முடியும்' அவருக்குப் பிடித்தமானவை. ஒருமுறை ஹரிலால் கைதா வதற்காக ஃபீனிக்ஸிலிருந்து புறப்பட்டபோது அந்தச் சிறுவனிடம், 'ஆமாம், தேவதாஸ், டர்பனிலிருந்து உனக்கு பம்பரம் வாங்கி அனுப்புகிறேன்' என்று சொல்லிவிட்டுச் சென்றார். பல தசாப்தங்களுக்குப் பின்னர் அந்தப் பையன் எழுதினார்: 'பம்பர விஷயம் எனக்கு மறந்து விட்டது. ஆனால் மறுநாள் அண்ணன் மகளுடன் சேர்ந்து இனிப்பு சாப் பிட்டது நினைவிருக்கிறது. அப்போது என் அண்ணி ஒரு கடிதத்தைப் படித்துக் கண்ணீர் சிந்திக்கொண்டிருந்தார்.'[49]

ஹரிலால் இரண்டு பக்கங்களில் இழுக்கப்பட்டார். ஒருபுறம் அவர் மிகவும் காதல் கொண்டிருந்த மனைவி (கிடைக்கும் விவரங்கள் அனைத் திலிருந்தும் தெரியவருகிறபடி) அவர்களுடைய மணவாழ்வு மிகவும் அந்நியோன்யம் கொண்டதாகவே இருந்தது. இன்னொருபுறம் அவரது தந்தையும் அவர் நடத்திவந்த அரசியல் இயக்கமும். இப்போது ஹரிலால் மீண்டும் சிறிதுகாலம் ஃபீனிக்ஸில் சன்ச்சலுடன் இருந்தார். எவ்வளவு நாட்கள் அங்கு இருப்பார் என்று சொல்ல முடியாது. எப்போது வேண்டு

மானாலும் அவருக்கு டிரான்ஸ்வாலில் மீண்டும் நுழைந்து கைதாகும் படியாக அழைப்பு வரலாம். அவர் தன் குழப்பத்தைத் தன் தந்தையிடம் வெளிப்படுத்தினார். தன் பதிலில் காந்தி,

நீ மகிழ்ச்சியாக இருக்கிறாய் என்று தெரிகிறது. பிரிந்திருந்தால் நீ வருத்த மடைவாயா என்பதைப்பற்றி உன் கருத்தையே நான் ஏற்றுக்கொள்ள வேண்டும். இருந்தாலும், நீ நீண்டகாலம் சிறைசெல்ல வேண்டியிருக்கும் என்றே நினைக்கிறேன்... போராட்டம் அநேகமாக நீண்டகாலம் நீடிக் கலாம். அதேசமயம் குறுகியகாலத்தில் முடிந்துவிடும் என்பதற்கும் சில அறிகுறிகள் தெரிகின்றன. லார்ட் கர்சன் தலையிடும் வாய்ப்பு உள்ளது. நீ இல்லாதபோது சன்ச்சலுக்கு என்ன ஏற்பாடு செய்வது என்பதுபற்றி எனக்குத் தெரியப்படுத்தவும்.

கடிதம் இந்தப் புதிரான வரியுடன் முடிகிறது: 'பணியாரத்தைக் கொடுத்து விட்டுக் கல்லை வாங்கிக்கொள்வது என்று நீ எழுதியிருந்த விஷயம் எனக்குப் புரியவில்லை. எதை அப்படிக் குறிப்பிடுகிறாய்?' தாம்பத்திய வாழ்வு என்ற பணியாரத்தைக் கொடுத்துவிட்டு பிரிவு என்னும் கல்லைப் பெற்றுக்கொள்வதாக ஹரிலால் எழுதியிருக்கவேண்டும் என்று ஊகிப்பது சரியாக இருக்கும்.[50]

புதுவருடத்தின் முதல் வாரம் தடைம்ஸ் நாளேடு டிரான்ஸ்வாலில் வசிக்கும் இருபத்தாறு ஐரோப்பியர்கள் கையெழுத்திட்ட கடிதம் ஒன்றைப் பிரசுரித்தது. முதலாவதாகக் கையெழுத்திட்டிருந்தவர் டபிள்யூ.ஹோஸ்கன். மற்றவர்களில் ஏழு மதகுருக்கள் (ஜோசப் டோக், சார்லஸ் பிலிப்ஸ் உட்பட), நகைக்கடைக்காரர் கேப்ரியல் ஐசக்ஸ், திரைச்சீலை விற்பனையாளர் டபிள்யூ.எம்.வோகல், மதப்பிரசாரகராக இருந்து வழக்கறிஞரான ஏ.டபிள்யூ.பேக்கர் ஆகிய காந்தியின் நீண்டகால நண்பர்களும் அடக்கம். அந்தக் கடிதம் பிரிட்டிஷ் பொதுமக்களுக்கு 'நாட்டில் வசிக்கும் ஐரோப்பியர்கள் மத்தியில் குறிப்பிடத்தக்க அளவில் அனுதாபிகள் உள்ளனர். அவர்களெல்லாம் (டிரான்ஸ்வாலில்) வெளிப் படையான காரணமே இல்லாமல் ஆசியர்கள் மோசமாக நடத்தப்படுவது பற்றி வலியும் வேதனையும் அடைந்துள்ளனர்' என்று நினைவூட்டியது. அதில் கையொப்பமிட்டவர்கள் 'எல்லா சாதி, மதத்தினரையும் உள்ளடக்கிய' ஓர் இயக்கத்தின் 'வீரத்தையும் தியாகத்தையும்' போற்றினர். தார்மிகமும் ஏகாதிபத்தியத்தின் நலன்களும் காக்கப்பட வேண்டுமானால் அவர்களது கோரிக்கைகள் ஏற்றுக்கொள்ளப்படவேண்டும். ஏனென்றால் இந்தியாவுக்கு நாடுகடத்தப்பட்ட சத்தியாக்கிரகிகள் 'தம் சொந்த நாட்டின் அனுசரணையான சூழ்நிலைக்கு மத்தியில் (தம் குமுறல்களை) வெளிப்படுத்துவதில் தாமதம் செய்ய மாட்டார்கள்.'[51]

இந்த நேரத்தில் காந்திக்கே போராட்டம் நீண்டதாக இருக்குமா குறுகியதாக இருக்குமா என்று சரியாகத் தெரியாது. அவர் ஹரிலாலிடம்

தெரிவித்ததுபோல இந்தியாவின் முன்னாள் வைஸ்ராயான லார்ட் கர்சன் உடன்பாடு ஒன்று ஏற்பட உதவி செய்வார் என்று ஓரளவு நம்பிக்கை கொண்டிருந்தார். வைஸ்ராயாக இருந்த காலத்தில் கர்சன் டிரான்ஸ்வாலில் இந்தியர்களை எதிர்கொண்டிருக்கும் 'பாரபட்சமான', 'தீங்கான' இடர்பாடுகளைப்பற்றி ஆழ்ந்த உணர்வுடன் எழுதியிருந்தார். [52] இப்போது அவர் தென்னாப்பிரிக்காவுக்குத் தனிப்பட்ட பயணமாக வந்திருந்தார். அவர் ஜோஹானஸ்பர்க்கில் இருக்கும்போது சந்திக்க விரும்புவதாக காந்தி விருப்பம் தெரிவித்தார். கர்சன், தான் 'மிகக் குறைந்த நேரமே இங்கு இருப்பதால்' அது சாத்தியமில்லை என்று மறுத்து விட்டார். ஆனாலும் அவர் இந்தியர்களை, 'தங்கள் தரப்பு வாதங்களை முழுமையாக எழுத்துவடிவில் தரும்படி' கேட்டுக்கொண்டார். கேப் டவுனுக்குச் செல்லும் வழியில் புகைவண்டியில் அதனைப் படித்துப் பார்ப்பார். கேப் டவுனில் அவர் போத்தாவையும் ஸ்மட்ஸையும் சந்திக்க விருந்தார். [53]

ஜனவரி 29 அன்று காந்தி தன் ஒன்றுவிட்ட அண்ணனின் பிள்ளை மகன்லாலுக்கு குறிப்பிடத்தக்க கடிதம் ஒன்றை எழுதினார். சில குஜராத்தி வியாபாரிகள் போராட்டத்திலிருந்து விலகி வருகிறார்கள்; பதானியர் களுக்கோ காந்திமீது எப்போதுமே சந்தேகம் உண்டு. முன்பு தன்மீது நடத்தப்பட்ட கொலைமுயற்சித் தாக்குதல்களை மனதில் வைத்து அவர் மகன்லாலிடம் சொன்னார்:

தென்னாப்பிரிக்காவில் நான் என் சொந்த நாட்டுக்காரர்களின் கரங்களில் மரணத்தைச் சந்திக்கக்கூடும். அப்படி நடந்தால் நீ மகிழ்ச்சியடைய வேண்டும். அது இந்துக்களையும் முஸல்மான்களையும் ஒன்றுபடுத்தும். நம் சமூகத்தின் எதிரிகள் அப்படியானதோர் ஒற்றுமை ஏற்பட்டுவிடக் கூடாது என்று மிகுந்த முயற்சி எடுத்துவருகிறார்கள். இம்மாதிரியான பெருமுயற்சிகளில் ஒருவர் தன் உயிரைத் தியாகம் செய்துதான் ஆக வேண்டும். நான் அந்த தியாகத்தைச் செய்தால், என்னையும், உன்னையும், நம் சகாக்களையும் நற்பேறுபெற்றவர்களாகக் கொண்ட வர்களாகக் கருதுவேன். [54]

இந்தக் கடிதம் நேட்டாலில் இருந்து அனுப்பப்பட்டது; மனைவியின் அருகில் இருப்பதற்காக காந்தி அந்நகருக்கு மீண்டும் வந்திருந்தார். டாக்டர் நாஞ்சி கஸ்தூரிபா ஆபத்தான அளவில் ரத்தசோகையால் அவதிப் படுவதாகக் கண்டறிந்தார். அந்த வியாதிக்கான சிகிச்சையின் ஒரு பகுதியாக நிறைய அளவில் மாட்டிறைச்சிச்சாறு தரப்படுவது வழக்கம். கஸ்தூரிபாவுக்குக் கொடுக்கப்பட்டது என்ன என்று காந்திக்குத் தெரியவந்தவுடன், அவர் கஸ்தூரிபாவை மீண்டும் ஃபீனிக்ஸ் கொண்டு சென்று தன் கைகளாலேயே இயற்கைவைத்திய முறைகளால் சிகிச்சை அளிக்க முடிவு செய்தார். மருத்துவர் மறுத்து வாதாடினார்; அவர் ஓர் அறி

வியலாளர், ஒரு பார்ஸியும்கூட; அவருக்கு மாட்டிறைச்சி சார்ந்து தடைகள் எதுவும் கிடையாது. கஸ்தூரிபாவின் உடல்நிலை இடமாற்றம் செய்ய இயலாத அளவுக்கு மோசமாக இருப்பதாக எச்சரித்தார். மேலும் கடும் மழைவேறு கொட்டிக்கொண்டிருந்தது. காந்தி எதற்கும் அசைந்து கொடுக்கவில்லை. தான் ஃபீனிக்ஸ் வருவதால் உரிய முன்னேற் பாடுகளைச் செய்யும்படி தந்தி அனுப்பினார். ஆல்பர்ட் வெஸ்ட் சூடான பால், குடைகள், தூளியில் கஸ்தூரிபாவை வீட்டுக்குச் சுமந்துசெல்ல ஆறு ஆட்கள் சகிதம் அவர்களைப் புகைவண்டி நிலையத்தில் சந்தித்தார்.[55]

கஸ்தூரிபாவை அவர்களது கவனிப்பிலிருந்து அகற்றி அழைத்துச் சென்றது குறித்து 'டார்டர் நாஞ்சி தம்பதியினர் மிகவும் வருத்தப் பட்டார்கள்' என்று காந்தி காலன்பாக்குக்கு எழுதினார். 'அவர்களுக்கு நீர் சிகிச்சையில் நம்பிக்கை இல்லை. அவர்கள் என்னை கொடுமைக்காரக் கணவன் என்று நினைக்கிறார்கள். நிச்சயமாக டாக்டர் நாஞ்சி நான் ஒரு பைத்தியமாக அல்லது நிரம்பத் தற்பெருமை கொண்டவனாக இருக்க வேண்டும் என்று நினைக்கிறார். நான் ஒரு கொள்கைக்காக நட்புகளைப் பணயம் வைத்திருக்கிறேன்.'

ஃபீனிக்ஸில் காந்தி கஸ்தூரிபாவுக்குப் பலமுறை குளிர்நீர் ஒத்தட சிகிச்சை அளித்தார். அத்துடன் அவருக்குப் பழங்களையே உணவாகத் தர ஆரம் பித்தார். 'இதனால் ஒன்றும் அவள் மோசமாகிவிட்டதாகத் தெரிய வில்லை' என்று காலன்பாக்குக்கு எழுதினார்:

> அநேகமாக அவள் உடல்நிலை முன்பைவிடத் தேவலாம். ஆனால் அவளுக்கு மன உறுதி போய்விட்டது. ஒரு நிமிடம்கூட நான் அவளது படுக்கைக்கு அருகில் இல்லாமல் இருப்பதை அவளால் தாங்கிக் கொள்ள முடிவதில்லை. ஒரு குழந்தையைப்போல என்னிடம் ஒட்டிக் கொண்டும் தொற்றிக்கொண்டும் இருக்கிறாள். அடுத்த வாரம் நான் கிளம்பிவிட்டால் அதனால் அவள் உயிர் போய்விடுமோ என்றுகூட அஞ்சுகிறேன். ஒரே நேரத்தில் இரு திசைகளில் இழுபடுகிறேன். ஆனாலும் அடுத்த வாரம் அவளைவிட்டுவிட்டு 'மாமன்னரின் விருந் தோம்பலை' ஏற்றுக்கொள்ளவேண்டும் எனபதில் எனக்கு சந்தேகம் இல்லை.

இது மரபுத்தொடர்கள், உணர்வெழுச்சிகளின் ஒரு விந்தையான கலவை: தான் மீண்டும் குடும்பப் பொறுப்புகளுக்கும் சமூகரீதியான கடமை களுக்கும் இடையில் சிக்கலான முரண்பாட்டை சந்திப்பதை உணர்ந் திருக்கிறார்; அதேசமயம், அவருக்கு (இப்போதும்) நோய்வாய்ப் பட்டிருக்கும் மனைவியின் உடனிருப்பதற்குப் பதிலாகச் சிறைக்குப் போகவேண்டும் என்பதில் 'சந்தேகமில்லை'.[56]

பிப்ரவரி 2 அன்று போயர் யுத்தகள வீரர்களாயிருந்து அரசியல்வாதியான வர்களோடு நிகழ்த்திய சந்திப்புபற்றிக் குறிப்பிட்டு காந்திக்கு கர்சன்

கடிதம் எழுதினார். போத்தாவும் ஸ்மட்ஸும் 'டிரான்ஸ்வாலில் இருக்கும் பிரிட்டிஷ் இந்தியர்களை தாராள மனதுடனும் நீதியுடனும் நடத்துவதாக வாக்குறுதியளித்தனர்.' ஆனால், குறிப்பான எந்த வாக்குறுதியும் தரப்பட வில்லை; உதாரணமாக 1907ம் ஆண்டு சட்டத்தை ரத்துசெய்வது அல்லது படித்த இந்தியர்கள் குடியேற அனுமதி தருவதுபற்றி எதுவும் சொல்லப் படவில்லை. கர்சனின் சொந்தக் கருத்து, 'இந்தத் தீராத சிக்கலுக்கு ஒரு முடிவான, திருப்திகரமான உடன்பாடு' ஏற்படுவதற்கு தென்னாப்பிரிக்க காலனிகள் அனைத்தும் இணைந்த ஒற்றை அரசாங்கம் உருவாக்கப் படும்வரை காத்திருக்கவேண்டும்.[57]

அந்தக் கடிதம் பிரிட்டிஷ் இந்திய சங்கத்தின் ஜோஹானஸ்பர்க் முகவரிக்கு அனுப்பப்பட்டிருந்தது. அதை அவர்கள் ஃபீனிக்ஸுக்குத் திருப்பி அனுப்பினார்கள். அதன் உள்ளடக்கம் உறுதி எதுவும் தராததாகவும் எந்த விதத்திலும் உதவாததாகவும் இருந்தது. எனவே காந்தியை போராட் டத்தை மீண்டும் ஆரம்பித்தார். கூடவே காந்தி டிரான்ஸ்வால் பத்திரி கைகளில் சத்தியாக்கிரகம் தள்ளாட்டத்தில் இருப்பதாக வெளியான ஏளனமான விமர்சனங்களும் அவரைத் தூண்டிவிட்டிருக்கலாம். 'திரு காந்தி தோற்கடிக்கப்பட்டுவிட்டார். அதை அவர் எவ்வளவு சீக்கிரம் ஒப்புக்கொண்டு, ஏமாற்றப்பட்ட தன் நாட்டு மக்களிடம் இந்தக் காலனி மக்களின் அபிப்பிராயத்தை மாற்றுவதற்குக் கிஞ்சித்தும் வாய்ப்பில்லை என்பதை வெளிப்படையாகச் சொல்கிறாரோ, அந்த அளவுக்கு இதில் சம்பந்தப்பட்ட எல்லோருக்கும் நல்லது.'[58]

பிப்ரவரி இரண்டாவது வாரத்தில் காந்தி ஹரிலாலை நேட்டாலில் இருந்து எல்லையைக் கடந்துசென்று (மூன்றாவது முறையாக) கைதாவதற்காக அனுப்பினார். தந்தை பத்து நாட்களுக்குப் பிறகு தானும் அப்படிச் செய்தார். தன் மூத்த மகனைப்போல, முறையான பதிவுச் சான்றிதழ் காட்ட மறுத்ததற்காகக் கைது செய்யப்பட்டு போலீஸ் காவலில் வைக்கப்பட்டார்.

பிப்ரவரி 25 அன்று காந்தி வோல்க்ஸ்ரஸ்ட்டில் நடுவர் நீதிமன்றம் முன்பு விசாரணைக்காகக் கொண்டுவரப்பட்டார். அவர் நீதிமன்றத்திடம், 'தேசம் தன் குடிமக்களில் ஒருபகுதியினருக்கு —நான் ஒப்புக்கொள்ளும் விதத்தில்—நீதி வழங்காமல் இருக்கும்வரை , தண்டனையைத் தேடிக் கொண்டுதான் இருப்பேன்' என்று தெரிவித்தார். ஐம்பது பவுண்ட் அபராதம் அல்லது மூன்றுமாத கடின உழைப்புடன் கூடிய சிறைவாசம் என்ற தண்டனை விதிக்கப்பட, அவர் பின்னதைத் தேர்ந்தெடுத்தார். பின்னர் அவர் நீதிமன்றத்துக்கு வருவதற்கு முன்பாக எழுதி வைத்திருந்த இரண்டு கடிதங்களை வெளியிட்டார். முதலாவது அரசாங்கத்தின் நிபந் தனைகளுக்கு அடிபணிந்த பயந்தாங்கொள்ளி குஜராத்திகளுக்கு எழுதப் பட்டது. அதில் கொஞ்சம் விரக்தி காணப்பட்டது. ஒருகாலத்தில் கருங் காலிகள் அவரால் ஆக்ரோஷமாகக் கண்டிக்கப்பட்டார்கள்; இப்போதோ அவர்களிடம் என்ன செய்ய விருப்பமோ செய்துகொள்ளுங்கள் என்று

சொல்லப்பட்டது. 'கீழே விழுந்தவர்கள் மீண்டும் எழலாம். அவர்கள் இப்போதும்கூட சிறைக்குச் செல்லலாம்... அது முடியாவிட்டாலும் நிதி உதவியாவது செய்யலாம்; நாங்கள் இப்போது சரசணடைந்து விட்டாலும், போராட்டத்துக்கு ஆதரவாக இருக்கிறோம், அது வெற்றிபெறவேண்டும் என்று வாழ்த்துகிறோம் என்று செய்தித் தாள்களுக்கு அறிக்கை அனுப்பலாம்.' ஆங்கிலத்தில் எழுதப்பட்டிருந்த அடுத்த கடிதம் அவரது 'தமிழ் சகோதரர்களுக்கு' எழுதப்பட்டது. அவர்களது கடமைகளை 'பிரமாதமாக' நிறைவேற்றியதற்காகவும், 'யுத்தத்தின் பேரடியைத் தாங்கிக் கொண்டதற்காகவும்' காந்தி அவர்களைப் பாராட்டினார்.[59]

வோல்க்ஸ்ரஸ்ட் சிறையில் 'மிகுந்த மகிழ்ச்சிதரும் விதமாக' காந்தி ஐம்பது சக சத்தியாக்கிரகிகளுடன் அடைக்கப்பட்டார். அவர்களில் ஹரிலாலும், மதிப்புக்குரிய நீண்டகால நண்பர் பார்ஸி ருஸ்தம்ஜியும் இருந்தனர். இந்தமுறை சாப்பாடு 'நன்றாகவும் சுத்தமாகவும்' இருந்தது; தாராளமாக நெய்யும் தரப்பட்டது. அவர்களுக்குத் தரப்பட்ட 'கடின உழைப்பு' என்பது சாலைகளை சரிசெய்வதும், வயல்களில் களையெடுப்பதுமாக இருந்தது.

தண்டனை வழங்கப்பட்ட மறுநாள் காந்தி சன்ச்சலுக்குக் கடிதம் எழுதி கஸ்தூரிபாவுக்கு 'நல்ல எழுத்துகளையும் கவிதைகளையும்' படித்துக் காட்டும்படியும், தன் உடல்நலத்தையும் பார்த்துக்கொள்ளும்படியும், தன் குழந்தைக்கு இன்னும் சிறிதுகாலம் தாய்ப்பால் ஊட்டும்படியும் கேட்டுக் கொண்டார். அத்துடன், 'ஹரிலாலும் நானும் (வோல்ஸ்ரஸ்ட் சிறையில்) நன்றாக இருக்கிறோம். உன்னைவிட மகிழ்ச்சியாக இருக்கிறோம் என்று நீ உறுதியாக நம்பலாம்' என்று சேர்த்துக்கொண்டார் (அவர் தன்னைப்பற்றிச் சொன்னது சரியே என்றாலும் ஒருவேளை ஹரிலால் விஷயத்தில் தவறாக இருக்கலாம்).[60]

வோல்ஸ்ரஸ்டில் ஒருவாரம் இருந்த பிறகு காந்தி பிரிட்டோரியாவுக்கு மாற்றப்பட்டார். இரவுநேரத்தில் ஒரு காவலாளியுடன் போர்வைக்கு அடியில் குளிரில் நடுங்கியபடி அவர் பயணித்தார். இங்கே அவரது சிறையறையில் 'தனிமைப்படுத்தப்பட்டது' என்று எழுதப்பட்டிருந்தது. படுக்கை கடினமானதாக இருந்தது; தலையணை இல்லை. வாரம் இருமுறை மட்டுமே நெய் வழங்கப்பட்டது (ஆனால் பயமுறுத்தும் மீலி பாப் தினமும் உண்டு). மற்ற கைதிகள் அனைவரும் ஆஃப்ரிக்கர்கள். அதில் ஒரு ஆள் காந்தியிடம் அவர் செய்தது திருட்டுக்குற்றமா என்று கேட்க, மற்றொரு ஆசாமி கள்ளச்சாராயம் விற்ற வழக்கா என்று கேட்டார்.

பிரிட்டோரியாவில் அவருக்கு வழங்கப்பட்ட வேலையும் சலிப்பானது. அதாவது தனது சிறையறை, நடைவழி ஆகிய பகுதிகளில் தரையைத் துடைப்பது. குஜராத்தியில் கடிதம் எழுதுவதற்கும் அனுமதி தரப்பட

வில்லை. தன் மனைவி கடுமையான சுகவீனத்திலிருந்து தேறிவருவ தாகவும், தன் கடிதங்கள் 'அவளுக்கு மருந்தாக' இருக்கும் என்று அவர் எடுத்துக்கூறினார். ஆனாலும் அதிகாரிகள் அசைந்துகொடுக்கவில்லை.[61]

தன் மனைவியுடன் நேரடியாகத் தொடர்புகொள்ள இயலாத அவர் ஆல்பர்ட் வெஸ்ட் மூலமாக தகவல் அனுப்பினார். 'நான் நான்றாக இருக்கிறேன் என்று திருமதி ஜி-யிடம் சொல்லவும்' என்று வெஸ்டுக்கு எழுதினார்.

> அவளுக்கு என் மகிழ்ச்சி பௌதிக சுற்றுப்புறத்தைவிட மனநிலை சார்ந்தது தான் என்று தெரியும். அவள் இதை நினைவில் வைத்துக்கொண்டு, கவலைப்படாமல் இருக்கட்டும். குழந்தைகள் நலனுக்காக, அவள் தன் உடல்நிலை தேறும்படிப் பார்த்துக்கொள்ளவேண்டும். கட்டுகளைத் தொடர்ந்து போட்டுக்கொள்ளவேண்டும்; தேவைப்பட்டால் இடுப்புக் குளியல் எடுத்துக்கொள்ளவேண்டும். நான் கொடுத்ததுபோன்ற உணவு முறையைத் தொடர்ந்து பின்பற்றவேண்டும். முழுமையாகத் தேறும்வரை நடமாடக்கூடாது.[62]

தன் சொந்த நிலைமையைப்பற்றி எதுவும் குறையாகக் குறிப்பிடாதது காந்தியின் சுயநலமின்மையையும் தைரியத்தையும் காட்டுகிறது. சந்தேகமில்லாமல் அவரது சிறைவாசங்களில் இதுவே ஆகக் கடின மானது. அவருக்கு மாதம் ஒருமுறையே கடிதம் எழுத அனுமதி; மற்ற வர்கள் சிறைக்குச் சென்று அவரைச் சந்திப்பதற்கும் பல கெடுபிடிகள். ஹென்றி போலாக் அவரைக் காண மூன்று முறை மனுச்செய்தும் அனுமதி தரப்படவில்லை. ஆனாலும் பிரிட்டோரியாவில் இருந்த காந்தியின் பிரதிநிதி அவரைப் பார்க்க அனுமதிக்கப்பட்டார். அவர் பெயர் எம்.லிச்சன்ஸ்டைன். 1906 செப்டெம்பரில் எம்பயர் தியேட்டரில் நடந்த பொதுக்கூட்டத்தில் நன்றியுரை ஆற்றியவர். அந்தக் கூட்டத்தில்தான் சத்தியாக்கிரகம் செய்வது என்று முதல் முறையாக முடிவெடுக்கப்பட்டது. இப்போது சிறையில் அந்த சத்தியாக்கிரகத் தலைவர் தனிமைச் சிறையில் வைக்கப்பட்டிருப் பதைப் பார்த்து அவர் வேதனைப்பட்டார். அங்கே சிறைக்கண்காணிப் பாளர்கள் 'தொடர்ச்சியாக அவரைத் திட்டுவதும் அவமதிப்பதுமாக இருந்தனர்'; 'காஃபிர் கைதிகளுக்குத் தருவதைவிட மோசமான உணவைக் கொடுத்தனர்'.

> லிச்சன்ஸ்டைன் தான் பார்த்ததை போலாக்குக்குத் தெரியப்படுத்தினார். அத்துடன் தான் 'காந்தி நொறுங்கிப்போகும் நிலைக்கு மிக அருகில்' இருப்பதாகக் கருதுவதாகவும் தெரிவித்தார். போலாக், அமைதிபேணும் நடுவரும் (ஜஸ்ட்டிஸ் ஆஃப் த பீஸ்), ஜோஹானஸ்பர்க்கின் மதிப்பு மிக்க பிரஜைகளில் ஒருவருமான டேவிட் பொல்லாக்குக்கு வேதனையுடன் ஒரு கடிதம் எழுதினார். அவருக்கு ' தூய்மையான

> கரங்களுடனும், உன்னதமான லட்சியநோக்குடனும் ஓர் இயக்கத்தை நடத்தி வந்திருக்கும் இந்த உயர்ந்த எண்ணம்கொண்ட நல்ல மனிதர் இந்த மாதிரியாகத் துன்புறுத்தப்படுவது 'நெஞ்சைப் பிளப்பதுபோல இருந்தது'. அந்தச் சிறைவாசியைப்பற்றி நன்கு அறிந்தவரான போலாக்குக்கு, இந்த இழிவுபடுத்தும் சூழ்நிலைக்கு மத்தியில் காந்தியின் மனதில் தன்னையும், தான் படும் கஷ்டங்களையும்பற்றிய எந்த எண்ணமும் இருக்காது; ஆனால், ஒரு பாரிஸ்டரான, பண்பாளரான, இந்தியாவில் ஓர் உயர்குடும்பத்திலிருந்து வந்திருக்கிற, தன் சொந்த சமஸ்தானத்தில் தலைமை நீதிபதி பதிவியை மறுத்து வந்திருக்கிற, அவருக்கே இந்தக் கதி என்றால், டிரான்ஸ்வாலில் வசிக்கும் குரலற்ற அப்பாவிகளான தன் சகோதரர்கள் விஷயத்தில் அதிகாரிகள் எப்படி நடந்துகொள்வார்கள் என்பதுதான் அவரது கவலையாக இருக்கும்...

கடிதத்தின் அதே தொனியில் எழுதப்பட்ட ஒரு பின்குறிப்பில், தனக்கு இந்த விஷயங்களை கஸ்தூரிபாவிடம் சொல்லத் தைரியம் இல்லை என்று போலாக் குறிப்பிட்டார். காரணம், 'அந்த பரிதாபத்துக்குரிய பெண் மணியின்' கணவரும், மூத்த மகனும் சிறையில் இருக்க, அவரது வாழ்க்கை ஏற்கனவே சோகம் நிறைந்த ஒன்று... நீண்டகாலம் வியாதியால் கஷ்டப்பட்ட பிறகு இப்போதுதான் கொஞ்சம் தேறிவருகிறார். இந்த விஷயத்தை நான் மெதுவாக முணுமுணுத்தாலே போதும், அது அவரை மீண்டும் வியாதியில் தள்ளிவிடும் என்பது அநேகமாக நிச்சயம்.'[63]

டேவிட் பொல்லாக் இந்தக் கடிதத்தை டிரான்ஸ்வால் ஆளுநரிடம் அனுப் பிவைத்தார். அத்துடன் 'தென்னாப்பிரிக்காவில் இருக்கும் அனைவரிலும் 'ஆனானப்பட்ட காந்தியே ஒரு வழக்கில் சாட்சிசொல்லச் சிறையிலிருந்து நீதிமன்றத்துக்குக் கொண்டுசெல்லப்படுகையில்' ஒரு சாதாரணக் குற்ற வாளியைப்போலத் தலைநகரின் தெருக்களின் வழியாகக் 'கைவிலங்கு இடப்பட்டு அழைத்துச்செல்லப்பட்டிருக்கிறாரே என்று தனது அதிருப் தியை வெளிப்படுத்தும் குறிப்பு ஒன்றையும் இணைத்திருந்தார். லார்ட் செல் போர்னிடம், 'நாகரிகம்பெற்ற பிரதேசங்களில் அரசியல் கைதிகள் நடத்தப் படுவதுபோன்ற மரியாதையானவிதத்தில் காந்தி நடத்தப்படவில்லை என்ற குறிப்பான குற்றச்சாட்டு'பற்றி ஒரு விசாரணைக்கு ஏற்பாடு செய்யும்படி வலியுறுத்தினார். பொல்லாக்குக்கு ஒரு கறாரானதொனியிலான சுருக்கமான பதில் கிடைத்தது. அதில், 'திரு காந்தி தானாகவே முன்வந்து கைதானபோது மற்ற கைதிகளிடமிருந்து மாறுபட்டு விசேஷமான கவனிப்பு எதையும் அவர் எதிர்பார்க்க முடியாது என்று தெரிந்தேதான் செய்தார்' என்று குறிப் பிடப்பட்டிருந்தது.[64]

டிரான்ஸ்வால் அரசாங்கம் காந்தியை ஒரு சாதாரணக் குற்றவாளியாகவே கருதியது என்றாலும், அவரது நண்பர்கள், ஆதரவாளர்கள் மத்தியில் (ஹென்றி போலாக் குறிப்பிடுவதுபோல) அவர் ஓர் 'அரசியல் கைதி; மனச் சாட்சிக்காகவும், மக்களின் சுயமரியாதைக்காகவும் போராடுபவர்.'

அவர்களது புகார்கள் லண்டனை அடைந்தன; அங்கிருந்து பிரிட்டோரியாவுக்கு அனுப்பிவைக்கப்பட்டன. இதற்கு ஓரளவு பலன் இருந்தது. டிரான்ஸ்வால் பிரதமர் டேவிட் பொல்லாக்குக்கு ஒரு சுருக்கமான குறிப்பை அனுப்பினார். அதில், 'சிறைவாசி எம்.கே.காந்தி பிரிட்டோரியா சிறையில் அடைக்கப்பட்டுள்ளார்; அங்கே அவருக்கு விஷேசமான கவனிப்பு தரப்படுகிறது. அவருக்கு நெய் கொடுக்கப்பட்டது; அவர் அதை மறுத்துவிட்டார். ஆனாலும் ஐரோப்பியர்களுக்கு மட்டும் தரப்படும் இரவு உடையைப் பெற்றுக்கொண்டார். அவருக்குப் புத்தகங்கள் தாராளமாகத் தரப்படுகின்றன' என்று சொல்லப்பட்டிருந்தது.[65]

போலாக்கும் பொல்லாக்கும் தலையிட்ட பிறகு நிலைமையில் பெருமளவில் முன்னேற்றம் ஏற்பட்டது என்பது காந்தியின் குறிப்பிலிருந்தே தெரியவருகிறது. சிறை இயக்குநர் இப்போது அவரை நோட்டுப் புத்தகமும் பென்சிலும் உபயோகிக்க அனுமதித்தார்; தரையைத் துடைத்து மெழுகுவதற்குப் பதிலாக துணிகளைத் தைப்பதும் சரிசெய்வதும் வேலையாகத் தரப்பட்டது. நல்லெண்ண சமிஞ்சையாக ஜெனரல் ஸ்மட்ஸூம் மதம் தொடர்பான இரண்டு புத்தகங்களை அனுப்பிவைத்தார்.[66] காந்தியும் பதில் உபசாரம் செய்தார்: ஃபீனிக்ஸிலிருந்த பையன்களைத் தன் எதிராளிக்காக அவர் ஓர் அன்பளிப்பை தயாரித்து அனுப்பச் சொன்னார். ஜெனரலின் மகன் அந்த அன்பளிப்பு 'ஒரு ஜோடி தடிமனான தோல் செருப்புகள்' என்று குறிப்பிட்டுள்ளார்.[67]

ஸ்மட்ஸின் நல்லெண்ண நடவடிக்கைக்கும் காந்தி இப்போது சிறையில் தரப்பட்ட சற்று அனுசரணையுடன் நடத்தப்பட்டதற்கும் பிரிட்டிஷ் நாடாளுமன்ற மேலவையான ஹவுஸ் ஆஃப் லார்ட்ஸில் அவர் ஆர்வத்துடன் வாழ்த்துரைக்கப்பட்டது தூண்டுகோலாக இருந்திருக்கலாம். மார்ச் 24 அன்று பேசிய மதராஸ் மாகாணத்தின் முன்னாள் ஆளுநர் லார்ட் ஆம்த்தில் டிரான்ஸ்வாலில் இந்தியர்கள் படும்பாட்டைத் தன் சக உறுப்பினர்களின் கவனத்துக்குக் கொண்டுவந்தார். முதலில் பேசிய உறுப்பினர் ஒருவர் காந்தியைப்பற்றி வெறும் 'கிளர்ச்சியாளர்' என்ற முறையிலும் போராட்டங்களை 'வெறும் உணர்ச்சிவசத்தால் நடப்பவை' என்று வர்ணித்தும் பேசியிருந்தார். ஆம்த்தில் அதை வன்மையாக மறுத்தார். இந்தியர்கள் எதிர்க்கும் சட்டங்கள் 'அவமதிப்பவை, வெறுப்பூட்டுபவை, தேவையற்றவை' என்றார். அவர்களது தலைவர், 'உயர் பதவி வகித்த, உயர்ந்த குடியில் பிறந்த நல்ல மனிதரான இந்தியரின் மகன்'; லண்டனில் படித்த பாரிஸ்டர்; அப்படிப்பட்ட அவர் 'தான் கொண்டிருக்கும் கருத்துகளுக்காகவும், தன் சமூகத்தின் கௌரவம் என்று தான் கருதுவதைப் பாதுகாத்ததற்காகவும்' மூன்றுமுறை கடின உழைப்புடன்கூடிய சிறைத் தண்டனை அனுபவித்திருக்கிறார்—உயர்குடிப் பிறப்பும், கல்வித் தகுதியும் பெற்றிருந்தும் காந்தி

தன் வருமானம் அனைத்தையும், தன் உழைப்பிலும் நேரத்தில் பெரும்

> பங்கையும் பொதுச்சேவைக்கும், தூய்மையான கொடையிலுமே அர்ப்பணிக்கிறார்... அவர்தான் இந்த இயக்கத்தைத் தலைமை ஏற்று நடத்துகிறார்; அவருடன் பல நூற்றுக்கணக்கானவர்களும் இருக்கிறார்கள்; எனக்குத் தெரிந்தவரை, அவர்களுக்கு என்ன பேரழிவு அல்லது துன்பம் ஏற்படுவதாக இருந்தபோதிலும் அவர்களெல்லாம் கசப்பான முடிவுவரை நிச்சயம் தொடர்ந்து போராடுவார்கள் பெருமகன்களாகிய உங்களிடம் நான் உறுதியாகச் சொல்லமுடியும். இத்தகைய சூழலில் அவர்கள் இப்படித் துன்பப்படுவதற்கு சரியான காரணம் எதுவும் இல்லை என்று சொல்வது முற்றிலும் மடத்தனமானதாகவே இருக்கும்.[68]

இது ஒரு அழுத்தம்திருத்தமான உரை. ஸ்மட்ஸுக்கு அவரது கேம்பிரிட்ஜ் நண்பர் ஹெச்.ஜே.வோல்ஸ்டன்ஹோமிடமிருந்து வந்த ஒரு கடிதம் இதைவிடவும்கூட அழுத்தம் நிறைந்தது என்று சொல்லலாம். அந்த நண்பர் கிரைஸட்'ஸ் கல்லூரியில் ஆசிரியராகப் பணியாற்றியவர்; ஸ்மட்ஸின் வாழக்கையை எழுதியவரால் ' கிறிஸ்துவத்திலிருந்து விலகிச்சென்ற, அதேசமயம் கிறிஸ்துவ மனச்சாட்சியைத் தக்கவைத்துக் கொண்ட ஒருவர்' என வர்ணிக்கப்பட்டவர்.[69] நண்பர்கள் இருவரும் பல்கலைக்கழக நாட்களிலிருந்து நெருக்கமாக இருப்பவர்கள்—தத்துவம், இலக்கியம் குறித்து கருத்துப் பரிமாற்றங்களும், பரஸ்பரம் அடுத்தவர் எழுதியற்றை விமர்சிப்பதும் அவர்களிடையே வழக்கம். இப்போது டிரான்ஸ்வாலில் இந்தியர்கள் போராடியதையும் கைது செய்யப்பட்டதையும் பற்றிப் படித்துத் தெரிந்துகொண்ட வோல்ஸ்டன்ஹோம், ஸ்மட்ஸிடம் நினைவூட்டியபடி, சிறையில் அடைக்கப்பட்டிருப்பவர்கள்

> தொன்மையான நாகரிகத்தைப் பின்புலமாகப் பெற்றிருக்கும் இனம் அல்லது இனத்தொகுப்புகளைச் சேர்ந்தவர்கள்; உயர்ந்த மேற்குலக மக்களுக்குச் சற்றும் குறையாத மன ஆற்றல் பெற்றிருப்பவர்கள்; தேசிய உணர்வையும் மேற்குலகின் செயல்திறமும் காரியார்த்தமும் நிரம்பிய வாழ்கைக்குத் தேவையான செயலாற்றலையும் வேகமாகப் பெற்றுவருபவர்கள்... நீங்கள் சந்தித்திருக்கிற சில இந்தியர்கள் தங்களது இனத்தின் பண்பாட்டில் அதிகப் பங்குபெறாதவர்களாக இருந்திருக்கலாம்; தேசிய வறுமையும் அதன் விளைவான கல்வியறிவின்மையும் அதற்குக் காரணமாயிருக்கலாம். ஆனால் அவர்களுக்காகப் போராடும் தலைவர்கள் அவர்களுடன் தம்மை ஐக்கியப்படுத்திக்கொள்கிறார்கள்; அந்தத் தலைவர்கள் தம் மக்களை அவமதிக்கிற, அநீதி இழைக்கிற நடவடிக்கை என்று தாம் கருதுவதை, அதிலும் குறிப்பாக அந்தகைய பாரபட்சம் இனரீதியானதாக இருப்பதைக் குறித்துக் கசப்புணர்வு கொள்கிறார்கள்; ஓர் இனம் 'தாழ்ந்தது' என்று, அமெரிக்காவின் 'நிக்கர்கள்' போலவும், 'புறச்சமய சீனர்கள்' போலவும் வெள்ளையரல்லா

தவர் என்றுகூறி ஒதுக்கிவைக்கப்படுவதால் பெரும் வேதனை அடைகிறார்கள்.

அந்த கேம்பிரிட்ஜ் அறிஞர் கிழக்குக்கும் மேற்குக்கும் இடையிலான உறவுகளில் 'புதுயுக மலர்ச்சி உண்டாக்கும்' மாற்றம் ஏற்பட்டு வருகிறது; அதன் காரணமாக ஜப்பானியர்களும், சீனர்களும், இந்தியர்களும் இனரீதியான தகுதி இழப்பையும் ஒதுக்கலையும் இனி ஏற்றுக்கொள்ள மாட்டார்கள் என்று கருதினார். ஐரோப்பியர்கள் இதுகாறும் 'தாழ்ந்த மக்கள்' என்று நிராகரித்துவந்தவர்கள் செயல்திறத்தில் தாழ்ந்தவர்கள் அல்ல என்பது நாளுக்குநாள் நிரூபணமாகி வருகிறது. அவர்கள் தம் உரிமையைக் கோரியும் வற்புறுத்தியும் வருகிறார்கள்; அவர்கள் சம உரிமைக்கான தகுதியுடைவர்கள். வோல்ஸ்டன்ஹோம் ஸ்மட்ஸிடம், 'போராட்டத்தின் மூலம் ஒருகாலத்தில் நிச்சயமாக வெல்லப்படப்போகும் ஒன்றை, பெருந்தன்மையுடன் முன்னதாகவே அளித்துவிடுவது நிச்சயம் புத்திசாலித்தனமான ராஜதந்திரம் மட்டுமின்றி நன்மைதரும் தோழமைச் செயலும் கூட' என்று எடுத்துக் கூறினார்.[70]

1900-களின் கேம்பிரிட்ஜ் தரத்தை அளவுகோலாகக்கொண்டு பார்த்தாலும் இவை புரட்சிகரமான கருத்துகளே—. அந்த நாளைய டிரான்ஸ்வாலைப் பொறுத்தவரை அவை முற்றிலும் கண்டனத்துக்கு உரியவை . இக் கடிதத்துக்கு ஸ்மட்ஸ் எழுதிய பதில் கிடைக்கவில்லை; ஒருவேளை அவரிடம் பதில் இல்லாமல் இருந்திருக்கலாம்.

1908-ன் கடைசி மாதங்களில் சத்தியாக்கிரகிகள் சாரிசாரியாகச் சிறைக்குச் சென்றுகொண்டிருக்க, இந்தியன் ஒப்பீனியன் அவர்களைப் பாராட்டி குஜராத்தியில் கவிதைகளை வெளியிட ஆரம்பித்தது. இந்த வாழ்த்துப் பாக்களை அதிகம் எழுதியவர்களில் ஒருவர் காந்தியின் பள்ளித் தோழரும் ஒருசமயம் அவருடன் வீட்டைப் பகிர்ந்துகொண்டவருமான ஷேக் மேத்தாப். 1909 ஜனவரியில் எழுதப்பட்ட ஒரு கவிதை பார்ஸி ருஸ்தம்ஜி (ஆறாம் நூற்றாண்டில் வாழ்ந்த) அரேபியக் கவிஞர் ஹாதீம், (பதினோராம் நூற்றாண்டில் வாழ்ந்த) இந்து மன்னர் போஜ ராஜா ஆகியோருக்கு இணையான வீரம் கொண்டவர் என்று புகழ்ந்தது. எம்.சி.ஆங்லியாவும் சொராப்ஜி ஷப்பூர்ஜியும்கூடப் புகழப்பட்டார்கள்; தம்பி நாயுடு 'இந்தியாவின் ஒளிவிளக்கு, நிஜமான போராளி!' என்று புகழப்பட்டார். 'நீங்கள் இதேபோன்று ஒற்றுமையாக இருந்தால், ஸ்மட்ஸ் ராஜினாமா செய்வதைக் காணலாம்' என்று சத்தியாக்கிரகிகளிடம் மேத்தாப் வலியுறுத்தினார்.

மற்றொரு கவிதையில் அவர் 'நாம் ஒற்றுமையின்மையாலும் பிணக்குகளாலும் இந்தியாவை (பிரிட்டிஷாரிடம்) பறிகொடுத்தோம்' என்று சொன்னார். அவர் முன்பு நிலவிய புனிதமான யுகத்தை நினைவுகூர்ந்தார். அப்போது 'ராமனும் லட்சுமணனும் ஒற்றுமையாக செயல்பட்டு சீதையை மீட்டார்கள்'. இன்னொரு கவிதையில் அவர் இப்படி எழுதினார்:

சமூகம் முழுவதும் வீரத்துடன் இருந்தால்
ஈகைத் திருநாளும் தீபாவளிப் பண்டிகையும் கொண்டாடலாம்
இல்லையென்றால் யூனியன் ஜாக் நம்மைப் பிளந்துபோடும்
நெருப்புபற்றி எரியும்.

இங்கே அந்த இஸ்லாமியக் கவிஞர் ஓர் இந்து மரபுத்தொடரை எடுத்தாண்டிருக்கிறார். இதற்கிடையே மறுபுறத்திலிருந்து ஜெய்ஷங்கர் கோவிந்ஜி என்ற புலவர் வர்த்தகர் ஏ.எம்.கச்சாலியாவின் மாவீரத்தைப் புகழ்ந்து பாடினார். அந்த வர்த்தகரின் வியாபாரம் அவர் சிறைக்குச் சென்றதால் வீழ்ச்சியடைந்தது. கச்சாலியா 'இல்லத்தின் ஒளிவிளக்கு', 'இந்தியாவின் உண்மையான மணிக்கல்'. அவரது தியாகம் 'அவரைப் பல நிறங்களில் குளிப்பாட்டியுள்ளது'.[71]

சிறையில் காந்தி கொண்டிருந்த சமநிலை அவர் எழுத அனுமதிக்கப்பட்ட மாதாந்திர கடிதத்தில் வெளிப்படுகிறது. மார்ச் கடைசி வாரத்தில் அவரது மகன் மணிலாலுக்கு கஸ்தூரிபாவின் உடல்நிலை குறித்து விசாரித்துக் கடிதம் எழுதினார். 'இப்போது தாராளமாக நடக்கிறாளா?' என்று கேட்டார்: 'அவளும், இன்னும் நீங்கள் அனைவரும் காலையில் ஜவ்வரிசியும் பாலும் எடுத்துக்கொள்கிறீர்கள் என்று நம்புகிறேன்.'

ஷங்கரானந்த் என்ற இந்து சாமியார் அப்போது நேட்டாலில் சுற்றுப்பயணம் செய்துவந்தார். அவர் ஆரிய சமாஜ் அமைப்பைச் சேர்ந்தவர். அவர்களது போர்க்குணம் பெற்ற, விரோதபாவம் கொண்ட இந்துமதம் காந்தியின் பன்மையும் இணக்கமும் கொண்ட சமய நம்பிக்கையுடன் முரண்படுவது. ஷங்கரானந்தின் போர்க்குணமான மதப்பிரச்சாரம்பற்றி முதல்முறை கேள்விப்பட்ட காந்தி மகன்லாலுக்கு எழுதிய கடிதத்தில், 'இது வருந்தத்தக்கது. இம்மாதிரியான விளைவுகளால்தான் வணக்கத்துக்குரிய கவி (ராய்ச்சந்த்) நவயுகத்தில் மத குருக்களிடம் நாம் எச்சரிக்கையுடன் இருக்கவேண்டும் என்று சொல்வது வழக்கம்' என்று எழுதினார்.[72]

ஷங்கரானந்த் 'திரு காந்தியை அளவுக்கு அதிகமாகப் புகழ்கிறார்'; இதன் மூலம் அந்த வழக்கறிஞரைப் பின்பற்றுபவர்களைத் தன் பக்கமாக இழுக்கிறார் என்று நேட்டால் மெர்க்குரி கருதியது. ஆஃப்ரிக்கன் கிரானிக்கிள் அதை ஒப்புக்கொள்ளவில்லை: 'சுவாமி ஷங்கரானந்த் என்ன சொன்னாலும், தமிழர்கள், இந்துஸ்தானியர்கள் மத்தியில் பொறுப்புணர்வு கொண்டவர்கள் காந்தியின் பக்கமாகவே ஒன்றாகத் திரண்டு நிற்கிறார்கள்.'[73]

சுவாமி இப்போது போரை எதிரியின் முகாமுக்குள்ளே எடுத்துச் செல்ல முடிவுசெய்தார். காந்தி சிறையில் இருக்கும்போது ஃபீனிக்ஸ் சென்ற அவர் மணிலாலிடம், உயர்சாதிப் பையன் என்ற முறையில் அவர் பூணூல் அணிந்துகொள்ளவேண்டும் என்றார். காந்தி தன் மகனுக்கு எழுதிய கடிதத்தில் 'சுவாமியுடன் அவரது பிரசாரம் குறித்து அவருக்கான மரியாதையைக் கொடுத்தபடியே முரண்படுகிறேன்... ஏற்கெனவே நம்மிடம்

சூத்திரர்களுக்கும் மற்றவர்களுக்கும் இடையில் பொய்யான பிரிவினை இருக்கிறது. ஆகவே இன்றைக்கு பூணூல் என்பது ஒரு உபத்திரவமாக இருக்குமே தவிர, உதவியாக அல்ல' என்றார்.[74]

அடுத்த மாதம் அனுமதிக்கப்பட்ட கடிதத்தைப் பெறுவது போலாக்கின் முறை. காந்தி அவர்களது பொருளாதார நிலை பற்றிக் கவலை கொண்டிருந்தார்: 'ஃபீனிக்ஸ் கடனில் இருப்பதை நான் விரும்பவில்லை' என்று அவர் எழுதினார். நகைகளையும் சட்டப் புத்தகங்களையும் விற்றுக் கடனை அடைக்கலாம் என்று யோசனை தெரிவித்தார். அடுத்தபடியாக ஃபீனிக்ஸில் குழந்தைகளின் கல்வி விஷயத்துக்கு வந்த அவர், அவர்கள் டால்ஸ்டாயின் வாழ்வும் வாக்குமூலமும் புத்தகத்தையும், ராய்ச்சந்த் பாயின் படைப்புகளையும் படிக்கவேண்டும் என்று அறிவுரை கூறினார். 'அவரது வாழ்வையும் எழுத்துகளையும்பற்றி நினைத்துப் பார்க்கப் பார்க்க அவரது காலத்து சிறந்த இந்தியராக அவரையே கருதுகிறேன்' என்று தனது மறைந்த ஆசானைப்பற்றி காந்தி குறிப்பிட்டார். 'சொல்லப் போனால், நான் சமயம் குறித்த பார்வையில் அவரை டால்ஸ்டாயைவிட உயர்ந்த இடத்தில் வைக்கிறேன்.' பிறகு சொந்த விஷயங்களுக்கு வந்த அவர் கேட்டார்: 'சான்ச்சி உற்சாகமாக இருக்கிறாளா? அல்லது ஹரிலாலைவிட்டுப் பிரிந்திருப்பது பற்றிக் கவலையுடனேயே இருக்கிறாளா? திருமதி ஜி. வீட்டு வேலைகளில் பங்கெடுத்துக் கொள்கிறாளா?'[75]

1909 பிப்ரவிரியில் காந்தி சிறைக்குச் செல்வதும் வருவதுமாக இருக்கையில், அவரது செயலாளர் சோன்யா ஷ்லேஸின் அவரது அலுவலகத்தில் ஒரு எழுத்தராக நியமிக்கப்பட்டார். செல்வி ஷ்லேஸினின் விண்ணப்பம் காந்தி, போலாக், ஷ்லேஸினின் தந்தை ஆகியோரால் சாட்சிக் கையெழுத்து இடப்பட்டது. சாதாரணமாக மூன்று ஆண்டுகள் எழுத்தராகப் பணியாற்றிய பிறகு ஒருவர் வழக்கறிஞர் சங்கத்தில் சேர்த்துக்கொள்ளப்படத் தகுதி பெறுகிறார். செல்வி ஷ்லேஸின் இவ்வாறு தகுதி பெறுவதில் முனைப்பாக இருந்தார். அவர் தென்னாப்பிரிக்காவிலேயே முதல் பெண் வழக்கறிஞராக விரும்பினார்; அவருக்கு வேலையளித்தவர் முதல் வெள்ளையரல்லாத வழக்கறிஞரானதுபோல. அவர் மிகவும் புத்திசாலித்தனம் கொண்டவர்; விசாலமான வாசிப்பு கொண்டவர். காந்தியின் அலுவலகத்தில் கிடைத்த ஐந்து ஆண்டு அனுபவத்தில் சட்டத்துடன், குறிப்பாக, இந்தியர்களுக்குப் பொருந்தும் சட்டங்களின் விஷயத்தில் நன்கு பரிச்சயம் பெற்றுவிட்டார்;.

காந்தியின் பரந்துபட்ட கட்சிக்காரர்களைச் சந்தித்ததும், வழக்கறிஞர்களும், நீதிபதிகளும் செயல்படும் விதத்தைக் கவனித்ததும் முன்பு கூச்சம் நிறைந்த பெண்ணாக இருந்த அவரைத் தன்னம்பிக்கை கொண்ட (சமயங்களில் சண்டையும் போடக்கூடிய) இளம் பெண்ணாக மாற்றியிருந்தன. செல்வி ஷ்லேஸின், அவருக்கு வேலையளித்தவர்

எழுதியபடி, 'ஒரு நபரைப்பற்றித்தான் நினைப்பதை, அது அந்த நபருக்கு அவமதிப்பாக இருக்கும் என்றால்கூட, அவர் முகத்துக்கு எதிரே சொல்லத் தயங்கவேமாட்டார்;. அவரது துடுக்குத்தனம் பலசமயம் என்னைச் சிக்கலில் மாட்டிவிட்டிருக்கிறது; ஆனாலும் அவரது திறந்த, சூதுவாது இல்லாத தன்மை அவற்றை உடனேயே போக்கியும்விடும்.' காந்தி செல்வி ஷ்லேஸினின் சுபாவத்துக்கு இடம்கொடுப்பவராக இருந்ததற்குக் காரணம் ஷ்லேஸினின் அர்ப்பணிப்பு. 'நிற அடிப் படையிலான பாரபட்ச அணுகுமுறை அவருக்கு அந்நியமானது' என்று நினைவுகூர்ந்த காந்தி, 'பலமுறை நான் அவர் தட்டச்சு செய்த கடிதங்களைப் படித்துப்பார்க்காமலே கையெழுத்திட்டிருக்கிறேன்; காரணம் அவரது ஆங்கிலம் என்னுடையதைவிட மேல் என்று நான் நினைப்பதும், அவரது விசுவாசத்தில் நான் முழு நம்பிக்கை வைத்திருப்பதுமே.' [76]

காந்தியின் வேலையிலும் பணி வாழ்விலும் அதிகம் பங்களிப்பு செய்த பெண்மணி கஸ்தூரிபா. அடுத்தபடி சிறிது தூரத்தில் வருபவர் அவரது செயலாளர் சோன்யா ஷ்லேஸின். அவர் இந்தியர்கள்மீது இயல்பான அனு தாபமும் அவர்களது தலைவர்மீது மிகுந்த மரியாதையும் கொண்டிருந் தார். ஆனால் ஷ்லேஸின் காந்திமீது அபிமானம் கொண்டிருந்த போதிலும் அவருக்காகக் கடிதம் வரைவதையும், தட்டச்சு செய்வதையும்விட அதிகம் சாதிக்கவேண்டும் என்று விரும்பினார். அவரது புத்திகூர்மையும் பேரார்வமும் இன்னும் சவாலான வாய்ப்புகளைத் தேடின. வழக்கறிஞர் சங்கத்துக்குத் தேர்ச்சி பெறுவது அப்படி ஒரு வாய்ப்பாக அமையும். தொழிலை மாற்றுவதற்கான தயாரிப்பாக செல்வி ஷ்லேஸின் முடியைக் குட்டையாக வெட்டிக்கொண்டு, ஒரு சட்டையும் டையும் அணிய ஆரம்பித்தார். 1909 ஏப்ரலில் டிரான்ஸ்வால் சட்டக்கழகம் (டிரான்ஸ் வால்லா சொஸைட்டி) அவரது விண்ணப்பத்தை நிராகரித்துப் பதில் எழுதியது.

'பெண்களை நியமிப்பது தென்னாப்பிரிக்காவில் முன்னுதாரணம் இல்லாதது; சட்டத்தால் எண்ணிப்பார்க்கப்படாதது.' செல்வி ஷ்லேஸின் தன் ஏமாற்றத்தை அடக்கிக்கொண்டு காந்தியின் அலுவலகத்தில் வழக்கமான பணிகளைச் செய்வதைத் தொடர்ந்தார். [77]

காந்தி பிரிட்டோரியா சிறையிலிருந்து 1909 மே 24 அன்று விடுதலை செய்யப்பட்டார். 'ஆர்ப்பாட்டங்களைத் தவிர்ப்பதற்காக' அதிகாரிகள் அவரை அதிகாலையில் விடுவித்தார்கள். ஆனாலும் அவர் 7.30-க்கு வெளியே வந்தபோது பலநூறு இந்தியர்கள் சிறைச்சாலை வாசலில் பூங்கொத்துகள், மாலைகள் சகிதமாகக் காத்திருந்தார்கள். அவர்கள் அவரைஜி.பி.வியாஸின் (உள்ளூரில் முன்னணிசத்தியாக்கிரகி) வீட்டுக்கு அழைத்துச் சென்றார்கள். அங்கு அவர் காலை உணவு அருந்தினார். [78]

பின்னர் காந்தி பிரிட்டோரியாவில் இந்திய மசூதிக்குச் சென்றார். அங்கே

அவர் நிதியுதவிக்கு வேண்டுகோள் விடுத்தார். 'சிறையில் இருக்கும் போது, திரு போலாக்கின் கடிதத்திலிருந்து பிரிட்டிஷ் இந்திய சங்கம் திவாலாகிவிட்டது என்று அறிந்துகொண்டேன்... ஆகவே தம் தொழிலைத் தொடர்ந்து செய்து வருபவர்கள் (மற்றவர்கள் சிறைக்குச் சென்றிருக்கும் நிலையில்) நிதியளிக்கவேண்டும்.' அவர் பின்பு ஜோஹானஸ்பர்க் சென்றார். அங்கே பார்க் நிலையத்தில் பெரும்பாலும் இந்தியர்கள் அடங்கிய பெரிய கூட்டம் அவரை வரவேற்றது—; உடன் சில சீனர்களும், ஜோசப் டோக் போன்ற ஐரோப்பிய நண்பர்களும் இருந்தனர். அவர் மாலை மரியாதையுடன் ஊர்வலமாக ஹமீதியா மசூதிக்கு அழைத்துச் செல்லப்பட்டார். கூட்டத்தினர் தன்னை 'இந்துக்கள், இஸ்லாமியர்களின் அரசன்' என்று அழைத்ததை காந்தி ரசிக்க வில்லை. அவர் வெறுமனே சமூகத்தின் பணியாளர் மட்டுமே. இயக்கப் பணியில் ஈடுபட இன்னும் நிறையப் பேர் முன்வரவேண்டும் என்று வேண்டுகோள் விடுத்த அவர், 'ஆயிரம் பேர் செய்ய வேண்டிய காரியத்தை பத்துப்பேர் செய்துமுடிக்க முடியாது; போராட்டம் முடிவுக்கு வராமல் இழுத்துக்கொண்டுபோவதற்கு போதுமான அளவில் ஆட்கள் அதில் பங்குபெறாததே காரணம்' என்று பேசினார்.[79]

சிறையிலிருந்து வெளிவந்து இரு வாரங்களுக்குப் பிறகு காந்தி ஜெர்மிஸ்டன் இலக்கியம் மற்றும் விவாதக் கழகத்தில் 'சத்தியாக் கிரகத்தின் அறம்' என்ற தலைப்பில் உரையாற்றினார். அந்த மன்றம் தாராளவாத எண்ணம்கொண்ட வெள்ளையர்களால் அவர்களைப் போன்றவர்களுக்காக நடத்தப்பட்டுவந்தது. இங்கே சத்தியாக்கிரகத்தை நடைமுறையில் கடைப்பிடிப்பவராக இருந்து கோட்பாட்டாளராக மாறியவரான காந்தி, 'ஆன்ம சக்தி' அடிப்படையில் அமைந்ததான தனது அநீதியை எதிர்க்கும் முறை, பௌதிக சக்திகளை அடிப்படையாகக் கொண்ட மாற்றுமுறைகளைவிட உயர்வானது என்று வாதிட்டார். முக்கிய மான காரணம் 'அது ஒருபோதும் பிறருக்குத் துன்பம் விளைவிப்பது இல்லை'. ஆகவே இந்தியர்கள் 'இந்த (ஆன்ம) சக்தியைக் கைக்கொண்டு தமது குறைகளுக்கு நிவாரணம் தேடுவதை ஒருவரும் தவறாகக் கொள்ளக்கூடாது. இந்த ஆயுதத்தைப் பூர்வகுடியினர் உபயோகித்தாலும் அது எந்தக் கெடுதலும் செய்யாது. மாறாக, பூர்வகுடியினர் இந்த சக்தியைப் புரிந்துகொண்டு அதைப் பயன்படுத்தும் அளவுக்கு வளர்ச் சியடைந்துவிட்டார்கள் என்றால், தீர்த்துவைப்பதற்குப் பூர்வகுடியினர் விவகாரம் என்ற ஒன்றே இருக்காது.'[80]

1909 ஜூன் 16 அன்று 1500 இந்தியர்கள் கலந்துகொண்ட பொதுக்கூட்டம் ஒன்று ஃபோர்ட்ஸ்பர்க் மசூதிக்கு வெளியே நடைபெற்றது. அதில், லண்டன் இம்பீரியல் அரசாங்கத்திடம் தமது கருத்துகளை எடுத்துச் சொல்ல ஒரு தூதுக்குழுவை அனுப்பிவைப்பது என்று முடிவு செய்யப் பட்டது. அந்தத் தூதுக்குழுவில் யாரெல்லாம் இடம் பெறலாம் என்பது

பற்றி காரசாரமான விவாதம் நடைபெற்றது. சிலர் அதில் இடம்பெறு பவர்களுக்கு ஆங்கில அறிவு அவசியம் என்றனர். வேறுசிலர் சிறைக்குச் செல்லாதவர்களை அதில் சேர்த்துக்கொள்ளக்கூடாது என்றனர்.

பிரிட்டிஷ் இந்திய சங்கம் ஐந்து நபர்களைத் தன் சார்பாக நியமித்தது: அதன் தலைவரான அகமது முகமது கச்சாலியா; தமிழ் பெனிஃபிட் சொஸைட்டி தலைவரான வி.ஏ.செட்டியார்; ஆங்கிலமும் குஜராத்தியும் பேசுபவரான வழக்கறிஞர் காந்தி; சிறைக்குச் செல்வதற்காக போஸ்ட் மாஸ்டர் பணியைத் துறந்த பார்ஸியான நடேஷிர் காமா; அதுவரை இயக்கத்தில் பங்கெடுத்துக்கொள்ளாமல் இருந்து, இப்போது தன்னை ஒரு 'சத்தியாக்கிரகி' என்று அறிவித்துக்கொண்ட பிரிட்டோரியா வியாபாரி ஹாஜி ஹபீப். கச்சாலியா, செட்டியார், காமா ஆகியவர்கள் சிறையில் இருந்தார்கள்; எனவே காந்தியும் ஹபீபும் மட்டுமே போகக்கூடிய நிலையில் இருந்தார்கள். மேலும் அந்தக் கூட்டத்தில் ஹென்றி போலாக் இந்தியாவுக்குச் சென்று தமது நோக்கத்துக்கு ஆதரவு திரட்டுவது என்றும் தீர்மானிக்கப்பட்டது.[81]

லண்டனுக்குச் செல்லும்முன் காந்தி ஜோஹானஸ்பர்க்கில் ஒரு இதழாளரிடம் பேசினார்; அந்த இதழாளர் மசாசூஸெட்ஸ் மாகாணம் ஸ்பிரிங்ஃபீல்டிலிருந்து வெளியான டெய்லி ரிபப்ளிக்கன் இதழுக்கு செய்தி அனுப்பினார். அந்தக் கட்டுரை இந்தியர்கள் அனுபவித்த துன்பங் களையும் கொடுமையான சட்டங்களுக்கு எதிராக அவர்களது சத்தியாக் கிரகங்களையும்பற்றி கரிசனமான தொனியில் விவரித்தது. தான் 'பல முறை' சந்தித்திருக்கும் காந்திபற்றி அந்த இதழாளர் இப்படி எழுதினார்:

> இந்தப் போராட்டம் அவரை ஏழைமையில் தள்ளிவிட்டது; ஆனால், அதைப்பற்றி அவர் வருத்தப்படவில்லை; அதனால் ஊக்கமிழந்து விடவும் இல்லை. இறுதி வெற்றி தங்களுடையதே என்பது அவரது உறுதியான நம்பிக்கை. பௌதிக சக்திகளைப் பிரயோகிப்பதைவிட சத்தியாக்கிரகம் வலிமையானது என்று அவர் கருதுகிறார். அதன் பலம் ஆன்மிகத்தன்மையிலானது; ஆகவே அது வெற்றி பெறும். 'சத்தியாக்கிரகத்தின் எவராலும் வெல்லமுடியாத தன்மையில் உறுதியான நம்பிக்கை கொண்டுள்ளேன். அதுவே தென்னாப் பிரிக்காவில் மட்டுமின்றி, இந்தியாவிலும் வாழும் இந்தியர்களின் இரட்சிப்பு.'[82]

1906ல் போலவே 1909-லும் காந்தி லண்டனுக்குச் சென்றபோது தன் சகாவாக வியாபாரிகள் சமூகத்திலிருந்து ஒருவரை அழைத்துச்சென்றார். அவர்கள் இருவரும் ஜோஹானஸ்பர்க்கிலிருந்து கேப் டவுனுக்கு ஜூன் 21 அன்று புகைவண்டியில் கிளம்பினர். புகைவண்டியில் காந்தி ஹென்றி போலாக்குக்குத் தொடர்ச்சியாகப் பல கடிதங்களை எழுதினார். போலாக்கை இந்தியாவுக்கு அனுப்பி அரசாங்கத்திடம் ஆதரவு

தேடுவதும் நிதி திரட்டுவதும் திட்டம். அவரது கடிதங்கள் பத்திரிகைகளிடம் என்ன சொல்லவேண்டும், யாரை ஆதரவுக்காக அணுக வேண்டும் என்பதுபற்றிக் குறிப்பான கட்டளைகளைக் கொண்டிருந்தன.

போலாக் எழுதும் கட்டுரைகள் 'எல்லா முக்கிய மொழிகளிலும் மொழிபெயர்க்கப்பட்டு இந்தியாவில் பரவலாக விநியோகிக்கப்பட வேண்டும்'. போலாக் ஃபீனிக்ஸில் இருந்தார்; '(டர்பனில் இருக்கும்) மக்களிடமிருந்து முழுமையான ஊக்கம் கிடைத்தால் தவிர நீங்கள் இந்தியாவுக்குப் போக வேண்டாம்' என்று அறிவுரை செய்யப்பட்டார். சற்று விந்தையான பின்குறிப்பாக காந்தி அவரிடம் ஒருவேளை அவர் இந்தியாவுக்குச் சென்றால், அங்கிருந்து சதர்சன் சமுக்கயா எனப்படும் இந்திய தத்துவவியலின் ஆறு மரபுகளைப்பற்றிய புத்தகம் ஒன்றை வாங்கிவரும்படிக் கேட்டுக்கொண்டார்.[83]

கேப் டவுன் சென்றடைந்ததும் உள்ளூர் செய்தித்தாள் ஒன்று காந்தியைப் பேட்டிகண்டது. நான்கு காலனிகளின் இணைப்பு இறுதிசெய்யப்படுவதற்கு முன்னதாக இம்பீரியல் அரசாங்கம் நவடிக்கை எடுக்கும் என்று இந்தியர்கள் நம்பிக்கை கொண்டிருப்பதாகச் சொன்னார். அவர்களது 'மிகப்பெரிய அச்சம்', 'அரசியல் அமைப்புச் சட்டப்படி, அது பிரிட்டிஷ் இந்தியர்களுக்கும் வெள்ளையரல்லாத இனங்களுக்கும் எதிரான வெள்ளையர்களின் கூட்டணியாக அமைந்துவிடும் என்பதே.'[84]

23 அன்று கப்பல் ஏறிய காந்தியையும் ஹபீபையும் கேப் காலனியில் வசித்த இந்தியர்கள் சிலர் வழியனுப்பிவைத்தார்கள். நாவலாசிரியை ஆலிவ் ஷ்ரெய்னர் உறவினர் ஒருவரை வழியனுப்புவதற்காக வந்திருந்தார். காந்தியைக் கண்டதும் அவரும் கப்பலில் ஏறிவந்து அவரது கைகளைப் பற்றிக்கொண்டு குலுக்கினார்; அவரது செய்கையைப் பல வெள்ளையர்கள் பார்த்துக்கொண்டிருந்தனர். காந்தி அவரது படைப்புகளைப் பற்றிக் கேள்விப்பட்டிருந்தார்; அத்துடன் இந்தியன் ஒப்பீனியனில் மறுபிரசுரம் செய்யப்பட்ட இனப்பிரிவினைகள்பற்றிய அவரது ஆழ்ந்த சிந்தனைகளை நிச்சயமாகப் படித்திருந்தார்; ஆகவே அவர், தான் கௌரவிக்கப்பட்டதாக உணர்ந்தார். போலாக்குக்கு அவர் எழுதியபடி, 'ட்ரீம்ஸ்' புத்தகத்தின் ஆசிரியர்சத்தியாக்கிரகத்துக்கு மரியாதை செலுத்துவதைக் கற்பனைசெய்து பாருங்கள்'.[85]

அதேசமயம் காந்திக்கு செய்யப்பட்ட இன்னொருவிதமான மரியாதையை இந்தியாவிலிருந்து அனுப்பப்பட்ட கடிதம் ஒன்று தாங்கி வந்துகொண்டிருந்தது. அதை எழுதியவர் மீர் ஆலம் கான். முன்னர் 1908 பிப்ரவரியில் காந்திமீது தாக்குதல் நடத்தியவர். அந்தப் பதானியரும் குஜராத்தியரும் இதற்கிடையில் சமாதானமாகிவிட்டார்கள்; கான் சத்தியாக்கிரகத்திலேயே இணைந்துவிட்டார். அவர் கைது செய்யப்பட்டு, பல டஜன் சத்தியாக்கிரகிகளுடன் சேர்த்து இந்தியாவுக்கு நாடுகடத்தப்

பட்டார். ஜூன் மாதம் மத்தியில் தாய்நாட்டில் வந்திறங்கிய அவர் ஆங்கிலத்தில் காந்திக்கு ஒரு கடிதம் எழுதினார். அதன் இலக்கண, வாக்கிய அமைப்புப் பிழைகள் அந்தக் கடிதத்தில் நேர்மையை மறைத்து விடமுடியாது:

> நான் பம்பாய் வந்து சேர்ந்துவிட்டேன்; நீங்கள் நலமாக இருப்பீர்கள் என்று நம்புகிறேன். டிரான்ஸ்வாலின் செயல்பாட்டுகள்பற்றி எல்லா செய்திகளையும் பம்பாய் குஜராத்தி செய்தித்தாள்களில் வெளியிட்டிருக் கிறேன்; மேலும் பஞ்சாபிலும் அங்கு போகும்போது வெளியிடுவேன். அரசாங்கத்தின் சட்ட உடன்பாடுபற்றி எனக்குத் தெரியப்படுத்தவும்; வழக்குபற்றிய எல்லா செய்திகளையும் எனக்குத் தெரியப்படுத்துவீர்கள் என்று நம்புகிறேன். மேலும் நான் லாகூரில் அன்ஞ்சுமனி இஸ்லாம் கூட்டத்துக்கு செல்லவிருக்கிறேன். அந்தக் கூட்டத்தில் முன்குறிப்பிட்ட டிரான்ஸ்வால் நடவடிக்கைகள் எல்லாவற்றையும் பற்றிப் பேசுவேன். அத்துடன் லாகூரில் லாலா லஜபதி ராயைச் சந்தித்து, இந்த விஷயம் குறித்து அவரது கருத்துகளைக்கேட்டு அவற்றை இந்தியாவில் எல்லா ஆங்கில செய்தித்தாள்களிலும் வெளியிடுவேன். நான் எல்லையை அடையும்போது அங்கும் நம் நண்பர்கள் அனைவருக்கும் வெளியிடு வேன்; என்னால் முடிந்தவரை முயற்சி செய்வேன்; நீங்கள் அச்சமடையத் தேவையில்லை என்று துணிந்து கூறுவேன்; இந்த விஷயத்தில் மிகுந்த முயற்சி எடுப்பேன்; அஞ்ச வேண்டாம்; மேலும் நான் ஆப்கானிஸ்தான் சென்று எல்லோரிடமும் தெரியப்படுத்துவேன்.

> இந்தக் கடிதம் காந்தி லண்டனுக்குப் புறப்பட்ட பின்னர் ஜோஹானஸ் பர்க் சென்று சேர்ந்தது. கடிதத்தை ஹென்றி போலாக் படித்து உடனே அதை இந்தியன் ஒப்பீனியன் இதழில் அச்சிட்டார். காந்திக்கும் ஒரு பிரதியை அனுப்பி வைத்தார். அவர் அதை ஆர்வத்துடனும், மகிழ்வுடனும் படித்திருப்பார்; கூடவே தன் தரப்பு சரியென நிறுவப் பட்ட திருப்தியும் அடைந்திருப்பார் என்று கருதலாம்.[86]

15
பெரிய குட்டித் தளபதி

1906ம் ஆண்டு காந்தி லண்டனுக்குச் சென்றபோது அவரோடு உடன் சென்றவர் பெரிய புகழ்பிம்பத்தைக் கொண்டிருந்தவரான எச்.ஓ.அலி. இந்தமுறை அவரது கூட்டாளி ஹாஜி ஹபீப்; இவரும் இஸ்லாமிய வியாபாரி, ஆனால் ஒற்றுமைகள் இதோடு சரி. ஹபீப் புகைபிடிக்கவோ மது அருந்தவோ மாட்டார்; தினமும் ஐந்து வேளை தவறாமல் தொழுகை செய்வார். காந்தி உட்கொண்ட பழங்கள், காய்கறிகளாலான உணவை அவரும் மகிழ்ச்சியோடு பகிர்ந்துகொண்டார்; ஆயினும் எப்போதாவது மீன் உணவை ஒருகை பார்ப்பதும், டீ அல்லது காபி (நாவைக்கட்டிப் போட்டிருந்த வழக்கறிஞரைப்போல அன்றி) அருந்துவதும் உண்டு.

பிரிட்டிஷ் இந்திய சங்கம் தூதுக்குழுவினரைக் கப்பலில் முதல் வகுப்பில் அனுப்பி வைத்திருந்தது. பயணத்தில் காந்திக்கு, 'பணியாட்கள் தங்களை ஏதோ குழந்தையைக் கவனிப்பதுபோலக் கவனித்துக்கொண்டார்கள். ஒவ்வொரு இரண்டுமணி நேரத்துக்கும் சாப்பிட ஏதாவது வந்து கொண்டே இருந்தது. ஒரு குவளைத் தண்ணீரைக்கூட நாங்களாகவே தூக்கிவிட முடியாது' என்று தோன்றியது. பயணித்தவர்கள் 'அளவுக்கு மீறிச் சீராட்டப்படுகிறார்கள்' என்று அவர் நண்பர் ஒருவருக்கு எழுதிய கடிதம் ஒன்றில் குறிப்பிட்டார். கப்பலில் அவர் 'எல்லாப் பக்கமும் தடுப்புகளால் சூழப்பட்டு வசிக்க வேண்டியிருந்தது. இங்கே என் பிரார்த்தனைகளில் ஆழம் இல்லை; சிறையிலிருக்கும்போது இருந்த அமைதியும் ஒருமித்த கவனமும் அவற்றில் இப்போது இல்லை.' அவர் இதை எழுதியது 'மேலோட்டமான மனநிலையில் அல்ல, ஆழ்ந்த சிந்தனைக்குப் பிறகே... சிறையில் நாம் பார்க்கும் எளிமையும் தனிமையும் நம் அனைவருக்குமே நன்மை தரும்.'[1]

காந்தியும் ஹபீபும் சௌத்தாம்ப்டன் துறைமுகத்தில் ஜூலை 10 அன்று காலையில் இறங்கினார்கள். அங்கிருந்து லண்டன் சென்று விடுதி அறையில் தமது பைகளை விட்டுவிட்டு எல்.டபிள்யூ.ரிட்சை சந்திக்கச் சென்றார்கள். மதிய உணவுக்குப் பிறகு செய்வதற்கு அவர்களுக்கு வேலை

இருந்தது; குறைந்தபட்சம் காந்திக்கு. 1906ல் போலாக்கின் தந்தையால் அனுப்பப்பட்ட ஒரு பெண்மணி அவரது செயலாளராகப் பணியாற்றினார்; இம்முறை ஹென்றியின் திருமணமாகாத சகோதரி மௌட், காந்தி கடிதங்களைச் சொல்லக் கேட்டு எழுதிக்கொண்டு தட்டச்சு செய்துதர இசைந்தார். முதல்நாளன்று லார்ட் ஆம்ப்தில்லிடம் சந்திப்பதற்கு நேரம் கேட்கப்பட்டது. மதராஸ் மாகாண முன்னாள் ஆளுநரான அவர் சௌத் ஆஃப்ரிக்கா பிரிட்டிஷ் இந்தியன் கமிட்டியின் தலைவராக இருந்தார். அதேபோல லண்டனிலும் அதற்கருகிலும் இருந்த மற்ற நண்பர்கள், அனுதாபிகளுடனும் சந்திப்புகளுக்கு ஏற்பாடுகள் நடந்தன. [2]

14ம் தேதி காந்தி போலாக்குக்கு, மௌட் தன்னுடன் இணைந்து பணியாற்றுவது பற்றித் தனக்கு 'மிகவும் மகிழ்ச்சி' என்று எழுதினார். அவர் வீட்டில் வேலையின்றி இருந்ததாலும், 'தனியாக இருக்கப் பிடிக் காததாலும்' மிகவும் விருப்பத்துடன் அந்த வேலையை ஏற்றுக் கொண்டார். போலாக் இப்போது காந்தியின் தாய்நாட்டில் இருந்தார்; அங்கு தன் நண்பரின் நோக்கங்களையும், தன் சொந்த நோக்கங்களையும் முன்னெடுத்துக்கொண்டிருந்தார். அவரிடம், 'பெரும்பாலான முன்னணி இந்தியர்கள், ஆங்கிலோ இந்தியர்களைப் பார்க்கவும்... இதற்கு உங்களிடமிருக்கும் அத்தனை பொறுமையும் சமயோசிதமும் தேவைப் படும்' என்று சொல்லப்பட்டது.

காந்தி போலாக்குக்கு லண்டன் செய்தியை அளித்தார். அவரது மிகப் பழைய ஆங்கிலேய நண்பர் ஒரு அறுவைச் சிகிச்சையில் 'சொதப்பி விட்டதால்' திருமதி ரிட்ச்சுக்கு உடல்நிலை சரியில்லாமல் போய் விட்டது. 'டாக்டர் (ஜோசையா) ஓல்ட்ஃபீல்ட் முற்றிலும் வீழ்ச்சிய டைந்துவிட்டார்—அவர் கொண்டிருப்பதாகக் கருதப்படும் அறுவைச் சிகிச்சைத் திறமைகூட இப்போது இல்லை... நான் உயர்ந்த மதிப்பு கொண்டிருந்த ஒருவர் இனி அவ்வளவுதான் என்று எழுதுவதற்கு எனக்கு வேதனை தருகிறது; ஆனாலும் நாம் சில சமயங்களில் நம் புனிதபிம் பங்களை உடைக்கத்தான் வேண்டியிருக்கிறது.' மறுபுறத்தில் மற்ற நண்பர்கள் மதிப்பில் உயர்ந்துகொண்டிருந்தனர்—உதாரணமாக லார்ட் ஆம்ப்தில்லை அவர் சந்தித்தபோது, 'வெளிப்படையான நேர்மையும், மரியாதையும், நிஜமான தன்னடக்கமும் அவருடைய முகத்தில் எழுதப் பட்டிருந்தன.' காந்தியின் நாட்டைச் சேர்ந்த பிரன்ஜீவன் மேத்தாவும் லண்டனில் இருந்தார். அவர் ரங்கூனிலிருந்து தன் மகனைப் பள்ளியில் சேர்ப்பதற்காக வந்திருந்தார். அதிர்ஷ்டவசமாக அவரும் வெஸ்ட் மின்ஸ்டர் பேலஸ் என்ற அதே விடுதியில் தங்கியிருந்தார்; அநேகமாக இது தற்செயலாக நடந்திருக்காது. [3]

காந்திக்கு லண்டனில் இந்தியர்கள் உச்சகட்ட பரபரப்பில் இருப்பதாகப் பட்டது. 1909 ஜூலை 1 அன்று அவர் வந்து சேர்வதற்குச் சற்றுமுன் மதன்லால் திங்ரா என்ற மாணவர் முன்பு இந்தியாவில் ராணுவ உயர்

அதிகாரியாகவும், குடிமையியல் அதிகாரியாகவும் (சிவில் சர்வன்ட்) இருந்த சர் கர்சன் வைலியைச் சுட்டுவிட்டார். இந்த நிகழ்ச்சி இம்பீரியல் இன்ஸ்டிடியூட் என்ற ஸ்தாபனத்தில் ஏற்பாடு செய்யப்பட்டிருந்த ஒரு விருந்து நிகழ்ச்சியின்போது நடந்தது. அந்த விருந்தில் அதிக எண்ணிக் கையில் இந்திய மாணவர்களும் பிரிட்டிஷ் விருந்தினர்களும் கலந்து கொண்டிருந்தனர். இரவு 11 மணிக்குச் சற்று முன்பாக விருந்தினர்கள் விடைபெற்றுச் சென்றுகொண்டிருந்தபோது திங்ரா வைலி முன்பாகச் சென்று அருகிலிருந்து அவரை நான்கு முறை சுட்டார். வைலி அதே இடத்தில் இறந்தார்.

அப்போது திங்ரா லண்டன் பல்கலைக்கழகக் கல்லூரியில் பொறியியல் படித்துவந்தார். அமிர்தசரஸ் நகரிலிருந்து வந்த அவர் பஞ்சாப் பல்கலைக் கழகத்தில் மெட்ரிகுலேஷன் முடித்தவர். தன் சக மாணவர்களிடம், தான் இந்திய சிவில் சர்வீஸ் பணிக்குத் தேர்வு பெற விரும்புவதாகச் சொல்லியிருந்தார். அது ஒரு முகமூடி; ஆனால் அவரது புத்திகூர்மைபற்றி எந்த சந்தேகமும் இல்லை. படுகொலைக்குப் பிறகு அவரைச் சோதிப் பதற்கு அழைக்கப்பட்ட மருத்துவர் அவரைப்பற்றி 'நன்கு படித்தவர்; புலமைநிரம்பியவர்; சற்று குறைவாகப் பேசுபவர்' என்று கருதினார். அவரிடம் 'சித்தப்பிரம்மை இருப்பதற்கான எந்த அடையாளமோ அறிகுறிகளோ எதுவுமில்லை.'[4]

திங்ரா தன் விசாரணையின்போது ஜூலை 23 அன்று, அவர் 'எந்த ஆங்கிலேய நீதிமன்றமும் என்னைக் கைது செய்யவோ சிறை வைக்கவோ அதிகாரம் பெற்றிருப்பதாகத் தான் கருதவில்லை' என்று சொன்னார். லட்சக்கணக்கான தன் நாட்டினரைத் தூக்கிலிட்டது, நாடுகடத்தியது, பட்டினி போட்டு சாகடித்தது ஆகியவற்றுக்கும், வருடம் 100 மில்லியன் பவுண்ட் என்று மதிப்பிடப்படும் அளவுக்கு செல்வத்தை இந்தியா விலிருந்து எடுத்துச் சென்றதற்கும் ஆங்கிலேயர்கள் பொறுப்பு என்று குற்றம்சாட்டினார். ஆகவே 'எமது புனித நிலத்தை அசுத்தப்படுத்தும் ஆங்கி லேயன் ஒருவனைக் கொலை செய்வது எங்கள் தரப்பில் முற்றிலும் நியாய மானது'. மேலும் அவர் ஒரு பலமான ஒப்புமையை எடுத்துவைத்தார்:

> இந்த நாடு ஜெர்மானியர்களால் கைப்பற்றப்படுகிறது என்று வைத்துக் கொள்ளுங்கள்; லண்டன் தெருக்களின் வழியே வெற்றி மமதையுடன் ஜெர்மானியர்கள் நடைபோடுகிறார்கள்; இதைக் காணச் சகியாத ஓர் ஆங்கிலேயன் ஒன்றிரண்டு ஜெர்மானியர்களைக் கொலை செய்து விட்டால், அந்த ஆங்கிலேயனை தேசபக்தனாகக் கொண்டாடலாம் என்றால் நானும் நிச்சயமாக தேச பக்தன்தான்; என் தாய்நாட்டின் விடுதலைக்காக உழைப்பவன்தான்.

திங்ரா தனக்கு மரண தண்டனை தரப்படவேண்டும் என்று எதிர்பார்த்தார்; 'காரணம், அப்போதுதான் என் நாட்டு மக்களின் பழிவாங்கல் இன்னும் முனைப்பானதாக ஆகும்'.[5]

திங்ராவின் செய்கையால் உணர்வூட்டப்பட்டவர்களில் மராட்டியத்திலிருந்து வந்த மாணவர் விநாயக் தாமோதர் சாவர்க்கரும் ஒருவர். இந்தியாவின் விடுதலை—எந்த வழியிலானாலும்— குறித்து ஆழ்ந்த உறுதிப்பாடு கொண்டிருந்தவரான சாவர்க்கர், தன் ஆங்கிலேய நண்பர் ஒருவர் 'விந்தையான, வேறு சிந்தனையற்ற முரட்டுத்தனத்தில்' ஊறிப் போயிருப்பதாக எழுதினார். [6]

நீதிபதி திங்ராவின் கூற்றை அதிகாரபூர்வப் பதிவேட்டில் இடம்பெற அனுமதிக்கவில்லை. ஆனால் சாவர்க்கர் அதன் ஒரு பிரதியைப்பெற்று பத்திரிகைகளிடம் கசியவிட்டார்; ஆனால் அப்படிச் செய்யும்முன் அதில் தன் சொந்த சரக்கையும் கொஞ்சம் சேர்த்துக்கொண்டார். இதில் இந்திய நாட்டுப்பற்றுக்குச் சிறிது மதச்சாயம் பூசப்பட்டது; திங்ரா தீமையை அழித்த கடவுளர்களான ராமனையும், கிருஷ்ணனையும் தன் செயலுக்குத் துணையாக அழைக்கிறார். தன் பிரார்த்தனையானது, மீண்டும் 'அதே அன்னைக்கு (அதாவது பாரததேவிக்கு) மகனாகப் பிறக்கவேண்டும்; நோக்கம் வெற்றிபெறும்வரை அதே நோக்கத்துக்காக மீண்டும் உயிர்விட வேண்டும்' என்பது. [7]

சாவர்க்கரும் திங்ராவும் இந்தியா ஹவுஸில் தொடர்பு கொண்டிருந்தவர்கள். அந்த நிறுவனம் ஷியாமாஜி கிருஷ்ணவர்மாவால் நிறுவப்பட்டு நிதியளித்து நடத்தப்பட்டது. அவர் இப்போது புலம்பெயர்ந்து ஃபிரான்ஸில் இருந்தார். த டைம்ஸ் நாளிதழ், திங்ரா 'அரசியல் படுகொலைகளை நேரடியாக ஆதரிக்கவும் பாராட்டவும் செய்பவர்களான திரு கிருஷ்ணவர்மா, மற்றும் பிறரின் போதனைகளில் பாதகமான விளைவை ஏற்படுத்தும் அளவுக்கு ஊறித் திளைத்திருந்தார்' என்று குறிப்பிட்டது. [8] நாங்கள் 1906ல் லண்டனில் கிருஷ்ணவர்மாவைச் சந்தித்தபோது அவர் ஒரே சமயத்தில் ஆர்வமூட்டுபவராகவும் புதிரானவராகவும் இருந்தார். ஆனாலும் தென்னாப்பிரிக்காவில் 1907 – 8ல் அவர் நடத்திய சத்தியாக்கிரகம் அவருக்கு அஹிம்சைப் போராட்டத்தின் தார்மிக உயர்வை ஏற்றுக்கொள்ளச் செய்திருந்தன. இப்போது லண்டனில் கிருஷ்ணவர்மாவின் போதனைகளின் விளைவைக் கண்டு காந்தி அதிர்ச்சி அடைந்தார். திங்ராவின் வன்முறையும் பழிவாங்கலும் 'இந்தியாவுக்கு அதிகத் தீங்கை ஏற்படுத்தியுள்ளன; தூதுக்குழுவின் முயற்சிகளுக்குப் பின்னடைவு ஏற்பட்டுள்ளது... திரு திங்ராவின் வாதம் ஒப்புக்கொள்ள முடியாதது. என் கருத்தில் அவர் ஒரு கோழையைப் போலச் செயல்பட்டுள்ளார். ஆனாலும் அவரைப்பற்றி நாம் இரக்கம்கொள்ள மட்டுமே முடியும். பயனற்ற எழுத்துகளைச் சரிவர ஜீரணித்துக்கொள்ளாமல் படித்ததுதான் அவரை இதைச் செய்யத் தூண்டியிருக்கிறது.'

வைலி இந்திய மாணவர்கள் மத்தியில் ஒரு விருந்தினராக வந்தவர் என்பதை காந்தி சுட்டிக்காட்டினார். 'துரோகச் செயல் எதுவும் என்றும் ஒரு நாட்டுக்கு நற்பலன் தரமுடியாது' என்று அவர் வலியுறுத்தினார்:

> அப்படியே பிரிட்டிஷார் இம்மாதிரியான படுகொலைகள் காரணமாக நாட்டைவிட்டுச் சென்றுவிட்டாலும், அவர்களுக்குப் பதில் ஆளப்போவது யார்? ஒரே பதில் கொலைகாரர்கள் என்பதே. அப்போது யார் மகிழ்ச்சியாக இருக்க முடியும்? ஆங்கிலேயன் ஆங்கிலேயனாக இருப்பதாலேயே மோசமானவனாகிவிடுவானா? இந்தியத் தோல் கொண்ட எல்லோருமே நல்லவர்களா? ... கொலைகாரர்களின் ஆட்சியால் இந்தியாவுக்கு எந்த நன்மையும் விளையாது—அவர்கள் வெள்ளையர்களாக இருந்தாலும் சரி, கறுப்பர்களாக இருந்தாலும் சரி. [9]

திங்ரா வழக்கின் விளைவு எப்படி இருக்கும் என்பதைப்பற்றி காந்தியும், ரங்கூனிலிருந்து வந்திருக்கும்நகைக் கடைக்காரரான அவரது நண்பர் பிரன்ஜீவன் மேத்தாவும் தினசரி விவாதித்தார்கள். பிரிட்டிஷ் காலனி ஆட்சியைக் கூர்மையாகக் கண்டிப்பவரான மேத்தா முதலில் ஆயுதப் போராட்ட முறைகளின்பால் சாய்வு கொண்டிருந்தார். ஆனாலும் நீண்ட விவாதங்களுக்குப் பிறகு அவரும் காந்தியின் கருத்தை ஏற்றுக்கொண்டார்.

இந்த நகர்வுகள் காந்தி ஹென்றி போலாக்குக்கு எழுதிய தொடர்ச்சியான பல கடிதங்களில் வெளிப்படுகின்றன. ஆகஸ்ட் 20 அன்று காந்தி போலாக்கிடம் டாக்டர் மேத்தா இப்போது 'போராட்டத்தை முன்பைவிட நன்றாகப் புரிந்து கொள்கிறார்... வாழ்வில் பல கேடுகளுக்கு உச்சபட்சமான நிவாரணம் என்பதைப் புரிந்துகொண்டார். ஒரு வாரத்துக்குப் பிறகு, 'டாக்டர் மேத்தாவுடன் மேலும் பல முக்கியமான அளவளாவல்கள். நம்முடையதே சரியான திட்டம் என்று அவர் இப்போது நம்பிக்கை கொண்டுவிட்டார்' என்று தெரிவித்தார். மற்றொரு வாரம் சென்ற பிறகு டாக்டர் மேத்தா ஃபீனிக்ஸில் கல்வி கற்றுவரும் மாணவர்களில் ஒருவருக்கு இங்கிலாந்து சென்று படிக்க உபகாரச்சம்பளம் வழங்க இசைந்தார். அவர் அது காந்தியின் மகன்களில் ஒருவராகவே இருக்கவேண்டும் என்று விரும்பினார். ஆனால் காந்தியோ நெறிமுறைகளை மனத்தில் கொண்டு தன் ஒன்றுவிட்ட அண்ணன் மகன் சகன்லாலை அனுப்புவதாகக் கூறினார். சகன்லால் இன்ஸ் ஆஃப் கோர்ட் ஒன்றில் சேர்ந்துகொள்வார்; எளிமையாக வாழ்வதாக உறுதி எடுத்துக்கொள்வார்; லண்டனில் சைவ உணவுப் பழக்கம் கொண்ட குடும்பம் ஒன்றுடன் தங்கிக்கொள்வார். தான் அங்கிருக்கும் காலத்தில் 'இந்திய மாணவர்கள் ஒவ்வொருவருடனும் தொடர்புகொள்ள விழையவேண்டும்; சொல்லப் போனால் அவர்களது ஆதரவை நைச்சியமாகப் பெற்று, அவர்களது கவனத்தில் தன்னைப் பலவந்தமாக நுழைத்துக்கொள்ளவேண்டும்; தன் பேச்சாலும் செயலாலும் ஃபீனிக்ஸ் லட்சியங்களை அவர்களுக்கு அறிமுகப் படுத்தவேண்டும்'. [10] அஹிம்சைமீது நம்பிக்கை கொண்டு அதை நடைமுறையில் பின்பற்றிவரும் ஒருவரைப் பயன்படுத்தி இளம் இந்தியர்களை மதன்லால் திங்ரா காட்டிய வன்முறைப் பாதையிலிருந்து விலகும்படிச் செய்யவேண்டும் என்பதே இதன் நோக்கம் என்பது தெளிவு.

இதனிடையே லண்டனில் காந்தி சந்தித்த மாணவர் ஒருவர் அவரது நீண்டகாலக் குழப்பத்தைப் போக்கினார். காந்தி ஒருகாலத்தில் ஐக்கிய

ராஜ்ஜியத்துக்கு வந்து மருத்துவம் படிப்பதுபற்றி சிந்தித்துக்கொண்டிருந்தார். இப்போது கேப் டவுனிலிருந்து வந்து மருத்துவக் கல்வி பயின்றுகொண்டிருந்த இளம் இந்தியர் ஒருவர், இரண்டு ஆண்டுகளில் தான் ஐம்பது தவளைகளைக் கொன்றுகுவிக்க வேண்டியிருந்தது என்று தெரிவித்தார். 'இது இப்படி என்றால் எனக்கு மருத்துவப் படிப்பு படிக்க வேண்டும் என்று எந்த ஆர்வமும் இல்லை. என்னால் ஒரு தவளையைக் கொல்லவோ இந்த நோக்கத்துக்காகவே கொல்லப்பட்டிருக்கும் ஒரு தவளையை அறுத்து ஆராயவோ முடியாது' என்று அவர் ஹென்றி போலாக்குக்கு எழுதினார்.[11]

லண்டனிலிருந்து காந்தி தன் இன்னொரு யூத நண்பர் ஹெர்மான் காலன்பாக்குக்கும் தொடர்ச்சியாகக் கடிதம் எழுதிவந்தார். துரதிர்ஷ்டவசமாக காலன்பாக்கின் கடிதங்கள் நம்மிடையே இல்லை; ஆனால், காந்தியின் கடிதங்கள் பாசத்துடன் அறிவுறுத்தல்கள் கலந்தவையாக உள்ளன. காலன்பாக் சமச்சீர் உணவின் தாத்பர்யம்பற்றி ஒரு புத்தகத்தைப் படிக்கும்படியும், 'பைசாக்களை எண்ணிச் செலவழிக்கும்படியும்', 'தனிப்பட்ட உடைமைகளை ஒட்டுமொத்த மனிதகுலத்துக்கும் உரியவையாகக் கருதி அவற்றின் பாதுகாவலன் போலச் செயல்படும்படியும்' கேட்டுக்கொள்ளப்பட்டார்.

காந்தி அருகில் இல்லாததால் காலன்பாக் ஃபீனிக்ஸில் அவரது குடும்பத்தினருடனாவது இருக்கலாம் என்று கிளம்பினார். கஸ்தூரிபாவுக்கும் அவருக்குமிடையே நிலவிய இணக்கம் பிரசித்தமானது. தான் ஃபீனிக்ஸ் சென்றுவந்ததுபற்றி காலன்பாக் காந்திக்கு எழுதிய கடிதத்துக்கு அவர் இவ்வாறு பதில் எழுதினார்:

> திருமதி காந்தியை உங்கள் அன்னை என்று வர்ணித்திருப்பது என்மீது நீங்கள் வைத்திருக்கும் அளப்பறிய மரியாதையைக் காட்டுகிறது... நான் இல்லாதபோது என் வீட்டில் (எனக்கு அப்படி ஒன்று இருக்கிறதா என்ன?) திருமதி காந்தியும் குழந்தைகளும் நடந்துகொள்ளும் முறைகளில் இருக்கக்கூடிய தடுமாற்றங்களுக்கு மத்தியிலும் திருப்தியாகத் தங்கியிருந்தீர்கள் என்பது நீங்கள் அடைந்துள்ள உயரத்தையே காட்டுகிறது. கதைகளிலும் நாவல்களிலும் நாம் படிக்கிற அந்தக்காலத்து நட்புகளை எனக்கு நினைவூட்டுகிறீர்கள்.[12]

ஒருபுறம் திங்ராவின் வழக்கு விசாரணை நடந்துகொண்டிருக்க, காந்தி தன் நோக்கங்கள், வழிமுறைகள்மீது கவனத்தைத் திருப்பினார். அவர் லண்டனுக்கு வந்திருப்பது டிரான்ஸ்வாலில் வசிக்கும் இந்தியர்களுக்காக அமைதியான வழியில் ஆதரவு திரட்டுவதற்காக. ஆலிவ் டோக்குக்கு எழுதிய கடிதத்தில் அவர், 'நாளின் பெரும்பகுதி பலரைச் சந்திப்பதிலும் ஒரே விஷயத்தைத் திரும்பத் திரும்பப் பலரிடம் விளக்கிச் சொல்வதிலும், கடிதம் எழுதுவதிலும் செலவாகிறது. சில சமயங்களில் நாம் முற்றிலும் எளிமையானவை என்று நினைக்கும் விஷயங்களை மற்றவர்களுக்கு

விஸ்தாரமாக விளக்கிச் சொல்ல வேண்டியிருக்கிறது' என்று குறிப்பிட்டார். பின்பு இப்படி எழுதினார்: 'எனக்கு ஊர் சுற்றிப் பார்ப்பதில் ஈடுபாடு இல்லை. அதில் எனக்கு சுத்தமாக ஆர்வம் போய்விட்டதுபோலத் தோன்றுகிறது.'[13]

லண்டனில் அந்த வழக்கறிஞரின் முதன்மையான ஆலோசகர் லார்ட் ஆம்ப்தில். காந்தி பிறந்த அதே 1869ல் பிறந்த ஆம்ப்தில் —டிக்ஷ்னரி ஆஃப் நேஷனல் பயாக்ரபியில் குறிப்பிட்டுள்ளபடி— 'உள்ளுணர்வுபூர்வ மான தாராளவாதி'; தாய்-தந்தை இரு வழிகளிலும் புகழ்பெற்ற விக் அரசியல்வாதிகள் பரம்பரையில் வந்தவர். கர்சனுக்கு அடுத்து இந்தியா வின் வைஸ்ராய் ஆகிவிடலாம் என்று நம்பிக்கை கொண்டிருந்தார்; ஆனால் செக்ரட்டரி ஆஃப் ஸ்டேட் ஆக இருந்த லார்ட் மார்லியால் அவரது இந்தியர்களுக்கான ஆதரவை ரசிக்க முடியவில்லை.[14] அவர் காந்தியின் தரப்பை ஆதரிப்பதில் மிகவும் முனைப்பு காட்டினார். இருவரும் அநேகமாகத் தினமும் கடிதம் எழுதிக்கொண்டார்கள். ('அலட் சியமான புரியாத கையெழுத்து' காரணமாக) இந்தியர் தட்டச்சு செய்த கடிதங்களை அனுப்பினார்; ஆங்கிலேயர் பேனாவால் நேர்த்தியாக, இணைந்த எழுத்துருவால் எழுதினார்.

பார்ஸி முக்கியஸ்தர் சர் மான்சர்ஜி பௌநாக்ரி காந்தியைத் தனது தூதுக் குழு பற்றிச் செய்தித்தாள்களுக்கு ஓர் அறிக்கை அனுப்பும்படிக் கேட்டுக் கொண்டார். ஆம்ப்தில் மாறுபட்டார்; 'இந்தச் சமயத்தில் பொதுமக்கள் தரப்பிலிருந்து அழுத்தம் கொடுப்பது பொருத்தமானதாகவோ புத்தி சாலித்தனமானதாகவோ இருக்காது' என்றார்; 'மீண்டும் அதிகாரிகள் மனம் கடினப்படுவதற்கே வழிவகுக்கும்'.[15] 'ராஜதந்திர வழிமுறை', 'அரசியல் வழிமுறை' ஆகிவற்றுக்கிடையில் ஒன்றை காந்தியும் இந்தியர்களும் தேர்வு செய்யவேண்டும். அவர்கள் முன்னதைத் தேர்வு செய்தால் பேச்சுவார்த்தை நடத்தும் பொறுப்பை முற்றிலும் லார்ட் ஆம்ப்திலிடமே விட்டுவிடவேண்டும்; பத்திரிகைகளிடம் இவ்வி ஷயத்தை எடுத்துச்செல்லக்கூடாது. காரணம் 'ராஜதந்திரம் தனிநபரின் செயல்பாட்டாலும், தனிமுறையிலான நடவடிக்கையாலுமே சாத்திய மாகும்'. அவர் காந்தியிடம், 'என்னிடம் கலந்தாலோசிக்காமல் எதையும் வெளியிடுவதோ சுற்றுக்கு விடுவதோ வேண்டாம். இந்தக் கட்டத்தில் அரசியலில் பொறுப்புவாய்ந்த யாராவது கோபித்துக்கொண்டால் அது பேரிழப்பாக இருக்கும்' என்றார். ஆம்ப்தில் மேற்கொள்ளும் பேச்சு வார்த்தைகள் தோல்வியுற்றால் மட்டுமே காந்தி பௌநாக்ரி முன் வைக்கும் வெகுஜன வழியை முயலவேண்டும்.

காந்தியிடம் ஆம்ப்தில் இரண்டு கேள்விகள் கேட்டார். ஆசியர்கள் சட்டத்தை ரத்து செய்து ஆண்டுக்கு ஆறு படித்த இந்தியர்கள் குடியேறவும் அனுமதிக்கப்பட்டால், அது 'டிரான்ஸ்வாலில் இந்தியர்கள் சமூகம் தங்களுக்கு அநீதியும் அவமதிப்பும் இழைக்கப்பட்டுள்ளன என்ற

உணர்வைப் போக்கிவிடுமா'? 'டிரான்ஸ்வாலில் நடக்கும் 'சத்தியாக்கிரகம்' இந்தியாவில் அரசுக்கு எதிராகச் சதி செய்பவர்களால்தான் தூண்டிவிடப்படுகிறது, நிதியளிக்கப்படுகிறது; இந்த விவகாரம் தீர்க்கப்படுவதை அவர்கள் விரும்பவில்லை என்று மேல் மட்டங்களில் இருப்பவர்களிடம் ஒரு எண்ணம் இருக்கிறது. இதுவே அவர்கள் முன்முடிவு கொண்டிருப்பதற்குக் காரணம். இந்தப் புகாருக்கு நான் என்ன பதில் சொல்வது என்று தயவுசெய்து சொல்லுங்கள்.'

காந்தி, இந்த இரு சலுகைகளும் வழங்கப்பட்டால், 'நான் நிச்சயமாகத் திருப்தியடைவேன்' என்றார். காந்தி இந்தியாவில் செயல்படும் புரட்சிக்காரர்களின் கைப்பாவை அல்லது கருவியே என்ற குற்றச்சாட்டுபற்றி இப்படிப் பதில் சொன்னார்:

> நான் இங்கோ, தென்னாப்பிரிக்காவிலோ அல்லது இந்தியாவிலோ என் அளவுக்கு தேசத்துரோகத்துக்கு—நான் அதைப் புரிந்துகொண்டுள்ளபடி—முகம்கொடுக்காத வேறு இந்தியர் எவரையும் நான் பார்த்ததில்லை. உயிரையே பணயம் வைக்க வேண்டியிருந்தாலும் சரி, அதனுடன் எந்தச் சம்பந்தமும் வைத்துக்கொள்ளக் கூடாது என்பது என் நம்பிக்கை... நான் என்னை இணைத்துக்கொண்டுள்ள டிரான்ஸ்வாலில் நடந்துவரும் இயக்கம் இம்மாதிரியான வழிமுறைகளுக்கு எதிரான வெளிப்படையான, நிலைத்த எதிர்ப்புச் செயல்பாடு. சத்தியாக்கிரகத்தின் சோதனையானது தன்னையே வருத்திக்கொள்வதுதான்; மற்றவர்களுக்குத் துன்பம் இழைப்பதல்ல.
> ஆகவே நாங்கள் இந்தியாவிலோ அல்லது வேறெங்குமோ இருந்து 'தேசத்துரோகக் கட்சி'யிடமிருந்து ஒரு சல்லிக்காசுகூடப் பெற்றுக்கொண்டதில்லை என்பது மட்டுமின்றி, அவர்களே கொடுக்க முன்வந்தாலும், நாங்கள் எங்கள் கொள்கைகளுக்கு உண்மையாக இருப்போமானால், அதை ஏற்றுக்கொள்ள முடியாது.[16]

கேப் காலனி அரசியல்வாதி ஜே.எக்ஸ்.மெர்ரிமனும் அந்த சமயம் லண்டனில் இருந்தார். ஜெனரல் ஸ்மட்ஸூம் அப்படியே. இருவருக்குமிடையிலான நட்புபற்றித் தெரிந்த காந்தி அந்த தாராளவாதியான பிரிட்டிஷ்காரரை, அந்தக் கடின நிலைப்பாடு கொண்ட போயரிடம் தேவையான சலுகைகள் கொடுக்கும்படி அழுத்தம்தரும்படிக் கேட்டுக்கொண்டார். அவர் மெர்ரிமனிடம் சொன்னபடி, 'போராட்டம் அதன் முதல் பலியை வாங்கிவிட்டது என்று தகவல் வந்திருக்கிறது. சத்தியாக்கிரகியாக சிறைவாசம் அனுபவித்துவந்த இளம் இந்தியர் ஒருவர், சாகும் நிலையில் விடுதலை செய்யப்பட்டு, அடுத்த ஆறு நாட்களில் மரணமடைந்துவிட்டார். இப்போது டிரான்ஸ்வால் சிறைகளில் சுமார் 100 இந்தியர்கள் இருக்கிறார்கள்; போராட்டத்தினூடாக 2500 பேர் சிறை சென்று வந்திருக்கிறார்கள்.'

நிலைமை அச்சமூட்டுவதாக இருக்கிறது, ஆனாலும் தீர்வு 'மிகமிக எளிமையானது' என்று காந்தி மெர்ரிமன்னிடம் சொன்னார். ஜெனரல்

ஸ்மட்ஸ் செய்ய வேண்டியதெல்லாம், ஆசியர்கள் சட்டத்தை ரத்து செய்வதும், 'உயர்கல்வி பெற்ற இந்தியர்களுக்குக் குடியேற்றச் சட்டப் படி சமத்துவம் தருவதுமே'. கல்வித்த தகுதித் தேர்வை அரசு எவ்வளவு கடினமானதாக வேண்டுமானாலும் வைத்துக்கொள்ளலாம்; ஒவ்வொரு ஆண்டும் வரக்கூடிய இந்தியர்களின் எண்ணிக்கைக்கு வரம்பு விதிக் கலாம். ஆனால், 'நாங்கள் வருந்தும் விஷயம்' 'இனவாதத் தடையே; அதில் தேசிய அவமதிப்பு அடங்கியிருக்கிறது.'[17]

மெர்ரிமன் தலையிட மறுத்துவிடவே, காந்தி இந்திய விவகாரங்களுக்கான அமைச்சர் லார்ட் மார்லியையும், காலனி விவகாரங்களுக்கான அமைச்சர் லார்ட் க்ரூவையும் சந்தித்தார். இருவரும் அவர் கூறியவற்றை 'அனுதா பத்துடன் கேட்டுக்கொண்டார்கள்'; ஆனாலும் குறிப்பாக எந்த உத்தர வாதமும் தரவில்லை. க்ரூ ஜெனரல் ஸ்மட்ஸுடன் பேசியிருந்தார்; அவர் வருடத்துக்கு கல்வித்தகுதி பெற்ற இந்தியர்கள் ஆறுபேரை டிரான்ஸ் வாலுக்குள் அனுமதிக்கத் தயார் என்றும், ஆனால் அது நிர்வாகரீதியான சலுகையாக இருக்குமே தவிர சட்டபூர்வமான உரிமையாக இருக்க முடியாது என்றும் சொன்னார். 'சமத்துவத்தைக் கொள்கையளவில் ஏற்றுக் கொண்டால், நடைமுறையும் கொள்கைக்கு ஏற்ப அமையவேண்டும்; கடைசியில் ஆசியக் குடியேற்றக்காரர்களும் ஐரோப்பியர்களுக்கு சமமாக வைக்கப்பட்டுவிடுவார்கள்' என்றார் ஸ்மட்ஸ்; அப்படியான ஒரு முடிவை காலனிவாதிகள் யாரும்—பிரித்தானியர்களோ, போயர்களோ—ஏற்றுக் கொள்ள மாட்டார்கள்.[18]

ஸ்மட்ஸ் ஆம்தில்லை சந்தித்தார். ஆம்த்தில் அவரிடம் காந்தி 'உங்களுடைய நிலைப்பாட்டில் நீங்கள் எப்படியோ அப்படியே காந்தியும் தன்னுடைய நிலைப்பாட்டில் தெளிவாகவும், நம்பகமளிப்பவராகவும், விட்டுக்கொடுக் காதவராகவும் இருக்கிறார்' என்று தெரிவித்தார். 1907ம் ஆண்டின் டிரான்ஸ்வால் சட்டத்துக்கு முன்புவரை இந்தியர்களுக்கு கொள்கையள வில் பிரிட்டிஷ் பேரரசின் எந்தப்பகுதியிலும் நுழையும் உரிமை இருந்தது. ஆம்ப்தில் ஸ்மட்ஸுக்கு எழுதிய கடிதத்தில் இப்படிக் குறிப்பிட்டார்:

> காந்தி, தான் அவசிமானது என்று கருதும் ஒரு கொள்கைக்காகப் போராடுகிறார்; என் மதிப்பீட்டில், நாம் எவ்வாறு அரசியலிலோ மத த்திலோ நமது வாழ்நாள் கொள்கைகளாகக் கருதுபவற்றைத் தூக்கி யெறிந்துவிடமாட்டோமோ அப்படியேஅவரும் தான் இன்றிய மையாதது என்று கருதும் கொள்கை ஒன்றைக் கைவிட்டுவிடும் வாய்ப்பு இல்லை... அவரைக்கண்டு ஒருவர் வியக்காமல் இருக்க முடியாது; காரணம் அவர் தன் மனச்சாட்சியைத் தவிர வேறு எந்த நீதிமன்றத் தையும் நம்புவதில்லை.

1907ம் ஆண்டு சட்டம் 2 ஐ அதாவது, காந்தியையும் அவரது சகாக் களையும் அந்த அளவு கொதித்தெழச் செய்வதற்கு மூலகாரணமான ஆசியர்களுக்கு எதிரான சட்டத்தை ரத்து செய்யவும், ஒரு குறிப்பிட்ட

அளவில் படித்த இந்தியர்களை அனுமதிக்கவும் தயார்; கொள்கைரீதியாக சமத்துவத்தை ஏற்றுக்கொள்ளாமலேயே என்று ஸ்மட்ஸ் சொன்னார். ஆம்ப்தில் இப்போது காந்தியிடம் இந்தச் சலுகைகளை ஏற்றுக்கொள்ளும் படிச் சொன்னார்.

> உங்கள் சமூகத்தின் நலனை முன்னிட்டு இந்தப் போராட்டம் ஒரு முடிவுக்கு வரவேண்டும்; ஏனென்றால் நீங்கள் ஏற்கெனவே தன்மானத்தின் பொருட்டு செய்யவேண்டிய அளவுக்குச் செய்துவிட்டீர்கள். 1907ம் ஆண்டின் சட்டம் 2 ரத்து செய்யப்படுவதால் உங்களுக்கும் பெரிய அளவில் பயன் உண்டு. மேலும் நீங்கள், நடைமுறைக்குப் புறம்பான கற்பனாவாதம்கொண்ட போராட்டத்தைக் கைவிட்டாலும், உரிமை தொடர்பான உங்கள் கருத்துகள் மாற்றமின்றி அப்படியே நீடிக்கின்றன என்பதையும் தெளிவுபடுத்திவிடலாம். [19]

'நடைமுறைக்குப் புறம்பான கற்பனாவாதம்கொண்ட' என்ற விவரிப்பு காட்டுவதுபோல, காந்தி சார்பாக ஆறு வாரங்கள் முனைப்பாக ஆதரவு தேடிய பின்னர் ஆம்ப்தில் காந்தி பற்றிச் சற்று சலிப்புக் கொண்டு விட்டார். இந்தியரும் தன்பங்குக்குப் பொறுமை இழக்க ஆரம்பித்து விட்டார். ஜோசப் டோக் காலன்பாக்கிடம், தங்கள் பொது நண்பர் 'நம்பிக் கையிழந்த களைப்பில்' கடிதம் எழுதியிருப்பதாகத் தெரிவித்தார். [20] விரைவில் காந்தி தன் உணர்வலைகளை இந்தியன் ஒப்பீனியனுக்கு அனுப்பிய செய்தி ஒன்றில் வெளிப்படுத்தினார். அவர் எழுதினார்:

> எந்த அளவுக்குப் பெரிய மனிதர்கள் என்று சொல்லப்படுபவர்களையோ நிஜமாகவே மாபெரும் மனிதர்களையோ சந்திக்கும் அனுபவம் பெறு கிறேனோ அந்த அளவுக்கு அம்மாதிரியான ஒவ்வொரு சந்திப்புக்குப் பிறகும் மனக்கசப்படைகிறேன். இந்த முயற்சிகள் எல்லாமே வெறும் உமியை உரலில் இடிப்பது போலத்தான். ஒவ்வொருவரும் தன் காரியத்திலேயே குறியாக இருக்கிறார்கள். அதிகாரம் பெற்ற பதவிகளில் இருப்பவர்கள் நீதியை நிலைநாட்டுவதில் எந்த ஆர்வமும் காட்டுவ தில்லை. அவர்களது ஒரே நோக்கம் தம் பதவிகளில் ஒட்டிக்கொண்டிருப் பது மட்டுமே. ஓரிருவருடன் சந்திப்புக்கு ஏற்பாடு செய்வதற்கு நாங்கள் ஒருநாள் முழுதும் செலவிட வேண்டியிருக்கிறது. சம்பந்தப்பட்டவருக்குக் கடிதம் எழுதி, அவர் பதிலுக்குக் காத்திருந்து, அதற்குப் பதில் எழுதி, பிறகு அவரது இருப்பிடத்துக்குச் செல்லவேண்டும். ஒருவர் வடபகுதியில் (லண்டனில்) குடியிருப்பார், இன்னொருவர் தென்பகுதியில் குடியிருப் பார். இவ்வளவு ஆர்ப்பாட்டத்துக்கும் பிறகு என்ன பலன் கிடைக்கும் என்று யாரும் சொல்ல முடியாது. நீதி, நியாயம் என்பவற்றுக்கு ஏதாவது மதிப்பு இருக்குமானால் நீண்ட காலம் முன்பே நமக்கு (நாம் விரும்புவது) கிடைத்திருக்கும். ஒரே சாத்தியக்கூறு பயத்தினால் ஒருசில சலுகைகள் கிடைக்கலாம் என்பது மட்டுமே. ஒரு சத்தியாக்கிரகிக்கு இந்த மாதிரியான சூழ்நிலையில் பணி செய்வது எந்த நிறைவையும் தராது. [21]

காந்தி பெரும்பாலான ஞாயிறுகளை மில்லி போலாக்குடன் செலவிட்டார். மில்லி இப்போது லண்டனில் தன் சிறுகுழந்தைகளுடன் வாழ்ந்து வந்தார். காந்தி 1880-களில் நட்பு கொண்டிருந்த 'எசோடெரிக் கிறிஸ்துவர்களுடன்' மீண்டும் தொடர்புகளைப் புதுப்பித்தார். [22] டால்ஸ்டாயின் வாழ்க்கை வரலாற்றை எழுதிய பிரிட்டிஷ்காரர் ஐல்மர் மௌடைச் சந்திக்க நேரம் கேட்டார்; சந்தித்தும் இருக்கலாம். பிரன்ஜீவன் மேத்தாவையும் மௌட் போலாக்கையும் லண்டனுக்கு வெளியில் இருந்த ஒரு பண்ணைக்கு அழைத்துச் சென்றார். அதை டால்ஸ்டாயரான ஜார்ஜ் ஆலன் என்பவர் நடத்திவந்தார். அவர்கள் எல்லோரும் அங்கு நடப்பதைப் பார்த்து மிகவும் மகிழ்ந்தார்கள். ஆனாலும், பின்னர் காந்தி அந்த நிகழ்ச்சியின் சாராம்ச உணர்வுகளோடு இசையும்விதத்தில் லண்டனுக்கு திரும்பி நடந்தே செல்லலாம் என்று யோசனை தெரிவித்தபோது மௌட் அதை ஆட்சேபித்தார்; அவர்கள் ஒரு புகைவண்டியில் திரும்ப வேண்டியதாயிற்று. [23]

இந்தச் சந்திப்புகள் காந்தியை நேரடியாக டால்ஸ்டாய்க்குக் கடிதம் எழுதும் துணிச்சலை அளித்தன. அவர் பல ஆண்டுகளாக டால்ஸ்டாயின் புத்தகங்களைப் படித்தும் வந்திருக்கிறார். டால்ஸ்டாய் எழுதி அவரது சீடர்களால் ஆங்கிலத்தில் வெளியிடப்பட்ட புத்தகங்களையும் சிறு பிரசுரங்களையும் ஆர்வத்துடன் வாங்கிப் படிப்பவர்களில் காந்தியும் ஒருவர். அந்த ரஷ்யப் பேராசானைப்பற்றி எழுதப்பட்ட புத்தகங்களையும் படித்தார்: அவரது நூலகத்தில் எர்னஸ்ட் ஹோவர்ட் கிராஸ்பி எழுதிய *பள்ளி ஆசிரியராக டால்ஸ்டாய்* (1904), பெர்ஸி ரெட்ஃபெர்ன் எழுதிய *டால்ஸ்டாய்—ஒரு ஆய்வு* (1907) ஆகிய புத்தகங்கள் இருந்தன. [24]

காந்தி டால்ஸ்டாய்க்குக் கடிதம் எழுதிய முதல் இந்தியர் அல்ல. அநேகமாக அது மதராஸ் இதழாளர் ஏ.ராமசேஷனாகவே இருக்க வேண்டும். அவர் 1901ல் அந்த நாவலாசிரியருக்கு பிரிட்டிஷ் ஆட்சியின் கீழ் இந்தியாவின் பரிதாபநிலைபற்றிக் கடிதம் எழுதினார். டால்ஸ்டாய் தனது பதிலில் இந்தத் துன்பங்கள், 'உங்கள் மக்கள் (ஆட்சியாளர்களுக்கு) சிப்பாய்களாகப் பணிபுரிய சம்மதித்துக்கொண்டிருக்கும்வரை தொடரவே செய்யும்... பிரிட்டிஷார் வன்முறைமூலம் ஆட்சிசெய்ய நீங்கள் உதவக்கூடாது; வன்முறையை அடிப்படையாகக்கொண்ட அரசாங்கத்தில் எந்த வழியிலும் நீங்கள் பங்கெடுத்துக்கொள்ளக்கூடாது' என்று எழுதினார். அடுத்துவந்த ஆண்டுகளில் இந்திய முஸ்லிம்களும் இந்துக்களும் தத்தம் புனித நூல்களைப் படிக்கச் சொல்லி வலியுறுத்திக் கடிதம் எழுதினர். அண்மையில் 1908ல் வங்காளத்தைச் சேர்ந்த புரட்சியாளர் தாரக்நாத் தாஸ் (அப்போது நாடுவிட்டு அமெரிக்காவில் இருந்தவர்) டால்ஸ்டாயிடம் பிரிட்டிஷாருக்கு எதிரான தங்கள் போராட்டத்துக்கு உதவுமாறு கேட்டுக்கொண்டார். தாஸ் ஆயுத போராட்டத்துக்கு ஆதரவு வேண்டினார்; தன் பதிலில் டால்ஸ்டாய், 'வன்முறையைப் பயன்படுத்துவதைப் பரிந்துரைப்பவர்களால் போதனைசெய்யப்

பட்டுள்ள வியக்கவைக்கும் மடத்தனம்'பற்றி விரக்தியுடன் குறிப்பிட்டார். அவர் அந்த இந்தியரிடம் ஆயுதங்களுக்குப் பதில் அஹிம்சை வழி ஒத்துழையாமை மூலம் ஆட்சியாளர்களை எதிர்க்கும்படிக் கேட்டுக் கொண்டார். இந்தியர்கள் 'நீதிமன்றங்களிலோ வரி வசூலிலோ அல்லது எல்லாவற்றுக்கும் மேல் இராணுவப்பணியிலோ நிர்வாகத்தினரின் வன்முறைச் செயல்களில் எந்தப் பங்கும் வகிக்கவில்லை என்றால், உலகில் ஒருவரும் உங்களை அடிமைப்படுத்த முடியாது'.[25]

இந்தக் கடிதங்களில் சில இந்தியப் பத்திரிகைகளில் மறுபிரசுரம் செய்யப்பட்டுள்ளன. காந்தி அவற்றைப் படித்திருக்கக்கூடும். எப்படியிருப்பினும் டால்ஸ்டாய்க்குக் கடிதம் எழுத அவருக்கும் சொந்தக் காரணங்கள் இருந்தன. 1909 அக்டோபர் 1 அன்று லண்டனிலிருந்து அஞ்சல் செய்யப்பட்ட கடிதம் ஒன்றில் காந்தி, அந்த ரஷ்யரின் வாழ்வும் பணியும் 'தன் மனதில் ஆழமாகத் தடம் பதித்துவிட்டது' என்று சொன்னார். தென்னாப்பிரிக்காவில் சத்தியாக்கிரகம் உருவானவிதத்தை அவர் விளக்கினார். சாத்விகப் போராட்டத்தின் அறநெறியையும் செயல்திறனையும் பற்றிக் கட்டுரைப் போட்டிக்குத் திட்டமிட்டார். சாத்விகப் போராட்டம் டால்ஸ்டாயின் நன்னெறிக்கோட்பாட்டோடு இசைவு கொண்டதாக இருக்கிறது என்று அவர் கருதுகிறாரா என்று அறிந்துகொள்ள காந்தி விரும்பினார். அரசியல் இயக்கங்களில் வன்முறையைப் பயன்படுத்துவது குறித்து வருந்தி தாரக்நாத் தாஸுக்கு டால்ஸ்டாய் எழுதிய கடிதத்தையும் இந்தியன் ஒப்பீனியன் இதழில் மறுபிரசுரம் செய்ய அவரது அனுமதியையும் கோரினார். டால்ஸ்டாய் அதற்கு இசைந்தால், அதிலிருந்து மறுபிறவிக்கொள்கைபற்றிய டால்ஸ்டாயின் ஏளனமான குறிப்பை நீக்கிவிடவும் விரும்பினார்; மறுபிறப்பில் அந்த ரஷ்யருக்கு நம்பிக்கை இல்லாமல் இருக்கலாம், ஆனால் அது 'இந்தியாவில் பல கோடிப்பேரின் அபிமானத்துக்குரியது; ஏன் சீனாவிலும்கூட... அது வாழ்க்கையின் பல புதிர்களுக்கு ஏற்றுக்கொள்ளத்தக்க விளக்கங்களைத் தருகிறது. டிரான்ஸ்வாலில் சிறைக்குச் சென்றுவந்திருக்கும் பல சத்தியாக்கிரகிகளின் ஒரே ஆறுதலாக இருந்திருக்கிறது.'

டால்ஸ்டாய் உடனே பதில் போட்டார். அவர் 'டிரான்ஸ்வாலில் நம் அன்புக்குரிய சகோதரர்கள், சக பணியாளர்களின்' போராட்டம்பற்றி அறிந்து மிகவும் மகிழ்ச்சியடைந்தார். ரஷ்யாவில் ராணுவசேவையில் சேர மறுப்பு என்ற வடிவத்தில் 'இதேபோன்ற கடுமைக்கு எதிராக மென்மையும், கர்வத்துக்கும் வன்முறைக்கும் எதிராக பணிவு, அன்பு ஆகியவையும் நடத்தும் போராட்டம் ஒவ்வொரு ஆண்டும் இன்னும் இன்னும் அதிகமாக எங்களிடையிலும் உணரப்பட்டுவருகின்றது.' இருந்தாலும் 'ஒரு போட்டி, அதாவது மதம் தொடர்பான விஷயத்தில் பணத்தைக் காட்டி மயக்குவது என்பதற்கு இடமே இல்லை என்று எண்ணுகிறேன்.' தாரக்நாத் தாஸுக்கு அவர் எழுதிய கடிதத்தைப் பிரசுரிக்க அனுமதி கொடுத்தார். அவரது முடிவுக்கு விடப்பட்டால், காந்தி ஒப்புக்கொள்ளாத வாக்கியத்தை அவர்

அழிக்கமாட்டார்; காரணம், 'என் கருத்தில் மறுபிறப்பு மீதான நம்பிக்கை ஒருபோதும் ஆன்மாவின் அழிவின்மைமீதானது போலவோ, கடவுளின் நீதி, அன்பு ஆகியவை மீதானது போலவோ அவ்வளவு உறுதியானதாக இருக்க முடியாது. இருந்தாலும் நீக்கிவிடுவதுபற்றி நீங்கள் விரும்புவதைச் செய்துகொள்ளலாம்.[26]

சிறிய மாறுதலுடன் 'ஓர் இந்துவுக்குக் கடிதம்' காந்தியால் இந்தியன் ஒப்பீனியன் இதழில் வெளியிடப்பட்டது. காந்தி தன் அறிமுகத்தில் 'மேற்குலகின் தெளிவான சிந்தனையாளர்களில் ஒருவர், மாபெரும் எழுத்தாளர்களில் ஒருவர், போர்வீரராக இருந்து வன்முறை என்றால் என்ன அது என்ன செய்ய முடியும் என்பதை அறிந்தவர்' என்று குறிப்பிட்டார். இந்தியாவில் (வெளிநாட்டிலும்) இருக்கும், தேசிய விமோசனத்துக்கு ஆயுதம் ஏந்திய போராட்டமே வழி என்று நம்பும் இந்தியர்களுக்கு காந்தி 'சர் கர்சன் வைலியின் படுகொலை அந்த வழிமுறையின் ஆக இழிந்த, ஆக வெறுக்கத்தக்க வடிவத்துக்கு உதாரணம். டால்ஸ்டாயின் வாழ்க்கை, கொடுங்கோன்மையை அகற்ற அல்லது சீர்திருத்தத்தைக் கொண்டுவர வன்முறைக்குப் பதில் தீமையை சாத்வீகத்தால் எதிர்க்கும் போராட்டத்தை முன்வைப்பதற்கே அர்ப்பணிக்கப்பட்டது. வன்முறை மூலம் வெளிப்படும் வெறுப்பை அவர் துன்பங்களைச் சகித்துக்கொள்ளும் அன்பின் மூலமே எதிர்கொள்வார்'.[27]

ஜோசப் டோக் எழுதிய காந்தியின் வாழ்க்கை வரலாறு அப்போதுதான் லண்டனில் வெளியாகியிருந்தது. கத்தியவாரில் வளர்ப்பு, லண்டனில் மாணவப் பருவம், புகைவண்டியில் அவமதிக்கப்பட்டது, பாயிண்ட் துறைமுகத்தில் தாக்கப்பட்டது, நேட்டாலிலும் டிரான்ஸ்வாலிலும் இருந்த இனவாத சட்டங்களும் காந்தி அவற்றுக்குக் காட்டிய எதிர்ப்பும் என அது அப்போதுவரையிலான அவரது வாழ்வின் முக்கிய நிகழ்ச்சிகளை உள்ளடக்கியிருந்தது—. அவரது குறிக்கோள் கிறிஸ்துவ இறையியல் மொழியின் முன்வைக்கப்பட்டது. டோக்கின் கண்களில் காந்தியின் எளிய வாழ்வும் அவரது நடத்தையில் இருந்த சத்தியமும் மற்ற கிறிஸ்துவர்களைவிட அதிகமாக அவரை 'நாசரேத்தின் யூதருக்கு' அருகில் கொண்டுவருவதாகத் தெரிந்தது. காந்தியும் டோக்கிடம் புதிய ஏற்பாடு, குறிப்பாக மலைப்பிரசங்கம் அவருக்கு 'சாத்விகமான எதிர்ப்புமுறையின் உண்மைத்தன்மையையும் மதிப்பையும் பற்றி' விழிப்பு ஏற்படுத்தியிருந்ததாகத் தெரிவித்திருந்தார்.

இவ்வளவு இருந்தும் காந்தி 'வைதிகமான அர்த்தத்தில் ஒரு கிறிஸ்துவர் அல்ல' என்றால் 'வைதிக கிறிஸ்துவத்தைத்தான் குற்றம் சொல்ல வேண்டும்'. காலனிகளில் கிறிஸ்துவர்கள் தாம் இயற்றிய சட்டங்களிலும், தாங்கள் கடைப்பிடிக்கும் நடைமுறைகளிலும் தமது சமய நம்பிக்கையை மீறிவந்தனர். இந்த 'ஓர் அழகான கோட்பாட்டுக்கும் நம் வாசலில் நிற்கும் இந்தியனை நாம் நடத்தும் முறைக்கும் இடையிலான முரண்பாடு'

'சிந்திக்கும் சக்தியுள்ள மனிதனை தூரவிலகச்செய்கிறது' என்று டோக் எழுதினார். காந்தியின் போராட்டத்தின் நீதியை உணந்துகொள்வதும், சத்தியாக்கிரகிகள் துன்பங்களை ஏற்றுக்கொள்வதை வணங்குவதும் உண்மையான கிறிஸ்துவச் செயல்பாடுகளாக இருக்கும். எனவே இனவாத சட்டங்களை விலக்கிக்கொள்ளும்படி வேண்டினார். 'ஒரு புதிய ஜெருச லேமை உருவாக்குவதற்கு அது கட்டியம் கூறுவதாக இருக்கும்; அந்த ஜெரு சலேமின் அழகிய கதவுகள் எல்லா தேசங்களுக்கும் திறந்திருக்கும்; அங்கே இந்தியர்களைத் தடுத்து நிறுத்தும் 'நிறத்தடை'அல்லது சீனர்களை அச்சுறுத் தும் இனவாத முன்முடிவு எதுவும் அனுமதிக்கப்படாது; அதன் மதில்களை ஆசியர்களும்கூட விலையுயர்ந்த மணிக்கற்களால் அலங்கரிக்க முடியும்; அவை ஒருநாள் தம் பேரொளியால் நம்மைத் திடுக்குறச் செய்யும்.'[28]

டோக் எழுதிய வாழ்க்கை வரலாற்றில், அவர்மீது கணிசமான தாக்கத்தை ஏற்படுத்தியவர் என்று டால்ஸ்டாய் குறிப்பிடப்பட்டார். காந்தி அந்தப் புத்தகத்தை அந்த ரஷ்ய எழுத்தாளருக்கு அனுப்பிவைத்தார். கூடவே அதைப்பற்றி ஒரு விளக்கக் குறிப்பையும் சேர்த்துக்கொண்டார்:

> டிரான்ஸ்வாலில் இந்தியர்களின் போராட்டம், அதன் குறிக்கோள், அதை அடையும் வழி ஆகிய இரண்டிலும் லட்சியவாதம் கொண்டிருக்கிறது என்ற வகையில் அது நவீன யுகத்தின் மகத்தான போராட்டம் என்று சொல்லலாம். நான் இப்படியான இன்னொரு போராட்டம் பற்றிக் கேள் விப்பட்டதில்லை. அதில் பங்கேற்றவர்கள் முடிவில் அதிலிருந்து எந்தத் தனிப்பட்ட பலனையும் அனுபவிக்கக் கூடாது. பாதிக்கப்பட்ட மக்களில் 50 சதவீதமானோர் மாபெரும் துன்பங்களையும் சோதனைகளையும் ஒரு கொள்கைக்காக அனுபவித்துள்ளனர். என்னால் நான் விரும்பும் அளவுக்குப் போராட்டத்தை விளம்பரப்படுத்த இயலாமல் போய் விட்டது. இன்றைக்கு அதிகபட்சமான மக்கள்மீது செல்வாக்கு செலுத்து பவர் அநேகமாக நீங்களே. திரு டோக் அவர்களின் புத்தகத்தில் காணப்படும் விவரங்கள் உங்களுக்குத் திருப்தி தருவனவாக இருந் தால், நான் வந்தடையும் முடிவுகள் நடந்த உண்மைகளை வைத்துப் பார்க்கும்போது நியாயமானவை என்று நீங்கள் கருதுவீர்கள் என்றால், உங்கள் செல்வாக்கை நீங்கள் தகுந்த வழி என்று கருதும் எந்த வழியிலா வது பயன்படுத்தி எங்களது இயக்கத்தைப் பிரபலப்படுத்தும்படி வேண்டிக்கொள்கிறேன்.

கடிதம் கொஞ்சம் விளம்பர நோக்கம் கொண்டதாக இருக்கிறது. ஆனாலும் அது அளப்பரிய தன்னம்பிக்கையுடன் பேசுகிறது. டிரான்ஸ் வாலில் நடக்கும் போராட்டம் ஒரே ஒரு நாட்டில், ஒரே ஒரு காலனியில் வசிக்கும் சில ஆயிரம் இந்தியர்கள் சம்பந்தப்பட்ட விஷயம் மட்டுமே. ஆனாலும் காந்தி ஏற்கெனவே அதை உலக சரித்திரத்தில் இடம்பெறும் விஷயமாகப் பார்க்க ஆரம்பித்துவிட்டார்—ஏன், 'நவீன யுகத்தின் மாபெரும் போராட்டம்' என்றுகூட.[29]

காந்தி டால்ஸ்டாயைத் தன் போராட்டத்தைப் பிரபலப்படுத்தச் சொல்லிக் கேட்கும்போது அவர் டால்ஸ்டாயின் பெயரைத் தென்னாப்பிரிக்காவில் நடைபெறும் இயக்கத்துக்கு முறைமையளிப்பதற்குப் பயன் படுத்துகிறார். அவர் தங்கள் கடிதப் பரிமாற்றங்களை இந்தியன் ஒப்பீனியன் இதழில் வெளியிட்டார். அதில், 'இப்படிப்பட்ட ஒரு மகாபுருஷரின், புனிதரின் ஆதரவு நமக்கு இருப்பது ஆழ்ந்த திருப் தியளிப்பது. அவரது கடிதங்கள் ஆன்ம சக்தி—சத்தியாக்கிரகம்—மட்டுமே நம்முன்னிருக்கும் ஒரே வழி என்பதை ஏற்றுக்கொள்ளும் விதத்தில் காட்டுகின்றன. தூதுக்குழுவினர் பயணம் மேற்கொள்வது போன்றவை வீண் முயற்சிகளே.' ரஷ்ய அரசாங்கத்தை தன் எண்பது வயதிலும் டால்ஸ்டாய் தொடர்ந்து கடுமையாக விமர்சித்து வருகிறார். அதில் புலப்படும் அச்சமின்மைபற்றி காந்தி பேசினார். டால்ஸ்டாய் எழுத்துகளிலிருந்து 'ஆயிரக்கணக்கான மனிதர்களை ஒடுக்குபவர்கள், சிறையில் தள்ளுபவர்கள் அல்லது தூக்கிலிடுபவர்களை' அவர் கண்டிக்கும் வாசகங்களையும், 'கொடுங்கோலர்களான அதிகாரிகளை' தன்னைக் கைது செய்யும்படி அறைகூவல் விடுக்கும் வாசகங்களையும் மேற்கோள் காட்டிவிட்டு இப்படிச் சொன்னார்:

> இதை எழுதக்கூடிய ஒரு மனிதர், இந்த மாதிரியான எண்ணங்களைக் கொண்டிருந்து, அவற்றுக்குச் செயல்வடிவம் கொடுக்கும் ஒருவர் உலகத்தை அறிந்துகொண்டவர்; துன்பங்களை வெற்றிகொண்டவர்; தன் வாழ்வின் நோக்கத்தை நிறைவேற்றியவர். அப்படியான ஒரு சுதந்தி ரத்தையே டிரான்ஸ்வாலில் நாம் அடைய விரும்புகிறோம். அம்மா திரியான சுதந்திரத்தை இந்தியா பெற்றது என்றால் அதுவே சுயராஜ்ய மாகும்.[30]

ஜோசப் டோக்கின் புத்தகத்துக்கு நிதியளித்து அப்புத்தகம் வெளியாகக் காரணமாக இருந்தவர் பிரன்ஜீவன் மேத்தா. அவர் இப்போது டால்ஸ் டாயின் 'ஓர் இந்துவுக்குக் கடிதம்' அச்சிட்டு விநியோகிக்க நிதியுதவி செய்ய முன்வந்தார். அதனை ஆங்கிலத்திலும் குஜராத்தியிலும் துண்டுப் பிரசுரமாக வெளியிட்டு இங்கிலாந்திலும் தென்னாப்பிரிக்காவிலும் விநியோகிக்க அவர் பணம் கொடுப்பார். காந்தியின் ஒன்றுவிட்ட அண்ணன் மகன் சகன்லால் இந்தியாவினூடாகப் பயணம் மேற்கொண்டு இந்தப் புத்தகங்களையும் துண்டுப்பிரசுரங்களையும் பிரபலப்படுத் தலாம் என்று அவர் நினைத்தார். அந்தச் செலவையும் அவர் ஏற்றுக்கொள் வார். மேலும் அவர், காந்தி தன் நண்பர் யாரையாவது (யாராவது ஒரு பிரிட்டிஷ் டால்ஸ்டாயராக இருக்கலாம்) 'டால்ஸ்டாயின் சிந்தனை களைப் பின்பற்றுதல்' என்ற தனிக் கட்டுரையை எழுதச் செய்து, அதில் அந்த ஐரோப்பிய நாவலாசிரியர் இந்தியாவின்மீது கொண்டிருந்த ஈடுபாட்டைச் சுருக்கமாகத் தெரிவிக்கலாம் என்று கருதினார். 'அந்தக் கட்டுரை இங்கிலாந்தின் மக்களுக்கு (பணக்காரர்களையும் இந்தியாவில் தொழில்செய்பவர்களையும் தவிர) இந்தியா அபாயமானது என்று

கருதும் (ஆங்கிலேய) மக்களைச் சென்று சேர்ந்தால் மிகவும் நலமாக இருக்கும். அப்படிப்பட்ட சிந்தனை கொண்ட ஒருவரை அந்தக் கட்டுரையை எழுத நம்மால் கண்டுபிடிக்க முடிந்தால் நன்றாயிருக்கும்' என்று மேத்தா காந்திக்கு எழுதினார்.[31]

மேத்தாவின் பெருந்தன்மைக்குத் தூண்டுகோலாக அமைந்தவை அவரது தேசபக்தியும் காந்திமீது அவர் கொண்டிருந்த நேசமும். அவர்களது உறவின் மிக ஆரம்ப கட்டத்திலேயே இந்தியாவுக்கும் இந்தியர்களுக்கும் வருங்காலத்தில் தலைமை வகிக்கக்கூடிய ஒருவரை அவர் காந்தியிடம் கண்டார். 1909-ன் இலையுதிர் காலத்தில் மேத்தாவும் காந்தியும் பல நாட்கள் மாலை வேளைகளை வெஸ்ட்மின்ஸ்டர் பேலஸ் ஹோட்டலில் இந்தியாவின் எதிர்காலத்தையும் அதில் காந்தியின் இடத்தையும்பற்றி விவாதித்தார்கள். நகைக்கடைக்காரருக்கு அந்த வழக்கறிஞர்தாய்நாட்டின் விடுதலையில் முக்கிய பங்கு வகிப்பார் என்பதில் சந்தேகமில்லை. அவர் காந்தி விரைவிலேயே இந்தியாவுக்கு வரவேண்டும் என்று விரும்பினார். இந்த லண்டன் சுற்றுப்பயணம் வெற்றிபெற்று, அமையவிருக்கும் புதிய தென்னாப்பிரிக்க ஒன்றியம் இந்தியர்களின் உரிமைகளுக்குப் போதுமான பாதுகாப்பும் அளிக்குமானால், அந்த வழக்கறிஞர் தாய்நாடு திரும்புவதற்குத் தடை இருக்காது. அங்கே அவர் அரசியல் தலைவராக (நல்லறத்துக்கு முன்மாதிரியாகவும்) ஒரு மிகவும் பெரிய பிரதேசத்தில், இன்னும் பெரிய எண்ணிக்கையிலான தன் மக்களிடையே பணியாற்ற முடியும்.

மேத்தாவுக்குத் தான் ஏதோ ஒருவிதத்தில் காந்தியின் உயர்வுக்கு உதவியாக இருக்கமுடியும் என்பது பெருமிதத்துக்குரிய விஷயமாக இருந்தது. அவர் லண்டனிலிருந்து கிளம்பும்போது எழுதிய ஒரு கடிதம் இந்த உறவை அவர் எப்படிப் பார்த்தார் என்பதைச் சுட்டிக்காட்டுகிறது. 'தங்கும் விடுதியின் படிக்கட்டில் நான் உங்களிடமிருந்து கடனாக வாங்கிய 6 பென்ஸ் பணத்தைத் திருப்பிக்கொடுக்க மறந்துவிட்டேன். அதற்கும் மற்ற செலவுகளுக்கும் சேர்த்து நாளை ஒரு காசோலை அனுப்பி வைக்கிறேன்' என்று மேத்தா காந்திக்கு எழுதினார். நிதிப் பரிமாற்றம் எப்போதும் கறாராக எதிர்த்திசையில் மட்டுமே சென்றுகொண்டிருக்கும் வரையில் மேத்தா காந்தியை அறத்துக்கும் அரசியலுக்கும் வழிகாட்டியாகக் கொள்வார்...[32]

செப்டெம்பர் மத்தியில் லண்டனில் பத்துவார காலம் வீணாகச் செலவான பிறகு காந்தி லார்ட் மார்லிக்கு அவரை இன்னொருமுறை சந்திக்க விரும்புவதாகக் கடிதம் மூலமாகக் கேட்டுக்கொண்டார். புகழ்பெற்ற அந்த தாராளவாத சிந்தனையாளர் இப்போது இந்திய விவகாரங்களுக்கான அமைச்சாராக இருந்தார். 'உலகமெங்கும் பிரிட்டிஷ் தாராளவாதத்துக்கு உதாரணமாகப் பார்க்கப்படும் லார்ட் மார்லி டிரான்ஸ்வால் அரசாங்கம் இயற்றியிருப்பதுபோன்ற ஒரு பிற்போக்குத்தனமான, குறுகிய பார்வைகொண்ட கொள்கையைக் கண்டும்காணாமல் இருப்பார் என்று நாம் நம்ப

முடியாது' என்று காந்தி எழுதினார். மார்லியின் புகழைச் சொல்லிக் கோரிக்கை வைத்த பின்னர் காந்தி மார்லி வகிக்கும் பதவி காரணமாக அவர் கொண்டிருக்கும் கடமையை முன்வைத்து ஆதரவு தேடினார்: ஹென்றி போலாக் துணைக்கண்டத்தில் தன் சுற்றுப்பயணத்தில் பெற்று வரும் ஆதரவு, 'இதுவரையில் இல்லாதபடி, ஒரு காலனி நாட்டுச் சட்டத்தில் இனவாத அடிப்படையில் தகுதியிழப்பு இடம்பெற்றிருப்பது இந்தியாவைப் புண்படச் செய்கிறது; அதேபோல டிரான்ஸ்வாலில் உள்ள பிரிட்டிஷ் இந்தியர்கள் படும் துன்பங்களைக் கண்டு இந்தியா வேதனையடைந்திருப்பதைக் காட்டுவதாக இருக்கிறது' என்று சுட்டிக்காட்டினார். அவரது கடிதத்துக்கு ஓர் உதாசீனமான பதில் வந்தது. அது, 'நீங்கள் லார்ட் மார்லிக்கு எடுத்துக்கூற விரும்பும் விஷயங்கள் அவருக்குப் புதியவை அல்ல' என்று ஒரே போடாகப் போட்டது. மார்லி இன்னொரு சந்திப்புக்குத் தயாரில்லை. அதற்குப் பதில் காந்தியும் ஹபீபும் காலனிகளுக்கான அமைச்சர் லார்ட் க்ரூவைச் சந்திக்கலாம் என்று சொல்லப்பட்டது. அப்படி அவர்கள் சந்தித்தபோது, க்ரூ கேட்டார்: 'ஜெனரல் ஸ்மட்ஸ் கொடுக்கத் தயாராக இருக்கும் கணிசமான அம்சங்களை நீங்கள் ஏற்றுக் கொள்ளலாமே?' படித்த இந்தியர்களை நிர்வாகத்தின் விருப்புரிமையின் பேரில் அனுமதிப்பது என்கிற ஸ்மட்ஸின் யோசனை, 'சட்டப்புத்தகத்தில் இருக்கும் இனவாதக் கறையை அப்படியே வைத்திருப்பதாகவே இருக்கிறது' என்று காந்தி பதில் சொன்னார். அதற்குக் க்ரூ, 'நீங்கள் சொல்வது சரிதான்; ஆனாலும் ஜெனரல் ஸ்மட்ஸ் ஓர் ஆங்கிலேயர் அல்லர்; ஆகவே கொள்கைரீதியில்கூட சமத்துவத்தை அவர் விரும்பவில்லை' என்று பதில் சொன்னார்.

இந்தச் சமயத்தில் ஹாஜி ஹபீப் தலையிட்டு, இதில் இருக்கும் ஏகாதிபத்திய நலன்பற்றிய அம்சத்தை முன்வைத்தார்; அவர், 'இந்த விவகாரம் இந்தியாவில் பெரிய அளவில் சலசலப்பை ஏற்படுத்தி வருகிறது' என்றார். காந்தி, 'இனவாத விவகாரம் இந்தியாவில் மிகுந்த வருத்தத்தை ஏற்படுத்தியிருக்கிறது' என்று சேர்த்துக்கொண்டார். க்ரூ, தான் ஏற்கெனவே ஸ்மட்ஸிடம் இதன் பரந்துபட்ட விளைவுகளைப் பற்றிப் பேசிருப்பதாகவும், ஆனால் ஜெனரல் 'கருத்தளவிலான சமத்துவம் என்பது ஏற்றுக்கொள்ளப்பட்டால், அதன் அடிப்படையில் இன்னும் மேலதிகமான கோரிக்கைகளை முன்வைத்துக் கிளர்ச்சி ஏற்பட அது வழிவகுத்துவிடும்' என்று கருதுவதாகவும் சொன்னார். காந்தி, 'கொள்கையளவில் சம உரிமை ஏற்றுக்கொள்ளப்பட்டால், 'நாங்கள் வேறு கிளர்ச்சி எதிலும் ஈடுபடப்போவதில்லை' என்று தெளிவுபடுத்தினார். இறுதியாகக் க்ரூ, தான் இதுபற்றி மீண்டும் ஸ்மட்ஸிடம் பேசுவதாகச்சொன்னார்.[33]

லார்ட் மார்லிக்கும் லார்ட் க்ரூவுக்கும் எடுத்துச்சொல்லப்பட்டவற்றின் அடிப்படையில் இந்தியாவில் ஹென்றி போலாக் மேற்கொண்ட பிரசாரம்—பயனளிக்க ஆரம்பித்திருந்தது. ஆகஸ்ட் முதல் வாரம்

பம்பாயில் வந்திறங்கிய அவர், பத்திரிகை ஆசிரியர்களையும் தொழில் அதிபர்களையும் (பார்ஸியான ஜஹாங்கீர் பெட்டிட் உள்ளிட்டவர்கள்), முன்னுக்குவந்துகொண்டிருந்த வழக்கறிஞர்கள் (லண்டனில் படித்த குஜராத்தி முஸ்லிமான முகமது அலி ஜின்னா உள்பட), பழுத்த தேசிய வாதிகளான தாதாபாய் நௌரோஜி போன்றவர்களையும் சந்தித்தார். நௌரோஜி முதுமையும் தள்ளாட்டமும் கொண்டவராக இருப்பினும் இந்தியன் ஒப்பீனியன் இதழைத் தொடர்ச்சியாகப் படித்துவந்தார்; தான் காந்தியின் 'விடாமுயற்சியையும் அசைந்துகொடுக்காத தன்மையையும்' கண்டு வியப்பதாகத் தெரிவித்தார்.

'என் நேரம் முழுவதும் மனிதர்களைச் சந்திப்பதிலும், பேட்டி கொடுப் பதிலுமே செலவாகிறது' என்று போலாக் காந்திக்கு எழுதினார். அவரது நண்பரின் ஆசான் 'தனது மொத்த அமைப்பையும் (இந்தியாவின் சேவ கர்கள் சங்கம்) என் தேவைப்படிப் பயன்படுத்திக்கொள்ள' கொடுத்து விட்டார்'. கோகலே 'அதிக வேலைச்சுமையால் தன்னை வருத்திக்கொண் டிருந்தாலும்', தன் மருத்துவரிடமிருந்து 'மிகவும் சோர்வுதரும் மருத்துவ அறிக்கையை' அப்போதுதான் பெற்றிருந்தாலும், தென்னாப்பிரிக்க நிலைமை பற்றிப் போலாக் எழுதிய துண்டுப்பிரசுரத்தின் முன்வ ரைவைப் படித்துப் பார்த்தார். அந்தப் பேராசிரியர் 'அது நன்றாக இருக்கிறது என்று நினைக்கிறார்; அதைப் படித்துவிட்டார்; சில இடங்களில் சற்று மிதமிஞ்சிக் கடுமையான தொனி தென்படுவதாக நினைத்தாலும் (அவற்றை இப்போது சற்று மட்டுப்படுத்தியிருக்கிறேன்) ஒப்புதல் அளித்துவிட்டார்.' போலாக் இப்போது ஒரு பதிப்பாளரைத் தேடினார்; ஜஹாங்கீர் பெட்டிட் அளித்த 20,000 பிரதிகள் அச்சிடும் செலவை ஏற்றுக்கொள்வதற்கான உறுதிப்பத்திரம் இருந்ததே அவரது பலம்.[34]

ஹிந்துஸ்தானி மொழியை ஓரளவு பேசக்கற்றுக்கொண்டுவிட்ட போலாக் காந்தியை 'பாய்', அதாவது சகோதரனே என்று அழைக்க ஆரம்பித்திருந் தார் (பின்பு அதை 'படா பாய்', அதாவது அண்ணா என்று மாற்றிக் கொண்டார்). லண்டனில் பெருந்தலைகள் அனைவரும் தங்கள் கதவைச் சாத்திக்கொண்டதுபற்றி அறிந்த போலாக், 'உங்களுக்கு அசாத்திய பொறுமை. நான் உங்களைப் பார்த்துப் பொறாமைப்படுகிறேன். செயலில் ஈடுபடு, பலனைப் பற்றிக் கவலைப் படாதே என்ற கீதோப தேசத்தின் அழகை மேன்மேலும் உணர்கிறேன்—. ஆனாலும் அப்படிச் செய்வது எவ்வளவு கடினம் என்பது புரியப் புரிய அதைச் சாதிக்கக் கூடிய வர்களைப் பார்த்து வியக்கிறேன்.'

இந்தியாவிலிருக்கும் இந்தியர்களிடம் மூன்று வாரங்கள் பேசியதில் போலாக் காந்திமீது வைத்திருந்த மரியாதை இன்னும் உறுதிப்படவே செய்தது. அவர் எழுதினார்: இந்தக் கலந்துரையாடல்கள், பேட்டி களிலிருந்து நான் வந்தடைந்திருக்கிற முடிவு

> இந்தியா, அதன் அதிகபட்டச அறிவாற்றல்கொண்ட நிலையில்கூட, டிரான்ஸ்வாலுக்குப் பல மைல் தூரம் பின்னால் இருக்கிறது என்பதுதான். இங்குள்ள மக்கள் சாத்விகமான எதிர்ப்பின் மதிப்பை ஒப்புக்கொள் கிறார்கள்; ஆனாலும் இங்கே சிறைக்குப் போக உங்களுக்கு யாரும் கிடைக்கமாட்டார்கள் என்கிறார்கள். என் நாட்டு மக்கள் இந்தியாவைப் பற்றி எதற்கு பயப்படபடவேண்டும் என்று புரியவில்லை. அது சாதுவான நாடாகவே இருக்கிறது. கர்சன் மாதிரி இன்னொருவரை அவர்கள் அனுப்பாதவரை... இந்த நாடு பல நூறு ஆண்டுகள் பாதுகாப் பாகவே இருக்கும் என்று தோன்றுகிறது. அவர்கள் இங்கு இருநூறு காந்திகள் வரவேண்டும் என்கிறார்கள். உங்களுக்குத் தெரியுமா? உங்களை ஆன்மிகத்திலோ அர்ப்பணிப்பின் தீவிரத்திலோ எட்டிப் பிடிக்கக்கூடிய ஒருவரையும் நான் பார்க்கவில்லை. திரு ஜி.கே.ஜி. (கோபால கிருஷ்ண கோகலே) தான் இருப்பதிலேயே உங்களுக்குப் பக்கத்தில் வரக்கூடியவர். உங்களைவிட அவர் புலமையிலும், பொதுத் தொண்டு அனுபவத்திலும், நிர்வாக ஆற்றலிலும் வேண்டுமானால் அவர் உங்களைவிட முன்னால் இருக்கலாமே தவிர, மதம் என்பதை மட்டும் வைத்துப்பார்த்தால் அவரல் உங்களோடு போட்டிபோட முடியாது; அவரே அதை ஒப்புக்கொள்ளவும் செய்கிறார்.[35]

செப்டெம்பர் 14 அன்று பம்பாய் டவுன் ஹாலில் டிரான்ஸ்வால் இந்தியர் களுக்கு ஆதரவாக ஒரு பெரிய பொதுக்கூட்டம் நடைபெற்றது. போலாக்கும் இந்தியாவின் சேவகர்கள் சிலரும் அதற்கு ஏற்பாடு செய்திருந்தார்கள். சர் பட்டம் பெற்றவர்களின் நீண்ட வரிசையே அதில் கலந்துகொண்டது—சர் ஜே.பி.பெட்டிட், சர் வி.டி.தாக்கரே, சர். கரீம்பாய் இப்ராஹிம். பட்டம் பெறாத முக்கியஸ்தர்களில் எம்.ஏ. ஜின்னா, பத்திரி கையாசிரியர் கே.நடராஜன் ஆகியோர் அடக்கம். முதன்மைப் பேச்சாளர் கோகலே. அவர் பாரபட்ச நடவடிக்கைகளையும் போராட்டத்தின் போக்கையும் தொகுத்துக்கூறி, 'எப்போதும் பின்வாங்காதவரான, அளப்பரிய ஆன்ம சக்தி கொண்டவரான காந்தி மாபெரும் மாவீரர்களும் தியாகிகளும் கொண்டிருக்கும் குணங்களை உடையவர்' என்று போராட்டத்தின் தலைவரைப் போற்றினார். காந்தியும் அவருடன் இணைந்து பணியாற்றுபவர்களும் 'போராடுவது தமக்காக அல்ல; நம் தாய்நாட்டின் கௌரவத்துக்காகவும், எதிர்கால நலன்களுக்காகவுமே'. கோகலே, 'இந்த நாட்களில் நாங்கள் யாராவது டிரான்ஸ்வாலில் இருந் திருந்தால் நாங்கள் திரு காந்தியின் பதாகைக்குக்கீழே வேலை செய் வதையும் இந்தக் குறிக்கோளுக்காகத் துன்பங்களை ஏற்றுக்கொள்வ தையும் பெருமையாகக் கருதியிருப்போம்' என்றார். இது அந்த நாளின் முன்னணி இந்திய அரசியல் தலைவர் வழங்கிய அசாதாரணமான பாராட்டு. கோகலேயை அடுத்துப் பேசிய போலாக் இந்தப் போராட்டம் உருவாக்கியிருக்கும் ஒற்றுமையைப்பற்றிப் பேசினார். டிரான்ஸ் வால்லில் இருக்கும் இந்தியர்கள் 'பழைய தவறான புரிதல்களை எல்லாம்

தூக்கியெறிந்துவிட்டார்கள். இந்துக்கள், முகமதியர்கள், பார்ஸிகள், கிறிஸ்தவர்கள், சீக்கியர்கள் என அனைவரும் ... ஒரே குற்றவாளிக் கூண்டில் நின்றிருக்கிறார்கள்; ஒரே சிறையில் பட்டினிகிடந் திருக்கிறார்கள்.' வர்க்க, சமூக வேறுபாடுகள் கடந்துவரப்பட்டன; 'கடைக்காரரும் கூவி விற்பவரும், வழக்கறிஞரும் அர்ச்சகரும், பிரா மணரும் தாழ்த்தப்பட்ட சாதியைச் சேர்ந்தவரும் கசப்பும் இனிப்புமான பானத்தை அருந்தியிருக்கிறார்கள்; ஒரே வட்டிலிலிருந்து கசப்பான அனுபவம் என்ற பண்டத்தை உண்டிருக்கிறார்கள்.' பின்பு போலாக் சில விசுவாசம் நிறைந்த தொண்டர்களைக் குறிப்பிட்டார்: தமிழரான தம்பி நாயுடு 'முகத்தில் புன்முறுவலுடன் சிறைக்குச் செல்பவர்'; இஸ்லாமிய ரான ஏ.எம். கச்சாலியா '(சிறைக்குச் செல்வதாக) கொடுத்த வாக்கைக் காப்பாற்றத் தன் செல்வங்களையெல்லாம் இழந்தவர்'; பார்ஸியான ருஸ்தம்ஜி 'தன்னால் முடிந்த அனைத்தையும் நாட்டு நலனுக்காகத் தந்தவர்'; எல்லாருக்கும் மேல் புனிதரும் நாட்டுப்பற்றாளருமான மோகன்தாஸ் கரம்சந்த் காந்தி; தனது தன்மானத்தையும் நாட்டின் தன்மானத்தையும் விட்டுக்கொடுப்பதைவிட அவர் தன் உடலை முரட்டுக் குதிரைகள் கிழித்துப்போடுவதை மகிழ்ச்சியுடன் ஏற்றுக்கொள்வார்.' [36]

இந்தக் கூட்டம்பற்றிய பத்திரிகைச் செய்திகள் லண்டனில் காந்தியை அடைந்தன. இம்பீரியல் அரசாங்கத்தைத் தன் கருத்தை கவனிக்கச் செய் வதில் ஏற்பட்ட தோல்விக்குப் பிறகு இது அவருக்கு உற்சாகமும் ஆறுதலும் தந்திருக்கும். பின்னர் பூனாவில் கோகலேயுடன் தங்கியிருக்கச் சென்றிருந்த போலாக்கிடமிருந்து வந்த கடிதங்களும் கோகலே கொண் டிருந்த அபிமானத்தை உறுதிசெய்தன. அவர் காந்தியை, 'நாட்டுப்பற்று, மிதவாதம், பொறுமை, தியாகம், பெருமுயற்சிச் செயல்பாடு' ஆகிய வற்றுக்கு உதாரணமாக முன்னிறுத்தினார். 'அவரது ஆழ்ந்த வருத்தம் நீங்கள் இங்கு இருந்து அவரது பணியில் அவருக்கு ஆதர்சமாக இருக்க வில்லையே என்பதே. நீங்கள் இருவரும் இணைந்து செயல்பட்டால், அது ஆன்ம சக்தியின் அபூர்வமான கூட்டாக இருக்கும்' என்றார் போலாக். [37]

பம்பாயிலிருந்து போலாக் காந்தியின் தாய் மண்ணான குஜராத் சென்றார். அங்கு சூரத், காத்தோர், ஆமதாபாத் ஆகிய இடங்களில் கூட்டங்கள் நடை பெற்றன. அவை அனைத்தும் டிரான்ஸ்வாலின் 'நியாயமற்ற, இழிவு படுத்தும் சட்டத்தை' கண்டித்தும் அதை எதிர்த்து நின்றவர்களின் தியா கத்தைப் போற்றியும் தீர்மானங்கள் நிறைவேற்றின. [38]

போலாக் இப்போது மதராஸுக்குச் சென்றார். டிரான்ஸ்வாலில் சத்தியாக் கிரகத்தின் முன்னணியில் நின்ற தமிழர்களின் மண். அவரைத் தன் வீட்டில் தங்க வைத்து உபசரித்தவர் ஜி.ஏ.நடேசன். சுறுசுறுப்பான பதிப்பா சிரியரும், அச்சிடுபவரும், பதிப்பாளருமான அவரை நண்பர்கள் 'அமெரிக்க ஹஸ்லர்' என்று அழைப்பார்கள். போலாக் பொதுக்கூட்டம் ஒன்றில் பேசினார். அங்கே, 'நான் நயமாகப் பேசினேன். மக்கள் அது

தங்கள் கண்களில் கண்ணீரை வரவழைத்துவிட்டதாகச் சொன்னார்கள். பிரமாதம் இல்லையா! இருந்தாலும் டிரான்ஸ்வால் கதை கண்ணீரை வரவழைக்கப் போதுமானதுதான்' என்று பின்னர் காந்தியிடம் தெரிவித்தார். மதராஸில் அவர் சந்தித்த மக்கள் கோகலேயைப்போல தென்னாப்பிரிக்காவில் போராட்டத்தின்கீழ் இருந்த சர்வசமய நல்லிணக்கத்தால் மிகவும் கவரப்பட்டார்கள். 'இந்து, முகமதியர், பார்ஸி என நான் பேசிய அனைவரும் இங்குள்ள இந்தியர்களைவிட நாம் அரசியல்ரீதியில் மிகவும் முன்னேறியிருக்கிறோம் என்பதை ஒப்புக்கொள்கிறார்கள். எல்லோருமே அவர்கள் பின்பற்றியாக வேண்டிய, பின்பற்றுவதற்கு மிகவும் கடினமாக இருக்கப்போகிற ஒரு பாடத்தை நாம் அனுப்பி வைத்திருக்கிறோம் என்று உணர்கின்றனர்' என்று தெரிவித்தார்.

போலாக் மதராஸிலிருந்து சிறுநகர்களுக்குப் பயணித்தார். தமிழ்நாட்டின் உட்புறப்பகுதிகளான அந்த ஊர்களில்தான் நேட்டாலில் பிணைத் தொழிலாளர்களாக இருந்த தமிழர்கள் தம் வேர்களைக் கொண்டிருந்தனர். போலாக் சென்று உரையாற்றிய நகரங்களில் சில மதுரை, திருநெல்வேலி, திருச்சி, தூத்துக்குடி ஆகியவை. அவர் 'ஏறக்குறைய இந்தியா முழுவதற்கும் சென்றுவந்திருக்கிறீர்கள்; இந்தச் சிறப்புப் பெற எனக்கே இன்னும் வாய்ப்புக் கிடைக்கவில்லை' என்றார் காந்தி. [39] உண்மையில் 'இந்தியா முழுவதும்' என்று சொல்ல முடியாது; காரணம், போலாக் துணிச்சலாகத் தன் நண்பரிடம் சொன்னதுபோல, அவர் இன்னும் 'இங்கிருந்து புறப்படும் முன் மலபார் சென்று நாயர் பெண்களைக் காண விரும்புகிறேன். அவர்கள் ஒருவருக்குப்பின் இன்னொருவர் என்று பலரை மணம் செய்துகொள்வார்கள் என்று என்னிடம் சொல்கிறார்கள். பல பெண்களைத் திருமணம் செய்துகொள்பவர்களையெல்லாம் இது தோற்கடித்துவிடுகிறது. பெண்கள் செய்வதே சரி என்று எனக்குத் தோன்றுகிறது!'[40]

அக்டோபர் கடைசி வாரத்தில் ஜி.ஏ.நடேசன் ஹென்றி போலாக்கின் தென்னாப்பிரிக்க இந்தியர்கள்: பேரரசுக்குள்ளே கொத்தடிமைகள் மற்றும் அவர்கள் நடத்தப்படும் விதம் என்ற சிறுபிரசுரத்தை வெளியிட்டார். அது இரு பிரிவுகளாக இருந்தது. முதல் பகுதி தென்னாப்பிரிக்காவுக்கு இந்தியர்கள் புலம்பெயர்ந்தது பற்றியும், அங்கே கூலித்தொழிலாளிகளாகவும் கடைக்காரர்களாகவும் அவர்கள் தொழில் செய்வதைப் பற்றியும், பல்வேறு மாகாணங்களில் அவர்கள் எதிர்கொண்ட கட்டுப்பாடுகளைப் பற்றியும் சுருக்கமாகக் கூறியது. இரண்டாம் பகுதி டிரான்ஸ்வால், அங்கு நடைபெறும் எதிர்ப்பியக்கம் ஆகியவற்றைக் குறிப்பாக அலசியது. பேரார்வத்துடனும் தெளிவாகவும் எழுதப்பட்டிருந்த அது பிணைத்தொழிலாளர் முறையை 'இரக்கமற்றது, வன்கொடுமையானது', என்று வர்ணித்தது; சுதந்திர இந்தியர்களை எப்போதும் 'தன் உணர்வுகள் அத்துமீறப்படக்கூடும், தன் கண்ணியத்துக்குப் பங்கம் நேரக்கூடும்' என்ற அச்சத்தில் இருப்பதாகக் கூறியது. லார்ட் மில்னர், ஜெனரல்

ஸ்மட்ஸ் போன்ற காலனிய அரசியல் தலைவர்களின் ஆசியர்களுக்கு எதிரான முன்முடிவுகள் வெளிப்படுத்தப்பட்டுப் பதிவு செய்யப்பட்டன. ‘உளமார்ந்து ஆன்ம சக்தியை முரட்டு பலத்துக்கு எதிராகப் பயன் படுத்திய’ இந்தியர்களின் போராட்டம் விவரிக்கவும் கொண்டாடவும் பட்டது.

சாதாரண மனிதர்கள் வெளிப்படுத்திய வீரதீரம்பற்றி போலாக் விரிவாகப் பேசினாலும், காந்தி அனுபவித்த துன்பங்களைப்பற்றி அவர் குறிப்பிட மறக்கவில்லை. அவர் நடத்திய போராட்டம் ஒன்றின் விளை வாகக் கைதிகளுக்கு கொஞ்சம் நல்ல சாப்பாடு வழங்கப்பட்டதை அவர் குறிப்பிட்டார். ஒரு சீனக்கைதி ஓர் ஆஃப்ரிக்கர்மீது ‘கீழ்த்தரமான காரியம்’ செய்ய முயன்றதையும், அதே சிறையறையில் இருந்த காந்தி, ‘பலம் வாய்ந்த காஃபிரிடம் தன் கோரச்செயல் நிறைவேறாத அந்த சீனன் தன்பக்கம் (திரு காந்திபக்கம்) கவனத்தைத் திருப்புவானோ என ஒவ்வொரு கணமும் அச்சத்துடன் இருந்தது’பற்றி நேரில் பார்ப்பது போல, சற்று கோரமாகவும்கூட, விவரித்து எழுதினார். இன்னொரு தடவை காந்தி கழிவறைக்குச் சென்றபோது ‘ஒரு முரட்டு காஃபிர் அவரைப் பிடித்து, உயரத் தூக்கி, தரையில் தடால் என்று போட்டான். அவர் மட்டும் கீழே விழுந்த சமயம் கதவுநிலை ஒன்றைப் பிடித்துக் கொண்டிருக்காவிட்டால் அவரது கபாலம் பிளந்திருப்பது நிச்சயம்!’

போலாக் தன் பிரசுரத்தை இந்தியர்களை நோக்கிப் பின்வரும் கூர்மையான, உணர்வுபூர்வமான அழைப்புடன் முடித்தார்:

> இந்திய சிந்தனைக்கும் வாழ்க்கைக்கும் தலைவர்களாக இருப்பவர்கள் இந்தியாவுக்கு எவ்வளவோ செய்திருந்தும், டிரான்ஸ்வாலில் கஷ்டப்படும் தம் எளிய சகோதரர்களுக்கு ஒன்றுமே செய்ய வில்லையே? இதனால் காந்தி, தாவூத் மொகமத், ருஸ்தம்ஜி ஜீவன்ஜீ, கச்சாலியா, அஸ்வத், தம்பி நாயுடு, வியாஸ், இமாம் அப்துல் காதிர் பவாஜீர், இன்னும் பலரின் பெயர்களைக் கேட்டு அவர்களது கன்னங்கள் வெட்கத்தாலும், கோபாவேசத்தாலும் சிவக்க வேண்டாமா? முகம தியர்கள், இந்துக்கள், பார்ஸிகள், கிறிஸ்துவர்கள், சீக்கியர்கள், வழக் கறிஞர்கள், அர்ச்சகர்கள், வியாபாரிகள், கூவி விற்பவர்கள், வேலைக் காரர்கள், சிப்பாய்கள், உணவு பரிமாறுபவர்கள், ஏழைகள், பணக் காரர்கள், தாடி நரைத்தவர்கள், குழந்தை, ஆண், பெண் என அனை வரும் தம் தேசத்தின் சுயமரியாதை கறைபடாமல் காப்பதற்கான இந்த பிரம்மாண்டமான போராட்டத்தில் சரிசமமாகத் துன்பப்பட்டிருக் கிறார்கள். டிரான்ஸ்வால் இந்தியர்கள், தென்னாப்பிரிக்காவின் மற்ற பகுதிகளையும் பேரரசின் மற்ற பகுதிகளையும் இந்த இனவாத வைரஸ் பீடிக்காமல் இருப்பதும், இந்தியா ஆழ்ந்த சிறுமைக்கு இலக்காகாமல் இருப்பதும் தாம் எடுக்கும் முயற்சிகளைச் சார்ந்துதான் இருக்கிறது என்று புரிந்துகொண்டிருக்கிறார்கள். இந்தியா இதைப்பற்றியெல்லாம் எந்த அளவுக்குப் புரிந்துகொண்டிருக்கிறது? டிரான்ஸ்வாலில் இருந்து

இந்தியர்களின் கசப்பான கூக்குரல் தாய்மண்ணில் அவர்களது சகோதரர்களின் காதுகளில் விழுந்திருக்கிறதா இல்லையா?

தேசபக்திகொண்ட இந்தியர்கள் நாடு தழுவிய அமைப்பு ஒன்றை நிறுவவேண்டும்; அதன் கிளைகள் எல்லா முக்கிய நகரங்களிலும் இருக்கவேண்டும்; அது தென்னாப்பிரிக்காவில் தம் தேசத்தவரின் நிலையை அரசுக்கு 'பலமாக எடுத்துச் சொல்லவேண்டும்' என்று போலாக் சொன்னார். அதே சமயம், 'பத்திரிகைகள் இந்த விவகாரத்தை சமயம் வாய்த்தாலும் வாய்க்காவிட்டாலும் விவாதிக்கவேண்டும்.' நிச்சயமாக 'தேசம் என்கிற கப்பலை இனவாதம் என்ற பாறைகளில் மோதிவிடாமல் காப்பது இந்தியாவின் ஒட்டுமொத்த புத்திகூர்மையால் இயலாத காரியம் அல்ல.'[41]

ஆஃப்ரிக்க அதிகாரிகள் வெளிப்படையாகக் கண்டனம் தெரிவிக்கும் அளவுக்கு போலாக்கின் துண்டுப்பிரசுரம் அபாயமானதாகக் கருதப் பட்டது.[42] மாறாக, அவரது வெளியீட்டாளர் ஜி.ஏ.நடேசன் மிகவும் கவரப்பட்டு, காந்தியின் சுருக்கமான வாழ்க்கை வரலாற்றை எழுதும்படி போலாக்கைக் கேட்டுக்கொண்டார். ஏற்கெனவே அவர் தாதாபாய் நௌரோஜி, எம்.ஜி.ராணடே, ஜி.கே.கோகலே, லஜபதி ராய் இன்னும் பிற தேசிய இயக்கத்தின் தலைவர்களின் வாழ்க்கை வரலாறுகளை ஒரு புத்தகத் தொடராக வெளியிட்டிருந்தார்.

எம்.கே.காந்தி: அவரது வாழ்வும் பணியும்பற்றிய ஒரு சித்திரம் என்று அடக்கத்துடன் தலைப்பிடப்பட்ட அவரது இரண்டாவது சிறுபிரசுரம் எழுதியர் பெயர் இல்லாமல் அச்சிடப்பட்டு விநியோகிக்கப்பட்டது. புத்தகத்தின் ஆரம்பத்தில் காந்தி கொண்டிருக்கும் 'சத்தியத்தின்மீதான அசாதாரணமான பற்று', அவரது 'ஊரறிந்த' பெருந்தன்மை, அவரது 'பொதுத்தொண்டுபற்றிய கடமை உணர்ச்சி' ஆகியவை குறித்து போலாக் பேசினார். 'மோகன்தாஸ் காந்தியின் கம்பீரமான ஆளுமை ஒப்பீட்டளவில் மிகச்சாதாரணமான அவரது உருவத்தை மறைத்துவிடுகிறது. நல்லறத்தின் பேருருவம் ஒன்றின் முன் ஒருவர் ஆசுவாசமாக உணர முடியும்; அவரது மாசற்ற ஆன்மா தெளிவான, அசைவற்ற ஏரி போன்றது; அதில் சத்தியத்தின் தெளிவான பிரதிபலிப்பை ஒருவர் காண முடியும்.'

இவ்வாறான தனிப்பட்ட குணநலன்கள் ஒரு பெரிய லட்சியத்தை நோக்கித் திருப்பப்பட்டன. 'திரு காந்தி தனக்கென ஓர் உச்சபட்சகடமையை வரித்துக் கொண்டார். இந்துக்களையும் இஸ்லாமியர்களையும் ஒன்றுபடுத்தி, அவர்கள் அனைவரும் ஒரே தாய்நாட்டின் பிள்ளைகளான சகோதரர்களே என்று உணர வைப்பது.' போலாக் இப்படி ஒரு பெரிய துணிச்சலான கூற்றை முன்வைத்தார்: 'அநேகமாக இந்தத் தலைமுறையில், இந்தியா இப்படியான ஒரு உயர்ந்த மனிதரை உருவாக்கவில்லை—புனிதர், நாட்டுப்பற்றாளர், அரசியல் தலைவர் என ஒருவரே இவை எல்லாமுமாக

இருந்தார்.' 'காந்தி இந்தியாவுக்காகவும் கடவுளுக்காகவும் வாழ்கிறார்' என்றார் அவரது ஆங்கிலேய நண்பர். அவரது 'ஒரே ஆசை தன் தேசத்தவரிடம் ஒற்றுமையைக் காண்பதுதான்'. தென்னாப்பிரிக்காவில் இந்துக்கள், இஸ்லாமியர்கள் இடையே ஒற்றுமையை உருவாக்கியதன் மூலம் காந்தி, 'இந்திய தேசிய ஒன்றுமைக்கான வாய்ப்புக்கும், தேசிய கட்டுமானம் எந்த அடிப்படைகளின் மீது எழுப்பப் படவேண்டும் என்பதற்கும்' செயல் விளக்கம் தந்திருக்கிறார். [43]

போலாக் தன் நண்பருக்கு, 'உங்கள் மேலான தன்னடக்கம் காரணமாக, இன்றைக்கு இந்தியாவின் மாபெரும் மனிதர்களில் ஒருவராக மதிக்கப் படுகிறீர்கள் என்பதை அநேகமாக உங்களால் உணர முடியாது. ஆனால், நீங்கள் ஜான்ஸன் என்றால், நான் ஒரு பாடாவதி போஸ்வல் ஆக செயல் பட்டாகவேண்டும் என்று அஞ்சுகிறேன்' என்று எழுதினார். இன்னொரு கடிதத்தில் அவர் இவ்வளவு தன்னடக்கம் காட்டவில்லை. 'நீங்கள் எப்படிப்பட்ட மனிதர் என்பதை இந்தியத் தலைவர்களுக்கு வெளிச்சமிட்டுக் காட்டியிருக்கிறேன்' என்று எழுதினார். 'உங்களுக்குத் தெரியுமா? பணிவு, ஆன்மிகம், அர்ப்பணிப்பு, செயல்பாட்டு ஆற்றல் ஆகியவற்றில் உங்களுக்கு இணையாக யாரையும் நான் காணவில்லை. வேறெந்த நாடும் உங்களைப் பெற்றெடுத்திருக்க முடியும் என்று நான் நினைக்கவில்லை.'

போலாக் தனது உரையாடல்கள், பேச்சுகள், எழுத்துகள் மூலம் காந்தியை அவரது சொந்த நாட்டில் இன்னும் அதிகமாக அறியப்பட்டவராக்கினார். அந்த அபிமானம் வெளிப்படையாகவும் உண்மையானதாகவும் இருந்தது. அதற்கு இலக்கானவர் பொருத்தமான விதத்தில் நன்றி பாராட்டினார்.

டிரான்ஸ்வால் இந்தியர்களின் 'கைக்கூலி' என்று கூறி ஆங்கிலோ-இந்திய செய்தித்தாள் ஒன்று போலாக்கை நிராகரித்தது. காந்தி எழுச்சி மிக்க பதில் ஒன்றை எழுதினார். அதில் போலாக்கின் அர்ப்பணிப்பையும் தியாகத்தையும் புகழ்ந்தார்; வழக்கத்துக்கு மாறான கடுமையான தொனியில், 'கூட்டுக் குடும்பம் ஒன்றில் ஒரு மகன் உயிரைக்கொடுத்து அவருக்குரிய கடமையை ஆற்றும்போது அவரை ஒரு கைக்கூலி, ஏனென்றால் குடும்ப வருமானத்திலிருந்துதான் அவர் சாப்பிடுகிறார், உடுத்துகிறார் என்று சொல்லலாம் என்றால் அப்போது திரு போலாக்கும் சந்தேகமில்லாமல் கைக்கூலிதான்; அதுவரை ஒருவரும் அப்படிச் சொல்ல முடியாது' என்று குறிப்பிட்டார். [44]

இந்திய அரசாங்கத்துக்குப் போலாக் செய்யும் வேலையின் முக்கியத்துவம் புரிந்திருந்தது. அவர் செல்லும் இடங்களில் எல்லாம் காவல்துறை உளவாளிகள் அவரைப் பின்தொடர்ந்தனர். அவர்கள் அவருக்குவரும் கடிதங்களைப் பிரித்துப் படித்தனர்; அவர் தங்கிய வீடுகள், விடுதிகளில் இருப்பவர்களிடம் கேள்வி கேட்டனர். போலாக்குக்கு முதலில் இது வேடிக்கையாக இருந்தாலும், போகப்போக எரிச்சலூட்டியது. அவர்

காந்தியிடம், 'அதிகாரிகள் பைத்தியக்காரர்களாக இருக்கவேண்டும்; வெறுக்கத்தக்க ரஷ்ய முறையை (உளவு பார்த்தல்) பின்பற்றுகிறார்கள். இங்கிலாந்தில் நாங்கள் இதைக் கண்டிப்பதுபோலக் காட்டிக்கொள் கிறோம். ஆனால் அதெல்லாம் பொய்யும் வேஷமும் மட்டும்தான் போலிருக்கிறது!'[45]

உளவாளிகள்பற்றிக் கூறியபோது, காந்தி போலாக்கிடம், 'நான் உங்களுக்கு எழுதும் கடிதங்கள் பிரித்துப்படிக்கப்படுவதைப் புரிந்து கொள்ள முடிகிறது. மில்லி உங்களுக்கு எழுதும் கடிதங்களையும் பிரிக் கிறார்கள் என்பதை என்னால் புரிந்துகொள்ள முடியவில்லை. அந்தக் கடிதங்களைப் படித்ததனால் அவர்களுக்குக் கொஞ்சம் புத்தி வந்திருக்கும் என்றும், பதிபக்தி என்பதன் பொருளைக் கற்றுக்கொள்வார்கள் என்றும் நம்புவோம்' என்று சொன்னார்.[46] போலாக்கின் பதில் காந்தி தம்பதியினரின் மணவாழ்வுக்கும், தங்களது மணவாழ்வுக்கும் உள்ள வேறுபாட்டை அடிக்கோடிட்டுக் காட்டியது. முன்னது கடமையையும் மரபையும் அடிப்படையாகக் கொண்டது என்றால் பின்னது அன்பையும் காதலையும் அடிப்படையாகக் கொண்டது. 'மில்லியின் கடிதம் பிரிக்கப் படுவதை நீங்கள் எங்களைவிடத் தத்துவார்த்தரீதியில் எடுத்துக்கொள் கிறீர்கள்' என்றார் அவர். 'நீங்கள் காதல் கடிதம் எழுதிய நாட்களெல்லாம் முடிந்துவிட்டது என்று தெரிகிறது! உங்களை நினைத்தால் பாவமாக இருக்கிறது! மில்லிக்கு நான் இன்னும் மணவாழ்க்கையில் தேவையான பக்திபற்றி வகுப்பெடுக்க அதிகாரம் தரவில்லை!'

போலாக் இந்தியாவில் மேற்கொண்ட நீண்ட பயணமே ஒரு நண்பர் மீதும், லட்சியத்தின்மீதும் இருக்க வேண்டிய பற்றுக்கு உதாரணம். அவரது தியாகத்தின் உண்மையான இயல்பு காந்திக்கு அவர் லண்டனில் தன் குடும்பத்தாருடன் அவ்வளவு நேரம் செலவிட்டதற்கு மனமார்ந்தும், அதேசமயம் பொறாமையுடனும் நன்றி தெரிவித்து எழுதிய கடிதம் ஒன்றில் வெளிப்படுகிறது: 'நாட்கள் செல்லச்செல்ல மில்லி மேலும் மேலும் காதலிக்கத் தக்கவள் ஆகிவருவதுபோல உங்களுக்குத் தோன்ற வில்லயா?' என்று எழுதிய அவர் பின் இப்படிக் குறிப்பிட்டார்: 'எனக்கு நிச்சயம் அப்படித் தோன்றுகிறது!!! (ஆச்சரியமான கண்டுபிடிப்பு இல்லையா?)'[47]

மதராஸிலிருந்து போலாக் ரங்கூனுக்கு ஒரு சிறுகப்பலில் சென்றார். கப்பல்துறைமுகத்தில் அவரை லண்டனிலிருந்து திரும்பிவிட்ட பிரன்ஜீவன் மேத்தாவும் () மதன்ஜித் வியாவஹாரிக்கும் வரவேற்றனர். வியாவஹாரிக் ஆரம்பகாலத்தில் காந்தியுடன் இந்தியன் ஒப்பீனியன் இதழில் இணைந்து பணியாற்றியவர்; இப்போது அவர் இங்கே யுனைட் டெட் பர்மா என்ற இதழுக்கு ஆசிரியராக இருந்தார்.[48] போலாக் மேத்தாவுடன் தங்கினார். அவர்கள் தமது பொது நண்பரின் கடந்தகாலம் எதிர்காலம் ஆகியவை பற்றியும், இதர விஷயங்களையும் பேசினர்.

தன்னிச்சையாகவோ போலாக்கிடம் கலந்தோலோசித்த பின்னரோ மேத்தா கோபால கிருஷ்ண கோகலேவுக்கு ஒரு வியக்கத்தக்க கடிதத்தை எழுதினார். அது இப்படி ஆரம்பிக்கிறது:

> அன்புள்ள ஐயா,
>
> நான் சென்றமுறை ஐரோப்பாவுக்குச் சென்றிருந்தபோது திரு காந்தியை அதிகம் கண்டேன். ஆண்டுக்கு ஆண்டு (எனக்கு அவரை இருபது ஆண்டுகளாகத் தெரியும்) இன்னும் அதிகமாக அவர் தன்னலமற்ற வராகிறார். இப்போது அவர் ஏறக்குறைய ஒரு துறவு வாழ்வு வாழ்ந்து வருகிறார்—நாம் வழக்கமாகப் பார்க்கும் சாதாரணமான துறவி அல்ல; மாறாக ஒரு மகாத்மா. தன் தாய்நாடுதான் அவரது மனதை ஆக்கிர மித்திருக்கும் ஒரே சிந்தனை.
>
> தன் நாட்டுக்காக உழைக்க விரும்பும் அனைவரும் காந்தியையும் அவரது சமீபத்திய நிறுவனங்களான ஃபீனிக்ஸ் குடியிருப்பு, ஃபீனிக்ஸ் பள்ளி ஆகியவற்றையும் குறித்துக் கற்கவேண்டும் என்று எனக்குத் தோன்றுகிறது. டிரான்ஸ்வாலில் அவரது வழிகாட்டலின்கீழ் நடத்தப் பட்ட சாத்விகமான எதிர்ப்பைப் பற்றியும் நேரில் சென்றால் நன்றாக அறிந்துகொள்ள முடியும்.
>
> திரு போலாக் இப்போது இங்கே எங்களுடன் தங்கியிருக்கிறார்; 'இந்தியாவின் சேவகர்கள்' பிரமாதமான வேலை செய்வதாக என்னிடம் சொல்கிறார். எனக்குத் தோன்றுவது என்னவென்றால், இந்தியாவுக்காகப் பணியாற்றும் எந்த ஒரு ஊழியரின் கல்வியும் திரு காந்தியையும் அவரது நிறுவனங்களையும் பற்றிக் கற்காகதவரை முழுமையடைய முடியாது.

கோகலேயின் சகாக்களில் ஒருவரைத் தென்னாப்பிரிக்கா சென்று 'திரு காந்தியின் அருகில் இருந்து அவர் இடும் கட்டளைகளைச் சிரமேற் கொண்டு நிறைவேற்றுவதற்கு' நிதியுதவி செய்ய மேத்தா முன்வந்தார். அவர் ஒரு பெயரைக்கூட முன்மொழிந்தார்—மதராஸைச் சேர்ந்த அறிஞரும் பேச்சாளருமான வி.எஸ்.சீனிவாச சாஸ்திரி.[49]

இது மோகன்தாஸ் கே. காந்தியின் மேன்மைபற்றிய தீர்க்க தரிசனமான அறிவிப்பு. குறிப்பாக மேத்தா 'மகாத்மா' என்ற அடைமொழியைப் பயன்படுத்தியிருப்பது வியப்புக்குரியது. 'மாபெரும் புனித ஆத்மா' என்ற பொருள்படும் அந்தச் சொல் சாதாரணமாகப் பல நூற்றாண்டு காலம் செல்வாக்கு செலுத்துகிற ஆன்மிக ஆளுமைகளைக் குறிக்கவே பயன்படுத்தப்படுவது; இங்கோ ஒரு சாதாரண வழக்கறிஞராகவும் அரசியல் செயல்பாட்டாளராகவும் இருப்பவருக்கு அந்தப் பட்டம் வழங்கப்பட்டிருக்கிறது. ரவீந்திரநாத் தாகூர்தான் முதன்முதலாக காந்தியை 'மகாத்மா' என அழைத்தார்; இது 1919 வாக்கில், அதாவது காந்தி இந்திய அரசியலில் முக்கியமானவர்களில் ஒருவராக உருவெடுத்ததற்குப்

பிறகு நடந்தது என்பதே பொதுவாக நம்பப்பட்டுவரும் விஷயமாக இருக்கிறது. குஜராத்திலிருக்கும் நகரமான கோண்டால் இதற்குப் போட்டியாக ஒரு உரிமைகோரலை முன்வைத்திருக்கிறது; அந்த நகரம் காந்தி தென்னாப்பிரிக்காவிலிருந்து திரும்பிய பிறகு 1915ல் அங்கு சென்ற போது அந்தப் பட்டத்தை அவருக்கு வழங்கியதாகத் தெரிகிறது. பொது வில் செய்யப்பட்ட அறிவிப்பாக இல்லாமல் தனிப்பட்ட கடிதம் ஒன்றில் தான் என்றாலும் பிரன்ஜீவன் மேத்தா இரு தரப்பையும் முந்திவிட்டார்.

போலாக் மேத்தாவின் கடிதத்தை அது அனுப்பப்படும் முன்னதாகப் படித்தாரா என்று தெரியவில்லை. காந்தி அந்தக் கடிதத்தைப் பார்த்த தாகவோ, அதைப்பற்றிக் கேள்விப்பட்டதாகவோ தெரியவில்லை. கடிதத்தைப் பெற்றவர் மாபெரும் அறிவாற்றலும் தன்னலமின்மையும் படைத்தவராக இருந்தாலும், கலவையான உணர்வுகளுடனேயே அதைப் படித்திருக்கவேண்டும். காந்தியோ கோகலேயைத் தனது ஆசானாக அறிவித்திருந்தார்; இங்கே பார்த்தால் மேத்தா அந்த ஆசானிடம் அவர் தென்னாப்பிரிக்காவிலிருக்கும் தன் மாணாக்கரிடமிருந்து ஒரு பாடத்தைக் கற்றுக்கொள்ளலாம் என்றும், இந்தியாவில் இருக்கும் கோடிக்கணக் கானவர்களின் விடுதலை நேட்டாலிலும் டிரான்ஸ்வாலிலும் உள்ள சில ஆயிரம் குடியேற்றக்காரர்களின் போராட்டத்தை அருகிலிருந்து கற்ப தனால் பலனடைய முடியும் என்றும் சொல்கிறார்.

ரங்கூனில் மேத்தாவுடன் தங்கியிருந்த பிறகு போலாக் கடல் மார்க்கமாகக் கல்கத்தாவை அடைந்து தென்னாப்பிரிக்க இந்தியர்களுக்கான தன் பிரசார இயக்கத்தைத் தொடர்ந்தார். அங்கே டிசம்பர் 3 அன்று 'டிரான்ஸ்வாலில் இந்தியர்கள் நடத்தப்படும் விதத்தைக் கண்டித்து' ஒரு பெரிய பொதுக் கூட்டம் நடைபெற்றது. அதில் கலந்துகொண்டவர்கள் பல்வேறு மதம், மொழிப் பிரிவுகளைச் சார்ந்தவர்கள்—முதன்மையான இந்து தாராளவாதி பூபேந்திரநாத் பாசு, சுரேந்திரநாத் பானர்ஜி ஆகியவர்களும், வங்கத்து முன்னணி இஸ்லாமியர்களும், நகரத்தின் மார்வாரி வர்த்தகர்களும் அவர்களில் இருந்தனர்.[50]

கல்கத்தாவிலிருந்து போலாக் நாட்டின் வடக்காகச் சென்று ஐக்கிய மாகாணங்களிலும் பஞ்சாபிலும் பேசினார். பனாரஸில் நடந்த கூட்டத் துக்கு அன்னி பெசன்ட் தலைமை தாங்கினார்; முன்னாள் பிரிட்டிஷ் சோஷ லிஸ்ட்டான அவர் இப்போது ஓர் இந்திய ஆன்மிகவாதி. போலாக், 'பெசன்ட் பல ஆண்டுகளில் நான் கேட்டதிலேயே மிகச்சிறந்த உரையை வழங்கினார். அதில் பொய்யான நடிப்பு எதுவுமில்லை. அவர் பேசியவை அனைத்தும் அவரது இதயத்திலிருந்து வந்தவை; மிகவும் வலிமையுடன் பேசினார்' என்று குறிப்பிட்டார். திருமதி பெசன்ட் தென்னாப்பிரிக்க இந்தியர்களுக்கான நிதி ஒன்றுக்கு ரூ.30 நன்கொடை அளித்தார். அந்தக் கூட்டம் முடிவடைந்தபோது அந்த நிதியில் ரூ.1000 சேர்ந்துவிட்டது. இது போலாக்குக்குத் திருப்தியளித்தது. அதுபோலவே மறுநாள் கங்கையில்

செய்த 'மிகப் புத்துணர்ச்சியளிக்கும் முழுக்கு'; இந்துக்களுக்கு அது ஒரு சடங்கு என்றால், வழிதவறிய இந்த யூதருக்கு முற்றிலும் சுயவிருப்பத் தேர்வு.[51]

போலாக்கின் பேச்சுகளும் எழுத்துகளும் பலரால் கவனிக்கப்பட்டன. அவர்களில் வங்கத்தைச் சேர்ந்த புரட்சியாளர் அரவிந்த கோஷ் ஒருவர் (பின்னாட்களில் ஸ்ரீ அரவிந்தர் என அறியப்பட்டவர்). 1907 ஏப்ரல் மாதத்தில் கோஷ் இந்தியாவில் சாத்விகப் போராட்டம் நடத்துவதற்கான வாய்ப்புப் பற்றிப் பல தொடர் கட்டுரைகள் எழுதினார்.[52] அவர் காந்தி எழுதிய எதையும் படித்திருக்கவில்லை என்று தோன்றுகிறது; அதே போல காந்தியும் அரவிந்தரைப் படித்ததில்லை போலும். இப்போது போலாக்கின் வருகை அந்த வங்கப் புரட்சியாளரை தென்னாப்பிரிக்க நிலவரம்பற்றி ஈர்ப்பான கட்டுரை ஒன்றை எழுதத் தூண்டியது. கோஷ் எழுதினார்:

> டிரான்ஸ்வால் இந்தியர்களின் மாபெரும் பெருமை என்னவென்றால், இம்மாதிரியான நிலைமைகளில் மனிதர்கள் தாம் பிடித்துத்தள்ளப் பட்டிருக்கும் சூழ்நிலைக்குள்ளாக மூழ்கிவிடுவார்கள்; அந்தப் புதை சேற்றிலிருந்து அவர்களை மீட்க வேறொருவரின் உதவி தேவை. பரதவர்ஷத்தின் இந்த மைந்தர்களோ முன்மாதிரி எதுவும் அற்ற ஆன்மிக, தார்மிக மரபுகளை பரம்பரைச் சொத்தாகப் பெற்றிருப் பவர்கள்; அவர்கள் மனித ஆன்மாவின் மீதான முரட்டு பலத்தின் மேலா திக்கத்தை ஏற்றுக்கொள்ள மறுத்ததன் வாயிலாக இந்திய மக்களின் மேன்மையையும் அவர்களது நாகரிகத்தின் மேன்மையையும் உலக மக்களுக்கும் மற்ற எல்லா நாகரிகங்களுக்கும் முன்பாக நிரூபித்துக் காட்டியிருக்கிறார்கள். எல்லாவிதமான போராட்ட முறைகளும் அற்றுப்போன நிலையில், ஓர் அந்நிய நிலத்தில், அநாதரவான வெகு சிலரான அவர்கள், இந்தியாவின் துணையும் இல்லாமல் அதைச் சாதித் திருக்கிறார்கள். ஆங்கிலேய அரசியல் தலைவர்களின் உள்ளீடற்ற போலிக் கரிசனத்தால் ஏமாற்றப்பட்ட அவர்கள், மனிதகுலத்தால் கண்டு கொள்ளப்படாமல், மனிதகுலத்துக்கான போராட்டத்தை வெறும் ஆன்மாவின் சக்தியால், ஆயுதங்கள் எதுவுமின்றி, தாமே முன்வந்து நுன்பங்களை ஏற்றுக்கொள்வதன் மூலமும், முழுமையான தியாகத்தின் மூலமும் பெற்ற தார்மிக பலத்தாலும் நடத்தியிருக்கிறார்கள்... நமக்குத் துணிச்சலும் சுயநலமின்மையும் இல்லாததனால் இந்தியாவில் நம்மால் நடத்த முடியாத சாத்விகமான எதிர்ப்பியக்கத்தை டிரான்ஸ்வாலில் அவர்கள் இன்னும் கடினமான சூழ்நிலைகளில், இதைவிட மிகக் குறை வாகவே வெற்றியை எதிர்பார்க்கக்கூடிய நிலையில் இருந்துகொண்டு சாத்தியமான அதிகபட்ச அளவுக்கு நிகழ்த்தியிருக்கிறார்கள். தமது போராட்டத்தில் அவர்கள் வென்றாலும் தோற்றாலும், தமது நாட்டின் எதிர்கால சந்ததியினருக்கு அவர்கள் தமது பங்கை அதிகமாகவே செலுத்தியிருக்கிறார்கள்.[53]

இந்திய அரசியல் அப்போது 'மிதவாதம்', 'தீவிரவாதம்' என்று இரண்டு முகாம்களாகப் பிளவுபட்டிருந்தது. முதல் வகையினர் பிரிட்டிஷாரிடமிருந்து சலுகைகளைப் பெறப் பணிவாகவும், மன்னிப்புக் கேட்டுக் கொள்ளும் தோரணையிலும் கோரிக்கை வைத்தனர்; இரண்டாம் வகையினர் போர்க்குணத்துடனும், கோபமாகவும்கூட அவற்றைக் கேட்டனர். அரவிந்த கோஷ் அரசியல்ரீதியில் 'தீவிர சிந்தை கொண்டவர்'; சொல்லப்போனால் ஒரு தீவிரமான தீவிர எண்ணம் கொண்டவர். வங்காளத்தில் பயங்கரவாதக் குழுக்களுடன் அவருக்கு நெருங்கிய தொடர்பு இருந்துவந்தது. 1908 மே மாதம் அவரும் அவரது சகோதரர் பரீந்திரநாத்தும் அலிப்பூர் வெடிகுண்டு வழக்கு என அறியப் பட்ட வழக்கில் கைதானார்கள். பரீனுக்கு ஆயுள் தண்டனை கிடைத்தது; அரவிந்தர் ஓராண்டுக்குப்பின் சிறையிலிருந்து விடுவிக்கப்பட்டார்.[54]

கோஷ் சகோதரர்களின் கட்சி காந்தியின் ஆசான் கோகலே போன்ற மிதவாதிகள்மீது தீவிர (இந்த வார்த்தையிலிருந்து தப்பிக்க முடியாது) இகழ்ச்சி கொண்டிருந்தனர். போலாக்கால் கோபால கிருஷ்ண கோகலே, அரவிந்த கோஷ் இருவரிடமிருந்தும் ஆதரவு பெற முடிந்தது; ஒரு சமாதானவாதியாக அவர் பெற்ற வெற்றிக்கு அது ஓர் அடையாளம்.

காந்தி லண்டனிலும் போலாக் துணைக்கண்டத்திலும் இருக்க, இந்தியன் ஒப்பீனியன் இதழின் ஆங்கிலப் பக்கங்களைத் தயாரிக்கும் பொறுப்பை ரெவரண்ட் ஜோசப் டோக் கவனித்துக்கொண்டார். முன்புபோல அந்த இதழில் போராட்டம்பற்றி வாராவாரம் புதிய தகவல்கள் வெளியிடப் பட்டன. சிறையில் நிமோனியாவால் பீடிக்கப்பட்ட தமிழ் இளைஞரான நாகப்பன் மரணமடைந்ததை ஒரு இதழ் குறிப்பிட்டது. அவரது இறுதி ஊர்வலத்தில் குதிரை பூட்டிய முப்பது வண்டிகள் மயானத்தை நோக்கிச் சென்றன. பிரிட்டிஷ் இந்திய சங்கம் சார்பில் மலர் வளையம் வைக்கப் பட்டது; இன்னொரு மலர் வளையம், 'லியுங் க்வின்னிடமிருந்து ஆழ்ந்த இரங்கலுடன்; அவர் மனச்சாட்சிக்காக மரித்தார்.' இந்தியன் ஒப்பீனியன் இதழில் ஒரு தலையங்கம் தமிழ்ப் பெண்களின் பங்களிப்பைப் புகழ்ந்தது. 'அவர்கள் தம் கணவர்களும் மகன்களும் சிறைவைக்கப் பட்டதைக் கண்டிருக்கிறார்கள்; சாதாரணமாகப் பெண்கள் வசம் வராத வாழ்க்கைப் பொறுப்புகளை அவர்கள் கையில் எடுத்துக்கொண்டிருக் கிறார்கள்; தம் அன்புக்குரியவர்கள் தம் மனச்சாட்சிப்படிச் செயல்பட ஏதுவாக அதிகபட்ச சுமையை ஏற்றுக்கொண்டிருக்கிறார்கள்.[55]

காந்தியின் இதழ் இந்திய வைஸ்ராய்மீது நடத்தப்பட்ட தோல்வியுற்ற படுகொலை முயற்சி பற்றியும் எழுதியது. அந்தச் செய்தித்தாள் எழுதியது:

> தேசியத்தின் குறிக்கோள்களை அடைவதற்கு வெடிகுண்டுகளையும், அது போன்ற பலப்பிரயோகத்தின் பிற அடையாளங்களையும் கைக்கொள் பவர்கள்மீது சத்தியாக்கிரகள் என்ற முறையில் நமக்கு நமக்கு சிறிதும்

கரிசனம் இல்லை... கண்ணியமான மனிதர்களோடு ஒப்பிடும்போது வெடிகுண்டுகளை எறிபவர்கள் மிகவும் சிறுபான்மையினரே என்று நாம் நிச்சயம் நம்பலாம். கண்ணியமான மனிதர்கள் இந்தியாவை உயர்த்துவதற்காக உழைத்துக்கொண்டிருக்கிறார்கள்; நம் தாய்நாடு நம் (தென்னாப்பிரிக்காவில்) நலனில் காட்டிவரும் அக்கறையில் வெளிப்பட்டுவரும் சத்தியாக்கிரக நன்நெறிகளே நம் மக்களின் தீர்ப்பாக இருக்கும் என்பதே நம் நம்பிக்கை.

இதை எழுதியவர் தற்காலிகமாக ஆசிரியராகப் பணியாற்றிவந்த ஜோசப் டோக். காந்தி ஊரில் இல்லாத நிலையில் அவர் காந்தியின் குரலில் எழுத வேண்டியிருந்தது; ஆகவே இந்தியாவைத் தனது 'தாய்நாடாகவும்' குறிப்பிட வேண்டிவந்தது.[56]

வேறு வாரங்களில் வெளியான இதழ்களில் ஹரிலால் நான்காம் முறையாகச் சிறை சென்றிருப்பதும், பார்ஸி ருஸ்தம்ஜி, தம்பி நாயுடு உள்ளிட்டவர்கள் மீண்டும் சிறை சென்றிருப்பதும் குறிப்பிடப்பட்டது. 'கடந்த காலங்களில், வேறு இடங்களில், சிறை செல்வது என்பது ஒருவருக்கு அவமானத்தையும், சிறுமையையும், குற்றவாளி என்ற முத்திரையையும் கொடுத்தது'; ஆனால் இப்போது இங்கே, 'வீரதீரத்தின் புகழ்ஒளி அதன் தலையைச்சுற்றி ஒளி வட்டமாகத் திகழ்கிறது—டிரான்ஸ்வாலில் சிறைக்குச் செல்லாத ஒரு மனிதன்தான் சந்தேகிக்கத்தக்க நடத்தையுள்ளவன்'என்று இந்தியன் ஒப்பீனியன் குறிப்பிட்டது.[57]

முன்புபோலவே, ஜோஹானஸ்பர்க் ஹமீதியா மசூதியில் ஒவ்வொரு ஞாயிறன்றும் பொதுக்கூட்டங்கள் நடைபெற்றன. அந்தக் கூட்டங்களில் கடைசியாகச் சிறையிலிருந்து வெளிவந்த சத்தியாக்கிரகிகளுக்கு வரவேற்பும் கடைசியாகச் சிறைசென்றவர்களுக்குப் பாராட்டும் கிடைத்தது. செப்டெம்பர் ஆரம்பத்தில் ஒரு கூட்டத்தில் ஜோசப் டோக் சீன போராட்டக்காரர்களைக் குறிப்பிட்டுப் பாராட்டினார். தனது இந்திய நண்பர்களிடம் அவர், 'சீனர்கள் எவ்வளவு விசுவாசத்துடன் தம் ஆசிய சகோதரர்களுடன் ஒன்றாக நிற்கிறார்கள் என்பதைப் பார்த்து மகிழ்ச்சி கொள்ளவேண்டும்; திரு க்வின்னும் இன்னும் 74 சீனர்களும் இப்போது தான் கைதுசெய்யப்பட்டிருக்கிறார்கள்; அவர்கள் சிறைக்குச் செல்ல வேண்டியிருக்கும்' என்று பேசினார்.[58]

காந்தி தென்னாப்பிரிக்காவில் நடப்பவைபற்றி இந்தியன் ஒப்பீனியன் மூலமாகவும் நண்பர்களிடமிருந்து வரும் கடிதங்களின் மூலமாகவும் அறிந்துவந்தார். இந்த நண்பர்களில் ஒருவர் தம்பி நாயுடு; இப்போது தற்காலிகமாகச் சிறைக்கு வெளியில் இருந்தார். அவர் கடைசியாகச் சிறைக்குச் சென்று வெளிவந்தபோது இந்தியன் ஒப்பீனியன், 'திரு தம்பி நாயுடு ஆரோக்கியமாகவும் திடகாத்திரமாகவும் காணப்படுகிறார்; லட்சியம்கொண்ட பேருருவமாக வெளிவந்திருக்கிறார். அவரது மனத்திடம் அசைக்க முடியாதது' என்று குறிப்பிட்டது.[59] அக்டோபர்

ஆரம்பத்தில் தம்பி காந்திக்கு, 'நீங்கள் போனபிறகு விடுதலைபெற்ற தமிழ் கைதிகள் அனைவரும், நம் கோரிக்கைக்கு அரசாங்கம் இணங்கும் வரை மீண்டும் மீண்டும் சிறைக்குச் செல்ல ஆயத்தமாக இருக்கிறார்கள்' என்று எழுதினார். செப்டெம்பர் கடைசி வாரத்தில் அந்தத் தமிழ்த் தலைவர் பிரிட்டோரியாவுக்குச் சென்று அப்போதுதான் விடுதலையான சத்தியாக்கிரகிகளின் அணியை வரவேற்றார். அவர்கள் சிறையில் 'சாப்பாடு போதாமையாலும், நெய் இல்லாததாலும்' 'மெலிந்தும் பலவீனமாகவும்' இருப்பதையும், ஆனாலும் 'எல்லோரும் சிறைக்குத் திரும்பவும் செல்லத்தயாராக இருப்பதையும்' அவர் கண்டார். தம்பி அவர்களது மனித மனோதிடத்துக்குத் தலைவணங்கினார். ஆனாலும் 'நான் பகவானைத் தவிர யாரையும் நம்பியிருக்கவில்லை; அவர் ஒருவர் தான் அரசாங்கம் பலவீனமானவர்களுக்கான தன் கடமையை நிறை வேற்றும்படிச் செய்யமுடியும்' என்றும் குறிப்பிட்டார்.[60]

1909 அக்டோபர் வாக்கில் லார்ட் ஆம்ப்தில் முன்வைத்த தூது முயற்சிகள் தோல்வியடைந்துவிட்டன என்பது தெளிவாகிவிட்டது. காந்தி இப்போது காலனிகள் விவகார அலுவலகத்துக்கு எழுதி, உடன்பாடு எதுவும் வருவ தாகத் தெரியவில்லை; எனவே தென்னாப்பிரிக்கா திரும்பும் முன் தொடர்ச் சியாகச் சில பொதுக்கூட்டங்களில் பேசிவிட்டுச் செல்ல உத்தேசித்திருப்ப தாகத் தெரிவித்தார். லண்டனில் சில பார்ஸிகளிடம் பேசிய அவர், தென்னாப்பிரிக்காவில் அவர்களது சக பார்ஸிகளான பார்ஸி ருஸ்தம்ஜி, ஷாப்பூர்ஷி சொராப்ஜி போன்றவர்களின் தியாகத்தைப் புகழ்ந்தார். அக்டோபர் 24 அன்று வி.டி.சாவர்க்கருடன் ஒரே மேடையில் சில இந்தியர் களிடையே பேசினார். அன்று விஜயதசமி நாள்; தசரா திருவிழாவின் கடைசி நாளான அன்றைய தினம் ராவணனை ராமன் வெற்றி கொண்டதைக் குறிப்பது. மிதவாதியும் தீவிர நோக்கு கொண்டவர்களுமான அவர்கள் முற்றிலும் வேறுபட்ட தோற்றத்தைத் தந்தனர். காந்தி மரபான உடைகளான டெயில் கோட்டும் (பின்புறம் நீண்ட கோட்), டிரஸ் ஷர்ட்டும் (பொத் தான்கள் வைத்த சட்டை) அணிந்திருந்தார். சாவர்க்கரோ இன்னும் சற்று சாதாரணரீதியிலான உடைகளை அணிந்திருந்தார். காந்தி பின்னர், 'திரு சாவர்க்கர் ராமாயணத்தின் மாபெரும் மகத்துவம்பற்றி எழுச்சிபொங்கப் பேசினார்' என்று எழுதினார். சாவர்க்கர் தன் பேச்சில், பண்டைக்காலத்தில் இலங்கையின் அரக்கர்களை இந்துக் கடவுள்கள் ஆயுதபலத்தால் முறியடித் ததைப் போலவே அதே வழிமுறைகளால் நவீன யுகத்து இந்துக்கள் தம்மை வெற்றிகொண்ட பிரிட்டிஷ்காரர்களோடு யுத்தம் புரிவார்கள் என்று பேசினார்.[61]

அந்தக் கூட்டத்தில் கலந்துகொண்ட இளம் மாணவர் ஒருவர் நாற்ப தாண்டுகளுக்குப் பிறகு இரண்டு மனிதர்களுக்கும் இடையிலிருந்த வித்தியாசங்களை நினைவுகூர்ந்தார். சாவர்க்கர்தான் அந்தக் கூட்டத்தில் 'மற்றவரைவிட மிக அதிகமாகக் கவனத்தைக் கவர்ந்த ஆளுமை'; காரணம் 'அவரைச் சுற்றி வன்முறைப் பரட்சியின் சுடர்விடும் விண்மீன்

கூட்டம் கட்டி எழுப்பப்பட்டிருந்தது'. மாறாக காந்தியோ கூச்சமும் தயக்கமும் கொண்டவராகத் தோன்றினார்; மாணவர்கள் 'முன்புறம் தலையைக் குனிந்துதான் திரு காந்தி பேசுவதைக் கேட்ப வேண்டி யிருந்தது.' அவரது குரலும் பேச்சும் அவரது குண இயல்புக்கேற்பவே 'அமைதியாக, உணர்ச்சிவசப்படாமல், எளிமையாக, அலங்காரப் பூச்சுகள் எதுவுமின்றி' அமைந்திருந்தன—.[62]

தசராதின பொதுக்கூட்டத்தில் காந்தியே சாவர்க்கரை அறிமுகம் செய்து வைக்க வேண்டியிருந்தது. பொதுவிடத்தில் பண்புடன் நடந்துகொண்ட அவர், பேச்சாளருக்கும் அவையினருக்கும் இடையில் தான் குறுக்கே நிற்க விரும்பவில்லை என்றார். அவரது உண்மையான உணர்வுகள் அவர் லார்ட் ஆம்ப்திலுக்கு எழுதிய கடிதத்தில் வெளிப்பட்டன; அக்கடிதம், லண்டன் இந்தியர்கள் மத்தியில் 'தேசிய உணர்வின் விழிப்பு' ஏற்பட்டி ருப்பது துலக்கமாகத் தெரிகிறது; 'பிரிட்டிஷ் ஆட்சிமீது கொண்டிருக்கும் பொறுமையின்மையால் அது சற்றே கரிப்பூச்சு கொண்டிருக்கிறது. சிலவேளைகளில் மொத்த (வெள்ளையர்) இனத்தையும் குறித்த வெறுப்பு நச்சுத்தன்மை கொண்டிருக்கிறது.' காந்தி தீவிர நோக்கு கொண்ட வர்களுடன் பேச்சுவார்த்தை நடத்திவந்தார்; அவர்களை 'தம் வழி முறைகளின் தவறுகளை உணரச்செய்ய' முயன்றுகொண்டிருந்தார். தீவிர நோக்கு கொண்ட ஒருவர் (காந்தி அவரது பெயரைக் குறிப்பிடவில்லை; ஆயினும் அநேகமாக அது சாவர்க்கராகவே இருக்கவேண்டும்) 'என் வழிமுறைகள் தவறானவை; நேரடியாகவோ, மறைமுகமாகவோ, இரண்டுவிதமாகவுமோ வன்முறையைப் பயன்படுத்துவதே அவர்கள் தமக்கு இழைக்கப்பட்டுள்ளதாகக் கருதும் அநீதியைத் தீர்த்துவைக்கும் என என்னை நம்பவைக்கும் நோக்கத்தில்' காந்தியிடம் பேசினார். காந்தி, 'தேசிய மீட்டுருவாக்கத்தில் தான் தன் எளிய பங்கை வகிக்க' விரும்பு வதாகவும், ஆனால் இதற்கு இன்னும் மென்மையான, இன்னும் சிறிது சிறிதாக முன்னேறும் வழிமுறைகளையே கடைப்பிடிக்கப் போவ தாகவும் பதில் சொல்லிவிட்டார்.[63]

தன் குருநாதர் கோபால கிருஷ்ண கோகலேமீது தீவிர நோக்கு கொண்ட வர்கள் காட்டிய வெறுப்பு காந்திக்கு அச்சத்தைக் கொடுத்தது. அவர்களது கட்சிப் பத்திரிகையான வந்தே மாதரம் பூனாவைச் சேர்ந்த தலைவரை 'அற்பமும் கோழைத்தனமும் கொண்டவர்' என்று கூறி நிராகரித்திருந்தது. அதற்குப் பொதுவெளியில் பதிலளித்த காந்தி கோகலே பல தசாப்தங் களாகப் புரிந்துவரும் இடையறாத பணியைப் போற்றினார். 'இந்தியாவின் தூண்கள் என அழைக்கப்படுபவர்கள் செய்திருக்கும் பணிகளை இடித்துத் தகர்த்துவிடாமல் இருப்பது தீவிர நோக்கு கொண்டவர்கள் மிதவாதிகள் ஆகிய இருதரப்பின் கடமை. அவர்கள் தாராளமாக மேற்கொண்டு தம் கட்டு மானங்களைச் செய்யலாம். இல்லையென்றால் நுனிக்கிளையில் அமர்ந்து கொண்டு அடிக்கிளையை வெட்டுபவர்களாகிவிடுவார்கள்' என்று குறிப்பிட்டார்.[64]

காந்தி கோகலேவுக்குக் கடிதம் எழுதி, அவர்மீது லண்டனில் சாவர்க்கரும் அவரது தோழர்களும் கொண்டிருக்கும் 'தீவிரமான கசப்புணர்வு' பற்றித் தெரிவித்தார். கோகலே டிரான்ஸ்வாலுக்குச் சென்று, காந்தியின் இயக்கத்துக்கு ஆதரவை வெளிப்படுத்துவதே இதற்குத் தக்க பதிலாக இருக்கும் என்பது காந்தியின் கருத்து. 'டிரான்ஸ்வால் கிளர்ச்சி முற்றுமுழுக்க தேசியத் தன்மை கொண்டது என்று நான் தெரிவித்துக்கொள்கிறேன்' என்று காந்தி எழுதினார். 'அது மிகப் பெரிய அளவில் ஊக்குவிக்கப்படும் தகுதி கொண்டது. அதை நான் நவீன யுகத்தின் மகத்தான போராட்டம் என்றே கருதிவந்திருக்கிறேன். இறுதியில் அந்தப் போராட்டம் வெற்றி பெறும் என்பதில் எனக்குக் கிஞ்சித்தும் ஐயமில்லை. ஆனால், விரைவிலேயே வெற்றி கிடைத்தால் அது இந்தியாவில் வன்முறை இயக்கத்தை முறிக்கும்.' கோகலே டிரான்ஸ்வாலுக்கு வரவேண்டும். அங்கு, 'எங்களது துயரங்களைப் பகிர்ந்துகொள்வது உங்கள் நோக்கம் என்றும், ஆகவே (பிரிட்டிஷ்) பேரரசின் பிரஜை என்ற முறையில் டிரான்ஸ்வாலின் எல்லையைத் தாண்டி உள்ளே வருவதாகவும் வெளிப்படையாக அறிவிக்கவேண்டும்' என்று காந்தி விரும்பினார். கோகலேயின் வருகை அவர்களது குறிக்கோளுக்கு 'உலகளாவிய முக்கியத்துவத்தைத் தரும்; போராட்டம் விரைவில் முடிவுக்கு வரும்; உங்கள் நாட்டு மக்கள் உங்களை இன்னும் நன்றாகத் தெரிந்துகொள்வார்கள்.' இதில் கடைசியாகச் சொன்னது உங்களுக்குப் பெரிதாகத் தோன்றாமல் இருக்கலாம்; ஆனால் அது எனக்குப் பெரிய விஷயம்... நீங்கள் கைதுசெய்யப்பட்டுச் சிறை வைக்கப்பட்டால், நான் மகிழ்ச்சியடைவேன். நான் சொல்வது தவறாக இருக்கலாம், ஆனால் அது இந்தியாவுக்காக எடுக்கக்கூடிய ஒரு தகுதியான நடவடிக்கையாக இருக்கும் என்றே எண்ணுகிறேன்.'[65] இந்தக் கடிதம் டால்ஸ்டாய்க்கு எழுதிய கடிதம் போன்றே தன்னம்பிக்கை நிரம்பிய மிகைத்துணிவு கொண்டிருக்கிறது. ஆனாலும் இந்தக் கடிதம் அவரது குருநாதரையும் அவரது நற்பெயரையும் பற்றிய அக்கறையிலேயே எழுதப்பட்டதுதான். கோகலேயின் பதில் நமக்குக் கிடைக்கவில்லை. ஆனால், அவர் வாழ்நாள் முழுதும் கடைப்பிடித்த கோட்பாடுகளையும் முன்முடிவுகளையும் தாண்டிச் சென்றிருக்க முடியாது. அவரது பாணியானது தன் தரப்பை விளக்கிச் சொல்வது, கோரிக்கை வைப்பது, மனுக்களை எழுதுவது, இம்பீரியல் கவுன்சிலில் உரத்த குரலில்—சிலசமயம் அலுப்பூட்டும்—உரைகளை நிகழ்த்துவது என்பதே. காந்திக்கு துப்பாக்கியால் சுடுவது எப்படியோ அப்படியே கைதாவது என்பது கோகலேயின் குண இயல்புக்கு அந்நியமானது.

லண்டனில் இருந்தபோது காந்தி தொலைவிலிருந்தே தன் மகன் மணிலாலின் நல்லொழுக்கக் கல்வியைக் கண்காணித்து வந்தார். அந்தப் பையனுக்கு இப்போது பதினைந்து வயது. அவரது தந்தை அவர் வளர்ந்து பெரியவராவது ஒரு சீரான விஷயமாக இருந்தாகவேண்டும், அப்படி இல்லாவிட்டாலும் எப்படியும் அவரது அண்ணன் ஹரிலால்

விஷயத்தில் நடந்ததைவிடக் குறைவான மேடுபள்ளங்களே கொண்டதாக அமையவேண்டும் என்பதில் உறுதிகொண்டிருந்தார். பின்வரும் கடிதப்பகுதி பல விஷயங்களைச் சொல்கிறது.

காந்தி மணிலாலுக்கு எழுதியது, 10 ஆகஸ்ட் 1909:

> நாட்டு நடப்பைப்பற்றி நினைக்கும்போது, தற்போது மிகச்சில இந்தியர்களே திருமணம் புரிந்துகொள்ளவேண்டும் என்று நம்புகிறேன்... தன் காம இச்சையைத் திருப்தி செய்வதற்காகத் திருமணம் செய்து கொள்ளும் நபர் ஒரு விலங்கைவிடக் கீழானவனே. கல்யாணம் பண்ணியிருப்பவர்களைப் பொறுத்தவரை, சந்ததிகளை உருவாக்குவதற்காக மட்டுமே உடலுறவில் ஈடுபடுவதே சரியானதாகக் கருதப்படுகிறது. புனித நூல்களும் அப்படித்தான் சொல்கின்றன... நான் மேலே சொல்லியிருப்பதின் பொருளை நீ சிந்தித்துப் பார்க்கவேண்டும்; புரிந்துகொண்ட பின்னர் உன் புலன்களை வெற்றிகொள்ளவேண்டும். இதைப்பற்றி அச்சமடைய வேண்டாம்; உன்னை 25 வயதுக்குப் பிறகு கூட மணம் செய்துகொள்ளக்கூடாது என்று கட்டளையிட்டுவிடுவேன் என்று நினைத்துவிடாதே. உன்மீதோ அல்லது வேறு யார்மீதுமோ அழுத்தம் எதுவும் கொடுக்க நான் விரும்பவில்லை. உனக்கு அறிவுரை தரவே விரும்புகிறேன். நீ 25 வயதில்கூட திருமணத்தைப்பற்றி நினைக்கவில்லை என்றால், இது உனக்கு நன்மைதருவதாக இருக்கும் என்று நினைக்கிறேன்.

நோயுற்றிருந்த ஆல்பர் வெஸ்டை மணிலால் காந்தி பக்கத்திலிருந்து கவனித்து வருகிறார் என்று கேள்விப்பட்டு காந்தி மணிலாலுக்கு செப்டெம்பர் 17 அன்று எழுதியது:

> அடுத்தவர்களுக்கு நன்மை செய்வதும், எந்தவிதத் தற்பெருமையும் இல்லாமல் அவர்களுக்குப் பணிவிடை செய்வதுமே உண்மையான கல்வி.

மணிலால் குழப்பத்துடனும் கவலையுடனும் தன் தந்தைக்குக் கடிதம் ஏதோ எழுதியிருக்கவேண்டும்; அதற்குப் பதிலளித்து காந்தி மணிலாலுக்கு செப்டெம்பர் 27 அன்று எழுதியது:

> 'என்ன செய்ய இருப்பதாக உத்தேசம்?' என்று கேட்டால் பதற்ற மடைந்துவிடுகிறாயே. உன் சார்பாக நான் பதில் சொல்வதாக இருந்தால், நீ உன் கடமையைச் செய்யப் போவதாகச் சொல்லியிருப்பேன். இப்போதைக்கு உன் கடமை உன் பெற்றோர்களுக்குப் பணிவிடை செய்வதும், சந்தர்ப்பம் கிடைப்பதற்கேற்ப முடிந்த அளவுக்கு நிறையப் படிப்பதும், வயலில் வேலை செய்வதும்தான்... இந்த ஒரு விஷயத்திலாவது உனக்கு உறுதி இருக்கவேண்டும்—அதாவது நீ சட்டமோ, மருத்துவமோ படிக்கப்போவதில்லை. நாம் ஏழைகள்; அப்படியே இருக்க விரும்புகிறோம்... நம் லட்சியம் ஃபீனிக்ஸை

உயர்த்துவது; அதன் வழியே நாம் நமது ஆன்மாவைக் கண்டடையவும், நம் நாட்டுக்குத் தொண்டு செய்யவும் முடியும். நான் உன்னைப் பற்றியே எந்நேரமும் சிந்தித்துக்கொண்டிருக்கிறேன் என்பதில் உனக்கு சந்தேகமே வேண்டாம். ஒரு மனிதனின் உண்மையான வேலை நன்னடத்தையை வளர்த்துக்கொள்வதுதான். நல்லொழுக்கத்தின் பாதையிலிருந்து தவறாதவன் ஒருபோதும் பட்டினியாக இருப்ப தில்லை; அப்படியான சூழ்நிலை ஏற்பட்டுவிட்டாலும் அதைக் கண்டு அஞ்சுவதில்லை... இதை எழுதும்போது உன்னை நேரில் பார்க்க வேண்டும், கட்டி அணைத்துக்கொள்ளவேண்டும் என்று தோன்றுகிறது; அப்படிச் செய்ய முடியவில்லையே என்ற துக்கத்தில் கண்களைக் கண்ணீர் நிறைக்கிறது. பாபு (தந்தை) உன்னைக் கொடுமைப்படுத்த மாட்டேன் என்று நம்பு. நான் என்ன செய்தாலும் உன் நலனை முன்னிட்டே செய்கிறேன். நீ மற்றவர்களுக்குத் தொண்டு செய்தால், உனக்கு ஒருபோதும் எந்தக் குறைவும் ஏற்படாது.

காந்தி மணிலாலுக்கு 22 அக்டோபர்:

உன் படிப்பைப் பற்றித் திரும்பவும் கவலைப்பட ஆரம்பித்துவிட்டாய் என்று தெரிகிறது. 'எந்த வகுப்புப் படிக்கிறாய்?' என்று யாரும் கேட்டால் உன்னால் பதில் சொல்ல முடியவில்லையா? இனிமேல் யாராவது கேட்டால் நீ பாபுவின் வகுப்பில் படிப்பதாகச் சொல். ஏன் உன்னைப் படிப்பு என்கிற விஷயம் திரும்பத்திரும்ப அலைக் கழிக்கிறது? உன் வாழ்வாதாரத்துக்காகப் படிப்பதாக இருந்தால், அது சரியல்ல. ஆண்டவன் எல்லோருக்கும் படியளக்கிறான். உடல் உழைப்பு செய்து வேண்டிய சாப்பாட்டைப் பெறலாம்... நீ எல்லா அச்சங்களையும் உதறித்தள்ளவேண்டும் என்று விரும்புகிறேன். என்னிடம் நம்பிக்கை வை.[66]

இந்தக் கடிதங்களிலிருந்த மணிலால் அவரது அண்ணனைவிடக் குறை வாகவே பிடிவாதம் பிடித்தார் அல்லது எதிர்க்கேள்வி கேட்டார் என்று தெரிகிறது. அதேசமயம் தன் கல்வி குறித்தும் பாலியல்தன்மை குறித்தும் அண்ணனைப்போலவே கவலை கொண்டிருந்ததும் தெரிகிறது. அவரது தந்தையைப் பொறுத்தவரை அவரால் உத்தரவிடுபவராகவே இருக்க முடியும்; என்றாலும் அடியோட்டமாக வாஞ்சை இருப்பதைக் காணலாம்; இந்த உணர்வு அவரது மூத்த மகனுக்குப் பலசமயம் எழுதிய உணர்ச்சியற்ற கடிதங்களில் இல்லாதது. அவரது மூன்றாவது மகன் ராமதாஸுக்கு எழுதிய கடிதமும் புதிதான மென்மையைக் காட்டுகிறது. 'நான் (லண்டனிலிருந்து) உனக்கு எதுவும் வாங்கிவரவில்லை என்றால் என்னைக் கோபித்துக்கொள்ளாதே. எனக்குப் பிடிக்கும்படியாக எந்தப் பொருளும் இல்லை. ஐரோப்பாவில் எதுவும் என்னைக் கவரவில்லை என்றால் நான் என்னதான் செய்வதாம்?' என்று காந்தி எழுதினார். பிறகு, 'நான் சிறைக்குச் சென்றால் என்னைப்பற்றி வருத்தப்படாதே;

உண்மையில் நீ கொண்டாடவேண்டும். ஹரிலால் இருக்கும் இடத்தில் நானும் இருக்கவேண்டும்.'[67]

காந்தி தாமதமாகவேனும் தந்தை ஸ்தானத்துக்கு வளர்ந்துவிட்டார் என்று தோன்றுகிறது. 1909 நவம்பர் 3 அன்று காலனிகள் விவகார அலுவலகம் காந்திக்கு, 'குடியேற்ற விஷயத்திலும் பிற அம்சங்களிலும் ஆசியர்களும் ஐரோப்பியர்களோடு சமமாக வைக்கப்படவேண்டும் என்ற கோரிக்கையை திரு ஸ்மட்ஸால் ஏற்றுக்கெள்ள இயலவில்லை' என்று எழுதியது.[68] நிராகரிப்பு நிர்தாட்சண்யமானதாக இருந்தது. இரண்டு நாட்களுக்குப் பிறகு காந்தியும் ஹாஜி ஹபீப்பும் பத்திரிகைகளுக்கு அறிக்கை ஒன்றை வெளியிட்டார்கள். அதில் தமது பயணம், இம்பீரியல் அதிகாரிகளுடனான தம் சந்திப்புகள், ஜெனரல் ஸ்மட்ஸ் இனவாதமற்ற சட்டம் கொண்டுவர இணங்காதது என அனைத்தையும் தொகுத்துக் கூறியிருந்தார்கள். டிரான்ஸ்வால் சட்டம், எல்லா பிரிட்டிஷ் பிரஜைகளின் 'அடிப்படை சமத்துவம்' என்ற கோட்பாட்டின் 'ஆணிவேரையே வெட்டி எறிகிறது' என்று சொன்னார்கள். ராய்ட்டர்ஸ் செய்தி ஸ்தாபனத்துக்கு அளித்த பேட்டி ஒன்றில் காந்தி ஹபீப்பும் தானும் டிரான்ஸ்வாலில் மீண்டும் நுழைய முயலும்போது கைதுசெய்யப்படுவோம் என்று எதிர்பார்ப்பதாகத் தெரிவித்தார். அவர்களது பிரச்சாரம் இந்தியாவிலும், ஐக்கிய ராஜ்ஜியத்திலும், தென்னாப்பிரிக்காவிலும் 'அதிகபட்சமான கடின உழைப்புடன் தொடரும்'.[69]

ஒரு வாரத்துக்குப் பிறகு நான்கன்ஃபார்மிஸ்ட் மதகுரு எஃப்.பி.மேயர் காந்திக்கு ஒரு பிரிவுபசார விருந்தளித்தார். பார்ஸி அரசியல் ஆளுமையான எம்.எம். பௌநாக்ரியும், நாடாளுமன்ற உறுப்பினர்களாக இருந்த பலரும், புதிய உதயமாக மேலே வந்துகொண்டிருந்த இந்திய அரசியல்வாதி மோதிலால் நேருவும் அதில் கலந்துகொண்டனர். நேரில் வர முடியாத சிலர் இதயபூர்வமான ஆதரவைத் தெரியப்படுத்திக் கடிதம் எழுதியிருந்தனர். சீர்திருத்தவாதி ஆர்னால்டின் மகளான ஜெர்ட்ரூட் டாயன்பி, டிரான்ஸ்வாலில் நடக்கும் இந்தியர்களின் போராட்டம் 'தன்னடக்கத்தின் சாத்தியப்பாடுகள்பற்றிய நம் புரிதலை உயர்த்துகிறது' என்று குறிப்பிட்டு காந்திக்குக் கடிதம் எழுதினார். ஃபைஃப் நகரிலிருந்து ஒரு கிறிஸ்துவர் ரெவரண்ட் மேயருக்கு இப்படி எழுதினார்:

> அவர்கள் (காந்தியும் அவரது துணைவர்களும்) முன்வைக்கும் நோக்கம் இப்போது ஒரு இருண்ட நேரத்தைக் கடந்துகொண்டிருந்தாலும், எனக்கு ஏமாற்றமில்லை. மனிதகுல வரலாற்றில் எப்போதுமே விடியலுக்கு முன்பு இருட்டு இருந்திருக்கிறது... அடிமைமுறை ஒழிக்கப்படுவதற்குச் சில ஆண்டுகள் முன்புதான் நீக்ரோக்களின் குறிக்கோள் நிறைவேறுவதில் சிறிதும் நம்பிக்கைக்கு இடமில்லாததுபோலத் தோன்றியது... உலகத்தின் இரட்சகரே நமக்கெல்லாம் இரட்சிப்பைக் கொண்டுவந்த கணத்தில் கைவிடப்பட்டவராகவே தோன்றினார்

> என்பதையும் பணிவுடன் குறிப்பிட விரும்புகிறேன். ஆகவே திருவாளர்கள் காந்திக்கும் ஹபீப்புக்கும் வெற்றி கிட்டட்டும் என்று வாழ்த்துவதில் நானும் உணர்வுபூர்வமாக இணைந்துகொள்கிறேன். [70]

காந்திக்கு அளிக்கப்பட்ட விருந்து நிகழ்ச்சியில் கலந்துகொண்டவர்களில் சர் ஃபிரடெரிக் லேலியும் ஒருவர். அவர்தான் முன்பு 1888, 1889 ஆண்டுகளில் சட்டம் படிக்க விரும்பிய மாணவரான காந்திக்கு போர் பந்தர் சமஸ்தானத்தின் தரப்பிலிருந்து உபகாரச்சம்பளம் கொடுக்க முடியாது என்று நிராகரித்தவர். இரக்கமற்ற நிர்வாகியாக இருந்த அவர் இருபதாண்டுகளுக்குப் பிறகு பணியிலிருந்து ஓய்வுபெற்று லண்டனில் வாழ்ந்துவந்தார்; இப்போது அவர் ஓரளவில் தன் தவறை ஒப்புக் கொண்டார்: கத்தியவாரில் பணியாற்றிய நாட்களையும், காபா காந்தியுடன் தான் கொண்டிருந்த நட்பையும் நினைவுகூர்ந்த சர் ஃபிர டெரிக் அங்கு கூடியிருந்தவர்களிடம், 'என் அன்றைய நண்பர் திரு காபா காந்தி இப்போது உயிருடன் இருந்திருந்தால் தன் மகனைப் பற்றிப் பெரு மிதம் கொண்டிருப்பார் என்பதில் ஐயமில்லை' என்று கூறினார். [71]

காந்தியைப் பொறுத்தவரை, எப்படித் தங்கள் கிளர்ச்சி தேசத்தின் தன்மானம்பற்றிய கேள்வியைத் தட்டிஎழுப்பியது என்பதைப் பற்றிப் பேசினார். அவர்கள் வன்முறையை வன்முறையால் எதிர்கொள்ள மறுத் தார்கள்; அதற்குப் பதில் சாத்விகமான எதிர்ப்பைக் கைக்கொண்டார்கள். அவர் பைபிளில் குறிப்பிடப்படும் மேதியர் மற்றும் பெர்சியர்களின் சட்டத்தை தானியேல் ஏற்க மறுத்த நிகழ்ச்சியைச் சொல்லித் தங்கள் போராட்ட முறையை விளக்கினார்.[72] பின்னர் எல்.டபிள்யூ.ரிட்ச் தன் சக காந்தி அபிமானி ஹென்றி போலாக்குக்கு அறிக்கை ஒன்றை அனுப்பி வைத்தார்:

> நம் பெரிய குட்டித் தளபதி திங்களன்று தெ.ஆஃப்ரிக்காவுக்குக் கிளம்பிச் சென்றார். நிலையத்தில் அந்தச் சிறிய மனிதரை வழியனுப்ப ஒரு பெரிய கூட்டம்; அவர் போவது எங்கள் தொண்டர் குழாமில் ஒரு வெற்றிடத்தை ஏற்படுத்துகிறது... காந்தியின் ஒளிவீசும் ஆளுமை இங்கு வசிக்கும் இந்தியர்களில் ஆகச்சிறந்த ஆத்மாக்களையும், அமைதியான முறையில் உருப்படியான காரியம் ஆற்றவல்ல ஐரோப்பியர்களையும் தன்னிடம் ஈர்த்தது. [73]

காந்தியைப் பிரிந்ததால் மிகவும் வாடியவர் மௌட் போலாக்தான். காந்தி சென்றுவிட்டதால் இப்போது அவர் எல்.டபிள்யூ.ரிட்ச்சிடம் தென்னாப் பிரிக்க பிரிட்டிஷ் இந்தியர் கமிட்டியில் பணிபுரிவார். 'அவள் தன் உள்ளத் தையும் ஆன்மாவையும் தன் வேலையில் அர்ப்பணித்துவிட்டாள்' என்று தன் சகோதரருக்கு ரிட்ச் எழுதினார். 'காந்தி அவளை அற்புதமான முறையில் வசீகரித்துவிட்டார்; நான் அவளை ஒரு சகோதரியாகப் பாவிக்க ஆரம்பித்துவிட்டேன்.' அந்த அற்புதம் சரியாக எந்த அளவுக்கு என்பதை காந்தியே ஹென்றி போலாக்குக்கு எழுதிய அதிகம் அறியப்படாத இரு

கடிதங்கள் விவரிக்கின்றன. நவம்பர் 11 அன்று மேயரின் விருந்து நிகழ்ச்சிக்கு முந்திய நாள் அவர் மௌட் தானும் தென்னாப்பிரிக்காவுக்கு வருவதுபற்றி 'மிகத் தீவிரமாகச் சிந்தித்துவருவதாக' எழுதினார். 'நேற்று மாலை அவளால் தன்னைக் கட்டுப்படுத்திக்கொள்ள இயலவில்லை; தான் தென்னாப்பிரிக்காவுக்கு வந்து நமது குறிக்கோளுக்காக உழைக்க மிகவும் விரும்புவதாகச் சொன்னாள்.' காந்தி, மௌட் 'மிக இனிமையான இயல்பும்' 'தியாகம் செய்யும் ஆற்றலும்' கொண்டவள் என்றாலும் தனக்கு

> ஃபீனிக்ஸ் வாழ்க்கை எந்த அளவுக்கு அவளுக்கு ஒத்துவரும் என்று தெரியவில்லை... எல்லா விஷயங்களையும்பற்றி என்னால் முடிந்த அளவுக்கு விளக்கிச் சொல்லிவிட்டேன். அவளிடம் உறுத்தலான அம்சங்களையும்பற்றி முடிந்த அளவுக்குச் சொல்லிவிட்டேன்; இதில் பணம் எதுவும் சம்பாதிக்க முடியாது என்றும்கூடச் சொல்லிவிட்டேன். மில்லிக்கே ஃபீனிக்ஸ் வாழ்க்கைக்கு ஈடுகொடுப்பது எவ்வளவு கஷ்டமாக இருக்கிறது என்பதையும் சொல்லிவிட்டேன்... என் கருத்துகள்மீது அவள் எவ்வளவு மரியாதை வைத்திருந்தபோதிலும், அவற்றை எவ்வளவு விரும்பியபோதிலும், ஒரு பெண்ணின் உணர்வுகளை முழுதும் புரிந்து கொள்வதில் நான் திறமையற்றவன் என்றே என்னைக் கருதுவதாகவும் சொல்லிவிட்டேன்; மில்லியின் அன்பான ஒத்தாசையையும் அறிவு ரையையும் பெறமுடியும் என்கிறபோது மில்லியின் முடிவுக்கு விட்டு விடுவதைவிடுவதே எல்லாவற்றிலும் சிறந்தது.[74]

நான்கு நாட்கள் கழித்துக் கப்பலில் பயணிக்கையில் காந்தி போலாக்குக்கு மீண்டும் அவரது சகோதரி காந்திமீதும் அவரது குறிக்கோள்மீதும் கொண்டிருக்கும் பற்று வளர்ந்துவருவது குறித்து எழுதினார். 'அவளால் என்னிடமிருந்து பிய்த்துக்கொள்ள முடியவில்லை' என்று எழுதினார்:

> நான் புகைவண்டி நிலையத்தில் அவளை அருகிலிருந்து கவனித்தேன். அவள் அழுதுவிடப்போவது போலத் தோன்றினாள். அவள் என்னிடம் கை குலுக்கவில்லை. அவள் ஒரு முத்தம் வேண்டும் என்றாள். அதைப் புகைவண்டி நிலையத்தில் அவள் பெற முடியாது. நானோ அவளோ பயப்படவில்லை; ஆனால் தவறாகப் புரிந்துகொள்ளப்படும். அவள் நடைமேடையிலேயே நின்றுகொண்டிருந்தாள்... அவள் காட்டிய உணர்வுகளெல்லாம் நிஜம் என்றால் என்மீது கொண்ட பற்றில் அவள் உங்களையே மங்கச்செய்துவிடுவாள்.

மௌட் போலாக் காந்தியுடன் தென்னாப்பிரிக்கா செல்லவேண்டு மென்பதில் குறியாக இருந்தார். அவரது அண்ணி மில்லி, அநேகமாக காந்தி வலியுறுத்தியதால், அவருக்கு 'உறுத்தும் விஷயங்களை' பற்றியும் எடுத்துச் சொன்னார்: 'எங்கும் வண்டுகள், சிலந்திகள், பாலில் எறும்புகள், குளியல் தொட்டி கிடையாது, தண்ணீர் மோசம், அறைநிர்வாண ஆட்கள், குப்பையும் கூட, சாப்பாட்டுத் தட்டைத் தூக்கினால் கீழே பூச்சி ஏதாவது இருக்கும்,

மரங்களிலிருந்து தொங்கிக்கொண்டிருக்கும் பாம்புகள், நீ இதையெல்லாம் சகித்துக்கொள்வதோடு மட்டுமின்றி ஜந்துக்களை நேசிக்கவும்வேண்டும், எந்த ஜீவராசியையும் அழிக்கக்கூடாது...' மௌட் போலாக் இந்த விவரிப்புகளால் அஞ்சவில்லை—அவர் காந்தி இருக்குமிடத்துக்கே செல்ல விரும்பினார். தென்னாப்பிரிக்கா அவரது புத்துலகம். வேலை இல்லாமல், இன்னும் திருமணம் ஆகாமல், லண்டனில் பெற்றோருடன் வாழ்ந்தாக வேண்டியிருந்த அவருக்கு அது மிகவும் ஈர்ப்பளிக்கும் இடம்; எல்லா வற்றும் மேல் காந்தியும் அங்கிருந்தார். கடந்த நான்கு மாதங்கள் அநேகமாக எந்நேரமும் அவரோடு இருப்பதிலேயே கழிந்திருந்தது. காந்திமீது மௌட் கொண்டிருந்த உணர்வு செறிவானது; அநேகமாக அது காதல் உணர்வாகவும் இருந்திருக்கலாம் (பல ஆண்டுகளுக்குப் பிறகு தன் சகோதரி தன் நண்பர்மீது கொண்டிருந்த பாசத்தை மனதில் கொண்டு, போலாக் இப்படி நினைவு கூர்ந்தார்: காந்தி 'இந்திய அளவுகோல்படி கவர்ச்சியான தோற்றமுடையவர் அல்ல என்றாலும்... அவரது வாழ்நாள் முழுவதும் பல குறிப்பிடத்தகுந்த பெண்கள் அவரது ஆளுமையால் கவரப்பட்டிருக்கிறார்கள்; அவருக்கு எப்பொழுதுமே பெண் தோழிகள் இருந்தார்கள்—பிரிட்டிஷ்காரர்களும், இந்தியர்களும்.')[75]

மௌட் போலாக் காந்தியின் ஆளுமையால் கவரப்பட்டார்; அநேகமாக அவரது சுயவிவரச் சித்திரத்தாலும் —வெற்றிகரமான வழக்கறிஞர், வெகு ஜன இயக்கம் ஒன்றின் தலைவர், இங்கிலாந்தில் அமைச்சர்களுடனும் நாடாளுமன்ற உறுப்பினர்களுடனும் பேச்சுவார்த்தை நடத்துகிறவர். மறுபுறத்தில் மௌட்மீது காந்தி கொண்டிருந்த உணர்வைத் தந்தைப்பாசம் எனலாம். மௌடின் சகோதரருக்கு காந்தி எழுதிய கடிதம் தொடர்கிறது:

> இந்தியக் கலாசாரமே ஆகச் சிறந்தது என்று நான் கருதுவதையும் ஆகவே உங்களைவிட அவள் அதிகம் இந்தியத்தன்மை கொள்ள வேண்டியிருக்கும் என்றும் அவளிடம் சொல்லிவிட்டேன். அது அவளுக்கு மிகுந்த களிப்பைத் தருகிறது. இப்படியான நிலைக்கு நான் அவளைத் தள்ளியிருக்கிறேன். திருமதி. ஜி (காந்தி) உங்களை என் மூத்த மகன் என்று அன்போடு குறிப்பிடுவார். அவள் மௌடையும் என் மூத்த மகளாக அன்போடு ஏற்றுக்கொள்வாள். அவள் (மௌட்) அவளது (கஸ்தூரிபாவின்) வாழ்க்கையை முழுமைபெறச் செய்வாள் என்று நினைக்கிறேன். ஒரு தந்தையின் சுயநலம் என்று வைத்துக் கொள்ளுங்கள். நீங்கள் எனக்கு—சோட்டா பாய்—ஒரு தம்பியைப் போல; அதே சமயம் அதைவிட மேல்... மௌட் என் மூத்த மகளாகவும், ஆகவே சிலவிதங்களில் உங்களைவிட எனக்கு அதிகம் வேண்டியவளாகவும் இருப்பாள்... அவள் உங்களைவிட என்னிடம் அதிகம் எதிர்பார்ப்பாள். என்னால் அதைக் கொடுக்க முடியுமா? அவ்வளவு பாசத்துக்கும் நான் தகுதியானவன்தானா? அவள் நான் பாசம் காட்டத் தகுதியானவளா? அவள் முற்றிலும் வேடதாரியாக இல்லாதவரை — அவளால் அது முடியும். நிச்சயம் அவள் அப்படிப்பட்டவள் அல்ல.

> இன்னொரு சாத்தியம் இந்த விஷயம் முழுக்கவும் என் ஆளுமையின் கவர்ச்சியால் விளைந்த ஒரு ஒன்பது வார அதிசயமாக இருக்கலாம். அப்படியாக இருந்தால் என்னைக் கண்டவுடன் சுடவேண்டும். ஏனென்றால், மனிதர்கள் என்னால் இவ்வளவு பொய்யாக (ஏமாற்றாக) ஆர்வமூட்டப்படலாம் என்றால், நான் பயனற்றவன்—நன்மையைவிடத் தீமையையே அதிகம் செய்யும் ஒரு சக்தி. அது எப்படி இருப்பினும், நீங்களும் நானும் தீர்க்க வேண்டிய ஒரு பெரிய சிக்கல் இருக்கிறது. மௌட் ஃபீனிக்ஸ் வருவாளா? அவள் வைத்திருக்கிற பாசம் நிஜமானது என்றால் அதை யாரும் தடுப்பது ஒரு பாவச்செயல். நான் அதை அப்படியே விட்டுவிடுவேன்.[76]

காந்தி மில்லிக்கும் கடிதம் எழுதினார். மில்லி லண்டனில் தனது நாத்தனாருடன் அவர் கொண்டிருந்த நட்பை அருகிலிருந்து பார்த்தவர். மௌட் காட்டிய 'பாசத்தின் தீவிரமும்', காந்தி எங்கு சென்றாலும் தானும் அங்கு செல்வேன் என்று அவர் பிடிவாதம் பிடித்ததும் — 'இவையெல்லாம் நிஜமா', 'அல்லது என் இருப்பின் கவர்ச்சியா?' என்று அவர் வியந்தார். காந்தி இப்போது மில்லியிடம் இப்படிக் கேட்டுக்கொண்டார்: 'மௌடைக் கண்காணியுங்கள்; பகுப்பாய்வு செய்யுங்கள்; அவளிடம் கேள்வி கேட்டு அவள் எங்கே நிற்கிறாள் என்று கண்டுபிடியுங்கள். ஃபீனிக்ஸில் இப்போது யாரும் உதவிக்கு வருவது தேவைப்படவில்லை. ஆனாலும் மௌட் தன்னைப் பற்றிக் கூறுவது சரி என்றால் அவள் எப்போதும் வரலாம்.'[77]

மில்லியிடமும் காந்தி மௌடை 'என் மூத்த மகள்' என்றே வர்ணித்தார். அவர்மீது மௌட் கொண்டிருந்த பற்று நிபந்தனையற்றது என்று தோன்றுகிறது. அவரது நிஜமான மூத்த குழந்தையான மகன் அவர்மீது கொண்டிருந்த மனோபாவத்துக்கு முற்றிலும் மாறானது. லண்டனில் மௌட் விடிந்ததிலிருந்து மாலைவரை காந்தியின் அருகில் இருக்க முடிந்தது; ஆனால், தென்னாப்பிரிக்காவிலோ காந்தியின் நேரத்தை எடுத்துக்கொள்ள இன்னும் பலர் இருந்தார்கள். ஹென்றியும் மில்லி போலாக்கும் மௌடிடம் அந்த நட்பை ஒன்பது வார அதிசயம் என்றே எடுத்துக்கொள்ளும்படியும், காந்தியைப் பின்பற்றிக் கடல் கடந்து செல்ல வேண்டாம் என்றும் அறிவுரை தந்துவிட்டதுபோலத் தோன்றுகிறது.

காந்தி வெஸ்ட்மின்ஸ்டர் பேலஸ் ஹோட்டலில் தன் விருந்தினர்களை உபசரிக்கும் விதம்பற்றி உயிரோட்டமான சித்திரம் ஒன்றை மில்லி போலாக் தந்திருக்கிறார். மதிய உணவுவேளையில் அவரது நண்பர்களும் இணைந்து பணியாற்றியவர்களும் பேச்சுவார்த்தைகளின் முன்னேற்றம்பற்றி விவாதிப்பதற்கு வருவார்கள். விருந்தினர்கள் ஒவ்வொருவராக உள்ளே வர,

> அறை நடுவே பொதுவாக ஒரு மேசை போடப்பட்டிருக்கும். அது போடப்பட்டிருந்த, சாதாரணமாக ஒரு அருமையான வெல்வெட் துணியால் மூடப்பட்டிருக்கும். விருந்தினர்கள் அமர்ந்து பேசுவதற்கு

வசதியாக அந்த மேசை அங்கிருந்து எடுக்கப்படும். புத்தகங்களும் காகிதங்களும் தரையில் அடுக்கப்படும். பின்பு மேசைமீது செய்தித் தாள்கள் பரப்பப்பட்டு ஆரஞ்சு, ஆப்பிள், வாழை, சிலசமயம் திராட்சை, தோல் உரிக்காத நிலக்கடலை அல்லது பட்டாணிக்கடலை ஆகியவை தயாராக வைக்கப்படும். திரு காந்தி பணியாளரை அழைக்க மணியை அழுத்துவார்; வெள்ளைச் சட்டையும் டெயில்கோட்டும் அணிந்த மிடுக்கான தோற்றத்துடன் ஓர் ஊழியர் வந்து நிற்க, காந்தி விரும்பியவர்களுக்கு தேனீரும் வாட்டிய ரொட்டித் துண்டுகளும் (டோஸ்ட்) கொண்டுவரும்படிச் சொல்வார். விரைவில் நேர்த்தியாக அமைக்கப்பட்ட வெள்ளியாலான தேனீர்த் தாம்பாளம் வந்துசேரும்; பின்பு நாங்கள் வேலை, சாப்பாடு, பேச்சு, சிரிப்பு என்று இருப்போம். சிலர் உலவிக்கொண்டோ நின்றுகொண்டோ இருப்பார்கள்; கடலைப் பருப்புத் தோல்கள் எங்கும் பறக்கும்; ஆரஞ்சுச்சாறு செய்தித்தாள் மூடிய மேசைமீது பரவி ஓடும்; சாப்பாடு முடிந்தபின் பார்த்தால் அந்த அறை போக்கிரித்தனம்கொண்ட பள்ளிச்சிறுவர்கள் நுழைந்து அமளிதுமளி செய்ததுபோல இருக்கும்... திரு காந்தி அறையின் குப்பையையும் களேபரத்தையும்பற்றி அலட்டிக்கொள்ளவே மாட்டார்; பணியாளரும் தன் கண்ணியமான சாந்தகுணத்தைச் சற்றும் இழக்காமல் குப்பை கூளங்களை அகற்றுவார்.[78]

லண்டனில் மும்முரமான நான்கரை மாதங்கள் கடந்துவிட்டன. இதில் காந்தி தீவிர நோக்கு கொண்ட இந்தியர்களோடு வாதம் புரிந்திருந்தார்; பிரிட்டிஷ் பாப்டிஸ்ட் திருச்சபையைச் சேர்ந்தவர்களின் நலம் விசாரித் திருந்தார்; தன்காலத்தின் (அல்லது எல்லாக் காலத்திலும்) மிகப் பிரபலமான ரஷ்ய நாவலாசிரியருடன் கடிதப் பரிமாற்றம் செய்திருந்தார்; ஓர் ஆங்கிலேய இளம்பெண்ணுடன் அபூர்வமான, முற்றிலும் பாலியல் சாராத உறவை ஏற்படுத்திக்கொண்டிருந்தார். ஆனாலும் டிரான்ஸ்வாலின் இந்தியர்களுக்காக அவர் கோரிய சலுகைகள் தரப்படாததால் அந்தப் பயணத்தை ஒரு தோல்வியாகவே கருதவேண்டியிருந்தது. காந்தி புறப்பட்ட வாரத்தில் அவரது சகாக்கள் எழுதிய கடிதங்கள் இந்த ஏமாற்றத்தைக் துல்லியமாகப் படம்பிடிக்கின்றன. லார்ட் கர்சனுக்குக் கடிதம் எழுதிய லார்ட் ஆம்ப்தில், பேரரசின் வரலாற்றிலேயே முதல் முறையாக 'ஒரு நிஜமான 'நிறம்சார்ந்த' தடையை' ஏற்படுத்தியது ஒரு லிபரல்கட்சி அரசாங்கமாக இருப்பதைப்பற்றி வருத்தப்பட்டார். பிரபுக்கள் சபையில் தான் ஒரு தீர்மானம் கொண்டுவர உத்தேசித் துள்ளதாகவும், கர்சன் அதை ஆதரிக்கவேண்டும் என்றும் கேட்டுக் கொண்டார். 'டிரான்ஸ்வால் இந்தியர்களின் மன உறுதி உடைந்து விடவில்லை' என்று ஆம்த்தில் சுட்டிக்காட்டினார். 'இதற்கிடையில் இந்த விவகாரம் இந்தியாவில் முற்றுமுழுக்கப் புரிந்துகொள்ளப்பட்டிருக் கிறது; நிலைமையை உடனே சீர்செய்யாவிட்டால் சரிசெய்ய முடியாத கேடு விளைந்துவிடும்.'[79]

16

நாகரிகங்களுக்கிடையே போட்டி

1909 நவம்பர் 13 அன்று மோகன்தாஸ் காந்தியும் ஹாஜி ஹபீபும் கேப் டவுனை நோக்கிப் பயணப்பட்ட எஸ்.எஸ்.கில்டோன ன்ட் காஸில் கப்பலில் ஏறினார்கள். அடுத்த ஒரு வாரத்துக்கு காந்தி தன் கூட்டாளியை அதேகமாகப் பார்க்கவே இல்லை. காரணம், அவர் ஒரு புத்தகம் எழுதுவதில் மும்முரமாக இருந்தார். எழுத வேண்டிய விஷயம் லண்டனிலிருந்த மாதங்களில் அவருக்குத் தெளிவாகியிருந்தது. அதை அவர் குஜராத்தியில், கைப்பிரதியாக எழுதினார்; படுவேகமாக எழுதி ஒன்பது நாட்களில் முதல் வடிவத்தை முடித்துவிட்டார். அவர் களைத்துப் போய்விட்டார்—இப்போது கடிதங்களை இடக்கையால் எழுத வேண்டியிருந்தது—ஆனாலும் அவருக்குத் திருப்தி. அந்த 275 பக்க கைப்பிரதியில் சுமார் ஒரு டஜன் வரிகள் மட்டுமே அடித்துத் திருத்தி எழுதப்பட்டிருப்பதாகத் தோன்றுகின்றன.[1]

அந்தப் புத்தகத்தின் குஜராத்திப் பதிப்பு ஜனவரி 1910ல் ஹிந்த் ஸ்வராஜ் என்ற பெயரில் வெளிவந்தது. அதன் ஆங்கில வடிவை காந்தி சொல்லச் சொல்ல ஹெர்மான் காலன்பாக் எழுதிக்கொண்டார்; ஹோம் ரூல் என்ற பெயர் கொண்ட அந்தப் பதிப்பு இரு மாதங்களுக்குப் பின்னர் வெளி வந்தது. (இரண்டுமே இந்தியன் ஒப்பீனியன் இதழை அச்சிட்டுவந்த ஃபீனிக்ஸ் அச்சகத்திலேயே அச்சிடப்பட்டன.) இரண்டு மொழிகளிலும் இப்போது நூறாண்டுகளுக்குப் பிறகு அந்தப் புத்தகம், காந்தி வெளியிட்ட முதல் புத்தகம் என்ற சிறப்பம்சம் பெற்றுள்ளது. மேலும் அவரது அரசியல், தார்மிக சித்தாந்தத்தின் நீண்ட விளக்கமாக—மிகவும் கவனத் துடன் எழுதப்பட்டது என்று சொல்ல முடியாவிட்டாலும்—இருப்பது இப்புத்தகம் ஒன்றே. அவரது எழுத்துகளின் பொருள்வாரியான தொகுதிகள் பல அவரது வாழ்நாள் காலத்தில் வெளிவந்திருந்தாலும், மூன்று புத்தகங்களை மட்டுமே அவர் தனிப்புத்தகங்களாக வெளி யிட்டார். மற்ற இரண்டும் சுயசரிதைகளாக இருப்பதால், ஹிந்த் ஸ்வராஜ் அவரது மிக முக்கியமான அரசியல் பிரமாணம் என்று சொல்லத்தக்க கூடுதல் முக்கியத்துவத்தையும் பெற்றிருக்கிறது.[2]

காந்தி சமீபத்தில் யுனைடெட் கிங்டமில் தங்கியிருந்ததன் தாக்கம் ஹிந்த் ஸ்வராஜ் நூலில் காணப்படுகிறது. அந்த நான்கு மாதங்களில் அவர் கேட்ட, பார்த்த, கூறிய விஷயங்கள் நேரடியாகவும், உடனடியாகவும் அந்தப் புத்தகம் எழுதப்படுவதற்கு மூலப்பொருளாகின. குறிப்பாக இரண்டு தூண்டுதல்கள் இருந்தன. முதலாவது கர்சன் வைலி கொல்லப்பட்டதும் அது ஏற்படுத்திய பரபரப்பான உணர்வலைகளும். திங்ராவின் செயலும், அதற்கு சாவர்க்கார் போன்ற இளம் இந்தியர்கள் நல்கிய ஆதரவும், காந்திக்கு இளைஞர்களிடையே வன்முறை பெற்றிருந்த செல்வாக்கை உணர்த்தின. அதை எதிர்கொள்ள, அவர் அஹிம்சையின் தரப்பை எடுத்துச் சொல்ல—அல்லது, மீண்டும் எடுத்துச் சொல்ல—வேண்டியிருந்தது.

இரண்டாவது தூண்டுதல் இன்னும் ஆர்வமூட்டக்கூடியது. 1909 செப்டெம்பர் மூன்றாவது வாரம், இல்லஸ்ட்ரேட்டட் லண்டன் நியூஸ் இந்திய தேசியவாதம் என்ற கருத்தாக்கத்தின்மீது சுட்டெரிக்கும் தாக்குதலை நடத்தியது. அதை எழுதியவர் ஜி.கே.செஸ்டர்டன். அவர் அப்போது அந்தப் பத்திரிகையில் வாராந்திரப் பத்தி ஒன்றை எழுதிவந்தார். செஸ்டர்டன் பிரிட்டனின் காலனிகள்மீது பெரிதாக ஆர்வம் கொண்டவராக அறியப்பட்டவரல்ல; சொல்லப்போனால் இதுவே அந்தப் பொருள் குறித்த அவரது ஒரே கட்டுரையாக இருக்கக்கூடும்.

ஷியாமாஜி கிருஷ்ணவர்மா வெளியிட்டுவந்த இந்தியன் சோஷியாலஜிஸ்ட் இதழை செஸ்டர்டன் படித்துவந்தார். அந்த இதழ் இங்கிலாந்திலும், ஐரோப்பாவிலும் இந்திய மாணவர்களால் கூர்ந்து கவனிக்கப்பட்டது. இந்தியன் சோஷியாலஜிஸ்ட் இதழின் சிந்தனைகள் சுயமானவை அல்ல என்று செஸ்டர்டன் கருதினார். அவர் எழுதினார்: 'இந்திய தேசியவாதத்தின் முக்கியமான பலவீனம், அது இந்தியத்தன்மை கொண்டதும் அல்ல, தேசியத்தன்மை கொண்டதும் அல்ல என்பதே.' 'வெற்றி கொள்ளப்பட்ட மக்கள் தமக்கான நிறுவனங்களைக் கோருவதற்கும், அதே மக்கள் தம்மை வெற்றிகொண்டவர்களின் நிறுவனங்களைக் கோருவதற்கும் இடையில் உலகளவு வித்தியாசம் உள்ளது.' செஸ்டர்டன் படித்துவந்த (மற்றும் சந்தித்து வந்த) இந்திய தேசியவாதிகள்

> 'எனக்கு ஓர் ஓட்டுப்பெட்டி கொடுங்கள். எனக்கு ஓர் அமைச்சருக்குரிய பிரசங்க மேசையைக் கொடுங்கள். எனக்கு லார்ட் சான்ஸலரின் தலையணியைக் கொடுங்கள். எனக்குப் பிரதம மந்திரியாவதற்கு இயல்பான உரிமை உண்டு. எனக்கு வரவு-செலவு அறிக்கை தாக்கல் செய்ய விண்ணில் உதித்துவந்த உரிமை உள்ளது. டெய்லி மெயிலின் ஆசிரியர் வேலையை எனக்குக்கொடுக்காவிடில் என் ஆன்மா தூங்காது' என்றோ அல்லது இதேமாதிரியான வேறு வார்த்தைகளையோதான் மேன்மேலும் உணர்ச்சிகரமாகச் சொல்லியபடி இருக்கிறார்கள்.

இதற்குப் பதிலாக இவர்களில் யாராவது பிரிட்டிஷ்காரர்களின் வருகைக்கு முற்பட்ட பழைமைக்குத் திரும்புவேண்டும் என்று கோரிக்கை எழுப்பி

யிருந்தால், 'எல்லா அமைப்புகளும் பாவங்கள் செய்தவையே; நாங்கள் எமது அமைப்பையே தேர்வு செய்கிறோம்' என்று அதற்குக் காரணம் கூறியிருந்தால், செஸ்டர்டன் அவரை 'ஒரு இந்திய தேசியவாதியாக, அல்லது குறைந்தபட்சம் உண்மையான இந்தியனாகக் கருதியிருப்பார். இவ்விதமான இந்தியன் சிவில் சர்வீஸ் அதிகாரிகளுக்குப் பதில் மகாராஜாக்களைத் தேர்ந்தெடுப்பார்; '' மகாராஜா என்பவர் ஒரே ஒருவர் தான்; அவரையும் நான் அநேகமாக எப்போதுமே சந்திக்கவே போவ தில்லை. நூற்றுக்கணக்கான மகாராஜாக்கள் என் உணவையும் என் குழந் தைகளையும் கட்டுப்படுத்திக்கொண்டு இருப்பதைவிட, ஒரே மகா ராஜாவே மேல்' என்று அதற்குக் காரணம் கூறியிருப்பார். இந்தியாவில் சாதிப்பாகுபாடுகள் இருப்பதை ஒப்புக்கொள்ளும் அதேவேளை, 'அமைதியைவிட மதம் உயர்வானது' என்று வலியுறுத்தியிருப்பார். 'எங்கள் பாணியிலான ஆன்மிக ஆறுதலை நீ விரும்பவில்லை என்றால் போகட்டும்; உன்னை அவற்றை விரும்பச்சொல்லி நாங்கள் கேட்கவே இல்லை. எங்களைவிட்டுவிட்டு நீ போய்ச்சேர்' என்று அந்த உண் மையான தேசியவாதி அந்நிய ஆட்சியாளனிடம் சொல்லியிருப்பார். [3]

காந்தி செஸ்டர்டனின் கட்டுரையைப் படித்தார்; அதன் செய்தி அவருக்கு உடன்பாடாக இருந்தது. அவர் செஸ்டர்டனின் கட்டுரையிலிருந்து நீண்ட பகுதிகளை மேற்கோள் காட்டி இந்தியன் ஒப்பீனியன் இதழுக்கு ஒரு கட்டுரை எழுதி அனுப்பினார். அவற்றை எழுதியவர் 'லட்சக்கணக்கான வர்களால் ஆர்வத்துடன் வாசிக்கப்படுபவர்' என்று குறிப்பிட்டிருந்தார்.

> இந்தியர்கள் திரு செஸ்டர்டனின் இந்தப் பார்வைகளைப் பற்றிச் சிந்தித்துப் பார்க்கவேண்டும்; அவர்கள் உரிமையுடன் எதைக் கோர வேண்டும் என்று எண்ணிப்பார்க்கவேண்டும். இந்திய மக்களின் பெயரால் நாம் நமது சொந்த நலன்களை முன்னெடுக்கிறோமா? ஆயிரக் கணக்கான ஆண்டுகளாக இந்திய மக்கள் கவனத்துடன் பராமரித்துவரும் ஒன்றை அழிக்கும் முயற்சியில் நாம் ஈடுபட்டிருக்கிறோமா? [4]

திங்ரா, சாவர்க்கார் ஆகியோரின் பார்வைகளும், அவற்றுக்கு செஸ்டர்டன் அளித்த பொருளுரையும் சுதந்திரம் குறித்து, வெளியிலிருந்து தருவிக்கப் படாததான பிரகடனம் ஒன்றை, எழுதவேண்டும் என்று காந்தியை எண்ணவைத்தன; அது துணைக்கண்டத்தின் மரபுகளை அடிப்படையாகக் கொண்டிருக்கவேண்டும்; ஐரோப்பிய தேசியவாதத்திடமிருந்து பெற்ற மாதிரிகளை அல்ல.

1909 செப்டெம்பர் பிற்பகுதியில் செஸ்டர்டனின் கட்டுரை வெளியான சமயம், லண்டனிலிருந்து இந்தியத் தூதுக்குழு வெறும்கையுடன் திரும்பி வரும் என்று தெளிவாகியிருந்தது. காந்தி அவர்களது முயற்சி பற்றிப் பொதுவெளியில் இப்போது பேச முடியும்—மற்ற விஷயங்களைக் குறித்தும்கூடத்தான். அவர் ஆற்றிய இரண்டு உரைகள் ஹிந்த் ஸ்வராஜை எழுதுவதற்குப் பின்புலமாக அமைந்திருந்தன. அக்டோபர் 5 அன்று,

லண்டனிலிருந்த சில இந்தியர்கள் ராஜ்கோட்டில் நடந்துவந்த மூன்றாவது குஜராத்தி இலக்கிய மாநாட்டுக்கு ஆதரவாக ஒரு கூட்டத்தை நடத்தினார்கள். அவர்கள் காந்தியைப் பேசும்படி அழைத்தார்கள். அவர் பார்வையாளர்களிடம் தம் தாய்மொழிமீது பெருமிதம் கொள்ளும்படி வலியுறுத்தினார். 'போயர்கள் இன்று சுயராஜ்யத்தை (சுதந்திரத்தை) அனுபவித்துவருவதற்கு ஒரு காரணம் அவர்களும் அவர்களது குழந்தைகளும் தம் சொந்த மொழியை உபயாகிக்கிறார்கள் என்பதே' என்று அவர் சுட்டிக்காட்டினார். 'இந்தியன் என்ற முறையில் என் பெருமிதத்துக்கு அடிப்படையாக' இருப்பது

> நான் குஜராத்தி என்பதில் பெருமிதம் கொண்டிருக்கவேண்டும். இல்லையெனில் நாம் பற்றிக்கொள்ள எதுவுமின்றி விடப்படுவோம்... சில அபிப்பிராயங்களின் காரணமாக ஆங்கிலத்தின்மீது நாம் வீணாக்கும் முயற்சியில் பாதியை இந்திய மொழிகளுக்காக நாம் எடுத்தாலே நிலைமை முற்றிலும் மாறிவிடும்... ஆகவே, குஜராத்தி, பெங்காலி, உருது, மராத்தி மாநாடுகள் நடைபெற ஆரம்பித்திருப்பது ஒரு நல்ல அறிகுறி. [5]

ஒரு வாரத்துக்குப் பிறகு, காந்தி ஹாம்ப்ஸ்டெட் அமைதி சமாதானக் கழகத்தில் உரை நிகழ்த்தினார். எழுத்தாளரான சி.இ.மௌரிஸ் (ஒரு ஹெட்டிரோடாக்ஸ் கிறிஸ்துவர்) கூட்டத்தில் தலைமை ஏற்றிருந்தார். கிழக்கும் மேற்கும் ஒருபோதும் சந்திக்க முடியாது என்ற கிப்ளிங்கின் கூற்றை நிராகரித்த காந்தி சொன்னார்:

> ஆங்கிலேயர்களும் இந்திய மக்களும் ஒரே ஆட்சிக்குட்பட்டு எந்த அபஸ்வரமும் இன்றி வாழ்ந்துவருவதற்குத் தனிப்பட்ட உதாரணங்கள் உள்ளன; தனிநபர்களுக்குப் பொருந்துவது நாடுகளுக்கும் பொருந்தும்... (அதே சமயம்) நாகரிகங்களுக்கு இடையில் சந்திக்கும் இடம் ஒன்றும் இல்லை என்பதும் ஓரளவுக்கு உண்மையே... நவீன நாகரிகத்தின் முதன்மையான கூறு, அது ஆன்மாவைவிட உடலை அதிகம் தொழுகிறது, உடலைப் போற்றுவதற்காக அனைத்தையும் தருகிறது. அவர்களது இருப்புப்பாதைகள், தந்திகள், தொலைபேசிகள் போன்றவை அறம்சார்ந்த உயர்வை நோக்கி அவர்களை முன்னெடுத்துச்சென்றனவா?

காந்தி தனக்காகவும் தன் வாசகர்களுக்காகவும் புனித இந்து நகரமான ' பழங்கால பனாரஸ், அங்கு பைத்தியக்காரத்தனமான நாகரிகப் பெருக்கு ஏற்படுவதற்கு முன்பு இருந்த' விதத்துடன் ', 'புனிதமற்ற நகரமான' இன்றைய பனாரஸை ஒப்பிட்டு வேறுபடுத்தினார். 'இந்தப் பைத்தியக்காரத்தனமான நாகரிகப் பெருக்கு மாற்றப்படாவிட்டால், ஓர் அபாயம் தேரிடும். ஒரு வழி அவர்கள் நவீன நாகரிகத்தைக் கைக்கொள்வது; ஆனால் அவர்கள் என்றாவது அப்படிச் செய்யவேண்டும் என்று அவர் சொல்லமாட்டார். இந்தியா பிறகு உலகத்தின் கால்பந்து ஆகிவிடும்; இரு நாடுகளும் (இந்தியாவும் பிரிட்டனும்) ஒருவர்மீது ஒருவர் பாய்ந்துகொண்டிருப்பார்கள்.'[6]

ஹாம்ப்ஸ்டெட் உரைக்குப் பின்னர் காந்தி ஹென்றி போலாக்குக்கு அதைப்பற்றி எழுதினார். அந்த உரையும், அதைத் தொடர்ந்த விவாதமும் அவரிடம் தொடர்ச்சியான பல சிந்தனைகளையும் முடிவுகளையும் தூண்டி விட்டன. 'கிழக்குக்கும் மேற்குக்கும் நடுவில் கடக்க முடியாத அரண் எதுவும் இல்லை' என்ற முடிவுக்கு அவர் வந்தார்; ஆனால், பழமையான நாகரிகத்துக்கும் இன்றைய நாகரிகத்துக்கும் இடையில் அப்படியான அரண் ஒன்று இருந்தது. இவ்வாறு, 'ஐரோப்பாவின் மக்கள், அவர்கள் நவீன நாகரிகத்தால் தொடப்படுவதற்கு முன்புவரை, கிழக்கத்திய மக்களுடன் பல பொதுவான அம்சங்களைக் கொண்டிருந்தார்கள்.' இந்தியா இப்போது நவீன கருவிகளான புகைவண்டி, தொலைபேசி போன்றவற்றால் பாதிப்படைந்து வருகிறது; பம்பாய், கல்கத்தா போன்ற நகரங்கள் 'நிஜமாகவே சீர்கெட்ட இடங்கள்' ஆகிவிட்டன. 'பிரிட்டிஷ் ஆட்சி நாளை நவீன முறைகளை அடிப் படையாகக்கொண்ட இந்திய ஆட்சியால் பதிலீடு செய்யப்பட்டால், இந்தியா இதைவிடச் சிறப்பாக இருந்துவிடாது' என்று காந்தி போலாக் கிடம் சொன்னார். சொல்லப்போனால் 'இந்தியா, ஐரோப்பா அல்லது அமெரிக்காவின் இரண்டாவது அல்லது ஐந்தாவது பதிப்பு ஆகிவிடும்.' ஆகவே, இந்தியாவின் மீட்சி, கடந்த ஐம்பது ஆண்டுகளில் அது கற்றுக் கொண்டிருப்பதை மறப்பதில்தான் அடங்கியிருக்கிறது.' இந்தக் கடிதத்தில் காந்தி முன்வைத்த சீர்திருத்தங்களில், இந்தியர்கள் இயந்திரங்களால் உற்பத்தி செய்யப்பட்ட துணிகளை உடுத்துவதை நிறுத்திவிட வேண்டும்; அவை ஐரோப்பியர்களுக்குச் சொந்தமான ஆலைகளில் உற்பத்தியாகியிருந் தாலும் சரி, அல்லது இந்தியர்களுக்குச் சொந்தமான ஆலைகளில் உற்பத் தியாகியிருந்தாலும் சரி என்பதும் ஒன்று.

காந்தி, 'எந்த ஒரு நபரும் அல்லது நபர்களைக்கொண்ட அமைப்பும் முழு உலகத்தையும் சீர்திருத்தம் செய்ய ஆரம்பிப்பதோ, அல்லது அதுற்றிச் சிந்திப்பதோ துடுக்குத்தனம் மட்டுமே' என்றும் நினைத்தார். பதிலாக,

ஒரேவிதமாகச் சிந்திக்கும் நாம் அனைவரும் தேவையானதைச் செய்ய வேண்டும்; நாம் செய்வது சரியாக இருந்தால் மற்றவர்கள் நம்மைத் தொடரவேண்டும். கோட்பாடு இருக்கிறது: நம் செயல்முறை முடிந்த அளவுக்கு அதற்கு நெருக்கமாக இருக்கவேண்டும். பரபரப்பின் மத்தியில் வாழும் நம்மால் அத்தனை கறையையும் போக்கிக்கொள்ள முடியாது. ஒவ்வொரு முறை நான் புகைவண்டிப் பெட்டியில் ஏறும் போதும், அல்லது மோட்டார்-பேருந்தை உபயோகிக்கும்போதும், எது சரியானது என்பதுபற்றிய என் அறிவை ஒடுக்கவே செய்கிறேன் என்று எனக்குத் தெரியும்.

லண்டனில் செலவிட்ட நாட்கள் அவரை, 'நான் மருத்துவப் பயிற்சி பெற வேண்டும் என்று எண்ணிய பொழுதில் நிச்சயமாக வழி தவறியிருந் தேன்' என்ற முடிவுக்கு வரச்செய்தது. இப்போது அவர் நவீன மருத்து வமனைகள் 'தீமையையும் துயரத்தையும் சீர்கேட்டையும் தொடரச்

செய்கின்றன' என்று கருதினார். பால்வினை நோய்க்குச் சிகிச்சைதரும் மருத்துவமனை எதுவும் இல்லையென்றால், 'நம்மிடையே பாலியல் தீமை குறைவாக இருக்கும்'. ஆகவே, 'மருத்துவமனைகளில் நடந்து கொண்டிருக்கும் வெறுக்கத்தக்க செயல்களில் எந்த வழியிலும் பங்கு பெறுவது எனக்கு பாவச் செயலாகவே இருந்திருக்கும்.'[7]

குஜராத்திகள், போர் எதிர்ப்பாளர்கள் மத்தியில் ஆற்றிய உரைகளை ஒருவகையில் தொண்டையைச் சரிசெய்துகொள்ளும் நடவடிக்கை எனலாம்; அடுத்து வரப்போகிற ஹிந்த் ஸ்வராஜ் என்ற முழு அளவிலான, சர்ச்சைகளை எழுப்பக்கூடிய வாதங்களுக்கு ஒரு தயக்கமான, சுருக்கமான முன்னோட்டம். அந்தப் புத்தகம் சாதாரண மக்களுக்காக எழுதப்பட்டது; உருவகங்கள் நிறைந்தது. அதன் வடிவம் ஒரு 'வாசகர்', 'இதழாசிரியர்' ஆகியோருக்கிடையில் நடக்கும் கற்பனையான உரையாடல் வடிவில் அமைக்கப்பட்டிருந்தது. வாசகர் எனப்பட்டவர் அநேகமாக ப்ரன்ஜீவன் மேத்தாவாகவே இருக்கவேண்டும்; இதழாசிரியர் உருவத்தில் இருந்தவர் காந்திதான்.[8] இந்த வடிவத்துக்கான முன்மாதிரி மரபிலிருந்து வந்த ஒன்று. இந்திய செவ்வியல் இலக்கியங்களில் பரவலாக இவ்வடிவம் பயன் பட்டிருக்கிறது. குறிப்பாக பகவத் கீதையில் கிருஷ்ணர் அர்ஜுனனின் ஐயங்களுக்கும் கவலைகளுக்கும் விளக்கங்கள் அளிக்கிறார்.

ஹிந்த் ஸ்வராஜின் இருபது சிறிய அத்தியாயங்களில் பேசப்பட்ட தலைப்புகளில் சுந்திரம் என்பதன் அர்த்தம், சாத்விக எதிர்ப்பு, 'உண்மை யான நாகரிகத்தின்' வரையறை போன்றவை அடங்கியிருந்தன. ஒரு அத்தியாயம் 'இங்கிலாந்தின் நிலை' பற்றியும், ஐந்து அத்தியாயங்கள் 'இந்தியாவின் நிலை' பற்றியும் பேசுகின்றன.

புத்தகம் 1885ல் காங்கிரஸ் நிறுவப்பட்ட காலம் தொடங்கி இந்திய தேசிய வாதத்தின் வரலாற்றின் மீள் பார்வையுடன் தொடங்குகிறது. நௌ ரோஜியையும் கோகலேயையும் பேரரசின் அடிவருடிகள் என்று வேகம் கொண்ட இளைஞர்கள் ஒதுக்குவதைப்பற்றி காந்தி வருத்தப்படுகிறார். இந்த மிதவாதிகள்தான் பின்னர் நடந்தவற்றுக்குப் பாதை அமைத்த வர்கள். 'நாம் ஏறிவந்த படியை எட்டி உதைப்பது விவேகமான செயல் அல்ல. படிக்கட்டிலிருந்து ஒரு படி உருவப்பட்டால், மொத்தமும் அதனுடன் விழுந்துவிடும். தீவிரப்போக்காளர்களின் பாரபட்சம் அவரை துன்பப்படுத்தியது. அவர், 'இன்னொரு மனிதரின் சிந்தனைகள் மோச மானவை, நம்முடைய சிந்தனைகளே நல்லவை என்றும், நம்மிடமிருந்து வேறுபடும் பார்வை கொண்டவர்கள் நாட்டின் எதிரிகள் என்றும் சொல்வது கெட்ட பழக்கம்' என்று குறிப்பிட்டார்.

இங்கிலாந்தின் நிலைபற்றிய அத்தியாயம் பிரிட்டிஷ் அரசியல் நிறுவனங் களைப் பற்றிக் கடுமையாக விமர்சிக்கிறது. 'நீங்கள் நாடாளுமன்றங் களின் தாய் என்று கருதுவது ஒரு மலடியையும் விபச்சாரியையும் போன்றது. அந்த நாடாளுமன்றம் தானாக எந்த ஒரு நல்ல காரியத்தையும்

| 472 |

இதுவரை செய்யவில்லை; ஆகவே அதை மலடிக்கு ஒப்பிடுகிறேன். அந்த நாடாளுமன்றத்தின் இயல்பான நிலை என்னவென்றால் வெளியிலிருந்து வரும் அழுத்தம் இன்றி அதனால் எதையும் செய்ய முடியாது. அது ஒரு விபச்சாரியைப் போன்றது, ஏனென்றால் அது அடிக்கடி மாறிக்கொண்டே இருக்கும் அமைச்சர்களின் கட்டுப்பாட்டில் இருக்கிறது' என்று அவர் வாசகரிடம் சொல்கிறார்.

இருந்தாலும் காந்தி ஆட்சியாளர்கள் திருத்தமுடியாதவர்கள் என்று நினைக்கவில்லை. அவர் சொன்னார்: 'ஆங்கிலேயர்கள்... நம் இரக்கத்துக் குரியவர்கள்... அவர்கள் தொழில்முனைவும், செயலூக்கமும் கொண்ட வர்கள்... அவர்களின் சிந்தனை முறை அதனளவில் ஒழுக்கக் கேடானது அல்ல.'

புத்தகத்தின் முக்கிய பகுதி 'இந்தியாவின் நிலை' குறித்த ஐந்து அத்தியாயங்கள் கொண்டது. இவை புகைவண்டிப் போக்குவரத்தையும், வழக்கறிஞர்கள், மருத்துவர்கள் ஆகியோரையும் ஏழைமையையும் நோய் களையும் பரப்புவதற்காகவும், சமூகப் பிணக்குகளை இன்னும் தீவிரம் பெறச்செய்வதற்காகவும் கண்டிக்கிறது. புகைவண்டிப் போக்குவரத்து பஞ்சத்தை ஊக்குவிக்கிறது (விவசாயிகள் பணப்பயிர்களுக்கு மாறுவதை ஊக்குவிப்பதன் மூலம்) என்றும், ப்ளேக் வியாதியைப் பரப்புகிறது என்றும், பொதுவாக 'மனிதனின் தீய இயல்பை அதிகரிக்கிறது' என்றும் காந்தி வாதிட்டார். வழக்கறிஞர்கள் பிளவுகளைத் தூண்டிவிட்டார்கள்; அவர்கள் வளர்த்துவிட்ட சண்டைகளினால் அவர்கள் மட்டுமே பலன டைந்தார்கள்; இந்தியர்களின் தலைவிதியைத் தீர்மானிப்பவையாகச் செயல்பட நீதிமன்றங்களை அனுமதிப்பதன் மூலம் பிரிட்டிஷ் ஆட்சி உறுதிப்படுவதற்கு உதவினார்கள். மருத்துவர்கள் தங்கள் பங்குக்கு நோயாளிகளை மாத்திரைகளைச் சார்ந்திருக்கும்படிச் செய்தார்கள்; அவர் களை ஆல்கஹாலையும் ஆரோக்கியமற்ற உணவுகளையும் எடுத்துக் கொள்ளும்படி ஊக்குவித்தார்கள்.

காந்தி, காலனி ஆட்சிக்கு வெகுகாலம் முன்பு இருந்துவந்த முந்தைய இந்திய தேசியம் ஒன்றுக்காக வாதாடினார். முஸ்லிம் ஆக்கிரமிப்பாளர்கள் இருந்தது அவரது கோரிக்கையை செல்லாததாக்கிவிடவில்லை என்று கருதினார். 'வேவ்வேறு மதங்களைச் சேர்ந்த மக்கள் வாழ்கிறார்கள் என்ப தனால் இந்தியா ஒரே தேசமில்லாமல் ஆகிவிட முடியாது. அயலவர்களின் வருகை ஒருநாட்டை அழித்துத்தான் ஆகவேண்டும் என்பதில்லை; அவர்கள் அதில் கலந்துவிடுகிறார்கள்.'

இந்தியா ஒரே தேசம் என்ற கருத்தை ஆதரித்து வாதாடிய பிறகு, இப்போது காந்தி இந்திய வாழ்க்கை முறையை உயர்த்திப்பிடித்தார். 'இந்தியா வளர்த்தெடுத்துள்ள நாகரிகத்தை உலகில் யாரும் தோற்கடிக்க முடியாது' என்றார் அவர். காரணம்

இந்திய நாகரிகத்தின் விழைவு ஒழுக்கவியல் இருப்பை உயர்த்துவது. மேலை நாகரிகத்தின் விழைவோ ஒழுக்கக்கேட்டைப் பரப்புவது. பின்னது கடவுள் அற்றது; முன்னது இறை நம்பிக்கையை அடிப்படையாகக் கொண்டது. இவ்வாறான புரிதலும், நம்பிக்கையும் கொண்டு, ஒரு குழந்தை தாயின் மார்பில் தொற்றிக்கொள்வதுபோல பண்டைய இந்திய நாகரிகத்தை ஒவ்வொரு இந்தியரும் பற்றிக்கொள்வதே பொருத்தம்.

இந்த பழையதன் மீதான விருப்பத்துடன் புதியதன் மீதான விருப்பமின்மையும் இணைந்திருந்தது. நவீன நாகரிகத்தின் முக்கிய அடையாளம் இயந்திரக்கருவி' என்றார் அவர். 'அது ஒரு பெரிய பாவத்தின் உருவம்.' மேலும், 'இயந்திரக்கருவிகளுடன் தொடர்புடைய எந்த ஒரு நல்ல அம்சத்தையும் என்னால் நினைவுபடுத்திக்கொள்ள முடியவில்லை.' எந்திரங்கள் கைவினைஞர்களை வேலையிலிருந்து துரத்தியும் முதலாளிகளுக்கும் தொழிலாளிகளுக்கும் இடையில் பிளவை ஊக்குவித்தும் இந்தியாவை வறுமைப்படுத்திவிட்டன. 'இந்திய ராக்ஃபெல்லர் அமெரிக்க ராக்ஃபெல்லரைவிட மேலானவராக இருப்பார் என்று எண்ணுவது தவறு' என்று நினைத்தார்.

இம்மாதிரியான பத்திகள் ஜி.கே. செஸ்டர்டனுடன் நேரடியான விவாதம் போலத் தோன்றுகிறது என்றால், புத்தகத்தின் மற்ற பகுதிகள் மற்ற தூண்டுதல்களுக்குப் பதில் கூறுபவையாக இருந்தன. உதாரணமாக, சமீபத்தில் மரண தண்டனை தரப்பட்ட மதன் லால் திங்ரா, இன்னும் இயங்கிவரும் வி.டி. சாவர்க்கார் போன்றவர்கள் காலனி ஆதிக்கத்திலிருந்து விடுதலை ஆயுத போராட்டம் மூலமே சாத்தியப்படும் என்று நம்பினர். துப்பாக்கியோடு வாழ்ந்து துப்பாக்கியால் மடிந்தவர்களை நோக்கி காந்தி, 'இலக்குக்கும் அதை அடையும் வழிமுறைக்கும் தொடர்பில்லை என்று நினைப்பது மிகப்பெரிய தவறு' என்று சொன்னார். எப்படி தவறான வழிமுறையானது வன்முறை-பதில் வன்முறை என்ற அதிகரிக்கும் சுழற்சியை ஏற்படுத்துகிறது என்பது பற்றிப் பேசினார். வீட்டுக்கு வரும் கொள்ளைக்காரனின் உதாரணத்தை அவர் சுட்டிக் காட்டினார். ஒருவர் தன் அண்டை அயலாரைத் திரட்டினால், திருடனும் தன் சாகாக்களை அழைப்பான்; இரு தரப்பாரும் அடித்துக்கொள்வார்கள். மாறாக, ஒருவர் கொள்ளையன் மீண்டும் வருவதற்கு வசதியாக ஜன்னலைத் திறந்துவைத்தால் அவன் குழம்பிப்போய், மனம் வருந்தி திருட்டையே விட்டுவிடக்கூடும்.

எல்லாக் கொள்ளையர்களும் அப்படி நடந்துகொள்வார்கள் என்று காந்தி சொல்லவரவில்லை. மாறாக, 'நியாயமான வழிமுறைகளே நியாயமான விளைவுகளை உண்டாக்கும்; எல்லாவற்றிலும் இல்லாவிட்டாலும், குறைந்தபட்சம் பெரும்பாலான நிகழ்வுகளில் அன்பு, இரக்கம் ஆகியவற்றின் சக்தி ஆயுதங்களின் சக்தியைவிட எல்லையற்ற அளவில் அதிகமானது.

காந்தியைப் பொறுத்தவரை வரலாற்றை எழுதுபவர்கள் போர்கள், ரத்தம் சிந்துவது ஆகியவற்றிலேயே கவனம் செலுத்தினார்கள். ஆகவே சகோதரர்கள் இருவர் சண்டையிட்டுக் கொண்டால், அவர்களது அண்டை வீட்டாரும், செய்தித்தாள்களும், அதன்மூலம் வரலாறும் அதைக் கவனத்தில் கொள்வார்கள். அவர்கள் அமைதியாகத் தங்கள் பிரச்னையைத் தீர்த்துக்கொண்டால் அது பதிவு செய்யவே படுவதில்லை. ஈர்ப்பான பத்தி ஒன்றில் காந்தி இதையே மேலும் நீட்டிக்கிறார்: 'நூற்றுக்கணக்கான நாடுகள் அமைதியாக வாழ்ந்துவருகின்றன. வரலாறு இந்த உண்மையைக் கணக்கில் கொள்வதில்லை; கவனத்தில் கொள்ள வரலாறால் முடியவும் முடியாது. வரலாறு என்பது உண்மையில் அன்பு அல்லது ஆன்மா சமநிலையில் செயலாற்றிக்கொண்டிருப்பதன் மீதான ஒவ்வொரு குறுக்கீட்டையும் பதிவு செய்வதாகவே இருக்கிறது.' பரவலாக எண்ணப்பட்டதற்கு மாறாக, மனிதச் செயல்பாடுகளில் அஹிம்சை, வன்முறையைவிட அதிக செயல்திறம்கொண்டதாக இருந்திருக்கிறது. 'இந்த சக்தியின் மிகப் பெரிய, குற்றம்சொல்ல முடியாத சான்றாக இருப்பது, உலகத்தின் போர்களையெல்லாம்மீறி அது இன்னும் ஜீவித்திருக்கிறது என்பதே.'

வன்முறைப் போராட்டத்தைவிட அஹிம்சைப் போராட்டத்துக்கு அதிகமான வீரம் தேவை என்றார் காந்தி. 'யார் உண்மையான போராளி' என்று கேட்டார். 'மரணத்தைத் தன் நண்பனாகத் தன்னுடனே வைத்துக் கொண்டிருப்பவனா, மற்றவர்களின் மரணத்தைக் கட்டுப்படுத்துபவனா?' 'சாத்வீக எதிர்ப்பு இருபுறமும் கூரான கத்தி. அதை எப்படியும் உபயோகிக்கலாம். அது தன்னைப் பயன்படுத்துபவனையும், யாருக்கு எதிராகப் பயன்படுத்தப்படுகிறதோ அவனையும் ஆசீர்வதிக்கிறது. ஒரு துளி ரத்தமும் சிந்தாமலே வீச்சு அதிகம் கொண்ட விளைவை உண்டாக்குகிறது.

ஹிந்த் ஸ்வராஜ் மதங்களுக்கிடையே இணக்கத்துக்காக வாதாடுகிறது. பிரிட்டிஷ்காரர்கள் 'இந்துக்களுக்கும் முஸல்மான்களுக்கும் இடையில் இயல்பிலேயே விரோதம் உண்டு' என்று நம்பினர். காந்தி இவ்வாறு பதிலளித்தார்: 'இந்துக்கள் முஸ்லிம் அரசர்கள் ஆட்சியிலும், முஸ்லிம்கள் இந்து அரசர்கள் ஆட்சியிலும் சுபிட்சமடைந்திருக்கிறார்கள். இரு தரப்புமே தமக்கிடையே சண்டையிட்டுக்கொள்வது தற்கொலைக்குச் சமம் என்று உணர்ந்திருந்தது; இரு தரப்புமே தனது மதத்தை ஆயுத பலத்துக்கு விட்டுக்கொடுக்காது. ஆகவே இரு தரப்பும் அமைதியாக வாழ முடிவெடுத்தன. ஆங்கிலேயர் வருகையால் சண்டைகள் மீண்டும் ஆரம்பித்தன. ' காந்தியின் பார்வையில், வெவ்வேறு மதங்கள் என்பவை 'ஒரே இடத்துக்கு இட்டுச்செல்லும் வெவ்வேறு பாதைகள் மட்டுமே. ஒரே இலக்கை அடையும்வரை, எந்தப் பாதையில் செல்கிறோம் என்பதற்கு என்ன முக்கியத்துவம் இருக்கிறது? இதில் சண்டையிட்டுக் கொள்ள என்ன இருக்கிறது?'

கல்வி தொடர்பான அத்தியாயம் ஒன்றில் காந்தி இந்தியாவுக்குள் ஆங்கிலம் அல்லாத பிற மொழிகளின் பயன்பாட்டைத் தீவிரமாக ஆதரித்தார். இந்தியர்கள் அனைவரும் தம் தாய் மொழியை அறிந்திருக்க வேண்டும். இந்தியை ஓர் இணைப்பு மொழியாக முன்னெடுக்கலாம். அதை எழுத தேவநாகரி அல்லது பாரசீக எழுத்துக்களைப் பயன்படுத்த அனுமதிக்கலாம்; இதன் மூலம் இந்துக்களுக்கும் முஸ்லிம்களுக்கும் இன்னும் நெருங்கிய தொடர்பை உருவாக்க முடியும். இப்படிச் செய்தால், 'நம்மால் ஆங்கில மொழியைக் களத்திலிருந்து குறுகிய காலத்தில் துரத்தி விடமுடியும்.'

காந்தியின் முதன்மையான வாசகரான நடுத்தர வர்க்கத்தைச் சேர்ந்த இந்தியருக்குப் பத்தொன்பது பரிந்துரைகளைத் தரும் ஒரு பட்டியலுடன் புத்தகம் முடிவடைந்தது. இதில் பிற விஷயங்களுடன், துன்பங்களைச் சகித்துக்கொள்ளும் விழுமியத்தை வலியுறுத்தியது. எல்லாவற்றுக்கும் பிரிட்டிஷ்காரர்கள்மீது பழி போடுவதைக் குறை கூறியது. மேலும் மருத்துவர்களையும், வழக்கறிஞர்களையும், பொதுவாகப் பணக்காரர்களையும் கைத்தறிகளால் நெய்யப்பட்ட ஆடைகளைஉடுத்தும்படி வேண்டிக்கொண்டது.[9]

ஹிந்த் ஸ்வராஜ் வெளியிடப்பட்ட காலத்தில் காந்தி இரண்டு தசாப்தங்களாகத் தன் எழுத்துகளை அச்சில் பார்த்துவந்திருந்தார். ஆனாலும் இதுவே முதன்முதலாக வெளியிடப்பட்ட அவரது புத்தகம். இன்னும் முக்கியமாக, இந்திய அரசியலையும் சமூகத்தையும் பற்றிச் சிந்தித்து எழுதப்பட்ட அவரது முதலாவது எழுத்தாக்கம். இதற்கு முன்பாக அவரது கட்டுரைகள், அதிக எண்ணிக்கையில் இருந்தபோதிலும், அவை ஒவ்வொன்றும் ஒரு குறிப்பிட்ட பொருள் குறித்தவையே—உதாரணமாக சைவ உணவு, நேட்டாலிலும் டிரான்ஸ்வாலிலும் இனவாதச் சட்டங்கள், ஏதாவது ஒரு குறிப்பிட்ட சத்தியாக்கிரகத்தின் தோற்றமும் அதன் விளைவும், ஒரு குறிப்பிட்ட சிறைவாசத்தின் மகிழ்சிகளும் வலிகளும், மாஜினி, லிங்கன், ஃப்ளாரன்ஸ் நைட்டிங்கேல், தாதாபாய் நௌரோஜி போன்றவர்களின் சிறப்புகள் போன்றவை. ஹிந்த் ஸ்வராஜ், காந்தி தன் தாய்நாட்டில் தனக்கு இன்னும் பெரிய பொறுப்பு ஒன்றை முன்வைத்த கோரிக்கை எனலாம். எப்படியும் ஒருநாள் தன் தாய்நாட்டுக்குத் திரும்பிவர அவர் எண்ணியிருந்தார். 1905–07 காலகட்டத்தின் சுதேசி இயக்கத்தின்போது, காங்கிரசிலிருந்த மிதவாதப்போக்கு கொண்டவர்கள் தீவிரப் போக்காளர்களால் ஓரம்கட்டப்படுவது நிகழ்ந்தது. 1907ம் ஆண்டு காங்கிரஸ் மாநாட்டில் தீவிர நோக்கு கொண்டவர்கள்–மிதவாதிகள் என்ற பிளவு முறையாக ஏற்பட்டது. அந்த மாநாட்டில் ஏற்கெனவே உடையும் நிலையிலிருந்த அமைப்பின் ஒற்றுமை குலைந்தது; கூச்சல்களும், கோஷங்களும், காலணி வீச்சுகளும் அமளிப்பட்டன.[10] அதற்கு முன்பு வரை காங்கிரஸ் வேண்டுகோள் வைப்பது, விண்ணப்பம் அனுப்புவது என்பதோடு தன் செயல்பாடுகளை முடித்துக்கொண்டிருந்தது. இப்போது

வெளிநாட்டுத் துணிகள் கொளுத்தப்படுவதும் தீப்பொறி பறக்கும் பேச்சுகளும் வழக்கமாயின.

சுதேசி இயக்கமேகூட வங்காளத்திலும் மராட்டியத்திலும் முளைத்துவந்த தீவிரப்போக்குக் குழுக்களுடன் ஒப்பிடுகையில் மிகவும் சாதுவானதே. அந்தக் குழுக்களில் பிரிட்டிஷ் அலுவலர்களைப் படுகொலை செய்து தம் தாய்நாட்டின் பெருமையை உயர்த்த நினைத்த இளைஞர்கள் அங்கம் வகித்தனர்.[11]

சுதேசி இயக்கத்தின் ஒரு விளைவு மத உணர்வுகள் எதிரெதிராகப் பிளவு பட்டதாகும். வங்காளத்தில் இயக்கம் அந்த மாகாணத்தின் பிரிவினைக்கு எதிரான போராட்டத்துடன் இணைந்துவிட்டது. வங்காளத்தின் முஸ்லிம்கள் அதிகம் கொண்ட கிழக்கு மாவட்டங்களைக் கல்கத்தாவின் தீவிரப்போக்குகொண்ட சிந்தனையாளர்களின் தாக்கத்திலிருந்து தனிமைப் படுத்துவதே பிரிட்டிஷாரின் நோக்கம். ஆனால் காந்தியின் ஆசான் கோகலே குறிப்பிட்டதுபோல சுதேசி இயக்கத்தின் தலைவர்கள் 'பிரிட்டிஷ் கட்டுப் பாடு இல்லாத சுயராஜ்யம்' என்று பேசிய 'பொறுப்பற்ற பேச்சு', ஆட்சியாளர்களை இந்துக்களுக்கு எதிராகத் திருப்பிவிட்டது. அவர்கள் புதிதாக உருவான ஒரு முஸ்லிம் லீக்கை ஆதரித்தனர். அதன் பெருந் தலைகளுக்கு அவர்கள் அரசு பதவிகளிலும் நியமனங்களிலும் அதிகமான பங்கு தருவதாக உறுதியளித்தனர். கோகலே இப்போது 'இந்துக்களுக்கும் மொகமதியர்களுக்கும் இடையில் தீவிரமான விரோதம்' பற்றிக் கவலைப் பட்டார். சில இந்து அமைப்புகள் 'வெளிப்படையாக மொகமதியர்-எதிர்ப்பு கொண்டவர்கள்; முஸ்லிம் லீக் வெளிப்படையாக இந்து-எதிர்ப்பு கொண்டது; இரண்டு தரப்புமே தேசியத்துக்கு எதிரானவர்கள்.'[12]

சுதேசி இயக்கத்தின் இன்னொரு விளைவு மிதவாதிகள் ஓரங்கட்டப் பட்டது. இளம் தேசபக்தர்கள் சுதந்திரம்பற்றிய கனவினால் உத்வேகம் பெற்றார்கள்; அவர்களைப் பொறுத்தவரை அந்த சுதந்திரம், கொஞ்சம் கொஞ்சமாக அரசியல் சாசனத்துக்கு உட்பட்ட வழிமுறைகளால் அடையப்படவேண்டிய ஒன்றல்ல; மாறாக பிரிட்டிஷ் அலுவலர்கள், புரோகான்சல்களுக்கு எதிரான பிரமிக்கத்தக்க வன்முறைச் செயல் களாலேயே அடையப்பட வேண்டியது. இந்தப் புரட்சியாளர்கள் காவல் துறையினரைக் கொலை செய்வது, அரசு கட்டடங்களில் வெடிகுண்டு களை வெடிக்கச் செய்வது ஆகியவற்றின் மூலமாகப் பொதுமக்களை விழிப்புணர்ச்சி பெறச்செய்து, அவர்களிடையே எட்டிப்பார்க்க ஆரம்பித் திருக்கும் அடக்கப்பட்ட காலனி ஆதிக்கத்துக்கு எதிரான உணர்வலை களைத் தூண்டிவிடமுடியும் என்று நினைத்தார்கள்—அல்லது அப்படி நம்பினார்கள்.

மிதவாதிகளோ காலனி ஆட்சியின் அடக்குமுறை அம்சங்களுக்கு எதிரான தமது போராட்டத்தில் பிரிட்டிஷ் பொது மக்களும், பிரிட்டிஷ் நிறுவனங்களும் தமது தரப்புக்கு ஆதரவாக இருப்பதாக நம்பினர்.

கடுமையான சட்டங்களும் சுமையான வரிகளும் 'பிரிட்டிஷ் தன்மையற்றது' எனப்பட்டன; அவற்றின் நிஜ இயல்பு மாட்சிமை தாங்கிய மன்னரின் அரசுக்குத் தெரியவரும்போது அவை அகற்றப்பட்டுவிடும்; அந்த அரசு தொலைவில் இருந்தாலும் உணர்ச்சியற்ற அரசு அல்ல. கடைசிபட்சமான இறுதி இலட்சியம் டொமினியன் அந்தஸ்து பெறுவது; அதில் வெஸ்ட்மின்ஸ்டர் பாணியில் இந்தியாவும் தேர்ந்தெடுக்கப்பட்ட பிரதிநிதிகளைக் கொண்டிருக்கும். பிரிட்டிஷ் தொடர்பானது அரசர் (ஆஸ்திரேலியா, கனடா நாடுகளுக்கு இருப்பதைப் போல) நாட்டின் தலைவராக செயல்படுவதன் மூலம் தக்கவைக்கப்பட்டிருக்கும்.

மறுபுறத்தில், தீவிர நோக்கு கொண்டவர்கள் பிரிட்டிஷ் ஆட்சி, பிரிட்டிஷ் நிறுவனங்கள், பிரிட்டிஷ் மாதிரிகள் ஆகிய அனைத்தையும் நிராகரித்தார்கள்; அவர்கள் இந்துப் புராணங்களில் தேவர்களுக்கும் அசுரர்களுக்கும் இடையே நடக்கும் போர்களைப்போல சுதந்திரப் போராட்டத்தை கறுப்பு-வெள்ளை என்ற இருமைக் கண்ணோட்டத்திலேயே பார்த்தனர். பிரிட்டிஷ்காரர்கள் முற்றிலும் தீயசக்தி. கோகலேயும் அவரது சகாக்களும் ஜான் ஸ்டூவர்ட் மில், எட்மண்ட் புர்க் ஆகியோரை மேற்கோள்காட்டுவதை விரும்பினார்கள். மாறாக, கோகலேயின் பெரும் எதிராளியான பால கங்காதர திலகரோ மத்தியகால மராத்திய வீரர் சிவாஜியைப் போற்றினார்; சிவாஜி டெல்லியிலிருந்து ஆட்சிசெய்த முஸ்லிம் ஆட்சியாளர்களுக்கு எதிராகப் பல கெரில்லா யுத்தங்களை நடத்தியவர். திலகர் கணபதியைப் போற்றித் துதிக்கும் வருடாந்திர விழாவையும் ஆரம்பித்தார். எந்தச் செயலையும் (அல்லது போரையும்) இந்தக் கடவுளை வணங்கி ஆரம்பிப்பது காரியசித்திபெற (அல்லது போர் வெற்றிபெற) உதவும் என்பது நம்பிக்கை.

துணைக் கண்டத்தின் இன்னொருபுறத்தில் இளம் தீவிரப்போக்காளர்கள் ரகசியக் குழுக்களை ஏற்படுத்தினார்கள்; அவற்றின் மூலமாக வெடி குண்டுகளைப் பொருத்தவும் துப்பாக்கிகளை உபயோகிக்கவும் கற்றுக் கொண்டார்கள். அவர்கள், தீயவற்றை அழிப்பவராக வணங்கப்படும் சிவனின் மனைவியான துர்க்கை அம்மனிடமிருந்து உத்வேகம் பெற்றார்கள். சிவாஜியும் துர்க்கையும்—பழிவாங்குவதும் தண்டிப்பதும்—இந்திய தேசிய இயக்கத்தின் தீவிர நோக்கு கொண்டவர்களுக்கு முன்மாதிரிகளாகவும் வழிமுறைகளாகவும் இருந்தன. இவ்வாறு இந்துக் கடவுள்கள், போர்வீரர்கள் பெயர்களை உச்சாடனம் செய்தது தவிர்க்க இயலாமல் முஸ்லிம்களைக் கசப்படையச் செய்தது. அவர்களுக்கும் தங்கள் பங்குக்குப் புனிதநூல்கள் இருந்தன. அவற்றின் கோணத்தில் இந்துக்கள் இறைநம்பிக்கையற்றவர்களாகவும் உருவவழிபாடு செய்பவர்களாகவும் பார்க்கப்பட்டனர்.[13]

தீவிர நோக்கு கொண்டவர்களின் தேசபக்திக்கு ஒரு புஜபலமும் ஆண்மை குணமும் சார்ந்த அனுகூலம் இருந்தது. பிரிட்டிஷ் ஆட்சி (அதற்கு முன்பு

முஸ்லிம் ஆட்சியும்) ஓர் இந்துவை பலவீனமாக்கியிருந்தது. அவன் இப்போது தன் பலத்தையும் ஆண்மையையும் திரும்பப் பெறுவதிலும், வீரமும் தியாகமும் நிறைந்த துணிகரச்செயல்கள் மூலம் அவற்றைப் புதுப்பிப்பதிலும் வெற்றி பெற்றுவிட்டான். பிரிட்டிஷ்காரர்களை வன்முறை மூலமாக வெளியேற்றிய பிறகு, தாய்நாடு மரபான இந்துமத வழியில் தன்னைக் கட்டி எழுப்பும். காலனி ஆதிக்கத்துப் பிறகான எதிர் காலம் குறித்த கற்பனையில், சில புரட்சியாளர்கள் பழங்கால இந்திய கிராமப் பஞ்சாயத்தில் நம்பிக்கைவைத்தார்கள்; வேறு சிலர் இந்தியா முழுமைக்குமான இந்து தேசியத்தில் நம்பிக்கை வைத்தார்கள். அத்தகைய தேசியம், இப்போது மொழி, சாதி, பிராந்தியம் எனப் பல வழிகளில் பிளவுபட்டுள்ள இந்துக்களை ஒன்றுபடுத்தி மையப்படுத்தப்பட்ட ஒரு உறுதியான நாட்டைக் கட்டமைக்கும்.

காந்தி ஹிந்த் ஸ்வராஜ் புத்தகத்தைஎழுதிய காலகட்டத்தில் இந்தியாவில் நிலவிய மனநிலையை துணைக்கண்டத்திலிருந்து வெளிவந்த பிரிட்டிஷ் இதழாளர்களின் இரு புத்தகங்கள் படம்பிடித்துக் காட்டின. இரண்டுமே புதிய அரசியல் இயக்கங்களின் தீவிரத்தையும் வேகத்தையும் கவனத்தில் கொண்டன; ஆனாலும் அவை அது குறித்து சற்றே மாறுபட்ட புரிதல் கொண் டிருந்தன. ஆட்சிக்கு ஆதரவான டைம்ஸ் ஆஃப் லண்டனிலிருந்து வந்திருந் தவர் 'ஒரு மாயமான 'தேசியவாதத்தை' கண்டார்; அது இந்திய சரித்திரத்தை எவ்விதத்திலும் தனக்கு ஆதாரத்தளமாகக் கொள்ளாதது; மேலை மனோ பாவம், அறியாமை ஆகியவற்றை அபாயமான பலத்துடன் ஆதாரத்தள மாகக் கொள்ளவேண்டும் என்று திட்டமிட்டு உருவாக்கப்பட்டது'. ஜன நாயகபூர்வமான விழுமியங்களையும், விருப்பங்களையும் வெளிப்படை யாக அறிவித்துக்கொண்டாலும், 'பழைய சர்வாதிகாரமான சாதி, இந்து மதத்தின் மிக மோசமான மூட நம்பிக்கைகள் ஆகியவற்றை' ஒரு புறமும், 'மேலை அரசின்மைவாதத்தின் கொலைபாதக வழிமுறைகளை' இன்னொரு புறமும் ஆதாரத்தளமாகக் கொண்டிருக்கிறது என்றார் டைம்ஸ் இதழாளர்.[14]

தாராளப்போக்குடைய மான்செஸ்டர் கார்டியன் இதழிலிருந்து வந்திருந் தவர் சற்று அனுதாபம் கொண்ட பார்வை கொண்டிருந்தார். அவர், அரசியல் கிளர்ச்சி பரவலாகவும், ஆழமாகவும் நடைபெறுவதாகக் குறிப்பிட்டார். '' இந்தியா இப்போது தேசிய மறுமலர்ச்சியின் விளிம்பில் நின்றுகொண்டிருப் பதாகப் பலர் உறுதியாக எண்ணுகிறார்கள்—சிந்தனை, சமூக வாழ்வு, அரசு விவகாரங்கள் ஆகியவற்றில் ஒரு புதிய பிறப்பு' என்று அவர் குறிப்பிட்டார். இந்த மறுமலர்ச்சி 'ஜப்பான் எல்லா கிழக்கத்திய தேசியங்களுக்கும் அளித்த உதாரணத்தால்' கவரப்பட்டது; தவிரவும் நாட்டைக் கைப்பற்றியவர்களின் அரசியல் பாரம்பரித்தைப்பற்றிய ஆழமான புரிதலாலும் கவரப்பட்டது. ஆகவே கார்டியன் இதழாளர் எழுதினார்:

> அதிகம் படித்த இந்தியர்கள் இங்கிலாந்து நாட்டுக்குச் சென்று வந்தது, எல்லா இன, மதங்களையும் சேர்ந்த படித்தவர்களிடையே பொது

மொழியாக ஆங்கிலம் பயன்படுத்தப்படுவது, நமது வரலாற்று, கடின உழைப்பால் வென்றெடுத்த சுதந்திரங்கள் ஆகியனபற்றிய அதிகரித்து வரும் அறிவு, நமது சிறந்த தாராளவாத சிந்தனையாளர்கள்பற்றிய அதி கரித்துவரும் படிப்பு—நம்மிடமிருக்கும் இந்தப் போற்றத்தக்க எல்லா அனுகூலங்களும் இந்தப் புதிய எழுச்சிக்குப் பங்களித்துள்ளன; திடுக் கிட்டுப்போன பிற்போக்காளர்கள் இவற்றையெல்லாம் இப்போது விலக்கிக்கொள்வதுபற்றி யோசிப்பதில் பயனில்லை.[15]

தென்னாப்பிரிக்காவில் இருந்த காந்தி தாய்நாட்டில் ஏற்பட்டுவந்த அரசியல், சமூக நிகழ்வுகளை ஊன்றிக் கவனித்துவந்தார். இந்தியன் ஒப்பீனியன் இதழின் பக்கங்களில் காங்கிரஸ் கூட்டங்களையும், சுதேசி எதிர்ப்புகளையும்பற்றிய செய்திகள் தூவப்பட்டிருந்தன. காந்தி பல்வேறு ஆங்கில, குஜராத்தி செய்தித்தாள்களைச் சந்தா செலுத்தித் தபாலில் பெற்று வந்தார். இப்போது கப்பலில் பயணித்தவாறு வேகமாக எழுதப்பட்ட தன்னுடைய சிறிய ஆங்கிலப் புத்தகத்தில் இந்தியாவைப் பீடித்திருப்பது என்ன, அதிலிருந்து மீட்கக்கூடியது என்ன என்பதுபற்றிய அவரது பார்வைகளைத் திரட்டி அளித்தார்.

ஹிந்த் ஸ்வராஜ் புத்தகத்தில் வெளிப்படுத்தியதுபோல, காந்தி சில விஷயங்களில் மிதவாதிகளுக்கு நெருக்கமாக இருந்தார். சாவர்க்காரும் அவரது சகாக்களும் கோகலேயை கடுமையாக விமர்சித்ததைப்பற்றி அவர் வருந்தினார். அவரது ஆசானைப்போல அவரும் இந்து–முஸ்லிம் ஒத்திசைவில் உறுதிகொண்டிருந்தார். அவர் மதரீதியான பிளவை பிரிட்டிஷ் ஆட்சியின் விளைவாகவே பார்த்தாரே தவிர (அதாவது அந்த ஆட்சி, தன் சுயநலன்களுக்காக ஒரு சமூகத்தை அடுத்ததற்கு எதிராகத் திருப்பியிருந்தது) இந்தியச் சூழலின் நிலைத்த தவிர்க்கவியலாத பகுதியாக அல்ல.

காந்தி இந்தப் புத்தகத்தில் மற்ற விஷயங்களில் தீவிர நோக்கு கொண்ட வர்களுக்கு நெருக்கமானவராகக் காணப்படுகிறார். பிரிட்டிஷ் நாடாளு மன்றம்மீதான அவரது கடுமையான வார்த்தைகள் அவரை கோகலேயிட மிருந்தும் நௌரோஜியிடமிருந்தும் விலக்கியது. பண்டைய இந்திய அறம் சார்ந்த விழுமியங்களையும் குடிமைப் பண்புகளையும் அவர் போற்றினார்; பழைமையை இலட்சிய நிலையாக உயர்த்திப்பிடித்தார்; கல்வி தாய்மொழியில் மட்டுமே இருக்கவேண்டும் என்று வலியுறுத் தினார்; இவை எல்லாம் முன்னேற்றம் அல்லது மீட்சிக்கு மேல் நாட்ட வற்றுக்குப் பதிலாக சுதேசிய வகைமாதிரிகளைத் தேடிய நாட்டுப் பற்றாளர் ஒருவருக்கு விருப்பத்துக்குரியவையாக இருந்திருக்கும்.

கடைசியாக, ஹிந்த் ஸ்வராஜ் நூலில் காந்தி, அஹிம்சை வழியில் எதிர்ப்பை முன்வைப்பதில் தீவிர நோக்கு கொண்டவர்கள், மிதவாதிகள் ஆகிய இரு தரப்பிலிருந்தும் தனித்தவராகத் தன்னை நிறுத்திக் கொள்கிறார். அவர் விண்ணப்பங்கள் வைப்பது, வெடிகுண்டுகளை

வீசுவது ஆகிய இரண்டுக்கும் எதிராக இருந்தார். முன்னதைப் பயனற்ற தாகவும் பின்னதை அறத்துக்குப் புறம்பானதாகவும் பார்த்தார். ஆட்சியாளர்கள் வற்புறுத்தப்பட்டாலன்றி விட்டுக்கொடுக்கப் போவதில்லை. ஆனால், அலுவலர்களைக் கொல்வதும் பிரிட்டிஷ்காரர்களைப் பயந்து ஓடச்செய்யாது. தவிர வன்முறை மேலும் வன்முறையையே உருவாக்கும்—முதலில் அந்நியர்களுக்கு எதிராகப் பயன்படும் வன்முறை நாளடைவில் மாற்றுக் கருத்து அல்லது பின்னணி கொண்ட இந்தியர்களுக்கு எதிராகவும் ஏவப்படும். 1907–9 காலகட்டத்தின் டிரான்ஸ்வால் போராட்டங்கள் காந்தியை சத்தியாக்கிரகத்தின் செயல்திறம் பற்றியும், அதன் அறம்சார்ந்த உயர்நிலை பற்றியும் உறுதியான நம்பிக்கைகொள்ளச் செய்திருந்தன. அந்த வழிமுறையைப் பயன்படுத்த இந்தியா இன்னும் பெரிய, இன்னும் கவர்ச்சி மிகுந்த மேடையை அளித்தது.

ஹிந்த் ஸ்வராஜ் காந்தியின் அரசியல் பார்வைகளின் தொகுப்பு; அவரது அரசியல் அபிலாஷைபற்றிய பிரகடனம். இந்திய தேசிய இயக்கத்தில் அதுவரையில் வங்காளிகள், மாராத்தியர்களே செல்வாக்கு செலுத்தி வந்தார்கள். மதிப்புவாய்ந்த துணைக் கதாபாத்திரங்களாகத் தமிழர்கள், பஞ்சாபியர்கள், இந்தி பேசுபவர்கள் ஆகியோர் விளங்கினார்கள். இப்போது, இந்தப் புத்தகத்தை எழுதி வெளியிட்டதன் மூலம் தென்னாப்பிரிக்காவில் இருந்த குஜராத்தி ஒருவர் தனக்கான இடத்தை ஏற்படுத்திக்கொள்ளவும், தன் குரல் கேட்கப்படச் செய்யவும் முனைந்தார். புலம்பெயர்ந்தவர்களுடன் அவரது அனுபவங்கள், இந்தியர்களை ஒன்றுபடுத்தியது, திரட்டியது ஆகியவை அவருக்கு (அவரது கருத்துப்படி) விசேஷமான ஓர் இடத்தைக் கொடுத்திருக்கின்றன; அங்கிருந்தபடி அவர் தாய்நாட்டில் நிகழும் விவாதங்களுக்கு வெளிச்சம் பாய்ச்சவும் அவற்றில் பங்கேற்கவும் முடியும்.

ஹிந்த் ஸ்வராஜ் இந்தியாவில் படிக்கப்படும், விவாதிக்கப்படும்; தற்போது நிலவுகிற அரசியல் போக்குகளோடு அது ஒன்றுபடும் அம்சங்கள், முரண்படும் அம்சங்கள் ஆகியவை கவனத்தில் கொள்ளப்பட்டு அவை தொடர்பான செயல்பாடுகளுக்கு வழிவகுக்கும் என்று காந்தி நம்பினார். 1910 பிப்ரவரியில் சிப்பா பிரபு என்பவர் டர்பனிலிருந்து அந்தப் புத்தகத்தின் மூல குஜராத்திப் பிரதிகள் 415 உடன் பம்பாயில் வந்திறங்கினார். ஆனால், அந்தப் பிரதிகள் சுங்கத் துறையால் கைப்பற்றப்பட்டு, ஒரு பிரதி பம்பாய் அரசின் கிழக்கத்திய மொழிகள் மொழிபெயர்ப்பாளருக்கு அனுப்பப்பட்டது. அந்த மொழிபெயர்ப்பாளர், அந்தப் புத்தகம், 'மிகவும் ஆட்சேபனைக்குரியதாக இருக்கிறது; குறிப்பாக இப்போது நாட்டில் நிலவும் அரசியல் நிலையைக் கொண்டு பார்க்கும்போது அவ்வாறு இருக்கிறது' என்று அறிக்கையளித்தார். பிறகு அவர் ஹிந்த் ஸ்வராஜுக்கு ஒரு நீண்ட பத்தியாக ஒரு சுருக்கத்தை அளித்தார். இதுவே (நமக்குத் தெரிந்தவரை) பல தசாப்பதங்களாக பல நூறாயிரம் வாசகர்களை ஈர்த்துவரும் ஒரு புத்தகத்துக்கு முதலாவதாக எழுதப்பட்ட எதிர்வினை:

இந்தப் புத்தகம் 'பதிப்பாசிரியருக்கும்' 'வாசகருக்கும்' இடையிலான உரையாடலாக அமைந்துள்ளது. முன்னவர் இந்தியாவின் தற்போதையை அரசியல் நிலைமை பற்றியும், எதிர்காலத்தில் நடக்க வாய்ப்புள்ளவை பற்றியும் தன் தனித்துவமான பார்வைகளை முன்வைக்கிறார். 'வாசகர்' அநேகமாக டிரான்ஸ்வாலிலிருக்கும் சராசரி 'சாத்வீக எதிர்ப்பாளரான' இந்தியரைப் பிரதிநிதித்துவம் செய்கிறார். அவர் வெளிப்படையாக தீவிரவாதப் பார்வைகள் கொண்டவராக இருக்கிறார். அதுமட்டுமின்றி வெளிப்படையாக இந்தியாவிலிருந்து 'பிரிட்டிஷ்காரர்களை விரட்டுவதே' இந்த நாட்டில் அரசியல் கிளர்ச்சியின் முதன்மை நோக்கம் என்று பேசுகிறார். 'பதிப்பாசிரியரும்' இந்தியாவில் ஆட்சி பிரிட்டிஷ்காரர்கள் கைகளிலிருந்து இந்தியர்கள் கைகளுக்கு மாறவேண்டும் என்ற ஆவல் கொண்டவராகவே இருக்கிறார். ஆனால், அவர் ஆயுதம் தாங்கிய போராட்டத்தின் தீமைகள்பற்றி கருத்துக் கொண்டவராக இருக்கிறார்; இது டால்ஸ்டாயின் கருத்து; தான் அவரைப் பின்பற்றுபவர் என்று நூலாசிரியர் மோகன்சந்த் (மூலத்தில் உள்ளபடி) கரம்சந்த் காந்தி அறிவித்துக்கொள்கிறார். அவர் இந்தியாவைத் துன்புறுத்தும் தீங்குகளான பிளேக், பஞ்சங்கள், வறுமை, குற்றச் செயல்கள் போன்றவற்றுக்கு புகைவண்டிப் போக்குவரத்து, கல்வி, சீர்திருத்தங்கள், வழக்கறிஞர்கள், மருத்துவர்கள், சொல்லப்போனால் ஆங்கிலேயர்கள் இந்த நாட்டில் அறிமுகம் செய்திருக்கும் அனைத்தும் காரணம் என்கிறார். உண்மையில், சில இடங்களில் இந்த மனிதர் இந்தியாவையும், அதன் வழிமுறைகளையும், மேற்கத்திய தொடர்பால் சிறிதும் மாசுபடாமல் காப்பாற்றவேண்டும் என்ற பேரார்வத்தில் பைத்தியக்காரத்தனமாகவே தோன்றுகிறார். ஆங்கிலேயர்கள் தங்களது அபாயகரமான நாகரிகத்தை இந்தியாவுக்குள் கொண்டுவர விரும்பினால் அவர்களுக்கு இந்த நாட்டில் இடமில்லை என்று 'பதிப்பாசிரியர்' கூறுகிறார். இந்த நாகரிகம் இந்தியாவுக்கு வெளியே நிறுத்தப்படுமானால், ஆங்கிலேயர்கள் இங்கு வாழ அனுமதிக்கப்படலாம். 'வாசகர்' புரட்சிகரமான சிந்தனைகளை முன்வைப்பவராகவும், அரசியல்ரீதியான படுகொலைகளை ஒப்புக்கொள்பவராகவும்கூடக் காட்டப்படுகிறார்.

'நாம் முதலில் (பிரிட்டிஷாரை) படுகொலைகள் மூலமாக பயமுறுத்துவோம். பின்னர் நம்மவர்களில் பயிற்சி எடுத்துக்கொண்டுள்ள சிலர் வெளிப்படையாகப் போராடுவார்கள். இந்தப் போராட்டத்தில் 20 அல்லது 25 லட்சம் மக்கள் மடிவார்கள்தான். ஆனால் கடைசியில் நாம் நாட்டை மீட்போம். நாம் பிரிட்டிஷாரை கெரில்லா போர் மூலம் தோற்கடிப்போம்.' 'பதிப்பாசிரியர்' இந்தச் சிந்தனைகளை மேலை நாட்டிலிருந்து கடன்வாங்கப்பட்டது என்று பலமாகக் கண்டிக்கிறார். இரத்தக் களறி இந்தியாவை ஒருபோதும் சுதந்திரம்பெறச் செய்யாது என்று சொல்கிறார்; திங்ராவை உண்மையான தேசபக்தர், 'ஆனால் அவரது

தேசபத்தி பைத்தியக்காரத்தனமானது' என்கிறார். 'ஆனால், லார்ட் மார்லி கொடுத்திருக்கும் சிறிதளவான சலுகைகள் இந்த அரசியல் படுகொலைகள் காரணமாகவே என்று நீங்கள் ஒப்புக்கொள்ளத்தான் வேண்டும்' என்கிறார் 'வாசகர்'. 'பதிப்பாசிரியர்', 'லார்ட் மார்லி அளித் திருப்பவை பயத்தின் காரணமாகத் தரப்பட்டவையாக இருக்க வாய்ப்பு உண்டுதான். ஆனாலும் பயத்தின்மூலம் பெறப்பட்டதை அந்தப் பயம் நீடித்திருக்கும்வரையே தக்கவைத்துக்கொள்ள முடியும்' என்கிறார். ஆகவே அவர் அமைதி வழிகளை முன்வைக்கிறார்; அவற்றில் 'சாத்வீக எதிர்ப்பு' ஒன்று. [16]

இந்த அறிக்கையின்படி பம்பாய் அரசு முறைப்படி 'நேட்டால் ஃபீனிக்ஸில் இன்டர்நேஷனல் ப்ரஸ்ஸில் அச்சிடப்பட்டதாகத் தெரிவிக்கும்' ஹிந்த் ஸ்வராஜ் புத்தகத்தை 'அரசருக்காகக் கைப்பற்றியது' அந்தப் புத்தகத்தில், 'பிரிட்டிஷ் இந்தியாவில் சட்டப்படி அமைக்கப்பட்டுள்ள அரசை வெறுப்புக்கும் கோபத்துக்கும் உள்ளாக்கும்படியாகவும், அந்த அரசின்மீது பற்றின்மையை உருவாக்கும்படியாவும் அமைந்த சொற்கள் உள்ளன' என்று அந்த உத்தரவு கூறியது. அந்தப் புத்தகம் விநியோகிக்கப்படுவது ப்ரஸ் (அச்சகம்) சட்டப்படி தடைசெய்யப்பட்டது; அதன் இறக்குமதி ஸீ கஸ்டம்ஸ் (கடல்வழி சுங்கம்) சட்டப்படி தடைசெய்யப்பட்டது. இந்திய அரசு அந்தத் தடைக்கு ஒப்புகை அளித்தது. பம்பாயிலிருந்து தனக்கு அனுப் பப்பட்ட சான்றுகளின்படி, 'ராஜதுரோகமான' இந்தப் புத்தகத்தின் உள்ளடக் கத்திலிருந்து, 'திரு மோ.க.காந்தி ஒன்றும் அவர் காட்டிக்கொள்வதுபோல அப்பாவி தியாகி அல்ல என்ற நியாயமான முடிவுக்கு வரமுடியும்' என்று அரசு குறிப்பிட்டது. [17]

பம்பாய் அரசாங்கத்தின் கிழக்கத்திய மொழிகள் மொழிபெயர்ப்பாளர் உண்மையில் ஹிந்த் ஸ்வராஜ் புத்தகத்தின் முதலாவது விமர்சனத்தை எழுதினார். காந்தி அந்த விமர்சனத்தையோ அதன்மீது மற்ற அலுவலர்கள் எழுதிய குறிப்புகளையோ படிக்கவில்லைதான்; குஜராத்தி பதிப்பு பறிக்கப்பட்டது என்று மட்டுமே அவருக்குத் தெரியும். அவர் உடனடி யாகப் புகார் கடிதம் ஒன்றை எழுதினார். அந்தக் கடிதம் அதன் உள்ளார்ந்த மதிப்புக்காகவும் தொகுக்கப்பட்ட எழுத்துகளின் பதிப்பாசிரியர்கள் கவனத்திலிருந்து அது தப்பிவிட்ட காரணத்துக்காவும் இங்கு பிரசுரிக்கத் தகுந்தது. 16 ஏப்ரல் 1910 தேதியிட்டு, ஜோஹானஸ்பர்க்கிலிருந்து எழுதப் பட்ட அக்கடிதம் இந்திய அரசின் உள்துறை அமைச்சருக்கு எழுதப் பட்டது. அப்போதுதான் டர்பனில் வெளிவந்திருந்த புத்தகத்தின் ஆங்கிலப் பதிப்பை உடன் இணைத்து, காந்தி கூறினார்:

குஜராத்தி பிரதிகள் கைப்பற்றப்பட்டது ஏன் என்று எனக்குத் தெரிய வில்லை. அரசாங்கத்தார் தயவுகூர்ந்து தமது பார்வைகளையும் அறிவு ரையையும் எனக்களித்தால், நான் என்னால் இயன்ற அளவுக்கு அவற்றை நிறைவேற்ற முயல்வேன். என் எழுத்து ஏதாவது

அரசாங்கத்தை சங்கடத்துக்குள்ளாக்கியிருக்கிறது என்றால், 'ஹிந்த் ஸ்வராஜ்' அப்படிப்பட்ட நோக்கத்துடன் எழுதப்படவில்லை; அரசுக்கு உதவுவதற்கே எழுதப்பட்டது. இதற்கு நான் அரசின் அனைத்து அல்லது ஏதேனும் ஒரு செயலையோ அதற்கு அடிப் படையாக அமைந்த வழிமுறைகளையோ கட்டாயம் ஒப்புக் கொள்கிறேன் என்று பொருள் அல்ல. என் தாழ்மையான கருத்தில், எந்த மனிதனும் அவன் விரும்பும் கருத்துகளைக் கொண்டிருக்க உரிமை பெற்றிருக்கிறான்; மேலும் யாருக்கும் எதிராக நேரடி வன் முறையில் ஈடுபடாதவரை அதை நடைமுறைப்படுத்தவும் உரிமை பெற்றிருக்கிறான். ஓரளவு செல்வாக்கும் கவனமும் பெற்ற செய்தித் தாள் ஒன்றுடன் தொடர்புகொண்டிருக்கிறேன்; வன்முறை வழிகள் தென்னாப்பிரிக்காவில்கூட என் நாட்டினரிடையே பிரபல மடையக்கூடும் என்று எனக்குத் தெரியும். 'இந்திய சுய ராஜ்ஜியம்' புத்தகத்தில் நான் சொல்லியிருப்பதுபோல சாத்வீக எதிர்ப்பு வழியை மேற்கொள்வதுதான் நேரடி வன்முறையைத் தடுப்பதற்கான நிச்சய மான வழி என்று உணர்ந்திருக்கிறேன். இந்தக் காரணங்களால்தான் (இந்தப் புத்தகத்தை) குஜராத்தியில் பதிப்பிக்க நான் தயங்கவில்லை. ஆங்கிலப் பதிப்பு இந்தியாவில் முன்னணி செய்தித்தாள் ஆசிரியர் களிடையே தவிர வேறெங்கும் என்னால் விநியோகிக்கப்படவில்லை. அதேநேரம் அதை வாங்கிய சிலர் தாமாகவே இந்தியாவுக்கு அனுப் பியிருப்பதும் எனக்குத் தெரியும். 'இந்திய சுய ராஜ்ஜியம்' புத்த கத்தில் சொல்லப்பட்டுள்ள கருத்துகள் டிரான்ஸ்வாலிலும் தென்னாப் பிரிக்காவின் பிற பகுதிகளிலும் நடைபெற்றுவரும் போராட்டத்துடன் எவ்வித த்திலும் தொடர்புடையது அல்ல; அந்தப் போராட்டத்துடன் நான் சம்பந்தப்பட்டிருப்பதை முழுவதும் ஒப்புக்கொள்கிறேன். என் நாட்டவர் எத்தனைபேர் அந்தக் கருத்துகளை ஒப்புக்கொள்கிறார்கள் என்று அறிந்துகொள்ளும் நிலையில் நான் இல்லை. அதே நேரம், நான் எங்கு இருந்தாலும், அவற்றை என்னால் முடிந்தவரையில் பிர பலப்படுத்துவது என் கடமை, அதனால் இந்தியாவின் நலன்களும் பேரரசின் நலன்களும் காக்கப்படும் என்று கருதுகிறேன்.[18]

காந்தி இங்கு ஒரே நேரத்தில் விசுவாசியாகவும் எதிர்ப்பாளராகவும் செயல்படுகிறார்: தான் அஹிம்சையை முன்வைப்பது பிரிட்டிஷ் ராஜ் ஜியத்துக்கு உதவக்கூடும் என்று தெரிவிக்கிறார்; ஆனால், பிரிட்டிஷ் ராஜ் ஜியத்தின் கொள்கைகள், செயல்பாடுகள்பற்றித் தான் சொல்ல விரும்பு வதைச் சொல்வதற்கு தனக்கு உரிமை உண்டு என்றும் கோருகிறார். அந்தக் கடிதம் ஒரு சமரசத்தை முன்வைத்தது; அதிகப்படியாக உணர்ச்சியைத் தூண்டும்விதத்தில் அமைந்துள்ள பகுதிகளை திருத்தி எழுதுவதுபற்றி அவர் சிந்திக்கக் கூடும். காந்தி தனது புத்தகம் (அத்துடன் அவரது சிந்தனைகளும்) இந்தியாவுக்குள்ளாகவும் இந்தியர்களாலும் பேசப்பட வேண்டும், விவாதிக்கப்படவேண்டும் என்பதில் உறுதியாக இருந்தார்.

இதைச் சாத்தியமாக்க அந்தப் பிரதியில் சில மாற்றங்களைச் செய்ய அவர் தயார்.

இதற்கிடையே, அரசு தானே ஹிந்த் ஸ்வராஜ் புத்தகத்தை ஆங்கிலத்தில் மொழிபெயர்க்க ஏற்பாடு செய்தது. இதைச் செய்யவிருந்தவர் மதராஸ் உயர்நீதி மன்றத்தில் குஜராத்தியில் வைக்கப்படும் வாதங்களை ஆங்கிலத்தில் மொழிமாற்றிச் சொல்லும் பணியில் இருந்தவர். [19]

உள்துறை, தமது மொழியாக்கப் பிரதியைக் காந்தியுடையதுடன் ஒப்பிட்டு, இரண்டும் ஒன்றுபோலவே இருப்பதைக் கண்டது—அத்துடன் ஒரேபோல அபாயமானதாக இருப்பதையும். ஆசிரியர் சொல்லுக்கும் செயலுக்கும் இடையிலும், சாத்விக எதிர்ப்புக்கும் ஆயுத போராட்டத்துக்கும் இடையிலும் வேறுபாடு காண்பது, 'விந்தையானது' என்று சொல்லி, நடைமுறைச் சாத்தியமற்றதாக நிராகரிக்கப்பட்டது. 'ராஜதுரோகத்தை உபதேசிப்பதும் பரப்புவதும் நேரடி வன்முறை அளவுக்கே பொது ஒழுங்குக்கு குந்தகம் விளைவிப்பது, அபாயகரமானது என்று உள்துறையின் மூத்த அலுவலர் ஒருவர் குறிப்பிட்டார். [20] குற்றவியல் உளவுப்பிரிவு இயக்குனர் கோப்பின்மீது குறிப்பிட்டதுபோல , 'நாம் இறக்குமதி செய்யப்படும் எல்லாவிதமான ராஜதுரோக வெளியீடுகளுக்கும் இருக்கும் திறந்த சந்தையை ஒழித்துக்கட்டுவதையே குறிக்கோளாகக் கொள்ளவேண்டும் என்று கருதுகிறேன்: ராஜதுரோகத்தின் அளவையும் தீவிரத்தையும் வைத்துத் தேர்ந்தெடுத்து இதைச் செய்ய முடியாது.' தொடர்ந்து, 'நிஜத்தில் ராஜதுரோக நோக்கில் கோளாறான சிந்தனைகள் உருவாவதற்கு, வரிக்குவரி வன்முறை, புரட்சி என்று பேசுபவற்றைவிட மிதமான ராஜதுரோக வெளியீடுகளே அதிகம் தூண்டுதலாக இருக்கின்றன' என்ற பலமான வாதத்தை அவர் முன்வைத்தார். [21]

இந்திய அரசு அந்தப் புத்தகத்தைத் தடை செய்ய எடுத்த முடிவை பி.எஸ். ஐயரின் ஆஃப்ரிக்கன் கிரானிக்கிள் இதழின் தலையங்கம் ஒன்று விளாசியது. அந்த நாளிதழ், 'ராஜதுரோகம் நாளுக்குநாள் பழுத்து வருவதிலும், நாட்டுக்கு வெளியில் அதிருப்தி அதிகரித்து வருவதிலும் வியப்பு ஒன்றும் இல்லை' என்று கூறியது. காரணம்

> வைஸ்ராயும் அவரது சகாக்களும் இந்த (ஹிந்த்) ஸ்வராஜ் போன்ற எளிய சிறுநூலைப் பார்த்து பயப்படுவார்கள் என்றால், திரு காந்தி மாதிரியான மனிதர்களின் கருத்து வெளியீட்டைக்கூட அவர்களால் சகித்துக்கொள்ள முடியாது என்றால், வேறு எதை இந்திய அரசாங்கத்தால் சகித்துக்கொள்ள முடியும் என்று நமக்குப் புரியவில்லை. அதிகபட்ச தூண்டுதலுக்கு உள்ளான சந்தர்ப்பங்களில்கூட திரு காந்தி கோபமான ஒரு சொல்லை யாரிடமும் பேசியதை நாம் கண்டதில்லை; எந்த நாடும் அவரைவிட சிறந்த அரசியல் தலைவரைக் கண்டுபிடிக்க முடியாது. அவருடைய எழுத்து விநியோகத்துக்கு உகந்தது இல்லையென்றால், இந்தியாவில் வெகுஜன விருப்பத்தைப் பொருத்தமான,

நிதானமான மொழியில் வெளிப்படுத்தும் வேறு யாரையும் கண்டுபிடிப்பது அரிது என்று நாம் நம்புகிறோம். [22]

அரசாங்கத்தின் வாதம் இங்கு தலைகீழாகக் கவிழ்க்கப்பட்டது. பதற்றம் நிறைந்த காவல்துறையினர் காந்தி போன்ற மிதவாதிகளை வெளிப்படையாக அரசைக் குறைகூற அனுமதிப்பது தீவிர நோக்கு கொண்டவர்களை ஏகமாக ஊக்குவிக்கும் என்று கூறியிருந்தனர். பி.எஸ்.ஐயர் நேர் எதிராக வாதாடினார்: காந்தி மாதிரியான மிதவாதிகளின் குரலே கேட்கப்படாது என்றால், சாதாரண மக்கள் ஆட்சியாளர்களிடம் முற்றிலும் நம்பிக்கை இழந்துவிடுவார்கள்; பிறகு தீவிரவாத முறைகளால் இரட்சிப்பைத் தேட ஆரம்பித்துவிடுவார்கள்.

1910 மே மாதம் ஹிந்த் ஸ்வராஜ் புத்தகத்தின் அச்சிட்ட ஆங்கில பதிப்பின் சில பிரதிகள் மதராஸ் மாகாணத்தின் கரையை அடைந்தன. முதன் முதலில் அதைப் படித்தவர்களில் மாகாணத்தின் உள்துறை செயலாளரும் அடக்கம். அவர் முடிவின்படி, 'ஆசிரியர் ஆங்கிலேயர்களைப் பொறுமையுடன் அணுகுவதுபோலத் தோற்றம் காட்டினாலும்', புத்தகம் முன் வைக்கும் வாதம் 'அவர்கள்மீது இருக்கும் மரியாதையைக் குறைக்கும் விதத்தில் திட்டமிடப்பட்டுள்ளது; ஆசிரியரின் ஒட்டுமொத்த கருத்து பிரிட்டிஷ் ஆட்சி தொடர்வதற்கும், ஏன், இந்தியாவில் நிலையான எந்த வொரு நிர்வாகத்துக்கும் புறம்பானதாக உள்ளது; அல்லது குறைந்தபட்சம் அவ்வாறு கருத இடமளிக்கிறது.' அந்த விமர்சகர், ஆசிரியர் முன் வைக்கும் நான்கு சர்ச்சைக்குரிய வாதங்களை எடுத்துக்காட்டினார்:

(1) ஆங்கிலேய அரசியல்வாதிகள் நேர்மையற்றவர்கள், நெறியற்ற வர்கள்; ஆங்கில செய்தித்தாள்கள் பாரபட்ச உணர்வு நிரம்பியவை.

(2) இந்தியாவில் ஆங்கிலேய நிர்வாகம் நீதிமன்றங்களையே சார்ந்திருக்கிறது; மேலும் வழக்கறிஞர்களைச் சார்ந்திருக்கிறது; அவர்கள் தலைமுதல் பாதம்வரை ஊழல் பேர்வழிகள்.

(3) இந்தியாவில் குடியேறியிருக்கும் ஆங்கில நாட்டின் பிரஜைகள் அவர்களது சொந்த நாட்டில் இருப்பவர்களைவிடக் கீழான வகையான வர்கள்.

(4) இந்தியாவில் ஆங்கிலேயர்கள் தொடர்வது அவர்கள் கீழைநாட்டு மொழிகளையும் நாகரிகத்தையும் கைக்கொள்வதைப் பொறுத்தே உள்ளது. இந்த நிபந்தனைக்கு அவர்கள் கட்டுப்படவில்லையானால், இந்தியா அவர்களால் இங்கிருக்க முடியாத அளவுக்குக் கொதித்துப் போய்விடும்.

மதராஸ் மாகாணத்தின் உள்துறைச் செயலாளர் அந்தப் புத்தகத்தின் ஆங்கிலப் பதிப்பையும் தடைசெய்ய பரிந்துரை செய்தார். நீதித்துறைச் செயலாளர் ஒப்புக்கொண்டார். மேலே கண்ட அம்சம் (1)-க்கு அடுத்து

அவர் ஆடம் ஸ்மித்தின் வாசகம் ஒன்றை மேற்கோள் காட்டினார்: 'அரசியல்வாதி என்கிற ஊழல் நிறைந்த ஆபத்தான விலங்கு'. மேலும், 'இந்தப் புத்தகத்திலிருந்து எடுக்கப்பட்ட வரிகள் இன்னும் அதிகமாக பிறருக்குத் தெரியவராது என்பதில் நான் வருத்தமடைகிறேன். உதாரண மாக, வழக்கறிஞர்களுக்கு, சட்டத்தொழிலை விட்டுவிட்டு கைத்தறியை எடுத்துக்கொள்ளச் சொல்லி ஆலோசனை தந்திருப்பது சட்ட மன்றத்துக்கு சொல்லத் தகுதியானது.'[23]

இந்திய அரசு ஹிந்த் ஸ்வராஜ் ஆங்கிலத்திலோ குஜராத்தியிலோ துணைக் கண்டத்தில் விநியோகிக்கப்படாமல் பார்த்துக்கொண்டது. காந்தியின் தாய்நாட்டில் அச்சில் அந்தப் புத்தகத்தைப்பற்றி எந்த ஒரு விமர்சனமும் பொதுவெளியில் வரவில்லை. ஆனால் தென்னாப்பிரிக்காவில் அந்தப் புத்தகம் சுதந்திரமாக விநியோகிக்கப்பட்டது. அங்கு அது சில செய்தித் தாள்களால் விமர்சிக்கப்பட்டது. 1910 மே மாதம் முதல் வாரத்தில் டிரான்ஸ்வால் லீடர் எட்வர்ட் டாலோ என்ற காந்திக்கு அறிமுகமான ஒருவர் எழுதிய அப்புத்தகம்பற்றிய மதிப்பீட்டைப் பிரசுரித்தது. பிரிட்டிஷ்காரரும் கணக்காளருமான டாலோ நான்-கன்ஃபார்மிஸ்ட் சமய நெறியைப் பின்பற்றுபவர். அவர் டிரான்ஸ்வாலிலிருந்த இந்தியர்களின் கோரிக்கைகள்மீது அனுதாபம் கொண்டிருந்தார். 1909 ஜனவரியில் த டைம்ஸ் இதழுக்குக் கடிதம் எழுதிய ஐரோப்பியர்களில் அவரும் ஒருவர். அவ்வாண்டின் பிற்பகுதியில் அவர் காலனி நாடுகளுக்கான அமைச் சருக்குக் கடிதம் எழுதி, '(காந்தி தலைமையிலான) இந்திய தூதுக் குழுவுக்குக் கருணையுடன் வரவேற்புக்கொடுங்கள்' என்றும், 'உங்கள் உயர்ந்த பதவியின் செல்வாக்கைப் பயன்படுத்தி அவர்கள் கேட்கும் சட்டத் திருத்தத்தைப் பெற்றுக்கொடுங்கள்' என்றும் வலியுறுத்தினார்.[24]

நிறத்தின் அடிப்படையில் வித்தியாசம் பாராட்டும் சட்டங்களை டாலோ எதிர்த்தார். ஆனாலும், அவர் பேரரசின் ஒரு பாதுகாவலர்; இந்த அடிப்படையில் இந்தியாவில் ஹிந்த் ஸ்வராஜ் தடைசெய்யப்படுவது சரியானது, தேவையானது என்று கருதினார். 'நவீன நாகரிகம்பற்றிய ஆய்வு என்ற பெயரில் 104 பக்கங்கள் கொண்ட இந்தச் சிறுநூல் உண் மையில் இந்தியாவை ஆங்கிலேய ஆட்சியிலிருந்து விடுவிப்பதற்கான அரசியல் பிரசாரத்துக்குஆதரவாக எழுதப்பட்டுள்ளது; இந்திய அரசு இந்தியாவில் அதன் விநியோகத்தைத் தடைசெய்ததில் புத்திசாதுர்யத் துடன் நடந்துகொண்டுள்ளது.' காந்தி, தன் வாதங்களை விலகிய பார்வையுடனேயே அளித்திருக்கலாம்; நவீன நாகரிகத்தையும் (அவர் அதை வெறுத்தார்) ஆங்கிலேய மக்களையும் (அவர்களை அவர் சகித்துக் கொண்டார்) வேறுபடுத்திப் பார்த்திருந்திருக்கலாம்; ஆனாலும்

> நவீன நாகரிகத்தின் கெட்டழிக்கும் விளைவுகளுக்கு அவர் காட்டும் உதாரண விளக்கங்கள் அனைத்தும் ஆங்கில அரசாங்கத்திடமிருந்தும், ஆங்கில வாழ்விலிருந்தும், ஆங்கில அமைச்சர்களிடமிருந்தும்,

நாடாளுமன்றத்திடமிருந்தும், மக்களிடமிருந்துமே எடுக்கப்பட்டுள்ளன என்பதால் மிகத்தேர்ச்சி பெற்ற ஒருவர் அல்லது அறிஞரால் மட்டுமே அவை இரண்டையும் வேறுபடுத்திப்பார்க்க முடியும். ஒரு சாதாரண வாசகருக்கு... இதன் விளைவு நவீன நாகரிகத்தின்மீது வெறுப்பை உண்டாக்குவது மட்டுமின்றி, அதன் குறிப்பான வெளிப்பாட்டாளர்களாக இந்தியாவிலுள்ள ஆங்கிலேய மக்கள்மீதும் அப்படி வெறுப்பை உண்டாக்கும்.

டாலோ காந்தியை அவரது குறுகிய வாசிப்பு குறித்துக் கண்டித்தார். அந்த வழக்கறிஞர் நாவலாசிரியர்கள், விமர்சகர்களின் படைப்புகளைப் படித்திருக்கிறார்; 'இந்திய தத்துவத்தின் பேராசான்களை' பெருமைப்படுத்துகிறார். அதே சமயம் அவர் 'நவீன தத்துவத்தின் பேராசான்களான' மில், ஸ்பென்சர், கதே, கான்ட், ஹெகல், டி டோக்வில் போன்றவர்களைக் கவனத்தில் கொள்ளவில்லை. அந்தப் புத்தக ஆசிரியரின் தாய்நாட்டின் கடந்த காலம் பற்றியும், அதன் எதிர்காலம் எப்படி இருக்கும் என்பது பற்றியும் தனது பார்வையை முன்வைப்பதுடன் டாலோ தன் விமர்சனத்தை முடித்தார்:

இந்தியா ஒன்றும் திரு காந்தி நம்மை நம்பவைக்க விரும்புவதுபோல மாற்ற முடியாதது அல்ல; அதன் நாகரிகத்துக்கு தீங்கான அடிப்படையாக இருக்கும் சாதி முறை, இந்தியர்கள் மற்ற நாடுகளைச் சென்று பார்ப்பதன் மூலம் பெற்றுவரும் நவீன சிந்தனை, அனுபவம் ஆகிய வற்றின் தாக்கம் காரணமாகப் பலவீனமடைந்து வருகிறது. நவீன அறிவியலின் கண்டுபிடிப்புகள் விலங்குகள் அளவுக்குத் தாவரங்களும் உண்மையிலேயே உயிர் பெற்றிருப்பவையே என்று காட்டியிருப்பது அவர்களது மதத்தின் முக்கியக் கோட்பாடு ஒன்றை வலுவிலக்கச் செய்து விட்டது. ஆங்கிலேய ஆட்சியின் வழிகாட்டுதலின் கீழ் இந்தியா கொஞ்சம் கொஞ்சமாகப் பிரதிநிதித்துவ நிறுவனங்களை ஏற்படுத்தி வருகிறது; அதன் ஆட்சியாளர்கள் தொலைவான எதிர்காலம் ஒன்றில், அரசாங்கம் என்ற சுமையைத் தானே தன் தோள்களில் சுமந்துகொண்டு இம்பீரியல் மணிமகுடத்தின் விசுவாசமான நற்கொடையாக விளங்கப் போவதை எதிர்நோக்கியிருக்கிறார்கள்.[25]

இந்த மதிப்புரை காந்தியைச் சுட்டது. அவர் உடனடியாக ஒரு பதில் அனுப்பினார். 'திரு டாலோவும் நானும் பிரஜைகளாக இருக்கிற பிரிட்டிஷ் சாம்ராஜ்யத்தை நானும் நேசிப்பவன்தான்' என்று ஆரம்பித்த அவர் தெளிவுபடுத்தினார்:

இந்த நேசிப்பு அந்த சாம்ராஜ்யத்தின் உறுப்பினர்களாக இருக்கும் தனி நபர்கள்—அவர்கள் ஐரோப்பியர்களோ, காஃபிர்களோ, இந்தியர்களோ — யாராக இருந்தாலும் அவர்கள் மீது நான் கொண்டிருக்கும் நம்பிக்கையிலிருந்து உருவாவதே. ஆனால் நான் அந்த சொல்லைக் கண்மூடித்தனமாக வழிபாடு செய்யப்போவதில்லை. எனக்கு அது இவ்வாறுதான்

> பொருள்படுகிறது: இந்தியர்களும் ஆங்கிலேயர்களும் விரும்பு கிறார்களோ இல்லையோ, அவர்கள் ஆண்டவனின் விருப்பப்படி தம் பரஸ்பர நலனுக்காக ஒன்றாக வைக்கப்பட்டுள்ளார்கள்; ஆனாலும் சுயாதீனம் உடையவர்களாக அவர்கள் செயல்பட்டு, அந்த இணைப்பைத் தீங்கானதாக அவர்கள் ஆக்கிவிடக்கூடும். நமது இந்தச் செயலை நான் சாத்தான்தனமானது என்கிறேன். பல ஆங்கிலேயர்களைப் போலவே, பதினெட்டு ஆண்டு அருகிலிருந்து பார்த்ததிலிருந்தும், மேலும் நான் இப்படிச் சொல்லலாம் என்றால், நடைமுறை வாழ்விலிருந்தும், நான் ஒரு முடிவுக்கு வந்தடைந்திருக்கிறேன். அதாவது, ஆங்கிலேய மக்கள் இந்தி யாவை ஆங்கிலேயமயமாக்குவது, அவர்கள் அதில் வெற்றி பெற்று விடுவார்கள் என்று வைத்துக்கொண்டால்கூட, ஒரு பேரழிவாகவே இருக்கும் என்பதுதான்.

டாலோ சாதி முறையைக் கண்டித்திருந்தார். ஆனால் காந்தியின் பார்வையில் அது 'மாற்று அமைப்பின் அழிவு தருகிற மூர்க்கமான விளவுகளிலிருந்து இந்தியாவைக் காப்பாற்றியிருக்கிறது; அத்தகைய மாற்று அமைப்புக்குத் தான் நவீன நாகரிகம் அறிவியல்துறை என்ற அந்தஸ்து அளித்திருக்கிறது'. நவீன தத்துவத்துறை சார்ந்து தான் அதிகம் வாசித்ததில்லை என்ற குற்றச் சாட்டுக்குப் பதில் சொன்ன காந்தி, தான் மில், ஸ்பென்சர் ஆகியவர்களைப் படித்திருப்பதாகவும், ஆனால் தன் கண் முன்னே நவீன நாகரிகத்தைப் பார்த்துக்கொண்டிருக்கும்போது அதுபற்றிய மேலதிக வியாக்கியானங்கள் எதையும் படிக்க எந்தக் காரணத்தையும் தான் காணவில்லை என்றும் சொன்னார். 'நான் ஒரு ஷில்லிங் கொடுத்து ஹாம்லெட் நாடகத்தை நேரடியாகவே பார்த்துவிட முடியும் என்னும்போது, அதைப்பற்றிய விமர் சனத்தைப் படிக்கவும் வேண்டுமா?' என்று கொஞ்சம் கடுமையாகக் கேட்டார்.

காந்தி தன் புத்தகம் இருவிதமான வாசகர்களுக்கானது என்று சொன்னார்: இந்தியாவில் வன்முறையை முன்வைக்கும் கட்சி; இவர்களுக்கு அவர் 'இந்தியாவை துன்பப்படுத்தும் தீமைகள் முக்கியமாக நம்முடைய குறை பாடுகளால் ஏற்படுவதுதான்; நாம் தங்கக் கன்றுக்குட்டியை (பழைய ஏற்பாட்டில் குறிப்பிடப்படும் பொய்யான கடவுள்) வழிபாடு செய்ததால் வந்த வினைதான்' என்று கூறினார்; 'நவீன நாகரிகத்தையே தூக்கி எறிந்து விட அல்ல, மாறாக இந்தியா தன் சொந்த நாகரிகத்தைத் தொடர உதவும் படியே' ஆங்கிலேயர்களுக்கு அவர் வேண்டுகோள்விடுத்தார். இரு தரப் பாரிடமும் அவர் வன்முறையானது அறத்துக்குப் புறம்பானது என்று வலியுறுத்தினார். பிரிட்டிஷ்காரர்களுக்கு அவர் 'அடக்குமுறைச் செயல்கள் ... முற்றிலும் பயனற்றவை' என்று சொன்னார். புரட்சியாளர்களிடம் அவர், 'வன்முறையை இந்தியாவிலிருந்தோ வேறு எங்கிருந்துமோ வன்முறை மூலமாக வேரோடு அழித்துவிட முடியாது' என்று சொன்னார். இவ்வாறு அவர் 'சாத்விக எதிர்ப்பு அதாவது ஆன்மாவின் சக்தியை ஆட்சிசெய்வோர்- ஆளப்படுவோர் ஆகிய இரு தரப்பாருக்கும் மிகுந்த அடக்கத்துடன் சிபாரிசு

செய்கிறேன். இரு தரப்பும் அதை ஏற்றுக்கொள்ளவேண்டும் என்பதில்லை. யாராவது ஒருவர் அதனை மேற்கொண்டாலும் இரு தரப்புக்கும் பலன் கிடைக்கும்' என்றார். [26]

இதற்கிடையில் காந்தி சொந்த முறையிலும் ஒரு விவாதத்தைத் தன் நண்பர் டபிள்யூ.ஜே.வைபர்க்குடன் நடத்திவந்தார். அந்த விவாதமும் இதே அளவுக்கு படிப்பினை தருவதாக விளங்குகிறது. டிரான்ஸ்வாலின் சுரங்கங்களின் ஆணையராக 1900-களின் ஆரம்பத்திலும், பின்னர் சட்டமன்ற உறுப்பினராகவும் வைபர்க் ஆசியர்களை ஒதுக்கிவைப்பதைத் தீவிரமாக செயல்படுத்தியிருந்தார். [27] ஆனால் இங்கிலாந்தில் படித்த வழக்கறிஞரான காந்திக்கு அவர் விதிவிலக்கு அளித்திருந்தார். ஜோஹானஸ்பர்க்கின் தியாசபிகல் சொஸைட்டியில் இருவரும் வழக்கமாக சந்தித்து வந்தார்கள். காந்தி அவருக்கு ஹிந்த் ஸ்வராஜ் புத்தகத்தை அனுப்பி வைத்தார். வைபர்க், 'ஒட்டுமொத்தமாக உங்கள் வாதம் இசைவிணக்கம் கொண்டிருப்பதாகத் தோன்றவில்லை; நீங்கள் முன்வைக்கும் கூற்றுகளும் கருத்துகளும் ஒன்றையொன்று உண்மையாக சார்ந்திருக்கவில்லை' என்று தெரிவித்தார். அவர் அந்தச் சிறுபிரசுரம் விசுவாசமற்றது என்று நினைக்கவில்லை; காரணம் (அவர் இங்கு டாலோவைப் படிப்பதாகத் தோன்றுகிறது)

> சராசரியான சாதாரணமான அறியாமை கொண்ட, நுண்ணறிவு அற்ற மனிதர், நீங்கள் இந்தியாவில் பிரிட்டிஷ் ஆட்சிக்கு எதிராகப் போதனை செய்வதாக நினைத்துக்கொள்வார். உங்கள் புத்தகத்தில் ஆதாரமாக உள்ள அதைவிட முக்கியமான பொதுக் கோட்பாடு பற்றிச் சொல்ல வேண்டுமானால், நீங்கள் கண்டிப்பாக தவறு செய்கிறீர்கள் என்றுதான் சொல்லவேண்டும். ஐரோப்பிய நாகரிகம் பல குறைபாடுகள் கொண்டது தான்; ஆயினும் அது 'சாத்தானின் ராஜ்ஜியம்' என்றோ, அல்லது அது ஒழிக்கப்படவேண்டும் என்றோ நான் நம்பவில்லை. மனித பரிணாமத்தில் அது குறிப்பாக மேலை நாடுகளில் தோன்றியதும், அவற்றுக்கு ஏற்றதாக விளங்கக்கூடிய ஒரு தேவையான படிக்கட்டு என்றே எனக்குத் தோன்றுகிறது. இந்தியாவின் (ஐரோப்பாவினுடையவையும் கூட) உயர்ந்தபட்ச லட்சியங்கள் இந்த நாகரிகத்தைவிட முன்னேறியவை என்று நான் உணர்கிறேன்; ஆனாலும் இந்திய மக்கள்திரளில் பெரும்பான்மையானது போட்டி, மற்ற உலகாயத, அழகியல் சார்ந்த, அறிவார்ந்த தூண்டுதல் என்ற சவுக்கடியால் தட்டி எழுப்பப்பட வேண்டியது; 'நாகரிகம்தான்' இவற்றைத் தர முடியும் என்று அடக்கத்துடன் கருதுகிறேன்.

மேலை நாகரிகத்தின் எல்லா வடிவங்களும் இந்தியாவுக்கு ஏற்றவையல்ல என்று வைபர்க் ஒத்துக்கொள்கிறார். மேலும் பிரிட்டிஷ்காரர்களாகிய நாம் (நல்ல நம்பிக்கையில்) பிரிட்டிஷ் நிறுவனங்களை வரைமுறையின்றி அறிமுகப்படுத்தியதில் தவறு செய்துவிட்டோம்

என்பதிலும் எனக்கு சந்தேகமில்லை. ஆனால் மேலை லட்சியங்கள் இந்தியாவுக்குத் தேவையானவை; அதன் நாகரிகத்தை பதிலீடு செய்வதற்கல்ல; தன்னுடைய சொந்த நாகரிகத்தை மாற்றியமைக்கவும், வளர்த்தெடுக்கவுமே. இந்தியா இந்திய முறையிலேயே ஆளப்பட வேண்டும் (இந்தியர்களாலா ஆங்கிலேயர்களாலா என்பது வேறு கேள்வி); ஆனால் 'நாகரிகம்' பலவந்தம் இன்றி இயல்பாக வளர்ந்தால் அது தேவையானதும் பயனுள்ளதும் ஆகும்; அதைத் தவிர்க்க முடியாது.

அந்த மதிப்பரையாளர் அடுத்ததாக சாத்விக எதிர்ப்பு என்ற கேள்வியை எடுத்துக்கொண்டார். ஒரு தனிப்பட்ட புனிதர் அதை மேற்கொள் வதுபற்றி ஒருவருக்கு ஆட்சேபம் இருக்க முடியாது, ஆனால்

சாதாரண மான குடிமக்களுக்குரிய வாழ்வை வாழ்ந்துவரும் சாதாரண மனிதர்கள் பின்பற்றுவதற்குரிய ஒரு நடைமுறை அரசியல் கோட்பாடு என்ற முறையில் அது முற்றிலும் அபாயமானதாகவும் முழுக்கவும் பொது நன்மைக்குக் கேடானதாகவுமே தோன்றுகிறது. அது அராஜகம் மட்டுமே; அதன் முதன்மையான ஆதரவாளரான டால்ஸ்டாய் தனிப்பட்ட முறையில் அநேகமாக ஒரு புனிதர்; ஆனால் அவரே தன் கோட்பாட்டை அரசியல் பரப்புரையாக போதனை செய்து, அதை வரைமுறையின்றி கடைப்பிடிக்கச் சிபாரிசு செய்யும்போது அவர் மனித குலத்தின் மிக ஆபத்தான விரோதி என்றே நான் எப்போதும் கருதி வந்திருக்கிறேன். அரசும் சட்டங்களும் காவல்துறையும், நேரடியான பலப்பிரயோகமும் சராசரி மனித குலத்துக்கு முற்றிலும் அவசியம்; அவர்களின் வளர்ச்சிக் கட்டத்தில் அவை உண்மையிலேயே 'இயல்பானவை', சாப்பிடுவது, குடிப்பது, இனவிருத்தி செய்வதுபோல உண்மையிலேயே அறம் சார்ந்தவை. இதிலெல்லாம்எனக்கு எவ்வித சந்தேகமும் இல்லை... மனித குலம் மொத்தமும் புனிதர் நிலையை அடைந்த பிறகு, அரசுகள் தேவையற்றுப்போய்விடும்; ஆனால் அதுவரையில் அப்படியல்ல. இதற்கிடையில் நாகரிகத்தை சீர்செய்ய வேண்டுமே தவிர, ஒழித்து விடக்கூடாது.

காந்தி அவருக்கே உரிய விதத்தில், வைபர்கின் விமர்சனரீதியான மதிப்பீட்டை இந்தியன் ஒப்பீனியனில் முழுமையாக வெளியிட்டு, பின்னர் அதற்கு மரியாதையுடன் பதில் எழுத முனைந்தார். புத்தகத்தின் வெளிப்பாட்டில் வைபர்க் சுட்டிக்காட்டிய 'குறைபாடுகள், போதா மைகள் பற்றி, வேதனையுடன் உணர்ந்தே இருக்கிறேன்' என்று அவர் சொன்னார். இவை ஒரு மேலோட்டமான வாசகரை அந்தப் புத்தகம் ஒரு 'விசுவாசமற்ற படைப்பு' என்று முடிவு கட்டச் செய்யக்கூடும். ஆனாலும் 'சூழ்நிலைகள் ஏறக்குறைய வலுக்கட்டாயமாக என்மீது பிரசாரகர் என்ற வேடத்தைத் திணித்திருக்கிறது' என்றார். இந்தச் சிறுபிரசுரத்தின் தொனியும் உள்ளடக்கமும் இப்பிரசுரம் இந்தியர்களை, 'இந்தியாவில்

நடைபெற்றுவரும் பைத்தியக்காரத்தனமான வன்முறையிலிருந்து' விலகச்செய்வதற்காகவே எழுதப்பட்டது.

நவீன நாகரிகத்தைப் பொறுத்தவரை, அதன் எல்லைக்கு வெளியில் இருப்பவர்களும்நன்கு பரீட்சிக்கப்பட்ட ஒரு நாகரிகத்தைத் தங்களுக்கு வழிகாட்டியாக வைத்திருப்பவர்களும் அவரவர்கள் இருக்குமிடத்தி லேயே இருப்பதற்கு உதவிசெய்யவேண்டும்; குறைந்தபட்சம் ஒரு புத்திசாதுர்யமான நடவடிக்கை என்ற அளவிலாவது இப்படிச் செய்ய வேண்டும். இந்திய மக்கள்திரள் 'போட்டி, மற்ற உலகாதாய, அழகியல் சார்ந்த, அறிவார்ந்த தூண்டுதல் என்ற சவுக்கடியால் தட்டி எழுப்பப்பட வேண்டியது' என்பதைப் பெரும்பாலானோர் வலுவாக மறுக்கத்தான் செய்வார்கள்; இவை அதன் அறம் சார்ந்த உயரத்தில் ஓர் அங்குலத்தைக் கூடக் கூட்டிவிடமுடியாது.

கடைசியாக, டால்ஸ்டாயின் படைப்புகளைத் தான் படித்த அளவில், அவர் என்னதான் அதிகாரத்தின்மீது எழுப்பப்படும் நிறுவனங்களை, அதாவது அரசுகளை, இரக்கமற்று ஆய்வு செய்தாலும், முழு உலகமும் தத்துவார்த்த மான அரசின்மைநிலையில் வாழ முடியும் என்று அவர் எதிர்பார்ப்பதாக என்னால் ஒருபோதும் கருதமுடியவில்லை. அவர் போதித்திருப்பது

> ஒவ்வொரு மனிதனும் தன் மனசாட்சியின் குரலுக்குக் கீழ்ப்படிய வேண்டும், தனக்கே எஜமானனாக இருக்கவேண்டும், தனக்குள்ளேயே இருக்கும் இறைவனின் ராஜ்ஜியத்தைத் தேடவேண்டும் என்பதே; என் கருத்துப்படி உலக ஆசான்களை அனைவரும் இதைத்தான் உபதே சித்திருக்கிறார்கள். அவரைப் பொறுத்தவரை அவரது சம்மதமில்லாமல் எந்த அரசாங்கமும் அவரைக் கட்டுப்படுத்த முடியாது. [28]

காந்தியின் பிரிட்டிஷ் நண்பர்கள் சிலர் ஹிந்த் ஸ்வராஜ்பற்றி ஆழமான ஐயங்கள் கொண்டிருந்தார்கள். தென்னாப்பிரிக்காவில் இருந்த இந்தியர் களில் சிலர்கூட அந்தப் புத்தகத்தின் கருத்துகளுடன் முழுக்க உடன்பட வில்லை என்பதற்கான குறிப்புகள் உள்ளன. மகன்லால் காந்தி தன் ஒன்று விட்ட சித்தப்பாவுக்கு ஒரு கடிதம் எழுதி, அவர் புகைவண்டிப் போக்கு வரத்து, மருத்துவர்கள், தேர்ந்தெடுக்கப்பட்ட நாடாளுமன்றம் ஆகிய வற்றை அவ்வளவு தீவிரமாகத் தாக்கியது ஏன் என்று வினவினார். இதற் கிடையில் காந்தி கோகலேவுக்கு (அவர் நவீன தொழில் வல்லுனர்களையும் நவீன நிறுவனங்களையும் நிராகரிப்பதை இன்னும் வலுவாக ஆட்சே பித்திருப்பார்) கடிதம் எழுதி, அப்புத்தகம் தனது சொந்தக் கருத்துகளையே வெளிப்படுத்துவதாக விளக்கம் அளித்தார். தனது ஆசான் 'எனக்கோ இந்தச் சிறுபிரசுரத்துக்கோ எதிராக ஏதேனும் முன்முடிவு எழுமானால், (டிரான்ஸ் வாலில்) போராட்டத்தின் சிறப்புகளை என்னிடமிருந்து தனிப்படுத்திப் பார்க்க வல்லவர்' என்று நம்பிக்கை தெரிவித்தார். [29]

மற்றபடி, ஹிந்த் ஸ்வராஜ் நூலுக்குப் பதில் எதுவும் தேவைப்படாத எதிர் வினைகளும் இருந்தன. அவற்றில் ஒன்று டால்ஸ்டாயின் சிஷ்யையும்,

ஸ்காட்டிஷ் எழுத்தாளருமான இசபெல்லா ஃபைவீ மேயோ என்பவரிட மிருந்து வந்தது. அவர் (தன் சொந்த வார்த்தைகளில்) 'எல்லா மனித இனங் களின் சகோதரத்துவத்துக்காகவும், சர்வதேச அமைதிக்காகவும், விலங்கு களின் உரிமைகள் அங்கீகரிக்கப்படுவதற்காகவும்' உழைத்தார்.[30] ஹெர்மான் காலன்பாக்குக்கு எழுதிய கடிதத்தில் அவர் தான் 'திரு காந்தியின் 'ஹோம் ரூல் ஃபார் இந்தியா' புத்தகத்தின்மீது கொண்ட பெருமதிப்பில் மெய்மறந்து போய்விட்டேன்' என்று குறிப்பிட்டார். அது இந்தியாவில் தடை செய்யப் பட்டிருப்பதாகக் கேள்விப்பட்டதும், அவருக்குத் தோன்றிய முதல் எண்ணம் விவிலியமே தடைசெய்யப்பட்டுவிடக்கூடும் என்பதே; காரணம் 'திரு காந்தி 'மலைப்பிரசங்கத்தின்' போதனைகளையே நடை முறைப்படுத்துகிறார். புத்தகத்தின் மையக்கருத்தை மிஸ் மேயோ தயக்கமின்றி ஆதரித்தார். காரணம்

> இந்தியர்கள் பிரிட்டிஷ்தனமாவதில் பெருமைப்படும்வரை, 'சுதேசி' என்றால் இன்னும் கூடுதலாக 'தொழிற்சாலைகள்' என்று இருக்கும்வரை, அரசு வேலையில் சேர்வதே இந்தியர்களின் ஆசையாக இருக்கும்வரை, இந்தியா அடிமைப்பட்டுத்தான் இருக்கும். அதன் சுதந்திரம் முழுக்கவும் அதன் கைகளில்தான் இருக்கிறது; திரு காந்தியின் புத்தகம் தடைசெய்யப் பட்டிருப்பது அதிகாரிகளுக்கு இது தெரியும் என்பதையே காட்டுகிறது. காரணம் அவர் எல்லாப் புரட்சி வன்முறையையும் ரத்தக்களறியையும் எதிர்ப்பதோடு நின்றுவிடவில்லை; எல்லா இடங்களிலும் இருக்கும் முற் போக்கு இயக்கங்களுக்கு முற்றிலும் புதிய, கவர்ந்திழுப்பதான, சமா தானத்தை விரும்புகிற தன்மையை அளித்திருக்கிறார்.[31]

ஹிந்த் ஸ்வராஜ் புத்தகத்தை இன்று படிக்கும்போது, அதன் சில பகுதிகள் மிகவும் ஈர்ப்பதாக உள்ளன. மற்ற பகுதிகள் ஏமாற்றம் தருபனவாகவும் விநோதமாகவும்கூட இருக்கின்றன. அதில் வைக்கப்படும் வாதம் வலிமை யானது; அதேசமயம் பண்படுத்தப்படாதது. மொழிசார்ந்த குறைபாடுகள் அந்தப் புத்தகம் அவசரத்தில் எழுதப்பட்டது, மொழிபெயர்க்கப்பட்டது என்பதால் ஏற்பட்டவையாக இருக்கலாம். ஆங்கில வடிவம், முன்பே சொன்னதுபோல, ஹெர்மான் காலன்பாக்கிடம் சொல்லி எழுதச் செய்யப் பட்டது. காந்தி, பாப்டிஸ்ட் மதகுரு ஜோசப் டோக்குக்குத் தட்டச்சுப் பிரதி ஒன்றை அனுப்பி, அதை 'திருத்தவும், விமச்சிக்கவும்' வேண்டிக் கொண்டார். காந்தி சொன்னார். 'சில உவமைகள் ஆங்கிலத்தில் மிகவும் கரடு முரடாக உள்ளன.' 'புத்தகம் ஒரு 'முடிக்கப்பட்ட படைப்பு' அல்ல என்பதை வருத்தத்துடன் உணர்ந்திருக்கிறேன். வெறுமனே எனக்குத் தோன்றிய சிந்தனைகளை அப்படியே எழுதிவிட்டேன்.' அந்த மதகுரு, அந்த மதிப்பீட்டை அப்படியே எடுத்துக்கொண்டு, குறைகளின் ஒரு நீண்ட பட்டியலாகத் தோன்றும் ஒன்றை அனுப்பிவைத்தார். ஆனால், காந்தியோ புத்தகத்தை உடனடியாக அச்சில் பார்க்க விரும்பினார்; ஆகவே டோக் சொல்லிய விதத்தில் அவர் அதை மாற்றி எழுதவில்லை.[32]

புத்தகத்தின் கவனத்தை ஈர்க்கும் அம்சம் ஒன்று பழங்கால இந்திய கலாசாரம், பண்பாடுபற்றிய மிக அதிகமான நேர்மறை சித்தரிப்பு. இது, காந்தி பல ஆண்டுகள் இந்தியாவுக்கு வெளியில் வாழ்ந்திருக்கிறார் என்ற உண்மையுடன் தொடர்பற்றதாக இருக்க முடியாது. புலம்பெயர்ந்தவர்களின் தேசியவாதம் விமர்சனமற்றதாக, தொலைதூரத்திலுள்ள தாய்நாட்டையும், அதன் புனிதமான, பெரும்பாலும் கறைபடாத பழைமையையும், அதன் காலப்பிரமாணத்துக்கு அப்பாற்பட்ட, பரிசுத்தமான கலாசாரத்தையும் துதிபாடுவதாகவே இருக்கிறது.

இந்திய நாகரிகத்தைக் கொண்டாடுவது, மேற்கத்திய நாகரிகத்தை முழுக்கவும் கண்டனம் செய்வதுடன் இணைந்து செய்யப்பட்டது. நகை முரணாக, இது பெரும்பாலும் மேற்கத்திய வல்லுனர்களை அடிப் படையாகக் கொண்டே செய்யப்பட்டது. பிற்சேர்க்கை இந்தப் புத்தகத்தை எழுதுவதற்காக காந்தி படித்துப் பார்த்த சுமார் இருபது புத்தகங்கள் அல்லது சிறுபிரசுரங்களைக் குறிப்பிடுகிறது. இவற்றில் ஆறு ரஷ்யரான லியோ டால்ஸ்டாய் எழுதியவை. மற்றவை இத்தாலியரான மாஜினி, அமெரிக்கரான தோரோ, ஆங்கிலேயர்களான கார்பெண்டர், ரஸ்கின், மெய்ன் ஆகியோர் எழுதியவை. இருபதில் இரண்டு மட்டுமே காந்தியின் சக நாட்டவர்கள் எழுதியவை; இவை தாதாபாய் நௌரோஜியுடையதும், ரொமேஷ் சந்தர் தத்தின் பிரிட்டிஷ் ஆட்சியில் துணைக்கண்டம் பொருளா தாரரீதியில் சுரண்டப்பட்டதைப்பற்றிய ஆய்வுகளும் ஆகும்.

காந்தி ஹிந்த் ஸ்வராஜை 1909ல் எழுதினார்; அப்போது அவர் இந்தியா வைப்பற்றி அநேகமாக ஒன்றும் அறிந்திருக்கவில்லை. அவர் பத்தொன்பது வயதில் லண்டனுக்குக் கிளம்பிய 1888 வரையில் தன் சொந்தப் பிராந்திய மான கத்தியவாரிலிருந்த நகரங்களில் மட்டுமே வாழ்ந்திருந்தார். அவர் கிராமப்புறங்களில் பயணம் செய்திருந்தார் என்பதற்கும், இந்தியாவின் பிற பகுதிகளை அறிந்திருந்தார் என்பதற்கும் ஆதாரம் எதுவுமில்லை. பின்னர் 1892-லும் அதன் பிறகு 1902-லும் அவர் பம்பாய் நகரத்தில் பல மாதங்கள் தங்கியிருந்தார். 1896ல் அவர் கல்கத்தாவுக்கும் மதராஸுக்கும் தென்னாப் பிரிக்காவிலிருக்கும் இந்தியர்களின் உரிமைகளுக்காக ஆதரவு திரட்டு வதற்காகச் சென்றார். ஆனாலும் ஹிந்த் ஸ்வராஜ் புத்தகத்தை எழுதிய காலத்தில் காந்தி இந்தியாவில் வசிக்கும் ஒரே ஒரு இந்திய விவசாயி யுடனோ தொழிலாளியுடனோ (அல்லது நில உடைமையாளருடனோ அல்லது வட்டித்தொழில் செய்பவருடனோ) பேசியதே இல்லாமல் இருந் திருக்கக்கூடும். அதனால்தான் கற்பனாவாத (இன்றைய பார்வையில் சுத்த மாக நிதர்சனமற்ற) விதத்தில் இந்திய கலாசாரத்தை அந்தப் புத்தகத்தில் சித்திரித்திருக்கிறார்.

ஹிந்த் ஸ்வராஜ்தான் காந்தி பதிப்பித்த முதல் புத்தகம் என்றபோதிலும், அது அவர் எழுதிய முதல் புத்தகம் அல்ல. முதல் புத்தகம் அவர் எழுதிய 'லண்டன் நகர வழிகாட்டி' தான்; அதை அவர் தென்னாப்பிரிக்காவில்

முதலாவது ஆண்டில் பிரிட்டோரியாவில் தனித்த மாலைப் பொழுது களில் எழுதினார். அக்காலத்தில் பம்பாயில் ஆங்கிலேயத்தனம் கொண்ட பாரிஸ்டராகத் தொழில் செய்யமுடியும் என்று அவர் இன்னும் நம்பிக்கை கொண்டிருந்தார். வெளியிடப்படாத இந்த முதல் புத்தகம் ஆங்கிலேயக் கல்வியையும் ஆங்கிலேய நடைப்பாங்கையும் போற்றிப் புகழ்ந்து எழுதப்பட்டிருந்தது; இதற்குப் பொருத்தமானவிதத்தில் ஆங்கில மொழியில் எழுதப்பட்டிருந்தது. சுமார் பதினாறு ஆண்டுகளுக்குப் பிறகு காந்தி எழுதிய புத்தகம் அவருடைய சொந்த மொழியான குஜராத்தியில் எழுதப்பட்டது; அந்த மொழியில் அவர் தன் சொந்த நாகரிகத்தின் சிறப்பியல்புகளைத் தீவிரத்துடன் உயர்த்திப்பிடித்தார்; அத்துடன் நாட்டைக் கைப்பற்றியவர்களின் நாகரிகத்தைச் சிறுமைப்படுத்தினார்.

17

சமரசத் தீர்வை நாடுதல்

லண்டனிலிருந்து கிளம்புவதற்குச் சற்று முன்பு, ஃபீனிக்ஸ் குடியிருப்பில் நிதிநிலைமை கவலைக்கிடமாக இருப்பதாக காந்திக்குத் தகவல் கிடைத்தது. 1908, 1909 ஆம் ஆண்டுகளில் நடைபெற்ற சத்தியாகிரகங்கள் சமூகத்தின் கொடை மனோபாவத்தைப் பெரிதும் சோதனைக்குள்ளாக்கியிருந்தன. சத்தியாக்கிரகிகளின் குடும்பங்களைப் பராமரிப்பதற்கு அதிக அளவில் நிதி திரட்டப்பட்டுச் செலவிடப்பட்டிருந்தது. இப்போது போராட்டத்தின் முதன்மை ஊதுகுழல் நொடித்துப்போகும் அபாயத்தில் இருந்தது. 1909 நவம்பர் 27 அன்று — ஹிந்த் ஸ்வராஜின் முதல் வடிவத்தை முடித்த சிறிது காலத்தில் — காந்தி தன் ஒன்றுவிட்ட அண்ணன் மகன் மகன்லாலுக்குத் தாம் எப்படியாவது அந்த வாராந்திரப் பத்திரிகையைத் தொடர்ந்து நடத்தவேண்டும் என்று குறிப்பிட்டுக் கடிதம் எழுதினார். என்ன நடந்தாலும் 'ஃபீனிக்ஸில் கடைசி ஆள் இருக்கும்வரை நாம் குறைந்த பட்சம் ஓர் ஒற்றைப் பக்க வெளியீடாகவாவது இந்தியன் ஒப்பீனியன் இதழை வெளியிட்டு அதை மக்களிடையே விநியோகித்துவிடவேண்டும்.'[1]

எஸ்.எஸ்.கில்டோனான் காஸில் கேப் டவுனை நவம்பர் 30 அன்று சென்றடைந்தது. காந்தி கப்பலைவிட்டு இறங்கியதும் கொடையாளர் ரத்தன் டாடா தென்னாப்பிரிக்காவில் நடைபெற்றுவரும் போராட்டத்துக்கு உதவுவதற்காக ரூ.25,000-க்கு காசோலை அனுப்பியிருக்கிறார் என்ற தகவல் அவருக்குக் கிடைத்தது. இந்தியன் ஒப்பீனியன் காப்பாற்றப்பட்டுவிட்டது; அநேகமாக போராட்டமும்கூட அப்படியே. ரத்தன் டாடா ஜாம்ஷெட்ஜி டாடாவின் மைந்தர். ஜாம்ஷெட்ஜி டாடா இந்தியாவின் முதல் எஃகு ஆலையை ஆரம்பித்த முன்னோடியான பார்ஸி தொழில் முனைவர்; இந்தியன் இன்ஸ்டிட்யூட் ஆஃப் சயின்ஸ் நிறுவனத்தைக் கொடையளித்து ஆரம்பித்தவர். இளைய டாடா ஐரோப்பாவிலும் இங்கிலாந்திலும் அதிகமான காலத்தைச் செலவிட்டிருந்தார்; அவருக்கு ட்விக்கென்ஹாமில் ஒரு வீடு இருந்தது. ஆனாலும் இந்திய அரசியலில் ஆர்வம் கொண்டிருந்தார். இயல்பாகவே அவர் தீவிரப்போக்

காளர்களைவிட மிதவாதிகளையே விரும்பினார். குறிப்பாக கோகலே அவரது நண்பர்களில் ஒருவர். 1905ல் கோகலே 'இந்தியவின் சேவகர்கள் சங்கம்' ஒன்றை ஆரம்பித்திருந்தார். அதன் உறுப்பினர்கள் 'சாதி, இன பாகுபாடு இன்றி (இந்தியர்கள்) அனைவரது நலனுக்காகவும் பணியாற்ற வேண்டும்'. சங்கத்தின் குறிக்கோள்களில் கல்வியையும் வகுப்பு ஒருமைப்பாட்டையும் முன்னெடுப்பது, பெண்கள், தாழ்த்தப்பட்ட சாதியினரின் முன்னேற்ற நடவடிக்கைகள் ஆகியவை அடங்கும்.[2] டாடா இந்தியாவின் சேவகர்கள் சங்கத்தின் ஆரம்ப ஆதரவாளர்களில் ஒருவர். அந்த அமைப்புக்கு அவர் வருடம் ரூ.6000 அனுப்பினார்; காரணம் அவர் அவ்வமைப்பு 'நம் நாடு, நம் மக்கள் முன்னேற்றத்துக்காகச் சிலர் கைக் கொள்ளும் வன்முறை வழிகளுக்கு, ஓர் அரசியல்சாசனரீதியான, அறிவு பூர்வமான மாற்று' என்று கருதினார்.[3]

டிரான்ஸ்வாலில் நிகழ்ந்துவந்ததை டாடா உன்னிப்பாகக் கவனித்து வந்தார். காந்தி லண்டனுக்கு மேற்கொண்ட பயணம் தோல்வியடைந்தது அவருக்கு ஏமாற்றமளித்தது. இந்தியாவில் நடந்த பொதுக்கூட்டங்களை அவர் கவனித்தார்; ஆனால் 'நாம் வெறுமனே ஆதரவு தெரிவிப்பதோடு நின்றுவிடாமல், தாராளமாக நிதியுவியும் செய்யவதற்கான' நேரம் வந்துவிட்டது என்று உணர்ந்தார். நவம்பர் கடைசி வாரத்தில் கோக லேவுக்கு அவர் ரூ.25,000-க்கான காசோலை (அன்றைக்கு இது 1650 பவுண்டுக்குச் சமம்; இன்றைய மதிப்பில் 1,31,000 பவுண்டுகள். இன்றைய ரூபாய் மதிப்பில் பார்த்தால் சுமார் ஒரு கோடிக்கு சமம்) ஒன்றை அனுப்பி, அதனை 'வறுமையைத் தணிக்கவும், பொதுவாக போராட்டத்துக்காகவும் செலவழிப்பதற்காக' காந்தியிடம் சேர்ப்பித்து விடும்படிக் கேட்டுக்கொண்டார். தன் செயலுக்கு டாடா இவ்வாறு விளக்கமளித்தார்:

> டிரான்ஸ்வாலில் வசிக்கும் நம் நாட்டினரின் எண்ணிக்கையை விரல் விட்டு எண்ணிவிடலாம்; அவர்கள் பிரிட்டிஷ் பேரரசின் குடிமக்கள் என்ற முறையிலும் சுதந்திர மனிதர்கள் என்ற முறையிலும் தமது உரிமை களை நிலைநாட்டிக்கொள்வதிலும், நமது தாய்நாட்டின் கண்ணியத் தையும் கௌரவத்தையும் காப்பாற்றுவதிலும் எடுத்திருக்கும் உறுதியான, தளராத நிலைப்பாட்டைத் தொடர்ந்து கவனித்து வருகிறேன். கனமான இடர்பாடுகளுக்கும், பூதாகரமான அநீதிக்கும் எதிரான அவர்களது செயல்பாட்டை உளப்பூர்வமான வியப்புடன் கவனித்து வந்திருக்கிறேன்... இந்தச் சமமற்ற போராட்டத்தில் பெரும் பாலும் மிகச் சாதாரணமான வசதிகளைக்கொண்ட மனிதர்கள் கடினமான தியாகத்தை உற்சாகத்தோடு மேற்கொள்கிறார்கள்; படிப்பும் பண்பும் கொண்டவர்கள் மறுபேச்சின்றி, சிறைக்கைதிகளையும் குற்றவாளி களையும்போல நடத்தப்படுவதற்குப் பணிந்துபோகிறார்கள். தம் குடும்பங்களின்மீது பற்றுக்கொண்ட மனிதர்கள் குடும்ப பந்தங்கள் குரூரமாக இடையூறு செய்யப்படுவதை அமைதியாக ஏற்றுக்கொள்

கிறார்கள்; போராட்ட வழிமுறையானது பூரணமாக ஏற்கத்தக்கதாக ஒழுங்குடன் காணப்படுகிறது. இங்கே நம்மிடத்தில் அவ்வப்போது நம்மை வருத்தப்படச் செய்யும் வன்முறைச் செயல்களிலிருந்து இது முற்றிலும் மாறுபட்டிருக்கிறது—இவை எல்லாம், என் கருத்துப்படி, லட்சியத்தின் மேன்மையையும், நோக்கத்தின் உறுதியையும், மன உறுதியின் வலுவையும் எடுத்துக்காட்டுகின்றன; இவை இந்தியர் களிடத்தில் சாதாரணமாக அரிய விஷயங்கள். [4]

இவை வியக்கத்தக்க வரிகள். இவை எடுத்துக்காட்டுவது (பிற விஷயங் களுடன்) ரத்தன் டாடா இந்தியன் ஒப்பீனியன் இதழை வாசித்து வந்தார் என்பதையே. பிரச்னையோடு சம்பந்தப்பட்ட சகல அம்சங்களையும் அவர் நன்கு புரிந்துகொண்டதை இது தெளிவாக்குகிறது. இவை, பிரிட்டிஷ் பேரரசு முழுவதிலும் உள்ள பிரஜைகளின் நிலை என்பதிலிருந்து இந்தியாவின் கௌரவம், கண்ணியம் என்பதுவரை, நீதியும் நிவாரணமும் பெறுவதற்கான மாறுபட்ட வழிமுறைகள் என்பதுவரை விரிகின்றன. தகவலைப் பெற்ற உடன், கோகலே காந்திக்குத் தந்தி ஒன்று அனுப்பி, அவரை டாடாவுக்கு 'தாராளமான, தக்க தருணத்தில் செய்த' உதவிக்கு நன்றி தெரிவித்து நேரடியாகவே கடிதம் எழுதும்படி வலியுறுத்தினார். மேலும் மற்ற புரவலர்களையும் திரு டாடாவின் உதாரணத்தைப் பின்பற்றும்படிக் கேட்டுக்கொண்டு ஓர் அறிக்கையையும் வெளியிட்டார். அந்தத் தொழிலதி பரின் உதவி காந்திக்கும் அவரது சகாக்களுக்கும் 'புதிய தைரியத்தையும், நம்பிக்கையையும்' தரும்; அவர்கள் 'இந்தப் போராட்டத்தில் வெல்வது அல்லது மடிவது' என்ற உறுதிப்பாட்டோடு இருந்தார்கள். எந்தத் தாய் நாட்டுக்காக இந்தத் துன்பங்கள் அனைத்தும் 'ஏற்றுக்கொள்ளப் படுகின்றனவோ' அந்தத் தாய்நாடு, 'இந்த விஷயத்தில் தன் பொறுப்பை உணர்ந்து அவர்களது உதவிக்கு வரவேண்டாமா? திரு டாடாவின் உதாரணம் பரவலாகப் பின்பற்றப்படவேண்டும்; அதுவும் தாமதம் செய்யாமல்' என்று சொன்னார் கோகலே. [5]

அப்படியே பின்பற்றப்பட்டது. ரத்தன் டாடாவால் கவரப்பட்டு, அவரது சக பார்ஸி முக்கியஸ்தர் ஜே.பி.பெடிட் பம்பாயிலிருந்து 750 பவுண்டுகள் அனுப்பிவைத்தார். காந்தியின் நண்பர் பிரன்ஜீவன் மேத்தா இதே போன்ற ஒரு தொகையை ரங்கூனிலிருந்து அனுப்பிவைத்தார். வெளிநாடுவாழ் இந்தியர்களும் தங்கள் பங்கைத் தந்தார்கள்: மொசாம்பிக்கிலிருந்து 61 டாலர், ஜான்ஸிபாரிலிருந்து 59 டாலர். [6]

லண்டனிலிருந்து திரும்பி வந்து கேப் டவுனில் இறங்கிய காந்தியும் ஹாஜி ஹபீபும் வடகிழக்காக புகைவண்டி மூலம் ஜோஹானஸ்பர்க் நோக்கிப் பயணமானார்கள். நகரத்தின் பார்க் நிலையத்தில் அவர்களைப் பெரிய கூட்டம் ஒன்று சந்தித்தது. அதில் இருந்தவர்கள் பெரும்பாலும் இந்தியர்கள்; ஆங்காங்கே ஒருசில சீன, ஐராப்பிய ஆதரவாளர்களும் காணப்பட்டார்கள். மறுநாள் காந்தி தமிழ்ப் பெண்களின் கூட்டம் ஒன்றில்

உரையாற்றினார். சிறையிலிருந்த அவர்களது சகோதரர்கள், கணவர்களை ஆதரிப்பதற்காக அவர்களுக்கு அவர் நன்றி சொன்னார். 5ம் தேதி அவர் ஹமீதியா மசூதியில் 1500 பேரிடம் உரையாற்றினார். அப்போது அவர்களின் போராட்டத்தின் விரிந்த பொருளிலான முக்கியத்துவத்தைப் பற்றிப் பேசியதுடன் ரத்தன் டாடாவுக்கும் அவரது வெகுமதிக்காக நன்றி தெரிவித்தார் (அவரது கருத்தில் அது ' தியாகியான திரு போலாக் (இந்தியாவில்) செய்துவரும் பிரமாதமான முயற்சிகளின் விளைவே')

போராட்டம் இப்போது புனரமைக்கப்படவேண்டும். காந்தி இதை அறிவித்து இந்தியன் ஒப்பீனியன் இதழுக்கு அனுப்பிய கடிதத்தில், 'இந்தக் கடிதம் வெளியாவதற்கு முன் நான் சிறையில் அடைக்கப் பட்டிருப்பேன் என்று நம்புகிறேன்' என்று குறிப்பிட்டார். அக்டோபரில் பதினேழு வயதாகியிருந்த அவரது இரண்டாவது மகன் மணிலாலும் கைதாவார்; அவரது தந்தையின் நம்பிக்கையான 'தாய்நாட்டுக்காக தூய்மையான நோக்கத்துடன் 'சிறைக்குப் போவது அல்லது அதுபோன்ற துன்பங்களை அனுபவிப்பதுதான் உண்மையான கல்வி' என்பதைத் தானும் பின்பற்றுவார். [7]

டிசம்பர் மூன்றாவது வாரத்தில் காந்தி நேட்டாலுக்குச் சென்றார். உம்கேனி நிலையத்தில் இரவு நேரத்தில் வந்திறங்கிய அவர் மூன்று மணிநேரம் புறக்கள் வழியே நடந்து ஃபீனிக்ஸை அடைந்தார். பயணத்தின் போது அவருக்கு எங்கே 'ஏதாவது பாம்பையோ தேளையோ மிதித்துவிடு வோமோ' என்று நடுக்கமாக இருந்ததாம். கஸ்தூரிபாவுக்கு அவரைக் கண்டதில் மகிழ்ச்சி. 'திருமதி. ஜி. மிகவும் முன்னேறிவிட்டார். அவள் இனிமையானவராக இருக்கிறார். அச்சகத்தில் தினமும் ஒருமணி நேரம் வேலை செய்துவருகிறார். டால்ஸ்டாயின் கடிதத்தை மடித்து வைக் கிறாள். அவருக்கு இது என்னவொரு பாக்கியம்!' [8]

டிசம்பர் 19 ஞாயிறு அன்று காந்தி டர்பனில் ஒரு கூட்டத்தில் பேசுவதாக இருந்தது. விக்டோரியா தெருவில் இந்தியன் மார்க்கெட் பகுதியில் 1000 பேர் குழுமிவிட்டார்கள். ஆனால் முக்கியப் பேச்சாளர் வரவில்லை. ஆனாலும் அது அவர் தவறல்ல. காந்தியை குடியிருப்பிலிருந்து அழைத்து வர இதழாளர் பி.எஸ்.ஐயர் ஒரு காரில் சென்றிருந்தார். அந்த வாகனம் தென்னாப்பிரிக்காவுக்குப் புதியது. ஃபீனிக்ஸ் செல்லும் வழியில் கார் ஓடை ஒன்றில் மாட்டிக்கொண்டு நின்றுவிட்டது (அது அந்த வாகனத்தின் தவறா அல்லது ஓட்டுநரின் தவறா என்பது பற்றிக் குறிப்புகள் எதுவும் இல்லை). யாருக்கும் காயம் படவில்லை; ஆனால் விபத்துபற்றிய செய்தி ஃபீனிக்ஸை எட்டியபோது காந்தி இனி டர்பன் வர முடியாத அளவுக்குத் தாமதமாகிவிட்டது.

அடுத்த நாள் காந்தி டர்பனுக்கு இன்னும் பாதுகாப்பான வழியில் சென்றார்; அதாவது புகைவண்டி மூலம். இம்முறை கூட்டம் ஆல்பர்ட் ஸ்ட்ரீட் ஹாலில் நடந்தது. 'பெருத்த கரகோஷத்துக்கிடையே' மாலை

யிடப்பட்ட பிறகு, சில இளைஞர்கள் 'அவருடன் டிரான்ஸ்வால் சென்று அவருடன் சிறைக்குச் செல்வார்கள்' என்று அறிவித்தார். அவர்களில் அவரது மகன் மணிலாலும் கேம்பிரிட்ஜில் படித்த பாரிஸ்டர் மைக்கேல் ராயப்பனும் அடக்கம். [9]

காந்தி டிரான்ஸ்வாலுக்கு ஆறு சகாக்களுடன் திரும்பினார். தாம் கைது செய்யப்படுவோம் என்று எதிர்பார்த்தார். அவர்கள் கைது செய்யப்படாததால், ராயப்பனையும் மணிலாலையும் நேட்டாலுக்குத் திருப்பியனுப்பி, அவர்களிடம் மீண்டும் ஜோஹானஸ்பர்க் சென்று லைசன்ஸ் இல்லாமல் தெருவில் வியாபாரம் செய்யும்படிக் கேட்டுக்கொண்டார். இதன் மூலம் சட்டத்தை மீறவும் முடியும், அதேசமயம் பழங்கள் காய்கறிகள் விற்பதும் எழுத்தர், வழக்கறிஞராகப் பணியாற்றுவதுபோலவே கௌரவமான வேலையே என்று காட்டவும் முடியும். இந்த முறை அந்த இளைஞர்கள் கைது செய்யப்பட்டார்கள். அவர்களுக்குக் கடின உழைப்புடன் கூடிய பத்து நாள் சிறை தண்டனை விதிக்கப்பட்டது. [10]

போராட்டத்தின் இந்தப் புதிய கட்டத்தில் எப்போதும்போலத் தமிழர்கள் முன்வரிசையில் இருந்தார்கள். 'தம்பி நாயுடுதான் சத்தியாக்கிரகிகளிலேயே 'அநேகமாக அதிகபட்ச துணிச்சலும் உறுதியும் கொண்டவர்' என்று கோகலேவுக்கு எழுதிய கடிதம் ஒன்றில் காந்தி குறிப்பிட்டார்.

> போராட்டம் என்பதன் சாரத்தை அவர் அளவுக்கு அறிந்த வேறு எந்த இந்தியரையும் எனக்குத் தெரியாது. அவர் மொரிஷியஸில் பிறந்தவர்; ஆனாலும் நாம் அனைவரையும்விட அவரே அதிகமாக இந்தியர். அவர் தன்னைத்தானே முழுவதுமாக தியாகம் செய்திருக்கிறார். அவர் எனக்கு ஒரு தகவலை அனுப்பியிருக்கிறார். அதில், நானே விட்டுக்கொடுத்து விட்டாலும்... அவர் மட்டுமே எதித்துப்போராடி டிரான்ஸ்வால் சிறைகளில் மடிவார் என்று தெரிவித்திருக்கிறார்.

தமிழ்ப் பெண்களும் சளைத்தவர்கள் அல்ல. இதை அழகாகப் படம் பிடித்துக் காட்டும் நிகழ்ச்சி ஒன்று நடந்தது. திருமதி அம்மாக்கண்ணு, திருமதி பக்கிரிசாமி இவர்களது கணவர்கள் சிறையில் இருந்தனர். ரிஸ்ஸிக் தெருவிலிருந்த காந்தியின் அலுவலகத்துக்கு வந்து தமது தோடு, மூக்குத்தி, வளையல், நெக்லஸ் போன்றவற்றைக் கழற்றினர்; போராட்டம் முடியும்வரை அவற்றை அவர்கள் அணியப்போவதில்லை என்று தெரிவித்தனர். [11]

ஆனாலும் சத்தியாக்கிரகத்தின் மிக உறுதியான பெண் ஆதரவாளர் என்றால் அது காந்தியின் செயலாளர் சோன்யா ஸ்லேஷின்தான். அமைதிக் காலங்களில் அவர் பொறுமையாக — துணிச்சலாக என்று சொல்ல வேண்டும்— தனக்கு வேலையளித்தவரின் புரியாத கிறுக்கலான கையெழுத்து, அவரது விசித்திரமான வேலை மற்றும் உணவுப் பழக்கங்கள், அவரது பல்வேறுபட்ட கட்சிக்காரர்கள் ஆகியவற்றைப்

பொறுமையாகக் கையாண்டார். போராட்ட காலங்களில் அவர் பெண்களைப் போராட்டத்தில் இடம்பெறச்செய்யவும் ஒருங்கிணைக் கவும்படிக் கேட்டுக்கொள்ளப்பட்டார் . அவர்களது சார்பாக அவர் பல்வேறு விண்ணப்பங்களை எழுதி அரசுக்கு அனுப்பினார். முறையான வரலாற்று ஆவணங்களில் செல்வி ஸ்லேஷினின் பங்கு குறித்து அதிகம் தகவல் இல்லை. ஹென்றி போலாக்கும் மில்லி போலாக்கும் அவர்களது ஈடுபாடுகள் பற்றிப் புத்தகங்கள், கட்டுரைகள், கடிதங்களில் குறிப் பிட்டார்கள். காலன்பாக் காந்தியோடும் பிறரோடும் கொண்டிருந்த கடிதப் போக்குவரத்துகள் மிக விரிவானவை. ஆனால் ஸ்லேஷினோ எப்போதும் காந்தியுடனேயே இருந்ததால் அவர்களிடையே அதிகம் கடிதப் போக்குவரவு இல்லை. ஆனாலும் இந்தியன் ஒப்பீனியன் இதழில் வெளியா கியிருக்கும் உதிரிச் செய்திகளைக் கொண்டு சோன்யா ஸ்லேஷின் எந்த அளவுக்குப் போராட்டத்துக்குப் பங்களித்திருக்கிறார் என அறியலாம். சிறையிலிருந்த சத்தியாக்கிரகிகள் வாரம் ஒருமுறை யாராவது சென்று பார்க்க அனுமதி உண்டு. சிலசமயங்களில் உறவினர்கள் சென்று பார்த்தனர். அவர்களால் இயலவில்லை என்றாலோ அவர்களே சிறையில் இருந்தாலோ, ஸ்லேஷின் தனது மிதிவண்டியில் ஒவ்வொரு சிறையாகச் சென்று கைதிகளுக்கு உணவும். தகவல்களும் அளித்து வந்தார். முக்கியமான இந்தியத் தலைவர்கள் சிறைக்குச் செல்வதும் வெளியே வருவதுமாக இருந்த நிலையில் காந்தியின் செயலாளர்தான் ‘சத்தியாக்கிரக நிதி’ ஒன்றையும் நிர்வகித்தார். நன்கொடைகளின் வரவைக் கண்காணிப்பது, பதிவு செய்வது, உதவி தேவைப்படும் நபர்கள் அல்லது குடும்பங்களுக்கு அவற்றை அனுப்பிவைப்பது போன்ற பணிகளைச் செய்தார்.

ஆவணக் காப்பகத்தில் இருக்கும் சோன்யா ஸ்லேஷின் எழுதிய அபூர்வ மான கடிதம் ஒன்று அவரது திறமையையும், அவர் கொண்டிருந்த சுயேட் சையான மனநிலையையும் காட்டுவதாக இருக்கிறது. காந்தி பல வாரங் களாக ஜோஹானஸ்பர்க்குக்கு வெளியில் இருந்துவந்தார். அவர் இல்லாத நிலையில் செல்வி ஸ்லேஷின்தான் அலுவலகத்தை நடத்திவந்தார். அவரது கடிதம் பிரன்ஜீவன் மேத்தா கொடையளித்திருந்த சில கல்வி உதவித்தொகைகள்பற்றிய விவகாரத்தோடு ஆரம்பிக்கிறது. அதைப் பெறுவதற்கான விண்ணப்பங்கள் வந்துகொண்டிருந்தன. செல்வி ஸ்லேஷின் அந்த இளைஞர்களில் ‘புத்திசாலிகள்’ போலத் தோன்றிய வர்கள் யார், அப்படித் தோன்றாதவர்கள் யார் என்று முடிவு செய்து கொண்டிருந்தார். பின்பு அவர் அந்த அலுவலகம் மற்ற வழக்கறிஞர்கள் சிலருக்குக் கொடுக்க வேண்டிய பாக்கித் தொகை பற்றியும், பின்பு லா சொஸைட்டிக்கு காந்தியும் போலாக்கும் தமது சந்தாக்களைப் புதுப்பிக்க வேண்டியுள்ளது பற்றியும் குறிப்பிடுகிறார். குஜராத்தி வியாபாரியும், செயல்பாட்டாளருமான ஏ.எம்.சகாலியாபற்றிய செய்தி அடுத்ததாகத் தொடர்கிறது. கடைசிப் பத்தி அவரது சொந்த சுய-கல்வி விஷயம் பற்றித் திரும்புகிறது. இங்கே அவர், தான்

இப்போது ஒரு புத்தகத்தைப் படித்துக்கொண்டிருக்கிறேன். தலைப்பு, தி ட்ரூத் அபவுட் விமன் (பெண்களை குறித்த உண்மை) . நான் இப்புத்தக ஆசிரியரின் முடிவுடன் ஒத்துப்போகவில்லை; ஆனாலும் அந்தப் பெண்மணி திரட்டியிருக்கும் தகவல்கள் சுவாரசியமானவை, படிப்பினைகள் கொண்டவை. மற்ற விஷயங்களுடன், அவர் கற்பு என்பது ஒழுக்கத்தின் பரிணாம வளர்ச்சியல்ல, அந்தக் கருத்தின் தோற்றம் சொத்துரிமை சம்பந்தப்பட்டது என்கிறார்.[12]

இந்தக் கடிதத்தில், செல்வி ஸ்லேஷின் தனக்கு வேலையளித்திருப்பவரை 'பாபு' அல்லது தந்தை என்று குறிப்பிடுகிறார். அவரது வயது ஹரிலாலுக்கும் மணிலாலுக்கும் இடைப்பட்டது; ஆனாலும் அவர்களை விட அவர் காந்தியைத் துணிந்து எதிர்க்கக்கூடியவர். கடிதத்தின் கடைசி வரி நிச்சயமாக ஒரு சீண்டல்தான். அது அவரது நண்பரும், வேலை யளித்திருப்பவரும், கற்பனைத் தந்தையுமானவரிடம், அவர் அவ்வளவு போற்றும் விஷயமான பிரம்மச்சாரியம், உண்மையில் சொத்துகள் பிரிந்துபோய்விடாமல் தடுப்பதற்கான விருப்பத்தின் அடிப்படையில் தோன்றிய ஒன்றே என்று குறிப்பாகச் சொல்கிறது. ஆக, செல்வி ஸ்லேஷின் சொல்லவருவது என்னவென்றால், இளைய சகோதரர்கள் துறவு பூண்டது குடும்பத்தின் பொருளாதார நிலையைத் தக்க வைப்பதற் காகவே தவிர, (காந்தி தன்போக்கில் கற்பனைசெய்துகொண்டபடி) மேலான ஆன்மிகக் காரணங்களுக்காக மட்டும் அல்ல.

என்னதான் துடுக்குத்தனம் நிரம்பியவர் என்றாலும் சோன்யா ஸ்லேஷின் காந்திமீதும், அவரது நோக்கங்களின்மீதும் மிகுந்த பற்று கொண்டிருந் தார். அவர் செய்தது இரட்டை அல்லது ஒருவேளை மூன்றுவித மீறல் எனலாம்: ஓர் வெள்ளை, யூதப் பெண், துன்புறுத்தலுக்கு ஆளாகி யிருக்கும் இந்திய ஆண்களுக்கு ஆதரவு தெரிவிப்பது. நீண்ட காலத்துக் குப்பின், அவருக்கு வேலையளித்தவர் தனது போராட்டம் எந்த அளவுக்கு அவருக்குக் கடன்பட்டுள்ளது என்று நன்றியுடன் நினைவுகூர்ந்தார். இந்த 'இளம் பெண், விரைவாகவே தன்னை எனது அலுவலகம் மட்டு மல்லாது ஒட்டுமொத்த இயக்கத்தின் நன்னடத்தையின் காப்பாளராகவும், காவலாளியாகவும் தன்னைத் தகவமைத்துக்கொண்டார். இவ்வாறு

பதான்களும், படேல்களும், முந்நாள் பிணைத்தொழிலாளிகளும், எல்லா வகுப்புகளையும் வயதுகளையும் சேர்ந்த இந்தியர்களும் அவருடைய அறிவுரையைக் கேட்டு அதன்படி நடந்தார்கள். தென்னாப்பிரிக்காவில் ஐரோப்பியர்கள் பொதுவாக இந்தியர்களுடன் ஒரே பெட்டியில் பயணம் செய்வதில்லை; டிரான்ஸ்வாலில் அவர்கள் அப்படிச் செய்வது தடுக்கப்பட்டே இருக்கிறது. ஆனாலும் செல்வி ஸ்லேஷின் இந்தியர்களுக்காக வேண்டுமென்றே மூன்றாம் வகுப்பில் மற்ற சத்தியாக்கிரகிகளுடன் அமர்ந்துகொள்வார்; இதில் தலையிட்ட கார்டுகளைக்கூட அவர் எதிர்ப்பார்.[13]

1910 பிப்ரவரி 18 அன்று பார்ஸி ருஸ்தம்ஜி ஓராண்டு சிறைவாசத்துப்பின் விடுவிக்கப்பட்டார். தான் எதிர்கொண்ட கஷ்டங்களைப் பத்திரிகை யாளர்களிடம் தெரிவித்தார். அவரைக் கல்லுடைக்கச் சொன்னார்கள்; அவர் புகார் செய்தபோது சிறை மருத்துவர், 'அதிகப்படியான கொழுப்பு கரைந்தால் உங்களுக்கு நல்லதுதான்' என்று சொன்னார். தெறித்த சில்லுகள் அவர் கண்களைப் பாதித்தன. அதைப்பற்றி அவர் புகார் சொன்னபோது, மருத்துவர் அலட்சியமாக, 'விடுதலை ஆனதும் 10 அல்லது 20 பவுண்டு செலவழித்து அறுவைச் சிகிச்சை செய்துகொண்டால் போயிற்று' என்றார். சத்தியாகிரகிகள் 'அவர்களது ஆன்மாவையும், உறுதிப்பாட்டையும் குலைப்பதற்காகவே' கடுமையான சூழ்நிலை களுக்குப் பெயர்போன டீப்க்ளூஃப் என்ற சிறைக்கு அனுப்பப்பட்டதாக ருஸ்தம்ஜி கருதினார். அவரது விடுதலைக்குப் பின் அவர் நேட்டாலுக்குத் திரும்பிவந்து அவரது வியாபாரத்தையும், உடல்நிலையையும் சீர்படுத் திக்கொள்ள முயன்றார்; இரண்டுமே பாழ்பட்டிருந்தன. ஆனாலும் அவர் அடங்க மறுப்பவராகவே இருந்தார். ஜோஹானஸ்பர்க் பத்திரிகை களிடமும், அதன்மூலம் டிரான்ஸ்வால் அரசாங்கத்திடமும், 'எந்த அளவுக்குத் துன்பம் தரப்பட்டாலும் உடைந்துவிடாத இந்தியர்கள் இன்னும் சிலர் இருக்கிறோம்; நானும் அவர்களில் ஒருவன். டீப்க்ளூஃப் அல்லது வேறு எங்கு விருப்புகிறார்களோ அங்கு என்னை அனுப்பும் வாய்ப்பை அரசாங்கத்துக்கு ஏற்படுத்தித் தரும் கௌரவம் எனக்கு விரைவில் கிடைக்க இருக்கிறது' என்று சொன்னார். [14]

பிப்ரவரி 18 அன்று டிரான்ஸ்வாலில் சத்தியாக்கிரகிகள் ஜோசப் டோக்குக் காக ஒரு விருந்தளித்தனர். அவர் அமெரிக்காவுக்குப் பயணம் மேற் கொள்ளவிருந்தார். அதில் முந்நூறு விருந்தினர்கள் கலந்துகொண்டனர்; அறுபது ஐரோப்பியர்களும் அதில் அடக்கம்.

காலன்பாக்கும் தம்பி நாயுடுவும் சமையல் வேலைகளை மேற்பார்வை செய்ய, காந்தி சாப்பாடு பரிமாறுவதில் உதவினார். உணவுத் திட்டம் முழுக்க சைவம்தான்: சூப், மகரோனி சீஸ், பழங்கள், காபி, கனிமநீர் (மினரல் வாட்டர்) ஆகியவை. முதன்மைப் பேச்சாளர் டோக்கின் சக நான்-கன்ஃபார்மிஸ்ட் போதகரான சார்லஸ் பிலிப்ஸ். அவரது காங்கிரிகேஷனல் சர்ச் ஆரம்பத்திலிருந்தே காந்தியின் நோக்கங்கள் குறித்து அனுதாபம் கொண்டிருந்தது. ஆசியர்களுக்கான அவசரச்சட்டம் முதலில் முன்வைக்கப்பட்டபோது, 'இந்தியர்களும் ஐரோப்பியர்களைப் போலவே சுகாதார ஒழுங்குமுறைச் சட்டங்களைக் கடைப்பிடிக்கக் கூடியவர்களே' என்று பிலிப்ஸ் எழுதியிருந்தார். கூடவே, 'நன்னடத் தையில் அவர்கள் சற்றும் குறைந்தவர்கள் அல்ல; கட்டுப்பாட்டைப் பொறுத்தவரை நிச்சயம் மேலானவர்கள்' என்று குறிப்பிட்டார். [15] அந்த போதகர், 'முதுபெரும் சத்தியாக்கிரகி ஜான் பன்யன் அவர்களை' மேற் கோள் காட்டினார்; பன்யனும் ஒரு பாப்டிஸ்ட் மத போதகர்; தன் மனசாட்சிப்படி நடந்துகொண்டதற்காக பன்னிரெண்டாண்டுகள்

சிறையில் கழித்தவர். ரெவரண்ட் பிலிப்ஸும் தம்பி நாயுடுவும் 'ஜான் பன்யனைப் போலவே செயலாற்றியிருக்கிறார்கள்.' வெஸ்ட்மின்ஸ்டர் தேவாலயத்தில் பன்யனின் நினைவாக ஒரு ஜன்னல் இருக்கிறது; 'வரும்காலத்தில் டிரான்ஸ்வாலின் இந்தியர்களையும் சீனர்களையும் நினைவுகூரும் விதமாக ஒரு நினைவுச்சின்னத்தை ஸ்தாபிப்போம்; அவர்கள் துன்பங்களைத் துணிச்சலோடு அற்புதமான முறையில் எதிர் கொண்டிருக்கிறார்கள்' என்று அவர் நம்பிக்கை தெரிவித்தார். [16]

எப்போதும் போலவே, காந்தி சமரசத் தீர்வு ஒன்றிற்கான வாய்ப்பைத் திறந்து வைத்திருந்தார். அவரது ஆங்கிலேய நண்பர்களான வழக்கறிஞர் ஜே.சி.கிப்ஸனும், போதகர் சார்லஸ் பிலிப்ஸும் அரசாங்கத்திடம் பேச்சுவார்த்தை நடத்த முன்வந்திருந்தனர். அவர்களிடம் காந்தி, அமலில் இருக்கும் சட்டம் விலக்கிக்கொள்ளப்பட்டு, டிரான்ஸ்வாலின் உண்மையான இந்திய வசிப்பாளர்கள் உள்ளே வரவும், வசிக்கவும், தம் வியாபாரத்தைச் செய்யவும் அனுமதிக்கப்பட்டால், 'பண்பாடு வாய்ந்த எந்த ஆசிய குடியேற்றக்காரரும் ஐரோப்பியர்களைப் போலவே அதே நிபந்தனைகளின்கீழ் உள்ளே வர அனுமதிக்கப்பட்டால்', 'இந்த இரு சலுகைகள் தரப்படுவது ஒருவழியாகப் போராட்டத்தை முடிவுக்குக் கொண்டுவரும்; இந்தியர்களின் அரசியல் களத்திலிருந்து இந்த விவகாரத்தை விடுவிக்கும்' என்று தெரிவித்தார். [17]

இந்தியாவில் கோபால கிருஷ்ண கோகலே வைஸ்ராயின் சட்டப் பேரவையில் (வைஸ்ராய்'ஸ் லெஜிஸ்லேடிவ் கவுன்சில்) நேட்டாலுக்குப் பிணைத் தொழிலாளிகள் அனுப்பப்படுவதை நிறுத்தக் கோரும் தீர்மானம் ஒன்றைத் தாக்கல் செய்தார். அந்த மசோதா 1910 பிப்ரவரி 25 அன்று விவாதத்துக்கு எடுத்துக்கொள்ளப்பட்டது. கோகலே தென்னாப்பிரிக்காவின் பல்வேறு பகுதிகளில் இந்தியர்கள் சந்தித்துவரும் இடர்பாடுகளைப் பற்றி விலாவாரியாக விவரித்துப் பேசினார். பிணைதான் முதலாவது தவறு; அது மட்டும் இருந்திருக்கவில்லையென்றால் 'இன்று அந்தத் துணைக்கண்டத்தில் இந்தியர்கள் பிரச்னை எதுவும் இருந்திருக்காது.' அந்த நடைமுறை அடிமைமுறையைப்போல இருக்கிறது; அது 'நிர்கதியான ஆண்களையும் பெண்களையும் தூரதேசத்துக்குக் கப்பலில் அனுப்பிவைக்கிறது'; அங்கே அவர்கள் கடுமையான சூழ்நிலைகளில், தமக்கு அந்நியமான மொழி, கலாசாரம், பழக்க வழக்கம் ஆகியவற்றைக் கொண்ட எஜமானர்களிடம் வேலை செய்ய வேண்டியிருக்கிறது. கடைசியில் விடுவிக்கப்படும்போது, காட்டுமிராண்டித்தனமான, அவர்களைத் தண்டிக்கும்படியான வரி அவர்கள்மீது விதிக்கப்படுகிறது. அவர்களது தேவைகளை நிறைவேற்றும் வியாபாரிகளோ பல அடுக்கான கட்டுப்பாடுகளுக்கு ஆளாக்கப்படுகிறார்கள்.

நேட்டாலில் நிலைமை இவ்வாறாக இருக்க, டிரான்ஸ்வாலில் வெள்ளையர்கள் தமது சக குடிமக்களான இந்தியர்கள்மீது 'கசப்பான,

சிறுமைப்படுத்துகிற, அவமதிப்புகளையும், பழிப்புகளையும்' சுமத்தினார்கள்; அவை பேரரசின் வரலாற்றிலேயே அதற்கு முன் நிகழ்ந்திராத வகையிலானவை. இந்தத் தொடர்ந்த அவமதிப்புகள், 'தென்னாப்பிரிக்காவில் இந்தியர்கள் மோசமாக நடத்தப்படுவதைப்போல நம் காலத்தில் வேறு எந்த ஒரு விவகாரமும் இந்தியா முழுவதிலும் இதைவிட அதிகமாகக் கசப்புணர்வுகளை ஏற்படுத்தவில்லை—பிரிட்டிஷ் ஆட்சியின் சிறந்த நண்பர்கள் இந்த உணர்வுகள் குறித்து எதுவும் செய்ய முடியவில்லை'[18]

கோகலேயின் தீர்மானம் மற்ற உறுப்பினர்களால் பலமாக ஆதரிக்கப்பட்டது. பம்பாயைச் சேர்ந்த திறமையான வழக்கறிஞரான எம்.ஏ. ஜின்னா, தென்னாப்பிரிக்காவில் இந்தியர்கள் நடத்தப்படும் விதம் 'இந்தியாவில் எல்லா வகுப்பினர்களது உணர்வுகளையும் உச்சஸ்தாயிக்கு தூண்டி விட்டுள்ளது'' என்றார். ஆனாலும், இந்திய அரசாங்கத்தின் அலட்சியப்போக்கால், '1907 ஆம் ஆண்டு போராட்டம் அதன் உச்ச கட்டத்தை அடைந்தபோது இருந்ததைவிட இப்போது கிஞ்சித்தும் நிலைமை முன்னேறிவிடவில்லை.' திரு முதோல்கர் என்பவர் இந்த விவகாரத்தில், 'எல்லா இனம், மதம், சாதி, வகுப்புகளையும் சேர்ந்தவர்களிடையே வியக்கத்தக்க கருத்தொற்றுமை' காணப்படுகிறது என்று உறுதியாகச் சொன்னார். பீகாரைச் சேர்ந்த உறுப்பினரான மசாருல் ஹக், ஐரோப்பிய வரலாற்றாசிரியர்களால் கடுமையாகத் தாக்கி எழுதப்படுவதான இஸ்லாமிய அரசுகளால் இஸ்லாமியர் அல்லாதவர்கள்மீது விதிக்கப்படும் ஜஸியா வரியுடன் மூன்று பவுண்ட் வரியை ஒப்பிட்டார். அதனை விதிப்பது நகைமுரணானதும், வெட்கக்கேடானதும் ஆகும்; காரணம் 'புத்தர், ஏசு நாதர், மொகம்மது ஆகிய அனைவருமே ஆசியர்களே.'[19]

கோகலேவைத் தொடர்ந்து ஒரு டஜனுக்கு மேற்பட்ட பேச்சாளர்கள் பேசினார்கள். இந்த விவாதம் அவைக் குறிப்பேட்டில் நெருக்கமான அச்செழுத்துகளில் அறுபது பக்கங்கள் அளவுக்கு இருக்கிறது. தீர்மானம் ஒருமனதாக நிறைவேறியது: 1911 ஜூலை 1 முதல் நேட்டாலில் கரும்புத் தோட்டங்களிலோ, நிலக்கரிச் சுரங்கங்களிலோ வேலை செய்ய இந்தியர்கள் எவரும் அனுப்பப்படமாட்டார்கள். தனக்குத் தபாலில் வரும் செய்தித்தாள்கள் மூலமாக நடப்பவற்றைத் தொடர்ந்து கவனித்து வந்த காந்தி, நேட்டாலில் இந்தியர்களின் நிலைமையில் இது 'உடனடி முன்னேற்றத்தை' கொண்டுவரும் என்று நம்பிக்கை தெரிவித்தார். டிரான்ஸ்வாலில் நியாயமாக நடத்தப்படுவதற்கான போராட்டம் தொடரும்; ஆனால் அது வெற்றிபெறுவதற்கான வாய்ப்பு இப்போது அநேகமாகக் கூடியிருக்கிறது.[20]

அந்த நம்பிக்கைகள் வெறும் மாயத்தோற்றமே. மார்ச் தொடங்கி டிரான்ஸ்வால் அரசாங்கம் எதிர்ப்பை உடைக்க கடுமையான நடவடிக்கைகளை எடுக்க ஆரம்பித்தது. சிறைவாசிகள் பலர் (அவர்களில் மணிலால் காந்தியும்

அடக்கம்) தனிமைச்சிறையில் அடைக்கப்பட்டனர். வேறு சில கைதிகள், போர்த்துக்கீசியர்களின் கட்டுப்பாட்டிலிருந்த டெலகோவா பே துறை முகத்துக்கு நிலம் வழியாகவும், அங்கிருந்து இந்தியாவுக்குக் கப்பல் மூலமாகவும் அனுப்பப்பட்டனர். அவர்கள் பம்பாயிலும் சென்னையிலும் கடும் வறுமையில் வந்திறங்கினார்கள். நாடு கடத்தப்பட்டவர்கள்பற்றிய செய்திகள் இந்தியப் பத்திரிகைகளில் வெளியாகின. அவை காலனி நாடுகளுக்கான அலுவலகத்துக்கு எல்.டபிள்யூ. ரிட்ச்சால் அனுப்பிவைக் கப்பட்டன. ரிட்ச் எழுதியுள்ளபடி, அதிகாரிகள் இருப்பதிலேயே வறுமை யானவர்களையும் அதிகபட்சப் பாதிப்புக்கு உள்ளாகக்கூடியவர்களையுமே தேர்ந்தெடுத்திருப்பதுபோலத் தெரிகிறது. வெளியேற்றப்பட்டவர்களில் இவர்கள் அடக்கம்: ஆங்கிலோ-போயர் யுத்தத்தில் பிரிட்டிஷாருக்காகப் பணி புரிந்த குலாம் மொகம்மத் என்ற சுரங்கத் தொழிலாளி; நேட்டாலுக்கு பிணைத் தொழிலாளியாக வந்து பின்னர் சலவைத் தொழிலை மேற்கொண்ட வரான காத்தியா; போரில் ஒரு கையை இழந்த புட்டி வியாபாரி நாராயணா அப்பண்ணா; 1888 முதல் டிரான்ஸ்வாலில் வசித்துவரும் கூவி விற்பவரான ராமசாமி முதலி. [21]

1910 ஜூன் 1 அன்று நேட்டால், டிரான்ஸ்வால், கேப், ஆரஞ்ச் ஃப்ரீஸ்டேட் ஆகிய நான்கு காலனிகளும் இவை இதுவரை சுதந்திரம் இல்லா விட்டாலும் சுயாட்சி பெற்றிருந்தன. யூனியன் ஆஃப் சௌத் ஆஃப்ரிக்கா (தென்னாப்பிரிக்க ஒன்றியம்) என்ற அதிகாரபூர்வப் பெயர் பெற்ற ஒரே அமைப்பாக இணைக்கப்பட்டன. வெள்ளையர்களை மட்டுமே கொண்ட புதிய நாடாளுமன்றம் ஒன்று உருவாக்கப்படும்; பிரதம மந்திரி ஒருவரும், அமைச்சரவையும் இருப்பார்கள்; அவர்கள் லண்டனிலிருந்து அனுப்பப் படும் கவர்னர்-ஜெனரலின் (பெயரளவிலான) மேற்பார்வையின்கீழ் செயல்படுவார்கள்.

மேலோட்டமாகப் பார்த்தால் தென்னாப்பிரிக்க ஒன்றியம் பிற பிரிட்டிஷ் டொமினியன்கள் உருவாக்கியிருக்கும் வகைமையையே பின்பற்றியது. 1867ல் கனடாவின் பல்வேறு பிராந்தியங்கள் ஒன்றிணைந்து, ஒரு மத்திய நாடாளுமன்றமும் உருவாக்கப்பட்டது. 1900ல் ஆஸ்திரேலியக் காலனி களும் அவ்வாறே செய்தன. ஆனாலும் தென்னாப்பிரிக்கா ஒரு முக்கிய விஷயத்தில் மாறுபட்டிருந்தது: ஒன்றியம் உருவாக்கப்பட்டபோது, வெள்ளைக் குடியேற்றக்காரர்கள், தாம் சொந்தம் கொண்டாடிய நிலத்தில் பெரும்பான்மை எண்ணிக்கையைவிட மிகக் குறைவாகவே இருந்தார்கள்.

ஜூன் 2 அன்று காந்தி பத்திரிகைகளுக்குக் கடிதம் ஒன்றை அனுப்பினார். தனது மக்களைப் பொறுத்தவரை ஒன்றியம் உருவாக்கப்பட்ட நாளில் புதிய கைதுகள் நடந்திருப்பதைக் குறிப்பிட்டார். சிறையில் இருப்பவர் களில் 'கேம்பிரிட்ஜ் பட்டதாரியும் பாரிஸ்டருமான திரு மைக்கேல் ராயப்பன்', 'பார்ஸிகளின் உதாரணபுருஷரான பண்பாடு நிரம்பிய

இந்தியர் திரு சொராப்ஜி' ஆகியோரும் அடக்கம். அந்த இந்தியத் தலைவர் குறிப்பாக இப்படிக் காரமாகக் கேட்டார்:

> மேற்குறிப்பிட்ட விஷயங்கள் அப்படியே தொடரும் நிலையில், ஒன்றியம் உருவாக்கப்பட்டதனால் ஆசியர்களுக்கு என்ன கிடைத்துவிடும், அது தமக்கு விரோதமான சக்திகளின் கூட்டணி என்பதைத் தவிர? பிரிட்டிஷ் பேரரசு இந்த ஒன்றியம் அமைக்கப்பட்டதால் வலிமை பெறும் என்று சொல்லப்படுகிறது. மணிமகுடத்தின் பிரஜைகளைத் தனது பளுவாலும் முக்கியத்துவத்தாலும் நசுக்குவதற்குத்தானா அது? ஒன்றியம் உருவாக்கப்பட்டதன் அடையாளமாக தென்னாப்பிரிக்காவின் பூர்வ குடியினரது தலைவர் டினிஜுலுவுக்கு மணிமகுடத்தால் கருணை மன்னிப்பு வழங்கப்பட்டது நிச்சயமாக சரியான செய்கையே. டினிஜுலு விடுவிக்கப்பட்டது தென்னாப்பிரிக்காவின் பூர்வகுடியினரிடம் நம்பிக்கையை ஏற்படுத்தும். இதேபோல ஆசியர்களும் தென்னாப்பிரிக்காவில் ஒரு புதிய கருணை நிரம்பிய சூழல் உதயமாகியிருக்கிறது என்று உணரும் வகையில் அவர்களது கோரிக்கைகளை ஏற்றுக்கொள்வதும் இதே அளவுக்கு சரியான செயல் அல்லவா? இந்தக் கண்டத்தில் வசிக்கும் அறிவார்ந்த மக்களில் பத்துக்கு ஒன்பது பேர் அவர்களது கோரிக்கைகள் அடிப்படையில் நியாயமானவை என்றே கருதுகிறார்கள் என்று துணிந்து கூறுவேன்.[22]

த யூனியன் ஆஃப் யூரோப்பியன்ஸ் இன் சௌத் ஆஃப்ரிக்கா (தென்னாப்பிரிக்க ஐரோப்பியர்களின் கூட்டமைப்பு) அந்த நாட்டில் வாழ்ந்த ஆசியர்களுமீது விரோதம் கொண்டிருந்தது. ஆனாலும் தனிப்பட்ட ஐரோப்பியர்கள் அனுதாபம் கொண்டவர்களாக இருந்தனர்; அவர்களில் ஹெர்மான் காலன்பாக் முதன்மையானவர். மே 30 ஆம் தேதி அந்த கட்டடக்கலை நிபுணர் ஜோஹானஸ்பர்க்குக்கு வெளியில் ஒரு பண்ணையை இந்தியர்களுக்குக் கொடையாக அளித்தார். போராட்டம் தொடரும்வரை, 'சத்தியாக்கிரகிகளும் அவர்களது ஏழைக் குடும்பங்களும்' அந்தப் பண்ணையில் 'வாடகையோ வேறு கட்டணமோ இன்றி' வசித்துக்கொள்ளலாம்.[23] அந்தப் பண்ணை 1000 ஏக்கர்களுக்கு மேல் பெரியது—. அங்கு பழ மரங்கள் பலவும், இரண்டு கிணறுகளும், ஒரு சிறு நீரூற்றும் இருந்தன. தரை பெரும்பாலும் சமதளமாக இருந்தாலும் நிலத்தின் ஓர் ஓரத்தில் ஒரு சிறு குன்று இருந்தது. அந்த நிலம் நகரத்திலிருந்து இருபத்தொரு மைல் தள்ளி இருந்தாலும், லாலே என்ற புகைவண்டி நிலையத்துக்கு அருகிலேயே அமைந்தருந்தது. காலன்பாக்கின் ஒப்புதலுடன் காந்தி அந்தப் பண்ணைக்கு டால்ஸ்டாயின் பெயரை வைத்தார்.

தானே சைவ உணவாளராக இருந்த காலன்பாக், பண்ணையில் வேட்டையாடலைத் தடை செய்தார். மேலும் அவர் இயன்றவரையில் இயந்திரங்களைப் பயன்படுத்தாமல் உடல் உழைப்பாளிகளை வேலைக்கு அமர்த்தினார். கொடையளிக்கப்பட்ட சிறிது காலத்தில் அங்கு சென்று பார்த்த

செய்தியாளர் ஒருவர் டால்ஸ்டாய் பண்ணையை 'மேற்கையும் கிழக்கையும் அருகே கொண்டுவருவதற்கான உளப்பூர்வமான முயற்சி; (இப்படிச் சொல்லலாம் என்றால்) சரியான வழியில், மெதுவாக இருந்தாலும் எளிதான கட்டடங்களில் செய்யப்படுவது' என்று வர்ணித்தார்.[24]

டால்ஸ்டாய் பண்ணை, ஐரோப்பிய யூதரான ஹெர்மான் காலன்பாக்குக்கும் இந்திய பனியாவான மோகன்தாஸ் காந்திக்கும் இடையிலான நட்பை இன்னும் பலப்படுத்தியது. எனினும் காந்தியின் வேறு சில ஐரோப்பிய நண்பர்களை அந்தப் பரிசோதனை அவ்வளவாகக் கவரவில்லை. ஹென்றி போலாக் காந்திக்கு ரஸ்கின் எழுதிய கடையனுக்கும் கடைத்தேற்றம் புத்தகத்தைக் கொடுத்தபோது, அந்தப் புத்தகம் தன் நண்பரின் கற்பனாவாத கிராமியத்தனத்தைக் கவரும் என்று எதிர்பார்த்தே அப்படிச் செய்திருந்தார். அப்படியே நடந்தது: ஃபீனிக்ஸ் குடியிருப்பும் உருவானது. ஆனால், போலாக்குகள் அந்தக் குடியிருப்பில் அதிக காலம் தங்கயிருக்கவில்லை. அவர்கள் இனவாதத்துக்கு எதிரானவர்கள், சமத்துவத்தை நம்புபவர்கள்; ஆனால் இயந்திரமயமாக்கலை எதிர்ப்பவர்கள் அல்ல. குறிப்பாக மில்லிக்கு ஃபீனிக்ஸிலிருந்த வசதிகள் பிற்பட்டவையாகவும் உறவுகள் சிறைப்படுத்துபனவாகவும் தோன்றின. போலாக்குகள் நகரத்திலேயே பிறந்து வளர்ந்தவர்கள்; அப்படி வாழ்வதில் மகிழ்ச்சி (பெருமிதமும் கூட) கொள்பவர்கள்.[25]

அதேபோல காந்தியின் நெருங்கிய இந்தியக் கூட்டாளிகள் எளிமையை ஏற்கும் மனோபாவம் கொண்டவர்கள் அல்ல. போராட்டக்காரர்கள் எல்லோரும் ஆன்மிகத் தேடல் கொண்டவர்கள் அல்ல என்று அவரும் உணர்ந்திருந்தார். சத்தியாக்கிரகிகளில் வெகு சிலரே சேவக்குகளாக, அதாவது ஆழ்ந்த பொருளில் சமூக சேவகர்களாக ஆவார்கள் என்று அவருக்குத் தெரியும். குஜராத்தி வியாபாரிகள், அவர்கள் இந்துக்களோ முஸ்லிம்களோ, தம் கைகளால் உழைப்பதை விரும்புவதில்லை என்று அறிவார். ஆகவே இந்தப் புதிய முயற்சியில் அவர்களை அவர் பணமோ பொருளோ மட்டும் கொடுத்து உதவும்படிக் கேட்டார். டால்ஸ்டாய் பண்ணையை நிறுவுவது, அதில் முன்னேற்றங்களைச் செய்வது ஆகியவற்றை காந்தி குடும்பத்தினரும், கடின உழைப்புக்குப் பழக்கப்பட்ட சாதி, இனங்களைச் சேர்ந்த இந்தியர்களும், உரிமையாராகவும் புரவலருமாக விளங்கியவருமே செய்தனர்.

புதிய குடியிருப்பில் முதலாவதாகக் குடியேறியவர்கள் காந்தி, அவர் மகன் மணிலால், காலன்பாக் ஆகியோர். விரைவில் தமிழர்கள் சிலரும் அவர்களுடன் இணைந்துகொண்டார்கள்; அவர்களில் தம்பி நாயுடுவும் அவரது குடும்பமும் அடக்கம். இந்தியர்கள் ஆஃப்ரிக்கத் தொழிலாளிகளுடன் வேலை செய்தார்கள்; குன்றிலிருந்து கற்களை சுமந்து வந்து புதிய கட்டடங்கள் கட்டினார்கள். ஜோஹானஸ்பர்க்கிலிருந்து நண்பர்களும் ஆதரவாளர்களும் மெத்தைகள், போர்வைகள், துவாலைகள், பாத்தி

ரங்கள், பழங்கள், காய்கறிகள் போன்றவற்றை அனுப்பிவைத்தார்கள். நன்கொடையாளர்கள் அனைவருமே இந்தியர்கள் அல்ல; நான்-கன்ஃபார் மிஸ்ட் மதகுரு ஒருவரின் மனைவி வீட்டிலேயே செய்த பழக்கூழ் (மார்ம லேட்) நாற்பது பவுண்டு அளவுக்கு அனுப்பி வைத்தார்; கான்டோனீஸ் கிளப் ஆஃப் ஜோஹானஸ்பர்க் அரிசி, சர்க்கரை, நிலக்கடலை, பாரஃபின் போன்றவற்றைத் தந்தனர்.[26]

ஜூன் மாத முடிவில் பண்ணையில் ஒரு பள்ளி செயல்பட ஆரம்பித் திருந்தது. மணிலால் காந்தி, ராமதாஸ் காந்தி ஆகியோர் உட்பட ஐந்து மாணவர்கள். அவர்களின் தந்தைதான் முதன்மையான ஆசிரியர். ஜூலை கடைசியில் கஸ்தூரிபா காந்தி தன் கணவருடன் வந்து சேர்ந்துகொண்டார். ஐந்தாண்டுகளுக்குப் பின் குடும்பம் ஒருவழியாக மீண்டும் ஒன்று சேர்ந்தது. இந்த இடைப்பட்ட காலத்தில் தந்தையார் பெரும்பாலும் ஜோஹானஸ்பர்க்கிலும், தாயார் பெரும்பாலும் ஃபீனிக்ஸிலும் இருக்க, மகன்கள் இரு இடங்களுக்கும் இடையில் சென்று வந்துகொண்டிருந் தார்கள்.

கஸ்தூரிபாவுக்கு மற்ற பெண்களின் தோழமை இருந்ததால் அவரது தனிமை உணர்வு அகன்றது. பையன்களுக்கும் இந்த அனுபவம் மாற்றங் களை ஏற்படுத்துவதாக இருந்தது. சமைப்பது, சுத்தம் செய்வது, நிலத்தைக் கொத்துவது என பல பணிகளில் ஈடுபட்டனர்.— காந்தி தன் ஒன்றுவிட்ட அண்ணன் மகன் மகன்லாலிடம் சொன்னார், தன் மகன்கள்

> இப்போதெல்லாம் ஃபீனிக்ஸில் இருந்ததுபோல சிந்தனைவயப்பட்டு இருப்பதில்லை. இது கடினமான உடல் உழைப்பின் பயன். நமக்கு அளிக்கப்பட்டுள்ள தடித்த உடலுக்குச் செல்லம் கொடுத்தபடி, நமது (வாழ்வாதாரத்தை) அறிவின் மூலமே சம்பாதிக்கிறோம் என்று நடிப்பதன் மூலம் நாம் பாவம் செய்பவர்களாகி, ஆயிரத்தோரு விதங்களில் தவறான வழியில் செல்ல தூண்டப்படுகிறோம். நம்முடன் இப்பொதெல்லாம் வேலை செய்கிற காஃபிர்கள் நம்மைவிட மேலான வர்கள் என்று கருதுகிறேன். அவர்கள் தம் படிப்பறிவின்மை காரணமாக செய்வதை நாம் அறிந்தே செய்யவேண்டும். வெளித்தோற்றத்தில் நாம் காஃபிர்களைப் போலவே தோன்றவேண்டும்.[27]

ஆஃப்ரிக்கர்களுடன் ஒன்றாக வேலை செய்த காந்தி, அவர்களின் கஷ்டங் களை இன்னும் தெளிவாக உணர்ந்தார். 'இந்த மண்ணில் ஆரம்பம் முதல் வசிப்பவர்கள் நீக்ரோக்கள் மட்டுமே'' என்று அவர் இந்தியன் ஒப்பீனியன் இதழில் எழுதினார். 'நாம் அவர்களிடமிருந்து நிலத்தை பலத்தால் பிடுங்கிக் கொள்ளவில்லை; அவர்களின் நல்லெண்ணம் காரணமாகவே நாம் இங்கு வாழ்ந்துகொண்டிருக்கிறோம். மாறாக, வெள்ளையர்களோ, நாட்டை ஆக்கிரமித்து தமக்கு சொந்தமாக்கிக் கொண்டார்கள்.' இந்தச் சிந்தனை கவனத்தைக் கவர்வது, புதியது—முன்பு பிரித்தானிய மதிப்பீடுகளையும், நிறுவனங்களையும் புகழ்ந்தே பழக்கப்பட்டிருந்த காந்தி, இப்போது

அதற்கு மாறாக ஆஃப்ரிக்காவில் அவர்கள் இருப்பதும், ஆட்சி செய்வதும் முறைமையற்றவை என்று சுட்டிக்காட்டினார்.[28] நேட்டாலுக்கு வந்த முதல் வருடத்தில் அவர் வெளிப்படுத்திய ஆஃப்ரிக்கர்கள் குறித்த அனுதாபமற்ற, விரோத மனோபாவத்திலிருந்து இப்போது மிகவும் முன்னேறியிருந்தார் என்பது தெளிவு. பிரிட்டோரியாவில் 1910ம் ஆண்டுக்கான வருடாந்திர பள்ளித் தேர்வு நடந்தபோது, ஆஃப்ரிக்கர்கள் தமது சக மாணவர்களான வெள்ளையர்களுடன் ஒன்றாக அமர அனுமதிக்கப்படாதது ஏன் என்று இந்தியன் ஒப்பீனியன் கேள்வி எழுப்பியது. இதற்கு முந்தைய ஆண்டுகளில் மாணவர்கள் அனைவரும் ஒன்றாகவே தேர்வெழுதினர். இம்முறை தேர்வுகள் நடைபெற்ற டவுன் ஹாலின் நிர்வாகம், ஆஃப்ரிக்கர்கள் அல்லது நிறம் கொண்ட வேறு எவரும் கட்டடத்தினுள் நுழைய அனுமதிக்கப்பட மாட்டார்கள் என்று தீர்மானம் நிறைவேற்றியது.[29] இது சத்தியாக்கிரகம் செய்வதற்குரிய விவகாரம் என்று காந்தி நினைத்தார். அவர் குறிப்பிட்டார்:

> இம்மாதிரியான ஒரு நாட்டில், வெள்ளையரல்லாத மக்கள் நிலை மிகவும் கஷ்டமானது. சத்தியாகிரகம் செய்வது தவிர வேறு வழியில்லை என்று கருதுகிறோம். இதுபோன்ற நிகழ்ச்சிகள், வெள்ளையரல்லாத மக்களைத் தமக்குச் சமமானவர்களாக நடத்த வெள்ளையர்கள் மறுப்பதன் விளைவே. டிரான்ஸ்வாலில் இம்மாதிரியான நிலைமையை மாற்றுவதற்கே நாம் போராடிக்கொண்டிருக்கிறோம். ஆழ வேரோடி யிருக்கும் முன்முடிவுகளைக் கொண்டவர்களுடனான போராட்டம் நீண்ட காலம் பிடிக்கக்கூடியதாக இருப்பது வியப்புக்குரியல்ல.[30]

இது நடந்து சிலகாலத்திலேயே காந்திக்கு நேட்டாலிலிருந்த நண்பர் ஒருவரிடமிருந்து கடிதம் ஒன்று வந்தது. அந்த நண்பர், காந்தி சமீபத்தில் மூன்றாம் வகுப்பில் பயணம் செய்தது அவருக்கும், அவர் பிரதிநிதித் துவம் செய்யும் சமூகத்தும் இழுக்கு என்று கருதினார். காந்தி, தான் ஒரு ஏழையைப்போல வாழ விரும்புவதாகப் பதிலளித்தார்; தவிர 'காஃபிர் களின் கேப் மாகாணத்தில் மூன்றாம் வகுப்பில் பயணம் செய்வது குறித்த விவரிப்புகளைக் கேட்கவே நடுக்கமாக இருக்கிறது; அந்தக் கஷ்டங்களை நானும் அனுபவிக்க விரும்பினேன்.'[31]

டால்ஸ்டாய் பண்ணையில் காந்தி குடும்பமும் ஆஃப்ரிக்க தொழிலாளி களும் ஹெர்மான் காலன்பாக்கின் வழிகாட்டலின்படிப் பணியாற்றி னார்கள். அவர் பயிற்சிபெற்ற கட்டடக்கலை நிபுணர் மட்டுமின்றி தேர்ந்த கொத்தனாரும் தச்சரும்கூட. உதவிசெய்தவருக்கு அவரது நன்கொடையும் உழைப்பும் மிகுந்த மனநிறைவளிப்பதாக இருந்தன. 'நான் மாமிச உணவு உண்பதையும், புகைபிடிப்பதையும், மது அருந்துவதையும் விட்டு விட்டு, எளிய வாழ்க்கையை மேற்கொண்டிருக்கிறேன்' என்று தன் சகோ தரர் சைமனுக்கு அவர் எழுதினார். 'டால்ஸ்டாய் போலவே நானும் அடைய விரும்புவது என்னவென்றால், என் சக மனிதனைத் தொந்தரவு செய்யாமல் சரியான விஷயத்தை அடையாளம் காண்பதே.'[32]

இதற்கிடையில், காந்தி டால்ஸ்டாய்க்குக் கடிதம் எழுதி, அவர் பெயரை வைத்து, அவரது கோட்பாடுகளுக்கேற்ப செயல்பட்டுவரும் பண்ணை பற்றித் தெரிவித்தார். அந்த ஞானி தனது பதிலில், ' டிரான்ஸ்வாலில் உங்கள் பணிகள், நமது உலகின் மையத்திலிருந்து எங்கோ தொலை விலிருப்பதாகத் தோன்றலாம்; ஆனாலும் அது மிக அடிப்படையானது. வலுவான நடைமுறை நிரூபணத்தை அளிப்பதில் நமக்கு அதிகபட்சம் முக்கியமானதுமாகும். அதனை உலகம் இப்போது பகிர்ந்துகொள்ள முடியும். கிறிஸ்தவர்கள் மட்டுமின்றி உலகின் அனைத்து மக்களும் அதில் பங்குபெறவேண்டும்' என்று கூறினார். இந்தியர்களின் பணியை அவர் ரஷ்யாவில் மக்கள் ராணுவத்தில் பணியாற்ற மறுத்த செயலுடன் ஒப்பிட்டார். இந்த இரு போராட்டங்களும் டால்ஸ்டாயின் எண்ணத்தில், பொதுவான ஒரு வீரம்செறிந்த முயற்சியாகத் தோன்றின. எனவே, 'உங்களது சாத்வீக இயக்கத்தில் பங்கேற்பவர்களும், ரஷ்யாவில் ராணுவ சேவை செய்ய மறுப்பவர்களும் எண்ணிக்கையில் எவ்வளவு சிறிய அளவில் இருந்தாலும், இரு தரப்பினருமே 'கடவுள் எங்களோடு இருக்கிறார்' என்றும் 'கடவுள் மனிதனைவிட சக்தி வாய்ந்தவர்' என்றும் உறுதியுடன் சொல்ல முடியும்.'

இரு மாதங்களுக்குப் பின்னர் டால்ஸ்டாய் மரணமடைந்தார். இந்தியன் ஒப்பீனியன் ஒரு நினைவிதழ் வெளியிட்டது. அதில் அவரது பெரிய படமும் பல பாராட்டுரைகளும் இடம் பெற்றிருந்தன. 'தன் கடைசி காலத்தில்' டார்ஸ்டாய் '(டிரான்ஸ்வாலின்) சத்தியாக்கிரகிகளுக்கு ஊக்க மளித்தார்'; அவர்களுக்கு 'ஆட்சியாளர்களிடமிருந்து நியாயம் கிடைக் கிறதோ இல்லையோ, கடவுளிடமிருந்து கிடைப்பது உறுதி' என்று நம் பிக்கையளித்தார் என்று காந்தி சற்றுப் பெருமிதத்துடன் குறிப்பிட்டார்.[33]

அந்த இயக்கத்தை உடைப்பதற்கான டிரான்ஸ்வால் அரசாங்கத்தின் முயற்சிகள் தொடர்ந்தன. 1910 ஏப்ரல் – மே மாதங்களில் பலநூறு இந்தியர் களும் சீனர்களுமாகப் பலநூறு சத்தியாக்கிரகிகள் மதராஸுக்கும் பம் பாய்க்கும் அனுப்பப்பட்டனர். அந்த நாடுகடத்தல் எதிர்ப்பாளர்களின் உறுதியைப் பலப்படுத்தியதுடன் இந்தியாவிலும் அவர்களுக்கான ஆத ரவை திரளச்செய்தது. மதராஸிலும், பம்பாயிலும் வந்திறங்கியவர்களை வரவேற்க ஹென்றி போலாக் தயாராக இருந்தார். அவர்களில் சிலரை மீண்டும் தென்னாப்பிரிக்காவுக்கே அனுப்பிவைத்ததுடன், இந்தியாவி லேயே தங்கிவிட விரும்பியவர்களுக்கும் வரவேற்புகளை ஏற்பாடு செய்தார்.[34]

போலாக்குக்கு தாராளவாத சீர்திருத்தவாதியான ஜி.ஏ.நடேசன் உதவினார். அவர் சென்னையிலிருந்து வெளியான இந்தியன் ரெவ்யூ இதழின் ஆசிரிய ராகவும் வெளியீட்டாளராகவும் இருந்துவந்தார். தமிழராக இருந்த படியால் அவர் மதராஸில் வந்திறங்கிய தமிழ் பேசும் சத்தியாக்கிரகி களைக் கவனித்துக்கொள்ள அமர்த்தப்பட்டார். நாடு கடத்தப்பட்ட

வர்களின் துன்பங்களை எடுத்துக்காட்டும் செய்திகளை இந்தியன் ரெவ்யூ வெளியிட்டது. சுப்பிரமணிய ஆசாரி என்ற ஒருவர் 1900 ஆம் ஆண்டு வாக்கில் நேட்டால் சென்று பொற்கொல்லரான தன் தந்தையுடன் இணைந்துகொண்டவர். டிரான்ஸ்வால் இந்தியர்களுக்கு ஆதரவு தெரிவிப் பதற்காக அவர்களுடன் சத்தியாக்கிரகத்தில் சேர்ந்துகொண்ட அவர் கைது செய்யப்பட்டு டெலகோவா பேவுக்கு அனுப்பப்பட்டு, அங்கிருந்து ஐம்பத்தொன்பது சத்தியாக்கிரகிகளுடன் ஒரு கப்பலில் இந்தியாவுக்கு ஏற்றி அனுப்பப்பட்டார். அவர்கள் பற்றாக்குறையான உணவுடன் மிகுந்த சிரமத்துடன் பயணம் செய்தார்கள். நாராயணசாமி என்ற சத்தியாக் கிரகி நடுவழியிலேயே நோய்வாய்ப்பட்டு இறந்துவிட்டார். அப்படியும் அவரது சகாக்களின் மன உறுதி தளரவில்லை; அவர்களை ஏற்றியிருந்த கப்பல் மதராஸில் வந்திறங்கிய சில நாட்களில், அதிலிருந்த நாடுகடத் தப்பட்டவர்கள் அறுபது பேரில் நேட்டாலிலேயே பிறந்த அல்லது அங்கேயே நிரந்தரமாக வாழ்ந்தவர்களான இருபத்தாறு பேர் மீண்டும் டர்பன் செல்வதற்காக இன்னொரு கப்பலில் ஏறிவிட்டார்கள்.[35]

இந்தியன் ரெவ்யூ இதழின் செய்திகளில் குஜராத்தியரான தமது தலைவர்மீது சத்தியாக்கிரகிகள் கொண்டிருக்கும் பெருமதிப்பைப்பற்றி அடிக்கடி குறிப்பிடப்பட்டது. பி.கே.நாயுடுவை எடுத்துக்கொள்வோம். ஜோஹானஸ்பர்க்கிலிருந்த முடி திருத்துபவரான அவர், தன் தாய்மொழியான தெலுங்கு தவிர பிரெஞ்ச், ஜூலு, ஹிந்தி ஆகிய மொழி களையும் சுயமாகவே கற்றுக்கொண்டவர். 1908 ஆம் வருடம் பதிவுச் சான்றிதழ் இல்லாததற்காகக் கைது செய்யப்பட்ட அவருக்கு காந்தியுடன் ஒன்றாக விசாரிக்கப்பட்டு தண்டனை தரப்பட்டது. சில மணி நேரத் துக்குப் பிறகு நாயுடு சிறைச்சாலையை அடைந்தபோது 'என் தலைவர் பூர்வகுடி குற்றவாளிக்கான கைதி உடையில் இருப்பதைப் பார்த்து அதிர்ந்தேன். அப்போது நான் பெரிதாகக் கூப்பாடு போடவிரும்பினேன். ஆனால் என்னைப்பற்றி அறிந்தவரான காந்தியோ அமைதியான குரலில், 'பேசாமல் உங்களிடம் சொல்வதைச் செய்யுங்கள். நாயுடு' என்று சொல்லிவிட்டார். அந்த முடி திருத்துபவர் கைதி உடை அணிவிக்கப் பட்டு அவரது அறைக்குக் கொண்டுசெல்லப்பட்டார். அடுத்த நாள் காலை, சோளக் கஞ்சிதான் உணவு என்று தெரிந்து நொந்துபோனார். எங்கள் யாருக்கும்— அது வீட்டில் உண்ணும் காலை உணவுபோல சுவையாக இல்லை. திரு காந்தி மட்டும் அது ஒரு நல்ல உணவு என்று சொன்னார்.'

நாயுடு விடுதலை செய்யப்பட்டாலும், இரண்டாவதாக ஒருமுறையும், அதன்பின் மூன்றாவது முறையாகவும் கைது செய்யப்பட்டார். இந்த சமயத்தில் அவர் காந்தியை எட்டு மாதங்களாகப் பார்க்கவில்லை. 'நான் வெளியே வந்தபோது, அவர் உள்ளே போனார்; அவர் வெளியே வந்த போது நான் உள்ளே போனேன். இந்தத்தடவை அவர் லண்டன் சென்றிருந் தார். 1910 மேயில் ஐந்தாம் முறையாக கைதாகி விடுதலையானதும், பி.கே.

நாயுடுவை சிறை வாசலில் ஒரு பெரிய கூட்டம் சந்தித்தது. அதில் சகாலியாவும் காலன்பாக்கும் இருந்தனர். தனது வரவேற்புக்குழுவைப் பற்றி நாயுடு, 'நான் 17 மாதங்களாகப் பார்த்திருக்காத காந்திதான் நிச்சயமாக மிகவும் ஈர்ப்பவராக இருந்தார்' என்று சொன்னார். 36

மதராஸுக்கு அனுபவப்பட்டவர்களில் சீனத்தலைவர் லியுங் க்வினும் ஒருவர். நடேசனின் இதழுக்கு எழுதிய கட்டுரை ஒன்றில் அவர் தானும் தன் நாட்டினர் பிறரும் காந்தியின் போராட்டத்தில் கலந்துகொண்டது ஏன் என்று விளக்கினார். டிரான்ஸ்வாலில் சட்டங்கள் 'இனவாத வெறுப்புகள், பொறா மைகள் காரணமாக இயற்றப்பட்டவை'; அவை எப்படிப்பட்டவை என்றால், ஐரோப்பிய அரசவைகளில் வரவேற்கப்படும் சீனத்தூது வர்கள்கூட அந்தக் காலனிக்குள் அனுமதிக்கப்படமாட்டார்கள். 'தொன் மையான, கண்ணியம் நிரம்பிய நாகரிகம் ஒன்றைச் சேர்ந்த எங்களால் இம்மாதிரியான அப்பட்டமான அவமதிப்பை ஏற்றுக்கொண்டு வெறு மனே உட்கார்ந்திருக்க முடியாது' என்றார் க்வின். 'ஆசியாவின் கௌர வத்துக்குப் பிரச்னை ஏற்பட்டுள்ளது' என்று உணர்ந்துகொண்ட அந்த சீனர் இந்தியப் போராட்டக்காரர்களுடன் சேர்ந்துகொண்டார். இந்தியர்களின் கூட்டத்திடம் அவர், 'டிரான்ஸ்வால் காலனியர்கள் முட்டாள்தனமாக ஒட்டுமொத்த ஆசியாவுக்கும் சவால் விட்டிருக்கின்றனர். ஆசியர்கள் மொத்தமாக அந்த சவாலை ஏற்றுக்கொண்டால் காலனியர்களோ மற்ற ஐரோப்பியர்களோ ஆச்சரியப்படக் கூடாது' என்றார். 37

நாடு கடத்தப்பட்டவர்களும் அவர்கள் ஏற்படுத்திய அனுதாப அலையும் பிரிட்டிஷ் அரசின் அதிகாரிகளைக் கவலைப்பட வைத்தன. இவை இந்தியாவில் தேசியவாத உணர்வலைகளைப்பற்றி எரியச் செய்துவிடும் என்று அஞ்சினர். மதராஸ் அரசாங்கம் நாடு கடத்தப்பட்டவர்கள் வந்திருப்பது 'மிகவும் சங்கடப்படுத்துவது' என்று நினைத்தது. அவர்கள் தியாகிகளைப்போல நடத்தப்படுகிறார்கள். தென்னாப்பிரிக்காவில் அவர்களது பிரச்னைகள் 'வேகமாக இன்னும் கசப்பாகவும் பரந்துபட்ட தாகவும் ஆகிவரும் உணர்வுகளை' ஏற்படுத்திவருகின்றன. 38 பம்பாயில் டிரான்ஸ்வாலிலிருந்து கப்பல் கப்பலாக சத்தியாக்கிரகிகள் வந்திறங்கு வது காவல்துறை கமிஷனரின் கவனத்தை ஈர்த்தது. அவர் நாடு கடத்தப் பட்டு வந்தவர்களைச் சென்று சந்தித்தார். அவர்கள் 'ஓரளவுக்கு ஊக்கத் துடனும், நட்பான முறையில் உரையாடுவதற்குத் தயாராகவும்' இருப் பதைக் கண்டார். இருந்தாலும், 'உள்ளூர் ஆர்ப்பாட்டக்காரர் விரும் பினால் பெறக்கூடிய ஆதாயத்தைக் கருத்தில்கொண்டு நாடு கடத்தப் படுவது நிறுத்தப்படவேண்டும் என்று விரும்பினார். 39

நாடு கடத்துதல் சத்தியாக்கிரகிகளின் உறுதியைக் குலைத்துவிடும், சத்தியாக் கிரகத்தைத் தகர்த்துவிடும் என்று டிரான்ஸ்வால் அரசாங்கம் நம்பியிருந்தது. நிஜத்தில் நடந்தது வேறு. நாடு கடத்தும் செயல் இந்தியாவில் பெற்ற எதிர் மறையான விளம்பரத்தினால், சத்தியாக்கிரகத்துக்கு புதிய நிதி ஆதாரங்

களும், மற்ற பல நன்மைகளும் கிடைத்தன. நாடு கடத்துதல் ஆரம்பித்த போது, 1910 ஏப்ரலில், ஜோஹானஸ்பர்க் நேட்டால் பேங்க் வங்கியில் 'பேஸிவ் ரெஸிஸ்டன்ஸ் ஃபண்ட் அக்கவுண்ட்' (சத்தியாக்கிரகப் போராட்ட நிதிக்கணக்கு) கணக்கில் இருந்த தொகை 3000 பவுண்டுகள். இது அந்த ஆண்டு கடைசிவரை மட்டுமே போதுமானது என்று கோகலேவிடம் காந்தி சொன்னார். தானே தனது வருமானத்தில் பெரும்பகுதியை இந்த விஷயத்துக்குத் தந்திருப்பதாகச் சொன்ன அவர், அதேபோலவே 'ஓர் ஐரோப்பிய நண்பர்' (காலன்பாக்) உதவியிருப்பதாகவும் குறிப்பிட்டார்.⁴⁰ நாடு கடத்தல்கள் பற்றிக் கேள்விப்பட்ட ரத்தன் டாடா 1910 ஜூலையில் கோகலேவுக்குக் கடிதம் எழுதி, தான் மேலும் ரூ.25,000 தர விரும்புவதாகத் தெரிவித்தார்.

> இப்போதைக்கு இந்த விஷயத்தை வெளியில் தெரிவிக்க வேண்டாம், தக்க உளவியல் தருணம் வரும்போதுசென்ற முறை நான் நிதியுதவி செய்ததை வெளியிட்டது போன்ற பரபரப்பான முறையில் அறிவிப்பது சிலரின் உணர்வுகளை மீண்டும் தீண்டி, அவர்களை தென்னாப் பிரிக்காவில் தமது நலனுக்கான இந்தப் போராட்டத்தை உயிர்ப்புடன் வைத்திருக்க இரண்டாவது முயற்சி செய்யும்படித் தூண்டக்கூடும்; போராட்டம் நிதியுதவி போதுமான அளவில் கிடைக்காத காரணத்தால் வேதனை தரும் விதத்தில் பலவீனமடைந்து வருகிறது.⁴¹

கோகலே தனது பதிலில் இந்தியாவில் சூழ்நிலை அவ்வளவாக ஊக்க மளிப்பதாக இல்லை என்று எழுதினார். டாடா அளித்த நன்கொடை பற்றிப் பொதுவில் அறிவிப்பது பிறரிடமிருந்து நன்கொடைகளைப் பெற்றுத்தரும் என்று அவர் நினைக்கவில்லை. அந்தக் கொடையாளரால் 'நம் நாட்டினர் அனைவரிடமும் நுண் உணர்வுகள் செத்துவிட்டன' என்பதை ஏற்க முடியவில்லை; ஆனாலும் களத்தில் நிற்பவரின் முடிவுக்குக் கட்டுப் பட்டார். அப்படியானால், அவர் பணத்தை நேரடியாக காந்திக்கு அனுப்பி விடுவார். அவர் கருத்தில்,

> தென்னாப்பிரிக்காவில் போராட்டம் கைவிடப்பட்டுவிட்டால், வெள் ளையர்கள் கடைசிவரை போராடும் உறுதி இந்தியர்களுக்குக் கிடையாது என்று கண்டுகொள்வார்கள்; எங்கெல்லாம் இந்தியர்கள் விரும்பப்படவில்லையோ, வெள்ளையர்கள் வெறுமனே தேவையான அளவு காலம் கடத்தினால் போதும், அவர்களை எந்த நாட்டிலிருந்தும் விரட்டிவிடலாம். ஒரு முழு தேசத்தின் உரிமைகளுக்காக விரல்விட்டு எண்ணக்கூடிய அளவிலான இந்தியர்கள் போராடித் துன்பப்படுவதும், தேசம் முற்றிலும் அலட்சியமாக அதைக் கைகட்டி உட்கார்ந்துகொண்டு வேடிக்கை பார்ப்பதும் பரிதாபத்துக்குரியது.⁴²

ரத்தன் டாடா கோகலேயிடம், 'என் கருத்துகளை ஒரு கடிதம் மூலம் திரு காந்திக்கு (Ghandi எனப் பெயர் பிழையாக எழுதப்பட்டுள்ளது) தெரிவிக்கவும்' என்று கேட்டுக்கொண்டார். ⁴³ கோகலே காந்திக்கு என்ன

எழுதினார் என்பதுபற்றிய பதிவுகள் இல்லை. ஆனாலும், 1910 நவம்பர் 18 அன்று ரத்தன் டாடா காந்திக்கு ரூ.25,000-க்கு காசோலை ஒன்றை, 'உங்கள் மகத்தான பணியில் இந்தியர்களின் பாராட்டுகளும் வாழ்த்துகளும் என்றும் உங்களுடன் இருக்கும்' என்ற சிறு குறிப்புடன் அனுப்பி வைத்ததை அறிகிறோம். [44]

இதனிடையே இந்தியாவினூடாகப் பயணம் செய்துவந்த போலாக், தன் ஆர்வத்தாலும் பேச்சாற்றலாலும் டாடா சொன்னதே சரி, கோகலே கூறியது தவறு என்று நிரூபித்தார். ஒன்பது மாதங்களில் வழியில் அவர் ரூ.50,000 திரட்டினார். பெரிதும் சிறிதுமான நன்கொடைகள் இந்து மகா ராஜாக்கள், முஸ்லிம் நவாபுகள், பார்ஸி லட்சாதிபதிகள் கிறிஸ்துவ மதகுருக்கள், பெருகிக்கொண்டிருந்த மத்தியதர வர்க்கத்தின் மதச்சார் பற்ற உறுப்பினர்கள் போன்ற பலரிடமிருந்தும் வந்தன. [45]

1910 ஆகஸ்ட் கடைசி வாரத்தில், தன் நண்பரின் தாய்நாட்டில் ஏறக்குறைய ஓராண்டு காலம் செலவிட்ட பிறகு போலாக் தென்னாப்பிரிக்கா திரும்பினார். மதராஸில் ஒரு வழியனுப்பு விழாவில் டிரான்ஸ்வாலிலிருந்த இந்தியர்களுக்காக அவர் ஆற்றிய பணிகளை அன்னி பெசண்ட் புகழ்ந்து பேசினார். 'போலாக் துன்புறுத்தலுக்கு ஆளான ஓர் இனத்தைச் சேர்ந்தவர்; அதன் இரத்தம் ஐரோப்பாவில் ஒவ்வொரு நாட்டிலும் சிந்தப் பட்டுள்ளது. அவர் தன் இனத்தினரின் துன்பங்களால் கசப்பும் வெறுப்பும் கொண்டவராக ஆகிவிடாமல் பார்த்துக்கொண்டார். தான் மென்மையான இதயம் படைத்தவர் என்று காட்டியிருக்கிறார். மற்றவர்களது துன்பத்தைப் பார்க்கும்போது, பிறர் நலனில் அக்கறை கொள்வதற்கான காரணத்தைக் காண்கிறார்.' [46]

மதராஸிலிருந்து போலாக் புகைவண்டி மூலம் பம்பாய்க்குச் சென்று அங்கிருந்து ஒரு கப்பலில் தென்னாப்பிரிக்காவுக்குப் பயணமானார். அவர் டர்பனை செப்டெம்பர் 28 அதிகாலையில் சென்றடைந்தார். அங்கு அவரை காந்தியும் இன்னும் 400 இந்தியர்களும் வரவேற்றனர். ஒருகாலத்தில் காந்தியால் விலக்கப்பட்ட நண்பரும், இப்போது அவரது இயக்கத்தின் பலமான ஆதாரவாளருமான ஷேக் மேதாப் மூலம் உத்வேகம் பெற்று அங்கு வந்திருந்த சிலரும் அதில் அடக்கம். இந்தியன் ஒப்பீனியனில் எழுதிய ஒரு கவிதை வாயிலாக மேதாப் தன் சக நாட்டினரைத் தங்கள் ஆங்கி லேய நண்பர வரவேற்க பாயிண்ட் துறைக்கு வரும்படிக் கோரியிருந்தார்.

> போலாக் இந்தியாவைத் தட்டி எழுப்பினார்
> பிணைத் தொழிலாளிகள் யாருமினி வரமாட்டார்கள் என்றவர் அறிவித்தார்
> அவர் ஓர் (அதிகாரத்தின்) கோட்டையைக் கைப்பற்றிவிட்டார்
> அவரைப் போற்றுவீர், அவர் முதுகில் பூமாலைகளை வைப்பீர்
> அவர்களது வரவேற்பு மத நல்லிணக்கத்துக்கு அடையாளமாக இருக்க வேண்டும்

என்று தொடர்ந்தார் அந்தக் கவிஞர்.
போலாக் கரைக்கு வந்தபோது இந்தியர்கள்
வந்தே மாதரமும் அல்லா அக்பரும் பாடுவீரே
அவர்மீது கூடைகூடையாக முத்துமாரி பொழிவீரே
சால்வையும் துருக்கியத் தொப்பியும் அணிந்த இந்தியர்களே
ஒற்றுமை என்ற அம்பைத் தொடுத்து
வேற்றுமையை எய்து வீழ்த்துவீரே. [47]

ஃபீனிக்ஸில் சில நாட்களுக்குப் பிறகு, நண்பர்கள் நகருக்குத் திரும்பி வந்தார்கள். அக்டோபர் 4 காலையில் காந்தியும் போலாக்கும் பாயிண்ட் துறைக்குச் சென்று ஒரு கப்பல் நிறைய திரும்பி வந்த நேட்டால் இந்தியர்களை வரவேற்றனர்; அவர்கள் அனைவரும் டிரான்ஸ்வாலில் சட்ட விரோதமாக நுழைந்ததாகக் கூறி மதராஸுக்கும் பம்பாய்க்கும் நாடு கடத்தப்பட்டவர்கள். போலாக் செய்தியாளர் ஒருவரிடம், 'எங்கள் திட்டம் எப்போதும்போலவே தொடரும்; வன்முறையோ, சீர்குலைக்கும் முயற்சிகளோ இருக்காது; எங்கள் மக்கள் துன்பங்களை ஏற்றுக்கொள்வார்கள்; அதிகாரிகள் தம்மைக்குறித்து வெட்கமடையும்வரை கஷ்டங்களை சகித்துக்கொள்ள அவர்கள் உறுதிகொண்டிருக்கிறார்கள்.' [48]

அதே நாள் மாலை, நேட்டால் இந்தியர்கள் போலாக்குக்கு ஒரு பெரிய வரவேற்பு அளித்தனர். தமிழ்ச் சிறுமி ஒருத்தி அவரது சட்டையில் ரோஜா மலர் ஒன்றை 'தொடர்ச்சியான கரகோஷத்துக்கு மத்தியில்' அணிவித்தாள். விருந்தளித்தவர்கள் சார்பாக ஓர் உரை வாசிக்கப்பட்டது: அந்த உரை போலாக் இந்தியாவில் ஆற்றிய 'மகத்தான, தியாகம் நிறைந்த பணியை' போற்றியது; இதன் மூலம் 'நீங்கள் எங்கள் துன்பங்கள் துயரங்களுடன் உங்களை அடையாளப்படுத்திக் கொண்டிருக்கிறீர்கள்; இப்படிச் செய்திருக்கிற ஐரோப்பியர்கள் அல்லது இந்தியர்கள் வெகு சொற்பமே' என்று அவரிடம் சொல்லப்பட்டது. [49]

இந்தியர்கள் மத்தியில் ஹென்றி போலாக் 'கேஷவ்லால்' என்று அறியப்பட்டார்; காரணம் அவர் கிருஷ்ண பரமாத்மாபோல நீண்ட, வெட்டப்படாத தலைமுடி கொண்டிருந்ததே. அந்தப் பெயர் அவருக்குப் பிற வகைகளிலும் பொருத்தமாக இருந்தது; அவரும் விளையாட்டுத்தனமும் குறும்பும் நிரம்பிய காதல் ததும்பும் இதயத்தைக் கொண்டிருந்தார். அதேசமயம் கூர்மையான அரசியல் அறிவு பெற்றிருந்தார். காந்தியின் இன்னொரு முக்கிய ஐரோப்பிய நண்பரான காலன்பாக் 'ஹனுமான்' என்று அழைக்கப்பட்டார்; இது அவர்தன் தலைவர்மீது (ராமருக்குப் பதில் இங்கு காந்தி) கொண்டிருந்த கேள்விகேட்காத பக்தியையும், தன் பலத்தை (உடல் மற்றும் பணம் இரண்டு விஷயத்திலும்) தன் எஜமானரின் சேவைக்கு அர்ப்பணிப்பதில் அவர் கொண்டிருந்த விருப்பத்தையும் குறித்தது. [50]

ஹென்றி போலாக்குக்கு டர்பனில் அளிக்கப்பட்ட வரவேற்பைத் தொடர்ந்து இயக்கத்தின் தற்போதைய நிலையைப்பற்றி விவாதிக்க ஒரு

கூட்டமும் நடைபெற்றது. காந்தி ஆங்கிலத்தில் பேச ஆரம்பித்ததும் கூட்டம் 'தமிழ்! தமிழ்!' என்று கூச்சலிட்டது. காந்தி, தன்னை ஜெனரல் ஸ்மட்ஸ் மீண்டும் ஒருமுறை சிறைக்கு அனுப்பினால் அந்த மொழியைக் கற்றுக்கொள்ளத் தனக்கு அவகாசமும் ஓய்வும் கிடைக்கும் என்று பதில் சொன்னார். இதற்கிடையே அவர் பொறுப்பைத் தனது ஒன்றுவிட்ட அண்ணன் மகன் மகன்லாலிடம் ஒப்படைத்தார்; மகன்லால்தான் ஃபீனிக்ஸையும் இந்தியன் ஒப்பீனியன் இதழையும் காந்தி சார்பாக நிர்வகித்து வந்தார். அவரது அண்ணன் சகன்லால் லண்டனில் இருந்ததால் (பிரன்ஜீவன் மேத்தா அளித்திருந்த உபகாரச் சம்பளத்தின் உதவியால்), நேட்டாலில் இருந்த மகன்லால் தமிழைத் தீவிரமாகப் படிக்கவேண்டும்; இதன் மூலம் தன் சித்தப்பாவுக்கும் அவரது மிகுந்த அர்ப்பணிப்பு கொண்ட ஆதரவாளர்களுக்கும் இடையில் பாலமாக விளங்கவேண்டும். காந்தி அவ்வப்போது மகன்லாலுக்குக் கடிதம் எழுதி அவரது முன்னேற்றம்பற்றி விசாரித்து வந்தார். 'தமிழ் படிப்பதை விட்டுவிடாதே' என்று ஒரு கடிதம் ஆரம்பித்தது. 'உன்னைத் தவிர வேறு யாரும் தமிழில் புலமை பெற முடியாது என்று எனக்கு எப்போதுமே தோன்றிக் கொண்டிருக்கிறது' என்று இன்னொன்று கூறியது.[51]

காந்தி இப்போது கைதாகவேண்டும் என்பதில் மிகவும் முனைப்பாக இருந்தார். ஒவ்வொரு மாதமும் அவர் நேட்டால் சென்றுவிட்டு பதிவுச் சான்றுகள் இல்லாமல் டிரான்ஸ்வாலுக்குள் நுழைவார். அதிகாரிகள் பொறுத்திருந்தார்கள்; ஆனால் நவம்பர் ஆரம்பத்தில் அவர் தன்னுடன் வேறு சிலரையும் அழைத்து வந்தபோது அவர்கள் திருமதி சோதா என்ற பெண்ணைக் கைது செய்தார்கள். அவரது கணவர் ஏற்கெனவே சிறையில் இருந்தார். காவல்துறை அந்தப் பெண் ஒரு சட்ட விரோதமான அந்நியர் என்று அறிவித்தது. காந்தி அந்த வழக்கை ஒத்திப்போடச் செய்து, திருமதி சோதாவுடனும் அவரது குழந்தைகளுடனும் டால்ஸ்டாய் பண்ணைக்குச் சென்றார். உள்துறை அமைச்சர் ஜெனரல் ஸ்மட்ஸுக்கு கடிதம் எழுதி, திரு சோதா தன் தண்டனைக் காலம் முடிந்து விடுதலை ஆகும்வரை அவர்களைத் தன்னுடன் வைத்துக்கொள்ள அனுமதி வேண்டினார். 'இதுவரையில் இந்தியப் பெண்கள் மானபங்கப்படுத்தப்படவில்லை' என்று சுட்டிக் காட்டினார். ஸ்மட்ஸ், சட்டம் தன் கடமையைச் செய்யும் என்று பதில் அளித்தபோது, காந்தி பத்திரிகைகளிடம், 'அரசாங்கத்துக்கு இந்திய ஆண்களுடன்தான் போர்; சமூகம் பெண்கள்மீதான கண்ணியமற்ற தாக்குதலுக்குத் தயாராக இல்லை' என்று தெரிவித்தார். திருமதி சோதா வியாபாரத்தில் போட்டியாளர் அல்ல; ஏன் அவரைவிட 'சாதுவான பெண்ணை' தென்னாப்பிரிக்காவிலேயே பார்ப்பது அரிது.' ஆசியர்களின் குடியேற்றம் அல்லது பொதுவாக சத்தியாக்கிரகம்பற்றிய அவர்களது பார்வைகள் என்னவாக இருந்தாலும், இந்த யூனியனின் கிறிஸ்துவ பெண்களும் ஆண்களும் அரசாங்கம் இப்பொது செய்திருக்கிற இந்தக் கேலிக்கூத்தான நிர்வாகத்தை ஒருமனதாக எதிர்த்துக் கிளம்ப மாட்டார்களா?'[52]

ஆட்சியாளர்களின் மதத்தைத் தொட்டது அவருக்கே உரிய பாணி. இதன்மூலம் காந்தி,கிறிஸ்துவத்தின் தெய்விகமான அம்சங்களை அடையாளம் கண்டுகொள்ளுங்கள், பிசாசுத்தனமான அம்சங்களுக்குப் பதிலாக; எல்லா மதங்களையும் (தேச இனங்களையும்) சேர்ந்தவர்களின் துன்பங்களைப் பற்றிப் புரிந்துணர்வு கொள்ளுங்கள் என்று அழைப்புவிடுத்தார். அவர்களுக்கு வழியைக் காட்டுவதற்காக, காந்தி கிறிஸ்துமஸ் நாளில் சர்வ சமய மகிழ்ச்சிக் கூடல் (பிக்னிக்) ஒன்றை ஏற்பாடு செய்தார். வழக்கமாக உழைப்பு, சிந்தனை என்று காணப்படும் டால்ஸ்டாய் பண்ணை மகிழ்ச்சியும் கொண்டாட்டமும் நிறைந்து காட்சியளித்தது. ஜோஹானஸ்பர்க்கிலிருந்து முந்நூறு விருந்தினர்கள் ஐம்பத்து சொச்சம் குடியிருப்பாளர்களுடன் கொண்டாட்டங்களில் கலந்துகொண்டார்கள். குழந்தைகள் 'திரு காலன்பாக்கின் பழ மரங்கள்மீது சுதந்திரமாக விடப்பட்டார்கள். அந்தக் குழந்தைகள் ... மரங்களை ரொம்ப கவனமாக ஒன்றும் கையாளவில்லை. பழுத்த பழங்களோடு பழுக்காத பழங்களையும் பறித்தார்கள்; அப்போதே சாப்பிட முடியாதவற்றைப் பின்னர் சாப்பிடுவதற்காகக் கைக்குட்டைகளில் முடிந்து எடுத்துக்கொண்டார்கள்.' மதியம் உணவு பரிமாறப்பட்டது; கிச்சடி, காய்கறிகளைத் தொடர்ந்தது ப்ளம் புட்டிங். பின்னர் ஓடுதல், தாண்டுதலில் பல பந்தயங்கள் நடைபெற்றன. சாப்பாட்டையும் விளையாட்டையும் யூதப் பெண்மணிகள் இருவர் மேற்பார்வை செய்தனர்—சோன்யா ஸ்லேஷினும், திருமதி வில்லியம் வோகட்டும். [53]

அந்த விருந்து நடந்து ஐந்து நாட்களுக்குப் பிறகு, திருமதி ரமாபாய் சோதாவின் வழக்கு ஜோஹானஸ்பர்க்கில் விசாரணைக்கு வந்தது. குற்றம்சாட்டப்பட்டவர் தன்னுடன் இரண்டு சிறு குழந்தைகளை வைத்திருந்தார். அவர்களது வயதுகள் முறையே எட்டு மாதம், மூன்று ஆண்டுகள். காந்தி அவரது வழக்கறிஞராகவும் மொழிபெயர்ப்பாளராகவும் செயல்பட்டார். வழக்கு நடைபெறுவதைக் காண நீதிமன்ற அறை முழுவதும் கூட்டம் நிறைந்திருந்தது. அதில் பெரும்பாலும் இந்தியர்கள் என்றாலும், காந்தியின் ஐரோப்பிய நண்பர்களும் தொண்டர்களுமான ஜோசப் டோக், ஹெர்மான் காலன்பாக், திருமதி வோகட், சோன்யா ஸ்லேஷின் ஆகியோரும் இருந்தனர்.

அரசுத் தரப்பு திருமதி சோதா 'ஆசியர்களுக்கான சட்டத்தை எதிர்த்து ஆர்ப்பாட்டம் செய்வதற்காகவே' டிரான்ஸ்வாலுக்கு அழைத்துவரப்பட்டார் என்று கூறியது. காந்தி, 'இது முற்றிலும் தவறு' என்றார். நேட்டாலில் 'திருமதி சோதா தனிமையான இடத்தில் வாழ்ந்துவந்தார். அவரைப் பாதுகாக்க டால்ஸ்டாய் பண்ணையே சிறந்த இடம்.' நீதிபதி திருமதி சோதாவுக்கு 10 பவுண்ட் அபராதமும் ஒரு மாதம் சிறைத்தண்டனையும் விதித்தார்; ஆனாலும் திருமதி சோதா மேல்முறையீட்டுக்கு உட்பட்டு பிணையில் விடுவிக்கப்பட்டார். [54]

சோதா வழக்கின் எதிரொலிகள் லண்டனை அடைந்தன. அங்கே காலனி அலுவலகத்துக்கு ஆல் இந்தியா முஸ்லிம் லீக்கிடமிருந்து ஒரு

விண்ணப்பம் வந்தது. காந்தி திருமதி சோதாவையும் குழந்தைகளையும் 'நிராதரவு நிலையிலிருந்து காப்பாற்றியிருக்கிறார்'. ஆகவே திருமதி சோதாவின் மீது வழக்குப் போடுவது 'மிகவும் கடுமையானது; குரூரம் என்றே சொல்லலாம்'. லண்டனிலிருந்து இந்த விண்ணப்பம் அனுப்பிவைக்கப்பட்டது. டிரான்ஸ்வால் அமைச்சர்கள் காந்தி டிரான்ஸ்வால் எல்லையை திருமதி சோதாவுடன் கடந்தது, 'அரசாங்கத்தை சங்கடத்துக்குள்ளாக்கும் நோக்கத்துடன் வேண்டுமென்றே செய்யப்பட்டது' என்று பதில் அளித்தனர். ' அரசாங்கத்தையும், சட்டங்களையும் எதிர்ப்பதற்கு ஆதரவு தெரிவிப்பதற்காக இந்தியாவிலும் பிற இடங்களிலும் பல ஆயிரம் பவுண்ட் பணம் டிரான்ஸ்வால் பிரிட்டிஷ் இந்திய சங்கத்தின் தூதர்களால் திரட்டப்பட்டது' என்பதைக் கொண்டு பார்க்கும்போது, 'ஏன் திருமதி சோதா வறுமைச் சூழலில் இருந்ததாகச் சொல்லப்படுகிறது என்பதைப் புரிந்துகொள்வதோ, வேறு நோக்கம் எதுவும் இல்லையென்றால் ஜோஹானஸ்பர்க்கிலிருந்து அவர் பணம் செலவழித்து அழைத்துவரப்பட்டது ஏன் என்று புரிந்து கொள்வதோ கடினம்.'[55]

இந்தக் குற்றச்சாட்டுகள் ஒன்றுக்கொன்று முரணானவை என்றாலும் ஒன்றாக வைக்க முடியாதவை அல்ல. காந்திக்கு இரண்டு நோக்கங்களுமே இருந்திருக்கலாம். சோதா குடும்பத்துக்கு உதவி செய்வதன் மூலம் அதிகாரிகளுக்கும் அவர் ஒரு புதிய சவாலை முன்வைத்தார்.

1911 ஆம் ஆண்டின் முதல் சில வாரங்களில் அரசிதழ் திட்டமிடப்பட்டுவரும் புதிய குடியேற்றச் சட்டம் ஒன்றைப் பிரசுரித்தது. இது அமலில் இருக்கும் சட்டத்தை ரத்து செய்யும்; ஆனால், குடியுரிமை பெற்ற ஆசியர்களின் மனைவி, குழந்தைகளைப் பாதுகாப்பதுபற்றி வெளிப்படையாகக் குறிப்பிடப்படவில்லை. டிரான்ஸ்வாலில் புதிதாகக் குடியேறுபவர்கள் மொழித் தேர்வு ஒன்றை எழுதவேண்டும் என்று அந்தச் சட்டம் குறிப்பிட்டது; ஆனாலும் அதில் தேர்ச்சி பெற்ற இந்தியர்கள் நாட்டுக்குள் அனுமதிக்கப்படுவார்களா என்று தெளிவுபடுத்தவில்லை. போலாக் கோகலேவுக்கு எழுதிய கடிதத்தில் கடைசியில் இருக்கும் ஷரத்து முக்கியமானது என்று எழுதினார். அதற்குக் கொடுக்கப்படும் வியாக்கியானத்தைப் பொருத்தே இந்தியர்களின் எதிர்வினை அமையும். 'காந்தி ஓரளவு நம்பிக்கையுடன் இருக்கிறார்' 'நான் அவ்வளவாக திருப்தியடையவில்லை' என்று அவர் குறிப்பிட்டார்.[56]

காந்தி ஜோஹானஸ்பர்க்கில் மூத்த வழக்கறிஞர் ஒருவரைத் தன் சார்பாக அந்த மசோதாவைப் பரிசீலிக்கும்படிக் கேட்டுக்கொண்டார். உள்துறை அமைச்சருக்கும் அவர் கடிதம் எழுதினார். அமைச்சர், ஆம், புதிய சட்டப்படி அனுமதிக்கப்படும் படித்த ஆசியர்கள் பதிவு செய்துகொள்ளும்படி கட்டாயப்படுத்தப்பட மாட்டார்கள் என்றார். இப்போது காந்தி, அரசாங்கம் பெண்கள் குழந்தைகள் குறித்த நிலைப்பாட்டைத் தெளிவுபடுத்தினால், 'டிரான்ஸ்வாலில் சமூகத்திடம் மசோதாவுக்கு முறைப்

படியான ஒப்பந்தல் ஒன்றை அனுப்பும்படி அறிவுரை செய்வேன்; சத்தியாக் கிரகம் இயல்பாகவே முடிவுக்கு வந்துவிடும்' என்று சொன்னார்.[57]

மார்ச் 3 அன்று காந்தி மகன்லாலுக்கு, 'போராட்டம் நிச்சயம் முடிவுக்கு வந்துவிடும்போலத் தோன்றுகிறது' என்று எழுதினார். அப்படியானால் பெரும்பாலான இந்தியர்கள் டால்ஸ்டாய் பண்ணையைவிட்டுச் சென்று விடுவார்கள்; ஆனால் காந்தியும் கஸ்தூரிபாவும் மகன்களும் தொடர்ந்து இருப்பார்கள். 'நான் எப்படி போராட்டம் முடிந்த உடனேயே திரு காலன் பாக்கை விட்டுவிட்டுச் செல்ல முடியும்?' என்றார் அவர். அவரது நண்பர் கட்டிடங்களுக்காக 600 பவுண்ட் செலவிட்டிருக்கிறார், காந்தியும் அவரது மகன்களும் 'உடல் உழைப்பின் மூலமாக இழப்பை முடிந்த அளவுக்கு ஈடுகட்ட முயல்வோம்'.

பேச்சுவார்த்தைகளில் மும்முரமாக இருந்த காந்தி கஸ்தூரிபாவைப் புறக்கணித்திருந்தார். அவர் இரத்தப்போக்கு, அதிகமான வலி ஆகிய வற்றால் அவதிப்பட்டார்; ஒருவேளை அது அவரது மாதவிடாய் முடிவுக்குவரும் காலமாக இருந்திருக்கலாம். ஒருநாள் அவர் அழுது கொண்டிருப்பதை காந்தி பார்த்தார். கஸ்தூரிபா செத்தால் எரியூட்டுவதற்கு பண்ணையில் ஏராளமாக விறகு இருக்கிறது என்று காந்தி வேடிக் கையாகக் கூறினார். அது கஸ்தூரிபாவைச் சிரிக்க வைத்தது; 'சிரிப்பினால் பாதி வலி மறைந்துவிட்டது'. அதன் பிறகு இருவரும் உப்பில்லாமல் சாப்பிட முடிவு செய்தார்கள்; கஸ்தூரிபாவின் உடல்நிலை முன்னேற்றம் கண்டது. 'ரத்தப் போக்கு உடனே நின்றுவிட்டது' என்று காந்தி மகன்லாலிடம் தெரிவித்தார்.[58]

காந்தி இப்போது பேச்சுவார்த்தைகளுக்குத் திரும்பினார். அது மீண்டும் கடினமானதாகிவிட்டது. குடியேற்ற மசோதா இரண்டாவது, மூன்றாவது வாசிப்புகளைத் தாண்டியபோது, ஜெனரல் ஸ்மட்ஸ் ஆரஞ்ச் ஃப்ரீ ஸ்டேட்டின் நாடாளுமன்ற உறுப்பினர்களிடமிருந்து பலத்த எதிர்ப்பைச் சந்தித்தார். இப்போது இயற்றப்படும் எந்த சட்டமும் யூனியன் முழு வதற்கும் பொருந்துவதாக இருக்கவேண்டும். ஆனால் ஃப்ரீ ஸ்டேட் உறுப்பினர்களோ, மற்ற பிராந்தியங்களில் என்ன சலுகைகள் தரப் பட்டாலும், தங்களது பகுதியில் ஆசியர்கள் எவரும் அனுமதிக்கப்பட மாட்டார்கள் என்று பிடிவாதமாகத் தெரிவித்தனர். காந்தி ஸ்மட்ஸின் செயலாளருக்கு எதிர்ப்புத் தெரிவித்துப் பல தந்திகளைத் தொடர்ச்சியாக அனுப்பினார். தாங்கள் 'தனிப்பட்ட பண ஆதாயம்' குறித்தோ, அல்லது 'ஒரேயொரு ஆசியர் ஃப்ரீ ஸ்டேட்டில் உண்மையில் நுழைகிறாரா' என்பது குறித்தோ கவலைப்படவில்லை; ஆனால், கொள்கைரீதியாக, தாங்கள் எதிர்த்துப் போராடிவரும் டிரான்ஸ்வால் சட்டங்களுக்குப் பதிலாகக் கொண்டுவரப்படும் எந்த சட்டத்திலும் இனரீதியான தடைகள் காணப்பட்டால் அதனைத் தாங்கள் எதிர்த்தாகவேண்டும். 'ஃப்ரீ ஸ்டேட்டில் குறிப்பிடத் தகுந்த அளவில் இந்தியர் தொகை இல்லாதது',

'அதனளவிலேயே படித்த இந்தியர்கள் அங்கு வருவதைத் தடுப்பதாக இருக்கிறது' என்று அவர் சுட்டிக்காட்டினார். ஆனால், யூனியன் நாடாளு மன்றம் ஃப்ரீஸ்டேட்டின் கொள்கைக்கு ஒப்புதல் அளித்தால், 'யூனியன் மாகாணம் ஒன்றில் ஒரு சர்வாதிகாரிகூட சட்டப்படி குடியேறி வாழ முடியும் என்ற போதிலும் இந்தியர்கள் ஒருவரும் நுழைய முடியாது என்று அவர்கள் உலகத்துக்குச் சொல்வதாக ஆகிவிடும்'.

ஸ்மட்ஸ், இந்தியர்கள் தரப்பில் 'இது ஒரு மிகப் புதிய வாதம்'; இது 'ஐரோப்பிய சமூகத்தை பொறுமையிழக்கச் செய்து நிலைமையை இன்னும் சிக்கலாக்கிவிடும்' என்று பதில் அளித்தார். இந்தக் கடிதத்தைப்பற்றி ஜோசப் டோக்கிடம் சற்றுப் பூசி மெழுகி விளக்கமளித்த காந்தி ஜெனரலின் கூற்று 'எனக்கு டிசம்பர் *1896*-லும் ஜனவரி *1897*-லும் ஆர்ப்பாட்டக்காரர்கள், கூட்டத்தை ஆவேசமடையச் செய்ததை நினைவுபடுத்துகிறது. ஐரோப்பிய சமூகம் நிச்சயம் பொறுமையிழந்துவிடவில்லை. ஜெனரல் ஸ்மட்ஸ்தான் தனது பொறுமையின்மையைச் சமூகத்தின்மீது ஏற்ற விரும்புகிறார்' என்றார்.[59]

காந்தி கொடுத்த விளக்கம் அப்படியொன்றும் தவறாகிவிடவில்லை. கவர்னர் ஜெனரலின் தனிச் செயலாளரோடு நடந்த உரையாடல் ஒன்றில் ஸ்மட்ஸ் இந்த விவகாரம் பற்றித் தனது பார்வைகளின் கோட்டுச்சித் திரத்தை அளித்தார். 'தென்னாப்பிரிக்கா ஒரு வெள்ளையனின் நாடாக இருக்கவேண்டுமென்றால், இன்னும் அதிகமாக ஐரோப்பியர்களை வரவழைக்கவேண்டும். இப்போது வெள்ளையர்களின் குடியேற்றம் பெரிதும் யூதக் குடியேற்றமாகவே இருக்கிறது.' யூதர்கள் (அவரது கருத்தில்) 'ஒட்டுண்ணிபோன்ற செயல்களைச் செய்யவே பொருத்த மானவர்கள்'; 'இனக்குழுரீதியிலும் சமூகரீதியிலும் அவர்கள் ஒரு தனித்து வமான பிறவிகளே என்றாலும்', குறைந்தபட்சம் அவர்கள் வெள்ளையர்கள். ஸ்மட்ஸ், 'இதற்கு மாறாக நாட்டின் சில்லறை வியாபாரம் மொத்தமும் ஆசியர்களின் கைகளுக்குப் போய்விடும் நிலமையைச் சந்திக்கத் தயாராக இல்லை. வெள்ளை வியாபாரிகளின் விரும்பத்தகாத வியாபார முறைகள் ஒருபுறம், கட்டுப்படுத்தப்படாத ஆசியர்களின் வியாபாரம் மறுபுறம் என்ற இரு தீங்குகளுக்கு இடையில் முன்னதைத் தேர்ந்தெடுக்க அவர் தயங்கவில்லை.'[60]

இதற்கிடையில், பிரதம மந்திரி லூயி போத்தாவிடம் தென்னாப் பிரிக்காவிலிருந்து ஆசியர்கள் அனைவரையும் வெளியேற்றிவிட வேண்டும் என்று விண்ணப்பம் அளிக்கப்பட்டது. போத்தா, தான் தனிப் பட்ட முறையில் இந்தியர்களை அனைவரையும் அனுப்பிவிடவே விரும்புவேன் என்றாலும் பிரிட்டிஷ் கொடியின் கீழ் செயல்பட்டு வருவதால் இன்னும் கவனமாக இருக்க வேண்டியுள்ளது என்று பதில் அளித்தார். இந்த விவகாரம் அரசுக்குச் சிக்கலானதாகவே இருந்து வந்தது; தன் தொகுதி மக்களிடம் உரையாற்றியபோது அவர் வேடிக்கையாகக்

குறிப்பிட்டதுபோல, 'ஜெனரல் ஸ்மட்ஸ் ஒரு நிழலாகி வீணாகிப்போய் விட்டார் (சிரிப்பு); அதேசமயம் இந்த விவகாரத்தைத் தீர்ப்பதற்கான அவரது தொடர்ச்சியான முயற்சிகளின் விளைவாக சிறைகள் நிறைந்து போயின.'[61]

எல். டபிள்யூ.ரிட்ச் இப்போது கேப் டவுனில் இருந்தார்; அங்கிருந்து யூனியன் நாடாளுமன்றத்தில் நிலவும் மனநிலைபற்றி ஓர் அறிக்கை அனுப்பினார். 'இதற்குமேல் நம் மக்களை அனுமதிப்பதற்கு எதிரான உணர்வு பேரதிகமாக இருக்கிறது' என்று குறிப்பிட்ட அவர், தொடர்ந்து எழுதினார்:

> (நாடாளுமன்றத்தில்) ஒரே ஒரு கூட்டுக்குரல்தான். பல்வேறு நலன்களைப் பிரதிபலிக்கும் பல்வேறு உறுப்பினர்கள் இந்த மசோதாவை எதிர்த்தனர்; காரணம் அது அவர்களின் குறிப்பிட்ட வகுப்பின் நலன்களை அச்சுறுத்துவதாகத் தோன்றியது; ஆனால் விலக்கிவைப்பதில் மட்டும் எல்லோரும் ஒருமித்த கருத்து கொண்டிருந்தனர். ஏற்கெனவே குடியுரிமை பெற்றவர்களின் நடப்பில் இருந்துவரும் உரிமைகள் சார்ந்ததாக மட்டும் நமது கோரிக்கைகளை சுருக்கிக் கொண்டது புத்திசாலித்தனமான செயல் என்றே நினைக்கிறேன்.[62]

கடைசி வாக்கியம் முக்கியமானது—அது காந்தியும் அவரது சகாக்களும் எடுத்த நிலைப்பாட்டை அதாவது குடியேற்றத்துக்கு எந்தக் கட்டுப்பாடுமே இருக்கக்கூடாது என்ற நிலைப்பாட்டிலிருந்து வேறுபடுத்திக் காட்டியது. இந்தத் தீவிரப்போக்காளர்களில் டர்பன் இதழாளரும், தமிழர்களுக்காக நடத்தப்பட்ட ஆஃப்ரிக்கன் கிரானிக்கிள் இதழின் ஆசிரியருமான பி.எஸ்.ஐயரும் ஒருவர். அவர் இப்போது காந்தியின் சிறுகச்சிறுக செயல்படும் மிதவாதத்திலிருந்து விலக ஆரம்பித்திருந்தார். 1911 மார்ச்சில் ஐயர் கோகலேயிடம் '' யூனியன் முழுவதும் சென்றுவரும் சுதந்திரம் வேண்டும் என்ற நமது உரிமைகோரலை காந்தியும் போலாக்கும் அழுத்தமாக முன்வைப்பதில்லை' என்று புகார் செய்தார். மாகாணங்களுக்கிடையிலான தடைகள் நீக்கப்படாவிட்டால், 'கடந்த நான்கு வருடங்களாக நம் தாய்நாடு அவர்களது நலனுக்காக அனுபவித்திருக்கும் கொடுமையான துன்பங்களுக்கும், செய்திருக்கும் மாபெரும் தியாகங்களுக்கும் எந்த நடைமுறை லௌகீகப் பலனுமின்றிப் போய்விடும்' என்றார் ஐயர்.[63]

ஐயரின் திட்டம், தென்னாப்பிரிக்கா முழுவதிலும் இந்தியர்களை பரவலாக மீள்குடியமர்த்துவதாக இருந்தது. ஆனால் டிரான்ஸ்வாலிலும், கேப் மாகாணத்திலும், ஃப்ரீ ஸ்டேட்டிலும் வசித்துவரும் வெள்ளையர்கள் (அவர்களின் ஆட்சியாளர்களும்) நேட்டாலிலிருந்து ஆயிரக்கணக்கான இந்திய வியாபாரிகளும் கைவினைஞர்களும் தமது மாகாணத்துக்கு 'நடைமுறை பொருள்சார்ந்த நன்மைகளை' நாடி வருவதை ஏற்றுக்கொள்வார்களா? இம்மாதிரியான கோரிக்கையின் நிறைவேற்ற

முடியாத தன்மையை காந்தி புரிந்துகொண்டார்; ஆகவே தன் இலக்கைச் சற்றே தாழ்த்திக்கொண்டார். தனிநபர்களும் அவர்களது குடும்பங்களும் ஏற்கெனவே வசித்துவரும் மாகாணங்களில் அவர்களுக்கு உரிமை பெற்றுத் தருவதும், குறைந்த எண்ணிக்கையில் ஆண்டுதோறும் சில படித்த இந்தியர்களின் குடியேற்றத்துக்கு வழிவகுப்பதுமே அவரது இலக்குகள். ஆனாலும் தீவிதப்போக்காளர்களின் அதிதீவிரக் கோரிக்கைகள், மிதவாதிகளின் மிதமான கோரிக்கைகள் பற்றிக்கூடத் தவறான அபிப்பிராயங்கள் உருவாகக் காரணமாக அமைந்துவிட்டன. ஜோஹானஸ்பர்க்கில் செல்வாக்கு பெற்ற ஒரு வெள்ளை செய்தித்தாள், 'ஆசியர்களின் கோரிக்கைகள், கொஞ்சம் விட்டுக்கொடுத்தால் இன்னும் பெரிதாகக் கேட்பது என்ற போக்கைக் கடைப்பிடிக்கின்றன' என்று எழுதியது. இது 'புதிய கொள்கையின் ஆபத்துகளில் ஒன்று. இதற்கு முடிவே கிடையாது. ஒரு குறிப்பிட்ட எண்ணிக்கையினரைக் குடியேற அனுமதித்தால், அந்த எண்ணிக்கையை அதிகரிக்கும்படி வேண்டுகோள் வைக்கப்படும்.' 'நாளை இந்த எண்ணிக்கையை நூற்று இருபது என்று வைத்தால், அடுத்த வாரம் அவர்கள் ஆயிரத்து இருநூறு கேட்பார்கள்'என்பதில் அந்த செய்தித்தாளுக்குச் சந்தேகம் இல்லை.[64]

காந்தியும் போலாக்கும் உண்மையில் ஆண்டுக்கு வெறும் ஆறு புதிய குடியேற்றக்காரர்களை அனுமதிக்கும்படியே கேட்டுவந்தார்கள். இதைக் கூடப் பரிசீலிக்க நாடாளுமன்ற உறுப்பினர்களுக்கு மனமில்லை. முட்டுத் தட்டி நிற்கும் நிலையை மாற்ற எண்ணிய காந்தி மார்ச் 27 அன்று கேப் டவுனில் ஜெனரல் ஸ்மட்ஸைச் சந்தித்தார். பின்னர் உடனடியாக அந்த சந்திப்பில் பேசப்பட்டவற்றை எழுத்தில் பதிவு செய்தார். முதலாவதாகப் பேசிய ஜெனரல், ஃப்ரீ ஸ்டேட்டுக்குள் நுழைய அனுமதிக்கவேண்டும் (கொள்கை அளவில்) என்ற கோரிக்கை 'மிகவும் நியாயமற்றது', 'இதுவரை எழுப்பப்படாதது' என்று சொன்னார். காந்தி, அங்கு நிலவுவது இனவாதத் தடை; அதைத் தாங்கள் எப்போதுமே எதிர்த்து வந்திருக்கிறோம் என்று சொன்னார். அவரது சொற்களில், 'ஃப்ரீ ஸ்டேட் சட்டம், புதிய மசோதா ஆகிய இரண்டின் ஒட்டுமொத்த விளைவு ஐதராபாத் நிஜாம் (இந்திய மன்னர்களிலேயே பணக்காரர்) நுழைவதைக்கூடத் தடை செய்வதாகவே இருக்கும். சத்தியாக்கிரகிகள் அதை எதிர்த்துப் போராடுவார்கள் என்று உறுதிகூறுகிறேன்.' ஸ்மட்ஸ், இந்தியர்கள் முன்வைக்கும் மாற்றங்களை 'ஃப்ரீ ஸ்டேட்காரர்கள் ஒருக்காலும் ஒப்புக்கொள்ள மாட்டார்கள்' என்று பதில் சொன்னார். காந்தி, 'அவர்களை ஒப்புக்கொள்ளவைப்பது உங்கள் கடமை' என்று பதில் அளித்தார். ஸ்மட்ஸ் ஃப்ரீ ஸ்டேட் உறுப்பினர்களிடம் மீண்டும் பேசுவதாகச் சொன்னார்.

சந்திப்பு முடிவுக்கு வந்தபோது, ஸ்மட்ஸ் காந்தியிடம் ஜோஹானஸ்பர்க்கில் அவர் என்ன செய்துகொண்டிருக்கிறார் என்று வினவினார். காந்தி, தான் சத்தியாக்கிரகிகளின் குடும்பங்களைக்

கவனித்துக்கொள்வதாகப் பதில் சொன்னார். ஸ்மட்ஸ், 'இவர்களைச் சிறை வைப்பது உங்களைவிட எனக்கு அதிகத் துன்பம் தருவதாக இருக்கிறது. தம் மனசாட்சிக்காகக் கஷ்டங்களை அனுபவிப்பவர்களைச் சிறை வைத்ததுதான் என் வாழ்வின் மிகக் கசப்பான கட்டம்' என்று சொன்னார். உடனே காந்தி, 'அப்படி இருந்தும் நீங்கள் திருமதி சோதா வின்மீது வழக்குத் தொடுத்திருக்கிறீர்களே' என்றார். குறிப்புகள் இங்கு முடிகின்றன; இவற்றை எழுதியவரே கடைசியாகப் பேசுகிறார். ஸ்மட்ஸ் சம்பந்தப்பட்ட ஆவணங்களில் இதற்கு வேறு வகையான பதிவு எதுவும் இருப்பதாகத் தெரியவில்லை.[65]

1911 ஏப்ரலில் காந்தி மீண்டும் கேப் டவுனுக்குச் சென்றார். இம்முறை அவர் நான்கு வாரங்கள் தங்கி, குடியேற்றச் சட்டத்தில் தான் விரும்பிய மாற்றங்களைக் கொண்டுவர நாடாளுமன்ற உறுப்பினர்களிடையே ஆவே சமாக ஆதரவு திரட்டினார். சோன்யா ஸ்லேஷின் ஜோஹானஸ்பர்க்கி லேயே தங்கி அலுவலகத்தைக் கவனித்துக்கொண்டார். எனவே காந்தி தானே கடிதங்களைத் தட்டச்சு செய்ய வேண்டியிருந்தது. எழுதவேண்டிய கடிதங்களோ ஏராளமாக இருந்தன: சந்திக்க நேரம் கேட்கும் கடிதங்கள், சந்தேகத்துக்கு விளக்கம் கேட்கும் கடிதங்கள், தனது பார்வையை விளக்கும் கடிதங்கள். அவரது விரல்கள் மிகக் களைத்துப் போனதால் அவர் தன் குடும்பத்துக்குக் கடிதம் எழுத இடதுகையைப் பயன்படுத்த வேண்டியதாயிற்று.

கேப் டவுனில், காந்தி பல கட்சிகளையும் மாகாணங்களையும் சேர்ந்த நாடாளுமன்ற உறுப்பினர்களைச் சந்தித்தார். இரண்டு வாரங்கள் சென்ற பிறகு ஜெனரல் ஸ்மட்ஸ் அவரை இன்னொருமுறை சந்திக்க இசைந்தார். அவர்கள் ஏப்ரல் 19 அன்று காலை 11.30-க்குச் சந்தித்து, நாற்பது நிமிடங்கள் உரையாடினார்கள். இந்த முறையும் காந்தி சந்திப்பின்போது பேசியவற்றைக் கையால் எழுதி வைத்தார். ஃப்ரீ ஸ்டேட்டர்கள் ஆசியர்களை அனுமதிப்பதற்கு எதிராக இருப்பதாக ஸ்மட்ஸ் சொன்னார். அவரால் அவர்களை கீழவையில் (அசெம்ப்ளி) தோற்கடிக்க முடியும், ஆனால் மேலவையில் (செனட்) அது முடியாது; ஆகவே அடுத்த நாடாளு மன்றக் கூட்டத்தொடர்வரை மசோதாவைத் தள்ளி வைப்பது சிலாக்கிய மானது என்று தான் கருதுவதாகச் சொன்னார். அதுவரை காந்தி தன் போராட்டத்தை நிறுத்திவைக்க வேண்டுமென்று விரும்பினார். 'எனக்கு அவகாசம் வேண்டும். என்னால் இன்னும் ஃப்ரீஸ்டேட்டர்களைத் தோற் கடிக்க முடியும். ஆனால் நீங்கள் சண்டைபோடுபவராக இருக்கக்கூடாது.'

உரையாடலின் ஊடாக, ஸ்மட்ஸ், 'இந்த நாடு காஃபிர்களுடையது' என்று சொன்னார். 'வெள்ளையர்களான நாங்கள் விரல்விட்டு எண்ணும் அள வினர் மட்டுமே. ஆசியா உள்ளே வருவதை நாங்கள் விரும்பவில்லை.' சற்று இடைவெளிவிட்டுத் தொடர்ந்தார்: 'உங்களவர்கள் எப்படி இப்படிப் பரவுகிறார்கள் என்றே தெரியவில்லை. அவர்கள் எல்லா

இடங்களுக்கும் போகிறார்கள். என்னிடம் இப்போது (இந்திய) விநியோகஸ்தர்களுக்கு எதிரான விண்ணப்பங்கள் மேலும் வந்திருக்கின்றன. எதிர்காலத்தின் என் கஷ்டம் அவை சார்ந்ததாகவே இருக்கும். பிறகு அவர் பேசுபொருளை மாற்றினார். உரையாடல் இப்படித் தொடர்ந்தது:

ஸ்மட்ஸ்: காந்தி, நீங்கள் வருமானத்துக்கு என்ன செய்கிறீர்கள்?

காந்தி: நான் இப்போது தொழில் (பிராக்டிஸ்) செய்வதில்லை.

ஸ்மட்ஸ்: பிறகு எப்படி வாழ்கிறீர்கள்? உங்களிடம் பணம் ஏராளமாக இருக்கிறதா?

காந்தி: இல்லை, நான் ஒரு ஏழையைப்போல வாழ்ந்துவருகிறேன்; டால்ஸ்டாய் பண்ணையில் இருக்கும் மற்ற சத்தியாக்கிரகிகள் போலவே.

ஸ்மட்ஸ்: அது யாருடையது?

காந்தி: திரு காலன்பாக்குடையது. அவர் ஒரு ஜெர்மானியர்.

ஸ்மட்ஸ்: (சிரிக்கிறார்) ஓ, நண்பர் காலன்பாக்! அவர் உங்கள் அபிமானியாக்கும்? தெரியுமே.

காந்தி: அவர் என் அபிமானி என்று எனக்குத் தெரியாது. நாங்கள் இருவரும் நிச்சயமாக நல்ல நண்பர்கள்.

ஸ்மட்ஸ்: நான் பண்ணையை வந்து பார்க்க வேண்டுமே. அது எங்கிருக்கிறது?

காந்தி: லாலே அருகில்.

ஸ்மட்ஸ்: எனக்குத் தெரியும்—வ்ரீனிங்கிங் லைனில்தானே. புகைவண்டி நிலையத்திலிருந்து எவ்வளவு தூரம்?

காந்தி: சுமார் இருபது நிமிடங்கள். நீங்கள் அங்கு வந்தால் நாங்கள் மகிழ்ச்சியடைவோம்.

ஸ்மட்ஸ்: ஆமாம். நான் ஒருநாள் வரவேண்டும்.

அன்று மாலையே காந்தி ஸ்மட்ஸுக்கு உறுதிப்படுத்திக் கடிதம் எழுதினார்.

ராணுவ பாஷையில் சொல்வதானால், நம் உரையாடல், போர்நிறுத்த ஒப்பந்தம் இன்னும் ஓராண்டு தொடரும் என்பதைக் குறிக்கிறது. அதாவது, பாராளுமன்றம் மீண்டும் கூடும்வரை... நான் உண்மையாகவே உங்களுக்கு உதவிசெய்யவேண்டும் என்று அக்கறையுடன் இருக்கிறேன், ஆனால் சத்தியாக்கிரகிகள் ஒன்றும் செய்ய மாட்டார்கள் என்று நான் எப்படி வாக்குறுதி தரமுடியும் என்று தெரியவில்லை. நீங்களும், இம்பீரியல் அரசாங்கமும், நானும் சச்சரவைத் தவிர்க்கவே

விரும்புகிறோம். இப்போதைய சூழ்நிலையில், இந்தக் கூட்டத் தொடர் முடிவதற்குள்ளாகவே இப்பிரச்னை தீர்க்கப்படாவிட்டால் அப்படி நிகழ்வதைத் தடுப்பது அநேகமாக இயலாத காரியமாகிவிடும்.

காந்தி, சிலசமயல்களில் வன்முறையாளர்களாகிவிடும் தன் தொண்டர்கள் மீது முழுக்கட்டுப்பாடு இல்லை என்று உணர்த்துகிறார். கோபாவேசங் களைச் சாந்தப்படுத்துவதற்கு அவர் ஸ்மட்ஸிடம் மூன்று உறுதிகளைக் கேட்கிறார்: அடுத்த கூட்டத்தொடரில் இப்போதைய சட்டம் திரும்பப் பெறப்படும்; டிரான்ஸ்வாலில் பதிவுசெய்துகொள்ள உரிமை பெற்றிருந்த சத்தியாக்கிரகிகள் இப்போது சுதந்திரமாகப் பதிவு செய்து கொள்ள முடியும்; சட்டம் இயற்றப்படும்வரை, படித்த சத்தியாக் கிரகிகள் ஆறுபேர்வரை டிரான்ஸ்வாலில் 'கல்விகற்ற குடியேறிகள்' ஆகத் தங்கிக்கொள்ள அனுமதிக்கப்படுவார்கள். இதைச் செய்துவிட்டால், அவருக்கு 'என் நாட்டினரை சத்தியாக்கிரகத்தை நிறுத்திவைக்கும்படிச் செய்வதில் எந்தக் கஷ்டமும் இருப்பதாகத் தெரியவில்லை'.

இந்த நிபந்தனைகளை ஒப்புக்கொண்டு ஜெனரலின் செயலாளர் பதில் எழுதினார். இந்தத் தற்காலிக ஒப்பந்தத்தின் பயனாகச் 'சம்பந்தப்பட்ட அனைவரும் இன்னும் நிரந்தரமான ஒப்பந்தம் ஒன்றை எட்டுவதில் தமது சக்தியைச் செலவிட முடியும்' என்று ஸ்மட்ஸ் நம்புவதாகவும் அவர் தெரிவித்திருந்தார்.

ஏப்ரல் 24 அன்று, சமாதான ஒப்பந்தம் அமலில் இருக்க, காந்தி கேப் டவுனிலிருந்து ஜோஹானஸ்பர்க்குக்குக் கிளம்பினார். வரும் வழியில் அவருக்குத் தான் ஒரு மிக முக்கியமான சலுகையைக்கோர மறந்து விட்டது நினைவு வருகிறது. தற்காலிக ஒப்பந்தம் சத்தியாக்கிரகிகள் எல்லோரும் சிறையிலிருந்து விடுவிக்கப்படுவார்கள் என்று கூறுகிறது. ஆனால் இது இந்தியர்கள், சீனர்கள் இருவரையும் உள்ளடக்கியது என்பதை அவர் குறிப்பிட்டிருக்கவில்லை. காந்தி ஸ்மட்ஸின் செயலாளர் இ.எஃப்.சி. லேனைத் தொலைபேசியில் அழைத்து இதை உறுதிப்படுத் திக்கொண்டு, பின்னர் எழுதியும் வைத்தார். அவர், 'இப்போது சிறையில் இந்தியர்களைவிட சீன சத்தியாக்கிரகிக்ளே அதிகம். இந்திய சத்தியாக் கிரகிகள் தம்முடன் துன்பப்பட்டுவருபவர்களான சீனர்களைக் கைவிட்டு விடுவார்கள் என்று ஜெனரல் ஸ்மட்ஸ் நிச்சயமாக எதிர்பார்க்கமாட்டார் என்று நம்புகிறேன். தமக்கு வழங்கப்படும் அதே பாதுகாப்பு சீன சத்தியாக்கிரகிகளுக்கும் வழங்கப்படவேண்டும் என்று அவர்கள் இயல்பாகவே கேட்கிறார்கள்—அதாவது, அவர்கள் சிறையிலிருந்து விடுவிக்கப்படவேண்டும், தாமாக முன்வந்து பதிவுசெய்துகொள்ள அனுமதிக்கவேண்டும், டிரான்ஸ்வாலில் அவர்களுக்கும் வசிப்பதற்கும், வாழ்வாதாரத்துக்கும் உரிமைவேண்டும். லியுங் க்வின் இந்தியா சென்றிருப்பதால், காந்தி தானே சீனர்களின் உரிமைகளைப் பிரதிநிதித் துவம் செய்வதையும் எடுத்துக்கொண்டார்.[66]

1911 ஏப்ரல் 27 அன்று ஜோஹானஸ்பர்க் ஹமீதியா ஹாலில் காந்திக்கும், ஸ்மட்ஸுக்குமிடையிலான கடிதப் போக்குவரத்துகளைப்பற்றி விவாதிக்க ஒரு கூட்டம் நடைபெற்றது. கூவடியா, தம்பி நாயுடு, ஜோசப் ராயப்பன், இம்ரான் காதிர், சோதா, அடஜானியா ஆகியவர்களும் காந்தியும் ஒப்பந்தத்தை ஏற்றுக்கொள்வதற்கு ஆதரவாகப் பேசினர். ஆனாலும், 'இந்தியத் தலைவர்கள் சந்தித்த பெரிய சிக்கல், அரசாங்கத்தின் நோக்கங்கள்பற்றி அடிமட்டத் தொண்டர்களிடம் நிலவிய ஏறக்குறைய தீர்க்கவே முடியாத சந்தேகமே.' அங்கே 'மிகவும் சூடான சர்ச்சை நிலவியது'; ஆனால் 'கடைசியில் அமைதி திரும்பியது'. கூட்டம் தற்காலிக ஒப்பந்தத்தை ஏற்றுக்கொள்வது என்று முடிவெடுத்தது; (சுமார் 500 பேரில்) ஐந்து பேர் மட்டுமே முடிவுக்கு எதிராக இருந்தார்கள்.[67] நிருபர் ஒருவரிடம் காந்தி, 'இதன் பொருள் பிரிட்டிஷ் இந்தியர்களும், சீனர்களும் கைதாவதையும் சிறைசெல்வதையும், புதிய சட்டம் இயற்றப்படும்வரை நிறுத்திவைப்பார்கள் என்பதே' என்று தெரிவித்தார்.[68]

ஸ்மட்ஸ் நாடாளுமன்றத்தின் அடுத்த கூட்டத்தொடரில் பொருத்தமான சட்டம் நிறைவேறுவதை உறுதி செய்வார் என்று காந்தி நம்பினார். அதேபோல ஸ்டார் ஆஃப் ஜோஹானஸ்பர்க் இதழும் டிரான்ஸ்வாலின் இந்தியர்கள் விவகாரம் இப்போது முடிவுக்கு வந்துவிட்டதாக முடிவு செய்தது. ஹமீதியா ஹாலில் கூட்டம் நடைபெற்ற மறுநாள் அந்த செய்தித்தாள், அந்தப் பிரச்னையின் வரலாற்றைப்பற்றி ஒரு நீண்ட கட்டுரையை வெளியிட்டது. இந்தியர்களின் குடியுரிமை கோரிக்கையை 'ஏறக்குறைய ஒட்டுமொத்த வெள்ளையர் சமூகமும்' நிராகரித்தது என்று அந்த இதழ் நினைவுகூர்ந்தது. அவர்களது விருப்பங்களை மதிக்கும்விதமாக அரசாங்கம் 1907ன் சட்டம் 2 ஐ நிறைவேற்றியது. பிறகு

> திரு காந்தி உள்ளே வந்தார். அவர் இந்தச் சட்டம்பற்றிய ஒரு முழுமையான மனோபாவத்தைக் கைக்கொண்டார். அவரது ஆளுமை தனித்துவமானது; ஆகவே அவரால் டிரான்ஸ்வாலிலிருக்கும் இந்திய சமூகத்தின் பிளவுபடாத ஆதரவையும், இந்தியாவிலும் பிற இடங்களிலிலும் இருக்கும் அவரது நாட்டினரின் பொருளுதவியையும் பெற முடிந்தது; அப்போது தொடங்கி இந்தச் சர்ச்சை பல நிலைகளைக் கடந்து வந்திருக்கிறது. அவை எல்லாவற்றின் ஊடாகவும் அதிகாரிகள் எதிர்கொண்டது காந்தியும் அவரைப் பின்பற்றுபவர்களும் காட்டிய தளராத உறுதியையும், விட்டுக்கொடுக்காத சாத்விகத்தையுமே. சிறிய உருவமும், மெலிந்த தோற்றமும் கொண்டவராக இருந்தாலும் தன் மெய்யார்வத்தாலும் தான் எடுத்துக்கொண்டிருக்கும் நோக்கத்தின் நீதிபற்றி அவர் கொண்டிருந்த நம்பிக்கையாலும் அவர் இந்தியர்களை ஒன்றாகப் பிணைத்தார்.
>
> கறாரான உறுதிமொழி அல்லது கண்மூடித்தனமான கீழ்ப்படிதல் எதையும் அவர் கேட்கவில்லை; மனசாட்சிக்கு விடுக்கப்பட்ட

கோரிக்கையே அவருக்குத் தன் போராட்டத்தை காமன்ஸ் சபை முதல் லார்ட்ஸ் சபைவரை, மணிமகுடத்தின் பீடம்வரை எடுத்துச் செல்லப் போதுமானதாக இருந்தது. பேரரசரின் அதிகாரத்தை ஒப்புக்கொள்ளும், டிப்பென்டன்ஸி ஆஃப் த ஈஸ்ட் என்று அழைக்கப்படும் மாபெரும் நாட்டின் மக்களுக்கு எதிராக பிரிட்டிஷ் காலனி ஒன்றில் பலவந்தமாக ஒரு சட்டம் இயற்றப்படுகிறது என்ற கூக்குரல் ஒன்றே ஆழமான எதிர்ப்புணர்வுகளைத் தட்டி எழுப்புவதற்குப் போதுமானதாக இருந்தது. டிரான்ஸ்வாலின் இந்தியர்களும் தமது பங்கைச் சரியாகச் செய்தனர். ஹியூகெனாட் காலத்தின் மதம் சார்ந்த தீரர்களைப்போல அவர்கள் கஷ்டங்களையும், அதிகாரிகள் தம் அதிகாரத்தின் எல்லைவரை சென்று நினைவேற்றிய அத்தனை செயல்களையும் அரவணைத்துக் கொண்டார்கள். சுமார் மூவாயிரத்து ஐநூறு பேர் கைது செய்யப் பட்டார்கள். காந்தியே மூன்று முறை சிறையில் இருந்திருக்கிறார்; அவர் மகன் எட்டு முறை சிறை சென்றிருக்கிறார்; பெரும்பாலான இந்திய வியாபாரிகள் சிறைக்கொட்டடியின் கடுமையை அனுபவித் திருக்கிறார்கள்.

தொடர்ந்து ஸ்டார் இதழ், 'மோதலின் இரு தரப்பாருமே தமது தரப்பு சரி என்று நம்பினார்கள்; இரண்டு முக்கியஸ்தர்களான ஜெனரல் ஸ்மட்ஸும் திரு காந்தியும் இப்போது ஒரு கசப்பான அத்தியாயத்தை மூடிவிடலாம்; இதனால் கிடைக்கக்கூடிய ஆசுவாசம் டிரான்ஸ்வாலையும் தென்னாப் பிரிக்காவையும் தாண்டிச் செல்லக்கூடியதாக இருக்கும்' என்று குறிப்பிட்டது.

தென்னாப்பிரிக்காவின் அளவுகோல்களின்படி ஜோஹானஸ்பர்க் ஸ்டார் ஒரு தாராளவாத செய்தித்தாள். ஆனாலும்கூட, அவ்விதழ் காந்தியின் குண நலனையும் தலைமையையும் புகழ்ந்திருப்பது குறிப்பிடத்தக்கதுதான். காந்தி நிச்சயமாக அந்தக் கட்டுரையைப் படித்திருப்பார். அநேகமாக 'விட்டுக் கொடுக்காத சாத்விகம்' என்ற சொற்றொடரைக் குறிப்பாக ரசித்திருப்பார். அது ஒருவேளை வேண்டுமென்றே செய்யப்படாத சிலேடையாக இருக் கலாம்; ஆனால் அந்தத் தொடர் அவர் கடைப்பிடித்த அஹிம்சைப் போராட்டத்தின் தனித்துவமான தார்மிக வலிமையை அற்புதமாகப் படம் பிடிக்கிறது.

இப்போதும் இதற்கு முன்பும் தன் மதிப்பீட்டை அளித்த ஸ்டார் பின்பு காந்தியை அவர் எதிர்காலத்தை எப்படிப் பார்க்கிறார் என்பது பற்றிப் பேச வைத்தது. அவர் அந்த செய்தித்தாளிடம், தான் ஜோஹானஸ்பர்க்கில் தனது சட்டத்தொழிலை எல்.டபிள்யூ. ரிட்ச்சிடம் கையளிக்கப்போவ தாகத் தெரிவித்தார். இப்போது தனது 'உடனடி நோக்கம்'

ஏழைப் பெற்றோர்களைக் கொண்டிருக்கும் குழந்தைகளின் பராமரிப்பு, கல்வி ஆகியவற்றைக் கவனிப்பதுதான். பின்னர் பணியிலிருந்து ஓய்வு பெற்று, நேட்டாலில் இருக்கும் தனது பண்ணைக்குச் சென்று நாட்களைக்

கழிப்பார். ஓய்வு நேரத்தில் நிச்சயமாக டால்ஸ்டாயின் தத்துவார்த்த சிந்தனைகளை இன்னும் நெருக்கமாக அறிந்துகொள்வார்; அவரது அன்புக்குரிய இந்தியாவின் ஞானிகளிடமிருந்து அகத்தூண்டுதல் பெறுவார். [69]

சில வாரங்களுக்குள்ளாகவே காந்திக்கு அவர் ஓய்வுபெறுவதுபற்றிய உறுதியற்ற நிலை ஏற்பட்டது. மே 27 அன்று அதாவது, ஹமீதியா ஹாலில் கூட்டம் நடந்து சரியாக ஒருமாதத்துக்குப் பிறகு இந்தியன் ஒப்பீனியன் ஒப்பந்தம்பற்றிய தலையங்கம் ஒன்றை வெளியிட்டது. அது ஸ்மட்ஸ் தன் 'கௌரவத்தைக் காப்பாற்றிக்கொள்ள' நாடாளுமன்றத்தின் அடுத்த கூட்டத்தொடரில் தேவையான சட்டங்களை நிறைவேற்றியாகவேண்டும் என்று குறிப்பிட்டது. அப்படி அவர் செய்யவில்லையென்றால், 'ஜெனரல் ஸ்மட்ஸுக்கு அளிக்கப்பட்ட அதே பிடிவாதமான, அமைதியான, கண்ணியம் மிக்க எதிர்ப்பு, தேவைப்பட்டால், வெற்றிகுறித்த அதே நிச்சயத்தோடு, யூனியன் நாடாளுமன்றத்துக்குக் காட்டப்படும்.' [70]

காந்தியின் நம்பிக்கை மட்டுப்பட்டதற்குக் காரணம் அடிமட்டத் தொண்டர்கள் அளித்த அழுத்தமாக இருக்கலாம். இயல்பாகவே அவர்கள் உள்ளுணர்வின் அடிப்படையில் அரசாங்கத்தின்மீது அவநம்பிக்கை கொண்டிருந்தனர். மேலும் அவர் எப்போதும் சந்தேகம் கொள்பவரான ஹென்றி போலாக்குடன் பேசிவந்திருப்பார் என்றும் ஊகிக்கலாம்.

காந்திக்கும் ஸ்மட்ஸுக்கும் இடையிலான ஒப்பந்தம் ஏற்பட்டதைத் தொடர்ந்து ஹென்றி போலாக்கின் வேலைப் பளு குறைந்தது. அவர் இங்கிலாந்திலிருந்த தன் குடும்பத்தினரைப் பார்த்துவரக் கிளம்பினார். அவர் கடற்பயணத்தின்போது தாக்குப்பிடிப்பதற்காக ஜோஹானஸ்பர்க் இந்தியர்கள் அளித்த மூன்று பெட்டி திராட்சைகளைத் தன்னுடன் எடுத்துச் சென்றார். [71]

லண்டனுக்குச் சென்றுவிட்டதால் போலாக் மேசானிக் லாட்ஜில் இனரீதியான எல்லைகளைக் கடந்த வெள்ளையர்களைப் பாராட்டும் விதமாக அளிக்கப்பட்ட ஒரு விருந்தைத் தவறவிட நேர்ந்தது. 1908 தொடங்கி, ஐரோப்பியர்களின் செயல்துடிப்பு மிக்க குழு ஒன்று போராட்டத்துக்கான நிதியைத் திரட்டிவந்தது. அதன் தலைவர் வில்லியம் ஹோஸ்கன், தான் ஆரம்பத்தில் கொண்டிருந்த அவநம்பிக்கையை விட்டுவிட்டு, 'சத்தியாக் கிரகத்துக்குக்கான திறந்த, தொடர்ச்சியான, இடைவிடாத ஆதரவு' நிலையை மேற்கொண்டார். தனது ஆதரவு காரணமாக அவர் 1910 ஆம் ஆண்டுத் தேர்தலில் தன் நாடாளுமன்ற உறுப்பினர் பதவியை இழக்க வேண்டியதாயிற்று. ஆனாலும் அவரது ஆதரவு தொடர்ந்தது. அவ்வாறே மற்ற மாற்றுக் கருத்தாளர்களும் செய்திருந்தனர். மேசானிக் லாட்ஜில் நடந்த விருந்து அவர்கள் அனைவருக்கும் பொதுவாகச் செய்யப்பட்ட மரியாதை. சுமார் அறுபது ஐரோப்பியர்கள் அங்கிருந்தனர். அவர்களில் டோக் குடும்பத்தினர் (தந்தை, தாய், குழந்தைகள்), காலன்பாக், ரிட்ச்,

சோன்யா ஸ்லேஷின், ஹோஸ்கன், நகைக்கடைக்காரர் கேப்ரியேல் ஐசக், திரைச்சீலை வியாபாரி வில்லியம் வோகட், அவரது மனைவி, டேவிட் போலாக், ஹிந்த் ஸ்வராஜ் புத்தகத்தின் விமர்சகர் எட்வர்ட் டாலோ போன்றவர்கள் அடக்கம். சமையலை (இயல்பாகவே சைவம்தான்) காந்தி மேற்பார்வை செய்தார்.

அந்த நிகழ்ச்சியைப்பற்றி எழுதிய இந்தியன் ஒப்பீனியன், ஹோஸ்கன் தலைமையிலான கமிட்டி கீழ்க்காணும் விஷயங்களைப் பிரதிநிதித்துவம் செய்கிறது:

> ராண்ட் பகுதியில் நூற்றுக்கணக்கான ஐரோப்பியர்கள் தெரு வியாபாரிகளின் சத்தியாக்கிரகத்துக்கு அளித்த தனிப்பட்ட முறையிலான அமோக ஆதரவை இது எடுத்துக்காட்டுகிறது; டிரான்ஸ்வால் சிறைகளில் இருந்த சத்தியாக்கிரகிகளின் வாழ்வை முடிந்தவரை கஷ்டம் இல்லாமல் பார்த்துக்கொண்ட, தம்மில் அநேகமாகப் பெரும்பாலோர் இந்தக் கைதிகளுக்கு எதிராக இருந்த நிலையிலும் இரக்க சுபாவம் கொண்டிருந்த சில வார்டர்கள், சிறை அதிகாரிகள் ஆகியோரை இது பிரதிநிதித்துவப்படுத்துகிறது. அது செல்வி ஸ்லேஷினை பிரதிநிதித்துவம் செய்கிறது; அவரது பெயரைக் குறிப்பிட்ட உடனேயே உற்சாகமான கைதட்டல் அரங்கம் முழுவதும் பரவியது. அவர் வேறெந்தப் பெண்ணோ ஆணோ, ஐரோப்பியரோ ஆசியரோ, செய்யாத அளவுக்கு நமது நோக்கத்துக்காக உழைத்திருக்கிறார். அது அந்தப் பெயர் தெரியாத ரயில்வே சிற்றுண்டி பரிமாறும் பெண்ணை பிரதிநிதித்துவம் செய்கிறது; கைது செய்யப்பட்டு வோல்க்ஸ்ரஸ்டுக்கு அழைத்துச் செல்லப்பட்ட சத்தியாக்கிரகிகளுக்கு மகிழ்ச்சியுடன் ரொட்டியும் பாலாடைக்கட்டியும் பரிமாறிய அவர் அதற்குப் பணம் பெற்றுக்கொள்ள மறுத்துவிட்டார். அது திருமதி வோகலை பிரதிநிதித்துவம் செய்கிறது; போராட்டத்தின் நேரடி விளைவாக அவர் இந்தியப் பெண்களுக்கும், சிறுமிகளுக்கும் ஒரு தையல் வகுப்பை ஆதாயம் பெறும் நோக்கமின்றித் தன்னார்வத் தொண்டாக ஆரம்பித்திருக்கிறார். [72]

இந்தப் பத்தி தொகுக்கப்பட்ட எழுத்துகளில் இல்லை. ஆனாலும் அதை நிச்சயமாக காந்திதான் எழுதியிருக்கவேண்டும். மொழிநடை அவருடையது; வெளிப்படும் உணர்வுகளும் அப்படியே; அவை இருப தாண்டுகளுக்கு மேலாக (லண்டன் சைவ உணவாளர்கள் தொடங்கி) ஐரோப்பியர்களுடன் அவர் கொண்டிருந்த நட்பின் ஊடாக வளர்த்தெடுக்கப்பட்டவை; அவர்களது சட்டங்கள்மீதான சமூக நோக்கிலான எதிர்ப்பு, அவர்களது நாகரிகம்மீதான ஒழுக்கவியல் சார்ந்த எதிர்ப்பு ஆகியவற்றை மீறி வளர்ந்த நட்புகள் அவை.

18

மகன் போகிறார், குருநாதர் வருகிறார்

1910ம் ஆண்டின் கடைசி மாதங்களில் காந்தி தன் மூத்த மகனுடன் கொண்டிருந்த உறவு மீண்டும் சோதனைக்குள்ளானது. ஹரிலாலுக்கு இப்போது வயது இருபத்திரண்டு; ஒரு பெண் குழந்தைக்குத் தந்தையும் கூட. அவர் மனைவி சான்ச்சியும் அவர்களது குழந்தையும் இந்தியாவுக்குச் செல்லவிருந்தார்கள். ஹரிலால் தானும் அவர்களுடன் போகவிரும்பினார். காந்தியோ அதற்கு அனுமதி தரவில்லை. 'நாம் ஏழைகள்; நம்மால் அப்படிப் பணம் செலவழிக்க இயலாது. தவிரவும் போராட்டத்தில் இணைந்த ஒரு ஆள் அப்படியெல்லாம் மூன்று மாதங்கள் தூரப்போய் விட முடியாது' என்றார். சான்ச்சியை வேறு யாராவது உடன் சென்று விட்டுவருவார்கள். [1]

ஹரிலால் அங்கேயே தங்கி, கைதும் ஆனார்; ஆனாலும் அவரது மனஸ் தாபம் போய்விடவில்லை. 1911 மார்ச் மதம் அவர் காந்தி கஸ்தூரிபாவை டால்ஸ்டாய் பண்ணைக்கு அவரது விருப்பத்தைமீறி இடம் மாற்றுவ தாகக் குற்றம்சாட்டினார். தனது தாய் ஃபீனிக்ஸிலேயே இருக்கத்தான் விரும்புகிறார் என்றார் அவர். பூர்வாங்க ஒப்பந்தம் செயல்பாட்டுக்கு வந்துவிட்டதால் ஹரிலால் இந்தியா திரும்பி மெட்ரிகுலேஷன் தேர்வை எழுத விரும்பினார். தான் கணிதத்திலும் இலக்கிய பாடத்திலும் பின்தங்கி இருப்பதை நன்றாக உணர்ந்திருந்தார்; மேலும் அவர் தன் மனைவியுடன் போய்ச் சேர்ந்துகொள்ளவும் விரும்பினார். அப்போதுதான் அவருக்கு ஓர் ஆண் குழந்தை பிறந்திருந்த சமயம் அது. [2]

ஹரிலால் ஃபீனிக்ஸில் இருந்ததால் காந்தி தன் ஒன்றுவிட்ட அண்ணன் பிள்ளை மகன்லாலிடம் தன் பையனைக் கவனித்துக்கொள்ளச் சொன்னார். 'ஹரிலாலிடம் எந்த அளவு குறைகளைக் காண்கிறாயோ, அந்த அளவுக்கு அவனிடம் அன்பு காட்டவேண்டும். கொழுந்து விட்டு எரியும் நெருப்பை அணைக்க வேண்டுமானால் நிறையத் தண்ணீர் தேவை. ஹரிலாலின் இயல்பில் இருக்கும் ஒழுங்கீனமான அம்சங்களை வெல்ல வேண்டு மானால் நீ உனக்குள்ளேயே அதைவிடப் பலம் வாய்ந்த நல்லொழுக்க சக்தியை வளர்த்துக்கொண்டு அதனுடன் மோதவேண்டும். [3]

மகன்லால் தோல்வியடைந்தார்; அவருக்கு முன்பு காந்தி தோல்வியுற்றது போல. மே மாதம் முதல் வாரம் ஹரிலால் சக சத்தியாக்கிரகிகளைக் கௌரவிப்பதற்காக நடைபெற்ற விழா ஒன்றில் கலந்துகொள்ள ஜோஹானஸ்பர்க்குக்கு வந்தார். பின்பு அவர் தன் உடைமைகளை எடுத்துக்கொண்டு —கூடவே தன் தந்தையாரின் புகைப்படம் ஒன்றையும் எடுத்துக்கொண்டது போலத் தெரிகிறது—புகைவண்டியைப் பிடித்து டெலகோவா பேவுக்குப் பயணமானார். அங்கிருந்து இந்தியாவுக்குக் கப்பல் ஏறவேண்டும் என்பது அவரது திட்டம். அவர் கிளம்பும் முன்பாக ஜோசப் ராயப்பனிடம், இந்தியாவில் ஆமதாபாத்துக்குப் பதில் பஞ்சாபில் தங்க விரும்புவதாகத் தெரிவித்தார். இதற்குக் காரணம் பஞ்சாப் இந்திய தேசியவாதத்தின் மையப்புள்ளியாக இருந்தது என்பதாக இருக்கலாம்; அல்லது அந்த மாகாணத்தில் அவரது தந்தையாருக்கு யாரையும் தெரியாது என்பதால் தன் நடவடிக்கைகளைக் கண்காணிக்கவோ, தன் அபிலாஷைகளுக்குத் தடை போடவோ முடியாது என்பதாகவும் இருக்கலாம்.[4]

ஹரிலால் வீட்டைவிட்டுச் சென்றவுடன் இரு நண்பர்கள் அவரைத் தேடுவதற்காக நியமிக்கப்பட்டனர். அவர்கள் ஜோஹானஸ்பர்க் முழுக்க சலித்துப் பார்த்தும் பயனில்லை. பார்ஸி நண்பர் ஒருவர் காந்தியிடம் ஹரிலால் சமீபத்தில் அவரிடமிருந்து இருபது பவுண்ட் கடன் வாங்கியதாகத் தெரிவித்தார் (பயணத்துக்காக இருக்கவேண்டும்). பையன் காணாமல் போன செய்தி பரவியபோது நண்பர்களும் வழக்குகளில் கட்சிக்காரர்களாக இருந்தவர்களும் ரிஸ்ஸிக் தெருவிலிருந்த காந்தியின் அலுவலகத்திக்குத் திரண்டுவிட்டனர். இஸ்லாமிய வியாபாரிகள் சிலர் காந்தியுடன் சண்டை பிடித்தார்கள்: தன் மகனின் விருப்பம்பற்றி அவர்மட்டும் அவர்களிடம் ஒரு வார்த்தை சொல்லியிருந்தால், அவர்கள் ஹரிலால் லண்டன் சென்று சட்டம் படிப்பதற்கான செலவைத் தாமே ஏற்றுக்கொண்டிருந்திருப்பார்களே. அன்று மாலை காந்தி உட்படச் சிலபேர் டால்ஸ்டாய் பண்ணைக்குச் சென்றார்கள். புகைவண்டியில் காந்தி மற்றவர்களிடம் கஸ்தூரிபாவிடம் விஷயத்தை இப்போது சொல்ல வேண்டாம் என்று கேட்டுக்கொண்டார். தாங்கள் தனியாக இருக்கும் போது 'சொல்கிற விதத்தில் சொல்லிக் கொள்கிறேன்'.[5]

ஹரிலால் தன் பெற்றோருக்கு, தான் சென்றது ஏன் என்று விளக்கம் அளிக்கும் ஒரு நீண்ட கடிதத்தை விட்டுச் சென்றிருந்தார். காந்திக்கு அவர் இப்படிச் சொல்லியிருந்தார்:

> என் இதயம் என்ன கட்டளையிட்டதோ அதைச் செய்திருக்கிறேன். கெட்ட நோக்கங்களுடன் எதையும் செய்யவில்லை. நான் ஓடிப் போய்விட்டேன் என்று நினைக்க வேண்டாம். நான் இன்னும் உங்கள் கீழ்ப்படிதலுள்ள ஹரிலால்தான். நீங்கள் அப்படி நினைக்காமல் இருக்கலாம்; ஆனால் நீங்கள் எப்போதும், இனியும் என் மரியாதைக்

குரியவர்தான். நீங்கள் கற்றுத்தந்திருக்கும் பாடங்களைப் பின்பற்று வேன், உங்கள் செயல்களையே பிரதி செய்வேன் என்று நீங்கள் உறுதியாக நம்பலாம்... அம்மாவிடம் நான் சம்பாதிப்பதற்காகச் சென்றிருக்கிறேன் என்று தெரிவிக்கவும்... அவரிடமிருந்து பிரிந் திருப்பது வருத்தமளிப்பதுதான் என்றாலும் இதை நான் கடமை என்று எண்ணியே செய்திருக்கிறேன். இதை உடனே செய்யாமல் எனக்கு விடிவுகாலம் இல்லை.

காலன்பாக்குக்கும் ஒரு செய்தி இருந்தது. காலன்பாக்கிடம் காந்தியின் பையன்கள் அனைவரும் மிகவும் பாசமாக இருப்பார்கள்; அவரை 'காகா' (சித்தப்பா) என்று அழைப்பார்கள். அவரும் அவர்களிடம் அன்பாகப் பழகுவார்; பரிசுப்பொருட்கள் தருவார். ஹரிலால் கூறினார், 'பண்ணைக்குத் திரும்பிவராததற்காக அவர் என்மீது கோபம் கொண்டிருக்கமாட்டார் என்றும், அவரது ஆசிகள் எனக்கு உண்டு என்றும் நான் நம்புவதாகத் திரு காலன்பாக்கிடம் தெரியப்படுத்தவும். அவர்மீது எனக்குள்ள கடமைப்பாட்டை ஒருபோதும் மறக்க மாட்டேன்.'

ஹரிலால், காந்தியிடம் தான் இந்தியாவுக்குச் சென்றதும், 'இப்போ தைக்குப் படிப்பது மட்டுமே என் நோக்கம். எனக்குக் கட்டாயம் பணம் தேவைப்படும்; உங்களால் முடிந்தால் அனுப்பி வைக்கவும். நான் என்னை ஸ்திரப்படுத்திக் கொண்டதும், என் லட்சியத்தில் வெற்றி பெற்றால், உங்களுக்கு எழுதுகிறேன்' என்று தெரிவித்தார். அவர் ஒரு நெகிழ்ச்சியான, வெளிப்படையான பின்குறிப்பையும் சேர்த்தார்: 'நான் போனாலும், போராட்டம் திரும்பவும் ஆரம்பிக்கப்படுமானால், உலகின் எந்தப் பகுதியில் நான் இருந்தாலும் அங்கு வந்து கைதாவேன்.'[6]

கடிதம் மிகவும் உணர்வுபூர்வமாக எழுதப்பட்டது. அதில் சொல்லப்பட்ட விஷயங்களும் சொல்லப்படாத விஷயங்களும் முரண்படும் உணர்ச்சி களால் சுற்றிச் சூழப்பட்டுள்ளன—பாசம், கோபம், வலி, அபிலாஷை. ஹரிலால் தன் தந்தைமீது கொண்டிருந்த உணர்வுகள் குழப்பமும் சிக்கலும் நிரம்பியவை; அவர் தென்னாப்பிரிக்காவைவிட்டுச் செல்வதற் கான காரணங்களும் அப்படியே. அவர் காந்தியிடமிருந்து விடுபட விரும்பினார்; ஆனால் அவரைச் சார்ந்திருந்தார். இந்தியாவில் பெற்ற பள்ளிக்கல்வியில் திருப்தியின்றி, தன்னை பாரிஸ்டர் தகுதி பெற லண்டனுக்கு அனுப்பி வைக்கும்படித் தன் தந்தையிடம் வேண்டினார். காந்தியோ, மக்களுக்குச் சேவை செய்ய பாரிஸ்டராவதோ மருத்துவ ராவதோ தேவையில்லை என்று சொல்லிவிட்டார். பகவான் ராம கிருஷ்ணர், சீர்திருத்தவாதி தயானந்த சரஸ்வதி, மாவீரர்களான சிவாஜி, ராணா பிரதாப்—இவர்கள் யாரும் ஆங்கிலக் கல்வி பயிலவில்லை; ஆனாலும் வியக்கத்தக்கவிதத்தில் தாய்நாட்டுக்காகத் தொண்டாற் றினார்கள். ஹரிலால் பதிலுக்கு ராணடே, கோகலே, திலகர், லஜபதி ராய் போன்றவர்களைக் குறிப்பிட்டார்: நிறையப் படித்த இவர்களும் நாட்டுக்கு மேலான விதத்தில் தொண்டாற்றியிருக்கிறார்கள்.[7]

பிரன்ஜீவன் மேத்தா ஃபீனிக்ஸைச் சேர்ந்த பையன்கள் இருவர் லண்டன் சென்று படிப்பதற்குரிய இரண்டு உபகாரச் சம்பளங்களைக் கொடையளித்தபோது வாதப்பிரதிவாதங்கள் மீண்டும் ஆரம்பித்தன. தன் மகனை அதற்குத் தேர்ந்தெடுப்பதற்குப் பதிலாக காந்தி முதலில் சகன்லாலையும் பின்னர் சொராப்ஜி அனஜானியா என்ற ஒரு பார்ஸி மாணவரையும் தேர்வு செய்தார். மேத்தா இப்போது மூன்றாவதாக ஒருவருக்கும் உபகாரச் சம்பளம் அளிக்க முன்வந்தார். ஆனால், ஹரிலாலின் தன்மானம் அதை ஏற்றுக்கொள்ளவிடாமல் தடுத்துவிட்டது. [8] ஆனால் படிக்கவேண்டும் என்ற அவரது ஆவல் மட்டும் இன்னும் இருந்தது. இப்போது அதனை இந்தியாவில் நிறைவேற்றிக்கொள்ள விரும்பினார்; தன் மனைவியின் அருகில் இருந்தபடி; கண்டிப்பான, ஆனால் தவிர்க்க இயலாத தந்தையிடமிருந்து பெறும் மானியத்தின் உதவியுடன்.

ஹரிலால் ஜோஹானஸ்பர்க்கிலிருந்து டெலகோவா பே சென்றடைந்தபோது, பிரிட்டிஷ் துணைத் தூதரகத்தினுள் நுழைந்து தான் ஓர் ஏழை இந்தியன் என்றும் தனக்கு பம்பாய் செல்ல இலவசப் பயணச்சீட்டு தேவைப்படுகிறது என்றும் சொன்னார். அங்கிருந்த அலுவலர்கள் அவரை அடையாளம் கண்டுகொண்டு காந்திக்குத் தகவல் அளித்துவிட்டனர். காந்தி உடனே தன் மகனுக்கு ஜோஹானஸ்பர்க்குக்குத் திரும்பிவரச் சொல்லித் தந்தியடித்தார். [9] ஹரிலால் மே 15ம் தேதி அந்நகருக்குத் திரும்பி வந்தார். தந்தையும் மகனும் இரவு முழுவதும் பேசினர். கடைசியில் ஹரிலால் இந்தியாவுக்குத் திரும்பும் தனது திட்டத்தைத் தொடர்வது என்று முடிவுசெய்தனர். தங்கள் உரையாடல் குறித்து காந்தியின் விவரிப்பு அவர் அதன்பின் உடனடியாக மகன்லாலுக்கு எழுதிய கடிதம் ஒன்றில் காணப்படுகிறது:

ஹரிலால் போனதும் நல்லதுதான். அவன் சஞ்சலமன மனதுடன் இருந்தான்... அவனுக்கு உங்கள் யார்மீதும் விரோதம் இல்லை. அவனுக்கு உண்மையில் என்மீதுதான் கோபம். திங்கள்கிழமை மாலை (15ம் தேதி) அடக்கிவைத்திருந்த உணர்வுகள் எல்லாவற்றையும் கொட்டிவிட்டான். நான் நான்கு மகன்களையுமே அடக்கியாள்வதாகவும், அவர்களின் விருப்பங்களுக்கு எப்போதுமே மதிப்பளிப்பதில்லை என்றும் நினைக்கிறான்; அவர்களைக் கணக்கிலேயே கொள்வதில்லை என்றும், நான் பலசமயங்களில் கடினமான மனத்துடன் நடந்துகொள்கிறேன் என்றும் நினைக்கிறான். அவன் இந்தக் குற்றச்சாட்டை மிகுந்த மரியாதையுடனேயே முன்வைத்தான்; மேலும் மிகவும் தயங்கியதுபோலவும் தெரிந்தது... மற்ற தகப்பனார்களைப் போல நான் என் பிள்ளைகளைப் பாராட்டியதோ அல்லது அவர்களுக்காக விஷேசமாக எதுவும் செய்ததோ இல்லை; அவர்களையும் (கஸ்தூரி)பாவையும் கடைசியகத்தான் வைத்திருக்கிறேன் என்பதுதான் குற்றச்சாட்டு. இப்படி வெடித்துக்கொட்டியபின் அவன் அமைதியடைந்ததுபோலத் தோன்றியது. நான்

அவன் எண்ணத்தில் இருந்த தவறைச் சுட்டிக் காட்டினேன். அவனும் அதை ஓரளவுக்கு ஏற்றுக்கொண்டான். இன்னும் மிச்சமிருப்பதை இன்னும்

> யோசித்துப்பார்க்கும்போதுதான் புரிந்துகொள்வான். அவன் இப்போது அமைதியான மனதுடன் திரும்பிச்செல்கிறான். நான் அவன்மீது வருத்தம் கொள்ளக் காரணமாயிருந்த விஷயங்களைப்பற்றி மேலும் அறிந்து கொள்ள உறுதிகொண்டிருக்கிறான். அவனுக்கு சமஸ்கிருதம் படிக்க வேண்டுமென்று மிகவும் ஆவல். குஜராத்தி நம் மொழி என்பதால் அவனது கல்வியில் பெரும்பகுதி குஜராத்தியில்தான் இருக்கவேண்டும் என்று எண்ணி அவனை ஆமதாபாத்தில் தங்கும்படிச் சொன்னேன். அப்படியே செய்வான் என்று நம்புகிறேன். ஆனாலும் அவன் விருப்பத்துக்கே விட்டு விட்டேன். எல்லாம் நல்லபடியாகவே முடியும் என்பதே என் எண்ணம்.[10]

அந்த உரையாடல்பற்றி ஹரிலால் எழுதியிருப்பது இதைவிடச் சுருக்க மானது; மேலும் சம்பவம் நடந்து சில ஆண்டுகளுக்குப் பிறகு எழுதப் பட்டது. சில முக்கிய விவரங்கள், வியாக்கியானங்களில் அது வேறுபடு வதாக இருக்கிறது. 'டெலகோவா பேயில் எனக்குத் தாமதமாகிவிட்டது' என்கிற அந்த மகன், தொடர்ந்து

> நீங்கள் நான் இருக்குமிடத்தைத் தெரிந்துகொண்டு என்னைப் பிடித்து விட்டீர்கள். உங்கள் சொல்லுக்கு மதிப்புக்கொடுத்து நான் திரும்பி வந்தேன். ஆகவே அமைதியாக நான் சொல்வதை நீங்கள் கேட்டிருந் திருக்கவேண்டும். அதற்குப் பதில் என் எண்ணங்களை சின்னாபின்னப் படுத்தி, என் சிறகுகளை வெட்டிவிட்டீர்கள். லாகூருக்குச் செல்லும் என் எண்ணத்தை மாற்றி ஆமதாபாத்தில் தங்கும்படிச் செய்துவிட்டீர்கள். மாதம் முப்பது ரூபாய் செலவுக்குத் தருவதற்கு ஒப்புக்கொண்டீர்கள். என் திறமைகளை நனே எடைபோட்டுப்பார்க்க என்னை அனுமதிக்க வில்லை; எனக்காக அதை நீங்களே செய்தீர்கள்.[11]'

கடைசி வரிகள் கடுமையான ஆனால் சரியான மதிப்பீடு; இதை உறுதி செய்பவர்—இன்னும் மென்மையான, பூச்சுக்கொண்ட மொழியில்தான் என்றாலும்—காந்தி இல்லத்தை அருகிலிருந்து கவனித்தவரான மில்லி போலாக். ஃபீனிக்ஸிலும் டால்ஸ்டாய் பண்ணையிலும் காந்தி ஒரு குழந் தையைத் தாலாட்டியபடி பெரியவர்கள் யாருடனாவது அரசியல் பேசிக் கொண்டிருப்பதை அடிக்கடி காணலாம். இதையும் ஹரிலாலை அவர் நடத்திய விதத்தையும் அருகருகே வைத்துப் பார்த்த மில்லி இப்படி முடிவுக்கு வந்தார்:

> காந்திக்கு இளம் குழந்தைகளின் தேவைகளைக் கவனித்துக்கொள்வது, வளரிளம் பருவத்தினரின் தேவைகளைக் கவனித்துக்கொள்வதை விட எளிதாக இருந்தது; வளரிளம் பருவம் ஒன்றோடொன்று மோதிக் கொள்ளும் உணர்வுகளும், சுதந்திரத்தையும் சுயவெளிப்பாட்டையும் நோக்கிய போராட்டமும், வளர்ந்துவரும் மனமும் கொண்டது. ஒருவரது வளர்ச்சிப்பருவத்தின் அந்தக் கட்டத்தில் காரணகாரியம்பற்றிய சிந்தனையை எளிதில் அடித்துச் சென்றுவிடும் புயல்களின் பலத்தை அவர் எளிதில் உணரவில்லை.[12]

தந்தைக்கும் மகனுக்கும் இடையிலான மோதல் அவர்களிடையே நிலவிய குறைந்த வயது வித்தியாசம் காரணமாகத் தீவிரமடைந்தது. ஹரிலால் பிறந்தபோது காந்திக்குப் பதினெட்டு வயதுதான். ஆக அவரது வளரிளம்பருவச் சிக்கல்கள் அவரது தந்தையின் மத்திய வயது சிக்கல் களுடன் ஒன்றாக ஏற்பட்டன. ஹரிலால் தனக்கென்று படிப்பு, தொழில் என்று நாடியபோது, காந்தி சட்டத்தொழிலிருந்து விலகி சமூக சேவை யையும் அரசில் செயல்பாட்டையும் நோக்கிச் சென்றுகொண்டிருந்தார். ஒன்றின் ஆசைகள் மற்றதின் தீர்மானங்களோடு முரண்பட்டன. காந்திக்கு இந்த விஷயத்துக்கு இரண்டு பக்கங்கள் உண்டு என்பதை உணர்ந்து கொள்ள மனமில்லை; அவரால் அது முடியவும் இல்லை. அவர் ஹரிலால் கலகம் செய்ததற்கு சமீபத்தில் அவர் படித்த குஜராத்தி நாவலான கோவர்த் தன் திரிபாதி எழுதிய சரஸ்வதி சந்திராதான் காரணம் என்று பழிசுமத் தினார். அந்த நாவலின் நாயகன் தன் தந்தைமீது பற்றற்றுப்போய் தன் பெற் றோரிடமிருந்து பிரிந்து தன்னைக் கண்டுகொள்ளத் தனியே செல்கிறான்.[13]

காந்தி தன் மூத்த மகன் விஷயத்தில் கடுமையாக அடக்கியாள்பவராக இருந்தார் என்பதில் சந்தேகமில்லை. காந்தி தன்னால் தன் பெற்றோரின் விருப்பங்களைச் சார்ந்திருக்காமல் தன்னிச்சையாகத் தன் வழியைத் தீர்மானித்துக்கொள்ள முடிந்தது எப்படிப்பட்ட பெரும்பேறு என்பதை உணர்ந்திருக்கவில்லை. மோகன்தாஸ் மெட்ரிகுலேஷன் முடிக்கும் சமயம் காபா காந்தி உயிருடனிருந்திருந்தால் அவர் தன் மகனைக் காலா பாணியைக் கடந்து லண்டனுக்குப் போக அனுமதித்திருக்கவே மாட்டார். 1893ல் அவரது அன்னை உயிருடனிருந்திருந்தால் அவர் ஒருவேளை தன் மகனை மீண்டும் ஒருமுறை ஆபத்தான கடற்பயணம் மேற்கொண்டு தென்னாப்பிரிக்கா செல்ல அனுமதிக்காமலிருந்திருக்கக்கூடும். புலம்பெயர்ந்த வாழ்வில் அவரால் வீட்டுப் பெரியவர்களின் தலையீடு இல்லாமல் தொழிலிலும் அரசியல் செயல்பாட்டுப் பணியிலும் தன் விருப்பத்துக்கேற்பப் பயணிக்க முடிந்தது.

தன் குழந்தைகளைப் பொறுத்தவரை காந்தி வழக்கமான ஓர் அடக் கியாள்கிற இந்து குடும்பத்தலைவராக நடந்துகொண்டார்; குழந்தைகள் எல்லோரும் அவரது விருப்பத்தின்படியே நடந்துகொள்ள வேண்டி யிருந்தது. இப்போது அவர் நவீன காலத்தின் தொழில்களின்மீது பற்றிழந்துவிட்டதால் அவரது மகன்கள் நவீனகாலக் கல்விபெற அனு மதிக்க முடியாது. அவர் பிரம்மச்சாரியத்தைக் கடைப்பிடித்ததால் அவரது பிள்ளைகளும் அப்படியே செய்யவேண்டும். மூத்தவர்களான ஹரிலாலும் மணிலாலும் மற்றவர்களுக்கு முன்மாதிரிகளான சத்தியாக் கிரகிகளாகத் திகழவேண்டும் என்பது அவரது எதிர்பார்ப்பு; கைதா வதாக இருக்கட்டும் அல்லது நிலத்தில் பாடுபடுவதாக இருக்கட்டும்— அவர்கள் தம் தந்தை விரும்பியபடியெல்லாம் நடந்துகொள்ள வேண்டும்.

கோயில் அர்ச்சகரான ராம் சுந்தர் பண்டிட் போராட்டத்தை விட்டு விலகிய போது காந்தி அவர் ஒரு ‘செல்லாக் காசு’ என்று சொல்லி ஒதுக்கித் தள்ளிய தோடு விட்டுவிட்டார். அந்த விலகல் தன் மகன்கள் விஷயத்தில் அவருக்குச் சாத்தியப்படவில்லை. அவர்கள் அவருடன் கொண்ட கருத்து வேற்றுமைகள் அதிகரிக்க அதிகரிக்க அவரது பொறுமையிழப்பும் கடுமையும் அதிகமாகின. ரகசியமாகப் பெர்மிட்களில் கையெழுத் திட்டவர்களையும் சிறை செல்லத் தவறியவர்களையும் போய்த்தொலை கிறார்கள் என்று விட்டுவிடலாம். ஆனால் அவரது சொந்தப் பிள்ளை களை ஒருபோதும் ‘செல்லாக் காசு’ ஆகும்படி விட்டுவிட முடியாது. அவர்கள் நடத்தையில் எது நல்லது எது கெட்டது என்பது ஒருவரது அபிப்பிராயம், பாரபட்சம், முன்முடிவு ஆகியவை சார்ந்த விஷயமே தவிர பெற்றோர் உத்தரவு போடக்கூடிய விஷயம் அல்ல என்பதை காந்தி—புரிந்துகொள்ளவில்லை, அல்லது புரிந்துகொள்ள மறுத்தார். அவரது தலைமுறையில் பெரும்பாலான இந்திய தந்தைகள் அப்படித் தான் என்பதையும் சொல்லவேண்டும்.

ஹரிலாலிடம் காந்தி கடுமையாக எதிர்வினையாற்றியதற்கு ஆழமான அடிப்படை இருந்திருக்கலாம். தென்னாப்பிரிக்காவில் அவர் பகை மைக்கும் அடக்குமுறைக்கும் பழக்கப்பட்டிருந்தாரே தவிர கலகத்துக்கும் கருத்து வேற்றுமைக்கும் அல்ல. டர்பனிலிருந்த பிற்போக்கான வெள்ளை யர்களும் ஜோஹானஸ்பர்க்கிலிருந்த போர்க்குணம்கொண்ட பதான்களும் அவரை உடல்ரீதியாகத் தாக்கியிருக்கிறார்கள். போயர்களின் ஆட்சி அவரைப் பலமுறை சிறையில் தள்ளியிருக்கிறது. ஆனால் அவரது சமூகம், நண்பர்களுக்கு மத்தியில் தலைவராக இருந்துதான் அவருக்குப் பழக்கம். அவர் தன் குருநாதர்களாக ஒப்புக்கொண்டவர்கள்—கோகலே, ராய்ச்சந்பாய், டால்ஸ்டாய்—எல்லோரும் வேறு கண்டங்களில் வாழ்ந்தவர்கள்.

நண்பர்களைப் பெறுவது காந்தி இயல்பாகப் பெற்றிருந்த ஒரு நற்கொடை. தொடர்புகளை ஏற்படுத்திக்கொள்வதிலும் இனம், மொழி, மதம், பால் சார்ந்த எல்லைகளைத் தாண்டிய பாசத்தை வெளிப்படுத்து வதிலும் அவர் வல்லவர். ஹென்றி போலாக், காலன்பாக், சோன்யா ஷ்லேசின், ரிட்ச், டோக் தம்பதியினர், லியுங் க்வின், தம்பி நாயுடு, ஏ.எம்.கச்சாலியா, பார்ஸி ருஸ்தம்ஜி போன்றவர்களிடம் அவர் கொண்டிருந்த பிரியமும் நெருக்கமும் இதற்கு வெளிப்படையான சான்றுகள். ஆனால் இந்த நண்பர்கள் (இவர்களைப் போன்ற பிறரும்) உண்மையில் அவர்மீது மிகுந்த மரியாதை கொண்டவர்கள். அவர்கள் காந்திமீது கொண்டிருந்த அன்பில் பயபக்தியும் பூஜித்தலும் கலந் திருந்தன. போலாக் தம்பதிகள் மட்டுமே காந்தியுடன் பெரிய, சிறிய விஷயங்களில் வாதம் புரிவதற்கான சிந்தனாவாத சுயசார்பு கொண்ட வர்கள். ஆனால் அவர்கள்கூடக் கடைசியில் காந்தியைத் தம் தலைவராக ஏற்பவர்கள்தான்.

ஹரிலால் தன் சுயத்தை வலியுறுத்தியது (அதைக் 'கீழ்ப்படியாமை' என்று சொல்வது அதிகப்படியாக இருக்கும்) இங்குதான் முக்கியத்துவம் பெறுகிறது. அவரது முதன்மையான தவறு அவரது தந்தை அவருக்காகப் போட்டுவைத்த பாதையில் முழுமையாகப் பயணிக்காததுதான். ஹரிலால் பலமுறை துணிச்சலாகவும், சுயநலமின்றியும் கைதாகியிருக்கிறார். ஆனால் படிக்கவேண்டும், தனக்காக ஒரு பணி வாழ்க்கையை ஏற்படுத்திக் கொள்ளவேண்டும் என்கிற விருப்பம் அவரிடம் தொடர்ந்து இருந்தது. இதற்குள்ளாக காந்தி தென்னாப்பிரிக்காவில் பல இந்தியர்களின் விசுவாசமான, கேள்விகேட்காத ஆதரவுக்குப் பழகிவிட்டிருந்தார். (பல ஐரோப்பியர்களும் இதில் அடக்கம்.) எனவே தன் சொந்தப் பிள்ளைகளில் ஒருவரே கலகம் செய்வது என்பது எதிர்பாராதது மட்டுமின்றி புரிந்து கொள்ள முடியாததாகவும் இருந்தது.

ஹரிலாலுக்கும் இது தெரிந்திருந்தது. அதானால்தான் அவர் தன் தந்தையிடம் நேரடியாகச் சொல்லாமல் கிளம்பிச் சென்றார். அவருக்கு காந்தியை எதிர்கொள்ள ரொம்ப பயம். அவர் ஜோஹானஸ்பர்க்குக்கு திரும்ப அழைத்துவரப்பட்டாலும் பிடிவாதமாக இருந்தார். இரவு முழுவதும் நடத்திய உரையாடலில் காந்தியால் ஹரிலாலை இந்தியாவுக்குச் செல்லும் தனது திட்டத்தைக் கைவிடச் செய்ய முடியாமல் போனபோது, அதற்குத் தடையாக இல்லாமல் இருக்க அரைமனதுடன் சம்மதித்தார். ஆனாலும் தன் மகன் போவதை அவரால் முழுமையாக ஏற்றுக்கொள்ள முடியவே இல்லை.

கடைசியில் ஹரிலால் கிளம்பியபோது மே 16 அன்று காந்தியுடன் டால்ஸ்டாய் பண்ணையிலிருந்துசில மாணவர்களும் ஜோஹானஸ்பர்க் நிலையத்துக்கு அந்தப் பையனை வழியனுப்பச் சென்றனர். அந்த மாணவர்களில் ஒருவர் நினைவுகூர்ந்தபடி, 'புகைவண்டி கிளம்பும் சமயம் பாபு ஹரிலாலை முத்தமிட்டு, அவர் கன்னத்தில் லேசாகத் தட்டி விட்டுச் சொன்னார்: 'உன் தந்தை உனக்குக் கெடுதல் செய்திருக்கிறார் என்று நீ நினைத்தால் அவரை மன்னித்துவிடு.'[14]

ஹரிலால் போய் பத்து நாட்களுக்குப் பின்னர் காந்தி அவருக்கு இந்தியன் ஒப்பீனியன் இதழைக் 'கவனமாக' படிக்கச் சொல்லிக் கடிதம் எழுதினார். அவர் படிக்க வேண்டிய குஜராத்திப் புத்தகங்களின் பட்டியல் ஒன்றும் அனுப்பிவைக்கப்பட்டது; அவற்றில் நர்மதாஷங்கர், ராய்ச்சந்த்பாய் எழுதியவையும் அடக்கம். 'துளசிதாசர் எழுதிய ராமாயணத்தைப் படிப்பதை வழக்கமாக்கிக்கொள்' என்று அறிவுரை அளிக்கப்பட்டது. அத்துடன், 'இந்தியன் ஹோம் ரூல் புத்தகத்தின் கடைசியில் நான் பட்டியலிட்டிருக்கும் பெரும்பாலான புத்தகங்கள் படிக்கத்தக்கவை' என்று சேர்த்துக்கொண்டார். கடைசியாக, 'அடிக்கடி எனக்கு விவரமாகக் கடிதம் எழுதவும்' என்று குறிப்பிட்டுக் கடிதத்தை முடித்தார்.[15]

ஹரிலால் தன் தந்தையிடமிருந்து சுதந்திரம் வேண்டியே இந்தியாவுக்குச் சென்றார். அவர் பின்னாலேயே அடுத்த கப்பலில் காந்தியிடமிருந்து

அறிவுறுத்தலும் உத்தரவுமான இந்தக் கடிதம் வந்தது. உத்தரவுமழை தொடர்ந்தது: ஹரிலால் இந்தியா திரும்பிவந்த முதல் சில மாதங்களிலேயே அவர் தந்தையிடமிருந்து ஃபிரெஞ்ச் படிக்காதே, மெட்ரிகுலேஷன் பரீட்சைமீது பித்துப்பிடித்து அலையாதே என்று அறிவுறுத்தல்கள் பறந்தன; அவர் '(மனைவி) சன்ச்சல்மீதான இச்சைக்கு மீண்டும் பலியாகிவிட்டதற்காக' கண்டிக்கவும்பட்டார். [16]

1911ம் ஆண்டின் மத்தியில் காந்தி சில மாதங்கள் டால்ஸ்டாய் பண்ணையில் தங்கியிருந்தார். காலை எழுந்தவுடன் பல மணி நேரம் உடல் உழைப்பு; பின்பு பத்தரை மணி முதல் மாலை நான்கு மணிவரை பள்ளியில் பாடம் நடத்தினார். அவரது மாணவர்களும் தமது ஆசானைப் போலவே திங்கள் முதல் சனிவரை உப்பு, காய்கறிகள், பருப்பு ஆகிய வற்றை உணவில் சேர்த்துக்கொள்வதில்லை. பழங்கள் (குறிப்பாக ஆப்பிள், வாழைப்பழம்), ஆலிவ் எண்ணெய்யுடன் ரொட்டி, சோறு, ஜவ்வரிசிக் கஞ்சி ஆகியவையே அவர்களது உணவுகள். சீக்கிரமாக ஐந்தரைக்கெல்லாம் இரவு உணவு; பின்பு காந்தி கடிதங்களுக்குப் பதில் எழுதிவிட்டுப் படுக்கச் செல்வார். ஜோஹானஸ்பர்க்குக்கு வாரம் ஒரு தடவை சென்றுவருவார். அவரது சட்டத்தொழில் வாடிக்கையாளர்களை எல்.டபிள்யூ.ரிட்ச் கவனித்துக்கொண்டது காந்திக்கு நிம்மதி அளித்தது. தான் இனி மீண்டும் சட்டத்தொழிலைக் கையில் எடுக்கும்படி ஆகிவிடவே கூடாது என்று நெஞ்சார விரும்பினார். [17]

இப்போது காந்தி இந்தியாவுக்குத் திரும்புவதுபற்றி அடிக்கடி சிந்திக்க ஆரம்பித்தார். அவர் செய்துகொண்டிருந்தது மாதிரியான காரியங்களுக்கு இந்தியா இன்னும் பரந்துபட்ட ஆடுகளத்தை வழங்கியது. திரும்பிச் சென்றுவிடவேண்டும் என்பதில் அவர் குறியாக இருந்தார் என்றால் அவரது நண்பர் பிரன்ஜீவன் மேத்தா அதில் இன்னும் ஆர்வமாக இருந்தார். அவர்தான் தம் நாட்டுக்கு அவசர அவசியமாகத் தேவைப்படும் 'மகாத்மா' என்பது மேத்தாவின் நம்பிக்கை. மேத்தாதான் காந்தியின் எல்லோரிலும் நீண்ட கால நண்பர்; போலாக், காலன்பாக் ஆகியவர்களையெல்லாம்விட நெருங்கிய நண்பர். லண்டனில் அவர்கள் அந்தரங்கத் தோழர்களாக இருந்தவர்கள். 1898ல் டர்பனில் மேத்தா காந்தியுடன் பல வாரங்கள் தங்கியிருந்தார். சில வருடங்கள் கழித்து காந்தி மருத்துவத் தொழிலை விட்டுவிட்டு நகை வியாபாரம் செய்ய ஆரம்பித்திருந்த அவரை ரங்கூனில் சென்று பார்த்தார். அங்கு இந்திய சமூகத்தில் செல்வாக்குமிக்கவர்களில் மேத்தாவும் ஒருவர்.

1908ல் பிரன்ஜீவன் மேத்தா பர்மா பிரதேச காங்கிரஸ் கமிட்டியை (பர்மா புரொவின்ஸியல் காங்கிரஸ் கமிட்டி) ஆரம்பித்தார். அந்தப் பிரதேசத்தில் அதுவே முதல் அரசியல் இயக்கம். எல்லா வர்க்கத்தையும் சேர்ந்த இந்திய சமூகத்தவரை ஒரே குடையின்கீழ் கொண்டுவந்த அந்த இயக்கம், பர்மிய சமூகத்தினரும் தங்கள் சார்பாக அமைப்புகளைத் தொடங்கத் தூண்டு

தலாக இருந்தது.18 ஆனாலும் அந்த நகைக்கடைக்காரரின் அரசியல் அபிலாஷைகள் பெரிதும் அவரது நண்பர் காந்தியையும், அவர்களது நாட்டையும் சார்ந்தவையே. 1909ம் ஆண்டின் வசந்தகாலத்தில் அவர் பல வாரங்கள் லண்டனில் செலவிட்டார்; இந்தியா சுயராஜ்ஜியம் பெற அதிக சாத்தியப்பாடு கொண்ட வழி எது என்பதுபற்றி காந்தியுடன் இரவில் நேரம்போவது தெரியாமல் விவாதிப்பார். இந்த உரையாடல்கள் ஹிந்த் ஸ்வராஜ் புத்தகத்தில் தீர்க்கதரிசியான பதிப்பாசிரியருக்கும் (காந்தி) வாசகருக்கும் (மேத்தா) இடையிலான உரையாடல் வடிவில் இடம் பெற்றுள்ளன.

ஃபிரடெரிக் ஏங்கெல்ஸ் கார்ல் மார்க்ஸுக்கு எப்படியோ, மோகன்தாஸ் காந்திக்கு பிரன்ஜீவன் மேத்தா அப்படியே: ஒரே நேரத்தில் சீடராகவும், புரவலராகவும் திகழ்ந்தவர்; தன் இளமைப்பருவ நண்பர் பின்னாளில் உலகையே மாற்றும் வரலாற்று நாயகராக உருவெடுக்க இருப்பதை ஆரம்பத்திலேயே அடையாளம் கண்டுகொண்டவர். அவர்களது நட்பு இருவருக்கும் பொதுவான மொழி, கலாசாரத்தால் இன்னும் உறுதிப்பட்டது. ஏங்கெல்ஸ், மார்க்ஸ் இருவருமே ஜெர்மானியர்கள் என்பதும், மேத்தா, காந்தி இருவருமே குஜராத்திகள் என்பதும் முக்கியமனவை. வித்தியாசங்களும் உண்டு: மார்க்ஸ் ஒரு வர்க்கத்தை (பாட்டாளி வர்க்கம்) மீட்பார் என்பது ஏங்கெல்ஸின் நம்பிக்கை; மேத்தாவோ காந்தி ஒரு தேசத்தை, இந்தியாவை, காப்பாற்றுவார் என்று நம்பினார். இருவருமே தமது சகாவின் அறிவாற்றல்மீது கேள்வி கேட்காத பக்தி கொண்டிருந்தனர். இருவருமே அதை செயல்படுத்தவும் ஏதுவாக்கவும் அள்ளிக் கொடுக்கத் தயார்.[19]

மேத்தா காந்தியை பூஜித்தார். அவர் காந்திமீது கொண்டிருந்த பேரபிமானத்தை இருவருக்கும் பொதுவான நண்பர்களுக்கு எழுதிய கடிதங்கள் வாயிலாகவும், 1911ம் ஆண்டு சென்னையிலிருந்து வெளியான இந்தியன் ரெவ்யூ இதழில் வெளியிடப்பட்ட கட்டுரைத் தொடர் மூலமாகவும் வெளிப்படுத்தினார். இந்தக் கட்டுரைத் தொடர் பின்னர் புத்தகமாகவும் வெளியிடப்பட்டது. இதில் மேத்தா டிரான்ஸ்வாலில் நடந்த போராட்டத்தின் கோட்டுச் சித்திரத்தை அளித்தார். காந்தி தன் தோழர்களுக்கு மூன்று இன்றியமையாத நன்நெறிகளை அளித்திருப்பதாக அவர் குறிப்பிட்டார்: ‘சத்தியம், துணிவு, எளிமை’. சத்தியாக்கிரகிகளின் தியாகங்கள் ‘இந்தியா மேலான நிலையை எய்தும் என்பதற்கான நல்லறிகுறி’. ‘நவீன யுகத்தில் வேறு எந்த இந்தியரும் திரு காந்தி செய்திருப்பதுபோல இந்துக்களையும் மொகமதியர்களையும் ஒரே மேடையில் ஒன்றுதிரட்டியதில்லை’ என்று சுட்டிக்காட்டினார்.

இதைவிட சுவாரசியமானது ஒரு மனிதர் என்ற முறையில் காந்திபற்றிய மேத்தாவின் மதிப்பீடு. ‘திரு காந்தியை மற்ற எல்லோரிடமிருந்தும் தனிப்படுத்திக் காட்டும் ஒரு சிறப்பியல்பு இதுதான்: ஒருபோதும் அவர்

தேவை ஏற்படும்போது தன்னால் கடைப்பிடிக்க முடியாத அல்லது செய்ய முடியாத எந்த ஒரு கருத்தையோ, செயலையோ முன்வைப்பதில்லை, உயர்த்திச் சொல்வதில்லை' என்று மேத்தா குறிப்பிட்டார். சொல்லப் போனால், எதையும் முதலில் தானே பின்பற்றிய பிறகே அதை மற்ற வர்களுக்கு உபதேசம் செய்கிறார். ஒரு குறிப்பிட்ட விதமாக நடந்து கொள்ளவது என்று காந்தி தீர்மானித்துவிட்டால், 'எந்த ஆபத்தும் அந்தப் பாதையில் அவர் பயணிப்பதைத் தடுக்காது; வேறு யாரும் அதை நம்பு கிறார்களா, அவரது காலடிகளைத் தொடரத் தயாராயிருக்கிறார்களா என்பதுபற்றி அவர் கவலைப்படுவதே இல்லை' என்று அவர் எழுதினார்.

மேத்தா மேலும் தொடர்கிறார்: 'உலகாயதமான இச்சைகள் எதுவும் அவரால் வெல்ல முடியாதவை அல்ல. அவை எவையும் தனக்காக அவர் வரித்துக்கொண்டிருக்கிற மேலான பார்தையிலிருந்து அவரை வழுவச் செய்ய முடியாது. பொருள்சார்ந்த வாழ்வு பிரதானமான இன்றைய யுகத்தில் அவரைப்போலத் தான் உபதேசிக்கும் லட்சிய வாழ்க்கைக்குத் தானே உதாரணமாக வாழ்ந்து காட்டும் இன்னொரு மனிதரைப் பார்க்க முடியாது என்றால் அது மிகையல்ல.'[20]

காந்தியும் பிரன்ஜீவன் மேத்தாவும் அடிக்கடி கடிதம் எழுதிக் கொண்டார்கள். நமக்குக் கிடைத்திருப்பவை பெரும்பாலும் இதில் ஒரு தரப்பு மட்டுமே என்றாலும் அவை சொல்வதே ஏராளம். இப்படியாக, மேத்தாவுக்கு 1911 ஜூலை 1 அன்று காந்தி எழுதிய கடிதத்தில், 'நான் இந்தியாவுக்குச் சென்ற மறுகணமே நமக்குத் தேவையான இளைஞர்கள் கிடைத்துவிடுவார்கள் என்று நீங்கள் கருதினால் அது தவறு. என் கருத்தில், நாம் இந்த நாட்டில் சந்தித்த அதே கஷ்டங்கள் அங்கும் இருக்கும். இங்கு நாம் தொடங்கியிருக்கும் வேலைகளுக்கு ஒரு வலுவான அடித்தளம் அமைத்துக்கொடுத்த பின்னர் இந்தியாவுக்குச் சென்றால்தான் நமக்கு மரியாதை' என்று குறிப்பிட்டார்.[21]

1911 ஆகஸ்டில் மேத்தா லண்டனில் இருந்தார்; ஹென்றி போலாக்கும் அப்படியே. இருவருக்கும் இடையில் கசப்பும் காரமுமான வாக்குவாதம் நடைபெற்றது; அதை மேத்தா காந்திக்கு விவரித்து எழுதினார். காந்தி, 'போலாக் முழுக்க முழுக்க ஓர் ஆங்கிலோ-இந்தியராகிவிடுவார் என்று நான் நினைக்கவில்லை' என்று பதில் அளித்தார் (அவர் அப்படி ஆகிவிடுவார் என்பதுபோல மேத்தா கூறியிருக்கவேண்டும்). மேத்தா போலாக்கை 'முன்கோபி' என்று சொல்லியிருந்தார்; காந்தி ஒப்புக்கொண்டார்; கூடவே, 'அவரது மனம் முற்றிலும் வெளிப்படையானது; அவர் கடமையிலிருந்து தவறாதவர்' என்றும் சொன்னார். மேத்தா, போலாக்குக்குத் தலைக்கனம் அதிகமாகிவிட்டது என்றார்; காந்தி, 'புகழ்ச்சி எல்லோருக்குமே எதிரி; அவர் மட்டும் இதற்கு விதிவிலக்காக முடியுமா? ஆனால் அவர் புகழ்ச்சியால் கெட்டுப்போய்விடுவாரோ என்று நான் சந்தேகிக்கவில்லை. அவர் நேர்மையானவர்; வெளிப்படையானவர்' என்றார்.[22]

மேத்தாவும் போலாக்கும் வாதிட்ட விஷயங்களில் காந்தியின் எதிர்காலமும் ஒன்று. அந்த மருத்துவர், தன் நண்பர் வெகு விரைவில் இந்தியா திரும்பி, அங்கு தேசிய இயக்கத்துக்குப் புத்துயிரூட்டி அதற்குத் தலைமை ஏற்க வேண்டும் என்று விரும்பினார். போலாக்கோ, தென்னாப்பிரிக்காவிலேயே காந்தி செய்ய வேண்டிய வேலைகள் இன்னும் நிறைய இருப்பதாகக் கருதினார். நேட்டாலிலும் டிரான்ஸ்வாலிலும் இந்தியர்களின் சார்பாகச் செயலாற்றும் பொறுப்பை போலாக் தானே மேற்கொள்ளலாம் என்று மேத்தா பதிலளித்தார். போலாக் தன் பொறுப்பிலிருந்து நழுவுவதாக அவர் குற்றம் சாட்டியது போலத் தெரிகிறது. காந்தி அவர் விரும்புவதைச் செய்வதை யாராலும் தடுக்க முடியாது; என்ன செய்யவேண்டும் என்று காந்தியின் மனசாட்சிக்குத் தெரியும்; இப்போதைக்கு அது அவரை இந்தியாவுக்குத் திரும்புவதைவிட தென்னாப்பிரிக்காவிலேயே இருக்கும் படியே சொல்கிறது என்று போலாக் கோபமாகப் பதில் அளித்தார்.[23]

தற்செயலாக ஹெர்மான் காலன்பாக்கும் அப்போது ஐரோப்பாவில்தான் இருந்தார். அவர் செல்லும் முன்பு காந்தி அவரிடம், போனபிறகு திருமணம் செய்துகொள்ளக் கூடாது, 'எந்தப் பெண்ணையும் காம இச்சையுடன் பார்க்கக் கூடாது', 'எளிய வாழ்வு நடத்தும் ஏழைக் குடியான வனைப் போன்ற வாழ்க்கைக்குத் தேவையானதற்கு மேல் எதுவும் செலவு செய்யக் கூடாது', புகைவண்டியிலும், கப்பலிலும் மூன்றாம் வகுப்பி லேயே பயணம் செய்யவேண்டும் என்று வாக்குறுதி பெற்றிருந்தார். மாமிசம் உண்ணக்கூடாது என்றும் காலன்பாக் அறிவுறுத்தப்பட்டிருந் தார். வாக்குறுதிகள் இளம் மோகன்தாஸ் 1888ல் லண்டனுக்குக் கிளம் பியபோது அவரது தாயார் பெற்றுக்கொண்ட வாக்குறுதிகளை நிறையவே ஒத்திருக்கின்றன. சிறு ஆறுதலாக காந்தியும் கஸ்தூரிபாவும் அவர்களது நண்பரின் பயணத்துக்காக பல பெட்டிகள் நிறைய கேக்கும் பிஸ்கட்டும் செய்து கொடுத்தனர்.[24]

ஐரோப்பாவில் காலன்பாக் டாக்டர் மேத்தாவைச் சந்தித்து, ஆர்டெனஸில் அவருடன் ஒன்றாக நடப்பதில் ஒரு நாளைச் செலவிட்டார்.[25] இருவரும் நன்றாகவே ஒத்துப்போனார்கள்; ஆனால், இங்கிலாந்து திரும்பியதும் மேத்தாவைப்போல காலன்பாக்கும் ஹென்றி போலாக்குடன் சண்டை யிட்டதாகத் தெரிகிறது. அவர் காந்திக்கு அந்தக் கருத்து வேறுபாடுபற்றிய தன் தரப்பை எழுதினார். காந்தி, 'போலாக்பற்றிய உங்கள் ஆராய்ச்சி பெரும்பாலும் சரிதான். ஆனாலும் அவரது நற்குணங்கள் பலவீனங் களைவிட மிக அதிகம்; நாம் யாருமே பலவீனங்களை இல்லாதவர்கள் அல்ல என்று சொல்ல விரும்புகிறேன். உங்களுக்கும் இது தெரிந்த விஷயமே. ஆனாலும் திரும்பவும் சொல்வதால் நாம் மற்றவர்களிடம் விட்டுக்கொடுத்து நடந்துகொள்ள ஏதுவாகும்' என்று பதிலிளித்தார்.[26]

மேத்தா போலாக், காலன்பாக் அனைவருமே காந்தியின் நட்புக்காகவும் அவரது நல்லாசிகளுக்காகவும் போட்டியிட்டனர். அவர்கள் ஒருவருக்

கொருவர் எதிராளிகளாக இருத்ததில் வியப்பில்லை. மேத்தாவுக்குப் பிறவியிலிருந்தே வெள்ளையர்களைப்பற்றி அவநம்பிக்கை உண்டு; இதற்கு ஒருவேளை அவர் ரங்கூனில் வாழ்ந்தது காரணமாக இருக்கலாம். அங்கே சிறு குழுவினரான பிரித்தானியர்கள் உள்ளூர்வாசிகளை இரும் புக்கரம் கொண்டு அடக்கியாண்டு வந்தனர். மேத்தா தன் இயல்புக்கேற்ப, போலாக்கைக் குறை கூறிய பிறகு எல்.டபிள்யூ.ரிட்ச் பற்றியும் குறைகூறும் கருத்துகளைச் சொன்னார். காந்தி தன் ஐரோப்பிய சகாக்களை அளவுக்கதிகமாகப் புகழ்வதாக அவர் நினைத்தார். காந்தி ஒப்புக்கொண்டார்

நாம் வெள்ளையர்கள்மீது கொண்டிருப்பதைவிட அவர்கள் நம்மீது அதிக வெறுப்பு கொண்டிருக்கக்கூடும். ஆனாலும், அவர்கள் நம்மீது காட்டும் சிறு அன்புக்குப் பிரதியாக நாம் அவர்கள்பால் பெருமளவில் அன்பைப் பொழிவதுபோலக் காட்டிக்கொள்வதற்கு வேறு காரணம் இருக்கிறது. நாம் அவர்களைப் பார்த்துப் பயப்படுகிறோம் என்பதே அது. இல்லையெனில், என் அனுபவத்தில், இந்தியர்கள் பலர் நல்லவர்களையும் கெட்டவர்களையும் வேறுபடுத்திப் பார்ப்பதே இல்லை; வெள்ளையர்கள் எல்லோருமே கெட்டவர்கள் என்று நினைக்கிறார்கள். ஒருபுறம், இந்தத் தேவையற்ற பயம் ஒழியவேண்டும்; மறுபுறம், நல்லவர்களையும் கெட்டவர்களையும் வேறுபடுத்திப் பார்க்க நாம் கற்கவேண்டும்...

நான் ரிட்ச், போலாக் அல்லது வேறு யாரையும் என் சீடர்களாக நினைக்க வில்லை. அவர்களெல்லாம் தமக்குச் சரி என்றுதோன்றும்வரையில் நம்மோடு பணியாற்றுவார்கள். என் மரணத்துக்குப் பிறகு, அவர்களது செயல்பாடுகளுக்கு என் ஒப்புதல் கட்டாயம் உண்டு என்று யாரும் கருத எக்காரணமும் இல்லை. என்னுடன் பழகியவர்களுக்கு, சத்தியாக்கிரகம் தவிர்த்த பிற விஷயங்களில் நமக்குள் கருத்து வேறுபாடுகள் இருக் கின்றன என்று தெரியும். ஆனாலும், உங்கள் ஆலோசனைகளை நான் என் சிந்தனையிலிருந்து தூக்கியெறிந்துவிடப் போவதில்லை.

அவர் மேத்தாவை டால்ஸ்டாயின் 'இவான் என்ற முட்டாள்' புத்தகத்தைப் படிக்கும்படிக் கேட்டுக்கொண்டு கடிதத்தை முடித்தார்.[27]

அக்டோபர் மாதம் காந்தி மேத்தாவுக்கு, 'நான் கூடிய விரைவில் இந்தியா திரும்பிச் சென்று, அங்கேயே நிரந்தரமாகத் தங்கிவிடவேண்டும் என்பதில் நீங்கள் குறியாக இருப்பது எனக்குத் தெரியும். இந்த யோசனை எனக்குப் பிடித்திருக்கிறது. இங்கே பொறுப்புகள் தீர்ந்த அதேகணம் நான் போய்விடுவேன்' என்று எழுதினார். மேத்தா தனது நண்பர் தென்னாப் பிரிக்காவில் தங்கியிருப்பதன் மூலம் தங்கள் தாய்நாட்டைப் புறக்கணிப்ப தாகக் குற்றம்சாட்டியதாகத் தெரிகிறது. 'நான் முழு உலகத்துக்கும் பணி செய்யவேண்டும் என்ற மாயையில் வீழ்ந்துவிடுவேன் என்று நினைத்து விடாதீர்கள். என் வேலை இந்தியாவில்தான் இருக்கமுடியும் என்று நான் நன்றாகவே உணர்ந்திருக்கிறேன்.'[28]

மேத்தா இதற்கிடையே மணிலால் டாக்டர் என்ற பெயர்கொண்ட இதழாளரை காந்தியுடன் பணியாற்றுவதற்காக அனுப்பிவைத்தார். டாக்டர் ஒருகாலத்தில் மொரிஷியஸ் நாட்டில் செய்தித்தாள் ஒன்றை நடத்தியிருந்தார். காந்தி இந்தியாவுக்குத் திரும்பியதும் அவர் இந்தியன் ஒப்பீனியன் இதழின் பொறுப்பை எடுத்துக்கொள்ள முடியும் என்பது மேத்தாவின் நம்பிக்கை. அத்துடன் அவர் மேத்தாவின் மருமகனும்கூட; மேத்தாவின் மகள் ஜெயாகுன்வரை (ஜெக்கி) மணந்திருந்தார். காந்தி அந்த இளைஞர் 'இனிமையானவர், நல்ல குணம் கொண்டவர்' என்று நினைத்தார்; ஆனாலும் அவர் உடல் உழைப்பைத் தவிர்ப்பதாகப் புகார் செய்தார். சில மாதங்கள் கழித்து அங்கு வந்த ஜெக்கி அதைவிட உபயோகமானவராக இருந்தார்; அவர் 'குழந்தைகளுக்குப் பாடம் நடத்துவதில் மிகவும் உதவியாக' இருப்பதாக காந்தி தன் மருமகள் சான்ச்சிக்கு எழுதிய கடிதத்தில் குறிப்பிட்டார்.[29]

காந்தியின் கருத்தை காலன்பாக்கும் ஆமோதித்தார். அவர் பிரன்ஜீவன் மேத்தாவுக்கு எழுதிய கடிதத்தில், 'பண்ணைக்கு உங்கள் மகள் ஒரு விரும்பத்தக்க புதுவரவு. அவர் எங்கள் கொள்கைகள், வழிமுறைகள் ஆகியவற்றை ஏற்றுக்கொண்டுவிட்டார் என்று நாங்கள் நினைக்கிறோம்; ஏதோ அவர் எங்களோடு வருடக்கணக்கில் இருந்து வருவதுபோல உணர்கிறோம்' என்று குறிப்பிட்டார்.

அந்த கட்டடக்கலை நிபுணர், சக காந்தி அபிமானியான ஜெக்கியின் தந்தை விரைவில் அவர்களை வந்து பார்க்கவேண்டும் என்று விரும்பினார். மேத்தா அநேகமாக ஆண்டுதோறும் ஐரோப்பாவுக்குச் சென்று வருபவர். ஆகவே, தென்னாப்பிரிக்கா வழியாக அங்கு செல்வது 'அப்படி ஒன்றும் சுற்றுவழியாக' இருக்காது என்று காலன்பாக் சுட்டிக்காட்டினார். 'நாங்கள் அனைவரும் உங்களைக் காண மிக ஆவலாக இருக்கிறோம். நம் அனைவருக்கும் இடையில் பொதுவாக இருக்கும் அநேக விஷயங்களைப்பற்றிப் பேசித் தீர்க்கலாம்'.[30]

காந்தி டிரான்ஸ்வாலில் தங்கியிருக்க, டர்பன் இதழாளர் பி.எஸ்.ஐயர் நேட்டாலில் இருந்த இந்தியர்களுக்குத் 'தற்காலிகத் தலைவராகப் பொறுப்பு வகிக்கத் தான் தயார் என்று முன்வந்தார். அவரது விருப்பங்கள் முதலில் மிகவும் நைச்சியமான சொற்களில் குறிப்பிடப்பட்டன. 'திரு காந்தி நேட்டாலிலிருந்து சென்றுவிட்டதால், இந்த காலனியில் இந்தியர்களுக்கான பொதுத்தொண்டு அவர் இருந்த காலத்தில் நடைபெற்றது போல சீராக நடைபெறவில்லை. அது அவரது சிறப்பியல்புகளில் ஒன்று' என்று ஆஃப்ரிக்கன் கிரானிக்கிள் 1910 ஜூனில் எழுதியது.[31]

கொஞ்சம் கொஞ்சமாக அவரது மொழி துணிச்சல் பெற்றது. காந்தி இப்போதும் புகழப்பட்டார்; ஆனால் அவர் கொள்கைகள் கேள்விக்குள்ளாயின. 1911 மார்ச்சில் ஐயர் காந்தியை 'நம் மாபெரும் தலைவர்' என்றும், 'அந்த உன்னத ஆத்மா' என்றும், இந்தியர்களின் போராட்டத்

தின் 'ஆரம்பகர்த்தா, அதற்குத் திட்டம் தீட்டியவர்' என்றெல்லாம் வர்ணித்துவிட்டு, கூடவே அவர் முழுமையான சமத்துவத்தைக் கோராமல் மேலோட்டமானதை ஏன் ஏற்றுக்கொண்டார் என்றும் வினவினார். நமது போராட்டம், எல்லா இந்தியர்களும் யூனியன் முழுவதும் தடையின்றிச் சென்றுவரும் உரிமைக்கானதாக இருக்கவேண்டுமே தவிர, ஒருசில படித்த வல்லுநர்கள் மட்டும் டிரான்ஸ்வாலில் நுழைவதற்கானதாக மட்டுமானதாக இருக்கக்கூடாது என்பது ஐயரின் கருத்து. அவர் காந்தியை 'நம் தாய்நாட்டின் கண்ணியத்துக்கும் புகழுக்கும் பெருமை சேர்க்கும் வகையில் பிரிட்டிஷ் குடியுரிமை என்ற நமது பிறப்புரிமைக்காகக் கடைசிவரை போராடுமாறு' வலியுறுத்தினார்.[32]

1911 செப்டெம்பரில் ஐயர் காந்தியின் முன்னாள் எழுத்தரும் நீண்டகாலத் தொண்டருமான ஜோசப் ராயப்பனுடன் கசப்பான சண்டையில் ஈடுபட்டார். இப்போது லண்டனிலிருந்து சட்டக்கல்வியில் பட்டம் பெற்றுத் திரும்பிய ராயப்பன், நேட்டாலில் யாராவது காந்திக்கு அடுத்தபடி இரண்டாம் இடம் வகிக்க வேண்டுமானால் அது தானாகத்தான் இருக்கமுடியும் என்று நினைத்தார். இயல்பாகவே பி.எஸ்.ஐயர் ஒப்புக்கொள்ளவில்லை. ஐயருக்குக் கோரிக்கைகளுக்காகச் சிறைக்குச் செல்ல மனமில்லை என்று ராயப்பன் பழித்துக்கூறினார். அந்த இதழாளர் பதிலுக்கு அவரை இந்தியாவுக்குச் செல்வதற்காக டர்பன் வியாபாரிகளிடம் பணம் திரட்டுவதாகக் குற்றம்சாட்டினார். ஐயரும் ஆல்பர்ட் வெஸ்டும்கூட மோதிக்கொண்டனர்; பிணைத் தொழிலாளிகள் கொடுமைப்படுத்தப்படுவதாக ஆஃப்ரிக்கன் கிரானிக்கிள் வெளியிட்ட செய்திகளில் உண்மை இல்லை என்று வெஸ்ட் நினைத்தார். 'ஃபீனிக்ஸிலிருந்து புகழ் ஒளி மறைந்துவிட்டதா? போர்வாள் உறைக்குள்ளேயே துருப்பிடித்துப்போய்விட்டதா? அநீதிக்கு எதிரான கடினமான போராட்டம் சோர்வூட்டும் போட்டிகளால் தடைபட வேண்டுமா?' என்று ஐயர் இகழ்ச்சியாகக் கேள்வி எழுப்பினார். இந்தியன் ஒப்பீனியன் இதழையே அவர் 'திரு ராயப்பனும் அவர் கூட்டாளிகளும் எழுதிக்கொள்வதற்கான வாகனம் போலும்' என்று கூறி நிராகரித்தார்.[33]

ராயப்பன், தன்னைப் போலப் படித்தவர்கள் டிரான்ஸ்வாலில் நுழைவதற்கான உரிமை தொடர்பாகக் கவலை கொண்டிருந்தார் என்றால் ஐயர் மூன்று பவுண்ட் வரி ரத்து பற்றியே அதிக கவனம் செலுத்தினார். இந்த விஷயத்தில் அவருக்கு நேட்டால் இந்திய காங்கிரஸ் உள்ளிட்ட அமைப்புகளின் ஆதரவும் இருந்தது; அந்த அமைப்பு அவ்வரியை 'அடக்குமுறையானது, அநீதியானது, அறநெறிக்குப் புறம்பானது' என்று வர்ணித்திருந்தது.[34] இந்தக் குற்றச்சாட்டுகளை விரித்தெழுதி 1911 டிசம்பரில் ஐயர் நீண்ட துண்டுப்பிரசுரம் ஒன்றை வெளியிட்டார். நேட்டாலில் இந்தியர் ஒருவரின் ஆண்டு வருமானத்தில் அந்த வரி 25 சதவீதம் வருகிறது என்று கணித்தார். பதினாறு வயதை அடையும் பையன்கள்மீதும், பதின்மூன்று வயதடையும் சிறுமிகள்மீதும் விதிக்கப்

படும் இந்த வரி, 'பல குடும்பங்களைச் சீரழித்துள்ளது, பல பெண்கள், பையன்களை அழிவிலும் ஒழுக்கக் கேட்டிலும் தள்ளி அவர்களது எதிர் காலப் பணி வாழ்வையே நாசமாக்கியிருக்கிறது'. வெள்ளையர்களான வாக்காளர்களை (நாடாளுமன்ற உறுப்பினர்களையும்) நோக்கி எழுதப் பட்ட அப்பிரசுரம் அந்த வரியை கிறிஸ்துவ மதநெறிக்குப் புறம்பான தாகச் சித்தரித்தது. ஐயர் எழுதினார்:

> ஆசியர்களின் விவகாரம் பற்றியும் நிறக்கொள்கை பற்றியும் ஒருவர் என்ன நினைத்தாலும், இந்தப் பிரசுரத்தில் குறிப்பிடப்பட்டுள்ள மக்கள் அனுபவித்துவரும் இன்னல்கள் கட்சிகள் பற்றியதோ, நிறச் சர்ச்சை தொடர்பானதோ அல்ல என்று எனக்குத் தோன்றுகிறது. ஆயிரக்கணக் கான ஏழை, எழுத்தறிவற்ற, வாயில்லா ஜீவன்கள், கடும் வரிச்சுமையால் அழுத்தப்பட்டு, நிவாரணம் வேண்டி வாய்விட்டுக் கதறிவருகின்றன.[35]

இந்தியர்கள் இந்தப் பிரசுரத்தையும் பிற ஆவணங்களையும் காலனிகள் விவகார அலுவலகத்துக்கு அனுப்பிவைத்தனர். அந்த அலுவலகத்தினர் இதன் எதிர்வினையாக தென்னாப்பிரிக்க அரசாங்கத்தை இந்தக் கோரிக் கையைக் கருணையுடன் பரிசீலிக்கும்படிக் கேட்டுக்கொண்டனர். பிரதமர் லூயிஸ் போத்தா, 'இந்தியர்கள் விவகாரம்பற்றிய தென்னாப்பிரிக்க (வெள்ளையர்களான) பொது மக்கள் கருத்தின் அடிப்படையில்' மூன்று பவுண்ட் வரியை ரத்துசெய்யும் சட்டம் கொண்டுவருவது 'இப்போ தைக்கு' சாத்தியமில்லை என்று பதில் எழுதினார்.[36]

அவர்களது தொழில்ரீதியான (அல்லது/அத்துடன் தனிப்பட்ட) போட்டி யையும்மீறி ஃபீனிக்ஸ் சமூகம் வரி விவகாரத்தில் ஐயர் எழுதியதை ஒப்புக்கொண்டது. 1911 கடைசியில் ஏ.இ. வெஸ்ட் காந்திக்கு அந்த வரியை ரத்துசெய்யக்கோரி உடனடியாக சத்தியாக்கிரகம் நடத்தும்படி ஆலோசனை தெரிவித்துக் கடிதம் எழுதினார். காந்தி தனது பதிலில் இன்னும் படிப்படியான அணுகுமுறையை சிபாரிசு செய்தார். அவர் வெஸ்டிடம் தெரிவித்தார்:

> மூன்று பவுண்ட் வரி விஷயத்தில் முதல் படி மக்களை வரி கட்டாதீர்கள் என்று அறிவுரை சொல்வது அல்ல; நேட்டால் இந்திய காங்கிரஸ் பிரதம மந்திரிக்கு நேட்டாலில் இருக்கும் எல்லா இந்தியர்களும் கையெழுத்திட்ட விண்ணப்பத்தை அனுப்புவதுதான்—15,000 கையெழுத்து என்று வைத்துக்கொள்ளுங்கள். பொதுக்கூட்டம் ஒன்று நடத்தப்படவேண்டும். பின்பு காங்கிரஸ் மற்ற பிராந்தியங்களில் வசிக்கும் இந்தியர்களிடம் ஆதரவு கோரவேண்டும். பின்பு நாம் பிரதம மந்திரியின் பதிலுக்காகக் காத்திருக்கவேண்டும். பிறகு அடுத்த ஆண்டு நாடாளுமன்றத்துக்கு ஒரு கோரிக்கை மனு அனுப்பவேண்டும். அதை நாடாளுமன்றம் நிராகரிக்கு மானால், இம்பீரியல் அரசாங்கத்துக்கு காங்கிரஸ் ஒரு மனுவை அனுப்ப வேண்டும்; அதற்கு தென்னாபிரிக்காவில் இருக்கும் மற்ற அமைப்புகளும் ஆதரவு தரவேண்டும். பின்பு கடைசியாக வரி கட்ட மறுக்கவேண்டும்!

அப்போது காங்கிரஸ், யாரெல்லாம் சிறை வைக்கப்படுகிறார்களோ அவர்களது மனைவி, குடும்பத்தினரின் பசியாற்றும் கடமையைக் கண்டிப்பாக மேற்கொள்ளவேண்டும். விசுவாசமான தொண்டர் அணி இருக்குமானால் ஆண்கள் கண்டிப்பாகச் சிறை செல்வார்கள். இதற்காக நீங்களோ அல்லது வேறு ஒருவரோ டர்பனில் தொடர்ந்து இருக்கவேண்டும். இந்த விஷயத்தில் எடுத்தேன் கவிழ்த்தேன் என்று செயல்பட முடியாது. ஆண்கள் சிறைக்குச் செல்லும்படிக் கேட்டுக்கொள்ளப்பட்டால், அந்த ஆலோசனையை ஏற்க முன்வரும் யாரையும் நீங்கள் கண்டுபிடிக்கமுடியும் என்று எனக்குத் தோன்றவில்லை. ஆனால், நான் குறிப்பிட்டுள்ளதுபோல ஆரம்பகட்டப் பணிகளை மேற்கொண்டால், பதில் கிடைக்கும் காலத்துக்குள் ஆட்கள் தண்டனையை எதிர்கொள்ள முற்றிலும் தயாராகிவிடுவார்கள். இந்த விஷயம் நிறைவேற்றப்படக்கூடியது என்று எனக்கும் தெரியும்; ஆனாலும் குறைந்தபட்சம் ஒருவர் தன் முழு நேரத்தையும் இந்த விஷயத்துக்காக அர்ப்பணிக்கவேண்டும். [37]

இந்தக் கடிதம் காந்தியின் தத்துவமான 'அநீதியான சட்டங்களை அஹிம்சையால் எதிர்ப்பது' என்ற விஷயத்தை முழுமையாகப் பிரதிபலிக்கிறது. அவர் மெதுவான சீர்திருத்தங்கள், ஒவ்வொரு கட்டமாகப் போராடுவது, தன்னையும் சகாக்களையும் தான்தோன்றித்தனமாக மோதலில் குதிக்காமல் (எடுத்தேன் கவிழ்தேன் என்கிறரீதியில் என்று அவர் சொல்லியிருப்பார்) முறையாகத் தயாரித்துக்கொள்வது என்பவற்றைக் கைக் கொண்ட ராஜதந்திரி.

1912 ஏப்ரலில் காந்தி ரத்தன் டாட்டாவுக்கு, அவர் தாராளமாக ஆதரவு அளித்த போராட்டத்தை விவரித்துக் கடிதம் எழுதினார். அவர் டால்ஸ்டாய் பண்ணையில் இருந்த மாணவர்களின் விவரம், அங்கு கடைப்பிடிக்கப்பட்ட உழைப்புத் திட்டம், கற்பிக்கும் முறைகள் ஆகியவற்றை விவரித்தார். தற்போது பள்ளியில் பதினெட்டு குஜராத்திகளும், ஆறு தமிழர்களும் ஒரு வட நாட்டவரும் இருந்தனர். இந்த மாணவர்கள், 'அவர்கள் முதலில் இந்தியர்கள்; பின்புதான் மற்றவை அனைத்தும்' என்றும், அவர்கள் அவரவர் சமய நம்பிக்கைகளுக்கு முற்றிலும் உண்மையாக இருக்கவேண்டியது அவசியம் என்றாலும் தமது சக மாணவர்களின் சமய நம்பிக்கைகளுக்கும் சமமான மரியாதை தரவேண்டும்' என்று கற்றுத் தரப்பட்டது.

இந்தக் கடிதத்துடன் காந்தி கணக்கு வழக்கு அறிக்கை ஒன்றையும் இணைத்திருந்தார். அவர்களது நன்கொடை வரவு 8,509 பவுண்ட் (இன்றைய மதிப்பில் சுமார் 6,80,000 பவுண்ட். ரூபாய் மதிப்பில் ஆறு கோடிக்கும் அதிகம்). இதில் 6,723 பவுண்ட் இந்தியாவிலிருந்தும் (இதில் ஏறக்குறைய பாதி டாடாவிடமிருந்து மட்டும்), 972 பவுண்ட் ரங்கூனிலிருந்தும், 59 பவுண்ட் ஜான்ஸிபாராலிருந்தும், 61 பவுண்ட் மொசாம் பிக்கிலிருந்தும், 18 பவுண்ட் மோம்பாஸாவிலிருந்தும், 159 பவுண்ட்

லண்டனிலிருந்தும் வந்திருந்தன. செலவுகளைப் பொறுத்தவரை, 2,335 பவுண்ட் சத்தியாக்கிரகிகள், அவர்கள் குடும்பத்தினரின் நிவாரணத்துக் காகச் செலவிடப்பட்டது; 1,490 பவுண்ட் லண்டன் கமிட்டிக்காகவும், 1,200 பவுண்ட் இந்தியன் ஒப்பீனயன் இதழுக்கும், 530 பவுண்ட் சம்பளங் களுக்கும், இவற்றைவிடக் குறைந்த தொகைகள் வாடகை, வழக்குச் செலவுகள், போக்குவரத்து, அஞ்சல்தலைகள், எழுது பொருட்கள் ஆகிய வற்றுக்காகவும் செலவிடப்பட்டன. [38]

அந்தக் கணக்கு விவரமும் செயல்பாடுகள் குறித்த விவரணைகளும் டாடாவுக்கு திருப்தியளித்தன; ஆகவே அவர் இன்னொரு 25,000 ரூபாய் நன்கொடை தருவதாக வாக்குறுதி தந்தார். அதை அவர் 1912 ஜூலை 31 அன்று பம்பாயில் பொதுக்கூட்டம் ஒன்றில் அறிவித்தார். அந்தக் கூட்டத் துக்குத் தலைமை வகித்தவர் பார்ஸி தொழிலதிபர் சர் ஜாம்ஷெட்ஜி ஜீஜிபாய். அந்தக் கூட்டத்தில் பிரித்தானியப் பேரரசின் பல பகுதிகளில் வசிக்கும் இந்தியர்கள் சந்தித்துவந்த இடர்பாடுகளைப்பற்றி விவாதிக் கப்பட்டது. சர் ஜாம்ஷெட்ஜியால் முன்மொழியப்பட்ட கோரிக்கை மனு இம்பீரியல் அரசாங்கத்தை பாரபட்சமான சட்டங்கள், நடைமுறை களுக்கு முடிவுகட்டும்படிக் கேட்டுக்கொண்டது. 'தென்னாப்பிரிக்கா நீண்ட காலமாக இந்திய தேசிய உணர்வுகளைப் பாதிக்கும் செயல்களைச் செய்துவருகிறது' என்று அந்த மனு குறிப்பிட்டது; 'காலனிகளுக்குக் கொடுக்கப்பட்டுள்ள சுயாட்சி அதிகாரம் காப்பாற்றப்படவேண்டும் என்பதற்காக இந்தியர்கள் கீழான இனத்தவர்களாக நடத்தப்படுவதை இந் நாட்டு மக்கள் சகித்துக்கொள்வார்கள் என்று எதிர்பார்க்க முடியாது.' [39]

1911 ஜூலை கடைசி வாரத்தில் இந்தியன் ஒப்பீனியன் இதழ் தென்னாப் பிரிக்காவில் செயல்படும் பல்வேறு பூர்வகுடியினர் அமைப்புகளை ஒன்றுதிரட்டும் யோசனையை முன்வைத்த து. முதன்மையாக அந்த ஆலோசனையைத் தந்தவர் இளம் ஜூலு வழக்கறிஞரான (அட்டர்னி) பிக்ஸ்லி செமே. செமே நியூ யார்க் கொலம்பியா பல்கலைக்கழகத்தில் பட்டம் பெற்றபின் லண்டனில் சட்டக் கல்வி பெற்றவர். இந்த முன்னெடுப்பின் குறிக்கோள்பற்றி நிருபர் ஒருவர் கேட்டபோது,

> செமே எந்த வடிவத்திலும் பலப்பிரயோகம் செய்யப்படாது என்று தெளிவுபடுத்தி அப்படியான அச்சத்தைப் போக்குவதில் முனைப்பு காட்டினார். ஆனாலும் இந்தியர்களின் கிளர்ச்சியிலிருந்து பூர்வகுடியினர் படிப்பினைகளைப் பெற்றிருக்கிறார்கள் என்பது தெரிந்தது. சத்தியாக் கிரகத்தைக் கைக்கொள்ளவிருப்பதாக உறுதியாக எதுவும் சொல்லப்பட வில்லை என்றாலும் தேவை ஏற்பட்டால் அதில் இறங்க வேண்டிவரும் என்பது சாத்தியமே. [40]

இந்தியர்களின் போராட்டத்துக்கும் ஆஃப்ரிக்கர்களின் புதிய முன்முயற் சிக்கும் இடையில் தனிநபர்சார்ந்த தொடர்புகளும் இருந்தன. இப்போது தெரியவந்திருக்கும் வெளியிடப்படாத நினைவுக் குறிப்புகள்

ஒன்றிலிருந்து 1911ல் ஒருசமயம் பிக்ஸ்லி செமே டால்ஸ்டாய் பண்ணைக்குச் சென்றுவந்திருப்பதாகத் தெரிகிறது. —ஜோஹானஸ் பர்க்கில் வசித்த ரஷ்யாவைப் பூர்விகமாகக் கொண்ட ஒரு பெண்மணி எழுதியது இது.— இங்கே, 'திரு காந்தி டாக்டர் செமேயிடம் தன் சத்தியாக்கிரக இயக்கம் பற்றியும், பெண்களையும் குழந்தைகளையும் பண்ணையில் குடியமர்த்தியிருப்பது பற்றியும் தெரிவித்தார். எல்லாம் திருப்திகரமாக நடந்தேறியிருப்பதாகவும் அவர் குறிப்பிட்டார்.' [41]

1911 அக்டோபர் கடைசி வாரம், செமே தென்னாப்பிரிக்க பூர்வகுடியினர் காங்கிரஸ் என்ற அமைப்பை நிறுவவேண்டும் என்ற ஆலோசனையை முன்வைத்து கட்டுரை ஒன்றை வெளியிட்டார். 'இனவாத அரக்கர்கள் சோஸா – ஃபிங்கோ பகைமை, ஜூலுக்களுக்கும் டோங்காக்களுக்கும் இடையிலும், பஸுட்டோக்களுக்கும் மற்ற எல்லா பூர்வகுடியினருக்கும் இடையிலும் காணப்படும் விரோதங்கள் அனைத்தும் குழிதோண்டிப் புதைக்கப்பட்டு மறக்கப்படவேண்டும்... நாம் அனைவரும் ஒரே மக்கள். இந்தப் பிரிவினைகள், பொறாமைகள், இவையே நாம் இன்றைக்கு அனுபவிக்கிற துன்பங்கள், பிற்பட்ட நிலைமை, அறியாமை போன்ற அனைத்துக்கும் காரணம்' என்று அவர் எழுதினார். [42]

டால்ஸ்டாய் பண்ணைக்குச் சென்றிருந்த செமே, அங்கு வசித்தவர்களில் குஜராத்திகள், தமிழர்கள், வட இந்தியர்கள், ஐரோப்பியர்கள் ஆகிய இனப்பிரிவுகளைச் சேர்ந்தவர்கள் இருந்ததைக் கண்டார்; மதப்பிரிவுகள் அடிப்படையில் எடுத்துக்கொண்டால் பார்ஸிகள், முஸ்லிம்கள், கிறிஸ் தவர்கள், இந்துக்கள் ஆகியோர் இருந்தனர். இப்படித்தான் அதன் தாக்கம் இருந்தது என்று ஒரு தொடர்ச்சியை நிறுவுவது கடினம். என்றாலும் செமே ஆஃப்ரிக்கர்கள் விஷயத்தில் செய்ய விரும்பியதும் காந்தி ஏற்கெனவே இந்தியர்கள் விஷயத்தில் செய்திருந்ததும் மிகுந்த ஒற்றுமை கொண்டதாக இருந்தன என்பதில் சந்தேகமில்லை—அதாவது மக்களை மத, இன வேறுபாடுகளைக் கடந்துவரச் செய்து ஆட்சியாளர்களுக்கு முன்னால் ஒன்றுபட்ட முகத்தைக் காட்டுவது.

பிக்ஸ்லி செமேயின் முயற்சிகளால் சுமார் அறுபது ஆஃப்ரிக்கர்கள் 1912 ஜனவரியில் ப்ளோம்ஃபோன்டீனில் கூடினார்கள். அவர்களில் இனக் குழுத் தலைவர்கள், பத்திரிகையாளர்கள், வழக்கறிஞர்கள் போன்றவர்கள் இருந்தனர். அந்தக் கூட்டத்தில் தென்னாப்பிரிக்க சுதேசி தேசிய காங்கிரஸ் (சௌத் ஆஃப்ரிக்கன் நேட்டிவ் நேஷனல் காங்கிரஸ்) என்ற அமைப்பு உருவானது. மூத்த ஜூலு சீர்திருத்தவாதியான ஜான் டூபே அதன் தலை வராகத் தேர்ந்தெடுக்கப்பட்டார்; அச்சயம் முன்பே முடிவான வேறு நிகழ்ச்சிகளில் கலந்துகொள்ள வேண்டியிருந்ததால் அந்தக் கூட்டத்தில் அவர் பங்கேற்றிருக்கவில்லை.

புதிய காங்கிரஸ் வெள்ளையர்கள் உருவாக்கிய யூனியன் ஆஃப் சௌத் ஆஃப்ரிக்காவுக்கு எதிர்வினையாக ஆரம்பிக்கப்பட்டது. யூனியனில்

நிர்வாகத்திலோ, சட்டம் இயற்றுவதிலோ எந்தப் பங்கும் இல்லை. அவர்களது காங்கிரஸ், 'தேசிய ஒற்றுமையை உருவாக்கவும், நம் உரிமைகளையும், சிறப்பதிகாரங்களையும் பாதுகாக்கவும் நமது தேசிய யூனியனை உருவாக்குவதற்காக வழிவகைகளை ஒன்று சேர்ந்து ஆராயும்' என்று செமே கூறினார். அந்த அட்டர்னி 'பல்வேறு மொழிகள், இனக் குழுக்களின் சார்பாக இத்தனை தரப்புகள் ஒரே குடையின்கீழ் ஒரே மாபெரும் வீட்டில் ஒத்துழைத்துச் செயல்பட முனைவது இதுவே முதல் முறை' என்று சுட்டிக்காட்டினார்.[43]

நேட்டிவ் நேஷனல் காங்கிரஸின் முதல் தலைவரான ஜான் டூபே நேட்டாலில் காந்திக்கு அறிமுகமான அண்டைவீட்டுக்காரர். இருவரும் ஒருவரைப்பற்றி ஒருவர் புகழுந்து எழுதியிருக்கிறார்கள். டூபே புதிய பதவி ஏற்றதற்காக அவரைப் பாராட்டிய இந்தியன் ஒப்பீனியன், 'அவர் தன் நாட்டு மக்களுக்காக' வெளியிட்ட 'பிரமாதமான' கொள்கை விளக்க அறிக்கையிலிருந்து இரண்டு பத்திகளை எடுத்துப் பிரசுரித்தது. பூர்வ குடியினரே 'இந்த அழகிய மாபெரும் கண்டத்தின் தலைமகன்கள்' என்ற போதிலும் 'புகழ்ஒளி பொருந்திய பிரித்தானியப் பேரரசின் குடிமக்கள் வரிசையில் நாம்தான் கடைசிப் பிள்ளைகள்; இப்போதுதான் வெள் ளையர்களுக்கும், இந்தியர்களுக்கும், கேப் மாகாண கறுப்பு நிறம் கொண்ட மக்களுக்கும் அடுத்தபடியாக அரசியல் வாழ்க்கையில் அடி யெடுத்து வைக்கிறோம்'—என்று டூபே குறிப்பிட்டார். ஆகவே அவர்கள் 'மெதுவாக, ஒவ்வொரு அடியாக எடுத்துவைத்து நன்னெறியாலும் நியாயத்தாலும் ஒளிபெற்ற பிரகாசமான பாதையில் முன்னே செல்ல வேண்டும்... இவை நிச்சயமாகவும், பாதுகாப்பாகவும் நம்மை ஆஃப்ரிக் காவின் பிள்ளைகள் என்ற முறையிலும், தென்னாப்பிரிக்க காமன் வெல்த்தின் குடிமக்கள் என்ற முறையிலும் நமக்கு நியாயமாகக் கிடைக்க வேண்டியதைப் பெறுவது என்ற நம் குறிக்கோளுக்கு இட்டுச் செல்லும்.'

டூபே, இது ஒரு 'மிகக் கடினமான போராட்டமாக' இருக்கும்; 'வெளியில் எதிரிகளையும்' 'உள்ளே அபாயங்களையும்' சந்திக்க வேண்டியிருக்கும் என்று உணர்ந்திருந்தார். ஆனாலும் அவர் 'நம் பொறுமையாலும், சம நிலையாலும், சட்டத்துக்கு உட்பட்ட வழிமுறைகளாலும், நம் கோரிக் கைகளில் நியாயத்தாலும் இந்தத் தடைகள் அனைத்தையும் நீக்கி எதிரிகளை வெற்றிகொள்வோம்' என்று உறுதியளித்தார். 'நம் நன்நடத் தையின் மேன்மையால் நிறம் சார்ந்த முன்முடிவு என்ற அசைக்கமுடியாத சுவரை இடித்துத் தள்ளுவோம்; நம் விரோதிகளைக்கூட நம் அபிமானி களாகவும் நண்பர்களாகவும் ஆகச் செய்வோம்' என்றார்.[44]

இளங்காவும் ஃபீனிக்ஸூம் அருகருகே இருந்தாலும், டூபேயும் காந்தியும் அபூர்வமாகவே சந்தித்தனர். இந்தக் காலகட்டத்தில் காந்தி பெரும் பாலும் டிரான்ஸ்வாலிலேயே தங்கியிருந்ததும் இதற்கு ஒரு காரணம். அவர்களது அரசியல் பார்வைகளின் ஒற்றுமை வியக்கவைப்பது. சீர்திருத்

தவாதிகளான அந்த ஆஃப்ரிக்கர், இந்தியர் இருவருமே படிப்படியான முன்னேற்றம் என்ற உயர்ந்த கொள்கையை உபதேசிக்கவும் கடைப்பிடிக்கவும் செய்தனர். இன வேற்றுமைக்கு அவர்கள் காட்டிய எதிர்ப்பில் எந்தத் தடுமாற்றமும் இல்லை; அதேசமயம், பொறுமை, மரியாதை ஆகியவற்றால் தம் எதிராளிகளை நியாயத்தை உணரவைக்கவும், இறுதியில் நீதி வழங்கும்படிச் செய்யவும் முடியும் என்று கருதினர்— அல்லது அப்படி நடக்கவேண்டும் என்று விரும்பினர்.

காந்தியின் சட்டத் தொழிலை இப்போது எல்.டபிள்யூ.ரிட்ச் கவனித்து வந்தார். காந்தி நகரத்துக்கு வந்தது பெரும்பாலும் தன் காரியதரிசி சோன்யா ஷ்லேசினின் திறன்களைப் பயன்படுத்திக்கொள்வதற்காகவே. 1912ன் முதல் பாதியில் காந்தி புதிய குடியேற்றச்சட்டம் குறித்து உள்துறை அமைச்சகத்துடன் கடிதத் தொடர்பு கொண்டிருந்தார். அவர் சுட்டிக் காட்டிய பிரச்னைகளில் பெண்கள், வயதுவராத பிள்ளைகளின் குடியேற்ற உரிமை, குடியேற்ற அதிகாரிகளின் எதேச்சதிகாரங்கள், நீதிமன்றங்களை நாடும் உரிமை, படித்த இந்தியர்கள் மாகாணம்விட்டு மாகாணம் இடம் பெயரும் உரிமை ஆகியவை அடங்கும்.⁴⁵

1912 மே மாதம் ஜெனரல் ஸ்மட்ஸ் புதிதாக 'குடியேற்றங்கள் கட்டுப்பாட்டு மசோதா' ஒன்றைத் தாக்கல் செய்தார். திருப்திகரமான குடியேற்றச் சட்டம் ஒன்றைக் கொண்டுவருவது என்பது 'சீனப் புதிர்' ஒன்றைப் போன்றது என்றார் அவர். 'ஒருபுறம் அவர்கள் வெள்ளையர்களின் குடியேற்றத்தை ஊக்குவிப்பதில் முனைப்பாக இருக்கிறார்கள்; அதேசமயம் ஆசியர்களை நாட்டுக்குள்விடாமல் இருப்பதிலும் முனைப்பாக இருக்கிறார்கள் (கேட்டீர்களா! கேட்டீர்களா!)' அரசு ஆஸ்திரேலிய உதாரணத்தைப் பின்பற்றி கல்வித் தேர்வு ஒன்றைக் கொண்டுவருவதுபற்றி ஆலோசித்து வருகிறது. அந்தத் தேர்வு 'ஒரு சாரார் விஷயத்தில் கறாராகவும், இன்னொரு சாரார் விஷயத்தில் கண்டுகொள்ளாமலும் இருப்பதாக ஒப்புக்கொண்டிருக்கிறது. வெள்ளையர்கள் நாட்டுக்குள் வரும்படி ஊக்குவிக்கப்படுவார்கள்; ஆசியர்கள் வெளியே நிறுத்தப்படுவார்கள்' என்பதே காரணம். தொடர்ந்து நடைபெற்ற விவாதத்தில் பேச்சுவானாலாண்டைச் சேர்ந்த உறுப்பினர் ஒருவர் ஆசியர்களை விலக்கி வைப்பது என்ற விஷயத்தில் 'ஆங்கிலேயர்களும் டச்சுக்காரர்களும் ஒத்துப்போகிறார்கள்' என்றார். இந்தியர்களின் வருகையால், நூற்றுக்கணக்கான, ஏன் ஆயிரக்கணக்கான வெள்ளையர்கள் தாம் நன்றாக நடத்திவந்த தொழிலில் இருந்து வெளியேற்றப்பட்டுவிட்டார்கள். ஆசியர்களின் போட்டி எத்தகையது என்றால் ஐரோப்பியர் எவரும் அவர்களை எதிர்த்துத் தாக்குப்பிடிக்க முடியாது. இனி ஆசியர் யாரும் இந்த நாட்டுக்குள் வர அனுமதிக்கப்பட மாட்டார்கள் என்று தெளிவாக அறிவித்துவிட வேண்டும் என விரும்புகிறேன்.'⁴⁶

அறிகுறிகள் பலமாக இருந்தன. இம்முறையும் மசோதா செனட்டில் நிறைவேறவில்லை. உள்துறை அமைச்சகம் காந்திக்குக் கடிதம் எழுதி, மசோ

தாவை அடுத்த கூட்டத் தொடரில் நிறைவேற்றிவிட முடியும் என்ற நம்பிக்கை தமக்கு இன்னும் இருப்பதாகத் தெரிவித்தனர். [47]

ஜூன் இறுதிவாக்கில் காந்தி டர்பனில் ஒருவாரம் தங்கியிருந்தார். நேட்டாலின் இந்தியர்கள் இப்போது சரிபாதியாகப் பிளவுபட்டிருந்தார்கள். கே.டி.நாயுடு காந்திக்கு எதிராக மக்களிடம் கையெழுத்துகளைத் திரட்டிக் கொண்டிருந்தார். அந்த வழக்கறிஞர் குஜராத்தி வியாபாரிகளின் நலன் களையும், 'நிறைய சம்பாதித்து கஞ்சத்தனமாக வாழும் தென்னாப்பிரிக்க பனியாக்களின்' நலன்களையுமே முன்னிட்டு செயல்படுவதாகவும் அவர் குற்றம் சாட்டினார். மறுபுறத்தில் காந்தியின் நீண்டகால நண்பர் பார்ஸி ருஸ்தம்ஜி கே.டி.நாயுடுவையும் அவரது சகாக்களையும் 'தமக்குத் தாமே தலைமைப் பட்டங்கள் சூட்டிக்கொண்டு மக்களின் அங்கீகாரம் இல்லாமலே பொதுக் காரியங்களில் ஈடுபடுவதாகவும்' குற்றம் சுமத்தினார். [48]

நேட்டால் இந்தியர்களில் சிலர் காந்தியின் பொறுத்திருந்து பார்க்கும் கொள்கையில் அதிருப்தி கொண்டிருந்தனர். அந்த மாகாணத்து இந்தியர்கள்மீது சுமத்தப்பட்டிருந்த மூன்று பவுண்ட் வரியை ரத்துசெய்வதற்காக அவர் தேவையான அளவில் வலியுறுத்திப் போராடவில்லை என்பது அவர்களது எண்ணம். இந்த அணியினரின் விரோதபாவம் காந்தியின் நண்பர்களுக்குக் கவலை தந்தது. முன்பு தன் கருத்துகளுக்காக அவர் தாக்கப்பட்டதை அவர்கள் மறந்துவிடவில்லை. ஜூன் 27 அன்று காலன்பாக் சகன்லால் காந்திக்கு எழுதி அவரையும் அவரது சகோதரர் மகன்லாலையும் காந்தி நேட்டாலில் இருக்கையில் 'கவனமாக விஷயங்களைக் கண்காணித்துக்கொண்டிருக்கும்படி' கேட்டுக்கொண்டார். காலன்பாக் கூறினார்:

> அவர் டர்பன் போகும்போது உடன் செல்லுங்கள்; பார்வையிலேயே வைத்திருங்கள். தற்சமயம் டர்பனில் கோப உணர்வுகள் அதிகமாக இருப்பதால் கவனம் தேவை... நாம் விழிப்புடன் இருக்கவேண்டும். திரு காந்தி பாதுகாவலர்கள் வைத்துக்கொள்ள விரும்புவதில்லை என்று நம் அனைவருக்கும் தெரியும். இருந்தாலும் ஏதாவது சாக்குப்போக்கு சொல்லி நீங்களும் மகன்லாலும் காந்தி கவனிக்காதபடி மேலே குறிப்பிட்டதைச் செய்ய முடியும் என்று நம்புகிறேன். நாம் எல்லோரும் சேர்ந்து இந்த நாட்டில் எவனாவது வெறியன் அவருக்கு ஏதாவது செய்துவிடாமல் காப்போம். [49]

காந்தி டிரான்ஸ்வாலுக்கு பத்திரமாகத் திரும்பினார். இதனிடையே அவர் கோகலேயை தென்னாப்பிரிக்கா வரும்படி அழைத்திருந்தார். 'இம்பீரியல்' ராஜதந்திரி ஒருவரைத் தங்கள் சார்பாகப் பேச வைப்பதால் இந்தியர்களுக்கு அவர்கள் விரும்பும் சலுகைகள் ஒருவழியாகக் கிடைக்கலாம். கோகலேயின் வருகை டர்பனில் தன்னை விமர்சிப்பவர்களை வெட்கப்படச் செய்து அவர்களை மட்டுப்படுத்தும் என்றும் காந்தி நினைத்திருக்கக்கூடும்.

உண்மையில் கோகலே முந்திய ஆண்டே ஐக்கிய ராஜ்ஜியத்திலிருந்து திரும்பும்போது தென்னாப்பிரிக்கா வருவதற்குத் திட்டமிட்டிருந்தார்; அப்போது அவரது மருத்துவர்கள் அது வேண்டாம் என்று அறிவுரை செய்தனர். பிரன்ஜீவன் மேத்தாவும் அப்படியே செய்தார். 1911 ஆகஸ்டில் லண்டனில் அவரைச் சந்தித்த மேத்தா 'திரு கோகலேயின் உடல் ஒரு காகிதப்பைபோலத் தோற்றம் தருகிறது' என்றார். பல ஆண்டுகளாக நீரிழிவு நோயாளியான அவருக்கு சமீபத்தில் அல்புமின் அதிகமிருப்பதும் தெரியவந்தது; உடல் எடையும் கூடுதலாக இருந்தது. கோகலே தென்னாப்பிரிக்கா வரவேண்டும் என்று ஆவலாக இருந்தாலும் ஏகப்பட்ட பொது நிகழ்ச்சிகளில் கலந்துகொள்வது (கூட்டங்களில் பேசுவதும்) அவரது உடல்நலனை இன்னும் பாதிக்கக் கூடும். இப்போதைய நிலையில் 'முடிந்த அளவு ஓய்வெடுத்துக்கொள்வதே அவரது உடல்நலனுக்கு நல்லது.'[50]

அப்போது பயணம் ரத்துசெய்யப்பட்டது. ஒரு வருடத்துக்குப் பிறகு கோகலே சற்று உடல்நிலை தேறியிருந்தார். கோடைகாலத்தில் (வழக்கம் போல) லண்டன் சென்றிருந்த அவர் அக்டோபரில் கேப் டவுனுக்குப் பயண முன்பதிவு செய்திருந்தார். முதல் வகுப்பு கேபின் ஒன்றில் இருக்கும் இரண்டு படுக்கைகளில் ஒன்றை அவர் கேட்டார். கப்பல் நிறுவனம், 10 பவுண்ட் அதிகம் செலுத்தினால் அவரே முழு கேபினையும் எடுத்துக்கொள்ளலாம் என்று கூறியது. கோகலே, தான் ஒன்பது முறை இந்தியாவுக்கும் ஐக்கிய ராஜ்ஜியத்துக்கும் இடையே கப்பலில் சென்றுவந்திருப்பதாகவும்,

> ஒரு தடவைகூட இம்மாதிரியான அவமதிப்பு எனக்கு நிகழ்ந்ததில்லை... யாரோ ஐரோப்பியர்கள் இந்தியர்களுடன் பயணம் செய்ய விரும்பவில்லை என்பதற்காக என்னிடம் என் பயணக் கட்டணத்தை விட அதிகத் தொகை கேட்பது மிகவும் அநீதியானது என்று கருதுகிறேன். நிறுவனம் எனக்கு ஒரு படுக்கையை அளித்துவிட்டு, இன்னொன்றை எடுத்துக்கொள்வதா வேண்டாமா என்பதை அடுத்து வருபவர்கள் முடிவுக்கே விட்டுவிடுவதே சரியாக இருக்கும்.[51]

கோகலே இந்தியாவுக்கும் இங்கிலாந்துக்கும் இடையில் பலமுறை கடல் பயணம் செய்திருக்கிறார். ஆனால் தென்னாப்பிரிக்காவுக்குச் சென்றதில்லை. கப்பல் நிறுவனத்துடன் ஏற்பட்ட அனுபவம் அந்த நாட்டில் இந்தியர்கள் நாள்தோறும் அனுபவித்துவரும் இனவாதத்தின் தீவிரத் தன்மையைக் கோடி காட்டுவதாக இருந்தது. பயணச்சீட்டைப் பதிவு செய்யும் முன் காந்தியிடம் அவர் மௌட் போலாக்கும் தென்னாப்பிரிக்காவுக்கு வரவேண்டும் என்று யோசனை தெரிவித்தார். அந்தப் பெண்மணி தென்னாப்பிரிக்க பிரிட்டிஷ் இந்தியர் குழுவுக்காகச் செய்துவரும் வேலைகள் அவரைக் கவர்ந்திருந்தன. கொஞ்சம் நேரடி அனுபவமும் கிடைத்தால் அவரால் இன்னும் சிறப்பாகச் செயல்பட முடியும் என்று

கோகலே நினைத்தார். காந்தி இந்த யோசனையில் ஆர்வம் காட்டவில்லை; ஒருவேளை கோகலேவுக்குத் தெரியாத விஷயம் அவருக்குத் தெரிந்திருந்தனால் இருக்கலாம்—அதாவது மௌட் போலாக்கின் ஆர்வம் முக்கியமாக ஜோஹானஸ்பர்க்கில் வசித்த ஒரு குறிப்பிட்ட இந்தியரைப் பற்றியதுதானே தவிர, தென்னாப்பிரிக்கா முழுவதிலும் வசித்த அனைத்து இந்தியர்களையும் பற்றியதல்ல.[52]

கோகலே வருவதுபற்றிய செய்தி பரவியவுடன் கேப் டவுனிலிருந்த தாராளவாதியான இதழாளர் ஒருவர் தென்னாப்பிரிக்காவின் பிரதமர் ஜெனரல் போத்தாவுக்குக் கடிதம் எழுதி, அந்த வருகையாளர் மரியாதையுடன் நடத்தப்படவேண்டும் என்று கேட்டுக்கொண்டார். அந்த இதழாளர் கோகலேயை இந்தியாவில் சந்தித்திருந்தார். ஆகவே அவர் 'வெறும் கூலியோ அல்லது வெறும் கிளர்ச்சியாளரோ' அல்ல, 'பிறப்பு, குணம், புலமை ஆகியவற்றில் உயர்ந்த தரத்தைச் சேர்ந்தவர்; இந்திய வைஸ்ராயின் கவுன்சிலில் உறுப்பினர்; அநேகமாக இன்றைய தேதியில் இந்திய அரசியலில் பலம்வாய்ந்த தனிநபர் சக்தி அவரே' என்று அந்த இதழாளருக்குத் தெரியும். விருந்தினர் நல்ல முறையில் நடத்தப்பட வேண்டும் என்பதை போத்தா ஒப்புக்கொண்டார். ஆனாலும் கோகலேயின் வருகையுடன் சம்பந்தப்பட்ட அபாயங்கள் 'கணிசமானவை'. உதாரணமாக, ஜோஹானஸ்பர்க், கேப் டவுன், இன்னும் பிற நகரங்களின் நகரசபை அதிகாரிகள் வெள்ளையரல்லாத மக்களை டிராம் வண்டிகளில் பயணிக்க அனுமதிப்பதில்லை. 'கோகலே ஒரு டிராம் வண்டியில் ஏறுகையில் வெளியேறும்படிச் சொல்லப்பட்டால் அவர் என்ன சொல்வார்!' என்று கேட்டார் போத்தா.[53]

1912 ஆகஸ்ட் கடைசி வாரத்தில் பிரன்ஜீவன் மேத்தா கோகலேவுக்கு தென்னாப்பிரிக்காவில் அவர் என்ன எதிர்பார்க்கலாம் என்பது பற்றிக் கடிதம் எழுதினார். 'உங்களை கௌரவிப்பதற்காகத் தவிர்க்க முடியாமல் நடத்தப்படக்கூடிய கூட்டங்கள், விழாக்கள் காரணமாக உங்கள் உடலுக்கும் மனதுக்கும்' 'அதிக சுமை' ஏற்படக்கூடும் என்று அவர் கவலைப்பட்டார். அவர் தொடர்ந்தார்:

> ஆகவே விரைவில் அவரைச் சந்தித்து சமாச்சாரங்களை விவாதிக்க முடியும். நாம் அவரைப் பற்றிப் பேசிய ஒருசில சந்தர்ப்பங்களிலிருந்து நான் புரிந்து கொள்வது என்னவென்றால் நீங்கள் ஜியை (காந்தியை) சரிவர ஆராயவில்லை. என் சிற்றறிவுக்கு எட்டிய வரையில் அவரைப் போன்ற மனிதர் வெகு அபூர்வமாகவே, அதுவும் இந்தியாவில் மட்டுமே பிறக்கிறார்கள். எனக்குத் தெரிந்தவரையில் அவரைப் போன்ற தொலை நோக்குப் பார்வை கொண்ட தீர்க்கதரிசியைக் கடந்த ஐந்தாறு நூற்றாண்டுகளாக இந்தியா உருவாக்கவில்லை. அவர் மட்டும் பதினெட்டாம் நூற்றாண்டில் பிறந்திருந்தால் இந்தியா முற்றிலும் வேறுவிதமாக இருந்திருக்கும். வரலாறே வேற்றுவிதமாக எழுதப்பட்டிருக்கும். அவரது

ஆற்றலைப்பற்றிய உங்கள் பார்வை நேரில் அவருடன் அதிகமாகப் பழகும் வாய்ப்பு கிடைத்ததிலிருந்து அதிகம் மாறியிருக்கிறது என்றும், எப்போதாவது அவதரித்துத் தமது தாய் மண்ணின் மனிதகுலத்தை உயர்த்தும் அபூர்வ மனிதர்களில் ஒருவராக அவரைப் பார்க்கிறீர்கள் என்றும் நீங்கள் சொல்வதைக் கேட்க நான் ஆவலுடன் காத்திருப்பேன்.[54]

காந்தியை அவரது நண்பர்கள் அவதார புருஷர்களில் ஒருவராக வைத்தார்கள். மேத்தா பெயர்கள் எதையும் குறிப்பிடாவிட்டாலும் அவர் காந்தியை இடைக்காலத்தில் அவதரித்த புனிதர்களான நானக், கபீர் போன்றவர்களுடனும், இன்னும் பின்னே சென்றால் சமண சமயத்தையும், பௌத்த சமயத்தையும் தோற்றுவித்தவர்களான மகாவீரர், கௌதம புத்தர் ஆகியவர்களுடனும் ஒப்பிட்டார் என்பது தெளிவு. காந்தி பதினெட்டாம் நூற்றாண்டில் பிறந்திருந்தால் இந்தியா பிரிட்டிஷாரால் அடிமைப்படுத்தப்பட்டிருக்காது என்ற கருத்தை அவர் முன்வைத்தார்.

ஒரு சாதாராண வழக்கறிஞரும் வெளிநாடுவாழ் இந்தியர்களின் தலைவராகவும் இருந்தவரை இந்த மாதிரியான பீடத்தில் வைத்ததற்கு அவர் காந்திமீது கொண்டிருந்த பற்றும் நட்புமே காரணம். கோகலே என்ன பதில் எழுதினார் என்று தெரியவில்லை. மேத்தாவின் கடிதத்துக்கு அவர் என்ன எதிர்வினையாற்றியிருப்பார்? அவர் ஓர் பெருந்தன்மை கொண்ட மனிதர். அவர் அநேகமாக காந்தியைத் தன் மிகத் திறமைவாய்ந்த சீடராகக் கருதியிருந்திருப்பார். காந்தி இந்தியா திரும்பி இந்தியாவின் சேவகர்கள் சங்கத்துக்குப் பொறுப்பேற்றுக்கொள்ளவேண்டும் என்று அவர் எதிர் பார்த்தார். ஆனால், இக்கடிதம் இந்திய சரித்திரத்தில் அவர்கள் ஏற்றிருந்த பாத்திரங்களை அப்படியே மாற்றிப் போட்டிருப்பதைப் பார்த்து அவருக்குக் கோபம் வராவிட்டாலும் குழம்பிப் போயிருப்பார் என்பது நிச்சயம். கோகலே 'இந்திய அரசியலில் ஆகப் பலமானதனிநபர்சக்தியாக' பரவலாக அங்கீகரிக்கப்பட்டிருந்தார். அந்தக் காரணத்தினால்தான் அவர் காந்தியால் தென்னாப்பிரிக்காவுக்கு வருமாறு அழைக்கப்பட்டார். இங்கே பிரன்ஜீவன் மேத்தாவோ கோகலே தன் சீடராகக் கருதிய மனிதர் ஒருவர் உண்மையில் அவரைவிட மிகப் பெரியவர் என்று சொல்கிறார்.

1912 செப்டெம்பரில் காந்தி ஃபீனிக்ஸ் பண்ணையின் உரிமையை ஐந்து அறங்காவலர்களுக்கு மாற்றிப் பத்திரம் எழுதினார். டர்பனிலிருந்த வியாபாரி உமர் ஹாஜி அமோத் ஜோஹரி, பார்ஸி ருஸ்தம்ஜி, காலன்பாக், ரிட்ச், பிரன்ஜீவன் மேத்தா ஆகியோரே அவர்கள்—முறையே ஒருவர் இஸ்லாமியர், ஒருவர் பார்ஸி, இருவர் யூதர்கள், இன்னொருவர் இந்து. அந்த உரிமைப் பத்திரம் இந்த ஐந்து பேருக்கு ஃபீனிக்ஸில் நிலத்திலும் எந்திரங்களிலும் காந்தி வசமிருந்த உரிமைகள், பாத்தியதை, நலன்கள் ஆகியவற்றை மாற்றியளித்தது. அத்துடன் அந்தப் பண்ணை என்ன குறிக்கோள்களுக்காக நடத்தப்படவேண்டும் என்று எட்டு அம்சங்களைப் பட்டியலிட்டது: முடிந்தவரை ஒருவர்தன் சொந்த உழைப்பைக்கொண்டு வாழ்வது; இந்தியர்

களுக்கும் ஐரோப்பியர்களுக்குமிடையில் நல்லுறவை வளர்ப்பது; டால்ஸ்டாயும் ரஸ்கினும் முன்வைத்திருக்கும் 'நெறிமுறைகளைப் பின்பற்றுவது, வளர்த்தெடுப்பது'; 'தாங்கள் தூய்மையான வாழ்க்கையை வாழ்வதன் மூலம் தனிநபர்களின் சொந்த வாழ்வில் தூய்மையை' வளர்ப்பது; குழந்தைகளுக்கு முக்கியமாக அவர்களின் தாய்மொழியில் கல்வி கற்பிக்க ஒரு பள்ளியை ஆரம்பிப்பது', சுத்தம், சுகாதாரத்துக்கான நிறுவனம் ஒன்றை ஆரம்பிப்பது; 'மனிதகுலத்துக்குச் சேவை செயவதற்காகத் தாங்கள் பயிற்சி பெறுவது'; இந்தக் கருத்துகளை முன்னெடுப்பதற்காக இந்தியன் ஒப்பீனியன் இதழை நடத்துவது.

காந்தி அவரது வாழ்நாள் காலம்வரை அந்த அறக்கட்டளைக்கு மேலாளராக இருப்பார்; அவரது குடும்பத்தின் உபயோகத்துக்காக இரண்டு ஏக்கர் நிலமும் ஒரு கட்டடமும் ஒதுக்கப்படும். மற்ற வசிப்பாளர்களுக்குத் தரப்படுவதுபோல, 5 பவுண்ட் மாதாந்திரப்படி அவருக்கும் தரப்படும்; அவர் இறந்தாலோ அந்தக் குடியிருப்பைவிட்டுச் சென்றாலோ அறங்காவலர்கள் தமக்குள் ஒருவரை மேலாளராக நியமிப்பார்கள். [55]

அதே நேரம் காந்தி இந்தியன் ஒப்பீனியனில் இனி விளம்பரங்கள் வெளிவராது என்று அறிவித்தார். 'விளம்பரங்கள் என்ற முறையே மோசமானது; தீங்கான போட்டியை ஏற்படுத்துகிறது; நாமோ அதை எதிர்ப்பவர்கள்; பலசமயம் பெரிய அளவில் பொய்யான தகவல்களைத் தருகிறது.' கடந்த காலத்தில் அவ்விதழ் 'எப்போதுமே எங்கள் அளவுகோல்களைக் கருத்தில் கொண்டே வந்திருக்கிறது; நம் மனசாட்சிக்கு ஒவ்வாத பல விளம்பரங்கள் நிராகரிக்கப்பட்டுள்ளன.' இப்போது விளம்பரங்கள் முற்றாகவே நிறுத்தப்படும். [56]

ஃபீனிக்ஸ் விவகாரங்களை முடித்துவிட்டு காந்தி கோகலேயை வரவேற்பதில் தன் கவனத்தைத் திருப்பினார். அந்த மூத்தவரை அவர் கடந்த பத்தாண்டுகளாகச் சந்திக்கவில்லை; ஆனாலும் அவர்கள் தொடர்ந்து கடிதப் போக்குவரத்து கொண்டிருந்தார்கள். இன்னும் சமீபத்தில் காந்தியின் ஒன்றுவிட்ட அண்ணன் மகன் சகன்லால் பூனா சென்றுவந்தார். லண்டனில் படித்துக்கொண்டிருக்கையில் சகன் காசநோயால் பீடிக்கப்பட்டார். இதனால் படிப்பைப் பாதியில் கைவிட்டு இந்தியாவுக்கு வரவேண்டியாயிற்று. பூனாவில் இருக்கையில் அவர் கோகலேயின் பணிகளைப்பற்றி சற்றுக் குறைத்து மதிப்பிட்டு எழுதினார். மகன்லாலுக்கு எழுதிய கடிதத்தில் காந்தி கூறினார்:

> சிர. சகன்லால் இந்தியாவின் சேவகர்கள் சங்கத்தைப்பற்றி எழுதியிருந்ததைப் படிக்க வருத்தமாக இருந்தது. பேரா.கோகலே போன்ற ஒருவர் இதில் அமிழ்ந்திருப்பது வருத்தத்துக்குரிய விஷயம். இதிலிருந்து அவர் வெளிவந்துவிடுவார் என்று நம்புகிறேன். ஏனென்றால், அவர் ஒரு நேர்மையாளர். இது வெறுமனே அக்கறையின்றி மேல் நாடுகளைப் பின்பற்றுவதுதான். சேவகர்கள் என்று சொல்லிக்கொள்பவர்கள் தமக்கே

சேவகர்களை வைத்திருப்பது முறையா? சேவகர்கள் என்பவர்கள் யார்? அவர்களை வைத்திருக்க வேண்டிய அவசியம் என்ன? தம் சாப் பாட்டை அவர்கள் ஏன் இன்னொருவரை சமைக்கச் சொல்கிறார்கள்? இந்தியாவில் எதற்காகப் பெரிய கட்டடங்கள்வேண்டும்? குடிசைகள் ஏன் போதாது?... எம்.ஏ. அல்லது பி.ஏ. படித்தவர்கள்தான் 'சேவகர்கள்' ஆக முடியும் என்பது என்ன மூடநம்பிக்கை? ஃபீனிக்ஸின் நோக் கங்களும் அங்கிருக்கும் வாழ்க்கை முறையும் (இந்தியாவின் சேவகர்கள்) சங்கத்தினுடையவற்றைவிட மேலானவை என்று எண்ணுகிறேன்.[57]

இங்கே வெளிப்படும் அர்த்தம் ஒரு தனிநபராகவும், சமூக சேவகராகவும், அரசியல் செயல்பாட்டாளராகவும் காந்தி கோகலேவுக்குச் சமமானவர்; ஏன், அவரையே விஞ்சக்கூடியவர் என்பதே. ஆயினும் இந்திய அரசியலில் பின்னவர் பெற்றிருந்த செல்வாக்கினாலும், காந்தி அறியப் படாதவராக இருந்த ஆரம்ப காலத்தில் அவருக்கு ஊக்கமளித்தவர் கோகலே என்பதாலும் அவருக்கு மரியாதை தரப்படவேண்டும். ஆகவே கோகலே தென்னாப்பிரிக்கா வந்தபோது, அவரது முன்னாள் சீடர் அவருக்குப் பெரிதாக வரவேற்பு அளிக்க ஏற்பாடு செய்தார். தனது குருநாதர் பண்பாட்டு மரபுகள், உடை விஷயங்களில் கறாரானவர் என்பது அவருக்குத் தெரியும். ஆகவே அவரை மகிழ்ச்சிப்படுத்தும் வித மாகவும் கௌரவிக்கும் விதமாகவும், கேப் டவுனில் அவர் கப்பலை விட்டு இறங்கியதும் சந்திப்பதற்குச் செல்லும்போது பல ஆண்டுகளில் முதல்முறையாக பாரம்பரியமான கத்தியவாரி தலைப்பாகை அணிந்து சென்றார்.[58]

கோகலே பயணித்த கப்பலான ஆர்.எம்.எஸ்.சாக்ஸன் கேப் டவுனுக்கு 1912 அக்டோபர் 22 செவ்வாய்க்க கிழமை வந்து சேர்ந்தது. இந்தியர்கள் கப்பல்துறையில் கூட்டமாகத் திரண்டிருந்தனர். அங்கிருந்த காலன்பாக் வர்ணித்ததுபோல 'விநோதமான காட்சிகளை அரங்கேற்றிக்கொண்டிருந் தனர்'; அதாவது கொடி ஏற்றுவது, கோஷம் எழுப்புவது போன்றவை.[59] காந்தியும், மூத்த இஸ்லாமிய மதகுரு இமாம் பவாஜீரும் கப்பலில் ஏறி, வருகை தந்தவரைக் கரைக்கு அழைத்து வந்தனர். பின்பு அவர்கள் கோகலேயை அவர் தங்கவிருக்கும் கூல் குடும்பத்தினர் இல்லத்துக்கு ஐம்பது வண்டிகள் அணிவகுக்க ஊர்வலமாக அழைத்துச் சென்றனர்.

கோகலேவுக்கு உள்ளூர் இந்தியர்கள் சார்பாக வரவேற்பு மடல் வாசித் தளிக்கப்பட்டது. அதில் இந்துக்கள், இஸ்லாமியர்கள், பார்ஸிகள், குஜராத் திகள், தமிழர்கள், இந்தி பேசுபவர்கள் எனப் பல மதம், மொழி பிரிவுகளைச் சேர்ந்தவர்கள் கையெழுத்திட்டிருந்தனர். பின்னர் நடந்த பொதுக்கூட்டத்தில் அவர் நகரத்தின் முதன்மையான தாராளவாதி வெள்ளையரான செனட் மன்ற உறுப்பினர் டபிள்யூ.பி.ஷ்ரெய்னர் அவருக்கு வரவேற்பளித்தார். தனது உரையில் ஷ்ரெய்னர் காந்தியை

அவரது தன்னலமின்மைக்காகவும் தைரியத்துக்காகவும் பாராட்டினார்; அடுத்ததாகப் பேசிய காந்தி தன் பங்குக்குத் தனது 'அரசியல் குருநாதருக்கு' தலைவணங்கினார்; அவரது பெயர் இந்தியர்கள் அனைவருக்கும் புனிதமானது என்றார்.

முக்கியமான விவகாரங்களைத் தீர்க்க வேண்டிய பொறுப்பு கோகலே யுடையதாயிற்று. அவர் ஐரோப்பியர்களிடம், 'இந்தியாவில் எல்லாமும் எல்லோரையும் அனுமதிப்பவனவாக இருப்பதால்' அவர்கள் 'தமது பிரதேசத்தில் இந்தியர்கள் வரக்கூடாது என்று கதவடைப்பது பேரரசின் பெருமைக்கு பெரும் களங்கத்தை ஏற்படுத்துவதிலேயே முடியும்' என்றார். நான் தென்னாப்பிரிக்காவுக்கு வந்திருப்பது 'தீ மூட்டிவிட அல்ல'; அவர் 'சமரச உணர்வுடனும்' 'நீதியின் நலனுக்கு உதவும்' விருப்பத்துடனும் வந்திருக்கிறார். ஆயினும் அவர் குறிப்பிட்டார்:

> இந்தியா தனது மைந்தர்களுக்கு நேர்வதைப் பார்த்துக்கொண்டிருக்கிறது. கிழக்கத்திய பிராந்தியம் முழுவதும் புதிய விழிப்பு ஏற்பட்டு வருகிறது; இந்தியாவில் மட்டுமின்றி கிழக்கு நிலம் முழுவதுமே. எங்கும் ஒரு புத்துயிர்ப்பின் துடிப்பையும் ஒரு புதிய தேசிய உணர்வெழுச்சியையும் காணமுடிகிறது. இதுவரையில் இந்தியா தன் குழந்தைகளின் துன்பங்களையும் தனக்கே இழைக்கப்படும் அவமதிப்புகளையும் கண்டு கொள்ளாமல் இருந்திருக்கலாம்; இனி வரும்காலத்தில் இம்மாதிரியான விஷயங்கள் மேன்மேலும் தன்மானத்துடன் அணுகப்படும். [60]

கோகலே கேப் மாகாணத்தின் முதன்மையான அரசியல்வாதி ஜே.எக்ஸ். மெரிமனை கேப் டவுனில் சந்தித்தார். ஷ்ரெய்னரைப் போலன்றி மெரிமனுக்கு கோகலேவுக்கு அளிக்கப்பட்ட வரவேற்புக் கூட்டத்தில் வெளிப்படையாகக் கலந்துகொள்ளும் துணிச்சல் இல்லை. ஆனால், அவர் கோகலேயைத் தனிப்பட்ட முறையில் சந்தித்தார். பின்னர் அவர் ஸ்மட்ஸுக்கு எழுதிய கடிதத்தில் அந்த இந்தியர் 'என்னை மிகவும் கவர்ந்துவிட்டார்—ஆங்கிலத்தை—நாம் பேசும் அளவுக்கு நன்றாகப் பேசுகிற, படித்த மனிதர்; அவர் ஒரு பாபு அல்ல, உயர் சாதி மராட்டியர்; அவர்கள் வீர மறவர்கள், நமக்கே பலமுறை தண்ணீர் காட்டியவர்கள் என்று உங்களுக்குத் தெரியும். மெரிமன் கோகலேயிடம் மேற்கின் 'மேலாதிக்கத்தில் வெறுப்புற்று, கிழக்கில் தோன்றியிருக்கும் புதிய உணர்வெழுச்சியை' கண்டார். அவர் ஸ்மட்ஸிடம், இந்தியர்களுக்கு எதிராக 'தீங்கானவையும், தாராளவாதம் இல்லாதவையுமான அடக்கு முறை இயந்திரங்களை' பயன்படுத்துவதைக் கைவிடும்படியும், '(தென்னாப்பிரிக்காவில்) நிச்சயமாக (வெள்ளை) வியாபாரிகளின் வசதிகளையும் (வெள்ளை) சமூகத்தவரின் முன்முடிவுகளையும்விட வேறு பெரிய நலன்கள் இருக்கின்றன' என்றும் கேட்டுக்கொண்டார். [61]

அடுத்த நான்கு வாரங்கள் கோகலே தென்னா'ப்பிரிக்கா முழுவதும் சுற்றுப் பயணம் செய்ய, காந்தி அவரோடு உடன் சென்றார். எல்லா இடங்களிலும்

அவர்கள் ஒரே மாதிரியாகவே உரையாற்றினர். காந்தி கோகலேபற்றிய தன் அபிமானத்தை வெளியிட, கோகலே ஐரோப்பியர்களை இந்த விவகாரத்தைத் தம் குறுகிய சமூக நலன்களின் கோணத்திலிருந்து பார்க்காமல் நீதி, பிரிட்டிஷ் பேரரசு என்கிற புள்ளிகளிலிருந்து பார்க்கும்படிக் கேட்டுக் கொண்டார். எல்லா இடங்களிலும் இந்தியர்கள் பெரிய எண்ணிக்கையில் திரண்டுவந்து அவரை வரவேற்றார்கள்; தமது சமூகக் குழுக்கள் சார்பாக செய்திகளை அளித்தார்கள்—மதராஸ் இந்தியர்கள், ஒருங்கிணைந்த இந்து கூட்டணி, ஹமீதியா இஸ்லாமிக் சொஸைட்டி, பட்டிதார் அசோஷியேஷன், டிரான்ஸ்வால் இந்தியப் பெண்கள் சங்கம், பிராமண மண்டல், ஜொராஷ்டிரியன் அஞ்சுமான் போன்றவற்றுடன் ஓட்டோமான் கிரிக்கெட் கிளப்கூட.

கேப் டவுனிலிருந்து கோகலே கிம்பர்லிக்கு அழைத்துச் செல்லப்பட்டார். அங்கே அவரை வரவேற்க வந்தவர்களில் நாவலாசிரியர் ஆலிவ் ஷ்ரெய்னரும் ஒருவர்.[62] இந்தியர்களும் ஐரோப்பியர்களும் அந்த சுரங்க நகரத்தின் வரலாற்றிலேயே முதன்முறையாக ஒன்றாக அமர்ந்து உணவு அருந்தினர். அப்போது கோகலேயைப் புகழ்ந்து பேசிய காந்தி, 'வறண்டு கிடந்த கிம்பர்லிக்கு அவசியம் தேவைப்பட்ட மழையைத் தன்னுடன் கொண்டுவந்திருப்பதாக' குறிப்பிட்டார்.[63]

கோகலேயும் காந்தியும் வடக்காகப் பயணித்தார்கள். ராண்ட்-ப்ளோம்ஹாஃப், பாட்ஷெஸ்ட்ரூம், குரூகர்ட்ராப் போன்ற சிறுநகர்களில் உள்ளூர் இந்தியர்கள் வந்து மரியாதை செலுத்தும்விதமாகத் தங்கிச் சென்றார்கள். குரூகர்டிராப்பில் மேயர் புகைவண்டி நிலையத்துக்கு வந்து கோகலேயை வரவேற்றார்; இதனால் சக வெள்ளையர்களின் கோபத்துக்கு ஆளானார். அவர்கள், அந்தக் கூலி மனிதர் 'சச்சரவைத் தூண்டிவிடும் தெளிவான நோக்கத்தோடுதான் இங்கு வந்திருக்கிறார்'; அவரைப் போய் சந்திக்கச் செல்லலாமா என்று கேள்வி கேட்டனர். கேப் டவுன் மேயர் கோகலேயைச் சந்தித்ததனாலேயே 'டிரான்ஸ்வால் மாகாண நகரங்களின் மேயர்களும் அவரைச் சந்திக்கவேண்டும் என்று அவசியமில்லை.' வெள்ளையர்களின் கூட்டம் ஒன்று 'குரூகர்டிராப்பில் இருக்கும் தாங்கள் இந்த நாட்டை ஒரு வெள்ளையர்களின் நாடாகவே வைத்திருக்கத் தம்மால் ஆனதைச் செய்வதாக' தீர்மானம் நிறைவேற்றியது.[64]

அக்டோபர் 28 அன்று கோகலே குழுவினர் ஜோஹானஸ்பர்க்கின் பார்க் நிலையத்தை வந்தடைந்தனர். அந்த நிலையத்தின் 'மங்கலான சாம்பல் நிறமுடைய இரும்பு உத்திரங்களும் நெளிதகடுகளும்' 'முதல் தடவையாக பளிச்சென்ற நிறங்களில் பிரகாசித்தன'. கோகலே பூக்களால் ஆன பிரம்மாண்டமான வளைவுகளின் வழியாக வெளிவந்தார். அந்த அலங்கார வளைவுகள் காலன்பாக்கால் வடிவமைக்கப்பட்டிருந்தன; அவற்றில் 'உளமார வரவேற்கிறோம்' என்று எழுந்தப்பட்டிருந்தது. இந்துக்களின் சூலாயுதம், இஸ்லாமியர்களின் நிலாப்பிறை வடிவங்களில் இரு கோபுர கலசங்களும் இருந்தன.

ஜோஹானஸ்பர்க் பொதுக்கூட்டத்தில் பேசிய பேச்சாளர்களில் இரண்டு ஐரோப்பியர்கள் இருந்தனர். வில்லியம் ஹோஸ்கன் சமீபத்தில் டிரான்ஸ்வாலில் இருக்கும் 9000 இந்தியர்களில் 2700 பேர் சிறைவைக்கப்பட்டது 'நம் கிறிஸ்துவ சமயத்துக்கும் நாகரிகத்துக்கும் பயங்கரமான இழுக்கு' என்று பேசினார். ஜோஸப் டோக் பிரிட்டிஷ் கொடியின் கீழ் 'ஒவ்வொரு மனிதருக்கும், அவர் இந்தியரோ சீனரோ, அல்லது வேறு எந்த நாட்டவராக இருந்தாலும், மனிதர் என்ற முறையில் நீதி கிடைக்கவேண்டும்' என்று பேசினார்.

கோகலே தன் உரையில் காந்தியைப் புகழ்ந்து பேசியது பிரன்ஜீவன் மேத்தாவுக்கு திருப்தியளித்திருக்கவேண்டும். தென்னாப்பிரிக்காவிலிருக்கும் இந்தியர்கள் 'தற்சார்பு கொண்டவர்கள்; ஒரு மிகச் சிறந்த தலைவரையும் கொண்டிருக்கிறார்கள்' என்றார் அவர். 'எனக்கும், அவர்களுக்கும், இந்த அறையிலிருக்கும் ஒவ்வொருவருக்கும் நண்பரான' காந்தி, 'சிறந்த, புகழ்பெற்ற இந்தியாவின் மைந்தர் ; அவரைப்பற்றி வார்த்தைகளால் வர்ணிக்கப்பட முடியாத அளவுக்கு இந்தியா பெருமை கொண்டிருக்கிறது; எல்லா இனங்களையும் மதங்களையும் சார்ந்த மக்கள் தம் காலத்தின் மிக வியக்கத்தக்க ஆளுமையாக அவரைக் கொண்டாடுவார்கள் என்பதில் எனக்கு ஐயமில்லை.'[65]

அக்டோபர் 30 அன்று காந்தியை டிரான்ஸ்வால் லீடர் இதழ் கோகலே சுற்றுப்பயணத்தின் முன்னேற்றம் குறித்துப் பேட்டி கண்டது. அவரது குருநாதர், 'இங்கு வசிக்கும் இந்தியர்கள் குடிமைச்சமத்துவம் பெற உரிமையுள்ளவர்கள் என்ற பொதுவான முடிவுக்கு வந்திருக்கிறார். அதாவது யூனியனுக்குள்ளாக அவர்கள் எல்லாப் பகுதிகளுக்கும் சென்றுவரத் தடை இருக்கக்கூடாது. அனைவருக்கும் பொருந்தக்கூடிய பொதுவான வரையறைகளுக்குட்பட்டு வியாபாரம் செய்ய அவர்கள் அனுமதிக்கப்படவேண்டும்.' அதில் தென்பட்ட வரம்புகள் குறிப்பிடத்தக்கவை: குடிமைச் சமத்துவம் தானே தவிர அரசியல் அல்லது சமூக சமத்துவம் அல்ல; தான் விரும்பும் இடத்தில் வசிப்பதற்கும் வியாபாரம் செய்வதற்குமான உரிமைதானே தவிர, ஆளும் இனத்துடன் எல்லாவிதத்திலும் சமமாக நடத்தப்படுவதற்கோ, ஓட்டுப் போடுவதற்கோ அல்ல.

காந்தியிடம் ஆரஞ்ச் ஃப்ரீ ஸ்டேட்டின் மனோபாவம் பற்றியும் கேட்கப்பட்டது. அவரது கருத்தில் 'புதிய சட்டத்தின் படி, நாட்டுக்குள் அனுமதிக்கப்படும் புதிய குடியேற்றங்கள் யூனியனின் எந்தப் பகுதிக்கும் செல்ல அனுமதிக்கப்படவேண்டும் என்பதும் சமரசத்தில் அடங்கும்.' அதாவது இந்தியர்கள் ப்ரீ ஸ்டேட்டில் நுழைய அனுமதிக்கப்படுவார்கள் அல்லது அப்படி அனுமதிக்கப்படவேண்டும்; ஒருவேளை அங்கே விவசாயமோ வியாபாரமோ செய்ய அனுமதிக்கப்படாமல் இருக்கலாம். கூடவே, 'ஆனாலும் என்றைக்காவது ஒருநாள் ஃப்ரீ ஸ்டேட்டின் (சொத்துரிமைக்கும், வியாபாரம் செய்வதற்கும் உள்ள) தடை முற்றிலும்

மறையத்தான்வேண்டும். இல்லையென்றால் யூனியன் என்பதே கேலிக்கூத்தாகிவிடும்.[66]

நவம்பர் 1 அன்று கோகலேவுக்கு ஜோஹானஸ்பர்க் சீனர்கள் சங்கம் சார்பாக காலை விருந்தளிக்கப்பட்டது. அப்போது டிரான்ஸ்வால் திரும்பியிருந்த லியுங் க்வின் அவரை வரவேற்றார். க்வின், எவ்வாறு சீனர்கள் 'தம் சகோதர ஆசியர்களுடன் தோளோடு தோள் நின்றார்கள்' என்பது பற்றிப் பேசினார். அவர்களுடையது 'பொதுவான இனம், மதம் ஆகியவற்றையெல்லாம் கடந்த ஒரு சகோதரத்துவம்... அவர்கள் பிரிட்டிஷ்காரர்களின் விரோத உணர்வு மறையவேண்டும் என்று எதிர்பார்க்கிறார்கள்; முட்டாள்தனமான முன்முடிவுக்குப் பதில் இனிப்பான சமத்துவ சிந்தனைகொண்ட ஆட்சியை எதிர்நோக்கியிருக்கிறார்கள்.' கோகலே தன் பதிலில் பல அம்சங்கள் இரண்டு சமூகங்களும் பொதுவாக இருப்பதைப்பற்றிப் பேசினார். இரண்டும் 'பழைமையான மக்களைக் கொண்டவை; இந்தியா சீனாவுக்கு அதன் பழமையான மதங்களில் ஒன்றை அளித்திருக்கிறது.'[67]

கோகலே அதன் பின்னர் சில நாட்கள் டால்ஸ்டாய் பண்ணையில் தங்கினார். 6ம் தேதி அவரும் காந்தியும் நேட்டாலுக்குக் கிளம்பினார். வழியில் அவர்கள் நியூகாஸிலில், டன்டீ போலச் சிறிய சுரங்க நகரங்கள், பண்ணைத் தோட்ட நகரங்களில் தங்கினர். 8ம் தேதி காலை டர்பன் நகரை அடைந்தனர். நிறைய இந்தியர்கள் கலந்துகொண்ட பொதுக்கூட்டம் நடந்தது. அவர்கள், 'அன்றைய இரவு மட்டுமாவது டவுன் ஹால் அவர்களுக்கே சொந்தம் என்பது போலவும் அவர்கள் குடியுரிமையின் எல்லா உரிமைகளும் அவர்களுக்கு உண்டு என்பது போலவும் உணர்ந்தார்கள்.' அப்போது பேசியவர்களில் கிங்'ஸ் கவுன்ஸல் எஃப்.ஏ. லாஃப்டனும் ஒருவர். அவர்தான் 1897ல் வெள்ளையர்கள் கும்பல் காந்தியைத் தாக்கியபோது துணிச்சலாக அவருடன் இருந்தவர்.

மறுநாள் கோகலே ஒரு பொதுக்கூட்டத்தில் பரிசுகள் வழங்கினார்; மூன்று பவுண்ட் வரிபற்றிய புகார்களைக் கேட்டுக்கொண்டார். சுமார் அறுபது பேர் வரிசையில் வந்து ஒவ்வொருவராக எப்படித் தாங்கள் வரி கட்ட முடியாததனால் சிறைக்குச் செல்ல நேர்ந்தது என்று பேசினர். அவர்கள் பேசியதை பல ஆயிரம்பேர் கேட்டனர். அவர்கள் சுற்றுப்புற மாவட்டங்களிலிருந்து புகைவண்டி, மிதிவண்டி, கட்டைவண்டி, வேகன் போன்றவற்றிலும் கால்நடையாகவும் வந்திருந்தனர். சாட்சியங்கள் தமிழிலும் குஜராத்தியிலும் அளிக்கப்பட்டு, கோகலேவுக்காக மொழிபெயர்க்கப்பட்டன. பேச்சுகளின் இடையிடையே 'வெட்கம்! வெட்கம்!' என்ற முழக்கம் எழுந்தது.[68]

நவம்பர் 10 ஞாயிறு அன்று கோகலேயும் காந்தியும் ஓலான்ஞ் தொழில் பள்ளிக்குச் சென்றனர். அங்கு 'பூர்வகுடியினர் விவகாரம்பற்றி ரெவரன்ட் ஜான் டூபேயுடன் சிறிது நேரம் விவாதித்தனர். மாணவர்கள் வருகை

தந்தவர்களுக்காக ஜுலு பாடல்களைப் பாடினர். [69] அந்த வாரத்தில் பின்னர் கோகலே டிரான்ஸ்வாலுக்குத் திரும்பினார். நவம்பர் 14 வியாழக் கிழமை அவர் பிரதமரையும், உள்துறை அமைச்சரையும் சந்திப்பதற்காக பிரிட்டோரியா சென்றார். நாட்டினூடாக கோகலேயின் சுற்றுப் பயணத்தை ஜெனரல் போத்தா அதிருப்தியுடன் கவனித்துவந்திருந்தார். அந்த இந்தியத் தலைவர் வந்து இறங்கிய உடன் தன்னை வந்து பார்க்கவில்லை என்று அவருக்குக் கடுப்பு. கோகலே அநேக இடங்களில் அன்புடன் வரவேற்கப்பட்டதும் அவருக்கு மகிழ்ச்சியான செய்தியாக இல்லை. கோகலே கூறிய கருத்துகள் 'இந்திய மக்களிடையே பொய்யான நம்பிக்கையை ஏற்படுத்திவிட்டன' என்று அவர் கவர்னர்-ஜெனரலிடம் சலித்துக்கொண்டார். அவர்கள் நம் ஐரோப்பிய மக்கள் —டச்சுக்காரர்கள், ஆங்கிலம் பேசுபவர்கள் என்ற இரு தரப்பினரின்—கோபத்தை ஏற்படுத்தி, அவர்களை முன்பைவிட அதிகமாக எந்த விதமான சமரசத் துக்கும் எதிரானவர்களாக்கிவிட்டனர்.' ஆனாலும் 'அவரை நான் மிகவும் சமநிலையான உணர்வோடு சந்திப்பேன்' என்று கவர்னர்-ஜெனரலிடம் கூறினார் போத்தா. [70]

கோகலே காந்தியும் தன்னுடன் வருவதற்கு அனுமதிக்கவேண்டும் என்று கோரிக்கை விடுத்திருந்தார். ஆனால், அது ஏற்கப்படவில்லை. [71] அமைச் சர்களை சந்தித்த அவர், மூன்று பவுண்ட் வரியை ரத்து செய்யவேண்டும் என்றும் டிரான்ஸ்வாலுக்குள் குறிப்பிட்ட எண்ணிக்கையில் படித்த இந்தியர்களை அனுமதிக்கவேண்டும் என்றும் கேட்டுக்கொண்டார்.

அடுத்த நாள் கோகலேயும் பிரதமரும் தனித்தனியே கவர்னர்-ஜெனரல் லார்ட் கிளாட்ஸ்டோனை (இவர் இங்கிலாந்தின் புகழ்பெற்ற லிபரல் கட்சி பிரதமர் கிளாட்ஸ்டோனின் மகன்; தென்னாப்பிரிக்கா வருவதற்கு முன் அங்கு உள்துறை அமைச்சராகப் பணிபுரிந்தவர்) சந்தித்தனர். பின்னர் கிளாட்ஸ்டோன் லண்டனுக்கு இந்த அறிக்கையை அனுப்பினார்: 'மூன்று பவுண்ட் வரியைப் பொறுத்தவரை திரு கோகலேயின் கருத்துகளை பிரதமர் ஏற்றுக்கொள்ள முடியும், ஆனால் நேட்டாலில் பலத்த எதிர்ப்பு இருக்கக்கூடும் என்று என்னிடம் சொன்னார். கோகலே என்னிடம் சொன்னதைக்கொண்டு பார்த்தால் பிரதமர் அவருக்குத் திருப்தியான உறுதியை அளித்திருப்பார் என்று புரிந்துகொண்டேன்.' மேலும் அந்த கவர்னர்-ஜெனரல் குடியேற்றச்சட்டத்தை ஏற்றுக்கொள்ளத்தக்கவகையில் நிறைவேற்ற முடியும் என்று நம்பிக்கை தெரிவித்தார். அவர், 'பிரதமரும் ஜெனரல் ஸ்மட்ஸும் அதை நிறைவேற்றவேண்டும் என்பதில் உண்மையிலேயே மிகவும் அக்கறையுடன் இருக்கிறார்கள் என்று நம்புகிறேன்' என்று குறிப்பிட்டார். [72]

கோகலே அந்த சந்திப்பிலிருந்து திரும்பும்போது, இந்தியர்களின் கோரிக் கைகள் நிறைவேற்றப்படும் என்ற நம்பிக்கை கொண்டிருந்தார். 'நீங்கள் கட்டாயம் ஒரு வருடத்தில் இந்தியாவுக்கு வரவேண்டும்' என்று அவர்

காந்தியிடம் சொன்னார். 'எல்லாம் சரிசெய்யப்பட்டுவிட்டது. குடியேற்றச் சட்டத்திலிருந்து நிறத்தடை விலக்கிக்கொள்ளப்படும். மூன்று பவுண்ட் வரி ரத்து செய்யப்படும்.' [73]

பிரிட்டோரியாவில் ஆற்றிய விடைபெறும் உரையில் கோகலே 'ஐரோப் பியர்கள், இந்தியர்கள் ஆகிய இரு சமூகங்களின் சிறந்த மனங்களுக்கு' வேண்டுகோள் விடுத்தார். முதலாமவர்களுக்கு அவர், 'அரசானது ஐரோப்பிய சமூகத்தினர் மட்டுமின்றி குடிமக்கள் அனைவரின் வளமான வாழ்வுக்காகவும் செயல்படவேண்டும்,' என்று சொன்னார். பின்னவர் களுக்கு, 'உங்கள் எதிர்காலம் பெரிதும் உங்கள் கைகளில்தான் இருக்கிறது' என்றார். 1907-க்கும் 1910-க்கும் இடையில் டிரான்ஸ்வாலில் நடத்தப்பட்டது போன்ற போராட்டத்தை மீண்டும் நடத்துவது தேவைப்படாது. ஆனால், 'அப்படி ஒரு அவசியம் நேர்ந்தால் அல்லது நீங்கள் நீதி மறுக்கப்பட்ட தற்காகவோ அல்லது அநீதி உங்கள்மீது சுமத்தப்பட்டதற்காகவோ அதுபோன்ற வேறு கிளர்ச்சிகளில் இறங்க நேர்ந்தால், நீங்கள் வெளிப் படுத்தும் நன்னடத்தையைப் பொறுத்தும், ஒன்றுபட்ட நடவடிக்கையை மேற்கொள்ள உங்களுக்கு இருக்கும் திறமை, நியாயமான நோக்கத்துக்காக துன்பத்தை சகித்துக்கொள்ளவும் தியாகம் செய்யவும் நீங்கள் கொண்டி ருக்கும் தயார் நிலை ஆகியவற்றைப் பொறுத்துமே அந்த விவகாரத்தின் போக்கு இருக்கும் என்பதை நினைவில் கொள்ளுங்கள்' என்றார் கோகலே.[74]

கோகலே தென்னாப்பிரிக்கா சென்றிருந்த நேரத்திலேயே, அவர் அளவுக்கு அறியப்படாத காந்தியின் இன்னொரு தோழியும் சென்றிருந்தார். அவர் மௌட் போலாக்; கடைசியில் அவரால் தென்னாப்பிரிக்கப் பயணம் மேற் கொள்ள முடிந்துவிட்டது. அவர், இந்தியர்களின் நிலையை நேரடியாகக் கண்டறிவதற்காக— வந்திருந்தார். அது லண்டனில் ஆதரவு திரட்டு வதற்கு உதவியாக இருக்கும். அத்துடன் மோகன்தாஸ் காந்தியுடன் சிலகாலம் இருப்பதும் அவரது நோக்கமாக இருந்திருக்கலாம். அவருக்கு முதலாவது நோக்கத்தில் வெற்றி கிடைத்ததே தவிர, இரண்டாவதில் கிடைக்கவில்லை. இந்தியன் ஒப்பீனியன் அவரது நிகழ்ச்சிகளை வெளியிட்டது:அக்டோபர் 14 அன்று ஜோஹானஸ்பர்க்கில் ஒரு தேநீர் விருந்து; 19ம் தேதி மற்றொன்று; இரண்டையும் அளித்ததும் கலந்து கொண்டதும் ஐரோப்பியர்களும் இந்தியர்களுமான பெண்கள். பின்பு அவர் நேட்டாலுக்குச் சென்று இரண்டு வாரங்கள் செலவிட்டார். அங்கு தொழிலாளர்களையும் வியாபாரிகளையும் சந்தித்துப் பேசிய அவர் தன்னை கௌரவிப்பதற்காக அளிக்கப்பட்ட குறைந்தது இரண்டு விருந்து களிலாவது கலந்துகொண்டார்.[75] தென்னாப்பிரிக்காவுக்கு அவர் வந்ததும் தங்கியிருந்ததும் கோபால கிருஷ்ண கோகலேயின் வருகையால் மூழ்கடிக்கப்பட்டுவிட்டன. காந்தியும் தன் குருநாதருடன் நாட்டில் குறுக்கும் நெடுக்கும் சென்றுவந்துகொண்டிருந்தார். ஆகவே அவர் மௌட் போலாக்கை சந்தித்ததாகவே தெரியவில்லை. இது தற்செயலாக நிகழ்ந்ததா திட்டமிட்டுச் செய்யப்பட்டதா என்று தெரியவில்லை.

லண்டனில் கோகலே மௌட் போலாக்கின் அர்ப்பணிப்பால் கவரப் பட்டார்; இப்போது தென்னாப்பிரிக்காவில் அவர் காந்தியிடம் காதல் எதுவும் இல்லாமல் அவருடன் பணியாற்றிய இளம் பெண்ணான சோன்யா ஷ்லேசினால் அதைவிட அதிகமாகக் கவரப்பட்டார். நேட்டால், டிரான்ஸ்வால் மாகாணங்கள் வழியாக அவரது பயணத்தின் ஊடே அவர் காந்தியின் சகாக்கள் பலரைச் சந்தித்தார். அவரது பத்திரி கைகளையும் ஆசிரமங்களையும் நடத்தியவர்கள், அவருடன் சிறைக்குச் சென்றவர்கள், அவருக்காக நிதி திரட்டியவர்கள் போன்ற பலரைச் சந்தித்தார். அவர்களை எல்லாம் பார்த்த, இந்தியாவிலும் இங்கிலாந் திலும்கூட வியக்கத்தக்க சமூக சேவகர்களைப் பார்த்திருந்த கோகலே காந்தியிடம், 'செல்வி (சோன்யா) ஷ்லேசினிடம் நான் பார்த்தது போன்ற தியாகத்தையும், தூய்மையையும், துணிச்சலையும் கொண்டவர்களை நான் அதிகம் பார்த்ததில்லை. என் கணிப்பில் உங்கள் சகாக்கள் மத்தியில் முதல் இடத்தில் இருப்பவர் அவரே' [76]

கோகலே தென்னாப்பிரிக்காவில் தன் கடைசி வார இறுதியை டால்ஸ் டாய் பண்ணையில் செலவிட்டார். நவம்பர் 17 அன்று மாலை அவர் புகைவண்டி மூலம் ஜோஹானஸ்பர்க்கிலிருந்து போர்த்துக்கீசிய துறைமுகமான லொரென்கோ மார்க்வெஸுக்குக் கிளம்பினார். காந்தியும் காலன்பாக்கும் அவரோடு உடன் சென்றனர். டவுன் ஹாலில் நடந்த வரவேற்பு நிகழ்ச்சியில் காந்தி கிடைத்த சந்தர்ப்பத்தைப் பயன் படுத்திக்கொண்டு உணவுப் பழக்கம், உடல்நலம், சமயப் பன்மைத் தன்மை ஆகியவை குறித்த தன் கருத்துகளை எடுத்து விளாசினார். அவர் பேசினார்:

> லொரென்கோ மார்க்வெஸ் மலேரியா பீடித்த இடம் என்ற பெயர் பெற்றிருந்த காலம் நினைவிருக்கிறது. ஆனால், அது இன்று இருப்பது போல ஆரோக்கியமாக இருக்கும் ஒரு நகரத்தில் ஐரோப்பிய விருந் தினர்களின் உடல்நலத்துக்கு வாழ்த்துக்கூறுவது ஒருவிதத்தில் அநாவ சியம் என்றே சொல்லலாம். அவர்கள் மதுவும் மாமிசமும் இல்லாத உணவையும் சாப்பிட்டிருக்கிறார்கள். இவையும் உடல் நலத்துக்கு உகந்தவையாகக் கருதப்பட்டன. அந்தக் கூட்டம் விஷேசமானது என்று அவர் நினைத்தார்; அவர்களில் கிறிஸ்துவர்கள், இந்துக்கள், மொக மதியர்கள், பார்ஸிக்கள் இருக்கிறார்கள்.

அடுத்ததாகப் பேசிய பிரிட்டிஷ் தலைமைத் தூதர் (கான்ஸல் ஜெனரல்), 'இதே திரு காந்தி கடந்த நாட்களில் தூதரகத்துக்குக் கொடுத்த நெருக் கடிகளை (பெர்மிட்கள் போன்ற விஷயங்களில்) குறிப்பிட்டார்; அதே சமயம் அவர் அன்றைய விருந்தில் வாழ்த்துரையை முன்மொழிந்தவர் (போயர்) யுத்தத்தின்போது பேரரசுக்கு நல்லமுறையில் சேவை செய் திருப்பதையும் நினைவுகூர்ந்து, எப்படிப் பார்த்தாலும் விசுவாசம்தான் அனைத்திலும் பெரியது' என்று குறிப்பிட்டார். [77]

கோகலே இப்போது தன் சீடர் பின்தொடர தார்-எ-ஸலாமுக்குக் கப்பலில் சென்றார். கப்பலில், காந்தி கோகலேயிடம், தான் ' தெ(ன்) ஆ(ப்பிரிக்கா) விலிருந்து கிளம்பும் முன் அங்கிருக்கும் வேலைகள் தொடர ஏற்பாடுகள் செய்துவைக்காமல் இ(ந்தியா)க்குக் கிளம்ப மாட்டேன் என்று உறுதி மொழி அளித்தார். அநேகமாக விவகாரங்கள் போலாக்கின் கைகளில்தான் விடப்படும்.' [78]

வழியில் அவர்கள் ஜான்ஸிபாரில் நின்றார்கள். அந்தத் தீவில் ஊக்கமான இந்தியர்கள் சமூகம் இருந்தது. அவர்கள் தென்னாப்பிரிக்காவில் நடந்த சத்தியாக்கிரகத்தையும் அதன் தலைவரையும் பற்றி நன்றாக அறிந்திருந்தனர். அவரது போராட்டம் அவர்களுக்கு மிகுந்த இசைவானதாக இருந்தது. 'காந்தி' என்ற பெயரைக் கேட்டதுமே மக்களின் முகம் பிரகாசமடைவது வியக்கத்தக்க விஷயம். அவருடன் கைகுலுக்குவதில்தான் அவர்களுக்கு எத்தனை ஆவல்' என்று காலன்பாக் தன் நாட்குறிப்பில் எழுதினார். [79]

கோகலே தன் சகாவிடமிருந்து விடைபெற்று பம்பாய்க்குச் செல்லும் முன் ஆஃப்ரிக்காவில் கடைசியாக ஒரு பொதுக்கூட்டம் இருந்தது. அதுவே 'தார்-எ-ஸலாமில் அதுவரையில் கண்ட இந்தியர்களின் மிகப் பெரிய கூட்டம்'. [80] மறுநாள் காந்தி கோகலேவுக்கு, 'நான் உங்களுக்குத் தகுதியான மாணவனாக இருக்க விரும்புகிறேன். இது போலியான தன்னடக்கம் அல்ல. இந்தியச் செயலூக்கம். நான் கற்பனை செய்திருக்கும் கிழக்கத்திய மாணவனின் கருத்துருவத்தை நானே நிஜமாக்க விழைகிறேன். நமக்கிடையில் பல கருத்து வேறுபாடுகள் இருந்திருக் கின்றன; ஆயினும் நீங்களே இன்னும் என் அரசியல் வாழ்வுக்கு முன்மாதிரி.' இவ்வாறு தன் பக்தியைச் சில நிபந்தனைகளுடன் வெளிப்படுத்திவிட்டு, அவர் தொடர்ந்தார்:

> முறைசாரா மருத்துவனிடமிருந்து ஒரு வார்த்தை: நிறைய நோன்பு, கறாராக இருவேளை உணவுமுறையைப் பின்பற்றுதல், உணவில் வாசனைப் பொருட்களை அறவே தவிர்த்தல், பருப்பு, காபி, டீ ஆகிய வற்றை விலக்குதல், கிரமமாக குனே குளியல் எடுத்தல், கிராமப் பகுதியில் சுறுசுறுப்பான நடைப்பயிற்சியை வழக்கமாகச் செய்வது (சிந்தனையைத் தூண்டிவிடுவதற்காக மேலும் கீழும் நடப்பது அல்ல), தாராளமாக ஆலிவ் ஆயிலும், புளிப்புப் பழங்களும் எடுத்துக் கொள்வது, கொஞ்சம் கொஞ்சமாக சமைத்த உணவை விட்டுவிடுவது— உங்கள் சர்க்கரை வியாதி நீங்கிவிடும்; நீங்கள் நினைப்பதைவிட சில ஆண்டுகள் கூடுதலாக இந்தப் பிறவிக்குரிய உடம்பில் உங்கள் சேவை வாழ்க்கை தொடரும். [81]

கோகலேயும் காந்தியும் ஒரு மாதம் ஒன்றாகத் தங்கியிருந்ததில் அவர் களிடையே இருந்த கருத்து வேறுபாடுகள் வெளிப்பட்டிருக்கவேண்டும். கோரிக்கை மனுக்கள் எழுதவேண்டுமா போராட வேண்டுமா, நவீன நாகரிகம் சிறந்ததா மரபான நாகரிகம் சிறந்ததா, அலோபதி மருத்துவம்

நல்லதா இயற்கை வைத்தியம் நல்லதா என்பது போல. ஆனாலும் காந்தியுடன் உரையாடியதிலும், அவர் தன் சகாக்களோடு பணியில் ஈடுபட்டிருப்பதை அருகிலிருந்து பார்த்ததிலும் கோகலேவுக்குத் தன் சீடரின் ஆளுமையும் சாதனைகளையும்பற்றிய எண்ணம் பெரிதும் உயர்ந்தது. பம்பாய் திரும்பியதும் நடந்த பொதுக்கூட்டத்தில் —டிசம்பர் 13 அன்று—கோகலே, 'காந்தி மாவீரர்களிடமும் தியாகிகளிடமும் இருக்கும் குணங்களைக் கொண்டவர். இல்லை, அதைவிடச் சிறந்தவர். அவரிடம் தன்னைச் சுற்றியிருக்கும் சாதாரண மனிதர்களை மாவீரர்களாகவும் தியாகிகளாகவும் ஆக்கும் அற்புதமான ஆன்மிக சக்தி இருக்கிறது' என்று பேசினார். திரண்டிருந்த இந்தியர்களிடம் அவர் காந்தியின் தியாகங்களைப் பற்றியும், தென்னாப்பிரிக்காவில் அவர் எப்படி இயக்கத்தைக் கட்டி எழுப்பினார் என்பது பற்றியும், எப்படி அவர் பிறரைத் தன்னைப் பின்பற்றச் செய்தார் என்பது பற்றியும் பேசினார். கோகலே பேசியபடி, அவர் சொல்லுக்குக் கட்டுப்பட்டு சிறைக்குச் சென்ற பல ஆயிரம் சத்தியாக் கிரகிகளில் பிரபலமான வியாபாரிகளும், தொழில் வல்லுநர்களும் இருந்தாலும், பெரும்பாலோர்

> சாதாராண ஏழைகள், தலைச்சுமை வியாபாரிகள், உழைப்பாளிகள் போன்றவர்களே; படிக்காத மக்கள்; தங்கள் அன்றாட வாழ்வில் நாட்டைப் பற்றிச் சிந்தித்தோ, பேசியோ பழக்கமில்லாதவர்கள். இருந்தும் அம்மனிதர்கள் டிரான்ஸ்வாலில் சிறை வாழ்வின் கொடுமை களை தைரியமாக எதிர்கொண்டார்கள்; அவர்களில் சிலர் தம் நாட்டை இழிவுபடுத்தும் சட்டத்துக்குக் கட்டுப்படுவதைவிட மீண்டும் மீண்டும் சிறை சென்றார்கள்... அவர்கள் காந்தியின் ஆன்மாவால் தொடப் பட்டார்கள்; அதுவே மாற்றத்தைக் கொண்டுவந்தது; எப்படி ஒரு மனிதனின் ஆன்மா மனித மனங்களின்மீதும், பௌதிகச் சுற்றுப் புறத்தின்மீதும்கூட மாபெரும் செல்வாக்கு செலுத்தமுடியும் என்பதற்கு இதுவே எடுத்துக்காட்டு.

கோகலே உள்நாட்டிலும், வெளிநாட்டிலும் காந்தியை விமர்சித்த வர்களுக்கு பதிலளித்தார். தீவிரப்போக்காளர்கள் சிலர் அவர் இந்தியர்கள் சுதந்திரமாகத் தென்னாப்பிரிக்காவில் குடியேறும்படியான 'திறந்த கதவு' கொள்கைக்காகக் குரல் கொடுத்திருக்கவேண்டும் என்றனர். 'ஐரோப்பிய மனங்களைப் பயமுறுத்திக்கொண்டிருந்ததே இம்மாதிரியான கட்டற்ற குடியேற்றம் நிகழக்கூடும் என்கிற அச்சம்தான்' என்றார் கோகலே. கட்டற்ற குடியேற்றத்துக்குக் கோரிக்கை வைப்பது 'ஐரோப்பியர்களை இந்தியர்களை எப்பாடுபட்டாவது வெளியேற்றியே தீருவது என்கிற தங்கள் தீர்மானத்தில் இன்னும் பிடிவாதம் கொண்டவர்களாக்கிவிடும்; இப்படிச் செய்வது (தென்னாப்பிரிக்க) துணைக்கண்டத்திலிருந்து இந்தியர்களை வெளியேற்றுவதை துரிதப்படுத்துவதிலேயே முடியும்.' காந்தி அவ்வளவு தீரத்துடன் போராடிய 'கொள்கைரீதியான உரிமைகள்' 'நிச்சயமாக சிறிதுசிறிதாக வளர்ச்சிபெற்று நடைமுறையில் அனுபவிக்கப்

படும் உரிமைகளாக உருவெடுக்கும். ஆனால் அந்த வளர்ச்சி மெதுவாகத்தான் நிகழ முடியும். மேலும் பெருமளவில் அது இந்தியாவிலும் அவற்றின் நிலையில் முன்னேற்றம் ஏற்படுவதையும் பொறுத்திருக்கிறது.'[82]

புனிதர்களும் நடைமுறை சாத்தியத்தைப் புரிந்து நடந்துகொள்பவர்களாக இருக்கமுடியும் அல்லது அப்படி இருக்கவேண்டும். இவ்வாறு வாதிட்டார் கோகலே. அவரைப்பொறுத்தவரை, காந்தி தனிப்பட்ட முறையில் புனிதத் தன்மையையும், சமூகரீதியில் மனித முயற்சியால் உலகத்தை இன்னும் சிறந்ததாக்க முடியும் என்ற நம்பிக்கையையும் தனித்துவமான முறையில் இணைத்திருப்பது தென்னாப்பிரிக்காவில் இந்தியர்களின் நிலையைப் பாதுகாப்பதற்கு அவசியமானது.

கோகலேயின் சுற்றுப்பயணம் தன்னளவில் முக்கியத்துவம் கொண்டது என்பதோடு, இந்தியர்கள் மத்தியில் காந்தியின் நிலையை உறுதிப்படுத்திக்கொள்ளவும் உதவியது. அந்த மாபெரும் தலைவர் தன்னை முழுமையாக காந்தியின் கைகளில் கொடுத்துவிட்டதும், அவர் செல்லும் இடங்களுக்கெல்லாம் காந்தியும் உடன் சென்றதும், பொது நிகழ்ச்சிகளில் கோகலேயைப் புகழ்ந்து காந்தி பேசினால் பெரும்பாலும் கோகலே பதிலுக்கு காந்தியைப் புகழ்ந்து பேசினார். நேட்டாலிலும், டிரான்ஸ்வாலிலும், கேப் மாகாணத்திலும் இருந்த பார்வையாளர்கள் இவை அனைத்தையும் கவனிக்கவே செய்தனர்.

கோகலே காந்தியை அங்கீகரித்தது டர்பன் இதழாளர் பி.எஸ்.ஐயருக்கு எரிச்சலை ஏற்படுத்தியது. சில காலமாக ஐயர் ஒரு முதன்மையான இடத்தை அடையவேண்டும் என்று முயன்றுகொண்டிருந்தார். கவனத்தைத் தன் பக்கம் திருப்பும் முயற்சியில் இதுவரை அவர் காந்தியைப் பின்பற்றியவர்களைத் தாக்கியிருந்தாரே தவிர, நேரடியாக காந்தியைத் தாக்கவில்லை. அதற்குச் சற்று முன்புதான் 1912 ஜூன் மாதம் அவர் சுவாமி ஷங்கரானந்தர் இந்தியர்களில் 'பிற்போக்கானவர்களின் தலைவர்' என்றால், 'திரு காந்தி முற்போக்காளர்கள் முகாமின் தவைவராக இருப்பது அங்கீகரிக்கப்பட்ட விஷயம்' என்று எழுதியிருந்தார்.[83]

அந்த வருட இறுதியில் கோகலே தென்னாப்பிரிக்கா வந்து, காந்தி எப்போதும் அவருடனேயே இருப்பதைப் பார்த்து ஐயர் மகிழ்ச்சியடையவில்லை. ஆனாலும் அவருக்கு அப்போதுகூட நேரடியாக காந்தியை எதிர்க்க மனமில்லை. 1912 நவம்பரில் வெளியான ஒரு கட்டுரை, 'திரு காந்திக்கு உயர்ந்தபட்ச அபிமானத்தையும் மரியாதையையும்' தெரிவித்துக்கொண்டு ஆரம்பித்தது. ஆனாலும் 'டிரான்ஸ்வாலுக்கு வெளியில் அவருடைய பார்வைகள், முடிவுகளுடன் ஒத்துவராதது போலத் தோன்றும் அபிப்பிராயம் கணிசமான அளவில்' இருப்பதாகவும் குறிப்பிட்டது.

அதன்பின் ஐயர் தென்னாப்பிரிக்காவில் இந்தியர்களின் இக்கட்டுபற்றிய தன் கருத்துகளை எடுத்துவைத்தார். தொன்மையான நாகரிகத்தைச்

சேர்ந்தவர்களான அவர்களால் 'பொருள்சார்ந்த மேற்கத்திய நாகரிகத்தால்' மூழ்கடிக்கப்படுவதை ஒப்புக்கொள்ள முடியாது; அதேசமயம், அவர்களால் ஆஃப்ரிக்கர்களின் 'காட்டுமிராண்டித்தனத்துடன்' தங்களை ஐக்கியப்படுத்திக்கொள்ளவும் முடியாது. முன்னே இருக்கும் வழி, 'தம் மரபான நாகரிகத்தின் வழியில் தம்மை மேம்படுத்திக்கொள்வதுதான். அப்படிச் செய்வதற்கு தம் தாய்நாட்டுடன் அவர்கள் சமூக, வர்த்தக தொடர்புகள் கொண்டிருக்கவேண்டும்.' இந்தத் தொடர்ச்சியான உறவை அரசு கொண்டுவர உத்தேசித்துள்ள ஆசியர்களுக்கான சட்டம் தடை செய்வதாக விளங்கியது.[84]

ஐயர் எடுத்த நிலைபாடு ஏறக்குறைய ஆங்கிலோ-போயர் யுத்தத்துக்கு முன்பு காந்தி கொண்டிருந்த நிலைப்பாட்டை ஒத்ததுதான்; அதாவது பிரிட்டிஷ் பிரஜைகள் என்ற முறையில் இந்தியர்களுக்கு தென்னாப்பிரிக் காவில் குடியேறி எங்கு வேண்டுமானாலும் வசிப்பதற்கு சம உரிமை வேண்டும் என்ற வாதம். ஆனாலும் வெள்ளையர்களின் மனோபாவம் கடினமடைந்ததும் காந்தி தனது நிலைபாட்டை மாற்றிக்கொண்டு, தென்னாப்பிரிக்காவில் ஏற்கெனவே இருந்துவரும் இந்தியர்களுக்கு மட்டும் வசிப்பதற்கும் தொழில் செய்வதற்கும் சம உரிமை கோர ஆரம் பித்தார். 1904ம் ஆண்டு லார்ட் மில்னரிடம் அவர் கோரியது அதையே. 1906-க்கும் 1911-க்கும் இடையில் ஜெனரல் ஸ்மட்ஸிடம் அவர் கேட்டதும் அதைத்தான்.

மேலும் ஐயர் தென்னாப்பிரிக்காவில் கோகலேயின் சுற்றுப்பயணத் திட்டத்தை காந்தியும் அவரது சகாக்களுமே முடிவு செய்தார்கள் என்றும் குறைபட்டுக்கொண்டார். இதழாளரான அவரால் வருகை தந்தவரை அரைமணி நேரம் மட்டுமே சந்திக்க முடிந்தது; இதில் அவருக்கு ஏக அதிருப்தி. கட்டற்ற குடியேற்றம், இடப்பெயர்வு உரிமைகளுக்கான கோரிக் கைகள் நடைமுறை சாத்தியம் அற்றவை என்றும், அதற்குமேல் ஓட்டுரிமை கேட்பதானது மிகவும் அவசரப்படுவதாகும் என்றும் கோகலே அவரிடம் தெரிவித்தார். 'நம் நாட்டு மக்களை நம் காலில் நிற்கச் செய்தற்கு வழி காண முயற்சி செய்வதற்குப் பதிலாக, அவர் (கோகலே) உண்மையான பிரச்னையை எதிர்கொள்ளாமல் வெறுமனே நழுவுகிறார்; அவர் செய்த தெல்லாம் ஐரோப்பிய நாகரிகத்தைத் தக்கவைப்பது குறித்து பிரசங்கம் செய்ததும், திரு காந்தி ஒரு அற்புதமான மனிதர் என்று புகழுரை வழங்கியதும் மட்டும்தான்.'[85]

கோகலே இந்தியாவுக்குப் புறப்பட்டுச் செல்ல, ஐயரின் புகார்கள் அவரைக் கடல் கடந்து பின்தொடர்ந்தன. இப்போது ஐயர், தாய்நாடு சென்று இந்திய மக்களின் உணர்வலைகளைத் தட்டி எழுப்புவதற்கு ஒரு தூதுக்குழுவை அனுப்பவேண்டும் என்றார். 'நிச்சயமாக அந்தத் தூதுக் குழுவில் திருவாளர்கள் காந்தி, போலாக், ருஸ்தம்ஜி மற்றும் அவர்களது சகாக்களின் செல்வாக்கு இருக்கக்கூடாது' என்று எழுதினார். கோகலே

காந்தியை பம்பாயில் நடைபெற்ற ஒரு பொதுக்கூட்டத்தில் புகழ்ந்து பேசியவுடன் ஐயர் மீண்டும் கொதித்தெழுந்தார். இது 'ஒரு தேசிய துரதிர்ஷ்டம்' என்று வர்ணித்தார் கோபம் கொண்ட அந்த இதழாளர்:

> கோகலே போன்ற புலமையும் திறமையும் கொண்ட ஒருவரைத் திருவாளர்கள் காந்தியும் போலாக்கும் (பெயர் பிழையாக எழுதப் பட்டுள்ளது) மனோவசியம் செய்துவிட்டார்கள். அவர்களிடம் அரசியல் வேலைக்குத் தேவையான சரக்குகள் இல்லை; இந்த இரண்டு நபர்களும் திரு கோகலேமீது செலுத்திய வருந்தத்தக்க செல்வாக்கு மட்டும் இருந்திருக்கவில்லை என்றால் அவர் தென்னாப்பிரிக்க இந்தியர் களுக்காக இன்னும் உறுதியாக காரியம் சாதித்திருப்பார். [86]

பி.எஸ்.ஐயர் கொண்டிருந்த வெறுப்புக்குப் பொறாமையும் ஒரு காரணம். அரவர் காந்தி தன்னிடம் ஆலோசனை கேட்கவேண்டும், போலாக்குக்குப் பதிலாகத் தன்னை இரண்டாம் மட்டத் தளபதியாக வைத்துக்கொள்ள வேண்டும் என்று விரும்பினார். ஐயருக்குப் பெரிய செல்வாக்கு எதுவும் இல்லாவிட்டாலும், அவர் இந்தியர்கள் சமூகத்துக்குள்ளாக காந்தியின் ஒரே வெளிப்படையான எதிராளி என்ற வகையில் இந்த வாழ்க்கை வரலாற்று ஆசிரியரின் கவனத்துக்கு உரியவராகிறார். சுமார் 1895 முதல் நேட்டால் மாகாண வெள்ளையர்கள் காந்திமீது தொடர்ச்சியாக வசைமாரி பொழிந்துவந்தனர். சுமார் 1907 தொடங்கி அவர்களோடு டிரான்ஸ்வால் வெள்ளையர்களும் இணைந்துகொண்டார்கள். போலாக், காலன்பாக், டோக், சோன்யா ஷ்லேசின் போன்றவர்கள் இருந்தாலும், பெரும்பாலான ஐரோப்பியர்களுக்கு காந்தி வெறுப்புக்கும் கேலிக்கும் உரியவராகவே இருந்தார். மறுபுறத்தில் நேட்டாலிலும் டிரான்ஸ்வாலிலும் அவர் இந்தியர்களின் அங்கீகரிக்கப்பட்ட வெகுஜனத் தலைவர். நிச்சயமாக, தனது மக்களிடையே அவர் பெற்றிருந்த மரியாதை முற்றுமுழுதானதல்ல: அவர் ஆட்சியாளர்களோடு சமரசம் செய்துகொள்ள முனைந்தபோது சில பதானியர்கள் அவர்மீது உடல்ரீதியான தாக்குதல் நடத்தியதுண்டு; அவர் போராட்டத்தை மீண்டும் ஆரம்பித்தபோது சில வியாபாரிகள் அவருடன் சிறைக்குச் செல்ல மறுத்ததுண்டு. ஆனாலும் பி.எஸ்.ஐயர் தனிரக மானவர். தென்னாப்பிரிக்காவில் காந்தியுடன் கொண்டிருந்த கருத்து வேறுபாட்டை அச்சில் வெளிப்படுத்திய இந்தியர் அவர் ஒருவரே; சிலசமயம் பொறி பறக்கும் வசைபாடல்களாகவும் அதை வெளிப் படுத்தினார்.

19

ஃபீனிக்ஸில் ஒரு மருத்துவர்

தென்னாப்பிரிக்க யூனியன் (யூனியன் ஆஃப் சௌத் ஆஃப்ரிக்கா) அமைக்கப்பட்ட பிறகு, காந்தி டிரான்ஸ்வாலில் இனியும் இருக்க வேண்டிய காரணம் எதுவும் இல்லை. இப்போது குடியேற்ற விதி முறைகள் காலனிகளைப் பொறுத்து மாறுபவையல்ல: அவரும் ஜெனரல் ஸ்மட்ஸும் ஏற்படுத்திக்கொள்ளும் எந்த உடன்படிக்கையும் தென்னாப் பிரிக்கா முழுவதும் செல்லுபடியாகும். ஆகவே, 1913 ஆம் ஆண்டின் ஆரம்பத்தில் காந்தி நேட்டாலுக்கு இடம்பெயர்ந்தார். அங்கு அவர் எட்டு ஆண்டுகளுக்கு முன் நிறுவிய பண்ணையில் தன் குடும்பத்துடனும், சீடர்களுடனும் வசிப்பது அவரது நோக்கம்.

காந்தி ஜோஹானஸ்பர்க்கில் இருந்தபோதும் ஃபீனிக்ஸையே தன் வீடாகக் கருதியிருந்தார். அங்குதான் அவரது குடும்பம் இருந்தது; அவர் நடத்திவந்த இதழ் தயாரானது; தார்மிகப் புத்தெழுச்சிக்கான அவரது கோட்பாடுகள் செயல்படுத்தப்பட்டன. குடியேறியவர்கள் அவரது வருகையை ஆவலுடன் எதிர்பார்த்தார்கள். குழந்தைகள் அவருக்காக வரவேற்பு வளைவுகள் அமைத்தார்கள்; அவர் இரவு நேரத்தில் வந்தால், அவர் வரும் வழியில் மெழுகுவர்த்திகளை ஏற்றிவைத்தார்கள். அந்த அன்புக்குக் கைமாறு செய்யப்பட்டது; அவர்கள் காந்தியின் சொந்தக் குழந்தைகளாக இல்லாத வரையில், அவர்கள் பதின்பருவத்தை அடையும் வரையில், காந்தி குழந்தை களை விரும்பினார். சகன்லாலின் மகன் அந்தத் தாத்தா எப்படி அவர்களைத் தன் தோளில் தூக்கிச்செல்வார், சரிவான தோட்ட நிலத்தில் உருட்டுவார், அவர்களுக்குத் தன் பல் நிரப்பப்பட்டிருப்பதைக் காட்டுவார், இதெல்லாம் தவிர அவர்களுக்கு ஏற்படும் வியாதிகளையும் குணப்படுத்துவார் என்று நினைவுகூர்ந்தார். கொப்புளங்களுக்கு, சமைக்காத தக்காளியைப் பரிந் துரைத்தாராம். 'என்னைக் கவர்ந்த மற்றொரு விஷயம், ஃபீனிக்ஸில் அவர் தான் எல்லோரையும்விட அதிகம் சிரித்தார்-அவ்வளவு முக்கியமான நபராக இருந்தபோதிலும்' என்று அந்தச் சிறுவனுக்கு ஞாபகமிருந்தது.[1]

1913ல் காந்தி ஃபீனிக்ஸில் குடி யேறியபோது, அதன் பள்ளியில் முப்பது குழந்தைகள் இருந்தார்கள். ஆசிரியர்களும் மாணவர்களும் பண்ணையில்

காலை 6 முதல் 8 மணிவரை வேலை செய்தார்கள். காலை உணவுக்குப் பிறகு காந்தி சிறுவர்களை வகுப்பறைக்கு அழைத்துச்செல்ல, ஆண்கள் அச்சகத்துக்குத் செல்வார்கள். மதியவேளைகளில் வேறு யாராவது வகுப்பு எடுக்க, காந்தி அச்சகத்தில் வேலை செய்வார். 5.30 க்கு இரவு உணவும், அதன் பிறகு பாடல்களும் பிரார்த்தனைகளும் தொடரும். இரவு 7.30 முதல் 9 மணிவரை காந்தி மணிலாலின் படிப்பை மேற்பார்வை செய்வார்; தன் சொந்தக் குழந்தையின் தந்தை என்ற பொறுப்பைச் சற்றுத் தாமதாமாகவாவது உணர்ந்துகொண்டதன் அடையாளம் என்று அதைச் சொல்லலாம்.

குடியிருப்பு அமைக்கப்பட்டு ஒன்பது ஆண்டுகளில் அது தொடர்ந்து முன்னேற்றம் கண்டிருந்தது. காய்கறிகளும் பழங்களும் விளைந்த வயல் களைச் சுற்றிலும் கச்சிதமாக வெட்டப்பட்ட வேலிகள் இருந்தன. பழங்களில் சாறு நிரம்பிய அன்னாசிப் பழங்கள் அடக்கம். வீடுகளில் மரச்சாமான்கள் இருந்தன. சில வீடுகளில் (மில்லி போலாக் பாராட்டிச் சொன்னதுபோல) 'ஜன்னல்களில் கவர்ச்சிகரமான திரைச்சீலைகள் இருந்தன' பொதுவான இடங்களாக ஆறு, திறந்த வெளிகள், புதர்கள், மரங்கள் ஆகியவற்றுடன் ஒரு பெரிய ஒற்றை-அறைக் கட்டடமும் இருந்தது. அது பகலில் பள்ளிக்கூடமாகவும், மாலையில் கூட்டம் நடை பெறும் இடமாகவும் செயல்பட்டது.

ஒவ்வொரு ஞாயிறன்றும் ஃபீனிக்ஸ்வாசிகள் சர்வ சமயப் பிரார்த் தனைக்காகக் கூடினார்கள். கீதையிலிருந்தும், புதிய ஏற்பாட்டிலிருந்தும் (மற்ற புத்தகங்களிலிருந்தும்) சில பகுதிகள் படிக்கப்பட்டன; குஜராத் தியிலும், ஆங்கிலத்திலும் துதிப் பாடல்கள் பாடப்பட்டன. அவற்றில் நிறுவனருக்கு மிகவும் பிடித்தமானவற்றில் 'ஞான ஒளியே, வழிகாட்டு', 'சமர்ப்பண ஜெபம்' ஆகியவை அடக்கம். சற்று பக்கச்சார்பு கொண்டவர் என்று சொல்லத்தக்க பார்வையாளர் ஒருவர் எழுதினார்: இந்தப் பாடல்கள் 'அநேகமாக உலகில் வேறு எங்கும் விளக்கு வெளிச்சத்தில் அந்தத் தகரக்கொட்டகையில்போல இவ்வளவு ஆர்வத்துடனும் அர்த்த முள்ள வகையிலும் பாடப்படவில்லை; இங்கு கிழக்கிலிருந்தும் மேற்கி லிருந்தும் வந்திருந்த சுமார் இருபது நம்பிக்கையாளர்களின் கூட்டத்தின் ஜீவாதார மையமாக திரு காந்தி விளங்குகிறார்.'[2]

இந்தியன் ஒப்பீனியன் இதழின் 1913 ஆம் ஆண்டின் முதல் இதழில் காந்தி 'உடல்நலம்பற்றிய பொது அறிவு' என்ற தலைப்பில் ஒரு குஜராத்திக் கட்டுரைத்தொடரை ஆரம்பித்தார். அந்தத்தொடர் அவரது பரந்த படிப்பு, அவரது சொந்த சோதனைகள், அனுபவங்கள் ஆகியவற்றின் அடிப் படையில் எழுதப்பட்டது. அந்த 'முறைசாரா மருத்துவர்' (இது காந்தியின் சொந்த வர்ணிப்பு) இக்காலத்தில் மக்கள் மருந்துகளைச் சார்ந் திருப்பதைக் குறைகூறினார். 'ஒரு தடவை மருந்து சீசா ஒரு வீட்டுக்குள் வந்துவிட்டால் போதும், அது திரும்பிப் போவதேயில்லை' என்று

குற்றம் சுமத்தினார். கெட்ட காற்றுதான் பெரும்பாலான வியாதிகளுக்குக் காரணம் என்று அவர் நினைத்தார். அசுத்தமான கழிவறைகளும், திறந்த வெளியில் சிறுநீர் கழிப்பதும் காற்றுமண்டலத்தை மாசுபடுத்தியது; அதுபோலவே காய்கறித் தோல்களும், குப்பையும், எச்சில் துப்பு வதும்-எல்லாம் இந்தியர்களின் பொதுவான பழக்கங்கள். மாசுபட்ட நீரின் அபாயம் பற்றிப் பேசிய அவர், நீரை வீட்டில் சுத்தப்படுத்துவது எப்படி என்றும் விளக்கினார்.

தானாகவே கற்றுக்கொண்ட அந்த மருத்துவர் அடுத்ததாக விலக்கப்பட வேண்டிய, ஊக்குவிக்கப்படவேண்டிய வஸ்துகளின்பக்கம் திரும்பினார். 'குடி, புகையிலை, கஞ்சா போன்றவை உடல்நலத்தைக் கெடுப்பது மட்டு மல்ல; இவை மனநலத்தையும் கெடுப்பவை; மேலும் வீண் செலவையும் ஏற்படுத்துபவை. நாம் நமது ஒழுக்க உணர்வை இழந்து நம் பலவீனங் களுக்கு அடிமையாவோம்' என்றார் அவர். மிளகாய், மசாலா, உப்பு ஆகியவையும் விலக்கப்படவேண்டியவையே. காந்தி பரிபூரணமான, ஏற்கத்தக்க உணவுகளின் தரவரிசை ஒன்றையும் உருவாக்கினார். பழங்கள் மட்டுமே கொண்ட உணவுமுறை அனைத்திலும் சிறந்தது; அடுத்ததாக வருவது உப்போ, மசாலாப் பொருட்களோ சேர்க்கப்படாத பழங்களும் காய்கறிகளும்; அடுத்தது காய்கறிகளும் மாமிசமும் கலந்த உணவுமுறை. எல்லாவற்றிலும் கடைசியாக வருவதும், மிகவும் வருந்தத்தக்கதுமாக இருப்பது முழுமையான மாமிச உணவு. 'முழுக்க இறைச்சியை உண்ப வர்கள்பற்றி நாம் பேசவே வேண்டாம். அவர்களின் நிலை குமட்டச் செய்வது; அவர்களைப்பற்றிய நினைப்பே நம்மை மாமிசம் உண்ணாம லிருக்கச் செய்யப் போதுமானது. அவர்கள் எந்தக் கண்ணோட்டத்திலும் ஆரோக்கியமானவர்களே அல்ல.'[3]

1913 ஆம் ஆண்டின் கடைசி வாரத்தில் காந்தி தன் மகன் ஹரிலாலுக்கு, தான் விரைவில் இந்தியாவுக்குத் திரும்ப முடியும் என்று நம்புவதாக எழுதினார். உடன் ஃபீனிக்ஸில் அவரிடம் பாடம் கற்கும் சில சிறுவர்களும் வரு வார்கள். 'நம் கோரிக்கைகளுக்குத் திருப்தியான சட்டம் இயற்றப்பட்டு விட்டால் நான் கட்டாயம் கிளம்பிவிடுவேன்' என்று அவர் சொன்னார். 'அப் படித்தான் தோன்றுகிறது. எனவே நான் ஃபீனிக்ஸில் குடியேறிவிட்டேன். இங்கிருந்து அடுத்த ஐந்து மாதங்களுக்கு அசைய விரும்பவில்லை.'[4]

முன்புபோலவே, காந்தியின் நம்பிக்கை தவறியது. பிப்ரவரி மாதம் அவர் கோகலேயிடம், தனக்கு அமைச்சர்கள் கொடுத்த வாக்குறுதிகள் நிறை வேற்றப்படவில்லை என்று புகார் சொன்னார். 'குடியேற்றச் சட்டங்கள் மேன்மேலும் அதிகமான தீவிரத்தோடு அமலாக்கப்படுகின்றன. சட்டப் படி வசிப்பவர்களான இந்தியர்களின் மனைவிகள் பெருத்த துன்பத் துக்கும் செலவுக்கும் ஆளாக்கப்படுகிறார்கள்.'[5]

மார்ச் மாதம் மூன்றாம் வாரத்தில் கேப் டவுன் நீதிமன்றத்தின் ஒரு தீர்ப்பு இந்தியத் திருமணங்களின் செல்லுபடித்தன்மையை கேள்விக்

குள்ளாக்கியது. ஹாசன் ஈசாப் என்ற, போர்ட் எலிசபெத்தில் வேலை செய்த முடி திருத்தும் தொழிலாளி ஒருவர் இந்தியாவுக்கு விடுமைறைக்கு வந்தபோது பால் மரியம் என்ற பெண்மணியை மணந்துகொண்டார். அவர் திரும்பிவந்தபோது, தன் மனைவி தன்னுடன் வசிப்பதற்காக அனுமதிச்சீட்டுக்கு விண்ணப்பித்தார். பால் மரியம்தான் அவரது ஒரே மனைவி என்றபோதிலும், நீதிமன்றம் அவரைத் தன் கணவருடன் சேர்ந்து கொள்ள அனுமதிக்க மறுத்துவிட்டது. இஸ்லாமிய மதம் பலதார மணத்தை அனுமதிப்பது இதற்குக் காரணமாகச் சொல்லப்பட்டது. நீதிபதி சியர்ல் என்பவர் கூறினார், 'இந்த நாட்டு நீதிமன்றங்கள் மொகமதிய திருமணங்கள் என்று சொல்லப்படுபவற்றை சட்டப் படியான இணை சேரலாக அங்கீகரிக்க மறுத்து முகத்தைத் திருப்பியே வந்திருக்கின்றன. காரணம் மனைவி என்ற முறையில் அனுமதிக்கப் படும் பெண் 'வந்திறங்கிய மறுநாளே அவளது கணவனால் கைவிடப் படலாம்.' குறைந்தபட்சம் ஒரு மனைவியாவது அனுமதிக்கப்பட வேண்டும் என்ற வாதத்துக்குப் பதிலாக நீதிபதி, 'முதலாவதாக வந்து சேருபவருக்கா முதலாவதாக மணந்துகொள்ளப்பட்டவருக்கா என்று தெரியவில்லையே' என்று கேலியாகச் சொன்னார்.[6]

இந்துச் சட்டமும் பலதார மணத்தைத் தடைசெய்யவில்லை. அப்படி யானால், கிறிஸ்துவத் திருமணங்கள் மட்டும்தான் தென்னாப்பிரிக்காவில் அங்கீகரிக்கப்படுமா? அந்தத் தீர்ப்பு இந்தியர்களைக் கலவரப் படுத்தியது. அவர்களின் கவலையை காந்தி இந்தியன் ஒப்பீனியன் இதழில் ஒரு தலையங்கம் வழியாகப் பலமாக வெளிப்படுத்தினார்:

> இந்தத் தீர்ப்பின்படிப் பார்த்தால், தென்னாப்பிரிக்காவில் வாழும் எல்லா இந்து, முஸ்லிம் மனைவிகளும் இங்கு வாழும் உரிமையை இழக்கின்றனர். .. ஒரு இந்து, முஸ்லிம் அல்லது பார்ஸி மனைவி அரசாங்கத்தின் கருணையினால்தான் இந்த நாட்டில் வாழ முடியும். இனி மனைவியர் யாரையும் அரசு அனுமதிக்கப்போவதில்லை என்பதே அதன் திட்டம் என்பது தெளிவாகவே தெரிகிறது; அல்லது அனுமதித் தாலும் ஒரு சலுகை என்ற முறையிலேயே அது இருக்கும்... இதற்குத் தீர்வு தம் கையில்தான் இருக்கிறது. ஒவ்வொரு அஞ்சுமனும், ஒவ்வொரு தர்ம சபாவும், ஒவ்வொரு (சமூக) அமைப்பும், இந்திய மரபுகளின்படி நடந்த திருமணங்கள் சட்டப்படி அங்கீகரிக்கப்படும் விதத்தில் சட்டத்தைத் திருத்தவேண்டும் என்று அரசாங்கத்திடம் பணி வாக வேண்டுகோள் வைக்கவேண்டும். தன் பெண்களின் கௌர வத்தைக் காப்பாற்றாத எந்த நாடும், தன் மனைவியின் கௌரவத்தைக் காப்பாற்றாத எந்தத் தனிமனிதனும் காட்டுமிராண்டியைவிடக் கீழானவனாகவே கருதப்படுவான்.[7]

காந்தியின் சொந்த மணவாழ்க்கையில் நல்ல காலங்களும் கெட்ட காலங்களும் இருந்தன. அவரது குழந்தைகளும், மனைவியும் அவர்

செய்த சமூக, தார்மிகப் பரிசோதனைகளின் அடியைத் தாங்கிக்கொள்ள வேண்டியிருந்தது. ஆனாலும் ஒரு சமூக நிறுவனம் என்ற அளவில் திருமணத்துக்கு அவரது அர்ப்பணிப்பு பற்றிச் சந்தேகமில்லை. சியர்ல் வழங்கிய தீர்ப்பு, நேரடியாகவும், கறாராகவும் அமல்செய்யப்பட்டால், கணவனை மனைவியிடமிருந்தும், அம்மாவைக் குழந்தையிடமிருந்தும் பிரித்துவிடும் அபாயத்தைக் கொண்டிருந்தது. இது தென்னாப்பிரிக்காவில் இந்திய சமூகத்தின் வாழ்க்கையைக் கடுமையாகப் பாதிக்கும். மேலும், தம் மனைவியர் உடன் இல்லையென்றால் இந்திய ஆண்கள் பாலியல் தொழிலாளிகளை நாடக்கூடும் என்றும் காந்தி அஞ்சியிருக்கலாம். அதனால்தான் அவர் சியர்ல் தீர்ப்பை எதிர்த்துப் போராட்டத்தைத் திரட்டு மாறு சமூக நிறுவனங்களுக்கு வேண்டுகோள் விடுத்தார். அவர் சொன்னது கேட்கப்பட்டது; அதுவும் உடனடியாகவே. தீர்ப்பு வெளியான நாள் மார்ச் 21; எட்டு நாட்களுக்குப் பிறகு, இந்தியர்களின் பொதுக்கூட்டம் ஒன்று ஜோஹானஸ்பர்க் ஹமீதியா ஹாலில் நடைபெற்றது. அந்தக் கூட்டம் நீதிமன்றத் தீர்ப்புபற்றி 'ஆழ்ந்த வேதனையையும் ஏமாற்றத்தையும்' தெரி வித்தது. அந்தத் தீர்ப்பு, 'இந்திய குடும்ப உறவுகளைப் பாதிக்கவும், ஒழுங்காக இருக்கும் குடும்பங்களை உடைக்கவும், கணவனையும், மனைவியையும் பிரிக்கவும், சட்டபூர்வமான குழந்தைகளுக்கு அவர்களின் சொத்துரிமையை மறுக்கவுமே திட்டமிட்டுச் செய்யப் பட்டது...' இந்தியர்கள், 'இந்தியாவின் மாபெரும் மதங்களின்' சடங்கு களின்படி நடத்தப்பட்ட எந்தத் திருமணத்தையும் செல்லுபடியாகக் கூடியதாக அங்கீகரிக்கும்படியாக சட்டத்திருத்தம் வேண்டும் என்று விரும்பினர். அப்படி நடக்கவில்லை என்றால், 'பெண் இனத்தையும் அதன் கௌரவத்தையும் காக்க, சாத்விக எதிர்ப்பைக் கைக்கொள்வது சமூகத்தின் கட்டாயக் கடமையாகும்.'[8]

அந்தக் கூட்டத்தில் ஆண்கள் மட்டுமே கலந்துகொண்டார்கள். ஆனாலும் பெண்களும் அதேபோல சியர்ல் தீர்ப்பால் கோபமடைந்தார்கள். கஸ்தூரிபா, 'இந்த நாட்டு சட்டப்படி நான் உங்கள் மனைவி இல்லையா' என்று காந்தியைக் கேட்டார். அவர் ஆம் என்று பதில் தரவே, அப்படி யானால் தாங்கள் இந்தியாவுக்குத் திரும்பிவிடுவதே நல்லது என்று தெரிவித்தார். காந்தி, அது கோழைத்தனம் என்று சொல்ல, கஸ்தூரிபா, 'அப்படியானால் நானும் போராட்டத்தில் கலந்துகொண்டு சிறைசெல்லக் கூடாதா?' என்று கேட்டார்.

கஸ்தூரிபா அப்படி முன்வந்தது அவர் தன் கணவரிடம் கொண்டிருந்த ஆழ்ந்த விசுவாசம், அவரது நோக்கம் பற்றிப் பெற்றிருந்த தெளிவு ஆகிய வற்றின் அடையாளம். அவர்களின் மிகவும் வேறுபட்ட குண இயல்பு களைமீறி காந்தியும் கஸ்தூரிபாவும், அவர்களது முப்பது ஆண்டுகளுக்கு மேலான மணவாழ்வில், புரிந்துணர்வும், தோழமையும் கொண்ட உறவை வளர்த்திருந்தார்கள். அதைக் 'காதல்' என்றும் சொல்லலாம். அதற்கு முன்பு 1901ல் கஸ்தூரிபா, காந்தியிடம் அவரது பணிகளுக்கு

உதவுவதற்காகத் தான் கொடுத்திருந்த நகைகளைத் திருப்பி வாங்கிக் கொள்ள மறுத்தார். இப்போது பன்னிரண்டு ஆண்டுகளுக்குப் பிறகு, அவர் தானே சிறைக்குச் செல்லத் தயாராக இருந்தார். இவ்வாறு அவர் புதிய சட்டம் 'செல்லாது' என்று அறிவித்த ஒரு திருமணத்துக்குத் தன் அர்ப்பணிப்பை அடிக்கோடிட்டுக் காட்டினார். மேலும் இதன்மூலம் அவர் ஒட்டுமொத்த இந்திய சமூகத்துடன் தன் ஐக்கியத்தையும் வெளிப் படுத்தினார்.

அவர்களது உரையாடலை கோகலேயிடம் கூறிய காந்தி, 'இம்முறை போராட்டம் ஒன்று நடக்குமானால், அது சென்றமுறை இருந்ததைவிட அதிகத் துன்பம் விளைவிப்பதாக இருக்கும்' என்றார். அவர் இந்திய மக்களிடம் ஆதரவு கேட்க விரும்பவில்லை; மாறாக அவரது திட்டம் 'எஸ்.ஏ.யில் (தென் ஆஃப்ரிக்காவில்) வீடு வீடாகச் சென்று ஆதரவு திரட்டுவது.' 'குடியேறியிருப்பவர்களில் பெரும்பாலோர், பெண்கள் உட்பட, போராட்டத்தில் கலந்துகொள்வார்கள். பின்னவர்கள் தாங்கள் இனியும் சிறையை எதிர்கொள்ளாமல் இருக்க முடியாது; இம்மாதிரியான இடத்தில் அது எப்படிப்பட்ட கஷ்டமாக இருக்குமென்றாலும் சரி. திருமதி காந்தி தானே அதற்கு முன்வந்தார். நான் அவரைத் தடுக்க விரும்ப வில்லை' என்றார். ⁹

சியர்ல் தீர்ப்புமீதான அதிருப்தி நேட்டாலிலும் டிரான்ஸ்வாலிலும் சமமாக உணரப்பட்டது. சமீபத்திய வருடங்களில் இந்த இரு பிராந்தியங் களும் தம் விவகாரங்களைத் தனித்தனியே பார்த்துக்கொள்வது வழக்கமா கியிருந்தது. திருமண விவகாரம் அவர்களை மீண்டும் ஒன்று சேர்த்தது. நேட்டாலியர்களும் 3 பவுண்ட் வரியால் மிகவும் கொந்தளிப்பாக இருந்தனர். டர்பன் பத்திரிகையாளர் பி.எஸ்.ஐயர் அந்த வரியை நீக்கும்படி வலியுறுத்திப் பல கூட்டங்கள் நடத்தியிருந்தார். 'அந்த வரியை ரத்து செய்வது மட்டற்ற மகிழ்ச்சியோடு வரவேற்கப்படும்' என்றும் 'ராஜ்ஜியத்தின் ஸ்திரத்தன்மை, உறுதித்தன்மை ஆகியவைமீது பாரிய அளவில் செல்வாக்கு செலுத்தும்' என்றும் ஐயர் பிரதம மந்திரி ஜெனரல் போத்தாவுக்கு எழுதினார். ¹⁰

அந்த வேண்டுகோள் அல்லது இறைஞ்சுதல் கண்டுகொள்ளப்படவில்லை. 1913 ஏப்ரலில் அரசாங்கம் புதிய குடி யேற்றச்சட்டத்தைப் பிறப்பித்தது. இது மிகவும் தெளிவாக-ஒருவேளை வேண்டுமென்றே அப்படித் தெளிவாக- இந்தியர்களின் உணர்வலைகளைக் கணக்கில் எடுத்துக்கொள்ளாததாக இருந்தது. அச்சட்டம் 3 பவுண்ட் வரியை அப்படியே வைத்துக்கொண்டது. நீதிமன்றங்களில் முறையிடுவது அனுமதிக்கப்படவில்லை; மனைவியர், குழந்தைகளின் நிலையை உறுதியில்லாமலும் பாதுகாப்பில்லாமலும் ஆக்கியது.

'எந்த நபர் அல்லது மக்கள் தொகுதியையும், அவர்கள் ... பொருளா தாரரீதியிலோ, வாழ்க்கைத் தரம் அல்லது பழக்கவழக்கங்களிலோ

யூனியன் அல்லது அதன் பிரதேசம் எதாவதன் தேவைக்குத் தகுந்த விதத்தில் இல்லையென்றால்' அவர்களை விலக்கிவைக்க அலுவலர்களுக்கு மனம் போன போக்கில் நடந்துகொள்ள அதிகாரங்களை வழங்கியது.[11]

ஏப்ரல் மூன்றாவது வாரத்தில் நேட்டால் இந்திய காங்கிரஸ் கவர்னர்-ஜெனரலுக்கு எதிப்புத் தந்தி அனுப்பியது. தாங்கள் கேட்ட திருத்தங்கள் செய்யப்படாவிட்டால், 'இந்தியச் சமூகம், தன்னிடமுள்ள எல்லா வசதி வாய்ப்புகளையும் கொண்டு அச்சட்டத்தை எதிர்க்கும் நிலைக்கு உறுதியாகத் தள்ளப்படும்' என்று அந்தத் தந்தி கூறியது.[12] அதே வாரத்தில் காந்தி ஃபீனிக்ஸிலிருந்து ஜோஹானஸ்பர்குக்கு ஹமீதியா ஹாலில் ஒரு கூட்டத்தில் கலந்துகொள்ளச் சென்றார். ஒரு பெரிய, உணர்ச்சி மிகுந்த கூட்டம் அவர் சொன்னதைக் கேட்டது. யூனியன் மசோதா பிராந்திய சட்டத்தின் மிக மோசமான அம்சங்களைக் கொண்டிருப்பதால் இம்முறை 'கிளர்ச்சி நீண்டதாகவும், தீவிரமானதாகவும் இருக்கும்,' என்றார் அவர். அவருக்குப் பின் பேசிய எல்.டபிள்யூ.ரிட்ச், 'ஆங்கிலேயரான அவர் ஏதாவது ஒரு நாட்டில் குடியேறி, அங்கு இந்த இந்திய சகோதரர்கள் இப்போது நடத்தப்படும் விதத்தில் தான் நடத்தப்பட்டால், அவர் சாகும்வரை போராடுவார்' என்று பேசினார்.[13]

அப்போது உள்துறை அமைச்சராக இருந்தவர் ஆப்ரஹாம் ஃபிஷர். ஒரு ஃப்ரீ ஸ்டேட்டரான அவர், இந்தியர்கள் விஷயத்தில், ஜெனரல் ஸ்மட்ஸைவிட இன்னும் கடும்போக்காளராக இருந்தார். அவர் நாடாளு மன்றத்தில் அந்த மசோதாவின் கடுமைத்தன்மையை ஆதரித்துப் பேசினார். 'வெள்ளை மனிதனின் சுய பாதுகாப்புக்கு' 'இந்த நாடு ஆசியர்களால் ஆக்கிரமிக்கப்படுவது நல்லதல்ல என்று கருதப்படுகிறது' என்றார் அவர். அவருக்கு முன்னர் இருந்தவரான ஸ்மட்ஸ் ஒருமுறை காந்தியிடம் ஆரஞ்சு ஃப்ரீ ஸ்டேட்டின் நாடாளுமன்ற உறுப்பினர்களின் விட்டுக்கொடுக்காத போக்கைப்பற்றிப் புகார் செய்திருந்தார். ஃபிஷர் இப்போது அவர்களை, 'ஆரம்பத்திலிருந்தே நாட்டுக்கு நல்லது எது என்று காட்டியதற்காக' புகழ்ந்தார். இந்தியத் திருமணங்கள்பற்றிய சர்ச்சைக்குரிய விவகாரத்தில், அமைச்சர் நாடாளுமன்றத்தில், 'ஒரு மனிதனுக்கு ஒரு மனைவியைக் கொண்டிருப்பதற்குத்தான் உரிமை உள்ளது; அதுவே போதும் என்று சிலர் சொல்கிறார்கள் (சிரிப்பு). ஓர் ஐரோப்பியனுக்கு ஒரு மனைவிக்கு அதிகமாக வைத்துக்கொள்ள அனுமதியில்லை, ஐரோப்பியர் அல்லாதவர்களுக்கு மட்டும் அந்த சிறப்புச் சலுகையைத் தந்துவிடுவோமா? (சிரிப்பு)' என்று கூறினார்.[14]

நாடாளுமன்றத்தில் சில தாராளவாத அரசியல்வாதிகள் அந்த மசோதாவை எதிர்த்தனர். கேப் பிராந்திய வழக்கறிஞரான மோரிஸ் அலெக் ஸாண்டர் அதை ஆசியர்களின் உரிமைகளில் ஒரு 'தீவிரமான அத்துமீறல்' என்று அழைத்தார். டபிள்யூ.பி.ஸ்க்ரீனர் இது 'குடியேற்றக்காரர்கள்

கட்டுப்பாடு (ஒழுங்குபடுத்துதல் என்றல்லாமல்) மசோதா' என்றார்; அதன் ஷரத்துகள் கோகலேவுக்குக் கொடுத்த வாக்குறுதிகளுக்கு மாறாக உள்ளன; கோகலேயை ஸ்க்ரீனர் 'நம் காலத்து மிகச் சிறந்த மனிதர்களில் ஒருவர்' என்று வர்ணித்தார். ஆனாலும் பெரும்பான்மைக் கருத்து அமைச்சருக்கு உறுதியான ஆதரவாகவே இருந்தது. 'தென்னாப்பிரிக்காவில் வெள்ளை இனத்தின் தற்பாதுகாப்புக்கு' அந்த மசோதா தேவை. ஒரு போயர் உறுப்பினர் சொன்னதுபோல 'சில பிளவுகளை' தவிர '(வெள்ளை) தென் ஆஃப்ரிக்காவின் ஒருமனதான கருத்து ஆசியர்களை இறக்குமதி செய்வதற்கு எதிராகவே உள்ளது.' அவர்களில் சிலர் இன்னும் ஒருபடி மேலே சென்று ஏற்கெனவே நாட்டில் இருக்கும் ஆசியர்களையும் வெளியேற்ற விரும்பினர். [15]

உள்துறை அமைச்சர் என்ற முறையில் ஸ்மட்ஸ் குறைந்தபட்சம் காந்தியுடன் பேசுவதற்காவது தயாராக இருந்தார். அவருக்கு அடுத்து வந்திருப்பவரோ, காந்தியை ஒரு அத்துமீறிச் செயல்படுபவராகவே பார்த்தார். ஆப்ரஹாம் ஃபிஷர் சொன்னார்: 'இந்த வழக்கறிஞர் டிரான்ஸ்வாலில் இருக்கும் இந்திய சமூகத்தை மட்டுமே பிரதியிதித்துவம் செய்கிறார். மூன்று அல்லது நான்கு வருடங்களுக்கு முன்பு இதற்கு 'செயலற்ற எதிர்ப்பு' என்று பெயர். அவரது செயலாளர் காந்தியிடம் தனது அமைச்சர், காந்தி 'டிரான்ஸ்வாலில் ஒட்டுமொத்த ஆசிய மக்கள் சார்பாக செயல்படுவதாக ஏற்றுக்கொள்ளவில்லை' என்று சொன்னார். பின்னர் காந்தி சியர்ல் தீர்ப்பு மாற்றப்படவேண்டும் என்று கோரியபோது, அமைச்சர், 'மிக ஆரம்ப நாட்களிலிருந்து, தென்னாப்பிரிக்காவில் ஐரோப்பிய நாகரிகம் அறிமுகமானதிலிருந்து, இந்நாட்டின் சட்டம், ஒரு ஆண் ஒரு பெண்ணை மட்டும் திருமணம் செய்து, அத்திருமணம் நடப்பிலிருக்கும்வரை வேறு யாரும் உள்ளே வர முடியாமல் இருக்கும் படியகவே இருக்கிறது. அங்கீகாரம் பெற்ற திருமண அதிகாரியால் நடத்திவைக்கப்பட்ட திருமணங்களை மட்டுமே அங்கீகரித்துள்ளது' என்று காந்தியிடம் சொன்னார். [16]

இதனால் விளையக்கூடிய தாக்கம் மிகப்பெரியதாகவும், அபாயகரமானதாகவும் இருந்தது. இந்துக்கள், முஸ்லிம்களின் திருமணங்கள் தனிப்பட்ட நிகழ்ச்சிகளிலேயே நடத்திவைக்கப்பட்டன; அவற்றை பூசாரிகளோ இமாம்களோ நடத்திவைத்தார்களே தவிர அரசு நியமித்த அல்லது அங்கீகரித்த பதிவாளரோ, திருமண அதிகாரியோ அல்ல. அமைச்சரின் விளக்கம், தென்னாப்பிரிக்காவில் ஆயிரக்கணக்கான இந்தியத் திருமணங்களை சட்டப்படி செல்லாததாக்கும். காந்தி, கஸ்தூரிபா காந்தி ஆகியோருடையது உட்பட. [17]

ஏப்ரல் இறுதிவாக்கில் காந்தி ஃபீனிக்ஸிலிருந்து ஜோஹானஸ்பர்க் சென்று டிரான்ஸ்வால் இந்தியர்களின் கூட்டத்தில் கலந்துகொண்டார். அவர்கள் சாத்விக எதிர்ப்பின் 'துன்பங்களை ஏற்றத் தயாரா' என்று

கேட்டார். அவர், 'சுய மரியாதை கொண்ட மனிதர்கள் என்ற முறையில் அவர்கள் அதிலிருந்து நழுவ முடியாது. தமது பெண்ணினத்தின் கௌரவத்துக்காகவும், தமது மதத்துக்காகவும், தாம் பிறந்த நாட்டின் நற்பெயருக்காகவும் அனைத்தையும் இழக்க அவர்கள் சித்தமாயிருப்பார்கள்' என்று நம்பினார். அதே வாரத்தில் தனது செய்தித்தாளில் கேப்பிலும் நேட்டாலிலும் வசித்த இந்தியர்களை 'விழித்துக் கொள்ளுங்கள்' என்று வேண்டினார். அவர்களும் சிறைக்குச் செல்ல முன்வரவேண்டும்.[18]

இதனிடையே ஹென்றி போலாக் இந்திய அரசையும், காலனிகளுக்கான அலுவலகத்தையும் கடிதங்கள் மூலம் தொடர்புகொண்டு அவர்களின் தலையீட்டைக் கோரினார். அவர் அம்மசோதாவின் குறைபாடுகளையும், அவற்றை எப்படி சரிசெய்ய முடியும் என்பதையும் சுருக்கமாக விளக்கினார். தேவைப்பட்டால் காந்தி கேப் டவுனுக்குச் சென்று அமைச்சர்களுடன் பேசுவார். பேச்சுவார்த்தைகள் தோல்வியடைந்தால், சாத்விக எதிர்ப்பு மீண்டும் ஆரம்பிக்கப்படுவது 'உறுதி'; 'சொந்த விருப்பங்களை ஒதுக்கிவைத்துவிட்டு போராட்டத்தில் பங்குகொள்ள காந்தியே தயங்கமாட்டார்.'[19]

போலாக்கின் தலையீடு உள்துறை அமைச்சரைக் கோபப்படுத்தியது. அவர் முன்பு 'அரசாங்கத்துக்கு எதிராகப் 'பொய்ப் பிரச்சாரத்தில்' ஈடுபட்டதாகக் குற்றம்சாட்டினார். 'இந்நேரம் காலனிகளுக்கான அலுவலகம் போலாக்கின் எழுத்துகளைப்பற்றிச் சரியான முடிவுக்கு வந்திருக்க வேண்டும். ஆனால், அவருடைய பாரபட்சமான, பரபரப்பான அறிக்கைகள் இன்னும் நம்பப்படுகின்றன; அல்லது குறைந்தபட்சம் அவர்களால் தேவைக்கு அதிகமாகக் கவனிக்கப்படுகின்றன' என்றார் ஃபிஷர்.[20]

இரண்டு வாரங்களுக்குப் பிறகு, உள்துறை அமைச்சருக்கு இந்திய ஆதரவாளரான மற்றொரு ஐரோப்பியரின் கடிதம் கிடைத்தது. 'ஜோஹானஸ்பர்கிலிருக்கும் இந்து, மொகமதிய, கிறிஸ்துவ சமயங்களைச் சேர்ந்த நாற்பதுக்கும் அதிகமான இந்தியப் பெண்களின்' சார்பாக அதை எழுதியிருந்தவர் சோன்யா ஷ்லேஸின். இந்தியத் திருமணங்களை அங்கீகரிக்கும் விதத்தில் சட்டம் திருத்தப்படவில்லையென்றால், ஆண்களுடன் பெண்களும் சாத்விக எதிர்ப்பைக் காட்டுவார்கள் என்று அக்கடிதம் தெரிவித்தது. ஷ்லேஸின், டிரான்ஸ்வால் இந்தியப் பெண்கள் சங்கத்தின் கௌரவச் செயலாளர் என்ற முறையில் செயல்பட்டு அதை எழுதியிருந்தார். அக்கடிதத்தை வெளியிட்ட இந்தியன் ஒப்பீனியன், செல்வி ஷ்லேஸின் அப்பதவியை வகிக்கக் காரணம் அவருக்கு ஆங்கிலம் தெரிந்திருந்ததும், அவர் பெற்றிருந்த தென்னாப்பிரிக்க அரசியல்பற்றிய அறிவுமே. இவை அவரது 'இந்திய சகோதரிகளிடம்' காணப்படவில்லை என்று குறிப்பிட்டது. 'செல்வி சோன்யா ஷ்லேஸின், இந்தியர் விவகாரத்துக்காக உழைக்கும் ஆண் ஐரோப்பியத் தொழிலாளிகளைப் போலவே, வெள்ளைத் தோலுக்குள் இருந்தாலும், பழுப்புத் தோலுக்குள் இருந்

தாலும், மனித இயல்பு ஒன்றுபட்டது என்பதற்கு எடுத்துக்காட்டாக இருக்கிறார்.'[21]

வெள்ளைத் தோல் கொண்டவரான சோன்யா ஷ்லேஸினைப்பற்றிய பாராட்டை எழுதியவர் பழுப்புத் தோல் கொண்டவரான காந்தி. மனித இயல்பின் ஒற்றுமையை அடிக்கோடிடும் விதமாக, போலாக் அதே இதழின் வேறொரு பக்கத்தில் பதிலுக்குப் பாராட்டினார். அவர் இந்தியப் பெண்களை, 'சியர்ல் தீர்ப்பு அளித்த அவமரியாதையை ஏற்றுக்கொள்ளாமல் அரசாங்கத்துக்கு எதிராகப் போராடத்' துணிந்ததற்காக இந்தியப் பெண்களைப் புகழ்ந்தார். இப்போது ஆண்களும் அதே வேகத்தோடு அந்த சவாலைச் சந்திக்க எழுவார்கள் என்று நம்பிக்கை தெரிவித்தார். காரணம், அவரே எழுதியதுபோல, ' சாத்விக எதிர்ப்பாளர்களின் எண்ணிக்கை எந்த அளவுக்கு அதிகமோ, அந்த அளவுக்குப் போராட்டம் விரைவாக முடிவுக்கு வரும் என்பதே கணித சூத்திரம்.'[22]

போலாக்கையும் சோன்யா ஷ்லேஸினையும்போல இல்லாமல், ஹெர்மான் காலன்பாக் மிகவும் மென்மையானவர்; இந்தியர்கள் சார்பாக அரசாங்கத்திடம் பேசுமளவுக்கு அரசியல் ஈடுபாடு கொண்டவரும் அல்ல. ஆனாலும், அந்தச் சமயம் எழுதப்பட்ட பல சொந்தக் கடிதங்களில் அவர்களது தலைவரின் குணநலனும் ஆளுமையும்பற்றிய தனது புரிதலை வெளிப்படுத்தியுள்ளார். மேலும், தனது நண்பரான காந்தி எப்போது இந்தியாவுக்கு நிரந்தரமாக இடம்பெயர்கிறாரோ அப்போது தானும் அவருடன் செல்வது என்ற தன் திட்டத்தையும் தெரிவிக்கிறார். அந்தக் கடிதங்கள் டால்ஸ்டாயின் பிரிட்டிஷ் தொண்டர்களுக்கு எழுதப்பட்டவை. அவர் 1911ல் அந்த நாட்டுக்குச் சென்றபோது அவர்களோடு அவருக்கு நட்பு ஏற்பட்டிருந்தது. அவர்களது சக டால்ஸ்டாயர்பற்றி அந்தக் கட்டடக்கலை வல்லுநர் சொன்னதன் ஒரு பகுதியைப் பார்க்கலாம்.[23]

ஹெர்மான் காலன்பாக் ஜார்ஜ் ஃபெர்டினான்டுக்கு, 3 மார்ச் 1913 அன்று:

> என்னால் அந்த மனிதரின் குண இயல்பைக் கடிதத்தில் எழுத இயலாது; அவருடன் இருக்கும்படியாகவும், அவருக்கு அருகிலிருக்கும்படியாகவும் நான் எந்த அளவு வாய்ப்புக் கிடைக்கப்பெற்றேனோ, அந்த அளவுக்கு அவரது குண இயல்பின் தன்னலமற்ற தன்மையை அதிகமாக உணர்ந்திருக்கிறேன். அவருடன் வசிப்பதும், அவர் அருகில் வசிப்பதும் சிலசமயங்களில் கடினமானது-மிகவும் கடினமானது-என்பது உண்மையே. ஆனால் அவரால் கடவுளுக்கும், பணத்துக்கும் ஒரே நேரத்தில் சேவை செய்ய முடியாது என்பதும் உண்மை.
>
> நான் இந்தியாவுக்குச் செல்ல விரும்புவது புனிதப் பயணம் என்ற அர்த்தத்தில் அல்ல. என்னுடைய குண இயல்பு பலவிதங்களில் குறைபட்டது என்பதைத் தெளிவாக உணர்கிறேன்; அந்தக் குறையாடுகளைக் களைய

அங்கு வாழும் வாழ்க்கை எனக்கு இன்னும் அதிக சக்தியளிக்கும் என்று நம்புகிறேன்.

ஹெர்மான் காலன்பாக் இசபெல்லா ஃபைவீ மேயோவுக்கு, 1913 மார்ச் 3 அன்று:

திரு. ஜியை (காந்தி) எனக்குத் தெரிந்த நாள் முதல் அவர் தன்மீது, சாதாரணமாகப் பத்து பேர் கூடச் செய்ய முடியாத அளவு வேலைகளையும், பொறுப்புகளையும் சுமத்திக்கொள்வார்... எல்லோருக்கும் பெரிதாக சேவை செய்யவேண்டும் என்ற விருப்பம் காரணமாக, என் கருத்துப்படி, அவர் தன் குடும்பத்துக்கும், நெருங்கிய நண்பர்களுக்கும் போதுமான கவனத்தைத் தரவில்லை. மேலும் அதனால் அவர் தன் சாப்பாட்டைக் குறைக்கவும், அரைகுறையாகவே தூங்கவும், தேவைப்படும் போது அங்குமிங்கும் அலையவும் வேண்டியிருந்தது.

ஹெர்மான் காலன்பாக் இசபெல்லா ஃபைவீ மேயோவுக்கு, 1913 மார்ச் 10 அன்று:

அவரை நன்கு தெரிந்துகொண்டால், நீங்களும் அவர் அருகிலும், அவருடனும் இருப்பது கொஞ்சம் கஷ்டமான விஷயம் என்பதை உணர்வீர்கள்-நீங்களும் அவருடன் முழுமையாகப் பயணித்தால் தவிர. 'காந்தி தன்மீது மிகவும் கடுமையாக நடந்துகொள்பவர்; அவர் பாட்டுக்குத் தன்மீது சுமைகளை ஏற்றிக்கொண்டு போய்க்கொண்டே இருக்கிறார்; அவருடன் இருப்பதா அல்லது அவர் அருகில் இருக்க முடியாமல் போய்விடுகிறதா என்பதுதான் கேள்வி'ஹெர்மான் காலன்பாக் இசபெல்லா ஃபைவீ மேயோவுக்கு, 1913 மார்ச் 21 அன்று:

திரு. ஜியை(காந்தியை) ரஸ்கினுக்கும் டால்ஸ்டாய்க்கும் அடுத்த இடத்தில் வைக்கும் உங்கள் மதிப்பீடு உண்மையானதே.

அவர் கொண்டிருந்த பற்று மிகவும் அழுத்தமான முறையில் அந்தரங்கமானது. ப்ரன்ஜீவன் மேத்தாவைப் போல, காலன்பாக்குக்கும் தன் நண்பர் ஒருநாள் தன் நாட்டுக்கும், உலகத்துக்கும் தார்மிக உதாரணபுருஷராக விளங்குவார் என்று தெளிவாகத் தெரிந்தது. ஆனாலும், மேத்தா காந்தியின் தன்மைகளிலும் ஆளுமையிலும் இந்தியாவின் விடிவைக் கண்டபோது, காலன்பாக் அவற்றில் அவதியுற்ற, குறைபாடுள்ள தன் சொந்த சுயத்தை மேம்படுத்திக்கொள்ளும் வழியைக் கண்டார்.

காந்தி அவரது ஐரோப்பிய நண்பரால் (அல்லது பக்தரால்) தனிப்பட்ட கடிதங்களில் புகழப்பட்டபோதே, அவர் தன் இந்திய போட்டியாளரான டர்பன் பத்திரிகையாளர் பி.எஸ். ஐயரால் பொதுவெளியில் தாக்கப்பட்டார். 1913 ஏப்ரல் 19 தேதியிட்ட ஆஃப்ரிக்கன் கிரானிக்கிள் அப்பட்டமான தலைப்புடன் ஒரு கட்டுரையைத் தாங்கிவந்தது: 'திரு காந்தி தோல்வியடைந்தது ஏன்' அந்தக் கட்டுரை, 'அவ்வழக்கறிஞரின் அரசியல்

யாருக்கும் நன்மை விளைவித்திருப்பதாகத் தெரியவில்லை' என்று அறிவித்தது. மாறாக, அவை 'முடிவில்லாத துயரத்தையும், பொருள் இழப்பையும் கொடுத்திருக்கின்றன. இருக்கிற உரிமைகளைப் பறிபோகச் செய்துள்ளன.'

ஐயர் காந்தியை 'தான் ஒரு ஆதியந்தமில்லாத, சர்வ வல்லமை கொண்ட ஜார்' என்று எண்ணிக்கொள்பவர் எனவும், போலக்கை 'இந்தியர்களின் ஒரு வெள்ளை டினிஜுலு (ஜுலு தலைவர்)' என்று எண்ணிக்கொள்பவர் எனவும் குற்றம் சுமத்தினார். இருவரையுமே 'அப்பட்டமான முரட்டுத்தனம், அளவுகடந்த அபிலாஷை' கொண்டவர்கள் என்று குற்றம் சாட்டினார். காந்தியை, 'அவரது உயர்ந்த பீடத்திலிருந்து இறங்க வேண்டும்' என்றும் 'உங்களது சொந்த விரோதங்கள், முன்முடிவுகள் ஆகியவற்றைக் கொஞ்சம் தியாகம் செய்யவேண்டும்' என்றும் வற்புறுத்தினார். 'ஃபீனிக்ஸில் கூடாரத்துக்குள் முடங்கிக் கிடந்தபடி புலம்பிக் கொண்டிருப்பதற்கு' பதிலாகவும், 'மக்கள் கூட்டத்தைச் சந்திக்கத் துணிவில்லாமல் இந்திய மணப்பெண்ணைப்போல கூச்சப்படுவதற்கு' பதிலாகவும் காந்தி 'டர்பனுக்கு வந்து பிற தலைவர்களை அழைத்துப் பேசவேண்டும்... மக்களோடு சுதந்திரமாகவும், வெளிப்படையாகவும் கருத்துகளை விவாதிக்கவேண்டும்.'

அந்த வசைபாடலில் பகைமை மட்டுமின்றி ஆசையும் வெளிப்பட்டது-ஐயர் தன் குரல் கவனிக்கப்படவேண்டுமே என்று தவிப்போடு இறைஞ்சினார். காந்திக்கு விடப்பட்ட சவாலைத் தொடர்ந்து, அவரது முக்கியத் தளபதியைப்பற்றிப் பொருள்பொதிந்த குறிப்பும் வந்தது: 'போலாக்கைப் பொறுத்தவரை, இந்தியர்களில் பெருமளவிலானவர்கள் இந்த மனிதரால் வழிநடத்தப்படுவதை விரும்பவில்லை.'[24]

காந்தி ஐயரின் சவாலைப் படித்தாரா? அவர் அது சொல்லவரும் நிஜமான விஷயத்தை, அதில் வெளிப்படையாகத் தெரியும் கசப்பை மீறிப் புரிந்து கொண்டாரா? அதாவது தான் கவனிக்கப்படவேண்டும் என்ற கதறல், இந்தியத் தலைவரின் இரண்டாம் மட்டத் தளபதியாக இருக்க ஆங்கிலேயர் போலக்கைவிடத் தானே தகுதியானவன் என்று கருதப்படவேண்டும் என்ற வேண்டுகோள். பி.எஸ்.ஐயரின் பெயர் காந்தியின் தென்னாப்பிரிக்க நாட்களின் நினைவுகளில் இடம்பெறவில்லை. இந்தியன் ஒப்பீனியன் பத்திரிகையில் வெளிவந்திருக்கும் சில உதிரிச்செய்திகளிலிருந்து, அவ்விருவரும் ஒருவரையொருவர் அறிவார்கள், டர்பனில் பலமுறை ஒரே மேடையைப் பகிர்ந்துகொண்டிருக்கிறார்கள் என்று நாம் அறிகிறோம். ஆனால், குறைந்தபட்சம் அச்சிலாவது, காந்தி ஆஃப்ரிக்கன் க்ரானிக்கிள் ஆசிரியரிடமிருந்து வந்த கேலிகள், பாராட்டுகள், சவால்கள், வசைகளை உறுதியாகக் கண்டுகொள்ளாமலே இருந்தார்.

இதுதான் அதுவரையில் ஐயரின் ஆகக் கடுமையான வார்த்தைகளால் ஆன தாக்குதல். காந்தி அவரைப் புறக்கணித்தாலும், அவரது அபிமானிகள்

பதில்சொல்ல விழைந்தார்கள். ஆஃப்ரிக்கன் கிரானிக்கிளுக்கு சுமார் நாற்பது தமிழர்கள் கடிதம் எழுதி, 'திரு காந்திமீது உங்கள் தாக்குதல் எப்படி இருப்பினும், அது எங்களை அவரது விசுவாசமான, உறுதியான தொண்டர்களாக இருப்பத்திலிருந்து தடுக்காது' என்று அறிவித்தனர். ஆசிரியர் அவர்கள் கடிதத்தைப் பிரசுரித்துவிட்டு, கீழே தன் சொந்தக் குறிப்பு ஒன்றையும் வெளியிட்டார். அந்தக் குறிப்பு, தமிழர்களை 'மாட்டு மந்தை பின்னால் செல்லாதீர்கள்; உங்கள் தலைவர் சொர்க்கத்துக்கு அழைத்துச்செல்கிறாரா நரகத்துக்கா என்றுகூடத் தெரியாமல்' என்று வலியுறுத்தியது.[25]

தனிப்பட்ட புகழ்ச்சியும் பொதுவில் வசவுகளும் குவிந்துகொண்டிருக் கையில், காந்தி உடல்நலம்பற்றிய தன் கட்டுரைகளைத் தொடர்ந்தார். பகுதி 14 உடலிலிருந்து வெளியேறும் சமாச்சாரங்களைப்பற்றிப் பேசியது. 'நம் மலத்தைப் பார்த்தே, நாம் அதிகமாகச் சாப்பிட்டிருக் கிறோமா இல்லையா என்று சொல்லிவிடலாம்' என்றார் கட்டுரை ஆசிரியர். 'எளிதில் செரிக்கக்கூடிய அளவில் மட்டுமே உணவு உண்ட வரின் மலம்', 'சிறிதாக, ஒழுங்கான வடிவம் கொண்டதாக, அடர் நிறத்தில், ஒட்டும்தன்மையுடன், உலர்வாக, கெட்ட வாடை இல்லாமல்' இருக்கும்.

பகுதி 17 'ஒரு அந்தரங்கமான அத்தியாயம்' என்ற தலைப்பில் பிரம்மச் சாரியம் பற்றியது. அதுவே உடல் நலத்தை மேம்படுத்த 'மிக முக்கிய மானது' என்று கருதப்பட்டது. அதன் பொருள் 'இன்பமாக இருப்ப தற்காக ஒருவரோடு ஒருவர் தொடர்பு கொள்ளாமல் இருப்பது மட்டும் அல்ல; அதைப்பற்றிய நினைவே மனதில் இல்லாமல் இருப்பது-ஒருவர் அதைப் பற்றிக் கனவிலும் நினைக்கக் கூடாது'. காந்தியின் கருத்தில் பிரம்மச்சாரியத்தை மீறுவதுதான் 'இன்ப நாட்டம், பொறாமை, ஆடம்பரம், போலித்தனம், கோபம், பொறுமையின்மை, வன்முறை யான வெறுப்பு, இன்னும் இவைபோன்ற தீமைகளுக்கு' அடிப்படைக் காரணம். தம்பதிகள் குழந்தை பெற்றுக்கொண்ட பிறகு பாலியல் உறவுகளிலிருந்து விலகியிருக்கவேண்டும். இல்லறத்தில் இருந்து பிரம்மச்சரியத்துக்கு மாறிய அவர் நினைவுகூர்ந்தார்: 'குழந்தைப் பருவத்தில் மணம் செய்துவைக்கப்பட்ட நான், குழந்தைப் பருவத்தில் (இச்சையால்) குருடானேன்; நானே இன்னும் குழந்தையாயிருக்கும் போதே குழந்தை பெற்றுக்கொண்டேன். பல ஆண்டுகளுக்குப் பின்பே விழித்துக்கொண்டு அழிவுப்பாதையில் சென்றுகொண்டிருப்பதைப் புரிந்துகொண்டேன். எவரேனும் என் தவறுகளிலிருந்தும் அனுபவத்தி லிருந்தும் படிப்பினை கற்றுக்கொண்டு தன்னைக் காப்பாற்றிக்கொள் வாரானால் இந்த அத்தியாயத்தை எழுதியதற்காக மகிழ்ச்சியடைவேன்.'[26]

'காந்தி தன்மீது மிகவும் கடுமையாக நடந்துகொள்பவர்; அவர்பாட்டுக்குத் தன்மீது சுமைகளை ஏற்றிக்கொண்டு போய்க்கொண்டே இருக்கிறார்;

அவருடன் இருப்பதா அல்லது அவர் அருகில் இருக்க முடியாமல் போய் விடுகிறதா என்பதுதான் கேள்வி' என்று காலன்கபாக் எழுதியபோது அவர் இந்தப் பத்தியை மனதில் கொண்டுதான் அப்படிச் சொல்லியிருக்க வேண்டும்.

1913 மே மாதம் குடியேற்ற மசோதா இரண்டாம் வாசிப்பு நிலையைக் கடந்தது. காந்தி நாடாளுமன்ற உறுப்பினர்களுக்கும் உள்துறை அமைச் சருக்கும் கடிதம் எழுதி, 3 பவுண்ட் வரியை ரத்து செய்யும்படியும், திருமணங்கள் விவகாரத்தைத் திருப்திகரமாகத் தீர்த்துவைக்கும்படியும் கேட்டுக்கொண்டார். அமைச்சர், பெண்களுக்கு மட்டும் வரி ரத்து செய்யப்படும், ஆனால் ஆண்களுக்கு ரத்து செய்யப்படாது என்றும், திருமணங்கள் பதிவு செய்துகொள்ளப்பட்டால் அங்கீகரிக்கப்படும் என்றும் பதில் எழுதினார். இந்தச் சலுகைகள் மிகவும் சொற்பம் என்பதால் அவை ஏற்கப்படாததில் வியப்பில்லை. கோகலேயிடம் ஆண்களுக்கும் வரி ரத்துசெய்யப்படும் என்று உறுதியளிக்கப் பட்டதையும், அநேகமாக ஒரு இந்தியத் திருமணம்கூடப் பதிவுசெய்யப் படவில்லை என்பதையும் காந்தி சுட்டிக்காட்டினார்.[27]

மசோதா செனட் சபையில் நிறைவேறி, அரச ஒப்புதலை (ராயல் அசென்ட்) ஜூன் 14 அன்று பெற்றது. லார்டு கிளாட்ஸ்டோன் ‘ இந்திய சமூகத்தின், குறிப்பாக காந்தியின், மூர்க்கத்தனமான, பயமுறுத்துகிற போக்கு' குறித்து லண்டனிடம் குற்றம்சாட்டினார். அவருக்கு இந்த எதிர்ப்பு பிசுபிசுத்துவிடும் என்று நம்பிக்கை இருந்தது. லண்டனிலிருந்த காலனி நாடுகளுக்கான அலுவலகத்திடம் இப்படிச் சொன்னார்: ‘பயமுறுத்தல்கள் மூலமும், அவநம்பிக்கையால் செய்யப்படும் குற்றச் சாட்டுகள் மூலமும் சலுகைகளைப் பெற இந்நாட்டில் இருக்கும் இந்தியர்கள் செய்யும் முயற்சி' ‘தோல்வியடையப்போவது முன்பே தீர்மானமான விஷயம்'.[28]

பேச்சுவார்த்தைகள் தோல்வியடைந்த விஷயத்தை கோகலேவுக்கு ஹென்றி போலாக் வருத்தம் தோய்ந்த சில கடிதங்கள் மூலம் தெரியப் படுத்தினார். ஜூன் ஆரம்பத்தில் அவர், ‘இந்திய சமூகத்துக்கும் அரசாங் கத்துக்கும் இடையிலான உறவு ஆக மோசமான முறுகல்நிலையை அடைந்துவிட்டது' என்று எழுதினார். ஜூன் கடைசியில் மசோதா நிறை வேற்றப்பட்ட பிறகு அவர் சொன்னார், ‘துரோகம் முழுமையடைந்து விட்டது.' போலாக், ‘இன்று என்னை ஒரு ஆங்கிலேயன் என்று சொல்லிக் கொள்ள முற்றிலும் வெட்கப்படுகிறேன்,' என்று உணர்ந்தார்.[29]

அப்போது லண்டனிலிருந்த கோகலே, இந்திய அரசாங்கத்துக்கு எழுதிய கடிதத்தில், ‘இரண்டு தரப்புகளும் ஒத்துக்கொண்ட சமரச ஒப்பந்தம் நேர்மையாக நிறைவேற்றப்பட்டாலன்றி, மீண்டும் கசப்பான கிளர்ச்சி நடைபெறுவது உறுதி' என்று எழுதினார். ‘யூனியன் அரசாங்கம், போயர் தீவிரவாதிகள் தரும் அழுத்தத்தினால், இந்தியர்களின் நம்பிக்கையை

முறித்துவிட்டது' என்று குற்றம்சாட்டினார். 'மீண்டும் சாத்விக எதிர்ப்பு எழுமானால், கோகலே இந்தியாவுக்கு வந்து அதை ஆதரிக்கும் தீர்மானம் ஒன்றை இம்பீரியல் கவுன்சிலில் நிறைவேற்றுவார். [30]

காந்தியை ஆதரித்த மற்றொருவர், அவருடைய பழைய ஆதரவாளரான லார்டு ஆம்ப்தில். ஆம்ப்திலுக்கு மௌட் போலாக் விவரம் தெரிவித்திருந்தார்; அவர் தென்னாப்பிரிக்காவில் இந்தியர்கள் இன்னும் அனுபவித்துவந்த சிரமங்களைப் பட்டியலிட்டு 78 பக்க அறிக்கை ஒன்றை அவரது பார்வைக்காகத் தயாரித்திருந்தார். ஹவுஸ் ஆஃப் லார்ட்ஸில் உரையாற்றிய ஆம்த்தில், புதிய குடியேற்ற மசோதா பற்றிப் பரந்துபட்ட தாக்குதலை ஆரம்பித்தார். அம்மசோதா தற்போது இருந்துவரும் நுழைவு, மறுநுழைவு உரிமைகளை அங்கீகரிக்கவில்லை; இந்து, முஸ்லிம் திருமணங்களை அங்கீகரிக்கவில்லை; தென்னாப்பிரிக்க அமைச்சர்கள் கோகலேவுக்குக் கொடுத்திருந்த உறுதிமொழியான 3 பவுண்ட் வரியை ரத்துசெய்வதை நிறைவேற்றவில்லை.

லார்டு ஆம்த்தில், எவ்வாறு 1907-க்கும் 1910-க்கும் இடையில் 'அர்ப்பணிப்புமிக்க நாட்டுப்பற்றாளரான' காந்தி தலைமையில் தென்னாப்பிரிக்காவிலிருந்த இந்தியர்கள் 'சாத்விக எதிர்ப்பில் ஈடுபடவும், சொல்ல முடியாத துயர்களை விரும்பி ஏற்கவும் வேண்டியிருந்தது' என்று நினைவு கூர்ந்தார். 'மை லார்ட்ஸ், சாத்விக எதிர்ப்பு மீண்டும் ஆரம்பித்தால் நேரக் கூடிய மிகப் பெரிய கெட்ட பெயரை எப்படி எதிர்கொள்ளப் போகிறீர்கள்?' என்று தன்சக பிரபுக்களைக் (பியர்களைக்) கேட்டார். [31]

1913 ஆம் ஆண்டு ஜூன் மூன்றாவது வாரத்தில், காந்தி கோகலேவுக்குப் பின்வருமாறு எழுதினார்: 'இந்த மசோதா மிக மோசமானது; எனவே சாத்விக எதிர்ப்பு தவிர்க்க முடியாதது. இக்கடிதம் உங்கள் கையில் இருக்கும்போது, நாங்கள் சிலர் ஏற்கெனவே சிறையில் இருப்போம். 'அவர் அந்த மசோதாவின் குறைகளைப் பட்டியலிட்டார்: ஆரஞ்ச் ஃப்ரீ ஸ்டேட்டில் இனத் தடை நீடிப்பது, வரி விஷயத்திலும், திருமணங்கள் விஷயத்திலும் ஓரளவு மட்டுமே தளர்வு செய்யப்பட்டது, மற்ற பிராந்தியங்களிலிருந்து இந்தியர்கள் கேப்பில் நுழையத் தடை. ஜூலையிலேயே சாத்விக எதிர்ப்பு ஆரம்பிக்கக்கூடும் என்று கருதினார். படித்த, படிக்காத இந்தியர்கள் பிராந்தியங்களில் நுழைவார்கள்; ஆவணக் காகிதங்கள் எதையும் காட்ட மறுப்பார்கள்; 'இப்போதைக்கு நான் கணிக்க முடிந்தவரை 100 ஆண்களும் 13 பெண்களும் கிளர்ச்சியை ஆரம்பிப்பார்கள். நாட்கள் செல்லச் செல்ல, இன்னும் அதிகம்பேர் வரலாம்' என்று எழுதினார். உணவும் உடையும் யாசகம் கேட்பதன் மூலம் திரட்டப்படும். 'நாங்கள் அனைவரும் சிறைக்குச் சென்றுவிட்டால், காலன்பாக் தானே யாசகம் கேட்பதாக உறுதியளித்துள்ளார். அவர் உயிரோடிருக்கும்வரை எந்தக் குடும்பமும் பட்டினி கிடக்காமல் அவர் பார்த்துக்கொள்வார் என்று நம்பலாம்.' அவர் மேலும் எழுதினார்: '' என்

சொந்த சுமைகள் சிலவற்றை டாக்டர் மேத்தா பார்த்துக்கொள்கிறார்.' காந்தி, 'கிளர்ச்சி... ஓராண்டு நீடிக்கலாம்; ஆனால் நாம் எதிர்பார்ப்பதை விட மேலதிகமாக ஆட்கள் வந்தால், யூனியன் நாடாளுமன்றத்தின் அடுத்த கூட்டத்தொடரிலேயே கிளர்ச்சி முடிவடைந்துவிடலாம். நாங்கள் முடிவற்ற நீடிப்புக்குத் தேவையான தயாரிப்புகளை மேற்கொண்டு வருகிறோம்' என்று எதிர்பார்த்தார்.[32]

சாத்விக எதிர்ப்பு மீண்டும் தொடங்க இருக்கும் சாத்தியம் கோகலேயின் நெருங்கிய நண்பர் வில்லியம் வெட்டர்பர்னைக் கவலைகொள்ளச் செய்தது. இந்தியன் சிவில் சர்வீஸின் முன்னாள் உறுப்பினரான அவர் இந்திய தேசிய காங்கிரஸைத் தோற்றுவித்ததில் முக்கியப் பங்காற்றியவர். காங்கிரஸ் தலைவராக இரண்டு முறை பணிபுரிந்த பிறகு அவர் இங்கிலாந்துக்குத் திரும்பிவிட்டார். அங்கு அவர் விபரல் கட்சியின் நாடாளுமன்ற உறுப்பினரானார். கோகலே இங்கிலாந்து செல்லும்போதெல்லாம் வெட்டர்பர்னுடன் அதிக நேரம் செலவிடுவார். அவர்கள் ஏகாதிபத்தியத்தின் கொள்கைகளையும், இந்தியாவையும்பற்றி விவாதிப்பார்கள். 1913ல் கோகலே லண்டனுக்குத் திரும்பியபோது, அவர் நீரிழிவு நோயாலும், அது தொடர்பான உபாதைகளாலும் அவதிப்பட்டுக்கொண்டிருந்தார். அவரால் காது வலி காரணமாகத் தூங்க முடியவில்லை. மருத்துவர் மூன்று மாத காலம் ஓய்வெடுக்கும்படி அறிவுரை செய்திருந்தார். வெட்டர்பர்ன் காந்திக்கு, 'துரதிர்ஷ்டவசமாக, தெ. ஆஃப்ரிக்காவில் நிலவும் பிரச்னை... அவரைச் சஞ்சலப்படுத்திவிட்டது.' இப்போது கோகலே ஆகஸ்ட் மாதம் இந்தியா திரும்புவதற்குத் திட்டமிட்டார். தென்னாப்பிரிக்க விவகாரத்தை இம்பீரியல் கவுன்சில் முன்னால் வைப்பதும் இந்த விவகாரத்துக்காக நிதி திரட்டுவதும் அவரது திட்டம். செங்கடல் ஆகஸ்டில் கொந்தளிப்பாக இருக்கும். எனவே அப்போது கடல் பயணம் செய்வது சிரமமாக இருக்கும். செப்டெம்பர், அக்டோபர் மாதங்களில் இந்தியாவில் உஷ்ணமாகவும் புழுக்கமாகவும் இருக்கும். எனவே அங்கு நிகழ்ச்சிகளை ஒழுங்கு செய்வது சிரமமாக இருக்கும். அவருடைய உடல் நிலை இவற்றையெல்லாம் தாங்காது என்று அவருடைய நண்பர்கள் கருதினர்

'(கோகலேயின்) உயிரும் உடல்நலமும் இந்தியாவுக்கு முக்கியம்' என்பதால் அவரது பயணத்தைத் தள்ளிப்போடச்சொல்லிக் கேட்டுக்கொள்ளும்படி காந்தியிடம் வேண்டிக்கொண்டார்கள். ஒருவேளை கிளர்ச்சியையே ஒத்திவைத்தாலும் நல்லது. வெட்டர்பர்ன் காந்திக்கு எழுதினார், 'என் சொந்த ஆலோசனை

> சாத்விக எதிர்ப்பை நடத்துவது என்று முடிவு செய்யப்பட்டால், அதை ஆண்டு முடிவுக்கு முன்பாக செய்யக்கூடாது; இடைப்பட்ட காலத்தை பேச்சுவார்த்தைகளில் செலவிடவேண்டும்; ஜனவரி 1 கிளர்ச்சி ஆரம்பிக்கும் என்று கெடு வைத்துக்கொள்ளவேண்டும். சாத்விக எதிர்ப்பு,

அதில் பெண்களையும் குழந்தைகளையும் ஈடுபடுத்துவது, தீவிரமான விஷயம்; அதில் அவசரப்பட்டு இறங்கக்கூடாது; சமரசத்துக்கு வருவதற்கான எல்லா சாத்தியப்பாடுகளையும் முயற்சிசெய்து பார்க்கும்வரை அதில் இறங்கக் கூடாது.[33]

காந்தி கோகலேயின் ஆரோக்கியம் எவ்வளவு முக்கியமானது என்று உணர்ந்திருந்தார். மீண்டும் ஒருமுறை சத்தியாக்கிரகத்தில் ஈடுபடுவதால் ஏற்படக்கூடிய கடுமையான துன்பங்களை அவர் அறிந்திருந்தார். ஆகவே அவர் சமாதான உடன்படிக்கைக்கு மிச்சமிருக்கிற வழிவகைகளை ஆராய்ந்தார். ஏற்கெனவே புதிய உள்துறை அமைச்சருடன் தீர்வு எதுவும் காணமுடியாததால் ஜெனரல் ஸ்மட்ஸிடம் தன் அதிர்ஷ்டத்தைப் பரீட்சித்துப் பார்ப்பது என்று முடிவு செய்தார். ஸ்மட்ஸ் இப்போது பாதுகாப்பு அமைச்சராக இருந்தார்; ஆனாலும் இந்திய விவகாரங்களோடும், காந்தியோடும் தொடர்பில் இருந்துவந்தார். ஜூன் கடைசி வாரத்தில் காந்தி நேட்டாலிலிருந்து டிரான்ஸ்வாலுக்குச் சென்று, ஜெனரலுடன் ஒரு சந்திப்பைக் கோரினார். தென்னாப்பிரிக்காவில் பிறந்த இந்தியர்களை கேப் பிராந்தியத்துக்கு முன்புபோல வர அனுமதிப்பது; நேட்டாலில் மூன்று வருட காலம் வசித்திருக்கக் கூடிய முன்னாள் பிணைத் தொழிலாலர்களை, அவர்கள் இந்தியாவுக்குச் சென்றிருந்தாலும், மீண்டும் பிராந்தியத்தில் நுழைய அனுமதிப்பது; யூனியனுக்குள் நடைபெற்ற ஒருவனுக்கு ஒருத்தி என்ற வகையில் அமைந்த எல்லா இந்தியத் திருமணகளையும் சட்டப்படி அங்கீகரிப்பது; ஓர் இந்தியரின் ஒரு மனைவி 'இந்தியாவில் எத்தனை மனைவிகள் இருந்தபோதிலும் தென்னாப்பிரிக்காவில் அவள் மட்டுமே ஒரே மனைவியாக இருக்கும் வரையில்' வருவதற்கு அனுமதிப்பது ஆகிய மாற்றங்கள் தன்னைத் திருப்திப்படுத்தும் என்று தெரிவித்தார். தனக்கு அழைப்புவரும் என்று எதிர்பார்த்து ஜோஹானஸ்பர்க்கில் காலன்பாக்கின் வீட்டில் தங்கியிருந்தார். அவர் அமைச்சரிடம், 'நீங்கள் என்னைத் தொலைபேசியில் தொடர்பு கொள்ள விரும்பினால் 1635-க்கு டயல் செய்தால்போதும்; நான் எங்கிருந்தாலும் தொலைபேசிக்கு வந்துவிடுவேன்' என்று தெரிவித்தார்.[34]

அதே சமயம், காந்தி கடைசி முயற்சியாக இம்பீரியல் அரசாங்கத்திடம் கோரிக்கை வைத்துப் பார்க்கும்விதமாகப் போலாக்கை லண்டனுக்கு அனுப்பினார். கோகலே ஏற்கெனவே யுனைட்டெட் கிங்டமில் இருந்தார். அவர்கள் இருவரும்-ஒருவர் மரியாதையாகவும், மற்றவர் நச்சரிப்பாகவும்- காலனிகளுக்கான அலுவலகம், இந்திய விவகாரங்களுக்கான அலுவலகம் ஆகியவற்றில் பல அலுவலர்களை நேரிலும் கடிதம் மூலமாகவும் தொடர்பு கொண்டனர்.[35] தென்னாப்பிரிக்க உள்துறை அமைச்சர் ஆப்ரஹாம் ஃபிஷரும் அப்போது லண்டனில் இருந்தார்; அவரும் கோகலேயை சந்தித்தார். அவர், 'மேலும் சட்டங்கள் இயற்றுவது என்ற கேள்விக்கே இடமில்லை' என்றார்; ஆனாலும் அவர் சட்டம் கடுமையாக அமல் படுத்தப்படாதவாறு பார்த்துக்கொள்வதற்குத் தயாராயிருந்தார்.

கோகலே 'இந்தியர்களின் உணர்வு அதிகமான முக்கியத்துவத்தைத்' திருமண விவகாரத்துக்குத் தருவதைச் சுட்டிக்காட்டினார். அமைச்சரோ, 'தென்னாப்பிரிக்கா தனது திருமணச் சட்டங்களை மாற்றிக்கொள்ள முடியாது' என்று பதில் சொன்னார்; இந்தியர்கள் தம் திருமணங்கள் செல்லுபடியாகவேண்டும் என்று விரும்பினால் அவற்றைப் பதிவு செய்துகொள்ளவேண்டும்.[36]

லண்டனில் இருந்தபோது ஹென்றி போலாக் ஜ்யூவிஷ் கிரானிக்கிள் என்ற பத்திரிகைக்குப் பேட்டியளித்தார். அதில் அவர் தென்னாப்பிரிக் காவிலிருக்கும் இந்தியர்கள் 'யூதர்களின் போராட்டத்தை நடத்திவரு கிறார்கள்' என்று சொன்னார். 'இந்தியர்களுக்கு எதிராக இப்போது வைக் கப்படும் வாதங்கள் ஒன்றுவிடாமல் ஏற்கெனவே ஏதாவதொரு ஐரோப் பிய நாட்டில் யூதர்களுக்கு எதிராக வைக்கப்பட்டவைதான்'. அவர்கள் நியாயமற்ற போட்டியாளர்கள் என்றும், சுகாதாரரீதியான தொந்தரவாக இருப்பவர்கள் என்றும், அந்நியத்தன்மைகொண்ட, மாறுபட்ட, தாழ்ந்த இனத்தைச் சேர்ந்தவர்கள் என்றும் குற்றம்சாட்டப்பட்டார்கள். கருப்பு நிறம்கொண்ட இந்தியர்களுடன் சேர்த்துப் பார்க்கப்படுவோம் என்ற 'தேவையற்ற பயம்' காரணமாகத் தென்னாப்பிரிக்காவில் பல யூதர்கள் பிரிட்டிஷ் தரப்பை ஆதரித்தார்கள். ஆனாலும் சிலர் அப்படிச்செய்ய வில்லை. போலாக் இங்கு ரிட்ச், காலன்பாக், கேப் அரசியல்வாதி மோரிஸ் அலெக்ஸாண்டர் ஆகியோரைக் குறிப்பிட்டார். கௌரவம் கொண்ட யூதர்கள் எல்லா இடங்களிலும் காந்தியோடும் அவரது சகாக்களோடும் இணைந்து நிற்கவேண்டும் என்றார் போலாக். காரணம், 'தென்னாப்பிரிக்காவில் இந்தியர்களின் பிரச்னை, அதன் அடியாழத்தில் அரசியல்ரீதியானதோ, பொருளாதாரரீதியானதோ அல்ல. அது தார்மிகம் பற்றியது. அதற்கு ஒரு தார்மிகத் தீர்வு காண மனப்பூர்வமாக ஒத்துழைக்கும்படி நம் சக மதத்தினரைக் கேட்டுக்கொள்வது நியாயமே என்று உணர்கிறேன்.'[37]

ஜூலை ஆரம்பத்தில் ஜோஹானஸ்பர்க்கைச் சுற்றியிருந்த சுரங்கங்களில் ஒரு பெரிய வேலை நிறுத்தம் ஏற்பட்டது. மேலாளர்கள் அதே சம்பளத் துக்கு அதிக வேலை வாங்கியதே காரணம். தீவிரப்போக்காளர்கள் ஒவ்வொரு சுரங்கமாகச் சென்று ஆட்களை வேலையை நிறுத்தும்படிச் சொன்னார்கள். சுமார் 20,000 வெள்ளைத் தொழிலாளிகள் கருவிகளைக் கீழேபோட்டார்கள். சுரங்க உரிமையாளர்கள் காவல்துறையினரை அழைத்தபோது அவர்கள் வன்முறையில் இறங்கினார்கள். ஸ்டார் தினசரியின் அலுவலகத்தை எரித்தார்கள்; கடைகளைக் கொள்ளையடித் தார்கள்; புகைவண்டி நிலையங்களைக் கொள்ளையடித்து புகைவண்டி களிலிருந்து வேலையாட்களைக் கீழே இழுத்தார்கள். பிறகு அவர்கள் ராண்ட் கிளப்பை நோக்கித் திரண்டு சென்றார்கள்; சுரங்கங்களின் மேலாளர்கள், உரிமையாளர்கள் தாக சாந்திக்காகச் செல்லும் (மது அருந்த) இடம் அதுதான். அவர்களை ஆயுதம் தாங்கிய காவலர்கள்

எதிர்கொண்டார்கள்; தொடர்ந்து நடந்த மோதலில் ஒரு டஜன் சுரங்கத்தொழிலாளிகள் கொல்லப்பட்டார்கள். மறுநாள் அவர்களுடைய இறுதி ஊர்வலத்தில் 30,000 பேர் கலந்துகொண்டார்கள்.[38]

ராண்ட்கிளப் ரணகளம் நடந்த அன்று காந்தியும் காலன்பாக்கும் ஜோஹானஸ்பர்க்கின் மத்திய பகுதியில் இருந்தார்கள். இந்தியர் காயம் பட்டவர்களுக்கு உதவிசெய்ய விரும்பினார்; அவரது நண்பரோ இந்த வம்பு நமக்கு வேண்டாமே என்றார். அவர்கள் ஐந்து மைல் நடந்து மௌண்ட்டன் வியூவிலிருந்த காலன்பாக் வீட்டுக்குச் சென்றார்கள். வழியில் காந்தி, 'இவ் வளவு துயர் நடந்திருக்கும் நிலையில், நாம் (ஒரு நாளைக்கு) ஒருவேளை மட்டுமே உணவருந்தவேண்டும் என்று ஆலோசனை தெரிவித்தார்.' காலன் பாக் அதை மறுத்து, தாம் ஃபீனிக்ஸின் வழக்கமான உணவுத்திட்டப்படி யே உண்ணலாம் என்றார். அந்த உணவுத்திட்டமே மிகவும் எளிமையானது தான்: இரண்டுவேளை சொற்ப உணவு; அதில் அரிசியோ, ரொட்டியோ, உப்போ, மசாலாப் பொருட்களோ, இனிப்புகளோ கிடையாது.[39]

பாதுகாப்பு அமைச்சர் என்ற முறையில் ஜெனரல் ஸ்மட்ஸ் அரசுக்கும் சுரங்கத் தொழிலாளிகளுக்கும் இடையில் நடந்துவந்த யுத்தத்தின் மத்தியில் இருந்தார். காந்தி இதை உணர்ந்திருந்தார்; எனினும் சந்திப்புக்கு நேரம் அளிக்கும்படி வலியுறுத்தினார். 'ஜெனரல் ஸ்மட்ஸின் கவனம் மிகவும் முக்கியமான வேலைநிறுத்த விவகாரத்தில் ஆழ்ந்திருக்கும் இந்த நேரத்தில் அவரைக் கவலைக்குள்ளாக்குவது குரூரமானது' என்று அமைச்சரின் செயலாளருக்கு எழுதிய ஜூலை 11 கடிதத்தில் குறிப் பிட்டார். 'ஆனாலும் அரசியல் என்பதே குரூரமான விளையாட்டுதான்; நான் விரும்பும் அனைத்தையும், சாத்விக எதிர்ப்பு மூலமாக அன்றி பேச்சு வார்த்தை மூலமே அடைவதற்கு நானும் அதில் தேவையானபோது ஈடுபட்டாக வேண்டியிருக்கிறது.' அவர் இன்னமும்கூட அரசின் கவலை களையும் இந்தியர்களின் கௌரவம், சுயமரியாதை ஆகியவற்றையும் திருப்தி செய்யும் விதமான ஒரு சமரசத்தீர்வை எட்ட முடியும் என்று நம்பினார்.[40]

ஸ்மட்ஸின் செயலாளர், சுரங்கத்தொழிலாளிகளின் வேலைநிறுத்தப் பிரச்னை காரணமாக காந்தி முன்வைத்திருந்த தீர்வு பற்றிப் பரிசீலிக்கத் தனக்கு நேரம் கிடைக்கவில்லை என்று தந்தி அனுப்பினார். அதேநேரம் காந்தியின் கவனமும் அரசியலிலிருந்து சொந்த விஷயம் நோக்கித் திரும் பியிருந்த து. ஜூலை 12 அன்று அவர் ஸ்மட்ஸுக்குக் கடிதம் எழுதிய மறுநாள் ஃபீனிக்ஸுக்கு ஒரு கடிதம் வந்தது. அந்தக் கடிதம் இப்போது இல்லை; என்றாலும் அதிலிருந்த குண்டைத் தூக்கிப்போடுவது போன்ற விஷயத்தை காலன்பாக்கின் டைரிக் குறிப்பு கோடிகாட்டுகிறது:

> காலை 6.45 மணிக்கு எழுந்துகொண்டேன். மணிலாலிடமிருந்து கடிதம், திரு. ஜிக்கு (காந்திக்கு) இணைப்புடன் கிடைத்தது. அதில் அவர் தீவிரமான சில விஷயங்களை ஒப்புக்கொண்டுள்ளார். திரு. ஜி

என்னுடைய அலுவலகத்துக்கு வந்தார். நான் அவருக்கு விஷயத்தைச் சொல்லிக் கடிதத்தைக் கொடுத்தேன். அவர் அதை மிகக் கடுமையாக உணர்ந்தார். நாங்கள் இருவரும் மணிலாலுக்குத் தந்தி கொடுத்தோம். நான் திரு காந்தியுடன் ஃபீனிக்ஸுக்குச் சென்றேன். [41]

மணிலாலின் 'ஒப்புக்கொள்ளல்கள்' ஃபீனிக்ஸில் ஒரு பெண்ணுடன் அவருக்கு இருந்த தொடர்பு பற்றியது. அவளோ சாதாரணப் பெண்ணல்ல; ப்ரன்ஜீவன் மேத்தாவின் மகளான ஜெக்கி. எப்படி இருந்தாலும் தன் மகன் திருமணத்துக்கு முன்பு பிரம்மச்சரியத்தை மீறியது காந்திக்குக் கோபத்தை உண்டாக்கியிருக்கும்; அதுவும் தன் நெருங்கிய நண்பரும், மூத்த புரவலருமானவரின் மணமான மகளுடன் அப்படிச் செய்தது அந்த மீறலை இன்னும் மன்னிக்க இயலாததாக ஆக்கியது.

காந்தியின் தொகுக்கப்பட்ட எழுத்துகளில் இந்த சம்பவம் பற்றிக் காணப்படும் ஒரே தடயம், சுயசரிதையில் 'ஆசிரமவாசிகள் இருவர் ஒழுக்கம் தவறிவிட்டது'பற்றிய சுருக்கமான குறிப்பு மட்டுமே. வீழ்ச்சியடைந்தவர்கள் பெயர் குறிப்பிடப்படவில்லை. [42] ஆனாலும் இந்த நிகழ்ச்சியின் விவரங்களை மிகச் சிரமப்பட்டுத் தொகுத்திருக்கிறார் மணிலாலின் வரலாற்றை எழுதிய உமா மெஷ்த்ரி. [43] மில்லி போலாக்கின் நினைவுக் குறிப்புகளிலும் ஒரு விவரணை காணப்படுகிறது. அவர், அந்த நிகழ்ச்சிக்கு இல்லாவிட்டாலும், அதன் பிறகு நடந்த வலிமிகுந்த சம்பவங்களுக்குச் சாட்சியாக இருந்தவர். மில்லி அந்த இருவரையும் பெயர் குறிப்பிட்டு எழுதவில்லை. ஜெக்கி 'லீலா' என்று அழைக்கப்பட, மணிலால், அதேபோல வேண்டுமென்றே தவறாக 'என்' என்று, அவருக்கும் காந்திக்கும் உள்ள உறவைப்பற்றி எதுவும் சொல்லாமல் குறிப்பிடப்படுகிறார். ஜெக்கி மணமானவர், அத்துடன் மணிலாலைவிட வயதில் மூத்தவர் என்பதால் மில்லி, 'அவர்தான் (ஜெக்கிதான்) வேண்டுமென்றே கவர்ந்திழுத்திருக்கவேண்டும்' என்று கருதுகிறார். [44]

இது நியாயமற்றதாக இருக்கலாம். ஃபீனிக்ஸ் ஒரு விஷயத்தில் வழக்கத்துக்கு மாறானது; அங்கு உறவினரல்லாதவரான பையன்களும் பெண்களும் ஒரே கூரையின் கீழ் வசித்தார்கள். இது குஜராத்தில் (அல்லது டர்பனில் அல்லது ஜோஹானஸ்பர்க்கில்) ஓர் இந்தியக் குடும்பத்தில் நடந்திருக்காது. காந்தி அதை உணர்ந்தது போலத் தெரியவில்லை என்றாலும், பாலியல்ரீதியான ஈர்ப்பு ஏற்படக்கூடிய ஆபத்து, சமூகமாக வாழ்வது குறித்த இந்தப் பரிசோதனையில் எப்போதும் இருந்தே வந்தது. மணிலால் தன் அண்ணன் ஹரிலாலுக்கும் அவரது மனைவி சன்சல்லுக்கும் இடையில் நிலவிய காதலும் ஆசையும் நிரம்பிய உறவை நேரடியாகக் கண்டிருக்கிறார். இருபது வயதில் தானும் அப்படியான உறவுக்கு அவர் தயாராயிருந்தது இயல்புதான். ஃபீனிக்ஸில் அவரும் ஜெக்கியும் வீட்டிலும், வயல்களிலும், பள்ளியிலும், நகரத்துக்குச் சென்றுவரும் பயணங்களிலும் ஒன்றாயிருந்தார்கள்.

ஜெக்கியைப் பொறுத்தவரை அவர் ஃபீனிக்ஸில் தன் தந்தையாரின் நண்பரால் கற்பிக்கப்படுவதற்காகத் தங்கியிருந்தார். தன் கணவரான மணிலால் டாக்டரிடமிருந்து (அவர் அப்போது மொரிஷியஸ் திரும்பி விட்டிருந்தார்) தனித்து வாழ்ந்த அவர் அநேகமாக காந்தியின் புதல்வர் மணிலாலின் கவனிப்புகளையும், அண்மையையும் வரவேற்றிருக்கலாம். அவர்கள் இருவருக்குமிடையில் பரஸ்பர ஈர்ப்பு ஏற்பட்டது பின்னோக்கிப் பார்க்கும்போது வியப்பூட்டுவதோ, அதிர்ச்சியளிப்பதோ அல்ல. உண்மையில், மணிலால் நாற்பது ஆண்டுகளுக்குப் பிறகு -அப்போது அவரே வளர்ந்துவிட்ட குழந்தைகளின் தந்தை- எழுதிய ஒரு கட்டுரையி லிருந்து, காந்தி சிலகாலமாகவே தன் மகன், ஜெக்கிமீது கொண்டிருக்கும் ஈடுபாடு பற்றிச் சந்தேகம் கொண்டிருந்ததாகத் தோன்றுகிறது. தனது நினைவுக்குறிப்பில் மணிலால் பூடகமாக இப்படி எழுதினார்:

> மிகுந்த அவமானத்துடன், தந்தையார் 1912ல் (பிரதியில் கண்டுள்ளபடி) ஏழு நாட்கள் உண்ணாவிரதம் இருப்பதற்கு நான் காரணமாக இருந்ததை ஒப்புக்கொள்ளவேண்டும். நான் அவரை ஏமாற்றிவிட முயன்றிருந்தேன். அவர் என்னிடமிருந்து ஒப்புதலைப் பெற முயன்றார்; ஆனால் நான் தொடர்ந்து மறுத்து வந்தேன். இறுதியில் அவரிடமிருந்து ஒரு கடிதம் வந்தது; அதில் அவர் 'வேதனையுடனிருக்கும் உன் தந்தையிடமிருந்து ஆசிகள்' என்று கையெழுத்திட்டிருந்தார். என்னால் அதற்குமேல் பொறுக்க முடியவில்லை. குற்றத்தை ஒப்புக்கொள்ள விரும்பினேன். ஆனால் அவரை நேரில் அணுக எனக்குத் தைரியம் இல்லை. ஆகவே அந்தக் கடிதத்தை திரு காலன்பாக்குக்கு எழுதிய மற்றொரு கடிதத்துக்குள்ளே வைத்தேன். அவர் எங்களுக்குக் குடும்பத்தில் ஒருவரைப்போல. கடிதத்தில் அப்பாவிடம் என்னை மன்னிக்கும்படிக் கேட்டிருந்தேன். அவரிடமிருந்து எனக்கு ஒரு தந்தி வந்தது: 'நான் உன்னை மன்னிக்கிறேன். கடவுளிடம் உன்னை மன்னிக்கச்சொல்லிக் கேள்.' 45

மணிலாலின் கடிதத்தைப் பெற்றவுடன் (காலன்பாக் மூலமாக) காந்தி ஃபீனிக்ஸுக்கு விரைந்தார். அங்கு பையன்களிடம் பேசினார். அவர்கள் -தம் தோழர்களைக் காப்பாற்றும் பொருட்டு நடந்த விஷயத்தை மாற்றி மாற்றிக் கூறினார்கள். மாலைப் பிரார்த்தனைக்குப் பிறகு, காந்தி அவர் களிடம், 'என்னிடமிருந்து உண்மையை மறைப்பதைப்பற்றி ஏமாற்றம் அடைந்திருப்பதாகக்' கூறினார். மணிலாலிடமிருந்து காந்தி 'சில வருடங் களுக்குத் திருமணம் செய்துகொள்வதில்லை; அத்துடன் திரு காந்தி அந்த விரதத்திலிருந்து விடுவிக்கும்வரை கறாரான பிரம்மச்சரிய வாழ்வை மேற்கொள்வது என்ற வாக்குறுதியைப் பெற்றுக்கொண்டார்'. ஜெக்கி, தன் நீண்ட அழகிய கூந்தலை வெட்டிக்கொண்டும், வெள்ளை உடை (மரபுப்படி விதவைகள் அணிவது) உடுத்திக்கொண்டும், உப்பில்லாத உணவை எடுத்துக்கொண்டும் பிராயச்சித்தம் செய்தார்; இது அவரது சொந்த விருப்பத்தின்படியே என்று சொல்லப்படுகிறது. 46

இப்போது பல ஆண்டுகளாக, காந்தி தன் மூத்த மகன் ஹரிலால் தன் தந்தை அவருக்கு வகுத்துக்கொடுத்த பாதையிலிருந்து கொஞ்சம் விலகிச் சென்று கொண்டிருப்பதாக உணர்ந்திருந்தார். ஒரு மகனிடம் நம்பிக்கையிழந்திருந்த காந்தி தன் நம்பிக்கைகளை மற்றவர்கள்மீது வைத்திருந்தார். குறிப்பாக மணிலால்பற்றி அவர் பெரிய எதிர்ப்பார்ப்புக் கொண்டிருந்தார்; அவரை ஒரு பிரம்மச்சாரியாக, தன் கைகளால் உழைப்பவராக, மரபான வேலைகள் தரும் வசதி வாய்ப்புகளை மறுப்பவராக வாழப் பயிற்சியளித்துக்கொண்டிருந்தார். அவரது வலியுறுத்தல்களால் பெரிய பயன் எதுவும் விளையவில்லை என்று இப்போது தோன்றுகிறது. மணிலால் பண்ணையிலும், அச்சகத்திலும் கடினமாக உழைத்திருந்தாலும், கைதாகி சிறைசெல்ல முன்வந்திருந்தாலும், 'அடித்தளமான' இச்சைகளுக்கு இடமளித்து ஜெக்கியுடன் உறவு வைத்திருந்ததன் மூலம் அவர் நிஜமான, எல்லாவற்றிலும் பெரிய தான பரீட்சையில் தோல்வியடைந்துவிட்டார்.

மணிலாலின் மீறல் அவரது அண்ணனின் எதிர்ப்பைவிடச் சில விதங்களில் இன்னும் கடுமையானதாக இருந்தது. காந்தியின் எதிர்வினை ஒரு வாரம் முழுவதும் உண்ணாவிரதம் இருப்பது; அது முடிந்ததும் ஓர் ஆண்டு முழுவதும் தினமும் ஒருவேளை மட்டுமே உண்பது. இந்த இரண்டாவது விரதத்தை சுரங்கத்தொழிலாளிகள்மீதான வன்முறையைப் பார்த்த பிறகு எடுத்துக்கொள்ள விரும்பியிருந்தார்; காலன்பாக் அதை வேண்டாம் என்று கூற, இப்போது தன் மகன், தன் கவனிப்பிலிருந்தவர் ஆகியோரால் ஏமாற்றமளிக்கப்பட்டதாலும், தன் போதாத, முழுமையற்ற மேற்பார்வை என்று அவர் கருதியதற்குப் பிராயச்சித்தமாகவும் மேற்கொண்டார்.

அரசியல் கொந்தளிப்பு, சொந்த வாழ்க்கையில் நிம்மதியற்ற நிலை ஆகியவற்றின் பின்னணியில், இந்தியன் ஒப்பீனியனில் உடல்நலம்பற்றி காந்தி எழுதிவந்த தொடர் அமைதியாகத்தொடர்ந்தது. அதன் பிற்பகுதிகள் நீர் சிகிச்சை, மண் சிகிச்சை ஆகியவை பற்றியும், மலச்சிக்கலைத் தீர்க்கக் கூடிய பழங்கள் பற்றியும், 'மனைவி கருவுற்றுருக்கும்போது அவளுடன் சச்சரவுசெய்து அவள் நிம்மதியைக் குலைக்காமல் இருக்கவேண்டிய கணவனின் கடமை' பற்றியும் அமைந்திருந்தன. முப்பத்து நான்காவது பகுதி 'முடிவுரை' என்ற தலைப்பைக் கொண்டிருந்தது. காந்தி மீண்டும் ஒருமுறை தான் முறையாகப் பயின்ற மருத்துவர் அல்ல என்று விளக்கினார்; ஆனாலும், இந்த வழிகாட்டலை 'ஒரு பயனுள்ள குறிக்கோளோடு எழுதினேன். ஒரு வியாதி வந்த பிறகு எந்த மருந்தை எடுத்துக் கொள்ளவேண்டும் என்று சிபாரிசு செய்வது என் நோக்கமல்ல. அதைவிட உடனடியான குறிக்கோள் வியாதிகளை எவ்வாறு வராமல் தடுக்க முடியும் என்று காட்டுவதே.'[47]

இதை எழுதிக்கொண்டிருந்தபோதே காந்தி இயற்கை மருந்துகளிலும் இயற்கை வைத்தியத்திலும் தான் ஏற்கெனவே பெற்றிருந்த கணிசமான

அனுபவத்தை வளர்த்துவந்தார். ஃபீனிக்ஸில் வசித்த ஓர் இளம் குஜராத்தி தீவிரமான வாத வலியினால் (ருமாட்டிசம்) அவதிப்பட்டார்; அவற்றுக்காக 'அதிக அளவில் மருந்துகளை உட்கொண்டுவந்தார்'. காந்தி அவரை மாத்திரைகளை நிறுத்தச்செய்து, பழங்களும் தக்காளியும் கொண்ட உணவு முறைக்கு மாற்றினார். நோயாளிக்கு ஒருநாள் விட்டு ஒருநாள் நீராவிக் குளியல் தரப்பட்டது. அவர் ஒரு போர்வையைப் போர்த்துக்கொண்டு ஒரு இருக்கையில் அமர்ந்துகொள்ள, இருக்கையின் கீழே கொதிக்கும் நீர் வைக்கப்பட்டது. தண்ணீர் கொதித்து முடிந்ததும் அவரது வேர்த்த உடல் சுத்தமாகத் துடைக்கப்பட்டது. இந்த சிகிச்சை பல வாரங்கள் தொடர்ந்ததும், காந்தியின் இளம் நோயாளி நிவைவுகூர்ந்தது போல, 'வலி குறைந்து விட்டது, ஆனால் இடம்பெயர்ந்து உடலில் சுற்றிச்சுற்றி வந்தது -ஒருநாள் முழங்காலில், மறுநாள் மணிக்கட்டில்; அதற்கடுத்த நாள் முதுகோ இல்லது விரல் மூட்டுகளோ விறைத்திருக்கும்.' வலி 'முன்பைவிடக் குறைந்து விட்டதால்', அவரால் இப்போது ஆசிரமத்தின் செயல்பாடுகளில் பங்கு பெற முடிந்தது.[48]

கடைசி இரு பகுதிகள் இந்தியன் ஒப்பீனியனின் ஒரே இதழில் வெளிவந்தன: 1913 ஆகஸ்ட் 16 தேதியிட்ட இதழ். தனக்கு பின்னர் நேரம் கிடைத்தால், 'பல சாதாரணமான பொருட்களின் தன்மையையும் உபயோகத்தையும்' வாசகர்களுக்குச் சொல்வதாக காந்தி எழுதினார்.[49] இப்போதைக்கு, அதிக முக்கியத்துவம் பெற்றவையல்ல என்ற போதிலும் ஆசிரியரும் அவரது மாதமிருமுறை இதழும் மற்ற விஷயங்களில் கவனத்தைச் செலுத்தவேண்டும்; . ஒரு புதிய சத்தியாக்கிரகம் வரவிருக்கிறது, அந்தத் தலைவர் அதற்காகத் தயார்படுத்திக்கொள்ளவேண்டும்.

இந்தக் காலகட்டத்தில் காந்தி பெற்ற ஆதரவுக் கடிதங்களில் மிகவும் ஆர்வத்தை ஊட்டக்கூடியது (அநேகமாக உள்ளதிலேயே வசீகரமானதும்) ஜான் கோர்ட்ஸிடமிருந்து வந்தது. அவர் காந்தியின் சற்றே ஒழுங்கற்ற சீடர்; தியாசபி கொள்கைகளின் தாக்கத்தில் இருப்பவர். கோர்ட்ஸ் சமீபத்தில் இந்தியாவுக்குச் சென்றிருந்தார். அங்கு அவர் அன்னி பெசன்ட்டையும், அவர் பூவுலகில் கடவுளின் தூதராகத் தேர்ந்தெடுத்த சிறுவன் ஜிட்டு கிருஷ்ணமூர்த்தியையும் சந்தித்தார். 'வெளிப்புறமான நற்குணங்களில் நான் உங்களுக்குச் சமமான யாரையும் பார்த்த தில்லை' என்று கோர்ட்ஸ் காந்திக்கு எழுதினார். 'நீங்கள் ஒரு ஆத்மஞானி. ஆனால் தூய்மையில் ஜே.கிருஷ்ணமூர்த்தி உங்களை விஞ்சியிருக்கிறார்.'[50] இந்தியாவிலிருந்து கோர்ட்ஸ் தன் தாயாரைக் காண வியன்னாவுக்குச் சென்றார். அவர் இப்போது காந்தி '(அவரது) அடுத்த நடவடிக்கைக்கு பணத்தைக் கண்டுபிடித்துவிடுவார்' என்று நம்பிக்கை தெரிவித்தார். தியாசபியாளர் 'நண்பர் ஸ்மட்ஸுடன் மனதுக்குள்ளாகவே விவாதம் நடத்திக்கொண்டிருந்தேன்; நான் 100,000 பவுண்ட் தொகையை வைத்திருப்பதுபோலக் கற்பனை செய்துகொண்டு. அதை நான் அவருக்கு லஞ்சமாகக் கொடுத்து, ஒருமுறையாவது நேர்மையாக இருக்க முயற்சி

செய்யும்படிச் சொன்னேன். ஆனால் அவர் அது தன் இயல்புக்கு மாறானது, சிறிதும் சாத்தியமற்றது என்று சொல்லிவிட்டார். அதனால் அந்தப் பணத்தை உங்களிடம் சா(த்விக) எ(திர்ப்பு)க்காகக் கொடுத்தேன்.'[51]

ஆகஸ்ட் மத்தியில், பாப்டிஸ்ட் மதபோதகர் ஜோசப் டோக் மரண மடைந்தார். காந்தி ஆங்கிலத்திலும் குஜராத்தியிலும் அவருக்கு அஞ்சலி களை எழுதினார். மேலும் ஜோஹானஸ்பர்க்குக்குச் சென்று அஞ்சலிப் பிரார்த்தனைக் கூட்டத்திலும் கலந்துகொண்டார். அந்த போதகர் 'பிறர்நலம் நாடும் மிகச் சிறந்த மனிதர்'. அவரிடம் வர்க்கம், நிறம் சார்ந்த முன்முடிவுகள் எதுவுமில்லை. அவரது இல்லத்தில் 'எல்லா இந்தியரும், ஏழையோ பணக்காரரோ, ஒரேவிதமாகவே கவனிக்கப்பட்டார்கள். காந்தி, டோக் அவரைத் தனது மதத்துக்கு மாற்ற எடுத்த முயற்சிகளை நினைவுகூர்ந்தார். அந்த இந்தியர், 'கிறிஸ்துவ மதத்தின் முழுமையை ஞான ஒளியை அது தரும் விளக்கத்திலிருந்தும், இந்து மதத்தின் உதவியுடனுமே புரிந்துகொள்ள முடியும்' என்று பதிலளித்தார். ஆனால், திரு டோக் திருப்தியடையவில்லை. தான் அறிந்துகொண்ட, தனக்கு இந்த அளவு அகவயமான அமைதியை அளித்ததான உண்மையை அவர் (திரு டோக்) எனக்கு (பேசுபவருக்கு) விளக்க அனைத்து முயற்சிகளையும் மேற்கொண்டார்.'[52]

ஜோசப் டோக்குக்காக அஞ்சலிப் பிரார்த்தனை ஜோஹானஸ்பர்க் பாப்டிஸ்ட் தேவாலத்தில் ஆகஸ்ட் 24 அன்று நடைபெற்றது. இரண்டு வாரங்கள் கழித்து காந்தி அரசாங்கத்திடம், '3 பவுண்ட் வரி தொடர்வ தாலும், குடியேற்றச் சட்டத்தின் இனத்தடை காரணமாகவும், தங்களது திருமணமான பெண்களின் நிச்சயமற்ற நிலை காரணமாகவும் இந்தியர்கள் 'மிகுந்த விருப்பமின்மையோடும், அதிகபட்ச வருத்தத் தோடும் சாத்விக எதிர்ப்பை மீண்டும் தொடங்குவது என்று முடிவு செய்திருக்கிறோம்'என்று தெரிவித்தார்.[53] எப்படிப் பார்த்தாலும் அவர்கள் நீண்ட காலம் காத்திருந்துவிட்டார்கள்.

20

எல்லைகளை உடைத்தல்

மோகன்தாஸ் காந்தி தென்னாப்பிரிக்காவுக்கு வந்து 1913ம் வருடத்தோடு இருபது வருடங்கள் முடிந்துவிட்டன. இதற்குள்ளாக அங்கு வசித்த இந்தியர் சமூகம் இன்னும் பெரிதாகவும் கலவையானதாகவும் ஆகியிருந்தது. நேட்டாலில் மக்கள்தொகை 1890-களின் ஆரம்பத்தில் இருந்த 40,000 பேரிலிருந்து இப்போது 1,35,000 பேராக மூன்று மடங்காகியிருந்தது. அதிகமானோர் கரும்புத் தோட்டங்களிலும் நிலக்கரி சுரங்கங்களிலும் வேலைசெய்த பிணைத் தொழிலாளிகள். 1911ல் தொழிலாளிகளை இறக்குமதி செய்வது நிறுத்தப்பட்டது. அதற்கு முன்பாகவே இந்தியர்கள் வயல்களிலிருந்து மற்ற வேலைகள், தொழில்களுக்குப் பெயர்ந்துவிட்டனர். நேட்டால் காலனியின் மக்கள்தொகையில் இவர்களது இருப்பு துலக்கமாகத் தெரிந்தது. அதன் முக்கிய நகரமான டர்பனில் பத்தாயிரக்கணக்கில் வசித்த இந்தியர்களால் அந்நகரின் தெருக்களும் சில பகுதிகளும் நிறைந்திருந்தன. அந்த மாகாணத்தின் நாட்டுப்புறங்களிலும் பரவலாக வசித்த இந்தியக் குடும்பங்கள் அங்கே சிற்றூர்களிலும் கிராமங்களிலும் விவசாயமும் வியாபாரமும் செய்துவந்தனர்.

டிரான்ஸ்வாலில் சுமார் 10,000 இந்தியர்கள் இருந்தனர். அவர்களில் சிலர் வசதிபெற்ற வர்த்தகர்கள்; பெரும் எண்ணிக்கையிலானவர்கள் சிறுகடைக்காரர்களாகவும் கூவி விற்பவர்களாகவும் இருந்தனர்; குறிப்பிட்த்தகுந்த எண்ணிக்கையில் எழுத்தர்கள், விடுதி சிப்பந்திகள், பிற சம்பளக்காரர்கள் இருந்தனர். கேப் மாகாணத்தில் வசித்த இந்தியர்களான 6500 பேரில் சில வெற்றிகரமான வியாபாரிகளும் தொழில்வல்லுநர்களும் உண்டு. 1911 ஆம் ஆண்டின் மக்கள்தொகை கணக்கீட்டின்படி ஆரஞ்ச் ஃப்ரீ ஸ்டேட்டில் வசித்த இந்தியர்கள் வெறும் 106 பேர் மட்டுமே. இப்படியாக தென்னாப்பிரிக்காவில் நான்கு முக்கிய மாகாணங்களில் ஃப்ரீ ஸ்டேட்டில் மட்டுமே 'இந்தியர்கள் பிரச்னை' என்று பெரிதாக எதுவும் இல்லை.[1]

காந்தி முதலில் வந்ததற்கும் இப்போதைக்குமான பெரிய வேறுபாடு, இப்போது இன்னும் பல இந்தியர்கள் அங்கேயே பிறந்து வளர்ந்

திருக்கிறார்கள் என்பதே. நேட்டாலில், 'காலனியில் பிறந்த' இந்தியர்கள் சங்கம் ஒன்றுகூட இருந்தது. இது அவர்கள் வசிக்கும் இடமாக மட்டுமின்றி, தாய்நாடாகவும் ஆகிக்கொண்டிருந்தது. இந்தியத் துணைக் கண்டத்துடனான தொடர்புகள் என்பவை இப்போது பெரிதும் நிஜத்தை விட உணர்வுரீதியானவை மட்டுமே. வருங்காலத்தில் தென்னாப்பிரிக்காவில்தான் அவர்கள் குழந்தைபெற்றுக் குடித்தனம் நடத்தப் போகிறார்கள். அவர்களில் இளம் தலைமுறையினர் உழைக்கும் வர்க்கத்திலிருந்து முன்னேறி பாதுகாப்பும் சமூக மதிப்பும் தரக்கூடிய மருத்துவம், சட்டம், அரசுப்பணி போன்ற தொழில்களுக்குச் செல்வதில் முனைப்புக் காட்டினார்கள்.

காந்தி தென்னாப்பிரிக்காவில் நீண்டகாலமாகத் தங்கியிருந்தாலும் தன்னை இந்தியராகவே எண்ணிக்கொண்டார். அதேசமயம் தான் இணைந்து பணியாற்றிவரும் இந்திய சமூகத்தின் மனப்போக்கில் ஆழமான மாற்றம் நிகழ்ந்திருப்பதை அவர் கவனிக்கத் தவறவில்லை. அவர் இந்தியாவுக்கு வந்துவிடுவார்; ஆனால் மற்றவர்கள் அங்கேயே தங்கி, உழைத்து வாழப் போகிறார்கள். தமது நலன்களுக்கு எதிராக முன்முடிவுகள் கொண்டிருக்கும் ஓர் அரசாங்கத்தின் கீழ, ஆளும் இனத்தின் கட்டுப்பாட்டின் கீழ் வாழ்ந்தாக வேண்டும். இதனால்தான் காந்தி ஜெனரல் ஸ்மட்ஸுடன் ஓர் உடன்பாடு ஏற்படுத்திக்கொள்வதில் அவ்வளவு முனைப்பாக இருந்தார். அப்படியான உடன்பாடு ஒன்றியத்தின் அனைத்து மாகாணங்களிலும் இந்தியர்களுக்கு வசிக்கவும் வேலை செய்யவுமான உரிமைகளை உறுதி செய்வதாக இருக்கும்; அவர்கள்மீது சுமையாக அழுத்திக்கொண்டிருக்கும் அரசின் நியாயமற்ற கொள்கைகளை (நேட்டாலின் மூன்று பவுண்ட் வரி போல) நீக்குவதாக இருக்கும்; சமூகத்தின் மாண்புக்கு அச்சுறுத்தலான விதத்தில் புதிதாக முன்வைக்கப்பட்டுள்ள கொள்கைகளை (சியர்ல் தீர்ப்பு சுட்டும் திருமணம் தொடர்பான கட்டுப்பாடுகள் போல) ஒழிப்பதாக இருக்கும். எப்போதும் படிப்படியான முன்னேற்றம் என்பதில் உறுதியான பிடிப்பு கொண்டவரான காந்தி ஸ்மட்ஸிடமும் அவருடன் பணியாற்றுபவர்களிடமும் சட்டங்களில் இந்தத் திருத்தங்களைச் செய்வதற்குக் கோரிக்கை வைத்தார். 1912லும் 1913ன் பெரும்பகுதியிலும் நூற்றுக்கணக்கான கடிதங்களை எழுதியிருக்கிறார்; டஜன் கணக்கில் கோரிக்கை மனுக்களை அச்சிட்டிருக்கிறார்; ஸ்மட்ஸைப் பலமுறை சந்தித்திருக்கிறார்; நாடாளுமன்ற உறுப்பினர்களிடம் ஆதரவு திரட்டியிருக்கிறார். 1913 செப்டெம்பர் வாக்கில் இந்த முன்முயற்சிகள் விழலுக்கு இறைத்த நீராகிவிட்டன. அரசாங்கம் இன்னமும் அவர்களது கோரிக்கைகளுக்கு செவிசாய்க்கும் விருப்பமின்றி இருக்க, இந்தியர்கள் காந்தி தலைமையில் தமது கடைசி நம்பிக்கையும் பிரம்மாஸ்திரமுமான சத்தியாக்கிரகத்தைக் கையில் எடுக்கத் தயாரானார்கள்.

1913 செப்டெம்பர் 15 திங்கள் அன்று பதினாறு இந்தியர்கள் ஃபீனிக்ஸ் குடியிருப்பிலிருந்து சட்டவிரோதமாக டிரான்ஸ்வாலுக்குள் நுழைவதற்காகப் புறப்பட்டுச் சென்றார்கள். மாகாண எல்லைகளை இப்படி

அத்துமீறித் தாண்டுவது இதற்கு முன்பு நடந்த சத்தியாக் கிரகங்களின்போது வழக்கமாகச் செய்யப்பட்ட விஷயம்தான். இப்போது புதிய விஷயம், போராட்டக்காரர்களில் சிலர் பெண்கள் என்பதே. தென்னாப்பிரிக்காவில் இரு மாகாணங்களைப் பிரித்த கோட்டைவிடப் புனிதமான வேறொரு எல்லைக்கோட்டை அவர்கள் உடைத்தெறிந்துகொண்டிருந்தார்கள்.

1906லும் 1909லும் லண்டனில் இருக்கையில் காந்தி மகளிருக்கான ஓட்டுரிமையை ஆதரிக்கும் போராளிகளின்செயல்பாட்டைப் பார்த் திருந்தார். அவர்கள்மீது பெருமதிப்பு கொண்டிருந்தார். அவர்களது துணிச்சலும், துன்பங்களை ஏற்றுக்கொள்வதும் தென்னாப்பிரிக்காவில் பாகுபாடுகளை எதிர்கொள்ளும் இந்தியர்களுக்கு எழுச்சியூட்டும் என்பது அவர் எண்ணம். மகளிர் ஓட்டுரிமைவாதிகளைத் தவிர காந்தி மில்லி போலாக்குடன் கொண்டிருந்த நட்பிலிருந்தும் ஆதர்சம் பெற்றார். மில்லி, 'வாழ்வோடு சம்பந்தப்பட்ட அத்தனை கேள்விகளும் உண்மையில் பெண்களுக்கு உரியவை' என்று நம்பிக்கை கொண்டிருந்தார். 'ஆயிரக் கணக்கான ஆண்டுகளாக, ஆண்கள் பெண்களை சுரண்டிவந்திருக் கிறார்கள்; பெண்களது இயல்பில் காணப்படும் பேரழகை, அவர்களைப் பெருமைப்படுத்துவதற்குப் பதிலாகத் தீங்கிழைக்கவே பயன்படுத் திவந்திருக்கிறார்கள்' என்று வாதிட்டார். 'வாழ்வின் மென்மையான சக்திகள் உணரந்துகொள்ளப்படும்போதுதான் பெண் தன் தனித் தன்மையைப் பெற முடியும்' என்று வலியுறுத்தினார்.[2]

இந்தியாவை எடுத்துக்கொண்டால் பெண்கள் வெகுஜன சமூக இயக் கங்களில் பங்குபெறுவது என்பது நினைத்துப் பார்க்க முடியாத ஒன்று. நடுத்தர வகுப்புப் பெண்கள், இந்துக்களும் சரி, இஸ்லாமியர்களும் சரி, எதிர்ப்பாலினத்தைச் சேர்ந்த அந்நியர்களுடன் பழகுவது வழக்கமில்லாத விஷயம். தங்கள் குடும்பத்து ஆண்கள், வீட்டு வேலைக்காரர்கள், தங்கள் வாசலுக்கு வரும் தலைச்சுமை வியாபாரிகள் ஆகிய ஆண்களிடம் மட்டுமே அவர்கள் பேச்சு வைத்துக்கொள்வார்கள். அவர்களால் தனியாக எங்கும் வெளியில் செல்ல முடியாது.

வங்காளத்திலும் மராட்டியத்திலும் நடந்துவந்த சுதேசி இயக்கங்கள் எல்லாம் ஆண்கள் மட்டுமே பங்கேற்றவையே. பிரிட்டிஷ் அலுவலர் களைப் படுகொலை செய்த பயங்கரவாதிகள் அனைவரும் ஆண்களே. 1910-கள் வாக்கில் உயர் வர்க்கப் பெண்கள் அங்குமிங்கும் ஓரிருவர் இந்திய தேசிய காங்கிரஸின் கூட்டங்களில் கலந்துகொள்ள ஆரம்பித் திருந்தனர். ஆனாலும் ஒருவரும் சிறைக்குச் சென்றதில்லை. முக்கியமாக அது அவர்கள் கணவர்களை அதிரவைக்கும் என்பதால் அவர்களது எண்ணத்தில் தோன்றவே இல்லை; அல்லது தோன்ற முடியவில்லை.. இந்திய தேசபக்தர்கள் (இந்துக்களோ இஸ்லாமியர்களோ) காலனி ஆதிக் கத்தை என்னதான் வெறுத்தாலும், போராடுவது, தியாகம் செய்வது

போன்றவற்றை முழுக்கவும் ஆண்கள்சார்ந்த விஷயங்களாகவே பார்த்தார்கள். 1913 வாக்கில் இந்தியாவிலேயே ஆக முற்போக்கான தேசிய வாதிகூடத் தன் மனைவிக்கு தங்கள் சாதிசனத்தைச் சாராத அந்நிய ஆண் சிறைக்காவலர்கள் சாப்பாடு போடுவதையோ உத்தரவிடுவதையோ சகித்துக்கொண்டிருக்கமாட்டார்.

இந்த விஷயத்தில் வெளிநாடுவாழ் சமூகத்தின் தமிழ்ப்பெண்கள் தாய் மண்ணில் வசித்த தமதுசகோதரிகளை விஞ்சிவிட்டார்கள். 1909ன் கோடைகாலத்தில் சிறைசென்றிருந்த சத்தியாக்கிரகிகளின் மனைவியர் ஜெர்மிஸ்டனில் ஓர் ஆலயத்தில் கூடினார்கள். அந்தக் கூட்டத்தில் இப்படித் தீர்மானம் நிறைவேற்றப்பட்டது: ' மனைவியானவள் தன் கணவனை விட்டுப் பிரியக் கூடாது என்று எங்கள் மதம் அறிவுறுத்துவ தால், நாங்கள் அரசாங்கத்தைக் கேட்டுக்கொள்கிறோம்: நீங்கள் செய்வது நீதி என்றால் எங்களையும் எங்கள் கணவர்களுடன் சிறைக்கு அனுப் புங்கள்; எங்கள் சொத்துகளைப் பறிமுதல் செய்துகொள்ளுங்கள்— .' இந்தத் தீர்மானத்தை முன்மொழிந்தவர் தாயி அம்மாள் என்பவர்; திருமதி மரியம் என்பவரும், திருமதி செங்கல்வராய முதலி என்பவரும் தீர்மானத்தை வழிமொழிந்தனர்.[3]

அந்தத் தமிழ்ப் பெண்கள் கைதாகவேண்டாம் என்று தடுக்கப்பட்டு விட்டனர். நான்கு ஆண்டுகளுக்குப் பிறகு போராட்டம் உச்சகட்டத்தை அடைந்தபோது காந்தியின் மனைவி கஸ்தூரிபா சிறைசெல்ல முன்வந் தார். இது ஒரு தன்னிச்சையான எதிர்வினை; அவரது திருமணத்தின் செல்லுபடித்தன்மையே கேள்விக்குள்ளாக்கிவிட்ட ஒரு நீதிபதிக்கும் அவரது தீர்ப்புக்கும் எதிரான கொதித்தெழுதல். காந்தி தன் மனைவி சிறைசெல்வதற்கு ஒப்புக்கொண்டதற்கு அவர் இங்கிலாந்தில் மகளிர் ஓட்டுரிமைவாதிகளையும் டிரான்ஸ்வாலில் தமிழ்ப் பெண்களையும் பார்த்ததனால் ஏற்பட்ட தாக்கம் காரணமாக இருக்கலாம். கூடவே ஆரஞ்ச் ஃப்ரீ ஸ்டேட்டில் ஆஃப்ரிக்கப் பெண்கள் தங்கள் நுழைவு அனு மதிகளை (பாஸ்) அதிகாரிகளிடம் திருப்பிக் கொடுத்து இனி அவற்றை உடன் எடுத்துச்செல்லமாட்டோம் என்று அறிவித்த உதாரணமும் இருந்தது.[4]

கஸ்தூரிபாவைப் பொறுத்தவரை, அநேகமாக அவர் ஆற்றல்வாய்ந்த பெண்ணியவாதியான மில்லி போலாக்கைப் பல ஆண்டுகள் அருகிலிருந்து பார்த்தினால் இதற்கான துணிச்சலைப் பெற்றிருக்கலாம்; இப்படிச் சொல்வது அவரது செய்கையின் புரட்சிகரமான, அதுவரை யாரும் கண்டிராத தன்மையைக் குறைத்து மதிப்பிடுவதாகாது.

ஃபீனிக்ஸிலிருந்து சத்தியாக்கிரகிகளின் முதல் அணி கிளம்பிச் செல்ல மூன்று நாட்கள் முன்பு காந்தி காலன்பாக்குக்குக் கடிதம் எழுதினார். ஜோஹானஸ்பர்க்கிலிருந்து டிரான்ஸ்வால் எல்லைக்கு வந்து அவரைச் சந்திக்கும்படி அவர்களைச் கேட்டுக்கொண்டார். 'இங்கிருந்து போராளி

களைத் திங்கள்கிழமை அனுப்புவேன்' என்று எழுதிய காந்தி, தொடர்ந்து குறிப்பிட்டார்:

> அவர்கள் வோல்க்ஸ்ரஸ்ட்டை செவ்வாயன்று அடைவார்கள். நீங்கள் திங்கள் இரவு மெயில் புகைவண்டியில் புறப்பட்டால் செவ்வாயன்று மாலை காஃபிர் மெயில் வோல்க்ஸ்ரஸ்ட் நிலையத்தை அடையும்போது நீங்கள் தயாராக இருக்கமுடியும். நீங்கள் ஒரு பார்வையாளராக மட்டுமே இருக்கவேண்டும். அவர்கள் ஆங்கிலத்தில் பேசமாட்டார்கள். அவர்களில் ஒருவர் மட்டுமே அந்த மொழியில் பேசவும், மற்றவர்கள் பேச்சை மொழிபெயர்க்கவும் செய்வார். அவர்கள் கைரேகைப் பதிவு தரமாட்டார்கள். காவல்துறை அவர்களைக் கைது செய்தால், அவர்கள் காவல்நிலையத்தில் தங்குமிடம் கேட்கவேண்டும். காவல்துறை அவர்களைக் கைது செய்யவில்லை என்றால், நீங்கள் அப்போதே அங்கேயே, அவர்களுக்கு ஜோஹானஸ்பர்க் செல்லப் பயணச்சீட்டு வாங்கித்தரவேண்டும். அங்கே அவர்கள் மவுண்டன் வியூவில் தங்கலாம் என்பது என் யோசனை... போயர் சாப்பாடும், கொஞ்சம் பருப்பும், சோறும் மட்டும்தான் தேவைப்படும்; பழங்களும் கொட்டை களும்கூடத்தான். அவர்கள் கைது செய்யப்பட்டால், நீங்கள் நீதிமன்றம் செல்லவேண்டும்; பின்பு வோல்க்ஸ்ரஸ்ட்டிலிருந்து எனக்கு விவரமாகத் தந்தியும், விவரமாகக் கடிதமும் எழுதவும். அவர்கள் சிறைவைக் கப்பட்டால், நீங்கள் உடனே சிறை மருத்துவரையும், சிறைக் காவலரையும் பார்த்து மதரீதியாகவும், உடல்நலரீதியாகவும் அவர்கள் சாப்பிடக்கூடிய, கூடாத உணவு வகைகளைப்பற்றி எடுத்துச் சொல்லுங்கள். ஆனாலும் அவர்கள் கேட்டது தரப்படவில்லை என்றால் அவர்கள் புகார் செய்ய மாட்டார்கள் என்பதையும் சொல்லிவிடுங்கள். திருமதி காந்தி பழங்களை மட்டுமே சாப்பிடுவார். ஜெக்கியும் மற்றவர் களும் ரொட்டியைத் தொடமாட்டார்கள். சிலரால் ஒருவேளை மட்டுமே சாப்பிட முடியும். பெயர்கள், மற்ற விவரங்கள் பின்னர். சாத்விகப் போராட்டம் தொடங்க வேண்டியிருந்தாலும் உங்களுக்குத் தொழில் சம்பந்தமான பொறுப்புகள் இருக்காது என்பது ஒரு நல்ல விஷயம். உங்கள் முழு நேரமும் போராட்டத்துக்குத் தேவைப்படும்.[5]

இது ஒரு வியப்பூட்டும் கடிதம். காந்தி அஹிம்சைப் போராட்டத்தின் கோட்பாட்டாளராகவும், அறவழிகாட்டியாகவும் இருந்த அதே சமயம் அதைத் திட்டமிட்டு வழி நடத்தும் வல்லுநராகவும் விளங்கினார் என்பதை இது எடுத்துக்காட்டுகிறது. 1907 முதல் இந்தியன் ஒப்பீனியன் இதழில் வெளியான கட்டுரைகள் தென்னாப்பிரிக்காவிலும் உலகிலும் சத்தியாக்கிரகத்தின் தத்துவம், பொருத்தப்பாடு— ஆகியவற்றின் கோட்டுச்சித்திரத்தை அளித்தன. இப்போது மீண்டும் சத்தியாக்கிரகம் ஆரம்பிக்கவிருந்த நிலையில் காந்தி அதன் முக்கியப் பங்கேற்காளர்கள், புரவலர்கள் ஒவ்வொருவருக்கும் தனித்தனியே விளக்கமான அறிவுறுத் தல்களைத் தந்துகொண்டிருந்தார்.

சத்தியாக்கிரகிகளின் முதலாவது அணி ஃபீனிக்ஸ் பண்ணையைவிட்டு செப்டெம்பர் 15 அன்று புறப்பட்டது. வயல்களிலும், அச்சகத்திலும், பள்ளியிலும் வேலைகள் அன்று ஒருநாள் நிறுத்தப்பட்டன. பெண்கள் தம் மூட்டை முடிச்சுகளைக் கட்டிக்கொள்ளவும், நிலையத்துக்கு அவற்றைச் சுமந்து செல்லவும் குழந்தைகள் உதவினர். குடியிருப்பிலிருந்து கிளம்பும் முன் சத்தியாக்கிரகிகள் கடைசியாக ஒருமுறை ஒன்றுகூடினர். அந்தக் கூட்டத்தில் காந்தி, புறப்பட்டுச் செல்லும் தாய்மார்களிடம் அவர்களது குழந்தைகள் ஆண்டவனின் கரங்களில் பத்திரமாக இருப்பார்கள் என்று தெரிவித்தார். சில பஜனைப் பாடல்கள் பாடப்பட்டன; ஆனால் (அங்கே தங்கிய ஒரு சிறுவன் நினைவுகூர்ந்தபடி), 'யாருடைய குரலும் தெளிவாக இல்லை; எல்லோரும் உணர்ச்சிவசப்பட்டிருந்தார்கள்.'[6]

'பா'வும் மற்றவர்களும் மிகுந்த தைரியத்தோடு திங்கள்கிழமை புகை வண்டியில் ஏறியிருக்கிறார்கள்,' என்று காந்தி மணிலாலுக்குக் கடிதம் எழுதினார். அவர் அப்போது ஜோஹானஸ்பர்க்கில் இருந்தார். இதில் 'மற்றவர்கள்' என்பதில் அவர்களது மகன் ராம்தாஸ், ருஸ்தம்ஜி, ஜெக்கி மேத்தா, சகன்லால், மகன்லால் ஆகியவர்களின் மனைவியர் (பெயர்கள் முறையே காஷி, சந்த்தோக்) ஆகியவர்கள் அடக்கம். இதில் கடைசி இருவர் தங்கள் அத்தைக்குத் துணையாகத் தாமும் சென்றவர்கள். நான்கு பெண்களும், பன்னிரண்டு ஆண்களுமாக மொத்தம் பதினாறு பேர்கள் கொண்ட அந்தக் குழுவினர் எல்லையைக் கடந்து செல்ல, அவர்கள் வோல்க்ஸ்ரஸ்ட்டில் தடுத்து நிறுத்தப்பட்டனர். கஸ்தூரிபாவும் சகாக்களும் செப்டெம்பர் 23 அன்று நீதிமன்றத்தில் விசாரிக்கப்பட்டனர். குடியேற்றச்சட்டத்தை மீறிய விஷயத்தில் தம் குற்றத்தை ஒப்புக்கொண்ட அவர்கள் அதற்குமேல் எதுவும் வாக்குமூலம் தரவிரும்பவில்லை என்று சொல்லி, விசாரணை அதிகாரியையோ நீதிபதியையோ குறுக்கு விசாரணை செய்யத் தமக்கு உள்ள உரிமையை விட்டுக்கொடுத்து விட்டனர். நிருபர் ஒருவர், 'அங்கே உள்ளூர் (இந்தியர்) சமூகத்தினர் பெரும்பாலோர் குழுமியிருந்தனர். வழக்கு அவர்களிடையே பெரிய கொந்தளிப்பை ஏற்படுத்தியது' என்று குறிப்பிட்டார்.[7]

சத்தியாக்கிரகிகள் எல்லோருக்கும் மூன்றுமாத சிறைத்தண்டனை அளிக் கப்பட்டது. அவர்கள் முதலில் வோல்க்ஸ்ரஸ்ட்டில் இருந்த சிறைக்கு அழைத்துச் செல்லப்பட்டு, பின்னர் மாரிட்ஸ்பர்க் சிறைக்கு மாற்றப் பட்டனர். பெண்கள் அனைவரும் ஆஃப்ரிக்கப் பெண் கைதிகள் இருந்த அதே சிறையறையில் அடைக்கப்பட்டனர்; சிறுவர்கள் சிறையின் பழத் தோட்டத்தில் வேலைக்கு அமர்த்தப்பட்டனர்.[8]

இதற்கிடையே காந்தி இந்தியன் ஒப்பீனியன் இதழில் உத்வேகம் ஊட்டும் இரு கட்டுரைகளை எழுதினார். முதலாவது எல்லா நகரங் களிலும் இருக்கும் இந்தியர்களைப் போராட்டத்தில் கலந்துகொண்டு கைதாகும்படி அழைப்பு விடுத்தது. இரண்டாவது மூன்று பவுண்ட்

'குருதி வரியை' ரத்து செய்வது 'இந்தப் போராட்டத்தின் மையநோக்கம்' என்று கூறியது. கோகலேயிடம் முன்னணி வெள்ளையர்கள் அளித்த வாக்குறுதிகளை நினைவுகூர்ந்த அவர், வரியை ரத்துசெய்வது 'ஒவ்வொரு தென்னாப்பிரிக்க இந்தியனும் தன் தாய்நாட்டுக்கும், திரு கோக லேவுக்கும், தங்க வேட்கைக்குப் பலியான ஏழை மனிதர்களுக்கும் ஆற்ற வேண்டிய எளிய கடமை' என்றார்.[9]

பரம ஏழை இந்தியர்களை முன்னிலைப்படுத்தியது உண்மையில் வழக்கத்துக்கு மாறான அம்சம். பிணைத் தொழிலாளர்கள் காந்தியின் சட்டத்தொழிலில் கட்சிக்காரர்களாக இருந்தார்கள்; அவர்களுக்கு மேம்பட்ட பணிச்சூழல் வேண்டி அவர் குரல்கொடுத்திருந்தார். ஆனால், டிரான்ஸ்வாலில் முந்தைய சத்தியாக்கிரகங்களின்போது கூவி விற்ப வர்கள், கடைக்காரர்கள், தொழில் வல்லுநர்கள் ஆகியவர்களே முன் வரிசையில் இடம் பெற்றிருந்தார்கள். இப்போதோ, ஏழைகளை அதிகம் பாதித்த விஷயமான பாகுபடுத்தும் வரியை ரத்துசெய்வது 'மைய நோக்கம்' ஆகிவிட்டது.

செப்டெம்பர் 25 காலையில் காந்தி ஃபீனிக்ஸிலிருந்து டிரான்ஸ்வால் புறப்பட்டுச் சென்றார். தானும் கைதுசெய்யப்பட்டு கஸ்தூரிபாவுடன் சிறைக்கு அனுப்பப்படுவோம் என்று எதிர்பார்த்திருந்தார். இப்போது நேட்டாலில் வசித்த இந்தியர்களில் மேன்மேலும் அதிகமானோர் அவரது தலைமையைப்பற்றிக் கசப்படைய ஆரம்பித்திருந்ததால் அவர் பெரும் நெருக்கடியில் இருந்தார். கடந்த போராட்டத்தின்போது அவருக்கு கடைக்காரர்கள் வர்க்கத்திலிருந்து தொண்டர்கள் கிடைப்பது கஷ்டமாக இருந்தது. இப்போது போராட்டம் மீண்டும் ஆரம்பித்தபோது காந்திக்கு முன்னிருந்த கேள்விகள் பலவற்றுக்குத் தெளிவான விடைகள் எதுவும் புலப்படவில்லை. சத்தியாக்கிரகத்தின் போக்கு எப்படி இருக்கும்? இரண்டு மாகாணங்களிலும் வசிக்கும் இந்தியர்கள் எந்த அளவுக்குக் கைதாகத் தயாராயிருப்பார்கள்? அவருக்கு ஒரே பதைபதைப்பு. 25ம் தேதியன்று புகைவண்டியைப் பிடிக்கும் அவசரத்தில் இருந்த அவர் ஃபீனிக்ஸில் இருந்த குழந்தைகள்மீது காலை உணவின்போது சிடுசிடுத் தார். பின்னர் புகைவண்டியில் பயணித்தபடி மகன்லாலுக்கு நாணத்துடன் மன்னிப்புக்கேட்கும்விதமான கடிதம் ஒன்றை எழுதினார். அக்கடிதம் அவர் அன்றைக்கு இருந்த 'மிக மோசமான கதியை' எடுத்துக் காட்டியது. காந்தி நினைவுகூர்ந்தபடி, அவர் 'புகைவண்டியைப் பிடிக்க ஓடியபோது'

> பையன்களுக்கு ஏகத்துக்கும் தொல்லை கொடுத்துவிட்டேன். என்னால் எல்லோருக்கும் தாமதமாகிவிட்டது... இதைப்பற்றி நினைத்த நான் மிகவும் துயருற்றேன். ஆன்மிக நோக்கம் கொண்டவை என்று நான் கருதிய என் செயல்களில்கூடப் பெரிய பழுது இருக்கிறது... ஆன்மிக விழைவுகொண்ட ஒருவன் அளவுக்கதிகமாக பரபரத்து உடன் இருப் பவர்களுக்குத் தொல்லைதர மாட்டான். அவன் வேண்டுமானால் தன்மீது அளவுக்குமீறி சுமைகளை ஏற்றிக்கொள்ளாமல் இருக்க க்கூடும். அப்படி

சுமத்திக்கொள்ளக் கூடாது. என்ன அவமானகரமான நிலைமை! இவை எல்லாமே ஆரம்பத் தவறுகளின் விளைவுதான். மேலும் நான் சாப்பாட்டை விட்டிருந்தால் பதற்றமில்லாத மனநிலையோடு செயல்பட்டிருக்க முடியும், தாராளமாக நேரம் இருந்திருக்கும், உங்கள் யாருக்கும் கஷ்டம் இருந்திருக்காது என்று உணர்ந்தேன். போகும் வழியில் நான் எனக்குள்ளேயே வெட்கக்கேடாக உணர்ந்தேன். என்னையே கடிந்துகொண்டேன். என்னிடம் ஏதோ விஷயமிருக்கிறது என்று நம்பிவந்த நான் இன்று சிறுமைப்படும் நிலையை அடைந்தேன். நான் இதையெல்லாம் உன்னிடம் சொல்லக் காரணம் நீ என்னிடம் எவ்வளவோ மேலான அம்சங்கள் இருப்பதாக நினைத்திருப்பதுதான். என்னிடம் இருக்கும் குறைகளை நீ கண்டுகொண்டால் உன்னை அம்மாதிரியான குறைகள் அண்டவிடாமல் காத்துக்கொள்ள முடியும். தென்னாப்பிரிக்க விவகாரங்களில் நான் மூழ்கி இருப்பதனால் இந்தியாவில்தான் என்னால் முழு சுதந்திரமாக இருக்க முடியும் என்று தோன்றுகிறது. ஆனால், நான் அளவுக்குமீறிச் சுமைகளை என்மீது ஏற்றிக்கொள்ளும்போதெல்லாம் தயவுசெய்து எச்சரிக்கவும். இந்தியாவில்கூட நீ என்னோடு இருப்பாய் என்பதில் ஐயமில்லை. நான் கைது செய்யப்பட்டால், எனக்கு அது பரிபூரணமான அமைதியைத் தரும். அப்படி இல்லை என்றால், நான் அங்கு (இந்தியாவுக்கு) திரும்பக்கூடும். ஆனால், வருங்காலத்தில் தென்னாப்பிரிக்காவில்கூட இன்றைய கதை மீண்டும் நிகழ்வதைப் பார்த்தால் தயவுசெய்து எச்சரிக்கவும். நாங்கள் திரு காலன்பாக்குக்கு ரொட்டியும் எனக்கு நிலக்கடலைப் பாகும் இல்லாமலே சமாளித்திருக்கலாம். குழந்தைகளுக்குச் சாப்பாடு கொடுப்பதைப்பற்றி நாங்கள் முனைப்புக் காட்டியிருக்க வேண்டாம். இல்லை என்றால், நாங்கள் விரும்பியவற்றையெல்லாம் செய்திருந்தாலும், நான் மட்டும் சாப்பிடவேண்டும் என்று முனைப்புக் காட்டாமல் இருந்திருந்தால் எல்லாம் நன்றாகவே நடந்திருக்கும். ஆனால் நான் எல்லாக் குதிரைகள்மீதும் சவாரி செய்யப் பார்த்தேன். அதனாலேயே கடவுள் என்னை விழச்செய்துவிட்டார். நிச்சயம் எனக்கு இப்படி நடப்பது முதல்முறை அல்ல. ஆனால் இந்தத் தடவை நான் படிப்பினையைக் கற்றுக்கொண்டுவிட்டேன். நான் இப்போது என்னைக் கொஞ்சம் மாற்றிக்கொள்வேன்.[10]

இதில் தென்படும் சுய பரிசீலனையும் சுய விமரிசனமும் அவருக்கு இயல்பானவை. அநேகமாகக் கடிதத்தின் முக்கியமான வாசகம் 'நான் எல்லாக் குதிரைகள்மீதும் சவாரி செய்யப் பார்த்தேன்' என்பதுதான். ஒரே சமயத்தில் ஒரு மனச்சான்றிலிருந்து (அவரது பார்வையிலிருந்து) பிசகாத ஆசிரியாரகவும், தந்தையாகவும், பத்திரிகை ஆசிரியராகவும், எல்லா இனவாத அநீதிகளின் (பாதிக்கப்படுபவர்கள் கூவி விற்பவர்களோ, தொழில் வல்லுநர்களோ, தொழிலாளிகளோ) எதிர்ப்பாளராகவும், பல்நோக்கு சீர்திருத்தவாதியாகவும் (உணவுமுறை, உடல்நலம், பாலியல்

நடத்தைகள், சமயங்களுக்கிடையிலான உறவுகள்) இருந்த காந்தி சிலசமயங்களில் இவற்றில் ஒரு அம்சத்துக்கான பொறுப்புகள் இன்னொன்றுடன் மோதுவதைக் கண்டார்; அதனால் பொறுமையிழப்போ கவனச்சிதறலோ ஏற்படுவதைக் கண்டார்; அது உடனே கவனிக்கப்பட்டு சரிசெய்யப்பட்டது.

காந்தி கைது செய்யப்படாமல் டிரான்ஸ்வாலுக்குள் நுழைந்தார். ஜோஹானஸ்பர்க்குக்குச் சென்ற அவர், செப்டெம்பர் 28 அன்று இரண்டு பொதுக்கூட்டங்களில் உரை நிகழ்த்தினார். இவற்றில் ஒன்று ஆண் பார்வையாளர்களையும், மற்றது சிறைசெல்ல முடிவுசெய்திருந்த பெண் பார்வையாளர்களையும் கொண்டிருந்தன.[11] இரண்டு நாட்களுக்குப் பிறகு டிரான்ஸ்வால் லீடர், 'இந்தியர்களின் சாத்விகமான எதிர்ப்பு இயக்கம் நொறுங்கிப்போகும் ஆபத்தில் இருக்கிறது' என்று எழுதியது. அந்தச் செய்திக்கு இடப்பட்டிருந்த தலைப்பு: 'தியாகிகளுக்குப் பணம் கிடையாது/ நெருக்கடியில் சத்தியாக்கிரகிகள்/இந்திய வியாபாரிகள் இயக்கத்துக்கு எதிர்ப்பு/ ஆதரவு வெகு சொற்பம்'.

காந்தியும் அவருடன் பணியாற்றிய—பிரிட்டிஷ் இந்திய சங்கத்தின் தலைவர்— ஏ.எம்.கச்சாலியாவும் 'சண்டைக்குத் தயார் என்று அறிவிப்பு விடுக்கிறார்கள் என்று செய்தித்தாள் தெரிவித்தது; தம் நாட்டினரைச் சிறைகளை நிரப்பச் சொல்கிறார்கள்; தொண்டர்களிடமிருந்து ஊளைகளும் சபிப்புகளும் எழுகின்றன; வெளிப்படையான எதிர்ப்பு; இப்போது இருக்கும் நிலைமையில் எங்களுக்கு திருப்தியே என்ற வெளிப்படையான அறிவிப்புகள்'. சென்றமுறை 3000-க்கு மேலானவர்கள் தண்டிக்கப்பட்டார்கள்; ஆனால், 'இந்தத் தடவை', 'திரு காந்தியே 150 பேருக்குமேல் கோரிக்கையை வலியுறுத்திச் சிறை செல்வார்கள் என்று எதிர்பார்க்கவில்லை' என்று சொல்லப்படுகிறது. இதுகூட அதிகப்படியான எதிர்ப்பார்ப்புதான்; காரணம், இந்த செய்தித்தாள் பேட்டி கண்ட 'முன்னணி இந்திய வியாபாரி ஒருவர்' ஜோஹானஸ்பர்க்கில் மிஞ்சிப் போனால் ஐம்பது பேர்தான் தங்கள் 'சுதந்திரத்தை அடகு வைப்பார்கள்' என்றார். இதுவரையில் கைதானவர்கள் நேட்டால் மாகாணத்தவர்களே என்பது அந்தச் செய்தித்தாளுக்கு, 'காந்தி தன் நாட்டவர்களில் ஏழைகள், விவரம் இல்லாதவர்கள் மத்தியில் எவ்வளவுதான் வெற்றி பெற்றிருந்தாலும், (டிரான்ஸ்வாலில் இருக்கும்) வசதியான இந்திய வியாபாரிகள்... சத்தியாக்கிரகப் போராட்டத்துக்கு வெளிப்படையாகத் தங்கள் எதிர்ப்பைக் காட்டத் தயங்கவில்லை' என்று காட்டியது.[12]

அதே நாள் காந்தி டிரான்ஸ்வால் லீடருக்கு அந்தச் செய்தியை மறுத்துக் கடிதம் எழுதினார். செப்டெம்பர் 28 பொதுக்கூட்டத்தில் பல வியாபாரிகள் கலந்துகொண்டதைச் சுட்டிக்காட்டினார். சத்தியாக்கிரகிகள் 'தம் ஒறுத்தலுக்கு ப் பணம் கேட்கிறார்கள்' என்று சொல்வது 'அபாண்டமான அவதூறு; சென்ற போராட்டத்தின்போது துன்பங்களை அனுபவித்த

ஆண்கள், பெண்களுக்கும், இப்போது துன்பங்களை அனுபவிக்கப் போகிறவர்களுக்கும் இழைக்கப்படும் குரூரமான அநீதி' என்று விமர்சித்தார். [13]

போராட்டங்கள் தொடர்ந்தன. அக்டோபர் 1 அன்று மணிலால் காந்தி ஜோஹானஸ்பர்க்கில் உரிமம் இல்லாமல் தெருவில் வாயாபாரம் செய்த தற்காகக் கைது செய்யப்பட்டார். மற்ற போராட்டக்கார ர்களைப்போல அவரும் அபராதம் செலுத்துவதற்குப் பதிலாகச் சிறைக்குச் சென்றார். [14] காந்தி குடும்பத்துப் பையன்கள் இருவர் இப்போது சிறையில். சிறைக்குச் சென்றுவருவதில் அனுபவசாலியான மூத்த மகனையும் வந்து அவர்களுடன் சேர்ந்துகொள்ள அழைத்துக்கொண்டால் என்ன? ஆகவே காந்தி ஹரிலாலுக்கு 'நீங்கள் இருவரும் (இந்தியாவிலிருந்து) இங்கு வந்து கைதாகுங்கள். சான்ச்சிக்குச் சிறைக்குச் செல்ல தைரியம் இருந்தால்தான் போராட்டம் நடக்கம்போது அவள் இங்குவரலாம்' என்று எழுதினார். [15]

உள்துறை அமைச்சராக மீண்டும் பொறுப்பேற்றுக்கொண்டிருந்த ஜெனரல் ஸ்மட்ஸ்— அக்டோபர் இரண்டாவது வாரம் கவர்னர் ஜெனரலின் செயலாளருடன் நிலைமைகளைப் பற்றிப் பேசினார். ஸ்மட்ஸ் சொன்னார்: 'காந்திக்கு அவருக்கு அடிக்கடி ஏற்படும் மூளைக்கோளாறு ஏற்பட்டு விட்டது; இப்போது அவருக்குத் தீர்க்கதரிசியாகவும் தியாகியாகவும் வேடம்தரிக்கும் ஆசை வந்துவிட்டது.' அந்த ஜெனரல், 'இதற்கு (சத்தியாக் கிரகப் போராட்ட இயக்கத்துக்கு) பின்னே ஏதேனும் நிஜமான ஆர்வமோ பொருளாதார உதவியோ இருப்பது சந்தேகமே; இது விரைவில் பிசுபிசுத்துப் போய்விடும்' என்று நினைத்தார். குறிப்பான கோரிக்கைகளைப்பற்றிக் கேட்டபோது, திருமணங்கள் விவகாரம் பற்றி, 'பலதார மணமுறைக்கு சட்டப்படி அங்கீகாரம் தருவது கடினம்' என்றார். அவர் தனிப்பட்ட முறையில் மூன்று பவுண்ட் வரிக்கு எதிரானவர்தான்; அதை ரத்துசெய்வதில் குறியாக இருந்தார்; ஆனாலும், '(வெள்ளை) நேட்டாலியர்களுடைய குறுகிய மனோபாவம்கொண்ட மடமை இன்னமும் தொடர்ந்து இதற்குதத் தடையாக இருந்துவருகிறது.' பண்ணைத்தோட்ட உரிமையாளர்கள் அந்த வரியை ஒப்பந்தக்கூலிக்காரர்களை மனு ஒப்பந்தம் செய்துகொள்ளச் செய்யும் உபாயமாகப் பார்த்தார்கள்; தோட்டத்தொழில் செய்யாதவர்களோ தொழிலாளிகளைச் சொந்த நாட்டுக்குத் திரும்பச் செய்யத் தூண்டுவதற்காக அந்த வரி தொடரவேண்டும் என்று விரும்பினார்கள். [16]

அக்டோபர் 12 அன்று முதவாவது இஸ்லாமியப் பெண்மணி சத்தியாக் கிரகத்தில் இணைந்தார். அவர் காந்தியின் பள்ளித்தோழரான ஷேக் மேதா பின் மனைவி. திருமதி மேதாப் டர்பனிலிருந்து அவரது அன்னை, மகன், வேலையாளுடன் எல்லையைக் கடந்து கைதாகும் நோக்கத்துடன் புறப் பட்டார். புகைவண்டி நிலையத்தில் அவரைப் பெரிய கூட்டம் வழியனுப்பி வைத்தது; அவர்கள் மலர்க்கொத்துகளையும், பிரயாணத்தின் இடையில் உண்பதற்காக உணவுப்பொட்டலங்களையும் கொடுத்தார்கள். [17]

அதேநாள் காந்தி எதிர்த்திசையில் டிரான்ஸ்வாலிலிருந்து நேட்டாலுக்குப் பயணித்தார். டர்பனின் யூனியன் தியேட்டரில் அவரிடம் ஹென்றி போலாக் அண்மையில் இங்கிலாந்துக்கு அனுப்பப்பட்டது ஏன் என்று கேட்டார்கள். இந்தியர்களுக்கு 'பணத்துக்கு வேலைசெய்யும் ஐரோப்பிய தொண்டர்கள்' தேவைப்பட்டார்களா? போலாக் கோகலேயின் வேண்டுகோளுக்கு இணங்க அனுப்பிவைக்கப்பட்டதாக காந்தி பதில் சொன்னார்.[18]

இப்போது காந்தி நிலக்கரி சுரங்க நகரமான நியூகாஸிலை நோக்கிச் சென்றார். 13ம் தேதி மாலை அங்கு நடந்த கூட்டம் ஒன்று, 'இந்தியாவின் வீரமகன் திரு எம்.கே.காந்தியை வாழ்த்தி மகிழ்ச்சி ஆரவாரத்துடன்' நிறைவடைந்தது. தம்பி நாயுடு தமிழில் பேசினார். அதன்பின்னர் சுரங்கத் தொழிலாளர்கள் காந்திக்கும், சத்தியாக்கிரகத்துக்கும் தங்கள் ஆதரவை வழங்கினார்கள்; குறிப்பாக முன்று பவுண்ட் வரி அவர்களைக் கொதிப் படைய வைத்திருந்தது.[19]

காந்தி டர்பனுக்குத் திரும்பினார். அங்கு அண்மைக் காலத்தில் அவரது வழிமுறைகள் கூர்மையான விமர்சனங்களுக்கு ஆளாகியிருந்தன. அவர் கடந்த தசாப்தத்தின் பெரும்பகுதியை டிரான்ஸ்வாலில் செலவிட்டிருந் தார்; அவர் இல்லாத காலத்தில் வேறு தலைவர்கள் உருவாகிவிட்டிருந் தார்கள்; அவர்கள் பலசமயம் அவரது கருத்துகளை ஏற்றுக்கொள்ள வில்லை. 1913 ஜூலையில் காந்தியின் பழைய எதிராளி பி.எஸ்.ஐயர், சாத்விகமான எதிர்ப்புமுறை தன் உபயோகத்தை இழந்துவிட்டது என்று சொன்னார். தென்னாப்பிரிக்காவில் தங்கள் உரிமைகளுக்காகப் போராடு வதற்குப் பதிலாக இந்தியர்கள் ஒட்டுமொத்தமாகத் தங்கள் தாய் நாட்டுக்குக் கிளம்பிச் செல்லலாம் என்றார் ஐயர். தென்னாப்பிரிக்க அரசாங்கத்தை அவர்களது சொத்துகளைச் சந்தை விலைக்கு எடுத்துக் கொள்ளவும், அவர்கள் இந்தியா செல்வதற்கான பயணச்செலவை ஏற்றுக் கொள்ளவும் செய்யவேண்டும்.[20]

இப்போது அக்டோபரில் நேட்டால் இந்திய காங்கிரஸ் அமைப்பின் நிறையப்பேர் கலந்துகொண்ட கூட்டம் ஒன்று காந்தி காந்தியை அவரது 'ஆத்திரமூட்டுகிற , திறமையற்ற தலைமைக்காக' கடுமையாக விமர் சித்தது. எம்.சி.ஆங்லியா என்ற குஜராத்திய வியாபாரி காந்தியின் வழி முறைகள் அவர்களது நிலைமையை மேலும் பாதுகாப்பானதாக ஆக்கவோ, வெள்ளையர்கள் மத்தியில் அவர்களது அந்தஸ்தை உயர்த்தவோ இல்லை என்றார். தாம் எதற்காக காந்தியை இப்போது ஆதரிக்கவேண்டும்? இந்தியர்கள் 'தமது அரசியல் விவகாரங்களின் தலைவராக ஒரு தொழில்முறை அரசியல் கிளர்ச்சியாளரைக்' கொண்டி ருக்கும்வரை, 'தென்னாப்பிரிக்காவின் அரசாங்கத்திடமும் அதன் ஐரோப் பியர்களிடமும் தோல்வியைத் தழுவுவது நிச்சயம்' என்றார் ஆங்லியா.[21] சிலர் காந்தியின் சார்பாகப் பேச எழுந்தனர். 'இருபுறமும் கோப உணர் வலைகள் உயர்ந்துகொண்டே செல்வதால்' கூட்டத்தின் தலைவர் கூட்டம்

முடிவடைந்ததாக அறிவித்தார். தொடர்ந்து காந்தியை அவரது ஆதரவாளர்கள் 'தோளில் சுமந்துகொண்டு விக்டோரியா, ஆல்பர்ட், க்வீன், ஃபீல்ட் தெருக்களின் வழியே ஊர்வலமாகச் சென்றனர்'.[22]

சச்சரவான கூட்டம் நடந்த சில நாட்களுக்குள் காந்தியின் தலைமைக்கு டர்பன் ஹிந்துஸ்தானி சங்கமும், இஸ்லாமிய வியாபாரிகள் குழு ஒன்றும் தமது ஆதரவைத் தெரிவித்தன.[23] அவரது புதிய ஆதரவாளர்களில் சுரங்கங்களிலும் பண்ணைத்தோட்டங்களிலும் வேலைசெய்த தொழிலாளிகளும் அடக்கம். அவர்களது ஆதரவு உறுதிமிக்கதாக இருந்தது. நேட்டால் நிலக்கரிச் சுரங்கங்களில் வேலை செய்த சுமார் 2000 தொழிலாளிகள் வேலை நிறுத்தத்தில் ஈடுபட்டனர். டன்டி, நியூகாஸில் மாவட்டங்கள், 'ஜுரவேகம் கொண்ட கொந்தளிப்பு' காணப்படுவதாகச் சொல்லப்பட்டது. வேலைநிறுத்தம் செய்த சரங்கத் தொழிலாளிகள் டன்டியில் இருந்த இந்துக் கோயிலின் திறந்தவெளியில் திரண்டு, 'திரு காந்தியின் தலைமைமீது தாம் நம்பிக்கை கொண்டிருப்பதை அறிவித்தனர்'. தமிழ்ப் பெண்கள் பதினோருபேர் சேர்ந்து அந்தத் தொழிலாளிகளைத் திரட்டியிருந்தனர். அவர்களில் திருமதி தம்பி நாயுடுவும் ஒருவர். காந்தி வியப்புடன் குறிப்பிட்டதைப்போல, 'இதற்கு முன்பு கஷ்டங்களை அனுபவித்திராத, பொதுக்கூட்டங்களில் பேசியிராத இந்தத் துணிச்சல் மிக்க பெண்களின் இருப்பு மின்சாரம்போல வேலை செய்தது; விளவாக ஆண்கள் தமது வேலைகளை நிறுத்தினர்.'[24] இந்தக் கூட்டங்களில் பேசியதற்காகவும், தொழிலாளிகளை வேலைநிறுத்தம் செய்யத் தூண்டியதற்காகவும் திருமதி தம்பி நாயுடுவும் அவருடன் இணைந்து பணியாற்றியவர்களும் கடின உழைப்புடன் கூடிய மூன்றுமாத சிறைத்தண்டனை விதிக்கப்பட்டார்கள்.[25]

அக்டோபர் இரண்டாவது, மூன்றாவது வாரங்களில் காந்தி டர்பன், நியூகாஸில், ஹாட்டிங் ஸ்ப்ரூட் உட்பட நேட்டாலில் பல நகரங்களில் வேலைநிறுத்தம் செய்த தொழிலாளிகளின் கூட்டங்களில் பேசினார். அப்போதைய புகைப்படங்கள் காந்தி பேசுவதைக் கவனித்துக்கொண்டிருக்கும் மக்கள் மேலைநாட்டு ஆடைகள், இந்திய ஆடைகள் என பலவிதமான ஆடைகள் அணிந்திருப்பதைக் காட்டுகின்றன. தொப்பிகள், குல்லாய்கள், வெயில் தொப்பிகள், தலைப்பைகைகள் என பலவிதமான தலையணிகள் அணிந்திருந்தனர். எல்லாமே அதிக மக்களைக் கொண்ட பெரிய கூட்டங்கள்; தம் தலைவருக்கு ஆதரவுதர இந்தியர்கள் ஆயிரக்கணக்கில் திரண்டுவந்தனர்.[26]

அக்டோபர் 24 அன்று காந்தி மகன்லாலுக்கு, 'நியூகாஸிலில் பிரமாதமான விஷயங்கள் நடைபெறுகின்றன. 2000 பேரை டிரான்ஸ்வாலுக்கு அணிவகுப்பாக அழைத்துச் செல்வதாகத் திட்டம்' என்று எழுதினார். அடுத்தநாள் அவர் சுரங்க, பண்ணைத்தோட்ட உரிமையாளர்களிடம், அவர்களது ஊழியர்கள் அரசாங்கம் 3 பவுண்ட் வரியை ரத்துசெய்வதாக

கோகலேவுக்குக் கொடுத்த வாக்குறுதியை நிறைவேற்றவில்லை என்பதால் வேலைநிறுத்தம் செய்வதாகச் சொன்னார். ²⁷ பண்ணைத் தோட்டங்களில் சுற்றுக்குவிடப்பட்ட தமிழ்ச் சுவரொட்டி ஒன்று காந்தி இப்படிச்சொன்னதாகக் குறிப்பிட்டது: 'முதலாளிகளிடம் எனக்குப் புகார் எதுவும் இல்லை... நான் (அவர்களை) வரி ரத்து செய்யப்படுவதற்கு உதவவேண்டும் என்று கேட்டுக்கொள்கிறேன். துரதிர்ஷ்டவசமாக என் சகோதரர்களுக்கு ஏற்பட்டுள்ள கஷ்ட நஷ்டங்களை நான் அறிவேன்; அதேசமயம் நீங்கள் பிச்சை எடுக்க வேண்டியிருந்தாலும் சரி. வரி ரத்துசெய்யப்படும்வரை வேலைக்குத் திரும்ப மாட்டீர்கள் என்று நான் நம்பிக்கை வைத்திருக்கிறேன்.' ²⁸

பிரிட்டோரியாவில் இந்தச் செய்திகளைப் படித்து ஆத்திரமுற்ற ஜெனரல் ஸ்மட்ஸ் அவற்றை மறுத்தார். 26ம் தேதி நிகழ்த்திய உரை ஒன்றில் அவர் 3 பவுண்ட் வரி என்பது தொழிலாளிகள் நேட்டாலுக்கு வரும்முன் இந்தியாவிலேயே கையெழுத்திட்டு ஏற்றுக்கொண்ட ஒப்பந்தத்தின் பகுதியே என்றார். அரசாங்கம் கோகலேவிடம் வரியை ரத்துசெய்வதாக வாக்குறுதி எதுவும் தரவில்லை; இந்த விஷயத்தைப் புதிதாக மீண்டும் பரிசீலிப்போம் என்றுதான் அரசுத் தரப்பில் சொன்னார்கள். காந்தியும் அவரது சகாக்களும் தரும் அழுத்தத்தின் காரணமாக இப்போது வரியை ரத்து செய்வது, ''நாட்டுக்கு ஒரு பேரிடராக அமையும்' என்று சுரங்க உரிமையாளர்களின் சங்கத்துக்கு ஸ்மட்ஸ் தந்தி கொடுத்தார். 'காந்தியைப் பொறுத்தவரை வரி ரத்து என்பதை இப்போதுதான் புதிதாகக் கேட்கிறார். அதன் நோக்கம் நேட்டால் இந்தியர்களை ஈர்ப்பதுதான். அவர் சாத்விகமான எதிர்ப்பை ஆரம்பித்ததற்கான முதன்மை நோக்கங்களில் வரிபற்றிய கோரிக்கை இல்லை; அது அவர்களைக் கவரவில்லை' என்று அவர் வாதிட்டார். ²⁹

இந்த விஷயத்தில் ஆதாரங்கள் ஸ்மட்ஸைவிட காந்தி பக்கமே இருக்கின்றன. கோகலே வரி ரத்து செய்யப்படும் என்றுதான் நம்பவைக்கப் பட்டார் என்பது தெளிவு. அப்படித்தான் அவர் நவம்பர் 15 அன்று பிரதமர் லூயிஸ் போத்தாவைச் சந்தித்துவிட்டு கவர்னர்-ஜெனரலிடம் சொன்னார். 1913 மார்ச்சில் தென்னாப்பிரிக்க குடியேற்றச் சட்டம் விவாதத்துக்கு எடுத்துக்கொள்ளப்பட்ட போது கோகலே மீண்டும் இந்திய அரசாங்கத்தின் உயர் அதிகாரி ஒருவரிடம் 'அமைச்சர்கள் அவரிடம் வெளிப்படையாகவே நேட்டாலின் 3 பவுண்ட் உரிம வரி ரத்துசெய்யப்படும் என்று தெரிவித் திருக்கிறார்கள்' என்று சொன்னார். ³⁰

வரியை ரத்துசெய்யும் விவகாரம் இம்முறை சத்தியாக்கிரகம் ஆரம்பித் ததற்கான 'நிஜமான காரணங்களில்' ஒன்று. உண்மை காந்தி பக்கமே இருந்தது; ஆகவே தொழிலாளிகளின் பக்கமும். அக்டோபர் 29 புதன் கிழமை தேதியிட்ட செய்திக்குறிப்பு ஒன்று விவகாரத்தின் இந்தப் பக்கத் தைக் காட்டுகிறது: '(நிலக்கரி சுரங்க) மேலாளர்கள் இந்தியர்களைச்

சுரங்களில் ஒன்றுதிரட்டினார்கள்; ஆனால், இந்தியர்கள் அவர்கள் சொல்வதைக் கேட்க மறுத்துவிட்டார்கள்; மேலாளர்களைத் திட்டிய அவர்கள், தாங்கள் காந்தியிடமிருந்து மட்டுமே அறிவுறுத்தல்களையும் அறிவுரைகளையும் ஏற்றுக்கொள்வோம் என்று கூறிவிட்டார்கள்.'

முன்பு 1913 ஜூலையில் டர்பன் இதழாளர் பி.எஸ்.ஐயர், ஒருவர் தன் உரிமைகளை வலியுறுத்த சாத்விகமான எதிர்ப்புமுறையெல்லாம் வேலைக்காகாது என்று நிராகரித்திருந்தார். இரு மாதங்களுக்குப் பிறகு, கஸ்தூரிபா காந்தி தலைமைவகித்த சத்தியாக்கிரகிகளின் முதலாவது அணி கைதானது. தொடர்ந்து நூற்றுக்கணக்கானவர்கள் சிறைக்குச் சென்றனர். நிலக்கரிச் சுரங்கங்களிலும் கரும்புத் தோட்டங்களிலும் பணியாற்றிய தொழிலாளிகள் தம் உழைப்புக் கருவிகளைத் தொடவில்லை. ஆஃப்ரிக்கன் கிரானிக்கிள் இதழின் ஆசிரியர் தன் தொழில்சார்ந்த கடமையை செய்தாக வேண்டியதாகிவிட்டது; அதாவது நடப்பவற்றைப் பற்றிச் செய்தியளிப்பது. முன்னோடிகளான கஸ்தூரிபாவின் போராட்டக்காரர்கள் அணி புகழப்பட்டது. இதழின் இரண்டு பக்கங்கள் 'சாத்விகப் போராட்டத்தின் முன்னேற்றம்' பற்றிய செய்திகளுக்கு ஒதுக்கப்பட்டன; கைதுகள், உரைகள், நேட்டாலின் பல பகுதிகளில் நடந்த வேலை நிறுத்தம் ஆகியவைபற்றிய செய்திகள் வெளியிடப்பட்டன. ஆனாலும் இதழாசிரியரால் தன் முன்முடிவுகளை முற்றிலும் வெல்ல முடியவில்லை; அவர் இந்தியர்களுக்கு, 'குறிக்கோளை மனதில் வையுங்கள்; தனிநபரை (அதாவது காந்தியை) அல்ல' என்று அழைப்பு விடுத்தார்.

காந்தியின் தலைமையைக் கேள்விக்குள்ளாகும் வேலை பி.எஸ்.ஐயருக்கு மிகவும் சவாலானதாகவே இருந்துவந்தது. சத்தியாக்கிரகத்துக்குப் பெருகிவரும் ஆதரவு அவரது முயற்சியை வீண்வேலை ஆக்கியது. அவரது செய்தித்தாளிலேயே வெளியான செய்தி ஒன்று அவரது தோல்வியின் பூரணத்துவத்தை எடுத்துக்காட்டியது. 1913 நவம்பரில் கிரானிக்கிள் அதன் பக்க எண்ணிக்கையை பதினாறிலிருந்து எட்டாகக் குறைக்க வேண்டி வந்தது. அப்போது வெளியிடப்பட்ட குறிப்பு, 'நம் அலுவலகத்தின் அச்சுக்கோர்ப்பவர்கள், வேலைநிறுத்தம் செய்பவர்களுடன் சேர்ந்துகொண்டுவிட்டதால், செய்தித்தாளை வழக்கமான வடிவத்தில் வெளியிட முடியாததற்கு வருந்துகிறோம்,' என்று குறிப்பிட்டது.[31]

வேலைநிறுத்தம் செய்துவந்த இந்தியர்கள் அவர்களை யாரும் மீண்டும் வேலைக்குச் செல்லும்படி பலவந்தப்படுத்த முடியாமல் இருக்கும் பொருட்டுச் சுரங்கங்களிலிருந்தும் தோட்டங்களிலிருந்தும் வெளியேறி டன்டி, நியூகாஸில் ஆகிய நகரங்களுக்குச் சென்றுவிட்டனர். இருந்தாலும் உரிமையாளர்களின் பிரதிநிதிகள் அங்கும் விடாப்பிடியாக அவர்களைத் தேடிச் செல்லவே, வேலை நிறுத்தத்தில் ஈடுபடும் தொழிலாளிகளை முப்பத்தைந்து மைல் தொலைவில் டிரான்ஸ்வாலுடனான எல்லை

அருகிலிருக்கும் நகரமான சார்லஸ்டவுனுக்கு மாற்றுவது என்று முடிவானது. 'ஆயிரக்கணக்கானவர்களுக்கு புகைவண்டிக் கட்டணம் செலுத்துவது நினைத்துப் பார்க்க முடியாத விஷயம்' என்பதால் அவர்கள் நடக்க ஆரம்பித்தார்கள்; காந்தியே முதலாவது அணிக்குத் தலைமை வகித்துச் சென்றார். தொழிலாளிகள் 'வந்தே மாதரம்!', 'ராமசந்திரா கீ ஜே (ராமச்சந்திரருக்கு ஜே!)' என்று முழக்கமிட்டபடிச் சென்றனர். முதலாவது முழக்கம் தாய்நாட்டுக்கு வணக்கம்; இரண்டாவது, புராணத்தில் குறிப் பிடப்படும் நீதிதவறாத நல்லரசனான ராமனுக்கான துதி. அவர்கள் தமக்கு வேண்டிய அரிசி, பருப்பு ஆகியவற்றைச் சுமந்து சென்றனர். முதல்நாள் இரவு திறந்தவெளியில் படுத்து உறங்கிய அணிவகுப் பாளர்கள் மறுநாள் சார்லஸ்டவுனை அடைந்தனர். ஆனால் அவ்வளவு பேர்களை ஒரே இடத்தில் வைத்திருப்பது அபாயமானதாகக் கருதப் பட்டது—பிளேக் தொற்று ஏதும் ஏற்பட்டுவிட்டால் என்ன செய்வது?[32]

காந்திக்கு நடப்பது பிடித்த விஷயம். 1880-களில் அவர் தனது சைவ உணவுத் தோழர் ஜோஸையா ஓல்ட்ஃபீல்டுடன் லண்டன் தெருக்களில் நடந்து திரிந்திருக்கிறார். 1890-களில் சான்டா க்ரூஸில் இருந்த தன் வீட்டிலிருந்து பம்பாய் உயர் நீதிமன்றத்துக்கு நடந்தே சென்றார். 1900-களில் காலன்பாக்குடன் சேர்ந்து ஜோஹானஸ்பர்க்கில் நிறைய நடந் திருக்கிறார். அவர் நடப்பதை எந்த அளவுக்கு விரும்பினார் என்பதற்கு, ஹென்றி போலாக் தன் நண்பரைப் பற்றிஎழுதிய போது அவர் காந்தியை அவரது சட்டத்தொழில் அலுவலகத்திலோ, ஃபீனிக்ஸ் அல்லது டால் ஸ்டாய் குடியிருப்புகளிலோ, ஏன் சைவ உணவகம் ஒன்றிலோகூட வைக் காமல், சாலையில் நிற்கவைத்தார் என்பதிலிருந்து அறியலாம். காந்தி பற்றி போலாக் எழுதினார்:

> இதோ அவர். ஒல்லியான உடல்வாகு; மத்தியமான உயரம்; சற்றே குழிந்த, வெயிலால் கறுத்த கன்னங்கள்; வெற்றுடம்பு; ஒட்டவெட்டிய கறுப்பும் வெறுப்பும் கலந்த தலைமுடி; சிறிய மீசை. சாலையில் அவர் சிந்தைனையில் ஆழ்ந்தபடியோ அல்லது உடன் இருப்பவருடன் கைகளை வைகமாக ஆட்டிப் பேசியபடியோ நடந்துசெல்வதை நீங்கள் பார்க்கலாம். சற்றே சரிந்த தோள்பட்டைகள்; தலை சற்றே முன்புறம் நீண்டிருக்கும்; கைகள் முதுகுக்குப் பின்னால் சென்று, இடது மணிக் கட்டை வலதுகரம் பற்றியிருக்கும்; மிதியடிகள் அணிந்த பாதங்களை அகட்டிவைத்தபடி— அவ்வளவாக நேர்த்தியற்ற, கொஞ்சம் விரைவான நடை; காரணம் அவர் காலம்காலமாக பழக்கத்தினாலும், விருப்பத் தினாலும், சூழ்நிலைகள் காரணமாகவும் தேர்ச்சிபெற்ற பாதசாரி.[33]

காந்திக்கு நடப்பது பிடிக்கும்; ஆனாலும் இது ஒரு மீக நீண்ட நடைப் பயணம்—அவரது அளவுகோல்படிப் பார்த்தால்கூட. காரணம் அவரது கட்டுப்பாட்டின்கீழ் இருந்த சத்தியாக்கிரகிகள் இப்போது டிரான்ஸ் வாலுக்கு நடக்க முடிவு செய்துவிட்டார்கள். எல்லையில் அவர்களை

யாரும் தடுக்கவில்லை என்றால் ஜோஹானஸ்பர்க்வரை, மாகாணத்தின் உள்ளே பலநூறு மைல்கள். செல்வந்தரான இந்து ஒருவர் தன் 600 ஏக்கர் பண்ணையை அவர்கள் தங்குவதற்காக அளித்தார்; இத்துடன் டால்ஸ்டாய் பண்ணையின் 1100 ஏக்கரும் சேர்ந்துகொண்டது. காலன்பாக் இந்த விஷயத்தால் உற்சாகமடைந்தார். 'நாங்கள் இப்போது 'பொது' மேசைகள் வைத்திருப்போம். இப்போதைக்கு வழக்கமான குடும்ப வாழ்க்கை இருக்காது' என்று அவர் ஒரு நிருபரிடம் தெரிவித்தார். 'இந்த நடைமுறை சென்ற போராட்டத்தின்போது முறைப்படி சோதித்துப் பார்க்கப்பட்டது; அதை காலவரையறையற்று நீட்டிக்க முடியும்... சாத்விகமான எதிர்ப்பு என்றால் சும்மா இருப்பது அல்ல. நிதி ஆதாரத்துக்குக் குறைவு இருக்காது. எல்லா இடங்களிலும் வியாபாரிகள் தாராளமாகத் தருகிறார்கள்; பேராசிரியர் கோகலே உள்ளத்தாலும் ஆன்மாவாலும் எங்களுடன் இருக்கிறார்.'

கடைசி வாக்கியத்துக்கான நிரூபணம் உடன் கொடுக்கப்பட்ட ஓர் செய்தியில் காணப்பட்டது. அந்தச் செய்தி, இந்தியப் பொதுமக்கள் சத்தியாக்கிரகத்தைக் கொண்டுசெல்வதற்காக அடுத்த ஆறு மாதங்களுக்கு மாதம் 2000 பவுண்ட் பணம் அளிப்பார்கள் என்று கோகலே பம்பாயில் தெரிவித்ததாகக் குறிப்பிட்டது.[34]

அக்டோபர் 29 அன்று ஜோஹானஸ்பர்க் வெஸ்ட் என்ட் பயாஸ்கோப் ஹாலில் ஒரு பெரிய பொதுக்கூட்டம் நடைபெற்றது. அன்று இந்துக்களின் பண்டிகையான தசரா தினம். இந்துக்கள் திரளாக வந்திருந்தார்கள். அதேபோல ஐரோப்பிய அனுதாபிகளான டபிள்யூ.ஹோஸ்கன், எல்.டபிள்யூ.ரிட்ச், சோன்யா ஷிலேஸின் போன்றவர்களும் வந்திருந்தனர். தலைமை தாங்கிய குஜராத்தியரான எஸ்.கே.படேல் 'கொண்டாட்டமும் மகிழ்ச்சியுமாக' இருக்க வேண்டிய தசரா தினம் இம்முறை அரசாங்கத்தால் 'துக்கமும் வருத்தமும்' நிரம்பிய நாளாக மாற்றப்பட்டுவிட்டது என்றார். அவரை அடுத்துப் பேசிய எல்.டபிள்யூ.ரிட்ச்சின் பேச்சு இன்னும் சற்று நம்பிக்கையூட்டுவதாக இருந்தது. அவர், போராட்டக்காரர்கள் 'கும்பல் சக்தியை (அதாவது 'தடியும் வெடிகுண்டும்') பயன்படுத்தாமல் ஆன்மாவின் சக்தியைப் பயன்படுத்துவதற்காக' பாராட்டப்படவேண்டும் என்றார்.

பின்பு பார்வையாளர்கள் பெண் சத்தியாக்கிரகிகளுக்கு மரியாதை செலுத்தும் விதமாக எழுந்து நிற்கும்படிக் கேட்டுக்கொள்ளப்பட்டார்கள். ஜோஹானஸ்பர்க் பெண்கள் (திருமதி தம்பி நாயுடு உள்ளிட்டவர்கள்) சிறையில் இருக்கும் புகைப்படம் ஒன்று திரையில் காட்டப்பட்டது. நிதியுதவிக்காக வேண்டுகோள் விடுக்கப்பட்டது.

> பின்பு உற்சாகம் பெரிதாகப் பீறிட்டது. மோதிரங்கள், பேனாக்கத்திகள், தொப்பிகள், கைக்கடிகாரங்கள் போன்றவற்றை வைத்திருந்தவர்கள் அவற்றை அளிக்க, அவை ஏலம் விடப்பட்டு அசாதாரணமான தொகை

களுக்கு வாங்கப்பட்டன. குடை ஒன்று ஐந்து கினிக்கும், பேனாக்கத்தி 10 ஷில்லிங், 6 பென்ஸுக்கும், ஒரு ஜாடி மிட்டாய்கள் 1 பவுண்ட் 10 ஷில்லிங்குக்கும் விலை போயின. ஒரு பெரிய தொகை பணமாகவும், பலசரக்குப் பொருட்களாகவும் தரப்பட்டது. நிகழ்ச்சி முடிந்தவுடன் அனைவரும் அமைதியாக அணிவகுத்து ஃபாக்ஸ் தெரு, கமிஷனர் தெரு, ரிஸ்ஸிக் தெரு, பிட்ச்சர்ட் தெரு ஆகியவற்றின் வழியாக டயகனல் தெருவில் இருந்த (பிரிட்டிஷ் இந்திய சங்கத்தின்) தலைவர் வீட்டை அடைந்தது. அணிவகுப்பின் பின்னால் இரண்டு பேர் கருப்புக் கொடிகளை ஏந்தவந்தார்கள். எல்லோரும் சமூகம் அனுபவித்துவரும் துன்பங்களைக் குறிக்கும் ரோசெட்டாக்களை அணிந்திருந்தார்கள். [35]

அதே நாள் காந்தி டிரான்ஸ்வால் எல்லைக்கு ஆண்கள், பெண்கள், குழந்தைகள் என 200 பேருடன் புறப்பட்டுச் சென்றார். [36] *மற்ற அணிகள் பின் தொடர்ந்தன. 'நமக்கு எப்போது வேண்டுமானாலும் கா(ந்தி) கைது செய்யப்பட்ட செய்தி வந்து சேரக்கூடும்' என்று 30ம் தேதி போலாக் கோகலேவுக்குத் தந்தி அனுப்பினார்.* [37]

நவம்பர் 3 அன்று 1500 சத்தியாக்கிரகிகள் சார்லஸ்டவுனை அடைந்தார்கள். 'எல்லோரும் காந்தியின் முழுமையான கட்டுப்பாட்டில் இருக்கிறார்கள்' என்று நேட்டால் மெர்க்குரி தெரிவித்தது. நடைப்பயணத்தில் வந்தவர்களுக்கு உள்ளூர் மசூதியின் மைதானத்தில் வைத்து சாப்பாடு போடப்பட்டது. உள்ளூர் வியாபாரிகள் உணவுகளை இலவசமாக வழங்கியிருந்தார்கள். சோன்யா ஷிலேஸினும் கலந்துகொண்டார். அவர் அங்கிருந்த பெண்களின் நலனைக் கவனித்துக்கொள்வதற்காகவே ஜோஹானஸ்பர்க்கிலிருந்து புறப்பட்டு வந்திருந்தார். [38]

நவம்பர் 5 அன்று சார்லஸ்டவுனுக்குச் சென்றுபார்த்த நேட்டால் அட்வைசர் பத்திரிகையிலிருந்து வந்திருந்த இதழாளர் ஒருவர், 'நகரம் மொத்தமும் அப்படியே ஒரு இந்தியக் கடைத்தெரு வைப் போலக் காணப்பட்டது' என்று தெரிவித்தார். அவர் பார்த்தபடி, காந்தி, 'இந்தியக் கடை ஒன்றின் பின்புறமாக முற்றத்தில் தொண்டர்களுக்குச் சோறும் குழம்பும் பரிமாறிக்கொண்டிருந்தார். ஒவ்வொருவராக வரிசையில் வந்து தமது பங்கை வாங்கிக்கொண்டார்கள். ரொட்டிக்கடைக்காரர் ஒருவர் இந்தியர்களுக்கு ஒரே நாளில் 5000 ரொட்டிகளை விற்றார்.' [39]

6ம் தேதி காலை சத்தியாக்கிரகிகள் சார்லஸ்டவுனை விட்டுப் புறப்பட்டு, எல்லைக்கு சற்று அந்தப் பக்கம் இருந்த வோல்க்ஸ்ரஸ்ட் நகரை நோக்கிச் சென்றார்கள். அங்கே சிற்றுண்டி அருந்திவிட்டு, டிரான்ஸ்வாலுக்குள்ளாக இன்னும் முன்னேறிச் செல்ல ஆரம்பித்தார்கள். அவர்கள் எல்லையை அடையும்வரை பின்னால் நடந்துவந்து கொண்டிருந்த காந்தி, வோல்க்ஸ்ரஸ்ட்டை அடைந்ததும் முன்னே வந்து வழிநடத்திச் செல்ல ஆரம்பித்தார். நிருபர் ஒருவரிடம் அவர், தங்கள் கடைசி இலக்கான டால்ஸ்டாய்

பண்ணையை எட்டுக் கட்டங்களாக, ஒவ்வொரு நாளும் இருபத்து நான்கு மைல் நடந்து சென்று சேரப்போவதாகத் தெரிவித்தார்.[40]

3ம் தேதி திங்கள்கிழமை அணிவகுப்பாளர்கள் சார்லஸ்டவுனில் முகாமிட்டிருந்தபோது கவர்னர்-ஜெனரல் ஜெனரல் ஸ்மட்ஸைத் தன்னைச் சந்திக்க வரும்படி அழைப்புவிடுத்தார். அப்போது ஸ்மட்ஸ், தான் கட்டற்ற தாராளவாதக் கொள்கையைக் கடைப்பிடிக்க உத்தேசித்திருப்பதாகச் சொன்னார். 'திரு காந்தி மிகவும் சிக்கலான நிலையில் இருக்கிறார். ஃபிராங்கன்ஸ்டீனைப்போல அவரும் தான் உருவாக்கிய பூதம் ஒரு தொல்லைதரும் ஜந்து என்று புரிந்துகொண்டார். அதைக் காப்பாற்றும் பொறுப்பிலிருந்து விடுவிக்கப்பட்டால் அவர் மகிழ்ச்சியே அடைவார்' என்பது அவரது நினைப்பு. அரசாங்கம் காந்தியைக் கைது செய்தால் 'அவரால் தன் போராட்ட அணியினரைக் கைகழுவிட முடியும்' என்று அவர் வாதிட்டார். நடைப்பயண காலம் அதிகரிக்க அதிகரிக்க அவர்களுக்குச் சாப்பாடு போடுவது சிரமமான காரியமாகிவிடும். அப்போது வேலை நிறுத்தம் செய்பவர்களே தங்களை 'நேட்டாலில் வேலைக்குத் திருப்பி அனுப்பும்படி கேட்க ஆரம்பித்துவிடுவார்கள்.'[41]

ஆனால், அதற்கு மாறாகக் காவல்துறை ஸ்மட்ஸிடம் காந்தியைக் கைது செய்வதற்கு அழுத்தம் கொடுத்துவந்தது. அவர்கள் எதிர்மறையான விளம்பரம் பற்றியும், ஒருவேளை போராட்டக்காரர்கள் வன்முறையாளர்களாக மாறிவிடக்கூடும் என்றும் கவலைப்பட்டிருக்கலாம். 6ம் தேதி மாலை பேரணி பாம்ஃபோர்ட் என்ற நகரத்தை அடைந்தபோது, காந்தி காவலில் வைக்கப்பட்டார். மறுநாள் காலை அவர் வோல்க்ஸ்ட்ரஸ்ட்டில் நீதிமன்றத்தில் தோன்றினார். அவர்மீது மாகாணங்களைக் கடப்பது தொடர்பான சட்டத்தை மீறியதாகக் குற்றம் சாட்டப்பட்டது. காந்தி பிணை வேண்டி விண்ணப்பித்தார். அதை அரசுத்தரப்பு வழக்கறிஞர், 'கடுமையாக எதிர்த்தார்'. ஆனாலும் பிணை வழங்கிய நீதிபதி 50 பவுண்ட் வைப்புத்தொகை செலுத்தும்படிச் சொன்னார். அந்தத்தொகையை 'உள்ளூர் இந்திய வியாபாரிகள் உடனடியாகக் கொடுத்தார்கள்.'

காலன்பாக் வோல்க்ஸ்ரஸ்ட்டில் நீதிமன்ற நடவடிக்கைகளில் பார்வையாளராகக் கலந்துகொண்டார். காந்திக்குப் பிணை கிடைத்த மறுநொடி இருவரும் ஒரு காரில் தாவி ஏறி அணிவகுப்பாளர்களோடு சேர்ந்துகொள்ளக் கிளம்பிவிட்டார்கள். கூடவே ஒரு நிருபரும் ஏறிக்கொள்ள அவர்கள் 'புல்வெளிகள் அடந்த அழகான கிராமப்புறம்' வழியாகப் பயணித்தார்கள். வோல்க்ஸ்ரஸ்டிலிருந்து முப்பது மைல் தொலைவில் தம் சகாக்களோடு சேர்ந்துகொண்டார்கள். உடன்வந்த நிருபர் குறிப்பிட்டபடி, 'வழிநெடுக கார் நடைப்பயணத்தில் பின்தங்கிவிட்டவர்களைக் கடந்துசென்றது; அவர்கள் வரிசையாக நின்று திரு காந்தியை 'பாபு', அதாவது தந்தை என்று அழைத்து வணங்கினர்.'[43]

நவம்பர் 7 அன்று தங்கள் தலைவர் மீண்டும் தங்களை வழிநடத்த வரப் பெற்ற வேலை நிறுத்தக்காரர்கள் தங்கள் பயணத்தைத் தொடர்ந்தார்கள். அன்று இரவு அவர்கள் ஆற்றங்கரையை ஒட்டி இருந்த க்ரோர்ன்ட்ராய் என்ற இடத்தில் தங்கினார்கள். மறுநாள் அவர்கள் வால் என்ற இடம் நோக்கி நடந்தார்கள். ஸ்டாண்டர்ட்டன் நகரத்தில் அவர்கள் நிறுத்தப் பட்டு, காந்தி மீண்டும் கைது செய்யப்பட்டார். அவர் நீதிமன்றத்துக்கு அழைத்துச் செல்லப்பட்டு, பிணையில் வெளிவந்து திரும்பவும் நடை பயணத்தில் கலந்துகொண்டார்.[44] அவரது எதிராளி மாண்ட்ஃபோர்ட் சாம்னி ஜோஹானஸ்பர்க்கிலிருந்து காந்தியை நிறுத்துவதற்காக வந்தார். அவருடன் காவல்துறை அணி ஒன்றும் வந்தது. காரணம் கடைசியில் ஜெனரல் ஸ்மட்ஸ் டிரான்ஸ்வாலுக்குள் சட்டவிரோதமாக நுழைந் தவர்கள் எல்லைக்கு அப்பால் திருப்பி அனுப்பப்படவேண்டும் என்ற முடிவுக்கு வந்திருந்தார்.

சாம்னியும் அவருடன் வந்திருந்தவர்களும் ஸ்டான்டர்ட்டன் நகருக்கு மேற்கில் இந்தியர்களைச் சந்தித்தார்கள். பல ஆண்டுகள் கழித்து அவர் முதல்முறையாக நடைபயணக்காரர்களைப் பார்த்த காட்சியை நினைவு கூர்ந்தார். கால ஓட்டத்தினால் ஞாபகம் இன்னும் வண்ணமயமானதாகி இருக்கிறது:

> மூன்று ஆட்கள் எல்லோருக்கும் முன்பாக ஒரே நோக்கத்துடன் சீராக ஒத்திசைவோடு அடி எடுத்துவைத்து வந்தார்கள்: காந்தி, போலாக், இன்னும் ஒருவர்; பின்னால் வெகு அருகில் ஒரு பிரம்மாண்டமான படை ஒரு நகரும் ரிப்பனைப்போல நீண்டு அடுத்த மேட்டின் பின்னால் மறையும்வரை தொடர்ந்தது; அவர்களில் பலர் கிழக்கத்திய பளபளப் பான நிறங்களில் ஆடை உடுத்தியிருந்தனர்; சிலர் மலிவான ஐரோப் பியத் துணிகளை அணிந்திருக்க, சிலரிடமிருந்தது கிழக்கத்திய இடுப்புத் துணியும் மேல்துண்டும் மட்டுமே. ஏழை வர்க்கத்தினருக்கு ஆயத்த காலணிகள் (ரெடிமேட் பூட்ஸ்) வழங்கப்பட்டிருந்தன; ஆனால் இந்தப் பழக்கமற்ற மேற்கத்திய காலணிகள் இடைசஞ்சலாகவே தோன்றியதால் விரைவில் கழற்றப்பட்டன; அவற்றை காலணி வார் மூலமாகக் கட்டிக் கழுத்தில் தொங்கவிட்டுக்கொண்டனர். ஆனால், எல்லாத்தரப்பு அணிவகுப்பாளரும் ஒரு கைக்குழந்தையோ, கூடையோ, தட்டுமுட்டுச் சாமான்களோ எதையாவது சுமந்து கொண்டிருந்தனர்—.[45]

காவல்துறையினர் பேரணியைத் தடுத்து நிறுத்தி காந்திமீது போடப் பட்டிருந்த கைது வாரண்ட் ஒன்றை அமல்படுத்தினர். அவர் டன்டிக்கு அழைத்துச்செல்லப்பட்டு, அங்கு அவர்மீது வேலை நிறுத்த த்தை உண்டாக்கியதாகவும் வேலை நிறுத்தம் செய்தவர்களைத் தூண்டி விட்டதாகவும் குற்றம் சாட்டப்பட்டது. இம்முறை அவரது பிணைக் கோரிக்கை மறுக்கப்பட்டு, அவர் சிறைக்கு அனுப்பப்பட்டார்.

அங்கிருந்து அவர் நீதிமன்ற நடுவருக்கு வியக்கத்தக்க கடிதம் ஒன்றை எழுதினார். அந்தக் கடிதம், மற்ற விஷயங்களுடன், காந்தி வேலை நிறுத்தம் செய்பவர்களைக் கைகழுவிவிட முனைப்பாக இருக்கிறார் என்று ஸ்மட்ஸ் சொன்ன பொய்யைத் தோலுரித்துக் காட்டுகிறது:

ஐயா,

பின்வரும் உண்மைகளைத் தந்தி மூலமாக அரசாங்கத்தாருக்குத் தெரியப் படுத்தும்படித் தங்களைக் கேட்டுக்கொள்ளும் நற்பேறு பெற்றிருக்கிறேன்.

நான் சார்லஸ்டவுனிலிருந்து சுமார் 2000 ஆண்கள், பெண்கள், குழந்தை களுடன் லாலியில் இருக்கும் டால்ஸ்டாய் பண்ணையை நோக்கி நடை பயணம் மேற்கொண்டு வந்துகொண்டிருக்கும்போது, சுமார் 150 ஆண்கள், பெண்கள், குழந்தைகள் கால் புண்களாலும் வேறு காரணங் களாலும் அவதிப்பட்டதால் பார்ஸ்டெகாப்பில் திரு எம்.சி. தேசாயின் கடையில் விட்டுவிட்டு வர வேண்டியதாயிற்று. இவர்களுக்குக் கவனிப்பு தேவைப்படுவதால் அரசாங்கம் அவர்களுக்குப் பொறுப் பேற்றுக்கொள்ளவேண்டும் என்று கேட்டுக்கொள்கிறேன். நேற்று வால் நகரில் எட்டு அல்லது ஒன்பது ஆண்கள் கால்புண்ணாலும் வேறு வகையிலும் சுகவீனம் அடைந்துவிட்டனர். ஓரிருவர் கடுமையாக நோய்வாய்ப்பட்டிருக்கின்றனர். இன்று அவர்களுக்கான முழுமையான ஏற்பாட்டைச் செய்வதாக இருந்தேன். அவர்கள் வால் நகரில் இந்தியக் கடைக்காரரான திரு படேலின் பொறுப்பில் இருக்கிறார்கள். என் தாழ்மையான கருத்தில் அவர்களுக்கு மருத்துவ உதவி தாமதிக்காமல் தேவைப்படுகிறது.

அநேகமாக 150 இந்தியர்கள் சென்ற வியாழன் அன்று தலைவர் யாரும் இல்லாமல் டிரான்ஸ்வாலில் நுழைந்திருப்பார்கள். கடைசியாக அவர்கள் இருப்பிடம் ஸ்டான்டர்ட்டன். அங்கே அவர்களுக்கு உணவுப் பங்கீடு வழங்கப்பட்டது. நான் நடை பயணம் செய்திருந்தால் இவர்களைக் கண்டுபிடித்து உணவளித்திருப்பேன். இவர்கள் எங்கே இருக்கிறார்கள் என்று கண்டறிந்து உணவளிக்கவேண்டும். எட்டு ஆண்களுக்குப் பெரிய வியாதி எதுவுமில்லாவிட்டாலும் நடக்க முடியாத அளவுக்குக் களைத்துப் போனதால் அவர்களை வால் நகரிலிருந்த பெல்ஃபோருக்குப் புகைவண்டியில் அனுப்பினோம். அங்கே அவர்கள் மற்றவர்களுடன் வந்து சேர்ந்துகொள்வதாக ஏற்பாடு. அவர்களையும் கண்டுபிடித்து தேவையானவற்றை வழங்கவேண்டும்.

நான் கேள்விப்பட்டது சரி என்றால், அரசாங்கம் என்னுடன் வந்த அணிவகுப்பாளர்களின் முக்கியத் தொகுதியை மீண்டும் நேட்டால் எல்லை அருகே எவ்வித உதவியும் இன்றி விட்டுவிடுவதாகத் திட்ட மிட்டிருப்பதாகத் தெரிகிறது. அப்படிச் செய்தால் ஆட்கள் திரும்பவும்

உள்ளே வர முயற்சி செய்வார்கள் என்று உணர்கிறேன். அவர்கள் நேட்டாலின் இந்திய பிணைத்தொழிலாளிகள் குடியேற்றச் சட்டத்தின்படி நடத்தப்படவேண்டும் அல்லது அரசு பொறுப்பில் எடுத்துக்கொண்டு உணவளிக்கவேண்டும் என்ற ஆலோசனையை முன்வைத்துக்கொள்கிறேன்.

ஐயா உமது கீழ்ப்படிதலுள்ள ஊழியனாக இருக்கும் நற்பேறுபெற்ற

எம்.கே.காந்தி[46]

அணிவகுப்பாளர்களின் தலைவர் அழைத்துச் செல்லப்பட்டபிறகு, மற்றவர்கள் காவல்துறையினரின் காவலோடு பால்ஃபோர் நகருக்குக் கூட்டிச் சென்று அங்கிருந்து நேட்டாலுக்கு மூன்று புகைவண்டிகளில் திருப்பி அனுப்பப்பட்டனர். பார்வையாளர் ஒருவரின் கூற்றுப்படி, 'இந்த மனிதர்கள் பயனற்ற அவர்களது அலைச்சலுக்குப் பிறகு சிறிதும் ஊக்கமிழந்ததாகத் தெரியவில்லை. திரு காந்தி வெளியே வந்ததும் உடனே தமது சாத்விகமான எதிர்ப்பு இயக்கத்தை மீண்டும் முன்னெடுப்பது என்ற நோக்கத்தையே தெரிவித்தார்கள்.'[47]

நவம்பர் 11 அன்று காந்தி டன்டியில் விசாரணக்கு உட்படுத்தப்பட்டார். அவரது வழக்கறிஞர் 'எந்தவிதத்திலும் தண்டனைக் குறைப்பு எதையும் கேட்காமலிருக்கும்படியாக என் கட்சிக்காரருக்குக் கடமைப்பட்டுள்ளேன்' என்றார். பிரமாணம் ஒன்றில் காந்தி தன்னை முன்பு நேட்டாலில் குடியிருந்தவர், அங்கே வழக்கறிஞர் சங்க உறுப்பினர் என்றும், 'திரு ஸ்மட்ஸுக்கும் பேராசிரியர் கோகலேவுக்கும் இடையில் நடந்தவற்றின் நிலையைக்கொண்டு பார்க்கும்போது, ஒரு வேலை நிறுத்தக் கிளர்ச்சி செய்யும் கடப்பாடு எனக்கு இருக்கிறது' என்றும் தெரிவித்தார். தான் குற்றவாளியே என்று தெரிவித்த அவருக்கு கடின உழைப்புடன்கூடிய ஒன்பது மாத சிறைத்தண்டனை விதிக்கப்பட்டது.[48]

மூன்று நாட்களுக்குப் பிறகு காந்தி வோல்க்ஸ்ரஸ்ட்டில் விசாரிக்கப்பட்டார்; இந்தமுறை குற்றுச்சாட்டு அவர் தடைசெய்யப்பட்ட குடியேற்றக்காரர்களை டிரான்ஸ்வாலுக்குள் அழைத்துவந்தார் என்பது. மீண்டும் அவர் குற்றத்தை ஒப்புக்கொண்டார்; ஆனாலும், 'டிரான்ஸ்வாலுக்குள்ளான நடைப்பயணம் முழுக்கவும் நான் ஆட்களைக் கட்டுப்பாட்டில் வைத்திருக்கவும், கலைந்து சென்றுவிடாமல் தடுக்கவும் பிரயத்தனம் செய்தேன். ஒரே ஒரு இந்தியர்கூட வரிசைவிட்டு—அதை அப்படிச் சொல்ல முடியுமானால்—விலகிச் செல்லவில்லை என்று கூறிக்கொள்கிறேன்' என்றார். தன் தரப்பு சாட்சியாக போல்டாட் என்ற சுரங்கத் தொழிலாளியை அழைத்தார். டிரான்ஸ்வாலில் நுழைந்தது ஏன் என்று போல்டாட்டிடம் கேட்கப்பட்டபோது, அவர் 3 பவுண்ட் வரிக்கு எதிர்ப்புத் தெரிவிப்பதற்காக அப்படிச் செய்ததாகத் தெரிவித்தார். அந்த வரி ரத்துசெய்யப்படுமானால் மீண்டும் வேலைக்குச் சென்றிருப்பீர்களா என்று கேட்டபோது, போல்டாட் ஆமாம், சென்றிருப்பேன் என்றார்.

தன் தரப்பைச் சொல்லிய பிறகு காந்தி, தனது நடவடிக்கைகளில் எதிர்பாராத அபாயங்கள் நிகழ வாய்ப்பு உண்டு; தனது சொல்லைக் கேட்டு அதில் கலந்துகொண்டவர்களுக்குக் கடுமையான துன்பங்கள் ஏற்படும். இவையெல்லாம் தனக்குத் தெரியும் என்றும், ஆனாலும் தென்னாப்பிரிக்காவில் தனது இருபதாண்டு அனுபவத்தின் அடிப்படையிலான முதிர்ச்சியான யோசனைக்குப் பிறகு, இந்தமாதியான துன்பப்படுதலைத்தைத் தவிர வேறு எதுவும் அரசாங்கத்தின் மனச்சாட்சியையும், ஒன்றியத்தின் (வெள்ளையர்) மக்களின் மனச் சாட்சியையும் அசைத்துவிட முடியாது என்ற முடிவுக்குத் தான் வந்தடைந்ததாகவும் தெரிவித்தார்; சட்டப்படியான விதிகளை மீறியிருந்தாலும், தான் ஒன்றியத்தின் சமநிலைகொண்ட, சட்டத்தை மதிக்கிற குடிமகனே என்று கூறிக்கொண்டார்.

இந்த முறை அவருக்கு இன்னும் மூன்று மாதங்கள் சிறைத்தண்டனை கிடைத்தது.[49]

அணிவகுப்பாளர்கள் குழு பெருகிக்கொண்டும், அதன் தலைவர் கைது செய்யப்பட்டு, விடுவிக்கப்பட்டு, மீண்டும் கைது செய்யப்பட்டு, மீண்டும் விடுதலை செய்யப்பட்டுக்கொண்டும் இருந்த நேரத்தில் போலாக்கும் காலன்பாக்கும் காந்தி உடனிருக்க இயலாத சமயங்களில் இயக்கத்தை மேற்பார்வை செய்தார்கள். அந்த கட்டடக்கலை நிபுணர் எளிய வாழ்க்கைக்குப் பழகியவர்; ஆனால் அந்த இதழாளரோ அழகியல் ரசனை நிரம்பிய மில்லியின் கணவர், டால்ஸ்டாய், ஃபீனிக்ஸ் குடியிருப்புகளில் வசிக்காதவர்; இயக்கத்தின் குறிக்கோள்களை தன் சொந்த சுகபோகங்களுக்கு முன்னே நிறுத்துவற்குக் கடுமையாகப் பிரயத்தனப்பட வேண்டியிருந்தது. பின்னாளில் வானத்தையும் நட்சத்திரங்களையுமே கூரையாகக் கொண்டுதான் உறங்க முயன்றதைப் பற்றிச் சற்று உணர்வுரீதியாக எழுதினார்:

அந்த இரவை என்னால் அவ்வளவு சீக்கிரம் மறந்துவிட முடியாது! எங்கள் கணப்புநெருப்பு கொஞ்சம் கொஞ்சமாகப் படபடத்து அணைந்துகொண்டிருக்க, நாங்கள் அதிகாலையில் சமைக்கப்பட்டிருந்த சிக்கனமான உணவைச் சாப்பிட்டுவிட்டு அசந்து படுத்திருந்தோம். மேகங்கள் அடத்தியாகத் திரண்டன; தூரத்தில் இடியும் மின்னலும் முழங்கின. குளிர் காற்று வேறு வேகமாக வீசி எங்கள் சிரமங்களை அதிகரித்தது. நான் திறந்தவெளியில் படுத்துப் பலகாலமாகிவிட்டது; என்னிடமிருந்த போர்வை நாங்கள் படுத்திருந்த கரடுமுரடான குண்டும் குழியுமான தரையிலிருந்து பெரிதாகப் பாதுகாத்துவிடவில்லை. எனக்கு இருபுறமும் பஞ்சப் பராரிகளான வேலை நிறுத்தக்காரர்கள் படுத்திருந்தார்கள்; ஆரம்பகட்ட காசநோயாளிகள் போலத் தோன்றிய இருவரும் தொடர்ந்து இருமிக்கொண்டே இருந்தார்கள். ஆகவே நான் விடிந்ததும் எழுந்துகொண்டது ஆசுவாசமாக இருந்தது. நாங்கள் அவசரக்

குளியலுக்குப் பிறகு சாப்பிடாமலே முகாமிலிருந்து கிளம்பினோம்; காரணம் நாங்கள் கால்ஃபோரை அடைந்தாகவேண்டும்; அங்கே எங்களுக்கு அடுத்தவேளைச் சாப்பாடு வழங்கப்படுவதாக ஏற்பாடு.

தனக்கே உரிய முறையில் போலாக் தன் அசூசை உணர்வை வெளிப் படையாகச் சொன்ன உடனேயே தன் இந்தியத் தோழர்களின் உறுதிப் பாட்டைப் புகழ்ந்தார். அன்று காலையில் மேற்கொண்ட நடை, 'நன்கு பயிற்சி பெற்ற ராணுவமே பெருமைப்பட்டிருக்கக் கூடிய காரியம்; காரணம் நாங்கள் பால்ஃபோர் வரையிலான தூரத்தை மணிக்கு மூன்றரை மைல் என்ற கணக்கில் நடந்து கடந்திருந்தோம். நிலக்கரி சுரங்கக் கூலிகள் பிரமாதமான ஆட்கள்; தைரியம் நிறைந்தவர்கள்; குறிக்கோளில் உறுதியானவர்கள்' என்று எழுதினார்.[50]

போலாக்கும் காலன்பாக்கும் நவம்பர் 10 அன்று கைது செய்யப்பட்டு விட்டார்கள்; அவர்கள் தம் தண்டனையை மகிழ்ச்சியோடு ஏற்றுக் கொண்டார்கள். போலாக் லார்ட் ஆம்ப்தில்லுக்கு எழுதிய கடிதத்தில், 'வெளியாளான நான் பலமுறை இந்திய சாத்விகமான எதிர்ப்பாளர் களிடம் கைதாகும் போராட்ட செயல்களில் ஈடுபடுமாறு ஆலோசனை தந்திருக்கிறேன் என்பதை வைத்துப் பார்க்கும்போது, ஒரு ஆங்கி லேயனான எனக்கு அபாயத்திலிந்து விலகிப் பின்வாங்குவது அவமான மான செயல் என்று உணர்ந்தேன்; ஆகவே நான் அவர்களோடு (இந்தியர் களோடு) இணைந்துகொள்ளத் தயங்கவில்லை' என்று குறிப்பிட்டார்.[51]

காலன்பாக் தன் சகோதரிக்கு எழுதிய நீண்ட கடிதத்தில் தான் சிறைக்குச் சென்ற காரணத்தை விளக்கினார்—அல்லது நியாயப்படுத்தினார். அதில் அவர் இந்தியர்களுக்கு எதிரான பாகுபாடுகளை விவரித்து சத்தியாக் கிரகம் 'வன்முறையையும் பலப்பிரயோகத்தையும் அதேவிதமான முறை களால் எதிர்க்காமல் அவற்றை எதிர்ப்பின்றி பொறுத்துக்கொள்வதன் மூலம் எதிர்கொள்வதாகும். அது 'அநேகமான எல்லா மதங்களின்' போதனைகளோடும் ஒத்துப்போகிறது; யூதமதமும் அவற்றில் ஒன்று என்று குறிப்பிட்டார்.[52]

காலன்பாக்கும் போலாக்கும் ஜூஸ்ட் என் பெயர் கொண்ட நீதிபதி முன்னால் விசாரிக்கப்பட்டனர். கட்டடக்கலை நிபுணர் தன் வாக்கு மூலத்தில் தன்னை 'பல ஆண்டுகளாகத் திரு காந்தியின் நெருங்கிய நண்பர்' என்று அறிமுகப்படுத்துக்கொண்டு ஆரம்பித்தார். 'பேச்சற்ற, வாக்குரிமையற்ற' இந்தியர்கள் தமது மனக்குறைகளைக் கோரிக்கை மனுக்கள் அனுப்பியும், பிரதிநிதிகள் வாயிலாகவும் எடுத்துவைத்தனர். அந்த முயற்சிகள் தோல்வியடைந்ததால், அவர்களது தலைவர் காந்தி, 'நிவாரணம் பெறுவதற்குப் பலனளிக்கக்கூடிய ஒரே முறையான சாத்விக மான எதிர்ப்பை' அறிமுகப்படுத்தினார்; 'அந்த வழிமுறைமீது டால் ஸ்டாயின் பல வருட சீடனான நான் முற்றிலும் நம்பிக்கை கொண்டிருக்கிறேன்.'

போலாக் தென்னாப்பிரிக்காவில் இந்தியர்களுடனான தன் நீண்டகாலத் தொடர்பு பற்றியும், அவர்களது வார ஏட்டின் இதழாசிரியராகப் பணிபுரிவது பற்றியும் பேசினார். தான் ஓர் ஆங்கிலேயன் என்ற முறையிலும், ஒரு யூதர் என்ற முறையிலும், சட்டத்துறையைச் சேர்ந்தவர் என்ற முறையிலும் அவர் அவர்களது இயக்கத்தை ஆதரித்தார். அவர் கூறினார், ஓர் ஆங்கிலேயர் என்ற முறையில்

> பிரிட்டிஷ் ஒன்றிய அரசாங்கம் எனது சார்பாகப் பேசுவதாக உரிமைகோரிக் கொண்டு, என் சக பிரிட்டிஷ் பிரஜைகளான இந்திய நாட்டினருக்குக் கொடுத்த வாக்குறுதிகளை மீறும்போது பார்த்துக்கொண்டு பேசாமல் உட்கார்ந்திருக்க முடியாது; இந்த ஆண்டு இரண்டு முறை அப்படி வாக்குறுதி தவறியிருக்கிறார்கள்; ஆகச்சிறந்த பிரிட்டிஷ் பொதுக்கருத்துக்கும், ஏகாதிபத்தியம் சார்ந்த கடமைகளுக்கும், இந்திய மக்களுக்கான தம் பொறுப்புகளுக்கும் விரோதமான விதத்தில் நடந்துகொண்டிருக்கிறார்கள்.
>
> ஒரு யூதன் என்ற முறையில் என்னால் எந்தக் குறிப்பிட்ட இனத்தவரோ தேசத்தவரோ வதைக்கப்படுவதுடன், வெறுமனே வேடிக்கை பார்த்துக் கொண்டிருப்பதன் மூலமாகக்கூட, என்னை இணைத்துக்கொள்ள முடியாது. என் சக மதத்தினர் இன்று ஐரோப்பாவின் சில பகுதிகளில் இனத்தின் காரணமாகத் துன்பத்தையும், வதைப்பாட்டையும் அனுபவித்து வருகிறார்கள். இந்த நாட்டில் இந்தியர்களுக்கு எதிராக அதே விதமான வதைபடுத்தல் இருப்பதை முழு மூச்சுடன் எதிர்ப்பதைத் தவிர வேறு வழியில்லை.
>
> சட்டத்துறையில் பணிபுரிபவன் என்ற முறையில் பிரிட்டிஷ் மணிமகுடத்துக்கு என் விசுவாசத்தைத் தெரிவித்தும், இந்த மாண்புமிக்க நீதிமன்றத்தில் ஓர் அட்டார்னி என்ற முறையில் என் கடமையை ஆற்றுவதாகவும் உறுதிமொழி அளித்திருக்கிறேன். இந்திய சாத்விகமான எதிர்ப்பாளர்களுடன் அவர்களது கோரிக்கைகளை வலியுறுத்துவதில் பங்கு பெற்றதின் மூலம் என் விசுவாசத்தை முடிந்த அளவுக்கு நடைமுறையில் நிரூபித்துக் காட்டியிருக்கிறேன்; ஓர் அட்டார்னியாக நான் அவர்களுக்கு நீதியை விசுவாசத்தைவிட முன்னாலும், அறநெறியை மனித சட்டத்தைவிட முன்னாலும் வைக்கக்கூடிய கண்ணியம் கொண்ட மனிதன் என்ற முறையில் தரக்கூடிய ஒரே சாத்தியமான அறிவுரையையே அளித்தேன் என்று தெரிவித்துக்கொள்கிறேன்.

தான் கோகலேயின் ஒரு நண்பர் என போலாக் நான்காவதாக ஒரு காரணத்தையும் சேர்த்துக்கொண்டார்—; கோகலே கோடிக்கணக்கான இந்தியர்களால் துதிக்கப்படுபவர்; அவரிடம் தென்னாப்பிரிக்க அரசாங்கம் 3 பவுண்ட் வரியை ரத்துசெய்துவிடுவதாக உறுதிமொழி அளித்திருந்தது. போலாக் அந்த வரியை 'காட்டுமிராண்டித்தனத்தின் எச்சம்' என்றும், அதன் 'நேரடி விளைவு வரி செலுத்துபவர்களை அந்தக் காலத்து அடிமை நிலைக்குத் துரத்திவிடும்; அது பிரிட்டிஷ் சுதந்திர

மரபுகளுக்கு எதிரானது; அல்லது அது அவர்களை அவர்களது உழைப்பின் பலன்களைப் பல ஆண்டு காலம் அனுபவித்திருக்கும் இந்த நாட்டை விட்டு வெளியேறச் செய்துவிடும்' என்றார்.

காந்தியின் நெருங்கிய சகாக்களின் இந்தக் கூற்றுகள் இரண்டும் மிகவும் நெகிழவைப்பவை. ஆயினும் இரண்டும் இரு வேறு விதங்களில் சொல்லப்பட்டுள்ளன. காலன்பாக்கினுடையது தன்னெழுச்சியானது, உணர்வுபூர்வமானது, போராட்டத்தை வழிநடத்திக்கொண்டிருக்கும் தன் நண்பரை நோக்கிக் கவனத்தைத் திருப்புவது. போலாக்கினுடையது இன்னும் கவனமாகச் செதுக்கப்பட்டது. எழுத்தாளரும் எதிர்வாதம்புரிப வருமான ஒருவரின் படைப்பாகிய அது இந்தியர் அல்லாத ஒருவர் அவர்களது இயக்கத்தை ஆதரிப்பதற்கான கோட்பாட்டுரீதியான காரணங்களையே முன்னிலைப்படுத்தியது.[53]

காலன்பாக் தனியாக வாழ்ந்தவர்; ஆனால் போலாக்குக்கு மனைவியும் குழந்தைகளும் இருந்தனர். மில்லி கிரஹாம் தென்னாப்பிரிக்காவுக்கு 1905ல் வந்தபோது அவர் சேவை வாழ்வுக்குத் தயாராகவே வந்தார். ஆனால், அதனால் தன் கணவர் சிறைக்குச் செல்ல வேண்டியிருக்கும் என்று அவர் எதிர்பார்த்திருக்க முடியாது. இப்போது அவருக்குத் தன் கணவரின் நெருங்கிய நண்பரிடமிருந்து வந்த இந்த அழகிய கடிதம் ஆறுதலும் உற்சாகமும் அளித்தது:

எனதருமை மில்லி,

நீ தைரியசாலி. ஆகவே தான் நம்பும் லட்சியத்துக்காகச் சிறைக்குச் செல்லும் துணிச்சல் உள்ள கணவரைப் பெற்றிருக்கும் மகிழ்ச்சியும், பெருமையும் மிக்க மனைவியாகவே உன்னைக் கருத்திக்கொள்வாய் என்று எனக்குத் தெரியும். 3 பவுண்ட் வரி விவகாரம் குரல் கொடுக்க இயலாத அநாதரவான மக்களின் நலனுக்கானது. ஆகவே, உன்னை நான் இறைஞ்சுவது, அறிவுரை செய்வது, இன்னும் முடிந்த எல்லாம் செய்வது என்ற வழிகளில் அதற்காகப் பணியாற்றும்படிக் கேட்டுக்கொள்கிறேன். தொழிலாளிகளின் அழைப்புக்காகக் காத்திராமல் நீயே அவர்களுக்கு அழைப்பு விடு. அவர்கள் உன்னை அவமதித்தால்கூட அவர்களை நாடிச்செல். செல்வி ஷி(லேஸின்)க்கு ஏறக்குறைய ஹென்றி அளவுக்குப் போராட்டம் பற்றித் தெரியும். அவளுக்கு உதவு. நான் அவளிடம் முழுக் கட்டுப்பாட்டை எடுத்துக்கொள்ளும்படிச் சொல்லியிருக்கிறேன். வெஸ்ட், மதன்பாய் இருவரும் உனக்குத் தேவையானவற்றைச் செய் வார்கள். நெருப்பைத் தாண்டிச் செல்வதற்கு உனக்கு உடல் வலிமையும் மன வலிமையும் கிடைக்கட்டும்.

அன்புடன்,

உன்

பாய்.[54]

சத்தியாக்கிரகத்தின் மூன்றாவது யூத ஆதரவாளரான எல்.டபிள்யூ. ரிட்ச்சால் கைதாக முடியவில்லை; அவர் காந்தியின் சட்டத் தொழிலைக் கவனித்துக்கொள்ள வேண்டியிருந்ததே காரணம். ஆனால், அவர் தன் ஆதரவை மற்ற வழிகளில் வெளிப்படுத்தினார். இந்தியர்களின் குறிக்கோள் சார்பாக வாதாடும் கடிதங்களைப் பத்திரிகைகளை நோக்கி எய்தார். ஜெனரல் ஸ்மட்ஸ் புதிய திருமணச் சட்டங்கள் தேவை, ஏனென்றால் இஸ்லாமிய ஆண்கள் மூன்று முறை 'தலாக்' என்று சொல்வதே மணமுறிவு பெறுவதற்குப் போதும் என்று சொன்னபோது, ரிட்ச் அப்படி நடப்பது மிக அபூர்வம் என்றும், அப்படி நிகழும்போது 'சமூகமே அதை ஒரு இழுக்காக' கருதுகிறது என்றும் பதில் அளித்தார். அவர் கணிப்பில் தென்னாப்பிரிக்காவில் அதற்கு முந்தைய ஐம்பது ஆண்டுகளில் இந்திய சமூகத்தில் ஐம்பது தலாக்குகளுக்கு மேல் நடந்திருக்காது. மாறாக, நேட்டாலிலும் டிரான்ஸ்வாலிலும் ஐரோப்பியர்களிடையே மணமுறிவு என்பது மட்டுமீறிக் காணப்பட்டது. 'தென்னாப்பிரிக்காவில் வழக்கறிஞர்கள் இந்த விஷயத்தில் வழக்குகள் கிடைப்பதில்லை என்று புகார் சொல்லவே முடியாது' என்று அவர் கேலியாகச் சொன்னார். 'ஒரு கணவன் தன் மனைவியிடமிருந்து சில மாதங்கள் பிரிந்திருக்கிறான், இதனால் வரும் நீதிமன்ற உத்தரவைப் புறக்கணிக்கிறான், உடனே விவாகரத்து வழங்கப்பட்டுவிடுகிறது. ஏறக்குறைய (தலாக்) சொல்வதுபோல அவ்வளவு எளிதாகவே என்று நீங்கள் நினைக்கவில்லையா?'[55]

பின்னர், ஜோஹானஸ்பர்க் செய்தித்தாள் ஒன்று இந்தியர்கள் 'சுதந்தரமான குடியேற்றம்' வேண்டும் எனக் கேட்பதாகச் செய்தி வெளியிட்டபோது, அவர்கள் உண்மையில் தென்னாப்பிரிக்காவில் ஏற்கனவே இருப்பவர்கள் நியாயமான முறையில் நடத்தப்படவேண்டும் என்றுதான் கோருகிறார்கள் என்று ரிட்ச் பதில் அளித்தார். அவரது கருத்தில், ஒன்றிய அரசாங்கத்தின் கொள்கை

> ரஷ்யாவின் யூத மக்கள் தொடர்பான புனித ரஷ்யாவின் அணுகுமுறை போலவே தோன்றுகிறது. அடக்குமுறை, பிரித்துவைப்பது, வேண்டுமென்றே செய்யப்படும் அவமதிப்பு, அலட்சியம் என எல்லா அம்சங்களும் இங்கும் இருக்கின்றன—. மேலும் இவற்றை நியாயப்படுத்த, பொருளாதார அபாயம், பண்பாட்டுரீதியில் ஒன்றுகலக்க முடியாமை, அந்நிய இனம், கருத்துகள் ஒத்துப்போக முடியாமை என அதே சாக்குப் போக்குகள் சொல்லப்படுகின்றன: ரஷ்யாவின் நடத்தை குற்ற இயல்புள்ள மடமை என்பதில் யாருக்கும் சந்தேகமில்லை; எதிர்காலம் நம்மையும் அதே குற்றத்தைச் செய்தவர்களாகவே பார்க்கும் என்பதில் எனக்குச் சிறிதும் ஐயமில்லை.[56]

இந்தியர்களின் நான்காவதான யூத நண்பரான காந்தியின் செயலாளர் சோன்யா ஷிலேஸினும் கொஞ்சமும் சளைத்தவரில்லை. அவர் நேட்டாலுக்கு வந்து ஃபீனிக்ஸுக்கும் சிறைச்சாலைகளுக்கும் இடையே வருவதும் போவதுமாக, முதல்முறையாக சத்தியாக்கிரகத்தில் ஈடுபட்ட

வர்களுக்கு உணவும் ஊக்கமும் அளித்துவந்தார். இந்தியாவிலிருந்த கோகலேவுக்கு அவர் தொடர்ச்சியாகத் தந்தியடித்து போராட்ட விவரங்களைத் தெரிவித்துவந்தார். அவருக்கு அளிக்கப்பட்டிருந்த கடமைகள் கணிசமானவை; மேலும் அவர் பலசமயங்களில் கூடுதலாக வேறு வேலைகளையும் இழுத்துப் போட்டுக்கொண்டார். வெள்ளைய ரான தோட்ட உரிமையாளர் ஒருவர் வேலை நிறுத்தத்தால் கோபம் அடைந்து தன் பணியாளர்களில் இருவரை அடித்துக் காயப்படுத்தி விட்டார். செல்வி ஷிலேஸின் அவர்கள் காயங்களுக்குச் சிகிச்சையளித் தார். அவர்கள் உடல் கன்றிப்போயிருப்பதைப் புகைப்படம் எடுத்து பத்திரிகைகளுக்கும் அரசுக்கும் அனுப்பிவைத்தார்.[57]

காந்தியும் அவரது நண்பர்களும் வோல்க்ஸ்ரஸ்ட் சிறைக்கு அனுப்பப் பட்டார்கள். பிறகு அதிகாரிகள் அவர்களைப் பிரிக்க முடிவுசெய்தார்கள். போலாக் போக்ஸ்பர்குக்கும், காலன்பாக் க்ரூகர்ஸ்ட்ராப்புக்கும் அனுப் பப்பட, காந்தி முதலில் பெய்ட்டர்மாரிட்ஸ்பர்க்குக்கும் பிறகு ப்ளூம்ஃ போன்டீனுக்கும் அனுப்பப்பட்டார்.

தலைவர் இல்லாத நிலையில், போராட்டம் தொடர்ந்தது. நவம்பர் 13 அன்று தெற்கு நேட்டாலில் கரும்புத் தோட்டங்களிலும் சர்க்கரை ஆலைகளிலும் பணிபுரிந்த 2000 இந்தியர்கள் வேலை நிறுத்தம் செய்தார்கள். மவுண்ட் எட்ஜ்கோம்ப் என்ற முக்கிய பண்ணைத்தோட்டத்தில், மேலாளர்கள் 'காவல்துறையின் சிறப்பு அணி ஒன்றைப் பணியில் அமர்த்தினார்கள்; கிளர்ச்சியாளர்களையும், காந்தியின் சீடர்களையும் தடுப்பதற்காகவும் விசுவாசமான இந்தியர்களை யாரும் அச்சுறுத்திவிடாமல் பாதுகாப்பதற் காகவும் தோட்டத்தைச் சுற்றி வேலி அமைத்தார்கள்.' பலவந்த முறைகள் தோல்வியுற்றன. மவுண்ட் எட்ஜ்கோம்ப்பில் பணியாற்றிவந்த 2700 தொழிலாளிகளில் 1500 பேர் தங்கள் பணிக்கருவிகளைப் போட்டுவிட்டுத் தம் சகாக்களுடன் வேலை நிறுத்தத்தில் கலந்துகொள்ளச் சென்றுவிட்டனர்.[58]

இந்தியத் தொழிலாளிகள் பண்ணைத்தோட்டங்களிலும், நிலக்கரி சுரங் கங்களிலும் பணியாற்றிய இந்த ஐம்பது ஆண்டு காலத்தில் சில வேளைகளில் கடுமையான பணிச்சூழல்களை எதிர்த்தும், கொடு மைக்காரர்களான கங்காணிகளையும் மேலாலளர்களையும் எதிர்த்தும் வேலை நிறுத்தம் செய்ததுண்டு. அவமதிக்கப்படும்போது அல்லது சீண்டப்படும்போது வேலையைப் போட்டுவிட்டு மேலாளர்களின் அலுவலகத்துக்கு அணிவகுத்துச் சென்றதும், அரசு அதிகாரிகளுக்குக் கோரிக்கைகள் அளித்ததும் உண்டு; சிலசமயங்களில் தம் முதலாளிகளைத் தாக்கிய சம்பவங்களும் உண்டு.[59] ஆனாலும் 1913ன் வேலை நிறுத்தங்கள் அளவிலும் நோக்கத்திலும் அதற்கு முன் எப்போதையும்விட மிகப் பரந்தவை. தெற்குப் பகுதிகளில் இருந்த கரும்புத் தோட்டங்களில் இவை முழுக்கவும் தன்னெழுச்சியாக உருவாகியிருந்தன. இந்தியப் பணியாளர்கள் வடக்கில் இருந்த சுரங்கங்களில் நடைபெற்றுவரும்

வேலை நிறுத்தங்கள் பற்றியும், அவற்றை ஒருங்கிணைத்த தலைவர்கள் பற்றியும் கேள்விப்பட்டிருந்தனர். அவர்கள் காந்தி கைதானது பற்றிக் கொதிப்பும் நெகிழ்ச்சியும் அடைந்தனர். ஆனால் காந்தி ஒருபோதும் கரும்புத்தோட்டப் பணியாளர்கள் மத்தியில் வேலை செய்ததோ அவர்களைத் திரட்டியதோ இல்லை. அவர்கள் தம் நாட்டைச் சேர்ந்தவர்களுக்குத் தம் ஆதரவின் வியப்பூட்டும் வெளிப்பாடாகத் தாங்களாகவே வெளியே வந்தார்கள். நவம்பர் மாத மத்தியில் 15,000 கரும்புத் தோட்டப் பணியாளர்கள் வேலை நிறுத்தத்தில் ஈடுபட்டார்கள். கோகலே 3 பவுண்ட் வரியை ரத்துசெய்ய வைப்பதற்காக மீண்டும் இந்தியாவிலிருந்து வரவிருப்பதாக ஒரு வத ந்தி பரவியது. தொழிலாளிகள் பலர் அவர்களைத் தமது பணிக்கருவிகளைக் கீழே போடச் சொல்லி காந்தி தந்தி அனுப்பியிருப்பதாக நம்பினர். வேலை நிறுத்தம் செய்தவர்கள் சிலர் தோட்டங்களிலிருந்து அருகிலிருந்த சிறுநகரங்களுக்குச் சென்றனர்; மற்றவர்கள் ஃபீனிக்ஸில் காந்தி நிறுவியிருந்த குடியிருப்பில் குழுமினர்.[60]

காந்தி பெயரைச் சொல்லி நடந்தாலும் கடைப்பிடிக்க முறைகள் எல்லாமே 'காந்திய' வழிமுறைகள் அல்ல. கோபம் கொண்ட வேலை நிறுத்தக்காரர்கள் கரும்பு வயல்களுக்குத் தீயிட்டனர்; காவல்துறையினரை கம்புகளாலும் கற்களாலும் தாக்கினர் (கரும்பு வெட்டும் கத்திகளாலும் கூட). துப்பாக்கி ஏந்திய காவலர்களுக்கும் கத்தி வைத்திருந்த இந்தியர்களுக்கும் இடையில் நடந்த போராட்டங்களில் பல உயிர்கள் பலியாயின. ஐரோப்பிய தோட்ட முதலாளிகள் தம் மனைவி, குழந்தைகளை பாதுகாப்புக்காக டர்பன் நகருக்கு அனுப்பிவைத்தனர்.[61]

காலனி முழுவதும் வேலை நிறுத்தம் பரவியபோது, ராணுவம் வரவழைக்கப்பட்டது. ரைஃபிள் துப்பாக்கிகளை ஏந்திய குதிரை வீரர்கள் பல நூறு பேர் ஒரு பிரிகேடியர்-ஜெனரல் தலைமையில் கரும்புப் பிரதேசங்களுக்கு அனுப்பப்பட்டனர். கேப் மாகாணத்திலிருந்து படைகளை டர்பனுக்குக் கொண்டு செல்ல வேண்டியிருக்கலாம் என்று எதிர்பார்த்து கப்பல் படையும் தயாராக வைக்கப்பட்டது.[62]

படைபலத்தைப் பயன்படுத்தியது மீண்டும் தோல்வியில் முடிந்தது. வேலை நிறுத்தம் இப்போது டர்பனின் செங்கல் சூளைகளுக்குப் பரவியது; அதேபோல டர்பனில் மாநகராட்சியிலும், துறைமுகத்திலும் வேலை செய்துவந்த இந்தியர்கள் வேலைகளை நிறுத்தினார்கள். பெருந்திரள் கூட்டம் ஒன்றில், வேலை நிறுத்தம் செய்தவர்கள் '3 பவுண்ட் வரி ரத்து செய்யப்படும் வரையிலும், காந்தி விடுதலை செய்யப்படும் வரையிலும் வேலை செய்ய மறுப்பது என்று ஏகோபித்து முடிவெடுத்தார்கள்.'[63]

நவம்பர் 15 சனிக்கிழமையன்று 1200 இந்தியர்கள் பெய்ட்டர்மாரிட்ஸ் பர்க்கில் கூடித் தங்கள் இயக்கத்தின் போக்கைப்பற்றி விவாதித்தார்கள். டி. ஆர். நாயுடு என்பவர்தான் 'கொள்கையளவில் சாத்விகப் போராட்டத்துக்கு எதிரானவன் அல்ல என்றாலும், மாரிட்ஸ்பர்க் இந்தியர்கள் தமது

தொழில்களையும் நலன்களையும் கெடுத்துக்கொள்ளக்கூடிய விதத்தில் ஐரோப்பியர்களுக்கு விராதமான மனோபாவத்தோடு எதுவும் செய்துவிடக் கூடாது' என்றார். கூட்டத்தில் பேசிய மற்றவர்கள் அதை ஒப்புக்கொண்டனர். ராம்சிங் என்பவர், 'திரு காந்தி அவர்கள் அனைவருக் காகவும் சிறைக்குச் சென்றிருக்கிறார் என்பதைச் சுட்டிக்காட்டி, தாங்கள் அவரைத் தனியே நெருக்கடியைச் சந்திக்கும்படி விட்டுவிடப் போகி றோமா அவரோடு சேர்ந்து பணியாற்றப் போகிறோமா' என்று கேட்டார். தோன்டுராம் மகராஜ் என்ற அர்ச்சகர் இந்துக்களையும் இஸ்லா மியர்களையும் ஒன்றுபடுத்தியதற்காக காந்திக்கு நன்றி தெரிவித்தார். அவரது தலைமையில் அவர்கள் 'சாத்விகமான எதிர்ப்பில் பொது நோக் கத்தோடு செயல்பட்டிருக்கிறார்கள்.' கூட்டத்தில் மனநிலை மிகவும் தெளிவாக சத்தியாக்கிரகத்துக்கும் காந்திக்கும் ஆதரவாகவே இருந்தது.[64] முக்கிய விஷயமான 3 பவுண்ட் வரி விவகாரத்தில், நம்பிக்கைத் துரோகம் செய்துவிட்டதாக அரசாங்கத்தைக் குற்றம் சாட்டியது. ஆகவே பேச்சாளர் ஒருவர், ' ஜெனரல் ஸ்மட்ஸை நம்புகிறீர்களா திரு கோகலேயை நம்பு கிறீர்களா என்று கேட்டபோது, திரு கோகலேயை என்று உரத்த முழக்கம் எழுந்தது.'[65]

நவம்பர் 16 ஞாயிறு அன்று ஜோஹானஸ்பர்க்கில் நடந்த இந்தியர்களின் பொதுக்கூட்டம் காந்தியை விடுதலை செய்து பேச்சுவார்த்தையைத் தொடரும்படி அரசாங்கத்தை வலியுறுத்தியது.[66] இதற்கிடையே நேட்டால் மாகாணத்தின் மிகப்பெரிய நகரமான டர்பனில், 'வேலை நிறுத்த உணர்வு பொங்கிப் பெருக்கெடுத்தது.' 16ம் தேதி பிற்பகல் 3000 இந்தியர்கள் ஒரு பொதுக்கூட்டம் போட்டனர். அங்கே 'திரு காந்திக்கும் வேலை நிறுத்தக்காரர்களுக்கும் ஆதரவாக ஆரவாரம் எழுந்தது.' பேச்சாளர்களில் ஒருவர் மருத்துவமனை, சுகாதாரத்துறை ஊழியர்களைத் தம் சக குடிமக்களுக்கான மரியாதை நிமித்தம் பணிக்குத் திரும்பும்படிக் கேட்டுக்கொண்டார். மற்றபடி வேலை நிறுத்தம் எல்லாத் தொழில், வியாபாரத்தையும் தழுவியதாக இருந்தது. 'அந்த மாவட்டத்தில் இந்தியர்கள் மத்தியில் அநேகமாக முழுமையானதாக இருந்தது.'

டர்பன் நகரத்தின் முதன்மை நீதிமன்ற நடுவர் (சீஃப் மாஜிஸ்ட்ரேட்) வேலை நிறுத்தம் செய்தவர்களை வேலைக்குத் திரும்பும்படி நகரில் சுற்றிவந்து வற்புறுத்தினார். எல்லா இடங்களிலும் அவரிடம், 'தங்களது 'ராஜா' 3 பவுண்ட் வரி ரத்து செய்யப்படும்வரை வேலை நிறுத்தத்தில் ஈடுபடும்படித் தங்களிடம் சொல்லியிருப்பதாகத் தெரிவிக்கப்பட்டது.' பின்னர் அவர் நகருக்கு வெளியில் இருந்த தோட்டங்களில் சுற்றுப் பயணம் செய்தார். அங்கும் அவரிடம் 'காந்தி அவர்களை வேலை நிறுத்தம் செய்யும்படி உத்தரவிட்டிருப்பதாக' சொல்லப்பட்டது. அந்த நீதிமன்ற நடுவர், 3 பவுண்ட் வரி என்ற குறிப்பிட்ட புகாரைத் தவிர, போராட்டக்காரர்கள் ஓட்டுரிமையும், 'சம உரிமைகளும்' கேட்பதாக நினைத்தார்.[67]

நேட்டால் முழுவதும் இந்தியர்கள் கரும்புத் தோட்டங்களிலும், நிலக்கரிச் சுரங்கங்களிலும், ரயில்வேயிலும், கப்பல்களிலும், கடைகளிலும், உணவகங்களிலும் வேலை நிறுத்தம் செய்தனர். அதிகாரிகள் அவர்களை மீண்டும் வேலைக்குத் திரும்பச் செய்ய முயன்றனர். காவல் துறையினர் 120 'தூண்டிவிடுபவர்களை' கைது செய்தனர். மாவட்டங்களில் ரைஃபிள்களை ஏந்திய காவலர்கள் பண்ணைத்தோட்டங்களில் பலத்தைப் பறைசாற்றும் விதமாக அணிவகுத்துப் போவதும் வருவதுமாக இருந்தனர். சில இடங்களில் இது கோபம்கொண்ட இந்தியர்களுடன் மோதலுக்கு வழிவகுத்தது. அவாய்கா என்ற இடத்தில் ஏற்பட்ட கைகலப்பில் பிணைத்தொழிலாளிகள் பலருக்குக் காயம் ஏற்பட்டது. பெனிவா கரும்புத் தோட்டத்தில், 'கூலிகள் திரண்டு வந்தனர்; குண்டு மாரி பொழிந்தது.' இரண்டு இந்தியர்கள் கொல்லப்பட, பத்துபேர் பலத்த காயம் அடைந்தனர். மவுண்ட் எட்ஜ்கோம்பில் கம்புகளும் கற்களும் வைத்திருந்த கூலிகளோடு ரிவால்வர்களை வைத்திருந்த சிப்பாய்கள் சண்டையிட்டனர். ஐந்து ஐரோப்பியர்களுக்குக் காயம் ஏற்பட்டது; நான்கு இந்தியர்கள் கொல்லப்பட்டனர்; இருபத்து நான்கு பேர் காயமடைந்தனர்.[68]

மோதலை நேரில் கண்டவர்களில் ஜூலு சீர்திருத்தவாதி ஜான் டுபேயும் ஒருவர். வேலை நிறுத்தம் செய்த இந்தியர்கள் திறந்தவெளி ஒன்றில் திரண்டதையும், காவல்துறையினர் அடித்தபோதும் அங்கிருந்து நகர மறுத்ததையும் கண்டார். குதிரைகள்மீது அமர்ந்த காவலர்கள் அவர்களிடையே பாய்ந்துசென்றனர். ஆனாலும் அவர்கள் கலையவில்லை. டுபே அவர்களது வீரத்தாலும் தாங்கும் திறனாலும் கவரப்பட்டார். தன் நண்பர் ஒருவரிடம், தான் இதுவரை தோட்டக்கூலிகள் என்றாலே பண்பற்றவர்கள், நாகரிகமில்லாதவர்கள் என்று நினைத்திருந்ததாகவும், இப்போது தனக்கு 'இந்தியர்கள் அனைவர்மீதும் மரியாதையுணர்வு ஏற்பட்டிருப்பதாகவும்' சொன்னார்.[69]

இந்திய சத்தியாக்கிரகத்துக்கு கேப் காலனியின் வெள்ளையரல்லாத மக்களின் தலைவரான டாக்டர் அப்துர் ரஹ்மானிடமிருந்தும் பாராட்டு கிடைத்தது. நவம்பர் கடைசி வாரத்தில் அவர் ஆஃப்ரிக்க அரசியல் நிறுவனத்திடம் (ஆஃப்ரிக்கன் பொலிடிகல் ஆர்கனைசேஷன்) கூறினார்:

> மிகச் சில இந்தியர்கள், மனச்சாட்சியின் பொருட்டு, தாம் அநீதி என்று கருதுவதை இவ்வளவு உறுதியுடன் எதிர்க்கமுடியும் என்றால், நிறம் கொண்ட இனத்தினர் இந்த சாத்விகமான எதிர்ப்பு முறையைக் கைக்கொண்டால் என்னதான் சாதிக்க முடியாது? நாம் அனைவரும் இந்த பிரிட்டிஷ் இந்தியர்கள் தங்கள் உரிமைகள் எனத் தாங்கள் கருதுவதை அடையும் உறுதியில் இதுவரை செய்துகாட்டியிருப்பதையும், இன்னும் செய்துவருவதையும் போற்றவேண்டும்.[70]

இந்தியர்களின் கிளர்ச்சிக்குப் பதிலடியாக, நேட்டால் ஐரோப்பியர்கள் இனரீதியிலும், வர்க்கரீதியிலும் தமது ஒற்றுமையை வலிமைப் படுத்தினர். செய்தித்தாள்களில் வெளியான கோபமான கடிதங்கள் காந்திதான் எல்லாப் பிரச்சினைக்கும் காரணம் என்று குற்றம் சாட்டின. ஒரு கடிதம், 'காந்தியும் அவரது கூட்டாளிகளும் ஆணையிட்டதால் இந்தியர்கள் செய்த கலகம்' பற்றிப் பேசியது; இன்னொன்று, கிளர்ச் சியாளர்கள் 'காந்தியையும் கோகலேயையும் குட்டிக் கடவுள்கள் அளவுக்கு உயர்த்தியது' பற்றிக் கேலியாகக் குறிப்பிட்டது. மூன்றாவது தென்னாப்பிரிக்க அரசாங்கத்தை 'காந்தி, போலாக், காலன்பாக், (தம்பி) நாயுடு, 'வேலை நிறுத்தத்தில்' கிளர்ச்சி செய்ததற்காகத் தண்டனைபெற்ற இந்தியர்கள் என அனைவரையும் இந்தியாவுக்கு நாடு கடத்தி நிரந்தரமாக நாட்டில் நுழையத் தடை விதிக்கும்படி' கேட்டுக்கொண்டது. நான்காவ தாக ஒரு கடிதம் வேலை நிறுத்தத்துக்குச் சிறந்த பதில், 'நமக்கு இந்தியர்கள் தேவையில்லை என்று காட்டுவதே' என்றது. வெள் ளையர்கள் தமது பின்வாசல் முற்றங்களைத் தாமே பெருக்கவேண்டும், காலணிகளைத் தாமே கருப்புநிறம் ஏற்றவேண்டும். பிறகு அவர்கள் 'இந்த இந்தியர்களில் 50 சதவீதத்தினரை வெளியேற்றிவிடலாம்; அத்துடன் யங் இந்தியா தொல்லையின் முதுகெலும்பையும் முறித்து விடலாம்.'[71]

நவம்பர் 26 அன்று நேட்டால் மெர்க்குரி ஓர் உள்ளூர் சட்டமன்ற உறுப் பினரான ஜே.டி.ஹென்டர்சனுடன் பேட்டி ஒன்றை வெளியிட்டது. ஹென்டர்சன் 1874ல் வெறும் 6000 இந்தியர்களே நேட்டாலில் இருந்த தாகக் குறிப்பிட்டார். இப்போது அவர்களின் எண்ணிக்கை 1,30,000 ஐத் தாண்டிவிட்டது. 3 பவுண்ட் வரி ரத்து செய்யப்பட்டால், இவர்களின் எண்ணிக்கை இன்னும் கூடிவிடும்; 'வெள்ளை மக்களின் எதிர்காலமே மிகவும் இருண்டதாகிவிடும்.' இந்தியர்களின் ஆசைகள் கவலையளிப்ப தாக உள்ளன. அவர்கள் சுரங்கங்களிலும் வயல்களிலும் வேலை செய்வதற்குப் பதில் 'உயர்மட்ட வேலை வாய்ப்புகளை' குறிவைக் கிறார்கள்; கல்வி பெறுவதிலும் 'மிகவும் முனைப்பாக' இருக்கிறார்கள். அவர்கள் இப்போது செய்வதைவிட இன்னும் நேரடியாக வெள் ளையர்களுக்குச் சவால்விடாமல் தடுப்பதற்காக தலைவரி அவசியம்.[72]

அந்த சட்டமன்ற உறுப்பினரை எஃப்.ஏ. லாஃப்டன் மறுத்துரைத்தார். அவரது கருத்துப்படி 3 பவுண்ட் வரி சட்ட விரோதமானது. பண்ணைத் தோட்டங்களில் கொடுக்கப்பட்ட கூலி சந்தை மதிப்பைவிடக் குறை வானதாகையால் இந்தியர்கள் 'தம் பிணைக்காலம் முடிந்த பிறகு நேட்டாலைவிட்டு வெளியேறவேண்டும் என்றோ தொடர்ந்து இருக்க வேண்டுமானால் உரிமம் ஒன்றைப் பெற்றுக்கொள்ளவேண்டும் என்றோ எந்தக் கடப்பாடும் இல்லை'. ஒரு 'பெயர்பெற்ற சட்ட வல்லுநர்' தெரிவித்த இந்த அபிப்பிராயம் 'உள்ளூர் இந்தியர்களிடம்

கொண்டாட்டத்தையும் ஐரோப்பியர்களிடம் கணிசமான வியப்பையும் ஏற்படுத்தியது.'[73]

இதற்கிடையே டிரான்ஸ்வாலில் ஹெட் வோல்க் என்ற போயர் கட்சி இந்தியர்களை ஒட்டுமொத்தமாகத் திருப்பி அனுப்பவேண்டும் என்ற அறைகூவலை மீண்டும் முன்வைத்தது. டிரான்ஸ்வால் இந்தியர்கள் 'தங்கள் கோரிக்கைகளை அதிகப்படுத்திவிட்டார்கள்; எப்போதையும் விட மேலும் பிடிவாதம் கொண்டவர்களாகிவிட்டார்கள்; எப்போது மில்லாத அளவுக்குப் பிரச்னை ஏற்படுத்திவிட்டார்கள்; குடியேற்றச் சட்டத்தின் ஒவ்வொரு ஷரத்தும் ரத்து செய்யப்படும்வரை திருப்திய டைய மாட்டார்கள் என்பது வெளிப்படை' என்று கூறியது. 'தென்னாப் பிரிக்கா இந்த இந்தியர்களால் பட்டபாடு போதும்' என்றது அந்த போயர் ஊதுகுழல். 'நமக்கு இந்தியாவிலிருந்தோ வேறு எங்கிருந்துமோ அவர்கள் இனி வேண்டாம்.'[74]

நவம்பர் கடைசி வாரம் அரசு நேட்டாலில் நடைபெறும் வேலை நிறுத்தத்தை பலப்பிரயோகத்தைக் கொண்டு உடைக்க முனைந்தது. காவல்துறை படையணிகள் தொழிலாளிகளை மீண்டும் பணிக்கு வரச்செய்வதற்காக அனுப்பப்பட்டன. காவல்துறையிடமிருந்து தப்பிப்ப தற்காகப் பல தொழிலாளிகள் ஃபீனிக்ஸ் பண்ணையில் தஞ்சமடைந் தனர். அவர்களைக் கவனித்துக்கொள்ளும் பொறுப்பை ஏற்றுக்கொண்ட ஆல்பர்ட் வெஸ்ட்டும் மகன்லால் காந்தியும் அவர்களுக்கு உணவளித்து அங்கேயே உறங்கவும் அனுமதித்தனர். தொழிலாளிகள், 'தாங்கள் வேலைக்குத் திரும்புவதைவிட சாகத் தயார் என்று திரும்பத் திரும்பச் சொன்னார்கள். அவர்கள் மிகவும் அச்சமடைந்திருந்தது போலக் காணப்பட்டனர்.' வெஸ்ட் அரசுக்குத் தந்தி அனுப்பி, 'அமளிகள் அடங்கும்வரை அவர்களை இங்கே அமைதியாகத் தங்க அனுமதிக்க வேண்டும்; அல்லது அரசே உணவு வழங்கி, முகாமைப் பொறுப்பேற்று நடத்தவேண்டும்' என்று யோசனை தெரிவித்தார்.[75]

நேட்டாலின் எழுச்சியும் காந்தியும் அவரது கூட்டாளிகளும் கைது செய்யப்பட்டதும் போராட்டக்காரர்களின் தாய்நாட்டில் அனுதாபத் தையும் ஆதரவையும் அலையாகக் கிளம்ப வைத்தன. 'இந்தியா சீற்றத்தால் விதிர்விதிர்த்துப் போயிருக்கிறது' என்று கோகலே மில்லி போலாக்குக்கு அனுப்பிய தந்தியில் குறிப்பிட்டார். 'இம்பீரியல் அரசாங் கத்துக்கு அனுப்பிவைக்கும்படிக் குறிப்பிட்டு, (இந்திய) அரசாங்கத்துக்கு கண்டனக் கணைகள் குவிந்து வருகின்றன.' பொதுநிதி வசூல் ஒன்று இதுவரை 5000 பவுண்ட் திரட்டியிருந்தது. கோகலே அதை எங்கே அனுப்பிவைக்கவேண்டும் என்று தெரிந்துகொள்ள விரும்பினார். மேலும் அவர் காந்தி இல்லாத நிலையில் இயக்கத்துக்குத் தலைமை ஏற்றிருப்பது யார் என்று கேட்டார். 'தற்போதைய எதிர்கால நிலவரம் பற்றி முழுமையான தகவல் வேண்டும்' என்றார் அவர்.[76]

காந்தியின் இயக்கம்பற்றி இந்தியாவில் ஏற்பட்டிருந்த ஆர்வத்தின் வீச்சும் ஆழமும் வைஸ்ராய் லண்டனுக்கு அனுப்பிய தொடர்ச்சியான பல தந்திகளில் வெளிப்படுகின்றன. இங்கே இரண்டு உதாரணங்கள்:

இந்திய விவகாரங்கள் அலுவலகத்துக்கு வைஸ்ராய், 26 நவம்பர் 1913:

> நவம்பர் 22 தேதியிட்ட என் தந்தி. தெ.ஆஃப்ரிக்கா. இன்னும் 23 தந்திகள் வந்திருக்கின்றன, இரண்டு தனி நபர்களிடமிருந்து, பின்வரும் இருபது இடங்களில் நடந்த பொதுக்கூட்டங்களின் தலைவர் களிடமிருந்து; ஆமதாபாத், ஓங்கோல், அமலாபுரம், பெஜவாடா, தனுக்கு, யோட்மால், இரண்டு கூட்டங்கள் பம்பாய், குன்னூர், லக்னோ, நர்சாபூர், ராஜ்கோட், பாபட்லா, பூனா, குண்டூர், நாசிக், கோவூர், எல்லூர், ராம்பூர்ஹாட், குடிவாடா, பீமாவரம். உள்ளடக்கம் சொன்ற முறை உங்களுக்குத் தெரிவிக்கப்பட்ட தந்திகளைப் போன்றே நேட்டாலில் இந்தியர்கள் நடத்தப்பட்ட வித த்துக்கு எதிர்ப்புத் தெரிவித்தும் அரசாங் கத்தின் தலையீட்டைக் கோரியும் அவை அனுப்பப்பட்டிருந்தன.

வைஸ்ராய் இந்திய விவகாரங்களுக்கான அலுவலகத்துக்கு 8 டிசம்பர் 1913:

> மேலும் பதின்மூன்று தந்திகள் பம்பாயில் மகளிரிடமிருந்து; ரங்கூன், ஐதராபாத், சிந்து, கான்பூர், ஹர்தோய் ஆகிய ஊர்களின் குடிமக்களிட மிருந்து; லக்னோ முஸ்லிம் லீக்கிடமிருந்து; கீழ்கண்ட இடங்களில் நடந்த பொதுக்கூட்டங்களின் தலைவர்களிடமிருந்து காலிகட், யோட்மால், ஆஜ்மீர்; பம்பாய் மில் தொழிலாளிகள், சங்சபா ஷாங்கய், சந்திரா, தலைவர் பொலிடிகல் அசோஸியேஷன் கிம்பர்லி, கோத்வாரா பொது மக்கள்; பின்வரும் இடங்களில் நடந்த பொதுக்கூட்டங்களின் தலைவர் களிடமிருந்து கடிதங்கள் நெல்லூர், ராய்ப்பூர், கோயம்புத்தூர்; கோதா வரி மாவட்ட அசோஸியேஷன், கோகநாடாவின் இணைச் செயலாலள ரிடமிருந்து; தெ. ஆஃப்ரிக்காவில் இந்தியர்களின் துன்பங்களைத் தடுக்க உரிய நடவடிக்கைகள் எடுக்கும்படிக் கேட்டுக்கொண்டு வந்தன. [77]

தென்னாப்பிரிக்கப் போராட்டம்பற்றிய ஆர்வம், அதிகமான சத்தியாக் கிரகிகளைத் தந்த பகுதியான தென் இந்தியாவில் குறிப்பாக அதிகமாக இருந்தது. மதராஸிலிருந்து வெளியான தமிழ்ச் செய்தித்தாள் ஒன்று 'திரு காந்தியும் அவரது தொண்டர்களும்' காட்டி வரும் 'அற்புதமான மனவுறு தியை' போற்றியது. அவர்கள் 'தம் உயிரையே பணயம் வைத்து மேற் கொண்ட மேன்மைகொண்ட, வீரம்செறிந்த செயல்பாட்டால் இந்தியாவின் நற்பெயருக்குப் பெருமை சேர்த்திருக்கிறார்கள்'. பெங்களூரில் அச்சிடப் பட்ட ஒரு கன்னட செய்தித்தாள், 'இந்தியாவின் துடிப்புமிக்க ஊழியரான, பெருந்தனைமையும் போராண்மையும் மிக்க திரு காந்தியை' வணங்கியது. குண்டூரில் ஒரு தெலுங்கு வார இதழ் புராணங்களைத் துணைக்கு அழைத்தது. போராட்டத்தின் தலைவர் காந்தி அச்சமற்ற மாவீரனான

அர்ஜுனனைப் போன்றவர் என்றால், கோகலே கிருஷ்ணனைப்போல பின்புலத்திலிருந்து ஞானாசிரியராக அறிவுரைதந்துகொண்டிருந்தார்.[78]

போராட்டத்துக்குப் பணம் திரட்ட ஜி.ஏ.நடேசன் போலாக்கின் காந்தி பற்றிய சிறுபுத்தகத்தை மறு பிரசுரம் செய்தார். 1913 டிசம்பரில் மதராஸில் போட்டிப் பதிப்பகமான கணேஷ் அன்ட் கம்பெனி 'சாத்விகமான எதிர்ப்பு இயக்கத்தின் மாவீரர்' பற்றித் தானும் ஒரு வாழ்க்கைச் சித்திரத்தைத் தயாரித்து வெளியிட்டது. அதிலிருந்து கிடைக்கும் பணம் 'தென்னாப்பிரிக்காவில் நம் சகோதரர்களுக்கு அவர்களது தற்போதைய போராட்டத்தில் நிவாரணத்துக்காக' அனுப்பப்படும்.[79] சேலத்தில் முன்னுக்கு வந்துகொண்டிருந்த வழக்கறிஞரான சி.ராஜகோபாலாச்சாரி அதே நோக்கத்துக்காக காந்தி தன் சிறை வாழ்க்கைபற்றி எழுதிய விவரணையை வெளியிட்டார். ராஜகோபாலாச்சாரி, காந்தி 'அவதார புருஷர்களில் ஒருவராக வைக்கப்படவேண்டும்,' என்றும், அவரது தொண்டர்கள், 'இன்றைய சீர்கெட்ட நாட்களிலும், தேசத்தின் நலனுக்காக உண்மையான மாவீரர்களாகச் செயல்பட்டிருக்கிறார்கள்' என்றும் எழுதினார். அந்தச் சிறுபுத்தகம் வெகுவிரைவாக விற்றது; விளைவாக அந்த வழக்கறிஞரால் தென்னாப்பிரிக்கப் போராட்டத்துக்காக ரூ.1500 அனுப்பி வைக்க முடிந்தது.[80]

காந்தியின் தாய்நாட்டில் உயர்ந்தோங்கிய அவரது ஆகிருதியை ஆந்திர தேசத்தில் அப்போது மேடையேறிய ஐந்து காட்சிகளில் அமைந்த தெலுங்கு நாடகம் ஒன்று அடிக்கோடிட்டுக் காட்டியது. கடைசிக் காட்சியில் காந்தி தோன்றி தனக்குத்தானே நீண்ட உரையாடல் நிகழ்த்துகிறார். அவர் தன் நாட்டவரின் நிலை பற்றியும், பணியிடத்திலும் மற்ற இடங்களிலும் அவர்கள் படும் அவமதிப்பையும் இழிவுபடுத்தலையும்பற்றி ஆழந்து சிந்திக்கிறார். தலைவரி, திருமணச் சட்டம் ஆகியவற்றின் கொடுமைகள் பேசப்படுகின்றன. பின்பு அந்த (செல்வச் செழிப்பான) வழக்கறிஞர் தன்னைத் தானே கேட்டுக்கொள்கிறார்: 'என் சகோதரர்களும் சகோதரிகளும் சொல்லன்னாத் துயரில் உழன்று வரும்போது நான் மட்டும் மாட மாளிகையில் வாழலாமா?' ; பின்பு இப்படிப் பதில் அளித்துக்கொள்கிறார்:

> ஓ காந்தியே! ஓ என் மனமே! பொன்னையும் புகழையும் விரும்பாதே. இனி பாரதத்தின் குழந்தைகள் அடிமைப்பட்டிருக்கும்வரை எந்த இன்பமும் இல்லை. இந்த தென்னாப்பிரிக்கர்களை அரக்கர்களாக மாற்றியிருக்கும் இனவாத வெறுப்புக்கு முடிவுகட்டும் வரையிலும் உனக்கு அமைதி கிட்டாது. இதை நிறைவேற்ற உனக்கு வாள் பலம் தேவையில்லை... சத்தியமே உன் இருப்பு. நீதியே உன் நிறம், சுதந்திரமே உனது பெயர்... பாரதத்தின் குறுக்கும் நெடுக்கும் ஒரே உறுதி ஒரே செஞ்சுடராக ஒளி வீசுகிறது; ஒரே குரலில் முழங்குகிறது. ஆண்டவன் இந்தச் செய்தியை அனுப்பியிருக்கிறார். அது பாறைகள்

நிறைந்த குமரியிலிருந்து பனி படர்ந்த இமயம்வரை எதிரொலிக்கிறது. நம் உறுதிப்பாட்டை எந்தச்சிறைச்சாலையும் எதிர்த்து நிற்க முடியாது. சவுக்குகளால் நம் ஆன்மாவை அடிபணிய வைக்க முடியாது. பீரங்கி குண்டுகள்கூட நம் நாட்டைப் பின்தள்ள முடியாது.

வெல்க நம் தாய்நாடு.

இந்த நாடகம் முதலில் கிஸ்ன பத்ரிகா என்ற தெலுங்கு இதழில் வெளியிடப்பட்டது. பின்னர் ஆங்கிலத்தில் மொழிபெயர்க்கப்பட்டு டப்ளினில் அச்சிடப்பட்டது. அங்கிருந்து அதன் பிரதிகள்பொதுமக்கள் முன்னிலையில் நடத்தப்படுவதற்காக தென்னிந்தியா முழுவதும் பள்ளி, கல்லூரி ஆசிரியர்களுக்கு அனுப்பிவைக்கப்பட்டன. அந்தப் பிரதிகள் காவல்துறையால் இடைவழியில் கைப்பற்றப்பட்டன; ஆனாலும் ஒரு பிரதி லண்டன் ஆவணக் காப்பகத்தை அடைந்தது. அந்தப் பிரதிதான் இந்த விவரிப்புக்கு ஆதாரம். காந்தி நடத்திய போராட்டம் தெலுங்கு மொழியில் இப்படி ஓர் உணர்ச்சி ததும்பும் ஆக்கத்துக்குத் தூண்டுகோலாக இருந்தது வியக்கத்தக்கது; காரணம் 1913ல் காந்தி இந்தியாவுக்கு வந்து ஒரு தசாப்தத்துக்கு மேலாகிவிட்டது; தவிர அவர் ஆந்திர தேசத்துக்கு அதுவரையில் சென்றதே இல்லை.[81]

துணைக்கண்டத்தின் மற்றொரு புறத்தில் புனித நகரமான பனாரஸில், போராட்டக்காரர்கள் ஜெனரல் போத்தா, ஸ்மட்ஸ் ஆகியவர்களின் உருவ பொம்மைகளை எரித்தனர். புகழ்பெற்ற தேசியவாதத் தலைவரான மதன் மோகன் மாளவியா தலைமை வகித்த ஒரு பொதுக்கூட்டத்தில், பிரதாப் என்ற இந்திக் கவிஞர், 'தொலைதூர ஆஃப்ரிக்காவிலிருந்து தீனக் குரலுக்கு' செவிமடுக்கும்படி தேசபக்தர்களை வலியுறுத்தும் கவிதை களைப் படித்தார்; அங்கே 'சிறையிலிருக்கும் காந்தி போன்ற மாவீரர்கள்', 'இந்தியாவின் நெஞ்சுரத்தை உலகுக்குப் பறைசாற்றிக்கொண்டிருக் கிறார்கள்.'[82]

முன்பு 1910ல் காந்தி இந்திய தேசியவாத அரசியல் விவாதங்களில் எழுச்சிமிக்க இடையீடாகவும் அவற்றுக்கு நேரடியான எதிர் வினையாகவும் ஹிந்த் ஸ்வராஜ் புத்தகத்தை வெளியிட்டிருந்தார். அந்தப் புத்தகத்தின் குஜராத்தி, ஆங்கிலம் ஆகிய இரு பதிப்புகளும் தடை செய்யப்பட்டிருந்தன. அப்படியே அது இந்தியாவில் கிடைத்திருந் தாலும் எந்த அளவுக்குப் பரவலாக வாசிக்கப்பட்டிருக்கும் என்பது கேள் விக்குறியே. அதில் அவசரகதியில் உருவாக்கப்பட்டதன் அடையா ளங்கள் இருந்தன; மேலும் எப்படியும் இவ்வளவு குறைவான எழுத் தறிவு கொண்ட சமூகம் ஒன்றில் புத்தகங்களுக்குப் பெரிதாக சந்தை எதுவும் இல்லை. இருந்தாலும் 1913 வாக்கில் இந்தியாவின் பல பகுதிகள் காந்தியின் பெயரை அறிந்திருந்தன. புத்தகங்கள் படிக்கும் இந்தியர்களை விட செய்தித்தாள் படித்தவர்கள் அதிகம்; தென்னாப்பிரிக்க போராட்டக் காரர்களுக்கு நல்லாதரவு தெரிவிக்கும் கூட்டங்களில் நிகழ்த்தப்பட்ட

உரைகளைக் கேட்டவர்கள் அதிகம். அந்தத் தொலைதூர நாட்டில் தமது நாட்டவர்கள் அத்தனைபேர் அவ்வளவு வீரதீரத்துடன் இனவாத அடக்கு முறையை எதிர்த்தார்கள் என்ற விஷயம் துணைக்கண்டம் முழுவதிலு மிருந்த நகரங்களில் இப்போது அறியப்பட்டிருந்தது. அவர்களது தலை வர்கள் பேச்சுகளிலும், தலையங்கங்களிலும், செய்தி அறிக்கைகளிலும், கவிதைகளிலும், குறைந்தபட்சம் ஒரு நாடகத்திலும் வணங்கப் பட்டார்கள். இது, அவரது அரசியல் கருத்தாக்கங்கள் அசலானவை என்பதைவிடப் பெரிதும் அவரது அரசியல் நடைமுறையின் செயல் துடிப்புக்கே சான்று எனலாம். மோகன்தாஸ் காந்தி தன் தாய்நாட்டின் பொது மனச்சாட்சியின்மீது உறுதியான தாக்கத்தை ஏற்படுத்தி விட்டிருந்தார். இது ஹிந்த் ஸ்வராஜ் என்ற அதிகம் கேள்விப்படாத புத்தகத்தின் ஆசிரியராக அல்ல; பாரபட்சம் காட்டும் சட்டங்கள் ஒன்றுபட்டு எதிர்க்கப்படவும், தென்னாப்பிரிக்க இந்தியர்கள் ஒட்டு மொத்தமாகச் சிறை செல்லவும் உத்வேகமூட்டியவர் என்ற முறையில் மக்கள் மத்தியில் .

காந்தி பிறந்த ஊரான போர்பந்தரில் பல 'அறச்சீற்றக் கூட்டங்கள்' நடத்தப்பட்டன. சுதேசி சமஸ்தானங்கள் இதுவரையில் தேசிய இயக் கத்தில் கலந்துகொள்ளாமல் இருந்தன. அவர்கள் பிரிட்டிஷ் இந்தியா வோடு தொடர்பின்றி இருந்தார்கள்; பிரிட்டிஷ் இந்தியாவின் அரசியல் கொந்தளிப்பு அவற்றைப் பாதிக்கவில்லை. சமஸ்தான ஆட்சியாளர்கள் பிரிட்டிஷ் ராஜ்ஜியத்துக்கு விசுவாசமாக இருந்தார்கள். ஆனால், இப்போது போர்பந்தரின் பிரஜைகள் உத்வேகம் பெற்றார்கள்; ஏனெனில், தென்னாப்பிரிக்காவின் சத்தியாக்கிரகிகளில் சிலர் கத்தியவார் கடற்கரைப் பகுதியிலிருந்து சென்றிருந்தவர்கள்; மேலும் அவர்களது தலைவர் அந்த ஊரில் பிறந்து வளர்ந்தவர். அந்தக் கூட்டத்தில் மண்ணின் மைந்தர் எம்.கே.காந்தியின் 'உத்வேகமளிக்கும் தலைமையை' பாராட்டியும், 'சமஸ்தானத்தின் தரப்பில் (தென்னாப்பிரிக்க இந்திநர்களுக்கான) நிதிக்கு ரூ. *1000* தாராளமாக வாரிவழங்கியதற்காகவும், விக்டோரியா மெமோரியல் ஹாலை நாம் பயன்படுத்துக்கொள்ள அனுமதியளித் ததற்காகவும் நம் நல்லாதரவுபெற்ற நிர்வாகி மேஜர் எஃப்.டி.ஹான் காக்குக்கு' நன்றி தெரிவித்தும் தீர்மானங்கள் நிறைவேற்றப்பட்டன. [83]

*1888*ல் போர்பந்தரின் பிரிட்டிஷ் நிர்வாகி காந்தி லண்டனுக்குச் சென்று படிப்பதற்கான செலவை ஏற்க மறுத்திருந்தார். இப்போது இருபத்தைந்து ஆண்டுகளுக்குப் பிறகு அவருக்குப் பின் பதவிக்கு வந்தவர், அந்த வழக் கறிஞராயிருந்து அரசியல் செயல்பாட்டாளராக ஆனவரின் போராட்டக் கருவூலத்துக்கு நிதியளித்திருக்கிறார். இந்த விஷயத்தில் போர்பந்தர் ஒன்றும் விதிவிலக்கானதல்ல. வேறு இடங்களில் நடந்த கூட்டங்களிலும் கூட பெரிய தொகைகள் திரட்டப்பட்டு பூனாவிலிருந்த கோகலேவுக்கு அனுப்பிவைக்கப்பட்டன. நவம்பர் *28* அன்று சோன்யா ஷிலேஸின் காந்தியிடமிருந்து அவரது குருநாதருக்கு தகவல் ஒன்றை அனுப்பினார்:

'அவர் உங்களை நிதி விஷயத்தில் சிரமம் எடுத்துக்கொள்ள வேண்டாம் என்று கேட்டுக்கொள்கிறார். நிதி கிடைக்கவில்லை என்றால் நாங்கள் இங்கேயே எப்படியாவது சமாளித்துக்கொள்வோம்.' இதற்குக் கோகலேயின் பதில் இரண்டு நாட்களுக்குப் பிறகு 5000 பவுண்ட் தொகையை அனுப்பி வைத்ததுதான். டிசம்பர் 3 அன்று ஃபீனிக்ஸிலிருந்த மகன்லால் காந்திக்கு மேலும் 5000 பவுண்ட் பணம் அனுப்பிவைக் கப்பட்டது.[84]

பலதரப்பட்ட மக்களும் நன்கொடைகளை வழங்கினார்கள்; சிலர் பிரபல மானவர்கள், சிலர் சாதாரணர்கள். முதல் வகையில் அப்போது சமீபத்தில் இலக்கியத்துக்கான நோபல் பரிசு பெற்றிருந்த கவிஞர் ரவீந்திரநாத் தாகூர் உண்டு. நவம்பரில் தாகூர் கோகலேவுக்கு ரூ.100 தொகையை தென்னாப் பிரிக்க இந்தியர் நிதிக்கான 'தனது சிறுபங்களிப்பாக' அனுப்பிவைத்தார்.[85] மூன்று வாரங்களுக்குப் பிறகு அவர் இன்னொரு காசோலையை அதன் சிறிய தொகைக்காக மன்னிப்புகேட்டுக்கொண்டு அனுப்பிவைத்தார். அவர், 'தென்னாப்பிரிக்க இந்தியர்களின் குரலுக்கு வங்காளத்திலிருந்து ஈனஸ்வரத்திலேயே பதில் கிடைத்திருக்கிறது என்று ஏற்றுக்கொள்வதற்கு வெட்கப்படுகிறேன். ஆனாலும், என் பையன்களிட ம் வேண்டுகோள் வைக்கப்பட்டபோது அவர்கள் உண்மையிலேயே இதயங்கள் இரங்கினர்; இந்தக் குழந்தைகள் நிதிக்காகத் திரட்டியிருப்பது சிறிய தொகையே என்றாலும் அதன் தார்மிக மதிப்பில் சற்றும் குன்றியதல்ல.'[86]

தாகூரின் ஆதரவைவிட அதிசயிக்கத் தக்கது மதராஸ் பிஷப்பிடமிருந்து வந்த ஆரதவு. அவர் அதிகாரவர்க்கத்தின் தூண்களில் ஒருவர்; ஓர் ஆங்கி லேயர் வேறு. 1913 டிசம்பரில் பிஷப், 'நான் வெளிப்படையாக ஒப்புக் கொள்கிறேன்: நீதியின் பொருட்டும், கருணையின் பொருட்டும் பொறு மையாகத் துன்பங்களை ஏற்றுக்கொள்ளும் காந்தியிடமே சிலுவையில் மரித்த மீட்பரின் உண்மையான மறுவடிவத்தைப் பார்க்கிறேனே ஒழிய, அவரைச் சிறையில் தள்ளிவிட்டு, அதேசமயம் தம்மை கிறிஸ்துவர்கள் என்று அழைத்துக்கொள்பவர்களிடம் அல்ல' என்று குறிப்பிட்டார்.[87]

இதைவிட வியக்கவைப்பது காந்திக்கும் அவரது கூட்டாளிகளுக்கும் இந்தியாவிலேயே மிகச் சக்திவாய்ந்தவரான வைஸ்ராய் லார்ட் ஹார்டிங் அளித்த ஆதரவு. மதராஸில் பேசிய அவர் தென்னாப்பிரிக்காவில் சாத்விக மான எதிர்ப்பாளர்கள் 'இந்தியாவின் ஆழ்ந்த பற்றியெரியும் இரக்கத்தைச் சம்பாதித்திருக்கிறார்கள்; மேலும் இந்தியர் அல்லாத என் போன்ற வர்களின் இரக்கமும் இந்த நாட்டைச் சேர்ந்த மக்களின் பக்கமே' என்றார். வைஸ்ராய், 'இந்தியாவின் பார்வையிலும், உலகத்தின் பார்வையிலும் தென்னாப்பிரிக்கா தன்னை நியாப்படுத்திக்கொள்ள விரும்பினால், அதன் முன்னால் இருக்கும் ஒரே வழி, பாரபட்சமற்ற, அதிகார பலம் பொருந்திய ஒரு குழுவை நியமிப்பதுதான்; அதன்முன் இந்தியர்களின் நலன்கள் முன்வைக்கப்படவேண்டும்; அதைக்கொண்டு தீவிரமான

தேடல் நிறைந்த விசாரணை மேற்கொள்ளப்படவேண்டும்'[88] என்று வாதிட்டார்.

போராட்டத்தை ஆதரித்தவர்களில் அவ்வளவாக அறியப்படாதவர்களும் உண்டு. ஏ.கே.ஹரிஹரன் என்ற ஒருவர் ரூ.250 தொகையை கோலாலம் பூரிலிருந்து 'நகரில் ரயில்வேயிலும் பிற சிறுசிறு வேலைகளிலும் ஈடுபட்டுள்ள இந்தியர்களின் சார்பாக'

அனுப்பிவைத்தார். புலம்பெயர்ந்த இந்தியர்களின் இந்தப் பிரதிநிதி, 'தென்னாப்பிரிக்காவின் மாவீரர்கள் வீரத்திலும், அர்ப்பணிப்பிலும், மக்களின் தேவைகளை அறிந்திருப்பதிலும் நம் எதிரிகளைவிட மேலான வர்கள்' என்று குறிப்பிட்டார். பெஷாவர் நகரில் மோட்டார் வாகன முகமை ஒன்றின் மேலாளரான ஏ.இ.லால் தான் தொண்டுசெய்யத் தயார் என்று கோகலேவுக்குக் கடிதம் எழுதினார். முன்பு தென்னாப்பிரிக்காவில் வாழ்ந்தவரான அவர், 'திரு காந்தி நன்கு அறிமுகமானவர்' என்று தெரி வித்துக்கொண்டு, 'உலகத்தின் எந்தப் பகுதியிலும் நான் பார்த்ததிலேயே மிகச் சிறந்த மனிதர்' என்று கருதினார்.[89]

கஸ்தூரிபாயும் அவரது பங்களிப்புகளுக்காகப் பாராட்டப்பட்டார். டிசம்பர் ஆரம்பத்தில், பம்பாயில் கூட்டம் ஒன்றில் பேசிய சர் பெரோஷா மேத்தா, நீதிமன்றம் தன் திருமணத்தை செல்லாது என்று அறிவித்தால், தானும் கண்டிப்பாக சத்தியாக்கிரகத்தில் பங்கேற்கப்போவதாகக் கஸ்தூரிபா கூறிய 'நெகிழ்ச்சியான சம்பவத்தை' நினைவு கூர்ந்தார். மேத்தா பேசினார்:

> மென்மை நிறைந்த பெண்கள் போராட்டத்தில் ஈடுபடும்போது அனுபவிக்க நேரும் இன்னல்கள்பற்றி திரு காந்தி நன்கு அறிந்திருப்பார். ஆனால் அவர் எவ்வளவோ எடுத்துச் சொல்லியும், அந்தத் துணிச்சல் நிறைந்த பெண்மணி லட்சியத்துக்காகப் போராடிவரும் வீரஞ்செறிந்த ஆண்களுடன் தானும் இணைந்துகொள்ள முடிவுசெய்துவிட்டார். வரலாறு பல வீரமங்கையரின் தீரச்செயல்களைப் பதிவுசெய்திருக்கிறது; என்னுடைய கருத்தில் திருமதி காந்தி உலகிலேயே முதன்மையான வீரமங்கையரில் ஒருவர்.[90]

1913 நவம்பர் மாதக் கடைசி வாக்கில் 1000 பேருக்கு மேலான இந்தியர்கள் சிறையில் இருந்தார்கள். அவர்களில் பெரும்பாலோர் வேலை நிறுத்தம் செய்ததற்காகத் தண்டிக்கப்பட்ட நேட்டாலைச் சேர்ந்த தொழிலாளிகள். மற்றவர்களில் டிரான்ஸ்வாலைச் சேர்ந்த கடைக்காரர்கள், கூவி விற்பவர்கள் ஆகியோருடன் எம்.கே.காந்தியைப் பின்பற்றியவர்கள், அவரது நண்பர்கள், குடும்ப உறுப்பினர்கள் ஆகியோரும் அடக்கம்.

காந்தி சிறையிலிருந்து எழுதிய ஒரேயொரு கடிதம் மட்டுமே இன்றுவரை தப்பிப் பிழைத்திருக்கிறது. ஆல்பர்ட் வெஸ்டின் சகோதரி தேவிக்கு

எழுதப்பட்ட அக்கடிதம் ஃபீனிக்ஸில் இருந்த பையன்களின் அன்றாட நடவடிக்கைகள்பற்றி விசாரித்துவிட்டு, அவரிடம், 'தேவதாஸிடம் என்னிடம் பல சமயங்களில் செய்துகொடுத்திருக்கும் வாக்குறுதிகளைக் கடைப்பிடிக்கும்படி நினைவுபடுத்துமாறு' கேட்டுக்கொண்டது. 'என் ஓய்வு நேரங்களில் பெரும்பகுதி தமிழ் கற்பதில் செலவாகிறது' என்று தெரிவித்தார் காந்தி. இந்த சமீபத்திய சத்தியாக்கிரகத்தில் தமிழர்கள்தான் அதிகப்படியாகப் பிரகாசித்திருந்தார்கள்; அவர்களது தலைவர் அதற்காக அவர்களிடம் உரியமுறையில் நன்றி கொண்டிருந்தார் என்று தெரிகிறது.

காந்தியின் கடிதத்தில் ஃபீனிக்ஸில் இருந்த ஒருவருக்கெனக் குறிப்பான அறிவுறுத்தல் இருந்தது. அவர் ஜெக்கி மேத்தா; அவர் அப்போதுதான் தண்டனை முடிந்து சிறையிலிருந்து விடுதலையாகியிருந்தார். காந்தி இப்போது தேவி வெஸ்ட்டுக்கு இப்படி எழுதினார்:

> ஜெக்கிபென் எனக்கு அவர் செய்து கொடுத்த வாக்குறுதியைக் காப்பாற்றவேண்டும். நான் அவரைப்பற்றி நினைக்காத நாளே இல்லை என்று அவரிடம் தெரிவிக்கவும். உணவுத்திட்டத்தைப் பொறுத்தவரை, நான் அவர் செய்துகொடுத்திருக்கக்கூடிய எந்த வாக்குறுதி அல்லது தீர்மானத்தாலும் அவரைக் கட்டிப்போடவில்லை. தன் உடல்நிலைக்குப் பொருத்தமான எந்த உணவை வேண்டுமானாலும் சாப்பிட்டுக் கொள்ளட்டும். ஆனால் ஜெக்கிபென் உடல்நலத்துடன் இருப்பது மட்டுமின்றி திடகாத்திரத்துடனும் இருக்கவேண்டும். அவர் தன் தலைமுடியை வளர்த்துக்கொள்ளவேண்டும்; டாக்டர் மேத்தா அதற்கு மாறாக எதுவும் அவரிடம் தெரிவித்திருக்காதவரை. [91]

இதற்கிடையில் ஜெக்கி மேத்தா அவரைப் பிரிந்து வாழ்ந்த அவரது கணவர் மணிலால் மேத்தா தென்னாப்பிரிக்க அரசுக்கு எழுதிய பல கோபமான கடிதங்களின் மையப்பொருளாக ஆகியிருந்ததை காந்தி அறிந்திருக்கவில்லை. இந்த மற்றொரு மணிலால் அப்போது மொரிஷியஸிலிருந்து குடிபெயர்ந்து ஃபிஜியில் இருந்தார். அங்கே சுவாவில் பாரிஸ்டராகத் தொழிலை ஆரம்பித்திருந்தார். அங்கிருந்த இந்தியர்களே அவரது வாடிக்கையாளர்கள். அவரது மனைவிக்கும், அவர் பெயரையே கொண்ட இன்னொருவரான மணிலால் காந்திக்கும் இடையில் ஏதோ கசமுசா நடந்திருப்பதான வதந்திகள் அவரது காதுக்குச் செல்லவும் டாக்டர், கவர்னர் ஜெனரலான லார்ட் கிளாட்ஸ்டோனுக்குக் கடிதம் எழுதி, ஜெக்கியை ஃபிஜிக்கு அனுப்பிவைக்க ஏற்பாடு செய்யும்படிக் கேட்டுக்கொண்டார். இதுபற்றி ஜெக்கிக்குத் தகவல் தரப்பட்டாலும் அவர் போக விரும்பவில்லை. அவர் தென்னாப்பிரிக்காவில் சத்தியாக்கிரகத்துடனேயே இருக்க விரும்பினார்.

தன் மனைவி தன்னிடம் வந்துசேர்ந்துகொள்ள மறுத்தது மணிலால் டாக்டரைக் கோபப்படுத்தியது. அவர் மீண்டும் லார்ட் கிளாட்ஸ்டோனுக்குக் கடிதம் எழுதி, ஜெக்கி மீண்டும் கைதானால் அவருக்குத் தரப்படும் தண்டனை நாடு கடத்தப்படுவதாக இருக்கவேண்டும் என்று

யோசனை தெரிவித்தார்; 'அப்படிச் செய்தால், அவள் திரு காந்தியின் தாக்கத்திலிருந்து விடுபட்டு, அதனால் என்னுடன் நிலையான வாழ்க்கையில் நிலைகொள்ளவும் அதிக வாய்ப்பு இருக்கிறது.' அவர் தன் மனைவி ஃபிஜிக்கு வருவதற்கான பயணச் செலவுகளை ஏற்கத் தயாராயிருந்தார்.

காந்தி சிறையில் இருந்ததால் மணிலால் டாக்டரால் அவருடன் நேரடியாகத் தொடர்பு கொள்ள முடியவில்லை. ஆகவே அவர் கவர்னர்-ஜெனரலை காந்தியிடம் பின்வருமாறு தெரிவிக்கும்படிக் கேட்டுக் கொண்டார்:

> ஜெக்கியின் தந்தையும் நானும் ஜெக்கி அங்கிருந்து வெளியேற வேண்டும் என்று விரும்புவதாகத் தெரிவிக்கவும்; இல்லை என்றால் நான் காந்திமீதும் அவரது மகன் மணிலால்மீதும் என் அமைதியான மணவாழ்க்கையில் இம்மாதிரியாக இடையூறு ஏற்படுத்தியிருப்பதற்காக சட்டப்படியான நடவடிக்கை எடுக்க வேண்டிய வேதனையான நிலைக்குத் தள்ளப்படுவேன். மேலும் என் மனைவி மைனர் என்றும், நானே அவளுக்குச் சட்டப்படியான பாதுகாவலன் என்றும், திரு காந்தி எங்களுக்கு எந்தவிதத்திலும் உறவினர் அல்ல என்றும் தெரிவிக்க விரும்புகிறேன். [92]

மணிலால் டாக்டர் அவரது தரப்பைச் சரியாகச் சொல்லியிருக்கலாம்; ஆனால் அவரது மாமனார் மட்டுமின்றி, காந்தியின் மிகநெருங்கிய, மிக நீண்டகால நண்பர் பிரன்ஜீவன் மேத்தா சார்பாக அவர் பேசியவை சரிதானா? துரதிர்ஷ்டவசமாக ஆவணங்கள் இதுபற்றி எதுவும் கூற வில்லை. டாக்டர் மேத்தா ஜெக்கி விஷயமாக காந்தியின் மகன் மணிலாலிடம் வாதாடி இருந்திருக்கலாம். ஆனால், இந்த விஷயத்தில் பழியை அவர் காந்திமீது சுமத்தியிருப்பாரா? அப்படித் தோன்றவில்லை. ஜெக்கி தன் கணவருடன் மீண்டும் சேர விரும்பவில்லை என்று தோன்றுகிறது. அவர் தென்னாப்பிரிக்காவில் இருப்பதிலேயே குறியாக இருந்தார். அதற்குக் காரணம் அவர் காந்தியின் அரசியல்மீது கொண்டிருந்த அபிமானமா அவர் மகன்மீது கொண்டிருந்த காதலா என்பதுபற்றி நாம் எதுவும் சொல்ல முடியாது.

டிசம்பர் இரண்டாவது வாரத்தில் தென்னாப்பிரிக்க அரசு சமீபத்திய குழப்பங் களைப்பற்றிய விவரங்களைத் திரட்டவும் ஆராய்வதற்காகவும் 'இந்திய விசாரணை கமிஷன்' ஒன்றை நிறுவப்போவதாக அறிவித்தது. மதராஸில் நவம்பர் கடைசியில் பேசிய வைஸ்ராய் இப்படியான கமிஷன் ஒன்றை ஏற்படுத்த அழைப்பு விடுத்திருந்தார். வைஸ்ராய் முன்வைத்திருந்த யோசனை இப்போது தென்னாப்பிரிக்காவின் கவர்னர்-ஜெனரலான லார்ட் கிளாட்ஸ்டோனால் முன்னெடுத்துச் செல்லப்பட்டது. காரணம் இந்தியர்கள் காட்டிய எதிர்ப்பு அளவிலும் வீச்சிலும் அதற்கு முன்பு எப்போதும் காணாதது. அவர்கள் மாகாண, வர்க்க, பாலின எல்லைகளை உடைத்திருந்தார்கள். அவர்கள் சட்டம் ஒழுங்கைக் காப்பாற்றவேண்டிய படைகளை

முற்றிலும் தளர்வடையச் செய்திருந்தார்கள்; நேட்டாலின் பொருளாதாரத்தைத் தீவிரமான அபாயத்துக்குள்ளாக்கியிருந்தார்கள். செய்தித்தாள்களில் வீராவேசமாகப் பேசினாலும் வெள்ளையர்கள் உண்மையில் சுரங்கங்கள், தோட்டங்கள், உணவகங்கள், கடைகள் முதலிய இடங்களில் வேலை செய்ய விரும்பவில்லை. ஆகவே கிளாட்ஸ்டோன் ஜெனரல் இந்தியர்களை அவ்வளவு தூரம் கொந்தளிக்கவைத்த திருமணம், வரிபற்றிய விவகாரங்களை கமிஷன் ஆராயவேண்டும் என்று ஸ்மட்ஸுக்கு ஆலோசனை தந்தார்.[93]

ஸ்மட்ஸ் அதற்கு இசைந்தார். மூன்று நபர் கமிஷன் ஒன்று நியமிக்கப்பட்டது; அதன் தலைவராக சர் வில்லியம் சாலமன் செயல்படுவார். இந்தியர்களுக்கு ஒரு நல்லெண்ண சமிக்ஞையாக டிசம்பர் 18 அன்று காலை காந்தி சிறையிலிருந்து விடுவிக்கப்பட்டார். அதே நாள் போலாக், காலன்பாக் ஆகியோரும் விடுவிக்கப்பட்டனர். ஜோஹானஸ்பர்க்கில் நடந்த ஒரு பொதுக்கூட்டத்தில் காந்தி விசாரணை கமிஷன் தனக்குத் திருப்தி தரவில்லை என்றார். சர் வில்லியம் சாலமன் நியமிக்கப்பட்டிருப்பது சரிதான், ஆனால் மற்ற இரு உறுப்பினர்களான லெஃப்டினன்ட் கர்னல் வைலி, எட்வர்ட் எஸ்ஸலன் ஆகியோர் இந்தியருக்கு எதிரான பார்வை கொண்டவர்களாக அறியப்பட்டவர்கள். காந்தி, 'தென்னாப்பிரிக்காவில் உள்ள இந்தியர்கள் சமூகத்துக்கு எதிராகச் செயல்புரியும்படியாக வேண்டுமென்றே திட்டமிட்டு அமைக்கப்பட்ட கமிஷனுக்குப் பதிலாகத்தான் சிறைக்குச் சென்று, இந்தியர்களின் விவகாரம் தன் சொந்தத் தகுதியால் தீர்மானிக்கப்படட்டும் என்று விட்டுவிடுவதையே விரும்புவேன்' என்றார். அதற்கு எதிர்வினையாக, வில்லியம் ஹோஸ்கன் காந்தியைத் தன் 'சுய கட்டுப்பாட்டை' தக்கவைத்துக்கொள்ளும்படியும், 'தமது லட்சியத்துக்கு அவப்பெயர் அளிக்கக்கூடிய விதத்தில் எதுவும் செய்துவிடவேண்டாம் என்றும் 'இறைஞ்சிக் கேட்டுக்கொண்டார்'.[94]

மறுநாள் காந்தி புகைவண்டி மூலம் டர்பனை அடைந்தார். அங்கு வண்டியிலிருந்து இறங்கி அவர் நடைமேடையில் காலை வைத்ததும், 'அவர்மீது மலர்கள் சொரியப்பட்டன; இந்தியர்கள் அவரைப் பார்ப்பதற்காகச் சுற்றிலும் முட்டிமோதினார்கள்.' அவர் நிலையத்திலிருந்து திறந்த வண்டி ஒன்றின் மூலம் அழைத்துச் செல்லப்பட்டார். அந்த வண்டியை இளைஞர்கள் ஆரவாரத்தோடு உற்சாகமாக இழுத்துச் சென்றனர்.[95]

அது தென்னாப்பிரிக்காவில் அவரது முதலாவது வீட்டுக்கு ஒரு வெற்றிகரமான மீள்வரவு; அதேசமயம் துயரம் தோய்ந்ததும்கூட. சிறையில் காந்தி தன் தலையை மொட்டையடித்துக்கொண்டு வெள்ளை ஆடைகளையே உடுத்திவந்தார். காலணிகள் அணியவில்லை. டர்பன் குதிரைப் பந்தைய மைதானத்தில் கூடிய 5000 பேர் மத்தியில் உரையாற்றிய அவர், இந்திய வேலை நிறுத்தக்காரர்கள்மீது காவல்துறை துப்பாக்கிச்சூடு நடத்தியதாகக் கேள்விப்பட்டதும் தன் உடையணியும் முறையை மாற்றிக் கொண்டதாகத் தெரிவித்தார். அவரது நாட்டு மக்களைத் துளைத்த

துப்பாக்கிக் குண்டுகள் அவரது இதயத்தையுமே துளைத்தன. இனிமேல் அவர் ஒரு பிணைத்தொழிலாளி போன்றே உடையணிவார். பின்பு அவர் அமைக்கப்பட்டிருந்த கமிஷன் பற்றிப் பேசினார். இந்தியர்களுக்குக் கமிஷனில் குரல் இல்லை; அதன் இரு உறுப்பினர்கள் இந்தியர்கள்மீது விரோதபாவம் கொண்டவர்களாக அறியப்பட்டவர்கள். கமிஷனில் ஆசியர்களுக்கு எதிரான பொதுப்படையான முன்முடிவுகள் இல்லாத, நன்மதிப்புப் பெற்ற தென்னாப்பிரிக்கர்களைச் சேர்த்துக்கொள்ளா விட்டால் நாம் அதற்கு எதிராகவே இருப்போம்' என்றார் அவர். 96

டிசம்பர் 21 அன்று காந்தி ஸ்மட்ஸுக்குக் கமிஷனில் இன்னும் இரு உறுப் பினர்களைச் சேர்த்துக்கொள்ளும்படி ஆலோசனை அளித்தார். டபிள்யூ.பி. ஷ்ரெய்னர், சர் ஜேம்ஸ் இன்ஸ் ஆகிய இருவரும் தமது தாராளவாதப் பார்வைகளுக்காக அறியப்பட்டவர்கள். ஸ்மட்ஸ் அந்த ஆலோசனையை நிராகரித்தார். தான் அமைத்திருக்கும் கமிஷன் 'பாரபட்சம் அற்றது, சமநிலை கொண்டது' என்றார். இப்போது காந்தி இந்தியர்கள் கமிஷனைப் புறக்கணிப்பார்கள் என்று அறிவித்தார்.

விசாரணை கமிஷனில் இடம் பெற்றவர்கள் தொடர்பான விஷயம் தொண்டர்களை இன்னும் அதிகமாகவே கொதிப்படைய வைத்தது. 'கமிஷன் அமைத்ததில் அரசாங்கம் எங்களைக் கயமைத்தனமாக நடத்தி யிருக்கிறது' என்று ஹென்றி போலாக் இங்கிலாந்திலிருந்த தன் குடும் பத்துக்கு எழுதினார். 'போராட்டம் மிகக் கசப்பான விதத்தில் மீண்டும் தொடங்கப்படுவது தவிர்க்கவியலாதது என்று தோன்றுகிறது' என்று குறிப் பிட்டார். அம்மாதிரி நிகழ்ந்தால் போலாக் மீண்டும் சிறை செல்வார்; அதற் காகத் தன் பெற்றோரிடமிருந்து முன்னதாகவே 'கரிசனத்தையும் புரிந்துணர் வையும்' வேண்டினார். மூத்த போலாக் தம்பதியினர் காந்தியைக் குறித்து வியப்பு கொண்டிருந்தனர் என்றாலும் விசுவாசமான, சமரசம் விரும்பும் யூதர்கள் என்ற முறையில் இயல்பாகவே அவர்கள் தம் மகன் காந்தியைப் பின்தொடர்ந்து சிறைவரை செல்வதில் அவ்வளவு ஆர்வம் காட்டவில்லை. ஹென்றி போலாக், 'தனிப்பட்ட முறையிலும் பொதுவிலும் விளைவுகள் எப்படி இருந்தாலும் நான் திரு காந்தியை அவரது தற்போதைய நிலைப் பாட்டில் ஆதரிக்கக் கடமைப்பட்டிருப்பதாகவே நினைக்கிறேன்; அவரது நிலைப்பாட்டை நான் முழுமையாக ஆதரிக்கிறேன். அது வழக்கத்தில் இருக்கும் அரசியலாக இல்லாமல் இருக்கலாம்; ஆனால் சாத்விகமான எதிர்ப்பு முறைகள் ஒருபோதும் அரசியலை அடித்தமாகக் கொண்டவை அல்ல; கோட்பாடுகளையே அடித்தளமாகக் கொண்டவை.' 97

டிசம்பர் 21 அன்று செய்தியாளர்களிடம் பேசிய எல்.டபிள்யூ.ரிட்ச் தமது கோரிக்கைகள் ஏற்றுக்கொள்ளப்படாவிட்டால் இந்தியர்கள் மீண்டும் ஒருமுறை வேலைநிறுத்தத்தில் ஈடுபடுவார்கள் என்றார். 'திரு காந்தி தன்னைப் பின்பற்றும் அனைவரையும் ஒன்று திரட்டிக்கொண்டு பிரிட் டோரியாவை நோக்கி நடைப்பயணம் மேற்கொள்வார்' என்றார் ரிட்ச்.

நடைபயணம் ஜனவரி 1ம் தேதி ஆரம்பிக்கவிருந்தது. 'காந்தி டர்பனை விட்டு ஆயிரம் இந்தியர்களுடன் புறப்படுவார்; அவர் எல்லையை அடையும்போது—எல்லையை அடைவரானால்—அவரது 'சேனை' குறைந்தது 20,000 பேராக அதிகரித்திருக்கும்.'[98]

மறுநாள் கஸ்தூரிபா காந்தி சிறையிலிருந்து விடுவிக்கப்பட்டார். காந்தி டர்பனிலிருந்து மாரிட்ஸ்பர்க்குக்கு அவரைச் சந்திப்பதற்காக வந்திருந்தார். அந்த நகரின் இந்தியர்கள் அவருக்கு முன்பே அங்கே சென்றிருந்தனர். அவர்கள் கஸ்தூரிபாவையும் அவரது சக சிறைவாசிகளையும் சிறைக்கு வெளியில் சந்தித்து மலர்கள் தூவிய வண்டியில் தெருக்கள் வழியே ஊர்வலமாக அழைத்துவந்தனர். தொடர்ந்து நடந்த பொதுக்கூட்டத்தில் பேசியவர்களில் காந்தி, காலன்பாக், மில்லி போலாக் ஆகியோர் அடக்கம். மில்லி சொன்னார்:

> இது முதன்மையாக ஒரு மகளிர் இயக்கமே; பெண்கள் முன்னிலை வகித்திருக்கவில்லை என்றால், வேலை நிறுத்தமே நடந்திருக்காது. பெண்கள் மட்டும் தம்மிடம் இருக்கும் ஏராளமான சக்தியை உணர்ந்து விட்டார்கள் என்றால், அவர்கள் மேலே வந்து, தமது வாழ்க்கையைத் தாமே உருவாக்கிக்கொள்வார்கள்; தாம் காண விரும்பும் உலகத்தையும் படைப்பார்கள் (பலத்த கரவொலி).[99]

கஸ்தூரிபாவும் அவரது தோழர்களும் எட்டு வாரங்கள் சிறையில் இருந்திருக்கிறார்கள். துரதிர்ஷ்டவசமாக, காந்தி தன் பல்வேறு சிறைவாச அனுபவங்களைப்பற்றி விளக்கமாக எழுதியிருக்கிறாரே தவிர அவரது மனைவி தான் அனுபவிக்க நேர்ந்த சோதனைகளைப்பற்றி எதுவும் எழுதிவைக்கவில்லை. இந்த முற்றிலும் மாறுபட்ட அனுபவத்தை அவர் எப்படிச் சகித்துக்கொண்டார்? அவரது உடன் இருந்த சத்தியாக்கிரகிகளில் அவரது உடன்பிறந்தார் பிள்ளைகளின் மனைவியரும் இருந்ததால் குறைந்தபட்சம் குஜராத்தியில் பேசுவதற்காகவது அவருக்கு ஆட்கள் இருந்திருப்பார்கள். மற்ற விதங்களில் வாழ்க்கை முற்றிலும் வேறு விதமாகவே இருந்திருக்கும்; போர்பந்தரிலும், ராஜகோட்டிலும், ஜோஹானஸ்பர்க்கிலும், ஃபீனிக்ஸிலும் அவருக்குப் பழக்கப்பட்டிருந்த வாழ்க்கையிலிருந்து மாறுபட்டும், மிகவும் கடினமாகவும் இருந்திருக்கும். அப்போது தென்னாப்பிரிக்கச் சிறைகளில் உணவு எல்லா இடங்களிலுமே மோசம். சைவ உணவாளர் என்ற விதத்தில் கஸ்தூரிபா மீலி பாப் கஞ்சியைக் கொண்டே ஒப்பேற்ற வேண்டியிருந்தது. அவரது தண்டனையில் 'கடின உழைப்பும்' உண்டு; அது சிறை முற்றத்தில் வைத்துத் துணிகளைத் துவைப்பது என்ற வடிவத்தில் தரப்பட்டது.[100]

மில்லி போலாக் கஸ்தூரிபாவின் உள்ளார்வத்தைப் பாராட்டினார். அவரது கணவர் அவரது உடல்நிலையைக் கண்டு அதிர்ச்சியடைந்தார். 'திருமதி காந்தி, சிறப்பு உணவுத்திட்டம் மறுக்கப்பட்டதால், சிறையிலிருந்து வெளிவந்தபோது ஏறக்குறைய அடையாளம் காண முடியாத அளவுக்கு

மாறிப்போயிருந்தார்' என்று போலாக் கோகலேவுக்குத் தந்தி அனுப்பினார். 'எலும்புக்கூடாக மாறிய தள்ளாட்டமான தோற்றம் கொண்ட வயதான பெண்மணி இதயத்தைப் பிளக்கும் காட்சி.'[101]

டிசம்பர் 21-க்கும் 28-க்கும் இடையில் காந்தியும் கோகலேயும் நாளுக்கு ஓரிரண்டு முறை ஒருவருக்கொருவர் தந்தி அனுப்பிக்கொண்டனர். கோகலே, கமிஷனைப் புறக்கணிப்பது 'மாபெரும் தவறு' என்றார். இதனால் நண்பர்களையும், அனுதாபிகளையும் இழக்க நேர்வதுடன், இந்தியர்களுக்கு இழைக்கப்பட்ட கொடுமைகளைப்பற்றிய சாட்சியங் களை எடுத்துவைக்கும் வாய்ப்பையும் பறிகொடுக்க வேண்டியிருக்கும் என்றார். காந்தி தன் பதிலில், தான் கமிஷனுக்கு எதிர்ப்புத் தெரிவித்தும், பிரிட்டோரியாவுக்கு நடைபயணம் தொடங்க வலியுறுத்தியும் வருபவர் களால் தான் 'நாள் முழுவதும் சூழப்படுவதாக' தெரிவித்தார். கோகலே, புறக்கணிப்பு செய்வதும் நடைபயணம் மேற்கொள்வதும் வைஸ் ராய்க்குத் 'தனிப்பட்ட முறையில் மாபெரும் அவமதிப்பாக' இருக்கும் என்றார். கோகலே லார்ட் ஹார்டிஞ்சிடம் மூத்த குடிமையியல் அலுவலர்களில் ஒருவரான சர் பெஞ்சமின் ராபர்ட்ஸன் என்பவரை இந்திய அரசாங்கத்தின் பிரதிநிதியாக கமிஷன் முன் சான்றளிக்க அனுப்பி வைக்க இணங்கச் செய்திருந்தார். காந்தி புறக்கணிப்பில் உறுதியாக இருந் தாலும், சர் பெஞ்சமின் தன் கவலைகளை அந்த அமைப்பிடம் தெரியப் படுத்துவார்.[102]

கோகலேயின் ஆலோசனை மேலோங்கியது. 29ம் தேதி செய்தியாளர் களிடம் பேசிய காந்தி, 'நண்பர்களின் வேண்டுகோளுக்கிணங்கி' தான் பிரிட்டோரியா நோக்கிய அணிவகுப்புத் திட்டத்தை ஒத்திவைத் திருப்பதாகத் தெரிவித்தார். அவர்கள் 'ஓர் கண்ணியமான உடன்பாட்டுக்கு வருவதற்கு உண்டான அனைத்து முயற்சிகளையும் மேற்கொண்டாகி விட்டது என்று தெரியும்வரை காத்திருப்பார்கள்.'[103]

கோகலே காந்தியைச் சற்று அடங்கியதொனியில் செயல்படும்படிக் கேட்டுக்கொண்டார். மறுபுறத்தில் ஸ்மட்ஸ் பிரிட்டிஷ் சமூக சீர்திருத்த வாதி எமிலி ஹாப்ஹவுஸால் பெருந்தன்மையோடு நடந்துகொள்ளும் படி வலியுறுத்தப்பட்டார். சமய நம்பிக்கையில் ஒரு குவேக்கரான ஹாப்ஹவுஸ், ஆங்கிலோ-போயர் யுத்தத்தின்போது அந்த ஜெனரலின் விருப்பத்துக்குரியவராகியிருந்தார். 1901ம் ஆண்டின் முதல் பாதியில் அவர் தென்னாப்பிரிக்கா முழுவதும் பயணம்செய்து போயர் போர்க் கைதிகள் கடுமையாக நடத்தப்படுவதை ஆவணப்படுத்தினார். பின்னர் இங்கிலாந்து திரும்பி, தான் பார்த்தவற்றை பிரிட்டிஷ் பொதுமக்கள் முன்னால் வைத்தார்; பின்பு மீண்டும் கப்பலில் ஏறித் தன் புலனாய்வைத் தொடரச் சென்றார். அவரது விமரிசனங்கள் பிரிட்டிஷ் காலனிவாதிகளை எத்த அளவுக்குக் கோப ப்படுத்தியது என்றால், அவர்—டர்பனில்

காந்திக்கு 1906–7ல் ஏற்பட்டதுபோலவே—கேப் டவுனில் இறங்க அனுமதிக்கப்படவில்லை.[104]

1913ன் பிற்பாதியில் எமிலி ஹாப்ஹவுஸ் மீண்டும் தென்னாப்பிரிக்கா வந்திருந்தார்; அங்கே அவர் காந்தியைத் தொடர்புகொண்டார். அவர்களைப் பொது நண்பரான எலிசபெத் மால்டெனோ அறிமுகம் செய்துவைத்தார். கேப் காலனியின் முதல் பிரதம மந்திரியின் மகளான பெட்டி மால்டெனோ, ஆங்கிலோ-போயர் யுத்தத்தால் மனம்கசந்து தென்னாப்பிரிக்காவைவிட்டு வெளியேறியிருந்தார். அவர் காந்தியை 1909ல் லண்டனில் சந்தித்திருந்தார்; பின்பு விரைவில் தன் நாடுகடந்த வாழ்விலிருந்து வெளிவந்திருந்தார்.

1913 டிசம்பரில் காந்தியும் கஸ்தூரிபாவும் சிறையிலிருந்து விடுதலையான பின்பு அவர்களைச் சந்திப்பதற்காக பெட்டி மால்டெனோ கேப் டவுனிலிருந்து நேட்டாலுக்குச் சென்றார். அவர்களது சிறை அனுபவங்களாலும், சத்தியாக்கிரகம் பெற்றிருந்த வர்க்கங்களைத் தாண்டிய ஆதரவாலும் நெகிழ்வுற்றார். தன் எண்ணப்பதிவுகளை எமிலி ஹாப்ஹவுஸுடன் பகிர்ந்துகொண்டார்; இந்தியர்கள் தரப்பை ஸ்மட்ஸிடம் அழுத்தமாக எடுத்துச்சொல்லுமாறும் ஹாப்ஹவுஸிடம் கேட்டுக்கொண்டார். செல்வி ஹாப்ஹவுஸ் கரிசனம் கொண்டிருந்தார்; அவரது குடும்ப உறுப்பினர்களில் பலர் இந்தியாவில் பணியாற்றி வந்ததும், சொந்த நாடான இங்கிலாந்தில் துணைக்கண்டத்திலிருந்து பல நண்பர்களைப் பெற்றிருந்ததும்கூட அதற்கு முக்கியமான காரணங்கள்.

மில்லி போலாக் முதல் சோன்யா ஷிலேஸின் வழியாக, மௌட் போலாக் வரையிலும், அவரைத் தாண்டியும் காந்தி சுதந்திர மனம் கொண்ட ஐரோப்பியப் பெண்களுடன் எளிதில் நட்புகொண்டார். பெட்டி மால்டெனோவுக்கும் அவருக்கும் அவர்களது முதல் சந்திப்பிலேயே ஒருவரையொருவர் மிகவும் பிடித்துப்போய்விட்டது. அவர்கள் இந்தியர்கள் விவகாரத்தைப்பற்றி விவாதித்தார்கள். எனினும் அதையும் தாண்டி, மகளிர் வாக்குரிமைவாதிகளின் உபாயங்கள், நகர வாழ்வு கிராம வாழ்வு ஆகியவற்றின் சிறப்பம்சங்களின் ஒப்பீடு எனப் பலதரப்பட்ட விஷயங்களையும் பற்றிப் பேசினார்கள். செல்வி ஹாப்ஹவுஸ் உடல்நலமின்றி இருந்தார்; ஆகவே காந்தி அவரை ஃபீனிக்ஸ் வருமாறு அழைத்துக் கடிதம் எழுதினார். அங்கே 'சுற்றியுள்ள இயற்கைக் காட்சி நிச்சயமாக வசீகரமானது'; அத்துடன் 'சந்தடிகளோ இரைச்சலோ இல்லை'; அங்கு 'உன் தேவைகளை நிறைவேற்ற அன்பான மனிதர்களைக் காண்பாய்'. 'நான் சிறையில் இல்லாமல் இருந்தால் உங்களுக்கு சேவகம் செய்வதையும், சிசுருஷை செய்வதையும்விட எனக்குத் தனிப்பட்டமுறையில் வேறெதுவும் அதிக மனமகிழ்ச்சியைத் தந்துவிடாது'[105] என்று எழுதினார்.

டிசம்பர் 29 அன்று செல்வி ஹாப்ஹவுஸ் ஸ்மட்ஸுக்கு, 'தென்னாப்பிரிக்கரோ, இந்தியரோ அல்லாத, ஆனால் இரு தரப்பினரிடமும் முழு

மையான கரிசனம் கொண்ட ஒருவர்' என்ற முறையில் கடிதம் எழுதினார். தென்னாப்பிரிக்கா ஏற்கெனவே 'தன்னால் செரித்துக்கொள்ளக்கூடிய அளவுக்கு இந்தியர்களைத் தன்னகத்தே கொண்டிருக்கிறது' என்று நினைத்த அவர், அந்த ஜெனரல் 'அவர்களது சுயமரியாதைக்கு இணக்க மான விதத்தில் ஒரு தற்காலிக ஏற்பாட்டை' கண்டறிய முடியும் என்று நம்பிக்கை தெரிவித்தார். முதலில் 'திருமணங்கள்பற்றிய விவகாரத்தை சற்றுச் சீர்படுத்தி, அந்த மடத்தனமான 3 பவுண்ட் வரியை ரத்து செய் வதிலிருந்து' ஆரம்பிக்கலாம் என்றார்.

இப்போது காந்தியோடு தொடர்புடையவர்களிடையே பிரிட்டோரியா நோக்கிய அணிவகுப்பை ஜனவரி 15 அன்று தொடங்குவது பற்றிப் பேச்சு அடிபட்டது. ஹாப்ஹவுஸ், அதற்கு முன்பாக 'தலைவர்களிடம், அவர் களுக்குத் திருப்திதரும் தீர்வு வந்துகொண்டிருக்கிறது என்று தனிப்பட்ட முறையில் உறுதியளிப்பதற்கு ஏதேனும் வழி கண்டுபிடிக்கவேண்டும்' என்று ஸ்மட்ஸிடம் சொன்னார். அவர் தொடர்ந்தார்: இந்தியர்களின் மனக்குறை

> தார்மிகம் சார்ந்ததே தவிர, பொருள் சார்ந்ததல்ல; ஆகவே ஆன்மிக ஆற்றலைத் தன் பின்னே முழுமையாகப் பெற்றிருக்கும் அவரும் (காந்தியும்) நீங்களும் (பிரிட்டிஷ் மகளிர் வாக்குரிமைவாதியான) திருமதி பான்க்ரஸ்ட்டையும் (பிரிட்டிஷ் உள்துறை அமைச்சரான ரெஜினால்ட்) மெக்கென்னாவையும் போன்றவர்கள். அரசின் படைபலம் சார்ந்த வலிமை ஒரு மாபெரும் தார்மிக, ஆன்மிக கொந்தளிப்பை எதிர்த்துவெல்ல முடியாது.[106]

ஸ்மட்ஸின் மற்றொரு ஆங்கிலேய நண்பரான கேம்பிரிட்ஜ் ஆசிரியர் ஹெச்.ஜே.வோல்ஸ்டன்ஹோம்போல எமிலி ஹாப்ஹவுஸும் தென்னாப்பிரிக்க வெள்ளையர் சமூகத்தின் கருத்திலிருந்து மிகவும் முன்னேறிச்சென்றவராக இருந்தார். நேட்டால் அர்ட்வர்டைசர் இதழில் டிசம்பர் 30 அன்று 'திரு காந்தியின் அரசியல் கோட்பாடு' என்ற தலைப்பில் வெளியான கட்டுரை இதைவிட வெள்ளையர் சமூகத்தைச் சரியாகப் பிரதிபலிப்பதாக இருந்தது. அந்த இதழ், 'தென்னாப்பிரிக்கப் பொதுமக்களிடம் திரு காந்தி வாயாலேயே அவர் எந்தவிதமான மனிதர் என்பதையும், பிரிட்டிஷ் மக்களுக்கும் இந்திய மக்களுக்கும் இடையிலான தொடர்பு குறித்து அவரது அரசியல் கோட்பாடு என்ன என்பதையும் சொல்ல வைக்கவேண்டும்' என்று கருதியது. காந்தியின் புத்தகமான ஹிந்த் ஸ்வராஜிலிருந்து சரம்சரமாக எடுத்துக்காட்டுகள் தொடர்ந்தன; அவை நவீன நாகரிகத்தையும், இந்தியாவில் பிரிட்டிஷ் ஆட்சியையும் பழிப்பவையாக இருந்தன. 'பிதற்றலான, பொருட்படுத் தவியலாத, பயப்பிராந்திகொண்ட இந்தக் கந்தரகோளத்தை எழுதக் கூடியவரான இந்த இந்தியர்' என்று குறிப்பிட்ட அந்த செய்தித்தாள் தொடர்ந்தது:

> இவருடன்தான் தென்னாப்பிரிக்க இந்தியர்களின் தீர்மானமான உரிமைக் கோரிக்கைகளின் பிரதிநிதி என்ற முறையில் நம் ஒன்றிய அரசாங்கம் பேச்சுவார்த்தை நடத்திவருகிறது! இது முழுமையான போலித்தனத்தின் மொழி! மேற்கத்திய நாகரிகம் திரு காந்தி சொல்வதுபோல அவ்வளவு நன்நெறியற்றது என்றால், ஒரு பிரிட்டிஷ் டொமினியனில் அவர் தன் நாட்டின் சக மக்களைக் குடியேறச் சொல்லக்கூடாது... இந்தியாவில் இருக்கும் பிரிட்டிஷாரைப்பற்றி இப்படிப்பட்ட மொழியில் பேசுகிற இவர்தான் தென்னாப்பிரிக்காவில் ஐரோப்பிய பிரிட்டிஷ் பிரஜைகளுக்குத் தரப்படும் உரிமைகள் தமக்குத் தரப்படவில்லை என்று தியாகியாக பாவனை பண்ணுகிறார்! [107]

அது காந்திபற்றி சமீபத்திய எழுச்சிகளின் விளைவுகளால் கோபமும் அவமதிப்பும் அடைந்த வெள்ளையர்களால் பொதுவெளியில் வைக்கப்பட்ட ஒரு பார்வை. மற்றொரு பார்வை தனிப்பட்ட முறையில் கோபால கிருஷ்ண கோகலேயால் சர் பெஞ்சமின் ராபர்ட்ஸனுக்கு டிசம்பர் 31 அன்று எழுதப்பட்ட கடிதம் ஒன்றில் வெளிப்பட்டது. விசாரணை கமிஷனுக்கான வைஸ்ராயின் பிரதிநிதியிடம், 'நீங்கள் திரு காந்தியை இதுவரை சந்தித்திருக்க முடியாது' என்ற அவர் தொடர்ந்து கூறினார்:

> அவர் முற்றிலும் நேர்மையானவர்; மாண்புமிக்கவர்; உயர்ந்த சிந்தனை கொண்டவர். சிலவேளைகளில் அவர் பிடிவாதக்காரராகவும் வெறியராகவும்கூடத் தோன்றினாலும் அவர் உண்மையில் எதிர்த்தரப்பின் கருத்தை ஏற்றுக்கொள்ளத்தக்க திறந்த மனம் கொண்டவர்... அங்கு சமூகத்தின் பெரும்பங்கு திரு காந்திமீது பற்றுக்கொண்டது. நீங்கள் அவர்மீது வைக்கும் நம்பிக்கைக்கு நியாயம் செய்யும்விதத்தில் அவரது நடத்தை இருக்கும் என்பது மட்டுமின்றி, சமூகத்திடம் அது தோற்றுவிக்கும் நன்றியுணர்வின் வாயிலாக பத்து மடங்காக உங்களுக்குத் திரும்பக் கிடைக்கும். [108]

காந்தியைப் பொறுத்தவரை அவர் தென்னாப்பிரிக்க இந்தியர் சமூகத்துக்கு எந்த அளவுக்குக் கடன்பட்டிருக்கிறார் என்பதை அழுத்தமாகக் குறிப்பிட்டாரே தவிர, அவர்கள் அவருக்குப் பட்டிருக்கும் கடனை அல்ல. 1913 டிசம்பர் 31 அன்று இந்தியன் ஒப்பீனியன் அந்த வருடத்தின் கடைசி இதழை வெளியிட்டது. அந்த இதழ், 'கடைசியாக நடந்த சத்தியாக்கிரகப் போராட்டம் 'வரலாற்றில் இணையற்றது. இதற்கான உண்மையான பெருமை இந்த நாட்டில் வாழும் இந்தியும் தமிழும் பேசும் சகோதர சகோதரிகளையே சேரும்' என்று குறிப்பிட்டது. அவர்களது தியாகத்தைப் போற்றும் வகையிலும், சிப்பாய்களின் தோட்டாக்களுக்குப் பலியானவர்களின் நினைவாகவும், அந்த வார இதழ் இனி தமிழ், இந்தி பகுதிகளை மீண்டும் வெளியிட ஆரம்பிக்கும். [109]

21

ஆஃப்ரிக்காவிடம் விடைபெறுதல்

1914 ஜனவரி 2 அன்று ஆங்கிலேய மதகுருமார்கள் இருவர் காந்தியைச் சந்திக்க டர்பன் வந்தனர்.

அவர்கள் பெயர்கள் சி.எஃப். ஆண்ட்ரூஸ், டபிள்யூ.டபிள்யூ.பியர்ஸன். இருவருமே டெல்லி செயின்ட் ஸ்டீபன்'ஸ் கல்லூரியில் பயிற்றுவிப்பவர்கள் ; இருவருமே ரவீந்திரநாத் தாகூருடன் இணைந்து செயல்பட்டவர்கள்; அவரது அபிமானிகள். குறிப்பாக ஆண்ட்ரூஸ் இந்திய மக்களோடு ஒருவராகத் தன்னை அடையாளப்படுத்திக்கொண்டார். ஓர் இந்திய சாதுவைப்போல அவரும் பிரம்மச்சாரியாக எளிய வாழ்க்கை நடத்தினார்; சமுதாயத்தின் பல்வேறு தரப்பினருடன் நட்பு கொண்டிருந்தார்.[1]

சி.எஃப். ஆண்ட்ரூஸ் கோகலேயுடன் நீண்டகாலமாகப் பழக்கமுடையவர். 1906ல் காங்கிரஸ் கூட்டம் ஒன்றில் அவர்கள் சந்தித்துக் கொண்ட பிறகு அவர் கோகலேவுக்கு எழுதிய கடிதத்தில், 'எப்போது வேண்டுமானாலும் தேச நலனுக்கு என்னால் ஆகக்கூடிய காரியம் எதையாவது நீங்கள் சுட்டிக்காட்ட முடியுமானால், என் சக்திக்கு உட்பட்ட வரையில் அதை நிறைவேற்றுவதில் மிகுந்த மகிழ்ச்சியடைவேன்' என்று குறிப்பிட்டார்.[2] அவரது வாக்குறுதியை நினைவு வைத்திருந்த கோகலே சில ஆண்டுகளுக்குப் பிறகு அதைப் பயன்படுத்திக்கொள்ள முடிவு செய்தார். 1913 டிசம்பரில் காந்தியும் அவரது சகாக்களும் இன்னும் சிறையில் இருக்கையில், அவர் ஆண்ட்ரூஸையும் பியர்ஸனையும் தென்னாப்பிரிக்கா சென்று இந்தியர்களுக்கும் அரசாங்கத்துக்கும் மத்தியில் சமரசம் செய்துவைக்கும்படிக் கேட்டுக்கொண்டார். ஃபீனிக்ஸ் குடியிருப்பில் இருந்த ஆல்பர்ட் வெஸ்டுக்கு அவர்களை அறிமுகம் செய்துவைக்கையில் கோகலே அவர்களை 'இருவருமே இந்தியாவின் மிகச்சிறந்த நண்பர்கள்' என்று வர்ணித்தார்.[3]

ஆண்ட்ரூஸ் ஓர் 'அதிகாரபூர்மற்ற' பிரதிநிதி . சர் பெஞ்சமின் ராபர்ட்ஸன் தான் அதிகாரபூர்வ பிரதிநிதி, . அவர் வைஸ்ராயால் இந்திய அரசாங்கத்தின் சார்பாக அனுப்பப்பட்டிருந்தார். ராபர்ட்ஸனுக்கு கோகலே

விவரங்களைத் தெரியப்படுத்தினார்; ராபர்ட்ஸனுக்கு இந்தியன் ஒப்பீனியன் இதழின் 1913 ஆம் ஆண்டின் மத்திய மாதங்களின் பிரதிகளை அனுப்பிவைத்தார். அவை, 'திரு காந்தி போராட்டத்தை மீண்டும் ஆரம் பிக்கும் முன்பாக உடன்பாட்டுக்கு வருவதற்கு எல்லா முயற்சிகளையும் செய்திருந்தார்' என்பதைக் காட்டின. பின்னர் கோகலே ராபர்ட்ஸனிடம் தென்னாப்பிரிக்க இந்தியர்களின் ஐந்து முக்கிய கோரிக்கைகளைப் பட்டியலிட்டார். அவை, குடியேற்றச் சட்டத்தில் இருக்கும் இனவாத இடர்பாடுகளை நீக்குதல்; தென்னாப்பிரிக்காவில் பிறந்த இந்தியர்கள் கேப் மாகாணத்துக்குள் நுழைவதற்கான உரிமையை மீண்டும் அளிப்பது; மூன்று பவுண்ட் வரியை ரத்து செய்வது; இந்திய சமயச் சடங்குகள்படி நடத்தப்பட்ட ஒருதாரத் திருமணங்களை அங்கீகரிப்பது; கடைசியாக, இந்தியர்கள் சம்பந்தப்பட்ட எல்லாச் சட்டங்களையும் நடைமுறைப் படுத்துவதில் பரந்தமனப்பான்மையுடனும் கனிவுடனும் நடந்து கொள்வது ஆகியவை. கோகலே 1912ல் தன்னிடம் மூன்று பவுண்ட் வரி ரத்து செய்யப்படும் என்று உறுதியளிக்கப்பட்டதை நினைவுகூர்ந்தார்; மேலும் இந்து, இஸ்லாமியத் திருமணங்களை அங்கீகரிக்காதவரை 'தென்னாப்பிரிக்காவில் இந்தியப் பெண்களின் நிலை கௌரவமானதாக இருக்க முடியாது' என்று கூறினார்.[4]

டர்பன் வந்தடைந்த சி.எஃப். ஆண்ட்ரூஸுக்கும் டபிள்யூ.டபிள்யூ. பியர்ஸனுக்கும் உள்ளூர் இந்தியர்கள் ஒரு விருந்துகொடுத்துக் கௌர வித்தனர். அப்போது ஆண்ட்ரூஸ் அவர்களது துன்பங்கள் குறித்து இந்தியா வில் ஏற்பட்டிருக்கும் பரவலான அனுதாபம்பற்றி 'ஆழ்ந்த உணர்வுடன்' பேசினார். 'ஆண்ட்ரூஸ் கவிஞர் தாகூர் தென்னாப்பிரிக்க இந்தியர்களுக்கான செய்தியாகத் தன்னிடம் அளித்திருந்த சமஸ்கிருத மந்திரம் ஒன்றை அழகான உச்சரிப்புடனும் சரியான ஏற்ற இறக்கங்களுடனும் வாசித்தது ஆழ்ந்த தாக்கத்தை ஏற்படுத்தியது' என்று நேட்டால் மெர்க்குரி செய்தி வெளி யிட்டது.[5] இந்தியன் ஒப்பீனியன் காந்தியின் பள்ளித்தோழர் ஷேக் மேதாப் விருந்தினரைச் சிறப்பிக்கும் விதமாகப் பாடிய பாடல்களைக் குறிப்பிட்டது. காந்தியும் மேதாபும் இப்போது பெரிதும் சமாதானமாகிவிட்டார்கள்; ஒரு காலத்தில் விளையாட்டு வீரராகவும், மாமிசம் உண்பவராகவும் விலை மாது வீட்டுக்குச் செல்பவராகவும் இருந்தவர் பாடகராகவும் சத்தியாக் கிரகியாகவும் ஆகிவிட்டார். இந்தியன் ஒப்பீனியன் தெரிவித்தபடி, அந்த வரவேற்பில் பாடப்பட்ட பாடல்கள் 'திரு ஷேக் மேதாபால் திருவாளர்கள் ஆன்ட்ரூஸும் பியர்ஸனும் இந்தியர்களின் நலனில் கொண்டிருக்கும் பற்றுதலைப் போற்றும்விதத்தில் பிரத்தியேகமாக இயற்றப்பட்டவை.'[6]

அந்தக் கூட்டத்தில் கலந்துகொண்ட இன்னொருவர் கேப் டவுனைச் சேர்ந்த காந்தியின் தோழியான பெட்டி மால்ட்டெனோ . ஆங்கிலேய விருந்தினருக்காக இந்தியர்கள் அளித்த இந்த வரவேற்பில் அவர் இனம், பால் சார்ந்த வேற்றுமைகளையும் வெற்றிகொள்ளும் ஆழமான மானுடத் துவம் பற்றிப் பேசினார். செல்வி மால்டெனோ கூறினார்:

போயர் யுத்தத்துக்குப் பிறகு போயர்களும் பிரித்தானியர்களும் ஒன்றுபடவேண்டும் என்பதை உணர்ந்தேன்; ஆனால், அவர்கள் தமது கறுப்புநிற சகோதரர்களைத் துன்பப்படுத்தியா அதைச் செய்ய வேண்டும்? மனமொடிந்து இங்கிலாந்து திரும்பிச் சென்றேன். எட்டு ஆண்டு காலம் ஆஃப்ரிக்காவிலிருந்து விலகியிருந்தேன்—உடல் ரீதியாக; என்றாலும் என் மனமும் ஆன்மாவும் ஒருக்காலும் ஆஃப்ரிக்காவைவிட்டு அகலவில்லை. இங்கிலாந்தும் ஐரோப்பாவும் என்னை இந்தச் செய்தியுடன் தென்னாப்பிரிக்காவுக்கு அனுப்பியுள்ளன: 'உங்கள் இதயங்கள் திறக்கட்டும்— உங்கள் ஆன்மாக்கள் திறக்கட்டும்—கறுப்பு நிறம்கொண்ட நம் சகோதரர்களுக்கு'. நாம் இருபதாம் நூற்றாண்டில் இருக்கிறோம். இந்த அற்புதமான நூற்றாண்டின் உயரங்களை நோக்கி எழுங்கள். மேன்மையும் கரிசனமும் கொண்ட ஆத்மாவான டூ பாய்ஸ் சொன்ன வார்த்தைகளைப் புரிந்துகொள்ள முயலுங்கள்: 'இருபதாம் நூற்றாண்டு கறுப்பு நிறத்தின் நூற்றாண்டாக இருக்கும்.' மேலும் நான் சொல்கிறேன், இது பெண்களின் நூற்றாண்டும் கூட. அவளும் உயர்வும் தெய்வாம்சமும் கொண்டவளே. அவளும் தனக்குக் கடவுளால் அளிக்கப்பட்ட பங்கை நிறைவேற்றவேண்டும். இருபதாம் நூற்றாண்டில் அவளது பங்கு மிகப் பெரிதாக இருக்கப் போகிறது. [7]

டர்பன் கூட்டம் நடந்த மறுநாள் அந்தப் பாதிரிகள் காந்தியுடன் ஃபீனிக்ஸ் சென்றனர். ஆன்ட்ரூஸ் வந்திருந்தாலும் உடன்பாடு ஏற்படும் என்று காந்திக்கு நம்பிக்கை இல்லை. அவர் கோகலேயின் வேண்டுகோளுக்கு மதிப்பளித்து பிரிட்டோரியா நோக்கிய நடைபயணத்தை ஒத்திவைத்திருந்தார். இப்போது, விசாரணை கமிஷனின் இயல்பைப் பார்த்தவுடன் அவர் சத்தியாக்கிரகம் தொடர வேண்டுமென்று விரும்பினார். கைதாகவிருக்கும் தொண்டர்களில் அவரது மூத்த மகனும் ஒருவர். 'நீங்கள் ஒப்புக்கொண்டால் ஹரிலால் வரவேண்டும் என்று நினைக்கிறேன்' என்று காந்தி கோகலேவுக்குத் தந்தி அனுப்பினார். 'அவன் இந்தப் போராட்டத்தில் ஒரு சத்தியாக்கிரகியாகப் பங்கெடுப்பது என்று சபதமேற்றிருக்கிறான். தன் கடமையைச் செய்ய அவன் அனுமதிக்கப்படவேண்டும். என் கருத்தில் சிறையும் மற்ற அனுபவங்களும் பெரிய கல்வியே.' [8]

ஜனவரி 4 அன்று அனுப்பப்பட்ட இந்தத் தந்தியை, அதற்கு மறுநாள் அவர் தன் இரண்டாவது மகன் மணிலாலுக்கு அனுப்பிய கடிதத்துடன் சேர்த்துப் பார்க்கவேண்டும். மணிலால் சிறையில் மூன்றுமாத சிறைவாசத்தை அனுபவித்துவந்தார்; அவர் சம்பிரதாயமான மன்னிப்பு வழங்கப்பட்டு விடுதலை செய்யப்படுவதை எதிர்நோக்கியிருந்தார். அவரது தந்தை, விடுதலைக்குப் பின் அவர் நேராக ஃபீனிக்ஸ் வந்து கஸ்தூரிபாவையும் தன்னையும் பார்க்கவேண்டும் என்று விரும்பினார். 'ராம்தாஸ் நலமாக இருக்கிறான்; நல்லபடி நடந்திருக்கிறான். 'தேவதாஸ் தான் ஒரு வீரன் என்று நிரூபித்திருக்கிறான். அவன் எதிர்ப்புக்கு மேலாகப்

பொறுப்புணர்வை வளர்த்துக்கொண்டிருக்கிறான்.'[9] இதில் இயக்கத்தின் போது குடும்பம் நெருக்கமாக இருந்ததைப்பற்றிய அடக்கமான பெருமிதம் வெளிப்படுகிறது. தந்தையார் தலைவராக; தாயார் முன்னணி பெண் சத்தியாக்கிரகியாக; இரண்டாவது, மூன்றாவது மகன்கள் தாமும் சத்தியாக்கிரகிகளாக; பன்னிரெண்டு வயதே நிரம்பிய கடைசி மகன் சிறை செல்ல முடியாவிட்டாலும் ஃபீனிக்ஸைப் பொறுப்பாகக் கவனித்துக்கொள்ளும் வேலையைச் செய்தார்—எல்லோருமே பெருமைப் படத்தக்க விதத்தில் நடந்துகொண்டிருந்தார்கள். ஹரிலால் மட்டுமே இவை அனைத்திலிருந்தும் விலகி இந்தியாவில் இருந்தார்.

காந்தி சிலகாலமாகவே ஹரிலால் தென்னாப்பிரிக்காவுக்குத் திரும்பிவர வேண்டும் என்று விருப்பம் கொண்டிருந்தார். டிசம்பர் இறுதியில் அவர் தன் மகனைக் கப்பலில் கிளம்பி டர்பன் வந்துசேரும்படித் தந்தி அனுப்பியிருந்தார். அந்தத் தந்தி இப்போது கிடைக்கவில்லை; ஆனாலும் அதன் உள்ளடக்கத்தை, கோகலே காந்திக்கு அனுப்பிய தந்தி ஒன்றிலிருந்து அறியலாம்: 'உங்கள் மகன் ஹரிலால் பம்பாயில் என்னைச் சந்தித்தார்; நீங்கள் அவரை உடனே தென்னாப்பிரிக்கா திரும்பிப் போராட்டத்தில் கலந்துகொள்ளும்படிக் கேட்டிருப்பதைச் சொன்னார். அவரை இந்தியவிலேயே தங்கியிருந்து படிப்பைத் தொடரும்படிச் சொல்லும் பொறுப்பை நான் எடுத்துக்கொண்டிருக்கிறேன். என் தலையீட்டுக்கு மன்னிக்கவும்.'[10]

தலையீடு நிராகரிக்கப்பட்டது. ஆகவேதான் காந்தி ஜனவரி 3 அன்று தந்தி கொடுத்தார்; அதை கோகலேயே ஹரிலாலுக்கு அனுப்பினார். ஹரிலால் தான் தங்கியிருந்த ராஜ்கோட்டிலிருந்த தங்கள் குடும்ப வீட்டிலிருந்து பதில் எழுதினார். அவர் கோகலேயின் உடல்நலம்பற்றி —பாதிக்கப் பட்டிருப்பதாகச் செய்தி வந்திருந்தது—விசாரித்தார்; 'நீங்கள் விரைவில் நலம்பெற்று உங்கள் பணிகளைத் தொடர' தன் பிரார்த்தனைகளைத் தெரிவித்தார். ஹரிலால் எழுதினார்:

> உங்கள் உடல்நிலைபற்றிய செய்தியைப் படிக்கும் முன்பு, இங்கு நானும் என் நண்பர்களும் உங்களையும் தென்னாப்பிரிக்கப் போராட்டத்தையும்பற்றி மிகவும் புகழ்ந்து பேசுவோம்... உங்கள் தந்திக்கு என் தந்தை அனுப்பியிருந்த பதிலைப் பார்த்தேன். என் தகப்பனாரிடமும் மற்றவர்களிடமும், தேவைப்பட்டால் நான் திரும்பிவந்து போராட்டத்தில் கலதந்துகொள்வதாக நான் வாக்குறுதி கொடுத்திருந்தது உண்மையே. நான் அதை மீறமாட்டேன். கட்டாயம் நான் போக வேண்டும் என்றால் போவேன்; ஆனாலும் என் கல்வி பாதிக்கப் படுவதாக நான் நினைக்கவே செய்கிறேன். ஏற்கெனவே நான் ஆறு ஆண்டுகாலம் என்ற நீண்ட தாமதத்துக்குப் பிறகு பல்கலைக் கழகப் படிப்புக்காக இந்தியா வந்திருக்கிறேன். இருந்தாலும் சுமார் இருவாரங்களில் நான் தென்னாப்பிரிக்காவுக்குக் கிளம்புவேன்.[11]

ஹரிலாலின் கடிதம் உறுதியான, தெளிவான கையெழுத்தில் எழுதப் பட்டுள்ளது. நடை நேரடியாக, சுருக்கமாக இருக்கிறது. உருவம் உள்ளடக் கத்தை மறைக்கவில்லை; அது ஒரு இளைஞன் தன் தகப்பனாரின் விருப்பத் துக்கும், தன் சொந்த விருப்பங்கள், ஆசைகளுக்கும் நடுவில் தடுமாறு வதைக் காட்டுகிறது. கோகலே நேரில் ஹரிலாலைப் பார்த்தபோது அவரது நிலைபற்றி மனம் இளகினார்; இப்போது அவரது கடிதத்தாலும் மனம் இளகியிருந்திருப்பார்; இக்கடிதத்தில் டர்பனுக்குக் கப்பல் ஏறுவதற்குத் தனக்குச் சம்மதமே என்பதைச் சொல்வதில் வெளிப்படையாகவே தயக் கமும் தடுமாற்றமும் காணப்படுகின்றன. கடைசியில் ஹரிலால் தென்னாப் பிரிக்கா திரும்பவில்லை. ஏன் என்று தெரியவில்லை—கோகலே மீண்டும் காந்திக்கு எழுதி அந்தப் பையனுக்காக வேண்டுகோள் வைத்தாரோ அல்லது காந்தியே அதை வலியுறுத்தவேண்டாம் என்று முடிவுசெய்துவிட்டாரோ, அல்லது ஹரிலால் தன் தகப்பனாரின் கட்டளைகளுக்குப் பதில் தன் சொந்த உள்ளுணர்வுகளைப் பின்பற்ற முடிவுசெய்துவிட்டாரோ தெரியவில்லை.

இந்தியாவிலிருந்து வந்திருந்த பாதிரியாரான சி.எஃப்.ஆண்ட்ரூஸ் உடன்பாடு ஒன்றை எட்டுவதற்காக ஃபீனிக்ஸில் ஸ்மட்ஸைச் சந்திப் பதற்கு காந்தியைச் சம்மதிக்கச் செய்தார். இருவருக்குமிடையில் நிலவி வந்த எப்பொழுதுமே சிக்கலான, சீர்கெட்ட உறவுகள் சமீப காலமாக ஒரு கசப்பான கட்டத்தை எட்டியிருந்தது. எல்லை ஊடாக நடத்திய நடை பயணம் மூலம் காந்தி ஸ்மட்ஸுக்கு ஒரு பகிரங்க சவாலை முன்வைத் திருந்தார். அதற்குப் பதிலளிக்கும்விதமாக ஜெனரல் தனக்குத் தொல்லை தந்தவரைச் சிறையில் தள்ளியிருந்தார். இம்பீரியல் அரசாங்கமும் இந்திய அரசாங்கமும் கொடுத்த அழுத்தங்களின் காரணமாகப் பின்னர் விடு வித்தார். அதன்பின் அவ்விருவரும் விசாரணை கமிஷன் அமைப்பது தொடர்பாக சூடான கடிதங்களைப் பரிமாறிக்கொண்டனர்.

இப்போது காந்தி (கோகலேயின் சார்பாகச் செயல்பட்ட) ஆன்ட்ரூஸ் கேட்டுக்கொண்டதன் பேரில் ஸ்மட்ஸை மீண்டும் சந்திக்கத் தயாரானார். ஜனவரி 6 அன்று 'அவருக்கு வியப்பூட்டும் விதத்தில்' ஜெனரலுக்கு காந்தியிடமிருந்து சந்திக்க நேரம் கேட்டுக் கடிதம் ஒன்று வந்தது. [12]

ஸ்மட்ஸ், தான் காந்தியை 9ம் தேதி வெள்ளிக்கிழமையன்றோ 10ம் தேதி சனிக்கிழமையன்றோ சந்திக்க முடியும் என்று தெரிவித்தார். காந்தியும் ஆன்ட்ரூஸும் பிரிட்டோரியாவை 8ம் தேதி சென்றடைந்தார்கள். அப்போது அவர்களை முதலில் சந்தித்த ஒரு நிருபர் அந்த இந்தியரின் 'மழிக்கப்பட்ட தலையும், சாயம்போடாத கலிக்கோவால் ஆன சம்பிர தாயமான உடையும், வெறும்காலுமான வித்தியாசமான' தோற்றத்தைக் கண்டு வியந்தார். [13] இதற்கிடையே நாடு தழுவிய அளவில் வெள்ளைத் தொழிலாளர்களின் வேலை நிறுத்தம் வெடித்திருந்தது; இதனால் ஸ்மட்ஸின் கவனம் அதில் திரும்பியிருந்தது. ஸ்மட்ஸ் 'பொது வேலை நிறுத்தம் காரணமாக சந்திப்பைத் திரும்பத் திரும்ப ஒத்திவைத்தபோது'

காந்தியின் 'கனவானுக்குரிய நடத்தையால்' ஆண்ட்ரூஸ் கவரப்பட்டார். அவர்கள் 13ம் தேதி சிறிது நேரம் சந்தித்தார்கள். ஆண்ட்ரூஸ் தெரிவித்தபடி, அப்போது காந்தி 'மிகவும் கனிவாகவும் மரியாதையாகவும் நடந்துகொண்டதால், அவர்களுக்கிடையே முன்பு இருந்துவந்த பரஸ்பர மரியாதை நிரம்பிய உறவு சிறிதுசிறிதாக மீண்டும் வந்தது'[14]

பதினான்காம் தேதி, இரண்டாம் மட்டத்தினர் சந்திப்பு என்று சொல்லத்தக்க விதத்தில் சி.எஃப்.ஆண்ட்ரூஸ் கவர்னர்-ஜெனரல் லார்ட் கிளாட்ஸ்டோனைச் சந்தித்தார். அந்தப் பாதிரியார் 'என்னை நல்ல விதத்தில் கவர்ந்து விட்டார்' என்று கிளாட்ஸ்டோன் தெரிவித்தார்; குறிப்பாக 'அவர் காந்தியின் மனதை மிகவும் நெருக்கமாக அறிந்திருப்பவராகக் காணப்பட்டார்' என்பது ஒரு முக்கியமான காரணம். ஆன்ட்ரூஸ், 3 பவுண்ட் வரியை ரத்து செய்வதும், இந்தியத் திருமணங்களை அங்கீகரிப்பதும் நிறைவேற்றப்பட்டாக வேண்டிய இரு முக்கியமான கோரிக்கைகள் என்றார். அந்தத் தலைவர், மேன்மேலும் போர்க்குணம் பெற்றுவருபவர்களான தன் தொண்டர்களிடம் இவற்றுக்கு வாக்குறுதி அளித்திருக்கிறார்; இந்தக் கோரிக்கைகள் விட்டுக்கொடுக்க இயலாதவை. ஆண்ட்ரூஸ், 'காந்தியை மனசாட்சி சம்பந்தப்பட்ட விஷயத்தில் எதுவும் அசைக்க முடியாது' என்று குறிப்பிட்டார். அவர், எப்படி முன்பு 'சபதம் செய்துவிட்ட பின்னர் உடன்பாட்டுக்கு சம்மதித்ததால்' 1908ல் ஜோஹானஸ்பர்க்கில் ஏறக்குறையக் கொல்லப்படும் அளவுக்குத் தாக்கப்பட்டார் என்று கவர்னர்-ஜெனரலுக்கு நினைவூட்டினார். இந்தக் கோரிக்கைகளுக்கு விட்டுக்கொடுத்தால், காந்தி இன்னொரு கொலை முயற்சிக்கு ஆளாகிவிடுவார்.[15]

காந்தியும் ஸ்மட்ஸும் 16ம் தேதி சந்தித்து நீண்ட நேரம் பேசினார்கள். வரியை ரத்து செய்வதையும் திருமணங்களை அங்கீகரிப்பதும் தவிர, தென்னாப்பிரிக்க இந்தியர்கள் கேப் மாகாணத்தில் நுழைய அனுமதிக்க வேண்டும் என்றும், ஃப்ரீ ஸ்டேட்டின் சட்டங்களில் இருக்கும் அப்பட்டமான இனரீதியான தடையை விலக்கிக்கொள்ளவேண்டும் என்றும் அவர் கேட்டார். (கேப் மாகாணத்தில் சுதந்திரமாக நுழைய அனுமதிவேண்டும் என்று கோருவதற்கான தர்க்கரீதியான காரணம், நேட்டாலைப் போலவே அதுவும் ஒரு பிரிட்டிஷ் காலனி என்பதும், டிராட்ஸ்வாலுக்கும் ஃப்ரீ ஸ்டேட்டுக்கும் முன்பிருந்தும் அவற்றைவிட அதிகமாகவும் பிரித்தானியப் பேரரசின் பிரஜைகள்பால் கடப்பாடு கொண்டது என்பதுமே.) ஸ்மட்ஸ் கரிசனம் கொண்டிருந்தார்; ஆனாலும் காந்தியை இந்தப் பிரச்னைகளை விசாரணை கமிஷன் முன்பு எழுப்பும்படிக் கேட்டுக் கொண்டார்; அவர்கள் பின்னர் இந்த மாற்றங்களை அரசாங்கத்துக்குச் சிபாரிசு செய்வார்கள். காந்தி, தாங்கள் அந்த கமிஷனைப் புறக்கணிக்க மேற்கொண்ட முடிவை இப்போது மாற்றிக்கொள்ள முடியாது என்றார்.

காலனிகள் விவகார அலுவலகத்துக்கு இந்தச் சந்திப்பு பற்றிச் செய்தி அனுப்பிய லார்ட் கோல்ட்ஸ்டோன் சொன்னார்:

> ஜெனரல் ஸ்மட்ஸ் மிகவும் பொறுமையையும் ஒத்துப்போகும் மனநிலையையும் வெளிப்படுத்தினார். பல ஆண்டுகளாகத் தொடரும் பிரச்னை இருந்தபோதிலும், திரு காந்திமீது அவர் மிகவும் வித்தியாசமான மனிதர் என்ற முறையில் கரிசனத்துடன்கூடிய ஈடுபாடு கொண்டிருக்கிறார். அவருடைய விஷேச குணங்கள், அவை அமைச்சருக்கு எவ்வளவுதான் இடைஞ்சலாக இருந்தாலும், ஒரு மாணவருக்கு ஈர்ப்பை அளிப்பவையே. ஓர் ஐரோப்பியருக்கு காந்தியுடன் பேச்சுவார்த்தை நடத்துவது எளிதான காரியம் அல்ல. அவரது மனசாட்சி செயல்படும்விதம் மேற்கத்திய மனதுக்குப் புதிரானது; இது முற்றிலும் எதிர்பாராத சிக்கல்களை ஏற்படுத்துகிறது. அவரது தார்மிக மனோபாவமும், சிந்தனை மனோபாவமும் உள்ளொளி , ஆழ்ந்த அறிவு ஆகியவற்றின் ஒரு விநோதக் கலவை என்று தோன்றுபவை; இது சாதாரணமான சிந்தனைச் செயல்பாடு கொண்டவர்களுக்குத் திகைப்பூட்டுகிறது. ஆனாலும் ஒப்புக்கொள்ளத்தக்க நடைமுறைப் புரிதல் ஒன்று ஏற்பட்டிருக்கிறது. [16]

காந்தியும் ஆண்ட்ரூஸும் டர்பனுக்குத் திரும்பினார்கள். ஃபீனிக்ஸுக்கும் பிரிட்டோரியாவுக்கும் இடையில் கடிதங்களும் தொலைபேசித் தொடர்புகளும் பரிமாறிக்கொள்ளப்பட்டன. ஸ்மட்ஸ் காந்தியிடம் பின்வரும் உறுதியளித்தார்:

> காந்தி தனது நான்கு அம்சங்கள் குறித்து கமிஷன் என்ன பரிந்துரைகளைச் செய்யும் என்பது பற்றியும், அரசின் நோக்கங்கள் பற்றியும் பெரிதாகக் கவலைப்படத் தேவையில்லை. ஆனால் கமிஷன் தனது அறிக்கையை அளித்து, அரசும் அதன்மீது நடவடிக்கை எடுக்கத் தேலையான கால அவகாசம்வரை சத்தியாக்கிரகத்தை நிறுத்திவைப்பதாக அவர் வாக்குறுதி தரவேண்டும். [17]

காந்தி திரு பெஞ்சமின் ராபர்ட்ஸனுடன் பல சுற்றுகள் பேச்சுவார்த்தை நடத்தினார். திருமணம் குறித்த விவகாரமே அவற்றின் மையப்பொருள். கமிஷனும் சட்டமும் நடப்பிலுள்ள எல்லா ஒருதாரத் திருமணங்களையும் அவை எங்கு நடந்திருந்தவையானாலும் செல்லத்தக்கவையாக அங்கீகரிக்கப்படவேண்டும் என்று சொன்னார். இனி நடக்கவிருக்கும் ஒருதார மணங்கள் ஒரு மதகுரு முன்னிலையில் நடத்தப்பட்டு, தேவையானால் பதிவும் செய்துகொள்ளலாம். பின்தேதியிட்ட இந்த அங்கீகாரம் இன்றியமையாதது என்றார் காந்தி. இல்லையெனில், அவற்றின் மூலம் பிறந்த குழந்தைகள் 'முறை தவறியவை' என்று முத்திரைகுத்தப்படும் அபாயம் உள்ளது.

மேலும் காந்தி, நடப்பில் ஒருதார மனைவிகளாக இருப்பவர்கள் தென்னாப்பிரிக்காவினுள் அனுமதிக்கப்படவேண்டும் என்றும், தென்னாப்பிரிக்காவில் வசிப்புரிமை பெற்ற இந்தியர்களுக்கு ஏற்கெனவே ஒன்றுக்கு மேற்பட்ட மனைவியர் இருந்தால் அவர்களையும் பதிவுசெய்துகொள்ள அனுமதிக்கவேண்டும் என்று கோரினார். அரசாங்கம், இந்திய மதங்கள் பலதார மணங்களை ஏற்றுக்கொள்வது பற்றிக் குறிப்பாகக் கவலை

கொண்டிருந்தது. காந்தி, தன் கோரிக்கையை ஏற்று 'நடப்பிலுள்ள ஒருதார மணங்களுக்குச் சட்ட அங்கீகாரம் தருவதால், அரசால் ஒருதார மணத்தை இதற்கு முன் இல்லாத அளவில் பெரிதாகப் பிரபலப்படுத்த முடியும்' என்றார்.[18]

ஸ்மட்ஸுடனும் மற்றவர்களுடனும் நடைபெற்ற பேச்சுவார்த்தைகளின் விவரங்களை சி.எஃப்.ஆண்ட்ரூஸ் ஒரு நீண்ட, உணர்வுபூர்வமான கடிதம் வழியாக கோகலேவுக்குத் தெரியப்படுத்தினார். அக்கடிதம் காந்தியின் பண்பான நடத்தையைப் புகழ்ந்தது என்றாலும் கூடவே, சமீப சில மாதங்களில் அவர் சந்தித்த நெருக்கடிகள் காரணமாகக் கத்திமுனையில் நின்றுகொண்டிருக்கும் அவரது மனஉறுதி எளிதில் உடைந்துவிடக்கூடிய நிலையில் இருப்பதையும் எடுத்துக்காட்டியது. அவர் ஸ்மட்ஸுடன் பேச்சுவார்த்தை நடத்திவந்தபோது கஸ்தூரிபா மீண்டும் நோய்வாய்ப்பட்டார். அவரது முன்னாள் எதிராளிகளான பி.எஸ்.ஐயரும் எம்.சி.ஆங்லியாவும் கமிஷனைப் புறக்கணிக்கும் முடிவுக்குத் துரோகம் செய்யும்விதமாக அதன் முன் சாட்சியளிக்க முடிவு செய்தனர். ஜெனரலிடமிருந்து உடன்பாட்டின் கோட்டுச்சித்திரத்தை அளிக்கும் கடிதம் வந்தபோது காந்தி, 'ஏகமாக உணர்ச்சிவசப்பட்டு, ஆரம்பம் முதல் முடிவுவரை அந்தக்கடிதம் முழுக்கவும் வேண்டுமென்றே செய்யப்பட்ட அவமதிப்பு என்று சொன்னார்.'

ஆன்ட்ரூஸ் இப்போது 'விரக்தியடைந்தார்'. நட்புரீதியில் அமைந்திருந்த பேச்சுவார்த்தைகளுக்கேற்ப காந்தி அதிகாரபூர்வமற்று நட்பாக எழுதப்பட்ட கடிதம் ஒன்றையே எதிர்பார்த்துக்கொண்டிருந்தார். அவருக்கு வந்ததோ, விலகிய தொனியில், சொல்லப்போனால் எரிச்சலூட்டக்கூடிய வார்த்தைகளில் எழுதப்பட்டிருந்த ஒரு கடிதம். அந்தத் தகவலை வரிக்கு வரி படித்துப்பார்த்த ஆண்ட்ரூஸின் வார்த்தைகளில், 'இதில் விட்டுப் போயிருப்பது என்ன என்று கடைசியில் கண்டுகொண்டேன். ஜெனரல் ஸ்மட்ஸ் காந்தி கொண்டிருந்த நோக்கங்களின் கண்ணியத்தைக் கண்டு கொள்ளவில்லை என்பதுதான் அது.' அந்த மதகுரு மீண்டும் ஒருமுறை ஸ்மட்ஸைச் சந்தித்து காந்தியின் கௌரவத்தைக் காப்பாற்றுகிற விதத்தில் ஷரத்து ஒன்றைச் சேர்த்தார்.

ஆண்ட்ரூஸ் கோகலேவுக்கு அது ஒரு மயிரிழையில் கிடைத்த வெற்றி என்று எழுதினார். இந்த விஷயத்தில் காந்தியின் எதிர்காலமும் தென்னாப்பிரிக்க இந்தியர்களின் எதிர்காலமும் அடங்கியிருப்பதால் அதை அவர் விவரமாக வர்ணித்தார். காந்தியின் ஆளுமைபற்றிய பொருத்தமான அலசல் என்று கூறத்தக்க விதத்தில் ஆண்ட்ரூஸ் இப்படி எழுதினார்:

> தெ.ஆஃப்ரிக்காவில் அவர் வேலை மேன்மையான விதத்தில் முடிந்து விட்டது—: இந்தமுறை அது ஏறக்குறைய குலைந்துபோகும் நிலைக்கு வந்திருந்தது. இங்கே எல்லோரும் அவர் சக்தி முழுவதையும் செலவிட்டு ஓய்ந்துபோயிருப்பதாகச் சொல்கிறார்கள். போலாக்,

> காலன்பாக், ரிட்ச் போன்றவர்கள்—எல்லோரும் அதைத்தான் சொல்கிறார்கள். அவர் போய்விடவேண்டும், தன்னுடைய சொந்த நன்மைக்காகவும், சமூகத்தின் நனைமைக்காகவும். ஆம்! சமூகத்தின் நன்மைக்காக: அவர் தொடர்ந்து இங்கிருந்தால் மற்ற எல்லோரையும் சிறியவர்களாகத் தோன்றச்செய்துவிடுவார்; குறைந்தபட்சம் ஒரு தலைமுறைக்கு வேறு தலைவர்கள் யாரும் உருவாக முடியாது. அநேகமாக இது ஏற்கெனவே வலிதரும் விதத்தில் காணக்கூடியதாக இருக்கிறது: அவர் மட்டும் செல்லவில்லை என்றால் இன்னொரு ஆண்டில் இது இன்னும் தெளிவாகத் தெரியும்.. கௌரவமான இந்த உடன்பாடு ஏற்படட்டும்; பிறகு அவர் ஒரு கணம்கூடத் தாமதிக்காமல் இந்தியாவுக்குச் சென்றுவிடவேண்டும்; அங்கே அவர் உங்களுடனோ அல்லது சர்வன்ட்ஸ் ஆஃப் இந்தியா ஹவுஸ் ஏதாவதொன்றிலோ இருக்கலாம். அவர் இங்கே வேலை செய்வதைப் பார்க்கப் பரிதாபமாக இருக்கிறது. அவர் எல்லாவற்றையும் செய்கிறார்—எல்லாவற்றையும் செய்வார்: எல்லோரும் அவரையே சார்ந்திருக்கிறார்கள்; மேன்மேலும் சுயநலவாதிகள் அவரது நல்ல குணத்தைச் சாதகமாகப் பயன்படுத்திக்கொள்கிறார்கள். அவர் கவனமாகச் சிந்திக்காமலே அவசரப்பட்டு உத்தரவுகள் கொடுக்க ஆரம்பித்துவிட்டார் (எத்தனையோ விவகாரங்களைத் தீர்க்க வேண்டியிருப்பதால்); மொத்த விவகாரமும் எவற்றின்மீது சார்ந்திருக்கிறதோ அந்தப் பெரிய விஷயங்களில் வரவர அவர் அவசரப்பட்டு சிந்திக்கிறார் அல்லது செயல்படுகிறார். அவர் உலகத்திலேயே சிறந்த மனிதர்களில் ஒருவர்! ... அவர் பல ஆண்டு காலத்தில் ஆகச்சிறந்த போராட்டத்தை நடத்தியிருக்கிறார்; அது எல்லாமும் அவசரப்பட்டு செயல்பட்டு, ஆனாலும் மனதின் கவனம் சிதறியதாலோ களைத்துப் போனதாலோ அதையே தொடர்ந்ததால் விளைந்த ஏதாவது பெரிய தவறில் முடிவதை என்னால் நினைத்துப்பார்க்கவே முடியவில்லை.[19]

இது கூர்ந்த அவதானிப்புகொண்ட கடிதம். குறைந்தபட்சம் (லார்ட் கிளாட்ஸ்டோன் சொன்னது கிடக்கட்டும்) ஒரு ஐரோப்பியராவது (உள்ளொளியால் செயல்படும்) திரு காந்தியின் மனதையும் வழிமுறைகளையும் புரிந்துகொண்டிருக்கிறார் என்பதை இக்கடிதம் காட்டுகிறது. இந்தச் சமீப மாதங்கள் காந்தியைப்பொறுத்தவரை மிகவும் தீவிரத்தன்மை கொண்டவையாக இருந்திருக்கின்றன. எங்கிருந்து தொண்டர்களோ நிதியோ வரப்போகிறது என்று தெரியாமலே சத்தியாக்கிரகத்துக்குத் திட்டமிடுவது; கைதும் சிறைவாசமும்; மனைவியின் சுகவீனமும் இன்னமும் பிரச்னைக்குரியதாகவே இருக்கும் மூத்த மகனுடனான உறவும்; பழைய எதிராளியுடனான கடினமான, இன்னமும் முடிவுக்கு வராத பேச்சுவார்த்தைகள்; ஏன், அவர் தென்னாப்பிரிக்காவில் இருக்க வேண்டுமா என்ற ஒட்டுமொத்தக் கேள்வியும்கூட—இந்த எல்லா விஷயங்களும் அவருக்குத் துன்பம் கொடுத்தன. இருந்தாலும் அவர் எல்லாக் குதிரைகள் மீதும் சவாரி செய்தார் —'அவர் எல்லாவற்றையும்

செய்கிறார் – எல்லாவற்றையும் செய்வார்' என்று ஆன்ட்ரூஸ் சொன்னது போல. எல்லாமாகச் சேர்ந்து தரும் அழுத்தத்தில் ஒருநாள் அவர் நொறுங்கிப்போய்விடக்கூடும் என்று அவரது நண்பர்கள் அஞ்சினார்கள்.

ஜனவரி முழுவதும் சத்தியாக்கிரகிகள் அணி அணியாக சிறையிலிருந்து விடுவிக்கப்பட்டார்கள். அவர்களைச் சிறை வாசலில் சகாக்கள் சந்தித்து டர்பனில் நடந்த வரவேற்புக்கு அனுப்பிவைத்தார்கள். ஜனவரி 12 அன்று திருமதி ஷேக் மேத்தாவும் அவரது தாயும் விடுதலை செய்யப்பட்டபோது காந்தியும் அவரது மனைவியும் சென்று அவர்களை வரவேற்றார்கள். எட்டு நாட்களுக்குப் பிறகு திருமதி தம்பி நாயுடுவும் சக தமிழர்களும் விடுதலையானார்கள். பெண்கள் டர்பன் சிறையிலிருந்து ஃபீல்ட் தெருவிலிருந்த பார்ஸி ருஸ்தம்ஜியின் கடைக்கு அழைத்துச் செல்லப் பட்டார்கள். அங்கே அவர்களுக்கு மாலை மரியாதை செய்து வீட்டில் சமைத்த சாப்பாடு வழங்கப்பட்டது. அவர்களது தியாகத்தையும் துன்பங் களைப் பொறுத்துக்கொண்டதையும் புகழ்ந்து ஹென்றி போலாக், மில்லி போலாக், சோன்யா ஷ்லேசின் உட்படப் பலர் பேசினார்கள். அவர்களைப் புகழும் பாடல்களை ஷேக் மேத்தாவும் அவரது மாணவர்களும் ஹிந்துஸ் தானியிலும், மூட்லி சகோதரிகள் தமிழிலும் பாடினார்கள்.[20]

பிப்ரவரி இரண்டாவது வாரம் காந்தி கேப் டவுனுக்கு வந்து கஸ்தூரி பாவையும் சி.எஃப்.ஆன்ட்ரூஸையும் சந்தித்தார். அந்த இந்துத் தம்ப தியினரும் கிறிஸ்துவ நண்பரும் முஸ்லிம்களான கூல் குடும்பத்தினருடன் தங்கியிருந்தார்கள். 14ம் தேதி ஆண்ட்ரூஸ் ரவீந்திரநாத் தாகூரின் வாழ்வும் பணிகளும்பற்றி டவுன் ஹாலில் உரையாற்றினார். கவர்னர்-ஜெனரல் லார்ட் கிளாட்ஸ்டோன் தலைமை தாங்கினார். 'பெரிய, சிறப்பான பார்வையாளர்கள் கூட்டத்தில்' சில நாடாளுமன்ற உறுப்பினர்களும் இருந்தார்கள். ஆண்ட்ரூஸ் உரையின் மையக்கருத்து, இந்தியா வெறுமனே 'கூலிகளின்' தேசமல்ல; மாறாக 'மேன்மையான லட்சியங்கள்' கொண்டதும்கூட. அவர் தாகூரால் குறிப்பாக வெளிப்படுத்தப்பட்டதுபோன்ற 'உயர்ந்த இந்திய வாழ்வும் சிந்தனையும்பற்றி உள்ளம்கனிந்த பாராட்டை' தெரிவித்தார்.[21]

தென்னாப்பிரிக்காவின் போராட்டம்பற்றி எதுவும் குறிப்பிடப்படா விட்டாலும் ஆண்ட்ரூஸ் தாகூரின் சர்வமனித ஆன்மிகத்தையும் , இனம், மொழி சார்ந்த குறுகிய அடையாளங்களைமீறி எழ முடிந்த அவரது திறனையும் உயர்வாகப் பேசியபோது அதைத்தான் அவர் மனதில் கொண்டிருந்திருக்கவேண்டும். அவர் வாதப்படி, அந்தக் கவிஞரின் படைப்புகள் பின்வரும் நம்பிக்கையைத் தருகின்றன:

> வாழ்வின், சிந்தனையின் உயர்ந்த தளங்களில் கிழக்கும் மேற்கும் முழு தாகவும் உடனடியாகவும் இணக்கமாக ஒன்றுபடும்... நாசகார சக்திகளும், இனம், நிறம், சகிப்புத்தன்மையற்ற மத நம்பிக்கைகள்; தொழில், வியா பாரம், கட்சி அரசியல் ஆகியவை சார்ந்த போட்டி பொறாமைகளும்,

உறுதியும் பலமும் கொண்டவையாகத் தோன்றும்போது, ஒரே ஒரு குரல் அவற்றின் அபஸ்வரக் கூச்சல்களுக்கு மேலாக எழுந்து, கிழக்கும் மேற்கும் ஒன்றாக உண்மையானது, மேலானது என்று ஒப்புக்கொள்ளும் ஒரு செய்தியைப் பேசுவதானது மனித இனத்துக்கு அளவற்ற வரமாகும். கவிஞரின் இறையாண்மை மூடி மறைந்தது அல்ல. அது இப்போதே பழைமையான சர்வாதிகரங்களின் வீழ்ச்சியையும் அமைதியைக் கொண்டுவரும் புதிய உலக சக்திகளின் வருகையையும் முரசறைந்து அறிவித்துக்கொண்டிருக்கிறது.[22]

பிப்ரவரி 19 அன்று கேப் டவுனின் இந்தியர்கள் சி.எஃப்.ஆண்ட்ரூஸுக்கு பிரிவுபசார விருந்தளித்தார்கள். சிறப்பு விருந்தினராகக் கலந்து கொண்டவர் லிபரல் கட்சியின் நாடாளுமன்ற உறுப்பினர் டபிள்யூ.பி. ஷ்ரெய்னர். அவர் அந்த மதகுருவை 'ஒட்டுமொத்த மனிதகுல சகோரதரத் துவத்தின் பிரதிநிதி' என்று புகழ்ந்தார். பேசியவரும் அப்படிப்பட்டவர் தான். ஆண்ட்ரூஸ் இனவாதப் பார்வை இன்றி இருந்தது பிரிட்டிஷ் இந்தியாவில் அபூர்வமானது என்றால் ஷ்ரெய்னர் காலத்து தென்னாப் பிரிக்காவில் அது உண்மையிலேயே நிகரற்றது.

ஆண்ட்ரூஸ் ஹிந்துஸ்தானியிலும் ஆங்கிலத்திலும் பேசினார். அவர் செய்தித்தாள்களுக்காகக் கடைசியாக ஒரு செய்தியை எழுதியிருந்தார். அச்செய்தி தென்னாப்பிரிக்கர்களுக்கு அவர்களது விருந்தோம்பலுக்காக நன்றி தெரிவித்தது; இந்தியர்களின் விவகாரம்பற்றிய சூழ்நிலை சமீப வாரங்களில் 'அற்புதமாக மாறியிருக்கிறது' என்று சுட்டிக்காட்டியது. இந்த மாற்றத்துக்கான பெருமையை அவர் 'திரு காந்தியின் தீரமான மனோபாவத்துக்கும் ', 'ஜெனரல் ஸ்மட்ஸின் பெரும் கரிசன குணத்துக்கும் ' அளித்தார். சமாதானம் செய்துவைப்பதில் தன் சொந்தப் பங்கை அடக்க குணத்துடன் அவர் விட்டுவிட்டார்.[23]

ஆண்ட்ரூஸ் 21 பிப்ரவரி அன்று எஸ்.எஸ்.பிரிட்டன் கப்பலில் கிளம்பினார். ஐந்து நாட்களுக்குப் பிறகு அவர் காந்திக்கு அன்பும் மரியா தையும் நிரம்பிய கடிதம் ஒன்றை எழுதினார். 'நீங்கள் கப்பல்துறையில் ஜெபிப்பதுபோலவும், ஆசி வழங்குவது போலவும் கைகளை உயர்த்தியபடி நின்றுகொண்டிருப்பதைப் பார்த்தபோது, இதற்கு முன்பு நான் பிரிட்டோரியாவில்கூட அறிந்திராத வகையில் நீங்கள் எப்படி எனக்கு மிக மிக நெருங்கியவராக ஆகிவிட்டீர்கள் என்பதை அறிந்து கொண்டேன். பார்க்கப் பார்க்க எனக்குள் துக்கம் அதிகரித்தது; நான் இந்தியாவுக்குச் சென்றுகொண்டிருக்கிறேன் என்ற எண்ணம்கூட அதை வெல்ல முடியவில்லை.' பின்னர் அவர் கடற்பயண வியாதியால் பீடிக்கப் பட்டபோது அவரது நண்பர்பற்றிய நினைவு அவருக்கு ஆறுதல் தந்தது:

ஆண்டவன் எனக்கு அளித்திருக்கும் இந்தப் புதிய கொடை; அது எனக்கு மிக்க மகிழ்ச்சியைத் தந்தது, மோகன், நான் படுமோசமான உடல்நிலையில் இருந்தாலும்கூட, உங்களுடனான நட்பைப்பற்றி

நினைப்பதும் ஞாபகப்படுத்திக்கொள்வதுமே மகிழ்ச்சியைத் தருகிறது!... அன்றைக்குக் காலையில் நீங்கள் உங்கள் கைகளை என் தோள்மீது வைத்தபடி, நான் சென்றபிறகு உங்களுக்கு ஏற்படக்கூடிய தனிமைபற்றி நீங்கள் பேசும் வரையில் என்மீது எவ்வளவு அன்பு செலுத்துகிறீர்கள் என்று எனக்கு ஏனோ சரியாகத் தெரிந்திருக்கவில்லை.

காந்தியும் ஆண்ட்ரூஸூம் ஒன்றாகச் செலவிட்ட ஆறு வார காலத்தில் அவர்கள் ஒருவருக்கொருவர் ஆத்ம நண்பர்கள் ஆகிவிட்டார்கள். இந்த வார்த்தை, அல்லது தேய்வழக்கு தவிர்க்க முடியாதது; பொருத்தமானதும் கூட. இருவருமே சத்தியத்தையும் கடவுளையும் தேடுபவர்கள்; இருவருமே மனசாட்சிப்படி நடப்பவர்கள்; உணர்வுபூர்வமானவர்கள்; கிழக்கையும் மேற்கையும், வெள்ளையையும் பழுப்பையும் , காலனி ஆட்சியாளரையும், காலனிப்படுத்தப்பட்ட மக்களையும், முக்கியமாக இந்து மதத்தையும் கிறிஸ்துவ மதத்தையும் ஒற்றுமைப்படுத்த வீரத்துடன் முயன்றவர்கள். மூன்று பவுண்ட் வரியைவிடவும், திருமண விவகாரத்தைவிடவும், ஜெனரல் ஸ்மட்ஸின் ஆளுமையைவிடவும் அதிகமாக அவர்கள் விவாதித்தது —ஃபீனிக்ஸிலும், பிரிட்டோரியாவிலும், கேப் டவுனிலும்— இறைவனை அடைவதற்கான பல்வேறு பாதைகளையே. இவ்வாறு அதன் நெருக்கமான, உணர்வு நிரம்பிய முன்னுரைக்குப் பின் அந்தக் கடிதம் இறை நம்பிக்கை தொடர்பான விஷயத்துக்கு வருகிறது. அவர் காந்தியுடன் இருந்த ஒரு மாத காலம் அவரை சமய வரலாறுபற்றிய ஒரு புத்தகம் எழுதத் தூண்டியது; 'எப்போதும் இருக்கிற மனசாட்சியின் குரல், அற்புதமாக வளர்சியடைந்திருக்கிறது; சமய அறிவுஜீவியை ஆக்கிரமித்த செமிட்டிக் மற்றும் இந்தோ-ஆரியன் என்ற இரண்டு மாபெரும் இனங்களின் வாயிலாக அது வெளிப்படுகிறது—.' இந்தப் புத்தகம் எழுதப்பட்டது 'ஒரு தன்னந்தனியான தீர்த்த யாத்திரையாகும்'; காரணம் அதற்கு 'கிறிஸ் துவ நிலைக்கு பாத்தியதை கோருவதை விட்டுவிடுதல் என்று பொருள்; அதை மேற்கில் நான் அறிந்த, நேசிக்கிற யாராலும் நினைத்துப் பார்க்க முடியவில்லை.'[24]

அவரது நண்பர் சென்ற சிறிது காலத்தில் காந்திக்கு அவரது பழைய நண்பர் பிரன்ஜீவன் மேத்தாவிடமிருந்து கடிதம் ஒன்று வந்தது. அக்கடிதம் 1913ல் மேத்தா அளித்திருந்த கணிசமான தொகையான ரூ.32,000 நன்கொடைக்கு — ரசீது கோரியது. அத்துடன், '(முன்வைக்கப்பட்டுள்ள) (காந்திக்கும் ஸ்மட்ஸூக்கும் இடையிலான உடன்பாட்டுக்கு உருவம் தரும்) புதிய சட்டம் உங்கள் சிரமங்களைத் தணித்திருக்கும் என்று நம்புகிறேன்' என்று தெரிவித்தது. [25] வெளிப்படுத்தப்படாதது மேத்தா நீண்டகாலம் பேரார் வத்துடன் கொண்டிருந்த விருப்பம்: அவரது நண்பர் இப்போது இந்தியா வுக்குத் திரும்பி வந்து, அங்கு அரசியல் இயக்கத்துக்கான பொறுப்பை எடுத்துக்கொள்ளவேண்டும் என்பது. கடந்த காலத்தில் பலமுறை காந்தி இந்தியாவுக்கு வரும் நிலையில் இருந்திருக்கிறார். 1901 அக்டோபரில் அவர்

தன் குடும்பத்துடன் டர்பனைவிட்டுக் கிளம்பினார்; அவரது கருத்தில் இறுதியாக. ஓர் ஆண்டுக்குமேல் கடந்த நிலையில் அவர் போருக்குப் பிந்திய ஒப்பந்தத்தில் தென்னாப்பிரிக்க இந்தியர்களின் உரிமைகளுக்காக பேச்சு வார்த்தை நடத்துவதற்காக மீண்டும் அழைத்துவரப்பட்டார். அவர் வந்தாலும், முடிந்தவரை விரைவில் இந்தியாவுக்குத் திரும்பிவிடலாம் என்ற எண்ணத்திலேயே வந்தார். 1904 செம்டெம்பரில் லார்ட் மில்னருக்கு அவர் ஒரு சமரசத் தீர்வை முன்வைத்தார்; அது ஒயிட் லீகர்களின் அதிதீவிர கோரிக்கைகளுக்கும், புரட்சிப் போக்கு அதிகம் கொண்ட இந்தியர்களுக்கும் இடையில் ஒரு பாதிவழியில் அமைந்த இடைத்தங்கல் முகாம் போன்றது. அது மட்டும் ஏற்றுக்கொள்ளப்பட்டிருக்குமானால், காந்தி கஸ்தூரி பாவுடனும் குழந்தைகளுடனும் மீண்டும் இணைந்திருப்பார். மேலும் பம்பாய் உயர் நீதிமன்றத்தில் தன்னை ஸ்தாபித்துக்கொள்ளவும் மூன்றாவது முறையாக முயற்சி செய்திருப்பார்.

மில்னர் அவரை ஒதுக்கித்தள்ளியபோது காந்தி தன் குடும்பத்தினரை ஜோஹானஸ்பர்க் வந்து தன்னுடன் சேர்ந்துகொள்ளுமாறு கேட்டுக் கொண்டார். 1906-லும் 1909-லும் அவர் லண்டன் சென்று இந்திய சமூகத்தின் உரிமைகளுக்காக ஆதரவு திரட்டினார்; இரண்டு தடவையும் அவர்களது கோரிக்கைகள் ஏற்றுக்கொண்டிருக்கப்பட்டிருந்தால் அவர் இந்தியாவுக்கு வந்திருந்திருப்பார். திரும்பவும் 1911 கோடைகலத்தில் அவர் ஸ்மட்ஸ் தன் கோரிக்கைகளுக்குச் செவிசாய்ப்பார் என்று பலமான நம்பிக்கை கொண்டிருந்தார். அதுவும் நடக்கவில்லை—ஆகவே இன்னொரு கட்ட சத்தியாக்கிரகம் ஆரம்பிக்கப்பட்டது. இப்போது கடைசியாக கௌரவமான உடன்பாடு ஒன்று சட்ட வடிவம் பெறவிருந்தது—காந்தி குடும்பம் பிரன் ஜீவன் மேத்தாவின் ஆழ்ந்த விருப்பம் நிறைவேறும்படித் தமது தாய் நாட்டுக்குத் திரும்ப முடியும்.

முன்பு 1911ல் தென்னாப்பிரிக்காவிலிருந்து ஒருகாலத்தில் போய்விடு வதற்கான தயாரிப்பில் ஈடுபட்டிருந்த காந்தி, ஜோஹானஸ்பர்க்கில் நடந்துவந்த தனது வழக்கறிஞர் தொழிலை எல். டபிள்யூ. ரிட்சுக்குக் கையளித்திருந்தார். பின்னர் 1913ல் டர்பனில் குடியேறிய ஹென்றி போலாக் ஸ்மித் தெருவில் ஒரு அலுவலகத்தைத் திறந்தார். அங்கே அவர் தன் வாடிக்கையாளர்களை மட்டுமின்றி இந்தியன் ஒப்பீனியன் இதழின் சந்தாதாரர்களையும் சந்தித்தார்.[26] சமூகத்தைப் பிரதிநிதித்துவம் செய்வதை அனுபவம் வாய்ந்த கரங்களில் ஒப்படைத்துவிட்டதால், தன்னால்— ஒரே ஒரு பிணக்கைத் தீர்த்துவைக்க தென்னாப்பிரிக்கா வந்த அவர் சில இடைவெளிகள் நீங்கலாக இரண்டு தசாப்தகாலம் தங்கியிருந்து விட்டார்—இப்போது இறுதியாக இந்தியா திரும்ப முடியும் என்று காந்தி எதிர்பார்த்தார்.

1914 பிப்ரவரி கடைசி வாரத்தில் காந்தி கோகலேவுக்கு எழுதிய கடிதத்தில் அவர் ஏப்ரல் மாதம் குடும்பத்துடனும், ஃபீனிக்ஸ் பள்ளியின் சில

பையன்களுடனும் கிளம்பத் திட்டமிட்டிருப்பதாகத் தெரிவித்தார். அவரது ஆசான் அவரிடம் அரசியல் விவகாரங்கள் குறித்து எதுவும் பேசுவதில்லை என்று உறுதிமொழி பெற்றிருந்தார். அந்த வாக்குறுதியை அவர் 'இம்மியும் பிசகாமல் கடைப்பிடிப்பார்'. அவரது 'தற்போதைய லட்சியம்' 'உங்கள் அருகில், உங்கள் தாதி யாகவும், ஏவலாளனாகவும் இருப்பது. நான் நேசிக்கும், வியந்து நோக்கும் ஒருவருக்குக் கீழ்ப்படிந்து நடக்கும் உண்மையான சுய ஒழுக்கத்தைக் கைக்கொள்ள விரும்புகிறேன். தென்னாப்பிரிக்காவில் நான் ஒரு மோசமான காரியதரிசியாகத்தான் இருந்தேன் என்று அறிவேன். நான் ஏற்றுக்கொள்ளப்பட்டால், தாய் நாட்டில் அதைவிடச் சிறப்பாகச் செயல்பட முடியும் என்று நம்புகிறேன்.'[27]

காந்தி இன்னும் கேப் டவுனில்தான் இருந்தார்; ஒரு காரணம், விசாரணை கமிஷன் அறிக்கை இறுதி வடிவம் பெறும்போது அவர் அருகில் தயாராக இருக்க விரும்பினார்; இன்னொரு காரணம் கஸ்தூரிபா நோயுற்றிருந்தது. அவரால் உதவியின்றி உட்காரவோ, திட உணவுகளை உண்ணவோ முடியது. காந்தி உடன்பாட்டைப் பற்றிக் கவலை கொண்டிருந்தார்; அது போலவே மனைவியின் உடல்நிலை குறித்தும் கவலைகொண்டிருந்தார். கஸ்தூரிபாவுக்கு 'அபாயமானவையாகத் தோன்றும் வீக்கங்கள்' ஏற்பட்டிருந்தன; அவற்றின் காரணத்தை அவர்களது நண்பரும், அவர்களைத் தன் வீட்டில் விருந்தனர்களாகத் தங்க வைத்திருந்தவருமான டாக்டர் கூல் இன்னும் கண்டுபிடிக்கவில்லை.[28] கஸ்தூரிபா 'வாழ்வுக்கும் மரணத்துக்கும் இடையே ஊசலாடிக்கொண்டிருந்தார்'. அவர் காந்தியின் முழுநேர கவனிப்பைக் கோரினார்; 'நாள் முழுவதும் அவர் தன்னுடனேயே இருக்கவேண்டும்' என்று விரும்பினார். ஒருமுறை இருபத்து நான்கு மணிநேர காலத்தில் இரண்டு தக்காளிப்பழங்களின் சாறும், ஒரு தேக்கரண்டி எண்ணெய்யும் மட்டுமே அவர் உட்கொண்டிருந்தார். 'அவள் மெதுவாக இறந்துகொண்டிருப்பதுபோல் தோன்றுகிறது' என்று காந்தி காலன்பாக்குக்கு எழுதிய கடிதத்தில் குறிப்பிட்டார்.[29]

இந்தக் காரணிகள் காந்தி தன் மகன் ஹரிலாலுக்கு மார்ச் 2 அன்று மிகக் கடுமையான தொனியில் கடிதம் எழுத நேர்ந்ததை விளக்குகின்றன; ஆனாலும் இவற்றால் அதை மன்னிக்க முடியாது. 'என்னிடம் உன் கடிதம் இருக்கிறது' என்று தொடங்கிய அவர், 'நீ உன் எல்லாக் கடிதத்திலும் மன்னிப்புக் கேட்டுவிட்டுக் கூடவே உன்னை நியாயப்படுத்தவும் செய்கிறாய். எல்லாமே எனக்கு இப்போது வெறும் வேஷமாகத் தோன்றுகிறது. பல ஆண்டுகாலம் நீ கடிதம் எழுதுவதில் சுணக்கம் காட்டிவிட்டு இப்போது மன்னிப்புகளைத் தூக்கிக்கொண்டு வருகிறாய். நான் உன்னை ஒவ்வொரு தடவையும் மன்னிப்பது சாகும்வரை இப்படியே தொடருமா, ' என்று எழுதினார்.

தொடர்ந்து காந்தி ஹரிலாலை அவரது தம்பிகளுடன் ஒப்பிட ஆரம்பித்தார். அவர் இப்படிப் புகார் செய்கிறார்: 'நான் விதித்து, நீயும் நிறைவேற்றுவதாக ஒப்புக்கொண்ட எல்லா நிபந்தனைகளையும் மீறிவிட்டாய். உன்னை ஒருவரும் உடம்பைக் கெடுத்துக்கொண்டு படிக்கப்போகச் சொல்லவில்லை. நீதான் உன் உடம்பைக் கவனிக்காமல் விட்டுவிட்டாய். ராம்தாஸும், மணிலாலும் உன்னை மிஞ்சிவிட்டதில் ஆச்சரியம் இல்லை. ராம்தாஸ் நல்ல முயற்சி எடுத்திருக்கிறான், ஆளும் நன்றாக வளந்திருக்கிறான். மணிலாலும் நல்ல பலம் பொருந்திய வன்தான்; அவன் மட்டும் (ஜெக்கி மேத்தாவுடன்) தவறான இச்சைகளின் வழியில் சென்றிருக்கவில்லை என்றால் இன்னும் பலசாலியாக இருந்திருப்பான். (ஜெக்கியின் பெயர் காந்தி எழுதிய கடிதத்தில் இல்லை. இது குஹாவின் வார்த்தை - மொ.ர்) அவர்களது படிப்புகூட உன்னுடயதைவிட நன்றாக இருப்பதாகவே கருதுகிறேன்.

ஹரிலால் பம்பாய்க்குச் சென்று தன் படிப்பைத் தொடரும் விருப்பத்தைத் தெரிவித்திருந்தார். அப்படிச் செய்வதாக இருந்தால் அவர் தன் மனைவி சான்ச்சியையும் குழந்தைகளையும் குஜராத்திலேயே விட்டுவிட்டுச் செல்லவேண்டும் என்று காந்தி சொன்னார். 'என் அறிவுரையையும் மற்றவர்களது அறிவுரையையும் ஒப்பிட்டுப் பார்த்து உனக்கு எது சரி என்று தெரிகிறதோ அதைச் செய். நான் உனக்கு எதிராக முன்முடிவுகள் கொண்ட தகப்பன்தான். நான் உன் நடவடிக்கைகளை ஒப்புக்கொள்ளவே மாட்டேன். உனக்குக் கொஞ்சமாவது எங்கள்மீது பிரியம் இருக்கிறதா என்பது எனக்குச் சந்தேகமாகவே இருக்கிறது. இப்படிச் சொல்வது கடுமையானதாக இருக்கலாம்; ஆனால், உன் கடிதங்கள் எனக்கு மிகவும் நேர்மையற்றவையாகவே தெரிகின்றன.'[30]

காந்தி ஹரிலாலின் கடிதத்தை மணிலாலுக்கு அனுப்பினார். 'அவன் அடைந் திருக்கும் பாழாய்ப்போன நிலையைப் பார். தவறு அவனுடையதல்ல, என்னுடையதுதான். அவன் குழந்தையாயிருந்தபோது நான் அதிகம் விதிமுறைகளைப் பின்பற்றுவதில் கண்டிப்பில்லாத வாழ்க்கையை வாழ்ந்தேன். அவன் இன்னும் அதன் தாக்கத்திலேயே இருக்கிறான். படித்து விட்டுக் கடிதத்தைக் கிழித்துவிடு' என்று காந்தி குறிப்பிட்டார். முன் முடிவுகள் கொண்ட அந்தத் தந்தை, முதல் மகனின் போதாமைகளை இரண்டாவது மகன் ஈடுகட்டவேண்டும் என்று விரும்பினார். அவர்கள் இந்தியாதிரும்பியவுடன், 'நீ இந்தியாவில் உயர்தரமான பிரம்மச்சாரியாகப் பெருமைபெறவேண்டும் என்பதே என் ஆவல். உன் நடத்தை இயல் பாகவே மிகவும் ஒழுக்கம் நிறைந்ததாக இருக்கிறது; அது நிச்சயம் மற்றவர்கள்மீது தாக்கத்தை ஏற்படுத்தும். அதற்குக் கடின உழைப்பு, படிப்பு, தூய்மை ஆகியவை உன்னிடம் இருப்பது அவசியம்.'[31]

மார்ச் இரண்டாவது வார வாக்கில் கஸ்தூரிபாவின் உடல்நிலை சற்றே தேறியிருந்தது. அவர் குணமடைந்ததற்குத் தன் சொந்த சிகிச்சை

முறைகளே காரணம் என்று காந்தி நினைத்தார். அவரது வயிற்றில் இருந்த கட்டி புற்றுநோயாக இருக்கலாம் என்ற சந்தேகம் இருந்தது. புற்றுநோய் 'மருத்துவ சிகிச்சை எதற்கும் கட்டுப்படாவிட்டாலும் நோயாளிக்குத் தெம்பு இருந்தால், அது கண்டிப்பாக உண்ணாவிரத சிகிச்சைக்குக் கட்டுப் பட்டாகவேண்டும்' என்பது அவரது நம்பிக்கை.[32] அவர் தன் மனைவியை, நீரும் வேப்பிலைகளும் மட்டுமே உண்டு மேற்கொள்ளும் நீண்டகால உண்ணாவிரதத்தில் ஈடுபடுத்தினார். கஸ்தூரிபாவின் வயிற்றில் இருந்த வலி மட்டுப்பட்டது. அவரால் இப்போது நிமிர்ந்து உட்காரவும் சாப்பிடவும் முடிந்தது. 'அவர் பிழைத்துவிட்டால், நமது (இயற்கை வைத்திய) சிகிச்சைகளும் இறை நம்பிக்கையுமே அவளைக் காப்பாற்றியது என்பது நிச்சயம். அவரது சீர்குலைவுக்கு மருத்துவரின் மருந்துகளே காரணம் என்று அவள் இப்போது உணர்ந்திருக்கிறாள்' என்று காந்தி தன் ஒன்றுவிட்ட அண்ணன் பிள்ளை மகன்லாலிடம் கூறினார்.[33]

கஸ்தூரிபாவின் உயிருக்கு இனி ஆபத்தில்லை என்றால், இப்போது அவரது கணவரின் உயிர் ஆபத்தில் இருந்தது. விசாரணை கமிஷன் ஒருதார மணங்களை மட்டுமே அங்கீகரிக்கும் என்ற செய்தி டிரான்ஸ் வாலிலிருந்த இஸ்லாமிய வியாபாரிகளை எட்டியது. இந்த வியா பாரிகள்தான் காந்தியை தென்னாப்பிரிக்காவுக்கு அழைத்து வந்தவர்கள்; அவர்கள் அவரது இயக்கத்துக்கு நிதியளித்திருக்கிறார்கள்; அவர் தலைமையின்கீழ் அவர்களில் பலர் சிறைசென்றிருக்கிறார்கள். ஆனால், ஒரு ஆண் பல மனைவியரைக் கொண்டிருப்பது அவர்களது சமய நம்பிக்கையின் மையமான அம்சங்களில் ஒன்று. இப்போது அவர்கள் காந்தி தங்கள் நலன்களுக்கும், அதைவிட முக்கியமாக அவர்களது மதத் துக்கும் துரோகம் செய்துவிட்டதாகக் குற்றம் சாட்டினர்.

மார்ச் மாத ஆரம்பத்தில் காந்தி அவரது அண்ணன் லஷ்மிதாஸ் போர்பந் தரில் காலமாகிவிட்டதாகச் செய்தி அறிந்தார். அவர் சிலகாலமாக வியா தியுற்றிருந்தார். அவர்கள் சந்தித்து ஒரு தசாப்தகாலத்துக்கு மேலாகி விட்டாலும், சமீபத்திய வருடங்களில் ஓரளவுக்கு சமாதானமாகி விட்டிருந்தனர். போர்பந்தரில் 1891ல் குடும்பத்தை சிக்கலில் மாட்டி விட்ட சதிவேலையை காந்தி மறந்து, மன்னித்துவிட்டார். லஷ்மிதாஸ், தன் தம்பி தென்னாப்பிரிக்காவில் ஆற்றிவரும் பணிகளுக்காக இந்தியாவில் பெற்றுவந்த பரவலான புகழ்ச்சியின் ஒளியில் தானும் திளைத்துவந்தார்.[34] காந்தியின் இன்னொரு அண்ணன் கர்சன்தாஸ் முந்திய ஆண்டு ஜூன் மாதம் காலமாகியிருந்தார். சத்தியாக்கிரகத்தில் மும் முரமாக இருந்ததால் இரண்டு மரணங்களையும் குறித்து காந்தி பொதுவில் எதுவும் சொல்லவில்லை; ஆனால்தான் இப்போது இந்தியாவுக்குத் திரும்பிச் செல்லும்போது அங்கு பெற்றோரும் அண்ணன்களும்கூட இருக்க மாட்டார்கள் என்று அவருக்குத் தெரியும். விதவையான தமக்கை ராலியத் மட்டுமே இன்னும் இருந்தார்.

மார்ச் 11 அன்று காந்தி தன் ஒன்றுவிட்ட அண்ணன் மகன் சகன்லாலுக்கு எழுதிய கடிதத்தில், தான் கேள்விப்பட்ட விஷயம் பற்றி, 'ஜோஹானஸ் பர்க்கில் என் உயிரைப் பறிக்கச் சதிசெய்து வருகிறார்களாம். அது மிகவும் வரவேற்கத் தக்கது; நான் செய்துவரும் வேலைக்கு அது சரியான முடிவாக இருக்கும்' என்று குறிப்பிட்டார். ஒருவேளை தான் கொல்லப்பட்டால், தனது குடும்பம் என்ன செய்யவேண்டும் என்று காந்தி சில அறிவுறுத் தல்களைத் தந்திருந்தார். அவர்கள் நிலத்தில் குடியானவர்களைப்போல எளிமையாக வாழவேண்டும். காந்தி ஐந்து விதவைகளைப் பராமரிக்க வேண்டியிருந்தது. இவர்கள் அவரது தமக்கை, அவரது காலமான இரு அண்ணன்களின் மனைவியர், இன்னும் இரண்டு குடும்ப உறுப்பினர்கள் ஆகியோர். காந்தி இப்போது அவரது விரோதிகளால் கொல்லப்பட்டால், இதற்கான பணத்தைப் பிரன்ஜீவன் மேத்தாவிடமிருந்து பெற்றுக் கொள்ளலாம். ஆனாலும் நாளடைவில் அவரவர் மகன்கள் தம் விதவைத் தாயார்களுக்கான பொறுப்பை எடுத்துக்கொள்ளவேண்டும்; ஹரிலால் கஸ்தூரிபாவைக் கவனித்துக்கொள்ள வேண்டியதும் இதில் அடக்கம்.[35]

மேத் என்ற பெயர்கொண்ட இளைஞன்தான் காந்திக்கு அவரைக் கொலை செய்ய சதி நடந்துவருவதாக எழுதியிருந்தார். சதி செய்தவர்கள் யார் என்று நமக்குத் தெரியவில்லை. 1908ல் ஏறக்குறைய கொலையே செய்யு மளவுக்கு அவர்மீது தாக்குதல் நடத்திய பத்தான்களா? அவர்கள் தாமாகவே செயல்பட்டார்களா அல்லது வியாபாரிகளின் அடியாட் களாகச் செயல்பட்டார்களா? இந்தத் திட்டம் எந்த அளவுக்கு மும்மு ரத்துடன் செய்யப்பட்டது? கோபத்தில் சொல்லப்பட்ட வார்த்தைகளை வைத்து மோத் அவசர முடிவுக்கு வந்துவிட்டாரா? நமக்குத் தெரிவ தெல்லாம் கமிஷன் திருமண விவகாரத்தில் என்ன சொல்லப்போகிறது என்ற கவலை ஜோஹானஸ்பர்க்கில் அதிகரித்துவந்தது என்பதுதான். மார்ச் கடைசி வாரத்தில், 'டிரான்ஸ்வாலைச் சேர்ந்த இஸ்லாமியர்களின் எல்லாப் பிரிவினரும் கலந்துகொண்ட நிறைந்த பொதுக்கூட்டம் ஒன்று' ஹமீதியா ஹாலில் நடைபெற்றது. காந்தி அந்த அரங்கில் பலமுறை ஆதரவான கூட்டத்தினர் மத்தியிலும், அபிமானம் கொண்ட கூட்டத்தினர் மத்தியிலும்கூட உரையாற்றியிருக்கிறார். இந்த முறையோ, அவர் அங்கே இல்லாவிட்டாலும் இருந்தார் எனலாம். அந்தக் கூட்டம், 'ஒரே ஒரு மனைவியையும் அவளுக்குப் பிறந்த குழந்தைகளையும் மட்டும் அங்கீகரிக்கும் பரிந்துரை ... நிறைவேற்றப்படுமானால் அது நமது புனிதமான மதத்தின் கொள்கையை மீறுவதாகவும் அவமதிப்பதாகவும் இருக்கும்' என்று தீர்மானம் நிறைவேற்றியது. மேலும் அந்தக் கூட்டத் தில், 'திருவாளர்கள் காந்தி, போலாக் அவர்களது சகாக்கள் ஆகியவர்கள் இஸ்லாமிய சமூகத்தை பிரதிநிதித்துவம் செய்யவோ அல்லது அவர்களது விவகாரங்கள் எதிலும் தலையிடவோ எந்தவித உரிமையும் அற்றவர்கள் என்று இதன் மூலம் அனைவருக்கும் அறியப்படுத்தப்படுகிறது'[36] என்று தீர்மானிக்கப்பட்டது.

மார்ச் கடைசி வாரத்தில் விசாரணை கமிஷன் அறிக்கை வெளியிடப் பட்டது. அந்த அறிக்கை காந்திபற்றி உறுதியற்ற நிலைப்பாடு கொண்டிருந்தது. அவர், 'இந்திய சமூகத்தின் அங்கீகரிக்கப்பட்ட தலைவர்' என்று ஒப்புக்கொள்ளும் அதேவேளை, 'அவரும் அவரைப் பின்பற்றுபவர்களும் 'கமிஷனை முற்றிலும் புறக்கணிக்க' முடிவுசெய்து விட்டதைப்பற்றி வருத்தம் தெரிவித்தது; அவர்கள் அப்படிச் செய்ததால், வேலைநிறுத்தம் செய்தவர்கள்மீது அளவுக்கதிகமான பலப்பிரயோகம் செய்யப்பட்டதாகச் சொல்லப்பட்ட குற்றச்சாட்டை உறுதிசெய்யும் விதத்தில் ஒருவரும் முன்வந்து சாட்சி சொல்லவில்லை. காவல் துறையினரின் சாட்சியத்தை மட்டுமே சார்ந்திருக்க வேண்டியிருந்ததால், சீருடை அணிந்த பணியாளர்கள் எங்கெல்லாம் கூட்டத்தினர்மீது துப்பாக்கி குண்டுகளைச் சுட்டார்களோ அங்கெல்லாம் 'ஆயுத பிரயோகம் முற்றிலும் நியாயமானதே' என்ற முடிவுக்கு கமிஷன் வந்தது.

கமிஷனின் மற்ற பரிந்துரைகள் இந்தியர்களுக்கு மிகுந்த ஆசுவாசம் தருபவையாக இருந்தன. கமிஷன் அரசாங்கத்தைக் கேட்டுக்கொண்ட விஷயங்களில் தென்னாப்பரிக்காவில் வசிக்கும் இந்தியர்களை ஒரு மனைவியையும், அவளது மைனர் வயதிலிரும் குழந்தைகளையும் அழைத்துவர அனுமதிப்பது என்பதும், பல்வேறு மதப் பிரிவுகளைச் சேர்ந்த இந்திய மதகுருக்களைத் தென்னாப்பிரிக்காவில் திருமணங்களை நடத்திவைக்க நியமிப்பதை அனுமதிப்பது, ஏற்கெனவே நடப்பிலுள்ள ஒருதாரத் திருமணங்களை அங்கீகரிப்பது, நேட்டால் இந்தியர்கள்மீது விதிக்கப்பட்ட வருடாந்திர மூன்று பவுண்ட் வரியை ரத்து செய்வது, பதிவு சான்றுகளை மூன்றாண்டு காலத்துக்கு (நடப்பில் இருப்பதுபோல ஓரண்டுக்கு அல்லாமல்) வழங்குவது, இந்தியர்கள் திருமணங்களைப் பதிவுசெய்ய உதவியாக மொழிபெயர்ப்பாளர்களை நியமிப்பது போன்றவை அடங்கியிருந்தன.[37]

காந்திக்கு அறிக்கை மிகவும் திருப்தி தந்தது. அது அவ்வளவு விரைவில் வெளியானதே அவரது புறக்கணிப்பை நியாயப்படுத்துவதாக இருக்கிறது என்பது அவரது வாதம். இந்தியர்கள் சாட்சி சொல்லியிருந்தால், ஐரோப்பியர்கள் தாங்களும் சாட்சி சொல்லவேண்டும் என்று வலியுறுத்தியிருப்பார்கள்; அறிக்கை பல மாதங்கள் தாமதப்பட்டிருக்கும். இந்தியர்களும் வெள்ளையர்களும் பொதுவெளியில் கசப்பான வார்த்தைகளால் வசைபாடிக்கொண்டிருந்திருப்பார்கள்; 'திரு ஆண்ட்ரூஸால் இப்போது அவர் செய்திருப்பதுபோல ஆழ்ந்த அன்புடனும் அடக்கத்துடனும் சப்தமில்லாமல் சமாதான விதைகளைத் தூவியிருக்க முடியாது'. எப்படிப் பார்த்தாலும், 'நாம் ஏராளமான அளவில் சான்றுகளை அளித்திருந்தால்கூட மூன்று பவுண்ட் வரி விஷயத்திலும், திருமணங்கள் விஷயத்திலும் கமிஷனின் சிபாரிசுகள் இதைவிடச் சிறப்பாக இருந்திருப்பது அநேகமாக முடிந்திருக்காது'. இப்போது அவர் கேப் மாகாணத்திலும் ஃப்ரீ ஸ்டேட்டிலும் இருக்கும் இந்தியர்களின் கோரிக்கைகளை அரசாங்கம் ஏற்றுக்கொள்ளும் என்று நம்பினார்.[38]

விசாரணை கமிஷனின் சாதகமான பரிந்துரைகள் இந்தியப் பத்திரிகைகளில் கவனம் பெற்றன. அவை இதற்கான பெருமையை சத்தியாக்கிரகிகளுக்கு அளித்தன. மைசூரிலிருந்து வெளியான சத்வா என்ற கன்னட வார இதழ் காந்தியின் அரசியல் வழிமுறை குறித்து எழுதிய புகழுரை கவனத்தை ஈர்ப்பது. இவ்வாறு

> வாள் எதுவும் உருவப்படவில்லை; துப்பாக்கி எதுவும் சுடப்பட வில்லை... திரு காந்தி தென்னாப்பிரிக்க அரசின் நியாயமற்ற சட்டங் களை வெறுமனே மீறினார்; அவற்றின் நீக்கத்துக்காகக் கிளர்ச்சி செய்தார்; சிறைக்குக் கூடப் போனார்; விடுதலையான உடனேயே சத்தியாக்கிரகப் போராட்டத்தைத் திரும்பவும் தொடங்கினார்; கடைசியில் அவர்களைச் சரியான வழியில் திரும்பச் செய்துவிட்டார். அவர் நெறிமுறை பிறழ்ச்சிக்கு இறுதிச்சடங்கு செய்துவிட்டார் என்று சொல்லலாம். வரலாறு மகா அலெக்ஸாண்டர் போன்றவர்களை நாயகர்களாகக் கொண்டாடுகிறது; அவர்களது புகழ் அவர்கள் விளைவித்த வன் முறையையும் பேரழிவையும் கொண்டு மதிப்பிடப்படுகிறது. ஆனால் திரு காந்தி அநீதியைத் தோற்கடிப்பதில் வெளிப்படுத்தியிருக்கும் மாவீரம் இணையற்றது. [39]

மே மாத ஆரம்பத்தில் காந்தி குடும்பத்தினர் மீண்டும் ஃபீனிக்ஸ் வந்து விட்டனர். கஸ்தூரிபாவின் உடல்நிலை அங்கு தேறிவந்தது. அவரது கணவர், 'இந்த முன்னேற்றம் தொடர்ந்தால் இன்னும் ஒரு மாதத்தில் பழைய நிலையை அடைந்துவிடுவாள். அப்படியானால், அல்லது எப்படி யானாலும், அவளையும் உடன் அழைத்துக்கொண்டு லண்டன் வருவேன். உங்களுடன் ஆலோசித்த பிறகு நாம் இருவரும் நேரடியாக இந்தியா வுக்குச் செல்லலாம்; மற்றவர்கள் நாம் சென்ற பிறகு இங்கிருந்து கிளம்பி வரலாம்' என்று கோகலேவுக்கு எழுதிய கடிதத்தில் குறிப்பிட்டார். [40]

கோகலே லண்டனில் கோடைகாலத்தைக் கழித்துவந்தார்; சி.எஃப். ஆண்ட்ரூஸும் அவ்வாறே. அவர்கள் இருவரும் நீண்ட நேரம் உரையாடு வது வழக்கம். அவற்றின் சாராம்சம் டர்பனிலிருந்த காந்திக்கு அனுப்பப் படும். அந்த மதகுருவையும் துறவியையும் போலன்றி கோகலே கடவுளைத் தேடுபவரோ கடவுளுக்காகத் தேடுபவரோ அல்ல. அவர் ஆண்ட்ரூஸிடம், 'அவர் தாய்நாடுமீது கொண்டிருக்கும் அன்பு, அவரது தரிசனம், அதன் வாழ்விலும் எதிர்காலத்திலும் அவர் கொண்டிருக்கும் ஆழ்ந்த ஈடுபாடு ஆகியவை அவரைப் பொறுத்தவரை ஒரு மதம் போல; இதுவே அவருக்கு கடவுளை நிஜமாக்கியிருக்கிறது' என்று சொன்னார். தேசப்பற்று கோக லேயின் மதம்; அவரது தேசப்பற்று அந்நிய ஆட்சியாளர்களுடன் அவர்கள் இந்திய மண்ணில் இருக்கும்வரை ஒத்துழைப்பதை மறுக்காதது. கோகலே ஆண்ட்ரூஸிடம், 'மூன்றுவிதமான தேசப்பணிகள் தேவைப்படுகின்றன— அந்நிய அரசு சார்ந்தது, அந்நிய அரசு சாராதது, அந்திய அரசை எதிர்ப்பது. இவை எல்லாமே தேவை' என்று கூறனார். காந்தி அரசாங்கத்திடமிருந்து

இந்தியர்களுக்கு 'சுதந்திரம்' வேண்டும் என்று கேட்பது, அவர் இந்தியாவின் சேவகர்கள் அமைப்பிலும் அந்த அமைப்புக்காகவும் பணியாற்றுவதில் 'ஒரு தடைக்கல்லாக இருக்கக்கூடும்' என்று கோகலே கவலைப் பட்டார்.[41]

இதற்கிடையே ஃபீனிக்ஸில் காந்தியின் கவனம் மீண்டும் ஆசிரமத்தில் பாலியல் ஒழுக்கமீறல் நடந்திருக்கிறது என்ற வதந்தியால் திசை திரும்பியது. ஏப்ரல் மத்தியில் ஜெக்கி மேத்தா இன்னும் மணிலால் குறித்து காதல் உணர்வுடன் இருப்பதாகத்தான் சந்தேகிப்பதாக காந்தியிடம் கஸ்தூரிபா தெரிவித்தார். காந்தி அந்த ஊகத்தை நிராகரித்தார். கஸ்தூரிபா பிரன்ஜீவன் மேத்தாவின் மகள் குறித்து அதிகமாக முன்முடிவு கொண்டிருக்கிறார் என்பதே அவர் எண்ணம்; அவர் சமயம் கிடைக்கும் போதெல்லாம் ஜெக்கிமீது 'நெருப்பை உமிழ்கிறார்'.

உடனே கஸ்தூரிபா, காந்தி ஜெக்கியைப் பாதுகாப்பதாகக் குற்றம் சாட்டினார். காந்தி, கஸ்தூரிபா தேவையற்ற அச்சம் கொண்டிருப்பதாகப் பதில் சொன்னார். இந்தக் கருத்து வேற்றுமை அச்சமூட்டும் சச்சரவாக மாறியது; காந்தி தம்பதியினரின் முப்பதாண்டுத் திருமண வாழ்வில் அதுவே ஆகத் தீவிரமான பிணக்கு என்று அதுகுறித்த எல்லா வர்ணனைகளும் காட்டுகின்றன. அந்தக் கணவரின் தரப்பு அவர் காலன்பாக்குக்கு எழுதிய கடிதத்தில் கோட்டுச்சித்திரமாகக் காட்டப்பட்டுள்ளது:

> அவள் உடனே கூச்சலிட ஆரம்பித்தாள். எல்லா நல்ல சாப்பாட்டையும் விலக்கச் சொல்லி அவளைச் சாகடிக்கப் பார்த்தேனாம். எனக்கு அவள்மீது சலிப்பு ஏற்பட்டுவிட்டதாம்; அவள் சாகவேண்டும் என்று நினைக்கிறேனாம்; நான் ஒரு படமெடுக்கும் பாம்பாம்... நான் பேசப்பேச அவள் இன்னும் இன்னும் விஷத்தை உமிழ்ந்தாள்... இன்றைக்கு இயல்பாகவே இருக்கிறாள். ஆனால் நேற்றைய சம்பவம் என் வாழ்வில் கற்ற பெரிய பாடங்களில் ஒன்று. அவள் என்மீது வைத்த குற்றச்சாட்டுகளை எல்லாம் உணர்ந்துதான் சொல்கிறாள். அவள் முரண்பாடான உணர்வுகளைக் கொண்டிருக்கிறாள். நான் அவளை ஒரு மகன் தாயைப் பார்த்துக்கொள்வதுபோலப் பார்த்திருக்கிறேன். ஆனால் நான் வைத்திருக்கும் அன்பு அவளது இயல்பை மாற்றுகிற அளவுக்குத் தீவிரம் கொண்டதாகவும் சுயநலமற்றதாகவும் இல்லை. ஆம், உலகப் பற்று இல்லாமல் பணிசெய்ய விரும்பும் ஒரு மனிதன் திருமணம் செய்து கொள்ளக்கூடாது. அவள் ஒரு மோசமான மனைவி என்று நான் புகார் சொல்ல முடியாது. மாறாக அவள் அளவுக்கு வேறு எந்தப் பெண்ணும் தன் கணவனின் வாழ்வில் ஏற்பட்ட மாற்றங்களுக்கு ஈடுகொடுத்திருக்க முடியாது. கூட்டிக்கழித்துப் பார்த்தால் அவள் என்னைக் கவிழ்த்து விடவில்லை; மிக நல்லதொரு எடுத்துக்காட்டாக இருந்திருக்கிறாள். நான் சொல்லவருவது என்னவென்றால், நீங்கள் ஒரு குறிப்பிட்ட பெண்ணுடன் உங்களைப் பிணைத்துக்கொண்டு அதே சமயத்தில் மனித குலத்துக்காகப்

பணியாற்ற முடியாது. இரண்டும் ஒத்துப்போகாது. இதுதான் அவளுக்குள் அவ்வப்போது சாத்தான் விழித்துக்கொள்வதற்கான நிஜமான காரணம். இல்லையென்றால் அவன் யாருக்கும் தெரியாமல் தூங்கிக்கொண்டே இருந்திருப்பான்.[42]

ஹரிலால் விஷயத்தில் போலவே, காந்தி அவர் மனைவியுடன் கொண்டிருந்த உறவு, அவர் தன் பணியையும் குறிக்கோளையும் குடும்பத்துக்கும் மணவாழ்வுக்கும் மேலாக வைத்ததன் காரணமாக அடிக்கடி சோதனைக்கு உள்ளானது. இந்த விவகாரத்தில் கஸ்தூரிபா தன் இரண்டாவது மகனைப் பாதுகாக்கும் முனைப்புடன் இருந்தார்; ஆகவே அவர் ஜெக்கியை மணிலாலுடன் கொண்ட காதலுக்காகக் குற்றம்சாட்ட விழைந்தார். காந்தி அதைவிட நடுநிலையானவர்; அவர் பார்வையில் அவர்களது மகனும் அந்த ஒழுங்கீனத்துக்கு சம அளவில் பொறுப்பு.

இந்தக் குறிப்பிட்ட சண்டை அந்தத் தம்பதி கடந்த பல ஆண்டுகளாகக் கொண்டிருந்த மற்ற பல வேற்றுமைகளை முன்னுக்குக்குக் கொண்டு வந்தது. தமது உறவு குறித்த சிந்தனைகளில் காந்தி விலகிநின்று பார்க்கக் கூடியவராகவும் (ஓரளவுக்கு) சமநிலை கொண்டவராகவும் இருந்தார். ஹரிலால் விஷயத்திலோ அவர் அதிகம் ஒருபக்கச்சார்பு கொண்டிருந்தார். தன் தகப்பனாரின் லட்சிய நோக்குக்கேற்ப வாழவில்லை என்று அந்தப் பையன் மீண்டும் மீண்டும் குற்றம்சாட்டப்பட்டார். மாறாக, அவர் காலன்பாக்குக்கு எழுதிய கடிதம், அவர் கஸ்தூரிபாமீது கொண்டிருந்த பொறுமையின்மையை மறைக்க முடியவில்லை என்றாலும், கஸ்தூரிபாவின் அதிருப்திக்கு, போர்பந்தரில் தமது பதின்வயதுகளில் அவர்கள் மணம்புரிந்துகொண்டபோது இருவருமே எதிர்பார்த்திருக்க முடியாதவையான, காந்தி செய்துகொண்ட தேர்வுகளே காரணம் என்பதைக் காட்டுகிறது.

கஸ்தூரிபாவும் காந்தியும் சண்டையிட்டுக்கொண்ட இரண்டு வாரங்களில் ஜெக்கி மேத்தா பாலியல்ரீதியான நாட்டம்கொண்டது வேறொரு நபரிடம்தானே தவிர மணிலாலிடம் அல்ல என்று தெரிய வந்தது. காந்தி வேதனையும் கோபமும் கொண்டார். ஜெக்கி 'முழு வேடதாரி'; பொய் சொல்லும் நோய்க்கூறு கொண்டவர்; அவர் காந்தியையும், தன் தந்தையாரையும், சமூகத்தையும் ஏமாற்றிவிட்டார். காந்தி அவரை ஃபிஜித் தீவிலிருந்த தன் கணவர் மணிலால் டாக்டரிடம் அனுப்பிவைக்க முடிவு செய்தார்.[43]

ஜெக்கியின் புதிய தவறுக்கும், தன் கண்காணிப்பின் போதாமைக்கும் பிராயச்சித்தம் செய்வதற்காக, காந்தி இருவார கால உண்ணாவிரதம் இருக்க முடிவு செய்தார். கஸ்தூரிபா அவரைத் தடுக்க முனைந்தார்; அவர் காந்தியின் உடல்நிலைபற்றி அஞ்சினார். அவரது கணவர் கேட்கவில்லை. விரதகாலம் முடிந்தவுடன் அவர் காலன்பாக்குக்கு எழுதினார்:

இந்த உண்ணாவிரதம் என்னை சாவின் வாசலுக்கு அழைத்துச் சென்றது. இன்னும் என்னால் தவழ்ந்து செல்லக்கூட முடியவில்லை; மிகக் குறை வாகவே உண்ண முடிகிறது; உறக்கம் வரவில்லை; வாய் மோசமாக இருக்கிறது. இந்த உண்ணாவிரதம் அவசியமானது. நான் ரொம்ப மோசமாக ஏமாற்றப்பட்டுவிட்டேன். நான் ஃபிஜியிலிருக்கும் மணிலாலுக்காகவும், டாக்டர் மேத்தாவுக்காகவும், எனக்காகவும் இதைச் செய்யக் கடமைப்பட்டுள்ளேன். இது என் வாழ்வின் பல பாடங்களில் ஒன்று. கட்டுப்பாடு பிரமாதமாக இருந்தது. என்னைச் சுற்றியிருந்த அனைவரும் மிகவும் வனப்புடையவர்களாக இருந்தார்கள். திருமதி காந்தி தெய்வாம்சம் கொண்டிருந்தாள். என்னை இதிலிருந்து திருப்ப முடியாது என்று உணர்ந்துகொண்டதும், என் பாதையை எளிதாக்கும் வேலையில் இறங்கினாள். தன் சொந்த வருத்தங்களை மறந்துவிட்டு என்னைக் கவனித்துக்கொள்ளும் தேவதையானாள். [44]

மே மாத கடைசி வாரத்தில் விசாரணை கமிஷனின் பரிந்துரைகளுக்கு உருக்கொடுக்கும் மசோதா தாக்கல் செய்யப்பட்டது. அது இதுவரை நிகழ்ந்த, இந்தியாவின் எந்த மதக்கொள்கைகளின்படியும் நடைபெற்ற ஒருதார மணங்களை அங்கீகரித்தது. அத்தகைய திருமணங்களின் விளை வாகப் பிறந்த குழந்தைகளின் உரிமைகளை அங்கீகரித்தது. எந்த இந்திய மதங்களின் குருமார்களையும் திருமண அதிகாரிகளாக நியமிக்க வகை செய்தது; மூன்று பவுண்ட் வரியை ரத்து செய்தது; இதற்கு முன்பு செலுத்த வேண்டிய அந்த வரி தொடர்பான நிலுவைத்தொகைகளை வசூலிக்கும் அரசின் அதிகாரத்தை விலக்கிக்கொண்டது; இந்தியாவுக்கு நிரந்தரமாகத் திரும்பிச்செல்ல விரும்பும் யாரையும் இலவசமாக அனுப்பிவைக்க அரசாங்கத்துக்கு அனுமதி அளித்தது. [45]

காந்தி ஜூன் மாதம் முழுவதும் கேப் டவுனில் செலவிட்டார். நாடாளு மன்ற உறுப்பினர்களிடம் ஆதரவு திரட்டுவதும், அமைச்சர்களைச் சந்திப்பதுமாக இருந்தார். மசோதா நாடாளுமன்றத்தில் பல கட்டங் களைக் கடந்து நிறைவேறியது. அதற்கு எழுந்த எதிர்ப்புகள் யாவற்றையும் ஜெனரல் ஸ்மட்ஸும், பிரதமர் ஜெனரல் போத்தாவும் திறமையாகக் கையாண்டு வெற்றிகொண்டார்கள். கவர்னர் ஜெனரல் காலனிகள் விவகார அலுவலகத்துக்கு எழுதிய கடிதத்தில், அவர்கள் இருவரையும் 'தம்மைப் பின்பற்றுவர்கள்மீது முழுக்கவும் வெறுக்கப் படும் கொள்கையைத் திணிப்பதில் காட்டிய துணிச்சலுக்காக' புகழ்ந்தார்.

காரணம், 'நமது டச்சு நாடாளுமன்ற உறுப்பினர்களிடையே இருந்த பலமான இந்தியர்களுக்கு எதிரான முன்முடிவும், நம் பிரிட்டிஷ் நேட்டாலியர்களிடம் காணப்படும் அதீதமான குறுகிய மனோபாவமும் உண்மையிலேயே வியக்க வைப்பவை'.

முதலாமவர்கள் இந்தியத் திருமணம் எதையும் அங்கீகரிப்பதை எதிர்ப்ப வர்கள்; இரண்டாமவர்கள் தண்டத்தொகையான 3 பவுண்ட் வரியைக்

கைவிடுவதை எதிர்ப்பவர்கள். எதிர்ப்பைச் சரிக்கட்ட போத்தாவும் ஸ்மட்ஸும் தம்மிடமிருந்த 'கண்டிப்பு காட்டும் அதிகாரங்கள் அனைத்தையும்' உபயோகிக்க வேண்டியிருந்தது. உண்மையில், 'கட்சி விசுவாசம் மட்டும் இல்லையென்றால் பின்னிருக்கை டச்சுக்காரர்கள் மசோதாவுக்கு எதிராகத்தான் ஓட்டுப்போட்டிருப்பார்கள்.'[46]

இந்தியர்கள் நிவாரண மசோதா நிறைவேறியதைக் கொண்டாடுவதற்காக ஜூன் 27 அன்று ஐரோப்பியர்களும் இந்தியர்களும் கலந்துகொண்ட கூட்டம் ஒன்று கேப் டவுனில் நடந்தது. அங்கு காந்தி 'இப்போது பெற்றிருக்கும் வெற்றிக்கு அர்த்தமுள்ளவகையில் உதவிய பல ஐரோப்பிய நண்பர்களுக்கு' நன்றி தெரிவித்தார். அவர் சொன்னார்:

> சத்தியாக்கிரகம் சீர்திருத்தங்களை வென்றெடுக்க எவ்வளவுதான் பலமான கருவியாக இருந்தபோதிலும்— ஒருவேளை உலகத்திலேயே பலமான கருவி அதுதான்— அதனால்கூட இந்திய சமூகம் மட்டும் தங்கள் கோரிக்கைகளை ஏற்கத்தக்கதாகவும் நடைமுறை சாத்தியம் உள்ளதாகவும் சற்று மட்டுப்படுத்திக்கொண்டிருக்காவிட்டால் வெற்றியடைந்திருக்கமுடியாது. இதுவும் அவர்களில் சிலர் இந்தியர்களின் உரிமைகள் என்ற விவகாரத்தை ஐரோப்பியர்களின் கோணத்திலிருந்து பார்த்திருக்காவிட்டால் சாத்தியமாகியிருக்காது... இந்தியர்களுக்கு மேலாதிக்கம் பெற்றிருப்பதும், ஆட்சி செய்துவருவதும் எந்த இனம் என்று நன்கு தெரியும். அவர்கள் ஐரோப்பியர்களுடன் சமூக சமத்துவம் பெற ஆசைப்படவில்லை. அவர்கள் தமது வளர்ச்சிப்பாதை வேறு என்று உணர்ந்திருந்தார்கள். அவர்கள் ஓட்டுரிமைக்குக்கூட ஆசைப்படவில்லை; அல்லது அப்படியே விரும்பியிருந்தாலும் அது உடனடியாக அதை அடையவேண்டும் என்ற எண்ணத்தில் அல்ல. எதிர்காலத்தில் தனது மக்கள், அவர்களுக்கு ஓட்டுரிமை பெறுவதற்கான தகுதி இருந்தால் ஓட்டுரிமை பெறுவார்கள் என்று நம்பினார்; ஆனால், அந்த விஷயம் நடைமுறை அரசியல் சம்பந்தப்பட்டது அல்ல. இந்திய சமூகம் சார்பில் அவர் கேட்டுக்கொண்டதெல்லாம், இப்போது அவர்களுக்குக் கொடுக்கப்பட்டிருக்கும் உரிமைகளின் அடிப்படையில், அவர்கள் கண்ணியத்துடனும் கௌரவத்துடனும் தென்னாப்பிரிக்க மண்ணில் வாழும் வகையில் சகித்துக்கொள்ளப்படவேண்டும் என்பதே.[47]

மசோதா நாடாளுமன்றத்தில் நிறைவேறுவதற்கான முயற்சிகள் கொண்டிருந்தபோது காந்தி கோகலேவுக்கு எழுதிய கடித த்தில் தானும் கஸ்தூரி பாவும் லண்டனுக்கு வரும்போது காலன்பாக்கும் உடன் வருவார் என்று குறிப்பிட்டார். அந்தக் கட்டடக்கலை நிபுணர் பலகாலமாக இந்தியாவைக் காண ஆவலாக இருக்கிறார். அந்த விருப்பத்துடன் இப்போது தனது நண்பரைவிட்டு விலகக்கூடாது என்று விருப்பமும் சேர்ந்துகொண்டது. காந்தி லண்டனில் இருந்த கோகலேவுடன் ஆலோசனைகள் நடத்திய பின்னர், காலன்பாக் ஐரோப்பாவிலிருந்த தன் குடும்பத்தினரிடம் விடை

பெற்ற பின்னர், அவர்கள் இந்தியாவுக்குச் செல்வார்கள். மசோதா இப்போது அரசிதழில் வெளியிடப்பட்டுவிட்டதால் அவர்களது பயணத்துக்கு ஜூலை 18 அன்று முன்பதிவு செய்யப்பட்டது. 'என் ஒரே விருப்பம் உங்களைப் பார்த்துப் பேசி, உங்களிடமிருந்து உத்தரவுகளைப் பெற்றுக்கொண்டு உடனே இந்தியாவுக்குக் கிளம்பிவிடுவதுதான்' என்று காந்தி கோகலேவுக்கு எழுதினார். [48]

ஜூலை ஒன்றாம் தேதி காந்தி கேப் டவுனிலிருந்து கிளம்பினார். கிம்பர்லி, ஜோஹானஸ்பர்க் ஆகிய நகரங்கள் வழியாகப் பயணித்து நான்காம் தேதி டர்பனை அடைந்தார். அவர் கிளம்ப இன்னும் இரண்டு வாரங்கள் இருந்தன; தென்னாப்பிரிக்காவில் இருந்த இருபதாண்டு காலத்தில் அவர் பார்த்துப் பழகியிருந்த நண்பர்கள், பின்பற்றுபவர்கள், சகாக்கள், இடங்களிடமிருந்து விடைபெற இரண்டு வாரங்கள்.

ஜூலை 8 அன்று டர்பனில் காந்திக்காகப் பிரிவுபசாரக் கூட்டம் ஒன்று டர்பன் டவுன் ஹாலில் நடைபெற்றது. முன்பு 1897-ல் இதே இடத்தில்தான் அவரைத் தீர்த்துக்கட்ட விரும்பிய கும்பலின் கூட்டங்கள் நடைபெற்றன. இப்போது இந்தியர்களும் ஐரோப்பியர்களும் நட்பான முறையில் திரண்டிருந்த கூட்டத்தில் காந்தி, 'அவர் பற்றிக் கூறப்படும் அத்தனை புகழுரைகளுக்கும்தான் தகுதியானவன் அல்ல; அவர் மனைவியும் அவரைப் பற்றிச் சொல்லப்பட்டவற்றுக்குத் தகுதியானவர் அல்ல; போராட்டத்தின்போது பல இந்தியப் பெண்கள் திருமதி காந்தியைவிட அதிகமாகத் தொண்டாற்றியிருக்கிறார்கள்' என்று பேசினார். அவர் தனக்கும் போராட்டத்துக்கும் உதவிய எல்லா ஐரோப்பியர்களுக்கும் நன்றி தெரிவித்தார்: 1897ல் 'தாக்குதல் கும்பலிடமிருந்து அவரைக் காப்பாற்றிய' வழக்கறிஞர் எஃப்.ஏ.லாஃப்டனில் ஆரம்பித்து, 'கோபம் கொப்பளிக்கும் கூட்டம் எறிந்த ஏவுகணைகளிடமிருந்து அவரைத் தன் குடையைக் கொண்டு காப்பாற்றிய, காவலரின் மனைவியான திருமதி அலெக்ஸாண்டர்'வரை, அவரது நீண்டநாள் தோழர்கள் காலன்பாக், போலாக்வரை இதில் அடக்கம். அவர் திரும்பிப்போகும் போது 'எந்த ஓர் ஐரோப்பியர்மீதும் எனக்குப் பகைமை எண்ணம் இல்லை. வாழ்க்கையில் நான் பலமுறை பலத்த அடிகள் வாங்கியிருக்கிறேன்; ஆனால் இங்குதான் ஐரோப்பியர்களிடமிருந்து விலைமதிக்க முடியாத பரிசுகளைப் பெற்றிருக்கிறேன்—அன்பும் கருணையும்.' [49]

டவுன் ஹால் கூட்டம் சகல இனத்தவரும் கலந்துகொள்வதாக இருந்தது. மறுநாள் காந்தி அவர் சார்ந்த சமூகமான டர்பன்வாழ் குஜராத்திகளால் பாராட்டப்பட்டார். காந்தி கூட்டத்தினரை, 'அவர்களது தாய்மொழியைப் படிக்கும்படியும், அவர்களது தாய்நாட்டின் வரலாற்றையும் மரபுகளையும் கற்கும்படியும் கேட்டுக்கொண்டார்; ஒருநாள் அவர்களைத் தாய் நாட்டில் காணவிரும்புவதாகத் தெரிவித்தார்.' மற்ற சமூகங்களைச் சேர்ந்தவர்களை தம் வீட்டுக்கு வந்த விருந்தினர்களைப்போல நடத்தும்படி

அவர் வலியுறுத்தினார். அவரும் 'எப்போதுமே இஸ்லாமியர்களிடமும் இந்துக்களிடமும் ஒரே மாதிரியான மரியாதை காட்டியிருக்கிறேன்... ஒவ்வொரு இந்தியரும் பிறருடன் இவ்வாறு இணக்கமாக வாழ்ந்தால், நாம் தென்னாப்பிரிக்காவில் மிகப் பெரிய முன்னேற்றத்தை அடைய முடியும் என்பதில் ஐயமில்லை.'

அன்றைய தினமான 9ம் தேதியே காந்தி ஆல்பர்ட் பார்க்கில் நடைபெற்ற குழந்தைகளுக்கான விளையாட்டுதின விழா ஒன்றிலும் பேசினார். பரிசுக் கேடயத்தை பார்ஸி ருஸ்தம்ஜி வழங்கியதில் அவருக்கு மிகவும் திருப்தி. அவரைவிட

> இந்திர்களுக்குத் தென்னாப்பிரிக்காவில் நிலையான வேறு தலைவர் இல்லை. திரு ருஸ்தம்ஜி இன, மத வேற்றுமைகள் பாராட்டாதவர். பார்ஸிகள் மத்தியில் அவர் ஒரு பார்ஸி; முகமதியர்கள் மத்தியில் அவர் ஒரு முகமதியரும்கூட; அவர்களுக்காக அவர் செயலாற்றுவார், உயிரைக் கொடுப்பார், அவர்களுக்காகவே வாழ்வார். அதுபோலவே இந்துக்கள் மத்தியில் அவர் ஓர் இந்து; அவர்களுக்காகவும் இவை அனைத்தையும் செய்வார்.

அதே தினம் காந்தி தேட் என்ற தீண்டத்தகாதவர்களின் சமூகம் அளித்த வரவேற்பிலும் கலந்துகொண்டார். அந்தச் சமூகத்தினர் துப்புரவுத் தொழிலில் ஈடுபடுத்தப்பட்டிருப்பவர்கள். அந்த சீர்திருத்தவாதி அவர் களை 'நமது சொந்த சகோதரர்கள்' என்று கருதினார். 'அவர்களைத் துளியளவு அவமரியாதையாக நடத்தினாலும் அது நம்முடைய தகுதியின் மையைப் பறைசாற்றுவது மட்டுமின்றி தார்மிகரீதியிலும் தவறானது; காரணம் அது பகவத் கீதை தரும் படிப்பினைகளுக்கு முரணானது' என்று பேசினார்.[50]

இரண்டு நாட்களுக்குப் பிறகு, காந்தி டர்பனில் ஐரோப்பியர்கள் அளித்த விருந்து நிகழ்ச்சியில் பேசினார். சமீபத்திய ஒப்பந்தத்தின் மதிப்பு, 'அதற்கு முன்னதாக நடைபெற்ற போராட்டத்திலும்—அந்தப் போராட்டமே தென்னாப்பிரிக்காவின் மனமாற்றத்தை விரைவு படுத்தியது—இன்றைக்குப் பரவலாக ஒலிக்கும் வேறு சுருதியிலும்தான் அடங்கியிருக்கிறது' என்று குறிப்பிட்டார். ஆனாலும், கமிஷனும் சட்டமும் சில இன்னல்களைப் போக்கியிருந்தாலும், 'இது முழுமையான ஒப்பந்தம் அல்ல. முழுமையான சு தந்திரங்களுக்கான பிரகடனம் அல்ல அது.' குறிப்பாக, வியாபாரிகளாக இருக்கும் அநேக இந்தியர்களின் வாழ்க்கை லைசென்ஸ்களைச் சார்ந்திருப்பதால், அவற்றை வழங்கு வதிலும் நிர்வகிப்பதிலும் 'நீதி உணர்வு' தேவை என்றார்.

விருந்தளித்தவர்கள் காந்திக்குப் பாராட்டுப் பத்திரம் ஒன்றை வழங் கினார்கள்; சோன்யா ஷ்லேசினுக்குச் சில புத்தகங்களை அளித்தார்கள். சோன்யா ஷ்லேசின் அங்கு இல்லை என்பதால் அவர் சார்பாக காந்தி

அந்தப் புத்தகங்களைப் பெற்றுக்கொண்டார். அப்போது அவர், 'செல்வி ஸ்லேஷின் சத்தியாக்கிரக இயக்கத்தில் பெரும்பங்கு வகித்தார். அவர் அல்லும் பகலும் இதற்காக அரும்பாடுபட்டார். கைதாவதற்கும் அவர் தயங்கவில்லை; ஆனால் அது அவருக்கு மறுக்கப்பட்டது' என்று குறிப்பிட்டார்.

டர்பனில் காந்தி அவரது நண்பராக இருந்து பின்னர் எதிராளியானவரான எம். சி. ஆங்லியாவையும் சென்று சந்தித்தார். ஆங்லியா அப்போது சமீபத்தில் செய்தித்தாள் ஒன்றைத் தொடங்கி காந்தியை விமர்சிக்கும் கட்டுரைகளைத் தொடர்ச்சியாக வெளியிட்டுவந்தார்; அவருடைய புகார்களில் அரசாங்கத்துடனான ஒப்பந்தம் பலதார மணத்தைத் தடை செய்கிறது என்பதும் ஒன்று. [51] காந்தி ஆங்லியாவுடன் உறவுகளைச் சீர்செய்ய விழைந்தாலும், பி.எஸ்.ஐயருடன் அப்படிச் செய்ய முனைய வில்லை என்பது கவனிக்கத்தக்கது; அவர் சமாதானம் செய்ய முடியாத அளவுக்கு நெடுந்தொலைவுக்கு விலகிச் சென்றுவிட்டார் என்று காந்தி கணித்திருக்கக்கூடும்.

காந்தி பின்னர் ஃபீனிக்ஸுக்குப் பயணித்தார். அங்கு வசித்தவர்கள் ஜூலை 11 அன்று அவருக்கும் கஸ்தூரிபாவுக்கும் ஒரு வழியனுப்பு விருந் தளித்தனர். காந்தியும், ஆல்பர்ட் வெஸ்டும் சிற்றுரைகள் நிகழ்த்தினர். வெஸ்ட், 'ஓரிரு வார்த்தைகளில் காந்திக்கும் தனக்கும் இடையில் பதினொரு ஆண்டுகளாக வளர்ந்துவரும் நட்பு, தங்களது வாழ்க்கையில் அதன் தாக்கம், ஃபீனிக்ஸ் குடியிருப்பின் வரலாறு ஆகியவை பற்றிப் பேசினார். ஆங்கிலத்திலும் குஜராத்தியிலும் பிடித்த சிலபாடல்கள் பாடப்பட்டதுடன் விழா நிறைவடைந்தது.' வெஸ்ட் ஃபீனிக்ஸை நடத்திச்செல்திலும் போராட்டத்தை நடத்திச் செல்வதிலும் முக்கியப் பங்கு வகித்தார். நேட்டாலில் இருந்த காந்தியின் மிகப்பெரிய ஆதர வாளர்களில் அவரும் ஒருவர்; மற்றவர், அதே அளவுக்கு அடக்க சுபாவம் கொண்டவரான பார்ஸி ருஸ்தம்ஜி; இந்த நிகழ்ச்சியிலும் அவர் தன் பங்களிப்பாக உணவு வழங்கும் பொறுப்பை ஏற்றுக்கொண்டிருந்தார். [52]

அடுத்து காந்தி இன்னும் உள்ளடங்கிய கிராமப் பகுதிகளுக்குச் சென்றார். வெருலம் நகரில் அவர் பிணைத் தொழிலாளிகளின் பெரிய கூட்டம் ஒன்றில் உரையாற்றினார். அவரைப்பொறுத்தவரை அது

> ஒரு புனிதப் பயணம்போன்றது; காரணம் இங்கிருக்கும் இந்திய நண்பர்கள் சமீபத்திய வேலைநிறுத்தத்தில் பெரிய பங்காற்றியுள்ளனர்; அதுவும் எப்படி! தலைவர்கள் என்று சொல்லிக்கொள்பவர்கள் எல்லாம் (டர்பனில்) தமது அறைகளில் ஓய்வெடுத்துக்கொண்டோ, மும்முரமாகப் பணம் சம்பாதித்துக்கொண்டோ இருக்கும்போது, இங்கேயுள்ள பிணைத் தொழிலாளிகளான சகோதரர்கள், சார்ல்ஸ்டவுனிலும் பிற இடங்களிலும் மூன்று பவுண்ட் வரி தொடர்பாக வேலை நிறுத்தம் ஒன்று ஏற்பட்டுள்ளது

என்று கேள்விப்பட்ட உடனேயே தாங்களும் வேலையை நிறுத்தி விட்டார்கள். தலைவர்கள் யாரையும் அவர்கள் தேடிக்கொண்டிருக்க வில்லை.

உடன்பாடு நிறைவேறிவிட்டதால் அவர்கள் தென்னாப்பிரிக்காவில் சுதந்திர மனிதர்களாகத் தங்கியிருக்கமுடியும்; அதற்காக வரி செலுத்தவோ மறு ஒப்பந்தம் செய்துகொள்ளவோ அவசியமில்லை என்று காந்தி தொழிலாளிகளிடம் கூறினார். அவர் இந்தியாவுக்குச் சென்றாலும், அவர்கள் ஆலோசனையோ உதவியோ தேவைப்படும் நேரத்தில் ஃபீனிக்ஸில் இருப்பவர்களை அணுகலாம் என்றார். மேலும், அவர் எங்கு இருந்தாலும், 'நான் எப்போதும் உங்களுக்காகத் தொடர்ந்து பணியாற்றுவேன். நீங்கள் ஒரு நபரிடம் ஐந்தாண்டுகள் பிணையில் இருக்கிறீர்கள்; நான் 30 கோடி பேரிடம் (இந்தியர்களிடம்) வாழ்நாள் முழுவதும் பிணையில் இருக்கிறேன். நான் அந்தப்பணியில் தொடர்ந்து ஈடுபடுவேன்; உங்களை என் இதயத்திலிருந்து என்றும் அகற்ற மாட்டேன்' என்று சொன்னார்.

> அந்தக் கூட்டத்தில் வெள்ளையர்களான மேலாளர்கள் சிலரும் இருந் தார்கள். அவர்களை நோக்கிப் பேசிய காந்தி, சில சமயங்களில் ஐரோப்பிய முதலாளிகள் சுயநலம் கொண்டவர்களாக இருக்கிறார்கள் என்று சொன்னார். பிணைத்தொழிலாளிகளான இந்தியர்களும் மனிதர்கள்தான், தங்களைப் போலவே அதே உணர்வுகள் கொண்டவர்கள்தான் என்பதை நினைவில் கொள்ளுமாறு கூறினார். அவர்கள் கால்நடைகள் அல்ல; தங்களைப் போன்ற பலவீனங்கள் உடையவர்கள்; போலவே தாங்கள் கொண்டிருக்கும் நற்குணங்களை அவர்களும் கொண்டிருக்கிறார்கள்; அவை வெளியில் தெரியாமல் வேண்டுமானால் இருக்கலாம். சுகாதார மான வீடுகளுக்காக அவர் கோரிக்கை வைத்தார்; ஐரோப்பியர்கள் பிணைத் தொழிலாளிகளை சக மனிதர்களாகப் பார்க்கவேண்டுமே தவிர தங்களுடன் எந்த பொதுத்தன்மையும் அற்ற ஆசியர்களாக அல்ல என்று கேட்டுக் கொண்டார். பிணைத்தொழிலாளியான இந்தியர் நன்னெறி படைத்தவர்.[53]

காந்தி செல்லுமிடங்களில் எல்லாம் அவருக்குப் பாராட்டுப் பத்தி ரங்களும், சிலவேளைகளில் பணமுடிப்புகளும் அளிக்கப்பட்டன. அந்த நிதிகளைப் பொதுச்சேவைக்கு மட்டுமே தான் பயன்படுத்தப்போவதாக காந்தி கூறினார். இந்தப் பிரிவுபசாரக் கூட்டங்களில் அவரது உரைகள் நயத்தோடு இருந்தாலும் நேர்மையாகவும் இருந்தன. கூட்டத்தினரின் குறிப்பான கவலைகளையும் அச்சங்களையும் குறித்தும், அவர்களோடு தனக்குள்ள சிறப்பான பிணைப்பைப் பற்றியும் பேசினார்.

ஐரோப்பியர்கள், இந்தியர்கள், தொழிலாளிகள், வியாபாரிகள், உயர் சாதியினர், தாழ்ந்த சாதியினர், இந்துக்கள், இஸ்லாமியர்கள், கிறிஸ் தவர்கள், பார்ஸிகள் என அனைவரும் காந்தியுடன் அவர் நேட்டாலில்

வசித்த காலத்தில் பல்வேறு சமயங்களில் பணியாற்றியிருந்தனர். இந்தக் குழுக்களுடன் அவர் கொண்டிருந்த தொடர்புகள் சமூக, ஆன்மிக, உணர்வு ரீதியாக எனப் பல்வேறுவிதமானவை—;. இந்தப் பெரிய பட்டியலில் ஒரு குழு இடம்பெறவில்லை—ஆஃப்ரிக்கர்கள். அவர்களுடன் மட்டும் காந்தி கொண்டிருந்த தொடர்புகள் முறையாக பொது நிகழ்ச்சிக்கு ஏற்பாடு செய்து விடைகொடுக்கும் அளவுக்கு வலுவானதாக இருக்க வில்லை. இது ஓரளவுக்கு அவருடைய சொந்த மனச்சாய்வின் அடையாளம். இன்னொருவகையில் பார்த்தால் அந்தக் காலகட்டத்தின் போக்கு அப்படியாகத்தான் இருந்தது.

ஜூலை 12 அன்று காந்தியும் கஸ்தூரிபாவும் ஜோஹானஸ்பர்க் நோக்கிப் புறப்பட்டார்கள். இந்த நகருக்கு அவர் வந்தது டர்பனில் வசித்ததற்குப் பின்புதான் என்றாலும் காந்தி இந்த நகரோடு கூடுதல் நெருக்கம் கொண் டிருந்தார். இங்குதான் அவர் போலாக், காலன்பாக், எல்.டபிள்யூ, ரிட்ச், ஏ.எம்.கச்சாலியா, சோன்யா ஸ்லேஷின், ஜோசப் டோக், தம்பி நாயுடு ஆகி யோருடன் நட்பு கொண்டார். இங்குதான் சத்தியாக்கிரகக் கோட்பாட்டை உருவாக்கினார். இங்குதான் முதலில் குஜராத்தி வியாபாரிகள், பின்னர் தமிழர்கள் உதவியுடன் அந்தக் கோட்பாட்டைப் பரீட்சித்துப் பார்த்தார்.

13ம் தேதி காந்தியை டிரான்ஸ்வால் லீடர் இதழ் சார்பாக ஒருவர் பேட்டி கண்டார். 'அவருடைய பணிவாழ்வில் மிகவும் குறிப்பிடத்தக்க நிகழ்ச் சிகள்' பற்றிக் கேட்கப்பட்டபோது, அவர் சமீபத்தில் நடத்தப்பட்ட எல்லையைக் கடக்கும் நடைபயணத்தின்போது நடந்த சில சம்பவங் களைக் கூறினார். வேலை நிறுத்தத்தில் ஈடுபட்ட சுரங்கத் தொழிலாளிடம் தான், 'தடியை அடுத்தவர் தோள்மீது அடிக்காமல் உங்கள் தோள்மீது சுமந்துகொண்டு நீங்கள் வெற்றி பெற முடியும்' என்று கூறி அவர்களுக்கு நம்பிக்கை அளித்ததைப்பற்றிக் கூறினார். அவர்கள் காட்டிய உறுதியையும், சொற்பமான உணவுப் பங்கீட்டுடன் நாள்கணக்கில் நடந்த அவர்களது ஆற்றலையும் புகழ்ந்தார். பின்பு அவர் தமக்கு உதவிய ஐரோப்பியர்களைப் புகழ்ந்தார்; நடைபயணம் மேற்கொண்ட வர்களுக்குப் பால் வழங்கிய புகைவண்டி நிலைய அதிகாரி, அவர்கள் வேண்டியதை எடுத்துக்கொள்ளச் சொன்ன கடைக்காரப் பெண், குளிருக்கு அடக்கமாகத் தனது கட்டடத்தின் உள்ளே வந்து தங்கிக்கொள்ளுமாறு அழைத்த தங்கும் விடுதி உரிமையாளர்—இவை எல்லாம் பணம் எதுவும் வாங்கிக்கொள்ளாமல் செய்யப்பட்டவை; 'பிரித்தானியர்களின் தொன் மையான இரக்க சுபாவம்' இன்னும் தென்னாப்பிரிக்காவில் சில வெள்ளையர்களிடம் இருக்கிறது என்பதற்கான சான்று.

காந்தி அந்த செய்தித்தாளிடம் தான் 'திரும்பிவரும் எண்ணம் எதுவு மின்றி' நிரந்தரமாகச் செல்வதாகச் சொன்னார். 'நான் எப்போதாவது தென்னாப்பிரிக்காவுக்கு வரவேண்டியிருந்தால் அல்லது இந்தியாவை விட்டுச் செல்ல வேண்டியிருந்தால் அது என் கட்டுப்பாட்டுக்கு மீறிய

எதிர்பாராத சூழ்நிலைகள் காரணமாகவே இருக்கும்' என்றார் அவர். அவர் முடிவாகத் திரும்பிச் செல்வது அவரையும், அவர் பிரதிநிதித்துவம் செய்யும் விஷயங்களையும்பற்றி ஒரு வருத்தம்தோய்ந்த குறிப்பை எழுதத் தூண்டியது. லீடர் குறிப்பிட்டது:

> தென்னாப்பிரிக்காவில் இந்திய சமூகத்திலேயே இன்று மிகவும் கவனத்தைக் கவரும் ஆளுமையாக இருப்பவர், தான் பல ஆண்டுகள் தங்கியிருந்த நாட்டிலிருந்து, அனுபவங்களும் உழைப்பும் நிரம்பப் பெற்றவராக விடைபெற்றுச் செல்கிறார். தன் நாட்டினருக்காக அவர் ஆற்றிய பணி இறுதியில் வெற்றி பெற்றது. ஒரு மனிதர் இத்தனை முறை சிறை சென்றதற்கு, அவரது குற்றங்கள் அரசியல் சார்ந்தவையாக மட்டும் இல்லாமலிருந்தால் அவர் 'மாமூல் குற்றவாளி' என்று பெயர் பெற்றிருப்பார். அவர் எத்தனையோ முறை சோர்வைப் பொருட் படுத்தாது புன்னகையுடன் உண்ணாவிரதம் இருந்திருக்கிறார்; ஆகச் சிறந்த தைரியசாலிகளையே பின்வாங்க வைக்கும் தடைகளை உறுதியாக அவர் கடந்து வந்திருக்கிறார். அவரது லட்சியப் பிடிப்பைப் பார்க்கும்போது அவரை நீங்கள் ஒரு அப்போலோவாக எண்ணிப் பார்க்க முடியும்; அவரது இதயம் தியாகிகளுக்கே உரிய தசைநார்களால் ஆனது. இதயமும் ஆன்மாவும் சார்ந்த பண்புகளில் நீங்கள் காந்தியே ஆகச்சிறந்தவர் என்று நினைப்பீர்கள்; ஆனாலும், அவரை நேரில் பார்த்தால், இவ்வளவு மெலிந்த உருவத்துக்குள் இவ்வளவு பலம் பொருந்திய ஒருவர் இருக்கமுடியுமா என்று வியப்படைவீர்கள். [54]

காந்தி நிச்சயமாக இந்தப் பாராட்டுரையைப் படித்திருப்பார். அதன் எழுத்து வன்மையில் மயங்கிய அவருக்கு இதே செய்தித்தாள்தான் சுமார் ஒன்பது மாதங்களுக்கு முன்பு அவருடைய தலைமையையும் அவரது இயக்கத்தையும் தூக்கி எறிந்து எழுதியது என்பது நினைவிருந்திருக்குமா? 1913 செப்டெம்பரில் லீடர் இந்தியர்களிடையே காணப்படும் 'வியக் கத்தக்க அலட்சியம்' பற்றியும் காந்திமீதான 'முழுமையான அவநம் பிக்கை' பற்றியும் பேசியிருந்தது. சத்தியாக்கிரக யுத்தம் 'நொறுங் கிவிழும் அபாயம்' இருப்பதாக ஆருடம் சொல்லியிருந்தது. இப்போது நடைபயணத்துக்கும் பொது வேலைநிறுத்தத்துக்கும் பிறகு, நூற்றுக் கணக்கான இந்தியர்களின் (பெண்கள் குழந்தைகள் உட்பட) கைதுக்குப் பிறகு, விசாரணை கமிஷன் அவர்களது கோரிக்கைகளை ஏற்றுக்கொண்ட தற்குப் பிறகு, தோல்வியுற்றவர் என்று சொல்லப்பட்ட தலைவர் 'மிகவும் கவனத்தைக் கவரும் ஆளுமை' ஆகிவிட்டார்; அவரது அயராத உழைப்பு 'வெற்றி மகுடம் சூட்டியிருக்கிறது'.

த லீடர், சில செய்தித்தாள்களின் வழக்கப்படி, காற்று வீசும் திசையில் சென்றுகொண்டிருந்தது. அதன் நிருபர் காந்தியைச் சந்தித்த மறுநாள் ஜோஹானஸ்பர்க்கில் அந்த இந்திய மாவீரரைக் கௌரவிக்கும் வகையிலான பொதுக்கூட்டம் ஒன்று ஜோஹானஸ்பர்க் மேசானிக்

லாட்ஜில் நடைபெற்றது. பிரிட்டிஷ் இந்திய சங்கம், கான்டோனீஸ் கிளப், தமிழ் பெனிஃபிட் சொஸைட்டி, டிரான்ஸ்வால் இந்திய மகளிர் சங்கம், ஐரோப்பிய கமிட்டி ஆகியவை சார்பிலும், நகரத்தின் குஜராத்தி, மொகமதன், பார்ஸி சமூகங்களின் சார்பாகவும் பாராட்டுப் பத்திரங்கள் வழங்கப்பட்டன. வியப்பூட்டும் வகையில், தம்பி நாயுடு தன் நான்கு மகன்களையும் காந்தியிடம் ஒப்படைத்தார்; அவர்கள் அவரது வழிகாட்டலில் 'இந்தியாவின் சேவகர்கள்' ஆகவேண்டும் என்பது அவரது விருப்பம்.

இந்தப் பாராட்டிதழ்கள் சிலவற்றின் விவரங்கள் நமக்குக் கிடைக்கின்றன. சத்தியாக்கிரகத்தில் காந்தியுடன் இணைந்து பணியாற்றியவர்களில் முதன்மையானவர்களாத் திகழ்ந்த இருவர் குஜராத்தியர் ஏ.எம்.கச்சாலியாவும் தமிழர் தம்பி நாயுடுவும். அவர்கள் பிரிட்டிஷ் இந்திய சங்கம் சார்பில் வழங்கப்பட்ட பாராட்டிதழில் முதல் இருவராகக் கையொப்பமிட்டிருந்தனர். அந்தப் பாராட்டிதழ் அந்தத் தலைவரின் 'மேன்மை, அசையாத உறுதி, சுய அர்ப்பணிப்பு, தளராத தைரியம்' ஆகிய வற்றைப் புகழ்ந்தது. மேலும் 'உங்கள் சுகத்திலும் துக்கத்திலும் பங்கு பெறுகிறவரான தயாளம் நிறைந்த பெண்மணி, இந்தியப் பெண்களின் நலனில் காட்டிய கண்ணியமும் அமைதியும் நிரம்பிய அக்கறைக்கு' தலைவணங்கியது. கஸ்தூரிபாவின் 'அற்புதமான சுய அர்ப்பணிப்பு' இந்தியர்களை திருமணச் சட்டங்களுக்கு எதிராகத் திரட்டுவதில் முக்கியமான பங்காற்றியுள்ளது; அவர்களது போராட்டத்தின் காரணமாக அந்தச் சட்டங்கள் இப்போது திருத்தப்பட்டுள்ளன. கான்டோனீஸ் கிளப் ஆஃப் ஜோஹானஸ்பர்க் காந்திக்கு 'அறிவார்ந்த ஆலோசனைக்காகவும்', 'நற்குணம் நன்னடத்தை' ஆகியவற்றுக்கு அவர் அளிக்கும் 'வியத்தகு உதாரணத்துக்காகவும்' நன்றி தெரிவித்தது. 'ஒளிவீசும் எடுத்துக்காட்டாக' விளங்கிய போராட்டங்களின் மூலமாக அவர் 'ஆசியர்களின் பெருமையை தென்னாப்பிரிக்க யூனியன் முழுவதும் மட்டுமின்றி நாகரிக உலகம் முழுவதிலும் உயர்த்தியிருக்கிறார்'.[55]

பாராட்டுகளுக்குப் பதிலளித்து காந்தி பேசியதை அங்கிருந்த நிருபர் குறிப்பிட்டுள்ளார். காந்தி அந்தத் தங்கம், பேராசை, சண்டை, மனசாட்சி ஆகியவற்றின் நகரத்தைப்பற்றிய தன் நினைவுகளையும் அதற்குத் தான் பட்டிருக்கும் கடன்களையும் வாஞ்சையுடன் குறிப்பிட்டார்:

> ஜோஹானஸ்பர்க் அவருக்குப் புதிய இடமாக இருக்கவில்லை. அங்கே அவர் பல நட்பான முகங்களைக் கண்டார். அவர்களில் பலர் ஜோஹானஸ்பர்க்கில் நடைபெற்ற பல போராட்டங்களில் அவருடன் பங்கேற்றிருக்கின்றனர். அவர் வாழ்க்கையில் எத்தனையோ பார்த்திருக்கிறார். எவ்வளவோ துக்கங்களையும் ஏமாற்றங்களையும் பெற்றிருக்கிறார். ஆனால், அதேசமயம் இத்தனை வருடங்களில், அது ஒரு சுரங்க முகாமாக இருந்தபோதிலும் ஜோஹானஸ்பர்க்கை விரும்பு

வதற்குக் கற்றுக்கொண்டிருக்கிறார்,. ஜோஹானஸ்பர்க்கில்தான் அவர் தன் மிக மதிப்பு மிக்க நண்பர்களைக் கண்டடைந்தார். ஜோஹானஸ் பர்க்கில்தான் 1906 செப்டெம்பரில் சத்தியாக்கிரகத்துக்கான அடித்தளம் இடப்பட்டது. ஜோஹானஸ்பர்க்கில்தான் நண்பரும், வழிகாட்டியும், அவரது வாழ்க்கை வரலாற்றை எழுதியவருமான காலம்சென்ற திரு டோக் அவர்களைக் கண்டடைந்தார். ஜோஹானஸ்பர்க்கில்தான் திருமதி டோக் என்ற அன்பான சகோதரியைக் கண்டடைந்தார்; அவரது நோக்கத்தையும், அவர் செய்கையையும் தவறாகப் புரிந்துகொண்ட அவரது நாட்டைச் சேர்ந்த ஓர் ஆசாமியால் அவர் தாக்கப்பட்டபோது திருமதி டோக்தான் அவருடைய உயிரைக் காப்பாற்றினார். ஜோஹான ஸ்பர்க்கில்தான் ஒரு காலன்பாக்கை, ஒரு போலாக்கை, ஒரு செல்வி ஸ்லேஷினை, இன்னும் அவருக்கு எப்போதும் உதவிய, அவரையும் அவரது நாட்டினரையும் தொடர்ந்து உற்சாகப்படுத்திய பலரை அவர் கண்டடைந்தார். இந்தியர்கள் தமது வரலாற்றிலேயே மிக இருண்ட காலத்தை அனுபவித்துக்கொண்டிருக்கும்போது திரு ஹோஸ்கன் தலைமையில் ஐரோப்பியன் கமிட்டி உருவானதும் இதே ஜோஹான ஸ்பர்க்கில்தான்; இன்றும் அந்த அமைப்பின் தலைவர் அவரே.

தன் ஐரோப்பிய நண்பர்களைப் புகழ்ந்துவிட்டு, காந்தி சத்தியாக் கிரகத்துக்காக தங்கள் வாழ்வையும் உயிரையும் அர்ப்பணித்த அந்த நகரத்தின் இந்தியர்கள் பக்கம் திரும்பினார். அவர் மூன்று பெயர்களைத் தனியாகக் குறிப்பிட்டார்: மூவரும் தமிழர்கள், இளைஞர்கள்; இருவர் ஆண்கள், ஒருவர் பெண்; இருவர் சிறையில் இருக்கும்போது இறந்து விட்டனர்; ஒருவர் இந்தியாவுக்கு அனுப்பப்பட்டபோது இறந்து விட்டார். காந்தி பேசியது:

ஜோஹானஸ்பர்க்தான் வள்ளியம்மையைக் கொடுத்தது; நான் பேசிக் கொண்டிருக்கும்போது என் முன்னே அந்தப் பெண்ணின் சித்திரமே மனக்கண்முன் தெரிகிறது. சத்தியத்துக்காகத் தன் உயிரைக் கொடுத்தவர் அவர்... நாகப்பனையும் நாராயணசாமியையும்

கொடுத்ததும் இதே ஜோஹானஸ்பர்க்தான். பதின்வயதுகளை இப்போதுதான் கடந்தவர்களான அந்த இளைஞர்களும் இறந்து போனார்கள். ஆனால், திருமதி காந்தியும் அவரும் அவர்களுக்கு முன்பாக வாழ்ந்துகொண்டிருக்கிறார்கள். காந்தியும் திருமதி காந்தியும் புகழ் வெளிச்சத்தில் பணியாற்றினார்கள்; மற்றவர்கள் பின்னணியில் உழைத்தார்கள்; எங்கே போகிறோம் என்பதே அவர்களுக்குத் தெரியாது; அவர்களுக்குத் தெரிந்தது நாம் செய்வது நியாயமான, சரியான செயல் என்பது ஒன்றுதான்; யாரையாவது பாராட்டவேண்டும் என்றால் அது இறந்துபோன இந்த மூவருக்குத்தான் போய்ச்சேர வேண்டும்.[56]

கூட்டம் முடிந்தவுடன் விருந்து நடைபெற்றது. அதற்கான அழைப்பிதழ்

இன்னும் இருக்கிறது. அது 'திரு மற்றும் திருமதி எம்.கே.காந்தி, மற்றும் திரு ஹெச்.காலன்பாக்' ஆகியவர்களுக்கு விடைதரும் நிகழ்ச்சியாக விளம்பரப்படுத்தப்பட்டுள்ளது. பழுப்பும் வெள்ளையும் இணைவதற்குக் குறியீடாக கைகுலுக்கலைச் சித்திரிக்கும் படம் ஒன்று இடம் பெற்றுள்ளது. சேர்மன் பெயரும் குறிப்பிடப்பட்டுள்ளது; அவர் மாண்புமிகு ஹெச்.ஏ.விந்தாம், எம்.எல்.ஏ. அழைப்பிதழின் மறுபுறம் உணவுப்பட்டியல் இருக்கிறது; பல பகுதிகளாகப் பிரிக்கப்பட்டுள்ளது: துவக்க அயிட்டங்கள் ('பலவகைகள்'), சூப்கள் (பாலும் செலரியும்; தக்காளி), முக்கிய உணவு (மசித்த உருளைக்கிழங்கு, கத்தரிக்காய் கட்லட், பாலாடைக்கட்டியுடன் மக்கரோனி, மசாலா அடைத்த தக்காளி, அஸ்பரகஸ் வினிக்ரெட் சாஸ் உட்பட ஏழு வகைகள்), இனிப்புகள் (ஆப்பிள் பை, கஸ்டர்ட், ப்லமான்ஜ் எனப்படும் புட்டிங், ப்ளம் டார்ட், பிஸ்கட்கள்). முக்கிய விருந்தினருக்கு மதிப்பளித்து மதுவகைகள் தவிர்க்கப்பட்டிருந்தன (வழங்கப்பட்ட பானங்கள் காபியும் மினரல் தண்ணீரும்); உணவும் முழுக்க சைவம். ஆனாலும் ஏகப்பட்ட வகைகள் பரிமாறப்பட்டன; காந்தியும் காலன்பாக்கும் அவர்களுக்கு முன்பாக வைக்கப்பட்டவற்றை வெறுமனே இங்குமங்கும் கொறித்ததைத் தவிர வேறு எதுவும் செய்திருப்பார்களா என்பது சந்தேகமே. தங்கள் வழக்கப்படி இருவரும் அட்டையில் குறிப்பிடப்பட்டிருந்த இன்னும் இரு வகைகளை மட்டுமே அதிகம் சாப்பிட்டிருக்கலாம்: பழங்களும் கொட்டைகளும்.[57]

மறுநாள் 15ம் தேதி காந்தி ஜோஹானஸ்பர்க்கில் நான்கு நிகழ்ச்சிகளில் கலந்துகொண்டார். 1909ல் மரணமடைந்த நாகப்பன், 1914 பிப்ரவரியில் காலமான இளம் சத்தியாக்கிரகி வள்ளியம்மை ஆகியோருக்காக காலையில் பிராம்ஃபோன்டெய்ன் கல்லறையில் நினைவுக் கல்வெட்டுகளைத் திறந்துவைத்தார். அவர்கள் இறந்துபோன கொடும் சூழ்நிலைகளை காந்தி நினைவுகூர்ந்தார்: சிறையில், 'பஞ்சு மெத்தை இல்லாமல்... மரத்தாலான தரையில்' வாடியதைப் பற்றிப் பேசினார். பின்பு அவர் டிரான்ஸ்வால் இந்திய மகளிர் சங்கத்தில் நடைபெற்ற கூட்டத்துக்குச் சென்றார். அங்கு அவர் இந்தியாவில் செய்யவிருக்கும் பணிகளுக்காகத் தன்னை வாழ்த்தும்படித் தன் சகோதரிகளைக் கேட்டுக்கொண்டார். மூன்றாவது நிகழ்ச்சி தமிழர்கள் நடத்தியது. 'போராட்டத்தின் அடியைத் தாங்கிக்க கொண்டதற்காக' அவர்களை காந்தி புகழ்ந்தார். நாடு கடத்தப்பட்டவர்கள், சத்தியாக்கிரகிகள், சிறையிலடைக்கப்பட்ட பெண்கள் ஆகியவர்களில் பெரும்பாலானவர்கள் தமிழர்களே. நன்றியறிதல் கொண்ட அந்தத் தலைவர், தமிழர்கள் 'மிகுந்த வீரத்தையும், மிகுந்த கடமைப் பற்றையும், மேலான எளிமையையும், காண்பித்திருக்கிறார்கள்; அப்படியிருந்தும் மிகுந்த அடக்கத்துடன் விளங்கினார்கள்' என்று குறிப்பிட்டார். பின்னர் ஒப்பந்தத்தின் அம்சங்கள்பற்றிக் குறிப்பிட்ட அவர், 'மூன்று பவுண்ட் வரி இனி முடிந்துபோன விஷயம்'

என்றும், 'சிறைக்குச் சென்றுவந்த அருமைக்குரிய நம் சகோதரிகளை இப்போது அவர்களது கணவர்களின் மனைவியர் என்று அழைக்க முடியும்; நேற்றுவரை அவர்களை ஒரு நண்பர் மரியாதை நிமித்தமாக வேண்டுமானால் அப்படி அழைத்திருக்கலாமே தவிர சட்டத்தின் பார்வையில் அப்படி இருக்கவில்லை' என்றும் சொன்னார். தமிழர்களுக்கு இந்த அளவுக்குக் கடன்பட்டிருந்தாலும் காந்தியிடம் அவர்களுக்குச் சொல்ல சில அறிவுரைகளும் இருந்தன. 'அவருக்கு சென்னையைப் பற்றிக் கொஞ்சம் தெரியும்; இப்போது அங்கு அழுத்தமான சாதி வேறுபாடுகள் நிலவுகின்றன. அவர்கள் இங்கிருந்து அதை சாதிய மனோபாவத்துடன் திரும்பிச் சென்வார்களேயானால் தென்னாப்பிரிக்காவுக்கு வந்ததே வீண் என்று ஆகிவிடும். அவர்கள் உயர்ந்த சாதியினரோ, தாழ்ந்த சாதியினரோ அல்ல; எல்லோரும் இந்தியர்களே, எல்லோரும் தமிழர்களே என்பதை அவர்கள் நினைவில் கொள்ளவேண்டும்.'

அன்றைய தினமான 1914 ஜூலை 15 அன்று காந்தி கலந்துகொண்ட மிக முக்கிய நிகழ்ச்சி, முன்பு நன்கறியப்பட்ட இடமாக விளங்கிய ஹமீதியா ஹாலில் நடைபெற்றது. இங்கே அவர் ஒருகாலத்தில் தன் சகாவாக விளங்கிய ஈசாப் மியாவிடமிருந்து நீண்ட அர்ச்சனையைக் கேட்டுக் கொண்டிருந்தார். ஈசாப் மியா முதல் சத்தியாக்கிரகங்களில் அவரோடு தோளோடு தோளாகச் செயல்பட்டவர்; காந்தி 1908ல் ஏறக்குறைய சாகும் அளவுக்குத் தாக்கப்பட்டபோது அவருடன் இருந்தவர்; அவர்மீதே கூடக் கொலை முயற்சி நடந்திருக்கிறது. இப்போது ஆறு ஆண்டுகளுக்குப் பிறகு மியா, தங்களது நான்கு கோரிக்கைகளில் ஒன்றரை விஷயங்களை மட்டுமே காந்தி பெற்றுத் தந்திருப்பதாகக் குற்றம்சாட்டினார். இப்போது அவர் 'நம்மை மீண்டும் ஒருமுறை முதலிலிருந்து போராடும்படியாக விட்டுவிட்டார்'. இந்தக் குற்றச்சாட்டுகளுக்குப் பதில் அளித்துப் பேசிய காந்தி, இந்த ஒப்பந்தம் மூன்று பவுண்ட் வரியை ரத்து செய்திருக்கிறது; மனைவி, குழந்தைகளை அங்கீகரித்திருக்கிறது; கேப், ஃப்ரீ ஸ்டேட் பற்றிய விவகாரங்களுக்கு விளக்கம் அளித்திருக்கிறது என்று சொன்னார். பின்பு அவர் குறிப்பிடும்படியாக இப்படிச் சொன்னார்:

சமூகம் பெற்றிருக்கும் எல்லா நன்மைகளையும் வியாபாரிகளும் பெற்றிருக்கிறார்கள்; அநேகமாக இதில் அதிகமாக லாபம் அடைந்திருப் பவர்கள் அவர்கள்தான். தென்னாப்பிரிக்கா முழுவதும் இந்தியர்கள் சமூகம் ஐரோப்பியர்கள் பார்வையில் தனது அந்தஸ்தை உயர்த்திக் கொண்டிருக்கிறது. ஜெனரல் போத்தாவும் மற்றவர்களும் அவர்களை இனி கூலிகள் என்று வகைப்படுத்த முடியாது. அமைதியாக, ஆனால் உறுதியாக, அந்தச் சொல்லை இனி வசையாகப் பயன்படுத்த முடியாத நிலை ஏற்பட்டுவிட்டது. அவர்கள் மட்டும் கடந்த எட்டு ஆண்டுகளாகப் போராடியிருக்கவில்லை என்றால் இந்தியர்களுக்கு இங்கு ஒரு

சுயமரியாதைகொண்ட சமூகம் என்று சொல்லிக்கொள்வதற்கு எந்தத் தடமும் இருந்திருக்காது.

ஈசாப் மியா குறிப்பிட்ட 'அரை' அம்சம் பலதார மணத்துக்கு வெளிப்படையான அங்கீகாரம் இல்லாததைப் பற்றியது. பலதார மண வழக்கம் இஸ்லாத்துக்குப் புனிதமான விஷயம். மற்றொரு பேச்சாளரான ஹெச்.ஓ.அலி—1906ல் அந்த வழக்கறிஞருடன் லண்டன் சென்று வந்தவர்—காந்தியிடம், தான் 'முஸல்மான்களை ஒருவனுக்கு ஒருத்தி என்ற கோட்பாட்டில் பிணைக்க வேண்டாம்', காரணம் 'இஸ்லாமியர்களால் தங்களது புனிதமான குரானிலிருந்து ஒரு சொல்லின் ஓர் அசையைக் கூட அகற்ற முடியாது' என்று சொன்னார். காந்தி, ஒப்பந்தம் ஒருதார மணங்களுக்கு சட்டப்படியான அங்கீகாரம் தந்திருக்கிறது; 'நான் தென்னாப்பிரிக்க அரசாங்கம் செய்யவேண்டும் என்று எதிர்பார்ப்பது பலதார மணங்களைச் சகித்துக்கொள்வதுதானே தவிர அதற்குச் சட்டப்படியான ஒப்புதல் தருவதல்ல' என்றார்.[58]

தமிழர்களுடனான சந்திப்பும் குஜராத்திகளுடனான சந்திப்பும் முற்றிலும் வேறுபட்டவை. ஒன்றில் பேச்சாளருக்கும் பார்வையாளர்களுக்கும் மத்தியில் பரஸ்பர மரியாதையும் பாசமும் காணப்பட்டன; மற்றதில் இருதரப்புக்குமிடையில் இறுக்கமும் விரோதபாவமும் வெளிப்பட்டன. 1906ம் ஆண்டின் காந்தி குஜராத்தி வியாபாரிகளால் தார்மிகரீதியிலும் பொருளாதாரரீதியிலும் ஆதரிக்கப்பட்டார்; 1914ம் ஆண்டின் காந்தியோ பெரிதும் ஓர் உழைக்கும் வர்க்கத் தமிழர்களின் தலைவர். வெளிப்படையாகப் பேசப்படாத இந்த வேறுபாடு, ஜோஹானஸ்பர்க்கில் நடந்த கடைசி நிகழ்ச்சியில் வெளிப்பட்டது. 16ம் தேதி பெரும்பாலும் குஜராத்தி இந்துக்கள் அடங்கிய கூட்டம் ஒன்றில் பேசிய காந்தி, 'என் குஜராத்தி சகோதரர்கள் எனக்கும் திருமதி காந்திக்கும் நிறையச் செய்திருக்கிறார்கள்; ஆனாலும் அவர்கள் போராட்டத்தின் நலனுக்காகத் தமிழ்ச் சமூகம் ஆற்றிய அளவுக்குத் தொண்டாற்றவில்லை என்று நான் சொல்லியாகவேண்டும். தமிழர்களிடமிருந்து ஒரு பாடத்தைக் குஜராத்திகள் கற்றுக்கொள்ள வேண்டும் என்று விரும்புகிறேன். எனக்கு அவர்களது மொழி தெரியா விட்டாலும் அவர்கள்தான் இந்தப் போராட்டத்தில் எனக்கு ஆகப்பெரிய உதவி செய்திருக்கிறார்கள்.'[59]

ஜூன் 16 அன்று காந்தி பிரிட்டோரியாவுக்கு ஓர் அவசரப் பயணம் மேற்கொண்டார். அங்கு வியாபாரியான ஹாஜி ஹபீப் ஒரு விருந்துக்கு ஏற்பாடு செய்திருந்தார். காந்தியுடன் 1909ல் லண்டனுக்குச் சென்றிருந்தார். விருந்தில் கலந்துகொண்டவர்களில் மாண்ட்ஃபோர்ட் சாம்னியும் அடக்கம்; நீண்ட காலமாக இந்தியர்களின் பாதுகாவலராகவும் தொல்லை தருபவராகவும் இருந்தவர். காந்தி நினைவுகூர்ந்தார்:

அவர் நிச்சயமாகத் திரு சாம்னியையும் அவரது அலுவலக நிர்வாகத்

தையும் எதிர்த்து நின்றிருக்கிறார்; ஆனாலும் தனிப்பட்ட முறையில் இந்தப் பேச்சாளர் எந்தப் பகைமையும் கொண்டிருக்கவில்லை; மேலும் அவர் எப்போதும் திரு சாம்னியிடமிருந்து அதிகபட்ச மரியாதையையே பெற்றுவந்திருக்கிறார். பேசிக்கொண்டிருப்பவர் 2000 ஆண்களும் பெண்களும் கொண்ட கூட்டத்துக்குத் தலைமை ஏற்று இருக்கையில், திரு சாம்னி ஒரே ஒரு நபரை மட்டும் தனக்கு உதவியாக வைத்துக்கொண்டு அவரைக் கைது செய்ய வந்தார். இதன் மூலம் திரு சாம்னி வழங்கிய மறை முகப் பாராட்டை அவர் மதிக்கிறார். அந்தச் செயல் ஒரு சத்தியாக்ரகி என்ற முறையில் அவர்மீது திரு சாம்னி கொண்டிருந்த நம்பிக்கையை வெளிப்படுத்துவதாக இருந்தது. [60]

அன்று இரவே காந்தி, கஸ்தூரிபா, காலன்பாக் ஆகியோர் கேப் டவுனுக்கு புகைவண்டியில் கிளம்பினர். 18ம் தேதி அவர்களை மானுமென்ட் நிலையத்தில் நண்பர்கள் மாலைகளுடன் வரவேற்று வண்டிகளில் நகருக்குள் அழைத்துச் சென்றனர். அவர்களுக்கு முன்பாக இசைக்குழு வினர் இசைத்தபடிச் சென்றனர். அந்த அணிவகுப்பின் முகப்பில் கொண்டு செல்லப்பட்ட பதாகையில் ‘ இந்தியாவின் மிகச் சிறந்த நாட்டுப்பற்றாளர் எம்.கே.காந்தி, அவரது குடும்பத்தினர், திரு காலன் பாக் ஆகியோரை வாழ்த்தி வழியனுப்புகிறோம். நாம் மீண்டும் சந்திக்கும்வரை இறைவன் உங்களோடு இருப்பாராக’ என்று எழுதப் பட்டிருந்தது.

காந்தி குடும்பத்தினர் தென்னாப்பிரிக்காவில் தங்களது கடைசி இரவை ஹெர்மான் காலன்பாக்கின் நண்பர்களான ஒரு யூதத் தம்பதியினரில் இல்லத்தில் செலவிட்டனர். மோரிஸ் அலெக்ஸான்டர் ஒரு தாராளவாத வழக்கறிஞரும் நாடாளுமன்ற உறுப்பினரும் ஆவார்; அவரது மனைவி ரூத் ஒரு தீப்பொறி பறக்கும் புரட்சியாளர்; கற்றறிந்த ரப்பைகளின் (யூத மதகுருக்கள்) குடும்பத்திலிருந்து வந்தவர். [61] காந்தி, ‘தன் சக மனிதர்களுக் கான தன் திட்டம்பற்றி நீண்ட நேரம் பேசினார்; (தென்னாப்பிரிக்காவில்) தனது ஆதரவாளர்களான சிறு குழுவினர் தமது நலன்களைத் தொடர்ந்து பாதுகாத்துவரவேண்டும் என்று வேண்டிக்கொண்டார்’. மோரிஸ் அலெக்ஸான்டரை அதிகம் கவர்ந்த விஷயம் பெரிய படுக்கை அறையை உபயோகிக்க மறுத்து, தரையில் படுத்து உறங்கியதனது விருந்தினரின் எளிமைதான்—. அவரது மனைவி ரூத், காந்தி தங்களிடம் காட்டிய பொறு மையைக் கண்டு, தங்களிடமிருந்த, அவர் ஒப்புக்கொண்டிருக்க முடியாத விஷயங்களைப்பற்றி (ஆடம்பரமான அறைக்கலன்கள் போல) எப்படிச் சிறிதும் கண்டிக்காமல் இருந்தார் என்பதைக் கண்டு நெகிழ்ச்சியடைந்தார். தனக்குத் தெரிந்த மூன்று மாமனிதர்களில் அவர் ஒருவர் (அவரது தந்தையும் ஆலிவ் ஷ்ரெய்னரும் மற்றவர்கள்) என்று அவர் முடிவு செய்தார். [62]

மறுநாள், காந்தி குடும்பத்தினரும் காலன்பாக்கும் கப்பல்துறைக்குக் கிளம்பினார்கள். அங்கு காந்திக்கு போர்ட் எலிசபெத்திலும் கேப்

டவுனிலும் வசித்த தமிழர்கள் சார்பாகவும் இன்னும் பிறர் சார்பாகவும் பாராட்டிதழ்கள் வழங்கப்பட்டன. அவருக்கு ஒரு தங்கக் கடிகாரமும் காலன்பாக்குக்கு தொலைநோக்கியும் (பைனாக்குலரும்) வழங்கப் பட்டன; காந்தி, ‘இங்கு அவர் வாழ்ந்த வாழ்வுடனும், இந்தியாவில் தனக்காக அவர் திட்டமிட்டிருக்கும் வாழ்வுடனும் பொறுத்தமற்றவை,’ என்று பணிவாக ஆனால் அனைவர் முன்னிலையிலும் மறுத்துவிட்டார்.

அவர் பரிசுப்பொருட்களை மறுத்துவிட்டாலும், பாராட்டுப் பத்திரங் களை ஏற்றுக்கொண்டார். இந்திய சமூகம் சார்பில் டாக்டர் கூல், கேப் மாகாண நிறம்கொண்ட மக்கள் சார்பாக டாக்டர் அப்துர்ரஹ்மானும் பாராட்டிப் பேசினர். காந்தி தனது உரையில், ஒப்பந்தம் நிறைவேறி விட்டதால், ‘தென்னாப்பிரிக்காவில் ஐரோப்பியர்கள் இந்தியர்கள் விவகா ரத்தை மனிதநேயத்துடனும் அவர்களும் உலகளாவிய பிரித்தானியப் பேரரசின் அங்கம் என்ற கோணத்திலும்’ அணுகுவார்கள் என்ற நம்பிக் கையை வெளியிட்டார். அவரது நன்நம்பிக்கைக்குக் காரணம், கேப் டவுன் நகரமே தாராளவாதப் பார்வை கொண்ட மனிதர்களான நாடாளு மன்ற உறுப்பினர்கள் டபிள்யூ.பி.ஷ்ரெய்னர், ஜே.ஹெச்.மெர்ரிமன், மிகப் பெரிய எழுத்தாளர் ஆலிவ் ஷ்ரெய்னர் போன்றவர்களை உருவாக் கியிருக்கிறது. தன் சொந்த அனுபவம் சார்ந்து, ‘தென்னாப்பிரிக்க ஐரோப் பியர்கள் தனக்காகச் செய்திருப்பதற்கு உளமார்ந்த நன்றி தெரிவித்த அவர், திரு காலன்பாக்கை நோக்கித் திரும்பி, தன் கைகளை அவரது தோள்களின் மீது வைத்தபடி, தென்னாப்பிரிக்கா எனக்கு ஒரு சகோதரனைத் தந்திருக்கிறது’ என்று குறிப்பிட்டார்.

பேச்சுகள் முடிந்தவுடன், காந்தி குடும்பத்தினரும் காலன்பாக்கும் லண்டனுக்குச் செல்லும் எஸ்எஸ் கின்ஃபாஸ் காஸில் கப்பலில் ஏறிக் கொண்டனர். அவர்களுடன் நண்பர்களும் அபிமானிகளுமான கூட்டம் ஒன்று கப்பல்வரை சென்றது; பின்னர் அவர்கள்—அங்கிருந்த நிருபர் ஒருவர் தெரிவித்தபடி—கண்ணீரைத் துடைத்தபடிப் பாலத்தின் வழியே திரும்பி வந்தனர்.’[63]

மோகன்தாஸ் மற்றும் கஸ்தூரிபா காந்தி கலந்துகொண்ட விடைபெறும் நிகழ்ச்சிகளில் ஒருவர் கலந்துகொள்ளாதது பளிச்செனத் தெரிவது—அவர் களது பழைய நண்பரும் ஒருகாலத்தில் அவர்களுடன் வீட்டைப் பகிர்ந்து கொண்டவருமான ஹென்றி போலாக். போலாக் இங்கிலாந்தில் தன் குடும்பத்தினருடன் சிறிதுகாலம் தங்கியிருப்பதற்காகச் சென்றிருந்தார். ஜூலையில் தென்னாப்பிரிக்காவுக்குத் திரும்பி வந்த அவர் வரும் வழியில் கப்பலிலிருந்து காந்திக்கு உணர்ச்சிமயமான கடிதம் ஒன்றை எழுதினார்; அதில் அவர், தனக்கு மிகவும் வருத்தமாக இருப்பதாகக் குறிப்பிட்டார். காரணம்

நான் அடுத்த சில ஆண்டுகளுக்காவது உங்களைச் சந்திக்க அநேகமாக

வாய்ப்பு இல்லை என்பதுதான்...நம்மிருவருக்கும் இடையில் ஏதோ விஷேசமான பிணைப்பு இருக்கவேண்டும்; அதுதான் நீண்ட காலம் பிரிந்திருந்தபோதிலும் நம்மை அருகருகே வைத்திருக்கிறது... இந்தியாவில் நிலவும் ஒரு அண்ணனுக்கும் தம்பிக்கும் இடையிலான உறவுதான் இதற்கு மிக அருகில் வருகிறது என்று சொல்லவேண்டும்; நான் இதை இவ்வளவு நெருக்கமாகப் புரிந்துகொள்வதற்கு அநேகமாக எனது கிழக்கத்திய சிந்தனை மனோபாவமே காரணமாக இருக்க வேண்டும். இது விந்தையானதுதான், நான் எப்போதும் கிழக்கையே நாடிக்கொண்டிருப்பதும், மில்லி எப்போதும் மேற்கையே நாடிக் கொண்டிருப்பதும். இப்படிக் கிழக்கும் மேற்கும் இணைவதுதான் மனிதர்கள் அனைவருக்குமிடையில் சிறப்பான புரிந்துகொள்ளலுக்கு வழிவகுக்கும் என்று நம்புகிறேன்.

ஒருவேளை காந்தி கிளம்புவதற்குள் தன்னால் வரமுடியவில்லை என்றால், ஒரு மாலைப் பொழுதைத் தங்கள் வீட்டில் கழிக்கும்படி காந்தியை போலாக், கேட்டுக்கொண்டார்; 'மில்லியுடன் மனம்விட்டு உரையாடுங்கள்; அப்போதுதான் மில்லியும், அதன் மூலம் தானும் நீங்கள் அடைய விரும்புவது என்ன, நீங்கள் என்ன செய்ய உத்தேசித் திருக்கிறீர்கள் என்று தெரிந்துகொள்வோம்'.[64]

இந்தக் கடிதம் எழுதப்பட்டது ஜூலை 14 அன்று; காந்தி குடும்பத்தினர் அடுத்து நான்கு நாட்கள் கழித்துக் கிளம்பியதால் அவர்களால் அதைப் பார்க்க முடியவில்லை. அவர்களும் காலன்பாக்கும் கின்ஃபாஸ் காஸில் கப்பலில் மூன்றாம் வகுப்பில் பதிவுசெய்திருந்தார்கள். காந்தி பெரும் பாலும் புகைவண்டிகளில் கடைசி வகுப்பிலேயே பயணிப்பார்; ஆனாலும் அதுவரை கப்பலில் அவர் அப்படிச் செய்ததில்லை. அவர்கள் பெரும்பாலும் பழங்களும் அவித்த வேர்க்கடலையுமே சாப்பிட்டார்கள். தனக்குக் கடல் பயணத்தால் உடல்நலக்குறைவு ஏற்படாததற்கு அந்த உணவுமுறையே காரணம் என்று காந்தி குறிப்பிட்டார்.[65]

காந்தி குடும்பத்தினரை தென்னாப்பிரிக்காவிலிருந்து வெள்ளமாகத் தந்திகள் பின்தொடர்ந்தன. இவை தென்னாப்பிரிக்காவின் பல பாகங் களிலிருந்து பல்வேறு தரப்பினர் அனுப்பியவை. இந்த 132 வழியனுப்பும் தந்திகள் இந்தியாவில் தேசிய ஆவணக் காப்பகத்தில் உள்ளன. அவை நேட்டால், டிராட்ஸ்வால், கேப் மாகாணம் ஆகிய வற்றிலிருந்தும், இந்துக்கள், இஸ்லாமியர், பார்ஸிகள் ஆகியோரிட மிருந்தும் வந்திருந்தன. துணிச்சலும் வள்ளல் குணமும் நிறைந்த பார்ஸி ருஸ்தம்ஜியின் மகனான டர்பனைச் சேர்ந்த சொராப்ஜி ருஸ்தம்ஜி, 'இளைய இந்தியர்களான காலனி நாட்டில் பிறந்த நாங்கள் உங்கள் தியாக வாழ்வை இதேபோலத் தாய்நாட்டுக்கு நாங்களும் உழைப்பதற்கு முன்னுதாரண மாகப் பார்க்கிறோம் எல்லாம் வல்லவர் உங்கள் பணிகளுக்கு நிறைந்த நல்லாசிகளை வழங்கட்டும் உங்கள் அரும்பணி தொடர உங்களுக்குப்

பலமும் நீண்ட ஆயுளும் நல்கட்டும் அன்புக்குரிய தாய்நாட்டுக்கு எனது அன்பு போய் வாருங்கள்' (தந்தி வாசகம் என்பதால் அரைப்புள்ளி, காற்புள்ளி, முற்றுப்புள்ளி என எதுவுமே இடம்பெறவில்லை). சொராப்ஜி ஒரு குறிப்பிட்ட தலைமுறை (இளைஞர்கள்) சார்பாகப் பேசினார்; மற்றவர்கள் தங்களது வாழ்த்துகளையும் அபிமானத்தையும் கத்தோலிக்க இந்தியர்கள், நேட்டால் ஜொராஷ்ட்ரியன் அன்ஜுமான், த அன்ஜுமான்-இ-இஸ்லாம், த தமிழ் பெனிஃபிட் சொஸைட்டி ஆஃப் ஜோஹானஸ்பர்க், அதே நகரைச் சேர்ந்த குஜராத்தி இந்துக்கள், கத்தியவார் ஆரிய மண்டல் ஆஃப் டர்பன் போன்ற குழுக்கள் சார்பாகத் தெரிவித்தனர். இந்திய சமூகத்துக்கு வெளியிலிருந்து 'முல்டர்' என்பவரிடமிருந்து ஒரு தந்தி வந்திருக்கிறது; ஆஃப்ரிக்கன் பொலிடிகல் ஆர்கனைசேஷனின் செயலாளரான அவர், 'டூர்ன்ஃபோன்டெய்ன் கிளை உங்களுக்கு மனமார்ந்த பிரியாவிடையையும் உங்கள் தாய்நாடு நோக்கிய பயணம் இனிதாக அமைய வாழ்த்துகளையும் தெரிவித்துக்கொள்கிறது' என்று எழுதியிருந்தார்.

தனிப்பட்ட நபர்கள் அனுப்பிய அல்லது அவர்கள் சார்பாக அனுப்பப்பட்டிருந்த தந்திகளில் பல இஸ்லாமியர்கள் அனுப்பியவை. 'அல்லா உங்களையும் திருமதி காந்தியையும் நம் புனிதமான தந்தைநிலத்துக்கு அழைத்துச் செல்வாராக; எதிர்காலத்தில் உங்களுக்கு எல்லா வெற்றிகளும் கிடைக்க வாழ்த்துகிறேன் தயவுசெய்து காலன்பாக்குக்கு என் நன்றிகளைத் தெரிவிக்கவும் போய் வாருங்கள்' என்று விரீனிங்கிலிருந்து அப்துராவுஃப் தங்கை என்பவர் எழுதியிருக்கிறார்; பெயரை வைத்துப் பார்க்கையில் இவர் ஒரு தமிழ் முஸ்லிமாக இருக்கவேண்டும். ஜோஹானஸ்பர்க்கிலிருந்து அப்துல் கபாஃர் ஃபஜான்டர், 'இந்த நாட்டிலிருந்து நீங்கள் செல்வது இந்திய சமூகத்துக்கு மாபெரும் வருத்தமான விஷயம் நாங்கள் ட்ரோஜானைப்போன்ற உங்கள் வீரத்தையும் தியாகத்தையும் என்றும் மறக்கமாட்டோம் உங்கள் ஆளுமை எப்போதும் போற்றப்படும்' என்று எழுதினார். வேறு சில தந்திகள் இந்து சமய இதிகாச ஆர்வலர்களிடமிருந்து அனுப்பப்பட்டவை. லூகன்பெர்த்தி இராமாயண சபை அனுப்பிய தந்தி: 'எங்கள் இழப்பு எங்கள் அன்னையின் லாபம் அவளே எங்கள் சுகங்களைப் பேணுகிறாள்.'

அநேகமாக மிகவும் உணர்ச்சிகரமான செய்தி டர்பனிலிருந்து பகவான் என்பவரிடமிருந்து வந்ததாகத்தான் இருக்கவேண்டும்; அவர், 'ஊரில் இல்லை வழியனுப்ப வரமுடியவில்லை எனவே மனமார்ந்த குட்பை எங்கள் பலவீனங்களுக்காக மன்னிக்கவும் எங்களுக்காகப் பிரார்த்தியுங்கள்'. மிகவும் அழகான செய்தி அதே நகரின் 'வழியனுப்பு கமிட்டியிடமிருந்து' வந்ததுதான். அச்செய்தி குறிப்பிட்டது:

> நீங்கள் கிளம்பிச் சென்றதால் அவர்கள் சமூகத்தின் ஒளிவிளக்கு மறைந்தது அவர்களது ஒரே ஆறுதல் அது இமயமலையின் சிகரங்களிலிருந்து சுடர்விடும் கலங்கரை விளக்கமாகி எங்கும் ஒளிவீசிப்

பிரகாசிக்கக்கூடும் என்பதுதான் மனித குலத்தின் நன்மைக்காக ஒளிவிட கடவுள் உங்களுக்கும் உங்கள் நாட்டினருக்கும் சக்தியை வாரி வழங்கு வாராக. [66]

இந்த வாழ்த்துகளும் பாராட்டுகளும் இரண்டு தசாப்தங்களாக அவரு டைய வசிப்பிடமாக இருந்த ஒரு பெரிய, சிக்கலான, முரண்கள் நிரம்பிய நாட்டில் காந்தியின் செல்வாக்கு சமூகரீதியிலும் பூகோளரீதியிலும் பெற்றிருந்த வீச்சினைத் தொகுத்தளிக்கின்றன.

ஆனாலும் இந்த அங்கீகாரங்களை, அவர் கிளம்பியதைக் கண்டு வருத்தப் படாத ஒருவரிடமிருந்து வந்த கருத்துடன் அருகே வைத்துப் பார்ப்பதே பொருத்தம். அவர்தான் ஜெனரல் ஜான் கிறிஸ்டியான் ஸ்மட்ஸ். 1914 மே மாதம் அப்போது லண்டன் திரும்பிவிட்ட ஸ்மட்ஸுக்கு எமிலி ஹாப் ஹவுஸிடமிருந்து ஒரு கடிதம் வந்தது. அக்கடிதம் பரஸ்பர நண்பர் களைப்பற்றிய செய்திகளோடு, அந்த குவேக்கர் சமயத்தவர் இப்போது நண்பராகக் கருதிய, ஆனால் அந்த ஆஃப்ரிக்கானரால் இன்னும் அப்படி ஏற்றுக்கொள்ள முடியாத ஒருவரைப்பற்றிப் பேசியது. 'நான் காந்தியின் ஹோம் ரூல் ஃபார் இந்தியா புத்தகத்தைப் படித்துக்கொண்டிருக்கிறேன்—ஹிந்த் ஸ்வராஜ். நீங்கள் அதைப் படித்துவிட்டீர்களா? எனக்கு அது மிகவும் பிடித்திருக்கிறது; இந்தியாவையும் ஆங்கிலேய நாகரிகம் அங்கு செய்துவரும் அழிவினையும்பற்றிய அனைத்தும்... உங்கள் வாழ்வின் ஒரு கட்டத்தில் நீங்கள் ரசித்திருக்கக்கூடிய புத்தகம் அது' என்று ஹாப்ஹவுஸ் ஸ்மட்ஸுக்கு எழுதினார். [67]

ஸ்மட்ஸின் பதில் பற்றிக் குறிப்புகள் இல்லை. ஆங்கிலேயர்களைப்பற்றி அவர் யுத்தகளத்தில் என்ன நினைத்திருந்தாலும், போர் முடிந்த பிறகு வெள்ளையர்கள் அனைவரையும் வெள்ளையரல்லாதவர்களுக்கு எதிராக ஓரணியில் திரட்டவேண்டும் என்று முனைந்தவர்களில் முதல் வரிசையில் இருந்தவர். ஹாப்ஹவுஸ் காந்தியின் மேற்கத்திய நாகரி கத்தின்மீதான தாக்குதல் அவருக்கு நிச்சயம் உவப்பாக இருந்திருக்க முடியாது. எப்படியும் சமீபத்திய ஆண்டுகளில் ஏற்கெனவே அவர் போதும் போதும் என்கிற அளவுக்கு காந்தியைச் சந்தித்தும் படித்தும் ஆகிவிட்டது. அவரது உணர்வுகள் அவர் சர் பெஞ்சமின் ராபர்ட்ஸனுக்கு எழுதிய கடிதத்தில் அடங்கியுள்ளன. அதில் அவர், வைஸ்ராயின் பிரதிநிதி இந்தியாவுக்குத் திரும்பியவுடன், 'காந்தி பல சிறிய நிர்வாக அம்சங்கள் தொடர்பாக என்னை அணுகினார். சிலவற்றில் என்னால் அவர் கருத்துடன் உடன்பட முடிந்தது; இதன் விளைவாக அந்தப் புனிதர் நம் நாட்டைவிட்டுக் கிளம்பிவிட்டார். அது என்றென்றைக்குமானதாக இருக்கவேண்டும் என்று உளமார விரும்புகிறேன்' என்று குறிப்பிட்டார். [68]

22
மகாத்மா உருவானவிதம்

வரலாறு பெரும்பாலும் நீதியுடனேயே செயல்படுகிறது. இந்தியா தென்னாப்பிரிக்காவுக்குத் தன் பிரச்னைகளில் மிகவும் கடினமானதைக் கொடுத்தது; தென்னாப்பிரிக்காகவோ, தன் பங்காக இந்தியாவுக்குச் சட்ட மறுப்பு இயக்கம் என்ற போராட்ட முறையை அளித்தது.

— ஆஃப்ரிக்கனர் அரசில்வாதியான ஜான் எச். ஹாஃப்மெயர், 1931 ல் எழுதியது

நீங்கள் ஒரு வழக்கறிஞரை எங்களுக்குக் கொடுத்தீர்கள்; நாங்கள் ஒரு மகாத்மாவை உங்களுக்குத் திருப்பிக் கொடுத்தோம்.

— இந்த நூலாசிரியரின் ஒரு தென்னாப்பிரிக்க நண்பர், கேப் டவுன், 2002

இந்தப் புத்தகம், மோகன்தாஸ் கே. காந்தியின் அதிகம் அறியப்படாத அல்லது மறக்கப்பட்ட வருடங்களை மீட்டுருவாக்கம் செய்திருக்கிறது. இக்காலகட்டத்தில் அவர் போர்பந்தர், ராஜ்கோட், பாம்பே, லண்டன், டர்பன் மற்றும் ஜோஹன்னஸ்பர்க்கில் வாழ்ந்திருக்கிறார். இந்தப் புத்தகத்துக்கு ஆதாரமாகச் சமகாலப் பதிவுகளே எடுத்துக் கொள்ளப் பட்டுள்ளன; பிற்காலத்தில் நினைவுகூரப்பட்ட விவரங்கள் அல்ல. என்றாலும் கடைசியாக இப்போது என் கதாநாயகர் தென்னாப்பிரிக் காவிலிருந்து கிளம்பிவிட்ட நிலையில், இவ்வளவு நேரம் நான் ஒதுக்கி வைத்திருந்த சில கேள்விகளை எழுப்புவது சரியாக இருக்கும் என்று நினைக்கிறேன். காந்தியை ஒரு சமூக சீர்திருத்தவாதியாக, சமயச் சிந்தனையாளராக, அரசியல் செயல்பாட்டாளராக உருவாக்கியதில் அவர் வாழ்வின் முதல் நாற்பத்தைந்தாண்டுகளுக்கு உள்ள பங்கு என்ன? காந்தியை இந்திய சுதந்திரப் போராட்டத்தின் தலைவராக, உலகெங்கும் அஹிம்சை வழி இயக்கங்களுக்கு ஆதர்சமாக, அடையாளமாக, மத நல்லிணக்கத்துக்கு வழிகாட்டியாக, இன்னும் பலவாராக அறிந்திருப் பவர்களுக்கு அவரது தென்னாப்பிரிக்க வருடங்களின் முக்கியத்துவம் என்ன? முதலிலிருந்தே ஆரம்பிப்போமே. கத்தியவாரிலிருந்து ஒரு

பனியா தன் சாதிய நடைமுறைகளைக் கடந்து வந்தது எப்படி என்று பார்ப்போம். ராஜ்கோட்டில் பள்ளிச்சிறுவனாக இருந்தபோது காந்தி ஒரு முஸ்லிம் பையனோடு நட்புகொண்டார். சட்டக் கல்வி மாணவராக லண்டனில் ஒரு சைவ உணவாளரான கிறிஸ்துவருடன் அறையைப் பகிர்ந்துகொண்டார். ஆனாலும் தென்னாப்பிரிக்காவில்தான் அவர் இன்னும் முழுமையாகத் தனக்கேயுரிய சமத்துவ நெறியை வெளிப் படுத்தினார். மதரீதியாகப் பார்த்தால், ஆரம்பத்தில் முஸ்லிம் வணிகர் களால் பணியமர்த்தப்பட்ட அவரது நெருங்கிய நண்பர்களில் யூதர்கள், கிறிஸ்துவர்கள், பார்சிகளும் இருந்தனர். சமூகரீதியாக எடுத்துக் கொண்டால், நடுத்தர வர்க்கத்தைச் சேர்ந்தவரான அவர், தெருவோர வியாபாரிகள், தொழிலாளிகளுடன் தன்னை அடையாளப் படுத்திக் கொண்டார். தென்னாப்பிரிக்காவில் ஏழ்மை நிலையிலிருந்த இந்தியர்கள் பெரும்பாலும் தமிழ் பேசுபவர்களாக இருந்ததால் அவர் மொழிகளின் பன்மைத்தன்மையையும் புரிந்துகொண்டார்.

காந்தி ஒரு இந்துவாகப் பிறந்து வளர்ந்தவர். அந்த மத அடையாளத்தைத் தன் வாழ்நாள் முழுவதும் கைக்கொண்டிருந்தார். ஆனாலும் அவருக்கு முன்போ பின்போ எந்த இந்துவும் அவரளவுக்கு ஆபிரகாமிய மதங் களுடன் தீவிரமாக உரையாடியதில்லை. போலாக், காலென்பாக், மற்றும் குறிப்பாக சோஞ்சா ஸ்லேஷின் ஆகியோருடன் கொண்டிருந்த நட்பு என்ற லென்ஸ் வழியாக அவர் யூத மதத்தைப் புரிந்துகொண்டார் . கிறிஸ்துவ மதத்தில் அவருக்குத் தனிப்பட்ட முறையிலும், இறையியல்ரீதியிலும் ஈடுபாடு இருந்தது. அவர் டோக்-ஐயும் ஆன்ட்ரூஸையும் விரும்பினார். ஆனால், யூத மதச் சிந்தனையால் அவ்வளவாகக் கவரப்படாத அவர் தனிவழி (ஹெடெரோடாக்ஸ்) கிறிஸ்துவ நூல்களால் பெரிதும் கவரப் பட்டார். இவற்றில் முதன்மையானது டால்ஸ்டாயின் 'இறைவனின் ராஜ்ஜியம் உங்களுக்குள்ளே' என்ற புத்தகம். இஸ்லாமுடன் அவரது உறவு ஓரளவு தனிப்பட்ட முறையிலானது என்றாலும் ஓரளவு அரசியல் மற்றும் நடைமுறை நிர்ப்பந்தம் சார்ந்தது. அவர் குரானைப் படித்திருந்தார் (அனேகமாகப் பல தடவை). இருந்தாலும் பகவத் கீதை அல்லது மலைப்பிரசங்கம் அளவுக்குக் குரான் அவரை நெகிழச்செய்ய வில்லை. அவருக்குச் சில முஸ்லிம் நண்பர்கள் இருந்தார்கள்; ஆனால், அதைவிட மிக அதிகமாக அவரது கவனம் இந்துக்களுக்கும் முஸ்லிம் களுக்குமிடையே ஒரு ஒப்பந்தத்தை ஏற்படுத்துவதிலேயே இருந்தது. இவைதான் இந்தியாவைப்போலவே, தென்னாப்பிரிக்காவிலும் இந்தியாவிலிருந்து புலம் பெயர்ந்தவர்களிடையே முக்கிய சமூகங்கள்.

இந்த சர்வசமய அரவணைப்பைவிட அதிகம் வியப்புக்குரிய விஷயம் ஆளும் இனத்தின் மீது அவருக்கு எந்தக் கசப்புணர்வும் இல்லாதிருந்தது. இதற்கான வேர்கள் லண்டனில் அவர் செலவிட்ட ஆண்டுகளிலும், சைவ உணவுக்காரர்களுடன் அவர் கொண்ட நட்பான பரிமாற்றங்களிலும் இருக்கின்றன. *1891* மே மோதம் இங்கிலாந்தை விட்டுக் கிளம்பும்

போது, 'வருங்காலத்தில் நாம் கலாசார ஒற்றுமையையும் இதயங்களின் ஒற்றுமையையும் நோக்கிச் செல்வோம்' என்ற நம்பிக்கையை வெளிப் படுத்தினார். சில ஆண்டுகளுக்குப் பிறகு, டர்பனில் ஒரு வெள்ளையர்கள் கும்பல் அவரைச் சூழ்ந்துகொண்டு தாக்கிய சம்பவத்தில் காந்தி அவரைத் துன்புறுத்தியவர்களை அல்லாமல், அவருக்குத் துணையாக நின்ற வெள்ளையர்களையே நினைவில் வைத்துக்கொண்டார். அதற்கும் பிறகு, டிரான்ஸ்வாலில் தீவிரமான இன ஒதுக்கலுக்கு ஆளானபோது, காந்தி ஒடுக்கியவர்களோடு 'உடன்படும் அம்சங்களை' தேடினார்; அவர் களுடன் 'முற்றிலும் சமாதானத்துடன்' வாழமுடியும் என்றே நம்பினார். பல ஆண்டுகள் பிரிட்டிஷ்காரர்களிடமும் போயர்களிடமும் தொந் திரவுக்கும், வசைபாடலுக்கும் ஆளானபோதும் 'வெள்ளைத் தோலோ பழுப்புத் தோலோ, எல்லா உடலுக்குள்ளும் குடியிருக்கும் மனித இயல்பின் ஒருமையை' நாடுபவராகவே இருந்தார்.[1]

ஐரோப்பியர்களுக்கு, காந்தியுடன் நட்பாக இருப்பது உண்மையில் கடின மாகத்தான் இருந்தது; இதற்காக அவர்கள் நம் பாராட்டுக்கும் உரியவர்கள் ஆகிறார்கள். 1904 ல் போயர்கள், பிரித்தானியர்கள் என்ற இரு வகுப்பாருமே ஆசியர்களின் குடியேற்றம்பற்றி அச்சம் கொண்டிருந்த நேரம். வோல்க்ஸ்ரஸ்ட்டில் நடந்த ஒரு கூட்டத்தில் இப்படித் தீர்மானம் நிறைவேற்றப்பட்டது: 'எந்த ஒரு வெள்ளையராவது நேரடியாகவோ மறைமுகமாகவோ இந்திய வியாபாரி நமது நுழைவாயிலுக்குள் குடியேற உதவியோ ஆதரவோ அளித்தால், அவர், இந்நாட்டில் வெள்ளை இனத்தின் முன்னேற்றத்துக்கு விரோதியாகக் கருதப்படுவார்.'[2] ரிட்ச், போலாக் தம்பதியர், டோக் தம்பதியர், காலன்பாக், சோஞ்சா ஷ்லேசின் ஆகிய இவர்கள் அனைவரும் மந்தைகளாலும் கும்பல்களாலும் எதிரிகளாகக் கருதப்படுவதைப்பற்றி அலட்டிக்கொள்ளவேயில்லை.

இன, மத வேறுபாடுகளைப் பொருட்படுத்தாமலிருப்பதில் காந்தி எங்கும், எப்போதும் அபரிமிதமான ஆற்றல் பெற்றிருந்தார். 1890-கள், 1900-களின் தென்னாப்பிரிக்காவிலும் அப்படியே. காந்தி, வின்ஸ்டன் சர்ச்சில் இருவரும் அவ்வளவாகப் பிரபலமாக நேரத்தில் 1906 ல் அவர்களிடையே நிகழ்ந்த சந்திப்பு இங்கு கவனிக்கத்தக்கது. ட்ரான்ஸ்வால் பிரிட்டிஷ் இந்திய சங்கம் சார்பாக காந்தி, குடியேற்ற நாடுகளுக்கான துணையமைச் சராக அப்போது இருந்த சர்ச்சிலைச் சந்திக்கச் சென்றிருந்தார். ஜோஹன்ன ஸ்பர்க்கின் விரீடேட்ராப் என்ற பேட்டையின் தலையெழுத்தை முடிவு செய்வது தொடர்பான சந்திப்பு அது. அந்தப் பகுதியில் டச்சு நாட்டவரான பர்கர்களும், இந்தியாவிலிருந்து குடியேறியவர்களும் அருகருகே வியாபாரம் செய்துவந்தார்கள். இது மரபுகள், பழக்க வழக்கங்கள், ஏன், மனித இயல்புக்கே விரோதமானது என்று சர்ச்சில் கருதினார். சர்ச்சிலுக்கு இந்த விஷயத்தில் இருந்த பார்வைகளும், தப்பெண்ணங்களும் தென்னாப் பிரிக்காவில் ஆங்கில-போயர் யுத்தத்தின்போது உறுதிபட்டிருந்தன. எனவே, விரீடேட்ராப் இல் இந்தியர்களை வசிக்கவும், வியாபாரம்

செய்யவும் அனுமதிக்கும்படிக் கேட்டபோது சர்ச்சில் சொன்னார், 'ஐரோப்பிய, ஆசிய, மற்றும் இந்நாட்டுக் குடும்பங்களை அருகருகே கலவையான சமூகமாக வாழ அனுமதிப்பதில் பல்வேறு தீமைகள் இருக்கின்றன.' காந்தியால் அந்த வாதத்துடன் ஒத்துப்போக முடியவில்லை. அவர் அதே ஜோஹன்னஸ்பர்க் நகரத்தில் ஏற்கெனவே ஒரு ஐரோப்பிய தம்பதிகளுடன் தன் வீட்டைப் பகிர்ந்துகொண்டிருந்தார். அந்தத் தம்பதிகளில் ஒருவர் கிறிஸ்துவர், மற்றவர் யூதர்.[3]

காந்தியின் பரந்த மனோபாவம் அவருடன் வீட்டைப் பகிர்ந்துகொண்டவர்களில் ஒருவரது வெளியிடப்படாத நினைவுக்குறிப்பு ஒன்றில் அழுத்தமாக எடுத்துக்காட்டப்பட்டுள்ளது. ஹென்றி போலாக் தன் நண்பரும் தலைவருமாக விளங்கியவரைப் பற்றி எழுதுகிறார்:

அவர் பிறப்பால் ஒரு வைஷ்ணவ பனியா; இயல்பால் ஒரு பிராமணர் ... நன்னெறியைப் போதனையால் அன்றி, சக மனிதர்களுக்கு வாழ்ந்து காட்டிக் கற்றுக்கொடுத்த ஆசானாக விளங்கியவர்; தன்மேல் நம்பிக்கை வைத்தவர்களை தீரத்துடன் காப்பாற்றும் செயலூக்கத்தில் சத்திரியர்; சக மனிதர்களிடையே மிகவும் எளியவர்களுக்கும், ஒதுக்கப்பட்டவர்களுக்கும் பணியாற்றிய சேவகராகத் தன்னை வரித்துக்கொண்டதில் ஒரு சூத்திரர்.

> பகவான் ராமகிருஷ்ணரைப்பற்றி ஒன்று சொல்வார்கள். அவர், தீண்டத்தகாதவர்களின் மேலான வெறுப்பிலிருந்தும், ஆணவத்திலிருந்தும் தான் விடுதலை பெற்றுவிட்டதை உறுதிசெய்யும் விதமாக, பறையர் ஒருவரது குடிசையைத் தன் முடியாலேயே பெருக்கிச் சுத்தம் செய்தாராம். இரு பிறப்பாளரும் (அதாவது மேல் சாதியர்) பிரதம அமைச்சரின் மகனுமானவர் (காந்தி) தன் கையாலேயே தன் வீட்டிலும் தான் அடைக்கப்பட்டிருந்த சிறைகளிலும் கழிவறைகளைச் சுத்தம் செய்வதைப் பலர் பார்த்திருக்கிறார்கள்.

காந்தியால் எப்படி எல்லா சாதிக்காரராகவும், சாதியே இல்லாதவராகவும் இருக்க முடிந்தது என்று கூறிய பிறகு, போலாக் அவர் கடைப்பிடித்த சர்வசமய சமத்துவ தத்துவத்தை வலியுறுத்துகிறார்:

> அவரைப் பொறுத்தவரையில் மதம் என்பது சக்திவாய்ந்த, சகலத்தையும் ஏற்றுக்கொள்கிற சகிப்புத்தன்மை; மாபெரும் கருணையே அனைத்திலும் பெரிய நற்பண்பு. பிறப்பால் இந்துவான அவர் மொகமதியர்கள், கிறிஸ்தவர்கள், ஜொராஷ்டிரியர்கள், யூதர்கள், பௌத்தர்கள், கன்ஃபூஷியர்கள் என எல்லா மனிதர்களையும் ஆன்மிக சகோதரர்களாகக் கருதினார். அவர்களுக்கிடையில் அவர் எந்த வேறுபாடும் காட்டுவதில்லை. எல்லா சமயநெறிகளும் மீட்சிக்கு இட்டுச்செல்பவையே; அனைத்துமே கடவுளைக் காணும் வழிகளே; மனிதர்கள் தம்மிடையேயான உறவில் முதலில் சக மனிதர்கள், அதன் பின்னரே மதங்களைப் பின்பற்றுபவர்கள் என்று அவர் உணர்ந்திருந்தார். எனவே, எல்லா மதங்களையும் சார்ந்தவர்களும், எந்த மதங்களையும்

சாராதவர்களும் கூட அவருடைய நண்பர்களாகவும், அபிமானி களாகவும், அவருக்கு உதவுபவர்களாகவும் இருந்தார்கள். [4]

பல ஆண்டுகளுக்குப் பிறகு தனது தென்னாப்பிரிக்க அனுபவங்களைத் திரும்பிப் பார்க்கும்போது காந்தி இவ்வாறு நினைவுகூர்ந்தார் : ஃபீனிக்ஸ் மற்றும் டால்ஸ்டாய் பண்ணைகளில் இருந்தவர்கள், மதப் பிரிவுகளின்படிப் பார்த்தால் பல்வேறு சாதிகளைச் சேர்ந்த இந்துக்கள், சன்னிகள், ஷியாக்கள், புராட்டஸ்டன்டுகள், கத்தோலிக்கர்கள், பார்சிகள், யூதர்கள் ஆகியோர். அவர்கள் செய்துவந்த வேலைகளில் கட்டடக்கலை, இதழியல், சட்டம், வியாபாரம் போன்றவை அடக்கம். அவர்கள் இப்போது தமது மத நம்பிக் கைகளையும், கல்வித் தகுதிகளையும், பொதுவான ஆசிரம வேலைகளில் கரைத்துக் கொண்டு, அச்சிடுவது, தோட்டவேலை, தச்சுவேலை, வீடு கட்டுவது போன்றவற்றைச் செய்தார்கள். ஆக காந்தி நினைவு கூர்ந்தபடி, 'சத்தியமும் அஹிம்சையும் மத வேறுபாடுகளை உருக்கிவிட்டது; ஒவ்வொரு மதத்திலும் அழகைக் காண நாங்கள் கற்றுக் கொண்டோம். தென்னாப்பிரிக்காவில் நான் ஏற்படுத்திய இரண்டு காலனிகளிலும் எந்த மதப்பூசலையும் தான் பார்த்ததில்லை. உடல் உழைப்பு அலுப்பூட்டுவதாக இல்லாமல், உவகை தருவதாக இருந்தது.'[5]

ஃபீனிக்ஸிலும் டால்ஸ்டாய் பண்ணையிலும் இருந்த குடியிருப்புகள் வேறுபட்டவை சந்திக்குமிடமாக, ஒன்று கலக்கும் பானையாக இருந்தன. குடியேறியவர்கள் ஒன்றாக வசித்து ஒன்றாக உழைத்தார்கள். சமூக, சமய வேறுபாடுகள் ஒன்றுமில்லாமல்போய், இதெல்லாம் ஒரு விஷய மேயில்லை என்று ஆகிவிட்டன.

தன் சொந்த வர்க்க, மத, இன பின்னணிகளைக் கடந்து வரும் ஆற்றலில் காந்தி தன் சமகாலத்தில் வாழ்ந்த எல்லோரையும் விஞ்சியிருந்தார். இந்திய தேசிய காங்கிரஸ் 1885-ல் அமைக்கப்பட்டபோது, அது பல்வேறு பிரிவுகளையும், இனக்குழுக்களையும் சேர்ந்த தேசியவாதிகளை ஏற்றிக் கொள்கிற ஒரு 'நோவாவின் கப்பல்'போல இருந்தது.[6] காங்கிரஸ் தோன்றி முப்பது ஆண்டுகள்வரை அது முதன்மையாக நடுத்தர வர்க்கமும், பெருநகர்களும் சார்ந்ததாகவே இருந்தது. டாக்டர்களும், வழக்கறிஞர்களும், பத்திரிகை ஆசிரியர்களும், ஆசிரியர்களும் அதன் வருடாந்திரக் கூட்டங்களுக்குத் திரண்டு வந்தனர். விவசாயிகளுக்கும் உழைக்கும் வர்க்கத்தினருக்கும் பிரதி நிதித்துவம் இல்லை. முஸ்லிம் தலைவர்களும் விலகிச் சென்றனர். தாழ்த் தப்பட்ட சாதியிகளைச் சேர்ந்த அறிவுஜீவிகளும் சீர்திருத்தவாதிகளும் கூட அப்படியே. மேலும் காங்கிரஸ் முழுக்கவே ஒரு ஆண்களின் அமைப்பா கத்தான் இருந்தது என்பதைச் சொல்லத் தேவையில்லை. காந்தியின் அரசியல் ஆசான்களான தாதாபாய் நௌரோஜியும், கோபால கிருஷ்ண கோகலேயும் பிரிவினை சார்ந்த பக்கச்சார்புகள் இல்லாதவர்கள். இருவரும் இந்தியர்களாகவே இருந்தார்கள்; குஜராத் பார்சியாகவும், இந்து மராத்திய ராகவும் அல்ல. கோகலே சாதி அடிப்படையில் பாரபட்சம் காட்டுவது

நிறுத்தப்படவேண்டும் என்று முதலில் குரல்கொடுத்த ஒருசில காங்கிரஸ் தலைவர்களில் ஒருவர். இருந்தாலும் அன்றாட வாழ்வில் நௌரோஜி, கோகலே இரண்டு பேருமே நகரம் சார்ந்த, செயல் திறம் மிகுந்த, மேல்தட்டு ஆண்கள் என்ற சூழலுக்குள் அடைபட்டே இருந்தார்கள். இருவருமே தொழிலாளிகளை (வியாபாரிகளைக் கூட) தமது நண்பர்களாகவோ சகாக்களாகவோ கருதவில்லை.

1897 ல் ஆற்றிய உரை ஒன்றில் கோகலேயின் ஆசான் மகாதேவ் கோவிந்த் ராணே, பெரும்பாலும் பிராமணர்களாக இருந்த கூட்டத்தினரிடம் இவற்றை வலியுறுத்தினார்: 'ஒரு புதுவிதமான சிந்தனை தேவை. அது சகோதரத்துவம் சார்ந்தது; வெளிப்புறமாக விரிவடையும் தன்மை; மனித உறவுகளை இன்னும் அருகே நெருங்கிவரச்செய்வது' அவர் உயர்சாதி இந்துக்களிடம், 'உங்கள் நண்பர்கள், சகாக்கள் வட்டத்தை அதிகப்படுத்துங்கள்; மெதுமெதுவாகத்தான் அதைச் செய்ய முடியுமா, அப்படியாவது செய்யுங்கள்; ஆனால் மனிதர்களுக்கிடையில் அடிப்படையான சமத்துவத்தை உணர்வதை நோக்கி நகர்ந்தாகவேண்டும்'[7] என்று வேண்டுகோள் விடுத்தார்.

அப்போது காந்தி தென்னாப்பிரிக்காவில் இருந்தார். அவர் அந்த உரையைக் கேட்கவில்லை. அனேகமாகப் படித்துக் கூட இருக்க மாட்டார். ஆனால் அவருடைய செயலாலும் நடத்தையாலும் ராணடேயின் ஆணையை வேறெந்த உயர்சாதி இந்துவையும் விட முழுமையாக (கண்ணியமாகவும்) நிறைவேற்றியவர் அவரே. முப்பத்து சொச்சம் வயதிருக்கும் போது அதாவது, 1906 செப்டம்பரின் புகழ்பெற்ற எம்பயர் தியேட்டர்கூட்டத்தின்போது (அதற்கு முன்பாகவே இல்லையென்றால்) காந்தி தனது ஆசானான கோகலேயைத் தன் சமூகப் பார்வையின் விரிவாலும் செயல்பாட்டாலும் முந்திவிட்டார். அவர் மற்ற மொழி, மதங்களைச் சார்ந்தவர்களையும், சமூகத்தின் அடித்தட்டில் இருந்தவர்களையும் நோக்கிக் கரம் நீட்டுவதில் வெற்றிபெற்றுவிட்டார். தான் நடத்திய போராட்டங்களில் பெண்களை ஈடுபடுத்துவதிலும் காந்தி காட்டிய ஈடுபாடு வியக்கவைப்பது; போராடுபவர்களுக்கு ஆதரவு தருபவர்களாகவும் ஊக்குவிப்பவர்களாகவும் முதலாவது சத்தியக்கிரகத்தில் தொடங்கிய பெண்கள் எதிர்ப்புக் காட்டுபவர்களாகவும், சிறை செல்பவர்களாகவும் கடைசி சத்தியாக்கிரகத்தில் வளர்ச்சிபெற்றனர். 1934 ஜூலையில் லாகூரில் மாணவிகளிடையே பேசும்போது காந்தி சொன்னார், 'நான் தென்னாப்பிரிக்காவில் இருந்தபோது, பெண்கள் முன்னேற்றத்துக்காகப் பணியாற்றாவிட்டால், என் வேலைகள் எதுவும் முழுமையடையாது என்று உணர்ந்துகொண்டேன்.' இந்தப் புரிதல் எப்படி ஏற்பட்டது?[8] காந்தி ஒரு சராசரி இந்து குடும்பத்தலைவராகவே வளர்க்கப்பட்டார். ஜோஹன்னஸ்பர்க்கில் 1906 ல் போலாக்குகளுடன் வசிக்கும்போது தனது தப்பபிப்பிராயங்களை முதன்முறையாகக் களைய ஆரம்பித்தார். கஸ்தூரிபா தன் கணவரை மரியாதையுடன் பின்பற்றுப

வராக வளர்க்கப்பட்டவர். ஆனால் மில்லிக்கு இப்படியான கட்டுப்பாடுகள் எதுவும் இல்லை. அவர் தன் கணவர் ஹென்றியுடன் வாதாடுவார்; தங்களது வீட்டைப் பகிர்ந்துகொண்டவருடனும் (காந்தி) கூட அவர் வாதாடுவார். அவரைப் பொறுத்தவரை ஆண்கள் சொல்பவையெல்லாம் சரிதானா, நியாயமானதா என்று ஆராயப்பட வேண்டியவையே.

காந்தியை மேலும் திறந்த மனம் கொண்டவராக்கியதில் மில்லியைப் போலவே, அவரது செயலாளர் சோஞ்சா ஷ்லேசினின் பங்கும் குறைத்து மதிப்பிட முடியாதது. அவரது எதற்கும் அஞ்சாத மனவுறுதியை, அவர் காந்திக்கு, அவர் தென்னாப்பிரிக்காவிலிருந்து புறப்பட்ட சில காலத்திலேயே எழுதிய கடிதத்திலிருந்து அறிய முடியும். ட்ரான்ஸ்வாலில் நகராட்சித் தேர்தல்கள் அப்போதுதான் முடிந்திருந்தன. வேட்பாளர்கள், வாக்காளர்கள் எல்லோருமே வெள்ளையர்களே என்றாலும், முதல் முறையாகப் பெண்களும் தேர்தலில் போட்டியிட அனுமதிக்கப்பட்டிருந்தனர். பதினொரு பெண்கள் வெற்றிபெற்று நகர்மன்ற உறுப்பினர்களாக ஆனதாக ஷ்லேசின் தெரிவித்தார். 'மேன்மைகொண்ட பாலினமான' பெண்களைப்பற்றிய இன்னொரு செய்தியாக, பள்ளிகளில் மருத்துவ கண்காணிப்பாளராக ஒரு பெண் மருத்துவர் நியமிக்கப் பட்டதாகவும் தெரிவித்தார். 'ஒரு நாட்டின் நாகரிக வளர்ச்சியை அந்நாட்டின் பெண்களின் நிலையைக் கொண்டு முடிவுசெய்தால், அந்தத் தர வரிசையில் ட்ரான்ஸ்வால் எவ்வளவு உயர்ந்த இடத்தில் இருக்கும்!' என்று பெருமைப்பட்டார். தேர்தல் முடிவுகள் வந்த பிறகு ஒரு முக்கிய ஆண் அரசியல்வாதியைத் தொலைபேசியில் அழைத்து, 'பெண் கவுன்சிலர்களின் ஆலோசனையைக் கேட்டு நடந்தால் எல்லாம் நல்லபடியாகவே நடக்கும்' என்றார்.[9] மில்லி போலாக் போலவே சோஞ்சா ஷ்லேசினும் காந்தி மீது மிகப்பெரிய அபிமானம் கொண்டிருந்தார். ஆனாலும் அவரும் காந்தியை எப்போதுமேவோ, முழுமையாகவோ பின்பற்றமாட்டார். அவருடைய சுதந்திரமான மனமும், அவர் காட்டிய தீரமும், பெண்கள் தங்கள் வாழ்வைத் தாமே தீர்மானிக்கும் வழிகளையும், அதன் அவசியத்தையும் காந்திக்கு உணர்த்தின. பின்னர் 1906 மற்றும் 1909 ல் இங்கிலாந்து சென்றபோது அங்கு பெண்களின் ஓட்டுரிமையை வலியுறுத்தும் இயக்கத்தினரைப் பார்த்து வியந்தார்.

ஐரோப்பியப் பெண்கள் ஏற்படுத்திய இந்தத் தாக்கத்தை, ஜோஹன்னஸ்பர்க்கில் தமிழ்ப் பெண்கள் உறுதிப்படுத்தினர். முதல் சத்தியாக்கிரகங்களை கொஞ்சமும் சுயநலமின்றி ஆதரித்த அவர்கள் 1913 – 14 ல் சிறிதும் பயமின்றிக் கடைசிப் போராட்டத்தில் களமிறங்கினர். பெண்ணியவாதி மில்லியின் கணவரான போலாக், அந்தப் பெண்களைப்பற்றி எழுதினார், 'பெண்கள் இவ்வளவு வீரத்தை வெளிப்படுத்தும்போது, ஆண்கள் தாங்கள் அவர்களைவிடப் பலவீனமானவர்கள் என்று காட்டிக்கொள்ளப் பயந்தார்கள்' அவர்களின் முன்னுதாரணம் தமிழர்களான அவர்களது கணவர்களுக்கும், மகன்களுக்கும் சவால் விட்டு அவர்களைச் செயல்படத்

தூண்டியதோடு, குஜராத்தி வழக்கறிஞரான காந்தியையும் கவர்ந்து அவரை நெகிழ வைத்தது.[10]

இந்தியாவில் இந்தியர்கள் அந்தக் காலத்தில் பெண்களுடன் நட்புக் கொள்ளவில்லை. அவர்களுக்குப் பெண்களை மனைவியராக, சகோதரிகளாக, மகள்களாகத்தான் தெரியும்; நண்பர்களாக அல்ல. இந்த விஷயத்திலும் காந்தி வழக்கமான நடைமுறையை விட்டு விலகியதற்கு, அவரது சுபாவத்துடன் சூழலும் காரணமாக இருப்பதைப் பார்க்கிறோம். அவர் மட்டும் தென்னாப்பிரிக்காவில் வாழ்ந்திராவிட்டால் தனது வகுப்புக்கும் தலைமுறைக்கும் உரிய மரபான, கட்டுப்பெட்டியான பார்வைகளை மீறி வளர்ந்திருக்க மாட்டார்.[11]

பல்வேறு வர்க்கம், சமூகங்களைச் சேர்ந்தவர்களோடு உறவாடுவதில் காந்திக்கு இருந்த ஆற்றலை தென்னாப்பிரிக்காவிலிருந்த இந்தியர்கள் வியந்தார்கள். அத்துடன் அது இந்தியாவிருந்த இந்தியர்கள் மத்தியிலும் பரவியது. காந்தி ட்ரான்ஸ்வாலில் 1907 – 11 லும் நேட்டாலில் 1913 லும் நடத்திய சத்தியாக்கிரகங்கள் எந்த அளவுக்கு இந்தியாவில் ஆர்வத்தை ஏற்படுத்தியிருந்தன என்பது, இந்தப் புத்தகத்துக்காக நான் ஆய்வு மேற்கொண்டபோது கிடைத்த ஆச்சரியங்களிங் ஒன்று. தொலைக்காட்சியும் இணையமும் வந்திராத அந்தக் காலத்தில், கடல் கடந்து வாழ்ந்த, பத்தாண்டுகளுக்கு இந்தியாவுக்கே வந்திராத ஒருவர் இந்த அளவுக்குப் பரவலாக ஆதரித்துப் பேசப்பட்டார் என்பது நிஜமாகவே மிகவும் ஆச்சரியப்படத்தக்க செய்தி.

அந்த ஆரம்பகால சத்தியாக்கிரகங்களின் மீதான ஈடுபாடு பிரிட்டிஷ் இந்தியா முழுவத்திலும், இன்னும் சில சுதேசி சமஸ்தானங்களிலும் பரவலாக இருந்தது. அவருக்குத் தெரியாத, சொல்லப்போனால் இந்தக் காலகட்டத்தில் அவர் அதிகம் கேள்விப்பட்டிருக்காத மொழிகளில் எல்லாம் செய்தித்தாள்கள் அவரும், அவரது சக சத்தியாக்கிரகிகளும் செய்த தியாகங்களைப்பற்றி மிக விரிவாகப் புகழ்ந்து எழுதின. வரைபடத்தில் எங்கே இருக்கின்றன என்று காந்திக்கே தெரிந்திராத ஊர்களிலெல்லாம் அவர்களுக்கு ஆதரவு தெரிவிக்கும் கூட்டங்கள் நடந்தன. ஆதரவு மொழி, பிராந்திய எல்லைகளைக் கடந்ததாக இருந்தது; அதைவிட முக்கியமாக மத எல்லைகளைக் கடந்த தாகவும் இருந்தது. அகில இந்திய முஸ்லிம் லீக்கும், மெட்ராஸ் பிஷப்பும் தென்னாப்பிரிக்காவில் காந்தி நடத்திய போராட்டங்களின் தார்மீக பலத்தையும் அரசியல் முக்கியத்துவத்தையும் உணர்ந்தவர்களில் அடக்கம். பல கூட்டங்களில் பேசியவர்கள் குறிப்பிட்டதைப் போல, காந்தியின் போராட்டங்கள் ஆண்களை மட்டுமே உள்ளடக்கியனவாக அமையாதது ஒரு புதுமையைப் படைத்தது. எல்லா சாதி, மதங்களையும் சேர்ந்த இந்தியப் பெண்கள் வீட்டிலேயே அடைபட்டு அல்லது பர்தாவுக்குள் இருந்தபோது, கஸ்தூரிபாவும் அவரது சகாக்களும் பாரபட்சமான சட்டங்களை எதிர்த்துச் சிறை சென்ற செய்தி — அல்லது சாதனை — மிகுந்த மரியாதையுடன் பார்க்கப்பட்டது.

ஆனாலும், காந்தியின் விசால நோக்கு பூரணமானதாக இல்லை. அது ஒரு அடிப்படை விஷயத்தில் குறைபட்டிருந்தது. காந்திக்கு எல்லா சாதி இந்திய, ஐரோப்பிய நண்பர்கள் இருந்தபோதிலும், ஆஃப்ரிக்கர்களுடன் அவர் பெரிதாக நட்புக்கொள்ளவில்லை. கல்வியாளர் ஜான் டூப்-ஐ அவர் அறிந்திருந்தார், மதித்தார். அரசியல் முன்னோடி பிக்ஸ்லி செம்-ஐ சந்தித்து, அனைகமாக அவர்மேல் தாக்கத்தையும் ஏற்படுத்தினார். டால்ஸ்டாய் பண்ணையில் சில ஆஃப்ரிக்கர்களுடன் ஒன்றாக உழைத்தார். ஆஃப்ரிக்காவில் பூர்வ குடிகளான பெரும்பான்மைச் சமூகத்தவருடன் அவரது சொந்த மற்றும் பணி சார்ந்த உறவு என்பது இவ்வளவுதான்.

இப்படிச் சொன்னாலும், அந்த நிலத்தில் காந்தி வாழ்ந்த இருபதுக்கு மேற்பட்ட ஆண்டுகளில் ஆஃப்ரிக்கர்களின் பிரச்னை குறித்த காந்தியின் புரிதல் தொடர்ந்து விரிவடைந்து வந்தது. ஆரம்பத்தில் அப்போது பொதுவாக இருந்த சிந்தனைப்படி, மனித இனங்களின் படிநிலைக் கொள்கையையே அவரும் கடைப்பிடித்தார்; ஐரோப்பியர்கள் உச்சத்தில், இந்தியர்கள் அதற்குச் சற்றுக் கீழே, ஆஃப்ரிக்கர்கள் அடிமட்டத்தில் என்றே கருதினார். டர்பனிலும் ஜோஹன்னஸ்பர்க்கிலும் அன்றாட வாழ்வு, ஆஃப்ரிக்கர்கள் சந்தித்துவந்த நிஜமான, வலுவாக உருப்பெற்றிருந்த பாரபட்சத்தை அவருக்குப் புரிய வைத்தது. இந்தியன் ஒப்பீனியன் இதழ் அவர்களை ஒடுக்கிவந்த சட்டங்களை, நடைமுறைகளைப்பற்றி விரிவாக எழுதியது. 1908 ல் ஆற்றிய ஒரு உரையில் அவர் வருங்கால தென்னாப்பிரிக்காவில் இனங்கள் ஒன்று கலக்கும் என்று தன் எதிர்பார்ப்பை வெளியிட்டார். இந்தக் கால கட்டத்தில் ஆஃப்ரிக்கர்களின் சிக்கலுக்கும் தீர்வாக அவர் சத்தியாக்கிரகத்தையே முன்வைக்க ஆரம்பித்திருந்தார்.

மாணவப் பருவத்திலிருந்தே காந்தி பிற மதங்கள், பிற வாழ்க்கை நெறிகள் பற்றித் தெரிந்துகொள்ள ஆர்வம் காட்டினார். சொந்த நாட்டைத் தாண்டிப் பிற நாடுகளில் வாழ்ந்த அனுபவம் இந்த ஆர்வத்தை அதிகரித்தது. லண்டன், டர்பன், ஜோஹன்னஸ்பர்க் ஆகிய நகரங்கள் ராஜ்கோட்டையும், போர்பந்தரையும் விட மிகவும் பெரியவை, வேறுபட்டவை. அந்தகரங்களின் பன்மைத்தன்மையையும் கலாசாரக் கலப்பையும் அருகிலிருந்து கவனிக்க காந்திக்குச் சுதந்திரம் இருந்தது. அவர் நீண்ட காலங்கள் குடும்பத்தைவிட்டுத் தனியாக வசித்ததும் இதற்கு உதவியது.

இந்த நகரங்களுக்குள் ஜோஹன்னஸ்பர்க்தான் காந்தியை அறுதியாக உருவமைத்தது எனலாம். 1900 களின் ஆரம்பத்தில், அப்போதுதான் உருவாகிவந்த ஒரு சமூகத்தில் (மேலும் நாட்டில்) உண்டாக்கப்பட்ட நகராக அது இருந்தது. உலகெங்கிலிலுமிருந்து புலம்பெயர்ந்துவந்து அங்கு பலர் குடியேறினார்கள். அப்போது ஏற்பட்டிருந்த சுரங்கத்தொழில் வளர்ச்சியில் பங்குபெறுவது தவிர, இறுகிப்போன சமூகப் பழக்கங்களிலிருந்து விடுதலை பெறுவதும் அவர்கள் நோக்கம். ஒருபுறத்தில்,

ஆட்சியாளர்கள் ஒரு புதிய, நிலையான இன ஒழுங்கை அமல்படுத்த முனைந்துகொண்டிருந்தனர்; மறுபுறம், தனிமனிதர்கள் தம் வாழ்வைத் தமது தனிப்பட்ட அக உந்துதல்களுக்கேற்ப அமைத்துக்கொள்ள விழைந் தனர். அவர்கள் புதிய வகை உணவுகள், உடல்நலம், பல்வேறு இனங்கள், மதங்களுக்கிடையிலான கருத்துப் பறிமாற்றம் ஆகியவற்றில் பரிசோ தனைகள் செய்தனர். இவ்வாறான விரும்பத்தக்க வகையில் விசித்திரப் பிறவிகளாயிருந்த (அத்துடன் உறுதியாக அஹிம்சாவாதிகளான) தனிவழியாளர்களிடையேதான் போலாக், காலன்பாக், ரிச், ஜோசப் டோக், சோஞ்சா ஷ்லேசின் போல் அவர் தன் தோழர்களைக் கண்டுகொண்டார்.

காந்தி இந்தியாவில் வாழ்ந்து பணிபுரிந்திருந்தால், அவர் மாற்றுக் கருத்து கொண்ட யூதர்களையோ, நான்கன்ஃபார்மிஸ்ட் கிறிஸ்துவர்களையோ சந்தித்திருக்கப் போவதில்லை. புலம்பெயர்ந்த வாழ்வு அவரைத் தன் சொந்த நாட்டின் கலவைத்தன்மையையும் இன்னும் நன்றாக அறியச் செய்தது. அவர் தன் குடும்ப வழக்கத்தைப் பின்பற்றி, கத்தியவாரில் ஒரு சமஸ்தானத்தில் வேலை பார்த்திருந்தால் தமிழர்களையோ, வட இந்தியர்களையோ சந்தித்திருக்கமாட்டார். பம்பாயில் வக்கீலாகப் பணியாற்றியிருந்தால், தோட்டத்தொழிலாளர்களையோ, தெருவோர வியாபாரிகளையோ தனது கட்சிக்காரர்களாகப் பெற்றிருந்திருக்கப் போவதில்லை.

பெரும்பாலானவர்களுக்கு, 1900 களின் ஆரம்பத்திலிருந்த தென்னாப் பரிக்கா சமூக ஏற்றத்தாழ்வுகளின் கொதிகலனாக இருந்தது. அங்கு ஒரு இனத்தினர், பிற இனத்தினர், வர்க்கத்தினரிடமிருந்து பிரிந்து வாழ விரைவில் பழகிக்கொள்வார்கள். இந்த இந்தியருக்கோ அதற்கு மாறாக, தென்னாப்பிரிக்காவானது மனித சங்கமிப்புக்கான கொதிகலனாக இருந்தது. அது, சொந்த நாட்டிலேயே இருந்திருந்தால் அவர் எவ்விதத் தொடர்பும் வைத்திக்கொண்டிருந்திருக்க முடியாத இந்தியர்களோடு பிணைப்புகளை ஏற்படுத்திக்கொள்ள உதவியது.

இவ்வாறாக, சொந்த நாட்டில் மிகப் பரவலாக (மிகவும் கட்டிப்போடுவ தாகவும்) இருந்த சமூக வேறுபாடுகள் கரைந்துபோனதில், காந்தி பொது வாக இந்தியர்களின் தென்னாப்பிரிக்க அனுபவத்தைப் பிரதிநிதுத்துவப் படுத்துகிறார். இந்தியாவில் இந்தியர்களின் வாழ்க்கை, சாதி, சொந்த பந்தம், மதம் ஆகியவற்றால் எல்லைக்கோடிடப்பட்டிருக்கிறது. பாம்பே, கல்கத்தா போன்ற பெருநகர்களில்கூட, குடியேறியவர்கள் தமது மொழி, சாதிக்காரர்களுடன்தான் வசிப்பார்கள். இங்கே தென்னாப்பிரிக் காவில், காந்தியால் வசீகரிக்கப்பட்ட இந்தியர்கள், அனைவரையும் உள்ளடக்கிய ஒரு சமூக இயக்கமாகத் திரண்டனர். இது இருபதாண்டு காலகட்டத்தினூடாக நிகழ்ந்தது: முதலில் நேட்டால், பிறகு ட்ரான்ஸ் வால், கடைசியாக, 1913 ல் மாபெரும் வேலை நிறுத்தமும் வரலாறு காணாத பேரணியும். இந்த சத்தியாக்கிரகங்களின்போதும், அவற்றுக்கு

நடுவிலும், தமிழர்களும், குஜராத்திகளும், இந்தி பேசுபவர்களும்; பார்சிகளும், இந்துக்களும், முஸ்லிம்களும், கிறிஸ்துவர்களும்; உயர்ந்த, நடுத்தர, தாழ்த்தப்பட்ட சாதியினரும்; தொழிலாளர்கள், வியாபாரிகள், கோயில் பூசாரிகளும் ஒன்றாகச் சாப்பிட்டார்கள், கூடிப் பேசினார்கள், ஒன்றுசேர்ந்து போராடினார்கள்.

காந்தியின் உலகம்தழுவிய அணுகுமுறையின் ஒரு வியக்கவைக்கும் வெளிப்பாடு என்று ட்ரான்ஸ்வாலில் சீனர்களுடனான அவரது உறவைச் சொல்லலாம். இன்று இருபத்தொன்றாம் நூற்றாண்டில் இந்தியாவும் சீனாவும் இணைத்துப் பேசப்படுவது சகஜமாகி வருகிறது. இரண்டுமே தொன்மையான நாகரிகங்களிலிருந்து உருவான, தன்னம்பிக்கை கொண்ட புதிய தேசங்கள்; இரண்டுமே பொருளாதார வளர்ச்சியில் புதிய உத்வேகம் பெற்றுள்ளன. பெரும் பரப்பளவும் மக்கள் தொகையும் அவற்றின் எழுச்சியை மேலும் முக்கியமாக்குகின்றன; உலக மக்களில் இவை இரண்டும் சேர்ந்து கிட்டத்தட்ட 40 சதவீதத்தைக் கொண்டுள்ளன.

இந்த எழுச்சியானது பீதியூட்டுவது, பாராட்டத்தக்கது, பிஞ்சில் பழுத்தது என்று பல்வேறுவிதமாக வர்ணிக்கப்பட்டது. அதன் பின்னணியில் இந்திய தேசியவாதிகளுக்கும் சீன காம்ரேடுகளுக்கும் நடுவில் தென்னாப்பிரிக்காவில் ஏற்பட்டிருந்த தொடர்புகள் இன்று முக்கியத்துவம் பெற்றுள்ளன. அவை , இதுவரை வெளிச்சத்துக்கு வராமலும் இருந்திருக்கின்றன. 1906 ல் எம்பயர் தியேட்டரில் நடந்த அந்த வரலாற்றுச் சிறப்புமிக்க கூட்டத்தில் பார்வையாளர்களாக சில சீனர்களும் இருந்தனர்; சத்தியாக்கிரகம் ஆரம்பித்த போது இந்த சீனர்களும் விருப்பத்துடன் கைதானார்கள்; சிறையில் காந்தி தன் சீன காம்ரேடுகளுடன் கடவுளை அடைவதற்கான பல்வகை வழிகளைப்பற்றி உரையாடியிருக்கிறார்; (காந்தி ஒப்புக்கொண்டது போல) ஐரோப்பிய ஆதரவாளர்களிடம் பெருந்தன்மையாக நடந்துகொள்வதில் சீனர்கள் இந்தியர்களை விஞ்சினர்; இந்தத் தகவல்கள் சுவாரசியமாக இருப்பதைத் தாண்டி, இன்றைய சூழ்நிலையில் புதிய முக்கியத்துவம் பெறுகின்றன என்று சொல்லலாம்.

1908 ஜனவரியில், சாத்விக எதிர்ப்பாளர்கள் ட்ரான்ஸ்வால் அரசாங்கத்துடன் ஒப்பந்தம் செய்துகொண்டபோது, அவர்கள் தரப்பிலிருந்து மூன்று பேர் அதில் கையெழுத்திட்டார்கள்: குஜராத்தியான காந்தி; தமிழரான தம்பி நாயுடு; சீனரான லியூங் க்வின். இதில் ஒரு சமத்துவம் இருந்தது; ஒவ்வொரு சமூகத்துக்காகவும் பேச அதிலிருந்தே ஒரு நபர். நாளடைவில் காந்தி ட்ரான்ஸ்வாலில் ஆசியர்களின் முதன்மையான தலைவராக உருவானார். ஆனால் தமிழர்கள், சீனர்களின் ஆதரவு அவருக்கும் அவரது இயக்கத்துக்கும் மிக முக்கியமானதாக இருந்தது.

இந்த ஆண்டுகளில் காந்தி தன்னளவில் அனைத்து ஆசிய ஒற்றுமை என்பதுபற்றிப் பேசவில்லை. ஆனால் லியூங் க்வின் பேசினார். அவர் மதராஸில் (டிரான்ஸ்வாலிலிருந்து அங்கு நாடுகடத்தப்பட்ட பின்) நடந்த

ஒரு கூட்டத்தில் ட்ரான்ஸ்வாலில் நடந்த சத்தியாக்கிரகம் 'ஆசியாவுக்கே கௌரவமளிப்பது' என்று பேசினார். அதேபோல, ஸ்மட்ஸின் ஆங்கிலேய நண்பர் எச். ஜே. வோல்ஸ்டன்ஹோம், காந்தியின் இயக்கம் கிழக்குக்கும் மேற்குக்கும் இடையே ஒரு 'புதிய சகாப்தத்தை உருவாக்கு கிற' மாற்றத்தைப் பிரதிபலிப்பதாகக் கருதினார். இதன்படி இந்தியர் களும் சீனர்களும் வேகமாக ஒரு தேசிய உணர்வைப் பெற்று வருகிறார்கள்; அதைக்கொண்டு தமது பிரிட்டிஷ் ஆட்சியாளர்களை அவர்கள் எதிர்க்கமுடியும்.

1915 ல் இந்தியா வந்த பிறகு காந்தி தன் சீன சகாக்களுடனான தொடர்பை இழந்தார். இப்போது, இந்தியாவுக்கு அரசியல் சுதந்திரம் பெறுவதற்காக சத்தியாக்கிரக வழிமுறைகளை அவர் பயன்படுத்திக்கொண்டிருக்க, சீன தேசியவாதிகளோ அதற்கு மாறாக ஆயுத கிளர்சியில் ஈடுபடுட்டிருந்தனர். 1930 களில் அமெரிக்கப் பத்திரிகையாளர் எட்கர் ஸ்நோ , மாவோ ஜெடாங்கை அவரது 'நீண்ட யாத்திரை'க்கு (லாங் மார்ச்) பிறகு சந்தித்தார். ஸ்நோ இந்தியாவிலிருந்து வந்திருந்தார். அங்கு அவர் காந்தியைச் சந்தித்து அவரை வியந்திருந்தார். இந்தக் காலகட்டத்துக்குள்ளாக, மகாத்மா உலகப் புகழ்பெற்ற ஆளுமையாக உருவாகிவிட்டிருந்தார். குறிப்பாக அமெரிக்காவில்; அங்கு நியூ யார்க் டைம்ஸ் இதழுல் அவரைப் பற்றிய செய்திகள் அடிக்கடி இடம்பெற்றன. டைம் பத்திரிகை அவரை ஆண்டின் சிறந்த மனிதாராகத் தேர்ந்தெடுத்திருந்தது (1930, உப்பு சத்தியாக்கிரத்துக்குப் பிறகு). சீனப் புரட்சியாளரும் அமெரிக்கப் பத்திரி கையாளரும் அரசியல் சுதந்திரத்துக்கான இந்திய வழியைப் பற்றிப் பேசினார்கள். மாவோ அதை நிராகரித்தார். காரணம், சீன கம்யூனி ஸ்ட்டுகள் போலன்றி காந்தி பெரிய நிலவுடைமையாளர்களை வலுக் கட்டாயமாக வெளியேற்றிக் கிராமப்புறப் புரட்சியை நடத்தவில்லை.[12]

1930 களிலும் 1940 களிலும் சீனாவில் காந்திய வழிமுறைகளை ஒப்புக் கொண்டவர்கள் அநேகமாக யாருமில்லை. ஆனால் இன்றைய சீனாவில் காந்தியையும் அவர் கொள்கைகளையும்பற்றி புதிய ஆர்வம் ஏற்பட்டுள்ளது. ஒரு பிரபல சீன வலைப்பதிவர் தனது சுயவிவரப் பக்கத்தில் காந்தியின் புகைப்படத்தை வைத்திருக்கிறார். இன்னொரு அபிமானி நோபல் பரிசுபெற்ற லியூ சியாபோ. அவருடைய சமீபத்திய கட்டுரைத் தொகுதி ஒன்றில் மாவோபற்றி எதிர்த்தும் திட்டியும், காந்தியைப் பற்றிப் புகழ்ந்தும் பல இடங்களில் எழுதியிருக்கிறார். ஜனவரி 2000-ல் இப்படி எழுதினார்:

> கம்யூனிசம் என்ற விரக்தியூட்டும் திரைச்சீலைக்கடியில் வாழ்ந்த மற்ற நாட்டினரோடு ஒப்பிடும்போது சீன எதிர்ப்பாளர்களாகிய நாம் பெரிதாக சாதிக்கவில்லை. இத்தனை ஆண்டு காலப் பெரும் அழிவுகளுக்குப் பின்னரும் நம்மிடம் வாக்லாவ் ஹாவல்போல தார்மிக பலம் கொண்ட தலைவர்கள் யாரும் இல்லை. சாதாரண மக்கள் தம் சொந்த

விருப்பங்களைச் செயல்படுத்தும் உரிமையைப் பெற்றுத்தர ஒரு தார்மிகப் பேராளுமை, தன்னலமற்ற தியாகங்களைச் செய்தாகவேண்டும் என்பது ஒரு நகைமுரண்தான். 'சாத்விக சுதந்திரத்தை' அதாவது அரசு அடக்கு முறையிலிருந்து சுதந்திரம் பெற, செயல்முறையில் எதிர்ப்புக்காட்டும் மன உறுதிவேண்டும். வரலாறு தலைவிதியால் நிர்ணயிக்கப் படுவதில்லை. ஒரே ஒரு தியாகியின் வரவு ஒரு நாட்டின் ஆன்மாவை ஆழமாக அசைத்து, அதன் தார்மிக இழைகளைப் பலப்படுத்திவிட முடியும். காந்தி இப்படியான ஒரு ஆளுமை.[13]

சியாபோவுக்குத் தெரியாதது அதேநேரம் எப்படியும் ஒரு நாள் அவர் தெரிந்துகொள்வார் என்று நாம் நம்புவது என்னவென்றால், 'தார்மிகப் பேராளுமையும்' 'தியாகியும்' ஆன காந்தி, தனது அரசியல் வாழ்வின் ஆரம்பகாலத்தில் ஒரு மிக முக்கிய கட்டத்தில் லியூங் க்வின் போன்ற சீன செயல்பாட்டாளர்களால் ஆதரிக்கப்பட்டார் என்பது.

காந்தி ஏற்படுத்திக்கொண்ட உறவுகள் ஒரேசமயத்தில் சொந்த வாழ்க்கை சம்பந்தப்பட்டவையாகவும் கருவிகளாக உதவக்கூடியவையாகவும் அமைந்தன. தன் மகன்கள் (குறைந்தது அவர்களில் மூன்று பேரிடம்), அண்ணன் மகன்கள், தன் இந்திய, ஐரோப்பிய நண்பர்கள் மேல் அளப் பரிய பாசம் கொண்டிருந்தார். ஆனாலும் அவர்கள் அரசியல், சமூகப் பணிகளில் அவர்கள் அவருக்கு உறுதுணையாக இருந்தார்கள் என்பது தற்செயலானது மட்டுமல்ல. அவர்கள் அவருக்குப் பத்திரிகை நடத்து வதிலும் வழக்கறிஞர் தொழிலிலும் உதவினார்கள்; பொதுமக்களிடமும், ஆளும் இனத்தவரிடமும் அவரது நோக்கங்களுக்கு ஆதரவு தேடினார்கள்; முடிந்தால் அவரது பொதுக் காரியங்கள், சமூக செயல்பாடுகளுக்குப் பண உதவி புரிந்தார்கள்; மனவுறுதி இருந்தால் அவருடன் சிறைக்கும் போனார்கள்.

இந்தத் துணைக் கதாபாத்திரங்களும் குறிப்பிடத்தக்க ஆளுமைகளாகத் திகழ்ந்தவர்கள்தான். இந்த ஆண்களும் பெண்களும் புத்திசாலித்தனமும் சிரத்தையும் மிக்கவர்கள். இவர்கள் வழியாகத்தான் காந்தியை தனிமனித ராகவும், வரலாற்று நாயகனாகவும் மேலும் முழுமையாக அறிந்துகொள் கிறோம். ஹென்றி போலாக், தம்பி நாயுடு, ஏ.எம்.கச்சாலியா, சோஞ்சா ஷ்லேசின், பார்சி ருஸ்தம்ஜி போன்றவர்களுடன் அவருக்கிருந்த உறவு மூலம்தான் காந்தியின் அரசியல் போராட்டங்களை முழுமையாக உணர்ந்துகொள்ள முடியும்; ஹெர்மான் காலன்பாக் உடன் அவர் செய்த பரிசோதனைகள் மூலமாக டால்ஸ்டாயுடனும் டால்ஸ்டாயர்களுடனும் அவருடைய கருத்துப் பரிமாற்றங்கள் பற்றித் தெரிந்துகொள்ள முடிகிறது. ஆன்ம முன்னேற்றம் (மற்றும் தன்னடக்கம்) குறித்து அவருக்கிருந்த தீவிர விருப்பத்தைப்பற்றி இன்னும் ஆழமான பார்வையை நம்மால் பெற முடிகிறது. ரேச்சந்பாய், ஜோசப் டோக், சி. எஃப். ஆண்ட்ரூஸ் ஆகியவர்களுடன் அவர் நடத்திய உரையாடல்களிலிருந்து எவ்வாறு

அவர் தனது பிரத்யேகமான சர்வசமய நோக்கை அடைந்தார் என்று நாம் பார்க்கிறோம். அவரது வாழ்நாள் முழுவதும் நீண்ட ப்ரன்ஜீவன் மேத்தாவுடனான நட்பு மற்றும் கடிதத் தொடர்பிலிருந்து தனக்கும், தனது நாட்டுக்குமாக அவர் கொண்டிருந்த பரந்த லட்சியங்களை நாம் புரிந்து கொள்கிறோம். கஸ்தூரிபா, ஹரிலால், மணிலாலுடன் அவருடைய உறவுகள் (மற்றும் தவறான புரிதல்கள்) வழியாக நாம் இந்த மனிதரைப்பற்றிய மேலும் நுணுக்கமாக, குடும்பரீதியிலான அவரது தோல்விகளையும், சமூக, ஆன்மீக வெற்றிகளையும் அருகருகாக நிறுத்திப் பார்த்துப் புரிந்துகொள்கிறோம்.

காந்தியை, அவரது தென்னாப்பிரிக்க எதிரிகள் மூலமாகவும் கூட, இன்னும் நன்றாக அறிந்துகொள்கிறோம். பழமைவாதியான மாண்ட்ஃபோர்ட் சாம்னி, தற்பெருமைகொண்ட ஜெனரல் ஸ்மட்ஸ், சந்தேகப் பேர்வழிகளான ஈஸ்ட் ராண்ட் விஜிலாண்ட்ஸ், நேட்டாலின் தீவிர உணர்ச்சிகொண்ட வெள்ளைக் கும்பல்கள்— இவர்களும் காந்தியின் உலகத்தையும் உலகப் பார்வையையும் வடிவமைத்தவர்களே. அது போலத்தான் சண்டைக்குணம் கொண்ட பத்தானியர்களும், பொறாமை கொண்டவரான டர்பன் பத்திரிகை ஆசிரியர் பி.எஸ்.ஐயரும் கூட. *1893* ல் டர்பனில் வந்திறங்கிய கருமமே கண்ணான அப்பாவி வக்கீலை, *1914* ல் கேப் டவுனிலிருந்து புறப்பட்டபோது சாதுரியமும் சமயோசிதமும் கொண்ட கூர்மையான சிந்தனையாளராக மாற்றுவதில் அவரது நண்பர்களையும் தொண்டர்களையும் போலவே எதிரிகளும் உதவினர். இந்த விரோதிகளில் முக்கியமான இரண்டுபேர் ஏகாதிபத்திய உணர்வு கொண்டவரான பிரிட்டிஷ் ஹைகமிஷனரும் (புரோ கான்ஸல்) கேப் காலனியின் கவர்னருமான ஆல்ஃபிரட் மில்னர்; இன்னொருவர் ஆய்வாளர்-போராளி ஜான் கிறிஸ்டியன் ஸ்மட்ஸ். வரலாறு ஏற்கனவே காந்தியை ஸ்மட்ஸை விடப் பல படிகள் மேலாகவும், மில்னரை விட மிகமிக மேலாகவும் வைத்திருக்கிறது. ஆனால், காந்தி காலத்து தென்னாப்பிரிக்காவில் அவர்கள் அவரைவிடப் பெரிய ஆட்கள். இந்த அந்தஸ்து வித்தியாசத்தின் அடிப்படையில்தான் அவ்விருவரும் அந்த வக்கீலின் சிறிய கோரிக்கைகளைக்கூட துச்சமாக எண்ணிப் புறக்கணித்தார்கள். அவர்களில் யாராவது கொஞ்சம் வளைந்துகொடுத்து, இந்தியர்களின் கோணத்தைக் கொஞ்சமாவது கணக்கிலெடுத்திருந்தால், காந்தியைப்பற்றிய இன்றைய வரலாற்றுத் தீர்ப்பு எப்படி இருந்திருக்குமோ யார் கண்டார்கள்? *1904* ல் ட்ரான்ஸ்வாலில் இந்திய வியாபாரிகளுக்கு இருந்த உரிமைகளுக்குச் சட்ட அங்கீகாரம் வழங்க மில்னர் முன்வந்திருந்தால், காந்தி சட்ட மறுப்பு இயக்கம்பற்றி நினைத்துக்கூடப் பார்த்திராமல் தாய்நாட்டுக்கு வந்திருப்பார். அதற்கு மூன்றாண்டுகளுக்குப் பிறகு ஸ்மட்ஸ் ஆசியர்கள் சட்டத்தை (ஏசியாட்டிக் ஆக்ட்) வாபஸ் வாங்கிக்கொண்டு, போயர் யுத்தத்துக்கு முந்தைய குடியேற்ற உரிமை பெற்றிருப்பதாகக் கூறிய சுமார் ஆயிரம் இந்தியர்கள் மீண்டும்

வருவதற்கு அனுமதி கொடுத்திருந்தால், காந்தி அப்போதே வீடு திரும்பியிருப்பார். எவ்வளவு காலம் தன்னைப் பின்பற்றுபவர்களின் மன உறுதியைத் தக்கவைத்துக் கொள்ள முடியும் என்பதைத் தெரிந்துகொள்ள அவருக்கு வாய்ப்புக் கிடைத்திருக்காது.

1903 ல் டெய்லி டெலிகிராப் இதழின் ஜோஹன்னஸ்பர்க் நிருபர், லார்ட் மில்னர் 'லொகேஷன்கள்' உருவாக அனுமதியளித்தது பற்றிக் கூறினார்: 'இதனால் எழக்கூடிய சர்ச்சை ட்ரான்ஸ்வாலில் மட்டுமின்றி, இங்கிலாந்திலும், இந்தியாவிலும் கூட எதிரொலிக்கும்.' 1907 ல் ஜெனரல் ஸ்மட்ஸின் விட்டுக்கொடுக்காத போக்குபற்றி நேட்டால் மெர்க்குரி இதழ் எழுதியது: 'இது நினைத்துப் பார்க்க முடியாத விளைவுகளை இங்கும், இந்தியாவிலும் உண்டாக்கும்.' இரண்டு கருத்துகளுமே தீர்க்கதரிசனம் கொண்டவை. மில்னரோ ஸ்மட்ஸோ முன்னதாகவே காந்தியுடன் சமரசத்துக்கு வந்திருந்தால், அவருக்கு சத்தியாக்கிரக உத்திகளை உருவாக்க சந்தர்ப்பமே கிடைக்காமல் போயிருக்கலாம்; மேலும் இந்தியா போன்ற பெரிய, வேற்றுமைகள் கொண்ட நாட்டில் அது வெற்றி பெற முடியும் என்று எண்ணுவதற்குரிய தன்னம்பிக்கையும் அவருக்குக் கைவராமல் போயிருக்கக்கூடும். இவ்வாறாக, ஒரு பிரிட்டிஷ் ஏகாதிபத்தியவாதியும் ஒரு போயர் இனவாதியும் காந்திக்கு தென்னாப்பிரிக்காவிலும், பின்னர் இந்தியாவிலும் வெகுமக்கள் தலைவராக உருவெடுக்கும் வாய்ப்பை ஏற்படுத்திக் கொடுத்தார்கள்.

இங்கிலாந்தில் இருக்கும்போதே, அவரது சக சைவ உணவுக்காரர்கள் தங்கள் இதழில் அவர் விரும்பியதெல்லாம் எழுத வாய்ப்புக் கொடுத்த போதே காந்தி எழுத ஆரம்பித்துவிட்டார். என்றாலும் தென்னாப்பிரிக்காவில்தான் காந்தி ஒரு எழுத்தாளராகவும் பத்திரிகை ஆசிரியாகவும் திறமை பெற்றார். நேட்டாலில் அவரது ஆரம்ப நாட்களில் செய்தித்தாள்களின் ஆசிரியர்களுக்குக் கடிதங்களும், அரசாங்கத்துக்கு வேண்டுகோள் விண்ணப்பங்களும் அவரது பேனாவிலிருந்து ஊற்றாகப் பெருகின. 1903 ல் அவர் தனது சொந்தப் பத்திரிகையான இந்தியன் ஒப்பீனியனை ஆரம்பிக்க முடிவுசெய்தார். அது, காந்தியின் நலன்களை முன்னெடுப்பதற்கான இதழ் அல்ல; நேட்டாலிலும், ட்ரான்ஸ்வாலிலும் வாழ்ந்த இந்தியர்களின் நலன்களுக்கானது. காந்தி அந்த இதழுக்காக குஜராத்தியிலும், இந்தியிலும் பல கட்டுரைகள் எழுதினார். மேலும் வாராவாரம் அதன் தயாரிப்பை மேற்பார்வை செய்ததுடன், நிதி நிலைக்கும் முக்கிய பொறுப்பேற்றுக் கொண்டார்.

எழுத்தாளராகவும் பத்திரிகை ஆசிரியராகவும் காந்தி கொண்டிருந்த திறமைகள் கணிசமானவை. ஆனாலும், அவர் ஒரு பேச்சாளராக, முழுத் தோல்வி அடைந்திராவிட்டாலும் கூட, பெரிதாக சோபிக்கவுமில்லை. அவரது நண்பரும் அபிமானியுமான ஜோசப் டோக் குறிப்பிட்டார்: ஜோஹன்னஸ்பர்க்கிலேயே 'இயல்பாகவும், சரளமாகவும் நன்கு

பேசக்கூடிய அவர் நாட்டு ஆட்கள் பலர் இருக்கிறார்கள்.' காந்தி மெதுவான குரலில், ஏற்ற இறக்கமில்லாமல் பேசினார். அவர் 'கைகளை ஆட்டுவதில்லை', 'விரலைக் கூட அசைப்பதில்லை' என்று டோக் குறிப்பிட்டார்.[14]

ஆனாலும் அவர் பேசுவதை இந்தியர்கள் ஊன்றிக் கவனித்தார்கள். காரணம், குரலின் தொனி மாற்றமில்லாமல் இருந்தால்கூட அவர் பேசிய வார்த்தைகள் நம்பிக்கை ஏற்படுத்துவதாக இருந்தன. காந்தி விசுவாசத்தை ஏற்படுத்தியது அவரது கட்டுரைகள், பேச்சுகளைவிடத் தான் வாழ்ந்த விதத்தாலும் நடத்தையாலுமே. அவரது எளிமை, கடின உழைப்பு, வீரம் ஆகியவையே வெவ்வேறு பின்புலங்களைச் சேர்ந்த தொண்டர்களைக் கவரப் போதுமானதாயிருந்தன. அவர்களில் முஸ்லிம்கள், யூதர்கள், கிறிஸ்துவர்கள், தமிழர்கள், வியாபாரிகள், தெருவோர வியாபாரிகள், கோயில் பூசாரிகள் அல்லது ஒப்பந்தத் தொழிலாளிகள் எனப் பலதரப் பட்டவர்கள் உண்டு. பல்வேறு பின்னணி கொண்டவர்களின்மேல் செலுத்திய செல்வாக்கால் அவர் முதலில் ஒரு தார்மிக சமூகத்தையும், பின்னர் ஒரு அரசியல் சமூகத்தையும் உருவாக்கினார். அதன் உறுப் பினர்கள், அவரது தலைமையின்கீழ் ஏழ்மையை ஏற்கவும், கைதாகிச் சிறை செல்லவும் தயாராயிருந்தார்கள்.

காந்தியின் நண்பர்கள் அவரிடம் காட்டிய கடமையுணர்ச்சி ஆச்சரிய மானது. எல். டபிள்யூ. ரிட்ச்சுக்கு அவர் எப்போதும் 'பெரிய குட்டித் தலைவர்'. ஹென்றி போலாக் தன் காதல் மனைவியையும், குழந்தை களையும் விட்டுவிட்டு, ஒரு புதிய நிலத்தில் காந்தியுடன் மாதக்கணக்கில் பயணம் செய்ததற்கு காந்தியின் மீதும் அவரது நோக்கங்களின் மீதும் போலாக் கொண்டிருந்த மரியாதைதான் காரணம். தம்பி நாயுடு மகிழ்சியுடன் மீண்டும் மீண்டும் கைதாகவும், தன் உயிரைக்கொடுத்துக் காந்தியைக் காப்பாற்றவும் தயாராக இருந்தார். இன்னொரு தொடர் சத்தியாக்கிரகியான பி.கே.நாயுடு, ஒவ்வொருமுறை விடுதலையாகும் போதும், காந்தியைத்தான் ('பின் வேறு யாரை') சந்திக்க விரும்பினார். செயலூக்கம் மிகுந்த ஷ்லேசின் காந்தியின் அலுவலகப் பொறுப்புகளை நாள் முழுவதும் பார்த்துக்கொண்டிருந்துவிட்டு, தமிழ்ப்பெண்களுக்கு ஆறுதல் தரவும், சிறையிலிருந்த அவர்கள் கணவர்களுக்குச் சாப்பாடு எடுத்துச் செல்லவும் நேரத்தையும், சக்தியையும் கண்டுபிடித்துவிடுவார். அப்புறம் ஹெர்மான் காலன்பாக். அவருடைய பற்று பிறரை விடவும் கேள்விகளுக்கு அப்பாற்பட்டதாகவும் முழுமையானதாகவும் இருந்தது.

காந்தியின் உள் வட்டத்தினர் அவர்மேல் கொண்டிருந்த பயபக்திக்கு 1911 ல் காலன்பாக் சகன்லாலுக்கு எழுதிய ஒரு கடிதமே சாட்சி. அந்தக் கட்டடக் கலைஞர் இங்கிலாந்தில் தனது குடும்பத்தைப் பார்த்துவரப் புறப்பட்டார். தான் இல்லாத போது சகனிடம் 'அந்த மனிதரின் வலது கரமாக இருங்கள்; அவருடைய வாழ்வுதான் நமக்கெல்லாம் இப்படி ஓர்

அற்புதமான வாழ்க்கையை அளித்திருக்கிறது; நாம் எல்லோரும் அவரிடம் நெருக்கமாக ஒட்டிக்கொள்ள விரும்புகிறோம்' என்று கேட்டுக் கொள்கிறார். காலன்பாக் குறிப்பிட்டார்: காந்தி 'கிஞ்சித்தும் அச்சமின்றி முன்னே செல்லும்போது' அவருடைய சீடர்களால் சிலசமயம் அந்த வேகத்துக்கு ஈடுகொடுக்க முடிவதில்லை. இருந்தாலும், 'நாம் அமைதியாக சிந்தித்துப் பார்க்கும் தருணங்களில் 'அடிக்கடி ஒளியிழந்து விடுகிற மெழுகுவர்த்தியை மீண்டும் மீண்டும் ஏற்றுவதற்காக அவருக்குள் எரிந்துகொண்டிருக்கும் பிரகாசமான நெருப்பைப்பற்றி நாம் மகிழ்ச்சிகொள்ளாமல் இருக்க முடியாது. அவருடன் இருக்கவும், சேர்ந்து வேலை செய்யவும் நமக்கெல்லாம் கிடைத்திருக்கிற இந்த நல்வாய்ப்பை நாம் முழுதாக உணர்ந்துகொள்ளவேண்டும்.'[15]

காந்தியுடன் குறைந்த காலமே செலவிட்டவர்கள் கூட அவரது உதாரணத் தால் கவரப்படவே செய்தார்கள். காந்தியின் மிக ஆச்சரிகரமான சாதனைகளில் ஒன்று, 1907–10 காலகட்டத்தில் ட்ரான்ஸ்வாலில் சுமார் 3000 இந்தியர்கள் கைதாகி சிறைசென்றார்கள் என்ற உண்மை. அந்தக் காலனி நாட்டிலிருந்த இந்தியர்களில் இது 35 சதவீதம். 1906 செப்டம்பரில் காந்தியின் நண்பரான பிரிட்டோரியாவிலிருந்த வழக்கறிஞர் ஆர். கிரிகரோவ்ஸ்கி, இந்த சாத்விக எதிர்ப்பெல்லாம் வேண்டாம் என்று அறிவுரை சொல்லியிருந் தார். காரணம், 'தானே முன்வந்து துன்பங்களைத் தாங்கிக்கொள்ளும் துணிச்சல் பலருக்கு இருக்காது; ஆசியர்களும் இதற்கு விதிவிலக்கல்ல.' ஆனாலும் பிறகு நடந்தபடி, ஆயிரக்கணக்கான இந்தியர்கள் அவரது அறைகூவலை ஏற்று சட்டத்தை மீறி, சிறை செல்லத் தயாராயிருந்தார்கள்.

குறிப்பிடத்தக்கவிதமாக, அந்த சத்தியாக்கிரகிகளில் பலர் வியாபாரிகள். வியாபாரிகள் பொதுவாக, மிகவும் எச்சரிக்கை கொண்ட, பழமைவாதி களாகவே அறியப்பட்டவர்கள். அதிலும் குறிப்பாக இந்திய வியாபாரிகள் (அதிலும் மிகக் குறிப்பாக குஜராத்தி வியாபாரிகள் என்று சிலர் சொல்லக் கூடும்) தனியாகவோ கூட்டாகவோ அரசியல்ரீதியாக நிச்சயமற்ற நிலைகளை எதிர்கொள்ளவும், ஆட்சி அதிகாரத்தைக் கேள்வி கேட்கவும் தயங்குவார்கள்.[16]

காந்தியோ, ஒரு காலனி ஆதிக்க சூழ்நிலையில், தமது தாய் நாட்டை விட்டு வெளியில் வசித்துவந்த வியாபாரிகளைத் திரட்டினார் என்னும் போது, அவர்கள் இன்னும் அதிகமாக அச்சம் கொண்டவர்களாயிருப் பார்கள் என்று நாம் எதிர்பார்க்கலாம். ஆனாலும் அவர்கள் தம் தலை வனைப் பின்பற்றி சிறை சென்றனர். அதேபோல காலக்கிரமத்தில் தெரு வோர வியாபாரிகள், தொழிலாளிகள், தொழில் வல்லுநர்கள் போன்ற வர்களும் தொடர்ந்தார்கள். வெற்றி கிடைக்கும் என்ற நிச்சயம் இல்லாத ஒரு கிளர்ச்சி அது. அவர்களோ புலம்பெயர்ந்திருந்தவர்கள். எனவே, கிளர்ச்சியில் ஈடுபட்டுத் தமது வாழ்வாதாரத்தைத் தூக்கிவீசியெறிவதில் மிகுந்த தயக்கம் இருந்திருக்கும்.

ஆனால், அவர்கள் தயங்கவில்லை. அதற்குக் காரணம், தங்கள் தலைவர், சிறை செல்ல மட்டுமின்றி, கொல்லப்படவும் தயாராக இருப்பதை அவர்கள் அறிந்திருந்தார்கள். 1897 ல் டர்பனில் காந்தி கைது செய்யப் பட்டு, ஏறக்குறைய கொலைசெய்யப்படுமளவு ஆனபோது, அவருக்கு கேப் டவுனைச் சேர்ந்த ஒரு கருவாட்டுக் கடைக்காரரிடமிருந்து ஒரு நெகிழ்ச்சியான கடிதம் வந்தது. அது அவரது 'ஒருமனதான முயற்சிகள், இந்தியர்களின் துர்பாக்கியமான கஷ்டங்களை துணிச்சலுடன் எடுத்துச் சொல்வது' ஆகியவற்றைப் புகழ்ந்தது. அக்கடிதம் எழுதியவர், காந்தி 'கோபக்காரக் கும்பலால் குரூரமாக நடத்தப்பட்டதாக செய்தித்தாள்களில் படித்து' 'ஆழ்ந்த வருத்தமுற்றார்' (கேப் டவுனிலுள்ள இந்தியர்களின்) ஆயிரக்கணக்கான கண்கள், நீங்கள் செய்திருக்கும் அனைத்தையும் புரிந்துணர்வுடன் பார்த்துக்கொண்டிருக்கின்றன'[17] என்று எழுதியிருந்தார்.

1897 ல் டர்பனில் காந்தியைத் தாக்கியவர்கள் உழைக்கும் வர்க்த்தைச் சேர்ந்த வெள்ளையர்கள். பதினொரு ஆண்டுகளுக்குப் பிறகு, ஜோஹன்னஸ்பர்க்கில் பத்தான்களின் குழு ஒன்றினால் மீண்டும் அவர் தாக்கப்பட்டார். இப்போதும், அவருடைய அமைதியும், உறுதியும் அவ ராலும், அவரது இயக்கத்தாலும் பிற வகைகளில் கவரப்படாத இந்தியர் களையும் அவரை நோக்கி இழுத்தது. காந்தியின் உயிர் மீதான இந்த இரு தாக்குதல்களும், அவற்றை அவர் எதிர்கொண்ட உறுதியும் இந்திய சமூகத்தில் அவரது செல்வாக்கை உறுதிப்படுத்தின.

பிற்காலத்திய அச்சுறுத்தல்களை காந்தி அமைதியுடன் எதிர்கொண்டார். எனவே 1909 ல் ஜோஹன்னஸ்பர்க்கில் பத்தான்கள் அவரை மீண்டும் தாக்கத் திட்டமிட்டிருப்பதாகக் கதைகள் பரவியபோது, தன் அண்ணன் மகன் மகன்லாலிடம் தான் பயப்படவில்லை, தன் நாட்டுக்காரர்கள் கையால் சாவதை வரவேற்கவே செய்வேன் என்று கூறினார். ஏனென்றால், 'அது இந்துக்களையும் முசல்மான்களையும் ஒன்று படுத்தும்.'[18]

அசைவம் உண்கிற, விஸ்கி அருந்துகிற ஜோஹன்னஸ்பர்க் பத்திரி கையாளர் ஒருவகூறினார்: 'காந்தி மிக பலவீனமான தோற்றம் கொண் டிருந்தாலும் அவரது ஆளுமை திடகாத்திரமானது' என்பது காந்தியின் சக இந்தியர்களுக்குத் தெரியும். அந்தப் பத்தரிகையாளர், ஒரு மது அருந்தாத சைவ உணவுக்காரர் வெளிப்படுத்திய, உருவத்தைக் கொண்டு கணிக்க முடியாத தைரியத்தை வியந்தார். ஒரு குஜராத்தி தலைமையாசிரியர் 1960 களில் குறிப்பிட்ட விஷயமும் இங்கு கவனிக்கத்தக்கது. அவர் 1960 ல் ராஜ்கோட்டில் காந்தியின் பழைய பள்ளிப் பதிவேடுகளைக் கண்டு பிடித்தார். தற்போது போற்றி வணங்கப்படும் ஒருவர், ஒழுங்கீனமான வருகைப் பதிவும் ரொம்ப சாதாரணமான மதிப்பெண்களும் பெற்றிருந் ததை அவை காட்டின. அந்த ஆசிரியர்- செயல்பாட்டாளர் எழுதினார், 'காந்தி சாதாரணக் களிமண்ணிலிருந்து வீரர்களை உருவாக்கக் கூடியவர்' என்று

சொல்லப்படுவது மிகவும் சரியே. அவருடைய முதலாவதான மற்றும் சந்தேகமின்றி மிக வெற்றிகரமான பரிசோதனை அவர் மீது அவர் செய்துகொண்ட ஆன்ம பரிசோதனையே.'[19]

இந்தியாவுக்கு வெளியில் அவர் வாழ்ந்த ஆண்டுகளில், காந்தி முதலில் மெதுவாகவும், பிறகு அறுதியாகவும் தனது தொழிலை விட்டு விலகி விட்டார். ராஜ்கோட்டிலும் பம்பாயிலும் அவருக்கு வழக்குகள் கிடைப்பது கடினமாக இல்லாதிருந்தால், அவர் டர்பனுக்கே சென்றிருந்திருக்க மாட்டார். தென்னாப்பிரிக்காவில் அவருக்குத் தொழில்ரீதியாகக் கணிசமான வெற்றி கிடைத்தது. இருந்தாலும், கொஞ்சம் கொஞ்சமாக, வழக்கறிஞர் வேலையைப் பணத்துக்காக இல்லாமல், சக இந்தியர்களுக்கு உதவும் நோக்கத்துடனேயே நடத்த ஆரம்பித்தார். தான் பயின்ற தொழிலை விட்டு விலகிய அவர், தனது வழக்கறிஞர் வேலைகளைத் தன் சகாக்களான எல். டபிள்யூ. ரிட்ச்சிடமும் ஹென்றி போலாக்கிடமும் ஒப்படைத்து விட்டார். அதே சமயம், தன் வாழ்வையும் தேவைகளையும் எளிமைப் படுத்திக்கொள்ள ஆரம்பித்தார். நகரத்திலிருந்த வீட்டை விற்று ஒரு வெற்று நிலத்தை வாங்கினார். காலக்கிரமத்தில், துறவும் வேலைப் பளுவும் கொண்ட அன்றாட நடைமுறையைக் கைக்கொண்டார்; இன்பங் களையும், ஓய்வையும் துறந்தார். மதுவோ மாமிசமோ கிடையாது என்பதைச் சொல்லவே தேவையில்லை. சர்க்கரையும் மசாலாப் பொருள் களும் இல்லை; மறந்துவிடாதீர்கள், விளையாட்டு, பொழுதுபோக்கு களோகூடக் கிடையாது.

காந்திக்கு பொதுவாக எளிய வாழ்விலும், குறிப்பாக சைவ உணவுப் பழக்கம், இயற்கை வைத்தியம், பிரம்மச்சாரியம் போன்றவற்றிலும் இருந்த தொடர்ந்த ஆர்வம் இன்றைய நவீன கண்கொண்டு பார்க்கும் போது பாராட்டுவதற்குக் கடினமானது. என்ன சாப்பிடவேண்டும், சாப் பிடக்கூடாது என்பதுபற்றி இவ்வளவு அலட்டிக்கொள்வானேன்? நோய் நொடிகளுக்கு, அரைகுறை வைத்தியர்களிடமிருந்து கற்ற முறைகளைக் கொண்டோ, தானே தயாரித்த கஷாயங்களைக் கொண்டோதான் மருத்துவம் செய்ய வேண்டுமா என்ன? பகுத்தறிவு பூர்வமாக, அறிவியல் நோக்கை ஏற்றுக்கொண்டு அலோபதி முறையிலான மருந்துகளையும், அறுவைச்சிகிச்சைகளையும் ஏற்றுக் கொள்ளக் கூடாதா? பிரம்மச் சரியத்தின் மேல் ஏன் இந்தப் பற்று? உடலுறவு என்பது வாழ்வின் உவகைகளில், மகிழ்ச்சிகளில் ஒன்றுதானே? குறிப்பாக, மனை வியுடனான உடலுறவு நிஜமான, நீடித்த காதலின் வெளிப்பாடும் வடிவமும் அல்லவா?

உண்மை என்னவென்றால், காந்தி கொண்டிருந்த இந்த ஈடுபாடுகளை, அவரது சமகாலத்தவரே, அவரது நண்பர்கள் சிலரே ஏற்றுக்கொள்ள வில்லை. மில்லி போலாக் எழுதிய *மிஸ்டர் காந்தி: த மேன் (திரு. காந்தி என்ற மனிதன்)* என்ற புத்தகம், தென்னாப்பிரிக்காவில் ஒன்றாக வாழ்ந்த

அவர்களது வாழ்க்கையைப்பற்றிய பாசம் மிகுந்த, புதிய பார்வைகள் கொண்ட, தவிர்க்க முடியாத விவரணை. அதில் மில்லி போலாக்கால், தன் நண்பரின் சில விநோத வழிகளைப்பற்றிய தனது குழப்பத்தை மறைக்க முடியவில்லை. அவரது கணவர் ஹென்றி, தன் படா பாய்-இன் அரசியல் செயல்திட்டத்தின் மேல் ஆழ்ந்த பற்றுக்கொண்டிரந்த போதிலும், அவருடைய சமூகம் சார்ந்த, இயற்கை சார்ந்த தத்துவங்களால் பெரிதாகக் கவரப்படவில்லை. மில்லியோ ஹென்றியோ ஃபினிக்ஸிலும் டால்ஸ்டாய் பண்ணையிலும் அதிக காலம் தங்கியிருக்கவில்லை; இருவரில் யாரும் நீராவிக் குளியலோ, மண்பட்டி சிகிச்சைகளோ எடுத்துக்கொள்ளவில்லை; இருவரும் பிரம்மச்சாரியத்தைக் கடைப்பிடிப்பதுபற்றி சிறிதும் நினைத்துக் கூடப் பார்க்கவில்லை.

அப்போது (இப்போதும் கூட) பலருக்கு, காந்தியின் சந்நியாசி போன்ற மிக எளிய வாழ்வு, விநோதமான உணவுப் பழக்கம், வியாதியுற்றிருக்கும் போது மருந்துகள் எடுத்துக்கொள்ள மறுப்பது, பாலியல் துறவு போன்ற வற்றை ஏற்றுக்கொள்வதும், புரிந்துகொள்வதும் கஷ்டமாக இருந்தது. போலாக்குகள்போல காந்தியின் அரசியல் தத்துவங்கள் மீது அபிமானம் கொண்டவர்கள் இவற்றையெல்லாம் அவரிடமிருந்த ஒத்துக்கொள்ளக் கூடிய விநோதப் பழக்கங்கள், அவரது தனிப்பட்ட ஆர்வங்கள் என்ற அளவில் எடுத்துக்கொண்டார்கள். அவரது அரசியல் தத்துவத்தை ஏற்றுக் கொள்ளாதவர்களோ, நவீன யுகத்துக்கு அவரது உலகப் பார்வை சுத்தமாக ஒத்துவராதது என்பதற்கு இவையே சான்று என்று கொண்டார்கள். இந்திய கம்யூனிஸ்டான இ.எம்.எஸ்.நம்பூதிரிபாடு, காந்தி லண்டனில் சட்ட மாணவராக இருந்தபோது அங்கு சைவ உணவுச் சங்கத்தில் உறுப் பினரானது பற்றி, இது 'அவரது மிகப் பிற்போக்குத்தனமான சமூகப் பார்வைக்கு ஆரம்பகால உதாரணம்; இதுவே அவரது எல்லாச் செயல் பாடுகளிலும் அவரை வழிநடத்தியது' என்று எழுதுகிறார். நம்பூதிரிபாடு தொடர்கிறார்:

> இளம் பாரிஸ்டராக காந்தி வெஜிட்டேரியன் இதழுக்குக் கட்டுரைகள் எழுதிவந்தபோது, இன்னொரு இளம் வழக்கறிஞரான லெனின், மார்க்ஸ், சிட்னி வெப் போன்றவர்களை மொழிபெயர்த்துக்கொண்டும், 'தி டெவலப்மென்ட் ஆஃப் கேபிடலிஸம் இன் ரஷ்யா' என்ற புத்த கத்தை எழுதிக்கொண்டும் இருந்தார். லெனின், உழைக்கும் வர்க்கத்தின் போர்க்குணம் மிக்க வெகுஜன இயக்கத்தை, மிக முன்னேறிய சித்தாந்தத்துடன் இணைத்தார். காந்தியோ அன்றைய உலகத்திலேயே மிகவும் பிற்போக்கான, பம்மாத்து சித்தாந்தத்துடன் இணைத்தார். [20]

இருபதாம் நூற்றாண்டின் முதல் பாதியில், மார்க்ஸியம் மிக பிரம்மாண்ட மான செல்வாக்குப் பெற்றிருந்தது. உலகம் முழுவதும் நன்கு படித்த இளைஞர்கள் அதுவே ஒரே வழி, எதிர்காலத்தில் வீசப்போகும் அலை என்று நினைத்தார்கள்(பிரெஞ்ச் சமூகவியலாளர் ரேமண்ட் ஆரோன்

என்ற, துடுக்கான தனிவழியாளர், அதை 'அறிவுஜீவிகளின் ஒப்பியம்' என்று வர்ணித்தார்.) இந்த இளைஞர்கள், காந்தியைப் பற்றிக் கேள்விப் பட்டிருந்தால், அவரை 'பிற்போக்குவாதி, பம்மாத்துக்காரர் என்று பார்த் தனர். காரணம் அவர் மதச்சார்பற்ற விஞ்ஞானபூர்வமான மொழிக்குப் பதிலாக, மதம் சார்ந்த மொழியைப் பயன்படுத்தினார்; நவீனத்துவம் வாரி வழங்கப்போகும் வளங்களை வரவேற்பதற்குப் பதிலாக, பொருட்கள் சார்ந்த தேவைகளைக் குறைத்துக்கொள்ளச் சொன்னார்; போர்க்குணம் மிக்க, ஆண்மை நிறைந்த ஆயுதக் கிளர்ச்சிப் பாதைக்குப் பதிலாக (அவர் களைப் பொறுத்தவரை) சாதுவான, பயந்தாங்கொள்ளியான, ஆண் மையற்றதான, சத்தியக்கரகம் என்ற மாற்று வழியை முன்வைத்தார்.

காந்தியையும், காந்தியத்தையும் அறுதியாக மறுக்கும் நம்பூதிரிபாடின் எழுத்து 1956 – 6 ன் குளிர்காலத்தில் முதலில் வெளியானது. அடுத்த ஆண்டே கம்யூனிஸ்ட் கட்சியின் 20 வது காங்கிரஸில் (மாநாட்டில்) குருஷேவ் ஆற்றிய உரை, லெனின் மற்றும் அவரைத் தொடர்ந்து வந்த ஸ்டாலின் ஆகியவர்களின் 'மிக முன்னேறிய சித்தாந்தத்தின்' கொலைகார விளைவுகளை உறுதிசெய்தது. மார்க்ஸியத்தின் புகழ் அடுத்துவந்த தசாப் தங்களில் அடிவாங்கியது. குலாக்குகள், களையெடுத்தல், சிறுபான் மையோர் ஈவிரக்கமின்றி அடக்கப்பட்டது போன்ற செய்திகளும், கம்யூனிஸ்ட் ஆட்சிகளால் ஏற்பட்ட மாபெரும் பஞ்சங்களும் மார்க் ஸியத்தை 'முற்போக்கானது' என்றும் காந்தியத்தை 'பிற்போக்கானது' என்றும் முத்திரை குத்துவதைக் கடினமாக்கிவிட்டன.

ஆனாலும் இந்த இருவேறான கொள்கைகளிடையேயான விவாதத்தைப் பின்னோக்கிப் பார்த்து வெற்றிகொள்ளாமல், காந்தியின் பரிசோ தனைகளை அவர் பார்த்த விதத்தில் பார்க்க முயல்வோம். மேலும் பொருள்பொதிந்த, தூய்மையான வாழ்க்கைக்கான படிக்கற்களாக அதை எடுத்துக்கொள்வோம். தன் உணவுமுறையை எளிமைப்படுத்துவது, மருந்துகள், மருத்துவர்களைச் சார்ந்திருப்பதைக் குறைத்துக்கொள்வது, பிரம்மச்சாரியத்தைக் கடைப்பிடிப்பது எல்லாமே அவருக்குத் தன் மன வலிமையையும், உறுதிப்பாட்டையும் பலப்படுத்தும் வழிமுறைகள். காந்தியின் ஆசான் டால்ஸ்டாய் மிருக இச்சைகள் என்று கூறிய வித விதமான உணவு, பாலியல் போன்றவற்றின் தூண்டலை வெற்றிகொள் வதன் மூலமாக, காந்தி பிறருக்காகவும், உயர்ந்த லட்சியங்களுக்காகவும் வாழ்வதற்குத் தன்னைத் தயார் செய்தார். அவர், உப்பு, சர்க்கரை, மசாலாப் பொருட்கள் இல்லாத, பழங்களும் காய்கறிகளும் மட்டும் கொண்ட உணவை உண்டால்; எவ்வளவு அடிக்கடி மனைவியோடு (அல்லது பிறரோடு) உடலுறவு வைத்துக்கொள்கிறோம் (அல்லது அறவே இல்லை) என்பதுபற்றி அவர் கவலைப் படவில்லை என்றால்; எளிய ஆடை உடுத்தி, சொத்துகளோ, அணிகலன்களோ வைத்திருக்காமல் இருந் தால் அவரால் சிறைவாழ்வின் கஷ்டங்களை மிகவும் எளிதாகத் தழுவ முடியும். நேட்டாலிலும், ட்ரான்ஸ்வாலிலும் ஒடுக்கப்படும்

இந்தியர்களுக்காகத் தன் இருப்பையும், உடலையும் இன்னும் முழுமையாகவும் முழுமனதோடும் அர்ப்பணிக்க முடியும்.

அவரது சமயத் தேடல், அவரது தனிப்பட்ட மற்றும் சமூக உறவுகள், எழுத்தாளராகவும், பத்திரிகையாசிரியாரகவும் அவரது பணிகள், அவரது வழக்கறிஞர் வேலை, அவரது வாழ்க்கைப் பாணித் தேர்வுகள் —என எல்லாமே கூடுதலாகவோ குறைவாகவோ தென்னாப்பிரிக்காவிலிருந்த இந்தியர்களின் உரிமைகளுக்கான அவரது உழைப்புக்கு அடுத்தபடியிலேயே வைக்கப்பட்டிருந்தன. தன் சொந்த விருப்பங்களை சமுதாயப் பணிகளுக்கு அடுத்தபடியாக வைப்பதானது, காந்தி அங்கு செலவிட்ட இருபதாண்டுகளுக்கு மேற்பட்ட காலத்தில் கொஞ்சம் கொஞ்சமாக நடந்தது.

எதையும் படிப்படியாகச் செய்யும் குணம் அவர் லண்டனில் மாணவராக இருந்த காலத்தில் வேர் விட்டிருந்திருக்கலாம். அவருடன் ஒரு காலத்தில் வீட்டைப் பகிர்ந்துகொண்ட ஜோசையா ஓல்ட்ஃபீல்ட் ஒருமுறை குறிப்பிட்டதுபோல, சைவ உணவுக்காரர்கள் 'ஒரு அருமையான பயிற்சிக் களத்தை ஏற்படுத்திக் கொடுத்தார்கள்; அங்கு அவர், மேடைச் சொற்பொழிவு அல்லது சப்தமாக கூப்பாடுபோடுவதை விட, அமைதியான தொடர்செயல் மூலமாக, மனித மனத்தை அதிகமாக மாற்ற முடியும் என்று கண்டுகொண்டார்.'[21]

சரியாகச் சொன்னால் ஹென்றி சால்ட்தான் காந்தியின் முதல் ஆசான் (காரணம் காந்தி அவரை ரேசந்த்பாய்க்கு முன்பே சந்தித்துவிட்டார்). அவர் சொல்லியிருந்தார்: 'எல்லாமே வேண்டும் அல்லது எதுவும் வேண்டாம் என்ற கொள்கை எந்த ஒரு சீர்திருத்தத்துக்கும் அபாயமானது. முன்னேற்றங்கள் ஒருபோதும் ஒட்டுமொத்தமாக வராது; சிறிது சிறிதாகவே நிகழும்.' அதேபோல, காந்தியின் ஆன்ம முன்னேற்றம், அவரது சமூக சீர்திருத்தத்துக்கான வேலைத்திட்டம் போன்றவற்றுக்கான கொள்கையும் ஒவ்வொரு படியாக என்பதுதான். ஆனாலும் எல்லாவற்றுக்கும் கடைசியில் தனிமனித சுயம் பூர்ணத்துவம் அடைய முடியாதது என்று அவர் உணர்ந்திருந்தார். எனினும், இனங்களிடையேயான மற்றும் தேசிய சமத்துவம் என்ற இறுதியான சமூக இலட்சியத்தை அவர் எப்போதும் பார்வையிலிருந்து தவறவிடவில்லை.

காந்தியின் படிப்படையாக ஒன்றை அடையும் வழிமுறையின் நடைமுறை வேர்களைப் புரிந்துகொண்டவர் அவரது நண்பர் எல்.டபிள்யூ. ரிட்ச். இந்தியர்கள் ஏன் உடனடியாக ஓட்டுரிமை கோரவில்லை என்று கேட்டபோது, ரிட்ச் சொன்னார், 'தென்னாப்பிரிக்க வெள்ளையரின் ஒட்டுமொத்த தொனியையும், மனோபாவத்தையும் வைத்துப் பார்க்கும் போது அப்படிப்பட்ட கோரிக்கை நடைமுறை அரசியல் வரம்புகளுக்கு அப்பாற்பட்டது.' பிறகு தொடர்ந்தார், 'இன்று லட்சியவாதமாக இருப்பது இன்னொருநாள் நடைமுறை அரசியலாகலாம்; பின்வரும்

தலைமுறையின் குழந்தைகள், தமது முன்னோர்களின் குறுகிய மனத்தைக் கண்டு வியப்படையவே சாத்தியம் அதிகம்.' [22]

ஒரு நியாயமற்ற சட்டம் அல்லது வரியை எதிர்த்தோ வியாபாரம் அல்லது குடியேற்றத்துக்கு அதிக சுதந்திரம் கோரியோ போராடும்போது, காந்தி இந்தியர்களுக்குச் சம குடியுரிமை அல்லது ஓட்டுரிமையை வலியுறுத்து மளவுக்குச் செல்லவில்லை. வெள்ளையரல்லாத மக்களின் பூரண சமத்து வம் என்று பேசுவது இருபதாம் நூற்றாண்டின் ஆரம்பத்திலிருந்த தென்னாப்பிரிக்காவில் அதற்குரிய நேரம் வாய்த்திராத கோரிக் கையாகவே இருந்திருக்கும். இருந்தாலும், காந்தி அப்படியான சமத் துவம் ஒருகாலத்தில் வரும் என்று நம்பினார் (1908 மேயில் நிகழ்த்திய ஒரு உரையில் குறிப்பிட்டதுபோல) ஆட்சியாளர்கள் ஒருநாள் குடிமக் களை 'தமக்குச் சமமாக உயர்த்துவதும், முழு சுதந்திரம் கொண்ட நிறு வனங்களை ஏற்படுத்தித் தருவதும், அவர்களைப் பூரண சுதந்திரம் கொண்டவர்களாக ஆக்குவதும்' அத்தியாவசியம் என்று உணர்ந்துகொள் வார்கள். ஆறு ஆண்டுகளுக்குப் பிறகு, டர்பனில் ஐரோப்பியர்களிடையே நிகழ்த்திய விடைபெறும் உரையில் வெள்ளையரல்லாத மக்கள் 'பரிபூரண சுதந்திர சாசனத்தை' அனுபவிக்கும் நாளை காலங்காலத் துக்கும் அவர்களால் தள்ளிப்போடமுடியாது என்று அவர்களிடம் கூறினார்.

காந்தியின் அரசியல் சிந்தனை வளரவளர, மனிதர்களின் தலைவர், அவர் களை உருவாக்குபவர் என்னும் தனது நிலையில் அவரது தன்னம் பிக்கையும் வளர்ந்துவந்தது. 1903 லும் 1904 லும் அவர் மில்னர் பிரபுவுக்கு எழுதிய கடிதங்கள் மிகவும் மரியாதை கொண்ட தொனியில் எழுதப் பட்டிருந்தன. சில ஆண்டுகளுக்குள்ளாகவே இது மாறிவிட்டது. ஜெனரல் ஸ்மட்ஸுக்கு அவர் எழுதிய கடிதங்கள் மரியாதையான வார்த்தைகளில் எழுதப்பட்டிருந்தாலும், மிகவும் தன்னம்பிக்கையுடன் இருந்தன. ஒரு சமுதாயத்தின் தலைவர், இன்னொரு சமுதாயத்தின் தலைவரிடம் பேசுவதுபோல ஸ்மட்ஸிடம் பேசினார். சமத்துவம் என்பது சமநிலை இல்லைதான்; வெள்ளையர்கள் அரசியல்ரீதியிலும், பொருளாதாரத் திலும் உயர்நிலை வகித்தனர். இருந்தாலும், காந்தி ஸ்மட்ஸுடன் நடத்திய கருத்துப் பரிமாற்றங்களில் வெளிப்பட்ட தன்னம்பிக்கையை யாரும் தவறவிடமுடியாது. அந்தத் தன்னம்பிக்கை, அத்தனை இந்தியர்கள் அவரது அறைகூவலை ஏற்றுக் கைதாகினர் என்ற உண்மையின் விளைவு.

இந்த அரசியல் மற்றும் சுய வளர்ச்சியுடன், காந்தி பிற கலாசாரங்கள், நாகரிகங்களைப் பார்த்த விதமும் மாற்றம் பெற்றுவந்தது. முதன் முறையாக காந்தி தென்னாப்பிரிக்காவில் காலடி எடுத்து வைத்தபோது, அவர் பேரரசின் விசுவாசியாகவும், பிரிட்டிஷ் நீதி பரிபாலனம், பிரிட்டிஷ் நிறுவனங்கள் ஆகியவவை மேலானவை என்ற நம்பிக்கை கொண்டவராகவுமே இருந்தார்.

உடை விஷயத்திலும் மனச்சாய்விலும் அவர் மேற்கத்தியமயமான கிழக்கத்தியக் கனவானாக, (ஐரோப்பிய) நவீனத்துவத்தின் அபிமானியாக, அதனுடன் சகஜமாக உணரும் நவீன மனிதராக இருந்தார். டால்ஸ்டாயையும் ரஸ்கினையும் படித்ததும், ரேச்சந்பாயை மீண்டும் படித்ததும், தனது நிலைப்பாட்டை அவரை மீளாய்வு செய்ய வைத்தன. அவர், நகர் சார்ந்த விஷயங்களைவிட கிராமம் சார்ந்த விஷயங்களையும் தொழில்மயத்துக்குப் பதிலாக, கிராமத்தொழில் சார்பையும், கடைசியாக, ஐரோப்பிய சார்புக்குப் பதிலாக இந்தியச்சார்பையும் உயர்த்திப் பிடிக்க ஆரம்பித்தார். லண்டனில் பயின்ற இந்த பாரிஸ்டர், அதிகமாக இந்தியனைப்போலச் சிந்திக்க ஆரம்பித்தவுடன், அவரது தோற்றமும் அதிகமாக ஒரு இந்தியனைப்போல மாற ஆரம்பித்தது. *1913* சத்தியாக்கிரகத்துப் பிறகு, அவர் ஏற்றுக்கொண்ட வீட்டில் நூற்ற, விவசாயி மாதிரியான ஆடை, ஹிந்த் ஸ்வராஜ் புத்தகத்தின் பக்கங்களில்சிந்தனைத் தளத்தில் வெளிப்பட்ட சுதேசிய உணர்வின் மறுவடிவமே.

தென்னாப்பிரிக்காவில் காந்திக்கு ஏற்பட்ட அனுபவங்கள், வியப்பூட்டும் விதத்தில் பல்வகைப்பட்டவையாகவும், எப்போதும் தீவிரமானவையாகவுமே இருந்தன. டர்பனிலும், ஜோஹன்னஸ்பர்க்கிலும், ஃபீனிக்ஸிலும், டால்ஸ்டாய் பண்ணையிலும், நீதிமன்றத்திலும், சிறையிலும், சாலையிலும், புகைவண்டியிலும், வாழ்க்கை பொதுவாக மனிதர்களை, குறிப்பாக இந்தியர்களை, பிரிப்பது (மற்றும் ஒன்றுபடுத்துவது) எது என்பது குறித்து அவருக்கு ஒரு ஆழ்ந்த புரிதலைக் கொடுத்தது. இருபது ஆண்டுகள் அந்நிய நாட்டில் வாழ்ந்தது, அவர் தாய்தாட்டுக்குத் திரும்பியபோது அவருக்குப் புதிய பார்வையைத் தரும் கண்களையும், செயல்பாட்டுக்கான கருவிகளையும் கொடுத்தது. எழுத்தாளராக, பத்திரிகாசிரியராக, தலைவராக, நல்லுறவுகளை ஏற்படுத்துபவராக, சமூக சீர்திருத்தவாதியாக, தார்மிக எடுத்துக்காட்டாக, அரசியல் செயல்பாட்டாளராக, அரசியல் சித்தாந்தவாதியாக, காந்தி 1915ல் இந்தியாவுக்குத் திரும்பினார். அப்போது அவர் அப் பணிகள் அனைத்தையும் பூகோளரீதியாகவும், சமூகரீதியாகவும், எல்லாவற்றும் மேலாக, வரலாற்றுரீதியாகவும் மேலும் பரந்துவிரிந்த ஒரு தளத்தில் செயல்படுத்துவதற்கேற்ப முழுமையாக உருவானவராக, முழுமையாகத் தயார்நிலை பெற்றவராக இருந்தார்.

காந்திக்கும், அவர் இந்தியாவுக்கும் உலகத்துக்கும் அளித்த இன்றும் நிலைத்திருக்கும் கொடையான தனித்துவமான அரசியல் எதிர்ப்பு பாணிக்கும் அவரது தென்னாப்பிரிக்க ஆண்டுகள் மிகவும் முக்கியமானவை. *1894* ல் நேட்டால் இந்திய காங்கிரஸ் ஆரம்பிக்கப் பட்டது முதல் 1906வரை, காந்தியும் அவரது சகாக்களும் கடிதங்கள், கட்டுரைகள், விண்ணப்பங்கள்,பிரதிநிதி சந்திப்புகள் போன்றவற்றையே தங்கள் தரப்பை எடுத்துவைப்பதற்கு நம்பியிருந்தார்கள். 1906 செப்டம்பர் 11 ல் ட்ரான்ஸ்வாலிலிருந்த இந்தியர்கள் இதிலிருத்து முற்றிலும் மாறாக, ஜோஹன்னஸ்பர்க் எம்பயர் தியேட்டரில் நடைந்த ஒரு பொதுக்

கூட்டத்தில், தமது கோரிக்கைகள் ஏற்கப்படாவிட்டால் சிறைசெல்வது என்று முடிவெடுத்தார்கள். காந்தி பழைய முறைகளைக் கடைசியாக ஒருமுறை முயன்று பார்ப்பதற்காக இம்முறை லண்டன் சென்றார்;. வெறுங்கையுடன் திரும்பி வந்தார். அடுத்த ஆண்டு, அவர் நூற்றுக் கணக்கான இந்தியர்களையும் சில சீனர்களையும் சட்டத்தை மீறிக் கைதாக வழி நடத்தினார்.

தொடர்ந்துவந்த ஆண்டுகளில், சத்தியாக்கிரகம் பல்வேறு வடிவங்களை எடுத்தது: லைசன்ஸ் இல்லாமல் தெருவில் வியாபாரம் செய்வது, காலனி எல்லைகளை அனுமதிச்சீட்டு இல்லாமல் மீறுவது, கைநாட்டு வைக்கச் சொல்லும்போது மறுப்பது, எப்போதும் உடன் வைத்திருக்க வேண்டிய பதிவுச் சான்றிதழைத் தீயிட்டுக் கொளுத்துவது.

அவர்களது நடவடிக்கைகள் தனி நபருடையனவாகவும், கூட்டாக ஈடுபடு பவையாகவும் இருந்தன. முதலில் ஒரு நபர் தனியாக ஈடுபடுவார்; பிறகு சிலபேர் கூட்டாகச் செயல்படுவார்கள்; பிறகு, 1913 நவம்பரில் எல்லையின் ஊடான பேரணியில் ஆயிரக்கணக்கானவர்கள் ஒரே நேரத்தில் பங் கேற்றார்கள். இந்த விதமான ஒத்துழையாமை இயக்கம், அதிகாரிகளிடம் விண்ணப்பம் செய்வது என்ற பழைய அணுகுமுறைக்கும், அப்போது இந்தியாவில் பிரபலமடைந்துகொண்டிருந்த மாற்று வழியான பொது இடங்களில் குண்டு வைப்பது, பொது அலுவலர்களைக் கொலைசெய்வது என்ற முறைக்கும் நடுப்பட்டதாக இருந்தன.

காந்தி, சத்தியாக்கிரத்தைப் பொறுத்தவரை ஒரு சித்தாந்தவாதியாகவும் அதை நடைமுறையில் கடைப்பிடிப்பவராகவும் விளங்கினார். அவர் தனது போராட்டங்களை மிகவும் கவனத்துடன் திட்டமிட்டார். எந்த சட்டம், எப்போது, யாரால், எந்த இடத்தில், எந்த முறையில் மீறப்பட வேண்டும் என்ற விஷயங்களைக் கவனமுடன் பரிசீலித்து, துல்லியமான கட்டளைகளை அளித்தார். இந்தப் போராட்டங்களுக்கு முன்பும், பின்பும், பரந்துபட்ட தளத்தில் சத்தியாக்கிரகத்தின் தார்மிக, அரசியல் முக்கியத்துவங்களை விளக்கினார். சில புத்திசாலித்தனமும் தைரியமும் கொண்ட இந்திய இளைஞர்களை எளிதில் வசீகரித்த ஆயுத போராட்டத் தைவிட, அஹிம்சை எந்தவிதத்தில் சிறப்பாகப் பலனளிக்க க்கூடியது, இன்னும் மேன்மையானது என்பதைத் தனது கடிதங்கள், கட்டுரைகள், தலையங்கங்கள், தனது புத்தகமான ஹிந்த் ஸ்வராஜ் ஆகியவை மூலம் விளக்கினார்.

1911 ஆகஸ்டில், இரு புயல்களுக்கு இடையிலான அமைதி என்று இப்போது நாம் சொல்லத்தக்க காலகட்டத்தில், ஒரு பெரிய சத்தியாக் கிரகத்துக்கும் அடுத்ததற்கும் இடையில், டைம்ஸ் ஆஃப் லண்டன் நாளிதழ், 'தென்னாப்பிரிக்காவில் ஆசியப் பிரச்னை' என்ற ஒரு தலைப்புச் செய்தியை வெளியிட்டது. அது, தென்னாப்பரிக்காவில் இந்தியர்களின் போராட்டங்களை விவரித்தது. அவற்றை வழி நடத்தியவர்,

'எம்.கே.காந்தி என்ற திறமையான, விட்டுக்கொடுக்காத சமூகத்தலைவர்' என்று குறிப்பிட்டது. அந்த விவரிப்பு சரியானதே. 1911 ல் காந்தி முதன்மையாக ஒரு சமூகத் தலைவர்தான். தென்னாப்பிரிக்காவிலிருந்த சுமார் 100,000 இந்தியர்களின் நலன்களின் பிரதிநிதி.

அந்த மனிதர் தன் நாட்டிலும் உலகத்திலும் ஏற்படுத்திய பாதிப்பை வைத்துப் பார்க்கும்போது, அந்தப் பாராட்டு மிகவும் கஞ்சத்தனமானது என்றுதான் நமக்குத் தோன்றும். காந்தியின் அப்போதைய நெருங்கிய நண்பர்களும் தி டைம்ஸ் இதழைப் படித்திருந்தால் அப்படித்தான் நினைத்திருப்பார்கள். போர்பந்தர் மக்கள், 1908 ல் லார்ட் மார்லிக்கு எழுதும்போது, தம் மண்ணின் மைந்தர் நடத்தும் கிளர்ச்சியில், 'இந்தியாவின் எதிர்காலத் தலைவிதி அடங்கியிருக்கிறது' என்று குறிப்பிட்டனர். காலன்பாக், சில ஆண்டுகள் கழித்து எழுதும்போது, வரலாறு காந்தியை டால்ஸ்டாய், ரஸ்கின் ஆகியோர் பக்கத்தில் ஒன்றாக வைக்கும் என்று எண்ணினார். பிரன்ஜீவன் மேத்தா இன்னும் ஒரு படி மேலே சென்று, தன் சக குஜராத்தியரான காந்தியை ஒரு 'மகாத்மா' என்று அழைத்தார்; சிலநூறு ஆண்டுகளுக்கு ஒருமுறை, நாட்டைக் காப்பாற்றி நல்வழிப்படுத்த அவதரிக்கும் மகான்களைப் போன்றவர்.

காலன்பாக்தான் காந்தி மேல் அதிகபட்சப் பற்றுக்கொண்ட ஐரோப்பிய நண்பர்; மேத்தா, காந்தியின் மிகப் பழைய, என்றும் மாறாத இந்திய அபிமானி. அவர்கள் இருவரும் தம் தலைவரை அவர் எவ்வழி சென்றிருந்தாலும் பின்பற்றியிருப்பார்கள்; அவர் ஆயுதமேந்திய போரை வலியுறுத்தியிருந்தாலும்கூட! காந்தியின் அரசியல் முறைமைகளின் தார்மிக சக்தியை வேறு இருவர் மேலும் சிறப்பாகப் உணர்ந்து பாராட்டினர். ஒருவர் இந்தியர்; மற்றவர், ஐரோப்பியர்; அவர் காந்தி மீது கொண்டிருந்த தனிப்பட்ட பிரியத்துக்கு ஈடாக, அவரது அரசியல் உத்திகளைப்பற்றிய கூர்மையான புரிதலும் கொண்டிருந்தார். 1908 நவம்பரில் ஜோஹன்னஸ்பர்க்கில் வியாபாரியான ஏ. எம். கச்சாலியா குறிப்பிட்டார்: 'சாத்விக எதிர்ப்பாளர், ஆயுதம்கெண்டு போராடுபவரை விட தார்மிக அளவுகோலிலும் மனித வளர்ச்சியிலும், உயரத்தில் இருக்கிறார். சாத்விக எதிர்ப்பானானது, இதயம் சம்பந்தப்பட்டது, மனச்சாட்சி சம்பந்தப்பட்டது, பயிற்சி பெற்ற புரிதல் சம்பந்தப்பட்டது. டர்பனில் 1910 ல் ஒரு நிருபருடன் உரையாடும்போது, ஹென்றி போலாக் குறிப்பிட்டார்: 'எமது திட்டம், எப்போதும்போல, வன்முறை கொண்டதாகவோ, சீர்குலைக்க முயல்வதாகவோ இருக்காது; மாறாக, எங்கள் மக்கள் துன்பங்களை ஏற்றுக்கொள்வதாகவே இருக்கும்; அதிகாரிகள் தங்களைப் பற்றியே வெட்கம் கொள்ளும் வரையிலும் மக்கள் இந்தக் கஷ்டங்களைப் பொறுத்துக் கொள்ளும் எண்ணம் கொண்டிருக்கிறார்கள்.'

காந்தி தனிப்பட்டமுறையில் அஹிம்சைப் போரின் ஆற்றல், அதன் பொருத்தப்பாடு பற்றிக் கொண்டிருந்த நம்பிக்கை பிரம்மாண்டமானது,

அசைக்க முடியாதது. 1907 நவம்பர், ட்ரான்ஸ்வாலில் அனுமதிச் சீட்டுகளுக்கு எதிரான முதல் கிளர்ச்சிகள் உருவாகி வந்த நேரம்; காந்தி அதுவரையில் கைதாகியிருக்கவில்லை; அப்போதே அவர் சாத்விக எதிர்ப்புபற்றி இப்படிச் சொன்னார்: 'அதை எல்லா ஒடுக்கப்பட்ட மக்களும், எல்லா ஒடுக்கப்பட்ட தனி நபர்களும், தவறுகளுக்கு நிவாரணம் பெற இதுவரையில் கடைப்பிடிக்கப்பட்டு வந்த முறைகளை விட மேலும் நம்பகமான, மேலும் மாண்புமிக்கதாகக் கைக் கொள்ளலாம்.' இரண்டு ஆண்டுகளுக்குப் பிறகு, லண்டனிலிருந்து டால்ஸ்டாய்க்கு எழுதும்போது, 'ட்ரான்ஸ்வாலில் இந்தியர்களின் போராட்டம், நவீன காலத்தில் ஆக உயர்வானது; அது குறிக்கோளையும் அதை அடையும் வழிமுறைகளையும் லட்சியமயப்படுத்தியுள்ளது' என்று உரிமைகோரும் அளவுக்குச் சென்றார். பிறகு, 1914 ஜூனில், அவர் தென்னாப்பிரிக்காவிலிருந்து கிளம்புவதற்கு முதல்நாள், சத்தியாக் கிரகத்தை, 'அனேகமாக புவியுலகின் மிக வலிமை வாய்ந்த ஆயுதம்' என்று வர்ணித்தார்.

நான் இதை எழுதும் 2012 ஆகஸ்டில், இந்திய சுதந்திரத்துக்கு அறுபத்தைந் தாண்டுகள் கழிந்துவிட்டன; ஐக்கிய நாடுகள் சபையில் சிவில் உரிமைகள் சட்டம் நிறைவேற்றப்பட்டுவிட்டிருக்கிறது; பெர்லின் சுவர் வீழ்ந்து இருபத்தைந்தாண்டுகள் ஆகிவிட்டன; நிற ஒதுக்கல் கொள்கை முடிவுக்கு வந்து பதினெட்டாண்டுகள் ஆகிவிட்டன; ஜனநாயகத்துக்காகவும், சுய மரியாதைக்காகவும், பர்மா, திபெத், ஏமன், எகிப்து மற்றும் பல இடங்களில் அஹிம்சைப் போர் நடந்துகொண்டிருக்கிறது; காந்தியின் வார்த்தைகள் (மற்றும் உரிமைகோரல்கள்) அவர் அவற்றை முதலில் சொன்னபோது தோன்றியிருக்கக்கூடியதுபோல அப்படி ஒன்றும் தன்னடக்கமற்றவையாகத் தோன்றவில்லை.

நன்றி

நான் 1998ல் முதல் முறையாகத் தென்னாப்பிரிக்காவுக்குச் சென்றேன். பிறகு நான்கு முறை சென்றிருக்கிறேன். அந்த நாட்டில் நான் அதிகபட்சம் கடன்பட்டிருப்பது தலைசிறந்து மூன்று வரலாற்று அறிஞர்களுக்கு : சுரேந்தா பானா, உமா தூபேலியா-மேஸ்த்ரி, குலாம் வஹீத் ஆகியவர்கள். இவர்கள் எனக்குத் தங்கள் நேரத்தையும், புலமையையும் தாராளமாக வழங்கியிருக்கிறார்கள். அவர்களது வெளியிடப்பட்ட படைப்புகளை அலசி ஆராய்ந்து எடுத்துக்கொண்டிருப்பவை தவிர, பல ஆண்டு காலம் அவர்களுடனான கடிதத் தொடர்புகளிலிருந்தும், உரையாடல் களிலிருந்தும் ஏராளமாகப் பலனடைந்திருக்கிறேன்.

இன்னும் மூன்று தென்னாப்பிரிக்கர்கள் காந்தி வாழ்ந்த, பணியாற்றிய இடங்களுக்கு என்னை அழைத்துச் சென்றார்கள்: சுதேஷன் ரெட்டி ஜோஹானஸ்பர்க் நகர் வழியே என்னைக் காரில் அழைத்துச்சென்றார். எங்கள் பயணம் ஹமீதியா மசூதியில் முடிவடைந்தது. இந்தப் புத்த கத்தில் விவரிக்கப்பட்டிருப்பவற்றில் ஏராளமான சம்பவங்கள் அந்த மசூதியைச் சுற்றி நடந்திருக்கின்றன. நாவலாசிரியர் அஜிஸ் ஹசீம் டர்பனின் மத்திய பகுதிகளில் ஓர் அற்புதமான நடைப்பயணம் அழைத்துச் சென்றார். மணிலாலின் மகளும், பெரிதும் மதிக்கப்படும் தென்னாப்பிரிக்க ஜனநாயகவாதியுமான இலா காந்தி இப்போது புத்துருவாக்கப்பட்டிருக்கும் ஃபீனிக்ஸ் குடியிருப்பை எனக்குச் சுற்றிக் காண்பித்தார்.

'ஆதாரங்கள்பற்றிய ஒரு குறிப்பு' குறிப்பிடுவதுபோல இந்தப் புத்தகத்துக் கான ஆய்வு ஐந்து கண்டங்களில் பரவியிருக்கும் ஆவணக் காப்பகங்களில் மேற்கொள்ளப்பட்டது. இந்தியாவில் டெல்லியில் உள்ள தேசிய ஆவணக் காப்பகம், நேரு நினைவு அருங்காட்சியகம் மற்றும் நூலகம்; லண்டனில் முந்தைய இந்தியா அலுவலகத்தின் சேகரிப்புகள்; இவை தற்போது பிரிட்டிஷ் நூலகத்தில் வைக்கப்படுள்ளன; காலின்டேலில் உள்ள பிரிட்டிஷ் லைப்ரரி நியூஸ்பேப்பர் லைப்ரரி; ஆக்ஸ்போர்டில் ரோட்ஸ் ஹவுஸ்; நியூ யார்க் பப்ளிக் லைப்ரரி; கியூவில் நேஷனல் ஆர்க்கைவ்ஸ் ஆஃப் யுனைட்டெட் கிங்டம்; மும்பையில் மராட்டிய மாநில ஆவணக் காப்பகம்; சென்னையில் தமிழ்நாடு மாநில ஆவணக் காப்பகம்; பிரிட்டோரியாவில் அமைந்துள்ள யூனிவர்ஸிடி ஆஃப் சௌத் ஆஃப்ரிக்கா மற்றும் சௌத் ஆஃப்ரிக்கன் நேஷனல் ஆர்க்கைவ்ஸ்—இந்த இடங்கள் அனைத்திலும் எனக்கு அன்பான திறமையான ஆவணக் காப்பாளர்கள் உதவினர்.

ஆனாலும் நான்கு தனிச்சிறப்பான ஆவணக்காப்பாளர்களுக்கு நான் குறிப்பாக நன்றி தெரிவிக்கவேண்டும். ஜென்னி மெக்கன்ஸி ஜோஹான ஸ்பர்க்கில் பாப்டிஸ்ட் ஆவணக் காப்பகத்தை அலசி காந்தியோடு தொடர் புடைய ஒவ்வொரு துண்டு, துணுக்குகளையும் தேடி எடுத்தார். ஆமதா பாத் சபர்மதி ஆசிரமத்தில் கின்னாரி பட் தென்னாப்பிரிக்க ஆண்டுகளின் செய்தித்தாள் நறுக்குகளையும் நாட்குறிப்புகளையும் ஆராய்வதில் எனக்கு உதவினார்; இவை அதிகம் உபயோகிக்கப்படுவதில்லை என்றாலும் (அல்லது அதானாலேயே) மிக மிக மதிப்பு வாய்ந்தவை. மேலும் கின்னாரி பென் காந்தியின் குஜராத்தியப் பின்புலம் பற்றிப் பல கேள்விகளுக்குப் பதில் அளித்தார்; இந்தப் புத்தகத்துக்காகப் புகைப் படங்களைத் தேர்ந்தெடுக்க உதவினார். நியூ டெல்லி தேசிய காந்தி அருங் காட்சியகத்தில் பரந்த அனுபவம் வாய்ந்த எஸ்.கே.பட்நாகர் காந்திக்கு எழுதப்பட்ட கடிதங்களின் தொகுப்புகளில் எனக்கு வழிகாட்டினார்.

ஜென்னி, கின்னாரி, பட்நாகர் சாப் ஆகிய அனைவரும் முழுமையான துறை வல்லுநர்கள். உதவிய நான்காமவரான இசா சரித் முனைப்பான சொந்த ஆர்வத்தாலேயே செயல்பட்டார். இஸ்ரேலிய துறைமுக நகரமான ஹைஃபாவில் காந்தியின் நண்பரும், புரவலருமான ஹெர்மான் காலன்பாக் தொடர்பான ஆவணங்கள் இருந்தன. இந்தக் காகிதங்களோடு நான் மிகப் பயனுள்ள ஒருவார காலத்தைச் செலவிட்டேன். அருமை இசா (அப்போது உற்சாகமான, புன்னகை தவழும் முகம் கொண்ட எண்பத் தேழு வயதுக்காரர்) தயாராக அருகிலேயே இருந்தார்: குறிப்பு உதவிக ளோடும்—என் கைகள் குறிப்பெடுத்துக் களைக்கும்போது—சைவ மதிய உணவோடும்; அம்மாதிரியான உணவை அவரது மாமாவும் காந்தியும் சிலசமயங்களில் சாப்பிட்டிருப்பார்கள். இந்தப் புத்தகம் அச்சில் வருவதைப் பார்க்க அவர் உயிருடன் இல்லை என்பதற்கு நான் வருந்து கிறேன். நல்வாய்ப்பாக, அவர் மரணமடையும் முன் அவர் நீண்ட காலமாக விரும்பியதுபோல அவரது அன்பான மாமாவின் காகிதங்கள் இந்தியாவின் தேசிய ஆவணக் காப்பகத்திடம் ஒப்படைக்கப்படுவதை அவரால் மேற்பார்வையிட முடிந்தது.

நான்கு அருமையான புத்தகக் கடைகளையும் நான் குறிப்பிட்டாக வேண்டும். அவற்றிலிருந்து அச்சில் இல்லாத பல பழைய புத்தகங் களையும் துண்டுப் பிரசுரங்களையும் சேகரித்தேன். அவையெல்லாம் என் ஆய்வுக்கு மிகப்பெருமளவில் உதவியிருக்கின்றன. இவை கேப் டவுனில் கிளார்க்'ஸ் புகஷாப்; டர்பனில் ஐக்கி'ஸ் புக்ஷாப் அன்ட் கலெக்டபிள்ஸ்; ஜோஹானஸ்பர்க்கில் கலெக்டர்ஸ் டிரஷரி; குர்காவனில் (புதிய பெருநகரம் அல்ல, பழைய சிறு நகர்) பிரபு புக் சர்வீஸ்.

இந்தப் புத்தகத்தின் முதல் வடிவம் நான் லண்டன் பொருளாதாரப் பள்ளியில் வரலாறு சர்வதேச விவகாரங்கள் ஆகியவற்றில் ஃபிலிப் ரோமன் இருக்கையை வகித்தபோது எழுதப்பட்டது. என் அலுவல

கத்திலிருந்து (ஹாட்டன் தெருவும் ஆல்ட்விச்சும் சந்திக்கும் மூலையில் கொலம்பியா ஹவுஸில்) தெற்காகச் சில பர்லாங்கு தூரத்திலேயே காந்தி படித்த இன்னர் டெம்பிள் இருக்கிறது. வடக்கே சில பர்லாங்கு சென்றால் ஒருகாலத்தில் காந்தி உணவருந்திய சைவ உணவகம் அமைந்திருந்த ஹை ஹால்போர்ன் தெரு.

நான் காந்தியைப் பற்றிச் சிந்தித்துக்கொண்டும் எழுதிக்கொண்டும் (லண்டனில் நடக்கும் மூன்று அத்தியாயங்கள் உள்பட) இருந்தபோது ரோமன் சேர் அமைத்திருந்த எல்.எஸ்.இ. ஐடியாஸின் (LSE IDEAS) அசாதாரண ஆற்றல்பெற்ற பணியாளர்களின் உதவியைப் பெறக்கூடிய நற்பேறு பெற்றிருந்தேன். குறிப்பாக ஆன் வெஸ்டாட், எமிலியா நைட், டிஹா ஃபிரானுலோவிக் ஆகியோருக்கு அவர்களின் நட்புக்காகவும் பெருந்தன்மைக்காகவும் நன்றி சொல்ல விரும்புகிறேன். இத்துடன் இமானுவேல் (மேன்னி) ரோமனின் நட்பும் பெருந்தன்மையும் லண்டனில் செலவிட்ட ஆண்டுகளை நான் இந்தியாவுக்கு வெளியில் இருந்த காலங்களிலேயே மிகவும் விரும்பத்தக்கவையாகவும் ஆக்கத் திறன் மிக்கவையாகவும் ஆக்கின.

எண்ணிறைந்த மற்ற நண்பர்கள் ஆலோசனைகள் அளித்திருக்கிறார்கள்; ஆதாரங்களைப் பரிந்துரைத்திருக்கிறார்கள்; எனக்குத் தெரியாத மொழிகளில் அமைந்த கடிதங்களை மொழி பெயர்த்திருக்கிறார்கள்; இன்னும் பல வழிகளில் இந்தப் புத்தக உருவாக்கத்தில் உதவியிருக் கிறார்கள். அவர்களில் சிலர் என். பாலகிருஷ்ணன், ராக்கேஷ் பசந்த், வில்லியம் பெய்னார்ட், தீபா பட்நாகர், ஷரத் சாரி, ராஜேஷ் சோப்ரா, வர்ஷா தாஸ், வி.என்.தத்தா, அஷ்வின் தேசாய், கேஷவ் தேசிராஜு, ரிச்சர்ட் டுகய்ட், பாட்ரிக் ஃப்ரெஞ்ச், சுப்ரியா காந்தி, ஸ்டீபன் கெல்ப், அமிதவ் கோஷ், பீட்டர் ஹீஸ், இசபெல் ஹாஃப்மெயர், நஸ்ரீன் முன்னி கபீர், பிரஷாந்த் கிடாம்பி, ஷிமோன் லோ, ஜான் மெக்லியாட், ஆஷிஸ் மிட்டர், ராஜேந்திரபிரசாத் நார்லா, அனில் நவ்ரியா, ஜாக் ஓயா, தினா படேல், தின்யார் படேல், அச்சல் பிராப்லா, அச்சிந்த்யா பிரசாத், தீர்த்தங்கர் ராய், உஷா சஹாய், நவ்தேஜ், அவினா சர்னா, ஆர்னிட் சாஹ்னி, ஹேமாலி சோதி, நீலிமா சுக்லா-பட், திரிதிப் சுஹ்ருத், அகிலா யச்சூரி, ஜெஃப்ரி வார்ட், என் பெற்றோர் விசாலாக்ஷி மற்றும் (அமரர்) டாக்டர் எஸ்.ஆர்.டி.குஹா. நண்பர்கள் ஜகதேவ் கஜாரே, எம்.வி.ரவிஷங்கர், ஆர்.உலகதி ஆகியவர்களுக்கு ஒரு சிறப்பு வணக்கம்; ரே+கேசவன் டிசைன் அசோஷியேட்ஸைச் சேர்ந்த இவர்கள் இந்தப் புத்தகத்தில் உள்ள புகைப்படங்களை விருப்பமுடன் செப்பனிட்டு வரிசைப்படுத்தித் தந்திருக்கிறார்கள்.

இந்தப் புத்தகத்தின் முழுமையான வரைவுப்பிரதியைப் படித்த மூன்று பேருக்கு நன்றி தெரிவிக்கவேண்டும்: காதரின் பூ, சால் டுபோ, டேவிட் கில்மோர். தனிச்சிறப்பான எழுத்தாளர்களான இவர்கள் அளித்த

வெவ்வேறு பார்வைகள் ஒன்றையொன்று நிறைவுசெய்து பிழைகளைத் திருத்துதல், உரைநடையைச் சீராக்குதல், புதிய வகையான விசாரணை களை என்னிடம் கவனப்படுத்துதல் போன்ற வழிகளில் உதவின. டேவிடும் கேட்டும் நீண்டகால நண்பர்கள்; இந்த விஷயத்தில் நினைத்த போதெல்லாம் அவர்கள் உதவி கிடைத்தது. சால் டுபோ விஷயம் வேறு; அவரை மின்னஞ்சல் மூலமாக மட்டுமே தெரியும். அவர் முன்பின் தெரியாத ஒருவர் எழுதிய புத்தகத்தைப் படித்தார், அதுவும் குறுகிய அவகாசத்தில், இவ்வளவு கூர்மையாகவும் முழுமையாகவும் என்பது சக வரலாற்று அறிஞர்களிடையேயான சினேகபாவத்தைக் காட்டுகிறது; இந்த உணர்வைப் பல நாடுகளில் பார்க்க முடிவதில்லை; தென்னாப் பிரிக்கா விதிவிலக்கு போலும்.

இரண்டு இந்திய அறிஞர்களுக்கும் மிகுந்த கடன்பட்டுள்ளேன். பதிப் பாளரும் இலக்கிய வரலாற்றாசிரியரும் ஆன ருக்குன் அத்வானி சில ஆரம்ப அத்தியாயங்களைப் படித்துஅவற்றை எப்படி மேம்படுத்தலாம் என்று அறிவுரைதந்தார். நாங்கள் இருவரும் பல ஆண்டுகளாக வாழ்க்கை வரலாறு களை எழுதும் உத்தி(கள்)பற்றி உரையாடி வந்திருக்கும் விஷயங்களை இந்தப் புத்தகத்தின் உருவாக்கம் பயன்படுத்திக்கொண்டுள்ளது. இதற் கிடையே தேர்ந்த அரசியல் வரலாற்று அறிஞரான எஸ்.ஆர்.மெஹ்ரோத்ரா, காந்தி கதையில் பிரன்ஜீவன் மேத்தாவின் தவிர்க்கவியலாத முக்கியத்து வத்தை எனக்கு உணர்த்தினார். அவர் மேத்தாவின் வாழ்க்கை வரலாற்றை எழுதிவந்தபோதும் தன்னலமின்றி என்னை முக்கிய ஆதாரங்களை நோக்கி வழிநடத்தினார். பேராசிரியர் மெஹ்ரோத்ராவின் ஆர்வமும் உத்வேகமும் நான் சோர்வடைந்த நேரங்களில் ஊட்டமளிக்கும் எடுத்துக்காட்டாக விளங்கின. எண்பது வயதைத் தாண்டிய அவர் சற்றும் தயக்கமின்றி சிம்லா விலிருந்து டெல்லிக்குக் கிளம்பிவந்து காப்பகங்களில் சில ஆவணங் களைப் பார்வையிட்டுவிட்டு இரவு நேரப் புகைவண்டியில் மீண்டும் திரும்பிச் செல்வார்.

எப்போதும்போல இந்தப் புத்தகம் என் குடும்பத்தினரின் ஒத்துழைப்பும் ஆதரவும் இன்றி சாத்தியப்பட்டிருக்காது. என் மனைவியும் மகனும் சில அத்தியாயங்களைப் படித்து மிகவும் உதவிகரமான கருத்துகளை அளித் தார்கள். என் மகள் என்னோடு காந்தியின் கத்தியவாரில் ஓர் அற்புதப் பயணத்தில் உடன் வந்தார். ஆனால், அவர்களோடு இருப்பது என்ற விஷயமே உற்சாகத்துடன் செயல்படப் போதுமானது.

என் முகவர் கில் கோலரிட்ஜ்தான் நான் காந்தியின் வாழ்க்கை வரலாற்று நூல் ஒன்றை எழுதவேண்டும் என்று என்னை இணங்கச் செய்தவர். ஒரே தடவையில் செய்து முடிக்க முடியாத அளவுக்கு ஏராளமான தகவல்களை நான் திரட்டிவிட, அவர் அதை இரு தொகுதிகளாகச் செய்யும்படி யோசனை தந்தார். இதற்கிடையே கில்லுடன் பணிபுரிபவரான மெலனி ஜாக்ஸன் இவ்விஷயத்தின் வட அமெரிக்க முனையிலிருந்து காரியங்

களை நிறைவேற்றி முடிப்பதில் பிரமாதமாகச் செயல்பட்டார். மேலும் ரோஜர்ஸ், கோலரிட்ஜ் மற்றும் ஒயிட் நிறுவனத்தில் கில்லுடன் பணியாற்றும் அத்தனை பேருக்கும் அவர்களது பல ஆண்டுகால ஒத்தாசைக்காக நான் நன்றிக்கடன் பட்டுள்ளேன்; குறிப்பாக ஈடுசெய்ய முடியாதவரான காரா ஜோன்ஸ், என் முன்னாள் ஆசான் பீட்டர் ஸ்ட்ராஸ் ஆகியோருக்கு.

கில்லும் மெலனியும் சில அற்புதமான பதிப்பாசிரியர்கள் கையில் இந்தப் புத்தகம் சென்றடைய உதவினார்கள். இப்படியாக என் லண்டன் ஆண்டுகள் பெங்குவின் பிரஸ்ஸில் சைமன் வைண்டருடன் நடத்திய புத்துணர்ச்சியூட்டும் உரையாடல்களால் இன்னும் வளம் பெற்றது. சைமன் என் முன்வடிவுகளை மிகக் கவனத்துடன் படித்தார்; அது என்னை வரலாற்றுக்கும் வாழ்க்கை வரலாற்றுக்கும் இடையிலான இணைப்புக் கண்ணிகளைப்பற்றி முழுமையாகச் சிந்திக்கச் செய்வதில் உதவியது. மேலும் பெங்குவின் யு.கே.வில் ஜேன் பேர்ட்செல் நிபுணத்துவமும், உட்சபட்சமான புரிந்துணர்வும் கொண்ட ஒரு காப்பி-எடிட்டர் .

நியூ யார்க்கில் சன்னி மேத்தாவுடன் நீண்டநேரம் மதியவுணவு அருந்திய இதமான நினைவுகளைச் சுமந்துகொண்டிருக்கிறேன். எங்கள் பேச்சு பெரும்பாலும் காந்தி பற்றியதுதான் என்றாலும் கிரிக்கெட் ஆட்டத்தையும் விட்டுவைப்பதில்லை. சன்னி பல அத்தியாயங்களைப் படித்துப் பார்த்துத் துணைப் பாத்திரங்களுக்கு இன்னும் நன்றாக உருக்கொடுக்க என்னை ஊக்குவித்தார். அவருடன் நாஃபில் பணி புரியும் டான் ஃபிராங்க்கும் மிகச் சிறந்த விமரிசனக் கருத்துகளைத் தந்தார். கனடாவில் ராண்டம் ஹவுஸில் ஆன் காலின்ஸ் ஆரம்பகால முன்வடிவு ஒன்றைப் பற்றி மதிப்புமிக்க விமரிசனங்களை அளித்தார்; புத்தகத்தின் வடிவமும் பாணியும் பற்றிக் கலந்தாலோசனை செய்ய எப்போதும் தயாராக இருந்தார்.

பெங்குவின் இந்தியாவில் எனதருமைத் தோழி நந்தினி மேத்தா திடமான ஆதரவு தரும் ஆதாரமாக விளங்கினார். இந்தப் புத்தகத்தின் எத்தனை முறை நான் திருத்தி எழுத அவர் உதவினார் என்பதற்கு என்னிடம் (அவரிடமும்) கணக்கே இல்லை. சன்னியைப்போல நந்தினியும் நான் காந்தியின் நண்பர்களுக்கும் குடும்பத்துக்கும் இன்னும் அதிக கவனம் தரவேண்டும் என்று வலியுறுத்தினார். சிக்கி சர்க்காருக்கும் பிற்காலத்திய முன்வரைவு ஒன்று குறித்த அவரது தீர்க்கமான பார்வைக்காகவும், வெளியீட்டின் சகல அம்சங்களின்மீதான அவரது ஆர்வத்துக்காகவும் நன்றி உடையவனாயிருக்கிறேன்; இதனால் அவருடன் இணைந்து வேலை செய்யும் ஆசிரியர்கள் சாதாரணமாகத்தாம் செய்திருக்கக் கூடியதைவிட இன்னும் கடினமாக உழைக்கிறார்கள்.

என் புத்தகத்தின் பேசுபொருளை நான் அதிகபட்சம் விவாதித்திருப்பது கோபாலகிருஷ்ண காந்தியுடன்தான். இந்த இருபது (அதற்கும் மேலான)

ஆண்டுகளாகத் தொடரும் எங்கள் நட்பில் மகாத்மா காந்தி, குஜராத்திய கலாசாரம், இந்திய வரலாறு ஆகியவைபற்றி கோபால் காந்தி நிறையக் கற்றுக் கொடுத்திருக்கிறார். இந்தப் புத்தகத்தைப் பொறுத்தவரை, அவரது மிகப்பெரிய கொடை என்னை எனுகா எஸ்.ரெட்டியை நியூ யார்க்கில் 1992ல் சந்திக்க அனுப்பியதுதான். அது ஒரு குளிர் நிறைந்த இருண்ட மாலைவேளை; அப்போதெல்லாம் திரு ரெட்டி மன்ஹாட்டனில் மத்திய பகுதியில் ஐ.நா. தலைமையகத்தின் அருகே ஒரு சிறிய (இருண்ட) அறையிலிருந்து பணிபுரிந்துகொண்டிருந்தார். அன்று தொடங்கி திரு ரெட்டி காந்தியை நோக்கிய என் பாதையில் ஒளி பாய்ச்சிவருகிறார். இந்தப் புத்தகத்துக்கான ஆய்விலும் எழுத்திலும் காந்தியையும் தென்னாப்பிரிக்காவையும்பற்றிய அவரது வியக்கவைக்கும் அறிவிலிருந்து நிறைய எடுத்துக்கொண்டிருக்கிறேன். உலகெங்கிலுமிருக்கும் ஆவணக் காப்பகங்களில் வைக்கப்பட்டிருக்கும் அபூர்வமான தகவல் திரட்டுகளுக்கு எனக்கு அவர் வழி காட்டினார். தன் சொந்தத் திரட்டுகளிலிளிருந்தும் எனக்குப் பல தகவல்களை அளித்தார். அடிக்கடி மருத்துவமனைகளில் தங்க நேர்ந்த நிலையிலும், குடும்பப் பொறுப்புகளுக்கு மத்தியிலும் (ஒரு கொள்ளுப்பேரக் குழந்தை பிறந்ததற்கான கொண்டாட்டமும் அவற்றில் ஒன்று) அவர் என் முன்வடிவுகளைப் படித்துப்பார்த்துத் திருத்தங்களைச் செய்திருக்கிறார். நான் (இன்னும் எண்ணற்ற பல காந்தி அறிஞர்களும்) இந்தக் கூச்சம் நிரம்பிய, மென்மையான, மகா பண்டிதரான, ஓர் உண்மையான மாவீரரிடம் எந்த அளவுக்குக் கடன்பட்டிருக்கிறேன் என்பதை இந்தப் புத்தகத்தின் சமர்ப்பண வரிகள் போதாமையுடன் முன்வைக்கின்றன.

ஆதாரங்கள் பற்றி ஒரு குறிப்பு

மகாத்மா காந்தியின் தொகுக்கப்பட்ட எழுத்துகளின் முதல் பன்னிரண்டு தொகுதிகள் சுமார் 5000 பக்கங்கள் கொண்டவை. அவை அவர் கத்தியவார், லண்டன், பாம்பே, தென்னாப்பிரிக்கா ஆகிய இடங்களில் கழித்த வருடங் களை உள்ளடக்கியவை. இவற்றைத் தொகுப்பதில் இரண்டு அறிஞர்கள் முக்கியப் பங்காற்றினார்கள். அவரகள் திட்டத்தின் முதன்மை பதிப்பா சிரியரான கே.சுவாமிநாதன், துணைப் பதிப்பாசிரியரான சி.என்.பட் டேல் ஆகியோர். சுவாமிநாதன் அதற்கு முன்பு மதராஸில் ஆங்கிலப் பேராசிரியராக இருந்தார்; அவர் சிறிதுகாலம் ஒரு செய்தித்தாளின் ஞாயிறு மலருக்கும் ஆசிரியராக இருந்திருக்கிறார். படேலும் ஆங்கில ஆசிரியராக இருந்தவர்தான் (அகமதாபாதில்); அவர் குஜராத்தியைத் தாய்மொழியாகக் கொண்டவர்.

சுவாமிநாதன் திட்டத்தை ஒட்டுமொத்தமாக மேற்பார்வை செய்தார். பிரதியில் குறிப்பிடப்படும் விஷயங்களுக்குக் கூடுதல் விளக்கமளிக்கும் அடிக்குறிப்புகள், தொடர்புக் குறிப்புகள், பிற்சேர்க்கைகள் போன்றவற்றை அளித்தார். காந்தியின் குஜராத்திக் கடிதங்கள் கட்டுரைகளின் மொழி பெயர்ப்புகளில் பெரும்பாலானவற்றை படேல் மேற்கொண்டார். இந்த ஆரம்பத் தொகுதிகளில் இவ்விருவருக்கும் இன்னும் இருவர் உதவினர்—காந்தியின் ஒன்றுவிட்ட அண்ணன் மகன் சகன்லாலும், ஒருகாலத்தில் அவரது மறுவுருவமாகத் திகழ்ந்த ஹென்றி போலாக்கும். சகன் தன்னிட மிருந்த காந்தி எழுதிய கடிதங்களின் பெரும் தொகுப்பைக் கொடுத்தார்; போலாக்குடன் சேர்ந்து இந்தியன் ஒப்பீனியனில் வெளியான சாதாராண மாக ஆசிரியர் பெயர் குறிப்பிடப்படாத கட்டுரைகளை எழுதியவர்களை அடையாளம் காண உதவினார். இருவரும் தென்னாப்பிரிக்காவில் இந்த இதழின் தயாரிப்பில் முக்கியப் பங்காற்றினர். இப்போது ஐம்பது ஆண்டு களுக்குப் பிறகு இருவரும் எவையெல்லாம் காந்தியே எழுதியவை என்று அறுதியாகக் கூற முடியும் என்று மதிப்பிட்டனர்.

இயல்பாகவே மகாத்மா காந்தியின் தொகுக்கப்பட்ட எழுத்துகளின் முதல் பன்னிரண்டு தொகுதிகள் இந்தப் புத்தகத்துக்காகப் பயன்படுத்தப் பட்டுள்ளன. அதுபோலவே தொகுக்கப்பட்ட எழுத்துகளின் துணைத் தொகுதி ஒன்றும். அதில் காந்தி ஹெர்மான் காலன்பாக், ஹென்றி மற்றும் மில்லி கிரஹாம், ஆல்பர் வெஸ்ட் ஆகியோருக்கு எழுதிய கடிதங்கள் இருந்தன. ஆனாலும் இந்த வாழ்க்கை வரலாற்றுக்கு காந்திக்கு மற்ற வர்கள் எழுதிய கடிதங்களும் ஏறக்குறைய அதே அளவுக்கு முக்கியமான வையாக இருந்திருக்கின்றன; அதிசயிக்கத்தக்கவிதத்தில் இவை கடந்த காலங்களில் புறக்கணிக்கப்பட்டிருக்கின்றன. நியூ டெல்லியில் ராஜ்

காட்டிலுள்ள காந்தியின் நினைவகத்துக்கு நேர் எதிரில் உள்ள தேசிய காந்தி அருங்காட்சியகத்தின் நூலகத்தில் பல கறுப்பு அட்டையிட்ட தொகுதிகளில் காந்திக்கு அனுப்பப்பட்ட கடிதங்கள் அடங்கியிருக்கின்றன.

அவை காலவரிசைப்படித் தொகுக்கப்பட்டுள்ளன. முதல் பத்து தொகுதிகளில் அடங்கியிருப்பவை இந்தப் புத்தகத்தின் காலகட்டத்துடன் தொடர்புடையவை. இவற்றில் காந்திக்கு அவர் தென்னாப்பிரிக்காவில் இருந்த காலத்தில் அவரது நெருங்கிய சகாக்களாக இருந்தவர்கள் எழுதிய கடிதங்களைக் காணலாம்—பிரன்ஜீவன் மேத்தா, ஹென்றி போலாக், ஜோசப் டோக், ஜி.கே.கோகலே, சி.எஃப்.ஆண்ட்ரூஸ் முதலியவர்கள். இந்தக் கடிதங்கள் காந்தியின் ஆளுமை, குடும்ப உறவுகள், சமய நம்பிக்கைகள், சமூக, அரசியல் பார்வைகள் போன்றவற்றை வெளிச்சமிட்டுக் காட்டுகின்றன.

காந்தி அருங்காட்சியக நூல் நிலையத்தில் இவை புத்தக அலமாரிகளின் அடித்தட்டில் தள்ளுகதவுகளுக்குப் பின்னே மறைவாக வைக்கப்பட்டிருக்கின்றன; எனவே, எடுத்த எடுப்பில் கண்ணில் தட்டுப்படுவதில்லை. அவை கண்டுகொள்ளப்படாததற்கு இதுவும் ஒரு காரணமாக இருக்கலாம். இங்கு இருப்பவை கடிதங்களின் நகல்கள்தான்; மூலப்பிரதிகள், நகல்களுடன் தேசிய ஆவணக் காப்பகத்தில் பாதுகாக்கப்படுகின்றன. மேலும் சில ஆவணங்கள் அகமதாபாத் சபர்மதி ஆசிரமத்தில் உள்ளன; அங்கு காந்தி 1917 முதல் 1930வரை வாழ்ந்தார். ஒவ்வொன்றும் ஒரு எண்ணும் அதன் முன்னால் 'சீரியல் நம்பர்' என்பதைக் குறிக்கும் 'எஸ்.என்.' என்ற எழுத்துகளும் கொண்டிருக்கும்.

இந்த ஆக்கத்துக்கு இன்றியமையாத மூன்றாவதான ஓர் ஆதாரத் தொகுதி, காந்தியின் நண்பர்கள், சகாக்களுடைய காகிதங்கள். இவை காந்திபற்றிய கடிதங்களையும், அவரைப்பற்றிய சிந்தனைகளையும் கொண்டிருக்கின்றன; இவை அவரது பல்வேறு துறைகள் சார்ந்த பணிவாழ்க்கை பற்றிச் செறிவான விவரங்களையும் பலசமயங்களில் வியப்பூட்டும் உள்ளொளிகளையும் தருகின்றன. இந்தப் புத்தகம் நியூ டெல்லி தேசிய ஆவணக் காப்பகத்தில் வைக்கப்பட்டுள்ள கோபால கிருஷ்ண கோகலேயின் காகிதங்களிலிருந்து நிறைய விஷயங்களைப் பெற்றுக்கொண்டிருக்கிறது. ஹென்றி போலாக் எழுதியவை ஆக்ஸ்போர்டில் ரோட்ஸ் ஹவுஸ் நூலகத்திலும், லண்டன் பிரிட்டிஷ் நூலகத்தின் ஆசிய ஆஃப்ரிக்கச் சேகரிப்புகளிலுமாகப் பிரிந்திருக்கின்றன. ஹெர்மான் காலன்பாக்கின் காகிதங்கள், இந்தப் புத்தகம் எழுதப்பட்ட காலத்தில் இஸ்ரேலிய நகரமான ஹைஃபாவில் வைத்து ஆராயப்பட்டன (ஆனால் புத்தகம் முடிவடையும் தருணத்தில் டெல்லியில் பொது ஆவணக் காப்பகம் ஒன்றுக்கு மாற்றப்பட்டுவருகின்றன). ஜோசப் டோக்கின் காகிதங்கள் தென்னாப்பிரிக்காவில் ஹோஹானஸ்பர்க் பாப்டிஸ்ட் யூனியன் ஆவணக் காப்பகத்தில் கொஞ்சமும், அவரது மகன் சி.எம்.

டோக்கின் காகிதங்களின் தொகுப்பில் பிரிட்டோரியாவில் யூனிவர்ஸிட்டி ஆஃப் ஸௌத் ஆஃப்ரிக்காவின் நூலகத்தில் மீதியுமாக இருக்கின்றன. என் ஆய்வக்கு உதவிய மற்ற கையெழுத்துப் பிரதித் தொகுப்புகளில் சில: நியூ யார்க் பப்ளிக் லைப்ரரியில் உள்ள லூயி ஃபிஷர் காகிதங்கள்; ஆமதாபாத் சபர்மதி ஆசிரமத்தில் இருக்கும் 1912–13ம் ஆண்டுக்கான காலன்பாக்கின் நாட்குறிப்பு ஒன்று; நியூ டெல்லி நேரு நினைவு அருங்காட்சிகம் மற்றும் நூலகத்தில் (என்.எம்.எம்.எல்.) உள்ள இந்தியாவின் சேவகர்கள் சங்கத்தின் காகிதங்கள் ஆகியவை. என்.எம்.எம்.எல்.லில் ஒரு மிகப் பெரிய காந்தி காகிதங்களின் புதையலும் உண்டு; இவை முதன்மையாக 1930-கள், 1940-களோடு சம்பந்தப்பட்டவை என்றாலும் தென்னாப் பிரிக்கா தொடர்பான ஆவணங்களும் சிறிதளவு உள்ளன; இவற்றில் 1913–14 ஆண்டுகளின் சத்தியாக்கிரகம்பற்றிய பத்திரிகைச் செய்திகளின் நறுக்குகளும் உண்டு; இவை ஹென்றி போலாக்கால் பாதுகாக் கப்பட்டவை என்று தோன்றுகிறது. இவற்றுடன் நான் இ.எஸ்.ரெட்டி பல ஆண்டுகாலமாகச் சேகரித்துள்ள காந்தி தொடர்பான ஆவணங் களிலிருந்தும் நிறையப் பெற்றுக்கொண்டிருக்கிறேன். திரு ரெட்டியின் காகிதங்களில் சில யேல் பல்கலைக்கழகத்தின் ஸ்டெர்லிங் நூலகத்தில் வைக்கப்பட்டுள்ளன; சில என்.எம்.எம்.எல்.லிலும், இன்னும் சில அவரிடமே நியூ யார்க்கிலும் உள்ளன.

நான்காவதான முக்கியமான ஆதாரம் இந்திய, தென்னாப்பிரிக்க, பிரிட்டிஷ் அரசாங்கங்களின் ஆவணப் பதிவேடுகள். தென்னாப்பிரிக்க அரசின் இனவாதக் கொள்கைகளையும், லண்டனிலும் இந்தியாவிலும் அவற்றுக்கு ஏற்பட்ட எதிர்வினைகளையும் இந்தப் பதிவேடுளிலிருந்து சிறப்பாக அறியலாம். அவை காந்தியின் அரசியல் எதிராளிகள்—கீழ்நிலையில் புரொடக்கடர் ஆஃப் ஏசியாடிக்ஸிலிருந்து உயர் பதவி வகித்தவர்களான அமைச்சர்கள், பிரதம மந்திரிகள், கவர்னர் ஜெனரல்கள் வரை—இவற்றைப்பற்றி எழுதவும் எதிர்வினையாற்றவும் செய்தனர் என்று புரிந்துகொள்ள உதவுகின்றன.

நேட்டாலில் காந்தி வசித்த ஆண்டுகள் தொடர்பான பதிவேடுகள் இ.எஸ்.ரெட்டியால் பெய்ட்டர்மாரிட்ஸ்பர்க்கில் உள்ள பொது ஆவணக்காப்பகத்தில் ஒளிநகல் செய்யப்பட்டன; இந்த நகல்கள் நியூ டெல்லி நேரு நினைவு அருங்காட்சியகம் மற்றும் நூலகத்தில் உள்ளன. இன்னும் அதிக மதிப்பு வாய்ந்தவை நேட்டால் கவர்ன்மெண்ட் ஹவுஸிலிருந்து பெறப்பட்ட பதிவேடுகளின் எட்டு மைக்ரோஃபிலிம்கள். இவை என்.எம்.எம்.எல்.லில் உள்ளன.

என்.எம்.எம்.எல். இவற்றை 1970-களில் பெற்றது. அப்போது இந்திய அரசு நிற ஒதுக்கல் ஆட்சியுடன் எந்தத் தொடர்பும் கொண்டிருக்க வில்லை. தொலைநோக்குப் பார்வை கொண்ட ஆவணக் காப்பாளர் ஒருவர், நிறையப் பணபலம்கொண்டிருந்த ஓர் அமெரிக்க அறிஞரை இந்தப் பதிவேடுகளை ஃபிலிம் நகல் எடுத்து ஒரு பிரதியை நியூ

டெல்லிக்கு அனுப்பிவைப்பதற்கு இணங்கச் செய்தார். 10,000 பக்கங்களுக்கு நீளும் இந்த ஃபிலிம்கள் தென்னாப்பிரிக்காவில் வசித்த இந்தியர்களின் வாழ்வு, உழைப்பு ஆகியவற்றையும், இவை தொடர்பாக எம்.கே.காந்தி என்ற ஒருவர் வகித்த பங்கையும் காட்டும் விலைமதிக்க முடியாத சாளரமாக விளங்குகின்றன.

டிரான்ஸ்வால் அரசாங்கம், தென்னாப்பிரிக்க ஒன்றிய அரசாங்கம் ஆகியவற்றின் பதிவேடுகள் தென்னாப்பிரிக்க தேசிய ஆவணக் காப்பகத்தில் உள்ளன. இவை பிரிட்டோரியாவிலேயே ஆக வசீகரமற்றது என்று சொல்லத்தக்க ஒரு கட்டடத்தில் உள்ளன. இருந்தாலும் உள்ளே இருக்கும் பொருட்களின் செறிவு வெளியில் இருக்கும் பயங்கரத்தை ஈடு செய்துவிடுகிறது. இதைவிட, குறைந்தபட்சம் வெளித்தோற்றத்திலாவது, வசீகரமானது நியூ டெல்லி தேசிய ஆவணக் காப்பகம். அங்கே நான் வெளியுறவு மற்றும் அரசியல் துறை (கத்தியவாருக்காக), வர்த்தகம் மற்றும் தொழில் துறையின் குடியேற்றப் பிரிவு (புலம்பெயர்ந்த இந்தியர்கள் தொடர்பாக), உள்துறை (காந்தியின் ஹிந்த் ஸ்வராஜ் புத்தகத்தின்மீதான தடை தொடர்பாக) ஆகியவற்றின் பதிவேடுகளை ஆய்வு செய்தேன். கூடுதல் தகவல்கள் பம்பாய் மராட்டிய மாநில ஆவணக் காப்பகத்திலும், சென்னை தமிழ்நாடு அரசு ஆவணக் காப்பகத்திலும் கிடைத்தன.

மூன்றாவது தொகுதியாக அரசுப் பதிவேடுகள் லண்டனில் உள்ளன. அந்த நகரம் 1889–1914 காலகட்டத்தில் பேரரசின் தலைநகரமாக விளங்கியது. முழு இந்தியாவும், தென்னாப்பிரிக்காவின் பெரும்பகுதியும் அதன் ஆளுகையின் கீழ் இருந்தன. நேஷனல் ஆர்க்கைவ்ஸ் ஆஃப் யுனைட்டெட் கிங்டமில் வைக்கப்பட்டிருக்கும் கலோனியல் அலுவலகப் பதிவேடுகளும், செயின்ட் பாங்க்ராஸில் பிரிட்டிஷ் நூலகத்தில் உள்ள பழைய இந்தியா அலுவலகப் பதிவேடுகளும் இந்தப் புத்தகத் திட்டத்துக்குப் பெரிதும் உதவின.

இவை தவிர புரோகான்சல்களின் காகிதங்களும் உதவிகரமாக இருந்தன. நான் லார்ட் செல்போர்னின் காகிதங்களை ஆக்ஸ்போர்ட் போட்லெய்ன் நூலகத்திலும், லார்ட் ரிப்பன், லார்ட் கிளாட்ஸ்டோன் ஆகியவர்களது காகிதங்களை லண்டன் பிரிட்டிஷ் நூலகத்திலும் ஆராய்ந்தேன்.

கடிதங்கள், கையெழுத்துப் பிரதிகள், அரசாங்கப் பதிவேடுகள் ஆகியவை பொதுவாக 'வெளியிடப்படாத முதன்மை ஆதாரங்கள்' என்ற தலைப்பில் கொடுக்கப்பட்டுள்ளன. 'முதன்மை ஆவணங்களை' எடுத்துக்கொண்டால் செறிவான தென்னாப்பிரிக்காபற்றிய நாடாளுமன்றக் காகிதங்கள் தொகுதி, கெய்த் ஹான்காக், ஜான் வான் டெர்போல் ஆகியோர் தொகுத்த ஜான் கிரிஸ்டியன் ஸ்மட்ஸ் கடிதப் போக்குவரத்துகளின் வெளியிடப்பட்ட தொகுதி, (சுமாராக) 1890 முதல் 1910வரை வெளியிடப்பட்ட பல்வேறு அரசாங்க அறிக்கைகள் ஆகியவற்றிலிருந்து நிறைய விஷயங்களை எடுத்துக் கொண்டிருக்கிறேன்.

இந்தப் புத்தகத்துக்கு மிக இன்றியமையாத ஆதாரம்—ஏனோ இதற்கு முன் வாழ்க்கை வரலாற்றை எழுதியவர்களால் கவனிக்கப்படாதது—காந்தி வசித்ததும் பணியாற்றியதுமான மூன்று நாடுகளின் செய்தித்தாள்கள். எனவே நான் பிரிட்டிஷ் பத்திரிகைகளில் வெளியான தொடர்புடைய செய்திகள், இந்தியாவிலும் மிக முக்கியமாகத் தென்னாப்பிரிக்காவிலும் செய்தித்தாள்களில் காந்தியையும் அவரது செயல்பாடுகளையும்பற்றி வெளியான விமர்சனங்கள் ஆகிய வற்றிலிருந்து நிறைய விஷயங்களை எடுத்துக்கொண்டிருக்கிறேன்.

ஆமதாபாத் சபர்மதி ஆசிரமத்தில் ஒரு கோத்ரெஜ் அலமாரியில் பன்னிரண்டு பைண்ட் செய்த தொகுதிகளாகச் செய்தித்தாள் நறுக்குகள் வைக்கப்பட்டுள்ளன. இவை 1894 முதல் 1901 வரையுள்ள காலகட்டம் சார்ந்தவை; முதன்மையாக இந்தியர்களையும் காந்தியையும்பற்றிய மற்ற வர்களது மனப்பான்மை தொடர்பானவை. தனியாக வைக்கப்பட்டிருந் தாலும், ஆசிரமத்தின் ஆவணப் பட்டியலில் இவை கால வரிசைப்படி காந்தி எழுதிய, காந்திக்கு எழுதப்பட்ட கடிதங்களோடு சேர்த்து அட்ட வணையிடப்பட்டுள்ளன. ஆகவே நானும் அவற்றை அவற்றின் 'எஸ்.என்.', அதாவது 'சீரியல் நம்பர்' கொண்டே வகைப்படுத் தியிருக்கிறேன்.

இந்த நறுக்குகளைச் சேகரித்து வைத்தவர் யார்? அநேகமாக காந்தியாகவே இருக்கும் என்பது என் எண்ணம். இவை சபர்மதிக்கு வந்து சேர்ந்தது எப்படி? நீண்ட அனுவம்வாய்ந்த காந்திய செயற்பாட்டாளரான நாராயண தேசாய் இவை தென்னாப்பிரிக்காவிலிருந்து சகன்லால் காந் தியால் கொண்டுவரப்பட்டிருக்கலாம் என்று நினைக்கிறார். அப்படியிருந் தால் காந்தி 1901ல் இந்தியாவுக்குக் கிளம்பும் முன்பு இந்த நறுக்குகளை நேட்டாலில் யாராவது ஒரு நண்பரிடம் (பார்ஸி ருஸ்தம்ஜி?) விட்டுவைத் திருந்திருக்கவேண்டும்; பின்பு சகன்லால் அவற்றை மீட்டுக்கொண்டிருக் கலாம். எப்படியும் இது ஒரு யூகம் மட்டுமே—பிரத்தியட்சமான உண்மை இவை இப்போது சபர்மதியில் இருக்கின்றன என்பதே. அவை நேட்டாலில் வெள்ளைப் பொதுமக்களால் இளம் காந்தி எப்படிப் பார்க் கப்பட்டார் என்பது குறித்த சுவாரஸியமான பார்வையைத் தருகின்றன. 1903ல் அவர் தென்னாப்பிரிக்காவுக்குத் திரும்பி வந்தபோது இந்தியன் ஒப்பீனியன் இதழை ஆரம்பித்தார். அந்தச் செய்தித்தாள் மற்ற பருவ இதழ்களிலிருந்து வழக்கமாகச் செய்திகள், கருத்துகளின் பகுதிகளை எடுத்து வெளியிட்டுவந்தது; இவற்றிலிருந்து விஷயங்களை என் விவரணைக்கு எடுத்துக்கொண்டிருக்கிறேன். இந்தியன் ஒப்பீனியன் அதனளவிலேயே காந்தியையும், அவரது சமூகத்தையும், அவரது போராட்டங்களையும், அவர் வாழ்ந்த காலத்தையும் புரிந்துகொள் வதற்குத் தவிர்க்க இயலாதது. 1903 முதல் 1914 வரையிலான (இரு ஆண்டுகளும் உட்பட) தொகுதிகள் தேசிய காந்தி அருங்காட்சியகத்தால் குறுந்தகடாக வெளியிடப்பட்டுள்ளன. நான் இந்த 500-க்கு மேலான இதழ்

களை ஒரு பெரிய கணினியில் படித்தேன்; அவை அனைத்தின் உள்ளடக்கத்திலும் தொனியிலும் கவரப்பட்டு மூழ்கிப்போனவனாக, கணினித் திரையின் ஒரு பாதியில் கூடவே குறிப்புகள் எடுத்துக்கொண்டிருந்தேன். (என் குறிப்புகளில் 40,000 சொற்களுக்கு மேல் இருந்தன; முந்தைய பக்கங்களில் இருப்பவை அவற்றின் ஒரு சிறுபகுதி மட்டுமே.)

சபர்மதியிலிருந்த செய்தி நறுக்குகளும், இந்தியன் ஒப்பீனியனில் (அசலாக எழுதப்பட்டவையும், பிற இடங்களிலிருந்து மறுபிரசுரம் செய்யப்பட்டவையும்) காணப்பட்ட விஷயங்களும் உண்மையிலேயே பல திறப்புகளைத் தருபவையாக இருந்தன. காந்தியின் எதிராளியான பி.எஸ்.ஐயரின் செய்தித்தாளான ஆஃப்ரிக்கன் கிரானிக்கிள் இதழின் பிரதிகளும் அப்படியே. இவற்றின் மைக்ரோஃபிலிம்கள் லண்டனின் வடபகுதியில் உள்ள புறநகரான காலின்டேலில் பிரிட்டிஷ் நூலகத்தின் செய்தித்தாள் பிரிவில் வைக்கப்பட்டுள்ளன. காந்தியின் வாழ்வில் நடந்த முக்கிய நிகழ்ச்சிகள், அவர் நடத்திய சத்தியாக்கிரகங்கள் ஆகியவைபற்றிய விவரங்களுக்கு நான் ஆய்வு செய்த செய்தித்தாள்களில் சில: த டைம்ஸ், லண்டன்; த டிரான்ஸ்வால் லீடர், ராண்ட் டெய்லி மெயில்; ஜோஹானஸ்பர்க்கின் த ஸ்டார்; நேட்டால் அட்வர்ட்டைசர்; மதராஸ் மெயில் ஆகியவை. குறிப்பாக மிக மதிப்புடையவை என்.எம்.எம்.எல்.லில் வைக்கப்பட்டுள்ள 1893–1914 காலகட்டத்தைச் சார்ந்த நேட்டால் மெர்க்குரியின் மைக்ரோஃபிலிம்கள்; இவையும் நேட்டால் கவர்ன்மெண்ட் ஹவுஸின் மைக்ரோஃபிலிம்களைப் போலவே சுற்றிவளைத்த (அதே போன்ற படைப்பூக்கம் நிறைந்த) வழியில் கொண்டுவரப்பட்டிருக்கவேண்டும்.

ஆதாரங்களின் இறுதித் தொகுதி அச்சில் வந்த புத்தகங்களும் கட்டுரைகளும். அவசியமாகவும் பொருத்தமாகவும் இருக்கும் இடங்களில் எல்லாம் சமீபத்திய தசாப்தங்களில் வெளியான நிபுணர்களின் இரண்டாம் நிலை ஆக்கங்களைத் துணைக்கு எடுத்துக்கொண்டிருக்கிறேன். ஆனாலும், பத்தொன்பதாம் நூற்றாண்டின் இறுதி தசாப்தத்திலும், இருபதாம் நூற்றாண்டின் முதல் தசாப்தத்திலும் வெளியான பல புத்தகங்கள், துண்டுப் பிரசுரங்களையும் படித்திருக்கிறேன். இவை அந்தக் காலகட்டத்தில் காந்தி தொடர்பான விவாதங்கள் எப்படி முன்வைக்கவும், புரிந்துகொள்ளவும் பட்டன என்பதுகுறித்த நேரடியான, வேறு இடையீடற்ற சுவையைத் தருகின்றன.

முகப்பில் சொல்லப்பட்டதுபோல இந்தப் புத்தகம் முதன்மையாக, தொகுக்கப்பட்ட எழுத்துகள் நூல் தொகுதியைத் தாண்டிச் செல்ல முயன்றது; இதன்மூலம் காந்தி பேசியவற்றையும், எழுதியவற்றையுமே முழுவதுமாகவோ அல்லது பிரதானமாகவோ சார்ந்திருக்காத விவரணையைத் தர முனைந்தது. மேலே விவரிக்கப்பட்ட ஆதாரங்கள் பல சேகரிப்புகளிலிருந்து பல ஆண்டு காலத்தில் கலந்தாலோசிக்கப்பட்டவை. இவை காந்தி 1814ல் தென்னாப்பிரிக்காவிலிருந்து விடை

பெறுவதற்கு முந்தைய அவரது வாழ்க்கையை எல்லாக் கோணங்களிலிருந்தும் காண்பது என நான் நம்புகிற சித்திரத்தைத் தீட்டுவதற்கு எனக்கு உதவியிருக்கின்றன. என் ஆய்வின் ஊடாக நான் காந்தி எழுதிய, ஏதோ காரணங்களினால் இதற்கு முன் வெளிவராத அல்லது அறியப்படாத கடிதங்களையும் கண்டுபிடித்தேன். இதற்கு முன் அறியப்படாத அல்லது தொகுக்கப்படாத இந்தக் கடிதங்கள் இந்தியாவிலும் தென்னாப்பிரிக்காவிலும் தேசிய ஆவணக் காப்பகங்களிலும், பிரிட்டிஷ் நூலகத்திலும், பிரிட்டோரியாவில் சி.எம்.டோக் காகிதங்களிலும், ஹைஃபாவில் காலன்பாக் காகிதங்களிலும், நியூ யார்க்கிலும் டெல்லியிலும் இ.எஸ்.ரெட்டி காகிதங்களிலும் கிடைத்தன. அவை காந்தியின் அகத்தூண்டுதல்களைக் குறித்தும், சோதனையான காலகட்டங்களில் அவர் நேட்டால், டிரான்ஸ்வால், இந்திய அரசுகளின்பாலும், தன் சக சத்தியாக்கிரகிகளின்பாலும், தன் மூத்த மகனின்பாலும் எப்படி நடந்து கொண்டார் என்பதுபற்றிய எதிர்பாராத விவரங்களை வெளிப்படுத்துகின்றன.

புகைப்பட ஆதாரங்கள்

கீழே இடம்பெற்றுள்ளவை நீங்கலாக பிற அனைத்து புகைப்படங்களும் அகமதாபாத்தில் இருக்கும் சபர்மதி ஆஸ்ரம ஆவணக் காப்பகத்தின் கனிவான அனுமதியுடன் இங்கு மறு பிரசுரம் செய்யப்பட்டுள்ளன.

புகைப்படம் 1, 2 - நேரு மெமோரியல் மியூஸியம் அண்ட் லைப்ரரியின் அன்பான அனுமதியுடன்.

புகைப்படம் 3 - ஐராவதி குஹாவின் அன்பான அனுமதியுடன்.

புகைப்படம் 17 - ஈ.எஸ்.ரெட்டியின் அன்பான அனுமதியுடன்.

புகைப்படம் 19 - டாடா செண்ட்ரல் ஆர்க்யூவ்ஸின் அன்பான அனுமதியுடன்.

புகைப்படம் 29 - ஐராவதி குஹாவின் அன்பான அனுமதியுடன்.

புகைப்படம் 15 - கெட்டி இமெஜஸ் அனுமதியுடன்.

புகைப்படம் 16 - கோர்பிஸ் இமேஜஸ் அனுமதியுடன்.

குறிப்புகள்

குறிப்புகளில் பயன்படுத்தப்பட்டுள்ள பெயர்ச் சுருக்கங்கள்

AC	African Chronicle
APAC/BL	Asia, Pacific and Africa Collections, British Library, London
BL	British Library, London
C. M. Doke Papers	C. M. Doke Collection, Documentation Centre for African Studies, UNISA Library, Pretoria
CO	Colonial Office
CWMG	Collected Works of Mahatma Gandhi (New Delhi: Government of India, 1958 onwards).
Gandhi, *An Autobiography*	M. K. Gandhi, *An Autobiography*, or the *Story of My Experiments with Truth*, translated from the Gujarati by Mahadev Desai (first published in 1927; 2nd edn, 1940; reprint Ahmedabad: Navajivan Publishing House, 1995). There are many print editions of Gandhi's autobiography in English, published in India, the United Kingdom, the United States and other countries. And there will be more. The book has also been translated into many languages. The pagination of these editions varies enormously. Therefore in my references to it I have cited Part and Chapter rather than page numbers. However, since the book originated in a series of newspaper articles, each chapter is merely a few pages long, so my citations will be relatively easy to track down by those who have editions other than mine, or in languages other than English.
ILN	Illustrated London News
IO	Indian Opinion
IR	Indian Review
J. J. Doke Papers	J. J. Doke Papers, South African Baptist Union Archives, Johannesburg
KP	Hermann Kallenbach papers, in the possession of Isa Sarid, Haifa, Israel

Memorial	Memorial to The Right Honourable Joseph Chamberlain, Her Majesty's Principal Secretary for the Colonies, by the British Indians in Natal, re Anti-Indian Demonstration
MSA	Maharashtra State Archives, Mumbai
NA	Natal Advertiser
NAI	National Archives of India, New Delhi
NAUK	National Archives of the United Kingdom, Kew
NASA	National Archives of South Africa, Pretoria
NGM	National Gandhi Museum, Delhi
NM	Natal Mercury
NMML	Nehru Memorial Museum and Library, New Delhi
NYPL	New York Public Library, New York
S.N.	Serial Number(s)
SAAA	Sabarmati Ashram Archives, Ahmedabad

அறிமுகம்: காந்தி, எல்லாக் கோணங்களிலிருந்தும்

1. http://freedomhouse.org/template.cfm?page=70&release=275 (accessed 26 July 2011).

2. Cf. reports in New York Times, 16 February 2011; and in New Yorker, 11 April 2011. These various affirmations, personal and political, have provoked vigorous denunciations from left- wing critics disenchanted or even disgusted by how widely Gandhi is admired across the world. In the London Review of Books, the political theorist Perry Anderson launched a three- part attack on Gandhi and his legacy, calling him an 'autocrat and 'Hindu revivalist whose thought contained 'a battery of archaisms, and whose 'conception of himself as a vessel of divine intention allowed him to escape the trammels of human logic or coherence. Anderson went on to suggest that Gandhi's intellectual weaknesses were substantially responsible for the flawed nature of Indian democracy today. See London Review of Books, 5 July, 19 July and 2 August 2012. The length (the series ran to some 50,000 words in all), the (harsh, often angry) tone, and the fact that Anderson had never (in a five decade long career) previously written anything on Gandhi (or India) lends credence to the speculation that the series was provoked by Gandhi's (to the Marxist) inexplicable popularity so long after his death.

3. On Gandhi's Gujarati and English prose styles, see, respectively, C. N.

Patel, Mahatma Gandhi in his Gujarati Writings (New Delhi: Sahitya Akademi, 1981); Sunil Khilnani, 'Gandhi and Nehru: The Uses of English, in Arvind Krishna Mehrotra, ed., An Illustrated History of English Literature in English (New Delhi: Permanent Black, 2003).

4. The project of compiling all of Gandhi's writings was launched in February 1956, eight years after his death. The first volume in the series was published in 1958; the ninetieth and last, in 1984. Seven supplementary volumes were then published, consisting of letters collected too late to include in the chronological volumes. A 'subject index and an 'index of persons followed. That made it ninety- nine; whereupon, to satisfy the Indian's incurable love of symmetry, a book of 'prefaces to the individual volumes was also brought out. The Collected Works have been published in three languages English, Gujarati and Hindi.

5. Two older books on Gandhi that deal specifically with his South African experience are Robert A. Huttenback, Gandhi in South Africa (Ithaca, NY: Cornell University Press, 1971); Maureen Swan, Gandhi: The South African Experience (Johannesburg: Ravan Press, 1985). Written by scholars rather than journalists, both works were important and necessary at the time at which they appeared. Focusing on Gandhi's public career, neither dealt with his personal, familial or religious life. Neither scholar did any serious research on Indian sources; and of course many important sources outside India have come to light in the decades since their books were published.

6. H. S. L. Polak, 'Passive Resistance Movement in South Africa, typescript composed c. 1908-12, Mss. Afr. R. 125, Rhodes House Library, Oxford, p. 103.

7. Bhawani Dayal, Dakshin Africa k Satyagraha ka Itihas (Indore: Saraswati Sadan, 1916), p. 1 (my translation).

1. சைவ உணவாளர்கள் மத்தியில்

1. The classical or scriptural name for this category of Hindus is eVaishya f. However, the Vaishyas are more often referred to in everyday conversation as eBania f (or, in the plural, as eBanias f). The name is subject to regional variations and alternate spellings, among them eVaniya f, eBaniya f and even eBunyan f.

2. A lexicon in Gandhi's mother tongue, Gujarati, says of them that Vaniyani mochchh nichi ('the Bania is always ready to compromise; literally, 'the Bania's moustache is ready to droop downwards); Vaniya Vaniya fervi tol ('the Bania always changes according to circumstance); Vaniya mugnu naam pade nahi ('the Bania will not commit himself to anything). To this a Gujarati English dictionary adds, Jaate Vaniyabhai, etle todjod karvaman kushal ('Being born a merchant, he was possessed of tact and was good in settling quarrels). See Achyut Yagnik and Suchitra Sheth, The Shaping of Modern Gujarat: Plurality, Hinduism,

and Beyond (New Delhi: Penguin Books, 2005), p. 34.

3. See David Hardiman, Feeding the Baniya: Peasants and Usurers in Western India (Delhi: Oxford University Press, 1996), especially Chapter 4 (quotes from pp. 68-9, 71, 75).

4. Harald Tambs-Lyche, Power, Profit and Poetry: Traditional Society in Kathiawar, Western India (Delhi: Manohar, 1997), Chapter IX ('The Banias: The Merchant Estate).

5. Cf. Howard Spodek, Urban Rural Integration in Regional Development: A Case Study of Saurashtra, India, 1800-1960 (University of Chicago Geography Research Papers, 1976), p. 11.

6. Ibid., pp. 2–3.

7. Cf. Harald Tambs-Lyche, 'Reflections on Caste in Gujarat, in Edward Simpson and Aparna Kapadia, The Idea of Gujarat: History, Ethnography and Text (Hyderabad: Orient BlackSwan, 2010), pp. 101-2, 104, 108.

8. C. F. Andrews, 'Mahatma Gandhi's Birthplace, The Centenary Review (January 1938), pp. 35f.

9. The Imperial Gazetteer of India (Oxford: Clarendon Press, 1908), XX:Pardi to Pusad, pp. 188-91.

10. Chandran D. S. Devanesan, The Making of the Mahatma (Bombay: Orient Longman, 1969), pp. 100-5.

11. Cf. Satish C. Misra, Muslim Communities in Gujarat: Preliminary Studies in their History and Social Organization (2nd edn, New Delhi: Munshiram Manoharlal, 1985).

12. Devanesan, Making of the Mahatma, Chapter 2 ('Whirlwinds of Change: Kathiawar in the Nineteenth Century); Howard Spodek, 'Urban Politics in the Local Kingdoms of India: A View from the Princely States of Saurashtra under British Rule, Modern Asian Studies, 7:2 (1973).

13. This incident has been narrated, based on primary sources, in Krishnalal Mohanlal Jhaveri, The Gujaratis: The People, their History, and Culture, 4: Gujarati Social Organization (New Delhi: Indigo Books, 2002), p. 141.

14. Pyarelal, Mahatma Gandhi, I: The Early Phase (Ahmedabad: Navajivan Press, 1965), pp. 173-8.

15. Anon., Heroes of the Hour: Mahatma Gandhi, Tilak Maharaj, Sir Subramanya Iyer (Madras: Ganesh and Co., 1918), p. 5.

16. See compilation no. 190, vol. 48 of 1950, Political Department, MSA.

17. Pyarelal, Mahatma Gandhi, I, pp. 186-7.

18. This account is based on the correspondence in A Proceedings 130–147 (Political), December 1869, Foreign Department, NAI.

19. Prabhudas Gandhi, My Childhood with Gandhiji (Ahmedabad: Navajivan Publishing House, 1957), pp. 4-5.

20. M. N. Buch, eAnswers to Louis Fischer fs questions regarding Porbandar and Rajkot f, dated 9 March 1949, in Box 1, Louis Fischer Papers, NYPL.

21. Quoted in Pyarelal, Mahatma Gandhi, I, p. 194.
22. Stephen Hay, 'Digging up Gandhi's Psychological Roots, Biography, 6:3 (1983), pp. 211-12.
23. Henry Yule and Arthur Coke Burnell, Hobson-Jobson: Being a Glossary of Anglo-Indian Colloquial Words and Phrases, and of Kindred Terms, Etymological,Historical, Geographical, and Discursive (London: John Murray, 1886), p. 48.
24. Hardiman, Feeding the Baniya, p. 65.
25. For more details, see K. T. Achaya, Indian Food: A Historical Companion (New Delhi: Oxford University Press, 1994), pp. 133ff. I do not know of a stand- alone work in English on the culinary arts of Gujarat, but a sampling of this superb cuisine may be had in restaurants such as Chetna, in the Kala Ghoda area of Mumbai, and Swati Snacks, near Law College in Ahmedabad.
26. Gandhi, An Autobiography, Part I, Chapter I. A footnote (added most likely by Mahadev Desai) explains that Chaturmas was 'literally a period of four months. A vow of fasting and semi- fasting during the four months of the rains. The period is a sort of long Lent.
27. Yagnik and Sheth, Shaping of Gujarat, pp. 159-60; Devanesan, Making of the Mahatma, p. 34.
28. See Narayan Desai, My Life Is My Message, I: Sadhana (1869-1915) (Hyderabad: Orient BlackSwan, 2009), pp. 10-11.
29. Cf. Pyarelal, Mahatma Gandhi, I, Appendix E, pp. 737-8.
30. Imperial Gazetteer of India, XXI: Pushkar to Salween, pp. 73-5.
31. See J. M. Upadhyaya, ed., Mahatma Gandhi as a Student (New Delhi: Publications Division, 1965) and Mahatma Gandhi: A Teacher's Discovery (Vallabh Vidyanagar: Sardar Patel University, 1969). Unless otherwise stated, the rest of this section is based on these two books. Remarkably, the material reproduced in these books has never before been used by a Gandhi biographer.
32. The school is referred to as eAlfred High School f in some recent biographies of Gandhi. However, it acquired that name only in 1907, long after Mohandas had left it. eKattywar f is the way the British then spelt eKathiawar f. In 1969, on the centenary of Gandhi fs birth, the school was renamed eMahatma Gandhi Memorial High School f.
33. Notes of an interview with Raliatbehn, 14 December 1948, in Box 1, Louis Fischer Papers, NYPL. (The questions were framed by Fischer, but asked of Raliat by an Indian friend on his behalf.)
34. See Stephen Hay, 'Between Two Worlds: Gandhi's First Impressions of British Culture, Modern Asian Studies, 3:4 (1969), pp. 308-9; Gandhi, An Autobiography, Part I, Chapter X. The preacher's name was H. R. Scott; years later, he identified himself in a letter to Gandhi, but disputed the Indian's recollection that he had 'poured abuse on Hindu gods. See correspondence in Mss. Eur. C. 487, APAC/BL.

35. Upadhyaya, Mahatma Gandhi as a Student, pp. 14-15, 32, 35.
36. See J. M. Upadhyaya, Gandhiji's Early Contemporaries and Companions (Ahmedabad: Navajivan Publishing House, 1971), photo opposite p. 23.
37. Gandhi, An Autobiography, Part I, Chapters VII and VIII.
38. Cf. Stephen Hay, 'Gandhi's First Five Years, in Donald Capps, Walter H. Capps and M. Gerald Bradford, eds, Encounter with Erikson: Historical Interpretation in Religious Biography (Missoula, Montana: Scholars Press, 1977), fn. 5.
39. Gandhi, An Autobiography, Part I, Chapter III.
40. Arun and Sunanda Gandhi, The Untold Story of Kasturba: Wife of Mahatma Gandhi (Mumbai: Jaico Publishing House, 2000), p. 5.
41. Anon., Smt. Kasturba's House at Porbandar (Ahmedabad: Directorate of Archaeology, 1973). These wall- paintings would have been of religious themes, perhaps of the lives (and legends) of Krishna and Ram.
42. Gandhi, An Autobiography, Part I, Chapter IV.
43. Ibid., Part I, Chapter IX.
44. These paragraphs are based on Upadhyaya, Mahatma Gandhi as a Student, passim.
45. See Sitamshu Yashaschandra, 'From Hemacandra to Hind Svaraj: Region and Power in Gujarati Literary Culture, in Sheldon Pollock, ed., Literary Cultures in History: Reconstructions from South Asia (Berkeley: University of Calfornia Press, 2003).
46. For more details, see Tridip Suhurd, Writing Life: Three Gujarati Thinkers (Hyderabad: Orient BlackSwan, 2009), Chapters 2 and 4.
47. Based on an analysis of the names in a photocopied page of the class register in Subject File no. 1, Gandhi Papers, NMML.
48. This account of Gandhi's time in Samaldas College is based on Upadhyaya, Mahatma Gandhi: A Teacher's Discovery, pp. 95-102.
49. Gandhi, An Autobiography, Part I, Chapter XI.
50. Cf. Yashaschandra, 'Hemacandra to Hind Svaraj, p. 596.
51. Political Agent of Kathiawar, quoted in Gazetteer of the Bombay Presidency, VII: Kathiawar (Bombay: Government Central Press, 1884), p. 343.
52. Gandhi, An Autobiography, Part I, Chapter XI.
53. See File no. R/1/1/740, APAC/BL.
54. Extract from the Kathiawar Times, 12 August 1888, reproduced in Upadhyaya, Mahatma Gandhi as a Student, p. 83.
55. On the likely date of Harilal's birth, see Chandulal Bhagubhai Dalal, Harilal Gandhi: A Life, edited and translated from the Gujarati by Tridip Suhrud (Chennai: Orient Longman, 2007), p. 1.
56. Gandhi, 'London Diary, CWMG, I, p. 45.

57. Ibid., pp. 45-6; Gandhi, An Autobiography, Part I, Chapter XII.

2. சைவ உணவாளர்கள் மத்தியில்

1. Unless otherwise stated, this section is based on M. K. Gandhi, 'London Diary, CWMG, I, pp. 2-16.
2. Gandhi, 'Guide to London (Appendix), in CWMG, I, p. 117.
3. James D. Hunt, Gandhi in London (revised edn, New Delhi: Promilla and Co, 1993), pp. 7-8.
4. Cover of ILN, 13 July 1889.
5. See ILN, 7 September 1889.
6. Jonathan Schneer, London in 1900: The Imperial Metropolis (New Haven:Yale University Press, 1999), pp. 7-8.
7. Rozina Visram, Asians in Britain: 400 Years of History (London: Pluto Press, 2002), pp. 45-6, 125-6.
8. This paragraph is based on issues of the Illustrated London News for the period.
9. Gandhi, An Autobiography, Part I, Chapter XIII.
10. Hunt, Gandhi in London, pp. 220-22; Gandhi, 'Guide to London, CWMG, I, pp. 94, 117, 119.
11. Hunt, Gandhi in London, p. 14.
12. CWMG, I, pp. 2, 16-18.
13. Gilchrist Alexander, The Temple of the Nineties (London: William Hodge and Company, 1938), p. 78.
14. Ibid., p. 269.
15. Thomas Leaming, A Philadelphia Lawyer in the London Courts (New York: Henry Holt and Company, 1911), p. 137.
16. Gandhi, An Autobiography, Part I, Chapter XXIV.
17. The Recollections of Sir Henry Dickens, K. C. (London: William Heinemann, 1934), p. 296. The author was a son of Charles Dickens.
18. Sachindananda Sinha, 'Gandhiji's Earlier Career as I Knew It (11-page typescript written c.1949), in Box 3, Louis Fischer Papers, NYPL.
19. Gandhi, An Autobiography, Part I, Chapters XVII and XVIII.
20. See Tristram Stuart, The Bloodless Revolution: Radical Vegetarians and the Discovery of India (London: Harper Press, 2006), pp. 40, 43, 49, 50, 53, 57, 62-3, 69, 280f., 284-5, 342-3, 422-3, etc.
21. Stephen Winsten, Salt and His Circle (London: Hutchinson and Co., 1951); George Hendrick, Henry Salt: Humanitarian Reformer and Man of Letters (Urbana: University of Illinois Press, 1977).
22. George Hendrick and Willene Hendrick, eds, The Savour of Salt: A

Henry Salt Anthology (Fontwell, Sussex: Centaur Press, 1999), pp. 25-8.
23. Henry S. Salt, Animals Rights: Considered in Relation to Social Progress (New York: Macmillan and Co., 1894), pp. 51-2, 89-90, 94.
24. Grant Richards, Memories of a Misspent Youth, 1872-1896 (London: William Heinemann, 1932), p. 106.
25. In his 'Guide to London, Gandhi does not mention sport at all, and says of the theatre that to visit it 'once a month on the average is quite sufficient (an average one suspects he had difficulty in meeting). See CWMG, I, pp. 110-11.
26. See Stephen Hay, 'The Making of a Late- Victorian Hindu: M. K. Gandhi in London, 1888-1891, Victorian Studies (Autumn 1989), esp. pp. 89-90. The large (and still expanding) world of Gandhi scholarship owes a great debt to Stephen Hay and James D. Hunt. These American scholars, both now deceased, have contributed immensely to our understanding of Gandhi's early years, through archival research that has variously clarified, disputed, contextualized or supplemented the recollections in the Autobiography
27. Hunt, Gandhi in London, p. 221.
28. As recalled in Josiah Oldfield, 'My Friend Gandhi, in Chandrashanker Shukla, ed., Reminiscences of Gandhiji (Bombay: Vora and Co., 1951), pp. 187-8.
29. Hunt, Gandhi in London, pp. 28-30; Gandhi, An Autobiography, Part I, Chapter XX.
30. Gandhi, An Autobiography, Part I, Chapter XX.
31. Ibid., Part I, Chapter XVI.
32. Hunt, Gandhi in London, pp. 16-18.
33. Gandhi, 'Guide to London, CWMG, I, pp. 83-4, 120.
34. Gandhi, An Autobiography, Part I, Chapters XXI to XXIII.
35. G. Parameswaran Pillai, London and Paris Through Indian Spectacles (1897, reprint New Delhi: Sahitya Akademi, 2006), pp. 83-5.
36. See notice on 'Inns of Court, The Times, 16 April 1890. (I am grateful to Zac O'Yeah for this reference.)
37. Hunt, Gandhi in London, pp. 17-18.
38. M. K. Gandhi, 'Indian Vegetarians, CWMG, I, pp. 19-29.
39. See Compilation no. 140, vol. 108 of 1892, Political Department, MSA.
40. See, among other works, Raymond Williams, The Country and the City (London: Chatto and Windus, 1973); Jan March, Back to the Land: The Pastoral Impulse in England, from 1800 to 1914 (London: Quartet Books, 1982).
41. M. K. Gandhi, 'Some Indian Festivals, three- part series originally published in The Vegetarian, 28 March, 4 and 25 April 1891, CWMG, I, pp. 29-34.

42. M. K. Gandhi, 'The Foods of India, originally published in The Vegetarian Messenger, 1 May 1891, CWMG, I, pp. 36-41.
43. See Jerry White, London in the Nineteenth Century (London: Jonathan Cape, 2007), pp. 3, 29-30, 289-90.
44. Hunt, Gandhi in London, p. 10.
45. Hay, eMaking of a Late-Victorian Hindu f, pp. 82–3, 88.
46. Cf. Schneer, London in 1900, pp. 184-9.
47. Obituary notice, ILN, 7 February 1891.
48. Gandhi, An Autobiography, Part I, Chapter XX.
49. Anon., 'The First Mosque in England, ILN, 9 November 1889.
50. See Gandhi, 'Guide to London, CWMG, I, pp. 76-87, 96-7, 117-18.
51. CWMG, I, pp. 41, 49.
52. M. K. Gandhi, 'On [the] Way Home to India, The Vegetarian, 9 and 16 April 1892, CWMG, I, pp. 50-55.

3. ஒரு கடற்கரையிலிருந்து இன்னொன்றுக்கு

1. The house, Mani Bhavan, still exists. It now houses a Gandhi museum and library.
2. Gandhi, An Autobiography, Part II, Chapter I.
3. See, for biographical details, Satish Sharma, Gandhi's Teachers: Rajchandra Ravjibhai Mehta (Ahmedabad: Gujarat Vidyapith, 2005), Chapter 2.
4. See James Laidlaw, Riches and Renunciation: Religion, Economy, and Society among the Jains (Oxford: Clarendon Press, 1995), pp. 235-7.
5. Gandhi, 'A Great Seer, CWMG, XLIII, p. 98.
6. Gandhi, 'Preface to "Srimad Rajchandra , 5 November 1926, CWMG, XXXII, pp. 5-7.
7. Arun and Sunanda Gandhi, The Untold Story of Kasturba: Wife of Mahatma Gandhi (Mumbai: Jaico Publishing House, 2000), pp. 49-50.
8. Gandhi, An Autobiography, Part II, Chapter II.
9. Ibid., Part II, Chapter IV.
10. Administrator, Porbandar State, to Political Agent, Kathiawar, 9 September 1891, in R/2/720/49, APAC/BL.
11. Gandhi, An Autobiography, Part II, Chapter II.
12. Letter, dated c. June 1891, by J. B. Benson, State Engineer, Porbandar State; Administrator to Political Agent, Kathiawar, 15 August 1891, both in R/2/720/49, APAC/BL.
13. Bhavsinghji to Political Agent, Kathiawar, 5 September 1891; Administrator, Porbandar State, to Political Agent, Kathiawar, 9 September 1891, ibid.

14. 'Testimony of Kalidas [Laxmidas] Gandhi, 8 August 1891', in ibid. Laxmidas Gandhi fs pet name was eKalidas f: that is how he was known to his friends and family in Porbandar.
15. Political Agent, Kathiawar, to Home Secretary, Bombay Government, 12 September 1891, ibid.
16. Gandhi, An Autobiography, Part II, Chapter IV.
17. Cf. Stephen Hay, eGandhi fs Reasons for Leaving Rajkot for South Africa in 1893 f (unpublished paper in the possession of E. S. Reddy).
18. Cf. CWMG, I, item 21, p. 50.
19. G. W. Stevens, 'All India in Miniature, in R. P. Karkaria, The Charm of Bombay: An Anthology of Writings in Praise of the First City in India (Bombay: D. B. Taraporavala and Sons, 1915), pp. 81-4.
20. Prashant Kidambi, The Making of an Indian Metropolis: Colonial Governance and Public Culture in Bombay, 1890-1920 (Aldershot: Ashgate, 2007), Chapter I, 'The Rise of Bombay.
21. S. M. Edwardes, The Rise of Bombay (Bombay: The Times of India Press, 1902), p. 327.
22. See Rahul Mehrotra and Sharada Dwivedi, The Bombay High Court: The Story of the Building, 1878-2003 (Bombay: Eminence Designs, 2004).
23. Gandhi, An Autobiography, Part II, Chapter III.
24. M. K. Gandhi to Ranchhodlal Patwari, 5 September 1892, CWMG, I, pp. 56-7. The letter was apparently written in English.
25. Gandhi, 'Preface to "Srimad Rajchandra , p. 6; 'Speech on Birth Anniversary of Rajchandra (Ahmedabad, 16 November 1921), CWMG, XXI, pp. 432-4.
26. Gandhi, An Autobiography, Part II, Chapter IV. For an example of a petition drafted by Gandhi while in Rajkot, see Pyarelal, Mahatma Gandhi, I: The Early Phase (Ahmedabad: Navajivan Press, 1965), Appendix H, pp. 739-44.
27. See Goolam Vahed, 'Passengers, Partnerships, and Promissory Notes: Gujarati Traders in Colonial Natal, 1870-1920, International Journal of African Historical Studies, 38:3, p. 459 and passim.
28. Gandhi, An Autobiography, pp. 84-5.
29. NM, 22 November 1860, quoted in C. G. Henning, The Indentured Indian in Natal (1860-1917) (New Delhi: Promilla and Co., 1993), pp. 30-1.
30. This account of the immigration of Indians into Natal and their life there is based on, among other works, Surendra Bhana and Joy Brain, Settling Down Roots: Indian Migrants in South Africa, 1860-1911 (Johannesburg: Witwatersrand University Press, 1990); Mabel Palmer, The History of the Indians in Natal (1957; reprint, Westport, Conn.: Greenwood Press, 1977); Surendra Bhana, Indentured Indian Emigrants to Natal, 1860-1902: A Study Based on Ships Lists (New Delhi: Promilla

and Co., 1991); G. H. Calpin, Indians in South Africa (Pietermaritzburg: Shuter and Shooter, 1949); C. J. Ferguson- Davie, The Early History of Indians in Natal (Johannesburg: South African Institute of Race Relations, 1952); Surendra Bhana, ed., Essays on Indentured Indians in Natal (Leeds: Peepal Tree Press, 1990); Nile Green, Bombay Islam: The Religious Economy of the West Indian Ocean, 1840-1915 (Cambridge: Cambridge University Press, 2011); Ashwin Desai and Goolam Vahed, Inside Indenture: A South African Story, 1860-1914 (Durban: Madiba Publishers, 2007); Robert A. Huttenback, 'Indians in South Africa, 1860-1914: The British Imperial Philosophy on Trial, English Historical Review, 319 (April 1966); Jo Beall, 'Women under Indenture in Colonial Natal, 1860-1911, in Colin Clarke, Ceri Peach and Steven Vertovec, eds, South Asians Overseas: Migration and Ethnicity (Cambridge: Cambridge University Press, 1990); Joy Brain, 'Natal's Indians: From Co- operation, through Competition, to Conflict, in Andrew Duminy and Bill Guest, eds, Natal and Zululand: From Earliest Times to 1910: A New History (Pietermaritzburg: University of Natal Press, 1989); Thomas R. Metcalf, "Hard Hands and Sound Healthy Bodies: Recruiting "Coolies for Natal, 1860-1911, Journal of Imperial and Commonwealth History, 30:3 (2002); Goolam Vahed, "A Man of Keen Perceptive Faculties: Aboobaker Amod Jhaveri, an "Arab in Colonial Natal, circa 1872-1887, Historia, 50:1 (2005).

31. 'Report of the Protector of Immigrants for the year ending June 30, 1893', in Natal Government House Documents, on microfilm, Reel 6, Accession no. 2179, NMML.
32. This paragraph is based on a walking tour of Durban in October 2009, in the company (and under the guidance) of the novelist Aziz Hassim.
33. NM, 24 May 1893.
34. Letter in NA, 29 May 1893, reproduced in CWMG, I, pp. 57-8.
35. See Gandhi, An Autobiography, Part II, Chapters VIII and IX. I return to the significance of the train incident in Chapter 5 below.
36. Gandhi, An Autobiography, Part II, Chapters X, XI and XIV.
37. Bengt Sundkler and Christopher Steed, A History of the Church in Africa (Cambridge: Cambridge University Press, 2000), pp. 417-18.
38. A. W. Baker, Grace Triumphant: The Life Story of a Carpenter, Lawyer, and Missionary, in South Africa from 1856 to 1939 (London: Pickering and Inglis, 1939), pp. 84-6.
39. Gandhi, An Autobiography, Part II, Chapter XIV.
40. Cf. Surendra Bhana and Bridglal Pachai, eds, A Documentary History of Indian South Africans (Cape Town: David Philip, 1984), pp. 33-4.
41. NA, 19 September 1893, in CWMG, I, pp. 59-61.
42. NA, clippings dated 19 and 28 September 1893, S. N. 37 and S. N. 40, SAAA.
43. NA, 29 September 1893, in CWMG, I, pp. 63-4.

44. 'Guide to London, CWMG, I, pp. 66-120.
45. Gandhi, An Autobiography, Part II, Chapters XVI and XVII.
46. See Burnett Britton, Gandhi Arrives in South Africa (Canton, Maine: Greenleaf Books, 1999), pp. 75-6, 80-83, 88; Swan, Gandhi, p. 38f.
47. See CO 179/185, NAUK.
48. As quoted in E. H. Brookes and C. de B. Webb, A History of Natal (2nd edn, Pietermaritzburg: University of Natal Press, 1987), pp. 172.
49. John Robinson, A Life Time in South Africa: Being the Recollections of the First Premier of Natal (London: Smith, Elder, and Co., 1900), pp. 76-7.
50. NA, 3 September 1894; Natal Witness, of the same date, respectively S. N. 107 and S. N. 99, SAAA.
51. Quoted in Maynard W. Swanson, "The Asiatic Menace: Creating Segregation in Durban, 1870-1900, International Journal of African Historical Studies, 16:3, p. 411.
52. Petition dated 28 June 1894, in CWMG, I, pp. 128-32.
53. NM, 29 June 1894.
54. Cf. Laughlin to Gandhi, 18 May 1896, S. N. 964, NGM.
55. In CWMG, this petition to Ripon is said to have been signed by 'Hajee Mohamed Hajee Dada and Sixteen Others'; however, the original petition, which I have seen on microfilm, says it was signed by 'Hajee Mohamed Hajee Dada and 8,888 others'.
56. This account of the petitions and letters written by Gandhi is based on the documents in CWMG, I, pp. 128-91.
57. Minute dated 27 July 1894, in Natal Government House Documents, on microfilm, Reel 6, Accession No. 2179, NMML.
58. Sir Hercules Robinson to Lord Ripon, 11 July 1894, in Ms. 43563, Ripon Papers, BL.
59. See correspondence in Ms. 43563, Ripon Papers, BL.
60. See CWMG, I, pp. 162-5.
61. Gandhi, An Autobiography, Part II, Chapter XVIII; NM, 6 September 1894; NA, 20 September 1894, S. N. 149 and 159 respectively, SAAA.
62. Natal Witness, 6 September 1894, S. N. 150, SAAA.
63. Star, 26 December 1894, S. N. 204, SAAA.
64. Natal Witness, 29 December 1894; NM, 7 January 1895, S.N 208 and 212 respectively, SAAA.
65. NA, 7 January 1895.
66. Times of Natal, 22 and 27 October 1894, S. N. 171 and 173 respectively, SAAA. Gandhi's letter is reprinted in CWMG, I, pp. 166-7.

4. டர்பனில் ஒரு பாரிஸ்டர்

1. CWMG, Supplementary Volume I (1894-1928), p. 14.
2. Gandhi, An Autobiography, Part II, Chapter XXII.
3. This incident is recounted, based on 'personal information, in E. H. Brookes and C. de B. Webb, A History of Natal (2nd edn, Pietermaritzburg: University of Natal Press, 1987), p. 185.
4. See A. N. Wilson, God's Funeral: The Decline of Faith in Western Civilization (New York: W. W. Norton, 1999); J. T. F. Jordens, Dayananda Saraswati:His Life and Ideas (Delhi: Oxford University Press, 1978).
5. Anna Kingsford, The Perfect Way in Diet: A Treatise Advocating a Return to the Natural and Ancient Food of our Race (6th edn, London: Kegan Paul, Trench, Trübner and Co., 1895), pp. 19, 76ff, 114.
6. The Perfect Way, Or the Finding of Christ, was first published by Adams and Co. in London in 1882. Maitland published enlarged and revised editions in 1887 and 1890. I have here used an excerpt published in Kessinger Publishing's Rare Reprints series.
7. See Rene Fueloep-Miller, 'Tolstoy: The Apostolic Crusader, Russian Review, 19:2 (1960); Rosamund Bartlett, Tolstoy: A Russian Life (London: Profile Books, 2010), Chapters 11 and 12.
8. Leo Tolstoy, The Kingdom of God is Within You (1893) reprinted in The Kingdom of God and Peace Essays, translated by Aylmer Maude (reprint New Delhi: Rupa Publications India Pvt. Ltd., 2001).
9. Gandhi, An Autobiography, Part II, Chapter XV.
10. Cf. J. T. F. Jordens, Gandhi's Religion: A Homespun Shawl (first published in 1998; 2nd edn, New Delhi: Oxford University Press, 2012), Chapter 2 and passim.
11. NM, 28 November and 19 December 1894, S. N. 184 and 202, SAAA.
12. This account of the correspondence between Gandhi and Raychandbhai is based on Mahatma Gandhi and Kavi Rajchandraji: Questions Answered (3rd edn, Ahmedabad: Shrimad Rajchandra Gyan Pracharak Trust, 1991 translated from the Gujarati by Brahmachari Sri Goverdhandas). A different and apparently less reliable translation is published in CWMG, XXXII, pp.593-602.
13. 'A Band of Vegetarian Missionaries, CWMG, I, pp. 222-8.
14. CWMG, I, pp. 229-44.
15. These paragraphs are based on the correspondence between the Secretary of State for the Colonies and the Natal Government in Natal Government House Documents, on microfilm, Reel 6, Accession No. 2179, NMML.
16. S. N. 890 and 958, SAAA.
17. Natal Witness, 9 February 1896, S. N. 753, SAAA.
18. Undated editorial from a Natal newspaper, entitled 'Durban Doings, c.

August/September 1895, S. N. 529, SAAA.
19. CWMG, II, pp. 16-8.
20. Gandhi's legal career in Durban, c. 1895-6, is covered in depth in Burnett Britton, Gandhi Arrives in South Africa (Canton, Maine: Greenleaf Books, 1999). This is a little- known privately published work, but immensely valuable nonetheless.
21. Charles DiSalvio, The Man Before the Mahatma: M. K. Gandhi, Attorney- at- Law (NOIDA, UP: Random House India, 2012), pp. 65, 80-82.
22. Report from the Natal Mercury, cited in Britton, Gandhi Arrives in South Africa, notes section, p. xviii.
23. Ian Morrison, Durban: A Pictorial History (Cape Town: C. Struik, 1987); Monica Fairall, When in Durban (Cape Town; C. Struik, 1983).
24. The term neo-Europe was coined by Alfred Crosby in his Ecological Imperialism: The Biological Expansion of Europe, 900-1900 (Cambridge: Cambridge University Press, 1986).
25. Walter Hely Hutchinson, 'Natal: Its Resources and Capabilities' (address to the London Chamber of Commerce, 8 June 1898), copy in File 2399, L/P&J/6/497, APAC/BL.
26. Cf. the biographical information provided in David Dick, Who Was Who in Durban Street Names (Durban: Clerkington Publishing Co., 1998).
27. See table dated 13 April 1904, prepared by the Town Clerk, Durban, in Natal Government House Records, on microfilm, Reel 6, Accession No. 2174, NMML. In the decade of the 1890s, the proportion of Indians in trade increased from 0.8 per cent to 5 per cent. c. 1900, the per capita income of Indians in Natal was roughly six times that of Africans, but still one- sixth that of Europeans. See Zbigniew A. Konczacki, Public Finance and Economic Development in Natal, 1893-1910 (Durham, NC: Duke University Press, 1967), pp. 5, 27.
28. Robert A. Huttenback, Gandhi in South Africa (Ithaca, NY: Cornell University Press, 1971), pp. 38-9.
29. Letter dated 7 March 1891, in Correspondence Relating to the Proposal to Establish Responsible Government in Natal (London: HMSO, 1891 C. 4687), pp. 40-41.
30. CWMG, I, pp. 245-51.
31. Gillian Berning, ed., Gandhi Letters: From Upper House to Lower House, 1906-1914 (Durban: Local History Museum, 1994), p. 44; interview with Azim Hassan, Durban, October 2009.
32. Quoted in Britton, Gandhi Arrives in South Africa, pp. 256-7.
33. See ibid., pp. 296– 300.
34. Cf. Andr Odendaal, Black Protest Politics in South Africa to 1912 (Towota, NJ: Barnes and Noble Books, 1984), Chapter 1, 'African Politics from the Earliest Years to 1899.
35. NM, 18 and 25 October 1895, S. N. 572 and 595, SAAA.

36. Cf. S. N. 606, 611, 628, 629, 639 and 650, SAAA.
37. 'The Indians in the Transvaal, editorial in NA, 19 November 1895, S. N. 640, SAAA.
38. Clipping dated 4 November 1895, S. N. 612, SAAA.
39. Cf. 'Sixty Years Memoir of Vincent Lawrence of 67 Gale Street, Durban, Natal', typescript in E. S. Reddy Papers, NMML.
40. Paul Tichman, Gandhi Sites in Durban (Durban: Old Court House Museum, n.d.), pp. 17-8; Gandhi, An Autobiography, Part II, chapters XXIII and XXIV; Pyarelal, Mahatma Gandhi, I: The Early Phase (Ahmedabad: Navajivan Press, 1965), pp. 491-3. So as not to embarrass Mehtab's family, Gandhi did not name him in his text, referring merely to a 'friend.
41. 'The Indian Franchise, CWMG, I, pp. 266-90.
42. W. W. Hunter to M. K. Gandhi, 13 May 1896, S. N. 948, SAAA.
43. H. K. Khare to M. K. Gandhi, 11 July 1896, S. N. 743, SAAA.
44. Natal Witness, 25 December 1895; South African Times, 25 December 1895, respectively S. N. 699 and 703, SAAA.
45. NA, 11 January 1896, S. N. 715, SAAA.
46. Gandhi, An Autobiography, Part II, Chapter XXIV.

5. சுற்றித் திரியும் செயல் வீரர்

1. NA, 5 June 1896, S. N. 1004, SAAA.
2. See S. N. 1005, SAAA.
3. See S. N. 1006, SAAA.
4. Gandhi, An Autobiography, Part II, Chapter XXIV.
5. 'The Grievances of the British Indians in South Africa, CWMG, II, pp. 2-50.
6. Gandhi, An Autobiography, Part II, Chapters XXV and XXVI.
7. 'Out of pocket expenses in connection with the movement in India with regard to the grievances of the British Indian in South Africa, S. N. 1310, SAAA; also in CWMG, II, pp. 104-15.
8. Times of India, 2 September 1896, quoted in Burnett Britton, Gandhi Arrives in South Africa (Canton, Maine: Greenleaf Books, 1999), pp. 442-3.
9. 'Speech at Public Meeting, Bombay, 26 September 1896, CWMG, II, pp. 50-60.
10. See 'The Elevation of the Depressed Classes, in Speeches of Gopal Krishna Gokhale (2nd edn, Madras: G. A. Natesan, 1916), pp. 1055-6. This is Gokhale's recollection of Ranade's talk an original text of which does not exist. Ranade was a precocious critic of caste hierarchies and caste exclusivism. Throughout the 1890s, in his annual addresses to the

Indian Social Conference, he promoted inter- dining, intermarriage, the emancipation of women, and other such measures. See The Miscellaneous Writings of the Late Hon'ble Mr Justice M. G. Ranade (Bombay: The Manoranjan Press, 1915), passim.

11. For a still valuable dual biography, see Stanley Wolpert's Tilak and Gokhale: Revolution and Reform in the Making of Modern India (1961, reprint New Delhi: Oxford University Press, 1989).
12. Gandhi, An Autobiography, Part II, Chapter XXVIII.
13. Gandhi to F. S. Taleyarkhan, 18 October 1896, CWMG, II, pp. 67-8.
14. 'Out of pocket expenses', S. N. 1310, SAAA.
15. Gandhi to G. K. Gokhale, 18 October 1896, CMWG, II, p. 66.
16. Based on an analysis of the surnames in the notice, a copy of which is in the SAAA (S. N. 1213).
17. 'Speech at Meeting, Madras, CWMG, II, pp. 71-2.
18. Madras Mail, 27 October 1896.
19. 'Preface to the Second Edition of the Green Pamphlet, CWMG, II, p. 93.
20. Gandhi, An Autobiography, Part II, Chapter XXIX.
21. Gopalkrishna Gandhi, ed., A Frank Friendship: Gandhi and Bengal (Calcutta: Seagull Books, 2007), p. 4.
22. CWMG, II, p. 94; Gandhi, An Autobiography, Part III, Chapter I.
23. See letters and clippings in File No. 138, CO 179/195, NAUK.
24. NM, 19 September 1896.
25. NM, 21 September 1896.
26. Natal Witness, 6 January 1897, clipping in CO 179/197, NAUK.
27. NA, 17 September 1896, S. N. 1112, SAAA.
28. See J. T. Henderson, ed., Speeches of the Late Right Honourable Harry Escombe, P.C., M.L.A., Q.C., L.L.D (Maritzburg: Davis and Sons, 1904), p. 324.
29. NM, 27 November 1896.
30. NA, 7 December 1896, S. N. 1366, SAAA.
31. See David Arnold, 'Touching the Body: Perspectives on the Indian Plague, 1896-1900, in Ranajit Guha, ed., Subaltern Studies V (New Delhi: Oxford University Press, 1987).
32. See Annie Besant, ed., How India Wrought for Freedom: The Story of the National Congress told from Official Records (Madras: Theosophical Publishing House, 1915), pp. 246, 236-7.
33. Quoted in Britton, Gandhi Arrives in South Africa, pp. 513-14.
34. NA, 30 December 1896, S. N. 1508, SAAA.
35. See Britton, Gandhi Arrives in South Africa, pp. 526-7.
36. NM, 30 December 1897.
37. NM, 5 January 1897.

38. Times of Natal, 6 January 1897, clipping in CO 179/197, NAUK; NA, 5 January 1897, quoted in Memorial, CWMG, II, p. 151.
39. NM, 8 January 1897.
40. See Memorial, Appendix Aa, CWMG, II, p. 198.
41. See S. N. 3638, NGM.
42. Natal Witness, 11 January 1897; NA, 11 and 12 January 1897, clippings in CO 179/197, NAUK.
43. 'Interview to "The Natal Advertiser , CWMG, II, pp. 118-26.
44. Ian Morrison, Durban: A Pictorial History (Cape Town: C. Struik, 1987), pp. 76ff.
45. Cf. correspondence in Natal Government House Documents, on microfilm, Reel 6, Accession no. 2179, NMML.
46. Memorial, CWMG, II, pp. 159-60.
47. See reports in NM, 14 January 1897.
48. See Gandhi, An Autobiography, Part III, Chapter III.
49. This account of the assault on Gandhi is largely based on the extensive reports covering several pages of the newspaper printed in NM, 14 January 1897. Cf. also 'How Gandhi Got Away Disguised as a Servant, Natal Witness, 16 January 1897, S. N. 1894, SAAA. When R. C. Alexander died, ten years later, an obituarist wrote that the police chief 'had more influence over a mob, through the medium of his commanding personality, than the whole of the police force combined, and many are the instances on record where, by the display of surprising ingenuity, he hoodwinked the gatherings of angered men. (NM, 21 October 1907). The writer here may perhaps have had Alexander's ingenious hoodwinking of Gandhi's persecutors foremost in mind.
50. NM, 15 January 1897.
51. NM, 16 January 1897.
52. R. C. Alexander and Jane Alexander to M. K. Gandhi, both letters dated 22 January 1897, respectively S. N. 1938 and 1939, NGM. Ironically, in February 1896, before Gandhi left for India, he had clashed with the police superintendent in court, when Alexander insinuated that two Indian Christians the lawyer was defending had changed their faith merely to ingratiate them with the ruling race. See Charles DiSalvio, The Man Before the Mahatma: M. K. Gandhi, Attorney- at- Law (NOIDA, UP: Random House India, 2012), pp. 92-4. On behalf of the Indian community in Natal, a gold watch was presented to Alexander for being 'instrumental in saving the life of one whom we delight to love. In addition, £10 was sent 'for distribution among those of your Force who assisted on the occasion. See CWMG, II, pp. 229-30.
53. I found this previously unknown essay in a file in the records of the old India Office, where it had been marked for attention by the reforming civil servant Sir Alfred Lyall. See 'D. B., 'East Indians in South Africa, The Nation, 6 May 1897, clipping in File 2536, L/P&J/6/467, APAC/BL.

54. Quoted in NM, 16 January 1897.
55. NM, 18 February 1897, S. N. 2046, SAAA.
56. Louis Fischer, The Life of Mahatma Gandhi (first published in 1951; reprint, Mumbai: Bharatiya Vidya Bhavan, 1998), pp. 50-51.

6. வழக்கறிஞர்–விசுவாசி

1. David Dick, Who Was Who in Durban Street Names (Durban: Clerkington Publishing Co., 1998), pp. 62-3.
2. J. T. Henderson, ed., Speeches of the Late Right Honourable Harry Escombe, P.C., M.L.A., Q.C., L.L.D (Maritzburg: Davis and Sons, 1904), pp. 154-5, 291-4.
3. The text of these Acts is reproduced in CWMG, II, pp. 272-8.
4. Speeches of Harry Escombe, p. 340.
5. CWMG, II, p. 241.
6. CWMG, II, pp. 246f.
7. Petition dated 26 March 1897, CWMG, II, pp. 231-5.
8. Petition dated 2 July 1897, CWMG, II, pp. 260-72.
9. Letter written 'before September 18, 1897, in CWMG, II, pp. 284-7.
10. Naoroji to Chamberlain, 11 October 1897, copy in S. N. 2568, NGM.
11. http://en.wikisource.org/wiki/Queen_Victoria%27s_Proclamation
12. Harry Escombe to M. K. Gandhi, 20 September 1897, S. N. 2549, SAAA.
13. Paul Tichman, Gandhi Sites in Durban (Durban: Old Court House Museum, n.d.), p. 21.
14. The editors of the Collected Works of Mahatma Gandhi did not have access to these files, for during the apartheid years it was forbidden for Indians to have any dealings with the Government or people of South Africa. The files were photocopied from the Pietermaritzburg Archives by the Gandhi scholar E. S. Reddy, who then generously made them available to me. This and the next two paragraphs are based on this material.
15. Cf. S. N. 3856, SAAA.
16. The logbook, running to thirty- one pages in all, is filed as S. N. 2711, SAAA.
17. News clipping dated 27 February 1898, S. N. 2700, SAAA.
18. Francis Younghusband, South Africa of To- day (London: Macmillan and Co., 1899), pp. 228-31.
19. P. J. Mehta, M. K. Gandhi and the South African Indian Problem (Madras: G. A. Natesan and Co., 1912), p. 80. The title- page of this booklet wrongly spells the author's name as 'Metha.
20. Text of speech in Gujarati by Pranjivan Mehta, Durban, 17 October 1898, S. N. 2825, SAAA.

21. Cf. Vernon February, The Afrikaners of South Africa (London: Kegan Paul International, 1991), Chapters 1 and 2. The British annexed the Transvaal in 1877, but restored it to the Boers in 1881, on condition that Britain retained control over its foreign relations.
22. See J. Emrys Evans, 'Report on Indian Immigration into the Transvaal', 2 March 1898, in L/P&J/6/478, File 789, APAC/BL.
23. See, for an excellent overview, Bala Pillay, British Indians in the Transvaal: Trade, Politics and Imperial Relations, 1885-1906 (London: Longman, 1976), Chapters 1 and 2. Cf. also Iqbal Narain, The Politics of Racialism: A Study of the Indian Minority in South Africa down to the Gandhi Smuts Agreement (Delhi: Shiva Lal Agarwal and Co., 1962), Chapters 6 and 7.
24. I have borrowed this story from Edward Roux, Time Longer than Rope: The Black Man's Struggle for Freedom in South Africa (first published 1948; 2nd edn, Madison: University of Wisconsin Press, 1964), p. 102.
25. The judgment is reproduced in Papers Relating to the Grievances of Her Majesty's Indian Subjects in the South African Republic (London: HMSO, 1895 [C. 7911]), p. 24. This assertion of the right of 'every European nation to 'exclude alien elements which it considers to be dangerous, seems strikingly contemporary, with the rise of right-wing nativist parties across Western Europe whose platform rests on such sentiments (or prejudices).
26. Petition dated 31 December 1898, signed by 'Tayob Hajee Khan Mohammed, Hajee Habib Hajee Dadee Hajee Cassim, H. Joosw, Mohammed H. Joosw, and 27 others, in Natal Government House Records, on microfilm, Reel 2, Accession No. 2175, NMML. This petition is not in the Collected Works, but a document in the archives confirms that it was Gandhi's handiwork. Forwarding it to his boss in Cape Town, the British Agent in Pretoria said that 'they [the traders] informed me that the petition had been drawn up by Mr Gandhi (Edmund Fraser, Her Majesty's Agent in Pretoria, to High Commissioner, Cape Town, 31 December 1898, in Natal Government House Records, on microfilm, Reel 2, Accession No. 2175, NMML.)
27. For the Uitlander point of view, see Alfred Hillier, South African Studies (London: Macmillan and Co., 1900) and J. P. Fitzpatrick, The Transvaal from Within: A Private Record of Public Affairs (New York: Frederick A. Stokes, 1899); for accounts sympathetic to the Boer perspective, F. Reginald Statham, South Africa As It Is (London: T. Fisher Unwin, 1897) and F. V. Engelenburge, 'The South African Question from the Transvaal Point of View, in John Clark Ridpath and Edward S. Ellis, eds., The Story of South Africa: An Account of the Transformation of the Dark Continent by the European Powers and the Culminating Contest between Great Britain and the South African Republic in the Transvaal War (London: C. B. Burrows, 1899). Cf. also Murat Halstead, Briton and Boer in South Africa (Philadelphia: The Bell Publishing Co., 1900) and C. E. Vulliamy, Outlanders: A Study of Imperial Expansion in South Africa, 1877-

1902 (London: Jonathan Cape, 1938), Chapters 10 and 11. Two useful recent summaries of the background to the conflict are James Barber, South Africa in the Twentieth Century (Oxford: Basil Blackwell, 1999), Chapter I, 'Prelude to War: Afrikaner and British Imperial Nationalism and Hermann Gilimore, The Afrikaners: Biography of a People (Charlottesville, VA: University of Virginia Press, 2003), Chapter VIII, 'The Crucible of War. The definitive history remains Thomas Pakenham, The Boer War (first published in 1979; reprint, London: Abacus, 2007).

28. Milner, quoted in John Marlowe, Milner: Apostle of Empire (London: Hamish Hamilton, 1976), p. 47; Chamberlain, quoted in Ronald Robinson and John Gallagher, Africa and the Victorians: The Climax of Imperialism in the Dark Continent (New York: St. Martins Press, 1961), p. 455.
29. M. K. Gandhi, Satyagraha in South Africa, translated from the Gujarati by Valji Govindji Desai (2nd edn, 1950; reprint, Ahmedabad: Navjivan Press, 1972), pp. 65-6.
30. Letter of 19 October 1899, CWMG, III, pp. 134-5.
31. See S. N. 3302, NGM.
32. See M. K. Gandhi, 'Indian Ambulance Corps in Natal and 'Indian Ambulance Corps, in CWMG, III, pp. 163-9, 174-6.
33. Vere Stent, 'On the Battle-field (originally published in 1911), reprinted in Chandrashanker Shukla, ed., Gandhiji as We Know Him: By Seventeen Contributors (Bombay: Vora and Co., 1945), pp. 18-19.
34. Herbert Kitchin to M. K. Gandhi, 20 April 1900, S. N. 3444, NGM.
35. News clipping dated 16 March 1900, S. N. 3412, SAAA.
36. See Indian Opinion, 12 November 1903.
37. CWMG, I, pp. 188, 199, 233; CWMG, III, pp. 4, 44, 108, 137.
38. Gokhale, quoted in David Omissi, 'India: Some Perceptions of Race and Empire, in David Omissi and Andrew S. Thompson, eds, The Impact of the South African War (Basingstoke: Palgrave, 2002), p. 224.
39. Gandhi, An Autobiography, Part III, Chapter X.
40. Peter Warwick, Black People and the South African War, 1899-1902 (Cambridge: Cambridge University Press, 1983), pp. 110-11. See also Hulme T. Siwundhia, 'White Ideologies and Non- European Participation in the Anglo- Boer War, 1899-1902, Journal of Black Studies, 15:2 (1984).
41. Gandhi, An Autobiography, Part III, Chapter V.
42. See 'Report on the James Godfrey Case', in Natal Government House Records, on microfilm, Reel 1, Accession No. 2174, NMML.
43. Gandhi, An Autobiography, Part III, Chapter V.
44. Gandhi, An Autobiography, Part IV, Chapter X.
45. M. K. Gandhi to Revashankar Zaveri, 21 May 1901, in CWMG, III, pp. 230-31.
46. CWMG, XIII, p. 143.

47. Gandhi, 'Preface to "Srimad Rajchandra, CWMG, XXXII, pp. 9-13.
48. Gandhi, An Autobiography, Part III, Chapter XII.
49. Charles DiSalvio, The Man Before the Mahatma: M. K. Gandhi, Attorney-at-Law (NOIDA, UP: Random House India, 2012), p. 147.
50. See S. N. 3920, SAAA.
51. NA, 16 October 1901, S. N. 3919, SAAA.
52. M. K. Gandhi to Parsee Rustomjee, 18 October 1901, CWMG, III, pp. 246-7.
53. Gandhi, An Autobiography, Part III, Chapter XII. Kasturba's chastisement is here rendered in Mahadev Desai's English translation of her husband's recollections; it would, of course, originally have been offered in Gujarati.
54. Parsee Rustomjee to M. K. Gandhi, 19 October 1901, S. N. 3924, SAAA.
55. This account of Gandhi's visit to Mauritius is largely based on the news reports (in French and English) reproduced in Pahlad Ramsurrun, Mahatma Gandhi and his Impact on Mauritius (New Delhi: Sterling Publishers, 1995), pp. 120-31; supplemented by U. Bissoondoyal, Gandhi and Mauritius and Other Essays (Moka: Mahatma Gandhi Institute, 1988), pp. 6-12.
56. Annie Besant, ed., How India Wrought for Freedom: The Story of the National Congress told from Official Records (Madras: Theosophical Publishing House, 1915), pp. 333-40.
57. CWMG, III, pp. 252-5.
58. The standard biography, on which these paragraphs draw, remains B. R. Nanda, Gokhale: The Indian Moderates and the British Raj (Princeton: Princeton University Press, 1977). Also useful is Govind Talwalkar's Gopal Krishna Gokhale: His Life and Times (New Delhi: Rupa and Co., 2006).
59. Gandhi, An Autobiography, Part III, Chapter XVII.
60. Indian Mirror, 26 January 1902, quoted in Gopalkrishna Gandhi, ed., A Frank Friendship: Gandhi and Bengal (Calcutta: Seagull Books, 2007), pp. 26-9.
61. CWMG, III, pp. 255-7, 260-66.
62. Gandhi to Gokhale, 30 January 1902, CWMG, III, pp. 266-7.
63. Gandhi to Chhaganlal Gandhi, 23 January 1902, CWMG, II, p. 257.
64. Chandulal Bhagubhai Dalal, Harilal Gandhi: A Life, edited and translated from the Gujarati by Tridip Suhrud (Hyderabad: Orient Longman, 2007), pp. 4-5.
65. Pyarelal, Mahatma Gandhi, II: The Discovery of Satyagraha On the Threshold (first published in 1980; reprint, Ahmedabad: Navajivan Publishing House, 1997), pp. 399-403; CWMG, III, pp. 274-306.
66. See Arthur Percival Newton, ed., Select Documents Relating to the

Unification of South Africa (1924; reprint, London: Frank Cass, 1968), vol. I, pp. 205-8.
67. A. P. Thornton, The Imperial Idea and its Enemies: A Study in British Power (first published in 1959; 2nd edn, London: Macmillan, 1985), p. 137.
68. Gandhi to D. B. Shukla, 8 November 1902, CWMG, III, pp. 315-6.
69. See Uma Dhupelia-Mesthrie, Gandhi's Prisoner? The life of Gandhi's Son Manilal (Cape Town: Kwela Books, 2004), p. 50.
70. Gandhi, An Autobiography, Part III, Chapter XXIII.
71. Gandh to Devchand Parekh, 6 August 1902, CWMG, III, pp. 312-13.

7. பழுப்புக்கு எதிராக வெள்ளை

1. CWMG, III, p. 316.
2. W. H. Moor, Assistant Colonial Secretary, to Tayob Hadji Khan Mohomed, 6 January 1903, in Natal Government Records (on microfilm), Reel 2, Accession No. 2175, NMML.
3. CWMG, III, pp. 325-32.
4. Gandhi to Chhaganlal, 5 February 1903, CWMG, III, p. 337.
5. See Application 252, vol. 8/654, ZTPD, NASA.
6. Eric Itzkin, Gandhi's Johannesburg: Birthplace of Satyagraha (Johannesburg: Witwatersrand University Press, 2000), pp. 12-3.
7. Quoted in Geoffrey Wheatcroft, The Randlords (London: Weidenfeld and Nicolson, 1985), p. 4.
8. 'Johannesburg: A City of Unrest, originally published in the Pall Mall Gazette, reproduced in Indian Opinion, 12 May 1906.
9. Jonathan Hyslop, 'Gandhi, Mandela, and the African Modern, in Sarah Nuttall and Achille Mbembe, eds, Johannesburg: The Elusive Metropolis (Durham, North Carolina: Duke University Press, 2008), pp. 121-2. Cf. Also Nechama Brodie, ed., The Joburg Book: A Guide to the City's History, People and Places (Johannesburg: Pan Macmillan South Africa, 2008), Chapter 3, 'Foundations of the City.
10. Hannes Meiring, with G-M van der Waal and Wilhelm Grütter, Early Johannesburg: Its Building and its People (Cape Town: Human and Rousseau, 1985), pp. 36-8; Diary of the Town Clerk of Johannesburg for 1904, Reel 34, Lionel Curtis Papers (on microfilm), Bodleian Library, Oxford.
11. John Buchan, The African Colony: Studies in the Reconstuction (Edinburgh: William Blackwood and Sons, 1903), Chapter 15, 'Johannesburg.
12. See for instance, File 8593, vol. 367, CS; File 9199, vol. 377, CS; File 8491, vol. 365, CS; all in NASA.

13. Milner to Joseph Chamberlain (Secretary of State for the Colonies), 11 May 1903, in Despatch from the Governor of the Transvaal Respecting the Position of British Indians in that Colony (London: HMSO, 1903 Cd. 1684).
14. Milner to Joseph Chamberlain, 12 May 1903, in Correspondence Relating to a Proposal to Employ Indian Coolies Under Indenture on Railways in the Transvaal and the Orange River Colony (London: HMSO, 1903 Cd. 1683). On Milner's attitude to Indians, see also Cecil Headlam, ed., The Milner Papers: South Africa, 1899-1905, vol. II (London: Cassell and Company, Ltd., 1933), pp. 429-30.
15 CWMG, III, pp. 364-71.
16. Rand Daily Mail, 6 June 1903, clipping in Natal Government Records (on microfilm), Reel 3, Accession No. 2176, NMML.
17. 'Indians in the Transvaal: The Johannesburg Meeting, IO, 4 June 1903.
18. Cf. advertisement in IO, 4 June 1903.
19. Burnett Britton, Gandhi Arrives in South Africa (Canton, Maine: Greenleaf Books, 1999), pp. 232, 303: CWMG, II, p. 251 and footnote.
20. Uma Dhupelia- Mesthrie, 'From Advocacy to Mobilisation: Indian Opinion, 1903-1914, in L. Switzer, ed., South Africa's Alternative Press: Voices of Protest and Resistance, 1850-1960 (Cambridge: Cambridge University Press, 1987).
21. Isabel Hofmeyr, 'Gandhi's Printing Press: Print Cultures of the Indian Ocean, in Kris Manjapra and Sugata Bose, eds, Cosmopolitan Thought Zones (London: Palgrave Macmillan, 2010).
22. CWMG, III, pp. 376-7, 380.
23. IO, 3 June 1903.
24. Cf. Vijaya Ramaswamy, Indian Opinion: Voice of the Tamil Diaspora, in The Editor Gandhi and Indian Opinion: Seminar Papers (New Delhi: National Gandhi Museum, 2007).
25. See Surendra Bhana and James D. Hunt, eds, Gandhi's Editor: The Letters of M. H. Nazar, 1902-1903 (New Delhi: Promilla and Co., 1989), pp. 94-5, 99-100, 107-8, etc; Pyarelal, Mahatma Gandhi, III: The Birth of Satyagraha –from Petitioning to Passive Resistance (Ahmedabad: Navajivan Publishing House, 1986), pp. 74-7.
26. CWMG, III, pp. 424-7.
27. IO, 9 July 1903.
28. IO, 10 September 1903.
29. See IO, 13 August 1903.
30. To this dispassionate summary, we might juxtapose the rather more fevered language of the common-or-garden variety of colonist. In 1902, a Uitlander published a book defending the Boer treatment of Indians. This rejected the idea that as 'British subjects they deserved a sympathetic hearing. Indian traders and hawkers constituted a

'frightful danger to public health. Their removal to locations out of sight of whites was 'a most necessary sanitary reform. Warming to his theme, the colonist claimed that it was 'quite a common thing to find the coolies the majority of them fruit and vegetable hawkers not only huddled together, men, women, and children, to the number of eight or ten, or even more, in a tin shanty of perhaps less than ten feet square, with their stock-in-trade in the same room, as often as not packed under the bed, if indeed there was a bed at all, but in some cases actually sleeping on the vegetables which the following day they would be hawking around the town. See Edward B. Rose, The Truth about the Transvaal: A Record of FactsBased upon Twelve Years Residence in the Country (London: published by the author, 1902), pp. 142-4.

31. IO, 25 June 1903, in CWMG, III, pp. 417-19.
32. See letter from L. W. Ritch, published in The Theosophist, April 1897. (I am grateful to Shimon Low for this reference.)
33. Albert West, 'In the Early Days with Gandhi 1, Illustrated Weekly of India, 3 October 1965.
34. These biographical details are drawn from H. S. L. Polak, 'Who's Who? An Essay in World Consciousness, typescript written probably in the 1940s, in Mss Eur D.1238/1, APAC/BL. Cf. also 'Mr and Mrs. Polak, IO, 13 January 1906.
35. H. S. L. Polak, 'Mahatma Gandhi: Some Early Reminiscences', typescript probably from the early 1930s, in Mss Eur D.1238/1, APAC/BL.
36. Cf. Gustav Saron and Louis Hotz, eds, The Jews in South Africa: A History (Cape Town: Oxford University Press, 1955), pp. 85-6, 89.
37. See Shimon Low, 'Mahatma Gandhi and Hermann Kallenbach in South Africa, 1904-1914, MA dissertation (Faculty of Humanities, The Hebrew University of Jerusalem, April 2010), pp. 26-9, 35-40, etc. As this book goes to press, Mr Low's dissertation has been published as Soulmates: The Story of Mahatma Gandhi and Hermann Kallenbach (Hyderabad: Orient Black-Swan, 2012).
38. In 1895, when the first attempts to consign Asians to locations were made, a group of forty European merchants wrote to the government saying the Indians in Johannesburg kept 'their business places, as well as their places of residence, in a clean and proper sanitary state – in fact, as good as the Europeans'. The names appended to this letter were mostly Jewish – Schneider, Fogelman, Behrens, Friedman, etc. See correspondence in File 3681, L/P&J/6/783, APAC/BL.
39. Cf. File 402, L/P&J/6/628, APAC/BL.
40. The letters of Bhownaggree, Lyttelton, Lawley and Milner are printed in Correspondence Relating to the Position of British Indians in the Transvaal (in Continuation of Cd. 1684) (London: HMSO, 1904). Despite his manifest prejudice against Indians, Alfred Lawley was, shortly afterwards, appointed Governor of the Madras Presidency.
41. For details, see John Mcleod, '"gIndian Tory": A Biography of Sir

Mancherjee Merwanjee Bhownaggree' (book manuscript in preparation), Chapter 12.
42. See Daily Graphic, 5 August 1904, S. N. 4201, SAAA. Bhownaggree was answered in the same columns by the president of the Amalgamated Chambers of Commerce of the Transvaal, who accused Indian merchants of 'unfair competition, claiming 'the encroachments they had made were already so large that, if left unchecked, they 'could only ultimately result in South Africa becoming an Asiatic country. The white trader was answered in turn by an Indian student from London University, who noted that in Bombay, Europeans and Indians lived and traded side by side, because 'the English traders do not want their 25 to 30 per cent on their capital, as the traders and capitalists in South Africa do. See letters by H. R. Abercrombie and S. B. Gadgil, Daily Graphic, 16 and 24 September 1904, clippings in Mss Eur. F 111/258, APAC/BL.
43. CWMG, IV, pp. 49-50, 112-13.
44. CWMG, IV, pp. 149-51.
45. West, 'In the Early Days with Gandhi 1; IO, 30 April 1904.
46. Keith Brown, Johannesburg: The Making and Shaping of the City (Pretoria: University of South Africa Press, 2004), pp. 75-8.
47. CWMG, IV, pp. 183-4, 203-5.
48. Note of a meeting held on 26 February 1904, in Natal Government Records (on microfilm), Reel 3, Accession No. 2176, NMML.
49. See IO, 27 May 1905.
50. Reports in IO, 28 May, 4 June and 13 August 1904.
51. 'National Convention re Asiatic Question held at the Opera House, Pretoria, Thursday, 10 November 1904: Verbatim Record of Proceedings', in Natal Government Records (on microfilm), Reel 3, Accession No. 2176, NMML.
52. Governor of the Transvaal to Secretary of State for the Colonies, letters of 13 May and 13 July 1904, in ibid.
53. M. K. Gandhi to Private Secretary to Lord Milner, High Commissioner and Governor of the Transvaal, 3 September 1904, in Natal Government Records (on microfilm), Reel 3, Accession No. 2176, NMML. (This letter is not in CWMG.)
54. Cf. Arthur Percival Newton, ed., Select Documents Relating to the Unification of South Africa (1924; reprint, London: Frank Cass, 1968), vol. II, pp.1-2.
55. Letter of 3 October 1904, CWMG, IV, pp. 272-3.
56. Emily Hobhouse, quoted in Adam Hochschild, To End All Wars: A Story of Loyalty and Rebellion, 1914-1918 (Boston: Houghton Mifflin Harcourt, 2011), p. 34.
57. Saul Dubow, 'How British Was the British World? The Case of South Africa, Journal of Imperial and Commonwealth History, 37:1 (2009), p.

13.
58. John Ruskin, 'Unto This Last: Four Essays on the First Principles of Political Economy, edited and introduced by Lloyd J. Hubenka (first published 1860; this edition, Lincoln: University of Nebraska Press, 1967).
59. Gandhi, An Autobiography, Part IV, Chapter XVIII. Cf. also M. L. Dantwala, 'Gandhiji and Ruskin's Unto This Last, Economic and Political Weekly, 4 November 1995.
60. CWMG, IV, pp. 319-21.
61. West, 'In the Early Days with Gandhi – 1'.
62. Letter of 13 January 1905, CWMG, IV, pp. 332-3.
63. Sir William Wedderburn to Colonial Office, 13 January 1899, in Natal Government House Records, Reel 2 (Accession No. 2175), NMML.
64. 'Notes taken at interview with Sir Denzil Ibbetson on the 5 February 1903', in Natal Government House Records, Reel 1 (Accession No. 2174), NMML.
65. Note dated 23 May 1904, in Mss. Eur. F 111/258, APAC/BL.

8. பன்மைவாதியும் தூய்மைவாதியும்

1. Eric Itzkin, Gandhi's Johannesburg: Birthplace of Satyagraha (Johannesburg: Witwatersrand University Press, 2000), pp. 61-3.
2. H. S. L. Polak, 'Early Years (1869-1914), in H. S. L. Polak, H. N. Brailsford and Lord Pethick-Lawrence, Mahatma Gandhi (London: Oldhams Press Limited, 1949), p. 49.
3. Ramadas Gandhi, Sansmaran , translated from Gujarati to Hindi by Shankar Joshi (Ahmedabad: Navajivan Press, 1970), pp. 12-13, 47-8.
4. See IO, 7 January and 13 May 1905.
5. Reports in IO, 22 and 29 April 1905.
6. Reports in IO, 7 January and 18 February 1905.
7. Reports in IO, 27 May, 3 June, 5 August and 2 September 1905.
8. CWMG, V, pp. 5, 27-8, 50-52, 56-7, 61-2.
9. CWMG, IV, p. 441; V, pp. 65-8.
10. CWMG, V, p. 55; IV, p. 347.
11. This account of Gandhi's lectures and their aftermath draws on CWMG, IV, pp. 368-70, 375-7, 405-9, 430-1, 454, 458-9, 468-9; V, pp. 42, 49-50; and on letters in the Gujarati section of Indian Opinion, issues of 20 May, 3 and 17 June 1905.
12. IO, issues of 4 and 11 November 1905, CWMG, V, pp. 121-2, 131-2.
13. Gandhi to Revashankar Jhaveri, 18 July 1905, in CWMG, V, p. 21.
14. See Chandulal Bhagubhai Dalal, Harilal Gandhi: A Life, edited and translated

from the Gujarati by Tridip Suhrud (Hyderabad: Orient Longman, 2007), pp. 6-7.
15. Gandhi to Chhaganlal, 27 September 1905, CWMG, V, p. 78.
16. Millie Graham Polak, Mr Gandhi: The Man (London: George Allen and Unwin, 1931), pp. 17-18.
17. Gandhi to Millie Graham, 3 July 1905, CWMG, XCVI, pp. 1-2.
18. Gandhi, An Autobiography, Part IV, Chapter XXII.
19. Millie Polak, Mr Gandhi, pp. 21-7, 29-35, 43-5, 62-3.
20. H. S. L. Polak, eMahatma Gandhi: Some Early Reminscences f, typescript probably from the early 1930s, in Mss Eur D.1238/1, APAC/BL.
21. Millie Polak, Mr Gandhi, pp. 25-6.
22. Report in IO, 27 January 1906.
23. Editorial in IO, 16 June 1906.
24. Cf. Isaac Deutscher, 'The Non- Jewish Jew (based on a lecture to the World Jewish Congress, February 1958), in Deutscher, The Non- Jewish Jew and Other Essays (1968; reprint, London: Merlin Press, 1981).
25. See Richard Mendelsohn, Sammy Marks: 'The Uncrowned King of the Transvaal (Cape Town: David Philip, 1991), especially Chapter 11.
26. Gandhi to Kallenbach, undated, c. 1904-5, handwritten, in KP. This letter is not in CWMG.
27. See Prabhudas Gandhi, My Childhood with Gandhiji (Ahmedabad: Navajivan Publishing House, 1957), pp. 59-60.
28. IO, 24 March 1906, CWMG, V, p 243. On Gandhi's friendship with Dr Abdurahman, see also Gavin Lewis, Between the Wire and the Wall: A History of South African 'Coloured Politics (New York: St. Martin's Press, 1987), pp. 54, 63, 78, etc.; and James D. Hunt, 'Gandhi and the Black People of South Africa, Gandhi Marg, April June 1989.
29. Joseph J. Doke, M. K. Gandhi: An Indian Patriot in South Africa (London: The London Indian Chronicle, 1909), pp. 1-2. For more on Doke, see Chapters 11 to 14 below.
30. J. H. Balfour Browne, South Africa: A Glance at Current Conditions and Politics (London: Longmans, Green and Co., 1905), pp. 200-202.
31. See Saul Dubow, 'Colonial Nationalism, the Milner Kindergarten, and the Rise of "South Africanism, 1902-10, History Workshop Journal, 43 (Spring 1997).
32. Letter of 21 September 1905, A Proceedings, no. 11, April 1906, Department of Commerce and Industry (Emigration), NAI.
33. Letter of 21 May 1906, ibid., no. 3, May 1906.
34. CWMG, V, pp. 142-52, 236-8.
35. See reports in IO, 3 March, 17 March, 26 May and 9 June 1906; Charles DiSalvio, The Man Before the Mahatma: M. K. Gandhi, Attorney- at-Law (NOIDA, UP: Random House India, 2012), pp. 209-13.

36. Montford Chamney, 'Mahatma Ghandi [sic] in the Transvaal, typescript dated c.1935, Mss Eur. C. 859, APAC/BL, pp. 6, 16-17.
37. Gandhi to M. Chamney, letters of 9 March, 9 April and 19 May 1906 (not in CWMG); Chamney to Assistant Colonial Secretary, 9 April 1906, all in Natal Government Records (on microfilm), Reel 3, Accession No. 2176, NMML.
38. See Shula Marks, Reluctant Rebellion: The 1906-8 Disturbances in Natal (Oxford: Clarendon Press, 1970), Part IV.
39. IO, 28 April 1906.
40. IO, 16 and 23 June 1906.
41. CWMG, V, pp. 281-2, 348, 368-74.
42. Edward Roux, Time Longer than Rope: The Black Man's Struggle for Freedom in South Africa (first published 1948; 2nd edn, Madison: University of Wisconsin Press, 1964), pp. 96, 104.
43. Padmanabh S. Jaini, The Jaina Path of Purification (Berkeley: University of California Press, 1979), pp. 175-6, 183.
44. Quoted in James Laidlaw, Riches and Renunciation: Religion, Economy, and Society among the Jains (Oxford: Clarendon Press, 1995), p. 237.
45. Gandhi, 'Preface to "Srimad Rajchandra , CWMG, XXXII, p. 6.
46. Cf. Gail Hinich Sutherland, Nonviolence, Comsumption and Community among Ancient Indian Ascetics (Shimla: Indian Institute of Advanced Study, 1997), pp. 6-7 and passim.
47. Gandhi, An Autobiography, Part III, Chapters VII and VIII.
48. 'The First Step, in The Complete Works of Count Tolstoy, vol. XIX, translated and edited by Leo Wiener (Boston: Dana Estes and Company, 1905), pp. 391-2 and passim.

9. டிரான்ஸ்வாலில் பிரச்னை

1. Eric Itzkin, Gandhi's Johannesburg: Birthplace of Satyagraha (Johannesburg: Witwatersrand University Press, 2000), pp. 68-9.
2. Millie Graham Polak, 'My South African Days with Gandhiji, Indian Review, October 1964.
3. Unlike in early modern Europe, wealthy Indian merchants were not often patrons of the arts or of artists. The patronage of art and music was more characteristic of Kshatriya and Muslim nobles; besides, Banias did not want to draw attention to great wealth if they had it. A third, enduring, Gandhi characteristic may also be a residue of his Bania upbringing – an indifference to, and a lack of ability in, modern sports such as cricket, football, and tennis.
4. These paragraphs on Gandhi's life with the Polaks in Johannesburg in 1906 are based on Millie Graham Polak, Mr Gandhi: The Man (London: George Allen and Unwin, 1931), pp. 70-87.

5. The letter is reproduced in Chandulal Bhagubhai Dalal, *Harilal Gandhi: A Life*, edited and translated from the Gujarati by Tridip Suhrud (Hyderabad: Orient Longman, 2007), pp. 225-6.
6. Chanchal was also known as eGulab f. Many girls in Saurashtra carried two names, one given by the mother fs family, the other by the father fs family. In this book however I have referred to her as eChanchal f throughout, or by its diminutive, eChanchi f, by which she was also known.
7. Gandhi to Laxmidas, 27 May 1906, CWMG, V, p. 334-5.
8. Gandhi to Chamney, 13 August 1906, in File E 26/8, vol. 215, 'ND, NASA. This letter is not in CWMG.
9. Chamney to Gandhi, 15 September 1906; Gandhi to Chamney, 17 September 1906 (not in CWMG), both in File E 26/8, vol. 215, 'ND, NASA.
10. Letter of 27 September, in CWMG, V, pp. 408-9.
11. Bala Pillay, *British Indians in the Transvaal: Trade, Politics and Imperial Relations, 1885-1906* (London: Longman, 1976), pp. 210-12.
12. Statement to the press, 4 August 1906, in Natal Government Records (on microfilm), Reel 2, Accession No. 2175, NMML.
13. See Deborah Lavin, *From Empire to Commonwealth: A Biography of Lionel Curtis* (Oxford: Clarendon Press, 1995), pp. 59-60.
14. Lionel Curtis, quoted in Keith Breckenridge, 'Gandhi's Progressive Disillusionment: Thumbs, Fingers, and the Rejection of Scientific Modernism in Hind Swaraj, *Public Culture*, 23:2 (2011), p. 339.
15. See Lionel Curtis, *With Milner in South Africa* (Oxford: Basil Blackwell, 1951), p. 348. Curtis probably meant Trinidad or Guyana rather than Jamaica. In a book published in 1908, he outlined his larger vision for South Africa: The present population of white to coloured is one to six; and how far the future population is to be drawn from the higher and how far from the lower races of mankind is the issue which hangs on the native problem of to- day. The answer depends upon whether South Africa accommodates her industrial system to the habits of the whites or to those of the coloured races. If the system is one in which the lower races thrive better than the higher, the coloured element will grow at the expense of the European. South Africa will then sink to the level of States such as those of central and southern America republics in name and not seldom tyrannies in fact, unequal to the task of their own internal government and too weak to exert an influence on the world's affairs. If, on the other hand, the scheme of society offers the white population, instead of the coloured population, to be built up from outside as well as from its own natural increase, so that in the course of years the one gains upon the other, this country will gradually assume its place beside England, the United States, Canada, or Australia, as one of the powers of the world and share in the direction of its future.

To achieve this ideal, said Curtis, the 'promotion and control of immigration is a matter of supreme importance. The Asiatic Ordinance was therefore a natural outcome of this view of the world and of South Africa in particular. See Anon., The Government of South Africa (2 vols) (South Africa: Central News Agency, Ltd., 1908), vol. 1, pp. 156-8. Although without an author (or place of publication), the All Souls copy of this book has 'by L. G. Curtis written on it in pencil on the title page. It appears the book was compiled and edited by Curtis on the basis of reports on different subjects written by others, which he then wove into a single, coherent narrative.

16. CWMG, V, pp. 400-405, 409-12.
17. Gregorowski to Gandhi 6 September 1906, quoted in Pyarelal, Mahatma Gandhi, III: The Birth of Satyagraha from Petitioning to Passive Resistance (Ahmedabad: Navajivan Publishing House, 1986) pp. 4923.
18. Quoted in IO, 22 September 1906.
19. This account of the 11 September meeting is based on reports in IO, 15 and 22 September 1906; in CWMG, V, pp. 419-23, 439-43; and in NM, 12 September 1906.
20. Charles DiSalvio has pointed out that the first time Gandhi advocated the courting of arrest was in fact in January 1904, when, in an editorial in Indian Opinion, he wrote that merchants seeking permanent licences 'must make respectful representations to the Government, but if these failed, should trade without a licence, refuse to pay a fine for doing so, and go to jail. (See Charles DiSalvio, The Man Before the Mahatma: M. K. Gandhi, Attorney- at- Law (NOIDA, UP: Random House India, 2012), pp. 195-6.) That early suggestion was then set aside for more than two years, in which time many respectful representations were made to Government. The proposal hesitantly offered in print in January 1904 was now, in September 1906, ringingly endorsed in a mass meeeting of several thousand Indians.
21. James D. Hunt, Gandhi and the Non- Conformists: Encounters in South Africa (New Delhi: Promilla and Co., 1986), Chapters 3 and 4.
22. Cf. J. G. James, 'The Ethics of Passive Resistance, International Journal of Ethics, 14:3 (1904).
23. IO, 6 October 1906, CWMG, V, p. 461.
24. See Howard Spodek, 'On the Origins of Gandhi's Political Methodology: The Heritage of Kathiawad and Gujarat, Journal of Asian Studies, 30:2 (1971). It was not merely in Kathiawar that these methods of protest were used. In the early nineteenth century, when the British took over the holy city of Banaras, they imposed a new house tax on its residents. This led to a popular outcry, with petitions being sent to Government urging that there were too many taxes already, and that with the stagnation in trade the residents of Benares could not bear another one. A magistrate reported that 'the people are extremely clamorous; they have shut up their shops, abandoned their usual occupations, and assemble in

multitudes with a view to extort from me an immediate compliance with their demands, and to prevail with me to direct the Collector to withdraw the assessors. The resisters in Banaras called a mass assembly, sending emissaries to hamlets and localities for volunteers. In the event, some 20,000 people sat on protest, demanding that the tax be withdrawn. 'At present open violence does not seem their aim, wrote the Collector of Benares to his superior, 'they seem rather to vaunt their security in being unarmed in that a military force would not use deadly weapons against such inoffensive foes. And in this confidence they collect and increase, knowing that the civil power can not disperse them, and thinking that the military will not. See Dharampal, Civil Disobedience and Indian Tradition: With Some Early Nineteenth Century Documents (Varanasi: Sarva Seva Sangh Prakashan, 1971). Other pre- modern forms of customary rebellion that in some ways anticipate Gandhian satyagraha are also discussed in Ramachandra Guha, The Unquiet Woods: Ecological Change and Peasant Resistance in the Himalaya (first published in 1989; 3rd edn, Ranikhet: Permanent Black, 2010), Chapter IV.

25. Chinese Consul- General to Governor of the Transvaal, 13 September 1906, in Natal Government Records (on microfilm), Reel 3, Accession No. 2176, NMML.
26. Letter of 17 September 1906, copy in Natal Government Records (on microfilm), Reel 2, Accession No. 2175, NMML.

10. லண்டனில் ஒரு லாபியிஸ்ட்

1. 'Hajee Ojeer Ally, IO, 6 October 1906, in CWMG, V, pp. 459-60.
2. H. S. L. Polak, 'Passive Resistance Movement in South Africa, typescript composed c. 1908-12, Mss. Afr. R. 125, Rhodes House Library, Oxford, pp. 221-4.
3. CWMG, VI, pp. 1-3.
4. Letter of 26 October 1906, in CWMG, VI, pp. 17-20.
5. Letter of 26 October 1906, in CWMG, VI, pp. 21-2.
6. Cf. James D. Hunt, Gandhi in London (revised edn, New Delhi: Promilla and Co, 1993), p. 62.
7. Letter of 21 September 1906, in Natal Government Records (on microfilm), Reel 3, Accession No. 2176, NMML.
8. ePetition of British Subjects, Natives of India, resident in the Transvaal and elsewhere f, in Natal Government Records (on microfilm), Reel 3, Accession No. 2176, NMML.
9. Letter in the Rand Daily Mail, 28 March 1904, reproduced in Correspondence Relating to the Position of British Indians in the Transvaal (in Continuation of Cd. 1684) (London: HMSO, 1904).
10. See correspondence in File 15/12/1906, vol. 951, GOV, NASA.

11. See correspondence in File GEN 1031/06, vol. 203, GOV, NASA.
12. Telegram dated 21 November 1906, in Correspondence Relating to Legislation Affecting Asiatics in the Transvaal (Cd. 3308 in Continuation of Cd. 3251) (London: HMSO, 1907).
13. See eLost Hospitals of London: Lady Margaret Hospital f, http://ezitis.myzen.co.uk/ladymargaret.html (accessed 12 October 2011).
14. Letters to Dr J. Oldfield, 26 and 27 October 1906; letters to H. O. Ally, 26 and 27 October 1906, in CWMG, VI, pp. 23, 26, 32-3, 33-4.
15. See Indulal Yajnik, Shyamaji Krishnavarma: Life and Times of an Indian Revolutionary (Bombay: Lakshmi Publications, 1950); Harald Fischer-Tine, 'Indian Nationalism and the "World Forces: Transnational and Diasporic Dimensions of the Indian Freedom Movement on the Eve of the First World War, Journal of Global History, 2:3 (2007).
16. Letter to J. H. L. Polak, 30 October 1906, CWMG, VI, pp. 40-41.
17. IO, 1 December 1906, CWMG, VI, pp. 83-4.
18. Letter of 3 November 1906, CWMG, VI, pp. 78-80.
19. Sir Lepel may have been influenced by M. M. Bhownaggree's view (as expressed in the House of Commons in June 1905) that 'the real opposition to Indians in South Africa 'did not proceed from British colonists from the better class, but was mainly led by a low class of aliens, Polish Jews and such like, who were permitted rights and liberties denied to the Indian subjects of the Crown. In quoting this speech, John Mcleod (in his forthcoming book Indian Tory) notes that the Parsee politician saw world history as a great struggle between Aryans (among whom he included Indians) and Semites (especially Jews), hence this interpretation, certainly a mistaken one, with no credence in fact or in any materials Gandhi might have sent Bhownaggree from South Africa.
20. The proceedings of the meeting, from which this account draws, are reproduced in CWMG, VI, pp. 113-26.
21. Letter of 9 November 1906, CWMG, VI, p. 133.
22. Secretary of State for the Colonies to the Governor of the Transvaal, 29 November 1906, in Correspondence Relating to Legislation Affecting Asiatics.
23. The Times, 10 November 1906.
24. Letter of 16 November 1906, in CWMG, VI, pp. 168-9.
25. George Birdwood to M. K. Gandhi, 3 November 1906, S. N. 449, SAAA.
26. See File 827, L/P&J/6/752, APAC/BL.
27. CWMG, VI, pp. 224-6.
28. As reported in IO, 29 December 1906, CWMG, VI, pp. 257-60.
29. Letter of 27 November 1906, CWMG, VI, p. 237.
30. See report of meeting in IO, 29 December 1906.
31. CWMG, VI, pp. 244-6.

32. Letter dated 3 December 1906, A Progs No. 4, May 1907, in Department of Commerce and Industry (Emigration), NAI.
33. Governor of Transvaal to Secretary of State for the Colonies, 14 January 1907, in Correspondence Relating to Legislation Affecting Asiatics.
34. See L. E. Neame, The Asiatic Danger to the Colonies (London: George Routledge and Sons, 1907), pp. 4-6, 31-3, 53-4, 89-90, etc. Neame's book drew on a series of articles previously published by him in the Rand Daily Mail, here revised and rewritten for a British audience.
35. 'A Book and its Misnomer: A Review, IO, 11, 18, 25 May and 1 June 1907.

11. ஒத்திசைவிலிருந்து மோதலுக்கு

1. IO, 29 December 1906.
2. IO, 5 January 1907.
3. See A Proceedings, no. 14, December 1907, in Department of Commerce and Industry (Emigration), NAI; CWMG, VI, pp. 253f.
4. Memorandum by Ministers of the Natal Government, dated 19 February 1907, in Natal Government Records (on microfilm), Reel 1, Accession No. 2174, NMML.
5. See File 2726, L/P&J/883, APAC/BL; Vishnu Padayachee and Robert Morrell, 'Indian Merchants and Dukawallahs in the Natal Economy, c. 1875-1914, Journal of Southern African Studies, 17:1 (1991).
6. Cape Times, 6 November 1907, File 4238, L/P&J/6/839, APAC/BL.
7. Report of the Select Committee on Asiatic Grievances (Cape Town: Government Printers, 1908), in File 4490, L/P&J/6/907, APAC/BL.
8. IO, issues of 26 January and 2 February 1907, CWMG, VI, pp. 291-5, 308-9.
9. Letter of 28 January 1907, CWMG, VI, pp. 301-2.
10. CWMG, VI, pp. 320-21.
11. Gandhi to Chhaganlal, 24 April 1907, copy in Gandhi– Polak Papers, vol. I, Manuscript Section, NAI.
12. Harold Spender, General Botha: The Career and the Man (London: Constable and Company, 1916), pp. 22, 166-7, 178-80, etc.
13. Letter of 1 April, in Further Correspondence Relating to Legislation Affecting Asiatics in the Transvaal (Cd. 3887 in continuation of Cd. 3308) (London: HMSO, 1908).
14. CWMG, VI, pp. 381-2, 394-408.
15. IO, 20 April 1907. Cf. also Karen L. Harris, 'Gandhi, the Chinese and Passive Resistance, in Judith M. Brown and Martin Prozesky, eds, Gandhi and South Africa (Pietermaritzburg: University of Natal Press, 1996).
16. See File 2659, L/P&J/6/823, APAC/BL.

17. See petitions to Colonial Office and India Office by Joseph Royeppen, 24 April 1907, in File 1338/L/P&J/6/809, APAC/BL.
18. The paragraphs that follow draw largely on the standard (and still unsurpassed) biography by W. K. Hancock: Smuts, I: The Sanguine Years, 1870-1919 (Cambridge: Cambridge University Press, 1962).
19. Emily Hobhouse to Smuts, 29 May 1904, in W. K. Hancock and Jean van der Poel, eds, Selections from the Smuts Papers, II: June 1902 May 1910 (Cambridge: Cambridge University Press, 1966), p. 253 (emphasis in original).
20. See ibid., pp. 25–6, 64–5, 116, 125–6.
21. CWMG, VI, pp. 416-17, 423-7.
22. Letter written 'about April 20, 1907, CWMG, VI, pp. 423-7.
23. IO, 27 April 1907, CWMG, pp. 439-43.
24. IO, 11 May 1907.
25. CWMG, VI, pp. 480-81, 486; VII, pp. 6-7, 121-3.
26. See IO, issues of 18 and 25 May, 1 June 1907.
27. Letter of 5 May 1907, in Further Correspondence Relating to Legislation Affecting Asiatics.
28. CWMG, VII, p. 56.
29. Rand Daily Mail, 2 July 1907, CWMG, VII, p. 67.
30. Rand Daily Mail, 9 July 1907, CWMG, VII, p. 87.
31. Rand Daily Mail, quoted in IO, 6 July 1907.
32. IO, 6 July 1907.
33. CWMG, VII, pp. 89, 97, 98, 117.
34. 'A Serio-Comedy, IO, 20 July 1907.
35. CWMG, VII, pp. 113-44.
36. IO, 27 July 1907, CWMG, VII, pp. 128f.
37. IO, 3 August 1907, CWMG, VII, pp. 134-6.
38. IO, 27 July 1907, CWMG, pp. 123-4.
39. Reports in IO, 3 and 10 August 1907.
40. Cf. correspondence in CWMG, VII, pp. 147-9, 162.
41. Reports from the Star and the Rand Daily Mail in IO, 17 September 1907.
42. CWMG, VII, pp. 152, 154, 164.
43. Quoted in IO, 24 August 1907.
44. CWMG, VII, pp. 170-71, 180-84, 492-6.
45. See IO, 8 June 1906.
46. 'Johannesburg Jottings, IO, 17 August 1908.
47. IO, 7 and 21 September 1907.
48. I am grateful to the Gandhi scholar Anil Nauriya for working out the

origins of this penname. If Polak's initials, 'HSL, are said very fast, they sound like 'A. Chessell, while piquet is French for 'pole.

49. IO, 24 September 1907.
50. CWMG, pp. 211, 217-18, 228-30.
51. Polak to P. Kodanda Rao, 9 April 1948, in Kodanda Rao Papers, NMML.
52. John Cordes to M. K. Gandhi, 3 June 1907, KP.
53. This description of Phoenix, c. 1906-7, draws on Millie Graham Polak, Mr Gandhi: The Man (London: George Allen and Unwin, 1931), pp. 47-50, 56-7; and Prabhudas Gandhi, My Childhood with Gandhiji (Ahmedabad: Navajivan Publishing House, 1957), pp. 37–9.
54. Cordes to Gandhi, 9 July 1907, KP.
55. Gandhi to Cordes, 12 July 1907, KP.
56. Gandhi to Cordes, letters of 12 and 13 July 1907, KP. None of the Gandhi letters quoted in this section are in CWMG.
57. Gandhi to Cordes, letters of 17 July and 16 August 1907, KP.
58. Gandhi to Cordes, 12 October 1907, KP.
59. Polak to Cordes, 20 November 1907, KP. Ibsen was of course the great Norwegian playwright. I am unable to trace who Dr Staubman was.

12. சிறைச்சாலைக்கு

1. 'Pickets's Duty, IO, CWMG, VII, pp. 255, 258.
2. IO, 12 October 1907, CWMG, VII, p. 285.
3. IO, 19 October 1907, CWMG, VII, pp. 295-6, 316.
4. See CWMG, VII, pp. 320-21.
5. IO, 9 November 1907.
6. Cf. Monica Barlow, eThe Clouded Face of Truth: A Review of the South African Newspaper Press Approaching Union f, unpublished Ph.D. Thesis (Department of History, Bristol University, 1988), p. 172.
7. See Indulal Yajnik, Shyamaji Krishnavarma: Life and Times of an Indian Revolutionary (Bombay: Lakshmi Publications, 1950), pp. 241f.
8. Essop Mia (M. K. Gandhi) to Rash Behari Ghosh, 4 November 1907, CWMG, VII, pp. 332-4.
9. This account of the Ram Sundar Pundit case is based on newspaper clippings in Natal Government Records (on microfilm), Reel 4, Accession No. 2177, NMML; CWMG, VII, pp. 33-6, 365-8, 380-81.
10. Letter of 22 November, CWMG, VII, p. 376.
11. Letter of 11 November 1907, in Further Correspondence Relating to Legislation Affecting Asiatics in the Transvaal (Cd. 3887 in continuation of Cd. 3308) (London: HMSO, 1908).

12. See CWMG, VII, pp. 409-11, 422, 446.
13. CWMG, VII, pp. 416-18.
14. Selborne to Smuts, 30 November 1907; Smuts to Selborne, 6 December 1907, in Box 62, Selborne Papers, Bodleian Library, Oxford.
15. Smuts to J. X. Merriman, 8 January 1908, in W. K. Hancock and Jean van der Poel, eds, Selections from the Smuts Papers, II: June 1902 May 1910 (Cambridge: Cambridge University Press, 1966), p. 373.
16. Report in NM, 3 December 1907.
17. Gandhi to Cordes, 3 December 1907, KP. (This letter is not in CWMG.)
18. The Friend, excerpted in IO, 23 November 1907.
19. See IO, 7 December 1907.
20. CWMG, VII, pp. 429-30, 439-40, 443.
21. CWMG, VII, p. 449.
22. News reports in CWMG, VII, pp. 463-8.
23. IO, 4 January 1908, CWMG, VII, p. 473.
24. NM, 31 December 1907.
25. Telegrams dated 27 December 1907 and 7 January 1908, in Natal Government Records (on microfilm), Reel 4, Accession No. 2177, NMML.
26. William Cursons, Joseph Doke: The Missionary-Hearted (Johannesburg: The Christian Literature Depot, 1929), pp. 35-6, 141, etc.
27. This sketch, signed eJ. J. D. f, is in the J. J. Doke Papers.
28. See George Paxton, Gandhi's South African Secretary: Sonja Schlesin (Glasgow: Pax Books, 2006), pp. 3-4.
29. Gandhi to Richard B. Gregg, 29 May 1927, CWMG, XXXIII, p. 396.
30. Joseph J. Doke, M. K. Gandhi: An Indian Patriot in South Africa (London: The London Indian Chronicle, 1909), pp. 5-6, 9.
31. See CWMG, VIII, pp. 24-5.
32. CWMG, VIII, pp. 8-9, 13-17, 19.
33. IO, 11 January 1908, CWMG, pp. 22-3.
34. CWMG, VIII, pp. 33-8.
35. Cf. Eric Itzkin, Gandhi's Johannesburg: Birthplace of Satyagraha (Johannesburg: Witwatersrand University Press, 2000), pp. 30-33.
36. Letter to editor from 'Pro Bono Publico, NM, 20 November 1907.
37. NM, 7 January 1908.
38. See NM, 7 and 14 January 1908; IO, 28 September 1907.
39. NM, 13 January 1908, IO, 18 January 1908.
40. IO, 18 January 1908.
41. Excerpts from an article entitled 'Courage in Ilanga lase Natal, reproduced in NM, 13 January 1908.

13. ஜோஹானஸ்பர்க்கில் ஒரு டால்ஸ்டாயர்

1. This account is based on six articles on his jail experiences that Gandhi later published in Indian Opinion, reproduced in CWMG, VIII, pp. 119-20, 134-6, 139-43, 145-7, 152-6, 158-62.
2. As reported in the Transvaal Leader, 13 and 15 January 1908.
3. Letter to the editor, dated 14 January, Transvaal Leader, 16 January 1908.\
4. 'Passive Resistance and the Native Mind: A Remarkable Article, Transvaal Leader, 28 January 1908.
5. 'General Smuts Apologia, IO, 15 February 1908.
6. Viceroy to Secretary of State for India, 30 January 1908, in Further Correspondence Relating to Legislation Affecting Asiatics in the Transvaal (Cd. 4327 in continuation of Cd. 3892) (London: HMSO, 1908).
7. Telegram dated 26 January 1908, copy in File No. 5, Servants of India Society Papers, NMML.
8. Merriman to Smuts, 13 January 1908, in W. K. Hancock and Jean van der Poel, eds, Selections from the Smuts Papers, II: June 1902 May 1910 (Cambridge: Cambridge University Press, 1966), pp. 394-6.
9. CWMG, VIII, pp. 40-42, 161, 517.
10. Gandhi to John Cordes, 7 February 1908, in KP. (This letter is not in CWMG.)
11. Rand Daily Mail, 31 January 1908, in CWMG, VIII, pp. 42-3.
12. Undated news clipping entitled eAt Mr Gandhi fs Office f, in J. J. Doke Papers.
13. Letter of 31 January 1908, CWMG, VIII, pp. 49-51.
14. IO, 8 February 1908, CWMG, VIII, 59-60.
15. NM, 4 February 1908.
16. NM, 11 February 1908.
17. Cf. report in IO, 15 February 1908.
18. Olive C. Doke, eMr Gandhi in South Africa f, C. M. Doke Papers.
19. See 'My Reward, IO, 22 February 1908, in CWMG, VIII, pp. 93-7.
20. IO, 22 February 1908.
21. Cf. Gandhi to Olive Doke, 3 April 1908, Doke Papers, UNISA (this letter is not in the CWMG).
22. 'Letter to Friends, dated 10 February 1908, CWMG, VIII, pp. 75-6.
23. eMeeting of Punjabis f, undated news clipping in J. J. Doke Papers.
24. 'A Denial, letter in the Transvaal Leader, 15 February 1908, signed by Emam A. K. Bawazeer, M. P. Fancy, Essop Ismail Mia, Syed Mustafa, Allibhai Akooji and M. E. Nagdee.
25. Star, 13 February 1908.

26. Reports in NM, 13 February 1908.
27. CWMG, VIII, pp. 76-86.
28. See reports in IO, 22 and 29 February 1908.
29. 'A Disorderly Meeting, IO, 7 March 1908.
30. CWMG, VIII, p. 132.
31. CWMG, VIII, pp. 148-50, 162-3.
32. See IO, 18 April 1908.
33. Gandhi to Chamney, letters of 12 and 13 March 1908, in File E 8979, vol. 480, IND, NASA (these letters are not in CWMG).
34. NM, 6 May 1908. On the other hand, the more hardline Natal Advertiser (in its issue of the same date) supported the Bills, arguing that the interests of the ruling race required the 'elimination, or restriction to the narrowest possible limits, of the Asiatic, on the simple and sufficient ground that there is no room for him.
35. CWMG, VIII, pp. 214-15, 221-2.
36. Gandhi to E. F. C. Lane, 14 May 1908, in CWMG, VIII, p. 231. (Lane was a senior official in the Colonial Department, working closely with Smuts.)
37. Gandhi to Smuts, 21 May 1908, CWMG, VIII, pp. 253-4.
38. E. F. C. Lane to Gandhi, letters of 15 and 22 May 1908, in Natal Government Records (on microfilm), Reel 4, Accession No. 2177, NMML; IO, 30 May 1908.
39. CWMG, VIII, pp. 261-7.
40. For details on the Smuts Gandhi meetings in June 1908, see CWMG, VIII, pp. 277-9, 290-92, 306-9, 316-17.
41. Smuts to William Hosken, letters of 24 March and 6 June 1908, S. N. 4802 and S. N. 4823, SAAA.
42. Cf. 'Mass Meeting of British Indians, IO, 27 June 1908.
43. CWMG, VIII, pp. 319-24.
44. Johannesburg correspondent of the Daily Telegraph, quoted in IO, 27 August 1908.
45. These paragraphs draw on the translated reports of native newspapers in the Madras and Bombay Presidencies for 1907– 9, contained in the series L/P&J/R/5, File nos. 113, 114, 162 and 163, APAC/BL.
46. The previous paragraphs are based on the letters and telegrams in File 598, L/P&J/6/849; and in File 516, L/P&J/6/848, both in APAC/BL; and on reports in IO, 18 and 25 January, 14 and 21 March 1908.
47. See news clippings in CID Reports for November 1908, Tamil Nadu State Archives, Chennai.
48. Cf. CWMG, XI, p. 136, footnote.
49. As reported in The Evening Post, 18 May 1912, in http://hpaperspast.natlib.govt.nz/cgibin (accessed 24 September 2010). F. B. Meyer was a

prolific author of books and pamphlets with titles such as 'The Soul's Wrestle with Doubt, 'The Duty of the Free Churches in an Age of Reaction and 'Open Air Services: Hints and Suggestions.

50. F. B. Meyer, A Winter in South Africa (London: National Council of Evangelical Free Churches, 1908), pp. 71-3.

51. Eric Itzkin, Gandhi's Johannesburg: Birthplace of Satyagraha (Johannesburg: Witwatersrand University Press, 2000), pp. 70-72.

52. See Gandhi to Harilal, undated letter c.1909 (not in CWMG), reproduced in Nilam Parikh, Gandhiji's Lost Jewel: Harilal Gandhi (New Delhi: National Gandhi Museum, 2001), pp. 121-2; Gandhi to Cordes, letter quoted in Shimon Low, 'Mahatma Gandhi and Hermann Kallenbach in South Africa, 1904-1914, MA dissertation (Faculty of Humanities, The Hebrew University of Jerusalem, April 2010).

53. Cf. 'Tolstoy and the Nonviolent Imperative, Chapter IV of Steven G. Marks, How Russia Shaped the Modern World: From Art to Anti-Semitism, from Ballet to Bolshevism (Princeton: Princeton University Press, 2003). Also useful is Martin Green's comparative study, The Origins of Nonviolence: Tolstoy and Gandhi in their Historical Settings (1986; reprint, New Delhi: HarperCollins Publishers India, 1998).

54. Charlotte Alston, 'Tolstoy's Guiding Light, History Today, 60:10 (2010).

55. As related in Uma Dhupelia- Mesthrie, Gandhi's Prisoner? The Life of Gandhi's Son Manilal (Cape Town: Kwela Books, 2004), p. 118.

56. Letter to Charles Turner, c. July 1892, in Rosamund Bartlett, Tolstoy: A Russian Life (London: Profile Books, 2010), pp. 342-3.

57. The Gandhi Kallenbach joint experiment in celibacy was subject to a series of spectacular misreadings following the publication of Joseph Lelyveld's book Great Soul: Mahatma Gandhi's Struggle with India (New York: Alfred Knopf, Jr., 2008). Basing his analysis on the published letters between the two men, Lelyveld concluded that the relationship was 'homoerotic; but his interpretation was wrong- headed, and his research incomplete. He had not consulted the Kallenbach Papers in Haifa, which would have set him right as to the depth of the architect's commitment to celibacy, c. 1908-13, and to his heterosexual instincts before and after. (Kallenbach was attracted only to women: years later, after Gandhi had returned to India, he abandoned brahmacharya to have affairs with women.) Lelyveld found support for his claim in casual gossip that he picked up decades after Gandhi left South Africa. He thus claimed that among 'South Africa's small Indian community, it 'was no secret then, or later, that Gandhi, leaving his wife behind, had gone to live with a man. (p. 88). No references were provided for this attribution; who said this, to whom, and when? Such talk is entirely absent from the archival record. The hard historical evidence, on the other hand, is very clear that Gandhi was based in the Transvaal in these years because the Indians in that province were faced with the threat of eviction and deportation. That is to say, Gandhi was living in Johannesburg out of social obligation, not sexual desire.

While Lelyveld's research was suspect, his prose is understated, and his conclusion cautious Gandhi and Kallenbach were, he suggested, in a 'homoerotic relationship. He did not explicitly rule out sexual relations, but did not claim these existed either. This restraint was not echoed by his reviewers. One described Gandhi as a 'sexual weirdo (also as a 'political incompetent and 'fanatical faddist), whose 'organ probably only rarely became aroused with his naked young ladies, because the love of his life was a German- Jewish architect and bodybuilder, for whom Gandhi left his wife in 1908. (Andrew Roberts, 'Among the Hagiographers, Wall Street Journal, 26 March 2011.) Roberts screed in turn prompted a story in a British tabloid with the headline 'Gandhi "Left His Wife to Live with a Male Lover New Book Claims (Daily Mail, 28 March 2011). This article concluded on the basis of Roberts misreading of Lelyveld's misreading of the friendship that Gandhi was 'bisexual and, further, that 'after four children together [with Kasturba] they split up so he could be with Kallenbach. The reproduction of these reports in India prompted the country's Law Minister to propose a ban on the book, a threat fortunately not carried out (in part because two of Gandhi's distinguished grandsons, the historian Rajmohan and the civil servant and diplomat Gopalkrishna, came out strongly against it).

The speculation that Gandhi and Kallenbach were (real or suppressed) lovers is perhaps not unrelated to the fact that three great Western moral traditions – the Jewish, the Protestant and the atheistic – are all antipathetic to celibacy. And so the most widely read and cosmopolitan people tend to assume that two men living together, who wrote affectionate letters to one another, must be in a homosexual relationship. That so many Catholic priests bound in theory to celibacy have been exposed for sexually abusing young boys makes the post- modern mind even less likely to understand that other people in other times may have been deeply and honestly committed to sexual abstinence.

A celebrated Irish historian, on hearing I was working on this book, hoped that I would write at length on eGandhi fs gay lover f. Would that I could. Alas, the relationship between Gandhi and Kallenbach was that between brothers. And, as the later chapters of this book show, Gandhi continued to have a close, continuous and deeply intimate (if also occasionally contentious) relationship with his wife Kasturba.

58. Hermann Kallenbach to Simon Kallenbach, 10/14 June 1908, KP (the letter was originally written in German; the translation is by Kallenbach fs niece Hannah Lazar).
59. Meyer, A Winter in South Africa, p. 72.
60. There is a useful and (so far as I can tell) reliable discussion in http://en.wikipedia.org/wiki/Hydrotherapy.
61. CWMG, VIII, pp. 328-30.
62. Gandhi to Albert Cartwright, 14 July 1908, CWMG, VIII, pp. 361-3.
63. Speech of 18 May 1908, in CWMG, VIII, pp. 242-6.

64. CWMG, VIII, pp. 379, 382, 384-6.
65. These paragraphs are based on a forthcoming pamphlet by E. S. Reddy entitled Thambi Naidoo and His Family: The Story of Thambi Naidoo, a Lieutenant of Gandhi in the Satyagraha in South Africa, and of his Family which Sacrificed for Five Generations in the Struggle for a Free South Africa.
66. Report in IO, 1 August 1908.
67. 'No Quarter, IO, 15 August 1908.
68. Reports in the Johannesburg Star of 8, 9, 10 and 20 July 1908, in Further Correspondence Relating to Legislation Affecting Asiatics.
69. Gandhi to Chamney, 4 August 1908, in File No. E 26/8, vol. 215, 'ND, NASA (this letter is not in CWMG).
70. Jail form, dated 23 June 1910, ibid.
71. eResolutions Passed by the Hamidia Islamia Society, Johannesburg, 28 July 1908 f, in Natal Government Records (on microfilm), Reel 4, Accession No. 2177, NMML.
72. Letter in IO, 8 August 1908, in CWMG, VIII, pp. 432-3.

14. மனச்சாட்சியின் கைதி

1. See press reports in CWMG, VIII, pp. 443, 447.
2. Cf. illustrations in CWMG, VIII, opposite pp. 32, 33, 81, etc.
3. CWMG, VIII, p. 451.
4. 'Joh'burg Mass Meeting, IO, 22 August 1908.
5. CWMG, VIII, pp. 457-60.
6. Transvaal Leader, quoted in CWMG, VIII, p. 463
7. See the report on this meeting of 18 August 1908 in Further Correspondence Relating to Legislation Affecting Asiatics in the Transvaal (Cd. 4327 in continuation of Cd. 3892) (London: HMSO, 1908).
8. See report in File 3722, L/P&J/6/894, APAC/BL.
9. Excerpt from Transvaal Leader, 22 August 1908, ibid.
10. Excerpt of debate in Transvaal Parliament, in File 3722, L/P&J/6/894, APAC/BL.
11. Governor of the Transvaal to Secretary of State for the Colonies, 5 September 1908, in Further Correspondence Relating to Legislation Affecting Asiatics.
12. To invoke, I hope not too anachronistically, the title of a book by the Anglo- American philosopher Alasdair Macintyre.
13. CWMG, VIII, pp. 473-7.
14. CWMG, VIII, pp. 481: IX, pp. 3, 8, 13, 29, etc.
15. CWMG, IX, p. 4; Bhawani Dayal, Dakshin Africa k Satyagraha ka Itihas

(Indore: Saraswati Sadan, 1916), p. 24.

16. Interview in the Star, 9 September 1908, CWMG, IX, pp. 30-31.
17. Extract from Transvaal Weekly Illustrated, 12 September 1908, in Natal Government Records (on microfilm), Reel 4, Accession No. 2177, NMML.
18. Doke to Gandhi, 11 September 1908, S. N. 4874, NGM (emphases in original).
19. CWMG, VIII, pp. 16, 41.
20. On Gandhi's ideas for the Phoenix school, see CWMG, VIII, p. 85; IX, pp. 135-9.
21. Interview in Natal Mercury, in CWMG, IX, pp. 77-9.
22. Doke to Gandhi, 30 September 1908, CWMG, IX, Appendix VI, pp. 556-7.
23. Message dated 13 October 1908, CWMG, IX, pp. 96-7.
24. See Deputy Governor of the Transvaal to the Secretary of State for the Colonies, 30 September 1908, in Natal Government Records (on microfilm), Reel 4, Accession No. 2177, NMML; 'Volksrust Again: Mr Gandhi Sentenced, IO, 17 October 1908.
25. See reports in IO, 24 October and 21 November 1908. British friends of Gandhi also rallied to his defence. Three days after his arrest, the Rev. F. B. Meyer sent a stirring letter to the Daily News (quoted in IO, 21 November 1908). Meyer wrote that he could: hardly believe the evidence of my senses, when I read the announcement that my friend, Mr Gandhi, has been sentenced to two months f hard labour and to breaking stones and doing scavenger work. But I wish I were in Johannesburg that I might help him! I would count it an honour to suffer with this pure and holy soul, whom I hope to introduce to my choicest friends when he comes to this country. He is not a Christian in one sense of the word, but the face of Christ hangs over his desk, and we have talked together for hours of the deepest themes that can engage the human heart. He contends only for what he holds to be the rights of the Indians who have been settled in Johannesburg, many of them from before the war. His contention is retrospective for those who have entered the Transvaal and been its subjects and citizens for years.

    Even if he contravened the law there was no need to expose him to degrading labour. Yet what can degrade a pure soul? Christ made the Cross the honoured symbol of Christendom. Truth is still on the scaffold, while prejudice, fear, and selfish interests are on the throne, but there is One that keepeth watch.
26. 'The Mass Meeting, IO, 24 October 1908.
27. Quoted in IO, 24 October 1908.
28. See Doke to Albert Cartwright, 26 October 1908, in J. J. Doke Papers.
29. Cf. M. K. Gandhi, 'My Second Experience in Gaol, five- part series in IO, CWMG, IX, pp. 120-22, 140-42, 145-9, 161-6, 179-80. Quotes not sourced

in the rest of this section are based on this series. A maund is an Indian unit of weight, roughly equivalent to 37 kilos.

30. As recalled in H. S. L. Polak, 'M. K. Gandhi: A Sketch, in Speeches and Writings of M. K. Gandhi, with an Introduction by Mr C. F. Andrews, a Tribute by Mr G. A. Natesan, and a Biographical Sketch by Mr H. S. L. Polak (Madras: G. A. Natesan and Co., 1918), pp. i iii.
31. CWMG, IX, Appendix VIII, pp. 560-61.
32. Secretary of State for the Colonies to Governor of Transvaal, 29 October 1908; Deputy Governor of Transvaal to Secretary of State for the Colonies, 3 November 1908; both in Further Correspondence Relating to Legislation Affecting Asiatics in the Transvaal (Cd. 4584 in continuation of Cd. 4327) (London: HMSO, 1909).
33. Gandhi to West, 9 September 1908, CWMG, IX, pp. 105-6.
34. CWMG, IX, pp. 108-9, 111, 115.
35. 'Mr Gandhi's Arrival, IO, 26 December 1908.
36. Report in Transvaal Leader, 30 November 1908.
37. AC, 4 July, 11 July, 25 July, 15 August and 17 October 1908, 18 December 1909.
38. Quoted in John Marlowe, Milner: Apostle of Empire (London: Hamish Hamilton, 1976), p. 146.
39. See Sir Edgar Walton, The Inner History of the National Convention of South Africa (1912; reprint, Westport, Connecticut: Negro Universities Press, 1970), pp. 117ff; L. M. Thompson, The Unification of South Africa, 1902-1910 (Oxford: Clarendon Press, 1960), pp. 212-26.
40. Selbourne's scheme is reproduced in Arthur Percival Newton, ed., Select Documents Relating to the Unification of South Africa (1924; reprint, London: Frank Cass, 1968), vol. II, pp. 250-51.
41. Schreiner to Smuts, 2 August 1908, in W. K. Hancock and Jean van der Poel, eds, Selections from the Smuts Papers, II: June 1902 May 1910 (Cambridge: Cambridge University Press, 1966), vol. II, p. 450 (emphasis in original).
42. See Thompson, Unification of South Africa, pp. 341, 35, 404, etc.
43. The standard life is Ruth First and Ann Smith, Olive Schreiner (New York: Schocken Books, 1980).
44. 'Olive Schreiner on Colour, IO, 2 January 1909.
45. Editorial in IO, 2 January 1909.
46. CWMG, IX, pp. 112-13.
47. CWMG, IX, pp. 130, 159-60, 180, 184, 187, 193-4.
48. Gandhi to Olive Doke, dated 'Tuesday (almost certainly 5 January 1909), in Doke Papers (this letter is not in CWMG).
49. Devadas Gandhi, 'My Brother Harilal, Hindustan Times, 23 July 1948.
50. Gandhi to Chanchalbehn Gandhi, letters of 16 and 28 January 1909;

Gandhi to Harilal, 27 January 1909, CWMG, IX, pp. 150, 173-5.
51. The Times, 6 January 1909.
52. See Pyarelal, Mahatma Gandhi, III: The Birth of Satyagraha From Petitioning to Passive Resistance (Ahmedabad: Navajivan Publishing House, 1986), pp. 182-3.
53. Curzon to Gandhi, 26 January 1909, S. N. 4915, SAAA.
54. CWMG, IX, p. 175.
55. Gandhi, An Autobiography, Part IV, Chapter XXVIII.
56. Gandhi to Kallenbach, 5 February 1909, in Gillian Berning, ed., Gandhi Letters: From Upper House to Lower House, 1906-1914 (Durban: Local History Museum, 1994), pp. 12-13. (This letter is not in CWMG.) Millie Polak, who was at Phoenix at the time, was both surprised and impressed by how well Kasturba responded to her husband's unorthodox treatment. For pernicious anaemia was then 'still looked upon as one of the fatal diseases, and very few cases indeed of recovery were on record. And certainly no previous case had been successfully 'treated by lemon- juice, aided by what we to- day call mental healing. It was a great puzzle to the few medical men who knew or heard of it. (Mr Gandhi the Man, London: George Allen and Unwin, 1931, pp. 132-3.)
57. Curzon to Honorary Secretary, British Indian Association, Johannesburg (i. e., Gandhi), 2 February 1909, S. N. 4920, SAAA.
58. Sunday Times (Johannesburg) quoted in IO, 13 February 1909.
59. CWMG, IX, pp. 197-9.
60. Gandhi to Chanchalbehn Gandhi, 26 February 1909, CWMG, IX, pp. 200-201.
61. Gandhi wrote about his third jail term in two articles, and in a letter to the press issued afterwards: see CWMG, IX, pp. 221-4, 228-34, 238-43.
62. Gandhi to West, 4 March 1909, CWMG, IX, pp. 202-3.
63. H. S. L. Polak to David Pollock, dated Johannesburg, 27 March 1909, in Natal Government Records (on microfilm), Reel 4, Accession No. 2177, NMML. Polak says here that Gandhi had refused the Chief Justiceship of Porbandar – there is no independent confirmation of when and how that happened. The only evidence that may tangentially bear on this claim is an entry in Gandhi fs office logbook for the 1890s, noting the receipt of a letter from the Chief Judge of Porbandar (see S. N. 2711, SAAA).
64. David Pollock to Lord Selborne, 29 March 1909; D. C. Malcolm, Government House, Pretoria, to David Pollock, 31 March 1909, both in Natal Government Records (on microfilm), Reel 4, Accession No. 2177, NMML.
65. Minute dated 28 April 1909, ibid.
66. CWMG, IX, pp. 238-9. Unfortunately, we do not know the titles or authors of the books given to Gandhi by Smuts.

67. J. C. Smuts, Jan Christian Smuts (London: Cassell and Company, 1952), p. 107.
68. Speech of 24 March 1909, in Fourth Session of the Twenty-Eighth Parliament of the United Kingdom of Great Britain and Ireland, I; 16 February 1909 to 26 May 1909 (London: HMSO, 1909).
69. W. K. Hancock: Smuts, I: The Sanguine Years, 1870-1919 (Cambridge: Cambridge University Press, 1962), p. 44.
70. Wolstenholme to Smuts, 14 May 1909, in Hancock and van der Poel, Smuts Papers, vol. II, pp. 568-73.
71. These poems are available in Gujarati and in English translations in Surendra Bhana and Neelima Shukla-Bhatt, A Fire that Blazed in the Ocean: Gandhi and the Poems of Satyagraha in South Africa, 1909-1911 (New Delhi: Promilla and Co., 2011), pp. 18-19, 26, 71-3, 87-8, 112-13, etc.
72. Letter dated 28 December 1908, CWMG, IX, p. 118.
73. AC, 17 July 1909. On Shankeranand, see also Ashwin Desai and Goolam Vahed, Inside Indenture: A South African Story, 1860-1914 (Durban: Madiba Publishers, 2007), pp. 240-48.
74. Gandhi to Manilal, 25 March 1909, CWMG, IX, pp. 205-9.
75. Gandhi to Polak, 26 April 1909, CWMG, IX, pp. 205-9, 212-13.
76. Gandhi, An Autobiography, Part IV, Chapter XII.
77. George Paxton, Gandhi's South African Secretary: Sonja Schlesin (Glasgow: Pax Books, 2006), pp. 14-15, 100-101.
78. See IO, 29 May 1909.
79. CWMG, IX, pp. 215-19.
80. CWMG, IX, pp. 243-4.
81. Cf. S. N. 4938, SAAA.
82. Clipping, c. June 1909, from Springfield Daily Republican, S. N. 5022, SAAA. It is appropriate (cf. Chapter 5 above) that The Nation ran what seems to have been the first article on Gandhi in the American press; and that another newspaper active in the movement against slavery, the Springfield Daily Republican, carried what most likely was the first account of Gandhian satyagraha to appear in America.
83. Gandhi to Polak, dated 'Monday and 'Tuesday (i.e. 21 and 22 June 1909), in Mss Eur. B. 272, APAC/BL. These handwritten letters, which lie in the British Library, are not in CWMG; this writer may be the first to have read them since Polak himself.
84. CWMG, IX, pp. 267-8.
85. CWMG, IX, pp. 270, 286-7.
86. See 'A Suggestive Letter, IO, 10 July 1909.

15. குட்டித் தளபதி

1. Letter to Olive Doke dated 5 July 1909 (not in CWMG), Doke Papers, UNISA.
2. CWMG, IX, pp. 269-74, 276-9, 281-3.
3. CWMG, IX, pp. 284-8.
4. Memorandum dated Brixton Prison, 22 July 1909, by S. R. Dyer, Medical Officer, in CRIM/1/113/5, NAUK.
5. Statement by Madan Lal Dhingra dated 10 July 1909, ibid.
6. David Garnett, quoted in Lesley Chamberlain, 'Bloomsbury's Teenage Terrorist, Standpoint, July/August 2011.
7. Cf. V. N. Datta, Madan Lal Dhingra and the Revolutionary Movement (New Delhi: Vikas Publishing House, 1978), pp. 38-41. The references to Rama, Krishna and Mother India do not appear in the archival record of the trial.
8. Cited in James D. Hunt, Gandhi in London (revised edn, New Delhi: Promilla and Co, 1993), pp. 106-7.
9. IO, 14 August 1909, CWMG, IX, pp. 302-3.
10. Gandhi to Polak, letters of 20 August, 26 August, 2 September and 29 September 1909, CWMG, IX, pp. 363, 368-9, 382-3, 438-40.
11. Letter of 8 September, CWMG, IX, p. 395.
12. Gandhi to Kallenbach, letters of 21 June, 3 July, 20 August, 30 August and 10 September 1909, CWMG, XCVI, pp. 9-10, 13, 23, 25. In one letter, Gandhi wrote that he had kept a bottle of Vaseline on his mantelpiece in London to remind him of Kallenbach. This prompted a speculative paragraph by Joseph Lelyveld on what the Vaseline was for (Great Soul: Mahatma Gandhi's Struggle with India, New York: Alfred Knopf, Jr., 2008, p. 89). He concluded that it was mostly likely for enemas. One of his reviewers, however, felt that 'there could be less generous explanations, meaning that it was to remind Gandhi of the (homo) sexual intercourse he was presumed (by the reviewer) to practise with Kallenbach. (Andrew Roberts, 'Among the Hagiographers, Wall Street Journal, 26 March 2011.) In fact, Lelyveld had missed a reference in the letter to Gandhi suffering from corns. That was what the Vaseline was for; to treat the blisters under his feet caused by long walks in London. The walks that Gandhi undertook in Johannesburg were often in the company of Kallenbach; hence the reference to corns and Vaseline
13. Gandhi to Olive Doke, 18 August 1909 (not in CWMG), C. M. Doke Papers, UNISA.
14. See www.oxforddnb.com/view/printable/35874 (accessed 17 February 2012).
15. See Ampthill to L. W. Ritch, 28 July 1909, S. N. 4964, SAAA.
16. CWMG, IX, pp. 318-21, 576-8.
17. Gandhi to Merriman, letters of 15 and 16 July 1909, copies in E. S. Reddy

Papers, New York. (These letters were sourced by Mr Reddy from the Merriman papers in Cape Town and are not in CWMG.)

18. General Smuts to Lord Crewe, 26 August 1909, in Further Correspondence Relating to Legislation Affecting Asiatics in the Transvaal (Cd. 5363 in continuation of Cd. 4854; London: HMSO, 1910).
19. Ampthill to Smuts, 10 August 1909; Ampthill to Gandhi, 31 August 1909, CWMG, IX, pp. 583-4, 587-8.
20. Doke to Kallenbach, 12 August 1909, in KP.
21. IO, 21 August 1909, CWMG, IX, p. 313.
22. Cf. Florence Winterbottom to M. K. Gandhi, 16 August 1909, S. N. 4945, NGM.
23. CWMG, IX, pp. 368-9, 502.
24. See 'Gandhi, Tolstoy, and the Tolstoyans, in James D. Hunt, An American Looks at Gandhi: Essays in Satyagraha, Civil Rights and Peace (New Delhi: Promilla and Co., 2005).
25. On Tolstoy's correspondence with Indians other than Gandhi, see Alexander Shifman, Tolstoy and India, trans. A. V. Esualov (2nd edn, New Delhi: Sahtiya Akademi, 1978); D. V. Gundappa, Tolstoy and India (Bangalore: The Swadeshi Library, 1909). On Taraknath Das, see Tapan K. Mukherjee, Taraknath Das: Life and Letters of a Revolutionary in Exile (Calcutta: National Council of Education, 1997).
26. CWMG, XI, pp. 444-6, 448-50.
27. The eLetter to a Hindu f and Gandhi fs introduction to it are available at http://www.gutenberg.org/ebooks/7176 (accessed 14 February 2010).
28. Joseph J. Doke, M. K. Gandhi: An Indian Patriot in South Africa (London: The London Indian Chronicle, 1909), pp. 7, 8, 23, 84, 92-3, etc.
29. In a letter written at about the same time to the Madras editor G. A. Natesan, Gandhi said the forthcoming meeting of the Indian National Congress should concentrate its attention on the South African struggle, for it might then 'perchance find out that for the many ills we suffer from in India it is an infallible panacea. He was 'sure it will be found that it is the only weapon suited to the genius of our people and our land. See CWMG, IX, pp. 506-7.

    To the Indian patriot, Gandhi wrote that passive resistance would solve their country fs problems; to the great Russian writer, he argued that the method was actually of universal significance.
30. This discussion of the correspondence between Tolstoy and Gandhi is based on CWMG, IX, pp. 444-6, 448-50, 483, 528-9, 593.
31. Mehta to Gandhi, 29 September 1909, S. N. 5101, SAAA.
32. Mehta to Gandhi, 27 September 1909, S. N. 5097, SAAA.
33. CWMG, IX, pp. 406-11.
34. Polak to Gandhi, letters of 14 and 21 August 1909, S. N. 5011 and 5021, SAAA.

35. Polak to Gandhi, 9 September 1909, S. N. 5061, SAAA. Lord Curzon had been a controversial Viceroy, whose decision to partition Bengal had provoked widespread popular protest.
36. See reports and clippings in File No. 242, Part I, G. K. Gokhale Papers, NAI; and in L/P&J/6/1000, APAC/BL.
37. Polak to Gandhi, 19 October 1909, S. N. 5138, SAAA.
38. See reports in File 184, L/P&J/6/917, APAC/BL.
39. Gandhi to Polak, 14 October 1909, CWMG, IX, p. 478.
40. Polak to Gandhi, letters of 7 and 14 October 1909, S. N. 5116 and 5126, SAAA.
41. H. S. L. Polak, The Indians of South Africa: Helots Within the Empire and How They Are Treated (Madras: G. A. Natesan and Co., 1909), Part I, pp. 4, 21, 70ff; Part II, pp. 16–17, 22–3, 41, 43–4.
42. See Report of the Protector of Indian Immigrants for the Year ending 31 December, 1909, in Natal Government Records (on microfilm), Reel No. 6., Accession No. 2179, NMML.
43. Anon., M. K. Gandhi: A Sketch of His Life and Work (Madras: G. A. Natesan and Co., 1910).
44. See CWMG, IX, pp. 436-7.
45. Polak to Gandhi, 7 October 1909, S. N. 5116, SAAA.
46. Letter of 23 September, 1909, CWMG, IX, pp. 429f.
47. Polak to Gandhi, 7 October 1909, S. N. 5116, SAAA.
48. 'Mr Polak's Visit to Rangoon, IO, 22 January 1910.
49. Pranjivan Mehta to G. K. Gokhale, dated Rangoon, 8 November 1909, File No. 4, Servants of India Society Papers, NMML.
50. Cf. the names appended to the notice of the meeting in the Town Hall, Calcutta, 3 December 1909, copy in E. S. Reddy Papers, NMML.
51. H. S. L. Polak to G. K. Gokhale, 10 January 1910, File No. 242, Part I, Gokhale Papers, NAI; report on Banaras meeting in IO, 12 February 1910.
52. First published in Bande Matram, 11 to 23 April 1907, reprinted in Sri Aurobindo, Bande Matram: Early Political Writings (Pondicherry: Sri Aurobindo Ashram, 1972; fourth impression 1995), pp. 90-123.
53. 'The Transvaal Indians, first published in Karmayogin, 11 December 1909, reprinted in Sri Aurobindo, Karmayogin: Political Writings and Speeches, 1909-1910 (Pondicherry: Sri Aurobindo Ashram Trust, 1997), pp. 347-9. I am grateful to Peter Heehs for this reference.
54. See Peter Heehs, The Lives of Sri Aurobindo (New York: Columbia University Press, 2009).
55. Reports in IO, 10 July and 25 September 1909.
56. Editorial in IO, 20 November 1909.
57. See IO, 6 and 13 November 1909.

58. IO, 9 September 1909.
59. IO, 3 April 1909.
60. C. K. T. Naidoo to Gandhi, 4 October 1909, S. N. 5107, SAAA.
61. CWMG, IX, p. 499; Dhananjay Keer, Veer Savarkar (1950; 3rd edn, Bombay: Popular Prakashan, 1988), pp. 62-4.
62. Asaf Ali, 'Gandhiji: 1909-1920, in Chandrashanker Shukla, ed., Reminiscences of Gandhiji (Bombay: Vora and Co., 1951), p. 17.
63. Letter of 30 October 1909, CWMG, IX, pp. 508-9.
64. CWMG, IX, pp. 450-51.
65. CWMG, IX, pp. 531-2.
66. CWMG, IX, pp. 352-3, 417, 435-6, 495.
67. Gandhi to Ramdas, 27 November 1909, CWMG, XI, pp. 81-2.
68. Francis Hopwood, Under- Secretary of State for the Colonies, to M. K. Gandhi, 3 November 1909, in Further Correspondence Relating to Legislation Affecting Asiatics (Cd. 5363).
69. CWMG, IX, pp. 514-17, 527.
70. S. N. 5156, SAAA.
71. 'Notes of a meeting held at the Westminster Palace Hotel on November 12th 1909 to bid farewell to the Transvaal British Indian Association, in File No. 242, Part I, Gokhale Papers, NAI.
72. See CWMG, IX, pp. 539-43.
73. Ritch to Polak, 19 November 1909, in File No. 242, Part I, Gokhale Papers, NAI.
74. CWMG, IX, pp. 533-4.
75. H. S. L. Polak, 'Early Years (1869-1914), in H. S. L. Polak, H. N. Brailsford and Lord Pethick- Lawrence, Mahatma Gandhi (London: Oldhams Press Limited, 1949), p. 17.
76. Gandhi to Polak; 15 November 1909, CWMG, XCVI (Supplementary Volume Six), pp. 34-6.
77. Gandhi to Millie Polak, 14 November 1909, CWMG, XCVI (Supplementary Volume Six), pp. 32-3.
78. Millie Graham Polak, Mr Gandhi: The Man (London: George Allen and Unwin, 1931), pp. 124-5.
79. Ampthill to Curzon, 14 November 1909, Mss Eur. F 112/79, APAC/BL.

16. நாகரிகங்களுக்கிடையே போட்டி

1. M. K. Gandhi, Hind Swaraj and Other Writings, ed. Anthony Parel (Cambridge: Cambridge University Press, 1997), editor's introduction, p. xiv.
2. In writing about Hind Swaraj, it is hard to keep out of one's mind the

continuing debates about what the book means to us now. But this is a biography, not a work of political or literary criticism. In what follows, I write about the book in terms of what it meant to Gandhi and his readers, at the time it was published and circulated. For recent writings on or around Hind Swaraj, see Varsha Das, ed., Gandhiji on Hind Swaraj and Select Views of Others (New Delhi: National Gandhi Museum, 2009); M. K. Gandhi, Indian Home Rule (Hind Swaraj), a centenary edition introduced by S. R. Mehrotra (New Delhi: Rajendra Prasad Academy, 2010); Suresh Sharma and Tridip Suhrud, eds and trans, M. K. Gandhi's Hind Swaraj: A Critical Edition (Hyderabad: Orient BlackSwan, 2010). The journal Aryan Path, in its issue of September 1938, published a fascinating and still readable symposium on Hind Swaraj, with contributions from (among others) the Nobel prize- winning- chemist Frederick Soddy, the economist G. D. H. Cole and the critic John Middleton Murry.

3. G. K. Chesterton, 'Our Notebook, Illustrated London News, 18 September 1909.
4. IO, 8 January 1910, CWMG, IX, p. 425 (the article was written by Gandhi in the last week of October 1909).
5. CWMG, IX, pp. 457-60.
6. CWMG, IX, pp. 475-6.
7. CWMG, IX, pp. 477-82.
8. The case that Pranjivan Mehta was the 'Reader of Hind Swaraj has been convincingly made by S. R. Mehrotra. See his Gandhiji k Aajivan Ananya Mitra [Gandhi's Intimate Lifelong Friend] (Allahabad: Etawah Hindi Seva Nidhi, 2008); and his introduction to the centenary edition of Indian Home Rule.
9. Gandhi, Hind Swaraj (ed. Parel) pp. 14-16, 17, 31, 38, 47, 52, 58, 61, 63-4, 71, 89-90, 93-5, 105-6, 112-19, etc.
10. Cf. the eyewitness accounts of the Surat Congress reproduced in Govind Talwalkar, Gopal Krishna Gokhale: His Life and Times (New Delhi: Rupa and Co., 2006), pp. 381-6.
11. The standard work on the Swadeshi movement remains Sumit Sarkar, The Swadeshi Movement in Bengal, 1905-7 (first published 1973; new edn, Ranikhet: Permanent Black, 2010).
12. Gokhale to William Wedderburn, letters of 24 May 1907 and 24 September 1909, in B. N. Pandey, ed., The Indian Nationalist Movement, 1885-1947: Select Documents (London: Macmillan, 1979), pp. 7-8, 10-11.
13. These paragraphs draw on Amales Tripathi, The Extremist Challenge: India between 1890 and 1910 (Bombay: Orient Longmans, 1967) and Peter Heehs, The Bomb in Bengal: The Rise of Revolutionary Terrorism in India, 1900-1910 (Delhi: Oxford University Press, 1993). Tripathi (p. 134) notes that the Bhagavad Gita was a constant companion of the revolutionaries of Bengal. 'In their hands, it was a more terrible weapon

than the bomb. It steeled them for the killing, which was God's will and ordained decree, and it assured them of salvation through death in God's service. The Gita provided a better philosophy of tyrannicide than Bakunin. Heehs, for his part, gives us such revealing chapter titles as 'Militancy in a Vanquished Land and 'Mother Kali's Bomb.'

14. Valentine Chirol, Indian Unrest (London: Macmillan and Co., 1910), pp. 324, 321-2. This book was based on reports published in The Times, some of which Gandhi must have read.
15. Henry W. Nevinson, The New Spirit in India (London: Harper and Brothers, 1908), pp. 321-2.
16. Syed Shamsuddin Kadri, Oriental Translator, Government of Bombay, to Commissioner of Police, 16 February 1910, in B Proceedings nos. 4– 5, Home (Political), NAI.
17. Bombay Government notification dated 17 March 1910; Home Department note dated 12 April, both ibid.
18. M. K. Gandhi to Home Secretary, Government of India, 16 April 1910, in A Proceedings nos. 96-103, Home (Political), NAI. This letter is not in CWMG; it was discovered in the National Archives of India by Professor S. R. Mehrotra, who generously shared it with me.
19. This is reproduced, with a brief preface by Anthony Parel, in Gandhi Marg, issue of July September 1993, pp. 240-54.
20. Note signed eA. L. f, dated 27 May 1910, in A Proceedings nos. 96– 103, Home (Political), NAI.
21. Note by C. R. Cleveland, dated 24 June 1910, ibid.
22. Anglo- Indian Funk, AC, 19 March 1910.
23. Note by S. H. Slater, dated 13 May 1910; note by A. G. Cardew, dated 19 May 1910, both in G. O. No. 753, 21 May 1910, Judicial Department, Tamil Nadu State Archives, Chennai.
24. Edward Dallow to Lord Crewe, 7 June 1909, in File 2757, L/P&J/6/954, APAC/BL.
25. I have here used a clipping of the printed review in the Doke Papers, UNISA, which has Transvaal Leader, May 1910 written on it by hand. It seems to have been published on 2 May, since it is mentioned by Gandhi to Gokhale in a letter of that date (cf. CWMG, X, pp. 239-40).
26. Typescript dated 4 May 1910, marked 'unsigned reply by M. K. G. to E. Dallow's Review of "Indian Home Rule , in C. M. Doke Papers, UNISA. This rejoinder is not in CWMG; nor, apparently, was it published in the Transvaal Leader.
27. Cf. Bala Pillay, British Indians in the Transvaal: Trade, Politics and Imperial Relations, 1885-1906 (London: Longman, 1976), pp. 75-6.
28. See CWMG, X, pp. 507-10, 246-50.
29. See CWMG, XI, pp. 203-7, 249-50.
30. Cf. Lindy Moore, 'The Reputation of Isabella Fyvie Mayo, Women's

History Review, 19:1 (2010).
31. Isabella Fyvie Mayo to Hermann Kallenbach, 3 February 1911, in KP.
32. Cf. Gandhi to Doke, letters of 21 January and 5 February 1910 (not in CWMG), C. M. Doke Papers.

17. சமரசத் தீர்வை நாடுதல்

1. CWMG, XI, pp. 81-2.
2. See B. R. Nanda, Gokhale: The Indian Moderates and the British Raj (Princeton: Princeton University Press, 1977), Chapter 16.
3. Ratan Tata to G. K. Gokhale, 17 December 1907, in File No. 4, Servants of India Society Papers, NMML.
4. Ratan Tata to Gokhale, 29 November 1909, File No. 242, Part I, Gokhale Papers, NAI.
5. Gokhale to Gandhi, 3 December 1909; undated press statement (c. First week of December 1909), both ibid.
6. See correspondence and reports, ibid.
7. CWMG, XI, pp. 86-7, 90-92.
8. Gandhi to Kallenbach, dated 'Monday (c. end December 1909), in KP (this letter is not in CWMG).
9. See reports in IO, 25 December 1909.
10. IO, 22 January 1910.
11. CWMG, XI, pp. 96-8, 101, 103-4, 128-30, 140-41, 149-50, 153.
12. Sonja Schlesin to Gandhi, 31 July 1913, S. N. 5829, SAAA.
13. Gandhi, Satyagraha in South Africa, pp. 165-6.
14. CWMG, X, pp. 503-5. Much later, Diepkloof was where the liberal reformer (and novelist) Alan Paton served as a warden.
15. See piece from The Outlook, reproduced in IO, 1 April 1905. Phillips may also have been the author of an extraordinary essay written in December 1903, which chastised laws aimed at Indians as unchristian, while asking: 'And at this season, too, when thoughts of Christendom are said to be sweetly stirred by the memory of a Message and a Messenger, shall the Teacher's lessons be held so lightly that upon His very anniversary the demon of injustice shall mount triumphant, and virtue and brotherly charity be heartlessly trampled beneath the heel of mercenary greed, and callous indifference to sufferings about to be inflicted? See 'The Excommunication of a People, IO, 3 December 1903.
16. Report in IO, 26 February 1910.
17. CWMG, X, pp. 117-19.
18. The speech is reproduced in full in R. P. Patwardhan and D. V. Ambekar, eds, Speeches and Writings of Gopal Krishna Gokhale, I: Economic (Poona: The Deccan Sabha, 1966), pp. 284-94.

19. Proceedings of the Council of the Governor- General of India, 25 February 1910, in Natal Government House Records, Reel 4, Accession No. 2177, NMML.
20. CWMG, X, p. 201.
21. L.W. Ritch to Colonial Office, letters of 16 April, 9 May and 7 June 1910, in Further Correspondence Relating to Legislation Affecting Asiatics in the Transvaal (Cd. 5363 in continuation of Cd. 4854) (London: HMSO, 1910).
22. CWMG, X, p. 263.
23. Kallenbach to Gandhi, 30 May 1910, in KP.
24. See 'The Passive Resistance Farm, IO, 18 June 1910.
25. Polak once wrote to Gokhale that eyou have an ally against Gandhi and myself regarding the simple life in Mrs Polak f (letter of 10 January 1910, File No. 242, Part I, Gokhale Papers, NAI). Polak fs support for the simple life was in any case largely theoretical; over time, Millie fs views in this regard became his, too.
26. CWMG, X, pp. 262, 272, 288-90, 297, etc; reports in IO, 13 August and 15 October 1910, 4 January 1911, etc.
27. Gandhi to Maganlal, 21 August 1910, CWMG, X, pp. 307-8. Years later, Ramdas Gandhi recalled the rigid regimen by reproducing the Farm's daily timetable in his memoirs:

   5.30: Wake- up

   5.30 to 7: Cleaning and Prayer

   7 to 8: Work in the fields

   8 to 9: Breakfast

   9 to 11: Work in the fields, in the kitchen, and in the printing press

   11 to 1: Bath, lunch, washing dishes and rest

   1 to 4.30: School

   4.30 to 5.30: Work in the fields and collect firewood

   5.30 to 6.30: Sports and Games (football, cricket, kabaddi, etc)

   6.30 to 7: Supper, cleaning of kitchen

   7 to 8: Prayer and reading of religious texts

   8 to 10: Relaxation

   10 to 5.30: Sleep

   See Ramadas Gandhi, Sansmaran, translated from Gujarati to Hindi by Shankar Joshi (Ahmedabad: Navajivan Press, 1970), p. 36. (The translation from the Hindi is mine).
28. IO, 22 October 1910, CWMG, X, p. 340.
29. One supposes an exception was made for African peons and cleaners.
30. CWMG, X, pp. 113, 176-7. In apartheid- era terminology 'Coloured people referred to those of mixed race; Gandhi, however, was using the

term to denote those who were not white, who included blacks, Indians, Chinese, and those of mixed race.

31. CWMG, X, pp. 182-4.
32. Letter dated 27 August 1910 (translated from the German probably by Christian Bartolf), in KP.
33. These paragraphs are based on CWMG, X, pp. 369-70, 512-4.
34. See reports in IO, 23 April, 21 and 28 May, etc.
35. Report in IR, May 1910.
36. P. K. Naidu, 'Five Times to the Transvaal Jail, IR, September 1910. P. K. Naidu was not related to Thambi Naidoo.
37. Leung Quinn, 'A Chinese View of the Transvaal Trouble, IR, June 1910.
38. Chief Secretary, Madras Government, to Commerce and Industry Secrerary, Government of India, 13 August 1910, in File 3604, L/P&J/6/1037, APAC/BL.
39. Commissioner of Police to Bombay Government, 24 May 1910, in File 3200, L/P&J/6/1031, APAC/BL.
40. See Gandhi to Gokhale, 25 April 1910, CWMG, X, pp. 229-33.
41. Ratan Tata to G. K. Gokhale, 8 July 1910, File No. 242, Part I, Gokhale Papers, NAI.
42. Ratan Tata to G. K. Gokhale, 22 September 1910, File No. 242, Part I, Gokhale Papers, NAI; emphasis in original.
43. eGhandi f and eGhandy f are both variant spellings of Gandhi, especially common among Parsis.
44. See S. N. 5192 and 5193, SAAA.
45. Reports in IO, 3 September and 5 November 1910.
46. See report in IR, August 1910. Mrs Besant was speaking as an Irishwoman who had embraced the cause of Indian freedom herself.
47. The poem is reproduced in Surendra Bhana and Neelima Shukla-Bhatt, A Fire that Blazed in the Ocean: Gandhi and the Poems of Satyagraha in South Africa, 1909-1911 (New Delhi: Promilla and Co., 2011), pp. 164-5.
48. See NM, 5 October 1910.
49. See reports in IO, 1 and 8 October 1910; NM, 5 October 1910.
50. Prabhudas Gandhi, My Childhood with Gandhiji (Ahmedabad: Navajivan Publishing House, 1957), pp. 56, 135.
51. Cf. CWMG, X, pp. 336-7, 355, 375, 446, 476.
52. CWMG, X, pp. 350-53.
53. 'A Great Day at Tolstoy Farm, IO, 31 December 1910.
54. CWMG, X, pp. 392-5.
55. All-India Moslem League, London, to Colonial Office, 17 January 1911; Governor-General of South Africa to Secretary of State for the Colonies, 15 March 1911, both in CO 879/108/1, NAUK.

56. Letter dated 3 March 1911, in File No. 427, Gokhale Papers, NAI.
57. CWMG, XI, pp. 412-14, 424-6.
58. CWMG, XI, pp. 446-7.
59. CWMG, X, pp. 477-8, 487-8, 491-2, 530, 531-2.
60. Memorandum dated 26 November 1911 by H. J. Stanley, Add Mss. 46004, BL.
61. Extract from the Transvaal Leader, 27 September 1911, File 4625, L/P&J/6/1125, APAC/BL.
62. Ritch to Gandhi, 15 March 1911, S. N. 5294, SAAA.
63. Aiyar to Gokhale, 18 March 1911, in File No. 242, Part I, Gokhale Papers, NAI.
64. Editorial in Rand Daily Mail, 28 March 1911, clipping in C. M. Doke Papers, UNISA.
65. CWMG, X, pp. 494-6.
66. This discussion of the provisional settlement is based on CWMG, XI, pp. 5-39, 49, 515-16, 519-20.
67. CWMG, XI, pp. 45, 56-7.
68. Extract from the Rand Daily Mail, 28 April 1911, in Natal Government House Records, Reel 7, Accession No. 2180, NMML.
69. Star, 28 April 1911, clipping in C. M. Doke Papers.
70. CWMG, XI, pp. 90-92.
71. IO, 6 May 1911.
72. 'Successful Banquet in Johannesburg, IO, 17 June 1911.

18. மகன் போகிறார், குருநாதர் வருகிறார்

1. Gandhi to Maganlal, 21 August 1910, CWMG, X, p. 273.
2. Gandhi to Harilal, 5 March 1911, CWMG, X, pp. 428-9.
3. Gandhi to Maganlal, 19 March 1911, CWMG, X, p. 476.
4. Chandulal Bhagubhai Dalal, Harilal Gandhi: A Life, edited and translated from the Gujarati by Tridip Suhrud (Chennai: Orient Longman, 2007), pp. 28-9.
5. Pragji Desai, 'Satyagraha in South Africa, in Chandrashanker Shukla, ed., Reminiscences of Gandhiji (Bombay: Vora and Co., 1951), p. 83. Desai was a resident of Phoenix, who had been arrested several times during the satyagraha campaigns.
6. Harilal to Gandhi, c. 8 May 1911, copy in E. S. Reddy Papers, NMML. This letter was not available to Harilal's biographer C. B. Dalal. The original is lost, but a copy was retrieved by E. S. Reddy from the library of the University of Cape Town.
7. As recalled in Pragji Desai, eSatyagraha in South Africa f, pp. 82– 3.

8. Cf. Gandhi to Pranjivan Mehta, 8 May 1911, CWMG, XI, p. 65.
9. Dalal, Harilal Gandhi, pp. 29-30.
10. Gandhi to Maganlal, 18 May 1911, CWMG, XI, pp. 77-8.
11. Dalal, Harilal Gandhi, Appendix I, p. 134 (from a letter written in 1915 or 1916).
12. Cf. appreciation by Millie Graham Polak, originally published in the Indian Review, reprinted in Mahatma Gandhi: An Enlarged and Up-to-date Edition of His Life and Teaching with an Account of His Activities in South Africa and India Down to His Great March, in Connection with 'Salt Satyagraha (Madras: G. A. Natesan and Co., 1930), pp. 13f.
13. Cf. Tridip Suhrud, Reading Gandhi in Two Tongues and Other Essays (Shimla: Indian Institute of Advanced Study, 2012), pp. 24-5; Pragji Desai, 'Satyagraha in South Africa, in Chandrashanker Shukla, ed., Reminiscences of Gandhiji (Bombay: Vora and Co., 1951), pp. 82-3.
14. Desai, eSatyagraha in South Africa f, p. 84.
15. Gandhi to Harilal, 27 May 1911, CWMG, XI, pp. 94-5.
16. See CWMG, XI, pp. 165-7, 312-13, 315-16, 333-4.
17. CWMG, XI, pp. 129-31, 149-50, 154, 157.
18. Nalini Ranjan Chakravarti, The Indian Minority in Burma: The Rise and Decline of an Immigrant Community (London: Oxford University Press, 1971), pp. 98-9.
19. Regrettably, while no biography of Marx can be written without taking full account of Engels fs contribution, and while there have been several excellent biographies of Engels himself, this may be the first book on Gandhi to attempt to give Pranjivan Mehta something like his due. The historian S. R. Mehrotra is now completing a biography of Mehta.
20. P. J. Mehta, M. K. Gandhi and the South African Indian Problem (Madras: G. A. Natesan and Co., 1912), pp. 21-2, 26-32, 74, 87, 96.
21. CWMG, XI, pp. 138-9.
22. Gandhi to Mehta, 25 August 1911, CWMG, XI, pp. 130-33.
23. Cf. Polak to Mehta, 22 August 1911, copy in E. S. Reddy Papers, NMML.
24. CWMG, XCVI (Supplementary Volume Six: Gandhi Kallenbach Correspondence), pp. 62-3; Ramadas Gandhi, Sansmaran , translated from Gujarati to Hindi by Shankar Joshi (Ahmedabad: Navajivan Press, 1970), p. 48.
25. See entry for 11 September 1911, Kallenbach Diary, KP.
26. Gandhi to Kallenbach, 7 October 1911, KP (not in CWMG).
27. Gandhi to Mehta, 24 September 1911, CWMG, XI, pp. 160-61. 'Ivan the Fool is a fable of three brothers, one brilliant and warlike, the second smart and acquisitive, the third foolish yet upright, in which the honesty and hard work of the last is rewarded by the love of his family and his community. See 'The Story of Ivan the Fool in More Tales from Tolstoi,

trans. R. Nisbet Bain (1902; reprint, New York: Core Collection Books, 1979).
28. Gandhi to Mehta, 10 October 1911, CWMG, XI, pp. 165-7.
29. CWMG, XI, pp. 168-71, 296-7. Gandhi and Manilal Doctor first met in London in 1906, when the young man was qualifying to be a barrister. At Gandhi's suggestion, he went to Mauritius to work with the Indians there. It may, or may not, have been Gandhi who suggested to Pranjivan Mehta that Doctor would be a suitable husband for his daughter Jeki.
30. Kallenbach to Mehta, 18 October 1912, copy in KP.
31. AC, 23 June 1910.
32. AC, 11 March 1911.
33. AC, issues of 23 September, 7 and 14 October 1911.
34. See L/P&J/6/1017, APAC/BL.
35. P. Subramania Aiyar, An Unjust Tax on Indian Immigrants: Appeal to the Empire (Durban: African Chronicle Printing Works, 1911), in File 3810, L/P&J/1113, APAC/BL.
36. Minute dated 6 February 1912, ibid.
37. Gandhi to West, 27 November 1911, CWMG, XCVI, pp. 93-4.
38. Gandhi to Tata, 1 April 1912, CWMG, XI, pp. 248-53.
39. Memorial dated 1 August 1912, in L/P&J/6/1226, APAC/BL.
40. 'A Native Union: The Lessons of the Passive Resistance Movement, IO, 29 July 1911.
41. I am grateful to the Gandhi scholar Anil Nauriya for sharing this information with me. The memoirist, a Russian Jew named Pauline Podlashuk, may incidentally have helped in translating Tolstoy fs letter to Gandhi.
42. Quoted in Edward Roux, Time Longer than Rope: The Black Man's Struggle for Freedom in South Africa (first published 1948; 2nd edn, Madison: University of Wisconsin Press, 1964), p. 110.
43. See Andr Odendaal, Black Protest Politics in South Africa to 1912 (Towota, NJ: Barnes and Noble Books, 1984), Chapter 11.
44. 'The Awakening of the Natives: Mr Dube's Address, IO, 10 February 1912. Cf. also A. P. Walshe, 'The Origins of African Political Consciousness in South Africa, Journal of Modern African Studies, 7:4 (1969), pp. 595f.
45. CWMG, XI, pp. 213-17, 227-8, 231, 241, 254, 264, 275, 556-8.
46. Assembly Debates of the Union of South Africa, 30 May and 14 June 1912, in Natal Government House Records, Reel 7, Accession No. 2180, NMML.
47. See S. N. 5662, SAAA.
48. Cf. enclosures in Governor- General of South Africa to Secretary of State for the Colonies, 13 April 1912, in CD 879/111/2, NAUK.
49. S. N. 5658, SAAA (emphasis in original).

50. Mehta to Gandhi, c. September 1911 (written from Hotel Genève, Marseille), S. N. 5588, SAAA.

51. Gokhale to Union Castle Company, letters dated 24 and 29 July 1912, copies in File No. 242, Part I, Gokhale Papers, NAI.

52. See Gokhale to Gandhi, 7 July 1912, S. N. 5672, SAAA. There are two letters extant from this period by Maud Polak to Gandhi. At his suggestion or command she had begun to call him Bapu, 'Father. Still, it appears that her love for him remained deep, and even obsessive. One letter begs him to allow her to continue lobbying for the Indians in London; it goes on to claim that her work was as important as Gokhale's in stopping the export of indentured labour from India. A second letter, fourteen handwritten pages in length, presents a rambling, somewhat incoherent account of what she had got from Gandhi's book Hind Swaraj. See Maud Polak to Gandhi, letters of 6 December 1911 and 23 December 1912, S. N. 5594 and 5600, SAAA.

There are no replies by Gandhi on record. Perhaps there were none, since her own brother told Gandhi that eMaud is quite unbalanced. She much disappoints me. I shall not reply to her letter. f (Henry Polak to Gandhi, 19 January 1911, S. N. 5204, SAAA.)

53. Dr Maitland Park, editor Cape Times, to General Louis Botha, 13 August 1912; Botha to Park, 23 August 1912, both in Natal Government House Records, Reel 5, Accession No. 2178, NMML. Another Cape liberal, the politician J. X. Merriman, wrote to Smuts on similar liness, urging that the Government treat him with respect, and not 'as a mere kleurling [Coloured person]. Merriman to Smuts, 3 October 1912, in W. K. Hancock and Jean van der Poel, Selections from the Smuts Papers, III: June 1910 November 1918 (Cambridge: Cambridge University Press, 1966), pp. 115-16.

54. Mehta to Gokhale, 28 August 1912, in File No. 242, Part II, Gokhale Papers, NAI.

55. CWMG, XI, pp. 320-25.

56. IO, 14 September 1912.

57. Gandhi to Maganlal, 27 January 1910, CWMG, X, pp. 138-9.

58. Kasturba was commanded to find a turban from one of the boxes at Phoenix, iron it and send it by post to Johannesburg. See Prabhudas Gandhi, My Childhood with Gandhiji (Ahmedabad: Navajivan Publishing House, 1957), pp. 95-6.

59. Entry for 22 October 1912, in Kallenbach Diary, SAAA.

60. Anon., Hon. Mr G. K. Gokhale's Visit to South Africa, 1912 (Durban: Indian Opinion, 1912), pp. 4-7.

61. Merriman to Smuts, 25 October 1912, in Hancock and van der Poel, Selections from the Smuts Papers, vol. III, p. 119. In other letters written at around the same time, Merriman compared Gokhale to John Dube.

Both were 'moderate and civilized, both 'spoke extraordinary good English, both had an intense sense of 'national feeling. Quoted in Shula Marks, 'The Ambiguities of Dependence: John L. Dube of Natal, Journal of Southern African Studies, 1:2 (1975), p. 164.

62. Entry for 25 October 1912, in Kallenbach Diary, SAAA.
63. Anon., Mr Gokhale's Visit, pp. 8-9.
64. See report in IO, 23 November 1912.
65. Anon., Mr Gokhale's Visit, pp. 13, 16-17, 201.
66. CWMG, XI, pp. 343-4.
67. IO, 9 November 1912.
68. Anon., Mr Gokhale's Visit, pp. 34-5.
69. IO, 23 November 1912.
70. Letter dated 11 November 1912, in Add Mss. 46006, BL.
71. Cf. Secretary of Interior to G. K. Gokhale, 11 November 1912, in File No. 242, Part I, Gokhale Papers, NAI.
72. Governor-General of South Africa to Secretary of State for the Colonies, 16 November 1912, in CD 879/111/2, NAUK.
73. As recalled in H. S. L. Polak, 'Early Years (1869-1914), in H. S. L. Polak, H. N. Brailsford and Lord Pethick-Lawrence, Mahatma Gandhi (London: Oldhams Press Limited, 1949), pp. 81-2.
74. Anon., Mr Gokhale's Visit, p. 4.
75. See reports in IO, 19 October, 2 and 30 November, and 28 December 1912.
76. Quoted in Gandhi, An Autobiography, Part IV, Chapter XII.
77. Clipping from the Lourenço Marques Guardian, 21 November 1912, in File 1398, L/P&J/6/1235, APAC/BL.
78. CWMG, XI, p. 414.
79. Entry for 27 November 1912, in Kallenbach Diary, SAAA.
80. Entry for 3 December 1912, ibid.
81. Gandhi to Gokhale, 4 December 1912, CWMG, XI, pp. 351-2.
82. This account of Gokhale's speech in Bombay is based on two news reports: that in the Times of India (mail edition), 21 December 1912, in Natal Government House Records, Reel 5, Accession No. 2178, NMML; and that in The Leader, 19 December 1912, in File No. 242, Part I, Gokhale Papers, NAI.
83. AC, 15 June 1912.
84. 'A Puzzling Problem, AC, 30 November 1912.
85. AC, 28 December 1912.
86. AC, 28 December 1912 and 8 February 1913.

19. ஃபீனிக்ஸில் ஒரு மருத்துவர்

1. Prabhudas Gandhi, My Childhood with Gandhiji (Ahmedabad: Navajivan Publishing House, 1957), pp. 44-5.
2. Millie Graham Polak, Mr Gandhi: The Man (London: George Allen and Unwin, 1931), pp. 137-41.
3. CWMG, XI, pp. 428-30, 434-6, 441-3, 447-9, 453-5, etc.
4. See Gandhi to Harilal, 26 January 1913, CWMG, XI, pp. 449-50.
5. Gandhi to Gokhale, 14 February 1914, CWMG, 14 February 1913.
6. Clipping from Cape Times, 21 March 1913, in A Proceedings 25-49 for September 1913, Department of Commerce and Industry (Emigration Branch), NAI; CWMG, XI, pp. 568-9.
7. Indian Opinion, 22 March 1913, CWMG, XI, pp. 497.
8. See copies of resolutions enclosed with A. M. Cachalia, Chairman, British Indian Association, to Governor- General of South Africa, 10 April 1913, in A Proceedings 25-49 for September 1913, Department of Commerce and Industry (Emigration Branch), NAI. Cf. also 'Mass Meeting in Johannesburg, IO, 5 April 1913.
9. Indian Opinion, 19 April 1913; Gandhi to Gokhale, 19 April 1913, CWMG, XII, pp. 31, 41.
10. Cf. IO, 10 November and 9 December 1911.
11. Cf. Further Correspondence Relating to a Bill to Regulate Immigration into the Union of South Africa: With Special Reference to Asiatics (In continuation of Cd. 6283) (London: HMSO, 1913).
12. Telegram dated Durban, 22 April 1913, in Natal Government House Records, Reel 7, Accession No. 2180, NMML.
13. Report in Rand Daily Mail, 23 April 1913.
14. Speech of 30 April 1913, ibid.
15. See Union of South Africa: House of Assembly: Debates of the Third Session of the First Parliament (Cape Town: Union Parliament of South Africa, 1913), cols. 2050ff, 2235f; Union of South Africa, Debates of the Senate: Third Session of the First Parliament (Cape Town: Union Parliament of South Africa, 1913), col. 336.
16. Secretary for the Interior to Gandhi, letters of 4 and 10 April 1913, S. N. 5750 and 5761, SAAA.
17. Back in 1910, Lord Selborne had proposed that Indian women in South Africa be given a cash inducement to return to their homeland. eIt need not require a very large sum to be an inducement to the coolie woman to earn a dowry in this way f, he wrote to the Prime Minister, General Botha, adding, eAnd of course once in India, I take it, she would have no right to return. f Selborne thought that with these bribes to women ethe [Indian] question would in time resolve itself. f (Lord Selborne to General Louis Botha, 3 May 1910, in Box 60, Selborne Papers, Bodleian Library, Oxford.) Selborne fs suggestion was not acted upon; three

years later, the Searle judgment outlined another way of reducing the numbers of Indians in South Africa – by not allowing their women to come in from India, rather than bribing those already in South Africa to go back.

18. Extract from Rand Daily Mail, 28 April 1914, in File No. 242, Part I, Gokhale Papers, NAI; CWMG, XII, pp. 52-3, 59.

19. Cf. H. S. L. Polak to W. Clark, Member, Commerce and Industry, Government of India, letter of 17 April and telegram of 23 April 1913, in A Proceedings nos. 25– 49 for September 1913, Department of Commerce and Industry (Emigration Branch), NAI. Copies of these communications were also sent to the Colonial Office in London.

20. A. Fischer, Interior Minister, to Lord Gladstone, Governor- General, 22 April 1913, in File 15/388, vol. 895, GG, NASA.

21. 'Indian Women as Passive Resisters, IO, 10 May 1913; also CWMG, XII, p. 65.

22. 'From the Editor's Chair, IO, 10 May 1913.

23. The letters that follow are all from the Kallenbach Papers in the possession of Isa Sarid, Haifa, Israel.

24. 'Why Mr Gandhi is a Failure, AC, 19 April 1913.

25. AC, 24 May 1913. While working- class Tamils in Natal were largely on Gandhi's side, among educated members of the community Aiyar was not alone in having reservations about his leadership. In June 1913 one Leo R. Gopaul wrote to Kallenbach complaining that despite applying several times, he had not been chosen as one of the six educated Indians allowed into the Transvaal as a result of the provisional settlement of 1911. He thought it was because he had once criticized Gandhi's Hind Swaraj. Kallenbach wrote back that while Gandhi played no part in the decision, preference would naturally be given to those who had courted arrest in past satyagrahas.

This Gopaul (like Aiyar) had conspicuously failed to do. Kallenbach told the complainant that a revival of the struggle was imminent, and he might consider courting arrest this time around. Gopaul to Kallenbach, 10 June 1913; Kallenbach to Gopaul, 19 June 1913, both in KP.

26. CWMG, XII, pp. 4-7, 45-52.

27. See CWMG, XII, pp. 87-8, 90-91, 101, 574-5.

28. Governor- General to Secretary of State for the Colonies, 16 June 1913, in CO 879/112/4, NAUK.

29. Polak to Gokhale, 1 and 22 June, in File No. 242, Part I, Gokhale Papers, NAI.

30. Gokhale to Legislative Secretary, Government of India, letters of 13 June and 11 July 1913, File 4104, L/P&J/6/1278, APAC/BL.

31. See Maud Polak to Under Secretary of State, Colonial Office, 27 February 1913 (with enclosures); Official report of debate in House of Lords, 30 July, 1913, both in File 1398, L/P&J/6/1235, APAC/BL.

32. Gandhi to Gokhale, 20 June 1913, CWMG, XII, pp. 113-15.
33. Wedderburn to Gandhi, letters of 19 and 26 June 1913, S. N. 5813 and 5817a, SAAA.
34. Letter of 2 July 1913, CWMG, XII, pp. 122-4.
35. See the correspondence in CO 879/112/4, NAUK.
36. See File 15/462, vol. 896, GG, NASA.
37. 'A South African Problem, Jewish Chronicle, 5 September 1913.
38. See IO, 12 July 1913; Jack and Ray Simons, Class and Colour in South Africa, 1850-1950 (Lusaka: International Defence and Aid Fund for Southern Africa, 1983), pp. 156-9.
39. Kallenbach to Isabella Fyvie Mayo, 18 August 1913, KP.
40. Gandhi to E. F. C. Lane, 11 July 1913, copy in KP.
41. Entry for 12 July 1913, in Hermann Kallenbach fs Diary for 1912– 13, S. N. 33996, SAAA.
42. Gandhi, An Autobiography, Part IV, Chapter XXVI.
43. Uma Dhupelia- Mesthrie, Gandhi's Prisoner? The Life of Gandhi's Son Manilal (Cape Town: Kwela Books, 2004), pp. 106-11.
44. Millie Polak, Mr Gandhi: The Man, pp. 142-8.
45. See Manilal Gandhi, 'Memories of Gandhiji, Indian Review, March 1952. Manilal had – understandably – got the year slightly wrong. It was 1913, not 1912.
46. Prabhudas Gandhi, My Childhood with Gandhiji, pp. 116-17; Millie Polak, Mr Gandhi: The Man, p. 148; Dhupelia- Mesthrie, Gandhi's Prisoner?, p. 110.
47. CWMG, XII, pp. 79-81, 102-4, 137, 164-5, etc.
48. See Ravjibhai Patel, The Making of the Mahatma, trans. Abid Shamshi (Ahmedabad: Ravindra R. Patel, 1990), Chapter IX ('The Affectionate Healer).
49. CWMG, XII, p. 164.
50. Cordes to Gandhi, 11 December 1911, S. N. 5592, SAAA.
51. Cordes to Gandhi, c. July or August 1913, S. N. 5819, SAAA.
52. CWMG, XII, pp. 167-75.
53. Cf. CWMG, XII, pp. 183-6, 192-5.

20. எல்லைகளை உடைத்தல்

1. The detailed figures are available in Surendra Bhana and Joy Brain, Settling Down Roots: Indian Migrants in South Africa, 1860-1911 (Johannesburg: Witwatersrand University Press, 1990).
2. Millie G. Polak to V. S. Srinivasa Sastri, 22 July 1912, in V. S. Srinivasa Sastri Papers, 2nd instalment, NMML.

3. Undated news clipping (c. May 1909), entitled 'A Fresh Development / Indian Women's Meeting / Desire to be Imprisoned, in J. J. Doke Papers.
4. Cf. 'Native Women's Brave Stand, IO, 2 August 1913.
5. Gandhi to Kallenbach, 12 September 1913, CWMG, XCVI, p. 142.
6. Prabhudas Gandhi, My Childhood with Gandhiji (Ahmedabad: Navajivan Publishing House, 1957), p. 129.
7. Report in NM, 24 September 1913.
8. CWMG, XII, pp. 188-91; Ramadas Gandhi, Sansmaran, translated from Gujarati to Hindi by Shankar Joshi (Ahmedabad: Navajivan Press, 1970), pp. 59-62.
9. CWMG, XII, pp. 196-8, 204-6.
10. See CWMG, XII, pp. 209-10.
11. CWMG, XII, p. 215.
12. Transvaal Leader, 30 September 1913.
13. Transvaal Leader, 1 October 1913. The paper printed three letters alongside Gandhi's. L. W. Ritch archly noted that 'the concern of us Europeans should be not with whether their [the Indians'] campaign will succeed or fail, but rather, whether right is or is not on their side. Kallenbach, like Gandhi, refuted the slur that the satyagrahis were mercenaries. It was 'an absolute falsehood that any monetary consideration has been received by them . . . beyond the mere maintenance for themselves and their families. The third letter came from some forty merchants 'throughout the principal towns of the Transvaal, who stated 'that we are in full sympathy with the [satyagraha] movement, and that the merchants along with the others are contributing both men and money to the movement.
14. NM, 2 October 1913.
15. Letter of 17 October 1913, CWMG, XII, p. 242.
16. The conversation took place on Smuts f farm, on 10 or 11 October, and is reported in H. J. Stanley to H. C. M. Lambert of the Colonial Office, 12 October 1913, in File 15/486A, vol. 897, GG, NASA.
17. IO, 15 October 1913.
18. As reported in NM, 13 October 1913.
19. Reports in NM, 17 and 18 October 1913.
20. AC, 5 July 1913.
21. Report in Transvaal Leader, 21 October 1913.
22. See NM, issues of 20, 21 and 23 October 1913; CWMG, XII, pp. 245-6.
23. Cf. reports in NM, 20 October 1913.
24. Gandhi, quoted in Rand Daily Mail, 23 October 1913.
25. See NM, 24 and 25 October 1913.
26. See Gillian Berning, ed., Gandhi Letters: From Upper House to Lower

House, 1906-1914 (Durban: Local History Museum, 1994), photos on pp. 34-6.
27. CWMG, XII, pp. 251-3.
28. Report in File 1389, L/P&J/6/1306, APAC/BL.
29. See Governor- General of South Africa to Secretary of State for the Colonies, 30 October 1913; clipping from the Transvaal Leader, 29 October 1913, both in L/PJ/6/1283, APAC/BL.
30. Note by W. H. Clark, Member, Commerce and Industry, Government of India, dated 20 March 1913, in File 1398, L/P&J/6/1235, APAC/BL.
31. Clipping from the Transvaal Leader, 30 October 1913, ibid. See also AC, issues of 27 September, 8, 15 and 22 November 1913, etc.
32. M. K. Gandhi, 'The Last Satyagraha Campaign: My Experience, CWMG, XII, pp. 508-19.
33. H. S. L. Polak, 'Passive Resistance Movement in South Africa, typescript composed c. 1908-12, Mss. Afr. R. 125, Rhodes House Library, Oxford, p. 103.
34. NM, 27 October 1913.
35. Reports in Rand Daily Mail, 30 October 1910; IO, 5 November 1913.
36. Reports in NM, 30 and 31 October 1913.
37. Telegram dated 30 October 1913, in File No. 427, Gokhale Papers, NAI.
38. NM, 1 and 4 November 1913.
39. NA, 10 November 1913.
40. Times of Natal, 7 November 1913.
41. Governor- General of South Africa to Secretary of State for the Colonies, 6 November 1913, in CO 879/112/4, NAUK.
42. NM, 8 November 1913.
43. Transvaal Leader, 8 November 1913.
44. NA, 9 November 1911.
45. Montford Chamney, 'Mahatma Ghandi [sic] in the Transvaal, typescript dated c.1935, Mss Eur. C. 859, APAC/BL.
46. M. K. Gandhi to the Resident Magistrate, Heidelburg, 10 November 1913, in File 4/572/13, vol. 181, JUS, NASA (this letter is not in CWMG).
47. NA, 12 and 14 November 1913.
48. CWMG, XII, pp. 263-4.
49. CWMG, XII, pp. 266-8; File 15/228, vol. 897, GG, NASA.
50. See H. S. L. Polak, 'A South African Reminiscence, Indian Review, October 1926.
51. Polak to Ampthill, 12 November 1913, written from Volksrust Prison, in CO 879/112/4, NAUK.
52. The letter is reproduced in its entirety in Isa Sarid and Christian Bartolf, Hermann Kallenbach: Mahatma Gandhi's Friend in South Africa (Berlin:

Gandhi Informations Zentrum, 1997), pp. 34-61 (quote from p. 37).
53. 'The Leaders Sentenced, IO, 26 November 1913.
54. Gandhi to Millie Polak, 12 November 1913, CWMG, XCVI, p. 155.
55. Letter from Ritch in Rand Daily Mail, 21 October 1913.
56. Letter from Ritch in Transvaal Leader, 31 December 1913.
57. See Percy Binns, Magistrate fs Office, Durban, to E. Gorges, Department of the Interior, 1 December 1913, in Natal Government Records (on microfilm), Reel 5 (Accession No. 2178), NMML.
58. Cf. press reports quoted in IO, 19 November 1913.
59. See Ashwin Desai and Goolam Vahed, Inside Indenture: A South African Story, 1860-1914 (Durban: Madiba Publishers, 2007), pp. 147-57.
60. Maureen Swan, 'The 1913 Natal Indian Strike, Journal of Southern African Studies, 10:2 (1984).
61. Desai and Vahed, Inside Indenture, pp. 376-85.
62. Cf. correspondence in File 15/516, vol. 897, GG, NASA.
63. Reports in NA, 14, 15 and 16 November 1913; in NM, 14 November 1913.
64. NM, 17 November 1913.
65. See enclosure no. 8 to Governor- General of South Africa to Secretary of State for the Colonies, 20 November 1913, in CO 879/112/4, NAUK.
66. Reports in NM, 18 November 1913.
67. eReport on the Indian Strike in the Division of Durban f, dated 3 December 1913, in File 4/572/13, vol. 203, JUS, NASA.
68. Telegrams from General Lukin to eDefence, Pretoria f, dated 21, 25 and 27 November, ibid.
69. See Heather Hughes, First President: A Life of John L. Dube, Founding President of the ANC (Auckland Park, South Africa: Jacana, 2011), pp. 178-9.
70. 'Dr. Abdurahman and Passive Resistance, IO, 3 December 1913.
71. NA, 20 November, 2 and 8 December 1913.
72. 'The Indian Menace: Question of Natal's Future, NM, 26 November 1913. Henderson was a protég of Harry Escombe, whose speeches he edited for publication.
73. Transvaal Leader, 22 November 1913, clipping in CO 879/112/4, NAUK. A more emotional defence was sent by Millie Graham Polak to the Natal Advertiser, which declined to publish it, on the grounds that among the matters she had mentioned were some (presumably the cases against her husband, Kallenbach and Gandhi) which were sub judice. See NA, 22 November 1913.
74. Quoted in Transvaal Leader, 8 December 1913, clipping in Add Mss 46001, BL.
75. See A. H. West to G. K. Gokhale, undated, c. 24 November 1913, in File

No.242, Part I, Gokhale Papers, NAI.
76. Gokhale to Mrs Polak, 17 November 1913, ibid.
77. See File 202, L/P&J/6/1295, APAC/BL.
78. Cf. reports in L/P&J/R/5/118, APAC/BL.
79. Anon., M. K. Gandhi: A Study (Madras: Ganesh and Co., 1913).
80. C. Rajagopalachari, ed., Mr Gandhi's Jail Experiences: Told by Himself (Salem: T. Adinarayana Cetti, 1913). Rajagolachari was to become a close companion of Gandhi in the freedom movement in India.
81. A copy of the play is in File 1041, L/P&J/6/1302, APAC/BL. The playwright (whose name, alas, has not come down to posterity) may have attended some of Henry Polak's talks in South India. He seems to have been reading the journals Indian Review and Indian Opinion; and perhaps various biographies of Gandhi as well, thus to extol the patriotism, the principled non- violence, and the spirit of sacrifice of a successful lawyer who had embraced poverty and public service.
82. Bhawani Dayal, Dakshin Africa k Satyagraha ka Itihas (Indore: Saraswati Sadan, 1916), pp. 53-7.
83. For more details on these meetings, see documents and clippings in L/PJ/6/1284, APAC/BL; NA, 21 November 1913; B Proceedings No. 29 for December 1913, Department of Commerce and Industry (Emigration Branch), NAI.
84. Cf. correspondence in File No. 242, Part II, Gokhale Papers, NAI (emphasis in original).
85. Tagore to Gokhale, 18 November 1913, in File No. 242, Part I, Gokhale Papers, NAI.
86. Tagore to Gokhale, 9 December 1913, in File No. 547, Gokhale Papers, NAI.
87. The Bishop of Madras, quoted in Speeches and Writings of M. K. Gandhi: With an Introduction by Mr C. F. Andrews, a Tribute by Mr G. A. Natesan, a Biographical Sketch by Mr H. S. L. Polak (2nd edn: Madras: G. A. Natesan and Co., 1918), Appendix III, p. x.
88. CWMG, XII, pp. 602-3; Robert A. Huttenback, Gandhi in South Africa (Ithaca, NY: Cornell University Press, 1971), pp. 319-21.
89. K. Hariharan to Gokhale, 11 December 1913; A. E. Lall to Gokhale, 29 November 1913, both in File No. 242, Part II, Gokhale Papers, NAI.
90. Mehta, quoted in Speeches and Writings of M. K. Gandhi, Appendix III, p. xiv.
91. Gandhi to Devi West, 14 December 1913, CWMG, XII, pp. 269-71.
92. D. M. Manilal [Manilal Doctor], Barrister- at- Law, Suva, Fiji, to Lord Gladstone, 30 December 1913, in File 15/652, vol. 899, GG, NASA.
93. See correspondence in File 15/543, vol. 897, GG, NASA.
94. NA, 19 December 1913.

95. NA, 20 December 1913; NM, 22 December 1913.
96. CWMG, XII, pp. 274-7.
97. Henry Polak to his family in England (addressed as eDear Folks f), Durban, 31 December 1913, Mss. Brit. Emp. S 372/2, Rhodes House Library, Oxford.
98. NM, 22 December 1913.
99. NM, 23 December 1913.
100. Cf. M. K. Gandhi, Satyagraha in South Africa, translated from the Gujarati by Valji Govindji Desai (2nd edn, 1950; reprint, Ahmedabad: Navjivan Press, 1972), p. 258.
101. Telegram dated 23 December 1913, in File No. 242, Part II, Gokhale Papers, NAI.
102. See correspondence in CWMG, XII, pp. 277-81, 599, 283-4, 286, 289, 295-6, 301-5; and in File No. 242, Parts I and II, Gokhale Papers, NAI.
103. NM, 30 December 1913.
104. See Hope Hay Hewison, Hedge of Wild Almonds: South Africa, the Pro- Boers and the Quaker Conscience, 1890-1910 (London: James Curry, 1989), pp. 187-95.
105. Gandhi to Emily Hobhouse, 5 January 1914, copy in E. S. Reddy Papers, NMML (this letter is not in CWMG).
106. Emily Hobhouse to Smuts, 29 December 1913, in W. K. Hancock and Jean van der Poel, Selections from the Smuts Papers, III: June 1910 November 1918 (Cambridge: Cambridge University Press, 1966), pp. 152-6. On the Hobhouse Smuts friendship, see W. K. Hancock: Smuts, I: The Sanguine Years, 1870-1919 (Cambridge: Cambridge University Press, 1962), especially pp. 179-88, 282-6.
107. NA, 30 December 1913.
108. Gokhale to Robertson, 31 December 1913, in File No. 242, Part II, Gokhale Papers, NAI.
109. CWMG, XII, p. 311.

21. ஆஃப்ரிக்காவிடம் விடைபெறுதல்

1. Unlike some other figures in Indian history, C. F. Andrews has been well served by his biographers. There are three excellent studies, each focusing on a different aspect of his life, work and friendships: Benarsidas Chaturvedi and Marjorie Sykes, Charles Freer Andrews: A Narrative (London: George Allen and Unwin, 1949); Hugh Tinker, The Ordeal of Love: C. F. Andrews and India (Delhi: Oxford University Press, 1979); and Daniel O'Connor, Gospel, Raj, and Swaraj: The Missionary Years of C. F. Andrews (1904-14) (Frankfurt: Peter Lang, 1990).
2. Andrews to Gokhale, 24 January 1906, File No. 11, Gokhale Papers, NAI.

3. Gokhale to West, 12 December 1913, File No. 242, Part II, Gokhale Papers, NAI.
4. Gokhale to Robertson, 31 December 1913, in File No. 242, Part I, Gokhale Papers, NAI.
5. NM, 5 January 1914.
6. 'Arrival of Mr Andrews and Mr Pearson, IO, 7 January 1914.
7. Ibid.
8. CWMG, XII, p. 316.
9. CWMG, XII, pp. 317-18.
10. Gokhale to Gandhi, 26 December 1913, File No. 242, Part II, Gokhale Papers, NAI.
11. Harilal to Gokhale, 13 January 1914, File No. 242, Part II, Gokhale Papers, NAI.
12. J. C. Smuts to Lord Gladstone, 6 January 1914, in File 15/622, vol. 899, GG, NASA.
13. Clipping from the Pretoria News, in File 15/640, vol. 899, GG, NASA.
14. As recalled in Andrews to Gokhale, 30 January 1914, in File No. 242, Part I, Gokhale Papers, NAI.
15. Lord Gladstone, Governor-General of South Africa, to Lewis Harcourt, Secretary of State for the Colonies, 14 January 1914, in File 15/640, vol. 899, GG, NASA.
16. CWMG, XII, pp. 324-6,
17. CWMG, XII, pp. 609-10.
18. See File 15/647A, vol. 899, GG, NASA.
19. Andrews to Gokhale, 30 January 1914, in File No. 242, Part I, Gokhale Papers, NAI, emphasis in original.
20. IO, issues of 14, 21 and 28 January 1914.
21. As reported in Gandhi to Gokhale, 18 February 1914, CWMG, XII, pp. 353-4.
22. Rabindranath Tagore: A Lecture by the Rev. C. F. Andrews of Delhi (Cape Town: Cape Times Limited, 1914), copy in Mss. Eur. D. 1238/5, APAC/BL.
23. Clippings from Cape Times, dated 23 February 1914, in File 15/658, vol. 899, GG, NASA.
24. Andrews to Gandhi, 26 February 1914, S. N. 5943, NGM.
25. Mehta to Gandhi, 14 February 1914, S. N. 6034, SAAA. Posted from Burma, the letter would have arrived in Durban towards the end of February or in early March.
26. See IO, 5 April 1913.
27. Letter dated 27 February 1914, CWMG, XII, pp. 360-61.
28. Gandhi to Kallenbach, 25 March 1914, CWMG, XCVI, p. 165.